संपूर्ण महाभारत

(सुरस मराठी भाषांतर)

खंड – ७

१३. अनुशासनपर्व ते १८. स्वर्गारोहणपर्व

◆ संपादक ◆

प्रा. भालबा केळकर

◆ भाषांतर ◆

रा.भि. दातार, य.ग. फफे

◆ तपासणारे ◆

बाळकृष्णशास्त्री उपासनी

आठ खंडांची संपूर्ण किंमत : ६०००/-

वरदा बुक्स

'वरदा', सेनापती बापट मार्ग, 397/1, वेताळबाबा चौक, पुणे 411016.

फोन : 020-25655654 मो. : 9970169302

E-mail : Vardaprakashan@gmail.com www.varadabooks.com

मुद्रक व प्रकाशक : वरदा बुक्स
397/1, सेनापती बापट मार्ग, पुणे 411016.

मुद्रण स्थळ : रेप्रो इंडिया लि. 50/2, टी. टी. एम.आय.डी.सी.
इंडस्ट्रियल एरिया, महापे, नवी मुंबई. फोन : 022-27782011

मुखपृष्ठ : धिरज नवलखे

पहिली आवृत्ती : 1904
नवी आवृत्ती : 1 फेब्रुवारी 1982
दुसरी आवृत्ती : ऑक्टोबर 1984
तिसरी आवृत्ती : 15 मार्च 1986
चौथी आवृत्ती : नोव्हेबर 2016

नारायणं नमस्कृत्य नरं चैव नरोत्तमम् ।
देवीं सरस्वतीं चैव ततो जयमुदीरयेत् ।।

ज्या अखिलब्रह्मांडनायकाच्या लीलेने या जगाची यच्चयावत्
कार्ये घडतात, ज्याच्या कृपेने ह्या अनिवार मायामोहाचे
निरसन करिता येते व अल्पशक्ती जीवांना परमपद
प्राप्त करून घेता यावे म्हणून जो त्यास
बुद्धिसामर्थ्य देतो, त्या

परमकारुणिक

श्रीमन्नारायणाच्या चरणी

त्याच्याच कृपेने पूर्ण झालेला हा ग्रंथ
अर्पण असो.

। शुभं भूयात् ।

भारतीय संस्कृतीची थोरवी–
यशस्वी जीवनासाठी अनुशासन

पितामह भीष्म शरपंजरी पडले होते. शरशल्ये बोचत होती. जीवनात झालेल्या सर्व सदसत्कृत्यांची जाण देत होती. क्षणाक्षणाला मन शुद्ध होत होते. तपश्चर्या, त्याग, कर्तव्यपरायणता, जितेंद्रियत्व यांचा प्रभाव दरक्षणाला मिंधेपणावर विजय मिळवत होता. बुद्धि-सामर्थ्य, खऱ्या शौर्याचे ज्ञान, आत्मकेन्द्रिततेचा पराभव करून समाधानाची शांतता मनाला सुखवू लागणारे शांत चिंतन, होत आले होते. अशा मनाला सत्त्वशील करणाऱ्या, स्थितीत असताना भीष्माचार्यांनी धर्मराजाला यशस्वी जीवनाचे तत्त्वज्ञान सांगितले. धर्म मनाने कृतकृत्य आणि शांत झाला.

मनावरील नियंत्रण, पौरुषाचा दैवावर प्रभाव, आसक्तीचा त्याग, आत्मोद्धारासाठी संतसंगती, स्त्रीप्रधान संस्कृतीचे श्रेष्ठत्व, जीवनातील कृतज्ञतेचे वैशिष्टय, सदाचाराचे महत्त्व, निष्काम कर्माचे त्रिकाला-बाधित मोठेपण, स्वयं-दिग्दर्शन आणि स्वयंशिक्षण, स्वयंनिर्णय इत्यादी अंगोपांगांचे शिक्षण घेऊ शकणारी जाण, भीष्मांनी, धर्मराजालाच केवळ नव्हे, तर सर्व मानवजातीला, या अमर अशा पर्वात, दिली आहे. म्हणूनच–

भीष्मांचे निर्याण हे एक महान् समृद्ध आणि तरीही अलिप्त जीवनपर्वाचे कृतकृत्य निर्वाण होते.

अनुगीता

भीष्मांच्या उपदेशाने धर्मराजाला ज्ञान झाले. पण संहाराने होणाऱ्या दुःखाचे पूर्ण सांत्वन झाले नाही. धर्माकडून न्यायसंस्थापनेसाठी अटळ संहार झाला तरी, तो दुःखी होतोच. मनुष्य अजून अज्ञानाने व वस्तुनिष्ठ लालसेने अन्याय का करतो, याबद्दलचे ते दुःख असते. अनुभव त्याला व्यावहारिक आणि त्यातून दिसणारा अध्यात्म मार्ग दाखवतो. इहवाद त्याज्य नाही, पण अलिप्तता ठेवून निष्काम कर्म जास्त श्रेष्ठ आणि विश्वचि माझे घर, ही सर्व समावेशक वृत्ती ही जास्त श्रेष्ठ, अध्यात्मवृत्ती जास्त आदर्श हेही पटवून देतो. पण त्यामुळे धर्माला ज्ञानप्राप्ती होते. त्याचे दुःख क्षणभर विसरले जाते, पण पुन्हा त्या दुःखाचे शमन न झाल्याने प्रादुर्भाव होतोच.

भगवान व्यास आणि श्रीकृष्ण यांनी धर्मराजाला पुढील कर्तव्यकर्माची जाण दिली आणि त्याला धर्म, न्याय, सत्य व अहिंसा यांच्या केवलमूल्यांची प्रस्थापना व्यावहारिक दृष्टचा करण्याचा उपदेश केला आणि मार्ग दाखविला. कर्तव्याची वाट ही दुःखाच्या फुफाटचातूनच जाते म्हणून, पोळल्याची खंत करीत त्या फुफाटचात राहाणे हे चूकच. कर्तव्याप्रत पोहोचणे हे खरे कार्य. हे धर्मराजाला पटवले व श्रीकृष्ण द्वारकेला निघाला. धर्मराजासारखा न्यायसंपन्न राजा मिळाला व प्रजा सुखी झाली. अर्जुनालाच नव्हे तर पांडवांना श्रीकृष्ण - विरह असह्य होणार होता. तेव्हा अर्जुनाने श्रीकृष्णाला पुन्हा एकदा गीता–तत्त्वज्ञान सांगण्याची विनंती केली. श्रीकृष्णाने ती आनंदाने मान्य केली. आणि अनुगीता जन्माला आली.

युद्धारंभ–संघर्षकाली कर्मयोगाची जाण तीव्र भावनायुक्त अशा मनाला फार झटकन होऊन, कर्मप्रवण होण्याकडे मनुष्याची वृत्ती निर्माण होते. त्यामुळे गीतेचा परिणाम अर्जुनाला कर्तव्यासाठी युद्धोन्मुख करण्यात झाला.

अनुगीतेने शांततेच्या काळात परस्पर भक्ती, आत्मज्ञान व आत्मोन्नतीसाठी योगसाधना आणि आप्तोन्नतीसाठी योगदान, यांचे ज्ञान अर्जुनाला झाले. कर्तृत्व केल्यावरच मुक्तीचा मार्ग माणसाला प्राप्त होतो, हे अनुगीतेने सांगून पुन्हा एकदा कर्मफल कोणते याचा विचार करता, विहित कर्म हेच कर्तव्य, ही जाण अनुगीतेने सांगून, आत्मोद्धारा-बरोबर परस्पर कल्याण हाच सनातन सत्य मार्ग आहे, हे पटवून दिले. गीतेचे कार्य सर्वार्थाने पूर्ण झाले.

अश्वमेध यज्ञ–परिक्षिती जन्म–

न्याय, सत्य, धर्म व समृद्धी यांचा समन्वय असलेल्या राज्याची प्रतिष्ठापना करण्यासाठी, अश्वमेध - यज्ञाची संकल्पना करण्याचे ठरले. ‘ पांडवांचा अश्वमेध म्हणजे लोककल्याणाची प्रतिज्ञा, ’असे प्रसृत करणारा प्रतीक–अश्व पृथ्वीवर संचारार्थ सोडणे, त्यायोगे धनसंभार गोळा करणे आणि लोककल्याण प्रकल्पांसाठी तो वापरण्याचा संकल्प सोडणे. या संकल्पाचा प्रारंभ, परिक्षिती जन्म होता.

हा संकल्प सत्य आहे का, हे पारखण्यासाठी काहीजण प्रतीकात्मक विरोध–संग्राम करून पाहातात, तर काही तो सत्य आहे ही खात्री बाळगून संग्रामाऐवजी शांततामय सहकार्य करतात व धनभार देतात.

या अश्वमेध कार्यातून भारतीय युद्धाने निर्वीर झालेली पृथ्वी अजूनही निर्वीरच राहिली आहे काय ? याचीही आवश्यक पाहाणी झाली. आणि मणिपूर राजपुत्र अर्जुनपुत्र बभ्रुवाहनाच्या कृतीतून हेही जाणवले की, कृतीचे व वीरवृत्तीचे आव्हान आले, तर पुत्रसुद्धा पित्या-विरुद्ध कणखरपणे युद्धासाठी उभा राहू शकतो, इतकी वीरवृत्ती पुन्हा प्रस्थापित झाली आहे. याच समाधानातून चंद्रगुप्तकालीन सुवर्णयुग निर्माण झाले असण्याची आणि सिकंदरला सीमेवरून परतवण्याचे धैर्य व कर्तृत्व प्रस्थापित झाले असण्याची शक्यता आहे.

अश्वमेधाचा आनंद-कारण–वंशवेलीचा विस्तार

अश्वत्थाम्याने उत्तरेच्या गर्भावर सोडलेले अस्त्र, पांडवांच्या उच्छेदासाठी होते. उत्तरेला या वार्तेमुळे मानसिक धक्का बसला होता. आपले अपत्य मृतच जन्मणार, अशी कल्पना तिने करून घेतली. 'पांडववंशाला केवळ आपणच कारण, हा तिचा अभिमान संपुष्टात येऊन ती निराशेच्या भरात स्वतःलाच काही इजा करून घेणार नाही ना ?' अशी शंका कुंती, सुभद्रा इत्यादींना सतत वाटू लागली व त्या चिंताग्रस्त झाल्या. श्रीकृष्णाने आपल्या सुदर्शन पथकाला उत्तरेच्या संरक्षणासाठी व तिच्यावर देखरेख करण्यासाठी सदैव तिच्या तैनातीला ठेवले होते. खाण्यापिण्यापासून वागण्या बसण्यापर्यंत सर्व शिस्तवार आणि काळजीपूर्वक होते आहे ना, यात ते सुदर्शनपथक डोळ्यात तेल घालून लक्ष देत होते. पण उत्तरा मात्र मानसिक काळजीतून पूर्ण मुक्त होत नव्हती. श्रीकृष्णाने केलेल्या संरक्षण व्यवस्थेने ती जरा निर्धास्त झाली होती, एवढंच.

यथाकाल उत्तरा प्रसूत झाली. पण नवजात अर्भक जीवंत असल्याचे चिन्ह दिसेना. सर्वचजण हवालदिल झाले. कुंतीने श्रीकृष्णाला बोलावले. त्याने त्या अर्भकाला पाहिले. बुद्धिमान व ज्ञानी श्रीकृष्णाने त्या अर्भकावर त्याच्या आईच्या-उत्तरेच्या धास्तावलेल्या मानसिक अवस्थेचा परिणाम झालेला आहे आणि ते अर्भक मृतसादृश्य स्थितीत (कॅटॅलेप्टिक अवस्थेत) जन्माला आले, हे ओळखले. तेव्हा सर्वांगीण ज्ञानी श्रीकृष्णाने वैद्यकीय ज्ञान व रसायन-वैद्यकीय ज्ञान उपयोगात आणले आणि त्या अर्भकाला मृतसादृश अवस्थेतून नेहमीच्या जीवावस्थेत आणले; आणि ते अर्भक मोठ्यांदा रडू लागले. पांडववंशवेलीवर फूल उगवले म्हणून सगळीकडे आनंदीआनंद झाला. कुरुकुल क्षीण झाले असता अभिमन्यूपुत्राचा जन्म झाला म्हणून त्याचे नाव श्रीकृष्णाच्या सूचनेप्रमाणे 'परिक्षित' असे ठेवण्यात आले. परिक्षित हा श्रीकृष्ण-प्रसाद होता. सत्त्वाची त्याच्यावर कृपा होती. त्याच्यावर उपचार करताना श्रीकृष्णाचे बोलणे उद्बोधक होते, 'मुली, अभिमन्यूला प्रिय

असलेली तू पत्नी आहेस, तूच कुरुवेलीच्या विस्ताराची कारण आहेस. तू निःशंक रहा. मी असत्य भाषण करीत नाही. (म्हणजे हानीकारक असत्य वा सत्य बोलत नाही. जे बोलतो ते परिणामी सत्य व म्हणूनच तथाकथित असत्य.) मी प्रतिज्ञा पूर्णच करतो. (म्हणजे आत्मकेन्द्रित प्रतिज्ञा मोडून लोककल्याणाच्या प्रतिज्ञा पूर्ण करतो.) शत्रूचा पराभव केल्याशिवाय परत फिरत नाही. (म्हणजे अंतिम विजय माझाच होतो.) न्याय आणि धर्म यांचे पालन मी सतत केले आहे. (म्हणजे लोककल्याणाच्या दृष्टीने न्याय आणि धर्म यांचे व्यावहारिक अर्थ लावले आहेत आणि त्यांना कृतकृत्य केले आहे.)

आदर्श परखड धर्माचरण व व्यवहार याची सांगड, श्रीकृष्णाने या वस्तुनिष्ठ जीवनाचा प्रभाव वाढणाऱ्या जगात, कशी यशस्वीरीत्या घातली हे लक्षणीय आहे. म्हणूनच श्रीकृष्ण हा तत्त्वगुणी व्यवहारादर्श पूर्णावतार आहे, आणि श्रीराम हा आदर्श पूर्णावतार आहे.

धृतराष्ट्र–भीम व विदूर आणि धर्मराज

धृतराष्ट्र, युद्धानंतर पुत्रशोकाने विव्हल झाला होता. स्वतःची चूक असून तो पांडवांवर आणि दुर्योधनाला मारले म्हणून भीमावर मनातून जळत होता. पांडवभेटीचे वेळी भीमाला कवटाळून मारण्याचा त्याचा प्रयत्न श्रीकृष्णाने ओळखला होता. म्हणून ज्याच्याबरोबर गदायुद्धाचा सराव दुर्योधनाने केला होता, त्या भीमाच्या लोखंडी पुतळ्याला श्रीकृष्णाने पुढे सारले, व भीमाला मागे ढकलले. धृतराष्ट्राच्या पाशवी शक्तीने तो पुतळा भंगला. मग धृतराष्ट्राचा राग शांत झाला. मानभावीपणे ओरडून तो शोक करू लागला. तेव्हा श्रीकृष्णाने खरा प्रकार सांगितला. भीम मनातून संतापणारच. या घटनेनंतर तो चीड आल्यामुळे व्यावहारिक तिडिक डोक्यात घेऊन, धृतराष्ट्राला ऐकू जाईल व मनाला सतत वेदना होऊन त्याचा अपराध जाणवत राहील, अशा तऱ्हेने दंड थोपटत म्हणायचा, 'याच समर्थ-बाहुंनी मी या अंधाच्या

पुत्रांचा वध केला.' न्यायी बल, अन्यायी बलाला पराभवाची जाण देत अशाच वेदना नेहमी देते. तो त्याचा धर्मच.

विदूर सत्त्वशील होता. धर्मराजाला झालेले संहाराचे दुःख कमी करून त्याला शांत करण्यात विदूर सहभागी झाला होता. म्हणूनच विदुराच्या अंतकाळी धर्म-विदूर दृष्टिभेट ही फार उद्‌बोधक वाटते. अन्याय्य-पक्षाला तो करीत असलेल्या अन्यायाची जाण देत, न्याय, सत्य यांच्या महत्तेच्या प्रस्थापनेचा प्रयत्न करीत राहाणे, हा विदूराचा धर्मच होता. आणि धर्माचरणाने न्याय्य पक्ष कणखर, बलशाली करीत अन्याय्य पक्षाला लढा देऊन धर्म-सद्धर्म-प्रस्थापित करायचा हे, धर्मराजाचे विहित कर्तव्यच होते. म्हणूनच धर्म आणि कर्तव्य यांचा अंती समन्वय, यांचेच अंती मीलन होणे योग्य व कल्याणकारी असते, हेच धर्म-विदूर भेटीतून जास्त प्रकर्षाने जाणवते.

यादव संहार–श्रीकृष्ण निर्वाण

भारतीय युद्धानंतर, यादवच पराक्रमी राज्य म्हणून जवळ जवळ अक्षत असे राहिले. अर्थातच पांडवांचे मित्र आणि इतरांना अजिंक्य म्हणून ते अटळपणे उन्मत्त झाले. व्यसनाधीन आणि चारित्र्यहीन विलासी जीवन, गुरुजनांचा अवमान अशा घटनांना प्रारंभ झाला. न्याय, सत्य, धर्म यांच्या प्रस्थापनेची वेळ आली. आता हे अवघड कार्य पुन्हा सत्त्वशील श्रीकृष्णालाच करणे भाग होते. व तेही स्वकीयांचा संहार करून. भारतीय युद्धात त्याचसाठी परकीय दुर्जनांचा संहार त्याने घडवून आणला, आता स्वकीय दुर्जनांचा संहार अटळ झाला. श्रीकृष्णाने स्थितप्रज्ञवृत्तीने शांतपणे तो घडवून आणला. आणि स्वतः श्रीकृष्ण, अलिप्तपणे, पायाला-वस्तुनिष्ठ अस्तित्वाला-जराव्याधाचा बाण लागून निजधामाला गेला. क्षणमात्रही वियोगाची विकलता प्राप्त होऊ न देता, मनोव्यापार व विचार म्हणूनच मस्तक व रूप यांना कालबाह्यता म्हणजेच वृद्धत्व येऊ न देता, 'सुखदुःखे समे कृत्वा लाभालाभौ जया-

जयौ,' हे प्रत्यक्ष आचरणात आणून भगवान श्रीकृष्ण निर्वाणपदाला गेला.

पांडवांच्या स्वर्गारोहणाचा अन्वयार्थ

छत्तीस वर्षे न्याय व धर्म यांनी समृद्ध असे राज्य केल्यावर पांडवांनी परिक्षितीला राज्यावर बसविले, आणि ते निर्वाण-यात्रेला निघाले. स्वर्गमार्गाची बिकट चढण सुरू झाली. द्रौपदी प्रथम मृत्युमुखी पडली. नंतर सहदेव. नंतर नकुल. नंतर अर्जुन. मग भीम अशा क्रमाने एकेक पतन पावले. धर्मराज आणि त्याच्या संगती त्याचा कुत्रा हे तसेच चालत राहिले. इंद्राचा रथ आला आणि धर्मराजाला सदेह स्वर्गात नेण्यास सिद्ध झाला. पण धर्मराज निष्ठावंत श्वानाचा त्याग करायला तयार नव्हता तेव्हा श्वानरूप टाकून धर्म प्रकट झाला. त्याने धर्मराजाच्या शुद्धबुद्धीची प्रशंसा केली व त्याला सदेह स्वर्गात नेले.

मनुष्याला ही घटना उद्‌बोधक आहे.

मनुष्य जेव्हा मृत्युलोक सोडण्यासाठी महाप्रस्थान ठेवून स्वर्गाची वाटचाल सुरू करतो, तेव्हा–

प्रथम त्याचे चैतन्य नष्ट होऊ पाहाते. तो जीवंत असून मृतासारखा होतो. (द्रौपदी तेजाचे म्हणजे चैतन्याचे प्रतीक आहे.)

नंतर त्याचे सौंदर्य नष्ट होते. (सहदेव हा देखणा म्हणून देहसौंदर्याचे प्रतीक आहे.)

मग त्याचा विवेक नष्ट होतो. (नकुल विवेकाचे प्रतीक.)
मग पराक्रमाचा नाश होतो. (अर्जुनाचे पतन.)
त्यानंतर बल नष्ट होते. (भीमाचे पतन.)
मागे उरतो तो धर्म आणि त्याच्याबरोबर धर्माधिष्ठित जीवननिष्ठा.

धर्माचरणामुळे स्वर्गप्राप्तीच होणार असते. पण त्याची परीक्षा घ्यायला, भासमान स्वर्गसुख त्याच्यापुढे सेवेला सिद्ध असते.

पण तो धर्माधिष्ठित जीवननिष्ठेचा, खऱ्या स्वर्गसुखाचा त्याग करायला सिद्ध होत नाही. धर्माचरणाचा हा प्रामाणिक आणि निष्ठावंत त्यागी सत्वभाव पाहून, जीवननिष्ठा हाच खरा धर्म, कारण निष्काम कर्म करून लोककल्याण करण्याची संधी मनुष्य-जीवन-निष्ठाच प्राप्त करून देते, हे सांगण्यासाठी, स्वतः मूर्तिमंत धर्मच स्वर्गप्रवेशाच्या वेळी प्रकट होतो, आणि त्याच्या अनुज्ञेने सत्कृत-कृत्य धर्माचरण, समाधानाने स्वर्गसुखाची प्राप्ती होण्यास पात्र म्हणून मानाने स्वर्गप्रवेश करते.

भालबा केळकर

अनुक्रमणिका.

अध्याय. पृष्ठ.

अनुशासनपर्व.

—:०:—

आनुशासनिकपर्व.

पहिला—मंगलाचरण. गौतमी, लुब्धक, सर्प, मृत्यु व काल ह्यांचा संवाद. १
दुसरा—गृहस्थाश्रमांतील प्रधान कर्तव्य. ७
तिसरा—विश्वामित्रोपाख्यान. १२
चौथा—विश्वामित्रोपाख्यान. १४
५ वा—शुकवासवसंवाद. (दृढभक्तीचा महिमा.) १७
६ वा—दैव व उद्योग ह्यांमध्यें श्रेष्ठ कोण ? १९
७ वा—शुभ कर्मांचीं फळें. २२
८ वा—ब्राह्मणांची पात्रता. २४
९ वा—कोल्हा व वानर ह्यांचा संवाद. २६
१० वा—अपात्रीं उपदेशाचें फल. २७
११ वा—श्री व रुक्मिणी यांचा संवाद. (भाग्यश्रीचें अधिष्ठान.) ३१
१२ वा—भंगास्वनाचें आख्यान. ३३
१३ वा—ऐहिक व पारलौकिक हित साधण्याकरितां मनुष्यांचीं कर्तव्यें. ३६
१४ वा—महादेवमाहात्म्यकथन. ३७
१५ वा—वासुदेवाला वरप्रदान. ६०
१६ वा—तंडिकृत रुद्रस्तव. ६१
१७ वा—महादेवसहस्रनाम. ६५
१८ वा—महादेवमाहात्म्यकथन. ९३
१९ वा—अष्टावक्र व दिशा ह्यांचा संवाद. ९८
२० वा—अष्टावक्र व दिशा ह्यांचा संवाद. १०४
२१ वा—अष्टावक्र व दिशा ह्यांचा संवाद. १०६
२२ वा—युधिष्ठिराचे अनेक प्रश्न. १०७
२३ वा—दानप्रकरण. ब्राह्मणांचें परीक्षण. ११०
२४ वा—ब्रह्महत्यादोषविवरण. ११५
२५ वा—तीर्थमाहात्म्यवर्णन. ११६
२६ वा—गंगेचें माहात्म्य. १२०
२७ वा—इंद्रमतंगसंवाद. १२६
२८ वा—इंद्रमतंगसंवाद. १२८
२९ वा—इंद्रमतंगसंवाद. १२९
३० वा—वीतहव्योपाख्यान. १३१
३१ वा—कृष्णनारदसंवाद. १३४
३२ वा—श्येनकपोताख्यान. १३६
३३ वा—ब्राह्मणांची प्रशंसा. १३८
३४ वा—पृथ्वीवासुदेवसंवाद. १४०
३५ वा—ब्राह्मणप्रशंसा. १४२
३६ वा—इंद्रशंबरसंवाद. १४३
३७ वा—पात्रापात्रपरीक्षा. १४४
३८ वा—पंचचूडानारदसंवाद. (स्त्रीस्वभाववर्णन.) १४६
३९ वा—स्त्रीस्वभावकथन. १४८
४० वा—विपुलाख्यान. १४९
४१ वा—विपुलाख्यान. १५२
४२ वा—विपुलाख्यान. १५५
४३ वा—विपुलाख्यान. १५६
४४ वा—विवाहधर्मकथन. १५८
४५ वा—यमगाथा. १६५
४६ वा—स्त्रीप्रशंसा. १६७
४७ वा—दायविभाग. १६८
४८ वा—वर्णसंकरकथन. १७३
४९ वा—पुत्रप्रतिनिधिकथन. १७९
५० वा—च्यवनोपाख्यान. १८२
५१ वा—च्यवनोपाख्यान. गोधनाची महती. १८३
५२ वा—च्यवन व कुशिक ह्यांचा संवाद. १८६
५३ वा—च्यवन व कुशिक ह्यांचा संवाद. १८९
५४ वा—च्यवन व कुशिक ह्यांचा संवाद. १९२
५५ वा—च्यवन व कुशिक ह्यांचा संवाद. १९५
५६ वा—च्यवन व कुशिक ह्यांचा संवाद. १९७
५७ वा—कर्मे व त्यांचीं मरणोत्तर फळें. १९८
५८ वा—आराम-तडाग-माहात्म्यवर्णन. २००
५९ वा—श्रेष्ठ दानें. २०२

अध्याय.	पृष्ठ.
६० वा–दानयज्ञ.	२०४
६१ वा–यज्ञक्रिया व दानधर्म.	२०६
६२ वा–भूमिदानाचें महत्त्व.	२०८
६३ वा–अन्नदानाची महती.	२१३
६४ वा–कोणत्या नक्षत्रीं कोणतीं दानें करावीं.	२१६
६५ वा–दानें व त्यांचीं फळें.	२१८
६६ वा–दानें व त्यांचीं फळें.	२१८
६७ वा–उदकदानाचें महत्त्व.	२२२
६८ वा–यम व ब्राह्मण ह्यांचा संवाद.	२२३
६९ वा–गोदानाचें माहात्म्य.	२२५
७० वा–नृगोपाख्यान.	२२६
७१ वा–गोप्रदानाचें महत्त्व. (यम व नाचिकेत ह्यांचा संवाद.)	२२९
७२ वा–ब्रह्मदेव व इंद्र ह्यांचा संवाद.	२३३
७३ वा–गोप्रदान करणाऱ्यास प्राप्त होणारे लोक.	२३४
७४ वा–गोप्रदानाचें महत्त्व, दक्षिणा इ०	२३८
७५ वा–व्रतादिकांचीं फळें.	२३९
७६ वा–गोप्रदानाचा विधि.	२४१
७७ वा–गोप्रभवकथन.	२४४
७८ वा–गोप्रशंसा.	२४६
७९ वा–गाईची श्रेष्ठता व गोप्रदानांचीं फळें.	२४८
८० वा–गाईची श्रेष्ठता व गोप्रदानांचीं फळें.	२४९
८१ वा–गाईचें माहात्म्य.	२५०
८२ वा–गोमयाची थोरवी.	२५३
८३ वा–गोलोकवर्णन.	२५५
८४ वा–सुवर्णाची उत्पत्ति.	२५७
८५ वा–सुवर्णाची उत्पत्ति.	२६१
८६ वा–तारकासुराचा वध.	२६९
८७ वा–श्राद्धाचा विधि.	२७१
८८ वा–श्राद्धामध्यें अर्पण करण्याचे पदार्थ.	२७२
८९ वा–कामानिक श्राद्धें.	२७३
९० वा–श्राद्धाच्या ब्राह्मणांविषयीं पात्रापात्रविचार.	२७४
९१ वा–श्राद्धाचा विधि व वर्ज्यावर्ज्य पदार्थ.	२७७

अध्याय.	पृष्ठ.
९२ वा–श्राद्धामध्यें अग्नौकरणाची अवश्यकता इत्यादि.	२७९
९३ वा–वृषादर्भि व सप्तर्षि ह्यांचा संवाद. कमळांची चोरी.	२८१
९४ वा–शपथविधि.	२९०
९५ वा–जमदग्नि व सूर्य ह्यांचा संवाद. छत्र व जोडे ह्यांची उत्पत्ति.	२९४
९६ वा–जमदग्नि व सूर्य ह्यांचा संवाद. छत्र व जोडे ह्यांची उत्पत्ति.	२९५
९७ वा–बलिदानाचा विधि.	२९७
९८ वा–सुवर्ण व मनु ह्यांचा संवाद.	२९८
९९ वा–अगस्त्यभृगुसंवाद.	३०२
१०० वा–अगस्त्यभृगुसंवाद.	३०३
१०१ ला–राजन्य व चांडाळ ह्यांचा संवाद.	३०६
१०२ रा–इंद्र व गौतम ह्यांचा संवाद.	३०८
१०३ रा–ब्रह्मदेव व भगीरथ ह्यांचा संवाद	३१३
१०४ था–आयुष्याख्यान.	३१५
१०५ वा–ज्येष्ठ-कनिष्ठ भ्रात्यांचें वर्तन.	३२३
१०६ वा–उपवासविधि.	३२५
१०७ वा–उपवासविधि.	३२८
१०८ वा–मानसिक व भौमिक तीर्थें.	३३५
१०९ वा–बारा विष्णु.	३३६
११० वा–शरीरसौंदर्य व भाग्य प्राप्त होण्याचा उपाय.	३३७
१११ वा–संसारचक्र.	३३८
११२ वा–संसारचक्र.	३४४
११३ वा–संसारचक्रसमाप्ति.	३४६
११४ वा–मांसवर्जनकथन.	३४७
११५ वा–मांसभक्षणाचा निषेध.	३४८
११६ वा–अहिंसेचें फल.	३५३
११७ वा–कीटकोपाख्यान.	३५६
११८ वा–कीटकोपाख्यान.	३५८
११९ वा–कीटकोपाख्यान.	३५९
१२० वा–मैत्रेयाची भिक्षा.	३६०
१२१ वा–मैत्रेयाची भिक्षा.	३६२
१२२ वा–मैत्रेयाची भिक्षा.	३६३
१२३ वा–शांडिली व सुमना ह्यांचा संवाद.	३६४
१२४ वा–एक ब्राह्मणाची कथा व सामाचें महत्त्व.	३६६

अध्याय.	पृष्ठ.
१२५ वा–पितृरहस्य.	३६८
१२६ वा–देवरहस्य.	३७३
१२७ वा–देवरहस्य.	३७६
१२८ वा–देवरहस्य.	३७७
१२९ वा–लोमशरहस्य.	३७७
१३० वा–अरुंधती व चित्रगुप्त ह्यांनीं सांगितलेलीं रहस्यें.	३७८
१३१ वा–प्रमथरहस्य.	३८१
१३२ वा–दिग्गजरहस्य.	३८१
१३३ वा–महादेवरहस्य.	३८२
१३४ वा–स्कंददेवरहस्य.	३८३
१३५ वा–भोज्याभोज्यान्नकथन.	३८४
१३६ वा–प्रायश्चित्तविधि.	३८५
१३७ वा–दानाची प्रशंसा.	३८७
१३८ वा–पंचविध दानें.	३८८
१३९ वा–श्रीकृष्णाची दीक्षा.	३८९
१४० वा–उमामहेश्वरसंवाद.	३९१
१४१ वा–उमामहेश्वरसंवाद.	३९४
१४२ वा–उमामहेश्वरसंवाद.	४०१
१४३ वा–उमामहेश्वरसंवाद.	४०५
१४४ वा–उमामहेश्वरसंवाद.	४०८
१४५ वा–उमामहेश्वरसंवाद.	४११
१४६ वा–स्त्रीधर्मकथन.	४१४
१४७ वा–पुरुषोत्तमाचें माहात्म्य.	४१७
१४८ वा–महापुरुषप्रस्ताव.	४२१
१४९ वा–विष्णुनामसहस्रकथन. विष्णुसहस्रनामफल.	४२५
१५० वा–सावित्रीव्रतोपाख्यान.	४७२
१५१ वा–ब्राह्मणांची प्रशंसा.	४७५
१५२ वा–पवनार्जुनसंवाद	४७७
१५३ वा–पवनार्जुनसंवाद.	४७८
१५४ वा–पवनार्जुनसंवाद.	४८०
१५५ वा–पवनार्जुनसंवाद.	४८२
१५६ वा–पवनार्जुनसंवाद.	४८३
१५७ वा–पवनार्जुनसंवाद.	४८६
१५८ वा–महापुरुषाचें माहात्म्य.	४८७
१५९ वा–दुर्वासाची भिक्षा.	४९१
१६० वा–ईश्वरप्रशंसा.	४९३
१६१ वा–महेश्वराचें माहात्म्य.	४९६
१६२ वा–धर्मप्रमाणकथन.	४९७
१६३ वा–धर्माची प्रशंसा.	५०२
१६४ वा–धर्माची प्रशंसा.	५०३
१६५ वा–वंशानुकीर्तन.	५०४
१६६ वा–भीष्मानुज्ञा व पांडवपुनरागमन.	५०६

भीष्मस्वर्गारोहणपर्व.

१६७ वा–भीष्मांची स्वर्गारोहणाची तयारी.	५०८
१६८ वा–भीष्माला मोक्ष.	५१०

आश्वमेधिकपर्व.

अश्वमेधिकपर्व.

पहिला–मंगलाचरण. धृतराष्ट्रकृत युधिष्ठिरसांत्वन.	१
दुसरा–युधिष्ठिरसांत्वन.	२
तिसरा–व्यासयुधिष्ठिरसंवाद.	३
चौथा–मरुत्ताख्यान.	४
५ वा–मरुत्ताख्यान.	५
६ वा–मरुत्ताख्यान.	७
७ वा–मरुत्ताख्यान.	८
८ वा–मरुत्ताख्यान.	१०
९ वा–मरुत्ताख्यान.	१२
१० वा–मरुत्ताख्यान.	१४
११ वा–श्रीकृष्णोपदेश.	१७
१२ वा–श्रीकृष्णोपदेश.	१८
१३ वा–श्रीकृष्णोपदेश.	१९
१४ वा–युधिष्ठिरशोकपरिहार.	२१
१५ वा–श्रीकृष्णाची द्वारकेस जाण्याची तयारी.	२२

अनुगीतापर्व.

१६ वा–सिद्धकाश्यपसंवादारंभ.	२४
१७ वा–प्रथम प्रश्नाचें उत्तर.	२६
१८ वा–द्वितीय व तृतीय या प्रश्नांचीं उत्तरें. सज्जनव्रत.	२८
१९ वा–बाकीच्या चार प्रश्नांचीं उत्तरें. योगशास्त्र. ध्यानशील पुरुष योग कसा साधतो?	३०

अध्याय.	पृष्ठ.
२० वा–ज्ञानी पुरुषाचें कर्माचरण	३४
२१ वा–दशहोतृविधानवर्णन.	३६
२२ वा–सप्तहोतृविधानवर्णन. इंद्रियें व मन यांचा संवाद.	३८
२३ वा–पंचहोतृविधानवर्णन.	४०
२४ वा–ब्राह्मणकथित नारददेवमतसंवाद.	४१
२५ वा–चातुर्होतृविधानवर्णन.	४२
२६ वा–सर्पादिकांस ब्रह्मोपदशाख्यान.	४३
२७ वा–ब्रह्मारण्यवर्णन.	४५
२८ वा–अध्वर्युयतिसंवादवर्णन.	४७
२९ वा–कार्तवीर्यसमुद्रसंवादवर्णन.	४८
३० वा–हिंसेच्या अकर्तव्याविषयीं अलर्कांचा इतिहास.	४९
३१ वा–अंबरीषगाथावर्णन.	५१
३२ वा–ब्राह्मणजनकसंवादवर्णन.	५२
३३ वा–जीवन्मुक्त्यवस्थाकथन.	५३
३४ वा–ज्ञानाग्न्युत्पत्तिसाधनकथन.	५४
३५ वा–ज्ञेयब्रह्मवर्णन.	५६
३६ वा–तत्त्वविवरण. तमोगुणवर्णन.	५९
३७ वा–रजोगुणवर्णन.	६२
३८ वा–सत्त्वगुणवर्णन.	६२
३९ वा–गुणत्रयसंघातवर्णन.	६३
४० वा आत्मवर्णन.	६६
४१ वा अहंकारवर्णन.	६७
४२ वा–महाभूतप्रलयवर्णन. इंद्रियवर्णन. कर्मेंद्रियांचें निरूपण. चतुर्विध उत्पत्ति.	६८
४३ वा–विभूतिवर्णन. धर्माचें सत्य लक्षण. इंद्रियगुणांचें ग्रहण.	७१
४४ वा–विभूतिवर्णन. सर्वांचें विनाशित्व.	७६
४५ वा–कालचक्रवर्णन. गृहस्थाश्रमवर्णन.	७७
४६ वा–ब्रह्मचर्य, वानप्रस्थ व संन्यास या धर्मांचें वर्णन.	७९
४७ वा–दुःखनिवृत्त्युपाय.	८२
४८ वा–ब्रह्माविषयीं निरनिराळीं मतें	८३
४९ वा–निरनिराळीं मतें व आचार.	८५
५० वा–ज्ञानमार्गाचें महत्त्व. सत्त्व व क्षेत्रज्ञ, यांतील संबंध. संसारतरणोपाय. महाभूतांचे गुण व गुणप्रकार.	८६

अध्याय.	पृष्ठ.
५१ वा–ब्रह्मरथवर्णन. सृष्टिवर्णन. गुरुशिष्यसंवादसमाप्ति.	९०
५२ वा–श्रीकृष्णाचें द्वारकेस प्रयाण.	९४
५३ वा–उत्तंकोपाख्यान. उत्तंक व श्रीकृष्ण, ह्यांची भेट.	९७
५४ वा–श्रीकृष्णाचें उत्तंकाशीं भाषण. स्वस्वरूपकथन.	९८
५५ वा–उत्तंकास विश्वरूपदर्शन व वरप्राप्ति.	९९
५६ वा–उत्तंकोपाख्यान.–कुंडलाहरण.	१०१
५७ वा–उत्तंकोपाख्यान–कुंडलाहरण.	१०३
५८ वा–उत्तंकोपाख्यान समाप्ति.	१०५
५९ वा–श्रीकृष्णाचा द्वारकेंत प्रवेश. रैवतकोत्सववर्णन.	१०८
६० वा–भारती युद्धाचें संक्षिप्त वर्णन.	१०९
६१ वा–वसुदेवाचें सांत्वन.	१११
६२ वा–धर्मराजाचें सांत्वन.	११३
६३ वा–द्रव्य आणण्याचा उपक्रम.	११४
६४ वा–द्रव्य आणण्याचा उपक्रम	११५
६५ वा–द्रव्यानयन.	११६
६६ वा–परिक्षिज्जन्मकथन.	११७
६७ वा–दुःखार्त सुभद्रेची श्रीकृष्णास प्रार्थना.	११८
६८ वा–दुःखार्त उत्तरेची श्रीकृष्णास प्रार्थना.	११९
६९ वा–उत्तरेचा विलाप! कृष्णकृत उत्तरासांत्वन व परिक्षित्संजीवन.	१२०
७० वा–परिक्षिताचें नामकरण. पांडवांचें आगमन.	१२१
७१ वा–पांडवांचा नगरप्रवेश. कृष्ण व व्यास यांची अश्वमेधास अनुज्ञा.	१२२
७२ वा–यज्ञसामग्रीसंपादन. अर्जुनाची अश्वरक्षणार्थ योजना.	१२४
७३ वा–यज्ञदीक्षा व अश्वानुसरण.	१२५
७४ वा–त्रिगर्तांचा पराभव.	१२६
७५ वा–वज्रदत्ताशीं युद्ध.	१२८
७६ वा–वज्रदत्ताचा पराजय.	१२९
७७ वा–सैंधवयुद्ध.	१३०
७८ वा–सैंधवांचा पराजय. दुःशलेची अर्जुनास प्रार्थना. दुःशलेचे सांत्वन.	१३१
७९ वा–अर्जुनबभ्रुवाहनयुद्ध.	१३३

अध्याय. पृष्ठ.

८० वा–चित्रांगदेचा विलाप. बभ्रुवाहनाचा शोक. अर्जुनसंजीवन. १३५
८१ वा–अर्जुनशापमोक्षकथन. १३८
८२ वा–मागधांचा पराजय. १४०
८३ वा–अश्वानुसरण. १४१
८४ वा–शकुनिपुत्राचा पराभव. १४२
८५ वा–अश्वमेधाचा आरंभ. १४३
८६ वा–अर्जुनसंदेशकथन. १४५
८७ वा–अर्जुनाचें प्रत्यागमन. १४६
८८ वा–अश्वमेधयज्ञारंभ. १४७
८९ वा–अश्वमेधसमाप्ति. १४९
९० वा–नकुलाख्यान. १५१
९१ वा–हिंसामिश्र धर्मांची निंदा. १५८
९२ वा–अगस्त्यसत्रवर्णन. नकुलाचा पूर्ववृत्तांत. १६०

आश्रमवासिकपर्व.

—:०:—

आश्रमवासपर्व.

पहिला–मंगलाचरण. पांडवांचें धृतराष्ट्राशीं वर्तन. १
दुसरा–पांडवांचें धृतराष्ट्राशीं वर्तन. ३
तिसरा–धृतराष्ट्राची उपरति. ४
चौथा–व्यासांची अनुज्ञा. ८
५ वा–धृतराष्ट्रानें केलेला उपदेश. राजाची दिनचर्या. १०
६ वा–धृतराष्ट्रानें केलेला उपदेश. १२
७ वा–धृतराष्ट्रानें केलेला उपदेश. १३
८ वा–धृतराष्ट्रकृत वनगमनप्रार्थना. १६
९ वा–धृतराष्ट्रकृत प्रजाप्रार्थना. १७
१० वा–प्रजानुमोदन. १८
११ वा–धृतराष्ट्राची द्रव्ययाचना. व भीमाचा क्रोध. २१
१२ वा–युधिष्ठिराचें अनुमोदन. २२
१३ वा–विदुराचें धृतराष्ट्राशीं भाषण. २३
१४ वा–दानयज्ञ. २४
१५ वा–धृतराष्ट्राचें प्रयाण. २४
१६ वा–कुंतीचें वनांत प्रयाण. २५
१७ वा–कुंतीचें भाषण. २७

अध्याय. पृष्ठ.

१८ वा–धृतराष्ट्रादिकांचा वनप्रवेश. २८
१९ वा–शतयूपाश्रमीं निवास. २९
२० वा–नारदांचें भाषण. (धृतराष्ट्रगतिकथन.) ३०
२१ वा–पांडवांचा मनस्ताप. ३२
२२ वा–युधिष्ठिराचें धृतराष्ट्रदर्शनार्थ प्रयाण. ३३
२३ वा–युधिष्ठिराचें धृतराष्ट्राश्रमास गमन. ३४
२४ वा–धृतराष्ट्राची भेट. ३५
२५ वा–संजय ऋषींस युधिष्ठिरादिकांची ओळख करून देतो. ३६
२६ वा–विदुराचें निर्याण. ३७
२७ वा–युधिष्ठिराचा ब्राह्मणांस दानधर्म. व्यासांचें आगमन.
२८ वा–व्यासांचें भाषण.

पुत्रदर्शनपर्व.

२९ वा–धृतराष्ट्रादिकांची व्यासांस प्रार्थना. ४२
३० वा–व्यास व कुंती यांचा संवाद. ४४
३१ वा–व्यासकृत अंशावतरणकथन. गंगातीरीं गमन. ४५
३२ वा–मृतदर्शन. ४६
३३ वा–स्त्रियांचें स्वस्वपतिलोकीं गमन. ४७
३४ वा–जनमेजयाचें शंकासमाधान. ४८
३५ वा–जनमेजयास स्वपितृदर्शन. ५१
३६ वा–युधिष्ठिराचें हस्तिनापुरीं आगमन. ५२

नारदागमनपर्व.

३७ वा–दावाग्नीनें धृतराष्ट्रादिकांचें दहन. ५६
३८ वा–युधिष्ठिराचा विलाप ! ५८
३९ वा–श्राद्धदान. ५९

मौसलपर्व.

—:०:—

पहिला–मंगलाचरण. मुसलाची उत्पत्ति. १
दुसरा–उत्पातदर्शन. ३
तिसरा–यादवी ! ४
चौथा–रामकृष्णांचें निजधामगमन. ७
५ वा–अर्जुनाचें आगमन. ८
६ वा–वसुदेवाचें अर्जुनाशीं भाषण. ९

अध्याय. पृष्ठ.

७ वा–वसुदेवाचें निधन व और्ध्वदेहिक. वृष्णींचा प्रेतसंस्कार व स्त्रियांचें अर्जुनाबरोबर गमन. द्वारकानिमज्जन. यादवस्त्रियांचें हरण ! ११

८ वा–व्यासार्जुनसंवाद. १४

महाप्रस्थानिकपर्व.

—:०:—

पहिला–मंगलाचरण. पांडव व द्रौपदी, यांचें महाप्रस्थान. १

दुसरा–द्रौपदी, सहदेव, नकुल, अर्जुन आणि भीम यांचें पतन. ३

अध्याय. पृष्ठ.

तिसरा–युधिष्ठिराचें स्वर्गारोहण. ५

स्वर्गारोहणपर्व.

—:०:—

पहिला–मंगलाचरण. स्वर्गांत नारद व युधिष्ठिर, यांचा संवाद. १

दुसरा–युधिष्ठिरास नरकदर्शन. ३

तिसरा–युधिष्ठिराचा देहत्याग. ५

चौथा–द्रौपदी वगैरेंचें स्वस्वस्थानीं गमन. ७

पांचवा–भारताख्यानाचा उपसंहार. भारतसावित्री. ८

भारतश्रवणविधि.

श्रीमन्महाभारत.

अनुशासनपर्व.

अध्याय पहिला.

मंगलाचरण.

ॐ

नारायणं नमस्कृत्य नरं चैव नरोत्तमम् ।
देवीं सरस्वतीं चैव ततो जयमुदीरयेत् ॥

ह्या अखिल ब्रह्मांडांतील यच्चयावत् स्थावर-जंगम पदार्थांच्या ठिकाणीं चिदाभासरूपानें प्रत्ययास येणारा जो नरसंज्ञक जीवात्मा, नरसंज्ञक जीवात्म्यास सदासर्वकाळ आश्रय देणारा जो नारायण नामक कारणात्मा, आणि नरनारायणात्मक कार्यकारणसृष्टीहून पृथक् व श्रेष्ठ असा जो नरोत्तमसंज्ञक सच्चिदानंदरूप परमात्मा, त्या सर्वांस मी अभिवंदन करितों; तसेंच, नर, नारायण व नरोत्तम ह्या तीन तत्त्वांचें यथार्थ ज्ञान करून देणारी देवी जी सरस्वती, तिलाही मी अभिवंदन करितों; आणि त्या परमकारुणिक जगन्मातेनें लोकहित करण्याविषयीं माझ्या अंतःकरणांत जी स्फूर्ति उत्पन्न केली आहे, तिच्या साहाय्यानें ह्या भवबंधविमोचक जय म्हणजे महाभारत ग्रंथाच्या अनुशासनपर्वास आरंभ करितों. प्रत्येक धर्मशील पुरुषानें सर्वपुरुषार्थ-प्रतिपादक अशा शास्त्राचें विवेचन करितांना प्रथम नर, नारायण आणि नरोत्तम ह्या भगवन्मूर्तींचें ध्यान करून नंतर प्रतिपाद्य विषयाचें निरूपण करण्यास प्रवृत्त व्हावें, हें सर्वथैव इष्ट होय.

गौतमी, लुब्धक, सर्प, मृत्यु व काल ह्यांचा संवाद.

युधिष्ठिर म्हणाला:—पितामह, शोकाच्या निवृत्तीचे अनेक प्रकारचे उपाय आपण सांगितले; व त्यांचें इतक्या सूक्ष्म रीतीनें निरूपण केलें, कीं त्यांविषयीं माझ्या मनाला यत्किंचित-

ही संदेह वाटत नाहीं. परंतु असलें हें उत्कृष्ट प्रतिपादन श्रवण करूनही माझ्या चित्ताला शांति उत्पन्न होत नाहीं! कारण, कुलाचा संहार करून मीं जें पातक जोडिलें, तें मला एकसारखें जाळीत असल्यामुळें शोकतरणोपायांचा साक्षात्कार माझ्या मनाला मुळींच होत नाहीं! पितामह, मीं जें कांहीं केलें त्याविषयीं कर्तृत्वाभिमान मीं बाळगावा, हें सर्वथा अनुचित होय, त्या सर्वांचा खरा कर्ता मी नव्हें, तें सर्व कालकृत्यच समजलें पाहिजे, इत्यादि नानाविध तत्त्वें विशद करून प्रस्तुत समयीं माझ्या चित्ताचा शोक दूर करण्यासाठीं आपण प्रयत्न केला खरा; पण 'अहो, जी गोष्ट मीं स्वतः केली तिच्या पाप-पुण्याचा अधिकारी मी कसा नव्हें?' हा विचार बळावून पुनःपुनः माझें चित्त तळमळूं लागतें आणि त्यास फिरून पूर्वस्थिति प्राप्त होते! हे वीरश्रेष्ठ, आपला देह नखशिखांत बाणविद्ध झालेला पाहून व त्यावर हे भयंकर व्रण अवलोकन करून मनाचा विलक्षण क्षोभ होतो आणि माझीं सर्व दुष्कृत्यें मनामध्यें मूर्तिमंत उभीं रहातात! अरेरे, पर्वतांतून वहाणाऱ्या जलप्रवाहांप्रमाणें ह्या आपल्या सर्व शरीरांतून जे हे रुधिरप्रवाह वहात आहेत ते अवलोकन करून वर्षाऋतूंतील कमलाप्रमाणें माझी अगदीं दुर्धर अवस्था होत आहे; आणि हे पुरुषव्याघ्र, जर माझ्याकरितां अर्जुनशिखंडिप्रभृति मत्पक्षीय वीरांनीं रणांगणांत आपली अशी ही दीन अवस्था केली, तर मला ह्याहून अधिक दुःखाचा प्रसंग तो कोणता? त्याप्रमाणेंच, हे नरपुंगव, दुसरे अनेक भूपति आपल्या बांधवांसह व पुत्रपौत्रांसह माझ्यासाठीं धारातीर्थीं देह ठेवून चालते झाले, तेव्हां हें लहान सहान दुःख काय? पितामह, आम्ही पांडव व दुर्योधनादिक सर्व कौरव कालाच्या क्रोधास पात्र झालों आहों, तेव्हां आतां आमच्या ह्या दुराचरणाचें फळ आम्हांस काय मिळेल बरें? महाराज, आपली ही दीन दशा पहाण्यास दुर्योधन आज जिवंत नाहीं हें खचित त्याचें भाग्य होय. अहो, आप्तसुहृदांचा वध करणारा व तुम्हांला मृत्युमुखीं लोटणारा हा मी युधिष्ठिर किती अधम बरें? तुमची ही क्षितितलावर शोचनीय अवस्था पाहून माझें मन कसें स्थिर होईल? कुलकलंक दुष्ट दुरात्मा दुर्योधन रणभूमीवर क्षत्रियधर्माप्रमाणें युद्ध करीत असतां सैन्य व भ्राते यांसहवर्तमान पतन पावल्यामुळें त्याला आज आपली ही विपन्न अवस्था पहावी लागत नाहीं. ह्यास्तव मला माझ्या ह्या जीवितापेक्षां येथें मरणच श्रेयस्कर वाटतें! हे अच्युत, ह्यापूर्वीच रणांगणांत मी जर आपल्या भ्रात्यांसह शत्रूंच्या हस्तें पतन पावलों असतों, तर फार बरें झालें असतें; कारण मग ह्या शरपंजरीं आपली ही अशी अत्यंत आर्त अवस्था पाहाण्याचें माझ्या नशिबीं आलें नसतें! खचित, हे कुरुश्रेष्ठ, विधात्यानें आम्हांस पापकर्में करण्यासाठींच निर्मिलें ह्यांत संदेह नाहीं! तेव्हां आतां तुमच्या मनांत माझें कल्याण करावयाचें असेल तर, निदान दुसऱ्या जन्मीं तरी असल्या ह्या पातकांपासून आमची सुटका घडेल, असा मला सद्बोध करा.

भीष्म म्हणालेः—हे महाभाग्यवंता धर्मा, अरे, ज्या गोष्टी केवळ पराधीन, त्या गोष्टींचा कर्ता मी असें तूं समजतोस हें कसें? बाबा रे, कर्मांचें हें सूक्ष्म तत्त्व केवळ जड इंद्रियांना कळण्यासारखें नाहीं. कर्मांचें कर्तृत्व कोणाकडे असतें हें विशद करण्याकरितां एक पुरातन इतिहास सांगत असतात, तो आतां मी तुला निवेदन करितों. त्यांत मृत्यु व गौतमी यांचा काल, लुब्धक व सर्प यांच्याशीं संवाद आहे. त्याचें तूं नीट मनन कर, म्हणजे तुला यथार्थ ज्ञान होईल.

हे कुंतीपुत्रा, गौतमी नांवाची एक वृद्ध ब्राह्मणी अतिशय ज्ञानसंपन्न व शांत अशी होती. आपला पुत्र सर्पदंश होऊन मरण पावला असें तिनें पाहिलें, तों इतक्यांत अर्जुनक नांवाचा एक लुब्धक (पारधी) संतापून स्नायुपाशानें त्या सर्पाला बांधून त्या गौमीपाशीं घेऊन आला आणि त्या ब्राह्मणीला म्हणाला, "हे महाभागे, तुझ्या पुत्राचा प्राण घेणारा हा पन्नगाधम तुझ्या समीप आणिला आहे; ह्यास मी कशा प्रकारें ठार मारूं तें त्वरित सांग. ह्यास मी आगींत टाकूं, किंवा ह्याचे तुकडे तुकडे उडवूं, ह्याविषयीं आज्ञा कर. बालहत्या करणारा हा पातकी बहुत काल जिवंत रहाणें उचित नव्हे!

गौतमी म्हणाली:— अर्जुनका, ह्याला सोड; तूं अजाण आहेस; ह्याला तूं ठार मारूं नको. बाबारे, कर्मगतीचा विचार केला पाहिजे. तसें न केल्यास हातून भलतेंच कृत्य घडेल व त्यामुळें नरक जोडावा लागेल, हें नीट मनांत आण. बा लुब्धका, धर्माचरण केल्यानें धार्मिक पुरुष वजनानें हलके होऊन नौकेप्रमाणें दुःखार्णव तरून जातात, परंतु अधर्माचा अंगीकार करून पापकर्मी लोक अतिशय जड होतात आणि उदकांत फेंकिलेल्या बाणाप्रमाणें तत्काळ त्या दुःखसमुद्राच्या तळाशीं जातात! अर्जुनका, तूं ह्या सर्पाला जर मारिलेंस, तर माझा पुत्र जिवंत होईल काय? अथवा हा जर जिवंत राहिला, तर त्यापासून तुला कांहीं उपद्रव आहे काय? तर मग ह्या सजीव प्राण्याचा वध करून अपार यमयातनांला कोण बरें पात्र करून घेईल?

लुब्धक म्हणालाः—देवि गौतमि, गुणावगुणांचें मर्म तुला उत्तम कळतें, आणि कोणाला का दुःख होईना, त्यापासून थोर लोकांचें मन कळवळून जातें, हें मला माहीत आहे; परंतु तुझें जें हें म्हणणें आहे, तें, जे कोणीं दुःखातीत होऊन स्वस्थ बसले आहेत त्यांस लागू पडेल, माझ्यासारख्या दुःखानें संतप्त झालेल्या मनुष्याला लागू नाहीं; ह्याकरितां मी ह्या सर्पाधमाला ठार मारणार! गौतमि, कित्येक मनुष्यें अशीं असतात कीं, कांहीं झालें तरी आपल्या चित्ताची शांति म्हणून ढळूं द्यावयाची नाहीं, इकडे त्यांचें लक्ष असतें. सर्व कांहीं कालानें घडवून आणलें असें मानून तीं आपला शोक दूर करितात आणि स्वस्थ बसतात; परंतु व्यावहारिक जनांची स्थिति तशी नसते. ते तत्काळ पीडा देणाराचा नाश करून दुःखाचें बीज काढून टाकितात आणि मोकळे होतात. पण ह्या दोन प्रकारच्या लोकांशिवाय आणखीही एक तिसरा वर्ग आहे. त्यास आतां काय करावें हें कधींच कळत नाहीं व ते दुःखाचा प्रसंग आला असतां एकसारखे तळमळत मात्र पडलेले असतात. गौतमि, ह्या सर्वांचा तूं विचार कर आणि सर्पाला ठार मारण्याची आज्ञा देऊन दुःखापासून मुक्त हो.

गौतमी म्हणाली:— बा लुब्धका, तूं म्हणत आहेस अशा प्रकारचें दुःखच आह्मांसारख्यांना कधीं होत नाहीं. थोर लोकांचें चित्त सदासर्वकाळ धर्माचरण करण्याकडे असतें. तुझें जें म्हणणें कीं, माझ्या पुत्राला ह्या सर्पानें वधिलें, तें मला मुळीं पटतच नाहीं. त्याचें मरण आधींच निश्चित झालेलें होतें. तेव्हां त्या सर्पाकडे त्याचा दोष कांहींच नाहीं; म्हणून ह्याचा प्राण घेण्यास तुला आज्ञा देण्याला मी असमर्थ आहें! अर्जुनका, ब्राह्मणांना मुळीं क्रोधच नसतो, ह्यास्तव क्रोधामुळें त्यांच्या हातून दुसऱ्याला यातना घडणें कसें संभवेल बरें? म्हणून, हे साधो अर्जुनका, तूं ह्या सर्पावर दया कर आणि ह्याचा अपराध सहन करून ह्यास सोडून दे.

लुब्धक म्हणालाः— छे छे, गौतमि, ह्याला ठार मारणें हेंच ह्या प्रसंगीं उचित होय, ह्याला

ठार मारल्यानें परलोकीं शाश्वत सुखाचा लाभ घडेल. ह्या कृत्यामुळें स्वतःचें व शिवाय ह्या शत्रूचें म्हणजे सर्पाचेंही पारलौकिक हित होईल. यज्ञ करणारा पुरुष ज्याप्रमाणें यज्ञांत पशूचा वध करून त्याचें व आपलें असें दोघांचेंही कल्याण करितो, त्याप्रमाणेंच ह्या सर्पाचा वध केल्यानें उभयतांचें कल्याण होईल; आणि अशा प्रकारें जो पुरुष हित घडवून आणील, त्याचा सर्वत्र मोठा लौकिक होईल. ह्यास्तव, ह्या समयीं तूं ह्या क्षुद्र सर्पाला मारण्याची आज्ञा देऊन ह्याचें व आपलें स्वतःचें असें दोघांचेंही पारमार्थिक हित कर.

गौतमी म्हणाली:—लुब्धका, शत्रूला पीडा करण्यांत व ठार मारण्यांत कोणता अर्थ? अरे, हातांत सांपडलेला शत्रु न सोडिल्यानें कोणतें हित होणार आहे? बाबारे, ह्या आपल्या शत्रूला मीं कां क्षमा करूं नये हें कांहीं मला समजत नाहीं! ह्याकरितां, 'तूं ह्याला सोड' असेंच मी तुला सांगतें!

लुब्धक म्हणाला:—गौतमि, असें करूं नको. ह्या एकापासून बहुतांना पीडा होण्याचा संभव आहे; ह्यास्तव बहुतांचें रक्षण करण्याकरितां त्वां ह्या एकाला ठार मारावें हें प्रशस्त होय. धर्मवेत्ते पुरुष अपराध्यांचा नाश करितात, ह्या गोष्टीकडे लक्ष पुरीव आणि ह्या पातकी सर्पाला ठार मार.

गौतमी म्हणाली:—लुब्धका, ह्या सर्पाचा वध केल्यानें माझा पुत्र जिवंत होईल असें कांहीं नाहीं. बरें, ह्याशिवाय दुसरा तरी अमुक एक लाभ होईल, असेंही मला वाटत नाहीं; म्हणून, लुब्धका, तूं ह्या प्राण्याला मारूं नको, सोडून दे.

लुब्धक म्हणाला:—गौतमि, हें तूं असें काय म्हणतेस? वृत्रासुराला मारल्यामुळें इंद्राला महान् ऐश्वर्य प्राप्त झालें व यज्ञाचा विध्वंस उडविल्यामुळें शंकराला हविर्भाग मिळाला, हें तूं मनांत आण; आणि देवांनीं हें आचरण केलें त्यावर लक्ष देऊन ताबडतोब ह्या सर्पाचा वध कर, उगीच शंका घेऊं नको!

भीष्म सांगतात:—धर्मराजा, ह्याप्रमाणें लुब्धकानें गौतमीला पुनःपुनः आग्रह केला, तरी त्या महाभागेनें त्या सर्पाला ठार मारण्याचा दुष्ट विचार मनांत आणिला नाहीं. इकडे, स्नायुपाशानें आवळून बांधलेला तो सर्प मोठ्या आयासानें थोडथोडा श्वासोच्छ्वास मात्र करीत होता, तो मोठा धीर करून मनुष्यवाणीनें—पण हळूहळू बोलूं लागला.

सर्प म्हणाला:—मूर्खा अर्जुनका, मीं गौतमीपुत्राला दंश केला, ह्यांत माझ्याकडे काय दोष? अरे, मी केवळ पराधीन व दुसऱ्याच्या कह्यांत वागणारा; मला जेव्हां मृत्यूनें प्रेरणा केली, तेव्हां त्याच्या आज्ञेनुसार मी ह्या बालकाला डसलों ह्यांत मीं अपराध तो काय केला? हें कर्म मीं जर क्रोधानें किंवा कांहीं स्वार्थबुद्धीनें केलें असतें, तर मात्र ह्याचा दोष मजकडे आला असता. तेव्हां, लुब्धका, जर ह्यांत कांहीं पापाचरण घडलें असेल, तर त्याचा जबाबदार तो मृत्यु आहे, मी नाहीं.

लुब्धक म्हणाला:—सर्पा, यद्यपि तूं हें दुष्ट कृत्य परप्रेरणेनें केलें असलेंस, तथापि हें कृत्य करण्यास तूं कारणी झालास हें निर्विवाद होय; ह्यासाठीं तूं देखील अपराधी आहेस. पन्नगा, कुंभ करण्याच्या कामांत दंड, चक्र इत्यादि साधनें जशीं त्या क्रियेला कारणी असतात, तसाच तूंही ह्या बालहत्येला कारणी आहेस. ह्या बालकाला मी डसलों म्हणून तर तूं कबूलच करीत आहेस, तेव्हां तूं गुन्हेगार आहेस ह्यांत संदेहच नाहीं, ह्यासाठीं मीं तुझा वध करावा हें सर्वथैव योग्य आहे.

सर्प म्हणालाः—लुब्धका, कुंभाराचीं दंडचक्रादिक साधनें स्वतःच्या इच्छेनें वर्तत नसल्यामुळें तीं जें कांहीं करितात त्याचें कर्तृत्व जसें त्यांकडे नसतें, तसें प्रस्तुतच्या बालहत्येचेंही कर्तृत्व माझ्याकडे नाहीं; आणि ह्यास्तव मी निरपराधी आहें. बरें, हें मत जर तुला मान्य नसेल, तर त्यावर माझें असें म्हणणें आहे कीं, दंडचक्रादिक साधनें तरी स्वतंत्रपणानें आपआपलीं कार्यें कोठें करीत असतात ? त्यांना तरी परप्रेरणा किंवा अन्योन्याश्रय नसतो काय ? पहा—कुंभार, चक्र व दंड हीं कुंभ घडविण्यास साधक होतात खरीं, पण तीं एकमेकांच्या आश्रयानें कार्य घडवितात किंवा त्यांपैकीं एकेकटेंच कार्य करूं शकतें ? तर मग जीं साधनें म्हणून म्हणावयाचें, त्यांमध्यें तरी पुनः कार्यकारणवाद उत्पन्न होतो कीं नाहीं ? तेव्हां ह्या बालहत्येचा दोष माझ्याकडे येत नाहीं आणि म्हणून तूं मला सोडून द्यावेंस हेंच उचित होय. प्रस्तुत प्रकरणीं कांहीं दोष घडला आहे असें जर तुला वाटत असेल, तर तो एकाचा नसून अनेकांचा एकवट आहे.

लुब्धक म्हणालाः—सर्पा, ह्या बालहत्येसंबंधें प्रधान कर्तृत्व माझ्याकडे नाहीं व अप्रधान कर्तृत्व (कारणत्व) माझ्याकडे येतें कीं काय ह्याजबद्दलही विवादच आहे, असें तुझें म्हणणें ना ? पण ह्या मुलाचा प्राण घेणें हें कृत्य तर स्पष्टपणें तुझेंच आहे ना ? अरे, दुष्ट आचरण करूनही त्याचा दोष कर्त्याकडे (माझ्याकडे) नाहीं म्हणून मी वधार्ह नव्हें असें पुनः तुझें आढ्यतेचें म्हणणें आहेच ! हें अगदीं अप्रशस्त होय; प्रस्तुत प्रसंगीं म्यां तुझा वधच केला पाहिजे.

सर्प म्हणालाः—लुब्धका, कोणत्याही क्रियेला कर्ता असो किंवा नसो, ती जर घडली आहे तर ती घडवून आणण्यास कांहीं तरी गोष्ट साधक झालेली असलीच पाहिजे. म्हणून ह्या बालहत्यारूप क्रियेला मी साधक झालों ही गोष्ट ह्या प्रसंगीं विशेष महत्वाची नाहीं. पहा—लांकूडतोड्या कुऱ्हाडीनें वृक्ष तोडितो आणि अरण्यांत वाऱ्यानें वृक्षांच्या खांद्या एकमेकांवर घांसून अग्नि उत्पन्न होतो व त्यापासून तें अरण्य जळून खाक होतें. ह्या उदाहरणांत छेदनक्रियेला लांकूडतोड्या हा कर्ता आहे, परंतु दाहक्रियेला तसा प्रत्यक्ष कर्ता नाहीं. कार्याचा संबंध हा नेहमीं साधक गोष्टीशींच असतो; तथापि त्या साधक गोष्टीवर त्या बऱ्या-वाईट कार्याची जबाबदारी घालतां येत नाहीं. अशा प्रसंगीं तें कार्य घडवून आणण्याला मूळ प्रवर्तक कोण हेंच पाहिलें पाहिजे. प्रस्तुत समयीं ह्या बालकाचा प्राण मीं घेतला असला, तरी अरण्याचा दाह करणाऱ्या अग्नीप्रमाणें ह्या कृत्यास मी केवळ साधक झालें असेन; म्हणून ह्या कृत्याचा प्रवर्तक कोण, इत्यादिकांचा विचार करून त्यांत जर माझ्या ठिकाणीं विशिष्ट हेतु वगैरे दिसून येईल, तर मी अपराधी ठरेन. लुब्धका, ह्या कृत्याचा खरा कारणी मीच आहें असें जर तुझें मत असेल, तर मी तुला सांगतों कीं, तुझें हें मत चुकीचें आहे. ह्या बालहत्येचा प्रवर्तक दुसरा असल्यामुळें त्या दुसऱ्याकडे ह्या कृत्याचा सर्व दोष जातो.

लुब्धक म्हणालाः—दुष्टा सर्पा, तूं बालहत्यारूप जें हें घोर कर्म केलेंस त्याजबद्दल मी तुझा वध करणार ! अधमा, वधार्ह असतांही तूं पुनःपुनः किती बडबड करितोस ?

सर्प म्हणालाः—लुब्धका, यज्ञांत ऋत्विग्जन अग्नीमध्यें हविर्द्रव्यांचा स्वाहाकार करितात तेव्हां त्या कर्माशीं त्यांचा जितका संबंध असतो, तितकाच ह्या बालहत्येशीं माझा संबंध आहे.

ऋत्विजांप्रमाणें माझाही ह्या प्रसंगीं फलाशीं संबंध नाहीं.

भीष्म सांगतात:–धर्मा, मृत्यूनें प्रेरित केलेला तो सर्प ह्याप्रमाणें बोलल्यावर त्या स्थळीं मृत्यु प्रकट झाला व त्याचें सर्पाशीं भाषण झालें.

मृत्यु म्हणाला:— पन्नगा, मला काळाची प्रेरणा झाल्यामुळें मीं तुला प्रेरणा केली. ह्या बालकाचा विनाशहेतु तूं नाहींस व मीही नाहीं. सर्पा, वारा ज्याप्रमाणें मेघांना इतस्ततः प्रेरित करितो, त्याप्रमाणें काल हा आपल्या इच्छेनुसार मला सर्वत्र प्रेरित करितो. बाबारे, ह्या जगांत प्राण्यांच्या ठिकाणीं जे कांहीं सात्विक, राजस व तामस विकार दृग्गोचर होतात, ते सर्व कालात्मकच आहेत; तसेंच स्वर्गांत किंवा भूतलावर जे स्थावरजंगम पदार्थ भरले आहेत, तेही सगळे कालात्मकच आहेत. फार कशाला, हें सर्व जगत् कालात्मकच आहे. सर्पा, ह्या लोकीं ज्या ज्या प्रवृत्ति, निवृत्ति आणि त्यांच्या विकृति आढळतात, त्या त्या सर्व कालात्मकच होत. सूर्य, चंद्र, विष्णु, अप्, वायु, इंद्र, अग्नि, आकाश, पृथ्वी, मित्र, पर्जन्य, वसु, अदिति, सरिता, सागर आणि सर्व दृश्यादृश्य वस्तु ह्या सर्वांचा पुनःपुनः निर्माणकर्ता व संहारकर्ताही तोच होय. पन्नागा, ह्या मुख्य तत्त्वाचें मनन कर, म्हणजे तूं मला दोषी म्हणणार नाहींस आणि मीच निर्दोषी ठरल्यावर मग तुझ्याकडे तरी दोष कसा येईल ?

सर्प म्हणाला:— मृत्यो, ह्या कृत्याविषयीं तूं दोषी आहेस कीं नाहींस ह्याविषयीं मी कांहींच बोलत नाहीं. माझें इतकेंच म्हणणें आहे कीं, तुझ्या प्रेरणेमुळें मीं ह्या बालकाचा प्राण घेतला. ह्या हत्येचा दोष कालाकडे असला किंवा तोही ह्या कर्माबद्दल दोषी नसला तरी मला त्याशीं कर्तव्य काय आहे ? दोषी कोण हें ठरविण्याची माझी मुळींच इच्छा नाहीं. कारण तसें करण्यास आम्हांला अधिकार कोणता ? तथापि, माझ्यावर जो हा बालघातित्वाचा आरोप आला आहे, त्यांतून मीं आपल्या स्वतःची मुक्तता करून घ्यावी हें मला अवश्य होय; आणि ह्यासाठीं मी आणखी असेंही म्हणतों कीं, प्रस्तुतच्या कामीं मृत्यूकडेही कांहीं दोष येणार नाहीं !

भीष्म सांगतात:— धर्मा, नंतर सर्प अर्जुनकाला म्हणाला, लुब्धका, मृत्यूचें भाषण तूं ऐकिलेंसना ? तर मग आतां मला सोड सोड, बाबारे, निरपराध्याला व्यर्थ पाशबंधनानें पीडूं नको.

लुब्धक म्हणाला:— भुजंगमा, मीं मृत्यूचें भाषण ऐकिलें व तुझेंही ऐकिलें. तूं निर्दोषी आहेस असें अजूनही मला वाटत नाहीं. ह्या मुलाच्या हत्येबद्दल मृत्यु व तूं असे तुम्ही दोघेही कारण आहां हें अगदीं निर्विवाद होय. अरेरे ! साधुजनांना पीडा करणाऱ्या दुष्ट दुरात्म्या मृत्यूला व त्याप्रमाणेंच तुलाही धिक्कार असो ! हे अधमा, तुला ह्या बालहत्येच्या पापाबद्दल मी देहांत प्रायश्चित्त देणार !

मृत्यु म्हणाला:— बा लुब्धका, आम्ही दोघेही परतंत्र व कालाच्या इच्छेनुसार वर्तन करणारे आहों, कालाकडून जी आज्ञा होईल ती आह्मांस पाळिलीच पाहिजे. जर तूं नीट विचार करशील तर तूं आह्मांस दोषी म्हणणार नाहींस.

लुब्धक म्हणाला:— हे मृत्यो व पन्नगा, जर तुम्ही कालाच्या आज्ञेनुसार वागतां, तर तुम्ही जीं कृत्यें करितां त्यांजबद्दल हर्षक्रोध कां उत्पन्न होतात बरें ? तुम्हीं एखादें सत्कृत्य केल्यास जनांत तुमची स्तुति होते व दुष्कृत्य केल्यास जन तुम्हांस नांवें ठेवितात हें कसें ?

मृत्यु म्हणाला:— लुब्धका, मी जें कांहीं करितों तें सर्व कालाच्या प्रेरणेनें करितों हें मीं पूर्वींच सांगितलें आहे, तेव्हां मी त्याजबद्दल स्तुत्य व निंद्य नाहीं हें उघडच होय. ह्यासाठीं

कालनियुक्त कर्म पार पाडिल्याबद्दल आम्हांस दोष लागणें सर्वथा अनुचित आहे.

भीष्म सांगतातः— हे कुंतीपुत्रा, नंतर त्या धर्माधर्मविषयक विवादाच्या स्थळीं प्रत्यक्ष काल प्रकट झाला आणि त्यानें सर्प, मृत्यु व तो लुब्धक ह्यांस उद्देशून भाषण केलें.

काल म्हणालाः— लुब्धका, ह्या बालहत्येचा दोष माझ्याकडे किंवा ह्या मृत्यूकडे अथवा ह्या पन्नगाकडेही नाहीं; कारण ह्या कर्माचे प्रयोजक आम्ही नाहीं. अर्जुनका, ह्या बालकानें जें कर्म केलें तेंच आम्हांस प्रयोजक झालें. अरे, ह्या बालकाचा विनाशहेतु हा स्वतःचें होय. हा आपल्या कर्मानेंच मरण पावला! सर्व प्राणी स्वकर्मानुसार बरीं-वाईट फळें भोगितात! लुब्धका, प्राण्याचें कर्म हेंच त्याचें पुत्राप्रमाणें तारण करितें आणि कर्मानुसार तो पापपुण्याशीं संबद्ध होतो. अरे, आपण जसे एकमेकांना प्रेरितों तशींच प्राण्यांचीं कर्में त्यांस येथें प्रेरितात. ज्याप्रमाणें मृत्तिकेच्या गोळ्यापासून कुलाल हा वाटेल तें पात्र तयार करितो, त्याप्रमाणेंच मनुष्याच्या कर्मापासून त्यास तदनुसार स्थिति प्राप्त होते; आणि प्रकाश व छाया ह्यांचा जसा निरंतर नित्य संबंध असतो, तसाच कर्म व कर्ता ह्यांचा तत्तत्स्थित्यनुरूप नित्य संबंध असतो. ह्याप्रमाणें प्रस्तुत कृत्याविषयीं मी, मृत्यु, सर्प, तूं अथवा ही वृद्ध ब्राह्मणी ह्यांपैकीं कोणीही कारण नाहीं. ह्या कृत्याला कारण हा बालकच आहे.

भीष्म सांगतातः— राजा धर्मा, कालाचें हें भाषण श्रवण करून गौतमी ब्राह्मणीची खात्री झाली कीं, सर्व प्राणी आपापल्या कर्मानुरूप ह्या प्रपंचांत वर्तत असतात. नंतर ती लुब्धकाला असें बोलली.

गौतमी म्हणालीः—बा लुब्धका, माझ्या पुत्राला काळानें, सर्पानें किंवा मृत्यूनें वधिलें नाहीं; तो केवळ आपल्या कर्मामुळेंच मरण पावला. मीं तरी तसेंच कर्म केलें होतें कीं, त्यामुळें माझ्या पुत्राची ही अशी वाट लागावी! अर्जुनका, आतां काल व मृत्यु हे गेले तरी चालेल. बाबारे, आतां ह्या सर्पाला सोड!

भीष्म सांगतातः—युधिष्ठिरा, नंतर काल, मृत्यु व सर्प हे जिकडल्या तिकडे गेले; लुब्धक अर्जुनकाला समाधान वाटलें; आणि गौतमीची शांतता दुणावली! ह्यास्तव, राजा, ह्या गोष्टीचें मनन करून चित्त स्थिर कर; उगीच खेद करीत बसूं नको. बाबारे, प्राण्यांना स्वर्गनरकादिक निरनिराळे लोक प्राप्त होतात ह्याचें कारण त्या सर्वांचीं बरीं-वाईट कर्में हेंच होय! धर्मा, जें हें घोर कर्म घडून आलें तें करणारा तूं नव्हेस व दुर्योधनही नव्हे! कालाच्या मनांत राजे लोकांचा संहार उडविण्याचा असल्यामुळें त्यानेंच हें कर्म केलें आहे, समजलास.

वैशंपायन सांगतातः—राजा जनमेजया, ह्याप्रमाणें भीष्मानें सांगितलेली कथा श्रवण करून युधिष्ठिराचें मन शांत झालें; आणि नंतर त्या धर्मवेत्त्या महातेजस्वी कुंतीपुत्रानें पुनः असें विचारिलें.

अध्याय दुसरा.

—:०:—

गृहस्थाश्रमांतील प्रधान कर्तव्य.

युधिष्ठिरानें विचारलेंः— पितामह, आपण महाबुद्धिवंत व सर्व शास्त्रांत निष्णात असून प्राज्ञजनांमध्यें अग्रगण्य आहां. आतां जें हें महत् आख्यान आपण निवेदन केलें तें मीं ऐकिलें; तरी पण ज्यांत धर्माचें तत्त्व उत्तम प्रकारें विशद केलेलें असेल असें आणखी एखादें आख्यान आपण फिरून कथन करावें, अशी मी प्रार्थना करितों. हे राजन्, धर्माचरण करून

मृत्यूला जिंकावयाचें असल्यास गृहस्थाश्रमी मानवानें कसें वर्तन करावें हें सर्व तात्विक दृष्टीनें निरूपण करा.

भीष्म सांगतात:—बा युधिष्ठिरा, तूं जें कांहीं विचारीत आहेस, त्याचा यथार्थ खुलासा होण्याकरितां जो हा पुरातन इतिहास सांगत असतात, तो तूं आतां श्रवण कर. कशा प्रकारच्या वागणुकीनें मनुष्य मृत्यूला जिंकितो हें ह्यापासून तुला कळेल. राजा, तो इतिहास असा:—

प्रजापति मनूला इक्ष्वाकु नामक पुत्र होता. तो इक्ष्वाकु राजा सूर्यासारखा देदीप्यमान असून त्याला शंभर पुत्र होते. त्या शंभर पुत्रांपैकीं दहावा पुत्र दशाश्व हा मोठा धर्मात्मा व सत्यपराक्रमी असून माहिष्मतीचा राजा झाला. ह्या दशाश्व राजाचा पुत्र अत्यंत धार्मिक असून त्यानें अंतःकरण सत्य, तप व दान ह्यांत नित्य निमग्न असे. हा राजा भूतलावर मदिराश्व ह्या नांवानें प्रख्यात होता आणि तो निरंतर वेदविद्या व धनुर्विद्या ह्यांचा व्यासंग करीत असे. त्या मदिराश्वाच्या पुत्राचें नांव द्युतिमान् असें होतें. तो मोठा भाग्यवान्, तेजस्वी, धैर्यवान् व बलिष्ठ असा होता. त्या राजाचा पुत्र सुवीर हा अत्यंत धर्मशील असून सर्व लोकांत प्रसिद्ध होता. त्या धर्मात्म्यापाशीं सर्व प्रकारची संपत्ति समृद्ध असल्यामुळें जणू काय तो दुसरा अमराधिपति इंद्रच होता! त्या सुवीर नामक राजाचा पुत्र सुदुर्जय हा सर्व शस्त्रधरांमध्यें प्रमुख असून रणांगणांत कधींही जिंकिला जात नसे. त्या देवेंद्रतुल्य देह धारण करणाऱ्या सुदुर्जय राजाच्या पुत्राचें नांव दुर्योधन असें होतें. त्या महान् राजर्षीच्या ठिकाणीं अग्नीप्रमाणें देदीप्यमान तेज असून इंद्राप्रमाणें थोर पराक्रम वास करीत होता. हा राजा रणभूमीवर युद्धास उभा राहिला असतां समरांगणांतून कधींही पराङ्मुख होत नसे. त्याच्या राष्ट्रांत अमरराज इंद्र हा नित्य सुवृष्टि करीत असे. सर्वत्र धन, धान्य, पशु, नानाविध रत्नें इत्यादिकांचा भरपूर संग्रह असून सर्व नगरें व देश धनादिकांनीं सुसंपन्न होते. तेथें कृपण, दरिद्री किंवा दुखण्याबाहण्यानें त्रस्त झालेला असा कोणीही मनुष्य नव्हता. दुर्योधन राजा मोठा बुद्धिमान्, मधुर भाषण करणारा, निर्मत्सरी व जितेंद्रिय होता. त्या धर्मात्म्याच्या अंगीं उत्कृष्ट शौर्य वसत असून त्याचें मन अत्यंत कोमल होतें. तो आत्मश्लाघा कधींही करीत नसे. तो यज्ञयाग पुष्कळ करीत असे. तो मोठा इंद्रियनिग्रही, अतिशय चतुर व ब्राह्मणांचा मोठा भक्त होता. कोणतेंही कार्य करण्याचें त्यानें एकदां वचन दिलें म्हणजे तें केल्यावांचून तो रहात नसे. तो कोणाचा केव्हांही अपमान करीत नसे. तो मोठा दाता होता आणि त्यास वेद व वेदांगें उत्कृष्ट अवगत होतीं.

राजा धर्मा, अशा त्या लोकोत्तर भूपतीला अवलोकन करून पवित्र देवनदी नर्मदा ही सहजींच मोहित झाली. नंतर त्या कल्याणकारक व शीतल उदक धारण करणाऱ्या सरितेच्या ठिकाणीं त्या दुर्योधन राजापासून एक कमलाक्षी कन्या जन्मास आली. तिचें नांव सुदर्शना असें असून तिचें रूप खरोखरीच हृदयंगम असल्यामुळें तें नांव तिला अतिशय शोभत होतें. युधिष्ठिरा, तशा प्रकारचें अद्वितीय रूप व वर्ण असणारी स्त्री ह्यापूर्वीं कोणीही झाली नव्हती. पुढें तें अपूर्व लावण्य पाहून प्रत्यक्ष अग्नीच्या मनांत त्या सुदर्शनेला वरण्याविषयीं इच्छा उत्पन्न झाली; आणि त्यानें ब्राह्मणाचें रूप घेऊन दुर्योधन राजापाशीं सुदर्शनेविषयीं मागणी केली. परंतु, माझ्यापाशीं मागणी करणारा हा पुरुष भिन्न वर्णाचा व दरिद्री आहे असें मनांत आणून दुर्योधन राजानें त्या ब्राह्मणाचें

म्हणणें नाकारिलें. राजा, नंतर त्या दुर्योधन राजानें यज्ञास आरंभ केला असतां त्यांतून अग्नि नष्ट झाला. तेव्हां तें पाहून राजास फार दुःख झालें व तो ब्राह्मणांस म्हणाला, "द्विजश्रेष्ठहो, मीं किंवा तुम्हीं असें कोणतें दुष्कर्म केलें असेल बरें, कीं ज्यामुळें—दुष्ट पुरुषांवर केलेल्या उपकाराप्रमाणें—हा अग्नि अस्तंगत झाला! अहो, आपल्या हातून खचित कांहीं तरी घोर कृत्य झालें असलें पाहिजे आणि त्यामुळेंच हा अग्नि नाश पावला! तेव्हां आतां हें घोर कृत्य तुमचेकडून घडलें किंवा माझ्याकडून घडलें ह्याचा पूर्ण शोध करा!"

धर्मराजा, नंतर दुर्योधन राजाचें तें भाषण श्रवण करून सर्व विप्र वाणीचा निरोध करून मुकाट्यानें बसले आणि चित्तवृत्ति एकाग्र करून अग्नीला शरण गेले. तेव्हां भगवान् हव्यवाहन अग्नीनें आपलें देदीप्यमान स्वरूप पुनः धारण केलें व तो शरत्कालीन सूर्याप्रमाणें फिरून झळाळूं लागला! त्या समयीं महात्मा अग्नि त्या ब्राह्मणश्रेष्ठांना म्हणाला,'विप्रहो,मी दुर्योधनाची कन्या स्वतः पाणिग्रहण करण्याकरितां मागत आहें.' युधिष्ठिरा, तेव्हां ते सर्व ब्राह्मण विस्मित झाले व प्रातःकाळीं त्यांनीं अग्नीचें तें म्हणणे दुर्योधन राजाला विदित केलें. त्या वेळीं तें ब्राह्मणांचें भाषण श्रवण करून त्या बुद्धिमान् राजाला मोठा आनंद झाला व 'बरें आहे' असें म्हणून त्यानें अग्नीच्या म्हणण्यास संमति दिली; पण त्यानें त्या समयीं आपल्या कन्येचें शुल्क म्हणून त्या भगवान् विभावसु अग्नीपाशीं अशी प्रार्थना केली कीं 'हे चित्रभानो, तुझें येथें सदासर्वकाल सान्निध्य असलें पाहिजे.' तेव्हां भगवान् अग्नीनें दुर्योधन राजाचें तें म्हणणें मान्य केलें. त्या वेळेपासून माहिष्मती नगरीमध्यें अद्यापि अग्नीचें सतत वास्तव्य आहे व ही गोष्ट दिग्विजयार्थ गेलेल्या सहदेवानें त्या वेळीं पाहिलीही आहे. राजा, नंतर दुर्योधनानें सुदर्शनेला वस्त्राभरणांनीं अलंकृत करून ती महात्म्या अग्नीला अर्पण केली; आणि होमकुंडांत अर्पण केलेल्या घृतधारेप्रमाणें अग्नीनेंही त्या सुंदर राजकन्येचा स्वीकार केला व मग त्या उभयतां वधूवरांचा वैदिक विधीप्रमाणें विवाहसंस्कार घडून आला. पुढें सुदर्शनेचें तें अपूर्व लावण्य, शील, कुल, काया व कांति हीं अवलोकन करून अग्नि तिजवर विलक्षण प्रेम करूं लागला; आणि तिच्या ठायीं गर्भस्थापना करावी असें त्यानें मनांत आणिलें. राजा, नंतर अग्नीपासून त्या सुदर्शनेच्या ठिकाणीं अत्यंत सुंदर असा पुत्र झाला व त्यास सुदर्शन हेंच नांव ठेवण्यांत आलें. सुदर्शन हा पूर्णचंद्राप्रमाणें तेजःपुंज असून त्यानें बालपणांतच सर्व सनातन व श्रेष्ठ अशा ब्रह्मविद्येचा अभ्यास केला.

युधिष्ठिरा, ओघवान् नांवाचा कोणीएक राजा होता. नृग हा त्याचा नातू होय. त्या ओघवान् राजाला ओघवती नांवाची एक कन्या व ओघरथ नांवाचा एक पुत्र होता. ओघवान् राजानें आपण होऊन आपली कन्या ओघवती ही त्या सुदर्शनाला दिली व त्या वधूवरांचा यथाविधि विवाह होऊन तो ब्रह्मविद्यापारंगत सुदर्शन आणि दिव्य रूप धारण करणारी ओघवती हीं उत्तम रीतीनें नांदू लागलीं. सुदर्शनानें त्या ओघवतीसहवर्तमान कुरुक्षेत्रांत वास्तव्य करून गृहस्थाश्रम चालविला; आणि त्या परम प्रतापी बुद्धिमान् सुदर्शनानें अशी प्रतिज्ञा केली कीं, मी गृहस्थाश्रमानें वागूनच मृत्यूला जिंकीन. राजा, तो अग्निपुत्र सुदर्शन त्या समयीं ओघवतीला म्हणाला कीं, "अतिथीला प्रतिकूल असें वर्तन तूं कधींही करूं नको. ज्या ज्या गोष्टीनें नित्य अतिथीचा संतोष होईल ती ती गोष्ट तूं कर. फार काय, तसें करीत असतां तुला स्वतःचें शरीरही त्यास

अर्पण करण्याचा प्रसंग आला तरी मागेंपुढें पाहूं नको. सुंदरी, रात्रंदिवस माझ्या मनांत हा मुख्य नियम घोळत आहे. प्रिये, गृहस्थांना अतिथीहून दुसरें कांहीं एक अधिक नाहीं, सुंदरी, माझ्या वचनावर जर तुझा भरंवसा असेल, तर तूं माझें हें सांगणें निरंतर लक्षपूर्वक ध्यानांत धर. हे अनघे, मी तुझ्यासंनिध असों किंवा कोठें दूर गेलेला असों, तूं जर माझें वचन प्रमाण मानीत असशील तर अतिथीचा म्हणून कधींही अवमान करूं नकोस." राजा धर्मा, तेव्हां ओघवतीनें मस्तकाशीं हात जोडून भर्त्याला म्हटलें, "स्वामिन्, आपण जी आज्ञा कराल तदनुरूप वागण्यास मी सिद्ध आहें."

युधिष्ठिरा, सुदर्शनाची प्रतिज्ञा श्रवण करून त्याला जिंकण्याच्या उद्देशानें घरांत मृत्यु हा सदासर्वकाळ त्याच्या पाठीमागून त्याचें रंध्र शोधित फिरूं लागला. एके वेळीं तो अग्निपुत्र सुदर्शन समिधा आणण्यासाठीं बाहेर गेला असतां भगवान् मृत्यूनें ब्राह्मणाचें रूप धारण केलें; आणि सुदर्शन बाहेर गेला आहे अशी ती संधि साधून तो ओघवतीला म्हणाला, "सुंदरी, गृहस्थाश्रमाला विहित असा जो धर्म तो जर तुला प्रमाण असेल, तर माझें तुला इतकेंच सांगणें आहे कीं, त्वां आज माझें आतिथ्य करावें." धर्मराजा, विप्राचें तें भाषण ऐकून त्या भाग्यशाली राजकन्येनें वेदोक्त विधीनें त्याचें स्वागत केलें; आणि त्यास आसनपाद्यादिक अर्पण करून प्रार्थिलें कीं, विप्रश्रेष्ठा, आपली काय इच्छा आहे ? आपणास म्यां काय द्यावें ? तेव्हां तो ब्राह्मण त्या राजकन्येला म्हणाला, "सुदर्शने, तूं मला आपला देह अर्पण करावास अशी माझी इच्छा आहे; ह्यासाठीं तूं निःशंकपणें तसें कर. गृहस्थाश्रमाला विहित अशा धर्मावर जर तुझी श्रद्धा असेल, तर तूं आत्मज्ञानानें माझे मनोरथ पूर्ण करावेस." राजा, ब्राह्मणाचें भाषण श्रवण करून, अन्य गोष्टींकडे त्याचें चित्त वेधण्याकरितां राजकन्येनें त्यास दुसरे नानाविध पदार्थ स्वीकारण्याविषयीं प्रार्थिलें; पण त्यानें त्या सर्वांकडे दुर्लक्ष करून, तुझ्या शरीराव्यतिरिक्त दुसऱ्या कशाचीही मला अपेक्षा नाहीं, असें तिला स्पष्ट सांगितलें. तेव्हां, राजा, भर्त्यानें जें सांगून ठेविलें होतें त्याचें तिला अथपासून इतिपर्यंत स्मरण झालें; आणि तिनें लज्जायमान होऊन त्या ब्राह्मणश्रेष्ठाच्या म्हणण्यास 'बरें' म्हणून अनुमोदन दिलें. राजा युधिष्ठिरा, नंतर त्या ब्राह्मणाला मोठा आनंद झाला; आणि तो ब्राह्मण व सांगोपांग रीतीनें गृहस्थाश्रम पार पाडण्याची इच्छा करणाऱ्या भर्त्याच्या वचनाचें स्मरण करणारी ती राजकन्या हीं एकांतस्थलीं प्रविष्ट झालीं.

नंतर कांहीं वेळानें पावकपुत्र सुदर्शन हा समिधा घेऊन परत आला. त्या वेळीं, मित्र जसा नित्य समीप असतो तसा उग्र हेतु धारण करणारा मृत्यु हा त्याच्या समीप होताच. राजा, तो अग्निपुत्र आश्रमास प्राप्त झाल्यावर ओघवतीस हाक मारून 'तूं कोठें गेली आहेस बरें ?' असें तिला म्हणाला. तेव्हां सुदर्शनाला ओघवतीनें कांहींच उत्तर दिलें नाहीं; कारण ती पतिव्रता साध्वी त्या समयीं त्या आतिथ्य ग्रहण करणाऱ्या ब्राह्मणाच्या भुजपाशांत बद्ध होती; आणि त्यामुळें आपलें पातिव्रत्य भ्रष्ट झालें असें समजून ती भर्त्याला उत्तर देण्यास लज्जित झाली होती ! राजा, सुदर्शनाला तिनें कांहीं जबाब दिला नाहीं आणि ती स्तब्ध राहिली, तेव्हां सुदर्शनानें पुनः म्हटलें, 'अरे, माझी प्रियतमा साध्वी कोठें गेली ? अरे, ह्या चौकशीपेक्षां अधिक महत्वाचें असें मला दुसरें काय आहे ? अहाहा, तिचें केवढें पातिव्रत्य ! केवढें सत्य-

शीलत्व! आणि नेहमीं किती मनाचा सरळपणा! ह्यापूर्वी मी आश्रमास प्राप्त होतांच तिनें स्मित करीत मजपुढें येऊन माझ्याशीं प्रेमानें बोलावें आणि आज मुळीं उत्तरच देऊं नये, तेव्हां आहे तरी काय?' राजा धर्मा, सुदर्शनानें असे उद्गार काढिले तेव्हां तो अतिथि ब्राह्मण उटजांत होताच. सुदर्शनाचें भाषण श्रवण करून त्या अतिथीनें उत्तर दिलें कीं, "हे अग्निपुत्रा, हा मी ब्राह्मण तुझ्या आश्रमांत अतिथि म्हणून आलों आहें, असें ध्यानांत आण. तुझ्या ह्या भार्येनें नानाविध पदार्थ अर्पण करून आतिथ्य स्वीकारण्याविषयीं माझी प्रार्थना केल्याप्रमाणें मीं हिचें आतिथ्य ग्रहण केलें. प्रस्तुत समयीं ही सुंदरी ह्या मैथुनविधीनें माझा आदरसत्कार करीत आहे! तेव्हां आतां जें कांहीं तुला उचित वाटेल तें तूं कर!"

हे पांडुपुत्रा, सुदर्शनाच्या पाठीमागें लोहदंड घेऊन मृत्यु हा उभा होताच. आतां ह्या सुदर्शनाची प्रतिज्ञा भग्न होईल व मी ह्या दंडानें त्याचा वध करीन, असे विचार त्याच्या मनांत एकसारखे घोळत होते; परंतु चमत्कार हा कीं, त्या ब्राह्मण अतिथीचें भाषण श्रवण करून सुदर्शनाचें मन, वाणी, दृष्टि किंवा कर्म ह्यांत यत्किंचित्‌ही बदल पडला नाहीं. त्याच्या चित्तास क्रोध अथवा मत्सर लवमात्र न शिवतां उलट तो हंसून म्हणाला, 'बा विप्रवर्या, तूं खुशाल सुरतक्रीडा कर! मला तुझें कृत्य पाहून मोठें प्रेम वाटत आहे! ब्राह्मणा, आपल्या घरीं प्राप्त झालेल्या अतिथीचें पूजन करावें, हा गृहस्थाचा प्रमुख धर्म होय. प्राज्ञ पुरुषांनीं असें स्पष्ट सांगितलें आहे कीं, ज्या गृहस्थाश्रमी मनुष्याकडून अतिथिपूजा योग्य प्रकारें घडते तो आपला आश्रमधर्म सांग संपादितो; गृहस्थाला ह्याहून अधिक असें दुसरें कांहींएक नाहीं. बा विप्रश्रेष्ठा, माझे प्राण, माझी पत्नी, माझें धन किंवा इतर जें कांहीं मजपाशीं असेल तें सर्व मीं अतिथीला देण्याची प्रतिज्ञाच केलेली आहे, हें सर्वांस आधींच विदित आहे. मी जें कांहीं हें बोलत आहें त्यांत यत्किंचितही संदेह नाहीं. विप्रा, मी ह्या प्रतिज्ञेच्या प्रतिपालनानेंच आत्मप्राप्ति (सायुज्य) जोडीन. मला ह्या कामीं अन्य उपायांची अपेक्षा नाहीं. द्विजवरा, अप्, तेज, वायु, आकाश व पृथ्वी हीं पंचभूतें, त्याप्रमाणेंच बुद्धि, आत्मा, मन, काल, दिशा व दशेंद्रियें हीं सर्व देहधारी प्राण्यांच्या देहांत नित्य संस्थित आहेत; ह्यास्तव, हे धार्मिकश्रेष्ठा, हीं सर्व त्या प्राण्यांचें बरेंवाईट आचरण सदोदीत अवलोकन करीत असतात. ज्या अर्थी माझे हे खरे विचार मी आज आपल्या वाणीनें प्रकट करीत आहें, त्या अर्थी माझ्या सत्याचरणावर लक्ष देऊन देवांनीं माझें तारण किंवा मारण करावें! जो प्रसंग येईल त्यास मी सर्वथा राजी आहें!"

हे भारता, सुदर्शनाच्या मुखावाटे हे उद्गार निघतांच चोहोंकडे दशदिशांच्या ठिकाणीं पुनःपुनः 'हेंच खरें! हेंच खरें!' असा नाद सुरू झाला. इतक्यांत तो ब्राह्मणही उटजांतून बाहेर पडला; आणि वायूप्रमाणें आपल्या शरीरानें अंतरीक्ष व भूतल हीं व्याप्त करून पुढें झाला व अनुशासनपर वाणीनें तिन्ही लोक दुमदुमून टाकीत त्या धर्मतत्त्व जाणणाऱ्या अग्निपुत्राला प्रथम नांवानें हांक मारून नंतर म्हणाला, "हे अनघा, मी स्वतः धर्म (मृत्यु) आहें. तुझें कल्याण असो. तुझ्या ठिकाणीं कितपत सत्य वसत आहे हें पहाण्याकरितां मीं येथें प्राप्त झालों. तुझ्या सत्याची कसोटी पाहून माझें मन तुझ्याविषयीं अतिशय प्रसन्न झालें आहे. बाबारे, तुझ्यामागून रंध्र शोधण्यासाठीं नित्य फिरत असलेल्या ह्या मृत्यूला तूं मोठ्या धैर्यानें जिंकून टाकिलेंस.

हे सुदर्शना, ह्या तुझ्या महासाध्वी पतिव्रता भार्येकडे वर मान करून पहाण्याचीही ह्या त्रैलोक्यांत कोणाची शक्ति नाहीं; मग ह्याहून अधिक तें काय सांगावें ? बाबारे, तुझ्या गुणांनीं व ह्या साध्वीच्या पातिव्रत्यानें ह्या तुझ्या भार्येचें संरक्षण झालें आहे. हिच्या वाटेस जाण्याला कोणीही समर्थ नाहीं. हिच्या मुखांतून जे जे शब्द बाहेर पडतील ते ते अक्षरशः खरे होतील ! सुदर्शना, तुझ्या भार्येच्या अंगीं इतकें योगसामर्थ्य वसत आहे कीं, ही ब्रह्मवादिनी महाभागा साध्वी तपश्चर्येनें युक्त होत्साती लोकांना पावन करण्याकरितां अर्ध्या शरीरानें श्रेष्ठ अशी ओघवती नामक सरिता होईल; आणि अर्ध्या शरीरानें ती तुझ्याबरोबर परलोकीं गमन करील. हे पावकतनया, तूं ह्या ओघवतीसहवर्तमान तपश्चर्येनें प्राप्त होणाऱ्या श्रेष्ठ लोकीं जाशील आणि मग त्या शाश्वत व सनातन लोकांतून पुनः तुझें निवर्तन होणार नाहीं. त्या श्रेष्ठ लोकीं जातांना तुला हा देह टाकावा लागणार नाहीं. तूं ह्या मर्त्य शरीरानेंच उत्तम लोकीं गमन करशील ! कारण तूं मृत्यूला जिंकिलें असून तुला उत्तम ऐश्वर्य प्राप्त झालें आहे. बा सुदर्शना, तूं आपल्या अपूर्व वीर्यानें पंचभूतें अतिक्रांत केलींस व मनोधैर्यानें चिन्मय लोकास पावलास ! ह्या गृहस्थधर्मानेंच तूं कामक्रोध जिंकिलेस आणि तुझ्या सेवेनेंच ह्या राजकन्येनें स्नेह, प्रेम, अज्ञान, मोह, द्रोह, इत्यादि मनोविकारांना पूर्ण स्वाधीन करून घेतलें ! ”

भीष्म सांगतातः—धर्मराजा, नंतर भगवान् अमरराज इंद्र हा शुभ्र वर्णाचे सहस्र अश्व जोडिलेला दिव्य रथ घेऊन त्या अग्निपुत्र सुदर्शनासमीप प्राप्त झाला. राजा, या गृहस्थाश्रमी पुरुषानें (सुदर्शनानें) मृत्यु, आत्मा, लोक, पंचभूतें, बुद्धि, काल, मन, व्योम, काम व क्रोध ह्या सर्वांना जिंकिलें ! तेव्हां गृहस्थाश्रमी पुरुषाला अतिथीखेरीज दुसरें दैवतच नाहीं असें नव्हे काय ? ह्या गोष्टीचा मनांत नीट विचार कर. हे नरशार्दूला, ज्या अर्थीं अतिथीचें आदरातिथ्य केलें असतां तो त्या आतिथ्य करणाराचें मनांत अभीष्ट चिंतीत असतो, त्या अर्थीं त्या अतिथिसंस्काराची शंभर यज्ञांनींही बरोबरी होणार नाहीं, असें ज्ञाते लोकांचें मत आहे. सुशील व सत्पात्र असा अतिथि प्राप्त झाला असतां त्याची योग्य प्रकारें पूजा न करितां तो परत गेला तर तो जातांना त्या गृहस्थाश्रमी पुरुषाचें पुण्य हिरावून नेतो व त्यास पातक अर्पितो हें लक्षांत ठेव. बाळा धर्मा, हा उत्कृष्ट इतिहास तुला निवेदन केला आहे तो चांगला ध्यानांत धर. ह्यांत गृहस्थाश्रमी मनुष्यानें कसें वर्तन केल्यामुळें त्यास मृत्यूला जिंकितां आलें, हें निरूपण केलें आहे. बाबा, हें दिव्य आख्यान मोठें सार्थक करणारें, यश देणारें, आयुष्य वाढविणारें आणि सर्व पातकांचा परिहार करणारें आहे. ज्यास वैभवाची मनीषा असेल त्यानें ह्याचें नीट मनन करावें. जो विद्वान् पुरुष ह्या सुदर्शनाचें चरित्र प्रतिदिनीं लोकांना सांगेल, त्याला पवित्र लोक प्राप्त होतील.

अध्याय तिसरा.

—:०:—

विश्वामित्रोपाख्यान.

युधिष्ठिर विचारतोः—महाराज, क्षत्रिय, वैश्य व शूद्र ह्या तीन वर्णांना जर ब्राह्मण्य दुर्लभ आहे, तर महात्मा क्षत्रिय जो विश्वामित्र त्याला तरी तें कसें प्राप्त झालें, हें ऐकण्याची माझी फार इच्छा आहे; ह्यास्तव, हे धर्मात्मन्, ह्या गोष्टीनें यथार्थपणें निरूपण करा. पितामह, या विश्वामित्राचें सामर्थ्य मोठें विलक्षण होतें ह्यांत संदेह नाहीं. त्या अमितवीर्यशाली

नरश्रेष्ठानें आपल्या तपोबलानें महात्म्या वसिष्ठाचे शंभर पुत्र तत्काळ ठार मारिले आणि संक्रुद्ध होतांच प्रलयकालच्या अंतकाप्रमाणें बहुत घोरपराक्रमी दैत्य व राक्षस उत्पन्न केले. महान् जो कुशिकवंश--ज्यांत शतावधि ब्रह्मर्षि झाले व विद्वान् ब्रह्मवेत्ते पुरुष ज्याची स्तुति करितात—तोही ह्या नरलोकीं त्या नरवरानेंच स्थापित केला. भृगुकुलोत्पन्न अजीगर्ताचा पुत्र जो महातपस्वी शुनःशेप त्याचें महान् मत्रांत पशूप्रमाणें हनन करण्याचा प्रसंग प्राप्त झाला असतां त्या संकटांतून त्याचें परित्राण ह्या विश्वामित्रानेंच केलें. त्या यज्ञांत हरिश्चंद्रानें आपल्या प्रभावानें देवांना संतुष्ट केल्यावर मग तो त्या बुद्धिमान् विश्वामित्राच्या पुत्रत्वाप्रत प्राप्त झाला. आणि, महाराज, ज्येष्ठ बंधु जो देवरात (शुनःशेप), त्याला अभिवंदन न केल्यामुळें विश्वामित्रानें आपल्या पन्नास पुत्रांना शाप दिला व त्यामुळें ते चांडालयोनीप्रत गेले! इक्ष्वाकूचा वंशज त्रिशंकु ह्यास त्याच्या बांधवांनीं सोडून दिल्यावर दक्षिण दिशेचा आश्रय करणाऱ्या त्या त्रिशंकूला विश्वामित्रानें मोठ्या प्रेमानें ‘खालीं डोकें व वर पाय’ अशा स्थितींत स्वर्गांत नेलें. पितामह, विश्वामित्राची मोठी नदी जी कौशिकी ती मोठी मंगलप्रद व पावन करणारी असून तिचें देवर्षि व ब्रह्मर्षि हे सेवन करीत असतात. अहाहा, त्या विश्वामित्राचें काय माहात्म्य वर्णावें! रंभा नांवाची महान् अप्सरा पंचचूड[1] धारण करून त्या विश्वामित्राच्या तपश्चर्येचा भंग करण्यास प्राप्त झाली असतां त्याच्या शापानें ती पाषाण कीं हो बनली! त्याप्रमाणेंच, त्या विश्वामित्राच्या भयानें पूर्वी वसिष्ठानें आपल्यास पाशबद्ध करून उदकांत बुडवून घेतलें आणि नंतर मग तो पुनः पाशरहित होत्साता वरतीं आला! आणि जेव्हां तो श्रीमान् वसिष्ठ त्या महानदींतून विपाश होऊन वर आला, तेव्हांपासून त्या पुण्यकारक महानदीला विपाशा हें नांव मिळालें व महात्म्या वसिष्ठाच्या त्या कर्मामुळें ती सर्वत्र विख्यात झाली. पितामह, त्या विश्वामित्राचें एकेक कर्म किती तरी लोकोत्तर बरें! विश्वामित्रानें त्रिशंकूचें याजकत्व स्वीकारून त्याचा यज्ञ आरंभिला असतां त्यास वसिष्ठाच्या पुत्रांनीं शाप दिला कीं, ज्या अर्थी तूं चांडाल त्रिशंकूच्या यज्ञांत याजक झाला आहेस, त्या अर्थी तूंही चांडाल अर्थात् कुत्र्याचें मांस सेवन करणारा होशील. पुढें संकटसमयीं विश्वामित्रावर खरोखरच कुत्र्याचें मांस खाऊन प्राण धारण करण्याची पाळी आली तेव्हां त्यानें नानाविध स्तुति करून भगवान् इंद्रास प्रसन्न करून घेतलें असतां इंद्रानें त्या महान् विश्वामित्राला त्या शापांतून मुक्त केलें! भारतश्रेष्ठा, त्या विश्वामित्राला अंतरिक्षांत किती मोठें पद मिळालें आहे पहा! उत्तानपाद राजाचा पुत्र जो ध्रुव व सात जे ब्रह्मर्षि त्यांच्या मध्यभागीं उत्तर दिशेस तो आपल्या उज्वल कांतीनें प्रकाशत असतो! महाराज, त्या प्रतापशाली क्षत्रियाचीं हीं व ह्याप्रमाणेंच दुसरीं बहुत लोकोत्तर कृत्यें अवलोकन करून, क्षत्रियाला हीं कृत्यें कशीं करितां आलीं ह्याचें मला मोठें कौतुक वाटतें. ह्यास्तव हे भरतर्षभा, ह्यांतलें खरें तत्त्व मला सांगा. अहो, हा क्षत्रिय अन्य योनींत प्रवेश न करितां ह्याच देहानें ब्राह्मण कसा झाला, ह्या सर्वाचा मला नीट उलगडा करून सांगा. पितामह, मतंगाच्या कथेप्रमाणेंच हीही कथा आपण तत्त्वतः निवेदन करा. हे भरतपुंगव, मतंग हा चांडालयोनींत जन्मास आलेला होता. त्याला महान् तपश्चर्या करूनही ह्या देहांत ब्राह्मणत्व प्राप्त झालें

१ एक प्रकारचें कंकण.

नाहीं; आणि हा विश्वामित्र ह्याच देहांत ब्राह्मणत्व पावला हें कसें झालें?

अध्याय चौथा.

—:०:—

विश्वामित्रोपाख्यान.

भीष्म सांगतातः—वत्सा युधिष्ठिरा, पूर्वी विश्वामित्र हा ब्राह्मण कसा झाला, तशीच त्यास ब्रह्मर्षि ही पदवी कशी मिळाली, हें मी तुला आतां यथार्थ रीतीनें निरूपण करून सांगतों, श्रवण कर.

हे भरतश्रेष्ठा, भरताच्या वंशांत अजमीढ नामक एक भूपति महाधर्मनिष्ठ व यज्ञ करणारा होऊन गेला. त्याचा पुत्र महान् जन्हु राजा. गंगा नदी ही त्या महात्म्या जन्हु राजाची दुहिता. जन्हु राजाच्या पुत्राचें नांव सिंधुद्वीप असें होतें. हा सिंधुद्वीप राजा महाभाग्यवान् व आपल्या पित्यासारखाच गुणशाली होता. सिंधुद्वीपापासून बलाकाश्व नांवाचा महाबल राजर्षि जन्मास आला. त्याचा पुत्र वल्लभ. तो साक्षात् दुसरा धर्मच होता. कुशिक हा त्याचा तनय. ह्या कुशिकाच्या ठिकाणीं देवेंद्रासारखें लोकोत्तर तेज वसत होतें. श्रीमान् जो गाधि राजा तो त्या कुशिकाचा पुत्र. त्यास पुत्र नसल्यामुळें पुत्रप्राप्तीसाठीं सोमयाग करण्याच्या हेतूनें तो वनांत जाऊन राहिला. तेथें असतांना त्यास एक कन्या झाली, तिचें नांव सत्यवती असें असून ती सौंदर्यानें ह्या भूतलावर अद्वितीय होती. भृगुकुलोत्पन्न च्यवन ऋषीचा वंशज जो श्रीमान् महाविख्यात व महातपःशाली ऋचीक त्यानें गाधि राजापाशीं सत्यवतीविषयीं मागणें केलें; पण महात्मा ऋचीक हा दरिद्री आहे असें मनांत आणून शत्रुसंहारक गाधि राजानें त्याचें मागणें नाकबूल केलें; परंतु ऋचीक हा माघारा जाऊं लागला असतां त्या राजश्रेष्ठ गाधीनें त्यास सांगितलें कीं, ‘ ऋचीका, तूं मला ह्या मुलीचें शुल्क दे म्हणजे मी तुला ही देईन.’

ऋचीक म्हणालाः—राजेंद्रा, मीं तुला ह्या तुझ्या कन्येचें काय शुल्क द्यावें हें स्पष्ट सांग; मागेंपुढें पाहूं नको.

गाधि म्हणालाः—भार्गवा, चंद्रकिरणांसारखें ज्याचें तेज व वायूसारखा ज्याचा वेग असे एक सहस्र श्यामकर्ण अश्व मला दे.

भीष्म सांगतातः—नंतर तो भृगुकुलावतंस महासमर्थ च्यवनवंशज ऋचीक हा जलाधिपति अदितिपुत्र वरुण देव ह्यास म्हणाला, ‘ हे देवाधिदेवा, चंद्रकिरणांप्रमाणें तेजःपुंज व वायूप्रमाणें वेगवान् असे एक सहस्र श्यामकर्ण अश्व मी तुजपाशीं मागत आहें. ’ तेव्हां ‘ ठीक आहे ’ असें वरुणानें त्या ऋचीकाला उत्तर दिलें; व ‘ जे जे अश्व तुला हवे असतील ते ते ह्या जलांतून निघतील ’ असें म्हटलें. मग ऋचीकानें ध्यान करितांच चंद्राप्रमाणें दीप्तिमान् व अतिशय वेगशाली असे सहस्र श्यामकर्ण गंगाजलांतून वर आले! ह्यामुळेंच, राजा, कान्यकुब्ज देशाच्या समीप गंगेचें जें सुंदर तीर आहे त्यास अद्यापि अश्वतीर्थ असें म्हणतात. असो; नंतर ते सहस्र शुभ अश्व त्या महातपस्वी

१ पूर्वी सगरांच्या उद्धाराकरितां भगीरथानें गंगेस आणिलें असतां तिनें मार्गांत यज्ञयाग करीत असलेल्या जन्हु राजाचा यज्ञमंडप बुडविला. तेव्हां जन्हूस क्रोध येऊन त्यानें गंगेचें सर्व जल प्राशन करून टाकिलें! हें पाहून देव, गंधर्व व ऋषि हे विस्मित झाले; आणि ‘ कन्या ’ या नात्यानें गंगेचा स्वीकार करण्याविषयीं त्यांनीं त्याची प्रार्थना केली. तेव्हां संतुष्ट होऊन जन्हूनें कर्णांतून गंगेला सोडून दिलें यामुळें गंगेला जन्हुसुता व जान्हवी म्हणूं लागले. (वाल्मीकि रामायण, बालकांड, सर्ग ४३.)

ऋचीकानें मोठ्या आनंदानें गाधिराजाच्या कन्येचें देज देण्याकरितां त्याकडे नेले असतां तें पाहून गाधिराजा फार आश्चर्यचकित झाला; आणि शापाच्या भयानें त्यानें आपली कन्या सत्यवती वस्त्राभरणांनीं मंडित करून ऋचीकाच्या स्वाधीन केली. नंतर त्या ब्रह्मर्षिश्रेष्ठानें सत्यवतीचें यथाविधि पाणिग्रहण केलें आणि तिलाही आपणास ऋचीक हा पति मिळाल्याबद्दल मोठा आनंद झाला. राजा, सत्यवतीचें वर्तन पाहून ऋचीकाला मोठें समाधान वाटलें; आणि 'आतां मी तुझ्या ठिकाणीं पुत्रोत्पत्ति करीन' असा वर देऊन त्यानें त्या सुंदरीला सुप्रसन्न केलें. राजश्रेष्ठा, मग तें सर्व वृत्त सत्यवतीनें आपल्या मातेस निवेदन केलें; आणि ती लाजून किंचित् खालीं मान करून उभी राहिली असतां तिची माता तिला म्हणाली, 'मुली, तुझ्या पतीनें माझ्यावरही अनुग्रह करावा आणि मलाही पुत्रप्राप्ति करून द्यावी; कारण तो महातपस्वी तसें करण्यास समर्थ आहे.' राजा, नंतर सत्यवतीनें त्वरित जाऊन तो सर्व वृत्तांत भर्त्याला निवेदन केला आणि आपल्या मातेची इच्छा त्यास कळविली. तेव्हां ऋचीक सत्यवतीला म्हणाला, "तुझ्या मातेला माझ्या अनुग्रहानें लवकरच गुणवान् पुत्र होईल; तूं जी ही मला विनंति केली आहेस ती व्यर्थ होणार नाहीं. त्याप्रमाणेंच मी तुला आणखी असेंही सांगतों कीं, तुला देखील गुणांनीं शोभणारा महान् पुत्र होईल आणि तो भाग्यशाली पुरुष आमच्या वंशास धन्य करील. प्रिये, हें माझें भाषण अगदीं खरें होईल हें तूं पक्कें लक्षांत ठेव. हे कल्याणि, ऋतुस्नात असतां तुझ्या मातेनें अश्वत्थ वृक्षास व तूं उदुंबरास आलिंगन द्यावें, आणि मी हे दोन चरुखंड मंत्रांनीं शुद्ध करून देतों ते तुम्हीं दोघींनीं सेवन करावे, म्हणजे मीं आतां सांगितल्याप्रमाणें सर्व घडून येऊन तुमचे मनोरथ परिपूर्ण होतील." राजा, नंतर सत्यवतीला मोठा आनंद होऊन ती पुनः मातेकडे गेली, व ऋचीकानें जें कांहीं म्हटलें होतें तें सर्व निवेदन करून त्या चरुद्वयाविषयींही सर्व हकीकत सांगितली. धर्मराजा, तेव्हां सत्यवतीची माता सत्यवतीला म्हणाली, "कन्यके, तुझ्यापेक्षां माझें नातें वरिष्ठ असल्यामुळें मी सांगतें तसें तूं कर. तुझ्या भर्त्यानें जो चरुखंड मंत्रपूत करून तुला दिला आहे तो तूं मला दे आणि जो मला दिला आहे तो तूं घे. कल्याणि, मी तुझी माता असल्यामुळें त्वां माझ्या शब्दावर विश्वास ठेवावा हें उचितच होय. जर तूं असें करण्यास राजी असशील तर आपण आणखी असेंही करूं कीं, तूं ज्या वृक्षाला आलिंगन द्यावयाचें त्या वृक्षाला मी आलिंगन देईन, व ज्याला मी आलिंगन द्यावयाचें त्याला तूं दे. शुद्धे, सर्वांची अशी इच्छा असते कीं, आपल्याला उत्कृष्ट व निर्मल अपत्य व्हावें; ह्यासाठीं भगवान् ऋचीकानेंही तेंच मनांत आणून जें कांहीं केलें असेल तें अशा रीतीनें व्यक्त होईल. म्हणून, सुंदरी, माझें मन तुझ्या चरुखंडावर व वृक्षावर जात आहे. ह्याजकरितां आपल्याला उत्कृष्ट भ्राता कसा मिळेल ह्याचा तूं विचार कर आणि माझ्या म्हणण्यास रुकार दे."

राजा युधिष्ठिरा, नंतर तसें करण्यास सत्यवती कबूल झाली व त्या उभयतांनीं आपआपल्या चरुखंडांचा बदल करून तदनुरूप वृक्षालिंगनांतही बदल केला; आणि मग त्या उभयतांनाही गर्भप्राप्ति झाली. पुढें, राजा, आपली पत्नी गरोदर आहे असें जेव्हां त्या महान् ऋषीनें अवलोकन केलें, तेव्हां खिन्न मुद्रेनें तो भृगुश्रेष्ठ ऋचीक सत्यवतीला म्हणाला, "कल्याणि, चरुखंड सेवन करण्यांत व वृक्षाला आलिंगन देण्यांत खचित तूं बदल केलास यांत संदेह

नाहीं. कारण सर्व विश्वास व्यापून टाकणारें जें ब्रह्म, त्याची मीं तुझ्या चरुखंडावर स्थापना केली असून, सर्व क्षात्रतेजाची योजना त्या दुसऱ्या खंडावर केली होती; आणि ह्यामुळें त्रैलोक्यांत विख्यात अशा गुणांनीं संपन्न असा तुला ब्राह्मणपुत्र व्हावा व तुझ्या मातेच्या उदरीं अद्वितीय प्रतापी असा क्षत्रिय जन्मास यावा, असें मीं योजिलें होतें. परंतु ज्या अर्थीं तुह्मी दोघींनीं आपआपल्या चरुखंडाचा विनिमय केला, त्या अर्थीं आतां तुझ्या मातेला श्रेष्ठ असा ब्राह्मण पुत्र होईल व उग्र कर्मैं करणाऱ्या क्षत्रियाला तूं प्रसवशील. म्हणून, हे भद्रे, तूं मातृस्नेहानें जें केलेंस तें खचित अनुचित झालें !" राजा धर्मा, ह्याप्रमाणें ऋचीकाचें भाषण श्रवण करितांच त्याची पत्नी सत्यवती ही अत्यंत दुःखाकुल झाली; आणि एखादी रुचिर लता छिन्न होत्साती भूतलावर एकदम पडावी तशी ती चारुगात्री एकदम भूतलावर मूर्च्छित पडली ! राजा, नंतर कांहीं वेळानें पुनः सावध झाल्यावर तिनें आपल्या भर्त्यापुढें साष्टांग प्रणिपात घातला व हात जोडून ह्मटलें, "हे ब्रह्मवेदांवर ब्रह्मर्षे, ही मी आपली भार्या करुणा भाकीत आहें, तर आपण मजवर अनुग्रह करून मला क्षत्रिय पुत्र होणार नाहीं असें करावें. ब्रह्मन्, एक वेळ मला उग्र कर्मैं करणारा क्षत्रिय नातू झाला तरी चालेल, पण मला क्षत्रिय पुत्र म्हणून होऊं नये, असा वर मिळावा!" राजा कुंतीपुत्रा, भार्येची प्रार्थना ऐकून महातपस्वी ऋचीकानें 'तसें होवो' म्हणून तिला आशीर्वाद दिला आणि मग योग्य कालीं ती प्रसूत होऊन तिला जमदग्नि नामक पवित्र पुत्र झाला. इकडे गाधि राजाची भाग्यशाली पत्नी विश्वामित्रास प्रसवली आणि ब्रह्मर्षि जो ऋचीक त्याच्या प्रसादामुळें तो मोठा ब्रह्मवादी निपजला व त्यामुळेंच तो महातपस्वी विश्वामित्र क्षत्रिय असतांही ब्राह्मणत्वास पावला आणि त्यानें ब्रह्मकुलाची स्थापना केली. राजा, त्याचे पुत्र मोठे महात्मे असून ब्रह्मवंशाला वाढविणारे झाले. ते सर्व तपश्चर्या करणारे, ब्रह्मवेत्ते व गोत्रप्रवर्तक असे होऊन गेले. भगवान् मधुच्छंद, वीर्यशाली देवरात (शुनःशेप), अक्षीण, शकुंत, बभ्रु, कालपथ, विख्यात याज्ञवल्क्य, महाव्रत स्थूण, उलूक, यमदूत, सैंधवायन ऋषि, भगवान् वल्गुजंघ, महर्षि गालव, वज्र ऋषि, प्रख्यात सालंकायन, लीलाढ्य, नारद, कूर्चोमुख, वादुलि, मुसल, वक्षोग्रीव, आंघ्रिक, नैकदृक्, शिलायूप, शित, शुचि, चक्रक मारुतंतव्य, वातघ्न, आश्वलायन, शामायन, गार्ग्य, जाबालि, सुश्रुत, कारीषि, संश्रुत्य, पर, पौरव, तंतु, महर्षि कपिल, ताडकायण ऋषि, उपगहन, असुरायण ऋषि, मार्दम ऋषि, हिरण्याक्ष, जंगारि, बाभ्रवायणि, भूति, विभूति, सूत, सुरकृत्, अरालि, नाचिक, चांपेय, उज्जयन, नवतंतु, बकनख, सेयन, यति, अंभोरुह, चारुमत्स्य, शिरीशी, गार्दभि, ऊर्जयोनि, उदापेक्षी आणि महर्षि नारदी हे सर्व विश्वामित्राचे पुत्र असून ब्रह्मवाद करणारे मुनि होते. राजा, महातपस्वी विश्वामित्र जो क्षत्रिय त्याचा हा असा इतिहास आहे. युधिष्ठिरा, विश्वामित्राच्या पिंडांत ऋचीकानें श्रेष्ठ ब्रह्मतेजाची स्थापना केली होती व त्यामुळेंच तो क्षत्रिय असतांही ब्राह्मण्य पावला आणि त्यापासून पुढें ब्रह्मवादी पुत्र जन्मास आले. बाबारे, सोम, सूर्य व अग्नि ह्यांचें तेज धारण करणाऱ्या त्या दिव्य विश्वामित्राचें जन्मवृत्त अशा प्रकारचें आहे. राजश्रेष्ठा, आणखी तुला ज्या गोष्टींविषयीं शंका असेल त्या तूं मला खुशाल विचार; मी तुझ्या शंकेचें निवारण करीन.

अध्याय पांचवा.

—:०:—

शुकवासवसंवाद.

(दृढभक्तीचा महिमा.)

युधिष्ठिर विचारतोः- अहो धर्मज्ञ पितामह, दयाशील पुरुषाचे व भक्तजनाचे गुण श्रवण करावे अशी माझी इच्छा आहे, तर आपण त्यांचें निरूपण करा.

भीष्म सांगतातः— राजा युधिष्ठिरा, ह्या विषयास उद्देशून एक पुरातन इतिहास सांगत असतात. तो म्हटला म्हणजे महात्मा शुक व वासव ह्यांचा संवाद होय तो तूं आतां ऐक.

काशिराजाच्या देशांत एका गांवीं एक पारधी रहात असे. तो एके दिवशीं विषारी बाण घेऊन श्वापदांचा शोध करीत वनांत फिरत असतां त्यास जवळच घोर अरण्यांत हरिणांचा एक कळप दृष्टीस पडला. तेव्हां त्यानें तो भयंकर विषारी बाण एका हरिणावर मोठ्या वेगानें सोडला. परंतु त्या हरिणास तो न लागतां त्या अरण्यांतील एका महान् वृक्षास तो लागून त्या बाणांतील तीक्ष्ण विषाच्या योगें त्या वृक्षाचीं फळें व पत्रें गळून पडलीं व तो वृक्ष पार वाळून गेला! राजा, त्या वृक्षावर ढोलीमध्यें एक शुक (पोपट) फार दिवसांपासून रहात असे. त्या वृक्षाची अशी दशा झाली असतांही त्या शुकानें आपलें ठाणें त्या वृक्षावरून हालविलें नाहीं! त्या शुकाची त्या पादपाच्या ठिकाणीं इतकी विलक्षण भक्ति होती कीं, तो तेथेंच हालचाल वगैरे न करितां अन्नपाण्यावांचून म्लान होत गेला; आणि अखेरीस त्याची अशी अवस्था झाली कीं, त्याला बोलण्याचेंही सामर्थ्य राहिलें नाहीं व तो धर्मात्मा त्या वृक्षावरच कृतज्ञतापूर्वक अगदीं शुष्क होऊन मरण्यास टेंकला! राजा, तो उदार व महाधैर्यशाली प्राणी त्या वृक्षाबरोबर इतक्या विपन्न दशेस प्राप्त झालेला पाहून आणि त्याच्या ठिकाणची ही लोकोत्तर समदुःखसुखता व अमानुष सहिष्णुता अवलोकन करून पाकशासन इंद्राला मोठा विस्मय वाटला; आणि त्यास अशी तळमळ लागली कीं, तिर्यग्योनीच्या अंगीं असंभवनीय अशी ही अपूर्व वत्सलता ह्या पक्ष्याच्या ठायीं कशी बरें उत्पन्न झाली असावी? राजा धर्मा, नंतर इंद्रानें नीट विचार केल्यावर त्यास असें दिसलें कीं, पक्ष्याच्या ह्या आचरणांत आश्चर्यकारक तें काय आहे? मनुष्य घ्या किंवा इतर प्राणी घ्या—कृपा, क्रूरता वगैरे मनोवृत्ति सर्वत्र सारख्याच आढळतात. असो; मग इंद्रानें ब्राह्मणाचा वेष घेतला व तो भूतलावर उतरून त्या पक्ष्याच्या संनिध जाऊन त्यास म्हणाला, 'बा शुका, तूं सर्व पक्ष्यांमध्यें श्रेष्ठ आहेस. दक्षाची नात जी दाक्षेयी तिच्या कुलांत जन्म घेऊन तूं त्या दाक्षेयीच्या जन्माचें सार्थक्य केलेंस. बा शुका, मी तुला असें विचारतों कीं, तूं ह्या वृक्षाला कां बरें सोडून जात नाहींस?' युधिष्ठिरा, ह्याप्रमाणें इंद्रानें विचारिलें असतां शुकानें त्यास शिरसा वंदन करून म्हटलें, 'देवराजा, तुझें स्वागत असो. मीं आपल्या तपःप्रभावानें तुला ओळखिलें.' तेव्हां इंद्रानें 'शाबास, शाबास!' असे उद्गार काढिले आणि 'काय हो ह्याचें ज्ञान!' असें आश्चर्य प्रकट करून अंतर्यामीं त्याचा मोठा गौरव केला. नंतर इंद्रानें शुभकर्म करणाऱ्या त्या महाधार्मिक शुकाच्या मनांत त्या वृक्षाविषयीं किती प्रीति होती हें तत्काळ ताडिलें; तरीही त्यानें त्यास विचारिलें कीं, "बा शुका, ह्या वृक्षावरील पत्रें, फळें वगैरे सर्व गळून जाऊन हा अगदीं वाळून गेला असतांही तूं अद्याप ह्याचा आश्रय केला आहेसच

ह्यास म्हणावें तरी काय ? अरे, आतां येथें पक्ष्यांनीं वसती करावी असें ह्याजवर कांहीं तरी उरलें आहे काय ? बरें, हें वन लहान-सहान तरी आहे काय, कीं तुला ह्या वृक्षा-शिवाय अन्यत्र कांहीं तरणोपायच नाहीं ! पहा, ह्या महान् अरण्यांत दुसरे मोठमोठाले प्रचंड वृक्ष बहुत असून त्यांच्या ढोलींवर पल्लवा-दिकांची कशी निबिड व थंडगार छाया आहे. ह्यासाठीं ह्या महान् वनामध्यें ते वृक्ष उत्कृष्ट रीतीनें तुझा योगक्षेम चालविण्यास समर्थ आहेत. तेव्हां ह्या मरणोन्मुख झालेल्या क्षीण वृक्षास सोडून देऊन तूं चालता हो. पहा, ह्याजवर आतां कांहीं तरी टवटवी दिसत आहे काय ? अथवा ह्या जुनाट वृक्षाच्या ठिकाणीं कांहीं तरी सामर्थ्य उरलें आहे काय ? बा दूरवर दृष्टि देणाऱ्या शुका, ह्याचा नीट विचार कर आणि हा वृक्ष सोडून देऊन दुसऱ्या वृक्षाचा आश्रय कर. ”

भीष्म सांगतातः– राजा धर्मा, इंद्राचें तें भाषण श्रवण करून त्या धर्मशील शुकास अतिशय वाईट वाटलें व तो दुःखाचा दीर्घ सुस्कारा टाकून दीन मुद्रेनें म्हणाला, “ हे शचीपते, देवतांच्या आज्ञा सर्वतोपरी अनुल्लंघनीय होत; तथापि, हे देवश्रेष्ठा, तूं जें मला विचारिलेंस त्याचें मी जें उत्तर देत आहें तें ऐकून घे. देवाधिदेवा, ह्या वृक्षावरच माझें जन्म झालें, येथेंच माझ्या ठिकाणीं सद्गुणांची जोड झाली, येथेंच मी सुरक्षितपणें लहानाचा मोठा झालों, व येथेंच असल्यामुळें माझ्या वाटेस कोणीही जाऊं शकलें नाहीं; तेव्हां अशा ह्या प्रधान आधाररूप वृक्षाचा त्याग न करितां मी ह्यास नित्य चिकटून राहिलों, तरच माझ्या जन्माचें मीं सार्थक केलें असें नव्हे काय ? तेव्हां असें असतां, हे अनघा, तूं मजविषयीं अनुग्रहबुद्धीनें माझ्या जन्माची विफलता करण्यास कां बरें प्रवृत्त होत आहेस ? देववरा, मला ह्या वृक्षाबद्दल अत्यंत कींव येत आहे, कांहींही प्रसंग आला तरी मी ह्यास सोडणार नाहीं; व ह्याच्या ठिकाणीं माझी इतकी प्रीति आहे कीं, मला ह्याशिवाय दुसरी गतिच नाहीं असें मी म्हणतों ! तेव्हां, हे देवाधिदेवा, तूं मजवर करुणा कर आणि माझी बुद्धि भ्रष्ट करूं नको ! देवेंद्रा, साधूंनीं करुणा करणें हें महान् धर्माचें लक्षण होय आणि साधूंनीं करुणा केली असतां त्यापासून प्रेमाचा पूर वाहूं लागतो ! अमरश्रेष्ठा, जेव्हां जेव्हां कांहीं संशय उत्पन्न होतो, तेव्हां तेव्हां सर्व देव तुझ्या-कडूनच त्या संशयाचें निराकरण करून घेतात आणि ह्या तुझ्या लोकोत्तर सामर्थ्यामुळेंच तुला सर्व देवांचें आधिपत्य प्राप्त झालें आहे ! ह्यास्तव, हे सहस्राक्षा, मला हा वृक्ष सोडून जाण्याविषयीं प्रवृत्त करणें तुला बरें नव्हे. देवेश्वरा, बहुत कालपर्यंत ह्या वृक्षावर मीं उपजीविका चालवून, आज मीं ह्यास सोडून जावें हें सर्वथा अनुचित आहे ! ”

राजा युधिष्ठिरा, ह्याप्रमाणें शुकाचें विनयाचें भाषण श्रवण करून धर्मशील पाकशासन इंद्राला मोठा आनंद झाला; आणि शुकाची दया व दृढभक्ति मनांत आणून त्यास तो म्हणालाः– ‘बा शुका, तुझें हें वर्तन पाहून माझें मन सु-प्रसन्न झालें आहे; तर तूं जो इष्ट असेल तो वर मागून घे. ’ राजा युधिष्ठिरा, तेव्हां त्या दयाशील शुकानें अमरेश्वरापाशीं असा वर मागितला कीं, देवाधिदेवा, ह्या वृक्षाला पुनः पूर्ववत् ऐश्वर्य प्राप्त होऊन तें सदोदीत रहावें. त्या समयीं, राजा, शुकाची त्या वृक्षाच्या ठिकाणीं किती दृढभक्ति आहे हें मनांत आणून आणि त्याच्या शीलसंपदेचा विचार करून इंद्रानें मोठ्या प्रेमानें तत्काल त्या वृक्षावर अमृत सिंचिलें आणि त्याचे योगें त्याचें संजीवन होऊन त्याजवर लगेच पत्रें, फळें,

मनोहर शाखा वगैरे उत्पन्न झाल्या व शुकाच्या दृढभक्तीस्तव तो वृक्ष फिरून पूर्ववैभव पावला ! राजा, शुकाच्या त्या दयाविशिष्ट कर्माचें त्यास पुढें असें फळ मिळालें कीं, मरणानंतर त्यास शक्रलोकीं स्थान प्राप्त झालें ! युधिष्ठिरा, ज्याप्रमाणें भक्तिमान् शुकाच्या सहवासानें त्या वृक्षाला सर्व अर्थ प्राप्त झाले, त्याप्रमाणेंच भक्तिमान् पुरुषांच्या सहवासानें मनुष्यांनाही सर्व अर्थ प्राप्त होतात !

अध्याय सहावा.

—:०:—

दैव व उद्योग ह्यांमध्यें श्रेष्ठ कोण ?

युधिष्ठिर विचारतोः- हे महाप्राज्ञ पितामह, आपण सर्व शास्त्रांत प्रवीण आहां; तर दैव व उद्योग ह्यांमध्यें अधिक श्रेष्ठ कोण, ह्याविषयीं मला निरूपण करून सांगा.

भीष्म सांगताताः- बा युधिष्ठिरा, ह्या विषयासंबंधानेंही एका पुरातन इतिहासाचा दाखला देत असतात. तो इतिहास म्हणजे वसिष्ठ व ब्रह्मदेव यांचा संवाद असून, त्यांत ‘ दैव व मानुष प्रयत्न यांत श्रेष्ठ कोण ?’ हाच प्रश्न पूर्वी भगवान् वसिष्ठानें पितामह ब्रह्मदेवास विचारिला होता. त्या वेळीं देवाधिदेव ब्रह्मदेवानें सुंदर, सयुक्तिक व अर्थानें परिपूर्ण असें भाषण केलें.

ब्रह्मदेव म्हणालाः-बा वसिष्ठा, असा नियम आहे कीं, बीजावांचून कांहींएक जन्मास येत नाहीं व बीजावांचून फलही प्राप्त होत नाहीं. बीजापासून बीज उत्पन्न होतें आणि बीजापासूनच फल येतें. शेतकरी शेतांत ज्या प्रकारचें बीज टाकतो त्या प्रकारचें त्यास फळ मिळतें. जर त्यानें चांगलें बीं पेरिलें तर त्यास चांगलें फळ येतें; आणि वाईट पेरिलें तर वाईट फळ येतें. त्याप्रमाणेंच, क्षेत्र तयार न करितां त्यांत बीज टाकल्यानें जसें तें वायां जातें तसेंच उद्योग न करतां केवळ दैवावर अवलंबून राहिल्यानें तें दैव वायां जातें. दैव व उद्योग ह्यांचा विचार करीत असतां बीज व क्षेत्र ह्यांचा दृष्टांत उत्तम लागू पडतो. दैव हें बीजाच्या जागीं व उद्योग हा क्षेत्राच्या जागीं मानावा. क्षेत्र व बीज ह्यांचा समागम झाल्यावांचून ज्याप्रमाणें धान्यादिकांची प्राप्ति व्हावयाची नाहीं, त्याप्रमाणेंच उद्योग व दैव ह्यांची सांगड घातल्यावांचून पुरुषार्थप्राप्ति व्हावयाची नाहीं. पहा—उद्योगाचा प्रभाव प्रत्येकाच्या दृष्टोत्पत्तीस येत आहे. उद्योग करणारा पुरुष आपल्या उद्योगाचें फल स्वतः घेत असतो. तो जीं बरीं-वाईट कर्मे करितो त्यांचीं फलें तो उपभोगीत असतो, ही गोष्ट आपणांस ह्या लोकीं प्रत्यक्ष दिसते. त्यानें जर चांगला उद्योग केला तर त्यास सुख मिळतें आणि तो जर पापाचरणास प्रवृत्त झाला तर त्यास दुःख भोगावें लागतें. जर आपणांस कांहीं फल पाहिजे असेल तर आपण उद्योग केला पाहिजे. उद्योगावांचून कांहींएक साध्य होणार नाहीं. जो पुरुष सदुद्योग करितो त्यास ऐश्वर्य प्राप्त होऊन मोठी प्रतिष्ठा मिळते; पण जो भलतेंच करण्यास प्रवृत्त होतो त्याच्या हातचे सर्व अर्थ जाऊन जखमेवर क्षार टाकल्याप्रमाणें त्यास दुःख होतें. वसिष्ठा, तपश्चर्या, रूप, सौभाग्य, नानाविध संपत्ति वगैरे सर्व प्राप्त होण्यास उद्योग हेंच प्रमुख साधन होय. कोणीही जर कांहींएक उद्योग न करितां स्वस्थ बसेल तर केवळ दैवाच्या जोरावर त्यास कांहींएक मिळणार नाहीं. स्वर्ग, भोग किंवा इतर मनोरथ प्राप्त होण्यास उद्योग हाच प्रधान उपाय आहे. नक्षत्रें, देव, नाग, यक्ष, सूर्य, चंद्र, मारुत हे सर्व उद्योगाच्या योगानेंच मनुष्यकोटींतून देवकोटींत गेले. संपत्ति, मित्रवर्ग, कुलानुरूप वैभव व मोठेपणा ह्या सर्वांचा उपभोग घेण्यास सुद्धां उद्योग अवश्य केला पाहिजे.

केवळ निरुद्योगी राहून ह्या सर्वांचा उपभोगही घेतां येणार नाहीं. आतां सदुद्योग करण्यासंबंधीं मुख्य नियम म्हटला म्हणजे विप्रानें सात्विक आचरणानें, क्षत्रियानें पराक्रमानें, वैश्यानें मेहनतीनें व शूद्रानें सेवेनें आपापणास उचित अशी संपत्ति मिळवावी. अर्थप्राप्त्यर्थ न झटणारा, षंढासारखा वागणारा, निरुद्योगी रहाणारा, यज्ञयागादिक क्रिया न करणारा, नेभळेपणा धरणारा व तपश्चर्या न करणारा अशा पुरुषास अर्थसिद्धि होत नाहीं. अरे, ज्यानें तिन्ही लोक निर्माण करून दैत्य व सर्व देव उत्पन्न केले, तो हा भगवान् विष्णुसुद्धां समुद्रावर तपश्चर्या करीत आहे. बाबारे, उद्योगाला जर तदनुरूप फल मिळालें नाहीं, तर सर्वच निष्फल होऊन सर्व लोक खचित दैवावर भिस्त टाकून स्वस्थ बसतील व भलताच प्रसंग ओढवेल! जो पुरुष उद्योग न करतां दैवावर विसंबून रहातो त्याचे श्रम क्लीबाच्या स्त्रियेप्रमाणें व्यर्थ होतात. वसिष्ठा, बऱ्या-वाईट कर्मांचा विचार करितां त्यांचीं ह्या मृत्युलोकीं जीं फळें येतात तीं फारच मर्यादित असतात. पातकाचें फल देवलोकीं गेल्यावर ज्या मानाचें मिळतें त्या मानाचें तें मृत्युलोकीं मिळत नाहीं. ह्यास्तव आपण जीं कर्में करीत आहों त्यांचा नीट विचार केला पाहिजे. उद्योग केला असतां त्यास दैवाची जोड मिळते; पण उद्योग न करणाऱ्या प्राण्यास नुसतें दैव कांहींएक देऊं शकत नाहीं. दैव म्हणजे प्राचीन कर्मच होय. ज्या देवांनीं स्वर्गीतील महान् महान् स्थानें मिळविलीं त्यांचें दैव कांहीं लहानसहान नव्हे, हें उघड होय. तथापि त्यांचीं तीं स्थानें सुद्धां अनित्य (नाश पावणारीं) आहेत असें आढळतें; ह्यासाठीं देवादिकांना सुद्धां आपआपलीं स्थानें अढळ राखण्याकरितां उद्योग करणें अवश्य होतें. तर मग, कर्मावांचून नुसतें दैव काय करील किंवा काय करवील ह्याची अटकळ होत नाहीं काय? वसिष्ठा, ह्या लोकीं कोणीं कांहीं (यज्ञयागादिक) व्यवसाय आरंभिला म्हणजे लागलेच देव त्यांचा हेवा करावयास लागून कदाचित् त्यांच्यापासून परिणामीं आपला पाडाव होईल, या विचारानें त्यांच्या त्या व्यवसायास घोर विघ्न उत्पन्न करितात. ऋषि व देव ह्यांचा तर सदोदीत कलहच सुरू असतो. तेव्हां नुसत्या दैवावर हवाला ठेवून कालक्षेप करणें उचित होईल काय?

वसिष्ठा, यद्यपि कर्माची किंवा उद्योगाची महती सांगितली, तथापि दैव हें अगदींच पंगू आहे असें मात्र समजूं नको. ज्या दैवाच्या साहाय्यानें उद्योगाचें बीज होतें तें दैव अगदींच निर्बल असें कसें म्हणावें! परंतु इतकें खरें कीं, ज्याच्यापासून दैवाची प्रवृत्ति त्याची तरी उत्पत्ति कर्मरूपच आहे, याकरितां प्राधान्य हें कर्मालाच दिलें पाहिजे. असो; ह्या गोष्टीवर दृष्टि पुरवूनच देवलोकींही उद्योगाच्या साहाय्यानें बहुत सुखोपभोग भोगण्यांत येतात. सारांश, दैवाचें महत्व जरी असलें तरी उद्योगाचें महत्व लक्षांत आणून प्रत्येकानें वागलें पाहिजे. आपणच आपले हितकर्ते आणि आपणच आपले शत्रु; व त्याप्रमाणेंच आपण जीं चांगलीं किंवा वाईट कर्में करितों तीं पहाणारे साक्षीदार तरी आपले आपणच आहों. आपण जे बरे-वाईट उद्योग करूं ते त्या कर्मांत सिद्ध होतात; पण त्यांचीं फळें मात्र यथार्थ प्रतीतीस येत नाहींत. कारण त्यांत दैवाचा संबंध असल्यामुळें पापपुण्यांचा एकमेकांवर पगडा बसून त्यांस कधीं कधीं निराळेंच रूप प्राप्त होतें. वसिष्ठा, देवांना मुख्य आधार पुण्याचा. त्यांस पुण्याच्या बळावरच

सर्व कांहीं प्राप्त होतें. ह्यासाठीं पुण्यशील पुरुषापुढें देवाला सुद्धां हार खावी लागते.

वसिष्ठा, आतां हा विषय अधिक व्यक्त करण्याकरितां मी कांहीं उदाहरणें देतों तीं ऐक. पूर्वी ययाति राजा स्वर्गांतून भ्रष्ट होऊन भूतलावर पडला असतां त्याच्या नातवांनीं (कन्यापुत्रांनीं) पुण्यकर्मे करून त्यास पुनः स्वर्गांत नेऊन बसविलें. पुरूरवा नांवाचा राजर्षि—जो पूर्वी ऐल नांवानें विख्यात होता त्यास ब्राह्मणांनीं स्वर्ग जोडून दिला. कोसलाधिपति सौदास ह्यानें अश्वमेधादिक यज्ञ करून मोठा मान मिळविला असतांही महर्षींच्या शापामुळें त्यास राक्षस व्हावें लागलें ! अश्वत्थामा व परशुराम हे दोघेही मुनिपुत्र महाधनुर्धर असूनही आपल्या उत्तम कर्मांनीं स्वर्गास जाऊं शकले नाहींत ! वसु हा शतावधि यज्ञ करून जणू काय दुसरा इंद्रच अशी योग्यता पावला; परंतु एका मिथ्या वाक्याच्या उच्चारणानें त्याला भूतलाच्या अधोभागीं जावें लागलें ! विरोचनाचा पुत्र बलि ह्यास देवांनीं धर्मरूप पाशानें बांधिलें व विष्णूनें उद्योग करून त्यास पाताळांत रहावयास लाविलें. इंद्र हा ब्राह्मणस्त्रियांचा वध करून (भ्रष्ट करून) जाऊं लागला असतां त्याच्या मागोमाग जनमेजय राजा त्याचा पाठलाग करीत जाऊं लागला, तेव्हां देवांनींच त्यास अडथळा केला नाहीं काय ? ब्रह्मर्षि वैशंपायन हा अज्ञानानें ब्राह्मणाचा वध करून बालहत्येच्या पातकानें लिप्त झाला असतां त्याला देवांनीं खालीं ठेविलें नाहीं काय ? पहा—नृग राजर्षीनें पूर्वी महान् यज्ञ करून ब्राह्मणांना केवढें गोप्रदान केलें ? पण तें सर्व व्यर्थ होऊन त्याला अखेरीस सरड्याचा जन्म मिळाला ना ! राजर्षि धुंधुमार हा सत्रांतल्या सत्रांत वार्द्धक्य पावला आणि देवांनीं दिलेल्या वराचा अंगीकार करून गिरिव्रजांत निद्रित झाला ! महाबलवान् धार्तराष्ट्रांनीं पांडवांचें राज्य हरण केलें होतें तें पांडवांनीं पुनः हिसकावून घेतलें; पण तें दैवाच्या जोरावर नव्हे तर बाहूंच्याच जोरावर ! तपश्चर्या, व्रतवैकल्यें वगैरे कडकडीतपणानें करणाऱ्या मुनींना कोणीं शाप दिला असतां ते मुनि त्या शापाचें परिमार्जन करण्यासाठीं दैवावर भिस्त टाकतात किंवा उद्योगानेंच ते त्याचा प्रतिकार करितात ? पातकी जनांस लोकांत सर्व कांहीं मिळालें तरी तें त्यांजपाशीं टिकत नाहीं; कारण लोभमोहादिकांनीं युक्त असलेल्या पुरुषास दैव हें कधींही तारीत नाहीं. ज्याप्रमाणें अग्नि हा अगदीं सूक्ष्म असला तरी वाऱ्यानें चेतून मोठा होतो त्याप्रमाणेंच दैव हें दुबळें असलें तरी कर्माच्या योगें चेतलें जाऊन तें प्रचंड फल देतें ! जसा दिवा तेलाच्या क्षयानें मंदावत जातो तसें दैव कर्माच्या क्षयानें मंदावत जातें. विपुल धन, सुखोपभोग, स्त्रिया वगैरे प्राप्त झालीं असतांही पुरुष जर निरुद्योगी (कर्महीन) बसेल, तर त्यास त्यांचा उपभोग घेतां येणार नाहीं. परंतु **नित्य उद्योग करणारा महात्मा पुरुष पातालांत ठेविलेला व देवांनीं राखिलेला निधि सुद्धां हस्तगत करून घेतल्याशिवाय रहाणार नाहीं.** साधु लोकांचा मुख्य गुण म्हटला म्हणजे त्यांजपाशीं जें असेल नसेल तें सर्व ते दुसऱ्यास देऊन टाकावयाचे; परंतु ह्या त्यांच्या कर्माचा मोबदला त्यांस असा मिळतो कीं, देव हे त्यांचा आश्रय करून, मनुष्यलोकापेक्षां श्रेष्ठ जो देवलोक तो त्यांस प्राप्त करून देतात; पण जे पुरुष विपुल संपत्ति सांठवून ठेवितात त्या कृपणांचीं घरें म्हणजे श्मशानेंच होत असें देवांस वाटतें ! लोकांत जो पुरुष उद्योग न करितां स्वस्थ बसतो त्यास कांहीं फल मिळत नाहीं. त्याचप्रमाणें, जो पुरुष भलत्याच मार्गास

गेला त्याचा तो मार्गही दैवास बदलितां येत नाहीं; कारण तसें करण्यास दैव असमर्थ आहे. परंतु शिष्य जसा गुरूला अनुसरतो तसें दैव हें श्रेष्ठ जें कर्म त्यास अनुसरतें. सारांश, पुरुषाच्या हातून उत्तम प्रकारें उद्योग घडला असतां त्या उद्योगाच्या अनुसंधानानें दैवाला वागणें भाग पडतें. मुनिश्रेष्ठा वसिष्ठा, उद्योगाला सदोदीत फळ कशा प्रकारचें मिळत असतें ह्याचा मीं सूक्ष्म विचार करून हा निष्कर्ष तुला निरूपण केला आहे. ह्यांतील मुख्य आशय असा कीं, उत्तम प्रकारें उद्योग आरंभून तद्द्वारा दैवास चेतना द्यावी आणि मग दैव व उद्योग ह्यांच्या एकीकरणानें स्वर्गलोकचा मार्ग सुगम करून घ्यावा.

अध्याय सातवा.

—:०:—

शुभ कर्माचीं फळें.

युधिष्ठिर म्हणालाः—हे महच्छ्रेष्ठ भरतर्षभ भीष्मा, माझें आपणास असें विचारणें आहे कीं, आपण मला सर्व शुभ कर्माचीं फळें सांगावीं; तर तसें करा.

भीष्म सांगतातः—भारता धर्मा, तूं जें विचारीत आहेस, तें मी तुला सांगतों, ऐक. बाबारे, ऋषिजनांच्या ठिकाणीं जें मोठें गूढ ज्ञान वसत असतें तें हेंच. हें ज्ञान झाल्यानें, आपल्या मनांत फार दिवसांपासून असलेली इच्छा मेल्यानंतर परिपूर्ण होण्यासाठीं ह्या जन्मीं कोणतें कर्म केलें पाहिजे हें तुला समजेल. बाबारे, मनुष्य ज्या ज्या इंद्रियानें जें जें कर्म करितो त्या त्या इंद्रियानेंच तो त्या त्या कर्माचें फळ भोगितो. उदाहरणार्थ—मनुष्यानें मनानें जर कांहीं कर्म केलें असलें तर तो त्याचें फळ स्वप्नामध्यें वगैरे मनानेंच भोगितो; जर त्यानें देहानें कांहीं कर्म केलें असलें, तर तो त्याचें फळ जागृतीमध्यें वगैरे देहानेंच भोगितो. त्याप्रमाणेंच, मनुष्य ज्या ज्या अवस्थेंत जें जें शुभाशुभ कर्म करितो त्याचें फळ त्यास त्या त्या अवस्थेंत मिळतें. उदाहरणार्थ—बालदशेंत किंवा संकटांत मनुष्य जें जें कर्म करितो त्याचें फळ त्यास मेल्यानंतर प्राप्त होणाऱ्या जन्मामध्यें बालदशेंत किंवा संकटांत प्राप्त होतें. या जन्मीं पंच इंद्रियें नित्य जीं कर्में करितात तीं कधींही नष्ट होत नाहींत. पंच इंद्रियें व सहावें मन हीं त्यांचीं नेहमींचीं साक्षी आहेत. मनुष्यानें मन, नेत्र व मधुर वाणी ह्यांचा अतिथिपूजेकडे उपयोग करावा. तसेंच त्यानें अतिथीच्या मागून फिरावें, व त्याची पडेल ती चाकरी करावी. ह्या यज्ञास ‘ पंचदक्षिण यज्ञ ’ असें म्हणतात. युधिष्ठिरा, जो मनुष्य मार्गांत उभा रहातो व श्रांत झालेल्या अनोळखी वाटसरूस सुंदर अन्न अर्पण करितो, त्याला अपरिमित पुण्य लागतें. जे पुरुष स्थंडिलांवर निद्रा करितात त्यांना गृहें व शय्या प्राप्त होतात. जे पुरुष चिंध्या व वल्कलें नेसून कालक्षेप करितात त्यांस वस्त्रें व अलंकार प्राप्त होतात. जो मनुष्य योगमार्गांत निमग्न होत्साता तपश्चर्येंत काल घालवितो त्यास अश्वादिक वाहनें व पालख्या वगैरे यानें प्राप्त होतात. जो राजा अग्नीच्या सन्निध निद्रा करतो त्याच्या ठिकाणीं दिव्य पराक्रम प्रकट होतो. जो मनुष्य रस वर्ज्य करितो त्यास सौभाग्य मिळतें. जो मांसाहार सोडून देतो, त्यास पुत्र व पशु ह्यांचा लाभ होतो. त्याप्रमाणेंच, जो मनुष्य खालीं डोकें करून लोंबकळतो किंवा पाण्यांत वसती करितो किंवा नित्य ब्रह्मचर्यव्रत पाळितो, त्याचे इष्ट मनोरथ सिद्धीस जातात. धर्मराजा, उदक, आसन, दीप, अन्न व आश्रम हीं अर्पण करून अतिथीची पूजा करणें यालाही ‘ पंचदक्षिण यज्ञ ’ असें म्हणतात. युधिष्ठिरा, जो पुरुष रणांगणांत वीर-

शय्येवर पडून वीरस्थानीं (स्वर्गलोकीं) गमन करितो, त्याचा तो स्वर्गलोक कधींही नष्ट होत नाहीं व त्याचे सर्व मनोरथ तेथें सिद्धीस जातात. राजा, दानाच्या योगें धन मिळतें; मौन पाळण्याच्या योगें लोक आपली आज्ञा पाळितात; तपश्चर्येनें भोग मिळतात; ब्रह्मचर्यानें आयुष्य वाढतें; अहिंसेच्या योगें रूप, ऐश्वर्य व आरोग्य हीं प्राप्त होतात; फळें व मुळें खाऊन राहाणाराला राज्य मिळतें; पत्रांवर निर्वाह चालविणाराला स्वर्ग मिळतो; आणि कांहींएक न खातां मरणाराला सर्व प्रकारचें सुख लागतें. राजा, जो मनुष्य केवळ भाजीपाल्यावर उपजीविका चालवितो त्यास विपुल गाई मिळतात; जो तृणाशनावर राहातो तो स्वर्गास जातो; जो मनुष्य स्त्रीसुखापासून अलिप्त राहातो व रोज त्रिकाळ स्नान करून अर्घ्यप्रदान करितो व वाऱ्यावर उपजीविका चालवितो, त्याला यज्ञयागादिकांचें पुण्य लागतें; जो मनुष्य खरेपणानें वागतो त्यास स्वर्ग मिळतो; जो यज्ञ करितो त्यास उत्तम कुल प्राप्त होतें; जो संस्कारवान् द्विज नित्य अग्निहोत्र धारण करितो व उदकावर देहयात्रा करून गायत्रीचा जप चालवितो त्यास राज्य मिळतें; व जो असा पुरुष कांहींच खात नाहीं त्यास स्वर्ग लाभतो; जो मनुष्य बारा वर्षेपर्यंत दीक्षा घेऊन उपवास किंवा तीर्थाटन करितो त्यास स्वर्गलोकापेक्षांही श्रेष्ठ असा जो ब्रह्मलोक तो प्राप्त होतो; जो पुरुष सर्व वेदांचें अध्ययन करितो तो तत्काळ दुःखापासून मुक्त होतो; आणि जो पुरुष अध्यात्मशास्त्राचे नियम पाळितो त्यास स्वर्गलोक प्राप्त होतो.

राजा धर्मा, अध्यात्मशास्त्राच्या नियमांतील पहिला नियम म्हटला म्हणजे वासनेचा निरोध करणें हा होय. बाबारे, वासनेचा त्याग करणें हें मोठें अवघड आहे. ज्यांची बुद्धि चांगली परिपक्व झाली असेल त्यांनाच वासनेचें नियमन करितां येईल. दुर्बुद्धि जनांना तिचा त्याग करणें अशक्य. मनुष्य जरी शरीरानें जीर्ण होत गेला तरी त्याची वासना जीर्ण होत नाहीं. वासना हा प्राणांचा अंत होईपर्यंत टिकणारा रोग होय. जो पुरुष ह्या वासनेचा त्याग करितो त्याला अपूर्व सुख प्राप्त होतें. बाबारे, प्राक्तनकर्माचा प्रभावही मोठा विलक्षण आहे. ज्याप्रमाणें हजारों गाईंमध्यें वासरूं हें आपल्या मातेला नेमकें निवडून काढून तिजजवळ जातें, त्याप्रमाणें प्राक्तनकर्म कर्त्याप्रत जातें. बाबा, वृक्षादिकांना फळें व पुष्पें येण्याविषयीं जशी प्रेरणा करावी लागत नाहीं—तीं त्या त्या कालीं येतातच, तशीच प्राक्तनकर्माची स्थिति असते. मनुष्य वयोवृद्ध झाला कीं त्याचे केश गळूं लागतात, दांत पडतात आणि नेत्र व कर्ण आपआपलीं कामें पूर्ववत् करीतनासे होतात; पण तृष्णेची (वासनेची) मात्र तशी अवस्था होत नाहीं; ती जीर्ण न होतां उलट अतिशय बळावते ! बाबा, ज्या गोष्टीनें पित्याचा संतोष होतो त्याच गोष्टीनें प्रजापतीस समाधान वाटतें; ज्या कृत्यानें माता सुप्रसन्न होते त्याच कृत्यानें पृथ्वीला आनंद वाटतो; आणि ज्या कर्मानें उपाध्यायाला कौतुक उत्पन्न होतें त्याच कर्मानें ब्रह्मदेवाची पूजा घडते. युधिष्ठिरा, जो पुरुष माता, पिता व उपाध्याय ह्यांप्रमाणें पृथ्वी, प्रजापति व ब्रह्मदेव ह्यांचा आदर करितो, त्यास सर्व धर्मांचें फळ मिळतें व जो पुरुष ह्या तिहींचा आदर करीत नाहीं त्याच्या सर्व धर्मक्रिया फुकट जातात !

वैशंपायन सांगतातः— राजा जनमेजया, भीष्माचें हें भाषण श्रवण करून धर्मादिक कुरुश्रेष्ठांना मोठा विस्मय वाटला आणि त्यांना अतिशय आनंद होऊन त्यांस भीष्माचें भाषण ऐकण्याविषयीं अधिक लालसा उत्पन्न झाली.

राजा, मीं जें तुला हें निवेदन केलें त्याजवर अश्रद्धा करूं नको. शुभ कर्मांच्या फलांविषयीं मीं जें तुला विवरण करून सांगितलें तें सर्वथा सत्य मान. ज्याप्रमाणें जयाच्या आशेनें मंत्राचा जप केला असतां तो व्यर्थ होतो, अथवा ज्याप्रमाणें सोमयाग दक्षिणेशिवाय फुकट जातो, किंवा ज्याप्रमाणें मंत्रावांचून अग्नींत हवन केलें असतां तें फलद्रूप होत नाहीं,–उलट ह्या सर्व गोष्टींपासून अनर्थ मात्र घडतात, त्याप्रमाणेंच मिथ्या भाषणानें कांहींएक हित न होतां उलट भयंकर हानि घडते. असो; हे समर्था, ऋषींपासून श्रवण केलेलें हें कर्ममाहात्म्य मीं तुला निवेदन केलें आहे. शुभाशुभ फलांच्या प्राप्तीसाठीं आतां आणखी काय ऐकण्याची तुझी इच्छा आहे ?

अध्याय आठवा.

—:०:—

ब्राह्मणांची पात्रता.

युधिष्ठिर विचारतोः—हे भारत, पूजा कोणाची करावी, नमस्कार कोणाला करावा, वंदनीय कोण आणि प्रेम कोणावर करावें, हें सर्व मला सांगा. पितामहा, ह्या भयंकर संकटांत असतांही, सर्व मानवलोकांत आपलें मन कोणाकडे आहे आणि ह्या लोकीं व परलोकीं अत्यंत श्रेयस्कर असें काय, तें निरूपण करा.

भीष्म सांगतातः—धर्मराजा, सर्व लोकांत माझें प्रेम ब्राह्मणांवर असून, त्यांतही, जे कोणी ब्रह्मचिंतन करणें हें जीवितसर्वस्व मानितात, आत्मस्वरूपाची ओळख हाच ज्यांचा स्वर्ग, आणि स्वाध्याय करणें हीच ज्यांची तपश्चर्या, त्या ब्राह्मणांस मी अत्यंत मान देतों. त्याप्रमाणेंच युधिष्ठिरा, ज्यांमधील, बालकें व वृद्ध पुरुषही वाडवडिलांपासून चालत आलेल्या राज्यशकटाचें जूं उचलून धरून तो राज्यशकट पुढें चालवितात व त्याच्या ओझ्याखालीं खचून जात नाहींत, त्या क्षत्रियांसही मी फार मान देतों. राजा, त्याप्रमाणेंच जे सत्पुरुष विद्यार्जनांत निमग्न असतात, ज्यांनीं इंद्रियांचें उत्तम दमन केलें आहे, जे मधुर भाषण करितात, ज्यांचें ज्ञान व वर्तन उत्कृष्ट आहे, ज्यांनीं सतत ब्रह्मचिंतन करून आत्मज्ञान जोडिलें आहे, जे हंसांच्या समुदायाप्रमाणें सभांमध्यें दिव्य मेघांच्या ध्वनीसारख्या गंभीर वाणीनें राजांच्या सपीप मंगलदायक, गोड व सुंदर भाषण करितात व ज्यांचें तें भाषण ह्या लोकीं आणि मेल्यावरही सुखोत्पादन करण्यास समर्थ असतें, त्या लोकोत्तर पुरुषांच्या ठिकाणीं व त्याचप्रमाणेंच त्यांचें तें उत्तम भाषण जे कोणी सन्मान्य व विज्ञानगुणसंपन्न पुरुष सभांमध्यें सतत श्रवण करितात त्यांच्या ठिकाणींही मी अतिशय प्रीति करितों. त्याप्रमाणेंच, हे कुंतीपुत्रा, जे कोणी पुण्यशील पुरुष नित्य उत्कृष्ट प्रकारचें अन्न सिद्ध करून तें गुणान्वित व निर्मळ अन्न ब्राह्मणांना तृप्त करण्याकरितां अर्पण करतात, त्यांजकडेही माझें मन अतिशय ओढ घेतें. राजा, समरांगणांत लढणें हें शक्य आहे, पण असूया (हेवा लोभ वगैरे) न धरितां दान करणें हें शक्य नाहीं! राजा युधिष्ठिरा, लोकांत शतावधि शूर वीर असतात, पण त्यांचें परिगणन चालू असतां दानशूर पुरुष श्रेष्ठत्व पावतो. बाळा धर्मा, ब्राह्मणांचें महत्त्व जितकें वर्णावें तितकें थोडेंच! फार काय सांगूं? जर मी यःकश्चित् ब्राह्मण झालों असतों, तरीही मी धन्यता मानिली असती; मग एखाद्या श्रेष्ठ ब्राह्मणकुलांत जन्म पावून आणि धर्माचरण हेंच अंतिमसाध्य मानून तपश्चर्या व वेदाध्ययन ह्यांतच जर रममाण झालों असतों, तर माझ्या भाग्यास सीमाच राहिली नसती! हे पांडुनंदना, ह्या

लोकांत मला तुझ्याहून प्रियतर असें कांहींच नाहीं. तथापि, तुझ्याहूनही अधिकप्रिय असे मला ब्राह्मण हे होत. बाबारे, मला तुझ्यापेक्षां ब्राह्मण हे अधिक आवडतात, ह्यामुळेंच, जेथें शंतनु राजाचें वास्तव्य आहे त्या लोकीं मी प्रयाण करीन. राजा, ब्राह्मणांच्या ठिकाणीं माझी जितकी भक्ति आहे, तितकी भक्ति माझ्या पित्याच्या किंवा आज्याच्या किंवा जे कोणी इतर सुहृज्जन आहेत त्यांच्याही ठिकाणीं नाहीं. राजा, ह्या स्थळीं सत्कर्मशील ब्राह्मण अधिष्ठित आहेत, ह्यामुळे प्रस्तुत समयीं मी ह्या प्राणसंकटांत असतांना देखील मला ह्या लहानमोठ्या यातना अगदीं जाणवत नाहींत. राजा, कृतीनें, वाणीनें किंवा मनानें जें मीं ब्राह्मणांच्या संतोषाकरितां आजवर केलें, त्या माझ्या पुण्यसंचयामुळेंच मला ह्या घोर प्रसंगीं दुःख होत नाहीं! मला लोक 'ब्राह्मणांना बहुमान देणारा' म्हणून जी पदवी देतात त्या पदवीमुळें मला मोठा संतोष होतो, आणि सर्व पवित्र गोष्टींमध्यें हीच गोष्ट अत्यंत श्रेष्ठ होय, असें सर्वांचें मत आहे. राजा, मी ब्राह्मणांचा भक्त असल्यामुळें मला माझ्या दृष्टीसमोर शुद्ध व निर्मळ असे लोक दिसत आहेत. बाळा, मी आतां लवकरच तेथें जाईन व मग तेथून परत येणार नाहीं. युधिष्ठिरा, ज्याप्रमाणें लोकांत स्त्रियांचा मुख्य धर्म म्हटला म्हणजे त्यांनीं 'भर्ता हाच आपला आधार' अशी श्रद्धा बाळगावी, आणि तोच देव व तोच गति असें अनन्यभावानें चिंतावें, त्याप्रमाणेंच क्षत्रियांनीं ब्राह्मणांबद्दल पूज्यबुद्धि ठेवून त्यांसच आधारस्तंभ करावें. बाबा, शंभर वर्षांचा क्षत्रिय व दहा वर्षांचा उत्तम ब्राह्मणबालक असेल, तर तो ब्राह्मणबालक गुरु व तो क्षत्रिय त्याचा आज्ञाधारक शिष्य, अशी भावना झाली पाहिजे; आणि त्यांमध्यें पितापुत्रांचें नातें आहे असें मानण्यांत आलें पाहिजे. राजा, स्त्री ही पतीच्या अभावीं दिराला जशी पति करिते, तशीच पृथ्वी ही ब्राह्मणाच्या अभावीं क्षत्रियाला पति (राजा) करिते. ह्यास्तव, ब्राह्मण हे पुत्रवत् रक्षण करावे, गुरूप्रमाणें त्यांची पूजा व्हावी, व अग्नीप्रमाणें त्यांची आराधना घडावी. राजा, ब्राह्मण हे अत्यंत सरळ, सत्यशील, सदाचरण करणारे व सर्व प्राण्यांविषयीं वत्सल असे असले, तरी क्रुद्ध झाले असतां सर्पासारखे जलाल असे होतात, म्हणून त्यांची सदासर्वकाळ मनधरणी करून त्यांस बहुमान देणें अगदीं अवश्य होय. युधिष्ठिरा, तेज व तप ह्यांस नित्य भ्यावें; दोहोंपासूनही दूर दूर असावें; कारण दोहोंचाही व्यवसाय मोठा त्वरित असतो आणि तपस्वी ब्राह्मण हे कोपायमान झाले असतां क्षणांत प्राणघात केल्यावांचून रहात नाहींत! राजा, तप व तेज हीं मोठीं प्रखर असलीं, तरी शांत मनाच्या ब्राह्मणापुढें त्या दोघांचाही पाड लागत नाहीं. त्या ब्राह्मणाच्या नाशाकरितां जर तप व तेज ह्यांची योजना केली तर तीं दोन्ही तत्काळ नाश पावतात. राजा, जर तप व तेज ह्यांची परस्परांवर योजना केली, तर दोहोंचाही नाश होईल हें खरें, पण एकाचा (तेजाचा) समूळ नाश होईल व दुसऱ्याचा (तपाचा) अंश अवशिष्ट राहील. राजा, ज्याप्रमाणें गोरक्षकानें नित्य हातांत दंड धारण करून गाई राखिल्या पाहिजेत, त्याप्रमाणें क्षत्रियानें ब्राह्मण व त्यांचें ब्रह्मतेज हीं मोठ्या दक्षतेनें राखिलीं पाहिजेत. राजा, पिता हा पुत्राचें रक्षण करितो, तद्वत् क्षत्रियानें धर्मशील ब्राह्मणांचें रक्षण करून त्यांच्या घरीं उपजीविकेचें साधन आहे कीं नाहीं ह्याजबद्दल नीट पूसतपास ठेवावी.

अध्याय नववा.

—:०:—

कोल्हा व वानर याचा संवाद.

युधिष्ठिर म्हणालाः— महाद्युतिमान् पितामह, जे पुरुष ब्राह्मणांना कांहीं देण्याचें कबूल करून मग मूर्खपणानें तदनुसार वर्तन करीत नाहींत, त्यांची पुढें काय वाट होते बरें? अहो महाधर्मज्ञ भीष्मा, त्या दुरात्म्यांना पुढें त्या पातकाबद्दल काय फळ मिळतें, तें मला सविस्तर सांगा.

भीष्म सांगतातः—जो मनुष्य थोडें किंवा फार देण्याचें वचन देऊन त्याप्रमाणें तें देत नाहीं, त्या मनुष्याच्या सर्व आशा व्यर्थ जाऊन, क्लीबाला ज्याप्रमाणें प्रजाफल मिळत नाहीं त्याप्रमाणें त्यास आशाफल मिळत नाहीं. राजा, ज्या दिवशीं तो मनुष्य जन्मास येतो व ज्या दिवशीं त्याचा अंत होतो, त्या दोन दिवसांच्या मधील अवधींत त्यानें जें कांहीं पुण्य केलें असेल अथवा त्यानें जें कांहीं दान किंवा हवन केलें असेल अथवा त्यानें जी कांहीं तपश्चर्या केली असेल ती सर्व व्यर्थ होते, असें धर्मशास्त्रवेत्ते पुरुष आपल्या कुशाग्र बुद्धीच्या योगें शास्त्रार्थाचें अवगाहन करून प्रतिपादितात. राजा धर्मा, जे पुरुष दानकर्माचें वचन मोडितात, त्यांच्या हातून त्यामुळें जें पातक होतें त्याजबद्दल त्यांस प्रायश्चित्त करणें ह्मणजे त्यांनीं सहस्र श्यामकर्णांचें दान केलें पाहिजे, असें धर्मशास्त्रवेत्ते पुरुष सांगतात. राजा, ह्या विषयास अनुसरून एक पुरातन इतिहास सांगण्यांत येत असतो तो इतिहास म्हटला म्हणजे कोल्हा व वानर ह्यांचा संवाद होय.

हे शत्रुसंहारका धर्मराजा, एक कोल्हा व एक वानर पूर्वजन्मीं मनुष्य असतां स्नेही होते व पुढें ते भिन्न योनीप्रत जाऊन कोल्हा व वानर झाले. नंतर एके प्रसंगीं त्या वानरानें स्मशानांत कोल्हा हा मेलेल्या प्राण्याचें शरीर भक्षण करीत आहे असें पाहिलें, तेव्हां त्यास त्याच्या पूर्व जातीचें स्मरण झालें व तो म्हणाला, " बा शृगाला, पूर्वीं तूं असें कोणतें घोर कर्म केलेंस कीं ज्या कर्माच्या पातकामुळें तुला ह्या जन्मीं मसणवटींत ह्या सडक्या मढ्यांचें मांस खाण्याचा प्रसंग प्राप्त झाला ? " राजा, ह्याप्रमाणें वानराचा प्रश्न श्रवण करून कोल्हा वानरास म्हणाला, " वानरा, मीं ब्राह्मणांस कांहीं देण्याचें कबूल करून पुढें त्याप्रमाणें वर्तन केलें नाहीं, त्याचें हें फळ मी सध्या भोगीत आहें व त्यामुळेंच मी सांप्रत ह्या पापयोनींत जन्म घेऊन क्षुधाकुल होत्साता हें असलें अमंगळ भक्ष्य सेवन करीत आहें ! "

भीष्म सांगतातः—नरश्रेष्ठा राजा धर्मा, तेव्हां त्या कोल्ह्यानें आणखी त्या वानराला विचारिलें कीं, ' बाबारे, तूं ह्या जन्मीं वानर झालास त्यास तरी काय कारण घडलें बरें ? तुझ्या हातून तुला ही स्थिति प्राप्त होण्यासारखें कोणतें पाप झालें असेल तें सांग

वानर म्हणालाः— बा शृगाला, मी पूर्वीं नित्य ब्राह्मणांचीं फळें खात असें, त्यामुळें मला आतां वानरयोनींत जन्म घेणें भाग पडलें ! ह्यास्तव, बाबारे, ब्राह्मणांचें जें कांहीं धन असेल तें शहाण्यानें कधींही हरण करूं नये. त्याप्रमाणेंच, ब्राह्मणांशीं विवाद करण्याचा प्रसंग आणूं नये व जें कबूल केलें असेल त्या वचनाचा भंगही करूं नये.

भीष्म सांगतातः-राजा युधिष्ठिरा, धर्म जाणणारा माझा अध्यापक ब्राह्मण पुण्यकारक पुरातन कथा सांगत असतां त्याच्या मुखांतून हा असा इतिहास मीं ऐकिला आहे. त्याप्रमाणेंच, हे पांडुपुत्रा युधिष्ठिरा, पूर्वीं ब्राह्मणांस उद्देशून नृग राजाची कथा सांगणाऱ्या वासुदेवाच्या

मुखांतूनही हा इतिहास मीं श्रवण केला आहे. बाबारे, ब्राह्मणांच्या धनांचा कधींही अपहार करूं नये, नेहमीं त्यांवर क्षमा करावी, व ते जरी वयानें लहान, दरिद्री किंवा कृपण असले तरी त्यांचा अवमान करूं नये, असेंच मला नेहमीं ब्राह्मण सांगत असतात. राजा, ब्राह्मणाला जें देण्याविषयीं आपण वचन दिलें तें दिलेंच पाहिजे; त्याची फिरून आपण आशा करणें वाजवी नाहीं. राजा, अमुक एका वस्तूविषयीं ब्राह्मणाच्या मनांत जेव्हां आपण आशा उत्पन्न केली, तेव्हांच तो प्रदीप्त अग्नीप्रमाणें आपण चेतविला असें समजलें पाहिजे. ह्यास्तव पूर्व आशेच्या योगानें चेतविलेला अग्नि निराशारूप क्रोधानें भडकला असतां तो मग ज्यावर दृष्टिपात टाकील त्याला खचित तृणराशीप्रमाणें जाळून खाक करील ! पण जर तोच ब्राह्मण आशेच्या सिद्धीनें संतुष्ट झाला व आपलें अभीष्ट चिंतूं लागला, तर तो ब्राह्मण म्हणजे आपल्या देशांतील आपत्तिरूप रोगांची चिकित्सा करणारा महाभिषेकच होय ! राजा, अशा प्रकारचा ब्राह्मण जर देशांत असेल, तर तो पुत्र, पौत्र, आप्त, सचिव, पशु व सर्व देश ह्यांचें योगक्षेम इच्छून सर्वांचा उत्कर्ष करील ! राजा, ह्या भूतलावर ब्राह्मणांच्या अंगीं हें अशा प्रकारचें उदात्त तेज वसतें, जणू काय ह्या धरणीतलावर सहस्रकिरण आदित्याचाच तो उज्ज्वल प्रकाश होय ! ह्यासाठीं, युधिष्ठिरा, ह्या लोकीं ब्राह्मणाला ज्याविषयीं वचन दिलें असेल, तें अवश्यत्वानें अर्पण केलेंच पाहिजे. असें केल्यानें त्या दात्याला खचित उत्तम वर्ण प्राप्त होईल. बाबारे, ब्राह्मणाला दान दिल्यानें उत्तम जो स्वर्ग तो निश्चयानें मिळेल ह्यांत संदेह नाहीं. कारण दान ही अति मोठी क्रिया आहे. युधिष्ठिरा, ह्या लोकीं ब्राह्मणांला दान केल्यानें देवता व पितर हे तृप्त होतात; म्हणून ज्ञानी मनुष्यानें ब्राह्मणांना दानें द्यावीं. हे भरतश्रेष्ठा, ब्राह्मण हें एक महातीर्थ आहे. कसाही प्रसंग आला असतां ब्राह्मण हा पूजा वगैरे प्राप्त झाल्यावांचून आपल्या येथून विमुख जाऊं नये.

अध्याय दहावा.

—:०:—

अपात्रीं उपदेशाचें फल.

युधिष्ठिर ह्मणाला:— राजर्षे भीष्मा, स्वार्थ साधण्याच्या हेतूनें किंवा केवळ निरपेक्ष बुद्धीनें बरें करावें म्हणून जातीनें हीन अशा मित्राला जर उपदेश केला, तर त्या उपदेशकाला कांहीं दोष लागतो किंवा नाहीं, हें आपण यथार्थ रीतीनें निरूपण करून सांगा. पितामह, धर्माची गति फार सूक्ष्म असल्यामुळें त्याचा विचार करींत असतां मनुष्यें भ्रांत होतात !

भीष्म सांगतात :— राजा धर्मा, हा विषय तुझ्या ध्यानांत येण्यासाठीं मीं पूर्वीं ऋषिजनांच्या मुखांतून जें ऐकिलें आहे तें जसेंच्या तसें यथाक्रम सांगतों तें तूं ऐक. राजा, जो जातीनें हीन आहे अशा कोणत्याही पुरुषास उपदेश केला तर त्यापासून त्या उपदेशकाला महान् दोष लागतो, असें ह्मणतात. युधिष्ठिरा, अनधिकारी मनुष्याला उपदेश केल्यामुळें पूर्वी जो एक अनर्थ घडून आला त्याचा तूं विचार कर, ह्मणजे सर्व कांहीं तुझ्या ध्यानांत नीटपणें येईल. राजा, आतां मी तुला जो इतिहास सांगणार, तो, हिमवान् पर्वताच्या पवित्र पार्श्वभागीं जेथें ब्राह्मणांचे आश्रम होते तेथें घडून आला.

युधिष्ठिरा, हिमवान् पर्वताच्या त्या पठारावर एक पुण्यकारक आश्रम होता. त्या आश्रमासमीप नानाविध वृक्षांची गर्द झाडी असून आसमंताद्भागीं नानाप्रकारचीं झुडुपें व वेली सर्वत्र लागून गेल्या होत्या. तेथें हरिणें व पक्षी

संचार करीत असून सिद्ध व चारणही येऊन राहिले होते. जिकडे तिकडे पुष्पें विकसित झालीं असल्यामुळें तें वन अतिशय रम्य दिसत होतें. त्या पवित्र गिरिप्रदेशीं बहुत ब्रह्मचारी व वानप्रस्थ वसती करून राहिले होते. तेथें अग्नि व आदित्य ह्यांजप्रमाणें अत्यंत देदीप्यमान असे भाग्यशाली ब्राह्मण तपश्चर्या व व्रतवैकल्यें करीत होते. त्या स्थळीं बहुत योगी आहारादिकांचा निग्रह करून दीक्षा घेऊन ब्रह्मचिंतन करीत बसले होते. तेथें बहुत वालखिल्य व संन्यासी आपापलीं कर्मे करीत होते; आणि सर्वत्र तपोऽनुष्ठान, वेदाध्ययन व वेदघोष ह्यांचा एकत्र ध्वनि चालला असून जिकडे तिकडे गजबज उडाली होती.

युधिष्ठिरा, एके समयीं कोणी एक शूद्र भूतदयेनें अन्वित होत्साता सर्वसंगपरित्याग करून मोठ्या उल्हासानें त्या आश्रमास प्राप्त झाला. तेथें आल्यावर तपस्वी जनांनीं त्याचा मोठा आदरसत्कार केला. त्या समयीं आश्रमांत ते देवतुल्य व महातेजःपुंज असे मुनींचे समुदाय पाहून आणि त्यांनीं अनेक प्रकारच्या दीक्षा घेतल्या आहेत असें अवलोकन करून त्या शूद्र अतिथीला मोठा आनंद झाला; आणि, हे भरतर्षभा, आपणही अशीच तपश्चर्या करावी असें त्याच्या मनांत आलें. राजा, नंतर त्यानें कुलपतीचे पाय धरिले व त्यास म्हटलें, 'द्विजश्रेष्ठा, तुझ्या कृपेनें मला धर्मोपदेश व्हावा असें मी इच्छितों; तर, हे भगवंता, तूं मला धर्मोपदेश कर व मला विधिवत् संन्यासदीक्षा दे. मुनिवरा, मी हीनवर्णाचा शूद्र आहें. मी आपली सेवा करण्याची इच्छा करीत आहें; तर ह्या शरणागतावर अनुग्रह कर.

कुलपति ह्मणाला:—बाबारे, येथें शूद्रानें संन्यासदीक्षा घेऊन धर्माचरण करणें शक्य नाहीं. जर तुझ्या मनांत असेल तर तूं येथें निरंतर सेवा करीत रहा. बाबारे, तूं सेवेच्या योगें श्रेष्ठ लोकीं गमन करशील ह्यांत अगदीं संदेह नाहीं.

भीष्म सांगतात:—राजा धर्मा, कुलपतीचें हें भाषण श्रवण करून तो शूद्र मोठ्या विचारांत पडला आणि ह्मणाला, 'अहो, आतां मीं काय करावें बरें! माझी आसक्ति तर धर्माविषयीं फार आहे! बरें असो! माझ्या ध्यानांत आलें! आतां मी इष्ट ती गोष्ट करितों!' राजा, नंतर तो शूद्र त्या आश्रमांतून निघाला व दूर जाऊन तेथें त्यानें एक पर्णकुटिका तयार केली. तीमध्यें त्यानें वेदी घातल्या, भूमि तयार केली, देवता मांडल्या, आणि वाणीचा निरोध करून तो व्रतवैकल्यें करूं लागला. राजा, त्या समयीं तो नियमानें त्रिकाल स्नान करी व देवतांची पूजा करून होमहवन करी. त्या समयीं त्यानें सर्व इच्छांचा निरोध केला होता; तो केवळ फलाहारावर चरितार्थ चालवी; त्यानें सर्व इंद्रियें जिंकिलीं होतीं; आणि त्याजकडे जे कोणी अतिथि येत असत त्यांचें तो नेहमीं सन्निधभागीं असलेल्या वनस्पतींनीं व फळांनीं आदरातिथ्य करून त्यांची यथायोग्य प्रकारें संभावना करीत असे. राजा, त्या शूद्राचें अशा प्रकारचें वर्तन चालू असतां बहुत काळ लोटला. पुढें एके दिवशीं त्या आश्रमास एक मुनि त्या शूद्राच्या भेटीकरितां प्राप्त झाला. त्या समयीं त्या शूद्रानें त्या मुनीचें यथाविधि स्वागत केलें आणि त्याची पूजा वगैरे करून त्यास संतोषविलें व त्याजबरोबर बहुत प्रेमाच्या गोष्टी बोलून त्याची विचारपूस केली. राजा, नंतर तो कडकडीत व्रतें पाळणारा महातेजस्वी धर्मात्मा मुनि ह्या प्रकारें अनेक वेळां त्या शूद्राला भेटण्याकरितां त्याच्या आश्रमास जात असे. तेव्हां एके प्रसंगीं तो शूद्र त्या तपस्वी मुनीस म्हणाला कीं, "ऋषे, मी पितृकार्य करीत आहें, तर मजवर अनुग्रह करावा." हे भरतर्षभा, त्या वेळीं "बरें आहे"

असें त्या मुनीनें उत्तर दिलें. तेव्हां शूद्रानें लागलेंच स्नान केलें व त्यास पादप्रक्षालनासाठीं उदक आणून दिलें. राजा, नंतर त्या शूद्रानें दर्भ, वन्य औषधि, पवित्र आसन व बृसी (दर्भासन) हीं त्यास आणून दिलीं. त्या वेळीं शूद्रानें ती बृसी दक्षिण दिशेस मांडली असून तिची वरची बाजू पश्चिमेस केली होती. तेव्हां असें करण्यांत चुकी झालेली आहे असें मनांत आणून तो ऋषि त्या शूद्राला म्हणाला कीं, 'ही बृसी पूर्वेकडे माथा करून मांड आणि तूं शुद्ध होत्साता उत्तरेस तोंड करून बस.' राजा, तेव्हां ऋषीनें जसें जसें सांगितलें तसें तसें सर्व त्या शूद्रानें केलें. त्या समयीं त्या बुद्धिमान् शूद्रानें मुनीच्या आज्ञेनुसार दर्भ अंथरले, अर्घ्यादिकांची (पूजासाहित्याची) योजना केली व त्या तपस्व्याच्या मुखांतून जो सर्व हव्यकव्यविधि त्यास विदित झाला, तदनुसार सर्व व्यवस्था करून त्यानें पितृकार्य परिसमाप्त केलें आणि मग त्यानें मुनीस निरोप दिल्यावर तो धर्मशील मुनि आपल्या स्थानीं निघून गेला.

राजा, नंतर त्या शूद्र तापसानें बहुत काळपर्यंत वनांत तपश्चर्या केल्यावर त्याच वनांत त्यास एके दिवशीं मृत्यूनें गांठलें; परंतु त्यानें जो पुण्यसंचय केला होता त्याचें फळ त्यास असें मिळालें कीं, तो महाद्युतिमान् शूद्र तपस्वी एका महान् राजकुलांत जन्म पावला. राजा, इकडे त्या धर्मोपदेशक ऋषीलाही कालगतीनें देह ठेवून जावें लागलें; परंतु त्यास पुढील जन्मपुरोहितकुलांत प्राप्त झाला. राजा, अशा प्रकारें तो शूद्र राजकुलांत व तो ऋषि पुरोहितकुलांत जन्मास येऊन पुनः ते क्रमाक्रमानें लहानाचे मोठे झाले आणि दोघेही आपआपणास उचित अशा विद्यांत निपुण बनले. राजा, तो ऋषि वेदत्रयींत निष्णात होऊन त्याप्रमाणेंच अथर्ववेदांतही प्रवीण झाला; तसेंच त्यानें सूत्रांत सांगितलेल्या यज्ञप्रयोगांचें संपूर्ण ज्ञान संपादून वेदांग ज्योतिषांतही नैपुण्य जोडिलें; आणि सांख्यशास्त्राविषयीं तर त्याच्या अंतःकरणांत अद्वितीय श्रद्धा उत्पन्न होऊन हा त्याचा सर्व विद्याव्यासंग एकसारखा वाढत गेला.

युधिष्ठिरा, पुढें कांहीं कालानंतर त्या शूद्र राजपुत्राचा पिता मृत्यु पावला, तेव्हां त्याचें और्ध्वदेहिक कर्म वगैरे समाप्त होऊन तो शूद्र राजपुत्र शुचिर्भूत झाला असतां, मृत-राजाच्या प्रजांनीं त्या शूद्र राजपुत्रास राजासनावर बसविलें आणि त्यावर यथाविधि राज्याभिषेक केला व मग त्या मूर्धाभिषिक्त शूद्र भूपतीनें त्या ऋषीस आपला पुरोहित करून त्यास पौरोहित्यवर्ण समर्पण केला.

राजा धर्मा, ह्याप्रमाणें तो शूद्र राजा व त्याचा तो ऋषि पुरोहित एकत्र होऊन आपआपलीं कामें करूं लागले. तेव्हां त्या राजास मोठें सुख झालें आणि त्यानें मोठ्या धर्मानें प्रजेचा प्रतिपाल करून राज्य चालविलें. राजा धर्मा, ह्याप्रमाणें राज्यकारभार चालला असतां तो पुरोहित पुण्याहवाचन करी तेव्हां नित्य व इतर धर्मकृत्यें करी तेव्हां कधीं कधीं त्या पुरोहिताकडे पाहून राजास अनावर हंसें येई. फार काय, पुरोहितास पाहिलें कीं, राजास आपलें हंसें यावेंच, असा प्रकार बहुत वेळां घडला व पुरोहिताच्याही ती गोष्ट लक्षांत आली आणि आपणास पाहून राजा नेहमीं हंसतो असें त्याच्या मनांत येऊन त्यास मोठा संताप उत्पन्न झाला! युधिष्ठिरा, नंतर राजा एकटाच आहे असें पाहून पुरोहितानें त्याची गांठ घेतली आणि गोड भाषण करून त्याचें मन सुप्रसन्न केलें. मग त्या पुरोहितानें राजास म्हटलें, महाद्युतिमंता, माझी तुझ्याकडे एक प्रार्थना आहे; तर ती त्वां पूर्ण करावी.'

राजा म्हणालाः–द्विजोत्तमा, एकच प्रार्थना काय, पण तूं शंभर प्रार्थना केल्यास तरी त्या सर्व परिपूर्ण करण्यास मी सिद्ध आहें. तुझ्याविषयीं माझ्या मनांत जी प्रीति व आदरबुद्धि वसत आहे, तिच्यामुळें तुला न देण्यासारखें असें मला कांहींएक नाहीं.

पुरोहित म्हणालाः— राजा, तुझें मन माझ्याविषयीं सुप्रसन्न असेल तर मी सगळी एकच प्रार्थना करीत आहें; ह्यास्तव, तूं मला वचन दे आणि खरें असेल तेंच सांग, खोटें सांगू नको.

भीष्म सांगतातः— राजा, युधिष्ठिरा, तेव्हां राजानें 'ठीक आहे' असें उत्तर दिलें आणि म्हटलें कीं, मला जर माहीत असेल तर मी सांगेन व माहीत नसेल तर मी कांहींच सांगणार नाहीं.

पुरोहित म्हणालाः— राजा, नित्य पुण्याहवाचनाच्या वेळीं–त्याप्रमाणेंच अनेक वेळां धर्मकृत्यें करितांना व शांतिहोमाच्या समयीं-नेहमीं तूं मला पाहून हंसतोस तो कां बरें? राजा, तूं मला हंसतोस त्यामुळें मला मोठी लाज उत्पन्न होते. आतां खरें बोलेन म्हणून तूं मजपाशीं शपथ घेतली आहेस, तेव्हां खरें असेल तेंच त्वां सांगणें अवश्य आहे. राजा, ज्या अर्थीं तूं मला हंसतोस त्या अर्थीं त्याजबद्दल कांहीं तरी स्पष्ट कारण असलें पाहिजे; कां कीं, तूं निष्कारण हंसशील असें वाटत नाहीं. ह्यासाठीं, राजा, तूं ज्या कारणानें मला हंसत असतोस, तें मला कळावें म्हणून माझ्या मनाला अतिशय उत्कंठा झाली आहे, तर तें कारण तूं मला वास्तविकपणें सांग.

राजा म्हणालाः— विप्रा, तूं जेव्हां असें बोलत आहेस, तेव्हां जरी एखादें न बोलण्यासारखें असलें तरी तें म्यां बोललेंच अवश्य होय. ह्यासाठीं तूं एकाग्रचित्तानें ऐक. द्विजोत्तमा, आतां पूर्वजन्मीं काय घडलें होतें तें मी तुला निवेदन करितों तें श्रवण कर. ब्राह्मणा, आपण मागील जन्मीं कोणत्या जातींत जन्मलों होतों, हें मला स्मरत आहे; तर तें सर्व वृत्त सावधपणानें ऐकून घे. विप्रा, मी मागल्या जन्मीं शूद्र होतों व तेव्हां मीं पुष्कळ तपश्चर्या केली; आणि तूं मागल्या जन्मीं ऋषि होतास व तूंही मोठी उग्र तपश्चर्या करीत होतास. बा निष्पापा, त्या समयीं प्रसन्न होऊन मजवर अनुग्रह करण्याच्या हेतूनें बृसी, दर्भ, हव्य, कव्य इत्यादिकांसंबंधानें पितृकार्यांत तूं मला उपदेश केलास आणि त्या तुझ्या कर्मदोषामुळें तूं प्रस्तुत पुरोहितकुलांत जन्मास आलास. ब्राह्मणश्रेष्ठा, ह्या जन्मीं मी राजा झालों व मला उपदेष्टा जो तूं त्या तुला माझें पुरोहितत्व प्राप्त झालें! तेव्हां कालाची गति कशी विपरीत आहे ती पहा! द्विजवर्या, ह्या कारणानें मी तुला हंसतों. तुझा अपमान करावा ह्या बुद्धीनें मी मुळींच हंसत नाहीं. कारण तूं खचित माझ्याहून वरिष्ठ आहेस! ब्राह्मणा, ही जी विपरीत स्थिति तुला आली तिच्यामुळेंच मला संताप येतो, आणि त्यामुळेंच माझें मन उद्वेग पावतें! ब्राह्मणा, मला माझ्या पूर्वजन्मांतल्या जातीचें स्मरण आहे व म्हणूनच मी तुला हंसत आहें. ब्राह्मणा, तूं मला पूर्वजन्मीं जो उपदेश केलास त्याचें हें किती घोर फळ तूं भोगीत आहेस पहा! तुझी ती केवढी घोर तपश्चर्या व्यर्थ झाली बरें! ह्यास्तव, बा विप्रा, तूं आतां हें पुरोहितत्व सोडून दे व दुसऱ्या जन्मांत जाण्यास सिद्ध हो. बाबारे, आतां तूं ह्याहून अधम योनींत पडूं नयेस हें फार चांगलें. हे सत्तमा विप्रा, तूं आतां यथेच्छ द्रव्य घे आणि अंतरात्मा पवित्र कर.

भीष्म सांगतातः— राजा युधिष्ठिरा, ह्याप्रमाणें राजानें त्या पुरोहितास त्याच्या पुरोहितत्वापासून मुक्त केल्यावर त्या पुरोहितानें ब्राह्मणांना अनेक दानें दिलीं आणि त्याप्रमाणेंच त्यानें धन, भूमि व गांव हेंही सर्वांना अर्पण

केले. राजा, नंतर त्यानें महान् महान् ब्राह्मणांनीं सांगितल्याप्रमाणें पुष्कळ प्रायश्चित्तें केलीं, बहुत तीर्थयात्रा केल्या, नानाविध दानें दिलीं, ब्राह्मणांना पुष्कळ गाई दिल्या व अशा प्रकारें त्यानें चित्तशुद्धि करून आत्मज्ञान संपादिलें आणि मग पहिल्याच आश्रमीं जाऊन तेथें बहुत तपश्चर्या केली. राजा, नंतर त्या ब्राह्मणाला मोठी सिद्धि प्राप्त झाली आणि त्या आश्रमांत राहाणाऱ्या सर्व ऋषिजनांना तो अतिशय मान्य झाला. बा राजश्रेष्ठा धर्मा, तो ब्राह्मण पूर्वजन्मीं ऋषि असतांही ह्याप्रमाणें घोर संकटांत पडला; तेव्हां ब्राह्मणानें हीन वर्णाच्या मनुष्याला उपदेश करूं नये हें उघड होत नाहीं काय ? राजा, ब्राह्मण, क्षत्रिय व वैश्य हे तीन वर्ण द्विजजातींत मोडतात; ह्यासाठीं ह्यांना उपदेश केल्यानें ब्राह्मणाला दोष लागत नाहीं; परंतु शूद्राला उपदेश करणें हें मोठें पाप होय; म्हणून शहाण्या पुरुषांनीं उपदेश करितांना पात्रापात्रविचार अगत्य केला पाहिजे. धर्माची गति मोठी सूक्ष्म आहे. ज्यांनीं आत्मज्ञान संपादिलें नाहीं, त्यांस ती कळणें फार कठीण आहे. राजा, थोर थोर मुनिजन निमूटपणानें आपआपलीं दीक्षा घेतलेलीं कामें पार पाडीत असतात ह्यांतलें मर्म हेंच होय. बाबा, कदाचित् आपल्या मुखांतून अपात्रीं उपदेश घडेल ही त्यांस भीति वाटत असल्यामुळें ते कांहींच न बोलतां वर्तन करितात. राजा, धर्मशील, गुणसंपन्न, सत्य व सरळपणा ह्यांनीं युक्त असे सत्पुरुषही असत्पात्र पुरुषांस उपदेश करून दुष्कृतवान् झाले आहेत. ह्यासाठीं, बाबारे, केव्हांही व कोणालाही उपदेश करूं नये. ब्राह्मणाला उपदेशाच्या योगें पातक लागतें. युधिष्ठिरा, धर्माप्रमाणें वर्तन करणाऱ्या प्राज्ञ मनुष्यानें उपदेश करण्यापूर्वीं नीट विचार करावा.वाणिज्याप्रमाणें (मोबदला घेऊन) उपदेश केला असतां देखील उपदेशकाचा नाश होतो. जो कोणी विचारितो त्यास उपदेश करितांना नीट मनन करून व निश्चयात्मक असा उपदेश करावा. उपदेश असा असावा कीं, त्यापासून धर्माचरण घडावें. राजा धर्मा, उपदेश करण्यासंबंधानें हें सर्व मीं तुला सांगितलें आहे. ह्या जगांत अपात्रीं उपदेश घडून क्लेश प्राप्त होण्याची महान् भीति आहे; ह्यास्तव सहसा उपदेशच करूं नये हें चांगलें !

अध्याय अकरावा.

—:०:—

श्री व रुक्मिणी यांचा संवाद.

(भाग्यश्रीचें अधिष्ठान.)

युधिष्ठिर विचारतोः—हे भरतश्रेष्ठ पितामह, कशा प्रकारच्या पुरुषाच्या व स्त्रीच्या ठिकाणीं भाग्यश्री नित्य वास करिते तें मला सांगा.

भीष्म सांगतातः—राजा युधिष्ठिरा, ह्या विषयाचें निरूपण करण्यासाठीं एका समयीं एक वृत्तांत घडून आलेला मीं ऐकिला आहे तो तुला सांगतों. एकदां देवकीपुत्र श्रीकृष्ण ह्याच्या समीप प्रद्युम्नमाता जी रुक्मिणी ती पद्माप्रमाणें मनोहर कांति असणारी भाग्यदेवता श्री ही भगवान् नारायणाच्या अंकावर आपल्या दिव्य तेजानें झळाळत आहे असें पाहून विस्मित झाली आणि त्या चारुनयनेनें मोठ्या कौतुकानें तिला विचारिलें, ‘ हे भाग्यदेवते, तूं ह्या जगांत कोणत्या भूतांची सेवा करितेस, कोणत्या रूपानें तूं येथें वसतेस, आणि कोणकोणांचा तूं आश्रय करून राहातेस, तें मला सांग. हे देवते, सर्व त्रैलोक्यांतील दिव्य ईश्वरी तेज तुझ्या ठिकाणीं एकवटलें असून तुझी योग्यता केवळ महर्षितुल्य आहे, तर तूं यथार्थ रीतीनें विवेचन करून माझ्या प्रश्नाचें उत्तर दे.’ राजा धर्मा, ह्याप्रमाणें भगवान् गरुडध्वज नारायणरूप जो

श्रीकृष्ण त्याच्या समक्ष रुक्मिणीनें भाग्यदेवतेला प्रश्न केला असतां ती चंद्रमुखी भाग्यश्री सुप्रसन्न होऊन मोठें मधुर व हृदयंगम असें भाषण करूं लागली.

श्री म्हणाली:—सुंदरी, मी नेहमीं उत्तम भाषण करणाऱ्या, स्वकर्तव्याविषयीं दक्ष, नित्य उद्योग करीत असणाऱ्या, कधींही न संतापणाऱ्या, देवादिकांच्या आराधनेंत तत्पर, उपकार जाणणाऱ्या, इंद्रियनिग्रही, धैर्यौदार्यादि गुणांनीं मंडित व सतत व्यासंगी अशा पुरुषांच्या ठायीं वास करितें. जो पुरुष निरुद्योगी राहातो, ज्याची देवधर्मादिकांवर श्रद्धा नाहीं, केलेल्या उपकारांचा जो विचार करीत नाहीं, व्यभिचारादिक दुराचरणानें जो वर्णसंकर करितो, ज्याचें वर्तन भलत्याच प्रकारचें आहे, जो कठोर भाषण करितो, ज्याच्या ठिकाणीं चोरी करण्याचा दुर्गुण वसत आहे, जो थोर जनांचा द्रोह करितो, ज्यांच्या ठिकाणीं शौर्य, बुद्धि, बल व मान हीं अगदीं अल्प आहेत, जे क्लेश पावतात व रागावतात, आणि ज्यांच्या मनांत असतें एक व आचरणांत येतें भलतेंच, अशा पुरुषांच्या ठायीं मी कधींही वसत नाहीं. त्याप्रमाणेंच, हे सुंदरी, ज्यांच्या अंतरात्म्यांत कसलीच हाव नाहीं, ज्यांच्या चित्तांत मौर्ख्यादि दुर्गुणांचें वास्तव्य आहे व जे नेहमीं अल्पप्राप्तीनें संतुष्ट होतात अशा जनांच्या ठिकाणींही मी मनापासून वास करीत नाहीं. हे भाग्यशालिनि, जे पुरुष स्वधर्माविषयीं दक्ष असतात, धर्माचें रहस्य जाणतात, वृद्ध जनांची सेवा करण्यांत निमग्न असतात, इंद्रियांना जिंकितात, आत्म्याचें स्वरूप ओळखितात व क्षमा, तितिक्षा इत्यादि गुणांना प्रधानपद देतात, अशा समर्थांच्या ठिकाणीं मी मोठ्या आनंदानें राहातें. सुंदरी, त्याप्रमाणेंच, ज्या स्त्रिया कधींही संतापत नाहींत, ज्यांनीं आपलीं इंद्रियें दमन केलेलीं असतात, ज्यांच्या ठायीं सत्य व सरळपणा सतत वास करितो, आणि ज्या देव व द्विज ह्यांची पूजा करण्यास सतत उत्सुक असतात, अशा स्त्रियांच्या ठिकाणीं माझा वास असतो. ज्या स्त्रिया गृहव्यवस्थेकडे नीट चित्त पुरवीत नाहींत आणि नासधूस करून धान्यादिकांची खराबी करितात, आपल्या पतीशीं प्रतिकूल भाषण करून त्याचें मन दुखवितात, उठल्याबसल्या दुसऱ्याच्या घरीं असतात, लज्जा गुंडाळून ठेवितात, दुराचरण करितात, अमंगळपणा धरितात, दांतओंठ चावीत असतात, उतावीळपणा करितात, कलहास सदा उत्सुक असतात, व नित्य निद्रेनें ग्रस्त होत्सात्या झोंप घेतात, अशा स्त्रियांपासून मी नेहमीं दूर राहातें. ज्या स्त्रिया सदासर्वकाळ सत्य भाषण करितात, ज्यांच्या मुखावर नित्य प्रसन्नता दृष्टिगोचर होते, ज्यांच्या ठिकाणीं सौभाग्याचें वसतिस्थान आहे, सद्गुणांचें ज्या अधिष्ठान होत, पति हेंच ज्यांस प्रधान व्रत वाटतें, ज्यांचें शील कल्याणदायक आहे, व ज्या नित्य वस्त्रालंकारांनीं सुभूषित असतात, अशा स्त्रियांच्या ठिकाणीं माझी वसति असते. वाहनें, कुमारिका, सुभूषणें, यज्ञयाग, वृष्टि करणारे मेघ, प्रफुल्लित कमलिनी, शरत्कालीन नक्षत्रपुंज, गज, गोठे, आसनें, सुपुष्पित लतांनीं व कमलांनीं भरलेलीं सरोवरें, हंसांच्या शब्दांनीं दुमदुमून गेलेल्या, क्रौंचपक्ष्यांच्या शब्दांचा संघोष चालणाऱ्या, तीरप्रदेशावर इतस्ततः वृक्षांनीं शोभणाऱ्या, तपस्वी, सिद्ध आणि द्विज ह्यांनीं आश्रय केलेल्या, विपुल उदकानें भरलेल्या, आणि सिंह व गज ह्यांनीं जलक्रीडा केल्यामुळें गढूळ उदक झालेल्या नद्या, त्याप्रमाणेंच मदोन्मत्त हत्ती, गाई व बैल, राजेलोकांचीं सिंहासनें, आणि सत्पुरुष, ह्यांच्या ठायीं माझें सदोदीत वास्तव्य असतें. ज्या गृहांत नित्य अग्नीला हविर्भाग मिळतो,

गाई, ब्राह्मण व देवता ह्यांची पूजा होते, व ऋतुकालोद्भव पुष्पादिकांनीं पूजाविधि समर्पण करण्यांत येतो, त्या गृहीं मी नित्य वास करितें. त्याचप्रमाणें, हे भाग्यशीले, जे द्विज सदोदीत स्वाध्यायांत रत असतात, जे क्षत्रिय सदासर्वकाळ स्वधर्मपरिपालनांत निमग्न रहातात, जे वैश्य कृषिकर्माकडे सर्व चित्त लावितात, आणि जे शूद्र सेवेमध्यें नित्य तत्पर असतात, त्यांच्या ठिकाणीं मी सदा अधिष्ठान करितें. सुंदरी, मी नारायणाच्या ठिकाणीं तर पूर्णभावानें शरीररूप बनूनच अनन्याश्रय करितें. कारण, त्याच्या ठायीं अत्यंत श्रेष्ठ असा जो महान् धर्म तो वसत असून शिवाय ब्राह्मणांविषयीं अत्यंत पूज्यबुद्धि व प्रेम हीं वास करितात. देवि रुक्मिणि, अन्याच्या ठिकाणीं मी देहरूपानें वसत नाहीं; अन्यत्र जेथें जेथें माझा वास असतो तेथें तेथें तो सर्व धर्मादिकांच्या वृद्धिरूपानेंच असतो; तेथें शरीररूपानें वास्तव्य करितें असें म्हणण्यास मी समर्थ नाहीं. सुंदरी, ज्या पुरुषाच्या ठिकाणीं मी निष्ठेनें राहातें त्याचा धर्म, यश, अर्थ व काम हीं सर्व सदोदीत वृद्धिंगत होतात.

अध्याय बारावा.

—:०:—

भंगास्वनाचें आख्यान.

युधिष्ठिर विचारतोः- पितामह, स्त्रीपुरुषांच्या संयोगांत वैषयिक सुख अधिक कोणाच्या ठिकाणीं आहे, ह्याविषयीं माझ्या मनाला मोठी शंका आहे; तर आपण यथार्थ रीतीनें ह्या माझ्या शंकेचें निराकरण करा.

भीष्म सांगतातः- राजा युधिष्ठिरा, ह्या विषयाचेंही विवेचन करण्याकरितां एक पुरातन इतिहास सांगण्यांत येत असतो. तो इतिहास म्हटला म्हणजे पूर्वी भंगास्वन राजाचें इंद्राशीं वैर पडून पुढें जें कांहीं आश्चर्य घडून आलें त्याचें वर्णन होय. राजा, पूर्वी भंगास्वन नामक एक राजर्षि होऊन गेला. तो अत्यंत धार्मिक होता; पण त्यास पुत्रसंतान नव्हतें. हे पुरुषव्याघ्रा, त्यानें आपणास पुत्र व्हावा म्हणून एक यज्ञ केला त्याचें नांव अग्निष्टुत्. राजा, अग्निष्टुत् नामक जो एक अग्निष्टोम यज्ञ, तो केला असतां इंद्राला मोठा संताप उत्पन्न होतो; कारण त्यांत अग्नीचें मात्र हवन असतें. जीं मनुष्यें पुत्रप्राप्त्यर्थ आपल्या पातकांचें क्षालन करूं इच्छितात तीं ह्या यज्ञानें अग्नीला आराधितात. धर्मा, भंगास्वन राजानें अग्निष्टुत् यज्ञ केला असें पाहून महाभाग्यवान् देवाधिदेव इंद्र हा त्या इंद्रियनिग्रही राजर्षीचें कांहीं व्यंग शोधून काढण्याकरितां टपून बसला; परंतु त्या महात्म्या भंगास्वनाच्या ठिकाणीं त्यास कांहींएक व्यंग आढळलें नाहीं. राजा, पुढें कोणे एके वेळीं तो भूपति मृगया करण्यासाठीं निघाला असतां इंद्रानें मनांत आणिलें कीं, आतां ही संधि बरी आहे, आणि असा विचार करून त्यानें भंगास्वन राजाच्या बुद्धीला भूल पाडिली. तेव्हां तो घोड्यावर बसून एकटा फिरत असतां दिशाभूल होऊन वाट चुकला आणि क्षुधेनें व तहानेनें व्याकूळ होत्साता अगदीं थकून गेला. अशा स्थितींत इतस्ततः फिरतां फिरतां एक सुंदर व पाण्यानें परिपूर्ण भरलेलें उत्कृष्ट सरोवर अवलोकन करून तो खालीं उतरला व घोड्याला पाणी पाजून तो घोडा झाडाला बांधून ठेविल्यानंतर तो सरोवरांत स्नानास उतरला व स्नान करितांच त्यास स्त्रीत्व प्राप्त झालें! राजा, ह्याप्रमाणें आपणास स्त्रीरूप प्राप्त झालें असें पहातांच त्या राजश्रेष्ठास मोठी लज्जा उत्पन्न झाली. तो मोठ्या चिंतेंत पडला, त्याचीं सर्व इंद्रियें व्याकुल झालीं आणि त्याचें मन गांगरून गेलें! व तो म्हणूं लागला, " अरेरे, आतां

मी ह्या अश्वावर कसा बसूं आणि नगराला कसा जाऊं ! अग्निष्टुत् यज्ञ करून मला जे महाबलवान् शंभर औरस पुत्र झाले त्यांना मी आतां काय सांगूं ! त्याप्रमाणेंच माझ्या स्त्रिया, नागरिक लोक व प्रजा ह्यांजवळ तरी मी काय बोलूं ! अरे, कोमलपणा, नाजूकपणा व दैन्य हे स्त्रियांचे गुण होत, असें धर्माचें तत्त्व जाणणाऱ्या ऋषींनीं सांगितलें आहे. पुरुषाचे गुण म्हटले ह्मणजे कितीही श्रम करावे लागले तरी अंगीं कणखरपणा असणें व प्रसंगीं शौर्य दाखविणें हे होत. माझा पराक्रम तर सर्व नष्ट झाला आणि मला हें स्त्रीत्व प्राप्त झालें, हें घडलें तरी कसें ? आतां मी स्त्री झाल्यामुळें पुनः त्या घोड्यावर तरी कसा बसूं शकेन ! " असो, राजा धर्मा, नंतर तो नराधिप मोठ्या कष्टानें कसाबसा आपल्या अश्वावर आरूढ झाला आणि तो स्त्रीरूपधारी महान् राजा पुनः आपल्या नगरास आला. राजा, तेव्हां पुत्र, स्त्रिया, नागरिक जन व प्रजा हीं सर्व राजाची ती विपरीत स्थिति पाहून हें काय, हें काय, असें ह्मणत मोठ्या विस्मयांत पडलीं आणि कोणाचाच कांहींएक तर्क चालेनासा झाला ! राजा, नंतर त्या स्त्रीरूप राजर्षीनें समर्पक भाषण करून सर्वांस कळविलें कीं, ' मी मोठें सैन्य बरोबर घेऊन मृगयेकरितां गेलों असतां दुर्दैवानें मार्ग चुकून घोर अरण्यांत शिरलों, तेथें मला अतिशय तहान लागून माझे प्राण कासावीस झाले; परंतु इतक्यांत त्या अरण्यांत --ज्यामध्यें पक्षी वगैरे क्रीडत होते असें--एक सुंदर सरोवर माझ्या दृष्टीस पडलें आणि त्यांत उतरून मीं स्नान केलें, तेव्हां लागलाच मला हा स्त्रीदेह प्राप्त झाला ! अहो, सरोवरांत मीं स्नान केलें हें केवळ निमित्त होय; त्याच्या आधींच दैवानें हें निश्चित करून ठेविलें होतें ! ' राजा धर्मा, नंतर स्त्रियांना, पुत्रांना व मंत्रिजनांना नांवांनीं व कुलांनीं हांक मारून तो स्त्रीरूप झालेला राजश्रेष्ठ भंगास्वन ह्मणाला कीं, 'पुत्रहो, मी आतां वनांत जातों; तुम्ही आतां मोठ्या प्रीतीनें राज्योपभोग घ्या. '

राजा युधिष्ठिरा, ह्याप्रमाणें शंभर पुत्रांशीं भाषण करून तो महान् राजा वनांत चालता झाला आणि तेथें गेल्यावर एका आश्रमामध्यें ती स्त्री एका तपस्व्याला आपला पति करून त्यासहवर्तमान कालक्षेप करूं लागली ! राजा, नंतर त्या तपस्व्यापासून त्या स्त्रीच्या ठिकाणीं शंभर पुत्र जन्मास आले. मग तिनें ते सर्व पुत्र बरोबर घेतले व पहिल्या पुत्रांजवळ येऊन ती त्यांस ह्मणाली कीं, पुत्रहो, मी पुरुष असतांना माझ्यापासून तुम्ही शंभरजण जन्मलां आणि स्त्री असतांना माझ्या ठिकाणीं ह्या शंभर पुत्रांचें जन्म झालें. ह्यास्तव तुम्ही सर्व एकमेकांचे भ्राते आहां. इकडे लक्ष देऊन तुम्हीं सर्वांनीं एकत्र राहून राज्याचा उपभोग घ्यावा. ' राजा धर्मा, नंतर ते सर्व भ्राते एकत्र राज्योपभोग घेऊं लागले; परंतु ते सर्व बंधुप्रेमानें राज्यलक्ष्मीचा उपभोग घेत आहेत असें पाहून देवेंद्राला मोठा क्रोध चढला आणि तो तळमळून ह्मणाला कीं, ' अरे, मीं ह्या भंगास्वन राजावर अपकार न करितां उपकारच केला ह्मटलें तरी चालेल ! ' धर्मा, नंतर त्या शतक्रतु इंद्रानें ब्राह्मणाचें रूप घेऊन भंगास्वन राजाच्या नगरांत गमन केलें आणि त्या सर्व राजपुत्रांत फूट पाडिली ! राजा, त्या समयीं तो देवाधिदेव त्यांस ह्मणाला, 'राजपुत्रांनो, एका पित्याचे जे पुत्र असतात त्या सर्व भ्रात्यांमध्यें सुद्धां प्रेम वसत नाहीं. पहा, सुर व असुर हे कश्यपाचेच पुत्र, पण त्यांत देखील राज्यासाठीं भांडण लागलें. तुमची स्थिति तर मोठी विचित्रच आहे. तुम्ही कांहींजण भंगास्वनाचे पुत्र व बाकीचे त्या तपस्व्याचे पुत्र, आणि असें असतां तुम्हीं सर्व गोडीगुलाबीनें

वागत आहां, हा मोठा चमत्कार नव्हे काय? भंगास्वनपुत्रहो, तुमचें वडिलार्जित राज्य हे तापसपुत्र उपभोगीत आहेत आणि तुम्ही इकडे मुळींच लक्ष देत नाहीं ह्याजबद्दल मला मोठें आश्चर्य वाटतें!' ह्याप्रमाणें इंद्रानें बुद्धिभेद उत्पन्न करितांच भंगास्वनाच्या त्या सर्व पुत्रांमध्यें महान् कलह झाला आणि त्यांमध्यें युद्ध लागून त्यांत सर्वजण एकमेकांच्या हस्तें पतन पावले! पुढें हें वर्तमान त्या तपस्विनीला (स्त्रीरूप भंगास्वनाला) समजलें तेव्हां तिला अतिशय दुःख होऊन ती एकसारखी रडूं लागली असतां ब्राह्मणाच्या रूपानें इंद्र तेथें आला आणि त्यानें तिला विचारिलें, 'हे तापसी, तूं इतकी रडत आहेस, तेव्हां तुला असें दुःख तरी कोणतें झालें आहे बरें?' तेव्हां त्या ब्राह्मणाला पाहून ती तपस्विनी आर्त स्वरानें त्याला म्हणाली, "ब्राह्मणा, मला दोनशें पुत्र होते, ते कालाच्या तडाक्यांत सांपडून सर्व मृत्युमुखीं पडले! विप्रा, मी पूर्वीं राजा होतें, तेव्हां मला शंभर पुत्र झाले. ते सर्व स्वरूपानें वगैरे माझ्यासारखेच होते. मी राजपदाचा उपभोग घेत असतां एके समयीं मृगयेसाठीं निघालें तेव्हां मार्ग चुकून घोर अरण्यांत शिरलें. तेथें मला एक सरोवर लागलें, त्यांत मीं नंतर स्नान केलें. त्या समयीं असा चमत्कार घडला कीं, माझें पूर्वींचें पुरुषरूप नष्ट होऊन मला हें स्त्रीरूप प्राप्त झालें! नंतर मी नगरांत गेल्यावर आपल्या पुत्रांची राजपदावर स्थापना केली आणि हा वनवास अंगिकारिला! ब्राह्मणश्रेष्ठा, मी वनांत आल्यानंतर एका महान् तपस्व्याची गृहिणी झालें आणि त्याजपासून मला ह्या आश्रमामध्यें शंभर पुत्र झालेले सर्व मी पुनः माझ्या पूर्वींच्या राजनगरींत नेऊन ठेविले. द्विजा, प्रथम ते सर्व दोनशें पुत्र मोठ्या प्रेमानें राज्यसुख उपभोगीत होते; पण कालानें त्यांजमध्यें वैमनस्य उत्पन्न केलें आणि मग पुढें घोर युद्ध होऊन त्यांत सर्व नष्ट झाले! ब्राह्मणा, दुर्दैवानें हा जो माझ्यावर घाला घातला त्याजमुळें मी हें दुःख अनुभवीत आहें!" ह्याप्रमाणें तिची ती दुःखद अवस्था अवलोकन करून इंद्र तिला कठोर शब्दांनीं म्हणाला, "भद्रे, तूं मला पूर्वीं असह्य दुःख दिलेंस त्याचा हा परिणाम होय! तूं त्या समयीं अग्निष्टुत् यज्ञ केलास आणि अग्नीला आराधिलेंस; पण अग्निष्टुत् यज्ञांत मला हवन नसल्यामुळें त्या योगें माझा संताप झाला! दुर्बुद्धे, मी इंद्र आहें, आणि माझें तुझ्याविषयींचें वैर होतें त्याचा मीं हा सूड उगविला!" युधिष्ठिरा, तो ब्राह्मण प्रत्यक्ष देवाधिदेव इंद्र होय असें समजतांच त्या स्त्रीरूपधारी राजर्षीनें तत्काळ त्यास साष्टांग प्रणिपात केला आणि म्हटलें, 'देवाधिदेवा, कृपा कर. मीं तो यज्ञ केला ह्याचें कारण मला पुत्रप्राप्ति व्हावी हें होतें; तुला दुखवावें असा माझा मुळींच हेतु नव्हता; ह्यासाठीं त्वां मजवर क्षमा करावी अशी माझी प्रार्थना आहे.' राजा धर्मा, असें म्हणून त्या राजर्षीनें लगलाच भगवान् इंद्राला नमस्कार घातला, तेव्हां इंद्र संतुष्ट झाला व वर देण्याच्या इच्छेनें त्यास म्हणाला, 'राजा, तुझे कोणते पुत्र जिवंत करूं तें सांग. तूं राजा असतां जे तुला शंभर पुत्र झाले ते म्यां जिवंत करावे, किंवा तूं तापसस्त्री असतां जे तुला शंभर पुत्र झाले ते म्यां जिवंत करावे?' धर्मराजा, त्या वेळीं त्या तपस्विनीनें हात जोडून इंद्राला म्हटलें कीं, 'भगवन्, मी स्त्रीरूप असतां मला जे पुत्र झाले ते तूं जिवंत कर.' युधिष्ठिरा, त्या तापसीचें हें उत्तर ऐकून इंद्राला मोठा विस्मय वाटला व तो पुनः तिला म्हणाला, 'हे तपस्विनि, तूं पुरुषरूप असतां जे तुला पुत्र झाले त्यांजविषयीं तुझ्या मनांत द्वेष आहे व तूं स्त्रीरूप

असतां जे तुला पुत्र झाले त्यांजविषयीं तुझ्या मनांत विशेष प्रेम आहे, ह्याचें कारण काय ?

स्त्री म्हणाली:- इंद्रा, स्त्रीच्या ठिकाणीं स्वभावतः अधिक प्रेम वसत असतें, तसें पुरुषाच्या ठिकाणीं वसत नाहीं; ह्यास्तव मी स्त्रीरूप बनल्यावर मला जे पुत्र झाले त्यांनाच तूं जिवंत करावेंस !

भीष्म सांगतातः— ह्याप्रमाणें त्या तापसेचें भाषण ऐकून इंद्र मोठ्या प्रेमानें म्हणाला, ' हे तपस्विनि, तूं म्हणतेस तें खरें आहे; तुझे सर्वच पुत्र जिवंत होतील. राजश्रेष्ठा, आतां तुला आणखी ज्या वराची इच्छा असेल तो माग. तुला पुरुषत्व अथवा स्त्रीत्व ह्यांपैकीं हवें असेल तें मी देण्यास सिद्ध आहें. '

स्त्री म्हणालीः— वासवा, मी स्त्रीरूपच पसंत करितें ! मला पुरुषरूपाची इच्छा नाहीं.

धर्मा, तपस्विनीचें हें भाषण श्रवण करून देवेंद्रानें पुनः तिला म्हटलें कीं, 'राजर्षे, पुरुषरूप टाकून स्त्रीरूपाचीच तूं इच्छा करितोस हें काय ? ' तेव्हां तो स्त्रीरूप महान् राजा पुनः म्हणाला, ' देवाधिदेवा इंद्रा, स्त्रिया व पुरुष ह्यांच्या संयोगामध्यें नित्य स्त्रियांच्या ठिकाणीं अधिक प्रेम वसत असतें; ह्यास्तव, इंद्रा, मी स्त्रीरूपच अधिक मानितें; आणि मी हें खचित सांगतें कीं, स्त्रियांच्या ठिकाणींच अधिक मोहकपणा वास करितो; ह्यासाठीं स्त्रीरूप राहाणें हेंच मला प्रिय वाटतें. देवाधिदेवा, आतां माझें तुझ्यापाशीं आणखी कांहीं मागणें नाहीं, ह्यास्तव तूं आतां गेलास तरी चालेल !' राजा, नंतर तो भगवान् इंद्र ' बरें आहे, असेंच घडो ' असें म्हणून त्या तपस्विनीचा निरोप घेऊन स्वर्गास चालता झाला. असो; हे महाराजा, स्त्रियांच्या ठिकाणीं ह्याप्रमाणें अधिक प्रीति वास करिते.

अध्याय तेरावा.

—:०:—

ऐहिक व पारलौकिक हित साधण्याकरितां मनुष्यांचीं कर्तव्यें.

युधिष्ठिर विचारतोः—पितामह, ऐहिक शिष्टव्यवहार उत्तम रीतीनें पार पडून शिवाय पारलौकिक हितही साधावें अशी ज्या मनुष्याची इच्छा असेल, त्यानें काय काय करावें तें सांगा. अशा नरानें ऐहिक व्यवहार कसा करावा आणि आपलें शील वगैरे कसें ठेवावें ह्याजबद्दल निरूपण करा.

भीष्म सांगतातः- युधिष्ठिरा, देहानें घडणारीं तीन कर्में, वाणीनें घडणारीं चार कर्में आणि मनानें घडणारीं तीन कर्में, अशा ह्या दहा कर्मांचा त्याग करावा. देहाचीं तीन कर्में म्हणजे दुसऱ्याची हिंसा करणें, चोरी करणें व परस्त्रीगमन करणें हीं होत. हीं तीन कायिक कर्में मनुष्यानें सर्वथैव वर्जावीं. आतां अयोग्य भाषण करणें, कठोर शब्द उच्चारणें, कुटाळकी करणें आणि खोटें बोलणें हीं चार वाणीचीं कर्में होत. ह्या चार वाचिक कर्मांपासून वाणी अगदीं अलिप्त ठेवावी. फार काय, हीं कर्में करण्याचा विचारही मनांत आणूं नये. आतां मनाचीं जीं तीन कर्में राहिलीं तीं—दुसऱ्याच्या धनाविषयीं अपहारबुद्धि धारण करणें, दुसऱ्याविषयीं अनिष्ट चिंतणें आणि वेदवचनावर भरंवसा न ठेवणें, हीं होत. ह्यास्तव ह्या सर्व मानसिक कर्मांचा त्याग करावा. मनानें जीं तीन कर्में मुख्यतः करावीं तीं हीं कीं, त्यानें परस्वाचें चिंतन करूं नये, सर्व प्राण्यांविषयीं दयालुता बाळगावी, आणि आपण जीं कर्में करितों त्यांच्या योगें घडणाऱ्या पाप-पुण्याप्रमाणें पुढें फळ मिळतें अशी दृढ श्रद्धा ठेवावी. तस्मात्, राजा धर्मा, मनुष्यानें ऐहिक

व पारलौकिक हित जोडण्याकरितां देहानें, वाणीनें किंवा मनानें अशुभ कर्म म्हणून करूं नये. जो मनुष्य शुभाशुभ कर्मांचें आचरण करितो, त्यास तदनुरूप शुभाशुभ फळें भोगावीं लागतात.

अध्याय चौदावा.

—:०:—

महादेवमाहात्म्य कथन.

युधिष्ठिर विचारतोः— पितामह, ह्या लोकीं जगत्पति जो शंकर त्याचीं नांवें आपण ऐकिलीं आहेत; ह्यास्तव सर्वव्यापक असा जो तो सच्चिदानंद प्रभु त्याचीं नांवें मला कथन करा. गांगेया, देवाधिदेव जो शंकर त्याच्या ठिकाणीं महान् भाग्य वसत असून त्याचें स्वरूप इतकें विशाल आहे कीं, सर्व विश्वाचें तो अधिष्ठान होय. सुर व असुर यांचा अधिपति तोच असून त्याच्यापासूनच ह्या सर्व विश्वाची उत्पत्ति होते व त्याच्याच ठिकाणीं ह्या सर्वांचें पर्यवसान आहे. तेव्हां अशा त्या जगन्नायकाचीं नांवें सांगा.

भीष्म म्हणालेः- राजा धर्मा, बुद्धिमान् जो महादेव त्याचे गुण वर्णन करण्यास मी असमर्थ आहें; कारण, तो सर्वव्यापक असूनही कोठेंही दृश्य नाहीं. युधिष्ठिरा, ब्रह्मा, विष्णु व इंद्र ह्यांना निर्माण करणारा व त्यांवर अधिकार चालविणारा तो भगवान् महेशच होय. ब्रह्मदेवापासून तों पिशाचापर्यंत सर्व देवता त्याचीच उपासना करितात. प्रकृति व पुरुष ह्याहून तो श्रेष्ठ आहे. सम्यक् स्वरूप जाणणारे महान् महान् योगी त्याचेंच चिंतन करितात. शाश्वत टिकणारें जें परब्रह्म तें तोच होय; आणि त्याच्या अनिर्वचनीय स्वरूपामुळें त्यास असत् (अभावरूप) व त्याच्या अक्षय्य स्वरूपामुळें सत् (भावरूप) म्हणतां येतें. युधिष्ठिरा, त्या भगवंतानें आपल्या तेजानें प्रकृति व पुरुष ह्यांचा क्षोभ करून प्रथम ब्रह्मा म्हणजे महत्तत्त्व हें उत्पन्न केलें; आणि मग त्या महत्तत्त्वापासून—सूर्यादिकांचा अधिपति चतुर्मुख ब्रह्मदेव हा प्रकट झाला व नंतर त्या ब्रह्मदेवापासून सर्व सृष्टि उद्भवल्यामुळें त्या ब्रह्मदेवाला प्रजापति ही संज्ञा मिळाली. राजा धर्मा, असा जो देवाधिदेव महाबुद्धिमान् महादेव त्याचे गुण वर्णन करण्यास कोणता मनुष्य समर्थ होईल बरें ? राजा, मनुष्य म्हटला म्हणजे तो गर्भ, जन्म, जरा व मृत्यु ह्यांनीं युक्त असा क्षुद्र प्राणी होय; तेव्हां परमेश जो सदाशिव त्याचें यथार्थ ज्ञान माझ्यासारख्याला कसें असेल बरें ? बाळा धर्मा, हें ज्ञान शंख, चक्र व गदा हीं धारण करणारा जो भगवान् नारायण, त्याव्यतिरिक्त अन्याच्या ठिकाणीं असणें अशक्य आहे, युधिष्ठिरा, महान् महान् वीरांना अजिंक्य असा हा एक गुणशाली व विश्वव्यापक श्रीकृष्ण मात्र त्या महेशाचे गुण जाणत आहे. ह्यास दिव्य दृष्टि असल्यामुळें हा आपल्या योगसामर्थ्यानें व अद्वितीय तेजानें त्या देवाधिदेवास अवलोकन करितो. ह्या महात्म्या कृष्णानें पूर्वीं बदरिकाश्रमीं महादेवाची आराधना करून त्यास प्रसन्न केलें आणि त्यामुळें त्यास सर्व जगत् व्यापून टाकण्याचें सामर्थ्य आलें व त्यामुळेंच अर्थात् सर्व लोकांत तो अतिशयित प्रिय होऊन बसला ! राजेंद्रा, ह्या माधवानें पुरीं एक सहस्त्र वर्षेपर्यंत तपश्चर्या केली आणि स्थावरजंगम विश्वाचा अधिपति जो वरदायक शंकर त्याची प्रसन्नता जोडिली. धर्मा, प्रत्येक युगांत कृष्णानें महात्म्या महेश्वराला मोठ्या भक्तीनें संतुष्ट करून प्रसन्न केलें आहे. त्या महात्म्या जगदुत्पादक शंकराचें जें कांहीं ऐश्वर्य आहे तें ह्या अच्युत हरीनें पुत्रासाठीं तपश्चर्या करीत असतां प्रत्यक्ष अवलोकिलें आहे. ह्यासाठीं, हे

भारता, त्या देवाधिदेव शंकराचीं सर्व नांवें सांगण्यास समर्थ असा ह्या श्रीकृष्णाहून दुसरा कोणीही मला दिसत नाहीं. राजा धर्मा, हा महाबाहु श्रीकृष्णच त्या भगवान् शंकराचे गुण वर्णन करण्यास आणि त्याचें शाश्वत व दिव्य तेज संपूर्णपणें सांगण्यास समर्थ आहे.

वैशंपायन सांगतातः— राजा जनमेजया, ह्याप्रमाणें महाभाग्यशाली भीष्मानें त्या समयीं प्रथम शंकराचें माहात्म्य वर्णन केलें आणि मग श्रीकृष्णाचा अधिकार निरूपण करून त्या वसुदेवपुत्रास म्हटलें.

भीष्म म्हणाले:— हे सुरासुरगुरो भगवन् विष्णो,तुझ्याप्रमाणेंच तो शिवही विश्वरूपच आहे. ह्यासाठीं, हा युधिष्ठिर मला जें विचारीत आहे, तें तूं विशद करून सांग. श्रीकृष्णा, देवाधिदेव जो शंकर त्याचीं सहस्र नांवें ब्रह्मदेवापासून उत्पन्न झालेल्या तंडि ऋषीनें ब्रह्मलोकीं ब्रह्मदेवाच्या समक्ष पूर्वी निवेदन केलीं. तीं हे द्वैपायनप्रभृति महातपस्वी ऋषिजन तुझ्यापासून श्रवण करोत. हे सर्वजण उत्तम व्रतवैकल्यें करणारे असून ह्या सर्वांनीं उत्तम प्रकारें इंद्रियदमन केलें आहे. तस्मात् त्या शाश्वत, आनंदमय, कर्तृस्वरूप, कर्मफलद्वारासंरक्षक, जगदुत्पादक गार्हपत्यादि अग्निरूप, मुंडमालाधारक व कपर्दग्राही अशा विश्वव्यापक भगवंताचें महान् यश निरूपण करून सांग.

वासुदेव म्हणाला:— भगवान् महेशाच्या कर्माचें यथार्थ ज्ञान होणें अशक्य होय. पहा— ब्रह्मदेवप्रभृति सृष्टिकर्ते, इंद्रप्रमुख देव, सूक्ष्म दृष्टीनें अवलोकन करणारे आदित्य व महान् महान् ऋषि ह्यांना सुद्धां जर त्याच्या निवासस्थान चें ज्ञान होत नाहीं, तर केवळ मानवाला त्याचें यथार्थ स्वरूप कसें कळेल बरें! तो भगवान् महेश सत्पुरुषांचा आश्रय होय. तो व्रतादिकांचें यथायोग्य फल उपासकास अर्पण करितो. असुरांचा तो महान् संहारक आहे. त्या भगवंताचे समग्र गुण मी तुम्हांस सांगूं शकेन असें मला वाटत नाहीं; तथापि त्याचे कित्येक गुण मी तुम्हांस सांगतों.

वैशंपायन सांगतातः— राजा जनमेजया, ह्याप्रमाणें भगवान् श्रीकृष्णानें भाषण केलें; आणि मग उदकोपस्पर्श करून शुचिर्भूत झाल्यावर त्या महात्म्या बुद्धिमान् शंकराचे गुण वर्णन करण्यास प्रारंभ केला.

वासुदेव म्हणाला:— ब्राह्मणश्रेष्ठहो, भीष्मा, त्याप्रमाणेंच प्रिय युधिष्ठिरा, आतां मी तुम्हांला भगवान् शंकराचीं नांवें सांगतों तीं ऐका. भगवान् शंकराचें दर्शन घडणें मोठें दुर्घट आहे; तथापि मी पूर्वी सांबाच्या प्राप्तीसाठीं घोर तपश्चर्या केली असतां मला तें योगसामर्थ्यानें जसें घडलें तसें मी तुम्हांस सांगतों. युधिष्ठिरा, पूर्वी रुक्मिणीचा पुत्र बुद्धिमान् प्रद्युम्न ह्यानें शंबरासुराचा वध केल्यानंतर पुढें बारा वर्षांनीं जांबवतीनें प्रद्युम्न, चारुदेष्ण इत्यादि रुक्मिणीच्या पुत्रांना अवलोकन करून पुत्रप्राप्तीच्या इच्छेनें मजजवळ येऊन गोष्ट काढिली कीं, 'हे अच्युता, शूर, महाबल, श्रेष्ठ, सुंदर, निष्पाप व आत्मतुल्य असा पुत्र तूं मला लवकर प्राप्त करून दे. हे यदुकुलोद्धारका, तुला दुर्लभ असें येथें कांहींएक नाहीं. तिन्ही लोकांतली कोणतीही गोष्ट तुला सुलभ व सुकर आहे. तूं मनांत आणिल्यास दुसरें ब्रह्मांडही निर्माण करशील! तूं बारा वर्षे तपश्चर्या करून देह क्षीण केलास आणि पशुपतीची आराधना करून रुक्मिणीच्या ठिकाणीं चारुदेष्ण, सुचारु, चारुवेश, यशोधर, चारुश्रव, चारुयश, प्रद्युम्न व शंभु हे पुत्र उत्पन्न केलेस. हे मधुसूदना, तूं जसे हे महापराक्रमी पुत्र रुक्मिणीला प्राप्त करून दिलेस, तसाच मलाही एक महापराक्रमी पुत्र प्राप्त करून दे.' ह्याप्रमाणें देवी जांब-

वतीनें माझी प्रार्थना केली तेव्हां मीं त्या सुंदरीला म्हटलें कीं, ' राज्ञि, मी तुझ्या वचनाप्रमाणें करण्यास सिद्ध आहें, तर आतां मी येथून गमन करितों, त्यास तुझें अनुमोदन असावें. ' नंतर ती मला म्हणाली, ' तूं गमन करावेंस. तुझे मनोरथ पूर्ण होऊन तुझें कल्याण घडो ! ब्रह्मा, शिव, काश्यप, नद्या, मनावर सत्ता चालविणाऱ्या देवता, क्षेत्रें, ओषधी, यज्ञहविर्भाग पोंचविणारे छंद (वेदमंत्र), ऋषिगण, अध्वर, समुद्र, यज्ञीय दक्षिणा, स्तोभ (साममंत्रांची पूर्ति करणारे वर्ण), नक्षत्रें, ग्रह, पितर, देवस्त्रिया, देवकन्या, देवमाता, मन्वंतरें, गाई, चंद्रमा, सूर्य, अग्नि, सावित्री, ब्रह्मविद्या, ऋतु, संवत्सर, क्षण, लव, मुहूर्त, निमेष व युगपरंपरा हीं सर्व तूं कोठेंही असलास तरी तुझें रक्षण करोत व तुला सुख देवोत ! देवा, तुला तुझा मार्ग शुभकारक होवो आणि तुझ्या हातून कोणतीही गोष्ट उणी न पडून तुझे मनोरथ सफल होवोत.' ह्याप्रमाणें त्या जांबवतीनें माझें स्वस्त्ययन केल्यावर मीं तिचा निरोप घेतला; आणि नंतर मीं आपल्या नरश्रेष्ठ पित्याची, मातेची, राजाची व आहुकाची आज्ञा मिळविण्यासाठीं त्यांजकडे जाऊन, जांबवतीनें अत्यंत काकुळतीनें जें कांहीं मला सांगितलें होतें तें सर्व त्यांस निवेदन केलें. नंतर मीं त्यांची अनुज्ञा घेऊन मोठ्या दुःखानें तेथून निघालों व महाबल राम व गद ह्यांजकडे गेलों. तेव्हां त्यांनीं मोठ्या प्रेमानें मला म्हटलें, ' कृष्णा, तुझी तपश्चर्या उत्तम प्रकारें सिद्धीस जावो व तुला निर्विघ्नपणें यश मिळो ! ' ह्याप्रमाणें गुरुजनांची अनुज्ञा व आशीर्वाद प्राप्त झाल्यावर मग मी गरुडाचें स्मरण केलें, तेव्हां तत्काळ तो त्या स्थळीं प्राप्त झाला; व त्यानें मला हिमवान् पर्वतावर नेऊन सोडल्यावर मीं त्यास पुनः स्वस्थानीं जाण्यास निरोप दिला.

त्या गिरिराज हिमवान् पर्वतावर माझ्या दृष्टीस जें कांहीं पडलें त्याचें वर्णन काय करावें ? त्या ठिकाणचा तो देखावा अगदीं अद्भुत होता. तेथें व्याघ्रपादाचा पुत्र जो उपमन्यु त्याचा आश्रम होता. त्या महात्म्या श्रेष्ठ तपोधनाचा तो अतिशय दिव्य, अद्भुत व उत्तम असा आश्रम पाहून देव व गंधर्व हेही त्याची प्रशंसा करीत. त्यामध्यें सर्वत्र मूर्तिमंत ब्राह्मतेज झळाळत होतें ! तेथें धवक, कुभ, कदंब, नारिकेल, कुरबक, केतक, जंबु, पाटल, वट, वरुणक, वत्सनाभ, बिल्व, सरल, कपित्थ, प्रियाल, साल, ताल, बदरी, कुंद, पुन्नाग, अशोक, आम्र, अतिमुक्तक, मधूक, कोविदार, चंपक, पनस इत्यादि वृक्ष व लता असून दुसरे पुष्कळ प्रकारचे रानटी वृक्ष व वेली हीं फलपुष्पांनीं अगदीं भरलेलीं होतीं. त्याप्रमाणेंच त्या स्थळीं नानाविध फुललेल्या वनस्पति व वेली इतस्ततः पसरलेल्या असून केळींचीं बनेंही पुष्कळ असल्यामुळें विलक्षण शोभा दिसत होती. त्या सुफलित वृक्षादिकांवर बहुविध पक्षी बसलेले असून आपला उदरनिर्वाह करीत होते, आणि लतावृक्षांनीं अलंकृत झालेल्या त्या उपमन्यूच्या आश्रमांत ठिकठिकाणीं भस्माचे ढीग पडले होते त्यामुळेंही मोठी विचित्र शोभा दिसत होती.

ह्याशिवाय तेथें रुरु, वानर, व्याघ्र सिंह, हत्ती वगैरेही पुष्कळ होते; हरणें व मोरें देखील बहुत होतीं; आणि सर्प व मांजरें ह्यांची सुद्धां समृद्धि होती. तसेंच तेथें दुसऱ्या अनेक श्वापदांचे कळप असून अस्वलें व रेडे ह्यांचीही गर्दी होती. त्या आश्रमाचें वर्णन काय करावें ? तेथें नुकतेच माजास आलेले धुंद हत्ती इतस्ततः फिरत असल्यामुळें मोठी बहार दिसत होती; बहुविध जातींचे पक्षी

मोठ्या उत्साहानें व आनंदानें शब्द करीत होते; आणि श्यामसुंदर अशा मेघकांतीनें शोभणाऱ्या अनेक विचित्र वृक्षांच्या राजी त्या ठिकाणीं प्रफुल्लित झाल्यामुळें तो सर्वच देखावा मोठा हृदयंगम भासत होता !

तेथें जो वारा अभिमुख वहात होता, त्याचें श्रेष्ठत्व काय वर्णावें ? त्या वाऱ्याबरोबर नानाविध पुष्पांतील पराग वहात येत असून हत्तींच्या गंडस्थळांतून स्रवणारा जो मद त्याच्या योगें उद्दाम सुगंध सुटला होता; आणि त्यांत अप्सरांच्या तानांची, पर्वतातून जे जलप्रवाह वहात होते त्यांच्या नादांची, पक्ष्यांच्या मनोहर कूजिताची, कुंजरांच्या गर्जनेची, किन्नरांच्या सुंदर गायनाची आणि सामगायकांच्या मंगलकारक स्वरांची भर पडली होती ! उपमन्यूच्या त्या आश्रमाची दुसऱ्या कोणास मनामध्यें कल्पनाही करितां येणार नाहीं. अशा त्या अचिंत्य आश्रमामध्यें पुष्कळ सरोवरें होतीं. तशींच तेथें मोठमोठीं अग्निगृहें असून त्यांजवर प्रफुल्लित लतांची छाया होती. त्याप्रमाणेंच त्या आश्रमाच्या सन्निध जान्हवीचें पुण्यकारक व पावन असें उदक वहात असल्यामुळें तें स्थळ मोठें रमणीय बनलें होतें आणि त्या आश्रमापासून प्राप्त होणारा सुखोपभोग प्रत्यक्ष ती जन्हुकन्या त्या ठिकाणीं सदोदीत घेत असे. त्या आश्रमांत महान् महान् धर्मनिष्ठ पुरुष रहात असून त्या महात्म्यांच्या ठायीं केवळ अग्नीसारखें दिव्य तेज होतें. त्यांपैकीं कित्येक नेहमीं वायुभक्षण करून राहिले होते; कित्येक उदकावर निर्वाह करीत; कित्येक सदोदीत जपजाप्यांत निमग्न होते; कित्येक दयादाक्षिण्यादि गुणांनीं आपलें चित्त शुद्ध करण्यांत व्यग्र होते; कित्येक योगाभ्यासानें भगवच्चिंतन करीत होते; कित्येक केवळ धूम्रप्राशन करून राहिले होते, कित्येक उष्णतेचें सेवन करीत; व कित्येक दुधावर चरितार्थ चालवीत होते ! धर्मा, ह्याप्रमाणें त्या आश्रमांत महान् महान् ब्राह्मण सर्वत्र नानाविध प्रकारांनीं आपआपले व्यवसाय करण्यांत निमग्न झाले होते ! त्या आश्रमांत कित्येकजण हस्तादिकांचा व्यापार वगैरे न करतां केवळ गाईसारखें खावयाचें व प्यावयाचें असा निश्चय करून वागत; कित्येकजण दगडावर दाणे कुटून त्यावर उपजीविका करीत; कित्येकजण दांतांनीं दाणे चावून त्यांवरच भागवीत; कित्येकजण चंद्रकिरण प्राशून देहयात्रा चालवीत; कित्येकजण उदकाचा फेंसच खात; आणि कित्येकजण हरिणांसारखे यदृच्छेनें जें मिळेल त्यावर उपजीवन करीत ! धर्मा, त्या स्थळीं कित्येक पुरुष पिंपळाचीं फळें खाऊन रहात; कित्येक पाण्यांतच पडून असत; कित्येक चिंध्या पांघरीत; कित्येक कातडीं पांघरून कालक्षेप करीत; कित्येक वल्कलें नेसत; आणि अशा प्रकारें महान् कष्ट सोसून ते तपस्वी जन आपआपलीं व्रतानुष्ठानें पार पाडीत ! असो; ह्याप्रमाणें बहुत तापस जन अवलोकन केल्यानंतर मग मीं त्या आश्रमांत प्रवेश केला. धर्मा, त्या आश्रमाची महती केवढी म्हणून सांगूं ? महान् महान् देवतांचे समुदाय, शिवादिक देव व इतर पुण्यकर्म करणारे जन त्या आश्रमाला अतिशय मान देत असत. ज्याप्रमाणें अंतरिक्षांत चंद्रमंडल शोभतें, त्याप्रमाणें तो उपमन्यूचा आश्रम हिमालय पर्वतावर सदासर्वकाळ शोभत होता. त्या स्थळीं मोठमोठे महात्मे तपस्वी सन्निध असल्यामुळें त्यांच्या दिव्य तपःप्रभावाच्या योगानें इतकी समता उत्पन्न झाली होती कीं, तेथें सर्प व नकुल आणि हरिणें व वाघ अगदीं मित्रभावानें व गोडीगुलाबीनें क्रीडा करीत असत. असो; अशा त्या सर्व प्राण्यांना प्रियकर, आणि वेद व वेदांगें ह्यांत प्रवीण

असलेल्या श्रेष्ठ ब्राह्मणांनीं व त्याप्रमाणेंच नानाविध व्रतवैकल्यें करून प्रसिद्ध झालेल्या महान् महान् ऋषींनीं आश्रय केलेल्या दिव्य आश्रमांत मीं प्रवेश करितांच चिंध्या पांघरलेल्या व जटा धारण केलेल्या समर्थ उपमन्यूला मीं अवलोकन केलें. त्या समयीं त्याची ती कांति पाहून जणू काय तो आपल्या तपःसामर्थ्यानें व तेजानें अग्निच प्रज्वलित झाला आहे असें मला भासलें. त्या समयीं त्या तरुण व शांत अशा विप्रवर्याच्या मागें पुष्कळ शिष्य होते. नंतर मीं त्या ऋषिश्रेष्ठास साष्टांग प्रणिपात केला; तेव्हां तो उपमन्यु मला म्हणाला, ‘ हे पुंडरीकाक्षा, मी तुझें स्वागत करितों; आज आमच्या तपश्चर्येचें सार्थक्य झालें ! कारण, ज्या तुझी म्यां पूजा करावी तो तूं आज माझ्या पूजेला प्रवृत्त झालास आणि ज्याला पहाण्याची मीं इच्छा करावी तो तूं आज माझ्या भेटीला आलास !’ धर्मा, नंतर मी त्या उपमन्यूपुढें हात जोडून उभा राहिलों आणि त्यास आश्रमवासी मृग, पक्षी, त्याप्रमाणेंच अग्नि, धर्मानुष्ठान व शिष्यवर्ग ह्यांजबद्दल कुशलप्रश्न विचारिले. मग भगवान् उपमन्यूनें मनोहर व मधुर वाणीनें मला ह्मटलें, ‘ कृष्णा, तुला त्वत्तुल्य पुत्र प्राप्त होईल ह्यांत संदेह नाहीं. पण मी तुला त्यास हाच उपाय सांगतों कीं, तूं उत्तम तपश्चर्या करून भगवान् महादेवाला प्रसन्न कर. अधोक्षजा, तो देवाधिदेव येथें पत्नीसुद्धां आनंदानें रहात आहे. जनार्दना, पूर्वीं येथें देवांच्या व ऋषींच्या समुदायांनीं तपश्चर्या, ब्रह्मचर्य, सत्य, मनोजय इत्यादि साधनांच्या योगें त्या देवाधिदेवाला संतोषविलें व आपले उत्तम मनोरथ परिपूर्ण करून घेतले. कृष्णा, तो भगवान् शंकर तेज व तप ह्यांचा केवळ निधिच होय. हे शत्रुसंहारका, शुभाशुभ विकार किंवा गुण ह्यांनीं युक्त अशा वस्तूंचा उत्पादक व नाशक असा तो भगवान् लोकनायक प्रभु—ज्याच्या दर्शनाची तुला इच्छा आहे, तो—ह्या स्थळीं पार्वतीसहवर्तमान वास करितो. कृष्णा, मेरुपर्वताला हालवून सोडणारा जो हिरण्यकशिपु दानव त्यानें शंकराला प्रसन्न करून घेऊनच सर्व देवांचें ऐश्वर्य संपादून त्याचा दशलक्ष वर्षेंपर्यंत उपभोग घेतला. कृष्णा, मंदार नामक जो प्रख्यात दानव तो त्याचाच श्रेष्ठ पुत्र. महादेवाच्या वरानें तो दहा लक्ष वर्षेंपर्यंत इंद्राशीं झगडला. बा केशवा, विष्णूचें तें घोर चक्र व इंद्राचें तें भयंकर वज्र त्या मंदार नामक दैत्याच्या शरीरावरच व्यर्थ झालें ! अनघा कृष्णा, तूं जें चक्र धारण केलें आहेस, तेंही त्या भगवान् महादेवानेंच उदकांत राहाणाऱ्या व बलानें गर्विष्ठ झालेल्या दैत्याला मारून तुला अर्पण केलें. कृष्णा, तुझें जें सुदर्शन चक्र तें मुळीं भगवान् शंकरानेंच त्या उदकवासी दैत्याच्या वधासाठीं उत्पन्न केलें. त्याच्या अंगीं प्रज्वलित अग्नीप्रमाणें उग्र तेज असल्यामुळें त्याकडे शंकराशिवाय अन्याच्यानें पहावत सुद्धां नसे. ह्याप्रमाणें तें इतरांस दुर्दृश्य असतांही भगवान् शंकरास सुदृश्यच होतें. ह्यास्तव त्यानें त्यास सुदर्शन असेंच ह्मटलें व त्यामुळें तेव्हांपासून लोकांत त्यास ‘ सुदर्शन ’ असें नांव पडलें. बा कृष्णा, तो मंदार दैत्य ह्मणजे जणू काय सर्वांस पीडा करणारा पापग्रहच होता; ह्मणून त्यास दैत्य ह्मणण्याऐवजीं ग्रह असेंही ह्मणत. केशवा, त्या मंदार ग्रहाच्या शरीरावर असें तें लोकोत्तर दिव्य सुदर्शन चक्रही व्यर्थ झालें. कारण, त्या बलशाली व बुद्धिवान् दैत्याला भगवान् शंकरापासून असा वरच मिळाला होता कीं, तुझ्या देहावर कोणतींही शस्त्रें—फार काय, शतावधि वज्रें किंवा सुदर्शन चक्रेंही कुंठित होतील ! असो; शंकरांच्या वरानें अत्यंत बलवान् झालेल्या त्या मंदार ग्रहानें

देवांना अगदीं नको नको करून सोडिलें आणि शिववरानें बलिष्ठ झालेल्या महान् महान् असुरांचा व देवांचा घोर संग्राम झाला. केशवा, विद्युत्प्रभ दैत्यानें शंकराची आराधना करून त्यास संतुष्ट केलें. तेव्हां शंकरानें त्यास त्रैलोक्याचें आधिपत्य दिलें आणि तो एक लक्ष वर्षेंपर्यंत तिन्ही लोकांचा राजा झाला. कृष्णा, शिवाय महादेवानें त्यास म्हटलें कीं, ' बा असुरा, तूं माझा अनुचर होशील आणि तुला दहा कोटी पुत्र होतील. ' आणि मग असें म्हणून त्यानें त्यास कुशद्वीपाचें राज्यही दिलें. त्याप्रमाणेंच, कृष्णा, शतमुख नांवाचा एक महान् असुर ब्रह्मदेवानें उत्पन्न केला होता. त्यानें पूर्ण शंभर वर्षेंपर्यंत आपल्या मांसानें अग्नीचें हवन केलें, तेव्हां भगवान् शंकर संतुष्ट होऊन त्यास ह्मणाला कीं, 'मी तुझ्याकरितां काय करूं बरें?' त्या समयीं शतमुखानें उत्तर दिलें कीं, ' माझ्या ठिकाणीं चंद्र, सूर्य, पर्जन्य, पृथ्वी वगैरे उत्पन्न करण्याचें अद्भुत योगसामर्थ्य उत्पन्न व्हावें; आणि कधींही भङ्ग होणार नाहीं असें ब्राह्मबल तूं मला द्यावेंस. ' कृष्णा, नंतर भगवान् शंकरानें 'बरें आहे, तथास्तु ! ' असें ह्मटलें आणि मग त्या शतमुखाचे मनोरथ सिद्धीस गेले. केशवा, पूर्वीं स्वयंभु ब्रह्मदेवानें पुत्रप्राप्तीसाठीं यज्ञ केला. त्या समयीं त्यानें तीनशें वर्षेंपर्यंत योगसाधनानें आपल्याला हिरण्यगर्भाच्या ठिकाणीं स्थापिलें आणि मोठें घोर ध्यान चालविलें; तेव्हां महादेवानें प्रसन्न होऊन त्यास यज्ञानुरूप असे सहस्त्र पुत्र अर्पण केले. कृष्णा, देव ज्याची महती गातात त्या योगेश्वर याज्ञवल्क्याची तुला माहिती आहे, ह्याविषयीं संशय नकोच. त्या परमधार्मिक प्रख्यात ऋषीनें महादेवाची आराधना करून अवर्णनीय यश मिळविलें. पराशर ऋषीचा पुत्र वेदव्यास हा योगाचा केवळ आत्माच होय. तोही शंकराची उपासना करून लोकोत्तर कीर्ति पावला. कृष्णा, पूर्वीं इंद्रानें वालखिल्यांचा अपमान केला तेव्हां ते फार संतापले आणि त्यांनीं तपश्चर्या करून शंकराला संतोषविलें असतां शंकर त्यांस प्रसन्न होऊन ह्मणाला, ' वालखिल्यहो, तुमच्या तपश्चर्येनें एक पक्षी उत्पन्न होईल व तो इंद्रापासून अमृत हरण करील.' कृष्णा, पूर्वीं महादेव कोपल्यामुळें उदकच नाहींसें झालें असतां देवांनीं सप्तकपाल नांवाचा यज्ञ करून महादेवास आराधिलें. तेव्हां नवीन उदक निर्माण झालें आणि मग पृथ्वीवर शंकराच्या प्रसादानें जलसमृद्धि झाली. कृष्णा, ब्रह्मचिंतन करणारी अत्रि ऋषीची भार्या देखील भर्त्याला सोडून चालती झाली आणि आतां मी त्या मुनीच्या अधीन फिरून कधींही राहाणार नाहीं असे उद्गार काढून भगवान् महादेवाला शरण गेली व अत्रि ऋषीच्या भयानें तिनें तीनशें वर्षेंपर्यंत कांहींएक न खातां दिवस काढिले. केशवा, त्या वेळीं ती शंकराच्या प्रसन्नतेसाठीं मुसळांवरच शयन करीत असे. तेव्हां भगवान् महादेव हंसून तिला म्हणाला कीं, ' हे अत्रिभार्ये, तुला तुझ्या भर्त्यावांचून रुद्रप्रसादानेंच पुत्र होईल आणि खचित तो तुझ्याच नांवावरून (आनसूय ह्या नांवानेंच) उत्तम प्रसिद्धीस येईल. मधुसूदना, त्याप्रमाणेंच भक्तांना सुख देणाऱ्या भगवान् महादेवाला विकर्णानें आराधिलें आणि त्याची प्रसन्नता जोडून आपले मनोरथ सिद्धीस नेले. तसाच शाकल्यानें चित्त शुद्ध करून नऊशें वर्षेंपर्यंत मनोयज्ञ केला व शंकरास आराधिलें, तेव्हां त्या भगवान् देवाधिदेवानें प्रसन्न होऊन म्हटलें कीं, ' बाळा शाकल्या, तूं मोठा ग्रंथकार होशील आणि तुझी कीर्ति त्रैलोक्यांत अजरामर राहील. त्याप्रमाणेंच, तुझें कुल अक्षय्य राहून त्यांत महर्षि जन्मतील व त्यांच्या

योगें तुझ्या कुलाचा लौकिक वाढेल. तसाच, बा शाकल्या, तुला पुत्र होईल तो सर्व ब्राह्मणांत श्रेष्ठत्व मिळवील व तुझ्या ग्रंथाचीं सूत्रें करील.' केशवा, कृतयुगांत सावर्णि नांवाचा एक महान् ऋषि होता. त्यानें ह्या स्थळीं सहा हजार वर्षेपर्यंत तपश्चर्या केली. तेव्हां प्रत्यक्ष भगवान् शंकर हा त्यास म्हणाला कीं, 'बा अनघा सावर्णे, तूं जगांत अजरामर राहून ग्रंथकर्ता होशील.' जनार्दना, पूर्वी वाराणसी-मध्यें इंद्रानें दिगंबरवृत्तीनें राहाणाऱ्या व भस्मावगुंठन करणाऱ्या भगवान् शंकराची मोठ्या भक्तीनें आराधना केली आणि त्या योगें सर्व देवांचें राज्य संपादिलें. त्याप्रमाणेंच, कृष्णा, नारदानें पूर्वी अनन्यभावानें भवाराधना केली असतां त्या देवाधिदेव महादेवानें म्हटलें कीं, 'बा नारदा, तपानें व तेजानें तुझी बरोबरी कोणासही करितां येणार नाहीं आणि तूं तंत्रीवादन करून व गीत गाऊन नेहमीं माझ्याजवळ असशील.' आतां, विभो माधवा, खुद्द मीं महादेवाला कसें अवलोकन केलें तें ऐक; आणि त्याप्रमाणेंच, ज्या हेतूनें मीं इंद्रियनिग्रह करून त्या महातेजस्वी देवतेचें चित्त आपल्याकडे लावून घेतलें व तसेंच त्या देवाधिदेवापासून मला पूर्वी काय प्राप्त झालें तेंही सविस्तर श्रवण कर. कृष्णा, तें सर्व वृत्त आज मी तुला सांगतों; तें आतां सावधान चित्तानें ऐक. बा केशवा, पूर्वी कृतयुगामध्यें एक महाभाग्यवान् ऋषि होता. त्याचें नांव व्याघ्रपाद असें असून तो वेद व वेदांगें ह्यांत पारंगत होता. कृष्णा, मी त्याचा पुत्र व धौम्य हा माझा धाकटा भाऊ. हे अनघा, एके समयीं मी धौम्यासह-ज्यांनीं आपलीं अंतःकरणें पवित्र केलीं होतीं अशा-मुनींच्या आश्रमास खेळण्यासाठीं गेलों असतां तेथें गाईचें दूध काढतांना मीं पाहिलें; तेव्हां, माधवा, मीं तें अमृतासारखें मधुर दूध अवलोकन करून आपल्या आश्रमीं गेल्यावर मातेस म्हटलें कीं, 'आई, मला दूधभात जेवावयास दे' व माझ्या अजाणपणामुळें अखेरीस मीं तोच हट्ट धरिला. तेव्हां घरीं दूध नसल्यामुळें माझ्या मातेस मोठें दुःख झालें आणि पाण्यांत पीठ कालवून तिनें तें आम्हांला दूध म्हणून पिण्यासाठीं दिलें. कृष्णा, पूर्वी एका प्रसंगीं माझ्या पित्यानें मला यज्ञासाठीं एका श्रीमान् आप्ताच्या घरीं नेलें होतें, तेथें मीं दूध प्राशन केलें होतें. त्या आश्रमांत कामधेनूची नंदिनी सदोदीत दुभती आहे. मीं त्या नंदिनीचें तें अमृतोपम दुग्ध प्राशिल्यामुळें दुधाचे गुण मला माहीत होते. ह्यास्तव, माझ्या मातेनें जें दूध मला दिलें तें कशा प्रकारें सिद्ध केलें होतें तें माझ्या ध्यानांत आलें आणि तें कालविलेलें पीठ आहे असें ओळखून मला फार वाईट वाटलें. केशवा, आपली गृहस्थिति काय आहे, हें माझ्या बालस्वभावामुळें मला कळलें नाहीं आणि मीं आपल्या आईला म्हटलें कीं, 'माते, तूं मला दिलास, तो खचित दूधभात नव्हे.' तेव्हां माझ्या आईला मोठें दुःख झालें; व शोकाकुल होत्साती पुत्रवात्सल्यानें मला पोटाशीं धरून तिनें कुरवाळलें व माझ्या मस्तकाचें अवघ्राण करून ती म्हणाली, "बाळा, त्यांनीं आपलीं अंतःकरणें शुद्ध करून ब्रह्मचिंतनांत निमग्न केलीं आहेत; जे सदासर्वकाळ वनांत राहून कंदमूलफलांवर आपला चरितार्थ चालवितात, व वालखिल्यांनीं आश्रय केलेल्या दिव्य सरित्तीरावर जे वास्तव्य करितात, अशा मुनिजनांकडे दूधभात कोठून मिळेल बरें? बाळांनो, मुनिजनांची वृत्ति म्हणजे त्यांनीं वनांत राहून गिरिकंदरीं वास करावयाचा, त्यांनीं अरण्यामध्यें आश्रमांत राहून वायु व उदक ह्यांवर उपजीविका चालवावयाची; व वनांतील फळें हेंच त्यांचें भोजन असून ते नगर-

वासीयांच्या आहारापासून अगदीं अलिप्त असावयाचे; तेव्हां अशा मुनिजनांकडे दूधभात कोठून असेल बरें? बाळांनो, येथें ह्या अरण्यांत कामधेनूची प्रजा (गाई) नसल्यामुळें दूध मिळण्याचा संभव नाहीं. मुनींची दिनचर्या म्हणजे नद्या, गिरि, कंदर व नानाविध तीर्थें ह्यांच्या ठिकाणीं त्यांनीं तपश्चर्या व जपजाप्य ह्यांत सतत काल घालवावा आणि भगवंताचें चिंतन करून तेंच अंतिम साध्य मानावें. ह्यास्तव, बाबांनो, आपल्याला ह्या ठिकाणीं भगवान् शिव हीच आपली मुख्य गति होय, तेव्हां विरूपाक्ष, अव्यय व वर देणारा जो स्थाणु त्याची प्रसन्नता जोडिल्याशिवाय क्षीरोदन किंवा वस्त्रपात्रादिक दुसरे सुखोपभोगाचे पदार्थ कसे प्राप्त होतील बरें? ह्यासाठीं, बाळा, सदासर्वकाळ अनन्यभावानें त्या भगवान् शंकरास शरण जा आणि त्याच्या कृपेनें तुझे मनोरथ परिपूर्ण होतील." शत्रुहंत्या कृष्णा, मातेचें ह्याप्रमाणें भाषण श्रवण करून मी लागलाच हात जोडून तिच्यापुढें नम्र होऊन उभा राहिलों व तिला म्हणालों, 'अंबे, तूं ज्याविषयीं मला सांगितलेंस तो हा महादेव कोण बरें? काय केलें असतां तो प्रसन्न होईल? तो कोठें राहातो? कोणत्या उपायानें त्याचें दर्शन घडेल? त्याचा संतोष कशानें होईल? त्याचें रूप कसें आहे? तें मला ओळखितां कसें यावें? तो प्रसन्न झाला आहे हें कसें जाणावें? माते, हें सर्व तूं मला विशद करून सांग.'

कृष्णा, ह्याप्रमाणें मीं विचारिलें तेव्हां पुत्रवात्सल्यानें माझ्या मातेचें चित्त एकदम द्रवलें आणि ती माझ्या मस्तकाचें अवघ्राण करून सद्गदित होत्साती अश्रु ढाळूं लागली! गोविंदा, त्या समयीं तिच्या नेत्रांतून इतके अश्रुपूर वाहूं लागले कीं, त्यांनीं जणू काय मला स्नानच झालें! असो; नंतर तिनें मोठ्या दीनवाणीनें असें भाषण केलें.

अंबा ह्मणाली:—बाळा उपमन्यो, ज्या पुरुषांनीं आत्मस्वरूपाचें ज्ञान करून घेतलें नाहीं, त्यांना त्या देवाधिदेवाचें यथार्थ स्वरूप कळावयाचें नाहीं, अथवा त्यांना त्या महादेवाचें ध्यान करितां येणार नाहीं, किंवा त्याची यत्किंचित् ओळखही पटणार नाहीं. उपमन्यो, त्या भगवंताचें अंतर्यामीं मनन करणें किंवा त्याचें रूप चित्तांत सांठविणें अथवा त्यास अवलोकन करण्याविषयीं झटणें, हें सर्व व्यर्थ होय. कारण ज्ञानी लोक सांगतात कीं, त्याचीं रूपें अनेक असून त्याचीं निवासस्थानेंही विचित्र आहेत. शिवाय तो प्रसन्न झाल्यावर लोकांवर जे अनुग्रह करितो तेही नानाविध असतात. ह्याकरितां त्या महेशाचें मंगलप्रद चरित्र यथार्थ जाणण्यास कोण समर्थ होईल बरें? बाळा, त्या देवाधिदेवानें पूर्वीं जीं रूपें धारण केलीं तीं इतकीं अगाध व अचिंतनीय आहेत कीं, त्यांचें अनुमान करणेंही अशक्य होय. उपमन्यो, भगवान् शंकर हा स्वतंत्र व खरा सत्ताधीश आहे. त्यास जें करावेंसें वाटतें तें तो खुशाल करून क्रीडा करीत असतो. सर्व प्राण्यांच्या हृदयामध्यें तो अधिष्ठित आहे. सर्व ब्रह्मांड हें त्याचें रूप होय; आणि भगवान् शंकराचें मंगलदायक व दिव्य यश वर्णन करणाऱ्या मुनिजनांपासून मीं असें ऐकिलें आहे कीं, भक्तांवर प्रसाद करण्यासाठीं तो दर्शन देतो. असो; बाळा, त्या देवश्रेष्ठ शंकराचें चरित्र ब्राह्मणांवर अनुग्रह करण्याच्या बुद्धीनें देवांनीं निरूपण केलें तें मीं त्या ब्राह्मणांपासून जसें ऐकिलें आहे तसें तुला—तूं विचारीत असल्यामुळें सांगतें.

अंबा पुढें सांगूं लागली:- उपमन्यो, ब्रह्मदेव, विष्णु, इंद्र, रुद्र, आदित्य, अश्विनीकुमार व विश्वेदेव हीं सर्व भगवान् शंकराचींच रूपें होत. देव, नर, नारी, प्रेत, पिशाच्चें, किरात, शबर,

जलचर, वनचर, कूर्म, मत्स्य, शंख, वसंतादिक ऋतु, यक्ष, राक्षस, सर्प, दैत्य, दानव, आणि त्याप्रमाणेंच आणखी बिळांत राहाणारे प्राणी, तसेच व्याघ्र, सिंह, मृग, तरस, अस्वलें, पक्षी, घुबडें, कोल्हे, हंस, काक, मयूर, कृकलास (सरडे); सारस, बलाहक, गृध्र, चक्रवाक, इत्यादि रूपें भगवान् महादेवाचींच जाणावीं. उपमन्यो, नानाप्रकारचीं निवासस्थानें तोच उत्पन्न करितो आणि तोच पृथ्वीरूप होऊन आपल्यावर पर्वतांना आधार देतो. बाळा, धेनु, हत्ती, अश्व, उंट, गर्दभ, बोकड, अंडज इत्यादि अनेक दिव्य योनींचे देह शंकररूपच होत. उपमन्यो, दंडी (संन्यासी), छत्री (राजे लोक), कुंडी(भिक्षेकरी),त्याप्रमाणेंच द्विजांचे प्रतिपालक, तसेच सहा तोंडांचे,वहुत तोंडांचे,तीन डोळ्यांचे, अनेक डोक्यांचे, अनेक कमरांचे, अनेक पायांचे, अनेक उदरांचे, अनेक मुखांचे, अनेक हातांचे, अनेक पाठींचे वगैरे जे प्राणी आहेत तीं सर्व त्या भगवंताचींच रूपें जाणावीं. उपमन्यो, भगवान् शंकर हा कधींकधीं अनेक भूतगणांनीं परिवृत असतो. ऋषि, गंधर्व, सिद्ध, चारण वगैरे सर्व रूपें त्याचींच होत. त्याचीं सर्व गात्रें भस्माच्या अवलेपनानें शुभ्र दिसतात.अर्धचंद्र हें त्याचें शिरोभूषण आहे. त्याच्या भोंवतालीं नेहमीं अनेक वैदिकमंत्रांचा घोष सुरू असतो. त्याच्या आसमंतात् नानाविध प्राणी स्तुति करण्यांत निमग्न असतात. तो सर्व प्राण्यांचा अंतक होय. सर्व लोकांचें खरें अधिष्ठान तोच असें समजावें. सर्व लोकांचा प्राण तोच होय. सर्वांना व्यापण्याची शक्ति त्यालाच आहे. सर्व कांहीं बोलणारा तोच होय. सर्वत्र सर्व प्राण्यांच्या हृदयांत तोच भगवान् अधिष्ठित आहे असें दिसून येईल; आणि जो प्राणी ज्याची ज्याची इच्छा करितो किंवा जें जें प्राप्त व्हावें म्हणून त्या भगवंतास आराधितो त्या प्राण्याची ती मनीषा तो देवाधीश पूर्णपणें जाणतो, ह्यासाठीं आपल्या कामनेच्या सिद्धीकरितां तूं त्या लोकनायकाला शरण जा. उपमन्यो, तो जगदात्मा कधीं आनंदांत असतो, कधीं रागावतो, कधीं दरडावितो, कधीं चक्र धारण करितो, कधीं शूल उचलितो, कधीं गदा घेऊन धावतो, कधीं मुसळ धरितो, व कधीं तरवार किंवा पट्टा परजतो. बाळा, तो भगवान् शंकरच शेषरूपानें भूमीला उचलून धरितो. सर्प हेच त्याचे कटिबंध होत. सर्पाचीं वेटोळीं हींच त्याचीं कुंडलें होत. सर्प हेच त्याचें यज्ञोपवीत, आणि हस्तिचर्म हेंच त्याचें उत्तरीय जाणावें. बाळा, त्या भगवान् लोकनायकाचें काय वर्णन करावें ! तो कधीं कधीं हंसतो, कधीं कधीं गातो, कधीं कधीं मनोहर नर्तन करितो, कधीं कधीं गणांसहवर्तमान नानाप्रकारचीं वाद्यें वाजवितो, कधीं कधीं श्मशानांतून फिरतो, कधीं कधीं जांभया देत असतो, कधीं कधीं स्वतः रुदन करितो, कधीं कधीं दुसऱ्यांस रडावयास लावितो, कधीं कधीं वेड्यासारखा उर्मटपणानें बोलतो, कधीं कधीं मधुर भाषण करितो, कधीं कधीं लोकांना भय वाटेल असा अतिशय हंसतो, कधीं कधीं डोळे फाडून लोकांकडे पाहातो व त्यांस घाबरवितो, कधीं कधीं जागतो, कधीं कधीं निजतो व कधीं कधीं स्वेच्छेनें जांभया देत राहातो. बाळा, तो भगवान् देवाधिदेव स्वतः वैदिक मंत्रांचा जप करितो आणि भक्तजन वैदिक मंत्रांनीं त्या देवतेचा जप करितात. तो देवेश शंकर स्वतः तपश्चर्या करितो आणि तपस्वी लोक तपश्चर्येनें त्यास आराधितात. तो लोकांना वर वगैरे देतो व लोकांपासून पूजाअर्चादिक ग्रहण करितो. तो स्वतः योगाभ्यास करितो व योगी लोक त्यास योगसाधनांनीं चिंतितात. तो यज्ञवेदीवर, यज्ञस्तंभाच्या ठिकाणीं, गोठ्यांत व होमकुंडांत दृश्य व अदृश्यही होतो.

तसाच तो बाल, तरुण व वृद्ध ह्या अवस्थांतही आढळतो. ऋषिकन्या व ऋषिपत्न्या ह्यांजबरोबर तो खेळतो. त्याचे केश लांब आहेत. त्याचें लिंग मोठें आहे. तो नग्नच असतो. त्याचे नेत्र धुंद आहेत. त्याचा वर्ण गोरा आहे, श्याम आहे, काळा आहे, शुभ्र आहे व धुरकट आरक्त आहे. त्याचे डोळे मोठे असून धुंद आहेत. दिशा हेंच त्याचें वस्त्र होय. सर्वांचा तो आच्छादक आहे. त्याला रूप नाहीं, तो मायावी आहे, तो नानाविध रूपें धारण करितो, हिरण्यगर्भ तोच होय, त्यास आदि किंवा अंत नाहीं व तो कोणापासूनही जन्म पावलेला नाहीं. तेव्हां अशा त्या लोकोत्तर जगदात्म्यास सत्य स्वरूपानें जाणण्यास कोण समर्थ आहे बरें ? बाळा उपमन्यो, तो महेश्वर प्रत्येक प्राण्याच्या हृदयांत वसतो, प्रत्येकाचें मन म्हणजे तो देवाधिदेवच होय, प्रत्येकाचा प्राणही तोच जाणावा, योगाचा आत्मा तोच आहे, योग हें ज्याला नांव देतात तो तरी प्रत्यक्ष भगवान् शंकरच होय, ज्या परमात्म्याचें ध्यान करावयाचें तो हा महादेवच जाणावा, त्याचें ग्रहण करणें झाल्यास अनन्यभक्तीशिवाय दुसरें साधन नाहीं, तो वाद्यें वाजवितो व गायन करितो, त्याला लक्षावधि डोळे आहेत, त्यास एक मुख आहे (तो केवळ आनंदाचा उपभोक्ता चित्स्वरूप आहे), त्यास दोन मुखें आहेत (त्यास चैतन्य व लिंगदेह आहेत), त्याला तीन मुखें आहेत (चैतन्य, लिंगदेह व स्थूल देह हे आहेत) व त्यास अनेक मुखें आहेत (तो विराट्स्वरूप आहे); ह्यासाठीं, बाळा उपमन्यो, तूं त्या विश्वव्यापकाची भक्ति कर, नित्य त्याच्या आश्रयास रहा, त्यावर पूर्ण श्रद्धा ठेव, रात्रंदिवस त्याच्या ध्यानांत निमग्न हो, आणि त्याचें अनन्य चिंतन कर म्हणजे तुझे मनोरथ सिद्धीस जातील.

उपमन्यु सांगतोः— शत्रुनाशका कृष्णा, ह्याप्रमाणें मातेचें भाषण श्रवण करून तत्काळ मी तेव्हांपासून त्या लोकनायक महादेवाची दृढभक्ति करूं लागलों व तेव्हांपासून मी तपश्चर्येला आरंभ केला आणि शंकराला संतोषविलें. प्रथम मी एक हजार वर्षेंपर्यंत डावे पायाच्या अंगठ्यावर उभा राहिलों; नंतर मी एक हजार वर्षेंपर्यंत फलाहार करून कालक्षेप केला; पुढें एक हजार वर्षेंपर्यंत वाळलेलीं पानें खाल्लीं; मग एक हजार वर्षेंपर्यंत उदकावर चरितार्थ चालविला; नंतर सातशें वर्षेंपर्यंत मीं वारा भक्षण केला, आणि अशा क्रमानें मीं एक हजार दिव्य वर्षेंपर्यंत शंकराला आराधिलें; तेव्हां तो सर्वलोकाधीश समर्थ महादेव प्रसन्न झाला; व मी अनन्यभक्त आहें कीं नाहीं ह्याची परीक्षा करण्यासाठीं सर्व देवांच्या समुदायासह इंद्ररूप धारण करून माझ्या समीप प्राप्त झाला. कृष्णा, त्या समयीं त्या देवाधिदेवानें इंद्राचें रूप धारण केल्यामुळें त्या महायशशाली पुरुषाच्या हातांत वज्र होतें; अमृतासारख्या शुभ्र वर्णाच्या, रुधिरासारखे आरक्त नेत्र धारण करणाऱ्या, निश्चल कर्ण असलेल्या, मदानें धुंद झालेल्या व शुंडांचें आकुंचन केलेल्या अशा एका चार शुंडांच्या महान् व भयंकर हत्तीवर तो बसला होता; तो आपल्या दिव्य कांतीनें झळाळत असून त्याच्या मस्तकावर किरीट, वक्षस्थळीं हार व बाहुप्रदेशीं अंगदें वगैरे शोभत होतीं; आणि त्याच्या मस्तकावर श्वेत छत्र धरलेलें असून आसमंताद्भागीं अप्सरा त्याच्या सेवेस तत्पर होत्या व गंधर्वगणांनीं त्याची स्तुति चालविली होती. कृष्णा, याप्रमाणें तो देवश्रेष्ठ भगवान् इंद्ररूपधारी महादेव माझ्या समीप प्रकट झाल्यावर मला म्हणाला कीं, ‘ द्विजोत्तमा,

मी तुजवर प्रसन्न झालों आहें ; तर तुला जो इष्ट असेल तो वर तूं माझ्यापासून मागून घे.' केशवा, ह्याप्रमाणें मीं शक्राचें भाषण ऐकतांच मला मोठा आनंद झाला आणि मीं मोठ्या उत्साहानें त्यास ह्मटलें कीं, 'देवश्रेष्ठा, मी तुजपासून किंवा महादेवाशिवाय दुसऱ्या कोणत्याही देवापासून वराची इच्छा करीत नाहीं, हें तूं खचित समज. इंद्रा, माझें हें भाषण अगदीं सत्य व पूर्ण निश्चयाचें मान. महेश्वरावांचून दुसरी कोणतीही गोष्ट मला रुचत नाहीं. पशुपति जो शंकर त्याचे वचनावरून मी तत्काळ कृमि किंवा अनेक शाखांचा वृक्षही होण्यास सिद्ध आहें, परंतु शंकरावांचून अन्यानें मला त्रैलोक्याचें राज्यवैभव दिलें तरी तें मला इष्ट नाहीं. इंद्रा, मी चांडाल जातींत जन्म पावून मला महादेवाच्या पदारविंदीं आसक्त होतां आलें तर तें मला अधिक श्रेयस्कर वाटेल; पण तोच मी तुझ्या पदाचा अधिकारी झालों व तेथें माझ्या हातून त्या देवाधिदेवाची भक्ति घडली नाहीं तर तें व्यर्थ होय. देवेंद्रा, ज्या प्राण्याची त्या सुरासुरांवर सत्ता चालविणाऱ्या विश्वाधिपतीच्या ठिकाणीं भक्ति नाहीं, त्यानें वायु व उदक सेवन करून कितीही घोर तप केलें तरी त्याच्या दुःखाचा अंत कसा होईल बरें? इंद्रा, ज्या पुरुषांना भगवान् शंकराच्या चरणकमलांचें ध्यान क्षणभरही अंतरलें असतां आवडत नाहीं, त्यांना, ज्यांमध्यें महेशगुणांव्यतिरिक्त अन्यधर्म वर्णिले आहेत अशा कथांचा काय उपयोग होणार? इंद्रा, वक्रयुग जें कलियुग तें प्राप्त झालें असतां प्रत्येकानें आपलें सार्थक्य जोडण्यासाठीं आपली सर्व बुद्धि हरचरणांकडे लावावी. जो कोणी हरभक्तिरसायन पिईल त्याला संसारभयाची पीडा मुळींच होणार नाहीं. इंद्रा, जो पुरुष शंकराची भक्ति करण्यास सिद्ध असतो, त्याजवर त्या देवश्रेष्ठाचा आधींच प्रसाद झालेला असतो; कारण, महेशाच्या प्रसादावांचून दिवस-अर्धदिवस, मुहूर्त, क्षण किंवा क्षणाचा अतिअल्प भागपर्यंत सुद्धां त्या देवाधिदेवावर चित्त जडणें अशक्य होय. इंद्रा, शंकराच्या आज्ञेनें मी कीड किंवा पतंगही होण्यास राजी आहें; परंतु तूं जर मला त्रैलोक्याचें साम्राज्य अर्पण केलेंस तरी त्याची मला अपेक्षा नाहीं. इंद्रा, महेश्वराच्या वचनानें कुत्र्याचें जन्म घेण्यासही मी तयार आहें, कारण तसें झाल्यास तो माझा मनोरथ पूर्ण झाला असेंच मी मानीन; पण महेश्वरावांचून अन्यानें मला सांगितलें तर त्रैलोक्याचें राज्य देखील खचित मी नाकारीन, मला स्वर्गलोकाची अपेक्षा नाहीं, मला देवराज्याची इच्छा नाहीं, मला ब्रह्मलोकाची हाव नाहीं, मला मोक्षाची जरूरी नाहीं, अथवा दुसऱ्या कोणत्याही सुखोपभोगांची वासना नाहीं; मला भगवान् शंकराच्या दास्याची मात्र फार फार अपेक्षा आहे. अमरेश्वरा, ज्याच्या मस्तकावर त्या चंद्राचे शुभ्र व स्वच्छ किरण झळाळत असल्यामुळें जणू काय तो चंद्र हा त्या मस्तकावरील मुकुटच होय अशी दिव्य शोभा दिसते, अशा त्या भगवान् पशुपति महेशाची प्रसन्नता मीं जोंपर्यंत जोडिली नाहीं तोंपर्यंतच जन्म, जरा, मरण इत्यादि शतावधि दुःखांची परंपरा मुकाट्यानें भोगणें मला प्राप्त आहे; परंतु, देवेंद्रा, सूर्य, चंद्र व अग्नि ह्यांप्रमाणें देदीप्यमान , सर्व त्रिभुवनांत श्रेष्ठ, केवळ आनंदांत रत असलेला व सर्वांचें आदिकारण अशा त्या जराहीन, मृत्युहीन व अद्वितीय अशा रुद्राची प्रसन्नता जर का मीं संपादिली तर मग मला दुःखपरंपरा भोगण्याचें प्रयोजन तरी कोणतें? देवाधिदेवा, रुद्राला संतुष्ट केल्याशिवाय ह्या जगतांत कोणता पुरुष शांतिसुख मिळवील बरें? असो; इंद्रा,

जर माझ्या दोषांचें फळ ह्मणून मला पुनः-पुनः जन्म घ्यावे लागले, तर त्या त्या जन्मांत माझी भगवान् शंकराच्या ठिकाणीं अक्षय्य भक्ति जडावी इतकीच मी इच्छा करितों.

शक्र ह्मणालाः--- उपमन्यो, भगवान् शंकर हाच सर्व विश्वाचें आदिकरण असून त्याच्याच सत्तेनें सर्व कांहीं घडत आहे असा तुझा समज दिसतो; तेव्हां भगवान् शंकराच्या आदिकारणत्वाबद्दल व सर्वशक्तित्वाबद्दल प्रमाण काय तें सांग पाहूं ? माझ्या तर मनास असें वाटतें कीं, भगवान् शंकर ही संहार करणारी देवता असल्यामुळें त्याजपासून सुखापेक्षा करणें हा वेडेपणाच होय ! आणि तूं तर त्या देवतेशिवाय दुसऱ्या कोणापासून-ही सुखापेक्षा करीत नाहींस तेव्हां ह्यास ह्मणावें तरी काय ?

उपमन्यु ह्मणालाः- इंद्रा, मी ज्या देवतेच्या प्रसादाची इच्छा करीत आहें ती परम-समर्थ आहे. ब्रह्मवेत्ते पुरुष सांगतात कीं, ह्या विश्वांत सत्, असत्, व्यक्त, अव्यक्त, इत्यादि सर्व कांहीं जें आहे तें तीच होय. ती देवता नित्य असून तीच एक (परब्रह्म) व अनेक (विश्व) आहे. ती देवता आदि, मध्य व अंत ह्यांनीं रहित असून, ह्या विश्वांत अचिंत्य ज्ञान व ऐश्वर्य ह्मणून जें कांहीं आहे तें तिच्याच ठिकाणीं वास करितें. ह्या जगांत ओतप्रोत भरलेलें जें परमात्म स्वरूप तें तेंच होय. जें कधींही क्षय पावत नाहीं किंवा ज्याची कधीं उत्पत्तिही करितां येत नाहीं, जें कोणत्याही बीजापासून निर्माण झालें नाहीं, पण ज्या बीजापासून सर्व ब्रह्मांड निर्माण झालें आहे, असें तें सकल सत्त्व हें भगवान् शंकरच जाणावें. इंद्रा, भगवान् शंकर म्हणजे अविद्येपासून अलिप्त असलेली श्रेष्ठ ज्ञान-ज्योति होय. तपस्वी जनांची जी तपोवृत्ति तीही तोच होय. जे पुरुष त्या महेशाचें सत्य स्वरूप ओळखितात त्यांस फिरून संसारताप होत नाहीं. तो देवाधिदेवच आकाशादि महा-भूतांचा व त्याप्रमाणेंच सर्व प्राण्यांचा निर्माण-कर्ता व व्यवस्थापक असून तोच सर्वांचे अभि-प्राय जाणतो व सर्वांचें स्वेच्छेनुसार नियमन करितो. त्याची व्याप्ति सर्वत्र आहे व सर्व कांहीं त्याजपासून प्राप्त होतें; ह्यास्तव, हे पुरं-दरा, मी त्याची पूजा करितों. देवेंद्रा, त्या भगवान् महादेवाचें स्वरूप इतकें अचिंतनीय आहे कीं, त्याचें यथावत् निरूपण करणें झाल्यास केवळ युक्तिप्रयुक्ति किंवा अन्य प्रमाणें ह्यांजवर भिस्त ठेवून चालत नाहीं. सांख्य-शास्त्र व योगाभ्यास ह्यांच्या योगें ज्या तत्त्वाचा साक्षात्कार करून घ्यावयाचा, तें तत्त्व भगवान् शंकरच जाणावें. तत्त्ववेत्ते पुरुष ह्या देवतेचीच उपासना करितात. इंद्रा, मुनिजन म्हणतात कीं, तो देवाधिदेव शंकरच इंद्राचा (किंवा सर्व जीवकोटीचा) आत्मा आहे. सर्व जीवां-वर सत्ता तोच चालवितो. त्यानेंच प्रथम अंत-रिक्षांत पांचभौतिक ब्रह्मांड उत्पन्न करून नंतर त्यांत जगदुत्पादक विधात्याची स्थापना केली. इंद्रा, पृथ्वी, अप्, अग्नि, वायु, आकाश, बुद्धि, मन, महत्तत्त्व ह्यांना उत्पन्न कर-ण्यास भगवान् महादेवाशिवाय दुसरा कोण समर्थ आहे सांग बरें? त्याप्रमाणेंच मन, मति, अहंकार, कर्णादिक पंचज्ञानेंद्रियें व त्यांचे शब्दादिक विषय ह्यांना महेशावांचून दुसरा कोण मुख्य आधार आहे सांग ? इंद्रा, सर्व म्हणतात कीं, त्रिभुवनाचा उत्पादक ब्रह्म-देव हा होय; परंतु तो ब्रह्मदेव देखील देवाधि-देव शंकराची आराधना करूनच तें वैभव उप-भोगीत आहे ! पहा, जगताची उत्पत्ति, स्थिति व लय हीं कार्यें करणाऱ्या देवता ज्या ब्रह्मा, विष्णु व रुद्र ह्यांना सुद्धां आपआपलीं कामें करण्याची

शक्ति त्या महादेवापासूनच जर मिळाली आहे, तर मग त्या देवाधिदेवाशिवाव दुसरा कोण देव समर्थ आहे बरें ? महान् महान् दैत्य व दानव ह्यांना सत्ता गाजविणें व शत्रूंचें निर्दलन करणें ह्यांविषयीं जें सामर्थ्य प्राप्त झालें तें त्यांना महादेवाशिवाय दुसऱ्या कोणी दिलें असतें बरें ? त्याप्रमाणेंच दिशा, काल, सूर्य, तेज, ग्रह, वायु, चंद्र, नक्षत्रें हीं सर्वही त्या महादेवापासूनच उत्पन्न व शक्तिमान् झालीं आहेत, तर मग त्याहून श्रेष्ठ असा कोणी तरी मानितां येईल काय ? तसेंच यज्ञाची उत्पत्ति, त्रिपुराचा विध्वंस, महान् महान् दैत्यदानवांचा संहार, इत्यादि कृत्यें त्या परमेशावांचून अन्य कोणी करूं शकला असता काय ? असो; सुरश्रेष्ठापुरंदरा, प्रत्यक्ष तूं सहस्रनयन मजपुढें उभा असतां आणखी बहुत प्रमाणें किंवा समर्पक गोष्टी सांगण्याची अवश्यकता ती कोणती ? हे कुशिकोत्तमा, पहा, हे सिद्ध, गंधर्व, देव, ऋषि वगैरे जे तुझ्या शुश्रूषेंत निमग्न आहेत ह्या सगळ्यांचें बीज तरी त्या देवाधिदेवाची तुझ्यावर कृपा आहे हेंच होय. शक्रा, ब्रह्मांडांतील सजीव-निर्जीव वस्तु व त्याप्रमाणेंच स्वर्गादिक लोक ह्या सर्वांमध्यें परब्रह्माची व्याप्ति असून भगवान् महेश्वरानें जीवात्म्याच्या उपभोगाकरितां हें सर्व निर्मिलें आहे. इंद्रा, तत्त्ववेत्ते पुरुष सांगतात कीं, भूर्लोक, भुवर्लोक, स्वर्लोक, महर्लोक, ह्या लोकांमध्यें, लोकालोक पर्वतांच्यामध्यें, द्वीपस्थानांमध्यें, मेरुपर्वतावर व इतर सर्व ठिकाणीं भगवान् शंकरच सर्वत्र भरलेला आहे. इंद्रा, सुर व असुर ह्यांना महादेवावांचून दुसरा कोणी देव महादेवासारखाच दिव्य पराक्रमी आहे असें जर वाटत असेल तर ते त्या दुसऱ्या देवाला संकटाच्या प्रसंगीं कां शरण जात नाहींत ? असुरांनीं सुरांचें मर्दन केलें म्हणजे सुर हे नेहमीं शंकरालाच शरण जातात ते कां बरें ? देवेश्वरा, यक्ष, उरग, राक्षस व देव ह्यांचा परस्पर संग्राम होऊन त्यांत जेव्हां त्यांचा विध्वंस उडतो तेव्हां त्यांना पूर्वस्थान व ऐश्वर्य हीं भगवान् महेशापासूनच मिळत नाहींत काय ? अंधक, शुक्र, दुंदुभि, महिष, मुख्य मुख्य यक्ष, बल, राक्षस व निवातकवच ह्यांस वर देण्याची व दिलेले वर व्यर्थ घालवून त्यांचें मर्दन करण्याची शक्ति त्या महादेवाव्यतिरिक्त अन्याच्या ठिकाणीं संभवली असती काय ? इंद्रा, पूर्वी अग्नीमध्यें रेताचा आहुति दिला तो त्या सुरासुरनायक भगवान् शंकराच्याच रेताचा नव्हे काय ? ज्या रेतानें हेमगिरि (मेरु पर्वत) सिद्ध झाला तें रेत दुसऱ्या कोणत्या देवाचें बरें ? अमरपते, दिगंबर हें नांव कोणाला मिळालें आहे ? ऊर्ध्वरेता तरी शंकरावांचून दुसरा कोण आहे ? कोणत्या देवाच्या अर्धांगीं त्याची कांता अधिष्ठित आहे ? मदनाला कोणी जिंकिलें ? ज्या दिव्य स्थानाची देव प्रशंसा करितात तें स्थान शंकरावांचून दुसऱ्या कोणाला मिळालें आहे ? श्मशानांत क्रीडा करणारा देव तो कोण ? जिची नृत्याविषयीं ख्याति आहे ती देवता तरी महादेवच नव्हे काय ? असा देव कोणता कीं ज्यास ऐश्वर्यानुरूप आदर प्राप्त होतो ? भूतपिशाचांबरोबर क्रीडा करणारा देव तो कोणता ? अशी देवता कोणती कीं ज्या देवतेचे गण त्या देवतेप्रमाणेंच प्रबल असल्यामुळें ऐश्वर्यानें दर्पित असे आहेत ? कोणत्या देवाचें अढळ स्थानास (कैलास पर्वतास) सर्व त्रैलोक्याकडून मान मिळून सर्वत्र त्याचा गौरव होत आहे ? कोणत्या देवतेपासून पर्जन्याची वृष्टि होते ? कोणापासून सर्वत्र उष्णता प्राप्त होते ? कोणापासून चोहोंकडे उज्ज्वल तेज फैलावलें आहे ? आपणांस लता, वृक्षादिक संपत्ति देणारा कोण ? धनधान्यादिकांचा निधि कोणता ? आणि ह्या चराचर त्रैलोक्यामध्यें मन मानेल तशी लीला कोण करितो ? इंद्रा,

योगी, ऋषि, गंधर्व व सिद्ध हे ज्ञान, सिद्धि, क्रिया व योग ह्यांनीं ज्या भगवान् महेशाची उपासना करितात, तसेच ज्या देवतेला देव व दैत्य हे कर्म, यज्ञ, क्रिया व योग ह्यांनीं नित्य आराधितात, व जो देवाधिदेव कर्मफलापासून अलिप्त होत्साता ब्रह्मानंदांत निमग्न असतो त्यास मी ह्या विश्वाचें आदिकारण असें म्हणतों. तो भगवान् शंकर स्थूल, सूक्ष्म, अनुपम, अग्राह्य, केवळ गुणांनीं मात्र ज्ञेय, गुणरहित व गुणावर सत्ता चालविणारा असा आहे. तो सर्व विश्वाचा अधिपति असून विश्वाची उत्पत्ति, स्थिति व लय हीं करणाऱ्या देवतांचाही अधिपति आहे. सर्व ब्रह्मांड तोच निर्मितो व सर्वांचा प्रलय तोच करितो. भूत, वर्तमान व भविष्य हीं सर्व तोच होय. सर्वांचा उत्पादक व सर्वांचा कारण तोच जाणावा. अखिल जगताचा जीवात्मा व परमात्मा आणि त्याप्रमाणेंच प्रकृति व प्रधान हीं सर्वही तोच होय. त्याच्यापासूनच विद्या व अविद्या ह्या उत्पन्न झाल्या, त्याच्यापासूनच कृति व अकृति ह्या उदयास आल्या आणि त्याच्यापासूनच धर्म व अधर्म हे बळावले; तेव्हां अशा त्या महासमर्थ भगवान् महादेवाला मी मुख्य कारण कां म्हणूं नये बरें ? देवेंद्रा, सृष्टीची उत्पत्ति व संहार करणाऱ्या शंकराचें येथेंच हें भगांकित लिंग प्रत्यक्ष दिसत आहे हें अवलोकन कर. शक्रा, आईनें मला पूर्वींच सांगितलें आहे कीं, हें भगलिंग सर्व जगताचें व लोकांचें उत्पादक आहे. ह्यासाठीं, महेशापेक्षां कोणीही श्रेष्ठ नाहीं हें मनांत आणून तूं त्याला शरण जा. सुरेश्वरा, हें शंकराचें भगलिंग म्हणजे स्त्रीपुरुषांचें संयुक्तलिंग आहे. ह्यावरून, निर्गुण चैतन्य व माया ह्यांच्या संयोगानें सृष्टिरचना कशी होते ह्याचें अनुमान करितां येईल. ब्रह्मादिकांच्या रेतापासून उत्पन्न झालेलें हें त्रैलोक्य माया व निर्गुण परब्रह्म ह्यांचें एकीकरणच असल्यामुळें, ह्या भगलिंगापासून त्याची प्रत्यक्ष उत्पत्ति कशी होते हें तुझ्या ध्यानांत आलें नाहीं काय ? बरें, त्याप्रमाणेंच ब्रह्मा, इंद्र, अग्नि, विष्णु आदिकरून देव आणि तसेच महान् महान् दैत्य—ज्यांच्या ठिकाणीं सहस्रावधी इच्छा केवळ आपल्या मनानेंच परिपूर्ण करण्याचें सामर्थ्य आहे, तेदेखील महेशाहून कोणीही श्रेष्ठ नाहीं असें ह्मणत नाहींत काय ? तेव्हां महेशाच्या श्रेष्ठत्वाबद्दल आणखी तें काय सांगितलें पाहिजे ? ह्यासाठीं, स्थावरजंगम जगाचा अधिपति व न्यारूयानांनीं वगैरे ज्यांचे गुण गावे त्यांमध्यें जो श्रेष्ठ, अशा त्या भगवान् शंकराला मी एकाग्र चित्तानें असें प्रार्थितों कीं, त्यानें मला तत्काळ ह्या भवबंधांतून सोडवावें. देवेश्वरा इंद्रा, भगवान् महादेव हा सर्व जगताचें आदिकारण आहे, ह्यास आणखी प्रमाणें देण्याची अवश्यकता ती कोणती ? अरे, देव हे दुसऱ्या कोणत्या लिंगाची पूजा करितात असें जर मीं आजवर ऐकिलें नाहीं, तर देवांना शिवलिंगच श्रेष्ठ वाटतें असें झालें नाहीं काय ? इंद्रा, ह्या बाबतींत तूं केवळ माझ्या भाषणावरच विसंबूं नको; भगवान् शंकराच्या लिंगाशिवाय दुसऱ्या कोणाच्या लिंगाची पूजा ह्यापूर्वीं सर्व देवांनीं केल्याचें तूं ऐकिलें असलेंस किंवा सांप्रत ते दुसऱ्या कोणाच्या लिंगाची पूजा करितात असें तुझ्या कानीं आलें असलें तर सांग ह्मणजे झालें. इंद्रा, ज्याच्या लिंगाची ब्रह्मदेव, विष्णु, प्रत्यक्ष तूं व इतर सर्व देव हे नित्य पूजा करीत असतां, तो देवाधिदेव प्रभु शंकर हा सर्वांत श्रेष्ठ होय ह्यांत संदेह नाहीं. इंद्रा, यच्चयावत् सर्व प्रजा महादेवापासूनच जन्म पावली आहे. ह्याचें उत्तम प्रमाण हेंच कीं, प्रजेच्या ठिकाणीं जीं लिंगें आहेत तीं माहेश्वरीच आहेत. पहा—ब्रह्मदेवाचें लिंग ह्मणजे पद्म होय, विष्णूचें लिंग म्हणजे चक्र होय व

तुझें (इंद्राचें) लिंग ह्मणजे वज्र होय; पण ह्यांतील लिंगें स्त्रीपुरुषांच्या ठायीं आढळतात काय ? सर्व स्त्रीजाति उमादेवीपासून जन्मल्यामुळें सर्व स्त्रियांच्या ठिकाणीं भगलिंग आढळतें व सर्व पुरुषजाति हरापासून निर्माण झाल्यामुळें सर्व पुरुषांच्या ठिकाणीं हरलिंग दृग्गोचर होतें. ह्याकारितां सर्व प्रजा भगवान् अर्धनारीनटेश्वरापासून जन्मली, हें अगदीं निर्विवाद होय. सर्व स्थावरजंगम त्रिभुवनांत जो कोणी असें ह्मणत असेल कीं, भगवान् शंकराखेरीज अन्य देवतेपासून ही सृष्टि उत्पन्न झाली व अमुक एक प्राणी भगलिंगाच्या विरहित आहे, तो मूर्ख खचित ह्या जगाच्या बाहेरचा असला पाहिजे ! इंद्रा, पुल्लिंगविशिष्ट प्रत्येक प्राणी हा महेश जाणावा व स्त्रीलिंगविशिष्ट प्रत्येक प्राणी ही उमादेवी जाणावी. हें सर्व चराचर जगत् ह्या दोन देहांनीं व्याप्त आहे. ह्यास्तव, हे कौशिका, वर अथवा मरण हें मी त्या भगवान् महेश्वरापाशींच मागणार. हे बलसूदना इंद्रा, मी तुझ्याजवळ कांहींच मागत नाहीं; तूं वाटेल तर रहा किंवा जा. तुझ्या मनास येईल तसें कर. त्या महेश्वरानें मला वर दिला तरी चालेल किंवा शाप दिला तरीही हरकत नाहीं; मला दोन्ही कबूल आहेत. पण दुसरी देवता माझे अखिल मनोरथ परिपूर्ण करण्यास सिद्ध झाली, तरी मी तिजपाशीं वर मागण्यास राजी नाहीं !

कृष्णा, मीं ह्याप्रमाणें देवेंद्राला ह्मटलें, इतक्यांत माझ्या मनांत दुःखाची लाट उसळून "अरेरे, माझ्यावर भगवान् शंकर प्रसन्न होत नाहीं हें काय ?" अशी तळमळ सुरू झाली ! नंतर क्षणांत मीं त्या ऐरावताकडे पुनः पाहिलें तों तो मला नंदीसारखा दिसला. त्याचा वर्ण हंस, कुंद किंवा चंद्र ह्यांसारखा शुभ्र असून त्याची कांति कमलाच्या गाभ्यासारखी किंवा रजतासारखी तेजःपुंज होती. त्याला पाहून जणू काय मूर्तिमंत क्षीरसमुद्रच पुढें उभा आहे असा मला भास झाला ! त्याचें पुच्छ काळें असून त्याचा देह विशाल होता; त्याचे नेत्र मधाप्रमाणें पिंगट असून त्याचीं शिंगें वज्राप्रमाणें कठीण होतीं; त्या शिंगांचें तेज अतिशय तापलेल्या सुवर्णाप्रमाणें झळाळत असून अग्रें जलाल व कांहींशीं रक्ताप्रमाणें लाल होतीं; व जणू काय तो त्या शिंगांच्या टोंकांनीं भूमीला उकरण्याच्याच बेतांत होता ! त्याच्या शरीरावर जांबूनद सुवर्णाचे हार वगैरे अलंकार सर्वत्र घातलेले होते; त्याचें मुख, खुर व नाक हीं सुंदर होतीं; त्याचे कान व कटिप्रदेश हे मनोरम होते; त्याची पाठ सुंदर असून खांदा भरदार होता; तो मोठा देखणा असून पाहाणाऱ्याचें चित्त अगदीं वेधीत होता; त्याचें वशिंड इतकें प्रचंड होतें कीं, त्यांत स्कंधप्रदेश अगदीं बुडून गेला होता; आणि असा तो नंदी मीं पाहिला तेव्हां जणू काय तो बर्फाच्या पर्वताचें किंवा शुभ्र मेघाचें शिखरच आहे असें मला भासलें ! कृष्णा, अशा त्या नंदिकेश्वरावर भगवान् देवाधिदेव शंकर हा उमेसहवर्तमान विराजत असून जणू पौर्णिमेचा चंद्रच विलसत आहे असें त्या समयीं दिसत होतें ! केशवा, त्या वेळीं त्या भगवान् महेश्वराची अंगकांति झळकत होती ती पाहून मेघमंडळावर विद्युल्लताच इतस्ततः तळपत आहे अथवा सहस्त्र सूर्यांची प्रभा नभोमंडळांत प्रविष्ट होऊन सर्व अंतरिक्ष व्यापून बसली आहे, असें भासत होतें. कृष्णा, त्या महादेदीप्यमान् देवाधिदेव महादेवाला अवलोकन करतांच पाहावत नाहीं असें दुःसह तेज चोहोंकडे व्याप्त झालेलें मनांत येऊन माझा असा समज झाला कीं, जणू प्रलयकालींचा संवर्तक नामक अग्निच सर्व भूतांना जाळण्याकरितां उद्युक्त झाला आहे ! आणि त्या योगें माझी

समता नष्ट होऊन मी भांबावलों व पुनः चिंतातुर होत्साता 'हें आहे तरी काय!' अशा मोठ्या विचारांत पडलों! कृष्णा, नंतर लवकरच दशदिशांच्या ठिकाणीं व्याप्त असलेलें तें अपूर्व तेज भगवन्मायेनें सर्वत्र शांत झालें आणि मग मी तो देवाधिदेव महेश्वर शंकर आपल्या अग्रभागीं नंदिकेश्वरावर स्थित आहे असें पाहिलें. त्या महात्म्या सर्वसंगपरित्यक्त पुरुषाचा कंठ नीलवर्ण असून कांतीचें तें केवळ निधानच होतें. त्यास अठरा भुज असून त्याच्या देहावर सर्व प्रकारचीं आभरणें शोभत होतीं. त्यानें शुभ्र वस्त्र परिधान केलें असून त्याच्या देहास शुभ्र उटी व गळ्यांत शुभ्र माळा विलसत होत्या. त्याचा ध्वजही शुभ्र असून त्यावर वृषभाचें चिन्ह होतें; आणि त्या दिव्यतेजस्वी देवाधिदेवाच्या गळ्यांत शुभ्र यज्ञोपवित झळकत होतें. त्याप्रमाणेंच त्याच्या सभोंवतीं बहुत परिचारक चोहोंकडे गात, नाचत व वाद्यें वगैरे वाजवीत होते व त्या सर्वांच्या ठायीं त्यांच्या अधिपतीप्रमाणें दिव्य पराक्रम वसत होता. त्याच्या मुकुटावर बालेंदु झळकत असून त्याचे शुभ्र किरण इतस्ततः विखरल्यामुळें जणू काय शरत्कालीन निशापतिच उदय पावला आहे असा भास होत होता. तसाच त्या देवाधिदेवाच्या तिन्ही नेत्रांचा दिव्य प्रकाश पडल्यामुळें जणू काय तीन सूर्यच उगवले आहेत असें वाटत होतें आणि त्याच्या त्या शुभ्र देहावर सुवर्णाच्या कमळांचा व रत्नांचा सुंदर हार विराजत होता. त्याप्रमाणेंच, गोविंदा, त्या अमिततेजस्वी शंकराचीं महादेदीप्यमान् व प्रखर अस्त्रें त्या स्थळीं मीं मूर्तिमंत अवलोकन केलीं. तेथें त्या महात्म्याचें इंद्रधनुष्याप्रमाणें द्युतिमान् असें प्रख्यात पिनाकधनुष्य माझ्या दृष्टीस पडलें. तसाच तेथें महान् भुजंगही होता. त्याला सात मस्तकें असून त्याचें धूड मोठें अजस्र होतें

त्याच्या दाढा तीव्र असून त्याच्या ठिकाणीं विषाचा मोठा सांठा होता; आणि त्यानें आपल्या त्या मोठ्या मानेचे विळखे पिनाक धनुष्याच्या प्रत्यंचेला घातले असून तो तेथें पुरुषरूपानें स्थित होता. तसाच तेथें तो सूर्यासारखा देदीप्यमान् शरही होता. त्याचें तेज प्रलयकालच्या अग्नीसारखें दुःसह होतें. दिव्य असें जें प्रचंड व महाघोर पाशुपत अस्त्र तें हेंच होय. त्या अस्त्राच्या तोडीचें दुसरें अस्त्र जगांत नाहीं. त्याच्या पराक्रमाचें यथार्थ वर्णन करणेंही अशक्यच. त्यापासून सर्व प्राण्यांना भय वाटतें. असो; त्या अस्त्रापासून अग्नीच्या ठिणग्या निघत होत्या, ह्यामुळें तें प्रचंड अस्त्र जणू अग्निच ओकत होतें असा भास होत होता? त्या अस्त्राला एक पाय होता, मोठ्या दाढा होत्या, सहस्र मस्तकें व उदरें होतीं, सहस्र बाहु, जिव्हा व नेत्र होते, आणि तें आपल्या सर्व गात्रांतून एकसारख्या अग्नीच्या ज्वाळा बाहेर टाकीत होतें! कृष्णा, भगवान् महादेवाचें तें पाशुपत अस्त्र हें ब्राह्म, नारायण, ऐंद्र, वारुण किंवा आग्नेय ह्या अस्त्रांहून अधिक बलवान् असून तें सर्व प्रकारच्या शस्त्रास्त्रांचा संहार उडवीत असतें. गोविंदा, ह्या एकट्या अस्त्रानेंच पूर्वी शंकरानें एका क्षणांत सहज त्रिपुर जाळून टाकिलें. कृष्णा, भगवान् महेश्वर मनांत आणल्यास सर्व स्थावरजंगम विश्व एका निमिषांत जाळून फस्त करील ह्यांत संदेह नाहीं. केशवा, ह्या अखिल जगतांत, फार कशाला—ब्रह्मा, विष्णु किंवा इतर देव ह्यांपैकीं देखील कोणीही भगवान् महेशाच्या हातून जिवंत उरणार नाहीं! त्याप्रमाणेंच मीं तेथें भगवान् शंकराच्या हस्तांत शूलही अवलोकन केला. हें शूल नामक अस्त्र अतिशय श्रेष्ठ व आश्चर्यकारक आहे. याच्या ठिकाणीं मोठें गूढ सामर्थ्य असून ह्याची बरोबरी करणारें किंवा ह्या-

हून अधिक शक्तिमान् असें कोणतेंही अस्त्र सर्व त्रिभुवनांत नाहीं. हें अस्त्र टाकून भगवान् शूलपाणि हा सर्व मही विदारील, सर्व महासागरांला शोषील किंवा सर्व जगताचा संहार उडवील. युवनाश्व राजाचा पुत्र मांधाता हा मोठा पराक्रमी असून त्यानें सर्व त्रैलोक्य जिंकिलें होतें. तो चक्रवर्ती राजा असून त्याचें बल व शौर्य हीं अगाध होतीं व त्याचा प्रताप अगदीं इंद्राप्रमाणें होता. परंतु लवण राक्षसानें त्या शूलानें त्या मांधात्याचा वध केला. गोविंदा, अशा प्रकारचा तो परमप्रतापी, अतिशय तीक्ष्ण टोंकांचा व अंगावर रोमांच उभे करणारा शूल मीं भगवान् शंकराच्या हातांत अवलोकन केला; तेव्हां मला असें वाटलें कीं, जणू काय तो कपाळास आठ्या घालून मोठ्या क्रोधानें सर्वांना भिववीतच आहे ! त्या शूलाकडे पाहून मला तो केवळ धूमरहित अग्निच किंवा प्रलयकाळचा सूर्यच प्रकटला आहे असा भास झाला आणि तो शूल जेथें धरावयाचा तेथें सर्प गुंडाळलेला असल्यामुळें तो अवर्णनीय शूल जणू काय पाशधारी यमच उभा आहे असें दिसलें ! गोविंदा, अशा प्रकारें तें शूल नामक अस्त्र मीं शंकराच्या समीप पाहिलें. त्याप्रमाणेंच तेथें मीं तो जलाल धारेचा परशुही अवलोकन केला. तो परशु पूर्वीं भगवान् महादेवानें संतुष्ट होऊन परशुरामाला दिला असतां त्यानें—त्या भार्गवानें—क्षत्रियांचा घोर संहार उडविला ! कृष्णा, चक्रवर्ती कार्तवीर्याला घोर कर्में करणाऱ्या जमदग्निपुत्रानें महान् युद्धांत ह्या परशूनेंच ठार मारिलें व त्यानें ह्या परशूनेंच एकवीस वेळां निःक्षत्रियी पृथ्वी केली ! कृष्णा, त्या परशूची धार अगदीं झगझगीत असून त्याचें मुख मोठें भयंकर होतें व सर्पाच्या मानेला तो बांधलेला असून जणू काय शतावधि वह्निज्वाला त्यापासून उसळत होत्या ! गोविंदा, त्या महाबुद्धिमान् शंकराच्या समीप असंख्य अस्त्रें विद्यमान होतीं; पण त्यांपैकीं जीं मुख्य मुख्य तीं मात्र हीं मीं तुला सांगितलीं.

हे अनघा कृष्णा, सर्व लोकांचा पितामह ब्रह्मदेव हा हंस लाविलेल्या व मनोवेगानें चालणाऱ्या दिव्य विमानांत बसून तेथें आला होता व आपलें विमान त्या देवाधिदेव शंकराच्या डाव्या बाजूला उभें करून तो त्यांत अधिष्ठित होता. त्याप्रमाणेंच भगवान् नारायणही शंख, चक्र, गदा वगैरे धारण करून गरुडावर आरूढ होत्साता भगवान् शंकराच्या डाव्या बाजूसच स्थित होता. तसाच तेथें स्कंदही शक्ति व घंटा हातांत घेऊन जणू काय दुसरा वैश्वानरच असा उमादेवीच्या समीप आपल्या मयूरावर अधिष्ठित होता. नंतर तेथें भगवान् महेश्वराच्या अग्रभागीं मीं नंदिकेश्वराला अवलोकन केलें. त्या समयीं त्याच्यापाशीं तो शूल असल्यामुळें तो जणू काय दुसरा शंकरच असा भास होत होता ! तसेच तेथें स्वायंभुवादि मनु, भृग्वादि ऋषि व इंद्रादिक सर्व देव आले होते. त्याप्रमाणेंच सर्व भूतपिशाचगण व सर्व देवमाताही उभ्या असून तीं सर्व त्या महात्म्याला हात जोडून त्याच्या भोंवतालीं उभीं राहिलीं होतीं. त्या वेळीं नानाप्रकारच्या स्तोत्रांनीं देवांनीं त्या महादेवाची स्तुति केली. ब्रह्मदेवानें रथंतर नामक साममंत्रांनीं त्या देवाधिदेवास स्तविलें, ज्येष्ठ साममंत्रानें नारायणानें त्या जगत्पतीस प्रार्थिलें, आणि इंद्रानें उत्तम जें शतरुद्रिय त्याचा जप करून परब्रह्माचा स्तव केला. कृष्णा, त्या समयीं ब्रह्मदेव, नारायण व देवराज इंद्र हे महात्मे जणू काय तीन अग्नींप्रमाणेंच दिसत होते; त्या सर्वांच्या केंद्रस्थानीं भगवान् शंकर हा शोभत होता; आणि तेव्हां जसा कांहीं शरत्कालीन

मेत्रमंडळांतून बाहेर पडलेला सूर्यच परिधीनें परिवृत होत्साता आपल्या किरणांनीं झळकत आहे असा भास होत होता. केशवा, त्या समयीं मीं अंतरिक्षांत लक्षावधि सूर्य व चंद्रही अवलोकन केले आणि तें सर्व पाहिल्यानंतर मीं त्या विश्वाधिपतीला स्तविलें.

(उपमन्यूनें म्हटलें:—)देवाधिदेवा महादेवा, मी तुला नमस्कार करितों. शक्राचें रूप व वेष तूंच घेतला असून प्रत्यक्ष शक्रही तूंच आहेस. देवा, वज्र धारण करणारा तूंच असून पिंगल व आरक्त असा वर्ण तुझाच आहे. देवा, तुझ्या हातांत नित्य पिनाक धनुष्य असून शिवाय तूं शंख व शूल हेही धारण करितोस. देवा, तुझें वस्त्र काळें असून तुझे केश कुळकुळीत व कुरळे आहेत. कृष्णाजिन हें तुझें उत्तरीय वस्त्र असून कृष्णाष्टमी ही तुला अति प्रिय आहे. तुझा वर्ण शुभ्र असून तूं अत्यंत निर्मल आहेस. तूं शुभ्र वस्त्र परिधान केलें असून शुभ्र भस्माचा तूं अवलेप केला आहेस. तूं नेहमीं ध्यानादि हिंसारहित धर्मावर प्रेम करितोस. तुझें अंबर आरक्त असून तुझा वर्णही आरक्तच आहे. तुझ्या पताका व ध्वज हीं लाल असून तुझें अनुलेपन व माळा हींही लालच आहेत. तुझ्या मस्तकावर छत्र उभारलें असून तूं दिव्य किरीट धारण केला आहेस. तुझ्या देहावर अर्धा हार व अर्धें बाहुभूषण शोभत आहे. तुझ्या एकाच कानांत कुंडल विराजत आहे; आणि तुझा वेग वाऱ्यासारखा तीव्र असून तुझी कांति मोठी दिव्य आहे. हे महेश्वरा, देवांचा इंद्र तूंच, मुनींचा अधिपति तूंच व प्रत्यक्ष देवेंद्रही तूंच. तुझ्या वक्षस्थळीं पत्रांची अर्धमाला व उत्पलांची मिश्रमाला झळकत आहे. तुझ्या अर्ध्या देहाला चंदनाची उटी दिली असून अर्ध्या देहावर उटीशिवाय आणखी माळाही शोभत आहेत. सूर्य हेंच तुझें मुख असून सूर्य हाच तुझा नयनही आहे. तुझी अंगकांति सूर्याप्रमाणें तेजःपुंज असून तूं अगदीं सूर्यतुल्य आहेस. चंद्र हेंही तुझेंच रूप होय. तूं सौम्य असून सौम्य वक्त्र धारण केलें आहेस. तुझें रूप सौम्य असून मुख्य आहे. आणि तुझ्या दाढा सौम्य असून त्यांमुळें तुला उत्तम शोभा प्राप्त झाली आहे. तुझा वर्ण काळासांवळा असून गोराही आहे. तो कांहींसा पिंवळा व कांहींसा श्वेतही आहे. तुझें शरीर नारीचें आहे व नराचेंही आहे. तसाच तूं पुरुषही आहेस व स्त्रीही आहेस. वृषभ हें तुझें वाहन होय. ऐरावतावर बसूनही तूं गमन करीत असतोस. तुझ्या समीप स्थान मिळविणें हें फार अवघड आहे व तुझ्याजवळ जाणें देखील अशक्यच आहे. सेवकांचे गण तुझें स्तवन करितात. गणांच्या समुदायांवर तूं प्रेम करितोस. तूं गमन करीत असतां तुझ्या मागून अनेक गण येत असतात; व गण हेंच तुला नित्य व्रत वाटतें. तुझा वर्ण श्वेत अभ्रासारखा आहे. तुझी कांति संध्याकाळच्या आकाशकांतिप्रमाणें आहे. नामोच्चार करून तुझें वर्णन होत नाहीं. तूं नेहमीं स्वस्वरूपांत दंग असतोस. तुझें मुख्य वस्त्र आरक्त आहे. तुझ्या गळ्यांत आरक्त सूत्र आहे. तुझ्या गळ्यांत आरक्त माळा असल्या-मुळें तूं मोठा विचित्र दिसतोस. तूं आरक्त वस्त्र धारण करितोस. तुझें मस्तक रत्नादि-कांनीं सुभूषित आहे. अर्धचंद्र हा तुझा अलं-कार आहे. तुझ्या शिरोभागीं दिव्य मणि झळकत आहेत. तूं आपल्या मस्तकावर आठ पुष्पें धारण केलीं आहेस. तुझें मुख आणि नेत्र अग्नीसारखे लकाकत आहेत. तुझ्या लोचनांची कांति सहस्रचंद्रांप्रमाणें मोहक आहे. तुझें रूप अग्नीसारखें तेजस्वी असून अत्यंत मनोहर व गूढ आहे. तूं अंतरिक्षांतून गमन करितोस आणि भूचरांविषयीं दया बाळगितोस. तूं भूमी-

वर फिरतोस व सर्वांना आश्रय देतोस. तूं अनंत आहेस व तुझें रूप मंगलकारक आहे. तूं दिगंबर आहेस. तूं जेथें वास करितोस तेथें सर्व समृद्धि होते. सर्व जगताचा वास तुझ्या ठायीं आहे. ज्ञान व आनंद हाच तुझा आत्मा होय. तुझ्या मस्तकावर नित्य मुगुट असतो. तूं महान् बाहुभूषणें धारण करितोस. सर्प हेच तुझ्या कंठांतील हार होत. तुझ्या देहावर विचित्र आभरणें आहेत. अग्नि, सूर्य व चंद्र हे तीन तुझे नेत्र होत. तुला एक लाख डोळे आहेत. तूं पुरुष आहेस व स्त्रीही आहेस. तूं केवळ पुरुष नाहींस. तूं सांख्य आहेस व योगीही आहेस. यज्ञदेवतांचा तूं प्रसादरूपच आहेस. अथर्वणही तूंच आहेस. सर्व संकटांचा तूंच नाशक आहेस. शोकाचा हरणकर्ता तूंच आहेस. मेघांचा जो शब्द तो तूंच होस. जगतांत व्याप्त असलेली जी माया तीही तुझीच हस्तक होय. बीज व क्षेत्र ह्यांचा उत्पादक व संरक्षक तूंच आहेस. सुरासुरांचा अधिपति तूंच आहेस. विश्वाचा नायक तूंच आहेस. वायुवेगानें गमन करणारा तूंच आहेस. वायुस्वरूपही तूंच आहेस. तुझ्या देहावर सुवर्णहार झळाळत असून पर्वतादिकांवर क्रीडा तूंच करितोस. देवांचे शत्रु तुझीच पूजा करितात. तुझा वेग मोठा प्रचंड आहे. ब्रह्मदेवाच्या एका शिराचें तूंच हरण केलेंस. महिषासुराला तूंच वधिलेंस. तीन रूपें तूंच धारण करितोस. यज्ञाचा विध्वंस तूंच केलास. त्रिपुराला तूंच जाळलेंस. कामदेवाचा देह तूंच दग्ध केलास. कालदंडही तूंच धरिलेला आहेस. स्कंद व विशाखही तूंच होस. ब्रह्मदंडही तुझेंच रूप आहे. विश्वाची उत्पत्ति तूंच करितोस, त्याचा नाशही तुझ्यापासूनच होतो. सर्व विश्वही त्वन्मयच आहे. सर्वांत सत्ता तूंच चालवितोस. संसारांतून तूंच सोडवितोस. अंधकाचा वध तूंच केलास. सर्वत्र भरलेला तूंच आहेस. सर्व माया तुझीच आहे. तुझें चरित्र चिंतनीय आहे, पण कितीही चिंतन केल्यानें त्याचें यथार्थ रूप ध्यानांत उतरत नाहीं. आम्हांला सर्व आधार तूंच. तुझीच आम्हीं पूजा करावी हें उचित. सर्वांचें हृदय तूंच. सर्व देवांमधील ब्रह्मा तो तूंच. रुद्रांपैकीं शंकर तो तूंच. सर्व भूतांचा प्राण तो तूंच. सांख्यशास्त्रांत ज्याला पुरुष ही संज्ञा दिली आहे तोही तूंच. सर्व पवित्र जनांचा तूंच अधिपति. योग्यांनीं ध्येय असें जें परब्रह्म तेंही तूंच. आश्रमधर्म पाळणाऱ्या पुरुषांचा जो गृहस्थाश्रम तो तूंच. ईश्वरांचा जो महेश्वर तो तूंच. सर्व यक्षांचा अधिपति जो कुबेर तो तूंच. ऋतूंचा जो विष्णु तो तूंच. पर्वतांमधील जो मेरु पर्वत तो तूंच. नक्षत्रांचा राजा जो चंद्र तो तूंच. ऋषींमध्यें जो वसिष्ठ तो तूंच. ग्रहांमध्यें जो सूर्य तो तूंच. वन्य पशूंचा राजा जो सिंह तोही तूं परमेश्वरच. ग्राम्य पशूंमध्यें श्रेष्ठ असा जो बैल तो तूंच. सर्व लोकांत अत्यंत मान तुलाच मिळतो. अदितीच्या पुत्रांमध्यें श्रेष्ठ जो विष्णु तो तूंच. वसूंमध्यें श्रेष्ठ जो अग्नि तो तूंच. पक्ष्यांचा राजा जो गरुड तो तूंच. भुजंगांमध्यें श्रेष्ठ जो अनंत तो तूंच. वेदांपैकीं सामवेद तो तूंच. यजुषांपैकीं शतरुद्रिय तूंच. योगांचा प्रतिपादक जो सनत्कुमार तो तूंच. सांख्यांपैकीं कपिल तो तूंच. देवांमध्यें इंद्र तो तूंच. पितरांमध्यें अग्नि तो तूंच. लोकांमध्यें श्रेष्ठ जो ब्रह्मलोक तो तूंच. सर्व गतींमध्यें श्रेष्ठ जो मोक्ष तो तूंच. सागरांमध्यें जो क्षीरसागर तो तूंच. पर्वतांमध्यें जो हिमवान् तो तूंच. वर्णांमध्यें श्रेष्ठ जो ब्राह्मणवर्ण तो तूंच. ब्राह्मणांमध्यें श्रेष्ठ जो दीक्षा घेतलेला द्विज तो तूंच. सर्व लोकांचें जनन तुझ्यापासूनच झालें. सर्वांचें हनन करणारा काल जो तो तूंच, आणि ह्याप्रमाणेंच जगामध्यें जें जें म्हणून दुसरें कांहीं अधिक तेजस्वी दिसून

येईल तें तें सर्व तूंच. तूं देवाधिदेव भगवान् आहेस असा माझा पूर्ण समज आहे. भगवंता भक्तवत्सला, मी तुला नमस्कार करितों. विश्वोत्पादका योगेश्वरा, मी तुला नमस्कार करितों. देवा, हा दीन कृपण आपला भक्त आहे असें मनांत आणून ह्यावर कृपा कर. हे सनातना, ऐश्वर्यरहित असा जो मी त्या मला तूंच आधार हो. परमेश्वरा, मीं जे कांहीं अपराध केले असतील त्या सर्वांची, 'हा आपला भक्त आहे,' असा विचार करून क्षमा कर. देवेशा, तूं आपल्या रूपांत बदल केल्यामुळें मला मोह पडून मीं तुला ओळखिलें नाहीं; आणि ह्मणून मीं तुला अर्घ्य व पाद्यही दिलें नाहीं; तर ह्याची त्वां मला क्षमा करावी.

कृष्णा, ह्याप्रमाणें मीं देवाधिदेव शंकराची स्तुति केली आणि मोठ्या भक्तीनें त्यास अर्घ्य व पाद्य समर्पण करून त्याच्यापुढें हात जोडून उभा राहिलों. तेव्हां अंतरिक्षांतून शीत उदक, दिव्य गंध व मंगलकारक पुष्पें ह्यांची माझ्या मस्तकावर वृष्टि झाली; त्याप्रमाणेंच देवकिंकरांनीं दिव्य दुंदुभि वाजविला; आणि उत्कृष्ट सुवासानें युक्त असा पवित्र व सुखावह वारा सुटला. त्या समयीं वृषध्वज महादेव पार्वतीसहवर्तमान संतुष्ट होऊन जणू काय मला हर्षित करण्यासाठींच देवांना म्हणाला, 'सर्व देवांनो, ह्या महात्म्या उपमन्यूची माझ्याविषयीं अनन्य भक्ति व दृढ श्रद्धा अवलोकन करा.'

कृष्णा, ह्याप्रमाणें शूलपाणि शंकराचें भाषण श्रवण करून ते सर्व देव त्या देवाधिदेवापुढें हात जोडून उभे राहिले व म्हणाले, 'हे देवाधिदेवा लोकनाथा जगत्पते, तुझ्याकडून ह्या द्विजश्रेष्ठांचे सर्व मनोरथ पूर्ण व्हावेत.' कृष्णा, ह्याप्रमाणें ब्रह्मादिक देवांनीं भगवान् शंकराला प्रार्थिलें असतां त्यानें मला हंसत हंसत असें म्हटलें.

भगवान् शंकर म्हणालाः— बाळा उपमन्यो, मी तुझ्यावर संतुष्ट झालों आहें. मुनिश्रेष्ठा, तूं आतां मला अवलोकन कर. ब्रह्मर्षे, तूं माझा दृढ भक्त आहेस. माझ्या मनांत तुझी परीक्षा करावयाची होती व त्याप्रमाणें मीं तुला कसास लावून पाहिलें. मी तुझी ही भक्ति पाहून अतिशय प्रसन्न झालों आहें. ह्यास्तव आज तुझे जे जे मनोरथ असतील ते ते सर्व परिपूर्ण करीन.

कृष्णा, त्या बुद्धिमान् महादेवाचें हें भाषण ऐकून मला मोठा आनंद झाला व माझ्या नेत्रांतून अश्रु वाहूं लागले आणि अंगावर रोमांच उभे राहिले. नंतर मीं त्या भगवंतापुढें पुनःपुनः साष्टांग नमस्कार घातले आणि सद्गदित कंठानें म्हटलें, 'देवाधिदेवा, आज माझें जन्मास आल्याचें सार्थक झालें; कारण आज तूं सुरासुरांचा अधिपति माझ्या अग्रभागीं उभा आहेस. अरे, ज्या अतुलपराक्रमी लोकनायकाला देवही यथार्थरीत्या पाहूं शकत नाहींत त्या देवाधिदेवाला मीं आज अवलोकन केलें, तेव्हां माझ्यापेक्षां आज कोण श्रेष्ठ आहे बरें ? हे देवेशा, विद्वान् पुरुष ज्या प्रकारच्या सनातन व परब्रह्मस्वरूपाचें वर्णन करितात, त्या प्रकारचेंच हें तुझें विशिष्ट, अनिर्वचनीय, अज, ज्ञानमय व सर्वव्यापक असें स्वरूप होय. विद्वानांनीं वर्णन केलेला जो सर्व सत्त्वांना मूलकारण, अव्यय, सर्व तत्त्वांचें विधान जाणणारा, व सर्वांत श्रेष्ठ असा प्रधान पुरुष तो तूंच होस. हे महादेवा, तुझ्या उजवे अंगापासून सर्व लोकांना उत्पन्न करणारा ब्रह्मदेव उत्पन्न झाला; व डावे अंगापासून सर्व लोकांचें प्रतिपालन करण्याकरितां विष्णु जन्मास आला; आणि युगाचा अंत होण्याचा समय प्राप्त झाला तेव्हां तुझ्यापासूनच रुद्र प्रकटला. देवा,

१ मूळामध्यें ह्या स्तुतीपैकीं बहुतेक भाग नमनात्मक आहे. भाषांतरांत वर्णनात्मक केला आहे.

तो रुद्रच सर्व स्थावरजंगम विश्वाचा प्रलय करण्याच्या हेतूनें काल बनून महादेदीप्यमान संवर्तक अग्नीप्रमाणें प्रलयकालीं सर्व प्राण्यांना ग्रासून टाकण्याकरितां सिद्ध असतो. परमेशा, तूं महादेवच अखिल चराचर विश्व निर्मून कल्पांतीं सर्वांना नष्ट करून अवशिष्ट राहातोस. हे महेश्वरा, तूं सर्वत्र व्याप्त असून सर्व प्राण्यांचा आत्मा तूंच आहेस. सर्व प्राण्यांना त्यांच्या कर्मानुसार संसार तूंच लावून देतोस. तुझें वास्तव्य सदासर्वकाळ सर्वत्र आहे व सर्व देवतांना तूं अदृश्य आहेस. परमेश्वरा, जर तुझ्या मनांत मला वर द्यावयाचा असेल व जर तूं खरोखरीच मजवर प्रसन्न झाला असशील, तर माझी तुला इतकीच प्रार्थना आहे कीं, माझी तुझ्या ठिकाणीं सदोदीत भक्ति जडावी. भूत, वर्तमान व भविष्य ह्यांचें मला ज्ञान असावें, मला व माझ्या सर्व बांधवांना क्षीरोदन प्राप्त व्हावें, आणि आमच्या आश्रमीं तुझें नेहमीं सान्निध्य असावें.' केशवा, ह्याप्रमाणें मीं प्रार्थना केली ती श्रवण करून भगवान् चराचरगुरु महादेदीप्यमान लोकवंद्य शंकरानें असें भाषण केलें.

भगवान् शंकर ह्मणाला:— उपमन्यो, तूं अजरामर होशील व तुला दुःख म्हणून मुळींच होणार नाहीं, तुला उत्तम कीर्ति मिळेल, तेज प्राप्त होईल आणि दिव्य ज्ञान येईल. माझ्या प्रसादानें तुझ्याकडे ऋषिजन भेटीस येतील. तूं शीलवान् आणि गुणसंपन्न होशील. सर्व कांहीं तूं जाणशील. तुला उत्तम सौंदर्य मिळेल, तूं अक्षय्य तरुणच राहाशील, तुझ्या ठिकाणीं अग्नितुल्य तेज येईल, जेथें जेथें पाहिजे असेल तेथें तेथें तुझ्या समीप दुधाचा समुद्र तुला प्राप्त होईल, तुला व तुझ्या बंधूंना कल्पाच्या शेवटापर्यंत अमृतानें युक्त असें क्षीरोदन मिळेल, आणि तुझें बांधव व त्याप्रमाणेंच गोत्र व कुल हीं अक्षय्य राहातील. द्विजश्रेष्ठा, माझ्या ठिकाणीं तुझी शाश्वत भक्ति राहील; आणि तुझ्या आश्रमांत मी तुझें नित्य सान्निध्य करीन. बाळा, तूं मन मानेल तसा रहा. खेद करूं नको. फिरून तूं माझें स्मरण केलेंस म्हणजे मी तुला भेट देईन.

कृष्णा, ह्याप्रमाणें तो कोटी सूर्याप्रमाणें देदीप्यमान असा भगवान् महादेव मला वर देऊन तेथल्या तेथेंच अंतर्धान पावला. कृष्णा, ह्याप्रमाणें मीं हें सर्व समाधीनें अवलोकन केलें आणि तो भगवान् देवाधिदेव जें कांहीं म्हणाला तें जाणिलें. कृष्णा ह्या ठिकाणीं सिद्ध, ऋषि, विद्याधर, यक्ष, गंधर्व, अप्सरा वगैरे रहात आहेत, हें तूं प्रत्यक्षच पहा. त्याप्रमाणेंच येथें वृक्षांचे व लतादिकांचे समुदाय सर्व ऋतूंतील पुष्पांनीं व फळांनीं भरलेले असून त्यांचा सुगंध चोहोंकडे चालला आहे व त्यांच्या पालवीनें मोठी बहार वाटत आहे. महाबाहो कृष्णा, त्या देवाधिदेवाच्या कृपाप्रसादानें येथें ह्या सर्व दिव्य पदार्थांचा भरणा आहे.

वासुदेव सांगतो:— भीष्मा, ह्याप्रमाणें त्या उपमन्यूचें भाषण श्रवण करून व त्यानें जें कांहीं वर्णन केलें तें प्रत्यक्ष आपल्या डोळ्यांनीं पाहून मला मोठा चमत्कार वाटला व नंतर मीं त्यास म्हटलें, 'विप्रश्रेष्ठा, तूं धन्य आहेस. तुझ्यासारखा पुण्यवान् दुसरा कोण आहे बरें? पहा ह्या तुझ्या आश्रमांत प्रत्यक्ष महादेव वास्तव्य करीत आहे; तेव्हां खचित तुझें पुण्य मोठें अलौकिक ह्यांत संदेह कसला? महामुने तो भगवान् शंकर तुझ्याप्रमाणेंच मलाही दर्शन देऊन माझ्यावर प्रसाद करो, इतकीच माझी मनीषा आहे.'

उपमन्यु म्हणाला:— कमलनेत्रा कृष्णा, मीं जसा भगवान् शंकर पाहिला तसाच तूंही लव-

कर पाहाशील ह्यांत वानवा नाहीं. माझ्या दिव्य दृष्टीला असें दिसत आहे कीं, तूं आजपासून सहावे महिन्यांत भगवान् अमितपराक्रमी शंकराला अवलोकन करशील आणि त्या उमामहेश्वरापासून तुला चोवीस वरांची प्राप्ति होईल, हें खचित समज. हे महाबाहो यदुश्रेष्ठा, भूत, वर्तमान व भविष्य हीं तिन्ही त्या देववराच्या कृपेनें मला नित्य दृग्गोचर आहेत. माधवा, ह्या ठिकाणीं अधिष्ठित असलेल्या ह्या सहस्रावधि दुसऱ्या मुनींना जर त्या भगवंतानें कृपादृष्टीनें अवलोकन केलें आहे, तर तो तुझ्यावर कृपाकटाक्ष टाकणार नाहीं हें होईल तरी कसें ? कृष्णा, तुझ्यासारख्या दयाळू, ब्राह्मणांविषयीं पूज्यबुद्धि बाळगणाऱ्या व महानिष्ठावंत अशा पुरुषाचा समागम होणें हें देवांना मोठें प्रियकर वाटणार; ह्यास्तव त्या लोकनायकाकडून तुझे मनोरथ सिद्धीस जातील, हें निर्विवाद आहे. आतां मी तुला कांहीं मंत्र सांगतों त्यांचा तूं जप कर म्हणजे झालें.

श्रीकृष्ण सांगतोः— भीष्मा, नंतर मीं त्या उपमन्यूला आणखी म्हटलें, 'हे ब्रह्मर्षे महामुने, दैत्यसमुदायांचा संहार करणाऱ्या त्या त्रिदशेश्वराला मीं तुझ्या कृपाप्रसादानें पाहीन.' धर्मा, नंतर महादेवाचीं चरित्रें तो मला सांगत असतां आणखी आठ दिवस गेले, परंतु मला ते अगदीं घटकेप्रमाणें वाटले ! आठवे दिवशीं त्या विप्रानें मला यथाविधि दीक्षा दिली, तेव्हां मीं दंड धारण केला, मुंडन करून घेतलें, दर्भ स्वीकारले, वल्कलें परिधान केलीं, सर्व अंगाला घृत चोळलें, कमरेंत मेखला घातली, एक महिनाभर फळें खाऊन राहिलों, दुसरा महिना उदकावर काढला, पुढें तीन महिने वातभक्षण केलें आणि नित्य हात वर करून एका पायावर झोंप वगैरे न घेतां उभा राहिलों. ह्याप्रमाणें पांच महिने लोटल्यानंतर सहावे महिन्यांत अंतरिक्षांत सहस्रसूर्यासारखें दिव्य तेज मला आढळलें. पांडुपुत्रा, त्या तेजाच्या मध्यभागीं मीं एक मेघ अवलोकन केला. त्याच्यावर अनेक इंद्रधनुष्यांप्रमाणें चित्रविचित्र कांति झळाळत असून विद्युल्लता व अग्निज्वाला ह्या इतस्ततः संचार करीत होत्या; जणू काय नील वर्णाच्या पर्वतांचा तो समूहच आहे असा भास होत होता; आणि सर्व अंतरिक्ष बगळ्यांच्या पंक्तींनीं व्याप्त झालें होतें. धर्मा, तेथें पार्वतीसहवर्तमान भगवान् महेश्वर स्थित असल्यामुळें जणू काय चंद्रासहवर्तमान सूर्यच मेघपटलावर स्थित आहे असें दिसत होतें. हे कुंतीपुत्रा, तें पाहून मला मोठें नवल वाटलें आणि माझा सर्व देह रोमांचित झाला; व मग मीं—देवसंघ ज्याचा आश्रय करितात, अशा—त्या दुःखविमोचक शंकराला पाहिलें. त्या समयीं त्याच्या मस्तकावर किरीट असून हातांत गदा व शूल होता; त्यानें व्याघ्रचर्म पांघरलें असून त्याच्या मस्तकीं जटा होत्या; त्याच्या हातांत दंड व पिनाक धनु असून शिवाय तीक्ष्ण दाढांचें वज्रही होतें. त्याचे बाहु अंगदांनीं मंडित असून त्याच्या देहावर सर्प व गळ्यांत यज्ञोपवीत विलसत होतें; व त्याच्या वक्षस्थळावर अनेक रंगांचीं दिव्य वैजयंती शोभत असून ती पायाच्या गोफ्यापर्यंत लोंबत होती; ह्यामुळें वर्षाऋतूच्या अंतीं परिवेषानें युक्त असलेला चंद्र सायंकाळीं शोभतो, तसा तो देवश्रेष्ठ शोभत होता. धर्मा, त्या वेळीं त्या देवाधिदेवाच्या भोंवतालीं प्रमथांचे गण परिवेष्टन करून उभे असल्यामुळें जणू काय शरदृतूंत दिवाकराच्या भोंवतालीं परिवेषच (खळें) पडून तो अदृश्य झाला आहे, असें वाटत होतें. त्या समयीं ह्याप्रमाणेंच अकराशें रुद्र त्या ब्रह्मचिंतनांत दंग असलेल्या व शुभकर्में करणाऱ्या देवाधिदेव शंकराच्या समीप उभे असून ते त्याच्या

स्तुतींत निमग्न होते. त्याप्रमाणेंच आदित्य, वसु, साध्य, विश्वेदेव व अश्विनीकुमार हे परब्रह्म-स्वरूपानें व इतर रीतीनें त्या विश्वेश्वराची आराधना करीत होते. तसेंच अदितिनंदन भगवान् इंद्र व उपेंद्र आणि ब्रह्मदेव हे त्या देववरासमीप रथंतर नामक साममंत्र म्हणत होते. त्याप्रमाणेंच महान् महान् योगीश्वरं, ब्रह्मर्षि व त्यांचे पुत्र, देवर्षि, पृथ्वी, अंतरिक्ष, ग्रह, नक्षत्रें, मास, पक्ष, ऋतु, संवत्सर, क्षण, मुहूर्त, निमिष, युगें, महायुगें, विद्या, शास्त्रें, सनत्कुमार, वेद, इतिहास, मरीचि, अंगिरा, अत्रि, पुलस्त्य, पुलह, क्रतु, सात मनु, सोम, अथर्वा, बृहस्पति, भृगु, दक्ष, कश्यप, वसिष्ठ, काश्य, छंद, दीक्षा, यज्ञ, दक्षिणा, पावक, हवि व यज्ञिय द्रव्यें हीं सर्व मूर्तिमंत उभीं असून त्या परमात्म्याच्या स्तुतींत तत्पर होतीं. त्याप्रमाणेंच, सर्व प्रजापालक, सरिता, पन्नग, वृक्ष, देवमाता, सर्व देवपत्न्या व त्यांच्या कन्या, सहस्रावधि व लक्षावधि मुनि, पर्वत, सागर, दिशा, गंधर्व, अप्सरा, उत्तम उत्तम गायक, वादक व दिव्य ताल देणारे हीं सर्व त्या लोकोत्तर पुरुषाच्या आराधनेंत दंग होतीं. त्याप्रमाणेंच विद्याधर, दानव, गुह्यक, राक्षस व स्थावरजंगम भूतें हीं सर्व काया, वाचा व मन ह्यांच्या योगें त्या देवाधिदेवाची प्रार्थना करीत होतीं. धर्मा, तो त्रिदशेश्वर शर्व माझ्या अग्रभागीं येऊन बसला आणि तें पाहून ब्रह्मदेव, इंद्र व इतर सर्व मंडळी माझ्याकडे पाहूं लागली. भीष्मा, इतकें झालें तरी माझ्यानें त्या देवाधिदेवाकडे पाहावेना; तेव्हां भगवान् शंकर मला म्हणाला कीं, कृष्णा, बोल. तूं मला शतावधि व सहस्रावधि वेळां आराधिलेंस; ह्यास्तव तुझ्यासारखा मला तिन्ही लोकांत कोणीही प्रिय नाहीं. धर्मा, नंतर मीं भगवान् शंकराला साष्टांग नमस्कार घातला असतां उमा देवीही प्रसन्न झाली; आणि मग ब्रह्मादिक देवही ज्याच्या स्तुतींत रममाण झालेले होते अशा त्या शंकराला मीं असें म्हटलें, " भगवंता, तुला मी नमस्कार करितों. तूं शाश्वत असून सर्वांना उत्पन्न करणारा आहेस, ऋषिजन म्हणतात कीं, तूं वेदांचा अधिपति (वेदांनीं स्तव्य) आहेस. तपश्चर्या, सत्व, रज व तम आणि सत्य हीं सर्व तूंच होस, असें साधु लोक सांगतात. तूंच ब्रह्मा, रुद्र, वरुण, मनु, भव, धाता, त्वष्टा, विधाता आणि सर्वत्र व्यापक असा सर्वसत्ताधीश आहेस. सर्व स्थावरजंगम भूतें तुझ्यापासूनच उत्पन्न झालीं. हें सर्व चराचर ब्रह्मांड तूंच निर्मिलेंस. इंद्रियें, मन, पंचप्राण, सप्त अग्नि, आदित्यादि ज्योति व स्तुतीस पात्र असे देव ह्या सर्वांच्या पलीकडे (वाण्यादिकांना अगोचर असा) तूं आहेस असें ऋषि बोलतात. वेद, यज्ञ, सोम, दक्षिणा, पावक, हवि, यज्ञोपयोगी (स्रुक्, स्रुव, समिध्, कुश, देश, काल इत्यादि) वस्तु ह्या सर्व निश्चयेंकरून तूंच भगवान् आहेस. हे देवाधिदेवा, यज्ञयागादिक विधींपासून प्राप्त होणारें फल, दानधर्म, वेदाध्ययन, व्रतवैकल्यें, इंद्रियदमनाचे नियम, विनय, कीर्ति, वैभव, तेज, संतोष व योगसिद्धि ह्या सर्वांचा हेतु हाच कीं, साधकास तुझी प्राप्ति व्हावी. काम, क्रोध, भय, लोभ, मद, मोह, मत्सर, आधि व व्याधि ह्या सर्व तुझ्या नऊ तनु होत. सर्व प्राणी ज्या ज्या क्रिया करितात त्या तूंच; त्या क्रियांपासून उत्पन्न होणारे हर्षशोकादिक विकारही तूंच; त्या क्रियाफलांपासून अलिप्त राहाणाराही तूंच; वासनेचें अविनाशी व प्रधान मूळ जें अज्ञान तेंही तूंच; मनाचा मुख्य उत्पादक तूंच; आणि शाश्वत प्रभाव जो तोही तूंच आहेस. देवाधिदेवा, सर्व जगांत तूं अव्यक्तरूपानें भरलेला आहेस; तूं सर्वांना पवित्र करणारा आहेस; ध्यानानेंही तुझें यथार्थ रूप कळत नाहीं; सर्व

जगाला प्रकाशित करणारा जो सूर्य तो तूंच आहेस; चिज्ज्योति जो हिरण्मय, तोही तूंच आहेस; अव्यक्तादिक सर्व तत्त्वांचा आदि तूंच आहेस; आणि तूंच सर्वांच्या जीविताचा विसावा आहेस. महान्, आत्मा, मति, ब्रह्मा, विश्व, शंभु, स्वयंभुव, बुद्धि, प्रज्ञा, उपलब्धि, संवित, ख्याति, धृति व स्मृति ह्या सर्व पर्याय शब्दांनीं महान् आत्मा म्हणजे तूंच असें जाणलें जातें, ब्रह्मवेत्ता पुरुष तुझें स्वरूप ध्यानांत आणून तत्काल संसाराचें मूल जें अज्ञान त्याचा संपूर्ण उच्छेद उडवितो. तूं सर्व प्राण्यांचें हृदय असून क्षेत्रज्ञ आहेस, अशी ऋषिजन तुझी स्तुति करितात. तूं आपले हातपाय सर्वत्र पसरले आहेस. तुझे नेत्र, मस्तक व मुख हींही सर्व व्यापून आहेत. ह्या जगांत सर्वांचा तूं श्रोता आहेस, आणि सर्वांला व्याप्त करून तूं राहिला आहेस. सूर्यानें उत्पन्न केलेले जे निमेषादिक कालभाग त्यांमध्यें जीं जीं कर्में करण्यांत येतात, त्यांचें फल जें स्वर्गसुख तेंही तूंच आहेस. सूर्याची प्रभाही तूंच आहेस. पुरुषही तूंच आहेस. सर्वांच्या हृदयांत तूंच वसती केली आहेस. अणिमा, महिमा, प्राप्ति, सत्ता, तेज व अविनाशिता ह्या सर्व ज्या योगसिद्धि त्या तूंच होस. बुद्धि, मति व लोक हे तुलाच शरण जातात व तुझाच आश्रय करून असतात. जे पुरुष ध्यानांत निमग्न रहातात, नित्य योगसाधनें करितात, उत्तम हेतु धरितात व इंद्रियांना जिंकतात तेही तुझ्याच प्राप्तीसाठीं झटत असतात. देवाधिदेवा, तूं शाश्वत आहेस, सर्वांच्या हृदयांत तुझें वास्तव्य आहे, तूं पुराणपुरुष आहेस, तुझ्या ठिकाणीं लोकोत्तर शक्ति आहे, तूं शुद्ध ज्ञान आहेस, तूं हिरण्मय आहेस, व तूं बुद्धिमान् लोकांचें अंतिम साध्य आहेस, असें जो पुरुष मानितो, तोच खरा बुद्धिमान् समजावा. महादेवा, तुझीं सात सूक्ष्म तत्त्वें (महत्, अहंकार व पंचतन्मात्रा), त्याप्रमाणेंच तुझीं सहा अंगें (सर्वज्ञता, तृप्ति, अनादि बोध, स्वतंत्रता, कधींही ऱ्हास न पावणारी शक्ति व अनंत सामर्थ्य), ह्यांचें यथार्थ ज्ञान करून घेऊन आणि तसेंच परमात्म्याचें सर्वत्र अभिन्नस्वरूप व्याप्त आहे असें योगसाधनानें जाणून, जो पुरुष तुझ्या ध्यानांत निमग्न राहातो, तोच तुझ्यामध्यें प्रविष्ट होऊन सायुज्य मिळवितो."

धर्मा, ह्याप्रमाणें मीं त्या दुःखविनाशक भगवान् शंकराला म्हटलें तेव्हां सर्व चराचर ब्रह्मांडांतून सिंहनाद झाला! त्या समयीं ब्राह्मणांचे समुदाय, देव, दैत्य, नाग, पिशाच, पितर, खग, रक्षोगण, भूतगण व सर्व महर्षि ह्यांनीं तत्काळ त्या परमेश्वराला नमस्कार केला! तेव्हां माझ्या मस्तकावर दिव्य व सुगंधि पुष्पांची एकसारखी वृष्टि सुरू झाली आणि सुखदायक वारा वाहूं लागला! कुंतीपुत्रा, नंतर भगवान् जगत्पालक शंकरानें उमादेवीकडे, माझ्याकडे व देवेंद्राकडे न्याहाळून पाहिलें व स्वतः मला म्हटलें:—शत्रुघ्ना कृष्णा, तुझी आमच्या ठायीं अत्यंत भक्ति आहे हें मी जाणतों; ह्यास्तव तुला जें श्रेयस्कर असेल तें माग; माझें तुजवर अतिशय प्रेम आहे. कृष्णा, मी तुला आठ वर देईन; त्यांचा तूं स्वीकार कर. यदुपुंगवा, तुला कोणते दुर्लभ वर पाहिजेत, ते सांग.

अध्याय पंधरावा.

—:०:—

वासुदेवाला वरप्रदान.

कृष्ण सांगतातः— धर्मा, नंतर मीं एकाग्र चित्त करून त्या तेजाच्या महान् राशीवर अधिष्ठित असलेल्या भगवान् उमामहेश्वरांना शिरसा वंदन केलें आणि मग मोठ्या हर्षानें भगवान् शंकराला म्हटलें, 'देवाधिदेवा, धर्मावर

दृढ श्रद्धा, युद्धामध्यें शत्रूचा नाश, उत्तम कीर्ति, उत्कृष्ट बल, योगाभ्यास, तुझ्यावर प्रेम, तुझें सान्निध्य व शतावधि पुत्र हीं मला प्राप्त व्हावींत.' धर्मा, ह्याप्रमाणें माझें भाषण श्रवण करून भगवान् शंकरानें तत्काळ 'असें होवो' म्हणून म्हटलें. आणि मग जगन्माता, जगत्पोषिका, जगत्पावनी व तपोनिधान अशी जी उमा देवी ती शांत मनानें मला म्हणालीः—अनघा कृष्णा, भगवंतानें तुला सांब नामक पुत्र दिला आहे. आतां मींही तुला आठ वर देण्याला तयार आहें; तर तुला कोणते वर पाहिजे असतील ते मागून घे. धर्मा, नंतर मीं तिला साष्टांग प्रणिपात केला आणि प्रार्थिलें:—ब्राह्मणांवर न रागावणें, पित्याची कृपा जोडणें, शंभर पुत्र होणें, उत्तम सुखोपभोग प्राप्त होणें, कुलावर प्रेम करणें, मातेची प्रसन्नता जोडणें, चित्ताला शांति रहाणें व कोणतेंही कार्य कुशलतेनें करितां येणें, ह्या आठ गोष्टी मला प्राप्त व्हाव्या.

उमा म्हणालीः— कृष्णा, तुझ्या म्हणण्याप्रमाणें ह्या सर्व गोष्टी घडतीलच. शिवाय मी तुला आणखीही वर देतें ते घे. बाबारे, तूं देवतुल्य प्रताप गाजविशील. माझ्याप्रमाणें तूंही कधीं असत्य भाषण करणार नाहींस. तुला सोळा हजार स्त्रिया प्राप्त होतील. त्यांच्या ठिकाणीं तूं व तुझ्या ठिकाणीं त्या उत्तम प्रेम कराल. तुम्हांला कधींही उणीव म्हणून पडणार नाहीं. तुझे बंधुवर्ग तुझ्यावर उत्कृष्ट प्रीति करतील. तुला दिव्य लावण्य प्राप्त होईल. आणि तुझ्या गृहीं नित्य सात हजार अतिथि भोजनाला असतील.

वासुदेव म्हणालाः— धर्मा, ह्याप्रमाणें भगवान् शंकर व पार्वती ह्यांनीं मला वर दिले व नंतर तीं उभयतां गणादिकांसहवर्तमान अदृश्य झालीं. राजश्रेष्ठा, मग तो सर्व अद्भुत प्रकार मीं त्या महातेजस्वी उपमन्यूला सविस्तर कथन केला आणि नंतर त्या महामुनीनें त्या देवाधिदेवाला नमस्कार करून मला असें म्हटलें.

उपमन्यु म्हणालाः—कृष्णा, भगवान् शंकरासारखा देव नाहीं; भगवान् शंकरासारखा श्रेष्ठ आधार नाहीं; भगवान् शंकरासारखा दाता नाहीं; व भगवान् शंकरासारखा योद्धा नाहीं.

अध्याय सोळावा.

--:०:--

तंडिकृत रुद्रस्तव.

उपमन्यु म्हणालाः— बाळा कृष्णा, कृतयुगांत तंडि नांवाचा एक प्रख्यात ऋषि होता. त्यानें दहा हजार वर्षेंपर्यंत समाधियोग चालवून मोठ्या भक्तीनें परमेश्वराची आराधना केली असतां त्यास जें फळ मिळालें, तें तूं आतां श्रवण कर. कृष्णा, त्या तंडि ऋषीला प्रत्यक्ष महादेवाचें दर्शन घडलें व त्यानें त्याची स्तुति केली. तंडि ऋषि तपोबलानें अव्यय व उदारधी परमात्म्याचें चिंतन करितां करितां आश्चर्ययुक्त होत्साता सद्गदित वाणीनें त्यास म्हणाला, 'हे देवाधिदेवा, ज्याला सांख्य व योगी पर, प्रधान, पुरुष, अधिष्ठाता, ईश्वर आणि उत्पत्ति व विनाश ह्यांना कारण असें म्हणतात आणि ज्याच्यापेक्षां देव, असुर व मुनि ह्यांजमध्यें कोणीही वरचढ नाहीं, जो अज, अनादि अमर व प्रभु आहे व जो अत्यंत सुख देतो, अशा त्या तुज परमपावन देवतेला मी शरण आलों आहें.' कृष्णा, ह्या प्रकारचे उद्गार त्या तंडि ऋषीच्या मुखांतून निघत आहेत तोंच त्यानें तो तपोनिधान, अव्यय, अनुपम, अचिंत्य, शाश्वत, अविनाशी, परब्रह्मरूप, सर्वव्यापक, निर्गुण, गुणगोचर, योग्यांचा आनंदकंद, नित्यपूर्ण व मोक्षसंज्ञक असा परमेश्वर अवलोकन केला. केशवा, तो भगवान् देवाधिदेवच मन,

अग्नि, इंद्र व वायु आणि त्याप्रमाणेंच ब्रह्मदेव व सर्व विश्व ह्यांचें मुख्य साध्य आहे; तो ग्रहण करण्यास मोठा अशक्य, अचल, शुद्ध व बुद्धिग्राह्य असा आहे; तो निर्गुण व निर्विकार असल्यामुळें त्याचें केवळ मनानेंच चिंतन केलें पाहिजे; त्याचें यथार्थ स्वरूप, ध्यानांत आणणें मोठें अवघड आहे; त्याच्या स्वरूपाचें वर्णन करणें शक्य नाहीं; ज्यांनीं आत्मसाधन केलें नाहीं, त्यांस त्याचा साक्षात्कार घडणें दुरापास्त आहे; तो सर्व विश्वाचें आदिकारण आहे; त्याला अज्ञानाचा यत्किंचितही मल नाहीं; तो श्रेष्ठाहून श्रेष्ठ आहे; आणि तो आपणा स्वतःला जीवरूप बनवून त्या जीवाच्या अंतर्यामीं चैतन्यरूपानें वास करितो. कृष्णा, त्या देवाधिदेवाच्या दर्शनाकरितां बहुत वर्षेंपर्यंत तंडि ऋषीनें उग्र तपश्चर्या केली असतां त्याला भगवंतानें दर्शन दिलें. तेव्हां तंडि ऋषीनें त्यास प्रार्थिलें.

तंडि म्हणालाः— हे महाबुद्धिमंता परमेश्वरा, पावनांना पावनत्व देणारा तूंच; गतिमानांना गति देणारा तूंच; तेजांमधलें दिव्य तेज तें तूंच; तपांमधलें श्रेष्ठ तप तें तूंच; विश्वावसु, हिरण्याक्ष व पुरुहूत यांनीं तुझीच आराधना केली; मोक्ष हा तुझ्यापासूनच मिळतो; आणि, विभो, तूंच सदोदित राहाणारा व सर्वांचा अधिपति आहेस. ह्यास्तव मी तुला नमस्कार करितों. हे आनंदघना सहस्रांशो देवा, जन्ममरणांना भिऊन गेलेल्या व निर्वाणप्राप्तीसाठीं यत्न करणाऱ्या यतींना तूंच मोक्ष देतोस; ब्रह्मदेव, इंद्र, विष्णु, विश्वेदेव व महर्षि ह्यांना सुद्धां जर तुझें वास्तविक ज्ञान होत नाहीं, तर माझ्यासारख्यांना तें कसें होईल बरें? परमेशा, सर्व कांहीं तुझ्यापासून प्रवृत्त होतें व अंतीं सर्वांचा तुझ्यामध्येंच लय होतो. देवा, काल, पुरुष व ब्रह्म हीं तुझींच नांवें आहेत. ब्रह्मा, विष्णु व रुद्र ह्या तीन तुझ्याच तनु होत, असें पुराणज्ञ देवर्षि सांगतात. विश्वाधिपते, तूंच अधिपुरुष, तूंच अध्यात्म, तूंच अधिभूत, तूंच अधिदैवत, तूंच अधिलोक, तूंच अधिविज्ञान व तूंच अधियज्ञ आहेस. देवतांनाही ज्याचें ज्ञान होत नाहीं, अशा तुला विद्वान् लोक आपल्या अंतर्यामीं अवलोकन करून भवबंधांतून सुटतात आणि तुझ्या सच्चिन्मय स्वरूपांत मिळतात! देवाधिदेवा, जे कोणी तुझें ज्ञान करून घेण्याची इच्छा करीत नाहींत, ते पुनःपुनः जन्ममरणांच्या फेऱ्यांत सांपडतात. देवा, स्वर्ग व मोक्ष ह्यांचें द्वार तूंच आहेस. तूंच सर्वांना संसारांत घालतोस, तूंच त्यांना संसारांतून आत्मस्वरूपीं जागा देतोस! ईश्वरा, स्वर्ग, मोक्ष, काम, क्रोध, सत्व, रज, तम, अधोलोक, ऊर्ध्वलोक, ब्रह्मदेव, रुद्र, विष्णु, स्कंद, इंद्र, सविता, यम, वरुण, इंदु, मनु, धाता, विधाता कुबेर, भूमि, वायु, उदक, अग्नि अंतरिक्ष, वाणी, बुद्धी, स्थिति, मति, कर्म, सत्य, असत्य, भाव, अभाव, इंद्रियें, इंद्रियांचे विषय, जड सृष्टीच्या पलीकडे असलेलें अविनाशी परब्रह्मस्वरूप आणि विश्व व अविश्व ह्यांतील प्रधान वस्तु तूंच असून चिंतन करण्यास योग्य व चिंतन करूनही ध्यानांत न येणारा असा तूं आहेस. देवा, ज्याला परब्रह्म अशी संज्ञा आहे, जें परमात्म्याचें अत्यंत श्रेष्ठ पद आणि सांख्य व योग ह्यांनीं जें साध्य करून घ्यावयाचें, तें तूंच होस ह्यांत अगदीं संदेह नाहीं. विश्वपालका, खचित आज आम्ही कृतार्थ झालों. खचित आज आम्हीं--साधु लोक ज्याची इच्छा करितात, तें स्थान मिळविलें; आणि ज्ञानाच्या योगें निर्मळ चित्त करून जें पद जिंकावयाचें, तें हस्तगत करून घेतलें. अरेरे, ज्या अर्थी अज्ञानानें इतका दीर्घ काल-

पर्यंत आम्हीं परमेश्वराला ओळखिलें नाहीं, त्या अर्थी आम्ही खचित मूर्ख आहों, ह्यांत वानवा नाहीं ! अरेरे, शहाणे पुरुष ज्याला शाश्वत तत्त्व असें मानितात, त्या देवाधिदेवाचें ज्ञान व्हावयास आम्हांस इतका वेळ लागावा काय ! असो; मीं बहुत जन्म घेऊन जी भक्ति जोडिली नव्हती ती मीं आतां प्रत्यक्ष तुझी भक्ति ह्या जन्मीं संपादिली. पहा, आतां हा भक्तांवर अनुग्रह करणारा प्रत्यक्ष परमेश्वर मजपुढें उभा आहे असें जाणून मी मोक्षाचा अधिकारी झालों ! देवेश्वरा, देव, असुर व मुनि ह्यांचें जें सनातन गुह्य किंवा मुनींनाही अवगत न होणारें जें मनोरूप गुहेमध्यें स्थित असलेलें परब्रह्म तें तूंच होस. देवा, तूंच सर्व करितोस व सर्वत्र तुझीच व्याप्ति आहे. देवा, सर्वांचा प्राण तूंच, व सर्वांना साक्षीही तूंच आहेस. देवा, तुझी गति सर्व स्थळीं आहे. तूं सर्व कांहीं पाहातोस व जाणतोस. तूं स्वतःसाठीं देह उत्पन्न करितोस, अन्नादिक तूंच बनून देहाला पोषितोस; देही (जीव) तूंच होतोस; देहांत राहून सुखदुःख तूंच भोगतोस; सर्व देह्यांना (जीवांना) तुझाच आधार आहे; तूंच प्राण उत्पन्न करितोस; प्राणांना तूंच पोषितोस; स्वतः प्राणी तूंच होतोस; प्राण्यांना बरी-वाईट गति तूंच देतोस; आणि सर्व प्राण्यांना शेवटीं आधार तुझाच मिळतो; देवा, जे पुरुष निरंतर तुझ्या ध्यानांत निमग्न राहून आत्मज्ञान जोडितात, त्या तुझ्या भक्तांना अध्यात्मज्ञानानें प्राप्त होणारी गति तूंच होस व त्याप्रमाणेंच मोक्षार्थी लोकांचें जें अंतिम साध्य तेंही तूंच आहेस. देवा, सर्व भूतांना बऱ्या-वाईट कर्मानुसार योग्य अशी गति तूंच देतोस आणि सर्व प्राण्यांना जन्ममरणपरिभ्रमणांत तूंच घालतोस. देवा, ऋषींचे मनोरथ तूंच पुरवितोस; भूर्भवः स्वर्महः इत्यादि सर्व भुवनें तूंच निर्मितोस; देवादिकांना तूंच उत्पन्न करितोस; आणि भूमि, उदक, वह्नि, वायु, आकाश, सूर्य, चंद्र व यजमान ह्या आठ तनु तूंच धारण करून तूंच सृष्टीला पोषितोस. देवा, तुझ्यापासून सर्व ब्रह्मांड उत्पन्न होतें, सर्वांचा योगक्षेम तुझ्या बळावर चालतो व सर्वांचा अंतीं लय तुझ्या ठिकाणींच होतो. देवा, एक सनातन जो परमात्मा, तो तूंच; वेदांत सांगितल्याप्रमाणें कर्में करून ज्या स्वर्गाची प्राप्ति करून घ्यावयाची तो तूंच. महान् महान् साधु लोक ब्रह्मचिंतन करून जें श्रेष्ठ पद (महर्लोकादि) मिळवितात. तें तूंच; मुक्त पुरुष जो मोक्ष संपादितात, तो तूंच; व आत्मवेत्ते पुरुष जें कैवल्य (मुख्य मोक्ष किंवा सायुज्य) उपभोगितात तेंही तूंच ! देवाधिदेवा, सुर, असुर व मनुष्यें ह्यांना तूं दिसूं नयेस, ह्मणून तुला ब्रह्मादिक सिद्धांनीं वेदरूप गुहेमध्यें दडवून ठेविलें. ह्यास्तव, हे शंकरा, ते सुरासुर व नर तुला यथार्थ रीतीनें जाणीत नाहींत. देवाधिदेवा, हृदयांत गूढ रूपानें वास्तव्य करणारा जो अहंकार, त्यानें सुरासुरादिक सर्वांना खरोखरी मोहित करून टाकिलें आहे; ह्मणून जे कोणी भक्तियोगानें अंतःकरणाची शुद्धि करून तुला शरण येतात, त्यांना मात्र त्यांच्या अंतर्यामीं वास करणारा तूं आपण होऊन दर्शन देतोस. देवा, तुझा महिमा काय वर्णावा ? तुझें यथार्थ ज्ञान झाल्यानें प्राण्याला फिरून जननमरणाचा फेरा प्राप्त होत नाहीं. देवा, ह्या विश्वांत अत्यंत श्रेष्ठ असें ज्ञेय तूंच होस; ह्यासाठीं एकदां तुझें ज्ञान झालें कीं ह्याहून श्रेष्ठ असें ज्ञान जगांत दुसरें मुळींच उरत नाहीं. देवा, तुझी प्राप्ति झाली कीं, शहाण्या पुरुषाला दुसरें कांहीं अधिक मिळविण्यासारखें वाटतच नाहीं; कारण, तो तुझ्या श्रेष्ठ व सूक्ष्म स्वरूपाप्रत पावला, म्हणजे स्वतः अव्यय व अक्षय पदास जातो. देवा, गुण व तत्त्वें जाणणारे सांख्यशास्त्रवेत्ते तुझ्या सूक्ष्म तत्त्वाचें ज्ञान संपादून सर्व बंधनांतून

मुक्त होतात. देवा, वेदांतांत तुझ्या स्वरूपाचें यथास्थित विवेचन केलें असल्यामुळें तुला जाणण्याकरितां वेदवेत्ते पुरुष नित्य प्राणायामादिक साधनें करण्यांत निमग्न होत्साते तुझ्या स्वरूपाचें चिंतन करितात व तुजप्रत प्राप्त होतात. देवाधिदेवा, ॐकाररूप रथावर आरूढ होऊन ते तुजप्रत पावतात. देवा, देवमार्गानें जाणाऱ्यांचें द्वार जो सूर्य किंवा पितृमार्गानें जाणाऱ्यांचें द्वार जो चंद्रमा तो तूंच होस. देवा, काष्ठा, दिशा, संवत्सर, युगें इत्यादिक सर्व कांहीं, त्याप्रमाणेंच दिव्य आधिपत्य व भौम आधिपत्य आणि दक्षिणायन व उत्तरायण हीं सर्व तूंच आहेस. परमेश्वरा, पूर्वी ब्रह्मदेवानें तुझीच बहुत प्रकारांनीं आराधना केली आणि नीललोहित ह्या संज्ञेनें प्रसिद्ध अशा तुला प्रजोत्पत्तीच्या हेतूनें प्रार्थिलें. देवा, ऋग्मंत्रांत निष्णात असे ब्राह्मण ऋग्मंत्रांच्या योगें तुझी स्तुति करितात आणि तूं कर्मापासून अलिप्त व केवळ निर्गुण, निर्विकार आहेस असें प्रतिपादितात. देवा, श्रौत, स्मार्त व ध्यान ह्या तीन यज्ञांच्या योगें तुझ्या स्वरूपाची ओळख पटते आणि यज्ञांत अध्वर्यु लोक यजुर्मंत्रांनीं तुझें हवन करितात. त्याप्रमाणेंच, हे देवाधिदेवा, ज्यांची बुद्धि शुद्ध झाली आहे, असे सामवेदी लोक साममंत्रांचें गायन करून तुला स्तवितात. तसेच अथर्वणवेदी ब्राह्मण तुला यज्ञ, यज्ञफळ व परब्रह्म असें मानून, यज्ञांस मुख्य कारण जी श्रद्धा व सत्य तींही तूंच आहेस असें म्हणतात. देवा, त्रिजगतांत श्रेष्ठ असा एक तूंच परमेश्वर होस; रात्र आणि दिवस हे तुझे कर्ण व नयन समजावे; पक्ष व मास तुझें शीर्ष व बाहु होत; ऋतु हें तुझें वीर्य होय; तप हें तुझें धैर्य होय; आणि वर्ष हें तुझें गुह्य, मांड्या व पावलें होत. देवा, मृत्यु, यम, अग्नि, मोठ्या वेगानें संहार करणारा काल, कालाचें मुख्य कारण व शाश्वत राहाणारा ह्या प्रत्यक्ष काल हेही तूंच आहेस. देवा, सूर्य व चंद्र तूंच आहेस; नक्षत्रेंही तूंच आहेस; वायूसहवर्तमान ग्रह तूंच; ध्रुव तूंच; सप्तर्षि तूंच; सप्तभुवनें तूंच; प्रधान, महत्, अव्यक्त व दृश्यादृश्य विश्व तूंच; ब्रह्मदेवापासून यःकश्चित् तृणादिकांपर्यंत जीं स्थावरजंगम भूतें तीं सर्व तूंच आहेस; भूमि, अप्, अनल, वायु, खं (आकाश), मन, बुद्धि व अहंकार ह्या ज्या आठ प्रकृति, त्या तूंच आहेस; ह्या आठ प्रकृतींचे पलीकडे असलेला जो मायावी परमेश्वर तोही तूंच; आणि तुझ्याच अंशानें हें सर्व ब्रह्मांड उदीत झालें आहे. देवा, अखिल विश्वांत जें हें अद्वितीय आनंदस्वरूप व्याप्त आहे, तेंच हें तुझें शाश्वत रूप होय. देवा, विरक्त पुरुष तुझ्याच आश्रयाची अपेक्षा करितात. सत्पुरुषांचें जें मुख्य साध्य तें तूंच. देवा, चिंताविरहित पद तें तूंच; सनातन ब्रह्म तें तूंच; आणि शास्त्रवेत्ते व वेदवेत्ते पुरुष ज्याचें नित्य मनन करितात तें तूंच होस. देवा, तूं ही सर्वांची परमावधि; तूंच अत्यंत श्रेष्ठ कला; तूंच महत्तम सिद्धि; तूंच श्रेष्ठ गति; तूंच अत्यंत शांति; तूंच अत्यंत समाधान; आणि देवा, तुझी प्राप्ति झाल्यानेंच योगी लोक आपणांस कृतार्थ मानितात. देवाधिदेवा, मी स्वतः ब्रह्मरूप आहें, असें जाणणाऱ्या योगी लोकांना संतोषाचें निधान तूंच; सर्व कांहीं सिद्धि तूंच; श्रुतिस्मृतींचें पर्यवसान तूंच; अध्यात्मगति तूंच व शाश्वतपदप्राप्ति तूंच होस! देवा, सकाम बुद्धीनें यज्ञयाग करून जे विपुल दक्षणा देतात अशा त्या यज्ञशील पुरुषांची प्रधान गति तूंच ह्यांत संदेह नाहीं. त्याप्रमाणेंच योगसाधन; जपजाप्य, तप, चित्ताची शांति व देहास क्षीण करणारीं व्रतवैकल्यें, ह्यांच्या योगें जें कांहीं प्राप्त करून घ्यावयाचें तेंही तूंच होस; आणि, हे सनातना, त्याप्रमाणेंच कर्माचा त्याग करणाऱ्या विरक्त पुरुषांना ब्रह्म-

लोकीं जें स्थान मिळावयाचें तेंही तूंच आहेस. विश्वाधिपते, जे पुरुष जन्ममरणाच्या फेऱ्यांतून सुटण्याकरितां वैराग्य धरितात आणि प्रकृतिलयाचा अभ्यास करितात त्यांचें तरी अंतिम साध्य तूंच; त्याप्रमाणेंच, ज्ञान व विज्ञान ह्यांनीं युक्त अशा पुरुषांची जी अनिर्वचनीय निर्गुण-निर्विकार कैवल्यावस्था तीही तूंच होस. विभो, वेद, शास्त्र व पुराणें ह्यांत सांगितलेल्या ज्या ह्या पांच गति, त्याही तुझ्याच प्रसादानें प्राप्त होतात; त्या अन्य उपायांनीं प्राप्त होत नाहींत.

कृष्णा, ह्याप्रमाणें तपोराशी जो तंडि त्यानें स्वतः भगवान् महेश्वराची स्तुति केली; आणि पूर्वी ब्रह्मदेवानें जें परब्रह्मस्तोत्र गायिलें तेंच त्यानें गायिलें.

उपमन्यु म्हणालाः—कृष्णा, अशा प्रकारें ब्रह्मवादी तंडि ऋषीनें महादेवाची प्रार्थना केली असतां तो भगवान् देवाधिदेव उमा देवी-सहवर्तमान तंडीशीं भाषण करणार तों तंडि-ऋषि पुनः म्हणाला कीं, 'हे विश्वेश्वरा, ब्रह्मदेव, इंद्र, विष्णु, विश्वेदेव व महर्षी ह्यांनाही तुझ्या स्वरूपाचें वास्तविक ज्ञान झालें नाहीं. असो; कृष्णा, नंतर मोठ्या प्रसन्नतेनें भगवान् शंकरानें त्यास म्हटलें.

श्रीभगवान् शंकर म्हणालाः—हे द्विजश्रेष्ठा, तूं अक्षय्य, अव्यय व दुःखवर्जित असा होऊन तुला यश, तेज व दिव्य ज्ञान हीं प्राप्त होतील. तुझ्या भेटीला ऋषिजन माझ्या प्रसादानें येतील आणि तुझा पुत्र निःसंशयपणें सूत्रकर्ता होईल. बाळा, तुझी आणखी आज कोणती इच्छा आहे ती सांग.

कृष्णा, ह्याप्रमाणें भगवद्भाषण श्रवण करून तंडि ऋषि त्याच्यापुढें हात जोडून उभा राहिला आणि म्हणाला कीं, 'तुझ्या ठिकाणीं माझी दृढ भक्ति असावी इतकेंच माझें मागणें आहे!'

उपमन्यु म्हणालाः—कृष्णा, तंडि ऋषीला ह्याप्रमाणें वर दिल्यानंतर आणि देवर्षि व देव ह्यांनीं नमस्कार करून स्तवन आरंभिल्यावर तो भगवान् शंकर तेथच्या तेथेंच अंतर्धान पावला. यादवेश्वरा, अशा प्रकारें भगवान् शंकर आपल्या अनुचरांसह गुप्त झाला असतां तो तंडि ऋषि आश्रमास आला व त्यानें हें सर्व वर्तमान मला सांगितलें. मनुजश्रेष्ठा, त्यानें त्या देवाधिदेवाचीं जीं प्रख्यात नांवें निरूपण केलीं तीं आतां मी तुला सांगतों; तीं तूं श्रवण कर, म्हणजे तुझे मनोरथ सिद्ध होतील. कृष्णा, पितामह ब्रह्मदेवानें देवांना भगवान् शंकराचीं दहा हजार नांवें सांगितलीं, पण शास्त्रांत त्याचीं सहस्र नांवें निरूपिलेलीं आहेत, तीं तंडीपासून मला विदित झालीं. कृष्णा, हीं नांवें फार गुप्त आहेत. देवाधिपति ब्रह्मदेव ह्यानें कृपा करून तीं तंडीला पूर्वी सांगितलीं व त्याच्यापासून मला माहीत झालीं.

अध्याय सतरावा.

महादेवसहस्रनाम.

वासुदेव म्हणालाः—बा युधिष्ठिरा, नंतर ब्रह्मर्षि उपमन्यूनें चित्त एकाग्र करून भगवंताला हात जोडिले आणि त्याचीं नांवें सांगण्यास आरंभ केला. तेव्हां प्रथम तो मला असें म्हणाला.

उपमन्यु म्हणालाः—यदुकुलश्रेष्ठा, मी आतां सर्व लोकांत विख्यात अशा त्या वंदनीय परमेश्वराचीं नांवें उच्चारून त्याचा स्तव करितों. केशवा, मी आतां जीं नांवें सांगणार तीं ब्रह्मदेव व ऋषिजन ह्यांच्या मुखांतून निघालेलीं असून त्यांची वेद व वेदांगें ह्यांत उत्पत्ति आहे; तीं सर्व अन्वर्थक असून महान् महान् सिद्धांनीं व मुमुक्षु जनांनीं गायिलीं आहेत; त्यांच्या

कीर्तनानें सर्व पुरुषार्थांची प्राप्ति होते; तीं सर्व वेदांचें मंथन करून त्यांतूनच निराळीं काढिलेलीं आहेत; आणि वेदाभ्यासानें चित्तशुद्धि केल्यानंतर तंडि ऋषीनें मोठ्या भक्तीनें त्याच नांवांनीं परमेश्वराला ध्याइलें. कृष्णा, महान् महान् साधु, मुनि, विद्वान् व प्रख्यात पुरुष ह्यांनीं जीं नांवें उच्चारून परमेश्वराचें स्तवन केलें तींच नांवें उच्चारून मी आतां त्या देवाधिदेवाचें स्तवन करितों. कृष्णा, तो देवाधिदेव लोकनायकच सर्व ब्रह्मांडांत श्रेष्ठ, आद्य, स्वर्ग प्राप्त करून देणारा, सर्व प्राण्यांचें कल्याण करणारा व मंगलकारक असा आहे. केशवा, ज्या परमेश्वराचीं यथार्थ नांवें ब्रह्मलोकापासून चोहोंकडे अवतीर्ण होत होत सर्व विश्वांत पसरून जिकडे तिकडे ऐकूं येतात, त्या ब्रह्मदेवानें वर्णिलेल्या सनातन परब्रह्माचें मी आतां तुला निरूपण करितों; तर तूं सावधान मनानें श्रवण कर. कृष्णा, तूं मोठ्या भक्तीनें त्या देवाधिदेव शंकराचें आराधन करशील तर तद्द्वारा तुला त्याच्या शाश्वत परब्रह्मस्वरूपाचें यथार्थ ज्ञान होईल. केशवा, शंकराचें माहात्म्य इतकें विस्तृत आहे कीं, कोणालाही त्याचें सर्व विवेचन करणें अशक्य होय. एखादा पुरुष योगाभ्यासाच्या बळावर भिस्त ठेवून जरी भगवद्विभूतींचें वर्णन करूं लागला, तरी त्याला देखील तें शंभर वर्षांत सुद्धां होणार नाहीं! माधवा, ज्या भगवंताचे आदि, मध्य व अंत हे देवानांही अवगत होत नाहींत, त्या विश्वाधिपतीच्या गुणांचें समग्र वर्णन कोण बरें करूं शकेल? तथापि मी त्या बुद्धिमान् देवाधिदेवाच्या प्रसादानेंच यथाशक्ति संक्षिप्त रीतीनें भगवन्माहात्म्य वर्णन करितों. कृष्णा, त्या लोकनायकाची अनुज्ञा झाल्याशिवाय मला त्याचें दिव्य यश वर्णितां येणार नाहीं; परंतु एकदां का त्याची आज्ञा मिळाली म्हणजे त्याचें वर्णन म्यां केलेंच म्हणून समजावें. असो; कृष्णा, अनादि, अमर, जगदुत्पादक, अव्यक्ताला कारण, वर देणाऱ्या, परमपूज्य, विश्वरूप व बुद्धिदात्या परमेश्वराच्या नांवांचा समुदाय जो मला ब्रह्मदेवापासून विदित झाला, तो मी तुला सांगतों, ऐक. यदुनंदना, पितामह ब्रह्मदेवानें भगवान् शंकराचीं जीं दहा हजार नांवें उच्चारिलीं त्यांचें मीं आपल्या मनांत उद्घाटन करून, दह्यांतून जसें लोणी काढावें तसें त्यांतून सार काढिलें आहे तें तूं श्रवण कर. कृष्णा, पर्वतांतून जसें सोनें काढावें, फुलांतून जसें मधु ग्रहण करावें किंवा लोण्यांतून जसा मंड काढून घ्यावा, तसा मीं त्या दहा हजार नांवांतून निष्कर्ष काढून घेतला आहे. हा निष्कर्ष म्हणजे चतुर्वेदांचें सारच होय. ह्याच्या योगें सर्व दुरितांचा संहार होतो. मोठ्या प्रयत्नानें हा संपादन करून एकाग्र चित्तानें ह्याचें मनन केलें पाहिजे. हा मोठा मंगलदायक व बलवर्धक आहे. भगवंताचीं हीं नांवें कानीं पडतांच राक्षसांचा तत्काळ संहार उडतो; हीं अत्यंत पवित्र आहेत; श्रद्धालु व आस्तिक अशा भगवद्भक्ताला मात्र हीं सांगावीं; व जो कोणी अश्रद्ध, नास्तिक किंवा इंद्रियांना स्वैर वर्तन करूं देणारा असेल, त्यास हीं बिलकुल सांगूं नयेत. कृष्णा, जगताला आदिकारण अशा देवाधिदेव शंकराशीं जो स्पर्धा करितो, तो आपल्या मागच्या व पुढच्या वंशजांसहित नरकांत पडतो! कृष्णा, आतां तुला मी जो नामसमूह सांगणार तेंच ध्यान, तेंच योगसाधन, तेंच श्रेष्ठ ध्येय, तेंच जाप्य व तेंच गूढ ज्ञान समज. बाबारे, जर महादेवाच्या ह्या नामसंग्रहाचें ज्ञान झालें, तर प्राणी आसन्नमरण झाला असतांही श्रेष्ठ गतीस जाईल. यदुनंदना, ह्या नांवांनीं परमेश्वराचें स्तवन केलें असतां सर्व पातकांचा नाश होतो; ह्याच्या योगें साधकाची महोन्नति

घडते, त्यास यज्ञादिकांचें फळ मिळतें आणि त्यास अंतीं दिव्य पद साधितां येतें. पूर्वीं ब्रह्मदेवानें हें स्तोत्र तयार करून त्यास सर्व दिव्य स्तोत्रांत प्रधान पद दिलें; आणि तेव्हांपासून भगवान् महात्म्या महादेवाच्या सर्व स्तवांमध्यें ह्यास स्तवराज अशी पदवी मिळाली व जगतामध्यें देवांनीं त्याची फारच वाहवा केली. कृष्णा, हा स्तवराज ब्रह्मलोकांतून स्वर्गलोकीं उतरला आणि मग तेथून तंडीनें भूलोकीं आणिला. बाबारे, ह्याला तंडिकृत स्तवराज ह्मणण्याचें कारण इतकेंच कीं, तो पूर्वीं तंडीला प्राप्त झाला. असो; हे महाबाहो, सर्व मंगलांचें मंगल व सर्व पातकांचें नाशक असें हें स्तवराज नामक स्तोत्र आतां मी तुला सांगतों. कृष्णा, हें स्तोत्र अत्यंत दिव्य आहे. वेदांतलें हें परम रहस्य असून श्रेष्ठांतलें हें श्रेष्ठतम आहे. तेजांतलें जें तेज, तपांतलें जें तप, शांतांतला जो शांत, ज्ञान्यांतला जो ज्ञानी, दांतांतला जो दांत, धीमानांतला जो धीमान्, देवांतला जो देव, ऋषींतला जो ऋषि, यज्ञांतला जो यज्ञ, मंगलांतला जो मंगल, रुद्रांतला जो रुद्र, प्रभावानांची जीं प्रभा, योग्यांचा जो योगी व कारणांचें जें कारण, तें सर्व या स्तोत्राचा विषय जो महादेव तोच होय. त्या महादेवापासूनच सर्व ब्रह्मांड उत्पन्न होतें आणि अंतीं सर्वांचा त्यामध्येंच लय होतो ! कृष्णा, सर्व प्राण्यांचा प्राण जो अतुलतेजस्वी शंकर त्याचीं एक हजार आठ नांवें मी आतां तुला सांगतों तीं ऐक. हे नरशार्दूला, हीं नांवें ऐकल्यानें तुझे सर्व मनोरथ सिद्धीस जातील.

त्या देवाधिदेव शंकराला स्थिर असें ह्मणतात; कारण तो अचंचल, नित्य किंवा शाश्वत असा आहे. तो घराच्या खांबाप्रमाणें सर्व विश्वाला मुख्य आधार असल्यामुळें त्यास स्थाणु अशी संज्ञा आहे. सर्व जगताचा उत्पादक व त्या सर्वांवर सत्ता चालविणारा तोच असल्यामुळें त्यास प्रभु असें नांव आहे. सर्व जगाचा तो संहर्ता असलेमुळें सर्व जग त्यास भितें म्हणून त्यास भीम असें ह्मणतात. भोगमोक्षादिक काम परिपूर्ण करण्याविषयीं तो समर्थ असल्यामुळें त्यास प्रवर असें ह्मणतात. साधकांची इच्छा तो पूर्ण करितो, ह्मणून त्यास वरद अशी संज्ञा आहे. सर्व विश्वावर त्याचेंच आवरण आहे ह्मणून त्यास वर ह्मणतात. ज्याला ज्याला प्राण ह्मणून आहे त्याचा त्याचा तो आत्मा होय, ह्यास्तव त्यास सर्वात्मा ह्मणतात. सर्व देशांत व सर्व कालीं प्रत्येक वस्तूमध्यें प्रत्यगात्मरूपानें तो प्रसिद्ध आहे, ह्मणून त्यास सर्वविख्यात असें नांव पडलें आहे. सर्व विश्व तोच निर्मितो व त्या सर्वांत तोच व्याप्त असतो, ह्मणून त्यास सर्वकर व सर्व (व्यापक) अशीं नांवें आहेत. सर्वांचें उत्पत्तिप्रलयस्थान तोच होय, ह्मणून त्यास भव ह्मणतात. त्याच्या मस्तकावर जटा असल्यामुळें त्यास जटी असें नांव आहे. तो व्याघ्राचें किंवा गजाचें चर्म परिधान करितो, ह्मणून त्यास चर्मी ह्मणतात. मोराच्या शिखेप्रमाणें त्याच्या जटेच्या वरतीं केंसांचा शिखंडी शोभत असल्यामुळें त्यास शिखंडी असें नांव पडलें आहे. सर्व जगत् त्याचें अंग असल्यामुळें त्या विराट्पुरुषास सर्वांग ह्मणतात. सर्व ब्रह्मांडाची रचना तोच करितो, त्यामुळें त्यास सर्वभावन असें नांव आहे. सर्व जगाचा लयकर्ता तोच आहे, ह्मणून त्यास हर असें ह्मणतात. त्याची दृष्टि हरिणासारखी तीक्ष्ण असल्यामुळें त्यास हरिणाक्ष अशी संज्ञा आहे. सर्व भूतांचें तो हरण करितो, म्हणून त्यास सर्वभूतहर ह्मणतात. सर्व विश्वाचा उपभोक्ता तोच असल्यामुळें त्यास प्रभु असें ह्मणतात. त्याच्यापासूनच सर्व क्रियांचा उद्गम होत असल्यामुळें त्याला प्रवृत्ति असें नांव आहे. त्याच्या योगेंच प्राणी सर्व व्यवसायांपासून निवृत्त होतात

ह्मणून त्याला निवृत्ति असें ह्मणतात. त्यानें सर्व इंद्रियांचें निग्रहण केलें आहे, ह्यास्तव त्याला नियत अशी संज्ञा आहे. तो नित्य असल्यामुळें त्याला शाश्वत ह्मणतात. तो अचल असल्यामुळें त्याला ध्रुव ह्मणतात. तो श्मशानांत वास करितो ह्मणून त्याला श्मशानवासी म्हणतात. त्याच्या ठायीं षड्गुणैश्वर्य आहे म्हणून त्याला भगवान् असें म्हणतात. तो सर्वांच्या हृदयाकाशांत प्रविष्ट आहे, म्हणून त्याला खचर असें म्हणतात. तो इंद्रियांनीं सर्व विषयांचें ग्रहण करितो, म्हणून त्याला गोचर असें म्हणतात. तो पातकी पुरुषांना जर्जर करितो म्हणून त्याला अर्दन असें नांव आहे. त्याची योग्यता अशी आहे कीं, सर्वांनीं त्याला अभिवंदन करणें अवश्य होय, ह्यास्तव त्याला अभिवाद्य असें म्हणतात. जगदुत्पत्ति इत्यादि प्रचंड कर्में तोच करितो ह्मणून त्याला महाकर्मा असें म्हणतात. तपश्चर्या हेंच त्याचें मुख्य धन होय म्हणून त्याला तपस्वी असें नांव आहे. केवळ इच्छामात्रेंकरून तो पंचमहाभूतें निर्माण करितो म्हणून त्याला भूतभावन असें म्हणतात. तो वेड्यासारखा दिगंबरवेषानें फिरत असतो व त्यामुळें त्याचें यथार्थ रूप ध्यानांत येत नाहीं म्हणून त्याला उन्मत्तवेषप्रच्छन्न अशी संज्ञा पडली आहे. सर्व प्रदेश व त्यांत वसती करणारे प्राणी ह्या सर्वांवर त्याचीच सत्ता आहे, म्हणून त्याला सर्वलोकप्रजापति असें म्हणतात. त्याचें रूप इतकें विस्तीर्ण व अगाध आहे कीं, त्याची मोजदाद करणें अशक्य होय, ह्यास्तव त्याला महारूप असें म्हणतात. सर्व विश्व हेंच त्याचें शरीर असल्यामुळें त्यास महाकाय असें नांव आहे. वृष (धर्म) हेंच त्याचें रूप असल्यामुळें त्यास वृषरूप असें म्हणतात. त्याचें यश महान् असल्यामुळें त्यास महायशा असें म्हणतात. त्याचें मन मोठें असल्यामुळें त्यास महात्मा असें म्हणतात. त्याच्या केवळ मनानें म्हणजे संकल्पमात्रानें सर्व भूतें उत्पन्न होत असल्यामुळें त्यास सर्वभूतात्मा असें म्हणतात. सर्व विश्वांत त्याचेंच रूप ओतप्रोत व्याप्त असल्यामुळें त्यास विश्वरूप असें म्हणतात. सर्व विश्वाला ग्रासून टाकणारा त्याचा मुखप्रदेश असल्यामुळें त्यास महाहनु असें नांव आहे. इंद्रादिक लोकपाल हें त्याचेंच रूप असल्यामुळें त्यास लोकपाल असें म्हणतात. मायेच्या योगानें त्याचें परब्रह्मरूप गुप्त असल्यामुळें त्यास अंतर्हितात्मा असें नांव पडलें आहे. तो स्वतः आनंदरूप असल्यामुळें त्यास प्रसाद असें म्हणतात. त्याच्या रथाला खेचरें लाविलेलीं असतात म्हणून त्याला हयगर्दभि असें म्हणतात. पवि म्हणजे संसाररूप वज्र त्यापासून तोच तारण करितो, म्हणून त्याला पवित्र असें म्हणतात. आणि त्यामुळेंच त्याला महान् अशी संज्ञा मिळाली आहे. सदाचरण, समाधान, तपश्चर्या, स्वाध्याय, भगवच्चिंतन इत्यादि नियमांनीं त्याची प्राप्ति होते म्हणून त्यास नियम हेंच नांव पडलें आहे. तो स्वतः सदाचरणादि नियमांचा आश्रय करितो म्हणून त्यास नियमाश्रित असें म्हणतात. तो सर्व शिल्पकर्मांचा आचार्य असल्यामुळें त्या विश्वकर्म्याला सर्वकर्मा असें नांव पडलें आहे. तो नित्यसिद्ध असल्यामुळें त्यास स्वयंभूत असें म्हणतात. तो अखिल वस्तूंचें आदिकारण असल्यामुळें त्यास आदि असें नांव आहे. सर्व विश्वाचें आदिशरीर जो हिरण्यगर्भ तो त्याच्याचपासून उत्पन्न झाल्यामुळें त्याला आदिकर (हिरण्यगर्भस्रष्टा) असें म्हणतात. त्याच्या ठिकाणीं अक्षय्य ऐश्वर्य वसत असल्यामुळें त्यास निधि अशी संज्ञा आहे. त्याला सहस्र (अनंत) नेत्र आहेत म्हणून त्यास सहस्राक्ष असें म्हणतात. त्याचीं

इंद्रियें विशाल आहेत म्हणून त्यास विशालाक्ष म्हणतात. सोम ह्मणजे लतारूप यज्ञिय हवि तोच होय, ह्यास्तव त्यास सोम असें ह्मणतात. यज्ञयागादिकांच्या योगें अंतरिक्षांत नक्षत्रांचीं रूपें तोच प्राप्त करून देतो म्हणून त्यास नक्षत्रसाधक असें ह्मणतात. चंद्र, सूर्य, शनि, राहु, केतु, मंगळ, गुरु, बुध व शुक्र हे तोच होय, अतएव त्यास चंद्र, सूर्य, अशीं नांवेंही पडलीं आहेत. अत्रि ऋषीची भार्या जी अनसूया तिला नमस्कार करणारे जे दत्त व दुर्वासा तेही तोच होय, म्हणून त्यास अत्र्या-नमस्कर्ता असें नांव आहे. मृगरूप धारण करून पळून जाणाऱ्या दक्षाकडील यज्ञाला बाण मारून त्यानेंच नष्ट केलें, म्हणून त्यास मृगबाणार्पण असें नांव पडलें आहे. यद्यपि त्यानें यज्ञाचा विध्वंस केला तरी त्यास पातक लागलें नाहीं म्हणून त्यास अनघ असें म्हणतात. विश्व निर्मिण्यास व विश्वाचा संहार करण्यास योग्य असें त्यानें तप केल्यामुळें त्यास महातपा व घोरतपा अशीं नांवें पडलीं आहेत. त्याचें मन अतिशयित उदार असल्या-मुळें त्यास अदीन असें म्हणतात. तो दीनांचें मनोगत परिपूर्ण करितो म्हणून त्यास दीन-साधक म्हणतात, तो कालचक्राचा प्रवर्तक असल्यामुळें त्यास संवत्सरकर असें नांव आहे. तो प्रणवरूप मंत्र असल्यामुळें त्यास मंत्र हीच संज्ञा आहे. तो वेदशास्त्रादिरूप असल्यामुळें त्यास प्रमाण ह्मणतात. महान् तपश्चर्या ती तदर्थच असल्यामुळें त्यास परम-तप असें म्हणतात. तो स्वतः योगानें साधन करीत असल्यामुळें त्यास योगी असें नांव आहे. ब्रह्मचिंतनांत त्याच्याच ठिकाणीं चित्ताचा लय करितात म्हणून त्यास योज्य असें ह्मणतात. सर्व जगताच्या कारणाचें कारण ह्मणजे आदिकारण तोच असल्या-मुळें त्यास महाबीज असें ह्मणतात. व्यक्ताव्यक्त सृष्टीला प्रेरणा देणारा तोच असल्यामुळें त्यास महारेता असें म्हणतात. त्याचें बल महान् असल्यामुळें त्यास महाबल असें म्हणतात. हिर-ण्य ब्रह्मांडाची उत्पत्ति त्याच्यापासूनच झाली असल्यामुळें त्यास सुवर्णरेता असें ह्मणतात. मायेची वृत्ति त्यास यथार्थ कळत असल्या-मुळें त्यास सर्वांचें पूर्ण ज्ञान आहे म्हणून त्यास सर्वज्ञ म्हणतात. सर्व त्रिभुवनाचें उत्कृष्ट म्हणजे अविकारी बीज तोच असल्यामुळें त्यास सुबीज असें नांव आहे. प्राण्यांचें जें अज्ञानमूलक वासनाबीज त्या वाहनानें तो इहपरलोक फिरतो म्हणून त्यास बीजवाहन असें म्हणतात. त्याला दहा बाहु असल्यामुळें त्यास दशबाहु असें नांव प्राप्त झालें आहे. त्याची ज्ञानदृष्टि कधींही लुप्त होत नाहीं म्हणून त्यास अनिमिष ह्मणतात. त्रैलोक्याचा दाह टळावा म्हणून त्यानें हलाहल प्राशून टाकिल्यामुळें त्याचा कंठ निळा पडला ह्यास्तव, त्यास नीलकंठ म्हणतात. तो उमेचा पति म्हणजे पार्वतीचा भर्ता किंवा ब्रह्म-विद्येचा पोषक असल्यामुळें त्यास उमापति असें नांव आहे. नानाविध रूपें त्याच्यापासूनच उत्पन्न होतात म्हणून त्यास विश्वरूप म्हणतात. त्याचें श्रेष्ठत्व स्वतःसिद्ध असल्यामुळें त्यास स्वयंश्रेष्ठ असें म्हणतात. त्रिपुरादिक प्रबल वीरांचा वध करण्यासारखें अद्वितीय बल त्याच्या ठिकाणीं असल्यामुळें त्यास बलवीर अशी संज्ञा आहे. जीवात्मा जर मायावश होणार नाहीं तर त्यास भवचक्रांत घालण्यास तो निर्बल आहे, म्हणून त्यास अबल असें म्हणतात. सांख्यांनीं सांगितल्याप्रमाणें तत्त्वसमुच्चयरूप तो असल्या-मुळें त्यास गण असें म्हणतात. तत्त्वगणांचा उत्पादक व नियामक तोच असल्यामुळें त्यास गणकर्ता व गणपति हीं नांवें आहेत. अंत-रहित दिशांना आच्छादित करण्याचें त्याच्या

ठिकाणीं सामर्थ्य असल्यामुळें त्यास दिग्वासा असें म्हणतात. काम ह्मणजे मदन हें त्याचेंच रूप असल्यामुळें त्यास काम असेंही नांव आहे. मंत्रांचें मर्म त्यासच विदित आहे म्हणून त्यास मंत्रविद् असें म्हणतात. परब्रह्मविषयक श्रेष्ठ मंत्रांचें रहस्य तोच असल्यामुळें त्यास परम-मंत्र असें नांव आहे. जगतांतील अखिल वस्तूंचा निर्माणकर्ता व संहारक तोच असल्यामुळें त्यास सर्वभावकर व हर असें म्हणतात. त्याच्या हातांत कमंडलु, धनु, बाण, कपाल, अशनि, शतघ्नी, खड्ग, पट्टिश, आयुध (शूल) व स्रुव हीं असल्यामुळें त्यास कमंडलुधर, धन्वी, बाणहस्त, कपालवान्, अशनी, शतघ्नी, खड्गी, पट्टीशी, आयुधी व स्रुवहस्त अशीं नांवें आहेत. तो अत्यंत पूज्य असल्यामुळें त्यास महान् असें म्हणतात. त्याचें रूप श्रेष्ठ असल्यामुळें त्यास सुरूप असें म्हणतात. तो तेजस्वी असल्यामुळें त्यास तेज असेंही नांव आहे. भक्तांना तो दिव्य तेज अर्पण करितो म्हणून त्यास तेजस्कर म्हणतात. निधीप्रमाणें तो अगाध आहे म्हणून त्यास निधि म्हणतात. तो मस्तकावर उष्णीश (मंदील) धारण करितो म्हणून त्यास उष्णीशी म्हणतात. त्याचें वक्त्र सुंदर असल्यामुळें त्यास सुवक्त्र अशी संज्ञा मिळाली आहे. त्याचें रूप उदग्र म्हणजे दिव्य असल्यामुळें त्यास उदग्र असें म्हणतात. त्याचे ठायीं विनय वसत असल्यामुळें त्यास विनत अशी संज्ञा आहे. तो अत्यंत उंच असल्यामुळें त्यास दीर्घ असें म्हणतात. हरि (विष्णु), क (ब्रह्मा) व ईष (महेश) हीं तिन्ही त्याचींच रूपें असल्यामुळें त्यास हरिकेश असें म्हणतात. सर्वांत श्रेष्ठ असा गुरु तोच असल्यामुळें त्यास सुतीर्थ असें नांव आहे. प्रवृत्ति व निवृत्ति हीं त्याचींच रूपें असल्यामुळें त्यांच्या ऐक्याचा वाचक जो कृष्ण शब्द तो त्याचाच बोधक आहे. वणिजानें अवमान केल्यामुळें ब्राह्मणानें कांहींएक न खातां मरण्याचा निश्चय केला तेव्हां त्याचें सांत्वन करण्याच्या उद्देशानें ज्यानें कोल्ह्याचें रूप घेतलें तो इंद्रही त्याचेंच रूप आहे, म्हणून त्या देवाधिदेवास शृगालरूप अशी संज्ञा आहे. त्याचे सर्व मनोरथ सदोदीत सिद्ध असतात म्हणून त्यास सिद्धार्थ असें म्हणतात. त्यानें मुंडन करून यतिवेष धारण केला आहे म्हणून त्यास मुंड म्हणतात. तो सर्व प्राण्यांचें कल्याण करितो म्हणून त्यास सर्व-शुभंकर असें नांव आहे. तो जन्म पावलेला नाहीं म्हणून त्यास अज असें म्हणतात. त्यानें बहुत रूपें धारण केलीं आहेत म्हणून त्यास बहुरूप म्हणतात. कुंकुमकस्तूर्यादिक सुगंधि द्रव्यें तो धारण करितो म्हणून त्यास गंधधारी असें नांव आहे. स्वर्गांतून अवतीर्ण झालेल्या गंगेचें महादेवाच्या जटेनें प्राशन केलें व नंतर भगी-रथाच्या प्रार्थनेवरून तिला भूतलावर सोडिलें म्हणून महादेवाच्या जटेस कपर्द[1] असें नांव पडलें व ती धारण करणाऱ्या त्या श्रेष्ठ देवास कपर्दी असें नांव प्राप्त झालें. त्याच्या ब्रह्म-चर्याचा कधींही लोप होत नाहीं म्हणून त्यास ऊर्ध्वरेता असें म्हणतात. त्याचें लिंग ऊर्ध्व असल्यामुळें त्यास ऊर्ध्वलिंग असें म्हणतात. तो उताणा निजतो म्हणून त्यास ऊर्ध्वशायी असें म्हणतात. सर्व अंतरिक्षांत त्याचें वास्तव्य असल्यामुळें त्यास नभःस्थल म्हणतात. त्याच्या मस्तकावर तीन जटा असल्यामुळें त्यास त्रि-जटी असें नांव आहे. तो चिंध्या पांघरितो म्हणून त्यास चीरवासा म्हणतात. तो सर्वांचा प्राणरूप असल्यामुळें त्यास रुद्र असें म्हणतात. तो सेनेचा पति असल्यामुळें त्यास सेनापति

१ कपर्दी हा शब्द कप व ऋद्द ह्या दोन शब्दांच्या समासानें झाला आहे. कप म्हणजे जलप्राशनकर्ता व ऋद्द म्हणजे ऐश्वर्यदाता असा अर्थ होतो.

म्हणतात. तो सर्वव्यापक असल्यामुळें त्यास विभु म्हणतात. देवादिक व राक्षसादिक हीं त्याचींच रूपें असल्यामुळें त्यास अहश्चर व नक्तंचर अशीं नांवें मिळालीं आहेत. त्याच्या ठायीं प्रखर क्रोध वसत असल्यामुळें त्यास तिग्ममन्यु म्हणतात. त्याच्या ठिकाणीं अध्ययन, तप इत्यादि तेज विद्यमान असल्यामुळें त्यास सुवर्चस असें म्हणतात. त्यानें गजासुराचा अंत केल्यामुळें त्यास गजहा, व दैत्यांचा अंत केल्यामुळें त्यास दैत्यहा अशीं नांवें पडलीं आहेत. तो स्वतः मृत्यु किंवा काल असल्यामुळें त्यास काल म्हणतात. लोकांचा तो अधिपति असल्यामुळें त्यास लोकधाता म्हणतात. दीनदयालुता व ज्ञानैश्वर्यादिक गुणांची तो खाण असल्यामुळें त्यास गुणाकर असें म्हणतात. सिंहशार्दूलादि सर्व हिंस्र पशु हीं त्याचींच रूपें असल्यामुळें त्यास सिंहशार्दूलरूप असें नांव मिळालें आहे. तो आर्द्र गजचर्म परिधान करितो म्हणून त्यास आर्द्रचर्मांबरावृत असें नांव आहे. तो कालाला आपल्या अधीन ठेवितो म्हणून त्यास कालयोगी ह्मणतात. तो अनाहत ह्मणजे अव्यक्त-ध्वनिरूप असल्यामुळें त्यास महानाद ह्मणतात. त्याची प्राप्ति झाल्यानें सर्व काम परिपूर्ण होतात ह्मणून त्यास सर्वकाम असें नांव आहे. त्याच्या उपासनेचे (विश्वतैजसप्राज्ञशिवध्यानरूप) चार पंथ असल्यामुळें त्यास चतुष्पथ असें ह्मणतात. वेतालादिक रुद्रगण (पिशाचें) हे तद्रूप असल्यामुळें त्यास निशाचर असें ह्मणतात. तो प्रेतांसहवर्तमान व भूतांसहवर्तमान फिरतो ह्मणून त्यास प्रेतचारी व भूतचारी अशीं नांवें आहेत. तो इंद्रादिक देवांपेक्षां वरिष्ठ आहे, ह्मणून त्यास महेश्वर असें ह्मणतात. ब्रह्मांडांतील सर्व व्यक्ताव्यक्त पदार्थ हीं त्याचींच रूपें असल्यामुळें त्यास बहुभूत असें ह्मणतात. ह्या सर्व पंचमहाभूतांना धारण करणारा तोच असल्यामुळें त्यास बहुधर असें ह्मणतात. मूल अज्ञानरूप जो राहु तो तोच असल्यामुळें त्यास स्वर्भानु (राहु) असें म्हणतात. भूमा नामक जें ईश्वररूप तें तोच असल्यामुळें त्यास अमित असें म्हणतात. मुक्तांचा तो आधार असल्यामुळें त्यास गति असें नांव आहे. त्याला तांडवनृत्य प्रिय असल्यामुळें त्यास नृत्यप्रिय असें म्हणतात. तो नित्य नर्तनरत असल्यामुळें त्यास नित्यनर्त असें नांव आहे. सर्वांना नाचविणारा तोच असल्यामुळें त्यास नर्तक असें म्हणतात. सर्वांविषयीं त्याच्या अंतःकरणांत लालसा असल्यामुळें त्यास सर्वलालस असें म्हणतात. क्षुत्तृषादिक घोर व संतोषादिक अघोर ह्या त्याच्याच तनु असल्यामुळें त्यास घोर असें म्हणतात. सर्व सृष्टीची उत्पत्ति करण्यास योग्य असें त्याचें महान् तपःसामर्थ्य असल्यामुळें त्यास महातपा असें म्हणतात. तो आपल्या मायापाशानें सर्वांना बद्ध करितो म्हणून त्यास पाश असें नांव आहे. त्याचा कधीं ध्वंस होत नाहीं म्हणून त्यास नित्य असें म्हणतात. तो कैलासगिरीवर आरूढ आहे म्हणून त्यास गिरिरुह म्हणतात. तो नभाप्रमाणें कोठेंही आसक्त होत नाहीं म्हणून त्यास नभ असें नांव आहे. त्यास सहस्र (अनंत) हस्त आहेत म्हणून त्यास सहस्रहस्त म्हणतात. तो नित्य विजयी होतो म्हणून त्यास विजय असें नांव आहे. जयाचें साधन जो व्यवसाय त्यांत तो सदा निमग्न असतो, म्हणून त्यास व्यवसाय म्हणतात. तंद्रा म्हणजे तमोमय वृत्ति—जिच्यामुळें व्यवसायाला विघ्न होतें ती—त्याच्या ठायीं मुळींच नसल्यामुळें त्यास अतंद्रित असें म्हणतात. त्याचा उपमर्द करण्यास कोणीही समर्थ नाहीं म्हणून त्यास अधर्षण म्हणतात. दुसऱ्याचें धर्षण

करण्यास तो समर्थ आहे म्हणून त्यास धर्षणात्मा म्हणतात. बलीच्या यज्ञाला त्यानेंच विघ्न केलें (किंवा बौद्धावताररूपानें यज्ञक्रियांना त्यानेंच विघ्न केलें) म्हणून त्यास यज्ञहा म्हणतात. मदनाला त्यानेंच जाळिलें (किंवा भक्तांच्या वासना तोच दग्ध करितो) म्हणून त्यास कामनाशक म्हणतात. दक्षाच्या यागाचा त्यानेंच विध्वंस केला म्हणून त्यास दक्षयागापहारी असें म्हणतात. तो सौम्य व मध्यम असल्यामुळें त्यास सुसह व मध्यम अशीं नांवें आहेत. तो अति क्रूर असल्यामुळें त्यास तेजोपहारी म्हणतात. त्यानें इंद्ररूपानें बल दैत्याचा वध केला म्हणून त्यास बलहा असें नांव आहे. तो नित्य आनंदित असतो म्हणून त्यास मुदित असें नांव आहे. धन हें त्याचेंच रूप असल्यामुळें त्यास अर्थ असें नांव आहे. संग्रामामध्यें तो अजिंक्य आहे म्हणून त्यास अजित असें नांव आहे. त्याच्याहून कोणीही वरिष्ठ नाहीं म्हणून त्यास अवर असें म्हणतात. दुंदुभी-समुद्रादिरूपानें तोच गंभीर शब्द करितो म्हणून त्यास गंभीरघोष असें म्हणतात. त्याच्या वेदरूपाचें तात्पर्य कळणें अवघड असल्यामुळें त्यास गंभीर म्हणतात. त्याचें बल व वाहन (नंदी) हीं अतिशयित अगाध असल्यामुळें त्यास गंभीरबलवाहन असें नांव आहे. श्रुतीमध्यें सांगितलेला जो संसाररूप अश्वत्थ वृक्ष तो तोच असल्यामुळें त्यास न्यग्रोधरूप असें नांव आहे. तसाच सर्व विश्वाचा प्रलय होऊन जिकडे तिकडे जलमय झाल्यावर तेथें एक वटवृक्ष निर्माण झाला; तो तोच असल्यामुळें त्यास न्यग्रोध असें म्हणतात. त्याप्रमाणेंच त्या वटवृक्षाच्या कर्णावर म्हणजे एका पानावर वास्तव्य करणारा जो महाविष्णु तो तोच असल्यामुळें त्यास वृक्षकर्णस्थिति असें नांव आहे. तो आपल्या (हरि, हर, दुर्गा, गणेश, अर्क, अग्नि, वायु, इत्यादिक) विविध रूपांनीं भक्तांवर अनुग्रह करितो म्हणून त्यास विभु असें म्हणतात. ब्रह्मांडरूप चण्यांचें चर्वण करण्यास योग्य असे त्याचे सुतीक्ष्ण दांत असल्यामुळें त्यास सुतीक्ष्णदशन असें नांव आहे. त्याचा काय महान् असल्यामुळें त्यास महाकाय असें म्हणतात. त्याचें मुख प्रचंड असल्यामुळें त्यास महानन असें म्हणतात. त्याच्या सैन्याची सर्वत्र पूजा होते (किंवा त्याच्यापुढें दैत्यांच्या सेना चोहोंकडे पळून जातात) म्हणून त्यास विष्वक्सेन असें म्हणतात. तो सर्वांचें हरण करितो म्हणून त्यास हरि म्हणतात. सर्व सृष्टीचें बीज जो यज्ञ[१] तो तोच असल्यामुळें त्यास यज्ञ असें म्हणतात. त्याचें रणांगणांतील ध्वजचिन्ह व वाहन हीं दोन्हीं वृषभच असल्यामुळें त्यास संयुगापीडवाहन असें नांव आहे. तीक्ष्णताप जो अग्नि तें त्याचेंच रूप असल्यामुळें त्याला तीक्ष्णताप म्हणतात. अतिवेगानें चालणारे अश्व ज्याच्या रथाला आहेत असा जो सूर्य तो त्याचाच अंश असल्यामुळें त्यास हर्यश्व म्हणतात. जीवाचा तो सखा असल्यामुळें त्यास सहाय असें म्हणतात. त्याला कर्माच्या कालाचें यथास्थित ज्ञान असल्यामुळें त्यास कर्मकालवित् असें म्हणतात. सुदर्शनाच्या प्राप्तीसाठीं विष्णूनें त्याचीच प्रसन्नता जोडिली म्हणून त्यास विष्णुप्रसादित असें नांव आहे. यज्ञ व समुद्र हीं त्याचींच रूपें असल्यामुळें त्यास यज्ञ व समुद्र अशीं नांवें आहेत. समुद्राला शोषणारा जो वडवामुख नामक अग्नि तो तोच असल्यामुळें त्यास वडवामुख असें म्हण-

---

१ अग्नौ प्रास्ताहुतिः सम्यगादित्यमुपतिष्ठते ।
आदित्याज्जायते वृष्टिर्वृष्टेरन्नं ततः प्रजाः ॥

अग्नीला दिलेली आहुति सूर्याला यथायोग्य पावते, सूर्य हा पर्जन्य पाडितो, पर्जन्यापासून धान्य उद्भवतें व धान्याच्या योगें प्रजा वृद्धिंगत होतात.

तात. अग्नीला साहाय्य करणारा जो वायु तो तोच असल्यामुळें त्यास हुताशनसहाय असें म्हणतात. त्याचा आत्मा अतिशय शांत असल्यामुळें त्यास प्रशांतात्मा असें म्हणतात. अग्नि हें त्याचेंच रूप असल्यामुळें त्यास हुताशन असें नांव आहे. त्याचें तेज दुःसह असल्यामुळें त्यास उग्रतेजा असें नांव आहे. सर्व विश्वाला प्रकाशित करण्याइतकें त्याचें तेज असल्यामुळें त्यास महातेजा म्हणतात. तो जन्यांत (युद्धांत) कुशल असल्यामुळें त्यास जन्य असें म्हणतात. त्यास कोणत्या कालीं विजय प्राप्त होईल हें उत्तम विदित असल्यामुळें त्याला विजयकालवित् अशी संज्ञा आहे. ज्योतिपशास्त्र हें तद्रूपच असल्यामुळें त्यास ज्योतिषामयन हें नांव आहे. जयरूप सिद्धि हीही तद्रूपच होय, अतएव त्यास सिद्धि म्हणतात. त्याचा देह सर्व कालीं एकसारखा राहाणारा असल्यामुळें त्यास सर्वविग्रह म्हणतात. त्याच्या मस्तकावर शिखा असल्यामुळें त्यास शिखी (गृहस्थाश्रमी) असें म्हणतात. त्यानें मुंडन केलें आहे म्हणून त्यास ' मुंडी (संन्यासी) असें म्हणतात. वानप्रस्थाप्रमाणें त्यानें जटा धारण केली आहे म्हणून त्यास जटी (वानप्रस्थ) म्हणतात. अर्चिरादि मार्गाचें अनुष्ठान करणारा तो असल्यामुळें त्यास ज्वाली असें म्हणतात. तो प्रत्येक देहाबरोबर उत्पन्न होतो म्हणून त्यास मूर्तिज म्हणतात. प्रत्येकाच्या मूर्धप्रदेशीं त्याचेंच अधिष्ठान असल्यामुळें त्यास मूर्धग असें म्हणतात. तो बलवान् असल्यामुळें त्यास बली म्हणतात. वेणव, पणव व ताल हीं वाद्यें त्याच्या जवळ आहेत म्हणून त्यास वेणवी, पणवी व ताली अशीं नांवें आहेत. सर्व खळ्यांवर (धान्य मळण्याच्या स्थानावर) त्याचीच सत्ता आहे म्हणून त्यास खली म्हणतात. काळाचें आवरण म्हणजे माया हिलाही आवरण घालणारा (स्वाधीन ठेवणारा) तोच होय म्हणून त्यास कालकटंकट असें नांव आहे. कालचक्राचें यथार्थ ज्ञान त्यालाच असल्यामुळें त्यास नक्षत्रविग्रहमति असें म्हणतात. पदार्थांच्या गुणधर्मांमध्यें आसक्त होणारा जीव हें त्याचेंच रूप असल्यामुळें त्यास गुणबुद्धि असें म्हणतात. सर्व विश्वाचा त्याच्यामध्यें लय होतो म्हणून त्यास लय अशी संज्ञा आहे. तो अढळ असल्यामुळें त्यास अगम असें म्हणतात. तो सर्व प्राण्यांवर सत्ता चालवितो म्हणून त्यास प्रजापति म्हणतात. सर्व विश्वाला आवर घालण्याइतके त्याचे बाहु दीर्घ असल्यामुळें त्याला विश्वबाहु असें म्हणतात. त्याला सर्व जगतापासून पृथक् काढितां येतें म्हणून त्यास विभाग म्हणतात. सर्व ब्रम्हांडांत तो भरलेला आहे म्हणून त्यास सर्वग म्हणतात. सुखदुःखादिकांविषयीं तो अभोक्ता असल्यामुळें त्यास अमुख असें म्हणतात. प्राण्यांना संसारांतून तोच मुक्त करितो म्हणून त्यास विमोचन असें म्हणतात. तो सर्वांना सुखानें प्राप्त होतो म्हणून त्यास सुसरण म्हणतात. तो मायावी शरीर धारण करून अवतार घेतो म्हणून त्यास हिरण्यकवचोद्भव असें म्हणतात. लिंगरूपानें तो आविर्भूत होतो म्हणून त्यास मेढ्ज म्हणतात. बल म्हणजे वन ह्यांत तोच संचार करितो म्हणून त्यास बलचारी (शबर) असें म्हणतात. सर्व भूतलावर तो परिभ्रमण करितो म्हणून त्यास महीचारी म्हणतात. त्याची व्याप्ति सर्वत्र आहे म्हणून त्यास स्रुत म्हणतात. त्रैलोक्यांतील सर्व वाद्यांच्या ध्वनींइतका प्रचंड ध्वनि करण्याचें त्याच्या ठिकाणीं सामर्थ्य असल्यामुळें त्यास सर्वतूर्यनिनादी असें नांव आहे. चाबकानें वठणीस येणारे जे पशु त्या सर्वांचा त्यानें परिग्रह केला (तो पशुपति) असल्यामुळें

त्यास सर्वातोद्यपरिग्रह असें नांव आहे. शेष हें त्याचेंच रूप असल्यामुळें त्यास व्यालरूप असें म्हणतात. पर्वताच्या गुहेंत त्याचें वास्तव्य असल्यामुळें त्यास गुहावासी म्हणतात. गुह (कार्तिकेय) हा तोच होय म्हणून त्यास गुह म्हणतात. त्यानें वनमाला धारण केली आहे म्हणून त्यास माली म्हणतात. तरंगाप्रमाणें अल्पकाल टिकणारीं जीं सुखदुःखें त्यांची योग्यता तो ओळखतो म्हणून त्यास तरंगवित् म्हणतात. त्याच्यापासूनच प्राण्यांना जन्मस्थितिनाशरूप त्रिदशा प्राप्त होतात म्हणून त्यास त्रिदश म्हणतात. भूत, वर्तमान व भविष्य या तिन्हीं काळीं जन्म पावणाऱ्या वस्तूंना त्याचाच आधार असल्यामुळें त्यास त्रिकालधृक् असें म्हणतात. संचित व क्रियमाण कर्मे आणि अविद्या व वासना ह्यांच्या योगें प्राप्त होणारे सर्व बंध ह्यांतून प्राण्यांची तोच मुक्तता करितो म्हणून त्यास कर्मसर्वबंधविमोचन असें नांव आहे. मोठमोठ्या दैत्यांना बांधणारा व युद्धांत शत्रूंचें निर्दलन करणारा तोच होय म्हणून त्यास असुरेंद्रबंधन व शत्रुविनाशन असें म्हणतात. सांख्यशास्त्राचें ज्ञान करून देणारा दत्तात्रेय व त्याचा सोदर दुर्वासा हे तद्रूपच असल्यामुळें त्यास सांख्यप्रसाद व दुर्वासा अशीं नांवें आहेत. सर्व साधुजन त्याचीच सेवा करितात म्हणून त्यास सर्वसाधुनिषेवित असें ह्मणतात. तो ब्रह्मादिकांना देखील पदभ्रष्ट करितो म्हणून त्यास प्रस्कंदन म्हणतात. प्राण्यांना कर्मानुरूप फळें देण्यांत तो प्रवीण असल्यामुळें त्यास विभागज्ञ म्हणतात. त्याची बरोबरी करणारा कोणीही नाहीं म्हणून त्यास अतुल्य म्हणतात. यज्ञिय हविर्भागांचें यथायोग्य ज्ञान त्यालाच असल्यामुळें त्याला यज्ञभागवित् असें म्हणतात. त्याचा वास सर्वत्र असल्यामुळें त्यास सर्ववास म्हणतात. त्याचें गमन सर्व ठिकाणीं असल्यामुळें त्यास सर्वचारी म्हणतात. तो गजचर्मादिक परिधान करितो म्हणून त्यास दुर्वासा म्हणतात. वासव व अमर हीं त्याचींच रूपें असल्यामुळें त्यास वासव व अमर अशीं नांवें आहेत. हिमालय पर्वत हा तद्रूपच असल्यामुळें त्यास हैम म्हणतात. जांबूनद नामक सुवर्ण त्याच्यापासूनच उत्पन्न झालें म्हणून त्यास हेमकर असें नांव आहे. तो कोणतेंही यज्ञयागादिक कर्म करीत नाहीं म्हणून त्यास अयज्ञ म्हणतात. तो सर्व कर्मांचीं फळें धारण करितो म्हणून त्यास सर्वधारी म्हणतात. दिग्गजशेषादिक महान् महान् आधारांचाही तो आधार आहे म्हणून त्यास धरोत्तम म्हणतात. त्याचे नेत्र आरक्त आहेत म्हणून त्यास लोहिताक्ष म्हणतात. त्याचीं इंद्रियें विश्व व्यापण्याइतकीं महान् आहेत म्हणून त्यास महाक्ष म्हणतात. त्याचा रथ विजय प्राप्त करून देणारा आहे म्हणून त्यास विजयाक्ष म्हणतात. तो पंडित असल्यामुळें त्यास विशारद म्हणतात. तो बाणासुरासारख्यांना दास करितो म्हणून त्यास संग्रह म्हणतात. तो इंद्रादिकांचा निग्रह करितो म्हणून त्यास निग्रह म्हणतात. त्याच्या ठिकाणीं कर्तृत्वशक्ति आहे म्हणून त्यास कर्ता म्हणतात. सर्प हेच त्याच्या वस्त्रांना आधार होत म्हणून त्यास सर्पचिरनिवासन म्हणतात. तो सर्व देवांमध्यें श्रेष्ठ होय म्हणून त्यास मुख्य म्हणतात. तो सर्व देवांमध्यें कनिष्ठ होय म्हणून त्यास अमुख्य म्हणतात. (लहानथोर सर्व देव तद्रूपच आहेत.) तो अत्यंत पुष्ट आहे म्हणून त्यास देह म्हणतात. काहला नामक वाद्यविशेष त्याजपाशीं आहे म्हणून त्यास काहलि म्हणतात. तो सर्व इच्छा पूर्ण करितो म्हणून त्यास सर्वकामद म्हणतात. तो सदासर्वकाळ कृपाच करितो म्हणून त्यास सर्वकालप्रसाद असें नांव आहे. दुसऱ्यानें पीडा केली

असतां तिचें अपहरण करण्याइतकें त्याला बल आहे म्हणून त्यास सुबल म्हणतात. तो बल व रूप ह्यांनीं युक्त आहे ह्मणून त्यास बलरूप-धृक् म्हणतात. सर्व काम्य (इष्ट) वस्तूंमध्यें श्रेष्ठ जो मोक्ष तो तोच असल्यामुळें त्यास सर्व-कामवर असें नांव आहे. सर्व कांहीं देणारा तोच असल्यामुळें त्यास सर्वद ह्मणतात. त्याचे हस्तपादादिक अवयव सर्वत्र पसरले असल्यामुळें त्यास सर्वतोमुख म्हणतात. आकाशापासून जशीं वायु, अभ्र, मेघ इत्यादि शरीरें निर्माण होतात, तसे सर्व विविध प्राणी त्याच्याच-पासून निर्माण होत असल्यामुळें त्यास आकाश-निर्विरूप म्हणतात. देहरूप गर्तेंत पडून त्याच्याशीं तो तादात्म्य पावतो म्हणून त्यास निपाती म्हणतात. देहसंबंधामुळें प्राप्त होणारीं जीं सुखदुःखें तीं तो निमूटपणें भोगितो म्हणून त्यास अवश म्हणतात. हृदयरूप आकाशांत त्याची वसति आहे म्हणून त्यास खग म्हणतात. तो अत्यंत भयंकर आहे म्हणून त्यास रौद्ररूप म्हणतात. अंशु नामक देव तोच होय म्हणून त्यास अंशु असें नांव आहे. अंशूचा सह-चारी जो भग नामक देव तोही त्याचेंच रूप होय म्हणून त्यास आदित्य म्हण-तात. बहुरश्मि जो सूर्य तो तोच असल्या-मुळें त्यास बहुरश्मि म्हणतात. त्याच्या ठायीं देदीप्यमान तेज असल्यामुळें त्यास सुवर्चसी म्हणतात. वसु म्हणजे वायु—त्याच्याप्रमाणें तो अतिशय वेगवान् आहे म्हणून त्यास वसुवेग असें नांव आहे. त्याच्या ठिकाणीं वायूपेक्षांही अधिक वेग आहे म्हणून त्यास महावेग म्हण-तात. तो मनापेक्षांही अधिक वेगवान् आहे म्हणून त्यास मनोवेग म्हणतात. तो निशा म्हणजे अविद्या हिचा आश्रय करून विषया-दिकांचा भोक्ता आहे म्हणून त्यास निशाचर म्हणतात. सर्व शरीरांत त्याचा वास आहे म्हणून त्यास सर्ववासी म्हणतात. श्रुत्युक्त विद्या म्हणजे श्री हिच्या सहवासानें तो राहातो म्हणून त्यास श्रीवासी म्हणतात. ज्ञान व बोध हीं त्याच्यापासून प्राप्त होतात म्हणून त्यास उप-देशकर म्हणतात. तो मुकाट्यानें उपदेश करितो म्हणून त्यास अकर म्हणतात. तो मौन धारण करितो म्हणून त्यास मुनि म्हणतात. तो देहो-पाधीपासून अलिप्त राहून ब्रह्मचिंतन करितो म्हणून त्यास आत्मनिरालोक असें म्हणतात. त्याची उत्तम प्रकारें सेवा करण्यांत येते म्हणून त्यास संभग्न म्हणतात. त्याच्यापासून सहस्रा-वधि वस्तु प्राप्त होतात म्हणून त्यास सहस्रद म्हणतात. पक्षिराज जो गरुड तो तद्रूपच होय म्हणून त्यास पक्षी म्हणतात. सर्वांना मित्र-रूपानें सदोदित तोच साहाय्य करितो म्हणून त्यास पक्षरूप म्हणतात. त्याच्या ठायीं कोटि सूर्यांसारखें अतिशय तेज आहे म्हणून त्यास अतिदीप्त म्हणतात. तो सर्व प्रजांचा स्वामी होय म्हणून त्यास विशांपति म्हणतात. तो सर्वांना मोहांत पाडितो म्हणून त्यास उन्माद म्हणतात. मदन हें त्याचेंच रूप असल्यामुळें त्यास मदन असें नांव आहे. अपेक्षित असे जे विषय तेही तद्रूपच होत म्हणून त्यास काम (काम्य वस्तु) असें म्हणतात. संसाररूप अश्वत्थ वृक्ष तोच असल्यामुळें त्यास अश्वत्थ असें म्हणतात. धनादिक देणारा तोच असल्यामुळें त्यास अर्थ-कर असें नांव आहे. कीर्ति देखील त्याच्या-मुळेंच प्राप्त होते म्हणून त्यास यश म्हण-तात. वाम म्हणजे कर्मफलें हीं देणारा अधि-पति तोच होय म्हणून त्यास वामदेव म्हण-तात. कर्मफलांच्या भोगद्वारें प्राप्त होणारीं जीं सुखदुःखें तीं तद्रूपच असतात, म्हणून त्यास वाम असें नांव आहे. तो सर्वांचा आद्य आहे, म्हणून त्यास प्राक् असें म्हणतात. तो सर्व त्रै-लोक्याचें आक्रमण करण्यास समर्थ आहे

म्हणून त्यास दक्षिण असें म्हणतात. बलीचें बंधन करणारा जो वामन तो त्याचाच अवतार होय, म्हणून त्यास वामन असें नांव आहे. सनत्कुमारादिक सिद्धयोगी तोच होय म्हणून त्यास सिद्धयोगी म्हणतात. वसिष्ठादिक महर्षि हेही तोच होय म्हणून त्यास महर्षि म्हणतात. ऋषभदत्तात्रेयादि सिद्धार्थ (कृतार्थ पुरुष) तोच होय म्हणून त्यास सिद्धार्थ म्हणतात. याज्ञवल्क्यादि सिद्ध (विद्वान्) व साधक (संन्यासी) तोच होय, म्हणून त्यास सिद्धसाधक म्हणतात. लिंगधारी हंस हें त्याचेंच रूप असल्यामुळें त्यास भिक्षु असें म्हणतात. अलिंगधारी परमहंस हें त्याचेंच रूप असल्यामुळें त्यास भिक्षुरूप म्हणतात. तो दंडादिकांनीं रहित आहे म्हणून त्यास विपण म्हणतात. सर्व प्राण्यांविषयीं त्याच्या ठिकाणीं दया वास करिते म्हणून त्यास मृदु म्हणतात. मानापमानांची प्राप्ति झाली असतांही त्यास हर्षविषादादि विकार होत नाहींत म्हणून त्यास अव्यय म्हणतात. देवसेनापति कार्तिकेय हा तोच होय म्हणून त्यास महासेन म्हणतात. इंद्रानें वज्रप्रहार केला असतां त्या कार्तिकेयाच्या देहापासूनच उत्पन्न झालेला जो विशाख तोही तद्रूपच असल्यामुळें त्यास विशाख असें नांव आहे. जगतांतील साठ तत्वांचा भोक्ता तोच असल्यामुळें त्यास षष्ठिभाग असें म्हणतात. इंद्रियांचा पति (पालक) तोच होय, म्हणून त्यास गवांपति असें नांव आहे. वज्रधारी जो इंद्र तो त्याचेंच रूप होय म्हणून त्यास वज्रहस्त म्हणतात. तो अत्यंत विस्तृत असल्यामुळें त्यास विष्कंभी असें म्हणतात. दैत्यांच्या सेनेचें निग्रहण करणारा तोच होय म्हणून त्यास चमूस्तंभन म्हणतात. वृत्त (स्वसैन्यांत रथाचीं मंडलें करणें) व आवृत्त (शत्रुसैन्यांत रथमंडलें करीत घुसून त्यांतून यशस्वी होऊन परत येणें) ह्या दोन्ही गोष्टी तो करितो म्हणून त्यास वृत्तावृत्तकर असें नांव आहे. संसारसिंधूचा तल त्यास समजतो म्हणून त्यास ताल (शुद्धब्रह्मविद्) असें नांव आहे. मधु म्हणजे वसंत तो तोच होय म्हणून त्यास मधु म्हणतात. मधूप्रमाणें पिंगट असे त्याचे नेत्र आहेत म्हणून त्यास मधुकलोचन म्हणतात. वाचस्पत्य म्हणजे पुरोहितकर्म करणारा तोच असल्यामुळें त्यास वाचस्पत्य ह्मणतात. वाजसन नामक शाखाप्रवर्तक व अध्वर्युकर्मकर्ता तोच होय म्हणून त्यास वाजसन असें नांव आहे. नित्य आश्रमांत त्याचीच आराधना करितात म्हणून त्यास नित्यमाश्रमपूजित असें म्हणतात. तो ब्रह्मनिष्ठ असल्यामुळें त्यास ब्रह्मचारी म्हणतात. तो भिक्षुरूपानें ब्राह्मणादिकांच्या गृहीं संचार करितो ह्मणून त्यास लोकचारी म्हणतात. तो परब्रह्मरूपानें सर्व वस्तूंमध्यें व्यास आहे म्हणून त्यास सर्वचारी म्हणतात. त्याच्या ठिकाणीं सत्यासत्यविवेक उत्तम वसत आहे म्हणून त्यास विचारवित् म्हणतात. तो सर्वांचें नियमन करितो म्हणून त्यास ईशान म्हणतात. तो सर्वांना व्यापतो म्हणून त्यास ईश्वर म्हणतात. पापपुण्यादिकांचें परिगणन करून यथायोग्य फलें देणारा जो चित्रगुप्त तो तद्रूपच होय म्हणून त्यास काल म्हणतात. ब्रह्मदेवाच्या निशेमध्यें म्हणजे महाप्रलयामध्येंही तो प्रत्यगानंदाचा अनुभव घेतो म्हणून त्यास निशाचारी म्हणतात. त्याच्यापाशीं पिनाक नांवाचें धनुष्य आहे म्हणून त्यास पिनाकवान् असें म्हणतात. बाणक्षेपणास योग्य असे जे दैत्यादि त्यांच्या अंतर्यामीं त्याचेंच वास्तव्य असल्यामुळें त्यास निमित्तस्थ असें म्हणतात. सर्व विश्व हें त्याचेंच रूप असल्यामुळें दैत्यादिक हे तरी तोच होय म्हणून त्यास निमित्त असें म्हणतात. ज्ञानसंपत्तीचा निधि

तोच होय म्हणून त्यास नंदि म्हणतात. सर्व प्रकारची संपत्ति त्याच्यापासून मिळते म्हणून त्यास नंदिकर म्हणतात. रामावतारीं रामरूप विष्णूला साहाय्य करणारा जो हनुमान् नामक हरि (वानर) तो तोच होय म्हणून त्यास हरि म्हणतात. नंदी नामक गण किंवा वृषभ ह्यांचा तो स्वामी असल्यामुळें त्यास नंदीश्वर म्हणतात. नंदी हें त्याचेंच रूप असल्यामुळें त्यास नंदी असेंही म्हणतात. तो संपद्दानानें आनंदवितो म्हणून त्यास नंदन असें नांव आहे. तो संपद्धरणानें आनंद नष्ट करितो म्हणून त्यास नंदिवर्धनही म्हणतात. तो इंद्रादिकांचें ऐश्वर्य हरण करितो म्हणून त्यास भगहारी म्हणतात. तो मृत्युरूपानें सर्वांना वधितो म्हणून त्यास निहंता म्हणतात. चौसष्ट कलांच्या ठायीं त्याचाच निवास आहे म्हणून त्यास काल म्हणतात. तो अतिशय बृहत् म्हणजे महान् आहे म्हणून त्यास ब्रह्म म्हणतात. विष्णूरूप पित्याचाही तो पिता होय म्हणून त्यास पितामह म्हणतात. ब्रह्मदेव हें त्याचेंच रूप होय म्हणून त्यास चतुर्मुख म्हणतात. त्याच्या लिंगाची देव व असुर इत्यादि सर्व पूजा करितात म्हणून त्यास महालिंग म्हणतात. त्याचा वेष सुंदर असल्यामुळें त्यास चारुलिंग म्हणतात. प्रत्यक्षादि प्रमाणरूप जीं लिंगें (गुप्त अर्थ दाखविणारीं चिन्हें) त्यांचा अध्यक्ष (नियामक) तोच असल्यामुळें त्यास लिंगाध्यक्ष म्हणतात. चक्षुरादिक इंद्रियांचे अधिपति जे सुर त्यांचाही अधिपति तोच होय म्हणून त्यास सुराध्यक्ष म्हणतात. सर्व इंद्रियदेवतांचें हृदयाकाशांत एकीकरण करणारा जो योग त्याचा अध्यक्ष (तो स्वाधीन करून देणारा) तोच होय म्हणून त्यास योगाध्यक्ष म्हणतात. ज्यांत पुण्यपापांचें प्रमाण अधिकउणें असतें अशीं जीं कृतत्रेतादिक युगें तीं करणारा तोच होय, अतएव त्यास युगावह म्हणतात. बीजरूप धर्माधर्मांचें फल तोच देतो म्हणून त्यास बीजाध्यक्ष असें म्हणतात. बीज तरी त्याच्यामुळेंच उत्पन्न होतें म्हणून त्यास बीजकर्ता म्हणतात. तो अध्यात्मशास्त्राला अनुसरून वागतो म्हणून त्यास अध्यात्मानुगत असें नांव आहे. धृति, धारणा वगैरे बल त्याजपाशीं उत्कृष्ट आहे म्हणून त्यास बल हेंच नांव आहे. इतिहास हा तरी तद्रूपच होय म्हणून त्यास इतिहास असें म्हणतात. यज्ञयागादिकांचे प्रयोग, तंत्र व मीमांसा हीं तरी तन्मयच असल्यामुळें त्यास सकल्प म्हणतात. तर्कशास्त्रकर्ता गौतम हा तरी तोच होय म्हणून त्यास गौतम असें म्हणतात. चांद्र नामक व्याकरणाचा कर्ता तोच होय म्हणून त्यास निशाकर म्हणतात. तो शत्रूंचें दमन करितो म्हणून त्यास दंभ म्हणतात. त्याचें दमन करण्यास कोणीही समर्थ नाहीं म्हणून त्यास अदंभ म्हणतात. त्याच्या ठिकाणीं धर्मध्वजित्व म्हणजे धर्माचें ढोंग मुळींच नाहीं म्हणून त्यास वैदंभ म्हणतात. तो भक्ताच्या अधीन असतो म्हणून त्यास वश्य म्हणतात. तो दुसऱ्याला वश करून घेण्यास समर्थ आहे म्हणून त्यास वशकर म्हणतात. देवदैत्यांमध्यें कलह उत्पन्न करणारा तोच होय म्हणून त्यास कलि म्हणतात. चतुर्दश भुवनांचा निर्माता तोच होय म्हणून त्यास लोककर्ता म्हणतात. ब्रह्मादिस्तंबपर्यंत जीवपशूंचा पालक तोच होय म्हणून त्यास पशुपति म्हणतात. महाभूतांचा उत्पादक तोच होय म्हणून त्यास महाकर्ता म्हणतात. त्याला धान्यादिक औषधींची (वनस्पतींची) कांहींएक अवश्यकता नाहीं म्हणून त्यास अनौषध म्हणतात. त्याला ऱ्हास म्हणून कधींही नाहीं म्हणून त्यास अक्षर म्हणतात. परमानंदरूप जें परब्रह्म तें तोच होय म्हणून त्यास परब्रह्म

म्हणतात. बलाची देवता तरी तोच होय म्हणून त्यास बलवान् म्हणतात. तो सर्व कांहीं करण्यास समर्थ आहे म्हणून त्यास शक्र म्हणतात. अपराध्यास दंड करण्याचें शास्त्र म्हणजे जी नीति तीही तोच होय म्हणून त्यास नीति असें नांव आहे. जुलूम वगैरेही त्याचेंच रूप असल्यामुळें त्यास अनीति असें म्हणतात. त्याचा आत्मा शुद्ध आहे म्हणून त्यास शुद्धात्मा म्हणतात. त्याच्या ठिकाणीं दोषाचा लेश सुद्धां नाहीं म्हणून त्यास शुद्ध असें म्हणतात. तो मानास पात्र आहे म्हणून त्यास मान्य म्हणतात. त्याच्या ठिकाणीं जाणें-येणें आहे म्हणून त्यास गतागत म्हणतात. तो बहुत प्रसाद करितो म्हणून त्यास बहुप्रसाद असें नांव आहे. स्वप्नावस्थेची अभिमानी देवता तोच असल्यामुळें त्यास सुस्वप्न असें म्हणतात. सर्व विश्वाचें प्रतिबिंब त्याच्या ठायीं दृग्गोचर होतें म्हणून त्यास दर्पण असें नांव आहे. तो अंतर्बाह्य सर्व शत्रूंना जिंकितो म्हणून त्यास अमित्रजित् म्हणतात. वेद हे त्याच्याच निःश्वासापासून प्रकट झाले म्हणून त्यास वेदकर्ता म्हणतात. तांत्रिक व पौराणिक मंत्रांचा कर्ता तोच आहे म्हणून त्यास मंत्रकार म्हणतात. तो पंडित असल्यामुळें त्यास विद्वान् म्हणतात. समरांगणांत तो अरींचें मर्दन करितो म्हणून त्यास समरमर्दन असें म्हणतात. प्रलयकालच्या महामेघांची अधिष्ठात्री देवता तोच असल्यामुळें त्यास महामेघनिवासी असें म्हणतात. सर्व ब्रह्मांडाचा प्रलय तोच करितो म्हणून त्यास महाघोर म्हणतात. सर्व कांहीं त्याच्या आधीन आहे म्हणून त्यास वशी म्हणतात. सर्व जगताचें तो कर्तन (संहरण) करितो म्हणून त्यास कर म्हणतात. अग्नीसारखें उग्र तेज त्याच्या ठायीं आहे म्हणून त्यास अग्निज्वाला म्हणतात. अग्नीपेक्षांही प्रखर तेज त्याच्या ठायीं वास करितें म्हणून त्यास महाज्वाल म्हणतात. प्रलयकालीं अग्निरूपानें तो ब्रह्मांडाचा दाह करूं लागला असतां अतिशय धूम्र पसरतो म्हणून त्यास अतिधूम्र म्हणतात. होमानें तो प्रसन्न होतो म्हणून त्यास हुत म्हणतात. उदक, दुग्ध इत्यादि हें त्याचेंच रूप होय म्हणून त्यास हवि म्हणतात. कर्माचीं फलें तोच देतो (वर्षाव करितो) म्हणून त्यास वृषण म्हणतात. तो सुखप्रद आहे म्हणून त्यास शंकर म्हणतात. त्याची सत्ता सर्वदा अबाधित आहे म्हणून त्यास नित्यंवर्चस्वी म्हणनात. तो अग्निरूप आहे म्हणून त्यास धूमकेतन म्हणतात. त्याचा वर्ण निळा आहे म्हणून नील असें म्हणतात. तो आपल्या लिंगाविषयीं नित्य आसक्त असतो म्हणून त्यास अंगलुब्ध म्हणतात. तो कल्याणकर्ता आहे म्हणून त्यास शोभन म्हणतात. त्याला कोणाचाही प्रतिबंध नाहीं म्हणून त्यास निरवग्रह म्हणतात. तो सर्वांना सौख्य देतो म्हणून त्यास स्वस्तिद म्हणतात. तो शाश्वत आहे म्हणून त्यास स्वस्तिभाव असें म्हणतात. त्याला यज्ञांत भाग मिळतो म्हणून त्यास भागी म्हणतात. हविर्भागांची तो वांटणी करून देतो म्हणून त्यास भागकर म्हणतात. त्याची गति फार शीघ्र आहे म्हणून त्यास लघु म्हणतात. त्याची कोणत्याही वस्तूच्या ठायीं आसक्ति नाहीं म्हणून त्याला उत्संग म्हणतात. त्याचें अंग (लिंग) महान् आहे म्हणून त्यास महांग म्हणतात. गर्भ उत्पन्न करणारा जो कंदर्प तो तद्रूपच असल्यामुळें त्याला महागर्भपरायण असें म्हणतात. कृष्णवर्ण जो विष्णु तो त्याचेंच रूप असल्यामुळें त्यास कृष्णवर्ण म्हणतात. त्याचा वर्ण सांबासारखा शुभ्र असल्यामुळें त्यास सुवर्ण म्हणतात. सर्व प्राण्यांचीं इंद्रियें हीं त्याचेंच रूप असल्यामुळें त्यास सर्वदेहेंद्रिय असें म्हणतात. त्याचे पाय दीर्घ

असल्यामुळें त्यास महापाद म्हणतात. त्याचे हातही दीर्घ असल्यामुळें त्यास महाहस्त ह्मणतात. त्याचा काय विस्तीर्ण असल्यामुळें त्यास महाकाय म्हणतात. त्याचें यश विपुल असल्यामुळें त्यास महायश म्हणतात. त्याचें मस्तक प्रचंड असल्यामुळें त्यास महामूर्धा म्हणतात. त्याचें प्रमाण अवाढव्य असल्यामुळें त्यास महामात्र म्हणतात. त्याचे नेत्र विस्तीर्ण असल्यामुळें त्याला महानेत्र म्हणतात. त्याच्याठायीं निशेचा म्हणजे अविद्येचा लय असल्यामुळें त्यास निशालय म्हणतात. तो मृत्यूचाही मृत्यु होय म्हणून त्यास महांतक म्हणतात. त्याचे कर्ण विशाल आहेत म्हणून त्यास महाकर्ण म्हणतात. त्याचे ओष्ठ स्थूल आहेत म्हणून त्यास महोष्ठ म्हणतात. त्याची हनुवटी महान् आहे म्हणून त्यास महाहनु म्हणतात. त्याची नासिका मोठी आहे म्हणून त्यास महानास म्हणतात. त्याचा कंठ अतिशय भरदार आहे म्हणून त्यास महाकंबु म्हणतात. त्याची ग्रीवा मोठी आहे म्हणून त्यास महाग्रीव म्हणतात. तो देहाचे बंध छेदितो म्हणून त्यास श्मशानभाक् म्हणतात. त्याची छाती भरदार आहे म्हणून त्यास महावक्षा म्हणतात. त्याचें उर महान् आहे म्हणून त्यास महोरस्क म्हणतात. सर्वांच्या अंतर्यामीं त्याचेंच वास्तव्य आहे म्हणून त्यास अंतरात्मा म्हणतात. त्याच्या अंकावर मृग असतो म्हणून त्यास मृगालय म्हणतात. त्याच्या आधारावर अनेक ब्रह्मांडें अवलंबून आहेत म्हणून त्यास लंबन म्हणतात. प्रलयकालीं सर्व विश्व गिळून टाकण्याकरितां तो आपले दोन्ही ओष्ठ पसरितो म्हणून त्यास लंबितोष्ठ म्हणतात. त्याची माया ब्रह्मादिकांना सुद्धां मोहित करिते म्हणून त्यास महामाय म्हणतात. पयोनिधि (क्षीरसमुद्र) हें त्याचेंच रूप असल्यामुळें त्यास पयोनिधि असेंच म्हणतात. त्याचे दांत प्रचंड असल्यामुळें त्यास महादंत म्हणतात. त्याच्या दाढा बळकट असल्यामुळें त्यास महादंष्ट्र म्हणतात. त्याची जिव्हा मोठी असल्यामुळें त्यास महाजिह्व म्हणतात. त्याचें मुख विशाल असल्यामुळें त्यास महामुख म्हणतात. महानख जो नृसिंह तो त्याचाच अवतार असल्यामुळें त्यास महानख म्हणतात. अतिशय रांठ असे रोम धारण करणारा जो वराह तो तद्रूप असल्यामुळें त्यास महारोमा म्हणतात. त्याचें उदर विशाल असल्यामुळें त्यास महाकोश म्हणतात. त्याची जटा मोठी असल्यामुळें त्यास महाजट म्हणतात. तो प्रसन्न होतो म्हणून त्यास प्रसन्न म्हणतात. त्याची मुखचर्या नित्य आनंदित असते म्हणून त्यास प्रसाद म्हणतात. त्याला सर्वांचा अनुभव आहे म्हणून त्यास प्रत्यय म्हणतात. तो युद्धप्रसंगीं पर्वतांना शस्त्रांच्या जागीं योजितो म्हणून त्यास गिरिसाधन म्हणतात. तो प्रजांच्या ठिकाणीं पित्याप्रमाणें प्रेम करितो म्हणून त्यास स्नेहन म्हणतात. तो कोणावरही [वृथा] प्रेम करीत नाहीं म्हणून त्यास अस्नेहन म्हणतात. त्यास जिंकण्यास कोणीही समर्थ नाहीं म्हणून त्यास अजित म्हणतात. तो अत्यंत मननशील आहे म्हणून त्यास महामुनि म्हणतात. संसाररूप वृक्ष हाच त्याचा आकार होय म्हणून त्यास वृक्षाकार म्हणतात. संसारवृक्ष हें त्याचें यथार्थ रूप ध्यानांत आणण्याचें चिन्ह होय म्हणून त्यास वृक्षकेतु म्हणतात. अग्नि हा तद्रूपच होय म्हणून त्यास अनल म्हणतात. वायु हें त्याचें वाहन होय म्हणून त्यास वायुवाहन म्हणतात. तो उंच पर्वतांवर व लहानसहान टेंकड्यांवर फिरतो म्हणून त्यास गंडली म्हणतात. मेरु पर्वत हें त्याचें वसतिस्थान होय म्हणून त्यास मेरुधामा म्हणतात. तो देवांचा अधिपति आहे म्हणून

त्यास देवाधिपति म्हणतात. अथर्ववेद हें त्याचें मस्तक होय म्हणून त्यास अथर्वशीर्ष म्हणतात. सामवेद हें त्याचें मुख होय म्हणून त्यास सामास्य म्हणतात. सहस्त्रावधि ऋचा हे त्याचे अनंत नेत्र होत म्हणून त्यास ऋक्सहस्त्रामितेक्षण म्हणतात. यजुर्वेद हे त्याचे हात व पाय होत म्हणून त्यास यजुःपादभुज म्हणतात. उपनिषदें हें त्याचें गुह्य होय म्हणून त्यास गुह्य म्हणतात. तो स्वतः कर्मकांड होय म्हणून त्यास प्रकाश म्हणतात. सर्व जंगम पदार्थ हे तोच होय म्हणून त्यास जंगम असें नांव आहे. त्याच्याजवळ अर्थ म्हणजे याचना केली असतां ती कधींही व्यर्थ होत नाहीं म्हणून त्यास अमोघार्थ असें म्हणतात. त्याच्या ठायीं अतिशय दया वास करिते म्हणून त्यास प्रसाद म्हणतात. तो प्राप्त होण्याला आयास पडत नाहींत म्हणून त्यास अभिमन्यु म्हणतात. त्याचें दर्शन मंगलकारक आहे म्हणून त्यास सुदर्शन म्हणतात. तो सर्वांचें बरें करितो म्हणून त्यास उपकार म्हणतात. तो सर्वांना सुख देतो म्हणून त्यास प्रिय असें नांव आहे. तो नेहमीं भक्तांवर अनुकंपा करण्यासाठीं पुढें सरसावलेला असतो म्हणून त्यास सर्व म्हणतात. सुवर्णादिक प्रिय वस्तु ह्या तद्रूपच आहेत म्हणून त्यास कनक म्हणतात. सुवर्णाप्रमाणें त्याची अंगकांति आहे म्हणून त्यास कांचनच्छवि म्हणतात. तो सर्व ब्रह्मांडाची नाभि आहे म्हणून त्यास नाभि म्हणतात. तो यज्ञफलांची समृद्धि करितो म्हणून त्यास नंदिकर म्हणनात. यज्ञयागादिकांविषयीं श्रद्धा ही तोच होय म्हणून त्यास भाव म्हणतात. तो ब्रह्मांडाचा धनी आहे म्हणून त्यास पुष्करस्थपति असें म्हणतात. तो पर्वतादिकांप्रमाणें स्थिर आहे म्हणून त्यास स्थिर म्हणतात. संसारी जीवांची [1]बारावी दशा जी मोक्ष तो तोच होय म्हणून त्यास द्वादश म्हणतात. तो सर्वांना भय उत्पन्न करितो म्हणून त्यास त्रासन म्हणतात. तो सर्वांचा आद्य आहे म्हणून त्यास आद्य म्हणतात. जीव व ईश ह्यांची संगति करणारा जो यज्ञ (योग) तो तोच होय म्हणून त्यास यज्ञ म्हणतात. त्याचें यज्ञाशीं तादात्म्य आहे म्हणून त्यास यज्ञसमाहित म्हणतात. अप्रकाश (महामोह) हा त्याचा आत्मा होय म्हणून त्यास नक्त (अप्रकाशात्मा) ह्मणतात. महामोहापासून उत्पन्न झालेला जो कलि म्हणजे कामक्रोधरूप विकार ते तोच होय म्हणून त्यास कलि असें नांव आहे. कामक्रोधादिकांपासूनच जन्ममरणप्रवाहरूप काल चालू होतो म्हणून त्यास काल ह्मणतात. मकराकार जें शिशुमारचक्र तें कालाचेंच चिन्ह होय म्हणून त्यास मकर म्हणतात. मृत्यु हा त्याची पूजा करितो म्हणून त्यास कालपूजित ह्मणतात. प्रथमादिक गणांनीं तो युक्त आहे ह्मणून त्यास सगण ह्मणतात. बाणादिक भक्तांना तो स्वगण करितो म्हणून त्यास गणकार म्हणतात. प्राण्यांचें योगक्षेम चालविणार जो ब्रह्मदेव त्याला त्यानें सारथि केलें म्हणून त्यास भूतवाहनसारथि असें म्हणतात. तो भस्मांत शयन करितो म्हणून त्यास भस्मशय म्हणतात. तो भस्मानेंच सर्व जगाचें गोपन (रक्षण) करितो म्हणून त्यास भस्मगोप्ता म्हणतात. त्याचा देह भस्मरूप आहे म्हणून त्यास भस्मभूत म्हणतात. कल्पवृक्ष हे त्याचींच रूपें होत म्हणून त्यास तरु म्हणतात. भृंगि, रिटि , नंदिकेश्वर इत्यादि गण हे तद्रूपच होत म्हणून त्यास गण असें

१ संसारी जीवाच्या गर्भवासादिक दशा नऊ; मृत्यु ही दशा दहावी; स्वर्ग ही दशा अकरावी; आणि मोक्ष ही दशा बारावी.

म्हणतात. चतुर्दश लोकांचें पालन तोच करितो म्हणून त्यास लोकपाल म्हणतात. सर्व लोकांच्या पलीकडे तो आहे म्हणून त्यास अलोक म्हणतात. तो सर्वथैव परिपूर्ण आहे म्हणून त्यास महात्मा म्हणतात. सर्वांना तो वंदनीय आहे म्हणून त्यास सर्वपूजित म्हणतात. तो अत्यंत शुद्ध आहे म्हणून त्यास शुक्ल म्हणतात. त्याची काया, वाणी व मन हीं तिन्ही शुद्ध आहेत म्हणून त्यास त्रिशुक्ल म्हणतात. त्याच्या ठिकाणीं कैवल्यसंपत्ति (मोक्ष) वसतो म्हणून त्यास संपन्न म्हणतात. तो कधींही दोषाला स्पर्श करीत नाहीं म्हणून त्यास शुचि म्हणतात. प्राचीन आचार्यांनीं त्याचीच कृपा संपादिली म्हणून त्यास भूतनिषेवित म्हणतात. चारही आश्रमांत धर्मरूपानें तोच रहातो म्हणून त्यास आश्रमस्थ म्हणतात. धर्माचें पूर्वरूप ज्या यज्ञयागादिक क्रिया, त्यांच्या ठायीं तोच विद्यमान आहे म्हणून त्यास क्रियावस्थ म्हणतात. विश्वकर्म्याच्या ठिकाणीं असलेली जी मति ती तद्रूपच होय म्हणून त्यास विश्वकर्ममति म्हणतात. लक्ष्मी आदिकरून जीं दिव्यरूपें तीं तोच होय म्हणून त्यास वर म्हणतात. त्याचे बाहु विशाल आहेत म्हणून त्यास विशालशाख म्हणतात. त्याचे ओठ तांबडे आहेत म्हणून त्यास ताम्रोष्ठ म्हणतात. समुद्र हें त्याचेंच रूप होय म्हणून त्यास अंबुजाल म्हणतात. तो अगदीं अढळ आहे म्हणून त्यास सुनिश्चल म्हणतात. त्याचा वर्ण कपिल (काळा) आहे म्हणून त्यास कपिल म्हणतात. त्याचा वर्ण कपिश (पिंगट) आहे म्हणून त्यास कपिश म्हणतात. त्याचा वर्ण शुभ्र आहे म्हणून त्यास शुक्ल म्हणतात. आयुष्य हें त्याचेंच रूप होय म्हणून त्यास आयु म्हणतात. तो प्राचीन आहे म्हणून त्यास पर म्हणतात. तो अर्वाचीन आहे म्हणून त्यास अपर म्हणतात. चित्ररथादि गंधर्व हे तद्रूपच होत म्हणून त्यास गंधर्व म्हणतात. अदिति हें त्याचेंच रूप होय म्हणून त्यास अदिति म्हणतात. तार्क्ष्य म्हणजे गरुड हा त्याचाच अंश होय म्हणून त्यास तार्क्ष्य म्हणतात. त्याचें स्वरूप सुखानें जाणतां येतें म्हणून त्यास सुविज्ञेय म्हणतात. त्याची वाणी उत्कृष्ट आहे म्हणून त्यास सुशारद म्हणतात. त्याच्या हातांत परश्वध नामक आयुध असतें म्हणून त्यास परश्वधायुध म्हणतात. तो नेहमीं विजयेच्छु असतो म्हणून त्यास देव म्हणतात. तो दुसऱ्याला प्रोत्साहन देतो म्हणून त्यास अनुकारी म्हणतात. तो उत्तम सखा असल्यामुळें त्यास सुबांधव म्हणतात. त्याच्यापाशीं तुंबर्वीणा (रुद्रवीणा) आहे म्हणून त्यास तुंबवीण म्हणतात. प्रलयकालीं तो अत्यंत क्रोधाविष्ट होतो म्हणून त्यास महाक्रोध म्हणतात. ब्रह्मा व विष्णु वगैरे श्रेष्ठ पुरुष ही त्याची प्रजा असल्यामुळें त्यास ऊर्ध्वरेता म्हणतात. जलामध्यें शेषपर्यंकावर निद्रा करणारा जो विष्णु तो त्याचेंच रूप असल्यामुळें त्यास जलेशय म्हणतात. तो अतिशय उग्र असल्यामुळें त्यास उग्र म्हणतात. त्याच्यापासूनच सर्व वंशांची उत्पत्ति होते म्हणून त्यास वंशकर म्हणतात. वंश हा तद्रूपच आहे म्हणून त्यास वंश म्हणतात. वंशनाद म्हणजे मुरलीचा स्वर हा तद्रूपच होय म्हणून त्यास वंशनाद म्हणतात. त्याच्या ठिकाणीं कोणताही दोष नाहीं म्हणून त्यास अनिंदित म्हणतात. त्याचीं सर्व गात्रें सुंदर आहेत म्हणून त्यास सर्वांगरूप म्हणतात. त्याच्यापाशीं मायेचें वास्तव्य आहे म्हणून त्यास मायावी म्हणतात. त्याचें हृदय अतिशय कृपाळू आहे म्हणजे प्रत्युपकाराची अपेक्षा न करितां तो दुसऱ्यावर उपकार करितो म्हणून त्यास सुहृद म्हणतात. वायु हें त्याचेंच रूप होय म्हणून त्यास अनिल म्हणतात. अग्नि

हेंही त्याचेंच रूप होय म्हणून त्यास अनल ह्मणतात. संसारपाश हा तोच होय म्हणून त्यास बंधन म्हणतात. संसाराला तोच उत्पन्न करितो म्हणून त्यास बंधकर्ता म्हणतात. मायापाशाला उत्तम प्रकारें तोडून टाकणारा तोच होय ह्मणून त्यास सुबंधनविमोचन ह्मणतात. यज्ञयागादिकांचे शत्रु जे दैत्य तेही त्याच्या समीपच रहातात म्हणून त्यास सयज्ञारि म्हणतात. कामक्रोधादिकांचे शत्रु जे योगी तेही त्याच्या समीपच रहातात म्हणून त्यास सकामारि म्हणतात. त्याच्या दाढा मोठ्या आहेत म्हणून त्यास महादंष्ट्र म्हणतात. त्याचीं आयुधें महान् आहेत म्हणून त्यास महायुध म्हणतात. दारुकावनांत तो अति सुंदर रूप धारण करून नग्न स्थितींत प्राप्त झाला असतां आमच्या स्त्रियांचें मन मोहित करण्यास्तव हा आला असें मानून ऋषींनीं त्याची अतिशय निंदा केली म्हणून त्यास बहुधानिंदित ह्मणतात. दारुकावनांत त्या निंदा करणाऱ्या ऋषींनाही त्यानें मोह पाडिला म्हणून त्यास शर्व म्हणतात. त्यानें त्या ऋषींचें कल्याण केलें म्हणून त्यास शंकर म्हणतात. त्यानें त्या ऋषींच्या सर्व शंका छेदून टाकिल्या व त्यांस तत्त्वज्ञान करून दिलें म्हणून त्यास शंकर म्हणतात. तो दिगंबरवृत्तीनें रहातो म्हणून त्यास अधन म्हणतात. तो सर्व अमरांचा ईश आहे म्हणून त्यास अमरेश ह्मणतात. इंद्रादिक महान् महान् देवांना सुद्धां तो पूज्य आहे म्हणून त्यास महादेव म्हणतात. विश्व ह्मणजे विष्णु तोही त्याची आराधना करितो म्हणून त्यास विश्वदेव म्हणतात. तो दैत्यांचा संहार करितो म्हणून त्यास सुरारिहा म्हणतात. ब्रह्मांडाचें मूळ जें पाताल त्या ठिकाणीं रहाणारा जो शेष तेंही त्याचेंच स्वरूप असल्यामुळें त्यास अहिर्बुध्न्य असें म्हणतात. वारा जसा प्रत्यक्ष दिसत नाहीं परंतु स्पर्शानें जाणिला जातो, तसा तो प्रत्यक्ष दिसत नाहीं परंतु विषयस्पर्शजन्य सुखानुभवानें जाणिला जातो म्हणून त्यास अनिलाभ असें म्हणतात. त्याला एकदम सर्व कांहीं समजतें म्हणून त्यास चेकितान असें म्हणतात. हवि हें त्याचेंच रूप होय म्हणून त्यास हवि असें नांव आहे. एकादश रुद्रांपैकीं अजैकपाद् नामक जो रुद्र तो तोच होय. तो ब्रह्मांडाचा अधिपति असल्यामुळें त्यास कापाली म्हणतात. सत्व, रज व तम ह्या तीन गुणांनीं तो आवृत्त असून तो सर्वजीवरूप असल्यामुळें त्यास त्रिशंकु म्हणतात. सत्वादिक त्रिगुणांपासून तो अलिप्त असल्यामुळें त्यास अजित म्हणतात, व त्यामुळेंच त्यास शिव असेंही नांव आहे. महावैद्य धन्वंतरी तो तोच असल्यामुळें त्यास धन्वंतरि म्हणतात. धूमकेतु हें त्याचेंच रूप असल्यामुळें त्यास धूमकेतु म्हणतात. स्कंद, वैश्रवण, धाता, शक्र, विष्णु, मित्र, त्वष्टा, ध्रुव व धर हे तद्रूपच असल्यामुळें त्यास स्कंद, वैश्रवण, धाता, शक्र, विष्णु, मित्र, त्वष्टा, ध्रुव व धर अशीं नांवें आहेत. भाव नामक वसु तो तोच होय म्हणून त्यास प्रभाव म्हणतात. इहपर लोक व सर्व भूतें ह्यांचा संधि करणारा जो वायु तो तोच असल्यामुळें त्यास सर्वग वायु असें नांव आहे. अर्यमा, सविता व रवि हेही तोच होय म्हणून त्यास अर्यमा, सविता व रवि अशीं नांवें आहेत. उषंगु नामक जो प्राचीन प्रख्यात राजा तो तोच होय म्हणून त्यास उषंगु म्हणतात. नानाविध प्रकारांनीं तो पोषण करितो म्हणून त्यास विधाता म्हणतात. तो जीवाला पोसण्यास समर्थ आहे म्हणून त्यास मांधाता म्हणतात. त्याच्यापासूनच सर्व भूतांना चेतना मिळते म्हणून त्यास भूतभावन म्हणतात. तो बहुविध रूपें धारण करितो म्हणून त्यास विभु म्हणतात. श्वेतपीतादिक नानाविध वर्ण तोच उत्पन्न करितो म्हणून त्यास वर्णविभावी असें म्हणतात. सर्व अपेक्षित

विषय व गुण तोच प्राप्त करून देतो म्हणून त्यास सर्वकामगुणावह असें म्हणतात. त्याच्या नाभिदेशीं सर्व विश्वाचें पद्मरूप वसतिस्थान आहे ह्मणून त्यास पद्मनाभ म्हणतात. ब्रह्मादिक महान् गर्भ त्याच्याच उदरांत वास करितात म्हणून त्यास महागर्भ म्हणतात. त्याचें मुख चंद्रासारखें रमणीय आहे म्हणून त्यास चंद्रवक्त्र म्हणतात. वायु व अग्नि ह्यांच्या अधिष्ठातृ देवता तोच होय म्हणून त्यास अनिल व अनल म्हणतात. तो अतिशय बलवान् आहे म्हणून त्यास बलवान् म्हणतात. त्याच्या ठायीं उत्तम शांति वसते म्हणून त्यास उपशांत म्हणतात. तो फार जुना आहे म्हणून त्यास पुराण म्हणतात. पुण्यसंग्रहानें त्याचें ज्ञान होतें म्हणून त्यास पुण्यचंचु म्हणतात. लक्ष्मी हें त्याचेंच स्वरूप म्हणून त्यास ई (लक्ष्मी) म्हणतात. कुरुक्षेत्र त्यानेंच निर्मिलें म्हणून त्यास कुरुकर्ता म्हणजे कर्मभूमीचा कर्ता असें म्हणतात. कुरुक्षेत्रांत तोच रहातो म्हणून त्यास कुरुवासी म्हणतात. कुरुक्षेत्र हा त्याचाच आत्मा होय म्हणून त्यास कुरुभूत म्हणतात. ऐश्वर्य, ज्ञान, वैराग्य, धर्म, इत्यादिक गुणांना तो वाढवितो म्हणून त्यास गुणौषध म्हणतात. त्याच्या ठिकाणीं सर्व वस्तु लय पावतात म्हणून त्यास सर्वाशय म्हणतात. वेदीमध्यें हंतरलेल्या दर्भांवर टाकिलेलीं हविर्द्रव्यें तो भक्षण करितो म्हणून त्यास दर्भचारी म्हणतात. सर्व जीवांचा पालक तोच आहे म्हणून त्यास सर्व प्राणिपति असें म्हणतात. देवांचा तो अधिदेव आहे म्हणून त्यास देवदेव म्हणतात. सुखाची त्याला अपेक्षा नाहीं म्हणून त्यास सुखासक्त म्हणतात. सर्वांचें कारण व सर्व कार्य तोच होय म्हणून त्यास सत् व असत् अशा संज्ञा आहेत. सर्व रत्नें म्हणजे सर्व उत्कृष्ट वस्तु त्याजपाशीं आहेत म्हणून त्यास सर्वरत्नविद् असें म्हणतात. तो कैलासगिरीवर वास करितो म्हणून त्यास कैलासगिरिवासी म्हणतात. हिमालय पर्वताचा तो आश्रय करितो म्हणून त्यास हिमवद्गिरिसंश्रय म्हणतात. तो महाप्रवाहरूपानें तीरावरील म्हणजे सन्निधभागीं असलेले द्रुमरूप प्राणी हरण करितो म्हणून त्यास कूलहारी म्हणतात. पुष्करादिक महातटाकांचा तोच कर्ता होय म्हणून कूलकर्ता म्हणतात. त्याच्या ठिकाणीं बहुत विद्या वास करितात म्हणून त्यास बहुविद्य म्हणतात. तो मोठा दाता आहे म्हणून त्यास बहुप्रद म्हणतात. तो विनिमयकर्ता आहे म्हणून त्यास वणिक् म्हणतात संसारवृक्ष नीटनेटका तोच घडवितो म्हणून त्यास वर्धकी (सुतार) म्हणतात. संसारवृक्ष म्हटला म्हणजे तो स्वतःच होय म्हणून त्यास वृक्ष असें म्हणतात. बकुल, चंदन व छद हे वृक्षही तद्रूपच होत म्हणून त्यास बकुल, चंदन व छद अशीं नांवें आहेत. त्याची मान मोठी बळकट आहे म्हणून त्यास सारग्रीव म्हणतात. त्याच्या खांद्याचीं हाडें मोठीं आहेत म्हणून त्यास महाजत्रु म्हणतात. तो मोठा स्थिर आहे म्हणून त्यास अलोल म्हणतात. महान् महान् वनस्पति (धान्यें) हीं त्याचींच रूपें होत म्हणून त्यास महौषध म्हणतात. वेदव्याख्यानांत प्रतिपादलेला सिद्धार्थ (सिद्धांत) तोच स्थापन करितो म्हणून त्यास सिद्धार्थकारी म्हणतात. तो सिद्धान्त तरी तद्रूपच होय म्हणून त्यास सिद्धार्थ म्हणतात. सिंहासारखी तो गर्जना करितो म्हणून त्यास सिंहनाद म्हणतात. त्याला सिंहासारख्या भयंकर दाढा आहेत म्हणून त्यास सिंहदंष्ट्र म्हणतात. तो सिंहावर बसतो म्हणून त्यास सिंहग म्हणतात. त्याच्या रथाला सिंह जोडिलेले असतात म्हणून त्यास सिंहवाहन म्हणतात. सर्व सत्तेचा आत्मा तोच होय म्हणून त्यास प्रभावात्मा म्हणतात. सर्व

ब्रह्मांडाला गिळून टाकणारा जो काल तोच त्याचें स्थाल म्हणजे भोजनपात्र आहे म्हणून त्यास जगत्कालस्थाल म्हणतात. तो लोकांचें हित करितो म्हणून त्यास लोकहित म्हणतात. सर्वांचा तारक तोच होय म्हणून त्यास तरु म्हणतात. सारंग पक्षी व नवचक्रांग पक्षी (हंस) व त्याप्रमाणेंच मयूर, कुक्कुट इत्यादि मस्तकावर तुरे धारण करणारे पक्षी हीं त्याचींच रूपें असल्यामुळें त्यास सारंग, नवचक्रांग व केतुमाली अशीं नांवें आहेत. धर्मपरीक्षा जेथें होते त्या सभास्थानाचें अवन (संरक्षण) तोच करितो म्हणून त्यास सभावन म्हणतात. सर्व प्राण्यांचें निवासस्थल तोच होय म्हणून त्यास भूतालय म्हणतात. सर्व भूतांचा सत्ताधीश तोच होय म्हणून त्यास भूतपति म्हणतात. दिवस आणि रात्र हीं त्याचींच रूपें होत म्हणून त्यास अहोरात्र म्हणतात. त्याची कोणीही निंदा करीत नाहीं म्हणून त्यास अनिंदित म्हणतात. सर्व भूतांचा वाहिता (योगक्षेम चालविणारा) तो आहे म्हणून त्यास सर्वभूतवहिता म्हणतात. सर्व भूतांचें सदन तोच होय म्हणून त्यास निलय म्हणतात. त्यास जन्म नाहीं म्हणून त्यास विभु म्हणतात. त्यानें अस्तित्व सर्वत्र आहे म्हणून त्यास भव म्हणतात. त्याचा प्रयत्न सदा सफल होतो म्हणून त्यास अमोघ म्हणतात. धारणा, ध्यान व समाधि हीं त्याच्या ठिकाणीं आहेत म्हणून त्यास संयत म्हणतात. उच्चैःश्रवा वगैरे अश्व तद्रूपच होत म्हणून त्यास अश्व म्हणतात. सर्वांना अन्न तोच पुरवितो म्हणून त्यास भोजन म्हणनात. सर्वांचे प्राण त्याच्यामुळेंच जगतात म्हणून त्यास प्राणधारण म्हणतात. त्याच्या ठायीं उत्कृष्ट धैर्य वास करितें म्हणून त्यास धृतिमान् म्हणतात. तो अतिशयित बुद्धिमान् आहे म्हणून त्यास मतिमान् म्हणतात. कोणत्याही व्यवसायांत तो मोठा सावध असतो म्हणून त्यास दक्ष म्हणतात. त्याला सर्व पुरुष मान देतात म्हणून त्यास सत्कृत म्हणतात. युग म्हणजे धर्माधर्म - त्यांचीं फळें देणारा तोच होय म्हणून त्यास युगाधिप म्हणतात. इंद्रियांचें पालन करणारा तोच होय म्हणून त्यास गोपालि म्हणतात. नक्षत्रांचा स्वामी तोच होय म्हणून त्यास गोपति म्हणतात. सर्व वस्तुसमूह तद्रूपच आहे म्हणून त्यास ग्राम म्हणतात. तो गाईचें चर्म पांघरतो म्हणून त्यास गोचर्मवसन म्हणतात. भक्तांचें दुःख तोच हरण करितो म्हणून त्यास हरि म्हणतात. त्याचे बाहु रमणीय आहेत म्हणून त्यास हिरण्यबाहु म्हणतात. ब्रह्मचिंतनांत प्रवेश करणारे जे योगी ते चिरकाल काष्ठवत् असतां त्यांच्या शरीराचें संरक्षण तोच करितो म्हणून त्यास गुहापाल म्हणतात. कामक्रोधादिक शत्रूंना त्यानेंच क्षीण करून टाकिलें म्हणून त्यास प्रकृष्टारि म्हणतात. त्याच्या ठिकाणीं महान् हर्ष वास करितो म्हणून त्यास महाहर्ष म्हणतात. त्यानें वासना जिंकिल्या आहेत म्हणून त्यास जितकाम म्हणतात. त्यानें सर्व इंद्रियें स्वाधीन ठेविलीं आहेत म्हणून त्यास जितेंद्रिय म्हणतात. गांधार नामक जो स्वरविशेष तो तोच असल्यामुळें त्यास गांधार असें नांव आहे. त्याचें वसतिस्थान जो कैलास पर्वत तो सुंदर असल्यामुळें त्यास सुवास म्हणतात. तो नित्य तपश्चर्येंत दंग असल्यामुळें त्यास तपःसक्त म्हणतात. तो प्रेमनिधि असल्यामुळें त्यास रति म्हणतात. तो सर्व ब्रह्मांडभर व्याप्त आहे म्हणून त्यास नर म्हणतात. वेदमंत्रादिकांनीं त्याचेंच स्तोत्र गायिलें आहे म्हणून त्यास महागीत म्हणतात. तो उत्तम प्रकारें नृत्य करितो म्हणून त्यास महानृत्य म्हणतात. अप्सरांचे समुदाय त्याच्या सेवेंत तत्पर असतात म्हणून त्यास अप्सरोगणसेवित म्हणतात.

त्याचा वृषरूप ध्वज महान् असल्यामुळें त्यास महाकेतु म्हणतात. महाधातु म्हणजे मेरुपर्वत तो तद्रूपच होय म्हणून त्यास महाधातु ह्मणतात. मेरुपर्वताच्या अनेक शिखरांवर तोच भ्रमण करितो ह्मणून त्यास नैकसानुचर म्हणतात. तो इतका चंचल आहे कीं, त्याला धरणें मोठें अवघड आहे म्हणून त्यास चल म्हणतात. तो वाणीनें वर्णन करण्यास अशक्य, पण आचार्यांच्या उपदेशानें ज्ञान होण्यास सुशक्य असल्यामुळें त्यास आवेदनीय असें ह्मणतात. तो प्रत्यक्ष उपदेशरूपच होय ह्मणून त्यास आदेश म्हणतात. त्याला सर्व सुगंधांचें परिघ्राण अनायासें एकदम घेतां येतें ह्मणून त्यास सर्वगंधसुखावह ह्मणतात. पुरद्वारादि हीं तद्रूपच होत म्हणून त्यास तोरण म्हणतात. खंदक वगैरेंचा बचाव तोच करितो आणि तदंतर्गत वीरांना उत्तेजन देऊन तोच शत्रूंना जिंकितो म्हणून त्यास तारण म्हणतात. वारा हें त्याचेंच रूप होय म्हणून त्यास वात म्हणतात. मोठमोठाले कोट ज्याच्या सभोंवतीं असतात असे किल्ले हीं वास्तविकपणें त्याचींच रूपें होत म्हणून त्यास परिधी म्हणतात. पक्ष्यांचा राजा जो गरुड तो तदंशच होय ह्मणून त्यास खेचरपति म्हणतात. स्त्रीपुरुषांचा संयोग हा तद्रूपच होय ह्मणून त्यास संयोग म्हणतात. त्या संयोगापासून सृष्टीचें वर्धन तोच करितो म्हणून त्यास वर्धन म्हणतात. गुण, ज्ञान, ऐश्वर्य, इत्यादिकांनीं तो वृद्ध आहे ह्मणून त्यास वृद्ध म्हणतात. त्याचें वार्द्धक्य अपरिमित असल्यामुळें त्यास अतिवृद्ध म्हणतात. त्याच्या ठिकाणीं अतिशयित गुण असल्यामुळें त्यास गुणाधिक म्हणतात. तो शाश्वत असून त्यास स्वतःवांचून अन्याच्या साहाय्याची अपेक्षा नाहीं म्हणून त्यास नित्यात्मसहाय म्हणतात. तो देव आणि असुर ह्यांचा पति होय म्हणून त्यास देवासुरपति म्हणतात. तो सर्वांचा अधिपति असल्यामुळें त्यास पति म्हणतात. तो युद्धादिकांकरितां नित्य सिद्ध असतो म्हणून त्यास युक्त म्हणतात. शत्रूंचें मर्दन करण्यास त्याचे बाहु समर्थ आहेत म्हणून त्यास युक्तबाहु म्हणतात. स्वर्गांत ज्याला सुपर्वा म्हणतात व अन्यत्र ज्याला महान् म्हणतात तोही त्याची आराधना करितो म्हणून त्यास सुपर्वण म्हणतात. सर्व कांहीं सहन करण्याचें सामर्थ्य तोच देतो म्हणून त्यास आषाढ म्हणतात. सर्व कांहीं सहन करण्याचें सामर्थ्य त्याला आहे म्हणून त्यास सुषाढ म्हणतात. तो नित्य स्थिर आहे म्हणून त्यास ध्रुव म्हणतात. तो निर्मळ आहे म्हणून त्यास हरिण म्हणतात. त्याच्या हातांत हरण म्हणजे संहार करणारा शूल असतो म्हणून त्यास हर म्हणतात. स्वर्गांतून च्युत होऊन संसारचक्रांत परिभ्रमण करणाऱ्याला तोच देह अर्पण करितो म्हणून त्यास वपुःप्रदाता म्हणतात. वित्तादिकांपेक्षां तो श्रेष्ठ आहे म्हणून त्यास वसुश्रेष्ठ म्हणतात. शिष्टांचा आचार तद्रूपच आहे म्हणून त्यास महापथ म्हणतात. त्यानें ब्रह्मदेवाचें जें शिर छेदिलें तें मोठ्या विवेकानेंच छेदिलें : क्रोधाला वश होऊन त्यानें तें केलें नाहीं म्हणून त्यास विमर्शवान् शिरोहारी असें म्हणतात. सामुद्रिक शास्त्रांत सांगितलेल्या सर्व शुभ लक्षणांनीं त्याचें यथावत् ज्ञान करून घेतां येतें म्हणून त्यास सर्वलक्षणलक्षित असें म्हणतात. रथाला जोडणारें जें काष्ठ (अक्ष) तो तोच असल्यामुळें त्यास अक्ष म्हणतात; आणि त्यामुळेंच देहरूप रथाला तो जोडिला जाऊन त्यास रथयोगी असें नांव प्राप्त झालें आहे. त्याचा सर्वत्र योग म्हणजे स्पर्श असल्यामुळें त्यास सर्वयोगी म्हणतात. तो अतिशय बलवान् वीर असल्यामुळें त्यास महाबल म्हणतात. वेद हे त्या-

चेंच प्रतिपादन करीत असल्यामुळें त्यास समाम्नाय म्हणतात. स्मृति, इतिहास, पुराणें व इतर ग्रंथ त्याच्याच रूपाचें विवेचन करितात म्हणून असमाम्नाय म्हणतात. सर्व पवित्र स्थलांचें अधिदैवत तोच असल्यामुळें त्यास तीर्थदेव म्हणतात. पृथ्वी हा त्याचा रथ असल्यामुळें त्यास महारथ म्हणतात. प्रत्येक प्राण्याच्या देहांत जीं निर्जीव तत्त्वें भरलीं आहेत तीं तद्रूपच होत म्हणून त्यास निर्जीव म्हणतात. निर्जीव देहाला चेतना तोच देतो म्हणून त्यास जीवन म्हणतात. प्रणवादि मंत्र किंवा मृतांचें संजीवन करणारे मंत्र तोच होय म्हणून त्यास मंत्र म्हणतात. त्याची दृष्टि शांत आहे म्हणून त्यास शुभाक्ष म्हणतात. तो भयंकर संहारकर्ता आहे म्हणून त्यास बहुकर्कश म्हणतात. त्याच्या ठायीं अतिशयित उत्तम गुण वसत आहेत म्हणून त्यास रत्नप्रभूत म्हणतात. त्याची देहकांति आरक्त आहे म्हणून त्यास रत्नांग म्हणतात. मोठमोठाले सागर हे त्याचे पशूंना पाणी पिण्याकरितां केलेले लहान लहान जलाशय होत म्हणून त्यास महार्णवनिपानविद् असें म्हणतात. संसारवृक्षाचें अधिष्ठान तोच असल्यामुळें त्यास मूल म्हणतात. तो अतिशय सुंदर आहे म्हणून त्यास विशाल म्हणतात. अमृत हें त्याचेंच रूप होय म्हणून त्यास अमृत म्हणतात. कार्य व कारण ह्यांचा आत्मा तोच असल्यामुळें त्यास व्यक्ताव्यक्त असें म्हणतात. तो तपश्चर्येचा निधि असल्यामुळें त्यास तपोनिधि म्हणतात. परमपदास आरोहण करण्याची इच्छा करणारा तोच होय म्हणून त्यास आरोहण ह्मणतात. परमपदास तो आधींच पावला असल्यामुळें त्यास अधिरोह ह्मणतात. त्याचें शील उत्कृष्ट असल्यामुळें त्यास शीलधारी ह्मणतात. त्याची कीर्ति पवित्र आहे ह्मणून त्यास महायशा म्हणतात. सेनेला अलंकार जो पराक्रम तो तोच असल्यामुळें त्यास सेनाकल्प ह्मणतात. तें दिव्य भूषणच होय म्हणून त्यास दिव्यभूषण म्हणतात. चित्तवृत्तिनिरोधरूप जो योग तो तोच होय म्हणून त्यास योग म्हणतात. कल्पादिक युगें करणारा तोच असल्यामुळें त्यास युगकर म्हणतात. ह्या लोकापासून त्या लोकापर्यंत देहाला नेणारा त्रिविक्रमरूप देव तोच असल्यामुळें त्यास हरि असें म्हणतात. धर्माधर्मांचा संकर हें त्याचेंच रूप असल्यामुळें त्यास युगरूप म्हणतात. त्याला रूप मुळींच नाहीं म्हणून त्यास महारूप म्हणतात. महान् जो गजासुर त्याचा अंत करणारा तोच असल्यामुळें त्यास महानागहन म्हणतात. मृत्यु हें त्याचेंच रूप असल्यामुळें त्यास वध असें म्हणतात. ज्याच्या त्याच्या कर्मानुरूप तो त्याचे मनोरथ सिद्धीस नेतो म्हणून त्यास न्यायनिर्वपण म्हणतात. त्याच्या ठिकाणीं कोणालाही जातां येईल म्हणून त्यास पाद (गम्य) म्हणतात. त्याला सर्व प्रकारचें परोक्ष ज्ञान आहे म्हणून त्यास पंडित म्हणतात. त्याच्या ठिकाणीं उत्तम तत्त्वज्ञान आहे म्हणून त्यास अचलोपम म्हणतात. त्याच्या ठायीं दिव्य कांति आहे म्हणून त्यास बहुमाल म्हणतात. त्याच्या गळ्यांत मोठी (आपादलंबिनी) माला आहे म्हणून त्यास महामाल म्हणतात. त्याची शांत दृष्टि हाच चंद्र होय म्हणून त्यास शशिहरसुलोचन म्हणतात. अत्यंत विस्तीर्ण असा जो क्षारसमुद्र तो त्याचेंच रूप असल्यामुळें त्यास विस्तारलवणकूप असें म्हणतात. कृत, त्रेता व द्वापर हीं तीन युगें तद्रूपच असल्यामुळें त्यास त्रियुग म्हणतात. त्याच्यामुळें सर्व प्रयत्नांचें साफल्य होतें म्हणून त्यास सफलोदय म्हणतात. शास्त्र, आचार्य व ध्यान हीं तीन त्याच्या दर्शनाचीं साधनें होत म्हणून त्यास त्रिलोचन म्हणतात. मूलतत्त्वरूप जे

भूमि वगैरे आठ पदार्थ त्यांनीं त्याचा देह झाल्यामुळें त्यास विषण्णांग म्हणतात. त्याच्या कर्णांत मणि घालण्याकरितां वेध केलेला असल्यामुळें त्यास मणिविद्ध म्हणतात. त्याच्या मस्तकावर जटा असल्यामुळें त्याला जटाधर म्हणतात. अनुस्वार व विसर्ग हीं त्याचींच रूपें असल्यामुळें त्यास बिंदु व विसर्ग अशीं नांवें आहेत. त्याचें मुख सुंदर असल्यामुळें त्यास सुमुख म्हणतात. शर व इतर सर्व आयुधें तद्रूपच होत म्हणून त्यास शर व सर्वायुध अशीं नांवें आहेत. तो सर्व कांहीं सहन करितो म्हणून त्यास सह म्हणतात. सर्व वृत्तींचा पूर्ण नाश होतो तेव्हां त्याचें ज्ञान प्राप्त होतें म्हणून त्यास निवेदन म्हणतात. सर्व वृत्तींचा लय झाला असतां तो सुखरूपानें आविर्भूत होतो म्हणून त्यास सुखाजात म्हणतात. उत्तम जो गांधार स्वर तो तोच असल्यामुळें त्यास सुगंधार म्हणतात. महान् धनु जें पिनाक तें त्याच्या हातांत असल्यामुळें त्यास महाधनु म्हणतात. सर्व गंध म्हणजे सर्व वासना ह्यांचें पालन करण्याकरितां सर्व प्राण्यांच्या वासनांच्या जागीं तोच भगवान् होतो म्हणून त्यास गंधपाली भगवान् म्हणतात. सर्व कर्मांचा उत्थापक तोच होय म्हणून त्यास सर्वकर्मोत्थान म्हणतात. सर्व विश्वाला हादरून सोडणारा जो प्रलयकालीन प्रचंड वारा तो तद्रूपच असल्यामुळें त्यास मंथानबहुलवायु असें म्हणतात. तो सर्व गुणांनीं परिपूर्ण आहे म्हणून त्यास सकल म्हणतात. तो सर्व कांहीं पाहातो म्हणून त्यास सर्वलोचन म्हणतात. करतल नामक वाद्यविशेषापासून जो ध्वनि उमटतो तो तदंशाच असल्यामुळें त्यास तलस्ताल असें म्हणतात. त्याचा हात हेंच त्याचें भोजनपात्र असल्यामुळें त्यास करस्थाली म्हणतात. त्याचें शरीर अत्यंत बळकट असल्यामुळें त्यास ऊर्ध्वसंहनन म्हणतात. तो अतिशय उंच असल्यामुळें त्यास महान् म्हणतात. छत्र हें त्याचेंच रूप असल्यामुळें त्यास छत्र म्हणतात. त्याच्या मस्तकावर उत्तम छत्र असल्यामुळें त्यास सुच्छत्र म्हणतात. प्रत्येक प्राणी हा तन्मय असल्यामुळें त्यास विख्यातलोक म्हणतात. त्यानें आपल्या पावलांनीं सर्व विश्वाला व्याप्त केलें म्हणून त्यास सर्वाश्रयक्रम म्हणतात. त्यानें मुंडन केलें आहे म्हणून त्यास मुंड म्हणतात. त्यामुळें तो विरूप दिसतो म्हणून त्यास विरूप म्हणतात. जगतांतील सर्व पदार्थ हीं त्याचींच विकृत रूपें होत म्हणून त्यास विकृत म्हणतात. त्याच्या हातांत दंड आहे म्हणून त्यास दंडी म्हणतात. त्याच्यापाशीं कुंड आहे म्हणून त्यास कुंडी म्हणतात. कर्मानें तो प्राप्य नाहीं म्हणून त्यास विकुर्वा म्हणतात. सिंह हा तद्रूपच होय म्हणून त्यास हर्यक्ष म्हणतात. सर्व दिशा हीं त्याचींच रूपें होत म्हणून त्यास ककुभ म्हणतात. त्याच्यापाशीं वज्र आहे म्हणून त्यास वज्री म्हणतात. त्याला शंभर जिह्वा आहेत म्हणून त्याच शतजिव्ह म्हणतात. त्याला हजार पाय व हजार मस्तकें आहेत म्हणून त्यास सहस्रपात्सहस्रमूर्धा म्हणतात. देवांचा तो अधिपति आहे म्हणून त्यास देवेंद्र म्हणतात. त्याच्या ठिकाणीं सर्व देवांचें वास्तव्य आहे म्हणून त्यास सर्वदेवमय म्हणतात. तो सर्वांचा धनी आहे म्हणून त्यास गुरु म्हणतात. त्याला सहस्र बाहु आहेत म्हणून त्यास सहस्रबाहु म्हणतात. त्याची व्याप्ति सर्वत्र आहे म्हणून त्यास सर्वांग म्हणतात. शरण आलेल्या प्राण्यांना तो श्रेष्ठ आश्रय होय म्हणून त्यास शरण्य म्हणतात. सर्व लोक तोच उत्पन्न करितो म्हणून त्यास सर्वलोककृत् म्हणतात. तो अतिशय पवित्र आहे म्हणून त्यास पवित्र म्हणतात. बीज, शक्ति

व कीलक हीं तीन ज्या मंत्राचीं मुख्य अंगें तो ककुन्मंत्र तोच असल्यामुळें त्यास त्रिककुन्मंत्र म्हणतात. अदितीच्या पुत्रांमध्यें कनिष्ठ जो वामनरूप विष्णु तो त्याचाच अवतार असल्यामुळें त्यास कनिष्ठ म्हणतात. त्याचा वर्ण काळा व पिंगट असल्यामुळें त्यास कृष्णपिंगल म्हणतात. ब्रह्मदंडाला उत्पन्न करणारा तोच होय म्हणून त्यास ब्रह्मदंडविनिर्माता म्हणतात. त्याच्याजवळ शतघ्नी, पाश व शक्ति हीं असल्यामुळें त्यास शतघ्नीपाशशक्तिमान् असें म्हणतात. पद्मापासून उत्पन्न झालेला जो ब्रह्मा तो तोच असल्यामुळें त्यास पद्मगर्भ म्हणतात. त्याचें उदर फार मोठें असल्यामुळें त्यास महागर्भ म्हणतात. त्याच्यापासूनच वेद उत्पन्न झाल्यामुळें त्यास ब्रह्मगर्भ म्हणतात. प्रलयकालीं सर्वत्र जलमय झालें असतां त्यावर तो एकटाच प्रकट होतो म्हणून त्यास जलोद्भव म्हणतात. त्याचे किरण मोठे दीप्तिमान् आहेत म्हणून त्यास गभस्ति म्हणतात. वेदांचा उत्पादक तोच होय म्हणून त्यास ब्रह्मकृत् म्हणतात. वेदांचा अभ्यास तोच करितो म्हणून त्यास ब्रह्मी म्हणतात. वेदांचा अर्थ त्यालाच कळतो म्हणून त्यास ब्रह्मविद् म्हणतात. तो ब्रह्मचिंतनांत सदा आसक्त असतो म्हणून त्यास ब्राह्मण म्हणतात. ब्रह्मचिंतन करणाऱ्यांचा तो महान् आधार होय म्हणून त्यास गति म्हणतात. त्याचीं रूपें अनंत आहेत म्हणून त्यास अनंतरूप म्हणतात. त्यानें अनेक शरीरें धारण केलीं आहेत म्हणून त्यास नैकात्मा म्हणतात. ब्रह्मदेवालाही तिकडे पहावत नाहीं असें त्याचें तेज दुःसह आहे म्हणून त्यास तिग्मतेजा स्वयंभुव म्हणतात. सर्व उपाधींच्या पलीकडे त्याच्या देहाची व्याप्ति असल्यामुळें त्यास ऊर्ध्वगात्मा म्हणतात. तो सर्व जीवांचा पालक असल्यामुळें त्यास पशुपति म्हणतात. वाऱ्यासारखा त्याचा वेग असल्यामुळें त्यास वातरंहा म्हणतात. मनासारखा तो जवशाली असल्यामुळें त्यास मनोजव म्हणतात. त्याच्या शरीरावर चंदनाची उटी असल्यामुळें त्यास चंदनी म्हणतात. पद्मनालाचें अग्र तोच असल्यामुळें त्यास पद्मनालाग्र म्हणतात. कामधेनु जी सुरभि तिला शाप देऊन त्यानेंच उच्चपदापासून खालीं आणिली म्हणून त्यास सुरभ्युत्तरण म्हणतात. त्याचा कधींही अंत होत नाहीं म्हणून त्यास नर म्हणतात. कर्णिकाराच्या पुष्पांची मोठी माळ त्याच्या गळ्यांत असते म्हणून त्यास कर्णिकारमहास्रग्वी म्हणतात. नीलरत्नांनीं खचित असा किरीट त्याच्या मस्तकावर विराजत आहे म्हणून त्यास नीलमौलि म्हणतात. त्रिपुरासुरानें हरण केलेला स्वर्ग देवांनीं त्याच्याच बळानें पुनः संपादन केला म्हणून त्यास पिनाकधृक् म्हणतात. उमा म्हणजे ब्रह्मविद्या हिचा पति तोच होय म्हणून त्याला उमापति म्हणतात. ब्रह्मविद्येनें त्याला वश करून घेतलें आहे म्हणून त्यास उमाकांत म्हणतात. जान्हवीला त्यानेंच आपल्या जटेंत धारण केलीं म्हणून त्यास जान्हवीधृक् म्हणतात. उमेचा तो भर्ता म्हणून त्यास उमाधव म्हणतात. भूमीचा उद्धारक यज्ञरूपी श्रेष्ठ वराह तोच असल्यामुळें त्यास वरोवराह म्हणतात. तो नानाविध अवतार घेऊन जगताचें पालन करितो म्हणून त्यास वरद म्हणतात. तो सर्वथा वंदनीय होय म्हणून त्यास वरेण्य म्हणतात. ज्यानें उच्च स्वरानें वेद म्हटले तो हयग्रीव तोच असल्यामुळें त्यास सुमहास्वन म्हणतात. त्याच्यापासून महान् प्रसादाची प्राप्ति होते म्हणून त्यास महाप्रसाद म्हणतात. तो सर्व शत्रूंचें दमन करितो म्हणून त्यास दमन म्हणतात. तो काम-

१ पितः प्राप्तः नाकः स्वर्गः येन सः ।

क्रोधादिक शत्रूंचा नाश करितो म्हणून त्यास शत्रुहा म्हणतात. त्याचें उजवें अर्धांग कर्पूरगौर व डावें अर्धांग कनकपिंगल असल्यामुळें (तो अर्धनारीनटेश्वर असल्यामुळें) त्यास श्वेतपिंगल म्हणतात. त्याचा देह सुवर्णासारखा पिंवळा असल्यामुळें त्यास पीतात्मा म्हणतात. अन्नमय, प्राणमय, मनोमय, विज्ञानमय व आनंदमय अशा पंचकोशांच्या पलीकडे केवळ आनंदस्वरूप असा तो असल्यामुळें त्यास परमात्मा म्हणतात. त्याचें चित्त शुद्ध असल्यामुळें त्यास प्रयतात्मा म्हणतात. जगताला कारण जें त्रिगुणात्मक प्रधान नांवाचें अज्ञान त्यास अधिष्ठान तोच असल्यामुळें त्यास प्रधानधृक् म्हणतात. चार दिशांकडे चार व ऊर्ध्वभागीं एक अशीं त्याला पांच मुखें असल्यामुळें त्यास सर्वपार्श्वमुख म्हणतात. सोम, सूर्य व अग्नि हे त्याचे तीन नेत्र असल्यामुळें त्यास त्र्यक्ष म्हणतात. तो पुण्यानुरूप प्रसाद अर्पितो म्हणून त्यास धर्मसाधारणवर म्हणतात. स्थावरजंगम वस्तूंचा आत्मा तोच होय म्हणून त्यास चराचरात्मा म्हणतात. त्याचा आत्मा अत्यंत सूक्ष्म आहे म्हणून त्यास सूक्ष्मात्मा म्हणतात. मृत्युरहित गोवृषरूप जो निष्काम धर्म त्याचा पति तोच असल्यामुळें (निष्काम धर्माचें फल जो मोक्ष तो देणारा तोच असल्यामुळें) त्यास अमृतगोवृषेश्वर म्हणतात. देवाधिदेव जे साध्य त्यांचा आचार्य तोच असल्यामुळें त्यास साध्यर्षि म्हणतात. अदितीचा पुत्र जो वसु तो तोच असल्यामुळें त्यास वसु म्हणतात. सर्व विश्वाला किरणसमूहानें तोच आच्छन्न करितो, सर्वांना आपआपले व्यवसाय करण्यास तोच उद्युक्त करितो, आणि यज्ञांत प्राशनीय जो सोमरस तो तद्रूपच होय, म्हणून त्यास विवस्वान्सवितामृत म्हणतात. इतिहास व पुराणें ह्यांचा कर्ता जो व्यास तो तोच होय म्हणून त्यास व्यास म्हणतात. इतिहासपुराणादिकांची रचना, संक्षेप व विस्तार हीं तोच करितो म्हणून त्यास सर्गसंक्षेपविस्तार असें म्हणतात. अखिल जीव त्याचींच रूपें होत म्हणून त्यास पर्ययनेर[1] म्हणतात. ऋतु, संवत्सर, मास व पक्ष हीं तद्रूपच असल्यामुळें त्यास ऋतु, संवत्सर, मास व पक्ष अशीं नांवें आहेत. ऋतु वगैरेंचीं संख्या समाप्त करणारे जे संक्रांतिदर्शपूर्णमासादिक काल ते तोच होय म्हणून त्यास संख्यासमापन म्हणतात. कला, काष्ठा, लव व मात्रा हीं त्याचींच रूपें असल्यामुळें त्यास कला, काष्ठा, लव व मात्रा अशीं नांवें आहेत. मुहूर्त, अह व क्षपा तोच असल्यामुळें त्यास मुहूर्ताहःक्षपा म्हणतात. ऋतु वगैरे कालांचे घटक जे क्षण तेही तोच असल्यामुळें त्यास क्षण म्हणतात. ब्रह्मांडरूप वृक्षाचें चिन्मात्ररूप जें आलवाल (अळें) तें तोच असल्यामुळें त्यास विश्वक्षेत्र म्हणतात. मायाविशिष्ट चैतन्यरूप जें अव्यक्तसंज्ञक प्रजाबीज तें तोच असल्यामुळें त्यास प्रजाबीज म्हणतात. महत्तत्त्व हें तोच असल्यामुळें त्यास लिंग म्हणतात. महत्तत्त्वाच्या मागून उत्पन्न होणारा जो प्रथमांकुर अहंकार तो तोच असल्यामुळें त्यास आद्यनिर्गम म्हणतात. कार्यरूप जें सत् आणि कारणरूप जें असत् तें तोच असल्यामुळें त्यास सत् व असत् अशीं नांवें आहेत. इंद्रियगोचर व इंद्रियागोचर जगत् तदंशच असल्यामुळें त्यास व्यक्त व अव्यक्त म्हणतात. सर्वांचा पिता, माता व पितामह तोच असल्यामुळें त्यास पिता, माता व पितामह म्हणतात. स्वर्ग मिळवून देणारी तपश्चर्या व जन्ममरण प्राप्त करून देणारी वासना आणि मोक्ष जोडणारें वैराग्य हीं सर्व तद्रूपच असल्यामुळें त्यास

१ पर्ययो नरः=परितः अयते व्याप्नोतीति नरः जीवः ।

स्वर्गद्वार, प्रजाद्वार व मोक्षद्वार असें म्हणतात. स्वर्गीतील सुखें संपादणारा जो धर्म तो तद्रूपच होय म्हणून त्यास त्रिविष्टप म्हणतात. परमात्मस्वरूपापासून भिन्न असलेल्या दशेचा मोक्ष तोच करितो म्हणून त्यास निर्वाण म्हणतात. प्रत्येक प्राण्याला आनंद देणारा तोच होय म्हणून त्यास ऌहादन म्हणतात. ब्रह्मलोक तो तोच होय म्हणून त्यास ब्रह्मलोक म्हणतात. ब्रह्मलोकाहूनही त्याची पायरी वरचढ आहे म्हणून त्यास परागति म्हणतात. देव, दैत्य ह्यांना त्यानेंच उत्पन्न केलें म्हणून त्यास देवासुरविनिर्माता म्हणतात. देव व दैत्य ह्यांचा मुख्य आधार तोच होय म्हणून त्यास देवासुरपरायण म्हणतात. देवांचा गुरु बृहस्पति व असुरांचा गुरु शुक्र हे तोच होय म्हणून त्यास देवासुरगुरु म्हणतात. तो नित्य विजयी आहे म्हणून त्यास देव म्हणतात. देव व असुर हे दोघेही त्यास वंदितात म्हणून त्यास देवासुरनमस्कृत म्हणतात. देव व असुर ह्यांपेक्षां तो श्रेष्ठ आहे म्हणून त्यास देवासुरमहामात्र म्हणतात. देव व असुर ह्यांचे समुदाय त्याच्या आश्रयास असतात म्हणून त्यास देवासुरगणाश्रय म्हणतात. इंद्रादिक देवगणश्रेष्ठ व विरोचनादिक असुरगणश्रेष्ठ तोच होय म्हणून त्यास देवासुरगणाध्यक्ष म्हणतात. देव व असुर ह्यांच्या गणांचे अधिपति स्वामिकार्तिकेय व केशिदैत्य हींही त्याचींच रूपें असल्यामुळें त्यास देवासुरगणाग्रणी म्हणतात. तो इंद्रियांचा अतिक्रम करून (इंद्रियांची अपेक्षा न करितां) स्वतःच प्रकाशतो म्हणून त्यास देवातिदेव म्हणतात. नारदादिक देवर्षि हीं त्याचींच रूपें असल्यामुळें त्यास देवर्षि म्हणतात. ब्रह्मदेव, रुद्र आदिकरून रूपांनीं देव व असुर ह्यांना तोच वर अर्पण करितो म्हणून त्यास देवासुरवरप्रद म्हणतात. देव व असुर ह्यांच्या अंतर्यामीं तोच रहातो म्हणून त्यास देवासुरेश्वर म्हणतात. प्रलयकालीं सर्व जगत् त्याच्याच ठिकाणीं लय पावतें म्हणून त्यास विश्व म्हणतात. देव व असुर ह्यांच्या अंतर्यामीं निवास करणाऱ्या देवतेचाही तो प्रेरक होय म्हणून त्यास देवासुरमहेश्वर म्हणतात. अग्नि हें त्याचें मस्तक आणि सूर्यचंद्र हे त्याचे नेत्र इत्यादि प्रकारें त्याचा देह सर्व देवमय आहे म्हणून त्यास सर्वदेवमय म्हणतात. त्याला ज्याचें चिंतन करावयाचें आहे असा कोणीही वरचढ देव नाहीं म्हणून त्यास अचिंत्य म्हणतात. देवतांचा अंतरात्मा तोच होय म्हणून त्यास देवतात्मा म्हणतात. तो स्वतःच सिद्ध आहे म्हणून त्यास आत्मसंभव म्हणतात. कर्मफलाचा भेद तोच करितो म्हणून त्यास उद्भिद् म्हणतात. तिन्ही भुवनांचें आक्रमण त्यानेंच केलें म्हणून त्यास त्रिविक्रम म्हणतात. खरोखरी विद्वान् तोच होय म्हणून त्यास वैद्य म्हणजे विद्यावान् म्हणतात. त्याच्या ठायीं मुळींच रज (मल) नाहीं म्हणून त्यास विरज म्हणतात. तो सर्वथा रजोगुणहीन आहे म्हणून त्यास नीरज म्हणतात. त्याचा विनाश होत नाहीं म्हणून त्यास अमर म्हणतात. त्याची स्तुति करणें इष्ट होय म्हणून त्यास ईड्य म्हणतात. काலरूप हत्तीचा सत्ताधीश तोच होय म्हणून त्यास हस्तीश्वर म्हणतात. व्याघ्रेश्वर नामक जें लिंग तें त्याचेंच होय म्हणून त्यास व्याघ्र म्हणतात. सर्व देवांत तो अधिक पराक्रमी आहे म्हणून त्यास देवसिंह म्हणतात. नरांमध्येंही तोच श्रेष्ठ होय म्हणून त्यास नरर्षभ म्हणतात. त्याच्या ठायीं लोकोत्तर बुद्धिमत्ता वसत असल्यामुळें त्यास विबुध म्हणतात. यज्ञभागादिकांचा तो प्रमुखत्वानें स्वीकार करितो म्हणून त्यास अग्रवर म्हणतात. त्याचें ज्ञान होणें कठीण आहे म्हणून त्यास सूक्ष्म म्हणतात. सर्व देवांचें तेज त्या

एकट्याच्या ठिकाणीं पूर्णत्वानें अधिष्ठित आहे म्हणून त्यास सर्वदेव म्हणतात. त्याच्या ठायीं तपाचें प्राधान्य आहे म्हणून त्यास तपोमय म्हणतात. तो नित्य उत्तम प्रकारें योगसाधन करीत असतो म्हणून त्यास सुयुक्त म्हणतात. तो मंगलप्रद आहे म्हणून त्यास शोभन म्हणतात. त्याच्या हातांत वज्र आहे म्हणून त्यास वज्री म्हणतात. प्रासादिक आयुधांचें उत्पत्तिस्थान तोच होय म्हणून त्यास प्रासप्रभव म्हणतात. एकाग्रचित्त केल्याशिवाय इतर विविध साधनांनीं तो कोणालाही प्राप्त होत नाहीं, म्हणून त्यास अव्यय म्हणतात. देवांचा सेनापति जो गुह तो तोच होय म्हणून त्यास गुह म्हणतात. क म्हणजे सुख ह्याचा तो अंत म्हणजे पराकाष्ठा होय म्हणून त्यास कांत म्हणतात. सर्व सर्ग म्हणजे सृष्टि ही त्याचेंच रूप होय म्हणून त्यास निजसर्ग म्हणतात. पवि म्हणजे वज्रतुल्य मृत्युदुःख त्यापासून तारणारा तोच होय म्हणून त्यास पवित्र म्हणतात. ब्रह्मादिकांना सुद्धां त्याच्यापासूनच पवित्रता प्राप्त होते म्हणून त्यास सर्वपावन म्हणतात. वृषभादिक हे तद्रूपच होत म्हणून त्यास शृंगी म्हणतात. पर्वताच्या शिखराचा आश्रय करणें त्यास फार प्रिय आहे म्हणून त्यास शृंगप्रिय म्हणतात. शनिग्रह हें त्याचेंच रूप होय म्हणून त्यास बभ्रु म्हणतात. राजराज म्हणजे कुबेर हा तोच होय म्हणून त्यास राजराज म्हणतात. त्याच्या ठायीं कोणताही दोष नाहीं म्हणून त्यास निरामय म्हणतात. त्याच्यापासून प्रेमाची उत्पत्ति होते म्हणून त्यास अभिराम म्हणतात. देवसंघ हे तद्रूपच होत म्हणून त्यास सुरगण म्हणतात. सर्वांचा नाश हें तरी त्याचेंच रूप होय म्हणून त्यास विराम म्हणतात. सर्व साधनें आश्रमकर्मे त्याच्याच प्राप्तीसाठीं असल्यामुळें त्यास सर्वसाधन म्हणतात. त्याच्या ललाटीं अक्षि (डोळा) आहे म्हणून त्यास ललाटाक्ष म्हणतात. विश्वांनीं म्हणजे ब्रह्मांडरूप चेंडूंनीं तो क्रीडा करितो म्हणून त्यास विश्वदेव म्हणतात. हरिण हें तद्रूपच असल्यामुळें त्यास हरिण म्हणतात. विद्या व तप ह्यांच्या योगें उत्पन्न होणारें तेज त्याच्या ठायीं वास करितें म्हणून त्यास ब्रह्मवर्चस् म्हणतात. हिमालय, मेरु, इत्यादि पर्वत हें त्याचेंच रूप असल्यामुळें त्यास स्थावरपति म्हणतात. त्यानें नियमादिकांनीं इंद्रियांचा क्षय केला आहे म्हणून त्यास नियमेंद्रियवर्धन म्हणतात. नित्य सिद्ध असलेला जो मोक्ष तो तत्त्वज्ञानानें साधण्याविषयीं तो सिद्ध असतो म्हणून त्यास सिद्धार्थ म्हणतात. समीप असलेल्या मोक्षाला त्यानें जोडिलें आहे म्हणून त्यास सिद्धभूतार्थ म्हणतात. ज्याची उपासना करितात तद्व्यतिरिक्त जें ब्रह्म तें तोच होय म्हणून त्यास अचिंत्य म्हणतात. तो केवळ ब्रह्मप्राप्त्यर्थ तपश्चर्या करितो म्हणून त्यास सत्यव्रत म्हणतात. त्याचा अंतरात्मा निर्मल असल्यामुळें त्यास शुचि म्हणतात. नानाविध व्रतांचीं फलें तोच देतो म्हणून त्यास व्रताधिप म्हणतात. विश्व, तैजस् व प्राज्ञ ह्या तिहींच्या पलीकडे असलेलें जें शिवनामक अद्वैतरूप चतुर्थ तत्त्व तें तोच होय म्हणून त्यास पर म्हणतात. देश, काल, वस्तु, इत्यादिकांनीं तो अपरिच्छिन्न आहे म्हणून त्यास ब्रह्म म्हणतात. भक्तांना कैवल्यरूप विश्रांति देणारा तोच होय म्हणून त्यास भक्तपरमगति म्हणतात. तो सर्वतोपरी मुक्त आहे म्हणून त्यास विमुक्त म्हणतात. तेज म्हणजे लिंगशरीर ह्यापासून तो मुक्त आहे म्हणून त्यास मुक्ततेजा म्हणतात. त्याच्या ठायीं योगाचें ऐश्वर्य आहे म्हणून त्यास श्रीमान् म्हणतात. तो भक्तांची म्हणजे योगसाधनी पुरुषांची कांति वाढवितो म्हणून त्यास श्रीवर्धन म्हणतात; आणि नित्य रूपांतरा-

प्रत पावणारें जगत् हें त्याचेंच रूप होय, म्हणून त्यास जगत् म्हणतात.

कृष्णा, ह्याप्रमाणें भगवान् शंकराचीं महत्त्वानुक्रमानें एक हजार आठ नांवें आहेत. मीं मोठ्या भक्तीनें हीं नांवें उच्चारून त्या परमात्म्याची स्तुति केली. ब्रह्मादिक देव व महान् महान् ऋषि ह्यांनाही ज्याचें यथार्थ ज्ञान झालें नाहीं, त्या परमपूज्य, वंदनीय व प्रार्थनेस पात्र अशा जगन्नाथाचा स्तोत्रानें संतोष करण्यास कोण समर्थ होईल बरें? तथापि मीं मोठ्या भक्तीनें त्या सर्व सत्ताधीश यज्ञपति परमेश्वराची प्रार्थना केली आणि त्याची अनुज्ञा घेऊन मग त्या महाबुद्धिमान् लोकनायकास ह्या प्रकारें नामग्रहण करून स्तविलें. कृष्णा, जो पुरुष भगवच्चरणीं नित्य आसक्त होत्साता निर्मळ अंतःकरणानें भक्तिपूर्वक ऐश्वर्य वाढविणाऱ्या अशा त्या भगवन्नामांनीं शंकराची आराधना करितो; तो स्वतः परब्रह्मस्वरूपाप्रत अनायासें प्राप्त होतो. कृष्णा, हें भगवत्स्तोत्र परब्रह्मच आहे आणि ह्याचा पाठ करणारा पुरुष परब्रह्मरूप होतो. ऋषि व देव हे या स्तोत्रानेंच परमात्म्यास आराधितात. जेव्हां मुमुक्षुजन आत्म्याचें निग्रहण करून भगवान् महादेवाची स्तुति करितात तेव्हां तो प्रसन्न होतो; आणि मग तो सर्वव्यापक देवाधिदेव भक्तांवर अनुकंपा करून त्यांस परब्रह्मस्वरूपांत लीन करितो. त्याचप्रमाणें मनुष्यांमध्यें जीं मनुष्यें देवधर्माविषयीं आस्तिक्यबुद्धि बाळगून त्यांवर श्रद्धा ठेवितात; आणि बहुत जन्मपर्यंत मोठ्या भक्तीनें मन, वाणी व कर्म ह्यांच्या योगें त्या सनातन व श्रेष्ठ अशा शंकराची मनापासून आराधना करून निजतांना, जागेपणीं, चालतांना, बसतांना, डोळे उघडतांना व डोळे मिटतांना त्या अमितवीर्यशाली महादेवाचे गुण आठवून त्याच्या चरित्रांचें पुनःपुनः मनन करितात, तीं दुसऱ्यांस सांगतात, दुसऱ्यांपासून ऐकतात, त्यांचें कीर्तन करितात, त्या परमात्म्याला नित्य स्तवितात, आणि त्याच्या स्तवनांत दंग होत्साते रंगून जातात, तीं मनुष्यें कोट्यवधि जन्म घेतां घेतां त्यांच्या पातकांचा संहार होतो. तेव्हां त्यांचें चित्त भगवान् शंकराचे ठिकाणीं आसक्त होतें; आणि त्या भाग्यशाली व सतत व्यासंगी भक्तांच्या अंतःकरणांत त्या लोकनायकाविषयीं सुदृढ भक्ति उत्पन्न होऊन त्यास आपण शिवरूप आहों असें दिसूं लागतें. कृष्णा, भगवान् शंकराच्या ठिकाणीं अव्याहत, अढळ व निर्मळ भक्ति उत्पन्न होणें हें देवांना देखील दुर्लभ आहे, मग मनुष्यांची काय कथा? परंतु त्या महेश्वराच्याच अनुग्रहानें मनुष्यांच्या ठायीं त्याच्याविषयीं उत्कृष्ट भक्ति उत्पन्न होते व मग ते भगवद्भक्त अंतर्यामीं भगवच्चिंतन करीत करीत त्या लोकाधिपास अनन्यभावानें शरण जातात; आणि मग तो शरण आलेल्यांवर अनुग्रह करणारा देव संसारबंधांतून त्यांस मुक्त करितो. कृष्णा, दुसरे देव व महादेव ह्यांत मोठा भेद आहे तो हाच कीं, मनुष्यांनीं संसारबंधापासून मुक्त होण्याकरितां जें सुकृत जोडिलें असतें त्याचा इतर देव नाश करितात; पण महादेव हा मात्र त्या सुकृताचें अनुरूप फळ त्यांस अर्पितो. ही अशी अद्वितीय शक्ति दुसऱ्या देवांच्या ठायीं मुळींच नाहीं. असो; कृष्णा, त्या शुभ बुद्धि धारण करणाऱ्या इंद्रतुल्य तंडिऋषीनें भगवान् सदसत्पति कृत्तिवास शंकराची ह्याप्रमाणें स्तुति केली. कृष्णा, ह्या स्तवाचें माहात्म्य असें आहे कीं, प्रत्यक्ष ब्रह्मदेवानें ह्या स्तवांतलें मर्म ध्यानांत आणून त्याचा पाठ शंकरापुढें केला आहे. ज्या अर्थीं तुला ब्रह्माचें यथावत् स्वरूप विदित आहे, त्या अर्थीं तूं ह्या स्तवाचें महत्त्व जाण-

शीलच. हें स्तोत्र अतिशय पुण्यकारक व पवित्र असून सदोदीत पातकांचा उच्छेद करितें. ह्याच्या योगें योगाभ्यास सुसाध्य होतो, मोक्ष मिळतो, स्वर्ग हातीं येतो व चित्तास शांति प्राप्त होते. जो पुरुष दृढभक्तीनें ह्या स्तोत्राचें पठन करून शंकरास आराधितो, त्यास सांख्ययोगानें मिळणारी गति प्राप्त होते. भगवान् शंकराच्या समीप एकाग्र चित्तानें ह्या स्तवाचा वर्षभर पाठ केल्यास सर्व मनोरथ पूर्ण होतील. ब्रह्मदेवाच्या मनांतील हें परम गुह्य होय. त्यानें हें प्रथम शक्राला सांगितलें आणि मग तें त्याच्यापासून मृत्यूला कळलें. नंतर मृत्यूनें तें रुद्रांना सांगितलें व पुढें तें रुद्रांपासून तंडीप्रत आलें. कृष्णा, वास्तविकपणें ब्रह्मलोकीं तंडीनें महान् तपश्चर्या केली असतां त्या तपश्चर्येचें फळ म्हणून त्यास हें प्राप्त झालें. असो; पुढें तंडीनें तें शुक्राला सांगितलें व नंतर शुक्रानें तें गौतमाला विदित केलें. मग गौतमानें तें वैवस्वत् मनूला सांगितलें व वैवस्वत मनूपासून बुद्धिमान् व समाधींत निमग्न असलेल्या नारायण नामक साध्याला तें प्राप्त झालें. पुढें त्या महासमर्थ भगवान् नारायण साध्यानें तें यमाला सांगितलें आणि मग त्या भगवान् वैवस्वत यमापासून नाचिकेताला मिळालें. कृष्णा, पुढें नाचिकेतानें तें मार्कंडेयाला सांगितलें आणि मग मार्कंडेयानें माझा मनोनिग्रह अवलोकन करून मला तें विदित केलें. शत्रुसंहारका जनार्दना, अश्रुतपूर्व असा हा स्तव मी तुला अर्पण करितों. हा स्तव स्वर्गप्राप्ति करून देणारा, आरोग्य वाढविणारा, आयुष्य वृद्धिंगत करणारा आणि श्रुतीला संमत असलेला व सर्वत्र यश पसरणारा असा आहे.

कृष्ण म्हणाला:— युधिष्ठिरा, जो निर्मळ पुरुष ब्रह्मचर्य धारण करून व इंद्रियांना जिंकून नित्य नियमानें एक वर्षभर ह्या स्तवाचा पाठ करील, त्याला अश्वमेधाचें फल प्राप्त होईल. त्याला मग यक्ष, राक्षस, दानव, पिशाचें, यातुधान, गुह्यक, भुजग, वगैरे कोणीही पीडा करूं शकणार नाहींत.

अध्याय अठरावा.

—:०:—

महादेवमाहात्म्यकथन.

वैशंपायन सांगतात:— राजा जनमेजया, नंतर महायोगी कृष्णद्वैपायन मुनि व्यास म्हणाले कीं, ' बाळा युधिष्ठिरा, तुझें कल्याण असो. तूं ह्या स्तवाचा पाठ कर म्हणजे तुझ्यावर भगवान् महेश्वर प्रसन्न होईल. वत्सा, पूर्वी मेरुपर्वतावर पुत्रप्राप्त्यर्थ उग्र तपश्चर्या करीत असतां मीं हाच स्तव केला आणि त्यामुळें माझे सर्व मनोरथ परिपूर्ण सिद्धीस गेले. म्हणून, राजा धर्मा, तूंही त्याप्रमाणेंच करून शंकराच्या अनुग्रहानें सर्व इच्छा परिपूर्ण करून घे. '

नंतर देवांना मान्य असा सांख्यशास्त्रवेत्ता कपिल मुनि म्हणाला, ' धर्मा, मीं अनेक जन्मपर्यंत मोठ्या भक्तीनें भगवान् शंकराची आराधना केली, तेव्हां त्यानें सुप्रसन्न होऊन मला संसारबंधाचा मोक्ष करून देणारें ज्ञान दिलें.'

मग इंद्राचा प्रिय मित्र परमदयाळू चारुशीर्ष—जो आलंब गोत्रांत जन्मला असल्यामुळें आलंबायन ह्या नांवानें प्रसिद्ध होता तो म्हणाला, ' वत्सा युधिष्ठिरा, पूर्वीं मीं गोकर्णक्षेत्रीं जाऊन त्या ठिकाणीं शंभर वर्षेपर्यंत भगवान् शंकराची उग्र तपश्चर्या केली; तेव्हां, स्त्रियांच्या उदरीं जन्म न पावलेले, इंद्रियांचा निग्रह केलेले, धर्मज्ञाते, महातेज:पुंज, जरेपासून दूर असलेले, दु:खादिकांपासून अलिप्त व एक लक्ष वर्षेपर्यंत आयुर्मर्यादा असलेले असे शंभर पुत्र मला झाले. '

जनमेजया, नंतर भगवान् महामुनि वाल्मीकि युधिष्ठिरास असें म्हणाला, 'हे भारता, होमाग्नीनें युक्त अशा मुनींशीं मी पूर्वी एका समयीं पाखंडवाद करीत असतां त्यांनीं मला शाप दिला कीं, 'तुला ब्रह्महत्येचें पातक लागेल!' त्या ऋषींच्या मुखांतून तें शापवचन बाहेर पडतांच तत्काळ त्या पातकानें माझ्या देहांत प्रवेश केला. तेव्हां मी ताबडतोब त्या परमपावन व अमोघप्रसाद महेश्वराला शरण गेलों असतां त्या दुःखपरिहारक त्रिपुरहंत्यानें तत्काल मला त्या पातकापासून मुक्त करून म्हटलें, 'वाल्मीके,तुला उत्तम कीर्ति प्राप्त होईल!'

नंतर, जनमेजया, ऋषींच्या मध्यें बसलेला महाधार्मिक जामदग्न्य सूर्यासारखा आपल्या दिव्य तेजानें झळकत होता, तो कुंतीपुत्रास म्हणाला कीं, 'धर्मराजा, पितृतुल्य जे ज्येष्ठ भ्राते त्यांचा मीं वध केल्यामुळें मला पितृवधाचें व ब्रह्महत्येचें घोर पातक लागलें. तेव्हां मी निर्मळ चित्तानें त्या महादेवास शरण गेलों आणि त्याच्या नामांचा उच्चार करून त्याचा हा स्तव मीं केला; तेव्हां तो प्रसन्न झाला आणि त्यानें मला परशु व दिव्य अस्त्रें अर्पण करून वर दिला कीं, 'तुझें पातक नष्ट होऊन तूं अजिक्य होशील आणि तुला कधींही जरा व मृत्यु हीं प्राप्त होणार नाहींत.' राजा धर्मा, ह्याप्रमाणें मला त्या मंगल तनु धारण करणाऱ्या शशिशेखर भगवान् महादेवानें म्हटलें, तेव्हां तें सर्व त्याच्या अनुग्रहानें मला प्राप्त झालें.

मग विश्वामित्र म्हणालाः—बाळा धर्मा, मी पूर्वी क्षत्रिय होतों; परंतु मीं ब्राह्मण व्हावें ह्या इच्छेनें भगवान् शंकराची आराधना केली असतां त्यानें प्रसन्न होऊन दुर्लभ व श्रेष्ठ असें जें ब्राह्मणत्व तें मला प्राप्त करून दिलें.

नंतर असित देवल हा पांडुतनयास म्हणाला, 'बा समर्था कौंतेया, इंद्राच्या शापानें माझें पुण्य नष्ट होऊन माझें दिव्य यश व आयुष्य हीं नष्ट झालीं असतां भगवान् शंकरानेंच तीं मला पुनः सुलभ करून दिलीं.'

मग इंद्राचा प्रियसखा गृत्समद नामक ऋषि, जो प्रत्यक्ष बृहस्पतीप्रमाणें दिव्य तेजानें झळकत होता, तो युधिष्ठिराला म्हणालाः—बा धर्मा, चाक्षुष मनूचा पुत्र भगवान् वरिष्ठ हा अचिंत्यप्रतापी इंद्राच्या सहस्रवार्षिक सत्राप्रत आला असतां तेथें मीं साममंत्राचा भलत्याच रीतीनें उच्चार केला असें पाहून मला म्हणाला कीं, 'द्विजश्रेष्ठा, तूं रथंतराचा उच्चार केलास तो बरोबर नाहीं; तूं दुराग्रह सोडून नीट विचार कर आणि पुनः तो मंत्र म्हण. महामूर्खा, अशुद्ध उच्चारणामुळें तूं असें पाप केलें आहेस कीं, त्याच्या योगें हा सर्व यज्ञ फुकट जाईल!' ह्याप्रमाणें भाषण करून नंतर तो क्रुद्ध झालेला मनुपुत्र वरिष्ठ अत्यंत चवताळला व आणखी म्हणाला, 'गृत्समदा, तूं नित्य भ्यालेला, दुःखी व वनांत भटकणारा असा ज्ञानहीन क्रूर पशु होशील; आणि जेथें वारा, पाणी व दुसरे पशु नाहींत व जेथें यज्ञाला अयोग्य असे वृक्ष व रुरुसिंह इत्यादि हिंसक पशु पुष्कळ आहेत, अशा ठिकाणीं अकरा हजार आठशें वर्षेपर्यंत मोठ्या संकटांत काल घालविशील!' युधिष्ठिरा, ह्याप्रमाणें वरिष्ठाचें भाषण संपतांच मी तत्काळ पशु झालों; परंतु मी लागलाच त्या महायोगी भगवान् शंकराला शरण गेलों; तेव्हां तो मला म्हणाला, 'बा गृत्समदा, तूं अजरामर होऊन तुझीं सर्व दुःखें नष्ट होतील. तुला इंद्रासारखें सुख होईल आणि तुमचीं दोघांचीं (इंद्राचीं व तुझीं) यज्ञयागादिक कृत्यें वाढत जातील.' बा पृथापुत्रा, तो भगवान् विश्वव्यापक शंकर सर्वांवर नित्य अनु-

ग्रहच करीत असतो. सर्वांना सुखदुःख देणारा व त्याचें नियमन करणारा तोच होय. त्याचें सामर्थ्य अचिंत्य आहे. वाणी, कृति व मन ह्यांच्या पलीकडे तो आहे. बा युधिष्ठिरा, त्या महादेवाच्या वरानें मला अशी योग्यता प्राप्त झाली आहे कीं, माझी बरोबरी करील असा कोणीही विद्वान् नाहीं.

नंतर महाबुद्धिवान् वासुदेव फिरून म्हणाला:- युधिष्ठिरा, सुवर्णाक्ष महादेवाची तपश्चर्या करून मीं त्यास प्रसन्न करून घेतलें; तेव्हां तो मोठ्या प्रेमानें मला म्हणाला, कृष्णा, धर्माचें फळ व कामाचें मूळ जें धन (अर्थ) तें सर्वांना प्रिय आहे; परंतु त्याहूनही प्रिय जो प्राण, त्याप्रमाणें तूं माझ्या प्रसादानें सर्वांना प्रिय होशील; तुला युद्धांत कधींही अपजय येणार नाहीं, आणि अग्नीसारखें दिव्य तेज तुला प्राप्त होईल. धर्मा, हे व अशा प्रकारचे दुसरे हजारों वर महादेवानें मला दिले. त्याप्रमाणेंच मीं पूर्वीं मणिमंथ पर्वतावर कोट्यवधि वर्षेंपर्यंत भगवान् शंकराची आराधना केली. तेव्हां तो मजवर प्रसन्न होऊन म्हणाला कीं, ' तुझें कल्याण असो. तुला जो वर पाहिजे असेल तो माग. ' धर्मा, नंतर मीं त्यास शिरसा वंदन करून म्हटलें कीं, ' हे देवाधिदेवा, माझी भक्ति अवलोकन करून जर तूं प्रसन्न झाला असशील, तर माझी तुला अशी प्रार्थना आहे कीं, माझी तुझ्या ठिकाणीं नित्य अढळ भक्ति असावी. ' धर्मा, नंतर भगवान् शंकर हा ' बरें आहे ' असें म्हणून तत्काळ तेथच्या तेथेंच अंतर्धान पावला !

जैगीषव्य म्हणाला:- युधिष्ठिरा, पूर्वीं वाराणसीमध्यें त्या भगवान् महासमर्थ महादेवानें माझ्या कल्याणासाठीं स्वतः प्रवृत्त होऊन मला अष्टविध ऐश्वर्य अर्पण केलें.

गर्ग म्हणाला:—पांडुतनया, मीं सरस्वतीच्या तीरावर मानसपूजेनें भगवान् शंकराला तोषविलें असतां, ज्याचीं चौसष्ट अंगें आहेत असें ज्ञान त्यानें मला प्राप्त करून दिलें; आणि त्याप्रमाणेंच त्यानें मला माझ्यासारखेच एक सहस्र ब्रह्मवेत्ते पुत्र देऊन मला व माझ्या पुत्रांना दहा लक्ष वर्षें आयुष्य अर्पण केलें.

पराशर म्हणाला:— युधिष्ठिरा, मीं पूर्वीं ह्या लोकीं भगवान् शंकराला प्रसन्न करून घेतलें आणि मनांत चिंतिलें कीं, भगवान् महेश्वरानें मला असा पुत्र द्यावा कीं, तो दिव्य तप करील, त्याच्या ठिकाणीं लोकोत्तर तेज वसेल, तो योगसाधनांत अत्यंत निमग्न असेल, त्याची कीर्ति सर्वत्र विख्यात होईल, तो वेदांची सुव्यवस्था लावील, श्रीचें तो मंदिर बनेल, ब्रह्मचिंतन हें त्याचें प्रधान कर्तव्य घडेल आणि तो सर्व भूतांवर अनुकंपा करील. राजा धर्मा, माझ्या मनांत असे विचार घोळत आहेत असें पाहून तो देवश्रेष्ठ शिव मला म्हणाला, ' हे पराशरा, तुझी माझ्यावर जी निष्ठा आहे ती अवलोकन करून मी तुला असा वर देतों कीं, तुझ्या वासनेप्रमाणें तुला कृष्ण नामक पुत्र होईल, तो महामुनि होत्साता सावर्ण मनूच्या मन्वंतरांत सप्तर्षींत गणला जाईल, वेदांचें तो प्रवचन करील, कुरुवंशाला वाढवील, इतिहास रचील, जगाच्या कल्याणास कारणी होईल, महेंद्राची अतिशय मैत्री जोडील आणि अजरामर होईल. ' राजा युधिष्ठिरा, ह्याप्रमाणें भगवान् शंकरानें म्हटलें व तो महायोगी वीर्यवान् अक्षय व अविकारी देवाधिदेव तत्काळ तेथेंच अंतर्हित झाला.

मांडव्य म्हणाला:— नरेश्वरा धर्मा, पूर्वीं चोरी न करतांही मजवर जेव्हां चोरीचा आळ आला व मला सुळावर चढविलें, तेव्हां मी त्या सुळावर असतांनाच त्या देवाधिदेवाचा धावा केला. त्या समयीं तो लोकनायक मला

म्हणाला कीं, विप्रा, तुझी ह्या सुळापासून मुक्तता होऊन तूं दहा कोट वर्षेंपर्यंत जगशील; तुला इजा होणार नाहीं; आधि व व्याधि ह्या तुजपासून दूर राहातील; तुझा देह सत्यापासूनच जन्म पावला असल्यामुळें तूं अनुपम यश मिळविशील; तुला सर्व तीर्थांचें निर्विघ्नपणें स्नान वगैरे घडेल आणि तुला अक्षय स्वर्ग प्राप्त होईल. विप्रा, अशा प्रकारें मी तुझें कल्याण करितों. राजा युधिष्ठिरा, ह्याप्रमाणें वर देऊन तो परमपूज्य गजचर्म परिधान करणारा व महातेजःपुंज भगवान् देवाधिदेव नंदिकेश्वर शंकर गणांसहवर्तमान व देवांसहवर्तमान जागच्या जागीं गुप्त झाला.

गालव म्हणालाः-युधिष्ठिरा, मी विश्वामित्राजवळ वेदाध्ययन संपवून व त्याची अनुज्ञा घेऊन आपल्या घरीं पित्याला भेटण्यासाठीं प्राप्त झालों, तों माझी माता मला पाहून दुःखानें अतोनात आक्रोश करूं लागली व मला म्हणाली, 'बाळा, आतां तुला तुझा पिता कोठून भेटेल बरें! हे अनघा, विश्वामित्रापासून विद्याविभूषित होऊन त्याच्या अनुज्ञेनें पितृदर्शनास प्राप्त झालेल्या तुझ्यासारख्या तरुण व इंद्रियनिग्रही पुत्राला पहावें असें तुझ्या पित्याच्या नशीबींच नव्हतें असें म्हटलें पाहिजे! धर्मा, मातेचे ते शब्द श्रवण करून माझी पितृदर्शनाची आशा समूळ नष्ट झाली; आणि लगेच शिवदर्शनास जाऊन व इंद्रियनिग्रह करून मीं शंकराची आराधना केली. तेव्हां तो देवाधिदेव प्रसन्न होत्साता मजपुढें प्रकट होऊन मला म्हणाला, 'बाळा, तुझी माता, पिता व खुद्द तूं हीं सर्व तुम्ही अमर आहां. आतां तूं घरांत प्रवेश कर म्हणजे तुला तुझा पिता दृष्टीस पडेल. युधिष्ठिरा, ह्याप्रमाणें भगवान् शंकराची अनुज्ञा मिळतांच मी घरीं गेलों आणि माझा पिता इष्टि परिसमाप्त करून घरीं परत आलेला मीं अवलोकन केला! त्यावेळीं त्याच्या हातांत समिधा, दर्भ, वाऱ्यानें पतन पावलेलीं फळें व इतर खाद्य पदार्थ असून त्यानें स्नान केलेलें होतें. मला पहातांच माझा पिता गहिंवरला आणि हातांतील वस्तु खालीं टाकून अश्रुपूरित नेत्रांनीं मजकडे पाहून मजपाशीं कांहीं भाषण करणार तों मीं त्याचे पाय धरिले व त्याला नमस्कार घातला. तेव्हां माझ्या पित्यानें मला कडकडून आलिंगन दिलें व माझ्या मस्तकाचें अवघ्राण करून मला म्हटलें, 'बाळा, तूं आपली विद्या परिपूर्ण करून परत घरीं आलेला मीं तुला पाहिला हें खचित माझें भाग्य होय!'

वैशंपायन सांगतातः—राजा जनमेजया, ह्याप्रमाणें महात्म्या शंकराचीं अद्भुत कर्में महान् महान् मुनींनीं निवेदन केलीं, तीं श्रवण करून युधिष्ठिराला मोठा विस्मय वाटला व नंतर पुनः महाबुद्धिमान् कृष्णानें त्या धर्मनिधि युधिष्ठिराशीं, भगवान् विष्णूनें ज्याप्रमाणें इंद्राशीं भाषण करावें त्याप्रमाणें भाषण करण्यास आरंभ केला.

वासुदेव म्हणालाः—धर्मा, सूर्यासारखा दिव्य कांतीनें झळकणारा तो उपमन्यु मला म्हणाला कीं, जे पुरुष अशुभ कर्में करून पातकें जोडितात आणि राजस व तामसवृत्तीनें वागतात, ते भगवान् शंकराच्या प्रसादास पात्र होत नाहींत. ज्या ब्राह्मणांनीं आपले अंतरात्मे पवित्र केलेले असतात ते मात्र भगवत्प्रसाद जोडितात. कोणी एखादा पुरुष संसारांतलीं नानाविध कृत्यें करूनही जर परमेश्वराची उत्कृष्ट भक्ति संपादील तर अरण्यांत राहून तपश्चर्येच्या योगानें चित्तशुद्धि करून घेतलेल्या मुनींप्रमाणें भगवान् शंकराच्या अनुग्रहानें तो ब्रह्मत्व, केशवत्व, देवांसह इंद्रत्व किंवा त्रैलोक्याचें आधिपत्यही हस्तगत करून घेईल! वत्सा, जीं मनुष्यें केवळ मनानें भगवान् शंकराला शरण जातात, तीं सर्व पातकांचा संहार करून देवांसह वास्तव्य करितात. राजा, गृहतटाकांचा उच्छेद

करून–फार काय, ह्या सर्व जगाला आग लावूनही जर मनुष्य विरूपाक्ष शंकराला भजेल तर तो त्या सर्व पातकांपासून क्षणांत मुक्त होईल ! मनुष्य कितीही लक्षणहीन असला अथवा त्यानें जरी सगळीं पातकें केलीं असलीं, तरी तो जर अंतर्यामीं शिवाचें ध्यान करील तर त्या सर्व पातकांपासून तत्काळ मुक्त होईल. केशवा, कीड, मुंग्या, पतंग, पांखरें व इतर जीवजंतु हेही भगवान् महादेवाला शरण गेले तर सर्वतोपरी निर्भय होतात; ह्यास्तव जीं मनुष्यें ह्या भूतलावर महादेवाची भक्ति करितील तीं पुनः संसारचक्रांत पडणार नाहींत असें माझें मत आहे. '

राजा जनमेजया, नंतर धर्मपुत्र युधिष्ठिराला कृष्णानें पुनः असें म्हटलें:- आदित्य, चंद्र, वायु, अग्नि, अंतरिक्ष, पृथ्वी, उदक, वसु, विश्वेदेव, धाता, अर्यमा, शुक्र, बृहस्पति, रुद्र, साध्य, वरुण, गोप, ब्रह्मा, शक्र, मारुत, ब्रह्म, सत्य, वेद, यज्ञ, दक्षिणा, वेदपाठक, सोम, यजमान, हव्य, हविर्भाग, रक्षा, दीक्षा, सर्व प्रकारचीं व्रतें, स्वाहाकार, वषट्कार, ब्राह्मण, कामधेनु, मोठमोठीं धर्मकृत्यें, कालचक्र, बल, यश, इंद्रियजय, ज्ञानी लोकांचें बुद्धिस्थैर्य, शुभाशुभ कृत्यें, सप्तर्षि, विचार व अवलोकन करण्याची उत्कृष्ट प्रकारची शक्ति, उत्तम वासना, कर्माची सिद्धि, देवांचे समुदाय, उष्णता सहन करणारे तपस्वी, सोम प्राशन करणारे याजक, इंद्रियनिग्रही योगी, नित्य संतुष्ट असे साधु, देव, मंत्र हींच ज्यांचीं शरीरें असे प्राणी, अभासुर (गंधर्व), केवळ वासावर रहाणारे गंधप, धूम्र सेवन करणारे साधक, वाणीचा निरोध करणारे योगी, मनाचें आकलन करणारे ज्ञानी, शुद्ध आचरण ठेवणारे पुरुष, योगाभ्यासानें अनेक शरीरें धारण करणारे योगी, स्पर्शावर उपजीवन करणाऱ्या देवता, दृष्टीवर दिनचर्या चालविणारे व आज्यहविसेवन करून रहाणारे देव, संकल्पित वस्तूचा साक्षात् अनुभव घेणारे महान् महान् पुरुष, मोठमोठाले देव व इतर देवता, सुपर्ण, गंधर्व, पिशाच्च, दानव, यक्ष, चारण, सर्प, स्थूल-सूक्ष्म व मृदुकठोर वस्तु, सर्व सुखें, सर्व दुःखें, सुखानंतर प्राप्त होणारीं दुःखें व दुःखानंतर प्राप्त होणारीं सुखें, सांख्य, योग, त्यांचा अभ्यास करणारांचें अंतिम साध्य, सर्व प्राण्यांचे जनक, सर्व पूज्य देव, सर्व भुवनांचे संरक्षक लोकपाल, जे ह्या धरणींत प्रवेश करून त्या देवाधिदेवाच्या पुरातन सृष्टीचें संगोपन करीत आले ते सर्व महान् महान् देव हीं सर्व त्या लोकनायक महादेवापासून उत्पन्न झालीं आहेत. तपश्चर्यादिक साधनांनीं ज्याचें चिंतन करावयाचें तें त्या भगवंताचें स्थूलरूपच होय; ह्यास्तव वाणी व मन ह्यांना अगोचर असें जें परमात्म्याचें सूक्ष्म रूप त्यास मी शरण जातों. वास्तविकपणें तोच ह्या जीवाचा मुख्य प्राण होय. आह्मांस सदोदीत वंदनीय असा तो देवाधिदेव निर्गुण निर्विकार प्रभु आम्हांस येथें वर देवो. शुद्ध होऊन व इंद्रियांचा निग्रह करून एकसारखा एक महिनाभर नियमानें जो पुरुष ह्या स्तवाचा पाठ करील, त्यास अश्वमेधाचें फल मिळेल. ह्या स्तोत्राचा ब्राह्मणानें पाठ केल्यास त्यास सर्व वेद प्राप्त होतील, राजानें हा स्तव केल्यास त्याला सर्व पृथ्वीचें निष्कंटक राज्य मिळेल, वैश्यानें ह्या स्तोत्राचा जप केल्यास त्याला बहुत फायदा व कौशल्य प्राप्त होईल, आणि शूद्राला उत्तम गति व मरणोत्तर सुख मिळेल. हा स्तवराज सर्व दोष दूर करणारा, पुण्यकारक, यशोवर्धक व पवित्र आहे. ह्याच्या पाठानें भगवान् शंकराकडे चित्ताचा लय होतो. जो मनुष्य ह्या स्तोत्राचें पठण करील, तो मनुष्य आपल्या देहावर असलेल्या रोमरंध्राइतकीं सहस्र वर्षें स्वर्गांत वास करील !

अध्याय एकोणिसावा.

—:०:—

अष्टावक्र व दिशा यांचा संवाद.

युधिष्ठिर विचारतोः—हे भरतकुलश्रेष्ठा, सहधर्माचरण म्हणून जें सांगितलें आहे त्याचा आरंभ विवाहकालापासून होतो. पण स्त्रियांसंबंधानें ह्याची उपपत्ति कशी लागते ? कारण स्त्रियांना सहधर्मापूर्वीं दुसरा धर्म नसल्यानें व विवाह हाच सहधर्माचा आरंभ असल्यानें, विवाह होईपर्यंत त्यांना धर्मशून्य अशा स्थितींतच राहावें लागेल. तेव्हां हें कसें ? अर्थात् सहधर्माचरणाच्या आरंभाचा खरा काल कोणता ? तसेंच, पूर्वीं महर्षींनीं जें सहधर्माचरण म्हणून सांगितलें आहे, तो काय वेदनिर्दिष्ट विधि आहे ? किंवा प्रजोत्पत्तीकरितांच ह्याची प्रवृत्ति आहे ? अथवा केवळ विषयोपभोग हेंच ह्याचें साध्य आहे ? ह्याविषयीं मला जबरदस्त शंका असून ती सहधर्माचरणाच्या अगदीं विरुद्ध आहे अशी माझी समजूत आहे. तसेंच, इहलोकीं जें सहधर्माचरण म्हणून सांगितलेलें आहे त्याची परलोकीं काय वाट ? कारण, इहलोकीं सहधर्माचरण करणारे स्त्रीपुरुष परलोकीं एकत्र कोठन असणार ? सहधर्माचें फल मरणोत्तर स्वर्गप्राप्ति हें आहे. परंतु सहधर्माचरण करणाऱ्यांपैकीं एक जर पूर्वीं मरण पावलें, तर दुसऱ्याला सहधर्माचरण घडत नसल्यामुळें त्यानें कोणत्या स्थितींत राहावयाचें ? कारण इहलोकीं सहधर्माचरण करणारीं स्त्रीपुरुषें परलोकीं एकत्र असणें शक्यच नाहीं. कारण, सर्वही लोक नानाप्रकारच्या कर्मांनीं जखडून गेलेले असून त्यांना अनेक प्रकारचीं धर्मफलें भोगावीं लागतात व अनेक प्रकारच्या नरकांमध्यें स्थिति हाही त्याचा परिणाम असतो. सारांश, मरणोत्तर मिळणारी गति ही कर्मानुसारिणी असल्यामुळें आणि कर्म प्रत्येक मनुष्याचें निरनिराळें असल्यामुळें इहलोकींचे जायापति परलोकीं एकत्रच असूं शकतील असें म्हणणें अयुक्तिक आहे. हेंही असो, पण स्त्रियांसंबंधानें पहातां त्यांच्या हातून सहधर्माचरण घडणेंच अशक्य दिसतें. कारण, स्त्रिया असत्यवादिनी असतात असा सूत्रकारांचा सिद्धांत आहे. तेव्हां, पितामह, जर स्त्रिया असत्यवादिनी आहेत तर त्यांनीं सहधर्माचरण करावें असें कसें सांगितलें आहे ? कारण, असत्यवादी मनुष्याची सहधर्मप्रतिज्ञा खरी कशी होणार ? व जर ती तशी नसली तर मग सहधर्माचरण घडणें शक्य कसें होणार ? आणि ज्या गोष्टी अशक्य त्यांच्या संबंधानें विधि तरी कसा उत्पन्न होणार ? स्त्रिया असत्यवादिनी असतात असें प्रत्यक्ष वेदांतही सांगितलें आहे. तेव्हां एकंदरीनें पहातां सहधर्म ही काय पूर्वपरंपरागत अशी एक पारिभाषिक संज्ञा आहे किंवा कसें ? आणि एतत्संबंधानें जीं कर्में आचरण करावयाचीं तोही विधि औपचारिकच कीं काय ? ह्या संबंधानें मी सदोदीत विचार करीत आहें. त्यावरून, हें मोठें गूढ आहे अशी माझी समजूत आहे. तेव्हां, हे पितामह, हें सर्व श्रुतीच्या अनुरोधानें मला सांगून आपण माझा संशय दूर करा. सारांश, हे महाज्ञानी पितामह, ह्या सहधर्माचरणाचा आरंभकाल कोणता ? ह्याचें स्वरूप काय ? आणि ह्याची प्रवृत्ति कोणत्या प्रकारें झाली, हें सर्व मला आपण कथन करावें.

भीष्म सांगतातः—युधिष्ठिरा, ह्या विषयाचें विवेचन करण्याकरितां एक पुरातन इतिहास सांगत असतात, तो आतां मी तुला सांगतों; तो इतिहास म्हटला म्हणजे अष्टावक्र ऋषि व दिशा ह्यांचा संवाद होय. पूर्वीं अष्टावक्र नामक एक महातपस्वी ऋषि होता. त्याच्या मनांत लग्न करण्याची इच्छा उत्पन्न होऊन त्यानें महात्म्या

वदान्य ऋषीची वन्या वरिली. तिचें नांव सुप्रभा असें असून ती सर्व पृथ्वीवर लावण्यानें अप्रतिम होती. तिचे गुण, तेज व शील हीं उत्तम होतीं आणि तिचें आचरणही तसेंच उत्कृष्ट होतें. वसंत ऋतूंत जिकडे तिकडे वनराजी प्रफुल्लित झाली असतां ती जशी प्रेक्षकांचें चित्त हरण करिते, तसें तिनें आपल्या मोहक दृष्टीनें अष्टावक्र ऋषीचें मन पहातांक्षणीं तत्काळ हरण केलें आणि मग अष्टावक्रानें वदान्यापाशीं तत्संबंधानें गोष्ट काढिली. तेव्हां वदान्य ऋषि अष्टावक्राला म्हणालाः—माझ्या मनांत तुला आपली मुलगी द्यावयाची आहे; पण मी एक गोष्ट सांगतों ती ऐकून घे. तूं प्रथम परमपावन अशा उत्तर दिशेला गमन कर व तिकडे जें काय आढळेल तें सर्व पाहून ये.

अष्टवक्र म्हणालाः—वदान्य ऋषे, मीं तेथें काय पहावयाचें, तें आपण कृपा करून सांगा. आपण जसें सांगाल तसें मी करण्यास ह्या वेळीं सिद्ध आहें.

वदान्य म्हणालाः—अष्टावक्रा, उत्तर दिशेस हिमवान् पर्वत व कुबेराचें निवासस्थान ह्यांच्या पलीकडे तूं गेल्यावर पुढें भगवान् शंकराचें वसतिस्थल जो कैलास पर्वत तो तुला दृग्गोचर होईल. त्या ठिकाणीं सिद्ध व चारण हे आश्रय करून राहिले असून शिवाय नानाप्रकारचीं मुखें धारण करणारे रुद्राचे पार्षद आंगाला दिव्य उटया लावून मोठ्या आनंदानें नाचत बागडत असतात. त्याप्रमाणेंच त्या स्थळीं नानाविध पिशाच्चें व दुसरे जन टाळ्या वाजवून आणि झांजा व टाळ ह्यांचा शब्द करून मोठ्या उल्हासानें शंपातालावर उड्या मारीत, गरगर फिरत व गात वगैरे असतात. अष्टावक्रा, ह्याप्रमाणें ते सिद्धचारण व पिशाचादिक मंडळी त्या भगवान् महादेवाची सेवा करण्यांत त्या कैलासगिरीवर निमग्न असतात. तें भगवान् शंकराचें स्थान अतिशय प्रेक्षणीय आहे असें सांगतात. त्या स्थळीं तो भगवान् देवाधिदेव सदासर्वकाळ अधिष्ठित असतो व त्याचे पार्षदही त्याच्या सेवेस नित्य सिद्ध असतात. अष्टवक्रा, भगवती उमा देवीनें शंकराच्या प्राप्तीसाठीं त्याच ठिकाणीं घोर तपश्चर्या केली; आणि ह्यामुळें भगवान् शंकराला व उमादेवीला तें स्थान मनापासून आवडतें असें मीं ऐकिलें आहे. असो; कैलास पर्वताच्या उत्तरेस महापार्श्व नांवाचा मोठमोठालीं पठारें असलेला एक पर्वत आहे. पूर्वीं त्या पर्वतावर ऋतु, कालरात्रि (जगाचा प्रलय होण्याच्या आधींची रात्रि), देव व मनुष्यें हीं सर्व आपल्या मूर्तशरीरांनीं भगवान् शंकराची आराधना करीत असत. अष्टवक्रा, हें स्थान पाहून तूं तसाच पुढें आणखी जा; म्हणजे मेघासारख्या निळ्या रंगाचा वनप्रदेश तुझ्या दृष्टीस पडेल आणि त्या सुंदर व चित्ताकर्षक वनराजीमध्यें एक तपश्चर्या करणारी, महाभाग्यवान् व दीक्षा घेतलेली अशी वृद्ध स्त्री तूं पहाशील. बा अष्टावक्रा, तूं तिची मुद्दाम भेट घे व मोठ्या यत्नांनीं तिचें पूजन वगैरे करून नंतर तिचा निरोप घेऊन परत इकडे ये आणि मग ह्या सुप्रभेचें पाणिग्रहण कर. जर तुला ही सर्व अट मान्य होत असेल, तर तूं तदनुसार वर्तन कर, जा.

अष्टावक्र म्हणालाः—ठीक आहे. मी तसें करण्यास कबूल असून, मी जेथें जावें म्हणून आपलें म्हणणें आहे तिकडे हा पहा मी निश्चयानें चाललों. आतां आपण आपलें वचन सत्य करा म्हणजे झालें.

भीष्म सांगतातः—युधिष्ठिरा, नंतर तो भगवान् अष्टावक्र ऋषि परमपावन उत्तर जी दिशा तिकडे जाण्यास निघाला आणि सिद्ध व चारण ह्यांनीं ज्याचा आश्रय केला आहे अशा त्या गिरिराज हिमालयाप्रत पोंचला. पुढें त्याला परमपवित्र व पुण्यकारक अशी बाहुदा नामक

नदी लागली. तेव्हां त्या शोक हरण करणाऱ्या निर्मल तीर्थाचें त्यानें स्नान केलें व देवतांचें तर्पण वगैरे करून तेथें वसती करण्याच्या हेतूनें त्यानें दर्भशय्या केली व त्यानें तेथें सुखानें ती रात्र घालविली. रात्र सरल्यावर सकाळीं तो ब्राह्मण उठला आणि स्नान वगैरे आटोपून व अग्नि प्रदीप्त करून वैदिक मंत्रांनीं त्यानें त्या अग्नीला पूजिलें. नंतर त्यानें त्या बाहुदा नदीच्या डोहावरच रुद्र व रुद्राणी ह्यांचें दर्शन घेतलें आणि त्यांचें पूजन करून व आणखी कांहीं वेळ तेथेंच विश्रांति घेऊन मग तो कैलास पर्वतावर जाण्यास निघाला. कैलास पर्वताच्या समीप गेल्यावर त्याला प्रथम देदीप्यमान कांतीनें तळपत असलेलें असें एक सुवर्णद्वार दिसूं लागलें. पुढें त्याला महात्म्या कुबेराचीं मंदाकिनी व नलिनी नामक सरोवरें लागलीं. त्या ठिकाणीं जे राक्षस त्या सरोवरांचें संरक्षण करीत होते ते मणिभद्रास पुढें करून भगवान् अष्टावक्रास सामोरे आले. तेव्हां त्यानें त्या भीमपराक्रमी राक्षसांचा मोठा आदरपूर्वक गौरव केला आणि त्यांस सांगितलें कीं, ‘कुबेराला मी आल्याबद्दल लवकर जाऊन कळवा.’ राजा युधिष्ठिरा, नंतर त्या राक्षसांनीं अष्टावक्राला म्हटलें कीं, ‘ऋषे, धनाधिपति कुबेर हा आपण होऊनच तुझ्या समीप येण्यास निघाला आहे, तुझें इकडे येण्याचें कारण काय आहे हें त्यास विदित आहे. तेजानें झळाळत असलेल्या त्या महाभाग्यवान् पुरुषवराला तूं लवकरच अवलोकन करशील.’ राजा धर्मा, पुढें लवकरच त्या श्रेष्ठ अष्टावक्राच्या समीप कुबेर प्राप्त झाला आणि यथाविधि कुशल प्रश्न वगैरे विचारल्यावर त्यानें त्या ब्रह्मर्षीला म्हटलें कीं, ‘विप्रवर्या, तूं सुखांत आहेसना ? तुला मजपासून कांहीं मागून घ्यावयाचें असेल तर तें माग. तूं जें सांगशील तें सर्व मी करीन. द्विजश्रेष्ठा, तूं माझ्या घरीं चल आणि आपल्या इच्छेनुरूप रहा; तुझा मी उत्तम आदरसत्कार करीन; व आपलें कार्य सिद्धीस नेऊन तूं निर्विघ्नपणें आपल्या आश्रमास परत जाशील.’ राजा धर्मा, नंतर कुबेरानें त्या द्विजवर्याला बरोबर घेऊन आपल्या घरीं गमन केलें आणि त्याला आपल्या स्वतःच्या आसनावर बसवून अर्घ्यपाद्यादिकांनीं त्यास पूजिलें. नंतर ते उभयतां सुखासनावर अधिष्ठित असतां त्यांच्या सभोंवतीं मणिभद्रादिक राक्षस आणि यक्ष, गंधर्व, किन्नर आदिकरून कुबेरसेवक बसले तेव्हां कुबेरानें म्हटलें कीं, ‘अष्टावक्र ऋषे, तुझी इच्छा काय आहे हें कळल्यास अप्सरांचे समुदाय येथें नृत्य करूं लागतील. माझ्या मनांत तुझें उत्तम आतिथ्य करून सेवा करावयाची आहे.’ त्या समयीं अष्टावक्र मुनीनें मधुर शब्द उच्चारून ‘बरें आहे, आरंभ होऊं द्या.’ असें म्हटलें आणि मग उर्वरा, मिश्रकेशी, रंभा, उर्वशी, अलंबुषा, घृताची, चित्रा, चित्रांगदा, रुचि, मनोहरा, सुकेशी, सुमुखी, हासिनी, प्रभा, विद्युता, प्रशमी, दांता, विद्योता, रति व इतर दुसऱ्या अनेक सुंदर अप्सरा एकदम नाचूं लागून हावभाव करूं लागल्या. त्या वेळीं गंधर्वांनीं नानाविध वाद्यें वाजविलीं आणि तें जें दिव्य संगीतनृत्य सुरू झालें तें देवांचें एक वर्षभर चालू राहिलें आणि त्यांत तो महातपस्वी अष्टावक्र मुनी दंग होऊन गेला. तेव्हां वैश्रवण राजानें (कुबेरानें) अष्टावक्र ऋषीला म्हटलें कीं, ‘विप्रा, हें संगीतनृत्य सुरू होऊन आज संपूर्ण वर्ष झालें. ब्रह्मन्, हें गांधर्व नामक संगीतनृत्य अत्यंत मनोहर आहे. ह्याकरितां तुझी मर्जी असल्यास हें पुढें चालेल किंवा तूं म्हणशील तसें करूं. मुनिवर्या, तूं महापूज्य अतिथि असून हें तुझेंच गृह आहे. आम्ही सर्व प्रकारें तुझ्या स्वाधीन आहों; ह्यास्तव काय आज्ञा असेल ती

लवकर सांग. ' राजा युधिष्ठिरा, तें भाषण श्रवण करून अष्टावक्राला मोठा आनंद झाला आणि त्यानें उत्तर दिलें कीं, ' धनेश्वरा, तूं आपल्याला शोभेल अशाच रीतीनें यथायोग्य प्रकारें माझें आतिथ्य केलें आहेस. तुझ्या ह्या आदरसत्कारानें मी संतुष्ट झालों आहें. भगवंता, आतां मी तुझ्या कृपेनें व महात्म्या वदान्य ऋषीच्या आज्ञेनें पुढील प्रवास करण्यास जातों. तुला संपत्ति पुष्कळ मिळो व सर्व प्रकारें तुझें कल्याण होवो. ' राजा युधिष्ठिरा, नंतर तो अष्टावक्र ऋषि कुबेराचें स्थान सोडून उत्तर दिशेला चालला. पुढें त्याला कैलास, मंदार व हैम हे महान् पर्वत लागले व ते सर्व ओलांडून तो पुढें तसाच आणखी गेला, तेव्हां त्यास किरातवेषधारी महादेवाचें स्थान प्राप्त झालें. नंतर त्या स्थळाला त्यानें प्रदक्षिणा केली व भगवंताचें अंतर्यामीं ध्यान करून त्यानें साष्टांग नमस्कार घातला आणि नंतर तो पवित्र होत्साता पृथ्वीवर उतरला. मग त्यानें भगवान् शंकराच्या त्या निवासस्थानाला पुनः तीन प्रदक्षिणा घातल्या व तो पुनः उत्तरेस वळून मोठ्या उल्हासानें सपाट भूप्रदेशावरून पुढें चालूं लागला. तेव्हां जातां जातां त्यास एक उत्तम व सुंदर असें वन लागलें. त्यांत सर्व ऋतूंत होणारीं कंदमुळें व फळें असून नानाविध मनोहर पक्षी जिकडे तिकडे शब्द करीत होते. त्या वनांत जागोजाग उत्कृष्ट भूमिका सिद्ध असून त्यामुळें सुंदर शोभा दिसत होती. त्या वनांत प्रवेश केल्यावर भगवान् अष्टावक्राला एक दिव्य आश्रम आढळला. तेथें त्याला नानाविध आकारांचे व रत्नादिकांनीं झळाळणारे असे सुवर्णाचे शैल दिसले. त्या स्थळीं रत्नखचित फरसबंदी असून मध्यंतरीं पुष्करिणी केलेल्या होत्या; व त्यांशिवाय तेथें दुसऱ्या अनेक हृदयंगम वस्तु अतोनात होत्या. तें सर्व अवलोकन करून, ज्यानें आपला आत्मा पवित्र केला होता अशा त्या महर्षीचें मन अत्यंत रमलें. नंतर त्यानें त्या आश्रमांतलें सर्व रत्नांनीं ओतप्रोत भरलेलें दिव्य सुवर्णगृह पाहिलें; तेव्हां त्याचा तो अद्भुत थाट अवलोकन करून त्यास तें कुबेराच्या मंदिरापेक्षांही श्रेष्ठ असें वाटलें. त्याच्या सभोंवतीं मोठमोठाले रत्नांचे व सुवर्णाचे शैल असून सुंदर सुंदर विमानें व नानाविध रत्नें ह्यांचे ढीग होते. त्याप्रमाणेंच सन्निधभागीं मंदाकिनी नदी होती व तीमध्यें मंदार पुष्पें इतस्ततः विखरलेलीं होतीं. तेथें मोठमोठाल्या रत्नांचा लखलखाट झाला असून भूमीला अनेक प्रकारच्या हिऱ्यांनीं दिव्य शोभा आणिली होती. त्या गृहामध्यें अनेक प्रकारचे महाल असून त्यांच्यावर रत्नांचीं चित्रविचित्र तोरणें लाविलीं होतीं. तशाच त्यांत जागजागीं मोत्यांच्या जाळ्या व रत्नांचे सर लोंबत असून सर्वत्र उत्कृष्ट व मनोहर शोभा विलसत होती आणि त्याप्रमाणेंच त्या आश्रमांत पुष्कळ ऋषिही रहात होते. ह्याप्रमाणें अष्टावक्रानें तो आश्रम पाहिल्यानंतर मग त्यास चिंता पडली कीं, आपण आतां कोठें रहावें? नंतर तो द्वारापुढें गेला व तेथें उभा राहून म्हणाला कीं—येथें जे कोणी राहात असतील त्यांनीं येथें अतिथि प्राप्त झाला आहे म्हणून जाणावें. तेव्हां तें ऋषिभाषण श्रवण करून त्या गृहांतून एकदम पुष्कळ मुली बाहेर आल्या. त्या एकंदर सात असून त्यांचीं रूपें अनेक प्रकारचीं होतीं व त्या सर्व अतिशय सुंदर होत्या. तेव्हां अष्टावक्रानें जिला जिला पाहिलें तिनें तिनें त्याचें मन हरण केलें. कांहीं केल्यानें त्याला आपलें मन आवरून धरितां येईना आणि अखेरीला तो गोंधळून गेला! नंतर कांहीं वेळानें त्या बुद्धिमान् ब्राह्मणाची विचारशक्ति पुनः जागृत झाली तेव्हां त्या प्रमदांनीं 'विप्रवर्या, आपण ह्या गृहांत प्रवेश करावा,' अशी

त्यास विनंती केली. त्या समयीं अष्टावक्राला त्या युवतींच्या सौंदर्याबद्दल व त्या मंदिराच्या मनोहारित्वाबद्दल मोठें कौतुक वाटलें व तो मग त्यांत प्रविष्ट झाला. तेथें त्यानें शुभ्र वस्त्र परिधान केलेली एक वृद्ध स्त्री अवलोकन केली. ती पर्यंकावर अधिष्ठित असून तिच्या देहावर सर्व आभरणें विलसत होतीं. 'तुझें कल्याण असो' म्हणून ब्राह्मणानें तिला म्हटल्यावर तिनें उठून व पुढें होऊन 'ह्या आसनावर बसावें,' असें त्याला उत्तर दिलें.

अष्टावक्र म्हणालाः—ह्या सर्व प्रमदांनीं आपआपल्या मंदिरांत जावें. जी कोणी अत्यंत ज्ञाती व इंद्रियनिग्रही असेल तिनें मात्र येथें माझ्या समीप असावें; बाकीच्यांनीं इच्छेनुरूप स्वस्थानीं गमन करावें.

भीष्म सांगतातः—राजा युधिष्ठिरा, नंतर त्या मुलींनीं अष्टावक्राला प्रदक्षिणा घातली व त्या सर्व त्या मंदिरांतून चालत्या झाल्या; ती वृद्ध स्त्री मात्र तेथें राहिली. मग तो ऋषि त्या सुंदर शय्येवर निजला व त्या वृद्ध स्त्रियेला म्हणाला कीं, 'हे कल्याणि, तूंही आतां निद्रा कर, रात्र फार होत चालली.' नंतर ब्राह्मणाचें तें भाषण श्रवण करून त्याचें बोलणें थांबलें व ती दुसऱ्या एका दिव्य व महातेजस्वी शय्येवर निजली. राजा, पुढें ती वृद्ध स्त्री थंडीनें कुडकुडत आहे असें दाखवून महर्षि जो अष्टावक्र त्याच्या शय्येवर चढली व तें पाहून भगवान् अष्टावक्रानें 'बरें आहे' असें म्हणून तिचें स्वागत केलें. राजा, त्या समयीं मोठ्या आवडीनें त्या वृद्ध स्त्रीनें त्या ऋषीला आलिंगन दिलें; परंतु त्याचें शरीर काष्ठाप्रमाणें निर्विकार आहे असें पाहून तिला मोठें दुःख झालें आणि मग त्या उभयतांचें संभाषण घडून आलें. त्या समयीं ती वृद्ध स्त्री म्हणालीः—ब्राह्मणा, स्त्रीपुरुषांची भेट झाली असतां स्त्रियांचा विचार स्वभावतःच ढिला पडतो. जरी त्यांच्या मनांत कामवासना नसली तरीही त्या वेळीं उद्धवते व त्या अनाचारास प्रवृत्त होतात. परंतु माझी तर स्थिति ह्याहून निराळी आहे; कारण मी कामवासनेच्या अधीन होऊन तुझ्या सेवेस सादर झालें आहें, ह्यास्तव तूं माझे मनोरथ परिपूर्ण कर. विप्रर्षे, तुझें मन प्रसन्न होऊं दे आणि तूं मला रतिसुख दे. ब्राह्मणा, तूं मला आलिंगन दे आणि मला अत्यंत कामवेदना होत आहेत त्या तूं शांत कर. हे धर्मात्मन्, तूं आजपर्यंत जी तपश्चर्या केलीस तिचें हें उत्तम फल होय. मीं तुला पहातांक्षणींच मनामध्यें ही गोष्ट आणिली आहे, ह्यासाठीं ह्या दासीवर कृपा कर. ब्राह्मणा, माझी ही व दुसरी जी कांहीं धनदौलत तुला दृग्गोचर होत आहे ती सर्व व त्याप्रमाणेंच माझें हें शरीर हीं सर्व निःसंशयपणें तुझीं आहेत. तुझे सर्व मनोरथ मी सिद्धीस नेईन; तूं मला रतिसुख दे. विप्रा, हें वन अतिशय रमणीय आहे, येथें तुझ्या सर्व इच्छा तृप्त होतील, मी सर्वस्वी तुझ्या इच्छेनुरूप वागेन; ह्यास्तव कृपा करून तूं मला भोग दे. ब्राह्मणा, आपण उभयतां येथें सर्व भोग भोगूं. ह्या स्थळीं देवलोकांतलीं व मनुष्यलोकांतलीं सर्व भोगसाधनें सुलभ आहेत, स्त्रियांना म्हटलें म्हणजे पुरुषसमागमाहून दुसरें कांहींही अधिक सुखकारक नाहीं, कामाधीन झालेल्या स्त्रिया विचारभ्रष्ट होत्सात्या स्वैर वर्तन करीत असतात; मग त्यांना कसलीच पर्वा नसते, कामांध स्त्रिया तापलेल्या वाळूंतून चालतांना सुद्धां इजा पावत नाहींत!

अष्टावक्र म्हणालाः—हे कल्याणि, परस्त्रियेशीं मी कधींही समागम करणार नाहीं, परस्त्रियेला स्पर्श करणें हेंही धर्मशास्त्रवेत्त्यांनीं पाप सांगितलें आहे. भद्रे, मी तुला शपथेवर असें सांगतों कीं, माझा विचार विवाह करण्याचा

ठरला आहे. मी विषयसुखाविषयीं लोलुप नाहीं; परंतु धर्मसाधन घडावें म्हणून संततीच्या इच्छेनें मी लग्न करणार आहें. माझी अशी खातरी आहे कीं, मी अशा प्रकारें विवाह करून मग मला प्रजा झाली म्हणजे तद्द्वारा मी उत्तम लोकीं जाईन. हे कल्याणि, असें वेड्यासारखें करूं नको; धर्माचें तत्त्व ध्यानांत आण आणि हा भलताच विचार सोडून दे.

स्त्री म्हणाली:-ब्राह्मणा, स्त्रियांना कामदेव हा जितका प्रिय आहे, तितके वायु, अग्नि, वरुण, किंवा इतर देव प्रिय नाहींत. कारण, स्त्रियांचें शील म्हणजे विषयसुख भोगावें हेंच असतें. खचित हजार स्त्रियांमध्यें,-फार कशाला लक्षामध्यें सुद्धां-एखादी स्त्री कदाचित् पतिव्रता सांपडेल. ब्राह्मणा, स्त्रिया ह्या आई, बाप, कुल, भ्राते, भर्ता, पुत्र, दीर, इत्यादि कसलाही विचार करीत नाहींत. एकदां कामवासना बळावली म्हणजे मोठमोठ्या नद्या जशा आपल्या कुलाचा (कांठाचा) नाश करितात तशा त्या आपल्या कुलाचा नाश करितात. हे सर्व दोष प्रत्यक्ष ब्रह्मदेवाच्याही मनांत तत्काल आले आणि त्यानेंही स्त्रियांना उद्देशून असेंच म्हटलें आहे.

भीष्म सांगतात:-युधिष्ठिरा, नंतर अष्टावक्र ऋषीनें कांहीं वेळ एकाग्र चित्त करून उत्तर दिलें कीं-आतां तूं आपलें भाषण पुरे कर व स्वस्थ रहा. वस्तु आवडल्याशिवाय तिच्याविषयीं लालसा उत्पन्न होत नाहीं. ह्यासाठीं तूं आपला आतां हेका घेऊन बसूं नको; दुसरें काय करूं तें सांग. तेव्हां ती स्त्री त्यावर म्हणाली कीं-भगवन्, कालदेशानुसार पुढें काय होतें तें पहाशील; ह्याकरितां, हे महाभागा, तुझे मनोरथ सिद्धीस जात तोंपर्यंत तूं येथेंच रहा. युधिष्ठिरा, मग त्या ब्रह्मर्षीनें बरें आहे म्हणून म्हटलें आणि तिला कबूल केलें कीं, जेथपर्यंत तुझी इच्छा असेल तेथपर्यंत खचित मी येथें राहीन. राजा, नंतर अष्टावक्राला ती जरेनें व्याप्त झाली आहे असें पाहून फार वाईट वाटलें व तो अगदीं दु:खित झाला ! त्या विप्रर्षीनें तिचें जें जें गात्र अवलोकन केलें तें तें पाहून त्याच्या डोळ्यांना तिटकारा उत्पन्न झाला आणि त्यानें तिच्याविषयीं फार खंती घेतली ! त्याच्या मनांत आलें कीं-अरे, ही तर ह्या मंदिराची स्वामिनी; आणि असें असून हिची ही अवस्था ! तेव्हां ही शापानें वगैरे तर विरूप झाली नाहींना ? असो; हिच्या ह्या दुर्दशेचें कारण अशा ह्या घाईनें जाणतां येणें कठीण आहे. राजा, अष्टावक्राच्या मनांत असे पुष्कळ विचार आले आणि तो मोठ्या चिंतेंत पडला व तशा स्थितींत त्याचें मन अगदीं व्याकूळ होऊन तो राहिलेला दुसरा दिवस निघून गेला. नंतर ती स्त्री अष्टावक्राला म्हणाली:-भगवन्, सायंकाळच्या अभ्रांनीं लाल झालेलें हें रविमंडळ अवलोकन कर आणि आतां तुझी मी कोणती सेवा करूं ती सांग. तेव्हां ब्राह्मणानें त्या स्त्रीला म्हटलें कीं, आतां येथें स्नानाला उदक आण, म्हणजे मी स्नान करून नियतचित्त होत्साता संध्यावंदन करीन.

* ह्या अध्यायांत युधिष्ठिरानें एकंदर तीन प्रश्न केले आहेत व ते प्रश्न प्रकरणाच्या उपसंहारांत प्रदर्शितही केलेले आहेत. त्यांचीं उत्तरें ह्या अष्टावक्राच्या आख्यायिकेंत ध्वनित केलेलीं आहेत. स्त्रियांना स्वातंत्र्य नसून कुमारावस्थेंत पिता हा त्यांचा संरक्षक असतो असें ' पिता रक्षति कौमारे ' ह्या श्लोकांत सांगितलें आहे. बाल्यानंतर पति हा स्त्रियांचा संरक्षक असतो. हा पतिपत्नीसंबंध विवाहकालापासून उत्पन्न होतो. अर्थात् विवाह, किंवा कौमाराचा अर्थात् पितृकृत रक्षणकालाच्या मर्यादेचा शेवट हाच सहधर्माचरणाचा आरंभकाल होय असें ह्या आख्यायिकेंत निर्दिष्ट केलेलें आहे. कारण, वृद्धावस्थेंत असलेल्या उत्तर दिशेनें कुमारिकेचें स्वरूप धारण केलें व आपण अविवा-

अध्याय विसावा.

--:०:--

अष्टावक्र व दिशा ह्यांचा संवाद.

भीष्म सांगतातः— राजा, युधिष्ठिरा, नंतर ती स्त्री त्या अष्टावक्राला म्हणाली कीं, ‘ बरें आहे तसें कर’ आणि तिनें उत्तम तेल व वेढण्यासाठीं वस्त्र हीं त्याजप्रत आणिलीं व त्याची आज्ञा घेऊन तें तेल तिनें त्याच्या सर्व गात्रांना हळुहळू चोळून लाविलें. नंतर मर्दनविधि आटोपल्यावर तो ऋषि स्नानगृहांत गेला आणि तेथें एक चित्रविचित्र नूतन उत्कृष्ट आसन ठेविलें होतें त्यावर बसला. नंतर त्या स्त्रीनें त्याला सावकाश स्नान घातलें व मृदु हस्तांनीं त्याचें अंग चोळल्यामुळें त्यास मोठें सुख वाटलें. ह्याप्रमाणें ती स्त्री सर्व दिव्य विधि करून अष्टावक्राला स्नान घालीत असतां आनंददायक असें उष्णोदक आणि तिच्या मृदु हस्तांच्या योगें चालू असलेलें अंगमर्दन ह्यांत त्याचें चित्त इतकें गढून गेलें कीं, त्या महातपस्वी ब्राह्मणाला सर्व रात्र स्नान करण्यांत गेली ही गोष्ट मुळींच कळली नाहीं. नंतर तो मुनि रात्र संपली असें पाहून मोठा विस्मित होऊन उठला आणि पूर्वदिशेला पहातो तों आकाशांत सूर्योदय झालेला त्याच्या दृष्टीस पडला. त्या वेळीं तो फार गोंधळला व म्हणाला कीं, ‘माझी बुद्धि तर चळली नाहींना!’ नंतर त्यानें सहस्रकिरणाची पूजा केली व त्या स्त्रीला ‘ आतां मी काय करूं’ असें विचारिलें. इतक्यांत तिनें अमृतासारखें मधुर अन्न ऋषीप्रत आणिलें व त्याचा तो उत्कृष्ट स्वाद पाहून तो तें सेवन करीत असतां त्याची तृप्तिच होईना आणि अशा प्रकारें अन्न ग्रहण करितांना त्याचा तो सर्व दिवस निघून गेला आणि पुनः संध्याकाळचा समय प्राप्त झाला ! नंतर त्या स्त्रीनें त्या ब्राह्मणाला म्हटलें कीं, भगवन्, आतां तूं निद्रा घे. मग तिनें स्वतःकरितां व त्या ब्राह्मणाकरितां अशा दोन दिव्य शय्या सिद्ध केल्या आणि तीं दोघेंजण निरनिराळीं निजलीं; परंतु मध्यरात्रीं ती स्त्री त्या ब्राह्मणाच्या शय्येवर गेली. तेव्हां अष्टावक्र म्हणाला, ‘ हे कल्याणि, परस्त्रियेविषयीं माझें मन आसक्ति करीत नाहीं; ह्यास्तव, भद्रे, तूं येथून ऊठ

हित असल्याचें निवेदन केलेलें आहे; व कुमारिका असल्याचें समजल्यानंतरच अष्टावक्रास हिच्याशीं विवाह करावा किंवा कसें असा विचार पडूं लागला आहे. ह्यावरून सहधर्माचरणाचा काल कोणता ह्याचें उत्तर निघतें. ‘कौमारं ब्रह्मचर्यं मे कन्यैवास्मि न संशयः । पत्नीं कुरुष्व मां विप्र श्रद्धां विजहि मा मम ॥ ’ २० । २२.

कन्येचा (अविवाहित व विवाहयोग्य स्त्रीचा) पाणिग्रहणपूर्वक स्वीकार करून धर्मप्रवृत्तीसाठीं संतति निर्माण करणें व पुत्रोत्पादनद्वारा स्वर्गप्राप्ति करून घेणें हेंच सहधर्माचरणाचें स्वरूप होय असें ‘भद्रे निर्वेष्टु कामं मां विद्धि सत्येन वै शपे । विषयेष्वनभिज्ञोऽहं धर्मार्थं किल संततिः । एवं लोकान् गमिष्यामि पुत्रैरिति न संशयः ॥ भद्रे धर्मं विजानीहि ज्ञात्वा चोपरमस्वह ॥’ ह्या श्लोकावरून सिद्ध होत असून तेंच दुसऱ्या प्रश्नाचें उत्तर आहे.

सहधर्माचरणाची प्रवृत्ति कशा प्रकारें झाली अर्थात् कां झाली ह्याचेंही उत्तर उत्तर दिशेच्या वचनांत आहे. कारण तिनें स्त्रियांच्या स्वभावाचें चित्र त्यांत रेखाटलें आहे. नानिलोऽग्निर्न वरुणो न चान्ये त्रिदशा द्विज । प्रियाः स्त्रीणां यथा कामो रतिशीलाहि योषितः । सहस्रे किल नारीणां प्राप्येतैका कदाचन । तथा शतसहस्रेषु यदि काचित्पतिव्रता । नैता जानन्ति पितरं न कुलं नच मातरं । न भ्रातॄन्न च भर्तारं नच पुत्रांश्च देवरान् । लीलायन्त्यः कुलं घ्नन्ति कूलानीव सरिद्वराः ।’ अर्थात् सहधर्माचरण हा धर्म सांगितला नसता तर कामवासनची मर्यादा न राहिल्यामुळें कुलांचा व त्या योगें देशाचाही उच्छेद झाला असता आणि पातकांचा प्रसार झाला असता. ह्मणूनच सहधर्माचरण अर्थात् विवाहप्रस्था प्रचारांत आली आहे.

आणि आपण होऊनच हा भलता विचार टाकून दे; तुझें कल्याण असो.'

भीष्म सांगतातः— राजा, युधिष्ठिरा, ह्याप्रमाणें त्या विप्रानें त्या स्त्रीला उद्दिष्ट हेतूपासून निवृत्त केल्यानंतर ती स्त्री त्याला म्हणाली कीं, मी परस्त्री नाहीं; मी स्वतंत्रच आहें. तूं मला संभोग दिल्यानें तुझ्याकडून धर्मलोप व्हावयाचा नाहीं.

अष्टावक्र म्हणालाः— स्त्रियांना स्वतंत्रता केव्हांच नसते. स्त्रिया ह्या नेहमींच पराधीन असतात. स्त्रिया स्वातंत्र्याला पात्र नाहींत असें प्रजापतीचेंच मत आहे.

स्त्री म्हणालीः— विप्रा, कामविकार मला अत्यंत पीडीत आहे. ह्यास्तव माझी तुझ्या ठिकाणीं किती भक्ति आहे ह्याचा तूं विचार कर. ब्राह्मणा, जर ह्या समयीं तूं माझा अव्हेर करशील तर तुला खचित पाप लागेल!

अष्टावक्र म्हणालाः- मनुष्य जन्मास येऊन जर मनसोक्त वर्तन करील तर त्याचीं तीं पातकें त्यास दुर्गतीला नेतील. ह्यासाठीं मी नेहमीं विवेकानें इंद्रियांचें आकलन करीत असतों. म्हणून हे कल्याणि, तूं आतां आपल्या शय्येवर जा.

स्त्री म्हणालीः- विप्रा, मी तुझ्या पायां पडतें, तूं माझ्यावर इतकी कृपा कर. ही पहा मी तुझ्यापुढें लोटांगण घालीत आहें, तर तूं मला झिडकारूं नको. जर तुला परदारस्पर्शाचें भय वाटत असेल तर मी तुझ्याशीं लग्न करण्यास सिद्ध आहें. तूं माझें पाणिग्रहण कर व माझे मनोरथ सिद्धीस ने. द्विजा, असें केल्यानें तुला खचित पाप लागणार नाहीं, हें मी तुला खातरीनें सांगतें. तुला मी आपलें स्वतःचें दान करण्याला स्वतंत्र (समर्थ) आहें. ह्याउपर जर तुला ह्यांत कांहीं अधर्म वाटत असेल तर त्याचें पाप तुजकडे नाहीं, तें सर्व मजकडे आहे. माझ्या देहावर माझी पूर्ण सत्ता आहे व शिवाय मीं तुझ्यावर आपलें सर्व चित्त ठेविलें आहे; तरी आतां त्वां माझा स्वीकार करावा हें उचित होय.

अष्टावक्र म्हणालाः- हे कल्याणि, तुझी तूं कोणतीही गोष्ट करण्याला स्वतंत्र आहेस हें कसें, हें मला समजत नाहीं. ह्याबद्दल तुझा काय आधार असेल तो मला सांग. स्वातंत्र्याला पात्र अशी स्त्री त्रिभुवनांतसुद्धां नाहीं. स्त्रीच्या बालपणांत तिचें पिता रक्षण करितो, तारुण्यांत तिचें पति रक्षण करितो; व वार्द्धक्यांत तिचें पुत्र रक्षण करितात; ह्यास्तव स्त्रियांना केव्हांही स्वतंत्रता नसते हें उघड होय.

स्त्री म्हणालीः- ब्राह्मणा, मी बालपणापासून ब्रह्मचर्य धारण केलें आहे; ह्यासाठीं मी आजपर्यंत कन्याच आहें हें निश्चयानें मान. विप्रा, आतां तूं मला पत्नी कर; व्यर्थ माझा घात करूं नको.

अष्टावक्र म्हणालाः- हे स्त्रिये, मला माझ्या स्थितीवरून तुझ्या स्थितीचा विचार होत आहे व तुला तुझ्या स्थितीवरून माझ्या स्थितीचा विचार होत असेलच हें सर्व खरें; परंतु तो वदान्य ऋषि ही माझी परीक्षाच घेत असेल काय? हें खरोखर विघ्न तर नसेलना? ही फार आश्चर्याची गोष्ट आहे, तथापि ती माझ्या कल्याणासाठींच घडली असेल काय? ही स्त्री दिव्य वस्त्रें व आभरणें धारण करून कन्येच्या स्वरूपानें मजकडे आलेली आहे. पण पूर्वीं ही अतिशय वृद्धावस्थेंत असतांना आतां येथें लागलीच अशी कन्या कशी बरें झाली? ह्या प्रश्नाचें उत्तर काय बरें असेल? कांहींही असो, मी कांहीं शक्य तितकें करून इंद्रियनिग्रहापासून भ्रष्ट होणार नाहीं. कारण, इंद्रियनिग्रहाचा भंग करणें मला पसंत नाहीं; सन्मार्गानेंच मी स्त्री मिळविणार!

अध्याय एकविसावा.

—:०:—

अष्टावक्र व दिशा यांचा संवाद.

युधिष्ठिरानें विचारिलें:—पितामह, आपण मला हें सांगा कीं, त्या महातेजस्वी ब्राह्मणाच्या शापाची त्या स्त्रियेला भीति कां बरें वाटली नाहीं? आणखी मला हेंही सांगा कीं, तो ब्राह्मण त्या स्थळाहून निर्विघ्नपणें कसा परत आला?

भीष्म सांगतात:—राजा युधिष्ठिरा, नंतर अष्टावक्रानें त्या स्त्रियेला विचारिलें कीं, तुला असा स्वरूपांत बदल कसा करितां येतो? काय प्रकारें असेल तो खरोखरी सांग. खोटें बोलूं नको. तसें करशील तर तुझ्याकडून ब्राह्मणाचा अवमान घडेल हें लक्षांत ठेव.

स्त्री म्हणाली:—ब्राह्मणश्रेष्ठा, स्वर्गीत किंवा पृथ्वीवर कोठेंही कां होईना, स्त्रीपुरुषांना परस्परसमागमाची इच्छा सर्वत्र असतेच. हे सत्यपराक्रमा विप्रा, मी हें काय बोलत आहें त्याजकडे नीट अवधान देऊन ऐक. तुझ्या चित्ताचें स्थैर्य किती आहे हें पहाण्यासाठीं मीं ही तुझी कसोटी केली. हे सत्यविक्रमा निष्पापा, तूं आपल्या सत्त्वापासून यत्किंचित् ढळला नाहींस ह्यामुळें तूं सर्व लोक जिंकिलेस असें मी म्हणतें. अष्टावक्रा, मी उत्तर दिशा आहें आणि तूं जें कांहीं माझ्या ठिकाणीं अवलोकिलेंस तें स्त्रियांच्या ठायीं वास्तव्य करणारें चापल्य होय. बाबारे, स्त्रिया जरी अगदीं वृद्ध झाल्या तरी त्यांना कामज्वर पीडीत असतो. आज तुझें वर्तन पाहून तुझ्यावर धाता व त्याप्रमाणेंच इंद्रादिक इतर सर्व देवही संतुष्ट झाले आहेत. भगवंता, तूं येथें ज्या हेतूनें आला आहेस तो हेतु मला विदित आहे. त्या कन्येच्या पित्यानें तुला येथें पाठविण्याचें कारण तुला म्यां उपदेश करावा हेंच होतें व तदनुसार जें कांहीं अवश्य तें सर्व मीं केलें आहे. तूं आतां सुखरूप घरीं जा. तुला मार्गीत श्रम वगैरे कांहीं होणार नाहींत. तुला ती वधू मिळेल व तिला पुत्र होईल. मीं तुला कामांध होऊन संभोगदानाविषयीं विचारिलें, पण तूं मला उत्कृष्ट उत्तर दिलेंस. विप्रा, काम दमन करणें हें दुर्घट कृत्य आहे. हें कृत्य करणारे सर्व त्रिभुवनांतही सांपडणें नेहमींच कठीण. ह्यास्तव तूं फार मोठें पुण्य जोडिलेंस ह्यांत संदेह नाहीं. आतां जा. आणखी काय ऐकण्याची तुझी इच्छा आहे बरें? जर कांहीं इच्छा असेल तर सांग. जें सत्य असेल तें मीं तुला निवेदन करीन. द्विजर्षभा, तुला मी बोध करावा ह्या हेतूनें वदान्य ऋषीनें मला प्रसन्न करून घेतलें आणि त्याला मान देण्याच्या इच्छेनें मीं तुला हें सर्व सांगितलें.

भीष्म सांगतात:—राजा युधिष्ठिरा, ह्याप्रमाणें त्या उत्तर दिशेचें भाषण श्रवण करून तो ब्राह्मण हात जोडून तिच्या पुढें उभा राहिला आणि नंतर तिची अनुज्ञा घेऊन तो स्वगृहास आला. घरीं आल्यावर त्यानें विसावा घेतला व मग आप्तस्वकीयांचें अनुमोदन घेऊन व इतर ज्या उचित गोष्टी त्या करून तो वदान्य ऋषीकडे गेला. तेव्हां वदान्यानें त्याला विचारिलें कीं, मीं जें सांगितलें होतें तें सर्व तूं पाहिलेंसना? त्या समयीं अष्टावक्रानें सुप्रसन्न होऊन त्या ब्राह्मणास उत्तर दिलें कीं—ऋषिवर्या, आपल्या आज्ञेनुसार मी प्रथम गंधमादन पर्वतावर गेलों आणि मग त्याच्या उत्तरदिग्भागीं एक मोठी देवता मीं पाहिली. तिनें माझा मोठा गौरव केला व आपणाविषयीं तिनें मला सांगितलें. तिनें मला जो पुष्कळ उपदेश केला तो सर्व मीं ग्रहण केला व येथें पुनः परत आलों. राजा युधिष्ठिरा, अष्टावक्राचें तें भाषण ऐकून त्याला तो वदान्य ऋषि म्हणाला

कीं—नक्षत्रविधीनें माझ्या कन्येचा तूं स्वीकार कर. माझ्या कन्येला तूं उत्तम वर आहेस.

भीष्म सांगतातः—राजा धर्मा, नंतर अष्टावक्रानें 'बरें आहे' म्हणून त्या वदान्याला म्हटलें आणि त्या कन्येचा स्वीकार करून तो महाधर्मशील ब्राह्मण अत्यंत संतोष पावला. असो; ह्याप्रमाणें त्या परम सुंदर वदान्यकन्येचा त्या अष्टावक्राशीं विवाह झाल्यावर अष्टावक्र हा आपल्या आश्रमांत मोठ्या आनंदानें कालक्षेप करूं लागला व त्याची सर्व चिंता दूर झाली.

अध्याय बाविसावा.

—:०:—

युधिष्ठिराचे अनेक प्रश्न.

युधिष्ठिर विचारतोः—अहो भरतकुलश्रेष्ठ भीष्मा, दान देण्यास योग्य असे ब्राह्मण कोणते, ह्याजबद्दल महान् महान् ब्रह्मर्षींचा काय अभिप्राय आहे बरें ? आश्रमाचीं चिन्हें धारण करणारे ब्रह्मचारी व संन्यासी किंवा कोणतींही चिन्हें धारण न करणारे इतर ब्राह्मण ह्यांपैकीं कोणाला ते दानाला पात्र असें मानितात ?

भीष्म सांगतातः—हे महाराजा, आपला चरितार्थ चालविण्याकरितां जे पुरुष आपल्या वृत्तीचें पालन करितात, ते पुरुष दान देण्यास पात्र होत; मग त्यांनीं आश्रमचिन्हें धारण केलेलीं असोत किंवा नसोत. ते दोन्ही प्रकारचे पुरुष सत्पात्र समजावे.

युधिष्ठिर म्हणालाः—पितामह, एखादा मनुष्य अपवित्र किंवा अनधिकारी आहे, पण तो मोठ्या श्रद्धेनें ब्राह्मणाला कांहीं हव्य, कव्य, अथवा दान अर्पण करीत आहे, तर त्यांत कोणता दोष होईल बरें ?

भीष्म म्हणतातः—महासमर्था युधिष्ठिरा, श्रद्धेच्या योगानें अत्यंत दुराचारी (दुर्दांत) मनुष्यही पवित्र होईल ह्यांत संदेह नाहीं. मग तुझ्यासारख्या आचारसंपन्न पुरुषाविषयीं ती गोष्ट कशास पाहिजे ? श्रद्धा ही नेहमींच पुण्यसंग्रह करून देते.

युधिष्ठिर विचारितोः—यज्ञयागादिक दैविक क्रिया करितांना ज्या ब्राह्मणांची त्यांत योजना करावयाची त्या ब्राह्मणांच्या पात्रापात्रतेची मनुष्यानें कधींही परीक्षा करूं नये, परंतु श्राद्धादिक कर्मांमध्यें मात्र त्यांची अवश्य परीक्षा करावी, असें जें विद्वानांचें सांगणें आहे तें कां बरें ?

भीष्म सांगतातः—हे भरतश्रेष्ठा, यज्ञयागादिक क्रिया करण्यासाठीं जे ब्राह्मण योजिलेले असतात त्यांच्या योगानें त्या क्रिया सफल होत नाहींत, तर देवांच्या ठिकाणीं यजमानांची जी श्रद्धा असते तिच्या बळावरच ते देव यजमानांस कर्मफल देतात. परंतु ही गोष्ट श्राद्धादिक पितृक्रियांना लागू नाहीं. पितृक्रिया सफल होणें हें केवळ ब्राह्मणांच्या अनुग्रहानेंच घडतें. ह्यास्तव ब्राह्मण ब्रह्मवेत्ते आहेत किंवा नाहींत व त्यांचें तें ब्रह्मानुष्ठान सतत चाललें आहे किंवा कसें, हें अवश्य पाहिलें पाहिजे, असें पूर्वीं महाबुद्धिवान् मार्कंडेयानें सर्व लोकीं सांगितलें आहे.

युधिष्ठिर विचारतोः—अपूर्व (परका) विद्वान्, संबंधी (जांवई वगैरे आप्त), तपस्वी किंवा यज्ञयागादिक करणारा हे पांच जण दानादिकांस योग्य असें म्हणतात तें कां बरें ?

भीष्म सांगतातः—राजा युधिष्ठिरा, ह्यांपैकीं तीन म्हणजे अपूर्व, संबंधी व तपस्वी हे कुलीन, कर्मठ, वैदिक, दयाळू, विनयशील, प्रामाणिक व सत्यवादी असे असल्यास पात्र होत आणि राहिलेले दोन विद्वान् व याजक हे कुलीन, दयाळू, विनयशील, प्रामाणिक व सत्यवादी असल्यास पात्र होत. राजा, ह्यासंबंधानें मी आतां पृथ्वी, काश्यप, अग्नि व

मार्कंडेय ह्या चार महातेजस्वी विभूतींचा काय अभिप्राय आहे तो तुला सांगतों, ऐक.

पृथ्वी म्हणते:— ज्याप्रमाणें मातीचें ढेंकूळ महासागरांत टाकिलें असतां तत्काळ नाश पावतें, त्याप्रमाणें पातक हें याजन, अध्यापन व प्रतिग्रह हीं करणाऱ्या ब्राह्मणापुढें तत्काळ नाश पावतें.

काश्यप म्हणतो:- राजा, शीलहीन (अप्रामाणिक व उन्मत्त) ब्राह्मण असेल तर सर्व वेद, सहाही अंगें, सांख्यशास्त्र, पुराणें व कुलीनपणा हीं त्याच्या उपयोगीं पडत नाहींत.

अग्नि म्हणतो:— जो ब्राह्मण वेदाध्ययनांत निमग्न असतो, परंतु स्वतःस पंडित मानितो, आणि स्वतःच्या विद्येनें दुसऱ्यांची कीर्ति नष्ट करण्यास झटतो, तो धर्मापासून च्युत होत्साता सत्यापासूनही भ्रष्ट होतो आणि परिणामीं श्रेष्ठ लोकांस अंतरतो!

मार्कंडेय म्हणतो:- सहस्र अश्वमेध व सत्य ह्यांची तुलना केली तर सहस्र अश्वमेध हे सत्याच्या अर्धाबरोबर तरी होतील कीं नाहीं ह्याचा मला वानवाच आहे.

भीष्म सांगतात:— राजा युधिष्ठिरा, असें बोलून पृथ्वी, काश्यप, अग्नि व अतिशय दीर्घकालपर्यंत आयुष्य असणारा भृगुकुलोत्पन्न मार्कंडेय ह्या चार विभूति तत्काळ निघून गेल्या.

युधिष्ठिर म्हणाला:— पितामह, ब्रह्मचर्य पाळीत असलेले ब्राह्मण श्राद्धादिकांमध्यें क्षण घेऊन तें अन्न भक्षण करितात; तर त्यांच्या ह्या करण्यामुळें त्यांचे ब्रह्मचर्यव्रताचा नाश होतो तसा त्या श्राद्धादिकांचा नाश होऊन त्या यजमानाला पातक वगैरे लागतें कीं काय?

भीष्म म्हणाले:— राजेंद्रा धर्मा, 'बारा वर्षेंपर्यंत ब्रह्मचर्य चालीव' इत्यादि गुरूचा उपदेश ग्रहण करून ब्राह्मण तदनुसार ब्रह्मचर्य पाळून वेदवेदांगांत प्रवीण होतात, परंतु श्राद्धादिकांमध्यें क्षणाची लालसा धरून तें श्राद्धीय अन्न सेवितात; त्याचें फळ त्यांस असें मिळतें कीं, त्यांचें तें ब्रह्मचर्य फुकट जातें, पण श्राद्ध करणाऱ्याचें श्राद्ध मात्र फुकट जात नाहीं.

युधिष्ठिर म्हणाला:—पितामह, मोठमोठे ज्ञाते पुरुष सांगतात कीं, धर्माचीं फळें आणि तो धर्म प्राप्त करून घेण्याचीं द्वारें पुष्कळ असतात, तेव्हां ह्यांतलें मर्म काय आहे तें मला सांगा.

भीष्म म्हणाले:— अहिंसा (दुसऱ्यास पीडा न करणें), सत्य, शांति, दयाळूपणा, इंद्रियदमन व सरळपणा हीं सर्व धर्माचीं निश्चित लक्षणें आहेत. परंतु ह्या भूतलावर असे लोक आहेत कीं, ते धर्माची वाखाणणी करीत चोहोंकडे हिंडत असतात व स्वतः तर त्याप्रमाणें मुळींच वागत नाहींत; फार काय ते धर्माविरुद्धही वर्तन करितात असें म्हटलें तरी चालेल. ह्यासाठीं अशा दांभिकांस जो कोणी सुवर्ण, रत्न, गाय, घोडा, इत्यादि देईल तो खचित दहा वर्षेंपर्यंत नरकांत पडून मेलेल्या गाईम्हशींचें मांस खाणारे, ब्राह्मणादिकांना स्वभावतः गांजणारे, गांवाच्या सन्निध रहाणारे चांभार वगैरे अंत्यज लोक व त्याप्रमाणेंच कांहीं हेतु धरून किंवा मूर्खपणानें दुसऱ्याची चाहाडी वगैरे करणारे ह्यांची विष्टा भक्षण करितो! राजा धर्मा, ब्रह्मचारी व संन्यासी हे शिजलेल्या अन्नाचे अधिकारी आहेत; वैश्वदेवाच्या समयीं जे लोक ब्रह्मचाऱ्याला किंवा संन्याशाला अन्नदान करीत नाहींत ते दुर्गतीस जातात.

युधिष्ठिर म्हणाला:- पितामह, श्रेष्ठ ब्रह्मचर्य व श्रेष्ठ धर्माचरण तें कोणतें? त्याप्रमाणेंच सर्वांत वरिष्ठ असें शौच कशास म्हणावें, तें मला सांगा.

भीष्म म्हणाले:—बारे वत्सा, मद्य व मांस

ह्यांना स्पर्श न करणें हें श्रेष्ठ ब्रह्मचर्य होय. मनाच्या स्वैरगतीला आळा घालून त्याचें उत्तम आकलन करणें व त्यास विषयादिकांपासून निवृत्त करणें हेंच श्रेष्ठ धर्माचें लक्षण जाणावें.

युधिष्ठिर म्हणाला:— पितामह, धर्म केव्हां संपादावा, अर्थ केव्हां जोडावा व सुखोपभोग केव्हां घ्यावा हें मला सांगा.

भीष्म म्हणाले:— प्रात:कालीं (किंवा पूर्ववयांत) अर्थ जोडावा; नंतर धर्म संपादावा; आणि नंतर सुखोपभोग घ्यावा. पण कशावरही अति आसक्ति करूं नये. ब्राह्मणांना मान द्यावा, गुरुजनांविषयीं आदरबुद्धि ठेवावी, सर्व प्राण्यांविषयीं अनुकंपा बाळगावी, गोड भाषण करावें व सौम्य रीतीनें वागावें. राजसभेंत असत्य बोलणें, राजाविषयीं दुष्टबुद्धि बाळगणें व गुरुजनांविषयीं खोडसाळपणा करणें हीं सर्व ब्रह्महत्येप्रमाणें आहेत. कधींही थोर मनुष्यांवर प्रहार करूं नये व गाईला मारूं नये, जो मनुष्य ह्या दोन गोष्टी करितो त्यास भ्रूणहत्येचें पातक लागतें. गृह्याग्नीचा त्याग केव्हांही करूं नये, वेदांना केव्हांही सोडूं नये व ब्राह्मणास केव्हांही गांजूं नये. ह्या तिहींपासून ब्रह्महत्येचें पातक पदरीं येतें.

युधिष्ठिर म्हणाला:— पितामह, कशाप्रकारचे ब्राह्मण साधु होत, कोणाला दान केलें तर त्यापासून श्रेष्ठ फळ मिळतें, अन्नानें संतर्पण करणें तें कोणाला करावें, तें मला सांगा.

भीष्म म्हणाले:— राजा युधिष्ठिरा, जे विप्र क्रोधास वश होत नाहींत, सदोदीत धर्माचरण करितात, नेहमीं सत्यानें वर्ततात, व नित्य इंद्रियनिग्रह करण्यास तत्पर असतात, ते विप्र खरोखरीच साधु होत; त्यांना दान केलें असतां तें अत्यंत श्रेयस्कर जाणावें. त्याप्रमाणेंच जे पुरुष अहंकारापासून अलिप्त असतात, सर्व कांहीं सहन करितात, दृढ निश्चयानें आपले हेतु साधण्यास झटतात, इंद्रियांना स्वाधीन ठेवितात, सर्व प्राण्यांच्या कल्याणार्थ प्रयत्न करितात व सर्वांविषयीं आवड धरितात, त्यांना दान केल्यानें उत्तम फळ मिळतें. तसेंच जे लोभाला वश होत नाहींत, निर्मळ वर्तन ठेवितात, विद्येंत रममाण असतात, अंगीं विनय बाळगितात, खरें बोलतात, व स्वकर्मांत तत्पर असतात, त्यांस दान दिल्यानें फार मोठें हित होतें. त्याप्रमाणेंच, जो चारी वेद व त्यांचीं अंगें ह्यांचें अध्ययन करितो आणि मद्य व मांस ह्यांना न शिवणें, मर्यादा पाळणें, निर्मळ वर्तन ठेवणें, विद्याभ्यास करणें, यज्ञयाग चालविणें व दान करणें ह्या सहा कर्मांना प्रवृत्त होतो, तो विप्रश्रेष्ठ सत्पात्र होय असें ऋषि सांगतात. राजा, ह्या गुणांनीं युक्त असे जे ब्राह्मण त्यांना दान करणें हें अत्यंत श्रेयस्कर जाणावें. गुणांच्या योगानें पात्र असलेल्या ब्राह्मणाला जर दान दिलें तर तें दात्याला हजारपट अधिक पुण्य संपादून देतें. राजा धर्मा, जो श्रेष्ठ ब्राह्मण ज्ञान व वेदविद्या, त्याप्रमाणेंच शील व आचरण ह्यांनीं मंडित असेल तो एकटाही सर्व कुलाला तारील, ह्यास्तव अशा ब्राह्मणाला गाय, घोडा, वित्त, अन्न व दुसरे कांहीं पदार्थ वगैरे जें कांहीं द्यावयाचें असेल तें अवश्य द्यावें. अशा रीतीनें दान केल्यानें दात्याला मरणोत्तर दुःख भोगावें लागत नाहीं, व त्यास सद्गति प्राप्त होते. राजा, अशा प्रकारचा एकटाही श्रेष्ठ ब्राह्मण सर्व कुलाचा उद्धार करितो; मग अशा अनेक विप्रवर्यांना दान दिल्यानें केवढें पुण्य पदरीं पडेल, हें काय सांगावें ! ह्यास्तव दान देतांना सत्पात्र ब्राह्मण निवडून मग त्यास तें दान द्यावें हें नीट ध्यानांत ठेव. युधिष्ठिरा; एखादा ब्राह्मण गुणवान् व महन्मान्य आहे असें कानीं पडल्यास त्यास दूर देशाहूनही

आणावें व त्याचा आदरसत्कार करून त्याची सर्वतोपरी पूजा करावी आणि त्यास दान वगैरे आदरपूर्वक द्यावें.

अध्याय तेविसावा.

---:०:---

दानप्रकरण.

युधिष्ठिर म्हणालाः—पितामह, देवतांना व पितरांना उद्देशून जीं कर्मे करावयाचीं, त्यांच्या विहितपणाबद्दल सुरर्षींनीं कोणते नियम सांगितले आहेत ते आपलेपासून ऐकण्याची माझी इच्छा आहे, तर ती इच्छा पूर्ण करा.

भीष्म म्हणालेः—राजा युधिष्ठिरा, कर्म करणाऱ्या पुरुषानें प्रथम कायिक, वाचिक व मानसिक शुद्धीच्या स्नानसंध्या व जपजाप्यादि क्रिया करून नंतर त्या त्या कर्मांना अनुरूप असे मंगलविधि आचरावे आणि मग मोठ्या दक्षतेनें दैविक अथवा पैतृक कर्मांस उद्युक्त व्हावें. त्यानें दैविक कर्में पूर्वाह्णीं व पैतृक कर्में अपराह्णीं करावींत; आणि मनुष्यांना दानें वगैरे देणें तीं मोठ्या आदरानें मध्याह्णीं द्यावीं. राजा, ह्या सर्व क्रिया करितांना काला-कडे उत्तम लक्ष पुरविलें पाहिजे; कारण ज्या क्रिया अकालीं होतात त्यांचें फल राक्षस घेतात. त्याप्रमाणेंच दानें देतांना आणखीही काळजी घेतली पाहिजे. देय वस्तु जर कोणीं ओलांडिली असेल, चाटली असेल, ती देतांना कलह झाला असेल, किंवा रजस्वलेनें ती पाहिली असेल, तर तो राक्षसांचा भाग समजावा. तसाच जो पदार्थ देण्याच्या संबंधानें मोठा गवगवा करण्यांत आला असेल, ज्याचा अंश शूद्रानें आधींच सेवन केला असेल अथवा ज्याला कुत्र्यानें चाटलें, हुंगलें किंवा विटाळलें असेल, तोही राक्षसांचाच भाग होय. त्याप्रमाणेंच, ज्या अन्नादि पदार्थांत केश किंवा किडी असतील, ज्यांत थुंकी वगैरे पडली असेल, ज्याला कुत्र्यानें पाहिलें असेल, ज्यांत अश्रु मिसळले असतील अथवा जो अगदीं तुच्छ म्हणून फेंकून देण्यास योग्य असा असेल, तो पदार्थही राक्ष-सांचाच भाग समजावा. तसाच, जो अन्नादिक पदार्थ शूद्रादिक अनधिकारी, शस्त्र धारण कर-णारा किंवा दुरात्मा ह्यांजकडून सेविला जातो, तोही राक्षसांचाच भाग होय; त्याप्रमाणेंच, दुसऱ्यानें उष्टावलेला आणि देव, अतिथि, पितर व बालकें ह्यांस वगळून अर्पण केलेला पदार्थ दैविक व पैतृक कर्मांत नित्य राक्षसांचाच भाग मानावा. राजा युधिष्ठिरा, ब्राह्मण, क्षत्रिय व वैश्य ह्यांनीं केलेल्या दैविक किंवा पैतृक कर्मांत मंत्रांचा किंवा क्रियांचा लोप किंवा दोष केल्यास तीं कर्में राक्षसांकडेच जातात. त्या-प्रमाणेंच पात्रांत घृताचा अभिधार केल्याशिवाय वाढलेलें अन्न व दुराचारी जनांनीं सेवन केलेलें अन्न हाही राक्षसांचाच भाग होय. हे भरत-कुलश्रेष्ठा, जे भाग राक्षसांचे असतात ते मीं तुला सांगितले; आतां दानादिकांला योग्य अथवा अयोग्य असे कोणते ब्राह्मण समजावे तें मी तुला सांगतों.

ब्राह्मणांचें परीक्षण.

राजा, पंचमहापातकांनीं पतित होत्साते जातिबाह्य झालेले जितके ब्राह्मण तितके सर्व आणि त्याप्रमाणेंच मूर्ख व उन्मत्त असे ब्राह्मण ह्यांना दैविक व पैतृक कर्मांत पाचारण करूं नये. तसेंच, ज्यांना श्वेतकुष्ठ व मंडलकुष्ठ आहे, जे महारोगानें ग्रस्त झाले आहेत, ज्यांना फेपरें वगैरे येतें व जे अंध आहेत, त्यांनाही देवपितृ-कर्मांत आमंत्रण देऊं नये. त्याप्रमाणेंच, जे रोगाची चिकित्सा करितात, देवपूजा करून आपला चरितार्थ चालवितात, नियमधर्मांविषयीं उगीच ढोंग माजवितात व सोम (दूध वगैरे) रस विकतात, त्यांनाही दैविक व पैतृक कर्मांत

दानादिक देऊं नये. तसेच जे गाण्याचा, नाचण्याचा, वाजविण्याचा, खेळण्याचा, गोष्टी वगैरे सांगण्याचा, शिपाईगिरीचा व कुस्ती करण्याचा धंदा करितात तेही देवपितृकार्यांना अनधिकारी समजावे. त्याप्रमाणेंच जे शूद्रांचे यज्ञयाग करितात, शूद्रांना वेदविद्या शिकवितात, व शूद्रांचें दास्य स्वीकारितात, त्यांनाही देवपितृकार्यांत क्षण देऊं नये. जो वेतन घेऊन दुसऱ्याला वेदविद्या शिकवितो, किंवा जो वेतन घेऊन अध्यापकाचें काम करणाऱ्या ब्राह्मणापाशीं वेदविद्या शिकतो, त्यांना दैविक व पैतृक कार्यांत क्षण घेण्याची पात्रता नाहीं; कारण ते दोघेही वेदविक्रयकर्ते होत. त्याप्रमाणेंच, ज्याला श्राद्धादिकांत प्रथम दान दिलें व ज्यानें शूद्र स्त्रीशीं लग्न लाविलें, असा ब्राह्मण सर्व विद्यांत प्रवीण असला तरी त्यास देवपितृकार्यांत आमंत्रण देऊं नये. तसेच जे ब्राह्मण श्रौतस्मार्त कर्में करीत नाहींत, जे मृतांचा अंत्यविधि चालवितात, जे चोरी करितात व जे महापातकें करून भ्रष्ट झालेले असतात, त्यांस देवपितृकर्मांत पाचारण करूं नये. त्याप्रमाणेंच ज्या ब्राह्मणांच्या पूर्वपीठिकेची ह्मणजे वाडवडिलांची माहिती नाहीं, ज्यांचें आचरण अतिशय निंद्य आहे आणि जे पुत्रिकेचे पुत्र होत तेही देवपितृकार्यांत पाचारूं नयेत. तसेच जे कर्ज काढितात, जे वाढीदिढी व व्याजबट्टा करितात, आणि प्राण्यांची खरेदीविक्री करून चरितार्थ चालवितात, तेही देव पितृकार्यांना निषिद्धच समजावे; आणि तसेच जे स्त्रियांचे अधीन असतात व जे वेश्यांचें पतित्व स्वीकारतात, आणि जे संध्या वगैरे करीत नाहींत, अशा ब्राह्मणांनाही देवपितृकर्मांत बालेावूं नये.

युधिष्ठिरा, आतां दैविक व पैतृक कार्यांत कशा प्रकारचा ब्राह्मण पाचारिला असतां दान देणाऱ्याचें व घेणाऱ्यांचें कल्याण होतें तें मी तुला सांगतों, ऐक. कधीं कधीं निषिद्ध पुरुषांच्या ठिकाणीं जे कांहीं दोष असतात ते दुसऱ्या कांहीं गुणांच्या योगें दूर होतात, व त्यामुळें त्यांना पात्रता येते. जे ब्राह्मण वैदिक कर्मे उत्तम प्रकारें करितात व धर्म पाळून पुण्य जोडितात, तसेच जे गायत्रीमंत्राचें मर्म जाणतात आणि ब्राह्मणांना उचित अशा क्रियांचें अनुष्ठान करितात, ते ब्राह्मण कृषिकर्म करीत असले तरी त्यांस देवपितृकार्यांत आमंत्रण द्यावें. सत्वकुलांत जन्मलेला ब्राह्मण संग्रामांत क्षात्रधर्म पाळीत असला तरी तो देवपितृकार्यांत आमंत्रण करण्यास योग्य आहे; परंतु तो जर वणिग्वृत्ति चालवील तर त्याला मात्र पाचारणें उचित नाहीं. त्याप्रमाणेंच, जो ब्राह्मण अग्निहोत्र पाळितो, जो गांवांत रहातो, जो चोरी करीत नाहीं, जो अतिथीचा आदरसत्कार कसा करावा हें जाणून तदनुरूप वर्ततो, त्यासही दैविक व पैतृक कर्मांत अवश्य क्षण द्यावा. तसाच जो ब्राह्मण त्रिकाल सावित्री मंत्राचा जप करितो, भिक्षेवर चरितार्थ चालवितो आणि नित्यनैमित्तिक कर्में उत्तम प्रकारें सिद्धीस नेतो, त्यासही देवपितृकार्यांत अगत्यानें बोलवावें. त्याप्रमाणें जो ब्राह्मण सकाळीं धन मिळवितो व त्या धनाचा संध्याकाळीं सत्कृत्यांत व्यय करितो, तसाच जो सकाळीं दरिद्री असला तर संध्याकाळीं श्रीमान् होतो व पुनः त्या धनाचा सद्व्यय करून सकाळाला तो फिरून दरिद्रीच रहातो, व त्याप्रमाणेंच जो हिंसा करीत नाहीं, असा ब्राह्मण विद्वान् किंवा मोठा दाता वगैरे नसला तरी तो देवपितृकार्याला उचित मानावा. त्याप्रमाणेंच, जो ब्राह्मण ढोंग माजवीत

१ ज्यांच्या आईचें कन्यादान करिते समयीं तिच्या पित्यानें जामातापाशीं असा करार केलेला असतो कीं, हिला जो पुत्र होईल तो मी घेईन. अशा प्रकारें, हा पुत्रिकापुत्र पित्याच्या गोत्रापासून भ्रष्ट होऊन मातेच्या गोत्रावर वाढतो, ह्मणून निंद्य होय.

नाहीं व भलतेसलते कुतर्क काढीत नाहीं, आणि जो सद्गृहीं भिक्षा मागून चरितार्थ चालवितो, तो आमंत्रणास योग्य समजावा. तसाच जो ब्राह्मण व्रतवैकल्यें करीत नाहीं, छटपणा व चोरी वगैरे करितो, प्राण्यांचा क्रयविक्रय चालवितो व वाणीपणा करितो, तो जर यज्ञांत शेवटीं सोम प्याला असेल तर तो देवपितृकार्याला क्षण देण्यास पात्र समजावा; आणि त्याप्रमाणेंच, जो पूर्वीं भयंकर कर्में करून मिळविलेलें धन नंतर देवतांचें पूजन करण्याकडे व अतिथिसत्काराकडे खर्चितो, तोही देवपितृकार्यांत क्षण देण्यास उचित होय. वेदविद्येचा विक्रय करून आलेलें, स्त्रीनें मिळविलेलें आणि खोटी शपथ घेऊन किंवा दीनपणा दाखवून संपादिलेलें धन पितृकार्यांत ब्राह्मणांस देणें अनुचित होय. राजा युधिष्ठिरा, श्राद्धादिक चालू असतां किंवा समाप्त झाल्यावर जो ब्राह्मण स्वधा किंवा युक्त (ठीक झालें) असें म्हणत नाहीं, त्यास गाईची खोटी शपथ घेतल्याचें पातक लागतें. श्राद्धाला उत्तम काळ म्हटला म्हणजे जेव्हां ब्राह्मण, दधि, घृत, दर्श व वन्य पशूंचें मांस हीं प्राप्त होतील तो समजावा. ब्राह्मणानें केलेल्या श्राद्धाच्या अखेरीस ' स्वधा ' असें म्हणावें, क्षत्रियानें केलेल्या श्राद्धाच्या अखेरीस 'पितर तृप्त होवोत ' असा उच्चार करावा, वैश्याचें श्राद्ध समाप्त झाल्यावर ' सर्व कांहीं अक्षय्य राहो ' असा आशीर्वाद द्यावा आणि शूद्राकडील श्राद्धाच्या अंतीं ' कल्याण होवो ' म्हणून बोलावें. यजमान ब्राह्मण असल्यास तो ' पुण्याहं भवंतो ब्रुवन्तु ' अशी प्रार्थना करील तेव्हां 'ॐपुण्याहमस्तु' असें ब्राह्मणांनीं बोलावें; यजमान क्षत्रिय असल्यास त्यास ब्राह्मणांनीं 'पुण्याहमस्तु' इतकेंच बोलावें व यजमान वैश्य असल्यास त्यास 'प्रीयंतां देवताः' इतकेंच म्हणावें. आतां; कोणत्या क्रमानें शास्त्राला अनुसरून कर्में करावीं तें सांगतों, ऐक. ब्राह्मण, क्षत्रिय व वैश्य ह्या तिन्ही वर्णांना जातकर्मादिक सर्व विधि अवश्य असून ते समंत्र केले पाहिजेत. ब्राह्मणाची मेखला मुंज नामक गवताची असावी, क्षत्रियाची मेखला धनुष्याच्या दोरीची असावी व वैश्याची मेखला बाल्वजी नामक गवताची असावी असा हा धर्म आहे. युधिष्ठिरा, आतां मी तुला दाता व प्रतिग्रहीता ह्यांचे धर्म व अधर्म सांगतों ते ऐक. ब्राह्मणानें असत्य भाषण केल्यास तो अधर्म होतो व त्यास पातक अशी संज्ञा मिळते; क्षत्रियानें असत्य भाषण केल्यास त्यास ब्राह्मणाच्या चौपट व वैश्यानें असत्य भाषण केल्यास त्यास ब्राह्मणाच्या आठपट पातक लागतें. प्रथम ज्यानें क्षण दिला त्याच्याकडे भोजन करणें हा धर्म श्रेष्ठ होय; प्रथम निमंत्रण घेतलेलें टाकून दुसऱ्याकडे भोजन करणें हा धर्म कनिष्ठ होय; आणि त्यांत ब्राह्मणानें ब्राह्मणाचें पहिलें आमंत्रण सोडून दुसऱ्याकडे भोजन करणें हें तर घोर पातक समजावें. अशा प्रकारें जो ब्राह्मण करितो त्यास पशुहिंसेचें पाप लागतें. त्याचप्रमाणें, क्षत्रिय अथवा वैश्य ह्यांजकडील प्रथम आमंत्रण घेऊन जो ब्राह्मण दुसऱ्याकडे भोजन करितो, त्यालाही पशुहिंसेचें अर्धें पातक लागतें; आणि त्याप्रमाणेंच जो ब्राह्मण दैविक अथवा पैतृक कार्यांत ब्राह्मणादिक त्रिवर्णांकडे स्नान वगैरे न करितां भोजनास जातो, त्यालाही गाईची खोटी शपथ घेतल्याचें पाप लागतें. राजा युधिष्ठिरा, जो ब्राह्मण सुतक किंवा सोहेर आलेला आहे हें माहीत असूनही ब्राह्मण, क्षत्रिय किंवा वैश्य ह्यांजकडे लोभानें क्षणास बसतो, त्यालाही गाईची खोटी शपथ घेतल्याचें पातक लागतें. त्याप्रमाणेंच जो मनुष्य तीर्थयात्रादिकांकरितां किंवा दुसऱ्या कांहीं कामाकरितां म्हणून दात्यांकडे याचना करितो व तसें करण्यांत त्याचा

हेतु दुसराच असतो, त्याला असत्य भाषणाचें पाप लागतें; आणि त्याप्रमाणेंच ब्राह्मण, क्षत्रिय व वैश्य हे वेदांत सांगितलेले नियमधर्म व आचरण ह्यांच्या विरुद्ध वर्तन करणाऱ्या ब्राह्मणांना दैविक किंवा पैतृक कर्मांत क्षण देऊन त्यास समंत्रक अन्नदान वगैरे करितील तर त्यांसही गाईची खोटी शपथ घेतल्याचें पाप लागतें.

भीष्म सांगतात:– राजा युधिष्ठिरा, शेतकरी लोक ज्याप्रमाणें उत्तम पावसाची वाट पहात असतात, त्याप्रमाणें ज्यांच्या स्त्रिया भर्त्यांच्या उच्छिष्टाची व घरांतील उर्वरित अन्नाची वाट पहात असतात अशा ब्राह्मणांना तूं भोजन घाल. राजा, जे ब्राह्मण नेहमीं सदाचरण करण्यांत निमग्न असतात आणि कृशवृत्तीनें म्हणजे ऐषआराम व ख्यालीखुशाली ह्यांजकडे चित्त न देतां सद्वर्तन राखून पोट-अर्धपोट जें कांहीं अन्न मिळेल त्यावर आपला चरितार्थ चालवून क्षीण होतात आणि तशांतही याचकांचे मनोरथ पूर्ण करण्यांविषयीं प्रयत्न करितात, त्यांना दिलेलें अन्न अत्यंत श्रेयस्कर होतें. धर्मा, सदाचरण हेंच ज्यांचें अन्न, सदाचरण हेंच ज्यांचें गृह-कलत्र, सदाचरण हेंच ज्यांचें बल, सद्वर्तन हाच ज्यांचा परलोक मिळविण्यासाठीं मुख्य आधार आणि जरूर असली तर मात्र जे द्रव्यार्जन करितात, त्यांना अन्न अर्पण करणें हें अतिशय पुण्यदायक आहे. राजा युधिष्ठिरा, चोरांपासून किंवा शत्रूंपासून भयभीत झालेले लोक स्वसंरक्षणार्थ आले असतां त्यांस अन्न वगैरे दिल्यानें महापुण्य लागतें. जो ब्राह्मण मनापासून धर्माचरण करितो, ढोंग वगैरे अगदीं माजवीत नाहीं; परंतु दारिद्र्यामुळें—त्याजवळ जें कांहीं अन्न असेल तें त्याच्या हातांत असतां त्याचीं मुलें त्याच्यापाशीं ‘ मला दे, मला दे ’ म्हणून कलकलाट करीत असतात, अशा अति दरिद्री ब्राह्मणाला अन्नानें संतर्पणें हें अत्यन्त श्रेयस्कर समजावें. देशावर महान् आपत्ति आली असतां तीमध्यें ज्या ब्राह्मणाचें सर्व धन व बायको हीं नष्ट होऊन जो दीन होत्साता परित्राणार्थ प्राप्त होतो, त्याला दान देणें हें अतिशय पुण्यकारक आहे, जे ब्राह्मण व्रतवैकल्यें करितात, जे इंद्रियांना आकळतात व वैदिक कर्में यथाविधि सिद्धीस नेतात, ते तर आपआपल्या व्रतवैकल्याकरितां किंवा वैदिक कर्मांकरितां धनादिकांची इच्छा करितील, तर त्यांस धनादिक देणें हें अतिशय श्रेयस्कर आहे. जे ब्राह्मण पाखण्डापासून अति दूर रहातात, ज्यांचे देह निर्वाहाचें साधन नसल्यामुळें जर्जर झालेले असतात, आणि ज्यांच्याजवळ धनादिक बहुधा नसतेंच, अशा दरिद्र्यांना दान देणें महाफलदायक आहे. ज्या ब्राह्मणांचें सर्वस्व सत्ताधीशांनीं हरण केलेलें असतें, परंतु ज्यांकडे दोषाचा लेशही नसतो; आणि जे जाड्याभरड्या व पोटापुरत्या अन्नाची मात्र इच्छा धरितात, त्यांना दान दिल्यानें तें अतिशय पुण्यकारक होय; आणि ज्यांचें सर्व लक्ष तपोनुष्ठान करण्यांत निमग्न असतें व जे नित्य तपश्चर्या करीत असतात, अशा ब्राह्मणांचा चरितार्थ चालावा म्हणून जे त्याजकरितां अल्पस्वल्प देणगीची इच्छा करून भिक्षा मागतात, त्यांस दान दिल्यानें अत्यन्त सुकृत पदरीं पडतें.

हे भरतकुलश्रेष्ठा युधिष्ठिरा, कशा प्रकारच्या दानानें महापुण्य लागतें तें तुला सांगितलें. आतां कशा प्रकारच्या वर्तनानें नरक मिळतो व कशा प्रकारच्या वर्तनानें स्वर्ग हस्तगत होतो तें तुला सांगतों, ऐक. युधिष्ठिरा, गुरूचा अर्थ संभाळण्याकरितां किंवा प्राणसंकट प्राप्त झालें असतां असत्य भाषण करणें हें क्षम्य होईल; परंतु तसा कांहीं प्रसंग नसतां जे पुरुष असत्य भाषण

करितात, ते नरकांत पडतात. दुसऱ्याची स्त्री हरण करणारे, दुसऱ्याच्या स्त्रीवर बलात्कार करणारे, व दुसऱ्याची स्त्री उपटून आणण्यास मदत करणारे हे सर्व नरकाचे अधिकारी होत. जे दुसऱ्याचें सर्वस्व हरण करितात, दुसऱ्याच्या सर्वस्वाचा नाश करितात व दुसऱ्याचे दोष बाहेर काढितात, ते नरकांत पडतात. जे पुरुष पाणपोया, सभागृहें, पूल, रस्ते, घरें, वगैरे मोडून टाकितात, तेही नरकास जातात. जे पुरुष अनाथ, तरुण, बाल, वृद्ध व भीत अशा दीन स्त्रियेला ठकवितात ते नरकांत पडतात. जे पुरुष वृत्तिच्छेद व गृहच्छेद करितात, स्त्रीपुरुषांमध्यें फूट पाडून वैर माजवितात, मित्रांमध्यें कलह लावितात, आणि दुसऱ्याच्या आशेचा तंतु छाटून टाकितात, ते नरकास जातात. जे पुरुष राजाकडे जाऊन चहाडी करितात, श्रेष्ठ जनांचा अपमान करितात, स्वकर्मानुरूप वर्तन न करितां भलत्याच वृत्तीनें चरितार्थ चालवितात आणि मित्रांनीं उपकार केले असतां त्यांपाशीं कृतघ्नपणा करितात, ते खचित नरकांत पडतात. जे पुरुष वैदिक धर्मावर श्रद्धा ठेवीत नाहींत, थोर लोकांची निंदा करितात, केलेले करार मोडतात व सन्मार्ग सोडून अमार्ग धरितात, ते नरकास जातात. जे भलताच व्यवहार करितात, अचाट व्याज घेतात व मनस्वी नफा आकारितात, ते खचित नरकांत स्थान मिळवितात. जे पुरुष जुगार खेळण्यांत गर्क असतात, ज्यांस बरें व वाईट यांची मुळींच परीक्षा नसते आणि जे प्राण्यांची हिंसा करण्यास प्रवृत्त असतात, ते नरकांत पडतात. आशेनें प्राप्त झालेल्या सेवकांची किंवा याचकांची जे निराशा करितात, तुला मी अमुक एक देईन असें वचन देऊन जे तें वचन पाळीत नाहींत, ठरविलेलें वेतन बंद करण्यास जे पुढें सरसावतात आणि जे दुसऱ्यांच्या श्रमांचा मोबदला त्यांस देत नाहींत व उलट नानाप्रकारचीं कुभांडें रचून त्यांस चाकरीवरून काढून टाकितात, ते नरकांत जातात. जे स्त्रियांना, अग्नीला, सेवकांना व अतिथींना वगळून आपणच आपलें पोट भरतात आणि जे देव व पितर ह्यांस उद्देशून जीं कर्में केलीं पाहिजेत त्यांचा उच्छेद करितात, ते नरकांत पडतात. जे वेदांचा विक्रय करितात, वेदांना नांवें ठेवितात आणि जे वेद लिहून घेतात, ते नरकांत पडतात, जे चारही वर्णाश्रमधर्मां पासून दूर असतात, वेदादिकांना मुळींच जुमानीत नाहींत व भलतेच धंदे करून चरितार्थ चालवितात, ते नरकास जातात. जे केशांची विक्री करितात, जे विषारी द्रव्यांचीं दुकानें घालितात, व जे दूध विकितात, ते नरकांत पडतात. ब्राह्मण, गाई व कन्या ह्यांच्या कार्यांत जे विघ्नें आणितात ते नरकास जातात. जे शस्त्रांची विक्री करितात आणि जे धनुष्यें, बाण वगैरे शस्त्रें घडवितात, ते नरकाचे अधिकारी होतात. मार्गांत दगड किंवा कांटे पसरून अथवा खड्डे पाडून जे मार्ग बंद पाडितात, ते नरकांत पडतात. जे उपाध्यायांचा, सेवकांचा किंवा हितचिंतक अनुयायांचा विनाकारण त्याग करितात, ते नरकास जातात. पशूंवर अति भार लादून किंवा त्यांना बडवून त्यांच्या शक्तीचा जे नाश करितात, जे पशूंना वेसणा घालितात व जे नेहमीं त्यांस कामांत जखडून टाकितात, ते नरकास जातात. जे प्रजांचें रक्षण न करितां त्यांपासून षड्भाग (कर) बळजबरीनें काढितात व ज्यांस सामर्थ्य असूनही देण्याची वासना होत नाहीं ते नरकांत पडतात. क्षमाशील, मनोनिग्रही, शाहाणे व बहुत काळपर्यंत बरोबर राहिलेले अशा जनांपासून आपला कार्यभाग सिद्धीस गेल्यावर जे पुरुष त्यांचा त्याग करितात, ते नरकास जातात;

आणि जे मुलें, म्हातारीं माणसें व चाकरनोकर ह्यांस कांहींएक न देतां आपणच आधीं हात मारून घेतात, ते नरकांत पडतात.

राजा युधिष्ठिरा, हें जे ह्या वेळपर्यंत सांगितले ते सर्व नरकाचे अधिकारी होत. आतां स्वर्गाचे अधिकारी कोण, तें तुला सांगतों. देवतांना उद्देशून कोणतेंही कृत्य करणें झाल्यास जे पुरुष त्यांत ब्राह्मणांचा अनादर करीत नाहींत त्यांस पशु, पुत्र व इतर सर्व गोष्टी अनुकूल होऊन अंतीं स्वर्ग मिळतो. जे लोक दान, तपश्चर्या व सत्य ह्यांच्या योगें धर्माचरण करितात, ते स्वर्गास जातात. जे पुरुष गुरुशुश्रूषा व तपश्चर्या ह्यांच्या योगें दिव्य ज्ञान संपादितात व प्रतिग्रह घेण्याची लालसा अजीबात सोडून देतात ते स्वर्गास जातात. जे पुरुष दुसऱ्यांचें भय, पाप, संकट, दारिद्र्य, दुखणेंबाहणें वगैरे नाहींसें करितात, ते पुरुष स्वर्गाचे अधिकारी होतात. जे पुरुष क्षमाशील असतात, सदसद्विवेक धरितात, धर्मकृत्यें करण्यास उद्युक्त असतात, व मंगलकारक असें वर्तन ठेवितात ते स्वर्गाला जातात. जे पुरुष दारू व मांस ह्यांपासून अलिप्त असतात, परस्त्रियेच्या वाटेस जात नाहींत आणि मादक पदार्थांपासून निवृत्त असतात, ते स्वर्गास जातात. जे पुरुष कुलांचें, आश्रमांचें, देशांचें व नगरांचें पालन करितात, ते स्वर्गाचे अधिकारी होतात. जे पुरुष वस्त्रें व अलंकार आणि खाद्य व पेय वस्तु अर्पण करितात व दुसऱ्यांचीं लग्नें करून देतात, ते स्वर्गाला जातात. जे पुरुष कोणाचा कोणत्याही प्रकारचा घातपात करीत नाहींत, जे सर्व कांहीं सहन करितात व जे सर्वांना आश्रय देतात, ते स्वर्गाला जातात. जे पुरुष मातापितरांची सेवा करितात, इंद्रियांना जिंकितात आणि भावांवर प्रेम करितात, ते स्वर्गाला जातात. जे पुरुष धनधान्यांनीं समृद्ध, बलवान् व जवान असतांही इंद्रियांना अगदीं स्वैर चालूं देत नाहींत व विवेकानें वागतात, ते स्वर्गाला जातात. जे पुरुष अपराध्यांवर दया करितात, ज्यांचें हृदय अत्यंत कोमल व दीनवत्सल असतें आणि जे दुसऱ्यांच्या उपयोगी पडून त्यांस सुख देतात, ते स्वर्गाला जातात. जे पुरुष हजारों लोकांना आश्रय देतात, हजारों लोकांना सुखसाधनें अर्पितात व हजारों लोकांना जगवितात, ते स्वर्गाला जातात. जे पुरुष सुवर्ण, गाई, यानें व वाहनें दुसऱ्याला अर्पण करितात, ते स्वर्गाला जातात. जे पुरुष कन्या, वैवाहिक अलंकार, दास दासी व वस्त्रें वगैरे देतात, ते स्वर्गाला जातात. जे पुरुष विहारस्थानें, बागा, कूप, आरामस्थलें, सभागृहें, पाणपोया व धान्य पिकविण्याचीं क्षेत्रें तयार करितात, ते स्वर्गाला जातात. जे पुरुष घरें, शेतें व गांवें हीं कोणीं मागितलीं असतां तीं त्यास देतात, ते स्वर्गाला जातात. जे पुरुष रस, बीज व धान्य हीं स्वतः उत्पन्न करून दुसऱ्याला अर्पण करितात ते स्वर्गाला जातात. आणि जे पुरुष कोणत्याही उच्च-नीच कुलांत जन्म प्राप्त झाला असला तरी आनंदानें संस्कार करून बहुत पुत्रांनीं युक्त होत्साते दीर्घकाळ जगतात आणि कधींही न रागावतां दयाळूपणाचें वर्तन ठेवितात ते स्वर्गास जातात. राजा युधिष्ठिरा, ह्याप्रमाणें पूर्वीच्या ऋषींनीं वैदिक व पैतृक कर्माविषयीं परलोकसिद्धीकरितां जे कांहीं नियम घालून दिले आहेत ते व शिवाय दानधर्म करण्यासंबंधींही हे नियम मीं तुला सांगितले आहेत, ते ध्यानांत धर.

अध्याय चोविसावा.

—:०:—

ब्रह्महत्यादोषविवरण.

युधिष्ठिर म्हणालाः– अहो भीष्मा, कोणत्याही

प्रकारची हिंसा न करितां ब्रह्महत्येचें पातक लागतें म्हणून म्हणतात, तें कसें, हें मला यथायोग्य प्रकारें विशद करून सांगा.

भीष्म म्हणालेः— राजेंद्रा युधिष्ठिरा, मीं पूर्वीं व्यासांची प्रार्थना करून त्यांना हाच प्रश्न विचारिला असतां त्यांनीं मला जें सांगितलें तेंच मी आतां तुला सांगतों; तर तूं एकाग्र चित्तानें श्रवण कर. राजा, मीं तेव्हां व्यासांना म्हटलें कीं, ‘ मुने, आपण वसिष्ठापासून चौथे आहां. प्रत्यक्ष हिंसा केली नसतांनाही ब्रह्महत्येचें पातक घडतें म्हणून म्हणतात तें कसें घडतें, ह्याचें तत्त्व मला सांगा.’ धर्मा, ह्याप्रमाणें मीं विचारिलें असतां, धर्मामध्यें अत्यंत निपुण असलेल्या त्या पराशरपुत्र व्यासांनीं संशयरहित असे जे श्रेष्ठ नियम मला निवेदन केले ते असेः—जो मनुष्य आपण होऊन गरीब ब्राह्मणाला भिक्षेकरितां आपल्या घरीं बोलावून आणितो आणि मागून त्याला ‘ नाहीं ’ म्हणून म्हणतो, त्याला ब्रह्महत्येचें पातक लागतें. जो दुष्ट मनुष्य ह्या लोकांत विरक्तवृत्तीनें वागणाऱ्या वेदवेदांगपारग अशा ब्राह्मणाच्या वृत्तीचा छेद करितो, त्याला ब्रह्महत्येचें पातक लागतें. राजा, तान्हेलेल्या गाई पाणी पीत असतां त्यांना जो विघ्न करितो त्याला ब्रह्महत्येचें पातक लागतें. जो मनुष्य ऋषींनीं प्रवृत्त केलेल्या वेदमंत्रांना किंवा मुनींनीं उत्तम प्रकारें करून रचिलेल्या शास्त्रांना—त्यांतील अर्थ समजून न घेतां विनाकारण नांवें ठेवितो, त्यास ब्रह्महत्येचें पातक लागतें. जो मनुष्य आपल्या सुंदर व इतर गुणांनीं मंडित अशा कन्येला अनुरूप वर पाहून त्यास ती देत नाहीं, त्यास ब्रह्महत्येचें पातक लागतें. जो मूर्ख मनुष्य नेहमीं दुष्कर्मीत रममाण असतो आणि निष्कारण ब्राह्मणांना मर्मभेदक शब्दांनीं टोंचून दुःख देतो; त्याला ब्रह्महत्येचें पातक लागतें. जो मनुष्य अंधळ्या, पांगळ्या किंवा वेड्या मनुष्याचें सर्वस्व हरण करितो त्याला ब्रह्महत्येचें पाप लागतें; आणि जो मनुष्य आश्रम, वन, गांव व शहर ह्यांना मूर्खपणानें आग लावतो त्यालाही ब्रह्महत्येचें पातक लागतें.

अध्याय पंचविसावा.

—:०:—

तीर्थमाहात्म्यवर्णन.

युधिष्ठिरानें विचारलेंः— महाप्राज्ञ भीष्मा, तीर्थांचें दर्शन घेणें, तेथें स्नान करणें, व त्यांचें माहात्म्य ऐकणें हें फार श्रेयस्कर आहे; ह्यासाठीं तें सर्व सविस्तर ऐकावें अशी मला इच्छा झाली आहे. तेव्हां पृथ्वीवर जीं पुण्यतीर्थें असतील त्यांचें वर्णन मला सांगा. प्रभो, मी अगदीं एकाग्र चित्तानें ऐकतों.

भीष्म सांगतातः— हे महाद्युतिमंता, अंगिरसानें मला जी तीर्थांची माहिती सांगितली ती तूं आतां श्रवण कर. बाळा, तुझें कल्याण असो. हें तीर्थवर्णन ऐकल्यानें तुला उत्तम पुण्य लागेल. राजा धर्मा, गौतम मुनि हा कडकडीत तपश्चर्या करणारा होता. तो पूर्वीं एके प्रसंगीं, विचारशाली महामुनि अंगिरस् हा तपोवनांत तपश्चर्या करीत होता तिकडे गेला आणि त्याला म्हणाला, ‘ भगवंता अंगिरसा, तीर्थयात्रेपासून पुण्यसंग्रह होतो म्हणून जें म्हणतात, त्याबद्दल मला मोठी शंका आहे. ह्यासाठीं, हे महामुने, माझ्या शंकेचें निवारण करून तत्संबंधानें मला सविस्तर कथन कर. त्याप्रमाणेंच, हे महाप्राज्ञा, ह्या भूतलावर जीं तीर्थें आहेत त्यांत स्नान केल्यानें मरणोत्तर काय फल मिळतें तेंही मला सांग. ’

अंगिरस् मुनि म्हणालाः—गौतमा, ज्यांच्यामध्यें लाटा उसळत आहेत अशा चंद्रभागा व वितस्ता ह्या नद्यांचें सात दिवस सतत स्नान करून जो निराहार(उपोषण) करील त्याचें सर्व

पातक धुतलें जाऊन मुनींप्रमाणें त्यास सद्गति प्राप्त होईल. गौतमा, काश्मीर प्रांत व त्याच्या भोंवतालचा प्रदेश ह्यांतून ज्या नद्या, महानद जो सिंधु त्याला जाऊन मिळतात, त्या नद्यांचें स्नान केल्यानें मनुष्याचें शील शुद्ध होईल व तो मरणोत्तर स्वर्गास जाईल. जो मनुष्य पुष्कर, प्रभास, नैमिष, सागर, देविका, इंद्रमार्ग व स्वर्णबिंदु ह्यांत स्नान करील, तो स्वर्गास जाईल आणि तेथें विमानांत आरूढ झाल्यावर त्याच्या सेवेस अप्सरा प्राप्त होतील व तो मग अत्यंत आनंद पावेल. जो मनुष्य हिरण्यबिंदु नामक तीर्थाला भक्तिपुरस्सर नमस्कार करून त्यांत व त्याप्रमाणेंच कुशेशय व देवन्त ह्या तीर्थींही स्नान करील त्याचें सर्व पाप नष्ट होईल. जो मनुष्य त्रिरात्र उपाशीं राहून गंधमादन पर्वतासमीप इंद्रतोयेचीं व कुरंग देशामध्यें करतोयेचीं मोठ्या भक्तीनें स्नानें करील, त्याचीं सर्व पातकें दग्ध होऊन त्याला अश्वमेधाचें पुण्य लागेल. जो मनुष्य गंगाद्वारीं, कुशावर्तीं, बिल्वकीं, नीलपर्वतीं व कनखलीं स्नान करील त्याचीं सर्व पातकें धुतलीं जाऊन तो स्वर्गास जाईल. जो मनुष्य ब्रह्मचर्य धारण करून क्रोधादिक मनोवृत्तींना जिंकील आणि आपलीं वचनें खरीं करून कोणाची हिंसा म्हणून करणार नाहीं, व अपांऱ्हद नामक तीर्थाचें स्नान करील तो अश्वमेधाचें फल जोडील. शंकराला अतिशय प्रियकर अशा त्रिस्थान नामक क्षेत्रीं—जेथें भागीरथी ही उत्तराभिमुख झाली आहे तेथें—जो मनुष्य एक महिनाभर उपास करून स्नान करितो त्याला देवतांचें दर्शन घडतें. जो मनुष्य सप्तगंगा, त्रिगंगा व इंद्रमार्ग ह्या क्षेत्रीं पितरांचें तर्पण करितो, तो मनुष्य पुनर्जन्मास आला तर त्याला अमृताची प्राप्ति होते. जो शुचिर्भूत अग्निहोत्री महाश्रमतीर्थीं स्नान करून एक महिनाभर उपोषण करील त्याला एक महिन्यांत सिद्धि प्राप्त होईल. जो मनुष्य भृगुतुंगांतील महान् ऱ्हदामध्यें निष्कामबुद्धीनें स्नानें करील आणि त्रिरात्र उपोषित राहील तो ब्रह्महत्येच्या पातकापासून मुक्त होईल. जो मनुष्य कन्याकूप तीर्थीं स्नान करून बलाका ह्या क्षेत्रीं पितृतर्पण करील, त्याला दिव्य यश मिळेल आणि तो देवांमध्येंही कीर्तिमान् होईल. जो मनुष्य देविका, सुंदरीकाऱ्हद व अश्विनी ह्या तीर्थीं स्नान करील त्याला पुढील जन्मीं उत्तम सौंदर्य व दिव्य तेज मिळेल. जो मनुष्य महागंगा व कृत्तिकांगार ह्या क्षेत्रीं एक पंधरवडाभर स्नानें करून उपोषित राहील, तो सर्व पातकांपासून मुक्त होत्साता स्वर्गाला जाईल. जो मनुष्य किंकीणिकाश्रमीं व वैमानिकीं स्नान करील, तो स्वेच्छेनुसार अप्सरांच्या दिव्य मंदिरीं राहूं शकेल व सर्वांकडून त्यास मोठा मान मिळेल. कालिकाश्रमास येऊन विपाशेमध्यें जो स्नान करील व व ब्रह्मचर्य पाळून क्रोधादिक मनोविकारांना जिंकील तो तीन दिवसांत संसारबंधांतून मुक्त होईल. कृत्तिकांच्या आश्रमीं स्नान करून जो मनुष्य पितरांचें तर्पण करील आणि भगवान् शंकराला संतुष्ट करील, तो पापरहित होत्साता स्वर्गास जाईल. जो मनुष्य महापुरीं स्नान करून त्रिरात्र उपोषित राहील, त्याचीं सर्व पातकें दूर होऊन तो स्थावरजंगम पदार्थ व द्विपद प्राणी ह्यांच्या भीतीपासून मुक्त होईल. जो मनुष्य निर्मळ मनानें देवदारु वनांत स्नानें करून सात दिवसपर्यंत तेथें पितरांना अर्घ्ये देईल, त्याचीं सर्व पापें धुतलीं जाऊन तो देवलोकीं जाईल. जो मनुष्य शरस्तंब, कुशस्तंब व द्रोणशर्मपद ह्या तीर्थीं पाणी जोरानें खालीं पडत आहे त्यांत स्नान करील त्याची सेवा अप्सरा करतील. जो मनुष्य चित्रकूट, जनस्थान व मंदाकिनीजल ह्या तीर्थीं स्नानें करून निराहार

१ येथें स्वर्ग, मृत्यु व पाताल हे तिन्ही लोक आहेत.

राहील त्यास राजलक्ष्मी प्राप्त होईल. जो मनुष्य श्यामेच्या आश्रमास जाऊन एक पंधरवडाभर स्नानें व उपोषणें करील, त्याला गंधर्वांचे भोग प्राप्त होतील. जो मनुष्य कौशिकीस जाऊन निष्कामबुद्धीनें फक्त वायु भक्षण करीत राहील त्यास एकवीस दिवसांत स्वर्ग हस्तगत होईल. जो मनुष्य मतंगवापींत स्नान करील त्यास एका रात्रींत सिद्धि मिळेल. जो मनुष्य इंद्रियांचा निग्रह करून अनालंब, सनातन अंधक, नैमिष व स्वर्ग ह्या तीर्थीं स्नानें करील, आणि महिनाभर पितरांना तर्पील, त्याला पुरुषमेधाचें फल मिळेल. जो मनुष्य गंगाऱ्हद व उत्पलवान येथें स्नानें करून महिनाभर पितरांचें तर्पण करील त्याला अश्वमेधाचें पुण्य लागेल. जो मनुष्य गंगा, यमुना व कालंजरगिरि ह्या तीर्थीं स्नानें करून महिनाभर पितरांचें तर्पण करील, त्यास दहा अश्वमेधांचें पुण्य लागेल, आणि जो मनुष्य षष्ठिऱ्हदाचें स्नान करील त्याला अन्नदानापेक्षांही अधिक पुण्य लागेल. माघमासीं तीस कोटी आणि दहा हजार तीर्थें प्रयागास जमत असतात. ह्यासाठीं माघ महिन्यांत कडकडीत व्रताचरण करणारा जो मनुष्य भक्तिपुरस्सर प्रयागतीर्थीं स्नान करील त्याचीं सर्व पातकें नष्ट होऊन तो स्वर्गास जाईल. जो मनुष्य मरुद्गण, पित्राश्रम व वैवस्वत ह्या तीर्थीं स्नान करून शुद्ध होईल, त्याला तीर्थाप्रमाणें दुसऱ्याला पावन करण्याचें सामर्थ्य येईल. जो मनुष्य ब्रह्मसरावर जाईल व एक महिनाभर उपोषित राहून भागीरथीचें स्नान करून पितरांचें तर्पण करील, त्यास सोमलोक मिळेल. जो मनुष्य उत्पातकांत स्नान करील व अष्टावक्रांत पितरांना तर्पील आणि बारा दिवसपर्यंत उपोषित राहील, त्याला नरमेधाचें फल प्राप्त होईल. जो मनुष्य गयाक्षेत्रीं अश्मपृष्ठ, निरविंद पर्वत व क्रौंचपदी ह्या तीर्थीं स्नान करील, तो ब्रह्महत्येच्या पातकापासून मुक्त होईल. (अश्मपृष्ठीं एका ब्रह्महत्येचें पातक जातें, निरविंदपर्वतीं दोन ब्रह्महत्यांचें पातक जातें व क्रौंचपदीस तीन ब्रह्महत्यांचें पातक जातें.) कलविंक तीर्थीं स्नान केल्यानें पुष्कळ जल प्राप्त होतें आणि अग्निपुरीं स्नान केल्यानें अग्निकन्येच्या नगरीं रहातां येतें. जो मनुष्य करवीरपुरीं स्नान करितो, विशाला नामक तीर्थीं पितरांना तर्पितो व देवऱ्हदावर स्नान करितो, त्याला ब्रह्मस्वरूप प्राप्त होऊन दिव्य कांति येते. जो इंद्रियनिग्रही व अहिंसक मनुष्य पुनरावर्तनंदा व महानंदा ह्या तीर्थांचें स्नान करितो, त्याची नंदनवनांत अप्सरांकडून सेवा घडते. जो मनुष्य भक्तिपुरस्सर कार्तिकी पौर्णिमेस उर्वशी तीर्थावर जाऊन लौहित्यामध्यें यथाविधि स्नान करितो, त्याला पुंडरीक नामक यागाचें फल मिळतें. जो मनुष्य रामऱ्हदामध्यें स्नान करून विपाशेमध्यें पितरांचें तर्पण करितो आणि बारा दिवसपर्यंत उपोषित रहातो, त्याचीं सर्व पातकें नाश पावतात. जो मनुष्य महाऱ्हदामध्यें स्नानें करून एक महिनापर्यंत निर्मल चित्तानें उपोषण करितो त्याला जमदग्नीप्रमाणें गति मिळते. जो मनुष्य विंध्य क्षेत्रीं विनयपूर्वक तपश्चर्या करून क्लेश पावतो, कोणाला पीडा करीत नाहीं व दिलेलें वचन मोडीत नाहीं, तो मनुष्य एका महिन्यांत सिद्धि पावतो. जो मनुष्य नर्मदेचें व शूर्पारक तीर्थाचें स्नान करितो आणि एक पंधरवडाभर निराहार उपास करितो, तो पुढील जन्मीं राजपुत्र होतो. जो मनुष्य जंबूमार्ग क्षेत्रीं भक्तिपुरस्सर व निर्मळ चित्तानें तीन महिनेपर्यंत वास्तव्य करील, तो पुढें एका अहोरात्रांत सिद्धि प्राप्त करून घेईल. जो मनुष्य कोकामुख तीर्थीं स्नान करून नंतर अंजलिकाश्रमास जाईल आणि तेथें भाजीपाला खाऊन व फाटकीं

वस्त्रें परिधान करून योगक्षेम चालवील, त्याला दहा कुमारी वरतील. जो मनुष्य कन्याऱ्हदीं वास्तव्य करील, तो कधींही यमलोकीं न जातां देवलोकास जाईल. जो मनुष्य एकाग्र चित्तानें अमावास्येच्या दिवशीं प्रभासक्षेत्रीं एक रात्र वास्तव्य करील, त्याला सिद्धि मिळून तो अमर होईल. जो मनुष्य आर्ष्टिषेणाच्या व पिंगेच्या आश्रमासमीप उज्जानक तीर्थीं स्नान करितो, त्याचीं सर्व पातकें नष्ट होतात. जो मनुष्य कुल्या नामक तीर्थीं स्नान करून अघमर्षणाचा जप करितो व तेथें त्रिरात्र उपाशीं रहातो, त्याला अश्वमेधाचें पुण्य लागतें. जो मनुष्य पिंडारक तीर्थावर स्नान करून एक रात्र उपोषित रहातो, तो दुसऱ्या दिवशीं प्रातःकाळीं सर्व पातकांपासून विमुक्त होत्साता अग्निष्टोम यज्ञाचें पुण्य जोडितो. जो मनुष्य धर्मारण्यानें शोभिवंत दिसणाऱ्या ब्रह्मसराप्रत जाऊन तेथें स्नान करितो, तो सर्व पापांपासून मुक्त होऊन पुंडरीक यागाचें पुण्य मिळवितो. जो मनुष्य मैनाक पर्वतावर स्नान व संध्यावंदन करून एक महिनाभर तेथें राहून कामादिक वासनांना जिंकितो, त्याला सर्व यज्ञांचें पुण्य लागतें. जो मनुष्य कालोदक, नंदिकुंड व उत्तरमानस ह्या क्षेत्रीं जाण्यास निघतो, तो त्यांच्यापासून शंभर योजनांवर असतांनाच भ्रूणहत्येच्या पातकापासून मुक्त होतो. आणि जो मनुष्य नंदीश्वराची मूर्ति अवलोकन करितो त्याचें पाप तत्काळ दग्ध होतें व जो मनुष्य स्वर्गमार्ग तीर्थीं स्नान करितो, तो मनुष्य ब्रह्मलोकास जातो. महाप्रख्यात हिमालय पर्वत हा शंकराचा सासरा असून अतिशय पुण्यकारक आहे. तो सर्व रत्नांचा निधि असून सिद्ध व चारण हे त्याचा आश्रय करितात. जो द्विज आत्मश्राद्धादिक कर्मे करून व कांहींएक खावयाचें नाहीं असें व्रत आचरून, प्राण हे क्षणिक आहेत, ह्यास्तव शरीर धारण करण्यांत अर्थ तो कोणता, हें वेदान्ततत्त्व ध्यानांत आणून बुध्या तेथें देवतांची पूजा, अर्चा व मुनींचें अभिवंदन करीत राहून शेवटीं देहत्याग करितो, कृतकृत्य होत्साता स्वर्गास जाऊन सनातन ब्रह्मलोकीं स्थान मिळवितो. जो मनुष्य काम, क्रोध व लोभ ह्यांना जिंकून तीर्थावर वसती करितो तो त्या तीर्थाच्या सान्निध्यानेंच सर्व कांहीं सुलभ करून घेतो. ह्या भूतलावरील सर्वच तीर्थें जेथें आपल्याला जातां येईल अशीं नाहींत. कांहीं तीर्थांस आपल्यास जातांच येणार नाहीं व कांहीं तीर्थें जाण्याला मोठीं अवघड व त्रासदायक अशीं आहेत; ह्यासाठीं सर्व तीर्थांचें दर्शन घ्यावयाची आपली इच्छा परिपूर्ण व्हावी ह्मणून त्या दुर्घट व दुर्गम्य तीर्थीं मनानेंच प्रयाण करावें, तीर्थावर स्नान करून तेथें पितृतर्पण व देवपूजन वगैरे करणें हें अतिशय पुण्यकारक आहे; ह्यापासून यज्ञयाग केल्याचें सुकृत पदरीं पडतें; हें स्वर्ग जोडून देतें; ह्यासारखें श्रेष्ठ असें दुसरें कांहींच नाहीं; वेदांचें हें रहस्यच आहे; व देवांनाही ह्यापासून पुण्य लागतें. हें तीर्थरहस्य ब्राह्मणांना, सत्पुरुषांना आत्महित साधणारांना, सुहृदांना व नित्य आपल्या सन्निध रहाणाऱ्या शिष्याला कानांत सांगावें.

राजा धर्मा, हें तीर्थरहस्य महातपस्वी अंगिरसानें गौतम मुनीला दिलें आणि अंगिरसाला हें महाबुद्धिमान् काश्यपापासून मिळालें. महान् महान् ऋषि हे नेहमीं ह्या तीर्थरहस्याचा अंतर्यामीं विचार करीत असतात. ह्याच्यासारखें दुसरें कोणतेंही पुण्यदायक नाहीं. सर्व पावनांमध्यें हें पावन आहे. जो मनुष्य ह्या तीर्थरहस्याचा नित्य नेमानें प्रातःकाळीं जप करील, तो निर्मल होऊन स्वर्गास जाईल. अंगिरसानें

सांगितलेलें हें तीर्थरहस्य जो मनुष्य ऐकेल, तो उत्तम कुळांत जन्मास येऊन त्यास पूर्व जन्माचें स्मरण राहील !

अध्याय सव्विसावा.

—:०:—

गंगेचें माहात्म्य.

वैशंपायन सांगतातः—नंतर, राजा, बुद्धीनें बृहस्पतीसारखा, क्षमेनें ब्रह्मदेवासारखा, पराक्रमानें इंद्रासारखा व तेजानें सूर्यासारखा असा तो महाशूर गांगेय अर्जुनाच्या हस्तें रणांगणांत शरपंजरीं पडला होता, त्याला भ्राते व इतर मंडळी ह्यांसहवर्तमान युधिष्ठिरानें प्रश्न केला. राजा, त्या भरतकुलश्रेष्ठ भीष्माचें वर्णन काय करावें ? तो योद्धा वीरशय्येवर निद्रिस्त असून सम्यक्कालाची वाट पहात आहे असें ध्यानीं आणून त्या भाग्यशाली वीराची भेट घेण्याकरितां मोठमोठे ऋषि त्या स्थळीं प्राप्त झाले. अत्रि, वसिष्ठ, भृगु, पुलस्त्य, पुलह, क्रतु, अंगिरा, गौतम, अगस्त्य, उत्कृष्ट मनोनिग्रही सुमति, विश्वामित्र, स्थूलशिरा, संवर्त, प्रमति, दम, बृहस्पती उशना, व्यास, च्यवन, काश्यप, ध्रुव, दुर्वासा, जमदग्नि, मार्कंडेय, गालव, भरद्वाज, रैभ्य, यवक्रीत, त्रित, स्थूलाक्ष, शबलाक्ष, कण्व, मेधातिथि, कृश, नारद, पर्वत, सुधन्वा, एकत, द्वित, नितंभू, भुवन, धौम्य, शतानंद, अकृतव्रण, परशुराम, कच, आदिकरून महान् महान् महात्मे महर्षि भीष्माची भेट घेण्यासाठीं त्या ठिकाणीं आले. राजा, युधिष्ठिरानें आपल्या भ्रात्यांसमवेत प्रथम त्या महात्म्यांची यथानुक्रमें व योग्य रीतीनें पूजा केली आणि मग ते सर्व पूजा ग्रहण करून सुखासनीं स्थित झाल्यावर भीष्माला उद्देशून आपसांत पुष्कळ गोष्टी बोलूं लागले. राजा, ते सर्व महात्मे आपल्याविषयीं गोड व सर्व इंद्रियांना आरामदायक अशा मनोहर गोष्टी बोलत आहेत असें जेव्हां भीष्मानें अवलोकन केलें, तेव्हां त्या परम पावन महर्षींच्या त्या भाषणानें भीष्माला अतिशय आनंद झाला व आपण जणू काय स्वर्गसुखच अनुभवीत आहों असें त्यानें मानिलें. नंतर त्या महर्षींनीं भीष्माचा व पांडवांचा निरोप घेतला आणि सर्व मंडळी पहात असतां ते सर्व अंतर्धान पावले ! राजा, ते महाभाग ऋषि गुप्त झाले तेव्हां पांडवांनीं त्यांची स्तुति केली आणि सर्वांनीं त्यांस पुनः पुनः नमस्कार केले; व नंतर सर्वजण प्रसन्न मनानें गंगापुत्र भीष्म ह्याजपाशीं येऊन, ज्याप्रमाणें मंत्रवेत्ते ब्राह्मण उदयाचलावर आरूढ होत असलेल्या दिवाकराला नमस्कार करितात तसा त्यांनीं भीष्माला नमस्कार केला. त्यासमयीं पांडवांना असें दिसून आलें कीं, त्या ऋषींच्या तपःप्रभावानें सर्व दिशा प्रकाशित झाल्या आहेत. तें पाहून त्यांना अतिशय विस्मय वाटला आणि ते त्या ऋषींचें महाभाग्य मनांत आणून व त्याचें मनन करून तत्संबंधानें त्यांनीं भीष्माला पुष्कळ गोष्टी विचारिल्या व त्यानें त्या सर्व त्यांना सांगितल्या.

वैशंपायन सांगतातः—राजा, जनमेजया, नंतर त्या कथा समाप्त झाल्यावर पांडुपुत्र धर्म ह्यानें भीष्माच्या पायांवर मस्तक ठेविलें आणि त्यास एक परम धार्मिक प्रश्न विचारिला.

युधिष्ठिर म्हणालाः—पितामह, कोणते भूप्रदेश, कोणते देश, कोणते मठ, कोणते पर्वत व कोणत्या नद्या अत्यंत पवित्र होत तें मला सांगा.

भीष्म म्हणालेः—युधिष्ठिरा, ह्या विषयाचेंही विवेचन करण्यासाठीं एक प्राचीन इतिहास सांगत असतात. तो म्हणजे शिलोंछवृत्तीनें योगक्षेम चालविणाऱ्या एका ब्राह्मणाचा दुसऱ्या एका सिद्धापाशीं झालेला संवाद होय. राजा धर्मा, कोणी एक सिद्ध, पर्वतांनीं शोभणाऱ्या

ह्या पृथ्वीवर परिभ्रमण करीत असे. एके समयीं तो श्रेष्ठ ब्राह्मण फिरतां फिरतां, शिलोंच्छ वृत्तीवर गृहस्थाश्रमधर्म चालविणाऱ्या एका ब्राह्मणाच्या घरीं आला. तेव्हां त्या सिद्धाची त्या दुसऱ्या ब्राह्मणानें यथाविधि पूजा केली असतां तो सिद्ध तेथें मोठ्या आनंदानें रात्रभर राहिला व त्यास ती रात्र मोठ्या सुखाची गेली. सकाळीं त्या शिलोंच्छ वृत्तीनें चरितार्थ चालविणाऱ्या ब्राह्मणानें प्रातःकाळचीं उचित कृत्यें आटोपलीं आणि नंतर त्या कृतकृत्य असलेल्या सिद्धातिथीपाशीं येऊन तो त्याच्या सेवेस सादर झाला. पुढें ते महात्मे एके ठिकाणीं सुखासनीं बसले व त्यांनीं वेद व उपनिषदें ह्यांना उद्देशून असलेल्या अनेक सुंदर कथा एकमेकांना सांगितल्या. राजा युधिष्ठिरा, त्या कथा समाप्त झाल्यावर त्या बुद्धिमान् शिलवृत्ति ब्राह्मणानें सिद्ध ब्राह्मणाला विनविलें आणि आतां तूं मला जो प्रश्न विचारीत आहेस तोच प्रश्न त्यानें त्या सिद्धाला विचारिला.

शिलवृत्ति म्हणाला:--सिद्धर्षे, कोणते भूप्रदेश, कोणते देश, कोणते मठ, कोणते पर्वत व कोणत्या नद्या अत्यंत पवित्र आहेत तें मला सांग.

सिद्ध म्हणाला:- ब्रह्मन्, ज्यांच्यामधून सर्व नद्यांमध्यें श्रेष्ठ अशी भागीरथी गंगा जाते ते भूप्रदेश, ते देश, ते मठ व ते पर्वत परमपावन होत. बाबारे, त्या परम पवित्र गंगेचें सेवन केल्यानें प्राण्याला जशी गति मिळते, तशी गति त्याला तपश्चर्येनें, ब्रह्मचर्येनें, यज्ञयागांनीं किंवा सर्वसंगपरित्यागानें देखील मिळणार नाहीं. ज्या प्राण्यांचीं गात्रें गंगोदकाच्या स्पर्शानें पवित्र झालेलीं असतात, किंवा ज्यांच्या अस्थि गंगेमध्यें पतन पावलेल्या असतात, त्यांस निरंतर स्वर्गांत वसतिस्थान मिळतें आणि ते फिरून स्वर्गांतून कधींही च्युत होत नाहींत. विप्रा, ज्या मनुष्यांचीं सर्व कृत्यें गंगोदकानें घडतात, ते लोक ह्या भूलोक सोडल्यावर स्वर्गीं निवास करितात. जे पुरुष पूर्ववयांत पापकर्में करून नंतर गंगेचें सेवन करितात, त्यांनाही उत्तम गति मिळते. गंगेच्या पवित्र उदकांत जे लोक एकनिष्ठेनें स्नान करितात, त्यांना जसें पुष्कळ पुण्य लागतें तसें पुण्य शेंकडों यज्ञ करूनही लागत नाहीं. जोंपर्यंत मनुष्याच्या अस्थि गंगाजलांत आहेत, तोंपर्यंत म्हणजे सहस्रावधि वर्षेंपर्यंत त्या मनुष्याचा स्वर्गलोकांत गौरव चालू रहातो. जो मनुष्य गंगाजलांत स्नान करितो तो मनुष्य सूर्य जसा घोर अंधःकाराचा नाश करून उदय पावतो तसा सर्व पातकांचा क्षय करून उत्तम दशेस प्राप्त होतो. ब्रह्मन्, चंद्रहीन जशा रात्री किंवा पुष्पहीन जसे वृक्ष, तसेच परमपावन गंगाजलानें हीन असलेले देश व दिशा समजाव्या. धर्मज्ञानानें रहित असे वर्णाश्रमधर्म किंवा सोमरसानें रहित असे यज्ञ, त्याप्रमाणेंच गंगाजलानें रहित असें जगत् मानावें. आकाशांत सूर्य नसावा, पृथ्वीवर पर्वत नसावे किंवा अंतरालांत वायु नसावा म्हणजे तें आकाश, पृथ्वी किंवा अंतराल ह्यांची जशी स्थिति असते, तशीच स्थिति निःसंशयपणें गंगाहीन देश व दिशा ह्यांची असते. तिन्हीं लोकांत जे प्राणी राहातात ते सर्व परममंगलकारक गंगाजलानें तृप्त झाले म्हणजे अत्यंत सुखी होतात. जो मनुष्य सूर्यकिरणांनीं तप्त झालेलें गंगोदक प्राशन करितो, त्याला यावकव्रतापेक्षांही[1] अधिक पुण्य लागतें. देहशुद्धीसाठीं सहस्र चांद्रायणें करणारा आणि देहशुद्धीसाठीं गंगोदक प्राशणारा ह्या दोघांची जर तुलना केली तर त्यांची बरोबरी होईल कीं नाहीं ह्याची शंकाच आहे. एक मनुष्य सहस्र युगेंपर्यंत एका पायावर उभा

१ यावकव्रत म्हणजे गाईच्या शेणांतील धान्यकण वेंचून ते शिजवून त्यावर निर्वाह चालविणें.

राहिला व एक मनुष्य एक महिनाभर गंगेच्या कांठीं वास्तव्य करून राहिला, तर त्या दोघांची बरोबरी होईल किंवा नाहीं ह्याची वानवाच आहे. एक मनुष्य दहा सहस्र युगेंपर्यंत ओणवा उभा राहिला व एक मनुष्य गंगातीरीं सुखानें कालक्षेप करीत राहिला, तर गंगातीरीं राहाणाऱ्या मनुष्याला ओणव्यानें राहाणाऱ्या मनुष्यापेक्षां अधिक पुण्य लागेल. द्विजवर्या, अग्नींत टाकिलेला कापूस जसा एकदम जळून खाक होतो, तसें गंगोदकांत स्नान केलेल्या मनुष्याचें सर्व पाप त्या गंगोदकस्पर्शानें एकदम जळून खाक होतें. ह्या लोकीं ज्यांचे अंतरात्मे दुःखानें पोळून गेले आहेत व जे त्या दुःखाच्या उपशमाकरितां कांहीं तरी उपाय शोधीत आहेत त्यांना गंगासेवनासारखी दुसरी उत्तम गति नाहीं. ज्याप्रमाणें गरुडाला पाहातांच सर्पाचें विष नष्ट होतें, त्याप्रमाणें गंगेच्या दर्शनानें सर्व पातक नष्ट होतें. ज्या कोणाला मानमान्यता प्राप्त झालेली नसेल व जे कोणी अधर्माचरण करीत असतील, त्यांना ह्या भूतलावर गंगासेवनाच्या योगें मानमान्यता प्राप्त होऊन कसलीही भीति राहाणार नाहीं व ते सुख भोगतील. जे पुरुषाधम नानाप्रकारच्या घोर पातकांनीं ग्रस्त होत्साते मरणोत्तर नरकांत पडण्यास पात्र होतात, ते जर अखेरीस गंगेचा आश्रय करितील तर ती गंगा त्यांना उद्धरील. हे महाबुद्धिमंता विप्रा, जे पुरुष प्रत्यहीं गंगेचें स्नान करितात ते खचित इंद्रप्रमुख देवांसारखी व महान् महान् मुनींसारखी पात्रता जोडितात. जे पुरुष गंगातीरीं राहून तिचें स्नान वगैरे करितात, ते विनय व आचार ह्यांनीं हीन व अमंगल कृत्यें करणारे अत्यंत अधम असले तरी मोठे भाग्यवान् होऊन परमपावन होतात. विप्रा, देवांना जसें अमृत, पितरांना जसा स्वधापिंड आणि नागांना जशी सुधा, तसें गंगोदक हें मनुष्यांना समजावें. ज्याप्रमाणें मुलांना भूक लागली असतां तीं आईच्या भजनीं लागतात, त्याप्रमाणें मुमुक्षु जन गंगेच्या भजनीं लागतात. ज्याप्रमाणें सर्व स्थानांमध्यें ब्रह्मदेवाचें स्थान हें अत्यंत श्रेष्ठ, त्याप्रमाणें, ह्या भूतलावर स्नान करून पुण्यसंग्रहास योग्य अशा ज्या सरिता आहेत त्या सर्वांमध्यें गंगा ही श्रेष्ठ होय. उपजीविका चालविणाऱ्या देवादिकांना जशी पृथ्वी व धेनु, तशीच येथें उपजीविका चालविणाऱ्या सर्व जीवांना गंगा समजावी. देव ज्याप्रमाणें सोम व सूर्य ह्यांच्या ठायीं स्थित असलेलें व नानाविध यज्ञयागांत प्राप्त झालेलें अमृत पिऊन उदरनिर्वाह चालवितात, त्याप्रमाणें मनुष्यें गंगाजल पिऊन उदरनिर्वाह चालवितात. जाह्नवीच्या वाळवंटांतील वाळू अंगावर उडाली असतां लोकांना असें वाटतें कीं, जणू काय आपण स्वर्गांतील अलंकारांनींच शोभत आहों. जो मनुष्य जाह्नवीच्या कांठची मृत्तिका मस्तकावर धारण करितो, तो जणू काय अंधःकाराचा संहार उडविण्याकरितां सूर्याचेंच निर्मळ तेज धारण करितो, असें म्हटलें तरी चालेल. गंगेच्या लाटांवरून वहात आलेला वारा जेव्हां मनुष्याला स्पर्श करितो, तेव्हां तो तत्काळ त्याचें पातक दूर करितो. द्यूत--पानादिक व्यसनांपासून पुढें जीं दुःखें होतात त्या दुःखांनीं त्रस्त झालेला मनुष्य जेव्हां अगदीं प्राणसंकटांत पडतो, तेव्हां त्यानें गंगेचें दर्शन घेतल्यास त्याचें चित्त एकदम सुप्रसन्न होतें व त्याचीं सर्व दुःखें आपोआप नाहींतशीं होतात. हंस, कोक व इतर पक्षी ह्यांच्या शब्दांनीं गंगेचा पृष्ठभाग गजबजून गेला

१ यज्ञांत जे हविर्भाग देतात त्यांवर देवांची उपजीविका चालते, हे हविर्भाग पृथ्वीपासून व धेनूपासून मिळणाऱ्या पदार्थांचे असतात, ह्मणून पृथ्वी व धेनु हीं देवादिकांचीं योगक्षेमसाधनें होत.

म्हणजे जणू काय गंगा ही गंधर्वांशींच स्पर्धा करीत आहे असें भासतें. त्याप्रमाणेंच गंगेच्या तीरप्रदेशांवरील पुलिनें पाहिलीं म्हणजे त्यांच्या योगें ती पर्वतांचीच स्पर्धा करीत आहे असा समज होतो. गंगेमध्यें हंसांचे व दुसऱ्या अनेक पक्ष्यांचे थवेच्या थवे इतस्ततः संचार करितांना पाहिले व त्याप्रमाणेंच तिच्या कांठावर गाईंचे कळप चरतांना अवलोकिले म्हणजे स्वर्गाचेंही विस्मरण होतें. गंगेच्या वाळवंटांत रहाणाऱ्या मनुष्यांना जें कांहीं विलक्षण सुख होतें, तसें सुख स्वर्गामध्यें सर्व सुखें उपभोगणाऱ्या देवांना सुद्धां मिळत नाहीं. कायिक, वाचिक व मानसिक कर्मांपासून जीं पातकें घडतात त्यांनीं ग्रासलेला मनुष्यही ह्या लोकीं गंगेच्या दर्शनानें तत्काळ पवित्र होईल, ह्याविषयीं माझ्या मनाला मुळींच संशय नाहीं. जो मनुष्य गंगेचें दर्शन घेतो, तिला स्पर्श करितो व तिच्यांत स्नानादिक क्रिया आचरितो तो आपल्या मागच्या व पुढच्या सात सात पिढ्या व त्या पिढ्यांच्याही पलीकडल्या इतर पिढ्या उद्धरितो. जो मनुष्य गंगेचें माहात्म्य ऐकतो, तिचें दर्शन घेण्याविषयीं उत्सुक होतो, प्रत्यक्ष दर्शन घेतो, तिला स्पर्श करितो, तिच्यामध्यें स्नान करितो व तिचें उदक पितो, त्या मनुष्याचा मातृवंश व पितृवंश हे विशेषेंकरून सद्गतीला जातातच; पण इतर आप्तवर्गांनाही चांगली गति प्राप्त होते. गंगा ही दर्शनानें, स्पर्शनानें, प्राशनानें व गंगा गंगा असें नामकीर्तन करण्यानें शतावधि व सहस्त्रावधि पातकी जनांना उद्धरिते. जो मनुष्य आपल्या जन्माचें, जीविताचें आणि ज्ञानाचें साफल्य करूं इच्छीत असेल, त्यानें गंगातीरीं जाऊन तेथें देव व पितर ह्यांना संतृप्त करावें. गंगेप्रत जाऊन मनुष्य जें कांहीं फळ मिळवील तें फळ पुत्र, वित्त व कर्में ह्यांच्यापासून मिळावयाचें नाहीं. जे पुरुष ह्या लोकीं पुण्यकारक जलानें युक्त व मंगलदायक अशा गंगेचें दर्शन घेण्यास समर्थ असूनही तसें करण्याची हयगय करितात ते केवळ जन्मांध, पंगु किंवा मृतच समजावे! अरे, भूत, भव्य व भविष्य जाणणारे महान् महान् ऋषि व इंद्रादिक देव हेही जिचें नित्य सेवन करतात त्या गंगेचें सेवन कोणता मानव करणार नाहीं बरें? अरे, ब्रह्मचारी, गृहस्थ, वानप्रस्थ, संन्यासी आणि विद्वान् पुरुष ज्या गंगेचा आश्रय करितात तिचा कोणता मनुष्य आश्रय करणार नाहीं बरें? जो धार्मिक मनुष्य अगदीं प्राण जाण्याच्या संधींत सुद्धां एकाग्र चित्तानें गंगेचा जप करितो, त्याला श्रेष्ठ गति प्राप्त होते. जो मनुष्य देहावसानसमयापर्यंत ह्या लोकीं गंगेचें पूजन करितो त्याला व्याघ्रपिशाच्चादिकांपासून, राजापासून किंवा पातकापासून भय रहात नाहीं. ब्रह्मन्, ही महापावन गंगा आकाशांतून भूतलावर पडतांना भगवान् शंकरानें आपल्या मस्तकावर धारण केली आणि हिचाच स्वर्गांत आश्रय करितात. ह्या पवित्र सरितेच्या तीन प्रवाहांनीं[१] तिन्ही लोक अलंकृत केले आहेत. जो पुरुष तिचें उदकपान करील त्याच्या जन्माचें सार्थक होईल. अंतरिक्षांत अत्यंत तेजस्वी जसा आदि, पितरांमध्यें जसा चंद्रमा व मनुष्यांमध्यें जसा राजा, तशी नद्यांमध्यें गंगा ही समजावी. आईबाप, स्त्रीपुत्र व धनदौलत ह्यांचा वियोग झाल्यानें गंगेच्या वियोगदुःखासारखें दुःख होत नाहीं. गंगेचें दर्शन घेतल्यानें जसें सुख होतें, तसें सुख अरण्य म्हणजे ब्रह्मलोक ह्याच्या प्राप्तीसाठीं केलेल्या कृत्यांनीं, यज्ञयागादिक स्वर्गप्राप्तीच्या साधनांनीं, पुत्रांनीं किंवा धनप्राप्तीनें

१ गंगेला तीन प्रवाह आहेत. पृथ्वीवरील प्रवाहास भागीरथी किंवा गंगा, स्वर्गांतील प्रवाहास मंदाकिनी व पातालांतील प्रवाहास भोगावती ह्मणतात.

होत नाहीं. पौर्णिमेचें पूर्ण चंद्रबिंब अवलोकन करून मनुष्याच्या मनाला जसा आल्हाद होतो, तसा आल्हाद तिन्ही लोकांत संचार करणाऱ्या गंगेला अवलोकन करून होतो. जो मनुष्य गंगेच्या ठिकाणीं पूर्ण श्रद्धा ठेवितो, सर्व चित्त तिजकडेच लावितो, तिच्याशिवाय आपणाला अन्य गति नाहीं असें मानितो, रात्रंदिवस तिचा घोष घेतो आणि सदासर्वकाळ गंगेच्याच ध्यानांत निमग्न असतो त्याच्यावर ती अतिशय प्रेम करिते. अरे, भूतलावर राहाणाऱ्या, अंतरिक्षांत फिरणाऱ्या व स्वर्गांत वास करणाऱ्या लहान-मोठ्या सर्व भूतांनीं नित्य गंगेंत स्नान करावें. सत्पुरुषांना हेंच कार्य अत्यंत मान्य आहे. ह्या विश्वांतील सर्व स्थळीं गंगेच्या पावनत्वाचा लौकिक प्रसिद्ध आहे; कारण तिनें सगराचे साठ सहस्र पुत्र भस्मभूत झालेले येथून स्वर्गास नेले! जे पुरुष वाऱ्यानें प्रेरित केलेल्या, चित्ताचें आकर्षण करणाऱ्या, झराझर उसळणाऱ्या व कांतीनें झळाळणाऱ्या गंगेच्या मोठमोठ्या लाटांमध्यें स्नान करितात त्यांना असें कांहीं अनुपम तेज येतें कीं, ते अगदीं सूर्यतुल्य होतात. जे पुरुष अत्यंत उदार, भाग्यानें समृद्ध, वेदवान्, जीमध्यें स्नानादिक कृत्यें करणें दुर्लभ आणि जिच्यापासून यज्ञयागांचें फळ प्राप्त होतें अशा गंगेंत आपले देह टाकितात ते विवेकसंपन्न महात्मे देवतुल्य बनतात. ब्राह्मणा, गंगेचें यश किती थोर म्हणून वर्णावें? त्या श्रेष्ठ सरितेच्या ठिकाणीं देवादिकांचें ऐश्वर्य विद्यमान आहे. इंद्रादिक देव, महान् महान् मुनि व मनुष्यें हीं तिचा सतत आश्रय करितात. आंधळे, मूर्ख, दरिद्री इत्यादिक कोणींही तिची सेवा केली असतां ती त्यांच्या सर्व इच्छा परिपूर्ण करिते. गंगा ही सर्वांना ऊर्जा देते. ती अत्यंत पुण्यदायक आहे, कर्माचें फल तिजपासून प्राप्त होतें, तिन्ही लोकांतून ती वाहात आहे व त्रैलोक्याचें ती संरक्षण करिते; जे कोणी तिचा आश्रय करितात ते स्वर्गाला जातात. जो मर्त्य प्राणी गंगेच्या सन्निध वसति करितो व तिचें दर्शन घेतो त्याला देवांकडून सर्व सुखें प्राप्त होतात. जे पुरुष गंगेच्या दर्शनानें व स्नानादिकांनीं आपले देह पवित्र करितात त्यांचे सर्व मनोरथ देवांकडून सिद्धीस जातात. देवांना जें हें सामर्थ्य आलेलें आहे त्याचें कारण तरी ते नित्य गंगेचें दर्शन व स्नान करितात हेंच होय. गंगा ही साधकाचें सर्व पातक धुऊन टाकून त्याला मोक्ष देण्यास समर्थ आहे. तिची योग्यता विष्णुमाता जी पृथ्वी तिच्याप्रमाणें आहे. वाग्देवता ही गंगाच होय; ती अल्प आयासांनीं प्राप्त होणारी नाहीं म्हणून तिला दूरवर्तिनी असें म्हणतात. ती अत्यंत पुण्य व सिद्धि देणारी आहे, तिच्या ठिकाणीं षड्गुणैश्वर्य वास करितें, ती नेहमीं दुसऱ्यावर प्रसाद करण्यास सिद्ध असते, त्या आधिदेवतेच्या शक्तीनेंच जगांतील सर्व पदार्थ दृग्गोचर होतात व सर्व प्राण्यांना मुख्य आधार तिचाच आहे; ह्यास्तव जे कोणी त्या महासरितेप्रत जातात त्यांना स्वर्गांत पद मिळतें. गंगेची कीर्ति स्वर्ग, अंतरिक्ष, पृथ्वी, दिशा व उपदिशा ह्यांच्या ठिकाणीं सदासर्वकाळ प्रसिद्ध आहे. जे पुरुष त्या महानदीचें सेवन करितात ते कृतार्थ होतात. जो पुरुष गंगेच्या तीरावर जाऊन ' ही गंगा ' असें म्हणून ती दुसऱ्यास दाखवितो त्याला निश्चयानें गंगेंत देह ठेवितां येतो. कार्तिकेय व सुवर्ण ह्यांचें जन्म गंगेच्या उदरीं झालें. अंतरिक्षांतून ही प्रातःकाळीं अवतीर्ण झाली म्हणून हिचें प्रातःस्नान अत्यंत फलप्रद आहे. त्यापासून धर्म, अर्थ व काम हे तिन्ही प्रधान विषय प्राप्त होतात. यज्ञयाग केल्यानें जें पुण्य पदरीं पडतें तसेंच पुण्य गंगास्नानानें मिळतें. हिचें जल त्रिभुवनांत प्रिय आहे; व हिच्या आश्रयानें सर्व पातकांचा

संहार होतो. गंगा ही हिमवान् (किंवा मेरु) पर्वताची कन्या व महादेवाची भार्या होय. स्वर्ग व पृथ्वी ह्यांचा हा अलंकार आहे. भूतलावर हिच्या-इतकें दुसरें कांहींही पुण्यकारक नाहीं. हिच्या सेवनानें साधकाला षड्गुणैश्वर्य प्राप्त होतें व ही सर्व त्रिभुवनाला पावन करिते. खरोखर गंगा ही धर्म-रूप जल धारण करिते, ती भूतलावर वहात असल्यामुळें जणू काय तेजोरूप घृताचाच ओघ ती सर्वत्र पसरीत आहे, तिच्यावर ज्या प्रचंड लाटा उसळत असतात व तिच्या तीरावर जे ब्राह्मण आपआपलीं अनुष्ठानें चालवीत असतात त्यांच्या योगानें तिला अपूर्व शोभा येते, ती स्वर्गांतून खालीं आली, भगवान् शंकरानें तिला मस्तकावर धारण केलें, ती स्वर्गाची माता होय आणि ती पर्वतावरून वहात येऊन सर्व भूप्रदेशावर पसरली. सर्व वस्तूंचें प्रधान कारण तीच होय, तिच्या ठिकाणीं मल म्हणून कोठेंच नाहीं, ती ब्रह्मासारखी सूक्ष्मरूप आहे, जे लोक हिच्यामध्यें देह ठेवितात त्यांची मग ही दीर्घ शय्या होते—त्यांना मग फिरून जन्म घ्यावा लागत नाहीं, ती अत्यंत यशोदायक आहे, सर्व विश्वाचें ही पालन करणारी आहे, जगतांतील जी म्हणून सत्ताशक्ति ती हीच होय, हिच्यापासून सर्व इष्ट हेतु सिद्धीस जातात आणि जे पुरुष हिच्यामध्यें स्नान करितात त्यांना स्वर्ग मिळतो. हिच्या ठायीं पृथ्वीसारखी शांति आहे, पृथ्वीसारखीच ही संगोपन करिते आणि पृथ्वीप्रमाणें ही सर्वांना आधार देते. हिच्या ठिकाणीं अग्नीसारखें दिव्य तेज आहे. ब्राह्मणांना ही अतिशय मान्य आहे व कार्तिकेयाप्रमाणें ही ब्राह्मणत्व देणारी आहे. महान् महान् ऋषि हिची स्तुति करितात, विष्णूच्या पायांपासून ही जन्मलेली आहे. ही फार पुरातन असून हिचें उदक अतिशय पावन आहे. जे कोणी ह्या भूतलावर अनन्यभावानें केवळ हिचें ध्यान करून हिला शरण जातात त्यांस ब्रह्मलोक प्राप्त होतो. जे पुरुष पुत्रपौत्र व आप्तसुहृत् हे कितीही गुणवान् असले तरी अखेरीस ते सर्व नश्वर होत असें मनांत आणून शाश्वत पदाच्या प्राप्तीसाठीं प्रयत्न करितात, ते इंद्रियांचा निग्रह करून मातेप्रमाणें गंगेला सदैव आराधितात. ब्राह्मणा, ज्या मनुष्याला आत्मज्ञान होऊन मोक्ष मिळावा असें वाटत असेल त्यानें गंगेचा आश्रय करावा. गंगा ही अमृत-रूप दुग्ध देणारी धेनु आहे. सर्व प्रकारच्या पुष्टीचें बीज हीच होय. हिला सर्वांचें यथार्थ ज्ञान आहे. सर्व प्राण्यांचें जीवन हिच्यामुळेंच चालतें. हीच सर्वांना अन्न देते. सर्व भूधरांची माता हीच जाणावी. सर्व पंडित हिचाच आश्रय करितात. हिला नाश वगैरे विकार मुळींच नाहींत व ब्रह्मदेवालासुद्धां ही अत्यंत प्रिय आहे. भगीरथ राजानें उग्र तप करून विष्णु व इतर सर्व देव ह्यांस प्रसन्न करून घेतलें आणि गंगेला ह्या भूतलावर आणिलें. जर मनुष्यें निरंतर तिचें दर्शन वगैरे घेऊन तिला आराधितील तर त्यांना ह्या भूलोकीं कोणतेंही भय उत्पन्न होणार नाहीं. असो; ब्राह्मणा, त्या श्रेष्ठ गंगेच्या सर्व गुणांचें वर्णन करणें मला शक्य नाहीं; ह्यास्तव मीं आपल्या मनांत तिच्या कांहीं गुणांचें मात्र निरीक्षण करून तुला हें वर्णन सांगितलें आहे. तिच्या सर्व गुणांचें वर्णन करणें किंवा त्यांचें प्रमाण सांगणें हें सर्वतोपरी माझ्या आवांक्या-बाहेर आहे. कदाचित् मेरु पर्वतावरील शिलाखंड किंवा सागरांतील जलकण मोठ्या प्रयत्नानें मोजून सांगतां येतील, पण गंगोदकाचे गुण वर्णितां किंवा मापितां येणें दुर्घट आहे; ह्याकरितां मीं जे आतां मोठ्या भक्तीनें गंगेचे गुण वर्णिले त्या सर्वांचें मोठ्या श्रद्धेनें श्रवण करून मुमुक्षु जनानें काया, वाणी व मन ह्या तिहींचा गंगारा-

धनाकडे सदैव उपयोग करावा.ब्राह्मणा, ज्याअर्थी तूं हें गंगामाहात्म्य मोठ्या श्रद्धेनें श्रवण केलेंस त्या अर्थीं तुझी कीर्ति ह्या तीन लोकांत पसरून तुला ती दुष्प्राप्य महासिद्धी प्राप्त होईल आणि तूं गंगासेवनाचे योगानें लौकरच श्रेष्ठ लोक मिळवून तेथें यथेष्ट सुखोपभोग व विहार करीत रहाशील ! ब्राह्मणा, आतां माझी इतकीच वासना आहे कीं, त्या महासमर्थ गंगेनें तुझी व माझी मति स्वधर्माचरण करण्याच्या कामीं अनुरक्त करावी. गंगा ही श्रद्धावान् जनांविषयीं अत्यंत दयाळू आहे. ती भक्तिमान् जनाला ह्या लोकीं नित्य सुखोपभोग प्राप्त करून देते.

भीष्म म्हणाले:-- राजा युधिष्ठिरा,ह्याप्रमाणें त्या महाविद्वान्, तेजस्वी बुद्धिमान् सिद्धानें शिलोंछवृत्ति ब्राह्मणापाशीं गंगेचे अनेक तथ्य गुण अशेष वर्णिले आणि मग तो अंतरिक्ष मार्गानें तेथून निघून गेला. इकडे शिलोंछवृत्ति ब्राह्मणानें त्या सिद्धाच्या भाषणावरून गंगेचें माहात्म्य ध्यानांत आणिलें; आणि तो तेव्हांपासून यथाविधि गंगेची आराधना करून शेवटीं अत्यंत दुष्प्राप्य अशी सिद्धि जोडून कृतार्थ झाला. ह्यासाठीं, बाळा कौंतेया, तूंही मोठ्या भक्तीनें गंगेचा सतत आश्रय कर, म्हणजे तुला उत्तम सिद्धि मिळून तुझ्या देहाचें सार्थक घडेल.

वैशंपायन सांगतात:---राजा जनमेजया, भीष्मानें सांगितलेले हे गंगेचे गुण व इतिहास ऐकून युधिष्ठिराला व त्याच्या बंधूंना फार आनंद झाला. जो मनुष्य गंगेचा हा पुण्यकारक इतिहास व स्तव ऐकेल किंवा पठण करील त्याच्या सर्व पातकांचा नाश होईल.

अध्याय सत्ताविसावा.

—:०:—

इंद्रमतंगसंवाद.

युधिष्ठिर म्हणाला:—पितामह, आपल्या ठिकाणीं बुद्धि, श्रुति, वर्तन, शील व त्याप्रमाणेंच नानाविध सर्व सद्गुण आणि पोक्त वय हीं विद्यमान आहेत; तशींच ज्ञान, धोरण व तप हींही उत्कृष्ट वसत आहेत. ह्यास्तव, हे महाधर्मज्ञा, धर्माचें तत्त्व निरूपण करण्याविषयीं मी आपणास प्रार्थना करितों. हे नराधिप, सर्व लोकांत ह्या प्रकरणीं आपलेशिवाय दुसरा कोणी विचारण्यासारखा आहे असें मला वाटत नाहीं. तर हे राजश्रेष्ठ, क्षत्रिय, वैश्य अथवा शूद्र हे ज्या धर्माचें अनुष्ठान करून ब्राह्मणत्व पावतील तो धर्म मला निरूपण करून सांगा.

भीष्म सांगतात:---वत्सा धर्मा, क्षत्रियादिक तीन वर्णांना ब्राह्मणत्व मिळणें कठीण आहे. युधिष्ठिरा, सर्व प्राण्यांमध्यें ब्राह्मण हे श्रेष्ठ होत. बाबा, प्राणी हा अनेक योनी फिरतां फिरतां आणि पुन:पुन: जन्म घेतां घेतां दैवयोगानें एखाद्या समयीं ब्राह्मणयोनींत जन्म पावतो, हें लक्षांत ठेव. आतां हा विषय स्पष्ट करण्याकरितां एक पुरातन इतिहास सांगत असतात तो मी तुला सांगतों. तो इतिहास म्हणजे एका मतंगाचा व गर्दभीचा संवाद होय.

युधिष्ठिरा, कोणी एक ब्राह्मण होता. त्याला एके समयीं एक मुलगा झाला. हा मुलगा वास्तविकपणें ब्राह्मणेतर पित्यापासून जन्म पावला होता, पण त्याचे जातकर्मादिक संस्कार त्या ब्राह्मणानें यथास्थित केल्यामुळें त्यास लोक ब्राह्मणच मानीत असत. त्या मुलाचें नांव मतंग असें होतें व त्याच्या ठिकाणीं सर्व गुण अधिष्ठित होते. एका समयीं त्याच्या पित्यानें यज्ञ करण्याचा बेत केला आणि आपल्या त्या पुत्रास अग्नीच्या संस्थापनेकरितां विटा आणण्यास आज्ञा केली. तेव्हां तो गाढव लाविलेल्या एका वेगवान् गाडींत बसला आणि त्वरेनें जाऊं लागला. धर्मा, त्या गाडीला जें गाढव जोडिलें होतें तें

अगदीं लहान असून त्याला गाडी ओढण्याची माहिती नव्हती. मतंगानें ती गाडी एकसारखी चालविली, पण तें गाढव ती गाडी घेऊन भलतीकडेच जाऊं लागलें. त्या समयीं मतंगानें त्याच्या नाकावर पुनःपुनः चाबकाचे तडाखे दिले, परंतु तें मतंगाच्या इच्छेनुरूप न चालतां आपल्या आईकडे ती गाडी घेऊन गेलें. तेव्हां त्याची आई आपल्या पोराच्या नाकावर पडलेली मोठी जखम पाहून अतिशय कळवळली व त्याला म्हणाली कीं, 'बाळा, रडूं नको. तूं जी ही गाडी ओढीत आहेस तिजमध्यें चांडाळ बसला आहे. ब्राह्मणाच्या ठायीं अशी निष्ठुरता कदापि असावयाची नाहीं. ब्राह्मण हा सर्वांचा मित्र होय. अरे, सर्व भूतांना जो पूज्य व शास्ता, तो दुसऱ्यावर प्रहार कसे करील बरें? बाळा, हा मनुष्य पापप्रकृति आहे आणि ह्यामुळेंच तो तुझ्यासारख्या अर्भकावरही दया करीत नाहीं. हा खचित आपण ब्राह्मणबीज नाहीं असेंच सिद्ध करून दाखवीत आहे. ह्यानें ब्राह्मणत्वाचें जें ढोंग केलें आहे, तें ह्याच्या मूळस्वभावामुळें उघडकीस येऊन हा आपल्या जातीवर गेला आहे!' राजा युधिष्ठिरा, गाढवीचें तें कठोर वचन श्रवण करून ताबडतोब तो मतंग गाडींतून खालीं उतरला व त्या गाढवीला म्हणालाः—हे कल्याणि, माझ्या मातेनें कोणतें दुराचरण केलें तें मला सांग. हे रासभि, तूं मला चांडाळ म्हणून म्हणतेस तें कसें तें त्वरित निवेदन कर. हे महाप्राज्ञे, ज्याच्या योगानें ब्राह्मणत्व नाहींसें होतें असा मी चांडाळ कसा तें मला कळूं दे. हा सर्व प्रकार मला यथास्थितपणें सांग.

गर्दभी म्हणालीः—बा चांडाळा, तुझी माता उन्मत्त झाली असतां तिच्या ठिकाणीं एका शूद्र नापितापासून तुझें जन्म झालें. त्यामुळें, तूं ब्राह्मणीचा पुत्र असलास तरी तुझें ब्राह्मणत्व नष्ट झालें आहे. यास्तव तूं खरोखरीच चांडाळ होस.

राजा धर्मा, गर्दभीचें तें भाषण ऐकून मतंग लागलाच मागें परतला व घरीं गेला. तेव्हां आपला पुत्र परत आला असें पाहून त्याच्या पित्यानें त्याला विचारिलेंः—बाळा, मीं तुला यज्ञसामुग्री गोळा करण्याकरितां पाठविलें असतां तें महत्त्वाचें काम न करितां तूं तसाच परत आलास, तेव्हां तूं खुशाल आहेसना?

मतंग म्हणालाः—बाबा, ज्याचें जन्म चांडाळ योनींत झालें आहे किंवा ज्याच्या बऱ्यावाईट योनीचा पत्ताच नाहीं, तो कर्महीन असल्यामुळें त्याला खुशाली कोठून असेल? बाबा, ज्याची माता अशा प्रकारें भ्रष्ट झालेली आहे त्याचें चित्त कोठून स्वस्थ असणार? हे तात, ती अमानुषी गर्दभी मला म्हणते कीं, तूं शूद्रापासून ब्राह्मणीच्या उदरीं जन्मला आहेस. ह्यास्तव मी आतां घोर तप करणार!

राजा युधिष्ठिरा, तो मतंग ह्याप्रमाणें पित्यास म्हणाला व ब्राह्मणत्वाच्या प्राप्तीस्तव तपश्चर्येचा निश्चय करून घरांतून बाहेर पडला आणि घोर अरण्यांत जाऊन उग्र तप करूं लागला. राजा, त्या समयीं त्यानें आपणास सुखानें ब्राह्मण्य मिळावें म्हणून इतकें भयंकर तप आरंभिलें कीं, तो आपल्या त्या तपश्रीच्या योगें देवांना अगदीं दग्ध करूं लागला! तेव्हां त्याची ती उग्र तपश्चर्या अवलोकन करून इंद्र तेथें आला आणि मतंगाला म्हणाला कीं, मतंगा, मानवांचे सुखोपभोग टाकून देऊन तूं येथें हें घोर तप कां करितोस बरें? बाळा, तुझी इच्छा असेल तें मागून घे; मी तुला वर देण्यास सिद्ध आहें. जें कांहीं तुला हवें असेल तें लौकर सांग.'

मतंग म्हणालाः—मी ब्राह्मण्याच्या इच्छेनें ही तपश्चर्या आरंभिली आहे. जर ब्राह्मण्य

मला मिळेल तर तें प्राप्त करून घेऊन मी येथून जाईन. मी हाच वर मागत आहें.

भीष्म सांगतातः— राजा युधिष्ठिरा, मतंगाचें तें भाषण ऐकून त्याला पुरंदर म्हणाला, "बा मतंगा, जी गोष्ट व्हावी म्हणून तूं प्रार्थना करीत आहेस ती घडणें दुरापास्त आहे. तूं ब्राह्मण्याची इच्छा करीत आहेस खरा, परंतु ज्यांनीं आपले अंतरात्मे चित्तशुद्धीच्या योगें पवित्र केले नाहींत, त्यांना ब्राह्मणत्व मिळणें दुर्घट होय! हे दुर्बुद्धे, ही भलतीच हाव धरूं नको; हिच्या योगें तूं नाश पावशील; ह्यासाठीं आतां ही आपली तपश्चर्या एकदम बंद कर. बाबारे, कितीही तपश्चर्या केलीस तरी सर्व प्राण्यांना अत्यंत श्रेष्ठ जें ब्राह्मणत्व तें तुला तपश्चर्येच्या योगानें प्राप्त होणार नाहीं; आणि ज्या अर्थी तूं ह्या भलत्याच आशेनें हा खटाटोप आरंभिला आहेस त्या अर्थी आतां खचित तुझा लौकरच नाश होईल! अरे, देव, दैत्य व मनुष्यें यांमध्यें अत्यंत पवित्र असें जें ब्राह्मणत्व तें चांडालयोनींत जन्मलेल्या मनुष्याला कधींही प्राप्त होणार नाहीं हा पक्का सिद्धांत मान!"

अध्याय अठ्ठाविसावा.

—:०:—

इंद्रमतंगसंवाद.

भीष्म सांगतातः–राजा, ह्याप्रमाणें देवेंद्राचें भाषण श्रवण करून, कडकडीत व्रताचरण करणारा व अत्यंत मनोनिग्रही असा तो मतंग एकसारखा अव्याहतपणें शंभर वर्षेपर्यंत एका पायावर उभा राहिला. नंतर महाभाग्यशाली पुरंदर फिरून त्या स्थळीं प्राप्त झाला आणि मतंगाला म्हणाला, "बा मतंगा, ब्राह्मण्य हें दुर्लभ आहे; तत्प्राप्त्यर्थ तूं कितीही यत्न केलेस तरी ते व्यर्थ होतील; आणि तें मोठें पद मिळविण्याच्या लोभानें अखेरीस तूं नाश पावशील! ह्याकरितां बाबारे, असलें हें भलतेंच साहस करूं नको. खचित हा तुझा अधर्म होय. मूर्खा, आतां तुला आहे ह्या जन्मीं ब्राह्मण्य प्राप्त होणें अशक्य आहे. जो पुरुष दुर्लभ वस्तूच्या प्राप्तीकरितां झटतो, तो लवकरच नाश पावतो! मतंगा, मी तुला ह्या अमार्गापासून पुनःपुनः निवारीत असतां तें श्रेष्ठ ब्रह्मपद मिळविण्याची तुझी हाव सुटत नाहीं व फिरून तपोबलानें तें प्राप्त करून घेण्याची तूं इच्छा धरिलीच आहेस; तेव्हां ह्यांत तुझा सर्वस्वी घात होणार, हें उघड होय. पशुपक्ष्यांदिकांच्या योनींतला कोणताही प्राणी जर मनुष्यजन्मास आला, तर तो निःसंशयपणें पुक्कस किंवा चांडाल योनींत जन्म घेतो. नंतर तो ज्या पुक्कस किंवा पापयोनींत जन्मला असेल तीमध्यें तो बहुत काळपर्यंत जन्ममरणपरंपरा अनुभवीत राहातो आणि मग सहस्र वर्षांनीं तो शूद्र योनींत जन्म घेतो. नंतर त्या शूद्र योनींत तो बहुत वेळा पुनःपुनः जन्ममरण भोगतो आणि मग तो ३० सहस्र वर्षांनीं वैश्य जातींत जन्मास जातो. नंतर तो त्या वैश्य योनींत बहुतवेळा जन्म घेतो व मरतो आणि मग १८०० सहस्र वर्षांनीं क्षत्रिय योनीस प्राप्त होतो. नंतर तो त्या योनींत बहुत काळपर्यंत जन्ममरणाच्या फेऱ्यांत सांपडतो आणि मग १०८००० सहस्र वर्षांनीं पातकी ब्राह्मणाच्या कुळांत जन्म पावतो. नंतर तो त्याच योनींत बहुत काळपर्यंत पुनःपुनः जन्म घेतो व मरतो; आणि मग २१६००००० सहस्र वर्षांनीं शस्त्रधारी ब्राह्मणाच्या घराण्यांत जन्म घेतो. नंतर तो त्या योनींत बहुत काळपर्यंत भवपरिभ्रमण करितो आणि मग ६४८००००० सहस्र वर्षांनीं गायत्री जपणाऱ्या ब्राह्मणाच्या कुळांत जन्म पावतो. नंतर तो त्या योनींत बहुत

काळपर्यंत येरझारा करितो आणि मग २९९२०००००००००० सहस्र वर्षांनीं श्रोत्रिय ब्राह्मणाच्या योनींत बहुत काळपर्यंत जन्ममरण भोगतो. त्या योनींत तो संसार करीत असतां सुख व दुःख, प्रीति व द्वेष, आणि अहंकार व वल्गना हे विकार त्या ब्राह्मणामध्यें प्रविष्ट होतात; आणि जर का त्या ब्राह्मणाला त्यानें जिंकिलें तर तो सद्गतीला पावतो; आणि नाहीं तर ते शत्रु बळावून त्या ब्राह्मणाला पूर्ण अधर्मी करून सोडितात व ताडवृक्षावरून जसें खालीं पडावें तसा तो त्या उच्च वर्णापासून एकदम खालीं कोसळून नीच योनींत पडतो ! मतंगा, ह्या माझ्या सांगण्याचा नीट विचार कर आणि ब्राह्मण्याशिवाय दुसरा एखादा वर मागून घे. बाबारे, ब्राह्मण्य हें तुला प्राप्त होण्याला अत्यंत कठीण आहे !"

अध्याय एकोणतिसावा.

—:०:—

इंद्रमतंगसंवाद.

भीष्म सांगतातः— युधिष्ठिरा, ह्याप्रमाणें इंद्राचें भाषण ऐकून, कडकडीत व्रताचरण करणारा व मनाला पूर्णपणें आकळणारा असा तो मतंग सहस्र वर्षेंपर्यंत एका पायावर उभा राहून ध्यानयोगांत गढून गेला. तेव्हां सहस्र वर्षें लोटल्यावर पुनः शक्र त्या मतंगाला भेटण्यासाठीं आला; व त्या बलवृत्रहंत्या सुराधिपानें फिरून त्या मतंगाला पूर्ववतच म्हटलें. त्या समयीं मतंग म्हणालाः— मीं हीं सहस्र वर्षेंपर्यंत ब्रह्मचर्य पाळून व एकाग्र चिंतन करून एका पायावर उभें राहून योगसाधन केलें; परंतु मला ब्राह्मण्य प्राप्त झालें नाहीं, तेव्हां हें झालें तरी कसें ?

शक्र म्हणालाः- बा मतंगा, चांडालयोनींत जन्मलेल्या मनुष्याला ब्राह्मण्य मिळणें दुरापास्त आहे. तेव्हां आतां तूं दुसरा एखादा वर मागून घे. बाबारे, हा तुझा श्रम व्यर्थ होऊं देऊं नको.

इंद्राचें हें भाषण ऐकून मतंगास मनस्वी दुःख झालें; आणि गयेस जाऊन व पुनः शंभर वर्षेंपर्यंत अंगठ्यावर उभें राहून त्यानें घोर योगानुष्ठान आरंभिलें. राजा, ह्या दुःसह यातनांनीं त्यास अत्यंत क्लेश झाले; व तो अगदीं क्षीण होऊन, त्याच्या देहावरील सर्व मांस नाहींसें झालें आणि हाडें व कातडीं शिल्लक राहून तो केवळ हाडांचा सांगाडा दिसूं लागला आणि त्याच्या शिरान् शिरा मोकळ्या दिसूं लागल्या ! आणि अखेरीस तो धर्मात्मा खालीं पडला म्हणूनही मीं ऐकिलें आहे ! राजा, तो मतंग आतां खालीं पडणार तों इंद्र त्याप्रत मोठ्या त्वरेनें धावून गेला; आणि वर देण्यास समर्थ व सर्व प्राण्यांच्या हिताकरितां नित्य झटणारा अशा त्या देवाधिदेवानें त्या मतंगाशीं भाषण केलें.

शक्र म्हणालाः— मतंगा, तूं ज्या ब्राह्मणत्वाची आशा धरिली आहेस तें ह्या जन्मीं तुला मिळालें असतां त्यापासून तुझें हित होणार नाहीं. कारण, एक तर ब्राह्मणत्व आधीं दुर्लभ; व यदाकदाचित् तें तुला लाभलें तरी त्यांत तुला कामक्रोधादिक अनेक शत्रूंपासून पीडा झाली म्हणजे तें तुझ्यानें राखवणार नाहीं. बाबारे, ब्राह्मणाची महती व सामर्थ्य काय वर्णावें ? जो मनुष्य ब्राह्मणाचें पूजन करितो त्याला सुख होतें; पण तेंच त्याचें पूजन करणें चुकलें तर त्या चुकणाऱ्याला दुःखांत पडावें लागतें. सर्व प्राण्यांचें योगक्षेम चालविणारा ब्राह्मणच होय. देवता व पितर हे ब्राह्मणाच्या द्वारानें तृप्त होतात. ब्राह्मणच सर्व प्राण्यांमध्यें श्रेष्ठ होय. आणि ज्या ज्या वस्तूंची गरज लागते त्या त्या वस्तु ब्राह्मणच

मिळवून देतात. मतंगा, ब्राह्मणयोनि प्राप्त होणें हें मोठ्या भाग्यानें घडतें. जेव्हां प्राणी बहुत योनींत जन्म घेतां घेतां त्याचा भाग्यकाल येतो, तेव्हां तो ती ब्राह्मणेतर योनी टाकून देऊन ह्या लोकीं ब्राह्मणयोनींत जन्मास येतो. ज्यांनीं आत्मसाधन केलें नाहीं त्यांना ब्राह्मणत्व मिळणें दुर्घट आहे. ह्यास्तव, बा मतंगा, आतां दुसरा वर माग; हा जो वर तूं मागत आहेस तो तुला मिळणें अशक्य होय.

मतंग ह्मणालाः— इंद्रा, आधींच दुःखाकुल झालेल्या दीन प्राण्याला कां बरें अधिक पीडा देतोस? अरे, ह्या मला मेलेल्याला आणखी मारण्यांत अर्थ तो कोणता! इंद्रा, तुजविषयीं मला वाईट वाटतें तें हेंच कीं, मी ब्राह्मणकुलांत जन्म पावूनही तुझ्या मनांत मला ब्राह्मण्य देण्याची वासना उत्पन्न होत नाहीं! हे शतक्रतो, ब्राह्मणत्व जर क्षत्रियादिक त्रिवर्णांना दुर्लभ आहे, तर तें श्रेष्ठ पद सुदैवानें प्राप्त झालें असतां मनुष्य तदनुरूप वर्तत नाहींत आणि तें हातचें दवडतात ह्यास काय म्हणावें बरें? मला वाटतें कीं, धनाप्रमाणें मोठ्या आयासानें ब्राह्मणत्व मिळवून तें राखावें कसें हें ज्या मनुष्याला कळत नाहीं, तो खचित अत्यंत घोर पातकें करणाऱ्यापेक्षांही अधम समजावा. खरोखरीच ब्राह्मण्य हें दुर्मिळ आहे; आणि यदाकदाचित् मिळालें तर तें संभाळणेंही अवघडच होय. तेव्हां अशा दुर्लभ वस्तूची प्राप्ति झाली असतां मनुष्यांनीं ती संभाळण्याविषयीं दक्षता घेऊं नये व दुराचरण करून ती हातची गमवावी हें आश्चर्य नव्हे काय? असो; इंद्रा, मीं एका आत्मचिंतनांत काळ घालविला, द्वैतविचार मनांत मुळींच आणिला नाहीं, संसारसुखापासून सर्वतोपरी अलिप्त राहिलों, कोणास पीडा दिली नाहीं, इंद्रियांना जिंकिलें आणि इतकें करूनही मी विप्रत्वाला प्राप्त झालों नाहीं हें व्हावें तरी कसें? अरेरे, मी किती तरी भाग्यहीन! पहा, मी धर्मज्ञ असतां मातेच्या पापामुळें ही घोर स्थिति माझ्या कपाळीं आली! खचित उद्योगानें दैवाचा प्रतिकार होणें अशक्य, असेंच मी समजतों. असो; धर्मज्ञा इंद्रा, ज्या ब्राह्मण्याकरितां मीं एवढा दीर्घ प्रयत्न केला तें अखेरीस मला मिळत नाहींचना? तेव्हां आतां अशा ह्या स्थितींत जर तुझ्या मनांतून माझ्यावर अनुग्रह करणें असेल व माझ्या पदरीं कांहीं पुण्यसंचय असेल तर तूं मला दुसरा कांहीं वर द्यावास हेंच योग्य होय.

वैशंपायन सांगतातः— राजा जनमेजया, तेव्हां इंद्रानें मतंगाला 'बरें आहे, माग' म्हणून सांगितलें आणि मग ती आज्ञा ग्रहण करून मतंगानें इंद्राला म्हटलें कीं, 'इंद्रा, मला वाटेल तें रूप घेतां येऊन पक्ष्याप्रमाणें वाटेल तिकडे फिरतां यावें, माझ्या इच्छेनुरूप मला सुखोपभोग प्राप्त व्हावे, ब्राह्मणांनीं व त्याप्रमाणेंच क्षत्रियांनीं माझी पूजा करावी आणि माझी अक्षय्य कीर्ति रहावी, असा मला वर दे. हे देवाधिदेवा, मी तुला शिरसा वंदन करितों.'

इंद्र म्हणालाः— मतंगा, तुला छंदोदेव असें नांव प्राप्त होऊन त्या नांवानें तूं सर्वत्र प्रख्यातीस येशील; स्त्रिया तुझी पूजा करितील; तुला अद्वितीय कीर्ति मिळेल; आणि ती त्रिभुवनांत गाजेल!

हे भारता, मतंगाला ह्याप्रमाणें इंद्रानें वर दिला व तो तत्काल अंतर्धान पावला, पुढें मतंगही देह ठेवून उत्तम लोकीं जाता झाला! राजा, ब्राह्मण्य हें असें मोठें उत्तम पद आहे आणि तें महेंद्राच्या वचनाप्रमाणें ह्या लोकीं अत्यंत दुर्लभ होय.

अध्याय तिसावा.

—::—

वीतहव्योपाख्यान.

युधिष्ठिर म्हणालाः— अहो कुरुकुलाधारा भीष्मा, आपण जें हें महत् आख्यान सांगितलें, तें मीं ऐकिलें; आणि, हे वक्तृत्वकुशला, ब्राह्मणत्व हें सुदुर्लभ आहे म्हणून जें आपण म्हणतां त्याचीही मला सत्यता पटली. परंतु मी असें ऐकतों कीं, प्राचीन काळीं विश्वामित्रानें ब्राह्मणत्व संपादिलें; आणि शिवाय मला असेंही कळलें आहे कीं, वीतहव्य नांवाचा नृपति हा ब्राह्मणत्व पावला होता. ह्यास्तव, श्रेष्ठा गंगातनया, त्या वीतहव्य राजाची कथा मला सांगा व त्यानें वरानें किंवा तपश्चर्येनें अथवा दुसऱ्या कांहीं उपायानें ब्राह्मणत्व जोडिलें तें निवेदन करा.

भीष्म म्हणालेः— राजा युधिष्ठिरा, ऐक. महाभाग्यशाली राजर्षि वीतहव्य ह्यानें थोर पुरुषांना अत्यंत मान्य व दुर्मिळ जे ब्राह्मणत्व तें कसें मिळविलें तें आतां मी तुला सांगतों. बाळा, महात्मा मनु हा धर्मानें प्रजेचें शासन करीत असतां त्याला एक शर्याति नामक महाधार्मिक पुत्र झाला. त्या प्रख्यात भूपतीच्या कुळांत वत्स राजाला दोन पुत्र झाले. त्यांचीं नांवें हैहय व तालजंघ अशीं होतीं. हे महाप्रतापी राजेंद्रा धर्मा, हैहयाला दहा स्त्रियांच्या ठिकाणीं शंभर पुत्र झाले. ते सर्व शूर असून संग्रामांतून केव्हांही माघारे जाणारे नव्हते. ते सर्व रूप व प्रभाव ह्यांत सारखे असून अत्यंत बलवान् व युद्धधुरंधर असे होते. आणि त्यांनीं धनुर्वेद व इतर वेद ह्या सर्वांत उत्तम प्राविण्य जोडलें होतें.

धर्मा, इकडे काशिदेशावर दिवोदासाचा आजा हर्यश्व नांवाचा एक पराक्रमी राजा राज्य करीत होता. हे पुरुषावतंसा, त्या हर्यश्वावर हैहयाच्या पुत्रांनीं हल्ला केला आणि गंगा व यमुना ह्या दोन नद्यांच्यामधील प्रदेशांत त्याच्याशीं लढून त्यास त्यांनीं वधिलें आणि ते महारथ निर्भय होत्साते फिरून आपल्या सुंदर नगरास परत गेले. पुढें हर्यश्वाच्या मागून त्याच्या गादीवर त्याच्या पुत्राला राज्याभिषेक करण्यांत आला. त्याचें नांव सुदेव असें असून त्याच्या अंगीं देवतुल्य कांति विलसत होती व तो जणू काय प्रत्यक्ष दुसरा धर्मच होता! त्या महाधार्मिक काशिराजपुत्रानें पृथ्वीचें उत्तम प्रकारें पालन केलें; परंतु त्याजवरही हैहयाच्या सर्व पुत्रांनीं चाल केली व युद्धांत त्यास जिंकून ते सर्वजण स्वनगरास परत गेले. नंतर सुदेवाच्या मागून त्याचा पुत्र दिवोदास ह्याजवर राज्याभिषेक करण्यांत आला आणि सर्व काशिदेशाचा तो दिवोदास अधिपति झाला. मग त्या महातेजस्वी दिवोदासानें हैहयांच्या पराक्रमाचा विचार केला; आणि ते सर्व महान् इंद्रियजेते आहेत असें मनांत आणून त्यांच्यापुढें आपला तग निघावा म्हणून त्यानें इंद्राच्या आज्ञेनें वाराणसी नगरी पुनः बांधिली आणि ती ब्राह्मण-क्षत्रिय व वैश्य-शूद्र ह्यांनीं भरपूर भरून काढिली. त्याप्रमाणेंच त्यानें तेथें नानाविध पदार्थांचे ढीगच्या-ढीग नेहमीं पडतील अशी व्यवस्था केली आणि भरगच्च बाजार व व्यापार ह्यांचा सुव्यवस्थित जम बसविला. राजा, वाराणसीचा हा प्रदेश गंगेच्या उत्तरतीरावर तटाच्या पलीकडे पसरत पसरत गोमतीच्या दक्षिणतीरापर्यंत व्याप्त असून जणू काय ती दुसरी अमरावती नगरीच आहे असें भासूं लागलें. असो; अशा प्रकारच्या त्या सुंदर, धनाढ्य व बळकट राजधानीमध्यें तो राजश्रेष्ठ दिवोदास राहात असतां पुनः त्यावर हैहय चाल करून आले आणि मग तेथें तुंबळ युद्ध मातलें. हैहय

हे आपणावर स्वारी करून आले असें पाहातांच तो महाबलिष्ठ व महापराक्रमी दिवोदास राजा स्वनगरांतून बाहेर पडून त्या हैहयांशीं युद्ध करण्यास सिद्ध झाला व नंतर त्या दोन्ही पक्षांमध्यें देवदैत्यांप्रमाणें घोर युद्ध झालें. त्या समुयीं रणांगणांत दिवोदासानें सहस्रदिवसपर्यंत हैहयांशीं घोर युद्ध केलें; पण अखेरीस पुष्कळ वाहनें व सेना पतन पावल्यामुळें त्यास मोठें दैन्य प्राप्त झालें; आणि आपले योद्धे पडले व युद्धसामुग्री संपली असें पाहून अखेरीस तो त्या वाराणसी पुरींतून पळाला आणि भरद्वाजाच्या रमणीय आश्रमास जाऊन त्या महाबुद्धिमान् मुनिवर्यापुढें हात जोडून उभा राहिला. तेव्हां बृहस्पतीचा तो ज्येष्ठ पुत्र महाशीलसंपन्न उपाध्याय भरद्वाज हा, दिवोदास आपल्या आश्रयाला आला आहे असें पाहून त्याला म्हणाला कीं, राजा, तुझा येथें येण्याचा हेतु काय असेल तो मला सविस्तर सांग; तुला जें इष्ट असेल तें करण्याला मी सिद्ध आहें. मी त्याविषयीं मागेंपुढें पाहाणार नाहीं.

राजा म्हणाला:-- भगवन्, वीतहव्याचे पुत्र हैहय ह्यांनीं माझ्याशीं युद्ध करून त्यांत माझ्या सर्व वंशाचा नाश केला; मी मात्र एकटा सर्वतोपरी दीन होत्साता तुला शरण आलों आहें! ह्यास्तव, तूं माझ्यावर शिष्यवत् प्रेम करून माझें रक्षण करावेंस. त्या दुष्टांनीं माझ्या सर्व वंशाचा संहार उडवून एकटा मीच काय तो अवशिष्ट राहिलों आहें!

राजा युधिष्ठिरा, तेव्हां प्रतापशाली भगवान् महाभाग भरद्वाज मुनि म्हणाला कीं, 'सुदेवपुत्रा, भिऊं नको; भिऊं नको. तुझें भय नाहींसें होईल! राजा, तुला पुत्र होण्यासाठीं मी इष्टि करीन; आणि त्या पुत्राकडून तूं हैहयांचें सहस्रावधि सैन्य ठार मारशील.' राजा धर्मा, नंतर भरद्वाज ऋषीनें दिवोदासाला त्र होण्यासाठीं इष्टि केली आणि मग त्याला प्रतर्दन नांवाचा पुत्र झाला. तो जन्मतांच वाढून तेरा वर्षांचा झाला आणि सर्व वेद व सर्व धनुर्वेद घडघडीत म्हणूं लागला! राजा, महाबुद्धिमान् भरद्वाज ऋषीनें त्या पुत्राच्या ठिकाणीं जें योगसामर्थ्य स्थापिलें होतें त्याच्या योगें त्याला लोकोत्तर तेज प्राप्त झालें आणि मग तो महावीर्यशाली प्रतर्दन आपल्या राज्यांत प्रविष्ट झाला. राजा, त्या समयीं तो कवच धारण केलेला, धनुष्य हातांत घेतलेला, देव व ऋषि ह्यांनीं स्तविलेला आणि बंदिजनांनीं वंदिलेला प्रतर्दन जणू काय उगवलेल्या सूर्यासारखाच आपल्या कांतीनें झळाळूं लागला! तो कमरेला तरवार बांधून रथावर आरूढ झाला तेव्हां जणू काय प्रदीप्त अग्नीच्याच ज्वाळा चालल्या आहेत असें भासलें! असो; तो प्रतर्दन धनुष्यबाण व ढालतरवार धारण करून नंतर आपल्या पित्याकडे गेला असतां त्याला पाहून दिवोदासाला अतिशय आनंद झाला आणि त्यानें मनांत अनुमान केलें कीं, हैहय आतां खचित दग्ध झाले! राजा, नंतर दिवोदासानें प्रतर्दनाला यौवराज्याभिषेक केला आणि आपण धन्य आहों असें त्यानें मानिलें. पुढें दिवोदासानें हैहयांच्या वधाकरितां प्रतर्दनाला पाठविलें असतां तो पराक्रमी राजपुत्र रथांत बसून ताबडतोब गंगा उतरून हैहयांच्या नगरीप्रत प्राप्त झाला.

इकडे, रथाचा महान् घणघणाट ऐकून हैहय हे नगरांसारख्या प्रचंड व शत्रूंच्या रथांचा चुराडा उडविणाऱ्या रथांत आरूढ झाले आणि प्रतर्दनाशीं लढण्याकरितां बाहेर पडले. राजा, नंतर ते विचित्र युद्ध करणारे कवचधारी महावीर हैहय प्रतर्दनावर शस्त्रास्त्रांनिशीं चालून गेले आणि त्यांनीं त्याजवर बाणांचा वर्षाव केला. राजा युधिष्ठिरा, त्या समयीं नानाप्रकारचीं शस्त्रें व रथांचे समुदाय हे प्रतर्दनावर इतके

कांहीं कोसळले कीं, जणू काय हिमालय पर्वतावर मेघच कोसळत आहेत असा भास झाला! नंतर प्रतर्दन राजानें अस्त्रांचा भडिमार करून शत्रूंच्या अस्त्रांचें निवारण केलें आणि विजेसारखा जलाल शरांचा वर्षाव चालवून त्या घोरप्रतापी प्रतर्दनानें हैहयांना ठार मारिलें! राजा, त्या वेळीं शतावधि व सहस्रावधि भल्ल बाणांनीं त्या हैहयांचीं मस्तकें तुटून रक्तानें न्हाणिलेले ते वीर रणांगणांत धडाधड कोसळूं लागले, तेव्हां जणू काय कुऱ्हाडीनें तोडिलेले किंशुक वृक्षच खालीं पडत आहेत असें दिसूं लागलें! राजा धर्मा, ह्याप्रमाणें सर्व हैहय मृत्युमुखीं पडल्यावर त्यांचा पिता वीतहव्य हा आपलें नगर सोडून भृगु ऋषींच्या आश्रमास जाऊन तेथें भृगु ऋषींना शरण गेला. तेव्हां वीतहव्याची ती अवस्था अवलोकन करून भृगु ऋषीनें त्याला अभय दिलें; पण इतक्यांत त्याच्या पाठोपाठ प्रतर्दन हा त्या स्थळीं प्राप्त झाला आणि म्हणाला, ‘ अहो, हे भृगु ऋषींचे कोण कोण महात्मे शिष्य आश्रमांत आहेत बरें? माझी इच्छा त्या मुनिवर्याला भेटण्याची आहे, तर तो कोठें आहे हें मला सांगा व मी आलों आहें म्हणून त्यास कळवा. ’ राजा धर्मा, भृगु ऋषीनें तें भाषण ऐकून प्रतर्दन आपल्याकडे आला म्हणून जाणिलें आणि आश्रमाच्या बाहेर येऊन त्यानें यथाविधि त्या राजश्रेष्ठाची पूजा केली व त्यास म्हटलें कीं, ‘ राजेंद्रा, तुझें काय कार्य असेल तें सांग. ’ तेव्हां तेथें जाण्याचें जें कार्य होतें तें राजानें त्या भृगु ऋषीला सांगितलें.

प्रतर्दन राजा म्हणालाः— ब्रह्मन्, हा येथें वीतहव्य राजा आला आहे, त्यास तूं माझ्या हवालीं कर. त्याच्या पुत्रांनीं माझ्या सर्व कुळाचा संहार उडविला, माझा सर्व देश उजाड केला, काशिदेशांतील सर्व रत्नसंचय लुटला, आणि सर्वत्र दैना उडवून टाकिली, ह्यासाठीं मला त्याचा सूड घेणें आहे. ब्रह्मन्, त्या मदांध राजाचे शंभर पुत्र मीं मृत्युमुखांत लोटिले आणि आतां फक्त ह्याला ठार करण्याचें राहिलें आहे. आतां आज मी ह्याला वधीन व पितृऋणांतून उत्तीर्ण होईन!

प्रतर्दन राजाचें तें भाषण ऐकून महाधर्मनिष्ठ भृगु ऋषीला अत्यंत करुणा आली आणि तो प्रतर्दनाला म्हणाला, ‘ राजपुत्रा, येथें कोणीही क्षत्रिय नाहीं; येथें हे जे आहेत ते सर्व द्विज आहेत. ’ युधिष्ठिरा, भृगु ऋषीचें हें वचन ऐकून प्रतर्दनानें मनांत आणिलें कीं, ह्या महात्म्याचें हें वचन खचित सत्य झालें पाहिजे; आणि नंतर तो ऋषीचे पाय धरून हळूच मोठ्या आनंदानें म्हणाला, ‘ भगवन्, असें जर असेल तर मी कृतार्थ झालों, ह्यांत संदेह नाहीं. पहा, ह्या वीतहव्य राजाला मीं आपल्या वीर्यानें स्वजाति सोडण्याला भाग पाडिलें; तेव्हां आतां म्यां आणखी काय करावयास पाहिजे! ब्रह्मन्, मला आतां स्वस्थानीं जाण्यास आज्ञा दे आणि माझें अभीष्ट चिंतन कर. हे भृगुकुलाधारा, मी वीतहव्य राजाला स्वजाति सोडण्यास लाविलें हें कांहीं लहानसहान कृत्य नव्हे! ’

धर्मा, नंतर भृगु ऋषीनें प्रतर्दनाला स्वस्थानीं जाण्यास आज्ञा दिल्यावर तो तेथून स्वस्थानीं निघून गेला; आणि सर्प ज्याप्रमाणें विष ओकून टाकितो त्याप्रमाणें त्या वीतहव्य राजानें केवळ भृगुवचनानें क्षत्रियत्व ओकून टाकिलें, आणि तो तत्काळ ब्रह्मर्षि बनला व त्यास ब्रह्मवादित्वही प्राप्त झालें! राजा धर्मा, गृत्समद हा त्याचा पुत्र असून तो स्वरूपानें दुसरा इंद्रच होता. एके वेळीं दैत्यांनीं त्याला तूं इंद्रच आहेस असें म्हणून अतिशय शासनही केलें होतें! असो; ऋग्वेदामध्यें त्या महात्म्याचा म्हणून एक श्रेष्ठ मंत्रही आहे आणि त्या

मंत्रावरून त्या गृत्समदाची ब्राह्मण हे फार स्तुति करितात. राजा, तो श्रीमान् गृत्समद मोठा ब्रह्मवेत्ता व ब्रह्मर्षि होता. त्याचा पुत्र सुचेता हाही ब्राह्मणच झाला. सुचेत्याचा पुत्र वर्चा. वर्चाचा पुत्र विहव्य. विहव्याचा पुत्र वितत्य. वितत्याचा पुत्र सत्य. सत्याचा पुत्र संत. संताचा पुत्र श्रवा नामक ऋषि. श्रव्याचा पुत्र तम. तमाचा पुत्र द्विजश्रेष्ठ प्रकाश. प्रकाशाचा पुत्र अतिशय जप करणारा वागिंद्र. त्याचा पुत्र वेदवेदांगप्रवीण प्रमिति. प्रमितीला घृताचीच्या ठिकाणीं रुरु नामक पुत्र झाला. रुरूपासून प्रमद्वरेच्या ठिकाणीं शुनक नांवाचा विप्रर्षि जन्मला व शुनकाचा पुत्र शौनक. असो; धर्मराजा, ह्याप्रमाणें भृगु ऋषीच्या प्रसादानें वीतहव्य राजा क्षत्रिय असतांही ब्राह्मणत्व पावला, हें मीं तुला सांगितलें व तसाच गृत्समदाचा वंशही विस्तारानें तुला कथन केला. आतां तुझा आणखी काय प्रश्न आहे बरें?

अध्याय एकतिसावा.

—:०:—

कृष्णनारदसंवाद.

युधिष्ठिर विचारतोः—अहो भरतर्षभा भीष्मा, ह्या त्रैलोक्यामध्यें कोणतीं मनुष्यें पूज्य होत तें आपण मला कथन करा. आपण सांगत असतां माझी तृप्तिच होत नाहीं.

भीष्म सांगतातः— ह्या विषयाचेंही विवेचन करण्यास्तव एक प्राचीन इतिहास सांगत असतात. तो ह्मणजे नारद व वासुदेव ह्या दोघांचा संवाद होय. एके दिवशीं नारद हा महान् महान् ब्राह्मणांपुढें हात जोडून त्यांची पूजा करीत आहे असें कृष्णानें पाहून त्याला विचारिलें,'भगवंता नारदा, तूं कोणाला नमस्कार करीत आहेस बरें? त्यांतही ह्या ब्राह्मणांपैकीं कोणाविषयीं तुझ्या मनांत विशेष आदर वसत आहे? हे महाधर्मज्ञा, आह्मांला हें ऐकणें शक्य असेल तर तें आह्मांस सांग.'

नारद म्हणाला, 'हे अरिमर्दना गोविंदा, मी ज्या ह्यांना पूजीत आहें ते तूं ऐक. कृष्णा, हें ऐकण्यास तुझ्याशिवाय दुसरा कोणता पुरुष ह्या लोकीं पात्र आहे बरें? हे विभो, जे पुरुष वरुण, वायु, आदित्य, पर्जन्य, अग्नि, स्थाणु, स्कंद, त्याचप्रमाणें लक्ष्मी, विष्णु आणि तसाच ब्रह्मा, वाचस्पति, चंद्र, अप्, पृथ्वी व सरस्वती ह्यांना नेहमीं नमस्कार करितात त्यांची मी पूजा करितों. हे यदुकुलश्रेष्ठा, महान् महान् तपस्वी, वेदवेत्ते, नेहमीं वेदांचें पठण करणारे व इतर परमपूज्य पुरुष ह्यांची मी पूजा करितों. तसेच जे कांहींएक न खातां दैविक कृत्यें करितात, गर्वापासून अलिप्त असतात, नित्य समाधान बाळगितात व कोणावरही रागावत नाहींत, त्यांची मी पूजा करितों. त्याप्रमाणेंच कृष्णा, जे उत्तम प्रकारें यज्ञयाग करितात,ज्याच्या ठिकाणीं उत्तम शांति वसते, जे उत्तम रीतीनें इंद्रियदमन करितात, जे मनाला उत्तम प्रकारें आकाळितात,जे सत्य व धर्म ह्यांचें अत्यंत महत्त्व मानितात आणि जे भूमि व धेनु ब्राह्मणांना देतात, त्यांना मी नमस्कार करितों. जे नित्य तपश्चर्येंत निमग्न असतात, जे वनांत राहून कंदमुळें खाऊन चरितार्थ चालवितात, नित्यनैमित्तिक कर्में करितात, व धनादिकांचा सांठा करीत नाहींत, त्यांना मी नमस्कार करितों. जे समर्थ पुरुष सेवकांचें पोषण करितात, जे अतिथिसत्कारार्थ नित्य झटतात, व देवकार्य करून शेष राहिलेलें अन्न जे सेवन करितात, त्यांना मी नमस्कार करितों. वेदाध्ययन केल्यामुळें ज्यांना दुःसह तेज प्राप्त झालें आहे, वेदांचें प्रवचन करण्यांत जे कुशल आहेत, ब्रह्मचर्य पाळण्याविषयीं जे दक्ष असतात आणि यज्ञयागादिक क्रिया यजमानाकडून करविण्यामध्यें व वेद-

विद्या शिकविण्यामध्यें जे नित्य निमग्न असतात, त्यांना मी नमस्कार करितों. जे पुरुष सर्व प्राण्यांवर दया करण्याविषयीं नित्य उत्सुक असतात व माध्याह्न कालपर्यंत जे आपलें अध्ययन चालवितात, त्यांना मी नमस्कार करितों. गुरूची कृपा जोडण्यासाठीं जे यत्न करितात, आपला वेदव्यासंग अस्खलित चालविण्याविषयीं जे झटतात, ज्यांचे नियमधर्म कधींही ढळत नाहींत, जे गुरुजनांची सेवा करण्यासाठीं सादर असतात, व कोणाचाही हेवा करीत नाहींत, त्यांना मी नमस्कार करितों, जे मुनि उत्तम प्रकारें करून व्रतें पाळितात, कोणास कांहीं वचन दिलें असतां तें कदापि मोडीत नाहींत, ब्रह्मचिंतनांत निमग्न रहातात व हव्यकव्य करितात, त्यांना मी नमस्कार करितों. ज्यांना भिक्षा मागून चरितार्थ चालविणें मनापासून आवडतें, पोटभर अन्न व अंगभर वस्त्र न मिळाल्यामुळें जे कृश होतात, जे गुरुगृहीं रहातात, सुखोपभोगाविषयीं ज्यांना पर्वा नसते व ज्यांच्यापाशीं धन नसतें, त्यांना मी नमस्कार करितों. ज्यांना आपलें असें कांहीं नाहीं, ज्यांची सर्वांशीं मैत्री आहे, ज्यांनीं लज्जा गुंडाळून ठेविली आहे, ज्यांना कसलीच गरज नाहीं, वेदप्राप्तीनें ज्यांना दिव्य तेज आलें आहे, जे वेद शिकवितात, जे वेदप्रणीत धर्माचें व्याख्यान करितात, जे कधीं कोणालाही पीडा देत नाहींत, जे नेहमीं सत्याचा आश्रय करितात, जे सदोदीत इंद्रियांना आकळतात व जे नित्य शांतीनें वागतात, त्यांना मी नमस्कार करितों. जे गृहस्थाश्रमी पुरुष देवता व अतिथि ह्यांच्या पूजेंत निमग्न असतात व जे पुरुष कपोताप्रमाणें नित्य नित्य पोटापुरतें मिळवून योगक्षेम चालवितात, संग्रह म्हणून मुळींच करीत नाहींत, त्यांना मी नमस्कार करितों. ज्यांच्या सर्व कृत्यांचें धोरण त्रिवर्ग (धर्म, अर्थ व काम) प्राप्त होण्याकडे असतें, जे त्रिवर्गाची हानि होईल असें कोणतेंही कृत्य करीत नाहींत आणि जे शिष्ट जनांनीं घालून दिलेले नियम मनापासून पाळितात, त्यांना मी नेहमीं नमस्कार करितों. जे पुरुष ब्रह्मचिंतनांत काळ घालवितात, ज्यांना वेदांचें यथार्थज्ञान आहे, धर्म, अर्थ व काम ह्यासाठीं जे नित्यनैमित्तिक कर्में करितात, ज्यांना ऐहिक सुखाविषयीं लोभ नाहीं व जे पुण्यशील आहेत, त्यांना मी नमस्कार करितों. जे पुरुष उदकप्राशनावर चरितार्थ चालवितात, जे पुरुष वारा पिऊन रहातात, वैश्वदेव करून उर्वरित राहिलेलें अन्न मात्र जे भक्षण करितात, त्यांना मी नेहमीं नमस्कार करितों. जे पुरुष अविवाहित रहातात, जे पुरुष लग्न करून अग्निहोत्र बाळगितात, जे वेदाचा आश्रय करितात व जे सर्व भूतें हीं आत्मवत् मानितात, त्यांना मी सदा नमस्कार करितों; आणि कृष्णा, लोक करणारे जे (प्रजापति) ऋषि, लोकांमध्यें जे वडील, कुलामध्यें जे श्रेष्ठ, अज्ञानाचे जे संहर्ते, व लोकांचे जे मार्गदर्शक त्यांना मी सदोदीत नमस्कार करितों. यास्तव, कृष्णा, तूंही अशा प्रकारच्या ब्राह्मणांची सदासर्वकाळ पूजा कर; कारण, हे अनघा, पूजेला मात्र अशा जनांची पूजा केल्यानें ते तुला नित्य सुखच देतील. केशवा, अशा ब्राह्मणांची पूजा केली असतां ह्या लोकीं व परलोकीं नित्य सुखच मिळेल. थोरांना मान्य असे हे श्रेष्ठ पुरुष जेथें जेथें संचार करितील तेथें तेथें तुझें वर्णन करून तुझी महति वाढवितील. जे पुरुष गाई, ब्राह्मण व अतिथि ह्यांचें सदा पूजन करितात आणि नेहमीं सत्यामध्यें रत असतात, ते संकटांतून पार पडतात. जे नेहमीं शांतचित्त असतात, जे कोणाचा मत्सर करीत नाहींत, व जे सदा विद्याध्ययनांत आसक्त असतात, ते संकटें

तरून जातात. जे सर्व देवांना समभावानें पूजितात, जे एका वेदाचा आश्रय करितात, धर्मादिकांवर जे श्रद्धा ठेवितात व जे इंद्रियांना निरोधितात, ते संकटांतून पार पडतात; जे महान् महान् ब्राह्मणांना नमस्कार करितात, व्रतवैकल्यांत निमग्न असतात आणि मनापासून दानधर्म करितात, ते संकटांतून उत्तीर्ण होतात. जे तपश्चर्या करितात, जे बालपणापासून नित्य ब्रह्मचारी राहातात आणि तपाच्या योगें चित्तशुद्धि संपादितात, ते संकटें तरून जातात. जे पुरुष देवता, अतिथि, सेवक व पितर ह्यांचें अर्चन करण्यांत रममाण असतात आणि अवशिष्ट अन्नावर देहत्राण करितात, ते संकटांतून पार पडतात. जे यथाविधि अग्नीची स्थापना करून मोठ्या आदरानें तो संभाळतात आणि जे सोमयज्ञांत हवन करितात, ते संकटें तरून जातात. आणि, हे वृष्णिशार्दूला, जे तुझ्याप्रमाणें मातापितर व गुरुजन ह्यांच्याशीं नेहमीं उत्तम वागणूक ठेवितात त्यांचींही सर्व संकटें नष्ट होतात.

राजा युधिष्ठिरा, तूंही ह्याप्रमाणेंच देव, पितर, ब्राह्मण व अतिथि ह्यांचीं नेहमीं उत्तम पूजा कर, म्हणजे तुला इष्ट गति प्राप्त होईल.

अध्याय बत्तिसावा.

—:०:—

श्येनकपोताख्यान.

युधिष्ठिर म्हणाला:--- पितामह भीष्मा, आपण सर्व शास्त्रांत प्रवीण असून महाबुद्धिमान् आहां. आपणापासून धर्माचें तत्त्व श्रवण करावें असें मी इच्छितों. तरी, अहो भरतश्रेष्ठा, तें आपण निरूपण करा. अहो कुरुकुलपुंगवा, ब्राह्मणक्षत्रियादिक चारी वर्णांतील मनुष्यें आश्रयार्थ आलीं असतां जे त्यांचें संरक्षण करितात त्यांना काय फळ मिळतें तें मला यथास्थितपणें विशद करून सांगा.

भीष्म म्हणाले:--- हे महायशा धर्मनंदना धीमन्ता युधिष्ठिरा, जे कोणी आश्रयार्थ येतात त्यांचें संरक्षण केल्यानें जें महाफल प्राप्त होतें तें तुला समजावें म्हणून मी तुला हा एक प्राचीन इतिहास सांगतों, तो ऐक. एके समयीं एका सुंदर कपोतावर श्येन पक्ष्यानें झडप घातली, तेव्हां तो भूतलावर पडत असतां महाभाग वृषदर्भ राजाच्या आश्रयार्थ गेला. त्या समयीं तो निर्मलचित्त वृषदर्भ राजा त्या कपोताची ती दीन स्थिति पाहून अतिशय कळवळला; आणि तो कपोत भयभीत होत्साता संरक्षणास्तव आपल्या अंकाप्रत आलेला पाहून त्याला धीर देऊन म्हणाला कीं, ‘ हे पक्ष्या, तूं भिऊं नको, तुला आतां कसलीही भीति नाहीं. बाबा, तुला हें घोर भय कोणी उत्पन्न केलें ? तूं काय बरें केलेंस कीं त्यामुळें तूं येथें असा मूर्च्छित व बेशुद्ध दशेंत आलास ? अरेरे, काय ह्या तुझ्या देहाची शोभा ! जणू काय नवीन फुललेल्या नीलकमलाप्रमाणें ह्याचा रुचिर वर्ण झळकत आहे ! अरे, तुझे नेत्र तर डाळिंबाच्या किंवा अशोकाच्या पुष्पाप्रमाणें लकाकत आहेत ! बा पक्ष्या, भिऊं नको; तुला अभय आहे. बाबारे, ज्या अर्थीं तूं माझ्या सन्निध प्राप्त झाला आहेस, त्या अर्थीं आतां तुला धरण्याचा विचार कोणी मनांतही आणूं शकणार नाहीं; कारण, रक्षणाविषयीं महाबलवान् अशा ह्या समर्थ राजाच्या अग्रभागीं तूं आहेस. बा कपोता, तें काशिराज्य, फार काय--हें माझें जीवितही मी आज तुझ्यासाठीं खर्चण्यास सिद्ध आहें ! ह्यास्तव, हे कपोता, आतां भय बाळगूं नको; स्वस्थ अस; तुला आतां कोणापासूनही भीति नाहीं. ’

श्येन म्हणाला:----राजा, हा कपोत माझें

विहित भक्ष्य आहे. ह्यासाठीं तूं ह्याला राखण्याच्या भरीस पडूं नको. पळतां पळतां मी ह्याला गांठलें व हस्तगत करून घेतलें; ह्याला धरण्यास मला मोठा प्रयास पडला आहे. ह्याचें मांस, रक्त, मेद व मज्जा हीं सर्व मला पुष्टि देणारीं आहेत. ह्याला खाल्ल्यानें माझें मोठें समाधान होईल, म्हणून तूं आतां मध्यंतरीं विघ्न करूं नको. राजा, मला अतिशय तृषा लागली आहे, क्षुधा तर मला अगदीं जाळीतच आहे; तेव्हां आतां तूं ह्याला सोड, मला आतां क्षणभर सुद्धां धीर निघत नाहीं! राजा, मीं ह्याचा पाठलाग केला, मीं आपल्या पंखांनीं व नखांनीं ह्याला फाडलें, आतां काय ती थोडथोडी धुगधुगी मात्र ह्याला राहिली आहे; तेव्हां आतां ह्याला राखण्याच्या त्वां भरीस न पडावें हाच उचित मार्ग होय! राजा, तूं आपल्या देशामध्यें मनुष्यांचें रक्षण करावेंस; तृषार्त झालेल्या पक्ष्याच्या व्यवसायांत विघ्न करण्याचें तुझें काम नव्हे! तुझे शत्रु, तुझे सेवक, तुझे आप्तस्वकीय व तुझ्या प्रजांचे व्यवहार ह्यांवर तुझी सत्ता आहे; त्याप्रमाणेंच तुझे देश व तुझीं इंद्रियें ह्यांवरही तुझी सत्ता मी कबूल करितों; पण आकाशांत परिभ्रमण करणाऱ्या पक्ष्यांवर तुझी सत्ता मुळींच नाहीं! राजा, जर तुझ्या ठिकाणीं सामर्थ्य असलें तर तूं आपल्या शत्रूंवर पराक्रम गाजव. माझ्यासारख्याच्या मार्गांत विघ्न करूं नको. जर तुला प्रस्तुत समयीं ह्या कपोताविषयीं दया उत्पन्न होऊन त्याच्या संरक्षणानें पुण्य जोडण्याची इच्छा झाली असेल, तर त्वां माझ्या स्थितीचाही विचार केला पाहिजे!

भीष्म म्हणाले:—राजा युधिष्ठिरा, श्येनाचें हें भाषण ऐकून राजर्षि वृषदर्भ हा अत्यंत विस्मयांत पडला; आणि त्याच्या भाषणाची व त्याची प्रशंसा करून आणि कपोताच्या रक्षणाचा विचार अंतर्यामीं ठाम ठेवून तो त्या श्येनाशीं बोलूं लागला.

राजा म्हणाला:—बा श्येना, आज त आपल्या क्षुधाशमनासाठीं गाय, बैल, वराह, मृग किंवा महिष ह्यांपैकीं काय वाटेल तें घेऊन आपली क्षुधा भागव. शरणागताचा अव्हेर करावयाचा नाहीं असा माझा दृढसंकल्प आहे. बा श्येन पक्ष्या, पाहिलासना हा कपोत माझा देह अगदीं सोडीत नाहीं!

श्येन म्हणाला:— राजा, वराह, बैल किंवा इतर नानावि: पक्षी ह्यांचें मांस मी कधींच खात नाहीं; ह्यास्तव मला त्यांशीं काय कर्तव्य आहे? परमेश्वरानें स्वतः मला जें विहित भक्ष्य लावून दिलें आहे, तेंच मी खाणार! श्येन हे कपोतांना खातात, हा नियम आजचा नाहीं! हा नियम पूर्वापार चालत असून हा असाच अव्याहत सतत चालणार! हे निष्पापा राजा, जर तुला ह्या कपोताविषयीं ममता असेल, तर तूं आज मला ह्या कपोताच्या मांसाइतकें स्वतःचें मांस जोखून दे.

राजा म्हणाला:-श्येना, तूं हें जें आतां मला म्हणालास तो मी आपल्यावर मोठा अनुग्रहच मानितों. बरें आहे, मी तसें करितों.

युधिष्ठिरा, ह्याप्रमाणें त्या राजश्रेष्ठानें म्हटलें व तत्काळ तो आपल्या देहाचें मांस कापून त्या कपोताच्या भारंभार जोखांत टाकूं लागला! राजा, तें वर्तमान हां हां म्हणतां अंतःपुरांत कळलें व तेथें एकच आकांत होऊन रत्नभूषणांनीं मंडित अशा त्या राजस्त्रिया दुःखानें ऊर बडवीत अंतःपुरांतून बाहेर पडल्या! इतक्यांत मंत्री, सेवक व इतर मंडळी हेही आक्रोश करूं लागले आणि जिकडे तिकडे मेघांसारखी घोर गर्जना चालू झाली व तिच्या योगें सर्व अंतरिक्ष दुमदुमून गेलें! इतक्यांत चोहोंकडून अंतरिक्षांत मेघांचे समुदाय जमून आधीं

जें निरभ्र आकाश होतें तें चोहोंकडून मेघाच्छादित झालें व राजाचें तें सत्य कर्म अवलोकून सर्व पृथ्वी कंपायमान झाली ! धर्मा, त्या वृषदर्भ राजानें दोन्हीं कुशींतलें, दंडांतलें व छातींतलें मांस कापून काढून थोडथोडें कांट्यांत टाकून त्या कपोताबरोबर जोख चालविलें, पण त्यानें त्या सर्व कपोताची बरोबरी होईना ! राजा, त्या समयीं वृषदर्भानें आपल्या शरीरांतलें सर्व मांस, रक्त, वपा, वगैरे सर्व कांट्यांत घातलें, परंतु त्यानेंही काम भागेना, तेव्हां तो आपलें सर्व शरीर श्येनास अर्पिण्याच्या हेतूनें स्वतः पारड्यांत बसला ! युधिष्ठिरा, तें पाहून इंद्रासहवर्तमान सर्व त्रैलोक्य त्या स्थळीं प्राप्त झालें, आकाशांत जमलेल्या देवगंधर्वादिकांनीं दुंदुभि वाजविल्या, वृषदर्भ राजावर अमृताचा वर्षाव चालू झाला, चोहोंकडून एकसारखी दिव्य सुगंधाची व पुष्पांची वृष्टि सुरू झाली, देवगंधर्वांचे समूह व त्याप्रमाणेंच अप्सरा ह्या ब्रह्मदेवाच्या सभोंवतीं जशा गातात व नाचतात तशा त्या वृषदर्भाच्या सभोंवतीं सर्वत्र गाऊं नाचूं लागल्या; आणि इतक्यांत सुवर्णाच्या राजवाड्याला मागें टाकणारें, जडावाच्या तोरणांनीं शोभणारें व वैडूर्यरत्नांचे खांब असलेलें असें एक दिव्य विमान त्या स्थळीं उतरलें आणि त्यांत तो राजा आरूढ होत्साता त्या कर्मानें निरंतर स्वर्गास रहाण्याकरितां ऊर्ध्व मार्गानें चालता झाला ! ह्यासाठीं, राजा, जे कोणी तुझ्या आश्रयार्थ येतील त्यांना तूं ह्याप्रमाणें तुझ्यानें होईल तितकें साहाय्य कर. जो मनुष्य आपल्या भक्तांचें, हितचिंतकांचें व आश्रितांचें रक्षण करितो व सर्व प्राण्यांवर दया करितो त्याला परलोकीं दिव्य सुख प्राप्त होतें ! धर्मा, जो सुशील नृप निष्कपटपणानें सत्कृत्य करितो त्याला त्या निर्मळ कृत्यामुळें दुर्मिळ असें काय असेल बरें ? युधिष्ठिरा, तो काशिदेशाचा विशुद्धात्मा राजर्षि वृषदर्भ हा मोठा विवेकी व सत्यपराक्रमी असून आपल्या त्या सत्कर्माच्या योगें तिन्ही लोकांत प्रख्यात झाला. हे भरतश्रेष्ठा, जो कोणी दुसरा मनुष्य ह्याप्रमाणें शरणागताचें रक्षण करील, तोही त्या वृषदर्भ राजाप्रमाणें उत्तम गतीला जाईल. बा राजर्षे धर्मा, वृषदर्भ राजाचें हें चरित्र जो कोणी नित्य दुसऱ्याला सांगेल व जो कोणी नित्य तें ऐकेल, ते दोघेही पूतात्मे होत्साते सद्गतीला जातील !

अध्याय तेहेतिसावा.

—:०:—

ब्राह्मणांची प्रशंसा.

युधिष्ठिर ह्मणाला:— पितामह भीष्मा, राजानें जीं कर्तव्यें करावयाचीं त्या सर्वांत अत्यंत श्रेष्ठ असें कर्तव्य कोणतें ? तसेंच राजानें कोणतें कर्म केलें असतां त्यास इहपरलोकीं सुख प्राप्त होतें ?

भीष्म म्हणाले: राजा युधिष्ठिरा, मूर्धाभिषिक्त राजानें जीं कर्तव्यें करावयाचीं, त्या सर्वांत अत्यंत श्रेष्ठ असें कर्तव्य म्हटलें म्हणजे ब्राह्मणांची पूजा करणें हें होय. त्यापासून त्यास अत्यंत सुख प्राप्त होईल. राजा जरी कितीही वैभववान् असला तरी त्यानें ह्या कर्तव्याकडे अगत्य लक्ष पुरवावें. हे भरतर्षभा, वृद्ध व श्रोत्रिय अशा ब्राह्मणांना नेहमींच पूजीत जावें. त्याप्रमाणेंच त्यानें नगरांत व देशांत रहाणाऱ्या बहुश्रुत ब्राह्मणांना मधुर भाषण करून, सुखोपभोगाचे पदार्थ देऊन व नमस्कार करून आनंदवावें. युधिष्ठिरा, हें कृत्य राजानें अत्यंत श्रेष्ठ मानावें आणि खुद्द आपल्याप्रमाणें व आपल्या पुत्राप्रमाणें ब्राह्मणांविषयीं प्रेम बाळगून त्यांचा सांभाळ करावा. राजा,

ब्राह्मणांमध्येंही जे पूजेला अत्यंत पात्र असतील त्यांची अतिशय पूजा करावी; कारण असे जे ब्राह्मण असतात त्यांचा आत्मा शांत झाला म्हणजे सर्व राष्ट्राचा उत्कर्ष होतो. राजा, अशा ब्राह्मणांची पितरांप्रमाणें पूजा करावी, त्यांना नमस्कार करावा व त्यांच्याविषयीं आदरबुद्धि बाळगावी; पर्जन्याच्या वृष्टीनें सर्व प्राण्यांचा योगक्षेम चालतो, तद्वत् अशा ब्राह्मणांच्याच संतोषानें सर्व लोकांचा चरितार्थ यथास्थित चालतो. धर्मा, अशा प्रकारच्या ब्राह्मणांच्या अंगीं कांहीं अगाध सामर्थ्य वसत असतें. त्यांच्या ठिकाणीं उग्र तेज व सत्यपराक्रम विद्यमान असल्यामुळें ते जर कोपले तर आपल्या अंगच्या अभिचारशक्तीनें (घातक अशा तपःसामर्थ्यानें), अन्य उपायांनीं किंवा फार काय--केवळ मनांत अनिष्ट संकल्प करूनही दुसऱ्याचा समूळ नाश करूं शकतील ! त्यांनीं एकदां आग पाखडण्यास सुरुवात केली तर कोणालाही त्यांना आळा घालतां येणार नाहीं. त्यांच्या अंगीं इतकें सामर्थ्य असतें कीं, ते त्या सामर्थ्यानें सर्व दिशा उजाड करून टाकितील ! ते क्रोधानें डोळे वटारून पाहूं लागले म्हणजे जणू काय वणव्यांतील अग्नीप्रमाणें त्यांच्या नेत्रांतून ज्वालांचे लोट चालत रहातात ! मोठमोठे साहसी पुरुषही त्यांना भितात ! कारण त्यांच्या ठिकाणीं गुणच तसे अपरंपार असतात ! कांहीं ब्राह्मण तृणानें आच्छादिलेल्या कूपाप्रमाणें आणि कांहीं ब्राह्मण निर्मळ अशा आकाशाप्रमाणें असतात. कांहीं (दुर्वासादिकांसारखे) ब्राह्मण मोठे निष्ठुर असून अचाट कृत्यें करितात व कांहीं (गौतमादिकांसारखे) ब्राह्मण कापसाप्रमाणें कोमल मनाचे असतात. कांहीं (अगस्त्यादिकांसारखे) ब्राह्मण मोठे कपटी असतात व कांहीं ब्राह्मण तपश्चर्येंत नित्य निमग्न रहातात. कित्येक (उद्दालकादिकांसारखे) ब्राह्मण कृषिकर्म करितात. कित्येक (उपमन्यू इत्यादिकांसारखे) ब्राह्मण गाई राखितात, कित्येक (दत्तात्रेयादिकांसारखे) ब्राह्मण भिक्षा मागतात, कित्येक (वाल्मीकिविश्वामित्रांसारखे) ब्राह्मण चोऱ्या करितात, कित्येक (नारदादिकांसारखे) ब्राह्मण कलह लावितात. कित्येक (भरतादिकांसारखे) ब्राह्मण नाटकें करितात, कित्येक ब्राह्मण समुद्रशोषणासारखीं भयंकर व सर्व प्रकारचीं कर्में करितात, आणि कित्येक ब्राह्मण राजांसंबंधानें व इतरांसंबंधानें नानाप्रकारचें वर्तन ठेवितात व नानाविध कर्में करितात. राजा, ह्याप्रमाणें ब्राह्मण हे अनेक प्रकारचीं कर्में करण्यांत निमग्न झालेले दिसतात व अनेक व्यवसायांनीं आपली उपजीविका चालवितात; तथापि त्यांच्या ठिकाणीं धर्मज्ञता वसते आणि त्यांच्या मनांत जगाचें कल्याण व्हावें हीच भावना असते, म्हणून त्यांचें सदासर्वकाळ स्तवन करावें. राजा युधिष्ठिरा, महाभाग्यवान् ब्राह्मण हे देवता, पितर, मनुष्य, उरग व राक्षस ह्या सर्वांच्या अगोदरचे होत. देव, पितर, गंधर्व, राक्षस, असुर व पिशाच्च ह्यांपैकीं कोणीही ब्राह्मणांना जिंकण्यास समर्थ नाहीं. राजा, ब्राह्मणांच्या ठिकाणीं असें कांहीं अगाध सामर्थ्य आहे कीं, ते जो देव नाहीं त्याला देव बनवितील व जो देव असेल त्याचें देवत्व हिरावतील ! ते मनांत आणितील तो राजा होईल आणि त्यांना जो अप्रिय असेल तो पराभव पावेल ! राजा, जे मतिमंद पुरुष ब्राह्मणांची निंदा करितील, ते, मी तुला खचित सांगतों कीं, निश्चयानें नाश पावतील ! राजा, ब्राह्मण हे स्वतः दुसऱ्याची निंदा किंवा प्रशंसा करण्यांत कुशल असतात आणि दुसऱ्याची सुकीर्ति व दुष्कीर्ति फैलावण्यासही कारणी होतात; परंतु असें असतांही जर

त्यांना कोणीं इजा दिली तर ते नित्य त्यांच्यावर आग पाखडितात ! राजा, ज्याची ब्राह्मण प्रशंसा करितात त्या पुरुषाचा उत्कर्ष होतो आणि ज्याला ब्राह्मण नांवें ठेविनात त्याचा क्षणांत नाश होतो ! युधिष्ठिरा, ब्राह्मणांच्या अवकृपेमुळेंच शक, यवन, कांबोज व इतर क्षत्रिय जाति शूद्र झाल्या ! ब्राह्मणांच्या कोपामुळेंच द्राविड, कलिंग, पुलिंद, उशीनर, कोलिसर्प व इतर क्षत्रियजाति शूद्रत्वास पावल्या ! हे जयशालिन् धर्मा, ब्राह्मणांपासून जय होण्यापेक्षां पराजय होणेंच श्रेयस्कर ! एका ब्राह्मणाच्या वधानें जें पातक लागेल तें सर्व जगाच्या संहारापासूनही लागणार नाहीं ! ब्राह्मणाच्या हत्येनें महान् दोष लागतो असें मोठमोठे ऋषिही सांगतात. असो; राजा, फार कशाला, ब्राह्मणांची कोणीं निंदा केली तर ती ऐकूं सुद्धां नये ! कोठें ब्राह्मणांची निंदा चालली असतां मुकाट्यानें खालीं मान करून ऐकावी व तेथून उठून निघून जावें ! राजा, ह्या भूतलावर ब्राह्मणांची निंदा करून कोणी सुखानें कालक्षेप करूं इच्छील, असा पुरुष आजवर झाला नाहीं व पुढेंही होणार नाहीं ! राजा, मुठीनें वायु धरणें अशक्य, हातानें चंद्राला स्पर्शणें अशक्य, व (मस्तकानें) पृथ्वी उचलणें अशक्य, तद्वत् ह्या भूतलावर ब्राह्मणांना जिंकणें अशक्य समजावें !

अध्याय चौतिसावा.

—:०:—

पृथ्वीवासुदेवसंवाद.

भीष्म सांगतातः— राजा युधिष्ठिरा, ब्राह्मणांची नित्य नियमानें अतिशयित पूजा करणें हें अत्यंत अवश्य आहे; कारण ह्या ब्राह्मणांच्याच ठिकाणीं सुखदुःख देण्याची सत्ता अधिष्ठित असते; ह्यासाठीं, राजे लोकांनीं नानाविध सुखोपभोग अलंकार व इतर जें कांहीं इष्ट असेल तें त्यांस देऊन त्यांस नमस्कारपूर्वक नेहमीं पूजीत जावें आणि पितरांप्रमाणें त्यांचें संरक्षण करावें. पर्जन्यवृष्टीनें जशी सर्व प्राण्यांची उपजीविका चालते तशी ब्राह्मणांच्या पूजेनें सर्व राष्ट्रांत शांति व सुख नांदतें. ब्राह्मांच्या ज्ञानानें दिव्य तेज प्राप्त झालेले निर्मळ ब्राह्मण राष्ट्रांत उत्पन्न झाले पाहिजेत व त्याप्रमाणेंच महारथ क्षत्रिय शत्रूंचा नाश करण्यासाठीं राष्ट्रांत जन्मले पाहिजेत. राजा, कुलीन, धर्मज्ञ व कडकडीत कर्मठ असा ब्राह्मण घरीं बाळगावा. त्यापासून यजमानाचें कल्याण होतें. ब्राह्मणांना हविष्यान्न दिल्यानें तें देवता स्वीकारितात. ब्राह्मण हेच सर्व भूतांचे पितर होत. त्यांच्यापेक्षां श्रेष्ठ असें कांहीं नाहीं. आदित्य, चंद्रमा, वायु, उदक, पृथ्वी, आकाश व दिशा हीं सर्व नेहमीं ब्राह्मणांच्या देहांत प्रवेश करून अन्नाचें सेवन करितात. जो मनुष्य ब्राह्मणांना अन्नसंतर्पण करीत नाहीं, त्याचेकडे त्याचे पितर जेवीत नाहींत. जो मनुष्य ब्राह्मणांचा द्वेष करितो त्या पातक्याकडे देवही अन्नग्रहण करीत नाहींत. ब्राह्मणांचा संतोष झाला म्हणजे पितरांना व त्याप्रमाणेंच देवांनाही नेहमीं मोठा आनंद होतो, असें निर्विवाद मान. त्याप्रमाणेंच, राजा, जे कोणी ब्राह्मणांना हविष्यान्न वगैरे अर्पितात त्यांनाही इहपरलोकीं सुख प्राप्त होतें. अशा प्रकारचे दाते जन मरणोत्तर दुर्गतीला जात नाहींत. त्यांना श्रेष्ठ गतिच मिळते. ज्या ज्या पदार्थानें मनुष्य ब्राह्मणांची तृप्ति करील त्या त्या पदार्थानें ब्राह्मणद्वारा देव व पितर संतुष्ट होतील. ज्या अन्नापासून प्रजा वाढतात, तें ब्राह्मणांपासूनच उत्पन्न होतें. (कारण ब्राह्मणापासून यज्ञयागादिक क्रिया उत्पन्न होतात, यज्ञयागादिकांमध्यें होमांत ज्या आहुति देतात त्या सूर्याला पावतात, सूर्यापासून पर्जन्याची वृष्टी

होते, आणि वृष्टीपासून अन्न मिळतें.) हा सर्व विश्वपसारा कसा वाढतो आणि अंतीं हा सर्व कोठें लीन होतो, हें ब्राह्मणांना मात्र माहीत असतें, स्वर्गाचा मार्ग कोणता व नरकाचा मार्ग कोणता, ह्यांचें बरोबर ज्ञान ब्राह्मणांना मात्र आहे. मागें काय झालें व पुढें काय होईल हें फक्त ब्राह्मणांनाच कळतें. ब्राह्मण हा द्विपद् प्राण्यांमध्यें श्रेष्ठ होय. ब्राह्मण वर्णाचीं कर्तव्यें कोणतीं, हें काय तें ब्राह्मणांनाच विदित असतें. जे कोणी ब्राह्मणांच्या तंत्रानें वागतात त्यांचा केव्हांही पराभव होत नाहीं. ब्राह्मणांचे आराधक मरणोत्तर नाश पावत नाहींत आणि त्यांस केव्हांही वाईट स्थिति प्राप्त होत नाहीं; ते सदोदीत उत्कर्षच पावतात. जे विश्वकुटुंबी महात्मे ब्राह्मणांच्या मुखांतून निघालेलें वचन शिरसा मान्य करितात, त्यांचा केव्हांही नाश होत नाहीं. क्षत्रिय हे तेजानें व बलानें कितीही उग्र असले तरी तें त्यांचें तेज व बल ब्राह्मणांपुढें तेव्हांच थंड पडतें. भृगूंनीं तालजंघांना जिंकिलें, आंगिरसांनीं नीपांना जिंकिलें आणि भरद्वाजानें वेतहव्यांना व ऐलांना जिंकिलें. भरतश्रेष्ठा धर्मा, हे सर्व क्षत्रिय जरी मोठे प्रबल व चित्रविचित्र आयुधांनीं लढणारे होते, तरी त्यांना कृष्णाजिन वगैरे मुनिचिन्हें धारण करणाऱ्या ब्राह्मणांनीं सर्वस्वी जिंकून टाकिलें! ह्यासाठीं, राजा, ब्राह्मणांना पृथ्वीचें दान करून भूपतीनें ह्या लोकीं व परलोकीं दिव्य कीर्ति जोडावी आणि देहाचें सार्थक संपादावें. धर्मा, लांकडांमध्यें ज्याप्रमाणें अग्नितत्त्व गुप्त असतें, त्याप्रमाणें लोकांत जें कांहीं सांगण्यांत व ऐकण्यांत येतें किंवा जें कांहीं ग्रंथादिकांत वाचिलें जातें, तें सर्व ब्राह्मणांच्या ठिकाणीं गुप्त असतें. युधिष्ठिरा, ही गोष्ट अधिक विशद करण्याकरितां एक पुरातन इतिहास सांगत असतात तो आतां मी तुला सांगतों. तो इतिहास म्हटला म्हणजे पृथ्वी व वासुदेव ह्यांचा संवाद होय.

एके समयीं पृथ्वीला वासुदेव म्हणालाः— हे कल्याणि, तूं सर्व भूतांची माता आहेस; ह्यास्तव मी तुला शंका विचारितों तिचें तूं निराकरण कर. माझा तुला असा प्रश्न आहे कीं, गृहस्थाश्रमी मनुष्य कोणत्या कर्मानें आपलें पातक क्षालन करील तें त्वां सांगावें.

पृथ्वी म्हणालीः— वासुदेवा, ब्राह्मणांचीच सेवा करावी; तेच सर्वांत पवित्र होत. जो मनुष्य ब्राह्मणांची उपासना करितो, त्याचें सर्व पातक दग्ध होतें. ब्राह्मणोपासनेनें वैभव मिळतें, ब्राह्मणोपासनेनें कीर्ति फैलावते, व ब्राह्मणोपासनेनें बुद्धि वाढते. जो क्षत्रिय वीर ब्राह्मणांची सेवा करितो त्यास शत्रूंना जर्जर करण्याचें सामर्थ्य येतें, असें मला सतत सर्वांच्या कल्याणाकरितां झटणाऱ्या नारदानें सांगितलें आहे. ह्यास्तव कुलीन, धर्मज्ञ, निर्मळ व कडकडीतपणें व्रतवैकल्यें करणाऱ्या ब्राह्मणांची क्षत्रियानें अवश्य शुश्रूषा करावी. (स्वकीय-परकीय ब्राह्मणांच्यापेक्षां जे श्रेष्ठ, त्यांच्याहूनही जे श्रेष्ठ असे म्हणजे) अत्यंत श्रेष्ठ असे ब्राह्मण ज्याची वाखाणणी करितात त्या मनुष्याची भरभराट होते. जो मनुष्य ब्राह्मणांवर संतापतो व त्यांना उणें उत्तर करितो, त्याचा तत्काळ नाश घडतो. ज्याप्रमाणें नांगरानें उखळलेला मातीचा डिखळा महासागरांत फेंकला असतां ताबडतोब नाश पावतो, त्याप्रमाणें ब्राह्मणाचा द्रोह केला असतां त्यापासून तो द्रोहक ताबडतोब समूळ नाश पावतो! वासुदेवा, चंद्रावरील कलंक, समुद्राच्या पाण्याचा खारटपणा व महेंद्राच्या अंगावरील सहस्र भगचिन्हें ह्यांचा तूं नीट विचार कर. बाबारे, ब्राह्मणांना अपकार केल्यामुळें त्यांनीं जे शाप दिले त्यांचेच हे परिणाम झाले. वासुदेवा, ब्राह्मणांच्या प्रभावानें इंद्राच्या

देहावरील सहस्र भगचिन्हें जाऊन त्या स्थळीं सहस्र नेत्र निर्माण झाले ! असो; वासुदेवा, ज्या मनुष्याला वैभव, लौकिक व उत्तम लोक ह्यांची इच्छा असेल त्यानें आत्मज्ञान जोडून निर्मळ वर्तन ठेवावें आणि ब्राह्मणांच्या विचारानें वागावें.

भीष्म सांगतात:– राजा युधिष्ठिरा, मेदिनीचें असें हें भाषण ऐकून मधुसूदनानें ' उत्तम ! उत्तम ! ' असे उद्गार काढिले व तिची पूजा केली. पार्था, हें जें मीं तुला उदाहरण सांगितलें त्याचें मनन कर आणि इंद्रियांना आकळून नेहमीं महासमर्थ ब्राह्मणांची उपासना करीत जा; म्हणजे त्या योगें तुझें कल्याण होईल.

अध्याय पसतिसावा.

—:०:—

ब्राह्मणप्रशंसा.

भीष्म सांगतात:— राजा युधिष्ठिरा, केवळ ब्राह्मणकुलांत जन्म झालेलें असतें इतक्यामुळेंही ब्राह्मणाला महाभाग मानितात. त्याच्या त्या ब्रह्मकुलोत्पत्तीस्तव सर्व प्राण्यांनीं त्यास अवश्य नमस्कार करावा आणि शिजविलेलें अन्न अतिथीसारखें त्यास प्रथम समर्पावें. बा धर्मा, ब्राह्मणापासून धर्म, अर्थ इत्यादि सर्व अर्थ प्राप्त होतात. ते सर्व प्राण्यांचे सुहृद् होत. देवांचीं तीं मुखें समजावीं. त्यांची पूजा केली असतां ते मंगलदायक आशीर्वाद देऊन आराधकाचें अभीष्ट चिंतितात आणि त्यांची निंदा केली असतां ते संतापून जाऊन शाप देतात. ह्यास्तव आपल्या सर्व शत्रूंकडून त्यांचा अनादर होऊन त्यांस क्रोध येवो व ते दारुण वचनांनीं त्यांस शापदग्ध करोत ! राजा धर्मा, ह्या विषयास अनुसरून पूर्वीं ज्या गाथा गायिल्या त्या प्राचीन इतिहासज्ञ पुरुष सांगत असतात. त्यांपैकीं एक तुला सांगतों.

पूर्वीं ब्रह्मदेवानें पूर्वपद्धतीप्रमाणें ब्राह्मणांस निर्माण केलें आणि मग तो समाधि धारण करून चिंतन करीत बसला व त्यानें ठरविलें कीं, ब्राह्मणांचा धर्म म्हणजे त्यांनीं दुसरें कांहींएक करावयाचें नाहीं. इतरांनीं त्यांचें संरक्षण करावें, व त्यांनीं इतरांचें संरक्षण करावें, हाच त्यांचा विहित धर्म होय. त्या समयीं ब्रह्मदेव ब्राह्मणांस उद्देशून म्हणाला, ' ब्राह्मणहो, ह्या नियमानुसार तुम्ही वागा म्हणजे तुमचें कल्याण होईल. तुम्ही स्वकर्म करा, त्यांत अगदीं हयगय करूं नका; म्हणजे तुम्हांस ब्राह्मसंपत्ति मिळेल. सर्वजण तुमचा कित्ता घेतील असें आचरण ठेवा आणि कोणी दुराचरण करूं लागल्यास त्यास आवर घाला. ब्राह्मणांनो, विद्वान् ब्राह्मणानें शूद्राचें कर्म कधींही करूं नये; कारण शूद्राचें कर्म केल्यानें ब्राह्मणाच्या हातून अधर्म घडतो. ब्राह्मणानें वेदाध्ययनादिक स्वकर्म केलें असतां त्याचा उत्कर्ष होतो, त्याची बुद्धि वाढते, त्याला दिव्य तेज येतें व त्याच्या अंगीं दुर्धर शक्ति उत्पन्न होते. ब्राह्मणाचें जें कांहीं घोर सामर्थ्य तें त्यास स्वाध्यायापासूनच मिळतें. ब्राह्मणांनीं देवतांना हविर्भाग दिला म्हणजे त्यांना महाभाग्य प्राप्त होतें. ब्राह्मसंपत्तीच्या योगें ब्राह्मणांना अशी लोकोत्तर योग्यता येते कीं, ते मुलाबाळांच्याही आधीं भोजन करण्यास पात्र होतात. ह्यासाठीं, ब्राह्मणहो, तुम्हीं कोणाविषयीं द्रोह न करितां सर्वांविषयीं अत्यंत प्रेम धारण करा आणि आपल्या इंद्रियांना जिंकून वेदाभ्यास सतत चालवा; म्हणजे तुमचे सर्व इष्ट हेतु सिद्धीस जातील. जें कांहीं मनुष्यलोकीं किंवा देवलोकीं आहे तें सर्व तपश्चर्येनें, ज्ञानानें व व्रतवैकल्यांनीं सुसाध्य होईल. ”

हे निष्पापा युधिष्ठिरा, ह्याप्रमाणें ब्रह्मदेवानें ब्राह्मणांना जें कांहीं सांगितलें तें मीं तुला

निरूपण केलें आहे. बाबारे, ब्राह्मणांवर अनुग्रह करण्याच्या बुद्धीनें त्या धीमान् ब्रह्मदेवानें ही गाथा त्यास सांगितली. राजा, ब्राह्मणांच्या ठिकाणीं राजाप्रमाणेंच विलक्षण शक्ति करते. तपश्चर्या करणारे ब्राह्मण हे मोठे उग्र असतात; त्यांच्या समीप जाणेंही मोठ अवघड; त्यांच्या अंगीं भयंकर त्वेष व त्वरा विद्यमान असते. कित्येक ब्राह्मणांच्या ठिकाणीं सिंहाचें सामर्थ्य असतें, कित्येकांच्या ठिकाणीं व्याघ्राचें सामर्थ्य असतें, कित्येकांच्या ठिकाणीं वराहाचें किंवा हरणाचें सामर्थ्य असतें, आणि कित्येकांच्या ठिकाणीं मकरादिक जलचरांचें सामर्थ्य असतें. कांहीं ब्राह्मण सर्पदंशाप्रमाणें भयंकर असतात, कांहीं मगरमिठीप्रमाणें दुसऱ्याला संकटांत घालितात, कांहीं मुखावाटे शापवचन बाहेर काढून दुसऱ्याचा घात करितात, आणि कांहीं नेत्रकटाक्षांनींच दुसऱ्याला ठार मारितात. असो; राजा, कांहीं ब्राह्मण सर्पासारखे घातकी व कांहीं ब्राह्मण हरिणासारखे मृदु असतात, तथापि एकंदरींत ब्राह्मणांचीं चरित्रें ह्या जगांत मोठीं विलक्षण व नानाविध आढळून येतात. धर्मा, मेकल, द्राविड, लाट, पौंड्र, कान्वशिर, शौंडिक, दरद, दार्व, चौर, शबर, बर्बर, किरात, यवन व इतर अनेक क्षत्रियजाति ब्राह्मणांच्या कोपामुळें शूद्र झाल्या! ब्राह्मणांचा अवमान केल्यामुळें असुरांना उदकांत आश्रय करावा लागला आणि ब्राह्मणांच्या प्रसादामुळेंच देवांस स्वर्ग लाधला! युधिष्ठिरा, आकाशाला स्पर्श करितां येणार नाहीं, हिमालय पर्वताला हालवितां येणार नाहीं, गंगेला धरण बांधून अडवितां येणार नाहीं, आणि ह्या भूतलावर ब्राह्मणांना जिंकितां येणार नाहीं! राजा, ब्राह्मणांशीं विरोध करून पृथ्वीचें राज्य चालविणें अशक्य आहे; कारण महात्मे ब्राह्मण हे देवांचेही देव होत! ह्या कारणानें धर्मा, जर तुला ह्या समुद्रवलयांकित पृथ्वीचें राज्य करणें असेल तर तूं नेहमीं ब्राह्मणांस दानें देऊन व पूजा समर्पून संतुष्ट कर. हे अनघा, ब्राह्मणांस दान दिल्यानें त्यांचें उग्र तेज शांत होतें. यास्तव, जे दानें घेतील त्यांस दानें दे; पण जे कोणी दानप्रतिग्रह करणार नाहींत त्यांचें तूं उत्तम संरक्षण कर, म्हणजे तुझे इष्ट हेतु परिपूर्ण होतील.

अध्याय छत्तिसावा.

—:०:—

इंद्रशंबरसंवाद.

भीष्म सांगतातः— राजा युधिष्ठिरा, या विषयाचें विवरण करण्यासाठीं एक प्राचीन इतिहास सांगत असतात. तो इतिहास म्हणजे इंद्र व शंबर यांचा संवाद होय. तो आतां मी तुला कथन करितों, श्रवण कर. राजा, एके समयीं इंद्रानें एका जटाधारी तपस्व्याचा वेष घेतला व सर्वांगास विभूति लावून त्यानें आपलें रूप दुसऱ्याला ओळखितां येणार नाहीं अशी व्यवस्था केली आणि एका मोडक्या तोडक्या रथांत बसून तो शंबरासुराच्या समीप गेला व त्यापाशीं त्यानें भाषण केलें.

शक्र म्हणालाः— शंबरासुरा, तूं सर्व असुरांमध्यें जो इतका बलिष्ठ झाला आहेस त्यास कारण काय बरें? असें तूं काय केलेंस कीं त्यामुळें तुला सर्व लोक श्रेष्ठ मानितात, तें मला यथास्थित निरूपण कर.

शंबर म्हणालाः— हे तपस्व्या, मी ब्राह्मणांचा केव्हांही द्वेष करीत नाहीं. ब्राह्मणसामर्थ्याला मी अतिशय मान देतों. जे विप्र मला शास्त्रोपदेश करितात त्यांचा मी आदरपूर्वक बहुमान करितों. त्यांच्या आज्ञेचा मी कधींही अनादर करीत नाहीं आणि त्यांना मी केव्हांही दुखवीत नाहीं. ब्राह्मणांची मी नित्य पूजा करितों आणि बुद्धिमान् विप्रवर्यांचे पाय धरून मी त्यांची सदा-

सर्वकाळ सल्ला विचारितों. ह्या योगें ते नित्य माझ्यावर श्रद्धा ठेवून मजपाशीं भाषण करितात आणि माझी खुशाली पुसतात. त्यांनीं जरी माझ्याकडे लक्ष दिलें नाहीं तरी मी त्यांचें दक्षतेनें आर्जव करीत राहातोंच; आणि ते निजले असले तरी तेथें मी सावधपणानें पहारा करितों! मी नेहमीं शास्त्रप्रणीत मार्गाला अवलंबितों, ब्राह्मणांविषयीं सदोदीत पूज्यबुद्धि बाळगितों व त्यांचा कधींही द्वेष करीत नाहीं; यास्तव ते मला नित्य उत्तम सल्ला देतात. ज्याप्रमाणें मधुमक्षिका मधाचें मोहोळ मधानें सिंचन करितात, त्याप्रमाणें ते शास्ते ब्राह्मण मला ज्ञानामृतानें सिंचित करितात, ते ब्राह्मण संतुष्ट होऊन जें कांहीं मला सांगतात त्याचा मी नित्य स्वीकार करितों व तें कधींही विसरत नाहीं. मी सदासर्वकाळ ब्राह्मणांवर दृढ भक्ति ठेवितों आणि मी त्यांचा दास आहें असें नेहमीं अंतर्यामीं मानितों. ब्राह्मणांच्या जिव्हाग्रीं जो अमृतरस वसत असतो त्याचा मी नित्य आस्वाद घेतों; आणि नक्षत्राधिपति चंद्राप्रमाणें मी आपल्या जातिबांधवांपेक्षां जो प्रबल झालों आहें त्याचें कारण हेंच होय. ब्राह्मणांच्या मुखांतून जें शास्त्रवचन बाहेर पडतें, तें या भूतलावरील अमृत समजावें; ब्राह्मणांनीं सांगितलेलें शास्त्रवचन म्हणजे सन्मार्गावलोकनार्थ नेत्रच होय. पूर्वीं देव व असुर यांचें युद्ध चाललें असतां ब्राह्मणांनीं सांगितलेल्या शास्त्रवचनांचें महत्त्व माझ्या पित्याच्या लक्षांत आलें तेव्हां त्याला मोठें आश्चर्य वाटलें; आणि महात्म्या ब्राह्मणांचा महिमा पाहून त्यानें चंद्राला प्रश्न केला कीं, 'ब्राह्मणांना अशी सिद्धि कोठून प्राप्त झाली बरें ?'

सोम म्हणाला:— सर्व ब्राह्मणांना जी अशी सिद्धि प्राप्त होते, याचें कारण ते सदोदीत तपश्चर्या करितात हेंच होय. त्यांचें मुख्य बळ वाणींत असतें. राजांचें सामर्थ्य बाहूंत आणि द्विजांचें सामर्थ्य त्यांच्या भाषणांत असतें. ब्राह्मणांची वाणी म्हणजे त्यांचीं शस्त्रास्त्रेंच समजावीं. ब्राह्मणानें गुरुगृहीं क्लेश भोगून ब्रह्मज्ञान संपादावें; निदान प्रणव तरी शिकावा. त्यानें इंद्रियें जिंकून सर्व क्रोध टाकावा, व ऐहिक सुखोपभोगाविषयीं अनासक्त होऊन सर्वत्र समबुद्धि धरावी. तो सर्वसंगपरित्याग करून यति झाला तरी तेवढ्यावर भागावयाचें नाहीं; त्यानें यति झाल्यावर गृह सोडिलें पाहिजे. त्यानें पितृगृहीं सर्व ज्ञान संपादिलें आणि मनापासून सर्व वेदांचा अभ्यास करून तो प्रशंसेस पात्र झाला, तरी लोक त्यास नांवें ठेवितील. सर्प ज्याप्रमाणें उंदरांना खातो त्याप्रमाणें पृथ्वी ही दोघांना खाते. ते दोघे म्हटले म्हणजे युद्ध न करणारा राजा व विद्येसाठीं ग्रामांतरीं न राहाणारा विप्र हे होत. अल्पबुद्धि मानव एखाद्या गोष्टीविषयीं गर्व बाळगितात व त्यामुळें आपली हानि करून घेतात. कन्या ही गर्भानें दूषण पावते आणि ब्राह्मण हा गृहवासानें दूषित होतो.

शंबर म्हणाला:—तपस्व्या, माझ्या पित्यानें त्या अद्भुत दर्शन देणाऱ्या सोमापासून हें असें श्रवण केलें आणि महाव्रत ब्राह्मणांची पूजा करण्याचा परिपाठ ठेविला; आणि मीही तसेंच करीत असतों.

भीष्म सांगतात:—राजा युधिष्ठिरा, दानवांचा अधिपति जो शंबर त्याच्या मुखांतून निघालेलें हें असें भाषण इंद्रानें ऐकिलें व ब्राह्मणांची पूजा करून महेंद्रपद मिळविलें!

अध्याय सदतिसावा.

--:०:--

पात्रापात्रपरीक्षा.

युधिष्ठिर विचारितो:- अहो पितामह, अगदीं

परका, फार दिवस आपल्या समीप राहिलेला किंवा आपल्याला माहीत असलेला, अथवा दूर देशाहून आलेला ह्या तीन प्रकारच्या लोकांपैकीं कोणाला दान देण्यास विशेष पात्र मानावें, ह्याविषयीं मला सांगा.

भीष्म सांगतातः— राजा युधिष्ठिरा, ह्या तिन्ही प्रकारचे याचक सारखेच पात्र समजावे. याचकांची याचना दोन हेतूंनीं असते. एक– कांहीं क्रिया (प्रवृत्तिमार्गीतील कर्तव्य) पार पाडण्याकरितां; व दुसरा–श्रेष्ठ जें उपांशुव्रत (मुकाट्यानें पृथ्वीचें पर्यटन करणें इत्यादि व्रत) तें सिद्धीस नेण्याकरितां. धर्मा, क्रियांचे भेद अनेक आहेत, कित्येक याचक यज्ञयागादिकां- साठीं याचना करितात, कित्येक गुरूला दक्षिणा देण्यासाठीं धनादिक मागतात, आणि कित्येक कुटुंबभरणासाठीं धनादिक इच्छितात. त्याप्र- माणेंच उपांशुव्रताचेही अनेक प्रकार होतील. उपांशुव्रताचें मुख्य तत्त्व निवृत्तिमार्गीतील क्रिया करणें हेंच होय; आणि त्या क्रिया करण्यासाठींही याचनेचा अवलंब करणें भाग पडणें शक्य आहे. ह्यास्तव, मनुष्य कोणत्याही हेतूनें मागावयास येईना, त्यास जें पाहिजे असेल तें सर्व 'देतों' म्हणून यजमानानें म्हटलें पाहिजे. मात्र अशा प्रकारें दान देत असतां, आपल्यावर अवलंबून असणारे आप्त- सुहृद् किंवा चाकरनोकर ह्यांची हेळसांड होणार नाहीं अशी दक्षता ठेविली पाहिजे, हा नियम मीं ऐकिला आहे. भृत्यवर्गाची आबाळ न होतां जें दान करितां येईल तें अवश्य करावें; परंतु भृत्यवर्गास पीडा झाल्यानें आपल्या स्वतःलाच ती पीडा होते, हें विस- रतां कामा नये. याचक हा परका असो, किंवा आपला पूर्वपरिचित असो, किंवा दूर देशा- हून आलेला असो, शहाणे लोक त्या सर्वांना सारखेच पात्र समजतात.

युधिष्ठिर म्हणालाः— पितामह, आपणावर अवलंबून असणाऱ्या आप्तसुहृदांना किंवा भृत्य- वर्गाला पीडा न देतां, किंवा धर्मशास्त्राचा अव- मान न करितां याचक पात्र असल्यास त्यास अवश्य दान द्यावें, म्हणजे ज्या पुरुषाला दान दिल्यानें देय वस्तूची अभिमानी देवता संताप- णार नाहीं त्याला दान द्यावें, असा आपल्या सांगण्याचा आशय आहे हें खरें; पण याच- काची परीक्षा कशी करावी ह्याचा कांहीं मला ह्यावरून उलगडा झाला नाहीं. तरी त्याबद्दल अधिक विवेचन व्हावें.

भीष्म सांगतातः— राजा युधिष्ठिरा, दान देतांना याचकांच्या अंगच्या ज्या गुणांची परीक्षा करावयाची, त्यांतले मुख्य गुण त्यांची विद्वत्ता व निर्दोष बुद्धि हे होत. याचक जर ज्ञानी असतील व कोणाचा मत्सर वगैरे कर- णारे नसतील, तर ते सर्वतोपरी दानाला पात्र समजावे. अशा प्रकारच्या ऋत्विजांना, पुरो- हितांना, आचार्यांना, शिष्यांना, संबंधिजनांना व बांधवांना दान देणें प्रशस्त; ते सर्व दात्या- च्या अत्यंत आदरास पात्र होत. ह्याच्या उलट जे कोणी असतील ते दानाला सर्वथैव अपात्र समजावे. त्यांचा आदर करणें हें सर्वस्वी वर्ज्य होय; ह्यासाठीं याचकाची परीक्षा नेहमीं मोठ्या सावधान चित्तानें करावी. मनाची शांति, खरें भाषण, परपीडा न करणें, मनाला आकळणें, सरळपणा, भूतदया, निरभिमान, क्षमा, विनय, विवेक, समाधान, इत्यादि गुण ज्यांच्या ठिकाणीं आढळतात आणि जे स्वाभाविकपणें कधींही दुष्कृत्य करीत नाहींत, ते सत्पात्र पुरुष मानावे व त्यांस आदरपूर्वक दान द्यावें. असे पुरुष पूर्वपरिचित असोत, किंवा नुकतेच आ- लेले असोत, किंवा अगदीं परके असोत, ते सर्वथैव दानमानार्ह समजावे. जो मनुष्य वेदांना अप्रमाण मानितो, शास्त्रांचा अनादर करितो,

आणि समाजांत घोटाळा वाढवितो, तो स्वतःचा घात करितो; ह्यास्तव तो दानादिक देतांना वर्जावा. जो ब्राह्मण पांडित्याची घमेंडी दाखवितो, वेदांची अवहेलना करितो, निरर्थक कुतर्क काढून सदा पाखंड माजवितो, थोर लोकांत वादविवाद सुरू करून शास्त्रविरुद्ध प्रमाणांनीं त्यांना जिंकितो, ब्राह्मणांची सदैव निंदा करितो व त्यांना टाकून बोलतो, त्याप्रमाणेंच जो नेहमीं सर्वांविषयीं संशय घेत असतो, ज्याच्या ठिकाणीं मूर्खपणा भरलेला आहे, ज्याला बऱ्यावाइटाचें ज्ञान नाहीं आणि जो नेहमीं कठोर भाषण करितो, तो मनुष्य दानादिकांस अपात्र जाणावा. बाळा धर्मा, अशा मनुष्याला कुत्र्याची उपमा शोभते. कुत्रा जसा दुसऱ्यावर भुंकून त्यास चावण्यास सिद्ध होतो, तसा हा घातकी मनुष्य संभाषण करण्यास व सर्व शास्त्रांना ठार मारण्यास सिद्ध होतो! बा धर्मा, मनुष्यानें शिष्टाचारपद्धति मनांत आणावी, धर्मशास्त्रांतील तत्त्वांचें निरीक्षण करावें आणि नंतर आपलें हित कशापासून होईल, त्याचा विचार करून मग जें कर्तव्य करावयाचें असेल त्यास उद्युक्त व्हावें. राजा धर्मा, ह्याप्रमाणें दक्षता ठेवून जो वागेल त्याचा सदोदित उत्कर्ष होईल. युधिष्ठिरा, यज्ञयागादिकांच्या योगें देवऋणांतून मनुष्य मुक्त होतो, वेदाध्ययनानें ऋषिऋणांतून मुक्त होतो, प्रजोत्पादनानें पितृऋणांतून मुक्त होतो, दानमानानें विप्रऋणांतून मुक्त होतो, आणि वैश्वदेवांतीं अतिथींच्या आदरसत्कारानें अतिथी-ऋणांतून मुक्त होतो. ह्यासाठीं गृहस्थाश्रमी मनुष्यानें निर्मळ आचरण ठेवून शास्त्रविहित अशीं कर्में करावीं, म्हणजे त्याच्या हातून अधर्म घडणार नाहीं व पुण्यसंग्रह घडून तो सद्गतीला जाईल.

अध्याय अडतिसावा.

—:०:—

पंचचूडानारदसंवाद.

(स्त्रीस्वभाववर्णन.)

युधिष्ठिर म्हणालाः- अहो भरतश्रेष्ठ, स्त्रियांच्या स्वभावाविषयीं वर्णन ऐकावें अशी माझी इच्छा आहे; कारण स्त्रिया ह्या सर्व दोषांचें मूळ असन त्यांचें मन अतिशय चंचल असतें असें म्हणतात.

भीष्म सांगतातः- राजा, युधिष्ठिरा, तूं जें कांहीं विचारीत आहेस, त्याचें स्पष्टीकरण करण्यासाठीं एक पुरातन इतिहास सांगत असतात. तो इतिहास म्हटला म्हणजे देवर्षि नारद व पंचचूडा अप्सरा ह्यांचा संवाद होय. पूर्वी देवर्षि नारद सर्व लोक फिरतां फिरतां एके समयीं ब्रह्मलोकीं प्राप्त झाला. तेथें त्याला पंचचूडानामक एक सुंदर अप्सरा भेटली. तेव्हां त्या सुंदरीला पाहून तो नारदमुनि तिला म्हणालाः- हे चारुमध्यमे, माझ्या मनांत एक शंका आली आहे तर तिचें तूं निरसन कर.

भीष्म सांगतातः- ह्याप्रमाणें नारदाचें भाषण ऐकून पंचचूडेनें त्यास उत्तर दिलें कीं, ‘ देवर्षे, माझा जर तो विषय असेल व त्या विषयावर बोलण्यास मी समर्थ आहें असें जर तुला वाटत असेल, तर मी तुझी शंका निरसन करीन.

नारद म्हणालाः- कल्याणि, मी तुला भलत्याच विषयामध्यें बोल म्हणून कसें सांगेन बरें! जो तुझा विषय नव्हे त्याजबद्दल मी तुला केव्हांही प्रतिपादन करण्यास सांगणार नाहीं. सुंदरी, स्त्रीस्वभावाचें वर्णन तुझ्यापासून ऐकावें अशी माझी मनीषा आहे.

भीष्म सांगतातः- ह्याप्रमाणें त्या देवर्षि नारदाचें भाषण श्रवण करून, अप्सरांमध्यें श्रेष्ठ अशी ती पंचचूडा त्यास म्हणाली कीं, ‘ मी

स्वतः स्त्रीच असल्यामुळें स्त्रियांची निंदा करूं शकत नाहीं. स्त्रियांचा स्वभाव कसा असतो हें तुला माहीत आहेच. ह्यासाठीं, हे देवर्षे, असलें हें काम त्वां मला सांगूं नये हें प्रशस्त होय.' युधिष्ठिरा, तेव्हां नारदानें त्या पंचचूडेला म्हटलें कीं, 'हे सुंदरी, जें कांहीं खरें असेल तें सांग. जर कोणी खोटें सांगेल तर त्यांत दोष घडतो, खरा प्रकार सांगण्यांत मुळींच दोष घडत नाहीं.' धर्मा, नारदानें असें सांगितलें तेव्हां त्या पंचचूडेनें स्त्रीस्वभावाचें वर्णन करण्याचा विचार ठरविला; व नंतर ती स्मित हास्य करणारी अप्सरा स्त्रियांच्या ठिकाणीं निरंतर आढळणाऱ्या व खऱ्या अशा दोषांचें वर्णन करूं लागली.

पंचचूडा म्हणाली:— नारदा, कुलीन, रूपवान् व सभर्तृक अशा स्त्रियाही अमर्याद वर्तन करितात. स्त्रियांच्या ठिकाणीं हा दोष वसतो. मला तर असें वाटतें कीं, खचित स्त्रियांच्यापेक्षां अधिक पापी असें दुसरें कोणीही नाहीं! स्त्रिया ह्या सर्व दोषांचें मूळ होत हें येथें तूंही जाणीतच आहेस. मोठ्या लौकिकवान्, ऐश्वर्यादिकांनीं युक्त, सुंदर व भर्त्याच्या आज्ञेंत वागणाऱ्या अशा स्त्रियाही संधि सांपडतांच भर्त्याशीं बेइमान होण्यास मागेंपुढें पहात नाहींत! प्रभो, आम्हां स्त्रियांच्या ठायीं हा मोठा अधर्म वास करितो कीं, आम्ही सर्व लज्जा गुंडाळून ठेवून पापी पुरुषांच्या भजनीं लागतों. नारदा, जो पुरुष स्त्रियांची मनधरणी करितो, त्यांच्या सन्निध जातो आणि त्यांची अल्प शुश्रूषा करितो, त्याच्यावर त्या फिदा होतात! स्त्रिया आपल्या भर्त्यांच्या आज्ञेंत वागतात असें आपण पाहातों; पण त्या वास्तविकपणें अंतर्यामीं अमर्यादच असतात. त्यांचा अमर्यादपणा बाहेर दिसत नाहीं ह्याचें कारण त्यांना चाकरनौकरांची भीति असते व शिवाय त्यांची मनधरणी करण्यास कोणी पुरुष नसतो हेंच होय! नारदा, स्त्रियांना आवडनिवड वगैरे कांहीं नसते. कोणताही कां पुरुष असेना, तो त्यांना इष्टच असतो! त्या वयाचाही धरबंध मानीत नाहींत! तो पुरुष असला ह्मणजे झालें; त्या मग त्याच्या सुरूपाचा किंवा कुरूपाचा विचार मुळींच करीत नाहींत! भयानें, प्रेमानें, अर्थहेतूनें किंवा मुलाबाळांच्या अथवा नातलगांच्या ममतेनें स्त्रिया भर्त्याच्या आज्ञेंत रहात नाहींत. थोर घराण्यांतल्या स्त्रिया देखील तारुण्याच्या भरांत असलेल्या, सुंदर वस्त्राभरणांनीं शोभणाऱ्या व स्वच्छंदानें वागणाऱ्या स्त्रियांचा हेवा करितात. ज्यांना नेहमीं बहुमान मिळतो व ज्यांचें उत्तम प्रकारें संगोपन करण्यांत येतें अशा लाडक्या स्त्रिया देखील भर्त्यांचा अनादर करून कुबडे, आंधळे, मूर्ख, खुजे, पांगळे आणि इतर अयोग्य पुरुष ह्यांवर आसक्त होतात. महामुने देवर्षे, स्त्रियांना वर्ज्य असा कोणीही पुरुष ह्या लोकीं नाहीं! जर त्यांना कोणत्याही उपायानें पुरुषप्राप्ति झाली नाहीं, तर त्या अन्योन्याश्रय करून दुराचरणास प्रवृत्त होतात; पण भर्त्याला म्हणून धरून रहात नाहींत! स्त्रिया ज्या स्वतःच्या मर्यादेनें वागतात ह्याचें कारण त्यांना पुरुष मिळत नाहीं, चाकरनोकरांचें भय वाटतें; आणि कारागृह व मृत्यु ह्यांनाही त्या भितात हेंच होय. स्त्रियांचा स्वभाव अतिशय चंचल असतो, त्या दुर्जनांच्या नादीं लागतात आणि पंडितांच्या वाक्याप्रमाणें त्यांचें हृद्गत कळणें फार अवघड असतें! अग्नीला कितीही काष्ठें दिलीं तरी त्याची तृप्ति होत नाहीं, महासागराला कितीही नद्या येऊन मिळाल्या तरी त्याची पूर्तता होत नाहीं, व कितीही भूतांचा संहार उडविला तरी अंतकाला कंटाळा येत नाहीं,

तद्वत् विलासी स्त्रियांनीं कितीही पुरुष भोगिले तरी त्या विटत नाहींत ! देवर्षे, सर्व स्त्रियांचें आणखीं हें रहस्य आहे कीं, त्यांना प्रियकर असा पुरुष आढळतांच तत्काळ त्यांची कामवसना उद्दीप्त होते; आणि मग, आपला पति आपल्याला इष्ट असणाऱ्या वस्तु देतो, आपले प्रिय मनोरथ पुरवितो, आणि आपलें उत्तम पालन करितो, इत्यादि गोष्टींचा विचार मुळींच न करितां त्या दुर्मार्गीत पाऊल टाकितात. नारदा, स्त्रियांना रतिसुखाची इतकी आसक्ति असते कीं, तें सुख देणारा मिळतांच मग त्यांना सुख, भोग, विपुल अलंकार किंवा आश्रय ह्यांच्याविषयीं मुळींच पर्वा वाटत नाहीं ! नारद मुने, अंतक, पवन, मृत्यु, पाताल, वडवाग्नि, क्षुरधारा (वस्तऱ्याची धार), विष, सर्प, व अग्नि ह्यांच्या ठिकाणीं ज्या कांहीं पृथक् पृथक् घातक शक्ति वसतात, त्या सर्व स्त्रियांच्या ठिकाणीं एकवटल्या आहेत. ज्याच्यापासून पंचमहाभूतें जन्मास आलीं, ज्याच्यापासून हें सर्व त्रिभुवन निर्माण झालें आणि ज्याच्यापासून पुरुष उत्पन्न झाले, त्या ब्रह्मदेवापासूनच स्त्रिया उत्पन्न झाल्या व त्यानें स्त्रियांस उत्पन्न करितांनाच त्यांच्या ठायीं हे दोष स्थापन केले !

अध्याय एकुणचाळिसावा.

—:०:—

स्त्रीस्वभावकथन.

युधिष्ठिर म्हणालाः–पितामह, देवानें उत्पन्न केलेल्या मायेच्या योगें अतिशयित मोहित होऊन सदोदित पुरुष हे स्त्रियांच्या ठिकाणीं व स्त्रिया ह्या पुरुषांच्या ठिकाणीं आसक्त झालेल्या सर्वत्र आढळतात. ह्या वस्तुस्थितीचा लोकांना प्रत्यक्ष अनुभव आहे; परंतु, हे कुरुनंदना, ह्या बाबतींत माझ्या मनांत मोठी शंका उत्पन्न होते ती ही कीं, स्त्रियांच्या ठायीं जर इतकें दौरात्म्य आहे तर पुरुष हे त्यांच्या समागमाला इतके कां हापापतात ? त्याप्रमाणेंच, स्त्रिया ह्या ज्या पुरुषांविषयीं आसक्त होतात ते पुरुष कोणते ? तसेंच, कोणत्या पुरुषांविषयीं स्त्रिया ह्या नित्य तिरस्कारबुद्धि बाळगितात ? त्याप्रमाणेंच, हे पुरुषव्याघ्रा, पुरुष हे ह्या लोकांत स्त्रियांचें रक्षण करितात तें कसें ? ह्या सर्व गोष्टी आपण मला विशद करून सांगाव्या. मला तर असें वाटतें कीं, स्त्रिया ह्या पुरुषांना रमवीत असतांना जणू काय त्यांना फसविण्याच्याच कामीं निमग्न असतात ! कारण पुरुष हा एकदां त्यांच्या पाशांत सांपडला म्हणजे त्यांजपासून तो सुटका पावत नाहीं. हे भरतकुलश्रेष्ठा, गाई जशा नित्य नवें नवें गवत खाण्याविषयीं प्रयत्न करितात, तशा स्त्रिया ह्या नित्य नवे नवे पुरुष भोगण्याविषयीं प्रयत्न करितात. खचित शंबराची, नमुचीची, बलीची व कुंभीनसीची जी पृथक् पृथक् माया ती सर्वथैव स्त्रियांच्या ठिकाणीं एकवटलेली आहे. पुरुष जर हंसला, तर स्त्रिया हंसतात; तो जर रडला, तर त्याही रडूं लागतात ! एखादा पुरुष त्यांना मनापासून आवडत नसला, तरीही त्या तें बाहेर न दाखवितां कालावर दृष्टि देऊन त्याजपाशीं गोड भाषण करून आपण त्याजवर फिदा आहों असें भासवितात ! दैत्यगुरु शुक्राचार्य आणि देवगुरु बृहस्पति ह्यांना अवगत असलेलीं शास्त्रें स्त्रियांना उत्तम येत असतात ! फार काय, स्त्रियांच्या बुद्धीचा विचार केला असतां तिच्यापुढें शुक्रनीति किंवा गुरुनीति हीं अगदीं तुच्छ होय ! किंबहुना स्त्रियांच्या बुद्धीचा विचार करूनच त्या दोघांनीं आपआपलीं शास्त्रें रचिलीं ! असो; तेव्हां अशा प्रकारच्या ह्या धूर्त स्त्रियांचें पुरुषांनीं कसें रक्षण करावें बरें ? पितामह, स्त्रियांचें सामर्थ्य इतकें आहे कीं, त्या खोट्याचें खरें व

खऱ्याचें खोटें केव्हांच करून दाखवितील! तर मग अशा ह्या लोकोत्तर शक्तीच्या स्त्रियांना पुरुषांनीं येथें कसें कह्यांत ठेवावें? माझें तर असें मत आहे कीं, बृहस्पतिप्रभृति थोर थोर पुरुषांनीं जीं अर्थशास्त्रें निर्माण केलीं तीं खचित त्यांनीं स्त्रीबुद्धीचा निष्कर्ष काढून त्यावर उभारलीं असावीं! स्त्रियांचा मोठा गौरव करा किंवा त्यांना झिडकारा, त्या आपल्या म्हणून पुरुषाच्या मनाला क्षुब्ध केल्याशिवाय राहाणार नाहींत! हे महाबाहो, आम्ही तर असें ऐकितों कीं, ह्या लोकीं प्रजांच्या ठिकाणीं प्राधान्येंकरून धर्मशीलता वास करिते; पण स्त्रिया ह्या तर अशा आहेत कीं, त्यांचा मोठा बहुमान करा किंवा त्यांची छीथू उडवा, त्या म्हणून पुरुषाच्या चित्ताला कधींही खेद उत्पन्न केल्याशिवाय राहाणार नाहींत! तेव्हां असा कोणता पुरुष आहे कीं, तो त्यांस नीटपणें आपल्या तंत्रानें वागवील? अहो महाभाग भीष्मा, मला जी मोठी शंका आली आहे ती हीच; ह्यास्तव स्त्रियांचें रक्षण करणें शक्य आहे कीं नाहीं व तें शक्य असल्यास पूर्वीं कोणीं केलें तें मला कृपा करून सांगावें.

अध्याय चाळिसावा.

—:०:—

विपुलाख्यान.

भीष्म सांगतातः—हे महाबाहो युधिष्ठिरा, स्त्रियांच्या संबंधानें तूं म्हणतोस तें अक्षरशः खरें आहे; त्यांत किंचितही मिथ्या नाहीं. ह्याविषयीं, पूर्वीं महात्म्या विपुलानें स्त्रीचें रक्षण कसें केलें तो पुरातन इतिहास मी तुला सांगतों. बाळा धर्मा, ब्रह्मदेवानें स्त्रिया कशा निर्माण केल्या व त्या निर्माण करण्यांत त्याचें प्रयोजन कोणतें होतें, हेंही तुला मी आतां निरूपण करून सांगतों.

हे नराधिपा, स्त्रियांपेक्षां अधिक पातकी असें जगांत कांहींही नाहीं! स्त्रिया म्हणजे जणू काय भडकलेला अग्निच होय. मयासुराची मूर्तिमंत माया म्हणजे ह्या स्त्रियाच समजाव्या! आणि, हे विभो, वस्तऱ्याची धार, विष, अग्नि व सर्प हीं सर्व स्त्रियांच्या ठिकाणीं एकवटून राहातात! राजा धर्मा, आम्हीं असें ऐकिलें आहे कीं, मनुष्यसृष्टीच्या ठिकाणीं धर्मशीलता प्राधान्येंकरून वास करिते व ह्यामुळें मनुष्यें शेवटीं स्वतःच्या कर्मांनीं देवत्व पावतात. यामुळें, धर्मा, देवांना मोठें भय उत्पन्न झालें; आणि मग पितामह ब्रह्मदेव ह्याजकडे जाऊन व त्याला आपला मानस कळवून ते खालीं मान घालून स्तब्ध उभे राहिले! युधिष्ठिरा, त्या समयीं देवांचें सर्व अंतर्गत ब्रह्मदेवानें जाणिलें; आणि मनुष्यांच्या बुद्धीला भ्रंश व्हावा म्हणून त्या सर्वशक्तिमान् विधात्यानें दुष्ट स्त्रिया मात्र उत्पन्न केल्या. हे कुंतीपुत्रा, त्याच्या अगोदर ह्या जगांत साध्वी स्त्रिया मात्र उत्पन्न झाल्या होत्या. परंतु आतां ब्रह्मदेवाच्या ह्या सृष्टीपासून दुष्ट व नीच अशा स्त्रियांची उत्पत्ति झाली! ब्रह्मदेवानें त्यांच्या ठिकाणीं यथेच्छ भोगतृष्णा उत्पन्न केली; आणि त्यामुळें त्या स्त्रिया कामाधीन होत्सात्या पुरुषांना सदोदित पीडितात! राजा, देवाधिदेव ब्रह्मदेवानें कामाच्या मदतीसाठीं क्रोधाला उत्पन्न केलें; आणि मग सर्व पुरुष स्त्रियांच्या ह्या कामक्रोधांपुढें दीन होत्साते सर्वतोपरी त्यांच्या भजनीं लागूं लागले! राजा युधिष्ठिरा, स्त्रियांना, कोणतींही धार्मिक कर्में करण्याविषयीं अधिकार नाहीं असें जें नियमन आहे त्यांतलें मर्म हेंच! स्त्रिया ह्या इंद्रियांचें आकलन करण्यास असमर्थ असल्यामुळें त्यांना कोणतेंही शास्त्रबंधन घातलेलें नाहीं. त्या असत्याच्या प्रतिमाच होत, असा श्रुतीचाही आशय आहे. असो; शेज करणें,

बैठक घालणें, दागिने लेणें, खाणें, पिणें, शिष्ट-जनांला चिळस आणणारें वर्तन करणें, भलतेंच बोलणें व रतिक्रीडेंत दंग असणें ह्या गोष्टी स्त्रियांना दिल्या! ह्यास्तव अशा अनीतिमान् स्त्रियांचें रक्षण करणें पुरुषाला शक्य नाहीं. फार कशाला, जगत्स्रष्टा ब्रह्मदेवही अशा स्त्रियांना आवरण्यास समर्थ नाहीं. राजा, स्त्रिया ह्या नेहमीं इतक्या उच्छृंखल असतात कीं, त्यांना बोलून, कोंडून ठेवून, नानाविध क्लेश देऊन किंवा ठार मारूनही ताळ्यावर आणितां येणार नाहीं! राजा धर्मा, मीं मागें असें ऐकिलें आहे कीं, विपुल नांवाच्या एका शिष्यानें पूर्वीं आपल्या गुरुपत्नीचें रक्षण केलें; तर तो वृत्तांत आतां मी तुला निवेदन करितों.

देवशर्मा नामक एक महाविख्यात ऋषि होता. तो मोठा भाग्यवान् असून त्याला रुचि नांवाची अप्रतिम लावण्यवती पत्नी होती. रुचीचें तें अद्वितीय रूप पाहून देव, गंधर्व व दानव ह्यांचा तिच्यावर डोळा होता आणि त्यांतल्या त्यांत पाकशासन इंद्र तर तिच्या रूपानें विशेषच मोहित झाला होता! स्त्रियांच्या चारित्राचें मर्म मुनिश्रेष्ठ देवशर्म्याला उत्तम अवगत असल्यामुळें त्यानें आपल्या शक्तीप्रमाणें व हिमतीप्रमाणें त्या आपल्या भार्येचें रक्षण केलें. इंद्र हा परस्त्रियांविषयीं अतिशय पापवासना धारण करणारा आहे हें देवशर्म्याला चांगलें माहीत होतें, म्हणून त्यानें मोठी खबरदारी घेऊन आपल्या भार्येला संभाळिलें. राजा धर्मा, एके वेळीं देवशर्म्याच्या मनांत यज्ञ करण्याची इच्छा उत्पन्न झाली; पण भार्येचें रक्षण कसें करावें ह्या विवंचनेंत तो पडला! इतक्यांत त्या महातपस्व्याला आपल्या भार्येचें रक्षण कसें करावें ह्याविषयीं उपाय सुचला; आणि त्याचा विपुल नांवाचा एक भृगुकुलोत्पन्न लाडका शिष्य होता त्यास त्यानें हाक मारून म्हटलें.

देवशर्मा म्हणालाः—विपुला मीं यज्ञ करण्याच्या उद्देशानें जात आहें, तर तूं ह्या रुचीला संभाळ. सुरेश्वर इंद्र हा हिच्याकरितां नित्य टपून बसला आहे. तेव्हां, हे भृगूत्तमा, तुझ्या अंगीं जितकी शक्ति असेल तितकी खर्चून तूं हिचें रक्षण कर. पुरंदर हा नानाप्रकारचीं रूपें घेत असतो, ह्यास्तव तूं त्याजविषयीं सदोदीत दक्ष रहा.

भीष्म सांगतातः— राजा युधिष्ठिरा, विपुल देखील मोठा समर्थ होता. तो नित्य घोर तप करीत असे. इंद्रियें त्याच्या पूर्ण स्वाधीन होतीं. त्याच्या ठिकाणीं सूर्यासारखें दिव्य तेज झळाळत होतें, आणि तो मोठा धर्मज्ञ व सत्यवक्ता होता. देवशर्म्याचें भाषण ऐकून विपुलानें त्यास 'बरें आहे' म्हणून म्हटलें; आणि पुनः त्यास असें विचारिलें.

विपुल म्हणालाः— मुने, इंद्र हा येथें येईल तेव्हां तो कोणकोणतीं रूपें घेऊन येण्याचा संभव आहे बरें? तसेंच त्याचा देह व तेज हीं कशा प्रकारचीं असतील हें मला सांगा.

भीष्म म्हणालेः— युधिष्ठिरा, नंतर भगवान् देवशर्मा ऋषीनें त्या महात्म्या विपुलाला इंद्राच्या मायेचें सविस्तर निरूपण सांगितलें.

देवशर्मा म्हणालाः— हे ब्रह्मर्षे विपुला, भगवान् पाकशासन इंद्र हा मोठा मायावी आहे. त्याची माया एकच प्रकारची नाहीं. तो प्रत्येक क्षणास बहुत रूपें धारण करितो. कधीं कधीं त्याच्या मस्तकार किरीट किंवा मंदिल असतो; हातांत वज्र किंवा धनुष्य असतें आणि कानांत कुंडलें असतात; इतक्यांत तो पहिलें रूप टाकून क्षणांत चांडाळाचें रूप घेतो; तेवढ्यांत तो कानावर जावळ शोभणाऱ्या सुंदर पुरुषाचें रूप धारण करितो; आणि तितक्यांत तें रूप सोडून तो जटाधारी बनतो व फाटक्या चिंध्या नेसतो! कित्येक वेळां तो धिप्पाड देह धारण करितो

आणि पुनः चिंध्या नेसलेला, कृश व रोड असा बनतो! कधीं कधीं त्याचा वर्ण गोरा असतो, कधीं कधीं काळा असतो व कधीं कधीं सांवळा असतो! केव्हां केव्हां तो मोठा सुंदर दिसतो, केव्हां केव्हां त्याच्याइतका कुरूप कोणीच नसतो, केव्हां केव्हां तो तरणा ज्वान असतो व केव्हां केव्हां तो म्हातारा जरुखड बनतो! कित्येक वेळां तो ब्राह्मण होतो, कित्येक वेळां तो क्षत्रिय होतो, कित्येक वेळां तो वैश्य होतो, आणि कित्येक वेळां तो शूद्र बनतो! व त्याप्रमाणेंच तो कधीं कधीं विलोम व अनुलोम जातिही धारण करितो! केव्हां केव्हां इंद्र हा पोपटाचें, कावळ्याचें, हंसाचें, कोकिलाचें, सिंहाचें, वाघाचें, हत्तीचें, देवाचें, दैत्याचें किंवा राजाचें रूप घेतो! कधीं कधीं तो लठ्ठ देह धारण करितो, आणि कधीं कधीं तो इतका कृश बनतो कीं, वाऱ्यानेंही तो उडून जाईल असें वाटतें. तो केव्हां पक्ष्याचें तर केव्हां पशूचें रूप घेतो! तो बहुरूपी क्षणांत पोर बनून पोरखेळ चालवितो! कधीं कधीं तो मक्षिकांचें व मशकांचें रूप धारण करितो! आणि त्याच्या अंगीं हें असें लोकोत्तर सामर्थ्य असल्यामुळें त्यास ओळखणें हें कोणालाही अशक्यच आहे! वत्सा विपुला, फार कशाला-ज्यानें हें सर्व जग उत्पन्न केलें त्या ब्रह्मदेवालाही इंद्राच्या मायावी रूपाचें यथार्थ ज्ञान होणें हें दुर्घट होय! इंद्रानें आपलें रूप एकदां गुप्त केलें म्हणजे तें बरोबर जाणण्यास ज्ञानदृष्टीच पाहिजे, चर्मचक्षूंनीं इंद्राला ओळखणें दुरापास्त होय! असो; विपुला, इंद्राच्या ठिकाणीं आणखी असेंही सामर्थ्य आहे कीं, तो केवळ वायुरूपही बनतो आणि मग त्यास हुडकणें फारच अशक्य होतें! विपुला, पाकशासन इंद्र हा अशीं अनेक रूपें नित्य धारण करितो; यासाठीं मोठ्या प्रयत्नानें या सुंदरीचें तूं रक्षण कर. हे भृगुसत्तमा, यज्ञाकरितां सिद्ध ठेविलेल्या द्रव्याला कुत्र्यानें स्पर्श करूं नये म्हणून जशी काळजी घेतली पाहिजे, तशी तूं तो दुरात्मा इंद्र ह्या रुचीला स्पर्श करणार नाहीं अशी काळजी घे.

युधिष्ठिरा, महाभाग देवशर्मा ऋषि ह्याप्रमाणें विपुलाला सांगून यज्ञ करण्यासाठीं निघून गेला. इकडे गुरूच्या भाषणाचा विचार करून विपुल शिष्य मोठ्या चिंतेंत पडला. तो म्हणालाः— महाबलवान् इंद्रापासून मी गुरुपत्नीचें रक्षण करीन; पण ह्याला मी कोणता उपाय करूं शकेन बरें? सुरेंद्र हा मोठा मायावी व पराक्रमी आहे. त्याच्या अंगीं उग्र तेज असल्यामुळें त्याच्या वाटेस जाणेंही दुष्कर होय! आश्रमाचें दार बंद करून किंवा आश्रमाच्या भोंवतीं कुंपण घालून इंद्राला ह्या ठिकाणीं येतां येऊं न देणें अशक्यच! कारण तो नानाविध रूपें घेतो. यास्तव कदाचित् तो वायुरूपानेंही गुरुपत्नीला स्पर्श करील! यास्तव मी आज योगबलानें या रुचीच्या देहांत प्रवेश करून तेथें ठाणें देऊन राहीन! कारण इतर कोणत्याही पराक्रमानें मला हिचें रक्षण करणें अशक्य होय. मीं आतांच असें ऐकिलें कीं, भगवान् पाकशासन हा बहुरूपी आहे; यासाठीं केवळ योगबलानेंच म्यां हिला पाकशासनापासून सुरक्षित राखावें, यावांचून गत्यंतर नाहीं; म्हणून मी आतां आपला देह हिच्या देहांत प्रविष्ट करीन आणि हिचें प्रत्येक गात्र मी आपल्या तत्स्थानापन्न गात्रानें राखीन! जर या गुरुपत्नीचा देह इंद्राकडून भ्रष्ट झाला असें आज गुरूला आढळलें, तर तो क्रोधानें खचित मला शाप देईल; कारण तो दिव्यज्ञानी असून त्याची तपस्सिद्धि मोठी जाज्वल्य आहे! ज्या-

प्रमाणें अन्य स्त्रियांना पुरुष राखतात त्याप्रमाणें हिचें रक्षण करणें दुर्घट होय; कारण ह्या मायावी इंद्रापुढें कोणाचा उपाय चालणार! आतां करावें तरी काय ? मी महान् संकटांत सांपडलों, ह्यांत तिळमात्र संदेह नाहीं! गुरूची आज्ञा तर पार पाडलीच पाहिजे; पण जर का मीं मनांत आणीत आहें हें कृत्य केलें, तर सर्वांना मोठें आश्चर्य वाटेल! तेव्हां आतां कोणी कांहींही म्हणो, मी योगसामर्थ्यानें ह्या गुरुपत्नीच्या शरीरांत शिरतों आणि तसाच त्या देहांत सावधान मनानें राहातों! आतां माझ्या ह्या कृत्याच्या योगें मीं कांहीं अपराध केला असें होतें कीं काय, हें पाहिलें पाहिजे. जर माझ्या चित्तांत कोणत्याही प्रकारची पापवासना नाहीं, जर माझ्या मनाला कोणत्याही प्रकारें रजोविकार मुळीं शिवलाच नाहीं, तर कमलपत्रावरील जलबिंदू-प्रमाणें ह्या स्त्रीला स्पर्श न करितां मला हिच्या देहांत अनासक्त बुद्धीनें राहाण्यास हरकत ती कोणती ? आणि जर हिच्या देहाला मी मनानें किंवा देहानें स्पर्शलों नाहीं, तर मज-कडे अपराध तो कोणता ? ज्याप्रमाणें एखादा वाटसरू मार्गांत एखाद्या रिकाम्या घरीं वसति करितो, त्याप्रमाणें मी आज ह्या गुरुपत्नीच्या कलेवरांत निष्कामबुद्धीनें वसति करीन आणि तसाच सावधगिरीनें त्या ठिकाणीं ठाणें देऊन राहीन!

राजा, ह्याप्रमाणें गुरुपत्नीच्या रक्षणासंबं-धानें भृगुकुलोत्पन्न विपुल ऋषीनें धर्मावर नीट लक्ष पुरविलें, वेद व वेदांगें ह्यांचें नीट मनन केलें, आपलें स्वतःचें व गुरूचें विपुल तपस्सा-मर्थ्य मनांत आणिलें आणि मनाचा पूर्ण निर्धार करून व गुरुपत्नीचें रक्षण करणें हें महान् कर्तव्य मानून पुढें त्यानें जें अनुष्ठान आरंभिलें तें तूं आतां श्रवण कर. राजा युधिष्ठिरा, नंतर तो महातपस्वी विपुल ऋषि लावण्यशाली गुरुपत्नी रुचि ही ज्या स्थळीं बसली होती त्या स्थळीं गेला; आणि तिच्या समीप बसून त्यानें तिचें चित्त संभाषणादिकांत व्यग्र केलें व उद्दिष्ट कार्यावर लक्ष ठेवून त्यानें तिच्या दृष्टीशीं आपली दृष्टि मिळविली, व उभयतांच्या नेत्रांतील ज्योत एकत्व पावली असें पाहून, आकाशांत जसा वायु प्रविष्ट होतो तसा तो विपुल ऋषि त्या रुचीच्या देहाकाशांत प्रविष्ट झाला! तदनंतर त्या उभयतांच्या दृष्टि व उभयतांचीं मुखें वगैरे एकत्र झालीं आणि तो विपुल ऋषि त्या गुरुपत्नीच्या देहांत गुप्तपणानें छायेसारखा अढळ राहिला; पण तो तिचा सकल देह व्यापून टाकून तिच्या रक्षणा-करितां तेथें ठाणें देऊन राहिला आहे हें त्या रुचीला मुळींच कळलें नाहीं! राजा धर्मा, त्या महात्म्या विपुलाचा गुरु देवशर्मा हा यज्ञ करण्यासाठीं बाहेर गेला होता तो यज्ञ आटोपून आश्रमास परत येईपर्यंत त्या विपुल शिष्यानें आपल्या त्या गुरुपत्नीचें ह्या प्रकारें रक्षण केलें!

अध्याय एकेचाळिसावा.

—:०:—

विपुलाख्यान.

भीष्म सांगतातः— इकडे देवेंद्राला समजलें कीं, देवशर्मा ऋषि हा आश्रमांत नसून त्याची भार्या लावण्यवती रुचि ही एकटीच आश्रमांत आहे. तेव्हां तो देवाधिप एके समयीं ही संधि चांगली आहे असें मनांत आणून अत्यंत सुंदर देह धारण करून तेथें प्राप्त झाला. राजा, त्या समयीं इंद्रानें जें रूप धारण केलें होतें तें अतिशयित अप्रतिम असून कोणाच्याही चित्ताला मोह पाडील असें होतें. सर्व जगांतील सौंदर्य त्याच्या ठिकाणीं एकवटल्यामुळें त्याहून सुंदर असें जगांत कांहीं उरलेंच नव्हतें! असो;

देवेंद्रानें देवशर्माश्रमीं प्राप्त झाल्यावर पाहिलें तों त्यास तेथें विपुल ऋषीचें कलेवर स्थित असून तें तसबिरीप्रमाणें निश्चेष्ट आहे व त्याचे नेत्र कांहींच चलनवलन करीत नाहींत असें आढळून आलें. त्या वेळीं त्यानें देवशर्मभार्या जी रुचि तिलाही अवलोकन केलें. तिचे नेत्रप्रांत अत्यंत मनोहर असून तिचे नितंब व पयोधर अतिशयित पुष्ट होते आणि तिचे नेत्र कमलपत्रांप्रमाणें विशाल असून तिची मुखकांति पूर्णेंदूप्रमाणें रमणीय होती. युधिष्ठिरा, मुनिभार्येनें तो दिव्यदेहधारी पुरुष आपल्या समीप प्राप्त झाला असें पाहातांच तत्काळ त्याचें स्वागत करण्यासाठीं उठून पुढें होण्याविषयीं इच्छिलें आणि त्याच्या त्या दिव्य रूपानें विस्मित होत्साती ' तूं कोण ?' म्हणून विचारण्याची तिला इच्छा झाली. पण, राजा, रुचीनें उठण्याचा विचार मनांत आणितांच विपुलानें तिला जागच्या जागीं खिळिलें आणि तिला इतकें स्तंभित केलें कीं, तिला बिलकूल हालचाल करितां येईना ! राजा धर्मा, त्या वेळीं देवेंद्र हा मोठ्या प्रेमळपणानें गोड शब्द उच्चारून रुचीला म्हणाला कीं, ' हे हृदयंगमे, हा मी देवेंद्र असून तुझ्या प्राप्तीस्तव येथें आलों आहें असें जाण. तुझ्याविषयीं माझ्या मनांत कामवासना बळावल्यामुळें मी अतिशयित आर्त झालों आहें ! ह्यासाठीं प्रथम तूं माझी ही स्थिति मनांत आण; आणि, हे कल्याणि, आतां कालातिक्रम करूं नको !

राजा, ह्याप्रमाणें इंद्र भाषण करीत असतां गुरुपत्नीच्या शरीरांत विपुल होताच, म्हणून त्यानें इंद्राचें तें सर्व भाषण ऐकिलें; आणि गुरुपत्नीच्या गात्रांचें व इंद्रियांचें असें स्तंभन केलें कीं, त्याच्या योगानें त्या सुंदरीला जागेवरून उठतां येईना व तिच्या मुखांतून अवाक्षरही निघेना ! तथापि गुरुपत्नीच्या मनांत इंद्राचें आदरातिथ्य करावयाचें आहे हें त्या महातपस्वी भृगुकुलाधार विपुलानें जाणिलें आणि आपल्या विलक्षण योगबलानें तिचें पूर्ण निग्रहण केलें ! राजा युधिष्ठिरा, ह्याप्रमाणें विपुलानें योगरज्जूंनीं रुचीचीं सर्व इंद्रियें बांधून टाकून अगदीं विकारहीन करून सोडिलेलीं इंद्रानें पाहिलीं, तेव्हां इंद्राला मोठी लज्जा उत्पन्न झाली आणि योगबलानें मोहित झालेल्या त्या ऋषिभार्येला पुनः तो ' ये ये ' म्हणून म्हणाला. राजा इंद्राचे ते शब्द ऐकून रुचीच्या मनांत त्याला उत्तर द्यावेंसें आलें; परंतु विपुलानें तिचें मन क्षुब्ध करून तिची वाचा फिरवून टाकिली व मग तिच्या मुखांतून जे शब्द बाहेर पडले ते हे कीं, ' भोः किमागमने कृत्यम् ? ' (अहो, तुम्हीं येथें कां आलां ?) राजा, त्या चंद्रमुखीच्या वदनांतून संस्कारांनीं शोभणारी (संस्कृत) वाक्यसरणी निघालेली पाहून देवराजाच्या मनाला मोठा धक्का बसला; आणि आपल्या मुखांतून हे असे गीर्वाण शब्द बाहेर पडलेले पाहून परवश असलेली ती ऋषिभार्या रुचिही अतिशय लाजली ! नंतर इंद्रानें तत्काळ त्या गोष्टीचें मनन केलें; आणि आपल्या दिव्य ज्ञानानें लागलेंच जाणिलें कीं, ह्या ऋषिपत्नीच्या शरीरांत सर्वत्र विपुल ऋषीची व्याप्ति आहे ! नंतर, राजा, आरशांतल्या प्रतिबिंबाप्रमाणें गुरुपत्नीच्या देहांत वास्तव्य करणाऱ्या त्या देवशर्माशिष्याच्या ठिकाणीं घोर तपस्सिद्धि विद्यमान आहे असें इंद्रानें ताडलें आणि मग तो शापाच्या भीतीनें त्रस्त होत्साता थरथर कांपूं लागला ! इंद्राची ती स्थिती पाहून महातपस्वी विपुलानें गुरुपत्नीच्या देहांतून आपलें ठाणें उठविलें; आणि तो पुनः स्वशरीरांत प्रविष्ट होऊन भयभीत झालेल्या शक्रापाशीं संभाषण करण्यास पुढें झाला.

विपुल म्हणालाः—अधमा इंद्रा, तूं किती दुर्बुद्धि आहेस ! अरे, तुझ्या ठिकाणीं इंद्रियांना आकळण्याचें सामर्थ्य मुळींच नसावें काय ! दुष्टा, देव व त्याप्रमाणेंच मानव तुझी मुळींच पूजा करणार नाहींत ! शुक्रा, गौतमानें तुझी काय दुर्दशा करून टाकिली तें अगदींच कसा विसरलास ? त्याचें तुला मुळींच स्मरण नाहीं काय ? अरे, तुझा सर्व देह भगांकित करून त्या महर्षीनें तुला सोडिल्याची त्वां आठवण धरिली पाहिजे होती ! मला वाटतें कीं, तूं खचित महामूर्ख व चंचल असून तुला स्वकर्तव्याची चाड बिलकूल नाहीं ! अरे, ह्या स्त्रीचें रक्षण करण्यास मी येथें तत्पर आहें; ह्यासाठीं, मूर्खा, तूं आतां जसा आलास तसा परत जा ! हे मतिमंदा, मीं तुला आज आपल्या तेजानें जाळूनच टाकिलें असतें; परंतु, वासवा, माझ्या मनांत तुझ्याविषयीं दया उत्पन्न झाल्यामुळें तसें करण्याची माझी इच्छा नाहीं ! इंद्रा, तूं आतां येथून लवकर निघून जा. ह्या समयीं तो महाबुद्धिमान् व घोरपराक्रमी देवशर्मा गुरु जर तुझें हें दुष्ट वर्तन अवलोकन करिता, तर खचित त्यानें तुला आज क्रोधानें प्रदीप्त झालेल्या दृष्टीनें जाळून खाक केलें असतें ! इंद्रा, असें दुराचरण पुनः बिलकूल करूं नको; तूं नित्य ब्राह्मणांना मान देत जा; जर ह्यांत अंतर करशील, तर खचित ब्रह्मतेजानें आर्त होत्साता तूं आपल्या पुत्रासह व अमात्यांसह नाश पावशील ! देवेंद्रा, आपण अमर आहों, असा विचार करून जर तूं ह्या निंद्य कृत्यास प्रवर्तला असशील, तर अशा रीतीनें दुर्वर्तन करून इतउत्तर त्वां कोणाचा उपमर्द करूं नये हेंच सुखकर होईल; कारण, तपोबलापुढें कोणाचीही मात्रा चालत नाहीं, हें पक्कें ध्यानांत धर.

भीष्म सांगतातः—राजा युधिष्ठिरा, महात्म्या विपुल ऋषीचें तें भाषण श्रवण करून त्यावर इंद्रानें कांहींच उत्तर दिलें नाहीं आणि तो अत्यंत लाजून तेथच्या तेथें गुप्त झाला ! पुढें दोन घटकांनीं महातपस्वी देवशर्मा यथास्थितपणें यज्ञानुष्ठान आटोपून आपल्या आश्रमास परत आला. तेव्हां तो तेथें येतांच प्रिय कर्म करणाऱ्या त्या विपुलानें ‘ आपली सुंदर पत्नी सुरक्षित आहे ’ ह्मणून त्यास निवेदन केलें; आणि तो गुरुकार्यतत्पर विपुल शिष्य गुरूस अभिवंदन करून पूर्ववत् शांत व निःशंक मनानें गुरुसेवेस सिद्ध राहिला. धर्मा, नंतर देवशर्मा ऋषि विसावा वगैरे घेऊन आपल्या भार्येसह अधिष्ठित असतां त्या उभयतांना विपुलानें इंद्राचें तें सर्व कृत्य सांगितलें. तें वर्तमान श्रवण करून प्रतापशाली देवशर्मा मुनीस मोठा आनंद झाला आणि विपुल शिष्याचें शील, वर्तन, तप व नियम हीं पाहून देवशर्मा गुरु अधिकच शोभूं लागला ! राजा धर्मा, त्या समयीं विपुलाची गुरुभक्ति, स्वकर्तव्यावर निष्ठा आणि धर्माविषयीं दृढ स्थैर्य, हीं अवलोकन करून ‘ शाबास शाबास ’ असे उद्गार गुरुमुखांतून निघाले आणि महामति धर्मात्म्या देवशर्म्यानें त्या आपल्या धर्मपरायण शिष्याचा मोठा आदर करून त्यास वर माग ह्मणून म्हटलें. राजा, तेव्हां त्या गुरुपरायण विपुल शिष्यानें देवशर्म्यापाशीं ‘ माझी धर्मावर सदा दृढभक्ति असावी ’ हाच वर मागितला आणि देवशर्मा गुरूनें त्यास तो वर तत्काल देऊन स्वगृहीं जाण्यास अनुज्ञा केली. राजा, नंतर विपुल ऋषीनें तेथेंच उत्कृष्ट तपश्चर्या चालविली आणि महातपस्वी देवशर्मा ऋषिही इंद्रापासून भयरहित होत्साता आपल्या भार्येसहवर्तमान निर्जन वनांत खुशाल योगक्षेम करूं लागला.

अध्याय बेचाळिसावा.

—::—

विपुलाख्यान.

भीष्म सांगतातः—युधिष्ठिरा, देवशर्मा गुरूची आज्ञा परिपूर्ण केल्यावर त्या परमप्रतापी विपुल शिष्यानें घोर तपश्चर्या आरंभिली आणि कांहीं काळानें आपण तपस्वी झालों असें त्यानें मानिलें. राजा, आपल्याला गुरूपासून वर मिळाला, आपली किर्ति प्रसृत झाली आणि आपल्या अंगीं उत्तम तपोबल आलें, असें पाहून विपुलाला मोठा अभिमान वाटला व तो प्रमुदित होत्साता निर्भयपणानें सर्व पृथ्वीशीं स्पर्धा करूं लागला! त्या समयीं तपोबलानें युक्त अशा त्या विपुल ऋषीला वाटलें कीं, आपण जी गुरुसेवा केली व विलक्षण तपश्चर्या चालविली, त्यांच्या योगें जणू काय आपण उभय लोकच हस्तगत करून घेतले! हे कुरुनंदना, पुढें कांहीं काळ अतिक्रांत झाल्यावर रुचीच्या भगिनीच्या घरीं—ज्यांत पुष्कळ धनधान्याचा वगैरे खर्चवेंच होतो असा—मोठा आदान[1]समारंभ व्हावयाचें ठरलें. इतक्यांत ह्याच वेळीं कोणी एक दिव्य अप्सरा नटून सजून आकाशमार्गानें इकडून तिकडे गेली आणि जातांना तिच्या अंगावरून कांहीं फुलें भूतलावर देवशर्मा ऋषीच्या आश्रमासमीप पडलीं व त्यांचा दिव्य सुगंध सर्वत्र पसरला! राजा, पुढें तीं फुलें चारुलोचना रुचीनें घेतलीं; तों इतक्यांत अंगदेशाहून तेथें आदानसमारंभाचें आमंत्रण करण्याकरितां एक दूत मोठ्या त्वरेनें प्राप्त झाला. बा धर्मा, रुचीच्या बहिणीकडे आदानसमारंभ होता म्हणून मीं तुला आतांच सांगितलें. रुचीची ती ज्येष्ठ बहीण असून तिचें नांव प्रभावती असें होतें. ती अंगदेशाचा राजा जो चित्ररथ त्याची भार्या होती. असो; प्रभावतीकडून आमंत्रण येतांच त्या सुंदर रुचीनें अप्सरेच्या देहावरून पतन पावलेलीं तीं दिव्य पुष्पें आपल्या वेणींत घातलीं आणि ती लागलीच भर्त्यासह चंपापुरीस अंगेश्वराच्या गृहीं गेली. युधिष्ठिरा, अंगराजाच्या पट्टराणीनें रुचीच्या डोक्यांतलीं तीं दिव्य फुलें अवलोकन करून 'मला असलीं फुलें आणून दे' म्हणून लागलेंच रुचीला ह्मटलें. तेव्हां त्या चारुमुखी रुचीनें प्रभावतीचें तें ह्मणणें आपल्या भर्त्याला कळविलें असतां त्याला मोठा आनंद झाला; आणि नंतर त्या महातापस देवशर्म्यानें विपुलाला बोलावणें पाठवून तेथें आणिलें व त्यास 'जा जा, फुलें घेऊन ये.' अशी आग्रहाची आज्ञा केली. राजा, महातपस्वी विपुल ऋषीनें देवशर्म्याची ती आज्ञा एकदम मान्य केली; व तो 'बरें आहे' असें म्हणून, ज्या स्थलीं त्या अप्सरेच्या देहावरून फुलें गळून पडलीं होतीं त्या स्थलीं गेला व तेथें जाऊन पाहातो तों अंतरिक्षांतून पडलेलीं आणखीही जशींच्या तशींच पूर्ववत् टवटवीत फुलें त्यास आढळलीं. राजा, विपुलाचें तपस्सामर्थ्यच थोर; नाहींपेक्षां त्यास त्या स्थलीं आणखीं फुलें इतक्या कालावधीनें मिळणें खचित शक्य नव्हतें. असो; विपुलानें तीं सुंदर, दिव्य व परिमलानें दशदिशा व्यापून टाकणारीं फुलें वेंचून घेतलीं आणि तो गुरूची आज्ञा परिपूर्ण करून, मोठ्या आनंदानें, जेथें चंपकवृक्षाच्या रांगांच्या रांगा होत्या अशा त्या चंपानगरीस देवशर्मा गुरूच्या समीप येण्यास निघाला. वत्सा धर्मा, वाटेनें त्यास एक निर्जन वन लागलें आणि त्यांत त्याला एक मनुष्यांचें जोडपें आढळलें. त्या

१ आदानसमारंभ ह्मणजे लग्न, मुंज, गर्भाधान, जातकर्म, इत्यादिक संस्कार. अशा संस्कारांत आप्तसुहृदांकडून आहेर वगैरे करण्यांत येतात व यजमानाला धनधान्यादिकांचा पुष्कळ खर्च करावा लागतो.

दोघांनीं एकमेकांचे हात धरिले असून तीं चक्रासारखीं गरगर फिरत होतीं. तितक्यांत एक जलदी फिरूं लागलें व त्यामुळें दुसऱ्यास पूर्वींच्या चालीला व्यत्यय उत्पन्न झाला; आणि नंतर तीं वर्दळीस येऊन त्यांचा कलह सुरू झाला. त्यांपैकीं एक दुसऱ्याला म्हणे कीं, तूं लवकर लवकर चालतोस आणि दुसरें म्हणे कीं, मी लवकर लवकर चालत नाहीं. असा त्यांचा एकसारखा तंटा चालतां चालतां त्यांनीं एकदम विपुल ऋषीच्या नांवाचा उल्लेख करून अशी शपथ घेतली कीं, 'आम्हांपैकीं जो खोटें बोलत असेल, त्याला विपुल ब्राह्मणाला परलोकीं मिळणारी गति प्राप्त होईल! राजा, तें ऐकून विपुलाचा चेहरा एकदम उतरला आणि तो आपल्याशीं म्हणाला कीं, 'अरे, मीं तर तीव्र तपश्चर्या केली आहे आणि हीं मनुष्यें तर मोठ्या निकरानें भांडत आहेत; तेव्हां मीं असें कोणतें पातक केलें असावें कीं, त्यामुळें या मनुष्यांनीं आज माझें नांव घेऊन सर्व प्राण्यांना अनिष्ट अशी गति मला मरणोत्तर मिळेल म्हणून म्हटलें!' राजा धर्मा, असा विचार करीत असतां विपुलानें खालीं मान घातली; व त्याचें मन अतिशयित दुःखाकुल होऊन तो आपल्या हातून कोणतें दुष्कृत्य घडलें असावें ह्याचें एकसारखें मनन करूं लागला! नंतर त्यानें आणखी कांहीं अंतर चालून गेल्यावर सहा पुरुष पाहिले. ते सुवर्णाच्या व रुप्याच्या फाशांनीं एकमेकांना जिंकण्याच्या लोभानें मोठमोठ्यानें हंसत व खिदळत खेळत होते. पुढें त्यांच्या त्या खेळांत त्यांनींही विपुल ऋषीच्या नांवाचा उल्लेख करून पहिल्या जोडप्याप्रमाणें शपथ घेतली. ते म्हणाले कीं, 'आपल्यापैकीं जो पुरुष लोभाला वश होत्साता अयोग्य वर्तन करण्यास सिद्ध होईल, त्याला परलोकीं विपुलाला मिळणाऱ्या गतीप्रमाणें गति मिळेल!' राजा, त्या सहा द्यूतकारांचे हे शब्दही विपुलानें ऐकिले; परंतु आपल्या हातून जन्मापासून अमुक एक पाप घडलें असें कांहीं त्यास आठवलें नाहीं. राजा, अशा प्रकारें दोन वेळां विपुल ऋषीच्या नांवाचा उच्चार करून त्याच्या दुराचरणाची ग्वाही त्याच्या कानीं पडल्यामुळें व त्यास पूर्वतापक तर कांहीं स्मरत नसल्यामुळें त्याचें चित्त अत्यंत अस्वस्थ झालें व तो पेटलेल्या अग्नीप्रमाणें जळूं लागला! बाळा धर्मा, ह्याप्रमाणें विपुल हा पूर्वपातकाचें स्मरण करितां करितां बहुत दिवस आणि रात्री निघून गेल्या; परंतु त्याच्या मनांत ही एक गोष्ट घोळत राहिली कीं, आपण रुचीचें रक्षण करितांना योगबलानें आपल्या देहाचें तिच्या देहाशीं जें तादात्म्य केलें होतें तें कांहीं गुरूला निवेदन करून सत्य प्रकार सांगितला नाहीं तें तर आपलें तें पातक नसेल ना? अखेरीस, हे महाभागा धर्मा, आपल्या हातून पातक जें घडलें तें हेंच होय ह्यांत संदेह नाहीं, असा विपुलानें निश्चय ठरविला; आणि नंतर गुरूच्या त्या लाडक्या शिष्यानें चंपानगरीस येऊन गुरूला फुलें अर्पण करून त्याची यथाविधि पूजा केली!

अध्याय त्रेचाळिसावा.

—:०:—

विपुलाख्यान.

भीष्म सांगतात:— युधिष्ठिरा, विपुलाचा गुरु महातेजस्वी देवशर्मा ऋषि हा विपुलाला परत आलेला पाहून त्याला जें कांहीं म्हणाला तें आतां ऐक.

देवशर्मा म्हणाला:— शिष्या विपुला, त्या महावनांत तूं काय पाहिलेंस तें सांग पाहूं. बाळा, महावनांतल्या त्या मनुष्यांना, त्या-

प्रमाणेंच मला स्वतःला व रुचीला तुझी सर्व माहिती आहे.

विपुल म्हणालाः- समर्था ब्रह्मर्षे, तें जोडपें व त्याप्रमाणेंच ते सहा पुरुष–ज्यांना माझी बरोबर माहिती आहे व ज्यांना उद्देशून मला तूं हा प्रश्न करीत आहेस, ते कोण बरें?

देवशर्मा म्हणालाः— ब्रह्मन् , तूं जें जोडपें पाहिलेंस तें अहोरात्र होय. दिवस आणि रात्र ही जोडी चक्रासारखी गरगर फिरते आणि तिला तुझें दुष्कृत्य ठाऊक आहे. त्याप्रमाणेंच, हे विप्रा, जे सहा पुरुष हंसत खिदळत मोठ्या आनंदानें फासे खेळतांना तूं पाहिलेस, ते षड्ऋतु होत. त्यांनाही तुझ्या दुष्कृत्याचें ज्ञान आहे. बाबारे, आपल्याला कोणी पहात नाहीं असें मनांत आणून भलतेंच कृत्य करूं नये. आपणांस कोणी पहात नाहीं असा विचार करून दुरात्मे हे गुप्तपणानें पातकें करितात, पण हा त्यांचा समज साफ चुकीचा आहे. मनुष्यें गुप्तपणानें दुराचरण करितांना त्यांस सदासर्वकाळ ऋतु, दिवस व रात्री हीं लक्षपूर्वक पाहात असतात. ह्यासाठीं बा विपुला, तूं जें कांहीं गुप्त कृत्य केलेंस व जें केल्याबद्दल मग तूं मला कांहीं सांगितलेंही नाहींस, त्याच्या योगें तुला पातकीजनाप्रमाणें दुर्गति प्राप्त होईल. विपुला, दिवस, रात्र व ऋतु ह्यांनीं तुझा तो गर्व व डौल अवकोकन केला आणि गुरूपासून जी गोष्ट तूं छपवून ठेविलीस तिचें तुला स्मरण देण्याकरितां त्यांनीं मुद्दाम तुला ऐकूं येईल अशा प्रकारें ते उद्गार काढिले. असो; मनुष्य शुभ कर्म करो किंवा अशुभ कर्म करो, त्याचें तें कर्म अहोरात्र व ऋतु हे नित्य पाहात असतात. विपुला, आपल्या हातून व्यभिचारित्वाचें पाप घडलें ही भीति मनांत आणून तूं जें कृत्य केलेंस तें मला सांगितलें नाहींस; परंतु तें तुझें कृत्य त्या अहोरात्रादिकांना ठाऊक होतें म्हणून त्यांनीं तुजसमक्ष तसें भाषण केलें. विपुला, त्या तुझ्या कृत्यानें तुला आतां पातकीजनाप्रमाणें दुर्गति प्राप्त होईल. तथापि, हे द्विजा, इंद्राच्या दुर्वर्तनापासून रुचीला राखणें हें खचित तुला अन्य उपायानें अशक्य होतें; ह्यास्तव, तूं जें कांहीं केलेंस त्यांत तुझा मुळींच अपराध नाहीं असें मी मानितों व त्या तुझ्या कृत्यामुळें मला उलटा तुझ्याविषयीं अधिकच आनंद होतो! बा द्विजसत्तमा, जर तुझें वर्तन अयोग्य झालें असें मला वाटलें असतें, तर मीं तुला क्रोधानें तत्काळ शाप दिला असता ह्याविषयीं संशयच नको. विपुला, पुरुषावर स्त्रिया आसक्त होतात व तें पाहून पुरुषही त्यांचा अभिलाष धरितो. पण असा कांहीं प्रकार तुझ्यासंबंधानें घडलेला नाहीं. तूं जो रुचीच्या ठिकाणीं आसक्त झालास त्यांत तिचें रक्षण करावें हाच तुझा हेतु होता. जर ह्याव्यतिरिक्त अन्य कांहीं तुझा हेतु आहे असें मला आढळलें असतें, तर मीं खचित तुला शापूनच टाकिलें असतें. तेव्हां ह्या सर्व व्यवसायांत तुझी जी कांहीं चुकी झाली आहे ती हीच कीं, तूं कृतकर्म मला निवेदिलें नाहींस. असो; बाळा, आतां मी तुला असें सांगतों कीं, तूं माझ्या पत्नीचें रक्षणही केलेंस व तो रक्षणोपाय मला निवेदनही केलास; तेव्हां आतां तुझ्याकडे कोणताही अपराध राहिला नाहीं. मी तुझ्यावर प्रसन्न होऊन तुला असें सांगतों कीं, तूं खुशाल स्वर्गास जाशील!

धर्मा, विपुलाला त्या महान् देवशर्मा ऋषीनें प्रेमळपणानें ह्याप्रमाणें म्हटलें; आणि तो आपली पत्नी रुचि व शिष्य विपुल ह्यांसमवेत स्वर्गास जाऊन तेथें मोठ्या आनंदांत कालक्षेप करीत राहिला! युधिष्ठिरा, महामुनि मार्केंडेयानें

पूर्वी गंगेच्या तीरावर कथाभाग निरूपण करीत असतां मला हें आख्यांन सांगितलें. ह्यासाठीं, धर्मा, मी तुला सांगतों कीं, स्त्रियांचें सतत रक्षण करणें अवश्य होय. बाबारे, स्त्रियांमध्यें नेहमीं दोन्ही प्रकार आढळतात. त्यांपैकीं कित्येक सदाचरणी व कित्येक दुराचरणी असतात. वत्सा, सदाचरणी स्त्रिया ह्या महाभाग्यवान् असून सर्व लोक त्यांना फार मान देतात. त्या जगाच्या माउलीच होत ह्यांत संदेह नाहीं! राजा, जलें व अरण्यें ह्यांसह ह्या सर्व पृथ्वीला त्या उचलून धरितात असें ह्मटलें तरी चालेल! आतां दुराचरणी स्त्रियांसंबंधानें म्हणशील तर त्या सदोदित अयोग्य वर्तन करितात, उभय कुलांना बट्टा लावितात व पातकें करण्यास सिद्ध असतात. अशा स्त्रिया ओळखण्याच्या खुणा म्हटल्या म्हणजे त्यांच्या हस्तपादादिकांवर ज्या अशुभ रेषा असतात त्याच जाणाव्या. राजा, जे कोणी थोर महात्मे असतात त्यांनाच अशा स्त्रियांचें आकलन करितां येईल. अन्यांच्या हातून अशा स्त्रियांचें रक्षण होणें दुरापास्तच होय! हे नरशार्दूला, अशा ह्या स्त्रिया अतिशय जलाल असून त्यांची कृतिही त्यांच्याप्रमाणेंच जलाल असते! त्यांना प्रिय असा कोणी पुरुष नसतो. त्यांना जें कांहीं प्रेम तें मैथुनाचें. तें कार्य साधलें म्हणजे त्या वाटेल त्यावर प्रेम करितील! असल्या स्त्रिया खरोखरी कृत्याच होत. त्या कोणाचा घात करावयास मागेंपुढें पाहाणार नाहींत! त्या एकावर कधीं अनुरक्त असावयाच्या नाहींत! ह्या घटकेस एकावर तर दुसऱ्या घटकेस त्या दुसऱ्यावरच फिदा होतील! आपला कार्यभाग उरकल्यावर त्यांस कोणतीही ओळख रहात नाहीं! आणि व्यभिचार हा तर त्यांच्या गांवींही नसतो. ह्यास्तव, हे नराधिपा, असल्या स्त्रियांचा मनुष्यांनीं स्नेह करूं नये व तिरस्कारही करूं नये. त्यांनीं धर्माचरणावर लक्ष द्यावें आणि मोठ्या उदासीन वृत्तीनें त्यांचा उपभोग घ्यावा. हे कौरवनंदना, जर का मनुष्याच्या हातून ह्या मर्यादेचें अतिक्रमण घडेल तर तो सर्वस्वी नाश पावेल! हे राजश्रेष्ठा, स्त्रियांशीं वागतांना अनासक्ति हें प्रधान तत्त्व मनांत बाळगिलें पाहिजे. जे कोणी ह्या तत्त्वाचा अंगिकार करितात त्यांची सर्वत्र वाहवा होते! राजा, स्त्रीचें रक्षण असें त्या एकट्या विपुलानेंच केलें. ह्या सर्व त्रैलोक्यांत स्त्रीचें रक्षण करण्यास दुसरा कोणीही समर्थ नाहीं!

अध्याय चव्वेचाळिसावा.

—:०:—

विवाहधर्मकथन.

युधिष्ठिर म्हणालाः-- पितामह भीष्म, सर्व धर्मांचें, स्वजनांचें, गृहस्थाश्रमाचें, पितरांचें, देवांचें व अतिथींचें मूळ कोणतें तें मला सांगा. मला तर वाटतें कीं, आप्तस्वकीयांच्या संतोषाकरितां, गृहस्थाश्रम पार पाडण्याकरितां, देव, पितर व अतिथि ह्यांना तृप्त करण्याकरितां व जन्माचें इतिकर्तव्य साधण्याकरितां मनुष्यानें ज्या कांहीं धर्मक्रिया केल्या पाहिजेत, त्या सर्वांमध्यें कन्येचा विवाह करणें ही धर्मक्रिया श्रेष्ठ मानणें अवश्य होय; तेव्हां कशा प्रकारच्या वराला कन्या अर्पण करावी तें मला निरूपण करून सांगा.

भीष्म सांगतातः- राजा युधिष्ठिरा, वराची योजना करितांना प्रथम त्याचें शील व वर्तन हीं पाहावीं; त्याप्रमाणेंच त्यानें विद्या किती संपादन केली आहे, त्याच्या मातेचें व पित्याचें कुल शुद्ध आहे कीं नाहीं, तो काय करीत असतो, वगैरे गोष्टींची पूसतपास करावी; आणि मग वर हा इष्ट गुणांनीं युक्त आहे

अशी खातरी करून घेतल्यावर थोर पुरुषांनीं त्याला कन्या द्यावी.

युधिष्ठिरा, विवाहाचे पांच प्रकार आहेत. ब्राह्म, क्षात्र (प्राजापत्य), गांधर्व, आसुर व राक्षस. सर्व वर्णांत श्रेष्ठ जे ब्राह्मण त्यांना ब्राह्म-विवाहच योग्य होय. ह्या विवाहांत कन्येच्या पित्यानें अपेक्षित गुणांनीं युक्त अशा वराला बोलावून आणून त्यास धनदानादिकांनीं अनुकूल करून घ्यावें व त्याला कन्या द्यावी. दुसरा प्रकार क्षात्र (प्राजापत्य) हा ब्राह्मण व शिष्ट क्षत्रिय ह्यांस विहित आहे; त्यांना हा सनातन धर्म होय. तिसरा प्रकार गांधर्व; ह्यांत पित्यानें स्वतःच्या मताप्रमाणें वागूं नये. कन्या व वर ह्यांचा परस्पर प्रेमयोग जुळून आल्यास पित्यानें त्यांचें अभिनंदन करून कन्येनें पसंत केलेल्या त्या वराला वरानें पसंत केलेली ती कन्या अर्पण करावी. वेदवेत्ते पुरुष ह्याच प्रकाराला गांधर्वविधि असें नांव देतात. चौथा प्रकार आसुर; ह्यांत वरानें कन्येच्या आप्तांना व खुद्द कन्यला पुष्कळ धनादिक देऊन जणू काय कन्येला विकत घ्यावें आणि (तिच्या खुषीनें) तिच्याशीं विवाह करावा. राजा, हा

१ मनुस्मृतींत ब्राह्म, दैव, आर्ष, प्राजापत्य, आसुर, गांधर्व, राक्षस व पैशाच, असे आठ प्रकारचे विवाह सांगितले आहेत (मनुस्मृति–३; २१). वर जे पांच प्रकार सांगितले त्यांत ह्या आठ प्रकारांचा अंतर्भाव होतो. ब्राह्म विवाहांत ब्राह्म, दैव व आर्ष ह्या तिहींचा आणि राक्षस विवाहांत राक्षस व पैशाच ह्या दोहोंचा समावेश करावयाचा. (नीलकंठी टीका पहा.)

१ ब्राह्मः— ह्या विवाहांत श्रुति व शील ह्यांनीं युक्त अशा वराला स्वतः बोलावून आणून त्यास वस्त्राभरणांनीं युक्त अशी कन्या अर्पण करावी. (मनु० ३; २७.)

२ दैवः— ह्या विवाहांत ज्योतिष्टोमादि यज्ञ यथाविधि चालू असतां कर्मकर्त्या ऋत्विजाला वस्त्राभरणांनीं अलंकृत केलेली कन्या अर्पण करावी. (मनु० ३; २८.)

३ आर्षः— ह्या विवाहांत वरापासून एक किंवा दोन गोमिथुनें यज्ञयागादिकांच्या सिद्धीकरितां घेऊन त्याला विधिवत् कन्यादान करावें. (मनु० ३; २९.)

४ प्राजापत्यः— ह्या विवाहांत कन्यादानसमयीं तुह्मीं उभयतांनीं सहधर्म आचरावा अशी प्रार्थना करून वराची पूजा करून त्यास कन्या अर्पावी. (मनु० ३; ३०.)

५ आसुरः— ह्या विवाहांत कन्येच्या मातापितरांना अथवा इतर आप्तांना आणि खुद्द कन्येला यथाशक्ति धन देऊन त्यांस अनुकूल करून घेऊन कन्येच्या खुषीनें तिचा वरानें स्वीकार करावा. (मनु० ३; ३१.)

६ गांधर्वः— ह्या विवाहांत कामवासनेनें प्रेरित होऊन संभोगास्तव एकमेकांच्या इच्छेनें कन्या व वर ह्यांचा समागम होतो. (मनु० ३; ३२.)

७ राक्षसः— ह्या विवाहांत बलात्कारानें कन्येचें हरण करितात. हरण करणाराची शक्ति अधिक आहे असें मनांत आणून कन्येच्या पित्रादिकांनीं कन्येला हरण करूं दिल्यास हाणमार किंवा युद्ध वगैरे करण्याची जरूरी नसते. परंतु कन्येच्या पित्रादिकांनीं प्रतिपक्ष केल्यास त्यांचें हनन करून किंवा त्यांस लंगडे, लुले वगैरे करून व त्यांच्या गृहादिकांचा विध्वंस उडवून कन्या ही अनाथ होत्साती रडत ओरडत असतां तिचें हरण करितात. अर्थात् ह्या विवाहांत कन्येची इच्छा अनूकूल नसते. (मनु० ३; ३३.)

८ पैशाचः— ह्या विवाहांत कन्या ही निद्रित असतां, मद्यादिकांच्या निशेंत असतां किंवा अन्य प्रकारें बेसावध असतां तिच्या सन्निध संरक्षणार्थ कोणी नाहीं असें पाहून वर हा तिच्या इच्छेविरुद्ध तिच्यावर जुलूम करितो. सर्व विवाहांत हा अधम विवाह होय ! (मनु० ३; ३४.)

ब्राह्मादिक पहिल्या चार विवाहप्रकारांपासून ब्रह्मवर्चस्वी व शिष्टप्रिय अशी प्रजा जन्मते (मनु० ३; ३९.) आणि गांधर्वादिक शेवटल्या चार विवाहप्रकारांपासून क्रूर, असत्यभाषी व धर्मद्वेषी संतति जन्मास येते. (मनु. ३; ४१.)

धर्म असुरांचा होय असें ज्ञाते पुरुष सांगतात. पांचवा प्रकार राक्षस; ह्यांत कन्येच्या आप्तांशीं लढून त्यांचीं मस्तकें तोडून व त्यांना ठार मारून प्रतिपक्षाची मंडळी रडत आरडत असतां व खुद्द कन्याही अनाथ होत्साती विलाप करीत असतां वर तिला गृहांतून बलात्कारानें (अर्थात् तिच्या मर्जीविरुद्ध) हरण करितो ! राजा, युधिष्ठिरा, ह्या पांच विवाहप्रकारांपैकीं ब्राह्म, क्षात्र (प्राजापत्य) व गांधर्व हे तीन धर्माला अनुसरून आहेत आणि आसुर व राक्षस (पैशाच) केवळ धर्मविरुद्ध असल्यामुळें ते कधींही करूं नयेत. राजा, ब्राह्म, क्षात्र व गांधर्व हे विवाहकप्रकार विहित असल्यामुळें पृथक् किंवा मिश्रणानें आचरण करण्यास हरकत नाहीं, हें निःसंशय जाणावें.

राजा युधिष्ठिरा, ब्राह्मणानें ब्राह्मण, क्षत्रिय व वैश्य ह्या तीन वर्णांच्या स्त्रिया कराव्या; क्षत्रियानें क्षत्रिय व वैश्य ह्या वर्णांच्या स्त्रिया कराव्या; आणि वैश्यानें फक्त वैश्य वर्णाची मात्र स्त्री वरावी. (तात्पर्य, ब्राह्मण, क्षत्रिय व वैश्य ह्या वर्णांनीं आपआपल्यापेक्षां वरिष्ठ वर्णाची स्त्री करूं नये व त्याप्रमाणेंच त्यांनीं शूद्र वर्णाचीही स्त्री वरूं नये.) अशा प्रकारें विहित अशा स्त्रीशीं विवाह करून वरासारखी संतति होते. ब्राह्मणाच्या स्त्रियांत ब्राह्मणी स्त्री व क्षत्रियाच्या स्त्रियांत क्षत्रिया स्त्री ह्या श्रेष्ठ समजाव्या. वैश्याला फक्त वैश्य वर्णाचीच स्त्री विहित असल्यामुळें ती श्रेष्ठच होय. कित्येकांच्या मतें ब्राह्मणादिक त्रिवर्णांनीं रतिसुखासाठीं शूद्र स्त्री करावी असें आहे; परंतु कित्येकांस हा नियम मान्य नाहीं. थोर लोक शूद्र वर्णाच्या स्त्रीच्या ठिकाणीं ब्राह्मणादिक उच्च वर्णांनीं अपत्योत्पादन करावें हें मान्य करीत नाहींत. शूद्रस्त्रीच्या ठिकाणीं विप्रानें (किंवा इतर उच्च वर्णांनीं) संतति निर्माण केली असतां त्यांस प्रायश्चित्ताशिवाय शुद्धि नाहीं असें त्यांचें मत आहे.

राजा धर्मा, तीस वर्षांच्या वरानें दहा वर्षांच्या नग्निक (एक वस्त्र नेसलें असतां चालेल अशा लहान) कुमारिकेशीं लग्न करावें आणि एकवीस वर्षांच्या वरानें सात वर्षांची कन्या वरावी. ज्या कन्येला भ्राता नसेल किंवा जिला भ्राता व पिताही नसेल अशी कन्या ही पुत्रिका[1]धर्मिणी असल्यामुळें केव्हांही तिला वरूं नये.

राजा युधिष्ठिरा, कन्येला ऋतु प्राप्त झाला असून ती अविवाहित असली तर तिनें तीन वर्षेंपर्यंत वाट पहावी. जर तितक्या वेळांत तिच्या पित्रादिकांनीं तिचें लग्न केलें नाहीं तर चौथ्या वर्षीं तिनें स्वतः प्रतिप्राप्त्यर्थ प्रयत्न करावा. अशा रीतीनें जी मुलगी तीन वर्षें थांबून स्वतःच्या विवाहास प्रवृत्त होते, तिच्या संततीला किंवा तिच्याशीं विवाह करणाऱ्याला कांहींएक दोष लागत नाहीं; परंतु जर ती ह्या नियमाच्या उलट वर्तन करील तर तिला प्रत्यक्ष प्रजापति दोष देईल.

राजा धर्मा, केव्हां केव्हां वधूवरांत आधींचें कांहीं नातें असल्यास तीं एकमेकांशीं विवाह

---

१ पुत्रिकाधर्मिणीः—पित्याला पुत्र नसला म्हणजे केव्हां केव्हां तो पिता " इयमेव मे दुहिता पुत्रस्थाने–ह्याच मुलीनें माझं श्राद्ध वगैरे करावें व माझ्या मालमिळकतीवर वारसा सांगावा " असें म्हणून एका प्रकारें आपल्या मुलीवर विशिष्ट प्रकारचा हक्क राखून ठेवितो. कन्यादानाच्या तत्त्वावर दृष्टि पुरविली असतां असा हक्क ठेवणें म्हणजे दानक्रियेला विशिष्ट अटच घालणें असें होतें; ह्यास्तव हें कृत्य निषिद्ध मानितात. जेव्हां पित्यानें आपल्या दुहितेस पुत्रिकाधर्मिणी असें स्पष्ट म्हटलें असेल तेव्हां तर ती वर्ज्य समजावीच; परंतु जेव्हां त्यानें असें स्पष्ट म्हटलें नसेल, पण त्यानें असें मनांत तरी आणणाच्या संभव दिसेल, तेव्हांही ती कन्या वर्ज्यच समजावी असा अभिप्राय आहे.

करण्याला पात्र होत नाहींत. विवाहास पात्रता उत्पन्न होण्याला वधू ही वराच्या मातेशीं असपिंड आणि वराच्या पित्याशीं असपिंड व असगोत्र असली पाहिजे. जर वधू अशा रीतीनें पात्र असली तरच वरानें तिला वरावें, असा मनूनें नियम घालून दिला आहे.

युधिष्ठिर म्हणालाः— पितामह भीष्म, (१) मुलीचें शुल्क (देज) कोणी एकानें दिलें व तें मुलींच्या पितादिकांनीं घेतलें, (२) कोणी एकानें मी अमुक देज देईन म्हणून सांगितलें व तें त्याचें म्हणणें मुलीच्या पित्रादिकांनीं मान्य केलें, (३) कोणीं एकानें मुलीच्या पित्रादिकांना म्हटलें कीं, मी ह्या मुलीशीं बलात्कारानें तुमची कबुली नसली तरी लग्न करीन, (४) कोणीं एकानें मुलीच्या पित्रादिकांना मी अमुक धन देतों म्हणून प्रत्यक्ष दाखविलें; आणि अखेरीस (५) मुलीच्या पित्रादिकांनीं ह्या चौघांना सोडून पांचव्याशींच त्या मुलीचें लग्न लाविलें; तर ती मुलगी कोणाची बायको म्हणून समजावें ? कुरुकुलश्रेष्ठ,

१ असपिंडः— सपिंड नसलेले. सपिंड=समान पिंडापासून ह्मणजे एकाच बीजापासून जन्म पावलेले किंवा एकच पिंड ज्यांमध्यें वसत आहे असे. उदाहरणार्थ-सख्खीं भावंडें हीं एकाच बीजापासून उत्पन्न झाल्यामुळें सपिंड होत; त्याप्रमाणेंच आपला बाप, मुलगा, चुलता, भाऊ, पुतण्या, आत, बहीण, पुतणी, मावशी, मामा, इत्यादिकांत एकच पिंड किंवा बीज वसत असल्यामुळें त्यांसही सपिंड ह्मणतात. अर्थात् जसजसा मूळ पिंडाचा ह्मणजे बीजाचा अंश कमी कमी होत जातो तसतशी तीं दूरचे सपिंड होतात आणि अशा प्रकारें कांहीं मर्यादेपलीकडे हा संबंध गेला ह्मणजे सापिंड्य संपतें. सपिडांचे भेद दोन.-(१) सगोत्र सपिंड व (२) भिन्नगोत्र सपिंड; चुलतभाऊ हे सगोत्र सपिंड आणि आते—मामे—भाऊ हे भिन्नगोत्र सपिंड. ज्या एका बीजापासून पुढें वेल फैलावतात त्यास कूटस्थ ह्मणतात. जसें-चुलतभाऊ हे सख्खे भावाचे मुलगे, व ते सख्ये भाऊ हे त्या चुलतभावांच्या आजाचे मुलगे. ह्मणून येथें आजा हा कूटस्थ झाला आणि त्या कूटस्थापासून त्याचे नातू ही तिसरी पिढी झाली. कूटस्थापासून जसजशा पिढ्या दूर दूर जातात तसतसा त्यांतील बीजसंबंध कमी होऊन त्या पिढया शेवटीं तुटतात. व त्यांचा अर्थाअर्थी कांहींएक संबंध उरत नाहीं. जर ते पुरुष सगोत्र असले तर त्यांची सगोत्रता मात्र शिल्लक राहाते आणि ते जर भिन्नगोत्र असले तर त्यांत कांहींच शिल्लक न राहातां तीं अगदीं पृथक् घराणीं बनतात.

येथें वधू ही वराच्या मातेशीं असपिंड आणि वराच्या पित्याशीं असपिंड व असगोत्र अशी असली पाहिजे. मूळ श्लोकांत दोन चकार आहेत, म्हणून असपिंड व असगोत्र हे शब्द वरमातेकडे व त्याप्रमाणेंच वरपित्याकडेही लाविले पाहिजेत. परंतु मातेकडे असगोत्र हे शब्द लावणें व्यर्थ होय; कारण माता ही विवाहानंतर भर्त्याच्या म्हणजे पित्याच्याच गोत्रांत प्रविष्ट झाली; ह्यास्तव मातेच्या संबंधानें फक्त सापिंड्य मनांत आणावें व पित्याच्या संबंधानें सापिंड्य व भिन्नगोत्रता ह्यांजविषयीं विचार करावा. वराच्या मातापितरांशीं वधू ही सपिंड नसली आणि वधुवरांचीं गोत्रें (अर्थात् प्रवर) भिन्न असलीं म्हणजे तीं वधूवरें विवाहार्य होत, असें म्हणण्यास हरकत नाहीं. आतां कित्येक लोक मातेचें गोत्र पृथक् मानितात, ह्यास्तव त्यांच्या मतानें वधू ही वराच्या मातापितरांशीं सपिंड व सगोत्र नसावी असा नियम घेतला पाहिजे.

आतां सापिंड्याची निवृत्ति केव्हां होते हें सांगणें जरूर आहे.

वध्वा वरस्य वा तातः कूटस्थाद्यदि सप्तमः।
पंचमी चेत्तयोर्माता तत्सापिंड्यं निवर्तते ॥

याज्ञवल्क्यमिताक्षरा-१; ५२, ५३.

कूटस्थापासून वधू किंवा वर ह्यांचा पिता सातवा असेल आणि माता पांचवी असेल, तर त्या वधूवरांतलें सापिंड्य नाहींसें होतें. मग त्यांचा विवाह होण्यास अडचण नाहीं.

२ मनुस्मृतिकार मनु व हा मनु हे भिन्न असावे.

माझ्यासारख्या तत्त्वजिज्ञासूचे आपण नेत्र आहां, ह्यास्तव आपण ह्या गोष्टीचा निर्णय सांगा.

भीष्म सांगतातः— राजा युधिष्ठिरा, चार ज्ञातीं मनुष्यें एकत्र बसून त्यांनीं मनुष्यजातीला हितकर असें जें कृत्य केल्यानें तें कृत्य करणाऱ्यांचें कल्याण होईल अशी सल्ला दिली व त्याप्रमाणें तें कृत्य करण्याचा निश्चय ठरला. तें कृत्य मागाहून खोटें बोलून न करणें हें पाप होय. अशा रीतीनें एखाद्या मुलीचा विवाह ठरला असतां मागाहून त्या मुलीच्या पित्रादिकांनीं ती मुलगी दुसऱ्याला द्यावी हें कांहीं उचित नाहीं. राजा धर्मा, तूं जे मला पांच पक्ष सांगितलेस त्यांपैकीं तिसऱ्या व चौथ्या पक्षांचा विचार करण्याचें कारणच नाहीं; कारण त्यांत मुलीच्या पित्रादिकांकडे वचनभंगाचा दोष मुळींच येत नाहीं. पहिल्या व दुसऱ्या पक्षांत मुलीच्या पित्रादिकांकडे वचनभंगाचा दोष येतो; तेव्हां आतां पहिला, दुसरा व पांचवा ह्या तीन पक्षांचा विचार केला पाहिजे. ह्या तीन पक्षांपैकीं दुसऱ्या पक्षांत मुलीकडे दोष कांहींही नाहीं, कारण तिला देज मिळालें नाहीं; म्हणून ह्यांत दोष असल्यास तो पित्रादिकांकडे मात्र वचनभंगाचा दोष आहे. तेव्हां ‘ ती विवाहित कन्या कोणाची स्त्री? ’ ह्या प्रश्नाचा विचार करितांना फक्त पहिल्या व पांचव्या पक्षांचा मात्र नीट विचार केला पाहिजे. पहिल्या पक्षांत मुलीच्या पित्रादिकांनीं अमक्याला मुलगी द्यावयाची असा ठराव करून त्या वरापासून देजहीं घेतलें आणि अखेरीस ती मुलगी देज देणाऱ्या त्या वराला न देतां दुसऱ्यालाच दिली व त्यांचा विवाह झाला; तेव्हां ती वधू, वर, ऋत्विज्, आचार्य, शिष्य, उपाध्याय वगैरे सर्वजण त्या लबाडीच्या लग्नाबद्दल दोषी होतील असें कांहीं लोकांचें मत आहे. पण कांहीं लोक असें म्हणतात कीं, विवाहासारख्या व्यवहारास हा नियम लावणें अप्रशस्त आहे. आपणास नापसंत अशा वराशीं वधूनें नित्य वास करावा ही गोष्ट मनूला मान्य नाहीं. जर कोणी विनाकारण शिष्टसंप्रदायाचें उल्लंघन करील तर तो अधर्म होऊन त्यापासून दुष्कीर्ति घडेल; परंतु जर शिष्टसंप्रदायाचें उल्लंघन करण्यास योग्य कारण असेल तर त्यांत वधूवरादिकांकडे कोणताही दोष येणार नाहीं. प्रस्तुत प्रकरणांत पहिला पक्ष व पांचवा पक्ष ह्यांचें एकीकरण झालें आहे. पित्रापिकांनीं व वधूनें दोन्ही गोष्टी केल्या आहेत; तेव्हां एक तरी दोष त्यांच्या पदरीं आलाच पाहिजे असें सकृद्दर्शनीं भासतें; तेव्हां आतां एकही दोष नाहीं असें कसें समर्थन करावयाचें? म्हणून म्हणशील, तर त्यावर उत्तर हेंच कीं, वधूच्या पित्रादिक माणसांनीं व वधूनें देज ग्रहण करून अमुक एका वराशीं लग्न करण्याचा जो ठराव केला तो शिष्टांना मान्य असल्यामुळें तो महत्त्वाचा नव्हता असें नाहीं, परंतु पित्रादिक माणसांनीं व वधूनें पुढें (देज घेऊन किंवा देज न घेतां) दुसऱ्या वराशीं लग्न करण्याचा जो ठराव केला तो त्यांना अधिक पसंत झाल्यामुळें व लागलाच पाणिग्रहणविधि उरकल्यामुळें, नापसंत वराशीं नित्य वास करणें चांगलें नाहीं, ह्या मनुवाक्यावर भिस्त ठेवून विचार केल्यानें दुसरी गोष्टच अधिक ग्राह्य ठरते व त्यामुळें पहिल्या गोष्टीचें उल्लंघन करण्यास प्रत्यवाय दिसत नाहीं. ह्यास्तव प्रत्यक्ष पाणिग्रहणसंस्कार करून पित्रादिकांनीं जी मुलगी वराला दिली आणि वरानें व वरपक्षानें जी मुलगी देज देऊन किंवा देज न देतां विवाहविधीनें आपली म्हणून स्वीकारिली, त्या मुलीकडे अशास्त्र पाणिग्रहणाचा वगैरे कांहीं दोष येत नाहीं व झालेला विवाह यथाशास्त्र ठरतो. राजा धर्मा

पित्रादिक वधूबंधूंनीं मुलगी देण्याचें ठरवून तेवढ्यावर तो विवाह कायम होत नाहीं; तर त्यांनीं मंत्रहोमाची व्यवस्था करून त्याची पूर्णता केली पाहिजे. मंत्रहोमांनीं युक्त असें मुलीचें दान झालें नाहीं तर तें अपूर्ण रहातें. आतां ह्यांत मुलीच्या पित्रादिकांकडे कांहीं दोष येतो असें मानल्यास तो दोष मोठासा आहे असें दिसत नाहीं. धर्मशास्त्राची आज्ञा अशी आहे कीं, पति दैवानुसार पत्नी मिळवतो, मनुष्यांनीं केलेल्या प्रयत्नांनीं ती त्याला मिळते असें नव्हे. ह्यास्तव मानववाणीला असत्याचा स्पर्श होऊन होत असलेली घटना बिघडली तर तें दैवानेंच घडवून आणिलें असें समजावें व त्या असत्याचा विचार करीत बसूं नये.

युधिष्ठिर म्हणाला:— पितामह भीष्म, तर मग मला आतां अशी शंका येते कीं, मुलीचें देज घेतल्यावर धर्म, अर्थ व काम ह्या तीन पुरुषार्थांनीं संपन्न असा कोणी वर त्या मुलीचें पाणिग्रहण करण्यास प्राप्त झाला असतां मुलीच्या पित्रादिकांनीं ज्यापासून देज घेतलें असेल त्यास मुलगी देत नाहीं असें म्हटलें तर चालेल काय? आतां अडचण अशी आहे कीं, ज्या वरापासून देज देऊन त्यास मुलगी देण्याबद्दल चार शिष्टांच्या संमतीनें ठरविलें, त्याला मुलगी न देणें म्हणजे शिष्टाचार मोडला असें होतें; बरें, ह्या शिष्टाचाराचा अतिक्रम करावयाचा नाहीं असें मनांत आणिलें म्हणजे मुलीला अधिक योग्यतेचा वर मिळत असतां त्याला अव्हेरिलें असें होऊन मनुवचनाचा अनादर होतो; तेव्हां अशा स्थितींत कसें वर्तन करावें हें मोठें गूढ आहे. सर्व धर्मांमध्यें हा धर्म मला अधिक संदिग्ध वाटतो म्हणून मला ह्या गोष्टीचा निर्णय सांगा. आपण एखाद्या विषयाचें विवरण करीत असतां माझी तृप्ति होतच नाहीं.

भीष्म सांगतात:— बाळा धर्मा, आपण शुल्क दिलें म्हणजे वधु आपली झाली अशा भरंवशानें शुल्क देणारा शुल्क देतो असें म्हणणें प्रशस्त नाहीं. केवळ शुल्काकडे पाहून थोर लोक कधींही मुलगी देत नाहींत. जेव्हां मुलीच्या पित्रादिकांना त्यांना हवे असतात त्याहून निराळे गुण वराच्या ठिकाणीं आढळतात तेव्हां ते त्या वरापाशीं शुल्क मागतात. ह्यास्तव, जेव्हां एखादा मनुष्य यथाशक्ति मुलीला अलंकार घालून वराला तूं हिचा स्वीकार कर म्हणून म्हणेल, तेव्हां तो त्या इष्टगुणसंपन्न वरापासून शुल्क मागणार नाहीं व वरपक्षाकडूनही वधूला शुल्क देण्यांत येणार नाहीं. कारण विवाह हा कांहीं विक्रय नव्हे हें लक्षांत असलें पाहिजे. मुलीचें दान करितांना वरापासून कांहीं तरी मोबदला घ्यावयाचा हें खरें; पण तो मोबदला केवळ धनादिकच होय असें म्हणणें बरें नाहीं; वराच्या अंगीं सद्गुणांचें अस्तित्व असणें हाही मोबदला ग्राह्य होय; आणि हा धर्म अगदीं सनातन मानलेला आहे. विवाहाची घटना चालू असतां मी तुला कन्या देईन असें कित्येक बोलतात, कित्येक असें न बोलतां उदासीन राहातात आणि कित्येक तर 'होय, मी निश्चयानें तुला कन्या देईनच' असें म्हणतात; परंतु अशा भाषणानें त्या विवाहसंबंधी व्यवहारास कांहीं विशिष्ट स्वरूप प्राप्त होतें असें मला वाटत नाहीं. प्रत्यक्ष पाणिग्रहण होईपर्यंत अशी वाटाघाट व बोलणें चालावयाचेंच आणि वरपक्षाकडून व वधुवराकडून परस्परांकडे मागणें वगैरे व्हावयाचेंच. ह्यास्तव प्रत्यक्ष पाणिग्रहण घडेपर्यंत जें पूर्वीं भाषण वगैरे झालें असेल तें सर्व झालें नाहीं असेंच मानणें हें प्रशस्त. आम्हीं असें ऐकिलें आहे कीं, पूर्वीं मरुतांनीं कन्येला उद्देशून वरच दिला आहे कीं, प्रत्यक्ष पाणिग्रहण घडेपर्यंत कोणींही

कन्येची याचना करावी. ऋषींची आज्ञासुद्धां अशीच आहे कीं, जो वर आपणास पसंत नाहीं त्यास मुलगी देऊं नये; कारण, उत्तम प्रजा निर्माण करण्यासाठीं, आपणास जो वर श्रेयस्कर वाटेल त्यालाच मुलगी देणें उचित होय, असें मी मानितों. राजा युधिष्ठिरा, शुल्क ग्रहण करून मुलगी विकणें हा व्यवहार फार दिवसांपासून प्रचारांत असल्यामुळें नीट अवलोकन व मनन करून यांतील बहुत दोष तुला जाणतां येतील आणि त्या दोषांचें यथार्थ ज्ञान तुला झालें असतां, शुल्क दिलें व तें स्वीकारलें म्हणजे तेवढ्यावर ती वधू त्या वराची पत्नी झालीच म्हणून समजणें केव्हांही उचित होणार नाहीं, हें तुझ्या बरोबर ध्यानांत उतरेल. आतां मी तुला आणखी सांगतों तें ऐक.

मी मागें सर्व मागध, काशिक व कोसल ह्यांना जिंकून (म्हणजे माझा पराक्रम हेंच शुल्क देऊन) विचित्रवीर्याकरितां दोन कन्या घेऊन आलों. त्यांपैकीं एकीचा विचित्रवीर्याशीं विवाह झाला; आणि दुसरीबद्दल वीर्यरूप शुल्क जरी मीं दिलेलें होतें तरी जोंवर तिचें प्रत्यक्ष पाणिग्रहण झालें नाहीं तोंवर तिला अन्य पति वरण्याला मोकळीक आहे असें माझा चुलता बाल्हीक यानें तेथच्या तेथें सांगितलें; आणि तिच्या इच्छेप्रमाणें तिला अन्य पति वरण्यास अनुमोदन दिलें व त्यानें मला विचित्रवीर्याकरितां दुसरी कन्या आणण्यास आज्ञा केली. राजा धर्मा, चुलत्याचें तें भाषण श्रवण करून माझ्या मनांत शंका उत्पन्न झाली आणि माझा चुलता धर्मप्रकरणीं अतिशयित शंकेखोर असल्यामुळें तत्संबंधानें दुसऱ्यांची सल्ला घेण्याचें ठरवून मी दुसऱ्यांनाही त्याबद्दल विचारिलें. अखेरीस मीं आपली शंका आपल्या चुलत्याकडूनच निरसन करून घेण्याचें योजिलें आणि त्याजपाशीं जाऊन त्यास आग्रहपूर्वक विनविलें कीं, राजा, आचाराचें तत्त्व बरोबर जाणण्याविषयीं मी इच्छा करीत आहें, तर मला तें निरूपण करून सांगा.' युधिष्ठिरा, माझें हें भाषण ऐकून महाधर्मज्ञ बाल्हीक राजा मला म्हणालाः—भीष्मा, तुझी जर अशी समजूत असली कीं, मुलीचें शुल्क दिलें म्हणजे पाणिग्रहणविधि झाला नसतांही ती मुलगी शुल्क देणाऱ्याची झाली, तर ही तुझी समजूत वाजवी नाहीं. तुझ्या समजुतीप्रमाणें केवळ शुल्काचें दान व प्रतिग्रह झाल्यानें मुलीवर वराची सत्ता स्थापित होते असें मानिल्यास मग ज्या वरानें शुल्क दिलें तो वर व ज्या कन्येला शुल्क दिलें ती वधू या उभयतांनीं मिळून लाजाहोम करावा म्हणून जें स्मृतिवचन आहे त्याची संगति कशी लावावयाची? जे पुरुष केवळ शुल्कावर भिस्त ठेवितात व पाणिग्रहणाविषयींचें प्राधान्य मानीत नाहींत, त्यांचें वाक्य धर्मवेत्ते जन कधींही प्रमाण मानीत नाहींत. या व्यवहारास उद्देशून लोकांचा भाषणप्रकार कसा आहे हेंही पाहिलें असतां वास्तविक स्थितीचें ज्ञान होईल. लोकांत कन्येचें दान असें म्हणण्याची वहिवाट आहे; कन्येचा क्रय (खरेदी) किंवा कन्येचा जय (कन्या जिंकून आणणें) असें म्हणण्याची वहिवाट नाहीं. तेव्हां कन्यादानविधि म्हणजे प्रत्यक्ष पाणिग्रहणसंस्कार किंवा परिणयनसंस्कार झाल्यावांचून केवळ शुल्कदानानें मात्र वधू ही वराची पत्नी होईल असें म्हणणें अगदींच अप्रशस्त. जे कोणी शुल्क देऊन मुलगी खरेदी करावी असें म्हणत असतील, त्यांस धर्माचें ज्ञान मुळींच नाहीं असें म्हटलें पाहिजे. अशा भलत्याच प्रकारें शास्त्रप्रतिपादन करणाऱ्या लोकांना मुळींच मुलगी देऊं नये व त्यांच्याशीं त्या प्रकारें मुलीचें लग्नही लावूं नये. भार्या ही कधींही खरेदी--विक्रीनें मिळवितां येणारी वस्तु नव्हे. जे कोणी दासींचा क्रय-

विक्रय करीत असतील ते पातकी व कामांध लोक मात्र अशा प्रकारें समजत असतील. भीष्मा, ह्या विषयासंबंधें लोकांनीं सत्यवानाला एकदां प्रश्न केला कीं, 'मुलीचें शुल्क दिल्यानंतर शुल्क देणारा वर जर मरण पावला तर अन्य वराला त्या मुलीचें पाणिग्रहण करितां येईल कीं नाहीं याजबद्दल आम्हांला मोठी शंका पडली आहे; तर, हे महाप्राज्ञा, तूं आमच्या ह्या शंकेचें निराकरण कर. सर्व सुज्ञ जनांना तूं मान्य आहेस, यास्तव आम्हां तत्त्वजिज्ञासूंचा तूं नेत्र हो, आणि ह्या विषयाचें आम्हांला सम्यग्ज्ञान करून दे.' भीष्मा, ह्याप्रमाणें त्या लोकांचें भाषण श्रवण करून त्या सर्वांना सत्यवान् म्हणालाः—लोकहो, जो अन्य वर आपणांस पसंत असेल त्याला बेलाशक कन्या द्यावी; ह्या कामीं विचार करण्याचें मुळींच प्रयोजन नाहीं. अहो, ज्या वरानें शुल्क दिलें असेल तो वर जिवंत असतांना त्याचा अनादर करूनही दुसऱ्याला कन्या देण्यास हरकत नाहीं; मग शुल्क देणारा वर मृत झालेला असल्यास दुसऱ्याला तिचें पाणिग्रहण करितां येईल ह्याविषयीं वानवाच नाहीं. आतां इतकें खरें कीं, अशा कन्येनें दिराशीं लग्न करून पुनः त्याच कुळांत भर्तृसुख भोगावें किंवा पाणिग्रहण करणाऱ्याच्या इच्छेनुरूप अन्याशीं प्रवेश न करितां मृताशींच अनुगत राहून तपश्चर्या चालवावी. कित्येकांच्या मतें अशा प्रकारच्या भ्रात्यांच्या बालभार्यांशीं त्यांच्या दिरांना लग्न करण्यास प्रत्यवाय नाहीं. पण कित्येक म्हणतात कीं, हा शास्त्रनियुक्त विधि नसून ही केवळ जुजबी ऐच्छिक रूढी आहे. असो; ह्यावरून इतकें निर्विवाद आहे कीं, प्रत्यक्ष पाणिग्रहणविधीच्या पूर्वी जे कांहीं मंगलसंस्कार किंवा मंत्रविधि वगैरे होतात ते सर्व झाल्यावर सप्तपदीच्या पूर्वीं वराला मृत्यु आला तर तेवढ्यावरून त्या मुलीचा अन्य पति वरण्याचा हक्क नष्ट होत नाहीं. पण सप्तपदी झाली कीं, पाणिग्रहणविधि सिद्ध झाला म्हणून सप्तपदीच्या विधींत वधूवरांवर अभिषेक झाला म्हणजे पाणिग्रहण करणाऱ्या वराची ती वधू भार्या झाली आणि मग मात्र त्यांचा पक्का संबंध जडला. इतकें झाल्यावर जर तें लग्न मोडण्याची कोणी खटपट करील तर तो पातकाचा अधिकारी होईल. असो; कन्येचें दान करावयाचें तें अशा प्रकारें करावें. विद्वान् पुरुष असा नियम सांगतात कीं, द्विजोत्तमानें (श्रेष्ठ ब्राह्मणानें), क्षत्रियानें व वैश्यानें अनुकूल, आपल्या कुळाला साजेशी व भावानें दिलेली अशी वधू अग्नीच्या समीप रीतीप्रमाणें अग्नीला प्रदक्षिणा करून भार्या म्हणून स्वीकारावी. (तात्पर्य, भार्यात्वसिद्धीसाठीं दान व पाणिग्रहण हे दोन विधि प्रमुख होत. जर दानावांचून कन्या वरिली तर ती मुलगी चोरून आणल्याप्रमाणें होईल आणि जर पाणिग्रहणविधीवांचून कन्या वरिली तर ती दासीसारखी होईल व तिच्या ठिकाणीं धर्मपत्नित्व संभवणार नाहीं!)

अध्याय पंचेचाळिसावा.

—:०:—

यमगाथा.

युधिष्ठिर म्हणालाः—पितामह भीष्म, कन्येला शुल्क देऊन तो शुल्क देणारा वर निघून गेला आणि इकडे त्याच्या भयानें त्या कन्येला वरण्यास कोणीही राजी नाहीं; तर मग पुढें काय व्यवस्था करावी हें मला सांगा.

भीष्म सांगतातः—राजा युधिष्ठिरा, मुलीचा पिता पुत्रहीन व संपन्न असेल तर त्यानें त्या मुलीचें पालन करून शुल्क देणाऱ्या वराची वाट पहात रहावें. जर त्याला तसें

करावयाचें नसेल तर त्यानें मुलीचें जें शुल्क घेतलें असेल तें वराच्या पित्रादिक आप्तांना परत करावें; पण जर का तो तें शुल्क ठेवून घेईल तर ती कन्या शुल्क देणाऱ्यानें विकत घेतल्याप्रमाणें होऊन तीवर त्या शुल्कदाची मालकी होईल; मुलीच्या बापाला ती दुसऱ्या कोणासही देण्याचा अधिकार नाहीं. फार कशाला ? त्या कन्येला आपल्या त्या शुल्कद भर्त्याकरितां अपत्याची इच्छा करून धर्मशास्त्रानुसार संतति उत्पन्न करितां येईल; ह्यास्तव शुल्क देणाऱ्याशिवाय अन्याला त्या मुलीचें समंत्र पाणिग्रहण करण्याचा अधिकार येत नाहीं. राजा धर्मा, ज्या मुलीचें शुल्क पित्रादिकांनीं स्वीकारिलें असेल तिची गोष्ट ह्याप्रमाणें समजावी; पण जिला कोणी शुल्क दिलें नाहीं अशा मुलीसंबंधानें काय नियम आहे हें समजण्यासाठीं मी जें तुला आतां सांगतों तें श्रवण कर. पूर्दी पित्याच्या आज्ञेवरून सावित्रीनें स्वतः सत्यवानाला वरिलें व तिचा त्याच्याशींच विवाह झाला. सावित्रीच्या पित्यानें सावित्रीला तूं स्वतः वर पसंत कर म्हणून जें सांगितलें हें त्याचें करणें कित्येकांस मान्य आहे. पण कित्येक धर्मवेत्ते त्याची प्रशंसा करीत नाहींत. ते म्हणतात कीं, असलें कृत्य थोर लोकांनीं कधींही केलें नाहीं; पण ह्यावर दुसऱ्या लोकांचें असें म्हणणें आहे कीं, थोर लोकांना दुसऱ्या थोरांच्या वर्तनाचा आधार घ्यावा लागत नाहीं. थोर लोक जें वर्तन करितात तोच श्रेष्ठ मार्ग आणि धर्माचें लक्षण तरी तेंच समजावें. राजा युधिष्ठिरा, ह्या प्रकरणाला उद्देशूनच विदेहपति महात्मा जनक राजा ह्याचा नातू सुक्रतु ह्यानें असा अभिप्राय सांगितला आहे कीं, असतांनीं आचरण केलेलें वर्तन तुह्मी करा असें कोणीही कोणाला ह्मणणार नाहीं; तेव्हां स्त्रिया स्वातंत्र्यास पात्र नाहींत असें ज्यांनीं ठरविलें ते तसें ठरवितांना चुकले असें समजावें, किंवा त्यांची चुकी नाहीं असें मानून प्राचीन रूढाचाराविरुद्ध वागणारे जे थोर लोक त्यांना दोष द्यावा, हें मोठें गूढ आहे. स्त्रियांना स्वातंत्र्य देऊं नये असा जो प्राचीन धर्म, त्याचें खंडण करणें व स्त्रियांना स्वातंत्र्य द्यावें ह्मणून प्रतिपादणें हें अगदीं अनुचित, हा अगदीं असुरी धर्म होय. हा असला प्रचार पूर्वीं कधीं चालू होता असें आह्मीं ऐकिलेंही नाहीं, स्त्रीपुरुषांमधील भार्यापतिसंबंध हा मोठा सूक्ष्म आहे; हा संबंध प्राक्तनानुरूप घडून येतो; शास्त्रांचें रहस्य मनांत उतरल्याशिवाय ह्या संबंधाचें यथार्थ ज्ञान होत नाहीं. ह्यास्तव, भार्यापतिसंबंधाचें मर्म मनांत आणल्यावांचून केवळ दोघांनाही साधारण अशा विषयसुखावर लक्ष देऊन जर स्त्रीपुरुषें विवाहास उद्युक्त झालीं, तर त्यापासून सुपरिणाम घडणार नाहीं.

युधिष्ठिर ह्मणतातः—पितामह भीष्म, एखादा पुरुष पुत्रहीन निवर्तला असतां त्याचें धन इतर पुरुष कोणत्या प्रमाणानें वांटून घेतात ? माझ्या मतें पुत्रहीन पुरुषाला दुहिता असल्यास ती पुत्राप्रमाणेंच समजावी.

भीष्म सांगतातः—जसा आत्मा तसाच पुत्र, आणि दुहिताही पुत्राप्रमाणेंच; तेव्हां पुत्रहीन पुरुषाचा आत्मा व दुहिता ही एकच. म्हणून पुत्रहीन पुरुषाची पत्नी हयात नसल्यास त्याच्या जागीं त्याची दुहिता उभी असेल तर त्या पुत्रहीनाचें धन त्याच्या भ्रात्रादिक अन्य आप्तांना कसें मिळेल ? मातेचें जें यौतक धन त्यावर मातेच्या पश्चात् दुहितेचाच हक्क असतो. तिला पुत्र असला तरी त्याला तें मागण्याचा अधिकार नाहीं. मातेचें यौतक धन म्हणजे मातेची खासगत मिळकत. कदाचित् ती

तिला तिच्या बापानें विवाहसमयीं दिली असेल, कदाचित् ती श्वशुरादिक अन्य आप्तानें दिली असेल, कदाचित् पतीनेंही तिला ती निराळी मिळकत म्हणून दिली असेल, किंवा तिनें कांहीं कामकाज करून संपादिली असेल. असो; अपुत्र पिता मृत झाला असतां त्याचें धन त्याच्या दुहितेकडे जातें व नंतर तें तद्द्वारा त्याच्या नातवाला (मुलीच्या मुलाला) मिळतें. कारण, तो नातू आपल्या पित्याला व त्याचप्रमाणें आपल्या मातामहालाही पिंड देतो. धर्मशास्त्राच्या दृष्टीनें पुत्र व नातू यांत मुळींच भेद नाहीं. अपुत्र पुरुषानें आपली कन्या हीच आपला पुत्र असें मानिल्यानंतर त्याला पुत्र झाला तर पित्याच्या त्या संपत्तीचे दोन-पंचमांश कन्येनें व तीन-पंचमांश पुत्रानें घ्यावे; परंतु पित्यानें अन्यत्र जात (दत्तक वगैरे) पुत्र घेतला असला तर कन्येनें तीन-पंचमांश व त्या पुत्रानें दोन-पंचमांश घ्यावे. राजा, युधिष्ठिरा, नातवाला आजाच्या मिळकतीवर हक्क सांगतां येतो म्हणून जें कांहीं सांगितलें तें विकलेल्या मुलीच्या पुत्राला, मग तो औरस असो किंवा अनौरस असो, लागू नाहीं. तो फक्त आपल्या बापाच्या मिळकतीचा मात्र वारस होतो, त्याचा मातामहाच्या मिळकतीवर कांहींएक वारसा चालत नाहीं. कारण, विकलेल्या मुलीची संतति म्हणजे आसुरविवाहापासून उत्पन्न झालेली संतति; ही अधर्ममूलक असल्यामुळें दुष्ट स्वभावाची, हेकेखोर, परस्व हरण करणारी, लबाड व पातकी अशीच असावयाची! ह्या विषयास उद्देशून प्राचीन इतिहास जाणणारे, सदाचाराविषयीं ज्ञाते, धर्मशास्त्रांमध्यें पटाईत आणि मर्यादांचें अतिक्रमण न करण्याविषयीं नित्य झटणारे पुरुष यमाच्या गाथेचें कीर्तन करीत असतात. ते म्हणतात कीं, जो मूढ मनुष्य स्वकीय पुत्राला विकून धन मिळवितो अथवा कन्येला विकून आपला चरितार्थ चालवितो तो एकामागून एक सात महाघोर कालसूत्राख्य नरकांमध्यें पडतो आणि स्वेद, मूत्र, विष्टा, हीं खाऊन काल घालवितो! आर्षविवाहांत मुलीबद्दल एक गायबैलांची जोडी देतात आणि मुलीचा पिता वगैरे ती जोडी घेतो. कित्येकांच्या मतें ही कांहीं मुलीची किंमत म्हणून समजूं नये; पण कित्येकांच्या मतें असें बोलण्यांत कांहीं अर्थ नाहीं. मुलीचें शुल्क हें थोडें असो वा फार असो, त्याजवरून मुलगी विकली असाच अर्थ समजावा. कितीएक मोठमोठे पुरुष असें आचरण करितात, इतक्यावरून तो सनातन धर्म असें म्हणतां येत नाहीं. असो; याशिवाय बळानें कन्या हरण करणाऱ्या राक्षसांची रीत देखील दृष्टीस पडतच आहे! तेव्हां हा सर्व प्रघात निंद्य व त्याज्य असाच समजला पाहिजे! मुलीला बळजबरीनें हस्तगत करून घेऊन तिचा उपभोग करणारे पुरुष तर पापकर्तेच होत! अशांना अंधतमस् नरकांतच लोळत पडावें लागतें! अहो, परक्या मनुष्याचीही विकरी करूं नये; मग आपल्या संततीची विकरी करूं नये हें सांगण्याची तर गरज काय? अशा पातकाचरणानें जें धन मिळविलें त्यापासून कोणता धर्मसंग्रह होईल बरें?

अध्याय शेचाळिसावा.

स्त्रीप्रशंसा.

भीष्म सांगतातः— राजा युधिष्ठिरा, प्रचेतसाचा पुत्र दक्ष याचें म्हणणें इतिहासज्ञ पुरुष लोकांस सांगत असतात. तें असें कीं, ज्या मुलीला उद्देशून अर्पण केलेलें कांहींएक त्या मुलीचे पित्रादिक बंधु स्वतः घेत नाहींत, तर तें सर्व त्या मुलीच्या अलंकारांकरितां वगैरे

लावितात, त्या मुलीची त्या देजानें विकरी होत नाहीं. मुलींना बहुमान देणें, त्यांजवर अतिशय ममता करणें व त्यांना इतर सर्व प्रकारांनीं प्रेमळपणानें वागविणें हें सर्वतोपरी इष्ट होय. बहुत कल्याणाची इच्छा करणाऱ्या पित्यांनीं, भ्रात्यांनीं, सासऱ्यांनीं व दिरांनीं मुलीविषयीं पूज्यबुद्धि धारण करून तिला वस्त्राभरणें वगैरे देऊन अलंकृत करावें. जर मुलीचें (वधूचें) चित्त प्रसन्न झालें नाहीं आणि त्यामुळें तिच्यापासून पुरुषाला (वराला) उल्हास वाटला नाहीं, तर उभयतांची चित्तवृत्ति खिन्न व उदासीन राहून प्रजावृद्धि होणार नाहीं !

राजा युधिष्ठिरा, ह्यासाठीं स्त्रियांना बहुमान देणें व त्यांचे लाड करणें हें नेहमीं अवश्य होय. जेथें स्त्रियांचा गौरव होतो तेथें देवता रममाण होतात ! ज्या ठिकाणीं स्त्रियांना मान मिळत नाहीं त्या ठिकाणीं सर्व क्रिया निष्फळ होतात ! बाबारे, ज्या कुलांत स्त्रिया दुःख भोगतात तें कुल नाशच पावतें ! ज्या घरांना स्त्रियांनीं शाप दिले त्या घरांचें जणू काय घातक देवतेनें वाटोळेंच केलें म्हणून समजावें ! त्या घरांतील सर्व लक्ष्मी नष्ट होऊन तीं अगदीं दीन होत्सातीं कधींही वृद्धिंगत होणार नाहींत ! मनूनें स्वर्गास जाते वेळीं स्त्रियांना पुरुषांच्या हवालीं केलें आणि सांगितलें कीं, स्त्रिया ह्या बलहीन आहेत, त्यांच्या ठिकाणीं मनाची बळकटी नाहीं, त्या तत्काळ दुसऱ्याच्या स्वाधीन होतील, त्यांचें मन मोठें कोमल आहे, व त्यांची बुद्धिही पोक्त नाहीं; ह्यास्तव तुम्ही त्यांचें उत्तम संगोपन करा. मनूनें मनुष्यांना आणखी म्हटलें कीं, मानवहो, स्त्रिया ह्या आदरास पात्र आहेत, ह्यासाठीं तुम्ही त्यांचा आदर करा. बाबांनो, सर्व धर्मांचें मूळ स्त्रियाच होत. सर्व सुखसोहाळे त्यांच्यावरच अवलंबून आहेत; ह्यास्तव त्यांची सेवा करा, त्यांना मान द्या आणि त्यांच्या अधीन व्हा. नूतन अपत्याची उत्पत्ति, जन्मलेल्याचें परिपालन आणि लोकांच्या योगक्षेमाचें अनुष्ठान, हीं सर्व स्त्रियांच्या स्वाधीन आहेत ! जनहो, तुम्ही जर स्त्रियांना अतिशय मान द्याल, तर तुमचीं सर्व कार्यें सिद्धीस जातील.

राजा धर्मा, ह्या विषयास अनुसरून विदेहाधिपतीच्या कन्येनें जें कांहीं गाइलें तें असें:— स्त्रियांना यज्ञयाग करण्याचें कारण नाहीं आणि श्राद्धादिकांची व उपवासांचीही गरज नाहीं. त्यांचा मुख्य धर्म हा कीं, त्यांनीं आपल्या भर्त्याची सेवा करावी आणि तिच्या योगें स्वर्ग मिळवावा. स्त्रियांना कौमार दशेंत त्यांचा पिता राखतो, तारुण्यांत त्यांचा पिता राखतो, व वृद्धपणांत त्यांचे पुत्र राखतात; त्या स्वातंत्र्याला ह्मणून केव्हांही पात्र नाहींत. ह्यासाठीं कल्याणेच्छु पुरुषांनीं स्त्रिया ह्या खरोखरी श्रीच होत असें मानून त्यांचा सत्कार करावा; स्त्रीचें पालन केलें व तिला नीट कह्यांत राखिलें ह्मणजे ती प्रत्यक्ष श्रीप्रमाणेंच भाग्यदायक होते !

अध्याय सत्तेचाळिसावा.

दायविभाग.

युधिष्ठिर ह्मणालाः— पितामह भीष्म, आपण शास्त्रांत सांगितलेल्या सर्व गोष्टींचे उत्तम ज्ञाते आहां व आपणास राजधर्माची उत्कृष्ट माहिती आहे; आणि जेव्हां एखादी शंका उत्पन्न होते तेव्हां आपण त्या शंकेचें निरसन उत्तम प्रकारें करितां, अशी आपली सर्व भूमंडलावर ख्याति आहे. ह्यासाठीं मला जी एक शंका आली आहे तिचें आपण निराकरण करावें. प्रस्तुत समयीं मला जी शंका उत्पन्न

झाली आहे ती मी दुसऱ्या कोणालाही विचारणार नाहीं; ह्यास्तव, हे महाबाहो, आपणच माझ्या शंकेची निवृत्ति करा व धर्ममार्गाचें आक्रमण करणाऱ्या पुरुषानें जें कर्तव्य बजाविलें पाहिजे त्याविषयीं सविस्तर निरूपण करून सांगा. पितामह, ब्राह्मणाला चार भार्या विहित आहेत. (१)ब्राह्मणी,(२) क्षत्रिया, (३)वैश्या व केवळ रतिसुखार्थ म्हणून(४) शूद्रा. कुरुसत्तमा, माझी शंका आहे ती ही कीं, ह्या भार्यांच्या ठिकाणीं जे पुत्र जन्मास येतात त्या सर्वांपैकीं पित्याच्या धनावर प्रथम व एकामागून एक कोणाचा वारसा लागू पडतो आणि त्या पितृवित्ताचा कोणीं व कितवा हिस्सा घ्यावा हें मला निरूपण करून सांगा. तात्पर्य, पितृधनाची वांटणी कशी करावी ह्याचें समग्र विवेचन करा.

भीष्म सांगतातः– राजा युधिष्ठिरा, ब्राह्मण, क्षत्रिय व वैश्य हे तीन वर्ण द्विज होत. ह्यांना ब्राह्मणांचा धर्म विहित आहे. ब्राह्मणानें शूद्र स्त्री करावी हें शास्त्राच्या विरुद्ध आहे. ब्राह्मण हा चुकीनें, लोभानें किंवा कामवासनेनें कधीं कधीं शुद्र स्त्री करितो; पण शूद्र स्त्रीचा समागम केला असतां त्यास अधोलोक प्राप्त होतो. अशा प्रकारें वर्तन करणाऱ्या ब्राह्मणाला शास्त्रांत सांगितल्याप्रमाणें प्रायश्चित्त घेणें अवश्य आहे. जर त्या शूद्रेपासून संतति झाली असेल तर त्या ब्राह्मणाला दुप्पट प्रायश्चित्त घेतलें पाहिजे. जर तो ब्राह्मण ह्या अधर्माचरणाबद्दल प्रायश्चित्त घेणार नाहीं, तर त्यास खचित नरकांत पडावें लागेल ! असो.

राजा युधिष्ठिरा, आतां मी तुला पितृधनाचे विभाग कसे करावे तें सांगतों, ऐक. ब्राह्मणाला ब्राह्मणीपासून जो पुत्र झाला असेल त्यानें प्रथम मुख्यांश म्हणून पितृधनांतून एक लक्षणान्वित उत्कृष्ट बैल व उत्तम वाहन ग्रहण करावें. नंतर जें ब्राह्मणस्व उरेल त्याचे दहा भाग करावे आणि त्यांतून त्या ब्राह्मणीच्या पुत्रानेंच आणखी चार भाग घ्यावे; त्या ब्राह्मणाला क्षत्रियास्त्रियेच्यापासून जो पुत्र झाला असेल तोही ब्राह्मणच खरा, ह्यांत संदेह नाहीं, तथापि तो क्षत्रियेचा पुत्र असल्यामुळें त्या कारणविशेषास्तव त्यानें तीनच भाग घ्यावे हें उचित होय; वैश्य स्त्रीपासून त्या ब्राह्मणाला जो पुत्र झाला असेल, त्यानें त्या पितृधनांतून दोन भाग घ्यावे; आणि शूद्र स्त्रीला त्या ब्राह्मणापासून जो पुत्र झाला असेल त्याला त्या ब्राह्मणस्वाचा बिलकूल भाग मिळावयाचा नाहीं, तथापि त्याला अल्प भाग म्हणजे उरलेला एक भाग देण्यांत यावा. राजा धर्मा, ब्राह्मणाच्या धनाचे दहा भाग केल्यावर त्यांची ह्याप्रमाणें वांटणी करावी. ब्राह्मणाला एक किंवा अनेक सुवर्ण स्त्रियांपासून म्हणजे ब्राह्मणीपासून जे पुत्र झाले असतील त्या सर्वांनीं समानभाग ग्रहण करावे. त्याला शूद्र स्त्रीपासून जो पुत्र झाला असेल त्याला ब्राह्मणेतर मानतात, कारण तो ब्राह्मणाच्या धर्मांत व कर्मांत प्रवीण नसतो; परंतु ब्राह्मणापासून पहिले तीन वर्णांतल्या स्त्रियांच्या ठिकाणीं जे पुत्र जन्मतात ते सर्व ब्राह्मणत्व पावतात. राजा, वर्ण चार प्रकारचे सांगितले आहेत. त्यांचा पांचवा प्रकार कांहीं सांगितला नाहीं. पितृधनाचा दहावा भाग शूद्रापुत्रानें घ्यावा, परंतु तो पित्यानें दिला तर घ्यावा, न दिला तर घेण्याचा त्याला अधिकार नाहीं; तथापि धर्मा, शूद्रापुत्राला धनभाग अवश्य द्यावा, कारण दया हा श्रेष्ठ धर्म होय; ह्यासाठीं त्याजवर दया करून त्यास तो दहावा भाग अर्पावा. बाबारे, दया ही नित्य करावी; ती कोणावरही केली तरी गुणकारीच आहे, राजा धर्मा, शूद्र स्त्रीच्या पुत्राला धनभाग देतेवेळीं पित्याला अन्य स्त्रियांपासून पुत्र झालेले असले व नसले तरी त्या शूद्रापुत्राला पितृधनाचा फक्त

दहावा भागच द्यावा; इतर स्त्रियांना पुत्र नाहींत म्हणून त्या शूद्रापुत्राला दहाव्या भागाहून अधिक देण्याचें कारण नाहीं. राजा युधिष्ठिरा, ब्राह्मणानें तीन वर्षेंपर्यंत आपल्या व आपल्या कुटुंबाच्या निर्वाहाला पुरेल इतकें धन संग्रहीं ठेवावें; त्याहून अधिक धन जमल्यास तें यज्ञयागांत खर्चावें. व्यर्थ अन्य हेतूनें धनसंचय करूं नये. पतीनें स्त्रीला फार तर तीन हजार (रुपये वगैरे उत्तम) नाणीं द्यावीं व त्या रकमेचा त्या स्त्रीनें चांगल्या प्रकारें उपभोग घ्यावा. पतीची धनदौलत त्याच्या पश्चात् (तो पुत्रहीन मृत झाल्यामुळें) त्याच्या एक किंवा अनेक स्त्रियांकडे आली असल्यास त्या एक अथवा अनेक स्त्रियांनीं त्या धनदौलतीचा फक्त उपभोग घ्यावा; त्यांनीं पतिवित्ताचा कधींही अपहार करूं नये. ब्राह्मणी स्त्रीला तिच्या पित्यानें जें धन दिलें असेल तें तिच्या पश्चात् तिच्या दुहितेनें घ्यावें; कारण, ती तिला पुत्राप्रमाणेंच असते. हे भरतश्रेष्ठा कुरुनंदना, पितृधनाची वांटणी अशा रीतीनें करावी; अन्यायानें धन मिळविणें हा अधर्म होय.

युधिष्ठिर ह्मणालाः-पितामह भीष्म, ब्राह्मणापासून शूद्रेच्या ठिकाणीं जो पुत्र जन्मास येतो त्याला जर बिलकुल कांहीं देऊं नये असा नियम आहे, तर त्याला पितृधनाचा दहावा भाग द्यावा म्हणून जें आपण सांगितलें त्याला कांहीं विशेष कारण आहे काय? पितामह, ब्राह्मणापासून ब्राह्मणीला झालेला पुत्र ब्राह्मणच ह्याच्याबद्दल तर संशय नाहींच; त्याप्रमाणेंच ब्राह्मणापासून क्षत्रियेला व वैश्येला झालेले पुत्रही ब्राह्मणच समजावे; तर मग, हे नृपश्रेष्ठ, त्यांनीं लहान-मोठे भाग घ्यावे ते काय म्हणून? आपणच सांगितलेंत कीं, तिन्ही वर्णांच्या स्त्रियांपासून ब्राह्मणाला झालेले सर्व पुत्र ब्राह्मणच समजावे, मग त्यांना जे दायभाग मिळावयाचे त्यांत फरक कां?

भीष्म सांगतातः—हे परंतपा युधिष्ठिरा, लोकांत स्त्री हा एकच शब्द जरी तिन्ही वर्णांच्या भार्यांना-फार कशाला शूद्र भार्येलाही -लावण्याची वहिवाट असली, तरी त्या शब्दाच्या अर्थांत भेद मात्र कांहीं लहानसहान नाहीं. प्रथम ब्राह्मणानें क्षत्रिय, वैश्य व शूद्र ह्या वर्णांतल्या स्त्रिया केल्या आणि नंतर ब्राह्मणीला वरिलें, तर ती चौथी स्त्री वयानें कनिष्ठ व अगदीं शेवटीं लग्न झालेली असतांही वयानें, मानानें व योग्यतेनें अत्यंत श्रेष्ठ समजली जाते; सर्व लौकिक व वैदिक कर्मांत तिचाच आदर होतो; तिच्याच घरांत भर्त्याची स्नानसामग्री, अलंकारसाधनें, दंतधावन, अंजन, हव्य, कव्य व इतर धर्मक्रियांचें साहित्य हीं असावींत. ती उभी असतांना भर्त्याला धर्मकृत्यांत दुसरी कोणतीही स्त्री मदत करण्यास पात्र नाहीं. त्या वेळीं फक्त ब्राह्मणीनें मात्र त्याला मदत करावी. भर्त्याच्या सर्व क्रियांत ब्राह्मणी हीच तेवढी वरिष्ठ असल्यामुळें त्याला खाण्याचे व पिण्याचे पदार्थ, पुष्पें, वस्त्रें, आभरणें, इत्यादिक सर्व तिनेंच द्यावींत. राजा युधिष्ठिरा, मनूनें जें शास्त्र केलें आहे त्यांत हाच सनातन धर्म प्रतिपादिला आहे. जर ब्राह्मणानें कामादिकांस वश होऊन ह्या नियमांच्या विरुद्ध वर्तन केलें आणि ब्राह्मणीतर स्त्रियांस वर्चस्व दिलें, तर तो पूर्वीं सांगितल्याप्रमाणें चांडाल ब्राह्मण ठरेल! राजा, ब्राह्मणाला क्षत्रियेपासून जो पुत्र होईल तोही ब्राह्मणच खरा, परंतु ब्राह्मणीपुत्र ब्राह्मण व क्षत्रियापुत्र ब्राह्मण ह्यांच्यामध्यें त्यांच्या मातांच्या योग्यतेंत जितका फरक आहे तितकाच समजावा. ज्या अर्थीं क्षत्रियास्त्री जातीनें ब्राह्म-

णीच्या बरोबर केव्हांही व्हावयाची नाहीं, त्या अर्थीं ब्राह्मणीपासून झालेला पुत्र क्षत्रियापुत्रापेक्षां अधिक श्रेष्ठ व योग्य असें म्हणण्यास काय हरकत आहे बरें ? ह्यास्तव, पितृधनांतून जो श्रेष्ठ श्रेष्ठ अंश तो ब्राह्मणीपुत्रानें घ्यावा हें उचित होय. आतां, राजा युधिष्ठिरा, ज्याप्रमाणें क्षत्रिया ही ब्राह्मणीची बरोबरी कधींही करणार नाहीं; त्याप्रमाणेंच वैश्याही क्षत्रियेची बरोबरी कधींही करणार नाहीं. राजा, वैभव, राज्य व कोश ह्यांचे खरे खरे अधिकारी क्षत्रिय हेच होत.क्षत्रिय हा आपल्या धर्मानेंच मोठें ऐश्वर्य व समुद्रवलयांकित पृथ्वीचें राज्य मिळवितो. क्षत्रिय हाच राजदंड धारण करितो आणि अखिल प्रजांना संभाळतो. क्षत्रियावांचून दुसऱ्या कोणालाही प्रजापालन करण्याचें सामर्थ्य नाहीं. राजा धर्मा, ब्राह्मण हे खरोखरी महाभाग्यवान् समजावेत; ते देवांचेही देव होत. म्हणून क्षत्रियानें विधिपूर्वक ब्राह्मणांची पूजा करावी. ऋषींनीं घालून दिलेला धर्म शाश्वत व अविनाशी आहे असें जाणून त्याचा लोप होत आहे असें आढळून आल्यास त्याचें परित्राण करणें हें क्षत्रियाचेंच कर्तव्य होय व त्याप्रमाणें तो तें करितोही. जिकडे तिकडे चोरचिलटांचा उपद्रव माजून धनदौलतीचा व स्त्रियांचा अपहार होऊं लागल्यास सर्व वर्णांचा त्राता क्षत्रिय हाच होय. ह्यासाठीं, निसंशयपणें वैश्यापुत्रापेक्षां क्षत्रियापुत्र श्रेष्ठ मानला पाहिजे. ह्मणून वैश्यापुत्रापेक्षां क्षत्रियापुत्रानें पितृधनाचा अधिक भाग घ्यावा हें विहितच समजावें.

युधिष्ठिर ह्मणालाः— पितामह भीष्म, ब्राह्मणाच्या धनाची वांटणी कशी करावी हें आपण यथाशास्त्र सांगितलेंत. आतां मला इतर वर्णांच्या धनाची वांटणी कशी करावी ह्याचा नियम सांगा.

भीष्म सांगतातः— राजा युधिष्ठिरा, क्षत्रियाला देखील दोन वर्णांच्या स्त्रिया करण्याला हरकत नाहीं. त्यानें तिसरी शूद्र स्त्रीही करावी, परंतु त्याला तसें करण्याला शास्त्राचा मात्र आधार नाहीं. मीं आतां तुला ब्राह्मणाच्या मिळकतीची वांटणी करण्याचा जो नियम सांगितला, तोच नियम क्रमानें क्षत्रियाच्या मिळकतीची वांटणी करितांना लावावा. राजा, क्षत्रियाच्या धनाची वांटणी करितांना प्रथम गज, रथ, आयुध, कवच इत्यादि ज्या युद्धोपयोगी वस्तु त्या निराळ्या ठेवून त्या सर्व क्षत्रियेपासून झालेल्या क्षत्रियापुत्रानें घ्यावा; आणि नंतर जें राहील त्याचे आठ भाग करावे. पितृधनाच्या त्या आठ भागांपैकीं क्षत्रियापुत्रानें चार भाग व वैश्यापुत्रानें तीन भाग घ्यावे आणि राहिलेला आठवा भाग शूद्रापुत्रानें घ्यावा. पण हा आठवा भाग शूद्रापुत्राला हक्कानें म्हणून मिळावयाचा नाहीं; जर पित्यानें दिला तर मिळेल असें समजावें. राजा धर्मा, वैश्याला एक वैश्य वर्णाची मात्र स्त्री करण्याचा अधिकार आहे. त्यानें शूद्र स्त्री करावी, परंतु ती त्याला शास्त्राला अनुसरून म्हणून कांहीं करितां येणार नाहीं. वैश्याला वैश्य स्त्रीपासून व त्याप्रमाणेंच शूद्र स्त्रीपासून पुत्र झाले असतां पितृधनाची वांटणी कशी करावी ह्याजबद्दल नियम आहे. वैश्याच्या धनाचे पांच भाग करावे आणि त्यांपैकीं चार भाग वैश्यापुत्रानें घेऊन पांचवा भाग शूद्रापुत्राला द्यावा. वास्तविकपणें शूद्रापुत्राला हा पांचवा भाग कायदेशीर रीतीनें मागण्याचा हक्क नाहीं; परंतु पित्यानें दिला असतां त्यानें तो घ्यावा व दिला नाहीं तर त्यास तो मिळणार नाहीं. राजा धर्मा, ब्राह्मण, क्षत्रिय व वैश्य ह्यांना शूद्रेच्या ठिकाणीं जे पुत्र होतील त्यांना पितृधनाचा वांटा मागण्याचा हक्क नाहीं; परंतु त्यांना वात्सल्यानें पित्याकडून जें देण्यांत

येईल तें त्यांनीं घ्यावयाचें आहे. असो; शूद्राला एक शूद्र वर्णाची मात्र स्त्री करण्याची मोकळीक आहे; त्याला अन्य वर्णाची स्त्री मुळींच करितां यावयाची नाहीं. शूद्राला कितीही पुत्र असतना, फार कशाला-त्याला शंभर पुत्र असले तरी त्या सर्वांना पितृधनाचा भाग सारखा सारखा मिळावा. ह्या बाबतींत सामान्य नियमच असा कीं, समान वर्णाच्या स्त्रियांपासून एकंदर जे पुत्र झाले असतील त्या सर्वांना पितृधनाचा सारखा वांटा मिळावा; त्यांत न्यूनाधिकपणा करूं नये. ह्या संबंधानें एक विशेष नियम आहे तो हा कीं, एकाच वर्णाच्या स्त्रियांपासून जे पुत्र झाले असतील त्यांपैकीं ज्येष्ठ पुत्रानें ज्येष्ठ भाग म्हणजे एक भाग अधिक घ्यावा; आणि इतर पुत्रांनीं बाकीच्या वांट्याचे सारखे भाग करून घ्यावे; असो.

राजा युधिष्ठिरा, हा दायभागविचार पूर्वी ब्रह्मदेवानें जसा सांगितला तसा मीं तुला कथन केला. एकच वर्णाच्या स्त्रियांच्या ठिकाणीं जे पुत्र जन्मास आलेले असतात त्यांच्या भागप्रमाणांतही विशिष्ट भेद असतो हें लक्षांत ठेविलें पाहिजे. तो भेद असण्याचें कारण त्या पुत्रांच्या माता ज्या क्रमानें त्या पुत्रांच्या पित्याशीं विवाहित झाल्या असतील तो क्रम हें जाणावें. ज्या स्त्रीचा विवाह प्रथम झाला असेल ती स्त्री ज्येष्ठ समजावी व तिचा पुत्र ज्येष्ठ भागाचा अधिकारी म्हणून मानावें; त्याप्रमाणेंच जिचा विवाह ज्येष्ठ पत्नीच्या मागाहून लागलाच झाला असेल ती मध्यम स्त्री समजावी व तिचा पुत्र मध्यम भागाचा अधिकारी असें मानावें; आणि तसाच जिचा विवाह मध्यम पत्नीच्या

---

१ **ज्येष्ठ भाग**—अशी कल्पना करा कीं, एका ब्राह्मणाला चारही वर्णांच्या स्त्रियांपासून तीन तीन पुत्र आहेत. तर त्यांना पितृधन कसें वांटावें? प्रथम त्या पितृधनाचे मागें सांगितल्याप्रमाणें मुख्यांश निराळा काढिल्यावर दहा भाग करावे. त्या दहा भागांपैकीं चार भाग ब्राह्मणीपुत्रांना मिळतील, तीन भाग क्षत्रियापुत्रांना मिळतील, दोन भाग वैश्यापुत्रांना मिळतील, व राहिलेला एक भाग शूद्रापुत्रांना मिळेल. आतां ब्राह्मणीपुत्र तीन; म्हणून पितृधनाचे जे चार-दशांश त्या सर्व ब्राह्मणीपुत्रांच्या वांट्याला आले, त्याचे आणखी भाग करितांना एकंदर पुत्रसंख्येपेक्षां एक अधिक इतके त्याचे भाग करावे; म्हणजे चार वांटे करावे आणि त्यांतून दोन ज्येष्ठ पुत्राला देऊन बाकीचे दोन इतर ब्राह्मणीपुत्रांनीं घ्यावे. हीच रीती पुढें लागू करावी. क्षत्रियापुत्रही तीनच; म्हणून पितृधनाचे जे तीन-दशांश त्या सर्वांच्या वांट्याला आले, त्याचे आणखी भाग करितांना एकंदर पुत्रसंख्येपेक्षां एक अधिक इतके त्याचे भाग करावे; म्हणजे चार भाग करावे आणि त्यांतून दोन ज्येष्ठ पुत्राला देऊन बाकीचे दोन इतर क्षत्रियापुत्रांनीं घ्यावे इत्यादि.

१ एका ब्राह्मणाला भिन्न भिन्न वर्णांच्या स्त्रिया असून त्यांपैकीं सर्व ब्राह्मणीपुत्रांच्या वांट्यास एकंदर १०० रु. जमले. हे सर्व ब्राह्मणीपुत्र एकाच स्त्रीचे पुत्र असल्यास त्यांस वांटणी कशी मिळेल हें मागें ज्येष्ठ भागासंबंधें दिलेल्या टीपेवरून लक्षांत येईल; पण हे पुत्र अनेक स्त्रियांपासून झालेले असल्यास कशी वांटणी करावी हें येथें सांगितलें आहे. अशी कल्पना करा कीं, हे पुत्र चार स्त्रियांपासून झाले आहेत. ह्या चार स्त्रियांपैकीं पहिली स्त्री ही ज्येष्ठ व तिचे पुत्र ज्येष्ठ वांट्याचे अधिकारी; दुसरी स्त्री ही मध्यम व तिचे पुत्र हे मध्यम वांट्याचे अधिकारी; तिसरी स्त्री ही कनीयसी व तिचे पुत्र हे कनीयान् वांट्याचे अधिकारी; व चौथी स्त्री ही सामान्य व तिचे पुत्र हे सामान्य वांट्याचे अधिकारी समजावे. ह्यांत अधिकपणाचें मान फक्त एक अंश हेंच सांगितलें आहे; ह्यास्तव चौथ्या स्त्रीच्या प्रत्येक पुत्राला एक रुपया येत असल्यास तिसऱ्या स्त्रीच्या प्रत्येक पुत्राला दोन रुपये दुसऱ्या स्त्रीच्या प्रत्येक पुत्राला तीन रुपये, व पहिले

(पुढें चालू.)

मागाहून लागलाच झाला असेल ती कनीयसी स्त्री समजावी व तिचा पुत्र कनीयान् भागाचा अधिकारी म्हणून समजण्यांत यावें. असो; सर्वांचें तात्पर्य असें कीं, सर्व जातींच्या स्त्रियांमध्यें भर्त्याशीं जी सवर्ण तिचा पुत्र श्रेष्ठ अंशाचा हक्कदार असा नियम आहे. मरीच ऋषीचा पुत्र महर्षि काश्यप ह्यानेंही हाच नियम सांगितला आहे.

अध्याय अठ्ठेचाळिसावा.

—:०:—

वर्णसंकरकथन.

युधिष्ठिर म्हणालाः— पितामह भीष्म, धनाच्या लोभानें, कामाच्या आसक्तीनें, वर्णांच्या अज्ञानानें, किंवा मूर्खपणानें वर्णावर्णांत स्त्रीपुरुषसमागम घडून वर्णसंकर होतो. ह्यास्तव, अशा रीतीनें संकरसृष्टि जन्मास आली असतां त्या सृष्टींतील मनुष्यांनीं कसें वागावें व कोणकोणतीं कर्में करावीं, ह्याजबद्दल मला निरूपण करून सांगा.

भीष्म सांगतातः— राजा युधिष्ठिरा, चार वर्ण व त्यांचीं कर्में हीं पूर्वीं प्रजापति ब्रह्मदेवानें केवळ यज्ञयागांच्या सिद्धीकरितां निर्माण केलीं. (त्यांत शूद्रानें प्रत्यक्ष यज्ञयाग न करितां इतर वर्णांच्या सेवाद्वारानें यज्ञयाग करावें असे त्यानें ठरविलें.) राजा युधिष्ठिरा, ब्राह्मणाला चार वर्णांच्या स्त्रिया करण्याचा अधिकार आहे; परंतु त्यांपैकीं फक्त दोहोंच्या ठिकाणीं म्हणजे ब्राह्मणीच्या व क्षत्रियेच्या ठिकाणीं मात्र ब्राह्मणाचा आत्मा म्हणजे ब्राह्मणसंतति जन्म पावते. ह्या दोन वर्णांच्या स्त्रियांखेरीजकरून इतर ज्या वैश्य व शूद्र वर्णांच्या स्त्रिया त्यांच्या ठिकाणीं पित्याच्या वर्णाची संतति उत्पन्न न होतां मातेच्या वर्णाची हीन संतति जन्म पावते. (वैश्य वर्णाच्या मातेपासून ब्राह्मणाला जी संतति होते तिला अंबष्ट नामक वैश्यसंतति म्हणतात आणि शूद्र वर्णाच्या मातेपासून ब्राह्मणाला जी संतति होतें तिला निषाद नामक शूद्रसंतति म्हणतात.) राजा धर्मा, शूद्र हा शवापेक्षां म्हणजे श्मशानापेक्षां इतक्याच एका गोष्टीनें अधिक आहे कीं, श्मशान हें पादहीन असल्यामुळें स्थावर आहे आणि शूद्र हा पादयुक्त असल्यामुळें वाटेल तेथें फिरणारा जंगम आहे. बाकी अमंगळपणा हा दोहोंमध्यें सारखाच आहे. ह्यासाठीं ब्राह्मणापासून शूद्रेच्या ठिकाणीं जो पुत्र जन्मास येतो त्यास अमंगलार्थ बोधक पारशव असें नांव देतात आणि त्यानें नित्य पितृकुलाची सेवा करावी व स्वतःची शूद्रवृत्ति सोडू नये असा विधि सांगितला आहे. राजा, पार-

(मागील पृष्ठावरून चालू)

स्त्रीच्या दुसऱ्या, तिसऱ्या वगैरे पुत्रांला प्रत्येकीं चार रुपये व पहिल्या स्त्रीच्या पहिल्या पुत्रांना ५ रु. आले पाहिजेत. (चोहोंहून अधिक स्त्रिया असल्यास चौथीच्या व पांचवीच्या पुत्रांत कांहीं भेद नाहीं.) आणखी अशी कल्पना करा कीं, चार स्त्रियांपैकीं प्रत्येकीला तीन तीन पुत्र आहेत; तर शंभर रुपये कसे वांटावे? चौथीच्या प्रत्येक पुत्राला १; म्हणून १×३=३ हा वांटा चौथीच्या पुत्रांना; २×३=६ हा वांटा तिसरीच्या पुत्रांना; ३×३=९ हा वांटा दुसरीच्या पुत्रांना; आणि ४×२=८ आणि ५×१=५, मिळून १३ हा वांटा पहिलीच्या पुत्रांना मिळेल; म्हणजे ३+६+९+१३=३१ रु. वांटणें झाल्यास ह्या प्रकारची वांटणी होईल. ह्यावरून १०१ अथवा अन्य रकमेची वांटणी ह्या हिशोबानें करावी.

१ ब्राह्मणापासून ब्राह्मणीच्या ठिकाणीं जन्म पावणारी संतति मात्र खरी उच्च ब्राह्मणसंतति होय. ब्राह्मणापासून क्षत्रियेच्या ठिकाणीं जन्मलेली संतति कांहींशी हीनच जाणावी. (नीलकंठी टीका.)

शवाचें मुख्य कर्तव्य हें कीं, त्यानें हरएक उपाय योजून आपल्या कुलाची अभिवृद्धि करावी. आपल्या कुळाच्या उत्कर्षाकरितां झटतांना त्यानें आपण वयानें मोठे आहों किंवा लहान आहों, ह्याचा विचार करूं नये; तर जेणेंकरून आपण ज्याच्या वंशांत जन्म घेतला त्या द्विजाच्या घराण्याचें कल्याण होईल अशा प्रकारें वागून रात्रंदिवस पितृकुलाला मदत करण्यासाठीं तत्पर असावें.

राजा, युधिष्ठिरा, क्षत्रियानें क्षत्रिय, वैश्य व शूद्र ह्या वर्णांशीं शरीरसंबंध करण्यास हरकत नाहीं; पण त्यांपैकीं क्षत्रिय व वैश्य ह्या दोन वर्णांच्या स्त्रियांच्या ठिकाणीं मात्र त्या क्षत्रियाचा आत्मा म्हणजे क्षत्रियवर्णाची संतति जन्म पावते. तिसरी हीन वर्णाची जी शूद्र स्त्री तिच्या ठिकाणीं शूद्र वर्णाची हीन प्रजा उत्पन्न होते आणि तिला उग्र हें विशेषनाम प्राप्त होतें असें शास्त्रवचन आहे.

राजा, वैश्यानें वैश्य व शूद्र ह्या दोन वर्णांच्या स्त्रिया कराव्या. त्याला त्या दोहोंपासूनही वैश्य प्रजाच उत्पन्न होते; आणि शूद्रानें फक्त शूद्र वर्णाची मात्र बायको करावी; तिच्यापासून त्याला जी संतति जन्मेल ती सर्व शूद्रच होय.

राजा युधिष्ठिरा, अशा ह्या रीतीनें जी संतति उत्पन्न होते ती कमी-अधिक योग्यतेची असली तरी चातुर्वर्ण्याहून श्रेष्ठ होत नाहीं; परंतु ह्याव्यतिरिक्त इतर रीतीनें जी संतति जन्म पावते ती अगदीं निंद्य असून चातुर्वर्ण्याच्या बाहेर असते. जर एखादा मनुष्य वरिष्ठ वर्णाच्या स्त्रियेशीं व्यभिचार करील तर त्या अधमाला वर्णबाह्य संतति उत्पन्न होईल. क्षत्रियानें विप्रस्त्रियेशीं समागम करून पुत्र झाला, तर त्यास सूत असें म्हणतात. सूत हा चातुर्वर्ण्याच्या बाहेर असून त्यानें सारथ्य करावें व राजादिकांचे स्तुतिपाठ गावे असा नियम आहे. वैश्याला ब्राह्मणीपासून जो पुत्र होतो त्यास वैदेहक असें म्हणतात; त्याला उपनयनादिक संस्कार नाहींत. त्यानें अंतःपुरांतील स्त्रियांचें संरक्षण करावें असा नियम आहे. शूद्राचा ब्राह्मणीशीं समागम होऊन त्यापासून तिला जो पुत्र होतो तो चांडाल होय. तो अतिशय भयंकर जाणावा. त्यानें गांवाच्या अथवा शहराच्या बाहेर रहावें आणि देहांतशासनाला योग्य अशा अपराध्यांचा शिरच्छेद करावा ! राजा, ब्राह्मणस्त्रीपासून कुलाला बट्टा लावणारी ही अशा प्रकारची दुष्ट प्रजा उत्पन्न होते. हे महाबुद्धिमंता, ही सर्व संकरसंतति जाणावी. त्याप्रमाणेंच, क्षत्रियस्त्रीच्या ठिकाणीं वैश्यापासून जी संतति जन्म पावते तिला मागध किंवा बंदी असें ह्मणतात. बंदीजनाचें किंवा मागधाचें काम म्हटलें ह्मणजे त्यानें राजेलोकांचे वगैरे स्तुतिपाठ गावे हें आहे. क्षत्रियेला शूद्रापासून जी प्रजा होते तिला निषाद[1] म्हणतात. निषादाचें काम म्हटलें म्हणजे मासे मारणें हें होय. त्याप्रमाणेंच, वैश्य स्त्रीला शूद्रापासून जी संतति होते तिला आयोगव ह्मणतात. आयोगव संतति ही अगदीं ग्राम्य आचाराची असते. आयोगवानें सुतारकाम करून उपजीविका चालवावी. कोणत्याही ब्राह्मण नें आयोगवापासून दान-प्रतिग्रह करूं नये असा नियम आहे.

राजा युधिष्ठिरा, ह्याप्रमाणें मीं जी तुला (अंबष्ठ, पारशव, उग्र, सूत, वैदेहक, चांडाल, मागध, निषाद व आयोगव या नऊ प्रकारची) संतति सांगितली, त्या संततीमध्यें

१ ब्राम्हणापासन शूद्रस्त्रीच्या ठिकाणीं जी संतति होते तिलाही निषाद संतति म्हणतात. ही अनुलोम निषादसंतति आणि क्षत्रियेला शूद्रापासून जी संतति होते ती प्रतिलोम निषादसंतति जाणावी.

एकाच जातीच्या स्त्रीपुरुषापासून जी प्रजा जन्मास पावते ती त्याच जातीची असते; परंतु पुरुष हा उच्च जातीचा व स्त्री ही नीच जातीची असली म्हणजे त्यापासून उत्पन्न होणारी संतति मातेच्या जातीची नीच होते. ज्याप्रमाणें ब्राह्मण, क्षत्रिय, वैश्य व शूद्र ह्या चार वर्णांमध्यें पुरुषाचा वर्ण व त्याच्या खालचा वर्ण ह्या दोन वर्णांच्या स्त्रियांपासून त्या पुरुषाला जी संतती होते ती त्या पुरुषाच्या वर्णाची होते आणि इतर स्त्रियांपासून जी संतति होते ती प्राधान्येंकरून चातुर्वर्ण्याच्या बाहेर असते, त्याप्रमाणेंच ह्या संकरसंततीचाही प्रकार जाणावा. संकरजातींमध्यें सुद्धां सजातीय स्त्रीपुरुषांपासून त्यांच्याच जातीची संतति होते; परंतु ह्या नियमाचें अतिक्रमण होऊन उत्तम पुरुष व अधम स्त्री, किंवा अधम पुरुष व उत्तम स्त्री ह्यांचा समागम झाला तर त्या योगें कमी-अधिक मानानें निंद्य संतति जन्मास येते. ज्याप्रमाणें शूद्रापासून ब्राह्मणीला जो पुत्र होतो तो चातुर्वर्ण्याच्या बाहेर असतो, त्याप्रमाणें चातुर्वर्ण्याच्या बाहेर असलेल्या पुरुषापासून (चातुर्वर्ण्यांतील किंवा इतर भिन्न स्त्रियांना) जो पुत्र होतो तो चातुर्वर्ण्याच्या बाहेर असलेल्या पुरुषाच्याही पलीकडील अधम जातीचा असतो. असो; अशा प्रकारें प्रतिलोमसंतति वाढत जाते आणि एकापेक्षां एक हीन हीन अशी बाह्यांपासून पंधरा प्रकारची बाह्यतर संतति निर्माण होते !

राजा युधिष्ठिरा, अगम्य अशा स्त्रीशीं गमन केलें ह्मणजे जी संतति जन्म पावते तींत वर्णसंकर घडतो. आतां ह्या वर्णसंकराचे विशिष्ट प्रकार समजण्यासाठीं मी तुला कित्येक वर्णसंकराचीं उदाहरणें सांगतों. राजा, वैश्य वर्णाच्या स्त्रीला शूद्रापासून आयोगव संतति उत्पन्न होते हें मीं तुला सांगितलें आहेच. ब्राह्मण, क्षत्रिय, वैश्य व शूद्र ह्यांनीं आपापलीं विहित कर्में करावयाचें सोडून दिलें ह्मणजे त्या क्रियालोपाच्या योगें ते हीन अशा दस्युत्वाप्रत पावतात. ह्या दस्यूंपासून आयोगव

१ अंबष्ठ व पारशव ही संतति चातुर्वर्ण्याच्या बाहेर नाहीं.

२ ब्राह्मणस्त्रियेला क्षत्रिय, वैश्य व शूद्र ह्या वर्णांच्या पुरुषांपासून अनुक्रमें सूत, वैदेहक व चांडाळ, क्षत्रियस्त्रियेला वैश्य व शूद्र ह्या वर्णांच्या पुरुषांपासून अनुक्रमें मागध व निषाद, आणि वैश्यस्त्रियेला शूद्रापासून आयोगव नांवाची प्रतिलोमसंतति म्हणजे बाह्यसंतति उत्पन्न होते आणि नंतर ह्या बाह्यसंततीपासून पंधरा प्रकारची बाह्यतर संतति जन्म पावते. सूत, वैदेहक, चांडाल, मागध, निषाद व आयोगन ह्या सहा प्रकारच्या बाह्य संततीचा परस्पर-संकर होऊन पंधरा प्रकारची बाह्यतर संतति जन्मास येते. बाह्य संततीमध्यें देखील प्रातिलोम्य असतेंच. प्रतिलोम्याच्या दृष्टीनें ह्या सहा प्रकारच्या संततीचा अनुक्रम सूत, मागध, वैदेहक, आयोगव, निषाद व चांडाल असा आहे. (मनुस्मृति १०; ३१ टीका पहा. ह्यास्तव चांडालापासून सूत, माधव, वैदेहक, आयोगव व निषाद ह्या जातींच्या स्त्रियांना पांच प्रकारची बाह्यतर प्रतिलोम संतति उत्पन्न होईल; निषादापासून सूत, मागध, वैदेहक व आयोगव ह्या जातींच्या स्त्रियांना चार प्रकारची बाह्यतर प्रतिलोम संतति उत्पन्न होईल; आयोगवापासून सूत, मागध व वैदेहक ह्या जातींच्या स्त्रियांना तीन प्रकारची बाह्यतर प्रतिलोम संतति उत्पन्न होईल; वैदेहकापासून सूत व मागध ह्या जातींच्या स्त्रियांना दोन प्रकारची बाह्यतर प्रतिलोम संतति उत्पन्न होईल; त्याचप्रमाणें मागधापासून सूतस्त्रियेला एकाच प्रकारची बाह्यतर प्रतिलोमसंतति उत्पन्न होईल आणि सूताला मात्र बाह्यतर प्रतिलोमसंतति उत्पन्न होणार नाहीं. सारांश, एकंदर बाह्यतर प्रतिलोम संतति पंधरा प्रकारची होईल.

३ मनुस्मृति—अध्याय १०, ४५; व कुल्लूकाची टीका पहावी.

स्त्रियांच्या ठिकाणीं जी संतति जन्मास येते तिला सैरंध्र असें म्हणतात. सैरंध्र जातीचें काम म्हटलें म्हणजे त्यांपैकीं पुरुषांनीं राजे लोकांचे अलंकार, पोषाख, अंमाला लावावयाच्या उट्या, पादसंवाहन वगैरेची माहितगारीनें चांगली व्यवस्था ठेवावी आणि स्त्रियांनीं राण्यांचे दागदागिने, वस्त्रप्रावरणें, दिव्यांगराग, अंगमर्दन इत्यादि करून त्यांस मोठ्या शहाणपणानें सुप्रसन्न राखावें हें आहे. वास्तविकपणें ही संतति कांहीं दासकुलांतली नव्हे, तथापि तिनें सेवावृत्तीवर चरितार्थ चालवावा असा नियम आहे. सैरंध्र जातीच्या स्त्रियांना मागध पुरुषापासून मागधसैरंध्र नांवाची एक बाह्यतर संतति उत्पन्न होते. मागधसैरंध्रांनीं फांसेपारध्याचा धंदा करावा; व देवें, पितर व औषधें यांजकरितां श्वापदें वधावीं असा नियम आहे. त्याप्रमाणेंच सैरंध्र जातीच्या स्त्रियांना वैदेहक पुरुषांपासून वैदेहकसैरंध्र नांवाची बाह्यतर संतति उत्पन्न होते. वैदेहकसैरंध्रांनीं मद्य व दारू तयार करण्याचा धंदा करावा व उपजीविका चालवावी. ह्या वैदेहक सैरंध्रांनाच मैरेयक असें नांव आहे. त्याप्रमाणेंच सैरंध्र जातीच्या स्त्रियांच्या ठिकाणीं निषाद जातीच्या पुरुषांपासून मद्गुर नांवाची संतति उत्पन्न होते. मद्गुरांनाच दास असें दुसरें नांव आहे. मद्गुरांचा धंदा म्हटला म्हणजे त्यांनीं मासे धरावे व नौका चालवाव्या हा होय. त्याप्रमाणेंच सैरंध्र जातीच्या स्त्रियांना चांडालांपासून जी प्रजा जन्मते तिला श्वपाक असें म्हणतात. श्वपाकांचा धंदा म्हटला म्हणजे श्मशानामध्यें प्रेतांना राखावें हा आहे. राजा धर्मा, मीं तुला आतां जी मागधसैरंध्र किंवा फांसेपारधी, वैदेहकसैरंध्र किंवा मैरेयक, निषाद सैरंध्र किंवा मद्गुर अथवा दास, आणि चांडाल सैरंध्र किंवा श्वपाक नांवाची चार प्रकारची संतति निवेदन केली, तिच्यापैकीं पुरुषांचा मागधी स्त्रियांशीं संबंध होऊन अत्यंत क्रूर अशी चार प्रकारची नीच संतति जन्म पावते. ह्या चारही प्रकारच्या मनुष्यांचा धंदा लबाडीचा असतो. ह्या जातींचीं नांवें मांस, स्वादुकर, क्षौद्र व सौगंधक अशीं प्रसिद्ध आहेत. मांस जातीचें काम मांसाची विकरी करावी, स्वादुकरांचें काम मांसाला मसाला लावावा; क्षौद्रांचें काम मांस शिजवावें व सौगंधकाचें काम उट्या वगैरे तयार कराव्या हें आहे. त्याप्रमाणेंच आयोगव जातीची स्त्री व वैदेहक पुरुष ह्यांपासून पातकी संतति जन्मास येते. ही संतति अतिशय क्रूर असून दगाफटका करून चरितार्थ चालविते. आयोगव स्त्री व निषाद पुरुष ह्यांजपासून मद्रनाभ नामक हीन संतति जन्म पावते ही गाढवांच्या गाडींतून इकडे तिकडे प्रयाण करिते. आयोगव स्त्री आणि चांडाल पुरुष ह्यांच्या समागमानें पुक्कस संतति जन्मते. ही संतति गाढवें, घोडीं व हत्ती यांच्या मांसावर उपजीवन करिते, प्रेतांवरील वस्त्रांनीं देह आच्छादिते व फेंकून दिलेल्या खापरांत जेविते! निषाद जातीची स्त्री व वैदेहक पुरुष ह्यांपासून क्षुद्र, अंध्र व कारावर नांवांची तीन प्रकारची प्रजा उत्पन्न होते. त्यांपैकीं क्षुद्र व अंध्र हे वन्य पशूंची हिंसा करितात आणि कारावर हे चांभाराचा धंदा करितात. क्षुद्र व अंध्र जातींच्या लोकांनीं गांवाच्या बाहेर राहावें असा नियम आहे. चांडाल पुरुष व निषाद स्त्री ह्यांच्यापासून पांडुसौपाक नामक संतति जन्मास येते. ह्या जातीनें वेळूचीं पात्रें करावीं. निषाद पुरुष व वैदेहक स्त्री ह्यांच्यापासून

१ मनुस्मृति—अध्याय ११, १२; व कुल्लूकाची टीका पहावी.

२ मनुस्मृति ११, १२, टीका पहावी.

आहिंडक आणि चांडाल पुरुष व पुक्कसी स्त्री ह्यांच्या योगें सोपाक नामक प्रजा उत्पन्न होते. ह्यांचें काम म्हटलें म्हणजे चांडालाप्रमाणेंच जाणावें. निषाद स्त्री व चांडाल पुरुष ह्यांचा संबंध होऊन जी प्रजा उत्पन्न होते तिला बाह्य लोक सुद्धां बहिष्कार घालितात. त्या जातीचीं मनुष्यें गांवाच्या किंवा शहराच्या बाहेर राहातात आणि नित्य श्मशानांत कालक्षेप करितात. असो; राजा युधिष्ठिरा, ह्याप्रमाणें मातापितरांच्या अतिक्रमानें (अनुचित संयोगानें) संकरप्रजा जन्मास येते. त्या संकरप्रजेचें जन्मवृत्त माहीत असो अथवा नसो, कर्मावरून तिचें ज्ञान करून घ्यावें. धर्माची इयत्ता ही फक्त ब्राह्मणादिक चार शुद्ध वर्णांनाच आहे. संकरजातीला धर्माचें निबंधन नाहीं. संकरजातींच्या भेदप्रभेदांचें गणन करणें अवघड आहे. त्यांची संख्या अनंत आहे असें म्हटलें तरी चालेल. तथापि त्यांची मुख्य संख्या पंधराच असून त्या पंधरा प्रकारांत इतर सर्व भेदोपभेदांचा अंतर्भाव होतो असें समजावें. राजा, सज्जनांनीं बहिष्कृत केलेले व यज्ञयागांना अनधिकारी असे पुरुष, मग ते ब्राह्मणादिक चातुर्वर्ण्यांतले असोत किंवा त्यांच्या बाहेरचे असोत, कामांध होत्साते जातीचा वगैरे विचार न करितां दुराचरणास प्रवृत्त होतात तेव्हां त्यांपासून संकरप्रजा जन्म पावते व ती अन्योन्याश्रय किंवा अन्योन्याचार असेल तदनुरूप नीच किंवा नीचतर स्थितीला प्राप्त होते! राजा, अशा ह्या संकरसंततीनें नेहमीं वचाठे, मसणवटे, डोंगर, पर्वत व अरण्यें ह्यांमध्यें वसति करावी. लोखंडाचे दागदागिने अंगावर घालावे आणि अलंकार घालून किंवा अलंकार घातल्याखेरीज आपआपल्या साधनांनीं उघड रीतीनें आपआपलीं कर्में करून उदरनिर्वाह चालवावा. राजा, ह्या लोकांनीं गाई व ब्राह्मण ह्यांना साहाय्य करावें, अंतर्यामीं भूतदया बाळगावी, नेहमीं दुसऱ्याच्या उपयोगीं पडावें, खरें बोलावें आणि नित्य शांति धरावी. जर अशा प्रकारें संकरजातीचे लोक वागतील तर ते त्या संकरजातींतील देहांनीं सुद्धां आत्म्याचें परित्राण करितील व सद्गतीस जातील ह्यांत संदेह नाहीं. तथापि, राजा धर्मा, बुद्धिमान् पुरुषानें शास्त्रवचनांचें मनन करून विहित अशा स्त्रीच्या ठिकाणींच प्रजोत्पादन करावें. हीन योनींच्या ठिकाणीं प्रजोत्पत्ति केल्यानें ती प्रजा उदकांतून पोहत जाणाऱ्या मनुष्यानें गळ्यांत दगड बांधिला असतां तो दगड जसा त्याला त्या पाण्यांत बुडवितो तशी त्या प्रजोत्पादकाला (नरकांत) बुडविते! राजा, मनुष्य विद्वान् असो किंवा अविद्वान् असो, तो जर कामक्रोधादिकांना वश झाला, तर त्याला स्त्रिया ह्या दुर्मार्गास नेल्याशिवाय कधींही राहाणार नाहींत! स्त्रियांचा हा स्वभावधर्मच आहे; ह्यास्तव पुरुष जर बेसावधपणानें वागतील, तर खचित अधोगतीस जातील! राजा, ह्या गोष्टी-

१ मनुस्मृति—१०; ३८.

२ ब्राह्मणक्षत्रियादिक चार वर्णांपासून अनुलोमसंतति (३+२+१ ह्मणजे) सहा प्रकारची होते व तशीच विलोमसंतति (१+२+३) ह्मणजे सहा प्रकारची होते अशी एकंदर मुख्य अनुलोम व विलोम संतति बारा प्रकारची होते. ह्या बारा प्रकारांपासून पुनः अनुलोमसंतति (११+१०+९ +८+७+६+५+४+३+२+१ ह्मणजे) सहासष्ट प्रकारची व विलोमसंतति (१+२+३ इ०) सहासष्ट प्रकारची होते. मिळून एकंदर एकशें बत्तीस प्रकारची होते. ह्या प्रकारांपासून पुनः अनुलोम व विलोम संतति किती होईल तें गणून पुनः त्या संततीची अशीच आणखी गणना करीत गेल्यानें अनंत भेद होतील हें उघड आहे!

वर नीट लक्ष ठेवून विद्वान् व विचारी पुरुष स्त्रियांच्या ठिकाणीं कधींही फाजील आसक्ति ठेवीत नाहींत.

युधिष्ठिर म्हणाला:— पितामह भीष्म, संकरजातींत जन्मलेला मनुष्य चातुर्वर्ण्याच्या बाहेर असतो म्हणून आपण सांगितलें; पण एखादा मनुष्य चातुर्वर्ण्याच्या बाहेर म्हणजे अनार्य आहे किंवा चातुर्वर्ण्यांतला म्हणजे आर्यरूप आहे, हें जाणावें कसें ?

भीष्म सांगतात:— राजा युधिष्ठिरा, संकरजातींत उत्पन्न झालेला मनुष्य स्वभावतःच नानाविध नीच गुण बरोबर घेऊन जन्मलेला असतो. ह्यास्तव एखादा मनुष्य कोणतीं कर्में करीत आहे हें नीट अवलोकावें व सज्जन जीं कर्में करितात तींच कर्में तो मनुष्य करीत आहे असें आढळल्यास त्याचा जन्म शुद्ध योनींत झाला आहे म्हणून मानावें. मनाचा हलकेपणा, दुराचरण, क्रौर्य व धार्मिक कृत्यांचा लोप हीं जर एखाद्या मनुष्याच्या ठिकाणीं दृष्टीस पडलीं तर तो ह्या लोकांत संकरप्रजेपैकीं आहे म्हणून समजावें. राजा, संकीर्ण मनुष्य पित्याचें, मातेचें किंवा उभयतांचें शील धारण करितो; तो स्वतःची प्रकृति कोणत्याही साधनानें झांकून ठेवूं शकत नाहीं. ज्याप्रमाणें व्याघ्रादिक पशु किंवा उपलक्षणानें कोणताही प्राणी अथवा वनस्पति वगैरे बीजानुरूप चित्रविचित्र पट्ट्यांनीं किंवा अन्य गुणांनीं युक्त अशी जन्मास येते, त्याप्रमाणेंच मनुष्य हा मातापितरांच्या गुणरूपांनीं युक्त असा जन्मास येतो आणि मग तो मातापितरांची परिस्थिति गुप्त ठेवूं शकत नाहीं ! ज्या मनुष्याचा जन्म संकरयोनींत झाला असेल त्यानें आपलें कुल किंवा जन्म कितीही झांकून ठेविलें असलें तरी तो आपल्या मातापितरांच्या शीलाचा थोडाफार तरी आश्रय करितोच, ह्यास्तव त्यास तें लपवून ठेवतां येत नाहीं. मनुष्यानें ढोंग करून थोरांचें आचरण करण्याचा कितीही आव घातला तरी तो आपलें बरें-वाईट शील प्रकट केल्याशिवाय खचित राहाणार नाहीं. राजा, मनुष्यांचा स्वभाव नानाविध असतो व तीं नानाविध कामांत निमग्न असतात; ह्यासाठीं त्यांचें कुल व शील हीं केव्हांना केव्हां तरी उघडकीस यावयाचींच. जन्माच्या योगानें हाडीं खिळलेली गोष्ट त्याच्यापासून नित्य दूर राहाणें कधींही घडणार नाहीं. कदाचित् तूं म्हणशील कीं, मनुष्यानें विद्येच्या योगें किंवा अन्य उपायानें आपली बुद्धि परिपक्व केली असतां त्यास आपलें शरीर व मन आपल्या इच्छेनुरूप स्वाधीन ठेवतां येईल व मग त्याचें कुलशील लोकांच्या निदर्शनास येणार नाहीं; तर असें कधींही व्हावयाचें नाहीं. कारण, त्यानें आपली विवेकबुद्धि कितीही वाढविली तरी त्यास शरीराच्या स्वाभाविक क्रियांचें नियंत्रण करितां येणार नाहीं. मनुष्याच्या जन्माबरोबर उत्तम, मध्यम किंवा कनिष्ठ असें जें शील त्याजमध्यें उत्पन्न झालें असेल तेंच त्याच्या ज्ञानादिकांवर आपली छाप ठेवितें. ह्याकरितां एखादा मनुष्य उच्च वर्णाचा असला तरी त्याचें शील जर चांगलें नसेल तर त्यास महत्त्व देऊं नये; आणि एखादा शूद्रही धर्म जाणणारा व सुशील असेल तर त्यास मोठा मान द्यावा. मनुष्य आपल्या बऱ्यावाईट कृत्यांनीं, उत्तम शीलानें, वर्तनानें व कुलानें आपण कोण आहों हें प्रसिद्ध करीत असतो. जरी त्याचें कुल अगदीं नष्टप्राय झालें असलें तरी तो तें स्वतःच्या कर्मानें पुनः उदयास आणितो; ह्यासाठीं ह्या सर्व संकीर्ण किंवा इतर योनींपैकीं ज्या योनी-

मध्यें आपण जन्म घेऊं नये असें विचारी मनुष्याला वाटत असेल ती योनि त्यानें वर्ज्य करावी.*

अध्याय एकोणपन्नासावा.

—:०:—

पुत्रप्रतिनिधिकथन.

युधिष्ठिर म्हणालाः— कुरुश्रेष्ठ पितामह भीष्म, कोणकोणत्या स्त्रीपुरुषांपासून कसकशा प्रकारचे पुत्र जन्मतात, हें आपण सर्व वर्णांच्या संबंधानें पृथक् पृथक् निरूपण करून सांगावें. हे भरतर्षभ, पुत्रांच्या संबंधानें नानाविध विवाद कानीं येतात आणि त्यामुळें माझ्या सारख्याचा मोठा गोंधळ उडून जातो; ह्यास्तव आपण सर्व संशय दूर करावा.

भीष्म सांगतातः— राजा युधिष्ठिरा, (१) एखाद्या पुरुषाचा जो औरस पुत्र तो त्याचा आत्माच होय; (२) जो पुत्र स्त्रीच्या ठिकाणीं पतीच्या आज्ञेनें अन्याकडून जन्म पावतो त्यास निरुक्तज पुत्र म्हणतात; (३) जो पुरुष पतीची आज्ञा नसतां कामवासनेच्या तृप्तीसाठीं परस्त्रीच्या ठिकाणीं रेतस्सिंचन करितो त्या पुरुषापासून उत्पन्न झालेला पुत्र हा प्रसृतज समजावा; (४) सभर्तृक स्त्रीला पतित म्हणजे वर्णभ्रष्ट पुरुषापासून जो पुत्र होतो त्यास पतितज म्हणतात; (५) दुसऱ्याला दिलेला जो पुत्र त्यास दत्तक; आणि (६) मिळविलेला किंवा मिळालेला जो पुत्र त्यास कृतक म्हणतात; (७) विवाहाच्या समयीं गरोदर अशा स्त्रीला झालेला जो पुत्र त्यास अध्यूढ म्हणतात; आणि (८) विवाह होण्याच्या पूर्वींच पित्याच्या घरीं कन्येला जो पुत्र होतो त्यास कानीन म्हणतात. राजा धर्मा, ह्यांशिवाय सहा प्रकारचे उपध्वंसज (हीन) आणि सहा प्रकारचे अपसद (नीच) पुत्र आहेत. मिळून एकंदर २० प्रकारचे पुत्र सांगितले आहेत.

युधिष्ठिर म्हणालाः- पितामह भीष्म, आतां आपण जे सहा प्रकारचे उपध्वंसज (हीन) व सहा प्रकारचे अपसद (नीच) पुत्र सांगितले त्यांचें मला नीट विवरण करून सांगा.

भीष्म सांगतातः— राजा युधिष्ठिरा, ब्राह्मणाला क्षत्रिय, वैश्य व शूद्र ह्या वर्णांच्या स्त्रियांपासून, क्षत्रियाला वैश्य व शूद्र वर्णांच्या स्त्रियांपासून व वैश्याला एका शूद्र वर्णाच्या स्त्रियेपासून जो पुत्र होतो तो अपध्वंसज पुत्र जाणावा. पितृमातृभेदानें हे सहा प्रकारचे उपध्वंसज पुत्र झाले. त्याप्रमाणेंच क्षत्रियाला ब्राह्मणीपासून, वैश्याला ब्राह्मण व क्षत्रिय आणि शूद्राला ब्राह्मण, क्षत्रिय व वैश्य ह्या वर्णांच्या स्त्रियांपासून जो पुत्र होतो तो अपसद पुत्र जाणावा. पितृमातृभेदानें हे सहा प्रकारचे अपसद पुत्र झाले. राजा, आतां मी ह्या अपसदांचें अधिक विवेचन करितों तें श्रवण कर. शूद्रापासून ब्राह्मणीला जो पुत्र होतो त्यास चांडाल, क्षत्रियेला जो पुत्र होतो त्यास व्रात्य, आणि वैश्येला जो पुत्र होतो त्यास वैद्य असें ह्मणतात; हे तीन प्रकारचे अपसद पुत्र जाणावेत. वैश्यापासून ब्राह्मणीला जो पुत्र होतो त्यास मागध (वैदेहक) आणि क्षत्रियेपासून जो पुत्र होतो त्यास वामक (मागध किंवा बंदी) असें म्हणतात. हे दोन प्रकारचे अपसद पुत्र झाले. क्षत्रियापासून एका ब्राह्मणीच्या ठिकाणीं मात्र अपसद पुत्र जन्मतो. त्यास सूत असें म्हणतात. मिळून एकंदर ही

---

* आमची प्रतिज्ञा श्रीमन्महाभारताचें शब्दशः भाषांतरच देण्याची आहे; तथापि या अध्यायांतील विवेचन मूळांत अगदीं संक्षिप्त असलेमुळें, निवळ भाषांतर दुर्बोध होईल म्हणून प्रसंगविशेषीं बऱ्याच ठिकाणीं मुळांतील अर्थ सुबोध करणेंस्तव नीलकंठी टीका, मनुस्मृति वगैरेंच्या आधारें विस्तार केलेला आहे.

अपसद पुत्रसंतति सहा प्रकारची होते. राजा, ही संतति पुत्रसंततिच नव्हे असें म्हणतां येत नाहीं. (कारण, अनौरस पुत्रही सुशीलपणानें वागून पितरांचें श्राद्धादिक करील तर स्वर्ग मिळवील व ह्याच्या उलट वर्तन करील तर नरकास जाईल असें श्रुतिवचन आहे.)

युधिष्ठिर म्हणाला:— पितामह भीष्म, एखाद्या स्त्रीला खुद्द तिच्या पतीपासून पुत्र झाला तर त्याच्याविषयीं विवाद राहातच नाहीं हें उघड आहे; पण एखादीला परपुरुषापासून पुत्र झाला असतां तो त्या स्त्रीच्या पतीचा पुत्र (क्षेत्रज पुत्र) मानावा? किंवा त्या स्त्रीच्या ठिकाणीं ज्यानें बीजस्थापना केली त्या पुरुषाचा तो पुत्र शुक्रज पुत्र मानावा? कित्येक म्हणतात कीं, असा हा पुत्र क्षेत्राधिपतीचा पुत्र समजावा; आणि कित्येक म्हणतात कीं, तो शुक्रनिक्षेप्त्याचा पुत्र समजावा; तेव्हां एकेका परीनें कोणाचाही मानला तरी चालेल, असा हा पुत्र वास्तविकपणें कोणाचा समजावा हें मला निरूपण करून सांगा.

भीष्म सांगतात:— राजा युधिष्ठिरा, औरस पुत्राप्रमाणेंच रेतज पुत्राची स्थिति समजावी. ज्याच्या रेतापासून पुत्राचें जनन झालें त्याचाच तो पुत्र समजावा; परंतु वीर्यनिक्षेप्त्यानें पुत्राचा त्याग केल्यास तो पुत्र त्या स्त्रीच्या पतीचा म्हणजे क्षेत्रज मानावा. हीच गोष्ट अध्यूढ पुत्रासही लागू आहे. अध्यूढ पुत्राचा बीजपति करारांचें उल्लंघन करून आपल्या पुत्राचा अव्हेर करील तर तो क्षेत्राधिपतीचा म्हणजे त्या स्त्रीच्या विवाहित पतीचा होईल. माझें हें म्हणणें तूं लक्षांत ठेव.

युधिष्ठिर म्हणाला:— पितामह भीष्म, आम्हांला असें ठाऊक आहे कीं, ज्याच्या रेतापासून पुत्रोत्पत्ति झाली त्याचाच तो पुत्र होय. असें असतां त्या पुत्रावर क्षेत्राधिपतीचा म्हणजे स्त्रीच्या भर्त्याची सत्ता उत्पन्न होते म्हणून आपण सांगतां त्यास शास्त्रप्रमाण कोणतें? त्याप्रमाणेंच, अध्यूढ पुत्रही बीजनिक्षेप्त्याचाच पुत्र होय; तर मग त्यानें करारांचें उल्लंघन करून पुत्राचा त्याग केल्यास त्यावर क्षेत्राधिपतीची सत्ता होते म्हणून सांगितलें तें कसें?

भीष्म सांगतात:— राजा युधिष्ठिरा, केवळ अमुक एकाच्या रेतापासून पुत्रजनन झालें एवढ्यावरूनच तो पुत्र त्याचा असें म्हणतां येणार नाहीं. पुत्रावर स्वामित्व प्राप्त होण्यास बीजनिक्षेपण व त्याप्रमाणेंच त्या पुत्राचा त्याग न करणें ह्या दोन गोष्टींची अवश्यकता आहे. पुष्कळ मनुष्यें पुत्राचें जनन करून लोकापवादादिकांच्या भयानें त्या पुत्राचा त्याग करितात. ह्यास्तव अशा प्रकारें त्याग घडला असेल तर त्या पुत्रावर क्षेत्राधिपतीचीच सत्ता उत्पन्न होते. राजा युधिष्ठिरा, अध्यूढ पुत्रावर स्वामित्व कोणाचें ह्या गोष्टीचा विचार करितांना त्या स्त्रीशीं विवाह करणाऱ्या भर्त्याचा हेतु कोणता होता, हें नीट पाहिलें पाहिजे. पुत्रप्राप्तीच्या कामनेनें ज्या गरोदर स्त्रीशीं विवाह करण्यास एखादा पुरुष सिद्ध झाला, त्या गरोदर स्त्रीला झालेला तो पुत्र त्या क्षेत्राधिपतीचाच समजावा; तो पुत्र वास्तविकपणें ज्याच्या वीर्यापासून जन्मला त्याचा नव्हे. पण जेथें पतीची अशा प्रकारची कामना नसेल, तेथें बीजनिक्षेप्त्याचा सामान्य करार अमलांत आहे असें मानिलें पाहिजे. तो करार हा कीं, रेताचा निषेध करणाऱ्यानें त्या रेतापासून जो पुत्र होईल त्याचा त्याग करूं नये. अध्यूढ पुत्राच्या संबंधानें क्षेत्राधिपतीची कामना वगैरे नसल्यास म्हणजे तसल्या प्रकारचा विशिष्ट करार ठरला नसल्यास त्या पुत्रावर स्वभावतः बीजस्थापकाचीच मालकी होते व त्या बीजस्थापकानें त्या बीजापासून उत्पन्न होणाऱ्या पुत्राला न

टाकणें हें त्याचें कर्तव्य होय. ह्यास्तव जेथें जेथें बीजनिक्षेप्ता हा त्या बीजापासून उत्पन्न झालेल्या पुत्राचा त्याग करील, तेथें तेथें त्या पुत्रावर क्षेत्राधिपतीचेंच स्वामित्व येईल. आतां ह्यावर कदाचित् कोणी अशी शंका घेईल कीं, जेथें क्षेत्राधिपतीची कामना नसेल तेथें त्या पुत्रावर स्वभावतः बीजनिक्षेप्त्याचीच सत्ता कां मानावी? तर ह्यावर उत्तर हेंच कीं, सृष्टीचा जो सामान्य नियम त्याचें उल्लंघन करून चालणार नाहीं. पिता म्हणजे बीजनिक्षेप्ता व पुत्र ह्यांत वस्तुतः भेदच नसतो. त्यांमध्यें बिंबप्रतिबिंबभाव असल्यामुळें पुत्राचें रूप पित्यापासून झांकून ठेवितां येत नाहीं. पित्याचीं चिन्हें पुत्राच्या ठिकाणीं प्रत्यक्ष दृष्टोत्पत्तीस येतातच. असो; राजा धर्मा, कृतक म्हणून एक प्रकारचा पुत्र जो मीं तुला सांगितला तो कोठें कोठें मान्य आहे. त्याला पुत्र मानण्याचें कारण केवळ लोकरीति हेंच होय. त्याला रेत किंवा क्षेत्र ह्यांपैकीं एकही कारण नाहीं.

युधिष्ठिर म्हणालाः—पितामह भीष्म, ज्याला शुक्र किंवा क्षेत्र ह्यांपैकीं एकही कारण नाहीं व ज्याला केवळ लोकरूढीनेंच पुत्रत्व प्राप्त होतें, त्या कृतक पुत्राविषयीं मला निरूपण करून सांगा.

भीष्म सांगतातः—राजा युधिष्ठिरा, आईबापांनीं रस्त्यांत टाकून दिलेल्या मुलाला जो बाळगून वाढवितो, त्यानें त्या मुलाच्या आईबापांची चौकशी केल्यावर जर त्यास त्यांचा तपास लागला नाहीं, तर तो मनुष्य त्या मुलाचा पिताच होतो आणि तो मुलगा मग त्याचा कृतक किंवा कृत्रिम पुत्र मानण्यांत येतो; व अशा प्रकारें अनाथ पुत्राचें स्वामित्व ज्याला प्राप्त होतें, त्या पालनपोषण करणाऱ्या पितृस्थानीय मनुष्याचा जो वर्ण असेल तोच वर्ण त्या पुत्राचा मानितात.

युधिष्ठिर म्हणालाः—अहो, भरतर्षभ भीष्म, अशा प्रकारच्या पुत्राचा संस्कार कसा करावा, तो कोणत्या वर्णाचा मानून त्याचा संस्कार करावा, आणि त्याला कोणत्या वर्णाची कन्या द्यावी, ह्याचें मला विवरण करून सांगा.

भीष्म सांगतातः—राजा युधिष्ठिरा, मातापितरांनीं टाकून दिलेल्या अनाथ पुत्राला त्याच्या पालन-पोषण करणाऱ्याचा वर्ण प्राप्त होतो, ह्यास्तव त्या पितृस्थानीय मनुष्यानें आपल्या औरस पुत्राचा जसा संस्कार करावयाचा तसाच त्या कृतक पुत्राचा संस्कार करावा. परंतु त्या कृतक पुत्राचें कुलगोत्र किंवा भाऊबंद इत्यादिकांचा निश्चय होत असेल, तर त्याच्या कुलगोत्रादिकांना योग्य अशा प्रकारें त्याचा संस्कार करावा आणि कुलगोत्रादिकांचा निश्चय होत नसेल तर आपल्या स्वतःच्या कुलगोत्रादिकांना अनुसरून त्याचा संस्कार करावा. आतां कृतक पुत्राला कोणत्या वर्णाची कन्या द्यावी, असा तुझा प्रश्न आहे; त्यावर उत्तर असें कीं, कृतक पुत्राच्या मातेचा निश्चय होत असल्यास तिच्या वर्णांतील व कुलांतील पुरुषाचा जसा संस्कार करावयाचा तसाच त्या कृतक पुत्राचा संस्कार करावयाचा हें मनांत वागवून तिच्या वर्णाची कन्या त्याला द्यावी; परंतु जेव्हां मातेच्या कुलगोत्रादिकांचा निश्चय होत नसेल तेव्हां पितृस्थानीय मनुष्यानें आपल्या वर्णाची कन्या त्यास द्यावी. राजा युधिष्ठिरा, कानीन व अध्यूढ पुत्र हे अत्यंत हलक्या प्रतीचे व नीच पुत्र होत. तथापि त्याचा संस्कार करणें तो क्षेत्राधिपतीनें आपल्या औरस पुत्राप्रमाणेंच करावा; आणि त्याप्रमाणेंच क्षेत्रज, अपसद व अध्यूढ ह्या सर्व प्रकारच्या पुत्रांचाही संस्कार ब्राह्मणादिक क्षेत्राधिपतींनीं आपल्या औरस पुत्राप्रमाणेंच करावा. राजा धर्मा, सर्व वर्णांच्या संबंधानें धर्म-

शास्त्रांत हा असा नियम दिसून येतो. तूं जें मला विचारिलेंस तें हें सर्व मीं तुला सांगितलें. आतां तुला आणखी काय ऐकण्याची इच्छा आहे ?

अध्याय पन्नासावा.

—:०:—

च्यवनोपाख्यान.

युधिष्ठिर म्हणालाः—पितामह, दुसऱ्याला दुःखित पाहिलें असतां व त्याप्रमाणेंच दुसऱ्याच्या सहवासास असतां आपण त्या प्रसंगीं कशी दया करावी, आणि गाईचें माहात्म्य केवढें आहे, ह्याविषयीं मला विवेचन करून सांगावें.

भीष्म सांगतातः—हे महाद्युतिमंता वत्सा युधिष्ठिरा, तुला ह्या विषयाचें ज्ञान होण्यासाठीं मी एक प्राचीन इतिहास निवेदन करितों. तो इतिहास म्हणजे महर्षि च्यवन व राजा नहुष ह्यांचा संवाद होय. हे भरतर्षभा, पूर्वी महाव्रत च्यवन भार्गव महर्षीनें उदवास व्रताचें अनुष्ठान आरंभून मान, क्रोध, हर्ष, शोक, इत्यादि मनोविकारांना जिंकलें; आणि बारा वर्षेपर्यंत जलांत रहाण्याचा निश्चय करून तो उद्वासव्रताचे नियम पाळीत उदकांत राहिला. राजा धर्मा, त्या समयीं त्या महातपोधनाची चित्तवृत्ति इतकी विकारहीन झाली होती कीं, सर्व प्राण्यांच्या मनांत त्याच्याविषयीं उत्कृष्ट आदर व दृढ श्रद्धा वास करूं लागली आणि जलचरांना तर हा आपल्याला सुख देणारा शीतरश्मि चंद्रच होय असें वाटूं लागलें ! असो; अशा प्रकारें योगक्षेम चालवून च्यवन भार्गवानें सर्व पातकांचें क्षालन केल्यावर सर्व देवतांना वंदिलें आणि मग तो गंगा व यमुना ह्यांच्या संगमाच्या ठिकाणीं जलांत प्रविष्ट झाला. राजा, ह्या स्थळीं तो अगदीं काष्ठवत निर्विकार बनला ! तेथें गंगा व यमुना ह्या वाऱ्यासारख्या अतिशय वेगानें व प्रचंड गर्जना करून त्याच्यावर आदळत होत्या; पण तो त्यांस न जुमानतां त्यांचे भयंकर प्रवाह मस्तकावर धारण करून सुस्थिर राहिला होता ! राजा, गंगा, यमुना, इतर पुण्यनद्या व सरोवरें—जीं त्या प्रयागतीर्थी एकवटलीं होतीं त्या सर्वांनीं त्या महान् ऋषीला मुळींच पीडा दिली नाहीं; आणि त्यांनीं आपआपले प्रवाह त्या ऋषीला प्रदक्षिणा होईल म्हणजे तो ऋषि त्यांच्या उजव्या बाजूला राहील अशा रीतीनें वळविली ! हे भरतर्षभा, नंतर तो महामुनि त्या ठिकाणीं उदकामध्यें प्रथम स्वस्थपणें काष्ठासारखा पडून राहिला आणि मग तो महाबुद्धिमान् ऋषि तेथेंच उठून बसला ! त्या स्थळीं उदकामध्यें जे प्राणी रहात होते त्यांना त्याच्याविषयीं फार आवड उत्पन्न झाली आणि ते मोठ्या प्रमुदित चित्तानें त्याचा ओठ हुंगूं लागले. असो; राजा, ह्याप्रमाणें तो महर्षि च्यवन भार्गव प्रयागतीर्थी बहुत दिवसपर्यंत योगक्षेम चालवीत असतां एके समयीं, मासे धरून त्यांवर उपजीविका चालविणारे पुष्कळ निषाद (कोळी) हातांत जाळीं घेऊन त्या ठिकाणीं प्राप्त झाले आणि त्यांनीं तेथें मासे धरण्याचा निश्चय ठरविला ! हे महाद्युतिमंता राजा धर्मा, ते सर्व निषाद अतिशयित बलवान् असून त्यांचीं शरीरें मोठीं पुष्ट व विशाल होतीं. त्याप्रमाणेंच त्यांच्या ठायीं उत्तम शौर्य वसत असून कसाही प्रसंग आला असतां उदकांतून न परतणारे असे ते होते. ज्या स्थळीं तो च्यवन भार्गव ऋषि उदकांत राहिला होता त्या स्थळीं पुष्कळ मासे आहेत असें पाहून त्यांनीं तेथें मासे धरण्याचा निश्चय केला व तेथें येऊन त्यांनीं आपलीं सर्व जाळीं लाविलीं ! त्या वेळीं, राजा, माशांची इच्छा करणाऱ्या कैवर्तकांनीं नानाप्रकारांनीं

गंगायमुनांच्या उदकांत जाळीं पसरलीं व चोहोंकडून माशांचा मार्ग अडवून टाकिला. नंतर त्यांनीं मध्यभागीं नवीन धाग्याचें बनविलेलें एक लांब-रुंद व विस्तीर्ण असें जाळें टाकलें; आणि तें प्रचंड व बळकट जाळें चोहोंकडे नीट लागून त्यांत पुष्कळ मासे सांपडले असें पहातांच ते सर्व कैवर्तक खालीं पाण्यांत उतरून तें जाळें जोरानें ओढूं लागले. राजा, त्या समयीं कैवर्तकांना मोठा हुरूप चढला व मोठ्या उल्हासानें एकमेकांच्या सांगण्याप्रमाणें वागून व जाळें ओढून त्यांनीं त्या जाळ्यांत मासे व इतर जलचर प्राणी धरिले आणि त्यांत मत्स्यांनीं परिवृत असा च्यवन भार्गव ऋषिही दैवयोगानें सांपडला! युधिष्ठिरा, त्या वेळीं त्या महर्षींचा देह नदींतल्या शेवाळांनीं माखलेला असून त्याच्या जटा व दाढी हिरवी दिसत होतीं. त्याप्रमाणेंच त्याच्या गात्रांवर अनेक प्रकारच्या शंखांचीं कवचें चिकटलेलीं असून त्यामुळें मधले मधले भाग चित्रविचित्र भासत होते. असो; युधिष्ठिरा, असा तो वेदपारंगत ऋषि च्यवन भार्गव हा जाळ्यांत सांपडून वर आला तेव्हां त्याला पाहून सर्व कैवर्तकांनीं हात जोडले व भूमीवर त्याच्या पुढें लोटांगण घातलें! इकडे जाळ्यांत सांपडलेले मासे या कोळ्यांनीं जाळें वर ओढतांच भयानें घाबरले आणि भूमीवर येतांच त्यांनीं पटापट प्राण सोडिले! राजा, तेव्हां माशांचा तो भयंकर संहार झालेला अवलोकन करून च्यवन भार्गव मुनीला करुणा उत्पन्न झाली आणि तो पुनःपुनः दुःखाचे सुस्कारे टाकूं लागला! तेव्हां निषाद म्हणालेः—हे महामुने, आम्हीं हें अज्ञानामुळें पाप केलें आहे, तर आपण याची क्षमा करावी! मुनिवर्य, आपण जें सांगाल तें करण्यास आम्ही सिद्ध आहों, तर आपली काय इच्छा असेल ती निवेदन करावी.

राजा युधिष्ठिरा, याप्रमाणें त्या निषादांनीं च्यवन भार्गवाला प्रार्थिलें असतां मत्स्यसमूहांत स्थित असलेला तो महामुनि च्यवन भार्गव त्यांस म्हणाला कीं, ‘ निषादहो, आज माझी कोणती मोठी इच्छा आहे ती सावधान चित्तानें ऐकून घ्या. आज मी असें इच्छितों कीं, ह्या माशांसहवर्तमान मींही मरावें किंवा ह्यांच्याबरोबर माझीही विक्री व्हावी! पाण्यांत ह्या माशांबरोबर मीं सहवास केल्यामुळें ह्यांना सोडण्यास मी आज तयार नाहीं! ’

राजा धर्मा, च्यवन भार्गवाचें हें भाषण श्रवण करून त्या निषादांना अतिशय कांपरें भरलें आणि त्यांच्या तोंडचें पाणी पळालें! अखेरीस त्या सर्वांनीं नहुष राजाची भेट घेऊन त्याला झालेला तो सर्व प्रकार निवेदन केला!

अध्याय एकावन्नावा.

—:०:—

च्यवनोपाख्यान.

भीष्म सांगतातः-राजा युधिष्ठिरा, च्यवन भार्गव ऋषीची ती अवस्था निषादांच्या तोंडून श्रवण करितांच अमात्य व पुरोहित ह्यांस बरोबर घेऊन नहुष राजा तत्काळ त्या स्थळीं प्राप्त झाला. तेथें आल्यावर त्यानें यथाविधि स्नान केलें आणि हात जोडून व एकाग्र चित्त करून महात्म्या च्यवनाला आपण आल्याचें कळविलें. नंतर नहुष राजाच्या पुरोहितानें त्या सत्यव्रत महात्म्या देवतुल्य च्यवन महर्षींची पूजा केल्यावर च्यवन महर्षींस नहुष राजा म्हणालाः—द्विजोत्तमा, तुला प्रियकर असें म्यां काय करावें तें मला सांग. भगवंता, तूं जें कांहीं सांगशील तें सर्व जरी अतिशय दुर्घट असलें तरी तें करण्यास मी सिद्ध आहें.

च्यवन ऋषि म्हणालाः—नहुष राजा,

माशांवर चरितार्थ चालविणारे हे कैवर्तक अतिशय थकले आहेत; ह्यास्तव यांना माझें व ह्या माशांचें जें मूल्य होईल तें अर्पण कर.

नहुष राजा ह्मणालाः—पुरोहिता, भृगुनंदनानें आज्ञा केल्याप्रमाणें ह्या भगवान् ऋषिश्रेष्ठाच्या किंमतीबद्दल म्हणून सहस्र नाणीं ह्या निषादांना देण्यांत यावीं.

च्यवन ऋषि ह्मणालाः—राजा नहुषा, सहस्र नाणीं ही माझी किंमत नव्हे. तुला माझी किंमत किती आहे असें वाटतें बरें? माझी जी वाजवी वाजवी किंमत असेल ती तूं ह्यांना दे. माझी किंमत तूं आपल्या मतानेंच ठरव.

नहुष राजा ह्मणालाः—विप्रा, ह्या निषादांना एक लक्ष नाणीं देण्यांत यावीं. भगवन् ऋषिवर्या, इतक्यानें तुझी किंमत होईल किंवा तुझ्या मनांत आणखी कांहीं आहे?

च्यवन ऋषि ह्मणालाः—नृपश्रेष्ठा, माझी किंमत एक लक्ष नाण्यांनीं व्हावयाची नाहीं. माझी जी योग्य किंमत होईल ती दे. माझी किंमत किती आहे हें तूं आपल्या अमात्यांचा विचार घेऊन ठरव.

नहुष राजा ह्मणालाः—पुरोहिता, ह्या निषादांना एक कोट नाणीं देण्याची आज्ञा कर; जर इतक्यांनींही ह्याचें मूल्य होत नसेल तर ह्याहूनही अधिक नाणीं देण्यांत यावीं.

च्यवन ऋषि ह्मणालाः—हे महापराक्रमी राजा, कोट किंवा कोटीहून अधिक इतक्या नाण्यांनीं माझी किंमत व्हावयाची नाहीं. माझें जें वाजवी मूल्य असेल तें ह्यांना दे. ब्राह्मणांच्या विचारानें माझी किंमत निश्चित कर.

नहुष राजा ह्मणालाः—पुरोहिता, अर्धें अथवा सगळें राज्य ह्या निषादांना देण्यांत यावें. मला वाटतें कीं, एवढ्यानें ह्याचें मूल्य होईल. द्विजा, आतां आणखी ह्मणणें आहे काय?

च्यवन ऋषि म्हणालाः—पार्थिवा, अर्ध्या किंवा सगळ्या राज्यानें माझी किंमत होणार नाहीं. माझी जी यथायोग्य किंमत असेल ती ह्यांना मिळावी. तूं आतां ह्या कामांत ऋषिजनांची सल्ला घे.

भीष्म सांगतातः—राजा युधिष्ठिरा, च्यवन महर्षीचें हें वचन श्रवण करून नहुष राजाला अतिशय दुःख झालें; आणि नंतर आतां पुढें काय करावें ह्याविषयीं तो अमात्य व पुरोहित ह्यांसहवर्तमान विचार करूं लागला. इतक्यांत तेथें गाईच्या ठायीं जन्म पावलेला फलमूलें खाऊन निर्वाह करणारा कोणी एक वनचर मुनि प्राप्त झाला आणि तो राजाजवळ जाऊन त्यास म्हणाला कीं, ' नहुष राजा, मी च्यवन ऋषीला संतुष्ट करून तुझी चिंता तत्काळ दूर करितों. अरे, मी कधींही असत्य भाषण करणार नाहीं. फार काय, मला थट्टेतही असत्य भाषण करणें माहीत नाहीं; मग इतर प्रसंगीं तर गोष्ट कशाला? मात्र मी जें तुला सांगेन, तें तूं निःशंकपणें कर म्हणजे झालें. '

नहुष राजा म्हणालाः—भगवन्, आपण च्यवन भार्गव महर्षींची वाजवी जी किंमत असेल ती निवेदन करावी. मुनिवर्य, आपण माझें, माझ्या कुळाचें आणि देशाचें ह्या प्रसंगीं संरक्षण करावें. द्विजोत्तम, भगवान् च्यवन ऋषि संतापला तर अखिल त्रैलोक्याचा संहार उडवील; मग बाहुबलावर भिस्त ठेवणाऱ्या व तपोहीन अशा मज पामराचा काय पाड! महर्षे, सध्या मला हें जें संकट प्राप्त झालें आहे तें मोठें अगाध आहे. ह्या आपत्सागरांत माझे अमात्य व ऋत्विज् ह्यांसहवर्तमान मी आतां खचित बुडणार! ह्यासाठीं आतां ह्या सागरांतून तरून जाण्यास आम्हांस नौकेच्या जागीं आपण व्हा आणि ह्या भृगुनंदनाच्या मूल्याचा निर्णय सांगा.

भीष्म सांगतातः—राजा युधिष्ठिरा, नहुष राजाचें भाषण ऐकून त्या प्रतापशाली गविजात (गाईच्या ठिकाणीं जन्म पावलेल्या) ऋषीनें मग जें भाषण केलें, तें श्रवण करून नहुष राजा, अमात्य, पुरोहित व इतर सर्व मंडळी ह्यांना मोठा आनंद झाला.

गविजात मुनि ह्मणालाः—महाराजा नहुषा, सर्व वर्णांत श्रेष्ठ असे जे ब्राह्मण व त्याप्रमाणेंच गाई ह्यांची किंमत करितां येत नाहीं; ह्यास्तव, हे पुरुषव्याघ्रा, च्यवन भार्गवाचें व गाईचें मूल्य समान असल्यामुळें ह्या निषादांना च्यवन ऋषीच्या किंमतीबद्दल गाय दे ह्मणजे झालें.

राजा युधिष्ठिरा, ह्याप्रमाणें गविजात महर्षीचें भाषण श्रवण करून मंत्रिवर्ग व पुरोहित ह्यांसहवर्तमान नहुष राजाला मोठें समाधान वाटलें आणि नंतर त्यानें त्या कडकडीत व्रताचरण करणाऱ्या च्यवन भार्गवाजवळ जाऊन त्याला मधुर वाणीनें असें म्हटलें.

नहुष राजा ह्मणालाः—विप्रर्षे, ऊठ ऊठ. ह्या निषादांना गाय हें मूल्य अर्पण करून तुला मीं विकत घेतलें आहे. हे महाधार्मिका, गाय हें तुझें वाजवी मूल्य आहे असें मी मानितों.

च्यवन ऋषि ह्मणालाः—हे निष्पापा राजेंद्रा नहुषा, हा मी उठलों पहा. तूं माझी बरोबर किंमत दिलीस व मला खरेदी केलेस. बा अजिंक्य भूपा, ह्या जगतांत गोधनाची बरोबरी करणारें दुसरें कोणतेंही धन नाहीं. पार्थिवा,

गोधनाची महती

काय वर्णावी ! गाईचें माहात्म्य ऐकणें व दुसऱ्याला सांगणें, गाईचें दर्शन घेणें व गोप्रदान करणें हें अत्यंत श्रेष्ठ होय. वीरा, ह्या गोष्टी केल्यानें सर्व पापांचें क्षालन होऊन उत्तम गति प्राप्त होते. बा राजा, गाई ह्या सदोदीत ऐश्वर्य प्राप्त करून देतात, त्यांच्या ठिकाणीं पापाचा लेश नाहीं व देवांचें अन्न जें श्रेष्ठ हवि तें नित्य गाईपासूनच मिळतें. स्वाहाकार आणि वषट्कार हे नित्य गाईच्या ठिकाणीं वास करितात, गाईच्या योगानेंच यज्ञांची सिद्धि होते आणि गाई ह्याच यज्ञाचें मुख होत. शरीराला पुष्टि देणारें जें दिव्य दूध तें गाईच धारण करितात व लोकांना देतात. सर्व लोकांना गाई ह्या वंदनीय असून अमृताचें ह्या आलय होत. तेजानें व रूपानें भूतलावर ह्या प्रत्यक्ष वन्हीप्रमाणेंच आहेत. ह्यांच्या ठायीं अत्यंत प्रखर तेज वसतें आणि ह्यांच्यापासून प्राण्यांना फार सुख होतें. ज्या देशांत गोळवाडे असून गाईंना निर्भयपणानें रहातां येतें, त्या देशाची महती वाढते व पाप नष्ट होतें. गाई ह्या स्वर्गाचे सोपान आहेत. स्वर्गामध्येंही गाईची आराधना करितात. गाई ह्या इच्छापरिपूरक देवता होत. ह्यास्तव गाईच्यापेक्षां श्रेष्ठ असें दुसरें कांहींही नाहीं. राजा नहुषा, मीं हें तुला गाईचें माहात्म्य निवेदन केलें आहे, तें केवळ संक्षिप्त आहे. गोधनाचें यथास्थित साकल्यानें निरूपण करणें अशक्य होय.

निषाद ह्मणालेः—प्रभो ऋषिवर्य, आपण आम्हांकडे अवलोकन केलें व आम्हांशीं बोललां, ह्यास्तव आम्हांवर कृपा करणें हें आपणास उचित होय. मुने, थोरांशीं सात शब्दांत मैत्री घडते, असा नियम आहे. ज्याप्रमाणें अग्नि हा सर्व हविर्द्रव्यांचा उपभोग घेतो, त्याप्रमाणें आपणही सर्व धर्मतत्त्वांचा उपभोग घेत असून प्रत्यक्ष धर्मरूप बनलां आहां. आपण केवळ पुरुषरूप प्रतापशाली अग्निच आहां. हे विद्वन्, आम्ही आपल्यापुढें लीन होऊन प्रार्थीत आहों कीं, आम्हांवर अनुग्रह करण्यासाठीं आपण ह्या गाईचा स्वीकार करावा.

च्यवन ऋषि ह्मणालाः—निषादहो, खलांची, मुनीची व सर्पाची दृष्टि मोठी भयंकर होय, तिच्या योगानें मनुष्याचा समूळ नाश झाल्या-

शिवाय रहाणार नाहीं. अग्नि हा ज्याप्रमाणें तृणराशीला जाळून खाक करितो, त्याप्रमाणें खलाची, मुनीची व सर्पाची दृष्टि ही मनुष्याला खचित जाळून खाक करील, हें लक्षांत ठेवा. असो; कैवर्तकांनो, मी तुमची ही धेनु ग्रहण करितों. ह्या तुमच्या गोप्रदानानें तुमचें सर्व पातक दूर झालें आहे; ह्यास्तव तुह्मी आतां जलांत उत्पन्न झालेल्या ह्या माशांसह तत्काल स्वर्गांत जाल !

भीष्म सांगतातः— राजा युधिष्ठिरा, त्या सिद्ध महर्षींच्या मुखांतून हे शब्द बाहेर पडतांच त्याच्या प्रभावानें ताबडतोब ते निषाद मत्स्यांसमवेत स्वर्गास गेले आणि ते स्वर्गांत आरोहण करीत आहेत असें पाहून नहुष राजाला मोठा विस्मय वाटला ! राजा युधिष्ठिरा, नंतर गविजात मुनि व च्यवन भार्गव ऋषि ह्यांनीं नहुष राजाला एकेक वर दिला आणि त्यांच्या योगें त्या महापराक्रमी नहुष राजाला मोठा आनंद होऊन तो पुरे असें म्हणाला. राजा धर्मा, मग त्या इंद्रतुल्य पृथ्वीपतीनें त्या उभयतां ऋषींपाशीं आणखी एक वर मागितला. तो असा कीं, ' माझी धर्माच्या ठिकाणीं अभंग निष्ठा असावी. ' त्या समयीं राजाची ती प्रार्थना श्रवण करून त्यांनीं तत्काळ त्याला तो वर दिला आणि राजानें मोठ्या उल्हासानें त्या दोघांही ऋषींचें पूजन केलें. असो; राजा धर्मा, ह्या समयीं च्यवन महर्षीचें उदवासव्रत समाप्त झालें होतें, यामुळें तो आणि महातेजस्वी गविजात ऋषि हे आपआपल्या आश्रमांस निघून गेले. ते निषाद व मत्स्य हे तर आधींच स्वर्गास गेले होते. असो; ह्याप्रमाणें झाल्यानंतर त्या उभयतां ऋषींपासून वर प्राप्त झालेला तो नहुष राजाही मोठ्या आनंदानें आपल्या नगरास गेला. बाळा धर्मा, तूं जें मला विचारिलें होतेंस तें मीं तुला हें सांगितलें आहे. दुसऱ्यांना दुःखपीडित पाहिलें असतां किंवा त्यांशीं सहवास केला असतां त्यांजवर कशा प्रकारें दया केली पाहिजे, गाईचें महात्म्य किती अगाध आहे आणि धर्माचें तत्त्व बरोबर रीतीनें समजणें किती अगत्याचें होय, ह्याचें तुला ह्या इतिहासावरून उत्कृष्ट ज्ञान होईल. असो; वीरा युधिष्ठिरा, आतां मी तुला आणखी काय सांगूं ? तुझ्या मनांत आतां मला काय विचारावयाचें आहे ?

अध्याय बावन्नावा.

—:०:—

च्यवन व कुशिक ह्यांचा संवाद.

युधिष्ठिर ह्मणालाः–हे महाप्राज्ञ महाबाहो भीष्म, मला मोठा सागरासारखा अगाध असा एक संशय आहे; तर तो आपण ऐकून घेऊन त्याचें साकल्येंकरून निराकरण करावें. महाराज, जमदग्निपुत्र जो महाधर्मनिष्ठ राम, त्याचें कथानक श्रवण करावें अशी मला मोठी लालसा उत्पन्न झाली आहे; तर माझी ही लालसा आपण परिपूर्ण करावी. पितामह, तो सत्यपराक्रमी राम कसा जन्म पावला आणि ब्रह्मर्षींच्या कुळांत तो जन्मास आला असून क्षत्रियधर्माचें काय ह्मणून परिपालन करूं लागला, हें सर्व मला समग्र निवेदन करावें. तसेंच, हे भरतश्रेष्ठ, मला दुसराही एक मोठा संशय आहे तो हा कीं, कुशिकाचा वंश हा वास्तविकपणें क्षत्रियाचा वंश होय; आणि असें असतां त्या वंशांत जन्म पावलेला जो विश्वामित्र तो ब्राह्मण झाला हें कसें ? पितामह नरव्याघ्र भीष्म, त्या अतिशयित थोर अशा महात्म्या रामाचा व विश्वामित्राचा कायहो प्रचंड प्रभाव वर्णावा ! पहा—ऋचीक ऋषीचा पुत्र जमदग्नि हा ब्राह्मणच झाला, परंतु त्या ऋचीकाचाच नातू राम हा क्षत्रिय बनला;

तसाच कुशिकाचा पुत्र गाधि हा क्षत्रियच झाला, परंतु त्या कुशिकाचाच नातू विश्वामित्र हा ब्राह्मण बनला. तेव्हां राम व विश्वामित्र हे ज्यांच्या कुलांत जन्मास आले त्या ऋचीकाच्या व कुशिकाच्या पुत्रांना जो भिन्नजातित्वाचा दोष जडला नाहीं तोच दोष त्या ऋचीकाच्या व कुशिकाच्या नातवांना जडला हें झालें तरी कसें ? ह्याचें मला सविस्तर निरूपण करून सांगावें.

भीष्म सांगतातः— युधिष्ठिरा, ह्या विषयाचें विवरण करण्यासाठीं एक पुरातन इतिहास सांगत असतात. तो इतिहास म्हणजे कुशिक व च्यवन ह्यांचा संवाद होय. राजा धर्मा, पुढें आपल्या कुळांत भिन्नजातित्वाचा दोष उत्पन्न होणार, ही गोष्ट त्या महाबुद्धिमान् च्यवन भार्गव ऋषिश्रेष्ठाला तपस्सामर्थ्यानें आधींच कळली आणि त्यानें त्या दोषापासून घडणारे सर्व गुणावगुण व बलाबल ह्यांचा मनानें निश्चय करून, त्या दोषाला मूळ कारण कुशिकाचा वंश आहे असें जाणून त्या सर्व वंशाला जाळून टाकण्याचें ठरविलें. राजा, नंतर तो तपोधन च्यवन भार्गव ऋषि कुशिक राजाकडे गेला आणि त्याला म्हणाला कीं, ‘ हे अनघा, तुझ्या समीप वास्तव्य करावें अशी मला इच्छा उत्पन्न झाली आहे.’ राजा युधिष्ठिरा, तेव्हां च्यवन भार्गव ऋषीला कुशिक राजा म्हणालाः— भगवन् ऋषिवर्य, ह्या जगांत सहधर्माचरण हें पंडितांनीं स्त्रियांना लावून दिलें आहे आणि तें नेहमीं कन्यादान झाल्यापासून अमलांत यावें असा ज्ञात्यांचा अभिप्राय आहे. ह्यास्तव आपण मजकडे वास्तव्य करावें हा धर्ममर्यादेचा अतिक्रमच होय; तथापि, हे तपोधन, आपण जी आज्ञा कराल तदनुरूप वागण्यास मी सिद्ध आहें; काय आज्ञा असेल ती कथन करावी.

भीष्म सांगतातः— राजा युधिष्ठिरा, नंतर महामुनि च्यवन भार्गव ह्याला कुशिक राजानें आसन दिलें आणि आपण भार्येसहवर्तमान त्याच्या सेवेस सिद्ध झाला. प्रथम कुशिक राजानें पादप्रक्षालनार्थ उदकानें भरलेलें पात्र च्यवन भार्गवाच्या पुढें ठेविलें आणि पादप्रक्षालन आटोपल्यानंतर त्या महात्म्याकडून इतर सर्व क्रिया करविल्या. मग त्या महादक्ष महात्म्या कुशिकानें मोठ्या सावधान मनानें यथाविधि मधुपर्क विधि केला आणि ह्याप्रमाणें त्याचा उत्तम प्रकारें सत्कार करून पुनः त्यास म्हटलें कीं, ‘ भगवन्, आम्ही उभयतां आपल्या इच्छेनुसार वर्तण्यास सिद्ध आहों. तेव्हां आपली जी काय आज्ञा असेल ती कथन करावी. हे महाव्रत भार्गव, आपण आज्ञा कराल तर सर्व राज्य, सर्व धनदौलत, सर्व धेनु व यज्ञांत अर्पण करावयाच्या सर्व वस्तु आपणास देण्यास मी तयार आहें. मुनिवर्य, हा राजवाडा, हें राज्य व हें धर्मासन आपलें आहे. ह्या सर्वांचा आपण स्वीकार करावा व पृथ्वीचा राज्यकारभार आपल्या हातांत घ्यावा. विप्रश्रेष्ठ, ह्या सर्वांवर माझी आतां सत्ता मुळींच राहिली नाहीं. मी आपला दास असून आपण सांगाल त्याप्रमाणें वागण्यास सिद्ध आहें. ’

युधिष्ठिरा, कुशिक राजाचें असें हें भाषण श्रवण करून च्यवन भार्गव मुनीला मोठा आनंद झाला आणि तो कुशिक राजाला म्हणाला, ‘ राजा, मला राज्य, धन, स्त्रिया, धेनु, देश किंवा यज्ञयागांस अवश्य अशा वस्तु इत्यादि कशाचीही अपेक्षा नाहीं. माझ्या मनांत कांहीं एका व्रताचें अनुष्ठान करावें असें आहे. जर तुम्हां उभयतांना पसंत असेल तर तुम्हीं निःशंकपणानें मी तें व्रत करीत असतां माझ्या सेवेस सादर असावें. ’ राजा

युधिष्ठिरा, ह्याप्रमाणें च्यवन भार्गवाचें भाषण ऐकून कुशिक राजा व त्याची पत्नी ह्यांना मोठा आनंद झाला आणि त्यांनीं त्या महात्म्याला म्हटलें कीं, 'हे ऋषिपुंगवा, आपल्या इच्छेप्रमाणें करण्यास आम्ही तयार आहों.' राजा युधिष्ठिरा, नंतर कुशिक राजानें मोठ्या उल्हासानें त्या ऋषिवर्याला राजवाड्यांतल्या एका रमणीय स्थानीं नेलें आणि त्यास ती सुंदर जागा दाखविली. त्या समयीं कुशिक राजा च्यवन भार्गव ऋषीला म्हणाला, 'भगवन् ही आपणाकरितां शय्या आहे; आपण येथें निःशंकपणें खुशाल रहावें. हे तपोधन, आपल्या संतोषाकरितां आम्ही उभयतां यत्न करूं.' धर्मा, ह्याप्रमाणें त्यांचें संभाषण चालतां चालतां मध्याह्न समय उलटून गेला आणि नंतर च्यवन भार्गव ऋषीनें खाद्य व पेय पदार्थ आणण्याविषयीं आज्ञा केली. तेव्हां कुशिक राजानें नम्र होऊन त्या ऋषिश्रेष्ठास विचारिलें कीं, 'मुनिवर्य, आपल्याला प्रियकर असें कोणतें अन्न घेऊन यावें त्याची आज्ञा व्हावी. राजा, तेव्हां मोठ्या प्रसन्न मनानें च्यवन भार्गव ऋषि कुशिक राजाला म्हणाला कीं, 'राजा, जें उत्तम अन्न असेल तें त्वां मजकरितां आणावें.' युधिष्ठिरा, च्यवन भार्गवाच्या त्या भाषणाला मान देऊन कुशिक राजानें तत्काळ 'बरें आहे' असें म्हणून उत्तम उत्तम खाद्य व पेय पदार्थ त्या स्थळीं आणविले. नंतर ते पदार्थ त्या धर्मवेत्त्या मुनिश्रेष्ठानें सेवन केले आणि तो त्या कुशिक राजाला व त्याच्या पत्नीला म्हणाला कीं, 'राजा, मला आतां फार झोंप येत आहे, ह्याकरितां मी आतां निजण्याची इच्छा करितों.' नंतर तो ऋषिश्रेष्ठ भगवान् च्यवन भार्गव शय्यागृहांत गेला व तेथें प्रवेश करून कुशिक राजा आपल्या पत्नीसह त्याच्या सेवेकरितां सिद्ध राहिला. त्या समयीं त्या भृगुवंशजानें कुशिक राजाला म्हटलें कीं, 'राजा, झोंप लागल्यावर मला कोणींही जागें करूं नये. तूं माझे पाय चेपीत एकसारखा जागा रहा.' च्यवन भार्गवाचे ते शब्द श्रवण करून धर्मवेत्त्या कुशिक राजानें मनांत कांहींएक शंका न आणितां 'बरें आहे' म्हणून म्हटलें आणि रात्र संपली तरी त्या उभयतांनीं त्या मुनिवर्याला जागें केलें नाहीं व त्या महर्षीची आज्ञा प्रमाण मानून तीं उभयतां राजा व राणी त्या ऋषीश्वराच्या शुश्रूषेंत निमग्न होऊन राहिलीं. युधिष्ठिरा, तो भगवान् च्यवन भार्गव ऋषि त्या कुशिक राजाला ह्याप्रमाणें आज्ञा करून निजला तो एकवीस दिवसपर्यंत ह्या कुशीचा त्या कुशीला झाला नाहीं आणि तो ह्या प्रकारें गाढ निद्रा घेत असतां कुशिक राजा व त्याची भार्या हीं कांहींएक न खातां त्याच्या सेवेंत तत्पर राहिलीं! नंतर तो तपोधन च्यवन भार्गव ऋषि आपल्या आपण जागा झाला आणि कांहींएक भाषण न करितां त्या राजवाड्यांतून निघून चालता झाला! राजा, तें पाहून क्षुधेनें व श्रमानें क्षीण झालेलीं तीं राजाराणी त्या महातपस्व्याच्या मागून धावलीं; परंतु त्या मुनिश्रेष्ठानें त्यांजकडे पाहिलें सुद्धां नाहीं! राजा धर्मा, पुढें तीं त्याजकडे पहात असतां तो भृगुकुलावतंस च्यवन भार्गव एकाएकीं गुप्त झाला आणि तें पाहून कुशिक राजा भूतलावर धाडकन् पडला! नंतर तो महापराक्रमी कुशिक राजा कांहीं वेळानें सावध झाला आणि पुनः आपल्या भार्येसहवर्तमान त्या च्यवन भार्गवाला शोधण्यासाठीं फार यत्न करूं लागला.

अध्याय त्रेपन्नावा.

—:o:—

च्यवन व कुशिक ह्यांचा संवाद.

युधिष्ठिर म्हणालाः—पितामह भीष्म, तो विप्र च्यवन भार्गव ऋषि गुप्त झाल्यावर कुशिक राजानें व त्याच्या महाभाग पत्नीनें काय केलें तें मला निवेदन करावें

भीष्म सांगतातः—युधिष्ठिरा, कुशिक राजा आपल्या पत्नीसहवर्तमान त्या च्यवन भार्गव ऋषीचा शोध करीत असतां फार थकला व त्यास तो महर्षि कोठेंही आढळला नाहीं. तेव्हां निराश होत्साता लज्जित व व्याकुळ होऊन तो राजधानीस परत आला. राजा, त्या समयीं त्या कुशिक राजाची इतकी दीन अवस्था झाली कीं, नगरास परत आल्यावर तो कांहीं एक बोलला नाहीं आणि त्याचें चित्त एकसारखें च्यवन ऋषीच्या त्या कृत्यांमध्यें वेधून गेलें! नंतर तो शून्य मनानें राजवाड्यांत शिरला आणि पूर्वींच्या स्थानीं जाऊन पाहातो तों त्यास शय्येवर भृगुपुत्र च्यवन ऋषि निजलेला आहे असें आढळून आलें! राजा धर्मा, तेव्हां कुशिक राजा व त्याची पत्नी हीं च्यवन भार्गवाला अवलोकन करितांच विस्मित झालीं आणि तो चमत्कार मनांत आणून व त्या ऋषीश्वराला पाहून पुनः त्यांच्या मनाला शांतता उत्पन्न झाली! राजा, मग त्यांनीं पूर्ववत् पहिल्या जागीं बसून त्या मुनीचें पादसंवाहन करण्यास आरंभ केला आणि नंतर तो महामुनि दुसऱ्या कुशीस वळला व स्वस्थ निजला. राजा, पुढें तो वीर्यशाली मुनि दुसऱ्या कुशीस वळून झोंप घेत असतां पुनः एकवीस दिवस गेल्यावर जागा झाला; परंतु कुशिक राजा व त्याची पत्नी त्या ऋषिश्रेष्ठाला इतकीं भिऊन गेलीं होतीं कीं, त्यांनीं आपल्याला क्षुधातृषा किंवा अन्य कोणताही विकार झाल्याचें दर्शविलें नाहीं! युधिष्ठिरा, तो च्यवन भार्गव ऋषि जागा झाल्यावर कुशिक राजाला म्हणाला कीं, ‘ राजा, मला तैलाभ्यंग स्नान घाल. ’ तेव्हां त्या उभयतांनीं ‘ बरें आहे ’ असें म्हटलें आणि तीं क्षुधेनें व श्रमानें अगदीं थकून गेलीं असतांही उंची शतपाक तेल आणून त्या ऋषीच्या सेवेस सिद्ध झालीं. नंतर तो महर्षि च्यवन भार्गव सुखासनीं स्थित झाला आणि कुशिक राजा व त्याची पत्नी, हीं निमूटपणानें त्याचें आंग मर्दूं लागलीं. राजा, ह्याप्रमाणें त्या ऋषीश्वराचें अंगमर्दन सुरू झालें असतां तो महातपस्वी भृगुपुत्र पुरे असें मुळींच म्हणेना; परंतु कुशिक राजा व त्याची भार्या निर्विकार होत्सातीं मर्दनविधि करीत आहेत असें पाहून तो ऋषिश्रेष्ठ एकदम त्या सुखासनावरून उठला आणि स्नानाच्या शिळेवर जाऊन बसला. राजा धर्मा, त्या स्थळीं राजाला स्नानविधीस अवश्य अशी सर्व सामुग्री सिद्ध होती; पण च्यवन भार्गव त्या सर्वांचा अनादर करून राजाच्या समक्ष तेथच्या तेथें गुप्त झाला! युधिष्ठिरा, इतकें झालें तरी कुशिक राजा व त्याची राणी ह्यांच्या चित्तांस कांहीं एक विकार झाला नाहीं व तीं अगदीं निर्विकार अशीं दिसलीं. हे कुरुनंदना, नंतर तो भगवान च्यवन भार्गव ऋषि स्नान करून सिंहासनावर अधिष्ठित झाला आहे असें त्या राजा व राणी ह्यांना दिसून आलें. तें पाहून त्यांना मोठा आनंद झाला आणि त्यांनीं विकारहीन राहून मोठ्या नम्रपणानें अन्न तयार आहे म्हणून त्या मुनिश्रेष्ठास निवेदन केलें. तेव्हां त्या मुनीनें अन्न आणावें ह्मणून कुशिक राजाला आज्ञा केली आणि मग राजा व राणी ह्यांनीं तें अन्न च्यवन भार्गवाच्या सन्निध आणून ठेविलें. त्या अन्नांत नानाप्रकारचीं मांसें असून अनेक जातींच्या

शाकभाज्या होत्या; बहुत प्रकारचीं तोंडीं-लावणीं असून हलकीं हलकीं पेयें होतीं; चित्र-विचित्र मुरांबे असून करंज्या, अनरसे, घीवर इत्यादि पदार्थ होते; आणि नानाप्रकार-चीं साखरेचीं उत्तम उत्तम पक्कान्नें असून अनेक प्रकारच्या खिरी वगैरे रस सिद्ध केलेले होते. तसेंच त्यांत मुनींना भक्षण करण्यास योग्य असे अनेक वन्य पदार्थही असून राजे लोकांनीं सेवन करण्यास योग्य अशीं अनेक विचित्र फळें होतीं; आणि त्याप्रमाणेंच त्यांत बोरें, इंगुद, काश्मर्य, भल्लातक वगैरे पुष्कळ फळें असून गृहस्थांना व वनवाशांना योग्य असा विपुल पदार्थसमूह होता; असो.

युधिष्ठिरा, कुशिक राजानें शापाच्या भ-यानें ते सर्व पदार्थ च्यवन भार्गव मुनीच्या समीप आणिले व त्याजपुढें ठेवून मुनीला बसण्यास आसन देऊन समीप शय्याही सिद्ध केली आणि त्या भोज्य पदार्थांवरून उत्तम वस्त्रांचें झांकण घातलें. पण, राजा, नंतर च्यवन भार्गवानें त्या सर्व पदार्थांना आग लावून जाळून भस्म केलें आणि पुनः त्या दंपत्याच्या समक्ष तो अंतर्धान पावला. धर्मा, इतकें झालें तरी तो महाबुद्धिमान् कुशिक राजा व त्याची महाबुद्धिमती पत्नी हीं रागावलीं नाहींत. तीं तशींच त्या रात्रभर मुकाट्यानें राहिलीं आणि त्यांनीं आपल्या चित्तास क्रोधाचा लवमात्र स्पर्श होऊं दिला नाहीं. प्रत्येक दिवशीं त्यांनीं राज-वाड्यांत नानाप्रकारचें उत्तम अन्न सिद्ध करून तें, व त्याप्रमाणेंच शय्या, स्नानाची अनेक प्रकारची तयारी, तऱ्हेतऱ्हेचीं वस्त्रें वगैरे त्या ऋषिश्रेष्ठाकरितां तयार ठेवण्याचा क्रम चालवि-ला; त्या समयीं त्या च्यवन भार्गवाला कांहींएक न्यून ह्मणून आढळलें नाहीं. तेव्हां तो विप्रर्षि पुनः कुशिक राजाला ह्मणाला, ' राजा, मला रथांत बसवून तूं आपल्या भार्येसहवर्तमान तो ओढीत मी सांगेन तिकडे लवकर घेऊन चल. च्यवन भार्गव ऋषीचें तें वचन श्रवण करून कुशिक राजानें त्या तपोधनाला निःशंकपणें ' बरें आहे' ह्मणून म्हटलें आणि त्यास विचारलें, ' भगवन्, क्रीडेचा रथ आणूं किंवा युद्धाचा रथ आणूं ?' राजा युधिष्ठिरा, कुशिक राजानें मोठ्या उल्हा-सानें असा प्रश्न केला. तेव्हां च्यवन भार्गवाला मोठा आनंद झाला आणि त्यानें शत्रूंच्या नग-राला जिंकणाऱ्या त्या कुशिक राजाला पुनः म्हटलें कीं, ' राजा, आयुधें, पताका, शक्ति व कनकयष्टि ह्यांनीं युक्त, किंकिणींचा घणघणाट चालणारा, तोरणें व इतर सामुग्री जेथच्या तेथें ठेविलेली आहे असा, सुवर्णानें मढविलेला आणि शतावधि मोठमोठाले बाण असलेला असा जो तुझा युद्धाचा रथ आहे तो लवकर सज्ज कर. तेव्हां कुशिक राजानें च्यवन भार्गव मुनीला ' बरें आहे ' ह्मणून म्हटलें आणि आपला महान् रथ सिद्ध करून त्याच्या डावे धुरीला आपल्या भार्येची व उजवे धुरीला आपली स्वतःची योजना केली; आणि वज्रासारखा बळकट व सुईसारखा अणकुचीदार असा तीन दांडे असलेला एक प्रतोद रथावर ठेविला. राजा धर्मा, ह्याप्रमाणें सर्व सिद्धता झाल्यावर कुशिक राजानें च्यवन भार्गवाला म्हटलें कीं, ' भगवन् , आतां हा रथ कोठें न्यावयाचा त्याची आज्ञा व्हावी. आपण सांगाल तेथें जाण्यास हा रथ तयार आहे. ' कुशिक राजाचें हें भाषण श्रवण करून भगवान् भृगुनंदनानें त्यास उत्तर दिलें कीं, ' राजा, येथून हळूहळू पावलें टाकीत चालूं लागा; जेणेंकरून मला अगदीं इजा होणार नाहीं अशा प्रकारें व माझ्या तबियतीप्रमाणें सर्व लोकांच्या समक्ष मोठ्या सुखानें हा रथ ओढा. राजा, मार्गांत जे कोणी वाटसरू भेटतील त्यांना एकीकडे व्हा ह्मणून अगदीं सांगूं नका; कारण, वाटसरू

व ब्राह्मण जे कोणी मार्गांत माझ्यापाशीं याचना करतील त्या सर्वांना मी भरपूर धन व रत्नें वगैरे देणार आहें. राजा, मी सांगत आहें हें सर्व तूं अगदीं मागेंपुढें न पहातां कर. युधिष्ठिरा, च्यवन भार्गव मुनींचें तें भाषण श्रवण करून कुशिक राजानें आपल्या सेवकांस आज्ञा केली कीं, 'सेवकहो, मुनिश्रेष्ठांची जी आज्ञा होईल तीप्रमाणें सर्व कांहीं कोणतीही शंका न घेतां देण्यांत यावें.' धर्मा, नंतर अनेक रत्नें, स्त्रिया, शेळ्यामेंढ्यांच्या जोड्या, नाण्यांच्या रूपांत असलेलें व नुसतें असें सोनें, पर्वतासारखे प्रचंड हत्ती आणि राजाचे अमात्य हीं सर्व त्या ऋषीमागून चालूं लागलीं व तो रथ चालू होतांच जिकडे तिकडे मोठा हाहाःकार उडून सर्व नगर दुःखसागरांत बुडालें! त्यासमयीं त्या दंपत्यावर च्यवन भार्गवानें तीक्ष्णाग्र प्रतोदाचे जोरानें प्रहार केले, त्या वधूवरांच्या पृष्ठभागीं व कुशींमध्यें पराण्या टोंचल्या; परंतु त्यांनीं कोणताही विकार न पावतां तो रथ तसाच पुढें ओढीत नेला! धर्मा, त्या वेळची त्या कुशिक राजाची व त्याच्या पत्नीची ती स्थिति काय वर्णावी! त्यांनीं पन्नास दिवसांत अन्नग्रहण केलें नव्हतें व त्यांना श्रमानें अगदीं ग्लानि आलेली असून त्यांचीं गात्रें अगदीं लटलट कांपत होतीं! आणि ह्यामुळें त्यांच्या अंगीं शक्ति नसतांही तीं मोठ्या कष्टानें तो रथ ओढीत होतीं! तशांत त्यांच्या देहांवर अनेक स्थळीं प्रतोदानें क्षतें झालीं असून त्यांतून रक्ताचे प्रवाह चाललेले होते! आणि त्यामुळें जणू काय ते पळसाचे वृक्षच फुलले आहेत असें भासत होतें! त्या दंपत्याची ती अवस्था अवलोकन करून नगरवासी जन अतिशय हळहळूं लागले; परंतु शापाच्या भीतीनें ते कांहींएक बोलले नाहींत. यांचे जागजागीं जमाव जमून ते सर्व आपआपसांत बोलूं लागले कीं, 'तपश्चर्येचें बल किती अगाध आहे पहा! आपण जरी अगदीं संतापलों आहों, तरी ह्या मुनिश्रेष्ठाकडे नजरही टाकण्यास आपण येथें समर्थ नाहीं! पवित्र अंतःकरण केलेल्या ह्या भगवान् महर्षीचें केवढें हो सामर्थ्य! आणि त्याप्रमाणेंच ह्या राजाची व राणीची काय हो ही सहनशक्ति! हीं अगदीं थकलीं असतांही ह्यांनीं मोठ्या कष्टानें हा रथ ओढून नेला! आणि भृगुनंदनाला ह्यांच्या ठिकाणीं कोणताही विकार आढळला नाहीं!

भीष्म सांगतातः—हे राजा युधिष्ठिरा, कुशिक राजा व त्याची पत्नी ह्यांच्या मनाला कांहींएक विकार झाला नाहीं असें पाहून च्यवन भार्गव ऋषीनें कुबेराप्रमाणें धन वांटण्यास सुरुवात केली. पण तेव्हांही राजाचें मन शांतच राहिलें व त्यानें प्रसन्न चित्तानें मुनीच्या आज्ञेनुसार वागण्याचा क्रम आरंभिला. तेव्हां तें अवलोकन करून मुनिश्रेष्ठ भगवान् च्यवन भार्गव ऋषि संतुष्ट झाला आणि त्या श्रेष्ठ रथावरून खालीं उतरून त्यानें त्या दंपत्याला धुरीपासून नीट रीतीनें मोकळें केलें; आणि गंभीर, प्रेमळ व प्रसन्न अशा वाणीनें म्हटलें, "अहो, मी तुम्हांस उत्कृष्ट वर देण्यास सिद्ध आहें; तर तुम्हांस जो वर पाहिजे असेल तो सांगा." राजा धर्मा, नंतर तें सुकुमार दंपत्य अतिशय विद्ध झालें आहे असें पाहून च्यवन भार्गवानें मोठ्या प्रेमानें आपले अमृततुल्य हात त्यांच्या अंगावरून फिरविले. तेव्हां कुशिक राजा व त्याची पत्नी त्या मुनिवर्यास म्हणालीं, 'भगवन् आम्हीं हें जें कांहीं केलें त्यापासून आम्हां दोघांस मुळींच क्लेश झाले नाहींत. आपल्या प्रभावाच्या योगानें आम्हीं अगदीं क्लेशहीन व आनंदी आहों,' राजा युधिष्ठिरा, हे शब्द श्रवण करून भगवान् च्यवन भार्गव

ऋषि मोठ्या आनंदानें त्या दंपत्याला म्हणाला, 'अहो, मीं पूर्वीं बोललों आहें तें वृथा व्हावयाचें नाहीं. हा प्रदेश मोठा रमणीय असून हें येथें पवित्र गंगातीर आहे. ह्यास्तव, राजा, कांहीं कालपर्यंत मी येथें व्रत करीत रहाणार. बाळा, आतां तूं आपल्या नगरास जा आणि विसावा घे व उद्यां आपल्या भार्येसह मला येथें भेट. राजा, तूं रागावूं नको; खचित तुझें कल्याण होण्याचा समय अगदीं जवळ आला आहे. तुझ्या मनांत जी कांहीं इच्छा आहे ती आतां लवकरच परिपूर्ण होईल.' ह्याप्रमाणें च्यवन भार्गव मुनि कुशिक राजाला म्हणाला असतां कुशिक राजानें प्रमुदित चित्तानें त्या मुनिशार्दूलास गंभीर वाणीनें म्हटलें, 'भगवन्, माझ्या मनांत मुळींच राग नाहीं. हे महाभाग, आपल्या ह्या सेवेनें आम्हीं अगदीं पावन झालों. हें पहा आम्हांला पुनः तारुण्य प्राप्त होऊन आमचीं शरीरें बळकट व तेजःपुंज दिसूं लागलीं. मुनिवर्य, आपण आम्हां उभयतांच्या देहावर प्रतोदानें जे व्रण केले, ते सर्व दिसत नाहींतसे झाले आणि मी आतां भार्येसहवर्तमान मोठ्या आनंदांत आहें. ही पहा राणी अगदीं अप्सरेप्रमाणें सुंदर दिसत असून पूर्वींप्रमाणें दिव्य कांतीनें झळकत आहे. महामुने, आपल्या प्रसादानेंच हें सर्व घडून आलें. भगवन्, आपल्या ठिकाणीं सत्य पराक्रम वसत असल्यामुळें आपण हें जें कांहीं केलें त्यांत आश्चर्य असें मुळींच नाहीं. ' राजा युधिष्ठिरा, कुशिक राजाचें ह्याप्रमाणें भाषण श्रवण करून च्यवन भार्गव ऋषि पुनः त्यास म्हणाला कीं, ' हे नराधिपा, तूं भार्येसहवर्तमान ह्या ठिकाणीं ये. ' राजा धर्मा, नंतर कुशिक राजानें च्यवन भार्गवास अभिवंदन केलें असतां च्यवन भार्गवानें त्यास स्वनगरीं परत जाण्यास आज्ञा दिली आणि मग तो भूपति दिव्य कांतीनें युक्त होत्साता देवराज इंद्राप्रमाणें राजधानीस परत गेला. तेथें अमात्य व पुरोहित हे त्यास सामोरे आले; त्याची सेना तेथें येऊन थडकली; वारांगना नृत्य करूं लागल्या; सर्व प्रजा त्याच्याभोंवतीं येऊन उभ्या राहिल्या; बंदिजन त्याची स्तुति करूं लागले; आणि अशा मोठ्या समारंभानें दिव्य तेजानें झळकत असणारा तो कुशिक राजा नगरांत प्रविष्ट होऊन त्यानें पूर्वाह्णीं करावयाचीं सर्व कृत्यें उरकलीं व भार्येसहवर्तमान भोजन करून रात्र सुखानें घालविली. युधिष्ठिरा, त्या रात्रीस कुशिक राजा व त्याची पत्नी हीं परस्परांचें नवीन यौवन अवलोकन करून अत्यंत संतुष्ट झालीं आणि त्यांनीं त्या द्विजवराच्या वरानें दिव्य लावण्य व उत्कृष्ट कांति ह्यांनीं युक्त होऊन देवांप्रमाणें अनेक सुखोपभोग भोगिले. इकडे भृगुकुलाची कीर्ति वाढविणाऱ्या त्या तपोधन च्यवन मुनीनें केवळ संकल्पमात्रेंकरून सुंदर, सर्व प्रकारच्या समृद्धीनें युक्त, बहुविध रत्नांनीं शोभायमान् आणि इंद्राच्या नगरांतही न आढळणारें असें एक अपूर्व वन निर्माण केलें !

अध्याय चौपन्नावा.

—:०:—

च्यवन व कुशिक यांचा संवाद.

भीष्म सांगतातः—युधिष्ठिरा, इकडे रात्र सरल्यावर तो मोठ्या मनाचा कुशिक राजा जागा झाला आणि सर्व पूर्वाह्णिक कृत्यें आटोपून भार्येसहवर्तमान च्यवन भार्गवानें उत्पन्न केलेल्या त्या वनाप्रत गेला. तेथें त्यानें एक सर्व सोन्याचा राजवाडा पाहिला. त्याला रत्नांचे सहस्रावधि स्तंभ असून गंधर्वांच्या नगराप्रमाणें तो भव्य व विशाल होता. धर्मा,

कुशिक राजाला त्या ठिकाणीं जागोजाग दिव्य व्यवस्था दिसून आली. त्या वनांत त्यानें ज्यांचीं शिखरें रौप्यमय होतीं असे पर्वत अवलोकन केले; त्याप्रमाणेंच त्याला कमळांनीं भरलेल्या पुष्करिणी आढळल्या; नानाविध चित्रशाळा त्याच्या दृष्टीस पडल्या; त्यानें जागजागीं कमानी व तोरणें पाहिलीं; कित्येक स्थळीं हिरवळ उगवलेली भूमि त्यास दृग्गोचर झाली; आणि कित्येक ठिकाणीं सुवर्णाची फरसबंदी केलेली जमीनही त्याच्या नजरेस पडली! युधिष्ठिरा, त्या वनांत अनेक आम्रवृक्ष मोहोरलेले असून उत्तम केवडे व उद्दालक फुललेले होते. त्याप्रमाणेंच तेथें कुंद, अशोक, अतिमुक्तक, चंपक, तिलक, भव्य, फणस, वंजुल आणि कर्णिकार हे वृक्षही प्रफुल्लित झालेले होते. तसेंच त्या वनांत बेतवार छाटलेले श्याम व वारणपुष्प हे वृक्ष आणि अष्टपदिका लता हीं फार शोभत होतीं. राजा धर्मा, ह्याशिवाय त्या वनांत पद्मांनीं व उत्पलांनीं भरलेलीं रमणीय सरोवरें असून सर्व ऋतूंमध्यें त्यांत फुलें फुललेलीं असत. त्याप्रमाणेंच तेथें पर्वतांसारखे भव्य राजवाडे असून ते अगदीं विमानांप्रमाणें दिसत असत. तशाच तेथें अनेक वापिका होत्या व त्यांपैकीं कित्येकांत थंडगार व कित्येकांत उष्ण उदक होतें. त्या वनांत चित्रविचित्र आसनें व उत्तम उत्तम बिछाने घातलेले होते; आणि त्याप्रमाणेंच तेथें सुवर्णाचे रत्नखचित पलंग मांडलेले असून त्यांजवर भारी किमतीची बिछाईत व गालिचे पसरले होते. राजा युधिष्ठिरा, त्या वनांत भक्ष्य व भोज्य पदार्थ किती होते हें पुसूंच नये! जिकडे पहाल तिकडे ते अगदीं अगणित होते असें म्हटलें तरी चालेल! त्या वनांत पोपट बोलत होते; आणि सारिका, भृंगराजक, कोकिल, शतपत्र, सकोयष्टिक, कुक्कुभ, मयूर, कुक्कुट, दात्यूह, जीवजीवक, चकोर, वानर, हंस, सारस व चक्रवाक हे चोहोंकडे आनंदानें व डौलानें नाचतबागडत व शब्द करीत होते. असो; राजा युधिष्ठिरा, कुशिक राजानें त्या वनांत हें सर्व अवलोकन केलें. त्यानें तेथें कित्येक ठिकाणीं अप्सरांचे व गंधर्वांचे समुदाय पाहिले आणि गंधर्वांचीं कित्येक युग्में एकमेकांना आलिंगन देऊन विहार करीत आहेत असेंही त्याचे दृष्टीस पडलें. एकदां त्यानें जे गंधर्व अवलोकन केले ते पुनः त्याच्या नजरेस पडलेच असें कांहीं झालें नाहीं. कोठें कोठें ते त्याच्या दृष्टीस पडले व कोठें कोठें ते पुनः मुळींच आढळले नाहींत. त्यानें तेथें गायनाचे गोड ध्वनि व त्याप्रमाणेंच अध्यापनाचे स्वर आणि हंसाचे मधुर आलाप ऐकिले; आणि तो एकंदर सर्व चमत्कार पाहून मोठ्या चिंतेंत पडला आणि म्हणाला कीं, हें सर्व स्वप्न तर नव्हे ना? किंवा माझा हा चित्तभ्रंश आहे अथवा हें सर्व खरोखरीच सत्य आहे? अहो, मला तर असें वाटतें कीं, मी आपल्या देहासह ह्या चिन्मय स्थानीं प्राप्त झालों! हा प्रदेश पवित्र उत्तरकुरुदेश किंवा अमरावती नगरी असावी! असो; तेव्हां आतां ह्यास म्हणावें तरी काय? हें आश्चर्य तरी काय आहे कोण जाणे?

ह्याप्रमाणें कुशिक राजा विचार करीत आहे तों त्यानें मुनिश्रेष्ठ च्यवन भार्गवाला पाहिलें. तो त्या वेळीं सुवर्णाच्या विमानांत आरूढ झालेला असून त्या विमानाला रत्नांचे खांब होते, त्या विमानांत अत्यंत मूल्यवान् अशा दिव्य शय्येवर तो भृगुनंदन निजलेला होता. त्या मुनिवर्यास अवलोकन करून कुशिक राजा आपल्या भार्येसहवर्तमान मोठ्या आनंदानें त्याच्याजवळ गेला; परंतु इतक्यांत चमत्कार असा झाला कीं, तो च्यवन भार्गव

ऋषि व ती शय्या वगैरे सर्व गुप्त झालीं ! पुढें कुशिक राजानें त्याच वनाच्या दुसऱ्या भागीं पुनः च्यवन भार्गवाला पाहिलें. तेव्हां तो दर्भासनावर बसून जप करीत महान् व्रताचें अनुष्ठान चालवीत होता. ह्याप्रमाणें योगबलानें त्या च्यवन भार्गव ब्राह्मणानें कुशिक राजाच्या मनास भूल पाडली आणि लागलीच क्षणांत तें वन, अप्सरांचे समुदाय, गंधर्व, वृक्ष, वगैरे सर्व गुप्त होऊन पुनः पूर्वींप्रमाणें गंगातीरावरील सर्व गजबज नष्ट झाली व त्या प्रदेशावर पूर्ववत् दर्भ व वारुळें ह्यांची गर्दी दिसूं लागली ! युधिष्ठिरा, त्या समयीं कुशिक राजा व त्याची पत्नी हीं च्यवन भार्गवाचें तें कृत्य पाहून अतिशयित आश्चर्य करूं लागलीं आणि कुशिक राजानें मोठ्या आनंदानें आपल्या पत्नीला म्हटलें कीं, ' हे भद्रे, अन्य स्थलीं दुर्लभ अशा ज्या कांहीं लोकोत्तर व विलक्षण अशा गोष्टी येथें आपण अवलोकन केल्या त्या मनांत आण. सुंदरी, ह्या सर्वांस कारण भृगुकुलावतंस जो च्यवन महर्षि त्याचें तपोबलच होय. ह्याशिवाय दुसरें कारण तें कोणतें ? प्रिये, हा महात्मा च्यवन भार्गव जें जें मनांत आणील तें तें तपश्चर्येच्या योगें प्राप्त करून घेईल. त्रैलोक्याच्या राज्यापेक्षांही तपश्चर्येचें महत्त्व अधिक आहे. उत्तम प्रकारेंकरून तप केल्यानें मोक्षही प्राप्त होणें शक्य आहे. हे कल्याणि, ह्या महात्म्या च्यवन भार्गव ब्रह्मर्षीचा काय प्रभाव वर्णावा ! हा केवळ इच्छामात्रेंकरून तपस्सामर्थ्यानें दुसरे लोकही निर्माण करील ! ह्या जगांत पवित्र वाणी, बुद्धि व कर्म ह्यांनीं युक्त असे एक ब्राह्मणच जन्मास येतात ! च्यवन भार्गवाशिवाय अन्याकडून असें हें कृत्य घडलें असतें काय ? प्रिये, मनुष्यांना राज्य मिळणें सुलभ, परंतु ब्राह्मण्य मिळणें दुर्लभ होय ! ब्राह्मण्याच्या प्रभावामुळें च्यवन भार्गवानें आपल्याला जणू काय आपले अश्वच असें मानून रथाला जोडिलें ! ' ह्याप्रमाणें कुशिक राजा आपल्या भार्येशीं आपलें मनोगत व्यक्त करीत असतां तें सर्व च्यवन भार्गवाला कळलें आणि तो कुशिक राजाकडे अवलोकन करून ' राजा, लवकर ये. ' असें त्यास म्हणाला. धर्मा, च्यवन भार्गवाचे ते शब्द श्रवण करून कुशिक राजा व त्याची भार्या तत्काळ त्या महामुनीच्या समीप प्राप्त झालीं आणि त्यांनीं त्या परमपूज्य तपोधनास शिरसा वंदन केलें. तेव्हां त्या बुद्धिमान् नरवरानें त्यांस आशीर्वाद दिले व त्यांस बसा म्हणून सांगून त्यांचें सांत्वन करण्यास प्रारंभ केला. त्या वेळीं च्यवन भार्गव योगमायेचा त्याग करून मधुर भाषणानें राजाचें समाधान करण्यासाठीं त्यास म्हणालाः---' राजा, ह्या जन्मामध्यें तूं स्वतः पांचही ज्ञानेंद्रियें, पांचही कर्मेंद्रियें व मन हीं उत्तम प्रकारेंकरून जिंकिलीं आहेस. हे सुंदर भाषण करणाऱ्या राजा, मी तुला ज्या संकटांत घातलें त्या संकटांतूनही तूं आपल्याला उत्तम प्रकारेंकरून मुक्त केलेंस. बाळा, तूं जो माझा छळ सोसलास, त्याच्या योगें तूं माझी उत्कृष्ट आराधना केलीस. आतां तुझ्या ठायीं किंचित् सुद्धां पाप उरलें नाहीं. ह्यासाठीं राजा, तूं आतां मला येथून जाण्यास अनुमोदन दे; मी आतां स्वस्थानीं गमन करितों. राजा, मी तुझ्यावर फार प्रसन्न झालों आहें; तर आतां वर ग्रहण कर. '

कुशिक म्हणालाः---भगवन् भृगुकुलावतंसा, ज्याप्रमाणें अग्नीमध्यें उभें राहावें त्याप्रमाणें मी आपल्या सन्निध उभा आहें. मुनिवर्य, मी ह्या अग्नींत असतांनाही जळून खाक झालों नाहीं, हें मी फारच समजतों ! अहो भृगु

नंदना, आपला संतोष होऊन माझ्या सर्व कुलाचें रक्षण झालें हाच मला मुख्य वर मिळाला असें मी मानितों. ब्रह्मन्, आपल्यासारख्या पावन पुरुषाची माझ्या हातून सेवा घडली हा मजवर फार मोठा अनुग्रह होय. विप्रवर्य, ह्या योगें माझ्या जीविताचें, राज्याचें व तपश्चर्येचें सर्व फल मला मिळालें असें मी मानितों. ब्रह्मन् भृगुनंदना, आपण जर मजवर प्रसन्न झालां असाल, तर माझ्या मनांत कांहीं संशय आहे त्याचें आपण नीट निराकरण करावें, अशी माझी विनंती आहे.

अध्याय पंचावन्नावा.

—:o:—

च्यवन व कुशिक ह्यांचा संवाद.

च्यवन म्हणाला:— कुशिक राजा, मी तुला वर देतों तो ग्रहण कर आणि तुझ्या मनांत जो संशय असेल तो सांग. नरश्रेष्ठा, मी तुझें सर्व मनोगत परिपूर्ण करीन.

कुशिक ह्मणाला:— भगवन् भार्गव, आपण मजवर प्रसन्न झालां असल्यास मला सांगा कीं, आपण माझ्या गृहीं जें वास्तव्य केलें त्याचें कारण काय? विप्रवर्य, आपण एकवीस दिवस एका कुशीवर निजलां, कांहींएक भाषण न करितां बाहेर निघून गेलां, अकस्मात् गुप्त झालां, फिरून दिसलां, फिरून एकवीस दिवस निजलां, पुढें तैलाभ्यंग करून निघून गेलां, नंतर माझ्या गृहीं भोजनाची सिद्धता झाल्यावर नानाप्रकारचें अन्न आपण आग लावून दग्ध केलें, पुढें रथांत बसून एकाएकीं त्वरेनें निघालां, धन वांटूं लागलां, वन निर्माण केलें, सुवर्णाचे अनेक राजवाडे प्रकटविले, रत्नें व प्रवाळ ह्यांचे पाय लाविलेले मंचक मांडले, आणि पुनः त्या सर्वांचा लोप केला, ह्या सर्वांचें सविस्तर कारण ऐकण्याची माझी मनीषा आहे. हे भृगुकुलाधारा, ह्या सर्वांचें कारण शोधून काढण्याचा मीं पुष्कळ प्रयत्न केला, परंतु माझा तर्क अगदीं चालत नाहीं व माझी बुद्धि अगदीं गोंधळून जाते. विप्रश्रेष्ठा, आपण हें सर्व कां केलें ह्याचा मला कांहींच निश्चय करितां येत नाहीं. तेव्हां, हे तपोधन, ह्यांतलें वास्तविक मर्म काय आहे तें मला विशद करून सांगा.

च्यवन म्हणाला:— कुशिक राजा, हें सर्व मीं कोणत्या हेतूनें केलें तें सविस्तर सांगतों, ऐक. राजा, तूं अशा प्रकारें प्रश्न केल्यावर भ्यां तुला तें न सांगणें हें केवळ अशक्य होय. राजा, पूर्वीं सर्व देव एकत्र जमले असतां पितामह ब्रह्मदेव ह्यानें जें सांगितलें तें मीं ऐकिलें आहे, ह्यास्तव तें तुला सांगतों, ऐक. राजा, पुढें ब्राह्मण व क्षत्रिय ह्यांचा विरोध होऊन त्याच्या योगें कुलसंकर होणार आहे. राजा, तुझा नातू अतिशय तेजस्वी व वीर्यवान् होईल; म्हणून तुझ्या कुलाच्या नाशासाठीं मी तुझ्या समीप प्राप्त झालों. राजा, असें करण्यांत माझा हेतु कुशिकवंशाचा उच्छेद करावा व तुझें कुल जाळून टाकावें हाच होता! ह्यासाठीं मी तुझ्या नगरास आलों आणि राजवाड्यांत येऊन तुला म्हटलें कीं, ‘ माझ्या मनांत कांहीं व्रताचरण करावयाचें आहे, तर तूं माझी शुश्रूषा कर. ’ राजा, मी तुझ्या गृहीं असतां मला तुझें कोणतेंही पापकर्म आढळलें नाहीं; आणि त्यामुळेंच, हे राजर्षे, तूं आज जिवंत आहेस; नाहींपेक्षां तूं कधींच नष्ट झाला असतास. तुझ्या हातून कांहीं तरी चुकी व्हावी आणि त्या चुकीबद्दल मीं तुझा नाश करावा, ह्या हेतूनेंच मीं तुझ्या गृहीं एकवीस दिवसपर्यंत झोंप घेतली आणि मनांत योजिलें कीं, कोणी ना कोणी तरी मला जागें करील; परंतु, राजा, मला कोणीही जागें केलें नाहीं. राजा, तूं आणि तुझी भार्या

माझ्या सेवेस असतां तुम्हीं कोणींही मी गाढ झोंपेंत असतां मला उठविलें नाहीं, तेव्हांच माझें मन तुम्हांवर प्रसन्न झालें; आणि नंतर मी उठून बाहेर चालता झालों ह्याचा तरी आशय हाच कीं, तुम्हीं कोणीं तरी मला कोठें चाललास ह्मणून विचारावें व मी तुम्हांस शाप द्यावा! राजा, नंतर मीं तुझ्या गृहीं पुनः गुप्त झालों आणि योगसाधनाचा आश्रय करून फिरून एकवीस दिवसपर्यंत गाढ निद्रा घेतली! असें करण्यांत माझा हा हेतु होता कीं, तुम्ही क्षुधेनें किंवा श्रमानें व्याकूळ होऊन माझ्याविषयीं तिरस्कार दाखवाल आणि मग मी तुम्हांस शाप देऊन दग्ध करीन! राजा, हाच विचार मनांत आणून मीं तुम्हांला क्षुधेनें पीडित करून सोडिलें; पण चमत्कार असा कीं, तुमच्या मनांत माझ्याविषयीं यत्किंचितही संताप उत्पन्न झाला नाहीं आणि त्यामुळें तुम्हां उभयतांवर मी अतिशय प्रसन्न झालों! राजा, पुढें तूं भोजनाची सिद्धता केल्यावर तें सर्व मीं जाळून टाकिलें, ह्यांत तरी माझी मसलत हीच होती कीं, तुझ्या मनांत माझ्याविषयीं द्वेष उत्पन्न होईल आणि त्या योगें मला संतापण्यास अवकाश मिळेल; पण, राजा, माझें तें करणेंही तुम्ही स्वस्थपणें सहन केलें आणि आपली चित्तवृत्ति अगदीं बदलूं दिली नाहीं! नंतर मीं रथावर आरूढ होऊन तुम्हांला म्हटलें कीं, तुम्हीं उभयतांनीं माझा रथ ओढून मी सांगेन तिकडे न्यावा. पण, राजा, तेंही तुम्हीं निःशंकपणें केलें आणि तें पाहून मला तुमच्याविषयीं फारच कौतुक वाटलें! पुढें मीं धन वांटण्यास प्रारंभ केला; परंतु त्यानेंही तुझ्या चित्तास कांहींच क्रोध आला नाहीं असें पाहून माझें मन पुनः मोठें प्रसन्न झालें आणि तुम्हां उभयतांच्या दृष्टीस पडावें म्हणून मीं हें वन उत्पन्न केलें! राजा, असें करण्यांत माझा हेतु हा होता कीं, तुला स्वर्गाचें दर्शन घडून आनंद प्राप्त व्हावा. राजा, ह्या वनांत तूं जें कांहीं अवलोकन केलेंस त्यावरून तुला स्वर्गसुखाची प्रतीति येईल. तूं आपल्या ह्या देहासहवर्तमान व भार्येसहवर्तमान स्वर्गांतच वास्तव्य केलेंस! राजा, असें करण्यांत माझा हेतु हाच होता कीं, तपश्चर्येचें व धर्माचें फळ काय आहे हें तुला समजावें. राजा, स्वर्गाच्या दर्शनानें तुझ्या मनांत कोणती वासना उत्पन्न झाली हें मीं जाणिलें. तुझ्या मनांत ब्राह्मण्य मिळावें व तपश्चर्या करावी अशी हाव उत्पन्न झाली आहे. ब्राह्मण्य व तपश्चर्या ह्यांपुढें तुला राजपद व इंद्रपद ह्यांचीही महती वाटत नाहीं. बाळा, हें तुझें ह्मणणें अगदीं बरोबर आहे. ब्राह्मण्य हें दुर्लभ होय, ह्यांत संदेह नाहीं. मनुष्य जर ब्राह्मण असेल तरच तो ऋषि होईल व त्याला तप करण्याचा अधिकार येईल. बाळा, ब्राह्मणत्व मिळावें म्हणून जी तुझी इच्छा, ती परिपूर्ण होईल. तुझ्यापासून जो तिसरा पुरुष तो ब्राह्मणत्व पावेल व तो तुझ्या कुशिकाच्या वंशांत जन्मल्यामुळें त्यास कौशिक म्हणतील. हे पार्थिवश्रेष्ठा, तुझा वंश भृगूंच्या तेजानें महातेजस्वी होईल. तुझा पौत्र मोठा तपस्वी होईल व त्याच्या ठिकाणीं अग्नितुल्य तेज वास करील आणि तो देव, मनुष्यें व तिन्ही लोक ह्यांना भयभीत करून सोडील ह्यांत संदेह नाहीं. राजर्षे, जो वर मिळावा म्हणून तुझ्या मनांत आहे तो वर तूं ग्रहण कर. मी आतां तीर्थयात्रा करण्यास जातों. पहा काल निघून चालला!

कुशिक म्हणालाः—हे महामुने, हाच वर मला आज मिळावा. हे अनघ, आपण प्रसन्न झालां असल्यास आपण ह्मटल्याप्रमाणें माझा पौत्र ब्राह्मण व्हावा. भगवन्, मला हाच वर द्या कीं, माझें कुल ब्राह्मणाचें व्हावें. विप्रवर्य,

आतां माझी अशी इच्छा आहे कीं, हाच विषय आपण पुनः अधिक विस्तारानें कथन करावा. हे भृगुनंदन, माझें कुल ब्राह्मणत्व कसें पावेल? व ही गोष्ट घडवून आणण्यास कोणता भृगुकुलोत्पन्न पुरुष मजवर कृपा करील बरें?

अध्याय छपन्नावा.

—:०:—

च्यवन व कुशिक ह्यांचा संवाद.

च्यवन म्हणाला:—नरश्रेष्ठा कुशिक राजा, ज्या अर्थीं मी तुझा उच्छेद करणाच्या हेतूनें येथें प्राप्त झालों, त्या अर्थीं म्यां तुला हें सर्व अवश्य सांगितलें पाहिजे. जनाधिपा, भृगूंनीं नेहमीं क्षत्रियांचे यज्ञयाग करावे असा नियम चालला असतां दैवयोगानें त्यांच्या मनांत भेदबुद्धि उत्पन्न होईल आणि सर्व भृगूंना क्षत्रिय हे ठार मारतील! राजा, दैवाच्या दंडानें जर्जर झालेले ते क्षत्रिय भृगुकुलाचा असा कांहीं घोर संहार उडवितील कीं, भृगुकुलांतील गर्भस्थ प्राण्यांना सुद्धां ते जिवंत ठेवणार नाहींत! पुढें आमच्या कुळांत ऊर्व नामक एक महातेजस्वी पुरुष जन्मास येईल आणि अग्नि किंवा आदित्य ह्यांप्रमाणें दिव्य दीप्ति धारण करणारा तो महामुनि आमच्या कुलाचें वर्धन करील. राजा, तो पुरुष त्रैलोक्याचा नाश करण्यासाठीं आपला कोपाग्नि चेतवील आणि पर्वत व अरण्यें ह्यांसहवर्तमान सर्व पृथ्वीला जाळून टाकल्यावर पुढें कांहीं काळपर्यंत आपल्या कोपाग्नीला समुद्रामध्यें वडवेच्या मुखीं टाकून देऊन शांत करील. राजा कुशिका, त्या ऊर्व मुनीला ऋचीक नांवाचा पुत्र होईल. हे अनघा, त्याच्यापुढें क्षत्रियांचा संहार उडविण्याकरितां दैवयोगानें सर्व धनुर्वेद मूर्तिमंत उभा राहील आणि मग तो त्या धनुर्वेदाचें ग्रहण करून आपला पुत्र जो जमदग्नि त्याचे ठायीं त्याला प्रेरील. राजा, जमदग्नि हा मोठा भाग्यवान् निपजेल आणि तो तपानें आपला आत्मा पवित्र करून त्या धनुर्वेदाचें धारण करील. असो; हे भरतर्षभा धर्मनिष्ठा कुशिका, तो ऋचीक तुझ्या कुळाचा उत्कर्ष करण्यासाठीं तुझ्या कुळांतील कन्या वरील आणि त्या गाधि राजाच्या दुहितेच्या ठिकाणीं म्हणजे तुझ्या नातीच्या ठिकाणीं त्याला क्षत्रियधर्मी ब्राह्मण पुत्र उत्पन्न होईल. राजा कुशिका, गाधि राजाला विश्वामित्र नामक एक सुधार्मिक क्षत्रिय पुत्र जन्मास येईल; पण त्या क्षत्रियाच्या ठिकाणीं बृहस्पतीसारखें दिव्य ज्ञान वास्तव्य करील आणि तो महाधार्मिक विश्वामित्र घोर तपश्चर्या करून ब्राह्मणत्व पावेल; आणि अशा ह्या क्रमविपर्यासाला कारण ऋचीक व गाधि ह्यांच्या दोघी स्त्रियाच होतील! राजा, पितामह जो ब्रह्मदेव त्याची आज्ञाच तशी आहे. ह्यामुळें ह्यांत अंतर पडणार नाहीं. तुझ्यापासून जो तिसरा पुरुष तो ब्राह्मणत्व पावेल आणि शुद्धात्मे जे भृगु त्यांचा तूं संबंधी होशील!

भीष्म सांगतात:—राजा धर्मा, महात्म्या च्यवन भार्गवाचें हें भाषण श्रवण करून कुशिक राजाला मोठा आनंद झाला व तो धर्मात्मा 'तथास्तु' असें म्हणाला. हे भरतसत्तमा, नंतर महातेजस्वी च्यवन मुनीनें पुनः कुशिक राजाला वर माग म्हणून म्हटलें; तेव्हां कुशिक राजानें 'बरें आहे; आपल्यापासून मी आपली इच्छा परिपूर्ण करून घेतों,' असें उत्तर दिलें व म्हटलें कीं, 'माझें कुल ब्राह्मण होऊन त्याची धर्मावर दृढ श्रद्धा असावी.' धर्मा, कुशिक राजाचें हें वचन श्रवण करून च्यवन मुनीनें 'तसें होवो,' असा आशीर्वाद दिला आणि कुशिक राजाचा निरोप घेऊन तो तीर्थ-

यात्रेस चालता झाला. युधिष्ठिरा, भृगु व कुशिक ह्यांमध्यें परस्परसंबंध कसा घडून आला, हें सर्व मीं तुला निवेदन केलें. राजा, च्यवन भार्गवानें भविष्य सांगितल्याप्रमाणें पुढें प्रत्यक्ष घडलें; आणि जमदग्नि मुनीपासून रामाचा व गाधीपासून विश्वामित्राचा जन्म झाला !

अध्याय सत्तावन्नावा.

कर्में व त्यांचीं मरणोत्तर फळें.

युधिष्ठिर ह्मणालाः—पितामह, आपण जें कांहीं कथन केलें तें आज ऐकून व ह्या पृथ्वीवरील वैभवशाली राजांच्या समुदायांचा संहार कां झाला ह्याचा पुनःपुनः विचार करून माझी चित्तवृत्ति अगदीं गोंधळून जाते. हे भरतश्रेष्ठ, मीं शतावधि राज्यें मिळविलीं व सर्व पृथ्वी जिंकून घेतली हें खरें; परंतु माझ्या हातून कोट्यावधि पुरुषांची हत्या घडली ही गोष्ट मला एकसारखी तीव्र वेदना करीत आहे. अरेरे, ज्या स्त्रियांचे पति, पुत्र, मातुल, भ्राते, वगैरे युद्धांत पतन पावले, त्या श्रेष्ठ स्त्रियांची काय दशा झाली असेल ! अरेरे, त्या कौरवांना व आपल्या आप्तसुहृदांना मारून खचित आह्मीं आपल्याला नरकाचे अधिकारी करून घेतलें ! आतां आह्मी खालीं डोकें करून नरकांत पडूं ह्यांत बिलकूल संदेह नाहीं ! ह्यास्तव, हे भारता, ह्या देहानें आतां उग्र तप करावें हें उचित होय ह्मणून आपण मला तत्त्वोपदेश करा.

वैशंपायन सांगतातः-राजा जनमेजया, युधिष्ठिराचें तें भाषण श्रवण करून उदारधी भीष्मानें त्याचें अंतर्यामीं नीट मनन केलें आणि युधिष्ठिराला म्हटलेंः—युधिष्ठिरा, कोणत्या कर्मांचीं मेल्यावर कोणतीं फळें प्राप्त होतात, ह्यांचें तुला अद्भुत रहस्य कथन करितों, तें ऐक. राजा, तपश्चर्या केल्यानें स्वर्ग मिळतो, तपश्चर्या केल्यानें यश प्राप्त होतें, तपश्चर्येनें आयुष्य वाढतें, तपश्चर्येनें ऐश्वर्य मिळतें, तपश्चर्येनें सुखोपभोग प्राप्त होतात, तपश्चर्येनें ज्ञान, विज्ञान, आरोग्य, रूप, संपत्ति व सौभाग्य मिळतें आणि तपश्चर्येनें धन प्राप्त होतें; मौन धारण करण्यानें जगावर हुकूम चालविण्याची पात्रता येते; दान केल्यानें सुखोपभोग मिळतात; ब्रह्मचर्य पाळल्यानें आयुष्य वृद्धिंगत होतें; हिंसा सोडल्यानें सौंदर्य मिळतें; व्रतादिकांची दीक्षा घेतल्यानें सत्कुलांत जन्म होतें; फळमूळें खाऊन चरितार्थ चालविल्यानें राज्य मिळतें; केवळ पर्णभक्षण करून राहिल्यानें स्वर्ग प्राप्त होतो; उदकप्राशनानें स्वर्गास जातां येतें; दान केल्यानें द्रव्यसंग्रह घडतो; गुरुशुश्रूषेनें विद्या प्राप्त होते; नित्य श्राद्ध केल्यानें संतति वाढते; भाजीपाला खाऊन उदरनिर्वाह करण्याची दीक्षा घेतल्यानें बहुत गाई प्राप्त होतात; तृण खाऊन चरितार्थ चालविणारांना स्वर्ग मिळतो; त्रिकाळ स्नान केल्यानें स्त्रिया प्राप्त होतात; वायुभक्षण केल्यानें प्रजापति लोक मिळतो; ब्राह्मणानें नित्य स्नान करून सकाळीं व संध्याकाळीं जप केला तर त्यास दक्ष प्रजापतीची योग्यता प्राप्त होते; निर्जल उपोषण केल्यानें स्वर्गांत वास्तव्य करितां येतें; स्थंडिलावर शयन करणारांना घरें व शय्या प्राप्त होतात; चिंध्या व वल्कलें परिधान करून कालक्षेप करणारांना वस्त्रें व आभरणें मिळतात; योगाभ्यास करून तपश्चर्या चालविणारांना शय्या, आसनें व वाहनें प्राप्त होतात; अग्नीमध्यें प्रवेश करणारांना निश्चयानें ब्रह्मलोक मिळून तेथें त्याचा जयजयकार होतो; ह्या लोकीं रस सोडल्यानें सौभाग्य मिळतें; मांसाहार वर्ज्य केल्यानें प्रजा दीर्घायुषी होते; उदवासव्रताचें अनुष्ठान करणाराला राजपद मिळतें; खरें बोलणाराला देवलोकीं देवतांबरोबर सुखोपभोग प्राप्त होतात; दान केल्यानें कीर्ति वाढते; अहिंसेनें

आरोग्य प्राप्त होतें; द्विजसेवेनें श्रेष्ठ द्विजत्व व राज्य हीं मिळतात; उदकदान केल्यानें शाश्वत कीर्ति प्राप्त होते; अन्नदानानें सर्व इच्छा व भोग परिपूर्ण होऊन सुख मिळतें; सर्व प्राण्यांना स्वास्थ्य देणारा सर्व शोकांपासून मुक्त होतो; देवांची आराधना केल्यानें राज्य व दिव्य रूप प्राप्त होतें; दिवे लावून अंधाराच्या जागा प्रकाशित केल्यानें मनुष्यांना उत्तम दृष्टि मिळते; सुंदर वस्तूंचें दान केल्यानें स्मृति व बुद्धि प्राप्त होते; सुगंधी द्रव्यें व पुष्पें अर्पण केल्यानें पुष्कळ कीर्ति पसरते; जटा व दाढी वाढविणारांना श्रेष्ठ संतति प्राप्त होते; बारा वर्षेपर्यंत दीक्षा घेऊन उपवास व स्नान करणारांना वीर पुरुषांस मिळणाऱ्या स्थानापेक्षां वरिष्ठ स्थान प्राप्त होतें; ब्राह्मविधीनें कन्यादान करणारांना दास, दासी, अलंकार, क्षेत्रें व गृहें प्राप्त होतात; यज्ञयाग व उपवास केल्यानें स्वर्गलोक मिळतो; फलपुष्पांचें दान करणाराला कल्याणप्रद ज्ञान प्राप्त होतें; सुवर्णाच्या अलंकारांनीं शिंगें शृंगारलेल्या सहस्र गाई अर्पण केल्यानें पुण्य प्राप्त होऊन स्वर्गांत देवांबरोबर वास्तव्य करावयास सांपडतें असें स्वर्गांत देवसमुदायही बोलतात; कपिल वर्णाची सवत्स गाय–शिंगांचीं अग्रें सुवर्णाच्या अलंकारांनीं शृंगारलेली अशी दोहनाकरितां कांस्यपात्रासहित दान केल्यानें ती त्या दान करणाराचे सर्व मनोरथ परिपूर्ण करून त्याच्या समीप प्राप्त होते आणि त्या गाईच्या शरीरावर जितके रोम असतील तितके संवत्सरपर्यंत त्या गोप्रदानाच्या योगें तो स्वर्गांत राहून तेथें पुत्र, पौत्र व आपल्या कुळांतील मागच्या-पुढच्या सात सात पिढ्या ह्यांचें तारण करितो; सुवर्णाच्या अलंकारांनीं शिंगें सुशोभित करून व तिच्यावर उंची वस्त्राची झूल घालून दुधाकरितां कांस्यपात्रासहित अशी गाय जो ब्राह्मणाला अर्पण करितो आणि शिवाय दक्षिणा व तीळ देतो, त्याला वसुलोक प्राप्त होतात; स्वकर्मांनीं कोंडमारा केलेल्या व भयंकर अंधारानें युक्त अशा नरकांत पडणाऱ्या मानवाला गोप्रदान हें परलोकीं महासागरांत वाऱ्यानें प्रेरित अशा नौकेप्रमाणें संरक्षण करितें; जो मनुष्य ब्राह्मविधीनें कन्यादान करितो, ब्राह्मणाला भूमि देतो, आणि यथाविधि अन्न अर्पितो, त्याला पुरंदरलोक मिळतो; जो मनुष्य सर्व प्रकारच्या गुणांनीं युक्त असें गृहकृत्यांस लागणारें सामानसुमान वेदाध्ययन, उत्कृष्ट आचरण व इतर सद्गुण ह्यांनीं सत्पात्र अशा ब्राह्मणाला देतो त्याला उत्तरकुरुदेशीं स्थान मिळतें; गाडीला योग्य अशा बैलांच्या दानानें मनुष्याला वसुलोक प्राप्त होतात; हिरण्य (रौप्य) दानानें स्वर्ग मिळतो; आणि कनक (सुवर्ण) दानानें स्वर्गाहूनही श्रेष्ठतर स्थान प्राप्त होतें; छत्रदान केल्यानें उत्तम घर मिळतें; चर्मी जोडा दान केल्यानें वाहन प्राप्त होतें; वस्त्रदानानें सौंदर्य मिळतें; सुगंधी द्रव्यें अर्पण केल्यानें सुवास अंगीं येतो; फलांनीं किंवा पुष्पांनीं समृद्ध असा वृक्ष ब्राह्मणाला अर्पण केल्यानें ऐश्वर्यानें भरलेलें, वैभवानें शोभणारें आणि विपुल रत्नांनीं परिपूर्ण असें गृह अनायासें प्राप्त होतें; खाद्य व पेय पदार्थ अर्पण केल्यानें सर्व रस मनमुराद मिळतात; राहाण्यास जागा व पांघरण्यास वस्त्रें दिल्यानें निःसंशयपणें जागा व वस्त्रें प्राप्त होतात; जो मनुष्य माळा, धूप, गंध, उटणी, पुष्पें व स्नानाचे पदार्थ ब्राह्मणांना देतो त्याला दुखणें-बाहणें येत नाहीं आणि लोकांमध्यें त्यास लावण्य प्राप्त होतें; जो मनुष्य धान्य, शय्या इत्यादिकांनीं युक्त असें घर ब्राह्मणाला अर्पण करितो त्याला मंगलकारक व रत्नादिकांनीं परिपूर्ण असें उत्तम अधिष्ठान प्राप्त होतें; जो

मनुष्य सुगंधि द्रव्यें व चित्रविचित्र आस्तरणें ह्यांनीं आच्छादिलेली शय्या ब्राह्मणाला देतो, त्याला कुलीन, सुंदर व सुशील अशी भार्या अनायासें मिळते; आणि जो मनुष्य वीरशय्येवर पहुडतो (धारातीर्थीं देह ठेवितो) तो प्रत्यक्ष ब्रह्मदेवाच्या बरोबरीचा होतो व मग त्यास त्याहून अधिक असें कांहींएक मिळवावयाचें शिल्लक उरत नाहीं असें महान् महान् ऋषि सांगतात!

वैशंपायन सांगतातः—राजा जनमेजया, भीष्मांचें हें भाषण श्रवण करून धर्मराजाला मोठी प्रसन्नता वाटली; आणि वीरमार्गाचें अवलंबन करण्याची हाव धरून, उग्र तप करण्याकरितां आश्रमांत जाऊन रहावें म्हणून जो विचार त्याच्या मनांत आला होता तो त्यास रुचला नाहीं. पुरुषश्रेष्ठा जनमेजया, नंतर युधिष्ठिरानें पांडवांना म्हटलें कीं, 'पितामहांचें भाषण सर्वांनीं मान्य करून त्याजवर दृढ श्रद्धा ठेवावी.' राजा जनमेजया, नंतर भाग्यशाली द्रौपदी व सर्व पांडव ह्यांनीं 'बरें आहे' असें म्हणून युधिष्ठिराच्या भाषणाचा गौरव केला!

अध्याय अठ्ठावन्नावा.

--:०:--

आराम तडागमाहात्म्यवर्णन.

युधिष्ठिर म्हणालाः—कुरुश्रेष्ठ पितामह भीष्म, आराम म्हणजे वृक्षादिक लावणें आणि तडाग बांधणें किंवा खणणें ह्यांचें जें फळ असेल तें आज आपणापासून ऐकावें अशी मला इच्छा झाली आहे.

भीष्म सांगतातः—राजा युधिष्ठिरा, अशा त्यांसाठीं जी भूमि पसंत करावयाची ती सर्वांत सुंदर असावी; तिच्यामध्यें धान्याकांचें उत्तम पीक होत असावें, तिच्या भोंवतालचा देखावा मोहक असावा; नानाप्रकारच्या धातूंच्या योगानें ती शोभायमान दिसत असावी; आणि तेथें सर्व प्राणी राहात असावे. राजा, अशा प्रकारची जी भूमि असेल तीच अशा कृत्यांस श्रेष्ठ होय. आतां अशा प्रकारच्या भूमीच्या विशिष्ट प्रदेशीं तडाग बांधणें व त्यांत उदक राहाणें ह्यांबद्दल मी तुला क्रमानें सांगतों आणि त्याप्रमाणेंच तडागांपासून व विशेषतः बांधलेल्या किंवा खोदलेल्या तडागांपासून काय फळ मिळतें ह्याबद्दलही निरूपण करितों. राजा, प्रथम मी तुला हें सांगतों कीं, जो मनुष्य तडाग करितो त्याला तिन्ही लोकीं सर्वत्र मान मिळतो! राजा, तलाव उकरणें किंवा बांधणें ह्मणजे मित्रालाच घर बांधून देणें होय. त्यापासून सूर्याप्रमाणें प्राण्यांवर उपकार होतो, देवतांची प्रसन्नता जोडितां येते आणि सर्वत्र कीर्ति फैलावते. थोर पुरुष सांगतात कीं, त्याच्या योगें धर्म, अर्थ व काम ह्या तिहींचेंही फल पदरीं पडतें. ज्या प्रदेशांत उत्तम तलाव केला असेल तो प्रदेश श्रेष्ठ होय. तलाव हा चारही प्रकारच्या प्राण्यांचा महान् आश्रय समजावा. जागोजाग तलाव केले असतां ते सर्व देशाला उत्तम सौंदर्य प्राप्त करितात. देव, मनुष्य, गंधर्व, पितर, उरग, राक्षस व स्थावर पदार्थ हे जलाशयाच्या आश्रयास राहातात. ह्यास्तव, तडागापासून कोणतें पुण्य लागतें व कोणतें फळ प्राप्त होतें म्हणून ऋषींनीं सांगितलें आहे, तें मी तुला आतां निवेदन करितों. राजा, ज्यानें केलेल्या तलावांत वर्षाकालीं पाणी राहातें त्याला अग्निहोत्राचें फल प्राप्त होतें म्हणून ज्ञात्यांनीं सांगितलें आहे. ज्याच्या तलावांत शरत्कालीं पाणी असतें, त्याला सहस्र गाई अर्पण केल्याचें उत्तम फळ मरणोत्तर मिळतें. ज्याच्या तलावांत हेमंत ऋतूंत पाणी राहातें, त्याला बहुत

सुवर्ण दान करून यज्ञ केल्याचें श्रेय मिळतें. ज्याच्या तलावांत शिशिर ऋतूंत पाणी असतें, त्याला अग्निष्टोम यज्ञाचें फल प्राप्त होतें, असा थोरांचा अभिप्राय आहे. ज्यानें केलेला उत्तम तलाव वसंत ऋतूंत महाश्रय होतो, त्याला अतिरात्र यज्ञाचें फळ प्राप्त होतें. ज्याच्या तलावांत उन्हाळ्यामध्यें पाणी राहातें त्याला अश्वमेधाचें पुण्य लाधतें, असें मुनिजन सांगतात. ज्या मनुष्यानें जलाशय खणला असतां त्यांत गाई व सत्पुरुष ह्यांना नित्य उदकपान करितां येतें, तो मनुष्य सर्व कुलाला उद्धरितो ! ज्याच्या तलावांत तान्हेलेल्या गाई, मृग, मनुष्यें व पक्षी हीं उदक पितात, त्याला अश्वमेधाचें फळ प्राप्त होतें. ज्याच्या तलावांतील उदक प्राशन करण्याच्या, स्नान करण्याच्या व अन्य प्रकारें सुख प्राप्त करून घेण्याच्या कामीं लागतें, त्या मनुष्याला त्या उदकाच्या योगें परलोकीं मोक्षही सुलभ होतो. बाळा, उदक हें दुर्लभ आहे आणि मेल्यावर तर तें विशेषच दुर्लभ आहे; ह्याकरितां उदकाच्या दानानें शाश्वत प्रीति प्राप्त होते. राजा धर्मा, ह्या लोकीं तिळांचें दान करा, उदकाचें दान करा, दीपांचें दान करा, आणि सावधान चित्तानें वागून आप्तसुहृदांचा संतोष जोडा; कारण, ह्या सर्व गोष्टी मेल्यावर घडणें दुर्लभ आहे. हे नरशार्दूला, सर्व प्रकारच्या दानांमध्यें श्रेष्ठ व सर्व प्रकारच्या दानांना मागें टाकणारें असें हें एक उदकदानच होय; ह्यास्तव उदकदान हें अवश्य करावें. राजा, ह्याप्रमाणें तडागांचें उत्तम फल मी तुला निवेदन केलें. आतां वृक्षादिक लावण्यापासून काय फळ मिळतें त्याचें निरूपण करितों तें ऐक.

धर्मा, स्थावर भूतांच्या सहा जाति सांगितल्या आहेत. वृक्ष, गुल्म, लता, वल्ली, त्वक्सार व तृण ह्या त्या सहा जाति होत. वृक्ष शब्दानें सामान्य वनस्पति असा अर्थ घेतल्यास त्यांच्या ह्या जाति होतात. आतां ह्यांची लागवड केल्यानें काय फळ मिळतें तें ऐक. राजा, वृक्ष लाविल्यानें मनुष्यलोकीं कीर्ति प्राप्त होऊन मरणोत्तर परलोकीं उत्तम फल उपभोगितां येतें. बाबारे, अशा मनुष्याला पितृलोकीं पितरांकडून मोठा मान मिळतो. फार कशाला, तो देवलोकीं गेला असतांही त्याचें नांव नष्ट होत नाहीं. तो आपल्या मातृपितृकुलांत पूर्वीं होऊन गेलेल्या व पुढें होणाऱ्या सर्व पुरुषांचा उद्धार करितो. ह्याकरितां वृक्षांची लावणी अवश्य करावी. राजा युधिष्ठिरा, मनुष्य जे वृक्ष लावितो ते त्याला निःसंशयपणें पुत्रस्थानीं होतात. ह्यासाठीं वृक्ष लावणारा मनुष्य मेल्यावर स्वर्गलोक मिळवून अव्यय पदीं स्थान जोडितो ! बाळा धर्मा, वृक्ष हे पुष्पांच्या योगें देवसमुदायाला संतुष्ट करितात, फळांच्या योगें पितरांना आनंदवितात आणि सावलीनें अतिथींना सत्कारितात. किन्नर, उरग, राक्षस, देव, गंधर्व, मानव आणि त्याप्रमाणेंच ऋषिगण हे सर्व वृक्षांचा आश्रय करितात; पुष्पांनीं व फळांनीं युक्त वृक्ष असे मनुष्यांना फारच सुख देतात, आणि वृक्ष लावणाऱ्या मनुष्याला वृक्ष हे पुत्राप्रमाणें परलोकीं तारक होत. ह्याकरितां श्रेयस्काम मनुष्यानें नेहमीं तलावाच्या कांठीं चांगल्या वृक्षांची अवश्य लागवड करून पुत्रांप्रमाणें त्यांचें परिपालन करावें. कारण, धर्मशास्त्राप्रमाणें पाहिलें असतां वृक्ष हे पुत्रच मानिले आहेत. राजा धर्मा, तलाव करणारा,

१ वृक्ष=वड वगैरे. गुल्म=झुडपें वगैरे. लता=दुसरा आधार घेऊन वाढणारा वेल. वल्ली=भूमीवर पसरणारा कोहळ्याचा वगैरे वेल. त्वक्सार=वेळू किंवा बांबू वगैरे. तृण=गवत वगैरे.

वृक्ष लावणारा व यज्ञयाग करणारा द्विज आणि त्याप्रमाणेंच सत्यवादी पुरुष ह्यांना स्वर्गांत बहुमान मिळतो; ह्यासाठीं, तलाव खोदावे किंवा बांधावे; वृक्षादिक लावावे; नानाप्रकारचे यज्ञयाग करावे; व नित्य खरें बोलावें.

अध्याय एकुणसाठावा.

—:०:—

श्रेष्ठ दानें.

युधिष्ठिर विचारतोः— अहो कुरुपुंगव, वेदांशिवाय इतर ग्रंथांत जीं हीं दानें सांगितलीं आहेत त्यांमध्यें कोणतें दान आपणास श्रेष्ठ वाटतें, तें समजण्याची मला अतिशय आवड उत्पन्न झाली आहे; तर जें दान दिल्यानें परलोकीं दात्याचें कल्याण होतें अशा दानाविषयीं मला निरूपण करून सांगा.

भीष्म सांगतातः– युधिष्ठिरा, सर्व प्राण्यांना अभय देणें, कोणी संकटांत असतां त्याजवर कृपा करणें, तान्हेल्याच्या व याचना करणाराच्या इच्छा पुरविणें, आणि अशा गोष्टी करून त्या मीं केल्या असा अभिमान न बाळगणें, हें श्रेष्ठ दान मानावें; अशा दानाच्या योगें परलोकीं दात्याचें कल्याण होतें. धर्मा, हिरण्यदान, गोदान व पृथ्वीदान हीं दानें फार पवित्र आहेत; हीं दात्याच्या पातकाचें क्षालन करितात. हे पुरुषव्याघ्रा, हीं दानें नेहमीं सत्पात्र पुरुषांना अर्पण कर. राजा, दानांच्या योगें मनुष्यांचें पातक नष्ट होतें, हें निःसंशय आहे; ह्यास्तव, लोकांना जें जें प्रियकर असेल व घरांत आपल्याला जें जें विशेष आवडत असेल, तें गुणवंताला द्यावें; ह्मणजे तें आपणांस अक्षय्य मिळण्याची जी आपली इच्छा ती परिपूर्ण होईल. दुसऱ्याचें प्रिय करणारा व दुसऱ्याच्या उपयोगी पडणारा जो पुरुष असतो त्याला प्रिय अशा सर्व वस्तु नित्य प्राप्त होतात आणि तो ह्या लोकीं व परलोकीं सर्व प्राण्यांचा आवडता होतो. युधिष्ठिरा, जो मनुष्य जगामध्यें निर्लोभपणें वागणाऱ्या दरिद्री पुरुषानें याचना केली असतां गर्वानें त्याचा यथाशक्ति आदर करीत नाहीं, तो खचित निष्ठुर समजावा. राजा, शत्रुही दीन होऊन शरण आला असतां त्याजवर कृपा केली पाहिजे. संकटांत सांपडलेल्या मनुष्यावर जो पुरुष दया करितो तो निःसंशय श्रेष्ठ होय. राजा धर्मा, थकून गेलेल्या, विद्या संपादन केलेल्या, वृत्तिहीन झालेल्या आणि नाश पावणाऱ्या मनुष्याची क्षुधा जो पुरुष भागवितो, त्या पुरुषाची बरोबरी कोणीही करूं शकत नाहीं. ज्या पुरुषांचें आचरण व्रतवैकल्यांनीं नियमित झालें आहे, जे नित्य सदाचरण करणें हेंच आपलें कर्तव्य मानितात, आणि जे स्त्रीपुत्रांच्या पसाऱ्यानें जर्जर झालेले असूनही कोणाकडे याचना करण्यास प्रवृत्त होत नाहींत, त्यांना आपल्या ह्यातून होईल तितकें करून साहाय्य केलें पाहिजे. हे कुंतीपुत्रा, जे थोर पुरुष देवांची किंवा मनुष्यांची लोभबुद्धीनें आराधना करीत नाहींत व नित्य संतुष्ट राहून जें मिळेल त्यावर उपजीवन चालवितात, ते अगदीं सर्पाप्रमाणें भयंकर समजावे; बा भारता, त्यांच्यापासून तूं आपलें संरक्षण कर. अशा पुरुषांना व त्याप्रमाणेंच महान् महान् ब्राह्मणांना ओळखून काढण्याचें काम सुलभ नाहीं; ह्यासाठीं गुप्त हेरांकडून त्यांची नीट माहिती मिळवावी, त्यांना राहाण्याकरितां आश्रम वगैरे बांधून द्यावे, त्यांत सर्व प्रकारच्या उपयुक्त वस्तूंचा पुरवठा करावा, त्यांच्या सेवेकरितां चाकर- नोकर सिद्ध ठेवावे, आणि नित्य त्यांच्या सर्व इच्छा परिपूर्ण करून त्यांस सर्वतोपरी सुख होईल अशी व्यवस्था लावावी. युधिष्ठिरा, हें जें करणें तें मोठ्या श्रद्धेनेंच केलें पाहिजे. जर हें श्रद्धापूत असेल, तरच ते

थोरे पुरुष त्याचा स्वीकार करतील. 'कोणतेंही कृत्य श्रद्धापूर्वक करणें म्हणजे कर्त्यानें तें कृत्य करण्याच्या समयीं हें आपलें कर्तव्य होय अशी भावना बाळगिली पाहिजे. स्वकर्तव्य मानून जे पुरुष धर्माचरण करितात, त्यांचीं तीं खरीं पुण्यकर्में होत. असो; राजा धर्मा, विद्येंत व व्रताचरणांत निष्णात असलेले पुरुष आपल्या निर्वाहासाठीं कोणाचाही आश्रय करीत नाहींत. असे ब्राह्मण वेदाध्ययन व तपश्चर्या हीं लोकांत वल्गना न करितां एकसारखीं चालवितात. तेव्हां अशा कडकडीत व्रतवैकल्यें करणाऱ्या, शुद्ध वर्तन ठेवणाऱ्या, इंद्रियांना जिंकणाऱ्या आणि स्वस्त्रीच्या ठायीं संतुष्ट असणाऱ्या पुरुषांच्या संतोषासाठीं ह्या जगांत तूं जें कांहीं करशील त्यापासून तुझें कल्याण होईल. हे महावीरा, ज्याप्रमाणें सायंकाळीं व सकाळीं अग्निहोत्र्यानें अग्नीला उत्तम प्रकारेंकरून हविर्भाग अर्पण केल्यानें उत्तम फल प्राप्त होतें, त्याप्रमाणें इंद्रियनिग्रही द्विजांना दान दिल्यानें उत्तम फल प्राप्त होतें. राजा, श्रद्धेनें पवित्र व दक्षिणेनें युक्त असा हा दानयज्ञ सर्व यज्ञांत श्रेष्ठ असून तुझ्या हातून नित्य घडावा. युधिष्ठिरा, तसल्या थोर पुरुषांमध्यें राहून, पितरांना जसे नीवापांजलि द्यावयाचे तसें त्यांना गौरवानें दानोदक द्यावें म्हणजे देवादिकांच्या ऋणांतून मुक्तता होते. राजा, ह्या प्रकारें जे पुरुष थोर लोकांना दानादिकांनीं संतुष्ट करितात व त्यांजवर केव्हांही क्रुद्ध होत नाहींत, तसेंच जे तृणादिकांचाही लोभ करीत नाहींत, आणि सर्वकाळ प्रिय भाषण करितात, ते आम्हांस अतिशय पूज्य वाटतात. धर्मा, असे पुरुष व त्याप्रमाणेंच दुसरे निर्लोभ पुरुष दात्याला फारसा मान देत नाहींत व आपल्याला दानादिकांची प्राप्ति व्हावी म्हणून प्रयत्नही करीत नाहींत. राजा, अशा प्रकारच्या पुरुषांचें पुत्रवत् परिपालन करावें. मी त्यांना नमस्कार करितों. त्यांच्यापासूनच आपणांस अभय मिळवितां येतें. ऋत्विक्, पुरोहित व आचार्य हे अत्यंत दयाळू व वेदसंपन्न असतात. त्यांच्यापुढें क्षात्रतेज देखील हीनवीर्य होतें. युधिष्ठिरा, आपण बलवान् आहों, भूपति आहों, इत्यादि गोष्टी मनांत आणून तूं अभिमानानें ब्राह्मणांचा अनादर करूं नको; वस्त्रपात्र व अन्नादिक ह्यांनीं तूं ब्राह्मणांचा संतोष कर आणि मग संपत्तीचा उपभोग घे. हे अनघा, शोभेसाठीं किंवा सामर्थ्यासाठीं जें वित्त तूं सांठविलें असशील त्याच्या योगें तूं ब्राह्मणांची पूजा कर आणि आपल्या कर्तव्यास जाग. राजा, ब्राह्मण हे कसेही वागले तरी त्यांना तूं परमपूज्य मान आणि तुझ्या हातून त्यांचे पुत्राप्रमाणें लाड होऊन त्यांना त्यांच्या मर्जीप्रमाणें व हौशीप्रमाणें सुखोपभोग मिळूं देत. बाबारे, ब्राह्मण हे निरंतर प्रसाद करितात, त्यांचें हृदय (जगाच्या कल्याणासाठीं) नित्य तळमळतें, व अल्पानें त्यांना समाधान वाटतें; तेव्हां त्यांच्या चरितार्थाची सोय लावण्यास तुझ्यावांचून दुसरा कोणता पुरुष योग्य आहे बरें ? ज्याप्रमाणें लोकांत स्त्रियांचा मुख्य धर्म म्हटला म्हणजे त्यांनीं पतीवर पूर्ण निष्ठा ठेवून नित्य त्याच्या तंत्रानें वागावें,-ह्याशिवाय त्यांना दुसरी गति नाहीं, त्याप्रमाणेंच आपण ब्राह्मणांवर दृढ श्रद्धा ठेवून त्यांच्या तंत्रानें वागावें हा मुख्य धर्म होय; त्याशिवाय आपणांस दुसरी गति नाहीं. बाळा, आपल्या हातून ब्राह्मणांचा अनादर झाला, आणि आपणां क्षत्रियांकडून सतत दारुण कर्मच घडत आहे असें पाहून त्यांनीं आपणांला सोडून दिलें, म्हणजे काय अनर्थ होतील हें सांगतांही येणार नाहीं! राजा, ब्राह्मण हे आपणांस टाकून गेले तर आपल्या सर्व राष्ट्राची दैना उडेल ! सर्व प्रजा

वेदहीन होतील, यज्ञयागादिक बंद पडतील, उत्तमलोकप्राप्तीची आशाही नाहींशी होईल, आणि चरितार्थ चालण्याचीही मारामार पडेल; मग प्रजा जगल्याचा अर्थ तो काय? ह्यासाठीं ब्राह्मणांचा आश्रय नष्ट होऊं न देणें हें फार अगत्याचें आहे. राजा युधिष्ठिरा, ह्या विषया-संबंधानें सनातन धर्माचें स्वरूप मी तुला व्यक्त करून सांगतों. राजा, पूर्वीं क्षत्रिय हे ब्राह्मणांची, वैश्य हे क्षत्रियांची व शूद्र हे वैश्यांची सेवा करीत, असें आम्हीं ऐकिलें आहे. ब्राह्मण हा अग्नीसारखा प्रज्वलित असल्यामुळें शूद्रानें दूर उभे राहून त्याची शुश्रूषा करावी आणि वैश्य व क्षत्रिय ह्यांनीं मात्र स्पर्शादिकेंकरून ब्राह्मणाच्या सेवेस सादर रहावें, असा नियम आहे. राजा युधिष्ठिरा, ब्राह्मणांचा स्वभाव अतिशय दयाळू असतो, त्यांच्या वर्तनांत असत्याचा लेशही नसतो व खऱ्या धर्माचें ते परिपालन करितात, परंतु एकदां संतापले म्हणजे ते अगदीं सर्पाप्रमाणें उग्रपणा दाखवितात; ह्यासाठीं त्यांची मनोभावानें सेवा करावी. जगांत जे कांहीं उच्चनीच प्राणी आहेत त्यांहूनही जे प्राणी श्रेष्ठ, त्यांच्यापेक्षां देखील ब्राह्मण हे श्रेष्ठ समजावे. क्षत्रिय हे कितीही पराक्रमी असले, त्यांच्या ठायीं कितीही उग्र तेज व बल वसत असलें, तरी त्यांचें तें तेज व बल ब्राह्मणांपुढें तत्काळ शांत होतें! धर्मा, ब्राह्मणांची महती किती म्हणून सांगूं रे! बाळा, मला माझा पिता प्रिय नाहीं, माता प्रिय नाहीं, पितामह प्रिय नाहीं, आत्मा प्रिय नाहीं, जीवित प्रिय नाहीं; फार कशाला—तुझ्यापेक्षां प्रिय असें मला जगांत कांहींएक नाहीं, तथापि तुझ्याहूनही अधिक प्रिय मला ब्राह्मण हे आहेत! हे पांडुनंदना, मीं जें हें तुला सांगत आहें तें सर्वस्वी सत्य आहे; आणि ह्या सत्याच्या बळानेंच—माझा पिता शांतनु हा ज्या लोकीं रहात आहे त्या लोकीं मी जाईन व ते ब्रह्मघोष चालत असलेले पवित्र लोक मी अवलोकन करीन! बाळा, मला आतां तत्काळ त्या लोकीं जावयाचें असून तेथें निरंतर वास्तव्य करावयाचें आहे! हे भरतश्रेष्ठा धर्मा, मला असल्या ह्या दिव्य लोकीं जावयास सांपडून माझ्या अंतरात्म्यास शांति प्राप्त होईल; ह्याचें कारण—मीं ब्राह्मणांना उद्देशून जें कांहीं केलें आहे तेंच होय.

अध्याय साठावा.

---:०:---

दानयज्ञ.

युधिष्ठिर विचारतोः—पितामह भीष्म, दोन्ही प्रकारचे ब्राह्मण आचरणानें योग्य आहेत, दोघांनाही विद्या व सत्कुलजन्म हीं प्राप्त झालीं आहेत; परंतु त्यांपैकीं एक याचना करण्यास प्रवृत्त आहे व दुसरा अयाचित वृत्तीनें राहात आहे; तर त्यांपैकीं कोणास दान केल्यानें श्रेष्ठ फळ प्राप्त होईल, तें कथन करावें.

भीष्म सांगतातः—राजा युधिष्ठिरा, अशा प्रकारच्या ब्राह्मणांपैकीं अयाचित वृत्तीनें राहाणाऱ्या ब्राह्मणाला दान करणें हें याचना करणाऱ्या ब्राह्मणाला दान करण्यापेक्षां अधिक श्रेयस्कर होय. राजा, मनोनिग्रह करणारा पुरुष हा मनाचें आकलन न करणाऱ्या दीन पुरुषापेक्षां अधिक योग्य समजावा. क्षत्रिय म्हटला म्हणजे त्याच्या ठिकाणीं दुसऱ्याचें रक्षण करण्याविषयीं अढळ सामर्थ्य असलें पाहिजे; आणि त्याप्रमाणेंच ब्राह्मणाच्या ठिकाणीं कांहींही प्रसंग आला तरी याचना म्हणून करावयाची नाहीं असा मनाचा दृढपणा दिसून आला पाहिजे. विवेकशाली, सदासंतुष्ट व विद्वान् ब्राह्मण देवांना नेहमीं संतोषवितो. मनुष्य दरिद्री असला, तरी त्यानें दुसऱ्याकडे

याचना करावी, हें तिरस्कारणीय होय. जे प्राणी नित्य याचना करितात ते चोरांचिलटांप्रमाणें जनतेला त्रासवितात! याचना करणें हें मरणच होय, परंतु दान करणें हें त्याच्या उलट संजीवन जाणावें! दाता हा याचकाचें व आपणा स्वतःचें संजीवनच करितो! बा युधिष्ठिरा, कोणींही याचना करूं नये हा विहित धर्म खरा; परंतु कोणीं याचना केली असतां त्या याचकाला अव्हेरणें हें प्रशस्त नाहीं. दया हा श्रेष्ठ धर्म जाणावा; यास्तव याचकाचे मनोरथ परिपूर्ण करणें हें अवश्य होय. तथापि जर कोणी अयाचित वृत्तीनें कालक्षेप करून नाश पावत असेल, तर त्यांचें होईल तितकें करून पालन करणें; हें श्रेष्ठतर कर्तव्य समजावें. राजा, तसले महान् महान् द्विज जर राष्ट्रांत वास्तव्य करीत असतील तर भस्मानें आच्छादित असलेल्या अग्नीप्रमाणेंच ते होत. यासाठीं अशा थोर महात्म्यांचा मोठ्या प्रयत्नानें तपास काढावा. त्यांच्या ठायीं उग्र तपस्तेज प्रज्वलित असल्यामुळें त्यांना सर्व पृथ्वी जाळून टाकण्याचें सामर्थ्य आहे; यास्तव त्या परमपूज्य पुरुषांचा अनादर झाल्यास घोर अनर्थ घडेल, हें पक्कें ध्यानांत धरावें. हे शत्रुसंहारका युधिष्ठिरा, ज्ञान, विज्ञान, तपोबल व योगाभ्यास हीं त्यांच्या ठिकाणीं वसत असल्यामुळें ते अत्यंत वंदनीय होत; यासाठीं अशा त्या परमश्रेष्ठ ब्राह्मणांची आदरपूर्वक पूजा करावी हें अवश्य आहे; म्हणून तूं अयाचित वृत्तीनें लोकयात्रा करणाऱ्या ब्राह्मणांच्या समीप जाऊन त्यांचा परामर्ष घे आणि त्यांना धनादिक जे कांहीं बहुविध पदार्थ अपेक्षित असतील ते देऊन सुखी कर. राजा, विद्या, वेद, व्रताचरण इत्यादिकांनीं युक्त अशा ब्राह्मणाला दान केल्यानें सकाळ-सायंकाळ अग्निहोत्रांतील अग्नीला उत्तम हविर्भाग अर्पण केल्याचें श्रेय प्राप्त होतें; राजा युधिष्ठिरा, विद्या, वेद व व्रतवैकल्यें ह्यांत निष्णात असलेले, दुसऱ्यावर अवलंबून न रहातां उपजीविका चालविणारे, वेदाध्ययन व तपश्चर्या ह्यांचें गूढ तेज धारण करणारे व कडकडीतपणानें कर्मठपणा आचरणारे असे जे महान् महान् ब्राह्मण त्यांना राहाण्याकरितां सुंदर आश्रम बांधून द्यावे, त्यांत अवश्य अशा वस्त्रपात्रादिकांचा पुरवठा करावा, त्यांच्या सेवेकरितां चाकर-नोकर द्यावे, आणि त्यांच्या ज्या दुसऱ्या इच्छा असतील त्या पुरवाव्या. राजा, सूक्ष्म दृष्टीचे धर्मवेत्ते पुरुष अशा प्रकारें द्विजोत्तमांचा सत्कार करणें हें आपलें कर्तव्यच मानितात; आणि अशा रीतीनें ब्राह्मणांचा गौरव करणें हें आपलें कर्तव्य होय, अशी श्रद्धा बाळगून दात्यानें दान केलें तरच ते महात्मे थोर पुरुष त्या श्रद्धापूतदानाचा प्रतिग्रह करितात. राजा, अशा प्रकारच्या थोर ब्राह्मणांना अन्नादिक अर्पण करून दुसऱ्या उपभोग्य वस्तु बरोबर दिल्या असतां त्यांच्या घरीं त्यांच्या स्त्रिया आपल्या मुलाबाळांची आवड पुरविण्याकरितां त्यांना आशा लावून आपल्या पतीची वाट पहात असल्यामुळें, ते ब्राह्मण आपल्या घरीं परत गेले म्हणजे, पर्जन्याकडे डोळे लावून बसलेले शेतकरी जसे पर्जन्य पडूं लागला असतां आनंदित होतात, तशा त्यांच्या त्या स्त्रिया पतीला परत आलेला पाहून आनंदित होतात! राजा धर्मा, इंद्रियांचा निग्रह करणारे ब्रह्मचारी ब्राह्मण प्रातःकाळीं भोजनादिकेंकरून संतुष्ट झाले असतां तिन्ही प्रकारच्या गृह्याग्नींचा संतोष होतो. राजा, त्याप्रमाणेंच तूं मध्यान्हींही दानयज्ञ कर, आणि गाई, सुवर्ण, वस्त्रें वगैरे ब्राह्मणांना दे, म्हणजे त्यायोगें इंद्राची तुझ्यावर कृपा होईल. राजा धर्मा, ह्याप्रमाणेंच तूं सायंकाळीं तिसरा दानयज्ञ कर, आणि देवांना, पितरांना व ब्राह्मणांना जें कांहीं

अर्पण करणें अवश्य तें त्यांस दे; म्हणजे त्याच्या योगानें विश्वेदेवांचें समाधान होईल. युधिष्ठिरा, इतकें करून सर्व प्राण्यांविषयीं अनुकंपा धारण करणें, कोणालाही पीडा न करणें, प्रत्येकाला जें कांहीं देणें अवश्य तें त्यास देणें, इंद्रियांना आकळणें, विवेक धारण करणें, धनादिकांवरील आसक्ति सोडणें व खरेपणानें वागणें ह्या गोष्टी अवश्य कराव्या; म्हणजे ह्यांच्या योगें ह्या दानयज्ञांचें अवभृथस्नान घडेल ! राजा, हा तुला श्रद्धापूत व सदक्षिणाक असा दानयज्ञ सांगितला आहे. हा सर्व यज्ञांत श्रेष्ठ आहे; ह्यास्तव तूं ह्याचें नित्य अनुष्ठान कर.

अध्याय एकसष्टावा.

—:०:—

यज्ञक्रिया व दानधर्म.

युधिष्ठिर विचारतोः-- पितामह भीष्म, यज्ञ व दान ह्यांपासून महाफल प्राप्त होतें, तें ह्या लोकीं किंवा मेल्यावर ? यज्ञ व दान ह्यांपैकीं कशापासून श्रेष्ठतर फळ प्राप्त होतें ? आणि दान करणें तें कोणाला करावें, कसें करावें व केव्हां करावें, ह्याविषयीं मला सविस्तर माहिती कळावी अशी मनीषा आहे; तर आपण ह्या जिज्ञासु जनाला दानधर्माचें विवरण करून सांगावें. पंडित पितामह, यज्ञयागादिकांत जें दान करावें तें, किंवा इतर प्रसंगीं श्रद्धापूर्वक दयाळूपणानें जें दान करावें तें, ह्यांपैकीं कल्याणकारक असें दान कोणतें, तें मला कथन करा.

भीष्म सांगतातः— राजा युधिष्ठिरा, क्षत्रियाला नित्य क्रूर कर्म करावें लागतें; ह्यास्तव त्या क्रूर कर्माच्या दोषक्षालनासाठीं क्षत्रियानें ह्या लोकीं यज्ञयाग व दानधर्म करावा, म्हणजे त्याचें पातक नष्ट होऊन तो पावन होईल. धर्मा, राजे लोक नित्य पापें करितात; म्हणून साधु लोक त्यांपासून दानें वगैरे घेत नाहींत. ह्यास्तव राजांनीं यज्ञयाग करावे व त्यांत विपुल दक्षिणा वांटावी. जर थोर पुरुष दानें ग्रहण करतील तर राजे लोकांनीं त्यांस मोठ्या श्रद्धेनें प्रतिदिवशीं दानें अर्पण करावीं; म्हणजे त्या योगें त्यांस उत्तम पवित्रता प्राप्त होईल. राजा, दानयज्ञाची दीक्षा धारण करून--सर्वांशीं मित्रभावानें वागणाऱ्या, वेदवेत्त्या, सदाचरणी, सच्छील व तपोनुष्ठान करणाऱ्या त्या थोर ब्राह्मणांना द्रव्यादिक देऊन संतोषवावें. जर त्या ब्राह्मणांनीं दानांचा स्वीकार केला तर बरेंच झालें; पण जर त्यांनीं त्यांचा स्वीकार केला नाहीं, तर त्या दानांपासून तुला पुण्य लागणार नाहीं, हें उघडच आहे; ह्यासाठीं तूं यज्ञयाग कर व त्यांत थोर पुरुषांना स्वादिष्ट अन्नें व दक्षिणा वगैरे वांट. राजा, दानकर्मांत दानें व यज्ञयाग ह्या दोहोंचाही अंतर्भाव होतो. तूं जर दान देशील तर तुला यज्ञयागांचेंही फल प्राप्त होईल. ह्यास्तव तूं यज्ञयाग करणाऱ्या ब्राह्मणांची पूजा कर म्हणजे तुला त्यांच्या सुकृताचा वांटा मिळेल. राजा, ज्यांच्या पदरीं मुलेंबाळें आहेत अशा सत्पात्र ब्राम्हणांचें तूं संगोपन कर. त्या योगें तुला प्रत्यक्ष प्रजापतीप्रमाणें संतति प्राप्त होईल. बा युधिष्ठिरा, साधुजन हे जितके म्हणून साधुजन त्यांस आढळतील त्यांचें संवर्धन करितात. राजा, पुण्यशील जनांचें पालनपोषण करणें हें प्रमुख कर्तव्य समजावें. त्या कामीं मनुष्याचें सर्वस्व खर्चीं पडलें तरी तें त्यानें खर्चावें. राजा युधिष्ठिरा, तुला सर्व प्रकारची अनुकूलता आहे; ह्यासाठीं तूं ब्राह्मणांचे मनोरथ परिपूर्ण कर; त्यांना धेनु, वृषभ, अन्न, वस्त्र, पादुका, छत्रें वगैरे दे; व यज्ञ करणाऱ्या ब्राह्मणांना आज्य, अन्न, रथ, अश्व, गृहें, शय्या वगैरे अर्पण कर.

कारण, ह्या सुलभ उपायांनीं महासमृद्धिकारक असें फळ प्राप्त होतें. राजा, ज्या सदाचरणी ब्राह्मणांना उपजीविकेचें साधन नसल्यामुळें हालअपेष्टा भोगावी लागत असेल, त्यांचा तूं मुद्दाम तपास लाव आणि त्यांस गुप्तपणानें किंवा उघड उघड चरितार्थाचें साधन सुलभ करून देऊन त्यांचा प्रतिपाल कर. राजा, क्षत्रियांना राजसूय किंवा अश्वमेध यज्ञांपेक्षां हा उपाय अधिक श्रेयस्कर आहे, हें तूं मनांत वागव. बाबा, ह्या प्रकारच्या आचरणानें तूं पापरहित होत्साता खचित स्वर्गास जाशील. राजा, अशा प्रकारें धनादिकांचें दान केल्यानें तुझ्या जवळील धन अजीबात नाहींसें होईल असें तूं समजूं नको, पुनः तूं धनसंग्रह करूं शकशील; आणि मग तूं राष्ट्राचें संगोपन केलेंस म्हणजे धनादिकांनीं युक्त होत्साता शिवाय (पुढील जन्मांत) ब्राह्मणत्वाचा अधिकारी बनशील ! ह्यासाठीं, हे भारता, तूं आपली व दुसऱ्याची वृत्ति अविच्छिन्न ठेवण्याविषयीं दक्षता ठेव. बाबारे, आपल्या प्रजा व सेवक ह्यांना तूं पुत्राप्रमाणें संभाळ; तुझ्या हातून ब्राह्मणांचा योगक्षेम नित्य उत्तम प्रकारें चालूं दे; त्यांच्यासाठींच तुझें जीवित असो आणि त्यांची हालअपेष्टा कधींही न घडो. पुष्कळ धनसंचय हा ब्राह्मणाला अनर्थावह आहे. संपत्तीचा नित्य सहवास झाल्यानें गर्व उत्पन्न होतो व बुद्धि भ्रंश पावते ! एकदां ब्राह्मणांची बुद्धि भ्रांत झाली म्हणजे खचित धर्म बुडून जाईल आणि धर्माचा उच्छेद घडला म्हणजे निःसंशयपणें प्राण्यांचा पूर्ण अभाव होईल ! युधिष्ठिरा, यज्ञयागादिकांत दानधर्म करितांना समुचित मार्गानें संपादन केलेल्या द्रव्याचा व्यय करावा. जो राजा प्रजेपासून वसूल केलेल्या कराचा पैसा धनसंरक्षक अधिकाऱ्यांच्या स्वाधीन करून भांडागारांत सांठवितो, आणि यज्ञयागांत द्रव्य खर्चण्याकरितां राष्ट्राला लुटून आणा म्हणून आज्ञा करून अत्यंत भयभीत झालेल्या प्रजेपासून जुलमानें धन काढून त्याचा यज्ञयागांत व्यय करितो, त्या राजानें केलेल्या त्या यज्ञयागांची थोर लोक प्रशंसा करीत नाहींत. राजा धर्मा, प्रजेला पीडा न देणें व तिचा उत्कर्ष करण्यास झटणें हें राजाचें कर्तव्य होय. जे प्रजाजन पीडा न पावतां व संपन्न स्थितींत असतां अनुकूलतेनें राजाला धन देतात, त्या धनाचा विनियोग राजानें यज्ञयागांत करावा. प्रजेपासून जुलमानें पैसा काढून यज्ञयाग करणें हें अनुचित व गर्हणीय समजावें. राजानें प्रजेच्या कल्याणासाठीं सर्वथैव झटावें व प्रजेनें राजाला धनराशी आणून द्याव्या हें परस्परांचें विहित कर्तव्य होय. अशा प्रकारें जें धन प्रजेपासून राजाला मिळेल तें त्यानें मोठमोठ्या यज्ञांत विपुल दक्षिणेच्या रूपानें खर्चावें. राजानें बालकांचें, वृद्धांचें, अंधांचें व अन्य प्रकारें दीन झालेल्यांचें धन संरक्षण करावें, पाऊस न पडल्यामुळें प्रजेनें विहिरीच्या पाण्यावर जें पीक वगैरे केलें असेल त्यावर राजानें कर घेऊं नये, व त्याप्रमाणेंच अनाथ अबलांपासूनही त्यानें धनादिक हरण करूं नये; कारण, दीन-दुबळ्यांपासून द्रव्य हरण केलें असतां राजाचें व राष्ट्राचें वैभव नष्ट होतें. राजा, सज्जनांना सुखोपभोग अर्पण करावे, त्यांच्या उदरनिर्वाहाची चांगली तरतूद लावावी, त्यांना उपासमारीचें भय राहूं देऊं नये, व त्यांच्या मुलाबाळांना सुग्रास अन्न मिळेल अशी तजवीज करावी. धर्मा, राष्ट्रांत सज्जनांच्या मुलाबाळांनीं गोड घांस मिळण्याची वाट पाहात राहावें आणि त्यांना तो अनायासें प्राप्त होऊं नये, ह्यापेक्षां अधिक बलवत्तर असें पातक तें कोणतें ? त्याप्रमाणेंच, राजा, तुझ्या राष्ट्रात एखादा थोर

विद्वान् ब्राह्मण क्षुधार्त होत्साता मृत्यु पावेल तर तुला भ्रूणहत्येचें भयंकर पातक लागेल हें लक्षांत ठेव. **अरेरे! ज्या राजाच्या राष्ट्रांत ब्राह्मण किंवा अन्य मानव क्षुधेनें व्याकुल होऊन मृत्युमुखीं पडतो त्या राजाच्या जीवितास धिक्कार असो!**

राजा युधिष्ठिरा, शिबिराजानें म्हटलें आहे कीं, ज्या राजाच्या देशांत स्नातक ब्राह्मण क्षुधेनें व्याकुल होतो त्याचें राष्ट्र ऱ्हास पावतें व त्यास अनेक शत्रु उत्पन्न होतात; ज्याच्या राष्ट्रांत पतिपुत्र रडत आरडत असतां बलात्कारानें आक्रोश करणाऱ्या स्त्रियांचें हरण केलें जातें, तो राजा जिवंत आहे असें ह्मणण्यापेक्षां मेला आहे असेंच ह्मणणें प्रशस्त; जो राजा प्रजेचें संरक्षण करीत नाहीं, तिच्या वित्तादिकांचें हरण करितो, तिचा लोप करण्यास प्रवृत्त होतो, व तिला योग्य मार्ग दाखवीत नाहीं, तो निर्दय राजकलि प्रजेच्या हस्तें वधार्ह होय; जो राजा मी तुमचें रक्षण करीन असें म्हणतो, पण रक्षण करीत नाहीं, तो पिसाळलेल्या दुखणाईत कुत्र्याप्रमाणें एकवटून वधिला जाण्यास योग्य होय; राजानें संरक्षण न केल्यामुळें प्रजा जें कांहीं पातक करितात त्या पातकाचा चौथा हिस्सा राजाकडे येतो; कित्येकांच्या मतें राजानें अरक्षित अशा प्रजांचे हातून जें पातक घडतें तें सर्वच राजाकडे जातें, व कित्येक असें म्हणतात कीं, त्या पातकांतलें अर्धें मात्र पातक राजाला लागतें; मनूनें जो कांहीं नियम सांगितलेला माझ्या ऐकिवांत आहे, त्याप्रमाणें पाहिलें असतां चौथा हिस्सा मात्र राजाकडे येतो असें आमचें मत आहे; आणि त्याप्रमाणेंच राजानें उत्तम प्रकारेंकरून संरक्षण केलेल्या प्रजा जें कांहीं पुण्य करितात त्याचाही चौथा हिस्सा राजाला मिळतो.

राजा युधिष्ठिरा, तूं जिवंत असतां तुझ्या आश्रयानें सर्व प्रजांचें योगक्षेम चालावें. सर्व जीवांचा मुख्य आधार जसा पाऊस, पक्ष्यांचा महान् आश्रय जसा प्रचंड वृक्ष, राक्षसांचा प्रमुख प्रतिपालक जसा कुबेर, आणि देवांचा कल्याणकर्ता जसा इंद्र, तसा तूं सर्वांचा कल्याणकर्ता हो आणि तुझ्या आश्रयानें तुझ्या सर्व आप्तसुहृदांचें योगक्षेम घडो!

अध्याय बासष्टावा.

—:०:—

भूमिदानाचें महत्त्व.

युधिष्ठिर विचारतोः— पितामह भीष्म, अमुक हें द्यावें, अमुक तें द्यावें; असें हें मोठ्या आग्रहाचें श्रुतिवचन आहे; आणि राजेलोक तर बहुत प्रकारचीं दानें देतातच. तेव्हां मी आपणास असें विचारितों कीं, सर्व दानांत श्रेष्ठ दान कोणतें तें मला सांगा.

भीष्म सांगतातः— राजा युधिष्ठिरा, सर्व दानांमध्यें पृथ्वीदान हें श्रेष्ठ होय. पृथ्वी ही अचल व अक्षय्य असून ह्या लोकीं सर्व उत्तम मनोरथ पूर्ण करिते. हिच्यापासून वस्त्रें, रत्नें, पशु व सर्व प्रकारचीं धान्यें प्राप्त होतात. सर्व प्राण्यांमध्यें भूमिदान करणारा पुरुष शाश्वत सुख मिळवितो. ह्या लोकीं भूमि जितका काळपर्यंत सुस्थिर राहाते तितका काळपर्यंत भूमि देणाऱ्या पुरुषाचा उत्कर्षच होत असतो. युधिष्ठिरा, ह्या मृत्युलोकीं भूमिदानापेक्षां अधिक फलदायक असें दुसरें कांहींएक नाहीं. आह्मीं असें ऐकिलें आहे कीं, सर्व मनुष्यांनीं पूर्वी पृथ्वीचा थोडा अंश तरी दान केलेला आहे आणि म्हणूनच ह्या भूलोकीं मनुष्यें सुखोपभोग घेत आहेत. जिवंतपणीं व मरण पावल्यावर मनुष्यांना जी कांहीं बरीवाईट स्थिति प्राप्त होते तिचें कारण त्यांचीं स्वतःचीं कर्मेंच होत

भूमि ह्मणजे प्रत्यक्ष वैभवाची मूर्ति होय. जो कोणी भूमिदान करितो त्याला ही महादेवी भूमि आपला स्वामी करिते. जो पुरुष दक्षिणेच्या रूपानें पृथ्वी अर्पण करितो तो पुनः नरजन्मास येऊन पृथ्वीपति होतो ! धर्मशास्त्रांत असें स्पष्ट सांगितलें आहे कीं, पूर्वजन्मीं जसें दिलें असेल तसेंच ह्या जन्मीं भोगावयास मिळतें. समरांगणांत धारातीर्थी देह ठेवावा किंवा ह्या पृथ्वीचें दान तरी करावें, असा हा क्षत्रियांना विहित आचार सांगितला आहे. पृथ्वीदान हें क्षत्रिय जातीला अत्यंत भाग्यकारक होय. पृथ्वीदान केल्यानें दात्याच्या सर्व पातकांचें क्षालन होतें, असें आम्ही ऐकतों. मनुष्य दुराचरण करणारा, असत्य बोलणारा, फार काय-ब्रह्मघ्न असला तरी भूमिदानाच्या योगानें त्याचें तें पाप धुतलें जाऊन तो निर्मळ होतो. पातकी राजांनींही पृथ्वीदान केलें असतां साधु लोक तिचा स्वीकार करितात आणि मातेप्रमाणें ती पृथ्वी त्या राजांना पावन करिते. साधु लोक पातकी मनुष्यापासून पृथ्वीशिवाय दुसरें कोणतेंही दान इच्छीत नाहींत. राजा, पृथ्वी देवीला प्रियदत्ता असें जें नांव आहे त्याचें मर्म असें कीं, पृथ्वी ही दान देणाऱ्याला व घेणाऱ्याला अशी दोघांनाही प्रिय आहे व हिच्या दानापासून शाश्वत सुखाची प्राप्ति होते; आणि ह्यामुळेंच हिला हें नांव अतिशय आवडतें. जो राजा विद्वान् ब्राह्मणाला ह्या पृथ्वीचें दान करितो तो राजा पुढील जन्मींही राज्य मिळवितो; ह्यास्तव पृथ्वीवर पृथ्वीदानाचें महत्त्व फार आहे. राजा, ज्या अर्थी फिरून जन्म पावल्यावर पृथ्वीदानाच्या योगानें निःसंशयपणें राजवैभव प्राप्त होतें, त्या अर्थी राजानें पृथ्वी हातीं आल्यावर लागलीच ती विप्राला अर्पण करावी, हें सर्वतोपरी इष्ट होय. युधिष्ठिरा, पृथ्वीचा पति होण्यास जो पुरुष योग्य असेल त्याच्याकडेच पृथ्वीचें आधिपत्य असणें उचित आहे; ह्याजकरितां पृथ्वीचें दान करितांना चांगला पात्रापात्रविचार करून सत्पात्रींच पृथ्वीचें दान करावें आणि एकदां दान केल्यावर मग तींत दान करणारानें संचार करूं नये. राजा, दुसऱ्या कोणाला भूमि मिळावी अशी इच्छा असल्यास त्यांनींही निखालस ह्याप्रमाणेंच करावें. जो मनुष्य साधूपासून भूमि हरण करितो त्याला भूमि मिळत नाहीं; परंतु साधूंना भूमि दिली असतां उत्तम भूमि प्राप्त होते. धर्मशील मनुष्यानें भूमिदान केलें असतां त्याला ह्या लोकीं व परलोकीं मोठी कीर्ति मिळते. ज्या थोर राजानें भूमिदान केल्यामुळें ब्राह्मण हे त्याची नेहमीं स्तुति करीत असतात, त्याचे शत्रु त्याच्या राज्याला नांवें ठेवूं शकत नाहींत. वृत्तिक्षीण झालेला पुरुष जें कांहीं पाप करितो तें पाप तो गोचर्माइतकी लांबरुंद जमीन अर्पण करील तर तितक्यावरही नष्ट होईल. जे क्रूर कर्में करणारे राजे विधिनिषेध न बाळगितां पाहिजेत तीं कृत्यें करितात त्यांना सांगावें कीं, भूमिदानासारखें पवित्र व श्रेष्ठ दान दुसरें नाहीं. प्राचीन लोक नेहमीं असें मानीत आले आहेत कीं, अश्वमेध करणाऱ्या व साधूला भूमि देणाऱ्या पुरुषांमध्यें फारसा भेद नाहीं. इतर सत्कृत्यांच्या योगें पुण्य लागेल कीं नाहीं, ह्याजबद्दल एक वेळ पंडितांना देखील शंका उत्पन्न होईल, पण भूमिदानाच्या संबंधानें अशी शंका घेणें अगदींच अशक्य आहे; ह्यास्तव भूमिदान हें अत्यंत श्रेष्ठ समजावें. राजा, जो महाबुद्धिमान् पुरुष पृथ्वीचें दान करितो तो सोनें, रुपें, वस्त्रें, रत्नें, मोत्यें, धन वगैरे सर्व कांहीं अर्पण करितो असें ह्मटलें पाहिजे. भूमिदान करणाऱ्या मनुष्याला तपश्चर्या, यज्ञयाग, विद्या, शील, शांति, सत्य, गुरुभक्ति व दैवतपूजा हे गुण प्राप्त होतात. स्वामिकार्यासाठीं एकनिष्ठ असे जे वीर रणां-

गणांत आपले देह ठेवून सिद्ध होत्साते ब्रह्मलोक जोडितात, त्यांच्या ठिकाणींही भूमिदान करणारापेक्षां अधिक पात्रता असत नाहीं ! ज्याप्रमाणें जननी आपल्या बालकाला स्वक्षीरानें सदा पोषिते, त्याप्रमाणें पृथ्वी ही दात्याला सर्व रसांनीं सदोदीत पोषिते. मृत्यु, वैकिंकर (काळ), दंड, तम, अतिघोर वन्हि व भयंकर पाश हे भूमिदान करणाऱ्यावर आपली शक्ति चालवूं शकत नाहींत. जो शांतचित्त मनुष्य वसुंधरेचें दान करितो, तो पितृलोकीं पितरांना व देवलोकीं देवांना संतोषवितो. मनुष्य जर क्षीण झालेल्या, मरावयास टेंकलेल्या व उदरनिर्वाहाची सोय नसल्यामुळें दैन्यास पावलेल्या आपद्ग्रस्त पुरुषाला भूमिदान करून त्याच्या चरितार्थाची व्यवस्था लावून देईल, तर त्यास यज्ञयाग केल्याचें श्रेय मिळेल ! राजा, ज्याप्रमाणें गाय ही पुत्रवात्सल्यानें पान्हा फुटून वांसराकडे धाव घेते, त्याप्रमाणें, हे महाभाग्यवंता धर्मा, दयाळू भूमाता ही भूमिदान करणाऱ्याविषयीं अतिशय प्रेम बाळगून त्याच्या कल्याणासाठीं उद्युक्त होते. राजा, मनुष्य जर नांगरलेली, पेरलेली अथवा पीक उभें असलेली जमीन दुसऱ्याला अर्पण करील, तर त्याला धनधान्यादिकांनीं समृद्ध अशा गृहाप्रमाणें दुसऱ्याच्या इच्छा परिपूर्ण करण्याचें सामर्थ्य प्राप्त होईल. जो मनुष्य वृत्तीनें संपन्न, वर्तनानें शुद्ध व अग्निहोत्री अशा ब्राह्मणाला भूमिदान करितो, त्याला केव्हांही महान् आपत्ति प्राप्त होत नाहीं. ज्याप्रमाणें प्रतिदिवशीं चंद्राची वृत्ति होते त्याप्रमाणें भूमिदानापासून लागणारें पुण्याची त्या भूमीपासून जसजसें पीक येत जाईल तसतशी वृद्धि होते. प्राचीन इतिहास जाणणारे पुरुष ह्या विषयासंबंधानें भूमीनें गाइलेली जी गाथा वर्णीत असतात व जी ऐकून जामदग्न्य रामानें काश्यपाला भूमि दिली, ती गाथा मी तुला सांगतों ऐक. भूमि ह्मणते, " मलाच द्या व मलाच स्वीकारा. माझ्या दानानें मला मिळवाल. माझ्या दानाचें फळ असें आहे कीं, ह्या लोकीं व परलोकीं पुनः मी प्राप्त होईन." राजा धर्मा, जो ब्राह्मण श्राद्धकालीं ह्या वेदतुल्य वाणीचें पठन करील त्याला उत्कृष्ट फळ मिळेल. जे पुरुष जारणमारणादिक घोर कृत्यें करून दुसऱ्याच्या नाशास प्रवृत्त होतात त्यांच्या पातकाचा संहार उडविणारें भूमिदानासारखें दुसरें महाप्रायश्चित्त नाहीं. भूमिदानानें पितृमातृकुलाच्या दहा दहा पिढ्या उद्धरतात; व त्याप्रमाणेंच जो पुरुष ह्या देवतुल्य वचनाचें रहस्य जाणतो त्याच्याही उभय कुलांतल्या दहा दहा पिढ्या पुनीत होतात. भूमीची अधिदेवता अग्नि ही असून ती सर्व प्राण्यांची प्रकृति होय. राजावर राज्याभिषेक होतांच त्याजकडून श्रवण करवावें कीं, महीचें दान अवश्य करावें व सज्जनांपासून ती कधीं हिरावून घेऊं नये. राजाची जी कांहीं धनदौलत ती सर्व निःसंशयपणें ब्राह्मणांची होय. राजा हा धर्माचरण करण्यांत कुशल असणें हें त्याचें ऐश्वर्यप्राप्तीचें प्रथम लक्षण समजावें. ज्या लोकांचा राजा धर्माचें यथार्थ ज्ञान करून घेत नाहीं व नास्तिकपणा करितो, त्यांना सुखानें झोंप घेतां येणार नाहीं व त्यांचे व्यवहार सुरळीतपणानें चालणार नाहींत. राजा जर दुराचरणी असेल तर त्याची प्रजा नित्य उद्विग्न असेल; त्याच्या राज्यांत कोणाचेंही नीट योगक्षेम चालणार नाहीं आणि सर्वत्र संकट ओढवेल ! आतां ह्याच्या उलट—ज्यांचा राजा धार्मिक व शाहाणा असेल ते सुखानें निद्रा घेतील व व्यवहार आनंदानें चालवितील; त्या राजाच्या शुभ कृत्यांनीं त्याच्या

प्रजा संतुष्ट रहातील आणि त्यांचा योगक्षेम उत्कृष्ट चालून त्या जीं जीं कृत्यें करितील त्यांत त्यांची भरभराट होत जाईल. राजा, जो पुरुष वसुंधरेचें दान करितो तो खचित कुलीन, पुण्यवान्, सर्वांचा हितकर्ता, पराक्रमी व दानशूर समजावा. जे पुरुष वेदवेत्त्या ब्राह्मणाला सुंदर पृथ्वीचें दान करितात, त्यांच्या ठिकाणीं आदित्यासारखें प्रखर तेज वास करूं लागतें. भूतलावर बीजें फेंकिलीं असतां जसे चोहोंकडे अंकुर उत्पन्न होतात, तशा भूमिदानाच्या योगें आपल्या इच्छा फलोन्मुख होऊन अंकुरित होत्सात्या सफल होतात. आदित्य, वरुण, विष्णु, ब्रह्मा, सोम, अग्नि आणि भगवान् शंकर हे सर्व भूमिदान करणाऱ्याची वाहवा करितात. भूमीपासूनच पुरुष जन्मास येतात आणि भूमीमध्येंच ते लीन होतात. चारही प्रकारची भूतसृष्टि भूमिगुणात्मकच आहे. राजा, भूमि ही सर्व जगताची माता व पिता होय. हिच्यासारखें श्रेष्ठ असें दुसरें कोणतेंही भूत नाहीं. असो; राजा धर्मा, ह्या विषयाचें अधिक विवरण करण्याकरितां मी तुला एक पुरातन इतिहास सांगतों. तो इतिहास म्हणजे बृहस्पति व इंद्र ह्यांचा संवाद होय. इंद्रानें बहुत दक्षिणा देऊन महान् शंभर क्रतु केले व मग वक्तृत्वकलेंत श्रेष्ठ अशा बृहस्पतीला असें विचारलें.

इंद्र म्हणालाः— भगवन् बृहस्पते, कोणत्या दानाच्या योगानें प्राणी स्वर्गास जाऊन सुख भोगितो आणि कोणत्या दानाचें फळ अत्यंत श्रेष्ठ व शाश्वत टिकणारें आहे तें सांगा.

भीष्म म्हणालेः— राजा युधिष्ठिरा, देवांचा पुरोहित जो बृहस्पति त्याला देवेंद्रानें ह्याप्रमाणें म्हटलें असतां, महातेजस्वी बृहस्पतीनें देवेंद्राला असें उत्तर दिलें.

बृहस्पति म्हणालाः— वृत्रहंत्या इंद्रा, जो पुरुष सुवर्ण, गाई व भूमि ह्यांचें दान करितो त्या महाप्राज्ञाचीं सर्व पातकें दूर होतात. तथापि, हे देवाधिपते, भूमिदानापेक्षां मात्र कोणतेंही दान अधिक श्रेष्ठ नाहीं, असें महान्‌महान् ज्ञात्यांप्रमाणेंच माझेंही मत आहे. अमरेश्वरा, भूमिदान करणाऱ्या पुरुषाला जें फल प्राप्त होतें तें फल युद्धासाठीं उत्सुक झालेले शूर वीर रणांगणांत देह ठेवून स्वर्गास गेले असतां त्या सर्वांनाही प्राप्त होत नाहीं. जे योद्धे स्वामिकार्यासाठीं हातावर शीर घेऊन रणभूमीवर पतन पावून ब्रह्मलोक संपादितात, त्यांनाही भूमिदान करणारावर वरचढपणा करितां येत नाहीं! जो मनुष्य भूमीचें दान देतो तो आपल्या ह्या पृथ्वीवरील पांच मागच्या पिढ्या व सहा पुढच्या पिढ्या ह्या लोकीं उद्धरितो. पुरंदरा, जो पुरुष रत्नादिकांनीं भरलेली अशी ही वसुधा अर्पण करितो त्याचीं सर्व पातकें नष्ट होऊन त्याचा स्वर्गलोकीं मोठा गौरव होतो. देवाधिपा, सर्व मनोरथ परिपूर्ण करणाऱ्या व सर्व गुणांनीं युक्त अशा ह्या सुंदर पृथ्वीचें जो पुरुष दान करितो तो राजांचा अधिपति होतो; ह्यास्तव, पृथ्वीदान हें सर्व दानांत वरिष्ठ होय. वासवा, सर्व इच्छा सफल करणाऱ्या अशा ह्या काश्यपीला (पृथ्वीला) जो पुरुष अर्पण करितो तो पुरुष मलाच अर्पण करितो असें सर्व भूतें मानितात. हे सहस्राक्षा, सर्व मनोरथ सिद्ध करून देणाऱ्या व सर्व गुणांनीं संपन्न अशा ह्या पृथ्वीरूप धेनूचें जो मानव दान करितो तो स्वर्गास जातो. सुरेंद्रा, वसुधेचें दान करणाऱ्या पुरुषाला दुग्ध, दधि, घृत व मधु ह्यांच्या नद्या संतुष्ट करितात. भूमिदानाच्या योगें राजाचें सर्व किल्बिष नष्ट होतें. भूमिदानासारखें श्रेष्ठ दान दुसरें नाहीं. जो राजा शस्त्रास्त्रांनीं जिंकून घेतलेल्या ह्या समुद्रवलयांकित पृथ्वीचें दान करितो, त्याचा

महिमा सर्व लोक ही मही अस्तित्वांत आहे तोंपर्यंत गातात ! पुरंदरा, जो पुरुष ह्या मंगलदायक व उत्कृष्ट रस धारण करणाऱ्या पृथ्वीचें दान करितो त्याचा त्या भूमिदानाच्या पुण्यानें प्राप्त झालेला उत्तम लोक कधींही नाश पावत नाहीं. शक्रा, ज्या राजाला सतत वैभव व सुख मिळावें अशी इच्छा असेल त्यानें नित्य सत्पात्र पुरुषाला यथाविधि भूमि द्यावी. पातकी मनुष्यानें ब्राह्मणाला भूमिदान केलें असतां सर्पाच्या जीर्ण कांतीप्रमाणें त्या पातकी मनुष्याचें तें पातक गळून पडतें. शक्रा, जो मनुष्य वसुधेचें दान करितो, तो सरिता, सागर, शैल व वनें ह्या सर्वांचें दान करितो. जो मनुष्य भूमिदान करितो तो तळीं, विहिरी, झरे, सरोवरें, तैल व इतर सर्व रस अर्पण करितो. जो पुरुष वसुधेचें दान करितो तो वीर्यानें युक्त अशा औषधी, फलांनीं व फुलांनीं युक्त असे वृक्ष आणि काननें, पाषाण व पर्वत ह्या सर्वांचें दान करितो. भूमिदानाच्या योगें जें फल प्राप्त होतें तें फल विपुल दक्षिणा वगैरे देऊन अग्निष्टोमादिक यज्ञ केल्यानेंही प्राप्त होत नाहीं. भूमिदान करणारा पुरुष उभय कुळांतील दहा दहा पिढ्या उद्धरितो; परंतु भूमीचें हरण करणारा उभय कुळांतील दहा दहा पिढ्या नरकांत टाकतो ! जो पुरुष पूर्वी दिलेली भूमि परत घेतो किंवा देण्याविषयीं वचन देऊन ती देत नाहीं अथवा दिलेली हरण करितो, तो वारुण पाशांनीं बांधला जाऊन यमयातनांचा ताप भोगितो ! जो द्विजश्रेष्ठ अग्निहोत्र घेऊन नित्य भगवान् अग्नीची आराधना करितो, यज्ञयागांनीं भगवंताला पूजितो, ज्याला उपजीविकेचें साधन नाहीं व जो नित्य अतिथींना प्रिय मानितो, त्याची जे पुरुष भक्ति करितात ते यमलोकीं जात नाहींत. पुरंदरा, राजानें ब्राह्मणांच्या ऋणांतून उतराई व्हावें आणि इतर वर्णांपैकीं कृश व दुर्बल पुरुषांचें परित्राण करावें; व ज्याला उपजीविकेचें कांहीं साधन नाहीं अशा ब्राह्मणाला जर कोणी भूमि दिली असेल तर तिचा उच्छेद करूं नये. भूमिहरण केल्याच्या योगानें आपत्तींत पडलेल्या दीन ब्राह्मणांचे जे अश्रु पतन पावतात ते उभय कुळांतील तीन तीन पिढ्यांना दुर्गतींत लोटितात ! सहस्राक्षा, जो पुरुष राज्यापासून भ्रष्ट झालेल्या राजाला पुनः राज्यावर बसवील त्याचें स्वर्गांत वास्तव्य घडून सर्वत्र वाहवा होईल. जिच्यावर जिकडे तिकडे उंसांची लागवड केलेली आहे, गहूं व इतर धान्यें ह्यांनीं जी शोभत आहे, जिच्यावर गाई, बैल, अश्व व इतर वाहनें विपुल आहेत, जिच्या पोटांत खाणी आहेत, सर्व प्रकारचीं रत्नें व दुसेर उपभोग्य पदार्थ जिच्यावर मुबलक आहेत, व जी बहुपराक्रमानें जिंकली आहे, अशा भूमीचें दान करणारा पुरुष शाश्वत लोकास पावतो; कारण, त्याच्या हातून तो भूयज्ञच घडतो. जो पुरुष वसुधेचें दान करितो त्याचें सर्व पातक नष्ट होतें, त्या निष्पाप पुरुषाला सर्व सज्जन बहुमान देतात व थोर लोक त्याची कीर्ति पसरितात. शक्रा, उदकावर पडलेला तैलबिंदु जसा चोहोंकडे पसरतो, तसें भूमिदानाचें फळ तिच्यावरील प्रत्येक पिकास वाढत जाऊन पसरतें. ज्याप्रमाणें सभेला शोभविणारे शूर महीपाल समरांगणांत शत्रूंच्या समोर पतन पावले असतां ते ब्रह्मलोकीं गमन करितात आणि दिव्य माळांनीं विभूषित अशा नाचणाऱ्या व गाणाऱ्या अप्सरा त्यांच्या सेवेस तत्पर असतात, त्याप्रमाणें स्वर्गांत भूमिदान करणाऱ्याला फळ मिळतें. जो पुरुष ब्राह्मणाला विधिपूर्वक उत्तम प्रकारें करून महीदान करितो, तो देव व गंधर्व ह्यांच्याकडून बहुमान मिळवून स्वर्गांत सुख भोगितो. जो मनुष्य पृथ्वीचें दान करितो

त्याला ब्रह्मलोकीं स्थान मिळून त्याच्या सेवेस दिव्य पुष्पांनीं शोभणाऱ्या शंभर अप्सरा सादर रहातात. जो मनुष्य भूमिदान देतो, त्याला सुंदर वाहनें, श्रेष्ठ अश्व, शंख, भद्रासन, छत्र व इतर सर्व मंगलदायक वस्तु सदा प्राप्त होतात. भूमिदानानें पुष्पें व सुवर्णराशि प्राप्त होतात; भूमिदान करणाऱ्याची आज्ञा कोणीही मोडीत नाहीं; आणि त्याचा सर्वत्र जयजयकार होऊन त्याला सर्व संपत्ति प्राप्त होते. पुरंदरा, भूमिदानाच्या योगें उत्तम पुण्य लागून स्वर्ग हें फल प्राप्त होतें. जो पुरुष भूमीचें दान करितो त्याला सुवर्ण, पुष्पें, वनस्पति, कुश, कांचन, हिरवेंगार तृण व अमृत प्रसवणारी भूमि हीं प्राप्त होतात. असो; इंद्रा, भूमीसारखें दान नाहीं, मातेसारखा गुरुजन नाहीं, सत्यासारखा धर्म नाहीं व दानासारखा संचय नाहीं, हें लक्षांत ठेव.

भीष्म सांगतातः— राजा युधिष्ठिरा, इंद्रानें आंगिरस् बृहस्पतीपासून ह्याप्रमाणें भूमिदानाचें श्रेष्ठ फल श्रवण करून लागलीच संपत्तीनें व रत्नांनीं ओतप्रोत भरलेली अशी ही पृथ्वी बृहस्पतीला अर्पण केली. असो; जो पुरुष हें भूमिदानाचें माहात्म्य श्राद्धकालीं ऐकवील त्याच्या श्राद्धाचा भाग राक्षस किंवा असुर हे ग्रहण करणार नाहींत आणि त्यानें पितरांना उद्देशून जें कांहीं केलें असेल किंवा दिलें असेल तें निःसंशयपणें अक्षय्य होईल. ह्यासाठीं ज्ञात्यानें श्राद्धाच्या वेळीं ब्राह्मण भोजन करीत असतां त्यांजकडून हें माहात्म्य ऐकवावें. अनघा धर्मा, सर्व दानांत श्रेष्ठ अशा ह्या भूमिदानाची महती ही मीं तुला सांगितली आहे. हे भरतश्रेष्ठा, आतां तुला आणखी काय ऐकण्याची इच्छा आहे बरें ?

अध्याय त्रेसष्टावा.

—:०:—

अन्नदानाची महती.

युधिष्ठिर विचारतोः— महाबाहो भरतश्रेष्ठ भीष्म, ह्या लोकीं दान देऊं इच्छिणाऱ्या राजानें गुणांनीं वरिष्ठ अशा ब्राह्मणांना कोणतीं दानें द्यावीं, कोणत्या दानानें ते ब्राह्मण तत्काळ प्रसन्न होतात, ते प्रसन्न झाले ह्मणजे दात्याला काय देतात, दानाच्या योगानें जें पुण्य लागतें त्याचें महाफल कोणतें, व दानामुळें ह्या लोकीं व परलोकीं काय काय अनुभवितां येतें, तें सर्व आपणापासून श्रवण करावें अशी माझी इच्छा आहे; तर सर्व कांहीं सविस्तर निवेदन करून माझी इच्छा पूर्ण करावी.

भीष्म सांगतातः— राजा युधिष्ठिरा, पूर्वीं हीच गोष्ट मीं दिव्यदृष्टि नारदांला विचारिली असतां त्यांनीं मला जें कांहीं सांगितलें तें मी तुला आतां कथन करितों, ऐक. मीं पूर्वीं विचारिलें तेव्हां मला

नारद म्हणालेः— भीष्मा, देव व ऋषिगण हे अन्नाचेंच महत्त्व गातात. लोकांचे व्यवसाय व ज्ञानशक्ति हीं सर्व अन्नावर अवलंबून आहेत, अन्नासारखें दान पूर्वीं कधीं झालें नाहीं व पुढें कधीं होणार नाहीं; ह्यासाठीं मनुष्यें विशेषेंकरून अन्नदान करण्याची इच्छा करितात. लोकांत अन्नापासून शक्ति प्राप्त होते आणि प्राणही अन्नाच्याच अधीन असतात. प्रभो, हें सर्व ब्रह्मांड अन्नाच्याच योगानें जगलें आहे. ह्या लोकीं गृहस्थ, भिक्षु व तपस्वी अन्नावरच आपआपला योगक्षेम चालवितात अन्नाच्याच योगानें सर्व प्राणी जिवंत आहेत हें आपण प्रत्यक्ष पहात आहों, ह्याबद्दल संशय बाळगण्याचें प्रयोजन नाहीं. ज्याला ज्याला आपणास वैभव मिळावें अशी वासना असेल त्यानें कोणी एखादा थोर कुटुंबी ब्राह्मण आप-

दुग्रस्त झाला असतां त्यास व भिक्षूस अन्नदान द्यावें. सत्पात्र ब्राह्मण अन्नाची याचना करण्यास आला असतां जो पुरुष त्यास अन्न देईल, तो परलोकीं आपल्यास उपयोगीं पडण्याकरितां श्रेष्ठ निधिच संचित करून ठेवील! वैभवेच्छु गृहस्थानें मार्गांत दमलेला, वृद्ध व सत्पात्र असा पांथस्थ आपल्या घरीं प्राप्त झाला असतां त्याचा उत्तम सत्कार करावा. राजा, जो पुरुष क्रोधाची लाट आली असतां तिला झिडकारून सौजन्यानें वागतो, कोणाचा द्वेष करीत नाहीं आणि अन्नाचें दान देतो, तो ह्या लोकीं व स्वर्गलोकीं जें जें ह्मणून सुख तें तें भोगितो! गृहधर्मी पुरुषानें आपल्या घरीं प्राप्त झालेल्या अतिथीचा कधींही अनादर करूं नये, किंवा त्याला अन्नादिक अर्पण न करितां विमुख घालवूं नये. अन्नदान हें चांडाळाला द्या किंवा श्वानाला द्या, तें व्यर्थ जावयाचें नाहीं. जो पुरुष अनोळखी व आर्त अशा पांथस्थाला मोठ्या उल्हासानें अन्न अर्पितो तो महत्पुण्य जोडितो. हे जनाधिपा, जो मनुष्य पितरांना, देवतांना, ऋषींना, विप्रांना व अतिथींना नानाविध भोज्य पदार्थांनीं संतोषवितो त्याला त्याच्या पुण्याचें फल मोठें मिळतें. अतिशयित पातक करूनही जो मनुष्य याचकाला किंवा विशेषेंकरून ब्राह्मणाला अन्न घालील त्याला त्या घोर पातकापासून अगदीं पीडा होणार नाहीं! अन्नदान हें ब्राह्मणाला दिलें असतां अक्षय्य होतें आणि शूद्राला दिलें असतां त्यापासून मोठें फलप्राप्त होतें; शूद्र व ब्राह्मण ह्यांना अन्नाचें दान दिलें असतां जो कांहीं विशेष आहे तो हाच होय. ह्या लोकीं ब्राह्मण हा अन्नाची भिक्षा मागण्यास प्राप्त झाला असतां त्यास गोत्र, आचरण, वेदाभ्यास किंवा देश वगैरे कांहींएक न पुसतां अन्न द्यावें. जो पुरुष अन्नदान करितो त्याच्या सर्व कामना परिपूर्ण करण्याकरितां ह्या लोकीं व परलोकीं अन्नवृक्ष उभे असतात ह्यांत संदेह नाहीं. शेतकरी हे जसे सुवृष्टीची आशा करून राहिलेले असतात तसे पितर हे पितृलोकीं आशा करून राहिलेले असतात कीं, आह्मांला जो पुत्र किंवा पौत्र होईल तो आह्मांस श्राद्धादिकांत अन्न देईल. ब्राह्मण हा महान् प्राणी होय. तो जर मला अन्न दे ह्मणून स्वतः याचना करण्यास प्रवृत्त होईल तर मनुष्यानें सकामबुद्धीनें किंवा निष्कामबुद्धीनें तत्काळ त्या ब्राह्मणास अन्नदान करावें, ह्मणजे त्यास मोठें पुण्य लागेल. ब्राह्मण हा सर्व प्राण्यांचा अतिथि होय, कोणत्याही दानाचा अग्रभोक्ता तोच जाणावा. याचना करणारे ब्राह्मण ज्या घरीं याचना करितात आणि ज्या घरून ते संतुष्ट होत्साते परत जातात, त्या घराचा अतिशय उत्कर्ष होतो व त्या घराचा धनी मेल्यावर भाग्यवान् कुळांत जन्म घेतो. जो मनुष्य ह्या लोकीं नित्य उत्तम अन्न व स्थान दुसऱ्याला अर्पण करितो, त्या मिष्टान्नदात्याला स्वर्गांत बहुमानानें वास्तव्य करावयास सांपडतें. अन्नच मनुष्याचा प्राण होय; आणि सर्व कांहीं अन्नावरच अवलंबून आहे. जो मनुष्य अन्नदान करितो त्याला पशु, पुत्र, धन व भोग प्राप्त होतात. अन्नदान करणाऱ्या मनुष्याला शक्ति व सौंदर्य हीं मिळतात. जो मनुष्य लोकांत अन्नदान करितो तो प्राणदानच करितो असें नेहमीं म्हणतात. ब्राह्मण अतिथीला यथाविधी अन्न अर्पण केल्यानें दात्याला सुख प्राप्त होतें व देवही त्याची वाहवा करितात. युधिष्ठिरा[१], ब्राह्मण हा महाप्राणी जाणावा. ब्राह्मण हें एक क्षेत्रच होय. ह्या क्षेत्रांत जें बीज पेरावें त्याला पुण्यकारक महा-

१ या ठिकाणीं नारदांनीं 'युधिष्ठिर' हें संबोधन भीष्मांना योजिलें आहे. युधिष्ठिर=युद्धांत स्थिर राहाणारा=न डगमगणारा.

फल प्राप्त होतें. अन्नाशिवाय इतर जीं दानें त्या सर्वांचीं फळें प्रत्यक्ष दिसत नाहींत; पण अन्नाच्या दानानें दात्याला व भोक्त्याला अशा दोघांनाहीं आनंद होतो हें प्रत्यक्ष आढळतें. अन्नापासूनच सर्व प्राणी जन्मास येतात, अन्नापासूनच सर्वांना समाधान मिळतें, अन्नापासूनच धर्म व अर्थ हे साधतात, आणि अन्नापासूनच रोगांचा नाश होतो. अन्न हेंच अमृत होय, असें मागील कल्पांत प्रजापतीनें सांगितलें. अन्न हाच भुवर्लोक, अन्न हेंच आकाश व अन्न हाच स्वर्ग जाणावा. सर्व कांहीं अन्नांतच सांठविलेलें आहे. अन्नाचा तुटवडा झाल्यास शरीरांतील पंचधातूंचा क्षय होतो व अन्नाचा लोप झाल्यास बलवानाचेंही बल नाश पावतें. नरश्रेष्ठा, विवाहविधि, देवतांचें आवाहन व यज्ञयागादिक क्रिया हीं सर्व अन्नाच्या अभावीं लुप्त होतात. अन्नाचा लय झाला असतां त्याबरोबर ब्रह्माचाही लय होतो. जें कांहीं हें स्थावजंगम वस्तुमात्र विद्यमान आहे तें सर्व अन्नापासून झालें आहे. तिन्ही लोकांत धर्म व अर्थ हे अन्नाधीनच आहेत. ह्यासाठीं शहाण्या पुरुषांनीं अन्नाचें दान अवश्य करावें. जो मनुष्य अन्न अर्पण करितो त्याचें बल, ओज, यश व कीर्ति तिन्ही लोकांत निरंतर वाढत जाते. हे भारता, प्राणांचा स्वामी जो पवन तो अंतरिक्षांत मेघांमध्यें उदकाचा संचय करितो आणि त्याच मेघांच्या ठिकाणीं संचित असलेल्या उदकाचा इंद्र हा पृथ्वीवर वर्षाव करितो. पृथ्वीवर जितके प्रवाही पदार्थ आहेत तितक्यांतील आर्द्रता सूर्य हा आपल्या किरणांनीं ग्रहण करितो, वायु हा सूर्यापासून ती आर्द्रता हरण करून मेघांमध्यें सांचवितो, नंतर इंद्र हा तें सर्व जल भूमीवर पाडवितो आणि ह्याप्रमाणें ज्या समयीं मेघांपासून भूतलावर पर्जन्याची वृष्टि होते त्या समयीं धनधान्यांनीं समृद्ध असलेली भूदेवी भिजून जाते व तिच्यावर धान्यें उगवतात आणि त्यांच्या योगें जगाचा स्वस्तिक्षेम चालतो. असो; अशा रीतीनें प्राण्यांना अन्नप्राप्ति झाली म्हणजे तद्वारा मांस, मेद, अस्थि व शुक्र ह्यांचा पुनः प्रादुर्भाव होतो; आणि मग, हे पृथ्वीपते, शुक्र धातूपासून फिरून प्राणी जन्म पावतात. पुनः, प्राण्यांच्या ठायीं ज्या अग्नि व सोम नामक देवता असतात त्या त्या प्राण्यांमध्यें शुक्राची उत्पत्ति व पुष्टि करितात आणि अशा रीतीनें हें राहाटगाडगें एकसारखें चालू राहातें. असो; ह्याप्रमाणें, अन्नापासून सूर्य, पवन व शुक्र हे उत्पन्न होतात. सारांश, सर्वांचें मुख्य बीज अन्न होय व त्यापासूनच सर्व भूतें उत्पन्न झालीं. जो पुरुष घरीं आलेल्या अन्नार्थी प्राण्याला अन्न अर्पण करितो तो प्राण्यांना अन्न व शक्ती अर्पण करितो असेंच समजावें.

भीष्म सांगतातः— राजा युधिष्ठिरा, नारदांनीं ह्याप्रमाणें मला सांगितलें तेव्हां मीं नेहमीं अन्नदान केलें. ह्यासाठीं, बा धर्मा, तूंही मनांत द्वेषादि विकार धारण न करितां मोठ्या उल्हासानें अन्नदान कर. राजा, तूं सर्वतोपरी सत्पात्र अशा ब्राह्मणांना यथाविधि अन्न अर्पण करशील तर त्या योगें स्वर्ग मिळविशील. हे जनाधिपा, अन्नदान करणाऱ्या जनांना जे लोक प्राप्त होतात ते आतां ऐक राजा, त्या महात्म्यांचीं मंदिरें स्वर्गलोकांत दिव्य कांतीनें झळाळत असतात; त्या मंदिरांचीं रूपें नक्षत्रांसारखीं देदीप्यमान असून त्यांना नानाप्रकारचे स्तंभ शोभत असतात; त्या मंदिरांचे वर्ण चंद्रमंडलाप्रमाणें शुभ्र असून त्यांच्यावर लहान लहान घागऱ्यांचे सर लणझुणतात; त्या मंदिरांवर सकाळच्या सूर्याप्रमाणें मनोहर दीप्ति विलसत असून त्यांपैकीं कांहीं स्थिर असतात व कांहीं इतस्ततः भ्रमण करि-

तात; त्या मंदिरांत पृथ्वीवरील शेंकडों वस्तु आणि भूमिचर व जलचर प्राणी राहातात; वैडूर्य रत्नांप्रमाणें किंवा सूर्याच्या किरणांप्रमाणें त्या मंदिरावर तेज झळाळत असतें; आणि तीं अंतर्बाह्य सुवर्णाचीं व रुप्याचीं केलेलीं असतात, त्या मंदिरांत सर्व मनोरथ परिपूर्ण करणारे वृक्ष असून चोहोंकडे विहिरी, रस्ते, सभा, कूप, सरोवरें आणि घणघणाट करणारीं सहस्रावधि जोडलेलीं वाहनें सिद्ध असतात; तेथें भक्ष्य व भोज्य पदार्थांचे पर्वत असून वस्त्रें व अलंकार ह्यांची विपुल सिद्धता असते; आणि त्या ठिकाणीं क्षीरप्रवाही नद्या व अन्नाच्या सामुग्रीचे पर्वत असून शुभ्र वर्णाचे राजवाडे व त्यांत सुवर्णाप्रमाणें झगझगीत अशा शय्या असतात. राजा धर्मा, अन्नदान करणाऱ्या पुरुषांना अशीं हीं भवनें प्राप्त होतात, ह्यासाठीं तूं अन्नदान कर. राजा युधिष्ठिरा, जे कोणी अन्नदान करितात त्या पुण्यवान् महात्म्यांना हे लोक प्राप्त होतात, ह्यासाठीं भूलोकीं मनुष्यांनीं मोठ्या प्रयत्नानें अन्नदान करावें.

अध्याय चौसष्टावा.

--:०:--

कोणत्या नक्षत्रीं कोणतीं दानें करावीं ?

युधिष्ठिर विचारतोः—पितामह भीष्म, आपण जो मला अन्नदानाचा विधि सांगितला तो मीं ऐकिला. आतां कोणत्या नक्षत्रीं कोणतीं दानें करावीं त्याचा नियम मला विदित करा.

भीष्म सांगतातः—राजा युधिष्ठिरा, ह्या विषयाच्या संबंधानेंही एक पुरातन इतिहास सांगत असतात. तो इतिहास म्हणजे महर्षि नारद व देवकी ह्यांचा संवाद होय. पूर्वी देवांसारखे कांतिमान् व धर्माचें यथार्थ तत्त्व जाणणारे देवर्षि नारद द्वारकेस प्राप्त झाले असतां देवकीनें त्यांना हाच प्रश्न केला, तेव्हां त्यांनीं देवकीला यथाशास्त्र सर्व कांहीं सांगितलें तें आतां मजपासून श्रवण कर.

नारद म्हणालेः—महाभागे देवकि, जो मनुष्य कृत्तिका नक्षत्रीं क्षीर व घृत ह्यांनीं ब्राह्मणांचा संतोष करील त्याला उत्कृष्ट पवित्र लोक प्राप्त होतील. जो मनुष्य रोहिणी नक्षत्रीं मृगमांस, अन्न, घृत, दुग्ध आणि इतर खाद्य व पेय पदार्थ ब्राह्मणांना अर्पण करील तो त्यांच्या ऋणांतून मुक्त होईल. जीं मनुष्यें मृगशीर्ष नक्षत्रीं सवत्स अशी दुभती धेनु दान देतात त्यांना मनुष्यलोकांतून श्रेष्ठ अशा स्वर्गलोकीं जातां येतें. आर्द्रा नक्षत्रीं उपोषण करून जो मनुष्य तिलमिश्रित कृसर (खिचडी) दान करील तो महान् संकटें व वस्तऱ्याच्या धारेसारखे भयंकर पर्वत उतरून जाईल. सुंदरी, पुनर्वसु नक्षत्रीं घारगे व इतर अन्नें अर्पण केलीं असतां मनुष्याला दिव्य यश, सुंदर रूप व विपुल अन्न प्राप्त होऊन तो सत्कुलांत जन्म पावतो. पुष्य नक्षत्रीं सुवर्णाचे अलंकार किंवा नुसतें सुवर्ण दान दिलें असतां दात्याला स्वयंप्रकाशित अशा लोकीं (स्वर्गलोकीं) स्थान मिळून तो चंद्रासारखा विराजतो. जो मनुष्य आश्लेषा नक्षत्रीं रुपें किंवा बैल दान करितो त्याचें सर्व भय दूर होतें आणि तो वैभवाचें अधिष्ठान बनतो. मघा नक्षत्रीं मनुष्य जर तिळांनीं भरलेलीं मृत्तिकापात्रें अर्पण करील, तर त्याला ह्या लोकीं पशु व पुत्र प्राप्त होऊन मेल्यानंतर सुखोपभोग मिळतील. मनुष्य जर पूर्वाफाल्गुनी नक्षत्रीं उपोषण करून गोरसानें युक्त असे भक्ष्य पदार्थ ब्राह्मणांना देईल तर त्याला उत्तम वैभव मिळेल. मनुष्य जर उत्तराफाल्गुनी नक्षत्रीं घृत व क्षीर ह्यांनीं युक्त असें षष्टिका नामक अन्न यथाविधि अर्पण करील तर त्यास स्वर्गलोकीं बहुमान प्राप्त होईल. हे देवकी, उत्तराफाल्गुनी नक्षत्रीं मनुष्य जें जें दान

देईल, तें तें दान महाफलदायक होऊन शाश्वत सुख प्राप्त करून देईल, हें अगदीं निश्चयात्मक जाणावें. मनुष्य जर हस्त नक्षत्रीं उपोषित राहून चार हत्ती जोडलेला रथ अर्पण करील तर त्या पुण्यवान् पुरुषास श्रेष्ठ लोक प्राप्त होऊन त्याचे सर्व मनोरथ सिद्धीस जातील. चित्रा नक्षत्रीं वृषभ व सुवासिक पदार्थ अर्पण करून मनुष्यांना अप्सरांचे लोक प्राप्त होतील व तेथें त्यांस नंदनवनांतल्याप्रमाणें भोग भोगितां येतील. स्वाती नक्षत्रीं धनदान करून मनुष्याला जें प्रियतम असेल तें मिळेल, ह्या लोकीं त्यास दिव्य यश प्राप्त होईल, व अंतीं तो शुभलोकीं वास्तव्य करील. विशाखा नक्षत्रीं बैल, दुभती गाय, धान्यानें भरलेली गाडी तिच्यावरील आच्छादनासुद्धां आणि वस्त्रें हीं अर्पण केलीं असतां, पितर व देव ह्यांना संतोष होतो व मेल्यावर त्यास मोक्ष मिळतो; अशा मनुष्यास संकटें म्हणून प्राप्त होत नाहींत आणि तो स्वर्गास जातो. जो मनुष्य ब्राह्मणांच्या इच्छेनुरूप त्यांचे मनोरथ पूर्ण करितो त्याला उपजीविकेचें अपेक्षित साधन प्राप्त होतें आणि त्यास नरकादिक दुःखें मुळीं प्राप्त होत नाहींत, हा निश्चय समजावा. जो मनुष्य अनुराधा नक्षत्रीं उपोषण करून सुंदर अन्न व वस्त्रप्रावरण अर्पण करितो त्यास शंभर युगेंपर्यंत स्वर्गांत मोठ्या मानानें रहावयास सांपडतें. ज्येष्ठा नक्षत्रीं जो मनुष्य ब्राह्मणांना समूलक कालशाक देतो त्याला त्याच्या इच्छेप्रमाणें ऐश्वर्य व गति प्राप्त होते. जो मनुष्य मूळ नक्षत्रीं ब्राह्मणांना मोठ्या भक्तीनें फळें व मूळें अर्पण करितो तो पितरांना संतोषवून इष्ट गतीला पावतो. पूर्वाषाढा नक्षत्रीं उपोषण करून जो पुरुष कुलीन, सदाचरणी व वेदपारंगत ब्राह्मणाला दह्यानें भरलेलीं पात्रें अर्पण करितो तो पुरुष मेल्यावर--ज्याच्याकडे विपुल गाई वगैरे आहेत अशा मनुष्याच्या कुळांत जन्म घेतो. जो मनुष्य उत्तराषाढा नक्षत्रीं घृत व सक्तु ह्यांनीं युक्त असा उदकुंभ व विपुल गोरस अर्पण करितो त्याचे सर्व मनोरथ सिद्धीस जातात. अभिजित नक्षत्रीं मधु, घृत व दुग्ध हीं थोर लोकांना अर्पण केलीं असतां त्या दात्याची धर्मबुद्धि अढळ होऊन त्यास स्वर्गांत मोठा मान मिळतो. श्रवण नक्षत्रीं वस्त्रासहित किंवा नुसतें कांबळें अर्पण केलें असतां मनुष्य शुभ्र विमानांत बसून स्वर्गलोकीं पाहिजे तिकडे जाऊं शकतो. जो मनुष्य धनिष्ठा नक्षत्रीं बैल जोडिलेलें यान प्रेमपुरःसर अर्पण करितो त्यास तत्काळ वस्त्रांच्या राशि व धन मिळतें आणि मरणोत्तर राज्याची प्राप्ति होते. जो मनुष्य शततारका नक्षत्रीं अगरु चंदनासह सुगंधि द्रव्यें अर्पण करितो त्याला मेल्यावर अप्सरांचे समुदाय व शाश्वत गंध प्राप्त होतात. पूर्वाभाद्रपदा नक्षत्रीं राजमाष (चवळी) अर्पण केल्यानें सर्व प्रकारचीं फळें व भक्ष्य पदार्थ मिळतात आणि मेल्यावर तो मनुष्य सुखी होतो. जो मनुष्य उत्तराभाद्रपदा नक्षत्रीं बोकडाचें मांस अर्पण करितो तो पितरांना संतोषवितो व मेल्यावर मोक्ष मिळवितो. जो मनुष्य रेवती नक्षत्रीं दोहनासाठीं कांस्यपात्रासह धेनूचें अर्पण करितो तो मेल्यावर ती धेनु त्या दात्याचे सर्व मनोरथ पूर्ण करण्यासाठीं त्याच्या सेवेस तत्पर रहाते. जो नरश्रेष्ठ अश्विनी नक्षत्रीं अश्व जोडिलेला रथ दान करितो तो हत्ती, अश्व व रथ ह्यांनीं संपन्न अशा कुळांत जन्म पावून महासामर्थ्यवान होतो; आणि जो मनुष्य भरणी नक्षत्रीं ब्राह्मणांना तिलधेनु देतो त्याला विपुल गाई प्राप्त होऊन मेल्यावर त्यास दिव्य यश मिळतें.

भीष्म सांगतातः--- राजा युधिष्ठिरा, ह्याप्रमाणें नारदांनीं देवकीला कोणत्या नक्षत्रीं

कोणतीं दानें करावीं तें सांगितलें आणि मग तिनें तें सर्व आपल्या सुनांना कथन केलें.

अध्याय पांसष्टावा.

—:०:—

दानें व त्यांचीं फळें.

भीष्म सांगतातः— राजा युधिष्ठिरा, जे पुरुष सुवर्णदान करितात, ते सर्व इच्छा परिपूर्ण करितात, असें पितामहपुत्र जो अत्रि त्यानें म्हटलें आहे. सुवर्णदान हें अतिशयित पवित्र असून आयुष्यवर्धक व पितरांना अक्षय्य सुखदायक आहे, असें मनुजेंद्र जो हरिश्चंद्र त्यानें सांगितलें आहे; आणि उदकदान हें सर्व दानांत श्रेष्ठ होय; असें मनूनें निवेदन केलें आहे. म्हणून वापी, कूप व तडाग हीं खणावींत. ज्या मनुष्यानें विहीर खणली असून तिला पाणी लागलें आहे व ती विहीर नित्य चांगली चालू झाली आहे, त्या मनुष्याचें अर्धें पातक ह्या एका कृत्यानेंच दूर होतें. ज्यानें खणलेल्या जलाशयामध्यें गाई, ब्राह्मण व साधुजन सदोदीत जलपान करितात तो आपल्या सर्व कुलाचा उद्धार करितो. ज्या मनुष्यानें खणलेल्या जलाशयांत उन्हाळ्यामध्यें सुद्धां पाणी रहातें व तें पाणी सर्वांना निष्प्रतिबंधपणें मिळतें त्याला केव्हांही भयंकर आपत्ति प्राप्त होत नाहीं. घृताच्या योगानें भगवान् बृहस्पति, पूषा, भग, अश्विनीकुमार आणि अग्नि ह्यांची प्रसन्नता होते. घृत हें महान् औषध होय, यज्ञकर्माला हें अतिशय श्रेष्ठ व अवश्य; सर्व रसांमध्यें घृतासारखा रस नाहीं आणि घृतदानाच्या योगें लागणारें पुण्यही अद्वितीयच होय; ह्यासाठीं फलाची, यशाची व पुष्टीची इच्छा करणाऱ्या ज्ञानी पुरुषानें शुद्ध होऊन ब्राह्मणांना घृत अर्पण करावें. जो मनुष्य आश्विन महिन्यांत ब्राह्मणांना घृत अर्पितो त्याजवर देव अश्विनीकुमार प्रसन्न होऊन त्यास सुंदर रूप देतात. जो मनुष्य घृतमिश्रित पायस ब्राह्मणांना देतो, त्याच्या गृहाला राक्षस कधींही पीडा करूं शकत नाहींत. जो मनुष्य उदकुंभ दान करितो त्याला कधींही तान्हेनें मरण्याचीं पाळी येत नाहीं, त्याला सर्व समृद्धि प्राप्त होते आणि त्यास कधींही संकटें येत नाहींत. जो मनुष्य इंद्रियांचा निग्रह करून मोठ्या श्रद्धेनें ब्राह्मणांना वृत्ति किंवा भूमि वगैरे दतो, त्या मनुष्याला त्या ब्राह्मणांच्या पुण्याचा सहावा भाग मिळतो. राजा युधिष्ठिरा, जो मनुष्य नेहमीं सदाचारी ब्राह्मणांना शीतशमनासाठीं किंवा पाकसिद्धीसाठीं काष्ठें अर्पण करितो त्याचे सर्व अर्थ व विविध कार्यें नित्य सिद्धीस जातात आणि तो आपल्या शत्रूंवर दिव्य देहानें झळाळत रहातो ! तसाच त्याजवर प्रत्यक्ष भगवान् अग्निनारायण नित्य प्रसन्न असतो आणि त्यास पशु केव्हांही सोडून जात नाहींत व युद्धांत हटकून जय मिळतो ! जो मनुष्य छत्रदान करितो त्याला संपत्ति व संतति प्राप्त होते आणि त्याला नेत्ररोग केव्हांही बाधा करीत नाहींत व त्यास यज्ञभाग प्राप्त होतो. जो मनुष्य उन्हाळ्यांत किंवा पर्जन्यकाळीं छत्रदान करितो त्याला कधींही चिंता उत्पन्न होत नाहीं व असा मनुष्य मोठ्या संकटांत पडला तर त्याचें तें संकट तत्काळ दूर होतें. राजा धर्मा, सर्व दानांमध्यें शकटदान हें श्रेष्ठ होय, असें भगवान् महाभाग्यशाली शांडिल्य ऋषीनें सांगितलें आहे.

अध्याय सहासष्टावा.

—:०:—

दानें व त्यांचीं फळें.

युधिष्ठिर विचारतोः- पितामह भीष्म, ज्याचे पाय भाजत असतात अशा ब्राह्मणाला उपानह

(चर्मी जोडे) अर्पण केल्यानें कोणतें फल प्राप्त होतें तें मला सांगा.

भीष्म सांगतातः— राजा युधिष्ठिरा, ब्राह्मणांना मोठ्या श्रद्धेनें उपानह अर्पण करावे. उपानहांचें दान करणारा मनुष्य सर्व कंटकांचा चुराडा उडवितो व सर्व संटकांतून पार पडतो. राजा धर्मा, उपानहांचें दान करणारा मनुष्य शत्रूंच्यावर अधिष्ठान पावतो, त्यास खेचरें जोडलेलें व रौप्यकांचनानें विराजणारें शुभ्र यान प्राप्त होतें आणि त्यास तरणे बैल जोडून शकटदान केल्याचें पुण्य लागतें.

युधिष्ठिर विचारतोः— कौरवाधिप भीष्म, तिलदान, भूमिदान, गोदान व अन्नदान दिलें असतां जें फल प्राप्त होतें म्हणून आपण सांगितलें तें मला फिरून निरूपण करून सांगावें.

भीष्म सांगतातः— कौंतेया धर्मा, मी तुला तिलदानाचें फल निवेदन करितों तें ऐक; आणि हे कुरुसत्तमा, तूं तदनुसार तिलदान दे. राजा, ब्रह्मदेवानें तिल उत्पन्न करण्याचें कारण पितरांचा तो श्रेष्ठ भोज्य पदार्थ होय; ह्यास्तव तिलांचें दान केलें असतां पितृवर्गीय सर्व पुरुषांना अतिशय आनंद होतो. जो मनुष्य माघमासीं ब्राह्मणांना तिलदान करितो, त्यास सर्व प्रकारच्या कृमिकीटकांनीं ओतप्रोत व्याप्त असलेला नरक पहाण्याची वेळ येत नाहीं. जो पुरुष तिलांनीं पितरांची आराधना करितो, त्याला सर्व प्रकारच्या यज्ञांनीं भगवंताला आराधिल्याचें पुण्य प्राप्त होतें. राजा युधिष्ठिरा, सकाम मनुष्यानें तिलश्राद्ध अवश्य करावें. ज्याला निष्कामबुद्धीनें श्राद्धविधि कर्तव्य असेल त्यानें तिलश्राद्ध कधींही करूं नये. महर्षि कश्यप ह्यांच्या गात्रांतून हे तिल प्रथम उत्पन्न झाले; म्हणून, हे राजा, सर्व दानांमध्यें तिलदानाला दिव्यपद मिळालें. तिल हे मोठे पौष्टिक, कांतिवर्धक व पापघ्न आहेत; ह्यास्तव, सर्व दानांपेक्षां तिलदानाला विशिष्ट योग्यता प्राप्त झाली आहे. महा बुद्धिमान आपस्तंब, शंख, लिखित व महर्षि गौतम हे सर्व तिलदानाच्या योगेंच स्वर्गास गेले. जे विप्र तिलांचे होम करितात, इंद्रियांना जिंकितात आणि गव्य हविर्भागाच्या योगें यज्ञयागादिक प्रवृत्तिकारक क्रिया करितात ते सर्व समान अधिकारी होतात. सर्व दानांमध्यें तिलदान हें श्रेष्ठफलदायी आहे. ह्या लोकीं तिलदानासारखें अक्षय्य फल देणारें एकही दान नाहीं. हे शत्रुतापना धर्मा, पूर्वी हव्याचा तुटवडा पडला असतां कुशिक ऋषीनें तिन्ही अग्नींचें तिलांनीं हवन केलें आणि उत्तम गति जोडली. असो; हे कुरुश्रेष्ठा, तिलदान हें ह्याप्रमाणें अत्यंत श्रेष्ठ होय आणि ह्यामुळेंच तिलदानविधीची महती ह्या लोकीं विशेष सांगतात. राजा धर्मा, आतां ह्यापुढें हें मी जें कांहीं कथन करितों तें श्रवण कर. पूर्वी देवांच्या मनांत यज्ञ करण्याची इच्छा उत्पन्न झाली व ते स्वयंभुव ब्रह्मदेवाची भेट घेऊन त्यास म्हणाले कीं, आमच्या मनांतून भूप्रदेशीं यज्ञानुष्ठान करावयाचें आहे; ह्यास्तव तूं आम्हांला शुभ प्रदेश देशील तर आम्ही यज्ञ करूं. तेव्हां ब्रह्मदेवाला आणखी

देव म्हणालेः— भगवन्, तूं भूमिचा धनी असून सर्व स्वर्गाचा धनीही तूंच आहेस. हे महाभाग्यवंता, तुझ्या आज्ञेनें यज्ञानुष्ठान करावें अशी आमची मनीषा आहे. अमुक एका प्रदेशीं यज्ञ करा अशी आज्ञा जर भूमीच्या धन्याकडून मिळाली नाहीं तर त्या अननुज्ञात प्रदेशीं यज्ञ केला असतां तो यज्ञ व्यर्थ जातो असा नियम आहे; ह्यास्तव, हे भगवंता, आम्हीं कोणत्या स्थळीं यज्ञ करावा त्याची तूं आम्हांस आज्ञा कर. ब्रह्मन्, तूं सर्व स्थावरजंगम जगाचा अधिपति आहेस; तेव्हां आम्हांला उचित ती आज्ञा दे.

ब्रह्मदेव म्हणाला:—काश्यपनंदन देवश्रेष्ठहो, मी तुम्हांला हिमवान् पर्वताच्या समीप असा हा कुरुक्षेत्र नामक भूप्रदेश देतों, तेथें तुम्ही यज्ञ करा.

देव म्हणाले:—भगवन्, आम्ही कृतार्थ झालों. आतां आम्हीं ह्या कुरुक्षेत्रीं यज्ञ करूं व विपुल दक्षिणा देऊं; कारण ह्या प्रदेशीं मुनिजन नेहमीं यज्ञयागादिकांनीं भगवंताची आराधना करीत असतात.

भीष्म सांगतात:—राजा युधिष्ठिरा, नंतर अगस्त्य, कण्व, भृगु, अत्रि, वृषाकपि, असित व देवल हे त्या ठिकाणीं देवांच्या यज्ञानुष्ठानास प्राप्त झाले. मग महात्म्या देवांनीं त्या कुरुक्षेत्रीं यज्ञ करून भगवंताला आराधिलें आणि पुढें योग्य काळीं त्या श्रेष्ठ पर्वतावर तें यज्ञानुष्ठान समाप्त करून त्या अनुष्ठानापासून प्राप्त झालेल्या पुण्याचा सहावा भाग त्यांनीं त्या भूमीला अर्पण केला. राजा धर्मा, जो मनुष्य केवळ वीतभर भूमि अर्पण करील तो संकटांतून पार पडेल व त्यास पुनः संकटें म्हणून मुळींच येणार नाहींत. जो मनुष्य शीत, वात व ऊन्ह ह्यांची पीडा न होऊं देणारें घर जीवर आहे अशी उत्तम प्रकारेंकरून तयार केलेली भूमि दुसऱ्याला अर्पण करितो तो मनुष्य सुरलोकीं गमन करून त्याचें पुण्य समाप्त झालें तरी तो तेथून ढळत नाहीं. तो सुज्ञ पुरुष त्या स्थळीं इंद्रासमवेत मोठ्या आनंदानें कालक्षेप करितो; आणि त्यानें दुसऱ्यास रहाण्याला घर दिलें असतें ह्यामुळें स्वर्गांत त्याची मोठी वाहवा होते. राजा, ज्या मनुष्याच्या घरीं अध्यापकाच्या कुळांत जन्मलेला इंद्रियजेता श्रोत्रिय विप्र मोठ्या आनंदानें वसति करील त्याला ब्रह्मलोकाची प्राप्ति होईल. त्याप्रमाणेंच जो मनुष्य थंडी व पाऊस ह्यांची पीडा न होऊं देणारें बळकट घर गाईंना राहाण्याकरितां बांधून देईल तो आपल्या सात पिढ्यांचा उद्धार करील. राजा, जो मनुष्य दुसऱ्याला क्षेत्रभूमि (शेत) देईल त्याला लोकांत उत्तम संपत्ति मिळेल. जो मनुष्य रत्नांची खाण असलेलें क्षेत्र अर्पण करील त्याचा वंश वृद्धिंगत होऊन त्याच्या कुळाची भरभराट होईल. राजा, उखरवाखर किंवा जीवरील पीक जळून जातें अशी भूमि कधींही दान देऊं नये. त्याप्रमाणेंच जिच्या समीप किंवा भोंवतालीं श्मशान आहे अथवा पापी मनुष्यानें जी पूर्वीं उपभोगिली आहे अशीही भूमि कोणाला अर्पण करूं नये. मनुष्य दुसऱ्याच्या भूमीवर पितरांचें श्राद्ध वगैरे करील किंवा पितरांना उद्देशून दुसऱ्याची भूमि दान करील, तर त्यापासून पितरांना संताप येईल व ते तें श्राद्धकर्म किंवा भूमिदान व्यर्थ घालवितील! ह्यासाठीं सुज्ञ पुरुषानें थोडी भूमि दिली तरी चालेल; पण ती त्याच्या स्वतःच्या मालकीची असावी किंवा ती दुसऱ्याची असल्यास तिच्याबद्दल मूल्य देऊन ती त्यानें खरेदी केलेली असावी. धर्मा, अशा प्रकारें स्वतःच्या भूमींत पितरांना जो पिंड देण्यांत येतो तो शाश्वत होतो. राजा, अरण्यें, पर्वत, नद्या व तीर्थें, ह्या सर्वांना कोणीही मालक नसतो; ह्यासाठीं अरण्यादिकांमध्यें भूमि खरेदी करून तेथें श्राद्धादिक क्रिया करणें उचित नाहीं. राजा धर्मा, ह्याप्रमाणें हें भूमिदानाचें फल तुला निवेदन केलें. अनघा, आतां मी तुला पुढें गोदानाचें फल सांगतों.

राजा युधिष्ठिरा, सर्व तपस्व्यांपेक्षां गाईंचा श्रेष्ठपणा अधिक असल्यामुळें भगवान् महेश्वरानें गाईंमध्यें वास्तव्य करून तपश्चर्या केली. हे भारता, गाई ह्या ब्रह्मलोकीं सोमासमवेत राहातात. ब्रह्मलोकप्राप्ति हेंच सिद्ध ब्रह्मर्षींचें प्रधान साध्य होय व तें प्राप्त होण्याकरितां ते एकसारखे झटतात. गाई ह्या आपल्या दुग्धानें, घृतानें, दह्यानें, गोमयानें, चर्मानें, हाडांनीं,

शिंगांनीं व रोमांनीं दुसऱ्यांवर उपकार करितात; त्या शीत व उष्ण ह्यांचे विकार सोशितात. त्या नित्य काम करितात. पर्जन्यकाळीं सुद्धां त्या दुःखी होत नाहींत, आणि ज्या अर्थी ब्राह्मणांसमवेत त्या श्रेष्ठ ब्रह्मलोकीं जातात त्या अर्थी ज्ञाते लोक म्हणतात कीं, गाई व ब्राह्मण हे एकच होत. राजा युधिष्ठिरा, रंतिदेव राजानें यज्ञ केला, त्यांत यज्ञपशूंच्या जागीं गाईंची योजना केली होती. ह्यामुळें त्या समयीं गोचर्मांतून जी नदी बाहेर पडली तिला चर्मण्वती अशी संज्ञा प्राप्त झाली. राजा, तेव्हांपासून पुढें गाई ह्या यज्ञपशुत्वापासून मुक्त झाल्या व दानाचा श्रेष्ठ विषय बनल्या. ह्यासाठीं, हे धर्मा, जो मनुष्य ह्या गाई महान् महान् ब्राह्मणांना अर्पण करितो, तो मनुष्य महान् आपत्तींत असला तरी तो ती सर्व आपत्ति तरून जातो हें लक्षांत धर. राजा, जो मनुष्य सहस्र गाई अर्पण करितो तो मेल्यावर नरकास जात नाहीं आणि त्यास सर्वत्र विजय मिळतो. धर्मा, देवांचा राजा इंद्र हा असें म्हणतो कीं, अमृत हें गाईंचें दुग्ध होय, ह्यासाठीं जो मनुष्य गाय देतो तो अमृताचेंच दान करितो. वेदवेत्ते पुरुष ह्मणतात कीं, अग्नीमध्यें ज्या पदार्थांचा होम करावयाचा त्या सर्वांमध्यें आज्य हें अत्यंत श्रेष्ठ होय; ह्मणून जो मनुष्य आज्यदायी धेनूचें दान करितो तो श्रेष्ठ अशा हव्य द्रव्याचेंच दान करितो, गोजातीमध्यें वरिष्ठ असा जो वृषभ तो मूर्तिमान् स्वर्गच होय. जो मनुष्य गुणवान् विप्राला वृषभ दान करितो त्याचा स्वर्गांत जयजयकार होतो. हे भरतर्षभा, गाई ह्या प्राण्यांचे प्राणच होत असें ह्मणतात. ह्मणून जो मनुष्य गाय देतो तो प्राणच अर्पण करितो. वेदविद म्हणतात कीं, गाई ह्या सर्व प्राण्यांचा मुख्य आश्रय होत; म्हणून जो मनुष्य गोदान करितो तो दुसऱ्याला आश्रयच देतो. राजा, गाई ह्या कसायाला देऊं नयेत; नास्तिकाला देऊं नयेत; ज्याला त्या संभाळण्याचें सामर्थ्य नाहीं त्याला देऊं नयेत; आणि गाईवर चरितार्थ चालविणाराला त्या देऊं नयेत. जो मनुष्य तसल्या लोकांना गाय देईल तो निरंतर नरकांत पडेल, असें महर्षींनीं सांगितलें आहे. राजा, ब्राह्मणाला गाय द्यावयाची ती रोड नसावी, तिला वांसरूं असावें, ती वांझ नसावी, ती रोगरहित असावी, तिला व्यंग नसावें आणि ती थकलेली नसावी. जो पुरुष दहा हजार गाई दान करील त्याला स्वर्गलोकीं इंद्रासहवर्तमान सुखोपभोग प्राप्त होतील, आणि जो पुरुष लक्षावधि गाई अर्पण करील त्याला अक्षय्य लोक मिळतील. राजा युधिष्ठिरा, ह्याप्रमाणें गोदान, तिलदान व भूमिदान ह्यांविषयीं मीं तुला निरूपण करून सांगितलें. आतां अन्नदानाच्या संबंधानें जें कांहीं सांगतों तें श्रवण कर.

हे कुंतीपुत्रा, अन्नदान हें प्रधान होय असें सांगतात. अन्नाच्याच दानानें रंतिदेव राजा स्वर्गास गेला. राजा, जो पुरुष दमलेल्याला व भुकेलेल्याला अन्न समर्पण करितो तो महास्थान जें ब्रह्मलोक त्याप्रत पावतो. राजा धर्मा, अन्नदान करणारे पुरुष जें श्रेय संपादन करितात तें सुवर्ण, वस्त्रें व इतर पदार्थ ह्यांच्या दानानें प्राप्त होत नाहीं. अन्न हेंच सर्वांत श्रेष्ठ द्रव्य होय व अन्न हीच श्रेष्ठ संपत्ति जाणावी. अन्नापासूनच प्राण, वीर्य तेज व बल हीं पुष्टतेस पावतात. जो मनुष्य सदोदीत एकाग्र चित्तानें तत्काळ अन्नदान करील त्याला कधींही संकटें प्राप्त होणार नाहींत असें पराशराचें म्हणणें आहे. प्रथम देवतांची यथाविधि पूजा करून नंतर त्यांस अन्नाचा नैवेद्य समर्पावा. देवतांना जें अन्न सम-

र्पण करावयाचें तें विशिष्ट प्रकारचें पाहिजे असें नाहीं. मनुष्यें रोज जें अन्न सेवन करीत असतील तेंच अन्न त्यांच्या आराध्य देवतांना प्रिय होईल असें समजावें. जो मनुष्य कार्तिकाच्या शुक्ल पक्षांत अन्नदान करितो त्याचीं सर्व संकटें नाहीं-तशीं होतात व मेल्यावर तो शाश्वत सुख जोडितो. हे भरतर्षभा, जो मनुष्य उपोषित राहून भक्तिपुरःसर अतिथीला अन्नदान करील त्याला ब्रह्मवेत्त्या लोकांना मिळणारें स्थान प्राप्त होईल. अन्नदान करणारा पुरुष अत्यंत घोर संकटांत असला तरी त्यांतून तो मुक्त होईल, त्याला जें पुण्य लागेल त्याच्या योगें त्याचें सर्व पाप झडेल, आणि त्याचीं सर्व दुष्कृत्यें नाहींतशीं होतील. असो; राजा धर्मा, ह्याप्रमाणें मीं तुला अन्नदानाचें, तिलदानाचें, भूमिदानाचें व गोदानाचें फल निवेदन केलें आहे.

अध्याय सदुसष्टावा.

—:०:—

उदकदानाचें महत्व.

युधिष्ठिर विचारतोः— पितामह भीष्म, आपण अनेक दानांचें जें फल सांगितलें तें मीं ऐकिलें. त्यावरून ह्या लोकीं अन्नदान हें विशेष प्रशस्त होय, यांत संदेह नाहीं. आतां मी आपणांस असें विचारितों कीं, ह्या लोकीं उदकदानाचेंच फल मोठें आहे तें कसें, याविषयीं मला विस्तारानें सांगावें.

भीष्म सांगतातः— बाळा धर्मा, मी तुला सर्व कांहीं जसें असेल तसें सांगण्यास सिद्ध आहें; तर तूं आज मजपासून उदकदानादिक सर्व कांहीं या स्थळीं श्रवण कर. अनघा सत्यपराक्रमी युधिष्ठिरा, अन्नदानानें व जलदानानें जें पुण्य लागतें त्याहून अधिक पुण्य दुसऱ्या कशानेंही लागत नाहीं; ह्यास्तव माझ्या मतें अन्नदानापेक्षां व जलदानापेक्षां श्रेष्ठ असें दुसरें दान नाहीं. बाळा, अन्नाच्या बळावरच सर्व प्राणी आपआपले व्यवसाय करितात; म्हणून सर्व लोकांत अन्नाचेंच विशेष महत्व सांगण्यांत येतें. प्राण्यांचें बल व तेज हें नित्य अन्नापासूनच वाढतें; म्हणून प्रजापतीनें अन्नदानच श्रेष्ठ होय असें सांगितलें आहे. कुंतीपुत्रा, तूं सावित्रीचें देखील तें मंगलकारक वचन ऐकिलें आहेसच. हे महाबुद्धिमंता धर्मा, तें शुभ वचन देवसत्रांत कोणत्या हेतूनें व कशा रीतीनें सांगण्यांत आलें आणि त्या वचनाचा आशय काय होता, हें सर्व तूं जाणतच आहेस. ह्यावरून मनुष्यानें ह्या लोकीं अन्नदान केलें असतां त्यानें प्राणदानच केल्याचें श्रेय प्राप्त होईल कीं नाहीं ह्याजबद्दल तुझी खात्री होईल. हे महाबाहो, ह्या भूतलावर प्राणदानाहून अधिक श्रेष्ठ असें दुसरें कोणतेंही दान नाहीं म्हणून लोमशानें जें सांगितलें तेंही तूं ऐकिलें आहेसच. असो; पूर्वीं शिबि राजानें कपोताला प्राण अर्पण करून जी गति मिळविली तीच गति ब्राह्मणाला अन्नदान केल्यानें प्राप्त होते; ह्यास्तव अन्नदानरूपानें प्राणदाते पुरुष श्रेष्ठपद मिळवितात. हे कुरुसत्तमा, अन्न हें उदकाहून वरिष्ठ असो कीं नसो, परंतु इतकें खरें कीं, उदकापासून जन्म पावणारें जें धान्य त्याच्याशिवाय कोणाचीही प्रवृत्ति नाहीं. राजा धर्मा, ग्रहसमुदायाचा अधिपति जो भगवान् सोम तो उदकापासूनच जन्मला आहे. अमृत, सुधा, स्वधा व दुग्ध व त्याप्रमाणेंच अन्न, वनस्पति, लता व औषधी वगैरे सर्व जलापासूनच उद्भवलेलीं आहेत आणि ह्यांच्यापासूनच जीवांची प्राणधारणा होते. देवांचें अन्न अमृत होय; नागांचें अन्न सुधा होय; पितरांचें अन्न स्वधा होय; आणि पशूंचें अन्न वनस्पति होय. ज्ञाते लोक सांगतात कीं, अन्न हेंच मनुष्यांचे प्राण समजावे आणि अन्न

म्हणून जितकें आहे तितकें सर्व उदकापासून उत्पन्न होतें; ह्यास्तव, उदकदानापेक्षां दुसरें कोणतेंही दान श्रेष्ठ नाहीं. मनुष्याला जर वैभव-प्राप्तीची मनीषा असेल तर त्यानें नित्य उदकदान करावें. ह्या लोकीं उदकदान हें कीर्तिकारक, यशोवर्धक व आयुष्यदायक असून जो कोणी उदकदान करील तो शत्रूंना देखील आपल्या पायांखालीं तुडवील ! तोयदायी पुरुषाचे सर्व मनोरथ सिद्धीस जातात, त्यास शाश्वत लौकिक प्राप्त होतो, त्याचीं सर्व पातकें दूर होतात, आणि त्यास परलोकीं मोक्ष मिळतो. हे महाद्युतिमंता मनुजश्रेष्ठा धर्मा, उदकदान करणारा मनुष्य स्वर्गाला जाऊन अक्षय्य लोक मिळवितो असें मनूनें सांगितलें आहे.

अध्याय अडसष्टावा.

—:o:—

यम व ब्राह्मण ह्यांचा संवाद.

युधिष्ठिर विचारतोः—पितामह भीष्म, आपण मला तिलदान, दीपदान, अन्नदान व वस्त्रदान ह्यांविषयीं पुनः निरूपण करून सांगावें.

भीष्म सांगतातः— राजा युधिष्ठिरा, ह्या विषयाचें प्रतिपादन करण्यासाठीं एक पुरातन इतिहास सांगत असतात. तो इतिहास म्हटला म्हणजे यम व ब्राह्मण ह्यांचा संवाद होय. राजा धर्मा, मध्य-देशांत ब्राह्मणांचा एक मोठा गांव होता. तो गांव गंगा व यमुना ह्या नद्यांच्या अंतरवेदींत यामुनगिरीच्या पायथ्याशीं असून त्यास पर्णशाला असें नांव होतें. त्या रमणीय गांवीं बहुत विद्वान् ब्राह्मणांची वसति होती आणि त्यामुळें त्या गांवची चोहोंकडे मोठी ख्याति होती. एके समयीं यमानें आपल्या एका दूतास आज्ञा केली कीं, तूं ब्राह्मणांच्या पर्णशालेस जाऊन अगस्त्य गोत्राच्या शर्मी नामक ब्राह्मणास घेऊन ये. दूता, तो ब्राह्मण मोठा शांत स्वभावाचा असून विद्वान् आहे. तो वेद शिकविण्याचें काम करीत असून त्याचें आचरण वगैरे सर्वांना विदित आहे. त्या गांवीं तो ब्राह्मण जेथें रहातो त्याच्या जवळच दुसरा एक त्याच्याच गोत्राचा ब्राह्मण रहात असतो. तो दुसरा ब्राह्मणही शर्मीप्रमाणेंच गुणवान् असून त्याचें कुल व अध्ययनही शर्मीप्रमाणेंच उत्तम आहे; इतकेंच नव्हे तर, त्या दुसऱ्या ब्राह्मणाचें वर्तन व संतति देखील त्या बुद्धिमान् शर्मी ब्राह्मणासारखीच आहे. ह्यास्तव, हे दूता, तूं मोठ्या सावधगिरीनें शर्मीलाच घेऊन ये; दुसऱ्या कोणास आणूं नको. मी ज्याची इच्छा करीत आहें त्यालाच तूं आण आणि त्याची पूजा कर.

राजा धर्मा, नंतर तो यमदूत त्या ब्राह्मणग्रामीं गेला, त्या यमदूतानें कृष्णवस्त्र परिधान केलें असून त्याचे नेत्र रक्तासारखे लाल होते आणि त्याचे रोम तरतरीत उभे असून त्याच्या मांड्या, नेत्र व नासिका हीं कावळ्यासारखीं होतीं ! यमधर्माच्या आज्ञेप्रमाणें तो दूत शर्मी ब्राह्मणाला आणण्यासाठीं पर्णशालेस गेला; पण शर्मीला आणावयाचें सोडून, ज्याला आणूं नको म्हणून यमानें स्पष्ट सांगितलें होतें त्या ब्राह्मणाला गांठून त्याला घेऊन तो यमधर्माप्रत दाखल झाला ! दूताचें तें कृत्य अवलोकन करून वीर्यशाली यमधर्म आपल्या आसनावरून उठला आणि त्या ब्राह्मणाची पूजा करून त्यानें आपल्या त्या दूताला आज्ञा केली कीं, तूं ह्याला परत ने आणि त्या दुसऱ्या ब्राह्मणाला घेऊन ये. राजा युधिष्ठिरा, यमाच्या तोंडचें तें आज्ञावचन श्रवण करून दूतानें आणिलेला तो

ब्राह्मण यमाला म्हणालाः-महाराज, मीं जें कांहीं अध्ययन केलें आहे त्याच्या योगें मला संसाराचें रहस्य कळून चुकलें असून

मी आतां संसारास कंटाळलों आहें; ह्यास्तव माझें यापुढें जें कांहीं आयुष्य अवशिष्ट असेल तोंपर्यंत मला, हे अच्युता, ह्या स्थळीं रहाण्याची अनुज्ञा व्हावी.

यम म्हणालाः—ब्राह्मणा, कालनियमित आयुष्यमान मला येथें मुळींच माहीत नसतें. प्रत्येक मनुष्य जें कांहीं बरें वाईट आचरण करील तें मात्र मी येथें जाणतों; ह्यास्तव हे महाद्युतिमंता ब्राह्मणा, तूं आजच्या आज स्वगृहीं जा; कालाची आज्ञा झाल्याशिवाय मी तुला ह्या स्थलीं राहूं देण्यास समर्थ नाहीं. हे अच्युता ब्राह्मणा, ह्याशिवाय तुझी जी इच्छा असेल ती सांग, मी ती पूर्ण करण्यास तयार आहें.

ब्राह्मण म्हणालाः—यमधर्मा, जें केल्यानें महान् पुण्य लागेल तें मला निवेदन कर. हे सत्तमा, तूं सर्व त्रैलोक्याला प्रमाण आहेस.

यम म्हणालाः—विप्रर्षे, दानशास्त्राचें जें रहस्य तें मी तुला यथावत् सांगतों; तर तूं तें श्रवण कर. द्विजश्रेष्ठा, तिलदान हें सर्व दानांत श्रेष्ठ समजावें, त्यापासून शाश्वत पुण्याची जोड होते; यासाठीं यथाशक्ति तिलदान करीत जावें. जर कोणी तिलांचें नित्य दान करील तर त्याचे सर्व मनोरथ सिद्धीस जातील. श्राद्धामध्यें तिलांचें महत्व मोठें आहे. तिलां-सारखी श्रेष्ठ अशी दुसरी देय वस्तु नाहीं. म्हणून, हे विप्रोत्तमा, शास्त्रांत सांगितलें असेल तसें कर्म करून ब्राह्मणांला तिलांचीं दानें दे. वैशाखी पौर्णिमेस ब्राह्मणांना तिल अर्पण करावे. ब्राह्मणांना सदोदीत तिल खावयास द्यावे आणि त्यांजकडून तिलांना नित्य स्पर्श कर-वावा. ज्या पुरुषांच्या मनांत आपलें कल्याण व्हावें अशी इच्छा असेल त्यांनीं नित्य मना-पासून ह्याप्रमाणें आपल्या घरीं करावें. त्या-प्रमाणेंच नित्य उदकदान करावें व पाणपोया घालाव्या; म्हणजे त्या योगें निःसंशयपणें कल्याण होईल. द्विजोत्तमा, सर्वांना अनायासें उदक प्राप्त व्हावें म्हणून पुष्करिणी, तडाग व कूप हीं खणवावींत. विप्रवर्या, असें करणें हें लोकांत फारच दुर्लभ होय. द्विजवरा, तूं नित्य उदक-दान कर, कारण त्यापासून लोकोत्तर पुण्याची जोड होते; आणि उदकदान हें नीटपणें घडावें म्हणून तूं जागजागीं पाणपोया स्थापन कर. भोजन केलेल्या पुरुषालाही उदक अर्पण करणें विशेष अवश्य आहे.

भीष्म सांगतातः—राजा युधिष्ठिरा, यम-धर्मानें ह्याप्रमाणें भाषण केल्यावर त्या ब्राह्म-णाला यमदूतानें पुनः घरीं नेऊन पोहोंचविलें व नंतर त्या ब्राह्मणानें यमानें जें कांहीं सांगितलें होतें त्याप्रमाणें केलें. इकडे तो यमदूत शर्मी ब्राह्मणाला घेऊन यमधर्माकडे आला आणि शर्मीला आणल्याबद्दल त्यानें यमधर्माला कळ-विलें. नंतर त्या धर्मवेत्त्या ब्राह्मणाची त्या प्रता-पशाली यमधर्मानें पूजा केली आणि त्यापाशीं कांहीं वेळ भाषण करून आपल्या दूताकरवीं त्यास पुनःस्वस्थानीं पाठविलें. यमधर्मानें त्या शर्मीला सुद्धां पहिल्याप्रमाणेंच बोध केला आणि शर्मीनें स्वगृहीं परत आल्यावर यम-धर्माच्या सांगण्याप्रमाणें सर्व कांहीं आचरिलें. असो; राजा धर्मा, पितरांच्या हिताकरितां यमधर्मानें दीपदानाचीही त्याप्रमाणेंच प्रशंसा केली आहे; म्हणून जो पुरुष नित्य दीपदान करितो तो पितरांना उद्धरितो. म्हणून हे भरतसत्तमा, नेहमीं दीपदान करावें. त्याच्या योगें देवतांची, पितरांची व आपल्या स्वतःची अवलोकनशक्तिच वाढविल्याप्रमाणें होईल. जना-धिपा, रत्नदान हें अत्यंत पुण्यदायक सांगितलें आहे; परंतु तें देतांना पात्रापात्रविचार केला पाहिजे. जो ब्राह्मण दानरूपानें मिळालेलीं रत्नें विकून त्या धनाचा विनियोग यज्ञ करण्यांत

करील त्याला रत्नदान करणें हें उचित होय; किंवा जो ब्राह्मण प्रतिग्रहरूपानें मिळालेलीं रत्नें दुसऱ्या ब्राह्मणांना देईल त्यालाही रत्नदान करणें दोषास्पद नाहीं. अशा प्रकारें सत्पात्रीं रत्नदान झालें असतां रत्नदान देणाऱ्याला व घेणाऱ्याला अशा दोघांनाही त्यापासून अक्षय्य सुख प्राप्त होईल. ह्या रीतीनें पात्रापात्रविचारपूर्वक सत्पात्राला रत्नें अर्पिलीं असतां दोघांनाही शाश्वत पुण्य लागतें असा धर्मवेत्त्या मनूचा देखील अभिप्राय आहे. स्वस्त्रीच्या ठिकाणीं अनुरक्त असलेला पुरुष वस्त्रदान करील तर त्याला उत्तम वस्त्रें व स्वरूप प्राप्त होतें, असें आम्हीं ऐकिलें आहे. असो; राजा युधिष्ठिरा, गाई, सुवर्ण व तिल ह्यांच्या दानापासून काय फळ प्राप्त होतें, हें मीं विशेषेंकरून वेदांना मान्य अशा वचनांच्या आधारें तुला निवेदन केलें; आणखी मी तुला असें सांगतों कीं, विवाह करून पुत्रोत्पादन करावें; कारण, हे कुरुश्रेष्ठा, पुत्रलाभ हा सर्व लाभांत श्रेष्ठ होय.

अध्याय एकुणसत्तरावा.

—:०:—

गोदानाचें माहात्म्य.

युधिष्ठिर विचारतोः— कुरुश्रेष्ठ पितामह भीष्म, दानांचा जो श्रेष्ठ विधि तो मला फिरून कथन करा आणि त्यांतही विशेषेंकरून भूमिदानाविषयीं विवरण करून सांगा. हे महाप्राज्ञ, यज्ञयागादिक करणाऱ्या ब्राह्मणाला क्षत्रियानें पृथ्वीदान करावें, त्या ब्राह्मणानें ती पृथ्वी यथाविधि स्वीकारावी, आणि क्षत्रियावांचून अन्यानें पृथ्वीचें दान करूं नये, असें आपण सांगितलें; परंतु माझी आपणास अशी प्रार्थना आहे कीं, फलाची वासना धारण करणाऱ्या सर्व वर्णांना जीं दानें देतां येणें शक्य, तीं दानें कोणतीं, त्याचें आपण श्रुतीच्या किंवा शास्त्राच्या आधारानें निरूपण करून सांगावें.

भीष्म सांगतातः— राजा युधिष्ठिरा, एकच नांवाचीं, एकच फलाचीं व सर्व इच्छा पुरविणारीं जीं तीन दानें तीं हटकून द्यावीं. तीं तीन दानें म्हणजे एकाच गो ह्या पदानें दाखविल्या जाणाऱ्या गाई, पृथ्वी व विद्या हीं होत. राजा, जो पुरुष शिष्याला धर्मशास्त्र व ब्रह्मविद्या शिकवितो त्याला पृथ्वीदानाप्रमाणें व गोदानाप्रमाणेंच फल प्राप्त होतें. राजा धर्मा, विद्यादानासारखीच गोदानाची थोरवी आहे. गाईपेक्षां श्रेष्ठतर अशी एकही देय वस्तु नाहीं. गाईचें दान केलें असतां तत्काळ फल प्राप्त होतें; फार कशाला—दात्याच्या हातून गोप्रदान झालें म्हणजे त्याचे सर्व मनोरथ सिद्ध झाले असेंच त्यानें समजावें. गाई ह्या सर्व प्राण्यांच्या माता होत; त्या सर्वांना सुखच देतात. ज्या मनुष्याच्या मनांत आपली भरभराट व्हावी असें असेल त्यानें नित्य गाई दान द्याव्या. कोणीही गाईंना लाथ मारूं नये किंवा त्यांच्यामधून फिरूं नये. गाई ह्या सर्व प्रकारच्या मंगलकारक गोष्टींचें मंदिर होत. ह्यासाठीं त्या देवतांचें सदैव पूजन करावें. पूर्वीं यज्ञयागादिकांसाठीं भूमि नांगरावी लागली असतां देवांनीं देखील बैलांना आसुडांचे प्रहार केले होते, ह्याकरितां यज्ञयागादिकांसाठीं भूमीचें कर्षण करणें झाल्यास बैलांना हाणणें श्रेयस्कर होईल, पण इतर कृत्यांमध्यें बैलांवर आसुडाचे प्रहार करणें अगदीं निंद्य समजावें. गाई चरत असतां किंवा त्या निवाऱ्यास बसून विसावा घेत असतां त्यांना कोणीही त्रास देऊं नये. गाईंना तहान लागली असतां व त्या पाण्यासाठीं इकडे तिकडे पाहात असतां त्यांना पाणी अवश्य

१. गाई ह्या शब्दानें गाई व बैल हीं दोन्ही समजावीं.

पाजावें, तान्हेलेल्या व पाण्याकरितां वणवण फिरणाऱ्या गाई अवलोकन करून जर मनुष्य त्यांना पाणी पाजण्याची व्यवस्था करणार नाहीं तर त्या गाई त्या मनुष्याला त्यांच्या भाऊबंधांसह ठार मारतील! राजा धर्मा, ज्या गाईच्या गोमयानें नित्य श्राद्धभूमि व देवायतनें पवित्र होतात त्यांच्यापेक्षां अधिक पवित्र असें दुसरें काय आहे बरें? जो मनुष्य दुसऱ्याच्या गाईला संवत्सरपर्यंत मूठभर घास घालील व त्याजबद्दल त्या गाईचें तक्र वगैरे कांहींएक मोबदला म्हणून घेणार नाहीं, त्याचे सर्व काम सिद्धीस जातील, त्याला पुत्रप्राप्ति होईल, यश मिळेल व संपत्ति प्राप्त होईल, त्याचे पुरुषार्थ सिद्धीस जातील, पातक नाहींसें होईल आणि दुःस्वप्न नाश पावेल.

युधिष्ठिर विचारितोः—पितामह भीष्म, कशा प्रकारच्या लक्षणांच्या गाई दान कराव्या, कशा प्रकारच्या गाई दान करूं नये, कोणत्या लक्षणांच्या पुरुषाला गाई द्याव्या आणि कोणत्या प्रकारच्या पुरुषाला गाई देऊं नये हें निरूपण करा.

भीष्म सांगतातः—राजा युधिष्ठिरा, दुराचरणी, पातकी, लोभी, असत्यभाषी व हव्यकव्य न करणारा अशा पुरुषाला मुळींच गोदान करूं नये. परंतु दरिद्री, कुटुंबवत्सल, श्रोत्रिय व अग्निहोत्री अशा पुरुषाला अवश्य गोदान करावें; अशा पुरुषाला दहा गाई अर्पण केल्यानें त्या दात्याला उत्तम लोकांची प्राप्ति होते. जो पुरुष धर्माचरण करितो त्यालाच त्याचें फल मिळतें, दानापासून लागणारें जें पुण्य त्या सर्वांचा अंश दात्यालाच प्राप्त होतो आणि त्या अंशाची जोड घडावी याच हेतूनें दात्याची दानाविषयीं प्रवृत्ति होते. मनुष्याला जन्म देणारा, त्याला भयापासून मुक्त करणारा आणि त्याची उपजीविका चालविणारा हे तिन्ही पितृस्थानीं मानावे. गुरुसेवेनें पातकाचा क्षय होतो, गर्वानें महान् यश लयास जातें, तीन पुत्र झाले म्हणजे निपुत्रिकपणा नाहींसा होतो, आणि दहा गाई प्राप्त झाल्यानें उपजीविकेच्या साधनाचा अभाव असल्यास तो अभाव दूर होतो. जो मनुष्य वेदांतांत गढलेला असेल, ज्याला बहुश्रुतपणा असेल, ऐहिक वस्तुजाताचें यथार्थ ज्ञान झाल्यामुळें ज्याच्या चित्ताला समाधान वाटत असेल, ज्यानें मनोविकारांचें आकलन केलें असेल, ज्याचें मन मोठें उदार व प्रगल्भ असेल, ज्यानें इंद्रियांचें दमन केलें असेल, ज्यानें आपलें अंतःकरण भगवत्स्वरूपांत लीन ठेविलें असेल, जो सदासर्वकाळ सर्व प्राण्यांविषयीं प्रेमोद्गार काढीत असेल, जो क्षुधादिक विकारांनीं त्रस्त असतांही भलतेंच आचरण करण्यास प्रवृत्त होत नसेल, ज्याचें मन दयाळू असेल, ज्याच्या चित्तास शांति असेल, जो अतिथींचा प्रियकर्ता असेल, आणि त्याप्रमाणेंच ज्याच्या ठायीं उत्तम शील वसत असेल व ज्याला स्त्रीपुत्रादिकांचा परिवार मोठा असेल, अशा ब्राह्मणाला उपजीवनाची सोय करून देणें हें अगत्याचें आहे. सत्पात्र पुरुषाला गोप्रदान केल्यानें जितकें पुण्य लागतें तितकेंच पाप ब्राह्मणांच्या धनाचा अपहार केल्यानें लागतें; यास्तव ब्राह्मणस्वाचें मुळींच हरण करूं नये व ब्राह्मणस्त्रियांपासून नित्य दूर असावें.

अध्याय सत्तरावा.

—:०:—

नृगोपाख्यान.

भीष्म सांगतातः—कुरुश्रेष्ठा युधिष्ठिरा, या विषयाचें विवरण करण्याकरितां थोर लोक नृग राजाची कथा सांगत असतात; यास्तव ब्रह्मस्व हरण करणाऱ्या नृग राजावर जो

अतिशय घोर प्रसंग ओढवला त्याचें मी तुला आतां वर्णन करून सांगतों. एके समयीं कित्येक यादव अतिशयित तृषाक्रांत होऊन उदकाचा शोध करीत असतां त्यांस एक मोठा आड आढळला; पण त्याचें तोंड तृण व लता ह्यांनीं आच्छादित असल्यामुळें त्यांतलें उदक त्यांस प्राप्त होईना. तेव्हां त्या जलार्थी यादवांनीं उदकप्राप्तीसाठीं पुष्कळ यत्न केले; पण उदकाचा पृष्ठभाग गर्द जाळ्यांनीं प्रच्छन्न असल्यामुळें त्यांस उदक मिळालें नाहीं व ते अगदीं दमून भागून गेले. पुढें त्यांनीं आडाच्या तोंडावरील तीं जाळीं दूर केलीं; परंतु खालीं पाहातात तों एक प्रचंड सरडा आडाचा सर्व पृष्ठभाग झांकून अधिष्ठित आहे असें त्यांच्या नजरेस पडलें. त्या समयीं यादवांनीं त्या पर्वततुल्य प्रचंड सरडयाच्या शरीराला मोठमोठीं दोरखंडें व चामडयाचे पट्टे बांधिले आणि सहस्रावधि प्रकारांनीं त्यांनीं त्यास वर काढण्याचा प्रयत्न केला; पण अखेरीस त्यांचे सर्व श्रम व्यर्थ होऊन त्यांना तो यत्न सोडून देणें भाग पडलें. नंतर ते जनार्दनाकडे गेले व त्यास म्हणाले कीं, “ कृष्णा, एका महान् सरडयानें आडाचें सर्व तोंड व्यापून टाकिलें असून त्याला वर काढणारा कोणीही नाहीं. ” राजा धर्मा, नंतर वासुदेवानें त्या सरडयाला वर काढिलें आणि त्याची विचारपूस केली; तेव्हां त्या सरडयानें कृष्णाला सर्व वर्तमान सांगितलें. त्या समयीं तो सरडा कृष्णाला म्हणाला कीं, ‘ माझें नांव नृग; मीं पूर्वीं सहस्रावधि यज्ञ करून परमेश्वराची आराधना केली व पुरातन काळीं मोठी ख्याति मिळविली. परंतु अखेरीस ही गति भोगणें मला प्राप्त झालें ! ’ राजा धर्मा, ह्याप्रमाणें नृग राजाचें तें भाषण श्रवण करून माधव त्याला म्हणाला कीं, ‘ नृग राजा, तूं तर शुभ कर्म केलें आहेस, पातक केलें नाहींस; आणि असें असतां तुला ही अशी शोचनीय अवस्था प्राप्त झाली, तेव्हां हें असें झालें तरी कसें, हें विवरण करून सांग. राजा नृगा, लोकांत तर असें कानीं येतें कीं, तूं पूर्वीं शतावधि, सहस्रावधि व लक्षावधि गाई वारंवार ब्राह्मणांना दिल्या आहेस; आणि असें करूनही तुला ही दुर्गति प्राप्त झाली, तेव्हां ह्याची संगति तरी कशी लावावी ? ’ राजा युधिष्ठिरा, नंतर नृग राजानें कृष्णाला म्हटलें, “ माधवा, माझ्या हातून एक घोर अनर्थ घडला हें ह्या माझ्या दुर्गतीचें कारण होय. एके समयीं एक अग्निहोत्री ब्राह्मण घरीं नसतां त्याची गाय चुकून माझ्या सहस्र गाईंत येऊन मिसळली; आणि माझ्या गुराख्यांनीं ती आपलीच गाय असें मानून आपल्या गुरांत ठेवून घेतली; व पुढें मरणोत्तर मला सद्गति प्राप्त व्हावी ह्या हेतूनें मीं ती गाय एका ब्राह्मणाला दान दिली. इकडे त्या गाईचा पहिला धनी जो ब्राह्मण तो घरीं आल्यावर पाहातो तों आपली गाय घरीं नाहीं असें त्यास दिसून आलें; व तो तिचा शोध करीत असतां ती दुसऱ्या एका ब्राह्मणाच्या घरीं त्यास आढळली आणि त्यानें त्या दुसऱ्या ब्राह्मणाला ही गाय माझी म्हणून सांगितलें. वासुदेवा, नंतर त्या दोघां ब्राह्मणांचा तंटा सुरू झाला व ते दोघेही क्रोधायमान होत्साते तें भांडण मजकडे घेऊन आले. त्यांपैकीं एक ब्राह्मण मला म्हणाला, ‘ राजा, तूंचना ही गाय मला दिलीस ? ’ आणि दुसरा म्हणाला, ‘ तूंच ना ही माझी गाय चोरलीस ?’ कृष्णा, ह्याप्रमाणें त्या उभयतांचें भाषण श्रवण केल्यावर, ज्या ब्राह्मणाला ती गाय मीं दान दिली होती त्याला मीं प्रार्थिलें कीं, ब्राह्मणा, मी तुला ह्या गाईबद्दल दुसऱ्या शेंकडों गाई देतों. त्या घेऊन तूं ही गाय मला परत दे. ’ तेव्हां तो

ब्राह्मण मला म्हणाला, 'राजा, माझी गाय देश-कालानुरूप मला मोठी सोयीची आहे; ती फार गरीब असून दूधही पुष्कळ देते; ती मोठी मायाळू असून तिच्या दुधाला अतिशय रुचि आहे; व तिच्या योगानें मला माझ्या घराची मोठी धन्यता वाटते; आणि शिवाय अंगावरून सुटलेल्या माझ्या कृश पुत्राचें ती संरक्षण करीत आहे; ह्यास्तव माझ्याकडून ती गाय तुझ्या हवालीं करणें शक्य नाहीं.' असो; कृष्णा, तो ब्राह्मण ह्याप्रमाणें बोलला व चालता झाला. तेव्हां मग मीं दुसऱ्या ब्राह्मणाला म्हणजे गाईच्या धन्याला प्रार्थिलें कीं, 'ब्राह्मणा, मी तुला तुझ्या गाईबद्दल लक्ष गाई देण्यास सिद्ध आहें; तर तूं त्यांचा स्वीकार करून ही गाय माझ्या स्वाधीन कर.'

"ब्राह्मण म्हणाला:— नृगराजा, राजांनीं दिलेल्या दानांचा मी प्रतिग्रह करीत नसतों; मी आपला योगक्षेम स्वतः चालविण्यास समर्थ आहें; ह्यासाठीं माझी जी गाय तूं घेतलीस तीच तूं मला लवकर परत दे.

"कृष्णा, नंतर मी त्या ब्राह्मणाला सोनें, रुपें, अश्व व रथ देऊं लागलों; पण तो ब्राह्मणश्रेष्ठ कशाचाही स्वीकार न करितां निघून गेला. हे मधुसूदना, पुढें लवकरच कालाची प्रेरणा होऊन मीं हा मृत्युलोक सोडला व पितृलोकीं जाऊन यमधर्माच्या सन्निध प्राप्त झालों. तेथें यमानें माझा आदरसत्कार केला व ह्मटलें:—नृगराजा, तुझ्या पुण्याला सीमा नाहीं, परंतु तुझ्या हातून एक अज्ञानानें पाप घडलें आहे; ह्यासाठीं तुझ्या पापाचें फळ तूं आधीं किंवा मग जशी तुझी इच्छा असेल तसें भोग; राजा, तूं राज्यारोहणाच्या समयीं अशी शपथ केली आहेस कीं, मी सर्व प्रजेचा सांभाळ करीन आणि असें असतां ती शपथ तुझ्याकडून व्यर्थ झाली आहे. राजा, ब्राह्मणस्वाचें तूं ग्रहण केलेंस व तें दुसऱ्याला देऊनही टाकलेंस, ह्यामुळें तुझ्या हातून दुहेरी पाप घडलें आहे, हें तूं लक्षांत आण. असो; कृष्णा, नंतर मी यमधर्माला म्हटलें कीं, 'प्रथम मी पातकाचें फळ भोगीन आणि अशा प्रकारें तें पातक क्षालन झाल्यावर मग पुण्याचें फळ भोगण्यास सिद्ध होईन.' वासुदेवा, ह्याप्रमाणें धर्मराज यमाला म्हणतांच मी भूतलावर पडलों आणि पडल्यावर यमाच्या तोंडून मोठ्यानें निघालेले असे उद्गार मीं ऐकिले कीं, 'बा नृगराजा, सहस्र वर्षें समाप्त झाल्यावर तुझें पाप सरून जाईल आणि मग तुझा जनार्दन वासुदेव उद्धार करील व तूं स्वतःच्याच पुण्यकर्मांनीं जिंकून घेतलेल्या शाश्वत लोकाप्रत पावशील.' कृष्णा, भूतलावर पतन पावतांच मी ह्या आडामध्यें तिर्यग्योनींत जन्म घेऊन खालीं डोकें करून पडलों आहें असें मला दिसून आलें; परंतु माझी पूर्वजन्माची आठवण मात्र नष्ट झाली नाहीं. कृष्णा, आज तूं माझा उद्धार केलास; ह्यावरून तुझ्या ठिकाणीं दिव्य तपोबल वसत आहे ह्यांत संदेह तो कोणता? असो; कृष्णा, मला आतां अनुज्ञा दे; मी आज स्वर्गलोकीं जाईन."

राजा युधिष्ठिरा, नंतर कृष्णानें त्या नृग राजाला स्वर्गास जाण्याला अनुमोदन दिलें व मग शत्रुसंहारक नृग राजा कृष्णाला नमस्कार करून दिव्य विमानांत अधिष्ठित होत्साता स्वर्गाप्रत जाता झाला. भरतश्रेष्ठा कुरुनंदना, ह्याप्रमाणें तो नृग राजा स्वर्गास गेल्यावर वासुदेवानें पद्यमयी वाणीनें ह्मटलें कीं, 'ज्ञात्या मनुष्यानें ब्राह्मणाचें धन कधींही हरण करूं नये. ब्राह्मणाची गाय नृग राजानें हरण केल्यामुळें त्याला जशी दुर्गति प्राप्त झाली, तशीच दुर्गति ब्राह्मणस्व हरण केल्यानें प्राप्त होईल.' धर्मराजा, मी तुला आणखी असें सांगतों कीं, सज्जनांचा सज्जनांशीं समागम झाला असतां तो विफल होत नाहीं. पहा—नृगाचा

कृष्णाशीं जो समागम झाला त्या साधुसमागमाचें फल त्यास असें मिळालें कीं, नरकापासून तो मुक्त झाला. राजा युधिष्ठिरा, दानाचें फल जसें पुण्य, तसें पीडेचें फल पातक होय; तस्मात् गाईंना पीडा न होऊं देण्याविषयीं फार सावधगिरी ठेवावी.

अध्याय एकाहत्तरावा.

—:०:—

गोप्रदानाचें महत्व.

(यम व नाचिकेत यांचा संवाद.)

युधिष्ठिर विचारितोः— अनघ महाबाहो भीष्म, गाईचें दान केल्यानें कोणतें फल प्राप्त होतें, याविषयीं मला विस्तारपूर्वक निरूपण करून सांगा. पितामह, अजून माझी तृप्ति होत नाहीं; यासाठीं हा विषय आणखी विशद करा.

भीष्म सांगतातः— राजा धर्मा, या विषयाचें विवेचन करण्याकरितां एक पुरातन इतिहास सांगत असतात. तो इतिहास म्हणजे उद्दालकि ऋषि व त्याचा पुत्र नाचिकेत या उभयतांचा संवाद होय. एके समयीं महाबुद्धिमान् उद्दालकि ऋषि आपल्या नाचिकेत नांवाच्या पुत्राजवळ जाऊन त्यास म्हणाला कीं, ' बाळा, मी दीक्षा घेऊन व्रतानुष्ठान करीत आहें, तर तूं माझ्या सेवेस सादर रहा.' राजा युधिष्ठिरा, पुढें तें व्रतानुष्ठान समाप्त झाल्यावर महर्षि उद्दालकि आपल्या पुत्रास म्हणाला, ' नाचिकेता, स्नानविधि व वेदाध्ययन ह्यांत निमग्न होऊन नदीच्या तीरावरून समिधा, दर्भ, फुलें, कलश, भोजनसामुग्री वगैरे आणण्याचें मी विसरलों; यासाठीं तूं जाऊन ती सर्व सामुग्री घेऊन ये.' राजा धर्मा, नंतर पित्याच्या आज्ञेप्रमाणें तो नाचिकेत मुनि नदीच्या कांठीं गेला; पण तेथें असलेल्या त्या सर्व वस्तु नदीच्या प्रवाहानें आधींच वाहून गेल्यामुळें त्या ठिकाणीं त्यास कांहींएक सांपडलें नाहीं; आणि तो पित्यापाशीं परत येऊन म्हणाला कीं, ' नदीच्या तीरावर मला कांहींएक सांपडलें नाहीं.' राजा युधिष्ठिरा, नाचिकेताच्या मुखावाटे निघालेले ते शब्द श्रवण करून क्षुधेनें, श्रमानें व तृषेनें व्याकुळ झालेला तो महातपस्वी उद्दालकि मुनि एकदम संतापला आणि त्यानें आपल्या त्या पुत्राला शाप दिला कीं, ' तूं यमपुरीची वाट धर.' राजा, पित्याचें तें शापवचन ऐकून नाचिकेताला जणू काय आपणावर वज्रच पडलें असें वाटलें आणि तो हात जोडून ' कृपा करा ! कृपा करा !' असें पित्यास म्हणत आहे तों गतप्राण होऊन भूतलावर पतन पावला ! राजा धर्मा, तें पाहून उद्दालकीला अनावर दुःखाचें भरतें आलें व तो पुत्राची ती अवस्था अवलोकून 'हाय हाय' करीत धरणीतलावर मूर्च्छित पडला ! राजा धर्मा, नंतर कांहीं वेळानें तो उद्दालकि ऋषि देहभानावर आला; परंतु पुत्रशोकानें व्याकुळ होऊन तळमळत असतां तो राहिलेला दिवस व ती भयंकर काळरात्र तशीच निघून गेली ! राजा, पण दुसरे दिवशीं असा चमत्कार झाला कीं, ज्याप्रमाणें तृणादिकांवर पर्जन्याची वृष्टि झाली असतां तें सजीव होतें त्याप्रमाणें उद्दालकीच्या अश्रुपातानें तो नाचिकेत पुत्र सजीव होऊन दर्भशय्येवर चलनवलन करूं लागला ! त्या समयीं त्याला फार क्षीणता झाली असून त्याच्या देहाला दिव्य सुगंधि पदार्थांची उटी दिलेली आढळली आणि जणू काय तो झोंपेंतूनच उठला, असें त्याच्या पित्यास वाटलें ! असो; याप्रमाणें आपला पुत्र पुनः जिवंत झाला असें पाहून उद्दालकि ऋषीनें त्याला विचारिलें कीं, ' बाळा, तूं आपल्या कर्मानें शुभ लोक जोडिलेस काय? बाळा, तूं मला पुनः

प्राप्त झालास, हें माझें खचित भाग्य होय! बाळा, तुझें शरीर निःसंशय अमानुष आहे!' राजा धर्मा, नंतर सर्व कांहीं प्रत्यक्ष पाहून आलेला तो नाचिकेत ऋषि आपल्या महात्म्या पित्याचें तें भाषण श्रवण करून महर्षींच्या मध्यें पित्याला सर्व वृत्तांत सांगूं लागला. नाचिकेत म्हणाला:—ताता, आपली आज्ञा मान्य करून मी तत्काळ यमपुरीस चालता झालों. तेथें यमधर्माची विशाल व महादेदीप्यमान अशी सभा मीं अवलोकन केली. सभा सहस्रावधि योजनें विस्तृत असून कांचनतुल्य कांतीनें झळाळत होती! मी अभिमुख येत आहें असें पाहातांच यमधर्मानें मला आसन देण्याविषयीं आपल्या सेवकांस आज्ञा केली; आणि, ताता, आपला गौरव करण्याच्या उद्देशानें त्यानें अर्घ्यपाद्यादिकांनीं मला पूजिलें व सभासदांनींही मला मोठा मान देऊन मध्यभागीं बसविलें. तेव्हां मीं मोठ्या विनयानें यमधर्माला म्हटलें कीं, 'धर्मराज, मी आपणाकडे आलों आहें, तर माझ्या कर्माप्रमाणें मला जे लोक उचित असतील त्या लोकीं मला पाठवा.' मुनिवर्य, त्या समयीं धर्मराज यम मला म्हणाला, 'बाळा नाचिकेता, तूं मरण पावला नाहींस. प्रज्वलित अग्नीप्रमाणें उग्र तपस्तेज धारण करणाऱ्या तुझ्या महातपस्वी पित्यानें यमपुरीची वाट धर म्हणून जी तुला आज्ञा केली ती व्यर्थ होणें शक्य नाहीं, म्हणून तूं येथें प्राप्त झाला आहेस. बाळा, तूं ह्या यमलोकीं आलास व मीं तुला पाहिलें; आतां तूं परत जा व आपल्या पित्याला भेट; तो तुझ्याकरितां फार शोक करीत आहे. बाळा, तूं माझा प्रिय अतिथि आहेस; तेव्हां तुझा मनोरथ काय असेल तो सांग म्हणजे मी तो परिपूर्ण करितों.' ताता, ह्याप्रमाणें यमधर्मानें माझी मुक्तता केली तेव्हां मीं त्याला पुनः प्रार्थिलें कीं, 'धर्मराज, जेथून कोणीही परत जात नाहीं अशा तुझ्या लोकीं ज्या अर्थीं मी प्राप्त झालों आहें त्या अर्थीं माझी अशी मनीषा आहे कीं, तुझ्या अनुग्रहास मी पात्र असल्यास, महाभाग्यवान् पुण्यशाली पुरुष ज्या श्रेष्ठ लोकीं निवास करितात ते लोक माझ्या दृष्टीस पडावेत.' ऋषिश्रेष्ठा, नंतर यमधर्मानें दिव्य कांतीनें झळाळणारा असा एक महादेदीप्यमान रथ अश्व जोडून सिद्ध केला व त्यांत मला बसवून त्यानें यमलोकांतले सर्व प्रदेश व त्याप्रमाणेंच पुण्यवान् पुरुष ज्या लोकांचा आश्रय करितात ते सर्व लोक मला दाखविले. द्विजवर्या, मीं त्या ठिकाणीं नानाप्रकारच्या आकारांचीं व सर्व प्रकारच्या रत्नांनीं अंतर्बाह्य व्याप्त असलेलीं महान् महान् पुरुषांचीं तेजःपुंज भुवनें अवलोकन केलीं. त्यांचा वर्ण चंद्रमंडलाप्रमाणें शुभ्र असून त्यांमध्यें बारीक घटिकांच्या जाळ्या लोंबत होत्या; त्यांच्या अंतर्भागीं जलाशय व उपवनें विलसत असून त्यांना शतावधि माड्या होत्या; त्यांची कांति वैदूर्याप्रमाणें व रविमंडलाप्रमाणें झळाळत असून ती सुवर्ण व रजत ह्यांनीं बनविलेलीं होतीं; त्यांचा वर्ण प्रातःकालच्या सूर्याप्रमाणें आरक्त असून त्यांतील कित्येक फिरतीं होतीं व कित्येक एके ठिकाणींच स्थिर होतीं; त्यांमध्यें भक्ष्य व भोज्य पदार्थांचे ढीगच्या ढीग होते; आणि वस्त्रें व शयनें यांचा तर विपुल पुरवठा होता; त्यांत सर्व इच्छा परिपूर्ण करणारे कल्पवृक्ष आणि नद्या, रस्ते, सभा, वापी व पुष्करिणी हीं सर्वत्र विलसत असून सहस्रावधि रथांचा घणघणाट चालला होता; आणि त्याप्रमाणेंच तेथें दुग्ध स्रवणाऱ्या सरिता व घृतनिधि पर्वत शोभत असून निर्मल उदकाचा उत्कृष्ट संचय होता. ऋषिपुंगवा, यमधर्माला प्रिय असे हे अनेक अदृष्टपूर्व प्रदेश अवलोकन करून त्या महाप्रतापी पुराणपुरुषाला मीं म्हटलें कीं, 'धर्म-

राज, घृत व दुग्ध यांचे लोट निरंतर वाहात असलेले हे दिव्य लोक कोणत्या पुरुषांच्या उपयोगार्थ निर्मिले आहेत बरें ? ' द्विजोत्तमा, त्या वेळीं यमधर्मानें उत्तर दिलें कीं, ' ब्राह्मणा, जे थोर पुरुष गोरसाचें दान करितात त्यांच्या उपभोगार्थ हे लोक निर्माण केले आहेत; व ह्याशिवाय दुसरे जे दुःखरहित शाश्वत लोक आहेत ते गोप्रदान करण्यांत सदा रममाण असणाऱ्या महात्म्यांच्या सुखोपभोगांसाठी निर्मिले आहेत. ब्राह्मणा, गोप्रदान करितांना केवल दान केलें ह्मणजे झालें असें ह्मणून उपयोगी नाहीं. प्रतिग्रह करणाराची पात्रापात्रता, दान देण्यास योग्यायोग्य काल, जी धेनु अर्पण करावयाची तिच्या ठायीं असलेले विशिष्ट गुण आणि दानाचे विधि ह्या सर्वांचा योग्य विचार झाला पाहिजे. जी धेनु दान करावयाची तिच्या अंगीं असलेले गुण व प्रतिग्रह करण्यास सिद्ध झालेल्या पुरुषाची पात्रता,-तसेंच, त्याच्याकडे गाईला अग्नीपासून किंवा उन्हापासून पीडा प्राप्त होईल कीं काय ह्या सर्वांचें तारतम्यानें मनन करून मग तें दान करावें. जो ब्राह्मण वेदाध्ययनांत निमग्न असेल, तपश्चर्येंत अतिशय गढून गेला असेल, व यज्ञयागांत नित्य व्यग्र असेल अशा ब्राह्मणाला गाय अर्पण करणें प्रशस्त होय. गाई ज्या संकटांतून सुटल्या असतील व दरिद्री लोकांना पोषण करण्याचें सामर्थ्य नसल्यामुळें ज्या आपल्याकडे उदरभरणासाठीं प्राप्त झाल्या असतील, त्यांचें उत्तम प्रकारें परिपालन करणें हें प्रशस्त होय. गोप्रदान करणारानें प्रथम फक्त जलप्राशन करून त्रिरात्र उपोषण करावें व भूमीवर निजावें आणि खाणें-पिणें घालून तृप्त केलेल्या गाईचें चौथ्या दिवशीं ब्राह्मणांना ज्ञानादिकांनीं संतुष्ट करून त्यांस दान द्यावें. ब्राह्मणा, ज्या गाई दान करावयाच्या त्या सवत्स असाव्या; त्या रूपानें सुंदर असून मारक्या वगैरे नसाव्या; त्यांना संतति उत्तम प्रकारची होत असावी; आणि त्या द्यावयाच्या तेव्हां त्यांना लागणारी सर्व सामुग्री त्यांजबरोबर सिद्ध करून द्यावी; आणि दात्यानें अशा प्रकारें गोप्रदान केल्यावर आणखी तीन दिवसपर्यंत फक्त गोरसावर आपली दिनचर्या चालवावी. ब्राह्मणा, जी गाय दान करावयाची असेल ती फार गरीब असावी, तिला वांसरूं उत्कृष्ट प्रकारचें असावें व ती घरांतून पळून जाणारी नसावी. जो पुरुष अशा प्रकारच्या गाईचें दान करितो व तिची धार काढण्याकरितां प्रतिग्रहकर्त्याला कांस्यपात्र देतो, त्याला त्या गाईच्या देहावर जितके रोम असतात तितकीं वर्षेंपर्यंत स्वर्गवास प्राप्त होतो. ब्राह्मणा, त्याप्रमाणेंच वृषभदानाचें माहात्म्यही श्रेष्ठच आहे. जो पुरुष बळकट, तरुण, ओझें वाहाणाऱ्या, लगामीं राहाणाऱ्या, धन्याची उपजीविका चालविणाऱ्या, जोमदार, चलाख व शरीरानें मोठ्या अशा वृषभाचें ब्राह्मणांना दान करितो, त्यालाही गोप्रदान करणाऱ्या पुरुषाप्रमाणें दिव्य लोक प्राप्त होतात. जो गाईवर कधीं संतापत नाहीं, त्यांना नित्य आसरा देतो, कोणी उपकार केला असतां विसरत नाहीं, आणि ज्याला उदरनिर्वाहाची सोय नाहीं तो पुरुष गोप्रदान करण्यास पात्र समजावा. म्हातारपण आलें असतां, दुखण्याबाहण्यानें गांठलें असतां, दुष्काळ पडला असतां, यज्ञयाग करीत असतां, शेतीचा उद्योग आरंभिला असतां पुत्रकामेष्टीनें संतति प्राप्त झाली असतां, गुरूचे मनोरथ परिपूर्ण करण्याकरितां आणि लहान मुलांच्या संवर्धनाकरितां गोप्रदान करणें अवश्य आहे. फार कशाला, अशा हेतूनें

गोप्रदान करावयाचें असल्यास देशकालाचीही मर्यादा नाहीं; तें केव्हांही व कोठेंही करणें प्रशस्तच होय. आतां गाईच्या पात्रापात्रतेविषयीं विचारशील तर–ज्यांना दूध पुष्कळ आहे, ज्यांच्या ठिकाणीं सौम्यपणा व शांति वगैरे गुण वसत आहेत, ज्यांस पुष्कळ मूल्य पडलें आहे, विद्यादिकांत परीक्षा देऊन ज्या मिळविल्या आहेत, दुसरे पशु देऊन ज्या पैदा केल्या आहेत, युद्धादिकांत ज्या जिंकून आणल्या आहेत किंवा विवाहादि प्रसंगीं ज्या श्वशुरादिकांकडून आपल्याकडे आल्या आहेत, त्या सर्व गाई दान करण्यास अत्यंत श्रेष्ठ समजाव्या.'

नंतर नाचिकेत आपल्या पित्यास म्हणालाः–ताता, ह्याप्रमाणें यमधर्माचें भाषण श्रवण करून मीं पुनः त्यास विचारिलें कीं, 'पितृपते, गोप्रदान करणाऱ्या पुरुषांस प्राप्त होणारे लोक मिळविणें झाल्यास गोप्रदानावांचून दुसरीं कोणतीं दानें करावीं बरें!' ऋषिवर्य, ह्याप्रमाणें माझा प्रश्न ऐकून त्या महाबुद्धिमान् यमधर्मानेंच गोप्रदानानें प्राप्त होणारी गति दुसऱ्या कोणत्या दानानें मिळवितां येते तें विशद करून सांगितलें. तेव्हां यमधर्म म्हणाला, "ब्राह्मणा, गाईचा अभाव असतां जो पुरुष व्रतस्थ राहून घृताची गाय करून ती अर्पण करील त्याला पुत्रवत्सल मातेप्रमाणें ह्या घृताच्या नद्या संतुष्ट करितील; त्याप्रमाणेंच घृताचा अभाव असतां दात्यानें व्रतस्थ राहून तिलधेनु दान करावी, म्हणजे त्या योगें त्याची सर्व आपत्ति नष्ट होऊन तो ह्या क्षीरसरितेमध्यें सुखोपभोग अनुभवील; आणि तिळांचा अभाव असल्यास दात्यानें व्रतस्थ राहून जलाची गाय अर्पण करावी; म्हणजे तो सर्व मनोरथ परिपूर्ण करणाऱ्या ह्या थंडगार सरितेमध्यें विहार करील."

ताता, ह्याप्रमाणें धर्मराज यमानें गोप्रदानाच्या योगें व गोप्रदानाच्या अभावीं इतर दानांच्या योगें प्राप्त होणारीं ह्या प्रकारचीं सुखें माझ्या निदर्शनास आणिलीं आणि तीं सर्व अवलोकन करून मला अतिशयित आनंद झाला. हे अच्युत, मी आपल्याला प्रियकर असें आणखी हें निवेदन करितों कीं, गोप्रदानरूप यज्ञ हा महाफलदायक असून त्यास खर्च फार थोडा लागतो. ताता, हा गोप्रदानरूप महान् यज्ञ मला प्राप्त झाला असून तो माझ्यापासूनच उत्पन्न झाला असें म्हणण्यास प्रत्यवाय नाहीं. मुनिवर्य, हा यज्ञ वेदांत सांगितलेल्या विधींना अनुसरूनच आहे. ऋषिपुंगव, आपण मला यमपुरीस जा म्हणून जो शाप दिला तो वास्तविक शाप नसून माझ्यावर केवळ अनुग्रहच होय. कारण आपल्या ह्या शापामुळें मीं यमलोकीं जाऊन तेथें यमधर्माचें दर्शन घेण्यास समर्थ झालों; आणि त्या स्थळीं गोप्रदानापासून कोणती गति प्राप्त होते ह्याचा मी प्रत्यक्ष अनुभव घेतला; ह्यासाठीं, ज्या दानधर्माविषयीं कोणत्याही प्रकारचा संदेह म्हणून नाहीं अशा दानधर्माचें मी आतां आचरण करीन. महात्मन् महर्षे, धर्मराज यमानें तर मला पुनःपुनः मोठ्या आनंदानें असें सांगितलें आहे कीं, ज्या पुरुषानें दानाच्या योगानें चित्तशुद्धि संपादिली आहे त्यानें विशेषेंकरून गोप्रदानच करावें. गोप्रदानासारखें पुण्यदायक शुद्धाचरण दुसरें नाहीं. ह्यास्तव तूं गोप्रदानाच्या माहात्म्याकडे दुर्लक्ष करूं नको. गोप्रदान करणें तें पात्रापात्रविचार करून व देशकालाकडे लक्ष पुरवून कर. गोप्रदानाचें महत्त्व मनांत आणून गाई ह्या नित्यदान दे. ह्या संबंधानें तूं कोणताही संशय मनांत धरूं नको. दानविधींत सदोदीत निमग्न असलेले शांतात्मे

पूर्वी नित्य गोप्रदानेंच करीत आले. त्यांना उग्र तपश्चर्येपेक्षां गोप्रदान करणेंच प्रशस्त वाटलें; कारण उग्र तपश्चर्येपासून जें भय असतें तें ह्यांत नसल्यामुळें त्यांनीं आपल्या शक्त्यनुसार दानें देऊनच देहाचें सार्थक केलें. ब्राह्मणा, योग्य कालीं मत्सररहित होऊन पुण्यशील व श्रद्धालू शुद्धात्मे गोप्रदानांच्या योगें ह्या लोकीं प्राप्त झाले आणि स्वर्गलोकीं आपल्या दिव्य तेजानें झळाळत आहेत! विप्रा, जी गाय दान द्यावयाची असेल ती न्यायानें मिळविलेली असावी; आणि ती ज्या ब्राह्मणास दान करावयाची असेल त्याची पात्रताही पहावी. ह्याप्रमाणें दानाची व प्रतिग्रहकर्त्याची योग्यता लक्षांत घेऊन काम्याष्टमीला गोप्रदान करावें व गोप्रदान केल्यावर दहा दिवसपर्यंत गोरसावर, गोमयावर किंवा गोमूत्रावर उदरनिर्वाह करावा. वृषभाचें दान केल्यानें दात्याला देवव्रताचें पुण्य लागतें, दोन गाईंचें दान केल्यानें वेदाध्ययनाचें फल प्राप्त होतें, बैल जोडलेल्या रथशकटादिकांच्या दानानें तीर्थयात्रा केल्याचें श्रेय मिळतें, व कपिला धेनूचें दान केल्यानें पापाचें क्षालन होतें. ब्राह्मणा, न्यायानें संपादन केलेली एक कपिला गाय जरी अर्पण केली तरी त्या योगें सर्व पातकांचा संहार होतो. गोरसापेक्षां अधिक असें कांहींही नाहीं. ह्यास्तव, गोप्रदान हें अत्यंत श्रेष्ठ होय, असें सर्वजण मानितात. गाई ह्या आपल्या दुग्धानें सर्व लोकांना तारितात व गाई ह्याच सर्व प्रकारच्या अन्नांचें लोकांत संजीवन करितात; ह्यासाठीं जो पुरुष गाईंचें हृद्गत न जाणतां त्यांचें खाणें, पिणें, कुरवाळणें इत्यादिकांकडे दुर्लक्ष करील, तो पातकी खचित नरकास जाईल! ज्या पुरुषांनीं हजार, शंभर, दहा, पांच किंवा केवळ एक—सुंदर वत्सानें युक्त अशी–गाय सत्पात्र ब्राह्मणाला दिली असेल त्याचें ती गाय पवित्र नदीप्रमाणें पारलौकिक सार्थक्य करील. पृथ्वीवर सूर्याच्या किरणांप्रमाणें गाई ह्या लोकांना पुष्टि व ऐश्वर्य देऊन त्यांचें रक्षण करितात; आणि **गो** हा शब्द जसा गाईचा वाचक आहे तसा तो सूर्यकिरणाचा वाचक असून दोघांपासूनही वृद्धि व सुख हीं प्राप्त होत असतात. म्हणून जो पुरुष गोप्रदान करितो तो प्रतिसूर्यच समजावा! शिष्याच्या मनांत जर गोप्रदान द्यावयाचें असेल तर त्यानें तें गुरूला द्यावें; गुरूला गोप्रदान केल्यानें शिष्याला निश्चितपणें स्वर्गप्राप्ति होते. शास्त्रवेत्ते पुरुष गुरूला गोप्रदान करणें हा महान् धर्म म्हणून प्रतिपादितात आणि सर्व शास्त्रांनीं हा आद्यविधि म्हणून सांगितला आहे; कारण ह्या एका विधीमध्यें इतर सर्व विधींचा अंतर्भाव होतो. असो; ब्राह्मणा, गोप्रदान करितांना जी गाय दानासाठीं काढिली असेल ती न्यायानें मिळविलेली असावी व ती देतांना ब्राह्मणाची पात्रापात्रता नीट पारखून मग ती त्यास अर्पण करावी. ब्राह्मणा, तूं मोठा पुण्यशील व विनयशाली आहेस; ह्यास्तव देव, मानव व आम्ही स्वतः तुझ्याविषयीं मोठी आशा बाळगून आहों कीं, तूं हें गोप्रदानाचें रहस्य ध्यानांत ठेवून वागशील व सद्गति पावशील." ब्रह्मर्षे, ह्याप्रमाणें धर्मराज यमानें मला सांगितलें असतां मीं त्या धर्मात्म्याच्या पदकमलीं लीन होऊन त्यास नमस्कार केला आणि त्याजपासून आज्ञा घेऊन पुनः आपल्या ह्या पायांपाशीं प्राप्त झालों.

अध्याय बहात्तरावा.

—:०:—

ब्रह्मदेव व इंद्र ह्यांचा संवाद.

युधिष्ठिर विचारतोः—महामते पितामह

भीष्म, आपण नाचिकेत ऋषीचा इतिहास सांगून गोप्रदानाचें महत्त्व व गाईचें माहात्म्य निवेदन केलें आणि त्याप्रमाणेंच अज्ञानामुळें त्या महात्म्या नृग राजाच्या हातून जो एक अपराध घडला त्याबद्दल त्याला केवढें घोर दुःख भोगावें लागलें व द्वारकेंत तो नृग राजा एका कूपांत सरडा होऊन पडला असतां त्याला कृष्णानें वर काढून मोक्षास कसें पाठविलें हेंही मीं ऐकिलें; परंतु अद्यापि माझ्या मनांत गोलोकाविषयीं शंका आहे; ह्मणून गोप्रदान करणारे पुरुष ज्या लोकीं वास करितात त्या लोकाविषयीं मला सविस्तर निरूपण करून सांगा.

भीष्म सांगतातः—राजा युधिष्ठिरा, ह्या विषयाचें निरूपण करण्याकरितां एक पुरातन इतिहास सांगत असतात. तो इतिहास ह्मणजे शतक्रतु इंद्र व पद्मयोनि ब्रह्मदेव ह्यांचा संवाद होय. पूर्वीं इंद्रानें ब्रह्मदेवाला हाच प्रश्न विचारला होता.

इंद्र ह्मणालाः—ब्रह्मदेवा, स्वर्गांत वास करणाऱ्या पुरुषांचें (देवांचें) ऐश्वर्य मोठें खरें; परंतु गोलोकीं वास करणाऱ्या पुरुषांच्या ऐश्वर्यापुढें तें कांहींच नाहीं. गोलोकीं वास करणारे पुरुष आपल्या उज्ज्वल तेजानें स्वर्गलोकालाही मागें टाकितात असें समजतें; आणि ह्यामुळें मला मोठी शंका उत्पन्न झाली आहे; तर तूं तिचें निरसन कर. भगवंता, गोप्रदान करणारे पुरुष ज्या गोलोकीं वसति करितात ते लोक कसे आहेत, हें जाणण्याची मला इच्छा आहे, तर त्यांचें तूं वर्णन करून सांग. गोलोक कसे आहेत, त्यांची प्राप्ति झाल्यावर कोणतीं फळें प्राप्त होतात, तेथील विशेष व श्रेष्ठ असा गुण कोणता, गोप्रदान करणारे पुरुष सर्व दुःखांपासून मुक्त होऊन त्या लोकांस कसे जातात, तेथें ते किती कालपर्यंत सुखानुभव घेतात, पुष्कळ गोप्रदानें कशीं करावीं, थोडीं गोप्रदानें कशीं करावीं, पुष्कळ गोप्रदानांचें फळ कोणतें, थोड्या गोप्रदानांचें फळ कोणतें, गोप्रदानें न करितांही गोप्रदान करणाऱ्याचें पुण्य कसें जोडितां येतें, पुष्कळ गोप्रदानें करूनही दात्यास अल्प फळ कसें मिळतें, व थोडीं गोप्रदानें करूनही दात्यास मोठें फळ कसें जोडितां येतें, गोप्रदान देतांना दक्षिणा किती दिली पाहिजे, वगैरे सर्व मला यथार्थ रीतीनें ह्या समयीं निवेदन करून सांगा.

अध्याय त्र्याहात्तरावा.

—:०:—

गोप्रदान करणाऱ्यास प्राप्त होणारे लोक.

ब्रह्मदेव ह्मणालाः—शतक्रतो इंद्रा, गोप्रदानास प्रमुखत्व देऊन तूं जो हा प्रश्न विचारिला आहेस, असला प्रश्न ह्या लोकांत तुझ्याशिवाय दुसरा कोणी विचारील असें मला वाटत नाहीं. इंद्रा, जगांत असे नानाविध लोक आहेत कीं, ते तूं पाहिले नाहींस. ते लोक मीं पाहिले आहेत व त्याप्रमाणेंच एकाच पतीवर आसक्त असणाऱ्या पतिव्रता स्त्रियांनींही पाहिले आहेत. इंद्रा, महान् महान् ब्रह्मवेत्ते ऋषि व्रतवैकल्यें करून उत्कृष्ट कर्में आचरितात आणि चित्तशुद्धि संपादून आपल्या देहासहित त्या लोकांस जातात. हे अमराधिपा, त्या लोकांचें माहात्म्य असें आहे कीं, जे सुव्रत पुरुष समाधि लावून तीमध्यें शरीराचा त्याग करितात ते त्या मोक्षस्थितीमध्यें निर्मल मनानें स्वप्नांत दृग्गोचर होणाऱ्या त्या सुंदर लोकांना येथेंही अवलोकन करितात. सहस्राक्षा, त्या लोकांचे गुण कोणते आहेत, हें मी आतां तुला सांगतों, ऐक. देववरा, त्या लोकीं कालाचें कांहीं चालत नाहीं. तेथें जरा किंवा अग्नि ह्यांचें मुळींच वास्तव्य नाहीं. त्या स्थळीं

अशुभाला मुळींच थारा नसून रोग किंवा ग्लानि हींही नाहींत. इंद्रा, तेथें गाई रहातात व त्यांच्या मनांत जी जी वासना उत्पन्न होते ती ती सर्व तत्काळ परिपूर्ण होते, असें मीं प्रत्यक्ष पाहिलें आहे. त्या ठिकाणीं गाई मनास वाटेल तिकडे हिंडतात, मनास वाटेल तें करितात आणि इच्छेनुरूप खाद्यपेय सेवितात. त्या लोकांत नद्या, सरोवरें, विहिरी, नानाप्रकारचीं वनें, गृहें, गिरी आणि प्रत्येक प्राण्याच्या चित्ताला सुख देणारी अशी वस्तु आढळून येते. त्या लोकीं सुखोत्पादक अशी अमुक एक वस्तु म्हणून नाहीं असें नाहीं. त्या स्थळीं सुखदायक पदार्थांची इतकी विपुलता आहे कीं, त्यांहून श्रेष्ठ असा दुसरा लोक नाहींच असें म्हटलें तरी चालेल. इंद्रा, जे महान् महान् पुरुष सर्व कांहीं सोसतात, चित्ताची शांति अणुरेणु ढळूं न देतां सर्वांस क्षमा करितात, सर्व प्राण्यांविषयीं दया बाळगितात, गुरूची आज्ञा शिरसा वंदितात आणि अहंकारापासून अलिप्त असतात, ते त्या श्रेष्ठ लोकीं जातात. जो पुरुष कोणतेंही मांस सेवन करीत नाहीं, नित्य चित्ताची शुद्धि राखितो, धर्माप्रमाणें वर्ततो, मातापितरांची सेवा करितो, सत्यापासून पराङ्मुख होत नाहीं, ब्राह्मणांची शुश्रूषा करितो, निंद्याचरण करीत नाहीं, ब्राह्मणांवर किंवा गाईवर केव्हांही संतापत नाहीं, धर्माचरण करण्यांत व गुरुसेवेंत सदोदित निमग्न असतो, यावज्जीव सत्य हेंच व्रत मानितो, नित्य दानधर्मांत रममाण होतो, अपराध्यांवर नेहमीं दया करितो, सर्वकाळ सौम्य वृत्ति धारण करितो, इंद्रियांना नित्य स्वाधीन ठेवितो, देवांची आराधना करण्यांत सदा तत्पर असतो, सर्वांचें आदरातिथ्य करितो आणि नेहमीं दया करण्यास सिद्ध असतो, तो पुरुष शाश्वत व अव्यय अशा गोलोकीं गमन करितो. इंद्रा, जो पुरुष परदारागमन करितो, गुरुहत्या करितो, व्यर्थ वितंडवाद करितो, खोटें बोलतो, ब्राह्मणांविषयीं वैर धरितो, मित्रांचा द्रोह करितो, दुसऱ्यास ठकवितो, केलेल्या उपकारांना विसरतो, सरळपणानें वागत नाहीं, अंगीं सामर्थ्य असतांही दैन्य दाखवितो, धर्मज्ञांचा द्वेष करितो आणि ब्राह्मणाच्या हत्येस प्रवृत्त होतो, तो पुरुष—जेथें पुण्यवानांचें वास्तव्य आहे अशा गोलोकीं जाण्यास पात्र नाहीं; इतकेंच नव्हे, तर त्यास मनानेंही त्या लोकांचें दर्शन घडणार नाहीं! सुरेश्वरा, गोलोकांविषयीं हें तुला सविस्तर वर्णन करून सांगितलें. आतां गोप्रदान करण्यांत जे पुरुष सदासर्वकाळ निमग्न असतात त्यांना कोणतें फळ प्राप्त होतें तें ऐक. इंद्रा, जो पुरुष वडिलांपासून किंवा भाऊबंधांपासून प्राप्त झालेलें किंवा धार्मिकपणानें वागून संपादन केलेलें धन खर्चून गाई विकत घेतो व त्यांचें दान करितो, त्या पुरुषाला अक्षय्य लोकांची प्राप्ति होते. शक्रा, जो पुरुष द्यूतांत धन जिंकून त्याच्या गाई खरेदी करून त्या दान देतो, त्याला दहा हजार दिव्य वर्षेंपर्यंत त्या दानाचें फळ उपभोगावयास सांपडतें. वडिलार्जित मिळकतीचा हिस्सा म्हणून ज्या गाई वांट्याला येतात त्या अगदीं न्यायानें मिळविल्या असें समजावें; अशा गाईंचें दान करावें. त्यापासून ध्रुव लोकांची प्राप्ति होते. शचीपते, दान मिळालेल्या गाईचें शुद्ध मनानें दुसऱ्याला दान करणें हेंही प्रशस्त आहे. जो पुरुष अशा प्रकारच्या प्रतिग्रहाचें दान करितो त्याला देखील शाश्वत लोक मिळतात. जो पुरुष जन्मापासून मरेपर्यंत इंद्रियांना स्वाधीन ठेवून सत्य भाषण करितो आणि गुरूचा किंवा ब्राह्मणाचा अपराध सोसून चित्त शांत ठेवितो, त्यालाही गोप्रदान करण्याचेंच फळ प्राप्त होतें.

इंद्रा, ब्राह्मणाला केव्हांही अपशब्द बोलूं नये, गाईला अपकार करण्याचें मनांतही आणूं नये, नित्य गोवृत्ति ठेवावी, गाय ज्याप्रमाणें दुसऱ्या दिवसासाठीं संग्रह करीत नाहीं त्याप्रमाणें आपणही दुसऱ्या दिवसासाठीं संग्रह करूं नये, आणि गाईच्या खाण्यापिण्याची सर्व व्यवस्था नीट ठेवावी. आतां, शक्रा, जो पुरुष सत्य व धर्म ह्यांच्या अनुष्ठानांत सदोदीत रममाण असतो त्याला कोणतें फळ मिळतें तें ऐक. इंद्रा, सत्यशील व धर्मशील पुरुष (ब्राह्मण) जर एक धेनु दान करील तर तिची योग्यता सहस्र धेनूंबरोबर होईल. क्षत्रियाच्या संबंधानेंही हाच नियम लागू आहे. ह्या गुणांनीं युक्त असा क्षत्रिय जर एक गाय अर्पण करील तर तिचीही योग्यता सत्यशील व धर्मशील ब्राह्मणानें दिलेल्या एका गाईबरोबर होईल, हें खास समज. सत्य व धर्म हे गुण जर वैश्याच्या ठिकाणीं वसत असतील तर त्यानें दिलेल्या एका गाईची योग्यता पांचशें गाईइतकी होईल; आणि त्याप्रमाणेंच विनयशाली शूद्र जर एका गाईचें दान करील तर त्याला सवाशें गाई दान केल्याचें फळ प्राप्त होईल. असो; जो पुरुष नित्य धर्माचरण करितो, सत्यापासून केव्हांही पराङ्मुख होत नाहीं, आपलीं कर्मे मोठ्या दक्षतेनें आचरितो, केव्हांही संतापत नाहीं, देवतांच्या आराधनेंत निमग्न असतो, इंद्रियांचा क्षोभ होऊं देत नाहीं, पातकापासून अलिप्त रहातो, स्वकर्तव्याचा विचार करून पुरुषार्थाच्या सिद्धीविषयीं नित्य जागृत असतो, अभिमानास शिवत नाहीं, व धर्मशीलपणानें वर्ततो, त्यानें गोप्रदानाच्या महत्त्वावर दृष्टि देऊन दुभती गाय सत्पात्र ब्राह्मणाला अवश्य दान करावी, म्हणजे त्यास महत्फल प्राप्त होईल. सारांश, साधक पुरुषानें पूर्ण निष्ठापूर्वक नित्य गोप्रदान करावें, सत्यापासून केव्हांही विमुख होऊं नये, आणि गुरूची शुश्रुषा मनापासून करावी. इंद्रा, जो पुरुष सदोदीत वेदाध्ययन करितो, गाईच्या ठिकाणीं पूज्यभाव बाळगितो, नेहमीं गोप्रदान केल्यानें संतुष्ट होतो व जन्मापासून मरेपर्यंत गाईची सेवा करण्यांत तत्पर असतो, त्याला जें फळ मिळतें तें ऐक. हे अमराधिपा, राजसूय यज्ञ केल्यानें जें पुण्य लागतें किंवा पुष्कळ सुवर्ण दान करून यज्ञपुरुषाला आराधिल्यामुळें जें उत्तम फल प्राप्त होतें, तेंच श्रेष्ठ फल त्या वेदाध्यायी व गोपूजकाला प्राप्त होतें, असें सिद्ध, साधु व ऋषि ह्या सर्वांनीं सांगितलें आहे. इंद्रा, जो पुरुष नेहमीं खरें बोलतो, केव्हांहीं क्रोधवश होत नाहीं, लोभापासून नित्य अलिप्त असतो, सदोदीत प्रामाणिकपणानें वागतो आणि गाईची सेवा करण्यास सर्वकाळ उद्युक्त असतो, असा पुरुष आधीं कांहींएक सेवन न करितां नेहमीं गाईंना अन्न अर्पण करील तर त्याला एका वर्षांत सहस्र गाई दान केल्याचें पुण्य लागेल. जो गोव्रती पुरुष एक वेळ अन्न ग्रहण करील व दुसऱ्या वेळचें अन्न गाईंना घालील, त्या गोवत्सलास दश वर्षेंपर्यंत अनंत सुख प्राप्त होईल. जो पुरुष एक वेळ अन्न सेवन करितो व दुसऱ्या वेळेला लागणारें धान्य वगैरे संग्रहास पाडून त्या योगें गाय विकत घेऊन ती ब्राह्मणाला देतो, त्याला त्या गाईच्या देहावर जितके रोम असतील तितक्या गाई अर्पण केल्याचें पुण्य लागून शाश्वत फळ प्राप्त होतें. हे शतक्रतो, ब्राह्मणानें गोप्रदान केलें असतां त्याला असें फळ मिळतें. आतां क्षत्रियाला कोणतें फळ मिळतें तें ऐक. इंद्रा, गोप्रदानाच्या योगें ब्राह्मणाला दहा वर्षेंपर्यंत सुख मिळाल्यास क्षत्रियाला पांच वर्षेंपर्यंत, वैश्याला त्याच्या अर्धानें आणि शूद्राला वैश्याच्या अर्धानें सुख प्राप्त होतें. जो पुरुष आत्मविक्रय करून गाई विकत घेतो व त्यांचें दान करितो, त्याला, जगतीतलावर गाय आहे

तोंपर्यंत त्या गोप्रदानाचें फळ उपभोगितां येतें. हे महाभागा इंद्रा, आत्मविक्रय करून विकत घेतलेली गाय अर्पण केली असतां तिच्या प्रत्येक रोमाच्या ठिकाणीं वसत असलेले अक्षय्य लोक दात्यास प्राप्त होतात, असें शास्त्रवचन आहे. अमरेश्वरा, युद्धामध्यें गाई जिंकून त्यांचें दान केलें असतां आत्मविक्रयतुल्य गाईप्रमाणेंच शाश्वत पुण्याची जोड होते. जो आचारसंपन्न पुरुष गाईच्या अभावीं तिळांची गाय करून तिचें दान करितो, त्याचीं सर्व संकटें त्या गाईच्या योगें दूर होतात आणि तो क्षीर-सरितेमध्यें विलास भोगितो. इंद्रा, गाईचें दान करितांना केवळ दान हेंच श्रेयस्कर नाहीं. त्या दानापासून पुण्याची जोड होण्यास दुसऱ्या पुष्कळ गोष्टी केल्या पाहिजेत. ज्याला दान द्यावयाचें त्याची पात्रता पाहिली पाहिजे, दानाच्या काळाचाही योग्यायोग्य विचार केला पाहिजे, जी गाय दान द्यावयाची तिचे गुणदोष मनांत आणिले पाहिजेत, आणि दानाचे विधि कोणते तेही पाहिले पाहिजेत, दात्यानें काळावर दृष्टि देऊन दान करावें. दान घेणारा ब्राह्मण व दान द्यावयाची गाय ह्या दोहोंचा नीट विचार करावा आणि अग्नि किंवा उन्ह ह्यांपासून गाईला त्रास होईल कीं काय इकडेही लक्ष पुरवावें. ज्यानें पुष्कळ वेदाध्यायन केलें असेल, जो शुद्ध कुलांत जन्मला असेल, ज्याचें चित्त शांत असेल, जो यज्ञयागादिकांमध्यें निमग्न असेल, जो पापभीरु असेल, जो बहुश्रुत असेल, जो गाईवर केव्हांही संतापत नसेल, जो फार जलाल नसेल, जो नेहमीं दुसऱ्यास आश्रय देत असेल व ज्याला उपजीविकेचें साधन नसेल, तो पुरुष गोप्रदानास पात्र समजावा. ज्याला चरितार्थाचें साधन नाहीं, ज्याची फार हालअपेष्टा होत आहे, ज्याला कृषि-कर्माकरितां गाय बाळगण्याची अवश्यकता आहे, ज्याला होम्[1]यसंततीच्या संवर्धनार्थ दुभत्याची जरूरी आहे, ज्याला गुरुदक्षिणेकरितां गाईची गरज आहे, किंवा मुलांबाळांच्या संगोपनासाठीं गाय हवी आहे, अशा ब्राह्मणाला देशकालाचा विचार करून गाय दान करणें प्रशस्त होय. ज्या गाईचा स्वभाव चांगला माहीत आहे, वेदाध्ययनादिकांच्या योगें ज्या मिळविल्या आहेत, दुसरे प्राणी देऊन ज्या विकत घेतल्या आहेत, पराक्रमानें ज्या जिंकिल्या आहेत, लग्नामध्यें ज्या आंदण मिळाल्या आहेत, संकटांतून ज्या सोडविल्या आहेत, व पोषणाकरितां ज्या आपल्याजवळ प्राप्त झाल्या आहेत, अशा प्रकारच्या गाई दान देण्यास सर्वस्वी योग्य समजाव्या. ज्या गाई धडधाकट आहेत, ज्यांचें शील उत्तम व उमर थोडी आहे, व ज्यांच्या देहाला सुगंध येत आहे, अशा सर्व गाई दानार्थ पात्र समजाव्या. ज्याप्रमाणें सर्व सरितांमध्यें गंगा ही श्रेष्ठ, त्याप्रमाणें सर्व प्रकारच्या गाईंमध्यें कपिला गाय श्रेष्ठ होय. तीन रात्रींपर्यंत उदक प्राशन करून उपोषित रहावें व भूमीवर शयन करावें आणि नंतर ब्राह्मणांना दुसरे पदार्थ देऊन संतुष्ट केल्यावर त्यांना दूध पिणाऱ्या व बळकट अशा वासरांनीं युक्त अशा गरीब गाई तृप्त करून दान कराव्या; आणि मग दात्यानें आणखी तीन रात्रींपर्यंत गोरसावर राहावें. जो पुरुष—अतिशय गरीब, पुष्कळ दूध देणारी, चांगलीं वांसरें होणारी व पळून न जाणारी अशी गाय दान करितो, तो त्या गाईच्या देहावर जितके रोम असतील तितकीं वर्षें परलोकीं सुखोपभोग भोगितो. त्याप्रमाणेंच, इंद्रा, जो पुरुष ओझें वाहाणारा, तरुण, बळकट, हुकुमांत असणारा, औत

१ होम्यासंतति मातृहीन असल्यामुळें तिला गाईची अपेक्षा असते.

ओढणारा व अफाट सामर्थ्यवान् असा बैल ब्राह्मणाला दान करितो, त्याला दश धेनु दान करणाऱ्या पुरुषाप्रमाणें श्रेष्ठ लोक प्राप्त होतात. कौशिका, अरण्यांत जो पुरुष गाई व ब्राह्मण ह्यांचें संरक्षण करितो तो क्षणांत सर्व दुःखांपासून मुक्त होतो. आतां त्याला कोणतें पुण्य लागतें तें ऐक. अशा पुरुषाला अश्वमेध केल्याचें शाश्वत फळ प्राप्त होतें; आणि शिवाय मृत्युकाळीं जी अवस्था प्राप्त व्हावी म्हणून तो इच्छितो ती अवस्था त्यास प्राप्त होते. त्या वेळीं त्याच्या मनांत जे कांहीं नानाविध-दिव्य लोक मिळावे म्हणून वासना असते ते सर्व लोक त्याला त्या कर्मामुळें मिळतात. अशा पुरुषाला गाई मोठा मान देतात व त्यामुळें सर्वत्र त्याचा आदर होतो. ह्याप्रमाणेंच जो पुरुष तृण, गोमय व पर्णें खाऊन त्यांवर चरितार्थ चालवीत वनांत गाईंच्या संरक्षणार्थ त्यांच्या मागून फिरत असतो, कधीं कशाचीही आशा धरीत नाहीं व इंद्रियांना जिंकून नित्य निर्मळ राहातो, तो माझ्या लोकीं किंवा इतर लोकीं वाटेल तेथें आनंदानें वासनारहित होत्साता वास्तव्य करितो !

अध्याय चौऱ्याहत्तरावा.

—:०:—

गोप्रदानाचें महत्व, दक्षिणा, इत्यादि.

इंद्र म्हणालाः— ब्रह्मदेवा, जो पुरुष जाणूनबुजून गाय चोरतो किंवा पैसा मिळविण्याच्या हेतूनें गाय विकतो, त्याला कोणती गति प्राप्त होते हें मला सांगावें.

पितामह म्हणालाः— जे लोक भक्षण करण्यासाठीं, विकण्यासाठीं किंवा ब्राह्मणाला दान देण्यासाठीं गाईचा अपहार करितात, त्यांना काय फळ मिळतें तें ऐक. जो पुरुष मनाला आळा न घालितां गाय विकावयास काढितो, तिचें हनन करितो, ती भक्षितो किंवा धनलोभानें आविष्ट होत्साता दुसऱ्याला गाईची हत्या करण्यास अनुमोदन देतो, तो घातक, भक्षक वा अनुमोदक पुरुष त्या गाईच्या देहावर जितके रोम असतील तितके संवत्सरपर्यंत नरकांत लोळत पडतो ! ब्राह्मणाच्या यज्ञाचा विध्वंस करणाराला जे व ज्या स्वरूपाचे दोष लागतात, ते दोष गाईचा विक्रय व चोरी करणाराला लागतात, असें शास्त्र सांगतें. जो पुरुष चोरीनें गाय संपादून ब्राह्मणाला अर्पण करितो, त्याला त्या गाईच्या दानानें जितका कालपर्यंत सुख प्राप्त होतें, तितका कालपर्यंत त्यास नरकवासही भोगावा लागतो ! हे महाद्युतिमंता इंद्रा, गोप्रदानांत सुवर्ण ही दक्षिणा होय असें थोरांचें मत आहे; आणि सुवर्णासारखी दुसरी श्रेष्ठ दक्षिणा नाहीं म्हणून जें सांगितलें आहे तें अगदीं खरें आहे. गोप्रदानाच्या योगें मागच्या व पुढच्या सातसात पिढ्या उद्धरतात आणि त्यांतही सुवर्णदक्षिणा दिल्यास त्या फळाची दुप्पट होते. बा इंद्रा, सुवर्ण हें श्रेष्ठ दान; सुवर्ण ही श्रेष्ठ दक्षिणा; आणि सुवर्ण हें अत्यंत पवित्रकारक आहे. हे शतक्रतो, सुवर्णाच्या दानानें दात्याच्या सर्व कुळाची पातकापासून मुक्ति होते. असो; हे महाद्युतिमंता, गोप्रदानांत दक्षिणा कोणती द्यावी हें मीं तुला ह्याप्रमाणें संक्षिप्तपणें सांगितलें आहे.

भीष्म सांगतातः—हे भरतर्षभा धर्मा, याप्रमाणें पितामह ब्रह्मदेव ह्यानें इंद्राला निवेदन केलें. पुढें इंद्रानें दशरथाला सांगितलें; आणि नंतर दशरथानें आपला पुत्र राम ह्यास कथन केलें. पुढें रामानें आपला भ्राता यशःशाली लक्ष्मण ह्यास हें सर्व सांगितलें; व पुढें अरण्यांत वास्तव्य करीत असतां लक्ष्मणानें ऋषींना निवेदन केलें. धर्मा, ह्या प्रकारें हें गोप्रदानमाहात्म्य व तदंगभूत इतर गोष्टी परंपरेनें प्राप्त

झाल्या असून, कडकडीत व्रताचरण करणाऱ्या ऋषींनीं, धार्मिक पुरुषांनीं व राजांनीं तो दुर्धर नियम नेहमीं पाळिलेला आहे. युधिष्ठिरा, हें सर्व मला उपाध्यायांपासून विदित झालें. जो ब्रह्मवेत्ता पुरुष ब्राह्मणांच्या सभेंत, गोप्रदानांमध्यें, यज्ञांमध्यें किंवा यज्ञ गोप्रदान हीं दोन्ही एकत्र चालू असतां त्या वेळीं हें गोप्रदानमाहात्म्य सांगेल, त्याला खचित अक्षय्य लोकांची प्राप्ति होऊन तो नेहमीं देवांबरोबर विलास भोगील !

अध्यय पंचाहत्तरावा.

—:०:—

व्रतादिकांचीं फलें.

युधिष्ठिर विचारतोः-विभो पितामह भीष्म, आपण धर्मप्रवचन करीत असून सर्व कांहीं सांगतों म्हणून मला आश्वासन दिलें आहे; ह्यास्तव मला जी कांहीं शंका आहे ती मी आपल्याला निवेदन करितों, तर आपण त्या शंकेचें निरसन करावें. हे महाद्युतिमंता, व्रतांचें फल कसें व कोणतें, नियमांचें फल कोणतें, वेदाध्ययनाचें फल कोणतें, दानाचें फल कोणतें, वेदधारणाचें फल कोणतें, वेदाध्यापनाचें फल कोणतें, लोकांत दानप्रतिग्रह न करणाराला फल कोणतें, ज्ञानदान करणाराला फल कोणतें, स्वकर्मांमध्यें रममाण असणारांना फल कोणतें, शूरांना फल कोणतें, शुद्धाचरणाचें फल कोणतें, ब्रह्मचर्याचें फल कोणतें, पितृसेवेचें फल कोणतें, मातृसेवेचें फल कोणतें, आचार्य व गुरुजन ह्यांच्या सेवेचें फल कोणतें, दुसऱ्याच्या दुःखानें ज्याचें हृदय कळवळतें त्याला फल कोणतें, व दुसऱ्याच्या दुःखाचा प्रतिकार करणाराला फल कोणतें, हें सर्व सविस्तर व पूर्णपणें समजावें, अशी माझी फार फार मनीषा आहे; तर, हे धर्मज्ञा, ही माझी मनीषा परिपूर्ण करावी.

भीष्म सांगतातः— राजा युधिष्ठिरा, जो मनुष्य कांहींएक व्रत करण्याचा संकल्प करून त्या व्रताला उत्तम प्रकारेंकरून प्रारंभ करितो आणि तें मध्यंतरीं खंड न पाडतां शेवटास नेतो, त्याला सनातन लोकांची प्राप्ति होते. राजा, नियमांचें फल तर ह्या ठिकाणीं प्रत्यक्ष दृष्टीस पडतें. पहा, नियम आणि ऋतु ह्यांचें हें फल त्वां स्वतःच मिळविलें आहेस! वेदाध्ययनाचें फल ह्या लोकीं व परलोकींही मिळतें. वेदाध्ययन करणारा मनुष्य ह्या लोकीं सुख भोगून मरण पावल्यावर नित्य ब्रह्मलोकीं आनंदांत वास्तव्य करितो. राजा, इंद्रियजय केला असतां काय फल मिळतें तें तूं मजपासून सविस्तर ऐकून घे. धर्मा, इंद्रियजेते पुरुष सर्वत्र सुख भोगितात. ते कोठेंही असले तरी त्यांच्या चित्ताचें समाधान नष्ट होत नाहीं. ते वाटेल तेथें जातात, त्यांच्या सर्व शत्रूंचा नाश होतो, त्यांना जी जी वासना असेल ती ती त्यांची वासना निःसंशयपणें सिद्धीस जाते, सर्वत्र त्यांचे सर्व मनोरथ पूर्ण होतात, आणि तपश्चर्या, पराक्रम, नानाप्रकारचीं दानें, यज्ञयाग, इत्यादिकांच्या योगें स्वर्गलोकीं जे सुखोपभोग प्राप्त होतात ते सर्व त्या इंद्रियजेते व क्षमावान् पुरुषांना प्राप्त होतात. राजा धर्मा, इंद्रियजय हा दानापेक्षांही श्रेष्ठ आहे. दान केल्यावर कधीं काळीं दाता ब्राह्मणावर कोपतो पण इंद्रियनिग्रही पुरुष केव्हांही कोणावर कोपत नाहीं; म्हणून दानापेक्षांही इंद्रियनिग्रहाची योग्यता विशेष होय. क्रोधाच्या योगानें दानाचें फल नष्ट होतें, पण जो मनुष्य न रागावतां दान करितो त्याला सनातन लोकांची प्राप्ति होते. म्हणून दानापेक्षां इंद्रियजयाची महती अधिक होय. राजा धर्मा, अंतरिक्षांत सर्व लोकीं ऋषींचीं

सहस्रावधि अदृश्य स्थानें आहेत. मोठ्या स्थानाची इच्छा करणारे महर्षि दानें करून त्या स्थानीं जातात; परंतु इंद्रियजेते पुरुष केवळ त्या इंद्रियजयाच्या बळावर मेल्यानंतर देवत्व पावून त्या स्थानीं जातात; ह्यास्तव दानापेक्षां इंद्रियजयाची महती मोठी होय. वेद शिकविणारा व यथाविधि अग्नीची आराधना करणारा पुरुष जे क्लेश सहन करितो त्या क्लेशांच्या योगें त्याला ब्रह्मलोकीं अक्षय्य फल मिळतें. जो पुरुष स्वतः वेदांचें अध्ययन करितो आणि सच्छील पुरुषांना ते वेद शिकवितो व गुरूच्या कृत्यांची वाखाणणी करितो, त्यालाही स्वर्गांत बहुमान मिळतो. जो क्षत्रिय वेदाध्ययन करण्यांत, यज्ञयाग करण्यांत व दानें देण्यांत गुंतलेला असतो आणि युद्धामध्यें जो प्राण वांचवितो, त्यालाही स्वर्गांत मोठा मान प्राप्त होतो. वैश्य आपल्या कर्मांत दक्ष असून दानें देईल तर त्याला महास्थान प्राप्त होईल; आणि शूद्र आपलें काम नीट करील तर त्या सेवेच्या योगानें स्वर्गाला पोंचेल. राजा युधिष्ठिरा, शूर पुरुष अनेक प्रकारचे सांगितलेले आहेत. त्यांना कोणतीं फलें प्राप्त होतात तें मी आतां वर्णन करून सांगतों, ऐक. राजा, एका प्रकारच्या शूराला जें फल मिळतें म्हणून सांगेन तें त्या प्रकारच्या शूरांच्या समुदायाला मिळतें असें समजावें. असो; राजा धर्मा, शूरांचे अनेक प्रकार आहेत. कांहीं पुरुष यज्ञयाग करण्यांत शूर असतात, कांहीं इंद्रियनिग्रह करण्यांत शूर असतात, कांहीं सत्य भाषण करण्यांत शूर असतात; कांहीं युद्धांत शूर असतात, कांहीं दानें करण्यांत शूर असतात, कांहीं सांख्यशास्त्रांत शूर असतात. कांहीं योगाभ्यासांत शूर असतात, कांहीं अरण्यवासांत शूर असतात, कांहीं गृहस्थाश्रम चालविण्यांत शूर असतात, कांहीं ऐहिक सुखांचा त्याग करण्यांत शूर असतात, कांहीं सरळपणाचें वर्तन करण्यांत शूर असतात, कांहीं इंद्रियांचा क्षोभ न करण्यांत शूर असतात, कांहीं नानाप्रकारचे नियमधर्म करण्यांत शूर असतात, कांहीं वेदाध्ययन करण्यांत शूर असतात, कांहीं वेदाध्यापन करण्यांत शूर असतात, कांहीं गुरुजनांची शुश्रुषा करण्यांत शूर असतात, कांहीं मातापितरांची सेवा करण्यांत शूर असतात, कांहीं भिक्षावृत्तींत शूर असतात. आणि कांहीं अतिथिपूजनांत शूर असतात, हे सर्व शूर पुरुष आपआपल्या कर्मांनीं उत्तम लोकांना प्राप्त करून घेऊन तेथें सुख भोगितात. राजा युधिष्ठिरा, सर्व वेदांचें धारण करणें, सर्व तीर्थांच्या ठिकाणीं स्नान करणें आणि नेहमीं सत्य भाषण करणें ह्यांची बरोबरी होईल कीं नाहीं, ह्याची शंकाच आहे. सहस्र अश्वमेध व सत्य ह्यांची तुलना केल्यास सहस्र अश्वमेधांपेक्षां सत्य हें अधिक भरेल. सत्याच्या योगानेंच सूर्य सर्वत्र प्रकाशतो, सत्याच्या योगानेंच अग्नि प्रज्वलित होतो आणि सत्याच्या योगानेंच वारा वहातो. सारांश, सर्वांचें अस्तित्व सत्यावर अवलंबून आहे. देवांचा, ब्राह्मणांचा व पितरांचा संतोष सत्यानेंच होतो, ह्यास्तव सत्य हाच श्रेष्ठ धर्म होय; म्हणून कोणींही सत्याचें उल्लंघन करूं नये. मुनिजन नेहमीं सत्यनिरत असतात, सत्य हाच मुनिजनांना मोठा पराक्रम वाटतो, आणि मुनिजन हे जी शपथ करतील ती कधींही सत्य केल्याशिवाय राहात नाहींत; ह्यास्तव सत्य हें सर्वांत श्रेष्ठ होय. हे भरतर्षभा, जे पुरुष सत्यास अनुसरून वागतात, त्यांना स्वर्गलोकीं आनंद प्राप्त होतो. असो; इंद्रियजय आणि सत्य ह्यांपासून कोणतीं फलें प्राप्त होतात हें मीं तुला सविस्तर सांगितलें. जो विनयवान् पुरुष ह्या दोन गुणांचा

आश्रय करितो, तो खचित स्वर्गलोकीं बहुमानास पात्र होतो. आतां, हे वसुधाधिपा, ब्रह्मचर्याचे गुण कोणते, ते ऐक. राजा, जो पुरुष जन्मापासून मरेपर्यंत ह्या लोकीं ब्रह्मचर्य पाळतो, त्याला दुर्लभ असें कांहीं नाहीं म्हणून समज. राजा, ब्रह्मलोकीं कोट्यवधि ऋषि वास्तव्य करितात ह्याचें मूळ कारण, ते सर्व ह्या लोकीं नित्य सत्यामध्यें रममाण असून त्यांनीं उत्कृष्ट इंद्रियजय व ब्रह्मचर्य पाळिलें होतें, हेंच होय. राजा, विशेषेंकरून ब्राह्मणानें ब्रह्मचर्य पाळिलें असतां त्याच्या सर्व पातकांचें भस्म होतें; कारण ब्राह्मण हा अग्निच होय असें सांगितलें आहे. जे ब्राह्मण तपश्चर्येमध्यें निमग्न असतात, त्यांच्या ठिकाणीं हें ब्रह्मरूप अग्नितत्त्व प्रत्यक्ष दृष्टीस पडतें. इंद्र हा मोठा प्रतापशाली खरा; पण ब्रह्मचाऱ्याला तो भीत असतो. ऋषिजनांच्या ठिकाणीं ह्या लोकींही ब्रह्मचर्याचें हें उग्र फळ दृष्टीस पडतें. आतां, मातापितरांची सेवा करण्याचा जो धर्म त्याविषयीं श्रवण कर. राजा, जो पुरुष माता, पिता, भ्राता, गुरु व आचार्य ह्यांची सेवा करितो आणि कधींही त्यांचें अनिष्ट चिंतीत नाहीं, त्याला फळ हें समज कीं, तो स्वर्गलोकीं सुंदर स्थान मिळवितो आणि गुरुशुश्रूषेच्या योगें आत्मस्वरूप जाणून सदानंदांत निमग्न होत्साता नरकलोक अवलोकन करीत नाहीं !

अध्याय शाहात्तरावा.

--:o:--

गोप्रदानाचा विधि.

युधिष्ठिर विचारितो:— पितामह भीष्म, ज्या विधीनें गोप्रदान केलें असतां अखिल शाश्वत लोक प्राप्त होतात, तो गोप्रदानाचा श्रेष्ठ विधि कोणता, तें सविस्तर श्रवण करावें, अशी माझी इच्छा आहे; तर तो विधि कृपा करून मला कथन करावा.

भीष्म सांगतात:- हे वसुधाधिपा युधिष्ठिरा, गोप्रदानापेक्षां अधिक श्रेष्ठ असें कांहींएक नाहीं. न्यायानें गाय मिळवून ती दान केली असतां तत्काळ सर्व कुलाचा उद्धार होतो. राजा, गोप्रदानाचा विधि हा प्रथम थोर लोकांना उत्तम प्रकारें पुरुषार्थसिद्धि व्हावी ह्या हेतूनें उत्पन्न करण्यांत आला; पण पुढें त्याची योजना सर्व जनतेच्या हितासाठीं म्हणून करण्यांत आली. वास्तविकपणें गोप्रदानविधि इतका पुरातन आहे कीं, तो बहुधा जगाच्या जन्माबरोबरच जन्म पावला आहे; ह्यास्तव असा जो श्रेष्ठ विधि तो तूं मजपासून श्रवण कर. राजा धर्मा, पूर्वीं राजा मांधाता ह्याजपुढें दान करण्याच्या हेतूनें (त्याच्या सेवकांनीं) गाईंचा समुदाय आणून उभा केला असतां त्या राजर्षीच्या मनांत गोप्रदानाच्या विधीविषयीं संशय उत्पन्न झाला आणि त्यानें बृहस्पतीला हाच प्रश्न विचारला. तेव्हां बृहस्पतीनें जें उत्तर दिलें तेंच मी आतां तुला निवेदन करितों. त्या समयीं बृहस्पति म्हणाला:— राजा मांधात्या, उदयीक आपल्याला मृत्यु कशावरून येणार नाहीं, असें मनांत आणून साधकानें प्रथम ब्राह्मणाची आदरपूर्वक पूजा करावी आणि मोठ्या श्रद्धेनें तांबड्या वर्णाच्या गाई दानार्थ सिद्ध कराव्या. राजा, नंतर दात्यानें "समंगे, बहुले," अशा नांवांनीं त्या गाईंना आह्वान करावें; आणि मग त्या गाईंच्या समुदायांत प्रवेश करून ज्या श्रुतिवचनांचा उच्चार करावा, त्यांचा भावार्थ असा आहे; "गाय हीच माझी माता; बैल हाच माझा पिता; आणि गाय हाच माझा आधार होय. ह्या गोप्रदानाच्या योगें मला ऐहिक व पारलौकिक सुख प्राप्त व्हावें."

राजा मांधात्या, ह्याप्रमाणें गाईच्या समुदायांत प्रवेश करून श्रुतिवचनांचा उच्चार केल्यावर त्या रात्रीं त्या गाईच्या समुदायांतच मुकाट्यानें राहून उपोषण करावें; आणि नंतर दुसरे दिवशीं पहाटेस गोप्रदानसमयीं पुनः आदल्या दिवशीं ज्या श्रुतिवचनांचा उच्चार केला त्यांचाच उच्चार करावा. राजा, गाईच्या समुदायांत त्या एक रात्रभर राहावयाचें तें अगदीं गाईच्याप्रमाणें भावना धरून रहावें. साधकानें त्या रात्रीं गाईंना गोठ्यांत स्वच्छंद फिरूं द्यावें; कोणत्याही तऱ्हेनें त्यांचें निवारण वगैरे करूं नये; गाई ज्याप्रमाणें भूतलावर निजतात त्याप्रमाणें त्यानेंही ती रात्र भूमिशयन करून काढावी; आणि डांस वगैरे डसतील त्यांचें त्यानें निवारण करूं नये. राजा, ह्याप्रमाणें गाईशीं एकात्मभावना संपादिली असतां साधकाचें सर्व पातक तत्काल नष्ट होतें. असो; नंतर सूर्योदयाच्या समयीं दात्यानें ज्या गाईंना खोंड असतील अशा एक अथवा अनेक गाई दान कराव्या. राजा, ह्या प्रकारें तूं गोप्रदान करशील तर तुला प्रतिग्रह-कर्त्याकडून अर्थवादमंत्रोक्त आशीर्वाद मिळून स्वर्गाची प्राप्ती होईल. राजा, त्या अर्थवादमंत्राचा आशय असा आहे कीं, गाई ह्या अतिशय बलवान् आहेत, त्या ज्ञानाचें अधिष्ठान होत, यज्ञयागद्वारा मोक्षप्राप्तीचें साधन जें हविर्द्रव्य त्याचें त्या उत्पत्तिस्थान समजावें, ह्या सर्व जगाला मुख्य आधार त्यांचाच आहे, सर्व ऐश्वर्याचें आदिकारण त्याच होत, सर्व स्थावरजंगम पदार्थांचे व्यापार निरंतर व अव्याहत चालत आहेत ह्याचें कारण त्याच आहेत, आणि सर्व प्रजांचें जननसंवर्धनादिक कार्य त्यांच्यामुळेंच घडत आहे. असो; अशा ह्या श्रेष्ठ गाईंनीं माझें पातक नष्ट करावें; ह्या सूर्यरूप व सोमरूप गाईंनीं मला स्वर्गलोकीं न्यावें; व ह्यांनीं मला मातेप्रमाणें आश्रय द्यावा; आणि त्याप्रमाणेंच ह्याशिवाय आणखी अनुक्त प्रकारांनींही माझें अभीष्ट करावें. गोमातांनो, तुमचें सामर्थ्य काय वर्णावें? जे कोणी पंचगव्यादिकांचें सेवन करितात, त्यांचे क्षयादिक भयंकर रोग तुम्ही दूर करून त्यांना जन्ममरणांतून सोडवितां! जणू काय पुण्यनद्यांच्या प्रवाहांप्रमाणें तुम्ही लोकांच्या उद्धाराकरितां प्रवृत्त होतां! तुमच्या सेवेनें नित्य सर्व प्रकारचीं पुण्यें जोडितां येतात! ह्यास्तव मी तुम्हांस अशी प्रार्थना करितों, 'तुम्हीं मजवर प्रसन्न होऊन' मला इष्ट अशी गति प्राप्त करून द्यावी. आज तुमची व माझी एकभावना झाली आहे, आतां तुम्ही व मी ह्यांत भेद राहिला नाहीं; ह्यासाठीं तुमच्या दानानें मीं स्वतःचेंच दान केलें आहे. (दात्यानें असें म्हटल्यावर प्रतिग्रह–कर्त्यानें म्हणावें कीं,) गाईनो, तुमच्यावरचा ममत्वाभिमान दात्यानें सोडून दिला आहे आणि त्यानें तुमचें मला दान केलें आहे, ह्यास्तव तुम्ही आतां माझ्या झालां आहां; तर तुम्हीं आपल्या सूर्यरूपानें व सोमरूपानें मजवर प्रसन्न होऊन मला इष्ट गति अनुकूल करून द्यावी. राजा मांधात्या, ह्याप्रमाणें दात्यानें व प्रतिग्रहकर्त्यानें एकमेकांपुढें यथाविधि मंत्रोक्त वचनांचा उच्चार करावा. असो; जो मनुष्य गाईच्या ऐवजीं धन, वस्त्र व सुवर्ण देतो त्यालाही गोप्रदानाचें पुण्य प्राप्त होतें. दाता गाईबद्दल धन देईल तर त्यानें गोप्रदानाचा संकल्प करितांना "ऊर्ध्वास्या" असें म्हणावें, वस्त्र देईल तर त्यानें "भवितव्या" असें म्हणावें, आणि सुवर्ण देईल तर त्यानें "वैष्णवी" असें म्हणावें, जो मनुष्य गाईच्या ऐवजीं तिची किंमत ब्राह्मणाला देतो, त्याला छत्तीस हजार वर्षेंपर्यंत स्वर्गलोकीं भोग प्राप्त होतात; जो वस्त्रें देतो; त्याला आठ हजार वर्षेंपर्यंत स्वर्गलोकीं

भोग मिळतात; आणि जो यथाशक्ति सुवर्ण देतो त्याला वीस हजार वर्षेंपर्यंत स्वर्गलोकीं आनंदानें वास्तव्य करितां येतें! राजा मांधात्या, प्रत्यक्ष गाय किंवा गाईचा प्रतिनिधि ह्यांचें दान केलें असतां ह्याप्रमाणें फल प्राप्त होतें. प्रत्यक्ष गाईचा प्रतिग्रह-कर्ता प्रतिग्रह करून आठ पावलें गेला न गेला तोंच त्या गोप्रदान करणाराला समस्त फळें प्राप्त होतात; ह्यावरून प्रतिग्रह-कर्त्यानें ती गाय घरीं नेली व तिच्या योगें त्याचीं मुलेंबाळें, अतीथअभ्यागत, अग्निहोत्र, इत्यादिकांचें नीट चालूं लागलें म्हणजे दात्याला केवढें फळ मिळेल बरें! राजा मांधात्या, जो मनुष्य प्रत्यक्ष गाय अर्पण करितो त्याचें शील उत्तम बनतें; गाईच्या ऐवजीं जो मूल्य देतो त्याचें भय दूर होतें; आणि जो सुवर्णदान करितो त्याला केव्हांही दुःख प्राप्त होत नाहीं; हें खचित समज. असो; ह्याप्रमाणें गोप्रदान करणारे, नित्य पहांटेस स्नानसंध्यादिक कर्में आचरणारे आणि भारताचें रहस्य जाणणारे जे पुरुष असतात त्यांना चंद्रकांतीप्रमाणें देदीप्यमान असा विष्णुलोक प्राप्त होतो! असो; दात्यानें गोप्रदान केल्यावर त्रिरात्रपर्यंत गोव्रताचें अनुष्ठान करावें; आणि एकरात्रपर्यंत गाईमध्येंच रहावें व काम्याष्टमीपासून त्रिरात्रपर्यंत गोमय, गोमूत्र व गोरस ह्यांवर निर्वाह चालवावा. राजा मांधात्या, वृषभाचें दान केलें असतां दात्यास ब्रह्मचाऱ्याला प्राप्त होणारें पुण्य लागतें, दोन गाईंचें दान केलें असतां वेदांची प्राप्ति होते, व गोप्रदानाचा विधि जाणून यज्ञयाग करणाराला श्रेष्ठ लोक मिळतात; परंतु दानाचा विधि न जाणतां कर्माचरण केलें तर श्रेष्ठ लोकांची प्राप्ति होत नाहीं. राजा, मनमुराद दूध देणारी अशी एकही गाय अर्पण केली असतां दात्याला पृथ्वीवरील सर्व वस्तु एकत्र करून त्या दान केल्याचें पुण्य लागतें; तर मग ज्यांच्यापासून हव्यकव्यादिकांचे ओघ प्राप्त होतात अशा विपुल दूध देणाऱ्या अनेक गाई दान केल्यास त्यांपासून किती पुण्य लागेल, हें काय सांगावें! राजा मांधात्या, जो मीं तुला हा गोप्रधानविधि सांगितला तो मोठा गूढ आहे. हा सर्व लोकांना माहीत नाहीं. जो आपला शिष्य नसेल, किंवा जो व्रतादिकांमध्यें तत्पर नसेल, किंवा ज्याची ह्याजवर श्रद्धा नसेल, किंवा ज्याची बुद्धि कुटिल असेल, त्याला हा विधि सांगून त्याचें बरें करण्याच्या भरीस पडूं नये. पात्रापात्रविचार करून हा विधि सांगावा. वाटेल त्याला हा विधि सांगणें श्रेयस्कर नाहीं. जगांत बहुत मनुष्यें श्रद्धा न ठेवणारीं, नीच व राक्षसाप्रमाणें कर्मे करणारीं आहेत. असल्या नास्तिक व पातकी जनांना हा विधि सांगितल्यानें खचित अनिष्ट घडून येईल.

राजा युधिष्ठिरा, बृहस्पतीचें हें भाषण श्रवण करून ज्या पुण्यशील राजांनीं गोप्रदानें दिलीं व श्रेष्ठ लोक मिळविले त्यांचीं नांवें मी आतां तुला सांगतों तीं ऐकून घे. उशीनर, विश्वगश्व, नृग, भगीरथ, प्रख्यात युवनाश्वपुत्र मांधाता, राजा मुचकुंद, भूरिद्युम्न, नैषध, सोमक, पुरूरवा, ज्याच्या वंशांतील सर्व राजांस भरत म्हणतात तो चक्रवर्ती भरत, पराक्रमी दाशरथि राम आणि दुसरे प्रख्यात व कीर्तिमान् राजे ह्या विधीनें गोप्रदानें देऊन श्रेष्ठ लोकीं गेले. त्याप्रमाणेंच महान् कर्में करणाऱ्या दिलीप राजानें ह्या विधीचें यथार्थ ज्ञान करून घेऊन गोप्रदानें केलीं व दिव्य लोक जोडिला; आणि मांधात्यानें यज्ञयाग, तपश्चर्या, दानधर्म, राजधर्म, गोप्रदानें, इत्यादि करून सद्गति मिळविली. ह्यास्तव, हे धर्मा, तूं देखील मीं आतां जी ही बृहस्पतीची उक्ति सांगितली ती नीट ध्यानांत धर आणि कौरवांचें राज्य ताब्यांत घेऊन मोठ्या प्रसन्न चित्तानें श्रेष्ठ ब्राह्मणांना उत्तम उत्तम गाई दान दे.

वैशंपायन सांगतातः— राजा जनमेजया, ह्या प्रकारें भीष्माचें भाषण श्रवण करून धर्मराजानें यथाविधि गोप्रदानें करण्यास प्रारंभ केला व देवगुरु बृहस्पतीनें मांधात्याला जें कांहीं निवेदन केलें होतें तें सर्व त्यानें उत्तम प्रकारानें ध्यानांत धरिलें. असो; जनमेजया, याप्रमाणें धर्मराजा नेहमीं गोप्रदानें करूं लागला, यवाचें चूर्ण गोमूत्रांत कालवून तें पिऊं लागला, त्यानें भूमिशयन आरंभिलें आणि इंद्रियांचा निरोध करून तो श्रेष्ठ भूपति तेजःपुंज वृषभाप्रमाणें शोभूं लागला! राजा जनमेजया, तेव्हांपासून धर्मराजानें गाईंच्या ठिकाणीं देवतांप्रमाणें पूज्यबुद्धि धारण केली, त्यांची तो स्तुति करूं लागला, त्यानें आपल्या रथाला बैल लावण्याचें वर्जिलें आणि कोठेंही जावयाचें असतां तो रथाला उत्तम अश्वांची योजना करून प्रयाण करूं लागला.

अध्याय सत्याहत्तरावा.

—:०:—

गोप्रभवकथन.

वैशंपायन सांगतातः— राजा जनमेजया, नंतर बुद्धिमान् युधिष्ठिर राजानें पुनः शंतनुपुत्र भीष्माला मोठ्या विनयानें गोप्रदानासंबंधीं विशेष विस्तारपूर्वक निरूपण करण्याविषयीं प्रार्थना केली.

युधिष्ठिर म्हणालाः— हे भारत भीष्म, गोप्रदानाचे गुण उत्तम प्रकारेंकरून फिरून मला निवेदन करावे. वीरा, आपलें हें असें अमृततुल्य मधुर भाषण श्रवण करीत असतां माझी तृप्ति होत नाहीं.

वैशंपायन सांगतातः— राजा जनमेजया, याप्रमाणें धर्मराजानें प्रार्थना केली ती ऐकून शांतनव राजानें गोप्रदानाचे श्रेष्ठ गुण पुनः त्यास विशद करून सांगितले.

भीष्म म्हणालेः— राजा धर्मा, जो मनुष्य वत्सानें युक्त, गुणांनीं संपन्न, वयानें तरुण व वस्त्राभरणांनीं शृंगारलेली अशी धेनु ब्राह्मणाला अर्पण करितो त्याचीं सर्व पातकें नष्ट होतात; त्याला असुर्या नामक लोक–जेथें कधींही सूर्यदर्शन होत नाहीं–ते प्राप्त होत नाहींत. राजा, जिला पाणी पिववत नाहीं, जिला तृण खाववत नाहीं, जिच्या ठिकाणीं दुधाचा थेंब नाहीं, जिचीं गात्रें असून नसून सारखींच झालीं आहेत, जी म्हातारपणानें व रोगानें व्यापिली आहे आणि जी उदकरहित अशा मोडकळीस आलेल्या वापीप्रमाणें सर्वथा कष्टमय दिसत आहे, अशा गाईचें दान करून प्रतिग्रहकर्त्या ब्राह्मणाला जो मोठे क्लेश देतो त्याला नरकाची जोड होते! राजा युधिष्ठिरा, गोप्रदान करितांना दान द्यावयाच्या गाईंच्या ठिकाणीं कोणते गुणावगुण आहेत याचें नीट मनन केलें पाहिजे. संतापानें दुसऱ्याच्या अंगावर चालून जाणाऱ्या, दुर्गुणी, रोगग्रस्त, निःशक्त आणि किंमत न देतां संपादन केलेल्या अशा गाई कधींही दान करूं नयेत; असल्या गाईचें दान करून जो मनुष्य ब्राह्मणाला व्यर्थ क्लेश मात्र देतो त्याचें तें दान फुकट जातें व त्यापासून त्याची हानि मात्र होते. राजा, दान द्यावयाच्या गाईंच्या ठिकाणीं मुख्यत्वेंकरून जे गुण असावे ते हे कीं, त्यांना उत्तम शक्ति असावी, त्यांचा स्वभाव उत्तम असावा, त्या तरुण असाव्या व त्यांचे देह सुगंधानें युक्त असे असावे. अशा प्रकारच्या गाईचें दान केलें असतां त्याची सर्व प्रशंसा करितात. ज्याप्रमाणें सर्व सरितांमध्यें गंगा ही श्रेष्ठ होय, त्याप्रमाणेंच सर्व गाईंमध्यें कपिला गाय श्रेष्ठ समजावी.

युधिष्ठिर विचारतोः— पितामह भीष्म, वास्तविकपणें गाई म्हटल्या म्हणजे त्या सर्व सारख्याच; असें असतां कपिला गाईचें प्रदान

प्रशस्त ह्मणून थोर लोक जें सांगतात तें कां? हे महाप्रभावा, त्यांत विशेष कोणता आहे, हें मी ऐकण्याला व आपण सांगण्याला समर्थ आहां.

भीष्म सांगतातः—बाळा धर्मा, मीं पूर्वी वृद्धांच्या गोष्टी चाललेल्या असतांना कपिला गाईचें जन्म कसें झालें हें त्यांच्या तोंडून ऐकिलेलें आहे, तें आतां तुला सविस्तर निवेदन करितों. युधिष्ठिरा, पुरातन काळीं ब्रह्मदेवानें दक्ष प्रजापतीला आज्ञा केली कीं, तूं आतां प्रजा निर्माण कर. तेव्हां त्या प्रजापतीनें प्रजांचें हित व्हावें ह्या उद्देशानें प्रथम प्रजांकरितां अन्नाची उत्पत्ति केली; आणि ह्यामुळेंच, देव जसे अमृताच्या आश्रयावर आपआपले व्यवहार करितात तसे सर्व जीव अन्नाच्या आश्रयावर आपआपले योगक्षेम करितात. राजा, ह्या भूतलावर नेहमीं स्थावर पदार्थांपेक्षां जंगम पदार्थ श्रेष्ठ; जंगमांमध्यें मनुष्यें श्रेष्ठ; आणि मनुष्यांमध्यें ब्राह्मण हे श्रेष्ठ होत. यज्ञ हे ब्राह्मणांवर अवलंबून आहेत; यज्ञांच्या योगानेंच सोमाची प्राप्ति होते; यज्ञांच्या योगानेंच देव पसन्न होतात; देवांच्या कृपेनेंच आधीं अन्नाची उत्पत्ति होते; व अन्नामुळेंच प्रजा वाढतात; आणि यज्ञांना तर सर्वस्वी गाईचाच आधार आहे. राजा, जीवांचें अस्तित्व इतकें अन्नाधीन आहे कीं, प्रजापतीनें जीवांना उत्पन्न करितांच ते अन्न अन्न करीत, तान्हीं मुलें जशीं मातापितरांकडे धाव घेतात तसे दक्ष प्रजापतीकडे धावत गेले आणि त्यांनीं त्यास अन्नार्थ पार्थिलें. तेव्हां ह्याप्रमाणें प्रजा आपल्याकडे धावत आल्या ह्यांत त्यांचा हेतु काय हें भगवान् दक्षानें तत्काळ मनांत जाणिलें आणि लागलेंच त्या वेळीं अमृताचें पान केलें. तेव्हां त्या अमृतानें भगवान् दक्ष प्रजापतीची तृप्ति झाली आणि त्यास सुगंधयुक्त ढेकर आला, त्यासरशी त्याच्या मुखांतून एक गाय बाहेर पडली व तिला त्यानें 'सुरभि' असें नांव ठेविलें. राजा, त्या सुरभि धेनूपासून पुढें सुवर्णवर्ण कपिला गोसृष्टि निर्माण झाली आणि तिनें मातेप्रमाणें सर्व लोकांचें पोषण व संवर्धन केलें. राजा धर्मा, त्या गाईची कांति अमृतासारखी तेजःपुंज असून त्यांच्यापासून चोहोंकडे दुग्धाचे असे पूर वाहूं लागले कीं, त्यांच्या लाटांतून दुग्धफेन इतस्ततः पसरूं लागला! नंतर भगवान् महादेव पृथ्वीवर अधिष्ठित असतां त्याच्या मस्तकावर त्या गाईच्या वासरांच्या मुखांतून दुग्धफेन पतन पावला आणि त्यामुळें तो देवाधिदेव प्रभु शंकर क्रोधायमान होऊन त्यानें भालस्थित नेत्र उघडून दृष्टिक्षेप करितांच जणूं काय आतां कपिला (रोहिणी) गाई जळून फस्त होणार असा भास झाला! राजा, भगवान् शंकराच्या त्या उग्र तेजानें त्या कपिला गाईचा वर्ण बदलला आणि सूर्याच्या किरणांनीं मेघांचे रंग जसे नानाप्रकारचे होतात तसे त्या गाईचे रंग नानाप्रकारचे झाले. राजा, त्या समयीं ज्या कित्येक गाईनीं महादेवाचें तें उग्र तेज चुकवून चंद्राचा आश्रय केला, त्यांचा मात्र मूळ वर्ण कायम राहिला आणि बाकी सर्वांचा वर्ण बदलून गेला. असो; राजा, त्या वेळीं क्रोधायमान असलेल्या त्या महादेवाला प्रजापति दक्ष म्हणालाः—महादेवा, तुझ्यावर अमृताची वृष्टि घडली, ह्यास्तव उच्छिष्टस्पर्श तुला घडला असें म्हणतां येत नाहीं. शंकरा, गोवत्सांच्या मुखांतून जो दुग्धफेन गळतो तो अमृतरूपच असल्यामुळें त्या परमपावन वस्तूच्या ठायीं दोषांचें अस्तित्व संभवत नाहीं. ज्याप्रमाणें चंद्र हा अमृताचें ग्रहण करून पुनः त्याचा वर्षाव करितो, त्याप्रमाणेंच ह्या रोहिणी म्हणजे कपिला गाई अमृतापासून उत्पन्न झालेल्या क्षीराचा

वर्षाव करितात; ह्यासाठीं त्याला कसला देखील मळ लागणें शक्य नाहीं. महेशा, अग्नि, वायु, सुवर्ण, समुद्र, त्याप्रमाणेंच देवांनीं प्राशन केलेलें अमृत आणि धार काढीत असतां वासरांच्या तोंडानें उष्टें झालेलें दूध हीं कधींही अपवित्र होत नाहींत. महादेवा, ह्या गाई आपल्या दुग्धानें व घृतानें ह्या लोकांचें पालनपोषण करितील आणि सर्वजण ह्यांच्या अमृतमय व शुभकारक अशा दुग्धरूप ऐश्वर्याची इच्छा करितील. राजा युधिष्ठिरा, नंतर प्रजापति दक्षानें कांहीं गाईंसहवर्तमान एक वृषभ त्या भगवान् शंकराला दिला व त्याच्या योगें, हे भारता, त्या देवाधिदेवाचें मन प्रसन्न होऊन त्यानें मोठ्या आनंदानें त्या वृषभाची आपल्या वाहनाच्या ठिकाणीं व ध्वजावर योजना केली आणि म्हणून त्यास वृषभध्वज असें सर्वजण म्हणूं लागले. देवांनीं त्यास पशुपति ही संज्ञा दिली, व त्याचीं पशुपति व वृषभांक हीं नांवें प्रसिद्ध झालीं. असो; राजा धर्मा, कपिला गाईचा जन्मवृत्तांत हा असा आहे. ह्या महौजस गाईंचा प्रथम अमृतासारखा शुभ्र वर्ण होता (व त्यांची अंगकांति सुवर्णतुल्य देदीप्यमान होती); ह्यासाठीं कपिला गाईस उद्देशून जो प्रथम संकल्प योजिला तोच संकल्प कोणत्याही गोप्रदानाच्या वेळीं करावा असें सांगितलें आहे. सारांश, गाई ह्या सर्व लोकांत श्रेष्ठ होत, त्यांच्यापासून सर्व लोकांचें उपजीवन होतें त्यांच्या सन्निध भगवान् रुद्राचें वास्तव्य आहे, सोमरस हा तदंगभूतच आहे, त्यांच्यापासून सर्वांचें मंगल होतें, त्या फार पवित्र आहेत, त्यांच्या योगें सर्व मनोरथ सिद्धीस जातात, आणि त्यांच्यापासूनच सर्व प्रकारची शक्ति प्राप्त होते; म्हणून जो पुरुष गाईचें दान करितो त्याच्या सर्व वासना सफल होतात. जो मंगलप्रिय मनुष्य हें गाईंचें श्रेष्ठ प्रभवाख्यान नेहमीं पठन करितो तो पातकी असला तरी त्याचे कलिसंबंधीं सर्व मल दूर होतात; आणि त्यास धन, सुत, संपत्ति, पशु वगैरे सर्व प्राप्त होतात. जो मनुष्य गोप्रदान करितो, त्यास हव्य, कव्य, तर्पण, शांतिकर्म, इत्यादि केल्याचें पुण्य लागून वस्त्र व वाहन दिल्याचें आणि बालवृद्धांचें संगोपन केल्याचें श्रेय मिळतें. राजा धर्मा, गोप्रदान करणाराला सदैव हें फळ प्राप्त होतें.

वैशंपायन सांगतातः— राजा जनमेजया, ह्याप्रमाणें पितामह भीष्माचें भाषण श्रवण करून भ्रात्यांसहवर्तमान धर्मराजानें सुवर्णासारखे तेजस्वी बैल व गाई ब्राह्मणोत्तमांना अर्पण केल्या; आणि उत्तम लोक व दिव्य यज्ञ मिळविण्याच्या हेतूनें यज्ञयाग करून त्यांत दक्षिणा म्हणून शतावधि व सहस्रावधि गाई श्रेष्ठ ब्राह्मणांना दिल्या.

अध्याय अठ्ठ्याहत्तरावा.

—:०:—

गोप्रशंसा.

भीष्म सांगतातः— राजा युधिष्ठिरा, ह्याच वेळीं हा विषय अधिक व्यक्त करण्यासाठीं मी तुला आणखी निवेदन करितों तें श्रवण कर. पूर्वीं इक्ष्वाकुकुलोत्पन्न महान् वक्ता राजा सौदास ह्यानें एके समयीं ऋषिपुंगव पुरोहित वसिष्ठ ह्यांस हाच प्रश्न विचारिला होता. धर्मा, वसिष्ठ ऋषींचा संचार सर्व लोकांत असून ब्रह्मविद्येचें तें केवळ अधिष्ठान होतें. त्यांची योग्यता इतकी होती कीं, ते अगदीं सनातन-सिद्धकोटीस पावले होते! असो; अशा त्या लोकोत्तर पुरुषास मोठ्या नम्रतेनें अभिवंदन करून

सौदासानें विचारिलेंः— भगवंता अनघा, त्रिभुवनामध्यें पवित्र असें काय आहे कीं,

ज्याचें नित्य कीर्तन केल्यानें मनुष्याला उत्कृष्ट पुण्य लागेल ?

भीष्म सांगतातः–राजा धर्मा, तेव्हां सौदासाचा तो प्रश्न श्रवण करून, नम्र झालेल्या त्या राजाला वसिष्ठ ऋषींनीं गाईची महती निवेदन केली. त्या समयीं विद्वान् वसिष्ठ मुनींनीं प्रथम शुचिर्भूत होऊन गाईंनी नमस्कार केला आणि मग त्यांनीं गाईची उपनिषद् सांगण्यास प्रारंभ केला. ते म्हणाले, 'राजा सौदासा, गाईच्या देहांस सुंदर व गुग्गुलासारखा सुवास येत असतो; गाई ह्या सर्व प्राण्यांचा आश्रय होत; मंगलांचें तें केवळ परम धामच होय; भूत व भविष्य सर्व कांहीं गाईच होत; गाईच्या योगानेंच शाश्वत पुष्टि प्राप्त होते; संपत्तीचें आदिकरण गाईच; गाईंना दिलेलें कधींही फुकट जात नाहीं; श्रेष्ठ अन्न गाईच होत; देवांना प्रिय जें हवि तें गाईपासूनच प्राप्त होतें; स्वाहाकार व वषट्कार हे नित्य गाईच्या योगानेंच चालतात; गाई ह्याच यज्ञांचें फळ होत; यज्ञांचें अस्तित्व गाईंवरच अवलंबून आहे; नित्य सकाळीं व संध्याकाळीं होमाच्या वेळीं गाईपासूनच ऋषींना होमद्रव्य प्राप्त होतें. आणि जीं कांहीं संकटें येतात किंवा जीं पातकें घडतात त्या सर्वांपासून गोप्रदानाच्या योगेंच मनुष्यांचें तारण होतें. राजा, ज्याच्या जवळ दहा गाई असतील त्यानें एक, ज्याच्याजवळ शंभर गाई असतील त्यानें दहा, आणि ज्याच्याजवळ हजार गाई असतील त्यानें शंभर गाई दान कराव्या,–त्या सर्वांना सारखेंच फळ मिळतें. राजा, मनुष्यापाशीं शंभर गाई असून जर तो अग्निहोत्र ठेवणार नाहीं, हजार गाई असून जर तो यज्ञयाग करणार नाहीं, आणि धनाढ्य असून जर तो कृपणपणा करील, तर त्या तिघांना पुण्य प्राप्त होणार नाहीं. जे पुरुष वत्सानें युक्त अशा गरीब कपिला गाईला वस्त्राभरणांनीं शृंगारून तिचें दोहनार्थ कांस्यपात्रासहित दान करितात त्यांचा उभयलोकीं जयजयकार होतो. हे शत्रुसंहारका तरुण, ज्याचीं गात्रें चांगलीं, शेंकडों कळपांत जो श्रेष्ठ व ज्याचीं शिंगें लांब अशा उत्तम वृषभाला अलंकृत करून त्याचें जे पुरुष श्रोत्रिय ब्राह्मणाला दान करितात ते पुनःपुनः जन्म पावले असतां ऐश्वर्याचा उपभोग घेतात. राजा, गाईचें नामस्मरण केल्याखेरीज निजूं नये आणि उठल्याबरोबर त्यांचेंच स्मरण करून उद्योगास लागावें. सकाळसायंकाळ गाईंना नमस्कार करावा, म्हणजे त्या योगें मनुष्याचें तेज, शक्ति, ऐश्वर्य वगैरे वृद्धिंगत होईल. सौदासा, गोमय व गोमूत्र ह्यांचा कधीं तिरस्कार करूं नये, कधींही गोमांस भक्षूं नये, व गाईची सेवा करून त्यांचें पोषण व संवर्धन करावें. राजा, नेहमीं गाईचें कीर्तन करावें, त्यांचा अनादर केव्हांही करूं नये, आणि जर अनिष्ट स्वप्न पडलें तर त्याच्या प्रतिकारार्थ मनुष्यानें गाईचेंच नांव घ्यावें. नेहमीं गोमायानें स्नान करावें, वाळलेलें गोमय बसावयाला घ्यावें, गोमयावर किंवा गोमूत्रावर मलमूत्रादिकांचें विसर्जन करूं नये, आणि गाईंना केव्हांही पीडा देऊं नये. गाईचें चर्म प्रोक्षणानें शुद्ध केल्यावर त्यावर बसून पश्चिमदिशेकडे तोंड करून भोजन करावें. जो मनुष्य मौन धारण करून निवळ भूमीवरील घृत सेवन करितो त्याला नित्य गाईच्या योगानें प्राप्त होणारी अखिल संपत्ति मिळते. घृतानें अग्नीचें हवन करावें, घृतानें ब्राह्मणांस संतोषवून त्यांजपासून आशीर्वाद मिळवावे, घृताचें दान करावें व घृताचें प्राशन करावें; म्हणजे गोसेवाजन्य सर्व सुखें प्राप्त होतात. जो मनुष्य तिळांच्या गोप्रतिमेला गोमती मंत्रानें अभिमंत्रून सर्व प्रकारच्या रत्नांनीं शृंगारितो व

ती दान करितो त्याला कृताकृत कर्माविषयीं शोक करावा लागत नाहीं. ज्याप्रमाणें सरिता सागराला प्राप्त होतात, त्याप्रमाणें सुवर्णशृंग, दुग्धवर्षी, सुरभि व सौरभेयी गाई मला प्राप्त व्हाव्या! मला नित्य गाईंचें दर्शन घडावें व गाईंनीं नित्य मला पाहावें! आणि गाई आमच्या व आम्हीं गाईंचे, अशी आम्हां परस्परांमध्यें दृढ भावना वसावी! जो मनुष्य रात्रीस आणि दिवसास, किंवा सुखांत व दुःखांत, आणि महान् संकटांत याप्रमाणें गाईंचें कीर्तन करितो, त्याची सर्व भीति दूर होते.

अध्याय एकुणऐंशींवा.

—:०:—

गाईंची श्रेष्ठता व गोप्रदानांचीं फळें.

वसिष्ठ सांगतातः—हे मानदा सौदासा, गाईंना लोकांत जें इतकें श्रेष्ठत्व प्राप्त झालें याचें कारण त्यांची घोर तपश्चर्या हेंच होय. पूर्वी गाईंची उत्पत्ति झाल्यावर त्यांनीं आपणांस श्रेष्ठ पद मिळावें म्हणून एक लक्ष वर्षेंपर्यंत अतिशय दुर्घट तप केलें. तसें करण्यांत त्यांचा हेतु हा होता कीं, या लोकांत जितक्या म्हणून दक्षिणा आहेत त्या सर्वांत आम्ही उत्तम दक्षिणा असें गणलें जावें; आह्मांला कोणत्याही दोषाचा लेप लागूं नये; आमच्या पुरीषाच्या (गोमयाच्या) स्नानानें मनुष्याची सदा शुद्धि घडावी; त्याच्या योगें देवांनीं व मानवांनीं सर्व स्थावरजंगम पदार्थ पवित्र करावे; आणि आमचें दान करणारे पुरुष गोलोकीं प्राप्त व्हावे. राजा, अशी इच्छा धरून आरंभिलेली त्या गाईंची तपश्चर्या पूर्ण झाल्यावर प्रभु ब्रह्मदेवानें स्वतः त्यांजपुढें प्रकट होऊन त्यांना वर दिला कीं, 'गाईंनो, तुमचे मनोरथ पूर्ण होतील व तुह्मी सर्व लोकांचा उद्धार कराल.' राजा सौदासा, मागें झालेल्या व पुढें होणाऱ्या सर्व सुखांचें आदिकरण अशा त्या गाई ब्रह्मदेवाचें वरप्रदान ग्रहण करून कृतार्थ होत्सात्या उठल्या व त्यांनीं आपलीं विहित कृत्यें आरंभिलीं. असो; या प्रकारें त्यांनीं भगवत्प्रसाद जोडिला त्यांचें प्रातःकाळीं मनुष्यानें स्मरण करावें, म्हणजे तेणेंकरून साधकाला सुख प्राप्त होईल. हे महाराजा सौदासा, गाईंनीं एक लक्ष वर्षेंपर्यंत तपोनुष्ठान केलें, यामुळें त्यांना लोकांचें मंगल करण्याचें सामर्थ्य प्राप्त झालें; आणि म्हणून महाभाग्यवान् गाईंना परमपावन मानितात व त्यांना सर्व स्थावरजंगम पदार्थांच्या शिरोभागीं गणण्यांत येतें. राजा, जो मनुष्य दूध देणारी व गरीब अशी कपिला गाय त्याच रंगाच्या वत्सासहित वस्त्रांनीं शृंगारून दान देतो त्याला ब्रह्मलोकीं बहुमान मिळतो; जो मनुष्य दूध देणारी व गरीब अशी तांबड्या वर्णाची गाय त्याच रंगाच्या वासरांसहित वस्त्रांनीं सजवून दान करितो, त्याचा सूर्यलोकीं गौरव होतो; जो मनुष्य दूध देणारी व गरीब अशी कबऱ्या रंगाची गाय त्याच रंगाच्या वांसरासहित वस्त्रांनीं भूषित करून दान देतो, त्याला सोमलोकीं स्थान मिळतें; जो मनुष्य दूध देणारी व गरीब अशी श्वेत वर्णाची गाय त्याच रंगाच्या वांसरासहित वस्त्रांनीं सुशोभित करून दान करितो, त्याला इंद्रलोकीं पद मिळतें; जो मनुष्य दूध देणारी व गरीब अशी कृष्ण वर्णाची गाय त्याच रंगाच्या वासरासहित वस्त्रांनीं अलंकृत करून दान करितो, त्याची अग्निलोकीं वाहवा होते; जो मनुष्य दूध देणारी व गरीब अशी धूम्र वर्णाची गाय त्याच रंगाच्या वांसरासहित वस्त्रांनीं सजवून दान करितो, त्याला यमलोकीं मान मिळतो; जो मनुष्य पाण्याच्या फेंसासारख्या रंगाची सवत्स गाय वस्त्रांनीं शृंगारून दोहमार्थ

कांस्यपात्रासहित अर्पण करितो, त्याला वरुणलोकाची प्राप्ति होते; जो मनुष्य वाऱ्यानें उडविलेल्या धुळीच्या रंगाची सवत्स गाय वस्त्रांनीं सुशोभित करून दोहनार्थ कांस्यपात्रासहित दान करितो, त्यास वायुलोकीं पद मिळतें; जो मनुष्य सुवर्णाच्या वर्णाची व पिंगट नेत्रांची सवत्स गाय वस्त्रांनीं अलंकृत करून दोहनार्थ कांस्यपात्रासहित दान देतो, त्याला कुबेरलोकीं स्थान मिळतें; जो मनुष्य पलालाच्या (कडब्याच्या किंवा पेंढ्याच्या) धुरासारख्या रंगाची सवत्स गाय वस्त्रांनीं शृंगारून दूध काढण्यासाठीं कांस्यपात्रासहित अर्पण करितो, त्याला पितृलोकीं पद प्राप्त होतें; जो मनुष्य पुष्ट व सवत्स अशी मानेची पोळी लोंबत असलेली गाय देतो, त्यास पीडारहित व श्रेष्ठ असें वैश्वदेवस्थान मिळतें; जो मनुष्य दूध देणारी व गरीब अशी गौरवर्णाची गाय त्याच रंगाच्या वांसरासहित वस्त्रांनीं शृंगारून अर्पण करितो, त्याला वसुलोक प्राप्त होतो; जो मनुष्य पांढऱ्या धाबळीच्या रंगाची सवत्स गाय वस्त्रांनीं सुशोभित करून दोहनार्थ कांस्यपात्रासहित दान करितो, त्याला साध्यलोक मिळतो; जो मनुष्य क्षतहीन पाठीचा बैल सर्व रत्नांनीं अलंकृत करून दान करितो, त्याला मरुल्लोकांची प्राप्ति होते; जो मनुष्य वयानें योग्य व अंगानें सुंदर असा बैल सर्व रत्नांनीं युक्त करून अर्पण करितो, त्याला गंधर्व व अप्सरा ह्यांचे लोक मिळतात; जो मनुष्य मानेची पोळी लोंबत असलेला पुष्ट बैल सर्व रत्नांनीं अलंकृत करून दान देतो, तो शोकरहित होत्साता प्रजापतिलोकीं गमन करितो; गोप्रदानांत निमग्न असलेला पुरुष मेघमंडळाचें विदारण करून स्वर्गलोकीं जातो व सूर्यतुल्य विमानांतून अंतरिक्षांत विहार करितो; गोप्रदान करण्यांत रममाण असणाऱ्या नरवराला सुंदर देवांगना मनोहर वेष करून रमवितात; आणि स्वर्गलोकीं सुखानें निद्रित असतां वीणा, वल्लकी व नूपुरें ह्यांच्या मधुर ध्वनीनें व हरिणाक्षींच्या हास्यस्वरानें तो जागा होतो. राजा सौदासा, दान दिलेल्या गाईच्या देहावर जितके रोम असतील तितकीं वर्षेंपर्यंत गोप्रदान करणारा पुरुष स्वर्गांत भोग भोगितो आणि क्षीणपुण्य होऊन पुनः मृत्युलोकीं पतन पावल्यावर मनुष्ययोनींत धनाढ्य गृहीं जन्मास येतो.

अध्याय ऐशींवा.

—:०:—

गाईची श्रेष्ठता व गोप्रदानाचीं फळें.

वसिष्ठ सांगतातः—गाईपासून दुग्ध व घृत मिळतें; गाई ह्याच घृताचें अधिष्ठान होत; गाईपासूनच घृताची उत्पत्ति होते; गाई ह्याच घृतसरिता जाणाव्या; गाई ह्याच घृताचे आवर्त समजावेत; आणि गाईनींच नित्य माझ्या गृहीं वास करावा. माझ्या हृदयांत नेहमीं घृतच भरलें आहे; माझ्या नाभिस्थानीं नित्य घृतच वसतें; माझ्या सर्व गात्रांमध्यें घृताचीच व्याप्ति आहे; आणि माझ्या मनांत तरी घृताचेंच वास्तव्य आहे. माझ्या अग्रभागीं सदोदीत गाई असाव्यात; माझ्या पाठीमागेंही सदोदीत गाईच रहाव्यात; माझ्या सर्व बाजूंना नित्य गाईचेंच वास्तव्य असावें; आणि मी नेहमीं गाईमध्येंच राहावें. राजा सौदासा, आचमन करून सकाळसंध्याकाळ मनुष्यानें ह्या गोस्तोत्राचा जप करावा, म्हणजे अहोरात्रींत जें पाप घडलें असेल त्याचें परिमार्जन घडतें. राजा, जेथें सुवर्णाचे राजवाडे आहेत, जेथें वसूची धार (मंदाकिनी) वाहात आहे. व जेथें गंधर्व व अप्सरा विहार करितात, तेथें सहस्र गाईचें दान करणारे

पुरुष जातात; आणि ज्यामध्यें लोण्याचा चिखल पसरला आहे, दुग्धाचा प्रवाह वाहात आहे व सर्व पृष्ठभाग दधिरूप शेवाळानें आच्छादित आहे, त्या नद्या जेथें वाहातात त्या लोकीं सहस्र गाई दान करणारे पुरुष जातात. राजा, जो मनुष्य एक लक्ष गाई यथाविधि दान करितो, त्याला श्रेष्ठ वैभव प्राप्त होऊन स्वर्ग लोकीं बहुमान मिळतो व तो मातापितरांच्या दहा दहा पिढ्या पवित्र करून सर्व कुळाला उद्धरितो. राजा, जो पुरुष तिळांची हुबेहुब गाय करून तिचें दान करितो किंवा जलाच्या गाईचें दान करितो, त्याला यमयातना मुळींच भोगाव्या लागत नाहींत. राजा, गाई ह्या सर्व वस्तूंमध्यें श्रेष्ठ समजाव्या; सर्व जगाचें अस्तित्व त्यांजवरच अवलंबून आहे; देवांच्या त्या माताच होत; व त्यांची बरोबरी कशानेंही व्हावयाची नाहीं. ह्यास्तव यज्ञयागांत त्यांचें दान करावें; त्यांच्या उजव्या बाजूनें जावें; व विहित वेळीं सत्पात्र ब्राह्मणाला त्या अर्पण कराव्या. जो मनुष्य कपिल वर्णाची, लांब शिंगांची व वासरानें युक्त अशी गाय वस्त्रांनीं शृंगारून दूध काढण्यासाठीं कांस्यपात्रासहित दान करितो, तो निर्भय होत्साता, प्रवेश करण्यास कठीण अशा यमसभेंत प्रविष्ट होतो. राजा, गाई ह्या सुंदर व अनेक रूपें धारण करणाऱ्या असून सर्व विश्व हेंच त्या माउलींचें रूप होय, ह्यास्तव त्या गाई माझे मनोरथ सिद्धीस नेवोत, असें नेहमीं म्हणावें. राजा, गाईपेक्षां श्रेष्ठतर असें दान नाहीं; गाईपेक्षां श्रेष्ठतर असें फल नाहीं; आणि गाईपेक्षां श्रेष्ठ असा कोणताही प्राणी झाला नाहीं व होणार नाहीं! राजा सौदासा, गाईंची महती काय वर्णावी! त्या ज्या अर्थीं त्वचेनें, केशांनीं, शिंगांनीं, पुच्छानें, दुग्धानें व मेदानें एकत्र व पृथक्पणानें यज्ञालाच धारण करितात, त्या अर्थीं त्यांहून श्रेष्ठ असें दुसरें काय असणार? ज्या गोरूप देवतेनें हें सर्व चराचर जग व्यापून टाकिलें आहे व जिच्या योगानेंच सर्व कांहीं आजवर घडून आलें व पुढें घडून येणार, तिला मी शिरसा वंदन करितों. नरवरा, गाईंचे गुण काय वर्णावे! ते अगदीं अनंत असल्यामुळें त्यांचा हा एक अल्पभाग मीं वर्णिला आहे. असो; सारांश हा कीं, गाईपेक्षा दुसरें श्रेष्ठ दान नाहीं! व गाईपेक्षां दुसरें आराध्य दैवतही नाहीं!

भीष्म सांगतातः—राजा धर्मा, ह्याप्रमाणें वसिष्ठ मुनींचें भाषण श्रवण करून, भूमिदान करण्यामध्यें महाशूर अशा त्या उदारधी सौदास राजानें त्या भाषणांतलें मर्म ध्यानांत आणिलें; आणि चित्ताची स्थिरता करून त्यानें ब्राह्मणांना बहुत गाई दान दिल्या आणि मरणोत्तर सद्गति जोडिली.

अध्याय एक्यायशींवा.

—:०:—

गाईंचें माहात्म्य.

युधिष्ठिर विचारितोः—पितामह भीष्म, पवित्रांमध्यें पवित्र, लोकांत अत्यंत श्रेष्ठ आणि परम पावन असें जें कांहीं असेल तें मला सांगा.

भीष्म सांगतातः—राजा युधिष्ठिरा, सर्वांत गाई ह्याच श्रेष्ठ वस्तु होत; आणि त्याच अत्यंत पवित्र असून मानवांना उद्धरितात. त्या आपल्या हवनीय द्रव्यांनीं व दुग्धानें प्रजांचें संवर्धन करितात व योगक्षेम चालवितात. हे भरतसत्तमा, गाईंहून अधिक पुण्यकारक असें दुसरें कांहींही नाहीं. ह्या स्वतः पवित्र असून इतरांना पवित्र करितात. तिन्ही लोकांत ह्याच अगदीं वरिष्ठ जाणाव्या. गाई ह्या देवलोकांच्या वर राहातात आणि ह्यांच्या दानानें दात्याला सद्गति प्राप्त होते व ज्ञानी पुरुष

स्वर्गास जातात. युवनाश्वाचा पुत्र मांधाता, ययाति व नहुष हे राजे नित्य लक्षावधि गाईचें दान करून देवांनाही अतिशय दुर्लभ अशा श्रेष्ठ लोकांस पावले. अनघा धर्मा, ह्या विषयाचें विवेचन करण्याकरितां एक पुरातन कथाभाग सांगतों तो ऐक. पूर्वी एके समयीं महाबुद्धिमान् शुकानें आन्हिक कर्मे आटोपून, सर्व ऋषींमध्यें श्रेष्ठ व जगामध्यें बरें--बाईट कोणतें हें बरोबर जाणणारा असा त्याचा पिता जो कृष्णद्वैपायन व्यास त्याला निर्मल व एकाग्र चित्तानें नमस्कार करून प्रश्न केला कीं, 'सर्व यज्ञांमध्यें अत्यंत श्रेष्ठ असा यज्ञ कोणता, काय केलें असतां ज्ञानी लोक श्रेष्ठ लोकीं गमन करितात, कोणत्या पवित्र कर्मांचें फळ म्हणून देवांना स्वर्गलोकीं सुखोपभोग मिळतात, यज्ञाला जें अद्वितीय महत्व प्राप्त झालें आहे त्याचें बीज काय, यज्ञाला मुख्य आधार कोणता, देवांना अत्यंत प्रिय काय, यज्ञापेक्षां अधिक श्रेष्ठ असें सत्र कोणतें, आणि सर्व पवित्र वस्तूंमध्यें अत्यंत पवित्र असें काय आहे हें मला सांगा.' राजा धर्मा, शुकाचा हा प्रश्न श्रवण करून परमधर्मविद् व्यास मुनींनीं त्याला सर्व कांहीं यथार्थ रीतीनें विशद करून सांगितलें.

व्यास म्हणालेः--बा शुका, सर्व प्राण्यांचें अस्तित्व गाईवर अवलंबून आहे; गाई हा सर्वांचा मोठा आधार होय; गाई ह्या पुण्यकारक व पवित्र आहेत; आणि गोधनासारखें पवित्र करणारें दुसरें कांहींएक नाहीं. शुका, आमच्या ऐकिवांत असें आहे कीं, गाईंना पूर्वी शिंगें नव्हतीं. त्यांनीं शिंगें प्राप्त व्हावीं म्हणून अव्यय प्रभु जो ब्रह्मदेव त्याची आराधना केली आणि अन्नोदक सेवन न करितां देहत्याग करण्याचा निश्चय ठरविला. तें पाहून तो महासमर्थ भगवान् ब्रह्मदेव संतुष्ट झाला व त्यानें त्या प्रत्येक गाईचे मनोरथ पुरविले. नंतर ज्या गाईंना जशीं जशीं शिंगें पाहिजे होतीं तशीं तशीं त्यांना प्राप्त झालीं; आणि मग, बाळा, त्या पृथक् पृथक् वर्णांच्या व शिंगांच्या गाई अतिशय शोभूं लागल्या! शुका, ह्याप्रमाणें ब्रह्मदेवाच्या वरामुळें गाईंना हव्यकव्य देण्याचें सामर्थ्य प्राप्त झालें, त्या मंगलदायक बनल्या, स्वतः त्यांच्या ठिकाणीं पवित्रता आली, दुसऱ्यांना पवित्र करण्याला त्या पात्र झाल्या, त्यांनीं सौंदर्य मिळविलें, आणि उपासकाला दिव्यस्थान जोडून देण्याला त्या समर्थ झाल्या. शुका, गाई ह्या महातेज होत; ह्यास्तव गोप्रदान करणें हें प्रशस्त समजावें. जे सत्पुरुष मत्सररहित होत्साते अशा ह्या श्रेष्ठ गाईचें प्रदान करितात, त्या पुण्यवंतांना सर्व प्रकारचीं दानें केल्याचें श्रेय मिळतें; आणि, हे अनघा, ते पुण्यदायक अशा गोलोकीं गमन करितात. बाळा, त्या श्रेष्ठ गोलोकांचें वर्णन काय करावें! त्या स्थळीं जे वृक्ष आहेत त्यांचीं फळें अतिशय गोड असून त्यांना फळें व फुलें फार दिव्य येतात. द्विजवर्या, तेथील वृक्षांचीं फुलें अत्यंत सुगंधि व मनोहर असतात. त्या लोकीं सर्व भूमि रत्नखचित असून तेथील वाळू सुवर्णरजांनीं ओतप्रोत भरलेली आहे. त्या ठिकाणच्या भूमीचा स्पर्श कोणत्याही ऋतूंत सुखावह होतो. तेथें धूळ किंवा पंक मुळींच नाहीं. ती भूमि फारच शुभकारक आहे. त्या लोकीं जे जलाशय आहेत, त्यांत आरक्त कमळांची दाटी असून त्यांच्या तळाशीं रत्नांचीं खंडें व सुवर्णाचे कण लकाकत असल्यामुळें जणू काय प्रातःकालीन सूर्याची प्रभाच तेथें झळकत आहे, असा भास होतो. त्याप्रमाणेंच तेथें अनेक सरोवरें असून त्यांत बहुमोल रत्नांसारख्या पाकळ्यांचीं व सुवर्णासारख्या केसरांचीं बहुत नीलवर्ण व इतर कमळें फुललेलीं असतात. त्या ठिकाणीं

केतकीचीं बनें प्रफुल्लित असून, ज्यांवर सहस्रावधि वेलींचीं जाळीं पसरल्यामुळें ज्यांचे उपरितन भाग स्पष्ट दिसत नाहींत असे अनेक वृक्ष फुललेले असून त्यांच्या योगानें मोठी उत्कृष्ट शोभा दिसते. त्या स्थळीं ज्या सरिता आहेत त्यांमध्यें निर्मळ मुक्ताफळें, देदीप्यमान रत्नें व सुवर्णाचे रजःकण चमकत असल्यामुळें जणू काय त्यांच्या तीरावरील वाळवंटें सजीवच भासतात! तसेंच तेथें चित्रविचित्र रंगांचे अनेक उत्कृष्ट वृक्ष विलसत असून कित्येकांवर सर्व प्रकारच्या रत्नांची, कित्येकांवर सुवर्णाची व कित्येकांवर अग्नीची प्रभा झळाळत असते. त्या लोकीं सुवर्णाचे पर्वत असून त्यांजवर मणि व रत्नें ह्यांनीं युक्त असे मोठमोठे डोंगर आहेत; आणि त्यांचीं उंच व रमणीय शिखरें सर्वतोपरी रत्नखचित असल्यामुळें मोठी दिव्य शोभा दृष्टीस पडते. त्या ठिकाणचे वृक्ष सदासर्वकाळ दिव्य सुगंधि पुष्पांनीं व मधुरतम फळांनीं भरलेले असून त्यांजवर नेहमीं पक्ष्यांची दाटी असते; तेथें पुण्यवान् लोक सदोदीत आनंदानें वास्तव्य करितात; त्या लोकीं त्यांचे सर्व मनोरथ सिद्ध होतात; त्यांना कोणतीही आपत्ति व दुःख प्राप्त होत नाहीं; आणि त्यांचें चित्त सदासर्वकाळ शांत असतें. त्या ठिकाणीं रमणीय व चित्रविचित्र अशा विमानांत बसून भाग्यवान् पुण्यकर्मी लोक नानाप्रकारें विहार करितात आणि सुंदर अप्सरांचे समुदाय आपआपल्यापरी त्यांना रमविण्यास सिद्ध असतात. ब्रह्मन्, गाईचें दान केल्यामुळें दात्याला हे लोक प्राप्त होतात. ह्या लोकांचे अधिपति पूषा व बलवान् मारुत हे असून, ह्यांना जें ऐश्वर्य प्राप्त झालें आहे त्याचें कारण बलिष्ठ वरुण राजाच जाणावा. बाळा शुका, सत्यादि युगांचें योगक्षेम गाईंच्या योगानेंच चालतें; गाई ह्या सुंदर रूप धारण करणाऱ्या असून त्या नानाविध रूपांनीं दृग्गोचर होतात; आणि फार कशाला, सर्व विश्व हेंच त्या माउलीचें रूप होय! शुका, प्रत्यक्ष प्रजापतीचा अभिप्राय हा असा आहे; ह्यासाठीं मनुष्यानें नेहमीं श्रद्धापूर्वक गाईंचें स्तोत्र जपावें. जो पुरुष गाईंची शुश्रूषा करितो आणि सर्वतोपरी त्यांच्या सेवेंत तत्पर राहातो, त्याजवर गाई प्रसन्न होऊन त्यास अत्यंत दुर्लभ असे वर प्राप्त करून देतात. मनुष्यानें गाईंचें वाईट करण्याचें मनांत सुद्धां आणूं नये; नेहमीं त्यांना सुख द्यावें; त्यांची सदा पूजा करावी; आणि त्यांस नित्य नमावें. जो पुरुष इंद्रियांना स्वाधीन ठेवून प्रमुदित मनानें ह्याप्रमाणें सदोदीत गाईंची भक्ति करितो त्याला गाईप्रमाणें उत्तम वैभव प्राप्त होतें. गोभक्तानें प्रथम तीन दिवस उष्ण गोमूत्र प्राशन करावें; नंतर तीन दिवस उष्ण दूध प्यावें; पुढें तीन दिवस उष्ण घृत सेवन करावें; आणि नंतर तीन दिवस वायुभक्षण करून रहावें. शुका, घृताची योग्यता काय वर्णावी? घृत हें सर्व पवित्र वस्तूंत पवित्र होय. त्या पवित्र वस्तूंच्या सेवनानेंच देवांना उत्तम लोकांची प्राप्ति झाली आहे. असो; असें श्रेष्ठ जें घृत तें मस्तकावर धारण करावें; गोमती मंत्राचा जप करून अग्नीवर त्याचा अभिघार करावा; त्याच्या दानानें ब्राह्मणांपासून आशीर्वाद मिळवावे; घृताचें प्राशन करावें; व घृताचें दान करावें; म्हणजे गाईंचें वैभव प्राप्त होतें. जो मनुष्य गोमयांतून निवडून काढिलेल्या दाण्यांची कांजी खाऊन एक महिनाभर राहातो, त्याचें ब्रह्महत्येसारखें भयंकर पातकही समूळ नष्ट होतें. पूर्वीं दैत्यांपासून पराभव झाला असतां देवांनीं हें पुण्य जोडिलें आणि त्यामुळें त्यांना पुनः देवत्व मिळून ते महायशस्वी व बलवान् झाले. गाई ह्या अतिशय पवित्र

व पुण्यदायक आहेत; त्यांच्यापासून अत्यंत पवित्रता प्राप्त होते; व त्यांचें ब्राह्मणांना दान केलें असतां मनुष्याला स्वर्गलोक मिळतो. शुचिर्भूत होऊन मनुष्यानें गाईमध्यें उभें राहून पवित्र उदकाचें आचमन करावें आणि मनांत गोमती मंत्राचा जप करावा म्हणजे त्याचें सर्व पातक नष्ट होऊन तो निर्मल होतो. विद्या, वेद, व्रतवैकल्य, इत्यादिकांत निष्णात अशा पुण्यकर्मी ब्राह्मणांनीं अग्निशालेंत, गाईमध्यें व ब्राह्मणांच्या सभेमध्यें शिष्यांना यज्ञतुल्य गोमती मंत्राचा पाठ द्यावा आणि त्रिरात्र उपोषण करावें, म्हणजे त्यांना गोमती मंत्रांत सांगितलेला वर प्राप्त होतो. असो; जो कोणी पुत्रप्राप्त्यर्थ गाईची उपासना करितो त्यास पुत्रप्राप्ति होते; जो कोणी धन मिळण्यासाठीं गाईची भक्ति करितो त्यास धन मिळतें; व पतिप्राप्त्यर्थ गाईची सेवा करणारीला पति प्राप्त होतो; सारांश, गाईच्या आराधनानें मनुष्याचे सर्व मनोरथ सिद्धीस जातात; आणि जे कोणी गाईची सेवा करितात त्यांजवर गाई प्रसन्न होऊन त्यांस सर्व कांहीं देतात, ह्यांत संदेह नाहीं. असो; रोहिणी गाई ह्याप्रमाणें महाभाग्यवान् असून त्या यज्ञाला अत्यंत आवश्यक आहेत आणि त्यांच्या योगानें सर्व मनोरथ परिपूर्ण होतात, हें ध्यानांत धर. शुका, रोहिणी गाईपेक्षां श्रेष्ठ असें दुसरें कांहींही नाहीं.

भीष्म सांगतातः- राजा युधिष्ठिरा, महात्म्या पित्यानें (व्यासानें) आपल्या महातेजस्वी पुत्राला (शुकाला) ह्याप्रमाणें गोमाहात्म्य निवेदन केल्यावर शुकानें नित्य गाईची आराधना केली; ह्यास्तव तूंही गाईची आराधना कर.

अध्याय ब्यायशींवा.

—:०:—

गोमयाची थोरवी.

युधिष्ठिर विचारतोः- पितामह भीष्म, मीं असें ऐकिलें आहे कीं, प्रत्यक्ष श्रीनें म्हणजे लक्ष्मीनें गाईच्या शेणाचा आश्रय केला आहे. तर हें कसें काय घडलें, तें ऐकण्याची माझी इच्छा परिपूर्ण करावी. ह्या गोष्टीविषयीं माझ्या मनांत मोठी शंका आहे.

भीष्म सांगतातः—हे भरतश्रेष्ठा धर्मा, ह्या विषयाचें निरूपण करण्याकरितां एक पुरातन इतिहास सांगत असतात. तो इतिहास म्हटला म्हणजे गाई व श्री ह्यांचा संवाद होय. राजा, एके समयीं श्री मोठें सुंदर रूप धारण करून गाईच्यामध्यें प्रविष्ट झाली असतां तिचें तें ऐश्वर्य पाहून गाई अगदीं थक्क झाल्या! तेव्हां तिला

गाई म्हणाल्याः- हे देवि, तूं कोण आहेस? तूं येथें कोठून आलीस? पृथ्वीवर तुला हें अप्रतिम रूप कसें प्राप्त झालें? तुझ्या रूपाच्या तेजानें आम्ही अगदीं विस्मित झालों आहों. तूं कोण आहेस व कोठें जात आहेस, हें जाणण्याची आम्हांला मोठी इच्छा आहे. तर, हे महाभागे सुंदरी, आम्हांला हें सर्व यथार्थ रीतीनें विशद करून सांग.

श्री म्हणालीः- गाईनो, तुमचें कल्याण होवो. मी सर्व प्राण्यांना मोठी आवडती आहें. मला श्री असें नांव आहे. मी दैत्यांचा त्याग केला व त्यामुळें त्यांचा कायमचा नाश झाला; आणि मीं देवांना आश्रय दिला व त्यामुळें त्यांना शाश्वत सुख मिळालें. इंद्र, विवस्वान्, सोम, विष्णु, वरुण, अग्नि, इत्यादि देव आज जे मोठे विलास भोगीत आहेत, त्याचें कारण मीच होय. माझी प्राप्ति झाल्यामुळेंच देवता व ऋषि ह्यांना सिद्धि प्राप्त झाली. ज्यांच्यामध्यें माझा प्रवेश नाहीं त्यांचा सर्वस्वी नाश होतो. माझ्या

अभावीं सर्व कांहीं व्यर्थ आहे. मी जर आश्रय करीन तरच धर्म, अर्थ व काम हे फलद्रूप होऊन त्यांपासून सुख मिळतें. सुखकर गाईनो, माझा प्रभाव हा असा आहे, हें लक्षांत धरा. आतां माझी इच्छा अशी आहे कीं, तुम्हां सर्वांमध्यें मीं सदासर्वकाळ वास करावा; आणि ह्याच हेतूनें मी तुम्हांकडे येऊन तुमची प्रार्थना करीत आहें कीं, तुम्ही श्रीनें युक्त अशा व्हा.

गाई म्हणाल्याः—सुंदरी, तूं अनिश्चित व चंचल असून पुष्कळांचा आश्रय करणारी आहेस, ह्यासाठीं आम्ही तुझ्या सहवासाची इच्छा करीत नाहीं. तुझें कल्याण असो. तूं वाटेल तिकडे जा! आम्ही सर्व स्वतः सुंदर व तेजःपुंज आहों; ह्यास्तव आज आम्हांला तुझ्याशीं काय कर्तव्य आहे? तूं आपल्या मर्जीप्रमाणें कोठेंही जा; आम्हांला तुझ्यापासून जी माहिती मिळावयास पाहिजे होती ती मिळाली. आम्हांस तुला आणखी कांहीं विचारावयाचें नाहीं.

श्री म्हणालीः-गाईनो, मी एवढी तुम्हांकडे आलें असून त्याबद्दल तुम्ही माझें मुळींच अभिनंदन करीत नाहीं, हें तुम्हांला योग्य आहे काय? अहो, मी इतकी दुर्लभ असतां तुम्हीं मला आश्रय द्यावयाचा सोडून उलट ह्या वेळीं माझा अव्हेर करितां, तो काय म्हणून? उत्तम व्रत पाळणाऱ्या गाईनो, लोकांत म्हणत असतात कीं, दुसऱ्यानें न बोलावितां आपण होऊन जर कोणी दुसऱ्याकडे गेलें तर त्याचा अपमान होतो, ही गोष्ट अक्षरशः खरी होय. गाईनो, देव, दानव, गंधर्व, मनुष्यें, पिशाच्च, उरग व राक्षस हे मोठी उग्र तपश्चर्या करून माझी आराधना करितात व कृतार्थ होतात. असा माझा प्रभाव आहे, हें लक्षांत आणून माझा तुम्ही येथें आदरपूर्वक स्वीकार करा. सौम्य गाईनो, माझा अपमान करणें हें चांगलें नाहीं. ह्या सर्व स्थावरजंगम त्रैलोक्यांत माझा अनादर करणारें कोणीही नाहीं!

गाई म्हणाल्याः—देवी लक्ष्मी, आम्ही तुझा अपमान करीत नाहीं किंवा तुझा अनादरही करीत नाहीं. तूं क्षणिक व चंचल चित्ताची असल्यामुळें तुझ्यापासून दूर रहावें अशी आमची इच्छा आहे. फार बोलणें कशाला पाहिजे? तुझी इच्छा असेल तिकडे तूं जा. हे अनघे, आम्ही सर्व तेजस्वी आहोंच, तेव्हां तुझी आम्हांस काय गरज!

श्री म्हणालीः—मान देणाऱ्या गाईनो, ह्या वेळीं तुम्हांकडून माझा अनादर झाल्यास सर्व लोकांत माझी अवज्ञा होईल; ह्यास्तव माझ्यावर कृपा करा व मला आश्रय द्या. महाभाग्यवान् गाईनो, मी तुम्हांस शरण आलें आहें, तर माझा तुम्ही अव्हेर करूं नका. शरणांगताला तुम्ही नित्य आश्रय देत असतां हें मला माहीत आहे. मी नित्य तुमची सेवा करण्यास सिद्ध आहें. माझ्या ठिकाणीं कोणताही दोष नाहीं. ह्यास्तव ह्या समयीं माझें महत्त्व राखण्याकरितां तुम्ही मला आश्रय द्या व प्रस्तुतचें माझें संकट दूर करा. गाईनो, तुमच्या द्वारें माझा सन्मान व्हावा, अशी माझी इच्छा आहे. तुम्ही नित्य सर्वांचें मंगल करीत असतां, ह्यासाठीं तुम्हीं आपल्या अगदीं हीन अशा एखाद्या गात्राच्या ठिकाणीं जरी मला आश्रय दिला तरी मला चालेल; परंतु पवित्र गाईनो, तुमचीं सर्वच गात्रें पवित्र आहेत; त्यांत एकही गात्र अपवित्र नाहीं. तेव्हां पुण्यकारक, पवित्र व सुंदर अशा गाईनो, तुमच्या देहांत मीं कोठें रहावें त्याची मला आज्ञा करा, म्हणजे मी तुमच्या आज्ञेनुसार तेथें वास्तव्य करीन.

राजा युधिष्ठिरा, श्रीचें हें भाषण श्रवण करून

त्या मंगलदायक व दीनदयाळू गाईंनीं एकत्र जमून विचार ठरविला आणि त्या श्रीला म्हणाल्या कीं:-हे यशस्विनि श्रीदेवि, आम्ही तुझा सन्मान करणें हें आमचें अवश्य कर्तव्य होय. तूं आमच्या शेणांत व मूत्रांत रहा, म्हणजे त्या योगें आमचें शेण व मूत्र हीं पवित्र व पुण्यकारक होतील!

श्री म्हणाली:— सुखदायक गाईंनो, सुदैवानें तुम्हीं प्रसन्न होऊन माझ्यावर हा जो अनुग्रह केला त्याबद्दल मी मोठी ऋणी आहें. आतां ह्याप्रमाणें घडो. तुमचें कल्याण असो. तुम्हांकडून माझा योग्य सत्कार घडला.

राजा युधिष्ठिरा, श्रीनें गाईंकडून ह्याप्रमाणें ठरवून घेतलें आणि ती त्यांच्या समक्ष तेथच्या तेथें गुप्त झाली. बाळा, गाईंच्या शेणाचें माहात्म्य असें आहे बरें! आतां तुला पुनः गाईंचें महात्म्य निवेदन करितों तर तें तूं ऐक.

अध्याय त्र्यायशींवा.

—:०:—

गोलोकवर्णन.

भीष्म सांगतात:-राजा युधिष्ठिरा, जे पुरुष गाईंचें दान करितात व जे यज्ञयाग करून अवशिष्ट राहिलेल्या अन्नावर उपजीवन चालवितात, त्यांना नित्य यज्ञयाग केल्याचें पुण्य लागतें. राजा, ह्या भूतलावर दहीं व तूप ह्यांवांचून यज्ञक्रिया घडणें अशक्य होय; ह्यास्तव यज्ञाला यज्ञपणा येण्यास गाय हीच मुख्य कारण सांगितली आहे. सर्व प्रकारच्या दानांमध्यें गाईंचें दान हें प्रशस्त आहे. गाई ह्या स्वतः श्रेष्ठ व पवित्र असून ह्यांच्यासारखें पवित्र करणारें दुसरें कांहीं एक नाहीं. ह्याकरितां साधकानें आपल्याला वैभव प्राप्त व्हावें व स्वास्थ्य मिळावें ह्मणून गाईंची सेवा करावी. गाईंचें दूध, तूप व दहीं हीं सर्व पातकांचें हरण करणारीं आहेत. ह्या लोकीं व परलोकीं गाईंचें तेज मोठें श्रेष्ठ असें मानितात आणि गाईंहून अधिक पवित्र असें दुसरें कांहींएक नाहीं. भरतश्रेष्ठा युधिष्ठिरा, ह्या विषयाचें विवेचन करण्याकरितां एक पुरातन इतिहास सांगण्याची रीति आहे. तो इतिहास म्हणजे पितामह ब्रह्मदेव व इंद्र ह्यांचा संवाद होय. राजा, दैत्यांचा पराभव होऊन इंद्र हा त्रिभुवनाचा अधिपति झाला असतां सर्व प्रजांचा मोठा अभ्युदय झाला आणि त्या सर्व सत्य धर्माचें अनुष्ठान करण्यांत निमग्न झाल्या. पुढें एके प्रसंगीं गंधर्व, ऋषि, किन्नर, उरग, राक्षस, देव, असुर, सुपर्ण (पक्षी) व प्रजापति हे पितामह ब्रह्मदेवाच्या समीप प्राप्त झाले आणि त्यांनीं त्याची उपासना आरंभिली. त्या समयीं ब्रह्मदेवाचें चित्त प्रसन्न करण्यासाठीं नारद, पर्वत, विश्वावसु व हाहा–हुहु हे दिव्य ताना घेऊन गाऊं लागले; वायूनें दिव्य पुष्पें वाहून नेलीं; व ऋतूंनीं पृथक् पृथक् रीतीनें सुगंधांचा फैलाव केला. राजा, तेव्हां त्या देवसभेंत व त्या सर्व प्राण्यांच्या समुदायांत दिव्य वाद्यांचा एकच घोष सुरू झाला आणि अप्सरा व चारण ह्यांनीं गायननर्तनादिक आरंभिलें. असो; नंतर इंद्रानें भगवान् ब्रह्मदेवाला प्रणिपात केला व हात जोडून विचारिलें, 'भगवन् ब्रह्मन् , लोकाधिप जे देव त्यांच्याही वरतीं गाईंचा लोक आहे तो कां बरें? ईश्वरा, गाईंनीं असें कोणतें तप किंवा ब्रह्मचर्य पाळिलें कीं, ज्यामुळें त्यांना देवांच्या वरतीं मोठ्या आनंदांत व सुखांत राहातां येतें?' राजा युधिष्ठिरा, तेव्हां ब्रह्मदेव हा बलदैत्याचा वध करणाऱ्या इंद्राला म्हणाला, 'देवाधिपा इंद्रा, तूं नित्य गाईंची अवज्ञा केलीस ह्यामुळें तुला गाईंचें माहात्म्य किती आहे हें बरोबर समजत नाहीं. असो; आतां मी तुला गाईंचा परम प्रताप व माहात्म्य सांगतों, ऐक.

वासवा, गाई ह्या यज्ञाचें अंग, फार कशाला—त्या प्रत्यक्ष यज्ञच होत. गाईंवांचून यज्ञ कधींही सिद्धीस जाणार नाहीं. गाई आपल्या दुग्धानें व घृतानें सर्व प्रजांचें योगक्षेम चालवितात. सर्व कृषिकर्माचा भार वाहाणारे गाईंचे पुत्रच होत. तेच सर्व प्रकारचीं धान्यें व नानाविध बीजें निर्माण करितात व तद्द्वाराच हव्य, कव्य, यज्ञ-याग, दहीं, दूध व तूप ह्या सर्वांची प्रवृत्ति होते. क्षुधा व तृषा ह्यांपासून अतिशय पीडा होत असतांही ते नानाप्रकारचीं ओझीं वाहून नेतात. असो; गाई ह्या या जगांत आपल्या कर्मानें मुनींचें व प्रजांचें प्राणधारण करितात. त्यांच्या ठिकाणीं आपपरभाव किंवा मायावीपणा वगैरे मुळींच नसल्यामुळें, त्या जीं कृत्यें करून पुण्य जोडि-तात त्यांचें फळ त्यांना असें मिळतें कीं, त्या नेहमीं आमच्यावर गोलोकीं वास करितात. इंद्रा, गाई ह्या आपल्यावर कां रहातात, ह्याचें कारण हें असें आहे. गाईंना वर मिळालेले आहेत व त्या दुसऱ्याला वर देण्यासही समर्थ आहेत. त्यांना सुरभि असें नांव असून त्यांच्या-कडून पुण्यकर्मेंच घडतात आणि त्यांचीं लक्षणें मंगलकारक असून त्या दुसऱ्याला पवित्र करि-तात. देवेंद्रा, आतां सुरभि म्हणजे गाई ह्या भूतलावर कां प्राप्त झाल्या तें मी तुला सांगतों, तें सर्व तूं ऐकून घे. बाळा इंद्रा, पूर्वीं देवयुगांत मोठमोठे महात्मे देव तीन लोकांचें अनुशासन करीत असतां अदितीनें पुत्रप्राप्तीसाठीं नित्य एका पायावर उभें राहून घोर व दुर्घट तपश्चर्या चालविली आणि त्या योगें तिच्या उदरीं भग-वान् विष्णु हा जन्म पावला. अमरश्रेष्ठा, अदि-तीचें तें महत्तप पाहून दक्ष प्रजापतीची मुलगी सुरभिही तसें तप करण्यास सिद्ध झाली आणि त्या धर्मपरायण सुरभीनें ज्या ठिकाणीं देव व गंधर्व हे वास करितात अशा रम्य कैलास-शिखरीं मोठ्या उल्हासानें एका पायावर उभें राहून दृढसमाधिपूर्वक तपोनुष्ठान आरंभिलें. इंद्रा, ह्याप्रमाणें तिनें अकरा हजार वर्षेंपर्यंत तप केलें असतां तिच्या तपाच्या योगानें देव, ऋषि व महोरग ह्यांस मोठी पीडा होऊं लागली व ते माझ्यासहित त्या सुरभीच्या समीप जाऊन तिला प्रसन्न करून घेण्यास उद्युक्त झाले. इंद्रा, तेव्हां त्या मंगलदायक तापसीला मीं म्हटलें कीं, 'हे कल्याणि देवि, तूं हें घोर तप कां करीत आहेस बरें? महाभागे, तुझ्या ह्या तपानें मी तुजवर संतुष्ट झालों आहें; तर, हे सुंदरी, तुला जो वर पाहिजे असेल तो तूं मागून घे; मी तो तुला देईन.'

सुरभि म्हणालीः—भगवान् लोकपितामह, मला आतां वर कशास पाहिजे! अनघा, आज तूं माझ्यावर प्रसन्न झालास हाच तूं मला वर दिलास असें मी मानितें.

ब्रह्मदेव म्हणालाः—इंद्रा, याप्रमाणें त्या सुरभीचें भाषण श्रवण करून तिला नंतर मीं काय सांगितलें तें ऐक. इंद्रा, मग मीं तिला म्हटलें, 'शुभानने, तूं निष्कामबुद्धीनें तप केलेंस ह्याजबद्दल प्रसन्न होत्साता मी तुला असा वर देतों कीं, तूं अमर होशील; तूं तिन्ही लोकांच्याही वर वसती करशील; आणि माझ्या प्रसादाच्या योगें तूं राहाशील तो गोलोक विख्यात होईल. त्याप्रमाणेंच तुझी संतति, अर्थात् तुझ्या सर्व मुली, शुभ कर्में करून मनुष्यलोकीं वास्तव्य करतील; आणि तूं जे दिव्य व मानुष भोग भोगावे म्हणून मनांत आणशील आणि तुला जें जें म्हणून सुखदायक वाटेल तें सर्व तुला प्राप्त होईल.' सहस्राक्षा, सुरभीचा लोक म्हणजे गोलोक हा मोठा श्रेष्ठ आहे. तेथें सर्व कांहीं मनोरथ तत्काळ सिद्ध होतात. तेथें अग्नि, ज्वरा किंवा मृत्यु ह्यांचा प्रवेश नाहीं आणि तसेंच तेथें नशीब किंवा अशुभ हींही मुळींच

नाहींत. वासवा, तेथें दिव्य अरण्यें व दिव्य मंदिरें आहेत व त्याप्रमाणेंच त्या लोकीं उत्कृष्ट व इच्छेनुरूप गमन करणारीं विमानें आहेत. कमल-नयना इंद्रा, ब्रह्मचर्य, तप, सत्य, इंद्रियजय, नानाप्रकारचीं पुण्यकारक दानें, तीर्थयात्रा, योगाभ्यास व पवित्र कर्मे ह्यांचें अनुष्ठान केल्यानें गोलोकाची प्राप्ति करून घेतां येते. इंद्रा, तूं जें मला विचारिलेंस तें हें सर्व मीं तुला निवेदन केलें आहे. हे असुरसंहारका, तूं गाईचा अवमान म्हणून केव्हांही करूं नको.

भीष्म सांगतातः— राजा युधिष्ठिरा, ह्याप्रमाणें ब्रह्मदेवाचें भाषण ऐकून सहस्राक्ष इंद्रानें नेहमीं गाईची पूजा आरंभिली आणि तो नित्य गाईचा अतिशय गौरव करूं लागला. हे महाद्युतिमंता धर्मा, हें परमपावन, अत्यंत पवित्र व श्रेष्ठ असें गोमाहात्म्य सविस्तर तुला कथन केलें आहे. हे पुरुषव्याघ्रा, हें माहात्म्य श्रवण केलें असतां सर्व पातकांचा लय होतो अशी ह्याची ख्याति आहे. जो मनुष्य नित्य एकाग्र चित्तानें पितृकार्यामध्यें, हव्यकव्यांमध्यें व यज्ञयागांमध्यें हें ब्राह्मणांना सांगेल, त्याच्या पितरांच्या सर्व कामना परिपूर्ण होतील व त्यांना अक्षय्य लोक मिळतील. जो पुरुष गाईची भक्ति करील त्याच्या सर्व इच्छा सिद्धीस जातील; तशाच ज्या स्त्रिया गाईच्या आराधनेंत निमग्न असतील त्यांचेही सर्व मनोरथ पूर्ण होतील; पुत्रार्थी जनाला पुत्र होईल, कन्यार्थीला कन्या होईल, धनार्थ्याला धन मिळेल, धर्मार्थ्याला धर्म मिळेल, विद्यार्थ्याला विद्या येईल व सुखार्थ्याला सुख होईल. हे भारता धर्मा, गाईची भक्ति करणाराला दुर्लभ असें कांहींएक नाहीं.

अध्याय चौऱ्यायशींवा.

—:०:—

सुवर्णाची उत्पत्ति.

युधिष्ठिर विचारितोः— अहो पितामह भीष्म, ब्रह्मदेवानें सांगितलें आहे कीं, सर्व दानांत गाईचें दान हेंच श्रेष्ठ; व तशांत ह्या लोकीं धर्मज्ञ राजांना तर तें विशेषच श्रेयस्कर आहे. राज्यापासून तर सतत दुःखच होतें आणि ज्या राजांचें चित्त निर्मळ नसतें त्यांना तर तें दुर्धरच होय; व ह्या कारणानें राजे लोकांना सद्गति ही बहुधा मिळतच नाहीं. परंतु जे कोणी पृथ्वीचें दान करितात, त्यांचे अंतरात्मे निश्चयानें पवित्र होतात आणि मग ते सद्गतीस जातात. कुरुनंदन भीष्म, आपण मला सर्व धर्म सांगितले; नृगराजानें गोप्रदान करून जें श्रेष्ठ फळ जोडिलें तो इतिहासही आपण मला निवेदन केला; आणि नाचिकेत ऋषीच्या भाषणावरूनही तीच गोष्ट माझ्या निदर्शनास आली आहे. असो; वेद व उपनिषदें ह्यांचा अभिप्राय असा आहे कीं, सर्व कर्मांमध्यें व यज्ञयागांमध्यें गाई, भूमि किंवा सुवर्ण हीच दक्षिणा द्यावी. तशांत वेदांची आज्ञा तर सुवर्ण हीच मोठी दक्षिणा होय; तेव्हां ह्या विषयासंबंधानें आपल्यापासून यथार्थ श्रवण करावें अशी माझी मनीषा आहे; तर ती आपण परिपूर्ण करावी. सुवर्ण हें काय आहे, तें कसें व केव्हां उत्पन्न झालें, त्याचें स्वरूप काय, त्याची देवता कोणती, त्याचें फल काय, त्याला श्रेष्ठ कां म्हणतात, थोर लोक सुवर्णदानाला इतकें महत्त्व कां देतात, यज्ञयागांमध्यें सुवर्णदक्षिणा प्रशस्त कां, आणि भूमीपेक्षां व गाईपेक्षां कांचन हें अधिक श्रेष्ठ व पवित्र काय म्हणून, हें सर्व मला सांगावें.

भीष्म सांगतातः— राजा धर्मा, मी आतां

तुला माझ्या समजुतीप्रमाणें सुवर्णाची उत्पत्ति कशी झाली तें सर्व सविस्तर कथन करितों, तें सावधान चित्तानें ऐक. राजा, माझा पिता महापराक्रमी शांतनु हा मरण पावल्यावर त्याचें श्राद्ध करण्याच्या हेतूनें मी गंगाद्वारीं गेलों आणि तेथें श्राद्धकर्म आरंभिलें असतां त्या वेळीं माझी माता जान्हवी हिनें मला साहाय्य केलें. तेव्हां मी अग्रभागीं महान् महान् सिद्ध ऋषींना क्षणास बसविलें व उदकदानापासून श्राद्धकर्माला आरंभ केला. ह्याप्रमाणें माझ्या उद्देशानुरूप पूर्वकर्म आटोपल्यानंतर मी यथाशास्त्र एकाग्र मनानें पिंडदानक्रिया करण्यास उद्युक्त झालों, इतक्यांत भूतलावर दर्भ हांतरले होते ते एकीकडे सारून भूमींतून सुंदर बाहुभूषणांनीं व लोंबणाऱ्या अलंकारांनीं मंडित असा एक भुज वर आला आणि मीं दिलेला पिंड ग्रहण करण्यासाठीं प्रत्यक्ष माझा पिता आला असें पाहून मला मोठें आश्चर्य वाटलें! तेव्हां मीं शास्त्रविधीचा विचार केला आणि ठरविलें कीं, पित्याच्या हातावर पिंड द्यावा हा कांहीं श्रुतिप्रणीत आचार नव्हे. त्या समयीं, मृत्युलोकीं साक्षात् पित्याला पिंड अर्पण करणें अयोग्य होय, असें माझ्या मनानें घेतलें; कारण, येथें ह्या प्रकारें पितरांना पिंड दिला तर ते क्वचित्च ग्रहण करितात, तेव्हां दर्भास्तरणावर पिंडप्रदान करणें हेंच विहित होय, असा माझ्या मनाचा निश्चय ठरला; व माझ्या पित्यानें जो हस्त वर केला होता त्याचा मीं अनादर करून शास्त्राच्या प्रामाण्यानुरूप पिंडविधि मनांत आणून सर्व पिंडदान दर्भांवरच केलें. राजा युधिष्ठिरा, तेव्हां माझ्या पित्याचा भुज गुप्त झाला आणि मग स्वप्नामध्यें माझे पितर मला भेटले आणि त्यांनीं प्रसन्न होऊन मोठ्या प्रेमानें मजपाशीं भाषण केलें. ते म्हणाले, "भीष्मा, धर्मतत्त्वाचें ज्ञान तुला उत्कृष्ट आहे व तत्संबंधानें भ्रांति म्हणून तुझ्या ठिकाणीं तिळमात्र नाहीं हें पाहून आम्हांस मोठें कौतुक वाटतें. पार्थिवा, शास्त्राच्या ठिकाणीं तूं इतकें प्रामाण्य बाळगितोस, हें फार चांगलें आहे. ह्या तुझ्या वर्तनानें धर्माला, ज्ञानाला, वेदांना, पितरांना, ऋषींना, प्रत्यक्ष ब्रह्मदेवाला, प्रजापतींना, गुरुजनांना व तुला प्रामाण्य प्राप्त होईल व धर्मपरिपाठी उच्छिन्न न होतां तिच्या ठिकाणीं अधिक स्थैर्य येईल. ह्यासाठीं आज तूं जें कांहीं केलेंस तें फारच उत्तम झालें असें आम्ही म्हणतों. आतां आमचें तुला इतकेंच सांगणें आहे कीं, भूमिदान व गोप्रदान ह्यांच्या ऐवजीं सुवर्णदान कर; म्हणजे, हे धर्मज्ञा, आम्ही सर्व व आमचे पितामह पावन होतील. कारण सुवर्णदानासारखें पवित्र करणारें दुसरें कांहींएक नाहीं. जे कोणी सुवर्णाचें दान करितात ते आपल्या दहा मागच्या व दहा पुढच्या पिढ्या उद्धरितात." राजा युधिष्ठिरा, ह्याप्रमाणें माझे पितर मला म्हणाले तों मी जागा झालों व मोठ्या आश्चर्यांत पडलों! राजा, नंतर मीं सुवर्ण-दान करण्याचें योजिलें. असो; आतां मी तुला जमदग्निपुत्र जो राम त्याच्या संबंधानें एक प्राचीन इतिहास सांगतों तो श्रवण कर. हा इतिहास ऐकल्यानें कीर्ति प्राप्त होते व आयुष्य वाढतें असा ह्याचा महिमा आहे. राजा धर्मा, पूर्वी कमलनेत्र जामदग्न्य रामानें तीव्र संतापानें एकवीस वेळां निःक्षत्रिय पृथ्वी करून जिंकली आणि मग त्या वीरानें ब्राह्मण व क्षत्रिय ह्यांना अतिशय मान्य असलेला व सर्व कामना परिपूर्ण करणारा असा जो अश्वमेध यज्ञ तो केला. राजा, अश्वमेध यज्ञाचा महिमा काय सांगावा! त्याच्यापासून सर्व प्राण्यांचें पाप नष्ट होतें आणि पराक्रम व

कांति हीं वाढतात. धर्मा, त्या अश्वमेधाच्या योगें तो पराक्रमी परशुराम पापरहित झाला; परंतु त्याच्या चित्ताला जितकें स्वास्थ्य यावयास पाहिजे होतें तितकें कांहीं आलें नाहीं. त्या महात्म्यानें तो महान् अश्वमेध करून त्यांत विपुल दक्षिणा दिली आणि त्या यज्ञाकरितां प्राप्त झालेल्या धर्मज्ञ ऋषींना व देवांना प्रश्न केला. त्या समयीं त्यानें काकुलतीनें त्यांना म्हटलें, ' महाभागहो, भयंकर कर्में करणाऱ्या मनुष्याचें पातक दूर करणारें मोठें साधन कोणतें तें मला सांगावें. ' राजा युधिष्ठिरा, परशुरामाचा हा प्रश्न श्रवण करून ते वेदशास्त्रवेत्ते महान् महान् ऋषि त्याला म्हणाले कीं, ' रामा, वेदांतील वचनांवर भरंवसा ठेवून तूं प्रथम ब्राह्मणांचा सत्कार कर; आणि मग ब्रम्हर्षींच्या समुदायाला पुनः प्रश्न करून, पातक दूर करणारें श्रेष्ठ साधन कोणतें, तें समजावून घे व ते महाप्रज्ञ पुरुष जें सांगितील त्याप्रमाणें आचरण कर म्हणजे तूं कृतार्थ होशील. राजा युधिष्ठिरा, नंतर त्या परमप्रतापी भृगुनंदनानें वसिष्ठ, नारद, अगस्त्य व काश्यप ह्यांना तोच प्रश्न केला आणि म्हटलें कीं, ' विप्रवर्यहो, माझें पातक कसें दूर होईल हें मला कळावें म्हणून मला मोठी इच्छा झाली आहे, तर ह्या भूतलावर कोणत्या कर्मानुष्ठानानें किंवा दानानें मी पवित्र होईन तें मला सांगावें. श्रेष्ठ तपोधनांनो, जर तुमच्या मनांत मजवर अनुग्रह करण्याचा विचार असेल, तर कशापासून मी पवित्र होईन तें मला निवेदन करावें. ऋषि म्हणालेः—भृगुपुत्रा, ह्या लोकीं गाई, भूमि व धन हीं दिलीं असतां पातकी मनुष्य पातकापासून मुक्त होतो असें आम्हीं ऐकिलें आहे. विप्रर्षे भार्गवा, दुसरें एक दान महान् पापहारक आहे. तें अतिशयित दिव्य व अद्भुत असून तें अग्नीचें अपत्य होय. पूर्वी अग्नीनें सर्व लोकांना जाळिलें तेव्हां त्याच्या वीर्यापासून तें येथें जन्म पावलें असें आम्हीं ऐकितों. त्याचें नांव सुवर्ण म्हणून प्रख्यात आहे. तें जर तूं देशील, तर तुझे मनोरथ सिद्धीस जातील.

राजा युधिष्ठिरा, नंतर कडकडीत व्रताचरण करणारा भगवान् वसिष्ठ ऋषि परशुरामाला म्हणाला कीं,' रामा, अग्नीप्रमाणें देदीप्यमान असें जें सुवर्ण तें कसें उत्पन्न झालें तें सांगतों ऐक. सुवर्णाच्या दानानें तुला उत्कृष्ट फळ प्राप्त होईल. दान देण्याच्या वस्तूंमध्यें सुवर्णासारखी दुसरी उत्तम वस्तु नाहीं. सुवर्णाचें दान हें सर्व दानांत श्रेष्ठ दान होय. सुवर्णाचें स्वरूप काय, तें कसें निर्माण झालें, आणि तें अत्यंत गुणवान् कां, हें सर्व मी तुला सांगतों; तर, हे महाबाहो, तें सर्व तूं ऐकून घे. भार्गवा, सुवर्ण हें निश्चयानें अग्नि व सोम ह्या दोहोंपासून बनलेलें आहे. अज हें अग्नीचें स्वरूप होय; मेष हें वरुणाचें स्वरूप होय; अश्व हें सूर्याचें स्वरूप होय; कुंजर हें नागांचें स्वरूप होय; महिष हें असुरांचें स्वरूप होय; कुक्कुट व वराह हें राक्षसांचें स्वरूप होय; आणि पृथ्वी, गाई, उदक व सोम हें भूमीचें स्वरूप होय; असें श्रुतीचें व स्मृतीचें मत आहे. सर्व जगाचें मंथन केल्यावर जो तेजोराशि उद्भूत झाला तेंच सुवर्ण समजावें. ह्यास्तव, हे विप्रर्षे, सुवर्ण हें ह्या सर्व वस्तूंपेक्षां श्रेष्ठ रत्न होय; आणि ह्यामुळेंच देव, गंधर्व, उरग, राक्षस, मनुष्य व पिशाच्च हे मोठ्या दक्षतेनें तें आपल्या अंगावर धारण करितात व मुकुट, बाहुभूषणें व इतर नानाप्रकारचे अलंकार सुवर्णाचे करून त्यांच्या योगें विराजमान होतात. भृगुश्रेष्ठा, भूमि, गाई, रत्नें, इत्यादि सर्व पवित्र वस्तूंपेक्षां सुवर्णाला जें अतिशय पवित्रत्व मानितात त्याचें कारण हेंच होय. पृथ्वी, गाई किंवा दुसरी कोणतीही वस्तु दान केली असतां त्या दानानें सुवर्ण-

दानाची बरोबरी होणार नाहीं. सुवर्णदान हें सर्व दानांत प्रधान होय. अमरद्युते भार्गवा, सुवर्ण हें अक्षय्य व पावन आहे. ह्यास्तव ह्या महापवित्र पदार्थाचें तूं द्विजश्रेष्ठांना दान कर. सर्व दक्षिणांमध्यें सुवर्णदानाचाच विधि सांगितला आहे; म्हणून जे कोणी सुवर्णदान करितात त्यांना सर्व कांहीं दान केल्याचें श्रेय प्राप्त होतें. सुवर्ण हें देवतास्वरूप असल्यामुळें, जे कोणी सुवर्ण अर्पण करितात त्यांनीं देवता दान केल्याप्रमाणें होतें. अग्नि हा सर्वदेवतामय आहे आणि सुवर्ण हें अग्निरूप आहे; ह्यास्तव सुवर्णदान करणारा सर्वदेवतादान करणाराच झाला! म्हणून, हे पुरुषव्याघ्रा, सुवर्णाहून अधिक असें कांहींएक नाहीं. सर्व प्रकारच्या शस्त्रधाऱ्यांत श्रेष्ठ अशा ब्रह्मर्षे भार्गवा, पुनः मी सुवर्णदानाचा महिमा निवेदन करितों तो ऐक. हे भृगुनंदना, हा महिमा मीं पूर्वीं पुराणांत प्रजापतीपासून यथायोग्य श्रवण केला आहे. त्या महात्म्या शूलपाणि भगवान् शंकराचा पार्वतीशीं श्रेष्ठ हिमालयगिरीवर विवाह होऊन त्यांचा समागम होण्याची वेळ प्राप्त झाली असतां सर्व देव भयभीत होत्साते भगवान् शंकरासमीप आले; आणि महादेव शंकर व वर देणारी उमा हीं एकत्र बसलीं असतां त्यांना अभिवंदन करून त्यांनीं त्यांस प्रसन्न करून घेतलें आणि भगवान् शंकराला विनविलें कीं, भगवन्, तुझा व भगवती देवीचा हा समागम घडून आल्यास मोठा अनर्थ होईल. हे अनघा, तुह्मीं उभयतां अत्यंत तपस्वी व तेजस्वी असून तुह्मां उभयतांच्या ठिकाणीं अमोघ वीर्य वसत आहे; ह्यास्तव तुमच्या समागमानें जें अपत्य जन्मास येईल तें अत्यंत बलिष्ठ होऊन खचित तिन्ही लोकांत कांहींएक अवशिष्ट ठेवणार नाहीं. म्हणून, हे विशालनेत्रा, सर्व त्रैलोक्याचें हित करण्याच्या हेतूनें तूं आह्मां नम्र झालेल्या देवांवर अनुग्रह कर आणि आपल्या अपत्योत्पादक दिव्य वीर्याला आवरून धर. जर तुह्मीं असें केलें नाहीं, तर सर्व त्रिभुवनांतलें वीर्य तुह्मां उभायतांच्या ठायीं असल्यामुळें तुह्मी सर्व जगाला त्रस्त करून सोडाल! शंकरा, तूं वीर्याचा निरोध केला नाहींस व तुह्मांला अपत्य झालें, तर तें निश्चयानें देवांना जिंकील! विभो, स्वर्ग, पृथ्वी व अंतरिक्ष हीं सर्व तुझें तेज धारण करण्यास असमर्थ आहेत, तुझ्या तेजाच्या प्रभावानें हें सर्व जग जळून फस्त होईल; ह्यास्तव, हे देवाधिदेवा, तूं आम्हांवर कृपा कर आणि देवीच्या ठिकाणीं पुत्रसंभव न घडावा म्हणून तूं आपल्या जाज्वल्य तेजाला मोठ्या धैर्यानें आवरून धर! विप्रर्षे परशुरामा, ह्याप्रमाणें देवांनीं सांगितलें तें भगवान् वृषभध्वज शंकरानें ऐकून घेऊन 'बरें आहे' म्हणून म्हटलें आणि आपलें रेत ऊर्ध्वभागीं नेलें; ह्यास्तव तेव्हांपासून त्याला ऊर्ध्वरेता असें नांव प्राप्त झालें. भार्गवा, त्या समयीं प्रजोच्छेद झाला असें पाहून पार्वतीला मोठा संताप आला आणि ती स्त्रीस्वभावावरून क्रुद्ध होऊन देवांना कठोर शब्द बोलली. ती म्हणाली, 'देवहो, माझा भर्ता अपत्याची वासना धरून माझ्या संभोगार्थ प्रवृत्त झाला असतां तुह्मीं त्याला निवारिलें ह्यामुळें ह्या तुमच्या अपराधाबद्दल तुह्मी सर्व अपत्यहीन व्हाल! आणि ज्या अर्थीं तुह्मीं आज माझा प्रजोच्छेद केलात, त्या अर्थीं तुमच्याही प्रजेचा उच्छेदच होईल! परशुरामा, पार्वतीनें देवांना शाप दिला तेव्हां अग्नि हा तेथें नव्हता; म्हणून तो खेरीजकरून बाकीचे सर्व देव पार्वतीच्या शापानें अपत्यरहित झाले. भृगुनंदना, भगवान् शंकरानें आपलें तें लोकोत्तर वीर्य आवरून धरिलें खरें; परंतु तसें करितांना त्याचा किंचित् अंश भूतलावर अग्नींत पडला व तो

अद्भुत रीतीनें भराभरा वाढत चालला! भार्गवा, अग्निरूप महान् तेजांत शंकराच्या तेजाचें पतन होतांच तीं दोन्ही तेजें एकजीव बनलीं व तें संयुक्त तेज वृद्धिंगत झालें! असो; परशुरामा, इकडे ह्याच समयीं तारकासुरानें इंद्रप्रभृति देवांना अतिशय त्रस्त करून सोडिलें असतां अदितीचे पुत्र, वसु, रुद्र, मरुत्, अश्विनीकुमार व साध्य हे सर्व त्या दितिपुत्राचे पराक्रमानें अगदीं घाबरून गेले आणि देवतांचीं स्थानें, विमानें, नगरें व ऋषींचे आश्रम हीं सर्व असुरांनीं बळकाविलीं व ते सर्व देव व ऋषि अतिशय दीन होऊन महाशक्तिमान् व जराहीन जो ब्रह्मदेव त्याजप्रत शरण गेले!

अध्याय पंचायशींवा.

—:०:—

सुवर्णाची उत्पत्ति.

देव म्हणालेः—प्रभो ब्रह्मदेवा, तुझ्या वरानें तारकासुर उन्मत्त होऊन देवांना व ऋषींना पीडा करीत आहे, तर त्याचा वध कर. पितामहा, त्याच्यापासून आम्हांला फार भय उत्पन्न झालें आहे, तर तूं आमचें परित्राण कर; देवा, आम्हांला तुझ्यावांचून दुसरा आधार नाहीं.

ब्रह्मदेव म्हणालाः-देवहो, सर्व भूतांना मी सारखा आहें, मला अधर्म मुळींच आवडत नाहीं; ह्यास्तव देव व ऋषि ह्यांच्या समुदायांना क्लेश देणारा जो तारकासुर त्याचा वध करा. सुरश्रेष्ठहो, वेद व धर्म ह्यांचा उच्छेद न व्हावा म्हणून तारकासुराच्या वधाची पूर्वींच मीं सर्व योजना करून ठेविली आहे; ह्यासाठीं तुम्ही अगदीं चिंता करूं नका.

देव म्हणालेः-भगवंता, तुझ्या वरानें त्या दैत्याला आपल्या बळाविषयीं मोठा गर्व झाला आहे; देवांना तर त्याचा वध करण्याचें सामर्थ्य नाहीं; तेव्हां आम्हांकडून त्याचा नाश कसा व्हावा बरें? पितामहा, त्यानें तुझ्यापासून वरच मिळविला आहे कीं, मला देवांपासून, असुरांपासून किंवा राक्षसांपासून मरण येऊं नये; आणि इकडे आम्हांला तर सर्वांना—आम्हीं पार्वतीच्या प्रजेचा उच्छेद केल्यामुळें पार्वतीनें शाप दिला आहे कीं, तुम्हांला अपत्य म्हणून व्हावयाचें नाहीं!

ब्रह्मदेव म्हणालाः—सुरश्रेष्ठांनो, पार्वतीनें शाप दिला तेव्हां अग्नि हा तेथें नव्हता; ह्यासाठीं देवांच्या शत्रूंचा वध करण्याकरितां त्या अग्नीला अपत्य होईल; आणि तें देव, दानव, राक्षस, मानव, गंधर्व, नाग व पक्षी ह्या सर्वांचा अतिक्रम करून आपल्या अमोघवीर्य अस्त्रानें व शक्तीनें—ज्याच्यापासून तुम्हांला भय उत्पन्न झालें आहे त्या तारकासुराला व इतर देवशत्रूंना वधील. देवांनो, कामाच्या प्रेरणेनें रुद्राचें रेतस्खलन पावलें व तें अग्नींत पडलें असें बोलण्यांत येतें; परंतु हा माझा पुरातनच संकल्प होता, हें लक्षांत ठेवा. असो; अग्नि हा जणू काय दुसरें महाभूतच असें तें रुद्रतेज देवशत्रूंच्या नाशाकरितां गंगेच्या ठिकाणीं जन्मास आणील. अग्नीला पार्वतीचा शाप झालेला नाहीं, कारण शापकालीं तो तेथें नव्हता; म्हणून, देवांनो, अग्नीला पुत्र होईल व तो तुमची भीति दूर करील. देवश्रेष्ठहो, आतां तुह्मी अग्नीला शोधून काढा आणि तारकासुराच्या वधार्थ त्याची योजना करा. अनघांनो, तुम्ही कदाचित् म्हणाल कीं, सर्वच देवांना जर पार्वतीनें शाप दिला होता तर तो अग्नीला कां बाधणार नाहीं? तर त्यावर उत्तर असें कीं, तेजस्वी जनांचे शाप तेजस्वी जनांवर लागू पडत नाहींत. बलिष्ठ व अतिबलिष्ठ ह्यांचा योग घडला असतां अतिबलिष्ठापुढें बलिष्ठ पुरुष दुर्बळ होतो. तपस्वी हा आपल्या उग्र तपश्चर्येच्या बळानें अवध्य व वर

देणाऱ्या अशा पुरुषांना सुद्धां ठार केल्याशिवाय राहाणार नाहीं. अग्नीची फार दिवसांपासून अशी इच्छा आहे कीं, आपल्याला दिव्य अपत्य व्हावें; म्हणून ह्या समयीं त्याचा तो मनोरथ सिद्धीस जावो. देवांनो, अग्नीची महती कांहीं लहानसहान नव्हे; तो सर्व जगाचा स्वामी असून त्याचें स्वरूप व्यक्त करून सांगणें मोठें कठीण आहे; त्याची गति सर्वत्र असून त्याचें वास्तव्य सर्वत्र आहे; सर्वत्र प्राण्यांच्या अंतर्यामीं तो वास्तव्य करितो आणि भगवान् शंकरापेक्षांही तो समर्थ आहे. असो; आतां तुम्ही तो तेजोराशि हुताशन लवकर शोधून काढा म्हणजे तो देव तुमचें मनोगत परिपूर्ण करील.

भृगुश्रेष्ठा रामा, ब्रह्मदेवांचें हें भाषण श्रवण करून महात्म्या देवांनीं आपला संकल्प सिद्धीस गेला असें मानिलें आणि ते विभावसूला शोधण्यासाठीं निघून गेले. भार्गवा, नंतर देव व ऋषि ह्यांनीं अग्नीला भेटण्याच्या इच्छेनें सर्व त्रैलोक्य धुंडाळिलें, परंतु त्यांस अग्नीचें दर्शन झालें नाहीं. त्या समयीं त्यांना मोठी चिंता उत्पन्न झाली आणि त्यांचें सर्व लक्ष अग्नीच्या शोधाकडे लागलें. त्या सर्व महातपस्वी, ऐश्वर्यवान्, जगद्विख्यात व सिद्ध पुरुषांनीं पुनः त्रिभुवन फिरून पाहिलें; परंतु अग्नि हा उदकामध्यें बुडी मारून गुप्त राहिल्यामुळें त्यांना अग्नीची भेट झाली नाहीं; तेव्हां अग्नीच्या दर्शनासाठीं उत्सुक होऊन संत्रस्त झालेल्या त्या देवांना अवलोकन करून, अग्नीच्या तेजानें दिपावून गेलेला एक जलचर बेडूक रसातलांतून वर आला व देवांना म्हणाला, 'देवांनो, अग्नि हा रसातलाच्या तळाशीं राहात आहे. मला अग्नीचें दुःसह तेज सहन न झाल्यामुळें त्याच्या त्रासानें मी ह्या ठिकाणीं आलों आहें. देवहो, भगवान् हव्यवाहन अग्नि जलामध्यें निद्रित राहिला असून त्यानें आपल्या तेजानें उदक उत्पन्न केल्यामुळें आम्ही अगदीं पीडित झालों आहों. जर तुम्हांला त्या अग्नीची भेट व्हावयास पाहिजे असेल व त्याजपाशीं तुमचें कांहीं कार्य असेल, तर तुम्ही त्या स्थळीं जाऊन त्याची भेट घ्या. मी आतां जातों. मी जर तेथें आहें असें त्या अग्नीला समजलें तर तो मला पीडा करील, ह्यास्तव मी आतां येथें राहाणें उचित नाहीं." भार्गवा, असें म्हणून तो बेडूक मोठ्या लगबगीनें उदकांत प्रविष्ट झाला; परंतु इकडे त्या बेडकाची ती चाहाडी हुताशनाला कळून आली आणि त्यानें तत्काळ त्याच्याजवळ येऊन सर्व बेडकांना शाप दिला कीं, तुम्ही जिव्हाहीन व्हाल! भृगुनंदना, ह्याप्रमाणें बेडकांना त्या परमसमर्थ अग्नीनें शाप दिला व तो तत्काळ तें वसतिस्थान सोडून दुसरे ठिकाणीं राहाण्यास गेला व तेथें गुप्त राहिला. हे महाबाहो भृगुश्रेष्ठा, नंतर त्या बेडकावर देवांनीं अनुग्रह केला तो प्रकार मी तुला सांगतों तो श्रवण कर.

देव म्हणाले:—बेडकांनो, अग्नीच्या शापानें तुमच्या जिव्हा नष्ट होऊन तुमचें रसज्ञान नाहींसें झालें असलें, तरी तुम्हांला नानाप्रकारें शब्दोच्चार करितां येईल; तुम्ही बिळांत राहात असलां, खाण्यापिण्याला कांहीं मिळालें नाहीं, ज्ञानशून्य झालां व प्राणहीन होऊन वाळून गेलां, तरी भूमि तुमचें तारण करील; आणि रात्रीं कितीही निबिड अंधकार पडला असतां तुम्ही संचार करूं शकाल.

भार्गवा, ह्याप्रमाणें देव बेडकांना म्हणाले आणि पुनः ह्या पृथ्वीवर अग्नीच्या शोधार्थ प्राप्त झाले; परंतु त्यांना अग्नि कांहीं सांपडला नाहीं. तेव्हां इंद्राच्या ऐरावताप्रमाणें प्रचंड असा एक हत्ती देवांसमीप आला व त्यांना म्हणाला कीं, अश्वत्थ वृक्षांत (पिंपळांत) अग्नि हा आहे. भृगुनंदना, ती गोष्ट तत्काळ

अग्नीला समजली व त्यानें अत्यंत संतप्त होऊन सर्व हत्तींना शाप दिला कीं, तुमची जिव्हा उलटी होईल! रामा, नंतर हत्तींनीं अमुक ठिकाणीं आहे म्हणून सूचना दिलेला तो अग्नि अश्वत्थ वृक्षांतून बाहेर पडला आणि स्वस्थ झोंप घेण्याच्या इच्छेनें शमीलतेमध्यें प्रविष्ट झाला. प्रभो भार्गवा, नंतर सत्यपराक्रम देवांनीं हत्तींवर मोठ्या प्रेमानें जो अनुग्रह केला तो ऐक.

देव म्हणाले:—हत्तींनो, तुमची जिव्हा उलटी असली तरी तुम्ही सर्व प्रकारचे खाद्य पदार्थ सेवन कराल आणि तुमचा उच्चार जरी अस्पष्ट असला तरी तो तुम्ही मोठ्यानें करूं शकाल.

परशुरामा, देव हत्तींना ह्याप्रमाणें बोलले व पुनः अग्नीचा शोध काढीत त्याचा पाठलाग करीत चालले. इकडे अग्नि अश्वत्थांतून निघाला तो शमीलतेच्या गर्भांत प्रविष्ट झाला असें शुकानें देवांना सांगितलें व त्यामुळें देव ताबडतोब शमीलतेप्रत प्राप्त झाले. तेव्हां अग्नीनें शुकाला शाप दिला कीं, तूं वाचाहीन होशील आणि त्यामुळें तत्काळ शुकजातीची जिव्हा उलटी वळली! भार्गवा, शमीलतेसमीप येऊन देव पाहातात तों त्यांस तेथें अग्नि आढळला व ते दयार्द्र होऊन शुकाला म्हणाले कीं, 'शुका, तूं शुकजातींत जन्म घेतल्यामुळें सर्वस्वी वाचाहीन होणार नाहींस, तुझी जिव्हा जरी उलटी असली तरी तूं गोड शब्द करशील आणि बालकांच्याप्रमाणें किंवा म्हाताऱ्यांच्याप्रमाणें तुला अव्यक्त व अद्भुत अशी वाणी प्राप्त होईल.' भृगुनंदना, नंतर देवांनीं शमीलतेमध्यें वन्हीला अवलोकन केलें आणि तेव्हांपासून सर्व धार्मिक क्रियांकरितां पवित्र अशा शमीलतेंतूनच अग्नि काढण्याचा प्रघात सुरू झाला व त्या वेळेपासून शमीगर्भामध्यें अग्नि दृष्टीस पडूं लागला; आणि मनुष्यें यज्ञयागादिकांत अग्निप्राप्तीकरितां शमीलतेचा उपयोग करूं लागलीं. भार्गवा, रसातलाच्या तळाशीं जें उदक होतें त्याला अग्नीचा स्पर्श घडून त्याच्या तेजानें तें अगदीं तप्त झालें होतें; पण पर्वतांतून जे झरे वाहात होते त्यांच्या योगानें तें उदक उष्णताहीन होऊन थंडगार झालें. असो; अग्नीनें देवतांना पाहिलें तेव्हां त्यांस फार वाईट वाटलें; आणि त्यानें तुम्ही कोणत्या उद्देशानें आलां आहां म्हणून देवतांना विचारिलें. त्या समयीं सर्व देवांनीं व महान् महान् ऋषींनीं अग्नीला म्हटलें कीं, आम्ही तुझी कांहीं एका कामावर नेमणूक करीत आहों, तर तूं आमचें तें काम अवश्य कर. बा अग्ने, जर तूं आमचें तें काम करशील तर त्यामुळें तुझाही मोठा गौरव होईल.

अग्नि म्हणाला:—देवांनो, तुमचें काम असेल तें सांगा; मी तें करीन. देवांनो, मी तुमचा सेवक आहें, कोणतेंही काम सांगण्याला तुम्ही मागेंपुढें पाहूं नका.

देव म्हणाले:—बा अग्ने, तारकासुर हा ब्रह्मदेवाच्या वरानें अत्यंत उन्मत्त झाला असून तो आपल्या प्रतापानें आम्हांस अतिशय पीडा देत आहे; तर त्याला तूं ठार मार. हे महाभागा, देवांचे समुदाय, प्रजापतींचे समुदाय व ऋषींचे समुदाय, ह्यांचा तूं प्रतिपाल कर आणि अत्यंत पराक्रमी व तेजस्वी असें अपत्य उत्पन्न करून त्या असुरापासून आम्हांला उत्पन्न झालेली भीति नाहींशी करून टाक. हे हव्यवाहना, पार्वतीनें आम्हांला शाप दिल्यामुळें तुझ्या सामर्थ्याशिवाय आम्हांस दुसरा आधार नाहीं. ह्यासाठीं, हे समर्था, आम्हां सर्वांचें रक्षण कर.

भार्गवा, देवांचें तें भाषण श्रवण करून भगवान् पराक्रमीही हव्यवाहन 'बरें आहे' म्हणून म्हणाला आणि नंतर भागीरथीप्रत जाऊन तिच्याशीं संगत होत्साता त्यानें तिच्या ठिकाणीं गर्भस्थापना केली. नंतर,

तृणराशींत असलेला अग्नि जसा वृद्धिंगत होतो, तसा तो भागीरथीच्या उदरांतील गर्भ वृद्धिंगत होऊं लागला आणि त्या देवाच्या तेजानें भागीरथी विव्हळ होत्साती अतिशयित त्रस्त झाली आणि तिला तो गर्भ सहन होईनासा झाला. भार्गवा, ह्याप्रमाणें अग्नीनें आपलें तेज स्थापून भागीरथीच्या उदरीं गर्भधारणा झाली असतां भागीरथीमध्यें कोणी एका असुरानें भयंकर गर्जना केली. तेव्हां ती अकस्मात् झालेली मोठी गर्जना ऐकून भागीरथी फार घाबरली; तिचे नेत्र भ्रांत झाले; तिची दृष्टि फिरून ती मूर्च्छित झाली; आणि तिला स्वतःच्या देहाचा व गर्भाचा भार सहन होईनासा होऊन गर्भाच्या तेजानें तिचा देह नखशिखांत पेटला व ती थरथर कांपूं लागली! भार्गवा, तेव्हां गर्भाच्या शक्तीनें गडबडून गेलेली ती भागीरथी अग्नीला म्हणाली कीं, 'भगवंता, तूं जें तेज माझ्या ठिकाणीं स्थापिलें आहेस, तें धारण करण्यास मी असमर्थ आहें व ह्याच्या योगें मी अगदीं भांबावून गेलें असून मला पूर्वीप्रमाणें स्वास्थ्य राहिलें नाहीं. भगवंता, मी अगदीं विव्हळ झालें असून माझी सर्व बुद्धि अस्तंगत झाली आहे म्हणून ह्या गर्भाचें धारण माझ्याकडून होणें कठिण होय; ह्यास्तव, हे प्रतापवंता, माझ्या मनांत हा गर्भ टाकण्याचें नसतांही मी मोठ्या दुःखानें ह्या गर्भाचा त्याग करणार! विभावसो, माझा तुझ्या तेजाशीं स्पर्श झालेला नाहीं. हा आपत्कालीन संबंध असल्यामुळें हा अगदीं अत्यंत सूक्ष्म असा आहे. मी आतां जें कांहीं करणार, त्यांत जें कांहीं बरें-वाईट घडत असेल किंवा निवळ धर्माधर्म घडत असतील त्यांचें कारण तूंच आहेस, त्याचा शब्द माझ्याकडे नाहीं.' भार्गवा, तेव्हां भागीरथीला अग्नि म्हणाला कीं, 'गर्भ धारण कर, गर्भ धारण कर; माझ्या तेजानें युक्त असा गर्भ असल्यामुळें त्याच्या धारणापासून महान् गुण व फल ह्यांचा उदय होईल. भागीरथि, तुझें सामर्थ्य लहानसहान नाहीं; तूं सर्व पृथ्वीला उचलून धरशील व तिचें संगोपन करशील अशी तुला शक्ति आहे. ह्यास्तव तूं गर्भ धारण कर; गर्भत्याग केल्यानें तुला कांहीं लाभ होईल असें कांहीं दिसत नाहीं!' भृगुनंदना, त्या श्रेष्ठ नदीला अग्नीनें व देवांनीं पुनःपुनः वारिलें असतांही तिनें आपला हट्ट सोडिला नाहीं; आणि मग महान् गिरि जो मेरु त्याजवर जाऊन तिनें त्या गर्भाचा त्याग केला! परशुरामा, भागीरथी ही तो गर्भ धारण करण्याला समर्थ नव्हती असें नाहीं, परंतु तिला अग्नीचें किंवा रुद्राचें तें उग्र तेज सहन होईना; आणि त्यामुळें मोठ्या कष्टानें, पेटलेल्या अग्नीप्रमाणें देदीप्यमान व दुःसह असा तो गर्भ तिला टाकून देणें भाग पडलें! भार्गवा, ह्याप्रमाणें भागीरथीनें तो गर्भ टाकिल्यावर अग्नीनें भागीरथीची भेट घेतली आणि त्या महान् सरितेला त्यानें विचारिलें कीं, 'तुझ्या उदरांतून गर्भाचें निष्क्रमण सुखानें झालें ना? देवि, त्या गर्भाचें रूप व वर्ण कसा आहे, आणि त्याच्या ठिकाणीं तेज कोणतें आहे हें सर्व मला कथन कर.'

गंगा म्हणाली:— अनघा अग्ने, तो गर्भ फार सुंदर असून तेजानें अगदीं त्वत्तुल्य आहे; त्याचा वर्ण उत्तम असून तो अगदीं मलहीन व कांतिमान् असा आहे; त्याच्या योगें मेरु पर्वतावर मोठा प्रकाश पडला आहे; कमळें व उत्पलें ह्यांनीं युक्त अशा ऱ्हदांप्रमाणें तो शीतल आहे; कदंबाच्या फुलांसारखा त्याला सुवास येत आहे; सूर्याच्या किरणांप्रमाणें त्याच्या तेजाचा ज्या ज्या द्रव्याशीं पृथ्वीवर व पर्वतावर संपर्क घडला तें तें सर्व जिकडे

तिकडे कांचनरूप झालेलें दिसत आहे; त्याचें तेज पर्वत. नद्या व झरे ह्यांतून फैलावलें आहे; आणि त्यानें आपल्या तेजानें सर्व स्थावरजंगम विश्व प्रदीप्त करून सोडिलें आहे. हव्यवाहना, ह्याप्रमाणें तुझ्या पुत्राचें रूप आहे व त्याची कांति सूर्याप्रमाणें किंवा अग्नीप्रमाणें देदीप्यमान असून चंद्रासारखा तो सौम्य आहे. भार्गवा, असें भाषण करून भागीरथी देवी तेथच्या तेथें अंतर्धान पावली आणि अग्नि देखील देवांचें कार्य करून तत्काल इष्ट देशीं चालता झाला. असो; हें जें अग्नीनें कार्य केलें त्यावरून अग्नीला ऋषींनीं व देवांनीं हिरण्यरेता असें नांव दिलें आणि पृथ्वीला तेव्हांपासून वसुमती असें नांव प्राप्त झालें. परशुरामा, तो अग्नीपासून गंगेच्या उदरीं जन्म पावलेला महातेजस्वी गर्भ कुशस्तंबावर पतन पावला असतां मोठ्या विलक्षण रीतीनें वाढूं लागला, तेव्हां प्रातःकाळच्या सूर्याप्रमाणें देदीप्यमान असा तो अग्निपुत्र कृत्तिकांनीं अवलोकन करून त्याला त्यांनीं स्तनपान देऊन वाढविलें व त्यामुळें त्यास कार्तिकेय असें नांव पडलें. भार्गवा, तो महाद्युतिमान् अग्निपुत्र स्कन्न झाल्यामुळें (पतन पावल्यामुळें) त्यास स्कंद असें नांव मिळालें, आणि गुहेंत त्याचें वास्तव्य झाल्यामुळें त्यास गुह असें सर्व म्हणूं लागले. भृगुनंदना, अग्नीचें अपत्य सुवर्ण हें अशा प्रकारें जन्मास आलें. तशांत जांबुनद सुवर्ण हें अत्यंत श्रेष्ठ असून देवांना देखील तें सुशोभित करितें. तेव्हांपासून सुवर्णाला जातरूप हें नांव प्राप्त झालें; आणि रत्नांमध्यें श्रेष्ठ रत्न व अलंकारांमध्यें श्रेष्ठ अलंकार असें त्यास म्हणतात. भार्गवा, सुवर्ण हें सर्व पवित्र वस्तूंमध्यें पवित्र व सर्व मंगलकारक वस्तूंमध्यें मंगलकारक आहे. फार कशाला, तें प्रत्यक्ष भगवान् प्रजापति शंकर किंवा अग्निच होय. द्विजश्रेष्ठहो, सुवर्णासारखें पवित्र दुसरें कांहींएक नाहीं. तें अग्नि व सोम ह्यांचा आत्माच होय असें सांगितलें आहे.

वसिष्ठ म्हणाले:- भार्गवरामा, पितामह जो परमात्मा ब्रह्मदेव त्याचें ब्रह्मदर्शन नामक कथानक जें मीं पूर्वीं ऐकिलें आहे तें मी तुला आतां सांगतों, ऐक. बाळा, भृगुनंदना, पूर्वीं भगवान् रुद्रानें वरुणतनु धारण करून यज्ञ करण्यास प्रारंभ केला असतां त्याचें तें वारुण ऐश्वर्य अवलोकन करण्यासाठीं सर्व मुनि, अग्निप्रमुख देव, सर्व यज्ञांगें, मूर्तिमान् वषट्कार, सहस्रावधि मूर्तिमान् याजुष व साम मंत्र, पद व क्रम ह्यांनीं विभूषित असा ऋग्वेद, लक्षणें, स्वर, तोम, निरुक्त, सुरपंक्ति, ॐकार व निग्रहप्रग्रह हे त्या ठिकाणीं आले व त्यांनीं भगवान् शंकराच्या नेत्रांत वसति केली. त्याप्रमाणेंच वेद, उपनिषदें, विद्या, सावित्री, भूत, वर्तमान व भविष्य हे काळ हींही भगवान् शिवानें धारण केलीं; आणि नंतर त्या पिनाकधारी शंकरानें स्वतः स्वतःच्या ठिकाणीं हवन आरंभिलें असतां तो बहुरूपात्मक यज्ञ विलक्षण प्रकारानें शोभूं लागला! भार्गवा, स्वर्ग, अंतरिक्ष, पृथ्वी व आकाश तोच असून ह्या पृथ्वीचा धनीही तोच आहे. सर्व विद्यांचा स्वामी, ऐश्वर्याचा अधिपति व प्रत्यक्ष अग्निही तोच होय. ब्रह्मा, शिव, रुद्र, वरुण, अग्नि, प्रजापति, सर्व भूतांचा राजा व सर्वांचें कल्याणकर्ता तोच आहे; आणि त्या पशुपतीचा यज्ञ म्हणजे तप व सर्व क्रतुच होत. असो; त्या यज्ञाकरितां कडकडीत व्रतें करणारी देवी दीक्षा, दिक्पालांसुद्धां दिशा, देवपत्न्या व त्यांच्या मुली व देवांच्या माता ह्या सर्व एकत्र जमून प्राप्त झाल्या. वरुणाचें रूप धारण केलेल्या त्या महात्म्या शंकराचा यज्ञ पाहून सर्वांना मोठा संतोष वाटला आणि तितक्यांत तेथें जमलेल्या त्या स्त्रीसमुदायाला पाहून ब्रह्म-

देवाचें चित्त कामविकारानें प्रक्षुब्ध होऊन त्याचें रेत भूतलावर स्खलन पावलें आणि धुळींत मिसळलें. तेव्हां सूर्यानें तें गोळा करून ओंजळींत घेतलें आणि त्याच्र अग्नींत टाकून दिलें. भार्गवा, नंतर अग्नीचें आवाहन होऊन यज्ञाला आरंभ झाला आणि ब्रह्मदेवानें हवन सुरू केलें, तों पुनः ब्रह्मदेवाला कामचेतना झाली व त्याचें रेत पतन पावलें. तेव्हां ताबडतोब ब्रह्मदेवानें तें रेत यज्ञपात्रानें ग्रहण करून त्याचा अग्नींत घृताप्रमाणें समंत्रक अभिघार केला. भार्गवा, त्या वेळीं त्या वीर्यवान् ब्रह्मदेवाच्या रेतोभिवारापासून चार प्रकारची भूतसृष्टि उत्पन्न झाली. त्या रेताच्या ठिकाणीं सत्त्व, रज आणि तम असे तीन गुण होते; ह्यास्तव त्या ब्रह्मवीर्याच्या राजस अंशापासून तैजस ह्मणजे जंगम सृष्टि उद्भवली; तामस अंशापासून तामस ह्मणजे स्थावर सृष्टि उद्भवली; आणि ब्रह्मदेवाच्या रेताच्या ठिकाणीं असलेला तिसरा गुण जो सत्त्व तो स्थावर व जंगम ह्या दोन्ही सृष्टींत व्यापून राहिला. तैजस किंवा जंगम सृष्टीच्या ठिकाणीं अथवा तामस ह्मणजे जड सृष्टीच्या ठिकाणीं सत्त्वगुण नित्य असून त्याची व्याप्ति अनंत आहे. मनुष्यादिक प्राण्यांच्या ठायीं असलेली धर्मप्रवृत्ति किंवा मनाच्या ठायीं असलेली प्रकाशरूप ज्ञानशक्ति ही सर्वत्र दृग्गोचर होते; आणि आकाशादिक सर्व विश्व जें विशेष शक्तीनें युक्त दिसतें तें त्या सत्त्वगुणाच्या अस्तित्वाचेंच निदर्शक होय. फार कशाला, ब्रह्मवीर्याच्या हवनानेंच सर्व प्रकारची भूतसृष्टि उत्पन्न झाल्यामुळें त्या सर्व सृष्टीच्या ठिकाणीं उत्तम जें सात्त्विक तेज तें वसत आहे असें ह्मणण्यास हरकत नाहीं. असो; भार्गवरामा, ब्रह्मदेवाच्या शुक्राचें यज्ञांत हवन होतांच त्यापासून तीन पुरुष उत्पन्न झाले आणि त्या तीन पुरुषांच्या ठायीं त्यांच्या त्यांच्या कारणांनुरूप निरनिराळे गुण उदयास आले. त्या तीन पुरुषांपैकीं पहिला पुरुष भृगु हा होय. ह्याचें जन्म भृक् ह्मणजे मोठी ज्वाला हिच्यापासून झालें ह्मणून त्यास भृगु असें म्हणूं लागले; दुसरा पुरुष अंगिरा हा निवळ अंगारापासून (निखाऱ्यांपासून) जन्मल्यामुळें ह्यास अंगिरा असें नांव प्राप्त झालें; आणि तिसरा पुरुष अंगाराच्या ठिकाणीं वसत असलेल्या अल्प ज्वालेपासून उद्भवला व त्यास कवि असें नांव मिळालें. भृगु हा ज्वालेंतून प्रकट झाला ह्मणून त्यास भृगु असें ह्मणूं लागले, हें मीं तुला पूर्वीं सांगितलें आहेच. आतां ह्याच अग्नीपासून आणखी कोण कोण उत्पन्न झाले तें सांगतों ऐक. त्या अग्नीच्या मरीचींपासून म्हणजे ज्वालांपासून मरीचि नामक पुरुष उत्पन्न झाला. मरीचीपासून पुढें मारीच किंवा काश्यप हा उत्पन्न झाला. त्या अग्नीच्या आसमंताद्भागीं जे कुश पसरले होते त्यांपासून वालखिल्य उत्पन्न झाले आणि त्या कुशसमुदायापासूनच अत्रि हा जन्मला. त्याप्रमाणेंच त्या अग्नीच्या भस्मराशीपासून ब्रह्मर्षिसमुदायांना मान्य व तपश्चर्या, विद्या व इतर गुण ह्यांच्या प्राप्तीसाठीं झटणारे असे वैखानस ऋषि उद्भवले. त्या अग्नीच्या नेत्रांपासून सुंदर रूप धारण करणारे अश्विनीकुमार जन्म पावले आणि त्याच्या श्रोत्रादिक इंद्रियांपासून बाकीचे प्रजापति उत्पन्न झाले. त्या अग्नीच्या रोमरंध्रांपासून ऋषि उत्पन्न झाले, स्वेदापासून छंद उत्पन्न झाले आणि बलापासून मन उत्पन्न झालें आणि ह्या कारणास्तवच अग्नि हा सर्व देवता व ज्ञानसंपन्न ऋषि होय असें वेदवचन आहे. त्या अग्नीचें वर्धन करणाऱ्या ज्या समिधा तेच मास व त्या समिधांच्या ठिकाणीं विद्यमान असणारे जे लाक्षादि रस ते पक्ष

होत. त्या अग्नीचें जें पित्त त्यास अहोरात्र व त्याचें जें उग्र तेज त्यास मुहूर्त म्हणतात. त्याचें जें रक्त तेंच रुद्र असून त्याच्या रक्तापासूनच कनक निर्माण झालें आणि त्यालाच मैत्र असें म्हणतात. त्या अग्नीच्या धूमापासूनच वसु उत्पन्न झाले. त्याच्या ज्वाला हेच रुद्र व त्याच्या प्रभा हेच आदित्य जाणावे आणि त्या अग्नीमधले जे अंगार म्हणजे निखारे तेच अंतरिक्षांत दिव्य स्थानीं वास्तव्य करणारे ग्रहनक्षत्रादिक समजावे. भार्गवा, जगाचा आदिकर्ता जो ब्रह्मदेव त्यानें त्या यज्ञीय अग्नीलाच शाश्वत परब्रह्म असें म्हटलें असून सर्व कांहीं वासना त्याच्याच योगानें परिपूर्ण होतात, असें रहस्य सांगितलें आहे.

भार्गवा, नंतर वरुणरूपधारी पवनात्मक महादेव म्हणाला कीं, हें दिव्य सत्र माझें असल्यामुळें येथें गृहपति मी आहें; ह्यास्तव, हे देवांनो, प्रथम जीं भृगु, अंगिरा व कवि अशीं तीन अपत्यें जन्म पावलीं तीं माझीं होत, ह्यांत संशय नाहीं, हें ध्यानांत धरा. कारण, तीं ह्या यज्ञाचें फल होत.

अग्नि म्हणालाः—देवांनो, तीं अपत्यें माझ्या अंगापासूनच जन्मलीं व तीं जन्म पावण्यास सर्वस्वी कारण मीच होय. ह्यास्तव महादेवाचें मत चुकीचें आहे असें समजून तीं माझींच आहेत असें तुम्ही माना. मग सर्व लोकांत श्रेष्ठ व सर्वांचा पितामह

ब्रह्मदेव म्हणालाः—देवहो, तीं अपत्यें माझींच आहेत. कारण, ज्या वीर्यापासून तीं जन्म पावलीं तें माझेंच शुक्र यज्ञांत हवन केलेलें होतें. हा यज्ञ चालविणारा मीच असून तें शुक्रही माझेंच आहे. 'ज्याचें बीं त्याचें फळ' हा नियम सामान्य आहे; म्हणून माझें शुक्र जर ह्या सर्वांचें कारण आहे, तर तीं अपत्यें माझीं नव्हत, असें कसें होईल ?

भार्गवा, नंतर देवांचे समुदाय ब्रह्मदेवाजवळ गेले आणि त्याला साष्टांग नमस्कार घालून हात जोडून म्हणालेः—भगवंता, आम्ही सगळे आणि हें सर्व स्थावरजंगम विश्व तुझीच सृष्टि होय. ह्यास्तव विभावसु अग्नि, वरुणरूपधारी महादेव व आपण स्वतः पितामह ह्या सर्वांचे मनोरथ सिद्धीस जावे. भार्गवा, तेव्हां ब्रह्मदेवाच्या आज्ञेवरून जलचरांचा स्वामी वरुण म्हणजे महादेव ह्यानें प्रथम सूर्यासारखें देदीप्यमान असें भृगु नामक अपत्य ग्रहण केलें; महादेवानें अंगिरसाची अग्नीच्या अपत्याच्या ठिकाणीं योजना केली; आणि तत्त्ववेत्ता ब्रह्मदेव ह्यानें स्वतः कवीला आपलें अपत्य म्हणून स्वीकारिलें. तेव्हां जननकर्मकारी जो भृगु त्याला वरुणपुत्र असें नांव पडलें; ऐश्वर्यशाली जो अंगिरा त्याला अग्निपुत्र म्हणूं लागले; आणि महायशस्वी जो कवि त्याला ब्रह्मपुत्र असें नांव प्राप्त झालें. भार्गवा, भृगु, अंगिरा आणि कवि हे लोकांत प्रजापति होत. ह्या तीन मुख्य प्रजापतींपासूनच ही सर्व सृष्टि उत्पन्न झाली, हें लक्षांत धर. भृगु ऋषीला सात पुत्र होते व ते सर्व भृगूप्रमाणेंच गुणवान् होते. त्यांचीं नांवें:—च्यवन, वज्रशीर्ष, शुचि, और्व, वरद, शुक्र, विभु व सवन हीं होत. भार्गवा, हे सर्व भृगुकुलोत्पन्न वारुणपुत्र असून ह्यांच्याच वंशांत तुझाही जन्म झालेला आहे. अंगिरा ऋषीचे पुत्र आठ; व त्यांनाही वारुणपुत्र असेंच नांव आहे. त्यांचीं नांवें—बृहस्पति, उतथ्य, पयस्य, शांति, घोर, विरूप, संवर्त व सुधन्वा. हे सर्व अग्नीचे पुत्र असून निश्चितपणानें ज्ञानार्जनांत निमग्न होते. ब्रह्मदेवाचा पुत्र जो कवि त्याला आठ पुत्र असून त्यांनाही वारुणपुत्रच म्हणत असत. ते सर्व कवीप्रमाणेंच गुणवान् असून ब्रह्मवेत्ते व मंगलकारक असे प्रजापति होते. त्यांचीं नांवें:—कवि,

काव्य, धृष्णु, बुद्धिमान् उशना, भृगु, विरजा, काशी आणि धर्मज्ञ उग्र अशीं होतीं. कवीचे हे आठ पुत्र,--ह्यांचा विस्तार सर्व जगभर झाला. असो; ह्याप्रमाणें अंगिरा, कवि व भृगु ह्यांनीं प्रजोत्पत्ति करण्याचें काम पतकरल्यामुळें येथें प्रजांची वृद्धि झाली; आणि ह्यांच्या मुलांबाळांनीं व वंशजांनीं सर्व जग व्यापून टाकिलें! आरंभीं वरुणरूपधारी शंकरानें भृगूला पुत्र म्हणून स्वीकारिलें व शिवाय त्यास ब्रह्मदेवानें आपण घेतलेला पुत्र जो कवि तो दिला म्हणून कवि व भृगु ह्यांना वारुणपुत्र म्हणतात. हुताशन जो अग्नि देव त्यानें अंगिरसाला पुत्र म्हणून अंगीकारिलें, म्हणून अंगिरा ऋषीचे जे वंशज त्यांना अग्निपुत्र असें म्हणतात. पूर्वीं पितामह ब्रह्मदेवाला देवांनीं प्रसन्न करून घेतांना विनविलें कीं, 'ब्रह्मदेवा, भृगु, अंगिरा व कवि ह्यांनीं आणि ह्यांच्या वंशजांनीं आम्हां सर्वांचें तारण करावें. ह्या सर्वांनीं जगतावर सत्ता चालवावी, प्रजापति व्हावें, सांप्रत तुझ्या कृपेनें जगाचा उद्धार करावा, मोठमोठीं घराणीं स्थापावीं, तुझा पराक्रम वाढवावा, वेदांमध्यें प्रवीण व्हावें, सर्वांनीं पुण्यसंग्रह करावा, नित्य देवांना अनुकूल असें वर्तन ठेवावें, सौम्य वृत्ति बाळगावी, प्रजावृद्धि करावी, महर्षि व्हावें, तपश्चर्या करावी व उत्कृष्ट ब्रह्मचर्य ठेवावें. पितामहा, हे आम्ही सर्व तुझीच प्रजा आहों; देव व ब्राह्मण ह्यांचा उत्पादक तूंच आहेस. काश्यपप्रभृति सर्व पुरुष व त्याप्रमाणेंच सर्व भार्गव व आम्ही देव तुझीं अपत्यें आहों असें मानून आम्ही सर्व एकमेकांच्या उत्कर्षासाठीं झटूं व एकमेकांशीं कलह करणार नाहीं. काश्यपादिक प्रजापति ह्याच रूपानें प्रजा निर्माण करितील आणि सृष्टीच्या उत्पत्तीपासून प्रलयापर्यंत ह्याच रूपानें राहातील.' भार्गवा, देवांनीं ह्याप्रमाणें प्रार्थना केली ती ऐकून ब्रह्मदेव प्रसन्न झाला आणि त्यानें 'तसें होवो' म्हणून वर दिल्यावर ब्रह्मदेव व देव आपआपल्या स्थानीं निघून गेले. असो; त्या महात्म्या देवाधिदेव शंकरानें पूर्वींच जगाच्या आदिकालीं वरुणरूप धारण करून यज्ञानुष्ठान केलें असतां ह्याप्रमाणें वर्तमान घडून आलें. वास्तविकपणें अग्नि, ब्रह्मा, पशुपति, शर्व, रुद्र व प्रजापति हे सर्व एकच; आणि सुवर्ण हें अग्नीचें अपत्य असा निश्चय ठेव. अग्नीचा अभाव असतां अग्नीच्या स्थानीं कांचनाची योजना करितात. प्रमाणज्ञ जो जामदग्न्य तोच त्याला आधार होय व वैदिक वचनांवरूनही हीच गोष्ट सत्य ठरते. दर्भांच्या समुदायावर, अथवा वारुळाच्या मुखावर, अथवा बोकडाच्या उजव्या कानावर, अथवा सपाट भूमीवर, अथवा तीर्थोदकावर अथवा ब्राह्मणाच्या हस्तावर सुवर्ण ठेवून त्याजवर हवन केल्यानें भगवान् अग्निनारायणाचा संतोष होतो आणि तद्द्वारा सर्व देवता तृप्त होतात असें आम्हीं ऐकिलें आहे. अग्नि हा ब्रह्मदेवापासून उत्पन्न झाला व अग्नीपासून सुवर्ण झालें; म्हणून जे कोणी धर्मज्ञ पुरुष सुवर्णाचें दान करितात ते सर्व देवतांचें दान करितात, असें आम्हीं ऐकिलें आहे. जो मनुष्य सुवर्णदान करितो त्याला उत्तम गति मिळते व तो देदीप्यमान लोकीं वास्तव्य करितो आणि स्वर्गलोकीं त्याला कुबेराचें वैभव प्राप्त होतें. जो पुरुष सूर्योदयाच्या समयीं यथाविधि व समंत्रक असें सुवर्णदान करितो त्याला दुःस्वप्न पडत नाहीं. सूर्योदय होतांक्षणींच जो सुवर्णदान करितो त्याचीं सर्व पातकें नष्ट होतात. मध्याह्नीं जो पुरुष सुवर्ण देतो त्याच्या हातून पुढें कधीं पाप घडत नाहीं. सायंकाळीं सूर्यास्ताच्या समयीं जो पुरुष एकाग्रमनानें सुवर्णदान करितो त्याला ब्रह्म, अग्नि, वायु व सोम ह्यांचे लोक प्राप्त होतात, इंद्रलोकीं उत्कृष्ट मान मिळतो, ह्या लोकीं यश प्राप्त होतें, व

चित्त शांत होऊन मोठा आनंद होतो. नंतर त्या लोकोत्तर पुरुषाला नित्य दुसऱ्या लोकींही जातां येतें आणि त्यास कोठेंही प्रतिबंध न होतां तो मनास वाटेल तिकडे परिभ्रमण करीत राहातो! सुवर्णदान करणारा पुरुष श्रेष्ठ लोकांपासून कधींही पतन पावत नाहीं आणि त्यास महान् कीर्ति प्राप्त होते. जो पुरुष नित्य सुवर्णदान करितो त्याला बहुत उत्तम लोक मिळतात व तेथें तो बहुत सुखाचा उपभोग घेतो. जो पुरुष सूर्योदयाच्या वेळीं अग्नीला चेतवून व्रतपरिपालनार्थ सुवर्णदान करितो त्याचे सर्व मनोरथ सिद्धीस जातात. अग्नि व सुवर्ण हीं एकच होत; ह्मणून सुवर्णाचें प्रदान हें अत्यंत सुखावह असून त्यापासून यथेष्ट लाभाची प्राप्ति व धार्मिक कर्माविषयीं प्रवृत्ति घडून येते. बा भार्गवा, ह्याप्रमाणें मीं तुला सुवर्णाची व कार्तिकेयाची उत्पत्ति सांगितली ती नीट लक्षांत ठेव. नंतर कांहीं कालानें कार्तिकेय हा मोठा झाला आणि इंद्रासह सर्व देवांनीं त्याची सेनापतीच्या जागीं योजना केली व पुढें त्यानें तारकासुराला व इतर दैत्यांना इंद्राच्या आज्ञेवरून सर्व लोकांचें कल्याण करण्याच्या उद्देशानें वधिलें. असो; भार्गवा, सुवर्णदानापासून कोणकोणते लाभ होतात ते मीं तुला सांगितले; ह्यास्तव, हे महान् दात्या, तूं ब्राह्मणांना सुवर्णदान कर.

भीष्म सांगतातः— राजा युधिष्ठिरा, त्या प्रतापशाली जमदग्निपुत्राला वसिष्ठानें ह्याप्रमाणें सांगितलें तेव्हां तो ब्राह्मणांना सुवर्णदान करूं लागला आणि त्या योगें त्याचें सर्व पातक नष्ट झालें. राजा धर्मा, सुवर्णाचें आख्यान, त्याचें जन्म व त्याच्या दानाचें फल हीं सर्व तुला निवेदन केलीं आहेत; तर तूंही ब्राह्मणांना पुष्कळ सुवर्णदान कर, म्हणजे त्या योगें तूं सर्व पातकांपासून मुक्त होशील.

अध्याय शाहायशींवा.

—:०:—

तारकासुराचा वध.

युधिष्ठिर विचारितोः— पितामह भीष्म, सुवर्णाचें दान केलें असतां श्रुतीमध्यें व शास्त्रामध्यें सांगितलेले कोणते लाभ घडून येतात व सुवर्णाची उत्पत्ति होण्याचें कारण कोणतें, हें तुम्हीं मला सविस्तर कथन केलें. आतां तो तारकासुर कसा मरण पावला हें मला सांगा. हे पार्थिवा, तो दैत्य देवांकडून मारला जाण्यास अशक्य होता असें आपण सांगितलें; तेव्हां त्याला मृत्यु कसा प्राप्त झाला हें सविस्तर कथन करावें. कुरुकुलाधारा, तारकासुराचा वध कसा झाला, हें आपल्यापासून संपूर्ण श्रवण करावें, अशी माझी फार इच्छा आहे; तर ही माझी इच्छा आपण परिपूर्ण करावी.

भीष्म सांगतातः— राजा युधिष्ठिरा, गंगेनें अग्नीचा गर्भ टाकून दिला असें पाहून देव व ऋषि ह्यांना वाटलें कीं, आतां आपला कार्यभाग नष्ट झाला; आणि त्यांनीं खिन्न होऊन कृत्तिकांना सांगितलें कीं, ‘ तुम्हीं आतां त्या गर्भाचें पोषण करा. ’ राजा, अग्नीच्या त्या गर्भाचें धारण करण्यास कोणतीही देवपत्नी समर्थ नव्हती; ह्या कृत्तिका मात्र आपल्या अंगच्या तेजामुळें त्याला धारण करण्यास समर्थ होत्या. युधिष्ठिरा, देवांकडून व ऋषींकडून प्रेरणा होतांच त्या सहा कृत्तिकांनीं गंगेनें टाकून दिलेलें तें रेत प्राशन केलें आणि त्या योगें त्या सहा कृत्तिकांच्या उदरांमध्यें निरनिराळे सहा गर्भभाग राहिले. ह्याप्रमाणें आपलें उत्तम वीर्यवान् तेज त्या सहा कृत्तिकांच्या ठिकाणीं जन्म पावलेलें पाहून अग्नीला मोठा आनंद झाला आणि त्या कृत्तिकांनीं अग्नीचा तो संपूर्ण गर्भ सहा गर्भाशयांमध्यें पोषिला. पुढें महान् गर्भ जसजसा वृद्धि-

गत होऊं लागला तसतसें त्याचें दु:सह तेज त्या कृत्तिकांना सहन होईनासें झालें व त्या अगदीं तळमळूं लागल्या ! राजा धर्मा, अशा रीतीनें तो गर्भ पूर्ण वाढल्यानंतर गर्भाच्या तेजानें दीन होऊन गेलेल्या त्या सर्व कृत्तिका यथाकालीं एकाच वेळीं प्रसूत झाल्या आणि सुवर्णाच्या राशींतून पृथ्वीनें ते सहा गर्भभाग कुशसमुदायावर एकत्र केले तेव्हां त्यांचें एक बालक बनलें. राजा, त्या बालकाची आकृति मोठी दिव्य असून त्याचें अग्नीसारखें दिव्य तेज झळाळत होतें. असो; तो सुंदर अग्निपुत्र वाढूं लागलेला पाहून कृत्तिकांना जणू काय तो प्रातःकालचा सूर्यच भासूं लागला आणि त्यांनीं मोठ्या ममतेनें व प्रेमानें स्तनपान देऊन त्याचें संगोपन केलें. राजा, ह्याप्रमाणें तो अग्निपुत्र कृत्तिकांच्या उदरीं वाढल्यामुळें व कृत्तिकांनीं त्याचें संगोपन केल्यामुळें त्याला सर्व स्थावर-जंगम त्रैलोक्यामध्यें कार्तिकेय असें नांव पडलें; त्याचें मूळ जन्म भगवान् शंकराच्या वीर्याच्या स्कन्नत्वामुळें (पतनामुळें) घडून आल्याकारणानें त्यास स्कंद असें ह्मणतात व गंगेनें त्याला गुहेमध्यें टाकून देऊन त्याचा तेथें जो वास घडला त्यामुळें त्यास गुह असें नांव प्राप्त झालें. नंतर तेहेतीस देव, दिशा, दिशांचे स्वामी, रुद्र, ब्रह्मदेव, विष्णु, यम, पूषा, अर्यमा, भग, अंश, मित्र, साध्य, वासव, वसु, अश्विनीकुमार, उदक, वायु, आकाश, चंद्र, नक्षत्रें, ग्रह, रवि आणि शिवाय ऋक्, यजु, साम ह्यांतील मूर्तिमंत पृथक् पृथक् ऋचा हीं सर्व अग्नीचा तो अद्भुत पुत्र अवलोकन करण्यासाठीं तेथें प्राप्त झालीं. त्या समयीं ऋषींनीं त्या कार्तिकेयाची स्तुति केली व गंधर्वांनीं त्याच्या पुढें गायन केलें. राजा, त्या कुमाराला सहा मुखें, बारा नेत्र व बारा भुज असून त्याचे स्कंद भरदार होते. ब्राह्मणांच्या ठिकाणीं त्याचें अतिशय प्रेम असून अग्नि अथवा सूर्य ह्यांच्याप्रमाणें त्याच्या देहावर कांति झळाळत होती. अशा प्रकारचें तें बालक शरस्तोमावर पडलेलें पाहून देव व ऋषि ह्यांना मोठा आनंद झाला व आतां तारकासुर मेलाच असें त्यांनीं मानिलें ! नंतर त्या बालकाला प्रिय अशा सर्व वस्तु देवांनीं जमविल्या. तें खेळत असतां त्याला पांखरांच्या समुदायांनीं खेळणीं आणून दिलीं. गरुडानें आपला पुत्र चित्रविचित्र पिसाऱ्याचा मयूर हा त्याच्या स्वाधीन केला. राक्षसांनीं त्याला वराह व महिष हे दोन्ही दिले. अरुणानें त्याला स्वतः अग्नितुल्य कुक्कुट अर्पण केला. चंद्रानें त्याला मेंढा दिला. आदित्यानें त्याला सुंदर प्रभा अर्पण केली. सुरभि गोमातेनें त्याला लक्षावधी गाई दिल्या. अग्नीनें त्याला गुणवान् असा बोकड दिला. इलेनें (पृथ्वीनें) त्याला बहुत फळें व फुलें अर्पण केलीं. सुधन्व्यानें त्याला गाडी व बळकट धुरीचा रथ दिला. वरुणानें त्याला गज व समुद्रांतले सुंदर सुंदर दिव्य पदार्थ अर्पण केले. देवेंद्रानें त्याला हत्ती, सिंह, वाघ व इतर सपक्ष प्राणि बहुत घोर श्वापदें व नानाप्रकारचीं छत्रें दिलीं; आणि राक्षस व असुर ह्यांचे समुदाय त्या श्रेष्ठ बालकाच्या मागून चालूं लागले. असो; पुढें तो बालक मोठा होत चालला असें पाहून तारकासुरानें नानाविध उपायांनीं त्यास मारण्याचा प्रयत्न केला; परंतु त्या महासमर्थ कार्तिकेयापुढें ते सर्व उपाय व्यर्थ झाले. नंतर देवांनीं त्या कुमारावर सैनापत्याचा अभिषेक केला व त्यास तारकासुरापासून आपली कशी हालअपेष्टा होत आहे तें सर्व विदित केलें. पुढें तो देवसेनापति मोठा होऊन बलवान् व पराक्रमी झाला आणि त्यानें आपल्या अमोघ शक्तीनें तारकासुराला ठार मारिलें. राजा

धर्मा, तारकासुर हा मोठा प्रबळ दानव असतांही कुमार कार्तिकेयानें सहज खेळतां खेळतां त्याला वधिलें आणि पुनः देवेंद्राला देवांच्या राज्यावर स्थापिलें; ह्यावरून तोच एकटा खरा प्रतापशाली सेनापति होय. त्या महाशक्तिमंतानें देवांचें संरक्षण केलें आणि शंकराचें प्रेम जोडिलें. हा अग्निपुत्र भगवान् कार्तिकेय सुवर्णाची मूर्ति असून ह्याच्याकडे सदोदीत देवांचें सैनापत्य होतें. ह्यास्तव सुवर्ण हें मंगलकारक, कधींही क्षय न पावणारें व श्रेष्ठ रत्न असून कार्तिकेयासमवेत जन्म पावलेलें असें अग्नीचें दिव्य तेज असल्यामुळें त्यास मोठा मान आहे. राजा, युधिष्ठिरा, पूर्वीं ह्याप्रमाणें वसिष्ठानें भार्गवरामाला सुवर्णाचें आख्यान निवेदन केलें. म्हणून, हे नराधिपा, तूं सुवर्णदान करण्याचा प्रयत्न कर. भार्गवरामानें सुवर्णदान केलें व सर्व पातकांपासून विमुक्त होऊन मनुष्यांना मिळण्यास अशक्य असें श्रेष्ठ स्थान स्वर्गलोकीं मिळविलें.

अध्याय सत्यायशींवा.

—:०:—

श्राद्धाचा विधि.

युधिष्ठिर विचारितोः—धर्मनिष्ठ भीष्म, चारही वर्णांचे धर्म आपण मला सांगितले, त्याप्रमाणेंच श्राद्धाचा संपूर्ण विधि मला स्पष्ट करून सांगा.

वैशंपायन सांगतातः—राजा जनमेजया, युधिष्ठिराचें हें भाषण श्रवण करून शंतनुपुत्र भीष्मानें येणेंप्रमाणें संपूर्ण श्राद्धविधि सांगण्यास आरंभ केला.

भीष्म सांगतातः—राजा धर्मा, श्राद्धकर्माचा शुभ असा विधि मी तुला निवेदन करितों तो तूं सावधान चित्तानें ऐकून घे. हे शत्रुसंहारका धर्मा, हा श्राद्धविधि कीर्तिवर्धक, यशोदायक व पुत्रप्राप्ति करून देणारा असून मोठा पितृयज्ञ आहे. देव, असुर, मनुष्यें, गंधर्व, उरग, राक्षस, पिशाच्च व किन्नर ह्यांनीं नित्य पितरांची पूजा करावी. पितरांची पूजा आधीं (अमावास्येला) करितात व देवतांची पूजा नंतर (प्रतिपदेला) करितात, ह्यावरूनच पितृकर्माचें प्राधान्य सिद्ध होतें; ह्यास्तव मनुष्यानें नित्य मोठ्या दक्षतेनें पितरांस उद्देशून श्राद्धादिक कर्में करावीं. हे महाराजा, पितरांचें श्राद्ध नंतर करावें ह्मणून जो नियम सांगतात त्याचा अर्थ तें अपराह्णीं करावें, इतकाच घ्यावयाचा; ह्याच्या योगें, पितृश्राद्ध आधीं करावें ह्मणून जो विशेष विधि त्यास बाध येत नाहीं; आणि पितृयज्ञ हा देवयज्ञाच्या आधीं करावा व नंतर करावा ह्या दोन्ही वाक्यांचा मेळ बसतो. राजा युधिष्ठिरा, सर्व तिथींना पितृश्राद्ध करावें. ह्मणजे त्यापासून पितरांचा संतोष होतो. आतां कोणत्या तिथीला श्राद्ध केल्यानें काय गुणावगुण होतात व कोणतें फळ मिळतें, तें सर्व मी तुला सांगतों तें नीटपणें ऐकून घे. प्रतिपदेला श्राद्ध केलें असतां उत्तम घर आणि सुंदर भार्या मिळून त्यांच्या ठिकाणीं बहुत व गुणवान् प्रजा होते. द्वितीयेला श्राद्ध केलें असतां मुली होतात. तृतीयेला श्राद्ध केलें असतां घोडे मिळतात. चतुर्थीला श्राद्ध केल्यानें शेळ्यामेंढ्यांसारखे अनेक क्षुद्र पशु प्राप्त होतात. पंचमीला श्राद्ध केलें असतां बहुत पुत्र होतात. षष्ठीला श्राद्ध केल्यानें तेज चढतें. सप्तमीला श्राद्ध केलें असतां कृषिकर्माची वृद्धि होते. अष्टमीला श्राद्ध केल्यानें व्यापाराला तेजी येते. नवमीला श्राद्ध केलें असतां एका खुराचे बहुत पशु मिळतात. दशमीला श्राद्ध केल्यानें गाईंची पुष्कळ वाढ होते. एकादशीला श्राद्ध केलें असतां मनुष्याला वस्त्रपात्रादिकांची प्राप्ति होते आणि

त्याच्या घरीं ब्रह्मवर्चस्वी पुत्र जन्मतात. द्वादशीला श्राद्ध केल्यानें आवड असल्यास सोन्यारुप्याचे मनोरम अलंकार व पुष्कळ वित्त हीं नेहमीं प्राप्त होतात. त्रयोदशीला श्राद्ध केल्यानें जातीमध्यें श्रेष्ठपणा मिळतो. चतुर्दशीला श्राद्ध करणें हे अत्यंत अप्रशस्त; त्या दिवशीं श्राद्ध केल्यानें घरांतील तरुण पुरुष अवश्य मरण पावतात आणि श्राद्ध करणारा पुरुष युद्धादिकांत गुंततो; आणि अमावास्येला श्राद्ध केल्यानें सर्व मनोरथ सिद्धीस जातात. कृष्णपक्षांत चतुर्दशीखेरीजकरून दशमीपासून अमावास्येपर्यंतच्या सर्व तिथि श्राद्धाला विहित आहेत. बाकीच्या कृष्णपक्षांतल्या सर्व तिथि श्राद्धाला वर्ज्य समजाव्या. ज्याप्रमाणें पहिल्या पंधरवड्यापेक्षां दुसरा पंधरवडा श्राद्धकर्माला प्रशस्त, त्याचप्रमाणें पूर्वाह्णापेक्षां अपराह्ण हा श्राद्धकर्माला प्रशस्त समजावा.

अध्याय अठ्ठ्यायशींवा.

—:०:—

श्राद्धामध्यें अर्पण करण्याचे पदार्थ.

युधिष्ठिर विचारतोः—पितामह भीष्म, काय दिलें असतां पितरांना तें अक्षय्य होतें, कोणतें हवि पितरांना निरंतर सुख देतें व कोणतें हवि पितरांना शाश्वत सुखांत घालितें, तें सांगावें.

भीष्म सांगतातः—राजा युधिष्ठिरा, श्राद्धकर्म करितांना कोणतें हवि पितरांना उद्देशून अर्पण करावें व त्यापासून कोणत्या कामना पूर्ण होतात व काय फळ मिळतें ह्याविषयीं श्राद्धविधीमध्यें प्रवीण असलेल्या पुरुषांचा अभिप्राय काय आहे, हें मी तुला आतां कथन करितों, श्रवण कर. राजा, ज्या श्राद्धांत तीळ, तांदूळ, यव, उडीद, उदक, मुळें व फळें पितरांना देण्यांत येतात, त्या श्राद्धाच्या योगें एक महिनाभर पितर तृप्त होतात. मनूचें म्हणणें असें आहे कीं, ज्या श्राद्धांत तिळांचें भरपूर दान करितात तें श्राद्ध अक्षय्य होतें. सर्वच भोज्य पदार्थांत तिळांना प्राधान्य आहे. श्राद्धांत पितृगणांना मत्स्य अर्पण केले असतां दोन महिनेपर्यंत ते तृप्त राहातात, मेंढ्याचें मांस अर्पण केलें असतां तीन महिनेपर्यंत ते तृप्त राहातात. ससाचें मांस अर्पण केल्यानें चार महिनेपर्यंत ते तृप्त राहातात, बोकडाचें मांस दिल्यानें पांच महिनेपर्यंत पितर तृप्त होतात, डुकराचें मांस अर्पण केल्यानें ते सहा महिने संतुष्ट राहातात, शाकुल नामक पक्ष्याचें मांस दिल्यानें ते सात महिने तृप्त होतात, चित्रमृगाचें मांस अर्पिल्यानें आठ महिने पितर तृप्त राहातात, कृष्णमृगाचें मांस दिल्यानें ते नऊ महिने संतुष्ट होतात, गव्याचें मांस अर्पिल्यानें ते दहा महिने तृप्त राहातात, महिषाचें मांस दिल्यानें पितरांना अकरा महिने तृप्ति होते, आणि श्राद्धांत गोमांस अर्पिल्यानें पितरांना संपूर्ण वर्षभर संतोष होतो. राजा युधिष्ठिरा, घृतमिश्रित पायसाची योग्यता गोमांसाइतकी आहे. वाध्रीणस नामक पक्ष्याचें (किंवा वेसण फोडलेल्या बैलाचें) मांस अर्पण केल्यानें पितरांना बारा वर्षे तृप्ति होते; आणि मृततिथीला गेंड्याचें मांस, चुक्याची किंवा कांचनवृक्षाच्या फुलांची भाजी आणि बोकडाचें मांस दिल्यानें पितरांना शाश्वत तृप्ति प्राप्त होते. राजा युधिष्ठिरा, ह्या विषयासंबंधानें पितरांनीं गाईलेली गाथा लोक गात असतात. भगवान् सनत्कुमार ह्यानें पूर्वीं मला ही गाथा सांगितलेली आहे. पितर म्हणतात कीं, ' ज्या पुरुषानें आमच्या कुळांत जन्म घेतला असेल त्यानें दक्षिणायनांत मघा नक्षत्रीं व त्रयोदशीच्या दिवशीं घृतयुक्त पायस म्हणजे खीर आम्हांस अर्पण करावी. त्याप्रमाणेंच त्यानें कडकडीत व्रताचरण करून मघा नक्षत्रींच बोकडाचें मांस किंवा कांचन-

पुष्पांची शाक आम्हांस घालावी आणि ज्या स्थळीं हत्तींची सावली पडली असेल व त्याच्या कर्णरूप व्यजनाचा वारा वाहात असेल त्य स्थळीं आम्हांस पायसादिक द्यावें." राजा धर्मा, पुष्कळ पुत्र व्हावे म्हणून जी कामना करितात तिचा हेतु हाच कीं, त्यांच्यापैकीं निदान एक तरी गयेस जाईल व तेथें सर्व लोकांत प्रसिद्ध असा जो अक्षय्य वट आहे त्याखालीं तो श्राद्ध करून त्यांत पितृतिथीला उदक, मुळें, फळें, मांस किंवा अन्न ह्यांपैकीं जें कांहीं अनुकूल असेल तें मधुमिश्रित करून पितरांस अर्पण करील व तद्द्वारा त्यांना शाश्वत सुख जोडून देईल.

अध्याय एकुणनव्वदावा.

—:o:—

कामनिक श्राद्धें.

भीष्म सांगतात:–राजा युधिष्ठिरा, कोणत्या नक्षत्रावर कोणत्या कामनेनें कोणतीं कोणतीं श्राद्धें पृथक् पृथक् करावीं, म्हणून यमानें शशबिंदूला सांगितलें, तीं श्राद्धें आतां मी तुला कथन करितों, ऐक. जो मनुष्य सतत कृत्तिका नक्षत्रीं श्राद्ध करितो त्याला अग्निहोत्र बाळगिल्याचें पुण्य लागतें व तो पुत्रपौत्रांसह सुखोपभोग भोगितो. ज्या पुरुषाला अपत्यप्राप्तीची इच्छा असेल त्यानें रोहिणी नक्षत्रीं व ज्याला पराक्रमाची इच्छा असेल त्यानें मृगनक्षत्रीं श्राद्ध करावें. जो मनुष्य आर्द्रा नक्षत्रीं श्राद्ध करून पितरांना हवि देईल तो क्रूर कर्में करणारा होईल. मनुष्यानें पुनर्वसु नक्षत्रीं श्राद्ध केल्यास त्याला धनधान्य मिळेल. जो मनुष्य पुष्य नक्षत्रावर श्राद्ध करील त्यास उत्तम पुष्टि प्राप्त होईल. आश्लेषा नक्षत्रीं श्राद्ध करणाराला विवेकी पुत्र होतील. जो मनुष्य मघा नक्षत्रावर श्राद्ध करील त्याला ज्ञातीमध्यें वरचढपणा मिळेल. पूर्वाफाल्गुनी नक्षत्रीं श्राद्ध करणाराला भाग्यमत्ता प्राप्त होईल. उत्तराफाल्गुनी नक्षत्रीं श्राद्ध करणाराला संतति होईल. हस्तावर श्राद्ध करणाराचे सर्व मनोरथ सिद्धीस जातील. जो मनुष्य चित्रा नक्षत्रीं श्राद्ध करील त्याला सुंदर पुत्र प्राप्त होतील. स्वाती नक्षत्रावर पितरांचें पूजन करणारा वाणिज्यावर उपजीवन करील. ज्या मनुष्याच्या मनांत पुत्रप्राप्तीची इच्छा असेल त्यानें विशाखा नक्षत्रीं श्राद्ध करावें म्हणजे त्यास बहुत पुत्र होतील. अनुराधा नक्षत्रीं श्राद्ध करणारा पुरुष राजचक्र चालवील. जो मनुष्य मोठ्या श्रद्धेनें व इंद्रियनिग्रह करून ज्येष्ठा नक्षत्रीं श्राद्ध करील त्यास सार्वभौमपद प्राप्त होईल. मूल नक्षत्रावर श्राद्ध करणारा पुरुष आरोग्य जोडील. पूर्वाषाढा नक्षत्रीं श्राद्ध करणाराला उत्तम यश प्राप्त होईल. उत्तराषाढा नक्षत्रीं श्राद्ध करणारा शोकरहित होत्साता पृथ्वी फिरेल. अभिजित् नक्षत्रीं श्राद्ध करणाराला श्रेष्ठ विद्या प्राप्त होईल. जो मनुष्य श्रवण नक्षत्रावर श्राद्ध करील त्यास मेल्यावर सद्गति मिळेल. जो मनुष्य धनिष्ठा नक्षत्रीं श्राद्ध करील त्यास निश्चयानें राज्योपभोग प्राप्त होतील. शततारका नक्षत्रीं श्राद्ध करणाराला औषधांची सिद्धि होईल. पूर्वाभाद्रपदा नक्षत्रीं जो पुरुष श्राद्ध करील त्याला बहुत शेळ्यामेंढ्या मिळतील. उत्तरा नक्षत्रीं श्राद्ध करणाराला सहस्रावधि गाई प्राप्त होतील, रेवती नक्षत्रीं श्राद्ध करणारा पुरुष वस्त्रपात्रादिक बहुत संपत्ति मिळवील. अश्विनी नक्षत्रावर श्राद्ध करणाराला अश्व प्राप्त होतील, आणि भरणी नक्षत्रीं श्राद्ध करणारा पुरुष दीर्घायुषी होईल. राजा युधिष्ठिरा, यमधर्मानें सांगितलेला हा श्राद्धविधि श्रवण करून शशबिंदूनें तसें केलें आणि त्यानें पृथ्वी सहज जिंकून तिजवर उत्कृष्ट राज्य चालविलें.

१ हा उल्लेख गजच्छायेसंबंधानें असावा.

अध्याय नव्वदावा.

—:०:—

श्राद्धाच्या ब्राह्मणांविषयीं पात्रापात्रविचार.

युधिष्ठिर विचारतोः—पितामह कुरुशार्दूल भीष्म, श्राद्धाला जे ब्राह्मण बोलवावयाचे ते कसे असावे, ह्याजबद्दल मला विवरण करून सांगावें.

भीष्म सांगतातः—हे महाराजा, दानधर्म जाणणाऱ्या क्षत्रियानें दैविक कृत्यें करितांना ह्मणजे देवतांना उद्देशून दानें वगैरे देतांना ब्राह्मणांची परीक्षा करीत बसूं नये; पितृकर्में करितांना मात्र ब्राह्मणांची परीक्षा घ्यावी, असा न्याय सांगितला आहे. ह्या भूतलावर देवतांची पूजा करितांना दैविक तेजाचीच प्रेरणा झालेली असते; ह्यास्तव देवतास्वरूप ब्राह्मणांच्या समीप जाऊन त्या सर्वांना मोठ्या भक्तीनें दानें वगैरे अर्पण करणें अवश्य होय. श्राद्धाकरितां ज्या ब्राह्मणांना क्षण द्यावयाचा ते कसे आहेत ह्याची सुज्ञ मनुष्यानें नीट परीक्षा केली पाहिजे. ब्राह्मणांची पात्रता पाहातांना त्यांचें कुल, शील, वय, रूप, विद्या, जन्म, इत्यादि गोष्टींचा विचार करावा. त्यांतही कित्येक ब्राह्मण पंक्तीला घेण्यास योग्य नसतात व कित्येक ब्राह्मण पंक्तीला घेण्यास योग्य असतात. (तेव्हां त्यांजबद्दल नीट चौकशी करणें अगत्याचें आहे. ह्यासाठीं,) राजा, कोणते ब्राह्मण अपांक्तेय समजावे तें मी तुला सांगतों, ऐक. लबाड, भ्रूणहत्या (गर्भपात) करणारे, क्षयरोगी, पशुपाल, अध्ययनशून्य, ग्रामदूत, व्याजबट्टा करणारे, गवई, सर्व पदार्थ विकणारे, घराला आग लावणारे, विषप्रयोग करणारे, कुंटणपणा करणारे, सोम विकणारे, सामुद्रिक पाहाणारे, राजाचे कामगार, तेल गाळणारे किंवा विकणारे, खोटी शपथ घेणारे, बापाशीं भांडणारे, घरांत जाराला जागा देणारे, शाप झालेले, चौर्य कर्म करणारे, कारागिरीवर चरितार्थ चालविणारे, वेष घेऊन ठकविणारे, चाहाडी करणारे, मित्राचें अनिष्ट चिंतणारे, परदारागमन करणारे, शूद्रांचें उपाध्येपण पतकरणारे, शिपाईगिरी करणारे, कुत्र्यांना बरोबर घेऊन शिकारीस जाणारे, कुत्र्याचा दंश झालेले, वडील भ्रात्यांच्या आधीं विवाह झालेले, व्यथा उठलेले, गुरुपत्नीशीं कुकर्म करणारे, काष्ठें तोडून त्यांजवर उपजीवन चालविणारे, देवांच्या नैवेद्यावर वगैरे चरितार्थ करणारे, आणि ग्रहनक्षत्रांची पीडा वगैरे सांगून निर्वाह चालविणारे, असे जे ब्राह्मण त्यांच्या पंक्तीस बसणें योग्य नाहीं; ह्यासाठीं अशा ब्राह्मणांना श्राद्धार्थ क्षण देऊन अन्न अर्पण केलें असतां तें सर्व राक्षसांना पोंचतें असें ब्रह्मवाद्यांचें ह्मणणें आहे. जो पुरुष श्राद्धान्न भक्षण करून अध्ययन करील किंवा शूद्रीशीं गमन करील, त्याच्या विष्ठेमध्यें त्याचे पितर एक महिनापर्यंत वास करितात! सोमाचा विक्रय करणाऱ्या ब्राह्मणाला श्राद्धाचा क्षण देऊन अन्न अर्पण केलें तर तें पितरांना विष्ठा अर्पण केल्याप्रमाणें होतें! वैद्यांचा धंदा करणाऱ्या ब्राह्मणाला श्राद्धामध्यें जेवूं घातल्यानें त्याचा परिणाम पितरांना रक्त व पू अर्पण केल्याप्रमाणें होतें! देवाच्या नैवेद्यावर चरितार्थ चालविणाऱ्या ब्राह्मणाला श्राद्धांत जर अन्न दिलें तर तें फुकट जातें! आणि व्याजबट्टा करणाऱ्या ब्राह्मणाला क्षणास बोलाविलें तर सर्वत्र दुष्कीर्ति होते! व्यापारी ब्राह्मणाला अन्नसंतर्पण केलें असतां तें ह्या लोकीं व परलोकींही व्यर्थ जातें! पौनर्भव (पुनर्विवाह केलेल्या स्त्रीपासून झालेल्या) ब्राह्मणाला श्राद्धास बोलाविलें तर तें अन्न भस्मांत हवन केल्याप्रमाणें सर्वस्वी वायां जातें! जे पुरुष धर्महीन व दुराचरणी अशा ब्राह्मणांना हव्य-कव्य अर्पण करितात, त्यांचें तें हव्य-कव्य मरणां-

नंतर त्यांस मुळींच उपयोगीं पडत नाहीं ! जे मूर्ख लोक माहीत असतांही अशा भ्रष्ट ब्राह्मणांना श्राद्धास बोलावितात त्यांचे पितर परलोकीं त्या श्राद्ध करणारांची विष्ठा भक्षण करीत राहातात ! युधिष्ठिरा, हे अधम ब्राह्मण पंक्तीला घेण्यास पात्र नाहींत, असें जाणावें. त्याप्रमाणेंच जे कोणी मतिमंद पुरुष शूद्रांना ज्ञानोपदेश करितात तेही ह्याच वर्गांतले जाणावे. अंधळा ब्राह्मण क्षणास बोलाविला असतां त्याच्या योगें कुळांतील साठ पुरुषांना बट्टा लागतो; षंढाला क्षण दिला असतां शंभर पुरुष हीनत्व पावतात; व कुष्ट उठलेल्या ब्राह्मणाच्या योगें-त्याची दृष्टि पंक्तीमध्यें जितक्यांवर पोंचते तेवढे सर्व दुर्गतीस जातात ! डोकें गुंडाळलेला पुरुष जें कांहीं भक्षण करितो, दक्षिणेकडे तोंड केलेला पुरुष जें कांहीं खातो, व पायांत जोडे वगैरे घातलेला पुरुष जें कांहीं सेवन करितो, तो सर्व असुरांचा भाग होतो ! द्वेषबुद्धीनें व अश्रद्धेनें जें कांहीं देण्यांत येतें तो सर्व असुरांच्या राजाचा भाग होय, असें ब्रह्मदेवानें ठरविलें आहे. श्राद्धकर्म चालू असतां तें कुत्र्यांच्या किंवा अपांक्तेय जनांच्या दृष्टीस मुळींच पडूं नये; ह्यास्तव आडोशाच्या जागेंत श्राद्ध करावें व त्या जागेवर तीळ टाकावे. श्राद्धांत तीळ नसतील तर किंवा संतापानें श्राद्ध केलें असेल तर त्या श्राद्धांतील हवि राक्षस व पिशाच्च लुबाडून नेतात ! कोणी एखादा पुरुष अपांक्त ब्राह्मणास क्षण देईल तर तो अपांक्त ब्राह्मण पंक्तीस बसलेल्या जितक्या पवित्र ब्राह्मणांना भोजन करितांना पाहील तितकीं वर्षेंपर्यंत श्राद्ध करणाराला त्या अविचाराचें फळ भोगावें लागेल ! असो.

हे भरतश्रेष्ठा धर्मा, आतां पंक्तिपावन ब्राह्मण कोणते तें तुला सांगतों, ऐक. मी जीं आतां तुला लक्षणें सांगेन तीं नीट ताडून पहा आणि मग सत्पात्र ब्राह्मणांचा निश्चय ठरव. जे ब्राह्मण विद्या, वेद, व्रतें, इत्यादिकांत निष्णात असतात आणि ज्यांचें आचरण उत्तम असतें, ते सर्व पवित्र जाणावे. असे ब्राह्मण पंक्तीला घेण्यास पात्र होत; इतकेंच नव्हे, तर अशांच्या योगें सर्वच पंक्ति पवित्र होते ! त्रिणाचिकेत नामक मंत्राचा पाठ म्हणणारा, पंचाग्नि धारण करणारा, त्रिसुपर्ण येत असलेला, शिक्षादि सहा वेदांगें जाणणारा, ब्रह्मविद्या शिकविणारांच्या कुळांत जन्मास येऊन स्वतः ब्रह्मविद्या शिकविणारा, वेदपाठक, ज्येष्ठसाम गाणारा, मातापितरांच्या आज्ञेंत वागणारा, ज्याच्या कुळांत दहा पिढ्या श्रोत्रियांच्या झाल्या व जो स्वतः श्रोत्रिय आहे असा, लग्नाच्या स्त्रियांशिवाय इतरांशीं गमन न करणारा, लग्नाच्या स्त्रियांशींही ऋतुकालींच गमन करणारा, व वेद, विद्या व व्रतें ह्यांत पारंगत असलेला ब्राह्मण पंक्तीला पवित्र करितो. अथर्वशीर्षाचा पाठ घेणारा, ब्रह्मचर्य पाळणारा, कडकडीत व्रताचरण करणारा, खरें बोलणारा, धर्माप्रमाणें वागणारा, स्वतःस विहित अशा कर्मांत रममाण असणारा, पुण्य तीर्थांच्या ठिकाणीं स्नानें व इतर कष्टाचीं कर्में करणारा, समंत्र यज्ञयाग करून अवभृथस्नान केलेला, कधींही न संतापणारा, स्थिर मनानें वागणारा, क्षमाशील, कर्मेंद्रियांना स्वैरवर्तन करूं न देणारा, ज्ञानेंद्रियांचें आकलन करणारा व सर्व प्राण्यांच्या हितासाठीं झटणारा, अशा ब्राह्मणाला श्राद्धास अवश्य क्षण द्यावा. असे ब्राह्मण पंक्तिपावन होत. श्राद्धांत अशा ब्राह्मणांना जें कांहीं देण्यांत येतें त्याच्या योगें पितरांना अक्षय्य सुख प्राप्त होतें. आतां महाभाग्यवान् पंक्तिपावन पुरुष कोणते ते ऐक. संन्यासी, मोक्षधर्म जाणणारे,

योगाभ्यास करणारे, उत्तम आचरण ठेवणारे, व्रतवैकल्यें करणारे, श्रेष्ठ ब्राह्मणांना मोठ्या कळकळीनें इतिहास सांगणारे, भाष्य जाणणारे, व्याकरणशास्त्रांत दंग असलेले, पुराणें व धर्मशास्त्रें शिकणारे आणि तीं शिकून तदनुसार वर्तणारे, गुरुगृहीं विहित काल वास करणारे, सत्य बोलणारे, हजारों (नाणीं) दक्षिणा देणारे, सर्व वेदांत प्रवीण व सर्व वेदांचें व्याख्यान करण्यांत निष्णात, असे थोर पुरुष पंक्तीस बसलेल्या जितक्या लोकांवर दृष्टिक्षेप करितात तितके सर्व पवित्र होतात ! ते पुरुष पंक्तीला पावन करितात म्हणूनच त्यांना पंक्तिपावन म्हणतात. ब्रह्मवेत्ते पुरुष सांगतात कीं, ब्रह्मविद्या शिकविणाऱ्यांच्या कुळांत जो पुरुष जन्मास येतो व स्वतः दुसऱ्याला ब्रह्मविद्या शिकवितो, तो पुरुष एकटा आपल्या भोंवतालचा अडीच कोसांतला प्रदेश पवित्र करितो. ऋत्विज् किंवा उपाध्याय नसलेला ब्राह्मण श्राद्धास बसलेल्या इतर ऋत्विजांच्या आज्ञेनें श्राद्धांत श्रेष्ठस्थानीं अधिष्ठित झाला असतांही त्याला पंक्तीस बसलेल्या इतर लोकांचें पातक लागतें; पण तोच ब्राह्मण वेदवेत्ता असून सर्व पंक्तिदोषांपासून मुक्त असेल तर पंक्तीस बसलेल्या इतर ऋत्विजांकडून किंवा उपाध्यायांकडून अनुमोदन मिळालें नसतांही तो श्राद्धांत अग्रासनीं स्थित झाल्यास त्यास पतितत्वाचा दोष लागत नाहीं; इतकेंच नव्हे, तर तो सर्व पंक्तीला पवित्र करितो ! ह्यास्तव, राजा, श्राद्धास ब्राह्मणांना क्षण देतांना फार काळजी घेतली पाहिजे. सर्व प्रयत्नांनीं ब्राह्मणांची आधीं परीक्षा करावी व मग त्यांना श्राद्धास सांगावें. श्राद्धाला जे ब्राह्मण बोलवावयाचे त्यांच्या ठिकाणीं कोणतेही दोष नसावे. दोषांनीं युक्त असे ब्राह्मणखेरीजकरून इतर जे कोणी स्वकर्मांमध्यें रममाण असतील, सत्कुलांत जन्म पावले असतील व बहुत विद्वान् असतील अशा ब्राह्मणांनाच श्राद्धाचा क्षण द्यावा. धर्मा, श्राद्ध करितांना किंवा यज्ञयाग करितांना केवळ पितृपूजन किंवा देवताराधन हाच हेतु प्रधान असला पाहिजे; मित्रादिकांना भोजन घालावयाचें किंवा दक्षिणा वगैरे द्यावयाची ह्या उद्देशानें श्राद्धकर्म किंवा यज्ञयाग केल्यास त्यापासून पितरांचा किंवा देवांचा संतोष होत नाहीं व त्या पितृपूजकास किंवा देवयाजकास स्वर्गवासही मिळत नाहीं ! श्राद्ध करितांना त्यांत स्वार्थबुद्धि किंवा स्नेहीसोबत्यांविषयीं आदर असतां कामा नये. जर कोणी ह्या नियमाचा अतिक्रम करून श्राद्धादिकांचें अनुष्ठान करील, तर त्यास देवमार्गानें जातां येणार नाहीं. फार कशाला, प्राक्तनकर्मांपासून मुक्त झाल्यामुळें स्वर्गवासास पात्र झालेला मनुष्यही श्राद्धामध्यें मित्राला क्षण देईल तर बंधनापासून सुटलेल्या पिप्पल वृक्षाप्रमाणें त्यास अधःपतन प्राप्त होतें आणि मग त्यास स्वर्गलोक अंतरतो ! म्हणून श्राद्ध करणाऱ्यानें श्राद्धामध्यें मित्रांचा आदर किंवा मित्रांची भर करूं नये. जो आपला मित्र नसेल किंवा शत्रुही नसेल अशा मध्यस्थाला हव्यकव्यांत बोलवावें. ज्याप्रमाणें खडकावर बीज पेरिलें असतां तें रुजत नाहीं किंवा बीज न पेरणाऱ्याला त्या बीजाचें फळ मिळत नाहीं, त्याप्रमाणें अपात्र मनुष्यांनीं श्राद्धांत अन्नादिक सेवन केल्यास त्याचें ह्या लोकीं व परलोकीं श्राद्धकर्त्याला कांहींच फळ मिळत नाहीं व तें सर्व कर्म फुकट जातें ! विद्याहीन ब्राह्मण हा तृण पेटवून चेतविलेल्या अग्नीप्रमाणें तुच्छ समजावा ! अशा ब्राह्मणाला श्राद्धादिकांत अन्नदान करणें म्हणजे भस्मांत हवन करण्यासारखेंच होय ! आपण मित्राला भोजन

चालावें व मित्रानें आपल्याला भोजन घालावें, हें कृत्य पिशाचांच्या दक्षिणेप्रमाणें आहे! असल्या ह्या संभोजनी नामक दक्षिणेपासून देवांचा संतोष होत नाहीं व पितरांचाही संतोष होत नाहीं; कारण, असलें हें दुष्कर्म देवांपर्यंत किंवा पितरांपर्यंत न पोंचतां, वासरूं मेलेल्या गाईप्रमाणें मधल्यामध्येंच भ्रमण करीत राहातें! ज्याप्रमाणें शांत झालेल्या अग्नीवर घृताभिघार केला असतां तो देवांप्रत किंवा पितरांप्रत पोंचत नाहीं, त्याप्रमाणेंच गायकाला, नर्तकाला, लबाडाला किंवा खोटें भाषण करणाराला श्राद्धामध्यें दान दिलें असतां तें पितरादिकांस पोंचत नाहीं! लबाडाला किंवा असत्य बोलणाराला जी दक्षिणा देण्यांत येते ती दक्षिणा देणारा व घेणारा ह्या दोघांचाही नाश करिते! तिच्यापासून कोणाचेंही हित होत नाहीं व ती निंद्य दक्षिणा दोघांचाही घात करून त्यांच्या पितरांस स्वर्गलोकांतून खालीं पाडिते! युधिष्ठिरा, ऋषींनीं घालून दिलेल्या मर्यादा जे नेहमीं पाळतात व ज्यांना सर्व धर्मांचें निश्चित ज्ञान आहे, त्यांना ब्राह्मण असें देव मानितात. जे पुरुष सदासर्वकाळ स्वाध्यायांत, ज्ञान संपादण्यांत, तपश्चर्या करण्यांत आणि कर्में आचरण्यांत निमग्न असतात त्यांस ऋषि असें जाणावें. हे भारता, जे पुरुष ज्ञानार्जनांत सतत रममाण असतात त्यांना श्राद्धास क्षण द्यावा. जे कोणी ब्राह्मणांची निंदा करीत नाहींत, तेच पुरुष मनुष्य ह्या संज्ञेला पात्र होत. जे बोलतांना ब्राह्मणांचा उपहास करितात त्यांना श्राद्धास कधींही आमंत्रण देऊं नये. राजा, ब्राह्मणांची निंदा केल्यास ते निंदकाच्या तीन पिढ्यांचा नाश करितील! वैखानस ऋषींचें असें वचन आहे कीं, वेदपारंगत ब्राह्मणांची परीक्षा करणें ती सुद्धां दुरूनच करावी. श्राद्ध करणाऱ्या मनुष्याला वेदपारंगत ब्राह्मण प्रिय वाटोत किंवा अप्रिय वाटोत, त्यानें त्यांस श्राद्धार्थ क्षण अवश्य द्यावा. लबाड व खोटें बोलणाऱ्या सहस्रावधि ब्राह्मणांना भोजन घालण्यापेक्षां मंत्रवेत्त्या एका ब्राह्मणाला भोजन घालून तृप्त केलें तर त्यापासून अधिक श्रेय प्राप्त होईल!

अध्याय एक्याण्णवावा.

—:०:—

श्राद्धाचा विधि व वर्ज्यावर्ज्य पदार्थ.

युधिष्ठिर विचारतोः—पितामह भीष्म, श्राद्धाची कल्पना कोणीं काढिली व केव्हां काढिली, श्राद्धाचें मुख्य स्वरूप काय, भृगु व अंगिरा ह्यांनीं व ह्यांच्या वंशजांनीं प्रजा उत्पन्न करून ह्या पृथ्वीवर वसती केली तेव्हां कोणत्या मुनीनें हा श्राद्धविधि प्रचारांत आणला, श्राद्धामध्यें कोणतीं कर्में वर्ज्य आहेत, व श्राद्धाला कोणतीं फळें-मुळें व कोणकोणतीं धान्यें निषिद्ध म्हणून सांगितलीं आहेत, तें सर्व मला सांगा.

भीष्म सांगतातः—राजा युधिष्ठिरा, श्राद्धाचा विधि कसा व कोणत्या काळीं प्रचारांत आला, श्राद्धाचें मुख्य स्वरूप काय व श्राद्धाची कल्पना कोणी काढिली वगैरे सर्व मी तुला कथन करितों, ऐक. राजा धर्मा, ब्रह्मदेवाचा पुत्र अत्रि हा महर्षि असून मोठा प्रतापी होता; त्याच्याच वंशांत दत्तात्रेय झाला, असें सांगितलें आहे. दत्तात्रेयाचा पुत्र निमि हा मोठा तपस्वी असून त्याला श्रीमान् नामक वैभवशाली पुत्र होता. श्रीमान् ह्यानें पूर्ण सहस्र वर्षें घोर तपश्चर्या केली आणि कालधर्मानुसार तो मृत्युमुखीं पडला! तेव्हां निमीनें यथाशास्त्र कर्में करून शुद्धि संपादन केली; परंतु त्याला इतका अनावर पुत्रशोक झाला कीं, त्याच्या चित्तास स्वास्थ्य म्हणून

येईना! नंतर त्या महाबुद्धिमान् निमीनें चतुर्दशीच्या दिवशीं रुचकर मुळें, फळें इत्यादि जमविलीं आणि तो आपल्याला पुत्रशोक होण्याचें कारण काय याचा विचार करीत करीत झोंपी जाऊन अमावास्येच्या दिवशीं पहांटेस जागा झाला. जागृत झाल्यावर पुत्रशोकानें व्याकूळ झालेल्या त्या निमीनें आपलें मन आवरून धरिलें आणि आपली बुद्धि एकसारखी पुत्रशोकांत जी निमग्न झाली होती ती त्यानें तेथून काढून ऐहिक विषयांत घातली असतां तिची विचारसरणी पुष्कळ फैलावली! नंतर त्यानें आपलें चित्त एकाग्र केलें आणि पुत्रशोकाच्या निराकरणासाठीं श्राद्धविधीची कल्पना काढिली; व त्याला जीं मुळें व फळें व त्याप्रमाणेंच अन्नें वगैरे रुचकर व प्रिय वाटलीं तीं सर्व मनांत निश्चित करून अमावास्येच्या दिवशीं त्या महाबद्धिमान् तपोधनानें सात सत्पात्र ब्राह्मण बोलावून आणिले आणि त्यांच्याकरितां त्यानें स्वतः सर्व दर्भासनें करून त्यांजवर त्यांना बसविलें व त्यांच्या भोंवतीं प्रदक्षिणा घालून त्यांना एकदम भोजन वाढिलें आणि सांव्यांचा लवणरहित भात त्यांस जेवूं घातला. नंतर त्या महासमर्थ निमीनें भोजनास बसलेल्या ब्राह्मणांच्या पायांजवळ आसनांवर दक्षिणाग्र दर्भ हांतरले आणि शुचिर्भूत होऊन एकाग्र चित्तानें श्रीमान् नामक आपल्या पुत्राचें नामगोत्र उच्चारून त्या दर्भांवर त्याला पिंड समर्पण केले. राजा, युधिष्ठिरा, इतकें केल्यावर त्या मुनिश्रेष्ठ निमीच्या मनांत आपण अधर्म केला असें आलें व त्यास अतिशय पश्चात्ताप होऊन तो मोठ्या विचारांत पडला! त्या समयीं तो निमि म्हणाला, ‘ अरे जें कर्म कधींही कोणी मुनींनीं केलें नाहीं, तें मीं केलें यास काय म्हणावें! आतां मला ब्राह्मणांकडून कसा बरें शाप झाल्याशिवाय राहील!’ राजा धर्मा, नंतर त्या निमीनें आपल्या वंशकर्त्याचें चिंतन केलें, तेव्हां तत्काळ तो महातपस्वी अत्रि त्या स्थळीं प्राप्त झाला; आणि निमि हा पुत्रशोकानें अगदीं दीन झाला आहे असें पाहून त्या जीवन्मुक्त अत्रीनें गोड भाषण करून त्याचें पुष्कळ समाधान केलें. त्या समयीं अत्रि हा निमीला म्हणाला:-हे तपोधना निमे, तूं ही जी पितृयज्ञाची कल्पना काढिलीस, ती ब्रह्मदेवानें स्वतः पूर्वींच सांगितली आहे. हा धर्म प्रत्यक्ष ब्रह्मदेवानेंच घालून दिलेला आहे; यास्तव तुझ्या मनाला भीति वाटण्याचें कारण नाहीं. स्वयंभू जो ब्रह्मदेव त्यावांचून दुसरा कोण बरें हा श्राद्धविधीचा नियम घालून देण्यास समर्थ आहे? असो; पुत्रा, हा उत्तम श्राद्धविधि प्रत्यक्ष ब्रह्मदेवप्रणीत आहे; यास्तव तो तूं कर. आतां ह्या विधीच्या संबंधानें मी तुला जें सांगतों तें ऐक. तपोधना, श्राद्धामध्यें प्रथम समंत्रक अग्नौकरण करावें. नंतर नेहमीं अग्नीला, सोमाला, वरुणाला, त्याप्रमाणेंच पितरांबरोबर नित्य असणारे जे विश्वेदेव त्यांना स्वतः ब्रह्मदेवानें ठरविल्याप्रमाणें भाग अर्पावे. नंतर श्राद्धामध्यें जे पिंड द्यावयाचे त्यांना धारण करणारी जी पृथ्वी तिची वैष्णवी, काश्यपी, अक्षया इत्यादि नांवांनीं स्तुति करावी. श्राद्धार्थ उदक आणावयाचें असतां सर्वशक्तिमान् जो वरुण त्याची स्तुति करावी. मग, हे अनघा, अग्नि आणि सोम ह्यांचें आवाहन करावें. नंतर ब्रह्मदेवानें पितर नामक जे देव व उष्णपा वगैरे ज्या महाभाग विभूति निर्मिल्या आहेत त्यांना भाग द्यावा असें ठरविलें आहे. श्राद्धामध्यें त्यांचें अर्चन केलें असतां त्यांचें सर्व पातक नाहींसें होतें. ब्रह्मदेवानें पूर्वीं जे पितर नामक देव व ज्या महाभाग विभूति उत्पन्न केल्या म्हणून सांगितलें त्या पितृ-

वंशांत सात पुरुष येतात. अग्निप्रमुख विश्वेदेवांची गणना पूर्वी सांगितली आहेच. आतां त्या महात्म्या भागाधिकाऱ्यांचीं नांवें सांगतों, तीं ऐक. बल, धृति, विपाप्मा, पुण्यकृत्, पावन, पार्ष्णि, क्षेमा, समूह, दिव्यसानु, विवस्वान्, वीर्यवान्, ऱ्हीमान्, कीर्तिमान्, कृत, जितात्मा, मुनिवीर्य, दीप्तरोमा, भयंकर, अनुकर्मा, प्रतीत, प्रदाता, अंशुमान्, शैलाभ, परमक्रोधी, धीरोष्णी, भूपति, स्रज, वज्री व वरी हीं त्या सनातन विश्वेदेवांचीं नांवें होत. विद्युद्वर्चा, सोमवर्चा, सूर्यश्री, सोमप, सूर्यसावित्र, दत्तात्मा, पुंडरीयक, उष्णीनाभ, नभोद, विश्वायु, दीप्ति, चमूहर, सुरेश, व्योमारी, शंकर, भव, ईश, कर्ता, कृति, दक्ष, भुवन, दिव्यकर्मकृत्, गणित, पंचवीर्य, आदित्य रश्मिवान्, सप्तकृत्, सोमवर्चा, विश्वकृत्, कवि, अनुगोप्ता, सुगोप्ता, नप्ता व ईश्वर हे महाभाग्यवान् पुरुषही विश्वेदेवच आहेत व त्यांना कालाच्या गतीचें योग्य ज्ञान आहे. श्राद्धामध्यें कोद्रू (हरीक) व पूर्णतेस न आलेलीं धान्यें हुर्डा वगैरे हीं निषिद्ध आहेत. मसाल्याच्या पदार्थांत व भाजीपाल्यांत कांदा, लसूण, शेवग्याची शेंग व उंबर हीं वर्ज समजावीं. विषारी शस्त्रानें वगैरे वधिलेल्या पशूंचें मांस श्राद्धाला निषिद्ध होय. कोहोळा, दुध्या भोपळा, काळें मीठ, गांवडुकराचें मांस व यज्ञाला वर्ज्य अशा पशूंचें मांस, हींही श्राद्धाला निषिद्ध जाणावीं. तसेंच काळें जिरें, बिडलोण, शीतपाकी नांवाची शाक, आंकूर, शिंगाडे, सर्व प्रकारचें लवण व जांभूळ हे पदार्थही श्राद्धाला वर्ज्यच आहेत. शिवाय ज्या पदार्थावर कोणी थुंकलें असेल किंवा ज्यावर अश्रुपात झाला असेल असा पदार्थही श्राद्धाला निषिद्ध समजावा. श्राद्धामध्यें किंवा देवतांना उद्देशून केलेल्या हव्यकव्यांमध्यें सुदर्शन नामक शाक सर्वथैव वर्ज्य होय. त्या भाजीच्या योगें पितर किंवा देव हे दोन्ही तृप्त होत नाहींत! श्राद्धाच्या जागीं चांडाळ, मांग, काषाय वस्त्रें धारण करणारे (बैरागी, संन्यासी वगैरे), कुष्ठ उठलेले, ब्रह्महत्या केलेले, मिश्र जातीचे विप्र, वाळीत टाकलेले व वाळीत टाकलेल्यांचे नातेवाईक यांस मुळींच येऊं देऊं नये. राजा युधिष्ठिरा, आपल्या वंशांत जन्मलेल्या निमीला ह्याप्रमाणें भाषण करून नंतर भगवान् अत्रि मुनि ब्रह्मदेवाच्या दिव्य सभेस निघून गेले.

अध्याय ब्याण्णवावा.

—:०:—

श्राद्धामध्यें अग्नौकरणाची अवश्यकता, इत्यादि.

भीष्म सांगतातः— राजा युधिष्ठिरा, अशा प्रकारें निमीनें श्राद्धाचा प्रचार सुरू केल्यापासून सर्वच महर्षि ब्रह्मदेवानें घालून दिलेल्या विधीप्रमाणें श्राद्धरूप पितृयज्ञ करूं लागले. निरंतर धर्मानें वागणारे व व्रतकैवल्यें करणारे ऋषिजन श्राद्धविधि परिसमाप्त केल्यावर तीर्थोदकानें पितृतर्पणही करूं लागले. असो; ह्याप्रमाणें चारही वर्णांतील लोक श्राद्धें करून पितरांना अन्नसंतर्पण करूं लागले, तेव्हां पितर व देव ह्यांस पहिल्यानें तें अन्न जिरत होतें व त्यामुळें त्यांस समाधानही वाटत होतें. पण पुढें त्या उभयतांना तें श्राद्धान्न पचत नाहींसें झालें आणि त्यांनीं सोमाकडे जाऊन त्यास आपली ती आपत्ति कथन केली. त्या समयीं अजीर्णानें पीडित झालेले ते देव व पितर सोमाला म्हणाले कीं, 'श्राद्धान्नाच्या योगानें आम्हांस फार यातना होत आहेत, यास्तव आतां आमच्या ह्या यातना नाहींशा कर.'

तेव्हां सोमानें उत्तर दिलें कीं, 'देवांनो, तुम्हाला आपल्या यातना दूर व्हाव्या अशी इच्छा असेल तर तुम्ही ब्रह्मदेवाकडे जा, म्हणजे तो तुमचें बरें करील.' नंतर ते देव व पितर सोमाच्या वचनानुसार मेरुपर्वताच्या शिखरावर ब्रह्मदेव अधिष्ठित होता त्याजपाशीं गेले आणि त्यांनीं त्यास सविस्तर वर्तमान सांगितलें.

पितर म्हणाले:— भगवन् ब्रह्मदेवा, आम्हीं श्राद्धान्नाच्या योगानें अत्यंत पीडित झालों आहों यास्तव तूं आम्हांवर कृपा कर आणि आमची ही पीडा निवार.

राजा युधिष्ठिरा, याप्रमाणें पितरांचें भाषण ऐकून स्वयंभू ब्रह्मदेव म्हणाला कीं, हा माझ्या समीप अग्नि आहे, हा तुमचें संकट निवारील.

अग्नि म्हणाला:- तात, श्राद्धामध्यें आम्ही सर्व एकवटून अन्न सेवन करूं म्हणजे तें माझ्या योगें निःसंशयपणें पचन होईल.

राजा धर्मा, पितरांनीं अग्नीचें हें भाषण श्रवण करितांच त्यांची चिंता तत्काळ दूर झाली आणि या कारणामुळेंच श्राद्धामध्यें अग्नीला प्रथम भाग देतात. अग्नीला पहिल्यानें भाग देऊन मग श्राद्धांत इतरांना भाग दिले असतां, हे पुरुषवरा, ते भाग ब्रह्मराक्षसांकडून हरण केले जाण्याची भीति नसते. अग्निदेव श्राद्धांत स्थित असला म्हणजे राक्षस पळून जातात आणि मग कोणतीही अव्यवस्था होण्याची भीति राहात नाहीं, व श्राद्धांत प्रथम पित्याला पिंड द्यावा, नंतर पितामहाला पिंड द्यावा, आणि मग प्रपितामहाला पिंड द्यावा. मुख्य श्राद्धविधि तो हाच होय. श्राद्धांत प्रत्येक पिंड देतांना एकाग्र मनानें सावित्रीचा उच्चार करावा आणि त्याप्रमाणेंच 'सोमाय' व 'पितृमते' असें म्हणूनही सावित्रीमंत्र म्हणावा. श्राद्धविधि चालला असतां रजस्वला किंवा कान कापलेली स्त्री जवळ असूं नये; श्राद्धकर्म तिच्या दृष्टीस पडणें निषिद्ध आहे. श्राद्धाचा स्वयंपाक करण्यास श्राद्ध करणाऱ्याच्या वंशांतीलच स्त्री असावी; अन्य वंशांतील स्त्री उपयोगी नाहीं. श्राद्धाधिकारी पुरुष पाणी उतरून जात असतां त्यानें पितामहादिकांचा नामोच्चार करून त्यांना उदक द्यावें आणि तो नदीवर आला असतां त्यानें पितरांचें पिंडतर्पण करावें. श्राद्धकर्त्यानें आधीं आपल्या वंशांतील पुरुषांचें उदकानें तर्पण करावें आणि मग सुहृन् व संबंधी जन ह्यांना जलांजलि द्यावा. राजा धर्मा, चित्रविचित्र रंगांच्या बैलांची जोडी लावून गाडींतून नदी उतरत असतां किंवा नावेंत बसून नदी ओलांडीत असतां मनुष्यानें नेहमीं त्या नदीच्या उदकानें पितृतर्पण करावें. अशा वेळीं पितर हे नित्य जलांजलीची अपेक्षा करीत असतात, हें लक्षांत ठेवून तज्ज्ञ पुरुष सावधान चित्तानें नेहमीं पितरांना जलदान देतात. कृष्णपक्षांत अमावास्येच्या दिवशीं श्राद्ध अवश्य करावें. पितृभक्तीनें पुष्टि, आयुष्य, वीर्य व श्री हीं सर्व प्राप्त होतात. पितामह ब्रह्मदेव, पुलस्त्य, वसिष्ठ, पुलह, अंगिरा, क्रतु, व महर्षि, कश्यप, हे महान् योगेश्वर गणिले आहेत व शिवाय ह्यांची पितरांतही गणना आहे. असो; राजा धर्मा, हाच श्रेष्ठ श्राद्धविधि होय. श्राद्धामध्यें मृतांना पिंडदान केल्यामुळें त्या कर्माच्या योगानें ते मृतत्वापासून मुक्त होतात. असो; बा पुरुषश्रेष्ठा, याप्रमाणें शास्त्राला विहित अशी ही श्राद्धाची उत्पत्ति पूर्वजांनीं निर्दिष्ट केली ती मीं तुला सांगितली आहे, आतां मी तुला दानविधि सांगेन.

अध्याय ब्याण्णवावा.

—:०:—

वृषादर्भि व सप्तर्षि ह्यांचा संवाद.

कमळांची चोरी.

युधिष्ठिर विचारतोः—पितामह भीष्म, व्रतादिकांचें आचरण करणारे ब्राह्मण श्राद्धामध्यें अन्न सेवन करतील तर त्यामुळें त्यांच्या व्रतादिकांचा लोप होईल; तेव्हां त्यांनीं व्रतलोपाच्या भीतीनें श्राद्धांत क्षण घेऊं नये, किंवा यजमानाच्या बऱ्याकरितां त्यांनीं स्वतःच्या व्रतांचा लोप झाला तरी तिकडे लक्ष न देतां श्राद्धाचा क्षण घेऊन अन्न सेवन करावें, तें सांगा.

भीष्म सांगतातः—राजा युधिष्ठिरा, वेदोक्त म्हणजे यज्ञयागांच्या अंगभूत असलेलीं व्रतें खेरीजकरून इतर व्रतें आचरणारे पुरुष मनास वाटेल तर श्राद्धामध्यें खुशाल अन्न सेवन करोत; परंतु यज्ञयागांच्या अंगभूत असलेलीं व्रतें जे कोणी आचरीत असतील, ते जर श्राद्धाच्या क्षणास बसून त्यांत अन्न सेवन करतील तर खचित त्यांच्या व्रताचा लोप होईल.

युधिष्ठिर विचारतोः—पितामह भीष्म, सामान्य लोक उपवास करणें हें तप मानितात, तेव्हां उपवास करणें हें खरोखरीच तप आहे किंवा तप म्हणजे दुसरें कांहीं आहे, हें सांगा.

भीष्म सांगतातः—राजा युधिष्ठिरा, मनुष्याला वाटतें कीं, महिनाभर किंवा पंधरवडाभर उपाशीं राहिलें कीं तपच झालें; पण असा मनुष्य उपाशीं राहून उगीच आपला देह शुष्क करितो किंवा आपल्या कुटुंबाला पीडा देतो, असें मानण्यास हरकत नाहीं. अशा प्रकारें वागणारा मनुष्य तपस्वी नव्हे व धर्मवेत्ताही नव्हे, हें पक्कें लक्षांत ठेवावें. मनुष्यानें नेहमीं दानधर्म करावा, हें उत्तम तप होय. दानासारखी तपःसंपत्ति दुसरी नाहीं. मनुष्यानें सदा उपवासी व ब्रह्मचारी रहावें. ब्राह्मणानें सदासर्वकाळ ब्रह्मचिंतन करावें आणि वेदाभ्यास चालवावा. मनुष्यानें धर्माचरण करण्याविषयीं नेहमीं आसक्त असावें. कुटुंबपालनाविषयीं त्यानें केव्हांही हयगय करूं नये. त्यानें नेहमीं जागृत असावें, मांसाशन करूं नये, पवित्रपणा ठेवावा, सदा ऋतवादी असावें, इंद्रियांना जिंकावें, विघसाशी व्हावें, अतिथींविषयीं प्रेम बाळगावें, सदा अमृताशी व्हावें आणि नित्य पवित्र रहावें.

युधिष्ठिर विचारितोः—पार्थिव भीष्म, मनुष्यानें सदा उपवासी व ब्रह्मचारी कसें रहावें? आणि त्यानें अतिथींवर प्रेम करावें व विघसाशी रहावें म्हणजे काय?

भीष्म सांगतातः—राजा युधिष्ठिरा, मनुष्यानें सदा उपवासी रहावें ह्याचा अर्थ असा कीं, त्यानें सकाळीं व संध्याकाळीं दोन वेळां यथोक्त समयीं भोजन करावयाचें तें करून त्याशिवाय मध्यंतरीं आणखी भोजन करूं नये. जो मनुष्य भार्येशीं ऋतुकालीं गमन करितो, त्याला ब्रह्मचारी म्हणावें. जो पुरुष सदोदीत दानधर्म करण्यांत तत्पर असतो त्याला ऋतवादी म्हणतात. जो मनुष्य यज्ञादि निमित्तांवांचून मांस खात नाहीं तो मांसाशन करीत नाहीं, असें समजावें. जो मनुष्य नेहमीं दानें देतो तो सदा पवित्र असतो. जो मनुष्य दिवसास झोप घेत नाहीं तो सदैव जागृत असतो असें मानितात. मनुष्यानें नेहमीं अमृताशी व्हावें, ह्याचा अर्थ असा कीं, त्यानें सदोदीत पहीपाहुणे व गडीमाणसें जेवल्यानंतर उरलेल्या अन्नावर आपला निर्वाह करावा. जो मनुष्य ब्राह्मणांचें भोजन झाल्याशिवाय कधींही स्वतः भोजन करीत नाहीं तो मनुष्य उपवास करून स्वर्ग जिंकितो; व जो मनुष्य देवतांना, पितरांना व आश्रितांना अन्नानें तृप्त करून अवशिष्ट राहिलेलें अन्न

ग्रहण करितो त्याला विघसाशी म्हणतात. राजा धर्मा, अशा प्रकारें वर्तन करणाऱ्या पुरुषांना ब्रह्मलोकीं विस्तृत स्थानें प्राप्त होतात आणि त्यांच्या सेवेस गंधर्व व अप्सरा सिद्ध असतात. असे पुरुष पुत्रपौत्रांसह देवता, अतिथि व पितर ह्यांच्या समागमें सुख भोगतात आणि त्यांस उत्तम गति प्राप्त होते.

युधिष्ठिर विचारितोः— पितामह भीष्म, दाते लोक ब्राह्मणांना नानाप्रकारचीं दानें देतात तेव्हां त्यापासून दानें देणारे व दानें घेणारे ह्यां पैकीं कोणावर काय विशेष परिणाम होतो तो सांगा.

भीष्म सांगतातः— राजा युधिष्ठिरा, ब्राह्मण हा साधूपासून दान घेईल तसा असाधूपासूनही दान घेईल; परंतु त्या दानांचे परिणाम मात्र निरनिराळे होतील. दान देणारा मनुष्य जर गुणवान् असेल, तर त्या दानाच्या योगें दान घेणाराला अल्प दोष लागेल, पण दान देणारा मनुष्य जर निर्गुण म्हणजे नीच असेल, तर दान घेणारा मनुष्य त्या दानाच्या योगें सफाई बुडेल.

राजा धर्मा, ह्या विषयाचें विवेचन करण्याकरितां एक पुरातन इतिहास सांगत असतात. तो इतिहास म्हणजे वृषादर्भि व सप्तर्षि ह्यांचा संवाद होय. राजा, कश्यप, अत्रि, वसिष्ठ, भरद्वाज, गौतम, विश्वामित्र व जमदग्नि हे सप्तर्षि व वसिष्ठपत्नी साध्वी अरुंधती ह्या सर्वांची गंडा नामक एक दासी होती व पशुसख नामक एक शूद्र त्या गंडेचा भर्ता होता. समाधियोगानें शाश्वत ब्रह्मलोक मिळविण्याकरितां तपश्चर्या करणारे ते सप्तर्षि पूर्वीं एके वेळीं ही पृथ्वी फिरण्यास आले असतां त्या वेळीं ह्या भूतलावर मोठें अवर्षण पडून सर्व प्राणी क्षुधाकुल होत्साते मरणोन्मुख झाले होते! राजा धर्मा, पूर्वीं शिबीचा पुत्र शैब्य (वृषादर्भि) ह्यानें एका यज्ञामध्यें त्या सप्तर्षि ऋत्विजांना आपला पुत्र दक्षिणा म्हणून अर्पण केला; परंतु तो राजपुत्र अल्पायु होऊन ह्या समयीं मरण पावला! ते सप्तर्षि ऋत्विज् क्षुधेनें अगदीं व्याप्त होऊन त्या राजपुत्राच्या सभोंवतीं बसले आणि पहातात तों तो यजमानपुत्र मरण पावला, असें त्यांस आढळलें. तेव्हां त्या भुकेलेल्या ऋषिश्रेष्ठांनीं त्या मृत राजपुत्राला स्थालीमध्यें घालून शिजत ठेविलें! राजा, युधिष्ठिरा, अवृष्टीच्या योगानें ह्या मृत्युलोकांतील सर्व अन्न नष्ट झाल्यामुळें त्या तपस्व्यांना आपले जीव जगविण्यासाठीं अन्न मिळावें म्हणून ह्या भयंकर मार्गाचें अवलंबन करणें भाग पडलें! इकडे शिबिपुत्र वृषादर्भि राजा वाट चालत असतां क्षुधाकुल झालेले ते सप्तर्षि त्या मृत राजपुत्राला स्थालींत घालून शिजवीत आहेत तों त्या स्थलीं प्राप्त झाला व त्यानें तें सर्व कृत्य अवलोकन केलें! तेव्हां

वृषादर्भि म्हणालाः— तपोधनहो, ह्या समयीं तुम्ही माझ्या दानाचा स्वीकार कराल तर ह्या प्राणसंकटांतून पार पडाल; ह्यास्तव मी तुम्हांला जीव जगविण्याकरितां जें दान देईन त्याचा तुम्ही प्रतिग्रह करा. ऋषिवर्यांनो, मजपाशीं जें धन आहे तें सर्व तुम्ही घ्या व आपले जीव जगवा. अहो, याचना करणारा ब्राह्मण मला मोठा प्रिय आहे. तुम्हांला ह्या वेळीं मी सहस्र खेचरें देईन, किंवा तुम्हांपैकीं प्रत्येकाला नुकत्याच व्यालेल्या, चपळ, शुभ्र वर्णाच्या व वांसरांनीं युक्त अशा सहस्र गाई अर्पण करीन, किंवा तुम्हां सर्वांना एक सहस्र उत्तम जातीचे पांढरे बैल देईन, किंवा पहिल्या आणि दुसऱ्या वेताच्या अशा पुष्कळ उत्कृष्ट आणि गरीब गाई अर्पण करीन, किंवा उत्तम गांव, उत्तम धान्यें व दुर्लभ रत्नें हीं देईन तेव्हां आतां मी काय देऊं तें सांगा. ऋषि-

पुंगवहो, ह्या असल्या अभक्ष्य पदार्थांच्या सेवनाविषयीं वासना धरूं नका! तुम्हांला जीवसंरक्षणार्थ जें कांहीं हवें असेल तें देण्यास मी सिद्ध आहें.

ऋषि म्हणाले:—राजा वृषादर्भे, राजांपासून जो प्रतिग्रह घ्यावयाचा तो अगदीं मधुतुल्य मधुर असला तरी विषतुल्य त्याज्य होय, हें तुला माहीत असतांही तूं आमच्या मनांस कां बरें मोह उत्पन्न करितोस! बाबारे, ब्राह्मण हे वेदवेत्ते असल्यामुळें त्यांच्या ठिकाणीं सर्व देवता वास करितात आणि ब्राह्मण हा तपश्चर्येच्या योगानें निर्मळ झालेला असतो, ह्यामुळें तो तृप्त झाला म्हणजे त्याच्या ठिकाणीं राहिलेल्या सर्व देवता तृप्त होतात. राजा, राजानें दिलेलें दान हें फारच भयंकर होय. ब्राह्मणानें जें कांहीं जन्मांत तपोनुष्ठान केलें असेल तें सर्व राजप्रतिग्रह हा वणव्याप्रमाणें एका दिवसांत जाळून खाक करील! ह्यास्तव तूं व तुझें दान हीं सदा सुखरूप असा; व जे कोणी तुजकडे मागावयास येतील त्यांना तूं तें सर्व दान दे.

असो; राजा युधिष्ठिरा, ते सप्तर्षि वृषादर्भीस ह्याप्रमाणें सांगून अन्य मार्गानें निघून गेले. जातांना त्या महात्म्यांनीं राजपुत्राचें तें मांस शिजलें कीं नाहीं तें पाहिलें; परंतु तें कच्चेंच आहे, असें त्यांना आढळलें, तेव्हां तें टाकून देऊन ते सर्वजण कांहीं आहार मिळविण्याच्या उद्देशानें वनामध्यें चालते झाले. धर्मा, नंतर वृषादर्भि राजाच्या आज्ञेनें त्याचे मंत्री वनांत गेले व त्या राजसेवकांनीं कांहीं उंबर गोळा करून त्यांमध्यें सुवर्णाचीं नाणीं भरलीं व ते उंबरही त्या सप्तर्षींकडून घेवविण्याचा प्रयत्न केला. युधिष्ठिरा, अत्रि ऋषीनें ते उंबर पाहिले तों ते जड आहेत असें त्यास आढळलें आणि त्यानें तत्काळ ते ग्रहण करण्यास अयोग्य होत असा अभिप्राय सांगितला.

अत्रि म्हणाला:-अहो, आम्ही इतके मूर्ख किंवा मंदबुद्धि नाहीं. हीं फळें सुवर्णाच्या नाण्यांनीं भरलेलीं आहेत असें आम्हीं जाणतों. आम्ही जागे आहों, निजलों नाहीं! अहो, ह्या लोकीं आम्ही हीं फळें घेऊं खरीं, पण परलोकीं ह्यांचें कडू फळ आम्हांस अनुभवावें लागेल! ह्यासाठीं, ज्याला मरणोत्तर सुख व्हावें अशी मनीषा असेल त्याला असलें हें दान अगदीं अग्राह्य होय!

वसिष्ठ म्हणाला:—अहो, येथें एक नाणें दान घेतलें, तर शेंकडों किंवा हजारों नाणीं दान घेतल्याचें पाप लागेल, हें विसरतां कामा नये! ह्यास्तव जो कोणी बहुत नाण्यांचा प्रतिग्रह करील त्याला नरक पडावें लागेल हें उघड आहे!

कश्यप म्हणाला:—पृथ्वीवर जें कांहीं धन, धान्य, सुवर्ण, पशु, किंवा स्त्रिया असतील त्यांच्या योगानें एका मनुष्याचीही तृप्ति होणार नाहीं; ह्यास्तव विद्वान् पुरुषानें कशाचाही लोभ न धरितां चित्त शांत ठेवावें हेंच हितकर होय.

भरद्वाज म्हणाला:—रुरु नामक पशु जन्मास येऊन वाढूं लागला कीं, त्याचीं शिंगें वाढूं लागतात; तद्वत् मनुष्याची हाव तो वाढूं लागला कीं वाढूं लागते व तिला मर्यादा म्हणून रहात नाहीं!

गौतम म्हणाला:—मनुष्याची इच्छा पूर्ण करील इतकें द्रव्य लोकांत मुळीं विद्यमानच नाहीं; मनुष्य हा खचित समुद्रासारखा आहे—त्याची पूर्तता कधींही व्हावयाची नाहीं!

विश्वामित्र म्हणाला:- मनुष्य जों जों कामना पूर्ण करण्यासाठीं झटत जातो तों तों त्याची कामना वाढतच जाते. त्याची एक कामना परिपूर्ण होते तों दुसरी कामना बाणाप्रमाणें त्याजवर प्रहार करण्यास सिद्धच असते!

जमदग्नि म्हणाला:- प्रतिग्रह घ्यावयाचा नाहीं असा जर दृढ निश्चय ठेविला तर त्या-

पासून निश्चयानें तपोभंग होत नाहीं, ह्यास्तव तपोरूप धनाला जाणणाऱ्या मनुष्यानें कधींही प्रतिग्रह करूं नये. जर ब्राह्मण हा प्रतिग्रहाचा लोभ धरील तर त्याचें तपोधन नष्ट होईल.

अरुंधती म्हणाली:-कांहीं पुरुषांचें असें म्हणणें आहे कीं, द्रव्याचा संचय धर्मासाठीं करावा; पण मला वाटतें कीं, द्रव्यसंचयापेक्षां तपस्संचयच श्रेष्ठ होय.

गंडा म्हणाली:-ज्या अर्थीं माझ्या ह्या बलिष्ठ धन्यांना सुद्धां ह्या उग्र धनाचें इतकें भय वाटतें, त्या अर्थीं मीं अगदीं दुबळ्याप्रमाणें ह्या धनाला अधिकच भ्यावें हें उचितच होय.

पशुसखा म्हणाला:---धर्माच्या ठिकाणीं श्रेष्ठत्व आहे तसें दुसऱ्या कोणत्याही पदार्थाच्या ठिकाणीं नाहीं; म्हणून ब्रह्मवेत्ते पुरुष धर्मालाच धन मानितात आणि हें ज्ञान व्हावें म्हणूनच मी महाविद्वानांची सेवा करितों.

ऋषि म्हणाले:-मंत्र्यांनो, ज्या राजाच्या ह्या प्रजा आहेत, आणि जो राजा आम्हांला ह्या सुवर्णरूप उपाधीनें युक्त अशीं हीं फळें देत आहे, तो राजा ह्या दानासह खुशाल असो!

भीष्म सांगतात:-राजा युधिष्ठिरा, असें बोलून, सुवर्णानें युक्त अशीं तीं उंबराचीं फळें त्या सप्तर्षींनीं नाकारिलीं व ते सर्व व्रतस्थ ऋषि दुसरीकडे चालते झाले. तेव्हां वृषादर्भि राजाकडे जाऊन त्याला मंत्री म्हणाले:-महाराज, सुवर्णरूप उपाधीची शंका घेऊन सप्तर्षींनीं त्या फळांचा त्याग केला व ते दुसऱ्याच मार्गानें निघून गेले, हें आपल्याला विदित व्हावें.

राजा युधिष्ठिरा, त्या राजसेवकांनीं वृषादर्भि राजाला ह्याप्रमाणें कळविलें असतां तो संतापला आणि तो त्या सर्व सप्तर्षींचा सूड घ्यावयाच्या हेतूनें राजवाड्यास परत गेला! नंतर त्यानें होत्रागारांत जाऊन उग्र तपश्चर्या आरंभिली आणि मंत्रांचा उच्चार करून तो अग्नीला एकेक आहुति देऊं लागला. राजा युधिष्ठिरा, तेव्हां त्या अग्नींतून सर्व लोकांना भयंकर अशी एक कृत्या प्रकट झाली आणि वृषादर्भि राजानें तिचें नांव यातुधानी असें ठेविलें! राजा, नंतर कालरात्रीप्रमाणें घोर रूप धारण करणारी ती कृत्या वृषादर्भि राजापुढें हात जोडून उभी राहिली; व मी आतां काय करूं म्हणून त्या भूपतीला म्हणाली. तेव्हां तिला

वृषादर्भि म्हणाला:-कृत्ये यातुधानि, अरुंधतीसहवर्तमान सप्तर्षि व त्यांची दासी व त्या दासीचा भर्ता ह्यांजकडे तूं जा आणि त्यांतील प्रत्येकाचें नांव काय आहे ह्याचा मनांत विचार करून त्यांच्या अंगच्या सामर्थ्याची अटकळ बांध व त्या सर्वांचा अंत करून मग तूं वाटेल तिकडे जा. पण जर तुझ्याकडून त्यांचा नाश झाला नाहीं, तर ते तुला खचित ठार मारितील हें लक्षांत धर!

राजा युधिष्ठिरा, वृषादर्भि राजाचें तें भाषण श्रवण करून त्या यातुधानी नामक कृत्येनें कृत्यास्वरूप धारण केलें व 'बरें आहे, आपल्या म्हणण्याप्रमाणें करितें' असें वचन देऊन, जेथें ते सात महर्षि फिरत होते त्या वनांत ती प्राप्त झाली.

भीष्म सांगतात:-राजा युधिष्ठिरा, त्या वनांत अत्रिप्रभृति ते सात महर्षि फळें-मुळें सेवन करीत संचार करीत असतां त्यांस तेथें एक संन्यासी आढळला. त्याचे खांदे, हात, पाय, तोंड व पोट भक्कम असून त्याचें सर्वच शरीर गलेलठ्ठ होतें व त्याच्या बरोबर एक कुत्राही होता. त्या संन्याशाचे सर्व अवयव चांगले धष्टपुष्ट अवलोकन करून अरुंधती सप्तर्षींना म्हणाली कीं, आपण ह्याच्यासारखे लठ्ठ केव्हांही होणार नाहीं! तेव्हां

वसिष्ठ म्हणाला:-अरुंधति, आमच्या-

प्रमाणें ह्याचें अग्निहोत्र कधीं अंतरत नाहीं, व हा सकाळसंध्याकाळ नेहमीं हवन करीत असतो ह्यामुळें हा कुत्र्यासहित धष्टपुष्ट दिसत आहे.

अत्रि म्हणालाः—आमच्याप्रमाणें क्षुधेनें ह्याच्या वीर्याचा नाश झाला नाहीं व मोठ्या कष्टानें संपादिलेली वेदविद्याही आमच्याप्रमाणें ह्यानें गमाविली नाहीं; म्हणून हा असा कुत्र्यासह बळकट आहे.

विश्वामित्र म्हणालाः—आमच्याप्रमाणें ह्याच्या शाश्वत शास्त्राचा (वेदांचा) लोप झाला नाहीं व आमच्याप्रमाणें ह्याचा धर्मही क्षीण झाला नाहीं आणि तसाच हा आमच्यासारखा आळशी, भुकेलेला व मूर्खही नाहीं; म्हणून हा असा कुत्र्यासह लठ्ठ आहे.

जमदग्नि म्हणालाः—ह्याला आमच्याप्रमाणें पोटाची व काष्ठांची वर्षभर चिंता वाहावी लागत नाहीं; म्हणून हा असा कुत्र्यासह बळकट आहे.

कश्यप म्हणालाः—आमच्याप्रमाणें ह्याला 'भिक्षां देहि' करणारे चार सख्खे भाऊ नाहींत; त्यामुळें हा कुत्र्यासह धष्टपुष्ट आहे.

भरद्वाज म्हणालाः—आमच्याप्रमाणें ह्यानें भार्येविषयीं अपवाद घेऊन तिला शाप दिला नाहीं आणि अविचाराचें व दुष्टपणाचें कर्म करून शोकाला कारण घडविलें नाहीं; म्हणून हा कुत्र्यासह चांगला बळकट आहे.

गौतम म्हणालाः—आमच्याप्रमाणें ह्याजपाशीं प्रत्येकीं तीन तीन वर्षांचीं जुनीं अशीं तीन दर्भांचीं पांघरुणें व एक रंकु मृगाचें चर्म नाहीं; म्हणून हा कुत्र्यासहित भला बळकट आहे.

भीष्म सांगतातः—राजा युधिष्ठिरा, नंतर तो संन्यासी कुत्र्यासह त्या वसिष्ठादिक सप्तर्षींच्या समीप गेला आणि यथायोग्य प्रकारें त्यांचा हस्तस्पर्श झाल्यावर त्यांनीं परस्परांचें आगत स्वागत केलें व क्षुधानिवारण करण्याचें काम किती दुर्घट झालें आहे इत्यादिकांबद्दल त्यांमध्यें बोलणेंचालणें होऊन नंतर ते सर्वजण एक विचार ठरवून त्या वनांत कंदमुळें खणीत खणीत व फळें जमवीत बरोबर चालूं लागले. राजा, ह्याप्रमाणें ते पुष्कळसें वन हिंडून गेले असतां कमळांचें एक सुंदर सरोवर त्यांच्या दृष्टीस पडलें. त्या सरोवराच्या भोंवतालीं वृक्षांची गर्द झाडी असून त्यांत निर्मळ व आल्हाददकारक असें उदक शोभत होतें. त्यांतील कमळें सकाळच्या सूर्याप्रमाणें तेजःपुंज असून त्यांचीं पत्रें वैदूर्याच्या रंगाप्रमाणें विलसत होतीं. तेथें खोल पाण्याचा आश्रय करणारे नानाविध पक्षी रहात होते. त्या सरोवरांत जाण्याला एकच मार्ग होता, त्याशिवाय अन्य मार्गानें त्यांत जाण्याची सोय नव्हती. त्यांत उतरण्याला उत्तम रस्ते केलेले असून त्यांत चिखल वगैरे अगदीं नव्हता; आणि तेथें वृषादर्भीनें उत्पन्न केलेली यातुधानी नांवाची भयंकर कृत्या त्या सरोवराच्या रक्षणास सिद्ध होती. असो; अरुंधतीसहित ते सर्व सप्तर्षि, तो संन्यासी (शुनःसख) आणि पशुसख व त्याची स्त्री गंडा हीं सगळींजणें त्या सरोवरावर प्राप्त झालीं व त्या स्थलीं सरोवराच्या तीरावर भयंकर यातुधानी कृत्या उभी होती तिला पाहून ते महर्षि म्हणालेः—हे स्त्रिये, तूं कोण आहेस, कोणाकरितां व कोणत्या उद्देशानें तूं येथें एकटी उभी आहेस, आणि ह्या सरोवराच्या कांठीं तूं काय करूं इच्छितेस तें सांग.

यातुधानी म्हणालीः—मी जी कोण आहे ती आहे. तुम्हांला माझी विचारपूस करण्याचें मुळींच प्रयोजन नाहीं. तपस्व्यांनो, मी ह्या सरोवराचें रक्षण करणारी आहें असें तुम्ही सर्वजण समजा.

ऋषि म्हणालेः—हे स्त्रिये, आम्ही सर्व

क्षुधित झालों असून आह्मांपाशीं दुसरें कांहीं-एक नाहीं. तुझ्याकडून अनुमोदन मिळाल्यास आह्मी ह्या सरोवरांतून कांहीं कमळें घेऊं.

यातुधानी म्हणाली:- जर तुम्ही एकेकजण मला आपलें नांव सांगून कमळें घेऊं इच्छीत असाल तर तुम्ही खुशाल ह्या सरोवरांतून कमळें न्या; उशीर करूं नका.

भीष्म सांगतात:— राजा युधिष्ठिरा, त्या समयीं, ही यातुधानी कृत्या असून हिचा हेतु आम्हां सप्तर्षींना वधण्याचा आहे, असें अत्रि-ऋषीनें जाणिलें; आणि नंतर तो क्षुधार्त झालेला

अत्रि म्हणाला:- सुंदरि, माझें नांव अत्रि असें असून, कामादिक अरींना आश्रय देणारें जें अर म्हणजे पाप त्यापासून मी सर्वांचें त्राण करणारा आहें; किंवा अद् म्हणजे जो मृत्यु त्यापासून मी सर्वांचें त्राण करितों म्हणून मला अत्रि म्हणतात. माझ्या ठिकाणीं भूत, वर्तमान किंवा भविष्यत् अशा त्रि म्हणजे तीन उपाधि नाहींत; सर्व कांहीं मला आज वर्तमानकालींच उपलब्ध होत आहे. मी अत्रि हा सदोदीत अध्ययनांत निमग्न असतों; ह्यास्तव अनध्ययनी पुरुषांची जी रात्रि ती माझ्या ठिकाणीं विद्यमान नाहीं; आणि म्हणून ह्या मला अग्नीला अरात्रि अत्रि असें नांव प्राप्त झालें आहे.

यातुधानी म्हणाली:- हे महाद्युतिमंता, तूं आपलें नांव सांगून त्याचा जो अर्थ मला स्पष्ट करून सांगितलास, तो माझ्या मनाला ग्रहण करितां येणें कठीण आहे; ह्यास्तव तूं खुशाल सरोवरांत प्रवेश कर, जा.

वसिष्ठ म्हणाला:— सुंदरि, माझें नांव वसिष्ठ असून मी वरिष्ठ आहें. मला वसिष्ठ म्हणण्याचें कारण असें कीं, सूर्य, चंद्र, नक्षत्रें, वायु, अंतरिक्ष इत्यादि जे वसु ते सर्व माझ्या ठिकाणीं राहातात, म्हणजे त्या सर्वांवर माझी सत्ता चालते. मी महायोगी असल्यामुळें मला वशिष्ठ मानितात. सर्व वासग्रहांच्या ठायीं म्हणजे वस्तूंच्या ठायीं माझें वास्तव्य आहे; ह्यास्तवच मला वसिष्ठ हें नांव मिळालें आहे.

यातुधानी म्हणाली:— तुझ्या नांवाची व्युत्पत्ति मोठी अवघड असून तुझ्या नांवांतली अक्षरें सुखानें उच्चारितां येण्यासारखीं नाहींत; म्हणून तुझें नांव लक्षांत ठेवणें कठीण आहे; ह्यास्तव तूं सरोवरांत प्रवेश कर, जा.

कश्यप म्हणाला:- माझें नांव कश्यप असें आहे. कारण, कश्य म्हणजे इंद्रियरूप अश्व किंवा लक्षणेनें इंद्रियांचीं अधिष्ठानें जीं शरीरें त्यांचें मी अंतर्यामिरूपानें पालन करितों, जीवरूपानें तद्द्वारा सुखदु:खादिक भोगितों, आणि परब्रह्मरूपानें त्या सर्वांचा मी आपल्या ठिकाणीं लय करितों. कु म्हणजे पृथ्वी हिच्या प्रत्येक भागावर वामन म्हणजे वृष्टि करणारा जो आदित्य तो मीच आहें आणि काशपुष्पाप्रमाणें मी काश्य म्हणजे तेजस्वी आहें. ह्यावरून माझ्या नांवाचें मर्म तुझ्या ध्यानांत राहील.

यातुधानी म्हणाली:-हे महाद्युतिमंता, तूं मला जो आपल्या नांवाचा अर्थ विशद करून सांगितलास तो मला दुर्बोध वाटतो; ह्यास्तव तूं जा आणि सरोवरांत प्रविष्ट हो.

भरद्वाज म्हणाला:- शोभने, माझें नांव भर-द्वाज असें आहे; कारण मी सर्वांचेंच भरण म्हणजे पोषण करितों. माझ्या ठिकाणीं शिष्याशिष्य किंवा सुतासुत म्हणजे स्वकीयपरकीय भाव मुळींच नाहीं. शासन करण्यास अयोग्य जे राक्षस किंवा शत्रु त्यांनाही ताब्यांत आणून मी त्यांचें दयाळूपणानें संगोपन करितों; त्याप्रमा-णेंच जे कोणी माझ्यावर ममता करीत नाहींत व माझ्याशीं फटकून वागतात, त्यांच्यावर देखील मी भार्या--पुत्राप्रमाणें ममता करितों व त्यांचें योगक्षेम चालवितों; त्याप्रमाणेंच मी देवांचें, द्विजांचें व वाजांचें म्हणजे प्रजांचें

भरण करितों; आणि ह्यामुळें मला भरद्वाज असें म्हणतात.

यातुधानी म्हणाली:-तुझ्या नांवाची व्युत्पत्ति मोठी दुर्गम असून त्यांतील अक्षरेंही उच्चारण्यास मोठीं अवघड आहेत; ह्यासाठीं माझ्यानें हें कांहींएक ध्यानांत राहाणार नाहीं; म्हणून तूं सरोवरांत प्रवेश कर, जा.

गौतम म्हणाला:-यातुधानि, माझें नांव गोतम (गौतम) आहे. मला गोतम (गोदम) म्हणण्याचें कारण असें कीं, माझ्या ठिकाणीं गो ह्मणजे पृथ्वी व स्वर्ग ह्यांचें दमन करण्याचें ह्मणजे त्यांवर सत्ता चालविण्याचें सामर्थ्य आहे. असें कशावरून म्हणशील तर मी दमवान् म्हणजे इंद्रियजेता असल्यामुळें माझ्यापुढें पृथ्वी व स्वर्ग हीं यःकश्चित् पदार्थ होत ! मी धूमरहित अग्नीसारखा प्रखर असल्यामुळें माझ्यावर सत्ता चालविणारें कोणीच नाहीं. माझ्याठिकाणीं इतकी समबुद्धि आहे कीं, मी तुला (कृत्येला) देखील ब्रह्मस्वरूप मानितों ! कृत्ये यातुधानि, माझीं गो म्हणजे इंद्रियें अतम म्हणजे अज्ञानरहित असल्यामुळें तुला मी वन्हीसारखा दुःस्पर्श आहें हें लक्षांत ठेव व माझ्या तेजाची अटकळ कर.

यातुधानि म्हणाली:— महामुने, तूं आपलें नांव सांगून त्याचा अर्थ जो व्यक्त केलास तो मला समजण्यास योग्य नाहीं; ह्यास्तव तूं सरोवरांत प्रवेश कर, जा.

विश्वामित्र म्हणाला:-यातुधानि, ब्रह्मांडांतील मुख्य देवता व पिंडस्थानीय इंद्रिय देवता ह्या सर्वांचा मी मित्र आहें; म्हणून मला विश्वामित्र म्हणतात.

यातुधानि म्हणाली:— हें तुझें नांव उच्चारण्यास अवघड असून ह्याचा सोपपत्तिक अर्थही दुर्बोध आहे; ह्यास्तव तूं सरोवरांत प्रवेश कर, जा.

जमदग्नि म्हणाला:— सुंदरि, माझें नांव जमदग्नि आहे. जमन म्हणजे हविर्भाग ग्रहण करणारा जो अग्नि त्याजमध्यें मी जन्म पावलों, असें जाण.

यातुधानी म्हणाली:— महामुने, तूं जें नांव सांगून त्याचा अर्थ सांगितलास, तो माझ्याच्यानें लक्षांत राहाणें कठीण आहे; ह्यासाठीं तूं सरोवरांत प्रवेश कर, जा.

अरुंधती म्हणाली:— माझें नांव अरुंधती आहे; कारण पर्वतांना धारण करणारी पृथ्वी व वसु म्हणजे देव ह्यांना आधार जो स्वर्ग ह्यांच्या ठिकाणीं माझें वास्तव्य आहे. मी सदासर्वकाळ भर्त्याच्या सन्निध राहून त्याच्या सेवेंत अनुरक्त असतें, म्हणून मला इतकें सामर्थ्य प्राप्त झालें आहे.

यातुधानी म्हणाली:--- हें तुझें नांव उच्चारण्यास अवघड असून ह्याची व्युत्पत्तिही दुर्बोध आहे, ह्यास्तव हें माझ्या लक्षांत राहाणार नाहीं, म्हणून तूं सरोवरांत प्रवेश कर, जा.

गंडा म्हणाली:-- तोंडाच्या एका भागाला गंड असें म्हणतात. गंड शब्दाचा धात्वर्थ हा असा आहे. माझा गंड-प्रांत उन्नत असल्यामुळें, हे अग्निसंभवे, मला गंडा असें नांव प्राप्त झालें आहे.

यातुधानी म्हणाली:--हें तुझें नांव उच्चारण्यास कठीण असून ह्याची व्युत्पत्तिही अवघड आहे; ह्यास्तव हें ध्यानांत ठेवण्यास मी समर्थ नाहीं, म्हणून तूं सरोवरांत प्रवेश कर, जा.

पशुसख ह्मणाला:-हे अग्निसंभवे, माझें नांव पशुसख. मी पशूंना पाहून त्यांचें रंजन करितों व नेहमीं त्यांजविषयीं दया बाळगितों, म्हणून मला पशुसखा असें नांव पडलें.

यातुधानी म्हणाली:--हें तुझें नांव उच्चारण्यास अवघड व लक्षांत ठेवण्यास कठीण

आहे; ह्यास्तव मला हें लक्षांत ठेवितां येत नाहीं. तूं सरोवरांत प्रवेश कर, जा.

शुनःसख म्हणालाः–यातुधानि, ह्या सर्वांनीं आपलीं नांवें जशा रीतीनें तुला सांगितलीं तशा रीतीनें नांव सांगण्यास मी समर्थ नाहीं. माझें नांव शुनःसखसखा ह्मणजे धर्माचे जे मित्र त्यांचा मी मित्र अशा अर्थाचें माझें नांव आहे, हें लक्षांत धर.

यातुधानी म्हणालीः–द्विजा, तुझ्या संदिग्ध भाषणावरून तुझें नांव देखील व्युत्पत्तीला धरूनच असावें असें वाटतें; ह्यास्तव तूं आपल्या नांवाचा ह्या वेळीं आणखी एकदां उच्चार कर.

शुनःसख ह्मणालाः—हे कृत्ये, ज्या अर्थीं मीं एकवार उच्चारिलेलें नांव तुझ्यानें ग्रहण करवलें नाहीं, त्या अर्थीं तूं माझ्या त्रिदंडानें अभिहत होत्साती तत्काळ भस्म हो !

राजा युधिष्ठिरा, असें म्हणून त्या शुनःसखानें यातुधानीच्या मस्तकावर ब्रह्मदंडासारखा भयंकर असा तो आपला त्रिदंड हाणिला आणि त्या योगें ती कृत्या तत्काळ भस्म होऊन भूतलावर पतन पावली ! आणि ह्याप्रमाणें त्या महाबलवान् यातुधानीचा वध केल्यानंतर शुनःसख आपला त्रिदंड भूमीवर टाकून देऊन गवताळ जमीनीवर स्वस्थ बसून राहिला ! इकडे यातुधानीची आज्ञा घेऊन सरोवरांत प्रविष्ट झालेले सप्तर्षि वगैरे सर्वजणांनीं कमळें व कमळनाळें मनमुराद ग्रहण केलीं व ते मोठ्या आनंदानें सरोवरांतून बाहेर आले. नंतर त्यांनीं मोठ्या श्रमानें कांठावर येऊन त्या कमळांचीं व कमळनाळांचीं ओझीं बांधून ठेविलीं व ते पुनः सरोवरांत जाऊन त्या उदकानें तर्पण करूं लागले. मग तर्पण आटोपल्यावर ते पुनः सरोवरांतून कांठावर आले आणि पहातात तों त्यांचीं तीं कमळांचीं व कमळनाळांचीं ओझीं त्यांस तेथें आढळलीं नाहींत ! तेव्हां

ऋषि म्हणालेः–अहो, क्षुधाकुल झालेल्या आह्मीं कांहीं तरी खावयास मिळावें म्हणून ह्या स्थळीं कमळांचीं व कमळनाळांचीं ओझीं बांधून ठेविलीं असतां कोणत्या दुष्ट पातक्यानें आमचीं ओझीं चोरून नेलीं बरें ?

राजा, त्यांना त्या समयीं एकमेकांचाच संशय आला व त्यांनीं प्रत्येकानें शपथ घ्यावी असें बोलणें काढिलें. तेव्हां तो विचार सर्वांना पसंत पडला आणि क्षुधार्त झालेल्या व थकून गेलेल्या त्या सर्व ऋषींनीं शपथा घेतल्या! त्या वेळीं

अत्रि ह्मणालाः—अहो, ज्या कोणीं कमळांची व कमळनाळांची ही चोरी केली असेल, त्यास गाईला लाथ मारल्याचें, सूर्याकडे तोंड करून लघुशंका केल्याचें किंवा अनध्यायाच्या दिवशीं वेदाभ्यास केल्याचें पाप लागेल !

वसिष्ठ ह्मणालाः–अहो, ज्या कोणीं ही चोरी केली असेल त्याला अनध्यायीं वेदपठण केल्याचें, लोकांत कुत्र्याबरोबर खेळल्याचें, संन्याशानें कामवासना धारण केल्याचें, शरणागताला मारल्याचें, आपल्या कन्येला विकून उदरभरण केल्याचें, आणि नीचापासून संपत्ति मिळविल्याचें पाप लागेल !

कश्यप ह्मणालाः—अहो, ज्या कोणीं ही चोरी केली असेल त्याला सर्व ठिकाणीं सर्व कांहीं बोलल्याचें, दुसऱ्याची ठेव नाहीं म्हटल्याचें, खोटी साक्ष दिल्याचें, यज्ञयागावांचून मांस सेवन केल्याचें, नटनर्तकांना दान दिल्याचें किंवा दिवसास स्त्रीगमन केल्याचें पातक लागेल.

भरद्वाज ह्मणालाः–अहो, ज्या कोणीं ही चोरी केली असेल त्याला स्त्रियांविषयीं, नातलगांविषयीं व गाईविषयीं द्रोह व अधर्म केल्याचें व ब्राह्मणाला लढाईत किंवा युद्धांत

जिंकल्याचें पाप लागेल! आणि त्याप्रमाणेंच ज्यानें ही चोरी केली असेल त्याला उपाध्यायाला न जुमानितां ऋचा व यजुर्मंत्र म्हटल्याचें व गवत पेटवून त्या अग्नींत हवन केल्याचें पाप लागेल!

जमदग्नि म्हणालाः--- अहो, ज्या कोणी ही चोरी केली असेल त्याला उदकांत मलमूत्र विसर्जन केल्याचें, गाईला वधिल्याचें किंवा तिचा द्रोह केल्याचें, ऋतुकाल नसतां मैथुन केल्याचें, सर्वांचा द्वेष संपादिल्याचें, स्त्रीवर उदरनिर्वाह चालविल्याचें, भाऊबंधांना सोडून दिल्याचें, सर्वांशीं वैर जोडिल्याचें व एकमेकांचें आतिथ्य केल्याचें पातक लागेल.

गौतम म्हणालाः— अहो, ज्या कोणीं ही चोरी केली असेल त्याला वेदांचा अभ्यास करून ते टाकून दिल्याचें, तीन अग्नि सोडून दिल्याचें, सोमरस विकल्याचें व ज्या गांवांत एकच विहीर आहे त्या गांवीं शूद्रस्त्रीचा पति होऊन राहिलेल्या ब्राह्मणाच्या घरीं वास्तव्य केल्याचें पाप लागेल!

विश्वामित्र म्हणालाः— अहो, ज्या कोणीं ही चोरी केली असेल त्याला आपण जिवंत असतां आपले गुरु व सेवक ह्यांची उपजीविका परक्यांकडून करविल्याचें पातक लागेल! त्यास चांगली गति मिळणार नाहीं! त्याला फार संतति होईल! त्याला चांगलें वर्तन ठेवितां येणार नाहीं! तो अधम ब्राह्मण होईल! संपत्तीनें तो चढून जाईल! तो नीचापासून धन संपादील! सर्वांचा हेवा करील! पर्जन्यकाळीं त्यास प्रवास करावा लागेल! त्यास पोटासाठीं दास्य करावें लागेल! राजाचें पौरोहित्य पतकरावें लागेल! आणि ज्याला यज्ञयाग करण्याचा अधिकार नाहीं त्याचा तो ऋत्विज होईल!

अरुंधती म्हणालीः-- अहो, जिनें ही चोरी केली असेल तिला नेहमीं सासूचा अपमान केल्याचें, पतीला दुःख दिल्यानें, एकटीनेंच स्वादिष्ट पदार्थ खाल्लयाचें, आप्तांचा अनादर करून आपला वरचष्मा बसविल्याचें, सायंकाळीं सातू खाल्लयाचें, व्यभिचार केल्याचें आणि वीरपुत्र प्रसवल्याचें पाप लागेल!

गंडा म्हणालीः— अहो, जिनें ही चोरी केली असेल, तिला सदैव खोटें बोलल्याचें, भाऊबंधांबरोबर भांडल्याचें, पैसे घेऊन मुलगी दिल्याचें, अन्न शिजवून स्वतः एकटीनेंच सेवन केल्याचें, दास्यांत देह झिजविल्याचें आणि जारज संततीनें दोन्ही कुळांचा नाश केल्याचें पातक लागेल!

पशुसख म्हणालाः- अहो, ज्या कोणीं ही चोरी केली असेल, तो दासकुलांतच जन्म पावेल! त्याच्या पदरीं मुलांबाळांचा जोजार होऊन तो दारिद्र्यानें ग्रासिला जाईल आणि त्याला देवतांविषयीं पूज्यबुद्धि राहाणार नाहीं.

शुनःसख म्हणालाः— अहो, ज्यानें ही चोरी केली असेल त्याला--अध्वर्यूला किंवा वेदवेत्त्याला अथवा उत्तम प्रकारें ब्रह्मचर्य पाळिलेल्या पुरुषाला दुहिता अर्पण केल्याचें व ब्राह्मणानें अथर्वण वेदाचें संपूर्ण अध्ययन करून स्नान केल्याचें पुण्य लागेल!

ऋषि म्हणालेः-- अहो, ह्यानें जी ही शपथ घेतली ती ब्राह्मणांना इष्ट अशी आहे! तेव्हां हे शुनःसख, तूंच आम्हां सर्वांची ही चोरी केलीस ह्यांत संदेह नाहीं!

शुनःसख म्हणालाः— ऋषिवर्यहो, आपण भक्षणार्थ आणून ठेविलेली वस्तु तर्पणविधि उरकून परत आल्यावर न पाहिल्यामुळें जे कांहीं उद्गार काढिलेत ते खरे आहेत, मिथ्या नाहींत. ही चोरी मीं केली हें सर्वस्वी खरें होय. कमळें व कमळनाळें मीं अदृश्य केलीं होतीं तीं हीं पहा!

अनघांनो, आपली परीक्षा पाहाण्यासाठीं असें मीं केलें! भगवंतांनो, आपण येथें सर्वांचें रक्षण करण्याकरितां आलां असून आपला वध करण्यासाठीं ही घोर कृत्या यातुधानी उद्युक्त होती. ती मीं वधिली आहे पहा! तपोधनहो, वृषादर्भि राजानें तुमचा सूड घेण्यासाठीं अग्नींतून हिला उत्पन्न केलें होतें व जर मीं हिला मृत्युमुखीं लोटलें नसतें तर ह्या दुष्टेनें अविचारानें खचित तुमचा नाश केला असता! ह्यास्तव, विप्रहो, मी स्वतः इंद्रच येथें आलों आहें ह्मणून समजा. तुह्मीं आपल्या अलोभवृत्तीनें सर्व कामना, परिपूर्ण करून देणारे अक्षय्य लोक संपादिले आहेत; ह्यास्तव तुह्मी आतां येथून लवकर उठा आणि त्या श्रेष्ठ लोकांप्रत चला!

भीष्म सांगतातः— राजा युधिष्ठिरा, इंद्राचें तें भाषण श्रवण करून त्या वसिष्ठादिक महर्षींना मोठा आनंद वाटला व ‘ बरें आहे ’ असें ह्मणून ते पुरंदरासहवर्तमान स्वर्गलोकास निघून गेले! राजा धर्मा, ह्याप्रमाणें ते महात्मे सप्तर्षि अत्यंत क्षुधित असतांही मोठमोठ्या पुरुषांनीं नानाविध उपभोग्य वस्तु पुढें करून त्यांस मोह उत्पन्न केला तरी ते त्या मोहाला वश झाले नाहींत, हें लक्षांत ठेविलें पाहिजे! त्यांनीं लोभ ह्मणून धारण केलाच नाहीं; आणि इतका खडतर प्रसंग आला असतांही त्या वेळीं त्याचें फळ हें झालें कीं, त्यांस स्वर्गलोक मिळाला. ह्यास्तव सर्व प्रसंगीं मनुष्यानें लोभ सोडून द्यावा, हा श्रेष्ठ धर्म होय. राजा धर्मा, जो मनुष्य सप्तर्षींचें हें मनोहर चरित्र सभादिकांमध्यें कथन करील त्याला धनधान्य प्राप्त होईल व त्याला संकटें म्हणून येणार नाहींत; त्याचे पितर, देवता व ऋषि संतुष्ट होतील; आणि परलोकीं त्यास यश, अर्थ व धर्म हीं मिळतील!

अध्याय चौऱ्याण्णवावा.

—:०:—

शपथविधि.

भीष्म सांगतातः— राजा युधिष्ठिरा, हाच विषय प्रतिपादन करण्याकरितां एक पुरातन इतिहास सांगत असतात. ह्यास्तव पूर्वीं तीर्थयात्रेच्या प्रसंगीं शपथेसंबंधानें जो वृत्तांत घडून आला तो ऐक. भारतसत्तमा, पूर्वीं इंद्रानें कमळांची चोरी केली आणि राजर्षींनीं त्याप्रमाणेंच ब्रह्मर्षींनीं त्या वेळीं शपथा घेतल्या; तो प्रकार असाः—एके प्रसंगीं ब्रह्मर्षि व राजर्षि एकत्र जमून पश्चिमप्रभासक्षेत्रीं प्राप्त झालें व त्यांनीं बेत ठरविला कीं, सर्व पृथ्वीचें पर्यटण करून तीर्थयात्रा कराव्या असा आपला हेतु होय; ह्यासाठीं आपण सर्व पृथ्वी फिरण्यास निघूं चला. राजा युधिष्ठिरा, नंतर शुक्र, अंगिरा, विद्वान् कवि, अगस्त्य, नारद, पर्वत, भृगु, वसिष्ठ, काश्यप, गौतम, विश्वामित्र, जमदग्नि, गालव, अष्टक, भरद्वाज, अरुंधती, वालखिल्य, शिबि, दिलीप, नहुष, अंबरीष, ययाति व धुंधुमार हे सर्व ब्रह्मर्षि व राजर्षि, महाप्रतापी वृत्रहंत्या शतक्रतूला पुढें करून तीर्थयात्रा करण्यास निघाले व ते सगळीं तीर्थें हिंडत हिंडत माघी पौर्णिमेला परम पावन जी कौशिकी नदी तिजप्रत प्राप्त झाले. सर्व तीर्थांत स्नानें करून पापरहित झालेले ते ब्रह्मर्षि व राजर्षि नंतर अत्यंत पवित्र असें जें ब्रह्मसर त्याप्रत गेले आणि तेथें ब्रह्मदेवाच्या त्या तीर्थांत स्नान करून अग्नीप्रमाणें देदीप्यमान अशा त्या महात्म्यांनीं त्या सरोवरांतील कांहीं कमळें व कमळनाळें सेवन केलीं. राजा, त्या समयीं कित्येक ब्रह्मर्षींनीं कमळनाळें व कित्येकांनीं मृणालें उपटून घेतलीं. इतक्यांत तेथें असें घडलें कीं, अगस्त्यऋषीनें त्या सरोवरांतून एक कमळ बाहेर कांठावर आणून ठेविलें होतें,

तें नाहींसें झालें असें सर्वांच्या दृष्टीस पडलें, आणि नंतर अगस्त्य ऋषीनें त्या सर्व श्रेष्ठ ऋषींना प्रश्न केला कीं, 'अहो, मीं जें उत्तम कमळ येथें आणून ठेविलें होतें, तें कोणीं घेतलें बरें ? अहो, मला तुमची शंका येते; ह्यास्तव तुम्ही माझें कमळ द्या. तुम्ही कमळाची चोरी करावी, हें अश्लाघ्य होय ! अहो, आम्ही असें ऐकतों कीं, काळाच्या योगानें धर्माचें तेज नष्ट होतें, तें खरें आहे. हा पहा आतां धर्मलोप करणारा काळ प्राप्त झाला आणि त्यामुळेंच धर्माला आपत्ति उत्पन्न झाली ! ह्यास्तव, ऋषींनो, जोंपर्यंत सर्वत्र अधर्माची छाप बसली नाहीं तोंपर्यंत आपण स्वर्गलोकीं जाऊन शाश्वत सुख प्राप्त करून घ्यावें, हें सर्वस्वी इष्ट होय ! अहो, अधर्माची प्रवृत्ति बळावली म्हणजे केवढाले अनर्थ होतील हें काय सांगावें. ह्यासाठीं, ब्राह्मणांनीं ग्रामामध्यें मोठमोठ्यानें वेदघोष करून ते शूद्रांना ऐकविले नाहींत किंवा राजांनीं राजनीतीच्या दृष्टीनें धर्मतत्त्वांना वळण दिलें नाहीं, त्याच्या पूर्वीं मी परलोकचा मार्ग धरावा, हें विहित होय ! अहो, अधर्म मातला असतां लहानथोर सर्वांचाच अपमान होऊं लागतो आणि जिकडे तिकडे अज्ञान पसरून उत्तम, मध्यम व अधम कोण ह्याविषयीं भावनाही नष्ट होते; ह्यास्तव, जोंपर्यंत इतकी अवस्था प्राप्त झाली नाहीं, तोंपर्यंत मीं कायमचा परलोक जोडावा हें अवश्य आहे ! अहो, धर्माची हानि झाली म्हणजे बलवान् मनुष्यें दुर्बळ मनुष्यांना खाल्ल्याशिवाय सुद्धां रहाणार नाहींत; तेव्हां अशी वेळ येण्याच्या पूर्वींच परलोकीं जाऊन कायमची तेथें वसति करावी, हें मला उचित दिसतें ! अहो, आतां मला भूतलावर ह्या जीवलोकाच्या हालअपेष्टा पाहावणार नाहींत,' ह्यास्तव, मी आतां येथून प्रयाण करितों !

राजा युधिष्ठिरा, अगस्त्य ऋषीचे हे उद्गार श्रवण करून त्या ठिकाणीं स्थित असलेल्या ब्रह्मर्षींना व राजर्षींना फार वाईट वाटलें आणि ते त्या अगस्त्य महर्षीला म्हणाले कीं, 'ऋषिवर्या, आम्हीं तुझें कमळ चोरिलें नाहीं; ह्यासाठीं उगीच आमच्यावर दोष लावून हे उद्गार काढूं नकोस ! महर्षे, आम्हीं भयंकर शपथा घेऊन तुझी खातरी करून देण्यास सिद्ध आहों ! राजा, नंतर महर्षींनीं व राजर्षींनीं शपथ घेणें हा धर्मच होय असा निश्चय ठरविला, आणि मग सर्वांनीं एकामागून एक पुत्रपौत्रांसमवेत शपथा घेण्यास सुरुवात केली !

भृगु म्हणालाः— अगस्त्य ऋषे, ज्या कोणीं तुझें कमळ घेतलें असेल, त्याला निंदा करणाराची उलट निंदा केल्याचें, मारणाराला उलट मारल्याचें, व घोडे, उंट, बैल वगैरे पशूंचे मांस खाल्ल्याचें पातक लागेल !

वसिष्ठ म्हणालाः— अगस्त्य ऋषे, ज्या कोणीं तुझें कमळ घेतलें असेल, त्याला नित्य वेदाभ्यास न केल्याचें, लोकांत कुत्र्याशीं खेळत बसल्याचें व संन्याशानें नगरांत राहिल्याचें पातक लागेल!

कश्यप म्हणालाः— अगस्त्य ऋषे, ज्या कोणीं तुझें कमळ चोरिलें असेल, त्याला सर्व ठिकाणीं सर्व वस्तूंचा क्रय विक्रय केल्याचें, दुसऱ्यांच्या ठेवीवर लोभदृष्टि ठेवल्याचें व खोटी साक्ष दिल्याचें पातक लागेल!

गौतम म्हणालाः— अगस्त्या ऋषे, ज्या कोणीं तुझें कमळ चोरिलें असेल त्याला अहंकारानें वागल्याचें, भूतदया न बाळगिल्याचें, मत्सर व नीचपणा केल्याचें आणि कामक्रोधादिकांना वश झाल्याचें पातक लागेल !

अंगिरा म्हणालाः— अगस्त्य ऋषे, ज्या कोणीं तुझें कमळ चोरिलें असेल, त्याला अमंगळपणा केल्याचें, ब्राह्मणाला वर्ज्य अशी

वागणूक ठेवल्याचें, कुब्याशीं बागडल्याचें, ब्रह्महत्या केल्याचें व पातक करून प्रायश्चित्त न घेतल्याचें पाप लागेल !

धुंधुमार म्हणालाः—अगस्त्य ऋषे, ज्या कोणीं तुझें कमळ चोरिलें असेल, त्याला मित्रांशीं कृतघ्नपणा केल्याचें, शूद्रीच्या ठिकाणीं प्रजा उत्पादिल्याचें व सर्व समृद्धि असतां एकट्यानेंच सुखोपभोग घेतल्याचें पातक लागेल.

पुरु म्हणालाः—अगस्त्य ऋषे, ज्या कोणीं तुझें कमळ चोरिलें असेल, त्याला वैद्याचा धंदा केल्याचें, भार्येकडून उपजीविका चालविल्याचें व चरितार्थासाठीं सासऱ्यावर अवलंबून राहिल्याचें पातक लागेल !

दिलीप म्हणालाः—अगस्त्य ऋषे, ज्या कोणीं तुझें कमळ चोरिलें असेल, त्याला जेथें एकच विहीर आहे अशा गांवीं शूद्र स्त्रीचा पति होऊन राहिलेल्या ब्राह्मणाला जी गति प्राप्त होते ती गति प्राप्त होईल !

शुक्र म्हणालाः—अगस्त्य ऋषे, ज्या कोणीं तुझें कमळ चोरिलें असेल, त्याला यज्ञांत न मारिलेल्या पशूचें मांस खाल्ल्याचें, दिवसास मैथुन केल्याचें व राजाचें दौत्य पतकरिल्याचें पाप लागेल.

जमदग्नि म्हणालाः—अगस्त्य ऋषे, ज्या कोणीं तुझें कमळ चोरिलें असेल, त्याला अनध्यायाच्या दिवशीं वेदाभ्यास केल्याचें, मित्राला श्राद्धांत क्षण दिल्याचें व शूद्राकडे श्राद्धान्न सेवन केल्याचें पातक लागेल !

शिबि म्हणालाः—अगस्त्य ऋषे, ज्या कोणीं तुझें कमळ चोरिलें असेल, त्याला अग्निहोत्र न बाळगितां मेल्याचें, यज्ञाला अडथळा आणिल्याचें व तपस्व्यांबरोबर विरोध केल्याचें पाप लागेल.

ययाति म्हणालाः—अगस्त्य ऋषे, ज्या कोणीं तुझें कमळ चोरिलें असेल, त्याला ऋतुकाळ नसतां व स्वतः व्रतस्थ असतां भार्यागमन केल्याचें आणि वेदांना तिरस्कारिल्याचें पाप लागेल !

नहुष म्हणालाः—अगस्त्य ऋषे, ज्या कोणीं तुझें कमळ चोरिलें असेल, त्याला संन्यास घेऊन गृहस्थाश्रम चालविल्याचें, दीक्षा घेऊन यथेष्ट वर्तन केल्याचें व धन घेऊन विद्या शिकविल्याचें पातक लागेल !

अंबरीष म्हणालाः-अगस्त्य ऋषे, ज्यानें तुझें कमळ नेलें असेल त्याला स्त्रिया आप्तसुहृत् व गाई ह्यांच्या संबंधानें दुष्टपणा व अधर्म केल्याचें आणि ब्राह्मणाला ठार मारल्याचें पाप लागेल !

नारद म्हणालाः—अगस्त्य ऋषे, ज्यानें तुझें कमळ चोरिलें असेल, त्याला केवळ ऐहिक विषयांबद्दल ज्ञान मिळविल्याचें, शास्त्रनियमाला सोडून स्वररहित वेदोच्चार केल्याचें व थोर जनांचा अनादर केल्याचें पाप लागेल !

नाभाग म्हणालाः—अगस्त्य ऋषे, ज्यानें तुझें कमळ चोरिलें असेल त्याला नेहमीं खोटें बोलल्याचें, भल्यांबरोबर विरोध केल्याचें व पैसे घेऊन मुलगी दिल्याचें पाप लागेल !

कवि म्हणालाः—अगस्त्य ऋषे, ज्यानें तुझें कमळ घेतलें असेल, त्याला गाईला लाथा मारल्याचें, सूर्याकडे तोंड करून लघुशंका केल्याचें आणि शरणागताचा अव्हेर केल्याचें पाप लागेल !

विश्वामित्र म्हणालाः—अगस्त्य ऋषे, ज्यानें तुझें कमळ चोरिलें असेल, त्याला कृषिकर्म करावयास ठेविलेल्या चाकरानें धन्याशीं कपट करून शेताला पाणी न दिल्याचें, राजाचें उपाध्येपण पतकरिल्याचें व ज्याला यज्ञयाग करण्याचा अधिकार नाहीं त्याचा ऋत्विज झाल्याचें पातक लागेल !

पर्वत म्हणालाः—अगस्त्य ऋषे, ज्यानें

तुझें कमळ चोरिलें असेल त्याला गांवांतील अधिकारी झाल्याचें, गाढवावर बसून गेल्याचें आणि उपजीविकेसाठीं कुत्रीं बाळगिल्याचें पाप लागेल।

भरद्वाज म्हणालाः— अगस्त्य ऋषे, ज्यानें तुझें कमळ चोरिलें असेल, त्याला घातकपणा केल्याचें व खोटा मार्ग स्वीकारल्याचें जें कांहीं पाप तें सर्व लागेल !

अष्टक म्हणालाः— अगस्त्य ऋषे, ज्या राजानें तुझें कमळ चोरिलें असेल, तो राजा अगदींच मूर्ख होय असें मी म्हणतों. अशा पातकी राजाला मनसोक्त वर्तन करून अधर्मानें पृथ्वीचा राज्यकारभार चालविल्याचें पाप लागेल !

गालव म्हणालाः- अगस्त्य ऋषे, ज्यानें तुझें कमळ चोरिलें असेल, तो महापातक्यांपेक्षांही महापातकी होय ! अशा मनुष्याला दान देऊन त्याचा लोकांत पुकारा केल्याचें व भाऊबंधांना ठार मारल्याचें पातक लागेल !

अरुंधती म्हणालीः— अगस्त्य ऋषे, जिनें तुझें कमळ चोरिलें असेल, तिला सासूची निंदा केल्याचें व पतीला दुःख दिल्याचें आणि एकटीनेंच गोड पदार्थ खाल्ल्याचें पाप लागेल !

वालखिल्य म्हणालेः- अगस्त्य ऋषे, ज्यानें तुझें कमळ चोरिलें असेल, त्याला उपजीविकेकरितां गांवाच्या वेशीशीं एका पायावर उभें राहिल्याचें व धर्मज्ञ असून अधर्म केल्याचें पाप लागेल !

शुनःसख म्हणालाः— अगस्त्य ऋषे, ज्या ब्राह्मणानें तुझें कमळ चोरिलें असेल, त्याला अग्निहोत्राचा अनादर करून सुखानें झोंप काढल्याचें व संन्याशानें मनसोक्त वर्तन केल्याचें पाप लागेल !

सुरभि म्हणालीः—अगस्त्य ऋषे, ज्या गाईनें तुझें कमळ चोरिलें असेल, तिचें माणसाच्या केंसांच्या दोरीचा भाला घालून दुसऱ्या गाईचें वांसरूं लावून कांस्यपात्रांत दुग्ध काढिलें जावो !

भीष्म सांगतातः- राजा युधिष्ठिरा, ह्याप्रमाणें त्या प्रसंगीं ब्रह्मर्षींनीं व राजर्षींनीं नानाप्रकारच्या अनेक शपथा घेतल्या असतां आणि तो विप्रश्रेष्ठ अगस्त्य ऋषि अतिशय संतापला असतां सहस्राक्ष देवाधिदेव इंद्र फार आनंदित झाला आणि त्यानें क्रोधायमान झालेला त्या ऋषीप्रत भाषण करून आपला अभिप्राय त्या ब्रह्मर्षींमध्यें, देवर्षींमध्यें व राजर्षींमध्यें जो सांगितला तो आतां मजपासून ऐक.

इंद्र म्हणालाः— अगस्त्य ऋषे, ज्यानें तुझें कमळ हरण केलें असेल त्याला अध्वर्यूला, वेदवेत्त्याला किंवा उत्तम प्रकारें ब्रह्मचर्य पाळिलेल्या ब्राह्मणाला मुलगी दिल्याचें किंवा ब्राह्मणानें संपूर्ण अथर्वण वेद अध्ययन करून स्नान केल्याचें पुण्य लागेल; त्याप्रमाणेंच त्याला सर्व वेद पठन केल्याचें, धर्माप्रमाणें वागल्याचें व उत्कृष्ट शील राखल्याचें पुण्य लागेल; व शेवटीं त्यास ब्रह्मलोकाची प्राप्ति होईल !

अगस्त्य म्हणालाः— बलसूदना इंद्रा, तूं धिक्कारदर्शक शपथ न घेतां हा आशीर्वादच घेतलास ! ह्यास्तव आतां मला कमळ दे. दुसऱ्याची वस्तु परत देणें हा शाश्वत धर्म आहे.

इंद्र म्हणालाः— भगवन्, आज मीं तुझें कमळ लोभानें कांहीं घेतलें नाहीं. असें करण्यांत माझा हेतु धर्मतत्त्वें श्रवण करावीं हाच होता. ह्यास्तव रागावूं नको. वेदांचें सार धर्मच होय आणि उत्तम लोक मिळविण्याचा निष्कंटक मार्गही धर्मच होय. आज, ज्याला कधींही अपवाद यावयाचा नाहीं असा जो शाश्वत ऋषिप्रणीत धर्म तो श्रवण केला ! ह्यास्तव, हे द्विजसत्तमा, हें आपलें कमळ घे; आणि, विद्यावंता भगवंता, मीं जो हा तुझा अतिक्रम केला त्याजबद्दल तूं मला क्षमा कर.

राजा युधिष्ठिरा, ह्याप्रमाणें इंद्राचें भाषण श्रवण करून अतिशयित संतप्त झालेला तो बुद्धिमान् अगस्त्य ऋषि प्रसन्न झाला व त्यानें इंद्रानें परत केलेलें तें कमळ घेतलें. राजा, नंतर ते सर्वजण आणखी पुढें वनें हिंडत गेले व त्यांनीं पुण्यतीर्थांच्या ठिकाणीं स्नानें केलीं. राजा, जो पुरुष एकाग्र चित्तानें प्रत्येक पर्वणीस हें आख्यान दुसऱ्याला सांगेल त्याला मूर्ख व दुष्ट असा पुत्र जन्मणार नाहीं; त्याला कोणतेंही संकट येणार नाहीं; शरीराला क्लेश देणारी जी चिंता ती त्याला उत्पन्न होणार नाहीं; त्याची सर्व ऐहिक सुखांविषयीं वासना नष्ट होऊन त्याला परमार्थज्ञानाची प्राप्ति घडेल; आणि मरणोत्तर तो स्वर्गांत वास करील!

अध्याय पंचाणवावा.

—:०:—

जमदग्नि व सूर्य ह्यांचा संवाद.

छत्र व जोडे ह्यांची उत्पत्ति.

युधिष्ठिर विचारतो:— पितामह भीष्म, श्राद्धामध्यें छत्र्या व चर्मी जोडे जे दान देत असतात, तो हा प्रघात प्रथम कोणीं सुरू केला? हा प्रघात मूळ कसा उत्पन्न झाला व हा उत्पन्न होण्याचें मूळ कारण कोणतें, हें मला कथन करा. ब्रह्मज्ञ भीष्म, केवळ श्राद्धकृत्यांमध्यें मात्र हीं दानें देतात असें नाहीं; तर अनेक व्रतांमध्यें व इतर धार्मिक कृत्यांमध्यें देखील पुण्यप्राप्तीसाठीं हीं दानें देण्याची वहिवाट आढळते. तेव्हां ह्या सर्वांचें सोपपत्तिक व सविस्तर वर्णन आपल्यापासून श्रवण करावें अशी माझी मनीषा आहे, तर ती आपण परिपूर्ण करावी.

भीष्म सांगतात:— राजा युधिष्ठिरा, छत्र्या व चर्मी जोडे दान देण्याची चाल लोकांत कशी प्रसिद्ध झाली, तिचा प्रचार कसा सुरू झाला, छत्र्या व चर्मी जोडे ह्यांचें दान अक्षय्य असें कसें ठरलें, व त्यापासून पुण्यप्राप्ति कां होऊं लागली, हें सर्व मी तुला यथास्थितपणें निवेदन करितों, तर तूं सावधान चित्तानें ऐक. राजा, हा विषय निरूपण करण्यासाठीं मी तुला जमदग्नि व महात्मा सूर्य ह्यांच्यामध्यें जो संवाद झाला तो सांगतों. राजा धर्मा, पूर्वीं एके समयीं प्रत्यक्ष भृगुकुलोत्पन्न भगवान् जमदग्नि हा धनुष्याशीं खेळत असतां एकसारखा पुनःपुनः नेम धरून बाण सोडीत होता व त्याची पत्नी रेणुका ही त्या पराक्रमी व वीर्यशाली भार्गवानें सोडिलेले ते सर्व बाण गोळा करून पुनःपुनः त्याच्या जवळ आणून देत होती. त्या प्रसंगीं धनुष्याच्या प्रत्यंचेचा टणत्कार व बाणांचा सणसणाट ह्यांच्या योगें त्या जमदग्नि ऋषीला अधिकच उल्हास वाटला व त्यानें अधिक आवेशानें बाण सोडण्याचा क्रम आरंभिला व रेणुकेनेंही ते परत आणून देण्याचा पूर्वक्रम तसाच चालू ठेविला. असें होतां होतां मध्याह्नसमय प्राप्त झाला, तेव्हां जमदग्नीनें रेणुकेला सांगितलें कीं, हे विशालनेत्रे, माझ्या धनुष्यापासून सुटलेले हे शर जाऊन घेऊन ये. तूं हे शर आणिलेस म्हणजे मी ते पुनः सोडीन.' राजा धर्मा, जमदग्नीनें हा क्रम ज्या काळीं आरंभिला होता, तो काळ ऐनउन्हाळ्याचा असून त्या वेळीं सूर्यनक्षत्र रोहिणी होतें आणि सूर्याच्या प्रखर किरणांनीं सर्व पृथ्वी अगदीं तप्त होऊन गेलेली होती! राजा धर्मा, भरमध्याह्नसमयीं जमदग्नीनें रेणुकेला ह्याप्रमाणें बाण घेऊन येण्याविषयीं आज्ञा केली असतां ती तत्काळ ते बाण आणण्यास गेली; पण वृक्षाच्या छायेंत कांहीं वेळ मध्यंतरीं थांबली. राजा, त्या समयीं तिचें शिर व पाय अगदीं होरपळून गेले होते म्हणून ती क्षणभर सावलींत थांबली; परंतु

भर्त्यांच्या शापभयानें आणखी न थांबतां तशीच पुढें गेली आणि बाण गोळा करून त्यांसह ती पुनः जमदग्नीच्या सन्निध प्राप्त झाली. राजा, यशस्वी व सुंदर अशा त्या रेणुकेची त्या वेळची स्थिति काय वर्णावी! त्या समयीं तिची मुद्रा अगदीं म्लान झाली असून तिच्या दोन्ही पायांना मनस्वी पीडा होत होती; आणि तशांत आतां आपल्याला भर्त्याकडून शाप होतो कीं काय, ह्या भीतीनें तिचें सर्वांग थरथर कांपत होतें; असो; राजा, ती शुभानना रेणुका आपल्यासमीप प्राप्त झाली असें पाहून जमदग्नि ऋषि तिच्यावर संतापला व तिला पुनःपुनः म्हणूं लागला कीं, 'तुला इतका उशीर कां झाला तो सांग.' तेव्हां

रेणुका म्हणाली:— तपोधन, माझें शिर व पाय अगदीं होरपळून गेल्यामुळें कांहीं वेळपर्यंत सूर्याच्या प्रखर किरणांचें निवारण करण्यासाठीं मी वृक्षच्छायेंत थांबलें होतें. ब्रह्मन्, ह्या कारणामुळें मला उशीर लागला; तरी माझ्यावर न कोपतां आपण मला क्षमा करावी.

जमदग्नि म्हणाला:— रेणुके, आज ह्या प्रखर किरणांनीं तुला दुःख देणाऱ्या सूर्याला अस्त्ररूप अग्नितेजानें जर्जर करून मी भूतलावर पाडितों!

भीष्म सांगतात:— राजा युधिष्ठिरा, नंतर जमदग्नीनें आपल्या दिव्य धनुष्याच्या प्रत्यंचेचें आस्फालन केलें आणि पुष्कळ बाण घेऊन, जसजसा सूर्य गमन करीत होता तसतसा त्याच्या समोर तोंड करून तो उभा राहिला. तेव्हां सूर्यानें जमदग्नीची ती सर्व सिद्धता अवलोकन केली आणि तो ब्राह्मणरूपानें त्याच्या जवळ येऊन त्यास म्हणाला कीं, 'ऋषे, तुझा सूर्यानें असा कोणता अपराध केला बरें, कीं ज्यामुळें तूं त्याचा सूड घेण्यास ह्याप्रकारें सिद्ध व्हावें? ब्राह्मणा, सूर्य हा अंतरिक्षांत राहून आपल्या किरणांनीं रसग्रहण करितो, आणि वर्षाकाळांत सर्वत्र त्या रसाची वृष्टि करितो. ब्राह्मणा, त्या रसापासून धनधान्य उत्पन्न होतें व तद्द्वारा मनुष्यांना सुख मिळतें. ब्राह्मणा, धनधान्यादिकांवर मनुष्यांचे प्राण इतके अवलंबून आहेत कीं, अन्न हेच प्राण होत' असें वेदांचेंही वचन आहे. ब्राह्मणा, अभ्रांनीं आच्छादित असलेला व किरणांनीं वेढिलेला असा सूर्य वर्षानें ह्या सप्तद्वीपावर पर्जन्यवृष्टि करितो आणि त्यापासून औषधी, लता, पत्रें, पुष्पें, फळें वगैरे सर्व अन्न वर्षाच्या वर्षाला उत्पन्न होतें. ब्राह्मणा, जातकर्में, व्रतोपनयनें, गोप्रदानें, विवाह, यज्ञयागांना लागणाऱ्या वस्तु, शास्त्रें, दानें, व्यवहार, वित्तसंचय वगैरे सर्व कांहीं अन्नापासूनच निर्माण होतें हें तूं जाणतच आहेस. भार्गवा, जेवढीं म्हणून सुखोत्पादक कृत्यें आहेत त्या सर्वांचें मूळ कारण अन्न हेंच होय. सर्वांचा उदय अन्नापासूनच होतो, हें तूं जाणतच आहेस. मी तुला जें कांहीं सांगितलें तें तुला म्हणजे माहीत नाहीं असें कांहीं नाहीं. ह्यासाठीं मी तुला अशी प्रार्थना करितों कीं, सूर्याला भूतलावर पाडून तुला काय लाभ होईल तो सांग पाहूं?'

अध्याय शाहाण्णवावा.

—:०:—

जमदग्नि व सूर्य ह्यांचा संवाद.

छत्र व जोडे ह्यांची उत्पत्ति.

युधिष्ठिर विचारितो:— पितामह भीष्म, ह्याप्रमाणें सूर्यानें त्या मुनिश्रेष्ठ जमदग्नीची प्रार्थना केली तेव्हां त्या महातेजस्वी भृगुनंदनानें पुढें काय केलें तें सांगा.

भीष्म सांगतात:— राजा युधिष्ठिरा, सूर्यानें त्या अग्नितुल्य जमदग्नि ऋषीची ह्याप्रमाणें प्रार्थना केली असतांही त्याचा क्रोध शांत

झाला नाहीं; तेव्हां ब्राह्मणरूप धारण केलेल्या त्या सूर्यानें नमस्कार करून व हात जोडून मधुर वाणीनें पुनः त्याला म्हटलें, ' विप्रर्षे, सूर्य हा नित्य चालत असतो, तेव्हां त्याच्यावर अचूक नेम धरून तूं त्याचा कसा भेद करशील बरें ?

जमदग्नि म्हणाला:— सूर्या, मी ज्ञानचक्षूनें तुझें स्थिर व चल हीं दोन्ही रूपें ओळखितों. ह्यास्तव तुझ्या अपराधाबद्दल मी तुला आज निश्चयानें शासन करीन हें समजून रहा! दिवाकरा, मध्यान्हसमयीं अर्ध निमिषपर्यंत तूं अंतरिक्षांत स्थिर असतोस; तेव्हां मी तुझा भेद करीन, ह्यांत अगदीं संशय नाहीं!

सूर्य म्हणाला:—हे महाधनुर्धरा द्विजश्रेष्ठा, मध्याह्नसमयीं तूं माझा भेद करशील हें अगदीं खचित होय. तेव्हां आतां माझी तुला अशी प्रार्थना आहे कीं, हे भगवंता, हा तुझा गुन्हेगार तुला शरण आला आहे, असें मान.

भीष्म सांगतात:— राजा युधिष्ठिरा, सूर्यानें ह्याप्रमाणें भाषण करून जमदग्नीच्या पायांवर मस्तक ठेविलें. तेव्हां भगवान् जमदग्नि हंसत हंसत सूर्याला म्हणाला:- सूर्या, ज्याअर्थी तूं मला शरण येऊन माझे पाय धरिले आहेस, त्याअर्थी तुला आतां माझ्यापासून भय धरण्याचें कारण नाहीं. दिवाकरा, शरण आलेल्याचा अव्हेर करणें हें मोठें पातक होय. ब्राह्मणांच्या आंगचा सरळपणा, भूमीच्या आंगची स्थिरता, चंद्राच्या आंगचा सौम्यपणा, वरुणाच्या आंगचें गांभीर्य, अग्नीच्या आंगचें तेज, मेरूच्या आंगची प्रभा व सूर्याच्या आंगचा प्रखरपणा ह्यांचा जो अतिक्रम करील तोच शरणागताला मरण देईल! सूर्या, जो कोणी शरण आलेल्याला आश्रय देणार नाहीं, त्याला गुरुपत्नीशीं गमन केल्याचें, ब्राह्मणाला वधिल्याचें व सुरापान केल्याचें पातक लागेल! ह्यास्तव, बा दिवाकरा, तुझ्याकडून जें हें दुराचरण झालें त्याचा प्रतिकार होण्यासाठीं कांहीं तरी उपाय शोधून काढ आणि तुझ्या प्रखर किरणांतून मार्ग क्रमणाऱ्या जनांना तो मार्ग सुखावह होईल असें कर.

भीष्म सांगतात:— राजा युधिष्ठिरा, इतकें बोलून तो भृगुकुलश्रेष्ठ जमदग्नि उगीच बसला. नंतर सूर्यानें ताबडतोब छत्र व उपानह (चर्मी जोडे) त्याच्या स्वाधीन केले; व मग तो

सूर्य म्हणाला:—महर्षे, माझ्या किरणांचें निवारण करण्याकरितां व मस्तकाचें रक्षण करण्याकरितां हें छत्र आणि पायांना पीडा होऊं नये म्हणून ह्या चर्मपादुका ग्रहण कर. आजपासून लोकांमध्यें ह्या दानाचा प्रघात सुरू होईल आणि सर्व पुण्यकारक दानांमध्यें हें मोठें अक्षय्य दान ठरेल.

भीष्म सांगतात:- राजा, युधिष्ठिरा, छत्र व चर्मी जोडे ह्यांचा प्रघात प्रथम सूर्यानें प्रचारांत आणिला आणि तिन्ही लोकांत ह्या दानाची विशेष पुण्यदायक म्हणून प्रसिद्धि झाली. ह्यास्तव तूं ब्राह्मणांना उत्तम छत्र्या व चर्मी जोडे दान दे, म्हणजे त्याच्या योगें तुझ्या हातून महान् धर्म घडेल ह्याबद्दल विवादच नाहीं. राजा, जो मनुष्य शुभ्र व शंभर शलाकांचें छत्र ब्राह्मणाला अर्पण करील त्याला मरणोत्तर सुखोपभोग प्राप्त होईल; ब्राह्मणांकडून, अप्सरांकडून व देवांकडून त्यास नित्य बहुमान मिळेल; आणि त्यास अंतीं इंद्रलोक प्राप्त होईल. महाबाहो धर्मा, सूर्याच्या उष्णतेनें भाजून निघणाऱ्या कडकडीत व्रताचरण करणाऱ्या स्नातक ब्राह्मणाला जो मनुष्य चर्मी जोडे दान देईल, त्यालाही मेल्यावर देवतांना अत्यंत पूज्य असे लोक प्राप्त होतील आणि तो गोलोकीं नित्य आनंदानें वास्तव्य करील. भरतश्रेष्ठा, ह्याप्रमाणें छत्र्या व उपानह ह्यांच्या

दानाचें फल मीं तुला साकल्येंकरून सांगितलें आहे, तें नीट लक्षांत धर.

अध्याय सत्याणवावा.

—:०:—

बलिदानाचा विधि.

युधिष्ठिर विचारितोः- भरतश्रेष्ठ भीष्म, मला आपण गृहस्थाश्रमाचे सर्व धर्म सांगा आणि काय केल्यानें मनुष्याला ह्या लोकीं वैभव प्राप्त होतें तेंही निरूपण करा.

भीष्म सांगतातः— राजा युधिष्ठिरा, हा विषय प्रतिपादन करण्याकरितां मी तुला एक प्राचीन इतिहास निवेदन करितों. तो इतिहास म्हणजे वासुदेव व पृथ्वी ह्यांचा संवाद होय. राजा, पूर्वीं एके समयीं प्रतापशाली वासुदेवानें पृथ्वी देवीची स्तुति करून तिला तूं जो मला आज प्रश्न विचारीत आहेस तोच प्रश्न विचारिला.

वासुदेव म्हणालाः— धरे, गृहस्थाश्रमाच्या धर्मांना अनुसरून म्यां किंवा माझ्यासारख्यानें कोणती गोष्ट अवश्य करावी कीं, जिच्या योगानें जीविताचें सार्थक होईल ?

पृथ्वी म्हणालीः— माधवा, गृहस्थाश्रमी मनुष्यानें ऋषि, पितर, देव व मनुष्यें ह्यांची पूजाअर्चा करावी व यज्ञयाग करावे हें अवश्य आहे. आतां हें कसें करावें तें सांगतें, ऐक. नेहमीं यज्ञयाग करून देवांची आराधना करावी, अतिथिपूजन करून मनुष्यांना संतोषवावें, आणि थोर जे ऋषि त्यांचे मनोरथ पूर्ण करून त्यांस भोजन घालावें; म्हणजे तेणेंकरून देव, मनुष्यें व ऋषिगण हे तृप्त होतील. मधुसूदना, गृहस्थाश्रमी मनुष्यानें कांहींएक न खातां सदोदीत अग्नीची पूजा म्हणजे वैश्वदेव करावा आणि बलिहरण घालावें. असें केल्यानें देव प्रसन्न होतात. त्याप्रमाणेंच गृहस्थाश्रमी मनुष्यानें अन्नादिक अर्पण करून व उदक देऊन किंवा दूध, मुळें व फळें हीं अर्पण करून प्रतिदिवशीं श्राद्ध करावें, म्हणजे तद्द्वारा पितर संतुष्ट होतात. गृहस्थाश्रमी मनुष्यानें सिद्ध केलेल्या अन्नाच्या योगें अग्नीमध्यें यथाविधि वैश्वदेव करावा आणि त्यांत अग्नीषोम व धन्वंतरी ह्यांस आहुति द्याव्या आणि प्रजापतीला पृथक् आहुति अर्पण करावी. नंतर ह्याच क्रमानें बलिहरण घालावें. त्यांत दक्षिणेस यमाला, पश्चिमेस वरुणाला, उत्तरेस सोमाला, वास्तूच्या मध्यभागीं प्रजापतीला, ईशान्येस धन्वंतरीला, पूर्वेस इंद्राला, गृहद्वारापाशीं मनुष्यांना, अंतर्गृहांत मरुतांना व देवतांना, अंतरिक्षांत विश्वेदेवांना, आणि निशाचरांना व भूतांना रात्रीच्या समयीं बलि समर्पण करावा. माधवा, ह्याप्रमाणें उत्तम प्रकारें बलिदान केल्यावर नंतर ब्राह्मणाला भिक्षा घालावी. जर त्या समयीं ब्राह्मण मिळाला नाहीं, तर प्रथम ब्राह्मणाच्या ऐवजीं अग्नीला अन्नाचा अग्रभाग अर्पण करावा आणि मग गृहस्थाश्रमी मनुष्यानें भोजन करावें. मनुष्याच्या मनांत पितरांचें श्राद्ध करावयाचें असेल तेव्हां श्राद्धविधि परिपूर्ण केल्यानंतर मग वैश्वदेव करावा. श्राद्धाच्या दिवशीं श्राद्धाचे ब्राह्मण जेवल्यावर श्राद्ध करणारानें पितृतर्पण करावें; व नंतर यथाविधि पिंडदान करून मग वैश्वदेव करावा; आणि अखेरीस ब्राह्मणांकडून आशीर्वाद मिळविल्यानंतर मग अतिथींची पूजा करून त्यांस विशिष्ट अन्न अर्पण करून भोजन घालावें आणि मग इष्टमित्र व इतर मनुष्यें ह्यांचा संतोष करावा. माधवा, अतिथीला अतिथि हें नांव पडण्याचें कारण— तो नित्य यजमानाकडे राहाणारा नव्हे हें होय. यजमानानें आचार्य, पितर, सखा, आप्त व अतिथि ह्यांस भोजन घालून, माझ्या गृहांत हें जें कांहीं आहे तें आपण स्वीकारावें, असें नित्य म्हणावें आणि ते जें कांहीं सांगतील तें करून त्यांचा संतोष

संपादावा, हा यजमानाचा धर्म होय. कृष्णा, गृहस्थाश्रमी मनुष्यानें नेहमीं अवशिष्ट अन्न सेवन करावें आणि नृप, ऋत्विज्, स्नातक, गुरु व श्वशुर हे जरी त्याच्या घरीं वर्षभर राहिले तरी त्यांची मधुपर्कादिकांच्या योगें पूजा करून त्यांस संतुष्ट करावें. वासुदेवा, वैश्वदेव सकाळीं व सायंकाळीं करावा आणि त्यांत श्वान, चांडाळ, वायस इत्यादिकांकरितां भूमीवर बलि द्यावा. वैश्वदेव ज्याला म्हणतात तो हाच होय. माधवा, गृहस्थाश्रम्याचे हे धर्म जो गृहस्थ दुसऱ्याचा हेवा किंवा द्वेष न करितां पाळील, त्यास इहलोकीं ऋषींपासून वर मिळून मेल्यावर उत्तम लोक प्राप्त होतील.

भीष्म सांगतातः—राजा युधिष्ठिरा, ह्याप्रमाणें पृथ्वीचें वचन श्रवण करून प्रतापवान् वासुदेवानें सतत तसें केलें, ह्यास्तव तूंही तसेंच सतत कर. राजा, ह्या प्रकारें गृहस्थाश्रमाचे धर्म जर तूं सतत पाळशील, तर ह्या लोकीं यश जोडून मेल्यावर स्वर्गास जाशील.

अध्याय अठ्ठ्याण्णवावा.

---:०:---

सुवर्ण व मनु ह्यांचा संवाद.

युधिष्ठिर विचारतोः—पितामह भीष्म, ज्याला दीपदान म्हणून म्हणतात त्याचें स्वरूप काय, तें कसें उत्पन्न झालें, व त्याचें फळ काय, हें मला सांगा.

भीष्म सांगतातः—राजा युधिष्ठिरा, ह्या विषयाचें विवेचन करण्यासाठीं एक पुरातन इतिहास सांगत असतात; तो इतिहास म्हणजे प्रजापति मनु व सुवर्ण ह्यांचा संवाद होय. हे भारता, सुवर्ण नामक कोणी एक तपस्वी होता. त्याचा वर्ण सुवर्णासारखा असल्यामुळें त्याचें नांव सुवर्ण हेंच प्रख्यात झालें होतें. त्याचें कुळ व शील उत्तम असून त्याच्या ठिकाणीं उत्तम गुण वसत होते आणि वेदाध्ययनांतही तो पारंगत होता. राजा धर्मा, त्याच्या ठिकाणीं जे कांहीं उत्तम गुण होते त्यांच्या योगें त्यानें श्रेष्ठ कुळांत जन्मलेल्या अनेक पुरुषांना मागें टाकलें होतें. एके समयीं तो तपोधन सुवर्ण ऋषि प्रजापति मनूला भेटला; व त्या दोघांची गांठ पडल्यानंतर त्या उभयतांनीं परस्परांना कुशलप्रश्न वगैरे विचारिल्यावर, ते दोघेही सत्यसंकल्प महात्मे सुवर्णाचा पर्वत जो मेरु त्याच्या रमणीय शिलापृष्ठावर गोष्टी सांगत बसले आणि त्यांनीं थोर थोर व प्राचीन अशा ब्रह्मर्षींच्या व देवदैत्यांच्या नानाविध कथा एकमेकांना सांगितल्या. त्या समयीं सुवर्ण ऋषीनें स्वायंभुव मनूला म्हटलें कीं, सर्व प्राण्यांच्या कल्याणाकरितां मी तुला एक प्रश्न विचारीत आहें, तर तूं त्या प्रश्नाचें उत्तर दे. हे प्रजेश्वरा, माझा तुला प्रश्न असा आहे कीं, देवतांची पूजा पुष्पांच्या योगानें करितात, ती कां, हा पूजाविधि कसा उत्पन्न झाला, व ह्याचें फळ काय, हें सर्व मला निरूपण करून सांग.

मनु म्हणालाः—सुवर्णा, ह्या विषयाचें निरूपण करण्याकरितां एक पुरातन इतिहास सांगत असतात. तो इतिहास म्हटला म्हणजे महात्मा शुक्र व बलि ह्यांचा संवाद होय. सुवर्णा, विरोचनाचा पुत्र जो बलि दैत्य तो त्रैलोक्याचें राज्य करीत असतां, एकदां भृगुकुलावतंस जो शुक्र तो त्याच्या सन्निध प्राप्त झाला. तेव्हां तत्काळ असुराधिपानें त्यास आसन देऊन त्याची अर्घ्यपाद्यादिकांनीं यथाविधि पूजा केली व त्यास पुष्कळ दक्षिणा वगैरे देऊन नंतर तो स्वतः आसनावर स्थित झाला.

नंतर, सुवर्णा, तूं जी आतां कथा विचारीत आहेस, तीच कथा तेथें त्यांच्यामध्यें निघाली. त्या कथेचा विषय म्हणजे फुलें व

धूपदीप ह्यांच्या दानासंबंधीच होता, त्या समयीं दैत्याधिपति जो बलि त्यानें कविश्रेष्ठ जो शुक्र त्यास हाच उत्कृष्ट प्रश्न विचारिला.

बलि म्हणालाः— ब्रह्मयज्ञांमध्यें श्रेष्ठ अशा द्विजवर्या, फुलें व धूपदीप ह्यांच्या दानाचें फल काय तें मला कृपा करून सांगावें.

शुक्र म्हणालाः— बलि राजा, प्रथम तप उत्पन्न झालें, नंतर धर्म उत्पन्न झाला, आणि ह्या दोहोंच्या मध्यंतरीं लता व धान्यें वगैरे उत्पन्न झालीं. वास्तविकपणें लता व धान्यें हीं सोमाचाच आत्मा होत व हाच नानाविध रूपांनीं ह्या भूतलावर जन्म पावला आहे. अमृत व विष आणि त्याप्रमाणेंच बरेवाईट दुसरे पदार्थ हे देखील सोमापासूनच उत्पन्न झाले आहेत. अमृत हें मनाला आवड उत्पन्न करितें व तत्काळ तृप्ति देतें; आणि विष हें सर्वत्र आपल्या उग्र वासानें मनाला ग्लानि उत्पन्न करितें. अमृत हें परम मंगलकारक व विष हें परम अमंगलकारक जाणावें. सर्व वनस्पति अमृतच होत आणि विष हें अग्नीपासून उत्पन्न झालेलें तेज होय. पुण्यवान् पुरुष फुलांना सुमनें असें जें नांव देतात त्याचें कारण फुलांपासून मनाचें रंजन होऊन त्यास पुष्टि प्राप्त होते हेंच आहे. जो शुचिर्भूत पुरुष देवतांना फुलें अर्पण करितो त्याजवर त्या देवता संतुष्ट होतात आणि त्या मग त्याला पुष्टि देतात. दैत्येश्वरा, ज्या ज्या देवतेला उद्देशून पुष्पें अर्पण करावीं, ती ती देवता त्या कृत्याच्या योगें प्रसन्न होते, व पुष्पें अर्पण करणाराचें मंगल करिते. बलि राजा, वनस्पति अनेक प्रकारच्या असून त्यांपैकीं कांहीं उग्र, कांहीं सौम्य व कांहीं तेजस्वी आहेत, वनस्पतींच्या ठिकाणीं बहुत वीर्य असून त्यांचीं रूपेंही बहुत आहेत. कांहीं वृक्ष यज्ञयागादिकांना विहित व कांहीं वृक्ष यज्ञयागादिकांना निषिद्ध असे आहेत. कांहीं पुष्पें असुरांना संतुष्ट करणारीं व कांहीं पुष्पें देवतांना संतुष्ट करणारीं आहेत. कांहीं पुष्पें राक्षसांना आवडतात, कांहीं उरगांना आवडतात, कांहीं यक्षांना आवडतात, कांहीं मनुष्यांना आवडतात, कांहीं पितरांना आवडतात, व कांहीं युवतीजनांना आवडतात. पुष्पांचेही अनेक प्रकार आहेत. कांहीं पुष्पें वनांत असतात म्हणून त्यांस वन्य म्हणतात; कांहीं पुष्पें ग्रामांत लाविलेल्या लतावृक्षांना येतात म्हणून त्यांस ग्राम्य म्हणतात; कांहीं पुष्पें नांगरलेल्या जमिनीशिवाय दुसऱ्या जमिनींत होणाऱ्या लतावृक्षादिकांना येत नाहींत म्हणून त्यांस कृष्टोप्त पुष्पें म्हणतात, कांहीं पुष्पें पर्वतावर वाढणाऱ्या लतावृक्षांना येतात म्हणून त्यांस पर्वताश्रयी म्हणतात; कांहीं पुष्पें कांटेरी वनस्पतींना येतात म्हणून त्यांस कंटकी म्हणतात; कांहीं पुष्पें निष्कंटक वनस्पतींना येतात म्हणून त्यांस अकंटक म्हणतात; व कांहीं पुष्पांना गंध, रूप, रस, इत्यादि असतात म्हणून त्यांना गंधरूपरसान्वित म्हणतात. बलि राजा, पुष्पांना गंध म्हणजे वास हा इष्ट व अनिष्ट अशा दोन प्रकारचा असतो. ज्या पुष्पांना इष्ट गंध असतो तीं पुष्पें देवांना प्रिय असतात असें जाण. ज्या वृक्षांना कांटे नाहींत त्यांचीं फुलें व बहुधा श्वेतवर्णाचीं फुलें हीं देवांना नित्य प्रिय असतात. उदकांत वाढणाऱ्या वनस्पतींचीं कमलादिक पुष्पें चतुर पुरुषानें गंधर्व, नाग व यक्ष ह्यांना अर्पण करावीं. बलि राजा, अथर्ववेदांत सांगितलें आहे कीं, तांबड्या फुलांच्या वनस्पति, कडू वनस्पति व कांटेऱ्या वनस्पति ह्या शत्रूंचा घात करण्यासाठीं देवतांची आराधना करावयाची असतां त्यांस समर्पण कराव्या. ज्या फुलांना उग्र वास आहे, ज्यांच्या ठिकाणीं कठिणपणा आहे, ज्यांना कांटे

आहेत आणि ज्यांचा रंग रक्तासारखा लाल किंवा कोळशासारखा काळा आहे, अशीं फुलें भूतपिशाच्चांना द्यावीं. मनाला व अंतःकरणाला आनंद देणारीं, अतिशयित मधुर व दिसण्यांत सुंदर अशीं फुलें मनुष्यांना अर्पण करावीं म्हणून सांगितलें आहे. श्मशानांत रुजलेल्या व देवळांच्या आजूबाजूस वाढलेल्या वनस्पतींचीं फुलें विवाहादिक मंगलकार्यांमध्यें व एकांतांतील सुखसोहाळ्यांमध्यें उपयोगास आणूं नयेत. पर्वताच्या पृष्ठभागावर वाढलेल्या लतावृक्षांचीं सुंदर सुवासिक फुलें देवतांना अर्पण करावीं. अशीं फुलें तोडून आणिल्यानंतर प्रथम त्यांजवर जलसिंचन करावें आणि मग चंदनोदकाचें वगैरे अभ्युक्षण करून यथाशास्त्र रीतीनें व यथायोग्यपणें तीं देवतांना द्यावीं. फुलांच्या सुवासानें देवांचा संतोष होतो; फुलांच्या सौंदर्यानें यक्षराक्षस तृप्त होतात; फुलांच्या उपभोगानें नागांना सुख वाटतें; आणि या तिहींच्या योगानें मनुष्यांना आनंद होतो. देवांना पुष्पें अर्पण केलीं असतां ते तत्काळ प्रसन्न होतात आणि ते प्रसन्न झाले म्हणजे साधकांचे मनोरथ परिपूर्ण होण्यास अगदीं विलंब लागत नाहीं. बलि राजा, देव हे संकल्पसिद्ध आहेतः—म्हणजे त्यांनीं मनांत आणिलें कीं, त्यांचें तें कार्य तत्काळ सिद्धीस जातें. यास्तव, देवांना ज्या वस्तु प्रिय व इष्ट असतील त्या मनुष्यांनीं जर त्यांस अर्पण केल्या तर ते ताबडतोब प्रसन्न होऊन मनुष्यांचे मनोरथ परिपूर्ण करितात. बलि राजा, मनुष्यांनीं देवांचा बहुमान केला तर देव त्यांना नित्य बहुमान मिळेल असें करितात आणि मनुष्यांनीं देवांचा अपमान किंवा हेळसांड केली तर देव त्या अधम मनुष्यांना जाळून फस्त करितात ! असो.

बलि राजा, आतां मी याच्यापुढें धूपदानविधीचें फल सांगतों, तें श्रवण कर. असुरेश्वरा, धूपांचे अनेक प्रकार असून त्यांपैकीं कित्येक चांगले व कित्येक वाईट असतात. कित्येक धूप म्हणजे गुग्गुळ वगैरे झाडांचे चीक होत. त्यांस निर्यास म्हणतात. कित्येक धूप काष्ठें व अग्नि यांच्या संयोगानें होतात. जसें, चंदनाच्या ढलप्या किंवा चूर्ण अग्नीवर जाळणें. अशा धूपास सारी म्हणजे निःसरण पावणारे असें म्हणतात; आणि कित्येक धूप कृतीनें बनविलेले असतात; जसें अष्टगंध. धूपांचे गंधही इष्ट व अनिष्ट अशा दोन प्रकारचे असतात. त्यांच्याबद्दल मी आतां सविस्तर वर्णन करितों, तें ऐक. साळईच्या चिकाशिवाय बाकीचे जे निर्यास धूप ते सर्व देवतांना प्रिय आहेत. त्या सर्व निर्यासांमध्यें गुग्गुळ हा मुख्य होय असें माझें मत आहे. सारी धूपांमध्यें अगुरु धूप हा श्रेष्ठ जाणावा. तो यक्ष, राक्षस व नाग ह्यांना फार प्रिय आहे, साळईचा धूप किंवा त्यासारखे दुसरे धूप हे दैत्यांना फार आवडतात. त्याप्रमाणेंच राळ किंवा तशाच जातीचे इतर धूप, देवदार वगैरे सुवासिक लांकडांचें चूर्ण आणि मल्लिकापुष्पादिकांचा मकरंद किंवा इतर तीव्र आसवें हीं एकत्र करून जे धूप तयार होतात ते मनुष्यांना फार प्रिय वाटतात. हे धूप केवळ मनुष्यांनाच आवडतात असें नाहीं; तर देव, दानव व भूतपिशाच्चें यांनाही तत्काळ संतुष्ट करितात. यांच्याशिवाय दुसरे धूप आहेत ते मनुष्यांच्या उपयोगीं असतात व मनुष्येंही त्यांचा उपयोग ऐष-आरामांसाठीं व विलास भोगण्यासाठीं करितात. बलि राजा, पुष्पांच्या दानांचे जे गुण व हेतु मी तुला सांगितले तेच गुण व हेतु धूपदानाला लागू आहेत. पुष्पदानाच्या योगें ज्या प्रकारें देवादिकांची प्रसन्नता जोडितां येते त्या प्रकारेंच धूपदानाच्या योगें ती जोडितां येते. आतां मी तुला दीप-

दानाच्या योगें कोणतें श्रेष्ठ फळ प्राप्त होतें तें सांगून, दीपदान करणें तें कसें करावें, कोणीं करावें व केव्हां करावें तें सांगतों आणि जे दीप दान द्यावयाचे ते कसे असावे, तेंही निवेदन करतों. राजा, दीप हा तेज किंवा प्रकाश असून तो ऊर्ध्वगामी असतो, असें वर्णन करितात. यास्तव दीपांचें दान केल्यानें त्याच्या योगें मनुष्यांचें तेज वाढतें. अंधतम नांवाचा नरक, तमिस्र म्हणजे अंधकार व दक्षिणायन हीं सर्व अंधकारमयच आहेत; यास्तव दीपदान करणें तें उत्तरायणांत करावें; हें प्रशस्त होय. ज्या अर्थीं दीपतेज हें ऊर्ध्वगामी असून अंधकाराचें निराकरण करितें त्या अर्थीं जे पुरुष दीपदान करतील ते नरकादिक अंधकाराचा प्रतिकार करून उत्तम लोक मिळवितील, ह्यांत संदेह नाहीं! देवांना दीपदानाच्या योगानें तेज प्राप्त झालें आणि ते कांतिमान् व स्वयंप्रकाश बनले; आणि राक्षसांना दीपदानाच्या अभावानेंच तामसरूप मिळालें हें ध्यानांत ठेव. यासाठीं दीपदान करणें अवश्य आहे. राजा, मनुष्य जर दीपदान करील तर तो चक्षुष्मान् व कांतिमान् होईल. दीपदान केल्यावर प्रतिग्रहकर्त्याला अगदीं पीडा होणार नाहीं असें करावें. ज्याला दीप दिले असतील त्याच्यापासून ते दीप हरण करूं नयेत किंवा त्यांचा नाश करूं नये. दीप हरण करणारा पुरुष अंधळा व निस्तेज होऊन नरकांत पडेल आणि दीपदान करणारा पुरुष स्वर्गलोकीं दीपमालेप्रमाणें शोभेल! दीपामध्यें घृत घालून तो प्रज्वलित करावा, हा मुख्य नियम होय. घृताच्या अभावीं तिलादिक वनस्पतींचें तेल प्रशस्त समजावें. ऐश्वर्याची इच्छा करणाऱ्या पुरुषानें वसा, मेद इत्यादि स्निग्ध पदार्थांनीं प्रज्वलित केलेला दीप केव्हांही दान करूं नये. दीपदान करणें म्हणजे दिवे लावणें ते पर्वताच्या कड्यावर, अरण्यामध्यें, दगडांच्या वगैरे राशी असतील तेथें आणि चव्हाठ्यावर लावावे. ज्या मनुष्याला वैभव प्राप्त व्हावें अशी इच्छा असेल त्यानें अशा ठिकाणीं दिवे लावल्यास तें दीपदान अक्षय्य होईल? बलि राजा, जो पुरुष दीपदान करितो तो आपल्या कुलाला प्रकाशित करितो, त्याचा आत्मा निर्मळ होतो, त्याला दीपाप्रमाणें उज्ज्वल तेज प्राप्त होतें, आणि तो नक्षत्रांच्या लोकीं नित्य वास्तव्य करितो! आतां, हे दैत्याधिपा, देव, यक्ष, उरग, मनुष्यें, राक्षस व भूतें ह्यांना बलिकर्म म्हणजे अन्नदान केलें असतां त्याचे गुण काय, व त्याजपासून कोणतीं फलें प्राप्त होतात, तें मी तुला निरूपण करून सांगतों. राजा, अन्नदान हें प्रथम देवांना, ब्राह्मणांना, अतिथींना व बालकांना द्यावें. ज्यांच्या येथें देवांना, ब्राह्मणांना, अतिथींना व बालकांना प्रथम अन्न मिळत नाहीं, ते निःसंशय अमंगळ राक्षस समजावे! यास्तव प्रथम देवांची पूजा करून त्यांच्या चरणांवर मस्तक ठेवावें आणि एकाग्र मन करून त्यांस अन्न अर्पावें. नेहमीं देवता अन्नाचें ग्रहण करितात व नित्य अन्नदात्यांना आशीर्वाद देतात. त्याप्रमाणेंच अतिथि व दुसरे यक्ष, राक्षस व पन्नग आणि पितर हे देखील गृहस्थाश्रमी पुरुषांच्या अन्नावरच उपजीवन पावतात; आणि ते अन्नदानानें तृप्त झाले म्हणजे अन्नदात्याला आयुर्यश व वित्त हीं अर्पण करून त्याचा संतोष करितात. बलि राजा, देवांना बलि देतांना ते दहीं, दूध, सुगंधि व सुंदर द्रव्यें आणि पुष्पें यांसह द्यावे; यक्ष व राक्षस ह्यांना बलि द्यावयाचे ते रुधिर, मांस, सुरा व आसवें ह्यांनीं ओतप्रोत भरलेले असून त्यांना वरून लाह्यांचा लेप देऊन शोभा आणावी; नागांना बलि द्यावयाचे ते नित्य कमळें व

उत्पलें ह्यांनीं युक्त असले म्हणजे त्यांस फार प्रिय होतात; आणि भूतांना बलि देतांना ते तीळ व गूळ ह्यांनीं मिश्रित करून द्यावे. राजा, पहिल्यानें अन्नाचें दान करावें व मग आपण त्याचें ग्रहण करावें हा उत्तम आचार होय. जो पुरुष प्रथम अन्नदान करितो त्याला बल व वीर्य ह्यांची प्राप्ति होऊन तो प्रथम सुखोपभोग भोगितो; म्हणून प्रथमतः देवतांची पूजा करून त्यांना अन्न समर्पावें. ऐश्वर्येच्छु पुरुषानें गृहदेवतांचें पूजन करून त्यांस प्रथम अन्न द्यावें; म्हणजे त्या देवता त्याच्या गृहांत सदासर्वकाळ आपल्या दिव्य तेजानें झळकत राहातात आणि मग त्यास कसलीही ददात पडत नाहीं !

राजा युधिष्ठिरा, ह्याप्रमाणें भृगुकुलोत्पन्न शुक्राचार्यानें असुराधिप जो बलि त्याला जें सांगितलें तेंच स्वायंभुव मनूनें सुवर्ण ऋषीला सांगितलें; पुढें सुवर्णानें तें नारदाला निवेदन केलें; आणि नंतर, हे महाद्युतिमंता, नारदापासून तें मला कळलें. असो; राजा धर्मा, हे सर्व गुण ध्यानांत आणून तूंही तदनुरूप आचरण कर.

अध्याय नव्व्याण्णवावा.

—:०:—

अगस्त्यभृगुसंवाद.

युधिष्ठिर विचारितोः— भरतश्रेष्ठ भीष्म, फुलें, धूप व दीप ह्यांचीं दानें जे पुरुष करितात आणि जे पुरुष अन्नसंतर्पण करितात, त्यांना कोणतें फळ मिळतें तें मीं ऐकिलें; तथापि ह्या विषयावर आपल्यापासून आणखी श्रवण करावें, अशी माझी इच्छा आहे, ह्यास्तव धूपदीपदानाचें फल काय व गृहस्थाश्रमी पुरुष बलि टाकीत असतात तो कां, हें मला सांगा.

भीष्म सांगतातः— राजा युधिष्ठिरा, ह्या विषयाचें विवेचन करण्याकरितां एक पुरातन इतिहास सांगत असतात. तो इतिहास म्हणजे नहुष राजाच्या संबंधानें भृगु व अगस्त्य ह्यांचा संवाद होय. राजा धर्मा, नहुष हा मोठा तपस्वी राजर्षि होता. त्यानें ह्या भूतलावर पुण्यकर्में करून देवांचें राज्य म्हणजे इंद्रपद मिळविलें. हे कुंतीपुत्रा, नहुष राजा स्वर्गास गेल्यावर देखील ऐष-आरामांत निमग्न होऊन स्वस्थ बसला नाहीं. स्वर्गांत वास्तव्य करीत असतां तेथेंही त्यानें इंद्रियांना जिंकून नानाविध मानुषी व दिव्य क्रियांचें अनुष्ठान चालू ठेविलें. तो महात्मा स्वर्गांत सुद्धां सर्व मानवी व सनातन दिव्य क्रिया करीतच होता. त्या महात्म्याकडे अग्निकार्यें, समिधा, कुश, पुष्पें, अन्नलाजांनीं युक्त असे बलि, धूपदान, दीपदान वगैरे सर्व कांहीं चालू होतें. तो राजर्षि स्वर्गलोकांत देखील जपयज्ञ व मनोयज्ञ करीत असे. सर्व देवांचा अधिपति असतांही त्यानें पूर्वींप्रमाणें सर्व देवांची आराधना यथाविधि व यथान्याय चालू ठेविली होती. हे शत्रुसंहारका, पुढें त्याला आपण स्वतःच इंद्र आहों असें कळलें व त्यामुळें त्याला अहंकार उत्पन्न होऊन त्याच्या सर्व क्रिया सुटत चालल्या ! राजा, नहुष राजाला पूर्वीं जे वर मिळाले होते त्यांनीं त्याला आतां इतका मद चढला कीं, त्यानें ऋषींना आपल्याला वाहून नेण्यास लाविलें; आणि त्याच्या सर्व क्रिया नष्ट झाल्यामुळें अखेरीस तो अगदीं दीन झाला ! धर्मा, नहुष राजानें मोठमोठ्या तपोधनांकडून आपल्याला वाहून नेण्याचा जो क्रम सुरू केला तो लवकर संपविला नाहीं. अहंकारानें अंध झालेल्या त्या राजाला आपलें करणें अयोग्य आहे असें मुळींच वाटेना आणि त्यानें बहुत कालपर्यंत आपलें तें दुर्वर्तन तसेंच चालू ठेविलें; आणि

आळीपाळीनें सर्व मुनिजनांना तें भारवाहकाचें काम करणें प्राप्त झालें! राजा, हा क्रम चालू असतां अगस्त्य ऋषीवर हें काम करण्याची पाळी आली. तेव्हां महान् ब्रह्मवेत्ता भृगु ऋषि हा अगस्त्य ऋषि आश्रमांत बसला असतां त्याजपाशीं आला; आणि त्या महातपस्वी भृगु ऋषीनें अगस्त्याला म्हटलें कीं, महामुने, देवेंद्राच्या स्थानीं प्राप्त झालेला हा दुष्ट नहुष जी आपली मानखंडना करीत आहे ती आपण काय म्हणून सहन करावी बरें?

अगस्त्य म्हणालाः—महामुने, मी ह्याला कसा बरें शाप देऊं शकेन? वर देणाऱ्या ब्रह्मदेवानें त्याला जो वर दिला आहे तो तुला विदित आहेच. भृगु ऋषे, हा नहुष जेव्हां स्वर्गास आला तेव्हां त्यानें ब्रह्मदेवापाशीं वर मागितला कीं, जो माझ्या दृष्टीस पडेल तो माझ्या अधीन व्हावा, आणि त्याप्रमाणें ब्रह्मदेवानें तो वर त्यास दिला. यास्तव मी किंवा तूं ह्याला शापदग्ध करण्यास समर्थ झालों नाहीं व इतर कोणी श्रेष्ठही ह्याला जाळूं किंवा पाडूं शकले नाहींत! शिवाय हे श्रेष्ठ ऋषे, ह्याला पूर्वीं अमृत सुद्धां त्या महात्म्यानें प्राशन करण्यास दिलें आणि त्यामुळें आम्हाला ह्याचा नाश करणें अवघड झालें! ऋषिवर्या, प्रजांना दुःख व्हावें ह्याच हेतूनें ब्रह्मदेवानें नहुषाला हा वर दिला ह्यांत संदेह नाहीं, आणि ह्यामुळेंच हा नराधम ब्राह्मणांशीं अधर्माचरण करून त्यांचा छळ करीत आहे! तेव्हां आतां, हे महावक्त्या, आपण ह्या प्रसंगीं काय करावें तें सांग. तूं जसें सांगशील तसें करण्यास मी सिद्ध आहें, हा तूं निश्चय समज.

भृगु म्हणालाः—अगस्त्य ऋषे, ब्रह्मदेवाच्या आज्ञेनें मी तुझ्याकडे आलों आहें; तर दुर्दैवानें मोहित झालेल्या त्या बलवान् नहुषाचा प्रतीकार करावा हें सर्वस्वी इष्ट होय! आज तो महामूर्ख देवराज नहुष तुला रथाला लावील तेव्हां मी आपल्या तेजानें त्या अधमाला इंद्रपदापासून भ्रष्ट करीन! आज तुझ्यासमक्ष मी त्या शंभर यज्ञ करणाऱ्याला पुनः इंद्रपदीं स्थापीन व या नीच नहुषाला खालीं लोटून देईन! अगस्त्या, आज हा नीच मंदमति देवेंद्र नहुष दुर्दैवानें बुद्धिभ्रष्ट होऊन आत्मनाशाकरितां तुला लत्ताप्रहर करील! आणि त्या त्याच्या दुर्वर्तनामुळें अतिशय संतप्त होऊन धर्माचा अनादर करणाऱ्या त्या पातकी द्विजद्रोह्याला "सर्प हो" असा मी रोषानें शाप देईन; आणि तुझ्यासमक्ष तो निस्तेज होत्साता धरणीवर पडेल आणि ऐश्वर्यानें व बळानें चढून गेलेल्या त्या दुरात्म्याचा जिकडे तिकडे धिक्कार सुरू होईल! महामुने, आज ह्याप्रमाणें करण्याचें मीं योजिलें आहे; तुला हें रुचलें कीं नाहीं तें सांग. तुला जसें रुचेल तसें करण्यास मी राजी आहें.

अध्याय शंभरावा.

अगस्त्यभृगुसंवाद.

युधिष्ठिर विचारतोः—पितामह भीष्म, नहुष राजाला विपत्ति कशी आली, तो धरणीवर कसा पतन पावला व त्याचें इंद्रपद कसें नष्ट झालें, हें सर्व मला कथन करावें.

भीष्म सांगतातः—राजा युधिष्ठिरा, ह्याप्रमाणें ज्या नहुष राजाच्या संबंधानें अगस्त्य व भृगु ह्यांचें संभाषण झालें; त्या महात्म्याच्या सर्व दिव्य व मानुषी क्रिया आरंभीं यथास्थितपणें चालल्या होत्या. त्याप्रमाणेंच दीपदानें व दुसरीं सर्व कृत्यें, तसेंच बलिकर्म आणि इतर अनेक प्रकारचीं पुत्रोत्सवादिक मंगलकार्यें हींही सर्व तो महात्मा देवेंद्रपदीं असतां उत्कृष्ट

रीतीनें करीत होता. राजा धर्मा, शहाणे पुरुष देवलोकांत काय किंवा मनुष्यलोकांत काय--नित्य सदाचारीच असतात; आणि ते जर सदाचारी असतील तरच त्या गृहस्थाश्रमी सच्छील पुरुषांची भरभराट होईल. राजा, गृहस्थाश्रमी पुरुषानें धूपदीपदानानें व त्याप्रमाणेंच नमस्कारांच्या योगानें देवतांना संतुष्ट केलें पाहिजे. ज्याप्रमाणें घरांत सिद्ध केलेल्या अन्नाचा पहिला भाग अतिथीला अर्पण करणें अवश्य आहे, त्याप्रमाणेंच बलिदान म्हणजे अन्नदान हें वास्तुदेवतांना उद्देशून करणें अवश्य आहे. यजमानाच्या हातून असें घडल्यास त्याच्या योगानें देवता प्रसन्न होतील आणि मग यजमानाला कोणतीही आपत्ति प्राप्त होणार नाहीं. राजा, बलिदानाच्या योगानें देवतांना किती आनंद होतो, ह्याची जर तुला कल्पना यावयास पाहिजे असेल तर ती तूं आपल्या स्वतःवरूनच मनांत आण. बलिकर्माच्या योगानें गृहस्थाश्रमी पुरुषाला जो संतोष होतो त्याच्या शंभरपट संतोष देवतांना होतो हें ध्यानांत धर. राजा धर्मा, हा विचार मनांत आणूनच आपल्या कल्याणासाठीं थोर पुरुष धूपदान, दीपदान, प्रणिपात, इत्यादिकांच्या योगें देवतांचें पूजन करितात; विद्वान् लोक स्नानादिकांनीं, अर्घ्यप्रदानाच्या योगें व उपासना करून देवतांना प्रसन्न करून घेतात; आणि ज्ञानी पुरुष महाभाग्यवान् पितर, तपोधन ऋषि व घरांतील सर्व देवता ह्यांचें यथाविधि अर्चन करून त्यांची प्रीति संपादितात. राजा धर्मा, मनामध्यें ही भावना ठेवूनच नहुष राजानें महान् इंद्रपद प्राप्त झाल्यावर हीं सर्व धूपदीपदानादिक अद्भुत कृत्यें चालू ठेविलीं आणि आपली भाग्यमत्ता एकसारखी वृद्धिंगत केली. राजा, पुढें कांहीं कालानें नहुष राजाच्या भाग्यक्षयाची वेळ प्राप्त झाली आणि मग तो पूर्वीं करीत असलेल्या सर्व गोष्टींची अवज्ञा करून असा दुराचरणी बनला! राजा, नंतर त्याच्या सर्व क्रिया लुप्त झाल्या आणि बलाच्या दर्पानें अंधळा होऊन त्यानें यथाविधि धूपदीपदानें व अर्घ्यप्रदानादिक कृत्यें करावयाचीं सोडिलीं! धर्मा, नंतर त्याच्या यज्ञयागादिक कृत्यांना राक्षसांनीं विघ्नें करण्यास आरंभ केला आणि अखेरीस त्यानें ऋषिश्रेष्ठ अगस्त्य मुनीला रथाला लावण्यासाठीं पाचारिलें! राजा, त्या समयीं महाबलवान् व महातेजस्वी असा भृगु ऋषि हा सरस्वतीच्या तीरावरून तत्काळ निघाला आणि मैत्रावरुणि जो अगस्त्यऋषि त्यास स्मित करून म्हणाला कीं, 'अगस्त्यऋषे, डोळे मीट; मी तुझ्या जटेंत प्रवेश करितों!' राजा, नंतर तो अगस्त्य ऋषि दगडासारखा अचल बनला आणि मग त्याच्या जटेंत अच्युत जो भृगु ऋषि त्यानें त्या नहुष राजाच्या नाशाकरितां प्रवेश केला! राजा, नंतर देवराट् नहुष राजानें अगस्त्य ऋषीला रथाला लावण्यास आणिलें असतां तो अगस्त्य ऋषि त्या सुरपति नहुषाला म्हणाला, 'राजा, मला लवकर रथाला लाव आणि मी तुला कोठें नेऊं तें सांग. सुराधिपा, तूं सांगशील तिकडे घेऊन जाण्यास मी सिद्ध आहें.' कुंतीपुत्रा, अगस्त्य ऋषीचें ह्याप्रमाणें भाषण श्रवण करून नहुष राजानें अगस्त्य ऋषीला रथास लाविलें आणि त्यामुळें त्याच्या जटेंत अधिष्ठित असलेल्या भृगु ऋषीला अतिशयित हर्ष झाला! राजा जो कोणी नहुष राजाच्या दृष्टीस पडेल तो तत्काळ त्याच्या अधीन होईल असा नहुष राजाला जो वर मिळाला होता त्याची भृगु ऋषीला पक्की आठवण होती आणि ह्यामुळें त्यानें नहुष राजाकडे तेव्हां मुळींच पाहिलें नाहीं; आणि नहुष राजानें अगस्त्य ऋषीला रथाला

जोडिलें होतें तरी तोही मुळींच संतापला नाहीं' हे भारता, नंतर नहुष राजानें अगस्त्य ऋषीला चाबकानें हाणिलें; परंतु तो धर्मात्मा तरीही संतापला नाहीं! राजा, नंतर देवराट् नहुषानें क्रोधायमान होऊन अगस्त्य ऋषीच्या मस्तकावर डावी लाथ हाणिली आणि त्याबरोबर त्याच्या जटेंत बसलेल्या भृगु ऋषीनें अतिशय संतप्त होऊन त्या दुष्ट दुरात्म्या नहुषास शाप दिला कीं, 'ज्या अर्थी तूं ह्या महामुनीच्या मस्तकावर क्रोधानें लत्ताप्रहार केलास त्या अर्थी 'हे अधमा, तूं तत्काळ सर्प होऊन भूतलावर पड !" राजा युधिष्ठिरा, दृष्टिगोचर न झालेल्या भृगु ऋषीच्या मुखांतून हे उद्गार बाहेर पडतांच तो नराधम लागलाच सर्प होऊन धरणीवर पडला आणि त्याचें तें सर्व ऐंद्र वैभव नष्ट झालें ! राजा, नहुष राजाची दृष्टि जर भृगु ऋषीवर गेली असती, तर भृगूला आपल्या तेजानें त्याला भूतलावर पाडितां आलें नसतें! असो; राजा धर्मा, नहुष राजा भूतलावर पतन पावला असतां पुनः दानविधि, तपश्चर्या व व्रतवैकल्यें करूं लागला आणि जरी तो भूतलावर होता तरी त्याची पूर्वस्मृति नष्ट झाली नाहीं! राजा, नंतर नहुष राजानें भृगु ऋषीची आराधना करून 'माझा शाप दूर करा' असें त्यास विनविलें आणि कृपाविष्ट झालेल्या अगस्त्य ऋषीनेंही भृगु ऋषीस संतुष्ट करून घेऊन नहुष राजाचा शाप समाप्त करण्याविषयीं त्याचें मन वळविलें व भृगु ऋषीनें कृपा करून त्या नहुषाचा शाप दूर होईल असें केलें. त्या समयीं

भृगु म्हणाला:— नहुषा, कुरुकुलांत युधिष्ठिर नांवाचा एक कुलदीपक राजा होईल, तो तुला शापापासून मुक्त करील.

राजा युधिष्ठिरा, असें म्हणून भृगु ऋषि अंतर्धान पावला; आणि महातेजस्वी अगस्त्य ऋषिही शतक्रतु जो इंद्र त्याचें कार्य साधून ब्राह्मणांकडून पूजित होतसता स्वाश्रमास परत गेला. राजा, पुढें नहुषाला तूं शापापासून मुक्त केलेंस तेव्हां तोही तुझ्या समक्ष ब्रह्मलोकीं गेला, हें तुला माहीत आहेच. असो; राजा, ह्याप्रमाणें नहुष राजाला भूतलावर लोटून देऊन भृगु ऋषि परत ब्रह्मसदनीं गेला व त्यानें सर्व वर्तमान ब्रह्मदेवाला निवेदिलें. नंतर पितामह ब्रह्मदेवानें देवांकडून इंद्राला बोलावून आणिलें व त्या सर्वांना म्हटलें कीं, देवहो, माझ्या वरप्रदानाच्या योगें नहुष राजाला स्वर्गाचें राज्य प्राप्त झालें होतें; पण अगस्त्य ऋषीनें क्रोधायमान होऊन त्यास पदच्युत केलें व भूतलीं लोटून दिलें; ह्यास्तव आतां स्वर्गलोकाच्या आधिपत्यावर कोणीच नसल्यामुळें राजाशिवाय तुम्हां प्रजांचें स्वस्तिक्षेम चालणें अगदीं शक्य नाहीं म्हणून तुम्ही पुनः ह्या शक्रावर देवराज्याचा अभिषेक करा.' राजा युधिष्ठिरा, पितामह ब्रह्मदेवाचें तें भाषण श्रवण करून देवांना मोठा आनंद झाला आणि ते 'तथास्तु,' असें म्हणाले. नंतर, भगवान् ब्रह्मदेवानें इंद्राला देवराज्याचा अभिषेक केला आणि मग तो पूर्ववत् लोकोत्तर तेजानें झळकूं लागला ! राजा, नहुषानें जें दुराचरण केलें त्याचा परिणाम हा असा झाला ! परंतु पुढें नहुषानें त्याच धूपदीपदानादिकांच्या योगें पुनः सिद्धि संपादिली व अंतीं उत्तम लोक मिळविला; ह्यास्तव गृहस्थाश्रमी पुरुषांनीं सायंकाळीं दीपदान करावें. जो पुरुष दीपदान करितो त्याला मेल्यावर दिव्य दृष्टि प्राप्त होते आणि दीपदानकर्ते पुरुष पूर्णचंद्राप्रमाणें कांतिमान् होतात ! राजा, दीपदानाचा प्रभाव इतका आहे कीं, दान दिलेले दीप जितकीं वर्षेंपर्यंत जळत राहातात तितक्या वर्षांत जितकीं निमिषें भरतात तितकीं वर्षेंपर्यंत ह्मणजे अनंत काळपर्यंत दीपदान करणाऱ्या पुरुषास सुंदर रूप व उत्तम शक्ति प्राप्त होते.

अध्याय एकशें पहिला.

—:०:—

राजन्य व चांडाळ ह्यांचा संवाद.

युधिष्ठिर विचारितोः—भरतश्रेष्ठ भीष्म, जे मतिमंद व मूर्ख दुरात्मे ब्राह्मणाच्या धनाचें हरण करितात ते कोठें जातात तें सांगा.

भीष्म सांगतातः—भारता धर्मा, ह्या विषयाचें निरूपण करण्याकरितां एक पुरातन इतिहास सांगत असतात. तो इतिहास म्हटला म्हणजे चांडाळ व हीन क्षत्रिय (राजन्य) ह्यांचा संवाद होय.

राजन्य म्हणालाः—चांडाळा, तूं वृद्ध असून असा पोरकटपणा करितोस, हें काय बरें! अरे, कुत्रीं व गाढवें ह्यांनीं उधळून दिलेली धूळ तुझ्या अंगावर उडते ती तुला चालते; पण गाईच्या दुधाचे थेंबही तुला सहन होत नाहींत; तेव्हां हा असा गाईचा तिरस्कार त्वां कां करावा बरें! अरे, ज्या कृत्याला थोर लोक नांवें ठेवितात, तें कृत्य चांडाळांना विहित होय, असेंच म्हटलें पाहिजे! बा चांडाळा, वाटेंत गाईचें स्तन्य तुझ्या अंगावर उडालें म्हणून तूं उदकांत बुचकळ्या मारून तें धुऊन टाकीत आहेस तें काय म्हणून?

चांडाळ म्हणालाः—राजन्या, पूर्वीं एका राजानें ब्राह्मणाच्या गाई हरण करून नेल्या, तेव्हां मार्गांत त्यांच्या दुग्धाचे थेंब वाटेंतील सोमवल्लीवर उडाले. पुढें एका यज्ञामध्यें दीक्षा घेतलेला यजमान राजा व यजन करणारे ब्राह्मण ह्यांनीं त्या सोमवल्लींचा रस प्राशन केला व त्यामुळें त्या सर्वांना तत्काळ नरकवास प्राप्त झाला! राजन्या, ब्राह्मणाच्या गाईंचे दुग्धबिंदु त्या सोमवल्लींवर पडले होते इतकाच काय तो ब्राह्मणस्वाचा अपहार त्या यजमानानें व याजक ब्राह्मणांनीं तो सोमरस प्राशन करितांना केला होता; पण त्याचा किती भयंकर परिणाम झाला पहा! राजन्या, हें मध्यंतरीं जें कांहीं घडलें तें असूं दे. तिकडे ज्या राजानें त्या ब्राह्मणाच्या गाई नेल्या त्याच्याकडे तर महान् अनर्थ घडला! तेथें ज्या मनुष्यांनीं त्या गाईंचें दूध, दहीं, तूप, वगैरे सेवन केलें तीं सर्व मनुष्यें, राजा व त्याच्या घरांतील मंडळी व ब्राह्मण वगैरे सर्व नरकांत पडलीं! राजन्या, त्या गाईची व्यवस्था त्या अपहारक राजानें व त्याच्या पत्नीनें उत्तम ठेविली होती; पण त्या गाईंनीं आपला खरा धनी जो ब्राह्मण त्याच्याव्यतिरिक्त दुसरा पुरुष आपलें दोहन करीत आहे असें पाहून संतापानें आपले देह थरथर कांपविले आणि त्या राजाचे पुत्रपौत्रादिक ज्या कोणीं त्यांचें दूध प्राशन केलें त्यांना त्यांनीं ठार मारून टाकिलें! राजन्या, त्या समयीं मी तेथें होतों, तेव्हां मीं ब्रह्मचर्य पाळून आपलीं सर्व इंद्रियें स्वाधीन ठेविलीं होतीं. नराधिपा, त्या वेळीं मी भिक्षा मागून चरितार्थ चालवीत असें; त्यामुळें, मला जें अन्न मिळालें त्यांत त्या ब्राह्मणधेनूंचें दुग्धही मला मिळालें होतें. राजन्या, तें अन्न मीं भक्षण केलें व त्यामुळें अखेरीस मला ही चांडालयोनि प्राप्त झाली! आणि त्या ब्राह्मणस्व हरण करणाऱ्या राजाला दुर्गति प्राप्त झाली, हें मीं तुला पूर्वीं सांगितलेंच आहे! ह्यासाठीं, राजन्या, ब्राह्मणाचें यत्किंचितूही धन केव्हांही हरण करूं नये. ब्राह्मणाच्या गाईच्या दुग्धानें युक्त असें अन्न सेवन केल्यामुळें मला काय अवस्था प्राप्त झाली आहे ती अवलोकन कर. त्याप्रमाणेंच, हे राजन्या, ज्ञानी पुरुषानें सोमरसाचाही विक्रय करूं नये. ह्या लोकीं सोमरसाचा विक्रय केला असतां साधु लोक त्या कृत्याला नांवें ठेवितात. राजन्या, जे पुरुष सोमरस विकत घेतात किंवा दुसऱ्याला विकितात, ते पुरुष यमलोकीं

गेल्यावर सर्वस्वी रौरव नरकांत पडतात ! राजन्या, सोमवल्लीला विप्रधेनूंच्या दुग्धाचा स्पर्श झाल्यामुळें, जो कोणी वेदवेत्ता ब्राह्मण जाणूनबुजून सोमाची विक्री करील, तो व्याजबट्टा करूं लागेल व चिरकाळ नरकांत पडेल ! राजा, असा पुरुष तीनशें वेळां नरकांत वास करील आणि त्यास स्वतःच्या विष्टेवर चरितार्थ चालविण्याची पाळी येईल ! राजन्या, अशा पुरुषाला नीचसेवा करावी लागेल, अभिमान उत्पन्न होईल आणि तो मित्रभार्येशीं दुराचरण करण्यास धजावेल ! राजन्या, नीचसेवा, अभिमान व मित्रभार्यागमन, ह्या तिन्ही गोष्टी अधर्मकारक खऱ्या; परंतु त्या तिहींमध्यें अभिमानाला मी अत्यंत गर्हणीय मानितों ! बा राजन्या, हा पापी कुत्रा पहा; हा किती निस्तेज, दीन व कृश झाला आहे बरें ! केवळ हा अभिमानानें प्राण्यांच्या ह्या शोचनीय स्थितीला पावला आहे ! बा राजन्या, मी पूर्वजन्मीं श्रेष्ठ व धनाढ्य अशा सत्कुलांत जन्मास येऊन ज्ञान व विज्ञान ह्या दोहोंमध्यें पारंगत झालों होतों. त्या वेळीं मला नीचसेवा वगैरे सर्व दोषांचें यथास्थित ज्ञान होतें. पण मला जो अभिमान उत्पन्न झाला, त्यामुळें मी नित्य इतर प्राण्यांवर संतापलों आणि अखेरीस पृष्ठमांस भक्षण करूं लागलों ! राजन्या, पूर्वी सत्कुलांत जन्म पावलेला जो मी तो दुराचरणानें व अभक्ष्यसेवनानें आतां कोणत्या कुळांत जन्मलों तें अवलोकन कर ! अरे, कालानें किती विपरीत परिणाम घडवून आणिला पहा ! बाबारे, ही माझी प्रस्तुत अवस्था म्हणजे पदर पेटलेलें वस्त्र किंवा भुंग्यांनीं पोखरलेलें काष्ठ होय ! हा पहा मी कसा धुळीनें माखलेला असून मोठ्या लगबगीनें पळत आहें ! राजन्या, ज्ञानी पुरुष म्हणतात कीं, गृहस्थाश्रमी पुरुष आपल्या अध्ययनाच्या योगानें व नानाविध दानांनीं मोठमोठीं पातकें दूर करितील आणि पुण्यशील ब्राह्मण आश्रमांत राहूनही जर सर्व संगविनिर्मुक्त होईल तर त्यानें जे वेद म्हटले असतील ते त्यास मोक्षास पोंचवितील ! क्षत्रियश्रेष्ठा, माझी किती शोचनीय अवस्था आहे ती पहा ! मी तर पापयोनींत जन्म पावलों आहें ! तेव्हां आतां माझी कशी मुक्तता होईल, ह्याचा मला कांहींच निश्चय करितां येत नाहीं ! राजन्या, मीं पूर्वजन्मीं जें शुभ कर्म केलें त्यामुळें मला आतां पूर्वजन्मांतल्या जातीचें स्मरण आहे आणि त्या कर्माच्या बळावरच मी ह्या चांडालयोनींतून सुटण्याची इच्छा करीत आहें ! असो; राजन्या, मी तुला शरण येऊन हा प्रश्न विचारीत आहें कीं, मी ह्या चांडालयोनींतून कसा सुटेन तें मला सांग; आणि, हे सत्तमा, माझी ही आपत्ति दूर कर !

राजन्य म्हणालाः—चांडाळा, ज्या कृत्यानें तुला चांडालत्वापासून मोक्ष मिळेल तें कृत्य मी तुला सांगतों, ऐक. बाबारे, तूं आतां ब्राह्मणकार्यासाठीं प्राण खर्चीं घाल, म्हणजे तुला इष्ट गति प्राप्त होईल ! चांडाळा, आतां तूं आपलें हें ब्राह्मणहेतुक शरीर हिंसक प्राण्यांना अर्पण कर आणि रणाग्नीमध्यें प्राणांचा होम करून चांडालत्वापासून मुक्त हो; असें जर तूं केलें नाहींस, तर तुझी ह्या योनींतून सुटका होणें अशक्य आहे !

भीष्म सांगतातः—राजा युधिष्ठिरा, ह्याप्रमाणें राजन्याचें भाषण श्रवण करून त्या चांडाळानें ब्रह्मस्वहरणाचा दोष दूर करण्यासाठीं रणाग्नीमध्यें प्राणांचा होम केला व इष्ट गति जोडिली ! ह्यास्तव, बाळा धर्मा, जर तुझ्या मनांत आपल्याला शाश्वत गति मिळावी अशी इच्छा असेल तर ब्रह्मस्वाचें तूं नित्य रक्षण कर,

अध्याय एकशें दुसरा.

—:०:—

इंद्र व गौतम ह्यांचा संवाद.

युधिष्ठिर विचारतोः--- पितामह भीष्म, सर्व पुण्यवान् पुरुष एकाच लोकीं जातात किंवा त्यांनाही भिन्न भिन्न लोक प्राप्त होतात तें सांगा.

भीष्म सांगतातः---राजा युधिष्ठिरा, मनुष्यांना त्यांच्या कर्माप्रमाणें नानाविध लोक प्राप्त होतात. त्यांत पुण्यवान् लोक श्रेष्ठ लोकीं जातात व पातकी लोक अधम लोकीं जातात. पण त्यांतही सर्व पुण्यवान् लोक एकाच लोकास जात नाहींत; तर ते आपल्या पुण्यकृत्यांच्या पायरीप्रमाणें निरनिराळ्या लोकीं गमन करितात. बाबारे, ह्या विषयाचें निरूपण करण्याकरितांही एक पुरातन इतिहास सांगत असतात. तो इतिहास म्हणजे गौतम मुनि व धृतराष्ट्राचें रूप घेतलेला वासव ह्यांचा संवाद होय. राजा युधिष्ठिरा, गौतम नांवाचा कोणी एक ब्राह्मण अतिशय दयाळु, मनोवृत्तींचें आकलन करणारा व जितेंद्रिय असा होता. त्याला एके समयीं महावनामध्यें एक हत्तीचा छावा आढळला. तो मातृहीन असल्यामुळें अतिशय खिन्न असा दिसत होता. त्याला पाहातांच गौतम मुनीला त्याची दया आली व त्यानें त्या हत्तीच्या छाव्यास जगवावयाचें असा संकल्प ठरवून त्याचें संगोपन केलें. राजा, पुढें बहुत काळ लोटल्यावर तो मोठा बलिष्ठ हत्ती झाला; त्या महान् गजाच्या गंडस्थलांतून मदस्राव होऊं लागला आणि त्याचा आकार तर प्रत्यक्ष पर्वतासारखा प्रचंड वाढला! राजा युधिष्ठिरा, नंतर इंद्र हा धृतराष्ट्राचें रूप घेऊन त्या महावनांत प्राप्त झाला व हत्तीला धरून घेऊन जाऊं लागला! तेव्हां कडकडीत व्रताचरण करणाऱ्या महातपस्वी गौतम ऋषीनें तें पाहिलें व धृतराष्ट्र राजाला म्हटलें कीं:--कृतघ्ना धृतराष्ट्रा, मी पुत्रवत् मानिलेला हा माझा हत्ती तूं घेऊन जाऊं नको. ह्याचें संगोपन करण्यास मला मोठे कष्ट पडले आहेत! राजा, थोर लोकांत सात शब्द बोलण्यांत आले (किंवा सात पावलें एकत्र गमन झालें) म्हणजे मैत्री होते असें सांगतात; ह्यास्तव तुला मित्रद्रोहाचा विटाळ न व्हावा अशी माझी इच्छा आहे. राजा, ह्या हत्तीला मीं मुलासारखें वाढविलें आहे, इतक्यामुळेंच त्वां ह्याला घेऊन जाऊं नये असें नाहीं; तर शिवाय हा इंधनें व उदक आणण्याच्या कामीं मला उपयोगीं पडतो व आश्रमांत कोणीं नसलें म्हणजे हा माझा आश्रम राखितो. राजा, हा हत्ती मोठा विनयवान् असून माझ्या आश्रमांतलीं मोठमोठीं कामें करण्यांत मोठा तरबेज आहे. हा स्वभावानें मोठा उमदा असून मनाचें आकलन करणारा व कृतज्ञ असल्यामुळें मला तो नेहमीं अतिशयित प्रिय आहे. ह्यास्तव, राजा, मी तुला निक्षून सांगतों कीं, तूं माझा हत्ती घेऊन जाऊं नको; मला आक्रोश करावयाला लावून तुझ्यासारख्यानें माझा हत्ती हरण करावा, हें अगदीं लाजिरवाणें आहे!

धृतराष्ट्र म्हणालाः--- ब्राह्मणा, ह्या हत्तीच्या किमतीबद्दल मी तुला सहस्र गाई, शंभर दासी, पांचशें सुवर्णाचीं नाणीं आणि दुसरें अनेक प्रकारचें धन देण्यास तयार आहें; तर तें घेऊन तूं मला हा हत्ती दे. महर्षे, तुला ब्राह्मणाला हत्तीचा उपयोग काय आहे बरें?

गौतम म्हणालाः--- राजा, गाई, दासी, सुवर्णाचीं नाणीं, नानाविध रत्नें व इतर विविध धन हें तुझें तुझ्याजवळच असूं दे. नरेंद्रा, ब्राह्मणाला धन घेऊन काय कर्तव्य आहे?

धृतराष्ट्र म्हणालाः--- विप्रा, ब्राह्मणांना हत्तींचा उपयोग नाहीं, हत्तींचे समुदाय हे क्षत्रियांच्याच उपयोगी. ह्यास्तव हा उत्तम

हत्ती माझें वाहन असल्यामुळें मीं जर ह्याला नेलें, तर त्यांत अधर्म तो कोणता ? ह्यास्तव, गौतमा, तूं मला प्रतिबंध करूं नको. येथून जा.

गौतम म्हणालाः- महात्म्या, जर तूं हा हत्ती हरण करशील, तर जेथें मृत झालेला पुण्यवान् पुरुष आनंदांत असतो व पातकी पुरुष हालअपेष्टा भोगितो त्या यमलोकीं मी माझा हत्ती तुझ्यापासूनच हिसकावून घेईन !

धृतराष्ट्र म्हणालाः— ब्राह्मणा, जे कोणी धार्मिक कृत्यें मुळींच करीत नाहींत, धर्मावर श्रद्धा मुळींच ठेवीत नाहींत, नास्तिकपणा अंगीकारितात, अंतर्यामीं पापवासना धरितात व नित्य इंद्रियांची तृप्ति करण्याकरितां झटतात, त्यांना यमयातना प्राप्त होतात ! ब्राह्मणा, हा धृतराष्ट्र यमलोकीं जाईल, असें कधींही घडणार नाहीं. ह्याच्यासाठीं श्रेष्ठ लोक दुसराच आहे !

गौतम म्हणालाः— राजा, यमलोकीं सर्व जनांना निमूटपणें दुसऱ्याच्या अधीन व्हावें लागतें. तेथें असत्याचा गंध सुद्धां नाहीं. तेथें सत्याला अनुसरूनच वागावें लागतें. तेथें दुर्बळ पुरुषही बलवानाला जेरीस आणितात. ह्यास्तव जर तूं हा माझा हत्ती हरण करशील, तर तेथें मी तुझ्यापासूनच तो परत घेईन.

धृतराष्ट्र म्हणालाः— ब्राह्मणा, जे मदोन्मत्त पुरुष ज्येष्ठ बहीण व मातापिता ह्यांच्याशीं शत्रूसारखें वर्तन करितात तसल्या पुरुषांना यमलोक प्राप्त होतो. महर्षे, मी श्रेष्ठ लोकाचा अधिकारी असल्यामुळें मला यमलोकीं जावें लागणार नाहीं !

गौतम म्हणालाः— राजा, कुबेरराजाची महाभाग्यशाली जी मंदाकिनी— जिच्यामध्यें विलासी जनांचाच प्रवेश होतो आणि जिच्यामध्यें गंधर्व, यक्ष व अप्सरा राहातात—तेथें तूं गेलास तरी देखील मी तुझ्याकडून माझा हा हत्ती परत घेईन !

धृतराष्ट्र म्हणालाः— ब्राह्मणा, जे पुरुष अतिथींचा आदरसत्कार करितात, व्रतवैकल्यें करितात, ब्राह्मणांना आश्रय देतात व आश्रितांना अन्नदान करून अवशिष्ट अन्न सेवितात ते मंदाकिनीप्रत शोभवितात.

गौतम म्हणालाः— राजा धृतराष्ट्रा, मेरु पर्वताच्या शिखरावर जें सुंदर वन प्रफुल्लित आहे, जेथें किन्नरींचें मनोहर गायन सतत चालू आहे, आणि जेथें विशाळ व रमणीय असा जंबूवृक्ष आहे. तेथें तूं गेलास तरी देखील मी तुझ्यापासून माझा हत्ती परत आणीन !

धृतराष्ट्र म्हणालाः— गौतमा, जे ब्राह्मण मनानें अतिशय मृदु असतात, नेहमीं सत्यानें वागतात, बहुश्रुत असतात, सर्व भूतांविषयीं आवड धरितात, इतिहास व पुराणें ह्यांचें अध्ययन करितात आणि ब्राह्मणांना मधुर अन्न जेवूं घालतात, तसल्या लोकांकरितां मेरु पर्वतावरील लोक आहे. महर्षे, धृतराष्ट्र हा तेथें जाणार नाहीं. त्याच्याकरितां याहून श्रेष्ठ लोक आहे ! तुला ह्याहून श्रेष्ठ असा जो लोक विदित असेल तो सांग; व हा धृतराष्ट्र तेथें चालला पहा !

गौतम म्हणालाः— धृतराष्ट्रा, नारदाला जें आनंददायक व प्रिय, जेथें किन्नरांचा अधिपति वास्तव्य करितो, आणि ज्या ठिकाणीं गंधर्व व अप्सरा नेहमीं राहातात, अशा त्या प्रफुल्लित नारदवनांत जरी तूं गेलास तरी देखील मी तुझ्यापासून माझा हत्ती परत आणीन !

धृतराष्ट्र म्हणालाः— गौतमा, जे पुरुष नर्तनांत व गायनांत कुशल असतात, कधीं कोणाकडे कांहीं मागत नाहींत आणि नित्य जमावानें दिनचर्या चालवितात, तसल्या लोकांकरितां तें नारदवन आहे. महर्षे, धृतराष्ट्राचा

लोक त्याहून श्रेष्ठ आहे. नारदवमांत जाणारा हा धृतराष्ट्र नव्हे!

गौतम म्हणाला:—नरेंद्रा, जेथें उत्तर-कुरु देशांतील लोक आनंदांत दिवस घाल-वितात व देवांसहवर्तमान ऐषआराम भोगतात, जेथें अग्नीपासून, उदकापासून व पर्वतापासून जन्मलेले लोक राहातात, जेथें इंद्र हा सर्व लोकांचे मनोरथ परिपूर्ण करितो, जेथें स्त्रिया स्वच्छंदवृत्तीनें वागतात व जेथें नरनारींमध्यें मत्सरबुद्धि वास करीत नाहीं, त्या लोकीं तूं जरी गेलास तरीही मी आपला हत्ती तुझ्या-पासून परत आणीन!

धृतराष्ट्र म्हणाला:—गौतमा, ज्या पुरुषांना कोणत्याही पदार्थाविषयीं वासना नाहीं, जे कधींही मांस सेवीत नाहींत, जे कधींही कोणाला शासन करीत नाहींत, जे स्थावर किंवा जंगम वस्तूंच्या नाशास प्रवृत्त होत नाहींत, ज्यांना सर्व प्राणी आपल्या स्वतःप्रमाणें वाटतात, जे कोणाला आशीर्वाद देत नाहींत, ज्यांना आपलें म्हणून कोणीही नाहीं, ज्यांची कशावरही आसक्ति नाहीं, जे लाभाविषयीं व अलाभाविषयीं समवृत्ति बाळगितात आणि ज्यांना स्तुति किंवा निंदा एकसारखीच भासते, तसल्या लोकांकरितां आतां तूं सांगितलास हा लोक आहे. महर्षे, धृतराष्ट्र हा तेथें जाणारा नव्हे, त्याच्यासाठीं श्रेष्ठ लोक दुसराच आहे!

गौतम म्हणाला:—धृतराष्ट्रा, त्या लोकाच्या पलीकडे जे सनातन लोक शोभत आहेत, जेथें राहाणाऱ्या महात्म्यांना उत्कृष्ट सुवासिक पदार्थ सुलभपणें प्राप्त होतात, जेथील रहिवासी विकार-हीन होत्साते आनंदांत काळ घालवितात, आणि ज्या लोकीं सोमराजाचें मंदिर आहे, तेथें तूं गेलास तरी देखील मी तुला माझा हा हत्ती परत द्यावयास लावीन!

धृतराष्ट्र म्हणाला:—गौतमा, जे पुरुष नेहमीं दानधर्म करण्यांत निमग्न असतात, जे कधींही स्वतः प्रतिग्रह करीत नाहींत, जे दुसऱ्यापासून कधींही धनादिक घेत नाहींत, जे सत्पात्र पुरुषाला त्याच्या इच्छेप्रमाणें जें लागेल तें दान देतात, ज्यांना सत्पात्राला अदेय असें कांहींही दिसत नाहीं, जे सर्व लोकांचें आतिथ्य करितात व त्यांचा प्रसाद जोडितात, ज नित्य अपराधाची क्षमा करि-तात आणि क्षमा केली म्हणून पुकारा करीत नाहींत, जे नित्य दुसऱ्यांना आश्रय देतात, व जे नेहमीं पुण्याचरण करितात, तसल्या लोकांचा तो लोक होय. महर्षे, धृतराष्ट्राचा लोक त्याहून उच्च प्रतीचा आहे. तूं म्हणतोस ह्या लोकीं धृतराष्ट्र जाणार नाहीं!

गौतम म्हणाला:—धृतराष्ट्रा, त्याच्याही पलीकडे जे सनातन लोक शोभत आहेत, जेथें राहाणाऱ्या महात्म्यांच्या ठिकाणीं विकार-बुद्धि, अज्ञान किंवा दुःख ह्यांचें वास्तव्य नाहीं, आणि ज्या लोकीं आदित्य देवाचें अधिष्ठान आहे, त्या लोकाप्रत तूं गेलास तरी मी तुझ्या-पासून मी आपला हत्ती परत आणीन!

धृतराष्ट्र म्हणाला:—गौतमा, जे थोर पुरुष आपल्या अध्ययनांत सदोदीत रममाण अस-तात, नित्य गुरुशुश्रूषा करितात, तप आच-रितात, व्रतवैकल्यें करितात, बोलल्याप्रमाणें वागतात, आचार्यांना न रुचणारें भाषण करीत नाहींत, सदा जागृत असतात, गुरुजनांचें काम करण्याविषयीं सदा तत्पर राहातात, मनामध्यें पापवासना धरीत नाहींत, वाणीचें नियमन करितात, सत्यापासून केव्हांही पराङ्-मुख होत नाहींत आणि वेदांत प्रावीण्य संपा-दितात, तसल्या लोकांकरितां आतां तूं सांगि-तलेस ते लोक होत. महर्षे, धृतराष्ट्र हा तेथें जाणार नाहीं; त्याच्याकरितां त्याहून श्रेष्ठ-तर लोक आहे.

गौतम म्हणालाः-- त्याच्या पलीकडे जे शाश्वत लोक विलसत आहेत,— जेथें राहाणाऱ्या महात्म्यांना उत्कृष्ट सुगंधि पदार्थ विपुल प्राप्त होतात, जेथील रहिवाशांना विकाराचा व दुःखाचा लेशही नसतो, व जेथें वरुणराजाचें मंदिर आहे, तेथें तूं गेलास तरी देखील मी तुला हा हत्ती पचूं देणार नाहीं !

धृतराष्ट्र म्हणालाः--- गौतमा, जे पुरुष नेहमीं चातुर्मास्य नामक व्रतानें भगवंताचें आराधन करितात, जे पुरुष एकशें दहा यज्ञ करून यज्ञनारायणाला पूजितात, जे विप्र वेदांत सांगितल्याप्रमाणें तीन वर्षेपर्यंत श्रद्धापूर्वक अग्निहोत्र बाळगितात, जे पुरुष धर्मरूप शस्त्रानें स्वतःला शासन करून आत्मोन्नति संपादितात, जे पुरुष महात्म्यांनीं लावून दिलेला मार्ग स्वस्थपणें आक्रमितात, आणि जे धर्मात्मे पुरुष अंतीं सद्गति जोडितात, त्यांच्या लोकीं गमन करणारा हा धृतराष्ट्र नव्हे; ह्याच्याकरितां श्रेष्ठ लोक निराळाच आहे !

गौतम म्हणालाः— धृतराष्ट्रा, जेथें वासनारूप विकार मुळींच उत्पन्न होत नाहीं, जेथें दुःखाचा सर्वस्वी अभाव आहे, जेथें जाणें मोठें अवघड व जो मिळण्याविषयीं मनुष्यांना मोठी हाव, त्या इंद्रलोकींही जरी तूं गेलास व मोठें तेज संपादिलेंस तरी तुझ्या मंदिरांतून मी हा माझा हत्ती परत आणिल्याशिवाय राहाणार नाहीं !

धृतराष्ट्र म्हणालाः--- गौतमा, जो मनुष्य शंभर वर्षें वांचतो, शौर्य गाजवितो, वेदाध्ययन व यज्ञयाग करितो आणि कधीं कोणत्याही कृत्यांत चुकत नाहीं, तो पुरुष इंद्रलोकीं गमन करितो. महर्षे, धृतराष्ट्राकरितां लोक हा नव्हे; त्याच्याकरितां श्रेष्ठतर लोक दुसराच आहे !

गौतम म्हणालाः--- धृतराष्ट्रा, स्वर्गाच्या वर महान् विस्तृत असे जे प्रजापतींचे लोक आहेत, जेथें राहाणाऱ्यांना शोकाचें वारें देखील लागत नाहीं आणि ज्या लोकांवर सर्व लोकांना जन्म देणाऱ्या प्रजापतींचें अतिशय प्रेम आहे, तेथें तूं गेलास, तरी देखील तुझ्यापासून मी आपला हा हत्ती परत घेतल्याशिवाय राहाणार नाहीं !

धृतराष्ट्र म्हणालाः— गौतमा, राजसूय यज्ञ केल्यामुळें ज्या राजांवर सार्वभौमत्वाचा अभिषेक होतो, जे धर्मात्मे प्रजांचें प्रतिपालन उत्कृष्ट रीतीनें करितात आणि जे अश्वमेध यज्ञ करून अवभृथस्नानानें आपलें शरीर पावन करितात, त्यांना ते प्राजापत्य लोक प्राप्त होतात. धृतराष्ट्राकरितां ते लोक नव्हत !

गौतम म्हणालाः— धृतराष्ट्रा, त्यांच्या पलीकडे जे सनातन लोक शोभतात व जेथें सुवासिक पदार्थांची विपुलता असून वासना व शोक ह्यांना आश्रयच नाहीं, त्या दुर्लभ व पीडारहित अशा गोलोकीं जरी तूं गेलास, तरी मी तुझ्यापासून आपला हत्ती हिसकावून घेईन !

धृतराष्ट्र म्हणालाः— गौतमा, ज्यापाशीं हजार गाई आहेत, असा पुरुष जर शक्त्यनुसार प्रतिवर्षीं शंभर गाई दान देईल, ज्यापाशीं शंभर गाई आहेत, असा पुरुष जर प्रतिवर्षीं दहा गाई दान देईल, किंवा ज्यापाशीं दहा अथवा पांच गाई आहेत, असा पुरुष जर प्रतिवर्षीं एक गाय दान देईल, तर त्या दानशील पुरुषाला गोलोकांची प्राप्ति होईल; त्याप्रमाणेंच, जे ब्राह्मण ब्रह्मचर्य पाळून देह झिजवितात व सनातन ब्रह्मविद्येचें सतत पारायण करितात आणि जे विवेकशाली पुरुष तीर्थयात्रादिकांत निमग्न असतात, त्यांनाही गोलोक प्राप्त होऊन तेथील सुखें उपभोगितां येतात; आणि तसेंच जे व्रतधारी महात्मे प्रभास, मानस, पुष्कर, पवित्र महासर, नैमिष तीर्थ, बाहुदा, करतोयिनी, गया, गयाशिर, विपाशा, स्थूलवालुका, कृष्णा, गंगा,

पंचनद, महाऱ्हद, गोमती, कौशिकी, पंपा, सरस्वती, दृषद्वती व यमुना ह्या तीर्थीं गमन करितात, ते पवित्र पुरुषही गोलोकीं जातात व तेथें दिव्य तनु धारण करून दिव्य पुष्पांनीं व पुण्यगंधांनीं युक्त होत्साते सुखोपभोग भोगितात ! गौतमा, धृतराष्ट्र हा गोलोकीं जाणार नाहीं !

गौतम म्हणाला:--- धृतराष्ट्रा, जेथें थंडीचें किंवा उष्णाचें भय यत्किंचित्सुद्धां नाहीं; त्याप्रमाणें जेथें क्षुधा, तृषा, ग्लानि, दुःख व सुख हींही नाहींत; जेथें कोणी प्रिय नाहीं किंवा अप्रिय नाहीं; जेथें कोणी आप्त नाहीं किंवा शत्रु नाहीं; जेथें जरा नाहीं व मरण नाहीं; जेथें पुण्य नाहीं किंवा पातक नाहीं; जेथें वासनेचा पूर्ण अभाव आहे; जेथें आनंदाचें पूर्ण अस्तित्व आहे; आणि जेथें प्रज्ञा व विवेक ह्यांची भरभूर व्याप्ति आहे, अशा त्या पवित्र ब्रह्मलोकीं तूं गेलास, तरी देखील मी तुला माझा हत्ती परत देण्यास भाग पाडीन !

धृतराष्ट्र म्हणाला:--- गौतमा, ज्यांनीं सर्व विषयांवरील आसक्ति टाकून दिली आहे, ज्यांनीं आपली चित्तवृत्ति पवित्र केली आहे; व्रतवैकल्यें करण्यांत जे सतत निमग्न आहेत, अध्यात्मचिंतन व योगाभ्यास ह्यांत जे गढून गेले आहेत व ज्यांना स्वर्गलोक प्राप्त झाला आहे, ते सात्त्विक पुरुष पवित्र अशा ब्रह्मलोकीं गमन करितात. महामुने, तुला त्या लोकीं धृतराष्ट्र दिसणें शक्य नाहीं !

गौतम म्हणाला:--- धृतराष्ट्रा, जेथें बृहत् रथंतर गाइलें जातें, जेथें पुंडरीक नामक यज्ञां-करितां वेदी दर्भावृत असते, आणि जेथें सोम-पान करणारा पुरुष अश्वांच्या यानांत बसून प्रयाण करितो, तेथें तूं गेलास, तरी देखील मी तुला माझा हत्ती परत देण्यास भाग पाडीन ! धृतराष्ट्रा, मीं तुला ओळखिलें ! तूं वृत्रासुराला मारणारा इंद्र असून हीं सर्व भुवनें फिरत आहेस ! इंद्रा, तुझ्याशीं बोलतांना अभिमानबुद्धीनें माझ्या हातून कांहीं दोष घडला नाहीं ना ?

इंद्र म्हणाला:--- गौतमा, मी इंद्रच आहें. मी ह्या हत्तीचें हरण करण्यासाठीं मनुष्य-लोकीं प्राप्त झालों. ह्यास्तव ह्या दोषाबद्दल तूं मला शिक्षा कर. मी तुला शरण आलों आहें. तूं जी आज्ञा करशील ती सर्व पुरी करण्यास मी तयार आहें.

गौतम म्हणाला:--- इंद्रा, माझा हा श्वेत-वर्ण हत्ती जो तूं हरण केला आहेस तो माझा मुलगाच होय. मीं ह्यास आज दहा वर्षें आपल्या मुलाप्रमाणें वाढविलें आहे. मी वनांत असतां हा माझा सोबतीच होय. ह्या-साठीं, इंद्रा, तूं माझा हत्ती मला परत दे.

इंद्र म्हणाला:--- द्विजश्रेष्ठा, हा पहा तुझा पुत्र--हत्ती तुझ्याकडे पाहात तुजप्रत येत आहे. हा पहा तुझ्या नाकपुड्यांचें व पायांचें अव-घ्राण करूं लागला ! मला आशीर्वाद दे; मीं तुला नमस्कार करितों !

गौतम म्हणाला:--- सुरेंद्रा, तुझें नेहमीं कल्याण होवो ! मी नित्य तुझें ध्यान करितों व तुला पूजितों ! इंद्रा, तूंही माझें कल्याण कर. तूं दिलेला हा हत्ती मी ग्रहण करितों.

इंद्र म्हणाला :--- गौतमा, ज्या योग्यांनीं आपल्या चित्तांत वेद सांठविले आहेत व ज्या महात्म्यांनीं सत्याचें उल्लंघन कधींही केलें नाहीं, त्यांपैकीं तूं एकट्या महात्म्यानें मात्र माझें स्वरूप ओळखिलें; ह्यासाठीं मी आज तुझ्यावर फारच संतुष्ट झालों आहें. बा ब्राह्मणा, तूं आपल्या पुत्रासह (हत्तीसह) लवकर इकडे ये. तूं आतां लवकर शुभ लोकीं जा व तेथें नित्य रहा !

राजा युधिष्ठिरा, नंतर इंद्रानें हत्तीसहवर्तमान त्या गौतम मुनीला आपल्यापुढें घातलें आणि थोरांनाही दुर्लभ अशा स्वर्गलोकीं तो त्यांसह निघून गेला! राजा, हें आख्यान जो जितें-द्रिय पुरुष नित्य ऐकेल किंवा दुसऱ्याला सांगेल त्याला गौतम ब्राह्मणाप्रमाणें स्वर्गलोक प्राप्त होईल.

अध्याय एकशें तिसरा.

—:०:—

ब्रह्मदेव व भगीरथ ह्यांचा संवाद.

युधिष्ठिर विचारितोः— पितामह भीष्म, नानाविध दानें, मनाची शांति, सत्य, अहिंसा, स्वस्त्रीसुख व दानाचें फळ ह्यांविषयीं आपण विवेचन करून सांगितलें, तें मीं ऐकिलें. आतां माझा आपल्याला असा प्रश्न आहे कीं, तपापेक्षां अधिक श्रेष्ठ असें कांहीं आपल्याला विदित आहे काय? मला वाटतें, कांहीं नाहीं. ह्यास्तव तपामध्यें श्रेष्ठ तप कोणतें तें मला आज विषद करून सांगावें.

भीष्म सांगतातः— राजा युधिष्ठिरा, तप जसें असेल तसा लोक प्राप्त होतो; म्हणून उपवासापेक्षां अधिक श्रेष्ठ असें कोणतेंही तप नाहीं असें मी मानितों. कुंतीपुत्रा, ह्या विषय प्रतिपादन करण्याकरितां एक पुरातन इतिहास सांगत असतात. तो इतिहास म्हणजे महात्मा ब्रह्मदेव व राजा भगीरथ ह्यांचा संवाद होय. युधिष्ठिरा, भगीरथ राजा सुरलोक व गोलोक ह्यांचें अतिक्रमण करून ऋषिलोकाला गेला, असें मीं ऐकिलें आहे. राजा धर्मा, तेव्हां ब्रह्म-देवानें ऋषिलोकीं भगीरथ राजाला अवलोकन करून प्रश्न केला कीं, राजा भगीरथा, तूं ह्या दुष्प्राप्य लोकीं कसा आलास बरें? अरे, देव, गंधर्व किंवा मानव ह्यांपैकीं कोणीही तपावांचून ह्या लोकीं येऊं शकत नाहींत; आणि असें असून तूं ह्या लोकीं आलास, हें झालें तरी कसें?

भगीरथ म्हणालाः— ब्रह्मदेवा, मीं नित्य ब्राह्मणांना लक्षावधि सुवर्णाचीं नाणीं दान केलीं आणि सतत ब्रह्मचर्यव्रत पाळिलें; परंतु, हे प्राज्ञा, ह्या कृत्यांच्या योगें मी ह्या लोकीं प्राप्त झालों, असें मात्र मला वाटत नाहीं. त्या-प्रमाणेंच मीं एकरात्र नामक ऋतु दहा वेळां केले, पंचरात्र नामक ऋतु दहा वेळां केले, एकादशरात्र नामक ऋतु अकरा वेळां केले, आणि ज्योतिष्टोम नामक ऋतु शंभर वेळां केले; परंतु त्या सर्वांच्या फळानें मी ह्या लोकीं आलों, असें मात्र मला वाटत नाहीं. त्याप्रमा-णेंच मीं नित्य शंभर वर्षेंपर्यंत जान्हवीच्या तीरावर राहून तेथें उग्र तप आचरिलें आणि सहस्रावधि वांसरांचें व कन्यांचें दान केलें; परंतु तद्वारा मीं ह्या लोकास प्राप्त झालों नाहीं. त्याप्रमाणेंच मीं पुष्करतीर्थीं एक लक्ष घोडे व दोन लक्ष गाईचे कळप लाखों वेळां ब्राह्मणांना अर्पण केले; आणि त्याचप्रमाणें सोन्याचे उत्तम चांद धारण करणाऱ्या सहस्र व जांबू-नद सुवर्णाच्या अलंकारांनीं शृंगारलेल्या साठ सहस्र रूपवान् मुली मीं दान दिल्या; परंतु त्याच्या योगें मी ह्या लोकीं आलों नाहीं. ब्रह्म-देवा, त्याप्रमाणेंच मी गोसवयाग करून त्यांत प्रत्येक ब्राह्मणाला दहा दहा अशा दहा कोट गाई दान दिल्या. त्या सर्व गाईंना त्यांच्याच रंगाचीं वांसरें असून त्या सर्व दानसमयीं दूध देत होत्या आणि त्या सर्व गाईंच्या दोहनार्थ मीं सुवर्णपात्रें व कांस्यपात्रेंही दिलीं होतीं. परंतु माझें म्हणणें असें आहे कीं, ह्या कृत्याच्या बळावर कांहीं मी येथें आलों नाहीं. ब्रह्मदेवा, त्याप्रमाणेंच मीं पुष्कळ सोमयाग केले आणि त्या प्रत्येकांत न चुकतां दरएक ब्राह्मणाला दहा दहा ह्याप्रमाणें शतावधि पहिल्या वेताच्या व दूध देणाऱ्या रोहिणी गाई अर्पण केल्या व शिवाय

दूध देणाऱ्या सामान्य गाई तर लक्षावधि व कोट्यवधि वांटल्या, परंतु त्या योगें मात्र मी ह्या स्थळीं प्राप्त झालों नाहीं. त्याप्रमाणेंच मीं बाल्हि जातीचे एक लक्ष श्वेतवर्ण अश्व सुवर्णाचे हार घालून दान दिले; पण त्या दानाच्या फळानें मी ह्या लोकीं प्राप्त झालों नाहीं. ब्रह्मदेवा, मीं प्रत्येक ऋतूंत अठरा कोट सुवर्णाचीं नाणीं दक्षिणा दिलीं; पण त्यामुळें मी ह्या लोकास प्राप्त झालों, असें मात्र मी समजत नाहीं. पितामहा, मीं हिरव्या रंगाचे सतरा कोट श्यामकर्ण अश्व सुवर्णाच्या माळांनीं अलंकृत करून दान केले; तसेंच इसाडासारख्या मोठ्या सुळ्यांचे, प्रचंड देहांचे, पद्मचिन्हानें युक्त असे आणि सुवर्णाचे हार घालून सुशोभित केलेले सतरा सहस्र हत्ती मीं अर्पण केले. तसेंच, हे देवाधिदेवा, दिव्य कनकभूषणांनीं शृंगारलेले सुवर्णाचे दहा सहस्र रथ, व दागदागिने घालून सजविलेल्या घोड्यांनीं युक्त असे सात सहस्र तसलेच रथ मीं दान दिले; आणि हे सर्व रथ वेदांत सांगितल्याप्रमाणें यज्ञांगभूत दक्षिणा म्हणून मीं अर्पण केले. ब्रह्मदेवा, त्याप्रमाणेंच मीं दहा वाजपेय यज्ञ केले; आणि त्यांत, यज्ञयाग व पराक्रम ह्यांच्या योगें ज्यांनीं आपला प्रभाव इंद्राप्रमाणें व्यक्त करून दाखविला होता असे युद्धांत जिंकलेले व गळ्यांत सुवर्णाच्या नाण्यांच्या माळा घातलेले एक हजार वीर दक्षिणा म्हणून दिले; आणि त्याप्रमाणेंच मीं सर्व भूपतींना जिंकून आठ राजसूय यज्ञ केले आणि त्यांत अतिशय धन खर्चिलें; परंतु ह्या सर्वांच्या योगें मी ह्या लोकीं आलों नाहीं. ब्रह्मदेवा, माझ्या त्या यज्ञांत गंगेच्या प्रवाहाप्रमाणें दक्षिणांचा प्रवाह एकसारखा वाहात होता; त्यामध्यें मीं सुवर्णाच्या अलंकारांनीं युक्त असे दोन हजार हत्ती, दोन हजार घोडे आणि शंभर गांव ही दक्षिणा प्रत्येक याजकाला दिली आणि ती एकवार देऊन न थांबतां त्याची आवृत्ति तीन वेळां केली; आणि, ब्रह्मदेवा, त्याप्रमाणेंच हिमवान् पर्वतावर महादेवानें गंगेचा दुर्धर प्रवाह मस्तकावर धारण केला त्या ठिकाणीं मीं बहुत काळपर्यंत नियमित आहार करून, चित्त शांत ठेवून व वाणीचें नियमन करून तपश्चर्या केली; परंतु त्या सर्वांच्या योगानें मला हा लोक प्राप्त झाला नाहीं. ब्रह्मदेवा, मीं शमी टाकून त्या त्या स्थळीं वेदिका घालून सहस्रावधि साद्यस्क नामक एकाह, द्वादशाह व त्रयोदशाह यज्ञ आणि त्याप्रमाणेंच पौंडरीक यज्ञ केले आणि देवतांना आराधिलें; परंतु त्या योगें मी येथें प्राप्त झालों नाहीं. ब्रह्मदेवा, मीं श्वेतवर्णाचे आठ हजार वशिंड वाढलेले बैल—प्रत्येकाचें एकेक शिंग सुवर्णानें मढवून ब्राह्मणांना अर्पण केले आणि शिवाय त्या ब्राह्मणांचीं लग्नें करून त्यांच्या पत्न्यांना पुतळ्यांच्या माळा वगैरे दिल्या; त्याप्रमाणेंच मीं ब्राह्मणांना मोठ्या विनयानें सुवर्ण व रत्नें ह्यांचे ढीग, रत्नांचे पर्वत, धनधान्यांनीं समृद्ध असे सहस्रावधि गांव आणि पहिल्या वेताच्या लक्षावधि गाई दान दिल्या; आणि मोठ्या दक्षतेनें महान् महान् यज्ञ केले; परंतु त्यांच्या योगानें मी ह्या स्थळीं प्राप्त झालों नाहीं. त्याप्रमाणेंच मीं एक वेळ एकादशाह यज्ञ केला, दोन वेळां द्वादशाह यज्ञ केला, तसेंच अश्वमेध केले व सोळा अर्कायण यज्ञ केले, परंतु त्या सर्वांच्या योगें मी येथें आलों नाहीं. त्याप्रमाणेंच योजनभर विस्तीर्ण असें कांचनवृक्षांचें वन—ज्यांतील वृक्ष सुवर्ण व रत्नें ह्यांनीं शृंगारले असून ज्यांच्या कांहीं भागावर सुवर्णाचीं नाणीं विलसत आहेत असें मीं ब्राह्मणाला अर्पण केलें; परंतु त्याच्या योगानें मला येथें येतां आलें नाहीं; त्याप्रमाणें मी दुर्धर

असें जें तुरायण व्रत तें शांतपणानें तीस वर्षें-पर्यंत केलें आणि नेहमीं ब्राह्मणांना प्रत्येक दिवशीं रोहिणी जातीच्या दूध देणाऱ्या नऊशें गाई व अनेक बैल दान दिले; परंतु ह्या फलांच्या योगानें मी येथें प्राप्त झालों नाहीं. त्याप्रमाणेंच, मीं नित्य तीस अग्निहोत्रें बाळगिलीं. आठ सर्वमेध यज्ञ केले, सात अश्वमेध यज्ञ केले, आणि दहाशें अठरा विश्वजित यज्ञ केले; परंतु त्यांच्या योगानें मी येथें आलों नाहीं. ब्रह्मदेवा, त्याप्रमाणेंच मीं सरयूवर, बाहुदेवर, गंगेवर आणि नैमिष क्षेत्रीं ब्राह्मणांना लक्षावधि गाई दान केल्या; पण त्याच्या योगें मी येथें प्राप्त झालों नाहीं. ब्रह्मदेवा, पुढें इंद्रानें गुहेंत गुप्त ठेविलेलें व सर्वभोगत्यागात्मक अनशनव्रत--जें भृगुपुत्र शुक्र ह्यानें तपश्चर्येच्या योगानें मिळविलें व त्यामुळें ज्याला शुक्राचें दिव्य व जाज्वल्य तेज प्राप्त झालें तें मीं आचरिलें; तेव्हां त्या योगें ब्राह्मण फार संतुष्ट झाले आणि त्या प्रसंगीं जे सहस्र ऋषि त्या ठिकाणीं प्राप्त झाले होते ते प्रसन्न होत्साते मला म्हणाले कीं, 'राजा, तूं ब्रह्मलोकीं जा!' आणि, हे ब्रह्मदेवा, मी ह्या लोकीं आलों! मी सांगतों हें सर्वस्वी सत्य आहे, त्याजबद्दल संशय घेण्याचें कारण नाहीं. विधात्या, तूं जें मला विचारिलेंस तें मी तुला सविस्तर सांगणें हें माझें कर्तव्य होय. देवश्रेष्ठा, मला अनशनव्रताखेरीज (उपवासाखेरीज) दुसरें कोणतेंही तप श्रेष्ठ वाटत नाहीं. देवाधिदेवा, तूं माझ्यावर कृपा कर. माझा तुला नमस्कार असो!

भीष्म सांगतातः— राजा युधिष्ठिरा, नंतर ह्याप्रमाणें भाषण केलेल्या त्या परम पूज्य भगीरथ राजाची ब्रह्मदेवानें यथाविधि पूजा केली. ह्यास्तव, हे युधिष्ठिरा, तूं सर्वभोगत्यागात्मक अनशनव्रत करून नित्य ब्राह्मणांची आराधना कर, म्हणजे त्यांच्या आशीर्वादानें सर्व ऐहिक व पारलौकिक सुखें तुला प्राप्त होतील. राजा युधिष्ठिरा, तूं ब्राह्मणांना अन्न, वस्त्रें, गाई व सुंदर गृहें हीं अर्पण करून संतुष्ट कर. बाबारे, ब्राह्मणांची पूजा देवही नित्य करीत असतात, हें लक्षांत ठेव; आणि हें परम गुह्य व्रत करितांना तूं आपल्या मनाला लोभाचा विटाळही होऊं देऊं नको!

अध्याय एकशें चौथा.

--:०:--

आयुष्याख्यान.

युधिष्ठिर विचारतोः-- पितामह भीष्म, मनुष्याचें आयुष्य शंभर वर्षें असतें आणि उपजतच त्याच्या ठायीं अनेक प्रकारचें वीर्य जन्म पावतें, म्हणून सांगतात; तेव्हां मनुष्यांना बालपणीं सुद्धां मरण येतें तें कां बरें? मनुष्याचें दीर्घायुषी होणें किंवा अल्पायुषी होणें हें कशावर अवलंबून आहे? तो कीर्तिमान् किंवा वैभवशाली कसा होतो? आणि तपश्चर्या, ब्रह्मचर्य, जप, होम, औषधें, कर्म, मन व वाणी ह्यांचा मनुष्याच्या बऱ्यावाईट स्थितीशीं किंवा जगण्याशीं संबंध कसा आहे? महाराज, हें सर्व विवरण करून सांगा.

भीष्म सांगतातः-- राजा युधिष्ठिरा, मनुष्य अल्पायुषी किंवा दीर्घायुषी कशानें होतो, त्याला कीर्ति किंवा वैभव कसें प्राप्त होतें व कोणत्या वर्तनानें मनुष्याचें कल्याण होतें, हा जो तूं मला प्रश्न विचारिलास, त्याचें उत्तर मी तुला आतां सांगतों तें श्रवण कर. राजा युधिष्ठिरा, मनुष्याला ह्या लोकीं व परलोकीं जी कांहीं चांगली अवस्था प्राप्त होते तिचें कारण त्याचा आचारच होय. आचारानेंच मनुष्याचें आयुष्य वाढतें, आचारानेंच मनुष्याला संपत्ति मिळते, आचारानेंच मनुष्य कीर्तिमान् होतो व आचारानेंच त्याचा इह-

परलोकीं गौरव होतो. राजा, दुराचरणी मनुष्य कधींही पुष्कळ दिवस जगत नाहीं. दुराचरणी मनुष्याला सर्व प्राणी भितात, आणि दुराचरणी मनुष्य सर्वांची मानखंडना करितो; ह्यास्तव मनुष्याला आपला उत्कर्ष व्हावयाची इच्छा असेल तर त्यानें सदाचरण ठेवावें. राजा धर्मा, सदाचरणाला इतकें महत्त्व आहे कीं, पातकाच्या योगानें व्यथित, कुष्टी किंवा व्याधिग्रस्त असा झालेला मनुष्यही सदाचरण ठेवील तर त्याची व्यथा, कुष्ट वगैरे दुर्लक्षणें नष्ट होतील! बाबारे, आचार ह्मणजे सदाचरण हेंच धर्माचें लक्षण होय. साधुसंतांना जें श्रेष्ठत्व येतें त्याला कारण त्यांचें सदाचरणच समजावें. संतांची व्याख्या ह्मणजे सदाचरणी पुरुष अशीच केली पाहिजे. ह्यासाठीं, साधुजन जसें वर्तन ठेवितील तसेंच वर्तन आपण ठेवणें इष्ट होय. सारांश, साधुजनांचा वर्तनक्रम हाच आचार; आणि हा जो आचार तोच धर्म होय. राजा, आचारवान् मनुष्य सर्वांची प्रीति जोडितो; धर्मशील मनुष्य दृष्टीआड असतांही तो जीं श्रेयस्कर कृत्यें करितो त्यांच्या श्रवणानेंच लोक त्याच्यावर प्रेम करितात. राजा धर्मा, जे पुरुष धर्मादिकांवर श्रद्धा ठेवीत नाहींत व नास्तिकपणा करितात, धार्मिक क्रिया मुळींच करीत नाहींत, गुरुजन व शास्त्रें ह्यांच्या आज्ञा उल्लंघितात, धर्मतत्त्वें जाणीत नाहींत आणि भलतेंच वर्तन करितात, ते अल्पायुषी होतात. राजा, जे पुरुष शीलभ्रष्ट होतात, नित्य धर्ममर्यादांचें अतिक्रमण करितात, व अनुचित जनांशीं संभोगक्रिया आचरितात, ते अल्पायुषी होऊन अंतीं नरकांत पडतात! राजा, मनुष्य सर्वतोपरी लक्षणहीन असेना, तो जर सदाचरण ठेवील, धर्मादिकांविषयीं श्रद्धा बाळगील, व कोणाचा हेवा किंवा द्वेष करणार नाहीं, तर तो शंभर वर्षें जगेल. जो मनुष्य कधींही संतापत नाहीं, खरें बोलतो, प्राणिमात्राची हिंसा करीत नाहीं, कोणाविषयीं मत्सर धरीत नाहीं, व नित्य सरळपणानें वागतो, तो शंभर वर्षें वांचतो. जो मनुष्य माती खरवडीत किंवा गवताच्या काड्या तोडीत बसतो, दांतांनीं नखें खातो, सदा उष्टा असतो, आणि नेहमीं हालतडोलत किंवा अन्य प्रकारें चाळे करितो, त्याला दीर्घायुष्य प्राप्त होत नाहीं. राजा धर्मा, मनुष्यानें ब्राह्ममुहूर्तावर निजून उठावें, धर्मार्थांचा विचार करावा, उठल्यावर प्रातर्विधि उरकावा, मुखमार्जन करावें, हात जोडावे व वाणीचें नियमन करून पूर्वाभिमुख होत्सातें संध्यावंदन करावें; आणि त्याप्रमाणेंच, सायंकाळींही वाणीचा निरोध करून संध्यावंदन करावें. राजा, प्रातःकाळीं सूर्योदयाच्या वेळीं व सायंकाळीं सूर्यास्ताच्या समयीं केव्हांही सूर्याकडे पाहूं नये; आणि सूर्याला ग्रहण लागलें असतां व तो मध्याह्नसमयीं खस्वस्तिकीं असतां त्याजकडे अवलोकन करूं नये. राजा, सूर्याचें प्रतिबिंब उदकांत पडलें असतां तें पाहूं नये व संध्यावंदन करण्यांत अगदीं चुकी करूं नये. ऋषिजन नित्य संध्यावंदन करीत होते, ह्यामुळेंच त्यांस दीर्घायुष्य प्राप्त झालें. ह्यास्तव, प्रत्येकानें नेहमीं सकाळीं व सायंकाळीं मौन धारण करून पूर्वसंध्यावंदन व पश्चिमसंध्यावंदन करावें; आणि ह्याप्रमाणें करण्यास जे ब्राह्मण चुकतील त्या सर्वांकडून धार्मिक राजानें शूद्रांचीं कर्में आचरण करवावीं. राजा, कोणत्याही वर्णाचा मनुष्य असो, त्यानें केव्हांही परदारागमन करूं नये. परदारागमनानें मनुष्याचें आयुष्य जसें क्षीण होतें, तसें आयुष्य क्षीण करणारें ह्या लोकीं दुसरें कोणतेंही कर्म नाहीं! राजा, मनुष्य ज्या परस्त्रीशीं गमन करण्यास प्रवृत्त होईल त्या परस्त्रीच्या देहावर जितकीं रोमरंध्रें असतील तितके सहस्र वर्षें-

पर्यंत तो नरकांत पडेल! राजा धर्मा, स्त्रियांनीं दंतधावन व वेणी-फणी करणें, काजळ-कुंकू घालणें, व देवतांना पूजिणें हीं कृत्यें पूर्वाह्णींच म्हणजे प्रातःकाळींच करावीं. मनुष्यानें केव्हांही मलमूत्राकडे अवलोकन करूं नये; त्यांच्या सन्निध राहूं नये; फार पहांटेस, फार सायंकाळीं किंवा भर मध्याह्नीं प्रयाण करूं नये; प्रयाणास निघतांना कोणी तरी मनुष्य बरोबर घ्यावें, एकट्यानें जाऊं नये; व जें मनुष्य बरोबर घेतलें असेल तें अनोळखी किंवा नीचकुलोत्पन्न असूं नये; मार्गांत ब्राह्मण, गाई, राजे, वृद्ध माणसें, ओझीं वाहाणारीं माणसें, गरोदर स्त्रिया व दुबळीं माणसें भेटल्यास त्यांस आधीं मार्ग द्यावा; मार्गांत पूर्वज्ञात असे महान् वृक्ष आढळल्यास त्यांस प्रदक्षिणा करावी; त्याचप्रमाणें सर्व चव्हाठ्याच्या जागांनाही प्रदक्षिणा घालावी आणि मध्याह्नीं, सायंकाळीं, मध्यरात्रीं व त्याप्रमाणेंच दोन्ही संध्यासमयीं केव्हांही चव्हाठ्यांचा आश्रय करूं नये. राजा धर्मा, मनुष्यानें दुसऱ्यानें वापरलेलें वस्त्र व जोडे ह्यांचा उपयोग करूं नये, सदासर्वकाळ ब्रह्मचर्य पाळावें आणि दुसऱ्याचीं पावलें ओलांडूं नये. मनुष्यानें पूर्णिमा, अमावास्या, चतुर्दशी व दोन्ही पक्षांतील अष्टमी ह्या दिवशीं नित्य ब्रह्मचर्य पाळावें; वर्ज्य पशूंचें मांस व पृष्ठमांस मुळींच खाऊं नये; दुसऱ्याला पीडा होईल असें वर्तन करूं नये; परनिंदा सर्वस्वी वर्ज्य करावी; केव्हांही चहाडी करूं नये; मर्मभेदक भाषण बोलूं नये; कठोर शब्द उच्चारूं नये; हीन पुरुषापासून कांहींएक ग्रहण करूं नये; ज्या भाषणानें दुसऱ्याला त्रास होईल असें भाषण बोलूं नये; आणि अमंगळ व अभद्र शब्द उच्चारूं नये. राजा युधिष्ठिरा, वाग्बाणांसारखे भयंकर बाण नाहींत! वाग्बाण हे मुखांतून सुटले म्हणजे ज्यावर पडतात तो पुरुष रात्रंदिवस तळमळत राहातो; ह्यास्तव, जे दुसऱ्याचें मर्म विंधितील असे वाग्बाण सुज्ञ पुरुषानें दुसऱ्यावर केव्हांही टाकूं नयेत! कुऱ्हाडीनें तोडलेलें किंवा बाणांनीं छाटलेलें वन पुनः वाढतें; परंतु दुष्ट शब्दांनीं मनुष्याच्या मनावर इतकी भयंकर जखम होते कीं, ती सडत जाऊन शेवटीं तो मनुष्य मृत्युमुखीं पडतो! कर्णी, नाराच व नालीक बाण शरीरांतून बाहेर काढितां येतात; पण वाग्बाण हृदयांत एकदां घुसले म्हणजे तेथें ते इतके खिळून बसतात कीं, त्यांना बाहेर काढणें अशक्य होतें! ज्यांना कांहीं अवयव कमी किंवा अधिक असतील, ज्यांना विद्या नसेल किंवा जे निंद्य आचरण करीत असतील, जे कुरूप किंवा दरिद्री असतील, आणि ज्यांनीं सत्य सोडिलें असेल, अशा पुरुषांचाही धिक्कार करूं नये. कोणीही मनुष्यानें नास्तिकपणा स्वीकारूं नये, वेदांची निंदा करूं नये, देवतांना धिक्कारूं नये, कोणाशींही द्वेष धरूं नये, अति आग्रहास पडूं नये, अभिमान बाळगूं नये, आणि निष्ठुरपणा करूं नये. मनुष्यानें क्रोधायमान होऊन दुसऱ्यावर दंड हाणूं नये व त्याला खालीं पाडूं नये; पुत्र व शिष्य ह्यांवांचून इतरांना ताडन करणें हें वर्ज्य करावें; ब्राह्मणांची निंदा करूं नये; नक्षत्रांकडे बोट दाखवूं नये; आणि पंधरवड्यांतील तिथी कोणती तें विचारिलें असतां सांगूं नये. राजा धर्मा, जो मनुष्य हे नियम पाळितो त्याचें आयुष्य घटत नाहीं. मलमूत्र विसर्जन केल्यावर, त्याप्रमाणेंच मार्ग चालून आल्यावर, विद्येचा पाठ घेतांना आणि भोजनाच्या वेळीं आधीं हातपाय धुवावे. राजा युधिष्ठिरा, देवांनीं ब्राह्मणांसाठीं तीन वस्तु पवित्र म्हणून ठरविल्या आहेतः—(१) ज्या वस्तूची आपणांस मुळींच माहिती नाहीं ती; (२) जी वस्तु उदकांत धुवून स्वच्छ केली असेल ती; आणि (३) जी वस्तु

शुद्ध म्हणून सांगितली असेल ती. राजा धर्मा, शिरा, खिचडी, मांस, करंज्या व खीर हे पदार्थ कोणीही आपल्याकरितां सिद्ध करूं नयेत; ते देवांकरितां सिद्ध करावे; नेहमीं अग्नीची पूजा करावी; नेहमीं भिक्षा घालावी; मौन धारण करून नेहमीं दंतकाष्ठांनीं दंतधावन करावें; निजून उठल्यावर फिरून झोंप घेऊं नये; तसें केल्यास प्रायश्चित्त घ्यावें लागेल; आणि निजून उठल्यावर प्रथम मातापितरांस, आचार्यांस किंवा अन्यास नमस्कार करावा; ह्मणजे त्या योगें आयुष्य बहुत वृद्धिंगत होतें. राजा, दांत घासण्यास जीं काष्ठें घ्यावीं म्हणून सांगितलें असेल तींच काष्ठें घेऊन नित्य दात घांसावे; वर्जनीय काष्ठांनीं कधींही दांत घासूं नयेत; शास्त्रांत जें पवित्र अन्न सांगितलें असेल तेंच भक्षण करावें; पण पर्वणीच्या दिवशीं तेंही वर्जावें; नेहमीं स्वस्थ मनानें उत्तरेस तोंड करून शौचविधि करावा; कधींही दंतधावन केल्याशिवाय देवपूजा करूं नये; आणि देवपूजा केल्याशिवाय गुरु, वृद्ध, धार्मिक किंवा ज्ञाता हे खेरीजकरून अन्यांच्या म्हणजे राजादिकांच्या भेटीस जाऊं नये. राजा, बुद्धिमान पुरुषांनीं मळलेल्या आरशांत आपलें तोंड पाहूं नये; स्त्री ऋतुमती नसतां तिच्याशीं संभोग करणें सर्वस्वी वर्ज्य होय, प्रथम ऋतुकालाची चौकशी करावी व मग रतिसुखास उद्युक्त व्हावें; गर्भिणी स्त्रियेशीं मुळींच गमन करूं नये; उत्तरेस व पश्चिमेस मस्तक करून कधींही निजूं नये; शहाण्या मनुष्यानें दक्षिणेस किंवा पूर्वेस मस्तक करून निजावें; मोडक्या किंवा जीर्ण झालेल्या मंचकावर शयन करूं नये; अतिशय अंधारांत किंवा स्त्रियांचें सान्निध्य असेल तेथें निजूं नये; निजावयाचें तें दक्षिणोत्तर किंवा पूर्वपश्चिम असेंच निजावें; तिरपें निजूं नये; कांहीं कामाकरितां जाणें झाल्यास नास्तिकांबरोबर जाऊं नये किंवा नास्तिकाबरोबर करार करून कांहीं कार्यास उद्युक्त होऊं नये; पायानें आसन ओढून घेऊन मनुष्यानें त्यावर बसूं नये; केव्हांही नागव्यानें स्नान करूं नये किंवा रात्रीस स्नान करूं नये; सुज्ञ पुरुषानें स्नान केल्यानंतर आपलीं गात्रें मर्दूं नयेत; स्नान केल्याशिवाय अंगाला उटी लावूं नये; स्नान केल्यावर उन्हांत वस्त्र वाळवूं नये; मनुष्यानें नित्य ओलीं वस्त्रें नेसूं नयेत; गळ्यांतील माळा बाहेर काढूं नयेत; त्या वस्त्रांच्या वरतीं धारण करूं नयेत; आणि ऋतुमती स्त्रीशीं केव्हांही बोलूं नये. राजा धर्मा, गांवाच्या जवळ जें शेत असेल त्यांत केव्हांही शौचविधि करूं नये आणि उदकामध्यें शौचविधि व लघुशंका सदैव वर्जावी. भोजन करण्यापूर्वीं प्रथम त्रिवार चूळ भरून टाकावी; आणि भोजन आटोपल्यावर पुनः त्रिवार चूळ भरून मग दोन वेळां मुखप्रक्षालन करावें. पूर्वेस तोंड करून नेहमीं भोजन करावें; भोजन करितांना वाणीचा निरोध करावा; आणि अन्नाला केव्हांही नांवें ठेवूं नये. अन्नाचा थोडासा अंश अवशिष्ट ठेवून जेवण आटपावें आणि जेवल्यावर मनानें अग्नीला स्पर्श करावा. राजा धर्मा, जो पुरुष पूर्वेस तोंड करून जेवतो त्याचें आयुष्य वृद्धिंगत होतें, दक्षिणेस तोंड करून जेवतो त्याला यश मिळतें, पश्चिमेस तोंड करून जेवतो त्यास धन प्राप्त होतें, आणि उत्तरेस तोंड करून जेवतो त्यास मोक्ष जोडितां येतो. राजा धर्मा, भोजन आटोपल्यावर मनानें अग्नीला स्पर्श केला म्हणजे नाक, डोळे इत्यादिकांसह उदकानें मुखप्रक्षालन करावें व त्याप्रमाणेंच सर्व गात्रें, नाभि व तळहात स्वच्छ धुवावे; मुखादिकांचें प्रक्षालन

करितांना केव्हांही कोंड्यावर, केंसावर, राखेवर किंवा हाडांवर बसूं नये; आणि दुसऱ्याचें स्नानोदक किंवा धूणपाणी हें दूरच्या दूर ठेवून त्यास स्पर्श सुद्धां करूं नये. राजा धर्मा, मनुष्यानें नेहमीं शांतिहोम करावे आणि सावित्रीमंत्र जपावे; त्यानें नित्य खालीं बसून जें खावयाचें असेल तें खावें; कधींही चालतांना खाऊं नये; लघुशंका करावयाची असतां ती उभ्यानें, भस्मावर व गोठ्यांत करूं नये; भोजनापूर्वी नित्य पाय धुवावे व ओल्या पायांनीं जेवावें; आणि निजतांना ओले पाय असल्यास कोरडे करून मग निजावें. जो पुरुष ओल्या पायांनीं भोजन करितो तो शंभर वर्षे वांचतो, असा नियम आहे. राजा धर्मा, अग्नि, धेनु व ब्राह्मण हीं तीन महान् तेजें होत. केव्हांही उष्ट्या विटाळानें ह्यांना स्पर्श करणें प्रशस्त नाहीं. जो मनुष्य हा नियम पाळील त्याचें आयुष्य घटणार नाहीं. त्याप्रमाणेंच, हे धर्मराजा, सूर्य, चंद्र व सर्व नक्षत्रें हींही तीन दिव्य तेजेंच होत. त्यांजकडे कोणीही उष्ट्या विटाळानें पाहूं नये. राजा युधिष्ठिरा, ज्ञानानें किंवा वयानें वृद्ध असा पुरुष प्राप्त झाला असतां तरुणाची मोठी लगबग उडणें आणि त्यानें उत्थान देऊन व नमस्कार करून त्याचा गौरव करणें हें सर्वस्वी उचित होय. तरुण मनुष्यानें वृद्धांना अभिवंदन करावें, स्वतः त्यांस आसन द्यावें, हात जोडून त्यांच्या सेवेस सिद्ध असावें, आणि ते जाऊं लागले म्हणजे त्यांच्या पाठीमागून चालावें. कोणत्याही मनुष्यानें फुटलेल्या, फाटलेल्या किंवा मोडक्या तोडक्या आसनावर बसूं नये, कांशाचें भांडें फुटलें म्हणजे तें फेंकून द्यावें, एक वस्त्रानें जेऊं नये. नागव्यानें न्हाऊं नये, नागव्यानें निद्रा घेऊं नये, आणि आंचवल्याशिवाय किंवा उष्ट्यानें बसूं नये किंवा झोंप काढूं नये. राजा धर्मा, उष्ट्यानें दुसऱ्याच्या मस्तकाला स्पर्श करूं नये; कारण कोणाचेही सर्व प्राण मस्तकाच्या आश्रयानें निवास करितात. कोणींही दुसऱ्याचे केंसांना आंसडा देऊं नये; आणि दुसऱ्याच्या मस्तकावर प्रहार करूं नये. मनुष्यानें दोन्ही हातांनीं आपलें मस्तक खाजवूं नये व वारंवार पाण्यांत मस्तक बुचकळूं नये. जो मनुष्य हा नियम पाळितो त्याचें आयुष्य घटत नाहीं. पाण्यांत बुचकळी मारून स्नान केलेल्या पुरुषानें नंतर कोणत्याही गात्राला तेल लावूं नये आणि ज्यांत तीळ घातले आहेत असा पदार्थ सेवन करूं नये; म्हणजे आयुष्याची हानि होणार नाहीं. कोणीही उष्ट्या विटाळानें विद्यार्थ्याला पाठ सांगूं नये आणि कोणींही उष्ट्या विटाळानें पाठ घेऊं नये व ज्या ठिकाणीं दुर्गंधि किंवा वाऱ्याचा सोसाटा असेल त्या ठिकाणीं मनानें सुद्धां वेदांचें चिंतन करूं नये. प्राचीनइतिहासज्ञ पुरुष ह्या विषयासंबंधानें यमाची गाथा सांगत असतात. यम म्हणतो कीं, जो पुरुष उष्ट्या विटाळानें धावत सुटतो व अभ्यासाचा पाठ घेतो, त्याचें आयुष्य मी घटवितों व त्याच्या प्रजांचा संहार करितों! जो ब्राह्मण अनध्यायाच्या दिवशीं मूर्खपणानें वेदाभ्यास करितो, त्याचे वेद नष्ट होतात आणि त्याचें आयुष्य नाश पावतें; ह्यासाठीं विचारी पुरुषानें अनध्यायाच्या दिवशीं केव्हांही पाठ तयार करूं नये. जे पुरुष सूर्याकडे, अग्नीकडे, गाईकडे व ब्राह्मणांकडे तोंड करून किंवा रस्त्यावर लघुशंका करितात ते लवकर मृत्युमुखीं पडतात. शौचविधि व लघुशंका करितांना दिवसास उत्तराभिमुख आणि रात्रीस दक्षिणाभिमुख बसावें म्हणजे आयुष्य घटणार नाहीं. ज्याला दीर्घकाळ जगण्याची इच्छा असेल त्यानें ब्राह्मण, क्षत्रिय व सर्प हे कितीही क्षीण झाले असले तरी

त्यांचा अव्हेर करूं नये. ह्या तिघांच्या ठिकाणीं भयंकर विष वास करितें, हें विसरूं नये. सर्प हा खवळला असतां केवळ दृष्टीनें व क्षत्रिय खवळला असतां केवळ पराक्रमानें दुसऱ्याला जाळून टाकितो; पण ब्राह्मण हा क्षोभला असतां तो इतक्यावरच थांबत नाहीं; तर तो ध्यान व अवलोकन ह्या दोहोंनीं पीडा करणाऱ्याच्या सर्व कुलाचा नाश करितो! ह्यासाठीं पंडितानें मोठ्या प्रयासांनीं ह्या तिघांची शुश्रूषा ठेवावी. युधिष्ठिरा, मनुष्यानें गुरूशीं केव्हांही हट्ट धरूं नये आणि गुरु रागावला असतां त्याची मनधरणी करून त्याची प्रसन्नता जोडावी. एखादे वेळीं गुरु भलत्याच मार्गास प्रवृत्त झाला असला तरी शिष्यानें त्याशीं चांगलें वर्तनच ठेवावें; कारण, गुरुनिंदेच्या योगानें मनुष्याचें आयुष्य निःसंशयपणें जळून खाक होतें, हा सिद्धांत होय! हितेच्छु पुरुषानें राहाण्याच्या जागेपासून दूर अंतरावर लघवी करावी, हातपाय धुणें तेही दूर अंतरावर धुवावे, आणि उष्टींही दूर अंतरावर टाकावीं. सुज्ञ पुरुषांनीं तांबडें फूल धारण करूं नये, पांढरें फूल धारण करावें; परंतु त्यांतही कमळ व कुवलय हीं फुलें वर्जावीं. डोक्यांत फूल घालावयाचें झाल्यास तांबडें किंवा पाण्यांतलें फूल घालावें. कांचनीय माळेला मुळींच दोष नाहीं. स्नान केल्यावर अंगाला उटी द्यावयाची ती नित्य ओली उटी द्यावी. बुद्धिमान् नरानें नेसावयाचेंच वस्त्र नेसावें व पांघरावयाचेंच वस्त्र पांघरावें; त्यांत बदल करूं नये. दुसऱ्यानें परिधान केलेलें किंवा ज्याच्या दशा झडल्या आहेत असें वस्त्र परिधान करूं नये. निजतांना, मार्ग चालतांना व देवपूजा करतांना पृथक् पृथक् वस्त्रें वापरावीं; प्रियंगु (गव्हला), चंदन, बिल्व, तगर व केसर ह्यांची उटी पृथक् पृथक् द्यावी; एक उटी दिल्यावर दुसरी उटी देणें झाल्यास मध्यंतरीं स्नान करावें; स्नान करून शुचिर्भूत झाल्यावर अलंकार लेऊन उपवास करावा; नित्य पर्वकाळीं ब्रह्मचर्य पाळावें; एका पात्रांतून एकानेंच अन्न सेवन करावें, अधिकांनीं सेवूं नये; कधींही गाईंनीं हुंगिलेलें अन्न किंवा परिषेचनहीन अन्न किंवा ज्यांतील सत्त्वांश काढून घेतला आहे असें अन्न ग्रहण करूं नये; अन्न सेवन करितांना कोणी त्याजकडे पहात असेल तर त्याला त्याचा अंश अर्पण करावा, तसें केल्यावाचून अन्न ग्रहण करूं नये; बुद्धिमान् पुरुषानें अमंगळ पुरुषाच्या समीप बसून अन्न सेवन करूं नये; तसेंच त्यानें अन्न ग्रहण करितांना थोरांपासूनही दूरच बसावें; धर्मकृत्यांमध्यें जें अन्न निषिद्ध मानलें असेल तें इतर वेळींही सेवन करूं नये; कल्याणेच्छु श्रेष्ठ पुरुषानें पिंपळ, वड, ताग व उंबर ह्यांचीं फळें खाऊं नयेत; बोकडाचें, गाईचें व मोराचें मांस वर्जावें; त्याप्रमाणेंच वाळलेलें व शिळें मांसही सेवन करूं नये; विद्वान् मनुष्यानें हातावर मीठ घेऊन खाऊं नये; रात्रीस दधिसक्तु सेवन करूं नयेत आणि वर्ज्य मांसें सर्वस्वी वर्जावींत. मनुष्यानें सायंकाळीं व सकाळीं असें दोन वेळां भोजन करावें; मध्यंतरीं भोजन न करण्याविषयीं सावधान राहावें; ज्या अन्नांत केश असतील असें अन्न खाऊं नये आणि शत्रूकडे श्राद्ध असल्यास त्यांत जेवावयास जाऊं नये, जेवतांना मौन धरावें, अंगावर उपवस्त्र असावें, व बसून जेवावें; नुसत्या भूमीवर वाढलेलें अन्न कधींही खाऊं नये, बसल्यावांचून कधींही अन्न ग्रहण करूं नये, आणि अन्न सेवन करीत असतां भुरके मारणें किंवा अन्य प्रकारें शब्द करणें वर्जावें. राजा धर्मा, बुद्धिमान् मनुष्यानें प्रथम अतिथींना उदक देऊन अन्न द्यावें आणि

नंतर स्वतः अन्न ग्रहण करावें, परंतु अतिथींची व्यवस्था उत्तम राखावी. आपल्यासमान जे लोक असतील त्यांना एकाच पंक्तीला घेऊन जेवावें. जो पुरुष सुहृदांना अन्नसंतर्पण केल्याशिवाय अन्नग्रहण करितो तो हालाहल विष सेवितो असेंच म्हटलें पाहिजे ! पाणी, पायस, सक्तु, दधि, तूप व मध हींखेरीजकरून इतर खाद्यपेय पदार्थांपैकीं कोणत्याही पदार्थाचा उरलेला शेष दुसऱ्याला खाण्यापिण्याला देऊं नये; पाणी, पायस, इत्यादिकांचा शेष देणें झाल्यास तो तरी पुत्रादिकांनाच द्यावा, इतरांना देऊं नये. हे पुरुषव्याघ्रा, भोजन करणाऱ्या मनुष्यानें उगीच शंका काढीत जेऊं नये आणि हितेच्छूनें भोजनाच्या अखेरीस दधिभक्षण करूं नये. भोजन आटोपल्यावर त्यानें एका हातानें आंचवावें आणि उजव्या पायाचा आंगठा पाण्यानें धुवावा. नंतर मस्तकावर हात ठेवावा आणि एकाग्र मनानें अग्नीला स्पर्श करावा. राजा, जो पुरुष कौशल्यानें हा प्रयोग करितो, त्याला ज्ञातीमध्यें श्रेष्ठपणा प्राप्त होतो. राजा, भोजन झाल्यावर मुख, नेत्र, नासिका, कर्ण, नाभि व तळहात हीं पाण्यानें धुवावीं, परंतु ओले हात ठेवून बसूं नये. आंगठ्यामध्यें ब्राह्मतीर्थ व कनिष्ठिकेच्या पाठीमागें देवतीर्थ अधिष्ठित आहे. आंगठा व प्रदेशिनी (तर्जनी) ह्यांच्या मध्यभागानें उदक देऊन पितृकर्मै करावींत, ही नेहमींची प्रशस्त रीत समजावी. ज्या मनुष्याला कल्याण व्हावें अशी इच्छा असेल त्यानें दुसऱ्याची निंदा करूं नये, दुसऱ्याला अप्रिय वाटेल असें भाषण बोलूं नये, आणि आपल्यावर दुसरा कोणी संतापणार नाहीं, असेंच नित्य वर्तन ठेवावें. पतितांबरोबर गप्पागोष्टी सांगण्याची इच्छा करूं नये; इतकेंच नव्हे, तर त्यांचें दर्शनही वर्जावें व संसर्गापासून अलिप्त रहावें ! राजा धर्मा, जो पुरुष असें करितो त्यास दीर्घायुष्य प्राप्त होतें. भाग्येच्छु पुरुषानें दिवसास मैथुन करूं नये, आणि अविवाहित स्त्री, वेश्या व अस्नात म्हणजे ऋतुप्राप्ति न झालेली स्त्री ह्यांना भोग देऊं नये. जो पुरुष अशा प्रकारें वागतो त्यास दीर्घायुष्य मिळतें. मनुष्य ज्या ज्या तीर्थावर जाईल तेथें त्यानें सर्व तयारी करून आचमन करावें, नंतर त्रिवार उदक प्राशन करावें, नंतर द्विवार मार्जन करावें, आणि नंतर स्नान करावें. इतकें झाल्यावर मनुष्यानें एक वेळ सर्व इंद्रियांना उदकस्पर्श करावा, नंतर त्यांवर तीन वेळां अभ्युक्षण करावें आणि नंतर वेदांत सांगितल्याप्रमाणें यथाविधि पैत्रिक व दैविक कृत्यें करावीं. राजा धर्मा, आतां ब्राह्मणाची शुद्धि कशापासून होते आणि त्यानें भोजनाच्या पूर्वी आणि नंतर पवित्र व हितकर असें काय काय करावें तें सांगतों, ऐक. राजा युधिष्ठिरा, जेव्हां शुचिर्भूत व्हावयाचें असेल तेव्हां ब्राह्मतीर्थ ग्रहण करावें, म्हणजे आचमन करावें. थुंकी किंवा खाकारा टाकल्यावर चूळ भरून शुद्धि संपादावी. वृद्ध आप्तसुहृत् दरिद्री असल्यास त्यांस घरांत ठेवून घ्यावें; म्हणजे यजमानाची संपत्ति व आयुष्य हीं वृद्धिंगत होतात. घरामध्यें पारवे, पोपट, सारिका व वाघळें शिरणें हें अभ्युदयाचें चिन्ह आहे. ह्यापासून पाप लागत नाहीं. उद्दीपक, गृध्र, कपोत (खबुतर) आणि भ्रमर हे घरांत शिरल्यास तत्काळ शांति करावी. हे पक्षी फार अमंगळ आहेत. महात्म्यांना वाईट वाटेल असें कृत्य करूं नये; महात्म्यांचीं अतिगुह्यें केव्हांही बोलूं नयेत; अगम्य स्त्रिया, राजपत्नी व तिच्या सख्या ह्यांशीं गमन करूं नये; आणि वैद्य, बाल, वृद्ध, सेवक, बंधु, ब्राह्मण, शरणार्थी व आप्त ह्यांचें संरक्षण करावें. त्या योगें आयु-

प्याची मोठी वृद्धि होते. हितेच्छु प्राज्ञ पुरुषानें ब्राह्मण व गृहनिर्माणशास्त्री ह्यांच्या सल्ल्यानें गृह निर्माण करून त्यांत सदा वास्तव्य करावें. राजा युधिष्ठिरा, संध्यासमयीं निद्रा घेऊं नये, अभ्यास करूं नये किंवा जेऊं खाऊं नये, म्हणजे दीर्घायुष्य प्राप्त होतें. ज्याला आपलें कल्याण व्हावें असें वाटत असेल त्यानें रात्रीस पितृक्रिया करूं नयेत व भोजनोत्तर केशसंस्कारादिक कृत्यें आचरूं नयेत. रात्रीच्या समयीं स्नान करणें व सातू भक्षणें हें सर्वथैव वर्जावें. शिळें अन्न निरंतर त्याज्य होय. रात्रीस दुसऱ्याला आतृप्ति भोजनाचा आग्रह करूं नये व आपणही बेतानेंच भोजन करावें. पाखरें मारून त्यांचें मांस सेवन करूं नये; मांस विकत घेऊनच निर्वाह करावा. पक्ष्यांना दाणापाणी घालून वाढविलें असतांही त्यांची हिंसा करणें अप्रशस्त, हें लक्षांत ठेवावें. महाप्राज्ञ पुरुषानें मोठ्या कुळांत जन्मलेल्या व विवाहास योग्य झालेल्या गुणसंपन्न कन्येशीं विवाह करावा, तिच्या ठिकाणीं अपत्योत्पादन करून कुलाचें स्थैर्य संपादावें, पुत्र होतील ते विद्वान् व कुलधर्मज्ञ होण्यासाठीं विद्वानांच्या स्वाधीन करावे, आणि कन्या होतील त्या बुद्धिमान् व कुलवान् वरांना अर्पाव्या. पुत्रांनीं विद्या व धर्मज्ञान संपादिल्यावर त्यांचा कुलीन वधूंशीं विवाह करावा आणि त्यांस मालमत्तेचा वांटा द्यावा. मस्तकावरून स्नान केल्याशिवाय दैविक व पैत्रिक कर्में करूं नयेत. जन्मनक्षत्र, पूर्वाभाद्रपदा, उत्तराभाद्रपदा, कृत्तिका, ज्योतिषग्रंथांत वर्ज्य म्हणून सांगितलेलीं व दारुण नक्षत्रें व प्रत्यरिनक्षत्रें हीं सर्व श्मश्रुकर्मास वर्ज्य मानावीं. एकाग्र मनानें पूर्वाभिमुख किंवा उत्तराभिमुख बसून श्मश्रु करवावी; म्हणजे, हे राजेंद्रा, दीर्घायुष्य प्राप्त होतें. मनुष्यानें परनिंदा किंवा आत्मनिंदा सदैव वर्जावी. दुसऱ्याची किंवा स्वतःची निंदा केल्यानें नेहमीं पातकच लागतें. नरश्रेष्ठा, ज्या स्त्रीच्या ठिकाणीं कांहीं व्यंग आहे अशी किंवा सप्रवर किंवा मातृकुलोत्पन्न स्त्री किंवा कन्या वर्जावी. त्याप्रमाणेंच वृद्ध, वानप्रस्थ, पतिव्रता, नीचवर्ण, उत्तमवर्ण, अज्ञातकुल किंवा निषिद्धकुल अशा स्त्रीशीं शहाण्या मनुष्यानें गमन करूं नये. राजा, पिंगला म्हणजे पीतवर्णाची व कुष्टिनी म्हणजे कोड उठलेली नारी विवाहास वर्ज्य समजावी. त्याप्रमाणेंच, ज्या कुळांत अपस्मार आहे, किंवा ज्या कुळाची रीतभात वाईट आहे, किंवा ज्या कुळांत महाव्याधि आहे, किंवा ज्या कुळांत क्षयरोग आहे, अशा कुळांत जन्म पावलेली नारीही विवाहास वर्ज्यच होय. गुणसंपन्न, लक्षणान्वित, हृदयंगम व सुंदर अशा कन्येशींच विवाह करावा. विवाह करितांना वरिष्ठ किंवा समान कुळांतील कन्या वरावी. भाग्येच्छु पुरुषानें आपणाहून कमी किंवा भ्रष्ट

---

१ कृत्तिका (६), मघा (५), रोहिणी (८), उत्तरा (३), अनुराधा (१), हीं वर्ज्य नक्षत्रें समजावीं. यांच्यापुढें जे आंकडे दिले आहेत, ते, तितक्या वेळां त्या त्या नक्षत्रीं श्मश्रु करविली तर हानिकारक होते अशा अर्थाचे आहेत: जसें--कृत्तिका नक्षत्रीं ६ वेळां श्मश्रु करविल्यास हानिकारक होते, इत्यादि.

१ मृग, पुष्य, ज्येष्ठा व मूळ.

२ आपल्या जन्मनक्षत्रापासून दिननक्षत्रापर्यंत मोजून जी संख्या येईल तिला नवांनीं भागावें; आणि बाकी पांच उरेल तर तें नक्षत्र प्रत्यरि असें समजावें. उदाहरण.—एका मनुष्याचें जन्मनक्षत्र ज्येष्ठा आहे; आणि एके दिवशीं दिननक्षत्र अश्विनी आहे. तेव्हां ज्येष्ठापासून अश्विनीपर्यंत मोजल्यास ११ ही संख्या येते. हीस नवांनीं भागिलें म्हणजे २ ही संख्या उरते; अर्थात् हें प्रत्यरि नक्षत्र नव्हे. किंवा दिननक्षत्र हस्त आहे; तर ज्येष्ठापासून हस्तापर्यंत होणाऱ्या २३ या संख्येस नवांनीं भागिलें म्हणजे बाकी ५ उरते. हें प्रत्यरि होय.

अशा कुळांतील कन्या करूं नये. विवाहसमयीं यथाविधि अग्नि उत्पन्न करावा आणि श्रुतींत व स्मृतींत सांगितलेल्या सर्व विहित क्रिया आचराव्या. स्त्रियांशीं केव्हांही स्पर्धा करूं नये; सर्वतोपरी त्यांचें सदैव रक्षणच करावें. स्त्रियांशीं स्पर्धा केल्यानें आयुष्य घटतें; ह्यास्तव तें कृत्य सर्वस्वी वर्जावें. दिवसास झोंप घेणें आणि निजून उठल्यावर फिरून निजणें हेंही आयुष्यहानि करणारें आहे. जे पुरुष संध्यासमयीं, किंवा रात्र पडतांच, किंवा उष्ट्यानेंच निद्रा घेतात त्यांचें आयुष्य लवकर क्षीण होतें. परदारागमन करणें व श्मश्रु करवून स्नान न करणें हें आयुष्याचा नाश करितें; ह्यास्तव तें सर्वथा वर्जावें. संध्यासमयीं अभ्यास, भोजन, स्नान किंवा पठन हीं करूं नयेत. त्या वेळीं दुसरें कांहींएक न करितां भगवच्चिंतन करावें. राजा, मनुष्यानें प्रथम स्नान करावें आणि मग ब्राह्मणांना, देवांना व गुरूंना पूजावें. आमंत्रणावांचून यज्ञाला जाऊं नये; केवळ यज्ञानुष्ठान पहावयाचेंच असेल तर आमंत्रणावांचून गेलें असतां हरकत नाहीं; पण इतकें लक्षांत ठेवावें कीं, यज्ञास गेलेल्या पुरुषाचा यजमानाकडून गौरव न झाल्यास त्या योगें त्या यज्ञास जाणाराचें आयुष्य घटतें ! देशांतरीं जातांना किंवा रात्रीच्या समयीं एकट्यानें जाऊं नये. दिवसास बाहेर गेल्यावर नेहमीं संध्याकाळ होण्याच्या पूर्वीं घरीं परत यावें. आई, बाप किंवा गुरु ह्यांची आज्ञा सदैव पाळावी. ती आज्ञा हितावह किंवा अहितावह आहे, ह्याची शंका सुद्धां घेऊं नये. राजा युधिष्ठिरा, तूं धनुर्वेद व वेद ह्यांचा अभ्यास काळजीनें कर व हत्तीवर, घोड्यावर व रथांत बसण्याचा सतत व्यासंग राख. जो राजा ह्या गोष्टींविषयीं दक्षता ठेवितो तो सुखी होतो; त्याला शत्रु, सेवक किंवा स्वजन ह्यांपासून पीडा होत नाहीं; तो प्रजापालनांत रत असतो आणि तो कोणाकडूनही नाश पावत नाहीं. राजा धर्मा, तूं युक्तिशास्त्र, शब्दशास्त्र, गांधर्वशास्त्र व चौसष्ट कला ह्यांचा अभ्यास कर. तूं नेहमीं इतिहास, पुराणें, कथाभाग व महात्म्यांचीं चरित्रें हीं ऐकत जा. पत्नी रजस्वला असतां तिच्याशीं गमन किंवा भाषणही करूं नको; चौथे दिवशीं न्हाल्यावर रात्रीस ज्ञात्यानें तिच्याशीं संबंध करावा. ऋतुदर्शनापासून पांचव्या दिवशीं गर्भधारणा झाली असतां कन्या व सहावे दिवशीं गर्भधारणा झाली असतां पुत्र जन्म पावतो, हा नियम ध्यानांत ठेवून पंडितानें स्त्रीसमागम करावा. मनुष्यानें इष्टमित्र व जातगोत ह्यांचा नित्य गौरव करावा; यथाशक्ति नानाप्रकारची दक्षिणा देऊन यज्ञयाग करावे; आणि इतकें करून मग मरण्यास सिद्ध व्हावें ! राजा युधिष्ठिरा, आयुष्यवृद्धि कशी करावी, ह्याचें हें संक्षिप्त निरूपण केलें आहे. ह्या विषयाची राहिलेली माहिती तूं तीन वेदांत प्रवीण असलेल्या वृद्धजनांपासून करून घे. राजा, सदाचारापासून उत्कर्ष होतो, सदाचारापासून कीर्ति वाढते, सदाचारापासूनच आयुष्य वृद्धिंगत होतें, आणि सदाचारापासूनच व्यंगें नाश पावतात ! सर्व शास्त्रांमध्यें सदाचार हाच श्रेष्ठ होय; सदाचारापासूनच धर्माची प्रवृत्ति; आणि धर्मापासूनच आयुष्य वाढतें. सदाचारापासून मनुष्याला उत्कृष्ट यश व दीर्घायुष्य प्राप्त होऊन स्वर्गामध्यें श्रेष्ठपद मिळतें हें लक्षांत ठेव. ब्रह्मदेवानें सर्व वर्णांवर अनुग्रह करून हा नियम घालून दिला आहे.

अध्याय एकशें पांचवा.

—:०:—

ज्येष्ठ–कनिष्ठ भ्रात्यांचें वर्तन.

युधिष्ठिर विचारतोः—पितामह भीष्म, ज्येष्ठ

भ्रात्यानें कनिष्ठांशीं आणि कनिष्ठ भ्रात्यांनीं ज्येष्ठाशीं कसें वागावें तें सांगा.

भीष्म सांगतातः—बाळा युधिष्ठिरा, तूं ज्येष्ठ भ्राता आहेस, ह्यास्तव सतत ज्येष्ठ भ्रात्याला योग्य असेंच वर्तन करून, गुरूची शिष्याशीं जशी चांगली वागणूक असते तशीच तूं आपल्या भ्रात्यांशीं ठेव. गुरु जर शहाणा नसेल तर शिष्याच्या हातून चांगली वर्तणूक घडणें अशक्य आहे; कारण गुरूच्या ठिकाणीं दीर्घदर्शित्व असेल तें शिष्याच्या ठिकाणीं उतरतें असा सामान्य नियम आहे. कित्येक वेळां ज्येष्ठ भ्रात्यानें काळावर लक्ष देऊन कनिष्ठ भ्रात्यांच्या वर्तनाकडे मुळींच लक्ष न देणें किंवा त्यांविषयीं अजाणपण स्वीकारणें हेंच हितावह असतें; ह्यास्तव सुज्ञ पुरुषानें ह्या नियमाकडे दृष्टि देऊन उचित वर्तन करावें. ज्येष्ठ भ्रात्यानें कनिष्ठ भ्रात्यांच्या हातून कांहीं प्रमाद घडला असतां त्यांना त्याजबद्दल उघड रागावूं नये; पर्यायानें किंवा गुप्तपणें त्यानें त्यांची कानउघाडणी करावी व त्यांस वाटेवर आणावें. प्रत्यक्ष भाषणानें हृदयभेद केला असतां, ज्यांच्यामध्यें पूर्वी प्रेम वसत असतें ते भ्राते पुढें वैरी बनतात; आणि असें झालें म्हणजे सर्व भ्रात्यांची एकी पाहून जे शत्रु अंतर्यामीं जळफळत असतात त्यांना त्यांमध्यें अधिक फूट पाडून कार्यभाग साधण्याची संधि मिळते! राजा धर्मा, ज्येष्ठ भ्राता आपल्या कुळाचा उत्कर्ष करितो, ऱ्हास करितो किंवा सर्वच कूळ रसातळास पोंचवितो, हें लक्षांत ठेव. राजा, ज्येष्ठ भ्रात्यानें कनिष्ठ भ्रात्यांशीं दगा करून त्यांस ठकवूं नये. जो ज्येष्ठ भ्राता असें दुर्वर्तन करील तो अज्येष्ठ होय; त्याला पितृधनाचा मुळींच भाग मिळूं नये; आाण राजानें त्याचें नियमन करावें. कारण, दुसऱ्याला ठकविणारा पुरुष निःसंशयपणें स्वतः नरकांत पडतो आणि वेताच्या फुलाप्रमाणें जन्मदात्याचा संहार उडवितो! राजा धर्मा, ज्या कुळांत अधम पुरुष जन्मास येतो त्या कुळांत सर्व प्रकारचे अनर्थ घडतात. तो पुरुष आपल्या घराण्याचा लौकिक नाहींसा करितो; इतकेंच नव्हे, तर त्याची विटंबना जगभर पसरतो! सहोदर हे भलतेंच आचरण करीत असतील तर त्या सर्वांस पितृधनाचा अंश मिळणें उचित नाहीं. अशा वेळीं ज्येष्ठ भ्रात्यानें कनिष्ठांस कांहीं-एक दायभाग न देतां त्यांचें सर्व धन आपण घ्यावें. जो भ्राता पितृधनाचा भाग न घेतां केवळ स्वकष्टानें किंवा प्रवास वगैरे करून धन मिळवितो, त्यानें वाटल्यास आपल्या भ्रात्यांना तें धन द्यावें किंवा देऊं नये; इतर भ्रात्यांचा त्या धनावर कांहींएक हक्क नाहीं. अविभक्त भ्रात्यांच्या मनांत पिता जिवंत असतां विभक्त व्हावयाचें आलें तर पित्यानें सर्व पुत्रांना सारखे वांटे द्यावे; लहानमोठे वांटे देऊं नये. ज्येष्ठ भ्रात्यानें कनिष्ठ भ्राते किंवा भगिनी यांचें नित्य हितच करावें. अमुक एक भाऊ किंवा बहीण गुणांनीं चांगली किंवा वाईट आहे असें मनांत आणून त्यांच्याशीं पक्षपात किंवा विषम बुद्धि न धरितां सदोदीत त्यांच्या हितार्थ झटावें. धर्मास अनुसरून वागणें हेंच श्रेयस्कर होय, असा धर्मवेत्त्यांचा अभिप्राय आहे. मोठेपणावरून विचार केला असतां दहा आचार्यांना एकटा उपाध्याय मागें टाकील, दहा उपाध्यायांना एकटा पिता मागें टाकील व दहा पित्यांना एकटी माता मागें टाकील! फार कशाला, माता ही सर्व पृथ्वीलाही मोठेपणानें मागें टाकण्यास समर्थ आहे! ह्यास्तव, मातेप्रमाणें श्रेष्ठ असें कोणीच नाहीं आणि ह्यामुळेंच प्रत्येक मनुष्य मातेला अत्यंत मान देतो. राजा युधि-

ष्ठिरा, पिता मरण पावला असतां कनिष्ठ भ्रात्यांनीं ज्येष्ठ भ्रात्याला पित्याप्रमाणेंच मानावें; ज्येष्ठ भ्रात्यानें कनिष्ठ भ्रात्यांना निर्वाहास अवश्य अशीं साधनें सुलभ करून देऊन सांभाळावें आणि कनिष्ठ भ्रात्यांनीं ज्येष्ठ भ्रात्याची मर्जी संपादून त्याचा योग्य आदर करावा व पित्याप्रमाणें त्याच्या आज्ञेंत राहावें. राजा धर्मा, मातापिता हीं केवळ देहाला जन्म देणारीं आहेत. आचार्यांकडून जो जन्म मिळतो तोच खरा अजर, अमर व अविनाशी जन्म होय. राजा, ज्येष्ठ भगिनी ही मातेप्रमाणेंच समजावी आणि जिचें स्तनपान केलें असेल ती भ्रातृभार्या (भावजय) ही मातेप्रमाणेंच मानावी.

अध्याय एकशें सहावा.

—:०:—

उपवासविधि.

युधिष्ठिर विचारतोः—पितामह भीष्म, सर्वच वर्ण व म्लेच्छ ह्यांच्या मनाचा कल उपवास करण्याकडे असतो; परंतु त्याचें कारण काय, हें कांहीं मला समजत नाहीं. ब्राह्मण व क्षत्रिय ह्यांनीं मात्र उपवासादिक नियम आचरावे, असें आम्हीं ऐकिलें आहे; परंतु प्रघात तर सर्वच उपवास करितात असा दृष्टीस पडतो, तेव्हां उपवासादिक नियम सर्वांनींच करावे कीं काय, हें मला सांगा. तसेंच एकंदर सर्वांनीं कोणकोणते उपवासादिक नियम पाळावे. उपवास करणाऱ्या पुरुषाला कोणती गति मिळते, उपवास करणें हें अत्यंत पुण्यकारक प्रधान कर्तव्य असल्यामुळें जो कोणी उपवास करितो त्याला येथें काय फळ प्राप्त होतें, कोणत्या उपवासानें पापाचा क्षय होतो, कोणत्या उपवासानें महान् पुण्य पदरीं पडतें, उपवासाच्या योगानें स्वर्ग व पुण्य प्राप्त होतें तें कसें, उपोषण केल्यावर कोणतीं दानें करावीं, व कोणत्या पुण्यकारक कृत्याच्या योगें मनुष्याला सर्व सुखें प्राप्त होतात, तें सांगा.

वैशंपायन सांगतातः—राजा जनमेजया, ह्याप्रमाणें कुंतीपुत्र जो धर्मज्ञ युधिष्ठिर त्याचें भाषण श्रवण करून शंतनुपुत्र भीष्म ह्यानें त्या धर्मपुत्र युधिष्ठिराला असें उत्तर दिलें.

भीष्म म्हणालेः—राजा युधिष्ठिरा, उपवासविधीपासून जे श्रेष्ठ लाभ होतात त्यांचें वर्णन मीं पूर्वीं ऐकिलें आहे तें तुला आतां सांगतों. राजा, आतां तूं मला जो प्रश्न विचारिला आहेस, तोच प्रश्न मीं पूर्वीं महातपस्वी जो अंगिरा ऋषि त्यास विचारिला होता. तेव्हां त्या अग्निपुत्र भगवान् अंगिरा महर्षीनें जो पुण्यदायक उपवासविधि मला यथार्थ निरूपण करून सांगितला, तो मी तुला आतां सांगतों.

कुरुनंदना, ब्राह्मण व क्षत्रिय ह्यांनीं त्रिरात्र उपोषण करणें विहित आहे. त्यांनीं एक दिवस, दोन दिवस व तीन दिवस उपवास करावा, असा नियम शास्त्रांत सांगितला आहे; परंतु एकाच वेळीं लागोपाठ तीन दिवसांहून अधिक दिवसपर्यंत त्यांनीं उपोषण करणें सर्वथा वर्ज्य होय. वैश्य व शूद्र ह्यांनीं एक दिवसाहून अधिक कालपर्यंत उपोषण करूं नये. त्यांनीं जर वेडेपणानें दोन किंवा तीन दिवसांचा उपवास केला तर त्याचें त्यांस कांहींएक फळ मिळत नाहीं. केव्हां केव्हां विशिष्ट प्रसंगीं वैश्य व शूद्र ह्यांनीं चार वेळां भोजन करूं नये म्हणजे दोन दिवसपर्यंत उपवास करावा असा नियम सांगितला आहे; पण त्यांना धर्मशास्त्रवेत्त्या धर्मज्ञ पुरुषांनीं तीन दिवसांचा उपवास सर्वथैव निषिद्ध ठरविला आहे, हें लक्षांत धर. जो इंद्रियनिग्रही जितात्मा पुरुष पंचमी, षष्ठी व पौर्णिमा ह्या तिथींस एकभुक्त करितो त्याला सहनशीलता, सौंदर्य व आत्मज्ञान प्राप्त होतें आणि तो प्राज्ञ

पुरुष अपत्यहीन व दरिद्री केव्हांही होत नाहीं. कुरुनंदना, जो पुरुष पंचमी व षष्ठी ह्या तिथींस देवतांचें आराधन करितो तो कुळामध्यें महान् अन्नदाता होतो आणि ब्राह्मणसंतर्पण करितो. जो पुरुष कृष्णपक्षांतील अष्टमी व चतुर्दशी ह्या दिवशीं उपवास करितो त्याला कोणतेंही दुखणें येत नाहीं आणि तो वीर्यशाली निपजतो. जो पुरुष मार्गशीर्ष महिनाभर एकभुक्त करितो आणि यथाशक्ति ब्राह्मणांना भोजन घालितो, त्याच्या सर्व व्याधि व किल्बिषें दूर होतात, त्याला सर्व प्रकारचें वैभव मिळतें, त्यास, सर्व औषधि प्राप्त होतात, तो वीर्यशाली निपजतो, त्याची शेतकी उदयास येते आणि त्यास बहुत धनधान्य प्राप्त होतें. जो पुरुष एकभुक्त करून पौष महिना घालवितो, तो भाग्यवान्, सुंदर व यशस्वी होतो. जो पुरुष नियमानें सर्व माघ महिनाभर एकभुक्त करितो, तो श्रीमान् कुळांत जन्म पावून सर्व जातींत प्रमुखत्व मिळवितो. जो पुरुष सर्व फाल्गुन महिना एकभुक्त करून घालवितो त्याजवर स्त्रिया प्रीति करितात आणि त्या त्याच्या कह्यांत वागतात. जो पुरुष चैत्र महिनाभर नियमानें एकभुक्त करितो तो सुवर्ण, मोत्यें व रत्नें ह्यांनीं संपन्न अशा महान् कुळांत जन्म पावतो. जो जितेंद्रिय पुरुष किंवा जी जितेंद्रिय स्त्री एकभुक्त करून वैशाख महिना घालविते त्या पुरुषाला किंवा स्त्रीला जातीमध्यें श्रेष्ठता प्राप्त होते. जो पुरुष किंवा जी स्त्री ज्येष्ठ महिनाभर एकभुक्त करिते त्या पुरुषाला किंवा स्त्रीला अतुल वैभव मिळतें, जो पुरुष आषाढ महिनाभर एकाग्र मनानें एकभुक्त व्रत आचरितो त्याला बहुत धान्य, बहुत धन व बहुत पुत्र प्राप्त होतात. जो पुरुष श्रावण महिनाभर एकभुक्त करितो तो जेथें जेथें असतो तेथें तेथें त्याच्यावर अभिषेक होतो व तो आप्तकल्याणकारी पुरुष सर्वत्र शोभतो. जो पुरुष भाद्रपद महिन्यांत एक वेळ भोजन करितो त्याला बहुत गाई आणि सुस्थिर व वाढतें ऐश्वर्य प्राप्त होतें. जो पुरुष आश्विन महिन्यांत एकभुक्त करितो त्याचीं सर्व पातकें दूर होतात आणि त्यास बहुत वाहनें व बहुत पुत्र प्राप्त होतात; आणि जो पुरुष कार्तिक महिन्यांत एकभुक्त करितो तो पराक्रमी होतो, त्याला बहुत स्त्रिया मिळतात आणि त्याची कीर्ति सर्वत्र पसरते. नरव्याघ्रा, ह्याप्रमाणें महिनाभर जे कोणी एकभुक्त करितात त्यांना कोणतीं फळें प्राप्त होतात तीं मीं तुला सांगितलीं. आतां तिथींचे जे नियम आहेत ते मी तुला सांगतों, ऐक. जो पुरुष प्रत्येक महिन्याच्या दुसऱ्या पंधरवड्यांत एक वेळ भोजन करितो, त्याला बहुत गाई, बहुत पुत्र व बहुत भार्या प्राप्त होतात. जो पुरुष बारा वर्षेंपर्यंत प्रत्येक महिन्यांत त्रिरात्र उपोषण करितो, त्याला जातीमध्यें वर्चस्व मिळतें, त्यास कोणीही शत्रु उत्पन्न होत नाहीं आणि त्याचें धवल यश सर्वत्र पसरतें. हे भारतश्रेष्ठा, तूं ह्याप्रमाणें करण्यास प्रारंभ कर आणि हे सर्व नियम बारा वर्षें पाळ. जो पुरुष सकाळीं व सायंकाळीं दोन वेळां भोजन करितो आणि मध्यंतरीं कांहींएक खात किंवा पीत नाहीं, सदासर्वकाळ अहिंसाव्रत पाळितो व नित्य अग्नीला आहुति देऊन आराधितो, त्याला सहा वर्षांनीं सिद्धि प्राप्त होते, हें निःसंशय जाणावें. अशा पुरुषाला अग्निष्टोम यज्ञाचें फळ मिळतें, अप्सरांचा लोक प्राप्त होतो, त्याच्या सन्निध अप्सरा नाचूं-गाऊं लागतात, सहस्रावधि स्त्रियांमध्यें तो विलास भोगतो, त्या पुण्यवान् पुरुषाचें चित्त शुद्ध होतें, तापलेल्या सुवर्णाप्रमाणें देदीप्यमान अशा विमानांत तो अधिरोहण करितो, पूर्ण सहस्र

वर्षेंपर्यंत तो ब्रह्मलोकीं बहुमान मिळवितो, आणि पुढें पुण्यक्षय होऊन पुनः मृत्युलोकीं प्राप्त झाल्यावर तो अतिशय भाग्यास चढतो! जो पुरुष सर्व वर्षभर एकभुक्त करितो त्याला अतिरात्र यज्ञाचें फळ मिळतें आणि तो दहा हजार वर्षेंपर्यंत स्वर्गलोकांत बहुमान मिळवितो व पुण्यक्षय हो ऊन येथें परत आल्यावर अतिशय भाग्यवान् होतो! जो पुरुष सर्व वर्षभर तीन दिवस उपवास करून प्रत्येक चौथे दिवशीं भोजन करितो, कोणाची हिंसा करीत नाहीं, नेहमीं खरें बोलतो, आणि इंद्रियांना स्वाधीन ठेवितो, त्याला वाजपेय यज्ञाचें फळ प्राप्त होतें व तो दहा हजार वर्षेंपर्यंत स्वर्गलोकीं बहुमान मिळवितो. जो पुरुष वर्षभर प्रत्येक सहावे दिवशीं भोजन करितो त्याला अश्वमेध यज्ञाचें फळ मिळतें, चक्रवाक् पक्षी ज्याला वाहून नेतात अशा विमानांत बसून तो गमन करितो, आणि चाळीस हजार वर्षेंपर्यंत तो स्वर्गांत विलास भोगितो. जो पुरुष सर्व वर्षभर प्रत्येक आठवे दिवशीं भोजन करितो, त्याला गवामय यज्ञाचें पुण्य प्राप्त होतें, तो हंस व सारस ह्यांच्या विमानांत बसून गमन करितो, आणि पन्नास हजार वर्षेंपर्यंत तो स्वर्गसुख अनुभवितो. जो पुरुष वर्षभर एक पंधरवडा उपवास व एक पंधरवडाभर भोजन करितो, त्याचें षण्मास अनशन होतें असें भगवान् अंगिरा ऋषीचें मत आहे. असा पुरुष साठ हजार वर्षेंपर्यंत स्वर्गांत राहातो; आणि तो निद्रित असतां वीणा, वल्लकी व मुरली ह्यांच्या सुस्वर व मधुर शब्दांनीं जागा होतो! जो पुरुष प्रत्येक महिन्याच्या अंतीं फक्त उदक प्राशन करून सर्व वर्ष घालवितो त्याला विश्वजित् यज्ञ केल्याचें पुण्य लागतें; सिंह आणि व्याघ्र लाविलेल्या विमानांतून तो संचार करितो, आणि सत्तर हजार वर्षेंपर्यंत तो स्वर्गसुख भोगितो. राजा युधिष्ठिरा, एक महिन्याहून अधिक काळपर्यंत उपवास करण्याला शास्त्राची अनुज्ञा नाहीं, असा धर्मवेत्त्या जनांनीं अनशनाचा नियम सांगितला आहे. जो अनार्त व व्याधिरहित पुरुष अनशनव्रत आचरितो त्याला पदोपदीं निःसंशयपणें यज्ञफल प्राप्त होतें, तो हंसांच्या विमानांत बसून स्वर्गांत संचार करितो, आणि तेथें एक लक्ष वर्षेंपर्यंत तो विलास भोगितो. जो आर्त किंवा दुखणेकरी मनुष्य अनशनव्रत पाळितो त्याला शंभर सुंदर अप्सरा रमवितात, तो स्वर्गामध्यें एक लक्ष वर्षेंपर्यंत आनंदांत राहातो, निजला असतां कांची व नूपुरें ह्यांच्या शब्दांनीं तो जागा होतो, सहस्र हंस जोडिलेल्या विमानांतून तो संचार करितो, आणि सहस्रावधि स्त्रिया त्याच्या सेवेस सादर राहातात. क्षीण झालेल्याला पौष्टिक पदार्थांची, जखमी झालेल्याला मलमाची, दुखणेकऱ्याला औषधांची, रागावलेल्याला सांत्वनाची आणि विषण्णाला धनाची व मानाची अवश्यकता असते; पण स्वर्गकामी पुरुषाला ह्यांपैकीं कशाचीही अवश्यकता नसते. स्वर्गकामी मनुष्य स्वर्गसुखावर लक्ष देतो आणि ऐहिक विपत्ति मोठ्या धैर्यानें सहन करितो. असो; जो आर्त किंवा दुखणाईत पुरुष अनशनव्रत पाळितो तो पापरहित होत्साता सर्व विलासांनीं ओतप्रोत भरलेल्या सुवर्णतुल्य विमानांत अलंकारांनीं युक्त अशा शतावधि स्त्रियांमध्यें विराजतो आणि त्यास सर्व सुखें प्राप्त होतात. जो पुरुष अनशनव्रताच्या योगें देहत्याग करितो त्याचें सर्व कल्मष दूर होतें, त्याचे सर्व मनोरथ सिद्धीस जातात, त्याच्या चित्ताला स्वास्थ्य मिळतें आणि त्याला सर्व सुखें प्राप्त होतात. असा मनुष्य प्रातःकाळच्या सूर्याप्रमाणें देदीप्यमान अशा सुवर्णतुल्य विमानांत अधिरूढ होतो;

त्या विमानास वैदूर्य व मौक्तिकें लाविलेली असून त्यांत वीणा व मुरल्या ह्यांचा सुस्वर चालू असतो; त्या विमानास पुष्कळ पताका व दीपिका लाविलेल्या असून दिव्य घंटांचा नाद चालू असतो; आणि त्यांत सहस्रावधि स्त्रिया सेवेस सादर असतात. असो; अशा मनुष्याच्या गात्रांवर जितकीं रोमरंध्रें असतात तितकीं वर्षेंपर्यंत तो मनुष्य स्वर्गांत सुख भोगतो! राजा धर्मा, वेदांहून श्रेष्ठ असें शास्त्र नाहीं, मातेसमान श्रेष्ठ असा गुरु नाहीं, धर्माहून श्रेष्ठ असा लाभ नाहीं, अनशनव्रताहून श्रेष्ठ असें तप नाहीं. या लोकीं किंवा स्वर्गलोकीं ब्राह्मणाहून अधिक पावन असें कांहींएक नाहीं, आणि उपवासांची बरोबरी करील असें तप किंवा कर्म नाहीं. देवांनीं यथाविधि उपवास केले त्यामुळें त्यांनीं स्वर्ग मिळविला आणि ऋषींना तरी परम सिद्धि उपवासांनींच प्राप्त झाली. बुद्धिमान् विश्वामित्रानें दिव्य सहस्र वर्षेंपर्यंत शांत मनानें एकभुक्त केलें व त्यामुळें त्यास ब्राह्मणत्व प्राप्त झालें; आणि च्यवन, जमदग्नि, वसिष्ठ, गौतम व भृगु हे सर्व महर्षि क्षमेच्या योगानें स्वर्गास गेले; राजा, हें माहात्म्य प्रथम अंगिरानें महर्षींना निवेदन केलें. जो पुरुष हें नित्य दुसऱ्याला सांगेल त्याला कधींही दुःख होणार नाहीं. कुंतीपुत्रा, हा विधि महर्षि अंगिरा ह्यानें यथाक्रम चालू केला. जो कोणी हा विधि नेहमीं स्वतः ऐकेल किंवा दुसऱ्याला ऐकवील त्याचीं सर्व पातकें नष्ट होतील, त्याचें मन सर्व दोषांपासून मुक्त होईल, तें फिरून कधींही भ्रष्ट होणार नाहीं, आणि त्यास पक्ष्यादिकांचा शब्द ओळखितां येईल व तो नरश्रेष्ठ शाश्वत कीर्ति मिळवील.

अध्याय एकशें सातवा.

—:o:—

उपवासविधि.

युधिष्ठिर विचारितोः—पितामह भीष्म, आपण उदार बुद्धीनें विधियुक्त यज्ञ निरूपण केले आणि त्यांजपासून वास्तविक कोणकोणते ऐहिक व पारलौकिक लाभ घडतात हेंही सविस्तर सांगितलें. परंतु यावर माझें असें म्हणणें आहे कीं, आपण जे यज्ञ कथन केले ते दरिद्री मनुष्याकडून घडणें शक्य नाहीं. त्यांना बहुत साधनें व नानाविध पदार्थ लागतात. यास्तव जे कोणी राजे किंवा राजपुत्र असतील ते मात्र ते यज्ञ करूं शकतील. ज्यांपाशीं धनाची न्यूनता आहे, ज्यांना अवश्य तितकें ज्ञान नाहीं, जे एकटेच आहेत, आणि ज्यांना कोणाची मदत नाहीं, त्यांच्या हातून ते यज्ञ कसे होतील बरें? तेव्हां जो विधि दरिद्री, निर्धन, निर्गुण, एकाकी व असहाय अशा मनुष्यांकडून पाहिजे तेव्हां घडेल, आणि ज्याचें फळ यज्ञाच्या फळासारखेंच श्रेष्ठ असेल, असा विधि मला सांगा.

भीष्म सांगतातः—राजा युधिष्ठिरा, अंगिरा ऋषीनें पूर्वीं हा विषय प्रतिपादन करून असें सांगितलें आहे कीं, उपवासविधीचें फळ अगदीं यज्ञतुल्य आहे, यास्तव मी तुला आतां उपवासविधीचें आणखी निरूपण करितों; तें श्रवण कर. राजा, जो पुरुष सकाळीं व सायंकाळीं असें दोन वेळां भोजन करितो आणि मध्यंतरीं कांहींएक सेवन करीत नाहीं, नित्य अहिंसाव्रत पाळितो, आणि अग्नीला हविर्भाग देऊन आराधितो, तो निःसंशयपणें सहा वर्षांनीं सिद्धि मिळवितो, त्यास तापलेल्या सुवर्णाप्रमाणें देदीप्यमान असें विमान प्राप्त होतें, तो देवांगनांच्या वसतिस्थानीं—जेथें गायन व नर्तन ह्यांचा मनोहर ध्वनि चालू असतो तेथें—वास करितो,

आणि अग्नितुल्य प्राजापत्य लोकीं तो शंभर कोटि वर्षेंपर्यंत राहातो! जो पुरुष तीन वर्षेंपर्यंत नित्य एक वेळ भोजन करितो, धर्मपत्नीशीं मात्र रममाण असतो, नेहमीं सत्याचा आश्रय करितो, दानधर्म करण्यांत तत्पर असतो, ब्राह्मणांविषयीं पूज्यबुद्धि धारण करितो, कोणाचा हेवा करीत नाहीं, सदासर्वकाळ क्षमावान् असतो, इंद्रियांना कह्यांत ठेवितो व क्रोधाला वश होत नाहीं, त्याला अग्निष्टोम यज्ञाचें किंवा बहुत सुवर्णदान करून यज्ञाच्या योगें इंद्राला तोषविल्याचें फळ प्राप्त होतें, त्यास श्रेष्ठ गति मिळते, त्याला शुभ्रवर्णाच्या मेघांप्रमाणें व हंसाच्या लक्षणांनीं युक्त असें सुंदर विमान प्राप्त होतें, आणि तो दोन पद्म वर्षेंपर्यंत अप्सरांसह विलास भोगितो! जो पुरुष बारा महिनेपर्यंत सतत एक दिवस उपवास करून दुसरे दिवशीं एकभुक्त करितो, नित्य प्रातःकाळीं निजून उठतो, अग्नीच्या आराधनांत निमग्न असतो आणि अग्नीचें हवन करितो, त्याला अग्निष्टोम यज्ञाचें फळ मिळतें, तो हंस व सारस ह्यांनीं युक्त अशा विमानांत अधिरूढ होतो, आणि अप्सरांनीं परिवृत होत्साता इंद्रलोकीं वास्तव्य करितो. जो पुरुष सतत बारा महिनेपर्यंत दोन दिवस उपवास करून प्रत्येक तिसरे दिवशीं एक वेळ भोजन करितो, अग्नीला हविर्भाग देऊन आराधितो, आणि नित्य प्रातःकाळीं निजून उठतो, त्याला अतिरात्र यज्ञाचें श्रेष्ठ फळ प्राप्त होतें, मयूर व हंस ह्यांनीं युक्त अशा विमानांत तो अधिरोहण करितो आणि अप्सरांसहवर्तमान तो सदासर्वकाळ सप्तर्षींच्या लोकीं विलास भोगितो! असा पुरुष त्या सप्तर्षिलोकीं तीन पद्म वर्षेंपर्यंत वास्तव्य करितो आणि नंतर पुनः मृत्युलोकीं प्राप्त होतो, असा विद्वानांचा अभिप्राय आहे. जो पुरुष सतत बारा महिनेपर्यंत तीन दिवस उपवास करून प्रत्येक चतुर्थ दिवशीं एकभुक्त करितो आणि अग्निला होम देतो, त्याला वाजपेय यज्ञाचें श्रेष्ठ फळ प्राप्त होतें, इंद्रकन्यांनीं विराजमान असणाऱ्या विमानांत तो संचार करितो, सागराच्या सीमेवर वासवलोकीं तो राहातो आणि निरंतर देवराजाप्रमाणें क्रीडा करून सुख भोगितो! जो मनुष्य सर्व वर्षभर चार दिवस उपवास करून प्रत्येक पांचवे दिवशीं एक वेळ भोजन करितो, अग्नीला होम देतो, सदा निर्लोभ रहातो, सत्य भाषण करितो, ब्राह्मणांविषयीं पूज्यभाव धरितो, कोणाची हिंसा किंवा मत्सर करीत नाहीं, आणि पातकापासून नित्य पराङ्मुख असतो, त्याला द्वादशाह यज्ञाचें फल प्राप्त होतें, तो जांबूनद नामक सोन्याच्या व हंसलक्षणांनीं युक्त अशा दिव्य विमानांत बसून संचार करितो, अनेक सूर्यांच्या कांतीप्रमाणें देदीप्यमान असें धवल मंदिर त्यास प्राप्त होतें, आणि तो तेथें एकावन पद्म वर्षेंपर्यंत आनंदानें वास्तव्य करितो. जो मुनि सतत बारा महिनेपर्यंत पांच दिवस उपवास करून प्रत्येक सहावे दिवशीं भोजन करितो, अग्नीला हविर्भाग देतो, रोज तीन वेळां स्नान करितो, नित्य ब्रह्मचर्य पाळितो, आणि कोणाचा हेवा करीत नाहीं, त्याला गोमेध यज्ञाचें श्रेष्ठ फळ प्राप्त होतें, तो अग्निज्वालेप्रमाणें देदीप्यमान, हंस व मयूर ह्यांनीं वाहिल्या जाणाऱ्या व शातकुंभ नामक सुवर्णानें मढविलेल्या उत्तम विमानांतून संचार करितो, अप्सरांच्या अंकीं मस्तक ठेवून निजतो आणि पैंजण व कमरपट्टा ह्यांच्या मधुर रवानें जागा होतो. तो पुरुष दोन महापद्में, अठरा पद्में, तेराशें कोटि व पांच लक्ष वर्षेंपर्यंत आणि शंभर अस्वलांच्या देहांवर जितके रोम असतात तितकीं वर्षेंपर्यंत ब्रह्म-

लोकीं सुख भोगितो ! जो पुरुष सतत बारा महिनेपर्यंत सहा दिवस उपवास करून प्रत्येक सातवे दिवशीं एक वेळ भोजन करितो, अग्नीला आहुति देऊन आराधितो, वाणीला निरोधितो, ब्रह्मचर्य पाळतो आणि गंधामाल्यें व मधुमांस ह्यांपासून अलिप्त राहातो, तो मरुल्लोकीं व इंद्रलोकीं गमन करितो, त्या ठिकाणीं त्याचे सर्व मनोरथ सिद्धीस जातात, देवकन्या (अप्सरा) त्याच्या सेवेस सादर राहातात, बहुत सुवर्ण दान करून यज्ञ केल्याचें फळ त्यास प्राप्त होतें, आणि तो अनंत काळपर्यंत तेथें निवास करितो. जो पुरुष शांत मनानें सात दिवसपर्यंत उपवास करून आठवे दिवशीं भोजन करितो, नित्य अग्नीला हविर्भाग देतो आणि देवकार्यांत तत्पर असतो, त्याला पौंडरीक यज्ञाचें उत्कृष्ट फळ मिळतें, कमलासारख्या तेजःपुंज विमानांत तो आरोहण करितो, आणि निःसंशयपणें त्याला कृष्ण, कनकगार व श्याम अशा सुंदर व तरुण स्त्रिया प्राप्त होतात. जो पुरुष सर्व वर्षभर आठ दिवस उपोषण करून प्रत्येक नववे दिवशीं भोजन करितो व नित्य अग्नीला आहुति देतो, त्याला सहस्र अश्वमेध केल्याचें दिव्य फळ प्राप्त होतें, त्यास कमळासारखें तेजस्वी विमान मिळतें, प्रखर सूर्याप्रमाणें किंवा प्रज्वलित अग्नीप्रमाणें झळकणाऱ्या आणि दिव्य माळांनीं शोभणाऱ्या रुद्रकन्या त्यास सनातन अंतरिक्षांत घेऊन जातात; आणि तो त्या स्थळीं अनंत वर्षेंपर्यंत सुखोपभोग अनुभवितो. जो पुरुष सर्व वर्षभर नऊ नऊ दिवस उपोषण करून प्रत्येक दहावे दिवशीं भोजन करितो व नेहमीं अग्नीला आहुति देऊन तर्पितो, तो सर्व प्राण्यांना प्रियकर अशा ब्रह्मकन्यांच्या लोकीं वास्तव्य करितो, त्याला सहस्र अश्वमेध केल्याचें श्रेष्ठ पुण्य प्राप्त होतें, ज्यांचा वर्ण निळ्या कमळाप्रमाणें अथवा लाल कमळाप्रमाणें आहे अशा सुंदर स्त्रिया त्यास सदैव रमवितात, आणि मंडलाकार गरगर फिरणारें, आवर्त नामक मेघांनीं व्यापिलेलें, समुद्राच्या लाटेप्रमाणें शोभणारें, विचित्र रत्नहारांनीं विराजणारें, शंखाच्या शब्दानें दुमदुमलेलें, स्फटिकांच्या व हिऱ्यांच्या स्तंभांनीं ज्यांत निरनिराळे खण केले आहेत असें, आणि हंस व सारस ह्यांचा मधुर शब्द होत असलेलें असें मोठें व उत्कृष्ट विमान त्यास मिळतें. जो पुरुष बारा महिनेपर्यंत दहा दहा दिवस उपवास करून प्रत्येक अकरावे दिवशीं हविष्यान्न सेवन करितो, अग्नीला आहुति देऊन आराधितो, वाणीनें किंवा मनानें सुद्धां परस्त्रीविषयीं अनासक्त असतो, आणि मातापितरांसाठीं देखील खोटें वदत नाहीं, तो विमानांत अधिष्ठित असलेल्या महाबलवान् महादेवाप्रत गमन करितो, त्याला सहस्र अश्वमेध केल्याचें श्रेष्ठ पुण्य प्राप्त होतें, तो विमानस्थ ब्रह्मदेवाला अवलोकन करितो, सुवर्णासारखी कांति असलेल्या सुंदर अप्सरा स्वर्गामध्यें सुंदर व मनोहर अशा त्या दिव्य रुद्रलोकीं त्यास नेतात, तेथें त्याला प्रलयकाळच्या हुताशनाप्रमाणें प्रखर तेज प्राप्त होतें, आणि तो भाग्यवान् पुरुष देवदानवांना परमपूज्य अशा त्या भगवान् रुद्राला अनंत वर्षेंपर्यंत नित्य प्रतिदिवशीं प्रत्यक्ष नमस्कार करितो. जो पुरुष बारा महिनेपर्यंत अकरा अकरा दिवस उपोषण करून प्रत्येक बारावे दिवशीं हविष्यान्न सेवितो, त्याला सर्वमेध यज्ञाचें पुण्य लागतें, तो द्वादशादित्यांसारख्या महातेजःपुंज विमानांतून संचार करितो, त्यास ब्रह्मलोकीं महामूल्यवान् रत्नें, मौक्तिकें व प्रवाळें ह्यांनीं शोभणारें, हंसांच्या मालिकांनीं परिवेष्टिलेलें, हत्तींच्या ओळींनीं व्यापिलेलें, शब्द

करणाऱ्या चक्रवाकांनीं व मयूरांनीं गजबजलेलें व महान् महान् पेठांनीं व्याप्त असें गृह प्राप्त होतें, आणि तेथें तो नरनारींसहवर्तमान मोठ्या आनंदानें नित्य कालक्षेप करितो, असें प्रत्यक्ष धर्मवेत्या महाभाग अंगिरा ऋषींपासून मीं ऐकिलें आहे. जो पुरुष बारा महिनेपर्यंत बारा बारा दिवस उपवास करून प्रत्येक तेरावे दिवशीं हविष्यान्न ग्रहण करितो, त्याला देवसत्र केल्याचें फळ प्राप्त होतें, तो मनुष्य रक्तपद्मोदय नामक सोन्यानें मढविलेलें व रत्नसमुदायांनीं सुशोभित असें विमान मिळवितो, त्यास स्वर्गलोकीं अप्सरांनीं गजबजलेलें, दिव्यअलंकारांनीं शृंगारलेलें, सुंदर सुगंधानें युक्त आणि वायुप्रवाहानें सुखावह असें मंदिर प्राप्त होतें, तेथें तो अनंत काळपर्यंत वास्तव्य करितो, आणि गायनाच्या व गंधर्वांच्या शब्दानें, नौबदी व पणव ह्यांच्या ध्वनींनीं व अप्सरांच्या सदोदीत हास्यविनोदानें तो अत्यंत सुखांत कालक्षेप करितो. जो पुरुष बारा महिनेपर्यंत नेहमीं तेरा दिवस उपवास करून प्रत्येक पुरत्या चौदाव्या दिवशीं हविष्यान्न सेवन करितो, त्याला महामेध यज्ञाचें फळ प्राप्त होतें, तारुण्यानें मुसमुसलेल्या, अवर्णनीय लावण्यवान् व ज्यांनीं निर्मल सुवर्णाचीं बाहुभूषणें धारण केलेलीं आहेत अशा अप्सरा शृंगार घालून विमानांतून त्याच्या समीप जातात, तो स्वर्गलोकीं जेथें जेथें जातो तेथें तेथें राजहंसांचे शब्द, पैंजणांचे मनोहर ध्वनि व कमरपट्ट्यांचा मधुर स्वर त्याच्या कानीं पडतो, आणि तो अप्सरांच्या निवासस्थानीं इतकीं वर्षें राहातो कीं, जान्हवीच्या पुलिनांतील वाळूच्या कणांप्रमाणें त्यांची संख्या अनंत असते! जो पुरुष बारा महिनेपर्यंत नेहमीं चौदा दिवस उपोषण करून प्रत्येक पंधरावे दिवशीं एकभुक्त करितो, इंद्रियांना स्वाधीन ठेवितो, व अग्नीला आहुती देऊन आराधितो त्याला सहस्र राजसूय यज्ञ केल्याचें फळ प्राप्त होतें; ज्याला हंस व मयूर वाहून नेतात, सुवर्णानें मढवून वर रत्नांचीं मंडलें जडविल्यामुळें जें चित्रविचित्र दिसतें, दिव्य आभरणांनीं जें अतिशय शोभत असतें, अप्सरांच्या योगें जें अतिशय विराजतें, ज्याला एक स्तंभ असून चार द्वारें असतात, ज्याला सात माड्या असून जें मोठें मंगलकारक आहे, ज्यावर सहस्रावधि पताका झळकत असतात, जेथें गायनाचा मधुर ध्वनि एकसारखा चाललेला असतो, जें दिव्य गुणांनीं मंडित असतें, ज्याला रत्नें, मोत्यें व प्रवाळें ह्यांच्या योगें विलक्षण शोभा प्राप्त झालेली असते, व ज्याची प्रभा विजेप्रमाणें झळकत असते, असें दिव्य विमान त्यास प्राप्त होतें; तो गेंडे व हत्ती ह्यांजवर आरूढ होतो आणि अशा प्रकारें तो सहस्र युगेंपर्यंत स्वर्गलोकांत निवास करितो. जो पुरुष बारा महिनेपर्यंत सतत पंधरा दिवस उपवास करून प्रत्येक सोळावे दिवशीं एकभुक्त करितो, त्याला सोमयज्ञाचें फळ प्राप्त होतें, सोमाच्या कन्या जेथें राहातात तेथें तो नित्य वास्तव्य करितो, त्यास सौम्य सुगंधाची उटी प्राप्त होते, तो मनास वाटेल तिकडे जातो, विमानांत अधिरूढ असतां सुंदर व रम्य स्त्रिया त्याची सेवा करितात व त्याचे सर्व मनोरथ पुरवितात, आणि तो अनंत कालपर्यंत स्वर्गलोकीं सुखोपभोग भोगितो. जो पुरुष सतत बारा महिनेपर्यंत सोळा दिवस उपवास करून प्रत्येक सतरावे दिवशीं हविष्यान्न सेवितो व अग्नीला आहुति देऊन तृप्त करितो, त्याला वरुणाचा, इंद्राचा व रुद्राचा लोक प्राप्त होतो, तसाच तो मरुतांच्या व शुक्राच्या लोकीं गमन करितो, आणि अंतीं ब्रह्मलोकीं जाऊन तेथें त्यास अप्सरांकडून आसन प्राप्त होतें, त्या लोकीं

करणाऱ्या मंगलकारक सुंदर स्त्रिया रमवितात, त्या ठिकाणीं त्यास सर्व भोग प्राप्त होतात, त्याच्या अंगीं अग्नीप्रमाणें प्रखर तेज येतें, तो दिव्य देहानें प्रत्यक्ष अमराप्रमाणें झळकूं लागतो, आणि तो वसु, मरुत्, साध्य, अश्विन, रुद्र व ब्रह्मा ह्यांच्या लोकीं गमन करितो. जो मनुष्य सदोदीत बारा महिनेपर्यंत एक महिना उपवास करून नंतर प्रत्येक वेळीं एकभुक्त करितो व मनाची शांति अणुरेणु ढळूं देत नाहीं, त्याला ब्रह्मलोकांची प्राप्ति होते, त्यास अमृतान्न मिळतें, त्याच्या ठिकाणीं दिव्य कांति येते, तो अतिशय लावण्यवान् होतो, कांतीनें व तेजानें तो सूर्यासारखा झळाळतो, तो दिव्य माला व वस्त्रें परिधान करितो, त्याला दिव्य गंध व अनुलेपनें प्राप्त होतात, त्यास सर्व उपभोग्य वस्तु मिळतात, तो सदा सुख भोगण्यांत रममाण असतो, दुःखाला तो जाणीत सुद्धां नाहीं, तो विमानांतून संचार करितो, त्याला स्वतःच्या तेजानें झळकणाऱ्या स्त्रिया बहुमान देतात, आणि नानाप्रकारचीं मनोहर रूपें धारण करणाऱ्या, नानाप्रकारच्या रागांत गाणाऱ्या व नानाप्रकारचीं मधुर भाषणें करणाऱ्या अशा रुद्र, देव व ऋषि ह्यांच्या कन्या (अप्सरा) त्यास नानाप्रकारच्या भोगसाधनांनीं—सूर्य व वैदूर्य ह्यांच्याप्रमाणें देदीप्यमान, गगनाप्रमाणें विस्तृत, पृष्ठभागीं चंद्राप्रमाणें कांतिमान, अग्रभागीं अभ्राप्रमाणें भासमान, उजव्या बाजूस आरक्त दिसणाऱ्या, खालच्या बाजूस नीलमंडलाप्रमाणें शोभणाऱ्या आणि ऊर्ध्वभागीं चित्रविचित्र विलसणाऱ्या अशा त्या विमानांत त्यास रमवितात, व तो कधींही एकटा असा न राहातां सदासर्वकाळ सर्वांच्या गौरवास पात्र होतो. राजा युधिष्ठिरा, सहस्त्र वर्षांत जंबूद्वीपांत जितक्या जलकणांची वृष्टि होते तितके संवत्सरपर्यंत तो बुद्धिमान् मनुष्य ब्रह्मलोकीं वास्तव्य करितो, किंवा सर्व पृथ्वीवर आकाशांतून पर्जन्यकाळांत जितक्या जलबिंदूंचा वर्षाव होतो तितकीं वर्षेंपर्यंत तो देवतुल्य कांतिमान् पुरुष ब्रह्मलोकीं भोग भोगितो ! राजा, महिनाभर उपोषण व दुसऱ्या महिन्याच्या आरंभीं एकभुक्त आणि पुनः महिनाभर उपोषण व पुढें एकभुक्त, असा क्रम चालविणारा पुरुष दहा वर्षांत श्रेष्ठ जो स्वर्गलोक त्यास मिळवितो आणि महर्षित्व संपादून शरीरासुद्धां मोक्षास जातो. जो मनुष्य ह्याप्रमाणें उपोषण करितो, विवेक संपादितो, इंद्रियांना जिंकितो, कामक्रोधादिकांना स्वाधीन ठेवितो, नेहमीं शिश्नोदरांना आकळितो, नियमितपणानें अग्नीला आहुति देऊन आराधितो, संध्यावंदन करितो, नानाविध नियम पाळितो व अंतरिक्षाप्रमाणें निःसंगवृत्ति ठेवितो, त्याला भानूप्रमाणें दिव्यकांति प्राप्त होते, तो देहासुद्धां स्वर्गीं जातो, व तेथें त्या पुण्यलोकीं यथेच्छ भोग भोगितो !

हे भरतश्रेष्ठा राजा धर्मा, उपवासरूप श्रेष्ठ यज्ञाचा विधि पूर्वपरिपाठीस अनुसरून जसा चालत आला आहे तसा हा तुला मीं सांगितला आहे. हा यज्ञविधि आचरण्यास धनादिकांची अवश्यकता नाहीं. ह्याच्या योगें दरिद्री जनांना देखील यज्ञफल मिळतें. ह्यास्तव, हे उपवास करावे, देव व द्विज ह्यांची आराधना करण्यांत निमग्न व्हावें, आणि श्रेष्ठ गति जोडावी. राजा धर्मा, हा उपवासविधि मीं तुला विस्तारानें सांगितला आहे. जे महात्मे नियमानें व्रताचरण करितात, कधींही स्वकर्तव्यापासून च्युत होत नाहींत, नित्य अंतर्बाह्य शुद्धि राखितात, दंभ व द्रोह ह्यांपासून पराङ्मुख असतात, बुद्धीचा उत्तम उपयोग करून सार्थक्य संपादितात,: नित्य अढळपणानें वागतात व तसें करण्यास अणुरेणु कचरत नाहींत, अशा पुरुषांविषयीं तुझ्या मनांत मुळींच संशय येऊं नये.

अध्याय एकशें आठवा.

—:०:—

मानसिक व भौमिक तीर्थें.

युधिष्ठिर विचारितोः—पितामह भीष्म, सर्व तीर्थांमध्यें प्रमुख व परम शुद्धि देणारें असें जें तीर्थ असेल त्याविषयीं मला निरूपण करून सांगावें.

भीष्म सांगतातः—राजा युधिष्ठिरा, वास्तविकपणें सर्व तीर्थें गुणसंपन्न आहेत; पण ज्ञानी पुरुष ज्याला परम पावन व शुद्धिकारक मानितात, तें तीर्थ मी तुला आतां सांगतों, तर तूं सावधान चित्तानें श्रवण कर. राजा, सर्व तीर्थांत श्रेष्ठ मानसतीर्थ होय. हें फार अगाध असून अत्यंत निर्मल आहे; ह्याच्या ठिकाणीं मलाचा लेशसुद्धां नाहीं ! सत्य हें ह्या तीर्थांतलें उदक होय; आणि विवेक हा ह्या तीर्थांतला ऱ्हद समजावा. साधकानें सात्त्विक वृत्तीचा आश्रय करून नित्य ह्या मानसतीर्थांत बुडी मारावी, ह्मणजे तो पवित्र होईल. त्याचीं सर्व पातकें जातील, त्याला ऐहिक विषयाची अपेक्षा राहाणार नाहीं, तो अत्यंत सरळपणा धारण करील, त्याच्या ठिकाणीं सत्य हें सदैव नांदेल, त्याचें मन अत्यंत कोमल होईल, तो कोणत्याही प्राण्याला पीडा करणार नाहीं, भूतदयेचा तो निधि बनेल आणि शमदमांचा तो अधिष्ठान होईल ! राजा युधिष्ठिरा, ज्या पुरुषांच्या ठिकाणीं आपपरभाव नसतो, अहंकारापासून जे अलिप्त असतात, ज्यांच्या ठायीं सुखदुःखादिक द्वंद्वें अस्तंगत झालेलीं असतात, ज्यांना पुत्रकलत्रादिक पाश नसतात, जे नित्य निष्पाप वर्तन करितात, आणि जे भिक्षावृत्तीनें चरितार्थ चालवितात, ते सर्व तीर्थरूपच समजावे. ज्या पुरुषाला जन्माचें इतिकर्तव्य काय हें बरोबर कळलें आहे व ज्याच्या ठिकाणीं अहंभावाचा लेशही नाहीं, तो पुरुष तर प्रमुख होय. राजा, तूं सर्वत्र लक्ष पुरव आणि ज्या पुरुषाच्या ठिकाणीं तुला हे गुण दृग्गोचर होतील तो पुरुष तीर्थरूप व परमपावन आहे असें मान. सत्त्व, रज व तम हे विकार धुतले जाऊन ज्यांचा आत्मा निर्मळ झालेला असतो, शौचाशौचविचार करून जे आपआपल्या कार्यांच्या मागें लागलेले असतात, जे सर्व गोष्टींचा त्याग करण्यांत निमग्न होतात, ज्यांना सर्व कांहीं गोष्टींचें यथार्थ ज्ञान झालेलें असतें, जे सर्वांना समभावनेनें लेखितात, जे नेहमीं शुद्ध वर्तन ठेवितात, आणि ज्यांच्या ठायीं पापाचा लेशही वसत नाहीं, ते सर्व पुरुष तीर्थरूप समजावे. राजा, गात्रें उदकांत भिजविलीं ह्मणजे स्नान झालें असें समजूं नये. जो पुरुष इंद्रियांना जिंकून अंतर्बाह्य शुद्धि संपादितो त्यानेंच खरें स्नान केलें ह्मणून समजावें. जे पुरुष गत वस्तूंविषयीं अपेक्षा धरीत नाहींत व प्राप्त वस्तूंविषयीं निराभिलाष असतात, आणि ज्यांच्या ठिकाणीं इच्छेचा उद्गमच होत नाहीं त्या पुरुषांच्या ठायीं परम शुद्धि वास करिते. ह्या लोकीं विशेषेंकरून देहाची शुद्धि करणारें ज्ञान हें होय. त्याप्रमाणेंच निर्लोभवृत्ति व मनाची सदैव प्रसन्नता ह्यांच्या योगानेंच उत्कृष्ट शुद्धि संपादिली जाते. आचरणांतील शुद्धपणा, मनाचा शुद्धपणा आणि तीर्थस्नानादिकांनीं प्राप्त होणारा शुद्धपणा ह्या सर्वांपेक्षां ज्ञानाच्या योगानें उत्पन्न होणारा शुद्धपणा श्रेष्ठ होय, असें शास्त्राचें मत आहे; ह्यास्तव प्रदीप्त मनानें मानसतीर्थांत बुडी मारून ब्रह्मज्ञानजलाचें जो पुरुष स्नान करितो, त्याचें तें स्नान मात्र तत्त्ववेत्त्याला मान्य होतें ! राजा युधिष्ठिरा, जो पुरुष चित्ताच्या ठिकाणीं अणुमात्र मल धारण करीत नाहीं, सदासर्वकाळ शुद्धाचरण ठेवितो, नेहमीं परमे-

श्वराविषयीं निष्ठावंत असतो आणि ज्याच्या ठिकाणीं दुर्गुणांचा लेशही नसतो, असा पुरुष नित्य शुद्धच असतो! हे भारता, शरीरामध्यें जीं तीर्थें वास करितात तीं हीं मीं तुला सांगितलीं. आतां पृथ्वीवर जीं पुण्यदायक तीर्थें आहेत तीं मी तुला सांगतों; ऐक. राजा युधिष्ठिरा, शरीराच्या जशा अमुक भावना शुद्ध व पवित्र म्हणून सांगितलेल्या आहेत, तसेच पृथ्वीचे अमुक भाग व जलाशय शुद्ध व पवित्र म्हणून सांगितले आहेत. जे पुरुष तीर्थांचें नामस्मरण करितात, तीर्थांच्या ठिकाणीं स्नानें करून देह प्रक्षालितात, आणि तेथें तर्पण करून पितरांना संतोषवितात ते पुरुष सर्व पातकांपासून मुक्त होतात व सुखानें स्वर्गलोकीं जातात! राजा, पृथ्वीवरील ते प्रदेश व जलाशय इतके पवित्र असण्याचें कारण—पृथ्वीचें किंवा तिच्यावरील उदकाचें त्या त्या ठिकाणचें विशिष्ट तेज व शिवाय त्या त्या स्थानीं सत्पुरुषांचें वास्तव्य हें होय; ह्यांच्या समवायामुळेंच पुण्यक्षेत्रें व तीर्थेंही अत्यंत पवित्र बनलीं आहेत. तेव्हां मनाच्या संबंधाचीं व पृथ्वीवरील जीं पृथक् पृथक् तीर्थें त्या दोहोंच्याही स्थानीं जो पुरुष स्नान करील त्याला लवकर सिद्धि प्राप्त होईल. ज्याप्रमाणें मनुष्याच्या अंगीं बल आहे परंतु क्रिया नाहीं, किंवा क्रिया आहे पण बल नाहीं तर त्याचा कांहीं उपयोग होत नाहीं,—त्याचा उपयोग होण्यास त्या दोहोंचा संयोग असावा लागतो, त्याप्रमाणेंच नुसत्या शरीरशुद्धीनें किंवा तीर्थशुद्धीनें कार्य होत नाहीं; दोहोंचा संयोग असेल तरच कार्य होईल. ह्यास्तव दोन्ही प्रकारची शुद्धि श्रेष्ठच होय.

अध्याय एकशें नववा.

—:०:—

बारा विष्णु.

युधिष्ठिर विचारितोः—पितामह भीष्म, सर्व उपवासांमध्यें ज्यांपासून अत्यंत श्रेयस्कर असें महाफल प्राप्त होतें व ज्यांच्या फलाविषयीं लोकांत अणुरेणु देखील संदेह नाहीं, ते उपवास कोणते, तें मला निरूपण करून सांगा.

भीष्म सांगतातः—राजा युधिष्ठिरा, प्रत्यक्ष स्वयंभू ब्रह्मदेवानें ज्यांचें स्वतः वर्णन केलें आणि मनुष्य ज्यांच्या अनुष्ठानानें जन्माचें सार्थक्य करील ह्यांत संदेह नाहीं, ते उपवास कोणते, तें श्रवण कर. मार्गशीर्ष महिन्यांत द्वादशीच्या दिवशीं उपवास करून जो पुरुष अहोरात्र केशवाची उपासना करितो, त्याला अश्वमेधाचें फळ प्राप्त होतें आणि त्याचें सर्व पाप लयास जातें. त्याप्रमाणेंच पौष महिन्यांत द्वादशीच्या दिवशीं उपवास करून जो पुरुष अहोरात्र नारायणाची आराधना करितो, त्याला वाजपेय यज्ञाचें फळ प्राप्त होतें व तो परम सिद्धि मिळवितो. माघ मासांत द्वादशीच्या दिवशीं उपवास करून जो पुरुष अहोरात्र माधवाला पूजितो, त्याला राजसूय यज्ञाचें पुण्य लागतें व तो सर्व कुलाला उद्धरितो. फाल्गुन महिन्यांत द्वादशीच्या दिवशीं उपवास करून जो पुरुष अहोरात्र गोविंदाला आराधितो, त्याला अतिरात्र यज्ञाचें फळ प्राप्त होतें व तो सोमलोकीं गमन करितो. चैत्र महिन्यांत द्वादशीच्या दिवशीं उपवास करून जो पुरुष अहोरात्र विष्णूची उपासना करितो, त्याला पौंडरीक यज्ञाचें पुण्य लागतें व तो देवलोकीं जातो. वैशाख मासांत द्वादशीच्या दिवशीं उपोषण करून जो पुरुष अहोरात्र मधुसूदनाला आराधितो, त्याला अग्निष्टोम यज्ञ केल्याचें श्रेय मिळतें व तो सोमलोकीं गमन करितो. ज्येष्ठ महि-

न्यांत द्वादशीच्या दिवशीं उपवास करून जो पुरुष अहोरात्र त्रिविक्रमाला पूजितो, त्याला गोमेधाचें पुण्य प्राप्त होतें आणि तो अप्सरांबरोबर विलास भोगितो. आषाढ मासांत द्वादशीच्या दिवशीं उपवास करून जो पुरुष अहोरात्र वामनाची पूजा करितो, त्याला नरमेध केल्याचें श्रेय मिळतें व त्यास महान् पुण्य लागतें. श्रावण मासांत द्वादशीच्या दिवशीं उपवास करून जो पुरुष अहोरात्र श्रीधराला उपासितो, त्याला पंचयज्ञांचें फळ प्राप्त होतें आणि तो विमानांत भोग भोगितो. भाद्रपद मासांत द्वादशीच्या दिवशीं उपोषण करून जो पुरुष अहोरात्र हृषीकेशाची आराधना करितो, त्याला सौत्रामणि यज्ञ केल्याचें पुण्य लागतें व तो परम पावन होतो. आश्विन महिन्यांत द्वादशीच्या दिवशीं उपवास करून जो पुरुष अहोरात्र पद्मनाभाचें पूजन करितो, त्याला सहस्र गाई दान केल्याचें फळ प्राप्त होतें ह्यांत संदेह नाहीं. आणि कार्तिक मासांत द्वादशीच्या दिवशीं उपवास करून जो मनुष्य अहोरात्र दामोदराला आराधितो, तो–पुरुष असो किंवा स्त्री असो–निःसंशयपणें गोयज्ञांचें फळ जोडितो. राजा धर्मा, ह्याप्रमाणें सर्व वर्षभर जो पुरुष पुंडरीकाक्षाची उपासना करील त्यास पूर्वजन्माचें स्मरण राहील व तो विपुल सुवर्ण मिळवील; आणि जो मनुष्य प्रत्येक दिवशीं उपेंद्राची आराधना करील त्यास अंतीं उपेंद्रत्व प्राप्त होईल. राजा युधिष्ठिरा, ह्याप्रमाणें संवत्सरपर्यंत द्वादशीच्या दिवशीं उपोषण करून भगवान् विष्णूचें त्या त्या भावनेनें पूजन करण्याचें व्रत समाप्त झाल्यावर साधकानें ब्राह्मणांना भोजन घालावें किंवा घृताचें दान करावें. ह्या उपवासापेक्षां श्रेष्ठ असा उपवासच नाहीं, हें निश्चयानें समज. हें माहात्म्य प्रत्यक्ष भगवान् विष्णूनें स्वतः ब्रह्मदेवाला कथन केलें आहे!

अध्याय एकशें दहावा.

—:०:—

शरीरसौंदर्य व भाग्य प्राप्त होण्याचा उपाय.

वैशंपायन सांगतातः—राजा जनमेजया, शरपंजरीं शयन केलेल्या कुरुपितामह वृद्ध भीष्मांप्रत जाऊन महाबुद्धिमान् युधिष्ठिरानें त्यांस आणखी विचारिलें.

युधिष्ठिर म्हणालाः—पितामह भीष्म, सर्वांना प्रिय असें जें शरीरसौंदर्य तें कसें प्राप्त होईल व धर्म, अर्थ, काम ह्यांनीं युक्त होत्साता मनुष्य सुखोपभोग कसे मिळवील, हें मला सांगावें.

भीष्म सांगतातः—राजा युधिष्ठिरा, शरीरसौंदर्य व धर्मार्थकामसिद्धि प्राप्त होण्याकरितां मनुष्यानें चांद्रव्रताचें अनुष्ठान करावें. मार्गशीर्ष महिन्यांत शुक्ल प्रदिपदेस मूळ नक्षत्रीं चंद्र असतां ह्या व्रतास आरंभ करावा. त्यांत प्रथम चंद्राच्या अवयवांच्या जागीं स्वदेवतासहित त्या त्या नक्षत्रांचा न्यास करावा. पायांच्या ठिकाणीं मूळ नक्षत्र, जंघांच्या ठिकाणीं रोहिणी, मांड्यांच्या वरच्या भागीं अश्विनी, मांड्यांच्या जागीं पूर्वाषाढा व उत्तराषाढा, गुह्याच्या ठिकाणीं पूर्वा व उत्तरा, कमरेच्या जागीं कृत्तिका; नाभीच्या ठिकाणीं पूर्वाभाद्रपदा व उत्तराभाद्रपदा, अक्षिमंडलांच्या जागीं रेवती, पाठीच्या ठिकाणीं धनिष्ठा, उदराच्या ठिकाणीं अनुराधा, बाहूंच्या जागीं विशाखा, हस्तांच्या ठिकाणीं हस्त, अंगुलींच्या जागीं पुनर्वसु, नखांच्या ठिकाणीं आश्लेषा, मानेच्या जागीं ज्येष्ठा, कर्णाच्या ठिकाणीं श्रवण, मुखाच्या जागीं पुष्य, दांत व ओंठ ह्यांच्या ठिकाणीं स्वाती, हास्याच्या जागीं शततारका; नाशिकेच्या ठिकाणीं मघा, नेत्रांच्या जागीं मृग, ललाटाच्या जागीं चित्रा, मस्तकाच्या ठिकाणीं भरणी व केशांच्या जागीं आर्द्रा ह्या नक्षत्रांचा न्यास करावा. ह्या व्रताचा प्रयोग असा कीं, पुण्याहवाचनपूर्वक इष्ट

कामनेच्या प्राप्तीसाठीं ह्या व्रताचा संकल्प करून साधकानें आपलें व चंद्राचें ध्यानानें तादात्म्य करावें, चंद्रावयवांच्या जागीं देवतासहित नक्षत्रें स्थापावीं, प्रतिदिवशीं त्या त्या देवतांचें त्या त्या मंत्रांनीं व जपहोमादिकांनीं आराधन करावें, आणि ह्याप्रमाणें पौर्णिमेपर्यंत व्रतानुष्ठान झाल्यानंतर होम करून उरलेलें घृत वेदपारग ब्राह्मणांस अर्पावें; म्हणजे साधकाला सौंदर्य प्राप्त होईल, त्याचीं सर्व गात्रें अव्यंग होतील, त्यास कोणताही अवयव न्यून राहाणार नाहीं, त्यास उत्तम ज्ञान प्राप्त होईल, आणि पौर्णिमेच्या चंद्राप्रमाणें तो परिपूर्णांग होईल.

अध्याय एकशें अकरावा.

—:०:—

संसारचक्र.

युधिष्ठिर विचारतोः—पितामह भीष्म, आपण महाबुद्धिमान् असून सर्व शास्त्रांत प्रवीण आहां. माझी आपणास अशी प्रार्थना आहे कीं, आपण मला मनुष्यांचा उत्तम संसारविधि कथन करावा. राजेंद्र, भूलोकीं मनुष्यांनीं कसें वर्तन केलें असतां त्यांस श्रेष्ठ अशा स्वर्गाची प्राप्ति होते, आणि त्यांनीं कसें वर्तन केलें असतां त्यांस नरकांत पडावें लागतें, तें मला सांगा. त्याप्रमाणेंच, काष्ठासारखा किंवा मातीच्या डिखळासारखा मृत शरीराचा त्याग करून मनुष्यें दुसऱ्या लोकीं गमन करितात तेव्हां ह्या भूलोकांतून त्यांच्या बरोबर कोण जातें तेंही निवेदन करा.

भीष्म सांगतातः—राजा युधिष्ठिरा, ह्या पहा उदारधी भगवान् बृहस्पति ह्या स्थळीं येत आहे. ह्या महाभाग्यवंताला हें सनातन गुह्य विचार. राजा, आज ह्याच्याव्यतिरिक्त दुसरा कोणीही पुरुष हें गुह्य निरूपण करण्यास समर्थ होणार नाहीं. बृहस्पतीसारखा महासमर्थ वक्ता कोठेंही मिळणें अशक्य होय.

वैशंपायन सांगतातः—राजा जनमेजया, ह्याप्रमाणें युधिष्ठिर व गांगेय यांचा संवाद चालला असतां तेथें स्वर्गलोकाहून विशुद्धात्मा भगवान् बृहस्पति प्राप्त झाला. तेव्हां राजा युधिष्ठिर व धृतराष्ट्रप्रमुख इतर सर्व सभासद ह्यांनीं त्यास उत्थापान दिलें व सर्वांनीं त्याला उत्कृष्ट पूजा समर्पण केली. नंतर धर्मपुत्र युधिष्ठिर राजा हा भगवान् बृहस्पतीच्या समीप गेला आणि त्यानें तत्त्व जाणण्याच्या इच्छेनें विनयपूर्वक त्यास प्रश्न विचारिला.

युधिष्ठिर म्हणालाः—भगवन् बृहस्पते, आपण सर्व धर्मांचे ज्ञाते आहां; सर्व शास्त्रांत आपण निष्णात आहां; आपणास माझी अशी विनंती आहे कीं, मनुष्य मेला असतां त्याच्या बरोबर पिता, माता, सुत, गुरु, आप्तवर्ग, संबंधिवर्ग किंवा मित्रवर्ग ह्यांपैकीं कोण जातें बरें? मनुष्यें मृत शरीराला काष्ठाप्रमाणें किंवा लोष्टाप्रमाणें टाकून देऊन परलोकीं जातात तेव्हां त्यांना कोण अनुसरतें बरें?

बृहस्पति सांगतोः—राजा युधिष्ठिरा, मनुष्य एकटाच जन्मास येतो आणि एकटाच मरतो! तो एकटाच संकटें तरतो व एकटाच नरकांत पडतो! माता, पिता, भ्राता, गुरु, सुत, आप्तवर्ग, संबंधिवर्ग किंवा मित्रवर्ग हीं सर्व जागच्या जागीं रहातात; त्यांतून कोणीही त्याच्या बरोबर परलोकीं जात नाहीं! त्याचे आप्तसुहृद् कांहीं वेळ रडून मेलेल्या प्राण्याला काष्ठाप्रमाणें किंवा मातीच्या डिखळाप्रमाणें टाकून देऊन पराङ्मुख होत्साते परत आपआपल्या घरास प्राप्त होतात; व आप्तसुहृदांनीं सोडून दिलेल्या मृत पुरुषाच्या सूक्ष्म देहाबरोबर त्यानें केलेलें एकटें पुण्य मात्र जातें! ह्यास्तव, मनुष्याचा खरा साथीदार पुण्यच

होय आणि ह्यासाठीं मनुष्यांनीं निरंतर पुण्यसंग्रह करावा हें अवश्य आहे; कारण पुण्यसंचयामुळें प्राण्याला श्रेष्ठ जो स्वर्गलोक तो मिळतो. पण ह्याच्या उलट—मनुष्य जर पुण्यसंपादन करण्याच्या भरीस न पडतां दुराचरण करून पातकाची जोड करूं लागला तर त्यापासून त्यास नरकांत पडावें लागेल; ह्यासाठीं पंडितानें नीतीनें वागून अर्थ जोडावा व तद्द्वारा पुण्यप्राप्ति करून देहाचें सार्थक्य करावें. राजा, पुण्यसंचय करणारा जो धर्म तो मात्र एकटा मनुष्यांचा परलोकचा मित्र होय; म्हणून प्रत्येकानें धर्माचरण करण्याविषयीं सदा दक्ष रहावें. धर्माचरण करण्यांत व्यत्यय आणणारे मनोविकार लोभादिक होत. लोभ, मोह, दया किंवा भय ह्यांच्या योगें बहुश्रुत मनुष्यही दुराचरणास प्रवृत्त होतो. लोभाविष्ट पुरुष स्वतःचा स्वार्थ नसतांही केवळ दुसऱ्याकरितां अकार्यें करितो; ह्यास्तव मनोविकारांचें नियंत्रण करून सदासर्वकाळ धर्म जोडावा आणि अधर्माचा सर्वथैव त्याग करून धर्म, अर्थ व काम संपादावे व जीविताचें साफल्य करावें.

युधिष्ठिर विचारितोः—भगवन् बृहस्पते, अत्यंत हितकारक जें धर्माचरण त्याविषयीं आपण निरूपण केलें तें मीं ऐकिलें. आतां माझी इच्छा अशी आहे कीं, मेल्यावर जीवाला कोणती अवस्था प्राप्त होते ती निवेदन करावी. मनुष्यें मरण पावलीं म्हणजे त्यांचा जीव सूक्ष्म स्थितीस प्राप्त होऊन तो अव्यक्त व अदृश्य असा असतो; तेव्हां दृष्टिगोचर न होणाऱ्या त्या जीवाबरोबर धर्म परलोकीं जातो तो कसा ?

बृहस्पति सांगतोः—राजा धर्मा, पृथ्वी, अप्, तेज, वायु, आकाश, मन, यम, बुद्धि, आत्मा, हीं सर्व एकवटून नित्य धर्माला अवलोकन करीत असतात. प्रत्येक प्राणी नित्य जें कांहीं करीत असतो तें सर्व अहोरात्र पहाणारे हे साक्षीदार होत! मनुष्य मरण पावल्यावर त्याच्या मागून धर्म हा ह्या सर्वांच्या बरोबर त्यास अनुसरतो. महाबुद्धिवंता युधिष्ठिरा, मनुष्य मृत झाला म्हणजे त्याच्या जीविताबरोबर त्याची त्वचा, अस्थि, मांस, शुक्र व शोणित हीं सर्व त्या मनुष्याला सोडून जातात. नंतर त्या मनुष्याचा जीव व त्याचा साथीदार धर्म हे दोन्ने मात्र परलोकीं एकत्र गमन करितात; आणि मग जीवानें जें कांहीं पापपुण्य केलें असेल त्याचा निवाडा त्याच्या शरीरांतील पांचभौतिक देवतांकडून होतो व जीवाच्या हातून पुण्य घडलें आहे असें निदर्शनास आलें तर त्या जीवाला सुख प्राप्त होतें! असो; राजा धर्मा, आतां तुला आणखी काय ऐकण्याची इच्छा आहे बरें? कोणत्या ऐहिक किंवा पारलौकिक गोष्टीविषयीं मी आतां तुला निरूपण करूं तें सांग.

युधिष्ठिर विचारितोः—भगवन् बृहस्पते, धर्म हा मनुष्याच्या सूक्ष्म देहाबरोबर परलोकीं कसा जातो, हें आपण सांगितलें तें मीं ऐकिलें. आतां मला रेत कसें उत्पन्न होतें तें विशद करून सांगावें.

बृहस्पति सांगतोः—राजा युधिष्ठिरा, मनुष्याच्या शरीरांत पृथ्वी, अप्, तेज, वायु व आकाश हीं जीं पांच भूतें असतात तीं व मन ह्यांच्या ठिकाणीं अधिष्ठित असलेल्या देवता मनुष्यानें अन्न सेवन केलें म्हणजे त्याच्या योगें तृप्त होतात आणि मग त्या पांच भूतांपासून महान् रेत जन्म पावतें आणि मग स्त्रीपुरुषांचा समागम होऊन त्या रेताच्या योगें स्त्रीच्या ठिकाणीं गर्भ राहातो. शुद्धात्म्या धर्मा, हें तुला मीं सर्व सांगितलें आहे. आतां तूं आणखी काय ऐकूं इच्छितोस तें सांग.

युधिष्ठिर विचारितोः—भगवन् बृहस्पते, गर्भधारणा कशी होते, तें आपण मला सांगितलें. आतां त्या गर्भांत प्रविष्ट झालेला जीव तादात्म्य पावून कसा जन्म घेतो तें सांगावें.

बृहस्पति सांगतोः—राजा युधिष्ठिरा, जीव हा गर्भांत प्रविष्ट होतांच तेथें पंचभूतांच्या स्वाधीन होतो आणि तदनुरूप जन्म पावतो; पण तोच जीव पुनः त्या पंचभूतांपासून निराळा झाला म्हणजे तो प्राणी मरण पावतो ! असो; राजा, जीवाचा व सर्व भूतांचा संयोग होऊन प्राणी जन्म पावल्यावर मग तो बरीं-वाईट कर्मे करण्यास उद्युक्त होतो आणि मग त्याच्या देहांतील पांचभौतिक देवता त्या बऱ्यावाईट कर्मांचें नीट अवलोकन करितात. असो; आतां तुला आणखी काय ऐकावयाचें आहे ?

युधिष्ठिर विचारतोः—भगवन् बृहस्पते, त्वचा, अस्थि, मांस व पृथक् पृथक् पंचभूतें ह्या सर्वांना सोडून देऊन जीव सूक्ष्म देहानें निघून गेल्यावर तो कोठें राहून सुखदुःखें भोगितो बरें ?

बृहस्पति सांगतोः—राजा युधिष्ठिरा, जीव पुनः सूक्ष्मशरीरावच्छिन्न झाला म्हणजे तीव्र पापाच्या योगानें त्यास यमयातना भोगाव्या लागतात. त्या सूक्ष्म-शरीरस्थ जीवाला यमदूत क्लेश देतात व ठारही मारितात; आणि ह्याप्रमाणें तो प्राणी दुःख व क्लेश भोगून संसारचक्रांत परिभ्रमण करीत रहातो ! राजा, जीवाचें प्राक्कर्म समाप्त झाल्याखेरीज त्याचें संसारभ्रमण समाप्त होत नाहीं. प्रारब्धकर्म क्षीण होऊन संचित कर्म अवशिष्ट असल्यास जीव तावडतोब रेतामध्यें प्रविष्ट होऊन स्त्रियांच्या उदरीं आर्तवामध्यें मिळून जाऊन यथाकालीं जन्म पावतो आणि तो प्राणी जन्मल्यापासून आपल्या प्राक्तनकर्मानुसार बरें-वाईट फळ भोगण्यास प्रारंभ करितो ! मनुष्य जन्मप्रभृति यथाशक्ति सत्कर्म करूं लागेल तर त्यास नित्य सुख प्राप्त होईल; परंतु असें न करितां कांहीं कालपर्यंत सदाचरण करून पुढें तो दुराचरणास प्रवृत्त होईल तर प्रथम त्यास कांहीं कालपर्यंत सुख मिळेल आणि पुढें तो दुःखाचा वांटेकरी होईल ! राजा धर्मा, अधर्माचरण करून मनुष्य यमलोकीं गेला म्हणजे तेथें त्यास महान् दुःख भोगावें लागतें आणि अखेरीस तो तिर्यग्योनींत जन्म घेतो ! असो; आतां मनुष्य मोहयुक्त होत्साता कोणत्या कर्मानें कोणत्या योनींत जन्म पावतो, तें मी तुला वेद, शास्त्र व इतिहास ह्यांच्या आधारानें निवेदन करितों, श्रवण कर.

राजा युधिष्ठिरा, मनुष्य मरण पावला म्हणजे यमाच्या भयंकर पुरीस जातो; पण तेथें म्हणजे सगळेंच भयंकर आहे असें नाहीं. तेथें सर्वत्र देवांच्या स्थानांप्रमाणें पवित्र व रम्य अशीं स्थळें असून शिवाय पशुपक्ष्यादिक तिर्यग्योनींपेक्षांही अधिक दुःखदायक अशीं घोर स्थलें आहेत आणि मनुष्याला तत्कर्मानुसार गति प्राप्त होऊन त्या त्या स्थलीं सुखदुःखें भोगावीं लागतात ! राजा धर्मा, यमलोक हा गुणांनीं अगदीं ब्रह्मलोकासारखा श्रेष्ठ आहे खरा; परंतु संचित कर्मांनीं बद्ध झालेला जीव आपल्या दुष्कर्मांच्या योगें तेथें दुःखेंच भोगितो. आतां, मनुष्य कोणत्या कृत्यानें व भावनेनें दुःखकारक व खडतर अशा गतीस जातो, तें मी तुला ह्यापुढें निरूपण करितों, श्रवण कर. राजा, चारही वेदांचें अध्ययन केलेला ब्राह्मण बुद्धिभ्रष्ट होऊन महापातक्यापासून दानप्रतिग्रह करील तर त्याला गर्दभयोनि प्राप्त होते. त्या योनींत जन्म घेतल्यावर तो पंधरा वर्षें वांचतो आणि मेल्यावर पुनः बैलाचा जन्म घेऊन तो सात वर्षें जिवंत राहातो. नंतर त्यास ब्रह्मराक्ष-

साचा जन्म घ्यावा लागतो आणि तीन महिनेपर्यंत त्या जन्मीं राहून देहत्याग केल्यावर फिरून त्यास ब्राह्मणयोनि प्राप्त होते. राजा युधिष्ठिरा, जो ब्राह्मण पतिताचें यजन करितो तो कृमिकीटकांच्या योनीस जातो. त्या योनींत तो पंधरा वर्षें घालवितो आणि मग कृमिभावापासून विमुक्त होत्साता गर्दभाचें जन्म घेतो. नंतर तो पांच वर्षें गर्दभ, पांच वर्षें सूकर, पांच वर्षें कुक्कुट (कोंबडा), पांच वर्षें जंबूक (कोल्हा) व एक वर्ष कुत्रा होऊन अखेरीस मनुष्यजन्मास प्राप्त होतो. राजा धर्मा, जो मूर्ख शिष्य उपाध्यायाशीं दुराचरण करितो तो पुनः ब्राह्मण होण्यापूर्वी मृत्युलोकीं निःसंशयपणें तीन जन्म घेतो. तो प्रथम श्वानयोनींत जातो, नंतर हिंसक प्राणी होतो, व शेवटीं खरजन्म घेऊन अत्यंत क्लेश भोगितो आणि मेल्यावर मग फिरून ब्राह्मणयोनींत जन्मास येतो. राजा युधिष्ठिरा, गुरुभार्येशीं गमन करण्यासारखें दुसरें घोर कर्मच नाहीं! गुरुपत्नीविषयीं पापवासना मनांत आणणें हें देखील वाईट! जो अधम शिष्य केवळ मनानें गुरुपत्नीशीं गमन करितो त्याला त्या पातकाबद्दल खडतर जन्म घेऊन यातना भोगाव्या लागतात! तो प्रथम कुत्र्याच्या जन्मास जातो आणि तीन वर्षेंपर्यंत वांचतो; नंतर मेल्यावर तो कृमिकीटकाचे जन्म घेतो आणि त्या जन्मीं एक वर्ष घालवितो; आणि मग मेल्यावर तो पुनः ब्रह्मयोनींत जन्मास येतो. राजा धर्मा, गुरुशिष्यांचें नातें म्हणजे केवळ पितापुत्रांचें नातें होय. जो गुरु विनाकारण केवळ आपल्या स्वैर इच्छेनें शिष्यांचें हनन करितो तो देखील हिंस्र पशूच्या जन्मास जातो. राजा, मातापितरांचा अवमान करणारा पुत्र मेल्यावर प्रथम गर्दभयोनींत जातो आणि तेथें दहा वर्षें राहून तर तो गांडोळाचें जन्म घेतो आणि त्या योनींत एक वर्ष काढल्यावर मग पुनः तो मनुष्य बनतो. जो पुत्र आपल्या कर्तव्याविषयीं इतका गाफील असतो कीं, त्यावर त्याचीं मातापितरें सदैव रागावतात, तो पुत्र मेल्यावर गर्दभाच्या जन्मास जातो, त्या जन्मीं तो दहा महिने काढितो, आणि नंतर मरण पावून चौदा महिनेपर्यंत श्वानाचा जन्म घेतो; पुढें तो सात महिनेपर्यंत मार्जार बनतो आणि मग मेल्यावर मनुष्यजन्मास फिरून प्राप्त होतो. राजा धर्मा, जो पुरुष मातापितरांना निंदितो त्याला सारिकेचा जन्म घ्यावा लागतो आणि जो पुरुष मातापितरांस ताडन करितो त्याला कांसवाचा जन्म प्राप्त होतो. राजा, मातापितरांना ताडन करणारा पुरुष प्रथम दहा वर्षेंपर्यंत कांसव बनतो, पुढें तीन वर्षें साळई होतो, नंतर सहा महिने सर्पयोनींत वास करितो आणि मग अखेरीस पुनः मनुष्य होतो. राजा युधिष्ठिरा, जो मनुष्य आपल्या राजाचें अन्न खाऊन त्याच्या विरुद्ध वर्तन करितो, त्या मूर्खाला वानराचा जन्म प्राप्त होतो. वानरयोनींत तो दहा वर्षें राहातो आणि नंतर उंदराचें जन्म घेतो. पांच वर्षेंपर्यंत त्या योनींत वास करून पुढें तो श्वानाच्या जन्मांत जातो आणि त्या जन्मांत सहा महिने काढून पुढें तो पुनः मनुष्य बनतो. राजा युधिष्ठिरा, जो मनुष्य दुसऱ्याची ठेव नाकबूल करितो तो मेल्यावर यमलोकीं गेला म्हणजे त्यास शंभर जन्म घ्यावे लागतात. अखेरीस तो कृमिकीटकाच्या योनींत जाऊन तेथें पंधरा वर्षें काढितो आणि दुष्कृताचा क्षय झाल्यावर फिरून मनुष्ययोनींत जन्मास येतो. राजा, जो मनुष्य दुसऱ्याचा हेवा करून त्यास नांवें ठेवितो तो मेल्यावर शार्ङ्गक पक्ष्याच्या जन्मास जातो. जो मनुष्य विश्वासघात करितो त्या अधमाला मत्स्यजन्म प्राप्त होतो. विश्वासघातकी पुरुष

प्रथम आठ वर्षें मत्स्ययोनींत वास करितो आणि मेल्यावर मग मृग होतो; त्या जन्मीं तो चार महिने घालवितो आणि मग मरण पावल्यावर तो बोकडाचें जन्म घेतो; एक पूर्ण संवत्सरपर्यंत तो बोकड असतो आणि नंतर मरण पावला म्हणजे तो कीटकाच्या जन्मास जातो; आणि अखेरीस त्या कीटकजन्मांतून तो पुनः मनुष्ययोनीस प्राप्त होतो. राजा युधिष्ठिरा, जो मूर्ख मनुष्य अविचारानें जव, तीळ, उडीद, कुळीथ, मोहरी, हरभरा, वाटाणा, मूग, गहूं, अळशी व तण्डुलादिक इतर सस्य धान्यें ह्यांची चोरी करितो त्या निर्लज्जाला उंदराचें जन्म प्राप्त होतें; मेल्यावर त्या योनींतून तो सूकरयोनीस जातो; आणि जन्मतांच रोगानें मरण पावून नंतर लागलाच श्वानयोनींत जन्म घेतो; तो मूर्ख त्या योनींत पांच वर्षें काढितो; आणि मेल्यावर पुनः नरजन्म घेतो. राजा, जो मनुष्य परदारागमन करितो त्यास प्रथम लांडग्याचें जन्म प्राप्त होतें; नंतर तो श्वानयोनींत जातो; नंतर तो कोल्हा बनतो; नंतर त्यास गिधाडाचें जन्म प्राप्त होतें; नंतर तो सर्प होतो; नंतर त्यास कंक पक्ष्याचें जन्म घ्यावें लागतें; आणि अखेरीस तो बगळा होतो! राजा युधिष्ठिरा, जो दुरात्मा कामांध होत्साता भ्रातृपत्नीच्या वाटेस जातो, त्याला कोकिलाचें जन्म प्राप्त होऊन तो वर्षभर नर-कोकिल बनतो. जो मनुष्य कामांध होऊन मित्रपत्नी, गुरुपत्नी किंवा राजपत्नी ह्यांची खोडी काढितो तो मेल्यावर सूकरजन्म पावतो; सूकरयोनींत तो पांच वर्षें वास करतो; नंतर त्यास दहा वर्षेंपर्यंत लांडग्याचें जन्म येतें; नंतर तो पांच वर्षेंपर्यंत मांजर होतो; नंतर दहा वर्षें त्यास कुक्कुटयोनींत घालवावीं लागतात; नंतर तीन महिनेपर्यंत तो पिपीलिका बनतो; नंतर एक महिनाभर तो क्षुद्रकीटक होतो; इतकी जन्मपरंपरा भोगल्यावर तो कृमियोनींत जन्म घेतो; तेथें चौदा महिने वास करितो; आणि पातकाचा क्षय करून पुनः तो मनुष्ययोनींत परत येतो. विभो, जो मनुष्य विवाहप्रसंगीं, यज्ञप्रसंगीं किंवा दानप्रसंगीं अविचारानें विघ्न करितो, तो मेल्यावर कृमियोनींत जन्म घेतो; त्या योनींत तो पंधरा वर्षें वास करितो; आणि पातकाचा क्षय होऊन तो पुनः मानवयोनींत जन्म पावतो. राजा युधिष्ठिरा, जो पुरुष पूर्वीं एकाला कन्या अर्पण करून नंतर ती दुसऱ्याला देऊं इच्छितो, तो पुरुष देखील मेल्यावर कृमिकोटींत जन्म घेतो. युधिष्ठिरा, त्या योनींत तो तेरा वर्षें घालवितो व शेवटीं पातकाचा क्षय झाल्यावर तो पुनः मनुष्यजन्मास प्राप्त होतो. राजा, जो मनुष्य देवांचें व पितरांचें आराधन करीत नाहीं आणि श्राद्धतर्पणादिक कांहीं एक न करितां भोग भोगितो, त्यास मेल्यावर कावळ्याचा जन्म येतो; तो मनुष्य काकयोनींत शंभर वर्षें वास करून नंतर कुक्कुटाचें जन्म घेतो; नंतर त्यास एक महिनाभर सर्पयोनि प्राप्त होते; आणि अखेरीस तो त्या योनींतून मनुष्यजन्मास परत येतो. राजा युधिष्ठिरा, ज्येष्ठ भ्राता पितृसम होय. जो मनुष्य ज्येष्ठ भ्रात्याची अवमानना करितो तो मेल्यावर क्रौंचयोनींत जन्म पावतो; तो क्रौंचयोनींत वर्षभर राहातो व मेल्यावर चीरकाचें (मुर्कुटाचें) जन्म घेतो; आणि मग मरण पावला म्हणजे पुनः मनुष्य होतो. राजा धर्मा, शूद्रानें ब्राह्मणीशीं गमन केल्यास त्याला कृमियोनि प्राप्त होते; नंतर मेल्यावर तो सूकरजन्म पावतो; त्या जन्मीं तो जन्मतांच रोगानें मरतो; नंतर त्या दुराचरणी मूर्खाला श्वानजन्म प्राप्त होतें; आणि अखेरीस त्या श्वानजन्मीं त्याचें सर्व पाप क्षीण होऊन तो पुनः मानव-

जन्मीं परत येतो. राजा युधिष्ठिरा, जो शुद्ध ब्राह्मणीच्या ठिकाणीं अपत्योत्पादन करितो तो मरण पावल्यावर मूषकाच्या जन्मास जातो. जो मनुष्य कृतघ्नपणा करितो तो मेल्यावर यमलोकीं गेला म्हणजे त्यास क्रुद्ध झालेले यमदूत हालहाल करून ठार मारितात! त्या कृतघ्न मनुष्याला यमसदनीं दंडप्रहार व मुद्गरप्रहार प्राप्त होतात;यमदूत त्याच्या शरीरांत शूल भोसकतात; त्याला दारुण अग्निकुंडांत टाकतात; त्याच्या देहावर खड्गांचे अगणित वार करितात; तापलेल्या वाळूंतून त्याची फरपट काढितात; कांटेच्या शाल्मली वृक्षास त्याला बांधितात;आणि त्यास ह्या व अशा दुसऱ्या बहुत घोर यातना भोगावयास लावून शेवटीं ठार मारितात! ह्या प्रकारें तो कृतघ्न मनुष्य मरण पावला म्हणजे त्यास पुनः परिभ्रमण प्राप्त होतें; प्रथम तो कृमियोनींत जन्म पावतो. हे भारता, त्या योनींत तो जंतु पंधरा वर्षें रहातो, आणि नंतर नरगर्भांत प्रविष्ट होत्साता तो शिशु गर्भांतच मरतो. राजा, ह्याप्रमाणें तो शतावधि गर्भांत प्रविष्ट होतो आणि बहुत जन्ममरणपरंपरा अनुभवून शेवटीं तिर्यक्कोटींत जन्म घेतो; त्या योनींत तो बहुत वर्षेंपर्यंत दुःखें भोगितो आणि अखेरीस केशहीन कांसवाचें जन्म पावतो. राजा युधिष्ठिरा, जो मनुष्य दहीं चोरतो तो बगळा होतो; जो कच्चे मासे चोरतो तो वानर होतो; आणि जो मूर्ख पुरुष मध चोरतो तो डांसाच्या जन्मास जातो. त्याप्रमाणेंच जो मनुष्य फळें, मुळें किंवा अपूप पदार्थ चोरतो त्याला मुंगीचा जन्म येतो; जो मनुष्य पावटे चोरितो तो हल्गोलक (एक लांब शेपटीचा वाटोळा किडा) होतो; जो मनुष्य पावसाची चोरी करितो तो तित्तिर पक्ष्याच्या जन्मास जातो; जो मनुष्य पिठाची भाकर चोरतो त्याला कुंभोलुकाचा (एक प्रकारच्या घुबडाचा) जन्म येतो; जो मूर्ख मनुष्य लोखंड चोरतो त्याला कावळ्याचा जन्म प्राप्त होतो; जो मूढ पुरुष कांस्याची चोरी करितो तो पुढल्या जन्मीं हारित पक्षी बनतो; जो मनुष्य रुप्याचें भांडें चोरतो त्याला कपोताचा जन्म येतो; जो सोन्याचें पात्र चोरतो तो कृमीच्या जन्मास जातो; जो धुवट रेशमी वस्त्र चोरतो त्याला सरड्याचा जन्म प्राप्त होतो; जो रेशीम चोरतो तो वर्तक पक्ष्याचें जन्म पावतो; जो मनुष्य कापसाचें वस्त्र चोरतो त्याला शुकाचें जन्म येतें; जो मनुष्य उंची रेशमी वस्त्र चोरतो त्याला मेल्यावर हंसाचा जन्म प्राप्त होतो; जो मनुष्य कापड चोरतो तो मेल्यावर क्रौंच पक्ष्याच्या जन्मास जातो; जो मनुष्य बारीक कापड चोरतो तो मेंढ्याचा जन्म पावतो; जो मनुष्य तागाचें वस्त्र चोरतो तो पुढल्या जन्मीं ससा होतो; जो मनुष्य हरताळ वगैरे रंगाची चोरी करितो तो मेल्यावर मोराच्या जन्मास जातो; जो मनुष्य आरक्त वस्त्रें चोरतो त्याला जीवंजीवक नांवाच्या पक्ष्याचें जन्म प्राप्त होतें; जो लोभी पुरुष उट्या वगैरे व सौगंधिक वस्तु ह्यांची चोरी करितो त्याला चिंचुंद्रीचा जन्म येतो व तो त्या योनींत पंधरा वर्षें राहून अधर्माचा क्षय झाल्यावर पुनः मनुष्याच्या जन्मास येतो; जो मनुष्य दुग्ध चोरतो तो मेल्यावर बगळा होतो; जो मनुष्य अविचारानें तेल चोरतो त्याला मेल्यावर वाघळाचें जन्म येतें; जो सशस्त्र पुरुषाधम धनलोभानें किंवा वैरानें शस्त्रहीन मनुष्याचा वध करितो तो मरण पावल्यावर गर्दभाच्या जन्मास जातो, तो पुरुष त्या योनींत दोन वर्षें वास्तव्य करितो व नंतर शस्त्रानें हत होत्साता मरण पावून हरणाचें जन्म पावतो; आणि नेहमीं भयभीत अवस्थेंत काळ घालवितो; तो पुरुष त्या मृगयोनींत एक वर्ष राहातो

आणि संवत्सर संपल्यावर शस्त्रानें मृत्यु पावतो; नंतर त्याला माशाचें जन्म येतें व चार महिने झाल्यावर तो जाळ्यांत सांपडून मरतो; पुढें त्यास श्वापदयोनि प्राप्त होते. श्वापद झाल्यावर तो दहा वर्षे वांचतो आणि मेला म्हणजे पांच वर्षेपर्यंत तो वाघाच्या जन्मास जातो, व पुढें कालाच्या प्रेरणेनें तो मरण पावला म्हणजे पातकाचा क्षय होऊन पुनः मानवयोनींत जन्म घेतो. राजा युधिष्ठिरा, जो अधम पुरुष स्त्रीची हत्या करितो तो मेल्यावर यमलोकीं गेला म्हणजे बहुत क्लेश भोगतो आणि त्यास वीस वेळां पुनःपुनः जन्म घ्यावे लागतात. नंतर तो कृमियोनींत जन्म पावतो आणि त्या योनींत वीस वर्षे वास झाल्यावर मग त्यास मानवजन्म प्राप्त होतें. राजा धर्मा, जो मनुष्य अन्नाची चोरी करितो त्यालाच मक्षिकेचा जन्म येतो आणि तो त्या जन्मीं मक्षिकांच्या समुदायांत बहुत महिनेपर्यंत काळ घालवून त्याच्या पातकाचा क्षय झाला म्हणजे त्यास फिरून मनुष्याचा जन्म मिळतो. राजा, जो पुरुष धान्याची चोरी करितो तो मेंढ्याच्या जन्मास जातो; जो पापात्मा पेंड चोरतो तो त्या पेंडीच्या मगदुराप्रमाणें ल्हान-मोठा उंदीर बनतो व प्रतिदिनीं मनुष्यांना चावतो; जो नीच पुरुष धृताची चोरी करितो त्याला बदकाचें जन्म प्राप्त होतें; जो मूर्ख मनुष्य मत्स्यांस चोरतो तो कावळा होतो; आणि जो पुरुष मिठाची चोरी करितो त्याला चिलटाचें जन्म प्राप्त होतें! राजा युधिष्ठिरा, जो मनुष्य विश्वासानें ठेव ठेवलेली नाकबूल जातो तो अल्पायु होतो व मेल्यावर मत्स्ययोनींत जन्म घेतो आणि त्या योनींत कांहीं दिवस काढून नंतर पुनः मनुष्यजन्म मिळवितो; परंतु पुनः तो मनुष्य झाल्यावर फार दिवस वांचत नाहीं.! राजा युधिष्ठिरा, जे पुरुष पापाचरण करितात, ते पशुपक्ष्यांच्या जन्मास जातात आणि मग त्यांस आत्म्याचा अभ्युदय करणारा जो धर्म त्याचें ज्ञान मुळींच होत नाहीं! जे पुरुष हातून दुराचरण घडलें असतां सदोदीत व्रतवैकल्यें करून पातकाचें परिमार्जन करितात त्यांना सुखदुःखें प्राप्त होतात आणि त्यांचा अंतरात्मा सर्वकाळ चिंतामग्न असतो. जे पुरुष लोभानें वेडे होऊन पाप करण्यास प्रवृत्त होतात, ते म्लेच्छयोनींत जन्म पावून बहिष्कृत होत्साते निःसंशयपणें थोरांच्या सहवासास अंतरतात! असो; ह्यास्तव राजा धर्मा, दुराचरण हें सर्वस्वी त्याज्य होय. जे पुरुष जन्मापासून पातकाला शिवत नाहींत त्यांना कधींही दुखणेंबाहणें येत नाहीं, त्यांना उत्तम रूप प्राप्त होतें, आणि ते नित्य धनधान्यानें समृद्ध असतात! राजा धर्मा, हें जें मीं कांहीं निरूपण केलें तें केवळ पुरुषांकरितांच लागू आहे असें समजूं नको. स्त्रियाही ह्या प्रकारें दुराचरण करतील तर त्यांनाही पातकाची जोड होईल आणि त्या त्या तिर्यग्योनींत त्या स्त्रीत्व पावतील! राजा, दुसऱ्याचें धन हरण केल्यानें जे दोष लागतात ते हे सर्व मीं तुला संक्षिप्त रूपानें सांगितले. ह्यापुढें दुसऱ्यानें सांगण्याचा योग आल्यास विस्तारानें सांगेन. राजा युधिष्ठिरा, मीं पूर्वी ब्रह्मदेवापासून देवर्षींच्या सभेंत जसें ऐकलें तसें हें तुला तूं विचारल्यामुळें समग्र कथन केलें आहे. राजा, ह्या सर्वांचें तूं नीट मनन कर व नित्य धर्माचें चिंतन करून सदाचरण ठेव.

अध्याय एकशें बारावा.

—:०:—

संसारचक्र.

युधिष्ठिर विचारितोः—अनघ ब्रह्मन्, दुराचरण करणारास कोणती गति प्राप्त होते, हें मला आपण निवेदन केलें. आतां माझी आप-

णास अशी प्रार्थना आहे कीं, सदाचरण करणाराला कोणती गति प्राप्त होते, तें मला निरूपण करून सांगावें. वक्त्यांमध्यें श्रेष्ठ अशा बृहस्पते, मला आणखी हेंही कथन करा कीं, मनुष्यें कोणत्या कृत्यांनीं पातकांचें क्षालन करून शुभ गति मिळवितात आणि कोणतीं कृत्यें केलीं म्हणजे मनुष्यांस उत्तम लोकांची प्राप्ति होते ?

बृहस्पति सांगतोः—राजा युधिष्ठिरा, मनुष्यानें नेहमीं विवेकसंपन्न असावें आणि नित्य विहिताविहित कर्मांचा निश्चय ठरवून उत्कृष्ट वर्तन ठेवावें. मनुष्य जर ह्या कामीं हयगय करील आणि विपरीत बुद्धीनें दुर्वर्तन करूं लागेल, तर तो पातकाचा अधिकारी होईल व खचित नरकांत पडेल ! राजा, जो मनुष्य अविचारानें पातकें करून पुनः पश्चात्ताप पावतो आणि भगवच्चिंतनांत चित्ताचा लय करितो, त्याला त्या दुष्कर्मांचें फळ भोगावें लागत नाहीं. जसजसें त्याचें मन कृतकर्माची गर्हणा करितें तसतसें त्याचें शरीर त्या पातकापासून विमुक्त होतें. राजा, पातकी मनुष्य धर्म सांगणाऱ्या ब्राह्मणांसमोर आपल्या पातकाचा उच्चार करील तर तत्काळ त्याचें पातक नष्ट होतें. जसजसा मनुष्य पश्चात्तापानें स्वकृत पातकांचें प्रांजलपणें दुसऱ्यापुढें निरूपण करितो आणि पुनः पातक ह्मणून करावयाचें नाहीं असा दृढ निश्चय ठरवितो, तसतसा त्याच्या पातकाचा क्षय होतो; आणि शरीरावर कात वाढून जराग्रस्त झालेला भुजंग जसा कात टाकल्यावर पुनः पूर्वतेजानें झळाळूं लागतो, तसा तो पातकाचें क्षालन करून पुनः पूर्वींच्या निर्मल ऐश्वर्यानें झळाळूं लागतो ! राजा धर्मा, मनुष्यानें एकाग्र मनानें ब्राह्मणांना नानाप्रकारचीं दानें करावीं आणि भगवच्चिंतनांत चित्त निरवावें, ह्मणजे त्यास सद्गति प्राप्त होते. आतां, युधिष्ठिरा, कोणतीं दानें केल्यानें अकार्य करणाऱ्या मनुष्यालाही पुण्य लागतें तें मी तुला सांगतों, ऐक. राजा, सर्व दानांमध्यें अन्नदान हें श्रेष्ठ समजावें. जो मनुष्य निष्कपट भावानें धर्माचरण करण्याची इच्छा करीत असेल त्यानें प्रथम अन्नदान करावें. राजा, अन्नच मनुष्यांचा प्राण होय, अन्नापासूनच प्राणी जन्म पावतो व अन्नामध्येंच सर्व लोकांचें अधिष्ठान आहे; ह्यास्तव, अन्नाची महती मोठी होय. देव, ऋषि, पितर व मानव हे अन्नाचेंच महत्त्व वर्णितात आणि अन्नाच्या दानानेंच रंतिदेव राजाला स्वर्ग प्राप्त झाला ! ह्यास्तव, न्यायानें अन्न मिळवावें आणि उत्तम प्रकारेंकरून वेदाध्ययन करणाऱ्या ब्राह्मणांना मोठ्या प्रमुदित अंतःकरणानें उत्तम अन्न समर्पावें. राजा युधिष्ठिरा, ज्यानें मोठ्या आनंदानें दिलेलें अन्न सहस्र ब्राह्मण सेवन करितात, त्याला तिर्यग्गति प्राप्त होत नाहीं. नरश्रेष्ठा, जो मनुष्य दहा हजार ब्राह्मणांना भोजन घालितो आणि सदासर्वकाळ योगाभ्यासांत रममाण असतो, त्याचें सर्व पातक नष्ट होतें. जो वेदवेत्ता ब्राह्मण भिक्षा मागून अन्न मिळवितो आणि स्वाध्यायांत निमग्न असलेल्या ब्राह्मणाला तें दान करितो. त्याला महान् सुख प्राप्त होतें. पंडुपुत्रा, जो क्षत्रिय ब्राह्मणाच्या धनाचा अपहार करीत नाहीं, प्रजांचें न्यायानें परिपालन करितो, चित्त स्वाधीन ठेवितो, विवेकापासून भ्रष्ट होत नाहीं, आणि शौर्यानें अन्न संपादन करून वेदामध्यें प्रवीण अशा द्विजांना तें समर्पितो, तो आपल्या सर्व पातकांचा संहार उडवितो. जो वैश्य शेतकीच्या उत्पन्नाचा सहावा हिस्सा ब्राह्मणांना देणें अवश्य होय असें मनांत आणून त्याप्रमाणें तो ब्राह्मणांना दान करितो, त्यांचीं सर्व पातकें नाहींतशीं होतात; आणि जो शूद्र कष्टानें—फार काय, जीवसुद्धां धोक्यांत घालून—अन्न मिळवितो आणि तें

ब्राह्मणांना देतो, तो पातकापासून मुक्त होतो. राजा युधिष्ठिरा, जो मनुष्य दुसऱ्याच्या अन्नाचा अपहार करीत नाहीं आणि स्वतःच्या श्रमांनीं अन्न मिळवून तें ब्राह्मणांना अर्पण करितो, त्याला कधींही संकटें प्राप्त होत नाहींत. मनुष्यानें नीतीनेंच अन्न संपादावें व मोठ्या हर्षानें वेदवेत्त्या ब्राह्मणांना तें द्यावें, म्हणजे त्याचीं पातकें दूर होतात. राजा, लोकांत सर्वांना अन्नापासून ऊर्जा प्राप्त होते; ह्यास्तव मनुष्यानें अन्नदान करून लोकांना ऊर्जस्वी करावें व स्वतः ऊर्जस्वी व्हावें. जो मनुष्य अन्नदान करितो, तो थोर लोक ज्या मार्गानें जातात त्याच मार्गाचें आक्रमण करितो आणि सर्व पापांपासून मुक्त होतो. राजा, अन्नदान करणारे पुरुष ज्या मार्गाचें अनुसरण करितात तो मार्ग ज्ञानी लोकांना मान्य असतो. ते अन्नद्वारा प्राणांचेंच दान करितात आणि शाश्वत धर्म जोडितात. ह्यास्तव, मनुष्यानें कशीही अवस्था प्राप्त झाली तरी न्यायानें अन्न मिळवावें आणि त्याचें सत्पात्रीं दान करावें; कारण नेहमीं अन्न हा सर्वांचा महान् आधार होय ! राजा, जो मनुष्य अन्नदान करितो त्यावर घोर प्रसंग कधींही येत नाहीं; ह्यास्तव अन्याय न करितां अन्न मिळवावें आणि त्याचें दान करावें. गृहस्थाश्रमी मनुष्यानें नेहमीं आधीं ब्राह्मणांना अन्न दान करावें आणि मग स्वतः अन्न सेवावें. त्यानें नित्य असा संकल्प करावा कीं, माझ्या हातून आज अन्नदान न झाल्यास माझा आजचा दिवस व्यर्थ जाईल; आणि असा संकल्प करून अन्नदानाच्या योगें प्रत्येक दिवसाचें साफल्य संपादावें. राजा युधिष्ठिरा, जो न्यायवेत्ता पुरुष न्याय, वेद, धर्म व इतिहास यांचें यथार्थ ज्ञान असलेल्या सहस्र ब्राह्मणांना भोजन घालतो, त्याला कधींही नरकप्राप्ति होत नाहीं, तो संसारपरंपरेपासून मुक्त होतो, त्याच्या सर्व इच्छा सिद्धीस जातात, आणि मेल्यावर तो सुखोपभोग मिळवितो. राजा युधिष्ठिरा, जो पुरुष ह्याप्रमाणें आचरण करितो, त्याला खचित कधींही चिंता उत्पन्न होत नाहीं आणि त्यास रूप, कीर्ति व धन हीं प्राप्त होतात. राजा धर्मा, मीं तुला हें अन्नदानाचें महाफल निवेदन केलें आहे. हें सर्व धर्माचें व दानांचें मूळ होय, हें लक्षांत ठेव.

अध्याय एकशें तेरावा.

—:०:—

संसारचक्रसमाप्ति.

युधिष्ठिर विचारितोः—बृहस्पते, अहिंसा, वैदिक कर्म, ध्यान, इंद्रियजय, तपश्चर्या आणि गुरुसेवा ह्यांपैकीं मनुष्याला श्रेयस्कर अशी कोणती गोष्ट आहे बरें ?

बृहस्पति सांगतोः—राजा युधिष्ठिरा, ह्या सर्वही गोष्टी मनुष्याला श्रेयस्कर असून हीं सर्व पुण्यप्राप्तीचीं पृथक् पृथक् साधनें आहेत. हे भरतर्षभा, आतां मी ह्या सहा गोष्टींचें निरूपण करून सांगतों आणि प्राण्याला श्रेष्ठ जें निःश्रेयस् तें कसें मिळतें, तें निवेदन करितों, श्रवण कर. राजा, जो मनुष्य काम, क्रोध व लोभ ह्यांना जिंकून सदैव त्यांच्यापासून दूर रहातो आणि अहिंसेचा आश्रय जो सर्वभूतानुकंपा नामक धर्म त्याचें अनुसरण करितो, त्याला सिद्धि प्राप्त होते. राजा, जो पुरुष स्वतःच्या सुखाकरितां निरुपद्रवी प्राण्यांची दंडानें हिंसा करितो त्यास मेल्यावर कधींही सुख होत नाहीं. जो पुरुष सर्व प्राण्यांना आपल्याप्रमाणें मानितो, कोणालाही दंडीत नाहीं, आणि क्रोधाला जिंकितो, त्यास मेल्यावर सुख प्राप्त होतें. जो पुरुष सर्व भूतांचा आत्मा बनतो म्हणजे ज्याला दुसऱ्याची पीडा पाहून स्वतःच्या पीडेप्रमाणें दुःख होतें, आणि

जो पुरुष सर्व प्राण्यांना आत्मवत् मानितो, त्याच्या मार्गाचें देवांना सुद्धां आकलन होत नाहीं; कारण, सर्व प्राण्यांविषयीं अद्वैतभावना धारण करून अंतर्मुख दृष्टीनें सर्व विश्वाकडे अवलोकन करणाऱ्या त्या पुरुषाला सायुज्य-प्राप्ति घडते आणि मग त्याचा माग ह्या जगती-तलावर मुळींच न राहून, सदैव ऐश्वर्याच्या प्राप्त्यर्थ झटणारे जे बहिर्मुख देव त्यांना त्याचा पत्ता लागत नाहीं! असो; राजा युधिष्ठिरा, प्रत्येक पुरुषानें मुख्य धर्म हा मानवा कीं, ज्यापासून आपणा स्वतःला पीडा होईल त्या-पासून दुसऱ्यालाही पीडा होईल, आणि ह्यास्तव आपल्याला अनिष्ट अशी जी गोष्ट ती दुस-ऱ्याच्या संबंधानें करण्याचें मनांत सुद्धां आणूं नये. राजा, धर्माचें संक्षिप्त स्वरूप हें असें आहे. हें तत्त्व लक्षांत न धरितां जो मनुष्य कामादिकांना वश होईल आणि भलत्याच प्रकारें वागेल, त्याच्या हातून अधर्म घडेल! याचकाचे मनोरथ परिपूर्ण करणें किंवा त्यास नाहीं म्हणणें, अमुक एक कृत्य दुसऱ्याला सुखावह किंवा दुःखावह होईल ह्याचा निर्णय ठरविणें, आणि प्रियाप्रिय वस्तूंचा निश्चय करणें, ह्या सर्व गोष्टी करितांना मनुष्यानें त्यांचा स्वतःशीं योग करून पहावा आणि स्वतःला त्यापासून जसें वाटेल तसेंच दुसऱ्याला-ही वाटेल अशी मनाची खातरी ठेवावी. राजा धर्मा, एक मनुष्य जसा दुसऱ्याशीं वागतो तसेच दुसरे त्याच्याशीं वागतात; जर एकानें दुसऱ्यांना पीडा केली तर दुसरे त्याला पीडा करितात; आणि जर एकानें दुसऱ्यांना सुख दिलें तर दुसरे त्याला सुख देतात. जीव-लोकांत मनुष्यानें कसें वागावें ह्याचें रहस्य ह्यांतच आहे आणि धर्मवेत्ते पुरुष ह्याच तत्त्वाचें प्रवचन करीत असतात.

वैशंपायन सांगतातः—राजा जनमेजया, ह्याप्रमाणें बृहस्पतीनें धर्मराज युधिष्ठिराला निवेदन केलें आणि तो धीमान् सुरगुरु आमच्या समक्ष स्वर्गास चालता झाला!

अध्याय एकशें चौदावा.

—:०:—

मांसवर्जनकथन.

वैशंपायन सांगतातः—राजा जनमेजया, नंतर शरतल्पावर शयन केलेल्या पितामह भीष्माला वक्त्यांमध्यें श्रेष्ठ व महातेजस्वी अशा युधिष्ठिर राजानें पुनः विचारिलें.

युधिष्ठिर म्हणालाः—महाबुद्धिमंत भीष्म; ऋषि, देव व ब्राह्मण हे सर्व वेदवचनांच्या आधारानें अहिंसारूप धर्माचीच प्रशंसा करितात. पण, हे पार्थिवसत्तम, माझी आपणास अशी प्रार्थना आहे कीं, कर्मानें, वाणीनें व मनानें हिंसा करणारा मनुष्य यातनांपासून कसा मुक्त होतो तें सांगा.

भीष्म सांगतातः—शत्रुसंहारका युधिष्ठिरा, ब्रह्मवादी पुरुषांनीं अहिंसेचे चार प्रकार सांगि-तले आहेत; ह्यास्तव ते चारही प्रकार यथा-वत् पाळले पाहिजेत. त्यांतील एकाचें जरी उल्लंघन झालें तरी अहिंसारूप धर्माचा लोप होतो. ज्याप्रमाणें कोणताही चतुष्पाद प्राणी तीन पायांवर उभा रहात नाहीं, त्याप्रमाणेंच अहिंसारूप धर्महीं तीन प्रकारांवर उभा रहात नाहीं. अहिंसारूप धर्माचें मुख्य तत्त्व—मनु-ष्याच्या हातून कोणत्याही प्रकारें हिंसा घडूं नये, हें होय. मनानें, वाणीनें, कर्मानें व भक्षणानें अशी चार प्रकारांनीं हिंसा घडते. ह्या चार प्रकारांपैकीं एकही प्रकारानें हिंसा होतां उपयोगी नाहीं. एकही प्रकारानें हिंसा घड-ल्यास मनुष्याच्या हातून अहिंसारूप धर्माचें उल्लंघन होतें. राजा युधिष्ठिरा, हत्तीच्या पाव-लांत दुसऱ्या पादचारी प्राण्यांचीं पावलें जशीं

रहातात, तसे अहिंसारूप धर्मांत बाकीचे सर्व धर्म रहातात; आणि हत्तीच्या एका पावलानें ज्याप्रमाणें इतर प्राण्यांच्या अनेक पावलांचा नाश होतो, त्याप्रमाणें मनुष्याच्या हातून एक हिंसा घडली म्हणजे त्याच्या इतर सर्व धर्मांवर तिच्या योगें पाणी पडतें ! राजा, पुरातन ऋषींनीं लोकांमध्यें अहिंसारूप धर्माचें स्वरूप हें असें कथन केलें आहे. मनुष्याला कर्मापासून जसा लेप लागतो, तसा वाणीनें व मनानें सुद्धां लेप लागतो; ह्यास्तव, जो मनुष्य आधीं मनानें, वाणीनें व कर्मानें मांसाशन वर्ज्य करून तें भक्षीत नाहीं, तो त्रिविध पातकांपासून मुक्त होतो. ब्रह्मवादी पुरुषांच्या मतें मांसाशनाला मन, वाणी व रुचि हीं तीन कारणें आहेत; ह्यासाठीं, मांसाशनाचा दोष ह्या तिहींपासून उत्पन्न होतो, हें लक्षांत ठेविलें पाहिजे; आणि म्हणूनच, तपश्चर्या करणारे प्राज्ञ पुरुष मांसाशनापासून अलिप्त रहातात. असो; राजा युधिष्ठिरा, आतां मी तुला मांसभक्षणाचे दोष सांगतों ते श्रवण कर. राजा पश्वादिक दुसऱ्या प्राण्यांचें मांस, म्हणजे प्रत्यक्ष आपल्या पुत्राचें मांस, असें ज्ञात्यानें मानिलें पाहिजे. जो ज्ञानी पुरुष ह्या नियमाचा अनादर करून अविचारानें मांससेवन करितो तो अधम होय, असें शास्त्रांत सांगितलें आहे. माता व पिता ह्यांचा समागम झाला म्हणजे अपत्य जन्म पावतें, तद्वत् इंद्रियांच्या अधीन झालेला मनुष्य मांसाशनरूप हिंसा करण्यास प्रवृत्त झाला म्हणजे महान् पातक जन्म पावतें आणि तो हिंसक पुरुष तद्द्वारा पापयोनींत जन्म घेतो ! जिव्हेच्या योगानें रसज्ञान उत्पन्न होतें; म्हणून एखाद्या पदार्थाची रुचि ग्रहण केली म्हणजे तो पदार्थ सेवन करण्याविषयीं लालसा उत्पन्न होते, असें शास्त्रांत स्पष्ट सांगितलें आहे. मांसादिक खाद्य पदार्थ जसे चांगले किंवा वाईट, अथवा अळणी किंवा मिष्ट तयार केले असतील, तशी त्यांच्या ठिकाणीं मनाची आसक्ति होते आणि त्यांविषयीं मन घुटमळूं लागून अखेरीस मनुष्य त्यांचें सेवन करण्यास सिद्ध होतो व शेवटीं नरकांत पडतो ! अरेरे, मांस भक्षण करणाऱ्या मूर्ख मनुष्यांना (स्वर्गामध्यें) नानाप्रकारच्या तंतुवाद्यांचे व भेरीमृदंगांचे शब्द कधीं तरी ऐकावयास मिळतील काय ! राजा धर्मा, मांसाच्या स्वादानें वेडे झालेले पुरुष मांसाशन इच्छितात आणि मांसरुचि मोठी अवर्णनीय, अचिंत्य व कल्पनातीत आहे अशी मोठी तारीफ करितात; परंतु अशा प्रकारें मांसाची तारीफ करिणें हेंच मुख्यत्वेंकरून सर्व दोषांचें अधिष्ठान समजावें ! राजा, बहुत थोर पुरुषांनीं आपला जीव अर्पण करून आपल्या मांसांनीं दुसऱ्यांचीं मांसें (शरीरें) रक्षण केलीं आणि स्वतः स्वर्ग जोडिला, इकडे लक्ष दे. असो; अहिंसारूप धर्माचीं जीं चार अंगें त्यांसुद्धां मीं तुला हा अहिंसाधर्म ह्याप्रमाणें कथन केला आहे. जो पुरुष ह्या अहिंसारूप धर्माचें परिपालन करील त्याच्या हातून इतर सर्व धर्मांचें सहजींच परिपालन होईल !

अध्याय एकशें पंधरावा.

—:०:—

मांसभक्षणाचा निषेध.

युधिष्ठिर विचारितोः—पितामह भीष्म, अहिंसा हा श्रेष्ठ धर्म होय, असें आपण बहुत वेळां सांगितलें आहे; आणि श्राद्धांमध्यें पितर हे मांसाशनाची इच्छा करितात, असेंही आपण कथन केलें आहे; शिवाय, बहुविध मांसांनीं श्राद्धविधि कसा परिपूर्ण करावा, हेंही आपण पूर्वीं निरूपण केलें आहे; तेव्हां

ह्यावर माझें असें ह्मणणें आहे कीं, हिंसेवांचून मांस कसें मिळवितां येईल बरें ? माझ्या मतें आपल्या भाषणांत हा विरोध दिसतो; ह्यास्तव मांसवर्जनरूप धर्मासंबंधें माझ्या मनांत जो हा संदेह उत्पन्न झाला आहे, त्याचें निराकरण करावें. पितामह भीष्म, माझी आपणास आतां अशी विनंति आहे कीं, मांसभक्षण करणाराला दोष कोणता लागतो, मांसभक्षण न करणाराला पुण्य कोणतें लागतें, जो स्वतः हिंसा करून मांससेवन करितो त्याला पाप कोणतें लागतें, जो दुसऱ्याकडून हनन करवून मांस सेवन करितो त्याला पाप कोणतें लागतें, जो दुसऱ्यासाठीं हत्या करितो त्याला पाप कोणतें लागतें, आणि जो विकत घेऊन मांस खातो त्याला पातक कोणतें लागतें, हें सर्व मला यथार्थ रीतीनें विशद करून सांगावें. हे अनघ भीष्म, ह्या सनातन धर्माचें निश्चयात्मक स्वरूप कळावें, अशी माझी इच्छा आहे; तरी ही माझी इच्छा आपण परिपूर्ण करावी, आणि मनुष्य दीर्घायुषी व बलवान् कसा होईल व तो अव्यंग व लक्षणान्वित कसा निपजेल, हें सर्व मला निरूपण करून सांगावें.

भीष्म सांगतातः—राजा युधिष्ठिरा, मांसाशन न करणाराला जें पुण्य लागतें त्याचें मी आतां तुला यथार्थ रीतीनें विवेचन करितों आणि मांसाशनासंबंधें जे प्रधान नियम पाळिले पाहिजेत त्यांचेंही कथन करितों, श्रवण कर. कुरुनंदना, रूप, अव्यंगता, आयुष्य, बुद्धि, विवेक, बल व स्मृति ह्यांची इच्छा करणारे महात्मे पुरुष नित्य हिंसा वर्जितात. राजा धर्मा, ह्या बाबतींत ऋषींचे अनेक वेळां वादविवाद झाले आहेत; ह्यास्तव, त्यांचा अभिप्राय कसा आहे तो आतां ऐक. युधिष्ठिरा, व्रतस्थ राहून प्रत्येक महिन्यास अश्वमेधानें भगवंताची आराधना करणाऱ्या पुरुषाला जें पुण्य लागतें तेंच पुण्य मधु-मांसाचें वर्जन करणाऱ्या पुरुषाला लागतें. राजा, सप्तर्षि, वालखिल्य व त्याप्रमाणेंच मरीचिप हे सर्व महाज्ञानी ऋषि मांसवर्जनाचीच प्रशंसा करितात. राजा, जो मांस सेवीत नाहीं, व जो प्राण्याची हिंसा करीत किंवा करवीत नाहीं, तो सर्व भूतांचा मित्र समजावा, असें स्वायंभूव मनूनें सुद्धां म्हटलें आहे. युधिष्ठिरा, जो मनुष्य मांसाहारास शिवत नाहीं, त्याच्या वाटेस कोणताही प्राणी जात नाहीं, सर्व जंतु त्याजवर विश्वास ठेवितात, आणि साधुजनांच्या आदरास तो नित्य पात्र होतो! जो मनुष्य परमांसानें स्वमांसाची वृद्धि करूं इच्छितो तो खचित नाश पावतो, असें धर्मात्म्या नारद मुनींचें मत आहे. राजा, बृहस्पतीचें म्हणणें असें आहे कीं, दानें देणाऱ्या, यज्ञयाग करणाऱ्या व तप आचरणाऱ्या पुरुषाची बरोबरी मधुमांस वर्ज्य करणारा पुरुष करितो! माझ्या मतानें शंभर वर्षेपर्यंत प्रत्येक महिन्यास अश्वमेध करणारा मनुष्य आणि मांसाहारापासून नित्य अलिप्त असणारा पुरुष हे दोन्ही समान होत! मांसवर्जन करणारा मनुष्य नित्य यज्ञ करितो, नित्य दानें देतो आणि नित्य तप करितो, असें म्हटलें तरी चालेल! राजा धर्मा, मांसाहार करीत असलेले पुरुष मांसाशन करण्याचें सोडून देतील तर त्यांनाही महान् पुण्य लागेल. मांसाहार करणाऱ्या लोकांना मांसवर्जनानें जितकें पुण्य प्राप्त होईल तितकें पुण्य सर्व वेदांच्या अध्ययनानें व सर्व यज्ञांच्या अनुष्ठानानें देखील प्राप्त होणार नाहीं! राजा, एकदां मांसाची रुचि कळून मनुष्याला मांस खाण्याची चट लागली म्हणजे तें सोडणें मोठें अवघड आहे; ह्यास्तव, सर्व प्राण्यांना अभयकारक असें हें मांसवर्जनव्रत मोठें श्रेष्ठ होय! जो ज्ञाता अहिंसेचें महत्त्व

मनांत आणून सर्व प्राण्यांना अभयदक्षिणा देतो, तो निःसंशयपणें लोकांत सर्व प्राण्यांना प्राणदानच देतो, असें मी समजतों! राजा धर्मा, ज्ञाते पुरुष मांसवर्जनरूप महान् अहिंसाधर्माची थोरवी ह्याप्रमाणें गातात. प्राण हे जसे आपल्याला प्रिय, तसेच ते दुसऱ्या प्राण्यांनाही प्रियच असतात; ह्यांसाठीं, चित्तशुद्धि जोडिलेल्या बुद्धिमान् लोकांनीं आपल्याप्रमाणेंच सर्व प्राणी मानावे. राजा, मृत्यूच्या भीतीनें कोणासही सोडिलें नाहीं. मोक्षरूप ऐश्वर्याची इच्छा करणाऱ्या व जीविताविषयीं उदासीन असणाऱ्या पंडितांनाही मृत्यूचें भय वाटत असतें; तेव्हां जीवितार्थ झटणाऱ्या निरोगी व निष्पाप प्राण्यांना जे पातकी पुरुष केवळ मांस खावयास मिळावें म्हणून मोठ्या आवेशानें ठार मारतात, त्यांच्या त्या कृत्यानें त्या मरणाऱ्या प्राण्यांना काय वाटत असेल बरें! ह्मणून, हे राजा, मांसवर्जन हा श्रेष्ठ धर्म मान, आणि ह्याजपासून स्वर्गाची व सुखाची जोड होते, असा तुझा दृढ विश्वास ठेव. युधिष्ठिरा, अहिंसेसारखा परम धर्म नाहीं, अहिंसेसारखी महान् तपश्चर्या नाहीं, अहिंसेसारखें श्रेष्ठ सत्य नाहीं, आणि अहिंसेसारखें पुण्यकारक असें दुसरें कांहींएक नाहीं! बाबारे, मांस हें कधीं तृणापासून, काष्ठापासून किंवा दगडापासून उत्पन्न होत नाहीं; मांस संपादन करण्यास प्राण्याची हिंसा करावीच लागते; ह्यास्तव प्राण्यांची हत्या करणें व त्यांचें मांस खाणें हें अत्यंत दोषावह होय! राजा, स्वाहाकार, स्वधाकार व अमृतपान ह्यांवर चरितार्थ चालविणारे जे देव त्यांना सत्य व सरळपणा ह्यांची फार आवड असते; आणि मांसभक्षक जे राक्षस ते सदासर्वकाळ कुटिलनीति व असत्य ह्यांत रममाण असतात. राजा, जो मनुष्य मांसभक्षण करीत नाहीं, त्याला दुसऱ्यापासून कधींही व कोठेंही पीडा होत नाहीं. मांसाशन न करणारा पुरुष घोर अरण्यांत, भयाण प्रदेशांत, चव्हाठ्यांच्या जागीं, सभादिकांमध्यें, शस्त्र उचललेल्या लोकांमध्यें, किंवा श्वापदें, सर्प, इत्यादिकांच्या कचाट्यामध्यें रात्रीं, दिवसास किंवा संधिकाळीं सांपडेना—त्याला कोणापासूनही भय प्राप्त होत नाहीं. युधिष्ठिरा, मांसवर्जक पुरुष सर्व प्राण्यांचा आश्रय होतो, त्याजवर सर्व प्राणी भरंवसा ठेवितात, त्याच्यापासून कोणालाही भय वाटत नाहीं, आणि तोही कधीं कोणास भीत नाहीं! राजा, जगांत मांसभक्षक मनुष्यें आहेत, ह्मणून प्राण्यांची हत्या होते; जर मनुष्यें मांसाहार न करतीं, तर खचित प्राण्यांची हत्या न घडती! मनुष्य हा प्राण्यांचा घात करितो ह्याचें बीज त्याची मांसभक्षणार्थ वासना हेंच होय! ह्यास्तव, मनुष्यानें मांसभक्षण वर्जावें, ह्मणजे सहजच हिंसेचें निवारण घडेल. राजा, मृगादिकांची हत्या मांस खाणाऱ्यांकरितां होते आणि त्या हत्येच्या योगें त्या हत्या करणारांचें व करविणारांचें आयुष्य घटतें; म्हणून, हे महाद्युतिमंता, कल्याणेच्छु मनुष्यानें मुळींच मांस वर्ज्य करावें, हें उत्तम होय. राजा, प्राण्यांची हिंसा करणारे भयंकर पुरुष आपत्ग्रस्त झाले असतां त्यांचें कोणीही रक्षण करीत नाहीं. मांसभक्षक हिंसक पशूंप्रमाणें मग त्यांस सर्वांकडून अधिकच पीडा प्राप्त होते; आणि मग त्यांस दुर्धर हाल सोसावे लागतात! राजा, मनुष्यांना अधर्माचरण करण्याची आवड उत्पन्न होते ह्याचें कारण—त्यांचा लोभ, बुद्धिभ्रंश, बलवीर्याची हाव आणि पातकी जनांचा संपर्क, हें होय; ह्यासाठीं विवेकी पुरुषानें ह्या सर्वांचा विचार करून अधर्मापासून अलिप्त रहावें. राजा, जो मनुष्य परकीय मांसानें स्वमांस वाढविण्याची इच्छा

करितो त्याला जे जे जन्म प्राप्त होतात त्या प्रत्येकामध्यें हाल-अपेष्टा भोगावी लागते ! महान् महान् ऋषींनीं असें निश्चयात्मक सांगितलें आहे कीं, जो पुरुष मांसाशनापासून अलिप्त राहील त्याचे धन्यवाद लोक गातील, त्याची कीर्ति सर्वत्र पसरेल, त्याला आयुरारोग्य प्राप्त होईल, त्यास स्वर्ग मिळेल व शेवटीं तो सायुज्य जोडील ! हे कुंतीपुत्रा, मांसवर्जनाचें हें माहात्म्य मीं पूर्वीं मार्कंडेय ऋषीपासून ऐकिलें व मांसभक्षणाचे दोषही मला त्या महात्म्यापासूनच विदित झाले. राजा, जो पुरुष जगण्याची इच्छा करणाऱ्या प्राण्यांचें—मग ते त्यानें स्वतः मारलेले असोत किंवा दुसऱ्याच्या हस्तें ते मेलेले असोत—मांस खातो, त्याला त्या प्राण्यांची प्रत्यक्ष हत्या केल्याचें पाप लागतें. मांस विकत घेणारा पुरुष द्रव्यद्वारा प्राणिहिंसा करितो, मांस खाणारा पुरुष उपभोगद्वारा प्राणिहिंसा करितो आणि प्राण्याला बांधून वधणारा पुरुष त्या कर्मानेंच प्राणिहिंसा करितो. ह्या प्रकारें प्राणिवध तीन प्रकारांनीं घडून येतो, म्हणून हे तिन्ही प्रकार सर्वस्वी वर्जावे. राजा धर्मा, मनुष्यानें स्वतः मांस खाऊं नये; इतकेंच नव्हे, तर दुसरा मांस खात असल्यास त्यास त्यानें अनुमोदन देखील देऊं नये; जर तो दुसऱ्याला मांसभक्षण करण्यास अनुमोदन देईल तर त्यास स्वतः मांसभक्षण केल्याचें पातक लागेल. त्याप्रमाणेंच, राजा, मनुष्यानें स्वतः हत्या करूं नये व दुसऱ्याला हत्या करण्यास अनुमोदनही देऊं नये. जर तो दुसऱ्याला हत्या करण्यास अनुमोदन देईल, तर तो स्वतः हत्येच्या पापास पात्र होईल ! राजा धर्मा, जो मनुष्य मांस सेवन करीत नाहीं, त्याला कोणताही प्राणी अपकार करण्यास धजावत नाहीं, त्याला दीर्घायुष्य प्राप्त होतें, तो सदोदीत निरोगी असतो, आणि त्याच्या ठायीं सर्वकाळ भूतदया वास करिते; आणि हिरण्यदान, गोदान व भूमिदान ह्या सर्वांपेक्षां मांसवर्जनापासून अधिक पुण्य लागतें, असें आम्हीं ऐकिलें आहे !

राजा युधिष्ठिरा, यज्ञांत हनन केलेल्या पशूशिवाय अन्य पशूंचें मांस भक्षूं नये. यज्ञावांचून अन्य प्रसंगीं पशुहत्या करणें व्यर्थ होय. अशा प्रकारें शास्त्रनिषिद्ध जें मांस त्याचें सेवन केल्यास निःसंशयपणें नरकप्राप्ति घडेल ! यज्ञांत किंवा श्राद्धादिकांत ब्राह्मणांच्या तृप्तीकरितां हनन केलेल्या पशूंचें मांस भक्षिल्यानें अल्प दोष लागतो; परंतु ह्याहून अन्य अशा प्रसंगीं मांसभक्षण केल्यास महान् पातक पदरीं येतें ! राजा, जो अधम पुरुष मांसभक्षणासाठीं प्राण्याची हिंसा करितो त्याला त्या मांसभक्षकापेक्षां महत्तर दोष प्राप्त होतो ! राजा युधिष्ठिरा, केवळ मांसभक्षण करण्याच्या हेतूनें कोणी यज्ञयागाचें अवडंबर माजवील व त्यांत तो मांसभक्षणास उद्युक्त होईल तर तें कृत्यही निंद्यच घडेल. जो मूढ अधम मांसाशनाच्या लोभानें देवाराधन, व्रतानुष्ठान किंवा श्रुत्यंतर्गत ब्राह्मणसंतर्पण इत्यादिक करण्याला प्रवृत्त होईल आणि पशु मारील, तो खचित नरकांत पडेल. राजा, पातकी मनुष्य पातकापासून निवृत्त झाला असतां जसें त्यास महान् पुण्य लागतें, तसेंच मांसभक्षक मनुष्य मांसाशन करून नंतर त्यापासून पुनः निवृत्त होईल तर त्यास महान् पुण्य लागेल. राजा, मांस पैदा करणारा, त्यास अनुमोदन देणारा, प्राण्याला ठार मारणारा, मांस विकत देणारा, मांस विकत घेणारा, मांस शिजविणारा आणि मांस खाणारा हे सर्व मांस खाणाराप्रमाणेंच दोषी होत ! राजा युधिष्ठिरा, मी आतां तुला दुसरें प्रमाण निवेदन करितों. हें प्रमाण जगन्नियंता जो ब्रह्म-

देव त्यानें निर्माण केलें असून त्या पुरातन प्रमाणाच्या आधारानेंच ऋषिजन वागत आले व वेदांमध्यें सुद्धां त्या प्रमाणाचेंच निश्चयात्मक कथन केलें आहे. राजा, प्रवृत्तिलक्षण जो धर्म तो संसारी ह्मणजे गृहस्थाश्रमी पुरुषांकरितां आहे,—मोक्षार्थी पुरुषांचा तो धर्म नव्हे. प्रत्यक्ष मनूनें सांगितलें आहे कीं, पितृकर्मामध्यें व यज्ञयागामध्यें वैदिक मंत्रांनीं संस्कार देऊन पवित्र केलेलें जें मांस तें भक्षण करावें; अन्य प्रकारें वृथा—मांसभक्षण करणें सर्वथा निषिद्ध होय; त्यापासून दुष्कीर्ति व नरकप्राप्ति घडेल आणि राक्षसांच्या आहाराप्रमाणें तो आहार होईल ! राजा, मांसभक्षण करण्यापूर्वी तें शास्त्राप्रमाणें विहित आहे कीं नाहीं तें पहावें. विधिहीन व शास्त्रनिषिद्ध असें मांस मुळींच भक्षण करूं नये. जो मनुष्य आपल्याला अत्यंत निरुपद्रवी अशी स्थिति प्राप्त व्हावी म्हणून इच्छीत असेल, त्यानें प्राण्यांचें मांस सर्वस्वी वर्जावें. असें ऐकतों कीं, पूर्वीच्या कल्पांत यज्ञ करणाऱ्या मनुष्यांनीं धान्याचा पशु करून यज्ञपुरुषाला आराधिलें व पुण्यलोक प्राप्त करून घेतले ! प्रभो, पूर्वी ऋषींनीं चेदिपति वसु ह्यास हीच शंका विचारली असतां त्यानें मांस अभक्ष्य असून भक्षणीय असें म्हटलें; आणि त्याचें फळ त्यास हें मिळालें कीं, तो तत्काळ आकाशांतून पृथ्वीवर पतन पावला ! राजा, पुढें त्याला हाच प्रश्न पुनः विचारिला असतां त्यानें पहिलेंच उत्तर दिलें व त्यामुळें त्याला पृथ्वीच्या तळीं जाणें भाग पडलें ! राजा धर्मा, प्रजांचें हित करावें ह्या हेतूनें महात्म्या अगस्त्य ऋषीनें आपल्या तपःसामर्थ्यानें अरण्यांतील सर्व मृग सर्व देवतांना उद्देशून प्रोक्षण करून पवित्र केले आहेत; ह्यासाठीं देवकार्यांत व पितृकार्यांत मृगमांस अर्पण केलें असतां तें कर्म कोणत्याही प्रकारें हीन होत नाहीं आणि मांस अर्पण करून यथान्याय देवतांना व पितरांना तृप्त केलें ह्मणजे ते देवपितर प्रसन्न होतात. असो; अनघा राजेंद्रा, मी तुला हें सांगतों तें ऐक. मनुजाधिपा, मांस न खाणें ह्यांत सर्व सुख आहे ! जो पुरुष शंभर वर्षेपर्यंत घोर तपश्चर्या करितो व जो पुरुष सर्वस्वी मांस वर्जितो, त्या दोघांनाही समान फल प्राप्त होतें, असें मी मानितों. राजा, विशेषेंकरून कार्तिकमासीं शुक्लपक्षांत मधु आणि मांस हीं वर्ज्य करावीं; त्यापासून फार पुण्य लागतें जो पुरुष पावसाळ्याच्या चार महिन्यांत मांस सेवन करीत नाहीं त्याला कीर्ति, आयुष्य, यश आणि बल ह्या चारही अभ्युदयकारक गोष्टी प्राप्त होतात. जो पुरुष पावसाळ्याच्या चार महिन्यांपैकीं एक महिनाभर सर्व प्रकारचें मांस वर्ज्य करील, तो सर्व दुःखांचें उल्लंघन करून सुखानें राहील व त्यास दुखणें-बाहणें मुळींच येणार नाहीं ! राजा धर्मा, जे पुरुष महिने महिने किंवा पंधरवडे पंधरवडे मांसाशनावांचून घालवितात त्या हिंसेपासून निवृत्त झालेल्या पुरुषांना ब्रह्मलोक मिळतो ! राजा, सर्व प्राण्यांचा अंतरात्मा बनलेल्या आणि सर्व अंतर्बाह्य विषयांचें यथार्थ ज्ञान मिळविलेल्या अनेक राजांनीं कार्तिक महिनाभर किंवा त्याचा शुक्ल पक्षभर मांस वर्ज्य केलें आणि कृतार्थता संपादिली ! नाभाग, अंबरीष, महात्मा गय, आयु, अनरण्य, दिलीप, रघु, पूरु, कार्तवीर्य, अनिरुद्ध, नहुष, ययाति, नृग, विष्वगश्व, शशबिंदु, युवनाश्व, औशीनर शिबि, मुचकुंद, मांधाता व हरिश्चंद्र ह्या सर्व राजांनीं ह्याप्रमाणें मांसवर्जन केलें. राजा धर्मा, नित्य सत्य बोलत जा; असत्य कधींही बोलूं नको; आणि सत्य हाच सनातनधर्म समज. हरिश्चंद्र राजा सत्याच्याच योगानें अंतरिक्षांत चंद्राप्रमाणें फिरत आहे ! राजा युधिष्ठिरा, त्या-

प्रमाणेंच श्येनचित्र, सोमक, वृक, रैवत, रंतिदेव, वसु, सृंजय, कृप, भरत, दुष्यंत, करूष, राम, अलर्क, नल, विरूपाश्व, निमि, धीमान, जनक, ऐल, पृथु, वीरसेन, इक्ष्वाकु, शंभु, श्वेत, सगर, अज, धुंधु, सुबाहु, हर्यश्व, क्षुप, भरत आणि दुसरे पुष्कळ राजे ह्यांनीं पूर्वीं कार्तिक महिनाभर मांसभक्षण केलें नाहीं आणि त्या योगें त्यांनीं स्वर्गलोक मिळविला व ते अद्याप आपल्या अपूर्व तेजानें ब्रह्मलोकीं झळाळत असून सहस्रावधि अप्सरा व गंधर्व त्यांच्या सेवेंत निमग्न आहेत ! ह्यास्तव, हे राजा युधिष्ठिरा, जे महात्मे हा अहिंसारूप उत्तम धर्म आचरण करितात त्यांना स्वर्गलोक प्राप्त होतो. जे कोणी धर्मशील पुरुष मधु, मांस व मद्य हीं जन्मापासून नित्य वर्ज्य करितात त्यांना मुनिच म्हणतात. जो पुरुष मांसवर्जनरूप हा धर्म स्वतः आचरण करील किंवा दुसऱ्याला आचरण कर म्हणून सांगेल, तो अत्यंत दुराचरणी असला तरी कधींही नरकांत पडणार नाहीं ! राजा, मांसवर्जनाचा हा पवित्र व ऋषींना संमत असा विधि जो पुरुष पठण करील किंवा वारंवार दुसऱ्याला सांगेल त्याचीं सर्व पातकें नष्ट होतील, त्याचे सर्व मनोरथ सिद्धीस जातील आणि त्याला ज्ञातीमध्यें निःसंशयपणें विशिष्ट मान प्राप्त होईल ! राजा धर्मा, ह्या धर्माचें आचरण करणारा पुरुष आपत्तींत असल्यास त्याची आपत्ति दूर होईल, बंधांत असल्यास त्याचा बंध तुटेल, दुखणाईत असल्यास त्याचें दुखणें जाईल व दुःखांत असल्यास दुःख समाप्त होईल ! राजा, अशा पुरुषाला तिर्यग्योनि प्राप्त होणार नाहीं, त्यास सुंदर रूप व ऐश्वर्य प्राप्त होईल आणि त्यास महान् यश मिळेल ! राजा धर्मा, मांसवर्जनाचा हा नियम मीं तुला कथन केला असून, ऋषींनीं मांसाशनाच्या प्रवृत्तीचे व निवृत्तीचे जे नियम घालून दिले आहेत तेही तुला सांगितले आहेत.

अध्याय एकशें सोळावा.

—:०:—

अहिंसेचें फल.

युधिष्ठिर विचारितोः—पितामह भीष्म, लोकांत हीं क्रूर मनुष्यें नानाप्रकारचे दुसरे भक्ष्य पदार्थ खावयाचे सोडून मांसाशनाची इच्छा करितात, तेव्हां हे जणू काय महान् राक्षसच होत ! अहो, बहुविध अपूप पदार्थ, विविध शाकभाज्या आणि अनेक जातींचीं सुरस पक्कान्नें ह्यांच्यापेक्षांही ह्यांना मांसाची आवड विशेष वाटते ! तेव्हां माझ्या मनाला अशी भ्रांति उत्पन्न होते कीं, मांसाहून अधिक स्वादिष्ट असा दुसरा कोणताही पदार्थ नाहीं काय ? ह्यासाठीं, प्रभो भीष्म, हा विषय मला विशद करून सांगा आणि मांसवर्जनापासून कोणतें पुण्य व मांसाशनापासून कोणतें पाप लागतें, तें सविस्तर कथन करा. हे पुरुषश्रेष्ठ, आपण धर्मज्ञ आहां; तेव्हां धर्माला अनुसरून काय काय सेवन करावें व काय काय सेवन करूं नये, हें सर्व यथार्थ रीतीनें मला विशद करून सांगा; आणि त्याप्रमाणेंच, मांस हें काय आहे, त्याचे गुण कोणते, त्याच्या वर्जनापासून कोणते लाभ घडतात, आणि भक्षणापासून कोणते दोष उत्पन्न होतात, हेंही सर्व मला नीटपणें निरूपण करा.

भीष्म सांगतातः—महाबाहो युधिष्ठिरा, तूं म्हणतोस हेंच खरें आहे. ह्या भूतलावर मांसाहून अधिक स्वादिष्ट असा दुसरा कोणताही पदार्थ नाहीं. घायाळ झालेल्या, थकून गेलेल्या, दुखणाईत पडलेल्या, ग्राम्य विषयांत निमग्न असलेल्या आणि प्रवास करून दगदग पावलेल्या मनुष्यांना मांसाहाराच्या योगें

जसा तकवा येतो तसा दुसऱ्या कशानेंही येत नाहीं! मांसापासून तत्काळ जोम वाढतो आणि शरीराला उत्तम बळकटी येते. हे शत्रुतापना धर्मा, मांसाहून अधिक पौष्टिक असा कोणताही खाद्य पदार्थ नाहीं! परंतु मांसाशन वर्ज्य करणें हें मात्र अतिशयित अवश्य होय. कौरवनंदना, मांसवर्जनापासून जे अनेक लाभ मनुष्यांना घडतात ते आतां मी तुला सांगतों, श्रवण कर. राजा धर्मा, जो मनुष्य दुसऱ्याचें मांस भक्षण करून आपलें स्वतःचें मांस वाढविण्याची इच्छा करितो, तो अत्यंत नीच होय. त्याच्याहून क्रूर असा मनुष्य जगांत सांपडावयाचा नाहीं! राजा, लोकांत प्राणांहून प्रियतर असें दुसरें कांहींएक नाहीं; ह्यास्तव, मनुष्यानें स्वतःप्रमाणेंच दुसऱ्याविषयीं कळकळ बाळगून दया करावी. बाळा धर्मा, मांसाचें जनन शुक्रधातुपासूनच होतें, ह्यांत संदेह नाहीं. ह्यास्तव, जो कोणी मांस भक्षितो त्याला महान् दोष लागतो आणि जो कोणी मांस वर्जितो त्यास महान् पुण्य प्राप्त होतें! तथापि, राजा, जो कोणी वेदांत सांगितलेल्या विधीप्रमाणें मांस सेवन करील त्यास दोष लागणार नाहीं. हे कुरुनंदना, यज्ञांसाठीं पशु निर्मिले आहेत असें श्रुतिवचन आहे; तेव्हां यज्ञक्रियांशिवाय अन्य प्रसंगीं पशुहनन करणें हा केवळ राक्षसी आचार होय, ह्यांत संदेह नाहीं! राजा धर्मा, मांसाशनप्रकरणीं क्षत्रियांच्या संबंधानें वेदांत जो विधि सांगितला आहे तोही तूं मजपासून श्रवण कर. तो विधि हा कीं, क्षत्रियानें पराक्रमानें मांस मिळवून सेवन केल्यास त्यापासून त्याला दोष लागत नाहीं. राजा, पूर्वी अगस्त्य ऋषीनें सर्व देवतांना उद्देशून अरण्यांतील सर्वच पशु प्रोक्षून पवित्र करून ठेविले आहेत; ह्यास्तव, क्षत्रियानें अरण्यांत मृगया करणें हें प्रशंसनीय समजावें. राजा, मृगया करणें हें मोठ्या शौर्याचें काम आहे. मृगया करणारा स्वतः सुरक्षित राहून मृगया होत नाहीं. मृगयेमध्यें दोन्ही पक्ष सारखे प्रबळ असतात. मृगया करणाराच्या हातून श्वापदाचा वध न झाल्यास कधीं कधीं त्यास स्वतःस मरण्याची पाळी येते! ह्यास्तव सर्व राजर्षि मृगयेला जातात आणि पशुवध करितात; पण त्यांस त्या हत्येपासून पातक लागत नाहीं; कारण मृगया करणें हें मुळीं पातकच नव्हे असा ज्ञात्यांचा अभिप्राय आहे. हे कौरवनंदना, वास्तविकपणें प्राणिमात्रावर दया करणें ह्यासारखें मंगलकारक कृत्य दुसरें कोणतेंही नाहीं. ह्यापासून ह्या लोकीं व तशीच परलोकीं कृतार्थता प्राप्त होते. राजा, दयावान मनुष्याला कधींही भय उत्पन्न होत नाहीं. प्राणिमात्राविषयीं दया बाळगिणें ही एक तपश्चर्याच होय. ह्या दयावंत तपस्व्यांना ह्या लोकीं व परलोकीं देखील बहुमान प्राप्त होतो. धर्मवेत्ते पुरुष असें सांगतात कीं, अहिंसारूप जो धर्म तोच महान् धर्म समजावा. आत्मवेत्त्या पुरुषानें ज्या कृत्यांत हिंसा म्हणून घडत नसेल तेंच कृत्य करावें. पितृयज्ञांत व देवयज्ञांत प्रोक्षित जें मांस तें हविष्यान्न होय (म्हणून तें सेवन करण्यास प्रत्यवाय नाहीं). राजा धर्मा, जो दयाळू पुरुष सर्व प्राण्यांना अभय देतो त्याला सर्व प्राणी अभय देतात, असें आम्हीं ऐकिलें आहे. सर्व प्राण्यांना अभय देणारा पुरुष घायाळ झालेला असो, घसरलेला असो, पतन पावला असो, ओढला गेला असो, ताडित झाला असो किंवा दुसऱ्या कोणत्याही बऱ्यावाईट प्रसंगांत असो, सर्व प्राणी त्याच्या संरक्षणार्थ तत्पर असतात! हिंसक प्राणी त्याचा वध करीत नाहींत, अथवा पिशाचें किंवा राक्षस त्याच्या वाटेस जात नाहींत! राजा, जो मनुष्य दुसऱ्यांना संकटांतून सोडवितो, त्याला दुसरे

संकटांतून सोडवितात. प्राणदानाहून श्रेष्ठतर असें दान आजवर झालें नाहीं व पुढेंही होणार नाहीं; कारण, हें निश्चित आहे कीं, कोणालाही प्राणांपेक्षां प्रिय असें दुसरें कांहींही नाहीं. हे भारता, कोणताही प्राणी असेना, त्यास मरण हें अनिष्टच वाटतें; कारण, मरणकाल प्राप्त झाला म्हणजे प्राण्यांना लागलाच कंप सुटतो! राजा, गर्भामध्यें प्रवेश करणें, जन्मास येणें, वृद्ध होणें आणि अनेक प्रकारचीं दुःखें भोगणें हीं प्राण्यांच्या पाठीस लागलेलीं असतात! ह्या संसारसागरांत प्राणी नित्य परिभ्रमण करितात आणि मरणाला भितात, परंतु मृत्युपासून त्यांची सुटका होणें दूरापास्त असल्यामुळें अखेरीस त्यांस मरण प्राप्त होऊन पुनः गर्भवास भोगावा लागतो! राजा धर्मा, प्राण्यांचे गर्भवासांतले हाल काय वर्णावे! खारट, आंबट, कडू इत्यादि रसांत, आणि मल, मूत्र, स्वेद इत्यादि चिळस आणणाऱ्या दुर्गंधींत तेथें. ते शिजून निघतात! प्राण्यांनीं गर्भांत जन्म घेतलें म्हणजे तेथें ते अगदीं दीन होतात आणि त्यांची एकसारखी कापाकाप चालू असते! राजा युधिष्ठिरा, गर्ववासांत आलेल्या प्राण्यांची सामान्यतः ही गोष्ट होय. मांसाच्या लोभानें हत्या करणाऱ्या पुरुषांना तर गर्भवासांत फारच घोर यातना भोगाव्या लागतात? मांसभक्षक पुरुष मेल्यावर गर्भांत प्रविष्ट झाले म्हणजे पराधीन होत्साते तेथें शिजविले तर जातातच; परंतु त्याशिवाय पुढें त्यांस कुंभीपाकादिक नरकांत पडावें लागतें आणि नंतर ते निरनिराळ्या योनींत जन्म पावून मारले जातात व एकसारखे भवभोंवऱ्यांत फिरत रहातात! राजा युधिष्ठिरा, जन्मास आलेल्या प्राण्याला स्वतःच्या प्राणांपेक्षां अधिक प्रिय असें दुसरें कांहींएक नाहीं; ह्यास्तव विवेकशील मनुष्यानें सर्व प्राण्यांवर दया करावी. राजा, जन्मल्यापासून मरेपर्यंत जो मनुष्य मांस म्हणून सेवन करणार नाहीं, तो स्वर्गामध्यें श्रेष्ठ स्थान मिळवील, हें निःसंशय होय! राजा, प्रत्येक प्राणी जगण्यासाठीं धडपड करीत असतो; ह्यास्तव, जे पुरुष जीवितेच्छु प्राण्यांचें मांस भक्षितात त्यांना ते मारले गेलेले प्राणी भक्षून टाकितात, ह्यांत मुळींच संदेह नाहीं! भारता, 'मांस' शब्दांतील पदें 'मां' आणि 'स' ह्यांवरून मांस शब्दाचा अर्थ मनांत आण. मां म्हणजे मला आणि स म्हणजे तो 'मला त्यानें पूर्वजन्मीं भक्षिलें म्हणून मी त्याला आतां भक्षीन!' असा त्या सूत्राचा अर्थ होतो. राजा धर्मा, प्राण्याला ठार मारणारा व त्याचें मांस खाणारा हे दोघेही वधिले जातात. दुसऱ्याला पीडा करणारा पुरुष स्वतः पीडा भोगतो, आणि जो पुरुष दुसऱ्याचा द्वेष करितो त्याचा दुसरे द्वेष करितात, हा नेहमींचा नियम होय. प्राणी ज्या ज्या शरीरानें जें जें कर्म करितो त्याचें फल तो त्या त्या शरीरानेंच भोगतो! असो; सर्वांचें सार हें कीं, अहिंसा हाच परम धर्म, अहिंसा हाच परम इंद्रियजय, अहिंसा हेंच परम दान, अहिंसा हीच परम तपश्चर्या, अहिंसा हाच परम यज्ञ, अहिंसा हेंच परम फळ, अहिंसा हाच परम मित्र, अहिंसा हेंच परम सुख, अहिंसा हेंच परम सत्य व अहिंसा हेंच परम ज्ञान समजावें! सर्व यज्ञांतील दानें किंवा सर्व तीर्थांचीं स्नानें ह्यांनीं अहिंसेची बरोबरी कधींही होणार नाहीं! राजा, हिंसा न करणारा पुरुष अक्षय्य तप करितो व अक्षय्य यज्ञ करितो! जणू काय सर्व प्राण्यांचा तो मातापिताच समजावा! हे कुरुपुंगवा, अहिंसेचें फल असें महत् आहे! अहिंसेचे गुण वर्णन करण्यास शंभर वर्षें सुद्धां पुरणार नाहींत!

अध्याय एकशें सतरावा.

--:०:--

कीटकोपाख्यान.

युधिष्ठिर विचारितोः—पितामह भीष्म, एकदां घोर युद्ध सुरू झालें म्हणजे त्यांत बहुत मनुष्यें मरण पावतात! त्यांत सर्वच मनुष्यें धारातीर्थी देह ठेवण्याच्या उद्देशानें युद्धाला प्रवृत्त झालेलीं असतात, असें नाहीं. कित्येकांची मरण्याची इच्छा असते, तर कित्येकांची जगण्याचीही इच्छा असते; पण मरण तर दोन्ही प्रकारच्या मनुष्यांना प्राप्त होतें! तेव्हां अशा प्रकारें रणांगणांत इच्छेनें व अनिच्छेनें जे मरण पावतात त्यांना कोणती गति मिळते, तें मला निवेदन करा. हे महाप्राज्ञ, भयंकर संग्रामांत जीवांचा जो संहार उडतो तो मनांत आणून अतिशय दुःख होतें! कारण, प्राणांचा परित्याग करणें किती दुष्कर आहे, हें आपणास विदित आहेच; मनुष्यें सुसंपन्न असोत किंवा दरिद्री असोत, सुखांत असोत किंवा दुःखांत असोत, त्यांना जीव हा प्रत्येक अवस्थेंत प्रिय वाटतो. तेव्हां प्राण्यांना जीव इतका प्यारा कां असतो, हें मला कथन करा. महाराज, आपण सर्वज्ञ असून मला मोठे मान्य आहां.

भीष्म सांगतातः—राजा युधिष्ठिरा, संपन्नता किंवा असंपन्नता, सुख किंवा दुःख ह्यां पैकीं ज्या स्थितींत, संसारपरिभ्रमण करीत असतां प्राणी जन्मास येतो ती स्थितिच त्याला गोड वाटते आणि तो त्या स्थितीला चिकटून रहातो. आतां असें होण्याचें कारण काय, हें मी तुला निवेदन करितों, श्रवण कर. युधिष्ठिरा, तूं जो मला हा प्रश्न विचारिलास तो फारच उत्तम आहे. ह्या विषयाचें विवेचन करण्याकरितां मी तुला एक पूर्वींची कथा सांगतों. ती कथा म्हणजे कृष्णद्वैपायन व्यास व एक कीट ह्यांचा संवाद होय. पूर्वीं एके समयीं ब्रह्मर्षि कृष्णद्वैपायन व्यास संचार करीत असतां त्यांस एक कीट म्हणजे किडा गाडीरस्त्यानें जलद जलद धावतांना आढळला. राजा, ब्रह्मभूत असलेल्या व्यास मुनींना सर्व प्राण्यांच्या गतींचें व भाषांचें ज्ञान होतें. इतकेंच नव्हे, तर त्यांना जगांतील सर्वच व्यवहार प्रत्यक्ष दिसत होते! तेव्हां तो कीट पळतांना पाहून त्याला

व्यासांनीं विचारिलेंः—कीटा, तूं फार घाबरलेला आहेस व मोठ्या तांतडीनें पळत आहेस असें दिसतें; तर तूं कोठें धावत चालला आहेस सांग. तुला इतकें भिण्याचें कारण काय बरें?

कीट सांगतोः—ही मोठी गाडी खडाडत येत आहे ना? हिचा हा शब्द ऐकून म्यालों आहें! हे महाबुद्धिमंता, हा पहा हिचा दारुण शब्द अधिकच ऐकूं येऊं लागला! ह्या गाडीखालीं सांपडून मला मरण येऊं नये म्हणून मी तेथून पळत आहें! ही पहा गाडी जवळ आली! हे पहा बैलांवर चाबकाचे फटके कसे बसत आहेत ते! हे पहा ओझ्याखालीं जेर झालेले बैल कसे धापा टाकीत आहेत! आणि हा पहा गाडींतल्या माणसांचा गलबला अगदीं नजीक ऐकूं येऊं लागला? प्रभो, आमच्यासारख्या कीटयोनींतल्या प्राण्यांना हा भयंकर शब्द ऐकणें सुद्धां अशक्य; ह्यास्तव, ह्या घोर संकटांतून सुटका करून घेण्यासाठीं मी येथून तांतडीनें पळून जात आहें! कारण, प्राण्यांना मृत्यूसारखें दुःखदायक दुसरें कांहींएक वाटत नाहीं, त्यांस जीवित हें मोठें दुर्लभ वाटतें; ह्यासाठीं सुखांतून दुःखांत न पडावें, म्हणून मी तेथून जीव घेऊन पळत आहें!

भीष्म सांगतातः—राजा युधिष्ठिरा, कीटाचें हें भाषण ऐकून व्यासांनीं त्याला म्हटलेंः—कीटा, तुला हल्लीं सुख कोणतें आहे बरें? तूं तर तिर्यग्योनींत आहेस! मला वाटतें कीं, ह्या

योनींत जगून कालक्षेप करण्यापेक्षां मरण फारच पुरवेल! कीटा, शब्द, स्पर्श, रस, गंध व नानाविध बहुत भोग ह्यांचें तुला ज्ञान तरी आहे का! मला वाटतें कीं, तुला मरण आलेलेंच अधिक श्रेयस्कर!

कीट सांगतोः—हे महाप्राज्ञ, कोणत्याही योनींत जीव असेना, त्याला तेथें बरेंच वाटतें. येथेंही मी सुखांतच आहें. ह्यास्तव, मला जगण्याची हाव आहे. येथें सुद्धां देहानुरूप सर्व उपभोग्य विषय प्राप्त होतात. मनुष्ययोनि व स्थावरयोनि ह्यांच्या सुखदुःखोपभोगांत भेद असतो; पण मनुष्यें व इतर जंगम प्राणी ह्यांमध्यें तसा भेद नाहीं. सर्व विषयांपासून उत्पन्न होणारीं सुखदुःखें ह्या दोन्ही प्रकारच्या जीवकोटींत समान स्थितीनें अनुभवितां येतात. प्रभो, मी पूर्वी मनुष्य होतों. मी शूद्र जातींत जन्मलेला असून मजपाशीं बहुत संपत्ति होती. ब्राह्मणांविषयीं माझ्या ठायीं पूज्यबुद्धि नव्हती. मी अतिशय निर्दय असें. माझ्या ठिकाणीं अत्यंत कृपणपणा होता मी व्याजबट्टा करीत असें. माझी वाणी मोठी कठोर होती. दुसऱ्याला ठकविणें हा मला मोठा शहाणपणा वाटे. मी सर्व जगताचा द्वेष करीं. आपसांत करारमदार करून त्यांच्या जोरावर मी दुसऱ्याची संपत्ति हरण करण्यांत रममाण असें. चाकर—नोकर किंवा अतीत—अभ्यागत ह्यांची मी पर्वा करीत नसें. उलट त्यांच्याविषयीं मला द्वेषच असे. त्यांना भोजनादिक अर्पण न करितां, क्षुधा लागली म्हणजे स्वादिष्ट पदार्थ मी एकटाच खाईं, इतका मी निर्दय होतों! देवयज्ञ व पितृयज्ञ ह्यांच्याविषयीं माझ्या ठिकाणीं श्रद्धा नव्हती. देवतांना व पितरांना उद्देशून जें हव्यकव्य करणें तें मीं धनलोभानें अजीबात करावयाचें सोडून दिलें? संकटाच्या समयीं सुरक्षित स्थान मिळावें म्हणून जे कोणी मोठ्या आशेनें माझ्या आश्रयार्थ येत त्यांना मी अकस्मात नाहीं म्हणून सांगें. अभयार्थ प्राप्त झालेल्या दीन जनांचें मी रक्षण करीत नसें! कोणाजवळ धन, धान्य, प्रिय स्त्री, वाहन, वसतिस्थान आणि अद्भुत संपत्ति किंवा अनुपम ऐश्वर्य अवलोकन केलें म्हणजे विनाकारण माझी तळमळ सुरू होई! दुसऱ्याचें सुख पाहून मला अतिशय दुःख वाटे! दुसऱ्याचें चांगलें चालावें अशी मला मुळींच वासना नसे! दुसऱ्यांच्या पुरुषार्थांना मी नेहमीं विघ्न करीं! आपल्या स्वार्थाविषयीं मी सदा सावध असें! आणि क्रौर्यनैष्ठुर्यादिक नृशंसगुणांनीं युक्त अशीं कर्में मात्र मी सतत करीत होतों! ऋषिश्रेष्ठा, मीं पूर्वी जीं घोर कर्में केलीं त्यांची आठवण झाली म्हणजे मला अतिशय वाईट वाटतें आणि जणू काय मला पुत्रत्यागानेंच दुःख होतें! मला असें वाटत नाहीं कीं, मीं कांहीं शुभ कर्में केलीं असून तद्वारा पुण्य संपादिलें आहे; फक्त माझ्या हातून इतकें घडलेलें आठवतें कीं, मीं आपल्या वृद्ध मातेची शुश्रूषा केली व एका प्रसंगीं एका ब्राह्मणाला पूजिलें. तो ब्राह्मण-ब्रह्मयोनींत जन्मलेल्या पुरुषाच्या अंगीं जे विशिष्ट गुण असले पाहिजेत त्या सर्व गुणांनीं संपन्न असून फिरत फिरत सहजीं माझ्या घरीं आला असतां मीं त्या अतिथीची बहुमानानें पूजा केली आणि त्यामुळें माझी पूर्वजन्मस्मृति नष्ट झाली नाहीं! ब्राह्मणा, मला वाटतें कीं, त्या माझ्या सुकृतामुळें पुनः खचित मी सुखी होईन आणि ह्या कारणामुळेंच मी तुझ्यापासून श्रेयःश्रवण करण्याची इच्छा करितों!

अध्याय एकशें अठरावा.

—:०:—

कीटोपाख्यान.

व्यास सांगतातः—कीटा, तूं जें शुभ कर्म केलेंस त्यामुळेंच ह्या तिर्यग्योनींत तुला पुर्वजन्माची स्मृति असून तुझ्या ठिकाणीं ज्ञान वसत आहे. कीटा, तुझी ज्ञानशक्ति नष्ट झाली नाहीं, ह्याचें कारण मीच आहें. (मागच्या जन्मीं ज्या ब्राह्मणाला पूजिलें म्हणून तूं म्हणत आहेस; तो ब्राह्मण मीच होय.) तुला माझें दर्शन घडलें, एवढ्यावरच मी तुला आतां माझ्या तपोबलानें तारितों. तपोबलापेक्षां अधिक शक्तिमान् असें दुसरें कशाचेंही बल नाहीं. बाबारे, तुला ही कीटयेनि प्राप्त होण्याचें कारण तुझीं पातकेंच होत हें मी जाणतों; आणि तुझ्या मनांत पुण्य संपादावयाचें असेल तर तें तुला पुनः संपादितां येईल. कीटा, देव आणि सिद्ध हे जीं फळें भोगीत आहेत त्यांचें कारण त्यांनीं कर्मभूमींत केलेलीं कर्मेंच होत. मनुष्यें धर्माचरण करितात किंवा गुण संपादितात ह्याचें कारण—त्यांस सुस्थिति मिळण्याची इच्छा असते हेंच होय. भावी उत्कर्षाच्या वासनेनेंच मनुष्यें गुणसंपादन करून सदाचरणास प्रवृत्त होतात आणि भविष्यत्कालीं कर्मानुरूप फळें भोगितात. बा कीटा, ज्ञानी मनुष्याची वाणी, बुद्धि, पाणि व पाद हीं नष्ट झालीं किंवा मनुष्य मूळचाच मंद (वेडा) असला तर त्याच्या जीविताचा कांहीं तरी उपयोग आहे काय ? मग तें सर्व आपदांचें घरच नव्हे काय ? किंवा मग त्या ज्ञानी किंवा अज्ञानी पुरुषाच्या हातून एक तरी पुरुषार्थ सिद्ध होईल काय ? सारांश, त्याचें जिणें सर्वस्वी व्यर्थ होय ! कीटा, मी तुला असा वर देतों कीं, जिवंतपणीं शशिसूर्यांना पूजिणाऱ्या आणि नित्य पवित्र कथांचें कीर्तन करणाऱ्या श्रेष्ठ ब्राह्मणाच्या कुळांत तुझा जन्म होईल, त्या जन्मीं तूं बऱ्यावाईट सर्व प्राक्तनकर्मांचें फळ भोगशील आणि तेथें मी तुला ब्रह्मविद्या सांगेन किंवा दुसरी जी अवस्था तुला इष्ट असेल ती प्राप्त करून देईन.

राजा युधिष्ठिरा, व्यासांचें तें भाषण त्या कीटाला मान्य झालें आणि ‘ बरें आहे ’ असें म्हणून तो मार्गांत तसाच राहिला. नंतर जी मोठी गाडी मागून मार्गानें येत होती ती यदृच्छेनें त्या ठिकाणीं प्राप्त झाली आणि तिच्या चाकाखालीं चिरडून तो कीट मरण पावला ! राजा, नंतर त्यास साळई, मगर, वराह, मृग, पक्षी, चांडाल, शूद्र व वैश्य हे जन्म प्राप्त झाले आणि त्या सर्व जन्मांत त्यानें व्यासांचें दर्शन घेऊन त्यांस आपलें वृत्त निवेदिलें. राजा, त्यापुढें तो कीट अमिततेजस्वी व्यासांच्या अनुग्रहानें क्षत्रियकुलांत जन्मला आणि त्यास आपलें जन्मवृत्त कळवून व कीटजन्मांतील उपकारांचें स्मरण करून त्यानें व्यासांच्या पायांवर मस्तक ठेविलें व हात जोडून भाषण करण्यास आरंभ केला.

कीट म्हणालाः—महाभाग मुने, ज्या श्रेष्ठ पदाची दशगुणांच्या बळानें इच्छा करितात, तें हें पद मला प्राप्त झालें आहे. हा पहा मी पूर्वीं जो कीटयोनींत होतों तो आतां राजपुत्र झालों आहें ! प्रस्तुत समयीं सुवर्णाच्या हारांनीं मंडित असलेल्या महान् महान् हत्तींवर बसून मी प्रयाण करितों, कांबोज देशांतले श्रेष्ठ घोडे माझा रथ वाहून नेतात, आणि त्याप्रमाणेंच ज्यांना उंट व खेचरें लाविलीं आहेत अशा वाहनांतून मी फिरतों. सध्या मी अमात्यांसह व आप्तांसह मांसभोजन करितों, जेथें सुंदर वारा वहात आहे अशा मंदिरांत उंची सुखशयनावर निद्रा घेतों, दास व दासी माझ्या सुश्रुषेस तत्पर असतात, आणि प्रिय भाषण

करून देव जसे महेंद्राची स्तुति करितात तसे सूत, मागध व बंदिजन नित्य उत्तररात्रीं माझी स्तुति करितात! महामुने, आपल्या तेजाचें मान कोण करील! व आपण जो मला वर दिला तो अन्यथा कसा होईल! आपल्या प्रसादानेंच मी त्या कीटजन्मांतून ह्या राजपुत्राच्या जन्मास आलों! महाप्राज्ञ, मी आपल्याला नमस्कार करितों. मी काय करूं त्याची मला आज्ञा करा. आपल्या तपोबलानेंच मला हें ऐश्वर्य मिळालें!

व्यास म्हणाले:—राजा, तूं जी आज माझी प्रांजळपणानें स्तुति केलीस तिच्या योगें मी संतुष्ट झालों. कीटजन्मांत तुझी स्मृति नीट नव्हती; पण आज ह्या जन्मांत तुझी स्मृति निर्मळ झाली आहे. राजा, पूर्वीं शूद्रयोनींत असतां तूं क्रूरपणा केलास, केवळ धनाची हाव धरून भलत्याच प्रकारें वागलास आणि ब्राह्मणांना अनादरिलेंस, त्याबद्दल तुला जें पातक लागलें तें अजून क्षय पावलें नाहीं. तिर्यग्योनींत जन्म पावल्यावर तुला माझें दर्शन घडलें हेंच काय तें तुझें सुकृत; आणि शिवाय आज जी ही तूं माझी स्तुति केलीस तेंही तुझें सुकृतच होय. राजा, ह्या तुझ्या सुकृतानें तूं हा देह ठेविल्यावर ब्राह्मणत्व पावशील. आतां तुला मी अशी आज्ञा करितों कीं, तूं राजैश्वर्य भोगीत असतां यज्ञयाग करून त्यांत विपुल दक्षिणा दे आणि गाई व ब्राह्मण ह्यांच्याकरितां रणयज्ञांत प्राणांचें हवन करून देहत्याग कर. म्हणजे तूं ब्राह्मणजन्म पावून ब्रह्मवेत्ता होशील आणि स्वर्गांत स्थान मिळवून सच्चिन्मयपद जोडिशील! राजा, तिर्यग्योनींतला प्राणी शूद्रयोनीस जातो, शूद्रयोनींतला वैश्ययोनीस जातो, वैश्ययोनींतला क्षत्रिययोनीस जातो, सदाचारी क्षत्रिय ब्राह्मणत्व पावतो आणि सदाचारी ब्राह्मण पवित्र स्वर्गलोक मिळवितो.

अध्याय एकशें एकोणिसावा.

—:०:—

कीटोपाख्यान.

भीष्म सांगतात:—राजा युधिष्ठिरा, तो वीर्यवान् कीट कीटदेहाचा त्याग करून इतर योनि फिरत फिरत क्षत्रयोनीस प्राप्त झाला असतां त्याचें पूर्वयोनीचें स्मरण जागृतच होतें. क्षत्रियजन्म प्राप्त झाल्यावर त्यानें धर्मार्थांचें उत्तम ज्ञान संपादिलें आणि विपुल तपश्चर्या आरंभिली. तेव्हां द्विजश्रेष्ठ कृष्णद्वैपायन व्यास त्याच्या समीप आले आणि त्यांनीं त्यास बोध केला.

व्यास म्हणाले:—कीटा, देवांना मान्य असें क्षत्रियांचें व्रत म्हटलें म्हणजे प्राण्यांचें परिपालन करणें हें होय. राजा, जेव्हां ह्या व्रताचा निदिध्यास धरून तूं हें व्रत पाळशील, तेव्हां तुला ब्राह्मणत्व मिळेल. राजा, शुभाशुभ कर्मांविषयीं नीट मनन कर. चित्ताची शुद्धि जोड, उत्तम वासना धर, दुष्ट वासना सोड, इंद्रियांना स्वाधीन ठेव, मनाची सुप्रसन्नता राख, स्वधर्माचरणांत रममाण हो, आणि प्रजांचें उत्तम प्रकारें संगोपन कर, म्हणजे तूं क्षात्रतनु सोडून ब्राह्मणतनु मिळविशील.

भीष्म सांगतात:—राजा युधिष्ठिरा, अरण्यामध्यें महर्षि व्यासांचें वचन श्रवण करून पुनः कीटानें प्रजांचें उत्तम प्रकारें परिपालन केलें आणि लवकरच तो कीट मृत होऊन प्रजापालनरूप पुण्याच्या योगानें विप्रत्व पावला. नंतर तो कीट ब्राह्मणयोनीस प्राप्त झालेला पाहून त्याच्याजवळ महाबुद्धिमान् कृष्णद्वैपायन व्यास आले आणि त्या महायशस्वी मुनिश्रेष्ठांनीं त्यास बोध केला.

व्यास म्हणाले:—हे श्रीमान् ब्रह्मवर्या, अगदीं व्यथित होऊं नको. शुभ कर्में करणारा पुरुष शुभ योनींत जन्मतो व पापकर्में करणारा पुरुष पापयोनींत जन्म घेतो, हें लक्षांत

ठेव. प्राण्याला बरी किंवा वाईट जी योनि प्राप्त होते ती त्याच्या कर्मफलानुरूप असते. ह्या-साठीं, हे कीटा, मरणाची भीति तूं मुळींच धरूं नको, धर्मलोपाची मात्र भीति बाळग आणि उत्तम प्रकारें धर्माचरण कर.

कीट म्हणाला:—भगवन् व्यास मुने, आपल्यामुळें मला अधिकाधिक सुखस्थिति प्राप्त झाली आहे. आज मला धर्ममूलक संपत्ति प्राप्त होऊन माझें सर्व अज्ञान लयास गेलें !

भीष्म सांगतात:—राजा युधिष्ठिरा, भगवान् व्यासांच्या वचनाप्रमाणें त्या कीटाला दुर्लभ ब्राह्मणजन्म मिळाल्यानंतर त्यानें सर्व पृथ्वी शतावधि यज्ञयूपांनीं अंकित केली आणि उत्तम ब्रह्मज्ञान संपादन करून तो ब्रह्म-लोकास पावला. युधिष्ठिरा, त्या कीटानें व्यास-वचनानुसार वागून जीं कर्मे केलीं, त्यांच्या योगानें त्यास सनातन ब्रह्मपद प्राप्त झालें, हें लक्षांत धर; आणि ज्या अर्थी ते महान् महान् क्षत्रिय पराक्रम गाजवून धारातीर्थीं पतन पावले त्या अर्थीं त्यांनाही पवित्र गति मिळाली आहे हें चित्तांत वागवून त्यांच्याविषयीं शोक करण्याचें सोडून दे.

अध्याय एकशें विसावा.

—:०:—

मैत्रेयाची भिक्षा.

युधिष्ठिर विचारतो:—सत्पुरुषश्रेष्ठ पितामह भीष्म, माझा आपणास असा प्रश्न आहे कीं, विद्या, तप व दान ह्या तिहींमध्यें श्रेष्ठ काय आहे, तें मला निरूपण करून सांगावें.

भीष्म सांगतात:—राजा युधिष्ठिरा, ह्या विषयासंबंधानें एक पुरातन इतिहास सांगत असतात. तो इतिहास म्हणजे कृष्णद्वैपायन व्यास व मैत्रेय मुनि ह्यांचा संवाद होय. राजा, एके समयीं कृष्णद्वैपायन व्यास गुप्तपणानें संचार करीत असतां वाराणसीमध्यें मैत्रेय ऋषि गुप्तपणानें मुनिजनांच्या आश्रमांत रहात होते त्यांजकडे गेले. तेव्हां आपल्याकडे व्यास मुनि आले असें पाहून मैत्रेयांनीं त्यांची आदरपूर्वक पूजा केली व त्यांस उत्तम अन्न अर्पण करून भोजन घातलें. राजा धर्मा, मैत्रेयांनीं समर्पण केले-ल्या त्या अन्नाची महती काय वर्णावी! तें अन्न सर्व गुणांनीं युक्त असून सर्वकामनापरिपूरक होतें ! महात्मे व्यास मुनि तें अन्न सेवन करून अतिशय तृप्त झाले आणि मैत्रेयांचा निरोप घेऊन निघाले तों त्यांस हास्य उत्पन्न झालें ! तें पाहून मैत्रेयांनीं त्यांस विचारिलें:—धर्मात्मन्, आपण कां हंसलां बरें ? तपस्व्याला व तशांत आपल्या सारख्या गंभीर पुरुषाला कांहीं तरी आश्चर्यकारक गोष्ट दृष्टीस पडल्याशिवाय हंसूं येणें संभवत नाहीं; तेव्हां आपल्याला हंसूं येण्याचें कारण काय, तें मला विदित करावें. मुनिवर्य, आपला अधिकार काय वर्णावा ! उपाधीनें युक्त असलेला जीवात्मा व उपाधिरहित असलेला सुखात्मा (म्हणजे परमात्मा) ह्या दोहोंपेक्षांही आपली स्थिति पृथक् आहे, तेव्हां आपलें भाग्य अनुपम असून त्याच्यापुढें माझें तपोभाग्य अगदीं तुच्छ होय असें मला वाटतें; आणि इतक्यांउपर माझ्या तपोभाग्याविषयीं किंवा मी मित्रकुलांत जन्म पावून इतरांपेक्षां श्रेष्ठपणा मिळविल्याविषयीं जर आपल्याला आश्चर्य वाटलें असेल, तर माझ्या मतानें आपल्या व माझ्या योग्यतेंतलें महदंतर बहुतेक नष्टच झालें, असें आपण मानीत असाल, अशी मला शंका येते !

व्यास सांगतात:—मैत्रेय मुने, तुझें हें कृत्य, व ह्या तुझ्या कृत्यानें जें फळ तुला प्राप्त झाले तेंच फळ प्राप्त होण्यासाठीं लोकांत जीं कृत्यें करावीं म्हणून मोठ्या आग्रहानें सांगण्यांत येतें

तीं कृत्यें, ह्यांच्यामधील महदंतर पाहून मला हें हंसू आलें ! तूं केलेंस काय व त्याचें फळ तूं मिळविलेंस काय, हें मनांत येऊन मला वाटतें कीं, जणू काय मक्षिकेनें समुद्र शोषिला ! 'स्वर्गलोक शतक्रतु केल्याशिवाय मिळत नाहीं' हें वेदवचन आतां मिथ्या मानिलें पाहिजे ! कारण, तूं दिलेल्या केवळ जलदानानेंच तूं स्वर्ग मिळविलास हें मीं प्रत्यक्ष पहात आहें ! बरें, वेदवचन जर असत्य मानावें, तर वेदांना तरी अनृत बोलण्याचें कारण काय ? अशी शंका मनांत येऊन मी आश्चर्यांत पडलों आहें ! वेदांत सांगितलें आहे कीं, पुरुषाचें उत्तम व्रत म्हटलें म्हणजे त्यानें तीन गोष्टी कराव्या. त्या तीन गोष्टी (१) अद्रोह, (२) दान व (३) पूर्ण सत्य ह्या होत. जणू काय, सदाचरण-व्रताचे हे तीन पायच होत. ऋषींनीं वेदांना अनुसरून पूर्वींच हे नियम लोकांत प्रकट केले आहेत आणि आम्हीं पूर्वींच जे नियम ऐकिले आहेत ते आह्मांला आतां सुद्धां अवश्य पाळिले पाहिजेत ! पण प्रस्तुत आमच्या काय निदर्शनास आलें कीं, प्रसंगानुरूप अल्प दान केलें असतांही त्यापासून महान् फळ प्राप्त होतें ! बा मैत्रेया, तूं मोठ्या प्रेमानें तृषिताला जल दिलेंस, फार काय—तूं स्वतः तृषित असतां आपली तृष्णा तशीच ठेवून दुसऱ्याची तृष्णा भागवलीस, आणि त्याचें फळ हें मिळविलेंस कीं, महान् यज्ञ करून जे जिंकावयाचे ते श्रेष्ठ लोक तूं जिंकून घेतलेस, हें मी प्रत्यक्ष पहात आहें ! मैत्रेया, तुझ्या पवित्र दानानें व त्याप्रमाणेंच तुझ्या तपानें मी अतिशय तृप्त झालों ! तूं अंतर्बाह्य पुण्याचा पुतळा आहेस ! पुण्य हेंच तुझें सामर्थ्य, पुण्य हेंच तुझें रूप, आणि पुण्य हीच तुझी वासना, असें मी मानितों ! तुझ्या कर्मानें तुला जें पुण्य प्राप्त झालें तें तीर्थस्नानानें किंवा वेदव्रतसमापनानें प्राप्त होणारें नाहीं. पुण्यदायक सर्व कर्मांमध्यें दान हें अत्यंत पुण्यदायक आहे; निदान सर्व पुण्यदायक कर्मांमध्यें दान हें श्रेष्ठ होय, ह्यांत वादच नाहीं ! बा मैत्रेया, वेदांत सांगितलेल्या ज्या ज्या श्रेष्ठ कृत्यांची तूं प्रशंसा करितोस त्या सर्व श्रेष्ठ कृत्यांमध्यें दानाला अग्रपद मिळतें, हें माझ्या मतें निर्विवाद आहे. मैत्रेया, दान देणाऱ्यांच्या मार्गानें ज्ञानी पुरुष गमन करितात, दाते लोक दानाच्या योगानें प्राणदान देतात, आणि दात्यांच्या ठिकाणींच धर्माचें खरें खरें अधिष्ठान असतें ! उत्कृष्ट अध्ययन केलेले वेद, इंद्रियांचा निग्रह आणि सर्वस्वाचा त्याग, ह्यांच्याप्रमाणेंच दानापासून दिव्य फळ प्राप्त होतें ! महाबुद्धिमंता मैत्रेया, तुला उत्तरोत्तर अधिकाधिक सुख मिळेल; कारण बुद्धिमान् पुरुष नित्य उत्कर्ष पावतो आणि अधिकाधिक सुख मिळवितो ! निःसंशयपणें आह्मांला हें प्रत्यक्ष दिसत आहे. पहा—भाग्यवान् पुरुष अर्थ मिळवितात, दानें देतात, यज्ञ करितात, आणि एकामागून एक अधिकाधिक सुख प्राप्त करून घेतात ! महाप्राज्ञा मैत्रेया, असें जरी आहे तरी सुखाचें पर्यवसान दुःखांत आणि दुःखाचें पर्यवसान सुखांत होत असतें, हा नियम लक्षांत ठेविला पाहिजे. सुखापासून महान् दुःख आणि दुःखापासून महान् सुख प्राप्त होणें हा सृष्टीचा अबाधित नियम होय. ज्ञाते पुरुष सांगतात कीं, मनुष्यांचें वर्तन तीन प्रकारचें असतें; कांहीं मनुष्यें धर्माचरण करितात, कांहीं अधर्माचरण करितात, आणि कांहीं धर्मशील व अधर्मशील अशीं नसून मध्यवर्ती असतात. ब्रह्मनिष्ठ पुरुष यज्ञादिक पुण्यकर्में किंवा द्रोहादिक पापकर्में करीत नाहीं, तो नित्य ब्रह्मचिंतनांत निमग्न असतो; ह्यास्तव त्याच्या हातून धर्म घडत नाहीं व अधर्मही घडत नाहीं; तो नित्य मध्य-

वर्ती असतो. मैत्रेया, यज्ञ, दान व तप करणारे पुरुष पुण्यकर्मी जाणावे आणि भूतांना पीडा देणारे पुरुष पापकर्मी जाणावे! जे पुरुष दुसऱ्यांच्या धनांचा अपहार करितात ते नरकांत पडतात व दुःखें भोगितात! ह्यांशिवाय म्हणजे तप, दान, यज्ञ किंवा पीडा व द्रोह ह्यांशिवाय जीं कर्में तीं पुण्यकर्में नव्हेत व पापकर्मेंही नव्हेत! मैत्रेया, तूं केवळ सत्कर्मकर्ताच होस; तूं सुखांत काळ घालविशील, आनंद भोगशील, दानें देशील, यज्ञयाग करशील आणि ज्ञानी किंवा तापसी पुरुष तुझा पराजय करणार नाहींत!

अध्याय एकशें एकविसावा.

—:०:—

मैत्रेयाची भिक्षा.

भीष्म सांगतातः—राजा युधिष्ठिरा, भगवान व्यासांचें हें भाषण श्रवण करून, कर्माची पूजा करणाऱ्या, अत्यंत वैभववान् कुलांत जन्मलेल्या आणि ज्ञानी व बहुश्रुत अशा मैत्रेय मुनींनीं उत्तर दिलें.

मैत्रेय म्हणालेः—हे महाप्राज्ञ विभो व्यास महर्षे, निःसंशयपणें आपण म्हणतां तेंच सत्य होय; पण आपली आज्ञा मिळाल्यास मला ह्यावर थोडेंसें बोलावयाचें आहे.

व्यास म्हणालेः—महाबुद्धिमंता मैत्रेया, तुला जें व जितकें कांहीं बोलावयाचें असेल तें सर्व बोल, मी ऐकण्यास सिद्ध आहें.

मैत्रेय म्हणालेः—व्यास मुने, आपण दानाच्या संबंधानें जें कांहीं सांगितलें तें अगदीं निर्दोष व निर्मळ आहे. विद्या व तप ह्यांच्या योगानें आपण आपलें मन अतिशय पवित्र केलें आहे, ह्यांत संदेह नाहीं. आपण आपला आत्मा परम पावन केला, म्हणूनच हा महान् लाभ मला घडला. मला पुष्कळ विचारांतीं असें दिसून येतें कीं, आपली तपश्चर्या अतिशय प्रबळ आहे. द्विजवर्य, आपलें मला दर्शन घडलें, ह्या योगानेंच माझें कल्याण होईल. आपण मला दर्शन दिलें हा खचित आपला मजवर अनुग्रहच होय आणि मी हें सर्व माझ्या प्राक्कर्माचें फळ समजतों. महर्षे, तपश्चर्या शास्त्रज्ञान व सत्कुलांत जन्म हीं ब्राह्मण्याचीं कारणें होत; आणि ज्याला ह्या तिन्ही गोष्टींची अनुकूलता असेल त्यालाच द्विजत्व प्राप्त होतें. महामुने, ब्राह्मणाची पात्रता काय वर्णावी! ब्राह्मण ह्मणजे देव व पितर ह्यांचा प्रतिनिधिच होय! ब्राह्मणाची तृप्ति झाली कीं देव व पितर ह्यांची तृप्ति होते. वेदवेत्त्या ब्राह्मणाहून अधिक असें कांहींएक नाहीं. ब्राह्मणाच्या अभावीं सर्वत्र अंधकार होईल; जिकडे तिकडे गोंधळ माजेल; कशाचेंही ज्ञान होणार नाहीं; चातुर्वर्ण्य मोडेल; असत्य फैलावेल आणि धर्माधर्मविचार अस्तास जाईल! महर्षे, ज्याप्रमाणें कसलेल्या जमीनींत बीं पेरलें असतां त्याचें फळ मनुष्याला मिळतें, त्याप्रमाणेंच वेदवेत्त्या ब्राह्मणाला दान दिलें असतां त्याचें फळ दात्याला मिळतें. व्यास मुने, विद्या व वृत्त ह्यांनीं युक्त असा ब्राह्मण दान घेण्यास मिळाला नाहीं तर धनिक पुरुषाचें धन व्यर्थ होय, असें मला वाटतें! वेदहीन पुरुषाला अन्न अर्पण केलें व त्यानें तें सेविलें, तर तो त्या अर्पण केलेल्या अन्नाचा, अन्नदात्याचा, आणि शिवाय आपला स्वतःचा नाश करितो; ह्यास्तव, मनुष्यानें अपात्रीं दान करूं नये व कोणी तसें दान देऊं लागल्यास अपात्र मनुष्यानें तें घेऊं नये. अपात्र मनुष्यानें दान घेतल्यास त्या मूढाचा सर्वस्वी घात होईल, हें पक्कें लक्षांत ठेवावें! मुनिश्रेष्ठ, सत्पात्र पुरुषाला दान दिलें असतां त्यापासून उत्तम फळ प्राप्त होतें; कारण, सत्पात्र पुरुष अन्नाचा

स्वामी होय. सत्पात्र (विद्वान्) पुरुषानें अन्न सेवन केलें असतां त्याच्या अंगीं त्या अन्नद्वारा दात्याला परत त्याच्या अनेकपट पुण्य अर्पिण्याचें सामर्थ्य असतें. भगवन्, दात्यानें सत्पात्र पुरुषाला अन्नादिकांचें दान केल्यानें दात्याचें प्रत्यक्षाप्रत्यक्ष महान् हित होतें. 'ज्याचें अन्न त्याची प्रजा' असा सर्वत्र अबाधित नियम आहे. दात्याचें प्रतिग्रहकर्त्याला अन्न दिलें म्हणजे तो प्रतिग्रहकर्ता प्रजारूपानें पुढें संततीमध्यें जन्म पावल्यावर ती संतति वास्तविकपणें त्या अन्नदात्याच्या अन्नापासूनच जन्मली असें होतें; म्हणून दात्यानें सत्पात्र पुरुषाला अन्न देऊन त्याच्याकडून व त्याच्या संततीकडून आपली अभीष्टप्राप्ति घडवून आणावी आणि देहाचें साफल्य संपादावें. ह्या कामीं सूक्ष्मही प्रमाद घडल्यास त्याचें घोर फळ भोगावें लागेल! ऋषींचा अभिप्राय असा आहे कीं, ज्या कृत्यापासून दात्याला पुण्य लागतें त्या कृत्यापासून प्रतिग्रहकर्त्यालाही पुण्य प्राप्त होतें; ह्यास्तव, जें दान करूं नये म्हणून दात्याला प्रतिबंध केला असेल, तें दान घेऊं नये म्हणून प्रतिग्रहकर्त्यालाही प्रतिबंधच केला आहे, असें समजावें. दाता व प्रतिग्रहकर्ता हीं दोन दानविधीचीं चक्रें आहेत; ह्यांतील एकावर दानविधिरूप शकट उभा राहाणार नाहीं, हें खचित होय! जेथें विद्या व वृत्त ह्यांनीं संपन्न असे ब्राह्मण असतात तेथें दानापासून ह्या लोकीं व परलोकीं उत्कृष्ट फळ प्राप्त होतें. जे पुरुष शुद्ध योनींत जन्मलेले असतात, सदासर्वकाळ एकसारखे तपश्चर्येंत रममाण होतात, आणि नित्य दानें देतात व वेदाध्ययन करितात, ते केव्हांही सर्वतोपरी पूज्य होत! ते सत्पुरुष जो मार्ग घालून देतात त्या मार्गानें गेलें असतां कोणीही फसत नाहीं; स्वर्गाचे ते मार्गदर्शकच होत; ते स्वतः स्वर्गास जातात व दुसऱ्यांनाही स्वर्गास नेतात; आणि यज्ञयाग करणारे व शाश्वत पद मिळविणारे तेच समजावे!

अध्याय एकशें बात्तिसावा.

—:o:—

मैत्रेयाची भिक्षा.

भीष्म सांगतातः—राजा युधिष्ठिरा, ह्याप्रमाणें मैत्रयाचें भाषण करून त्यावर भगवान् व्यासांनीं उत्तर दिलें:—मैत्रेया, सुदैवानें तूं महान् ज्ञानी आहेस आणि सुदैवानें तुझ्या ठिकाणीं ही उत्कृष्ट बुद्धि वास करीत आहे! लोकांत आर्यगुणांचीच पुष्कळ प्रशंसा होत असते. रूपाचें मान, वयाचें मान आणि ऐश्वर्याचें मान ह्यांच्या योगानें तुझ्या मनाला कोणताही विकार उत्पन्न झाला नाहीं, हें खचित सुदैव होय; निःसंशयपणें हा तुझ्यावर देवतांचा अनुग्रह आहे. आतां, दानापेक्षां अधिक श्रेष्ठ काय आहे, तें तुला सांगतों ऐक. मैत्रेया, जीं कांहीं ज्ञानप्रतिपादक शास्त्रें आहेत किंवा जे कांहीं सदाचार लोकांत प्रचलित आहेत, तीं शास्त्रें किंवा ते सदाचार यथाक्रम वेदापासूनच उत्पन्न झाले आहेत. त्या वेदांना अनुसरूनच मी दानाची प्रशंसा करितों आणि तूं तपाची व ज्ञानाची महती वर्णितोस. तप हें अतिशय पवित्र आहे. तपाच्या योगानें वेदांची प्राप्ति होते आणि तपाच्या योगानें स्वर्ग हस्तगत होतो! तपानें आणि विद्येनें महान् फळ मिळतें, असें आम्हीं ऐकिलें आहे. कोणाच्या हातून दुष्कृत झालें असल्यास तें तपानेंच नष्ट होतें. मनुष्य ज्या ज्या हेतूनें तप करितो ते ते त्याचे हेतु तपाच्या योगें सिद्धीस जातात; आणि हें सर्व विद्येच्या योगानें घडून येतें असेंही आम्हीं ऐकितों. जें कांहीं मिळविण्यास किंवा जिंकून घेण्यास अथवा साध्य करण्यास किंवा उतरून जाण्यास अशक्य असेल, तें सर्व तपाच्या

योगानें प्राप्त होतें किंवा उतरून जातां येतें; असें तप हें बलिष्ठ आहे! मनुष्य मद्यपी असो, तस्कर असो, बालहत्या करणारा असो किंवा गुरुपत्नीशीं गमन करो, त्या सर्व पातकांतून तपश्चर्येच्या बळावर तो तरून जाईल आणि मुक्त होईल! सर्व प्रकारचें ज्ञान असलेला डोळस मनुष्य आणि कोणत्याही प्रकारचा तपस्वी हे दोन्ही समान होत; ह्या दोन्ही प्रकारच्या पुरुषांना सदा नमस्कार करावा! ज्ञानरूप धनानें युक्त असे पुरुष व तपश्चर्या करणारे महात्मे हे सर्व वंदनीय होत! दानें देणारे पुरुष ह्या लोकीं वैभव भोगून परलोकीं सुखोपभोग मिळवितात. ह्या लोकांत भाग्यवान् पुरुष अन्नदान करून श्रेष्ठ पद जोडितात आणि मेल्यावर ब्रह्मलोक व त्याहूनही श्रेष्ठ जे इतर लोक त्या लोकीं गमन करितात! ज्या लोकांना सर्व लोक मान देतात व ज्या लोकांचा सर्व लोक गौरव करितात ते लोकही अन्नदान करणाऱ्या दात्याची वाहवा करितात. अन्नदान करणारा दाता जेथें जेथें जातो तेथें तेथें त्याची सर्वत्र स्तुतिच होते! कर्में करणारा पुरुष किंवा कर्में न करणारा पुरुष जें कांहीं सुकृत-दुष्कृत जोडितो तदनुरूप त्यास फळ भोगावें लागतें. तो श्रेष्ठ लोकीं गमन करो किंवा अधम लोकीं पतन पावो, त्यास तेथें कर्मानुरूप स्थान प्राप्त होतें! मैत्रेय', तुला जें कांहीं अन्न किंवा पान पाहिजे असेल तें तुला खचित मिळेल; कारण तूं बुद्धिमान् कुलवान्, विद्यावान् आणि दयावान् आहेस. मैत्रेया, तूं तरुण व व्रतवान् आहेस. तुला माझी आज्ञा अशी आहे कीं, तूं नित्य सदाचरणांत रममाण हो. गृहस्थाश्रमी पुरुषांच्या ठिकाणीं जो अतिशय श्रेष्ठ गुण असला पाहिजे तो हा कीं, पति आणि पत्नी ह्यांमध्यें उत्कृष्ट प्रेमभाव असावा. जो भर्ता स्वभार्येच्या ठायीं सदोदीत तुष्ट असतो आणि जी भार्या स्वभार्त्याच्या ठायीं सदोदीत तुष्ट असते, तो भर्ता आणि ती भार्या खचित धन्य समजावीं! ज्या गृहीं पति व पत्नी ह्यांच्यामध्यें अशा प्रकारें प्रेम वसत असेल त्या गृहीं सर्व मंगल वास करील! उदकानें जसा शरीराचा मल धुऊन टाकावा व अग्निज्वालेनें जसा अंधार नष्ट करावा, तसा दानानें व तपानें सर्व पातकांचा क्षय करावा! मैत्रेया, तुझें कल्याण असो! मी आतां साधुगृहीं गमन करितों! माझें तुला आतां इतकेंच सांगणें आहे कीं, दान व तप ह्यांनीं सर्व पातकांचा नाश होतो हें लक्षांत ठेव, म्हणजे तुझें कल्याण होईल!

राजा युधिष्ठिरा, नंतर मैत्रेय मुनींनीं भगवान् कृष्णद्वैपायन व्यासांस प्रदक्षिणा घालून नमस्कार केला आणि हात जोडून त्यांस म्हटलें कीं, भगवंतांचें मंगल असावें!

अध्याय एकशें तेविसावा.

—:०:—

शांडिली व सुमना ह्यांचा संवाद.

युधिष्ठिर विचारितोः——पितामह भीष्म, आपण सर्व धर्मवेत्त्यांत श्रेष्ठ आहां. माझी इच्छा अशी आहे कीं, आपल्यापासून साध्वी स्त्रियांचा सदाचार श्रवण करावा; तर ही माझी इच्छा परिपूर्ण करावी.

भीष्म सांगतातः——राजा युधिष्ठिरा, हाच प्रश्न पूर्वी केकयकुलोत्पन्न सुमना नामक स्त्रीनें देवलोकीं वास्तव्य करणाऱ्या शांडिलीला विचारिला असतां शांडिलीनें जें कांहीं उत्तर दिलें तें मी तुला आतां निवेदन करितों, ऐक. राजा, शांडिली ही मोठी निग्रही स्त्री असून सर्व प्रकारचें तिला ज्ञान होतें आणि तत्त्वशास्त्राचें संपूर्ण रहस्य ती जाणतच होती. एके समयीं सुमनेनें तिला विचारिलें:——भद्रे, कशा प्रकारच्या वर्तनानें किंवा कोणतीं कर्में आचरून तूं सर्व पातकांचें क्षालन केलेंस व ह्या देवलोकीं प्राप्त

झालीस, तें मला सांग. अहाहा! कल्याणि, केवढें तुझें हें भाग्य! तूं आपल्या कांतीनें अग्नि-ज्वालेप्रमाणें झळाळत असून, जणू काय अंत-रिक्षांत तारापतीची कन्याच शोभत आहेस! तूं धवल वस्त्रें परिधान केलेलीं असून तुझ्या ठिकाणीं ग्लानीचा लेश सुद्धां नाहीं! आणि विमानांत अधिरूढ असतां तुझ्या ठायीं सहस्र-गुण अधिक तेज चढलें आहे आणि तुझी तनु दिव्य कांतीनें झळकत आहे! भद्रे, तूं ह्या लोकीं अल्प तपश्चर्येनें, दानानें किंवा नियमधर्मानें खचित प्राप्त झाली नाहींस! तेव्हां तूं असें कोणतें सत्कृत्य किंवा सद्वर्तन आचरिलेंस आणि हा दिव्य लोक जोडिलास, तें मला सांग.

राजा युधिष्ठिरा, ह्याप्रमाणें सुमनेचा सुंदर प्रश्न श्रवण करून शांडिलीनें स्मित हास्य केलें आणि सुमनेला आपल्या आचरणाचें रहस्य निवेदिलें. शांडिली म्हणाली:—सुमने, मी काषाय वसनें किंवा वल्कलें परिधान करून अथवा वपन करून किंवा जटाभार वाढवून देवलोकास आलें नाहीं! मीं जें कांहीं आच-रण केलें तें हें कीं, मीं कधींही आपल्या भर्त्याला कठोर किंवा अयोग्य शब्दांनीं दुख-विलें नाहीं; सदासर्वकाळ मी दक्षतापूर्वक देवांच्या, पितरांच्या व ब्राह्मणांच्या आराधनेंत निमग्न राहिलें; श्वश्रू व श्वशुर ह्यांची आज्ञा मीं कधींही उल्लंघिली नाहीं; मीं कधीं कोणाची चाहाडी—चुगली केली नाहीं; इतकेंच नव्हे, तर चाहाडीचुगली करण्याचें मनांत सुद्धां आणलें नाहीं. जेथें जाऊं नये तेथें कधीं मी गेलें नाहीं आणि कोणापाशीं फार वेळ बोल-तही बसलें नाहीं; मी कधीं अयोग्य प्रकारें हंसलें नाहीं; मीं कधी कोणाचें वाईट केलें नाहीं; आणि कोणाचें रहस्य किंवा अरहस्य मला माहीत असल्यास मीं तें कधींही फोडिलें नाहीं. माझा भर्ता कार्यासाठीं बाहेर गेला असतां तो परत आला म्हणजे मी त्यास आसन देऊन मोठ्या सावधान चित्तानें सत्कारीत असें; जे भक्ष्य, भोज्य किंवा लेह्य पदार्थ माझ्या भर्त्याला माहीत नव्हते, किंवा ज्यांचें सेवन करणें माझ्या भर्त्याला मान्य नव्हतें, ते सर्व मीं वर्जिले होते; कुटुंबाकरितां जें कार्य करण्याचें म्हणून ठरविण्यांत आलें असेल तें सर्व मी प्रातः-कालीं उठून करीत किंवा करवीत असें; माझा भर्ता कांहीं कामासाठीं प्रवासाला गेला असतां त्याला यश मिळावें म्हणून नित्य अनेक मंगल-कृत्यें करण्यांत मी गुंतलेली असें; भर्ता प्रवा-सांत असतां मीं कधीं काजळ घातलें नाहीं, अलंकार धारण केले नाहींत, अभ्यंगस्नान केलें नाहीं, उटी लावलें नाहीं, पुष्पें धारण केलीं नाहींत किंवा हातपाय वगैरे रंगविले नाहींत. माझ्या भर्त्याला सुखाची झोंप लागली असतां महत्त्वाच्या कार्यासाठींही मीं त्याला कधीं जागें केलें नाहीं; कुटुंबभरणासाठीं देखील मीं कधीं आपल्या भर्त्याला आयास दिले नाहींत; मीं नित्य गुह्य गोष्टी गुप्त ठेवीत असें; रहाण्याची जागा वगैरे मी नेहमीं स्वच्छ राखीत असें; आणि ह्या सर्व वर्तनामुळें माझें मन सदोदीत संतुष्ट राही! सुमने, मीं सांगितलेला हा धर्म-पथ मनांत वागवून जी नारी दक्षतापूर्वक वागेल, तिला अरुंधतीप्रमाणें स्वर्गलोकीं बहुमान प्राप्त होईल!

भीष्म सांगतातः—राजा युधिष्ठिरा, महा-भाग्यवती तपस्विनी देवी शांडिली हिनें सुम-नेला ह्याप्रमाणें पतिव्रता—धर्म निवेदन केले आणि ती तत्काळ तेथेंच अदृश्य झाली! हे पंडुपुत्रा, जो पुरुष हें आख्यान प्रत्येक पर्व-णीस पठण करील तो पुरुष देवलोकीं जाऊन नंदनवनांत सुखोपभोग भोगीत आनंदानें कालक्षेप करील!

अध्याय एकशें चोविसावा.

—:०:—

एक ब्राह्मणाची कथा व सामाचें महत्त्व.

युधिष्ठिर विचारितोः—भरतश्रेष्ठ पितामह भीष्म, आपल्या मतानें साम व दान ह्यांत श्रेष्ठ कोणतें तें मला सांगा.

भीष्म सांगतातः—राजा युधिष्ठिरा, कित्येकांचें मन सामानें प्रसन्न करून घेतां येतें आणि कित्येकांचें मन दानानें प्रसन्न करून घेतां येतें; ह्यास्तव, ज्याची प्रसन्नता संपादावयाची असेल त्याच्या प्रकृतीची परीक्षा करून मग ह्या दोन उपायांपैकीं जे इष्ट वाटेल तो उपाय योजावा. हे भरतर्षभा, मी आतां तुला सामाचे गुण कोणते ते कथन करितों, श्रवण कर. राजा, सामाचें महत्त्व इतकें आहे कीं, दारुण प्राणीही सामाच्या योगें वश करितां येतात! युधिष्ठिरा, ह्या विषय प्रतिपादन करण्यासाठीं एक पुरातन इतिहास सांगत असतात. तो इतिहास म्हणजे अरण्यांत राक्षसाच्या हातीं सांपडलेला एक ब्राह्मण त्याच्या हातांतून कसा मुक्त झाला तो वृत्तांत होय! राजा धर्मा, एके समयीं बुद्धिमान व वक्तृत्वकुशल असा एक ब्राह्मण निर्जन अरण्यांतून जात असतां तेथें त्यास एका राक्षसानें गांठिलें व त्यानें त्यास खाऊन टाकण्याचें मनांत आणिलें! राजा, ह्याप्रमाणें प्राणसंकट प्राप्त झालें असतां सामान्य पुरुषाची अगदीं त्रेधा उडाली असती! परंतु त्या बुद्धिमान् व ज्ञानी ब्राह्मणाला त्याचें कांहींच वाटलें नाहीं; आणि त्यानें अगदीं न गडबडतां स्थिर चित्तानें त्या महाभयंकर राक्षसावर सामाचीच योजना केली! राजा, राक्षसाच्या हातांत ब्राह्मण सांपडला असतां राक्षसानें त्या ब्राह्मणाचा शब्दांनीं गौरव केला व त्यास म्हटलें:—ब्राह्मणा, माझ्या प्रश्नाचें उत्तर दे म्हणजे मी तुला सोडीन. माझा तुला प्रश्न असा आहे कीं, मी इतका कृश व पांडुरवर्ण कां झालों आहें तें मला सांग. राजा, राक्षसाचा तो प्रश्न ऐकून ब्राह्मणानें क्षणभर विचार केला आणि नंतर त्यानें स्वस्थ चित्तानें राक्षसाच्या प्रश्नाचें ह्याप्रमाणें उत्तर दिलें.

ब्राह्मण म्हणालाः—राक्षसा, खचित तूं इतका कृश व पांडुरवर्ण झाला आहेस, ह्याचें कारण असें कीं, तूं भलत्याच देशांत व भलत्याच ठिकाणीं आप्तसुहृदांवांचून अनुपम विषयांचा भोग भोगीत आहेस. राक्षसा, तूं जरी आपल्या मित्रांशीं उत्तम वर्तन ठेविलें आहेस, तरी ते अधम तुझा द्रोह करीत आहेत, हेंही खचित तुझ्या रोडपणाचें व फिक्कटपणाचें कारण होय. राक्षसा, धन, ऐश्वर्य, इत्यादिकांनीं तुझ्यापेक्षां अधिक, परंतु गुणांनीं तुझ्यापेक्षां बहुत कमी, असे पुरुष तुझी अवज्ञा करितात, हेंही खचित तुझ्या कृशतेचें व पांडुरतेचें कारण होय. राक्षसा, तूं गुणवान्, विनयशील व प्राज्ञ असून दुसऱ्या गुणहीन व मूर्ख पुरुषांचा आपल्याहून अधिक सत्कार झालेला पाहातोस, हें देखील खचित तुझ्या फिक्कटपणाचें व रोडपणाचें कारण होय. राक्षसा, निर्वाहाचें कांहींएक साधन नसल्यामुळें क्लेश पावत असतांही तूं मनाच्या मोठेपणामुळें भलत्याच उपायाचा धिक्कार करतोस आणि दैन्य भोगितोस, हेंही खचित तुझ्या निस्तेजपणाचें व अशक्तपणाचें कारण होय. राक्षसा, तुझ्या ठिकाणीं जी कांहीं उदात्त बुद्धि वसत आहे, तिच्या योगें तूं आपल्या स्वतःच्या दुःखाचा विचार न करितां ज्या कोणावर उपकार केलास, तो पुरुष तुझ्या उपकाराविषयीं ऋणी न होतां उलट तुला जिंकिलें असें मानितो; ह्यामुळें, हे साधो, तूं खचित कृश व पांडुर झाला आहेस. राक्षसा, मला वाटतें कीं, कामक्रोधादिक मनोविकारांनीं क्षुब्ध झालेले पुरुष

आडमार्गीत शिरून दुष्ट कृत्यें करितात व यातना भोगतात हें पाहून तूं तळमळतोस, ह्यासाठीं खचित तूं इतका रोड होऊन फिकटला आहेस. राक्षसा, तूं आपल्या बुद्धिमत्तेनें बहुमानास पात्र असतांही, मूर्ख व दुराचरणी लोकांचा तुझ्याशीं समागम होतो तेव्हां ते अधम लोक तुझी हेलना करितात, हें ही खचित तुझ्या कृशपणाचें व म्लानपणाचें कारण होय. राक्षसा, खचित कोणी तरी तुझा शत्रु बाहेरून मैत्री दाखवून व प्रामाणिकपणाचा बहाणा करून तुला फसवून गेला असवा, हेंही एक तुझ्या ग्लानीचें व दौर्बल्याचें कारण होय. राक्षसा, ज्या गोष्टी उघड उघड दिसत आहेत त्या व ज्या गोष्टी उघड उघड दिसत नाहींत त्या ह्या दोहोंमध्येंही तूं चांगला निष्णात असता तज्ज्ञ पुरुष तुला बहुमान देत नाहींत; ह्यामुळें खचित तूं इतका रोड व फिकट झाला आहेस. राक्षसा, दुर्जनांना जमवून त्यांचें दुराचरण काढून टाकण्याचा व त्यांचा संशयग्रंथी भेदण्याचा तूं प्रयत्न करीत असतांही तुझ्या गुणांची त्यांवर छाप बसली नाहीं, हेंही खचित तुझ्या हीन अवस्थेचें कारण होय. राक्षसा, मला वाटतें कीं, महत्कार्याला जितकें धन, बुद्धि आणि ज्ञान हीं पाहिजेत तितकीं तुझ्या ठायीं नसतांनाही तूं केवळ आपल्या पराक्रमाच्या बळावर महत्कार्याची हाव धरितोस, हेंही खचित तुझ्या कृशपणाचें व फिकटपणाचें कारण होय. राक्षसा, तपश्चर्या व योग्याभ्यास हीं करण्याच्या हेतूनें तूं अरण्यवास स्वीकारण्यास सिद्ध झाला आहेस असें पाहून तुझ्या बंधुवर्गाला वाईट वाटत आहे; हेंही खचित तुझ्या कृशतेचें व पांडुरतेचें कारण होय. राक्षसा, खचित कोणी तरी महाधनवान् शेजारी सुंदर तरुण पुरुष कामवासनेनें प्रेरित होत्साता तुझ्या प्रियपत्नीकडे वांकड्या दृष्टीनें पहात आहे, हेंही तुझ्या कृशपणाचें व निस्तेजपणाचें कारण होय. राक्षसा, धनिक पुरुषांमध्यें समयाला उचित असें उत्कृष्ट भाषण तूं केलें असलेंस तरी ते धनमदानें अंध झालेले पुरुष त्या भाषणांतलें रहस्य जाणीत नाहींत, हेंही खचित तुझ्या कृशपणाचें व फिकटपणाचें कारण होय. राक्षसा, ज्याच्यावर तूं मनापासून प्रेम करितोस असा कोणी तरी मूर्ख पुरुष शहाणा व्हावा म्हणून तूं पुनःपुनः प्रयत्न करीत असतांही तो संतापला तेव्हां त्याचा क्रोध शांत करण्यासाठीं तूं पुष्कळ यत्न केलेस ते सर्व फुकट गेले, हेंही खचित तुझ्या ह्या दीन अवस्थेचें कारण होय. राक्षसा, खचित कोणी तरी तुला प्रिय अशा कृत्यांत तुझ्याकडून परिश्रम करून त्या तुझ्या परिश्रमाचें फळ तुझ्याकडून हिसकावून घेण्याविषयीं एकसारखा झटत आहे, हेंही तुझ्या कृशपणाचें व फिकटपणाचें कारण होय. राक्षसा, तूं उत्कृष्ट गुणांनीं युक्त असा आहेस, हें पाहून तुझा कोणी सुहृत् तुझा बहुमान करितो पण म्हणतो कीं, ह्या सद्गुणांचें कारण खचित मीच आहें; हेंही निःसंशयपणें तुझ्या कृशपणाचें व फिकटपणाचें कारण होय. राक्षसा, तुला जी लज्जा उत्पन्न झाली आहे तिच्या योगानें तुला अंतर्गत हेतु बोलून दाखवितां येत नाहीं आणि शिवाय तो हेतु सिद्धीस जाईल कीं नाहीं ह्याबद्दल तुझ्या चित्ताला संदेहच वाटत आहे, हेंही खचित तुझ्या कृशतेचें व पांडुरतेचें कारण होय. राक्षसा, जगांत नानाविध बुद्धींचीं व नानाविध आवडींचीं मनुष्यें आहेत; आणि असें असतां तूं आपल्या गुणांच्या बळावर त्या सर्वांना जिंकूं इच्छितोस, हेंही खचित तुझ्या हीन स्थितीचें कारण आहे. राक्षसा, तुझ्या ठिकाणीं ज्ञान, धैर्य व अर्थ हीं असावीं तितकीं नसतांही विद्या, विक्रम व दान ह्यांच्या

योगानें प्राप्त होणारें यश मिळविण्याची तूं हाव धरिली आहेस, हेंही खचित तुझ्या रोडपणाचें व फिकटपणाचें कारण होय. राक्षसा, फार दिवसांपासून जें कांहीं कार्य साधण्याची तूं इच्छा करीत आहेस, तें अजून साध्य झालें नाहीं, किंवा तें साध्य झालेलें असतां दुसऱ्यांनीं त्याचा विध्वंस केला, हेंही खचित तुझ्या कृशपणाचें व पांडुरपणाचें कारण होय. राक्षसा, तुला आपल्या हातून अमुक एक दोष घडला असें वाटत नसतांही विनाकारण दुसऱ्यानें तुला शाप दिला, हेंही खचित तुझ्या कृशपणाचें व पांडुरपणाचें कारण होय. राक्षसा, सज्जन पुरुष गृहस्थाश्रम चालवीत आहेत, दुर्जन पुरुष वनांत भटकत आहेत, आणि मुक्त पुरुष घरदार करून रहात आहेत, हें पाहून खचित तूं इतका कृश व पांडुर झाला आहेस. राक्षसा, आपल्या ठिकाणीं अर्थ व गुण असावे तितके नाहींत हें मनांत आणून तूं आपल्या आर्त अशा सुहृज्जनांची पीडा दूर करूं शकत नाहींस, हेंही खचित तुझ्या ह्या आपत्तीचें कारण होय. राक्षसा, तुझीं धर्म, अर्थ व काम प्राप्त करून देणारीं कृत्यें व तुझें प्रसंगानुरूप उचित भाषण ह्यांचें तुला अद्यापि फळ प्राप्त होत नाहीं, हेंही खचित तुझ्या कृशतेचें व पांडुरतेचें कारण होय. राक्षसा, तूं विचारी असतां नीच पुरुषांनीं दिलेल्या धनावर उपजीविका चालविण्याची इच्छा करितोस आणि तदनुसार वर्ततोस, हेंही खचित तुझ्या कृशपणाचें व पांडुरपणाचें कारण होय. राक्षसा, दुष्कृत्यांची वृद्धि होत आहे व सत्कृत्यांचा ऱ्हास होत आहे, ह्या गोष्टीनें तुला एकसारखी तळमळ लागली आहे, हेंही खचित तुझ्या कृशपणाचें व पांडुरपणाचें कारण होय. राक्षसा, तुझे मित्र परस्परांशीं विरुद्ध होऊन भांडत असतां त्यांना प्रतिबंध करून तूं त्यांचें प्रिय करूं इच्छितोस हेंही खचित तुझ्या कृशतेचें व पांडुरतेचें कारण होय; आणि, राक्षसा, श्रोत्रियांनीं भलतींच कर्में आरंभिलीं आहेत व ज्ञात्यांनीं इंद्रियें स्वैर सोडिलीं आहेत, ह्याविषयीं तुझ्या चित्तांत जे विचार एकसारखे घोळत आहेत, त्यामुळेंही खचित तुला कृशपणा व पांडुरपणा आला आहे.

राजा युधिष्ठिरा, ह्याप्रमाणें त्या ब्राह्मणाचें गौरवाचें भाषण श्रवण करून राक्षसानें त्यास पूजिलें आणि त्याच्याशीं स्नेह जोडून त्यास पुष्कळ संपत्ति दिली आणि त्याला खुशाल जा म्हणून सांगितलें !

अध्याय एकशें पंचविसावा.

--:०:--

पितृरहस्य.

युधिष्ठिर विचारतोः—पितामह भीष्म, मनुष्यजन्म अत्यंत दुर्लभ असून कर्म करण्याचें क्षेत्र होय. हें प्राप्त झालें असतां कल्याणेच्छु दरिद्री पुरुषानें काय करावें तें सांगा; त्याप्रमाणेंच, दानांमध्यें श्रेष्ठ दान कोणतें व कोणतें दान केव्हां द्यावें, आणि मान देण्याला व पूजा करण्याला पात्र असे पुरुष कोणते समजावे ह्याचें रहस्य मला निरूपण करा.

वैशंपायन सांगतातः—राजा जनमेजया, ह्याप्रमाणें भाग्यशाली पंडुपुत्र धर्मराजानें प्रश्न केला तो श्रवण करून भीष्मानें धर्मराजाला धर्माचीं परम गुह्यें निवेदन केलीं.

भीष्म म्हणालेः—भारता धर्मा, पूर्वीं भगवान् व्यासांनीं जीं धर्मगुह्यें मला सांगितलीं तीं मी आतां तुला तशींच्या तशींच निवेदन करितों; सावधान चित्तानें श्रवण कर. राजा, हा विषय मोठा कठीण आहे; देवांना देखील हा गूढ वाटतो ! ज्याच्या हातून कधींही

पापकर्म घडत नाहीं अशा यमानेंही महान् तपश्चर्या व योगाभ्यास करून हीं धर्मगुह्यें जाणिलीं ! ह्या धर्मगुह्यांच्या ज्ञानानें देव, पितर, ऋषि, प्रमथ, श्री, चित्रगुप्त व दिग्गज हे संतुष्ट होतात; आणि ह्या धर्मगुह्यांमध्यें ऋषींचा धर्म रहस्यांसहित व तज्जन्य महाफलांसहित सांगितलेला असून शिवाय त्यांत महादानांचीं फळें व सर्व यज्ञांचीं फळें हीं कथन केलेलीं आहेत. राजा धर्मा, जो पुरुष हीं धर्मगुह्यें जाणील आणि जाणून तदनुरूप त्यांचें आचरण करील, त्याचीं सर्व पातकें नष्ट होतील व त्यास त्या त्या सुकृतांचीं फळें प्राप्त होतील.

राजा युधिष्ठिरा, दहा कसाई व एक घाणेवाला तेली, दहा घाणेवाले तेली व एक दारू पिणारा, दहा दारूबाज व एक वेश्या, दहा वेश्या व एक क्षुद्र राजा, आणि ह्या सर्वांचें अर्ध (पांच वेश्या) व महान् राजा हीं समान होत. (ह्यास्तव, ह्यांच्यापासून दान घेणें अप्रशस्त आहे.) ज्यामध्यें धर्म, अर्थ व काम ह्या तिन्ही पुरुषार्थांचें प्रतिपादन केलें असेल तें शास्त्र पवित्र व पुण्यकारक समजावें. भद्रेच्छु पुरुषानें दुष्प्रतिग्रहाविषयीं पराङ्मुख होऊन त्रिवर्ग प्राप्त करून देणाऱ्या शास्त्रांचें अध्ययन करावें. त्यांतही अर्थ व काम ह्यांचें प्रतिपादन करणाऱ्या शास्त्रांपेक्षां धर्मप्रतिपादक शास्त्रांचें महत्त्व अधिक आहे. धर्मशास्त्रांचें रहस्य श्रवण केलें असतां महत्पुण्याची जोड होते. धर्मशास्त्रांतील सिद्धांत प्रत्यक्ष देवांनीं स्वतः सांगितले आहेत; ह्यास्तव त्यांचें श्रवण व परिशीलन करणें फारच अगत्याचें होय. ह्या धर्मशास्त्रांतच पितरांना उद्देशून करावयाच्या श्राद्धकर्मांचीं रहस्यें आणि सर्व देवतांना उद्देशून करावयाच्या यज्ञयागादि व व्रतवैकल्यादि कर्मांचीं रहस्यें निरूपण केलीं आहेत; आणि ह्यांतच ऋषींचे धर्म रहस्यांसुद्धां व महाफलांसुद्धां कथन केले असून यज्ञांचें महाफल व सर्व प्रकारच्या दानांचें फल सांगितलें आहे. राजा युधिष्ठिरा, जे मानव नित्य ह्या धर्मरहस्यांचें श्रवण व पठण करितात, ज्यांच्या ठिकाणीं ह्यांची उपस्थिति सदोदीत असते, आणि जे नेहमीं ह्यांचीं फळें इतरांना सांगतात, ते सर्व प्रत्यक्ष भगवान् नारायणासमान परम पावन बनतात!

राजा युधिष्ठिरा, जो पुरुष अतिथीचा सत्कार करितो, त्याला गोदानाचें, तीर्थयात्रेचें व यज्ञानुष्ठानाचें फळ प्राप्त होतें. जे पुरुष धर्मतत्त्वें श्रवण करितात, त्यांजवर श्रद्धा ठेवितात आणि अंतरात्मा पवित्र राखतात, ते पुरुष श्रेष्ठ लोक जिंकतात ह्यांत संदेह नाहीं. श्रद्धावान् पुरुष धर्मनिष्ठेच्या योगानें पातकापासून मुक्त होतो; मग त्यास कधींही पातकाचा लेप लागत नाहीं, नित्य त्याच्या हातून पुण्याचीच जोड घडते, आणि मरणोत्तर त्यास सद्गति मिळते.

राजा धर्मा, एके समयीं एक देवदूत यदृच्छेनें इंद्रसभेप्रत येऊन गुप्तरूपानें अधिष्ठित झाला आणि इंद्राला म्हणालाः—देवेंद्रा, ज्यांच्या ठिकाणीं सर्व इष्ट गुणांचें वास्तव्य आहे आणि जे सर्व वैद्यांमध्यें श्रेष्ठ आहेत, असे जे अश्विनीकुमार त्यांच्या आज्ञेनें मी ह्या स्थळीं प्राप्त झालों आहें. येथें तूं अधिष्ठित असून शिवाय इतर देव, पितर व मानवही तुझ्या समवेत स्थित आहेत. माझा आपणास असा प्रश्न आहे कीं, श्राद्ध करणाऱ्याला व श्राद्धाच्या क्षणाला बसणाऱ्याला मैथुन कां वर्ज्य आहे तें सांगा. त्याप्रमाणेंच आणखी मी असें विचारतों कीं, श्राद्धामध्यें तीन पिंड पृथक् पृथक् कां देतात, त्यांत पहिला पिंड कोणाला द्यावयाचा, मधला पिंड कोठें जातो, आणि शास्त्राप्रमाणें तिसऱ्या पिंडाचा अधिकारी कोण, हें जाणण्याची मला इच्छा आहे.

राजा, त्या श्रद्धावान् देवदूताचा धर्मविषयक प्रश्न ऐकून सभेमध्यें पूर्वेकडे बसलेल्या सर्व देवांनीं व पितरांनीं त्याचें अभिनंदन केलें. नंतर

पितर म्हणाले:—श्रेष्ठ देवदूता, तुझें स्वागत असो ! तुझें कल्याण होवो ! तूं जो प्रश्न विचारिला आहेस तो मोठा गूढ असून फार महत्त्वाचा आहे ! बाबारे, श्राद्ध करणाऱ्याला व क्षणास बसणाऱ्याला मैथुनाचा निषेध करण्याचें कारण असें कीं, श्राद्ध करणारा पुरुष व श्राद्धाला बसणारा पुरुष श्राद्धदिनीं स्त्रीगमन करील तर त्या दोघांना तो सबंध महिना रेतांत राहून काढावा लागतो ! आतां आम्ही पृथक् पृथक् पिंडांविषयीं अनुक्रमानें सांगतों ऐक. देवदूता, पहिला पिंड उदकांत प्रवेश करून खालीं जातो असें मानावें; मध्यम पिंड एका पत्नीला द्यावा; आणि तिसरा जो पिंड तो अग्नीला अर्पावा. देवदूता, ह्याप्रमाणें श्राद्धविधि सांगितला आहे. अशा रीतीनें पिंडदान केलें असतां धर्मलोप होत नाहीं; श्राद्ध करणाऱ्याचे पितर संतुष्ट होतात व सदोदीत प्रमुदित असतात; श्राद्ध करणाऱ्याची संतति वृद्धि पावते; आणि त्यास अक्षय्य सुख प्राप्त होतें !

देवदूत म्हणाला:—पितरहो, आपण पृथक् पृथक् पिंडांविषयीं क्रमानें सांगितलें आणि सर्व पितरांना उद्देशून उदक, पत्नी व अग्नि ह्या तिघांना पिंड देण्यासंबंधानेंही निरूपण केलें; परंतु आतां माझी अशी शंका आहे कीं, समुद्रांत म्हणजे उदकांत टाकलेला पिंड खालीं कोणाप्रत जातो बरें ? तो पिंड कोणत्या देवाला संतुष्ट करितो ? व तो पितरांना कसें तारितो ? त्याप्रमाणेंच मध्यम पिंड श्राद्ध करणाऱ्याच्या पत्नीनें खावा अशी शास्त्राची अनुज्ञा आहे खरी; परंतु पत्नीनें पिंड सेवन केला असतां तो श्राद्ध करणाऱ्याच्या पितरांना पावतो तो कसा, आणि तिसरा जो पिंड अग्नीला जातो त्याची वाट काय होते, व तो कोणाप्रत जातो, हें सर्व मला कळावें अशी माझी इच्छा आहे; तर तिन्ही पिंडांची काय गति होते, ते कोणत्या मार्गानें जातात, ते कोणाला पावतात व त्यांचें फळ काय प्राप्त होतें, तें सर्व निरूपण करावें.

पितर म्हणाले:—देवदूता, तूं जो हा प्रश्न विचारिलास तो अतिशय उत्तम आहे; हें केवळ अद्भुत रहस्यच तूं विचारिलेंस, ह्यांत संशय नाहीं. देव आणि मुनिसुद्धां ह्या पितृकर्माचीच प्रशंसा करितात आणि त्यांनाही ह्या पितृकार्याचें रहस्य विदित झालेलें नाहीं ! देवदूता, हें रहस्य महात्मा चिरंजीव जो श्रेष्ठ मार्कंडेय त्याला मात्र माहीत आहे ! देवदूता, मार्कंडेयाची थोरवी काय वर्णावी ! त्या महायशस्वी विप्राला वर मिळाले असून तो मोठा पितृभक्त आहे ! त्याला भगवंतापासून तिन्ही पिंडांची गति कळली आहे ! ह्यास्तव, श्राद्धाच्या विधीसंबंधानें तूं जो आम्हाला प्रश्न विचारिला आहेस त्याचें उत्तर देतों तें ऐक; आणि तिन्ही पिंडांची गति काय काय होते, तें सावधान चित्तानें श्रवण कर. देवदूता, जो पिंड उदकांत प्रवेश करितो त्याच्या योगें चंद्र संतुष्ट होतो. नंतर, हे महाबुद्धिमंता, चंद्राला संतोष झाला म्हणजे तद्द्वारा देव व पितर तृप्त होतात ! देवदूता, मध्यम पिंड पत्नीनें भक्षण करावा, अशी शास्त्राज्ञा असल्यामुळें पत्नीनें तो सेवन केला म्हणजे तद्द्वारा पितर संतोष पावतात आणि ते नित्य संततीचे लोभी असल्यामुळें त्या पत्नीला पुत्र अर्पण करितात ! देवदूता, आतां तिसरा पिंड जो अग्नीला देतात त्याजबद्दल तुला सांगतों, ऐक. त्या पिंडाच्या योगानें पितरांची तृप्ति होते आणि ते यजमानाच्या सर्व कामना परिपूर्ण करितात ! देवदूता, तिन्ही पिंडांची काय गति होते, तें हें सर्व तुला सांगितलें

आहे. आतां श्राद्धतिथीच्या दिवशीं मैथुन कां वर्ज्य करावें तें सांगतों, ऐक. देवदूता, जो ऋत्विज् म्हणजे श्राद्धभोक्ता यजमानाच्या पितृस्थानीं अधिष्ठित होतो, तो त्या दिवशीं यजमानाचा पितृगणच होतो, असें म्हटलें पाहिजे; ह्यास्तव तो जर त्या दिवशीं स्वस्त्रीशीं गमन करील तर त्यास परदारागमन केल्याचें पातक लागेल ! म्हणून श्राद्धतिथीस ऋत्विजाला मैथुन वर्ज्य असें सांगितलें आहे. देवदूता, क्षण स्वीकारलेल्या ब्राह्मणानें नित्य शुचिर्भूतपणानें श्राद्धीय अन्न सेवन करावें, म्हणजे आम्ही म्हणतों ते दोष घडणार नाहींत; नाहींपेक्षां दोषप्राप्ति घडून अधोगतीस जावें लागेल ! ह्यास्तव, श्राद्धाचा क्षण घेतलेल्या ब्राह्मणानें स्नान करून शुचिर्भूत व्हावें आणि शांत चित्तानें श्राद्धामध्यें भोजन करावें; म्हणजे त्या योगें क्षणास बसलेल्या ब्राह्मणाला व त्याप्रमाणेंच यजमानाला बहुत संतति प्राप्त होईल !

राजा युधिष्ठिरा, नंतर, सूर्याच्या कांतीप्रमाणें ज्याच्या देहाची प्रदीप्त कांति चोहोंकडे फांकली होती असा विद्युत्प्रभ नामक एक महातपस्वी ऋषि तीं धर्मरहस्यें श्रवण करून इंद्राला म्हणालाः--इंद्रा, मनुष्यें मूर्खपणानें तिर्यग्योनींतल्या प्राण्यांची हिंसा करण्यास प्रवृत्त होतात आणि कृमिकीटक, पिपीलिका, सर्प, मेष, मृग, पक्षी, इत्यादि अनेक जीवांना ठार मारून अतिशय पातक जोडितात; तेव्हां ह्या पातकाचें परिमार्जन करण्याचा कांहीं उपाय आहे काय ? राजा धर्मा, विद्युत्प्रभ मुनीचा तो प्रश्न श्रवण करून सर्व देव, तपोधन ऋषि आणि महाभाग पितर ह्यांस मोठा आनंद झाला व त्यांनीं त्याची वाहवा केली !

इंद्र म्हणालाः--विद्युत्प्रभ मुने, त्यास उपाय हाच आहे कीं, कुरुक्षेत्र, गया, गंगा, प्रभास व पुष्कर ह्या तीर्थांचें मनांत ध्यान करून नंतर स्नान करावें; म्हणजे चंद्राची जशी राहूपासून सुटका होते तशी त्या पातक्याची पातकापासून सुटका होते. विद्युत्प्रभ मुने, आणखी त्यानें ह्याप्रमाणें तीन दिवस स्नान करून उपोषित रहावें आणि गाईच्या पाठींस व पुच्छांस स्पर्श करून त्यांस नमस्कार करावा.

राजा युधिष्ठिरा, नंतर विद्युत्प्रभ मुनीनें वासवाला म्हटलें कीं, 'शतक्रतो, हा धर्म ह्याहूनही सूक्ष्म आहे; ह्यास्तव मी तुला त्याचें विवेचन करून सांगतों, श्रवण कर. पशुपक्ष्यादिकांची हत्या करणाऱ्या पुरुषानें वडाच्या पारंब्यांचें चूर्ण व प्रियंगुतैल म्हणजे राजसर्षपतैल हीं अंगाला चोळावीं आणि षष्टिका म्हणजे साठ दिवसांत पिकणारें धान्य दुधासह भक्षण करावें; म्हणजे तो सर्व पातकांपासून मुक्त होतो. इंद्रा, आतां मी तुला दुसरें एक रहस्य कथन करितों. हें रहस्य ऋषींनीं चिंतन करून शोधून काढिलें असून मीं हें कैलास पर्वतावर भगवान् शंकराच्या सन्निध बृहस्पतीपासून ऐकिलें आहे. शचीपते, तें रहस्य असें कीं, जो पुरुष पर्वतावर चढून दोन्ही हात जोडून व ते वर करून कांहींएक न खातां सूर्याकडे टक लावून एका पायावर उभा राहील, त्यास महान् तपश्चर्या व उपोषण केल्याचें पुण्य लागेल. इंद्रा, जो पुरुष अर्काच्या किरणांनीं तप्त होतो तो सर्व पातकांचा क्षय करितो. साधकानें ग्रीष्म काळांत किंवा शीत काळांत ह्याप्रमाणें केलें असतां त्याच्या ठिकाणीं कोणतेंही पाप अवशिष्ट राहात नाहीं. अशा रीतीनें पातकापासून मुक्तता झाल्यावर साधकाला शाश्वत तेज प्राप्त होतें आणि पुनः तो कांतीनें सूर्याप्रमाणें व सौंदर्यानें चंद्राप्रमाणें झळाळूं लागतो !

राजा युधिष्ठिरा, ह्याप्रमाणें विद्युत्प्रभ मुनीचें भाषण श्रवण करून देवसभेंत शतक्रतु इंद्रानें श्रेष्ठ बृहस्पतीला मधुर वाणीनें म्हटलें:--

भगवन्, मनुष्यांना सुखावह असें जें धर्मगुह्य असेल तें कथन करा आणि मनुष्यांच्या हातून जे दोष घडत असतात तेही यथार्थ रीतीनें रहस्यांसह सांगा.

बृहस्पति म्हणालाः—शचीपते, जीं मनुष्यें सूर्याकडे तोंड करून लघुशंका करितात, जीं वायूविषयीं पूज्यभाव धरीत नाहींत, जीं प्रदीप्त अग्नीला सामिधा अर्पीत नाहींत व जीं दुधाच्या लोभानें तान्ह्या वासराच्या गाईचें दोहन करितात, त्या मनुष्यांना कोणतीं पातकें लागतात तें मी तुला सांगतों ऐक. वासवा, सूर्य, वायु, अग्नि आणि लोकमाता गाई हीं ब्रह्मदेवानें उत्पन्न करण्याचें कारण त्यांच्या योगें लोकांचें तारण व्हावें हें होय. वास्तविक-पणें ह्या सर्व मनुष्यांच्या देवता होत ! आतां ह्यांच्या संबंधानें प्रत्येकशः धर्मगुह्य निवेदन करितों तें सर्व, सभासदहो, तुम्ही श्रवण करा. ज्या अधम स्त्रिया किंवा अधम पुरुष सूर्याच्या अभिमुख मूत्रोत्सर्ग करितात त्या सर्व कुळाला बट्टा लावणाऱ्या स्त्रीपुरुषांना शहायशीं वर्षेंपर्यंत फार मानहानि सोसावी लागते ! इंद्रा, जीं स्त्रीपुरुषें वायूविषयीं तिर-स्कार दाखवितात त्यांची प्रजा गर्भांतून च्युत होते ! जे पुरुष प्रदीप्त अग्नीला सामिधा अर्पीत नाहींत त्यांनीं अग्निकार्यांत अग्नीला हविर्भाग दिला असतां अग्नि तो हविर्भाग ग्रहण करीत नाहीं ! आणि जीं मनुष्यें तान्ह्या वासरांच्या गाईचें दूध पितात त्यांना मुलें होत नाहींत व त्यांची प्रजा नष्ट होऊन त्यांच्या वंशाचा उच्छेद होतो ! सभासदहो, कुलांतील वयोवृद्ध ब्राह्म-णांनीं पूर्वीं ह्याप्रमाणें घडलेलें स्वतः पाहिलें आहे; ह्यास्तव भाग्येच्छु मनुष्यानें वर्जनीय गोष्टी नित्य वर्जाव्या आणि करणीय गोष्टी नित्य कराव्या, हें मी तुला खरोखरी सांगत आहें.

राजा, युधिष्ठिरा, नंतर सर्व महाभाग देव, मरुद्गण व भाग्यशाली ऋषि ह्यांनीं पितरांना विचारिलें:—पितरहो, अल्पबुद्धीचे जे मानव त्यांच्या कोणत्या कर्मानें तुमचा संतोष होतो? त्याप्रमाणेंच और्ध्वदेहिक दान अक्षय्य कसें होईल? आणि मनुष्यें कोणत्या कर्मानें पितृ-ऋणांतून मुक्त होतील? पितरहो, हें सर्व श्रवण करण्याविषयीं आमची इच्छा आहे; तर ही आमची मोठी इच्छा परिपूर्ण करावी.

पितर ह्मणाले:—महाभागहो, तुह्मीं ही जी शंका प्रदर्शित केली तें वाजवीच झालें. आतां, सच्छील मनुष्यांनीं कोणतीं कर्मे केलीं असतां आमचा संतोष होतो तें श्रवण करा. सच्छील मनुष्यांनीं नीलवर्ण गोवत्सांचे उत्सर्ग करावे, अमावास्येच्या दिवशीं तिलदान व जलदान करावें आणि वर्षाऋतूंत दीपदान करावें; ह्मणजे तीं पितृऋणांतून मुक्त होतील. महाभागहो, हीं दानें अगदीं अक्षय्य व निर्दोष असून ह्यांच्यापासून महान् फळ प्राप्त होतें. ह्या दानांच्या योगें आह्मांला जो संतोष होतो तो कधींही नष्ट होत नाहीं, असें सांगितलें आहे. सभासदहो, आणखी आम्ही तुह्मांस असें सांगतों कीं, जे श्रद्धावान् मानव प्रजोत्पादन करितात ते पितरांना नरकांतून सोडवितात !

राजा युधिष्ठिरा, पितरांचें हें भाषण ऐकून तपोधन वृद्धगार्ग्य मुनि आश्चर्यानें चकित होऊन त्याच्या सर्व देहावर रोमांच उभे राहिले आणि तो महातेजस्वी मुनि पितरांना म्हणाला, तपोधनहो, नील वृषांचा उत्सर्ग केला असतां, पर्जन्यकालांत दीपदान केलें असतां आणि अमा-वास्येला तिलोदकदान केलें असतां कोणतें कोणतें पुण्य लागतें तें सांगा.

पितर म्हणाले:—वृद्ध गार्ग्य मुने, उत्सर्जन केलेल्या नीलवृषाच्या पुच्छानें उदक वर उडालें असतां त्या योगें वृषोत्सर्ग करणाऱ्या मनुष्याचे पितर साठ हजार वर्षेंपर्यंत संतुष्ट राहातात;

उत्सर्जन केलेल्या वृषाच्या शिंगानें नदीच्या किंवा तळ्याच्या कांठावरचा चिखल वर उडाल्यास त्याच्या योगें पितरांना निःसंशयपणें सोमलोक प्राप्त होतो; जो मनुष्य वर्षाऋतूंत दीपदान करितो तो चंद्राप्रमाणें शोभतो आणि त्यास कोठेंही तमोरूप स्थिति प्राप्त होत नाहीं आणि जे मानव अमावास्येच्या दिवशीं तांब्याचे पात्रांत मधुमिश्र तिलोदकदान करितात त्यांना योग्य रीतीनें सरहस्य श्राद्ध केल्याचें पुण्य प्राप्त होतें ! तपोधना, जे पुरुष अशा प्रकारें नीलवृषोत्सर्गादिक कर्मे करितात, त्यांची प्रजा शरीरानें व मनानें नित्य हृष्टपुष्ट असते; त्याप्रमाणेंच, पिंडदान करणाऱ्या मनुष्याच्या कुळाची व वंशाची नित्य वृद्धि होते; आणि जो मनुष्य मोठ्या श्रद्धेनें पितृकर्मे करितो तो पितृ-ऋणांतून मुक्त होतो ! तपोधना, श्राद्धाचा काल, क्रम, विधि, क्षण द्यावयाच्या ब्राह्मणाची पात्रता आणि श्राद्धाचें फल, इत्यादि सर्व गोष्टी ह्याप्रमाणें नीट रीतीनें मीं वर्णिल्या आहेत !

अध्याय एकशें सव्विसावा.

--:०:--

देवरहस्य.

भीष्म सांगतातः—राजा युधिष्ठिरा, नंतर ‘ तुला काय प्रिय आहे व तुझी तृप्ती कशानें होते ’ असें सुराधिपानें भगवान् विष्णूला विचारिलें असतां

विष्णु ह्मणालाः—इंद्रा, ब्राह्मणांची कोणीं निंदा केल्यास त्यांचा मी अतिशय द्वेष करितों; परंतु जे कोणी ब्राह्मणांची नित्य पूजा करितात ते नित्य निःसंशयपणें माझीच पूजा करितात असें मी मानितों ! ह्यासाठीं, हे देवेंद्रा, कल्याणेच्छु मनुष्यानें सत्पात्र ब्राह्मणांस भोजन घालून त्यांस नित्य नमस्कार करावा. देवेंद्रा, त्याप्रमाणेंच मनुष्यानें प्रातःकालीं शिष्टाचारास अनुसरून आपल्या पावलांना वंदावें आणि गोमयावर उपलिप्त असलेल्या चक्रचिन्हाची सुदर्शन मंत्रानें पूजा करावी; म्हणजे त्या योगें मी त्याजवर प्रसन्न होतों. देवेंद्रा, त्याप्रमाणेंच जो मनुष्य बटु ब्राह्मणाला आणि उदकांतून उठलेल्या व मस्तकावर मृत्तिका धारण केलेल्या वराहाला पूजितो, त्याला कोणतीही अशुभ अवस्था प्राप्त होत नाहीं व त्याचीं सर्व पातकें नष्ट होतात. देवेंद्रा, जो मनुष्य सदोदीत अश्वत्थ, गोरोचन व गाय ह्यांची पूजा करील त्यास सुर, असुर व मानव ह्यांनीं युक्त असें अखिल जग पूजिल्याचें श्रेय प्राप्त होईल. देवेंद्रा, जे मानव ह्याप्रमाणें अश्वत्थादिकांची नित्य पूजा करितात, त्यांची पूजा त्या अश्वत्थादिकांच्या रूपानें वास्तविक मीच ग्रहण करितों. ही माझी पूजा मला मान्य आहे, हिच्याव्यतिरिक्त दुसरी पूजा मला मान्य नाहीं; ह्यास्तव जोंपर्यंत हें जग प्रतिष्ठित आहे तोंपर्यंत मनुष्यानें ह्याच पूजाविधीचा अंगीकार करून मला पूजावें हें उचित होय. अल्प बुद्धीचे मानव अन्य प्रकारांनीं व्यर्थ माझी पूजा करितात; मी तिचा स्वीकार करीत नाहीं व ती मला संतोष देत नाहीं !

इंद्र ह्मणालाः—विष्णो, गोमयोपलिप्त चक्रचिन्ह पावलें, वराह, बटु ब्राह्मण व उद्धृत मृत्तिका ह्यांची पूजा करणें तुला कां प्रशस्त वाटतें? विष्णो, तूंच सर्व भूतें उत्पन्न करितोस आणि तूंच सर्व लयास नेतोस ! मनुष्यांसहवर्तमान सर्व प्राण्यांची शाश्वत प्रकृति देखील तूंच आहेस !

भीष्म सांगतातः—राजा युधिष्ठिरा, ह्याप्रमाणें देवेंद्राचें भाषण श्रवण करून भगवान् विष्णु मोठ्यानें हंसला आणि म्हणालाः—देवेंद्रा, सुदर्शन चक्रानें मीं दैत्यांचा संहार

केला, पावलांनीं मीं सर्व पृथ्वी आक्रांत केली, वराहाचें रूप घेऊन हिरण्याक्षाला वधिलें व वामन होऊन बलि राजाला जिंकिलें; म्हणून जे महात्मे मानव ह्या माझ्या रूपांची पूजा करितात त्यांजवर मी संतुष्ट होतो आणि मी त्यांचा केव्हांही पराभव होऊं देत नाहीं! देवेंद्रा, ब्रह्मचारी ब्राह्मण गृहास प्राप्त झालेला पाहून गृहस्थाश्रमी मनुष्यानें ब्राह्मणास देण्यास योग्य असा जो अन्नाचा अग्रभाग तो त्यास समर्पावा आणि मग अवशिष्ट अन्न त्यानें स्वतः व त्याच्या कुटुंबानें भक्षण करावें; म्हणजे त्यास अमृतभोजनाचें श्रेय प्राप्त होतें! देवेंद्रा, जो मानव प्रातःकाळीं संध्यावंदन केल्यावर आदित्याकडे मुख करून उभा राहातो, त्यानें सर्व तीर्थांच्या ठिकाणीं स्नान केल्याप्रमाणें होतें, व त्याचीं सर्व पातकें नाहींतशीं होतात! तपोधनहो, मीं तुम्हांला हें धर्मगुह्य साकल्येंकरून सांगितलें आहे; आतां तुम्हांला आणखी कांहीं शंका असल्यास विचारा; ती सांगण्यास मी सिद्ध आहें.

बलदेव म्हणालाः—सभासदहो, मनुष्यांना सुखावह असें श्रेष्ठ धर्मगुह्य श्रवण करा. हें धर्मगुह्य अज्ञान मनुष्यांना माहीत नसल्यामुळेंच तीं भूतांपासून पीडा पावून क्लेश भोगितात! जो मनुष्य सकाळीं उठून गाय, घृत, दहीं, सर्षप व राजसर्षप ह्यांना स्पर्श करितो, त्याचें सर्व पातक दूर होतें. तपोधन पुरुष समोर किंवा पाठीमागें भूतांना पीडा होईल असें कृत्य करीत नाहींत आणि श्राद्धामध्यें उच्छिष्ट ह्मणजे पूर्वोपभुक्त वस्तु सर्वथैव वर्जितात.

देव म्हणालेः—सभासदहो, जो मानव उदकानें भरलेलें ताम्रपात्र धारण करून उत्तराभिमुख उभा राहून उपवास किंवा व्रतानुष्ठान करण्याचा संकल्प करितो, त्याजवर देवता संतुष्ट होतात आणि त्याची कामना सिद्धीस जाते. मनुष्यें ह्याप्रमाणें न करितां भलत्याच प्रकारें उपोषणाचा किंवा व्रतांचा संकल्प करितील तर त्या मतिमंदांचा तो प्रयत्न व्यर्थ होईल! सभासदहो, उपवासादिकांचा संकल्प करितांना किंवा अर्घ्यप्रदानादिक अर्पितांना ताम्रपात्र प्रशस्त होय. बलि, भिक्षा, अर्घ्य व पितरांना तिलोदक हीं ताम्रपात्रांतून द्यावीं; नाहीं तर तीं अल्पफल होतील. सभ्यहो, ज्याच्या योगानें देवतांची तृप्ति होते असें हें धर्मगुह्य सांगितलें आहे.

धर्म म्हणालाः—सभासदहो, दैविक किंवा पैत्रिक कर्मे करितांना दानें द्यावयाचीं तीं राजाची सेवा करणाऱ्या, घंटा वाजविणाऱ्या, पूजा किंवा देवालयांतील इतर कामें करणाऱ्या, गाई राखणाऱ्या, व्यापार किंवा कारागिरीचीं कामें करणाऱ्या, नाटकांत सोंग घेणाऱ्या, मित्राचें अनिष्ट चिंतणाऱ्या, वेद न शिकणाऱ्या आणि शूद्रीशीं लग्न लावणाऱ्या ब्राह्मणाला कधींही देऊं नयेत. जो मनुष्य ह्यांत चुकी करील त्याची संतति नष्ट होईल आणि पितर खिन्न होतील. सभासदहो, जो मनुष्य अतिथीचा सत्कार करीत नाहीं आणि त्यामुळें ज्याच्याकडे आलेला अतिथि हिरमोड होऊन परत निघून जातो, त्या मनुष्याचे पितर, देव व अग्नि हे अतिथीच्या अनादरामुळें निराश होत्साते परत निघून जातात. जो मनुष्य अतिथीचा अव्हेर करितो त्याला स्त्रीहत्येचें, गोहत्येचें, कृतघ्नाचें, ब्रह्महत्येचें व गुरुपत्नीगमनाचें पातक लागतें!

अग्नि म्हणालाः—सभासदहो, जो अधम मनुष्य गाईला, महाभाग ब्राह्मणाला किंवा प्रदीप्त अग्नीला लाथ हाणतो, त्याला कोणती आपत्ति प्राप्त होते ती सांगतों, सावधान चित्तानें श्रवण करा. सभ्यहो, जो मनुष्य हें दुष्कर्म करितो त्याची सर्वत्र अवहेलना होते; त्याची निंदा स्वर्गापर्यंत पोहोंचते; आणि त्याचे पितर

भीतीनें गांगरून जातात ! त्याच्या ह्या दुष्कृत्यानें देवांना अतिशय खेद होतो; त्यानें दिलेला हविर्भाग महातेजस्वी जो अग्नि तो ग्रहण करीत नाहीं; त्याला शंभर जन्म नरकांत कुजत राहावें लागतें; आणि त्याला कोणीही प्रायश्चित्त सांगत नाहींत ! ह्यास्तव, सभासदहो, कल्याणेच्छु मनुष्यानें ह्या माझ्या सांगण्यावर पूर्ण श्रद्धा ठेवावी आणि परमपूज्य गाईला, महातेजस्वी ब्राह्मणाला किंवा प्रदीप्त अग्नीला केव्हांही पादस्पर्श करूं नये. सभासदहो, जो मनुष्य गाय, ब्राह्मण व अग्नि ह्यांना लाथ हाणील, त्यास अशी ही आपत्ति प्राप्त होईल.

विश्वामित्र म्हणाला:—सभासदहो, आणखी एक महान् धर्मरहस्य मी तुम्हांला निवेदन करितों, ऐका. जो मनुष्य भाद्रपद मासीं पूर्वाह्णीं गजच्छायापर्व असतां अपराह्णाच्या आरंभास मघानक्षत्रीं दक्षिणाभिमुख होत्साता पितरांना श्राद्धामध्यें पायसान्न अर्पितो, तो महान् पुण्य जोडितो; त्याला तेरा वर्षेंपर्यंत महच्छ्राद्ध केल्याचें श्रेय प्राप्त होतें !

गाई ह्मणाल्या:—सभासदहो, जो मनुष्य "हे समंगे, बहुले, तुला कोठेंही भीति नाहीं; तूं मूर्तिमंत क्षेमच आहेस; जणू काय तूं प्रत्यक्ष ज्ञानशक्तिच आहेस; तुझा महिमा फारच अगाध आहे; पूर्वी ब्रह्मलोकीं वज्रधर इंद्रानें यज्ञ केला तेव्हां तेथेंही तूं वत्सासहित स्थित होतीस, शिवाय तूं विष्णुपदीं ह्मणजे अंतरिक्षांत व अग्निपथांत स्थित राहिलीस व त्यामुळें नारदासहवर्तमान सर्व देवांनीं तुला 'सर्वसहा' असें नांव दिलें !" अशा आशयाचा मंत्र ह्मणून माझें स्तवन करितो, त्याच्या ठिकाणीं पूर्वीचें कांहीं पातक असल्यास तें नष्ट होतें, त्याला इंद्रलोक प्राप्त होतो, त्याला माईप्रमाणें परमपावनत्व मिळतें, आणि तो चंद्रासारखा कांतिमान् होतो ! सभासदहो, आमचें हें स्तवन देवांनीं सुद्धां ह्याप्रमाणें केलें आहे; ह्यास्तव, जो मनुष्य पर्वकाळीं गोठ्यामध्यें ह्याप्रमाणें आमचें स्तवन करील त्याचें सर्व पातक लयास जाईल, त्याला भीति ह्मणून उत्पन्न होणार नाहीं, तो शोकापासून दूर राहील, आणि अखेरीस इंद्रलोक मिळवील !

भीष्म सांगतात:—राजा युधिष्ठिरा, नंतर त्रिभुवनांत प्रख्यात असलेले वसिष्ठ-प्रभृति महाभाग सप्तर्षि ह्यांनीं पद्मोद्भव जो ब्रह्मदेव त्याला प्रदक्षिणा घातली व ते सर्वजण त्याच्यापुढें हात जोडून उभे राहिले. तेव्हां त्यांपैकीं महान् ब्रह्मवेत्ता वसिष्ठ ब्रह्मदेवाला म्हणाला:— ब्रह्मदेवा, मी तुला सर्व प्राण्यांच्या हिताचा आणि त्यांतही ब्राह्मण व क्षत्रिय ह्यांच्या विशेष हिताचा असा प्रश्न विचारीत आहें. तो प्रश्न हा कीं, द्रव्याच्या अभावामुळें ज्यांना यज्ञयाग करण्याचें सामर्थ्य नाहीं, अशा साधुवृत्त मनुष्यांनीं काय केलें असतां त्यांस यज्ञयागांचें फळ प्राप्त होईल तें कथन करावें. राजा धर्मा, वसिष्ठ ऋषीचा तो प्रश्न श्रवण करून ब्रह्मदेवानें भाषण केलें.

ब्रह्मदेव म्हणाला:—महाभाग सप्तर्षींनो, फारच उत्तम प्रश्न केलात ! हा प्रश्न मोठा कल्याणकारक असून ह्यांत फारच गूढ रहस्य आहे ! तुह्मीं विचारिलेल्या ह्या सूक्ष्म प्रश्नानें मर्त्यजनांचें कल्याण घडेल ! असो, तपोधनहो, मी आतां सर्व कांहीं यथास्थितपणें निवेदन करितों, श्रवण करा; व मीं सांगितल्याप्रमाणें जो मनुष्य करील त्यास निःसंशयपणें यज्ञयाग केल्याचें फळ प्राप्त होईल असें समजा. सभासदहो, पौष मासांत शुक्लपक्षांत ज्या दिवशीं रोहिणी नक्षत्र असेल त्या दिवशीं त्या नक्षत्रयोगावर जो मनुष्य स्नान करून व शुचिर्भूत होऊन एकाग्र चित्तानें श्रद्धापूर्वक एका वस्त्रानिशीं आकाशांत (ह्मणजे उघड्या

भूमीवर) शयन करील आणि चंद्रकिरण प्राशील त्याला महायज्ञाचें फळ प्राप्त होईल. द्विजश्रेष्ठहो, तुह्मी धर्माच्या सूक्ष्मतत्त्वांतील रहस्य जाणणारे आहां! ह्यास्तव, तुह्मी जें मला विचारिलें तें हें महान् धर्मरहस्य मीं तुम्हांस कथिलें आहे!

अध्याय एकशें सत्ताविसावा.

--:०:--

देवरहस्य.

विभावसु (सूर्य) म्हणालाः—सभासदहो, जो मनुष्य पौर्णिमेच्या दिवशीं चंद्रोदयाच्या समयीं चंद्राकडे मुख करून उभा राहील आणि घृतानें युक्त अशा अक्षतांसहित ओंजळभर उदकाचें अर्घ्य देईल, त्याला अग्निकार्य केल्याचें व तिन्ही अग्नींना हविर्भाग अर्पिल्याचें पुण्य लागेल. सभासदहो, जो मूर्ख मनुष्य अमावास्येच्या दिवशीं वनस्पतीला पीडा करील फार काय, जो तिचें एक पान तोडील, त्याला ब्रह्महत्येचें पातक लागेल! सभासदहो, अमावास्येच्या दिवशीं मनुष्य जर दंतधावन करण्याचें काष्ठ चावील, तर त्या मूर्खाला चंद्राला पीडा दिल्याचें पातक लागेल; त्याचे पितर त्याजवर विटतील; पर्वकालीं तो जें हव्य अर्पण करील तें देव स्वीकारणार नाहींत; त्याच्या पितरांना अत्यंत क्रोध चढेल; आणि त्याच्या वंशाचा व कुलाचा उच्छेद घडेल!

श्री ह्मणालीः—सभासदहो, ज्या गृहांत पाणी पिण्याचीं भांडीं, दुसरीं भांडीं, आसनें व इतर वस्तु अस्ताव्यस्त पडल्या आहेत आणि जेथें स्त्रियांना मारझोड करण्यांत येते, अशीं गृहें ह्मणजे केवळ पापगृहेंच होत! असल्या ह्या पापगृहांतून उत्सवसमयीं किंवा पर्वकाळीं देव व पितर निराश होत्साते परत जातात.

अंगिरा म्हणालाः—सभासदहो, जो मनुष्य सुवर्चला वल्लीचीं मुळें हातांत धरून करंजक वृक्षाला सबंध वर्षभर दीप लावील त्याची प्रजा वृद्धि पावेल.

गार्ग्य म्हणालाः—सभासदहो, नित्य अतिथिसत्कार करावा; वसतिस्थानीं दीप लावावा; दिवसास निद्रा वर्जावी; मांस खाऊं नये; गाई व ब्राह्मण ह्यांना इजा करूं नये; आणि पुष्करादिक तीर्थांचें स्मरण करावें. हा धर्म महाश्रेष्ठ होय; ह्यांत परम रहस्य आहे; ह्याचें फळ फार मोठें आहे; शंभर यज्ञ करूनही त्यांचें फळ नाश पावेल, परंतु मीं जे हे धर्म सांगितले आहेत, ते श्रद्धेनें आचरिल्यास त्यांचें फळ कधींही नष्ट होणार नाहीं! आतां मी तुम्हांला दुसरें एक परम गूढ असें धर्मरहस्य निवेदन करितों तें ऐका. सभासदहो, दैविक किंवा पैत्रिक कर्में करितांना—मग तीं पर्वणीच्या वेळीं असोत, अन्य वेळीं असोत किंवा तीर्थावर वगैरे असोत, रजस्वला, कुष्ट उठलेली किंवा वंध्या स्त्री, ह्यांनीं जर त्या हविर्द्रव्यांकडे अवलोकन केलें, तर देवता त्या हविर्भागाचें सेवन करीत नाहींत! जो मनुष्य अशा प्रकारच्या सदोष स्त्रीला श्राद्धादि कर्में करितांना समीप येऊं देतो, त्याचे पितर तेरा वर्षेंपर्यंत संतोष पावत नाहींत! सभासदहो, पितरादिकांना जो हविर्भाग द्यावयाचा तो अक्षय्य होण्यासाठीं कर्मकर्त्या मनुष्यानें शुचिर्भूत होऊन शुक्ल वस्त्र परिधान करावें, ब्राह्मणांकडून स्वस्तिवाचन करवावें, आणि भारताचा पाठ ह्मणवावा.

धौम्य म्हणालाः—सभासदहो, फुटकीं भांडीं, मोडक्या खाटा, कोंबडीं, कुत्रीं व गृहांत वाढलेला वृक्ष हीं सर्व अप्रशस्त होत. फुटक्या भांड्यांत कलि राहातो, मोडक्या खाटेंत अवदशा वास करिते, कोंबडीं व कुत्रीं दृष्टीस पडलीं म्हणजे देवता हविर्भाग ग्रहण करीत नाहींत, आणि घरांत वृक्ष वाढलेला

असला म्हणजे त्याच्या मुळाशीं खचित जीवजंतु रहातात; ह्यास्तव घरांत वृक्ष लावूं नये.

जमदग्नि म्हणालाः—सभासदहो, मनुष्याचें मन शुद्ध असणें हें फार अवश्य आहे. ज्या मनुष्याचें मन शुद्ध नाहीं त्यानें अश्वमेध यज्ञ केला, शंभर वाजपेय यज्ञ केले किंवा दुसरे यज्ञयाग करून आपलें प्रचंड यश सर्वत्र पसरिलें, अथवा तो खालीं डोकें वर पाय करून बहुत काळ लोंबत राहिला, तरी तें सर्व व्यर्थ होईल! ज्या मनुष्याचें मन निर्मळ नाहीं, तो खचित नरकांतच पडेल! हृदयाची शुद्धता, यज्ञ व सत्य हीं सर्व समान होत! मनुष्य निर्मळ मनानें ब्राह्मणाला एक शेरभर सातू देईल तर तेवढ्यावरही त्याला ब्रह्मलोकाची प्राप्ति होईल! माझ्या मतें हा एक दाखला पुरेसा आहे.

अध्याय एकशें अठ्ठाविसावा.

—:०:—

देवरहस्य.

वायु म्हणालाः—सभासदहो, मी आतां मनुष्यांना सुखावह असें एक धर्मरहस्य सांगतों; आणि त्याप्रमाणेंच मनुष्यांचे जे दोष आहेत तेही रहस्यासह निरूपण करितों, सावधान चित्तानें श्रवण करा. सभासदहो, जो मनुष्य पावसाळ्याच्या चार महिन्यांत तिलोदक-दान करितो, वेदवेत्त्या ब्राह्मणांना यथाशक्ति भोजन घालितो, अग्नीला हविर्भाग देतो, पायसानें युक्त असें अन्न अर्पितो, व पितरांना तिलोदकासह दीपदान करितो त्याला महान् पुण्य प्राप्त होतें. सभासदहो, मनुष्य श्रद्धापूर्वक सावधान चित्तानें जर असें करील तर त्यास शंभर पशुयज्ञ केल्याचें श्रेय मिळेल. सभासदहो, आतां मी तम्हांला आणखी एक धर्मगुह्य सांगतों, तें ऐका. हें धर्मगुह्य म्हणजे वस्तुतः अधर्मगुह्यच होय! अग्निहोत्री वैदिक ब्राह्मण देशांतरीं प्रवास करीत असतां अरणींतील अग्नि किंवा प्रत्यक्ष अग्नि शूद्राच्या स्वाधीन करितो आणि हविर्द्रव्यें अनधिकारी स्त्रियांच्या स्वाधीन करितो आणि म्हणतो कीं, मी धर्मानुसार वर्तत आहें; पण हें त्याचें कृत्य अधर्म होय! ह्या त्याच्या दुष्कर्मानें अग्नि त्याच्यावर कोपतात व तो अग्निपूजक ब्राह्मण शूद्रयोनींत जन्म पावतो आणि पितर व देव ह्यांना अतिशयच खेद होतो! आतां मी ह्याला प्रायश्चित्त सांगतों तें ऐका. जो मनुष्य हें प्रायश्चित्त करील त्याचें सर्व पातक नाहींसें होईल व त्याला उत्तम सुख मिळेल! सभासदहो, ज्या मनुष्याच्या हातून हा दोष घडला असेल त्यानें तीन अहोरात्र निराहार उपोषण करून एकाग्र मनानें गोमूत्र, गोमय, गोदुग्ध व गोघृत ह्यांनीं अग्नीला हवन करावें, म्हणजे एक संवत्सर संपूर्ण झाल्यावर देवता हविर्द्रव्यांचा स्वीकार करूं लागतील आणि श्राद्धाचा काल प्राप्त झाल्यावर पितर आनंदित होतील! सभासदहो, मीं हें धर्मरहस्य व अधर्मरहस्य निवेदन केलें आहे. स्वर्गप्राप्तीची इच्छा करणाऱ्या मनुष्यांनीं ह्यांचा नीट विचार करावा आणि श्रेयस्कर मार्गाचें अवलंबन करून मेल्यानंतर स्वर्गलोकाचा उपभोग घ्यावा!

अध्याय एकशें एकुणतिसावा.

—:०:—

लोमशरहस्य.

लोमश म्हणालाः—सभासदहो, जे मानव लग्न न करितां परस्त्रीच्या ठिकाणीं आसक्त असतात त्यांचे पितर श्राद्धकालीं अगदीं निराश होतात! जो पुरुष परदारेच्या ठिकाणीं रममाण होतो, वंध्येच्या भजनीं लागतो आणि

ब्रह्मस्वाचा अपहार करितो ते तिघेही समान दोषी समजावे; निःसंशयपणें ह्या तिन्ही प्रकारच्या पुरुषांशीं भाषण करण्यालाही पितर उत्सुक असत नाहींत आणि ह्यांनीं हव्यकव्य अर्पिल्यास देवता व पितर त्यांचें अभिनंदन करीत नाहींत ! ह्यास्तव, परदारा व वंध्या स्त्री ह्यांचा समागम वर्ज्य करावा आणि ब्रह्मस्वाच्या अपहरणापासून सदा अलिप्त रहावें; म्हणजे तद्वारा स्वहितप्राप्तीची मनीषा सिद्धीस जाईल. सभासदहो, आतां मी तुह्मांला दुसरें धर्मरहस्य कथन करितों. तें असें कीं, मनुष्यानें गुरुजनांवर पूर्ण श्रद्धा ठेवून तीं सांगतील त्याप्रमाणें नित्य मनापासून वागावें, आणि प्रत्येक महिन्यांत द्वादशीला व पौर्णिमेला ब्राह्मणांना घृताक्षता दान द्याव्या; म्हणजे त्या योगें सोमाची व महान् जलसंचय जो समुद्र त्याची वृद्धि होईल आणि इंद्र हा अश्वमेध यज्ञाच्या चतुर्थ भागाचें फळ अर्पण करील. मनुष्याला घृताक्षतादानानें वीर्य व तेज ह्यांची प्राप्ति घडेल आणि भगवान् सोम तृप्त होऊन त्याचे सर्व मनोरथ सिद्धीस नेईल ! सभासदहो, आतां मी तुह्मांला आणखी एक महाफलदायी धर्मगुह्य रहस्यासह सांगतों, ऐका. ह्या कलियुगांत जीं मनुष्यें जन्म घेतात, त्यांनीं हें धर्मगुह्य लक्षांत ठेवून तदनुरूप वर्तन केल्यास त्यांस अतिशय सुख होईल. तें धर्मगुह्य असें कीं—मनुष्यानें सकाळीं उठून स्नान करून शुभ्र वस्त्र परिधान करावें, पूर्ण श्रद्धेनें ब्राह्मणांना भांडेंभर तीळ दान द्यावे, आणि पितरांना उद्देशून मधासहित तिलोदक, दीप व कृसर (खिचडी) हीं अर्पावीं, म्हणजे त्यास महान् फळ प्राप्त होईल. भांडेंभर तीळ दिले असतां महाफळ प्राप्त होतें, असें प्रत्यक्ष पाकशासनानेंही सांगितलें आहे. जो मनुष्य गोप्रदान करितो, जो मनुष्य शाश्वत भूमिदान देतो, आणि जो मनुष्य अग्निष्टोम यज्ञ करून विपुल दक्षिणा वांटतो त्याला, व भांडेंभर तीळ अर्पण करणाराला समान फळ प्राप्त होतें, असा देवतांचा अभिप्राय आहे. श्राद्धामध्यें तिलोदकदान दिलें असतां पितर तें अक्षय्य दान मानितात; आणि दीपदानानें व कृसरदानानें पितरांना महान् संतोष प्राप्त होतो. सभासदहो, स्वर्गलोकांत व पितृलोकांत देवांकडून व पितरांकडून ज्या दानाचा अतिशय गौरव होतो, अशा ह्या फार प्राचीन काळापासून प्रचारांत असलेल्या व ऋषींनीं सांगितलेल्या दानाविषयीं मीं हें विवेचन केलें आहे.

अध्याय एकशें तिसावा.

—:०:—

अरुंधती व चित्रगुप्त यांनीं सांगितलेलीं रहस्यें.

भीष्म सांगतातः—राजा युधिष्ठिरा, नंतर देव, पितर व सर्व ऋषिगण ह्यांनीं शांत चित्तानें अरुंधतीला प्रश्न केला. राजा, अरुंधती ही महात्म्या वसिष्ठ ऋषीची पत्नी असून तिचें शील व तेज वसिष्ठाप्रमाणेंच उत्कृष्ट होतें. त्या देवादिकांनीं अरुंधतीला विचारिलें:—भद्रे, आम्ही तुझ्यापासून धर्मरहस्य ऐकण्याची इच्छा करीत आहों; तर जें धर्मगुह्य तुला प्रधान वाटत असेल तें तूं आम्हांला निवेदन कर.

अरुंधती म्हणाली:—सभ्यहो, आपण माझें स्मरण करितां हेंच माझ्या तपोवृद्धीचें कारण होय. आपल्या कृपाप्रसादानेंच मी आतां शाश्वत धर्माचें प्रवचन करितें आणि तें सर्व धर्मरहस्यांसुद्धां व तत्त्वांसुद्धां विषद करून सांगतें, श्रवण करा. सभासदहो, धर्मकथनाच्या संबंधानें प्रधान नियम असा आहे कीं, ज्या पुरुषाच्या ठिकाणीं उत्तम श्रद्धा वसत असेल आणि ज्याचा अंतरात्मा पवित्र झाला असेल त्या

पुरुषालाच धर्मगुह्यें निवेदन करावीं. ज्या मनुष्याच्या ठिकाणीं श्रद्धा वसत नाहीं, जो अहंभावानें चढून गेला आहे, ज्याच्या हातून ब्रह्महत्येचें पातक घडलें आहे, आणि जो गुरुपत्नीशीं गमन करणारा आहे, अशा चार प्रकारच्या मनुष्यांशीं भाषण करूं नये व त्यांस धर्मरहस्य सांगूं नये. जो मनुष्य अतिथीचा सत्कार करितो व त्यास तोषवितो, त्याला इतकें पुण्य लागतें कीं, त्या पुण्याची बरोबरी,—बारा वर्षेपर्यंत प्रतिदिवशीं कपिला गाय दिल्यानें, महिन्या-महिन्यास नेहमीं यज्ञ केल्यानें किंवा महापुष्करतीर्थीं लक्ष गाई अर्पिल्यानेंही होणार नाहीं! सभासदहो, आतां मी आपणांस मनुष्यांना सुखावह असा दुसरा धर्म कथन करितें, श्रवण करा. कल्याणेच्छु मनुष्यानें ह्याच्या तत्त्वावर व महाफलावर दृष्टि पुरवून त्याप्रमाणें वागावें व देहाचें साफल्य जोडावें. सभासदहो, तो धर्म असा कीं, मनुष्यानें प्रातःकाळीं उठून उदक व दर्भ घेऊन गाईंच्या गोठ्यांत जावें आणि गाईंच्या शिंगांवर दर्भांनीं त्या उदकाचें सिंचन करून तें तीर्थ मस्तकावर धारण करावें व त्या दिवशीं निराहार रहावें; म्हणजे, तिन्ही लोकांत जीं कांहीं तीर्थें आहेत म्हणून ऐकितों, आणि ज्यांचा महर्षि, सिद्ध व चारण हे आश्रय करितात, त्या सर्व तीर्थांचें स्नान केल्याचें त्याला त्या गोशृंगोदकधारणाच्या योगानें पुण्य लागतें!

राजा युधिष्ठिरा, अरुंधतीचें हें भाषण श्रवण करून देव व पितर ह्यांनीं "फार उत्तम! फार उत्तम!" असे उद्गार काढिले आणि सर्व प्राण्यांना प्रमोद होऊन त्यांनीं अरुंधतीचे धन्यवाद गाइले!

पितामह म्हणालाः—महाभागे अरुंधति, अहाहा! तूं हें किती अगाध धर्मरहस्य कथन केलेंस बरें! धन्ये, मी तुला वर देतों कीं, तुझें तप सतत वृद्धिंगत असो!

यम म्हणालाः—सभासदहो, तुम्हांपासून ज्या कथा मीं श्रवण केल्या त्या खचित रमणीय व दिव्य अशा आहेत. आतां मी तुम्हांला चित्रगुप्तानें काय ह्मणणें आहे तें निवेदन करितों, श्रवण करा. सभासदहो, चित्रगुप्तानें सांगितलेलें हें धर्मरहस्य मला मान्य असून महान् महान् ऋषींनीं व आपलें कल्याण घडावें अशी इच्छा करणाऱ्या श्रद्धावान् मर्त्यांनीं श्रवण करण्यास योग्य आहे. सभासदहो, तें धर्मरहस्य हें कीं, मनुष्य जें कांहीं पाप किंवा पुण्य करितो त्याचा कधींही नाश होत नाहीं. मनुष्याच्या हातून जें कांहीं पापपुण्य घडलें असेल तें सर्व पर्वणीच्या दिवशीं सूर्याप्रत जातें व त्याच्या जवळ राहातें. पुढें मनुष्य मरण पावला म्हणजे पुण्यात्मा सूर्य तें सर्व पापपुण्य त्यास परत देतो आणि मग त्या पापपुण्याचा त्या मृत मनुष्याशीं समागम घडतो! सभासदहो, मी आतां तुम्हांला चित्रगुप्तास मान्य अशीं कांहीं शुभ कर्में निवेदन करितों, श्रवण करा. मनुष्यानें नित्य उदकदान व दीपदान करावें; त्याप्रमाणेंच त्यानें उपानह, छत्र व कपिला धेनु हीं द्यावीं; आणि विशेषेंकरून पुष्कर तीर्थावर वेदपारग ब्राह्मणाला कपिला गाय अर्पण करावी. सभासदहो, ह्याशिवाय चित्रगुप्तानें सांगितलेलें दुसरें धर्मरहस्य हें कीं, मनुष्यानें मोठ्या प्रयत्नानें सदासर्वकाळ अग्निहोत्र बाळगावें. श्रेष्ठ सभासदहो, मी आतां तुम्हांला ह्या सर्वांचें फळ पृथक् पृथक् निरूपण करितों, श्रवण करावें. सभ्यहो, काळाची घडी भरली म्हणजे सर्व प्राण्यांचा नाश व्हावयाचाच! ह्यास्तव, मनुष्यानें सद्वर्तन करून मृत्यूनंतर हाल भोगावे लागणार नाहींत, अशी आधींच सिद्धता करावी. जर

तो सत्कर्म करून पुढील आपत्ति आधींच टाळणार नाहीं, तर त्याचे मेल्यावर फार हाल होतील! यमसदनीं गेल्यावर प्राण्यांना ज्या यातना भोगाव्या लागतात त्यांचें वर्णन काय करावें! जे अल्पबुद्धि जीव दूरदृष्टि न बाळगितां अनाचार करितात, त्यांना यमलोकीं महान् आपत्ति प्राप्त होते; त्यांस तेथें क्षुधा व तृषा ह्यांनीं फार पीडा होते; आगीमध्यें त्यांचा अगदीं दाह होऊन ते शिजून निघतात; मग त्यांस तेथून पलायन वगैरे कांहीं करितां येत नाहीं; आणि अखेरीस ते घोर अंधकारांत प्रविष्ट होतात! सभासदहो, आतां मी तुम्हांला असल्या ह्या आपत्तींतून मुक्त होण्यासाठीं मनुष्यानें काय करावें तें सांगतों, ऐका. मी आतां जीं कर्में करण्याविषयीं सांगणार आहें तीं करण्यास खर्च फार लागत नाहीं व त्यांपासून पुण्य फार लागतें; आणि त्या योगें मेल्यानंतर बहुत सुख मिळतें! सभासदहो, जे मानव उदकदान करितात त्यांस महान् पुण्य प्राप्त होतें. मनुष्यांना यमलोकीं उदकदान हें विशेषच श्रेयस्कर आहे! उदकदानाच्या योगें त्यांस परलोकीं पुण्योदका नांवाची नदी प्राप्त होते; त्या पुण्योदकेचें उदक थंडगार व अमृतासारखें मधुर असून तें कधींही क्षय पावत नाहीं; आणि उदकदान करणारीं मनुष्यें त्या नदीचें तें श्रेष्ठ उदक सतत पान करितात! सभासदहो, दीपदानानें कोणतें पुण्य लागतें तें सर्व श्रवण करा. दीप देणारा पुरुष खचित कधींही नरकवासरूप घोर अंधकारांत पडत नाहीं; त्याला सोम, सूर्य व अग्नि हे सदा प्रकाश प्राप्त करून देतात; त्याच्या सभोंवतीं सर्व आंगांत दिग्देवता प्रकाशित असतात; आणि यमलोकीं तो मानव प्रत्यक्ष आदित्याप्रमाणें झळाळत असतो! ह्यासाठीं मनुष्यानें दीपदान करावें व विशेषेंकरून उदकदान करावें. आतां जे मानव वेदवेत्त्या ब्राह्मणाला कपिला धेनु अर्पण करितात आणि विशेषत: पुष्करतीर्थीं कपिलेचें दान करितात त्यांना कोणतें फळ प्राप्त होतें तें ऐका. सभासदहो, मनुष्यानें एक कपिला धेनु दिली तर त्याला शंभर सवत्स गाई दिल्याचें शाश्वत पुण्य प्राप्त होतें आणि त्यानें ब्रह्महत्येसारखें घोर पातक केलेलें असल्यास त्यापासून त्याची शुद्धि घडते! ह्यास्तव, मनुष्यानें महापुष्करतीर्थीं कार्तिकी पौर्णिमेस कपिला गाय दान द्यावी, म्हणजे त्यास दु:ख किंवा आपत्ति प्राप्त होणार नाहीं! सभासदहो, त्याप्रमाणेंच जो मनुष्य सत्पात्र ब्राह्मणाला उपानह देतो त्यास परलोकीं सकंटक मार्ग प्राप्त होत नाहीं; आणि जो मनुष्य सत्पात्र ब्राह्मणाला छत्रदान करितो त्यास सुखाची छाया प्राप्त होते! सभासदहो, दान दिलें असतां तें कधींही नाश पावत नाहीं, असा चित्रगुप्ताचा सिद्धांत आहे!

राजा युधिष्ठिरा, चित्रगुप्ताचें हें मत श्रवण करून आनंदानें विभावसूच्या अंगावर रोमांच उभे राहिले आणि तो महाद्युतिमान् विभावसु सर्व देवांना व पितरांना म्हणाला:--अहो, महात्म्या चित्रगुप्ताचें हें धर्मरहस्य ऐकिलेंतना? अहो, जे मानव मोठ्या श्रद्धेनें थोर ब्राह्मणांना हीं दानें देतात त्यांना कोणतेंही भय रहात नाहीं! सभासदहो, जे मानव हीं पांच प्रकारचीं पातकें करितात, त्यांना मुळींच प्रायश्चित्त नाहीं! त्या दुराचरणी नराधमांशीं कोणी भाषणसुद्धां करूं नये आणि त्यांपासून सर्वस्वी दूर रहावें! ब्रह्महत्या, गोहत्या, परदारागमन, अश्रद्धा व भार्योपजीवन हीं तीं पांच घोर पातकें होत! जे मानव हीं पातकें करितात ते यमलोकीं गेल्यावर रक्त व पू भक्षण करणाऱ्या किड्यांप्रमाणें नरकांमध्यें खितपत पडतात! त्या नराधमांशीं देव, पितर,

स्नातक ब्राह्मण व इतर तपस्वी पुरुष बोलतसुद्धां नाहींत आणि त्यांजपासून सर्वस्वी अलिप्त रहातात !

अध्याय एकशें एकतिसावा.

—:०:—

प्रमथरहस्य.

भीष्म सांगतातः—राजा युधिष्ठिरा, नंतर सर्व महाभाग देव, पितर व भाग्यशाली ऋषि प्रमथांना म्हणालेः—महाभाग प्रमथहो, तुह्मी रात्रीचे फिरतां तेव्हां सर्व कांहीं प्रत्यक्ष अवलोकन करितां; ह्यास्तव आह्मी तुम्हांस विचारितों कीं, अमंगळ, अशुद्ध व नीच अशा मानवांची तुह्मी हिंसा करितां ती कां बरें ? त्याप्रमाणेंच आमचा तुम्हांस आणखी असा प्रश्न आहे कीं, मनुष्यांच्या मनांत तुम्हांपासून सुरक्षित रहाण्याची इच्छा असल्यास त्यांनीं काय करावें म्हणजे त्यांजवर तुमची सत्ता चालणार नाहीं ? आणि आणखी तुह्मी आम्हांस हेंही सांगा कीं, राक्षसांचा घात करण्यासाठीं व तुम्हांला घरच्या घरीं खुंटवून ठेवण्यासाठीं मनुष्यांनीं कोणते उपाय योजावे ? निशाचरांनो, हें सर्व तुम्हांपासून ऐकण्याची आह्मी इच्छा करितों.

प्रमथ म्हणालेः—देवादिक सभासदहो, मैथुनाच्या योगें मनुष्यांना सदा अमंगळपणा प्राप्त होतो, ह्यास्तव मैथुनानंतर जीं मनुष्यें स्नान करून देहशुद्धि करीत नाहींत आणि त्याप्रमाणेंच जीं मनुष्यें वडील मनुष्यांचा अनादर करितात, मूर्खपणानें मांस भक्षितात, झाडाच्या बुंधाशीं निजतात, उशाला मांस घेतात, आणि जिकडे पाय करावयाचे तिकडे मस्तक व जिकडे मस्तक करावयाचें तिकडे पाय असें करून निजतात, तीं सर्व मनुष्यें अमंगळ व बहुत दोषी समजावीं. ह्याप्रमाणेंच जीं मनुष्यें उदकामध्यें मलमूत्र विसर्जन करितात किंवा थुंकी, खाकरा वगैरे टाकितात, तीं मनुष्यें अमंगळ व बहुत दोषी समजावीं. हीं सर्व मनुष्यें निःसंशयपणें ठार मारण्याला व खाऊन टाकण्याला पात्र होत. अशा मनुष्यांच्या वाटेस आम्ही जातों व त्यांना पीडा करितों. आतां, सभासदहो, आमच्या हातून मनुष्यांची हिंसा होऊं नये म्हणून मनुष्यांनीं आम्हांला प्रतिबंधक अशीं कोणतीं कृत्यें करावीं तीं सांगतों, ऐका. सभासदहो, जीं मनुष्यें अंगाला गोरोचन फांसतात, हातांत वचा नामक वनस्पतीचें मूळ घेतात, घृताक्षता दान करितात व मस्तकाला लावितात आणि मांसाहार वर्जितात, त्यांची हिंसा करण्यास आह्मी समर्थ नाहीं. त्याप्रमाणेंच ज्याच्या गृहीं नित्य अहोरात्र अग्निहोत्र प्रज्वलित असतें आणि ज्याच्या गृहीं व्याघ्राचें चर्म व दाढा, पर्वताच्या दरींत रहाणारें कांसव, आज्याहुतींचा धूम्र, मार्जार किंवा काळा अथवा पिंगट बोकड असतो, त्या गृहस्थाश्रमी मनुष्याच्या घरीं अतिशय भयंकर राक्षसांचा मुळींच उपद्रव होत नाहीं ! सभासदहो, आमच्यासारखे निशाचर स्वैरवृत्तीनें सर्व लोकांत फिरत असतात; ह्यास्तव राक्षसांचा नाश करणाऱ्या ह्या वस्तु घरांत असाव्या. सभ्यहो, तुमचा महान् संशय दूर करण्यासाठीं हें सर्व तुम्हांस कथन केलें आहे.

अध्याय एकशें बत्तिसावा.

—:०:—

दिग्गजरहस्य.

भीष्म सांगतातः—राजा युधिष्ठिरा, नंतर कमलाप्रमाणें कांतिमान् व कमलापासून जन्मलेला पितामह ब्रह्मदेव हा शचीपति इंद्राला व इतर देवांना म्हणालाः—इंद्रप्रमुख देवहो, रसातलांत संचार करणारा हा रेणुक नामक

गज अत्यंत बलिष्ठ व तेजस्वी आहे; ह्या बलशाली गजाच्या ठायीं लोकोत्तर सत्त्व व वीर्य वसत आहे; ह्यास्तव तुम्ही ह्यास आज्ञा करा आणि ज्या महावीर्यवान् महान् महान् अतितेजस्वी गजांनीं उदक, शैल व वनें ह्यांसहवर्तमान अखिल पृथ्वीला उचलून धरिलें आहे, त्यांजकडे त्याला पाठवून विचारा कीं, तुमचीं जीं धर्मगुह्यें असतील तीं सर्व कथन करा. राजा युधिष्ठिरा, ह्याप्रमाणें पितामह ब्रह्मदेवाचें भाषण श्रवण करून देवांनीं यत्किंचित् हयगय न करितां तत्काळ रेणुक गजाला जेथें ते धरणीधर राहात होते तेथें पाठविलें आणि नंतर रेणुकानें त्या महागजांना धर्मगुह्यें विचारिलीं.

रेणुक म्हणालाः—महाबलवान् गजांनो, देवांच्या व पितरांच्या आज्ञेनें मी तुह्मांकडे आलों आहें, तुमचीं जीं धर्मगुह्यें असतील तीं तुह्मांपासून श्रवण करण्याची माझी इच्छा आहे; तर, हे महाभागांनो, आपल्या मनीषेनुरूप तुम्हीं आपलीं धर्मगुह्यें मला कथन करावीं.

दिग्गज म्हणालेः—रेणुका, आहारादिकांत नियम ठेवून न रागावतां शांत चित्तानें 'अनंता ह्यक्षया' इत्यादि मंत्रांनीं कार्तिक महिन्याच्या कृष्णपक्षांत आश्लेषा नक्षत्र व अष्टमी तिथी ह्यांच्या शुभ योगावर वारुळाच्या समीप सूर्यास्ताच्या समयीं श्राद्ध करून मनुष्यानें गूळ व भात ह्यांचा बलि अर्पण करावा. रेणुका, मनुष्यानें बलिदान करितांना 'अनंता ह्यक्षया' इत्यादि जे मंत्र म्हणावयाचे त्यांचा अर्थ असा कीं, बलदेवप्रभृति जे महाबलिष्ठ नाग आणि अनंत, अक्षय व नित्य अतिशयित महाबलवान् असे जे भोगी (म्हणजे सर्प) व त्याप्रमाणेंच त्यांच्या कुळांत जन्मलेले जे प्रचंड भुजंगम, ते मला बल व तेज ह्यांच्या अभिवृद्धीसाठीं बलि अर्पण करोत आणि आणखी ते मला असाही वर देवोत कीं, श्रीमान् नारायणानें वसुंधरेचें उद्धरण केलें तेव्हां त्याच्या ठिकाणीं जें अपूर्व सामर्थ्य प्रकट झालें तें अपूर्व सामर्थ्य भगवत्कृपेनें माझ्या ठिकाणीं प्रकट होवो ! रेणुका, अशा आशयाच्या 'अनंता ह्यक्षया' इत्यादि मंत्राचा जप करून, ज्याच्यावर गजेंद्राचीं पुष्पें पसरिलीं आहेत व ज्याच्यावर नील वस्त्राचें अवगुंठन व अनुलेपन केलें आहे असा गुडोदनबलि मनुष्यानें वारुळाच्या समीप अर्पावा; म्हणजे त्या योगें, रसातळीं राहून पृथ्वीच्या भारानें त्रस्त झालेले आम्ही सर्व संतुष्ट होतों आणि आम्हांस भूभाराचे क्लेश मुळींच वाटत नाहींत ! रेणुका, मनुष्यानें ह्याप्रमाणें करावें म्हणून जें आम्ही म्हणतों त्याचें कारण केवळ आम्ही सर्व भूभारानें आर्त आहों, हेंच होय ! ह्याशिवाय ह्यांत आमचा दुसरा स्वार्थहेतु मुळींच नाहीं ! रेणुका, ब्राह्मण, क्षत्रिय, वैश्य व शूद्र हे उपोषण करून वर्षभर वारुळापाशीं ह्याप्रमाणें बलिदान करितील तर त्यापासून आम्हांला बहुत सुख होईल व त्या बलिदान करणाऱ्यांनाही बहुत पुण्याची जोड घडेल ! रेणुका, फार कशाला, ह्या प्रकारच्या बलिदानाच्या योगें त्रिभुवनांत जे महावीर्य गज वास करीत आहेत त्यांचें शंभर वर्षेंपर्यंत उत्कृष्ट आतिथ्य केल्याचें श्रेय मनुष्याला प्राप्त होईल !

राजा युधिष्ठिरा, रेणुकापासून दिग्गजांचें हें भाषण श्रवण करून महाभाग देव, पितर व ऋषि ह्यांनीं रेणुकाची प्रशंसा केली !

अध्याय एकशें तेहेतिसावा.

—:०:—

महादेवरहस्य.

महेश्वर म्हणालाः—सभासदहो, तुम्ही सर्व

धर्माचें सार काढून उत्कृष्ट धर्मतत्त्वें निवेदन केलीं; आतां माझें हें धर्मगुह्य तुम्हीं सर्वांनीं श्रवण करावें. सभासदहो, माझें धर्मगुह्य हें कीं, ज्या पुरुषांची धर्माकडे बुद्धि असेल व ज्यांच्या अंतर्यामीं धर्मनिष्ठा जागृत असेल त्यांनाच महाफलदायी धर्माचें रहस्य निवेदन करावें. सभासदहो, जो मनुष्य श्वास न करितां मोठ्या आवडीनें एक महिनाभर एकभुक्त करितो आणि दुसऱ्या वेळचें आपलें अन्न गाईला अर्पण करून ' गवाह्निक ' नामक व्रत आचरितो त्याला महान् फळ प्राप्त होतें. सभ्यहो, गाई ह्या महाभाग्यवान् असून परम पवित्र होत! त्यांच्या योगानेंच देव, असुर व मानव ह्यांच्यासहवर्तमान अखिल त्रैलोक्याचा योगक्षेम चालला आहे! ह्यास्तव, जीं मनुष्यें गवाह्निक व्रत आचरून गोशुश्रूषा करितात त्यांना प्रत्यहीं पुण्याची जोड होऊन त्यांच्या महान् पुण्याच्या योगानें अंतीं त्यांस दिव्य फळ प्राप्त होतें! सभासदहो, पूर्वीं कृतयुगांतच गाई ह्या माझ्या परमादरास प्राप्त झाल्या! पुढें पद्मनाभ ब्रह्मदेवानें माझी प्रार्थना केली असतां मी गाईवर अधिकच प्रेम करूं लागलों आणि तेव्हांपासून मी आपल्या ध्वजावर गोवृषाला धारण केलें आहे! सभासदहो, गाईंची योग्यता काय वर्णावी! गाईंना अवलोकन करितांच माझें मन आनंदानें हेलावतें! ह्यासाठीं, सदैव गाईंची पूजा करावी, म्हणजे त्या उपासनेच्या योगें महाप्रभाववान् गाई वर देतील आणि उपासकाचे सर्व मनोरथ परिपूर्ण होतील! सभ्यहो, जो मनुष्य गवाह्निक व्रतानें गाईंची सेवा करील त्यास त्या गाईंच्या कृपाप्रसादानें प्रत्येक कृत्यांत यश येईल; आणि त्याच्या हातून सर्व आयुष्यांत जें कांहीं पुण्य घडलें असेल त्या पुण्याच्या चौथ्या हिश्शाइतकें पुण्य तर त्या एका गवाह्निक व्रतानेंच त्याच्या पदरीं पडेल.

अध्याय एकशें चौतिसावा.

—:०:—

स्कंददेवरहस्य.

स्कंद म्हणालाः—सभासदहो, आतां मला मान्य असलेलें धर्मरहस्य मी तुम्हाला सांगतों, एकाग्र चित्तानें श्रवण करा. जो मानव तीन वृषभांच्या शिंगांना लागलेल्या मृत्तिकेनें तीन दिवस स्नान करितो त्याला कोणतें पुण्य लागतें तें ऐका. सभ्यहो, जो मनुष्य अशा प्रकारें मृत्तिकास्नान करील, त्याचें सर्व पातक नष्ट होईल; त्यास इहपरलोकीं सर्व प्रकारचें आधिपत्य मिळेल; आणि तो जे जे जन्म घेईल त्या प्रत्येकांत स्वपराक्रम गाजवील! सभासदहो, आतां मी तुम्हांला आणखी एक धर्मगुह्य रहस्यासह कथन करितों, ऐका. तें धर्मगुह्य हें कीं, मनुष्यानें ताम्रपात्रांत मधुमिश्रित पक्वान्नाचा बलि ग्रहण करावा; आणि पौर्णिमेच्या दिवशीं चंद्रोदयाच्या वेळीं चंद्राला तो पक्वान्न बलि समर्पावा. आतां ह्या बलीपासून नित्य कोणतें फळ प्राप्त होतें तें श्रवण करा. साध्य, रुद्र, आदित्य, विश्वेदेव, अश्विनीकुमार, मरुत् व वसु हे ह्या बलीचें ग्रहण करितात आणि तद्द्वारा सोमाची व महान् जलाशय जो समुद्र त्याची वृद्धि होते. सभासदहो, मीं सांगितलेलें हें धर्मरहस्य अत्यंत सुखावह आहे.

विष्णु म्हणालाः—सभासदहो, महात्म्या देवतांनीं, (पितरांनीं) व ऋषींनीं सांगितलेलीं हीं गूढ धर्मरहस्यें जो पुरुष नित्य प्रतिदिवशीं पठण करील, किंवा जो पुरुष मत्सर न धरितां श्रद्धापूर्वक एकाग्र मनानें ऐकेल, त्याला कधीं विघ्नापासून म्हणून पीडा होणार नाहीं; आणि त्याचें सर्व भय अस्तास जाईल! जे मंगलदायक व पुण्यकारक धर्म रहस्यांसहित सांगण्यांत आले आहेत, त्यांच्या आचरणापासून प्राप्त होणारें सर्व पुण्य,—जो

जितेंद्रिय पुरुष ह्या धर्मांचें पठण करील, त्यास त्या नुसत्या पठणानेंच प्राप्त होईल; त्यास पूर्व-पातकापासून पीडा होणार नाहीं; आणि नवीन पातकाचा लेप लागणार नाहीं ! आणि त्या-प्रमाणेंच जो मनुष्य हीं धर्मरहस्यें दुसऱ्या-पासून ऐकेल किंवा दुसऱ्यास सांगेल त्यालाही हेंच फळ प्राप्त होईल ! सभासदहो, जो मनुष्य मोठ्या भक्तीनें पर्वकाळीं महान् महान् ब्राह्म-णांना हीं धर्मरहस्यें ऐकवील, त्याचें हव्यकव्य देव व पितर निरंतर ग्रहण करतील; आणि जो भाग्यवान् मनुष्य सतत भक्तिपुरस्सर ह्या धर्मरहस्यांचें अनुवर्तन करील, तो देवतांना, पितरांना व ऋषींना सदैव मान्य होईल ! आणि, सभासदहो, जो मनुष्य हीं धर्मरहस्यें ऐकेल, त्याचीं महापातकांखेरीज इतर सर्व पातकें लयाम जातील !

भीष्म सांगतातः—राजा युधिष्ठिरा, सर्व देव ज्या धर्मरहस्यांना वंदन करितात, अशीं हीं देवादिकांनीं सांगितलेलीं धर्मरहस्यें व्यासमुखां-तून मीं जशीं ऐकिलीं तशीं तुला निवेदन केलीं आहेत. धर्मवेत्त्या पुरुषांच्या मतानें हीं धर्म-रहस्यें—रत्नादिकांनीं ओतप्रोत भरलेल्या अखिल पृथ्वीपेक्षांही अधिक श्रेष्ठ होत; ह्यास्तव हीं प्रत्येक भद्रेच्छु पुरुषानें अवश्य श्रवण करावीं ! परंतु, राजा धर्मा, ज्या मनुष्याची धर्मावर निष्ठा नसेल, जो नास्तिक असेल, ज्यानें धर्म सोडिला असेल, जो दयाळू नसेल, ज्याचा दुष्ट हेतु असेल, जो गुरूचा द्वेष करीत असेल, अथवा ज्याला चित्ताच्या अशुद्धीमुळें धर्म-श्रवणाचा अधिकार प्राप्त झाला नसेल, त्याला हीं धर्मरहस्यें मुळींच सांगूं नयेत !

अध्याय एकशें पसतिसावा.

—:०:—

भोज्याभोज्यान्नकथन.

युधिष्ठिर विचारतोः—पितामह भीष्म, ब्राह्म-णाचें, क्षत्रियाचें, वैश्याचें व शूद्राचें अन्न कोणीं कोणीं ग्रहण करावें तें सांगा.

भीष्म सांगतातः—राजा युधिष्ठिरा, ब्राह्म-णाचें अन्न ब्राह्मणांनीं, क्षत्रियांनीं व वैश्यांनीं ग्रहण करावें; शूद्रांनीं ग्रहण करूं नये. क्षत्रि-यांचें अन्न ब्राह्मणांनीं, क्षत्रियांनीं व वैश्यांनीं ग्रहण करावें; सर्वभक्षी व विकर्मकारी जे शूद्र त्यांनीं तें ग्रहण करूं नये; आणि भक्तीनें चातु-र्मास्य व्रताचें अनुष्ठान करणाऱ्या, नित्य अग्नि बाळगणाऱ्या व विवेकपूर्वक वर्तणाऱ्या वैश्यांनीं ब्राह्मण व क्षत्रिय ह्यांचें अन्न ग्रहण करावें; शूद्राचें अन्न ग्रहण करूं नये. राजा, शूद्राचें अन्न जो ग्रहण करितो तो पृथ्वीचा मल भक्षितो, तो मनुष्याचें मूत्र पितो व विष्टाच सेवितो ! जो मनुष्य शूद्रान्न खातो, तो भूतला-वरील घाणच भक्षितो ! आणि जे ब्राह्मण शूद्रान्नाचें सेवन करितात ते पृथ्वीवरील मलच भक्षितात ! राजा, शूद्राची सेवा करून चरि-तार्थ चालविणें हें देखील निंदनीयच सम-जावें ! मनुष्य जरी मोठा कर्मठ असला तरी तो जर शूद्राचीं कामेंकाजें करून उपजीवन करील तर खचित नरकांत पडेल ! हा नियम फक्त ब्राह्मणासच लागू आहे असें नाहीं; ब्राह्मण, क्षत्रिय व वैश्य ह्या त्रिवर्गांनींही हा नियम पाळिला पाहिजे ! ब्राह्मणांचें विहित कर्म वेदाध्ययनांत रममाण असणें व सकल मनुष्य-जातीचें अभीष्ट चिंतणें हें होय; क्षत्रियांचें विहित कर्म प्रजेचें संरक्षण करणें हें होय; आणि वैश्यांचें विहित कर्म संपत्ति वाढविणें हें होय. राजा, वैश्य हा जें कर्म करितो त्याचें फळ तो दुसऱ्यास देऊन स्वतः चरितार्थ चाल-

वितो; ह्यास्तव वैश्यानें कृषि, गोरक्षण व व्यापार हीं केल्यास त्यांत त्यास मुळींच हलकेपणा नाहीं. राजा, जो मनुष्य स्वकर्माचा त्याग करून शूद्रकर्माचा अंगीकार करितो, त्याला शूद्रवतच मानावें व कधींही त्याचें अन्न ग्रहण करूं नये. त्याप्रमाणेंच औषधोपचार करणारा, सैन्यांत चाकरी धरलेला, नगराला राखणारा, उपाध्येपण पतकरणारा व वर्षानुवर्ष व्यर्थ वेदाध्ययन करणारा हे सर्व शूद्रासमान समजावे. ह्यांचें अन्न ग्रहण करूं नये, व त्याप्रमाणेंच शूद्रांच्या कर्मांतही अन्न वर्ज्य करावें. जो मनुष्य विहिताविहितविचाराकडे दुर्लक्ष करून निर्लज्जपणानें अभोज्य अन्न सेवन करील त्याला दारुण भय प्राप्त होईल; त्याचें कुल, वीर्य व तेज हीं नाश पावतील; त्याच्या धर्मक्रिया बंद पडतील; आणि तो अधर्मी बनून कुत्र्यासारख्या नीच योनींत जन्म घेईल! राजा धर्मा, औषधोपचार करणाऱ्या मनुष्याकडील अन्न ग्रहण करणें ह्मणजे विष्ठा भक्षणें होय; जारिणीकडील अन्न ग्रहण करणें ह्मणजे मूत्र प्राशणें होय; कारागिराकडील अन्न ग्रहण करणें ह्मणजे रक्त पिणें होय; आणि विद्येवर चरितार्थ चालविणाराचें अन्न ग्रहण करणें ह्मणजे शूद्रान्नच भक्षणें होय. ह्यासाठीं, ज्याला थोर लोकांच्या आदरास पात्र होणें असेल त्यानें ह्या सर्व प्रकारच्या अन्नांपासून अलिप्त रहावें. त्याप्रमाणेंच, राजा, सर्व लोकांकडून ज्याची निंदा होते त्याचें अन्न ह्मणजे शोणिताचा ऱ्हद आणि दुर्जनाचें अन्न ह्मणजे ब्राह्मणाची हत्या समजावी! राजा धर्मा, सत्कार न करितां व अवज्ञा करून कोणीं अन्न दिलें असतां तें कधींही भक्षूं नये; त्या योगें ब्राह्मणाला व्याधि उत्पन्न होईल व त्याचा लवकर कुलक्षय घडेल! त्याप्रमाणेंच जो मनुष्य नगररक्षकाचें अन्न सेवन करितो तो चांडाळाच्या जन्मास जाण्यास पात्र होतो; आणि गोहत्या, ब्रह्महत्या, सुरापान व गुरुपत्नीगमन करणाऱ्या मनुष्याचें अन्न जो ब्राह्मण सेवन करितो तो राक्षसांचें कुल वाढवितो; आणि, राजा, ठेवीचा अपहार करणाऱ्या, खाल्ल्या घरचे वांसे मोजणाऱ्या व षंढाप्रमाणें वागणाऱ्या मनुष्याचें अन्न जो मनुष्य सेवन करितो, तो मध्यदेशाच्या बाहेर शबराच्या घरीं जन्मास जातो! असो; राजा, कोणाचें अन्न ग्रहण करावें व कोणाचें अन्न ग्रहण करूं नये, हें मीं तुला सांगितलें; आतां तुला माझ्यापासून आज आणखी काय ऐकण्याची इच्छा आहे बरें?

अध्याय एकशें छत्तिसावा.

—०:—

प्रायश्चित्तविधि.

युधिष्ठिर विचारितोः—पितामह भीष्म, मनुष्यानें कोणाचें अन्न ग्रहण करावें आणि कोणाचें ग्रहण करूं नये, हें सर्व आपण कथन केलें तें मीं ऐकिलें. आतां माझी ह्याच विषयासंबंधानें आणखी एक शंका आहे, ती सांगावी. ती शंका अशीः—नानाविध अन्नांचें ग्रहण केलें असतां, आणि त्यांतही विशेषेंकरून ब्राह्मणांनीं हव्यकव्यांत नानाविध अन्नें भक्षिलीं असतां त्यांत कांहीं निषिद्ध आचरण घडल्यास त्यास कोणकोणतीं प्रायश्चित्तें करावीं? तेव्हां, पितामह, तीं निरूपण करा.

भीष्म सांगतातः—बाळा युधिष्ठिरा, महात्म्या ब्राह्मणांनीं काय केलें असतां त्यांच्या हातून घडलेलें निषिद्धवस्तुग्रहणाचें पातक नाहींसें होईल तें सांगतों, ऐक. राजा धर्मा, तुपाचें व तिळाचें दान घेतलें असतां दोहोंना प्रायश्चित्त एकच आहे. तें हें कीं, दान घेणाऱ्यानें सावित्रीमंत्र ह्मणून अग्नीला समिदाहुति

द्यावी. ब्राह्मणाच्या हातून मांस, मधु व लवण ह्यांचा प्रतिग्रह घडल्यास त्यानें सूर्योदयापर्यंत उभें राहून नंतर सावित्रीमंत्रानें अग्नीला समिदाहुति द्यावी. त्यानें सुवर्णाचा प्रतिग्रह केल्यास गुरुश्रुति जो गायत्रीमंत्र त्याचा जप करीत त्यानें अग्नीचें हवन करावें आणि हातांत सर्वांना दिसेल असें लोखंड ग्रहण करावें. त्याप्रमाणेंच, ज्या ब्राह्मणानें धन, वस्त्र किंवा स्त्रिया ह्यांचा प्रतिग्रह केला असेल त्यानें सुवर्णप्रतिग्रहासारखेंच प्रायश्चित्त आचरावें. ज्यानें अन्नाचा, पायसाचा, गुडशर्करेचा, इक्षुरसाचा, तैलाचा किंवा कांहीं पवित्र पदार्थांचा प्रतिग्रह केला असेल, त्यानें सकाळीं, मध्याह्नीं व सायंकाळीं उदकांत बुडी मारून शुद्धि संपादावी आणि नंतर अग्नीला सावित्रीमंत्रानें समिद् अर्पावी. ज्यानें धान्य, पुष्प, फल, जल, उडदांचें पीठ, सातू, दहीं किंवा दूध ह्याचें ग्रहण केलें असेल त्यानें शतावधि वेळां सावित्रीजप करून अग्नीचें समिद्धवन करावें. ज्यानें मृताच्या क्रियेमध्यें उपानह किंवा छत्र दान घेतलीं असतील त्यानें चित्तनिरोध करून शंभर वेळ गायत्रीचा जप करावा आणि अग्नीला सावित्रीमंत्रपूर्वक समिदाहुति द्यावी. ज्यानें ग्रहणामध्यें किंवा सुतकामध्यें क्षेत्रदान घेतलें असेल त्यानें तीन रात्री उपोषण करावें आणि नंतर अग्नीला सावित्रीमंत्रानें समिद्धवन करावें. जो ब्राह्मण कृष्णपक्षांत श्राद्धीय अन्न ग्रहण करितो तो एक अहोरात्र उपोषित राहून व नंतर अग्नीला सावित्रीमंत्रानें समिदाहुति देऊन शुद्ध होतो. ब्राह्मणानें स्नान केल्याशिवाय संध्यावंदन, जपजाप्य आणि पुनर्भोजन हीं करूं नयेत; नाहीं तर त्यास पातक लागेल. पितृश्राद्ध अपराह्णकालीं करावें म्हणून जो नियम सांगितला आहे, त्याचा हेतु हाच होय. शिवाय, ब्राह्मणांना पूर्वी आमंत्रण देऊन अपराह्णकालीं त्यांस श्राद्धीय अन्न अर्पण करावें म्हणून जो नियम घालून दिला आहे, त्याचा हेतु असा आहे कीं, ब्राह्मणांना चांगली क्षुधा लागावी व त्यांनीं यथास्थित भोजन केलें म्हणजे त्यांस सायंकालीं भोजनाची अपेक्षा राहूं नये. जो ब्राह्मण मृताच्या तिसरे दिवशीं अन्न ग्रहण करितो त्यानें पुढें प्रत्यहीं त्रिवार स्नान करावें, म्हणजे तो बारा दिवसांनंतर शुद्ध होईल. बारा दिवस झाल्यावर त्यानें शुद्धीचा विशेष विधि आचरण करावा आणि ब्राह्मणांना हविष्यान्न द्यावें, म्हणजे तो त्या पातकापासून मुक्त होईल. मृताच्या दहा दिवसांत जो ब्राह्मण अन्नग्रहण करील त्यानें ह्याप्रमाणें प्रायश्चित्त करावेंच; आणि शिवाय सावित्रीचा जप करावा, रैवत नामक साम म्हणावें, पवित्रेष्टीनें ईश्वरास आराधावें, कूष्मांड म्हणजे ‘ यद्देवा देवहेडनम् ’ इत्यादि अनुवाकपंचक म्हणावें आणि जलांत बुडी मारून दशप्रणवसंयुक्त गायत्रीचा जप करून, ‘ ऋतं चेति तृचस्य ’ इत्यादि मंत्रानें अघमर्षण करावें. जो ब्राह्मण मृताच्या तीन दिवसांत मृतागृहीं श्राद्धादिभोजन करितो त्यानें सात दिवस रोज तीन वेळां स्नान केलें ह्मणजे शुद्धि घडते; मग त्यास महान् सिद्धि प्राप्त होते आणि त्याला कधींही आपत्ति येत नाहीं. जो ब्राह्मण शूद्रांबरोबर एकभोजन करितो त्याला शुद्ध करणारें प्रायश्चित्त नाहींच ! त्याला बहिष्कार हेंच प्रायश्चित्त होय ! जो ब्राह्मण वैश्यांबरोबर एकभोजन करितो त्यानें त्रिरात्र ब्रह्मचर्यदीक्षा घेतली असतां तें पातक लयास जातें; आणि जो ब्राह्मण क्षत्रियांबरोबर एकभोजन करितो त्यानें सचैलस्नान केलें ह्मणजे तो त्या पापापासून मुक्त होतो. राजा धर्मा, हा प्रायश्चित्तविधि प्रत्येकानें केला पाहिजे, प्रायश्चित्ताच्या अभावीं शूद्राचें कुल नष्ट होईल, वैश्याचे पशु व बांधव लयास

जातील, क्षत्रियांची संपत्ति नाश पावेल, आणि ब्राह्मणांचें ब्रह्मवर्चस्व समाप्त होईल! ह्यास्तव मनुष्यानें प्रायश्चित्त करावें, सावित्रीमंत्र जपावा, रैवत साम म्हणावें, पवित्रेष्टि करावी, कूष्मांड-मंत्र म्हणावे, अघमर्षण करावें आणि पातकाच्या शांतीसाठीं अग्नीला आहुति द्याव्या. राजा युधिष्ठिरा, परस्परांचें उच्छिष्ट सेवन करणें वर्ज्य करावें; पण हा दोष घडल्यास गोरोचन, दूर्वा, हरिद्रा, इत्यादि मांगलिक पदार्थ अंगास चोळले असतां त्या दोषाची निवृत्ति होते.

अध्याय एकशें सदतिसावा.

—:०:—

दानाची प्रशंसा.

युधिष्ठिर विचारितोः—पितामह भीष्म, आपण दानानें स्वर्ग मिळतो आणि तपानें-ही स्वर्ग मिळतो म्हणून सांगितलें; ह्यास्तव अद्याप माझ्या मनाला शंका आहे ती ही कीं, पृथ्वीवर दानाला श्रेष्ठत्व द्यावें किंवा तपाला श्रेष्ठत्व द्यावें? तेव्हां ह्याविषयीं निरूपण करून माझा संशय दूर करावा.

भीष्म सांगताताः—राजा युधिष्ठिरा, हा विषय प्रतिपादन करण्याकरितां, ज्या धर्मनिष्ठ भूपतींनीं व दुसऱ्या महात्म्यांनीं तपश्चर्या करून चित्तशुद्धि जोडिली आणि निःसंशय-पणें दानरूप पुण्यकर्मांत निमग्न होऊन उत्तम लोक मिळविले, त्यांचीं मी नांवें सांगतों, श्रवण कर. राजा, सन्मान्य आत्रेय ऋषि शिष्यांना निर्गुण ब्रह्माचा उपदेश करून उत्तम लोकास गेला. उशीनराचा पुत्र शिबि राजा हा आवडत्या पुत्राचे प्राण ब्राह्मणांच्या हिताकरितां अर्पण करून ह्या लोकांतून स्वर्गास चालता झाला. काशिराज प्रतर्दन ह्यानें आपला पुत्र ब्राह्मणाला देऊन ह्या लोकीं व परलोकीं अनुपम कीर्ति मिळविली. संकृतीचा पुत्र रंतिदेव ह्यानें वसिष्ठ मुनीला यथाविधि अर्घ्य समर्पून श्रेष्ठ लोक जोडिले. देवावृधानें शंभर ताड्यांचें दिव्य व शुभकारक सुवर्णछत्र यज्ञाकरितां ब्राह्मणास दिलें व स्वर्ग मिळविला. भगवान् अंबरीष राजानें अमिततेजस्वी ब्राह्मणाला सगळें राज्य अर्पिलें व सुरलोक संपादिला. ब्राह्मणाला कर्णानें दिव्य कुंडलें व उत्कृष्ट यान देऊन आणि जनमेजयानें गाई देऊन उत्तम लोक मिळविले. वृषादर्भि राजर्षि ब्राह्मणांना नानाविध रत्नें व सुंदर गृहें देऊन स्वर्गास गेला. महात्मा विदर्भ देशाचा राजा निमि ह्यानें अगस्त्याला राज्य व कन्या देऊन पशु, पुत्र व बंधुजन ह्यांसह स्वर्ग जोडिला. जमदग्नि ऋषीचा पुत्र महाकीर्तिमान् राम हा ब्राह्मणाला भूमि अर्पण करून आपल्या इच्छेहूनही अधिक श्रेष्ठ अशा अक्षय्य लोकांस जाता झाला. अवर्षण होऊन जिकडे तिकडे दुष्काळ पडला असतां भूदेवराट् वसिष्ठानें सर्व प्राण्यांना जगविलें आणि त्या योगें त्यास अक्षय्य पद प्राप्त झालें. ज्याच्या विमल यशानें सर्व जग व्याप्त आहे, त्या दशरथपुत्र रामानें यज्ञाराधनांत संपत्ति वेंचिली आणि अक्षय्य लोक मिळविले. जगद्विख्यात कक्षसेन राजर्षीनें आपल्याजवळील धन ही जणू काय महात्म्या वसिष्ठाची ठेवच होती असें मानून तें त्यास जसेंच्या तसें देऊन टाकिलें आणि श्रेष्ठ लोक जोडिला. अविक्षिताचा पुत्र व करंधमाचा पौत्र मरुत्त ह्यानें आंगिरसाला कन्या अर्पण केली व त्वरित स्वर्ग मिळविला. महाधार्मिक पांचाल्य भूपति ब्रह्मदत्त हा दिव्य शंख अर्पण करून श्रेष्ठ गति पावला. मित्रसह राजा महात्म्या वसिष्ठाला आपली प्रिय भार्या मदयंती ही देऊन स्वर्गास गेला. मनूचा पुत्र सुद्युम्न ह्यानें महात्म्या लिखित ऋषीला

हस्तच्छेदनरूप दंड करून त्याच पुण्यानें उत्तम लोक मिळविले. महाभाग्यवान् सहस्रचित्य राजर्षि ब्राह्मणांकरितां प्रिय प्राणांचा त्याग करून श्रेष्ठ लोकास पावला. महीपति शतद्युम्न हा सर्व कामनांनीं परिपूर्ण असें सुवर्णगृह मौद्गल्याला देऊन स्वर्गास गेला. पूर्वी सुमन्यु राजानें भक्ष्यभोज्य पदार्थांचे पर्वततुल्य ढीग शांडिल्य मुनीला दिले व स्वर्ग मिळविला. शाल्वदेशाचा राजा महा तेजस्वी द्युतिमान् हा ऋचीकाला राज्य समर्पून स्वर्गाप्रत गेला. राजर्षि मदिराश्व ह्यानें आपली सुंदर कन्या हिरण्यहस्ताला दिली आणि देवलोक मिळविला. महाशक्तिमान् भूप लोमपाद हा आपली कन्या शांता ही ऋष्यशृंगाला देऊन सर्व प्रकारचे विपुल भोग भोगिता झाला. राजर्षि भगीरथानें हंसी नामक यशस्विनी दुहिता कौत्साला दिली व अक्षय्य लोक मिळविले. भगीरथ राजानें एक लक्ष सवत्स गाई कोहलाला अर्पण केल्या व उत्तम लोक जोडिले. आणि युधिष्ठिरा, हे व ह्यांप्रमाणेंच दुसरे बहुत महात्मे दानानें व तपानें स्वर्गास गेले असून ते पुनःपुनः ह्या मृत्युलोकीं परतही येत असतात. राजा, ज्या गृहस्थाश्रमी पुरुषांनीं दानानें व तपानें श्रेष्ठ लोक जिंकिले, त्या महात्म्यांची कीर्ति—ही पृथ्वी ठाम आहे तोंवर अढळ राहील ! युधिष्ठिरा, शिष्ट पुरुषांचें हें चरित्र मीं तुला विदित केलें आहे. हे सर्व उदारधी पुरुष दान, यज्ञ व प्रजोत्पादन ह्या कर्मांनीं स्वर्गास गेले आणि त्यांतही त्यांनीं सतत दानकर्माचा अतिशय आश्रय केला ! ह्यास्तव, हे कौरवेश्वरा, पुण्याच्या अभिवृद्धीसाठीं दानयज्ञादिक क्रियांमध्यें तूं आपली बुद्धि आसक्त कर आणि कृतार्थ हो. हे नृपशार्दूला, आतां तुझी आणली जी शंका असेल तिचें मी उदयीक प्रातःकालीं निरसन करीन; आतां संध्यासमय झाला !

अध्याय एकशें अडतिसावा

--:०:--

पंचविध दानें.

युधिष्ठिर विचारतोः——पितामह सत्यव्रत सत्यपराक्रमी भीष्म, महान् दानधर्माच्या योगानें जे राजे स्वर्गास गेले म्हणून आपण सांगितलें तें मला समजलें. आतां, हे महाधर्मनिष्ठ, मला धर्मप्रकरणीं आणखी माहिती सांगा. पितामह, किती प्रकारचीं दानें द्यावीं व त्यांचीं फळें कोणतीं, दानें कशीं द्यावीं, कोणास द्यावीं, कोणत्या उद्देशानें द्यावीं व कोणत्या कारणानें कोणतीं द्यावीं, वगैरे सर्व माहिती यथार्थ रीतीनें आपल्यापासून श्रवण करण्याची मी इच्छा करितों.

भीष्म सांगतातः—अनघा युधिष्ठिरा, दानांविषयीं मी तुला यथास्थित रीतीनें विवरण करून सांगतों तें श्रवण कर, म्हणजे सर्व वर्णांच्या संबंधानें दानांचे नियम कोणते पाळावे, तें तुला समजेल. धर्म, अर्थ, भय, काम व करुणा ह्या पांच तत्त्वांवर दानांचे पांच प्रकार होतात. आतां दानांचे हे पांच प्रकार करण्याचीं कारणें सांगतों, तीं ऐक. ह्या लोकीं कीर्ति प्राप्त व्हावी व परलोकीं सुख उपभोगावें, ह्या हेतूनें ब्राह्मणांना निर्मत्सरबुद्धीनें दानें अर्पण केल्यास त्यांस धर्ममूलक दानें म्हणतात. अमुक एक मनुष्य मला दानें देत असतो किंवा देईल, अथवा अमुक एक मनुष्यानें मला दान दिलें आहे, इत्यादि उद्गार याचकाच्या मुखांतून निघावे, त्या अर्थानें (लोभानें) याचकाला जें सर्व कांहीं देणें त्यास अर्थमूलक दान म्हणतात. तो माझा नाहीं व मी त्याचा नाहीं, पण मीं जर त्याला दान दिलें नाहीं तर तो मला विनाकारण पीडा करील, ह्या उद्देशानें अविचारी याचकाला दूरदृष्टि यजमानानें जें दान देणें त्यास भयमूलक दान म्हण-

तात. माझें त्याच्यावर प्रेम आहे व त्याचें माझ्यावर प्रेम आहे असा विचार मनांत आणून बुद्धिमान् मनुष्य मनापासून मित्राला जें मोठें दान देतो त्याला काममूलक दान म्हणतात. आणि हा मनुष्य अगदीं लाचार आहे, ह्याला थोडें दिलें तरी संतोष होईल, अशा भावनेनेंच केवळ जें दरिद्री याचकाला दान करणें त्यास करुणामूलक दान असें म्हणतात. राजा धर्मा, दानांचे हे असे पांच प्रकार आहेत आणि तीं दिलीं असतां पुण्य व कीर्ति ह्यांची वृद्धि होते; ह्यास्तव प्रत्येकानें यथाशक्ति दानें करावीं असें ब्रह्मदेवानें सांगितलें आहे.

अध्याय एकशें एकुणचाळिसावा.

—:०:—

श्रीकृष्णाची दीक्षा.

युधिष्ठिर विचारितोः—पितामह भीष्म, आपण महाबुद्धिमान् असून सर्व शास्त्रांत विशारद आहां. आमच्या ह्या श्रेष्ठ कुळांत बहुत शास्त्रांच्या ज्ञानानें परिपक्वतेस आलेले आपणच आहां. ह्यास्तव, हे शत्रुसंहारक भीष्म, माझी इच्छा अशी आहे कीं, ज्यापासून धर्मार्थांचें ज्ञान होऊन भावी काळांत सुख मिळेल आणि सर्व जीवांना मोठें आश्चर्य वाटेल, असा विषय मला निरूपण करून सांगा. महाराज, आह्मां आपल्या आप्तस्वकीयांना ह्यापुढें असली संधि मिळणें दुर्लभ होय. कारण, आपण एकदां हा लोक सोडून गेलां म्हणजे आम्हांला दुसरा कोण शास्ता आहे बरें? ह्यास्तव, जर आपल्या मनांत माझ्यावर व माझ्या भ्रात्यांवर अनुग्रह करावयाचा असेल, तर मी जो आपणास प्रश्न विचारीत आहें त्याचें मला उत्तर सांगा. हे अनघ भीष्म, हा पहा सर्व भूपतींना मान्य असा श्रीमान् नारायण बहुमानपूर्वक मोठ्या विनयानें आपल्या सेवेस सादर आहे. ह्यास्तव ह्याच्या समक्ष, येथें अधिष्ठित असलेल्या सर्व भूपालांसमक्ष, व माझ्या सर्व भ्रात्यांसमक्ष माझ्या बऱ्याकरितां मजवर कृपा करून मला माझ्या प्रश्नाचें निरूपण करून सांगावें.

वैशंपायन सांगतातः—राजा जनमेजया, धर्मराजाचें हें भाषण श्रवण करून भागीरथी-पुत्र भीष्माला मोठा उल्हास वाटला आणि त्यानें धर्मराजाच्या प्रश्नाचें उत्तर दिलें.

भीष्म सांगतातः—राजा युधिष्ठिरा, मी तुला एक अतिशय मनोहर कथा सांगून ह्या विष्णूचा व वृषभध्वज शंकराचा पूर्वी जो प्रभाव मीं श्रवण केला आहे तो निवेदन करितों; आणि त्याप्रमाणेंच पार्वतीची शंका व शंकरपार्वतींचा संवाद हींही तुला सांगतों, श्रवण कर. राजा धर्मा, एकदां भगवान् धर्ममूर्ति कृष्णानें द्वादश-वार्षिक व्रताची दीक्षा घेऊन व्रतानुष्ठान आरंभिलें असतां त्याची ती दीक्षा घेतलेली मूर्ति अव-लोकन करण्यासाठीं नारद, पर्वत, कृष्ण-द्वैपायन, महान् जप करणारा धौम्य, देवल, काश्यप व हस्तिकाश्यप हे मुनि, त्याप्रमाणेंच दीक्षा घेतलेले व इंद्रियें जिंकलेले दुसरे ऋषि, साधु व त्यांचे शिष्य, आणि त्याप्रमाणेंच सिद्ध व देवतुल्य तपोधन त्या स्थळीं प्राप्त झाले. तेव्हां त्यांस अवलोकन करून देवकीपुत्र भगवान् श्रीकृष्णास मोठा आनंद झाला आणि त्यानें त्यांचा आदरसत्कार करून कुलाला उचित अशा रीतीनें देवांप्रमाणें त्यांची पूजा केली. नंतर ते महर्षि मोठ्या संतोषानें हरितवर्णाच्या, सुवर्ण-वर्णाच्या व मयूरपिच्छांच्या नवीन आसनांवर अधिष्ठित झाले; आणि मग त्यांच्यामध्यें देवांच्या, राजर्षींच्या व तपोधनांच्या धर्म-विषयक मधुर कथा चालू झाल्या. राजा युधिष्ठिरा, इतक्यांत एक महान् आश्चर्य घडून आलें तें हें कीं, अद्भुत कर्म करणाऱ्या

भगवान् श्रीकृष्णाच्या मुखांतून व्रतानुष्ठानरूप प्रज्वलित इंधनांच्या योगें उत्पन्न झालेली एक महान् ज्वाला बाहेर पडली आणि त्या नारायणतेजोरूप अग्नीनें तो पर्वत पेटला आणि जिकडे तिकडे तो अग्नि पसरून त्यांत वृक्ष, लता व झुडपें, त्याप्रमाणेंच मृग, पक्षी, श्वापदें, सर्प वगैरे जळूं लागून सर्वत्र एकच हाहाःकार झाला! राजा धर्मा, त्या समयीं त्या पर्वतावर वास करणाऱ्या अनेक प्रकारच्या मृगांनीं व इतर प्राण्यांनीं बेहोष होऊन जो आकांत केला त्याचें वर्णन काय करावें! असो; अखेरीस त्या पर्वताचें शिखर त्या अग्नीनें जळून फस्त झालें आणि सर्वत्र भयाण दिसूं लागलें! राजा, ह्याप्रमाणें त्या प्रचंड अग्नीनें यच्चयावत् सर्व कांहीं जाळून टाकिलें आणि नंतर तो भगवान् विष्णूच्या समीप येऊन शिष्याप्रमाणें पादस्पर्श करून हात जोडून उभा राहिला! राजा युधिष्ठिरा, तेव्हां शत्रुसंहारक भगवान् विष्णूनें अवलोकन केलें तों त्यास तो पर्वत जळून खाक झालेला दृष्टीस पडला आणि मग त्यानें त्याजवर दयायुक्त नेत्रकटाक्ष टाकून त्यास पुनः पूर्वस्थितीस आणिलें! नंतर एका क्षणांत तो गिरि पूर्ववत् झाला आणि त्याजवर जिकडे तिकडे प्रफुल्लित लताद्रुम शोभूं लागले, अनेक पक्ष्यांचा कलकलाट सुरू झाला व श्वापदें आणि सर्प इतस्ततः हिंडूं-फिरूं लागले! राजा युधिष्ठिरा, तो सर्व अद्भुत चमत्कार पाहून मुनिजनांना मोठा विस्मय वाटला आणि त्यांची मति गुंग होऊन त्यांचे देह रोमांचित झाले व नेत्र भरून आले! राजा, तेव्हां ते सर्व ऋषि विस्मित झालेले पाहून वक्तृत्वकुशल भगवान् नारायणानें त्यांस विनयपूर्वक मोठ्या प्रेमानें मधुर शब्दांनीं विचारिलें:—ऋषींनो, तुम्ही सर्वसंगपरित्यक्त आहां, तुमच्या ठायीं ममत्वभावना कधींही अनुभवास येत नाहीं, सर्व शास्त्रांचें मर्म तुम्ही उत्तम जाणतां, आणि असें असून तुम्हांला विस्मय उत्पन्न झालेला मी पहात आहें; तेव्हां ही माझी शंका तुम्ही सर्वांनीं यथार्थ रीतीनें नष्ट करावी. महासमर्थ तपोधनहो, मला ह्याविषयीं निश्चयात्मक कथन करा.

ऋषि म्हणाले:—कृष्णा, तूंच सर्व लोकांना निर्माण करितोस आणि तूंच सर्वांना लयास नेतोस! नारायणा, हिंवाळा व उन्हाळा तूंच असून पर्जन्याचा वर्षावही तुझ्याकडूनच होतो! प्रभो, ह्या पृथ्वीवर जीं स्थावरजंगम भूतें आहेत त्यांचा माता, पिता, धनी व जन्मकारण तूंच आहेस! ह्यास्तव, हे मधुसूदना, आह्मांला जो हा विस्मयकारक संशय उत्पन्न झाला आहे त्याचें निराकरण तूंच कर; आणि, हे मंगलदात्या, ह्या अग्नीची उत्पत्ति कशी झाली तें तूंच सांग. हे शत्रुनाशका, आम्ही अगदीं भयभीत झालों आहों. ह्यास्तव प्रथम तूं अग्न्युत्पत्ति सांगून आमची भीति दूर कर, म्हणजे मग, हे हरे, आम्हीं जें कांहीं ऐकिलें व पाहिलें तें तुला सांगूं.

वासुदेव म्हणाला:—ऋषिजनहो, प्रलयाग्नीप्रमाणें भयंकर अशा ज्या अग्नीनें हा गिरि जाळून फस्त केला, तें माझें वैष्णव तेज असून तें माझ्या मुखांतूनच बाहेर पडलें होतें! मुनिजनांनो, तुम्हीं आपला क्रोध जिंकिला आहे, इंद्रियें स्वाधीन ठेविलीं आहेत, महान् तपोधन संचित केलें आहे व देवतुल्य सामर्थ्य जोडिलें आहे! आणि असें असून तुम्हांला इतकी पीडा व भय उत्पन्न झालें काय! ऋषिजनहो, मीं व्रतानुष्ठान करीत असल्यामुळें तपस्व्यांचेंच व्रत मीं अंगीकारिलें आहे आणि त्यामुळेंच माझ्यापासून हा अग्नि उत्पन्न झाला होता; असो. आतां भिऊं नको! तपोधनहो, मला माझ्यासारखाच वीर्यवान् पुत्र

तपश्चर्येनें प्राप्त व्हावा म्हणून मी ह्या पवित्र गिरीवर व्रतानुष्ठान करण्यासाठीं येथें आलों आणि मी व्रताचरण करीत असतां माझ्या देहांतील आत्मा अग्निरूप बनून सर्व लोकांचा पितामह जो वरद ब्रह्मदेव त्याच्या दर्शनार्थ माझ्या मुखावाटे निघून गेला! तेव्हां माझ्या आत्म्याला भगवान् ब्रह्मदेवानें माझ्या पुत्रत्वासंबंधानें निवेदन केलें कीं, भगवान् वृषभध्वज शंकर हा आपल्या अर्ध्या तेजानें तुझा पुत्र होईल! मुनिश्रेष्ठहो, नंतर तोच अग्नि शांत होत्साता पूर्वस्थितीस पावून माझ्या समीप पायांजवळ शिष्यवृत्तीनें सेवा करीत बसला आहे पहा! ऋषींनो, महाबुद्धिमान् पद्मनाभ ब्रह्मदेवाचें हें गूढ चरित मीं तुम्हांला संक्षिप्तरूपानें सांगितलें आहे; तर ह्याचा तुम्ही विचार करा आणि भीति सोडून द्या. तपोधनहो, तुम्ही दीर्घदृष्टि असून तुमची गति सर्वत्र निष्प्रतिबंध आहे! तुमच्या ठायीं तपश्चर्येचें प्रदीप्त तेज वसत असून शिवाय ज्ञान व विज्ञान ह्यांनीं तुम्ही शोभत आहां! तेव्हां स्वर्गांत किंवा पृथ्वीवर जें कांहीं परमाश्चर्य तुम्हीं ऐकिलें किंवा पाहिलें असेल तें मला विदित करावें. ऋषिजनांनो, तुम्हां तपोवनांत वास करणाऱ्या तपोधनांच्या मुखांतून प्रसृत झालेलें अमृततुल्य वाङ्मधु प्राशन करावें अशी माझी इच्छा आहे, तर ही माझी इच्छा परिपूर्ण करावी. अमरांप्रमाणें देदीप्यमान अशा भाग्यशाली मुनिवर्यहो, स्वर्गामध्यें किंवा भूतलावर तुम्हांला जरी दिव्य आणि आश्चर्यकारक असें कांहीं आढळलें नाहीं तरी मला तें आढळतें; कारण, माझी जी परमप्रकृति ती कोठेंही बाधित होत नाहीं. परंतु, ऋषिजनहो, तुमच्यांत व माझ्यांत भेद आहे; तो हा कीं, तुम्हांला जी गोष्ट रमणीय किंवा आश्चर्यकारक वाटेल, ती मला मात्र तशी वाटणार नाहीं; कारण, त्या गोष्टीचा माझ्या आत्मस्वरूपाशीं अभेद असल्यामुळें मी तद्रूपच बनलेला असतों! तथापि जी गोष्ट सत्पुरुषांनीं ऐकिली ती श्रद्धेला पात्र होते, आणि शिलालेखाप्रमाणें ह्या भूतलावर चिरकाल रहाते. ह्यासाठीं, तुम्हीं जें ऐकिलें असेल तें मला सांगा. आज आपला व माझा समागम होऊन मला आपल्यासारख्या सत्पुरुषांच्या मुखांतून जें ऐकावयास मिळेल तें मी मनुष्यजातीच्या बुद्धीला प्रकाशित करण्यासाठीं इतरांना सांगेन!

राजा युधिष्ठिरा, नंतर भगवान् कृष्णाच्या सन्निध बसलेले ते सर्व मुनिगण विस्मित झाले आणि आपल्या कमलपत्रोपम नेत्रांनीं भगवंताकडे अवलोकन करून कित्येकांनीं त्याची स्तुति केली आणि कित्येकांनीं त्यास पूजिलें. राजा धर्मा, त्या समयीं सर्वांनींच ऋग्वेदांतल्या रम्य वचनांनीं मधुसूदनाचें स्तवन केलें. राजा, नंतर सर्व मुनींनीं, भाषण करण्यांत महाचतुर आणि देवांप्रमाणें अतितेजःपुंज असा जो नारद त्यास श्रीकृष्णाच्या इच्छेनुरूप अद्भुत गोष्टीचें निरूपण करण्यांस सांगितलें.

मुनि म्हणालेः—नारद मुने, हिमवान् पर्वतावर तीर्थयात्रांच्या उद्देशानें संचार करीत असतां मुनिजनांनीं जें कांहीं अचिंतनीय व आश्चर्यकारक असें अवलोकन केलें, तें सर्व मुनिजनांच्या कल्याणाकरितां आरंभापासून अखेरपर्यंत भगवान् हृषीकेश श्रीकृष्णाला निवेदन कर.

ह्याप्रमाणें मुनिजनांनीं सांगितलें तें श्रवण करून भगवान् देवर्षि नारदानें हा पूर्ववृत्तांत निवेदन केला.

अध्याय एकशें चाळिसावा.

—:०:—

उमामहेश्वरसंवाद.

भीष्म सांगतातः—राजा युधिष्ठिरा, नंतर

श्रीनारायणाचा मित्र भगवान् नारद ह्यानें त्या ठिकाणीं शंकरपार्वतींचा संवाद सांगितला.

नारद म्हणाला:—मधुसूदना, एके वेळीं धर्मात्मा सुरेश्वर वृषभध्वज शंकर हा पुण्यकारक हिमालय पर्वतावर जेथें सिद्ध व चारण ह्यांनीं आश्रय केला होता तेथें तपश्चर्या करीत होता. त्या रमणीय पर्वतावर नानाविध वनस्पति असून जिकडे तिकडे अनेक प्रकारचीं पुष्पें प्रफुल्लित झालेलीं होतीं; त्याजवर अप्सरांच्या समुदायांची दाटी असून भूतांच्या समुदायांची वसति होती; आणि तेथें भूतांच्या शतावधि संघांनीं परिवृत होत्साता भगवान् शंकर मोठ्या आनंदानें वास करीत होता. कृष्णा, त्या शंकराच्या सभोंवतीं जीं भूतें त्याच्या सेवेस सिद्ध होतीं त्यांचीं रूपें अनेक प्रकारचीं होतीं. त्यांपैकीं कित्येक कुरूप, कित्येक सुरूप व कित्येक अद्भुत होतीं. त्यांतील कित्येकांचीं तोंडें सिंहासारखीं, कित्येकांचीं व्याघ्रासारखीं कित्येकांचीं हत्तीसारखीं, कित्येकांचीं कोल्ह्यासारखीं, कित्येकांचीं चित्त्यासारखीं, कित्येकांचीं अस्वलासारखीं, कित्येकांचीं घुबडासारखीं, कित्येकांचीं लांडग्यासारखीं, कित्येकांचीं ससाण्यासारखीं आणि कित्येकांचीं इतर पशुपक्ष्यांसारखीं होतीं ! सारांश, भगवान् शंकराच्या पार्श्ववर्ती भूतांचीं तोंडें सर्व प्रकारच्या प्राण्यांच्या मुख्य व अमुख्य अशा सर्व जातींच्या तोंडांप्रमाणें होतीं असें म्हटलें तरी चालेल ! मधुसूदना, जेथें भगवान् शंकर अधिष्ठित होता तेथें किन्नर, यक्ष, गंधर्व, राक्षस व भूतगण हे त्याच्या सेवेस सादर होतेच ! शिवाय त्या स्थळीं चोहोंकडे दिव्य पुष्पें प्रफुल्लित असून दिव्य प्रकाश झळाळत होता ! तें स्थान दिव्य चंदनाच्या सड्यानें सुवासित केलेलें असून त्या ठिकाणीं दिव्य धूपाचा परिमल सारखा चालला होता ! तेथें दिव्य वाजंत्रीं वाजत असून मृदंग, पणव, शंख व भेरी ह्यांचा मनोहर शब्द उठत होता ! तेथें सभोंवतीं भूतांचे समुदाय व मयूर हे नाचत असून अप्सराही नृत्य करीत होत्या ! आणि तेथें देव व ऋषि ह्यांचे समुदाय मिळाले असून सर्वत्र दिव्य, मनोहर, अद्भुत व अनिर्वचनीय अशी कांति विलसत होती ! जनार्दना, हिमालय पर्वतावर भगवान् शंकरानें तपोनुष्ठान सुरू केलें तेव्हां तो पर्वत अधिकच शोभूं लागला ! तेथें स्वाध्यायांत रममाण असलेल्या ब्राह्मणांच्या ब्रह्मघोषानें सर्व अंतरिक्ष दणाणून गेलें ! भ्रमरांच्या गुंजारवानें जणू काय सर्वच पर्वत गायन करूं लागला ! आणि अशा रीतीनें त्या पर्वतास विलक्षण शोभा प्राप्त झाली ! असो; ज्या पर्वतावर जिकडे तिकडे भयप्रद देखावा असावयाचा तेथें असें महोत्सवाचें रूप प्राप्त झालेलें पाहून सर्वांना त्या स्थळीं जाऊन रहाण्याची अतिशय उत्कंठा उत्पन्न झाली आणि महाभाग मुनि, ऊर्ध्वरेते सिद्ध, मरुत्, वसु, साध्य, इंद्र, विश्वेदेव, यक्ष, नाग, पिशाच्च, लोकपाल, हुताशन, वात आणि सर्व महाभूतें त्या ठिकाणीं जाऊन राहिलीं ! त्या प्रदेशावर ऋतूंनीं अत्यंत अद्भुत अशा सर्व प्रकारच्या पुष्पांचा वर्षाव केला, देदीप्यमान औषधींनीं तें सर्व वन प्रकाशित केलें, आणि पक्ष्यांनीं आनंदभरित होऊन त्या सुरम्य गिरिपृष्ठावर मनोहर शब्द करून नृत्यगायनास प्रारंभ केला ! जनार्दना, ह्याप्रमाणें चोहोंकडे महोत्सव चालू असतां त्या दिव्य पर्वताच्या सुंदर धातूंनीं विभूषित अशा तटावर भगवान् महात्मा शंकर विराजत असतां जणू काय तो पर्यंकावरच उपविष्ट झालासें भासत होतें ! तपश्चर्येंत निमग्न असलेल्या त्या महेश्वरानें व्याघ्रचर्म परिधान केलें असून त्याच्या देहावर सिंहचर्म उपवस्त्राप्रमाणें शोभत होतें ! सर्प हें त्याचें यज्ञोपवीत असून त्याच्या बाहूंच्या ठिकाणीं आरक्त अंगदें विल-

सत होतीं! त्याची श्मश्रु (दाढी) हिरण्यावर्णाची असून त्याच्या मस्तकावर जटा होत्या आणि तो भयंकर पुरुष दैत्यांना भय देणारा असून सर्व भूतांना व भक्तांना अभय देणारा होता! कृष्णा, अशा प्रकारच्या त्या देवाधिदेवाला अवलोकन करितांच सर्व महर्षींनीं त्याच्या पुढें साष्टांग नमस्कार घातला आणि ते क्षमाशील महात्मे सर्व पापांपासून विमुक्त होत्साते परम पावन बनले! मधुसूदना, त्या भूतपतीचें तें स्थान फार भयंकर दिसत होतें आणि त्या स्थळीं मोठमोठे सर्प असल्यामुळें कोणीही तेथें फिरकण्यास समर्थ नव्हतें; परंतु क्षणांत असा कांहीं चमत्कार घडून आला कीं, जेथें भगवान् वृषभध्वज महेश्वर घोर तपश्चर्या करीत होता तेथें भगवती शैलसुता उमा भूतस्त्रियांच्या समुदायानें परिवेष्टित अशी भगवंताच्या समीप प्राप्त झाली आणि त्यामुळें पहिली हृदयभेदक भयप्रद स्थिति नष्ट होऊन एकदम सर्वच अद्भुत दिसूं लागलें! कृष्णा, भगवती उमा देवीनें भगवान् महेश्वराप्रमाणेंच व्याघ्रचर्म परिधान केलें असून सिंहचर्म उत्तरीय म्हणून धारण केलें होतें आणि भगवान् महेश्वराप्रमाणेंच भगवती उमा ही त्याच तपोनुष्ठानांत निमग्न होती! जनार्दना, त्या समयीं उमा देवीच्या कडेवर सुवर्णकलश असून त्यांत तिनें सर्व तीर्थांचें उदक घेतलें होतें आणि हिमवान् पर्वतावर वास करणाऱ्या सर्व देवता तिच्या मागून चालल्या होत्या! कृष्णा, हिमालय पर्वताचा आश्रय करणारी भगवती उमा देवी पुष्पें व नानाविध सुगंधि द्रव्यें ह्यांची वृष्टि करीत भगवान् महेश्वराच्या पृष्ठभागीं प्राप्त झाली आणि तिनें हंसत हंसत कौतुकानें एकदम आपल्या दोन्ही हातांनीं भगवान् शंकराचे मंगलदायक दोन्ही नेत्र झांकले! कृष्णा, त्या योगें असा चमत्कार झाला कीं, तत्काळ सर्व जग तमोमय होऊन जगाची सर्व चेतना अस्तास गेली! होमहवन व वषट्कार एकाएकीं बंद पडले! सर्व जन भयभीत होऊन गांगरून गेले! आणि भगवान् महेश्वराचे नेत्र मिटतांच सूर्य जणू काय अस्तंगतच झाला! पण, कृष्णा, इतक्यांत सर्वत्र प्रकाश पडला आणि भगवान् शंकराच्या भालप्रदेशांतून महान् ज्वाला बाहेर निघाली व तेथें सूर्यासारखा तेजस्वी व प्रलयाग्नीप्रमाणें भयंकर असा एक प्रदीप्त तृतीय नेत्र उत्पन्न होऊन त्यानें हिमालय पर्वताचें निर्दहन केलें! मसुधूदना, नंतर भगवती गिरिसुतेनें प्रदीप्त अग्नीप्रमाणें आरक्त नेत्र असलेल्या भगवान् शंकराच्या पायांवर मस्तक ठेवून त्यास अभिवंदन केलें आणि त्या विशालनयनेनें आपल्या भर्त्याकडे अवलोकन करून भोंवतालच्या सर्व स्थितीचेंही निरीक्षण केलें! कृष्णा, श्रीशंकराच्या तृतीय नेत्रानें हिमालय पर्वत जळत असतां त्याजवरील सुंदर अरण्यांतील साल व सरल द्रुम आणि त्याप्रमाणेंच मोठमोठाले चंदनवृक्ष भडकले असून दिव्य वनस्पतींच्या ज्वालांनीं चोहोंकडे प्रकाश पडला व त्यामुळें त्या वणव्यांत सांपडलेल्या हरणांच्या कळपांची भीतीनें तारांबळ उडून ते पळत सुटले आणि ते निराधार होऊन अखेरीस भगवान् महेश्वराच्या समीप प्राप्त झाले व त्या स्थळीं विलक्षण गर्दी जमली! जनार्दना, इकडे पेटलेल्या त्या अरण्यांत अग्नि अधिकाधिकच चेतत चालला आणि त्याच्या ज्वाला वरतीं जाऊन अंतरिक्षाला भिडल्या! जणू काय नभोमंडलांत एकसारखी विद्युल्लताच संचार करीत आहे, किंवा द्वादशादित्यच आपल्या उग्र तेजानें तळपत आहेत, किंवा फार कशाला–प्रलयकालचा दुसरा भयंकर अग्निच

जगज्ज्वलनास प्रवृत्त झाला आहे, असें त्या वेळीं भासलें ! कृष्णा, क्षणांत त्या अग्नीनें तो हिमवान् पर्वत जाळून टाकिला आणि त्याजवरील धातु, शिखरें, वृक्ष, लता, औषधि, वगैरे सर्व नष्ट झालीं. देवकीपुत्रा, ह्याप्रमाणें त्या शैलराजाचें निर्दहन झालेलें पाहून शैलसुता भगवती पार्वती ही भगवान् शंकराला प्रसन्न झाली आणि त्याच्या पुढें हात जोडून उभी राहिली ! जनार्दना, नंतर भगवान् महेश्वरानें पार्वतीची ती स्त्रीस्वभावाला अनुरूप अशी दीन स्थिति मनांत आणिली आणि आपल्या पित्याची विपत्ति दूर व्हावी अशी तिची मनीषा जाणून त्यानें ममतेनें त्या हिमालय पर्वताकडे अवलोकन केलें व तत्क्षणीं तो गिरि पूर्वस्थितीस पावून सुंदर व मनोहर दिसूं लागला आणि त्याजवरील द्रुमलतादिक सुपुष्पित होऊन पक्षी आनंदानें शब्द करूं लागले ! मधुसूदना, ह्याप्रमाणें हिमालय पर्वत पहिल्यासारखा झालेला पाहून पार्वती देवीला मोठा हर्ष झाला आणि त्या भगवतीनें प्रसन्न मुद्रेनें महादेवाकडे अवलोकन करून त्या सर्वलोकपतीशीं भाषण आरंभिलें.

उमा म्हणालीः—भगवन् महाव्रत शूलपाणे, आपण सर्व प्राण्यांचे अधिपति आहां; ह्यास्तव माझ्या मनांत जी मोठी शंका उत्पन्न झाली आहे तिचें आपण निराकरण करावें. देवाधिदेव, आपल्या ललाटीं तिसरा नेत्र कोणत्या कारणानें उत्पन्न झाला ? आपण पशु, पक्षी व अरण्य ह्यांसह हा गिरि काय म्हणून दग्ध केला ? आणि आपण ह्या माझ्या पित्याला पुनः पूर्वस्थितीला आणून द्रुमादिकांनीं संच्छन्न कां केलें ?

महेश्वर म्हणालाः—भद्रे देवि पार्वति, तूं अज्ञानानें माझे दोन्ही नेत्र झांकलेस आणि त्यामुळें क्षणांत सर्व जग प्रकाशहीन होऊन जणू काय आदित्य अस्तासच गेला व सर्वत्र अंधार पडला ! तेव्हां, गिरिसुते, प्रजांचें रक्षण करण्याच्या हेतूनें मीं आपल्या भालदेशीं हा तिसरा महादेदीप्यमान नेत्र निर्माण केला आणि त्याच्या दिव्य तेजानें ह्या पर्वताचें निर्दहन झालें ! पण मीं तुझ्या संतोषासाठीं ह्या पर्वताला पुनः पूर्वस्थितीस आणिलें.

उमा म्हणालीः—भगवन्, आपलीं पूर्व, पश्चिम व उत्तर ह्या दिशांकडील मुखें चंद्रासारखीं रमणीय व तेजःपुंज आणि दक्षिणेकडील मुख अतिशय भयंकर कां दिसतें ? तशाच आपल्या मस्तकावरील जटा उभ्या तरतरीत व पिंगट वर्णाच्या कां आहेत ? आपला कंठ मोराच्या पिसाऱ्याप्रमाणें नीलवर्ण कां झाला ? आपण आपल्या हातांत सतत पिनाक धनुष्य कां घेतलें आहे ? आणि आपण नित्य जटिल ब्रह्मचारी कां आहां ? प्रभो, ह्या सर्व माझ्या शंका आपण निरसन कराव्या. हे वृषभध्वज, मी आपली सहधर्मचारिणी असून आपल्या उपासनेंत सदोदीत तत्पर आहें; ह्यास्तव हा माझ्यावर आपल्याकडून अनुग्रह व्हावा.

भीष्म सांगतातः—राजा युधिष्ठिरा, भगवान् पिनाकधारी शंकरानें गिरितनयेचें हें भाषण श्रवण केलें तेव्हां त्यास तिच्या विवेकाचें व बुद्धीचें कौतुक वाटलें; आणि तो भगवान् शंकर प्रसन्न होऊन त्या गिरिजेला म्हणाला कीं, ‘ सुभगे, ऐक. हे रुचिराननें, माझीं हीं जीं रूपें आहेत त्यांचे कांहीं विशेष हेतु आहेत, हें लक्षांत ठेव. ’

अध्याय एकशें एकेचाळिसावा.

—:०:—

उमामहेश्वरसंवाद.

श्रीभगवान् महेश्वर म्हणालाः—देवि गिरितनये, पूर्वी ब्रह्मदेवानें तिलोत्तमा नामक एक उत्तम स्त्री उत्पन्न केली होती. जगांतील श्रेष्ठ

वस्तूंचा तिळ-तिळ अंश घेऊन त्यानें ती दिव्य स्त्री बनविली होती, ह्यामुळें ती रूपानें अगदीं अप्रतिम होती. तिच्यासारखी सुंदर स्त्री सर्व भूतलावर (किंबहुना इतर कोठेंही) नव्हती ! भद्रे, एके समयीं तिलोत्तमेच्या मनांत माझें मन मोहून टाकण्याचें आलें; आणि ती रुचिराननना मला प्रदक्षिणा करण्याच्या हेतूनें मजप्रत प्राप्त झाली ! प्रिये, नंतर त्या सुदतीनें माझ्या भोंवतीं प्रदक्षिणा घातली आणि प्रदक्षिणा करितांना माझ्या समीप ती जसजशी भोंवतालीं वळत गेली तसतशीं माझ्या ठिकाणीं निरनिराळीं सुंदर मुखें उत्पन्न झालीं ! गिरिजे, त्या तिलोत्तमेला अवलोकन करण्याच्या इच्छेनें योगबलावर मी चतुर्मूर्तित्व पावलों आणि मीं आपल्या अंगचें उत्तम योगसामर्थ्य दाखवून चतुर्मुखत्व संपादिलें ! अनंदिते, मी पूर्वेकडील मुखानें सर्व जगावर आधिपत्य चालवितों; उत्तरेकडील मुखानें तुझ्याशीं विलास भोगितों; पश्चिमेकडील मुखानें वात्सल्य धारण करून सर्व प्राण्यांना सुख देतों; आणि दक्षिणेकडील मी आपल्या अत्यंत भयंकर व रौद्रमुखानें प्रजांचा संहार करितों ! देवि पार्वति, मी जलिट ब्रह्मचारी असण्याचें कारण माझ्या हातून सर्व लोकांचें हित घडावें हेंच होय ! व देवकार्याची सिद्धि व्हावी म्हणून मीं आपल्या हातांत पिनाक धनुष्य धारण केलें आहे ! आणि, हे देवि, पूर्वीं इंद्रानें माझें वैभव प्राप्त करून घेण्याकरितां माझ्यावर वज्र टाकिलें असतां तें माझा कंठ जाळून गेलें, त्यामुळें मला ही श्रीकंठता—नीलकंठता—प्राप्त झाली !

उमा म्हणालीः—भगवन् सत्तम, आपल्याला सर्व प्रकारचीं दुसरीं श्रेष्ठ वाहनें अनुकूल असतां आपण वृषभाला वाहनत्व दिलें तें कां बरें ?

महेश्वर म्हणालाः—देवि पार्वति, पूर्वीं ब्रह्मदेवानें बहुत दूध देणारी देवांची धेनु सुरभि ही निर्माण केल्यानंतर तिच्यापासून दुसऱ्या पुष्कळ धेनु जन्म पावल्या आणि त्यांच्या योगानें लोकांना अमृताप्रमाणें मधुर असें विपुल दुग्ध मिळूं लागलें ! प्रिये, पुढें एके प्रसंगीं त्या सुरभीच्या वत्साच्या मुखांतून माझ्या देहावर फेंस उडाला आणि त्यामुळें मीं संतप्त होऊन त्या गाई दग्ध केल्या, तेव्हां त्यांना नानावर्णत्व प्राप्त झालें! सुंदरि, नंतर जगाच्या कल्याणाचें तत्त्व जाणणाऱ्या लोकनायक ब्रह्मदेवानें माझा तो क्रोध शांत केला आणि त्यानेंच मला वाहनाकरितां आणि ध्वजावर स्थापण्याकरितां हा वृषभ दिला.

उमा म्हणालीः—भगवन्, स्वर्गामध्यें बहुत प्रकारची व सर्व गुणांनीं मंडित अशीं आपलीं मंदिरें असतांना, त्या सर्वांचा त्याग करून आपण श्मशानांत रममाण असतां ते कां ? अहो, श्मशानांची अमंगलता काय वर्णावी ! तेथें जिकडे तिकडे मृतांचे केश व अस्थिच असतात ! तेथें नरकपालें व फुटकेतुटके घडे दिसतात ! तेथें गिधाडें व कोल्हे-कुत्रे ह्यांचीच गर्दी आढळते ! तेथें शेंकडों चिता धडाडा जळत असतात ! तेथें सर्व घाणच दृष्टीस पडते ! तेथें सर्वत्र मांस, वसा व शोणित ह्यांचा कर्दम असतो ! तेथें हाडें व आंतडीं इतस्ततः पसरलेलीं असतात ! आणि तेथें सर्व भालूंची कुई चालू असते !

महेश्वर म्हणालाः—प्रिये गिरिजे, मी सदोदित एकसारखा अखिल पृथ्वी हिंडून शुद्ध असें स्थळ शोधीत असतों; परंतु मला श्मशानापेक्षां अधिक शुद्ध असें स्थळ ह्या जगांत अद्याप सांपडलें नाहीं ! ह्यास्तव, सर्व निवासस्थानांत श्मशानामध्यें माझें मन रमलें ! प्रिये, श्मशानांत पिंपळाच्या शाखांची छाया असते आणि प्रेतावरून काढून टाकिलेल्या पुष्पमाळा इतस्ततः आढळतात, त्यांची उत्तम शोभा दिसते ! सुंदरि, हे माझे भूतसंघ त्या

स्थळींच राहाण्यास अतिशय उत्सुक असतात आणि ते जेथें राहातील तें स्थळ सोडून अन्य स्थळीं त्यांच्याव्यतिरिक्त राहाण्यास मला उत्साह वाटत नाहीं ! हे कल्याणि, श्मशानांतला वास मला अतिशय पवित्र व प्रियकर वाटतो; फार काय—श्मशानांत असतां मी स्वर्गांतच आहें असा मला आनंद होतो ! सुंदरि, ज्या ज्या पुरुषांना शुद्ध स्थळीं राहाण्याची इच्छा असते, ते ते ह्या श्मशानवासालाच पवित्र व श्रेष्ठ असें मानितात आणि त्याचा आनंदानें अंगीकार करितात.

उमा म्हणाली:—भगवन् पिनाकपाणे, आपण सर्व प्राण्यांचे अधिपति असून सर्व धर्मवेत्त्यांमध्यें श्रेष्ठ आहां; ह्यास्तव, हे वरद, माझ्या मनांत जो हा महान् संशय आहे तो छिन्न करून टाका. प्रभो, ह्या स्थळीं अधिष्ठित असलेल्या ह्या सर्व मुनिजनांनीं तपश्चर्या केलेली आहे; लोकांत तपस्व्यांचा वेष स्वीकारून पुष्कळ मनुष्यें नानाविध प्रकारांनीं संचार करीत असतात; ह्यास्तव, ह्या ऋषिजनांच्या व माझ्या स्वतःच्या हिताकरितां आपण, हे अरिंदम, माझ्या ह्या संशयाचें निराकरण करावें. प्रभो, माझी शंका आपणाजवळ अशी आहे कीं, धर्माचें लक्षण काय ? आणि ज्यांना धर्मतत्त्वाचें ज्ञान झालेलें नाहीं त्या अजाण मनुष्यांना धर्माचरण करितां येणें शक्य कसें आहे ? भगवन् धर्मज्ञ, मला ह्या गोष्टीचें निरूपण करून सांगा.

नारद सांगतात:—कृष्णा, भगवती पार्वतीचें तें भाषण श्रवण करून मुनिजनांनीं तिची प्रशंसा केली आणि तिला अर्थानें परिपूर्ण अशा स्तोत्रांनीं व ऋग्वेदांतल्या सुंदर ऋचांनीं स्तविलें.

महेश्वर म्हणाला:—देवि पार्वति, अहिंसा, सत्य भाषण, सर्वभूतानुकंपा, चित्ताचा जय व यथाशक्ति दान, हे गृहस्थाश्रमी पुरुषाचे श्रेष्ठ धर्म होत. त्याप्रमाणेंच, परदारेचा संसर्ग न करणें, दुसऱ्याच्या ठेवीला जपणें, आपल्या हवालीं करून ठेविलेल्या स्त्रियांचा प्रतिपाळ करणें, जी वस्तु आपल्याला कोणीं दिलेली नाहीं ती न घेणें, आणि मद्यमांसापासून अलिप्त राहाणें, हें धर्माचे पांच प्रकार आहेत. ह्याशिवाय धर्माच्या शाखाही बहुत असून त्यांच्या परिपालनानें सदैव सुखाचीच जोड होते; आणि धर्माचरणापासून नित्य पुण्यच प्राप्त होतें; ह्यास्तव धर्मशील पुरुषांनीं धर्माचरण अवश्य करावें.

उमा म्हणाली:—भगवन्, आपणाला मी आणखी शंका विचारीत आहें, तर तिचें आपण निराकरण करावें. आतां माझी शंका ही कीं, ब्राह्मण, क्षत्रिय, वैश्य व शूद्र ह्या चार वर्णांपैकीं प्रत्येक वर्णाला गुणावह असा धर्म कोणता ? ब्राह्मणांनीं काय काय करावें, क्षत्रियांनीं काय काय करावें, वैश्यांनीं काय काय करावें, आणि शूद्रांनीं काय काय करावें, तें निरूपण करून सांगावें.

महेश्वर म्हणाला:—महाभागे, तूं जो प्रश्न विचारिलास तो सर्वतोपरी योग्य आहे. नित्य लोकांत ब्राह्मण हे महाभाग्यवंत होत; फार काय, पृथ्वीवरील ते देवच होत ! ब्राह्मणांचा मुख्य धर्म इंद्रियांचा जय हा होय; ह्यास्तव ब्राह्मणानें सदासर्वकाळ इंद्रियांचा निरोध करावा. पार्वति, जो ब्राह्मण इंद्रियांना सर्वस्वी जिंकितो त्याला धर्म व अर्थ ह्यांची प्राप्ति होऊन तो शेवटीं ब्रह्मरूप बनण्याला पात्र होतो ! देवि, ब्राह्मणानें धर्माचरण करणें म्हणजे ब्रह्मचर्याची पाळणूक ठेवणें, व्रतवैकल्यें करणें आणि इतर धार्मिक कृत्यें आचरणें. जो ब्राह्मण ह्याप्रमाणें आचरण ठेवितो त्यासच ब्राह्मण ही संज्ञा शोभते ! प्रिये, धर्मशील ब्राह्मणांनीं गुरुजन व देवता ह्यांची पूजा करावी आणि नित्य

वेदाध्ययन चालू ठेवावें, म्हणजे तद्वारा पुण्याची जोड होऊन देहाचें साफल्य घडेल !

उमा म्हणाली:—भगवन्, माझी शंका अजून आहे; तर तिचें आपण निरसन करावें. मला चातुर्वर्ण्याचे धर्म पूर्णपणें निरूपण करून सांगा.

महेश्वर म्हणाला:—पार्वति, ब्राह्मणानें धर्मरहस्य श्रवण करावें, वेदामध्यें जीं व्रतें करावीं म्हणून सांगितलें असेल तीं आचरावीं, अग्नीला आराधावें, गुरूचें कार्य सिद्धीस न्यावें, नित्य भिक्षावृत्तीनें चरितार्थ चालवावा, नेहमीं यज्ञोपवीत धारण करावें, सदैव वेदाध्ययनांत रममाण असावें, आणि ब्रह्मचर्याचे नियम पाळावे. सुंदरि, नंतर गुरूंनीं आज्ञा दिली म्हणजे ब्राह्मणानें ब्रह्मचर्याचें समावर्तन करावें आणि मग अनुरूप भार्येचें यथाविधि पाणिग्रहण करून गृहस्थाश्रम स्वीकारावा. ब्राह्मणानें गृहस्थाश्रमांत शूद्रान्न वर्जावें, उत्तम मार्गाचें अवलंबन करावें, नित्य उपवास करावा ब्रह्मचर्य राखावें, अग्निहोत्र बाळगावें, वेदाभ्यास चालू ठेवावा, दैविक व पैत्रिक कृत्यें करावीं, इंद्रियांना जिंकावें, अतीत-अभ्यागत व चाकरनोकर ह्यांना भोजन घालून मग आपण स्वतः भोजन करावें, आहारविहारांत नेमस्तपणा राखावा, खरें बोलावें, निर्मळ वागावें, अतिथीला सत्कारावें, तीन अग्नि बाळगावे, इष्टि कराव्या, यथाविधि पशुबंध (यज्ञ) करून देवतांना आराधावें, यज्ञयाग करणें हा परमधर्म मानावा, प्राण्यांची हिंसा मुळींच करूं नये. प्रथम भोजन वर्जावें, घरांतील सर्व मनुष्यें जेवल्यानंतर आपण जेवावें, परिजनांच्या भोजनानंतर यजमानानें भोजन करणें हा श्रेष्ठ धर्म समजावा, आणि त्यांतही गृहस्थाश्रमी ब्राह्मणानें व विशेषेंकरून श्रोत्रियानें हा मुख्य धर्म मानावा. प्रिये, गृहस्थाश्रमाच्या धर्माचें आचरण करणाऱ्या दंपत्याच्या ठिकाणीं समानशीलत्व असावें; पति व पत्नी ह्यांच्यामध्यें विरोध नसावा, त्यांनीं गृहदेवतांचें नित्य पूजन, अर्चन वगैरे करावें, गृहाचें नित्य उपलेपन (सारवण वगैरे) करावें, नित्य उपवास करावा (फक्त दोन वेळां अन्नग्रहण करावें); आणि नित्य गृह झाडून व सारवून त्यांत अग्नीला घृताभिघार करून घरभर धूम्र पसरूं द्यावा. पार्वति, गृहस्थाश्रमी ब्राह्मणानें ह्याप्रमाणें वागावें. थोर ब्राह्मण सदोदित ह्याच धर्माचें आचरण करितात.

आतां, हे देवि गिरिजे, क्षत्रियांनीं जे धर्म परिपालन करावे म्हणून माझें मत आहे, ते धर्म तुला सांगतों, सावधान चित्तानें श्रवण कर. सुंदरि, अगदीं आरंभापासून क्षत्रियांचा धर्म प्रजापालन हा सांगितलेला आहे. राजानें प्रजांचें योगक्षेम चालवावें आणि त्यांच्या पुण्याचा षड्भाग स्वतः उपभोगावा, अशी वेदांची आज्ञा असल्यामुळें, जो राजा प्रजापालनांत निमग्न असतो त्यास बहुत पुण्य प्राप्त होतें. देवि गिरितनये, जो नराधिप धर्मानुसार वर्तन करून प्रजांना पाळितो त्याला त्या प्रजापालनानें इतकें पुण्य लागतें कीं, त्या पुण्यानें तो श्रेष्ठ लोक मिळवितो ! ह्यास्तव, राजानें प्रथम प्रजांचें उत्तम रीतीनें रक्षण करावें आणि शिवाय इंद्रियनिग्रह, वेदाध्ययन, अग्न्याराधन, दान, विद्यार्जन, यज्ञोपवीतधारण, यज्ञानुष्ठान, धर्मक्रिया, भृत्यभरण, कृतकर्मसिद्धि, उत्तम शासन, वैदिकयाग, वैदिकक्रिया, व्यावहारिकन्याय, सत्यवचनप्रीति व आर्तपरित्राण ह्या सर्व गोष्टी करण्याविषयीं फार जपावें. प्रिये पार्वति, जो राजा गोब्राह्मणांचें प्रतिपालन करण्यासाठीं प्रताप गाजवून रणांगणांत धारातीर्थीं देह ठेवितो त्याला स्वर्गलोकीं अश्वमेध यज्ञानें प्राप्त होणारीं दिव्य स्थानें प्राप्त होतात.

देवि पार्वति, वैश्याचा सनातन व नेहमींचा

धर्म पशुपालन आणि कृषिकर्म हा होय. ह्याशिवाय त्यानें अग्निहोत्र ठेवावें, होमहवन करावें, दानें द्यावीं, वेदाभ्यास करावा, व्यापार चालवावा, सत्त्वभाचरण करावें, अतिथींना सत्कारावें, चित्त शांत ठेवावें, इंद्रियांना आकळावें, ब्राह्मणांचें स्वागत करावें, सत्कार्यीं धन वेंचावें, वणिक्पथाचा आश्रय करणाऱ्या सच्छील वैश्यानें तीळ, गंध व रस ह्यांची विकरी मुळींच करूं नये, आणि सर्व प्रकारांनीं त्रिवर्गांचें यथोचित व यथाशक्ति आतिथ्य करावें.

सुंदरि, शूद्राचा महान् धर्म ब्राह्मण, क्षत्रिय व वैश्य ह्यांची नित्य शुश्रूषा करणें हा होय. जो शूद्र सत्य भाषण, इंद्रियजय व अतिथिसेवा ह्यांचा अंगीकार करितो, त्याला महान् तपश्चर्येचें फळ प्राप्त होतें. फार कशाला, त्याला कडकडीत तपस्वी म्हटलें तरी चालेल! प्रिये, जो उत्तम प्रकारचें आचरण करून नित्य देवब्राह्मणांची पूजा करितो, त्या बुद्धिमान् शूद्राचे सर्व मनोरथ सिद्धीस जातात आणि त्याचें कल्याण होतें. असो; भद्रे पार्वति, हे चारही वर्णांचे प्रत्येकशः पृथक् पृथक् धर्म मीं तुला विवरण करून सांगितले. आतां तुला आणखी काय ऐकण्याची इच्छा आहे बरें?

उमा म्हणाली:—भगवन्, चारही वर्णांना हितकारक व मंगलदायक असे पृथक् पृथक् धर्म आपण मला निवेदन केले. आतां मला सर्व वर्णांना व्यापून असणारा जो धर्म तो सांगा.

महेश्वर म्हणाला:—प्रिये पार्वति, त्रिभुवनाचा अधिपति ब्रह्मदेव ह्यानें सत्कर्मलालसेनें अखिल लोकांचा उद्धार व्हावा म्हणून ह्या भूतलावर ब्राह्मण उत्पन्न केले. खरोखरी मनुष्यांमध्यें ब्राह्मण हे श्रेष्ठ होत; फार काय, ते क्षितीवरचे देवच समजावे! सुंदरि, आतां प्रथम मी ब्राह्मणांचीं धर्मकर्में व त्यांचीं फळें निवेदन करितों. पार्वति, ब्राह्मणाचा जो धर्म तो सर्व धर्मांत श्रेष्ठ होय. स्वयंभू ब्रह्मदेवानें लोकांत पुण्यसंग्रह व्हावा म्हणून पृथ्वीची उत्पत्ति करितांना नित्य जे तीन धर्म उत्पन्न केले ते धर्म आतां मी तुला सांगतों, श्रवण कर. भद्रे, विधात्यानें सृष्टीच्या सर्गसमयीं वेदोक्त धर्म, स्मृतिशास्त्रगत धर्म व शिष्टाचारगत धर्म असे तीन धर्म निर्मिले. हे तिन्ही धर्म श्रेष्ठ असून सनातन आहेत. त्यांपैकीं वेदांत सांगितलेला जो वेदोक्त धर्म तो सर्वांत श्रेष्ठ समजावा; स्मृतीमध्यें, शास्त्रामध्यें व पुराणामध्यें वगैरे सांगितलेला जो स्मृतिशास्त्रगत धर्म तो त्याच्या खालचा मानावा; आणि थोर पुरुषांनीं आचरण केलेला जो शिष्टाचारगत धर्म तो त्याच्याही खालचा समजावा. ब्राह्मणांनीं तीन वेदांचें अध्ययन करावें; वेदाध्ययनावर उपजीविका चालवूं नये; दान, अध्ययन व यजन हीं तीन कर्में आचरावीं; काम, क्रोध व लोभ ह्या तीन विकारांना जिंकावें आणि सर्वांची मैत्री जोडावी! जो ब्राह्मण अशा रीतीनें आचरण करितो त्यालाच ब्राह्मण म्हणणें प्रशस्त! प्रिये, भुवनेश्वर जो ब्रह्मदेव त्यानें ब्राह्मणांच्या चरितार्थासाठीं सहा कर्में सांगितलीं आहेत. आतां मी तुला ते सहा सनातन धर्म कथन करितों, श्रवण कर. ब्राह्मणानें आपला योगक्षेम चालविण्यासाठीं स्वतः यज्ञयाग करावे, दुसऱ्याकडून यज्ञयाग करवावे, दानें द्यावीं, दानें घ्यावीं, स्वतः अध्ययन करावें, आणि दुसऱ्याकडून अध्ययन करवावें. पार्वति, जो पुरुष हीं सहा कर्में करितो तोच खरा खरा धर्मशील ब्राह्मण समजावा. गिरितनये, नित्य वेदाभ्यासांत रममाण असणें आणि यज्ञयाग करणें हा ब्राह्मणाचा सनातन धर्म होय. त्याप्रमाणेंच ब्राह्मणानें यथाशक्ति व यथाविधि दान करावें हें प्रशस्त आहे. मनाची शांति हा तर ब्राह्मणाचा परम धर्मच

समजावा. थोर पुरुषांच्या ठिकाणीं ह्या धर्माची सदैव प्रवृत्ति असते. अत्यंत निर्मळ मनाचे व उत्तम आचरणाचे गृहस्थाश्रमी पुरुष महान् पुण्यसंचय करितात. जो पुरुष पंचमहायज्ञ करून आत्म्याची शुद्धि संपादितो, नित्य खरें बोलतो, कोणाचा मत्सर करीत नाहीं, दानें देतो, ब्राह्मणांना सत्कारितो, निवासस्थान स्वच्छ राखितो, अहंभावना धरीत नाहीं, सदैव सरळपणें वागतो, कुटिलपणा करीत नाहीं, प्रेमयुक्त भाषण करितो, दुसऱ्याला अभय देतो, अतीत-अभ्यागतांविषयीं आवड धरितो, गृहांतील सर्व मनुष्यांचें भोजन वगैरे होऊन उर्वरित अन्नावर चरितार्थ चालवितो, अतिथीला अर्घ्य, पाद्य, आसन, शयन, इत्यादि अर्पण करितो, अंधाराच्या जागेंत दीप लावितो, आणि दुसऱ्याला आश्रय देतो, तो धार्मिक पुरुष समजावा. त्याप्रमाणेंच जो पुरुष सकाळीं उठून प्रातर्विधि उरकतो, मुखप्रक्षालन करून स्नानादिक आटपितो, अतिथीला भोजन घालून त्याजवळ चार गोष्टी बोलतो, त्याला सत्कारपूर्वक निरोप देऊन त्याच्या मागून चार पावलें जातो, आणि रात्रंदिवस त्रिवर्गाचें सर्व प्रकारांनीं यथाशक्ति आतिथ्य करितो, त्या सनातन धर्मानें वागणाऱ्या पुरुषाला महान् पुण्य प्राप्त होतें. प्रिये पार्वति, शूद्राचा मुख्य धर्म ब्राह्मण, क्षत्रिय व वैश्य ह्या त्रिवर्गाची सेवा करावी हा होय. गृहस्थाश्रमी पुरुषांनीं प्रवृत्तिपर धर्म आचरावा, अशी शास्त्राची आज्ञा आहे. त्या धर्मापासून सर्व प्राण्यांचें हित होतें व आचरण करणाराला पुण्य लागतें. आतां मी तुला त्या प्रवृत्तिपर धर्माविषयीं निरूपण करून सांगतों, श्रवण कर. भद्रेच्छु मानवानें यथाशक्ति वारंवार दानें करावीं; त्याप्रमाणेंच त्यानें शक्त्यनुसार पुनः पुनः यज्ञयाग करावे; आणि त्यानें अनेक सत्कर्मे करून पुण्याचा सांठा पुष्ट करावा. प्रिये पार्वति, मनुष्यानें प्रत्येक कृत्य धर्माला अनुसरून करण्याविषयीं प्रयत्न करावा; केव्हांही त्यानें धर्माचें उल्लंघन करूं नये; त्यानें धर्माप्रमाणें वागून धन मिळवावें; त्या मिळविलेल्या धनाचे तीन भाग करावे; त्यांतील एक भाग धर्मकृत्यांत खर्चावा; दुसरा भाग कामतृप्तीकडे लावावा; आणि तिसरा भाग शिल्लक ठेवून वाढूं द्यावा. गृहस्थाश्रमी मनुष्यांना जसा प्रवृत्तिपर धर्म, तसा मोक्षार्थी मनुष्यांना निवृत्तिपर धर्म महाफलदायी आहे. देवि गिरिजे, मी आतां तुला त्या निवृत्तिपर धर्माचें स्वरूप तत्त्वतः निवेदन करितों, ऐक. सुंदरि, मोक्षेच्छु पुरुषांनीं सर्व प्राण्यांवर दया करावी; एका ग्रामांत कधींही राहूं नये; आशेचा पाश तोडून टाकावा; कुटी, कमंडलु, वस्त्र, आसन, त्रिदंड, शयन, अग्नि व अग्न्यागार ह्यांजवर आसक्ति ठेवूं नये; परब्रह्मचिंतनांत मन गुंतवून तन्मन व तत्पर व्हावें; सदैव योगाभ्यासांत व सांख्यशास्त्रांत निमग्न असावें; नित्य वृक्षमूलाचा आश्रय करावा; ओसाड घरांत राहावें; नदीच्या वाळवंटांत निजावें; नदीच्या तीरावर राहाण्याची आवड धरावी; आप्तस्वकीयांविषयीं व ऐहिक सुखांविषयीं आसक्ति सोडावी, आपल्या ठिकाणींच आत्म्याची भावना करावी; ऐहिक विषयांच्या संबंधानें काष्ठवत् निर्विकार बनावें; आहारादिकांचा त्याग करावा; आणि मोक्षप्राप्तीचा मार्ग आचरावा. प्रिये पार्वति, जो पुरुष अशा प्रकारें सनातन धर्माचें आचरण करितो, त्याला मोक्ष मिळतो. हे गिरितनये, मुक्त पुरुष एके ठिकाणीं कधींही आसक्त असत नाहीं; एका गांवांत (एका दिवसाहून अधिक दिवस) राहात नाहीं,—सदा हिंडत असतो; आणि एका पुलिनांत सुद्धां बहुत दिवस निद्रा घेत नाहीं. सुंदरि, मोक्षाचें शास्त्र जाणणाऱ्या सत्पुरुषांचा हा वेदोक्त

सत्पथ होय. जो पुरुष ह्या मार्गानें गमन करितो त्याला तें श्रेष्ठ पद प्राप्त होतें. भिक्षु किंवा मोक्षमार्गाचे अनुयायी पुरुष चार प्रकारचे असतात. त्या चार प्रकारांचीं नांवें (१) कुटीचक (२) बहूदक, (३) हंस व (४) परमहंस हीं होत. ह्या चार प्रकारांपैकीं मागच्यापेक्षां पुढला प्रकार अधिक श्रेष्ठ समजावा. प्रिये गिरिसुते, परमहंसधर्माचें आचरण करून जें अंतिम पद प्राप्त होतें, तें अगदीं अनिर्वचनीय व अगाध आहे! त्याच्याहून श्रेष्ठ किंवा कनिष्ठ, अथवा प्रत्यक्ष किंवा परोक्ष असें दुसरें कांहीं नाहीं! तें पद दुःखरहित, सुखरहित, जरारहित, मृत्युरहित व व्ययरहित, असून केवळ मंगलाचें धाम आहे!

उमा म्हणालीः——भगवन्, आपण गृहस्थाश्रमी पुरुषाचा धर्म, मोक्षार्थी पुरुषाचा धर्म आणि सज्जनाचरित धर्म हे सांगून जीवांना देहाचें साफल्य करून देणारा महान् मार्ग कथन केला. हे धर्मज्ञ, आतां माझी अशी इच्छा आहे कीं, ह्यापुढें आपण ऋषींचा धर्म निरूपण करून सांगावा. विभो, तपोवनांत निवास करणाऱ्या ऋषिजनांविषयीं नेहमीं मला मोठी आवड वाटते आणि नित्य तपोवनांत आज्याहुतींच्या योगानें उत्पन्न झालेल्या धूम्राचा गंध जिकडे तिकडे सर्वत्र व्याप्त झाला म्हणजे तो अवलोकन करून माझें मन मोठें आनंदित होतें! ह्यासाठीं, हे देवाधिदेव, मुनींच्या धर्मासंबंधानें माझी ही जी शंका आहे ती सर्व आपण यथास्थित रीतीनें निवारण करा. प्रभो, आपणास सर्व धर्मांचे हेतु व तत्त्वें उत्तम अवगत असल्यामुळें आपण माझ्या प्रश्नाचें सविस्तर उत्तम सांगा.

श्रीभगवान् महेश्वर म्हणालाः—हे भद्रे पार्वति, आतां मी तुला मुनींचा श्रेष्ठ धर्म कथन करितों. मुनिजन ह्याच धर्माचें आचरण करून स्वतपोनुष्ठान चालवितात आणि सिद्धि जोडितात. हे धर्मज्ञे महाभागे गिरिसुते, धर्मवेत्त्या थोर फेनप ऋषींचा जो धर्म तो मी तुला प्रथम सांगतों, ऐक. पार्वति, पूर्वीं ब्रह्मदेवानें तपश्चर्या करीत असतां जें अमृत (उदक) प्राशन केलें, तेंच पुढें यज्ञांगरूपानें स्वर्गांत दिव्य सुख देणारें अमृत झालें. ह्या ब्रह्मदेवानें प्राशन केलेल्या व स्वर्गांत अमृतरूप बनलेल्या उदकावर फसफसून आलेला शुभकारक फेन जे मुनि सतत थोडथोडा ग्रहण करितात तेच हे फेनप (फेन पिणारे) ऋषि होत. तपोधने, त्या परमपावन फेनप मुनींचा धर्माचरण करण्याचा जो मार्ग तो तुला वालखिल्यांच्या ठिकाणीं दिसून येईल; ह्यास्तव, आतां मी तुला वालखिल्यांची कथा सांगतों, श्रवण कर. सुंदरि, वालखिल्य मुनींनीं तपश्चर्येच्या योगानें सिद्धि प्राप्त करून घेतली आहे; ते सूर्यमंडलांत राहातात; ते धर्मवेत्ते ऋषिजन पक्ष्यांप्रमाणें उंच्छवृत्तीवर चरितार्थ चालवितात. ते मृगचर्में किंवा चिंध्या व वल्कलें परिधान करितात; त्यांना सुखदुःखादिक द्वंद्वें मुळींच नाहींत; आणि ते तपोधन सदोदीत सत्पथानेंच गमन करितात! प्रिये, ते आंगठ्याच्या पेराएवढाले आहेत; त्यांतील प्रत्येक आपआपलीं धर्मकृत्यें आचरण्यास सदैव सिद्ध असतो आणि तपश्चर्या करितो; धर्मकृत्यांच्या व तपाच्या योगें ते महान् पुण्य जोडितात; देवांच्या कार्यसिद्धीकरितां ते देवांसारखेच झटतात; आणि तपश्चर्येच्या योगानें निष्पाप झालेले ते मुनि सर्व-

१ कुटीचक व बहूदक ह्या दोन प्रकारच्या भिक्षूंजवळ त्रिदंड असतो; परंतु ह्यांपैकीं पहिला घरांत राहातो व दुसरा तीर्थयात्रा करीत फिरतो, हंस व परमहंस ह्यांजपाशीं एक दंड असतो; परंतु ह्यांतील पहिला आश्रमधर्म पाळितो व दुसरा त्रिगुणातीत होत्साता स्वैर फिरतो!

दिशा प्रकाशित करितात. हे कल्याणि, वालखिल्यांप्रमाणेंच शुद्ध मनाचे व दयाधर्मपरायण असे दुसरे परमपावन थोर मुनि चक्रचर (नित्य चक्रासारखे फिरणारे) हे होत. हे मुनि सोमलोकीं रहातात; व ह्यांची वसति पितृलोकाच्या समीप असल्यामुळें ते सोमकिरणांचें यथाविधि अल्पशः पान करितात. सुंदरि, ह्याप्रमाणेंच उंच्छवृत्तीनें रहाणारे दुसरे ऋषि संप्रेक्षाल, अश्मकुट्ट व दंतोलूखल हे होत. सोम पिणाऱ्या व उष्णता प्राशन करणाऱ्या देवांच्या समीप ते रहातात आणि इंद्रियांचा निग्रह करून ते आपल्या भार्यासमवेत सोमकिरणांवर आपलें योगक्षेम चालवितात. पार्वति, ते ऋषि अग्नीचें हवन, पितरांचें अर्चन व पंचमहायज्ञ करितात; फार काय, यजन करणें हा त्यांचा धर्मच सांगितला आहे. देवि पार्वति, चक्रचर व त्याप्रमाणेंच दुसरे देवलोकचर द्विज ह्यांनीं नित्य ह्याप्रमाणें धर्माचरण केलें. आतां मी तुला आणखी दुसरा धर्म कथन करितों, ऐक. प्रिये, सर्व ऋषिधर्माचें मुख्य तत्त्व हें आहे कीं, साधकानें इंद्रियांचें आकलन करून आत्मस्वरूपाचें यथार्थ ज्ञान मिळवावें; नंतर माझ्या मतें कामक्रोध जिंकावे; अग्नीला आहुति द्याव्या; सनातन धर्माची चर्चा करावी; सोमयज्ञानें अग्नीला आराधावें; यज्ञांत सुंदर दक्षिणा द्यावी; नित्य यज्ञानुष्ठान व धर्मकृत्यें करावीं; देव व पितर ह्यांना मनापासून पूजावें; आणि उंच्छवृत्तीनें धान्य मिळवून सर्व प्रकारच्या अतिथिक्रिया पार पाडाव्या. पार्वति, गोरसाच्या उपभोग्य वस्तूंपासून अलिप्त रहाणें, चित्त शांत ठेवण्याची आवड धरणें, भूमीवर शयन करणें, योगाभ्यासांत निमग्न असणें, भाजीपाला खाऊन रहाणें, फळें व मुळें सेवन करणें, वारा व पाणी पिणें व शेवाळ खाणें हे ऋषींचे नियम होत; ते ह्या नियमांच्या योगें अजिंक्य असें परम पद सुलभ करून घेतात! गिरिजे, गृहांतील होमहवनाचा धूर शांत झाला, मुसलादिकांनीं धान्यादिक स्वच्छ करण्याचें काम समाप्त झालें, पाकशाळेंतील अग्नि निवाला, सर्वांचें भोजन उरकलें, आणखी पात्रें वाढण्याचें काम बंद झालें, भिक्षुक येण्याची वेळ गेली, आणि आतां अतिथींची वाट पाहिली तरि ती व्यर्थ आहे अशी खात्री झाली, म्हणजे मग यजमानानें अवशिष्ट अन्न सेवन करून भोजन करावें! प्रिये, जो मुनि सत्यरूप धर्मांत रममाण असतो व सदैव चित्त शांत ठेवितो, त्याला पुण्य प्राप्त होतें; आणि जो पुरुष मोहाला वश होत नाहीं, अभिमान धरीत नाहीं, नेहमीं संतुष्ट असतो, विस्मित नसतो, शत्रुमित्र समान मानितो आणि सर्वांशीं स्नेहभाव ठेवितो, तोच धर्माचा उत्तम ज्ञाता समजावा!

अध्याय एकशें बेचाळिसावा.

--:०:--

उमामहेश्वरसंवाद.

उमा म्हणाली:—भगवन् शंकर, वानप्रस्थाश्रमी पुरुष नद्यांच्या रमणीय प्रदेशांत, नद्यांच्या उगमाजवळ किंवा उदकाचे झरे, वगैरे वाहात असतील तेथें, पर्वतावर किंवा वनामध्यें गर्द झाडी असेल अशा ठिकाणीं, आणि पारमार्थिक कृत्यें करण्यास पवित्र अशा फलमूलयुक्त स्थानीं राहून एकाग्र चित्तानें आपआपलीं व्रतवैकल्यें मोठ्या निग्रहानें करितात;

१ संप्रक्षाल ऋषिः — पात्रांचें उत्तम प्रकारें क्षालन करणारे म्हणजे दुसरे दिवसाकरितां कांहींही अवशिष्ट न राखणारे ऋषि.

२ अश्मकुट्टः—दोन दगडांनीं धान्याचा कोंडा वगैरे साफ करून घेणारे ऋषि.

३ दंतोलूखल ऋषिः — दांत हेंच उखळ करून धान्य स्वच्छ करणारे ऋषि.

आपलीं कर्में आचारितांना ते दुसऱ्या कोणावर अवलंबून राहात नाहींत; आणि प्रत्येक गोष्ट स्वतः करून आपली उपजीविका चालवितात. म्हणून, हे देवेश्वर, माझी इच्छा अशी आहे कीं, त्यांचा पुण्यकारक विधि आपणापासून श्रवण करावा.

महेश्वर म्हणालाः—देवि पार्वति, वानप्रस्थांचा धर्म मी आतां तुला कथन करितों, सावधान चित्तानें श्रवण कर; आणि तो एकाग्र मनानें ऐकून घेऊन तदनुसार आचरण करण्याचा निश्चय ठरव. प्रिये गिरिसुते, जे साधुजन वानप्रस्थाश्रम स्वीकारून वनांत जाऊन राहातात आणि व्रतवैकल्यांचें अनुष्ठान करून देहाचें साफल्य करूं इच्छितात, त्यांनीं जें कांहीं केलें पाहिजे तें हें होय; वानप्रस्थांनीं त्रिकाल स्नान करावें, दैविक व पैत्रिक कर्में आचरावीं, अग्नीला होम द्यावा, इष्टि व यजन करावें, नीवार (देवभाताचे तांदूळ) भक्षावे, फळेंमुळें खावीं, उंडेल व एरंडेल ह्यांचा उपयोग करावा, योगाभ्यास करून सिद्धि मिळवावी, कामक्रोधांपासून अलिप्त रहावें, अरण्यांत जेथें भितरीं मनुष्यें प्रवेश करणार नाहींत अशा घोर स्थळीं जाऊन तेथें वीरासन घालून बसावें, उत्कृष्ट योगाभ्यासांत निमग्न असावें, ग्रीष्म ऋतूंत पंचाग्निसाधन करावें, हठशास्त्रांत प्रसिद्ध असलेला मंडूकयोग निश्चयपूर्वक उत्तम प्रकारेंकरून साधावा, नित्य वीरासनाची आवड धरावी, भूमीवर निजावें, शीत, तोय व अग्नि ह्यांचा योग साधावा, (ह्मणजे हिंवाळ्यांत उदकांत वास करावा, उन्हाळ्यांत पंचाग्नींत बसावें आणि पावसाळ्यांत सर्व पाऊस अंगावर घ्यावा,) वायु व उदक हीं प्राशावीं, शेवाळ भक्षावें, दोन दगडांनीं किंवा दांतांनीं धान्य स्वच्छ करून कुटून किंवा चावून खावें, त्यांनीं पुढल्या दिवसाकरितां आगाऊ तरतूद करूं नये, भोजनोत्तर भांडें प्रक्षालून मोकळें व्हावें, चिंध्या व वल्कलें परिधान करावीं, मृगचर्में पांघरावीं, ज्या काळीं जें केलें पाहिजे तें त्या काळीं धर्माला अनुसरून यथाविधि करावें, नित्य वनांत रहावें, वनांत फिरावें, वनांत आढळावें व वनांतच सर्व कांहीं करावें, ज्याप्रमाणें गुरुगृहीं रहावयाचें त्याप्रमाणें वनांत रहावें, होमहवन करावें, पंचमहायज्ञ आचरावे, ते पंचमहायज्ञ ज्याचा जो कालभाग असेल त्या त्या कालभागीं करावे, वेदोक्त नियम परिपाळावे, अष्टमीयज्ञ करण्याविषयीं तत्पर असावें, चातुर्मास्यनियम पाळावे, पौर्णमासादिक व नित्याचे यज्ञ करावे, स्त्रीसमागमापासून विमुक्त रहावें, सर्व दोषांपासून अलिप्त असावें, अखिल दुराचरणांचा त्याग करावा, सदैव स्रुग्भांडादिक यज्ञसाधनें हीच संपत्ति मानावी, नित्य त्रेताग्नींना आश्रय द्यावा, सदासर्वकाळ सत्पथगामी असावें, आणि सर्वथैवसाधुवृत्तीनें वागावें. सुंदरि पार्वति, जे वानप्रस्थाश्रमी मुनि ह्याप्रमाणें सत्यधर्माचा आश्रय करितात, त्यांना सिद्धि प्राप्त होते आणि ते महापवित्र ब्रह्मलोकीं व शाश्वत सोमलोकीं जाऊन श्रेष्ठ गति मिळवितात ! देवि गिरितनये, वानप्रस्थांचा हा शुभकारक धर्म मीं तुला स्थूलरूपानें सांगितला; वास्तविकपणें ह्याचा विस्तार फारच मोठा आहे !

उमा म्हणालीः—भगवन्, आपण सर्व भूतांचे ईश असून आपणास सर्व भूतें वंदन करितात ! माझी आपणांस आतां अशी प्रार्थना आहे कीं, सिद्धिप्रतिपादक शास्त्रांत मुनिसंघांचे जे धर्म सांगितले असतील ते आपण मला कथन करावे. सिद्धिशास्त्रांत प्रवीण असे कित्येक वानप्रस्थ मुनि स्वैर वर्तन करितात व कित्येक स्त्रियांसमवेत राहातात; तेव्हां त्यांचे धर्म तरी काय आहेत ?

महेश्वर ह्मणालाः—देवि पार्वति, सिद्धिशास्त्रांत निष्णात असे जे तपस्वी, त्यांचे दोन प्रकार आहेत; एक स्वैरी व दुसरे दारविहारी. स्वैरी तापसांची खूण ही कीं, त्यांनीं मुंडन करून भगवीं वस्त्रें धारण केलेलीं असतात; आणि दारविहारी तापसांची खूण ही कीं, रात्रीस ते घरीं राहातात. दोन्ही तापसांनीं त्रिकाल स्नान करावें, परंतु होमहवन हें महत् ऋषिकृत्य फक्त दारविहारी तापसांनींच करावें. दोघांनींही समाधियोग साधावा, वेदांत किंवा शास्त्रांत जो मार्ग सांगितला असेल त्या मार्गाचें आचरण करावें, आणि दुसरे वानप्रस्थांचे जे धर्म पूर्वीं सांगितले आहेत ते पाळावे; ह्याप्रमाणें जर ते करतील तर त्यांस महान् तपश्चर्येचें फल प्राप्त होईल. दारविहारी तपस्व्यांनीं इंद्रियांचें आकलन करावें आणि स्वस्त्रीवांचून अन्य स्त्रीच्या ठिकाणीं रत होऊं नये; स्वस्त्रीशीं गमन करणें तेंही शास्त्राला अनुसरून उचित अशा काळींच करावें. जे दारविहारी तपस्वी ह्याप्रमाणें वर्तन करितात त्यांनाच तितकें ऋषिकृत धर्माचें श्रेय प्राप्त होतें. जें कृत्य शास्त्राज्ञेनें केलें पाहिजे, तेंच कृत्य धर्मज्ञ पुरुषांनीं करावें; उच्छृंखल इंद्रियांच्या संतोषाकरितां भलतेंच कृत्य करण्यास प्रवृत्त होणें हें सर्वस्वी वर्ज करावें. जो पुरुष हिंसादोषापासून अलिप्त राहातो आणि सर्व प्राण्यांना उत्तम प्रकारेंकरून अभय देतो, त्याला महान् पुण्य प्राप्त होतें. जो पुरुष सर्व भूतांवर दया करितो, सर्व प्राण्यांशीं प्रांजलपणानें वागण्याचें व्रत आचरितो, आणि सर्व प्राण्यांचा आत्मा बनतो, त्याला महान् पुण्य लागतें. सर्व वेदांचें अंतरंग जाणणें आणि सर्व प्राण्यांशीं सरळपणानें वागणें, ह्या दोहोंची समानता होईल; फार कशाला, सरळपणाच्या वर्तनाला अधिक महत्त्व येईल! प्रिये पार्वति, सरळपणा हा धर्म होय आणि कुटिलपणा हा अधर्म होय! जो मनुष्य आर्जवाचा (सरळपणाचा) भोक्ता असतो, तोच पुण्याचा अधिकारी होतो! जो पुरुष नित्य आर्जवांत रममाण होतो, त्याला देवांच्या सन्निध स्थान मिळतें; ह्यास्तव, धर्मेच्छु मनुष्यानें नित्य आर्जवयुक्त असावें; तशीच त्यानें क्षमा धारण करावी, इंद्रियें जिंकावीं, क्रोधाचें दमन करावें, धर्मस्वरूप बनावें, हिंसा सोडावी, आणि नित्य धर्मानुष्ठानांत रमावें, ह्मणजे त्यास महान् पुण्य प्राप्त होईल! प्रिये पार्वति, जो बुद्धिमान् मनुष्य तंद्रेपासून दूर रहातो, रात्रंदिवस धर्मचिंतन करितो, शक्त्यनुसार सन्मार्गगामी होतो आणि सदाचरण हेंच जीवितसर्वस्व मानितो तो परब्रह्मपदाचा अधिकारी होतो!

उमा ह्मणालीः—भगवन्, जे महासमर्थ तपस्वी आश्रमाविषयीं आसक्ति बाळगितात, ते कोणत्या आचरणानें तेजस्वी होतात? त्याप्रमाणेंच राजे व राजपुत्र जे महाधन असतात किंवा निर्धन असतात, ते कोणत्या कर्मानें मोठें फल मिळवितात? आणि त्याप्रमाणेंच वानप्रस्थ पुरुष कोणत्या वर्तनानें शाश्वत स्थानाची जोड करून घेऊन तेथें दिव्य चंदनाच्या उटीनें अलंकृत होतात? त्रिपुरनाशक त्र्यंबक, ही माझी तपश्चर्याविषयक शुभ शंका निवारण करा आणि मला ह्यासंबंधानें सर्व कांहीं सविस्तर सांगा.

महेश्वर ह्मणालाः—देवि पार्वति, जे पुरुष उपवासादिक व्रतें करून इंद्रियांचें दमन करितात, कधींही हिंसा करीत नाहींत, आणि खरें बोलतात, ते सिद्धि मिळवितात आणि मेल्यावर स्वर्गलोकीं जाऊन आनंदानें गंधर्वांसह विलास भोगितात. जो पुरुष योगांतलें मंडूक नामक आसन करून शयन करितो आणि दीक्षा घेऊन उत्तम प्रकारें यथाविधि धर्म

पाळितो, तो मेल्यावर नागांसह आनंदांत कालक्षेप करितो. जो पुरुष दीक्षा घेऊन मोठ्या आनंदानें हरणांमध्यें राहून त्या हरणांच्या मुखांतून खालीं पडलेल्या उष्ट्या गवतावर चरितार्थ चालवितो तो मेल्यावर अमरावतीस जातो. जो पुरुष शेवाळ किंवा वाळलेलीं पानें खाऊन राहाण्याचा नियम करून त्याप्रमाणें त्या शेवाळाचें किंवा शीर्णपत्रांचें भोजन करितो आणि कितीही थंडी पडली तरी ती नित्य सोशितो, त्याला उत्तम गति प्राप्त होते. जो पुरुष वायू किंवा उदक प्राशून अथवा फळें किंवा मुळें खाऊन देहयात्रा करितो, त्याला यक्षांचें ऐश्वर्य प्राप्त होतें आणि तो अप्सरांच्या समुदायांत विलास भोगतो. जो पुरुष बारा वर्षेंपर्यंत ग्रीष्म ऋतूंत पंचाग्निसाधन करितो आणि शास्त्राज्ञेनुरूप कर्में आचरितो, त्याला दुसऱ्या जन्मीं पृथ्वीचें राज्यपद प्राप्त होतें. जो पुरुष मोठ्या यत्नानें बारा वर्षेंपर्यंत आहार वर्ज करितो आणि उदक सुद्धां प्राशीत नाहीं, तो मेल्यावर पृथ्वीचा राजा होतो. जो पुरुष मोठ्या आनंदानें बारा वर्षांची दीक्षा घेऊन भुमीवर चोहोंकडून शुद्ध आकाशाचें पांघरूण घेऊन शयन करितो आणि कांहींएक न खातां देह टाकितो, त्याला स्वर्गांत सुख मिळतें आणि त्याच्या भूमिशयनामुळें त्यास स्वर्गांत उत्तम यानें, उत्तम शयनें आणि चंद्राप्रमाणें शुभ्र अशीं उत्तम मंदिरें प्राप्त होतात ! प्रिये, जो पुरुष दीक्षा घेऊन केवळ स्वकष्टार्जित मिताहारावर आपली उपजीविका चालवितो आणि पुढें अनशनव्रतानें देहत्याग करितो, त्याला स्वर्गसुख मिळतें. जो पुरुष दीक्षा घेऊन बारा वर्षेंपर्यंत केवळ स्वकष्टानें निर्वाह करितो आणि नंतर महासागरांत देह टाकून मरण पावतो तो वरुणलोकास जातो. जो पुरुष दीक्षा घेऊन केवळ स्वकष्टानें बारा वर्षेंपर्यंत चरितार्थ चालवितो आणि दगडांनीं पाय भेदितो, तो मेल्यावर गुह्यकांमध्यें विलास भोगितो. जो पुरुष संकल्पपूर्वक दीक्षा घेऊन बारा वर्षेंपर्यंत आत्मचिंतन करून आत्मस्वरूप ओळखितो, सुखदु:खादिक द्वंद्वांपासून अलिप्त रहातो, आणि सर्व-संगपरित्याग करितो, त्याला स्वर्गलोकाची प्राप्ति होते व तो देवांसह भोग भोगितो. जो पुरुष द्वादशवार्षिक दीक्षा घेऊन केवळ स्वकष्टानें चरितार्थ चालवितो आणि अग्नींत देह विसर्जन करून मृत्यु पावतो, तो वह्निलोकांत बहुमान मिळवितो. जो व्रतवैकल्यें करणारा ब्राह्मण यथान्याय दीक्षा घेऊन आपल्या ठिकाणीं आत्म्याची स्थापना करितो, ममत्वबुद्धि टाकितो, धर्मावर प्रेम ठेवितो, ह्या मनोगत दीक्षेप्रमाणें बारा वर्षें आचरण करितो, अरणीसहित अग्नि झाडाच्या खांदीला बांधितो, उघडाच घरांतून बाहेर पडतो, वीरमार्गाला अनुसरितो, वीरासन घालून बसतो, आणि सतत वीरासनीं शयन करितो, त्याला वीराची गति प्राप्त होते, तो इंद्रलोकीं जातो, त्याचे सर्व मनोरथ नित्य परिपूर्ण होतात, त्याच्यावर दिव्य पुष्पांची वृष्टि घडते, आणि दिव्य चंदनानें तो अलंकृत होतो ! त्या धर्मात्म्याला वीरलोक मिळतो, त्याला वीरांचा सहवास प्राप्त होतो आणि तो स्वर्गांत देवांसह विलास भोगितो. प्रिये पार्वति, जो पुरुष सत्त्वगुणांचा आश्रय करितो, सर्व ऐहिक विषय त्यागितो, सद्धर्माचरणाची दृढ दीक्षा घेतो, शुचिर्भूत रहातो, आणि वीरांचा मार्ग आक्रमितो, त्याला सनातन लोक प्राप्त होतात, तो स्वच्छंदानें कामग विमानांतून संचार करितो, आणि तो ऐश्वर्यशाली पुरुष शक्रलोकीं जाऊन तेथें आनंदानें विलास भोगितो !

अध्याय एकशें त्रेचाळिसावा.

—:०:—

उमामहेश्वरसंवाद.

उमा म्हणाली:—भगवन् त्र्यंबक, हे भगनेत्रघ्न, हे पूषदंतनिपातन, हे दक्षक्रतुहर, मला एक मोठा संशय आहे. भगवन्, पूर्वी भगवान् ब्रह्मदेवानें चार वर्ण उत्पन्न केले असतां, कोणत्या दुष्कृत्यांमुळें वैश्य हा शूद्र होतो? क्षत्रिय हा वैश्य होतो? आणि ब्राह्मण हा क्षत्रिय होतो? ही विपरित स्थिति कशी निवारितां येईल? तसेंच, हे अनघ भूतपते, कोणत्या कर्मानें ब्राह्मण हा शूद्रयोनींत जन्म घेतो? आणि क्षत्रिय हा शूद्रतेप्रत पावतो? क्षत्रिय, वैश्य व शूद्र हे तीन वर्ण स्वभावतः ब्राह्मण कसे होतील? देवा, माझ्या या संशयाचें आपण निरसन करा.

महेश्वर म्हणाला:—देवि, ब्राह्मणत्व हें दुर्लभ आहे, तें निसर्गतःच प्राप्त होतें. तसेंच, हे कल्याणि, क्षत्रिय, वैश्य किंवा शूद्र हे जन्मही निसर्गानेंच प्राप्त होत असतात, असें माझें मत आहे. हे कल्याणि, ज्येष्ठ वर्ण (ब्राह्मण्य) प्राप्त झाल्यावर तो द्विज जर दुष्कृत्य करील तर तो त्या उच्चवर्णापासून च्युत होईल. ह्यास्तव ब्राह्मणानें (योग्य आचरण ठेवून) आपलें श्रेष्ठपण राखावें; इतकेंच नव्हे, तर क्षत्रिय किंवा वैश्य हा ब्राह्मणाचें आचरण करील तर त्यास ब्राह्मणत्व मिळून अंतीं ब्रह्मपदही प्राप्त होईल! देवि पार्वति, जो ब्राह्मण ब्राह्मणांचीं विहित कृत्यें करण्याचें सोडून देऊन क्षत्रियधर्माचा अंगीकार करितो, तो ब्राह्मण्यापासून भ्रष्ट होत्साता क्षत्रियकुलीं जन्म घेतो! त्याचप्रमाणें, दुर्लभ अशा ब्राह्मणत्वाला न जपतां मूर्खपणानें विवेकाचा त्याग करून धनादिकांच्या लोभानें जो ब्राह्मण वैश्यकर्म आचरितो, तो वैश्याच्या कुळांत जन्म घेतो! आणि त्याप्रमाणेंच वैश्यानें वैश्यत्वाला न जपतां शूद्र कर्में केल्यास तो शूद्रत्वास जातो! एवंच, विप्र हा स्वधर्मापासून च्युत झाला कीं, ब्राह्मणत्वापासून भ्रष्ट होत्साता शूद्रत्वाप्रत पोहोंचतो. हे भद्रे, अशा प्रकारें दुष्कर्माच्या योगें वर्णभ्रष्ट व बहिष्कृत झालेला तो ब्राह्मण ब्रह्मलोकास अंतरून नरकाचा अधिकारी होतो आणि मग तो शूद्रयोनींत जन्म पावतो. हे महाभागे धर्मचारिणि, क्षत्रिय अथवा वैश्य आपापलीं कर्में न करितां जर शूद्रकर्में करील तर तो आपल्या पदापासून भ्रष्ट होऊन त्यास वर्णसंकरता प्राप्त होईल; आणि त्याप्रमाणेंच ब्राह्मण, क्षत्रिय किंवा वैश्य हा अयोग्य कर्माच्या आश्रयानें शूद्रयोनि पावेल. परंतु, हे देवि, जो बुद्धिमान्, धर्मज्ञ, शुचि, ज्ञानविज्ञानवान् व धर्मनिरत पुरुष स्वधर्मानें वागतो, त्याला धर्माचें महान् फळ मिळतें. देवि, भगवान् ब्रह्मदेवानें ह्या विषयासंबंधानें आणखी सांगितलें आहे तें हें कीं, जे थोर पुरुष पुण्यप्राप्तीची इच्छा करितात, त्यांनीं मोठ्या श्रद्धेनें अध्यात्माचा अभ्यास करावा; उग्र लोकांपासून प्राप्त झालेलें अन्न गर्हणीय समजावें; त्याप्रमाणेंच गणान्न व मृताच्या प्रथम श्राद्धाचें अन्न हीं वर्ज करावीं; आणि दुष्टान्न व शूद्राकडलें अन्न हीं केव्हांही भक्षण करूं नयेत. महात्म्या देवांनींसुद्धां नित्य शूद्रान्न निंदिलेंच आहे; आणि ह्या शूद्रान्ननिषेधाबद्दल प्रत्यक्ष पितामह ब्रह्मदेव ह्यांच्या मुखांतून निघालेले शब्दच प्रमाण होत, असें माझें मत आहे! देवि पार्वति, अग्निहोत्र बाळगणारा किंवा यज्ञयाग करणारा ब्राह्मण देखील शूद्रान्नाचा अवशेष जठरांत शिल्लक असतां मरण पावेल तर खचित शूद्रजन्म पावेल! त्या शूद्रान्नशेषाच्या योगानें त्यास ब्रह्मलोकीं अर्धचंद्र मिळेल आणि मग तो शूद्रयोनींत जन्मेल, ह्यांत

मुळींच संदेह नाहीं. ब्राह्मण ज्याच्या अन्नावर उपजीवन चालवितो किंवा ज्याचें अन्न जठरांत अवशिष्ट असतां तो देहत्याग करितो त्या योनींत तो मेल्यावर जन्म घेतो ! यास्तव दुर्लभ व मंगलदायक अशा ब्राह्मण-जन्माचा अनादर करून जो ब्राह्मण अभोज्य अन्नांचें सेवन करील, तो खचित ब्राह्मणत्वा-पासून च्युत होईल ! जो ब्राह्मण मद्यपान करितो, ब्राह्मणाला वधितो, क्षुद्रवृद्धि आच-रितो, व्रतभंग करितो, अमंगळ राहातो, वेदाभ्यास वर्जितो, पातकें करितो, लोभ धरितो, दुसऱ्याला फसवितो, विश्वासघात करितो, व्रतें करीत नाहीं, शूद्रीला वरितो, अन्न शिजविलेल्या पात्रांतच जेवतो, सोमरस विकतो, अधमाची सेवा करितो, गुरुभार्येशीं रत होतो, गुरूचा द्रोह करितो, आणि गुरुनिंदेची आवड धरितो, तो ब्राह्मण मोठा ब्रह्मवेत्ता असला तरी ब्रह्मयोनींतून पतन पावतो ! पण, हे देवि, ह्याच्या जर उलट स्थिति घडली म्हणजे शूद्रानें किंवा वैश्यानें जर शुभ कर्माचें आचरण केलें, तर त्या शूद्रास ब्राह्मणत्व किंवा वैश्यास क्षत्रियत्व प्राप्त होईल ! ब्राह्मणत्व प्राप्त होण्यास शूद्रानें सर्व शूद्रकर्मे यथाविधि व यथान्याय करावीं; त्यानें नित्य प्रयत्नानें वरिष्ठ वर्णाची सेवा व दास्य करावें; तसें करण्यांत त्यास किंचित् सुद्धां खेद वाटूं नये; त्यानें सतत सन्मार्गवर्ती असावें; देव आणि द्विज ह्यांचा सत्कार करावा; सर्व प्रकारें आतिथ्य करण्याचें व्रत पाळावें; ऋतुकालीं मात्र पत्नीशीं गमन करावें; आहारादिकांचा कडकडीत नियम पाळावा; शुद्ध वर्तन ठेवावें; शुद्धजनांच्या सहवासाची अपेक्षा करावी; आणि शेषान्न सेवावें. शूद्राच्या मनांत वैश्यत्वप्राप्तीची इच्छा असेल तर त्यानें यज्ञाव्यतिरिक्त हवन केलेल्या पशूचें मांस खाऊं नये. वैश्याला ब्राह्मण होण्याची इच्छा असल्यास त्यानें खरें बोलावें, अहंभाव टाकावा, सुखदुःखादिक द्वंद्वें सोडावीं, चित्ताची शांति कशी साध्य होईल हें उत्तम जाणावें, नित्य यज्ञांनीं यजन करावें, वेदाध्ययनाविषयीं तत्पर रहावें, शुचिर्भूतपणा धरावा, इंद्रियांना जिंकावें, ब्राह्मणांचा सत्कार करावा, सर्व वर्णांचें अभीष्ट चिंतावें, गृहस्थाश्रमी पुरुषाचा नियम पाळावा, फक्त दोन वेळां भोजन करावें, शेषान्न सेवावें, आहार जिंकावा, निष्कामबुद्धीनें कर्में करावीं, अहंकार सोडावा, अग्निहोत्र बाळगावें, यथाविधि होमहवन करावें, सर्व अतिथींना सत्कारावें, शेषान्नाचें भोजन करावें, आणि त्रेताग्नींना समंत्रक आराधावें; म्हणजे तो ब्राह्मण-जन्म पावेल, परंतु तो एकदम ब्राह्मणकुलांत जन्मणार नाहीं; मेल्यावर प्रथम तो थोर आणि पवित्र अशा क्षत्रियकुलांत जन्म घेईल, तेथें जन्मापासून त्याजवर संस्कार घडतील, त्याचें उपनयन होईल, त्यास द्विजत्व येईल, तो व्रत-परायण होईल, त्याचा सत्कार घडेल, तो दानें देईल, मोठमोठे यज्ञ करील, त्यांत विपुल दक्षिणा वांटील, वेदाभ्यास करील, स्वर्ग इच्छील, सदा त्रेताग्नि बाळगील, आर्तांना हात देईल, नित्य प्रजांना धर्मानें पाळील, सत्याचा मार्ग धरील, नित्य खऱ्या गोष्टी करील, सर्वांना सुख देईल, प्रजांना योग्य शिक्षा लावील, राजदंडाचा सदुपयोग करील, धर्मकृत्यें करण्यास प्रजांना शिकवील, राजकारणांत निमग्न राहील, प्रजांच्या पुण्यकर्माचा षड्भाग उपभोगील, स्वच्छंदानें ग्राम्यधर्माचा आश्रय करणार नाहीं, आपलें हित कशांत आहे हें बरोबर जाणील, नित्य ऋतुकालीं मात्र तो धर्मात्मा पत्नीसमागम करील, नित्य उपवासी राहील, सद्धर्माचरणा-

विषयीं निग्रह ठेवील, वेदाभ्यासांत रत राहील' शुचिर्भूत असेल, अग्न्यागारांत दर्भशय्येवर निजेल त्रिवर्गाचें सर्वातिथ्य करील, नित्य प्रसन्न राहील, अन्नार्थी शूद्रांना नित्य 'अन्न सिद्ध आहे' ह्मणून सांगेल, कशावरही लोभदृष्टि किंवा भोगदृष्टि ठेवणार नाहीं, देव, पितर व अतिथि ह्यांच्या संतोषाकरितां साधनें मिळवील, आपल्या गृहीं असतांही भिक्षान्नावर उदरपूर्ति करील, अग्नीला त्रिकाल यथाविधि होम देईल, गाई व ब्राह्मण ह्यांच्या हिताकरितां युद्धाला तोंड देऊन देहत्याग करील, किंवा, त्रेताग्नीमध्यें प्रवेश करून मंत्रपूत होत्साता मरण पावेल, आणि मग तो ब्राह्मणकुलांत जन्मास येईल ! देवि पार्वति, वैश्य हा वैश्यजन्मांतून क्षत्रियजन्मांत आणि मग क्षत्रियजन्मांतून ब्राह्मणजन्मांत कसा येतो, तें हें तुला निवेदन केलें. आतां क्षत्रिय हा क्षत्रियकुलांतून ब्राह्मणकुलांत कसा जातो तें ऐक. जो क्षत्रिय ज्ञानविज्ञानांनीं संपन्न असतो, देहाला व मनाला संस्कार देतो, वेदांत पारंगत होतो आणि अंतर्बाह्य धर्मरूप बनतो, तो क्षत्रिय स्वकर्मानें ब्राह्मण होतो. देवि पार्वति, ही गोष्ट एका क्षत्रियाला मात्र लागू आहे असें नाहीं. न्यूनजातीमध्यें व कुळामध्यें जन्मलेला शूद्र देखील अशीं सत्कृत्यें करील तर त्यांच्या योगानें तो संस्कारवान् व शास्त्रवेत्ता ब्राह्मण बनेल ! प्रिये पार्वति, ब्राह्मणही दुराचरणानें किंवा सर्वसंकरभोजनानें ब्राह्मणत्वाला अंतरेल व न्यूनजातिकुलोद्भव शूद्र बनेल ! ह्यास्तव, सदाचरणाचें महत्त्व सर्वांत श्रेष्ठ आहे हें निःसंशय होय. शूद्रयोनींत जन्मलेला मनुष्यही अंतरात्मा पवित्र ठेवून व इंद्रियांना जिंकून पवित्र कृत्यें करील तर त्याची ब्राह्मणाप्रमाणें सेवा करावी, असें प्रत्यक्ष ब्रह्मदेवानें सांगितलें आहे ! परंतु माझें मत असें आहे कीं, ज्या शूद्राच्या ठिकाणीं शुभ स्वभाव व शुभ कर्मे हीं वसत असतील, तो शूद्र ब्राह्मणापेक्षांही अधिक मानावा ! योनि, संस्कार, विद्या व प्रजा हीं ब्राह्मणत्वाचीं कारणें नव्हत; ब्राह्मणत्वाचें खरें कारण सद्वृत्तच समजावें ! लोकांत ब्राह्मणाला जो हा विशिष्ट मान मिळतो, तो त्याच्या वर्तनानें मिळतो ! ह्यास्तव, सदाचारी शूद्रही ब्राह्मणत्वाचा अधिकारी होतो, ह्यांत संदेह नाहीं. सुंदरि, मला वाटतें कीं, ब्राह्म स्वभाव हा सर्वत्र सारखाच असतो; ह्यासाठीं, जेथें निर्गुण व निर्मल ब्रह्म वास करितें तोच ब्राह्मण समजावा. देवि पार्वति, ब्राह्मण, क्षत्रिय, वैश्य व शूद्र हे चार वर्ण उत्पन्न करण्याचें कारण प्रजोत्पादक व वरदायी ब्रह्मदेवानें स्वतः असें सांगितलें आहे कीं, हे चार वर्ण स्थान व भाग ह्यांचे निदर्शक आहेत. लोकांत ब्राह्मण हा गतिमान् अशा महान् क्षेत्राप्रमाणें मानावा. ब्राह्मणत्व प्राप्त झालें असतां मनुष्य जसें बीज पेरील तसें त्याला मरणोत्तर पीक येईल; ह्यास्तव ब्राह्मणानें नित्य सद्बीज पेरावें व उत्तम पीक काढावें. त्यानें कधींही आधीं जेवूं नये. प्रथम दैविक व पैत्रिक कर्मे करून नंतर अतिथीला सत्कारून, आणि आप्तस्वकीय व दासभृत्य इत्यादिकांना भोजन घालून मग आपण स्वतः भोजन करावें; त्यानें सदैव सन्मार्गवर्ती व्हावें; ब्राह्मणाला उचित अशीं कर्मे करून लोकांत सत्कीर्ति जोडावी; संहितेचा अभ्यास करावा; गृहयज्ञ आचरावे; आणि विद्या संपादावी; पण विद्येवर चरितार्थ चालवूं नये. देवि पार्वति, ह्याप्रमाणें जो ब्राह्मण सत्पथाचा आश्रय करून सदैव सत्कर्म आचरितो आणि नित्य अग्निहोत्र बाळगून वेदाभ्यास चालवितो, तो परब्रह्मपद मिळविण्यास पात्र होतो ! ह्यास्तव, देवि गिरि-

तनये, ज्या मनुष्यानें ब्राह्मण्य मिळविलें असेल त्यानें चित्ताचा निरोध करून तें राखण्यासाठीं झटावें, नीच योनीशीं संबंध ठेवूं नये, नीच जनांपासून दानप्रतिग्रह करूं नये, आणि निर्मळ कर्में करावीं. देवि पार्वति, शूद्राला ब्राह्मणत्व कसें प्राप्त होतें व ब्राह्मण हा स्वधर्मापासून च्युत झाला म्हणजे तो शूद्रत्व कसें पावतो, वगैरे गोष्टींचें हें गुढ तत्त्व मीं तुला कथन केलें आहे.

अध्याय एकशें चव्वेचाळिसावा.

—:०:—

उमामहेश्वरसंवाद.

उमा म्हणालीः—भगवन् महेश्वर, आपण सर्व भूतांचे अधिपति आहां; आणि सुर व असुर हे दोन्ही आपणास नमस्कार करितात. विभो, माझी आपणास अशी प्रार्थना आहे कीं, आपण मला मनुष्यांचे धर्म व अधर्म कथन करावे. हे महादेव, कर्म, मन व वाणी ह्या तिहींच्या योगानें मनुष्य पाशबंधांत पडतो अथवा ह्या तिहींच्या योगानेंच तो पाशबंधनांतून मुक्त होतो; ह्यास्तव आतां माझी अशी शंका आहे कीं, स्वर्गकाम मनुष्यानें कोणतें शील किंवा वर्तन ठेवावें, कशा प्रकारचें कर्म करावें, कोणते गुण अंगीं आणावे, अथवा कोणते धर्म पाळावे, म्हणजे त्यास स्वर्ग प्राप्त होईल ?

महेश्वर म्हणालाः—देवि पार्वति, तूं धर्मार्थीचें तत्त्व जाणतेस, नित्य सदाचरण करितेस आणि सदोदीत इंद्रियांना आकळितेस; ह्यास्तव सर्व प्राण्यांना हितावह व बुद्धीचा परिपोषक असा जो प्रश्न तूं विचारिलास, त्याचें उत्तर मी सांगतों, श्रवण कर. देवि गिरिसुते, जे थोर पुरुष सदैव सत्यधर्मांत रत असतात, आश्रमधर्माचीं चिन्हें वर्जितात, आणि धर्माचरणानें धन मिळवून त्याचा उपभोग घेतात, ते स्वर्गाला जातात. जे पुरुष पापानें किंवा पुण्यानें बद्ध होत नाहींत; ज्यांचा संशयग्रंथि छिन्न झालेला असतो, ज्यांना प्रलयोत्पत्तीचें तत्त्व समजतें, ज्यांना सर्व कांहीं जाणण्याची शक्ति आली आहे, जे सर्वांचें सत्स्वरूप ओळखितात, व ज्यांना रागद्वेष नसतात, ते कर्मबंधनापासून मुक्त होतात. जे पुरुष कर्म, मन व वाणी ह्यांनीं कोणाची हिंसा करीत नाहींत, आणि जे कशावरही आसक्ति ठेवीत नाहींत ते कर्मानीं बंध पावत नाहींत. जे पुरुष प्राणहत्येपासून पराङ्मुख होतात, उत्तम शील धारण करितात, दयायुक्त असतात, आणि शत्रुमित्र समान मानितात, ते कर्मबंधनें तोडितात. जे पुरुष भूतदया बाळगितात, सर्व प्राण्यांच्या विश्वासास पात्र होतात, आणि हिंसा व अनाचार सोडून देतात ते स्वर्गाला जातात. जे पुरुष कधींही परस्वाचा लोभ धरीत नाहींत, सदैव परदारेपासून दूर राहातात, आणि धर्माचरणानें जें अन्न मिळेल तें सेवन करितात, ते स्वर्गाला जातात. जे पुरुष सदोदीत परस्त्रीला मातेप्रमाणें, भगिनीप्रमाणें किंवा दुहितेप्रमाणें मानून तिच्याशीं वागतात, ते स्वर्गाला जातात. जे पुरुष चौर्यकर्मापासून सतत निवृत्त असतात, स्वतःच्या धनावर संतोष पावतात, आणि दैवानें जें मिळेल त्यावर उपजीवन करितात, ते स्वर्गाला जातात. जे पुरुष स्वस्त्रीच्या ठिकाणीं आसक्त असतात, ऋतुकालींच स्त्रीसुख भोगितात, आणि ग्राम्य सुखाचा उपभोग घेत नाहींत, ते स्वर्गाला जातात; आणि जे पुरुष कधींही परस्त्रीकडे पहात नाहींत, इंद्रियांना निरोधितात, आणि शील उत्तम राखण्याला जपतात, ते स्वर्गाला जातात. सुंदरि पार्वति, देवांना स्वर्ग मिळाला ह्याचें कारण त्यांनीं हा मार्ग अनुसरिला हेंच होय ! ह्यास्तव, ह्या देवमार्गानेंच मनुष्यांनीं

सदासर्वकाळ वर्तन करावें. बुधांनीं नित्य शुद्ध मार्ग धरावा, रागद्वेषांपासून अलिप्त असावें, दान, धर्म व तप हीं आचरावीं, उत्तम शील राखावें, शुचिर्भूतपणा ठेवावा व दया धारण करावी. ज्या मनुष्यांच्या मनांत स्वर्गवासाची इच्छा असेल त्यांनीं उपजीविका करितांना किंवा धर्म आचरितांना सदोदीत ह्याच मार्गाचा आश्रय करावा; आणि ह्या व्यतिरिक्त जो दुसरा मार्ग तो सर्वस्वीं वर्जावा.

उमा म्हणाली:—हे अनघ भूतपते, वाणीच्या ज्या कर्मांनीं मनुष्य बद्ध होतो किंवा तो पुनः बंधांतून सुटतो, तीं कर्में मला सांगा.

महेश्वर म्हणाला:—देवि गिरजे, जे पुरुष आपल्या स्वतःकरितां किंवा दुसऱ्याकरितां, अथवा विनोदानें किंवा हास्यरसोत्पत्तीच्या लालसेनें सुद्धां खोटें बोलत नाहींत, ते स्वर्गाला जातात. जे पुरुष उपजीविका चालविण्याकरितां, धर्माचरण करण्याकरितां, किंवा केवळ लहरीकरितां देखील असत्य बोलत नाहींत, ते स्वर्गाला जातात. जे पुरुष कोमल, सुखकर, मधुर व निष्पाप असे शब्द उच्चारून स्वागतपर भाषण करितात, ते स्वर्गाला जातात. जे पुरुष कठोर, कडू व निष्ठुर शब्द बोलत नाहींत, कधीं कोणाचीही चाहाडीचुगली करीत नाहींत, आणि उदात्त वर्तन ठेवितात, ते स्वर्गाला जातात. जे पुरुष मित्रांमध्यें फूट पाडणारें व दुसऱ्याचा घात करणारें भाषण सदैव वर्जितात आणि खरें व हितकारक असेंच बोलतात, ते स्वर्गाला जातात. जे पुरुष दुसऱ्याचा घातपात करणारें भाषण करीत नाहींत व दुसऱ्याचें अनिष्ट चिंतीत नाहींत, सर्व प्राण्यांशीं समभावनेनें वागतात, आणि इंद्रियांना आकळितात, ते स्वर्गाला जातात. जे पुरुष लबाडीचें भाषण करीत नाहींत, विरुद्ध भाषण वर्जितात व नित्य सौम्य भाषण करितात, ते स्वर्गाला जातात. आणि जे पुरुष क्रोधानें हृदयविदारक भाषण बोलत नाहींत, व रागावले तरी शांतपणानें भाषण करितात, ते स्वर्गाला जातात. देवि पार्वति, वाणीच्या कर्मांविषयीं हा शुभकारक आणि शाश्वत पुण्यदायी महान् धर्म प्राज्ञ मनुष्यांनीं सदैव पाळावा आणि मिथ्या धर्म नित्य वर्जावा!

उमा म्हणाली:—महाभाग पिनाकधारी देवाधिदेव, मनाच्या ज्या कर्मांनीं सदा मनुष्य बद्ध होतो, तीं कर्में मला सांगा.

महेश्वर म्हणाला:—भद्रे पार्वति, ज्या मानसिक कर्मांनीं मनुष्यें सदा स्वर्गाला जातात तीं कर्में मी तुला सांगतों, श्रवण कर. हे रुचिरानने, मनुष्याच्या मनाला शिक्षा अथवा शिस्त नसली म्हणजे त्याच्या देहालाही ती असत नाहीं. देहाला म्हणजे इंद्रियांना प्रेरणा करणारें मन होय, ह्यास्तव मनाची योग्य कमावणी होऊन तद्द्वारा इंद्रियांचीं कर्में सुव्यवस्थित घडलीं पाहिजेत; म्हणून आतां, कोणत्या कर्मांनीं मनुष्याच्या मनाला बंध प्राप्त होतो, तें मी तुला निवेदन करितों, ऐक. सुंदरि, जे पुरुष अरण्यांत जेथें कोणीही मनुष्य नाहीं अशा स्थळीं दुसऱ्याचें धन वगैरे पाहूनही तें अपहरण करण्याचें मनांत सुद्धां आणीत नाहींत, ते स्वर्गाला जातात. जे पुरुष गांवांत किंवा गृहांत जेथें कोणीही मनुष्य नाहीं तेथें परकीय द्रव्य पाहून कधींही आनंद पावत नाहींत, ते स्वर्गाला जातात. जे पुरुष परस्त्री कामवेदनेनें पीडित होऊन एकांतांत प्राप्त झाली असतां मनानेंही तिला स्पर्श करीत नाहींत, ते स्वर्गाला जातात. जे पुरुष शत्रु व मित्र समान मानून सर्वांशीं सारख्या स्नेहभावानें वर्ततात, ते स्वर्गाला जातात. जे पुरुष विद्यासंपन्न, दयासंपन्न, शुचिर्भूत, सत्यवचनी व स्वतःच्या धनदौलतीनें संतुष्ट असे असतात, ते स्वर्गाला जातात. जे पुरुष

कधीं कोणाचें वैर करीत नाहींत, व्यर्थ आयास भोगीत नाहींत, सर्वकाळ मैत्रींत रममाण असतात, व सर्व प्राण्यांवर दया करितात, ते स्वर्गाला जातात. जे पुरुष श्रद्धावान् असतात, दया धारण करितात, शुद्ध आचरण ठेवितात, शुचिर्भूत जनांना चहातात, आणि नित्य धर्माधर्मविवेक करितात, ते स्वर्गाला जातात. जे पुरुष शुभाशुभकर्मांच्या फलसंचयाचे परिणाम जाणतात ते स्वर्गाला जातात, आणि जे पुरुष नीतीनें वागतात, सद्गुण जोडितात, देव व द्विज ह्यांविषयीं सदा तत्पर असतात, आणि शुभकर्मांच्या फलांनीं उत्कर्ष पावतात, ते स्वर्गाला जातात. देवि पार्वति, मनुष्यें ज्या मानासक कर्मांनीं स्वर्गप्राप्तीचा मार्ग आक्रमितात, तीं हीं कर्में तुला कथन केलीं. आतां तुला आणखी काय ऐकावयाची इच्छा आहे?

उमा म्हणाली:—भगवन् महेश्वर, मला मनुष्यांच्या संबंधानें आणखी एक महान् शंका आहे, तर आपण तिचें साकल्यानें निरूपण करावें. भगवन्, माझी प्रार्थना अशी आहे कीं, कोणत्या कर्मानें किंवा तपश्चर्येनें मनुष्य दीर्घायुषी होतो, व कोणत्या कर्मानें त्याचें आयुष्य घटतें, हें मला सांगा; आणि त्याप्रमाणेंच, हे वंदनीय भगवन, कर्माचा विपाक मला कथन करा. देवाधिदेव, आणखी मला हेंही सांगा कीं, कांहीं मनुष्यें महाभाग्यवान् व कांहीं अल्पभाग्यवान्, कांहीं कुलीन व कांहीं अकुलीन, कांहीं काष्ठवत् निःसत्त्व किंवा कुरूप व कांहीं पाहिल्याबरोबर मोह उत्पन्न करणारीं, कांहीं मतिमंद व कांहीं पंडित, कांहीं महाप्राज्ञ व ज्ञानविज्ञाननिपुण आणि कांहीं ह्याच्या उलट आणि कांहीं अल्पदुःखी व कांहीं महद्दुःखी अशीं आढळतात, ह्याचें कारण काय?

महेश्वर म्हणतातः—वेल्हाळे पार्वति, ज्या कर्मफलांच्या योगानें ह्या मृत्युलोकीं प्रत्येक मनुष्य स्वकर्मानुरूप सुखदुःखें भोगितो, त्या कर्मफलांविषयीं आतां मी तुला विवेचन करून सांगतों. देवि गिरितनये, जो मनुष्य दुसऱ्याचा प्राण घेण्यास मागेंपुढें पहात नाहीं, ज्याच्या हस्तांत सदैव दंड उचललेलाच असतो, जो नित्य शस्त्र पाजळून प्राणिसमूहांना ठार करितो ज्याच्या ठिकाणीं मुळींच दया नसते, ज्याच्यापासून सर्व भूतांना नित्य पीडा होते, जो कीडमुंगीला देखील आश्रय देत नाहीं, व जो नित्य क्रूरपणा करितो, त्याला नरक प्राप्त होतो; आणि ह्याच्या उलट—जो मनुष्य धर्माला अनुसरून प्रत्येक कर्म करितो, त्याला भाग्यावस्था प्राप्त होते व तो सत्कुलांत जन्म पावतो. प्रिये पार्वति, जो पुरुष सदासर्वकाळ हिंसा करण्याची इच्छा करितो तो नरकास जातो; आणि जो पुरुष कधींही कोणाची हिंसा करीत नाहीं तो स्वर्गाला पावतो. प्रिये, जो पुरुष नरकास जातो त्याला नरकामध्यें भयंकर यातना व दुःखें भोगावीं लागतात. जर यदाकदाचित् एखादा मनुष्य त्या निरययातनांतून मुक्त होत्साता उत्तीर्ण झाला, तर त्यास मनुष्ययोनि प्राप्त होते; परंतु त्या योनींत तो फार दिवस जगत नाहीं! देवि पार्वति, जो मनुष्य नित्य हिंसाकर्मांत आसक्त असतो, तो त्या पापकर्मानें बद्ध होत्साता सर्व प्राण्यांच्या द्वेषास पात्र होऊन अल्पायुषी होतो! परंतु जो पुरुष शुक्ल (निर्मळ) कुळांत जन्म घेतो, प्राण्यांची हत्या वर्जितो, शस्त्रास्त्रांचा त्याग करितो, दंड टाकून देतो, कधीं हिंसा करीत नाहीं, कधीं कोणाचा घात

१ या ठिकाणीं, 'कोणत्या मानसिक कर्मांनीं मनुष्य बद्ध होतो?' असा उमादेवीचा प्रश्न असून शंकरांनीं तिला उत्तरीं कोणत्या मानसिक कर्मांच्या योगें मनुष्य स्वर्गाला जातो तें निवेदिलें आहे. अर्थात् यांविरुद्ध आचरणाच्या पुरुषांना बंध प्राप्त होतो असें समजावयाचें.

करीत नाहीं, दुसरा घात करूं लागल्यास त्याला अनुमोदन देत नाही, सर्व प्राण्यांविषयीं वत्सलता धारण करितो, आणि आत्मवत् सर्व भूतें मानितो, तो श्रेष्ठ पुरुष देवत्वाचा उपभोग घेतो, त्यास आनंद प्राप्त होतो आणि तो दिव्य भोग भोगितो! जर तो यदाकदाचित् मनुष्यलोकीं जन्मला तर तो दीर्घायुषी होऊन बहुत सुखें अनुभवितो! देवि पार्वति, सत्कर्मी, सदाचरणी व दीर्घायुषी जनांचा हा मार्ग होय, असें भगवान् ब्रह्मदेवानें सांगितलें आहे; आणि ज्यास ह्या मार्गानें जाऊन मंगलधामास पावावयाचें असेल, त्यानें प्राणिहिंसेचा पूर्ण त्याग करावा, हें ह्यांतील रहस्य होय!

अध्याय एकशें पंचेचाळिसावा.

:—०:—

उमामहेश्वरसंवाद.

उमा म्हणाली:—भगवन् महेश्वर, कोणत्या शीलानें, कोणत्या आचरणानें, कोणत्या कर्मांनीं व कोणत्या दानानें मनुष्याला स्वर्ग मिळतो, तें सांगा.

महेश्वर म्हणाला:—जो मनुष्य दानें देतो; ब्राह्मणांना सत्कारितो; दीन, आर्त व संकटांत असलेल्या मनुष्यांना भक्ष्य, भोज्य, खाद्य व पेय पदार्थ, आणि त्याप्रमाणेंच वस्त्रादिक अर्पितो; धर्मशाळा, सभागृहें व विहिरी बांधितो; पाणपोया घालितो; पुष्करिणी निर्मितो; सर्व नित्यदानें देतो; बहुत इच्छित पदार्थ अर्पितो; आणि आसनें, शयनें, यानें, गृहें, रत्नें, धन; व त्याप्रमाणेंच सर्व प्रकारचीं धान्यें, गाई, क्षेत्रें व स्त्रिया हीं मोठ्या आनंदानें देतो, तो मनुष्य देवलोकीं स्थान मिळवितो. देवि गिरिजे, तो पुरुष स्वर्गलोकीं जन्म पावल्यावर तेथें पुष्कळ काळपर्यंत दिव्य भोग भोगून आणि मोठ्या आनंदानें अप्सरांसह नंदनादिक वनांत रममाण होऊन पुण्याचा क्षय झाल्यावर पुनः मृत्युलोकांत महान् ऐश्वर्यवंताच्या कुळांत जन्म घेतो. तेथें त्यास धन्यधान्याची समृद्धि असते; सर्व प्रकारचे ईप्सित भोग प्राप्त होतात; आणि तो मोठ्या आनंदानें महासुख, महाकोश व महाधन ह्यांचा उपभोग घेतो! देवि पार्वति, ब्रह्मदेवानें पूर्वींच सांगितलें आहे कीं, ह्या दानशील प्राण्यांना महान् भाग्य प्राप्त होऊन ते सर्वांना प्रियकर होतात! आतां, देवि, ह्यांशिवाय जे दुसरे मानव ह्याच्या विरुद्ध वर्तन करितात त्यांच्याविषयीं सांगतों, श्रवण कर. प्रिये गिरिजे, जे पुरुष दानधर्म करण्यांत महाकृपणपणा करितात; ब्राह्मणांनीं याचना केली असतांही जे त्यांस जवळ असलेलें धन वगैरे कांहीं देत नाहींत; दीन, अंधळे व आर्त किंवा भिक्षेकरी मागावयास आले असतां किंवा अतिथि घरीं प्राप्त झाले असतां त्यांस देखील जे मूर्ख पुरुष कांहींएक देत नाहींत; जे केवळ स्वतःच्या जिभेची हाव मात्र तृप्त करण्यास झटतात; जे धन, वस्त्रें, भोग, सुवर्ण, गाई किंवा खाद्यपेय पदार्थ कधींही कोणाला देत नाहींत; जे दुसऱ्याच्या बऱ्याकरितां कधींही प्रवृत्त होत नाहींत; नित्य लोभ धरितात, नास्तिकपणा करितात, आणि दानें वगैरे मुळींच देत नाहींत, ते मूढ खचित नरकांत पडतात! कालगतीनें त्यांचा नरकवास समाप्त झाल्यावर ते मनुष्ययोनींत जन्म पावतात, परंतु त्या मतिमंदांना दरिद्र्यांच्या कुळांत जन्म घ्यावें लागतें! मग ते क्षुधेनें व तृषेनें व्याकुल होतात, कोणीही त्यांचा परामर्ष घेत नाहींत, सर्व लोकांपासून त्यांना दूर रहावें लागतें, कोणताही सुखोपभोग त्यांस प्राप्त होत नाहीं, सर्व भोगांविषयीं ते निराश होतात, आणि अखेरीस ते दुराचरणानें पोट भरतात! यदाकदाचित् कालगतीनें नरकवासांतून मुक्त झाल्या-

वर ते मतिमंद पुरुष-ज्या घरीं अल्पभोग प्राप्त होतील अशा घरीं जन्मास आले, तर ते अल्प भोग भोगण्यांत रममाण होतात; परंतु त्यांनीं जें ह्या प्रकारचें दुष्कर्म पूर्वीं करून ठेविलेलें असतें त्याच्या योगानें ते पुढें भिकारी होतात आणि मग त्यांना दैन्य येतें ! देवि पार्वति, दुसरे कित्येक पुरुष नित्य उन्मत्त व अभिमानी असतात आणि त्यामुळें त्यांच्या ठिकाणीं पापवासना अतिशय बळावलेली असते. ते अधम पुरुष--ज्याला आसन दिलें पाहिजे त्याला आसन देत नाहींत, ज्याला मार्ग दिला पाहिजे त्याला मार्ग देत नाहींत, ज्याला पाद्य (पाय धुण्याला पाणी) दिलें पाहिजे त्याला पाद्य देत नाहींत, ज्याला अर्घ्य दिलें पाहिजे त्याला अर्घ्य देत नाहींत, आणि ज्याचें पूजन केलें पाहिजे त्याला यथाविधि सत्कारपूर्वक पूजीत नाहींत किंवा त्याला अर्घ्यपाद्यही देत नाहींत. देवि पार्वति, ते अल्पबुद्धि पुरुष गुरुही घरीं आला असतां प्रेमानें त्याला साजेशी त्याची संभावना करीत नाहींत; ते नित्य अभिमानानें अंध झालेले असतात व सन्मान्यांचाही अवमान करितात, आणि ते लोभाविष्ट होत्साते वृद्ध जनांना अनादरितात! देवि पार्वति, असे सर्व नर नरकांत पडतात; आणि यदाकदाचित् जर ते अनेक वर्षांनीं त्या नरकांतून उत्तीर्ण झाले, तर ते कुत्सित कुलांत जन्म पावतात ! आणि, हे देवि, जे पुरुष गुरूचा व वृद्धांचा अवमान करितात, ते श्वपाक, पुक्कस, वगैरे नीच व ज्ञानहीन अशा चांडाळकुळांत जन्मास जातात ! ह्यास्तव, हे गिरितनये, मनुष्यानें उन्मत्तपणा धारण करूं नये, अभिमान धरूं नये, देव व द्विज ह्यांची पूजा करावी, लोकांत बहुमान मिळवावा, वंदनीयांना वंदावें, लीनता बाळगावी, मधुर भाषण करावें, सर्व वर्णांचें हित साधावें, नित्य सर्व प्राण्यांच्या बऱ्याकरितां झटावें, कोणाचा द्वेष करूं नये, नित्य प्रसन्नता अंगीं असावी, सुंदर वचन बोलावें, सदा प्रेमळ उद्गार काढावे, सर्वांचें स्वागत करावें, भूतांची हिंसा करूं नये, ज्याचा जसा सत्कार केला पाहिजे तसा त्याचा प्रथम सत्कार करून पूजा वगैरे झाल्यावर मग आपण बसावें, मार्गार्हाला मार्ग द्यावा, गुरूचें तदनुरूप अर्चन करावें, जेवढे अतिथि मिळतील तेवढे मिळविण्याविषयीं तत्पर असावें, आणि आपल्या घरीं जे अतीथ-अभ्यागत आले असतील त्यांचा सत्कार करावा. सुंदरि, ह्या प्रकारचे पुरुष स्वर्गास जातात आणि ते स्वर्गांतून क्षीण-पुण्य होत्साते मृत्युलोकीं आले म्हणजे श्रेष्ठ मनुष्याच्या कुळांत जन्म पावतात ! असा मनुष्य त्य. श्रेष्ठ कुळांत विपुल भोग भोगितो, त्यास विपुल धनदौलत प्राप्त होते, सत्पात्र पुरुषांना तो तदनुरूप दानें देतो, धर्माचरण करण्यांत दक्ष राहातो, सर्व लोकांना मान्य होतो, सर्व लोक त्याला नमस्कार करितात, तो सदा स्वतः स्वकर्माचें फळ मिळवितो, आणि तो उदात्त कुळांत व उदात्त जातींत जन्म घेतो ! देवि पार्वति, स्वतः विधात्यानें सांगितलेला हा धर्म मीं तुला कथन केला. आतां मी तुला आणखी असें सांगतों कीं, ज्या पुरुषाचें आचरण भयंकर असतें, जो सर्व प्राण्यांना भीति उत्पन्न करितो, जो हातांनीं, पायांनीं, दंडानें, चाबकानें, ढेंपळांनीं, लांकडांनीं, आयुधांनीं वगैरे नित्य दुसऱ्या प्राण्यांना बाधा करितो, जो दुसऱ्याचा घात करण्यासाठीं नानाप्रकारची मसलत योजतो, जो दुसऱ्याला सतावून सोडितो, जो दुसऱ्या प्राण्यावर चाल करून जातो, आणि त्यांना नेहमीं पीडा देतो, तो नरकांत पडतो ! तो जर कालगतीनें मनुष्यजन्मास प्राप्त झाला तर--जेथें त्यास बहुत क्लेश होतील अशा--अधम कुळांत त्यास जन्म येतें व मग त्या नरा-

धमाला स्वकृत्यांचें फळ हें मिळतें कीं, सर्व लोक त्याचा द्वेष करितात, आणि त्याला अगदीं क्षुद्रता प्राप्त होते ! देवि पार्वति, आतां ह्याच्या उलट—जो पुरुष दया धारण करितो, सर्व प्राण्यांना मित्रवत् पाहातो, पितृवत् सर्वांवर ममता करितो, इंद्रियांना जिंकितो, कोणाशीं वैर करीत नाहीं, कोणाला पीडा देत नाहीं, कोणाचा घात करीत नाहीं, हस्तपादांना उत्तम आकळितो, सर्व प्राण्यांच्या विश्वासास पात्र होतो, दोरीनें, दंडानें, ढेंपळांनीं किंवा आयुधानें प्राण्यांना दुःख देत नाहीं, सुंदर कर्में करितो, आणि दया करण्याविषयीं तत्पर असतो, त्याला स्वर्गलोकीं स्थान मिळतें, आणि तेथें तो दिव्य मंदिरांत मोठ्या आनंदानें देवांसारखा वास करितो ! देवि पार्वति, असा पुरुष कर्मक्षय होऊन मृत्युलोकीं आला तर तो मनुष्ययोनींत जन्म पावतो, तेथें त्यास फारशी बाधा होत नाहीं, त्यास दुखणेंबाहणें येत नाहीं, तो जन्मल्यापासून सुख भोगितो, त्याचें सुख कधींही कमी पडत नाहीं, त्याला कधीं आयास होत नाहींत, तो कधीं त्रासत नाहीं, आणि तो नित्य आनंदांत असतो ! देवि पार्वति, हा सत्पुरुषांचा मार्ग होय ! जे कोणी ह्या मार्गाचें अवलंबन करितात, त्यांना कोणतीही पीडा होत नाहीं !

उमा ह्मणाली:—भगवन्, लोकांत कित्येक मनुष्यें वादविवादांत विशारद, ज्ञानविज्ञानांत प्रवीण, महाबुद्धिमान् आणि आपलें हित कशांत आहे हें जाणण्यांत अतिशय कुशल अशीं आढळतात; आणि कित्येक दुराचरण करण्यांत निष्णात व ज्ञानविज्ञानांत शून्य अशीं दिसतात; ह्यास्तव, माझा आपणास असा प्रश्न आहे कीं, हे विरूपाक्ष, कोणत्या कर्मविशेषानें मनुष्य बुद्धिमान् होतो आणि कोणत्या कर्मविशेषानें मनुष्य मतिमंद निपजतो, तें मला सांगा. सर्व धर्मवेत्त्यांमध्यें श्रेष्ठ अशा महेश्वर, ही माझी शंका निरसन करा; आणि शिवाय मला हेंही सांगा कीं, कित्येक मनुष्यें जन्मतः अंध, कित्येक मनुष्यें नित्य रोगार्त व कित्येक क्लीब अशीं आढळतात, ह्याचें कारण काय ?

महेश्वर म्हणाला:—जे कुशल पुरुष वेदपारंगत, सिद्ध व धर्मवेत्त्या ब्राह्मणांना प्रत्यहीं आपलें हित कशांत आहे हें विचारितात, अशुभ कृत्यें वर्जितात, आणि शुभ कर्में करितात, ते नित्य ह्या लोकीं सुखाची जोड करितात व मरणोत्तर स्वर्गाला जातात. जर ह्या प्रकारचें आचरण करणारा मनुष्य पुनः मनुष्यलोकांत आला तर तो बुद्धिमान् निपजतो आणि बुद्ध्यनुरूप ज्ञान संपादून यशस्वी होतो ! देवि पार्वति, जे पुरुष परस्त्रीकडे वांकड्या दृष्टीनें पाहातात, ते त्या दुष्ट आचरणानें जन्मतः अंध होतात ! जे पुरुष नग्न स्त्रीकडे दुष्ट मनानें दृष्टिक्षेप करितात ते दुष्कर्मी पुरुष नित्य रोगानें पीडित होतात ! जे मूढ नराधम भिन्न वर्णाच्या स्त्रियांशीं मैथुनासक्त होतात, ते अत्यंत दुष्ट पुरुष क्लीबत्वाला पावतात ! आणि जे पुरुष पशूंना वधितात, गुरुपत्नीशीं गमन करितात व मैथुनकर्मांत मुळींच विधिनिषेध पाहात नाहींत, तेही क्लीब होतात.

उमा ह्मणाली:—भगवन् , निंदेला पात्र असें कर्म कोणतें, निंदेला अपात्र असें कर्म कोणतें, आणि मनुष्यानें कोणतें कर्म केलें ह्मणजे त्यास श्रेयःप्राप्ति होते, तें सांगा.

महेश्वर म्हणाला:—जो मनुष्य श्रेयस्कर मार्ग कोणता हें नेहमीं ब्राह्मणांना विचारितो, धर्मतत्त्वाचें ज्ञान प्राप्त करून घेण्यास झटतो, व सद्गुणांचा लोभ धरितो, त्याला स्वर्ग प्राप्त होतो. देवि, असा मनुष्य जर पुनः मनुष्ययोनींत जन्मला तर तो सत्कुलांत जन्म पावतो आणि बुद्धिवान् व ज्ञानवान् निपजतो. देवि, हा थोरांचा कल्याणदायक धर्म असून

मनुष्यांच्या अभ्युदयासाठीं हा तुला मीं कथन केला आहे !

उमा म्हणाली:---कित्येक पुरुषांना अगदी अल्प ज्ञान असतें आणि ते धर्माचा मोठा द्वेष करितात व त्यामुळें ते वेदवेत्त्या ब्राह्मणांजवळ जाऊन श्रेयस्कर मार्ग जाणण्याची इच्छाही करीत नाहींत ! कित्येक पुरुष व्रतवंत असतात आणि श्रद्धापूर्वक धर्मानुष्ठान करितात; परंतु कित्येक व्रतहीन असून धर्मनियमांना गुंडाळून ठेवून केवळ राक्षसोपम वर्ततात ! आणि कित्यक यज्ञयाग करण्यास झटतात व कित्येक होमाचें नांवसुद्धां काढीत नाहींत ! तेव्हां हें असें कोणत्या कर्मानें घडतें तें मला सांगा.

महेश्वर म्हणाला:---लोकांच्या धर्ममर्यादा ज्या पूर्वींच वेदांमध्यें सांगितलेल्या आहेत त्या, आणि त्याप्रमाणेंच, जीं शास्त्रें त्या धर्ममर्यादांचें प्रतिपादन करितात तीं, ह्यांना प्रमाण मानून जे पुरुष वागतात, ते कधीं स्वधर्मापासून च्युत होत नाहींत व दृढ श्रद्धेनें व्रतानुष्ठान चालवितात; परंतु जे पुरुष मूढपणानें दुराचरण हाच धर्म समजतात, ते कधीं व्रतानुष्ठान करीत नाहींत आणि धर्ममर्यादांना जुमानीतही नाहींत ! देवि, असे पुरुष खचित ब्रह्मराक्षसच होत ! ते जर प्राक्तनानुसार कधीं काळीं मनुष्यजन्मास आले तर होमहवन व वषट्कार करीत नाहींत, आणि सर्वच अधर्मपणा करितात ! देवि पार्वति, तुझा सर्व संशय दूर करण्यासाठीं मनुष्यांचें कुशल व अकुशल स्पष्ट करणारा असा हा धर्मसागर मीं तुला विशद करून सांगितला आहे.

अध्याय एकशें शेचाळिसावा.

--:०:--

स्त्रीधर्मकथन.

नारद म्हणाला:—जनार्दना, ह्याप्रमाणें भगवान् महेश्वरानें भाषण केलें आणि मग मनांत आणिलें कीं, आतां पार्वतीनें स्त्रीधर्म कथन करावे व आपण ते स्वतः ऐकावे; आणि अशा उद्देशानें, आपल्या समीप अधिष्ठित असलेल्या अनुकूल व प्रियकर अशा आपल्या भार्येला त्यानें प्रश्न केला.

महेश्वर म्हणाला:—सुंदरि, तुला आत्मानात्म विद्या उत्तम अवगत आहे; धर्मतत्त्वें तूं यथार्थ जाणतेस; आणि तूं तपोवनांत निवास करितेस. साध्वि सुकेशाग्रे, धर्माचरण करण्यांत तूं मोठी दक्ष आहेस; तूं चित्ताला व इंद्रियांना जिंकिलें आहेस; आणि तुझ्या ठिकाणीं ममत्वबुद्धि नाहीं. ह्यास्तव, हे सुभ्रु धर्मशीले, आतां मी तुला जें काहीं विचारीत आहें तें ऐकून घेऊन माझ्या इच्छेनुरूप तूं मला उत्तर दे. सुंदरि पार्वति, ज्ञानार्जनासाठीं तूं महान् प्रयत्न केले आहेस. ब्रह्मदेवाची पत्नी साध्वी सावित्री, इंद्राची पत्नी शची, मार्कंडेयाची धूमोर्णा, कुबेराची ऋद्धि, वरुणाची गौरी, सूर्याची सुवर्चला, चंद्राची रोहिणी, विभावसूची स्वाहा आणि कश्यपाची अदिति ह्या सर्व पतिव्रतांची तूं नित्य उपासना करून त्यांजपासून धर्मतत्त्वें श्रवण केलीं आहेस; आणि ह्यामुळें तूं स्वतः धर्मज्ञ असून धर्माचें प्रवचन करण्यास समर्थ आहेस. म्हणून, हे गिरितनये, तूं आरंभापासून स्त्रीधर्म कथन करावेस आणि म्यां ते ऐकावे, अशी माझी मनीषा आहे; तर ही माझी मनीषा तूं पूर्ण कर. प्रिये, तूं माझी सहधर्मचारिणी असून तुझें शील, व्रत, तेज व वीर्य हीं माझ्यासारखींच आहेत आणि तूं माझ्याप्रमाणेंच घोर तपही केलें आहेस; ह्यास्तव तूं स्त्रीधर्माचें वर्णन केलेंस तर तें मोठ्या बहारीचें होईल आणि लोकांत तुझ्या मुखांतून बाहेर पडलेल्या त्या स्त्रीधर्मांना प्रामाण्यही येईल ! गिरिजे, स्त्रियांना विशेषेंकरून मोठा आधार

स्त्रियाच होत; म्हणून तूं जे स्त्रीधर्म कथन करशील ते स्त्रियांना विशेष रुचतील आणि त्यांची परंपरा ह्या भूतलावर सदोदीत चालू राहील! शिवाय, तूं जे धर्म सांगशील ते मीं सांगितल्याप्रमाणेंच होत; कारण, तूं माझी अर्धांगी असून देवांचें कार्य करणारी व लोकांत प्रजा वाढविणारी आहेस आणि तुला सर्व शाश्वत स्त्रीधर्मांचें उत्कृष्ट ज्ञान आहे; म्हणून तूं सर्व स्त्रीधर्मांचें सविस्तर निरूपण कर.

उमा म्हणाली:—भगवन्, आपण सर्व प्राण्यांचे अधिपति असून वर्तमान, भूत व भविष्य काळीं घडणाऱ्या सर्व गोष्टींचा उद्गम आपल्यापासूनच आहे. माझ्या ठिकाणीं जी ही वाक्प्रतिभा विद्यमान आहे, तिचें कारण आपला प्रभाव होय! वास्तविकपणें स्त्रियांचे धर्म निरूपण करण्यास मी स्वत: अगदीं असमर्थ आहें? ह्यासाठीं, सर्व तीर्थोदकांनीं भरलेल्या ह्या नद्या आपल्याला स्नान घालण्याकरितां आपल्या जवळ येत असतात, त्यांच्याशीं चर्चा करून मी स्त्रियांचे धर्म यथाक्रम वर्णीन! भगवन्, काय हा आपला मोठेपणा! पुरुष ही संज्ञा खरोखरी आपल्यालाच शोभते! ज्याच्या अंगीं सामर्थ्य असून अहंभाव नसतो, त्यालाच पुरुष म्हणावें! भूतेश, स्त्री म्हटली म्हणजे ती नित्य दुसऱ्या स्त्रियांचेंच अनुसरण करावयाची! ह्यास्तव, मी आतां ह्या सरिद्वरांना मोठ्या आदरानें स्त्रीधर्म विचारीन! ही पहा सर्व नद्यांमध्यें श्रेष्ठ अशी महापवित्र सरस्वती समुद्राला मिळणाऱ्या सर्व सरितांमध्यें अग्रेसर अशी येथें आहे! त्याप्रमाणेंच विपाशा, वितस्था, चंद्रभागा, इरावती, शतद्रु, देविका, सिंधु, कौशिकी, गौतमी, आणि जिच्या ठायीं सर्व तीर्थें एकवटलीं आहेत व जी स्वर्गांतून ह्या महीतलावर प्राप्त झाली आहे अशी सरितोत्तम देवनदी गंगा ह्या सर्व येथें आहेत! तेव्हां प्रथम मी ह्या विषयावर ह्या सरितांशीं संभाषण करीन आणि मग आपणाशीं बोलेन!

ह्याप्रमाणें महाधर्मनिष्ठ पार्वतीनें भगवान् देवाधिदेव शंकराला म्हटलें; आणि लागलीच स्मितपूर्वक त्या सर्व नद्यांशीं भाषण करण्यास आरंभ करून त्या धर्मवत्सल महादेवभार्येनें स्त्रीधर्मकुशल अशा त्या गंगादिक सरिद्वरांना विचारिलें.

उमा म्हणाली:—पवित्र नद्यांनो, मला भगवान् शंकरांनीं स्त्रियांचे धर्म निरूपण कर म्हणून हा जो प्रश्न केला आहे, त्याच्याविषयीं प्रथम तुमच्याशीं चर्चा करून मग मी भगवंतांना तत्संबंधानें निरूपण करून सांगणार आहें. सरितांनो, भूतलावर काय किंवा स्वर्गांत काय, कोणालाही एकट्याला पूर्ण ज्ञान संपादितां यावयाचें नाहीं, असा माझा अभिप्राय आहे; ह्यास्तव, माझी तुम्हाला अशी विनंती आहे कीं, तुम्हीं मला स्त्रियांचे धर्म कथन करावे.

कृष्णा, ह्याप्रमाणें उमादेवीनें त्या सर्व मंगलदायक, परमपावन व श्रेष्ठ अशा नद्यांना पार्थिलें, तेव्हां त्या नद्यांनीं देवनदी गंगेला स्त्रियांचे धर्म निरूपण करण्यास सांगितलें; आणि मग ती महाबुद्धिमती, ज्ञानवृद्ध, स्त्रीधर्मनिपुण, विनयसंपन्न, परमपावन, पापभयहंत्री, सर्वधर्मविशारद, सुगुणशालिनी व मोहक स्मित करणारी गंगा हास्यपूर्वक गिरिराजसुतेची पूजा करून तिच्याशीं बोलूं लागली.

गंगा म्हणाली:—हे अलघे धर्मपरायणे देवि, तूं जगताला मान्य असून आम्हां नद्यांना तूं इतका मान देतेस, हा खचित तुझा आम्हांवर मोठा अनुग्रह होय आणि ह्यामुळें आम्हांस मोठी धन्यता वाटते! देवि, जो जन स्वतः सर्व प्रकारच्या सामर्थ्यानें

युक्त असूनही दुसऱ्याचा बहुमान करितो, तो खचित उदारधी होय! अशा जनांला पंडित ही संज्ञा अगदीं यथार्थ जाणावी! पार्वति, जो ज्ञानवान् पुरुष अहंकार न धरितां ज्ञानविज्ञानांनीं युक्त व ऊहापोहविशारद अशा दुसऱ्या वक्त्यांना धर्मकथन करावयास विनवितो, त्याला कधींही आपत्ति प्राप्त होत नाहीं, हें निश्चयात्मक समज! परंतु ह्याच्या उलट, जो बहुबुद्धीनें आढ्य असा पुरुष अहंकारानें अंध होऊन सभेंत भाषण करितो, त्याचें तें भाषण अगदीं दुबळें व निःसत्त्व होतें! देवि पार्वति, तुझ्या ठायीं दिव्य ज्ञान आहे, सर्व स्वर्गांत तूं श्रेष्ठ आहेस, व दिव्य पुण्यांसहवर्तमान तूं जन्मली आहेस; ह्यास्तव तूंच आम्हांस स्त्रीधर्म कथन करावेस, हें उचित होय!

जनार्दना, ह्याप्रमाणें परमपावन गंगेनें उमादेवीचे बहुत गुण वर्णन करून आराधन केलें असतां त्या सरितांना त्या सुरसुंदरीनें अशेष स्त्रीधर्म निरूपण केले.

उमा म्हणाली:—गंगादिक परमपावन सरितांनो, शास्त्रामध्यें स्त्रियांचे धर्म जसे सांगितले आहेत तसे मी आपल्या माहितीप्रमाणें तुम्हांस निरूपण करून सांगतें, सावधान चित्तानें श्रवण करा. गंगादिक नद्यांनो, स्त्रियांचें धर्मरूप बंधन हें प्रथम विवाहसमयीं आप्तजनांकडून निर्माण होतें आणि स्त्री ही भर्त्याची सहधर्मचरी अग्नीच्या सन्निध होते. ज्या स्त्रीचा स्वभाव उत्कृष्ट असतो, भाषण सुंदर असतें, वर्तन प्रशंसनीय असतें, मुख सुप्रसन्न असतें, आणि चित्त सतत भर्त्याकडेच आसक्त असतें, तीच सुमुखी खरी खरी धर्मचारिणी समजावी! जी साध्वी सतत भर्त्याला देवतुल्य मानिते आणि त्याची देवाप्रमाणें भक्तिपुरःसर सेवा करिते, तीच महाधर्मनिष्ठ साध्वी होय आणि तीच धर्माचें उत्तम परिपालन करिते, असें समजावें! जी स्त्री भर्त्यावर पूर्ण निष्ठा ठेविते, मनामध्यें कधींही खिन्न नसते, उत्तम व्रतानुष्ठान करिते, नित्य प्रसन्न मुद्रेनें असते, पतीचें मुख पुत्रवत् प्रेमानें पुनःपुनः पहाते व आहारादिकांत नेमस्तपणा ठेविते, तीच सहधर्मचारिणी असते. जी स्त्री वधुवरांचे धर्म श्रवण करून तदनुसार उत्कृष्ट सहधर्माचरण ठेविते आणि सतत भर्त्याप्रमाणेंच व्रतवैकल्यादिक चालवून भर्त्याला देवतुल्य मानिते, ती महाधर्मपरायण समजावी. जी स्त्री देवाप्रमाणें पतीची सेवाचाकरी करिते, मंत्रादिक वशीकरणाच्या उपायांवांचूनही सदासर्वकाळ पतीच्या ठिकाणीं अकृत्रिम प्रेम ठेविते, उत्तम व्रतवैकल्यें करिते, नित्य सुप्रसन्न असते, व पतीव्यतिरिक्त अन्याकडे लक्षही देत नाहीं, ती खरी सहधर्मचारिणी होय. जी स्त्री पतीनें कठोर भाषण करून क्रूर दृष्टीनें पाहिलें असतांही आपली प्रसन्नता कमी करीत नाहीं, ती खरी पतिव्रता समजावी. जी स्त्री पतीलाखेरीजकरून सूर्यचंद्रांना किंवा पुरुषवाचक वृक्षाला सुद्धां निरखून पहात नाहीं, ती सुंदरी धर्मचारिणी होय. जी स्त्री दरिद्री, व्याधिग्रस्त, दीन व मार्ग चालून क्षीण झालेल्या पतीची पुत्राप्रमाणें शुश्रूषा करिते, ती धर्मानुसार वर्तन करिते. जी स्त्री इंद्रियांचें दमन करिते, जी स्वधर्माचरणाविषयीं दक्ष असते, जिला मुलेंबाळें झालीं आहेत, जिचें पतीवर प्रेम आहे, आणि जिला पति म्हणजे प्राणच वाटतो, ती खरी धर्मभागिनी समजावी. जी स्त्री सदासर्वकाळ मोठ्या संतोषानें पतीची सेवा-चाकरी करिते व मोठ्या विनयानें त्याची मर्जी राखते, ती पतिव्रता होय. जी स्त्री पतीविषयीं जशी आवड धरिते तशी आवड ऐहिक विषयांविषयीं, भोगांविषयीं,

ऐश्वर्याविषयीं किंवा सुखाविषयीं धरीत नाहीं, ती खरी धर्मचारिणी मानावी. जी स्त्री नित्य पहाटेस मोठ्या उल्हासानें उठते; गृहशुश्रूषा करण्यांत तत्पर असते; घरांत उत्तम प्रकारें-करून झाडसारवण करिते; पतीबरोबर नित्य अग्नीचें होमहवन करण्यांत दक्ष असते; देवतांना पुष्पें, बलि वगैरे अर्पिते; आणि देवता, अतिथि व सेवक ह्यांना अन्नादिकेंकरून संतोषवून, सर्वजण तुष्टपुष्ट झाली ह्मणजे नंतर पतीसहवर्तमान आपण शेषान्न ग्रहण करिते, तिला सहधर्मचारित्वाचें पुण्य प्राप्त होतें. जी गुणशालिनी स्त्री श्वश्रू व श्वशुर ह्यांची पादसेवा करिते, आणि मातापितरांची सेवा करण्यांत नित्य तत्पर असते, ती खरोखरी तपोधनच समजावी. जी स्त्री दुर्बळ, अनाथ, दीन, अंध व लाचार अशा ब्राह्मणांना अन्नदान करून पोषिते, ती पतिव्रताधर्माचें पालन करिते. जी स्त्री नित्य मोठ्या कंटकपणानें व सूक्ष्मपणानें दुश्चर व्रत आचरिते, पतीकडे सर्व चित्त लाविते, आणि पतीच्या हितासाठीं जपते, ती खरी पतिव्रता समजावी; आणि जी स्त्री पति हेंच दैवत मानिते, आणि पतिशुश्रूषा हेंच मुख्य व्रत समजते, ती खचित महासाध्वी मानावी. पुण्य नद्यांनो, पतिसेवा हेंच स्त्रियांचें पुण्य, पतिसेवा हेच स्त्रियांचें तप, आणि पतिसेवा हाच स्त्रियांचा शाश्वत स्वर्ग होय ! कारण, पति हाच स्त्रियांचा देव, पति हाच स्त्रियांचा हितकर्ता व पति हाच स्त्रियांचा प्रधान आश्रय समजावा; व पतिसारखी स्त्रियांना गति नाहीं आणि पतीसारखें स्त्रियांना दैवत नाहीं, असें मानावें. सरिद्वरांनो, स्त्रियांच्या संबंधानें पतीचा प्रसाद व स्वर्ग ह्यांची तुलना केली, तर खचित त्यांची बरोबरी होणार नाहीं ! भगवन् महेश्वर, आपली प्रीति मजवर असणें हाच मी स्वर्ग मानितें; आपण प्रसन्न नसतां मी स्वर्गासही तुच्छ समजतें ! गंगादिक पवित्र नद्यांनो, पति दरिद्री असो, व्याधिग्रस्त असो, संकटांत असो, शत्रूकडे फितूर असो, अथवा ब्रह्मशापानें पीडित असो, तो जी कांहीं आज्ञा करील ती सर्वथैव प्रमाण मानिली पाहिजे ! पतिव्रता स्त्रीनें पतीची आज्ञा अयोग्य, अधर्म्य व प्राण घेणारी असली तरी आपद्धर्माकडे दृष्टि पोहोंचवून ती मागेंपुढें न पहातां तत्काळ सिद्धीस न्यावी ! भगवन् महादेव, आपल्या आज्ञेनुसार हे स्त्रीधर्म मीं निरूपण केले आहेत. जी स्त्री ह्या धर्मांचें परिपालन करील तीच खरी सहधर्मचारिणी समजावी !

नारद म्हणाला:—कृष्णा, भगवती पार्वतीचें हें भाषण श्रवण करून त्या देवाधिदेव महेश्वरानें तिचा गौरव केला आणि नंतर सर्व लोकांना व अनुचरांना स्वस्थानीं जाण्यास सांगितलें. तेव्हां भूतांचे गण, सरिता, गंधर्व, अप्सरा, वगैरे सर्व भगवान् शंकराला प्रणाम करून आपआपल्या स्थानीं निघून गेलीं.

अध्याय एकशें सत्तेचाळिसावा.

—:०:—

पुरुषोत्तमाचें माहात्म्य.

ऋषि ह्मणाले:—भगवन् भगनेत्रघ्न पिनाकपाणे शंकर, आपल्याला सर्व लोक नमस्कार करितात ! आमची इच्छा अशी आहे कीं, वासुदेवाचें माहात्म्य आपल्यापासून श्रवण करावें.

ईश्वर ह्मणाला:—ऋषींनो, भगवान् वासुदेव (हरि किंवा कृष्ण) हा ब्रह्मदेवाहूनही श्रेष्ठ होय. तो शाश्वत पुरुषच समजावा. त्याच्या ठिकाणीं जांबुनद सुवर्णाप्रमाणें प्रदीप्त कांति

असून, निरभ्र आकाशांत उदय पावलेल्या सूर्याप्रमाणें तो झळाळतो. त्याला दहा बाहु असून महान् सामर्थ्य आहे. देवांच्या शत्रूंचा नाश तोच करितो. त्याच्या वक्षःस्थलावर श्रीवत्सलांछन आहे. इंद्रियांचा अधिपति तोच होय. सर्व देवता त्याचीच पूजा करितात. ब्रह्मदेव त्याच्याच उदरांत जन्मला आणि मीही त्याच्याच मस्तकापासून उत्पन्न झालों. त्याच्याच केशांतून ग्रहनक्षत्रें जन्म पावलीं. त्याच्याच रोमांपासून सुरासुरांची उत्पत्ति झाली. त्याच्याच देहापासून ऋषि उत्पन्न झाले. त्यानेंच शाश्वत लोक निर्मिले. ब्रह्मदेवाचें अधिष्ठान प्रत्यक्ष तोच होय. सर्व देवताही त्याच्याच ठिकाणीं वास करितात. तो त्रिभुवनेश्वरच ह्या अखिल सृष्टीचा उत्पादक आहे. तोच ह्या स्थावरजंगम सर्व भूतांचा संहार करितो. देवांचा अधिपति तोच जाणावा. सर्व देवांना त्याच्याच आज्ञेंत वागावें लागतें. शत्रूंना ताप देणारा तोच होय. तोच सर्व कांहीं जाणतो. सर्व वस्तूंमध्यें ओतप्रोत तोच भरलेला आहे. तो सर्वत्र संचार करितो. तो यच्चयावत् सर्व विश्वांत व्याप्त आहे. परमात्मा तोच होय. तोच हृषीकेश महेश्वर सर्व व्यापून राहिला आहे. त्याच्याहून महान् तत्त्व तिन्ही लोकांत कोणतेंही नाहीं. त्या सनातन भगवंतानेंच मधु दैत्य वधिला. गोविंद ह्या नांवानें त्याचेंच ग्रहण करितात. त्याच्या कृपेनेंच सर्वांना मान मिळतो. तोच सर्व राजांना युद्धांत वधितो. देवांच्या कार्याकरितांच तो मनुष्ययोनींत जन्मतो. त्याच्या अभावीं देवांना ह्या जगांत कोणतेंही देवकार्य करितां येणें अशक्य आहे. त्या नायकाचें देवांना साहाय्य आहे म्हणून देव अंगक्कित कार्यांत यशस्वी होतात. तो भगवान् कृष्णच सर्व प्राण्यांचा नायक होय. सर्व देव त्यालाच वंदितात. देवांचा अधिपति तोच आहे. देवांचें कार्य निग्रहानें तोच करितो. नित्य परब्रह्मरूपानें सर्वत्र व्याप्ति त्याचीच आहे. ब्रह्मर्षींचा आधार तोच होय. त्याच्याच देहांत गर्भागारीं ब्रह्मदेव आनंदानें वास करितो. मी शंकरही त्याच्याच देहाच्या आश्रयानें राहून सुख भोगीत आहें. सर्व देवताही त्याच्याच शरीराचा आश्रय करून सुखांत आहेत. त्या पुंडरीकाक्षाच्या ठिकाणींच श्रीचें वास्तव्य आहे. श्रीसहवर्तमान नित्य राहाणारा तोच होय. शार्ङ्ग धनुष्य, सुदर्शन चक्र, कौमोदकी गदा व नंदक खड्ग हीं त्याच्याच हातांत आहेत. सर्व नागांचा रिपु जो गरुड तो त्याच्याच ध्वजावर आहे. त्याच्याच ठिकाणीं उत्तम शील, मनोजय, इंद्रियनिग्रह, पराक्रम, वीर्य, शरीरसौंदर्य, उन्नतपणा, सप्रमाणता, धैर्य, सरळपणा, संपत्ति, दया, रूप व बल हीं वास करितात. त्याच्यापाशीं सर्व सुंदर, दिव्य व अद्भुत अशा अस्त्रांची समृद्धि आहे. त्यानें योगमायेचा आश्रय केला आहे. त्याला सहस्र (अनंत) नेत्र आहेत. त्याला अपाय म्हणून कसा तो माहीत देखील नाहीं. त्याचें मन थोर आहे. तो मोठा योद्धा आहे. मित्रांचें तो गौरव करितो. आप्तसुहृदांवर तो प्रेम करितो. क्षमा करणें हें त्याचें ब्रीद होय. तो कधींही अहंभावाला शिवत नाहीं. ब्राह्मणांविषयीं त्याच्या ठिकाणीं पूज्यबुद्धि आहे. ब्राह्मणांचा तो शास्ता आहे. भयभीतांचें भय तो हरण करितो. मित्रांचा आनंद तो वाढवितो. सर्व भूतांचा तो आश्रय आहे. तो दीनांचें मोठ्या दक्षतेनें पालन करितो. विद्येची तो मूर्ति होय. सर्व अर्थांचें तो निधान होय. सर्व भूतांना तो वंदनीय होय. समाश्रितांना तो वर देतो. शत्रूंवरही तो अनुग्रह करितो. धर्माचा तो ज्ञाता आहे. नीतीमध्यें तो

निपुण आहे. सदाचरणानें तो संपन्न आहे. ब्रह्माचें तो प्रवचन करितो व त्यानें इंद्रियांना जिंकिलें आहे. असो; तो गोविंद देवांच्या कल्याणाकरितां महान् बुद्धीनें युक्त होत्साता महाधार्मिक व शुभकारक अशा महात्म्या मनु प्रजापतीच्या वंशांत जन्म घेईल. ऋषींनो, मनूला अंग नामक पुत्र होईल. पुढें त्या अंगापासून अंतर्धामा जन्मास येईल. अंतर्धामाला हविर्धामा पुत्र होईल. त्या श्रेष्ठ प्रजापति हविर्धामापासून महान् सुत प्राचीनबर्हि जन्म पावेल. त्या प्राचीनबर्हीला प्रचेतस् आदिकरून दहा पुत्र होतील. प्रचेतसाला दक्ष प्रजापति हा पुत्र होईल. दक्ष प्रजापतीला दाक्षायणी नामक कन्या होईल. दाक्षायणीच्या उदरीं आदित्य जन्मास येईल. आदित्यापासून मनु जन्मेल. मनूपासून इला नामक कन्या आणि सुद्युम्न नामक पुत्र हीं उत्पन्न होतील. इला ही बुधाला वरील आणि तिच्या ठिकाणीं बुधापासून पुरूरवा निपजेल. त्या पुरूरव्यापासून आयु हा उत्पन्न होईल. आयूला नहुष नामक पुत्र होईल आणि ययाति हा त्या नहुषाचा पुत्र होईल. ययातीपासून महावीर्यवान् यदु हा जन्म पावेल. यदूपासून क्रोष्टा होईल. पुढें त्या क्रोष्ट्यापासून वृजिनीवान् नामक एक महान् पुत्र जन्म पावेल. वृजिनीवानाला अपराजित उषंगु हा पुत्र होईल. उषंगूपासून वीर्यशाली पुत्र चित्ररथ नामक जन्मास येईल. आणि चित्ररथाचा धाकटा पुत्र शूर हा होईल. ऋषिजनहो, त्या विख्यात, पराक्रमी, शीलानें व गुणांनीं शोभणाऱ्या, यज्ञयाग करणाऱ्या व अत्यंत शुद्ध अशा राजांच्या—ब्राह्मणांना मान्य अशा—वंशांत महावीर्यवान्, महायशस्वी, मान देणाऱ्या व क्षत्रियश्रेष्ठ अशा शूर राजापासून स्ववंशाचा विस्तार करणारा आनकदुंदुभि किंवा वसुदेव ह्या नांवाचा एक कीर्तिमान् पुत्र जन्म पावेल, आणि त्याला वासुदेव नामक चतुर्भुज पुत्र उत्पन्न होईल! ऋषिजनांनो, तो वासुदेव मोठमोठीं दानें देईल, तो ब्राह्मणांचा सत्कार करील, तो प्रत्यक्ष ब्रह्मरूप होईल, ब्राह्मण त्याजवर प्रेम करतील, तो गिरिगह्वरांत जरासंध राजाला जिंकील व जरासंधानें कारागृहांत कोंडून ठेवलेल्या राजांना तो बंधमुक्त करील. ऋषिजनहो, तो वीर्यवान् यदुपुत्र पृथ्वीवरील सर्व राजांचीं रत्नें हिरावून घेऊन धनाढ्य होईल; तो महाप्रताप गाजवील; पृथ्वीवर त्याचा प्रतिकार कोणीही करूं शकणार नाहीं; त्या महापराक्रमी वीराला सर्व पार्थिवांचें पार्थिवत्व येईल; तो महासत्ताधीश वासुदेव शूरसेन देशांत जन्म पावेल, परंतु द्वारकेंत वास्तव्य करील; तो राजनीतींत महान् ज्ञात होईल; आणि तो सदा जय मिळवून पृथ्वी देवीचें उत्तम पालन करील. ऋषिजनहो, तुम्ही त्या भगवंताची भेट घ्या आणि शाश्वत ब्रह्माची जशी तुम्ही पूजा करितां तशी तुम्ही सुंदर व श्रेष्ठ वाक्पुष्पें समर्पून त्याची यथाविधि पूजा करा. ऋषींनो, ज्या पुरुषाच्या मनांत माझें किंवा पितामह ब्रह्मदेवाचें दर्शन घ्यावयाचें असेल, त्यानें त्या प्रतापशाली भगवान् वासुदेवाचें दर्शन घ्यावें, म्हणजे त्याचें दर्शन घडलें असतां त्यास माझें किंवा देवाधिपति ब्रह्मदेवाचें दर्शन घडल्याप्रमाणें होईल, ह्याजबद्दल मुळींच संदेह नाहीं. तपोधनहो, तो पुंडरीकाक्ष प्रभु ज्याच्यावर प्रसन्न होईल, त्याच्यावर ब्रह्मादिक सर्व देव प्रसन्न होतील; आणि लोकांत जो मनुष्य त्या केशवाचा आश्रय करील त्याला कीर्ति, जय व स्वर्ग मिळेल; आणि तो धर्माचा उपदेश करील व

साक्षात् धर्ममूर्ति बनेल ! ह्यास्तव, धार्मिक पुरुषांनीं सदासर्वकाळ त्या देवेशाला मोठ्या प्रयत्नानें प्रणाम करावा आणि त्या विभूचें पूजन-अर्जन करून महान् पुण्य जोडावें ! ऋषींनो, त्या महातेजस्वी पुरुषोत्तमानें प्रजांच्या हितासाठीं व धर्मसंचयासाठीं ऋषींचे समुदाय उत्पन्न केले आणि ते सर्व सनत्कुमारप्रमुख महान् महान् ऋषि गंधमादन पर्वतावर तपश्चर्येनें युक्त होत्साते भगवदाराधन करीत आहेत ! ह्यास्तव, द्विजश्रेष्ठहो, त्या उत्कृष्ट भाषण करणाऱ्या, धर्म जाणणाऱ्या व स्वर्गामध्यें श्रेष्ठ अशा भगवान् नारायण प्रभु हरीला नमस्कार करावा ! ऋषींनो, त्याला वंदन केलें असतां तो उलट त्या नमस्कारकर्त्याला वंदील; त्याला मान दिला असतां तो उलट त्या मान देणाऱ्याला मान देईल; पुष्पादिकांनीं त्याला पूजिलें असतां तो उलट त्या पूजकाला पूजील; वाणीनें नित्य त्याला स्तविलें असतां तो उलट त्या स्तावकाला स्तवील; त्याचें दर्शन घेतलें असतां तो उलट त्या दर्शन घेणाराचें प्रतिदिवशीं दर्शन घेईल; त्याचा आश्रय केला असतां तो उलट त्या आश्रय करणाराचा आश्रय करील; आणि त्याचें अर्चन केलें असतां तो उलट त्या अर्चकाला नित्य अर्चील ! द्विजश्रेष्ठांनो, त्या परमवंदनीय महान् आदिदेव विष्णूचें हें दृढव्रत आहे आणि महान् महान् सत्पुरुष ह्या त्याच्या व्रताकडे लक्ष देऊन त्याचें मोठ्या आदरानें भजनपूजन करितात. त्या सनातन प्रभूला सर्व त्रिभुवन नित्य पूजितें; देवही त्याच्या पूजनांत निमग्न असतात; आणि सर्व पूजकांना त्याच्याकडून यथायोग्य अभयदान प्राप्त होतें. ऋषिजनहो, सर्व द्विजांनीं सदैव कर्मानें, मनानें व वाचेनें त्याला वंदावें आणि त्याला महान् यत्नांनीं आराधून त्या देवकीसुताचें प्रत्यक्ष दर्शन घ्यावें. मुनिवर्यांनो, हा मीं तुम्हांस श्रेयस्कर मार्ग सांगितला आहे, तर तुम्ही ह्या मार्गानें जाऊन त्या मंगलदायक देवाधिदेवाचें दर्शन घ्या, म्हणजे तुम्हांस सर्व महान् महान् देवतांचें दर्शन घेतल्याचें श्रेय प्राप्त होईल ! ब्राह्मणहो, सर्व लोकांचा पितामह व जगताचा पति अशा त्या महावराहाला मी सदैव नमितों. जगताची उत्पत्ति, स्थिति व नाश करणाऱ्या आम्ही सर्व देवता त्याच्या देहांत वास्तव्य करितों; ह्यास्तव, जो पुरुष त्या परमात्म्याचें दर्शन घेतो त्याला आम्हां तिन्ही देवतांचें निःसंशयपणें दर्शन घडतें ! असो; ऋषिवरांनो, त्या भगवान् वासुदेव कृष्णाचा वडील भ्राता बलराम हा होईल, त्याची देहकांति श्वेत पर्वताप्रमाणें तेजःपुंज असेल, तो हलायुध धारण करील, आणि शक्तीनें तो जणू काय पर्वतच उचलील ! त्या बलरामाच्या रथावर दिव्य सुवर्णमय त्रिशिर तालद्रुम ध्वजाच्या जागीं होईल, मोठ्या मनाचे महान् महान् सर्प त्या महाबाहु त्रिभुवनेश्वराच्या मस्तकावर छत्ररूप बनतील, आणि त्याला जीं जीं शस्त्रास्त्रें हवीं असतील तीं तीं त्यानें मनांत आणितांच त्यास प्राप्त होतील ! ऋषीहो, अनंत हें नांव त्यालाच प्राप्त होईल आणि भगवान् अव्यय हरि आणि तो अनंत ह्यांत अगदीं तादात्म्य असेल ! द्विजांनो, पूर्वीं देवांनी गरुडाला आज्ञा केली कीं, 'गरुडा, तूं महाशक्तिमान् आहेस, ह्याकरितां तूं त्या बलदेवाला समग्र अवलोकन कर ! ' पण, ऋषिवर्यहो, त्या कश्यपात्मज महाबलवान् गरुडाला त्या परमात्म्या बलदेवाचा अंतच लागला नाहीं ! द्विजपुंगवांनो, तो परमात्मा बलदेवच शेषरूप धारण करून मोठ्या आनं-

दानें पृथ्वीच्या अधोभागीं अंतरालांत संचार करितो आणि शरीरानें वसुंधरेला आलिंगन देऊन उचलून धरितो ! द्विजश्रेष्ठांनो, भगवान् वसुधाधर अनंत आणि भगवान् विश्वव्यापक विष्णु हे दोन्ही एकच समजावे ! पृथ्वीला उचलून धरणारा शेषरूप राम व इंद्रियांना आवरून धरणारा अव्ययरूप अच्युत ह्यांत अगदीं भेद नाहीं ! व हे दोन्ही पुरुषश्रेष्ठ दिव्य असून त्यांच्या ठायीं दिव्य तेज वसत आहे ! ह्यास्तव, चक्रधारी वासुदेव व लांगलधारी बलराम ह्यांचें तुह्मीं दर्शन घ्या व त्यांचें आदरानें पूजन करा. तपोधनांनो, ज्या अर्थीं आतां तुह्मी प्रयत्नांनीं भगवान् यदुश्रेष्ठाची पूजा करूं शकाल, त्या अर्थीं, मीं जें तुह्मांला हें वासुदेवाचें माहात्म्य कथन केलें आहे, तो हा माझा तुमच्यावर परमपवित्र अनुग्रहच समजा आणि अनुरूप वर्तन करून कृतार्थता जोडा !

अध्याय एकशें अठ्ठेचाळिसावा.

—:०:—

महापुरुषप्रस्ताव.

नारद ह्मणालाः—कृष्णा, नंतर अंतरिक्षांत महान् शब्द उद्भवला; विजा चमकूं लागल्या; मेघगर्जना सुरू झाली; दाट मेघांनीं आकाश व्याप्त होऊन त्यास नीलवर्ण आला; पावसाळ्यांतल्याप्रमाणें निर्मल जलाची वृष्टि सरू झाली; चोहोंकडे निबिड अंधःकार पडला; व दिशाही ओळखूं येईनातशा झाल्या; आणि त्या सनातन, रमणीय व परमपावन देवगिरीवर भगवान् शंकर किंवा त्याच्या बरोबरचा भूतसंघ हे मुनींना अगोचर झाले! जनार्दना, नंतर क्षणांत तत्काळ आकाश निरभ्र झालें आणि कांहीं विप्र तेथून तीर्थयात्रेला व कांहीं जिकडून आले होते तिकडे निघून गेले ! कृष्णा, तो अद्भुत व अचिंतनीय चमत्कार अवलोकन करून त्या ऋषींना मोठा विस्मय वाटला आणि त्यांतही उमामहेश्वरसंवाद श्रवण करून व तुझ्या कथेचा त्यांत उल्लेख आला तो ऐकून त्यांस फारच कौतुक उत्पन्न झालें ! पुरुषव्याघ्रा कृष्णा, हिमालयपर्वताच्या पृष्ठभागीं महात्म्या महेश्वरानें ज्याचें दर्शन घ्या म्हणून आम्हांस आज्ञा केली, तो तूंच परब्रह्मरूप सनातन भगवान् आहेस ! जनार्दना, दुसरा चमत्कार हा कीं, आज तुझें हें अद्भुत तेज आह्मीं अवलोकन केलें व त्यामुळेंच आम्हांला त्या मागच्या चमत्काराचें स्मरण झालें! प्रभो महाबाहो जनार्दना, देवाधिदेव कपर्दी गिरीश जो भगवान् शंकर त्याचें हें माहात्म्य तुला निवेदन केलें आहे !

भीष्म सांगतातः—राजा युधिष्ठिरा, ह्याप्रमाणें तपोवनांत निवास करणाऱ्या ऋषिजनांचें भाषण ऐकून देवकीनंदनानें त्या सर्वांचा बहुमानपुरःसर सत्कार केला; आणि मग ते सर्व ऋषि अत्यानंदित होतसाते पुनः कृष्णाला ह्मणाले कीं, ‘ मधुसूदना, तूं आह्मांला सदैव वारंवार दर्शन दे. विभो, तुला पाहिलें असतां आम्हांला जसा संतोष होतो तसा संतोष स्वर्गवासापासूनही होत नाहीं ! महाबाहो, भगवान् महेश्वरानें तुझ्या संबंधानें जें कांहीं सांगितलें तें सर्व सत्य होय; आज त्याचा आम्ही प्रत्यक्षच अनुभव घेत आहों. असो; हे शत्रुसंहारका, कृष्णा आम्हांला जी कांहीं गूढ गोष्ट आढळली ती आम्हीं तुला ह्याप्रमाणें सर्व निरूपण केली आहे. देवा, असल्या ह्या गूढ गोष्टीचें यथार्थ तत्त्व तुला बरोबर माहीत आहे; आणि ह्यास्तव आमच्यासारख्यांनीं ह्या गोष्टी तुला सांगण्याचें प्रयोजन नाहीं. परंतु तुझ्या दिव्य

तेजासंबंधानें आह्मीं तुला प्रश्न केला असतां तूं आह्मांस उलट विचारिलेंस की, " स्वर्गांत किंवा पृथ्वीवर जें कांहीं परमाश्चर्य तुह्मीं ऐकिलें किंवा पाहिलें असेल तें मला विदित करावें. " ह्मणून तुझ्या संतोषाकरितां आह्मीं हें गूढ वृत्त तुला सांगितलें आहे. देवा, तुला अविदित असें अखिल त्रिभुवनांत कांहींएक नाहीं ! विभो, जन्म, उत्पत्ति किंवा दुसरें कांहींही कारण तूं जाणतोस आणि गूप्त राखितोस ! पण आमची स्थिति तशी नाहीं. आमच्या ठिकाणीं चंचलपणा फार; ह्यास्तव आमच्यानें गुह्यगोपन घडत नाहीं ! आणि ह्यामुळेंच, जें आह्मांला आश्चर्यकारक वाटलें तें आह्मीं तुझ्यासमोर आमच्या लघुस्वभामुळें व्यक्त केलें आहे. देवा, तुला विदित नाहीं असें एकही आश्चर्य नाहीं. ह्या पृथ्वीवर काय किंवा स्वर्गांत काय, प्रत्येक गोष्ट तुला विदित आहे ! असोः कृष्णा, आतां आह्मीं स्वस्थानीं गमन करितों आणि मनामध्यें चिंतितों कीं, तुला बुद्धि व पुष्टि मिळो आणि तुला तुझ्यासारखा किंबहुना तुझ्याहून वरचढ असा पुत्र होवो व तो महान् प्रताप गाजवून तुझ्या कुळाचें तेज व यश वृद्धिंगत करो ! '

भीष्म सांगतातः—राजा युधिष्ठिरा, नंतर त्या महर्षींनीं देवाधिदेव यदुकुलोत्पन्न पुरुषोत्तमाला प्रणाम केला आणि ते त्यास प्रदक्षिणा घालून मार्गस्थ झाले. असो; राजा धर्मा, तो हा परम कांतीनें युक्त असा श्रीमान् नारायण कृष्ण यथास्थित रीतीनें व्रत परिपूर्ण करून पुनः द्वारकेस परत आला आणि नंतर दहावा महिना पूर्ण झाल्यावर ह्यास रुक्मिणीच्या उदरीं दिव्य पुत्र जन्मला ! कुंतीपुत्रा, रुक्मिणीचा तो तनय सर्वांना मान्य, शूर व वंशाचा अभ्युदय करणारा असून प्रत्यक्ष कामदेवाचा अवतारच होय ! तो (प्रद्युम्न नामक) पुत्र सर्व प्राण्यांच्या, सर्व पदार्थांच्या, सर्व असुरांच्या व सर्व सुरांच्या अंतर्यामीं सदैव संचार करितो ! असो; राजा युधिष्ठिरा, त्या ह्या घनःश्यामसुंदर चतुर्भुज पुरुषशार्दूल कृष्णानें तुह्मां पांडवांना आश्रय दिला आहे आणि तुह्मींही त्याचा मोठ्या प्रेमानें आश्रय केला आहे ! अहो, जेथें ह्या त्रिविक्रम विष्णूचें वास्तव्य आहे, तेथें कीर्ति, लक्ष्मी, विवेक व स्वर्ग हीं प्राप्त व्हावयाचींच ! ह्या भगवान् देवाधिदेवाच्या ठायीं इंद्रप्रमुख सर्व तेहेतीस कोटि देव निवास करितात, ह्याविषयीं संदेहच नाहीं ! मुख्य देव व महादेव हाच होय ! सर्व प्राण्यांना आश्रय ह्याचाच आहे ! ह्यास जन्म नाहीं व मरणही नाहीं ! हा अव्यक्त रूपानें सर्वत्र विद्यमान आहे ! महात्मा मधुसूदन तो हाच होय ! हा महाप्रतापशाली पुरुष देवांच्या कार्यसिद्धीसाठीं जन्मला आहे ! महान् महान् अर्थतत्त्वें प्रतिपादन करणारा व तीं करून दाखविणारा हाच होय ! आणि, अर्जुना, ह्या नारायणाच्या आश्रयानेंच तुला सर्व जय मिळाला, तुला अतुल कीर्ति प्राप्त झाली, आणि तुझ्या हातीं ही सर्व पृथ्वीदेवी आली ! पार्था, तुला अचिंतनीय असा जो हा आधार मिळाला त्यामुळेंच हें तूं सर्व कांहीं करून दाखविलेंस, आणि भगवान् नारायणाच्या बळावरच तूं रणाग्नीमध्यें प्रलयकालाच्या हुताशनासारख्या भयंकर अशा कृष्णरूप महान् स्रुवानें राजेलोकांचें हवन केलेंस !

अरेरे ! युधिष्ठिरा, ह्या बिचाऱ्या दुर्योधनाची मला फारच कींव येते ! ह्या मूर्खानें संतापानें कृष्ण व अर्जुन ह्यांशीं कलह करून

१ अध्याय १३९ पहा.

आपले पुत्र, भ्राते व बांधव ह्या सर्वांचा संहार उडविला! असो; युधिष्ठिरा, ह्या कृष्णाचा पराक्रम काय वर्णावा! महान् महान् प्रचंड व बलिष्ठ असे दैत्य व दानव हे देखील ह्याच्या सुदर्शनरूप अग्नीमध्यें वणव्यांत सांपडलेल्या शलभांप्रमाणें दग्ध होऊन गेले! तेव्हां ज्यांच्या ठिकाणीं शौर्य, शक्ति, बल, इत्यादिकांचा केवळ अभाव, अशीं यःकश्चित् मनुष्यें समरांगणांत ह्याचा प्रतिकार कसा करूं शकतील बरें! अहाहा! अर्जुनाचा काय हो प्रताप! हा केवळ योगी असून याच्या ठायीं प्रलयाग्नीची दीप्ति आहे! आणि ह्यानें रणांत युद्धाला तोंड देऊन दोन्ही हातांनीं बाणवृष्टि केली व पराक्रमानें दुर्योधनाचें सर्व सैन्य ठार मारिलें!

युधिष्ठिरा, भगवान् शंकरानें हिमालय पर्वतावर मुनींना पुराण सांगत असतां नरनारायणांचा जो प्रभाव वर्णिला त्याच्या आधारानें आतां मी तुला सांगतों कीं, अर्जुन व कृष्ण हे नरनारायण होत. एकट्या अर्जुनाच्या ठिकाणीं जें कांहीं वीर्य, शौर्य, तेज, पराक्रम, प्रभाव, कुलीनता, विनय वगैरे आहे त्याच्या तिप्पट तेच गुण ह्या कृष्णाच्या ठिकाणीं आहेत. तेव्हां राजा युधिष्ठिरा, अर्जुन जर इतका अजिंक्य आहे तर कृष्ण हा किती अजिंक्य असेल बरें! म्हणून असा सिद्धांत आहे कीं, जेथें भगवान् कृष्ण तेथें दिव्य यश समजावें! राजा युधिष्ठिरा, आतां आमची किती शोचनीय स्थिति आहे पहा! आमच्या ठिकाणी चांगली बुद्धि नाहीं; आम्ही सर्वस्वी परतंत्र व दीन; आणि तशांत आम्ही बुद्धया मृत्यूचा जो निश्चयात्मक मार्ग त्याला अनुसरलों! तेव्हां आमची अशी दुर्दशा घडावी हें उचित नव्हे काय? पण युधिष्ठिरा, तुझी स्थिति अशी नाहीं! तूं नित्य सरळपणानें वर्ततोस; एकदां केलेली प्रतिज्ञा पाळितोस; इतर राजांसारखें अनुचित वर्तन करीत नाहींस; प्रतिज्ञापालनांत दक्ष असतोस; आणि इतकें करूनही आप्तसुहृदांच्या वधाबद्दल तूं इतका हळहळतोस, ह्याला म्हणावें तरी काय? शत्रुनाशका धर्मा, एकदां जी प्रतिज्ञा केली ती सिद्धीस नेणें हेंच कर्तव्य! प्रतिज्ञेचा भंग करणें हें सर्वस्वी गर्हणीय! ह्यास्तव, तूं जें कांहीं केलेंस तें उचित होय, असें मान आणि खेद करावयाचा सोडून दे! राजा युधिष्ठिरा, कालाच्या योगानेंच हे सर्व जन रणांगणांत पडले! आम्हीही कालानेंच हत झालों आणि काल हा केवळ परमेश्वरच समजावा? धर्मा, ज्या मनुष्याला कालाच्या गतीचें ज्ञान आहे तो कालाच्या फेऱ्यांत सांपडला असतां कधींही दुःख करीत बसणार नाहीं! ह्यासाठीं, कालज्ञा धर्मा, कालानें घडवून आणिलेल्या आपत्तीविषयीं तूं शोक करूं नको! राजा युधिष्ठिरा, रक्तासारखे लाल डोळे करून व हातांत दंड घेऊन सदैव उभा असलेला जो सनातन काल तोच हा कृष्ण होय! ह्यासाठीं, हे कुंतीसुता, जी गोष्ट ह्या तुझ्या प्रिय सख्यानेंच घडवून आणिली तीबद्दल त्वां शोक करावा, हें उचित काय? म्हणून हे कौरवेश्वरा, तूं आतां चित्ताचा कोप टाकून दे आणि नित्य शांति जोड! युधिष्ठिरा, ह्या माधवाचें माहात्म्य माझ्यापासून तूं जें कांहीं ऐकिलेंस, तितकें तुझ्यासारख्या थोराची समजूत होण्याला पुरेसें आहे; शिवाय मी व्यासांचें व बुद्धिमान् नारदाचें वचन ऐकून तदनुसार पूज्यतम भगवान् श्रीकृष्णाचा प्रभाव तुला निरूपण करून सांगितलाच आहे; ह्यावांचून मींही आणखी वेळोवेळीं तुला भगवन्माहात्म्य कथन केलेंच आहे; आणि ह्याशिवाय भगवान शंकर, भगवती पार्वती व ह्यो

ऋषिसंघ ह्यांचा जो संवाद झाला, तोही तूं ऐकिला आहेसच; ह्यास्तव, ह्या सर्वांवरून ह्या भगवान् श्रीकृष्णाचें माहात्म्य मनांत आण आणि चित्त शांत कर. राजा युधिष्ठिरा, भगवान् महेश्वर व भगवती उमादेवी ह्यांच्या संवादश्रवणाचा असा महिमा आहे कीं, जो मनुष्य ह्या महापुरुषानें वर्णन केलेलें भगवच्चरित्र श्रवण करितो, ध्यानांत ठेवितो किंवा दुसऱ्याला सांगतो, त्याला महान् श्रेय प्राप्त होतें, त्यांचे सर्व मनोरथ सिद्धीस जातात, आणि तो मरणोत्तर स्वर्गसुख उपभोगितो, ह्यांत संदेह नाहीं! म्हणून, राजा युधिष्ठिरा, ऋषिजन हे ज्याची नित्य स्तुति करितात त्या जनार्दनाला प्रत्येक भद्रेच्छु पुरुषानें स्तवावें व त्याचा प्रसाद जोडावा, हें न्याय्य आहे. असो; राजा धर्मा, भगवान् महेश्वराच्या मुखांतून निघालेले जे धर्म तूं श्रवण केलेस ते तूं रात्रंदिवस ध्यानांत ठेव आणि तदनुसार वागून व राजदंडाचा उत्तम प्रकारें उपयोग करून तूं प्रजांना पाळ; म्हणजे तुला निश्चयानें स्वर्ग प्राप्त होईल! राजा, तूं सदैव धर्मानें प्रजांचें रक्षण कर आणि महान् पुण्य जोड. बाबारे, राजदंडाची उत्कृष्ट योजना हेंच राजाचें महान् पुण्य समजावें! असो; राजा युधिष्ठिरा, भगवान् शंकराचा भगवती उमेशीं जो धर्मविषयक संवाद झाला, तो मीं तुला ह्या सत्पुरुषांच्या सन्निध कथन केला आहे. ज्या पुरुषानें हा संवाद श्रवण केला त्यानें, किंवा ज्याच्या मनांत हा संवाद ऐकावयाचा असेल त्यानें आपल्या अभ्युदयासाठीं विशुद्ध भावानें भगवान् वृषभध्वजाचें अर्चन करावें, असा त्या परमपूज्य महात्म्या नारद मुनीचा निरोप आहे; तर तूं तदनुरूप त्या भगवान् महेश्वराची पूजा कर. प्रभो कुंतीसुता, भगवान् वासुदेव व भगवान् शंकर ह्यांचें हें स्वाभाविक अद्भुत वृत्त परमपावन हिमालय पर्वतावर घडून आलें! राजा धर्मा, ह्या अविनाशी कृष्णानें (नारायणानें) गांडीवधारी अर्जुनासह (नरासह) बदरिकाश्रमीं दहा सहस्र वर्षेंपर्यंत आणि त्याप्रमाणेंच ह्या कमलनयन वासुदेवधनंजयांनीं तीन युगेंपर्यंत घोर तप केलें, असें मीं नारदापासून व व्यासांपासून ऐकिलें आहे! राजा धर्मा, ह्या महाबाहु पुंडरीकाक्ष कृष्णानें बालपणींच कंसाचें महत् कंदन केलें आणि आपल्या पितरांना सोडविलें! बाबा, ह्या पुराणपुरुषाचीं कर्मे सांगूं लागलों तर तें माझ्यानें घडणार नाहीं; कारण तीं अनंत आहेत! युधिष्ठिरा, ज्या अर्थीं हा पुरुषश्रेष्ठ जनार्दन तुझा सखा आहे; त्या अर्थीं खचित तुला परम श्रेय प्राप्त होईल! धर्मा, दुर्योधनाबद्दल मात्र मला फार दुःख होतें. कारण, त्या अधमाला मेल्यावर सुद्धां दुर्गतिच प्राप्त होईल! अरेरे! काय हो त्या दुर्योधनाचा हा घोर अपराध! त्याच्याकरतां सर्व पृथ्वी हयद्वीपांसह मृत्युमुखीं पडली! अरेरे! दुर्योधन, कर्ण, शकुनि व दुःशासन ह्या चौघांच्या अपराधांसाठीं सर्व कौरव नष्ट झाले!

वैशंपायन सांगतातः—राजा जनमेजया, ह्याप्रमाणें पुरुषश्रेष्ठ गंगापुत्र भीष्म भाषण करीत असतां युधिष्ठिर राजा महात्म्यांच्या त्या सभेंत स्तब्ध झाला! त्याप्रमाणेंच भीष्माचें तें भाषण श्रवण करून धृतराष्ट्रादिक सर्व महीपाल विस्मित झाले! आणि सर्वांनीं भगवान् कृष्णाला मानसपूजा समर्पून हात जोडिले! आणि नारदादिक सर्व ऋषींनींही भीष्माचें तें भाषण ऐकून अभिनंदनपूर्वक त्या भीष्मवाक्याचा गौरव केला! राजा जनमेजया, ह्याप्रमाणें सर्व भ्रात्यांसहित पंडुपुत्र युधिष्ठिरानें अत्यंत आश्चर्यकारक व परमपावन असें भीष्मकृत

धर्मानुशासन श्रवण केलें; आणि नंतर, ब्राह्मणांना विपुल दक्षिणा देणाऱ्या त्या पितामह भीष्मानें विसावा घेतल्यावर त्या महाबुद्धिमान् युधिष्ठिर राजानें पुनः त्यांस प्रश्न केला.

अध्याय एकशें एकुणपन्नासावा.

—:०:—

विष्णुनामसहस्रकथन.

वैशंपायन सांगतातः—राजा जनमेजया, युधिष्ठिरानें सकल धर्म व दानतपश्चर्यादिक सर्व पावन कर्मे श्रवण केल्यावर आणखी पुनः शंतनुपुत्र भीष्माला प्रश्न केला.

युधिष्ठिर म्हणालाः—पितामह, लोकांत मुख्य दैवत कोणतें, अति मोठा आश्रय कोणता, कोणाचें स्तवन किंवा अर्चन केल्यानें मनुष्यांचें कल्याण होतें, सर्व धर्मांत तुम्हाला अतिशय मान्य असा धर्म कोणता, आणि कोणता जप केल्यानें मनुष्य जन्ममरणाच्या फेऱ्यांतून मुक्त होतो, तें सांगा.

भीष्म सांगतातः—राजा युधिष्ठिरा, मनुष्यानें सदासर्वकाळ मोठ्या प्रयत्नानें स्थावरजंगम विश्वाचा अधिपति, देवाधिदेव, देशकालादिकेंकरून अनंत आणि पुरुषोत्तम असा जो विष्णु, त्याचें सहस्र नांवांनीं स्तवन करावें, त्या विनाशहीन पुरुषाचीच नित्य भक्तीनें पूजा करावी, त्याचेंच ध्यान करावें, त्याचाच स्तव करावा, त्यालाच नमस्कार करावा, आणि यज्ञयागांनीं त्यालाच संतोषवावें. राजा, जन्ममरणादिक विकारांपासून अलिप्त असलेल्या, सर्व विश्वास व्यापून राहिलेल्या, त्रिभुवनाचें नियंत्रण करणाऱ्या, ब्रह्मादिक देवांचेंही नियंत्रण करणाऱ्या, सर्व लोकांना पाहाणाऱ्या, ब्राह्मणांविषयीं पूज्यबुद्धि बाळगिणाऱ्या, सर्व धर्म जाणणाऱ्या, प्राण्यांचें यश वाढविणाऱ्या, लोकांना सन्मार्ग दाखविणाऱ्या, अखिल विश्वांत वास्तविक सत्यत्वानें वसणाऱ्या, आणि सर्व प्राण्यांच्या संसाराला प्रेरणा देणाऱ्या परमेश्वराची जो मनुष्य सदैव स्तुति करितो, तो सर्व दुःखांतून पार पडतो. धर्मा, माझ्या मतें सर्व धर्मांमध्यें श्रेष्ठ असा धर्म, हा आहे कीं, मनुष्यानें नेहमीं हृदयरूप कमलाचे ठायीं दृग्गोचर होणाऱ्या परमात्म्याची गुणसंकीर्तनेंकरून पूजा करावी. राजा, जो परमश्रेष्ठ असें तेज, परमश्रेष्ठ असें तप, परमश्रेष्ठ असें ब्रह्म, अत्यंत मोठा आश्रय, सर्व पवित्र वस्तूंना पवित्र करणारा, सर्व मंगलांचें मंगल, अखिल देवतांचें दैवत, भूतमात्राचा अविनाशी जनक, सृष्टीच्या उत्पत्तिकालीं ज्याच्यापासूनच सर्व भूतें उत्पन्न होतात आणि तशींच सृष्टीच्या प्रलयकालीं पुनः ज्याचे ठायीं लय पावतात, त्या सर्वलोकश्रेष्ठ जगन्नाथ श्रीविष्णूचें पापभयहारक नामसहस्र तूं मजपासून श्रवण कर. राजा, त्या सर्वव्यापकाला गुणाश्रयामुळें प्राप्त झालेलीं जीं अनेक नामें सर्वकालीं ऋषिवर्यांनीं पुनःपुनः गाइल्यामुळें रूढ झालेलीं आहेत, तीं तुझे कल्याणार्थ मी तुला सांगतों.

---

१ त्या परमात्म्याच्या व्यापकत्वामुळेंच सर्वत्र चैतन्य आढळतें, सूर्यचंद्रांच्या किंवा ग्रहतारकांच्या ठिकाणीं विशिष्ट तेज प्रत्ययास येतें, आणि इतर नानाविध वस्तूही त्या त्या धर्मांनीं युक्त झालेल्या असतात.

२. तप ह्याचा अर्थ नियमन करणारा, किंवा आज्ञा करणारा असा आहे; तो परमात्माच ह्या लोकांचें, इतर लोकांचें किंवा सर्व भूतांचें अंतर्यामिरूपानें पूर्ण नियमन करितो.

३. तो परमात्माच सर्वांवर सत्ता चालवितो; त्याच्याच ठायीं सत्यादि लक्षणें विद्यमान आहेत; आणि अमर्याद ऐश्वर्याचा धनी तोच होय.

४. जो प्राणी त्याच्या आश्रयास जातो, त्याला पुनः जन्ममरणपरंपरा भोगावी लागत नाहीं.

श्रीविष्णुनामसहस्र.

विश्वं विष्णुर्वषट्कारो भूतभव्यभवत्प्रभुः । भूतकृद्भूतभृद्भावो भूतात्मा भूतभावनः ॥ १ ॥ पूतात्मा परमात्मा च

१ भगवान् **परब्रह्मरूप** विष्णूनें सर्व ब्रह्मांड उत्पन्न करून त्यांत प्रवेश केला आहे, म्हणून त्यास **विश्व** असें नांव आहे. २ त्यानें सर्व ब्रह्मांड व्यापिलें आहे, म्हणून त्यास **विष्णु** असें म्हणतात. ३ त्यालाच उद्देशून सर्व वषट्क्रिया करितात, म्हणून त्यास **वषट्कार** असें म्हणतात. ४ भगवान् परब्रह्मरूप विष्णु हा भूत (पूर्वींच्या) काळाचा व तत्कालिन जगाचा, भव्य (पुढील) काळाचा व तत्कालिन जगाचा, आणि भवत् चालू काळाचा व चालू जगाचा प्रभु म्हणजे सत्ताधीश आहे, म्हणून त्यास **भूतभव्यभवत्प्रभु** असें नांव आहे. ५ रजोगुणाचा आश्रय करून ब्रह्मदेवाच्या रूपानें तोच भूतें निर्मितो, म्हणून त्यास **भूतकृत्** असें म्हणतात. ६ सत्त्वगुणाचा आश्रय करून तोच सर्व भूतांचें भरण म्हणजे पोषण करितो, म्हणून त्यास **भूतभृत्** असें म्हणतात. ७ प्रपंचरूपानें त्याचेंच आस्तित्व सर्वत्र आहे, म्हणून त्यास **भाव** असें म्हणतात. ८ सर्व भूतांचा तो अंतर्यामी आत्मा आहे, म्हणून त्यास **भूतात्मा** असें नांव आहे. ९ सर्व भूतांचें जनन व संवर्धन तोच करितो, म्हणून त्यास **भूतभावन** असें म्हणतात ॥ १ ॥

१० सर्व भूतांचें जनन, पोषण व संहरण करूनही तो ह्या गुणत्रयानें लिप्त नसतो, ह्मणून त्यास **पूतात्मा** ह्मणतात. ११ तो भगवान् कार्यकारणांपासून भिन्न, आणि नित्य, शुद्ध व मुक्त असा आहे, म्हणून त्यास **परमात्मा** म्हणतात. १२ मुक्त पुरुषांचा श्रेष्ठ आश्रय तोच

---

१. ॐ हा परब्रह्माचा वाचक शब्द परमेश्वराच्या नांवापूर्वी लावितात. ॐमित्येतत् । एतदेवाक्षरं ब्रह्म । एतदेवाक्षरं परं । एतदेवाक्षरं ज्ञात्वा यो यदिच्छति तस्य तत् ॥ (श्रीशंकराचार्यभाष्य.) २. विश्वं ब्रह्म । तत्सृष्ट्वा तदेवानुप्राविशदिति श्रुतिः । विश्-प्रवेशने । ३. वेवेष्टि व्याप्नोतीति विष्णुः। अंतर्बहिश्च तत्सर्वं व्याप्य नारायणस्स्थित इति श्रुतिः । विष्-व्यापने । व्याप्य सर्वानिमाँल्लोकान् स्थितः सर्वत्र केशवः । ततश्च विष्णुनामासि विशेर्धातोः प्रवेशनात् । विश्-प्रवेशने, शस्य-षत्वम् । ४ यदुद्देशेन वषट्क्रिया स वषट्कारः । वषट्कारादिमंत्रात्मना देवान् प्रीणयतीति । स्वेच्छया यो वशे सर्वं वषट्कारः करोति सः । वषट् या अव्ययाचा अर्थ वश म्हणजे स्वाधीन असा आहे; हें अव्यय वश्-कांतौ म्हणजे वश-शोभणें, सत्ता चालविणें, ह्या धातूपासून झालें आहे. ५ कालत्रयवर्तिनां प्रभुः स्वामी । भू-सत्तायाम् । ६. यतो वा इमानि भूतानि जायंते । सर्वं ह्येदं ब्रह्मणा हैव सृष्टम् । (कृ-करणें.) ७. विश्वं बिभर्ति भुवनस्य नाभिः । भृ-पोषण करणें. ८. एष त आत्मान्तर्यामीति श्रुतिः । यस्य पृथिवी शरीरम् । ९. धारकपोषकभोग्यप्रदानेन वर्धयतीति । धारकादिप्रदानेन यश्च वर्धयति स्वयम् । भूतानि नित्यं झटिति स तु स्याद्भूतभावनः॥ १०. केवलो निर्गुणश्चेति श्रुतिः । गुणोपरागः स्वेच्छातः पुरुषस्येति । (भगवान् परमेश्वर केवळ स्वेच्छेनें गुणोपाधि धारण करितो. (न मां कर्माणि लिंपन्ति । (भ. गी.) (पू-पवित्र करणें).

मुक्तानां परमा गतिः ॥ अव्ययः पुरुषः साक्षी क्षेत्रज्ञोऽक्षर एव च ॥ २ ॥ योगो योगविदां नेता प्रधानपुरुषेश्वरः । नारसिंह-वपुः श्रीमान्केशवः पुरुषोत्तमः ॥ ३ ॥ सर्वः शर्वः शिवः

होय; जे पुरुष त्याचा आश्रय करितात त्यांस पुनः जन्ममरणपरंपरा भोगावी लागत नाहीं, म्हणून त्यास **मुक्तानां परमा गति** असें नांव आहे. १३ त्यास व्यय म्हणजे विनाश किंवा विकार नाहीं, म्हणून त्यास **अव्यय** म्हणतात. १४ तो पुर (शरीर) ह्यांत शेते (आश्रय करून राहातो) म्हणून त्यास **पुरुष**[३] असें म्हणतात. १५ प्रत्येक गोष्ट तो साक्षात् पाहातोः त्यास सर्व कांहीं अंतःकरणवृत्तिरूप व्यवधानाशिवाय पाहातां येतें, म्हणून त्यास **साक्षी**[४] असें म्हणतात. १६ क्षरण (नाश) पावणारीं जीं नामरूपाकारसंपन्न व स्थूलसूक्ष्मकारणरूप क्षेत्रें (शरीरें) त्यांचें त्यास यथार्थ ज्ञान आहे, म्हणून त्यास **क्षेत्रज्ञ**[५] म्हणतात. १७ परंतु क्षेत्र व क्षेत्रज्ञ ह्यांत असा भेद आहे कीं, क्षेत्र हें क्षर (नाशवान्) आहे व क्षेत्रज्ञ हा अक्षर (अविनाशी) आहे, म्हणून त्या क्षेत्रज्ञ विष्णूला **अक्षर**[६] असें म्हणतात ॥ २ ॥

१८ सर्व इंद्रियें व मन ह्यांचा निरोध करून परमात्म्याच्या ठिकाणीं चित्ताचा लय केला असतां म्हणजे योगाचा अभ्यास केला असतां परब्रह्माचा साक्षात्कार होतो, म्हणून त्याला **योग**[७] हेंच नांव आहे. १९ योगविद् म्हणजे योगाभ्यास करणारे जे ज्ञानी पुरुष त्यांचा नेता म्हणजे त्यांना मोक्षाप्रत नेणारा तो भगवान् विष्णुच होय, म्हणून त्यास **योगविदां नेता** असें म्हणतात. २० प्रधान म्हणजे त्रिगुणात्मक जडतत्त्वसमुदायरूप प्रकृति किंवा माया, आणि पुरुष म्हणजे चेतनरूप जीव ह्यांचा ईश्वर (नियामक) तोच होय, म्हणून त्याला **प्रधानपुरुषेश्वर** असें म्हणतात. २१ त्यानें एका विशिष्ट अवताराच्या समयीं--ज्याला नराचे व सिंहाचेही अवयव आहेत असा विचित्र देह धारण केला होता, म्हणून त्यास **नारसिंहवपु** असें नांव आहे. २२ त्याच्या वक्षःस्थलीं नित्य श्रीचा म्हणजे लक्ष्मीचा निवास आहे, म्हणून त्यास श्रीमान् असें नांव आहे. २३ क (ब्रह्मदेव), अ (विष्णु) व ईश (शंकर) हे त्याच्या कह्यांत असतात, किंवा त्याचे केश सुंदर आहेत, म्हणून त्यास **केशव** म्हणतात. २४ क्षर व अक्षर अशा वस्तूंहूनही तो उत्तम पुरुष आहे, म्हणून त्यास **पुरुषोत्तम** म्हणतात ॥ ३ ॥

२५ यच्चयावत् सत् व असत् वस्तूंची उत्पत्ति त्याच्यापासूनच होते आणि ह्या सर्व विश्वाचें

---

१ मामुपेत्य तु कौंतेय पुनर्जन्म न विद्यते (भ. गी.) २. अजरोऽमर इति श्रुतिः । न वीयते च वैकुंठान्मुक्तोऽधस्तादतोऽव्ययः । (वि+अय्=भ्रंश पावणें.) ३. नवद्वारपुरं पुण्यमेतैर्भावैः समन्वितं । व्याप्य शेते महात्मा यत् तस्मात् पुरुष उच्यते । ४. अक्षेण दर्शनेंद्रियेणसह वर्तमानं यत् तत् साक्षं प्रत्यक्षज्ञानम् । तद्यस्यास्ति स साक्षी । साक्षी--पाहाणारा. ५ क्षेत्रज्ञं चापि मां विद्धि । (भ. गी.) ६. स एव न क्षरतीत्यक्षरः । एवकारात् क्षेत्रज्ञाक्षरयोरभेदः । (क्षर्--गळणें.) ७. युज्यते प्राप्यते अनेनेति । (युज्–जोडणें.) साक्षान्मोक्षैकहेतुत्वात् योग इत्यभिधीयते । ८. विद्–(विद–जाणणें किंवा मिळविणें.) जाणणारा किंवा आचरणारा. नेता– (नी–नेणें) नेणारा. ९. व हा चांगुलपणा दाखविणारा युक्तार्थी प्रत्यय. १०. यस्मात्क्षरमतीतोऽहमक्षरादपि चोत्तमः । अतोऽस्मि लोके वेदे च प्रथितः पुरुषोत्तमः (भ. गी.)

स्थाणुर्भूतादिर्निधिरव्ययः ॥ संभवो भावनो भर्ता प्रभवः प्रभुरीश्वरः ॥ ४ ॥ स्वयंभूः शंभुरादित्यः पुष्कराक्षो महास्वनः ॥ अनादिनिधनो धाता विधाता धातुरुत्तमः ॥ ५ ॥ अप्रमेयो हृषीकेशः पद्मनाभो

ज्ञान त्यालाच आहे, म्हणून त्यास **सर्व** म्हणतात. २६ सकल प्रजांचा संहार तोच करितो, म्हणून त्यास **शर्व** असें नांव आहे. २७ त्रैगुण्याच्या पूर्ण अभावामुळें तो अत्यंत शुद्ध आहे, म्हणून त्यास **शिव** असें नांव आहे. २८ स्थैर्य हा धर्म त्या परमेश्वराच्या ठिकाणींच नित्य आहे, म्हणून त्यास **स्थाणु** असें म्हणतात. २९ सर्व भूतांचें आदिकारण तोच आहे, म्हणून त्यास **भूतादि** म्हणतात. ३० प्रलयकालीं सर्व विश्व त्याच्याच ठायीं स्थापिलें जातें, पण त्याचा व्यय कधींही होत नाहीं, म्हणून त्यास **अव्यय निधि** असें म्हणतात. ३१ भगवान् विष्णु हा धर्माच्या संस्थापनेकरितां, दुष्टांच्या विनाशाकरितां व साधूंच्या रक्षणाकरितां प्रत्येक युगांत स्वतःच्या इच्छेनें उत्तम प्रकारचा अवतार घेतो, म्हणून त्यास **संभव**[३] म्हणतात. ३२ सर्व भोक्त्यांना फलसिद्धि त्याच्यापासूनच होते, म्हणून त्यास **भावन** म्हणतात. ३३ सर्व प्रपंचाला तोच धारण करितो व पोषितो, म्हणून त्यास **भर्ता** म्हणतात. ३४ सर्व महाभूतें त्याच्यापासूनच जन्म पावतात, म्हणून त्यास **प्रभव** म्हणतात. ३५ सर्व प्रकारचें दिव्य सामर्थ्य त्याच्याच ठायीं आहे, म्हणून त्यास **प्रभु** असें म्हणतात. ३६ उपाधिरहित ऐश्वर्य त्याच्याच ठिकाणीं आहे, म्हणून त्यास **ईश्वर** म्हणतात ॥ ४ ॥

३७ तो देवाधिदेव आपल्या आपण जन्म पावला, म्हणून त्यास **स्वयंभू** म्हणतात. ३८ भक्तांना शं (सुख) त्याच्यापासूनच प्राप्त होतें, म्हणून त्यास **शंभु** म्हणतात. ३९ आदित्यमंडलांतील जो महातेजोमय पुरुष तो परमात्माच होय, म्हणून त्यास **आदित्य** असें म्हणतात. ४० त्याचे अक्षि (नेत्र) पुष्कराप्रमाणें (कमलाप्रमाणें) तेजःपुंज आहेत, म्हणून त्यास **पुष्कराक्ष** म्हणतात. ४१ वेदरूप महान् (परम पूज्य) स्वन (शब्द) त्याच्या निश्वासापासूनच उत्पन्न झाला, म्हणून त्यास **महास्वन** म्हणतात. ४२ आदि (जन्म) व निधन (मरण) हीं त्याला नाहींत, म्हणून त्यास **अनादिनिधन** म्हणतात. ४३ अनंत (शेष) इत्यादिकांच्या रूपांनीं सर्व विश्वाला तोच धारण करितो व पोषितो, म्हणून त्यास **धाता** म्हणतात. ४४ कर्मे व त्यांचीं फलें तोच निर्माण करितो, किंवा जगाची उत्पत्ति करणारा जो ब्रह्मदेव तोही त्याचेंच एक विशिष्ट रूप होय, म्हणून त्यास **विधाता** म्हणतात. ४५ पृथिव्यादिक सर्व धातूंपेक्षां म्हणजे आधारांपेक्षां चित्स्वरूप जो परमात्मा तोच उत्तम धातु (आधार) होय, म्हणून त्यास **धातुरुत्तम** म्हणजे **उत्तम धातु** म्हणतात ॥ ५ ॥

४६ शब्द, स्पर्श, रस, रूप व गंध हे पांचही इंद्रियविषय परमेश्वराला नाहींत, म्हणून

---

१. सर्व हा शब्द सृ–जाणें ह्या धातूपासून झाला आहे. "सर्वे गत्यर्था धातवो ज्ञानार्थाः" म्हणून सर्व ह्या शब्दाचा मूळ अर्थ–ज्यापासून सर्व विश्व उत्पन्न झालें व ज्याला सर्व विश्वाचें ज्ञान आहे तो असा समजावा. २ शर्व–शॄ–हिंसायाम् । ३. स्वेच्छया समीचीनं भवनमस्तीति संभवः ४. ईश–ऐश्वर्ये । ५. एषोऽन्तरादित्ये हिरण्मयः पुरुषो दृश्यते । इति श्रुतिः । ६. धा–पोषण करणें.

ऽमरप्रभुः ॥ विश्वकर्मा मनुस्त्वष्टा स्थविष्ठः स्थविरो ध्रुवः ॥ ६ ॥

त्याचें प्रत्यक्ष प्रमाणानें ज्ञान होणें अशक्य आहे; परमेश्वराच्या ठिकाणीं व्याप्तिदर्शक लिंगें (चिन्हें) नाहींत, म्हणून त्याचें ज्ञान अनुमान प्रमाणानें होत नाहीं; परमेश्वराचें साहृश्य कशानेंही दाखवितां येत नाहीं, म्हणून त्याचें ज्ञान उपमान प्रमाणानें होत नाहीं; परमेश्वराविषयीं कोणतेंच विधान करितां येत नाहीं; म्हणून, सांगितलेल्या विधानांच्या आधारानें न सांगितलेल्या विधानाविषयीं अनुमान करून ह्मणजे अर्थापत्ति प्रमाणानें त्याचें ज्ञान व्हावयाचें नाहीं; परमेश्वराचें अभाव हेंच स्वरूप होय, म्हणून त्याचें ज्ञान शाब्द प्रमाणानें होत नाहीं; आणि तोच अभावरूप परमेश्वर सर्वांचा ह्मणजे अभावाचा सुद्धां साक्षी आहे, म्हणून अनुपलब्धि प्रमाणानेंही त्याचें ज्ञान करून घेतां येत नाहीं ! एवंच, सहाही प्रमाणांनीं परमेश्वराचें ज्ञान घडणें अशक्यच आहे, म्हणून त्यास **अप्रमेय** असें म्हणतात. ४७ हृषीकांचें (इंद्रियांचें) आकलन तोच करितो, ह्मणून त्याला **हृषीकेश** म्हणतात. ४८ जगताचें कारण जें पद्म तें त्या भगवंताच्याच नाभीच्या ठायीं उत्पन्न झालें, ह्मणून त्यास **पद्मनाभ** म्हणतात. ४९ सर्व देवांचा अधिदेव तोच होय, ह्मणून त्यास **अमरप्रभु** म्हणतात. ५० सर्व विश्व ही वस्तुतः त्याचीच कृति आहे, ह्मणून त्यास **विश्वकर्मा** ह्मणतात. ५१ मन् म्हणजे मनन व तज्जन्य ज्ञान हीं वास्तविकपणें त्याच्याच ठायीं वास करितात, म्हणून त्यास **मनु** हें नांव आहे. ५२ सृष्टीच्या संहारसमयीं सर्व भूतांना तोच क्षीण करितो, म्हणून त्यास **त्वष्टा** (तासणारा) असें नांव आहे. ५३ भगवान् परमात्मा विराट्स्वरूपानें अतिशयच स्थूल आहे, म्हणून त्यास **स्थविष्ठ** असें नांव आहे. ५४ स्थविर म्हणजे पुरातन, आणि ध्रुव म्हणजे निश्चल किंवा निर्विकृत; भगवान् विष्णु हा पुरातन कालापासून आहे तसाच आहे, म्हणून त्यास **स्थविरो ध्रुव** असें म्हणतात ॥ ६ ॥

---

१. इंद्रियार्थसंनिकर्षजन्यज्ञानं प्रत्यक्षम् । २. अनुमितिकरणमनुमानं । तत्र धूमो वन्हिव्याप्य इति । (धूर हें अग्नीचें लिंग आहे म्हणून त्याच्या अस्तित्वावरून अग्नीचें अनुमान करितां येईल; परंतु परमेश्वराला कोणतेंही लिंग नसल्यामुळें अनुमान प्रमाणानें परमेश्वराचें ज्ञान होणें अशक्य होय.) ३. उपमितिकरणमुपमानं । तच्च साहृश्यज्ञानात्मकम् । ४. अर्थस्य अनुक्तार्थस्य आपत्तिः सिद्धिः । पीनो देवदत्तो दिवा न भुंक्ते । म्हणजे गलेलठ्ठ देवदत्त दिवसास जेवीत नाहीं; ह्या विधानावरून तो रात्रीस जेवतो असें अनुमान काढणें ह्यास अर्थापत्ति म्हणतात. परमेश्वराविषयीं जर कोणतेंच विधान सांगतां येत नाहीं, तर उक्त विधानावरून अनुक्त विधानाची अटकळ तरी कशी करितां येईल ? ५. वचसामप्यगोचरः । ६. अनुपलब्धि—दाखवितां न येणें. नास्ति घटोऽनुपलब्धेः । घट नाहीं, कारण तो आहे असें दाखवितां येत नाहीं. ह्याप्रमाणें परमेश्वराचा विचार करितां येत नाहीं, कारण त्याच्या ठिकाणीं साक्षित्वदृष्टीनें भाव व नामरूपादिकांनीं अभाव व्यक्त दिसतो. ७. प्रमा—जाणणें, मापणें. ८. हृषीकाणीन्द्रियाण्याहुः तेषामीशो यतो भवान् । हृषीकेशस्ततो विष्णुः ख्यातो देवेषु केशवः ॥ ९. अजस्य नाभावध्येकमर्पितमिति श्रुतिः । १०. तेषाममराणां सृष्ट्याद्यधिकारदानेन निर्वाहक इति (अमरप्रभुः)। ११. प्राक् ब्रह्मसृष्टेरूर्ध्वं च विश्वकर्मेति कथ्यते । १२. नान्योऽस्ति मन्तेति श्रुतिः । १३. त्वक्षतेस्तनूकरणकर्मणस्तृच (त्वक्ष्—तासणें.) १४. स्थूलशब्दात् इष्ठन् । स्थूलतमः ।

अग्राह्यः शाश्वतः कृष्णो लोहिताक्षः प्रतर्दनः ॥ प्रभूतास्त्रिककुब्धाम पवित्रं मंगलं परम् ॥ ७ ॥ ईशानः प्राणदः प्राणो ज्येष्ठः श्रेष्ठः प्रजापतिः ॥ हिरण्यगर्भो भूगर्भो माधवो मधुसूदनः ॥ ८ ॥ ईश्वरो विक्रमी धन्वी मेधावी विक्रमः क्रमः ॥ अनुत्तमो दुराधर्षः कृतज्ञः

५५ तो मन, वाणी व इंद्रियें ह्यांस अगोचर आहे, म्हणून त्यास **अग्राह्य** असें ह्मणतात. ५६ तो सर्व कालीं विद्यमान आहेच, म्हणून त्यास **शाश्वत** म्हणतात. ५७ भगवान् विष्णु हा सर्वांचा आनंददायक आधार होय, म्हणून त्यास **कृष्ण** म्हणतात. ५८ त्याचे नेत्र आरक्त आहेत, म्हणून त्यास **लोहिताक्ष** म्हणतात. ५९ तो प्रलयकालीं भूतांचा संहार करितो, म्हणून त्यास **प्रतर्दन** म्हणतात. ६० ज्ञान, ऐश्वर्य, इत्यादि गुणांनीं तो ओतप्रोत भरलेला आहे, म्हणून त्यास **प्रभूत** म्हणतात. ६१ वर, खालीं व मध्यें म्हणजे तिन्हीं दिशांच्या जागीं अथवा एकंदरींत सर्वत्र परमेश्वराचें निवासस्थान आहे, म्हणून त्यास **त्रिककुब्धाम** असें म्हणतात. ६२ तो स्वतः शुद्ध असून मंत्र, ऋषि, देवता, इत्यादि रूपांनीं जीवांची शुद्धि करितो, म्हणून त्यास **पवित्र** असें म्हणतात. ६३ केवळ स्मरणाच्या योगानें तो अशुभ गोष्टींचा संहार करितो व शुभ गोष्टी प्राप्त करून देतो, म्हणून त्यास **मंगलपर** असें नांव आहे ॥ ७॥

६४ सर्व भूतांचा नियंता तोच आहे, ह्मणून त्यास **ईशान** ह्मणतात. ६५ सर्व प्राण्यांना चेतना तोच देतो, म्हणून त्यास **प्राणद** म्हणतात. ६६ तो सर्व प्राण्यांचा प्राण होय, म्हणून त्यास **प्राण** असें नांव आहे. ६७ तो परमात्मा अत्यंत पुरातन आहे; ब्रह्मादिकांचाही पिता तोच होय, म्हणून त्यास **ज्येष्ठ** ह्मणतात. ६८ तो अत्यंत शक्तिमान् आहे, म्हणून त्यास **श्रेष्ठ** ह्मणतात. ६९ तो सर्व प्रजांचा स्वामी आहे, म्हणून त्यास **प्रजापति** ह्मणतात. ७० हिरण्यगर्भ ह्मणून जो अगदीं प्रथम जीव उत्पन्न झाला तो वस्तुतः परमेश्वरच होय, म्हणून त्यास **हिरण्यगर्भ** म्हणतात. ७१ त्याच्याच उदरांत ही भूमि राहिली आहे, म्हणून त्यास **भूगर्भ** ह्मणतात. ७२ मा ह्मणजे लक्ष्मी हिचा तो पति आहे, म्हणून त्यास **माधव** म्हणतात. ७३ त्यानें मधु नामक दैत्याचा वध केला, म्हणून त्यास **मधुसूदन** म्हणतात ॥ ८ ॥

७४ त्याला सर्व प्रकारची शक्ति आहे, म्हणून त्यास **ईश्वर** म्हणतात. ७५ विक्रम म्हणजे पराक्रम हा वस्तुतः त्याच्याच ठिकाणीं वास करितो, म्हणून त्यास **विक्रमी** म्हणतात. ७६ खरा खरा धनुष्यधारी म्हणजे शास्त्रधारी तोच होय, म्हणून त्यास **धन्वी** असें म्हणतात. ७७ त्यालाच बहुत ग्रंथ स्मरणांत ठेवण्याचें सामर्थ्य आहे, म्हणून त्यास **मेधावी** म्हणतात. ७८ तो वि म्हणजे गरुड ह्यावर बसून आक्रमण करितो, किंवा त्यानें सर्व व्यापून टाकिलें आहे, म्हणून त्यास **विक्रम** म्हणतात. ७९ क्रम म्हणजे पद्धति ही त्याचीच मूर्ति आहे,

१. यतो वाचो निवर्तंते अप्राप्य मनसा सह। इति श्रुतिः ॥ २. शाश्वतं शिवमच्युतम् ॥ इति श्रुतिः। ३. कृष्ण=कृष्+ण. कृषिर्भूवाचकः शब्दो णश्च निर्वृत्तिवाचकः। कृष्णस्तद्भावयोगाच्च कृष्णो भवति शाश्वतः ॥ ४. तर्द्-हिंसा करणें. अत्ता चराचरग्रहणात्। ५. त्रि=तीन; ककुभ्-दिशा; धाम=निवासस्थान. ६. ईश्वरस्सर्वभूतानाम् (भ. गी.) ७. ब्रह्मैव भूतानां ज्येष्ठम्। ८. हिरण्यगर्भः समवर्ततांग्र इति श्रुतिः। ९. सूद्-ठार मारणें.

कृतिरात्मवान् ॥ ९ ॥ सुरेशः शरणं शर्म विश्वरेताः प्रजाभवः ॥ अहः संवत्सरो व्यालः प्रत्ययः सर्वदर्शनः ॥ १० ॥ अजः सर्वेश्वरः सिद्धः सिद्धिः सर्वादिरच्युतः ॥ वृषाकपिरमेयात्मा सर्वयोगविनिःसृतः ॥ ११ ॥

म्हणून त्यास **क्रम** म्हणतात. ८० त्याच्यापेक्षां उत्तम असा कोणीही नाहीं, म्हणून त्यास **अनुत्तम** म्हणतात. ८१ त्याच्या वाटेस जाण्यास कोणीही समर्थ नाहीं, म्हणून त्यास **दुराधर्ष** म्हणतात. ८२ बऱ्या-वाईट सर्व कर्मांचा जाणणारा तोच होय, म्हणून त्यास **कृतज्ञ** म्हणतात. ८३ जगांतील सर्व क्रियांचा आत्मा तो परमेश्वरच आहे, म्हणून त्यास **कृति** असें नांव आहे. ८४ तो भगवान् आपलें अढळ वैभव उपभोगितो ह्मणजे तो मात्र खरा स्वतंत्र होय, म्हणून त्यास **आत्मवान्** म्हणतात ॥ ९ ॥

८५ सुरांचा—देवांचा तो ईश आहे, म्हणून त्यास **सुरेश** म्हणतात. ८६ तो आर्त जनांची आर्ति हरण करितो, म्हणून त्यास **शरण** ह्मणतात. ८७ तोच दुःखें नाहींतशीं करून सुख देतो, म्हणून त्या सुखमूर्तीला **शर्म** असें नांव आहे. ८८ सर्व विश्वाचें कारण तोच होय, म्हणून त्यास **विश्वरेता** म्हणतात. ८९ सर्व प्रजा (स्थावरजंगम पदार्थ) त्याच्यापासूनच उत्पन्न होतात, म्हणून त्यास **प्रजाभव** ह्मणतात. ९० अह (दिवस—प्रकाश) हें त्याचेंच रूप आहे, म्हणून त्यास **अह** असें म्हणतात. ९१ भगवान् विष्णूचेंच काल हें रूप असल्यामुळें त्या कालात्मक विष्णूला **संवत्सर** असें नांव आहे. ९२ त्याला आल म्हणजे बंधन नाहीं, म्हणून त्यास **व्याल** म्हणतात. ९३ ज्ञानाच्या योगानेंच तो गम्य आहे, म्हणून त्यास **प्रत्यय** म्हणतात. ९४ त्याला सर्व विषयांचें ज्ञान आहे किंवा त्याच्या दृष्टीस अगोचर असें कांहींएक नाहीं, म्हणून त्यास **सर्वदर्शन** म्हणतात ॥ १० ॥

९५ तो कधीं जन्म पावत नाहीं, म्हणून त्यास **अज**[६] म्हणतात. ९६ सर्व ईश्वरांचा तो ईश्वरआहे, म्हणून त्यास **सर्वेश्वर**[७] म्हणतात. ९७ तो नित्य सिद्ध आहे, म्हणून त्यास **सिद्ध** हेंच नांव आहे. ९८ निरतिशय फल म्हणजे मोक्ष तो तद्रूपच होय, म्हणून त्यास **सिद्धि** असें नांव आहे. ९९ सर्वांचें आदिकारण तोच होय, म्हणून त्यास **सर्वादि** म्हणतात. १००तो स्वस्वरूपापासून कधीं च्युत होत नाहीं, म्हणून त्यास **अच्युत**[८] म्हणतात. १०१ तो भगवन् विष्णुच सर्व कामांची वृष्टि करितो, श्रेष्ठ धर्म तोच होय, आणि त्यानेंच पृथ्वीचें क म्हणजे उदक ह्यांतून प म्हणजे पालन केलें, ह्मणून त्या सकल मनोरथ परिपूर्ण करणाऱ्या व धर्मस्वरूप वराह अवतार घेणाऱ्या प्रभूला **वृषाकपि**[९] असें नांव आहे. १०२ भगवान् विष्णु इतका आहे, असें मान करितां येत नाहीं, म्हणून त्यास **अमेयात्मा**[१०] ह्मणतात. १०३ तो सर्व योगांपासून (संबंधांपासून) विनिःसृत (अलिप्त) आहे, व तो सर्व योगांनीं (शास्त्रांनीं) विनिःसृत (न समजण्यासारखा) आहे, म्हणून त्यास **सर्वयोगविनिःसृत**[११] म्हणतात ॥ ११ ॥

१. यस्मात्परं नापरमिति श्रुतिः । न त्वत्समोऽस्त्यभ्यधिकः कुतोऽन्यः इति स्मृतिः। २. आ+धृष्—पीडा करणें, पराभव करणें. ३. स्वे महिम्नि प्रतिष्ठानादात्मवानभिधीयते । ४. शृ—रक्षण करणें. ५. प्रज्ञानं ब्रह्मेति श्रुतिः ; ६. न जातो न जनिष्यतीति श्रुतिः । ७. एष सर्वेश्वर इति श्रुतिः । ८. शाश्वतं शिवमच्युतम् । इति श्रुतिः । ९. कपिर्वराहः श्रेष्ठश्च धर्मश्च वृष उच्यते । तस्मात् वृषाकपि प्राह काश्यपो मां प्रजापतिः । १०. इयानित्यपरिच्छेद्यस्वरूपः । ११. असंगो ह्ययं पुरुष इति श्रुतिः

वसुर्वसुमनाः सत्यः समात्मा संमितः समः॥ अमोघः पुंडरीकाक्षो वृषकर्मा वृषाकृतिः ॥ १२ ॥ रुद्रो बहुशिरा बभ्रुर्विश्वयोनिः शुचिश्रवाः॥ अमृतः शाश्वतः स्थाणुर्वरारोहो महातपाः ॥ १३ ॥

१०४ त्याच्या ठिकाणीं सर्व भूतें वास करितात, सर्व भूतांच्या ठायीं तो वास करितो, वसूंमधील जो पावक¹ तो तोच होय, किंवा जगतांतील श्रेष्ठत्व त्याच्याच ठिकाणीं वास करितें, म्हणून त्यास **वसु** म्हणतात. १०५ त्याचें मन वसु म्हणजे उदार आहे, म्हणजे त्याच्या मनांत रागद्वेषादि विकार मुळींच नाहींत, म्हणून त्यास **वसुमना** म्हणतात. १०६ तो सत्पुरुषांवर कृपा² करितो, किंवा जगांतील सर्व मूर्तामूर्त वस्तूंच्या³ ठिकाणीं अविनाशिरूपानें तोच अधिष्ठित आहे, किंवा त्याचेंच ज्ञान हें सत्यज्ञान⁴ होय, म्हणून त्यास **सत्य** म्हणतात. १०७ त्याच्या मनांत रागद्वेषादि कोणतेही विकार नसल्यामुळें तो एकटा मात्र सर्व प्राण्यांविषयीं समान भावना धारण करितो, म्हणून त्यास **समात्मा**⁵ म्हणतात. १०८ सर्व वस्तुसमुदायांवरून त्याच्या विराट्स्वरूपाचें मान होईल किंवा सर्व वस्तुसमुदायांवरूनही त्याच्या विराट्स्वरूपाचें मान होणार नाहीं, म्हणून त्यास **संमित**⁶ किंवा **असंमित** म्हणतात. १०९ तो सदासर्वकाळ विकाररहित राहातो, म्हणून त्यास **सम** म्हणतात. ११० तो सर्व फल देतो, किंवा तो जें जें मनांत आणितो तें तें सिद्धीस नेतो, म्हणून त्यास **अमोघ**⁷ म्हणतात. १११ हृदयरूप⁸ पुंडरीकांत त्याची व्याप्ति असते, किंवा पुंडरीकासारखे त्याचे नेत्र तेजःपुंज आहेत, म्हणून त्यास **पुंडरीकाक्ष** म्हणतात. ११२ त्याचें कर्म वृषरूप म्हणजे धर्मरूप आहे, म्हणून त्यास **वृषकर्मा** म्हणतात. ११३ त्याच्या आकृति म्हणजे अवतार⁹ धर्मस्थापनेसाठींच असतात, म्हणून त्यास **वृषाकृति** म्हणतात ॥ १२ ॥

११४ भगवान् विष्णु हा संहारकालीं प्रजांचा संहार करून रडतो किंवा रडावयास लावितो किंवा रुद्राचें म्हणजे दुःखाचें कारणच नाहींसें करितो, म्हणून त्यास **रुद्र**¹⁰ म्हणतात. ११५ त्याला बहुत मस्तकें आहेत, म्हणून त्यास **बहुशिरा**¹¹ म्हणतात. ११६ सर्व लोकांचें तो पालनपोषण व धारण करितो, म्हणून त्यास **बभ्रु**¹² म्हणतात. ११७ सर्व विश्वाचें कारण तोच होय, म्हणून त्यास **विश्वयोनि** म्हणतात. ११८ त्याचीं श्रव म्हणजे नांवें परमपवित्र आहेत, म्हणून त्यास **शुचिश्रवा** म्हणतात. ११९ त्याला कधीं मृत (मरण) नाहीं, म्हणून त्यास **अमृत** म्हणतात. १२० तो नित्य, निर्विकार व निश्चल आहे, म्हणून त्यास **शाश्वत स्थाणु** म्हणतात. १२१ त्याचा आरोह (लोक) महाश्रेष्ठ आहे, त्याच्या लोकीं आरोह म्हणजे चढून जाणें श्रेयस्कर आहे, व त्याच्या लोकीं गेलेला पुरुष पुनः खालीं येत नाहीं, म्हणून¹³ त्यास **वरारोह**¹⁴

१. वसूनामस्मि पावकः। (भ. गी.) २. सत्सु साधुः। ३. असावादित्य इति श्रुतिः। ४. सत्यज्ञानमनंतंब्रह्मेति श्रुतिः। ५. एक आत्मा वा सम आत्मेति श्रुतिः ६. मा–मोजणें. ७ सत्यसंकल्प इति श्रुतिः। ८. यत्पुंडरीकं पुरमध्यसंस्थम्। इति श्रुतिः। ९. धर्मसंस्थापनार्थाय संभवामि युगे युगे। (भ. गी.) १०. रुद्र इत्युच्यते तस्मात् शिवः परमकारणम्। ११. सहस्रशीर्षेति श्रुतिः। १२. भृ–धारण करणें, पोषणें. १३. अजरोऽमर इति श्रुतिः। १४. न च पुनरावर्तत इति श्रुतिः। यं प्राप्य न निवर्तंत इति स्मृतिः।

सर्वगः सर्वविद्भानुर्विष्वक्सेनो जनार्दनः ॥ वेदो वेदविदव्यंगो वेदांगो वेदवित्कविः ॥ १४ ॥ लोकाध्यक्षः सुराध्यक्षो धर्माध्यक्षः कृताकृतः ॥ चतुरात्मा चतुर्व्यूहश्चतुर्दंष्ट्रश्चतुर्भुजः ॥ १५ ॥ भ्राजि-

म्हणतात. १२२ त्याचें तप (ज्ञान) महत् (पूज्य) आहे, किंवा त्याचें तप (सामर्थ्य) महत् (अगाध) आहे, म्हणून त्यास **महातपा** म्हणतात ॥ १३ ॥

१२३ त्याची गति (व्याप्ति) कारणत्वानें सर्वत्र आहे, म्हणून त्यास **सर्वग** म्हणतात. १२४ त्याला सर्वांचें ज्ञान आहे, त्याच्या अधीन सर्व आहे, आणि तोच सर्वांना प्रकाश देतो, म्हणून त्यास **सर्वविद्भानु** म्हणतात. १२५ त्यानें रणाचा उद्योग आरंभिल्याबरोबर दैत्यांची सेना विष्वक् म्हणजे चोहोंकडे पळून जाते, म्हणून त्यास **विष्वक्सेन** म्हणतात. १२६ तो दुष्ट जनांचें शासन करितो व पातक्यांना नरकामध्यें टाकितो, म्हणून त्यास **जनार्दन** म्हणतात. १२७ तो भगवान् विष्णुच सर्वांचें अज्ञानरूप तम नष्ट करून सर्वांना ज्ञानदीप प्राप्त करून देतो, म्हणून त्यास **वेद** असें म्हणतात. १२८ तो वेदांना व वेदार्थांना उत्कृष्ट जाणतो म्हणून त्यास **वेदविद्** असें म्हणतात. १२९ तो ज्ञानादिकांनीं परिपूर्ण आहे, त्याच्या ठिकाणीं अज्ञानादिक व्यंगें मुळींच नाहींत, म्हणून त्यास **अव्यंग** म्हणतात. १३० वेद हे त्याच्या अंगभूत आहेत, म्हणजे वेदार्थज्ञानानेंच त्याचें स्वरूप ओळखितां येतें, म्हणून त्यास **वेदांग** म्हणतात. १३१ तो स्वतः वेदार्थांचें मनन करितो, म्हणून त्यास **वेदविद्** म्हणतात. १३२ त्याच्याइतकी दूर किंवा सूक्ष्म दृष्टि कोणालाच नाहीं, म्हणून त्या सर्वदृष्टि व महाकल्पक परमेश्वराला **कवि** असें म्हणतात ॥ १४ ॥

१३३ सर्व लोकांना अवलोकन करून त्यांचें नियमन मुख्यत्वेंकरून तोच करितो, म्हणून त्यास **लोकाध्यक्ष** म्हणतात. १३४ लोकपालादि सुरांचा अधिपति तोच होय, म्हणून त्यास **सुराध्यक्ष** म्हणतात. १३५ तो साक्षात् धर्माधर्म पाहातो व तदनुरूप फलें अर्पण करितो, म्हणून त्यास **धर्माध्यक्ष** म्हणतात. १३६ कृतरूपानें (कार्यरूपानें) व अकृतरूपानें (कारण-रूपानें) तोच असतो, म्हणून त्यास **कृताकृत** म्हणतात. १३७ जगाची उत्पत्ति, स्थिति व लय ह्या कार्यांमध्यें त्या परमात्म्याच्याच चार चार पृथक् विभूति असतात, म्हणून त्यास **चतुरात्मा** म्हणतात. १३८ मन, बुद्धि, चित्त व अहंकार ह्या चार ठिकाणीं वासुदेव, प्रद्युम्न, अनिरुद्ध व संकर्षण ह्या चार देवतांच्या रूपानें तो वास करितो, म्हणून त्यास **चतुर्व्यूह** म्हण-तात. १३९ त्यानें नृसिंहावतारीं चार उग्र दाढा असलेलें रूप प्रकट केलें म्हणून त्यास **चतुर्दंष्ट्र** म्हणतात. १४० त्याला चार भुज आहेत, म्हणून त्याला **चतुर्भुज** म्हणतात ॥ १५ ॥

१ यस्य ज्ञानमयं तप इति मंत्रवर्णात् । २. तमेव भान्तमनुभाति सर्वमिति श्रुतिः । यदादित्य-गतं तेज इति स्मृतिः । ३. अर्द–पीडा करणें किंवा टाकणें. ४. तेषामेवानुकंपार्थमहमज्ञानजं तमः । नाशयाम्यात्मभावस्थो ज्ञानदीपेन भास्वता ॥ (भ. गी.) ५. सर्वदृङ् नान्योऽस्तीति श्रुतिः । ६. कविर्मनीषीति मंत्रवर्णात् । ७. ब्रह्मा दक्षादयः कालस्तथैवाखिलजंतवः ॥ विभूतयो हरेरेता जग-तस्सृष्टिहेतवः ॥ विष्णुर्मन्वादयः कालः सर्वभूतानि च द्विज । स्थितेर्निमित्तभूतस्य विष्णोरेता विभू-तयः ॥ रुद्रः कालोऽन्तकाद्याश्च समस्ताश्चैव जंतवः ॥ चतुर्धा प्रलयायैता जनार्दनविभूतयः ॥ (विष्णुपुराणे.)

ष्णुर्भोजनं भोक्ता सहिष्णुर्जगदादिजः ॥ अनघो विजयो जेता विश्वयोनिः पुनर्वसुः ॥१६॥ उपेंद्रो वामनः प्रांशुरमोघः शुचिरूर्जितः॥ अतींद्रः संग्रहः सर्गो धृतात्मा नियमो यमः ॥ १७ ॥ वेद्यो वैद्यः

१४१ तो चैतन्यरूप प्रकाशानें सदैव प्रकाशित आहे, ह्मणून त्यास **भ्राजिष्णु** ह्मणतात. १४२ प्रकृति हीं परमेश्वराचें भोजन ह्मणजे भोज्य विषयच होय, आणि तिच्या भोजनानें (उपभोगानें) परमेश्वराला तृप्ति होते, ह्यावरून तिच्यामध्यें परमात्म्याचेंच अधिष्ठान आहे, म्हणून त्या परमात्म्याला **भोजन** ह्मणतात. १४३ तो परमात्मा पुरुषरूपानें त्या मायेचा उपभोग घेतो, ह्मणून त्यास **भोक्ता** ह्मणतात. १४४ तो भगवान् विष्णु अत्यंत सहनशील आहे, ह्मणून त्यास **सहिष्णु** ह्मणतात. १४५ तोच हिरण्यगर्भरूपानें जगताच्या आरंभीं स्वतः उत्पन्न होतो, म्हणून त्यास **जगदादिज** म्हणतात. १४६ त्याच्या ठिकाणीं पातकाचा लेशही नाहीं, म्हणून त्यास **अनघ**[2] ह्मणतात. १४७ तो ज्ञानवैराग्यादि गुणांनीं विश्वाला जिंकितो, ह्मणून त्यास **विजय** म्हणतात. १४८ तो स्वभावतः सर्वांवर सत्ता चालवितो, म्हणून त्यास **जेता** म्हणतात. १४९ तोच सर्व विश्वाचें कारण होय, ह्मणून त्यास **विश्वयोनि** म्हणतात. १५० तो परमात्माच क्षेत्रज्ञरूपानें पुनःपुनः शरीरांत वास करितो, म्हणून त्यास **पुनर्वसु** म्हणतात ॥ १६ ॥

१५१ तो इंद्राचा अनुज आहे, किंवा तो इंद्रादिक देवांच्या वर आहे, म्हणून त्यास **उपेंद्र** म्हणतात. १५२ त्या भगवंतानेंच वामनावतार धारण करून बलीपाशीं वसुधा मागितली, म्हणून त्यास **वामन** म्हणतात. १५३ तो परमेश्वरच उंच होऊन सर्व त्रैलोक्याचें आक्रमण करून वर गेला, म्हणून त्यास **प्रांशु**[3] म्हणतात. १५४ त्याचें कोणतेंही कृत्य व्यर्थ होत नाहीं, म्हणून त्यास **अमोघ** म्हणतात. १५५ तो स्वतः शुद्ध असून जे कोणी त्याचें भजनपूजन करितात त्यांसही तो शुद्ध करितो, म्हणून त्यास **शुचि**[4] म्हणतात. १५६ त्याच्या ठिकाणीं दिव्य बल वास करितें, म्हणून त्यास **ऊर्जित**[5] म्हणतात. १५७ तो स्वभावसिद्ध ज्ञानैश्वर्यांनीं इंद्राहूनही वरचढ आहे, म्हणून त्यास **अतींद्र** म्हणतात. १५८ प्रलयकालीं सर्व विश्वाचा प्रतिसंहार (समावेश) त्याच्याच ठिकाणीं होतो, म्हणून त्यास **संग्रह** असें म्हणतात. १५९ सर्व सृष्टि किंवा सर्व सृष्टीचें कारण तोच होय, म्हणून त्यास **सर्ग** म्हणतात. १६० जन्मादि-विकाररहित होत्साता एकाच रूपानें तो आत्म्याचें धारण करितो किंवा विराडादि आकार किंवा देह त्यानें धरिले आहेत, म्हणून त्यास **धृतात्मा** म्हणतात. १६१ आपल्या निरनिराळ्या अधिकारांच्या योगानें तो प्रजांचें नियमन करितो, म्हणून त्यास **नियम** म्हणतात. १६२ सर्व प्राण्यांच्या अंतर्यामीं राहून तोच जगाला वळण लावितो, म्हणून त्यास **यम** म्हणतात ॥ १७ ॥

१६३ मोक्षार्थी जनांनीं बोध करून घेण्यास तो योग्य आहे, म्हणून त्यास **वेद्य** असें म्हणतात. १६४ त्याला सर्व विद्या अवगत आहेत, म्हणून त्यास **वैद्य** म्हणतात. १६५ तो नित्य स्वस्वरूपीं योगधारणा करून असतो, म्हणून त्यास **सदायोगी** म्हणतात. १६६ तो धर्माच्या

१. भ्राज–प्रकाशणें. २. अपहतपाप्मेति श्रुतिः । ३. उंच. । ४. अस्पर्शश्च महान् शुचिः । ५. ऊर्जा–बलम् ।

सदायोगी वीरहा माधवो मधुः ॥ अतींद्रियो महामायो महोत्साहो महाबलः ॥ १८ ॥ महाबुद्धिर्महावीर्यो महाशक्तिर्महाद्युतिः ॥ अनिर्देश्यवपुः श्रीमानमेयात्मा महाद्रिधृक् ॥ १९ ॥ महेष्वासो महीभर्ता श्रीनिवासः सतां गतिः ॥ अनिरुद्धः सुरानंदो गोविंदो गोविदां-

रक्षणाकरितां असुरादिक धर्मद्वेष्ट्या वीरांना वधितो, म्हणून त्यास **वीरहा** म्हणतात. १६७ मा म्हणजे विद्या, हिचा पति तोच होय, म्हणून त्यास **माधव** म्हणतात. १६८ मधु म्हणजे मध किंवा वसंत ऋतु हे जसे सर्वांना आवडतात तसाच तो परमेश्वर सर्वांना अतिशय आवडतो, म्हणून त्यास **मधु** म्हणतात. १६९ तो इंद्रियांना अविषय आहे, म्हणून त्यास **अतींद्रिय** म्हणतात. १७० त्याची माया मोठी अगाध आहे, म्हणून त्यास **महामाय** म्हणतात. १७१ त्याला जगताची उत्पत्ति, स्थिति व लय हीं करण्याला मोठा उत्साह वाटतो, म्हणून त्यास **महोत्साह** म्हणतात. १७२ महान् महान् बलवानांना बलरूप तोच होय, म्हणून त्यास **महाबल** म्हणतात ॥ १८ ॥

१७३ महान् महान् बुद्धिमान् पुरुषांची बुद्धि तोच होय, म्हणून त्यास **महाबुद्धि** म्हणतात. १७४ महताची उत्पत्ति करणारें अविद्यालक्षण वीर्य त्याच्याच ठिकाणीं आहे, म्हणून त्यास **महावीर्य** म्हणतात. १७५ त्याच्या ठिकाणीं महान् सामर्थ्य आहे, म्हणून त्यास **महाशक्ति** म्हणतात. १७६ त्याच्या ठायीं आंत व बाहेर प्रकाश पावणारें महान् तेज वसत आहे, किंवा चंद्रसूर्यादिकांना तेज देणारा तोच होय, किंवा तो स्वतः प्रकाशमान् आहे, म्हणून त्यास **महाद्युति** म्हणतात. १७७ त्याच्या स्वरूपाचें वर्णन करितां येत नाहीं, म्हणून त्यास **अनिर्देश्यवपु** म्हणतात. १७८ ऐश्वर्याची देवता श्री ही त्याच्याच ठिकाणीं पूर्णपणें वास करिते, म्हणून त्यास **श्रीमान्** म्हणतात. १७९ कोणत्याही प्राण्याला त्याच्या आत्म्याची म्हणजे बुद्धीची कल्पना करितां येत नाहीं, म्हणून त्याला **अमेयात्मा** म्हणतात. १८० त्यानें मंदर व गोवर्धन ह्या महान् पर्वतांना अमृतमंथनसमयीं व गोरक्षणसमयीं उचलून धरिलें म्हणून त्यास **महाद्रिधृक्** म्हणतात ॥ १९ ॥

१८१ त्याचें धनुष्य फारच मोठें आहे, म्हणून त्यास **महेष्वास**[1] ह्मणतात. १८२ तो भगवानच खरा खरा महीचा भर्ता होय, किंवा त्यानेंच महान् समुद्रांत बुडून गेलेल्या महीचें भरण ह्मणजे उद्धरण केलें, म्हणून त्यास **महीभर्ता** म्हणतात. १८३ श्रीचा निवास त्याच्याच वक्षःस्थलीं आहे, म्हणून त्यास **श्रीनिवास** म्हणतात. १८४ साधु जनांना पुरुषार्थाचा हेतु तोच होय, म्हणून त्यास **सतां गति** ह्मणतात. १८५ त्याच्या प्रादुर्भावाला कोणीही प्रतिबंध करीत नाहीं, म्हणून त्याला **अनिरुद्ध** म्हणतात. १८६ सुरांना आनंददायक तोच होय, म्हणून त्यास **सुरानंद** म्हणतात. १८७ पूर्वी नष्ट झालेल्या पृथ्वीला त्यानेंच गुहेंतून बाहेर काढिलें व त्यामुळें देवांनीं त्यास **गोविंद** असें नांव दिलें; किंवा वेदरूप वाणी प्रथम त्यालाच प्राप्त झाली, किंवा इंद्रियांची प्रतीति तरी त्यालाच असते, म्हणून त्यास **गोविंद** म्हणतात.

१. इष्वास–धनुष्य.

पतिः ॥ २० ॥ मरीचिर्दमनो हंसः सुपर्णो भुजगोत्तमः ॥ हिरण्यनाभः सुतपाः पद्मनाभः प्रजापतिः ॥२१॥ अमृत्युः सर्वदृक्सिंहः संधाता संधिमान् स्थिरः ॥ अजो दुर्मर्षणः शास्ता विश्रुतात्मा सुरारिहा ॥ २२ ॥ गुरुर्गुरुतमो धाम सत्यः सत्यपराक्रमः ॥ निमिषोऽ

१८८ गोरूप वेदवाणी ऋषींनीं जाणिली, पण त्या ऋषींचें पालन तो भगवानच करितो, म्हणून त्यास **गोविदां पति** असें म्हणतात ॥ २० ॥

१८९ तेजस्वी पदार्थांमध्यें खरा तेजस्वी तोच होय, म्हणून त्यास **मरीचि** म्हणतात. १९० ज्या प्रजा स्वाधिकाराचें उल्लंघन करितात त्यांचें तो यमादिकांकडून दमन करितो, म्हणून त्यास **दमन** म्हणतात. १९१ तोच संसारबंधाचें हनन करितो, म्हणून त्यास **हंस** म्हणतात. १९२ मोद व प्रमोद हे त्याचे चांगले पर्ण (पक्ष) होत, म्हणून त्यास **सुपर्ण** म्हणतात. १९३ भुजगोत्तम शेष हें त्या भगवंताचेंच रूप होय, म्हणून त्यास **भुजगोत्तम** म्हणतात. १९४ भगवंताचें नाभिस्थान सुवर्णाप्रमाणें झळाळत आहे, म्हणून त्यास **हिरण्यनाभ** म्हणतात. १९५ बदरिकाश्रमीं नरनारायणरूपानें तोच महान् तप करितो, किंवा मनानें आणि इंद्रियांनीं तो एकाग्र तप आचरितो, म्हणून त्यास **सुतपा** म्हणतात. १९६ पद्माप्रमाणें त्याची नाभि गरगरीत वाटोळी आहे, किंवा हृदयरूप पद्माच्या नाभींत तो सदैव प्रकाशित असतो, म्हणून त्यास **पद्मनाभ** म्हणतात. १९७ जन्मास येणाऱ्या सर्व जीवांचा स्वामी तोच आहे, म्हणून त्यास **प्रजापति** म्हणतात ॥ २१ ॥

१९८ त्याला मृत्यु किंवा मृत्यूचा हेतु मुळींच नाहीं, म्हणून त्यास **अमृत्यु** म्हणतात. १९९ प्राण्यांचें करणें किंवा न करणें हें सर्व तो पाहातो, म्हणून त्यास **सर्वदृक्** म्हणतात. २०० दुष्टांचा संहार करणारा तो देवाधिदेवच होय, म्हणून त्यास **सिंह** म्हणतात. २०१ तोच जीवांचा कर्मफलांशीं संयोग करितो, म्हणून त्यास **संधाता** म्हणतात. २०२ जीवांच्या कर्मांचें फल वस्तुतः तोच भोगतो, म्हणून त्यास **संधिमान्** म्हणतात. २०३ त्याची सदासर्वकाल समान स्थिति असते, म्हणून त्यास **स्थिर** म्हणतात. २०४ त्याला जन्म नाहीं, म्हणून त्यास **अज** म्हणतात. २०५ त्याचें तेज दानवादिकांना सहन होणें कठीण आहे, म्हणून त्यास **दुर्मर्षण** म्हणतात. २०६ तो श्रुतिस्मृत्यादिकांच्या योगानें सर्वांचें मन प्रगल्भ करितो, म्हणून त्यास **शास्ता**[1] म्हणतात. २०७ त्याचा आत्मा विशिष्ट लक्षणांनीं कळावयाचा नाहीं, सत्यज्ञान हेंच त्याचें लक्षण होय, म्हणून त्यास **विश्रुतात्मा** म्हणतात. २०८ तो सुरांच्या शत्रूंचा वध करितो, म्हणून त्यास **सुरारिहा** असें म्हणतात ॥ २२ ॥

२०९ सर्व विद्यांचा अध्यापक किंवा सर्व लोकांचा जनक तोच होय, म्हणून त्यास **गुरु** म्हणतात. २१० ब्रह्मादिकांना त्यानेंच ब्रह्मविद्या शिकविली, म्हणून त्यास **गुरुतम** म्हणतात. २११ सर्व विश्वाला प्रकाशित करण्यास समर्थ असें त्याचें तेज विलक्षण आहे, म्हणून त्यास **धाम** म्हणतात. २१२ त्याचें वचन कधींहीं असत्य होत नाहीं किंवा त्याचा कधीं लय होत नाहीं, म्हणून त्यास **सत्य** म्हणतात. २१३ त्याचा पराक्रम कधींही व्यर्थ जात नाहीं, म्हणून

१. शास्–शिकविणे.

निमिषः स्रग्वी वाचस्पतिरुदारधीः ॥ २३ ॥ अग्रणीर्ग्रामणीः श्रीमान्न्यायो नेता समीरणः ॥ सहस्रमूर्धा विश्वात्मा सहस्राक्षः सहस्रपात् ॥ २४ ॥ आवर्तनो निवृत्तात्मा संवृतः संप्रमर्दनः । अह स्संवर्तको वह्निरनिलो धरणीधरः ॥ २५ ॥ सुप्रसादः प्रसन्नात्मा विश्व-

त्यास **सत्यपराक्रम** ह्मणतात. २१४ योगनिद्रेंत त्यानें नित्य नेत्र मिटले आहेत, म्हणून त्यास **निमिष** म्हणतात. २१५ तो नित्य जागाच आहे, म्हणून त्यास **अनिमिष** म्हणतात. २१६ तो भूततन्मात्रारूप वैजयंती नित्य धारण करितो, म्हणून त्यास **स्रग्वी** म्हणतात. २१७ तो विद्येचा पति असून त्याची बुद्धि मोठी उदार आहे, म्हणून त्यास **वाचस्पतिरुदारधी** अशी संज्ञा आहे ॥ २३ ॥

२१८ मुमुक्षु पुरुषांना तो अग्र म्हणजे श्रेष्ठ पदीं नेतो, म्हणून त्यास **अग्रणी** म्हणतात. २१९ भूतांच्या ग्रामाला (समुदायाला) तो त्या त्या कामांत प्रवृत्त करितो, म्हणून त्यास **ग्रामणी** म्हणतात. २२० त्याचें तेज सर्वांना मागें टाकितें, म्हणून त्यास **श्रीमान्** म्हणतात. २२१ प्रमाणांना अनुसरून भेद करणारा तर्क म्हणजे जो न्याय तो त्याचेंच रूप होय, म्हणून त्यास **न्याय** म्हणतात. २२२ जगत्त्रयाचा स्वस्तिक्षेम चालविणारा तोच होय, म्हणून त्यास **नेता** म्हणतात. २२३ श्वासोच्छ्वासरूपानें भूतांना तोच चेतना देतो, म्हणून त्यास **समीरण**[1] म्हणतात. २२४ त्याला सहस्रावधि शीर्षें आहेत, म्हणून त्यास **सहस्रमूर्धा**[2] म्हणतात. २२५ सर्व विश्व हा त्याचा आत्मा होय, म्हणून त्यास **विश्वात्मा** म्हणतात. २२६ त्याला हजारों डोळे आहेत म्हणजे सर्व कांहीं उत्तम प्रकारेंकरून दिसतें, म्हणून त्यास **सहस्राक्ष** म्हणतात. २२७ त्यास सहस्रावधि पाद आहेत, म्हणजे तो अनंत पावलांनीं संचार करितो, म्हणून त्यास **सहस्रपाद्** म्हणतात ॥ २४ ॥

२२८ संसारचक्राला तोच गरगर फिरावयास लावितो, म्हणून त्यास **आवर्तन**[3] म्हणतात. २२९ त्यानें आपलें मन संसारपाशापासून दूर ठेविलें आहे, म्हणून त्यास **निवृत्तात्मा** म्हणतात. २३० त्याला अविद्येचें (मायेचें) संवरण आहे म्हणून त्यास **संवृत**[4] म्हणतात. २३१ तो रुद्रकालादिक विभूतींच्या योगें जगाचें मर्दन करितो, म्हणून त्यास **संप्रमर्दन**[5] म्हणतात. २३२ तोच दिनराज सूर्याला उत्तमरीतीनें प्रवर्तवितो, म्हणून त्यास **अहस्संवर्तक** म्हणतात. २३३ देवतांना हविर्भाग पोंचविणारा वन्हि हें त्याचेंच रूप होय, म्हणून त्यास **वह्नि**[6] असें म्हणतात. २३४ अनादान म्हणजे कांहींएक न घेणें ह्या स्वरूपाचा जो अनिल म्हणजे वायु तें त्याचेंच रूप होय, म्हणून त्यास **अनिल** म्हणतात. २३५ शेष, दिग्गज, वराह, इत्यादिक रूपांनीं तोच पृथ्वीला धारण करितो, म्हणून त्यास **धरणीधर** म्हणतात ॥ २५ ॥

२३६ तो दुसऱ्यावर उत्तम प्रकारें करून प्रसाद करितो, म्हणून त्यास **सुप्रसाद** म्हणतात. २३७ त्याचा आत्मा रजस्तमांनीं कलुषित होत नाहीं, तो नित्य प्रसन्न असतो,

१. ईर्–प्रेरणा करणें. २. सहस्रशीर्षा पुरुष इति श्रुतिः । ३. आ+वृत्–(प्रयोज्य०) फिरवणें. ४. संवृ–झांकणें. ५. सं+प्र+मृद्–चूर्ण करणें. ६ वहनात् वह्निः ।

धृग्विश्वभुग्विभुः ॥ सत्कर्ता सत्कृतः साधुर्जह्नुर्नारायणो नरः ॥ २६ ॥ असंख्येयोऽप्रमेयात्मा विशिष्टःशिष्टकृच्छुचिः॥ सिद्धार्थः सिद्धसंकल्पः सिद्धिदः सिद्धिसाधनः ॥२७॥ वृषाही वृषभो विष्णुर्वृषपर्वा वृषो-

त्याच्या अंतर्यामीं सदैव करुणा वसते, किंवा त्याच्या कामना सदैव तृप्त झालेल्या असतात, ह्मणून त्यास **प्रसन्नात्मा** म्हणतात. २३८ तो विश्वाला धाकांत ठेवितो, म्हणून त्यास **विश्वधृक्** म्हणतात. २३९ तो अखिल विश्वाला भक्षितो, म्हणून त्यास विश्वभुक् म्हणतात. २४० तो हिरण्यगर्भादिक रूपांनीं नित्य नानारूपें घेतो, म्हणून त्यास **विभु** म्हणतात. २४१ तोच सत्पात्रांचा सत्कार करितो, म्हणून त्यास **सत्कर्ता** म्हणतात. २४२ सत्काराला खरा खरा पात्र तोच होय, म्हणून त्यास **सत्कृत** म्हणतात. २४३ तो नित्य विहित आचरण करितो, म्हणून त्यास **साधु** म्हणतात. २४४ संहारसमयीं तोच जगाला गुप्त करितो, म्हणून त्यास **जह्नु**[१] म्हणतात. २४५ नारांचें म्हणजे नररूप चराचरात्मक शरीरजाताच्या ठिकाणीं नित्य रहाणाऱ्या जीवांचें आश्रयस्थान व त्या सर्व जीवांच्या अंतर्यामीं राहून त्या सर्वांचें नियमन करणारा तो परमात्माच असल्यामुळें त्यास **नारायण**[२] असें म्हणतात. २४६ तोच सर्व जीवांना कर्मानुरूप त्या त्या स्थळीं नेतो, म्हणून त्यास **नर**[३] म्हणतात ॥ २६ ॥

२४७ त्याचें संख्यान म्हणजे वर्णन करितां येत नाहीं, म्हणून त्यास **असंख्येय**[४] म्हणतात. २४८ त्याच्या स्वरूपाचें मान करितां येत नाहीं, म्हणून त्यास **अप्रमेयात्मा** म्हणतात. २४९ तोच सर्वांत श्रेष्ठ आहे, म्हणून त्यास **विशिष्ट** म्हणतात. २५० तोच सर्वांचें शासन करितो किंवा तोच सर्वांना शिष्टता देतो, म्हणून त्यास **शिष्टकृत** म्हणतात. २५१ त्याच्या ठिकाणीं मलाचा लेप मुळींच नाहीं, म्हणून त्यास **शुचि** (शुद्ध) म्हणतात. २५२ त्याला मागावयाचा किंवा इच्छावयाचा असा अर्थ कोणताच नाहीं, सर्व कांहीं त्याजपाशीं सदैव सिद्धच आहे, म्हणून त्यास **सिद्धार्थ** म्हणतात. २५३ त्याचे मनोरथ सदासर्वकाळ सिद्धीस जातात, म्हणून त्यास **सिद्धसंकल्प** म्हणतात. २५४ तो सर्वांना यथायोग्य फळें देतो, म्हणून त्यास **सिद्धिद** म्हणतात. २५५ सिद्धीचें साधन तोच होय, म्हणून त्यास **सिद्धिसाधन** म्हणतात ॥ २७ ॥

२५६ त्याचा दिवस नित्य धर्मानें किंवा पुण्यानें युक्त असाच असतो, म्हणून त्यास **वृषाही** म्हणतात. २५७ तो भक्तांवर फलसिद्धिरूप वृष्टि करितो, म्हणून त्यास **वृषभ** म्हणतात. २५८ त्यानें तीन पदांनीं सर्व त्रिभुवन व्यापिलें, म्हणून त्यास **विष्णु** म्हणतात. २५९ त्याच्या परंधामास चढून जाण्यासाठीं वृष (धर्म) हीच पर्व (सोपानपरंपरा) होय, म्हणून त्यास **वृषपर्वा** म्हणतात. २६० त्याच्या उदरांत सदैव वृषाचेंच (धर्माचेंच) अधिष्ठान आहे, म्हणून त्यास **वृषोदर** म्हणतात. २६१ तोच सर्वांचें वर्धन करितो, म्हणून त्यास **वर्धन** म्हणतात. २६२

१. ह्नु—लपविणें, किंवा ह्रा—टाकणें. २. नरशब्देन चराचरात्मकं शरीरजातमुच्यते । तत्र नित्यसंनिहिता जीवा नारा इति निरुच्यते । तेषामयनाश्रयो नियामकोऽन्तर्यामी नारायण इति । ३. नयतीति नरः प्रोक्तः परमात्मा सनातनः ४. सं+ख्या—वर्णन करणें.

दरः । वर्धनो वर्धमानश्च विविक्तः श्रुतिसागरः ॥ २८ ॥ सुभुजो दुर्धरो वाग्मी महेंद्रो वसुदो वसुः ॥ नैकरूपो बृहद्रूपः शिपिविष्टः प्रकाशनः ॥२९॥ ओजस्तेजोद्युतिधरः प्रकाशात्मा प्रतापनः ॥ ऋद्धः स्पष्टाक्षरो मंत्रश्चंद्रांशुर्भास्करद्युतिः॥३०॥अमृतांशूद्भवो भानुःशशबिंदुः

प्रपंचरूपानें मायेकरवीं तोच वृद्धिंगत होतो, ह्मणून त्यास **वर्धमान** ह्मणतात. २६३ तो परमात्मा वर्धमान असतांही त्यापासून अगदीं पृथक् राहातो, ह्मणून त्यास **विविक्त** ह्मणतात. २६४ श्रुतींचा सागर (अनंत वेद) त्या भगवंतापाशींच आहेत, ह्मणून त्यास **श्रुतिसागर** ह्मणतात ॥ २८ ॥

२६५ त्याला सर्व जगताचें रक्षण करण्यास योग्य असे श्रेष्ठ भुज आहेत, म्हणून त्यास **सुभुज** म्हणतात. २६६ पृथिव्यादिकांना त्याच्याशिवाय दुसरे कोणीही धारण करण्यास समर्थ नाहींत, किंवा तो धारण करण्यास दुष्कर आहे, म्हणून त्यास **दुर्धर** म्हणतात. २६७ वेदरूप उत्तम वाणीनें तो सर्वांना मार्ग दाखवितो, म्हणून त्यास **वाग्मी** म्हणतात. २६८ तो देवांचाही देव होय, म्हणून त्यास **महेंद्र** म्हणतात. २६९ तोच सर्वांना वसु (धन) देतो, म्हणून त्यास **वसुद** म्हणतात. २७० वसु हें तरी त्याचेंच रूप होय, म्हणून त्यास **वसु** असें नांव आहे. २७१ त्याचें रूप एक नाहीं, म्हणून त्यास **नैकरूप** म्हणतात. २७२ त्याचें रूप अत्यंत प्रचंड आहे, म्हणून त्यास **बृहद्रूप** म्हणतात. २७३ भगवान् विष्णु हा यज्ञरूपानें शिपि म्हणजे पशु ह्याच्या ठिकाणीं निविष्ट आहे, म्हणून त्यास **शिपिविष्ट** म्हणतात. २७४ तोच सर्वांना प्रकाशित करितो, म्हणून त्यास **प्रकाशन** म्हणतात ॥ २९ ॥

२७५ ओज (प्राणबल), तेज (शौर्यादिक गुण) आणि द्युति (कांति) ह्या सर्वांना तोच धारण करितो, म्हणून त्यास **ओजस्तेजोद्युतिधर** असें म्हणतात. २७६ प्रकाश हाच त्याचा आत्मा होय, म्हणून त्यास **प्रकाशात्मा** म्हणतात. २७७ तो सूर्यादिक विभूतींच्या योगानें विश्वाला तापवितो, म्हणून त्यास **प्रतापन** म्हणतात. २७८ त्याच्या ठिकाणीं धर्मज्ञानवैराग्यादि गुण समृद्ध आहेत, म्हणून त्यास **ऋद्ध** म्हणतात. २७९ तो कधींच अस्पष्ट व क्षरण पावणारा नाहीं, व त्याचें स्वरूप ॐकार ह्या अक्षरानें स्पष्ट होतें, म्हणून त्यास **स्पष्टाक्षर** म्हणतात. २८० ऋग्, यजु व साम ह्या वेदांतील मंत्रवचनांनीं त्याचेंच बोधन होतें, म्हणून त्यास **मंत्र** म्हणतात. २८१ तापत्रयानें संतप्त झालेल्या जीवांना तो चंद्रकिरणांप्रमाणें आल्हाद देतो, म्हणून त्यास **चंद्रांशु** म्हणतात. २८२ भास्कराला जें तेज प्राप्त झालें त्याचें कारण तो देवाधिदेवच होय, म्हणून त्यास **भास्करद्युति** म्हणतात ॥ ३० ॥

२८३ अमृताप्रमाणें आल्हादकारक किरण असलेला जो चंद्र त्याचा उद्भव त्या परमेश्वरापासूनच झाला, म्हणून त्यास **अमृतांशूद्भव** म्हणतात. २८४ तो स्वयंप्रकाशित आहे, म्हणून त्यास **भानु** म्हणतात. २८५ शशाचा बिंदु (लांच्छन) ज्याच्यावर आहे तो चंद्र त्याचाच अंश होय, म्हणून त्यास **शशबिंदु** म्हणतात. २८६ तो देवांपेक्षां व दात्यांपेक्षां समर्थ आहे, म्हणून त्यास **सुरेश्वर** म्हणतात. २८७ तोच भवरोगावर औषध होय व त्याच्यापासूनच सर्व

१. वि+विच्–दूर राहाणे. २. वच–बोलणें.

सुरेश्वरः ॥ औषधं जगतः सेतुः सत्यधर्मपराक्रमः ॥ ३१ ॥ भूतभव्यभवन्नाथः पवनः पावनोऽनलः ॥ कामहा कामकृत्कांतः कामः कामप्रदः प्रभुः ॥ ३२ ॥ युगादिकृद्युगावर्तो नैकमायो महाशनः ॥ अदृश्योऽव्यक्तरूपश्च सहस्रजिदनंतजित् ॥ ३३ ॥ इष्टो विशिष्टः शिष्टेष्टः

जगताचें तारण होतें, म्हणून त्यास **औषध** म्हणतात. २८८ सर्व जगाला बंधन घालणाऱ्या किंवा सर्व जगाच्या वर्णाश्रमधर्मांना व्यवस्थितपणें संभाळणाऱ्या त्या प्रभूला **जगतःसेतु** असें म्हणतात. २८९ त्याच्या पराक्रमामध्यें धर्मज्ञानादिक गुण सत्य आहेत, म्हणून त्यास **सत्यधर्मपराक्रम** म्हणतात ॥ ३१ ॥

२९० भूत (मागें गेलेल्या), भव्य (पुढें येणाऱ्या) व भवत् (चालू असलेल्या) सर्व भूतांचा नाथ तोच होय, म्हणून त्यास **भूतभव्यभवन्नाथ** म्हणतात. २९१ वायु हें त्याचेंच रूप होय, म्हणून त्यास **पवन** म्हणतात. २९२ तोच सर्वांना पवित्र करितो, म्हणून त्यास **पावन** म्हणतात. २९३ ज्याची कधींही तृप्ति होत नाहीं तो अग्नि हें त्याचेंच रूप होय, म्हणून त्यास **अनल** म्हणतात. २९४ मुमुक्षूंचे काम तोच नष्ट करितो, म्हणून त्यास **कामहा** म्हणतात. २९५ तोच भक्तांचे सर्व काम पूर्ण करितो, म्हणून त्यास **कामकृत्** म्हणतात. २९६ तोच अत्यंत सुंदर आहे, म्हणून त्यास **कांत** म्हणतात. २९७ पुरुषार्थांची इच्छा करणारे पुरुष त्याचीच इच्छा करितात, म्हणून त्यास **काम** म्हणतात. २९८ तो भक्तांचे सर्व मनोरथ पूर्णपणें सिद्धीस नेतो, म्हणून त्यास **कामप्रद** म्हणतात. २९९ भक्तांसाठीं तो विशिष्ट अवतार घेतो, म्हणून त्यास **प्रभु** म्हणतात ॥ ३२ ॥

३०० युगादिक कालविभाग किंवा युगांना आरंभ तोच करितो, म्हणून त्यास **युगादिकृत्** म्हणतात. ३०१ कृतत्रेतादिक युगांचें चक्र तोच चालवितो, म्हणून त्यास **युगावर्त** म्हणतात. ३०२ त्याची माया एकाच प्रकारची नाहीं, ह्मणून त्यास **नैकमाय** म्हणतात. ३०३ त्याचें अशन म्हणजे आहार महान् आहे, त्याच्या अशनास सर्व विश्वही पुरेसें नाहीं, म्हणून त्यास **महाशन** म्हणतात. ३०४ तो सर्वांच्या बुद्धीला व इंद्रियांना अगम्य आहे, म्हणून त्यास **अदृश्य** म्हणतात. ३०५ स्थूलरूपानें तो व्यक्त आहे किंवा योग्यांना तो मात्र व्यक्त असून इतरांना अव्यक्त आहे, म्हणून त्यास **व्यक्तरूप** किंवा **अव्यक्तरूप** म्हणतात. ३०६ तो सहस्रावधि असुरांना युद्धांत जिंकितो, म्हणून त्यास **सहस्रजित्** म्हणतात. ३०७ तो अनंत शत्रूंना जिंकितो, ह्मणून त्यास **अनंतजित्** ह्मणतात ॥ ३३ ॥

३०८ अत्यंत आनंददायक असल्यामुळें तो सर्वांना आवडतो किंवा त्याची सर्व लोक यज्ञादिकांनीं पूजा करितात, ह्मणून त्यास **इष्ट** ह्मणतात. ३०९ तो सर्वांच्या अंतर्यामित्वानें वर्ततो, ह्मणून त्यास **विशिष्ट** म्हणतात. ३१० शिष्ट ह्मणजे विद्वान् ह्यांना तो प्रिय आहे, किंवा त्याला ज्ञानी लोक फार आवडतात, म्हणून त्यास **शिष्टेष्ट** म्हणतात. ३११ त्याच्या मस्तकावर मयूरपिच्छांचा शिखंड म्हणजे मुकुट आहे, ह्मणून त्यास **शिखंडी** म्हणतात. ३१२ तो मायपाशानें भूतांना बांधून टाकितो, म्हणून त्यास **नहुष**[1] म्हणतात. ३१३ कामनांचा

१. नह—बांधणें.

शिखंडी नहुषो वृषः ॥ क्रोधहा क्रोधकृत्कर्ता विश्वबाहुर्महीधरः ॥३४॥ अच्युतः प्रथितः प्राणः प्राणदो वासवानुजः ॥ अपां निधिरधिष्ठानमप्रमत्तः प्रतिष्ठितः ॥३५॥ स्कंदः स्कंदधरो धुर्यो वरदो वायुवाहनः ॥

वर्षाव करणारा वृष (धर्म) हें त्याचेंच रूप होय, म्हणून त्यास वृष म्हणतात. ३१४ क्रोधाचें हनन तोच करितो म्हणून त्यास **क्रोधहा** म्हणतात. ३१५ दुष्टांवर तो क्रुद्ध होतो किंवा दुष्टांचें तो क्रोधानें कृंतन करितो, म्हणून त्यास **क्रोधकृत्कर्ता** म्हणतात. ३१६ विश्वभर त्याचे बाहु आहेत किंवा विश्वाला बाहु (आधार) तोच आहे, म्हणून त्यास **विश्वबाहु** म्हणतात. ३१७ पृथ्वीचा तोच आधार होय म्हणून त्यास **महीधर** म्हणतात ॥ ३४ ॥

३१८ त्याच्या ठिकाणीं च्युति म्हणजे स्वरूपहानी किंवा विकृति मुळींच नाहीं; तो अगदीं सदासर्वकाळ एकसारखा शाश्वत असतो; म्हणून त्यास **अच्युत** म्हणतात. ३१९ जगताची उत्पत्ति वगैरे कर्मांनीं तो प्रख्यात आहे, म्हणून त्यास **प्रथित** म्हणतात. ३२० प्राणांचा प्राण तोच होय म्हणून त्यास **प्राण** म्हणतात. ३२१ तो सुरांना प्राण (बल) देतो व असुरांचा प्राण (बल) हरण करितो, म्हणून त्यास **प्राणद** म्हणतात. ३२२ तो कश्यपापासून अदितीच्या उदरीं वासवाच्या मागून वामनरूपानें जन्म पावला, म्हणून त्यास **वासवानुज** म्हणतात. ३२३ जलांचा निधि म्हणजे सागर हें त्याचेंच रूप होय, म्हणून त्यास **अपांनिधि** म्हणतात. ३२४ सर्व भूतांचें अधिष्ठान म्हणजे घटाच्या मृत्तिकेप्रमाणें उपादान कारण तोच होय, म्हणून त्यास **अधिष्ठान** म्हणतात. ३२५ ज्याचा जसा अधिकार असेल तसें त्याला फल देण्यास तो कधींही चुकत नाहीं, म्हणून त्यास **अप्रमत्त**[१] म्हणतात. ३२६ तो स्वस्वरूपाच्या ठिकाणीं सदैव स्थित आहे म्हणून त्यास **प्रतिष्ठित** म्हणतात ॥ ३५ ॥

३२७ जलरूपानें तो वाहातो व वायुरूपानें तो जल शोषितो म्हणून त्यास **स्कंद**[२] म्हणतात. ३२८ स्कंद (धर्मपथ) ह्याचें धारण तोच करितो, म्हणून त्यास **स्कंदधर** म्हणतात. ३२९ समस्त प्राण्यांची जन्मादिलक्षणरूप जी धुरी ती तोच वाहातो, म्हणून त्यास **धुर्य** म्हणतात. ३३० सन्मान्य पुरुषांना उत्तम फल तोच देतो, म्हणून त्यास **वरद** म्हणतात. ३३१ वायूला वाहाण्याची शक्ति त्यानेंच दिली आहे, म्हणून त्यास **वायुवाहन** म्हणतात. ३३२ भगवान् विष्णूच ह्या जगांत सर्वत्र अधिष्ठित आहे, तोच सर्व प्राण्यांना आपआपले व्यवहार करावयास लावितो, व तोच स्वतः सर्वांना आच्छादून आहे; त्याचप्रमाणें सर्व जगांत क्रीडा किंवा व्यवसाय तोच करितो, त्याचेंच तेज सर्वत्र पसरतें, तोच सर्वत्र संचार करितो, तोच सर्वांवर सत्ता चालवितो आणि त्याचीच सर्वजण स्तुति करितात, म्हणून त्यास **वासुदेव**[३] म्हणतात. ३३३ महान् चंद्रसूर्य हे त्याचे किरण होत, म्हणून त्यास **बृहद्भानु** म्हणतात. ३३४ परमात्मा

---

१. प्र+मद्–चुकणें. २. स्कंद्–वाहणें. ३. छादयामि जगद्विश्वं भूत्वा सूर्य इवांशुभिः ॥ सर्वभूताधिवासश्च वासुदेवस्ततस्स्मृतः ॥ वसनात्सर्वभूतानां वसुत्वाद्देवयोनितः ॥ वासुदेवास्ततो वेद्यो ।

वासुदेवो बृहद्भानुरादिदेवः पुरंदरः ॥ ३६ ॥ अशोकस्तारणस्तारः शूरः शौरिर्जनेश्वरः ॥ अनुकूलः शतावर्तः पद्मी पद्मनिभेक्षणः ॥ ३७ ॥ पद्मनाभोऽरविंदाक्षः पद्मगर्भः शरीरभृत् ॥ महर्द्धिर्ऋद्धो वृद्धात्मा महाक्षो गरुडध्वजः ॥ ३८॥ अतुलः शरभो भीमः समयज्ञो

हाच श्रेष्ठ देव होय किंवा जगाच्या आरंभीं तो देवाधिदेवच स्वतेजानें विद्यमान असतो, म्हणून त्यास **आदिदेव** म्हणतात. ३३५ तोच देवांच्या शत्रूंचीं पुरें विदारितो, म्हणून त्यास **पुरंदर** म्हणतात ॥ ३६ ॥

३३६ त्याच्या ठिकाणीं शोकादि षडूर्मि मुळींच नाहींत, म्हणून त्यास **अशोक** म्हणतात. ३३७ तोच संसारसागरांतून तारितो म्हणून त्यास **तारण** म्हणतात. ३३८ गर्भ, जन्म, जरा, मृत्यु इत्यादिकांच्या भयापासून सोडविणारा तोच होय, म्हणून त्यास **तार** म्हणतात. ३३९ तो महापराक्रमी आहे, म्हणून त्यास **शूर** म्हणतात. ३४० तो शूरसेनाच्या कुलांत अवतरला. म्हणून त्यास **शौरि** (कृष्ण) म्हणतात. ३४१ सर्व जनांचा म्हणजे जंतूंचा तोच अधिपति होय, म्हणून त्यास **जनेश्वर** म्हणतात. ३४२ तो सर्वांशीं आत्मभावानें वर्ततो, म्हणून त्यास **अनुकूल** म्हणतात. ३४३ धर्मरक्षणासाठीं तो शतावधि जन्म म्हणजे अवतार घेतो, म्हणून त्यास **शतावर्त** म्हणतात. ३४४ त्याच्या हातांत पद्म आहे व त्याच्या सन्निध नित्य पद्मा (लक्ष्मी) आहे, म्हणून त्यास **पद्मी** म्हणतात. ३४५ त्याचे नेत्र पद्मांसारखे तेजःपुंज आहेत, म्हणून त्यास **पद्मनिभेक्षण** म्हणतात ॥ ३७ ॥

३४६ ब्रह्मांडरूप पद्म त्याच्या नाभीच्या ठायीं आहे किंवा लोकांच्या हृत्पद्माच्या नाभिप्रदेशीं त्याचें सदैव वास्तव्य आहे, म्हणून त्यास **पद्मनाभ** म्हणतात. ३४७ त्याचे अक्षी (नेत्र) अरविंदाप्रमाणें सतेज आहेत, म्हणून त्यास **अरविंदाक्ष** म्हणतात. ३४८ हृदयरूप पद्माच्या गर्भामध्यें त्याचें आराधान करणें इष्ट होय, म्हणून त्यास **पद्मगर्भ** म्हणतात. ३४९ देहधारी प्राण्यांचे देह अन्नादिकांनीं तोच पोषितो किंवा मायेच्या करवीं तोच सर्व देहधारी प्राण्यांना धारण करितो म्हणून त्यास **शरीरभृत्** म्हणतात. ३५० त्याचें ऐश्वर्य महान् आहे, म्हणून त्यास **महर्द्धि** म्हणतात. ३५१ प्रपंचरूपानें तोच सर्वत्र विस्तारलेला आहे म्हणून त्यास **ऋद्ध** म्हणतात. ३५२ त्याचा देह फार पुरातन आहे, म्हणून त्यास **वृद्धात्मा** म्हणतात. ३५३ त्याचीं अक्षें (इंद्रियें) महान् आहेत, म्हणून त्यास **महाक्ष** म्हणतात. ३५४ त्याच्या ध्वजावर गरुड अधिष्ठित आहे, म्हणून त्यास **गरुडध्वज** म्हणतात ॥ ३८ ॥

३५५ त्याची तुलना कोणाशींही करितां येत नाहीं, म्हणून त्यास **अतुल** म्हणतात. ३५६ तो शरामध्यें (शरीरामध्यें) जीवात्म्याच्या रूपानें भाति म्हणजे प्रकाशित असतो, म्हणून त्यास **शरभ** म्हणतात. ३५७ त्याला सर्वजण भितात किंवा सन्मार्गवर्ती जनांना त्याचें भय मुळींच वाटत नाहीं, म्हणून त्यास **भीम** किंवा **अभीम** म्हणतात. ३५८ जगाचा संहार केव्हां करावा, हें त्यास उत्कृष्ट कळतें, किंवा यज्ञ म्हणजे पूजा ही कोणींही केली असतां त्यास ती सम म्हणजे सारखी वाटते, म्हणून त्यास **समयज्ञ** म्हणतात. ३५९ यज्ञामध्यें हवि (हवनीय

हविर्हरिः ॥ सर्वलक्षणलक्षण्यो लक्ष्मीवान्समितिंजयः ॥ ३९ ॥ विक्षरो रोहितो मार्गो हेतुर्दामोदरः सहः ॥ महीधरो महाभागो वेगवानमिताशनः ॥४०॥ उद्भवः क्षोभणो देवः श्रीगर्भः परमेश्वरः ॥

द्रव्य) ह्याचें हरण तोच करितो, म्हणून त्यास **हविर्हरि** म्हणतात. ३६० सर्व लक्षणांनीं लक्षण करण्यास योग्य असा तोच आहे, म्हणून त्यास **सर्वलक्षणलक्षण्य** म्हणतात. ३६१ त्याच्या वक्षाच्या ठिकाणीं लक्ष्मी सदैव वास करिते, म्हणून त्यास **लक्ष्मीवान्** म्हणतात. ३६२ समिति म्हणजे युद्ध, ह्यांत तो सदासर्वकाळ विजयी असतो, म्हणून त्यास **समितिजय** म्हणतात ॥ ३९ ॥

३६३ त्याला कधींही नाश नाहीं, म्हणून त्यास **विक्षर** म्हणतात. ३६४ त्यानें स्वच्छंदानें मत्स्याचा देह धारण केला होता, म्हणून त्यास **रोहित** म्हणतात. ३६५ मुमुक्षुजन त्यालाच शोधितात, किंवा परमानंदाचा मार्ग तोच होय, म्हणून त्यास **मार्ग**[1] म्हणतात. ३६६ तोच ह्या जगाचें कारण होय, ह्मणून त्यास **हेतु** ह्मणतात. ३६७ दाम ह्मणजे नामरूप जगत् त्याच्या उदरांत आहे, ह्मणून त्यास **दामोदर**[2] ह्मणतात. ३६८ तो सर्वांचा पराभव करण्यास समर्थ आहे किंवा त्याच्या ठायीं लोकोत्तर सहनशीलता वास करिते, ह्मणून त्यास **सह** ह्मणतात. ३६९ गिरिरूपानें[3] तो पृथ्वीला धारण करितो, ह्मणून त्यास **महीधर** म्हणतात. ३७० त्याच्या ठिकाणीं महान् भाग्य आहे, आणि तें त्याचें भाग्य अवतारांत दिसून येतें, म्हणून त्यास **महाभाग** म्हणतात. ३७१ त्याचा वेग विलक्षण म्हणजे मनापेक्षांही अधिक आहे, म्हणून त्यास **वेगवान्** म्हणतात. ३७२ तो अमित—ज्याची मोजदाद करितां येत नाहीं अशा—विश्वाला प्रलयकालीं खाऊन टाकितो, म्हणून त्यास **अमिताशन**[4] म्हणतात ॥ ४० ॥

३७३ सर्व प्रपंच त्याच्यापासूनच उद्भवतो, परंतु तो भव म्हणजे संसारापासून उत् (दूर) असतो, म्हणून त्यास **उद्भव** म्हणतात. ३७४ जगाच्या उत्पत्तिकालीं प्रकृति व पुरुष ह्यांमध्यें तोच क्षोभ उत्पन्न करितो, म्हणून त्यास **क्षोभण** म्हणतात. ३७५ ह्या जगांत तो देवाधिदेवच क्रीडा करितो, असुरादिकांना जिंकतो, सर्व व्यवहार करितो, सर्व प्राण्यांच्या ठिकाणीं प्रकाशित होतो, लोकांचा स्तव ग्रहण करितो व सर्वत्र फिरतो, म्हणून त्यास **देव** म्हणतात. ३७६ त्याच्या उदरांत जगद्रूप श्री (विभूति) स्थित आहे, म्हणून त्यास **श्रीगर्भ** म्हणतात. ३७७ त्याची सत्ता व लीला अत्यंत श्रेष्ठ आहे, म्हणून त्यास **परमेश्वर** म्हणतात. ३७८ जगद्रचनेचें मुख्य साधन तोच होय, म्हणून त्यास **करण** म्हणतात. ३७९ जगताच्या उत्पत्तीचें उपादान निमित्त तोच होय, म्हणून त्यास **कारण** म्हणतात. ३८० त्यानेंच स्वेच्छेनें हें विश्व केलें आहे, म्हणून त्यास **कर्ता** म्हणतात. ३८१ त्यानें केलेलें हें विश्व मोठें विचित्र आहे, म्हणून **विकर्ता** म्हणतात. ३८२ त्याचेंच स्वरूप, सामर्थ्य किंवा कृति मोठी गूढ आहे, म्हणून त्यास

---

१. मृग् (मार्ग)—शोधणें. २. दामानि लोकनामानि तानि यस्योदरांतरे। तेन दामोदरो देवः । ३. वनानि विष्णुर्गिरयो दिशश्चेति पाराशरोक्तिः । ४. मा—मोजणें, अश्—खाणें.

करणं कारणं कर्ता विकर्ता गहनो गुहः ॥ ४१ ॥ व्यवसायो व्यवस्थानः संस्थानः स्थानदो ध्रुवः ॥ परर्द्धिः परमस्पष्टस्तुष्टः पुष्टः शुभेक्षणः ॥४२॥ रामो विरामो विरजो मार्गो नेयो नयोऽनयः ॥

गहन म्हणतात. ३८३ त्यानें आपलें स्वरूप योगमायेनें झांकून टाकिलें आहे, म्हणून त्यास **गुह** म्हणतात ॥ ४१ ॥

३८४ ज्ञान हें त्याचेंच रूप असल्यामुळें त्यास **व्यवसाय** म्हणतात. ३८५ सर्व जग त्याच्याच ठिकाणीं व्यवस्थित आहे; किंवा जाति, वर्ण, आश्रम व त्यांचे धर्म इत्यादिकांची वांटणी व व्यवस्था तोच करितो, म्हणून त्यास **व्यवस्थान** म्हणतात. ३८६ प्रलयकालीं सर्व भूतें त्याच्याच ठिकाणीं उत्तम रीतीनें वास करितात, म्हणून त्यास **संस्थान** म्हणतात. ३८७ ध्रुवादिकांना कर्मानुरूप स्थानें त्यानेंच दिलीं, म्हणून त्यास **स्थानद** म्हणतात. ३८८ त्याचा कधीं नाश होत नाहीं, म्हणून त्यास **ध्रुव** म्हणतात. ३८९ त्याचें वैभव परमावधीचें आहे, म्हणून त्यास **परर्द्धि** असें म्हणतात. ३९० तो केवळ ज्ञानस्वरूप असल्यामुळें परम स्पष्ट आहे, म्हणून त्यास **परमस्पष्ट** म्हणतात. ३९१ त्याच्या ठिकाणीं सदैव परमानंद वसत आहे, म्हणून त्यास **तुष्ट** म्हणतात. ३९२ तो सर्व प्रकारच्या संपत्तीनें पुष्ट आहे, म्हणून त्यास **पुष्ट** म्हणतात. ३९३ त्याचें ईक्षण म्हणजे दर्शन शुभकारक आहे; म्हणजे त्याच्या दर्शनानें मुमुक्षूंना मोक्ष मिळतो, भोगार्थ्यांना भोग प्राप्त होतो, सर्व कर्मांचा क्षय होतो, संसाराचा बंध तुटतो, हृदयग्रंथि विच्छिन्न होतो, आणि अविद्या अस्तास जाते, म्हणून त्यास **शुभेक्षण** असें म्हणतात ॥ ४२ ॥

३९४ नित्य आनंद हेंच भगवान् विष्णूचें लक्षण होय, त्याच्या ध्यानांत योगिजन नित्य रंगलेले असतात, म्हणून त्यास **राम**[१] म्हणतात. ३९५ अंतीं त्याच्या ठिकाणीं प्राण्यांचा लय होतो, म्हणून त्यास **विराम**[२] म्हणतात. ३९६ त्याच्या ठायीं रज म्हणजे विषयसेवनाभिरुचि मुळींच नाहीं, किंवा त्याची प्राप्ति झाल्यानें विषयसेवनाभिरुचि अस्तास जाते, म्हणून त्यास **विरज** म्हणतात. ३९७ त्याच्या प्राप्तीचा जो मार्ग, त्यानें गेल्यानें मुमुक्षु जनांना मोक्ष प्राप्त होतो, म्हणून त्यास **मार्ग** म्हणतात. ३९८ त्याचें सम्यग्ज्ञान झाल्यानें जीवाला परमात्मपदीं नेतां येतें, म्हणून त्यास **नेय** असें म्हणातात. ३९९ तोच जीवाला स्वपदाप्रत नेतो, म्हणून त्यास **नय** म्हणतात. ४०० त्याला नेणारा दुसरा कोणी नाहीं, म्हणून त्यास **अनय** म्हणतात. ४०१ त्याच्यासारखा विक्रमशाली कोणीही नाहीं, म्हणून त्यास **वीर** म्हणतात. ४०२ ब्रह्मादिकांपेक्षांही तो अधिक शक्तिमान् आहे, म्हणून त्यास **शक्तिमतांश्रेष्ठ** असें म्हणतात. ४०३ सर्व भूतांना तो धारण करितो किंवा त्याची सर्वजण धर्मानें आराधना करितात, म्हणून त्यास **धर्म**[३] म्हणतात. ४०४ त्याच्यापुढें श्रुति व स्मृति ह्या अगदीं अज्ञान

---

१. रमन्ते योगिनोऽनंते नित्यानंदे चिदात्मके । इति रामपदेनतत्पदं ब्रह्माभिधीयते । इति पद्मपुराणे.
२. वि+रम्–थांबणें. ३. धृ–धारण करणें; बांधणें.

वीरः शक्तिमतां श्रेष्ठो धर्मो धर्मविदुत्तमः ॥ ४३ ॥ वैकुंठः पुरुषः प्राणः प्राणदः प्रणवः पृथुः ॥ हिरण्यगर्भः शत्रुघ्नो व्याप्तो वायुरधोक्षजः ॥ ४४ ॥ ऋतुः सुदर्शनः कालः परमेष्ठी परिग्रहः ॥ उग्रः संवत्सरो दक्षो विश्रामो विश्वदक्षिणः ॥ ४५ ॥ विस्तारः स्थावरः

रूप भासतात, म्हणून तोच एक खरा खरा धर्मवेत्ता होय; ह्यास्तव त्यास **धर्मविदुत्तम** (धर्मवेत्त्यांत श्रेष्ठ) असें म्हणतात ॥ ४३ ॥

४०५ जगदारंभीं पृथक् पृथक् असलेलीं भूतें त्यानेंच एकत्र करून त्यांची पृथग्गति कुंठित केली, म्हणून त्यास **वैकुंठ** म्हणतात. ४०६ तो शरीररूप पुरींत वास करितो, म्हणून त्यास **पुरुष** म्हणतात. ४०७ तोच श्वासोच्छ्वासरूपानें प्राण्यांत चलनवलन करितो, म्हणून त्यास **प्राण** म्हणतात. ४०८ तोच सर्वांचे प्राण हरण करितो, म्हणून त्यास **प्राणद**[१] म्हणतात. ४०९ वेद हे त्यालाच प्रणाम करितात, म्हणून त्या भगवंताला **प्रणव** म्हणतात. ४१० संसाररूपानें तोच विशाल झाला आहे, म्हणून त्यास **पृथु** म्हणतात. ४११ त्याच्यापासूनच हिरण्यगर्भ उत्पन्न झाला किंवा हिरण्याचा जो गर्भ तो तोच होय, म्हणून त्याला **हिरण्यगर्भ** म्हणतात. ४१२ देवांच्या शत्रूंना तोच वधितो, म्हणून त्यास **शत्रुघ्न** म्हणतात. ४१३ परमेश्वर सर्वांस कारण असल्यामुळें प्रत्येक कार्यांत तो व्याप्त आहे, म्हणून त्यास **व्याप्त** म्हणतात. ४१४ तोच सर्व जगाचा चालक आहे, किंवा तोच सर्वत्र गंधप्रसृति करितो, म्हणून त्यास **वायु** म्हणतात. ४१५ तो कधींही अधोगतीस जाऊन क्षीण होत नाहीं, म्हणून त्यास **अधोक्षज** म्हणतात ॥ ४४ ॥

४१६ वसंतादिक ऋतु हे तद्रूपच आहेत, म्हणून त्यास **ऋतु** म्हणतात. ४१७ त्याचें दर्शन मंगलकारक आहे, किंवा त्याचें दर्शन (ज्ञान) झालें असतां निर्वाणरूप फल प्राप्त होतें म्हणून त्यास **सुदर्शन** म्हणतात. ४१८ तोच सर्वांचें आकलन करितो, म्हणून त्यास **काल** म्हणतात. ४१९ परमे म्हणजे स्वस्वरूपाच्या ठिकाणीं किंवा हृदयरूप आकाशांत तो स्थित असतो, म्हणून त्यास **परमेष्ठी** म्हणतात. ४२० शरणार्थी पुरुषांस तो कोठेंही सांपडतो किंवा भक्तांनीं अर्पिलेलें पत्रपुष्पादिक तो प्रेमानें ग्रहण करितो, म्हणून त्यास **परिग्रह** म्हणतात. ४२१ सूर्यादिकांना देखील तो भय देतो, म्हणून त्यास **उग्र** म्हणतात. ४२२ त्याच्याच ठिकाणीं सर्व भूतें वास करितात, म्हणून त्यास **संवत्सर** म्हणतात. ४२३ तो सर्व कर्में वेळच्या वेळीं दक्षतेनें करितो, म्हणून त्यास **दक्ष** म्हणतात. ४२४ संसारसागरांत क्षुत्पिपासादि सहा लाटांत सांपडलेल्या व अविद्यादिक महाक्लेशांनीं व महदादिक उपक्लेशांनीं त्रस्त होऊन विश्रांतीची अपेक्षा करणाऱ्या जीवांना तोच विश्राम (मोक्ष) देतो, म्हणून त्यास **विश्राम** म्हणतात. ४२५ सर्व विश्वांत त्याच्याइतका दक्षिण (शक्तिमान्) कोणीही नाहीं किंवा विश्वांतील अखिल कर्मांत तो मोठा दाक्षिण म्हणजे सावध आहे, म्हणून त्यास **विश्वदक्षिण** म्हणतात ॥ ४५ ॥

१. प्राणान् द्यति खंडयति वा ।

स्थाणुः प्रमाणं बीजमव्ययम् ॥ अर्थोऽनर्थो महाकोशो महाभोगो महाधनः ॥४६॥ अनिर्विण्णः स्थविष्ठो भूर्धर्मयूपो महामखः ॥ नक्षत्रनेमिर्नक्षत्री क्षमः क्षामः समीहनः ॥ ४७ ॥ यज्ञ इज्यो महेज्यश्च

४२६ त्याच्याच ठिकाणीं हें सर्व त्रिभुवन विस्तृत आहे, म्हणून त्यास **विस्तार** म्हणतात. ४२७ तो अगदीं स्थिर असून त्याच्याच ठिकाणीं पृथ्वी वगैरे स्थिर वस्तु स्थित आहेत, म्हणून त्यास **स्थवर-स्थाणु** असें म्हणतात. ४२८ प्रत्यक्षादिक प्रमाणांना प्रमाणत्व त्याच्यामुळेंच प्राप्त झालें आहे, म्हणून त्यास **प्रमाण** म्हणतात. ४२९ परमेश्वर मात्र कधींही नाश न पावणारें बीज होय, म्हणून त्यास **अव्ययबीज** म्हणतात. ४३० त्याचें सान्निध्य सुखदायक आहे, म्हणून सर्वांनाच तो जवळ असावासें वाटतें, म्हणून त्यास **अर्थ** म्हणतात. ४३१ त्याच्या सर्व इच्छा सदैव परिपूर्ण असल्यामुळें त्याला कशाचेंही प्रयोजन नाहीं, म्हणून त्यास **अनर्थ** म्हणतात. ४३२ अन्नमयादिक पांच महान् कोशांचें त्यास आच्छादन आहे, म्हणून त्यास **महाकोश** म्हणतात. ४३३ तो सुखरूप महान् भोग सदैव भोगितो, म्हणून त्यास **महाभोग** म्हणतात. ४३४ लक्ष्मी हीं त्याची दासी असल्यामुळें त्यास धनाची आप्ति मुळींच नाहीं, म्हणून त्यास **महाधन** म्हणतात ॥ ४६ ॥

४३५ तो सदैव आनंदांत असल्यामुळें त्याला कधीं निर्वेद (कंटाळा) माहीतच नाहीं, म्हणून त्यास **अनिर्विण्ण** म्हणतात. ४३६ अग्नि हें त्याचें मस्तक आणि चंद्रसूर्य हे त्याचे नेत्र; अशा प्रकारें त्याचें रूप अत्यंत स्थूल असल्यामुळें त्यास **स्थविष्ठ** म्हणतात. ४३७ सर्वांला सत्ता म्हणजे आधार त्याचाच आहे, म्हणून त्यास **भू** म्हणतात. ४३८ यज्ञांमध्यें यूपाच्या ठिकाणीं पशु जसे बद्ध असतात, तसे त्याच्या ठिकाणीं समाराधनात्मक यज्ञ बद्ध असतात, म्हणून त्यास **धर्मयूप** म्हणतात. ४३९ त्याला मख ह्मणजे यज्ञयागादिक अर्पण केले असतां निर्वाणलक्षणरूप महाफल प्राप्त होतें, म्हणून त्यास **महामख** म्हणतात. ४४० सूर्य, चंद्र इत्यादि ग्रह व त्याप्रमाणेंच नक्षत्रें व तारका मिळून होणारें जें ज्योतिश्चक्र त्याची नेमि ह्मणजे धांव किंवा बंधन हें तोच आहे, ह्मणून त्यास **नक्षत्रनेमि** ह्मणतात. ४४१ नक्षत्रांचा परिवार ज्याच्या भोंवतीं आहे, असा नक्षत्राधिप चंद्र हें त्याचेंच रूप होय, ह्मणून त्यास **नक्षत्री** म्हणतात. ४४२ तो सर्व विकारांना सहन करितो, ह्मणून त्यास **क्षम** म्हणतात. ४४३ सृष्टीचा क्षय झाला असतां तो क्षाम ह्मणजे कृश भासतो, म्हणून त्यास **क्षाम** म्हणतात. ४४४ सृष्ट्यादिक कार्यामध्यें त्याची नेहमीं चांगली इच्छा असते, म्हणून त्यास **समीहन** म्हणतात ॥ ४७ ॥

४४५ सर्व प्रकारचे यज्ञ हें त्याचेंच रूप आहे, म्हणून त्यास **यज्ञ** म्हणतात. ४४६ त्यालाच उद्देशून यज्ञ करितात, म्हणून त्या यष्टव्याला **इज्य** म्हणतात. ४४७ इतर देवतांपेक्षां भगवान् विष्णूचें यजन केल्यानें महाफलाची (मोक्षाची) प्राप्ति होते, म्हणून त्यास **महेज्य** म्हणतात.

१. न अर्थयतीति अनर्थः । २. निर्+विद्—कंटाळणें. ३. अग्निर्मूर्धा चक्षुषी चंद्रसूर्यौ । इति श्रुतिः। ४. क्षम्—सहन करणें. ५. क्षि—क्षिजणें, ह्यावरून क्षाय; आणि यकाराचा मकार होऊन क्षाम शब्द होतो. ६. ई —इच्छिणें. ७. यज्ञो वै विष्णुरिति श्रुतिः । ८. यज—यजन किंवा पूजन करणें.

क्रतुः सत्रं सतां गतिः ॥ सर्वदर्शी विमुक्तात्मा सर्वज्ञो ज्ञानमुत्तमम् ॥४८॥ सुव्रतः सुमुखः सूक्ष्मः सुघोषः सुखदः सुहृत् ॥ मनोहरो जितक्रोधो वीरबाहुर्विदारणः ॥ ४९ ॥ स्वापनः स्ववशो व्यापी नैकात्मा

४४८ तोच यूपसहित यज्ञ होय, म्हणून त्यास **क्रतु** म्हणतात. ४४९ सज्जनांचें परित्राण तोच करितो किंवा यज्ञानुष्ठानरूप सत्र हें वस्तुतः तोच होय, म्हणून त्यास **सत्र** म्हणतात. ४५० मुमुक्षु लोकांना परम आधार त्याचाच होय, म्हणून त्यास **सतांगति** म्हणतात. ४५१ प्रत्येक प्राण्याचें प्रत्येक कृत्य तो स्वभावतः पाहातो, म्हणून त्यास **सर्वदर्शी** म्हणतात. ४५२ त्याचा आत्मा विमुक्त आहे; त्याला मायापाश मुळींच नाहीं, म्हणून त्यास **विमुक्तात्मा** म्हणतात. ४५३ त्यास आखिल विश्वाचें पूर्ण ज्ञान असून तो सर्व विश्वरूपच आहे, म्हणून त्यास **सर्वज्ञ** म्हणतात. ४५४ भगवान् विष्णु हा उत्तम ज्ञान म्हणजे प्रत्यक्ष ब्रह्म होय, म्हणून त्यास **उत्तमज्ञान** म्हणतात ॥ ४८ ॥

४५५ त्याचें व्रत अत्यंत श्रेष्ठ आहे, म्हणून त्यास **सुव्रत** म्हणतात. ४५६ त्याचें मुख अत्यंत प्रसन्न व सुंदर आहे किंवा तो कोणत्याही प्रसंगीं खिन्न होत नाहीं, म्हणून त्यास **सुमुख** म्हणतात. ४५७ त्याचें स्वरूप अत्यंत सूक्ष्म आहे, म्हणून त्यास **सूक्ष्म** म्हणतात. ४५८ त्याचा वेदात्मक घोष मोठा मनोहर व अर्थपरिपूर्ण आहे, म्हणून त्यास **सुघोष** म्हणतात. ४५९ सदाचरणी पुरुषांना तो सुख देतो, म्हणून त्यास **सुखद** म्हणतात. ४६० तो निरपेक्ष बुद्धीनें उपकार करितो, म्हणून त्यास **सुहृद्** म्हणतात. ४६१ त्याचें रूप केवळ आनंदमय असल्यामुळें तो सर्वांचें मन हरण करितो, म्हणून त्यास **मनोहर** म्हणतात. ४६२ त्यानें क्रोध जिंकला आहे, तो देवांच्या शत्रूंचा संहार करितो तो क्रोधानें नव्हे, तर वैदिक धर्माची मर्यादा नष्ट न व्हावी म्हणून; यास्तव त्यास **जितक्रोध** म्हणतात. ४६३ त्याचा बाहु महापराक्रमी आहे, म्हणून त्यास **वीरबाहु** म्हणतात. ४६४ तो धर्महीन पुरुषांचें विदारण करितो, म्हणून त्यास **विदारण** म्हणतात ॥ ४९ ॥

४६५ तो योगमायेनें सर्वांस निद्रावश करितो, म्हणून त्यास **स्वापन** (निजविणारा) असें म्हणतात. ४६६ तोच खरा खरा स्ववश (स्वतंत्र) आहे, म्हणून त्यास **स्ववश** म्हणतात. ४६७ आकाशाप्रमाणें तो सर्व कार्यांमध्यें व्यापक आहे, म्हणून त्यास **व्यापी** म्हणतात. ४६८ त्याचें एकच रूप नाहीं; अनेक रूपें आहेत, म्हणून त्यास **नैकात्मा** म्हणतात. ४६९ तो एकच कर्म करीत नाहीं; अनेक कर्में करितो, म्हणून त्यास **नैककर्मकृत्** म्हणतात. ४७० त्याच्या ठिकाणीं सर्व ब्रह्मांड रहातें, म्हणून त्यास **वत्सर** म्हणतात. ४७१ तो भक्तांवर अतिशयित प्रेम करितो, म्हणून त्यास **वत्सल** म्हणतात. ४७२ तो जगताचा पिता असून सर्व प्रजा त्याच्या वत्सभूत आहेत, म्हणून त्यास **वत्सी** म्हणतात. ४७३ त्याच्या

---

१. इदं सर्वं यदयमात्मेति श्रुतिः । २. सकृदेव प्रपन्नाय तवास्मीति च याचिते ॥ अभयं सर्वथा तस्मै ददाम्येतद्व्रतं मम ॥ रामायणे. ३. प्रसन्नवदनं चारु पद्मपत्रायतेक्षणमिति विष्णुपुराणे । ४. न वनं गंतुकामस्य त्यजतश्च वसुंधरा ॥ सर्वलोकातिगस्येव मनो रामस्य विव्यथे ॥ रामायणे. ५. वि+दृ–भेदन करणें, फोडणें, नाश करणें. ६. स्वप्–निजणें; स्वाप्–निजविणें.

नैककर्मकृत् ॥ वत्सरो वत्सलो वत्सी रत्नगर्भो धनेश्वरः ॥ ५० ॥ धर्मगुब्धर्मकृद्धर्मी सदसत्क्षरमक्षरम् ॥ अविज्ञाता सहस्रांशुर्विधाता कृतलक्षणः ॥ ५१ ॥ गभस्तिनेमिः सत्त्वस्थः सिंहो भूतमहेश्वरः ॥ आदिदेवो महादेवो देवेशो देवभृद्गुरुः ॥ ५२ ॥ उत्तरो गोपति-

गर्भीत (उदरांत) रत्नांचें ह्मणजे उत्कृष्ट पदार्थांचें वास्तव्य आहे, म्हणून त्यास **रत्नगर्भ** म्हणतात. ४७४ धनाचा ईश्वर तोच होय, म्हणून त्यास **धनेश्वर** म्हणणात ॥ ५० ॥

४७५ धर्माच्या संस्थापनेकरितां पुनःपुनः अवतार घेऊन तोच धर्माचें संगोपन करितो, म्हणून त्यास **धर्मगुप्**[1] म्हणतात. ४७६ वस्तुतः त्याला धर्माधर्म कांहींच नाहीं, परंतु धर्माची मर्यादा अविच्छिन्न राहावी म्हणून तो स्वतः धर्मच आचरितो, ह्यास्तव त्यास **धर्मकृत्** म्हणतात. ४७७ धर्माचा आधार किंवा आश्रय तोच होय, म्हणून त्यास **धर्मी** म्हणतात. ४७८ सत् म्हणजे शाश्वत असें जें परब्रह्म तें तोच होय, म्हणून त्यास **सत्** म्हणतात. ४७९ वाणीनें समजला जाणारा जो हा असत् म्हणजे नाशवंत प्रपंच तोही तो परमात्माच होय, म्हणून त्यास **असत्** म्हणतात. ४८० सर्वभूतात्मक ही क्षर म्हणजे नष्ट होणारी सृष्टि वस्तुतः तोच होय, म्हणून त्यास **क्षर** म्हणतात. ४८१ वास्तविकपणें तो ह्या क्षर सृष्टीपासून निराळा व शाश्वत आहे, म्हणून त्यास **अक्षर** म्हणतात. ४८२ परमात्म्याच्या ठिकाणीं कर्तृत्वादिक वृत्ति केवळ कल्पित आहेत, त्यास त्या वृत्तींचें ज्ञान नाहीं, म्हणून त्यास **अविज्ञाता** म्हणतात. ४८३ आदित्यादिक सहस्रावधि वस्तु त्याच्याच योगानें अंशुमान् (तेजःपुंज) झाल्या आहेत, म्हणून त्यास **सहस्रांशु** म्हणतात. ४८४ दिग्गज, भूधर किंवा सर्व भूतें ह्यांना धारण करणारा किंवा निर्माण करणारा तोच होय, म्हणून त्यास **विधाता** म्हणतात. ४८५ त्याचें चैतन्यरूप लक्षण हें कृत ह्मणजे नित्यसिद्ध आहे, किंवा सर्व लक्षणें ह्मणजे शास्त्रें त्यानेंच केलीं आहेत, किंवा सजातीय व विजातीय असे सर्व पदार्थ त्यानेंच निर्मिले आहेत, किंवा त्यानें आपल्या वक्षःस्थलावर श्रीवत्सलांच्छन धारण केलें आहे, म्हणून त्यास **कृतलक्षण** म्हणतात ॥ ५१ ॥

४८६ ज्याच्या सभोंवतालीं गभस्तीची नेमि आहे असें जें सूर्यमंडळ, त्याचा आत्मा तो परमेश्वरच आहे, म्हणून त्यास **गभस्तिनेमि** म्हणतात. ४८७ सर्व प्राण्यांच्या ठिकाणीं सत्त्वगुणरूपानें तोच अधिष्ठित असतो, म्हणून त्यास **सत्त्वस्थ** म्हणतात. ४८८ तो मोठा विक्रमशाली आहे, म्हणून त्यास **सिंह** म्हणतात. ४८९ सर्व भूतांचा महान् ईश्वर तोच होय, म्हणून त्यास **भूतमहेश्वर** म्हणतात. ४९० तोच देवाधिदेव सर्व भूतांचा उपसंहार करितो किंवा इतर देवांवर स्वामित्व चालवितो, म्हणून त्यास **आदिदेव** म्हणतात. ४९१ तो सर्व भवांना म्हणजे जन्ममरणपरंपरांना दूर सारून आत्मज्ञान व योगैश्वर्य ह्यांच्या योगें विलसत असतो, म्हणून त्यास **महादेव** म्हणतात. ४९२ सर्व देवांचा ईश तोच होय, म्हणून त्यास **देवेश** म्हणतात. ४९३ देवांचें संरक्षण करणाऱ्या इंद्रावरही त्याचीच सत्ता आहे, म्हणून त्यास **देवभृद्गुरु** असें म्हणतात ॥ ५२ ॥

---

१. गुप्—रक्षण करणें.

गोप्ता ज्ञानगम्यः पुरातनः ॥ शरीरभूतभृद्भोक्ता कपींद्रो भूरिदक्षिणः ॥ ५३ ॥ सोमपोऽमृतपः सोमः पुरुजित् पुरुसत्तमः ॥ विनयो जयः सत्यसंधो दाशार्हः सात्वतां पतिः॥५४॥जीवो विनयितासाक्षी मुकुंदो

४९४ तोच सर्वोत्कृष्ट आहे, किंवा जन्मसंसारसागरांतून उतरून परतीराला नेण्याला तोच समर्थ आहे, ह्मणून त्यास **उत्तर**[१] म्हणतात. ४९५ गो ह्मणजे इंद्रियें, ह्यांचा पालक तोच होय; गो म्हणजे वाणी हिचा परिपोषक तोच होय; गो ह्मणजे गाई ह्यांचा रक्षक तो कृष्णाच होय; आणि गो ह्मणजे पृथ्वी हिचा पति तोच होय, म्हणून त्यास **गोपति** ह्मणतात. ४९६ समस्त प्राण्यांचें संगोपन तोच करितो, ह्मणून त्यास **गोप्ता** ह्मणतात. ४९७ विवेकजन्य ज्ञानानेंच त्याचें स्वरूप मनांत येतें, ह्मणून त्यास **ज्ञानगम्य** ह्मणतात. ४९८ तो फार पुरातन आहे, त्याला कालाची मर्यादा नाहीं, तो सर्वांच्या आधींपासून आहे, म्हणून त्यास **पुरातन** ह्मणतात. ४९९ शरीर घडविणारीं जीं भूतें त्यांचें पोषण तोच करितो, ह्मणून त्यास **शरीरभूतभृत्** म्हणतात. ५०० सर्वांचा अनुभव घेणारा, जीवरूपानें भोग भोगणारा आणि जगताचें पालन करणारा तोच होय, म्हणून त्यास **भोक्ता** म्हणतात. ५०१ कपि म्हणजे वराह; श्रेष्ठ वराहाचा अवतार त्यानेंच घेतला, म्हणून त्यास **कपींद्र** म्हणतात. ५०२ धर्माची मर्यादा दाखविण्यासाठीं यज्ञयाग करीत असतां तो विपुल दक्षिणा देतो, म्हणून त्यास **भूरिदक्षिण** म्हणतात ॥ ५३ ॥

५०३ यज्ञयाग करून वस्तुतः त्याचीच आराधना करितात आणि ह्यामुळें देवतांच्या रूपानें सोमरस तोच प्राशन करितो, अथवा लोकांना वळण लावण्याकरितां तोच यजमानरूपानें यज्ञ करून सोमपान करितो, म्हणून त्यास **सोमप** म्हणतात. ५०४ परब्रह्मरूप अमृतपान तोच करितो; किंवा समुद्रमंथन करून बाहेर काढलेलें अमृत असुरांनीं पळविलें तेव्हां त्यांजकडून तें अमृत हरण करून त्यानेंच तें देवांना प्यावयास दिलें व स्वतः प्राशन केलें, म्हणून त्यास **अमृतप** म्हणतात. ५०५ चंद्ररूपानें औषधींचें संगोपन तोच करितो; किंवा उमेसहवर्तमान महेश्वर हें त्याचेंच रूप होय, म्हणून त्यास **सोम** म्हणतात. ५०६ तो पुष्कळांना जिंकतो म्हणून त्यास **पुरुजित्** म्हणतात. ५०७ सर्व पुरु (विश्व) हें त्याचेंच रूप होय आणि सर्व विश्वांत उत्तम म्हटला म्हणजे तोच एकटा होय, म्हणून त्यास **पुरुसत्तम** म्हणतात. ५०८ दुष्टांना दंड तोच करितो, म्हणून त्यास **विनय**[२] म्हणतात. ५०९ त्याचें आधिपत्य सर्वांवर आहे किंवा तो सदैव जय मिळवितो, म्हणून त्यास **जय** म्हणतात. ५१० तो नित्य आपली संधा म्हणजे प्रतिज्ञा सिद्धीस नेतो, म्हणून त्यास **सत्यसंध** म्हणतात. ५११ त्याच्या ठायीं असें कांहीं अद्वितीयत्व आहे कीं, तो भक्तांना स्वतःचेंही दाश म्हणजे दान करण्यास मागेंपुढें पाहात नाहीं, म्हणून त्यास **दाशार्ह** म्हणतात. ५१२ सात्वत म्हणजे भगवद्भक्त ह्यांचें योगक्षेम तोच चालवितो, किंवा सात्वत नामक ब्रह्मविद्या तोच लोकांना शिकवितो, म्हणून त्यास **सात्वतांपति** म्हणतात ॥ ५४ ॥

१. उत्+तॄ–उतरून नेणें. २. वि+नी–शासन करणें.

अमितविक्रमः ॥ अंभोनिधिरनंतात्मा महोदधिशयोऽन्तकः ॥ ५५ ॥ अजो महार्हः स्वाभाव्यो जितामित्रः प्रमोदनः ॥ आनंदो नंदनो नंदः सत्यधर्मा त्रिविक्रमः॥५६॥ महर्षिः कपिलाचार्यः कृतज्ञो मेदिनी-

५१३ प्राणांना क्षेत्रभूत (देहभूत) होऊन तोच धारण करितो, म्हणून त्यास जीव म्हणतात ५१४ विनयी (नम्र) पुरुषांच्या ठिकाणीं विनयित्व म्हणजे नम्रता कशी काय आहे हें स्वतः तोच पाहातो; किंवा विनयी म्हणजे गमन करणाऱ्या अर्थात् नाशवंत अशा वस्तुजाताकडे मुळींच अवलोकन न करितां केवळ आत्मस्वरूपांतच तो सदैव दंग असतो; म्हणून त्यास **विनयितासाक्षी** (**विनयितेचा साक्षी** किंवा **विनयितेचा असाक्षी**) असें म्हणतात. ५१५ साधक पुरुषांना युक्ति तोच देतो, म्हणून त्यास **मुकुंद** म्हणतात. ५१६ त्याच्या पावलांनीं व्याप्त होणाऱ्या अवकाशाचें मान करितां येत नाहीं, किंवा त्याच्या ठायीं अपरंपार विक्रम आहे, म्हणून त्यास **अमितविक्रम** म्हणतात. ५१७ अंभें म्हणजे देव, मनुष्यें, पितर व असुर हे चार वर्ण त्याच्याच ठिकाणीं राहिले आहेत, म्हणून त्यास **अंभोनिधि** म्हणतात. ५१८ देश काल इत्यादिकेंकरून अनवच्छिन्न असें त्याचें रूप असल्यामुळें त्यास **अनंतात्मा** म्हणतात. ५१९ प्रलयकालीं तो सर्व भूतांचा संहार करून महासमुद्रांत एकटाच शयन करितो, म्हणून त्यास **महोदधिशय** म्हणतात. ५२० तो सर्व भूतांचा अंत करितो, म्हणून त्यास **अन्तक** म्हणतात ॥ ५५ ॥

५२१ तो कोणापासून उत्पन्न होत नाहीं, पण त्याच्यापासून हें सर्व परमात्मस्वरूप विश्व उत्पन्न होतें, म्हणून त्यास **अज** म्हणतात. ५२२ मह म्हणजे पूजा, हिला खरा खरा पात्र तोच होय, म्हणून त्यास **महार्ह** म्हणतात. ५२३ त्याचें स्वरूप सदासर्वकाळ स्वभावतःच सिद्ध असतें, म्हणून त्यास **स्वाभाव्य** म्हणतात. ५२४ त्यानें रागद्वेषादिक अंतस्थ शत्रु जिंकिले म्हणून त्यास **जितामित्र** म्हणतात. ५२५ तो स्वात्मसुखांत नित्य प्रमोद पावतो, किंवा ध्यान करणाऱ्या लोकांच्या मनाला आनंदाचें भरतें आणितो, म्हणून त्यास **प्रमोदन** म्हणतात. ५२६ आनंद हें त्याचेंच रूप होय आणि त्याच्या ह्या आनंदावरचें इतर सर्व भूतें उपजीवन पावतात, म्हणून त्यास **आनंद** म्हणतात. ५२७ तोच सर्वांना आनंदित करितो, म्हणून त्यास **नंदन** म्हणतात. ५२८ सर्व प्रकारची समृद्धि म्हणजे नंद किंवा सुख त्याच्या ठायीं पूर्ण वास करितें, म्हणून त्यास **नंद** म्हणतात. ५२९ धर्म-ज्ञानादिक शाश्वत गोष्टींचें निधान तोच होय, म्हणून त्यास **सत्यधर्मा** म्हणतात. ५३० त्यानें आपल्या पावलांनीं त्रिभुवन व्यापिलें, म्हणून त्यास **त्रिविक्रम** म्हणतात ॥ ५६ ॥

५३१ भगवान् विष्णु हा अखिल वेदांचा ज्ञाता आहे; इतर ऋषि वेदज्ञ खरे, पण ते केवळ वेदाच्या एका किंवा अनेक शाखांचे द्रष्टे होत; आणि सांख्यशास्त्राचा म्हणजे शुद्धात्म-

---

१. पृषोदरादित्वात्साधुत्वं । २. तानि ह वा एतानि चत्वार्यंभांसि देवा मनुष्याः पितरोऽसुरा इति श्रुतिः । ३. मुद्–हर्ष पावणें; मोद–हर्षविणें. ४. एतस्यैवानंदस्यान्यानि–भूतानि मात्रामुपजीवन्तीति श्रुतिः। ५. यो वै भूमा तत्सुखं नाल्पसुखमस्तीति श्रुतिः

पतिः ॥ त्रिपदस्त्रिदशाध्यक्षो महाशृंगः कृतांतकृत् ॥ ५७ ॥ महावराहो गोविंदः सुषेणः कनकांगदी ॥ गुह्यो गभीरो गहनो गुप्तश्चक्र-गदाधरः ॥ ५८ ॥ वेधाः स्वांगोऽजितः कृष्णो दृढः संकर्षणो-

तत्त्वविज्ञानाचा आचार्य जो सिद्ध कपिल महामुनि तो त्याचाच अवतार होय; म्हणून त्यास **महर्षि कपिलाचार्य** म्हणतात. ५३२ कृत म्हणजे कार्य किंवा जगत्, ह्याचा ज्ञ म्हणजे जाणणारा तो परमेश्वरच होय, म्हणून त्यास **कृतज्ञ** म्हणतात. ५३३ मेदिनीचा पति तोच होय, म्हणून त्यास **मेदिनीपति** म्हणतात. ५३४ तीन पायांनीं त्यानें त्रिभुवन व्यापिलें, म्हणून त्यास **त्रिपद** म्हणतात. ५३५ गुणांवरून उत्पन्न झालेल्या ज्या तीन अवस्था त्यांचा अध्यक्ष म्हणजे साक्षी तोच होय, किंवा त्रिदश म्हणजे देव ह्यांचा अध्यक्ष म्हणजे अधिपति तोच होय, म्हणून त्यास **त्रिदशाध्यक्ष** म्हणतात. ५३६ प्रलयकालीं सर्वत्र जलमय झालें असतां त्यानेंच मत्स्यरूप घेऊन महान् शृंगाला नाव बांधून क्रीडा केली, म्हणून त्यास **महाशृंग** म्हणतात. ५३७ सर्व कृताचा (जगाचा) अंत तोच करितो, किंवा कृतांताला म्हणजे मृत्यूला तोच कृंततो म्हणजे छेदितो, म्हणून त्यास **कृतांतकृत्** म्हणतात ॥ ५७ ॥

५३८ त्यानेंच महावराहावतार घेतला, म्हणून त्यास **महावराह** म्हणतात. ५३९ गो म्हणजे वेदवाणी, हिच्या योगानें परमेश्वराचें स्वरूप अवगत होतें, म्हणून त्यास **गोविंद** म्हणतात. ५४० त्याच्याजवळ उत्तम सेना आहे, म्हणून त्यास **सुषेण** म्हणतात. ५४१ त्याचीं अंगदें (बाहुभूषणें) कनकाचीं (सुवर्णाचीं) आहेत, म्हणून त्यास **कनकांगदी** म्हणतात. ५४२ तो हृदयरूप गुहेच्या ठिकाणीं अधिष्ठित असतो, म्हणून त्यास **गुह्य** म्हणतात. ५४३ त्याच्यापाशीं ज्ञान, ऐश्वर्य, बल इत्यादिक अगाध आहेत, म्हणून त्यास **गभीर** म्हणतात. ५४४ ज्ञानवैराग्यहीन पुरुषांचा त्याच्या सान्निध प्रवेश होणें दुर्घट आहे, म्हणून त्यास **गहन** म्हणतात. ५४५ त्याचें अस्तित्व सर्वत्र असून तो कोठेंही दिसत नाहीं, म्हणून त्यास **गुप्त** म्हणतात. ५४६ त्याच्या हातांत लोकरक्षणासाठीं मनस्तत्त्वात्मक सुदर्शन चक्र व बुद्धि-तत्त्वात्मक कौमोदकी गदा आहे, म्हणजे तो उत्तमशास्त्ररूप चक्रानें लोकांच्या मनांतील अज्ञानरूप शत्रूचा संहार करितो आणि बुद्धिरूप गदेनें दुर्जनांचे दुष्ट विकार लयास नेतो, म्हणून त्यास **चक्रगदाधर** म्हणतात ॥ ५८ ॥

५४७ वेधा म्हणजे ब्रह्मदेव हा वास्तविकपणें तो भगवान् विष्णुच होय, म्हणून त्या देवाधिदेव विष्णूला **वेधा** असें म्हणतात. ५४८ त्याला एखादें कार्य करावयाचें असतां कोणाचेंही साहाय्य घ्यावें लागत नाहीं, म्हणून त्यास **स्वांग** म्हणतात. ५४९ कोणत्याही अवतारीं त्याचा पराभव झाला नाहीं, म्हणून त्यास **अजित** म्हणतात. ५५० कृष्णद्वैपायन व्यास हा तो परमेश्वरच होय, म्हणून त्यास **कृष्ण** म्हणतात. ५५१ त्याचा प्रभाव कधींही कमी होत नाहीं, म्हणून त्यास **दृढ** म्हणतात. ५५२ सृष्टीच्या विनाशकालीं तो

१. शुद्धात्मतत्त्वविज्ञानं सांख्यमित्याभिधीयत इति व्यासस्मृतिः । २. ऋषिं प्रसूतं कपिलं महान्तमिति श्रुतिः । सिद्धानां कापिलो मुनि इति स्मृतिः । ३. वेधस्--वि+धा--उत्पन्न करणें. ४. कृष्णद्वैपायनं व्यासं विद्धि नारायणं प्रभुं । कोह्यन्यःपुंडरीकाक्षन्महाभारतकृद्भवेत् ॥ इति विष्णुपुराणे ॥

ऽच्युतः ॥ वरुणो वारुणो वृक्षः पुष्कराक्षो महामनाः ॥५९॥ भगवान्भगहानंदी वनमाली हलायुधः ॥ आदित्यो ज्योतिरादित्यः सहिष्णुर्गतिसत्तमः ॥६०॥ सुधन्वा खंडपरशुर्दारुणो द्रविणप्रदः ॥ दिवस्पृ-

प्रजांचें आपल्या ठिकाणीं आकर्षण करितो व त्याचें ब्रीद कधींही ढळत नाहीं, म्हणून त्यास **संकर्षणाच्युत*** म्हणतात. ५५३ तोच पश्चिमदिशेचा स्वामी वरुण होय, त्यानेंच सर्व वेदिलें आहे, म्हणून त्यास **वरुण** म्हणतात. ५५४ वरुणाचें अपत्य जो वसिष्ठ किंवा अगस्त्य ऋषि किंवा वारुणसंज्ञक अस्त्र हीं तोच असल्यामुळें त्यास **वारुण** म्हणतात. ५५५ तो वृक्षासारखा अचल आहे, म्हणून त्यास **वृक्ष**[२] म्हणतात. ५५६ हृदयरूप कमळामध्यें त्याची व्याप्ति असते, किंवा तेथें तो स्वस्वरूपानें प्रकाशतो किंवा पुष्कराप्रमाणें त्याचे अक्षि आहेत, म्हणून त्यास **पुष्कराक्ष** म्हणतात. ५५७ त्याचें मनस्सामर्थ्य इतकें आहे कीं, तो सृष्टीची उत्पत्ति, स्थिति व लय हीं कर्में केवळ मनानेंच करितो, म्हणून त्यास **महामना** म्हणतात ॥ ५९ ॥

५५८ त्याच्या ठिकाणीं ऐश्वर्य, धर्म, श्री, यश, ज्ञान व वैराग्य हे सहा भगशब्दोक्त गुण पूर्णपणें वास करितात, किंवा जगाची उत्पत्ति व प्रलय, प्राण्यांचें जन्म व मरण आणि विद्या व अविद्या ह्या सहा गोष्टी त्यास उत्तम समजतात, म्हणून त्यास **भगवान्**[३] असें म्हणतात. ५५९ संहारसमयीं सर्व ऐश्वर्याचें तो हनन करितो, म्हणून त्यास **भगहा** म्हणतात. ५६० त्याच्याजवळ सर्व संपत्ति ओतप्रोत आहे, किंवा तो सदासर्वकाळ आनंदांत असतो, म्हणून त्यास **आनंदी** किंवा **नंदी** म्हणतात.५६१ वनांत फुललेल्या पुष्पांच्या माला भक्तांनीं अर्पण केल्या असतां त्या तो मोठ्या प्रेमानें धारण करितो, किंवा सर्व ऋतूंतील कुसुमांनीं विराजणारी व मध्यें कदंबाचे गुच्छ असलेली पायघोळ माळ त्याच्या कंठीं शोभत असते, म्हणून त्यास **वनमाली**[४] म्हणतात. ५६२ हल नामक आयुध धारण करणारा बलराम हाही त्याचाच अंश होय, म्हणून त्यास **हलायुध** म्हणतात. ५६३ कश्यपापासून अदितीच्या ठिकाणीं वामनरूपानें त्याचेंच जन्म झालें, म्हणून त्यास **आदित्य** म्हणतात. ५६४ सवितृमंडलांत स्थित असलेलें तेज तोच होय, म्हणून त्यास **ज्योतिरादित्य** म्हणतात. ५६५ तो शीतोष्णादिक सर्व द्वंद्वें सहन करितो किंवा तो अत्यंत सहनशील आहे, म्हणून त्यास **सहिष्णु** म्हणतात. ५६६ तोच सर्वांची श्रेष्ठ गति होय, म्हणून त्यास **गतिसत्तम** म्हणतात ॥ ६० ॥

५६७ त्याच्या हातांत उत्कृष्ट शार्ङ्धनु आहे, म्हणून त्यास **सुधन्वा** म्हणतात. ५६८ शत्रुसंहार करणारा परशु त्याच्या जवळ नित्य वसतो, किंवा त्याचा परशु कधींही कुंठित होत नाहीं, म्हणून त्यास **खंडपरशु** किंवा **अखंडपरशु** म्हणतात. ५६९ सन्मार्गाला प्रतिबंध करणाऱ्या दुष्टांना तो दारुण असतो, म्हणून त्यास **दारुण** म्हणतात. ५७० तो भक्तांना वांच्छित वस्तु अर्पण करितो, म्हणून

---

१. कृष्–ओढणें. २. वृक्ष इव स्तब्धो दिवि तिष्ठत इति श्रुतिः । ३. ऐश्वर्यस्य समग्रस्य धर्मस्य यशसः श्रियः ॥ ज्ञानवैराग्ययोश्चैव षण्णां भग इतीङ्गना ॥ उत्पत्तिं प्रलयं चैव भूतानामागतिं गतिं ॥ वेत्ति विद्यामविद्यां च स वाच्यो भगवानिति ॥ विष्णुपुराणे. ४. आजानुलंबिनी माला सर्वर्तुकुसुमोज्ज्वला ॥ मध्येस्थूलकदंबाढ्या वनमालेति कीर्तिता ॥ (*संकर्षणोऽच्युतः असाच पाठ सर्वत्र आहे; परंतु आचार्यांनीं हे दोन्ही शब्द हें एकच नांव मानल्यामुळें निरुपायास्तव अर्थामध्यें तसेंच घेतलें आहे.)

क्सर्वदृग्व्यासो वाचस्पतिरयोनिजः ॥ ६१ ॥ त्रिसामा सामगः साम निर्वाणं भेषजं भिषक् ॥ संन्यासकृच्छमः शांतो निष्ठा शांतिः परायणः ॥ ६२ ॥ शुभांगः शांतिदः स्रष्टा कुमुदः कुवलेशयः ॥ गोहितो

त्यास **द्रविणप्रद** ह्मणतात. ९७१ तो अंतरिक्षाला स्पर्श करितो ह्मणजे तो विश्वव्यापक आहे, म्हणून त्यास **दिवस्पृक्** ह्मणतात. ९७२ सर्व शास्त्रें अवगत असलेला व शाखादिकांनीं वेदांचे विभाग करणारा जो व्यास तोही त्या भगवंताचेंच रूप होय, ह्मणून त्यास **सर्वदृग्व्यास** ह्मणतात. ९७३ वाचेचा पति तोच असून तो अयोनिज आहे, ह्मणून त्यास **वाचस्पतिरयोनिज** ह्मणतात ॥ ६१ ॥

९७४ वेद, व्रत व समाख्यात हे जे तीन सामभेद, त्यांनीं त्याचेंच स्तवन करितात, ह्मणून त्यास **त्रिसामा** ह्मणतात. ९७५ तोच सामवेदाचें गायन करितो, किंवा सामाच्या ह्मणजे शांतीच्या ठिकाणीं त्याचें गमन आहे, ह्मणून त्यास **सामग** ह्मणतात. ९७६ सामवेद हें त्याचेंच रूप होय, ह्मणून त्यास **साम**[१] ह्मणतात. ९७७ समस्त दुःखांच्या उपशमानें युक्त असें जें परमानंदरूप निर्वाणपद तें तोच होय, ह्मणून त्यास **निर्वाण** ह्मणतात. ९७८ संसाररोगावर उत्कृष्ट औषध तोच होय, ह्मणून त्यास **भेषज** ह्मणतात. ९७९ संसाररोगाचा मोक्ष करणारी श्रेष्ठ ब्रह्मविद्या तोच शिकवितो, म्हणून त्यास **भिषक्** म्हणतात. ९८० मोक्षप्राप्त्यर्थ चतुर्थ आश्रम त्यानेंच निर्माण केला, ह्मणून त्यास **संन्यासकृत्** ह्मणतात. ९८१ संन्याशांना मुख्यत्वें-करून आवश्यक असलेला जो शम गुण त्याचा उपदेश तोच त्यांना करितो, म्हणून त्यास **शम**[२] म्हणतात. ९८२ त्याच्या ठिकाणीं विषयासक्ति मुळींच नाहीं, म्हणून त्यास **शांत**[३] ह्मणतात. ९८३ सर्व भूतांचें पर्यवसान प्रलयकालीं त्याच्या ठायींच होतें, ह्मणून त्यास **निष्ठा** म्हणतात. ९८४ समस्त अविद्येची निवृत्ति त्या परमात्म्याच्या ठिकाणींच आहे, म्हणून त्यास **शांति** म्हणतात. ९८५ परमश्रेष्ठ स्थान म्हणजे ज्या स्थानीं गेलें असतां पुनरावृत्ति घडावयाची नाहीं असें तोच होय, म्हणून त्यास **परायण** म्हणतात ॥ ६२ ॥

९८६ त्याची तनु सुंदर आहे, म्हणून त्यास **शुभांग** म्हणतात. ९८७ रागद्वेषादिकांचा निर्मोक्ष करणारी शांति तोच देतो, म्हणून त्यास **शांतिद** म्हणतात. ९८८ जगताच्या सर्ग-समयीं तोच सर्व भूतें निर्मितो, म्हणून त्यास **स्रष्टा** म्हणतात. ९८९ कु म्हणजे पृथ्वी—लक्ष-णेनें सर्व विश्व—ह्यामध्यें खरा खरा आनंदी तोच होय, म्हणून त्यास **कुमुद** म्हणतात. ९९० कु म्हणजे पृथ्वी, हिच्या ठिकाणीं वलन पावणारें म्हणजे वाहात जाणारें जें जल, त्यांत तो शयन करितो; कुवल म्हणजे बदरीफल, ह्यांत वास करणारा तक्षक हें त्याचेंच रूप होय; किंवा कुवलांत ह्मणजे भूमीच्या उदरांत शयन करणारा जो शेष त्याजवर तो शयन करितो, ह्मणून त्यास **कुवलेशय** ह्मणतात. ९९१ गाईंच्या हिताकरितां तो सतत झटत असतो, किंवा गोच्या (भूमीच्या) कल्याणाकरितां तोच अनेक अवतार घेतो, ह्मणून त्यास **गोहित** ह्मणतात. ९९२ इंद्रियांचा, वाणीचा किंवा भूमीचा पति तोच होय, ह्मणून त्यास

१. वेदानां सामवेदोऽस्मीति भगवद्वचनम् । २. यतीनां प्रशमो धर्म इति स्मृतिः ३. निष्कलं निष्क्रियं शांतमितिश्रुतिः ।

गोपतिर्गोप्ता वृषभाक्षो वृषप्रियः ॥ ६३ ॥ अनिवर्ती निवृत्तात्मा संक्षेप्ता क्षेमकृच्छिवः ॥ श्रीवत्सवक्षाः श्रीवासः श्रीपतिः श्रीमतांवरः ॥ ६४ ॥ श्रीदः श्रीशः श्रीनिवासः श्रीनिधिः श्रीविभावनः ॥ श्रीधरः श्रीकरः श्रेयः श्रीमाँल्लोकत्रयाश्रयः ॥ ६५ ॥ स्वक्षः स्वंगः

गोपति म्हणतात. ५९३ सर्व जगताचा रक्षक तोच आहे, किंवा त्यानें आपल्या मायेनें सर्व जग झांकलें आहे, म्हणून त्यास **गोप्ता**[१] म्हणतात. ५९४ त्याची दृष्टि सर्व कामनांची वृष्टि करणारी किंवा धर्मरूप आहे, म्हणून त्यास **वृषभाक्ष** म्हणतात. ५९५ वृष म्हणजे धर्म हा त्याला फार प्रिय आहे, म्हणून त्यास **वृषप्रिय** म्हणतात ॥ ६३ ॥

५९६ देव आणि दानव यांचा संग्राम चालला असतां तो कधींही रणांगणांतून निवृत्त होत नाहीं, किंवा त्याचा धर्म हा फार प्रिय असल्यामुळें त्याजपासून तो कधींही विमुख होत नाहीं, म्हणून त्यास **अनिवर्ती** म्हणतात. ५९७ त्याचा आत्मा स्वभावतः विषयांपासून निवृत्त असतो, म्हणून त्यास **निवृत्तात्मा** म्हणतात. ५९८ ह्या अवाढव्य विश्वाचा प्रलयकालीं तो संक्षेप करितो, म्हणून त्यास **संक्षेप्ता** म्हणतात. ५९९ प्राप्त झालेल्या वस्तूंचें संरक्षण करणारा तो परमेश्वरच होय, म्हणून त्यास **क्षेमकृत्** म्हणतात. ६०० तो केवळ स्मरणानें मंगलधाम अर्पितो, म्हणून त्यास **शिव** म्हणतात. ६०१ श्रीवत्स नामक चिन्ह त्याच्या वक्षस्थळीं आहे, म्हणून त्यास **श्रीवत्सवक्षा** म्हणतात. ६०२ त्याच्या वक्षस्थळीं सर्वभाग्यदात्री लक्ष्मी वास्तव्य करिते, म्हणून त्यास **श्रीवास** म्हणतात. ६०३ समुद्रमंथनानंतर सर्व सुरांना टाकून श्रीनें म्हणजे लक्ष्मीनें त्यालाच वरिलें, किंवा श्री म्हणजे महान् शक्ति ही त्याच्याच ठिकाणीं वसते, म्हणून त्यास **श्रीपति** म्हणतात. ६०४ ऋग्यजुःसामरूप श्री[२] हिनें युक्त जे ब्रह्मादिक वेदवेत्ते त्यांच्याहूनही तो श्रेष्ठ होय, म्हणून त्यास **श्रीमतांवर** म्हणतात ॥ ६४ ॥

६०५ तो भक्तांना भाग्य देतो, म्हणून त्यास **श्रीद** म्हणतात. ६०६ श्रीचा ईश तोच होय, म्हणून त्यास **श्रीश** म्हणतात. ६०७ भाग्यवंताच्या घरीं तोच सदासर्वकाळ वास्तव्य करितो, म्हणून त्यास **श्रीनिवास** म्हणतात. ६०८ त्याच्या ठिकाणीं अखिल श्रीमत्ता वास करिते किंवा सर्व श्रेयांचा तो निधि होय, म्हणून त्यास **श्रीनिधि** म्हणतात. ६०९ सर्व प्राण्यांना कर्मानुरूपानें तो विविध श्री अर्पण करितो, म्हणून त्यास **श्रीविभावन** म्हणतात. ६१० सर्व भूतांची जननी जी श्री तिला तो वक्षस्थळीं धारण करितो, म्हणून त्यास **श्रीधर** म्हणतात. ६११ स्मरण, स्तवन व पूजन करणाऱ्या भगवद्भक्तांचें तो कल्याण करितो, म्हणून त्यास **श्रीकर** म्हणतात. ६१२ श्रेय हें त्याचेंच रूप होय, म्हणून त्यास **श्रेय** म्हणतात. ६१३ तो मोठा भाग्यशाली आहे, म्हणून त्यास **श्रीमान्** म्हणतात. ६१४ तिन्ही लोकांना त्याचाच आश्रय आहे, म्हणून त्यास **लोकत्रयाश्रय** म्हणतात ॥ ६५ ॥

६१५ त्याचे नेत्र सुंदर आहेत, म्हणून त्यास **स्वक्ष** म्हणतात. ६१६ त्याचीं गात्रें सुंदर

१. गुप्–रक्षणें किंवा झांकणें. २. ऋचः सामानि यजूंषि सा हि श्रीरमृता सतामिति श्रुतिः

शतानंदो नंदिर्ज्योतिर्गणेश्वरः ॥ विजितात्मा ऽविधेयात्मा सत्कीर्तिश्छिन्नसंशयः ॥ ६६ ॥ उदीर्णः सर्वतश्चक्षुरनीशः शाश्वतःस्थिरः ॥ भूशयो भूषणो भूतिर्विशोकः शोकनाशनः ॥६७ ॥ अर्चिष्मानर्चितः कुंभो विशुध्दात्मा विशोधनः ॥ अनिरुध्दोऽप्रतिरथः प्रद्युम्नो

आहेत, म्हणून त्यास **स्वंग** म्हणतात. ६१७ एक परमानंद तो देवाधिदेवच असून उपाधिभेदानें त्याचेच शतावधि भेद होतात, म्हणून त्यास **शतानंद** म्हणतात. ६१८ त्याच्या ठायीं मूर्तिमंत परमानंद वसत आहे, म्हणून त्यास **नंदी** म्हणतात. ६१९ ज्योतिर्गुण म्हणजे सूर्यचंद्रादिक प्रकाशमय गोल ह्यांचा नियामक तोच होय, म्हणून त्यास **ज्योतिर्गणेश्वर** म्हणतात. ६२० त्यानें आपलें मन ताब्यांत ठेविलें आहे, म्हणून त्यास **विजितात्मा** म्हणतात. ६२१ त्याचा आत्मा स्वतःसिद्ध आहे, तो दुसऱ्याला उत्पन्न करितां येण्यासारखा नाहीं, म्हणून त्यास **अविधेयात्मा** म्हणतात. ६२२ त्याची कीर्ति सत् आहे, म्हणून त्यास **सत्कीर्ति** म्हणतात. ६२३ करतलावरील आमलकाप्रमाणें सर्व कांहीं तो साक्षात् पाहात असल्यामुळें त्याला कोणतीही शंका नसते, म्हणून त्यास **छिन्नसंशय** म्हणतात ॥ ६६ ॥

६२४ सर्व भूतांपेक्षां तो समृद्ध आहे, किंवा सर्व भूतांपासून तो अलिप्त आहे, म्हणून त्यास **उदीर्ण** म्हणतात. ६२५ त्यास सर्वत्र चक्षु आहेत, सर्व कांहीं तो स्वचैतन्यानें पहातो, म्हणून त्यास **सर्वतश्चक्षु**[1] म्हणतात. ६२६ त्याच्यावर स्वामित्व चालविणारा कोणीही नाहीं, म्हणून त्यास **अनीश**[2] म्हणतात. ६२७ तो निरंतर रहाणारा असून अविक्रिय आहे, म्हणून त्यास **शाश्वतस्थिर** म्हणतात. ६२८ त्यानें रामावतारीं लंकेचा शोध करितांना सागरासमीप जाऊन भूमीवर शयन केलें, म्हणून त्यास **भूशय** म्हणतात. ६२९ तो स्वेच्छेनें बहुत अवतार घेऊन भूमीला सुशोभित करितो, म्हणून त्यास **भूषण** म्हणतात. ६३० सर्व भूतींना (ऐश्वर्यांना) कारण तोच होय, म्हणून त्यास **भूति** म्हणतात. ६३१ त्याच्या ठिकाणीं शोकाचा लेशसुद्धां नाहीं, तो परमानंदांत सदैव रत असतो, म्हणून त्यास **विशोक** म्हणतात. ६३२ केवळ ध्यान केल्याच्या योगानें तो भक्तांचा शोक दूर करितो, म्हणून त्यास **शोकनाशन** म्हणतात ॥ ६७ ॥

६३३ भगवान् विष्णूच्या तेजानेंच चंद्रसूर्यादिक पदार्थ तेजस्वी झाले आहेत, म्हणून त्यास **अर्चिष्मान**[3] म्हणतात. ६३४ ब्रह्मादिक महान् महान् विभूति त्याचीच पूजा करितात, म्हणून त्यास **अर्चित** म्हणतात. ६३५ कुंभाप्रमाणें त्याच्या ठिकाणीं सर्व सांठवलेलें आहे, म्हणून त्यास **कुंभ** असें म्हणतात. ६३६ गुणत्रयापासून तो अलिप्त आहे, म्हणून त्यास **विशुद्धात्मा** म्हणतात. ६३७ केवळ स्मरण केल्याच्या योगानें तो पापाचें क्षालन करितो, म्हणून त्यास **विशोधन** म्हणतात. ६३८ चारही व्यूहांमध्यें तो निरुद्ध म्हणजे बद्ध नाहीं, म्हणून त्यास **अनिरुद्ध** म्हणतात. ६३९ त्याला कोणीही प्रतिस्पर्धी नाहीं, म्हणून त्यास **अप्रतिरथ** म्हणतात. ६४० त्याच्याजवळ प्रकृष्ट (विपुल) द्युम्न (धन) आहे, म्हणून

१. विश्वतश्चक्षुरिति श्रुतिः २. न तस्येशः कश्चनेति श्रुतिः । ३. अर्चिस्-ज्वाला किंवा तेज.

ऽमितविक्रमः ॥६८॥ कालनेमिनिहा वीरः शौरिः शूरजनेश्वरः ॥ त्रिलोकात्मा त्रिलोकेशः केशवः केशिहा हरिः ॥ ६९ ॥ कामदेवः कामपालः कामी कांतः कृतागमः ॥ अनिर्देश्यवपुर्विष्णुर्वीरोऽनंतो धनंजयः ॥ ७० ॥ ब्रह्मण्यो ब्रह्मकृद्ब्रह्मा ब्रह्म ब्रह्मविवर्धनः ॥ ब्रह्मवि-

---

त्यास प्रद्युम्न म्हणतात. ६४१ त्याच्या पराक्रमाचें मान करितां येत नाहीं, म्हणून त्यास अमितविक्रम म्हणतात ॥ ६८ ॥

६४२ त्यानेंच कालनेमी असुराला वधिलें, म्हणून त्यास कालनेमिनिहा म्हणतात. ६४३ खरा वीर तोच होय, म्हणून त्यास वीर म्हणतात. ६४४ त्यानें शूरसेनाच्या कुळांत अवतार घेतला, म्हणून त्यास शौरी म्हणतात. ६४५ इंद्रादिक शूर जनांचा ईश्वर तोच होय, म्हणून त्यास शूरजनेश्वर म्हणतात. ६४६ तोच तिन्ही लोकांचा आत्मा आहे, किंवा तीन लोक वास्तविकपणें त्याच्यापासून भिन्न नाहींत, म्हणून त्यास त्रिलोकात्मा म्हणतात. ६४७ त्याच्याच आज्ञेनें तिन्ही लोक आपापलीं कर्मे करितात, म्हणून त्यास त्रिलोकेश म्हणतात. ६४८ ब्रह्मा, विष्णु व महेश ह्या देवतांना केश ही संज्ञा असून त्या देवता त्या लोकनायकाच्या अंशभूत आहेत, म्हणून त्यास केशव असें म्हणतात. ६४९ त्यानेंच केशी नामक असुराला वधिलें, म्हणून त्यास केशिहा म्हणतात. ६५० संसार व संसाराचें बीज तोच हरण करितो, म्हणून त्यास हरि म्हणतात ॥ ६९ ॥

६५१ धर्म, अर्थ, काम व मोक्ष हे चार पुरुषार्थ प्राप्त करून घेणारे पुरुष त्या देवाधिदेवाचेंच भजन करितात, म्हणून त्यास कामदेव म्हणतात. ६५२ तोच सिद्ध झालेल्या इष्टार्थांचें पालन करितो, म्हणून त्यास कामपाल म्हणतात. ६५३ त्याचे सर्व काम परिपूर्ण आहेत, म्हणून त्यास कामी म्हणतात. ६५४ दोन परार्धांच्या अंतीं क म्हणजे ब्रह्मदेव ह्याचा अंत तोच करितो, म्हणून त्यास कांत म्हणतात. ६५५ श्रुतिस्मृत्यादिक आगम त्यानेंच केले, म्हणून त्यास कृतागम म्हणतात. ६५६ भगवान् विष्णूच्या ठिकाणीं गुणादिक नसल्यामुळें त्याच्या स्वरूपाचें वर्णन करितां येत नाहीं, म्हणून त्यास अनिर्देश्यवपु म्हणतात. ६५७ त्याची कांति स्वर्ग व पृथ्वी ह्यांना व्यापूनही उरली आहे; म्हणून त्यास विष्णु म्हणतात. ६५८ तो महान् योद्धा आहे, म्हणून त्यास वीर म्हणतात. ६५९ त्याची व्याप्ति सर्वत्र आहे, तो नित्य आहे, सर्व विश्व तदात्मक आहे आणि देशकालादिकांनीं तो अपरिच्छिन्न आहे, म्हणून त्यास अनंत म्हणतात. ६६० ज्यानें दिग्विजय करितांना मनस्वी धन संपादिलें तो अर्जुनही त्याचेंच रूप होय, म्हणून त्यास धनंजय म्हणतात ॥ ७० ॥

६६१ तप, वेद, जाति व ज्ञान ह्या सर्वांना ब्रह्म अशी संज्ञा आहे आणि ह्या सर्वांविषयीं त्याच्या ठिकाणीं फारच कळकळ व आदरबुद्धि आहे, म्हणून त्यास ब्रह्मण्य म्हणतात. ६६२ तप, वेद इत्यादि त्यानेंच केलीं, म्हणून त्यास ब्रह्मकृत् म्हणतात. ६६३ तोच ब्रह्मदेवाच्या रूपानें सर्व विश्व उत्पन्न करितो; म्हणून त्यास ब्रह्मा म्हणतात. ६६४ सच्चिदानंदरूप ब्रह्म हें त्यापासून पृथक् नाहीं, म्हणून त्यास ब्रह्म म्हणतात. ६६५ तप, प्रजा इत्यादिकांचें वर्धन

ब्राह्मणो ब्रह्मी ब्रह्मज्ञो ब्राह्मणप्रियः ॥ ७१ ॥ महाक्रमो महाकर्मा महातेजा महोरगः ॥ महाक्रतुर्महायज्वा महायज्ञो महाहविः ॥७२॥ स्तव्यः स्तवप्रियः स्तोत्रं स्तुतिः स्तोता रणप्रियः ॥ पूर्णः पूरयिता पुण्यः पुण्यकीर्तिरनामयः ॥७३॥ मनोजवस्तीर्थकरो वसुरेता वसु-

तोच करितो, म्हणून त्यास **ब्रह्मविवर्धन** म्हणतात. ६६६ वेद व वेदार्थ ह्यांचें यथावत् ज्ञान त्यासच आहे, म्हणून त्यास **ब्रह्मविद्** म्हणतात. ६६७ ब्राह्मणरूपानें समस्तांना वेदांचें प्रवचन तोच करितो, म्हणून त्यास **ब्राह्मण** म्हणतात. ६६८ ब्रह्मसंज्ञक तपोवेदादिक हीं त्याचींच अंगें आहेत, म्हणून त्यास **ब्रह्मी** म्हणतात. ६६९ स्वात्मभूत वेदांना तो जाणतो, म्हणून त्यास **ब्रह्मज्ञ** म्हणतात. ६७० तो ब्राह्मणांना प्रिय आहे व त्यालाही ब्राह्मण प्रिय आहेत, म्हणून त्यास **ब्राह्मणप्रिय** म्हणतात ॥ ७१ ॥

६७१ त्याचा क्रम म्हणजे पादविक्षेप महान् आहे, म्हणून त्यास **महाक्रम** म्हणतात. ६७२ त्याचें जगदुत्पत्त्यादिक कर्म महान् आहे, म्हणून त्यास **महाकर्मा** म्हणतात. ६७३ त्याच्याच तेजानें भास्करादिक तेजस्वी झाले आहेत, म्हणून त्यास **महातेजा** म्हणतात. ६७४ सर्पांमध्यें श्रेष्ठ जो वासुकि तो त्याचेंच रूप असल्यामुळें त्यास **महोरग** म्हणतात. ६७५ महाक्रतु जो अश्वमेध तो तद्रूपच होय, म्हणून त्यास **महाक्रतु** म्हणतात. ६७६ लोकांना वळण लावण्याकरितां तो महान् यज्ञ करितो, म्हणून त्यास **महायज्वा** म्हणतात. ६७७ यज्ञांमध्यें श्रेष्ठ यज्ञ जो जपयज्ञ तो तोच असल्यामुळें त्यास **महायज्ञ** म्हणतात. ६७८ मोठमोठालीं हविर्द्रव्यें त्यालाच उद्देशून हवन करण्यांत येतात, म्हणून त्यास **महाहवि** म्हणतात ॥७२॥

६७९ त्याची सर्वजण स्तुति करितात, तो कोणाचीही स्तुति करीत नाहीं, म्हणून त्यास **स्तव्य** म्हणतात. ६८० त्याला स्तुति प्रिय आहे, म्हणून त्यास **स्तवप्रिय** म्हणतात. ६८१ ज्याच्या योगानें त्या देवाधिदेवाला स्तवावयाचें तें गुणसंकीर्तनात्मक स्तोत्रही तद्रूपच आहे, म्हणून त्यास **स्तोत्र** म्हणतात. ६८२ स्तवनक्रिया ही देखील परमेश्वररूपच आहे, म्हणून त्यास **स्तुति** म्हणतात. ६८३ स्तुति करणारा भक्तही तद्रूपच होय, म्हणून त्यास **स्तोता** म्हणतात. ६८४ लोकांच्या रक्षणाकरितां युद्धादि प्रसंगही त्यास प्रिय वाटतात, म्हणून त्यास **रणप्रिय** म्हणतात. ६८५ सर्व कामांनीं, सर्व कलांनीं व सर्व शक्तींनीं तो संपन्न आहे, म्हणून त्यास **पूर्ण** म्हणतात. ६८६ तो सर्वांना संपत्त्यादिकांनीं पूर्ण करितो, म्हणून त्यास **पूरयिता** म्हणतात. ६८७ तो केवळ स्मरण केल्यानें पातकें क्षालन करितो, म्हणून त्यास **पुण्य** म्हणतात. ६८८ त्याचें गुणकीर्तन केल्यानें मनुष्यांना पुण्य लागतें, म्हणून त्याला **पुण्यकीर्ति** म्हणतात. ६८९ त्याला आंत किंवा बाहेर कोणतीही आमय (व्याधि) नाहीं, म्हणून त्यास **अनामय** म्हणतात ॥ ७३ ॥

६९० मनाच्या वेगाप्रमाणें तत्काळ तो पाहिजे तेथें गमन करितो; म्हणून त्यास **मनोजव** म्हणतात. ६९१ चतुर्दश विद्यांचीं शास्त्रें ग्रथित करणारा व तीं शिकविणारा तोच

प्रदः ॥ वसुप्रदो वासुदेवो वसुर्वसुमना हविः ॥ ७४ ॥ सद्गतिः सत्कृतिः सत्ता सद्भूतिः सत्परायणः ॥ शूरसेनो यदुश्रेष्ठः सन्निवासः सुयामुनः ॥ ७५ ॥ भूतावासो वासुदेवः सर्वासुनिलयोऽनलः ॥ दर्पहा दर्पदो दृप्तो दुर्धरोऽथापराजितः ॥ ७६ ॥ विश्वमूर्तिर्महामूर्तिर्दीप्त-

---

आहे, म्हणून त्यास तीर्थकर म्हणतात. ६९२ वसु (सुवर्ण) हें त्याचेंच रेत होय, म्हणून त्यास वसुरेता म्हणतात. ६९३ वसु म्हणजे धन हें तो अतिशय अर्पितो, म्हणून त्यास वसुप्रद म्हणतात. ६९४ तो भक्तांना वसु (मोक्ष) देतो, म्हणून त्यास वसुप्रद म्हणतात. ६९५ तो वसुदेवाचें अपत्य होय, म्हणून त्यास वासुदेव म्हणतात. ६९६ तो मायेच्या योगें स्वस्वरूप आच्छादितो, म्हणून त्यास वसु म्हणतात. ६९७ सर्व विषयांच्या ठिकाणीं त्याचें मन समान भावनेनें आसक्त होतें, ह्मणून त्यास वसुमना म्हणतात. ६९८ घृत वगैरे हविर्द्रव्यें तद्रूपच आहेत, म्हणून त्यास हवि असें म्हणतात ॥ ७४ ॥

६९९ महान् महान् ब्रह्मवेत्ते पुरुष त्याचाच आश्रय करितात किंवा श्रेष्ठ गति तोच होय, म्हणून त्यास सद्गति म्हणतात. ७०० तो उत्तम प्रकारेंकरून जगदुत्पत्ति वगैरे कृति करितो, म्हणून त्यास सत्कृति म्हणतात. ७०१ सजातीय, विजातीय, स्वगत, परगत, इत्यादिक भेद-रहित जी सत्ता ती तोच होय, म्हणून त्यास सत्ता म्हणतात. ७०२ सत् (शाश्वत) भूति (ऐश्वर्य) त्याच्याच ठिकाणीं वास करिते, म्हणून त्यास सद्भूति म्हणतात. ७०३ तत्त्ववेत्त्यांचें परम आश्रयस्थान तोच होय, म्हणून त्यास सत्परायण म्हणतात. ७०४ त्याची सेना मोठी शूर आहे, म्हणून त्यास शूरसेन म्हणतात. ७०५ सर्व यादवांत श्रेष्ठ जो भगवान् कृष्ण तो तोच होय, म्हणून त्यास यदुश्रेष्ठ म्हणतात. ७०६ सत् (विद्वान्) ह्यांचा आश्रय तोच होय म्हणून त्यास सन्निवास म्हणतात. ७०७ त्याच्या पदरेणूनें यमुनेच्या कांठचे प्रदेश पवित्र झाले म्हणून त्यास सुयामुन म्हणतात ॥ ७५ ॥

७०८ त्याच्याच ठिकाणीं सर्व भूतें वास्तव्य करितात, म्हणून त्यास भूतावास म्हणतात. ७०९ तो देवाधिदेवच स्वमायेनें जगताला आच्छादितो, म्हणून त्यास वासुदेव म्हणतात. ७१० प्रलयकालीं त्याच्या ठायीं सर्व जीवांचे प्राण लय पावतात, म्हणून त्यास सर्वासुनिलय म्हणतात. ७११ त्याच्या शक्तिसंपदेला मर्यादा नाहीं, म्हणून त्यास अनल म्हणतात. ७१२ तो धर्मविरोधी पुरुषांच्या दर्पाचा उच्छेद करितो, म्हणून त्यास दर्पहा म्हणतात. ७१३ धर्मशील पुरुषांच्या ठिकाणीं धर्माचरण करण्याविषयींचा अभिमान तोच उत्पन्न करितो, म्हणून त्यास दर्पद म्हणतात. ७१४ तो स्वस्वरूपानंदांत सदैव तृप्त असतो, म्हणून त्यास दृप्त म्हणतात. ७१५ तो उपाधिरहित असल्यामुळें ध्यानादिकेंकरून त्याची धारणा करणें कठीण आहे, म्हणून त्यास दुर्धर म्हणतात. ७१६ तो अंतर्बाह्य शत्रूंकडून कधींही पराजित होत नाहीं, म्हणून त्यास अपराजित म्हणतात ॥ ७६ ॥

७१७ सर्व विश्व त्याचीच मूर्ति असल्यामुळें त्यास विश्वमूर्ति म्हणतात. ७१८ शेषशय्येवर

मूर्तिरमूर्तिमान् ॥ अनेकमूर्तिरव्यक्तः शतमूर्तिः शताननः ॥७७॥ एको नैकः सवः कः किं यत्तत्पदमनुत्तमम् ॥ लोकबंधुर्लोकनाथो माधवो भक्तवत्सलः ॥ ७८ ॥ सुवर्णवर्णो हेमांगो वरांगश्चंदनां-

---

शयन करणारी भव्य मूर्ति त्याचीच होय, म्हणून त्यास **महामूर्ति** म्हणतात. ७१९ त्याची ज्ञानमय मूर्ति महातेजस्वी आहे, म्हणून त्यास **दीप्तमूर्ति** म्हणतात. ७२० त्याला कर्माच्या योगानें प्राप्त होणारी मूर्ति नाहीं, म्हणून त्यास **अमूर्तिमान्** म्हणतात. ७२१ तो अवतार घेऊन त्यांत स्वेच्छेनें लोकोपकारक बहुत मूर्ति धारण करितो, म्हणून त्यास **अनेकमूर्ति** म्हणतात. ७२२ तो जरी अनेकमूर्ति आहे, तरी त्याच्या स्वरूपाचें ज्ञान होत नाहीं, म्हणून त्यास **अव्यक्त** म्हणतात. ७२३ केवळ ज्ञानस्वरूप परमात्म्याच्या नानाविध विकल्पांनीं निरनिराळ्या मूर्ति मनांत आणिल्यास त्या शतावधि होतात, म्हणून त्यास **शतमूर्ति** म्हणतात. ७२४ सर्व विश्व हें तदात्मकच असल्यामुळें त्यास शतावधि आननें आहेत, म्हणून त्यास **शतानन** म्हणतात ॥ ७७ ॥

७२५ वस्तुतः त्यास सजातीय-विजातीय किंवा स्वगत-परगत इत्यादि भेदाभेद मुळींच नाहींत; तो केवळ एकटाच आहे, म्हणून त्यास **एक** असें म्हणतात. ७२६ त्यानें मायेच्या योगें अनेक रूपें धारण केलीं आहेत, म्हणून त्यास **नैक** म्हणतात. ७२७ ज्यामध्यें सोम-रस काढितात तो यज्ञही त्याचेंच रूप असल्यामुळें त्यास **सव** म्हणतात. ७२८ ब्रह्मा, विष्णु, कामदेव, अग्नि, वायु, यम, सूर्य, आत्मा, काल, मन, शरीर, प्रकाश, ऐश्वर्य, सुख, हीं सर्व त्या देवाधिदेवाचींच रूपें होत, म्हणून त्यास **क** असें म्हणतात. ७२९ सर्वपुरुषार्थप्राप्तीचें साधन काय (किं?) असा प्रश्न त्याच्याच उद्देशानें करावयाचा, म्हणून त्यास **किं** असें म्हणतात. ७३० यत् (जें) ह्या शब्दानें स्वतःसिद्ध ब्रह्माचा बोध होतो, म्हणून त्यास **यत्** म्हणतात. ७३१ तत (तें) हा शब्दही, मनोबुद्धींद्रियांस अगोचर परंतु निर्विशेष व व्यापक अशा परब्रह्माचाच वाचक आहे, म्हणून त्यास **तत्** असें म्हणतात. ७३२ मुमुक्षु पुरुष ज्या पदाची अपेक्षा करितात तें अत्यंत श्रेष्ठ पद तोच होय, म्हणून त्यास **अनुत्तमपद** म्हणतात. ७३३ भगवान् विष्णु हाच लोकांचा मुख्य आधार होय, त्यानेंच सर्व लोक निर्मिले, त्याच्यासारखा आप्त दुसरा कोणीच नाहीं व श्रुतिस्मृत्यादिकांच्या द्वारें त्यानें जो हिताहितोपदेश केला आहे, तो उपदेश करण्यास दुसरा कोणीही समर्थ नाहीं, म्हणून त्यास **लोकबंधु** म्हणतात. ७३४ सर्व लोकांचा नाथ तोच होय, सर्व लोक त्याच्याच अनुग्रहानें योगक्षेम चालवितात व सर्व लोकांना हितप्रद तोच होय, म्हणून त्यास **लोकनाथ** म्हणतात. ७३५ भगवान् विष्णु हा मधुकुलांत जन्म पावला किंवा मेचा म्हणजे लक्ष्मीचा तोच पति होय, म्हणून त्यास **माधव** म्हणतात. ७३६ तो भक्तांवर दया करितो म्हणून त्यास **भक्तवत्सल** म्हणतात ॥७८॥

७३७ त्याचा वर्ण सुवर्णासारखा तेजस्वी आहे. म्हणून त्यास **सुवर्णवर्ण** म्हणतात. ७३८ हेम म्हणजे सोनें याप्रमाणें त्याचें अंग आहे म्हणून त्यास **हेमांग** म्हणतात. ७३९ त्याचे अवयव वर (सुंदर) आहेत, म्हणून त्यास **वरांग** म्हणतात. ७४० त्याचीं बाहुभूषणें

गदी ॥ वीरहा विषमः शून्यो घृताशीरचलश्चलः ॥ ७९ ॥ अमानी मानदो मान्यो लोकस्वामी त्रिलोकधृक् ॥ सुमेधा मेधजो धन्यः सत्यमेधा धराधरः ॥ ८० ॥ तेजोवृषो द्युतिधरः सर्वशस्त्रभृतांवरः ॥ प्रग्रहो निग्रहो व्यग्रो नैकशृंगो गदाग्रजः ॥ ८१ ॥ चतुर्मूर्तिश्चतुर्बा-

---

चंदन (आल्हादकारक) आहेत, म्हणून त्यास **चंदनांगदी** म्हणतात. ७४१ धर्मत्राणासाठीं तो असुरादिक वीरांना वधितो, म्हणून त्यास **वीरहा** म्हणतात. ७४२ त्याच्याशीं सम (सारखा) दुसरा कोणीही नाहीं, म्हणून त्यास **विषम** म्हणतात. ७४३ त्याच्या ठिकाणीं कोणतीही उपाधि नाहीं; नामरूपादिकांनीं तो शून्य आहे, म्हणून त्यास **शून्य** म्हणतात. ७४४ त्याचे सर्व मनोरथ घृत म्हणजे गलित झालेले आहेत; त्याच्या ठिकाणीं कोणतीही आशा वगैरे नाहीं, म्हणून त्यास **घृताशी** म्हणतात. ७४५ त्याचें सामर्थ्य, स्वरूप, ज्ञान इत्यादिक अचळ आहे, म्हणून त्यास **अचल** म्हणतात. ७४६ मायेच्या योगें किंवा वायुरूपानें तो चंचल आहे, म्हणून त्यास **चल** असें म्हणतात ॥ ७९ ॥

७४७ त्याला अनात्मवस्तूंविषयीं अभिमान नाहीं, तो केवळ सच्चिन्मयरूप आहे, म्हणून त्यास **अमानी** म्हणतात. ७४८ तो आपल्या मायेच्या योगें सामान्य जनांना अनात्मवस्तूंविषयीं अभिमान उत्पन्न करितो, किंवा तो भक्तांचा सत्कार करितो, म्हणून त्यास **मानद** म्हणतात. ७४९ तो सर्वांचा ईश्वर असल्यामुळें सर्वजण त्यास मान देतात व त्याची पूजा करितात, म्हणून त्यास **मान्य** म्हणतात. ७५० चतुर्दश भुवनांचा स्वामी तोच होय, म्हणून त्यास **लोकस्वामी** म्हणतात. ७५१ त्रैलोक्याला धारण तोच करितो, म्हणून त्यास **त्रिलोकधृक्** म्हणतात. ७५२ त्याची मेधा (बुद्धि) उत्तम आहे, म्हणून त्यास **सुमेध** म्हणतात. ७५३ मेधांत (यज्ञांत) तो प्रकट होतो, म्हणून त्यास **मेधज** म्हणतात. ७५४ त्याचे सर्व पुरुषार्थ सिद्ध आहेत, म्हणून त्यास **धन्य** म्हणतात. ७५५ त्याची प्रतिज्ञा कधींही मिथ्या होत नाहीं, म्हणून त्यास **सत्यमेधा** म्हणतात. ७५६ शेषादिकांकरवीं तो अशेष धरा उचलून धारितो, म्हणून त्यास **धराधर** म्हणतात ॥ ८० ॥

७५७ आदित्यरूपानें तेजाचा वर्षाव तोच करितो, म्हणून त्यास **तेजोवृष** म्हणतात. ७५८ प्रत्येक वस्तूच्या अंगगत कांतीचा आधार तोच होय, म्हणून त्यास **द्युतिधर** म्हणतात. ७५९ सर्व शस्त्रधाऱ्यांमध्यें तो श्रेष्ठ आहे, म्हणून त्यास **सर्वशस्त्रभृतांवर** असें म्हणतात. ७६० भक्तांनीं पत्रपुष्पादिक आणून दिलें असतां त्याचा तो स्वीकार करितो, म्हणून त्यास **प्रग्रह** म्हणतात. ७६१ तो स्वतःच्या शक्तीनें सर्वांचा निग्रह करितो, म्हणून त्यास **निग्रह** म्हणतात. ७६२ त्याला अग्र(शेवट)किंवा नाश नाहीं, म्हणून त्यास **व्यग्र** म्हणतात. ७६३ अग्नि हें त्याचेंच रूप असून त्यास अनेक (चार) शृंगें आहेत किंवा परमेश्वराचें वर्चस्व अनेक प्रकारचें आहे, ह्मणून त्यास **नैकशृंग** म्हणतात. ७६४ निगद ह्मणजे मंत्र, ह्याचा उच्चार केला असतां तो अग्रभागीं प्रकट होतो, ह्मणून त्यास **गदाग्रज** ह्मणतात ॥ ८१ ॥

र्चतुर्व्यूहश्चतुर्गतिः ॥ चतुरात्मा चतुर्भावश्चतुर्वेदविदेकपात् ॥८२॥ समावर्तो ऽनिवृत्तात्मा दुर्जयो दुरतिक्रमः ॥ दुर्लभो दुर्गमो दुर्गो दुरावासो दुरारिहा ॥ ८३ ॥ शुभांगो लोकसारंगः सुतंतुस्तंतुवर्धनः ॥ इंद्रकर्मा महाकर्मा कृतकर्मा कृतागमः ॥ ८४ ॥ उद्भवः

७६५ विराट्, सूत्रात्मा, व्याकृत व तुरीय ह्या चार त्याच्याच मूर्ति होत, म्हणून त्यास **चतुर्मूर्ति** म्हणतात. ७६६ त्याला चार बाहु आहेत, म्हणून त्यास **चतुर्बाहु** म्हणतात. ७६७ उपनिषदांत सांगितल्याप्रमाणें शरीरपुरुष, छंद:पुरुष, वेदपुरुष व महापुरुष असे त्याचे चार व्यूह आहेत, म्हणून त्यास **चतुर्व्यूह** म्हणतात. ७६८ चार आश्रम व चारही वर्ण ह्यांची गति तोच होय, म्हणून त्यास **चतुर्गति** म्हणतात. ७६९ मन, बुद्धि, अहंकार व चित्त ह्या चार त्याच्या अंत:करणाच्या वृत्ति होत, म्हणून त्यास **चतुरात्मा** म्हणतात. ७७० धर्म, अर्थ काम व मोक्ष हे चारही पुरुषार्थ त्याच्यापासूनच जन्म पावतात, म्हणून त्यास **चतुर्भाव** म्हणतात. ७७१ चारही वेदांचा अर्थ त्यास उत्तम प्रकारें कळतो, म्हणून त्यास **चतुर्वेदविद्** म्हणतात. ७७२ हें सर्व विश्व त्याचा एक पाद (अंश) होय, म्हणून त्यास **एकपात्** म्हणतात ॥ ८२ ॥

७७३ संसारचक्राचा उत्कृष्ट आवर्त म्हणजे गरगर फिरविणारा तोच होय, म्हणून त्यास **समावर्त** म्हणतात. ७७४ त्याचें अस्तित्व सर्वत्र आहे म्हणजे त्याची निवृत्ति कोठेंही नाहीं, म्हणून त्यास **अनिवृत्तात्मा** म्हणतात. ७७५ त्याला जिंकण्यास कोणीही समर्थ नाहीं, म्हणून त्यास **दुर्जय** म्हणतात. ७७६ त्याचें अतिक्रमण म्हणजे उल्लंघन करण्यास कोणीही शक्तिमान् नाहीं, म्हणून त्यास **दुरतिक्रम** म्हणतात. ७७७ अनन्यभक्तीवाचून अन्य उपायानें तो लब्ध होणारा नाहीं, म्हणून त्यास **दुर्लभ** म्हणतात. ७७८ त्याचें ज्ञान होणें किंवा त्याची प्राप्ति होणें सुलभ नाहीं, म्हणून त्यास **दुर्गम** म्हणतात. ७७९ त्याच्या प्राप्तीला अनंत विघ्नें प्रतिबंध करितात, म्हणून त्यास **दुर्ग** म्हणतात. ७८० योगिजनांना समाधीमध्यें त्यास आकळणें कठीण जातें, म्हणून त्यास **दुरावास** म्हणतात. ७८१ दुरारि म्हणजे दुर्मार्गगामी दैत्यादिकांना तो वधितो, म्हणून त्यास **दुरारिहा** म्हणतात. ॥ ८३ ॥

७८२ त्याचें अंग मंगलदायक आहे, म्हणून त्यास **शुभांग** म्हणतात. ७८३ लोकांचें जें सार तें तो ग्रहण करितो, म्हणून त्यास **लोकसारंग** म्हणतात. ७८४ विस्तीर्ण प्रपंच हा सुंदर तंतु त्याचाच आहे, म्हणून त्यास **सुतंतु** म्हणतात. ७८५ प्रपंचरूप तंतूचा तोच वर्धक आहे, म्हणून त्यास **तंतुवर्धन** म्हणतात. ७८६ इंद्राचें कर्म हें वस्तुतः त्याचें कर्म होय, म्हणून त्यास **इंद्रकर्मा** म्हणतात. ७८७ आकाशादिक महाभूतें हीं त्यानेंच केलीं आहेत, म्हणून त्यास **महाकर्मा** म्हणतात. ७८८ त्याचें सर्व कर्म कृत म्हणजे आधींच पूर्ण झालें आहे, म्हणून त्यास **कृतकर्मा** म्हणतात. ७८९ वेदशास्त्रादिक आगम त्यानेंच केले आहेत, म्हणून त्यास **कृतागम** म्हणतात ॥ ८४ ॥

सुंदरः सुंदो रत्ननाभः सुलोचनः ॥ अर्को वाजसनः शृंगी जयंतः सर्वविज्जयी ॥ ८५ ॥ सुवर्णबिंदुरक्षोभ्यः सर्ववागीश्वरेश्वरः ॥ महाऱ्हदो महागर्तो महाभूतो महानिधिः ॥ ८६ ॥ कुमुदः कुंदरः कुंदः

---

७९० तो स्वतःच्या इच्छेनें उत्कृष्ट जन्म घेतो, किंवा त्याच्यापासून जन्मादिक विकार पूर्णपणें दूर गेले आहेत, म्हणून त्यास **उद्भव** म्हणतात. ७९१ सर्व विश्वांत त्याच्या ठिकाणीं अत्यंत सौंदर्य आहे, म्हणून त्यास **सुंदर** म्हणतात. ७९२ तो अतिशय उंद म्हणजे आर्द्र किंवा दयेनें पाझरणारा आहे, म्हणून त्यास **सुंद** म्हणतात. ७९३ त्याचें नाभिस्थान रत्नासारखें देदीप्यमान आहे, म्हणून त्यास **रत्ननाभ** म्हणतात. ७९४ त्याचे लोचन म्हणजे नेत्र किंवा ज्ञान अत्यंत श्रेष्ठ आहे, म्हणून त्यास **सुलोचन** म्हणतात. ७९५ ब्रह्मादिक देव-ही त्याची अर्चा करितात, म्हणून त्यास **अर्क** म्हणतात. ७९६ तो अर्थी जनांना वाज (अन्न) अर्पण करितो, म्हणून त्यास **वाजसन** म्हणतात. ७९७ प्रलयकालीं जिकडे तिकडे जलमय झालें असतां शृंगधारी मत्स्य तोच झाला, म्हणून त्यास **शृंगी** म्हणतात. ७९८ तो नित्य विजयी असतो किंवा जयाचें कारण वस्तुतः तोच होय, म्हणून त्यास **जयंत** म्हणतात. ७९९ सर्व कांहीं जाणणें व सदैव विजयी होणें हे त्याच्या अंगचे गुण होत, म्हणून त्यास **सर्वविज्जयी** म्हणतात ॥ ८५ ॥

८०० त्याचे अवयव सुवर्णाप्रमाणें सुंदर किंवा सतेज आहेत, किंवा तद्रूप जो ॐकार त्यांतील वर्ण व बिंदु सुंदर आहेत, ह्मणून त्यास **सुवर्णबिंदु** म्हणतात. ८०१ शब्दादिक विषयांनीं किंवा दैत्यादिकांनीं त्याच्या चित्ताचा क्षोभ होत नाहीं, म्हणून त्यास **अक्षोभ्य** ह्मणतात. ८०२ वाणींचे ईश्वर जे ब्रह्मादिक ज्ञानी पुरुष त्या सर्वांचाही तो ईश्वर होय, म्हणून त्यास **सर्ववागीश्वरेश्वर** म्हणतात. ८०३ त्याच्या स्वरूपांत मज्जन करून योगिजन सदैव रमतात, म्हणून त्यास **महाऱ्हद** म्हणतात. ८०४ महागर्तेप्रमाणें त्याची माया मोठी दुस्तर आहे, ह्मणून त्यास **महागर्त** म्हणतात. ८०५ कालत्रयीं ज्याला विकार घडत नाहीं असें तो एक महाभूतच होय, म्हणून त्यास **महाभूत** म्हणतात. ८०६ सर्व भूतांचें त्याच्याच ठिकाणीं अंतीं पर्यवसान होतें, म्हणून त्यास **महानिधि** म्हणतात ॥ ८६ ॥

८०७ कु ह्मणजे पृथ्वी हिला आनंदित तोच करितो, ह्मणून त्यास **कुमुद** म्हणतात. ८०८ कु ह्मणजे पृथ्वी हिचें वराहरूपानें हिरण्याक्षाला मारण्यासाठीं त्यानेंच विदारण केलें, ह्मणून त्यास **कुंदर** म्हणतात. ८०९ त्यानेंच कश्यपाला पृथ्वी दिली, आणि कु ह्मणजे भूपाल ह्यांना अनेक वेळां ज्या भार्गवानें वधिलें तो तरी त्याचाच अवतार होय, म्हणून त्यास **कुंद** म्हणतात. ८१० तो पर्जन्याप्रमाणें आध्यात्मिकादिक तापत्रय दूर करितो व सकल मनो-

पर्जन्यः पावनो ऽनिलः ॥ अमृताशो ऽमृतवपुः सर्वज्ञः सर्वतोमुखः ॥ ८७॥ सुलभः सुव्रतः सिद्धः शत्रुजिच्छत्रुतापनः ॥ न्यग्रोधोदुंबरोऽश्वत्थश्चाणूरांध्रनिषूदनः ॥ ८८॥ सहस्रार्चिः सप्तजिह्वः सप्तैधाः सप्तवाहनः ॥ अमूर्तिरनघो ऽचिंत्यो भयकृद्भयनाशनः ॥ ८९ ॥

रथांची वृष्टि करितो, म्हणून त्यास **पर्जन्य** म्हणतात. ८११ तो केवळ स्मरणाच्या योगें पावन करितो, म्हणून त्यास **पावन** म्हणतात. ८१२ तो कधीं कोणाला प्रेरणा करीत नाहीं, त्याचें स्वरूप नित्य प्रबुद्ध आहे, व तो कधीं निलीन म्हणजे नाहींसा होत नाहीं, म्हणून त्याला **अनिल** म्हणतात. ८१३ तो नित्य स्वात्मामृतरस सेवन करितो, किंवा त्यानेंच देवांना अमृत प्यावयास दिलें व स्वतः प्राशन केलें, म्हणून त्यास **अमृताश** म्हणतात. ८१४ त्याला मृत्यु नाहीं म्हणून त्यास **अमृतवपु** म्हणतात. ८१५ त्याला सर्व कांहीं ज्ञान आहे, म्हणून त्यास **सर्वज्ञ** म्हणतात. ८१६ त्यास सर्वत्र मुखें आहेत, म्हणून त्यास **सर्वतोमुख** म्हणतात ॥८७॥

८१७ भक्तीनें पत्रपुष्पफलादिक अर्पिलें असतां तितक्यावरही तो सहज प्राप्त होतो, म्हणून त्यास **सुलभ** म्हणतात. ८१८ तो उत्कृष्ट व्रतें करितो व भोजनादिकांपासून अलिप्त राहतो, म्हणून त्यास **सुव्रत** म्हणतात. ८१९ त्याची सिद्धि दुसऱ्या कशाच्याही स्वाधीन नाहीं, तो अनन्य सिद्ध आहे, म्हणून त्यास **सिद्ध** म्हणतात. ८२० सुरशत्रूंना तोच जिंकितो, म्हणून त्यास **शत्रुजित्** म्हणतात. ८२१ सुरशत्रूंना तोच जेरीस आणितो म्हणून त्यास **शत्रुतापन** म्हणतात. ८२२ तो सर्वांच्या वर आहे किंवा सर्व भूतांना तो मायेनें बद्ध करितो, ह्मणून त्यास **न्यग्रोध** ह्मणतात. ८२३ अंबरापासूनच त्याचा उद्भव झाला, ह्मणून त्यास **उदुंबर** ह्मणतात. ८२४ श्वः म्हणजे उत्तरक्षणीं न स्थीयते ह्मणजे रहात नाहीं असा जो प्रपंचवृक्ष तो तद्रूपच होय, ह्मणून त्यास **अश्वत्थ** ह्मणतात. ८२५ त्यानेंच आंध्रदेशीय चाणूर नामक दैत्याला वधिलें, ह्मणून त्यास **चाणूरांध्रनिषूदन** ह्मणतात ॥ ८८ ॥

८२६ त्याच्या चैतन्यज्योतीला सहस्रावधि ज्वाला आहेत, ह्मणून त्यास **सहस्रार्चि** ह्मणतात. ८२७ काली, कराली, मनोजवा, सुलोहिता, सुधूम्रवर्णा, स्फुलिंगिनी व विश्वरुची ह्या सप्त जिव्हा असलेला जो अग्नि तो त्याचाच अंश होय, ह्मणून त्यास **सप्तजिह्वा** ह्मणतात. ८२८ त्याला सात दीप्ति आहेत व त्याला सात समिधा द्याव्या लागतात, ह्मणून त्यास **सप्तैधा** ह्मणतात. ८२९ ज्याच्या रथाला सप्त अश्व आहेत किंवा सप्त नांवाचा एकच अश्व आहे असा जो सूर्य, तो तरी त्याचेंच रूप होय, ह्मणून त्यास **सप्तवाहन** ह्मणतात. ८३० त्यास विशिष्ट मूर्ति नाहीं, ह्मणून त्यास **अमूर्ति** ह्मणतात. ८३१ त्याला अघ ह्मणजे पाप किंवा दुःख नाहीं, ह्मणून त्यास **अनघ** ह्मणतात. ८३२ त्याचें मान किंवा रूप सांगतां येत नाहीं तो केवळ अचिंत्य आहे. ह्मणून त्यास **अचिंत्य** ह्मणतात. ८३३ असन्मार्गवर्ती जनांना तो भय उत्पन्न करितो, म्हणून त्यास **भयकृत्** ह्मणतात. ८३४ वर्णाश्रमानुरूप आचरण करणाऱ्या पुरुषांचें भय तो हरण करितो, ह्मणून त्यास **भयनाशन** ह्मणतात ॥ ८९ ॥

अणुर्बृहत्कृशः स्थूलो गुणभृन्निर्गुणो महान्॥ अधृतः स्वधृतः स्वास्यः प्राग्वंशो वंशवर्धनः ॥९०॥ भारभृत्कथितो योगी योगीशः सर्वकामदः॥ आश्रमः श्रमणः क्षामः सुपर्णो वायुवाहनः॥९१ ॥ धनुर्धरो धनुर्वेदो

---

८३५ तो अतिशयित सूक्ष्मत्वानें शोभतो, म्हणून त्यास **अणु** म्हणतात. ८३६ तो अत्यंत विशाल असून सर्व विश्वाला व्यापितो, म्हणून त्यास **बृहत्** म्हणतात. ८३७ हिरण्यगर्भादिक सूक्ष्म प्रपंचही तोच होय, म्हणून त्यास **कृश** म्हणतात. ८३८ सर्व विश्व हें त्याचेंच विराट्स्वरूप होय, म्हणून त्यास **स्थूल** म्हणतात. ८३९ सत्त्व, रज व तम ह्यांनीं सृष्टि, स्थिति व लय हीं कर्में तोच करितो, म्हणून त्यास **गुणभृत्** म्हणतात. ८४० वस्तुतः त्याच्या ठिकाणीं कोणताही गुण नाहीं, म्हणून त्यास **निर्गुण** म्हणतात. ८४१ त्याच्या ठिकाणीं शब्दस्पर्शादिक गुण नाहींत, तो अत्यंत सूक्ष्म, नित्य, शुद्ध बुद्ध व सर्वगत आहे आणि त्याचें तर्कानेंही व्याख्यान करणें अशक्य होय, म्हणून त्यास **महान्** म्हणतात. ८४२ तोच सर्वांना धारण करितो, तोच सर्वांचा आधार होय व त्याला कोणीही धरणारा नाहीं, म्हणून त्यास **अधृत** म्हणतात. ८४३ तो स्वतःच आपल्याला धारण करितो, म्हणून त्यास **स्वधृत** म्हणतात. ८४४ त्याचें आस्य (मुख) मंगलकारक आहे किंवा पुरुषार्थांचा मार्गोपदेशक महान् शब्दराशि वेद हा त्याच्याच मुखांतून बाहेर पडला, म्हणून त्यास **स्वास्य** म्हणतात. ८४५ त्याचा वंश फार पुरातन आहे, म्हणून त्यास **प्राग्वंश** म्हणतात. ८४६ ह्या प्रपंचाची वृद्धि तोच करितो, म्हणून त्यास **वंशवर्धन** म्हणतात ॥ ९० ॥

८४७ अनंतादिकांच्या रूपानें पृथ्वीचा भार तोच धारण करितो, म्हणून त्यास **भारभृत्** म्हणतात. ८४८ श्रुति, स्मृति व पुराणें ह्यांनीं तोच श्रेष्ठ किंवा ध्येय अथवा उपास्य म्हणून सांगितला आहे, ह्यास्तव त्यास **कथित** म्हणतात. ८४९ योग म्हणजे ज्ञान ह्याच्या योगें तो प्राप्त होतो, किंवा तो नित्य समाधियोगानें आत्मचिंतन करीत असतो, ह्मणून त्यास **योगी** ह्मणतात. ८५० अन्य योगी विघ्नांनीं प्रतिहत होत्साते परमात्मस्वरूपचिंतनापासून भ्रष्ट होतात पण ह्या योग्याचें तसें नाहीं, ह्मणून त्यास **योगीश** ह्मणतात. ८५१ तो सर्व कामांची पूर्ति करितो, ह्मणून त्यास **सर्वकामद** ह्मणतात. ८५२ संसारारण्यांत परिभ्रमण करणाऱ्या जीवाना आश्रमाप्रमाणें विसावा देणारा तोच आहे, ह्मणून त्यास **आश्रम** ह्मणतात. ८५३ अविवेकी प्राण्याला श्रम (दुःख) देणारा तोच होय, ह्मणून त्यास **श्रमण** ह्मणतात. ८५४ सर्वांना क्षीण तोच करितो, ह्मणून त्यास **क्षाम** ह्मणतात. ८५५ तोच संसारवृक्षरूप असून त्याचीं पर्णें वेद हे सुंदर आहेत ह्मणून त्यास **सुपर्ण** ह्मणतात. ८५६ वायूला वाहाण्यास लावणारा तोच होय, ह्मणून त्यास **वायुवाहन** ह्मणतात ॥ ९१ ॥

८५७ शुभ कर्मांस विघ्नें आणणाऱ्या राक्षसांच्या नाशाकरितां त्यानेंच रामरूप घेऊन धनुष्य धारण केलें, ह्मणून त्यास **धनुर्धर** ह्मणतात. ८५८ शस्त्रास्त्राचें ज्ञान ज्यांत आहे

दंडो दमयिता दमः ॥ अपराजितः सर्वसहो नियंता नियमो यमः ॥ ९२ ॥ सत्त्ववान्सात्त्विकः सत्यः सत्यधर्मपरायणः ॥ अभिप्रायः प्रियार्होऽर्हः प्रियकृत् प्रीतिवर्धनः ॥ ९३ ॥ विहायसगतिर्ज्योतिः सुरु-

असा जो धनुर्वेद तो त्याच्यापासूनच उद्भवला, म्हणून त्यास **धनुर्वेद** म्हणतात. ८५९ दुष्टांचें शासन करणारा जो दंड तो तोच होय, म्हणून त्यास **दंड** म्हणतात. ८६० तोच दंडानें दमन करितो, म्हणून त्यास **दमयिता** म्हणतात. ८६१ दुष्टांचें दमन किंवा इंद्रियनिग्रहरूप दम ही तरी त्याचीच सत्ता होय, ह्मणून त्यास **दम** म्हणतात. ८६२ त्याचा कधीं शत्रूंकडून पराभव घडत नाहीं, म्हणून त्यास **अपराजित** म्हणतात. ८६३ सर्व कर्में करण्याचें त्याला सामर्थ्य आहे, किंवा कितीही शत्रु असले तरी त्यांचें तो कांहींएक चालूं देत नाहीं, म्हणून त्यास **सर्वसह** म्हणतात. ८६४ सर्वांना आपआपलीं कृत्यें करण्यास तोच लावितो, म्हणून त्यास **नियंता** म्हणतात. ८६५ त्याला नियंता कोणीही नाहीं, म्हणून त्यास **अनियम**, अथवा नियम ही त्याचीच वृत्ति होय, म्हणून त्यास **नियम** म्हणतात. ८६६ त्याला यम (मृत्यु) नाहीं, म्हणून त्यास **अयम**, अथवा यम ह्मणजे नाशकर्तृक शक्ति ही वस्तुतः त्याचीच होय. म्हणून त्यास **यम** म्हणतात. (किंवा यम व नियम हीं जीं योगांगें , तद्रूप.) ॥ ९२ ॥

८६७ त्याच्या ठिकाणीं शौर्यादिक गुण पूर्ण आहेत, म्हणून त्यास **सत्त्ववान्** म्हणतात. ८६८ त्याच्या ठायीं सत्त्वगुणाचें प्राधान्य आहे, म्हणून त्यास **सात्त्विक** म्हणतात. ८६९ सज्जनांविषयीं त्याच्या मनांत फारच आदरबुद्धि आहे, म्हणून त्यास **सत्य** म्हणतात. ८७० तो सत्य हाच परमधर्म मानून त्यामध्यें सदैव तत्पर असतो, म्हणून त्यास **सत्यधर्मपरायण** म्हणतात. ८७१ पुरुषार्थाची आकांक्षा करणारे पुरुष मुख्यतः त्याचीच इच्छा करितात, अथवा प्रलयकालीं सर्वांचें पर्यवसान त्यामध्येंच होतें, ह्मणून त्यास **अभिप्राय** म्हणतात. ८७२ प्रत्येक प्रिय वस्तु सत्पात्राला दान करण्याचें सामर्थ्य त्याच्याच ठिकाणीं आहे, म्हणून त्यास **प्रियार्ह** म्हणतात. ८७३ स्वागत, आसन, प्रशंसा, अर्घ्य, पाद्य, स्तुति, नमस्कार, इत्यादिकांनीं पूजेला योग्य तोच होय, म्हणून त्यास **अर्ह** म्हणतात. ८७४ तो सर्वांचें प्रिय करितो, म्हणून त्यास **प्रियकृत्** म्हणतात. ८७५ प्रीतीची वृद्धि करणारा तोच असल्यामुळें त्यास **प्रीतिवर्धन** म्हणतात ॥ ९३ ॥

८७६ विहायस म्हणजे हृदयरूप आकाश हाच त्याचा महान् आश्रय असल्यामुळें त्यास **विहायसगति** म्हणतात. ८७७ आदित्यादिकांच्या ठायीं विद्यमान असलेलें तेज तोच होय, म्हणून त्यास **ज्योति** म्हणतात. ८७८ त्याची रुचि (कांति) सुंदर आहे, म्हणून त्यास **सुरुचि** म्हणतात. ८७९ देवांना उद्देशून प्रवृत्त झालेल्या सर्व कर्मांत जें हवन करण्यांत येतें तें तोच ग्रहण करितो, म्हणून त्यास **हुतभुक्** म्हणतात. ८८० तो तिन्ही लोकांत सर्वत्र सदैव विद्यमान असतो, म्हणून त्यास **विभु** म्हणतात. ८८१ रसांचें आकर्षण कर-

र्चिर्हुतभुग्विभुः ॥ रविर्विरोचनः सूर्यः सविता रविलोचनः ॥ ९४ ॥ अनंतो हुतभुग्भोक्ता सुखदो नैकजोऽग्रजः ॥ अनिर्विण्णः सदामर्षी लोकाधिष्ठानमद्भुतः ॥ ९५ ॥ सनात्सनातनतमः कपिलः कपिरव्ययः । स्वस्तिदः स्वस्तिकृत्स्वस्तिः स्वस्तिभुक् स्वस्तिदक्षिणः

णारा आदित्य हा तोच असल्यामुळें त्यास **रवि** म्हणतात. ८८२ विविध रूपांनीं प्रकाशमान् होणारा तोच होय, म्हणून त्यास **विरोचन** म्हणतात. ८८३ सर्व वैभव तोच अर्पितो, म्हणून त्यास **सूर्य** म्हणतात. ८८४ तोच सर्व जगाला प्रसवतो व सर्व रस प्राप्त करून देतो, म्हणून त्यास **सविता** म्हणतात. ८८५ रवि हाच त्याचे लोचन होय, म्हणून त्यास **रविलोचन** म्हणतात ॥ ९४ ॥

८८६ तो नित्य, सर्वगत व देशकालादिकांनीं अपरिच्छिन्न असा आहे, म्हणून त्यास **अनंत** म्हणतात. ८८७ हुतभुक् म्हणजे अग्नि हें त्याचेंच रूप असल्यामुळें त्यास **हुतभुक्** म्हणतात. ८८८ सर्व जगाला भोजन घालणारा किंवा सर्व भोग्य वस्तूंचा खरा खरा उपभोग घेणारा तोच होय, म्हणून त्यास **भोक्ता** असें म्हणतात. ८८९ तो भक्तांना सुख देतो किंवा त्यांचें असुख खंडितो, म्हणून त्यास **सुखद** किंवा **असुखद** म्हणतात. ८९० धर्मसंरक्षणार्थ तो अनेक वेळां जन्म घेतो, म्हणून त्यास **नैकज** म्हणतात. ८९१ तो सर्वांच्या आधींचा जन्मलेला आहे, म्हणून त्यास **अग्रज** म्हणतात. ८९२ त्याचे सर्व मनोरथ आधींच सिद्ध झालेले आहेत व त्यामुळें त्यास खेद असा कधींच नसतो, म्हणून त्यास **अनिर्विण्ण** म्हणतात. ८९३ तो सज्जनांचे अपराध सदैव सहन करितो, म्हणून त्यास **सदामर्षी** म्हणतात. ८९४ सर्व लोकांचा महान् आश्रय तोच होय, म्हणून त्यास **लोकाधिष्ठान** म्हणतात. ८९५ त्याचें स्वरूप, शक्ति, व्यापार इत्यादि सर्व अद्भुत आहे किंवा तो उद्भवलेला नाहीं, म्हणून त्यास **अद्भुत** म्हणतात ॥ ९५ ॥

८९६ तो अनंत कालपर्यंत राहाणारा आहे, म्हणून त्यास **सनात** म्हणतात. ८९७ ब्रह्मरुद्रादिक सर्व सनातन चिरकाल राहाणाऱ्या विभूतींपेक्षांही तो अधिक (अनंत) कालपर्यंत राहणारा आहे, म्हणून त्यास **सनातनतम** म्हणतात. ८९८ वडवानलाचा जो कपिल वर्ण तें त्याचेंच रूप होय, म्हणून त्यास **कपिल** म्हणतात. ८९९ क म्हणजे उदकाला शोषून घेणारा जो सूर्य तें त्याचेंच रूप आहे, किंवा वराहावतार हा जो श्रेष्ठ कपि तो तोच होय, म्हणून त्यास **कपि** म्हणतात. ९०० प्रलयकालीं देखील त्याचा नाश होत नाहीं, म्हणून त्यास **अव्यय** म्हणतात. ९०१ तो भक्तांना स्वस्ति म्हणजे मोक्ष देतो, म्हणून त्यास **स्वस्तिद** म्हणतात. ९०२ तो भक्तांचें कल्याण करितो, म्हणून त्यास **स्वस्तिकृत्** म्हणतात. ९०३ मंगल हें त्याचेंच रूप होय, म्हणून त्यास **स्वस्ति** म्हणतात. ९०४ तो स्वतः मंगलाचा उपभोक्ता आहे, म्हणून त्यास **स्वस्तिभुक्** म्हणतात. ९०५ तो स्वस्तिरूपानें सदैव वृद्धिंगत होतो, कल्याण करण्यास सदैव समर्थ असतो, किंवा तत्काल कल्याण करितो, म्हणून त्यास **स्वस्तिदक्षिण** म्हणतात ॥ ९६ ॥

॥ ९६ ॥ अरौद्रः कुंडली चक्री विक्रम्यूर्जितशासनः ॥ शब्दातिगः शब्दसहः शिशिरः शर्वरीकरः ॥ ९७ ॥ अक्रूरः पेशलो दक्षो दक्षिणः क्षमिणांवरः ॥ विद्वत्तमो वीतभयः पुण्यश्रवणकीर्तनः ॥९८॥

९०६ त्याच्या सर्व कामना आधींच परिपूर्ण झालेल्या असल्यामुळें त्यास रागद्वेषादिकांचें प्रयोजनच नाहीं व तन्निमित्त रौद्रत्वही धारण करण्याचें कारण नाहीं, म्हणून त्यास **अरौद्र** म्हणतात. ९०७ सांख्य व योग हीं दोन त्याचींच कुंडलें आहेत, म्हणून त्यास **कुंडली** म्हणतात. ९०८ समस्त लोकांच्या रक्षणाकरितां मनस्तत्त्वात्मक सुदर्शनाख्य चक्र त्यानें धारण केलें आहे, म्हणून त्यास **चक्री** म्हणतात. ९०९ विक्रम म्हणजे पदविक्षेप किंवा पराक्रम हा त्याच्या ठिकाणीं सर्व पुरुषांपेक्षां विलक्षण असा आहे, म्हणून त्यास **विक्रमी** म्हणतात. ९१० श्रुतिस्मृतिरूप ऊर्जित शासन म्हणजे दिव्य धर्मशास्त्र त्यानेंच उत्पन्न केलें आहे, म्हणून त्यास **उर्जितशासन** म्हणतात. ९११ त्याचें शब्दांनीं वर्णन करितां येत नाहीं, म्हणून त्यास **शब्दातिग** म्हणतात. ९१२ शब्द म्हणजे श्रुतिस्मृत्यादिक हीं त्याचेंच धारण (बोधन) करितात, म्हणून त्यास **शब्दसह** म्हणतात. ९१३ तापत्रयानें तप्त झालेल्या सत्पुरुषांना तो शिशिर ऋतूप्रमाणें विसावा देतो, म्हणून त्यास **शिशिर** म्हणतात. ९१४ ज्ञानी पुरुषांना संसार व अज्ञानी पुरुषांना परमार्थ हा शर्वरीप्रमाणें म्हणजे रात्रीप्रमाणें करणारा तोच होय, म्हणून त्यास **शर्वरीकर** म्हणतात ॥ ९७ ॥

९१५ त्याच्या ठिकाणीं क्रूरत्व मुळींच नाहीं, म्हणून त्यास **अक्रूर** म्हणतात. ९१६ त्याचें शरीर, मन, वाणी व कर्म हें सुंदर आहे, म्हणून त्यास **पेशल** म्हणतात. ९१७ त्याच्या ठायीं महान् सामर्थ्य, शीघ्रकारित्व व उत्कृष्ट शक्ति वास करिते, म्हणून त्यास **दक्ष** म्हणतात. ९१८ तो सर्वत्र गमन करितो किंवा सर्वांना हिंसितो, म्हणून त्यास **दक्षिण**[1] म्हणतात. ९१९ क्षमी म्हणजे योगी ह्यांच्यापेक्षांही तो क्षमाशील आहे, पृथिव्यादिक जे भारवाही त्यांच्यापेक्षांही तो प्रचंड भारवाही आहे, किंवा कोणतेंही कार्य करण्यास तो समर्थ आहे, म्हणून त्यास **क्षमिणांवर** म्हणतात. ९२० ब्रह्मादिक सर्व ज्ञानी पुरुषांपेक्षांही तो ज्ञानी आहे, म्हणून त्यास **विद्वत्तम** म्हणतात. ९२१ त्याला संसाररूप भय मुळींच नाहीं, म्हणून त्यास **वीतभय** म्हणतात. ९२२ तो सर्वांचा ईश्वर व नित्यमुक्त आहे, आणि त्याचें नामश्रवण व नामकीर्तन पुण्यकारक आहे, म्हणून त्यास **पुण्यश्रवणकीर्तन** म्हणतात ॥ ९८ ॥

९२३ संसारसागरांतून परतीराला तोच पोहोंचवितो, म्हणून त्यास **उत्तारण** ह्मणतात. ९२४ पापसंज्ञित दुष्कृतींचें तोच हनन करितो, म्हणून त्यास **दुष्कृतिहा** म्हणतात. ९२५ केवळ स्मर-

---

१. दक्ष्–गतिहिंसनयोरिति धातुपाठात् ।

उत्तारणो दुष्कृतिहा पुण्यो दुःस्वप्ननाशनः ॥ वीरहा रक्षणः सन्तो जीवनः पर्यवस्थितः ॥ ९९ ॥ अनंतरूपोऽनंतश्रीर्जितमन्युर्भयापहः । चतुरस्रो गभीरात्मा विदिशो व्यादिशो दिशः ॥ १०० ॥ अनादिर्भूर्भुवोलक्ष्मीः सुवीरो रुचिरांगदः ॥ जननो जनजन्मादिर्भीमो

णाच्या योगानें साधकाला तो पुण्य प्राप्त करून देतो, किंवा श्रुतिस्मृतिरूप वाणीनें साधकाला योग्य मार्गाचें निदर्शन करून तद्वारा त्यास पावन करितो, ह्मणून त्यास **पुण्य** म्हणतात. ९२६ भावी अनर्थांचीं सूचक जीं दुःस्वप्नें त्यांचा तो नाश करितो, म्हणून त्यास **दुःस्वप्ननाशन** ह्मणतात. ९२७ वि ह्मणजे विविध व इर ह्मणजे गति; संसारी पुरुषांना प्राप्त होणाऱ्या विविध गति तो मोक्षदानानें नष्ट करितो; ह्मणून त्यास **वीरहा** म्हणतात. ९२८ सत्त्वगुणाचें अधिष्ठान होऊन तो जगत्त्रयाचें रक्षण करितो, म्हणून त्यास **रक्षण** म्हणतात. ९२९ संतरूपानें विद्या व विनय ह्यांची वृद्धि तोच करितो, म्हणून त्यास **सन्त**[1] म्हणतात. ९३० सर्व प्रजांना प्राणरूपानें तोच जिवंत राखितो, म्हणून त्यास **जीवन** म्हणतात. ९३१ सर्व विश्वाला व्यापून तो अवस्थित आहे म्हणून त्यास **पर्यवस्थित** म्हणतात ॥ ९९ ॥

९३२ त्याचीं रूपें अनंत आहेत, सर्व प्रपंच हा त्याचेंच रूप होय, म्हणून त्यास **अनंतरूप** म्हणतात. ९३३ त्याच्या ठिकाणीं श्री (पराशक्ति) अपरिमित आहे, म्हणून त्यास **अनंतश्री** म्हणतात. ९३४ त्यानें मन्यूला (क्रोधाला) जिंकिलें आहे, म्हणून त्यास **जितमन्यु** म्हणतात. ९३५ संसारपरिवर्तनाचें भय तोच दूर करितो, म्हणून त्यास **भयापह** म्हणतात. ९३६ त्याला चतुर (चार) अस्र (बाजू) आहेत म्हणजे तो मोठा चौरंगी किंवा पटाईत आहे, म्हणून त्यास **चतुरस्र** म्हणतात. ९३७ त्याचें आत्मस्वरूप किंवा चित्त हें अपरिच्छिन्न आहे, म्हणून त्यास **गभीरात्मा** म्हणतात. ९३८ तो अधिकारानुरूप विविध फलें प्राण्यांना देतो, म्हणून त्यास **विदिश**[2] म्हणतात. ९३९ तोच वेदादिकांच्या योगें विविध आज्ञा करितो, म्हणून त्यास **व्यादिश** म्हणतात. ९४० तोच सर्वांना कर्मानुसार फलें अर्पितो, म्हणून त्यास **दिश** म्हणतात ॥१००॥

९४१ त्यास आदि (कारण) नाहीं, म्हणून त्यास **अनादि** म्हणतात. ९४२ त्याच्यापासून सर्व विश्व उदयास येतें किंवा तोच सर्वांचा आधार होय, म्हणून त्यास **भू** म्हणतात. ९४३ भूमीची शोभा, संपत्ति व सौभाग्य तोच होय, म्हणून त्यास **भुवोलक्ष्मी** म्हणतात. ९४४ तो उत्तम प्रकारच्या नानाविध गति प्राप्त करून देतो, म्हणून त्यास **सुवीर** म्हणतात. ९४५ त्याचीं अंगदें रुचिर (सुंदर) किंवा कल्याणकारक आहेत, म्हणून त्यास **रुचिरांगद** म्हणतात. ९४६ तोच जंतूंचें जनन करितो, म्हणून त्यास **जनन** म्हणतात. ९४७ तोच जनांच्या जन्माला मूलकारण होय, म्हणून त्यास **जनजन्मादि** म्हणतात. ९४८ त्याच्यापासून सर्वांना भय उत्पन्न होतें, म्हणून त्यास **भीम** म्हणतात. ९४९ त्याच्या ठिकाणीं भयंकर पराक्रम वास करितो, म्हणून त्यास **भीमपराक्रमी** म्हणतात ॥ १०१ ॥

---

१. सम्यक तनोतीति संतः । २. दिश्–देणें.

भीमपराक्रमः ॥ १०१ ॥ आधारनिलयो धाता पुष्पहासः प्रजागरः ॥ ऊर्ध्वगः सत्पथाचारः प्राणदः प्रणवः पणः ॥ १०२ ॥ प्रमाणं प्राणनिलयः प्राणभृत्प्राणजीवनः ॥ तत्त्वं तत्त्वविदेकात्मा जन्ममृत्युजरातिगः ॥३॥ भूर्भुवः स्वस्तरुस्तारः सविता प्रपितामहः ॥यज्ञो यज्ञपतिर्यज्वा यज्ञांगो

९९० पृथिव्यादि पंचमहाभूतें हीं जगास आधार खरीं; परंतु त्यांनाही आधार तो देवाधिदेवच होय, म्हणून त्यास **आधारनिलय** म्हणतात. ९९१ त्याला उत्पन्न करणारा दुसरा कोणी नाहीं, म्हणून त्यास **अधाता**; व तोच अंतीं सर्वांचा घोट घेतो, म्हणून त्यास **धाता**[१] म्हणतात. ९९२ त्याचें हास्य पुष्पाप्रमाणें मनोहर आहे, किंवा त्याच्याच अस्तित्वामुळें हें प्रपंचरूप पुष्प विकसित झालें आहे, म्हणून त्यास **पुष्पहास** म्हणतात. ९९३ तो नित्य जागा असतो, म्हणून त्यास **प्रजागर** म्हणतात. ९९४ तो सर्वांच्या ऊर्ध्वभागीं स्थित आहे, म्हणून त्यास **ऊर्ध्वग** म्हणतात. ९९५ साधुजनांचीं कर्में सन्मार्गानें हाच आचरितो, म्हणून त्यास **सत्पथाचार** म्हणतात. ९९६ तोच सर्वांच्या ठिकाणीं चेतना उत्पन्न करितो, म्हणून त्यास **प्राणद** म्हणतात. ९९७ त्याचें स्वरूप प्रणवानें व्यक्त होतें, म्हणून त्यास **प्रणव** म्हणतात. ९९८ पुण्यकर्में ग्रहण करून तदनुरूप फलें तोच देतो, म्हणून त्यास मूल्य या अर्थानें **पण** असें म्हणतात ॥ १०२ ॥

९९९ त्याच्या अस्तित्वाचें तोच प्रमाण होय, ह्मणून त्यास **प्रमाण** म्हणतात. ९६० प्राण ह्मणजे इंद्रियें किंवा प्राणापानादिक पंच वायु किंवा प्राण ह्मणजे जीवात्मा हा त्याच्या ठिकाणीं अंतीं कायमचा लय पावतो, म्हणून त्यास **प्राणनिलय** म्हणतात. ९६१ अन्नरूपानें प्राणांना तोच पोषितो, म्हणून त्यास **प्राणभृत्** म्हणतात. ९६२ प्राण्यांना जगविणारे पंचवायु नव्हेत, तर तो परमेश्वरच होय, म्हणून त्यास **प्राणजीवन** म्हणतात. ९६३ तत्त्व म्हणजे परब्रह्मतत्त्व हें तोच होय, म्हणून त्यास **तत्त्व** म्हणतात. ९६४ परब्रह्मतत्त्वाचें यथार्थ ज्ञान त्यालाच आहे, म्हणून त्यास **तत्त्वविद्** म्हणतात. ९६५ सर्व जगाला एकटा व्यापणारा तोच होय, म्हणून त्यास **एकात्मा** म्हणतात. ९६६ त्याला जन्म, मृत्यु, जरा, इत्यादि विकार किंवा अस्तित्व, जन्म, वृद्धि, विपरिणाम, अपक्षय व विनाश हे सहा भाव नाहींत, म्हणून त्यास **जन्ममृत्युजरातिग** म्हणतात ॥ १०३ ॥

९६७ भूर्, भुवः, स्वः ह्या व्याहृति मंत्रांनीं हवन केलें असतां भूर्, भुवः, स्वः एतद्रूप त्रैलोक्यास तोच रक्षितो, किंवा तो आपणच भूर्, भुवः, स्वः एतद्रूप त्रैलोक्यवृक्ष होऊन हें विश्व व्यापितो, म्हणून त्यास **भूर्भुवःस्वस्तरु** म्हणतात. ९६८ तोच संसारसागरांतून जीवाला तारितो किंवा तार म्हणजे प्रणव हा त्याचाच वाचक आहे, म्हणून त्यास **तार** म्हणतात. ९६९ तो सर्व लोकांचा जनक आहे म्हणून त्यास **सविता** म्हणतात. ९७० पितामह जो ब्रह्मदेव त्याचाही तो पिता, म्हणून त्यास **प्रपितामह** म्हणतात. ९७१ यज्ञ हें त्याचेंच रूप होय, म्हणून त्यास **यज्ञ** म्हणतात. ९७२ यज्ञांचा पति (रक्षक) तोच होय, म्हणून त्यास **यज्ञपति**

१. धा-पिणें.

यज्ञवाहनः ॥१०४॥ यज्ञभृद्यज्ञकृद्यज्ञी यज्ञभुग्यज्ञसाधनः ॥ यज्ञांतकृद्यज्ञ-गुह्यमन्नमन्नाद एवच ॥१०५॥ आत्मयोनिः स्वयंजातो वैखानः साम-गायनः ॥ देवकीनंदनः स्रष्टा क्षितीशः पापनाशनः ॥ ६॥ शंखभृन्नंदकी चक्री शार्ङ्गधन्वा गदाधरः ॥ रथांगपाणिरक्षोभ्यः सर्वप्रहरणायुधः ॥७॥

म्हणतात. ९७३ यज्ञ करणारा यजमान हें त्याचेंच रूप होय, म्हणून त्यास **यज्वा** म्हणतात. ९७४ यज्ञाचीं सर्व अंगें ह्याच्याच वराहमूर्तीचीं होत, म्हणून त्यास **यज्ञांग** म्हणतात. ९७५ यज्ञ हें त्याचें वाहन म्हणजे तत्प्राप्तीचें साधन होय, म्हणून त्यास **यज्ञवाहन** म्हणतात ॥ १०४॥

९७६ यज्ञाचें पोषण किंवा रक्षण तोच करितो, म्हणून त्यास **यज्ञभृत्** म्हणतात. ९७७ प्राचीनबर्हिरूपानें त्यानेंच यज्ञ केले, किंवा जगताच्या आरंभाच्या पूर्वीं व जगाच्या अंताच्या नंतर तोच यज्ञाचें कर्तन करितो, म्हणून त्यास **यज्ञकृत्** म्हणतात. ९७८ त्याच्याच नामकीर्तनानें यज्ञ संपूर्ण होतो, म्हणून त्यास **यज्ञी** म्हणतात. ९७९ यज्ञाचा भोक्ता तोच होय, म्हणून त्यास **यज्ञभुक्** म्हणतात. ९८० यज्ञाच्या योगानें त्याचीच प्राप्ति होते, म्हणून त्यास **यज्ञसाधन** म्हणतात. ९८१ यज्ञाचें फल तोच देतो, म्हणून त्यास **यज्ञांतकृत्** म्हणतात. ९८२ यज्ञाचें गूढ फळ त्याची प्राप्ति हेंच होय, म्हणूब त्यास **यज्ञगुह्य** म्हणतात. ९८३ अन्न हें तद्रूपच होय, म्हणून त्यास **अन्न** म्हणतात. ९८४ अन्नाचा उपभोक्ता किंवा सर्व प्राण्यांचा काळरूपानें **भक्षक** तोच होय, म्हणून त्यास **अन्नाद** म्हणतात ॥ १०५ ॥

९८५ तो परमात्माच सर्वांचें उपादान कारण आहे, म्हणून त्यास **आत्मयोनि** म्हणतात. ९८६ तो स्वतःच झाला, म्हणून त्यास **स्वयंजात** म्हणतात. ९८७ पाताळांत असलेल्या हिरण्याक्षाला मारण्यासाठीं त्यानें वराहरूप घेऊन पृथ्वीचें विशेष रीतीनें खनन केलें, म्हणून त्यास **वैखान** म्हणतात. ९८८ साममंत्रांनी त्याचेंच गायन करितात, किंवा तो सामाचें गायन करितो, म्हणून त्यास **सामगायन** म्हणतात. ९८९ तोच देवकीचा पुत्र झाला म्हणून त्यास **देवकीनंदन** म्हणतात. ९९० तोच सर्व जगाचा उत्पादक आहे, म्हणून त्यास **स्रष्टा** म्हणतात. ९९१ क्षितीचा पति तोच होय, म्हणून त्यास **क्षितीश** म्हणतात. ९९२ कीर्तनश्रवणादिक भक्तीनें तो पापांचा नाश करितो, म्हणून त्यास **पापनाशन** म्हणतात ॥ १०६ ॥

९९३ पांचजन्य नांवाचा शंख त्यानेंच धारण केला आहे, म्हणून त्यास **शंखभृत्** म्हणतात. ९९४ त्याच्या हातांत विद्यारूप नंदक नांवाचें खड्ग आहे, म्हणून **नंदकी** म्हणतात. ९९५ त्याच्या हातांत मनस्तत्त्वात्मक सुदर्शन चक्र आहे, म्हणून त्यास **चक्री** म्हणतात. ९९६ त्याच्या हातांत इंद्रियाद्यहंकारात्मक शार्ङ्ग धनु आहे, म्हणून त्यास **शार्ङ्गधन्वा** म्हणतात. ९९७ त्याच्या हातांत बुद्धितत्त्वात्मिका कौमोदकी गदा आहे, म्हणून त्यास **गदाधर** म्हणतात. ९९८ रथाचें अंग (सुदर्शन चक्र) त्याच्या हातांत आहे, म्हणून त्यास **रथांगपाणि** म्हणतात. ९९९ त्याचा क्षोभ करण्यास कोणीही समर्थ नाहीं, म्हणून त्यास **अक्षोभ्य** म्हणतात. आणि १००० प्रहार करण्यास जीं जीं साधनें उपयोगीं पडतील तीं तीं सर्व साधनें त्याचीं आयुधेंच होत, म्हणून त्यास **सर्वप्रहरणायुध** म्हणतात ॥ १०७ ॥

विष्णुसहस्रनामफल.

राजा युधिष्ठिरा, कीर्तन करण्यास योग्य अशा महात्म्या केशवाचें हें दिव्य नामसहस्र पूर्णपणें सांगितलें आहे. जो मनुष्य हें नित्य श्रवण करील, आणि जो ह्याचें नित्य कीर्तन करील, त्याला येथें आणि परलोकीं किंचित् देखील आपत्ति प्राप्त होणार नाहीं. ब्राह्मणानें ह्याचें श्रवणपठण केल्यास त्यास अर्थब्रह्म लाधेल, क्षत्रियानें ह्याचें श्रवणपठण केल्यास तो विजयी होईल, वैश्यानें ह्याचें श्रवणपठण केल्यास त्याला बहुत संपत्ति मिळेल, आणि शूद्रानें ह्याचें श्रवणपठण केल्यास तो सुख जोडील! ह्या नामसहस्राच्या श्रवणपठणानें धर्मार्थी मनुष्याला धर्म प्राप्त होईल, धनार्थ्याला धन मिळेल, कामार्थ्याचा काम सिद्धीस जाईल. व प्रजार्थ्याची प्रजा वाढेल! जो भक्तिमान् पुरुष सदासर्वकाळ मोठ्या प्रयत्नानें शुचिर्भूत होस्साता अगदीं मनापासून भगवान् वासुदेवाचें हें नामसहस्र कीर्तन करील, त्याला विपुल यश मिळेल, तो ज्ञातीमध्यें श्रेष्ठत्व पावेल, त्यास अढळ संपत्ति प्राप्त होईल, आणि अंतीं त्यास अनुत्तम श्रेय (मोक्ष) मिळेल! विष्णुसहस्रनामाचें श्रवणपठण करणाऱ्या मानवाला कोठेंही भय उत्पन्न होत नाहीं, तो तेजस्वी व वीर्यवान् होतो, त्यास कधीं दुखणेंबाहाणें येत नाहीं. त्याची कांति वाढते आणि तो बल, रूप व गुण ह्यांनीं संपन्न होतो असा सिद्धांत समजावा. रोगग्रस्त मनुष्यानें ह्या स्तोत्राचा पाठ ऐकिल्यास किंवा म्हटल्यास त्याचा रोग नष्ट होतो, बद्ध मनुष्याचा बंध तुटतो, भ्यालेल्याचें भय नाश पावतें, आणि संकटांत पडलेल्याचें संकट दूर होतें. जो पुरुष सतत एकाग्र चित्तानें पुरुषोत्तमाचें हें स्तोत्र म्हणून स्तवन करितो, तो तत्काळ आपत्तींतून पार पडतो. भगवान् वासुदेवाचा आश्रय करून त्याच्याच ध्याननमनांत सदैव तत्पर असलेला पुरुष सर्व पातकांपासून मुक्त होतो आणि त्याचा अंतरात्मा विशुद्ध होऊन अंतीं तो सनातन ब्रह्मपदास पावतो. भगवान् वासुदेवाच्या भक्तांना कधींही संकट प्राप्त होत नाहीं आणि ते जन्म, मृत्यु, जरा, व्याधि, इत्यादिकांच्या भीतीपासून सदैव अलिप्त राहातात. जे पुरुष श्रद्धापूर्वक मोठ्या भक्तीनें ह्या स्तोत्राचा अभ्यास करितात, त्यांस आत्मसुख, क्षांति, श्री, धृति, स्मृति व कीर्ति हीं प्राप्त होतात; आणि जे पुरुष पुरुषोत्तमाची भक्ति करून पुण्य जोडितात, त्यांना कधीं क्रोध, लोभ, मत्सर किंवा अयोग्य वासना उत्पन्न होत नाहीं! राजा, सूर्य, चंद्र, ग्रह व नक्षत्रें ह्यांसहवर्तमान अंतरिक्ष त्याप्रमाणेंच आकाश, दिशा, भू व महोदधि हीं सर्व महात्म्या वासुदेवाच्याच वीर्यानें धारण केलेलीं आहेत; सुर, असुर, गंधर्व, व क्षय, उरग, राक्षस ह्यांसहित हें सर्व चराचर जग भगवान् कृष्णाच्याच सत्तेनें वर्तत आहे; आणि इंद्रियें मन, बुद्धि, प्राण, तेज, बल, धृति, क्षेत्र (देह) व क्षेत्रज्ञ (जीवात्मा) हीं सर्व वासुदेवात्मकच आहेत! राजा, श्रुति, स्मृति व शास्त्रें ह्यांत जे धर्म निरूपण केले आहेत, त्या सर्वांत आचार हा श्रेष्ठ होय; आचार हा प्रथम धर्म, आणि त्या आचाराचा प्रभु भगवान् अच्युत हाच जाणावा. युधिष्ठिरा, ऋषि, पितर, देव, महाभूतें, धातु आणि हें सर्व स्थावरजंगम जग भगवान् नारायणापासूनच उत्पन्न झालें आहे; आणि त्याप्रमाणेंच योग, ज्ञान, सांख्य, विद्या, शिल्पादि कला, वेद, शास्त्रें व विज्ञान हीं सर्व जनार्दनापासून निर्माण झालीं आहेत. राजा, एकटा विश्वव्यापक प्रभु भगवान् विष्णु हाच महत् भूत होय; त्याच्यापासूनच अनेकशः पृथक् भूतें जन्मलीं आहेत; आणि हा अविनाशी भूतात्मा तिन्ही लोकांना व्यापून सर्व

विश्वाचा उपभोग घेतो ! जो पुरुष सुखाची व कल्याणाची इच्छा करीत असेल त्यानें, व्यासांनीं गाइलेल्या ह्या भगवान् विष्णूच्या स्तवनाचा पाठ करावा. राजा, विश्वावर सत्ता चालविणाऱ्या, जन्ममरणहीन, देदीप्यमान आणि ज्याच्यापासून जगाचा प्रभव व ज्याच्या ठिकाणीं जगाचा विलय होतो, अशा पुष्कराक्ष वासुदेवाला जे पुरुष भजतात, त्यांना कधींही आपत्ति प्राप्त होत नाहीं.

अध्याय एकशें पन्नासावा.

—:०:—

सावित्रीव्रतोपाख्यान.

युधिष्ठिर विचारितोः—हे महाप्राज्ञ पितामह, माझी आपणास अशी प्रार्थना आहे कीं, मनुष्यानें नित्य कोणाचा जप केला असतां त्यास महान् धर्मफल प्राप्त होईल तें सांगा. अहो सर्वशास्त्रविशारद, प्रयाणकालीं, गृहादिकांत प्रवेश करितांना, एखाद्या कार्यास आरंभ करिते वेळीं, किंवा दैविक अथवा पैतिक कर्मे करण्याच्या समयीं कोणता वेदतुल्य मंत्र जपला असतां त्यापासून सर्व अरिष्टांची शांति होईल, उत्तम प्रकारची पुष्टि येईल विघ्नांपासून रक्षण घडेल, शत्रूंचा नाश होईल, व भयें पळून जातील, तें आपण कथन करावें.

भीष्म सांगतातः—हे राजा युधिष्ठिरा, सावित्रीनें जपिलेला जो मंत्र व्यासांनीं सांगितला आहे तो आतां मी तुला सांगतों, तूं एकाग्र मनानें श्रवण कर. हा मंत्र मोठा दिव्य असून ह्याजपासून तत्काळ पातकाचा मोक्ष होतो. हे अनघा पांडवश्रेष्ठा, मी आतां तुला संपूर्ण मंत्रविधि कथन करितों, तो तूं ऐक, म्हणजे तुझीं सर्व पातकें नष्ट होतील. हे धर्मज्ञा, जो पुरुष ह्या मंत्राचा अहर्निश जप करितो, (त्याचीं सर्व पातकें लयास जाऊन पुनः) त्यास पातकाचा संपर्कही घडत नाहीं, त्यास दीर्घायुष्य प्राप्त होतें, त्याचे सर्व पुरुषार्थ सिद्धीस जातात, आणि तो ह्या लोकीं व परलोकीं सुखोपभोग घेतो ! ह्यास्तव मी तुला हाच मंत्र सांगतों, सावधान चित्तानें श्रवण कर. राजा युधिष्ठिरा, पूर्वीं क्षत्रधर्माचरणांत निमग्न असलेल्या आणि सत्यव्रताचें परिपालन करणाऱ्या महान् महान् राजर्षींनीं नित्य ह्याच मंत्राचें अनुष्ठान केलें आणि दिव्य श्री जोडिली. हे भरतश्रेष्ठा, जे भूपाल ह्या सावित्रीनें जपिलेल्या मंत्राचा नित्य नियमानें लक्षपूर्वक प्रतिदिवशीं जप करितात, त्यांस दिव्य ऐश्वर्य प्राप्त होतें!

महाव्रत वसिष्ठाला नमस्कार ! वेदनिधि पराशराला नमस्कार ! अनंत नामक महोरगाला नमस्कार ! ह्या जगांत अक्षय्य झालेल्या सिद्धांना नमस्कार ! ऋषींना नमस्कार ! परांमध्यें पर व देवांमध्यें देव अशा सहस्रशीर्षाला नमस्कार ! थोरांना वर देणाऱ्या व सहस्र नांवांनीं स्तुतीला पात्र अशा मंगलधाम जनार्दनाला नमस्कार ! अजैकपात्, अहिर्बुध्न्य, अजिंक्य पिनाकी, ऋत, पितृरूप, महेश्वर, त्र्यंबक, वृषाकपि, शंभु, हवन व ईश्वर हे जे एकादश प्रख्यात त्रिभुवनेश्वर रुद्र—जे महात्मे शतरुद्रांत शंभर म्हणून सांगितले आहेत—त्यांना नमस्कार ! अंश, भग, मित्र, जलेश्वर वरुण, धाता, अर्यमा, जयंत, भास्कर, त्वष्टा, पूषा, इंद्र व विष्णु हे जे श्रुतींत सांगितलेले कश्यपाचे पुत्र बारा आदित्य आहेत, त्यांना नमस्कार ! धर, ध्रुव, सोम, सावित्रि, अनिल, अनल, प्रत्यूष व प्रभास हे जे आठ वसु त्यांना नमस्कार ! नासत्य व दस्र—ज्यांना अश्विनीकुमार असें म्हणतात आणि जे मार्तंडाचे पुत्र संज्ञा नामक घोडीच्या नाकांतून जन्म पावले त्यांना नमस्कार ! आतां ह्यापुढें मी लोकांचीं बरींवाईट कर्मे अवलोकन करणार देव सांगतों. हे महान् महान देव

प्रत्येकाचे यज्ञयाग, दानधर्म व सुकृत वगैरे जाणतात आणि स्वतः अदृश्य राहून सर्व प्राण्यांचीं शुभाशुभ कर्मे पहातात. हे देव म्हटले म्हणजे मृत्यु, काल, विश्वदेव, मूर्तिमंत पितृगण, तपोधन मुनि, आणि तपश्चर्या व मोक्षसाधन ह्यांत तत्पर असलेले सिद्ध हे होत. जे मानव ह्यांचें नामस्मरण करितात, त्यांजवर हे प्रसन्न होऊन त्यांस उत्तम गति प्राप्त करून देतात. हे महात्मे विधात्यानें निर्माण केलेल्या ह्या तिन्ही लोकांमध्यें आपल्या दिव्य सामर्थ्यानें सतत वास करितात आणि सर्व प्राण्यांचीं सर्व कर्मे लक्षपूर्वक अवलोकितात. सर्व प्राण्यांचे हे प्राणच आहेत. जो मनुष्य दक्षतेनें ह्या देवांचें कीर्तन करितो, त्याचे धर्म, अर्थ व काम हे सतत पूर्णपणें सिद्धीस जातात; आणि विश्वाधिपतीनें उत्पन्न केलेले शुभ लोक त्यास प्राप्त होतात. असो; अशा त्या तेहतीस कोटी सर्व भूतगणाधिपतींना नमस्कार ! त्याप्रमाणेंच प्रचंड देहाचा नंदीश्वर, प्रमुख देव वृषभध्वज, गणेश्वरप्रभृति सर्व लोकांचे धनी, सौम्य व रौद्र गण, योगभूत गण, नक्षत्रें, सरिता, व्योम, पक्षिराज गरुड, पृथ्वीवर तपश्चर्या सिद्ध झाली आहे असे पुरुष, स्थावरजंगम पदार्थ, हिमालय पर्वत, इतर सर्व गिरि, चारही महासागर, शंकराप्रमाणेंच पराक्रमी असे शंकरानुचर, विजयशाली भगवान् विष्णु, स्कंद व अंबा ह्यांना नमस्कार ! जो कोणी भक्तिपुरःसर ह्या सर्वांचें कीर्तन करितो, तो सर्व पापांपासून मुक्त होतो. आतां ह्यापुढें, जे महान् महान् मानव ऋषि ते सांगतों. ते ऋषि म्हटले म्हणजे यवक्रीत, रैभ्य, अर्वावसु, परावसु, औशिज कक्षीवान्, अंगिरा ऋषीचा पुत्र बल व मेधातिथि ऋषीचा पुत्र बर्हिषद कण्व; हे सर्व ब्रह्मतेजानें युक्त असून लोकांचे उत्पादक आहेत, असें सांगितलें आहे. हे सर्व रुद्र, अनल व वसु ह्याप्रमाणें कांतिमान् असून पुण्यसंग्रह करितात आणि पृथ्वीवर शुभ कर्मे करून स्वर्गामध्यें देवांसमवेत विलास भोगितात. हे सात ऋषि महेंद्राचे गुरु होत; आणि हे पूर्व दिशेचा आश्रय करून राहातात. मनुष्यानें ह्या ऋषींचें एकाग्र मनानें कीर्तन केलें असतां त्याचा महेंद्रलोकीं बहुमान होतो. उन्मुचु, प्रमुचु, वीर्यवान् स्वस्त्यात्रेय, दृढव्य, ऊर्ध्वबाहु, तृणसोमांगिरा व मित्रावरुणांचा पुत्र प्रतापवान् अगस्त्य हे सात यमधर्माचे ऋत्विज् असून हे दक्षिण दिशेचा आश्रय करून राहातात. दृढेयु, ऋतेयु, कीर्तिमान् परिव्याध व आदित्याप्रमाणें तेजस्वी एकत, द्वित, त्रित, आणि अत्रीचा पुत्र धर्मात्मा सारस्वत ऋषि हे सात वरुणाचे ऋत्विज् होत आणि हे पश्चिम दिशेचा आश्रय करून राहातात. अत्रि, भगवान् वसिष्ठ, महर्षि कश्यप, गौतम, भरद्वाज, कुशिकतनय विश्वामित्र व ऋचीकाचा पुत्र प्रतापशाली उग्र जमदग्नि हे धनाधिपति कुबेराचे गुरु असून हे उत्तर दिशेचा आश्रय करून राहातात. आणि सर्व दिशांच्या ठिकाणीं अधिष्ठित असलेले सात दुसरे मुनि मनुष्यांचें कल्याण करून त्यांची कीर्ति वाढवितात व लोकांचा अभ्युदय करितात. धर्म, काम, काल, वसु, वासुकि, अनंत व कपिल हे सात धरणीधर आहेत. राम, व्यास, द्रोणपुत्र अश्वत्थामा व लोमश हे सर्व दिव्य मुनि असून त्या प्रत्येकांत सात सात मुनींचा अंतर्भाव होतो. दिशांचे पालक हे लोकांना शांति उत्पन्न करून सर्वांचें कल्याण करितात, असें सांगितलें आहे. ह्यास्तव, ज्या दिशांचे जे दिक्पाल, त्या दिशांच्या सन्मुख होऊन त्या दिक्पालांना शरण जावें. दिक्पाल हे सर्व प्राण्यांचे स्रष्टे असून सर्व लोकांना ते पावन करितात असें सांगितलें आहे. संवर्त, मेरुसावर्ण, धर्मनिष्ठ

मार्कंडेय, सांख्य, योग, नारद व महर्षि दुर्वासा हे महान् तपस्वी व इंद्रियजेते आहेत, असें सर्व त्रिभुवनांत प्रसिद्ध आहे; आणि ह्यांशिवाय दुसरे ऋषि प्रत्यक्ष रुद्रासारखे महान् सामर्थ्यवान् असून ब्रह्मलोकीं वास करितात. जो मानव ह्या सर्वांचें नामस्मरण करितो, त्याला पुत्र नसल्यास पुत्र होतो, तो दरिद्री असल्यास त्यास धन मिळतें; आणि त्याला धर्म, अर्थ व काम ह्यांत सिद्धि प्राप्त होते. वेन राजाचा पुत्र पृथु-ज्याची पृथ्वी ही दुहिता झाली,त्या प्रजापतितुल्य सार्वभौम श्रेष्ठ महीपतीचें कीर्तन करावें; आदित्यवंशांत जन्म पावलेला व महेंद्रासारखा पराक्रमी जो इलेच्या ठिकाणीं जन्मास आलेला त्रिभुवनांत विख्यात असा पुरूरवा नामक राजा, त्याचेंही नाम स्मरावें; तिन्ही लोकांत प्रख्यात असलेला जो महावीर भरत त्याचें कीर्तन करावें, ज्यानें कृतयुगांत गोमेध करून व विश्वाला जिंकून टाकण्याइतकें तपोनुष्ठान करून भगवंताला आराधिलें, त्या सर्व लक्षणांनीं युक्त व महादेवाप्रमाणें परमद्युतिमान् रंतिदेव राजाचें नामस्मरण करावें; त्याप्रमाणेंच ज्यानें शंकराला प्रसन्न करून घेतलें व ज्याच्याकरितां अंधकाचा वध झाला, त्या महाद्युतिमान् राजर्षि श्वेताचें कीर्तन करावें; आणि ज्यानें महादेवाच्या प्रसादानें गंगेस स्वर्गांतून खालीं आणिलें व सगराच्या भस्मीभूत झालेल्या पुत्रांना गंगास्नान घालून उद्धरिलें, त्या महाप्रतापशाली भगीरथ राजर्षीचें स्मरण करावें. हे सर्व देव, ऋषिगण व पृथ्वीपति राजे हुताशनासारखे देदीप्यमान असून महारूपवान्, महातेजस्वी, प्रचंड शरीरें धारण करणारे, महासत्यवान् व महाकीर्तिवर्धक असल्यामुळें ह्यांचें अवश्य कीर्तन करावें. त्याप्रमाणेंच, श्रेष्ठ असा सांख्य योग, हव्य, कव्य व सर्व श्रुतींनीं परमाश्रय म्हणून वर्णन केलेलें परब्रह्म हीं सर्व अखिल प्राण्यांना मंगलकारक असून अतिशय पावन करणारीं म्हणून सांगितलीं आहेत, आणि ह्यांपासून सर्व व्याधींचा उपशम होतो व सर्व कर्मांना उत्कृष्ट पुष्टि मिळते. ह्यास्तव, मनुष्यानें सकाळीं व सायंकाळीं एकाग्र मनानें ह्या सर्वांचें कीर्तन करावें. हें सर्वांचें रक्षण करितात; हेच पाऊस पाडितात; हेच प्रकाश देतात; हेच वायूला प्रेरितात; हेच सृष्टीला निर्मितात; हेच सर्व सृष्टीचे प्रवर्तक आहेत; हेच सर्वांत श्रेष्ठ आहेत; हे अतिशय दक्ष आहेत; हे अतिशय शांत आहेत; व हेच इंद्रियांना जिंकणारे आहेत. ह्या सर्वांचें कीर्तन केलें असतां मनुष्यांचें सर्व पातक नष्ट होतें. हे सर्व महात्मे जगाचें पापपुण्य अवलोकन करितात; ह्यास्तव जो मनुष्य सकाळीं उठून ह्यांचें नामस्मरण करितो,त्याला पुण्य प्राप्त होतें, त्याला अग्नीपासून व चोरापासून भय उत्पन्न होत नाहीं, त्याच्या दुःस्वप्नाचा नाश घडतो, त्याचीं सर्व पातकें लयास जातात, आणि तो भाग्यवंताच्या घरीं जन्म घेतो. जो द्विज यज्ञयागांची किंवा व्रतवैकल्यांची दीक्षा घेतांना प्रत्येक वेळीं एकाग्र चित्तानें ह्यांचें नामस्मरण करितो, त्याला पुण्यप्राप्ति होते, तो आत्मज्ञानांत रमतो, त्याच्या ठिकाणीं पूर्ण शांति वसते, तो इंद्रियांना आकळितो, आणि तो कोणाचा हेवा करीत नाहीं. जो पुरुष रोगार्त किंवा व्याधिग्रस्त असतो, तो ह्यांच्या कीर्तनानें त्या रोगापासून किंवा व्याधीपासून मुक्त होतो. ह्या महान् महान् विभूतींचा घरांत जप केल्यास त्या घरांत सदैव मंगल वास करितें, शेतामध्यें जप केल्यास त्या शेतांत सर्व प्रकारचें उत्तम पीक येतें, व मार्गांत किंवा परके गांवीं जप केल्यास तो मार्ग किंवा गांव सुखावह होतो. प्रत्येक मनुष्यानें आपल्या स्वत.च्या, मुलाबाळांच्या, स्त्रियांच्या, धनदौलतीच्या, बीजांच्या आणि

वृक्षलतादिकांच्या रक्षणाकरितां ह्या मंत्राचा पाठ म्हणावा. जो क्षत्रिय युद्धप्रसंगीं ह्या विभूतींचें कीर्तन करितो, त्याचे सर्व रिपु नाश पावतात व त्यास क्षेम प्राप्त होतें. जो मनुष्य दैविक व पैत्रिक कर्मांत ह्या मंत्राचा पाठ म्हणतो, त्याचें तें हव्य-कव्य देव व पितर ग्रहण करितात; त्याला व्याधींचें, श्वापदांचें, हत्तींचें किंवा चोरांचें भय प्राप्त होत नाहीं; त्याची चिंता दूर होते; आणि त्याचें पाप नाश पावतें. जो मनुष्य नौकेंत, यानांत, प्रवासांत किंवा राजगृहीं ह्या उत्कृष्ट मंत्राचा पाठ म्हणतो, त्याला परम सिद्धि मिळते; व त्याला राजाचें, राक्षसाचें, पिशाचाचें, अग्नीचें, उदकाचें, वाऱ्याचें किंवा सर्पाचें भय प्राप्त होत नाहीं. मनुष्य कोणत्याही वर्णाचा व कोणत्याही आश्रमाचा असेना, तो जर सावित्रीमंत्राचा पाठ करील, तर त्यास नित्य स्ववर्णानुरूप आश्रमधर्म उत्तम पाळितां येतील. जेथें सावित्रीमंत्राचा पाठ होतो, तेथें आगी लागत नाहींत, प्रजा अल्पायुषी होत नाहीं व सर्प रहात नाहींत. जे पुरुष सावित्रीमंत्ररूप परब्रह्म श्रवण करितात, त्यांना कधीं दुःख प्राप्त होत नाहीं व ते श्रेष्ठ गति मिळवितात; आणि जो मनुष्य गाईच्या गोठ्यांत ह्या मंत्राचा पाठ म्हणतो, त्याच्या गाई बहुत वाढतात. असो; प्रत्येक मनुष्यानें प्रयाण करितांना, प्रवासांत असतांना किंवा कोणत्याही अवस्थेंत ह्या मंत्राचा पाठ म्हणावा. सदैव होमहवनांत व जपजाप्यांत निमग्न असलेल्या इंद्रियजेत्या ऋषींचा हा परम गूढ जप आहे. हा पुरातन इतिहासरूप दिव्य मंत्र पराशराला मान्य असून हाच पूर्वी यथार्थ रीतीनें भगवान् देवेंद्राला सिद्धांनीं सांगितला आणि ह्यामुळेंच हा मीं तुला कथन केला. वस्तुतः हें सनातन ब्रह्म असून सर्व प्राण्यांचें हृदय होय. खरोखरी ही सनातन श्रुतिच समजावी. सोमसूर्यवंशांत जन्मलेले सर्व कौरव व राघव नित्य शुचिर्भूत होऊन सर्व प्राण्यांना सद्गति देणाऱ्या ह्या सावित्रीमंत्राचा पाठ करितात. देव, सप्तर्षि व ध्रुव ह्यांच्या नांवांचें सतत कीर्तन केलें असतां सर्व संकटांचा आणि पातकांचा संहार होतो. राजा युधिष्ठिरा, प्राचीन काळीं काश्यप-गौतमप्रभृति, भृगु-अंगिरा-अत्रिप्रभृति, व शुक्र-अगस्त्य-बृहस्पति प्रभृति ब्रह्मर्षींनीं ह्याच मंत्राचा आश्रय केला; भारद्वाजाला हाच मंत्र मान्य असून ऋचीकाच्या पुत्रांनीं हाच मिळविला; आणि इंद्र व वसु ह्यांनीं आणखी वसिष्ठापासून हाच मंत्र संपादून अखिल दानव जिंकिले ! राजा धर्मा, जो पुरुष शंभर गाई सुवर्णानें शिंगें शृंगारून वेदवेत्त्या बहुश्रुत ब्राह्मणाला अर्पितो आणि जो पुरुष ह्या दिव्य भारतकथेचें नित्य कीर्तन करितो, त्या उभयतांना समान पुण्य प्राप्त होतें. भृगूंच्या नांवांचें कीर्तन केलें असतां धर्म वृद्धिंगत होतो, वसिष्ठाचें नामस्मरण केलें असतां शौर्य वृद्धिंगत होतें, रघूला नमस्कार केला असतां संग्रामांत जय मिळतो, आणि अश्विनीकुमारांचें स्तवन केलें असतां रोगांचा परिहार होता ! भारता युधिष्ठिरा, परब्रह्मरूप शाश्वत फल प्राप्त करून देणारा हा सावित्रीमंत्र तुला सांगितला; आतां तूं आणखी जें ह्मणशील तें मी तुला सांगेन.

अध्याय एकशें एकावन्नावा.

--:०:--

ब्राह्मणांची प्रशंसा.

युधिष्ठिर विचारतोः—पितामह, पूजेला योग्य कोण ! नमस्काराला योग्य कोण ? कोणाशीं कसें वागावें ? आणि कोणाशीं कसें वागल्यानें नाश होत नाहीं ?

भीष्म सांगतातः—युधिष्ठिरा, ब्राह्मणांचा अवमान देवांच्याही नाशास कारण होईल;

ह्यास्तव, ब्राम्हणांना नमस्कार केल्यानें नाश होणार नाहीं, हा सिद्धांत समजावा. ब्राह्मण हेच पूजेला व नमस्काराला पात्र होत, म्हणून त्यांशीं पुत्रवत् वागावें; कारण ते महाप्राज्ञ पुरुषच ह्या सर्व लोकांना धारण करितात. ब्राह्मण हे सर्व लोकांचे महान् धर्मसेतु होत; त्यांना धनादिकांचें दान करणें मनापासून आवडतें; ते वाणीच्या निरोध करण्यांत सदैव रममाण असतात; सर्व प्राण्यांना ते आवडतात; सर्वांचे ते प्रेमनिधान होतात; ते नेहमीं व्रतवैकल्यें करितात; ते लोकांना सन्मार्ग दाखवितात; ते यशस्वी पुरुष शास्त्रें रचितात; त्यांना नित्य तपश्चर्या हेंच धन, आणि वाणी हेंच विपुल बल वाटतें; ते सूक्ष्मदर्शी धर्मज्ञच सर्व धर्मांचा उगम होत; धर्माचरण हीच त्यांची सदासर्वकाळ इच्छा असते; ते नित्य धर्माप्रमाणें वागून सुकृत संपादितात; धर्माचे ते केवळ सेतुच होत; त्या धर्मसेतूंच्या समाश्रयानेंच सर्व चतुर्विध प्रजा उपजीवन पावतात; हे सर्वांचे मार्ग होत; हे सर्वांचे नायक होत; हे सनातन पुरुषच यज्ञयागांचें धारण करितात; पितृपितामहरूप जी जड (श्राद्धीय) धुरी (जूं) ती नित्य तेच वहातात; संकटाच्या प्रसंगीं उत्तम बैलाप्रमाणें ते धुरीच्या भारानें थकत नाहींत; देव, पितर व अतिथि ह्यांचीं मुखें हेच होत; हव्यकव्यांचा अग्रभाग हेच ग्रहण करितात; त्या अग्रभागाच्या भोजनानें हेच तिन्ही लोकांना घोर अनर्थांपासून राखितात; सर्व लोकांचे दीप हेच होत; डोळसांचेही डोळे हेच होत; सर्व लोकांना वळण हेच लावितात; श्रुति हेंच ह्यांचें धन होय; मोक्षाचे हे उत्तम वाटाडचे होत; सर्व प्राण्यांची गति ह्यांनाच समजते; अध्यात्माच्या स्थितीचें चिंतन हेच करितात;सर्व ब्रह्मांडाचें आदि,मध्य व अवसान ह्यांनाच कळतें; ह्यांच्याच हृदयांतील संशयग्रंथि तुटलेला असतो; आत्मा व अनात्मा ह्यांचें यथार्थ ज्ञान ह्यांनाच असतें; श्रेष्ठ गति ह्यांनाच मिळते; मोक्षाचे अधिकारी हेच होतात; पातकांचें क्षालन करण्यास हेच समर्थ असतात; थंड-उष्ण सुख-दुःख इत्यादि द्वंद्वें ह्यांच्या ठिकाणीं नसतात; सर्वसंगपरित्याग हेच करितात; बहुमानाला पात्र हेच असतात; ज्ञानवान् महात्मे नित्य ह्यांनाच मान देतात; चंदनाची उटी किंवा भोजन किंवा घाणीची राड ही ह्यांना समान वाटते; भोजन व उपवास हीं ह्यांना सारखीं भासतात; उंचीं रेशमी वस्त्रें आणि वल्कलें किंवा मृगचर्में ह्या दोहोंनाही हे समान मानणारे होत; अन्नपाण्यावांचून हे बहुत दिवसही राहूं शकतील; इंद्रियांचें आकलन करून वेदाध्ययनानें हे गात्रें शुष्क करितील: अदेवांना हे देव बनवितील आणि देवांनाही हे अदेव करितील; हे संतापले असतां दुसरे लोक व लोकपाल निर्मितील; ह्या महात्म्यांच्या शापानेंच सागर अपेय (खारा) झाला; ह्यांचा कोपाग्नि अजूनही दंडकारण्यांत शांत झाला नाहीं; देवांचेही हे देव होत; कारणाचेही हे कारण होत; आणि प्रमाणांना तरी प्रामाण्य ह्यांच्यामुळेंच प्राप्त झालें ! तेव्हां कोणता शहाणा मनुष्य त्यांचा अवमान करील बरें ! राजा युधिष्ठिरा, ब्राह्मण हे सर्व एकसारखे श्रेष्ठ मानास पात्र समजावे; त्यांत बाल किंवा वृद्ध हा भेदही करूं नये. ते तप व विद्या ह्यांच्या न्यूनाधिक्यामुळें आपसांत एकमेकांना कमी-अधिक मान देवोत; पण इतरांनीं अविद्वान् ब्राह्मणही देवासारखा व परमपावन समजावा; आणि विद्वान् ब्राह्मण तर महान् देव मानून पूर्ण सागराप्रमाणेंच मानाचा निधि जाणावा. ब्राह्मण विद्वान् असो कीं अविद्वान् असो, जणूं काय तें परम पावन अग्निदैवतच होय ! ज्याप्रमाणें अग्नि हा संस्कारयुक्त किंवा असंस्कारयुक्त असला—फार कशाला तो श्मशानांत असला—तरी त्या तेजस्व्याचें

परमपावनत्व कमी होत नाहीं, किंवा ज्याप्रमाणें घृत हें यज्ञांत अथवा गृहांत अग्न्यभिधाराच्या वेळीं समान शोभतें, त्याप्रमाणेंच ब्राह्मण हा सर्व अनिष्ट कर्मांत सुद्धां सारखाच शोभतो; त्यास कोठेंही गौणत्व प्राप्त होत नाहीं; म्हणून, राजा, ब्राह्मणांस सर्व प्रकारें मान द्यावा व त्यांस परम दैवत मानावें !

अध्याय एकशें बावन्नावा.

—:०:—

पवनार्जुनसंवाद.

युधिष्ठिर विचारितोः—हे महामते जनाधिप, ब्राह्मणांची पूजा केल्यानें कोणाला काय ऐश्वर्य प्राप्त झाल्याचें आपण पाहिलें ? अथवा कोणाचा कसा भाग्योदय होतो म्हणून आपण ब्राह्मणांची एवढी महती गातां ?

भीष्म सांगतातः—युधिष्ठिरा, ह्या विषयाचें विवेचन करण्याकरितां एक पुरातन इतिहास सांगत असतात. तो इतिहास म्हटला म्हणजे पवन व कार्तवीर्य अर्जुन ह्यांचा संवाद होय.

पूर्वी ह्या भूलोकीं माहिष्मती नगरींत सहस्र-भुजधारी कार्तवीर्य नामक-एक महाबलवान् सार्वभौम राजा होऊन गेला. तो सत्यपराक्रमी हैहय-कुलोत्पन्न भूपति समुद्रवलयांकित सर्व पृथ्वी, रत्नाकर व द्वीपें ह्या सर्वांचें राज्य करीत होता. एके समयीं दत्तात्रेय मुनि त्याजकडे आले असतां, मुनिजनांची संभावना करणें हा क्षत्रियांचा धर्म होय, असें मनांत आणून व आपल्या अंगीं असलेल्या विनयाचा व वेद-ज्ञानाचा उपयोग करून कृतवीर्यात्मजानें त्या दत्तात्रेय मुनींना आपलें वित्त अर्पून आराधिलें; आणि त्या योगें ते मुनि संतुष्ट होऊन त्यांनीं त्या राजाला ' तुला वाटतील ते तीन वर मागून घे ' म्हणून आज्ञा केली. तेव्हां राजाला आनंद झाला व तो दत्तात्रेयांना म्हणाला कीं, “अहो, कडकडीत व्रताचरण करणारे मुनिवर्य, मला रणांगणांत सैन्यामध्यें सहस्र बाहु उत्पन्न व्हावे, परंतु गृहांत किंवा अन्य स्थळीं जेथें युद्धादिकांचा प्रसंग नसेल तेथें मला मात्र दोनच बाहु असावे. रणांत सैनिकांना माझे सहस्र बाहु दिसावे, मीं पराक्रमानें अखिल पृथ्वी जिंकावी व मला सर्व पृथ्वी प्राप्त झाली असतां मीं तिजवर धर्मानें व दक्षतेनें राज्य करावें. असे हे तीन वर मला द्या. द्विजसत्तम, आपण ज्या अर्थीं मजवर अनुग्रह करण्यास सिद्ध झालां आहां, त्या अर्थीं मला आणखी एक चौथा वर द्यावा. हे पूज्यतम मुने, तो चौथा वर हा कीं, जेव्हां जेव्हां मी भलत्याच मार्गास प्रवृत्त होईन, तेव्हां तेव्हां आपल्या आश्रयास प्राप्त झालेल्या ह्या मला सत्पुरुषांनीं सन्मार्ग दाखवावा. ” राजा युधिष्ठिरा, ह्याप्रमाणें त्या कार्तवीर्याची प्रार्थना कानीं पडतांच दत्तात्रेयांनीं तत्काळ त्यास ‘तथास्तु’ असें म्हटलें आणि त्याप्रमाणें त्यास चारही श्रेष्ठ वर प्राप्त झाले! राजा धर्मा, नंतर तो भूपति अर्जुन अग्नीप्रमाणें किंवा अर्काप्रमाणें महातेजःपुंज अशा रथावर आरूढ झाला व वीर्यमोहानें अंध होऊन म्हणाला कीं, ‘आतां माझ्या बरोबरीचा कोण आहे ! धैर्य, वीर्य, यश, शौर्य, विक्रम किंवा तेज ह्यांत आतां माझी बरोबरी कोणीही करूं शकणार नाहीं ! ’ राजा युधिष्ठिरा, अर्जुनानें ह्याप्रमाणें शब्द उच्चारितांच अंतरिक्षांत शरीरहीन वाणी (आकाशवाणी) झाली कीं—मूढा, क्षत्रियांहून श्रेष्ठ जे ब्राह्मण त्यांचा पराक्रम तूं जाणीत नाहींस, म्हणून असें म्हणतोस ! बाबारे, क्षत्रिय हा प्रजांचें शासन करितो तो ब्राह्मणांच्या साहाय्यानें करितो हें लक्षांत ठेव !

अर्जुन म्हणालाः—मी संतुष्ट झालों असतां प्राण्यांचें जनन करीन आणि क्रुद्ध झालों

असतां त्यांचा संहार उडवीन! कर्मानें, वाणीनें किंवा मनानें ब्राह्मण हा मजहून खचित वरिष्ठ नाहीं! ब्राह्मणांची श्रेष्ठता हा पूर्वपक्ष, तर क्षत्रियांची श्रेष्ठता हा उत्तरपक्ष किंवा सिद्धांत समजावा! तूं म्हटलेंस कीं, प्रजापालनाचें काम ब्राह्मण व क्षत्रिय ह्या दोघांच्या एकीकरणानें घडतें; तर त्यावर मी म्हणतों कीं, हें तुझें म्हणणें मत्पक्षाचें पोषकच आहे! पहा—ब्राह्मण हे क्षत्रियांचा आश्रय करितात; पण क्षत्रिय हे कांहीं ब्राह्मणांचा आश्रय करीत नाहींत. ब्राह्मण हे ह्या भूतलावर ब्रह्मोपाधि धारण करून अध्यापन व याजन करण्याच्या निमित्तानें क्षत्रियांचा आश्रय करून उपजीवन चालवितात; तेव्हां ब्राह्मण श्रेष्ठ झाले कीं क्षत्रिय श्रेष्ठ झाले? प्रजांचें प्रतिपालन हा क्षत्रियांचा धर्म; आणि ब्राह्मणांची वृत्ति तर केवळ क्षत्रियांवर अवलंबून; तेव्हां ब्राह्मण श्रेष्ठ हें म्हणावें तरी कसें! ह्यास्तव, तूं त्यांना सर्व प्राण्यांत श्रेष्ठ असें पाहिजे तर समज; पण मी तर, त्या भिक्षावृत्तीनें चरितार्थ चालविणाऱ्या अहंमन्य ब्राह्मणांना क्षत्रियांहून श्रेष्ठ न मानितां आपल्या आधीनच ठेवीन! अहो, ह्या कुमारी गायत्रीनें अंतरिक्षांतून जे कांहीं उद्गार काढिले ते खचित असत्य आहेत! चर्में परिधान करून स्वतंत्रपणें राहाणाऱ्या ह्या सर्व ब्राह्मणांना आतां मी जिंकून टाकीन! अहो, आतां तिन्ही लोकांत देव किंवा मनुष्य कोणीही मला राज्यपदावरून खालीं लोटण्यास समर्थ नाहींत! ह्यास्तव, मी आतां ब्राह्मणांहून वरिष्ठ झालों, हें निःसंदेह होय! हा वेळपर्यंत जगांत ब्राह्मण हे श्रेष्ठ असतील, पण ह्याच्यापुढें आज मी ह्या जगांत क्षत्रियांना श्रेष्ठ करणार! कारण, अशी माझी खातरी आहे कीं, युद्धांत माझा प्रताप कोणीही सहन करूं शकणार नाहीं!

राजा युधिष्ठिरा, अर्जुनाची ही गर्वोक्ति ऐकून सर्वांस फार वाईट वाटलें! फार काय, पण नास्तिक ज्या राक्षसिणीं त्यांनाही त्या भाषणानें भय वाटलें; मग ब्राह्मणांविषयीं श्रद्धावान् जे दुसरे प्राणी त्यांना काय झालें असेल तें काय सांगावें! राजा, नंतर त्या अर्जुनाला अंतरिक्षांत असलेला वायु म्हणालाः—बा अर्जुना, नकोरे नको असले दुष्ट विचार मनांत आणूं! बाबारे, ही दुर्बुद्धि सोड आणि ब्राह्मणांना नमस्कार कर! जो कोणी ब्राह्मणांची अशी हेलना करील, त्याचें सर्व राष्ट्र क्षुब्ध होईल! अथवा राजा, फार कशाला, तूं जर ब्राह्मणांचा अशा प्रकारें अनादर करून त्यांचा उत्साह नष्ट करशील, तर ते महाबलवान् ब्राह्मण खचित तुला वधितील किंवा तुला राज्यपदावरून च्युत करितील!

राजा युधिष्ठिरा, तेव्हां वायूला अर्जुनानें विचारिलें कीं, 'तूं कोण आहेस?' नंतर त्यावर वायूनें उत्तर दिलें कीं, 'मी देवदूत वायु असून तुला हें तुझ्या हिताचें सांगत आहें!' मग अर्जुन म्हणालाः—वायो, तूं ही खचित आपली ब्राह्मणांविषयीं पूज्यबुद्धि व्यक्त केलीस, ह्यांत संदेह नाहीं. मी तुला असें विचारितों कीं, पृथ्वीतत्त्वानें जड झालेल्या ह्या ब्राह्मणाचें सत्य स्वरूप तूं मला सांग. वायो, उत्तम जो ब्राह्मण तो थोडा तरी वायूप्रमाणें, उदकाप्रमाणें, अग्नीप्रमाणें, सूर्याप्रमाणें किंवा आकाशाप्रमाणें, आहे काय?

अध्याय एकशें त्रेपन्नावा.

—:०:—

पवनार्जुनसंवाद.

वायु म्हणालाः—मूढा अर्जुना, महात्म्या ब्राह्मणांचे कांहीं गुण तुला सांगतों, श्रवण कर. राजा.

तूं ब्राह्मण हे वायु, उदक, अग्नि, सूर्य व आकाश ह्यांच्यासारखे अंशतः तरी आहेत काय, म्हणून तूं मला विचारिलेंस; पण मी तुला सांगतों कीं, तूं सांगितलेल्या ह्या सर्वांपेक्षां ब्राह्मण हे वरिष्ठ आहेत! राजा, पूर्वी पृथ्वीनें अंगराजाच्या स्पर्धेनें पृथ्वीपणा सोडिला व ती अंग टाकून (ब्रह्मदेवाकडे) चालती झाली, तेव्हां कश्यप ब्राह्मणानेंच पृथ्वीच्या त्या परित्यक्त कलेवरांत स्वतः प्रवेश केला आणि पूर्ववत् तिचा व्यवहार चालविला! राया अर्जुना, स्वर्गांत काय किंवा पृथ्वीवर काय, ब्राह्मण हे नित्य अजिंक्यच आहेत. पूर्वी अंगिरा ऋषीनें स्वसामर्थ्यानें सर्व जलाचें दुधासारखें प्राशन केलें, परंतु त्या महात्म्याची तृप्ति झाली नाहीं आणि त्यानें सर्व पृथ्वी महान् जलौघानें व्यापून टाकिली! राजा अर्जुना, पूर्वी एके समयीं तो अंगिरा ऋषि माझ्यावर कोपला असतां मला त्याच्या भयानें जग सोडून बहुत कालपर्यंत ब्राह्मणांच्या अग्निहोत्रांत लपून बसावें लागलें! त्याप्रमाणेंच, भगवान् पुरंदरानें गौतमभार्येशीं (अहल्येशीं) पापकर्म केलें असतां त्या पुरंदराला गौतम मुनीनें शाप दिला, पण धर्मावर लक्ष देऊन त्यास वधिलें नाहीं! राजा अर्जुना, समुद्र, गोड पाण्यानें पूर्ण भरला असतां ब्राह्मणांनीं त्यास शापून खारट करून सोडिलें! अग्नि हा मूळचा सुवर्णाच्या वर्णाचा व धूमरहित असा होता आणि त्याच्या ज्वाळा एकत्र होऊन वर जात असत, पण अंगिरा ऋषीनें क्रोधायमान् होऊन त्यास शाप दिला व त्याचे हे सर्व गुण नाहींतसे करून टाकिले! आणि, राजा, ज्यांनीं महोदधीची उपासना केली, त्या सर्व महान् सगरपुत्रांना, श्रेष्ठ वर्ण धारण करणारा जो कपिल ब्राह्मण त्यानेंच कायमचा शाप देऊन त्यांचें भस्म करून टाकिलें! राजा, ह्या सर्वांचा तूं नीट विचार कर, म्हणजे ब्राह्मणांच्या बरोबरीचा तूं नाहींस अशी तुझी खातरी होईल; उलट ब्राह्मणांपासूनच आपलें श्रेय आहे, असेंही तुला मान्य करावें लागेल! राजा अर्जुना, महासामर्थ्यवान् असा क्षत्रिय असला तरी तो खचित गर्भस्थ ब्राह्मणांनाही मनापासून वंदितो. बाबारे, दंडकाचें राज्य लहानसहान होतें काय? पण तें ब्राह्मणानेंच नष्ट केलें! महान् क्षत्रिय तालजंघ एकट्या और्वानें वधिला! हें परमदुर्लभ अवाढव्य राज्य, बल, विद्या, धर्म, इत्यादि सर्व तुलाही दत्तात्रेय ब्राह्मणाच्या अनुग्रहानेंच प्राप्त झालें! आणि असें असतांही तुला ब्राह्मणांचें महत्त्व वाटत नाहीं, हें कसें? अर्जुना, अग्नि हा ब्राह्मणच नव्हे का? मग त्याची तूं नित्य आराधना कां करतोस! तोच सर्व जगाचें हव्य वाहून नेतो हें तूं जाणत नाहींस काय? अथवा, ब्राह्मणांमध्यें श्रेष्ठ जो ब्रह्मदेव तोच प्रत्येक भूताचा पालक, फार कशाला--सर्व जीवलोकाचा उत्पादक आहे, असें तुला विदित असूनही तूं हें वेड कां पांघरीत आहेस? राजा अर्जुना, ब्राह्मणावतंस जो प्रजापति ब्रह्मा त्याचें महत्त्व काय वर्णावें? तो सर्वसत्ताधीश अव्यक्त व अविनाशी असून त्यानेंच हें सर्व चराचर विश्व निर्माण केलें! राजा अर्जुना, कित्येक अपंडित पुरुष म्हणतात कीं, ब्रह्मदेव हा अंडापासून जन्मला व तें अंड फुटलें तेव्हां त्यांतूनच शैल, दिशा, उदक, पृथ्वी व अंतरिक्ष हीं निर्माण झालीं; परंतु हें म्हणणें अगदीं सत्य नाहीं. कारण, ब्रह्मदेवाला जर अज ही संज्ञा आहे, तर तो उत्पन्न झाला, असें म्हणणें कसें संभवेल? कित्येकजण असें म्हणतात कीं, ब्रह्मदेव हा ज्या अंडापासून जन्म पावला, तें अंड म्हणजे आकाश होय; पण ह्यावर अशी शंका येते कीं, आकाशरूप अंडापासून जर ब्रह्मदेव उत्पन्न झाला, तर तो कोणत्या आश्रयानें राहिला आहे? ह्यास्तव ह्या कल्पनेनें ब्रह्मदेवच निराधार किंवा निराश्रय ठरेल

आणि मग सगळीच सृष्टि शून्यत्वास पावेल! तेव्हां, राजा अर्जुना, जगदुत्पत्तीची ही कल्पना सर्वथैव मिथ्या होय; जगाच्या बुडाशीं अंड नाहीं, ब्रह्मदेवच आहे; आणि तोच अधिपति, जलचंद्रन्यायानें, सर्व प्रकारच्या तेजांच्या ठिकाणीं अधिष्ठित असलेला जो महासमर्थ अहंकार, त्याच्या आश्रयानें सर्व विश्वाची उत्पत्ति करितो! ह्यास्तव, राजा अर्जुना, तो ब्राह्मणश्रेष्ठ ब्रह्मदेव कोठें आणि तूं कोठें! राजा, समुद्राच्या लाटेनें 'मी समुद्राच्या बरोबरीची आहें!' असें मनांत आणिलें तर तें जसें हास्यास्पद, तसेंच हें तुझें प्रस्तुत कृत्य हास्यास्पद आहे!

राजा युधिष्ठिरा, ह्याप्रमाणें वायूनें भाषण केलें तें ऐकून अर्जुन स्तब्ध झाला आणि नंतर वायूनें आणखी भाषण केलें.

अध्याय एकशें चौपन्नावा.

—०:—

पवनार्जुनसंवाद.

वायु ह्मणालाः—राजा अर्जुना, पूर्वीं एके समयीं अंग नामक राजानें मनांत आणिलें कीं, ही पृथ्वी ब्राह्मणांना दक्षिणा म्हणून अर्पण करावी. तेव्हां राजाचा तो विचार पाहून पृथ्वीला मोठी चिंता उत्पन्न झाली आणि ती मनांत ह्मणाली कीं, 'सर्व प्राण्यांना धारण करणारी व प्रत्यक्ष ब्रह्मदेवाची कन्या, अशी मी पृथ्वी ह्या श्रेष्ठ नृपतीला प्राप्त झालें असता हा मला ब्राह्मणांना देऊन टाकावयास पहात आहे, हें काय! मला वाटतें कीं, हा ह्याचा खचित अनाचार होय! ह्यास्तव हा राजा व ह्याचें राज्य नाश पावावें, हेंच उचित होय! मी आतां हा भूदेह टाकतें व ब्रह्मदेवापाशीं जातें!' राजा अर्जुना, नंतर पृथ्वीनें आपलें कलेवर टाकलें आणि ती ब्रह्मदेवाकडे चालती झाली! इकडे, पृथ्वी ही भूदेह टाकून निघून जात आहे, असें पाहातांच कश्यप मुनि तत्काळ योगबलानें स्वदेहांतून बाहेर पडून लागलाच पृथ्वीच्या त्या शून्य कलेवरांत प्रविष्ट झाला आणि त्यानें पृथ्वीच्या त्या निर्जीव देहाला ताबडतोब सजीव केलें; व तिच्यावर तृणौषधींची सर्वतोपरी समृद्धि झाली आणि इकडे धर्मशील पृथ्वी ही ब्रह्मलोकीं गेली ती स्वधर्मबलानें निर्भय होत्साती ब्रह्मलोकींच राहिली! राजा अर्जुना, ह्याप्रमाणें महातपस्वी कश्यप मुनि पृथ्वीच्या देहांत प्रवेश करून दक्षतेनें पृथ्वीचें कार्य करीत असतां तीस सहस्र दिव्य वर्षें लोटल्यावर भगवान् ब्रह्मदेवाकडे निघून गेलेली पृथ्वी पुनः परत आली आणि तिनें कश्यप मुनीला नमस्कार करून पूर्ववत् स्वदेहांत प्रवेश केला आणि ह्याप्रमाणें ती महात्म्या कश्यपाची कन्या झाल्यामुळें तिला कश्यपी असें नांव प्राप्त झालें! असो; राजा, ह्याप्रमाणें कश्यप ब्राह्मणानें जें कांहीं अपूर्व सामर्थ्य व्यक्त केलें तें मनांत आण आणि कश्यपापेक्षां श्रेष्ठ असा जर कोणी तुला एखादा क्षत्रिय माहीत असला तर तो मला सांग.

राजा युधिष्ठिरा, पवनाचें हें भाषण श्रवण करून अर्जुन राजा निमूट राहिला आणि नंतर पुनः पवनाचें भाषण सुरू झालें.

पवन ह्मणालाः—राजा अर्जुना, आतां अंगिरस कुलांत जन्मलेला जो उतथ्य ऋषि, त्याचा इतिहास मी तुला सांगतों, श्रवण कर. राजा, सोमाला भद्रा नांवाची एक परम सुंदर दुहिता होती. सोमानें मनांत आणिलें कीं, उतथ्य ऋषि हा तिला योग्य वर आहे. त्या महाभाग्यवंत यशस्वी भद्रेनेंही उतथ्याच्या प्राप्तीकरितां उग्र तप आरंभिलें आणि त्या चारुगात्रीनें कडकडीत व्रतवैकल्यें चालू केलीं. पुढें सोमाचा पिता अत्रि ह्यानें उतथ्याला बोलावून आणून त्यास ती यशस्वी कन्या भद्रा

दिली व उतथ्यानेंही तिचें यथाविधि पाणिग्रहण करून (ब्राह्मणांना) बहुत दक्षिणा वांटली. राजा अर्जुना, इकडे वरुणानें पूर्वीपासूनच त्या सुंदरीविषयीं कामना धारण केली होती; म्हणून तो वनांत उतथ्याच्या आश्रमासमीप प्राप्त झाला आणि उतथ्याची भार्या यमुनेंत स्नानास उतरली असतां तिचें त्यानें हरण केलें व तिजसहवर्तमान तो स्वनगरीस निघून गेला! राजा अर्जुना, त्या वरुणपुरीचें वर्णन काय करावें! तिची कांति मोठी विलक्षण असून तेथें सहा लक्ष तडाग होते; त्या पुरीपेक्षां अधिक रम्य अशी एकही पुरी नव्हती; त्या पुरींत महान् महान् राजवाडे असून अप्सरांचें वास्तव्य होतें; आणि तेथें दिव्य वस्तूंची समृद्धि असून सर्वत्र उत्कृष्ट शोभा विलसत होती! राजा अर्जुना, त्या नगरींत वरुण हा त्या भद्रेसहवर्तमान विलास करूं लागला आणि पुढें नारदमुनीनें ती सर्व विटंबना उतथ्याला सांगितली! राजा अर्जुना, तेव्हां उतथ्य मुनि नारदाला म्हणालाः—नारदा, तूं वरुणाकडे जा आणि यास माझा खरमरीत निरोप सांग कीं, 'वरुणा, तूं माझी भार्या माझ्या हवालीं कर. तूं तिचें काय म्हणून हरण केलेंस? लोकांचा तूं लोकपाल आहेस—लोकविध्वंसक नाहींस. सोमानें मला भार्या दिली व आज ती तूं चोरलीस हें तुझें सर्व कृत्य अनुचित आहे.' राजा अर्जुना, नंतर उतथ्य ऋषीचा तो निरोप नारदानें वरुणाला कळविला आणि त्यास सांगितलें कीं, 'उतथ्याची भार्या उतथ्याच्या हवालीं कर. ती तूं काय म्हणून हरण केली आहेस?' राजा अर्जुना, ह्याप्रमाणें वरुणानें नारदाचें वचन श्रवण केलें आणि नंतर त्यास उत्तर दिलें कीं, 'नारद मुने, मला ही भार्या फारच प्रिय वाटते; ह्यास्तव मी हिला सोडण्यास तयार नाहीं!.' राजा, ह्याप्रमाणें वरुणानें उत्तर दिलें तें ऐकून नारदाला फार वाईट वाटलें आणि तो तावडतोब उतथ्याकडे येऊन संतापानें त्यास म्हणाला, 'महामुने, वरुणानें माझी मानगुटी धरून मला फेंकून दिलें! तो तुझी भार्या तुला देत नाहीं; तर आतां जें कर्तव्य असेल तें तूं कर!' अर्जुना, ह्याप्रमाणें नारदाचें भाषण श्रवण करून अंगिरा ऋषि (उतथ्य) क्रोधानें नखशिखांत पेटला आणि त्या महातपस्वी मुनीनें उदकाचें स्तंभन करून स्वसामर्थ्यानें तें सर्व पिऊन टाकलें! राजा, ह्याप्रमाणें उतथ्यानें सर्व जल प्राशन केलें. तेव्हां जलाधिपति वरुणाच्या सुहृदांनीं त्यास नानाप्रकारें प्रार्थना करून उतथ्याची भार्या उतथ्याच्या हवालीं कर म्हणून सांगितलें; पण तितक्याउपरहीं त्यानें तसें केलें नाहीं. नंतर तो ब्राह्मणोत्तम उतथ्य मुनि फारच कोपला आणि भूमीस म्हणाला कीं, 'हे भद्रे, जेथें सहा लक्ष तडाग आहेत ती वरुणपुरी मला दाखव.' राजा, नंतर पृथ्वीनें त्या पुरीचा स्थलनिर्देश करितांच समुद्र तेथून खालीं सरला व तेथें रखरखीत वाळवंट दिसूं लागलें! मग त्या प्रदेशांतून वाहाणाऱ्या सरस्वती नदीला तो द्विजोत्तम उतथ्य म्हणाला कीं, 'भित्रे सरस्वति, तूं मरुदेशाप्रत (निर्जल जो मारवाड देश त्याप्रत) गुप्तरूपानें जा. हे कल्याणि, तूं येथून निघून गेल्यावर हा देश अपवित्र होईल!' ह्याप्रमाणें सरस्वतीनें त्या देशाचा त्याग करितांच तो देश रुक्ष झाला आणि मग सर्वत्र जलाभाव झाल्यामुळें जलाधिपति वरुण हा भद्रेला बरोबर घेऊन आंगिरस उतथ्याला शरण गेला व त्यानें ती आंगिरस-भार्या आंगिरसाच्या हवालीं केली. अर्जुना, ह्याप्रमाणें आपली भार्या आपल्यास पुनः प्राप्त झाली असें पाहून उतथ्याच्या मनाला आनंद झाला आणि त्यानें जलाभाव झाल्यामुळें झालेलें सर्व जगाचें व त्याप्रमाणेंच त्या वरुणाचें दुःख दूर केलें. हैहया, नंतर तो महातेजस्वी

धर्मवेत्ता उतथ्य मुनि आपल्या त्या भार्येनें युक्त असा होत्साता वरुणाला काय म्हणाला तें ऐक. उतथ्य म्हणाला:—हे जलाधिपा वरुणा, आपल्या तपाच्या सामर्थ्यानें ही मीं आपली भार्या तुला आक्रोश करावयाला लावून परत मिळविली, हें लक्षांत ठेव!' असें म्हणून तो उतथ्य मुनि स्वभार्येसह स्वाश्रमास प्राप्त झाला! राजा, ब्राह्मणश्रेष्ठ जो उतथ्य त्याचा प्रभाव हा असा होता! तेव्हां आतां उतथ्याहून वरचढ असा एखादा क्षत्रिय तूं मला सांग पाहूं?

अध्याय एकशें पंचावन्नावा.

—:०:—

पवनार्जुनसंवाद.

भीष्म सांगतात:—-राजा युधिष्ठिरा, वायूचें ह्याप्रमाणें भाषण श्रवण करून अर्जुन राजा निमूट राहिला असतां वायूनें आपलें भाषण तसेंच पुढें चालविलें. वायु म्हणाला:--राजा, आतां मी तुला अगस्त्य ब्राह्मणाचें माहात्म्य निवेदन करितों, ऐक. पूर्वी एके समयीं असुरांनीं देवांना युद्धांत जिंकून त्यांची सर्व उमेद नाहींशी करून टाकिली; त्यांना यज्ञांत जे हविर्भाग मिळत असत, ते सर्व ते असुरच घेऊं लागले; आणि पितरांना श्राद्धांत जे पिंड मिळत, तेही सर्व ते असुरच भक्षूं लागले! राजा, ह्याप्रमाणें दानवांनीं मानवांच्या यज्ञयागादिक अनुष्ठानांचीं व श्राद्धादिक कर्मांचीं फळें देवतांस व पितरांस प्राप्त होऊं न दिल्यामुळें मोठाच आकांत झाला; आणि देवांचें सर्व ऐश्वर्य नष्ट होऊन ते पृथ्वीवर मोठ्या दैन्यानें हिंडूं लागले, असें मीं ऐकिलें आहे! राजा हैहयश्रेष्ठा, नंतर ते देव फिरत फिरत, कांतीनें व तेजानें आदित्याप्रमाणें देदीप्यमान अशा महातपस्वी अगस्त्याकडे आले आणि त्या महात्म्यास अभिवंदन करून व कुशलप्रश्न विचारून ह्मणाले कीं, 'मुनिपुंगवा, दानवांनीं आमचा युद्धांत मोड केला आणि त्याप्रमाणेंच त्यांनीं आमचें सर्व ऐश्वर्यही लयास नेलें! ह्यास्तव ह्या घोर प्रसंगांतून तूं आमचें रक्षण कर!' देवांचें हें भाषण श्रवण करून अगस्त्य ऋषीला मोठा संताप चढला; व तो तेजस्वी महामुनि प्रलयकालच्या अग्नीप्रमाणें नखशिखांत भडकला! त्या समयीं त्या अगस्त्य ऋषीच्या देहांतून ज्या एकसारख्या भयंकर ज्वाळा उसळूं लागल्या, त्यांनीं सर्व दानव दग्ध झाले आणि सहस्रावधि दानव अंतरिक्षांतून पटापट भूतलावर पडूं लागले! ह्याप्रमाणें अगस्त्य मुनीच्या तेजानें ते दानव जळूं लागले तेव्हां त्यांनीं स्वर्ग व मृत्यु हे दोन्ही लोक सोडले आणि ते दक्षिण दिशेला पळून गेले! राजा, ह्या वेळीं बलि दैत्य पृथ्वीवर अश्वमेध यज्ञ करीत होता. तो व तसेच जे दुसरे मोठमोठे दैत्य पृथ्वीवर व पाताळांत होते ते मात्र त्या समयीं जळून गेले नाहींत; बाकीचे सर्व दैत्य अग्नीच्या तडाक्यांत जळून भस्म झाले! ह्याप्रमाणें असुरांचा संहार घडला तेव्हां देवांची भीति संपली व ते पुनः आपआपल्या लोकीं प्राप्त झाले. अर्जुना, नंतर अगस्त्य ऋषीला देव म्हणाले कीं, आतां तूं पृथ्वीवर असलेल्या असुरांचा वध कर. तेव्हां अगस्त्य ऋषीनें उत्तर दिलें:—देवहो, पृथ्वीवर असलेल्या दैत्यांना वधण्यास मी समर्थ नाहीं; कारण त्या योगें माझें तपोबल क्षीण होईल! असो; राजा, भगवान् अगस्त्य मुनीनें तपश्चर्येनें आपला आत्मा पवित्र करून स्वतःच्या तेजानें दानवांना ह्याप्रमाणें दग्ध केलें. हे अनघा, अगस्त्याचा हा असा पराक्रम मीं तुला कथन केला आहे, त्याचा विचार कर आणि अगस्त्यापेक्षां श्रेष्ठ असा एखादा क्षत्रिय तुला माहीत असल्यास सांग!

भीष्म सांगतातः—राजा युधिष्ठिरा, ह्या-
माणें वायूचें भाषण श्रवण करून अर्जुन
जा निमूटच राहिला आणि नंतर वायूनें
ापलें भाषण आणखी पुढें चालविलें. वायु
हणालाः—राजा, आतां मी तुला यशस्वी
सिष्ठाचें महान् कृत्य निवेदन करितों, ऐक.
जा, पूर्वी एके समयीं देवांनीं भगवान् वसिष्ठ
नीचा महिमा मनांत आणून त्याचें चिंतन
लें आणि मानस सरोवरावर यज्ञसत्र आरं-
भिलें. पुढें यज्ञदीक्षेनें ते सर्व यज्ञ करणारे देव
दिवसानुदिवस कृश होत चालले. तेव्हां देवांचा
ध करण्यास ही संधि बरी आहे, असें
लिन नांवाच्या पर्वतासारख्या प्रचंड दान-
ांनीं ठरविलें आणि मग त्या स्थळीं देवदान-
ांचें घोर युद्ध सुरू झालें. अर्जुना, त्या
त्रभूमीच्या समीप जें मानस सरोवर होतें
ास ब्रह्मदेवाचा वर असल्यामुळें, त्या युद्धांत
दानव घायाळ होत किंवा पडत त्यांस त्या
रोवरांत टाकिलें म्हणजे ते तत्काळ पहिल्या-
माणें हुशार होऊन फिरून युद्धास तयार
त ! राजा अर्जुना, ह्याप्रमाणें देवदानवांचें
ार युद्ध चाललें असतां दानवांनीं मोठमोठाले
र्वत, परिघ व वृक्ष हे धारण करून मानस
रोवरांतील उदक क्षुब्ध केलें आणि ते दानव
भर योजनेपर्यंत मानस सरोवराचें पाणी
: उसळून टाकून दहा सहस्र देवांवर एकदम
ल करून गेले ! राजा अर्जुना, तेव्हां मग
ांची फारच दुर्दशा उडाली आणि ते वास-
ला शरण गेले ! त्या समयीं त्या देवांची
व्यथा पाहून वासवाला फार वाईट वाटलें
तो वसिष्ठ मुनीला शरण जातांच भगवान्
सिष्ठानें त्या सर्व देवांना तत्काळ अभय दिलें.
ा समयीं देवांची ती भयंकर स्थिति
लोकन करून दयाळू वसिष्ठ मुनीला त्यांची
रच कींव आली आणि त्यांनीं कांहींएक
खटाटोप न करितां केवळ आपल्या तेजानेंच
सर्व खलिन दानवांना जाळून टाकिलें ! राजा,
गंगा नदी त्या सरोवरांतून कैलास पर्वताप्रत
निघून गेली होती, तिला त्या महातपोधनानें
त्या सरोवरांत पुनः परत आणिलें आणि नंतर
त्या सरोवरांतून तिचा प्रवाह बाहेर वाहूं
लागला. त्यास सरयू नदी असें नांव प्राप्त
झालें आणि ज्या ठिकाणीं त्या खलिन दान-
वांचा संहार झाला त्या ठिकाणास खलिन देश
असें ह्मणूं लागले. राजा अर्जुना, ह्याप्रमाणें
इंद्रासहित देवांना वसिष्ठ मुनीनें रक्षिलें आणि
मानस सरोवरांतील जलस्पर्श होऊन ब्रह्म-
देवाच्या वरानें प्रबळ झालेले ते दैत्य त्या
महात्म्यानें वधिले! हे अनघा अर्जुना, भगवान्
वसिष्ठ ब्राह्मणाचें हें महान् कृत्य तुला निवेदन
केलें आहे ! आतां मी तुला विचारितों कीं,
वसिष्ठापेक्षां श्रेष्ठ असा एखादा क्षत्रिय सांग पाहूं?

अध्याय एकशें छपन्नावा.

—:०:—

पवनार्जुनसंवाद.

भीष्म सांगतातः—राजा युधिष्ठिरा, ह्या-
प्रमाणें वायूचें भाषण श्रवण करून अर्जुन राजा
निमूटच राहिला आणि मग वायूनें आपलें
भाषण तसेंच पुढें चालविलें. वायु म्हणालाः—
हे हैहयश्रेष्ठा अर्जुना, आतां मी तुला परमश्रेष्ठ
महात्म्या अत्रि ऋषीचा महिमा निवेदन करितों,
ऐक. राजा, एके समयीं घोर अंधकारांत देव
आणि दानव यांचें निकराचें युद्ध चालू
असतां त्यांत स्वर्भानूनें (राहूनें) चंद्रसूर्यांना
बाणांनीं विंधिलें आणि मग तेथें सर्वत्र अत्यंत
निबिड अंधकार पडून दानवांनीं देवांना रणांत
वधण्याचा तडाका आरंभिला ! नृपतिश्रेष्ठा
अर्जुना, ह्याप्रमाणें दानवांची सरशी होऊन
त्यांच्या हस्तें रणांगणांत देव पडूं लागले तेव्हां

राहिलेले देव अगदीं मरणोन्मुख झाले; आणि ते सर्व तपोधन ब्रह्मर्षि अत्रि हा जेथें तप करीत होता तेथें जाऊन त्याला भेटले व त्या जितेंद्रिय व शांतक्रोध मुनीला ह्मणालेः–भगवन्, असुरांनीं बाणप्रहार करून चंद्रादित्यांना विद्ध केल्यामुळें सर्वत्र अतिशयित अंधकार पडून शत्रूंच्या हस्तें आम्ही वधिले जात आहों. आतां आमची ही आपत्ति दूर होईल असें कांहीं आह्मांस वाटत नाहीं; ह्यास्तव, प्रभो, आमचें ह्या संकटांतून रक्षण कर. राजा अर्जुना, तेव्हां भगवान् अत्रि ऋषि त्यांस म्हणालाः–देवांनो, मी तुमचें रक्षण कसें करूं तें सांगा. राजा, त्या समयीं देवांनीं त्यास म्हटलेंः–मुने, तूं अंधकाराच्या नाशासाठीं सूर्य व चंद्र हो आणि आमच्या शत्रूंना ठार मार. राजा, देवांचें हें भाषण श्रवण करून अत्रि ऋषीनें तत्काळ शशिरूप धारण केलें आणि सौम्यपणानें चंद्रासारखा झळकूं लागून त्यानें सूर्यचंद्रांची प्रभा नष्ट झालेली पाहिली व आपल्या अंगच्या तपोबलानें रणांगणांत सर्वत्र प्रकाश पाडून जगभर जेथें अंधकार पडला होता तेथें दिव्य तेज पसरून टाकिलें ! राजा अर्जुना, नंतर त्या महात्म्यानें आपल्या तेजानें देवांच्या शत्रूंचे समुदाय जिंकले आणि त्या महासुरांना जाळून टाकण्याचा क्रम आरंभिला ! तेव्हां तें पाहून अत्रि ऋषीच्या तेजानें सुरक्षित झालेले देव मोठ्या पराक्रमानें दैत्यांशीं लढूं लागले आणि त्यांनीं दैत्यांचा घोर संहार उडविला ! सारांश, भगवान् अत्रि ऋषीच्या सामर्थ्यानें सूर्य व चंद्र पुनः प्रकाशयुक्त झाले, देवांचें रक्षण घडलें, आणि असुरांचा संहार उडाला ! राजर्षे अर्जुना, अत्रि ऋषि हा ब्राह्मण असून त्यास काय तें एका अग्नीचें मात्र साहाय्य होतें; तो जपजाप्यांत निमग्न असून चर्में धारण करी व फळें-मुळें मात्र भक्षी; परंतु असें असतांही त्याच्या ठिकाणीं किती उत्कृष्ट तेज वसत होतें व त्यानें काय कृत्य करून दाखविलें, ह्याचा विचार कर. राजा अर्जुना, त्या महात्म्या अत्रीचें हें कर्म मी तुला विस्तारानें सांगितलें आहे. आतां मी तुला विचारितों कीं, अत्रीपेक्षां वरिष्ठ असा एखादा क्षत्रिय तुला माहीत असल्यास सांग पाहूं.

राजा युधिष्ठिरा, ह्याप्रमाणें वायूचें भाषण ऐकून अर्जुन राजा मुकाट्यानेंच राहिला व वायूनें आपलें बोलणें आणखी पुढें चालविलें.

वायु म्हणालाः—राजा अर्जुना, आतां मी तुला महात्म्या च्यवनाचें महान् कृत्य निवेदन करितों, ऐक. पूर्वीं एके समयीं भगवान् च्यवन मुनीनें अश्विनीकुमारांना वचन दिलें कीं, मी तुम्हांला देवांबरोबर सोम पिणारे करितों; आणि त्यांस असें वचन देऊन त्यानें इंद्राला सांगितलें कीं, देवांबरोबर तूं ह्यांना सोमप्राशन करूं दे. तेव्हां–

इंद्र म्हणालाः—भगवन् च्यवना, आह्मी देव ह्यांस निंद्य मानितों; तेव्हां ह्यांस आह्मांबरोबर सोमाची कशी प्राप्ति होईल ? द्विजवर्या, देवांची व ह्यांची बरोबरी नाहीं; ह्यास्तव तूं आह्मांपाशीं ही गोष्ट काढूं नको. हे महाव्रता च्यवना, आह्मी अश्विनीकुमारांबरोबर सोमप्राशन करण्यास राजी नाहीं; ह्यास्तव ह्या गोष्टीशिवाय जें दुसरें कांहीं तूं सांगशील तें करण्यास आह्मी खुषी आहों.

च्यवन ह्मणालाः—सुरेश्वरा, ह्या अश्विनीकुमारांनीं तुह्मां देवांसह सोमपान करावें; हे दोघेही सूर्याचे पुत्र असल्यामुळें देव आहेत. देवांनो, माझ्या सांगण्याप्रमाणें तुह्मी ह्यांस आपल्याबरोबर सोमपान करूं द्या; माझ्या सांगण्याप्रमाणें तुह्मी कराल, तर त्यापासून तुमचें कल्याण होईल; पण माझ्या सांगण्या

प्रमाणें तुम्ही न कराल, तर त्यापासून तुमचें अकल्याण होईल !

इंद्र ह्मणालाः---द्विजोत्तमा, मी स्वतः तर अश्विनीकुमारांबरोबर खचित सोम पिणार नाहीं; इतर देवांनीं पाहिजे तर त्यांच्याबरोबर सोमपान करावें. त्यांच्याबरोबर सोमपान करून क्षीणपुण्य होत्साता पतन पावण्यास मी कांहीं राजी नाहीं !

च्यवन म्हणालाः---हे बलनिषूदना, माझ्या वचनाला मान देऊन त्वां अश्विनीकुमारांबरोबर सोमपान करावें, हें चांगलें; पण तूं तसें न करशील, तर आज तुझा पराभव करून मी तुला यज्ञांत अश्विनीकुमारांबरोबर सोमपान करण्यास भाग पाडीन.

वायु म्हणालाः---राजा अर्जुना, नंतर च्यवन ऋषीनें अश्विनीकुमारांच्या हितसिद्धीकरितां एकदम अनुष्ठान आरंभिलें आणि त्यानें मंत्रांचा जप करून सर्व सुर जर्जर करून सोडिले ! राजा, त्या समयीं त्या कर्मानुष्ठानाला आरंभ झालेला पाहून इंद्राला अत्यंत क्रोध आला व तो एक प्रचंड पर्वत उचलून वज्रासहित त्या च्यवन ऋषीवर धांवून गेला. तेव्हां इंद्र हा वज्र व पर्वत ह्यांसह आपल्यावर धांवून येत आहे असें पाहून तो भगवान् महातपस्वी च्यवन मुनि संतापला व त्यानें आरक्त नेत्र करून त्याजकडे पाहिलें व उदकाचें सिंचन करून त्या सवज्र व सपर्वत इंद्राला जागच्या जागीं खिळून टाकिलें ! राजा, नंतर त्या महात्म्यानें इंद्राला एक महाघोर शत्रु उत्पन्न केला. तो शत्रु होमांत टाकिलेल्या आहुतींपासून निर्मिला असून त्याचें नांव मद असें होतें; त्या असुराचें तोंड वासलेलें असून त्यांत शंभर योजनें लांबीचे सहस्र दांत होते; त्याच्या दाढा अत्यंत भयंकर असून दोनशें योजनें त्या लांब होत्या; त्याची हनुवटी भूमीला लागलेली असून त्याचें तोंड अंतरिक्षांत पोंचलें होतें; आणि त्याच्या कंठाशीं इंद्रासहवर्तमान सर्व देव स्थित असून, ज्याप्रमाणें महासागरांत तिमि नामक जलचराच्या तोंडांत मासे सांपडले असतां ते दिसतात त्याप्रमाणें त्या सर्व देवांची भयंकर अवस्था दिसत होती ! राजा, नंतर ह्या महासुराच्या तोंडांत सांपडलेले ते सर्व देव तितक्यांत इंद्रासमिप गेले व त्यांनीं आपसांत विचार करून इंद्राला कळविलें कीं, ‘ शक्रा, तूं च्यवन ब्राह्मणाला शरण जा व त्यास सांग कीं, आह्मी सर्व अश्विनीकुमारांबरोबर सोम पिण्यास तयार आहों; जर तूं हें मान्य केलेंस तरच आपली चिंता दूर होईल, नाहींपेक्षां प्रसंग मोठा कठीण आहे !’ राजा अर्जुना, नंतर देवेंद्रानें भगवान् च्यवनाप्रत जाऊन प्रणामपूर्वक त्याचें ह्मणणें कबूल केलें आणि इंद्रासहित सर्व देव अश्विनीकुमारांबरोबर यज्ञांत सोमपान करूं लागले ! राजा अर्जुना, ह्याप्रमाणें च्यवन मुनीनें अश्विनीकुमारांना सोमपायी केलें आणि मग आरंभिलेल्या कर्मानुष्ठानाचा त्या वीर्यशाली मुनीनें प्रतिसंहार केला व मदासुराचे चार भाग करून त्यांची द्यूतक्रीडा, मृगया, मद्यादिकांचें पान व स्त्रिया ह्यांच्या ठिकाणीं योजना केली ! ह्यास्तव, राजा, जे मानव द्यूत, मृगया, मद्यपान व स्त्रिया ह्यांच्या ठिकाणीं आसक्त होतील त्यांचा निःसंशयपणें नाश होईल! ह्यास्तव मनुष्यांनीं नित्य ह्यांपासून फार दूर रहावें, हेंच श्रेयस्कर आहे ! अर्जुना, भगवान् च्यवन ब्राह्मणाचें हें महान् कर्म मीं तुला सांगितलें; तेव्हां आतां ब्राह्मणापेक्षां वरिष्ठ असा एखादा क्षत्रिय असल्यास सांग पाहूं ?

अध्याय एकशें सत्तावन्नावा.

--:०:--

पवनार्जुनसंवाद.

भीष्म सांगतातः---राजा युधिष्ठिरा, ह्याप्रमाणें वायूचें भाषण श्रवण करून अर्जुन राजा निमूटच राहिला आणि वायूनें आपलें भाषण पुढें चालू केलें. वायु ह्मणालाः--राजा अर्जुना, अत्यंत श्रेष्ठ अशीं कर्मे ब्राह्मणांकडूनच होतात! इंद्रासहवर्तमान सर्व देव जेव्हां मदासुराच्या मुखांत प्रविष्ट झाले, तेव्हां भगवान् च्यवनानें त्यांची वसुधाही हरण केली. राजा, स्वर्ग हा देवांपासून आधींच गेला होता आणि आतां पृथ्वीही गेली; तेव्हां दोन्ही लोक गेले असें पाहून देवांना अतिशय दुःख झालें आणि ते शोकार्त होऊन महात्म्या ब्रह्मदेवाला शरण गेले.

देव म्हणालेः---लोकपूजिता ब्रह्मदेवा, आह्मी मदासुराच्या मुखांत अडकलों असतां च्यवन ऋषीनें आमची पृथ्वी हरण केली व कप नामक असुरांनीं आमचा स्वर्ग बळकावला !

ब्रह्मदेव म्हणालाः---इंद्रप्रमुख देवांनो, तुम्ही लवकर ब्राह्मणांना शरण जा आणि त्यांस प्रसन्न करून घ्या, ह्मणजे तुमचे दोन्ही लोक तुम्हांला पूर्ववत् प्राप्त होतील.

राजा अर्जुना, नंतर ते देव ब्राह्मणांना शरण गेले, तेव्हां ब्राह्मण त्यांना म्हणाले कीं, देवांनो, आह्मी कोणाला जिंकूं तें सांगा. त्या समयीं देवांनीं ब्राह्मणांना सांगितलें:---ब्राह्मणहो, तुम्ही कपासुरांना जिंका. तेव्हां ब्राह्मणांनीं देवांना उत्तर दिलें:--आह्मी कपासुरांना पृथ्वीवर आणून जिंकूं. राजा अर्जुना, नंतर ब्राह्मणांनीं कपासुरांच्या नाशार्थ कर्मानुष्ठान आरंभिलें. पुढें तें वर्तमान कपांच्या कानीं गेलें; तेव्हां त्यांनीं ब्राह्मणांकडे धनी नामक दूत पाठविला व त्यानें ब्राह्मणांना कपांचा निरोप कळविला कीं---ब्राह्मणांनो, आह्मी सर्व कप अगदीं तुम्हांसारखेच आहों; आह्मी स[र्व] वेदवेत्ते व बुद्धिमान् असून यज्ञयाग क[र]णारे आहों; आह्मी सर्व सत्यव्रत अस[ून] आम्हां सर्वांची योग्यता अगदीं महर्षींच्[या] तुल्य आहे; आमच्या ठिकाणीं श्री मोठ्[या] आनंदानें रमत असून आह्मीही तिचें उत्त[म] प्रकारें परिपालन करीत असतों; आह्मी क[धी] अयोग्य रीतीनें स्त्रीसंभोग करीत नाहीं[;] यज्ञांत वधिलेल्या पशूंशिवाय अन्य पशूं[चें] मांस खात नाहीं; आह्मी नित्य अग्नीचें प्रज्व[]लन करून त्याचें हवन करितों आणि गुर[ु]जनांची आज्ञा पाळितों; आह्मी सर्व इंद्रियांच[ा] निग्रह करितों आणि बालकांना अन्नादि[क] वांटून देतों; आह्मी सर्व मिळूनमिसळू[न] सावकाशपणें मार्गक्रमण करितों व रजस्वले[ला] स्पर्श करीत नाहीं; आह्मी सर्व मंगलकृ[त्यें] आचरितों व स्वर्गाचे अधिकारी होतों; आह्म[ी] गर्भिणी स्त्रिया व वृद्ध मनुष्यें ह्यांचें भोज[न] झाल्याशिवाय अन्नग्रहण करीत नाहीं; आ[णि] आह्मी पूर्वाह्णीं द्यूतक्रीडा करीत नाहीं [व] दिवसास निजत नाहीं. तेव्हां ह्या व ह्याप्रमा[]णेंच दुसऱ्या अनेक गुणांनीं युक्त असलेल्य[ा] आह्मां कपांना तुह्मी कसे जिंकाल ? ह्यासाठ[ीं] तुम्हीं हें जें कर्मानुष्ठान आरंभिलें आहे त्या[]पासून जर तुम्ही निवृत्त व्हाल, तरच त्यां[नीं] तुम्हांला सुख होईल !

ब्राह्मण म्हणालेः---दूता, आह्मी कपांन[ा] जिंकून टाकणार ! आह्मी देवांना मात्र खे[रे] खरे स्वर्गाचे अधिकारी मानितों ! ह्यास्तव धन्या, आह्मीं कपांचा वध करावा हेंच उचि[त] होय; तेव्हां तूं आलास तसा परत जा !

राजा अर्जुना, नंतर तो धनी दूत पर[त] कपांकडे गेला व त्यांस म्हणाला कीं, 'कपहो[,] ब्राह्मण तुम्हांला अनुकूल नाहींत.' राजा, [ते] ऐकून सर्व कप शस्त्रास्त्रांनिशीं ब्राह्मणांव[र]

चालून गेले; आणि ते मोठमोठाले ध्वज उभारून सर्व कप आपणांवर आले असें पाहून त्यांच्या प्राणनाशाकरितां ब्राह्मणांनीं प्रज्वलित अग्नि उत्पन्न केले आणि ब्राह्मणांनीं उत्पन्न केलेले ते सनातन अग्नि कपांना जाळून अतरिक्षांत जणूं काय अभ्रच शोभूं लागले ! राजा, ह्याप्रमाणें दानवांचा संहार उडाला असतां त्या युद्धांत सर्व देवही येऊन मिसळले व त्यांनींही बहुत दानवांना ठार मारिलें ! राजा अर्जुना, त्या वेळेपर्यंत दानवांना ब्राह्मणांनीं वधिलें हें कांहीं देवांना माहीत नव्हतें. इतक्यांत महातेजस्वी नारद हा देवांजवळ आला व त्यानें महाभाग ब्राह्मणांनीं आपल्या तेजानें कपांना कसें वधिलें तो सर्व प्रकार त्यांस निवेदन केला. राजा अर्जुना, भगवान् नारदाचें भाषण श्रवण करून सर्व देवांना मोठा आनंद झाला आणि त्यांनीं त्या यशस्वी ब्राह्मणांच्या अंगच्या ब्राह्मतेजाची फारच वाखाणणी केली ! असो; राजा, ह्याप्रमाणें देवांना पुनः स्वर्गलोक प्राप्त झाल्यावर फिरून त्यांचें तेज व वीर्य वृद्धिंगत झालें आणि त्यांस पुनः अमरत्व मिळून ते फिरून तिन्हीं लोकांत वंदनीय झाले.

महाबाहो युधिष्ठिरा, ह्याप्रमाणें वायूचें भाषण श्रवण केल्यावर अर्जुनानें त्याचा मोठा गौरव केला व नंतर त्यास त्यानें जें उत्तर दिलें तें ऐक.

अर्जुन म्हणालाः—प्रभो पावना, मी सदासर्वकाळ सर्व प्रकारीं ब्राह्मणांकरितां ह्या देह धारण करीन, सदैव ब्राह्मणांविषयीं पूज्यभावना ठेवीन, आणि ब्राह्मणांना नित्य वंदीन. वायो, दत्तात्रेयाच्या प्रसादानें मला हें बल प्राप्त झालें आणि लोकांत महान् कीर्ति मिळवून मीं धर्माचरण केलें. मारुता, तूं जीं ब्राह्मणांचीं विलक्षण कृत्यें यथार्थपणें निरूपण करून सांगितलींस, तीं मीं लक्षपूर्वक संपूर्ण श्रवण केलीं आणि त्यामुळें मला मोठें आश्चर्य वाटलें.

वायु ह्मणालाः—राजा अर्जुना, तूं क्षात्रधर्माला अनुसरून ब्राह्मणांचें पालन कर व इंद्रियांना आपल्या आधीन ठेव. बाबारे, तुला भृगुकुलापासून घोर भय प्राप्त होणार आहे; पण त्यास अजून बहुत काल अवकाश आहे.

अध्याय एकशें अठ्ठावन्नावा.

—:०:—

महापुरुषांचें माहात्म्य.

युधिष्ठिर विचारितोः—पितामह भीष्म, आपण सतत कडकडीत व्रतवैकल्यें करणाऱ्या ब्राह्मणांची पूजा करितां ती कोणत्या फळावर दृष्टि देऊन करितां बरें ? हे महाबाहो महाव्रत, ब्राह्मणांच्या पूजेपासून जें कांहीं फळ प्राप्त होत असेल तें मला साविस्तर कथन करा.

भीष्म सांगतातः—राजा युधिष्ठिरा, हा महाबुद्धिमान् केशव तुला तें सर्व निरूपण करून सांगेल. राजा, ब्राह्मणांच्या पूजनापासून कोणतें फळ प्राप्त होतें, तें महाव्रत कृष्णाला उत्तम विदित आहे; ह्यास्तव हा तुला ब्राह्मणपूजेचें माहात्म्य निवेदन करील. राजा, आज माझी शक्ति, कान, वाणी, मन, नेत्र व निर्मळ ज्ञान हीं ऱ्हास पावत चाललीं आहेत. मला वाटतें कीं, मीं आतां लवकरच हा देह टाकावा हें चांगलें; कारण आज हा दिवस मला लवकर जात नाहींसा झाला ! धर्मा, पुराणामध्यें ब्राह्मणांचे, क्षत्रियांचे, वैश्यांचे व शूद्रांचे जे महान् महान् धर्म निरूपण केले आहेत, ते मीं तुज धर्मोपासकाला कथन केले; आतां ह्याशिवाय जे राहिलेले धर्म, ते तूं ह्या कृष्णापासून श्रवण कर. पृथापुत्रा, ह्या कृष्णाचें सत्यस्वरूप मी जाणतों. हा कोण आहे आणि ह्याचें पुराण बल काय आहे, ह्याचें उत्तम ज्ञान मला आहे,

धर्मा, हा केशव अनंतवीर्य परमात्मा आहे. ह्यास्तव, तुझ्या सर्व धर्मविषयक शंकांचें हा उत्तम प्रकारेंकरून निराकरण करील. राजा युधिष्ठिरा, ह्या कृष्णानेंच पृथ्वी, स्वर्ग व अंतरिक्ष हीं निर्मिलीं; ह्या कृष्णाच्या देहापासूनच मेदिनी जन्म पावली; ह्या महासामर्थ्यवान् पुराणपुरुषानेंच वराहरूप घेऊन पृथ्वीला जलांतून वर काढिलें आणि ह्यानेंच पर्वत व दिशा ह्यांची उत्पत्ति केली. ह्या कृष्णाच्याच अधोभागीं सर्व त्रिभुवनाचें वास्तव्य आहे; ह्याच्या वसतिस्थानाच्या खालीं अंतरिक्ष, स्वर्ग, चार मुख्य दिशा व चार उपदिशा आहेत; ही सर्व सृष्टि याच्यापासूनच जन्मली आहे; आणि हें सर्व पुरातन विश्व ह्यानेंच निर्माण केलें आहे. ह्या भगवान् कृष्णाच्या नाभीच्या ठिकाणीं एक कमळ जन्म पावलें; आणि तेथें अमितशक्तिमान् ब्रह्मदेव स्वतः उत्पन्न झाला आणि अगाध व अपार असें जें घोर तम सर्वत्र पसरलें होतें त्याचा त्यानें उच्छेद केला! राजा युधिष्ठिरा, हा कृष्णच कृतयुगांत समग्र धर्म होता; हाच त्रेतायुगांत ज्ञानरूप झाला; पुढें द्वापरांत हाच बलरूप झाला; आणि हाच कलियुगांत अधर्मरूपानें सर्वत्र पसरला! राजा धर्मा, ह्या आदिदेवानेंच पूर्वी दैत्यांचा संहार उडविला, हाच पुढें बलिरूप सार्वभौम राजा झाला, ह्यानेंच सर्व प्रजा उत्पन्न केल्या, सर्व प्रजांचें कल्याण हाच करितो आणि सर्व विश्वाचा व जगाचा पालक हाच आहे. राजा धर्मा, जेव्हां धर्माला ग्लानि येते, तेव्हां हा भगवान् कृष्णच देवांच्या किंवा मनुष्यांच्या कुळांत जन्म घेतो आणि हा विशुद्ध चित्त परमात्मा धर्माचरण करून उच्च–नीच लोकांचें संरक्षण करितो. राजा, ज्यांच्याकडे दुर्लक्ष केलें पाहिजे त्यांच्याकडे दुर्लक्ष करून हाच असुरांच्या वधाला प्रवृत्त होतो; कार्य, अकार्य व कारण हीं हाच बनतो; मागें झालेल्या सांप्रत चालू असलेल्या व पुढें घडणाऱ्या सर्व गोष्टी ह्याच्याच सत्तेनें झालेल्या असतात किंवा होतात; राहु, सोम व शुक्र हीं ह्याचींच रूपें आहेत; हाच विश्वकर्मा, हाच विश्वरूप, हाच विश्वभोक्ता, हाच विश्वस्रष्टा, हाच विश्वजेता, हाच शूलधारी, हाच शोणितवान् (देहधारी) व हाच भयोत्पादक आहे; आणि कर्मांच्या योगानें विदित होणाऱ्या ह्या जगद्वंद्य पुरुषासच सर्व लोक स्तवितात! राजा युधिष्ठिरा, शतावधि अप्सरा, गंधर्व व देव ह्या भगवान् कृष्णाचें नित्य आराधन करितात, राक्षस देखील ह्याच्या स्तवनांत रममाण असतात, धनदौलतीची वृद्धि हाच करितो, सर्व जगांत खरा वीर हा एकटाच होय, यज्ञामध्यें मंत्र म्हणणारे ऋत्विज् ह्याचाच स्तव करितात, सामगायक रथंतरमंत्रांनीं ह्याचेंच स्तोत्र गातात, ब्राह्मण हे वैदिक ऋचांनीं ह्याचेंच स्तवन करितात, आणि अध्वर्यु हे यज्ञांत हविर्भाग ह्यालाच देतात. राजा धर्मा, सर्व विश्व उत्पन्न होणाच्या पूर्वीची जी ब्रह्मगुहा तिच्यांत ह्या श्रीकृष्णानेंच प्रवेश केला आणि ह्यानेंच दैत्य, उरग व दानव ह्यांचा विक्षोभ करून ह्यानेंच प्रथम पृथ्वीचें आवरण अवलोकिलें, पृथ्वीला उद्धरिलें व आपलें अद्वितीय सामर्थ्य लोकनिदर्शनास आणिलें; गोवर्धन पर्वताच्या उद्धरणसमयीं इंद्रादिक देवांनीं याचीच स्तुति केली; सर्व जीवांचा खरा संरक्षक हाच एकटा होय; ह्यालाच लोक नानाप्रकारचे भक्ष्यभोज्य पदार्थ अर्पितात; आणि युद्धांत जय मिळवून देणारा हाच देवाधिदेव होय. अंतराल, पृथ्वी, स्वर्ग व इतर सर्व कांहीं ह्या शाश्वत पुरुषाच्याच ताब्यांत असतें; ह्यानेंच मित्रावरुणांचें रेत कुंभांत धरिलें, आणि मग त्यापासून वसिष्ठ ऋषि जन्म पावला, असें म्हणतात. हा भग-

वान् कृष्णच वायु होय; हा भगवान् कृष्णच अश्विनीकुमार होय; हा आदिदेवच रश्मिवान् सूर्य होय; ह्यानेंच सर्व असुरांना जिंकिलें आणि ह्यानेंच तीन पावलांत सर्व ब्रह्मांड आक्रमिलें. हा भगवान् कृष्णच देवांचा, मानवांचा व पितरांचा आत्मा होय; आणि यज्ञवेत्ते पुरुष यज्ञानुष्ठानांत ह्याचीच आराधना करितात. हा लोकनायकच दिवस व रात्र असे कालाचे भाग पाडितो; हा लोकाध्यक्षच उदयास येतो व अस्तास जातो; उत्तरायण व दक्षिणायन करणारा हाच होय; ह्याच्यापासूनच वर, खालीं व बाजूस किरण पसरतात आणि ते पृथ्वीला प्रकाशित करितात; वेदवेत्ते ब्राह्मण ह्यालाच स्तवितात; आणि ह्याच्या प्रभेच्या साहाय्यानेंच सूर्य प्रकाशतो. प्रत्येक महिन्यास हा यज्ञ करणाराच यज्ञ करितो; वेदवेत्ते पुरुष यज्ञामध्यें ह्याच्याच स्तुतीचें पठण करितात; शीत, उष्ण व वृष्टि ह्या तीन अवयवांनीं युक्त असें जें संवत्सररूप कालचक्र तें हाच होय; सात अश्व जोडिलेला व वर्षवातोष्णरूप त्रिभाग असलेला जो सूर्याचा रथ तो हाच होय; महान् तेज ह्याच्याच ठिकाणीं विद्यमान आहे; सर्वत्र ह्याचीच गति आहे; सर्वांचा अधिपति (किंवा संहारक) हाच होय; आणि हा भगवान् कृष्णच एकटा सर्व लोकांचें पोषण करितो. बा वीरा युधिष्ठिरा, सदैव अंधकाराचा नाश करणारा जो सूर्य तो हाच जाण व सर्वांना उत्पन्न करणारा जो ब्रह्मदेव तोही हाच समज. राजा धर्मा, पूर्वीं एकदां खांडववनामध्यें हा सर्वशक्तिमान् महात्माच अग्निरूपानें तृणादिकांत राहून संतुष्ट झाला; सर्वत्र गमन करणाऱ्या ह्या कृष्णानेंच राक्षसांना व उरगांना जिंकिलें व सर्वांचा अग्नींत होम केला; ह्यानेंच अर्जुनाला श्वेत अश्व दिले; हाच सर्व अश्वांचा निर्माणकर्ता होय; संसाररूप रथ सिद्ध करणारा हाच होय; ह्याच्या रथाचीं सत्त्व, रज व तम हीं तीन चक्रें आहेत; ह्याच्यापासूनच उत्तम, मध्यम व कनिष्ठ गति प्राप्त होते; ह्याच्या रथाला काल, सत्ता, ईश्वरेच्छा व स्वसंकल्प असे चार अश्व आहेत; ह्याचा रथ चांगला, वाईट व मिश्र अशी तीन प्रकारची (त्रिविधकर्मयुक्त) चाल करितो; आकाश हें हाच होय; पंचतत्त्वांना आश्रय ह्याचाच आहे; स्वर्ग, पृथ्वी व अंतरिक्ष हीं ह्यानेंच केलीं; पर्वत व अरण्यें ह्यांचा कर्ता हाच होय. ह्यानेंच इंद्रियें स्वाधीन ठेविलीं आहेत; प्रदीप्त अग्नीप्रमाणें अमित तेज ह्याच्याच ठिकाणीं आहे; आणि ह्यानेंच इंद्राला शासन करण्याच्या उद्देशानें नद्यांचें उल्लंघन केलें व त्या वज्रप्रहार करणाऱ्या देववराचा पराजय केला. महान् यज्ञांत सहस्रावधि प्राचीन वेद-ऋचांनीं ज्या श्रेष्ठ महेंद्राची स्तुति करण्यांत येते, तो महेंद्र हाच होय; महातेजस्वी दुर्वासाला स्वगृहीं राहून ठेवण्यास हाच काय तो एकटा समर्थ झाला; हाच एकटा पुराण ऋषि होय, असें म्हणतात. हाच विश्वाचा कर्ता होय, हाच आपल्यापासून सर्व पदार्थांना निर्मितो; हाच देवाधिदेव वेद शिकवितो; हाच सर्व प्राचीन विधींचा आश्रय करितो; हा विष्वक्सेनच काम्निक, वैदिक किंवा लौकिक अशा सर्व कृत्यांचें फल होय; त्रिभुवनांत जे शुभ्र किरण पसरतात ते हाच होय; तीन लोक व तिन्ही लोकांचे पालक तेही हाच होय; आणि तीन अग्नि व तीन व्याहृति हीं सर्वही हा देवकीपुत्रच होय. हा कृष्णच संवत्सर होय; ऋतु, पक्ष व अहोरात्र हीं हाच होय; कला, काष्ठा, मात्रा, मुहूर्त, लव व क्षण हे सर्वही हा विश्वक्सेनच होय; चंद्र, सूर्य, ग्रह, नक्षत्र, तारा, सर्व दर्श, पौर्णमास, नक्षत्रांच्या युति व ऋतु हीं सर्व ह्या विष्वक्सेनापासूनच उत्पन्न झालीं; आणि रुद्र, आदित्य,

वसु, अश्विनीकुमार, साध्य, विश्वेदेव, मरुद्गण, प्रजापति, देवमाता अदिति व सप्त ऋषि हे सर्व ह्या कृष्णापासूनच उत्पन्न झाले. हा भगवान् कृष्णच वायु होऊन सर्व विश्व इतस्ततः फेंकितो; हा विश्वरूप कृष्णच अग्नि होऊन सर्व विश्व जाळितो; हा जगन्नायक कृष्णच जल होऊन सर्व बुडवितो; आणि हाच ब्रह्मदेव बनून सर्व सृष्टि निर्माण करितो. हा कृष्णच वेदांचा प्रतिपाद्य विषय असून स्वतः वेद शिकतो; हा कृष्णच मूर्तिमंत विधि असून स्वतः विधीचें ज्ञान संपादितो; धर्म, वेद व बल ह्यांतील रहस्य हा कृष्णच होय; आणि हा केशवच हें सर्व स्थावरजंगम जग समजावें. हा कृष्णच महान् तेज होय; ह्याच्या प्रकाशानेंच हें सर्व विश्व आपल्यास रूपसंपन्न दिसत आहे; सर्व प्राण्यांचा मूळ उत्पादक हाच होय; ह्यानेंच प्रथम उदक निर्मिलें आणि मग ह्यानेंच सर्व विश्व उत्पन्न केलें. ऋतु, उत्पात, विविध चमत्कार, मेघ, वीज, ऐरावत आणि सर्व चराचर विश्व हीं ह्या कृष्णापासूनच झालीं; फार कशाला—सर्व विश्वाचा आत्मा हा विष्णुच जाणावा. हा निर्गुण कृष्णच वासुदेवसंज्ञेनें सर्व विश्वांत वास्तव्य करितो; हा कृष्णच संकर्षणसंज्ञेनें जीवात्म्याच्या ठिकाणीं राहातो; प्रद्युम्न व अनिरुद्ध हीं ह्याचींच रूपें होत; आणि अशा प्रकारें हा महात्मा स्वयंसिद्ध कृष्णच हीं चारही रूपें धारण करितो. राजा युधिष्ठिरा, ह्या कृष्णाच्या मनांत ही सृष्टि उत्पन्न करण्याचा विचार उत्पन्न झाला तेव्हां त्यानें पृथ्वी, अप्, तेज, वायु व आकाश ह्या पांच तत्वांना पांच प्रकारची ह्मणजे देव, असुर, मानव, श्वापद व तिर्यक् (पशुपक्षी इत्यादि) सृष्टि उत्पन्न करण्याची आज्ञा दिली; नंतर त्यानें हीं पृथिव्यादिक पंचतत्वें निर्मिलीं; नंतर त्यानें स्थावर-जंगम विश्व निर्माण केलें व त्यांत जरायुज, स्वेदज इत्यादि चार प्रकारचे जीव उत्पन्न केले; नंतर, जिच्यामध्यें पांच प्रकारचीं बीजें आहेत अशी भूमि त्यानें निर्मिली; आणि अंतरिक्षांतून पृथ्वीवर विपुल उदकाचा पुरवठा व्हावा अशी योजना केली. राजा धर्मा, ह्या कृष्णानेंच हें सर्व विश्व केलें; हा स्वयंसिद्ध पुरुषच स्वतः सर्व विश्वाचा प्रतिपाळ करितो; आणि ह्यानेंच देव, असुर, मानव, लोक, ऋषि, पितर व प्रजा हीं उत्पन्न केलीं आहेत. राजा, थोडक्यांत सांगावयाचें म्हणजे हा सर्व प्राण्यांचा अधिपति कृष्णच सृष्टीची उत्पत्ति करावयाची असतां नित्य यथायोग्य रीतीनें सर्व प्राण्यांचे समुदाय निर्मितो असें समजावें; ह्यास्तव हें सर्व बरेंवाईट व स्थावरजंगम जग ह्या विष्वक्सेनापासूनच झालें आहे असें मान; आणि त्याप्रमाणेंच जें कांहीं आज आहे व ह्यापुढें होईल तें सर्वही हा केशवच होय असें समज. राजा युधिष्ठिरा, प्राण्यांच्या अंतकाळीं त्यांच्या नाशास प्रवृत्त होणारा जो मृत्यु तो हा साक्षात् कृष्णच होय आणि सर्वांच्या धर्मोला आधारही ह्याचाच समजावा; जें कांहीं पूर्वीं घडलें असें आपल्याला माहीत आहे आणि ज्याच्याविषयीं आपल्यास मुळींच माहिती नाहीं, त्या सर्वांचेंही कारण हा विष्वक्सेनच जाणावें; आणि जें लोकांत प्रशस्त व पवित्र किंवा शुभ व अशुभ असें आहे, तें सर्वही अचिंत्य केशवरूपच आहे, असें मानावें; आणि तें केशवरूपाहून भिन्न मानणें म्हणजे नास्तिकपणा धरणें असें समजावें; ह्यास्तव, राजा धर्मा, हा केशव असा अचिंत्यशक्तिमान् प्रत्यक्ष भगवान् नारायणच आहे; जगाचा आदि, मध्य व अंत हाच होय; आणि जगांत येऊं इच्छिणाऱ्या प्रत्येक प्राण्याचा प्रभव व विनाश ह्याच्यापासूनच होतो!

अध्याय एकशें एकुणसाठावा.

—:०:—

दुर्वासाची भिक्षा.

युधिष्ठिर विचारितोः—मधुसूदना, मला तूं ब्राह्मणांच्या पूजेपासून कोणतें फल प्राप्त होतें तें कथन कर. तुला हा विषय अवगत आहे. तुझें सत्य स्वरूप पितामहांनीं जाणिलें आहे.

वासुदेव सांगतोः—राजा कुरुसत्तमा, ब्राह्मणांचे गुण मी तुला यथार्थ रीतीनें निरूपण करून सांगतों, सावधान चित्तानें श्रवण कर. राजा, पूर्वीं मी द्वारकेंत असतां ब्राह्मणांनीं कोपित केलेल्या प्रद्युम्नानें मला हाच प्रश्न विचारिला होता. तेव्हां प्रद्युम्न मला म्हणालाः—मधुसूदना, ब्राह्मणांची पूजा केल्यानें कोणतें फळ मिळतें; ह्या मृत्युलोकीं व त्याप्रमाणेंच परलोकीं ब्राह्मणांच्या ठायीं ईश्वरत्व काय म्हणून मानितात; आणि हे मानदा, नित्य ब्राह्मणांचें पूजन केलें असतां कोणतें श्रेय घडतें, हें सर्व मला स्पष्ट करून सांग; कारण, ह्याविषयीं मला महान् शंका उत्पन्न झालेली आहे. राजा युधिष्ठिरा, ह्याप्रमाणें मला प्रद्युम्नानें विचारिल्यावर मीं त्याला जें उत्तर दिलें तें तूं आतां लक्षपूर्वक श्रवण कर. राजा, तेव्हां मीं प्रद्युम्नाला म्हटलें:—रुक्मिणीपुत्रा, ब्राह्मणपूजनाचें फळ ऐक. बाळा प्रद्युम्ना, ब्राह्मण हे प्रत्यक्ष सोमरूप राजे आहेत! एखाद्याला सुख देणें किंवा दुःख देणें हें सर्वस्वी ह्यांच्या हातांत असतें. ह्या लोकीं काय किंवा परलोकीं काय, प्रत्येक सुखावह गोष्टीचा उगम ब्राह्मणांपासून असतो. ह्याबद्दल माझ्या मतें संदेहच नाहीं! ब्राह्मणांच्या पूजेपासूनच आयुष्य, कीर्ति, यश व बलहीं प्राप्त होतात; आणि ह्यास्तव सर्व लोक आणि सर्व लोकपाल ब्राह्मणांचें पूजन करितात; म्हणून धर्म, अर्थ व काम हीं संपादित असतां मोक्षसिद्धीसाठीं उद्योग चालू असतां, यश, श्री व आरोग्य ह्यांच्या प्राप्तीचे उपाय योजीत असतां, व देव पितरांना आराधीत असतां आपण सदैव ब्राह्मणांना संतोषवावें. बाळा, राजपद किंवा अन्य वैभव प्राप्त होणें हें जर ब्राह्मणांच्या स्वाधीन आहे, तर राजा आहे ह्या भावनेनें मी त्यांचा अनादर कसा करीन बरें? महाबाहो प्रद्युम्ना, तूं ब्राह्मणांवर अगदीं संतापूं नको. बाबारे, ह्या लोकीं व परलोकीं ब्राह्मण हे महापराक्रमी तत्त्व आहे! ब्राह्मणांस सर्व कांहीं प्रत्यक्ष दिसत असतें; ते जर खवळले तर सर्व जग भस्म करून टाकतील; व ते दुसरे लोक व लोकपालही उत्पन्न करतील! तेव्हां ज्ञानसंपन्न व महातेजस्वी पुरुष त्यांच्याशीं उत्तम प्रकारें कसे वागणार नाहींत बरें? बाळा, पूर्वीं माझ्या गृहीं एक ब्राह्मण रहावयास आला होता. त्याचा वर्ण हिरवा व पिंगट असा होता. तो चिंध्या नेसत असून त्याच्या हातांत बिल्वाचा दंड होता. त्याची दाढी वाढली असून तो अतिशयित कृश होता. पृथ्वीवर जीं उंच मनुष्यें आहेत त्यांच्याहूनही तो अधिक उंच होता. स्वर्गांत किंवा मृत्युलोकांत तो पाहिजे त्या स्थळीं स्वच्छंदानें हिंडत असे! आणि हिंडतांना तो चवाठ्याच्या जागीं किंवा सभांत वगैरे नेहमीं म्हणत असे कीं, 'अहो, ह्या दुर्वासा ब्राह्मणाला घरांत ठेवून त्याचा सत्कार कोण करील? हा मी दुर्वासा ब्राह्मण मोठा तामसी आहें. कोणत्याही प्राण्यानें किती अल्पही अपकार केला असतां मी त्याच्यावर संतापतों. तर ही माझी अट ऐकून घेऊन मला कोणी आश्रय देण्यास सिद्ध आहे काय! जो कोणी मला आपल्या घरीं रहा म्हणून म्हणेल त्यानें मला संताप येईल असें कोणतेंही कृत्य करितां उपयोगी नाहीं!' प्रद्युम्ना, अशा कोपनशील ब्राह्मणाला बुध्या कोण ठेवून घेणार?

कोणीही त्याचा आदर केला नाहीं! तेव्हां मग मीं त्यास आपल्या घरीं एक स्वतंत्र स्थळीं ठेवून घेतलें. प्रद्युम्ना, तो ब्राह्मण असा विचित्र होता कीं, कधीं कधीं सहस्रावधि ब्राह्मणांचें अन्न एका वेळीं भक्षीत असे आणि कधीं कधीं अगदीं थोडें अन्न खाऊन बाहेर जाई, तो फिरून वरींच येत नसे! तो कधीं कधीं अकस्मात् हंसतच सुटे, तर कधीं रडावयासच लागे! त्या वेळीं त्याच्याइतका वयोवृद्ध कोणीही मनुष्य ह्या भूतलावर नव्हता! त्यानें एकदा आपल्या निवासस्थलीं जाऊन बिछाईत, शय्या व अलंकारिलेल्या कन्या ह्यांना दग्ध केलें व तो परत बाहेर निघून गेला! नंतर तो कडकडीत व्रतवैकल्यें करणारा मुनि पुनः मजजवळ आला व मला म्हणाला कीं, 'कृष्णा, मला लवकर खीर खावयास दे.' प्रद्युम्ना, मीं त्या ब्राह्मणाचें चित्त आधींच जाणून सर्व प्रकारचे लहानमोठे खाद्यपेय पदार्थ उत्तम रीतीनें सिद्ध करून तयार ठेवण्यास पाकशाळेंत आज्ञा केलेली होती. म्हणून, ब्राह्मणाची आज्ञा होतांच मीं त्यास कढत कढत खीर नेऊन दिली व त्यानें ती लागलीच भक्षण करून मला म्हटलें कीं, 'आतां ह्या उरलेल्या खिरीनें तूं आपलें सर्व अंग माखून टाक!' तेव्हां मीं अगदीं मागेंपुढें न पाहातां, तत्काळ तसें केलें आणि मीं आपलीं गात्रें व मस्तक त्या उच्छिष्ट खिरीनें लिंपून काढिलें! प्रद्युम्ना, इतक्यांत त्या ब्राह्मणानें तुझी माता तेथें समीप अवलोकिली आणि त्या स्मित हास्य करणाऱ्या सुमुखीला त्यानें उरलेल्या खिरीनें हंसत हंसत माखून टाकिलें! रुक्मिणीपुत्रा, नंतर त्या ब्राह्मणानें खिरींत लिंपून काढलेल्या त्या तुझ्या मातेला ताबडतोब रथाला जोडिलें आणि त्या रथांत आरूढ होऊन तो ब्राह्मण माझ्या गृहांतून बाहेर पडला! प्रद्युम्ना, मग त्या अग्नितुल्य देदीप्यमान बुद्धिमान ब्राह्मणानें माझ्या समक्ष कोमल रुक्मिणीवर रथाच्या अश्वांप्रमाणें चाबकाचे फटके ओढिले; परंतु त्याच्या त्या पीडेनें मला यत्किंचित्‌ही दुःख वाटलें नाहीं! प्रद्युम्ना, अशा प्रकारें रुक्मिणीस ताडण करीत तो ब्राह्मण मोठ्या राजमार्गानें रथ घेऊन नगराच्या बाहेर पडला! बाळा तो महान् चमत्कार अवलोकन करून दाशार्हांना अतिशय क्रोध उत्पन्न झाला आणि कित्येक परस्परांत संभाषण करूं लागले कीं, अहो, ब्राह्मणांनीं मात्र ह्या जगतीमध्यें जन्मास यावें! अन्य वर्ण जन्मास येऊन उपयोग तो काय! अहो, ब्राह्मणावांचून दुसरा कोण बरें ह्या रथांत आरूढ होऊन जिवंत राहील! विषारी सर्प जलाल खरा; पण ब्राह्मण हा त्याहूनही जलाल होय! ब्राह्मणरूप सर्पाच्या विषानें दग्ध झालेल्या प्राण्याला कोणीही उपचार करण्यास समर्थ नाहीं! प्रद्युम्ना, अशा प्रकारें त्या महातेजःपुंज ब्राह्मणानें रथ चालविला असतां मार्गांत रुक्मिणी ठेंचळून पडूं लागली पण श्रीमान् दुर्वासाला तें सहन झालें नाहीं व त्यानें रथ अधिकच वेगानें चालविण्याकरितां रुक्मिणीवर चाबकाचे प्रहार केले! परंतु, प्रद्युम्ना, रुक्मिणीला अधिक वेगानें चालवेना, व त्यामुळें तो ब्राह्मण अतिशयित क्रोधायमान होऊन उडी मारून रथाच्या खालीं उतरला व दक्षिणाभिमुख होऊन भलत्याच मार्गानें पायींच धावत सुटला! प्रद्युम्ना, ह्याप्रमाणें तो ब्राह्मणश्रेष्ठ भलत्याच मार्गानें धावत असतां मी खिरीनें माखलेला होतों तसाच 'भगवन् प्रसन्न व्हा; भगवन् प्रसन्न व्हा.' असें ह्मणत त्या ब्राह्मणाच्या मागून धावत गेलों आणि मग त्या परमसमर्थ ब्राह्मणानें माझ्याकडे पाहिलें व मला ह्मटलें कीं, 'महाबाहो कृष्णा, तूं आपल्या स्वाभाविक गांभीर्यानेंच क्रोध

जिंकिला आहेस ! सुव्रता, तुझा मला कोण-ताही अपराध दृग्गोचर झाला नाहीं ! गोविंदा, मी तुझ्यावर प्रसन्न झालों आहें, तर तुझे जे मनोरथ असतील ते पूर्ण करून घे ! बाळा, एखाद्यावर मी प्रसन्न झालों असतां त्याला जें जें पाहिजे असेल तें तें त्यास यथास्थित रीतीनें प्राप्त होतें, असें तूं समज. जोंपर्यंत देव व मनुष्यें ह्यांची अन्नाच्या ठिकाणीं वासना आहे, तोंपर्यंत तीं अन्नाप्रमाणेंच तुझ्यावरही प्रेम करितील; आणि त्याप्रमाणेंच जोंपर्यंत लोकांत तुझें पवित्र यश गाजत आहे तोंपर्यंत तुझें श्रेष्ठत्व तिन्ही लोकांत अभंग राहील व तूं सर्व लोकांना प्रिय होशील. जनार्दना, मीं तुझें जें जें कांहीं फोडिलें असेल, जाळिलें असेल किंवा अन्य रीतीनें नाशिलें असेल, तें तें सर्व पहिल्याप्रमाणें किंवा पहिल्याहून अधिक चांगलें होईल; आणि जेथपर्यंत तुझ्या मनांत जग-ण्याची इच्छा असेल तेथपर्यंत, ज्या तुझ्या अवयवांना तूं ही खीर माखली आहेस त्या गात्रांच्या द्वारें तुला मृत्यु येणार नाहीं ! अच्युता, तूं आपल्या तळपायांना कां रे खीर लाविली नाहींस ? बाळा, तें कांहीं मला आवडलें नाहीं ! ' प्रद्युम्ना, ह्याप्रमाणें तेव्हां तो दुर्वासा ब्राह्मण मला मोठ्या प्रसन्न मुद्रेनें म्हणाला आणि नंतर मीं आपल्या शरीरा-कडे अवलोकन केलें तों त्याजवर मला क्रांति-मत्ता दिसून आली ! प्रद्युम्ना, नंतर तो ब्राह्मण मोठ्या आनंदानें रुक्मिणीला म्हणालाः— हे कल्याणि, तुला सर्व स्त्रियांमध्यें श्रेष्ठत्व प्राप्त होईल, तुझें यश चोहोंकडे पसरेल, आणि लो-कांत तूं उत्कृष्ट कीर्ति मिळविशील ! हे भामिनि, तुला जरा, रोग किंवा निस्तेजपणा हीं स्पर्श करणार नाहींत; तूं नित्य कृष्णाची आराधना करशील; आणि, हे पुण्यगंधे, केशवाच्या सोळा हजार स्त्रियांमध्यें तूं वरिष्ठ होशील व पर-लोकीं तुला केशवाचाच लोक प्राप्त होईल ! प्रद्युम्ना, ह्याप्रमाणें तो दुर्वासा ब्राह्मण तुझ्या मातेला म्हणाला; आणि जणू काय दुसरा प्रज्वलित अग्निच असा तो महा तेजःपुंज दुर्वासा जावयास निघाला व निघतांना मला म्हणाला, ' केशवा, हीच बुद्धि तूं सतत ब्राह्मणांविषयीं ठेव ' आणि बाळा, असें म्हणून तो तेथच्या तेथेंच अंतर्धान पावला ! असो; प्रद्युम्ना, दुर्वासा ब्राह्मण गुप्त झाल्यावर मीं उपांशु-व्रतानें अनुष्ठान चालविलें; आणि ब्राह्मण जें जें म्हणेल तें तें करण्याचा मीं परिपाठ ठेविला. प्रद्युम्ना, तुझ्या मातेसमवेत मीं हें व्रत आच-रिलें आणि नंतर मोठ्या हर्षानें आम्हीं गृहांत प्रवेश केला. रुक्मिणीपुत्रा, आम्हीं गृहांत प्रवेश करितांच, त्या ब्राह्मणानें जें मोडलें, फोडलें किंवा जाळलें होतें तें सर्व नवीन झालेलें आम्हांस आढळलें. तें पाहून आम्हांला मोठें आश्चर्य वाटलें आणि तेव्हांपासून मी नित्य ब्राह्मणांना परमादरानें पूजूं लागलों.

राजा युधिष्ठिरा, रुक्मिणीपुत्र प्रद्युम्नानें ब्राह्मणांच्या संबंधानें मला विचारिलें असतां मीं त्यास ह्याप्रमाणें ब्राह्मणश्रेष्ठ दुर्वासा मुनींचा सर्व महिमा निवेदन केला. असो; कुंतीपुत्रा, तूंही सदासर्वकाळ महाभाग्यवान् ब्राह्मणांचें वाणीनें व दानानें पूजन कर; ब्राह्मणांच्या प्रसादानेंच मला हें ऐश्वर्य प्राप्त झालें; आणि ह्या भीष्मानें माझ्याविषयीं जें कांहीं म्हटलें तेंही सर्व सत्य आहे !

अध्याय एकशें साठावा.

—::—

ईश्वरप्रशंसा.

युधिष्ठिर विचारितोः—मधुसूदना, तूं दुर्वासा ब्राह्मणांच्या (ह्मणजे दुर्वासा ब्राह्मण हा भगवान् शंकराचा अवतार असल्यामुळें त्या भगवान्

महेश्वराच्या) प्रसादानें जें विशिष्ट ज्ञान संपादिलेंस, त्याचें मला व्याख्यान करून सांग. त्या महात्म्याचें महाभाग्य व त्याचीं नांवें हीं यथार्थपणें जाणावीं, अशी माझी इच्छा आहे; तर तें सर्व तूं विशद करून सांग.

वासुदेव सांगतोः—राजा युधिष्ठिरा, भगवान् कपर्दी शंकराला नमस्कार करून, दुर्वासा ब्राह्मणाच्या प्रसादानें माझें जें कल्याण झालें व मीं जें यश मिळविलें तें तुला निवेदन करितों राजा धर्मा, सकाळीं उठून हात जोडून एकाग्र मनानें जें शतरुद्रीय स्तोत्र मी रोज म्हणतों तें तुला सांगतों, ऐक. राजा, हें शतरुद्रीय स्तोत्र महातपस्वी प्रजापति ब्रह्मदेवानें तपश्चर्या समाप्त झाल्यावर उत्पन्न केलें. धर्मा, ह्या तिन्ही लोकांत भगवान् महादेवापेक्षां कोणताही प्राणी श्रेष्ठ नाहीं. सर्व प्राण्यांची उत्पत्ति त्याच्यापासूनच होते. त्या महात्म्याच्या अग्रभागीं उभें राहाण्यास कोणीही धजत नाहीं. त्याच्या बरोबरीचा प्राणी तिन्ही लोकांत एकही नाहीं. राजा धर्मा, भगवान् महेश्वराच्या अंगीं असें सामर्थ्य आहे कीं, युद्धांत तो संतापला असतां केवळ त्याच्या वासानेंच शत्रु मूर्च्छित होऊन प्राण सोडितात आणि ह्याप्रमाणें बहुतेक सेनेचा निकाल होऊन जे कोणी थोडेबहुत योद्धे अवशिष्ट राहातात, ते कंपायमान होऊन पतन पावतात! राजा, त्यानें मेघगर्जनेप्रमाणें एकदां महान् आरोळी दिली म्हणजे समरांगणांत देवांचें देखील हृदय फाटून जाईल! राजा, तो पिनाकपाणि भगवान् शंकर क्रोधायमान होऊन उग्र मुद्रेनें ज्यांच्यावर दृष्टिपात करील, ते सुर, असुर, गंधर्व किंवा पन्नग कोणी कां असतना? ते गुहेमध्यें लपून बसले तरी सुख पावणार नाहींत! राजा, दक्ष प्रजापतीनें यज्ञानुष्ठान प्रारंभिलें असतां भगवान् शंकरानें संतप्त होऊन मोठ्या धैर्यानें धनुष्याला बाण लावून तो मूर्तिमंत यज्ञावर सोडिला आणि मोठ्यानें मोठ्यानें गर्जना केली, तेव्हां महान् आकांत झाला! तेव्हां भगवान् महेश्वरानें क्रुद्ध होऊन एकाएकीं यज्ञाचा वेध केला असें पाहून देवांच्या मनाला धडकी बसली, त्यांची सर्व शांति लयास गेली, आणि ते अत्यंत खिन्न झाले! राजा, भगवान् पिनाकपाणीच्या धनुष्याच्या प्रत्यंचेचा टणत्कार होऊं लागला तेव्हां सर्व लोक भयभीत झाले आणि सुरासुरांचीं धाबीं दणाणून ते अगदीं विषण्ण होऊन बसले! राजा, त्या समयीं महासागरांतील जलाचा भयंकर क्षोभ झाला, वसुधा थरथर कांपूं लागली, पर्वत हालूं लागले आणि आकाश चोहोंकडून फाटलें! राजा, त्या समयीं जिकडे तिकडे काळोख झाला, अंतरिक्षांतील सर्व प्रभा मावळली, नक्षत्रांचा उजेड नष्ट झाला, आणि सूर्यही लोपला! राजा, तेव्हां सर्व प्राण्यांचे आत्मभूत बनलेले ऋषिजन फारच घाबरले व जगाच्या कल्याणासाठीं नानाविध शांति व मंगलकृत्यें करूं लागले! राजा युधिष्ठिरा, ह्याप्रमाणें सर्वत्र दुर्दशा होऊन यज्ञाचा विध्वंस उडविल्यावर भगवान् रौद्रपराक्रमी रुद्रदेव देवांवर धांवून गेला, त्यानें संतापून भगाच्या नेत्रांवर प्रहार करून ते नेत्र फोडिले आणि तो क्रोधानें लाथ उचलून पूषावर धांवून गेला व त्यानें तो पूषा, पुरोडाश भक्षीत होता त्याचे दांत पाडिले ! राजा, तेव्हां देव भीतीनें अगदीं गांगरून गेले आणि त्यांनीं कांपत कांपत पुनः भगवान् शंकराला नमस्कार घातला! राजा धर्मा, इतक्यानेंही भगवान् शंकराचा कोप शांत झाला नाहीं! त्यानें लागलाच एक तीक्ष्ण धारेचा लखलखणारा बाण धनुष्याला जोडला आणि भगवान् रुद्राचा तो उग्र पराक्रम पाहून ऋषि व देव अत्यंत भ्याले व नंतर त्या देववरांनीं भगवान्

शंकराची प्रार्थना आरंभिली ! त्या समयीं देवांनीं हात जोडून शतरुद्रीय मंत्राचा जप केला आणि देवांचा तो स्तव श्रवण करून भगवान् महेश्वर प्रसन्न झाला ! नंतर देवांनीं यज्ञांत भगवान् रुद्राचा श्रेष्ठ भाग ठरविला आणि ते भीतीनें त्यालाच शरण गेले ! ह्याप्रमाणें भगवान् शंकराचा संतोष होतांच, तो भग्न झालेला मूर्तिमंत यज्ञ पुनः पूर्ववत् सांधला गेला आणि त्याचे जे जे अवयव विच्छिन्न झाले होते ते ते संजीवित होऊन पुनः एकवटले ! युधिष्ठिरा, पूर्वीं अंतरिक्षांत वीर्यवान् असुरांचीं तीन पुरें होतीं. त्यांपैकीं एक लोहाचें, एक रुप्याचें व एक सोन्याचें होतें. इंद्रानें तीं पुरें जिंकून घेण्यासाठीं आपल्या सर्व आयुधांचा उपयोग केला; पण त्यास यश आलें नाहीं. नंतर आर्त झालेले सर्व देव भगवान् रुद्रास शरण गेले आणि ते सर्व महात्मे देव एकत्र जमून त्याला ह्मणाले कीं, ‘ भगवन् रुद्रा, असुर हे अविचारानें सर्व कृत्यांत फारच क्रूरपणा करीत आहेत; ह्यास्तव तूं तिन्ही पुरांसह ह्या असुरांचा नाश कर; आणि, हे मानदा, ह्या त्रैलोक्याला राख ! ’ राजा, ह्याप्रमाणें देवांचें भाषण श्रवण करून भगवान् रुद्रानें त्यांस ‘ बरें आहे ’ असें म्हटलें, आणि भगवान् विष्णूची बाणाच्या अग्रीं, अग्नीची पात्याच्या जागीं, वैवस्वत यमाची पुंखाच्या ठिकाणीं, सर्व वेदांची धनुष्याच्या जागीं, श्रेष्ठ सावित्रीची ज्येच्या ठिकाणीं व ब्रह्मदेवाची सारथ्याच्या जागीं योजना केली व त्यानें तीन पेऱ्यांच्या व तीन शल्यांच्या बाणानें तीं त्रिपुरें भेदन करून टाकिलीं ! भारता युधिष्ठिरा, भगवान् शंकराचा तो त्रिपर्व व त्रिशल्य बाण आदित्यासारखा झळाळत असून प्रलयकालच्या अग्नीप्रमाणें जलाल होता. भगवान् महेश्वरानें तो बाण सोडिला असतां त्याच्या योगानें ते असुर पुरांसुद्धां दग्ध झाले आणि नंतर तो बाण पांच झुलपें असलेल्या बालकाच्या रूपानें पुनः त्या त्रिपुरदाहकाच्या अंकावर येऊन बसला ! तेव्हां भगवती उमा देवीनें त्यास जाणण्याच्या इच्छेनें ‘ हा कोण ? ’ असें विचारिलें; पण भगवान् शंकरानें तिला उत्तर दिलें नाहीं ! राजा, त्या समयीं त्या बालकाबद्दल इंद्राच्या मनांत स्पर्धा उत्पन्न झाली व त्यानें तत्काळ त्याच्यावर टाकण्याकरितां वज्र उचलिलें; पण त्या बालकानें परिघासारखा प्रचंड असा तो इंद्राचा वज्रयुक्त बाहु जागच्या जागींच खिळविला ! राजा धर्मा, तो बालक म्हणजे प्रत्यक्ष भुवनेश्वर महादेवच होय. हें कांहीं त्या देवांना व प्रजापतींना उमगलें नाहीं व ते सर्व मोठ्या गोंधळांत पडले ! राजा, नंतर भगवान् ब्रह्मदेवानें त्या अमितवीर्यवान् बालकाच्या सत्यस्वरूपाबद्दल अंतर्यामीं ध्यान केलें व जाणिलें कीं, हा भगवान् देवाधिदेव उमापतिच होय ! तेव्हां त्यानें तत्काळ त्या बालकाला नमस्कार घातला ! राजा युधिष्ठिरा, नंतर देवांनीं त्या उमामहेश्वरांना स्तवाच्या योगें प्रसन्न करून घेतलें आणि त्यांच्या प्रसादानें त्या बलनिषूदनाचा बाहु पूर्वींप्रमाणें चलनवलन करण्यास समर्थ झाला ! असो; राजा, नंतर तो लहान बालक दुर्वासा नामक वीर्यशाली ब्राह्मण झाला आणि तोच पुढें द्वारकेंत माझ्या गृहीं बहुत काल राहिला. त्या दुर्वासानें माझ्या गृहीं असतां पुष्कळ विपरीत गोष्टी केल्या व त्याचीं तीं सर्व अति दुःखदायक कृत्यें मीं मोठ्या गंभीरपणानें सहन केलीं ! राजा, तो दुर्वासा ब्राह्मण प्रत्यक्ष भगवान् रुद्र होय ! शिव, अग्नि, सर्व, सर्वजित्, इंद्र, वायु, अश्विनीकुमार, विद्युत्, चंद्रमा, ईशान, सूर्य, वरुण, काल, अंतक, मृत्यु, यम, रात्र, दिवस, मास,

पक्ष, ऋतु, प्रातःकाल, सायंकाल, संवत्सर, धाता, विधाता, विश्वकर्मा, सर्ववित्, नक्षत्रें, ग्रह, दिशा व प्रदिशा हीं सर्व त्याचीच रूपें आहेत; सर्व विश्व हें त्या भगवंताचाच आत्मा होय; त्या विराटपुरुषाच्या देहाचें मान करणेंही अशक्य आहे; त्याची कांति अद्वितीय आहे; एकटें जें परब्रह्म तें त्याचेंच रूप होय; आत्मा व अनात्मा हे जे दोन विकार ते त्याच्याच ठिकाणीं आहेत; व अनंत किंवा शंभर, हजार, लक्ष, इत्यादि रूपें त्याचींच होत. राजा धर्मा, ह्याप्रमाणें तो भगवान् दुर्वासा प्रत्यक्ष महादेवच आहे; आणि त्या भगवंताचे गुण वर्णन करण्यास शंभर वर्षेंही पुरणार नाहींत !

अध्याय एकशें एकसष्टावा.

—:०:—

महेश्वराचें माहात्म्य.

वासुदेव सांगतोः—महाबाहो युधिष्ठिरा, बहुत रूपें व बहुत नामें धारण करणाऱ्या महात्म्या रुद्राचें महाभाग्य मी तुला सांगतों, श्रवण कर. राजा, भगवान् महादेवाला अग्नि, स्थाणु, महेश्वर, एकाक्ष, त्र्यंबक, विश्वरूप व शिव असें म्हणतात. वेदवेत्त्या ब्राह्मणांना त्या देवाधिदेवाच्या दोन तनु विदित आहेत. एक घोर तनु व दुसरी मंगलतनु; आणि ह्या दोन्ही तनूंचे अवांतर प्रकार पुष्कळ आहेत. त्या परमेश्वराची जी उग्र व घोर तनु, तीच सूर्य, अग्नि व विद्युत् ही होय; आणि दुसरी जी सौम्य किंवा मंगलतनु, तीच धर्म, उदक व चंद्र ही होय. आणखी असेंही म्हणतात कीं, त्याच्या देहाचें एक अर्ध अग्नि व दुसरें अर्ध सोम हें आहे. त्याची जी मंगलतनु, ती ब्रह्मचर्याचें पालन करिते; आणि त्याची जी घोर तनु, ती जगाचा संहार करिते. तो सर्व जगावर ईश्वरत्व म्हणजे सत्ता चालवितो व त्याच्या इतकें महत्त्व कोणाचेंही नाहीं, म्हणून त्यास महेश्वर असें म्हणतात. भगवान् महादेव हा दुसऱ्याला जाळितो, तो तीक्ष्ण आहे, उग्र आहे, प्रतापवान् आहे, आणि मांस, रक्त व मज्जा हीं खातो, म्हणून त्यास रुद्र असें नांव आहे. त्यास महादेव हें नांव पडण्याचें कारण असें कीं, तो सर्व देवांमध्यें महान् आहे, त्याचा देश महान् आहे, आणि तो महान् विश्वाचें पालन करितो. त्याचा वर्ण धूम्रासारखा आहे, म्हणून त्यास धूर्जटी असें म्हणतात. तो सर्व कर्मांनीं सर्वांकरितां नित्य यज्ञ करितो व सर्व मनुष्यांचें म्हणजे सर्व प्राण्यांचें हित इच्छितो, म्हणून त्यास शिव म्हणतात. तो सर्वांच्या ऊर्ध्वभागीं राहून सर्व प्राण्यांना दग्ध करितो व सदा स्थिर असतो, आणि त्याचें लिंग नित्य स्थिर आहे, म्हणून त्यास स्थाणु म्हणतात. त्याचीं भूतकालीन, वर्तमानकालीन व भविष्यत्कालीन स्थावर व जंगम रूपें बहुत प्रकारचीं असतात, म्हणून त्यास बहुरूप असें नांव आहे; आणि विश्वेदेव त्याच्याच ठिकाणीं वास्तव्य करितात, म्हणून त्यास विश्वरूप म्हणतात. त्याला सहस्र अक्षि आहेत; त्याला अयुत म्हणजे दहा सहस्र अक्षि आहेत; त्याला सर्व शरीरावर व सर्व दिशांना अवलोकन करणारे अक्षि आहेत; त्याच्या चक्षूंचें तेज महासमर्थ आहे; व त्याच्या चक्षूंना अंत नाहीं. तो सर्व प्रकारीं पशूंचें (जीवांचें) रक्षण करितो, त्यांच्यामध्यें रममाण होतो, व त्यांचा तो अधिपति आहे, म्हणून त्यास पशुपति म्हणतात. त्याचें लिंग नित्य ब्रह्मचर्य पाळितें; लोक त्या लिंगाची नेहमीं पूजा करितात; आणि ही पूजा त्या महात्म्याला प्रिय आहे. जो पुरुष त्या महात्म्याच्या प्रतिमेची किंवा लिंगाची नित्य पूजा करितो, त्याला ऐश्वर्य प्राप्त होतें; पण त्यांतले त्यांत लिंगपूजकाला

महान् ऐश्वर्य मिळतें. ऋषि, देव, गंधर्व व अप्सरा हीं नित्य भगवान् शंकराच्या ऊर्ध्वस्थित लिंगाचीच पूजा करितात. जो कोणी ह्याप्रमाणें श्रीशिवलिंगाची पूजा करितो, त्याजवर तो महेश्वर प्रसन्न होतो; आणि तो भक्तवत्सल प्रभु त्या भजकाला मोठ्या प्रेमानें सुख देतो. तो भगवान् महादेवच श्मशानांत प्रेतांचें दहन करीत राहातो; ह्यास्तव जे पुरुष तेथें यज्ञ करितात त्यांना वीरलोक प्राप्त होतात. प्राण्यांच्या शरीरांत ठाणें देऊन असलेला जो मृत्यु तो भगवान् शंकरच होय. प्राण्यांच्या देहांतील जो प्राणापान वायु तो तोच होय. त्याचीं घोर व देदीप्यमान अशीं बहुत रूपें आहेत. त्याचीं जीं रूपें लोकांत पूजिलीं जातात, तीं विद्वान् ब्राह्मणांना माहीत असतात. देवांत त्याचीं बहुत नांवें आहेत आणि तीं सर्व अन्वर्थक आहेत. त्याचीं तीं नांवें त्याच्या महत्त्वावरून, शक्तिमत्तेवरून आणि कर्मांवरून पडलीं आहेत. त्या महात्म्याचें शतरुद्रीयस्तोत्ररूप उत्तम उपस्थान जें वेदांत सांगितलेलें असून शिवाय व्यासांनींही गाइलेलें आहे, तें ब्राह्मण नित्य म्हणतात. तो महात्मा सर्व लोकांना सुख देतो आणि तो हें सर्व प्रचंड विश्व व्यापून आहे. ब्राह्मण व ऋषि हे त्याला सर्व जगांत ज्येष्ठ असें म्हणतात. सर्व देवांमध्यें हा प्रमुख असून ह्यानेंच आपल्या मुखापासून अग्नि उत्पन्न केला. नानाविध भूतपिशाचांनीं प्राणांचा जरी अवरोध केला असला तरी त्या प्राणांना तो त्या संकटांतून सोडवितो. तो पुण्यात्मा शरणागतांचा तारक आहे; त्याला जे शरण जातात त्यांचा तो कधींही अव्हेर करीत नाहीं. तो देवाधिदेव मानवांना आयुष्य, आरोग्य, ऐश्वर्य व वित्त देऊन त्यांचे नानाप्रकारचे मनोरथ पुरवितो आणि पुनः त्यांचें तें ऐश्वर्य नष्टही करितो! इंद्रादिक देवांच्या ठिकाणीं जें वैभव विद्यमान आहे तें सर्व त्याचेंच होय. सर्व त्रैलोक्याचें बरें-वाईट करण्यांत तोच सदासर्वकाळ गुंतलेला असतो. तो सर्व कामनांची सिद्धि करून देण्यास समर्थ आहे, म्हणूनच त्यास ईश्वर म्हणतात. तो सर्व महान् लोकांचा ईश्वर आहे, म्हणून त्यास महेश्वर म्हणतात. त्यानें नानाप्रकारच्या अनेक रूपांनीं हें सर्व विश्व व्यापिलें आहे; आणि त्या देवाधिदेवाचें जें मुख तोच समुद्रांतील वडवाग्नि होय!

अध्याय एकशें बासष्टावा.

—:०:—

धर्मप्रमाणकथन.

वैशंपायन सांगतातः—राजा जनमेजया, देवकीपुत्र कृष्णानें ह्याप्रमाणें भाषण केल्यावर युधिष्ठिरानें पुनः शंतनुपुत्राला प्रश्न केला. तो म्हणालाः—सर्व धर्मवेत्त्यांत श्रेष्ठ अशा महाबुद्धिमान् भीष्मा, धर्मप्रकरणीं निर्णय ठरवितांना प्रत्यक्ष अनुभव व श्रुतीचें वचन ह्यांपैकीं कोणतें कारण प्रबळ मानावें?

भीष्म सांगतातः—राजा युधिष्ठिरा, माझ्या मतें ह्या बाबतींत कोणताही संशय नाहीं. हे प्राज्ञा, तूं मला प्रश्न चांगला विचारला आहेस; आतां मी तुला हा विषय प्रतिपादन करून सांगतों, श्रवण कर. राजा, धर्मासारख्या विषयांत संशय येणें साहजिकच असतें; पण त्या संशयाचें निरसन करणें हें अवघड जातें; कारण धर्मतत्त्वाचा निश्चय करितांना असे अनंत प्रसंग येतात कीं, कधीं कधीं श्रुतिवचनांपेक्षां प्रत्यक्षानुभव बलवान् दिसतो व कधीं कधीं प्रत्यक्षानुभवापेक्षां श्रुतिवचनच प्रमाणनीय भासतें आणि मग सगळाच संशय उत्पन्न होतो! राजा युधिष्ठिरा, हेतुवादी लोक सर्व भरंवसा प्रत्यक्षानुभवावर ठेवितात. त्यांना वाटतें कीं, प्रत्यक्ष जें दिसेल तें तेवढें

खरें आणि बाकीचें सर्व खोटें ! त्यांच्या मतानें परमाण्वादिकांच्या ठायीं नित्यत्वादिक गुण वास करितात आणि त्यामुळें सृष्टीचा क्रम प्रवर्तते ! आणि ते शहाणपणाची प्रौढी मिरविणारे पुरुष असा निश्चय ठरवितात कीं, सत्य म्हणजे त्रिकालाबाधित आणि वाणी व मन ह्यांना अगोचर असें जें परब्रह्म तें मुळीं नाहींच ! राजा धर्मा, हेतुवादी लोकांनीं असें म्हटलें असतां त्यांस वैदिक लोक नानाप्रकारीं अडवितात आणि अखेरीस त्यांस संशय तरी कबूल करावा लागतो ! राजा, ते पंडितंमन्य अविचारी पुरुष असा भलताच निश्चय करितात, हें सर्वस्वी शोचनीय होय ! आतां, तूं कदाचित् म्हणशील कीं, ज्याला कोणाचीही जोड नाहीं असें एकटें जें परब्रह्म त्यापासून नानाविध गुणांनीं युक्त असें हें जग कसें उत्पन्न होईल? तर ह्या तुझ्या शंकेवर उत्तर हेंच कीं, तूं दीर्घ कालपर्यंत सावधान चित्तानें योगाभ्यास कर, नित्य चरितार्थ एकाच प्रकारानें चालवूं नको, ज्या वेळीं जशा रीतीनें चरितार्थ चालवितां येईल त्या वेळीं तशा रीतीनें चरितार्थ चालव, व सदोदीत परब्रह्माचें चिंतन कर, म्हणजे तुला परब्रह्माचें प्रत्यक्ष दर्शन घडेल. जो पुरुष ह्याप्रमाणें करील त्यालाच ब्रह्मसाक्षात्कार घडेल. इतरांना ब्रह्मसाक्षात्कार घडणें सर्वस्वी अशक्य आहे ! बाबारे, जेव्हां मनुष्य कारणांच्या अंतास पावतो म्हणजे जेव्हां त्याची तर्कशक्ति कुंठित होते, तेव्हांच त्यास सर्व लोकांस प्रकाशित करणाऱ्या उत्तम व विपुल ज्ञानाचा म्हणजे परब्रह्माचा साक्षात्कार घडतो ! राजा, केवळ तर्कानें उत्पन्न होणारें जे ज्ञान तें खरें ज्ञान नव्हें; ह्यास्तव, तें ग्रहण करण्यास योग्य नाहीं असें समजून, भगवद्वाक्यरूप वेदवचनाशीं असंबद्ध असलेल्या त्या भ्रांतिमूलक ज्ञानाचा समूळ त्याग करावा हेंच विहित होय.

युधिष्ठिर विचारितोः—पितामह भीष्म, प्रत्यक्षानुभव, अवलोकनानें काढलेलें अनुमान, वेदांचा नियम व थोर लोकांना मान्य असें अनेक प्रकारचें आचरण, ह्या चार प्रमाणांपैकीं श्रेष्ठ प्रमाण कोणतें, तें मला सांगा.

भीष्म सांगतातः—राजा युधिष्ठिरा, मोठमोठाले बलिष्ठ दुरात्मे धर्माला ओढीत असल्यामुळें, महाप्रयासांनीं त्याची उत्तम जोपासना ठेविली असतांही अखेरीस कालानुसार तो भग्न होतो ! युधिष्ठिरा, दुष्ट दुरात्मे धर्माच्या नांवाखालीं असा अधर्म चालवितात कीं, तृणाच्छादित कूपाप्रमाणें धर्मोच्छादित अधर्म शिष्टाचाराचा सर्वस्वी घात करितो ! आचार हा प्रथम धर्म खरा; पण दांभिक पुरुषांचा आचार अंतर्बाह्य भिन्न असल्यामुळें सदाचार व दुराचार ह्यांविषयीं संदेह उत्पन्न होऊन शिष्टाचाराचें महत्त्व लयास जातें ! राजा, धर्मा, दुष्ट दुरात्मे जसें शिष्टाचाराचें महत्त्व नाहींसें करितात, तसेंच जे दुराचरणी पुरुष श्रुतिवचनांचा अनादर करण्यांत तत्पर असतात ते व जे मतिमंद पुरुष धर्माचा द्वेष करितात ते हे दोन्ही अनुमान व प्रत्यक्षानुभव ह्यांचें महत्त्व नाहींसें करितात ! आणि मग सर्वत्र संशयांचेंच प्राबल्य होतें ! ह्यास्तव, राजा धर्मा, शिष्टाचार, प्रत्यक्षानुभव व अवलोकनानें काढलेलें अनुमान हीं तिन्ही भरंवशाचीं प्रमाणें नव्हत ! दुरात्मे धर्मद्वेष्टे व मतिमंद पुरुष ह्यांच्या वर्तनानें वास्तव स्थितीचा अपलाप होऊन शिष्टाचार, प्रत्यक्षानुभव व अनुमान ह्या तीन प्रमाणांविषयीं जशी शंका उत्पन्न होते, तशी शंका वेदांच्या नियमापासून उत्पन्न होत नाहीं; ह्यास्तव वेदवचन हें सर्वांत श्रेष्ठ प्रमाण मानावें. म्हणून, राजा युधिष्ठिरा, जे पुरुष कितीही सत्समागम

प्राप्त झाला तरी नित्य अतृप्तच असतात, वेदांत सांगितलेलें जें ज्ञान त्याला प्राधान्य देणाऱ्या पुरुषांना मात्र श्रेष्ठ समजतात, आणि सदा-सर्वकाळ चित्त शांत ठेवितात, त्यांची सेवा कर आणि तुला जें कांहीं विचारावयाचें असेल तें त्यांनाच विचार. राजा, लोभ व मोह ह्यांचें अनुसरण करणारे जे काम व अर्थ त्यांची पर्वा न करितां जे पुरुष धर्मपालनार्थ सदैव जागृत असतात, त्यांची तूं शुश्रूषा कर व त्यांना आपल्या शंका विचार. राजा, त्या पुरुषांचा अधिकार फार मोठा असतो, त्यांचें शील कधीं लुप्त होत नाहीं, त्यांचें यज्ञानुष्ठान व वेदाध्ययन सदैव चालूच असतें, आणि शिष्टांना मान्य असें त्यांचें वर्तन बंद पडत नाहीं ! फार कशाला–धर्म ह्या एका नांवानें (१) शील किंवा चित्तशुद्धि, (२) सयज्ञ वेदाध्ययन आणि (३) शिष्टाचार ह्या ज्या तीन गोष्टींचा बोध होतो, त्या तिन्ही गोष्टींचें त्यांच्याकडून उत्कृष्ट परिपालन होतें !

युधिष्ठिर विचारितोः—पितामह भीष्म, आणखी पुनः माझ्या मनाला संशय उत्पन्न झाला. पहा–मी ह्या संशयसागराच्या पर-तीरावर पोहोंचावें म्हणून प्रयत्न करीत आहें, पण पुनःपुनः जागच्या जागींच घोंटाळत आहें ! पितामह, वेद, प्रत्यक्षानुभव व शिष्टा-चार हीं तीन जर धर्माचीं प्रमाणें आहेत आणि ह्यांच्या ठिकाणीं जर पृथक्‌पणा आहे, तर वस्तुतः धर्म तीन झाले नाहींत का ? मग त्यांचें एकत्व कसें मानावें ?

भीष्म सांगतातः—राजा युधिष्ठिरा, धर्म तीन होत नाहींत, तो एकच आहे. मोठमोठाले दुरात्मे धर्माची ओढाताण करून त्याला अधोगतीस नेण्याचा प्रयत्न करीत असल्यामुळें धर्माचा विचार तीन प्रकारांनीं करावा लागतो इतकेंच. बाबारे, धर्म हा एकच आहे असें जाण; पण त्याची परीक्षा मात्र तीन प्रमाणांनीं करावयाची असते हें लक्षांत ठेव. वेद, प्रत्य-क्षानुभव व शिष्टाचार ह्या तीन साधनांनीं एकच धर्म हें साध्य जोडावयाचें आहे; ह्यास्तव एकाच धर्माचे हे तीन मार्ग आहेत असें समज; आणि जो मार्ग जसा सांगितला असेल तसें वर्तन करून इष्टप्राप्ति करून घे. राजा, शिष्टाचारादिक साधनें निश्चयानें धर्माचें ज्ञान करून देतील असा कांहीं भरं-वसा नाहीं. ह्यास्तव, धर्मज्ञानाचें साधन एक श्रुतिवचनच आहे अशी सतत पूर्ण श्रद्धा बाळग व तर्कानें धर्मज्ञान करून घेण्याच्या भरीस पडूं नको. हे भरतश्रेष्ठा, हें जें मी तुला सांगत आहें त्याविषयीं तूं कोणतीही शंका मनांत आणूं नको;–अंधळ्याप्रमाणें किंवा वेड्याप्रमाणें तूं ह्या मार्गानें चाल म्हणजे तुझें कल्याणच होईल ! राजा धर्मा, अहिंसा, सत्य, अक्रोध व दान ह्या चोहोंचा तूं स्वीकार कर. हा धर्म अगदीं सनातन आहे. हे अजात-शत्रो, तुझ्या वाडवडिलांनीं ब्राह्मणांविषयीं जी भावना ठेविली असेल तीच भावना तूं त्यांच्याविषयीं ठेव आणि तदनुरूप वर्तन कर; कारण ब्राह्मण हे धर्माचे मार्गदर्शक होत ! राजा, जो मूर्ख मनुष्य प्रमाणाचें प्रामाण्य मान-णार नाहीं त्याला दुसरा कोणी प्रमाण मान-णार नाहीं आणि फक्त त्याच्या त्या दुष्क-र्मानें विवाद मात्र माजेल ! ह्यास्तव, राजा युधिष्ठिरा, ब्राह्मणांना मोठा मान दे, त्याचा सत्कार कर, आणि सदैव त्यांच्या भजनीं लाग ! बाबारे, ब्राह्मणांची पात्रता इतकी आहे कीं, हें सर्व त्रिभुवन त्यांच्यामुळेंच सुरक्षित आहे!

युधिष्ठिर विचारितोः—पितामह भीष्म, जे कोणी धर्माचा द्वेष करितात व जे कोणी धर्माला भजतात, त्यांना कोणकोणती गति प्राप्त होते, तें सांगा.

भीष्म सांगतातः—राजा युधिष्ठिरा, केवळ रज व तम ह्यांनीं चित्तवृत्ति कलुषित झाली म्हणजे मनुष्यें धर्माच्या द्वेषास प्रवृत्त होतात आणि मग तीं अधर्माचें सेवन करून शेवटीं नरकांत पडतात ! पण, राजा, जे पुरुष सतत धर्माला अनुसरून सत्य व सरळपणा हीं स्वीकारितात, त्या सत्पुरुषांना अंतीं स्वर्गवासच प्राप्त होतो. राजा युधिष्ठिरा, धार्मिक पुरुष सदोदीत गुरुसेवेंत तत्पर असतात आणि त्यामुळें त्यांस धर्मावांचून दुसरा कोणताही प्रधान आश्रय वाटत नाहीं व ते धर्मोपासनेच्या योगानें शेवटीं देवलोक जोडितात ! राजा, मनुष्यें काय किंवा देव काय, ते जर धर्माचें पालन करितील, लोभ व द्वेष ह्यांपासून अलिप्त राहातील आणि शरीराला क्लेश देऊन व्रतवैकल्यें वगैरे आचरितील, तर त्यांस खचित सुख प्राप्त होईल ! राजा, ज्ञाते लोक म्हणतात कीं, ब्रह्मदेवाचे ज्येष्ठ पुत्र जे ब्राह्मण ते मूर्तिमंत धर्मच होत; ह्यास्तव, ज्याप्रमाणें जठर हें पक्व फलाची इच्छा करितें, त्याप्रमाणें धार्मिक पुरुषाचें मन ब्राह्मणांच्या सेवेची इच्छा करितें आणि ब्राह्मणांस आराधितें !

युधिष्ठिर विचारितोः—पितामह भीष्म, दुर्जनांचें लक्षण काय व सज्जन काय करितात, हें मला सांगून सज्जन व दुर्जन ह्यांचीं स्वरूपें मला कथन करा.

भीष्म सांगतातः—राजा युधिष्ठिरा, दुर्जनांचें मुख्य लक्षण हें कीं, ते दुराचरण करितात, त्यांना कह्यांत ठेवणें कठीण जातें, व त्यांचें तोंड मोठें वाईट असतें ! परंतु सज्जनांची स्थिति तशी नसते. त्यांचें शील उत्कृष्ट असतें; फार कशाला, शिष्टाचाराचें लक्षण कोणतें म्हणून विचारशील तर सज्जनांची वागणूक हेंच त्याचें उत्तर होय. राजा युधिष्ठिरा, धर्मशील पुरुष राजमार्गांत, गोठ्यांत किंवा धान्याच्या शेतांत मलमूत्रविसर्जन करीत नाहींत; साधुजन हे देव, पितर, भूत, अतिथि व कुटुंबांतील मनुष्यें ह्या पांचांची तृप्ति आधीं करून मग उर्वरित अन्न आपण सेवितात; ते जेवतांना बोलत नाहींत व ओल्या हातांनीं निजत नाहींत; प्रदीप्त अग्नि, वृषभ, (गाई,) देवता, गोठा, चतुष्पथ व धार्मिक अथवा वृद्ध ब्राह्मण हीं मार्गांत आल्यास ते त्यांस प्रदक्षिणा घालून मग पुढें चालूं लागतात; वृद्ध किंवा ओझ्याच्या भारानें थकलेलीं मनुष्यें, स्त्रिया, ग्रामाधिकारी, ब्राह्मण, गाई व राजे ह्यांस ते मार्ग देतात; अतिथि सर्व प्रकारचे चाकरनोकर, आप्तसुहृद् आणि आश्रयार्थ प्राप्त झालेलीं मनुष्यें ह्यांचें ते रक्षण व स्वागतपूर्वक गौरव करितात; सकाळीं व संध्याकाळीं भोजन करणें हा देवनिर्मित नियम होय, असें मानून ते तदनुसार वागतात; आणि मध्यंतरीं भोजन करणें हें निषिद्ध आहे, म्हणून ते मध्यंतरीं उपवास करितात. राजा धर्मा, होमकालीं ज्याप्रमाणें अग्नि हा हवनाची वाट पाहात असतो, त्याप्रमाणें ऋतुकालीं स्त्री ही पतिसमागमाची वाट पहात असते; ह्यास्तव, ऋतुकालाशिवाय अन्य कालीं कामवासना न धरणें म्हणजे ब्रह्मचर्यच पाळणें होय. अमृत, ब्राह्मण व गाई ह्या तिहींची योग्यता एकच आहे; ह्यास्तव गाई व ब्राह्मण ह्यांची नित्य यथाविधि उपासना करावी. याजुष मंत्रानें संस्कारिलेलें मांस (यज्ञांत हवन केलेल्या पशूचें मांस) सेवन केलें असतां दोष लागत नाहीं, म्हणून तें सेवन करावें; पण पाठीचें मांस किंवा यज्ञाव्यतिरिक्त इतरत्र वधिलेल्या पशूचें मांस हें पुत्राच्या मांसाप्रमाणें समजून त्याचा सर्वस्वी त्याग करावा. मनुष्य स्वदेशीं असो किंवा परदेशीं असो, त्यानें केव्हांही अतिथीला उपाशीं दवडूं नये; विद्याभ्यास परिपूर्ण झाल्या-

वर गुरूंना दक्षिणा समर्पावी; आणि गुरूंची गांठ पडली असतां त्यांची नमस्कारपूर्वक पूजा करावी व त्यांस आसन वगैरे द्यावें. राजा युधिष्ठिरा, जे पुरुष गुरूची पूजा करितात त्यांचें आयुष्य, यश व श्री वृद्धिंगत होते. ह्यास्तव, धार्मिक मनुष्यानें गुरूची उपासना अवश्य करावी. धार्मिक पुरुषानें वृद्धजनांची अवज्ञा अगदीं करूं नये; त्यांना कोठें कामगिरीवर पाठवूं नये; आणि ते उभे असतां आपण खालीं बसूं नये. जो पुरुष हा नियम पाळितो त्याचें आयुष्य घटत नाहीं! कोणींही नग्न स्त्रियेकडे किंवा पुरुषाकडे अवलोकन करूं नये; मैथुन हें सतत एकांतांतच करावें; व भोजनादिक करणें तेंही उघड्यावर बसून करूं नये. सर्व तीर्थांत गुरु हें श्रेष्ठ तीर्थ होय; सर्व पवित्र वस्तूंत मन ही अत्यंत पवित्र वस्तु होय; दर्शनामध्यें ज्ञान हें परम दर्शन (शास्त्र) होय; व सर्व सुखसाधनांत संतोष हें श्रेष्ठ सुखसाधन होय. राजा युधिष्ठिरा, मनुष्यानें सकाळसंध्याकाळ वृद्धांच्या मुखांतून पुष्कळ कथा श्रवण कराव्या; कारण, मनुष्याला सतत वृद्धांच्या सेवेनेंच पुष्कळ ज्ञान प्राप्त होतें. त्यानें वेदाध्ययन व भोजन करितांना यज्ञोपवीती असावें; वाणी, मन व इतर इंद्रियें ह्यांचा निरोध करावा; अष्टक श्राद्धामध्यें नित्य देवपितरांना उत्तम खीर, यवागु, कुसर (खिचडी) व घृत वगैरे समर्पण करून त्यांची पूजा करावी; त्याप्रमाणेंच ग्रहांना देखील ह्याच पदार्थांचा नैवेद्य करावा; श्मश्रुकर्म केलें असतां मंगलसूचक बोलावें; शिंक आली असतां शतंजीव म्हणावें; कोणीही दुखणेकरी असतां त्यास 'दीर्घायुषी हो,' म्हणून आशीर्वाद द्यावा; कोणासही कधींही 'अरे तुरे' करूं नये; मोठ्या संकटांत असतांही आपद्ग्रस्तानें मोठ्याला हलक्या शब्दांनीं बोलूं नये; एखाद्याला 'अरे तुरे' म्हणणें व त्याला वधणें हीं विद्वानांना सारखींच वाटतात; ह्यास्तव असें भाषण सदैव वर्जावें; आणि आपल्यापेक्षां खालच्यांना, आपल्या बरोबरीच्यांना किंवा शिष्यांना मात्र 'तूं' असें बोलावें. राजा युधिष्ठिरा, दुराचरणी लोकांचें मन नित्य दुष्कर्मरूपानें पातक उघड करीत असतें; ह्यास्तव त्यांनीं पातक झांकून ठेवण्यांत कांहीं अर्थ नाहीं. दुर्जन हे जाणूनबुजून पाप करितात व तें गुप्त ठेवितात; पण बुद्ध्या केलेलें पातक महाजनापाशीं झांकून ठेवल्याचा परिणाम हाच होतो कीं, त्या पातकानें ते नाश पावतात! पातकी मनुष्यास वाटत असतें कीं, माझें पाप मनुष्यें पाहात नाहींत किंवा देवही पाहात नाहींत; पण पातकाच्या योगें त्याच्या पुण्याचा नाश होऊन अखेरीस तो अत्यंत पापयोनींत जन्म पावतो! म्हणून, राजा धर्मा, पातकी मनुष्यानें आपल्या पातकांत आणखी भर न घालितां पहिल्या पातकाचा क्षय कसा होईल, ह्याविषयीं उद्योग चालवावा. पूर्व पातकांच्या परिक्षालनाकरितां त्यानें पुण्य जोडावें आणि तद्द्वारा पातकाचा लय करून देहाचें साफल्य करावें. ज्याप्रमाणें व्याजबट्टा करणारा मनुष्य प्रतिदिवशीं आपलें धन वाढवितो, त्याप्रमाणें पातकी मनुष्यानें प्रतिदिवशीं धर्माचरण करून पुण्यसंचय वाढवीत जावें, म्हणजे पुण्याच्या वाढीबरोबर त्याचें पातक तसतसें क्षीण होत जाईल. ज्याप्रमाणें उदकांत लवण मिळाल्यानें तें विरघळून नाहींसें होतें, त्याप्रमाणें प्रायश्चित्तांत पाप मिळाल्यानें तें पाप तत्काळ नाहींसें होतें. ह्यास्तव, राजा धर्मा, पाप कधीं झांकून ठेवूं नये; झांकून ठेवल्यानें पापाची नेहमीं वाढ होत असते, हें नीट लक्षांत असावें. बाबारे, मनुष्याच्या हातून पाप घडलें तर त्यानें तें साधुजनांना सांगावें, म्हणजे ते त्याचा उपशम

करितील! त्यानें आशेनें जो धनादिकांचा संचय केला असेल त्याचा सुविहित विनियोग करावा; नाहीं तर तो मनुष्य मरण पावला म्हणजे त्याचा तो संचय दुसऱ्यांच्याच हातीं जाईल! राजा युधिष्ठिरा, ज्ञाते लोक म्हणतात कीं, सर्व प्राण्यांचें मन स्वभावतः धर्माला अनुकूल असतें आणि ह्यामुळेंच सर्व प्राणी धर्मप्राप्त्यर्थ झटतात! राजा, मनुष्यानें एकट्यानेंच धर्म आचरावा, त्यानें धर्माचा डांगोरा पिटवूं नये! त्याप्रमाणेंच त्यानें धर्मावर उपजीवन करूं नये; कारण, धर्मोपजीवन हें केवळ वाणिज्य होय! आणि, राजा युधिष्ठिरा, सद्बुद्धीनें देवतांचें पूजन करावें, त्यांत दांभिकपणा करूं नये; निर्मळपणानें गुरुसेवा करावी, त्यांत ढोंग असूं नये; आणि परलोकीं सुख मिळावें म्हणून सत्पात्र पुरुषांना दानें देऊन पुण्यनिधि सिद्ध करावा!

अध्याय एकशें त्रेसष्टावा.

—:०:—

धर्माची प्रशंसा.

युधिष्ठिर विचारितोः—पितामह भीष्म दुर्दैवी मनुष्य मोठा बलिष्ठ असला तरी त्यास धन मिळत नाहीं; आणि दैवशाली मनुष्य अगदीं अज्ञान व क्षीण असला तरी त्यास धन मिळतें! लाभाची वेळ आली नसतां प्रयत्न करूनही धनप्राप्ति घडत नाहीं; आणि लाभाची वेळ आली असतां प्रयत्नावांचूनही विपुल धन प्राप्त होतें! शेंकडों मनुष्यें निष्फल यत्न केलेलीं आढळतात; आणि बहुत मनुष्यें यत्नाशिवायही संपन्न झालेलीं दिसतात! पितामह, जर यत्नाचें प्राबल्य चालतें, तर मानवाचे सर्व यत्न सफल झाले असते व त्याला दुर्लभ असें कांहींच न होतें. भरतश्रेष्ठ, बहुत मनुष्यें प्रयत्न करूनही हाका मारतांना आढळतात आणि बहुत मनुष्यें प्रयत्न न करितांही चैनींत असतात! कित्येक मनुष्यें शतावधि उपायांनीं धनप्राप्तीसाठीं झगडतात; आणि कित्येक मनुष्यें अनायासेंच संपन्न होऊन सुख भोगितात! कित्येक मनुष्यें वारंवार दुष्कृत्यें करून सुद्धां दरिद्रीच राहातात; आणि कित्येक मनुष्यें मूळचीं धनवान् असून व आपआपणांला विहित अशीं कर्मे करूनही भिकारी होतात! नीतिशास्त्रें पढलेला मनुष्यही नीतीमध्यें निष्णात आढळत नाहीं; आणि ज्याला नीतिशास्त्राचें ज्ञान नाहीं असा मनुष्यही कांहीं कारणानें प्रधानत्व पावतो! विद्वान् मनुष्य सधन आढळतो व अविद्वान् मनुष्यही सधन आढळतो; आणि विद्वान् व अविद्वान् ह्या दोघांच्याही ठिकाणीं दुष्ट बुद्धीचें वास्तव्य दिसतें! पितामह भीष्म, जर विद्येचा आश्रय करून मनुष्य सुखी होता, तर विद्वान् मनुष्यानें चारितार्थासाठीं अविद्वानाची चाकरी कधींही पतकरिली नसती! आणि तान्हेलेल्या मनुष्याला उदक प्राप्त झालें असतां त्याची तृष्णा भागते, तद्वत् विद्येच्या योगानें मनुष्याची जर सर्व तृष्णा भागून त्यास सुख झालें असतें, तर त्यानें विद्या कधींही सोडिली नसती! पितामह भीष्म, शरशतांनीं विद्ध झालेला मनुष्यही काळाची घडी आल्याशिवाय मरत नाहीं; आणि एकदां काळाची घडी येऊन ठेपली म्हणजे यःकश्चित् तृणाचें अग्र बोंचूनही मनुष्य वांचत नाहीं!

भीष्म सांगतातः—राजा युधिष्ठिरा, महान् खटाटोप करूनही मनुष्याला जर धन मिळत नसेल, तर त्यानें उग्र तप करून त्या खटाटोपाला साहाय्य करावें; कारण पेरल्याशिवाय रुजत नाहीं हा सामान्य नियम आहे. राजा, ज्ञाते लोक असें म्हणतात कीं, दानाच्या योगानें सुखोपभोग त

होतात, वृद्धांच्या सेवेनें बुद्धिमत्ता अंगीं येते, आणि अहिंसेच्या योगानें दीर्घायुष्य मिळतें; ह्यास्तव साधक पुरुषानें दानें द्यावीं, याचना करूं नये, आणि धार्मिकांना गौरवावें. त्यानें नित्य सुंदर भाषण करावें, सर्वांच्या बऱ्यासाठीं झटावें, चित्त शांत ठेवावें, आणि कोणत्याही प्राण्याची हिंसा करूं नये. राजा धर्मा, कृमिकीटक व डांस ह्या क्षुद्र जीवांना देखील जर स्वभाव व प्राक्तन कर्मे ह्यांना अनुरूप अशींच फळें भोगावीं लागतात, तर मनुष्यासारख्या ज्ञानवान् प्राण्यांना तीं भोगावीं लागलीं असतां त्यांत विचित्र तें काय आहे! ह्यास्तव, कर्मानुरूप जी अवस्था प्राप्त होईल, ती सोसण्यास तूं स्थिर मनानें सदैव सिद्ध रहा!

अध्याय एकशें चौसष्टावा.

—:०:—

धर्माची प्रशंसा.

भीष्म सांगतातः—मनुष्य जेव्हां एखादी चांगली किंवा वाईट गोष्ट स्वतः करितो किंवा दुसऱ्याकडून करवितो, अथवा स्वतः करीत नाहीं किंवा दुसऱ्याकडून करवीत नाहीं, तेव्हां त्यानें असा भरंवसा ठेवावा कीं, चांगल्या गोष्टीचें फळ त्यास चांगलेंच मिळेल आणि वाईट गोष्टीपासून त्यास कधींही चांगलें फळ मिळणार नाहीं! राजा, सदोदीत काल हाच मनुष्यांचें शासन करितो आणि काल हाच मनुष्यांवर कृपा करितो. तोच सर्व प्राण्यांच्या चित्तांत प्रवेश करून त्यांजकडून धर्म किंवा अधर्म करवितो (व परिणामीं त्यांस चांगली किंवा वाईट गति देतो.) राजा, धर्माचरणाचें फळ मनुष्याला दिसलें, म्हणजे धर्म हाच श्रेयस्कर आहे, अशी त्याची भावना होते आणि मग तो धर्मात्मा धर्मावर दृढ श्रद्धा ठेवितो; पण ज्या मनुष्याची भावना धर्मच श्रेयस्कर आहे अशी होत नाहीं, तो धर्मावर दृढ श्रद्धा ठेवीत नाहीं आणि तो अधर्माचरणास प्रवृत्त होतो. राजा युधिष्ठिरा, धर्माचें फल मनांत आणून त्याच्या सिद्ध्यर्थ झटणें हेंच प्राज्ञ पुरुषाचें लक्षण जाणावें. एकंदर मनुष्यांमध्यें सुज्ञान कोण व अज्ञान कोण हें ह्या खुणेवरूनच ओळखावें. शहाण्या मनुष्यानें कालावर दृष्टि देऊन बऱ्यावाईट कृत्यांचा विचार करावा आणि त्यांत जीं श्रेष्ठ व उचित अशीं कृत्यें असतील तींच मात्र करावीं. ज्याप्रमाणें ऐश्वर्यवान् पुरुष सत्कृत्यें करून सत्कुलांत जन्म यावा म्हणून झटतात, त्याप्रमाणेंच धर्मशील पुरुष आत्म्याची पवित्रता जोडून सत्कर्मे आचरण करितात आणि देहाचें साफल्य करण्यास झटतात! राजा, कालाचें सामर्थ्य असें आहे कीं, तो कधींही धर्माला अधर्मत्व येऊं देत नाहीं; ह्यास्तव, धार्मिक मनुष्यानें धर्माचरण केलें असतां त्यास पातक किंवा दोष लागेल असें कधींही घडावयाचें नाहीं, अशी पक्की खातरी ठेवावी; आणि जें मन सदैव धर्मपरायण असेल, तें अत्यंत शुद्धच आहे, असें मानावें. राजा, काल हा सदैव धर्माचें रक्षण करीत असतो; ह्यास्तव, अधर्म हा कितीही बळावला तरी तो अग्नीप्रमाणें सदासर्वकाळ प्रज्वलित असणाऱ्या धर्माला स्पर्श करण्यासही समर्थ होत नाहीं! म्हणून धर्माचीं हीं दोन रूपें (त्याचें नित्य पावनत्व व अधर्माला स्पर्श करूं न देण्याचें सामर्थ्य) मनांत आणिलीं म्हणजे असा सिद्धांत ठरतो कीं, धर्म हाच विजयावह आहे आणि धर्माच्या उज्वल प्रकाशानें सर्व त्रैलोक्यांतील अधर्मरूप तमाचा विध्वंस होईल! (धर्मकला ही प्रत्येकाच्या अंतर्यामींच उदित झालेली असली पाहिजे;) ह्यास्तव, प्राज्ञ पुरुषानें अधर्मशील मनुष्याला हात धरून जुलमानें धर्माचरण कराव-

यास लावणें हें सर्वतोपरी वर्ज्य होय. अधर्मशील मनुष्यावर धर्माचरण करण्याविषयीं जुलूम केला, तर तो सर्व लोकांच्या भयानें उगीच ढोंगधत्तुरा मात्र माजवील! राजा युधिष्ठिरा, दुसऱ्याला धर्माचरण करण्याविषयीं जुलमानें प्रेरित करणें हें व्यर्थच होय; कारण, ज्याला प्रेरित केलें तो मनुष्य कदाचित् आपल्याला अनुचित असेंही वरिष्ठ प्रतीचें कर्म करण्यास उद्युक्त होईल आणि परिणामीं तो अधर्मच करील. जे साधु लोक असतात, ते मात्र 'मी शूद्र आहें, मला चारही आश्रमांचे धर्म पाळण्यास प्रतिबंध आहे,' इत्यादि सांगून धर्मच्छल करीत नाहींत व आपल्या अधिकाराप्रमाणें व योग्यतेप्रमाणें स्वधर्माचरण करितात! आतां राजा धर्मा, चारही वर्णांतला जो कांहीं विशेष तो मी तुला यथार्थ रीतीनें सांगतों. पहा—सर्व मनुष्यें पंचभूतात्मक असून त्यांची अंतर्बाह्य स्थिति एकसारखीच आहे. पण त्यांत लौकिक व्यवहारामध्यें व धर्मशास्त्रामध्यें भेदाभेद सांगितलेला आहे; तथापि सर्व मनुष्यें भिन्न भिन्न स्थितींत असतांही पुनः एकाच ठिकाणीं लय पावतात आणि तेथून पुनः त्यांचा विस्तार होतो. तेव्हां अशी शंका येईल कीं, धर्म हा ध्रुव असतांना धर्मानें प्राप्त होणारे जे लोक ते मात्र अध्रुव कां असावे? तर ह्या शंकेचें निवारण असें कीं, जेथें धर्माचा संकल्प सकाम किंवा अध्रुव असतो, तेथें धर्माचें फल अध्रुव मिळतें; आणि जेथें धर्माचा संकल्प निष्काम किंवा ध्रुव असतो, तेथें धर्माचें फल ध्रुव म्हणजे मोक्ष मिळतो! युधिष्ठिरा, सर्व मनुष्यांच्या पृथक् स्थितीचें सूक्ष्म बीज हें आहे कीं, ज्याचा जो धर्मयुक्त संकल्प असेल तदनुसार त्यास अवस्था प्राप्त होते आणि ह्या धर्मयुक्त संकल्पाचें प्रेरक जें बलिष्ठ प्राक्तनकर्म तें स्वतःसिद्धच स्फुरण पावतें! ह्यास्तव मनुष्यांना धर्माचरण करण्यांत कोणताही दोष लागत नाहीं; फार कशाला—पशुपक्ष्यादिक तिर्यग्योनींतल्या जीवांना देखील प्राक्तनकर्मानुसार उच्चनीच स्थिति प्राप्त होऊन तदनुरूप आचरण करावें लागतें, असें आपण प्रत्यक्ष पाहातों!

अध्याय एकशें पांसष्टावा.

—:०:—

वंशानुकीर्तन.

वैशंपायन सांगतातः---राजा जनमेजया, नंतर कुरुकुलोद्धारक पंडुपुत्र युधिष्ठिरानें, सर्व पातकांचें क्षालन होऊन कल्याण व्हावें ह्या हेतूनें, शरपंजरीं निद्रित असलेल्या शांतनवाला पुनः प्रश्न केला.

युधिष्ठिर म्हणालाः---पितामह भीष्म, ह्या लोकीं मनुष्याला श्रेयस्कर असें काय आहे, काय करून तो सुख भोगील, कोणत्या कर्मानें तो पापमुक्त होईल आणि काय केल्यानें पातकाचा संहार घडेल, तें मला सांगावें.

वैशंपायन सांगतातः---राजा जनमेजया, ह्याप्रमाणें युधिष्ठिराचा प्रश्न श्रवण करून पितामह भीष्मानें त्या शुश्रुषु युधिष्ठिराला पुनः यथायोग्य रीतीनें देवांचा वंश सांगितला.

भीष्म सांगतातः----राजा युधिष्ठिरा, आतां मी तुला देवांचा व ऋषींचा वंश कथन करितों, तो ऐक. बाळा, जो पुरुष ह्या वंशांचें प्रतिदिनीं त्रिकाल पठण करील त्याचीं सर्व पातकें निःशेष नष्ट होतील! दिवसास, रात्रीस, प्रातःकाळीं किंवा सायंकाळीं त्यानें इंद्रियद्वारा जीं पातकें न कळतां किंवा जाणूनबुजून केलीं असतील, त्या सर्व पातकांपासून वंशानुकीर्तनानें तो मुक्त होईल; त्यास पुनः कधींही पातकाचा लेप लागणार नाहीं; तो कधीं अंधळा किंवा बहिरा होणार नाहीं;

ज्या ज्या काळीं जें जें विहित कर्म केलें पाहिजे तें तें तो त्या त्या काळीं करील; त्यास सदैव ऐश्वर्य प्राप्त होईल; त्याला पशुपक्ष्यादिकांचें जन्म येणार नाहीं; तो संकरयोनीस जाणार नाहीं; त्याला नरकप्राप्ति होणार नाहीं; त्याला दु:खाची भीति उत्पन्न होणार नाहीं; आणि मरणसमयीं त्याची चित्तवृत्ति भ्रंश पावणार नाहीं.

असो; राजा युधिष्ठिरा, सर्व जगाचा नाथ पितामह ब्रह्मदेव हाच होय; सुर व असुर ह्यांहून वरिष्ठ हाच आहे; सर्व भूतें ह्यालाच नमस्कार करितात; ह्याच्या सामर्थ्याचें चिंतन करितां येत नाहीं; ह्याचा महिमा वर्णन करणें अशक्य आहे; सर्व जीवांचा प्राण हाच होय; आणि हा अयोनिसंभव असून सती सावित्री ही ह्याची पत्नी होय. भगवान् ब्रह्मदेवाच्या नंतर सर्वसत्ताधीश प्रभु नारायण विष्णु हा देव होय; आणि ह्याच्यापासूनच वेदांची व जगाची उत्पत्ति झाली. भगवान् विष्णूनंतर तिसरा महान् देव उमापति विरूपाक्ष भगवान् शंकर हा समजावा. त्याच्या नंतर सेनापति स्कंद, विशाख, हुतभुक् अग्नि, वायु, सर्वांना प्रकाशित करणारे चंद्रसूर्य, शचीपति इंद्र, धूमोर्णेसह देव यम, गौरीसह वरुण, ऋद्धीसह कुबेर, मंगलदायक कामधेनु देवी सुरभि, महान् ऋषि विश्रवा, संकल्प, सागर, गंगा, पवित्र नद्या, मरुद्गण, सिद्धतपस्वी वालखिल्य, कृष्णद्वैपायन व्यास, नारद, पर्वत, विश्वावसु, हाहा, हुहू, तुंबुरु, चित्रसेन, प्रख्यात देवदूत, महाभाग देवकन्या, दिव्य अप्सरा उर्वशी, मेनका, रंभा, मिश्रकेशी, अलंबुषा, विश्वाची, घृताची, पंचचूडा, तिलोत्तमा व इतर अप्सरांचे गण, आदित्य, वसु, रुद्र, अश्विनीकुमार, पितर, धर्म, वेद, तप, दीक्षा, व्यवसाय, पितामह, रात्री, दिवस, मरीचिपुत्र काश्यप, शुक्र, बृहस्पति, मंगळ, बुध, राहु, शनि, नक्षत्रें, ऋतु, मास, पक्ष, संवत्सर, विनतेचे पुत्र, समुद्र, कद्रूचे पुत्र सर्प, शतद्रू, विपाशा, चंद्रभागा, सरस्वती, सिंधु, देविका, प्रभास व पुष्कर तीर्थें, गंगा, महानदी, वेणा, कावेरी, नर्मदा, कलंपुना, विशल्या, करतोया, अंबुवाहिनी, सरयु, गंडकी, महानद लोहित, ताम्रा, अरुणा, वेत्रवती, पर्णाशा, गौतमी, गोदावरी, वेण्या, कृष्णावेणा, द्विजा, दृषद्वती, कावेरी, वंक्षु, मंदाकिनी, प्रयाग, प्रभास, पुण्यक्षेत्र नैमिष, तें विश्वेश्वराचें स्थान काशी, तें विमल सर, प्रख्यात पुण्यतीर्थ सुसलिल कुरुक्षेत्र, सिंधूत्तम, तप, दान, जंबुमार्ग, हिरण्वती, वितस्ता, प्लक्षवती नदी, वेदस्मृति, वेदवती, मालवा, अश्ववती, पृथ्वीवरील सर्व पवित्र क्षेत्रें, गंगाद्वार, पवित्र ऋषिकुल्या, चित्रवहा नदी, चर्मण्वती, पवित्र कौशिकी, यमुना, भीमरथी, बाहुदा, महानदी, माहेंद्रवाणी, त्रिदिवा, नीलिका, सरस्वती, नंदा, अपरनंदा, तीर्थमहाऱ्हद, गया, फल्गुतीर्थ, जेथें देवांचें वास्तव्य असतें असें धर्मारण्य, परमपावन देवनदी, सर्व पातकांचें क्षालन करणारें मंगलकारक परमपवित्र त्रिलोकविख्यात ब्रह्मनिर्मित सर, दिव्य वनस्पतींनीं समृद्ध असा हिमवान् पर्वत, ज्याचें अंग धातूंच्या योगें चित्रविचित्र झालें आहे व ज्याच्यावर औषधीलता पुष्कळ आहेत असा परमपवित्र विंध्याचल, मेरु, महेंद्र, मलय, रजतावृत श्वेत, शृंगवान्, मंदर, नील, निषध, दर्दुर, चित्रकूट, अंजनाभ, गंधमादन पर्वत, पवित्र सोमगिरी, त्याप्रमाणेंच दुसरे महीधर, दिशा, विदिशा, क्षिति, सर्व वृक्ष, विश्वेदेव, नभ, नक्षत्रें व ग्रह इत्यादि ह्यां कथित व अकथित देव सतत आपलें रक्षण करोत ! राजा युधिष्ठिरा, जो मानव ह्यांचें कीर्तन करितो, त्याचीं सर्व पातकें नष्ट होतात; जो ह्यांचें स्तोत्र ह्मणून ह्यांस संतुष्ट करितो, त्याचें सर्व भय अस्तास जातें;

आणि जो ह्या देवतांचा स्तव करण्यांत रममाण होतो, त्याला कोणत्याही संकरपापयोनींत जन्म येण्याची भीति रहात नाहीं! राजा युधिष्ठिरा, देवांच्या वंशकीर्तनानंतर आतां मी तुला जे महान् महान् तपस्वी व सिद्धतापस विप्र प्रख्यात आहेत त्यांचीं नांवें सांगतों. राजा, त्यांच्या नामश्रवणानें सर्व पातकांचें मोचन होतें. यवक्रीत, रैभ्य, कक्षीवान्, औशिज, भृगु, अंगिरा, कण्व, प्रभु मेधातिथि व गुणसंपन्न बर्ही हे सर्व पूर्व दिशेचा आश्रय करून राहिले आहेत; आणि महाभाग्यवान् उल्मुचु, प्रमुचु, मुमुचु, वीर्यवान् स्वस्त्यात्रेय, मैत्रावरुण, प्रतापवान् अगस्त्य व महाप्रख्यात ऋषिपुंगव दृढायु, उर्ध्वबाहु हे सर्व महात्मे भद्राकारक जी दक्षिण दिशा, तिचा आश्रय करून वास्तव्य करितात. आतां पश्चिम दिशेचा आश्रय करून जे ऋषि यज्ञयाग करितात, त्यांचीं नांवें श्रवण कर. उषंगु व त्याचे भ्राते, वीर्यवान् परिव्याध, दीर्घतमा ऋषि, गौतम, काश्यप, एकत, द्वित, त्रित, महान् ऋषि धर्मात्मा अत्रिपुत्र दुर्वासा, व प्रभु सारस्वत ह्या सर्वांनीं पश्चिमेचा आश्रय केला आहे. अत्रि, वसिष्ठ, शक्ति, वीर्यवान् पाराशर्य, विश्वामित्र, भरद्वाज, जमदग्नि, ऋचीकाचा पुत्र भार्गवराम, औद्दालकि ऋषि, श्वेतकेतु, कोहल, विपुल, देवल, देवशर्मा, धौम्य, हस्तिकाश्यप, लोमश, नाचिकेत, लोमहर्षण, उग्रश्रवा ऋषि व च्यवनभार्गव हे सर्व आद्य ऋषि देवसमन्वित असून ह्यांच्या नामसंकीर्तनानें सर्व पातकांचा मोक्ष होतो! राजा युधिष्ठिरा, आतां मी तुला महान् महान् राजांचीं नांवें सांगतों, श्रवण कर. नृग, ययाति, नहुष, यदु, वीर्यशाली पुरु, धुंधुमार, दिलीप, प्रतापवान् सगर, कृशाश्व, यौवनाश्व, चित्राश्व, सत्यवान्, दुष्यंत, चक्रवर्ती महाकीर्तिमान् भरत, पवन, (किंवा यवन,) जनक, अदृष्टरथ (किंवा दृष्टरथ अथवा धृष्टरथ,) नरवर रघु, दशरथ राजा, राक्षसघ्न वीर राम, शशबिंदु, भगीरथ, हरिश्चंद्र, मरुत्त, दृढरथ, महोदार, अलर्क, नराधिप ऐल, नरश्रेष्ठ करंधम, नराधिप कध्मोर, दक्ष, अंबरीष, कुकुर, महायशस्वी रैवत, कुरु, संवरण, सत्यविक्रम मांधता, राजर्षि मुचकुंद, जान्हवीनें अनुग्रह केलेला जन्हु, वेनपुत्र आदिराज पृथु, मित्रभानु, प्रियंकर, त्रसद्दस्यु, राजा श्वेत, राजर्षिवर महाभिष, विख्यात निमि, अष्टक, आयु, राजर्षि क्षुप, नराधिप कक्षेयु, प्रतर्दन, दिवोदास, सुदास, कोसलेश्वर, ऐल, नल, राजर्षि प्रजापति मनु, हविध्र, पृषध्र, प्रतीप, शांतनु, अज, प्राचीनबर्हि, महायशस्वी इक्ष्वाकु, नरपति अनरण्य, जानुजंघ, राजर्षि कक्षसेन, आणि ह्यांशिवाय दुसरे अकथित भूपति, ह्यांचें जो मनुष्य नित्य प्रभातीं उठून व शुचिर्भूत होऊन सूर्योदयाच्या व सूर्यास्ताच्या वेळीं एकाग्र मनानें ध्यान करील, त्याला महान् पुण्य लागेल! राजा धर्मा, कल्याणेच्छु पुरुषानें प्रतिदिनीं येणेंप्रमाणें देव, देवर्षि व राजर्षि ह्यांचें नामसंकीर्तन करावें आणि त्यांस विनवावें कीं, ईश्वरहो, मला आपण पुष्टि, आयुष्य यश व स्वर्ग हीं द्यावीं; मला विघ्न येऊं नये; माझ्या हातून पातक घडूं नये; माझे शत्रु नष्ट व्हावे; मला नित्य निश्चयानें जय मिळावा; आणि मला परलोकीं शुभ गति प्राप्त व्हावी!

अध्याय एकशें सहासष्टावा.

—:०:—

भीष्मानुज्ञा व पांडवपुनरागमन.

जनमेजय विचारितोः—वैशंपायन मुने, कौरवांचा धुरंधर सेनापति भीष्म हा शरपंजररूपी पांडवनिर्मित वीरशय्येवर पडलेला असतां

त्याच्यापासून माझा प्रपितामह महा बुद्धिमान् युधिष्ठिर राजा ह्यानें धर्माचें शास्त्र श्रवण करून, सर्व संशयाचें निराकरण करून घेऊन दानांचे विधि ऐकून आणि धर्मविषयक सर्व शंका फेडून घेऊन नंतर पुढें आणखी काय केलें तें मला सांगावें.

वैशंपायन सांगतातः—राजा जनमेजया, पितामह भीष्म बोलावयाचा थांबतांच त्याच्या भोंवतीं अधिष्ठित असलेलें सर्व राजमंडल क्षणभर अगदीं तटस्थ झालें! जणूं काय त्या समयीं तीं पटावरचीं चित्रेंच भासलीं! राजा जनमेजया, नंतर भगवान् सत्यवतीसुत व्यासानें क्षणभर मनन केलें आणि शरशय्येवर शयन केलेल्या त्या गंगापुत्राला म्हटलें, "राजा शांतनवा, कुरुराज युधिष्ठिर, त्याचे सर्व भ्राते व त्याप्रमाणेंच त्याचे अनुयायी सर्व भूपाळ हे आतां पुनः सावध झाले आहेत. हे नरव्याघ्रा, बुद्धिमान् कृष्णासमवेत युधिष्ठिर राजा तुला अभिवंदन करीत आहे, तर ह्याला पुराप्रत परत जाण्यास अनुज्ञा द्यावी." राजा जनमेजया, भगवान् व्यासानें पृथ्वीपति भीष्माला ह्याप्रमाणें म्हटलें तेव्हां त्यानें अमात्यांसह युधिष्ठिर राजाला पुराप्रत येण्यास अनुज्ञा दिली आणि त्यास मधुर वाणीनें म्हटलें:—राजा, तूं आतां पुरांत प्रवेश कर; मनांतला सर्व खेद सोडून दे; ययाति राजाप्रमाणें श्रद्धा ठेवून व इंद्रियांना जिंकून नानाविध यज्ञयाग कर; आणि त्यांत पुष्कळ अन्नदान करून विपुल दक्षिणा वांट. युधिष्ठिरा, क्षत्रियाचे धर्म पाळण्यांत तत्पर रहा आणि देवपितरांचें तर्पण कर, म्हणजे तुला श्रेय प्राप्त होईल! बाबारे, आतां उगीच खेद करूं नको! राजा, तूं सर्व प्रजांना आनंदित ठेव? त्यांचें उत्तम सांत्वन कर; आप्तसुहृदांना ज्याच्या त्याच्या योग्यतेनुरूप बक्षिसें देऊन गौरव, तुझ्या मित्रांची व सुहृदांची तुझ्यावर उपजीविका चालूं दे; आणि वेदीच्या समीप असलेल्या फलान्वित वृक्षाला सोडून जसे पक्षिगण दूर जात नाहींत तसे ते तुझ्यापासून दूर जाणार नाहींत अशी व्यवस्था ठेव! आणि, राजा, सूर्य परत वळून उत्तरायणास आरंभ होतांच माझ्या प्रयाणसमयीं तूं पुनःमाझ्या समीप प्राप्त हो! राजा जनमेजया, नंतर कुंतीपुत्रानें 'बरें' म्हणून म्हटलें व तो पितामह भीष्माला अभिवंदन करून परिवारासहवर्तमान हस्तिनापुराप्रत परत येण्यास निघाला. त्यानें धृतराष्ट्र व पतिव्रता गांधारी ह्यांस पुढें घातलें आणि भ्राते, ऋषि, नागरिक लोक व इतर जानपद ह्यांसहवर्तमान कृष्णासमवेत तो हस्तिनापुरांत प्रविष्ट झाला.

भीष्मस्वर्गारोहणपर्व.

अध्याय एकशें सदुसष्टावा.

—:०:—

भीष्मांची स्वर्गारोहणाची तयारी.

वैशंपायन सांगतातः—राजा जनमेजया, नंतर कुंतीपुत्र युधिष्ठिरानें नागरिक लोक व इतर जानपद ह्यांचा यथायोग्य प्रकारें आदरपूर्वक सन्मान केला व त्यांना स्वगृहीं जाण्यास अनुमोदन दिलें; आणि ज्यांचे वीरपुत्र व ज्यांचे भर्ते रणांत पडले होते त्या सर्व स्त्रियांस विपुल संपत्ति अर्पण करून त्यांचें त्यानें सांत्वन केलें! राजा, ह्या प्रकारें त्या महाबुद्धिमान् युधिष्ठिर राजाला राज्य प्राप्त झालें असतां त्याच्यावर राज्याभिषेक करण्यांत आला आणि नंतर त्या नरपुंगवानें आपल्या सर्व प्रजांची नीट सुयंत्र व्यवस्था लाविली; व त्या महाधार्मिक भूपतीनें सर्व ब्राह्मणांपासून, सैनाध्यक्षांपासून व ज्ञानी जनांपासून उत्तम आशीर्वाद ग्रहण केले! राजा, ह्याप्रमाणें त्या श्रीमान् पुरुषश्रेष्ठ धर्मराजाचे त्या महाभाग्यशाली हस्तिनापुरांत मोठ्या आनंदानें पन्नास दिवस गेले, तों त्यास कौरवाग्रणी पितामह भीष्म ह्यांच्या निर्याणसमयाचें स्मरण झालें; आणि सूर्य उत्तरेस परत वळला असें पाहून उत्तरायणास आरंभ झाला असें त्यानें ठरविलें व तो याजकांना बरोबर घेऊन हस्तिनापुरांतून बाहेर पडला. त्यानें घृत, माल्यें, सुगंधी पदार्थ, रेशमी वस्त्रें, अगुरु वगैरे श्रेष्ठ चंदन, कृष्णागुरु, उत्तम उत्तम पुष्पमाला व विविध रत्नें भीष्मांच्या संस्करणासाठीं आधीं पुढें पाठविलीं; आणि ह्याप्रमाणें सर्व व्यवस्था करून तो कुंतीपुत्र धर्मराजा भीष्मांच्या समीप जाण्यास निघाला, तेव्हां त्याच्या बरोबर बहुत मंडळी बाहेर पडली. धृतराष्ट्र, यशस्विनी गांधारी, माता कुंती व सर्व श्रेष्ठ भ्राते ह्यांस त्या बुद्धिमान् पंडुपुत्रानें पुढें घातलें आणि त्यांच्या मागून भगवान् कृष्ण, धीमान् विदुर, युयुत्सु व युयुधान ह्यांना बरोबर घेऊन तो स्वतः रथारूढ होत्साता चालूं लागला. राजा जनमेजया, त्या समयीं युधिष्ठिराबरोबर त्याचे बहुत आप्तसुहृत् व सेवकही बाहेर पडले; आणि भीष्मांच्या अग्नीमागून चाललेल्या प्रतापवान् युधिष्ठिर राजाच्या समवेत चालले असतां ते मार्गांत त्याचे एकसारखे धन्यवाद गात होते! राजा जनमेजया, ह्याप्रमाणें जणूं काय देवेंद्राची स्वारीच अशी ती सर्व मंडळी हस्तिनापुरांतून बाहेर पडल्यावर लवकरच कुरुक्षेत्रांत जेथें शंतनुपुत्र भीष्म शरपंजरीं निद्रित होता तेथें प्राप्त झाली आणि त्यांनीं अवलोकन केलें तों पराशरपुत्र धीमान् व्यास, नारद, देवल, असित आणि नानादेशांतून युद्धासाठीं आलेल्या भूपतींपैकीं जे कोणी दुसरे भूपति अवशिष्ट राहिले होते ते हे सर्व त्या वीरशय्येवर पहुडलेल्या भीष्मांच्या भोंवतालीं त्यांच्या सेवेस सादर आहेत आणि तेथें चोहोंकडून रक्षकांनीं उत्तम पहारा ठेविला आहे असें त्यांस दिसून आलें. राजा जनमेजया, नंतर युधिष्ठिर राजा भ्रात्यांसहवर्तमान रथांतून खालीं उतरला; आणि शत्रुसंहारक पितामहाला व द्वैपायनादिक ब्रह्मवर्यांना अभिवंदन करून व त्यांचे आशीर्वाद ग्रहण करून प्रत्यक्ष ब्रह्मदेवाप्रमाणें महासमर्थ अशा ऋत्विजांसह व भ्रात्यांसह ऋषींनीं परिवेष्टित अशा शरशयनीं शयन केलेल्या भरतश्रेष्ठ गंगापुत्रासमीप प्राप्त झाला आणि त्यास म्हणाला कीं, ‘महाराज जान्हवीसुता, मी युधिष्ठिर आपल्या भ्रात्यांसमवेत आपल्याला अभिवंदन

करीत आहें. महाबाहो, माझें हें भाषण आपण श्रवण केलें असल्यास मी काय करूं ती मला आज्ञा करा. विभो, मी अग्नींना बरोबर घेऊन आपल्या निर्वाणसमयीं येथें प्राप्त झालों आहें. महाराज, ह्या स्थळीं आचार्य, ब्राह्मण, ऋत्विज्, माझे भ्राते, तुझा पुत्र महातेजस्वी धृतराष्ट्र राजा, अमात्यवर्ग, वीर्यवान् वासुदेव, युद्धांत जिवंत राहिलेले राजे आणि कुरुजांगल देशांतील वीर पुरुष हे सर्व आपल्या सेवेस सिद्ध आहेत. ह्यास्तव, हे नरशार्दूल, आपण नेत्र उघडा व ह्या सर्वांकडे अवलोकन करा. पितामह, आपण सांगितल्याप्रमाणें ह्या समयीं जें जें करावयास पाहिजे होतें तें तें सर्व मीं सिद्ध करून ठेविलें आहे.'

वैशंपायन सांगतातः—राजा जनमेजया, बुद्धिमान् कुंतीपुत्रानें ह्याप्रमाणें भाषण केलें तें श्रवण करून गंगापुत्र भीष्मानें आपल्या भोंवतीं अधिष्ठित असलेल्या सर्व भारतीय वीरांकडे नेत्र उघडून पाहिलें आणि युधिष्ठिर राजाचा बळकट हात धरिला व त्या निर्वाणसमयीं तो वक्तृत्वनिपुण बलिष्ठ भीष्म वर हात करून मेघासारख्या गंभीर वाणीनें म्हणालाः—हे कुंतीपुत्रा युधिष्ठिरा, तूं आपल्या अमात्यांसहवर्तमान ह्या स्थळीं प्राप्त झालास, हें खचित भाग्य होय! भगवान् सहस्रकिरण दिनकर आतां उत्तरेकडे माघारा वळला आहे. बाबारे, मी ह्या शरपंजरीं शयन केल्यास आज अठ्ठावन रात्री झाल्या; पण तीक्ष्ण अग्रांच्या शरांवर मला इतका काळ पडून रहावें लागल्यामुळे जणूं काय मला हें वर्षशतच वाटलें! युधिष्ठिरा, हा माघ चांद्रमास प्राप्त झाला आहे; आणि सध्या शुक्लपक्ष चालला असून माझ्या मतें ह्या महिन्याचा चौथा भाग संपला आहे. म्हणजे आज माघशुक्ल अष्टमी आहे. राजा जनमेजया, ह्याप्रमाणें गंगापुत्र भीष्मानें धर्मपुत्र युधिष्ठिराला म्हटलें आणि नंतर त्यानें धृतराष्ट्राचा निरोप घेतांना त्याला उद्देशून भाषण केलें.

भीष्म म्हणालाः—राजा धृतराष्ट्रा, तुला सर्व धर्म विदित आहेत, नानाविध विषयांतील सर्व शंका तूं फेडून घेतल्या आहेस, तूं अतिशय बहुश्रुत विद्वान् ब्राह्मणांची सेवा केली आहेस, तुला सर्व वेदशास्त्रें व धर्म अवगत आहेत, आणि तूं चारही वेद संपूर्णपणें शिकला आहेस; ह्यास्तव माझें तुला असें सांगणें आहे कीं, कुरुराजा, तूं आतां शोक करूं नको! बाबारे, जसें भवितव्य होतें तसें झालें; आणि शिवाय कृष्णद्वैपायनांपासून तूं देवरहस्यही ऐकिलें आहेस! मग उगीच शोक कां करितोस? राजा, पंडूचे जे पुत्र ते धर्माप्रमाणें तुझेही पुत्रच होत! ह्यास्तव, गुरुसेवा करण्यांत रममाण असणाऱ्या पंडुपुत्रांचें पालन करणें हा तुझा धर्मच होय; म्हणून तूं त्यांचें पालन कर. बाबारे, धर्मराजाचें मन अत्यंत निर्मळ आहे, म्हणून तो तुझ्या नित्य आज्ञेंत राहील. राजा, माझी अशी खातरी आहे कीं, तो अतिशय दयाळू असून गुरुजनांविषयीं मोठा कनवाळू आहे; तेव्हां तुला वस्तुतः शोक करण्याचें मुळींच कारण नाहीं! धृतराष्ट्रा, आणखी असें कीं, तुझे पुत्र दुरात्मे असून क्रोध व लोभ ह्यांत परायण होते; ह्यास्तव अनावर मात्सर्यानें अंध होऊन दुराचरण करीत असलेल्या तुझ्या पुत्रांचा नाश झाला; ह्याबद्दल त्वां शोक न करावा हेंच उचित होय!

वैशंपायन सांगतातः—राजा जनमेजया, ह्याप्रमाणें महाज्ञानी धृतराष्ट्र राजाला भीष्मानें म्हटलें व नंतर तो महाबाहु कौरवाधिप भगवान् श्रीकृष्णाशीं बोलूं लागला.

भीष्म म्हणालाः—भगवन् कृष्णा, तूं देवाधिदेवांचाही देव होस. सुर व असुर

तुला नमस्कार करितात. हे शंखचक्रगदाधरा त्रिविक्रमा, माझा तुला नमस्कार असो! भगवंता, तूंच वासुदेव व हिरण्यात्मा आहेस. पुरुष व सविता (सूर्य) तूंच. हें सर्व विराटस्वरूप तुझेंच आहे. सर्व प्राण्यांचा अंतरात्मा तूंच. सर्व स्थावरजंगम विश्वामध्यें तुझेंच रूप अनुगत आहे. सर्वव्यापक परब्रह्मरूप तूंच होस. व खरा खरा शाश्वत असा तूं एकटाच आहेस; ह्यास्तव, हे पुंडरीकाक्षा पुरुषोत्तमा, तूं नित्य माझें रक्षण कर. हे वैकुंठा पुरुषोत्तमा, तूं आतां मला हा लोक सोडून जाण्यासाठीं आज्ञा दे. कृष्णा, तूं पांडवांचें पालन कर; ह्यांचा महान् आश्रय तूंच आहेस! देवा, मीं त्या वेळीं दुष्ट व मूर्ख अशा त्या दुर्योधनाला पुष्कळ सांगून पाहिलें कीं, बाबारे, जेथें कृष्ण असेल तेथेंच जय व्हावयाचा, आणि जेथें धर्म असेल तेथेंच जय व्हावयाचा; असा सिद्धांत होय; परंतु तें माझें सांगणें सर्व व्यर्थ गेलें रे! कृष्णा, मीं त्यास आणखी असा आग्रह केला कीं, बाळा दुर्योधना, महापवित्र वासुदेवाला मध्यस्थ करून तूं पांडवांशीं साम कर; संधि करण्याचा हा उत्कृष्ट समय व्यर्थ दवडूं नको! पण कृष्णा, त्या मतिमंदानें माझें मुळींच ऐकिलें नाहीं आणि सर्व पृथ्वीचा घात करून शेवटीं आपणही मृत्युमुखीं पडला! भगवंता कृष्णा, मीं तुझें सत्य स्वरूप ओळखिलें आहे; पुराणऋषिसत्तम जो नारायण तो तूंच होस; देवा, तूंच नरासहवर्तमान बदरिकाश्रमीं बहुत कालपर्यंत तपश्चर्या केलीस! कृष्णा, मला नारदानें व महातपस्वी व्यासानें सांगितलें आहे कीं, तूं व अर्जुन हे तुम्ही दोघे ते नरनारायणच ह्या मानवलोकीं जन्मलां आहां! ह्यास्तव, हे कृष्णा, तूं मला आतां अनुज्ञा दे. म्हणजे मी आपलें हें कलेवर येथें टाकून तुझ्या आज्ञेनें श्रेष्ठ लोकांस गमन करीन.

वासुदेव म्हणालाः—पार्थिवा भीष्मा, मी तुला आज्ञा देतों; आतां तूं वसूंप्रत जा. हे महाद्युतिमंता, ह्या लोकीं तुझ्या हातून यत्किंचित् सुद्धां पाप घडलें नाहीं. तूं महान् पितृभक्त, जणूं काय दुसरा मार्कंडेयच आहेस! आणि ह्यामुळेंच मृत्यु हा मोठ्या नम्रपणानें सेवकासारखा तुझ्या आधीन झालेला आहे!

वैशंपायन सांगतातः—राजा जनमेजया, ह्याप्रमाणें भगवान् कृष्णाचें भाषण झाल्यावर तो गंगापुत्र भीष्म धृतराष्ट्र, युधिष्ठिरादिक पांडव व त्यांचे सर्व आप्तसुहृद् ह्यांस पुनः म्हणाला कीं, 'वीरहो, मी देहत्याग करूं इच्छितों. तर तुम्ही सर्व मला अनुमोदन द्या! बाबांनो, तुम्ही सत्याचें पालन करण्याविषयीं झटा. कारण सत्य हेंच महान् सामर्थ्य होय! भारतीय वीरहो, तुम्ही सदैव दया धारण करा; इंद्रियांना जिंका; ब्राह्मणांविषयीं पूज्यबुद्धि ठेवा; धर्मशील असा; आणि नित्य तप आचरा!' राजा जनमेजया, बुद्धिमान् भीष्मानें ह्याप्रमाणें म्हटलें आणि तो सर्व आप्तसुहृदांना आलिंगन देऊन नंतर फिरून युधिष्ठिराला म्हणाला:---हे जनाधिपा, तूं नित्य ब्राह्मणांची व त्यांतही विशेषेंकरून ज्ञात्या ब्राह्मणांची, आचार्यांची व ऋत्विजांची अवश्य पूजा करीत जा!

अध्याय एकशें अडुसष्टावा.

--:०:--

भीष्माला मोक्ष.

वैशंपायन सांगतातः—शत्रुसंहारका जनमेजया, ह्याप्रमाणें शंतनुपुत्र भीष्मानें सर्व कौरवांना म्हटलें आणि मग तो क्षणभर निमूट बसला. नंतर आधारादिक धारणास्थानीं त्यानें यथाक्रम प्राणांचें निरोधन केलें; त्या महात्म्यानें ते उत्तम प्रकारेंकरून निरुद्ध केलेले प्राण मूलाधारांतून स्वाधिष्ठानीं, तेथून मणिपुरस्थानीं,

तेथून अनाहतीं, तेथून विशुद्धिस्थानीं व तेथून आज्ञेप्रत, अशा क्रमानें मनासहित वरतीं वरतीं आणिले; आणि अखेरीस ते ब्रह्मरंध्राचा भेद करून अंतरिक्षांत चालते झाले ! राजा, नंतर त्या ठिकाणीं भगवान् व्यासादिक जे ऋषि बसले होते त्या सर्वांना व त्याप्रमाणेंच तेथें जे दुसरे महात्मे आले होते त्यांना असा अपूर्व चमत्कार दिसला कीं, त्या महायोगी शांतनवानें जसजसा ज्या ज्या गात्राचा त्याग केला तसतसें तें तें गात्र आंत रुतलेल्या शराला धारण करण्यास असमर्थ झालें आणि भराभर सर्व शर खालीं पडून प्रेक्षकांच्या दृष्टीसमोर भीष्माचें तें सर्व कलेवर विशल्य झालें ! राजा जनमेजया, तो चमत्कार पाहून भगवान् व्यासादिक सर्व ऋषि व वासुदेवादिक सर्व भारतीय वीर विस्मित झाले; आणि भीष्मानें सर्व स्थानांच्या ठिकाणीं जो आत्मा कोंडून ठेविला होता तो ब्रह्मरंध्राचा भेद करून अंतरिक्षांत निघून गेला ! राजा जनमेजया, तेव्हां देवांनीं दुंदुभि वाजविल्या व अंतरिक्षांतून पुष्पांची वृष्टि झाली ! आणि सिद्धांनीं व ब्रह्मर्षींनीं मोठ्या हर्षानें 'वाहवा! वाहवा!' असे उद्गार काढिले ! राजा जनमेजया, त्या समयीं भीष्माच्या मूर्धप्रदेशांतून महान् उल्केप्रमाणें जी ज्योति बाहेर पडली ती आकाशांत घुसून क्षणांत गुप्त झाली आणि अशा रीतीनें भारतीय वीरशिरोमणि भीष्म हा मृत्युलोक सोडून कालाशीं संगत झाला ! राजा जनमेजया, नंतर महात्मे पांडव, विदुर व युयुत्सु ह्यांनीं काष्ठें व अनेक प्रकारचीं विपुल सुगंधि द्रव्यें यांची चिता तयार केली आणि बाकीची मंडळी समीपभागीं कुरुराज भीष्माकडे अवलोकन करीत राहिली ! राजा, नंतर युधिष्ठिर व महामति विदुर ह्या उभयतांनीं गांगेयाला चितेवर ठेवून त्याला रेशमी वस्त्रांनीं व पुष्पमालांनीं झांकलें; नंतर युयुत्सूनें त्याजवर उत्तम छत्र धरिलें; भीम व अर्जुन ह्या उभयतांनीं शुभ्र चौऱ्या ढाळण्यास आरंभ केला; नकुल व सहदेव हे दोघे मंदिल धरून उभे राहिले; कौरवेश्वराच्या स्त्रिया कुरुकुलदीपक भीष्माच्या सभोंवतीं उभ्या राहून त्याला ताडाच्या पंख्यांनीं वारा घालूं लागल्या; आणि नंतर त्या महात्म्याचा पितृमेध यथाविधि करण्यांत आला ! राजा, त्या समयीं अग्नींत बहुत हवन झालें; सामगायकांनीं सामें गाइलीं; आणि मग चंदनाच्या व कालीयकांच्या (कृष्णागुरूच्या) काष्ठांनीं व त्याप्रमाणेंच कालागुरु वगैरे उंच निंच सुगंधि पदार्थांनीं गांगेयाचा देह आच्छादित करून युधिष्ठिरादिकांनीं त्यास अग्नि दिला ! राजा जनमेजया, नंतर धृतराष्ट्रादिक सर्वांनीं चितेला अपसव्य प्रदक्षिणा घातली आणि ह्या प्रकारें कुरुश्रेष्ठ गंगापुत्राचा अग्निसंस्कार करून ते सर्वजण ऋषींनीं सेवन केलेल्या पवित्र भागीरथीवर गेले ! तिकडे जात असतां भगवान् व्यास, नारद, असित, कृष्ण, भरतस्त्रिया व इतर नगरवासी लोक त्या कुरुश्रेष्ठांच्या मागून गेले आणि मग त्या सर्वांनीं त्या महात्म्या गांगेयाला तिलांजलि दिली. राजा जनमेजया, ह्याप्रमाणें त्या सर्व महान् महान् क्षत्रियांनीं व इतर पुरवासी जनांनीं गंगापुत्र भीष्माला यथाविधि उदक अर्पण केलें असतां भागीरथी देवी उदकांतून वर आली व ती शोकविव्हल होत्साती आक्रोश करीत तेथें कौरवांना म्हणाली:—हे अनघांनो, माझ्या पुत्राच्या संबंधानें जो इतिहास घडलेला मीं तुम्हांस कथन करितें तो श्रवण करा. अहो, ज्या माझ्या पुत्राच्या ठिकाणीं उत्कृष्ट राजवृत्त वसत होतें, उत्तम ज्ञानानें जो संपन्न होता, ज्याचें जन्म सत्कुलांत झालें होतें, महान् महान् कुरुवीरांचा ज्यानें लौकिक वाढ-

विला, पित्याचा जो परम भक्त होता, व्रतादिक करण्यांत जो महासमर्थ होता, प्रत्यक्ष जमदग्निपुत्र रामालाही पूर्वी ज्याचा पराभव करितां आला नाहीं, ज्याला दिव्य अस्त्रें प्राप्त झालेलीं होतीं, आणि ज्याच्या ठायीं महान् पराक्रम विलसत होता, असा तो माझा पुत्र भीष्म शिखंडीच्या हस्तें आज वधिला जावा काय ? पार्थिवहो, खचित माझें हृदय पाषाणाचेंच आहे ! कारण, माझा प्रिय पुत्र मला सोडून गेला असतांही आज तें विदीर्ण न होतां जसेंचें तसेंच राहिलें आहे ! अहो, माझ्या पुत्राचा प्रताप काय वर्णावा ! काशीपुरीमध्यें स्वयंवराच्या समयीं सर्व क्षत्रियवीर एकत्र होऊन ह्याच्यावर चालून आले असतां रथारूढ असलेल्या ह्या एकट्या वीरपुंगवानें कन्यांचें हरण केलें ! ह्याच्याप्रमाणें बलवान् योद्धा सर्व पृथ्वीवर एकही नाहीं ! आणि असें असतांही ह्या माझ्या पुत्राला यःकश्चित् शिखंडीनें वधिलें हें ऐकून माझें हृदय फुटलें नाहीं, ह्यास म्हणावें तरी काय ! अहो, कुरुक्षेत्रांत समरभूमीवर ज्या महात्म्यानें जामदग्न्याला सहज जेरीस आणिलें त्याला आज शिखंडीच्या हस्तें मृत्यु यावा काय !

असो; राजा जनमेजया, ह्याप्रमाणें महानदी गंगा बहुत विलाप करीत असतां तिचें महासमर्थ दामोदरानें सांत्वन केलें. त्या समयीं तो गंगेला म्हणालाः—भद्रे, शोक आवरून धर, रडूं नको ! हे शुभदर्शने, तो तुझा पुत्र दिव्य लोकाला गेला, ह्यांत संदेह नाहीं ! हे शोभने, हा मूळचा महातेजस्वी देव वसुच असून केवळ शापामुळें मानवयोनींत जन्म पावला होता; ह्यास्तव तूं ह्याजबद्दल शोक न करावा, हेंच विहित होय ! हे कल्याणि, ह्या तुझ्या पुत्रानें क्षत्रियांच्या धर्मास अनुसरून रणांगणांत घोर युद्ध केलें; परंतु त्यांत तो धनंजयाच्या हस्तें पतन पावला ! देवि, शिखंडीनें त्याला वधिलें नाहीं ! हे भद्रे, भीष्माचा प्रताप कांहीं सामान्य नव्हता. महान् युद्धांत तो कुरुशार्दूल एकदां धनुष्याला बाण जोडून पुढें सरला असतां प्रत्यक्ष शतक्रतु इंद्रही त्याला संग्रामांत वधण्यास समर्थ झाला नसता, मग इतर वीरांची ती कथा काय ! ह्यास्तव, गंगे, तुझा पुत्र स्वतःच्या इच्छेनेंच स्वर्गास गेला ! फार कशाला, सर्व देवतांनाही रणांत त्याला वधण्याचें सामर्थ्य नव्हतें ! ह्यासाठीं, हे सरिद्वरे, तूं आपल्या पुत्राविषयीं अगदीं शोक करूं नकोस ! देवि, हा तुझा पुत्र पुनः वसुलोकीं गेला; ह्यास्तव आतां तूं सर्व खेद टाकून चित्त शांत ठेव !

वैशंपायन सांगतातः—राजा जनमेजया, ह्याप्रमाणें त्या महानदीला भगवान् कृष्णानें व त्याप्रमाणेंच भगवान् व्यासांनीं बोध केला आणि मग ती सर्व शोकाचा त्याग करून पुनः शांत होत्साती उदकांत उतरली ! नंतर, राजा, कृष्णप्रभृति त्या सर्व नरवरांनीं त्या सरितेची पूजा केली व तिची अनुज्ञा घेऊन सर्वजण माघारे वळले !

अनुशासनपर्व समाप्त.

श्रीमन्महाभारत.

आश्वमेधिकपर्व.

अध्याय पहिला.

मंगलाचरण.

ॐ

नारायणं नमस्कृत्य नरं चैव नरोत्तमम् ।
देवीं सरस्वतीं चैव ततो जयमुदीरयेत् ॥

ह्या अखिल ब्रह्मांडांतील यच्चयावत् स्थावरजंगम पदार्थांच्या ठिकाणीं चिदाभासरूपानें प्रत्ययास येणारा जो नरसंज्ञक जीवात्मा, नरसंज्ञक जीवात्म्यास सदासर्वकाळ आश्रय देणारा जो नारायण नामक कारणात्मा, आणि नरनारायणात्मक कार्यकारणसृष्टीहून पृथक् व श्रेष्ठ असा जो नरोत्तमसंज्ञक सच्चिदानंदरूप परमात्मा, त्या सर्वांस मी अभिवंदन करितों; तसेंच, नर, नारायण व नरोत्तम ह्या तीन तत्त्वांचें यथार्थ ज्ञान करून देणारी देवी जी सरस्वती, तिलाही मी अभिवंदन करितों; आणि त्या परमकारुणिक जगन्मातेनें लोकहित करण्याविषयीं माझ्या अंतःकरणांत जी स्फूर्ति उत्पन्न केली आहे, तिच्या साहाय्यानें ह्या भवबंधविमोचक जय म्हणजे महाभारत ग्रंथाच्या आश्वमेधिकपर्वास आरंभ करितों. प्रत्येक धर्मशील पुरुषानें पुरुषार्थप्रतिपादक अशा शास्त्राचें विवेचन करितांना प्रथम नर, नारायण आणि नरोत्तम ह्या भगवन्मूर्तींचें ध्यान करून नंतर प्रतिपाद्य विषयाचें निरूपण करण्यास प्रवृत्त व्हावें हें सर्वथैव इष्ट होय.

धृतराष्ट्रकृत युधिष्ठिरसांत्वन.

वैशंपायन सांगतातः—जनमेजया, धृतराष्ट्र राजानें भीष्मांस उदकांजलि दिल्यानंतर त्यास पुढें करून महाबाहु युधिष्ठिर नदी उतरला. या वेळीं त्याचीं सर्व इंद्रियें विकल झालीं होतीं, व डोळे पाण्यानें भरून आले होते. नदी उतरून अलीकडे येतांच त्यानें व्याधानें विद्ध केलेल्या गजाप्रमाणें गंगेच्या तीरावर अंग टाकलें! परंतु तो पडत आहे असें पाहातांच श्रीकृष्णानें भीमास खुणावल्यामुळें त्यानें त्यास पडतां पडतां सावरलें. तेव्हां परबलमर्दक श्रीकृष्ण त्याला ह्मणाला, ' छेछे, धर्मा, असें

करूं नको.' जनमेजया, धर्मपुत्र युधिष्ठिर व्याकूळ होऊन भूमीवर पडला, व वरचेवर उसासे टाकूं लागला, तेव्हां राजे स्तब्ध होऊन त्याकडे पहात राहिले! याप्रमाणें तो नरेश्वर अगदीं मनानें दीन झाला असून त्याचें धैर्य अगदीं गळून गेलें आहे, असें पाहातांच पांडव शोकाविष्ट होऊन त्यासभोंवतीं येऊन बसले. तेव्हां, महाबुद्धिमान् प्रज्ञाचक्षु धृतराष्ट्र राजा पुत्रशोकानें अतिशय पीडित झाला होता तरी युधिष्ठिराला असें म्हणाला, 'हे कुरुशार्दूला, ऊठ व पुढील कार्याला लाग. धर्मा, तूं ही पृथ्वी क्षात्रधर्मानें जिंकिली आहेस; तेव्हां आतां भ्राते व सुहृज्जन यांसह आपल्या इच्छेप्रमाणें सुखोपभोग घे. हे धर्मशीलाग्रणे, तुला शोक करावयास मला कांहींच कारण दिसत नाहीं. शोक करावयास कारण आहे मला व गांधारीला! कां कीं, आमचे शंभर पुत्र स्वप्नलब्ध धनाप्रमाणें नाश पावले. अरेरे! माझ्या हिताची इच्छा धरणारा तो महाथोर विदुर! त्याचीं तीं अर्थपूर्ण भाषणें मीं ऐकिलीं नाहींत, यामुळेंच मज दुर्मतीला आज दुःख भोगावें लागत आहे. दिव्यचक्षु धर्मात्मा विदुर मला असें म्हणाला होता कीं, "दुर्योधनाच्या अपराधानें तुझ्या कुळाची पार राखरांगोळी होईल! राजा, आपल्या कुळाचें जर तूं कल्याण इच्छीत असशील, तर माझ्या सांगण्याप्रमाणें वाग. ह्या दुरात्म्या व मूर्ख दुर्योधनाला आधीं मारून टाक. तें न घडेल तर शकुनि आणि कर्ण यांचें तरी त्यास दर्शन घडूं देऊं नको. निदान ते जुगाराचा अड्डा घालतील त्याचें तरी दक्षतेनें निवारण कर. धर्मशील युधिष्ठिर राजास राज्याभिषेक कर. तो जितेंद्रिय असल्यामुळें ह्या पृथ्वीचें यथायोग्य प्रकारें पालन करील. अथवा, कुंतीचा पुत्र युधिष्ठिर राजा व्हावा हें जर तुला बरें वाटत नसेल, तर, राजा, तूंच स्वतः आपलेवर भार घेऊन राज्य चालीव; आणि, हे नराधिपा, सर्व भूतांचे ठिकाणीं समबुद्धीनें वागणाऱ्या तुजकडून सर्व भाऊबंद व ज्ञातिबांधव यांचें उपजीवन चालूं दे."

"युधिष्ठिरा, दूरदर्शी विदुर असें सांगत असतां मी मूर्ख पापी दुर्योधनाच्या अनुरोधानें वागलों! त्या गंभीराचीं तीं मधुर भाषणें मीं ऐकिलीं नाहींत. त्याचें फळ—हें महद्दुःख प्राप्त होऊन मी शोकसागरांत बुडून गेलों आहें! राजा, आम्ही दोघे तुझे वृद्ध पितर सांप्रत किती दुःखित झालों आहों पहा! परंतु हे जनाधिपा, तुला शोक करण्याचें कांहींच कारण मला दिसत नाहीं!"

अध्याय दुसरा.

—:०:—

युधिष्ठिरसांत्वन.

वैशंपायन सांगतातः—धीमान् धृतराष्ट्र राजानें असें भाषण केलें असतां बुद्धिमान् युधिष्ठिर स्तब्ध राहिला. मग कृष्ण त्यास म्हणाला, "हे जनाधिपा, परलोकवासी वाडवडिलांसाठीं जो मनांत अतिशय शोक करतो, तो आपल्या त्या पितरांस अतिशय दुःख मात्र देतो. ह्यास्तव दुःख सोडून देऊन विपुल-दक्षिणायुक्त असे नानाप्रकारचे पुष्कळ यज्ञ कर; सोमानें देवांचें तर्पण कर; स्वधेनें पितरांस संतोष दे; अन्नपानानें अतिथींस संतुष्ट कर; आणि हीनदीन जनांस इच्छित पदार्थ देऊन त्यांचेंही समाधान कर. मनुष्यजन्मीं जें कांहीं जाणावयाचें म्हणून आहे तें तूं जाणिलें आहेस; जें कर्तव्य आहे तेंही केलें आहेस; आणि भागीरथीपुत्र भीष्मापासून, कृष्णद्वैपायनापासून, नारदापासून आणि विदुरापासून तूं राजधर्मही श्रवण केले आहेस. तेव्हां मूढ जनांस उचित अशा ह्या वृत्तीनें वागणें तुला योग्य नाहीं.

आपल्या वाडवडिलांच्या वर्तनाचा कित्ता गिरवून राज्यशकट हांक. क्षत्रियानें स्वतःच्या यशोबलानें स्वर्ग मिळवावा, हें निःसंशय युक्त होय. या ठिकाणीं तर सर्व वीरांपैकीं कोणीही पराङ्मुख मरण पावला नाहीं! अर्थात् ते सर्वजण स्वर्गासच पोहोंचले आहेत. यास्तव, हे महाराजा, शोक सोडून दे. जें झालें तें तसेंच भवितव्य होतें. आतां या रणांत जे मृत झाले ते तुला पुनः दिसणें शक्य नाहीं!" राजा, धर्मराजास इतकें सांगून महातेजस्वी गोविंद थांबला. मग त्यास युधिष्ठिरानें उत्तर दिलें.

युधिष्ठिर म्हणाला:—हे गोविंदा, तुझें मजवर किती प्रेम आहे हें मी जाणतों. मित्रत्व आणि प्रेम यांमुळें तूं मजवर नित्य दया करीत असतोस. हे चक्रगदाधरा यादवनंदना, हे श्रीमन्, तूं संतोषानें अगदीं मनापासून मला तपोवनास जाण्यास आज्ञा देशील तर तूं माझें अत्यंत मोठें प्रिय केलेंस असें होईल. पितामह भीष्मांस व संग्रामांतून पलायन न करणाऱ्या पुरुषश्रेष्ठ कर्णास मारवून आतां मला बिलकूल शांति होत नाहीं. यास्तव, हे अरिंदमा, या क्रूर कर्मामुळें मला जें पातक लागलें आहे त्यापासून माझी मुक्तता होईल, आणि माझ्या मनाची शुद्धि घडेल, असें कर्म तूं आतां कर.

जनमेजया, धर्मराजाचें हें भाषण ऐकून अत्यंत तेजस्वी व धर्मज्ञ व्यासांनीं त्या पृथापुत्राचें सांत्वन करीत असें अर्थपूर्ण व सुंदर भाषण केलें, "बाबारे, तुझी बुद्धि अजून थाऱ्यावर आलेली नाहीं. वत्सा, आम्हीं तुला वारंवार कंठशोष करून सांगत आहों तरी पुनः तूं मोह पावतोस हें काय? अरे, ज्यांची उपजीविका युद्धावरच अवलंबून असते त्या क्षत्रियांचे धर्म तुला माहीत आहेतच. त्याप्रमाणें जो नृपति आपलें कर्तव्य करितो, त्याला शोक होण्याचें कांहीं कारण नाहीं. तूं संपूर्ण मोक्षधर्मही यथार्थपणें श्रवण केले आहेस; आणि तुझे वासनाजन्य संदेह मीं वारंवार छेदिले आहेत; परंतु तूं त्यावर योग्य श्रद्धा न ठेविल्यामुळें व तुझी बुद्धिही हेकड व मंद असल्यामुळें तूं तें निःसंशय साफ विसरला आहेस. पण, हे निष्पापा, असें करूं नको. तुझे ठिकाणीं हें अशा प्रकारचें अज्ञान असणें योग्य नव्हे. सर्व प्रायश्चित्तें तुला विदित आहेत; आणि संपूर्ण राजधर्म व दानधर्मही तूं श्रवण केले आहेस. मग सर्व धर्मज्ञ व सर्ववेदविशारद असतांही, हे भारता, तूं पुनः अज्ञ पुरुषाप्रमाणें मोह पावतोस हें काय?"

अध्याय तिसरा.

—:०:—

व्यासयुधिष्ठिरसंवाद.

व्यास म्हणाले:—युधिष्ठिरा, तुझी बुद्धि (समजूत) बरोबर नाहीं असें माझें मत आहे. कोणीही मनुष्य केवळ स्वसामर्थ्यानें कांहींएक क्रिया करीत नाहीं; तर ईश्वराकडून प्रेरणा झाल्यामुळेंच पुरुष बरें अथवा वाईट कर्म करितो. अशी जर वस्तुस्थिति आहे, तर मग शोक कशाबद्दल करावयाचा? बरें, तूं आपणास अंतःकरणपूर्वक पापकर्मी म्हणून मानीत आहेस, तर, हे भारता, पाप कसें कमी करतां येईल तें श्रवण कर. युधिष्ठिरा, पाप करणारे पुरुष तप, यज्ञ व दान ह्यांच्या योगानें नित्य त्या पापापासून मुक्त होऊन जातात. राजा, कितीही वाईट कृत्यें करणारे मनुष्य असोत, ते तप, यज्ञ व दान यांच्या योगानें पुनीत होतात. मोठमोठे सुर व असुरही पुण्यप्राप्तीस्तव यज्ञाचा खटाटोप करतात, यास्तव यज्ञ हे श्रेष्ठ होत. महात्मे देव यज्ञांच्या योगेंच श्रेष्ठ झाले व यज्ञ केल्यानंतरच त्या क्रियावंतांनीं दानवांचा पराभव केला. तेव्हां,

युधिष्ठिरा, तूं राजसूय व अश्वमेध यांची सिद्धता कर; त्याचप्रमाणें, हे भारता, सर्वमेध व नरमेध यांचीही तयारी कर. प्रथम तूं दाशरथि रामचंद्राप्रमाणें, किंवा तुझा पूर्वज जो दुष्यंत व शकुंतला यांचा पुत्र महावीर्यशाली भरत राजा त्याप्रमाणें उत्तम दक्षिणा देऊन आणि बहुत इष्टवस्तु, अन्न व द्रव्य खर्चून विधिपूर्वक अश्वमेधच कर.

युधिष्ठिर म्हणालाः—अश्वमेध हा निःसंशय सर्व पृथ्वीसही पावन करील. परंतु याविषयीं सांप्रत माझें म्हणणें काय आहे, तें आपण ऐकून घ्यावें. हे द्विजोत्तमा, हा अति मोठा ज्ञातिवध करून त्यांतून निर्मुक्त होण्यास अल्पस्वल्प दान करणें मला मुळींच योग्य वाटत नाहीं; आणि पुष्कळ दानधर्म करावा तर तसें करण्याइतकें मजजवळ द्रव्य नाहीं ! त्याचप्रमाणें, ज्यांच्या वडिलांचा वध झाल्यामुळें झालेल्या जखमाही अजून वाळल्या नाहींत, त्या दीन व विपद्ग्रस्त अशा सद्यःकालीन नृपकिशोरांजवळ या वेळीं द्रव्य मागण्याला मला मुळींच हुरूप वाटत नाहीं. हे द्विजसत्तमा, स्वतः सर्व पृथ्वीचा विनाश करूनसवरून आतां शोकाकुल झालेल्या म्यां यज्ञार्थ कसा करभार गोळा करावा बरें ? हे मुनिसत्तमा, दुर्योधनाच्या अपराधामुळें पृथ्वीवरील इतर जन व पृथ्वीपति राजे हे आम्हांस दुष्कीर्तीचे खड्ड्यांत ढकलून प्रनष्ट झाले ! दुर्योधनानें द्रव्यार्थ पृथ्वी शोषून घेतली; आणि त्या दुष्टात्म्याचा तो सर्व खजिनाही या युद्धाचे पायीं खलास झाला ! त्यांतून अश्वमेध काय थोड्या थोडक्यांत होण्याजोगा आहे का ? या यज्ञांत पृथ्वी दक्षिणा द्यावी हा मुख्य पक्ष सांगितलेला आहे. या पक्षाचा विकल्प जरी ग्राह्य धरलेला आहे तरी तें गौणच होय. हे तपोधना, या संबंधांत मी कांहीं विकल्प करूं इच्छीत नाहीं. अशा स्थितींत, हे भगवन्, यज्ञ कसा करावयाचा याविषयीं आपण मला कांहीं तरी उपाय सांगा.

याप्रमाणें युधिष्ठिर म्हणाला, तेव्हां कृष्णद्वैपायन व्यासांनीं मुहूर्तमात्र विचार करून त्यास उत्तर दिलें, " हा रिता झालेला कोशही परिपूर्ण होईल. पार्था, महात्म्या मरुत्ताच्या यज्ञांत ब्राह्मणांनीं अधिक झाल्यामुळें टाकलेलें द्रव्य हिमालय पर्वतावर पडलेलें आहे, तें आण; तें तुला पुरे होईल. "

युधिष्ठिर विचारितोः—मरुत्ताच्या यज्ञांत तें इतकें द्रव्य कसें जमा झालें ? आणि त्याचप्रमाणें, हे विद्वच्छ्रेष्ठ, तो राजा कोणत्या कालीं होऊन गेला बरें ?

व्यास सांगतातः—पार्था, जर त्या कारंधमपुत्राचें वृत्त ऐकण्याची तुझी इच्छा असेल, तर तो महावीर्यशाली द्रव्यवान् राजा कधीं होऊन गेला तें सांगतों, ऐक.

अध्याय चौथा.

—:०:—

मरुत्ताख्यान.

युधिष्ठिर म्हणालाः—हे धर्मज्ञा, त्या राजर्षि मरुत्ताची हकीकत श्रवण करण्याची माझी इच्छा आहे. यास्तव, हे अनघा द्वैपायना, आपण मला ती कथा सांगावी.

व्यास सांगतातः—वत्सा, कृतयुगांत मनु हा दंडधारी राजा होता. त्याचा पुत्र महाबलाढ्य असून तो प्रसंधि या नांवानें विख्यात होता. या प्रसंधीला क्षुप नांवानें प्रसिद्ध असलेला पुत्र होता. या क्षुपाचा पुत्र इक्ष्वाकु हा पृथ्वीपति राजा होऊन गेला. राजा, या इक्ष्वाकूला शंभर पुत्र असून ते परमधार्मिक होते. इक्ष्वाकूनें त्या सर्वांस पृथ्वीचे विभाग देऊन पृथ्वीपति केलें. त्या शंभरांत वडील पुत्र विंश हा धनुर्धरांत केवळ अप्रतिम होता.

विंशाचा पुत्र विविंश हाही फार चांगला होता. राजा, या विविंशाला पंधरा पुत्र झाले. ते सर्वजण धनुष्याचे कामांत निष्णात, ब्राह्मणप्रिय, सत्यवादी, दानधर्मशील, शांत व सतत प्रियभाषण करणारे असे होते. परंतु त्यांत वडील खनीनेत्र म्हणून होता, त्यानें त्या सर्वांस अतिशय पीडा दिली. त्या पराक्रमी खनीनेत्रानें निष्कंटक राज्य जिंकिलें, परंतु तें त्यास रक्षण करतां आलें नाहीं. प्रजा त्यावर अनुरक्त झाल्या नाहींत; आणि त्यांनीं त्यास पदच्युत करून त्याचे जागीं त्याचा पुत्र सुवर्चा यास अभिषेक केला, तेव्हां त्यांस संतोष झाला. आपल्या पित्याची वाईट वर्तणूक व तिचा परिणाम राज्यच्युति या दोन्ही गोष्टी सुवर्चाचे समोर असल्यामुळें तो प्रजेचे हिताविषयीं तत्पर व दक्ष असा राहिला. शिवाय तो ब्राह्मणप्रिय, सत्यवादी, शुचिर्भूत व शमदमयुक्त असा होता. त्या धर्मशील व उदार मनाच्या राजावर प्रजाही अनुरक्त असत. पुढें दानधर्माचे पायीं त्या राजाचा कोश अगदीं रिकामा झाला; आणि अशा वेळीं त्यास मांडलिक राजांनीं चोहोंकडून अतिशय पीडा दिली. या वेळीं त्याच्याजवळ खजिना, घोडे, वाहनें वगैरे कांहींएक शिल्लक नव्हतें; आणि अनेक शत्रु त्रास देऊं लागले तेव्हां तो राजा, त्याचे नोकर व नगर पराकाष्ठेच्या संकटांत पडलें. परंतु सैन्याचा क्षय झाला असतांही त्या शत्रूंस या राजास ठार करतां आलें नाहीं. कारण, युधिष्ठिरा, तो उत्तम आचरणाचा व नित्य धर्मानें वागणारा होता. पुढें जेव्हां तो नगरासहवर्तमान महासंकटांत सांपडला तेव्हां त्यानें टाळी वाजविली असतां त्यापासून तेथें सैन्य उत्पन्न झालें! आणि मग त्यानें त्या वेढा देऊन बसलेल्या सर्व राजांस जिंकिलें. असो; राजा, या कारणास्तव त्या राजास 'करंधम' असें नांव पडलें. त्याचा पुत्र कारंधम हा त्रेतायुगाचे आरंभीं होऊन गेला. तो साक्षात् इंद्राच्या तोडीचा असून मोठा तेजःपुंज व देवांसही हार न जाणारा असा होता. सर्व राजे तेव्हां त्याचे आज्ञांकित असत; आणि वर्तन व सामर्थ्य यांच्या योगानें तो त्यांचा सार्वभौम झाला होता. एकंदरींत तो धर्मात्मा अविक्षित् नामक राजा शौर्यानें इंद्राच्या तोडीचा, यज्ञशील, धर्मावर प्रेम ठेवणारा, धैर्यशाली व जितेंद्रिय असा होता. तो तेजानें सूर्यासारखा, क्षमेनें पृथ्वीसारखा, बुद्धीनें बृहस्पतीसमान आणि धैर्यानें हिमालयासारखा होता. कर्म, मन, वाणी, दम व प्रशम यांच्या योगानें त्या राजानें प्रजांचीं अंतःकरणें संतुष्ट ठेविलीं होतीं. त्यानें शंभर अश्वमेध यथासांग केले व स्वतः विद्वान् बृहस्पतीनें त्याचें याजन केलें! या अविक्षिताचा पुत्र मरुत्त यानें तर गुणवत्तेनें बापासही मागें सारिलें! तो धर्मज्ञ, महायशस्वी व चक्रवर्ती राजा होता. त्यास अयुत नागांचें बळ होतें आणि तो साक्षात् दुसरा विष्णुच होता. तो धर्मात्मा यज्ञ करूं लागला तेव्हां त्यानें हिमालयाच्या उत्तर बाजूस मेरुपर्वतावर जाऊन सुवर्णाचीं हजारों चकचकीत भांडीं करविलीं. तेथें सुवर्णाची एक मोठी प्रचंड टेंकडी आहे; त्या ठिकाणीं त्यानें हें कृत्य केलें. मग कुंडें, भांडीं (यज्ञपात्रें) व आसनें सोनारांनीं इतकीं घडविलीं कीं, त्यांची मोजदादही करतां यावयाची नाहीं. तेथें जवळच यज्ञभूमि होती. तेथें त्या धर्मात्म्या पृथ्वीपति मरुत्त राजानें दुसऱ्या सर्व राजांसहवर्तमान विधिपूर्वक यज्ञ केला.

अध्याय पांचवा.

—:०:—

मरुत्ताख्यान.

युधिष्ठिर विचारितोः—हे द्विजश्रेष्ठ, तो

राजा इतका वीर्यशाली कसा झाला आणि त्यास इतकें सुवर्ण कसें प्राप्त झालें? त्याचप्रमाणें, भगवन्, तें द्रव्य सांप्रत कोठें आहे? व हे तपोधना, आम्हांस तें कसें प्राप्त करून घेतां येईल?

व्यास सांगतातः—देव व असुर हे दक्ष प्रजापतीचे पुत्र होत. ते परस्परांची स्पर्धा करूं लागले. त्याचप्रमाणें अंगिरस् मुनींचे दोन पुत्र एक महातेजस्वी बृहस्पति व दुसरा तपोधन संवर्त हेही व्रतनियमांत एकमेकांच्या तोडीचे असून परस्परांची अत्यंत स्पर्धा करीत असत आणि एकमेकांपासून पृथक् रहात. पण बृहस्पति पुनःपुनः संवर्तास पीडा देत असे. शेवटीं, हे भारता, वडील भावाकडून सारखा त्रास होऊं लागल्यामुळें तो संवर्त सर्व अर्थ सोडून देऊन केवळ दिगंबर होत्साता वनवासास निघून गेला. इकडे वासवानेंही सर्व असुरांस पुनः पुनः जिंकून व ठार करून त्रैलोक्याचें इंद्रत्व मिळविलें आणि मग अंगिरसाचा ज्येष्ठ पुत्र जो विप्रवर बृहस्पति त्यास त्यानें पुरोहित केलें. युधिष्ठिरा, पूर्वी अंगिरा मुनि करंधम राजाचें पुरोहितत्व करीत असे. तो करंधम राजा वीर्य, बल व वर्तन यांमध्यें जगांतील सर्व लोकांत अद्वितीय असून शतक्रतूसारखा तेजस्वी, धर्मात्मा व मोठा कडकडीत व्रताचरण करणारा असा होता. त्यानें मनांत आणितांच त्याच्या उच्छ्वासापासून वाहनें, योद्धे, अनेक मित्र, बहुमोल व उत्तमोत्तम शयनें वगैरे सर्व निर्माण होत असत. त्या राजानें आपल्या गुणांनीं इतर सर्व राजांस वश केलें आणि नंतर इष्टकालपर्यंत वांचून तो सदेह स्वर्गास गेला! त्याचा अविक्षित् नामक पुत्र ययातीसारखा धर्मज्ञ होऊन गेला. तो शत्रूंस जिंकणारा असून त्यानें सर्व पृथ्वी स्वाधीन करून घेतली. पराक्रम व गुण यांनीं तो राजा पितृतुल्य होता. त्या अविक्षिताचा मरुत्त नामक पुत्र इंद्राच्या बरोबरीचा व वीर्यशाली होता. समुद्रवलयांकित पृथ्वी त्यावर अनुरक्त असे. तो देवराज इंद्राबरोबर नित्य स्पर्धा करीत असे; आणि, हे पांडुनंदना, इंद्रही मरुत्ताची भारी स्पर्धा करी. तो मरुत्त राजा शुचिर्भूत व गुणवान् असून, इंद्र आपल्याकडून शिकस्त करीत असतांही त्या मरुत्तावर ताण करणें त्याच्या हातून घडेना. तेव्हां त्याहून सरशी करतां न आल्यामुळें त्या हरिवाहनानें देवांच्या सभेस बृहस्पतीस बोलावून आणून असें भाषण केलें, "हे बृहस्पते, माझें प्रिय करावें असें जर तूं इच्छीत असशील, तर तूं मरुत्ताचें दैव किंवा पैत्र्य कर्म मुळींच करूं नको; फक्त माझेंच पौरोहित्य करीत जा. बृहस्पते, मला त्रैलोक्याचें व देवांचें आधिपत्य प्राप्त झालें आहे आणि मरुत्त तर भूमीवरील सामान्य राजा आहे. तेव्हां, ब्रह्मन्, अमर्त्य अशा देवेंद्राचें याजन करून तूं निःशंकपणें मर्त्य मरुत्ताचें याजन कसें करावेंस बरें! तूं पाहिजे तर मला वरूं नको—पृथ्वीपति मरुत्तालाच वर; अथवा मरुत्ताचा सर्वथा त्याग करून एक मला तरी वर. तुझें कल्याण असो. तुझ्या मर्जीस येईल तें कर."

युधिष्ठिरा, देवराज इंद्रानें याप्रमाणें सांगितलें असतां बृहस्पतीनें मुहूर्तमात्र विचार करून त्यास उत्तर दिलें, "देवराजा, तूं भूतांचा अधिपति आहेस; पृथिव्यादि सर्व लोक तुझ्या आधारावर आहेत; तूं नमुचि, विश्वरूप व बल यांस ठार केलेंस. हे वीरा, देवांचें परम ऐश्वर्य त्वां एकट्यानें मिळविलें; आणि, हे बलसूदना, तूं पृथ्वी व स्वर्ग यांचें सदैव पालन करतोस. तेव्हां, हे देवगणेश्वरा, तुझें पौरोहित्य करून मी मर्त्य मरुत्ताचें याजन कसें करीन? हे पाकशासना, तूं निर्धास्त ऐस. मी यज्ञांत मर्त्याची स्रुवा कदापि हातांत धरणार नाहीं!

देवेंद्रा, ही माझी आणखी प्रतिज्ञा ऐक. अग्नि थंड होईल, पृथ्वी पालथी होईल, रविही प्रकाश पाडण्याचें बंद करील, परंतु माझें सत्य चलन पावणार नाहीं!"

वैशंपायन सांगतातः—बृहस्पतीचें हें भाषण ऐकून इंद्राचा मत्सर नाहींसा झाला; आणि मग तो बृहस्पतीची प्रशंसा करून आपल्या मंदिरांत निघून गेला.

अध्याय सहावा.

—:०:—

मरुत्ताख्यान.

व्यास सांगतातः—यापुढें बृहस्पति व धीमान् मरुत्त यांचा संवाद कसा झाला, तो पुरातन इतिहास असा कथन करीत असतात—बृहस्पतीनें देवराज इंद्राशीं करार केला हें ऐकून मरुत्त राजानें एक मोठा यज्ञ करण्याचें योजिलें. याप्रमाणें यज्ञ करण्याचा मनांत संकल्प करून तो वक्तृत्वकुशल करंधमपुत्र बृहस्पतीजवळ जाऊन त्यास म्हणाला, "भगवन्, हे तपोधना, पूर्वीं मी आपल्याकडे आलों होतों तेव्हां आपल्या आज्ञेवरून यज्ञ करण्याचा बेत ठरविला होता. गुरो, सांप्रत मी त्याचें सर्व साहित्य तयार केलें असून आतां तो यज्ञ करावा अशी माझी इच्छा आहे. हे साधो, आपण माझे कुलोपाध्याय आहां; तरी आपण ती सामग्री घेऊन तेवढा माझा यज्ञ करा."

बृहस्पति म्हणालाः—राजा, तुझा यज्ञ करण्याची माझी इच्छा नाहीं. देवराज इंद्रानें आपलें पौरोहित्य मला दिलें आहे, आणि मीं तें पतकरलेंही आहे.

मरुत्त म्हणालाः—आपण माझे कुलपरंपरागत उपाध्याय आहां, आणि मी आपणांस फार पूज्य मानितों. अशा दोन्ही गोष्टींनीं आपण माझें याजन केलें पाहिजे, असें आहे. तर आपली भक्ति करणाऱ्या मज शिष्याचें कार्य आपण पार पाडावें.

बृहस्पति म्हणालाः—मरुत्ता, अमर्त्य अशा देवराजाचें याजन करणारा मी; मी क्षुद्र मानवाचें याजन कसें करूं? तूं जा किंवा जाऊं नको, मीं तर आज मर्त्याचें याजन करावयाचें सोडून दिलें आहे! मी आतां साफ तुझा यज्ञ करणार नाहीं. जो कोणी तुझा यज्ञ करणार असेल अशा कोणासही तूं आपला उपाध्याय कर.

व्यास सांगतातः—याप्रमाणें बृहस्पति बोलला असतां मरुत्त राजा लज्जायमान झाला आणि अत्यंत उद्विग्न होऊन परत येऊं लागला, तों वाटेंत त्यास नारद मुनि भेटले. देवर्षि नारदांची गांठ पडतांच मरुत्तानें त्यांस विधिपूर्वक प्रणाम केला व तो हात जोडून उभा राहिला. तेव्हां नारद त्यास म्हणाले, "राजर्षे, तूं जरा खिन्नसा दिसतोस! हे अनघा, तुझें कुशल आहेना? तूं कोठें गेला होतास? आणि असा उद्विग्न कोठून होऊन आलास? हे राजश्रेष्ठा, जर हें मला ऐकण्यासारखें असेल तर सांग. हे नराधिपा, मी आपली शिकस्त करून तुझा संताप दूर करीन." महर्षि नारद असें म्हणाले, तेव्हां मरुत्तानें उपाध्यायांकडून झालेला अपमान वगैरे सर्व वृत्त त्यांस निवेदन केलें.

मरुत्त म्हणालाः-अंगिरा मुनींचा पुत्र देवाचार्य बृहस्पति याकडे मी यज्ञार्थ ऋत्विज वरण्यासाठीं गेलों होतों, परंतु त्यानें माझें म्हणणें मान्य केलें नाहीं. इतकेंच नव्हे, तर उलट माझा धिक्कार केला! म्हणून आतां हें जिणें नको असें मला झालें आहे. कारण, नारदा, गुरूनें त्याग केल्यामुळें मला मोठें दूषण प्राप्त झालें आहे!

व्यास सांगतातः—याप्रमाणें तो राजा म्हणाला असतां नारदांनीं त्या अविक्षितास जणू संजीवित करणारें प्रत्युत्तर दिलें. नारद

ह्मणाले, ' राजा, अंगिरा मुनींचाच दुसरा पुत्र संवर्त नामक मोठा धार्मिक आहे, तो प्रजांस मोहित करीत दिगंबरस्थितींत सर्व दिशांस संचार करीत असतो. जर बृहस्पति तुझा यज्ञ करूं इच्छीत नसेल, तर तूं त्या संवर्ताकडे जा; तो महातेजस्वी मुनि प्रसन्न झाल्यास तुझा यज्ञ करील.

मरुत्त म्हणालाः—नारदा, आपण या भाषणानें माझ्या शरीरांत नवीन जीव आणिला. परंतु, हे वाक्पटो, संवर्त सांप्रत कोठें आढळेल तें मला सांगा; त्याचप्रमाणें, त्यानें माझा त्याग करूं नये म्हणून मीं त्याशीं कसें वागावें हेंही मला सांगा. त्यानेंही जर माझा धिक्कार केला तर मात्र मला जगण्याची इच्छा नाहीं!

नारद म्हणालेः—तो वाराणसींत महेश्वराचें दर्शन घेण्याच्या हेतूनें वेड्याचें सोंग घेऊन आपल्या लहरीप्रमाणें भटकत जात आहे. तूं त्या नगराचे वेशीपाशीं जाऊन जवळच कोठें तरी एक प्रेत नेऊन ठेव आणि जरा पलीकडे बसून रहा. राजा, त्या प्रेतास पाहून जो मागें परतेल तोच संवर्त होय. तो वीर्यशाली जिकडे जाईल तिकडे तूं त्याचे मागून जा. मग एकांतांत त्याची गांठ घेऊन हात जोडून त्यास शरण रीघ. ' मी अमूक म्हणून तुला कोणीं सांगितलें !' असा जर त्यानें तुला प्रश्न केला, तर नारदानें मला संवर्ताविषयीं माहिती सांगितली म्हणून निःशंकपणें उत्तर दे. आणि जर मला भेटण्याच्या हेतूनें मी कोठें आहें म्हणून त्यानें तुला मजविषयीं प्रश्न केला, तर बेलाशक सांग कीं, मीं अग्निप्रवेश केला !"

व्यास सांगतातः—युधिष्ठिरा, नारदाचें हें भाषण ऐकून मरुत्तानें बरें म्हणून नारदांची पूजा केली; आणि त्यांची अनुज्ञा घेऊन तो राजर्षि वाराणसी नगरीस आला. मग नारदांनीं सांगितल्याप्रमाणें त्या महायशानें नगरीचे वेशीपाशीं एक प्रेत ठेवून दिलें आणि नारदांच्या वाक्याचें स्मरण करीत तो तेथेंच बसला. याच वेळीं तो विप्र (संवर्त) त्या नगरीचे वेशीनें आंत शिरत होता, तो तें प्रेत पाहातांच एकदम मागें परतला. त्याला परत फिरलेला पाहातांच मरुत्त हात जोडून त्याचें शिष्यत्व स्वीकारण्यासाठीं त्याचे मागून चालला. मग तो दूर विजन प्रदेशांत आलेला पाहून संवर्तानें त्यावर थुंकी, धूळ, चिखल, शेंबूड यांचा अगदीं वर्षाव केला; परंतु त्याकडून अशी पीडा होत असतांही तो राजा त्या ऋषीचे मागून हात जोडून त्याची प्रार्थना करीत चाललाच होता. शेवटीं संवर्त थकला आणि मागें वळून एका थंडगार छायेच्या व मोठ्या विस्ताराच्या वटवृक्षाखालीं बसला !

अध्याय सातवा.

—:०:—

मरुत्ताख्यान.

संवर्तानें विचारिलेंः—माझें प्रिय करावें असें जर तूं इच्छीत असशील, तर तूं मला कसें ओळखलेंस, अथवा अमुक मी म्हणून तुला कोणीं सांगितलें, तें खरें खरें सांग. तूं खरें बोललास तर तुझे सर्व मनोरथ पूर्ण होतील आणि खोटें बोललास तर तुझ्या मस्तकाचे शेंकडों तुकडे होतील !

मरुत्त म्हणालाः— नारद रस्त्यानें जात असतां त्यांनीं मला आपण माझ्या गुरूचे पुत्र आहां म्हणून सांगितलें, त्यामुळें माझे मनांत आपणाविषयीं अत्यंत प्रेम उद्भवलें.

संवर्त म्हणालाः—तूं म्हणतोस तें खरें आहे. कपटवेषानें रहाणाऱ्या मला तो जाणतो. बरें तें असो; पण सांप्रत नारद कोठें आहे तें मला सांग पाहूं ?

मरुत्त म्हणालाः—मला तुह्मांविषयीं माहिती

सांगून मग तो देवर्षिसत्तम मला निरोप देऊन अग्नींत प्रविष्ट झाला !

व्यास सांगतातः---राजाचें हें भाषण ऐकून संवर्तास प्रमोद झाला; आणि 'मीही असेंच करूं शकेन' असें तो म्हणाला. मग, राजा, तो उन्मत्त मुनि मरुत्ताची कठोर वाणीनें पुनःपुनः निर्भर्त्सना करून म्हणाला कीं, "मला वायूनें बहुतेक वेड लागल्यासारखें झालें आहे आणि मी आपल्या मनाच्या लहरीप्रमाणें वागतों. अशा प्रकारें मला विकृति झाली असतां तूं मजकडून यज्ञ करविण्याची कशी इच्छा करतोस? माझा भाऊ बृहस्पति समर्थ असून त्यास इंद्राचाही आश्रय मिळाला आहे. त्याला यजनाचा नित्याचा सराव आहे. त्याचे हातूनच तूं आपलीं कृत्यें करून घे. माझें घरदार, माझे यजमान व सर्व गृह्यदेवता माझ्या त्या वडील भावानें मजपासून हिरावून घेतल्या. त्यानें हें एवढें शरीर मात्र मला बाकी ठेविलें आहे. तथापि, अविक्षिता, तो मला अत्यंत पूज्य आहे; आणि त्यानें आज्ञा केल्याशिवाय मी कांहीं तुझा यज्ञ करणार नाहीं. तेव्हां जर मीं तुझा यज्ञ करावा अशी तुझी इच्छा असेल, तर तूं प्रथम बृहस्पतीकडे जा आणि त्याची अनुज्ञा घेऊन परत ये, म्हणजे मग मी तुझा यज्ञ करीन."

मरुत्त म्हणालाः---संवर्ता, ऐक. मी पूर्वी बृहस्पतीकडेच गेलों होतों; परंतु वासवाचा आश्रय रहावा म्हणून तो कांहीं मी यजमान असावें हें इच्छीत नाहीं. तो म्हणाला, 'अमर यजमान मिळाल्यावर आतां मी मनुष्याचा यज्ञ करणार नाहीं. शिवाय इंद्रानेंही माझा निषेध केला आहे कीं, मरुत्ताचें याजन करूं नको. कारण, विप्रा, तो राजा नित्य माझी स्पर्धा करतो.' संवर्ता, यावर 'ठीक आहे' असें तुझ्या भावानें इंद्रास वचनही दिलें आहे; यामुळें, मी प्रेमानें त्याकडे गेलों असतांही त्यास इंद्राचा आश्रय मिळाल्यामुळें तो कांहीं माझें याजन करूं इच्छीत नाहीं! हे मुनि-पुंगवा, हा वृत्तांत आपण लक्षांत आणा. अशा प्रकारें आपण माझें याजन करावें अशी मी इच्छा करीत आहें; मग त्यांत माझें सर्वस्व स्वाहा झालें तरी हरकत नाहीं. तुमच्या गुणांच्या प्रभावानें इंद्रासही मागें सारण्याची माझी मनीषा आहे. हे ब्रह्मन्, माझा कांहीं-एक अपराध नसतांही बृहस्पतीनें माझा तमा धिक्कार केला, यास्तव आतां पुनः त्याकडे जावें असें कांहीं माझ्या बुद्धीला वाटत नाहीं!

संवर्त म्हणालाः--हे पार्थिवा, जर माझे सर्व अभिप्राय बरोबर परिपालन करशील, तर तुझ्या मनांत जें जें करावयाचें आहे तें तें निश्चयानें पूर्ण होईल. मी तुझा यज्ञ करूं लागलों असतां बृहस्पति व इंद्र यांस अतिशय संताप येईल आणि ते तुझा द्वेष करतील तर तूं एवढी एकच गोष्ट संभाळ कीं, जेणेंकरून माझें चित्त येथें स्थिर राहील असें वर्तन ठेवा-वयाचें. यांत तिलप्राय अंतर पडूं देऊं नको. जर का मला राग आला तर तुझें व तुझ्या बांधवांचेंही मी भस्म करून टाकीन; तर असें न होण्याविषयीं तूं खबरदारी ठेव.

मरुत्त म्हणालाः--महाराज, आपण सुदै-वानें मला लाभले आहां. आतां जर मी आपला त्याग केला तर यावत्काल सूर्य प्रकाशत आहे व पर्वत स्थिर आहेत तावत्कालपर्यंत मला गति मिळणार नाहीं. जर मीं आपला त्याग केला तर येथें मला सुबुद्धि कदापि प्राप्त न होवो व माझी बुद्धि विषयमग्न राहो.

संवर्त म्हणालाः--राजा अविक्षिता, या कर्माविषयीं तुझी जितकी आदरबुद्धि आहे, तितक्याच मानानें याजनक्रिया मी जाणतों. राजा, मी तुला असा वर देतों कीं, तुझा

उत्तम असा जो कोश आहे तो अक्षय्य राहील, कदापि रिता होणार नाहीं; आणि तेणेंकरून तूं देव व गंधर्वांसह इंद्र यांवरही सरशी करशील. स्वतः मजविषयीं म्हणशील तर मला द्रव्याची किंवा यज्ञांत मिळणाऱ्या इतर पदार्थांची मुळींच इच्छा नाहीं. तथापि मी माझा भाऊ व इंद्र या उभयतांचें अप्रिय करीन. तुला निश्चयानें इंद्रतुल्य बनवीन आणि तुझें प्रियही करीन, हें तुला सत्य सांगतों.

अध्याय आठवा.

—:०:—

मरुत्ताख्यान.

संवर्त म्हणालाः—हिमालयाच्या पृष्ठभागीं मुंजवान् नामक एक पर्वत आहे. त्या ठिकाणीं भगवान् उमापति नित्य तप करीत असतो. तेथें तो नाना—भूतगणांनीं परिवेष्टित असलेला शूलधारी भगवान् महेश्वर उमेसहवर्तमान कधीं वृक्षांच्या मूलप्रदेशीं तर कधीं बिकट गिरिशिखरांवर, आणि कधीं कधीं गिरिगव्हरांत, अशा प्रकारें इच्छेस येईल व सुख वाटेल त्या त्या ठिकाणीं वास करितो. तो जेथें बसला असेल तेथें रुद्र, साध्य, विश्वेदेव, तसेच वसु, यम, वरुण व अनुयायांसह कुबेर, भूतें, पिशाच्च, उभयतां अश्विनीकुमार, गंधर्व, यक्ष, अप्सरा, तसेच देवर्षि, आदित्य, मरुत् व सर्व यातुधान त्या नानाविधरूपें धारण करणाऱ्या महात्म्या उमापतीची उपासना करितात. राजा, तेथें तो भगवान् खेळकर, रानटी व स्वरूपानें ओबडधोबड अशा कुबेरानुचरांबरोबर क्रीडा करितो, तो तेजानें बालरवीप्रमाणें तेजस्वी दिसतो. कोणाही प्राकृत जनास त्याचें रूप किंवा बसण्याचें स्थान आपल्या चर्मचक्षूंनीं पहातां येत नाहीं. त्या मुंजवान् पर्वतावर विशेष उष्णता नाहीं व थंडीही नाहीं, फारसा वारा नाहीं किंवा सूर्याचें प्रखर ऊनही नाहीं; जरा नाहीं, भूक—तहान नाहीं, मृत्यु नाहीं, कोणत्याही प्रकारचें भय नाहीं! हे विजयिवरा राजा, सूर्याच्या सर्व बाजूंकडून जसे सारखे किरण निघतात तसे त्या पर्वताच्या सर्व बाजूंकडून सुवर्णाचे प्रवाह निघालेले आहेत! आणि, राजा, थोर कुबेराचें प्रिय करण्यास झटणारे त्याचे साथीदार सज्ज केलेल्या शस्त्रांनिशीं त्यांचें रक्षण करितात. बा मरुत्ता, त्या ठिकाणीं तूं जाऊन त्या भगवंतांची अशी स्तुति कर.

भगवान् शर्वाला माझा नमस्कार असो. वेधाला माझा नमस्कार असो. रुद्रार नमस्कार असो. शितिकंठास नमस्कार असो. सुरूपास नमस्कार असो. सुवर्चास नमस्कार असो. कपर्दीस नमस्कार असो. करालास नमस्कार असो. हर्यक्षीस नमस्कार असो. वरदास नमस्कार असो. व्यक्षीस नमस्कार असो. पूषाचा दंतभेद करणारास नमस्कार असो. वामनास नमस्कार असो, शिवास नमस्कार असो. याम्यास नमस्कार असो. अव्यक्तरूपास नमस्कार असो. सद्वृत्तास नमस्कार असो. शंकरास नमस्कार असो. क्षेम्यास नमस्कार असो. हरिकेशास नमस्कार असो. स्थाणूस नमस्कार असो. पुरुषास नमस्कार असो. हरिनेत्रास नमस्कार असो. मुंडास नमस्कार असो. क्रुद्धास नमस्कार असो. उत्तरणास नमस्कार असो. भास्करास नमस्कार असो. सुतीर्थास नमस्कार असो. देवदेवास नमस्कार असो. रहास नमस्कार असो. उष्णीषीस नमस्कार असो. सुवक्त्रास नमस्कार असो. सहस्राक्षास नमस्कार असो. मीढूषास नमस्कार असो. गिरिशास नमस्कार असो. प्रशांतास नमस्कार असो. यतीस नमस्कार असो. चीरवासास नमस्कार असो. बिल्वदंडास नमस्कार असो.

सिद्धास नमस्कार असो. सर्वदंडधरास नमस्कार असो. मृगव्याधास नमस्कार असो. महतास नमस्कार असो. धन्वीस नमस्कार असो. भवास नमस्कार असो. वरास नमस्कार असो. सोमवक्त्रास नमस्कार असो. सिद्धमंत्रास नमस्कार असो. चक्षूस नमस्कार असो. हिरण्यबाहूस नमस्कार असो. उग्रास नमस्कार असो. दिक्पतीस नमस्कार असो. लेलिहानास नमस्कार असो. गोष्ठास नमस्कार असो. सिद्धमंत्रास नमस्कार असो. वृष्णीस नमस्कार असो. पशुपतीस नमस्कार असो. भूतपतीस नमस्कार असो. वृषास नमस्कार असो. मातृभक्तास नमस्कार असो. सेनानीस नमस्कार असो. मध्यमास नमस्कार असो. स्रुवहस्तास नमस्कार असो. पतीस नमस्कार असो. धन्वीस नमस्कार असो. भार्गवास नमस्कार असो. अजास नमस्कार असो. कृष्णनेत्रास नमस्कार असो. विरूपाक्षास नमस्कार असो. तीक्ष्णदंष्ट्रास नमस्कार असो. तीक्ष्णास नमस्कार असो. वैश्वानरमुखास नमस्कार असो. महाद्युतीस नमस्कार असो. अनंगास नमस्कार असो. सर्वास नमस्कार असो. विशांपतीस नमस्कार असो. विलोहितास नमस्कार असो. दीप्तास नमस्कार असा. दीप्ताक्षास नमस्कार असो. महौजास नमस्कार असो. वसुरेतःसुवपूस माझा नमस्कार असो. पृथूस नमस्कार असो. कृत्तिवासास नमस्कार असो. कपालमालीस नमस्कार असो. सुवर्णमुकुटास नमस्कार असो. महादेवास नमस्कार असो. कृष्णास नमस्कार असो. त्र्यंबकास नमस्कार असो. अनघास नमस्कार असो. क्रोधनास नमस्कार असो. अनृशंसास नमस्कार असो. मृदूस नमस्कार असो. बाहुशालीस नमस्कार असो. दंडीस नमस्कार असो. तप्ततपास नमस्कार असो. अक्रूरकर्मास नमस्कार असो. सहस्रशिरास नमस्कार असो. सहस्रचरणास नमस्कार असो. स्वधास्वरूपास नमस्कार असो. बहुरूपास नमस्कार असो. आणि दंष्ट्रीस माझा नमस्कार असो. पिनाकी, महादेव, महायोगी, अव्यय, त्रिशूलपाणी, वरदायक, त्र्यंबक, भुवनेश्वर, त्रिपुरघ्न, त्रिनयन, त्रिलोकेश, महासामर्थ्यवान्, सर्व भूतांचें उत्पत्तिस्थान, सर्वांस धारण करणारा, धरणीधर, ईशान, शंकर, सर्व, शिव, विश्वेश्वर, भव, उमापति, पशुपति, विश्वरूप, महेश्वर, विरूपाक्ष, दशभुज, दिव्यगोवृषभध्वज, उग्र, स्थाणु, शिव, रौद्र, शर्व, गौरीश, ईश्वर, शितिकंठ, अज, शुक्र, पृथु, पृथुहर, वर, विश्वरूप, विरूपाक्ष, बहुरूप व उमापति या नांवांनीं संबोधिला जाणारा, व मदनाचा देह दग्ध करणारा जो हरसंज्ञक प्रभु त्यास शिरसा प्रणाम करून शरण जा. तो चतुर्मुख महादेव शरणागताविषयीं मोठा वत्सल आहे. राजा तूं अशा प्रकारें त्या महात्म्या रंहसंज्ञक महादेवास शरण गेलास म्हणजे तुला तें सुवर्ण मिळेल; मग सुवर्ण आणण्यासाठीं तुझे सेवक तेथें पाठीव.

याप्रमाणें संवर्तानें सांगितलें असतां मरुत्तानें त्याच्या सांगण्याप्रमाणें केलें. मग त्यानें यज्ञाचें सर्व साहित्य केवळ अलौकिक असें बनविलें व शिल्पकारांनीं सुवर्णाचीं पात्रें घडविलीं. पृथ्वीपति मरुत्ताकडील ही देवांस देखील लाजविणारी समृद्धि बृहस्पतीस समजतांच त्याला अतिशय संताप आला; आणि तो आंतल्या आंत जळूं लागल्यामुळें अगदीं तेजोहीन होऊन अतिशय कृश झाला. त्यास इतका संताप येण्याचें कारण इतकेंच कीं, ‘ आतां माझा शत्रु संवर्त श्रीमंत होईल ’ अशी त्यास चिंता पडली होती! याप्रमाणें बृहस्पति अतिशय खवळल्याचें देवराज इंद्रानें ऐकिलें तेव्हां तो देवांसहवर्तमान त्याकडे गेला आणि त्यानें त्यास असें म्हटलें.

अध्याय नववा.

—:०:—

मरुत्ताख्यान.

इंद्र म्हणाला:—बृहस्पते, तुम्हांला चांगली झोंप येते ना? तुमचे परिचारक तुमच्या मनोदयानुरूप वागतात ना? त्याचप्रमाणें, हे विप्रा, देवांस नित्य सौख्य असावें असें आपण चिंतीत असतां ना? आणि देवही आपला उत्तम प्रकारें परामर्ष घेतात ना?

बृहस्पति म्हणाला:—देवराजा, मी शय्येवर सुखानें शयन करतों. माझे परिचारक अगदीं माझ्या मनाप्रमाणें वागतात; त्याचप्रमाणें मी नित्य देवांच्या हिताचें चिंतन करीत असतों; आणि देवही माझा उत्तम परामर्ष घेतात.

इंद्र म्हणाला:—ब्रह्मन्, असें आहे तर आज तुमचा चेहरा असा पांढरा फटफटीत व अगदीं निस्तेज कां बरें झाला आहे? तुम्हांस कांहीं शारीरिक दुःख का होत आहे? किंवा तुमच्या मनाला कांहीं चिंता लागली आहे? हे ब्रह्मन्, मला आपण हें सर्व निवेदन करा, म्हणजे आपणास दुःख देणाऱ्या सर्व लोकांस मी ठार करून टाकतों!

बृहस्पति म्हणाला:—हे मघवन्, मरुत्त राजा एक महायज्ञ करीत असून त्यांत तो फारच बहुमोल दक्षिणा देणार आहे असें म्हणतात. त्या यज्ञांत संवर्त हा याजन करीत आहे असें मीं ऐकिलें आहे. तर त्यानें त्याचें याजन करूं नये अशी व्यवस्था व्हावी ही माझी इच्छा आहे.

इंद्र म्हणाला:—अहो मंत्रज्ञ विप्रा, तुम्ही देवांचे मुख्य पुरोहित झालां, तेव्हां त्यामुळें आपणांस सर्व इच्छित वस्तु प्राप्त झाल्या आहेत; इतकेंच नव्हे, तर जरा व मृत्यु यांचेंही तुम्हीं अतिक्रमण केलें आहे. असें असतां, ब्रह्मन्, आज संवर्त तुमचें असें काय वांकडें करूं शकणार आहे?

बृहस्पति म्हणाला:—तूं देवांसहवर्तमान असुरांवर हल्ला करून त्यांस गणगोतांसह ठार करूं पहात असतोस आणि त्यांत जो जो कोणी विशेष भरभराटींत असलेला दृष्टीस पडतो त्यावर तुझा विशेषच कटाक्ष असतो. याचें कारण इतकेंच कीं, शत्रूची भरभराट होणें, हें सर्वांसच फार कष्टकारक वाटतें. याच कारणानें हे देवेंद्रा, माझ्या वैऱ्याची भरभराट होत आहे असें ऐकून मी खिन्न झालों आहें. तर, हे मघवन्, तूं हरप्रयत्नानें मरुत्त राजा किंवा संवर्त यांपैकीं कोणाचा तरी निग्रह कर. (मरुत्ताला यज्ञच करूं देऊं नको किंवा संवर्तोला तरी त्याचें याजन करूं देऊं नको.)

इंद्र म्हणाला:—हे जातवेदा, इकडे ये. तूं बृहस्पतीला मरुत्ताचे स्वाधीन करण्यासाठीं माझ्या आज्ञेनें त्याकडे जा; आणि त्याला सांग कीं, 'हा बृहस्पति तुझा यज्ञ करील आणि तुला अमरही करील.'

अग्नि म्हणाला:—हे मघवन् ठीक आहे. आपण बृहस्पतीस दुःख दूर करण्याविषयीं दिलेलें वचन सत्य करण्यासाठीं व बृहस्पतीच्या सन्मानार्थ मी बृहस्पतीस मरुत्ताचे हवालीं करण्यास आपला दूत म्हणून जातों.

व्यास सांगतात:—मग तो महात्मा धूमकेतु सर्व अरण्यें व वृक्ष निर्दाळीत, हिंवाळ्याचे शेवटीं वृक्ष उलथून पाडणाऱ्या वायूप्रमाणें सोसावत व स्वेच्छेनें परिभ्रमण करीत जाऊं लागला. त्यास पाहून मरुत्त म्हणाला, "अहो स्वतःचें रूप धारण करून अग्नि आला आहे हें एक आश्चर्यच माझ्या दृष्टीस पडलें! मुने, आसन, उदक, पाद्य व धेनु सत्वर आणवा."

अग्नि म्हणाला:—हे अनघा, तूं दिलेलें आसन, उदक व पाद्य यांचा मी संतोषानें स्वीकार

करतों. इंद्राच्या आज्ञेनें मी त्याचा दूत म्हणून तुजकडे आलों आहें; समजलास.

मरुत्त म्हणालाः—हे धूमकेतो, श्रीमान् देवराज सुखी आहेना? त्याचें आम्हांवर प्रेम आहेना? आणि देव त्याच्या आज्ञेंत वागताताना? हे अग्निदेवा, तूं सर्व हकीकत मला यथावत् कथन कर.

अग्नि म्हणालाः—राजेंद्रा, शक्र हा पूर्ण सौख्यांत आहे आणि तुजवर त्याची कधींही कमी न होणारी अशी अढळ प्रीति आहे. त्याचप्रमाणें सर्व देव त्याला वश आहेत. आतां, राजा, मीं आणिलेला त्या देवराजाचा निरोप श्रवण कर. मला त्यानें तुझ्याकडे पाठविलें याचें कारण इतकेंच कीं, तूं यज्ञ करीत आहेस हें त्याला समजलें. तेव्हां तो यथार्थ होण्यासाठीं बृहस्पतीची व तुझी गांठ घालून द्यावी असें त्याच्या मनांत आले. तेव्हा राजा, तो गुरु बृहस्पति तुझें याजन करो व तूं मर्त्य आहेस तथापि तो तुला अमर करो.

मरुत्त म्हणालाः—हा संवर्त नामक विप्र माझें याजन करावयास आहे. बृहस्पतीला माझा अंजलिपूर्वक प्रणाम सांगा. तो महेंद्राचें याजन करीत असतो; तेव्हां तो जर आज मर्त्यांचें याजन करूं लागला तर त्याला तें शोभणार नाहीं?

अग्नि म्हणालाः—राजा, जर बृहस्पति तुझें याजन करील, तर स्वर्गांत जीं जीं म्हणून महास्थानें आहेत तीं सर्व तुला देवराज इंद्राच्या प्रसादानें प्राप्त होतील; तुझी मोठी कीर्ति होईल व तूं खात्रीनें स्वर्ग जिंकशील. त्याचप्रमाणें मानुष व दिव्य लोक आणि प्रजापतीचेही सर्व महान् लोक तूं जिंकशील. इतकेंच नव्हे, तर, हे नरेंद्रा, बृहस्पतीनें याजन केल्यास अखिल देवराज्य मुद्धां तुझे हातीं येईल.

अग्नीचें हें भाषण ऐकून संवर्त म्हणालाः—पावका, मरुत्ताला बृहस्पतीचें परिदान करण्यास तूं पूनः असा कदापि येऊं नको; आणि जर आलास, तर मी क्रोधाच्या भरांत तुला आपल्या दारुण दृष्टीनें दग्ध करून टाकीन, ध्यानांत ठेव!

व्यास सांगतातः—मग तो भयभीत झालेला अग्नि वाऱ्यानें हालणाऱ्या अश्वत्थपर्णाप्रमाणें कांपत कांपत देवांकडे गेला. त्याला पहातांच बृहस्पतीजवळ बसलेला महात्मा इंद्र त्यास म्हणाला, "जातवेदा, मीं पाठविल्याप्रमाणें तूं मरुत्ताला बृहस्पतीचें परिदान करण्यास गेला होतास, तेव्हां तो यज्ञ करणारा राजा काय म्हणाला? तो त्या माझ्या वचनाला मान देतो आहे ना?

अग्नि सांगूं लागलाः—देवराज, आपलें सांगणें मरुत्ताला रुचलें नाहीं. त्यानें बृहस्पतीस अंजलिपूर्वक नमस्कार मात्र सांगितला आहे. मीं पुनःपुनः त्याची विनवणी केली, परंतु 'संवर्त माझें याजन करणार' असें त्यानें उत्तर दिलें. मीं त्याला म्हटलें कीं, जर तूं बृहस्पतीशीं सख्य करशील, तर तुला मानुष व दिव्य लोक मिळून प्रजापतीचे महान् लोकही प्राप्त होतील, तथापि 'मला त्यांची इच्छा नाहीं' असेंच त्यानें निर्धारपूर्वक उत्तर दिलें!

इंद्र म्हणालाः—तूं पुनः त्या राजाला जाऊन भेट आणि त्याला माझा हा हिताचा निरोप सांग; आणि पुनः सुद्धां जर त्यानें तुझ्या वचनाप्रमाणें वागण्याचें नाकारलें तर मी त्यावर वज्रप्रहार करीन!

अग्नि म्हणालाः—वासवा, तेथें या गंधर्वराजानें दूत होऊन जावें; मला तेथें जाण्यास भय वाटतें. कडकडीत ब्रह्मचर्यानें राहिलेला चंडकोपी संवर्त खवळून मला म्हणाला कीं, 'पुनः जर कदाचित् असा मरुत्तास बृहस्पतीविषयीं भीड घालण्यास तूं आलास तर मी संक्रुद्ध

होऊन तीक्ष्ण दृष्टिपाताबरोबर तुझें भस्म करीन!' शक्रा, असें त्यानें मला बजावलें आहे!

शक्र म्हणालाः—हे जातवेदा, तूंच दुसऱ्यांस जाळतोस. भस्म करण्याचें सामर्थ्य तुजवांचून इतर कोणासच नाहीं. तुझ्या स्पर्शाचें सर्वांस भय वाटतें. असें असतां तूं हें असें बोलत आहेस, पण आमचा कांहीं यावर विश्वास बसत नाहीं!

अग्नि म्हणालाः—देवेंद्रा, स्वर्ग व सर्व पृथ्वी यांना तूं आपल्या भुजबळानें आवळून टाकशील, अशा प्रकारचें तुझें सामर्थ्य असतां, हे शक्रा, प्राचीनकालीं वृत्रासुरानें तुझें स्वर्गपद कसें बरें बळकाविलें?

इंद्र म्हणालाः—वन्हे, माझ्या दुर्बलतेमुळें वृत्रानें मला जिंकिलें असें मुळींच समजूं नको. अरे, माझें सामर्थ्य इतकें आहे कीं, मी मोठ्या पर्वताचा लहान घुंगुरड्याएवढा अणु बनवीन! आतां, माझें असें सामर्थ्य असतां वृत्र करभार घेऊन माझ्या पायाशीं शरण कसा आला नाहीं असें म्हणशील तर ऐक. तो पुष्कळ आला असता, पण मीं त्याचा स्वीकार केला पाहिजे होताना? शत्रूनें दिलेला सोमरस मी पीत नसतों, समजलास. बरें, मग मीं त्याला कां जिंकून टाकलें नाहीं? अशी शंका घेशील, तर त्याचें कारण असें कीं, त्या वेळीं त्याचा शक्तिपात झाला होता; व शक्ति क्षीण झालेल्या शत्रूवर वज्राचा प्रहार करावयाचा नाहीं असा माझा नियम आहे. अरे, कोणता मानव माझी खोडी काढून सुख पावणार आहे? मीं कालकेयांस पृथ्वीवर हांकून लावलें, दानवांस अंतरिक्षांतून हुसकून दिलें, आणि प्रऱ्हादाच्या स्वर्गीतील वास्तव्याचा शेवट केला! अशा मला त्रास देऊन कोणता मानव सुख पावणार आहे?

अग्नि म्हणालाः—महेंद्रा, पूर्वी अश्विनीकुमारांसह च्यवन ऋषि शर्यातीचा यज्ञ करीत असतां त्यानें एकट्यानें सोमपान केलें, तेव्हां तूं संतप्त होऊन त्याचा प्रतिषेध केलास. महेंद्रा, तूं त्या यज्ञाचें स्मरण कर. त्या वेळीं, हे पुरंदरा, तूं अति घोर वज्र उचलून तें च्यवनावर मारूं लागलास, तेव्हां क्रोधाविष्ट झालेल्या त्या विप्रानें तपःसामर्थ्यानें वज्रासहवर्तमान तुझ्या हाताचें स्तंभन केलें. इतकेंच करून न थांबतां त्यानें संतापानें सर्वतः अत्यंत भयंकर स्वरूपाचा असा मदासुर नामक तुझा एक शत्रु निर्माण केला! वासवा, त्या विश्वरूपी असुरास पाहातांच तूं डोळे घट्ट मिटून धरलेस! त्या महान् राक्षसाचा खालचा ओंठ जमिनीस लागला होता आणि वरचा आकाशास जाऊन मिळाला होता! शंभर शंभर योजनें लांबीचे व अत्यंत तीक्ष्ण असे सहस्र दांत त्याच्या मुखांत होते! काय त्याचें तें घोर स्वरूप! त्याच्या तोंडांतील चार दाढा वाटोळ्या गरगरीत, भल्या जाड, रुप्याच्या खांबाप्रमाणें चकाकणाऱ्या व दोनशें योजनें लांबीच्या होत्या! तो जेव्हां घोर शूल उगारून तुला ठार करण्यासाठीं कडकडां दांत खात तुजवर धावून आला, तेव्हां त्याचें तें घोर स्वरूप पहातांच तूं भेदरून जाऊन तुझा चेहरा कसा पहाण्यासारखा झाला होता तें सर्वांनीं पाहिलेंच आहे! हे दानवघ्ना, शेवटीं त्याला भिऊन तूं हात जोडून त्या महर्षीस शरण गेलास; आठवतें का! शक्रा, क्षात्रबलापेक्षां ब्रह्मबल श्रेष्ठ आहे. ब्रह्मबलापेक्षां दुसरें कांहींच वरिष्ठ नाहीं. इंद्रा, ब्रह्मतेजाची योग्यता मला पुरतेपणीं माहीत असल्यामुळें मी संवर्तास जिंकण्याची हांव धरीत नाहीं!

अध्याय दहावा.

—:०:—

मरुत्ताख्यान.

इंद्र म्हणालाः—अशा प्रकारें यद्यपि ब्राह्म-

णांचें बल श्रेष्ठ असून त्याहून वरिष्ठ असें दुसरें बल नाहीं, तथापि मी अविक्षिताचा उत्कर्ष सहन करणार नाहीं. त्यावर मी घोर वज्र टाकीन! धृतराष्ट्रा, तूं माझ्या आज्ञेनें मरुत्ताकडे जा. तो संवर्तासह बसला असेल. त्यास माझा निरोप सांग कीं, राजा, तूं बृहस्पतीस आपला पुरोहित मान्य कर, नाहींपेक्षां तुजवर मी घोर वज्राचा प्रहार करीन.

व्यास सांगतातः—मग तो धृतराष्ट्र मरुत्त राजाकडे जाऊन त्यानें त्यास इंद्राचा असा निरोप सांगितला.

धृतराष्ट्र म्हणालाः—नरेंद्रा, मी धृतराष्ट्र नामक गंधर्व आहें. मी तुला कांहीं सांगण्यास आलों आहें. हे राजसिंहा, महात्मा लोकाधिपति इंद्र यानें जो संदेश पाठविला आहे तो मी तुला सांगतों, ऐक. 'तूं बृहस्पतीस याजकत्वानें वर. ह्या माझ्या वचनाप्रमाणें न करशील तर मी तुजवर घोर वज्राचा प्रहार करीन.' राजा, तो अचिंत्यकर्मा असें बोलला आहे.

मरुत्तानें उत्तर दिलेंः—हे गंधर्वराजा, तूं, पुरंदर, विश्वेदेव, वसु व अश्विनीकुमार असे सर्वजण हें जाणतच आहां कीं, मित्रद्रोह केला असतां जगांत त्यापासून मुक्तता होत नाहीं. मित्रद्रोह हें केवळ ब्रह्महत्येसमान महत्पाप होय. वज्र धारण करणारांत वरिष्ठ व देवाधिदेव जो महेंद्र त्याचेंच याजन बृहस्पतीला करूं दे. आज संवर्तच माझें याजन करील. तुझें किंवा त्या इंद्राचेंही भाषण मला मान्य नाहीं.

गंधर्व म्हणालाः—राजसिंहा, हा आकाशांत गर्जणाऱ्या वासवाचा घोर शब्द ऐकूं येत आहे. यावरून इंद्र तुजवर वज्र सोडीत आहे हें स्पष्ट आहे. राजा, आपलें कल्याण कशांत आहे याचा विचार कर. कारण विचार करण्याची हीच वेळ आहे.

व्यास सांगतातः—राजा, धृतराष्ट्र गंधर्व असें म्हणाला असतां गर्जना करणाऱ्या इंद्राचा शब्द ऐकून त्या राजानें नित्य तपश्चर्येंत निमग्न असणाऱ्या व धर्मज्ञ लोकांत अग्रेसर अशा त्या संवर्तास तें वर्तमान निवेदन केलें.

मरुत्त म्हणालाः—विप्रेंद्रा, इंद्र मेघांबरोबर पोहत असून फारसा दूर नाहीं असें दिसतें. यास्तव, हे विप्रवर्या, मी आपल्या आश्रयाची अपेक्षा करीत आहें; आपण मला अभय द्यावें. हा पहा वज्रधारी इंद्र दशदिशा प्रकाशमान् करीत येत आहे. याच्या अमानुष घोर तेजानें आपले सदस्य भयभीत झाले आहेत.

संवर्त म्हणालाः—राजसिंहा, इंद्राचें तुला जें भय वाटत आहे, तें नाहींसें होऊं दे. मी ह्या घोर भीतीचा स्तंभिनी विद्येच्या योगानें क्षणार्धांत नाश करीन. इंद्र आपला पराभव करील ही भीति सोडून दे आणि निर्धास्त ऐस. राजा, तूं इंद्राचें बिलकूल भय बाळगूं नको, मी त्यास जागच्या जागीं खिळून टाकीन. एका इंद्राचेंच काय, पण सर्व देवांचीं आयुधें माझ्या प्रभावापुढें व्यर्थ आहेत! वज्र दाही दिशांस घिरट्या घालूं दे, वायु येऊं दे, पर्जन्य सुरू होऊन अरण्यांत वर्षाव होऊं दे, आकाशांत मेघ संचार करोत किंवा नुसता विजांचा कडकडाट सुरू होवो, तूं बिलकूल भिऊं नको. तुझ्या सभोंवतीं अग्नीचा वेढा पडो, इंद्र पाहिजे तितका वर्षाव करो, किंवा तुझ्या वधार्थ मेघाबरोबर पोहत असलेलें महाघोर वज्र टाको, तूं बिलकूल डगमगूं नको.

मरुत्त म्हणालाः—ब्रह्मन्, वायूच्या सोसाट्यानें युक्त असलेला हा वज्राचा अतिशय भयंकर शब्द ऐकूं येत आहे, त्यामुळें माझें अंतःकरण वरचेवर अतिशय व्यथित होत आहे! ब्रह्मन्, आज कांहीं माझी धडगत दिसत नाहीं.

संवर्त म्हणालाः—हे नरेंद्रा, उग्र वज्राचें भय आज सोडून दे. मी वायुरूप धारण करून वज्राचा नाश करीन. तूं भय सोडून दुसरा वर

माग. मी मनोबलेंकरून तुझा कोणता मनोरथ पूर्ण करूं तें सांग.

मरुत्त म्हणालाः--हे विप्रा, साक्षात् इंद्र एकदम येथें यावा आणि त्यानें या यज्ञांतील हविर्भाग स्वतः ग्रहण करावा. त्याचप्रमाणें सर्व देवांनीं येथें येऊन आपापल्या स्थानापन्न व्हावें; आणि हवन केलेल्या सोमाचा स्वीकार करावा.

संवर्त म्हणालाः---राजा, हा बघ इंद्र मीं मंत्रांनीं आवाहन करतांच मंत्रसामर्थ्यानें विकलांग होत्साता अश्वांसहवर्तमान या यज्ञांत येत आहे ! सर्व देवही त्याबरोबर त्वरेनें येत असून त्याची ते स्तुति करीत आहेत !

मग देवांसहवर्तमान देवराज इंद्र आपले ते उत्कृष्ट घोडे रथास जोडून त्या थोर अविक्षिताच्या यज्ञांत सोमप्राशन करण्याच्या इच्छेनें प्राप्त झाला. याप्रमाणें देवसंघासह तो येत आहे असें पहातांच मरुत्त राजा आपल्या पुरोहितासह त्यास सामोरा झाला आणि त्यानें प्रेमपुरःसर त्या देवराजाची यथाशास्त्र व विधिपूर्वक उत्तम पूजा केली.

संवर्त म्हणालाः--हे पुरुहूता, तुझें स्वागत असो. हे विद्वन्, तुझ्या आगमनानें ह्या यज्ञास विशेष शोभा आली आहे ! हे बलवृत्रघ्ना, मीं स्वतः काढून आणलेला हा सोमरस प्राशन कर.

मरुत्त म्हणालाः--देवेंद्रा, मजकडे कृपादृष्टीनें पहा. तुला माझा नमस्कार असो. माझा यज्ञ व जीवित आज सफल झालें. सुरेंद्रा, बृहस्पतीचा धाकटा भाऊ विप्रश्रेष्ठ संवर्त माझा हा यज्ञ करीत आहे !

इंद्र म्हणाला---मी तुझ्या या गुरूस जाणतों. हा बृहस्पतीचा धाकटा भाऊ मोठा तपोधन व अत्यंत तेजस्वी आहे. हे नरेंद्रा, याच्याच आवाहनामुळें मला येथें येणें प्राप्त झालें असून आज तुझ्याविषयीं माझें मनांत प्रेम उद्भवलें आहे व माझा रोष नाहींसा झाला आहे !

संवर्त म्हणालाः--हे देवराजा, जर तूं प्रसन्न झाला आहेस तर तूं स्वतः या यज्ञांतील सर्व कृत्यांवर देखरेख ठेव. सर्वोपदेष्ट्याचें काम तूं स्वतः कर. सुरेंद्रा, या यज्ञांतील सर्व कामें तूं स्वतः कर. सारांश, देवा, हा यज्ञ असा विशेष प्रकारचा असल्याबद्दल सर्व लोकांस कळूं दे.

व्यास सांगतातः---अंगिरापुत्रानें शक्रास असें सांगितलें असतां त्यानें सर्व देवांस आज्ञा केली कीं, "देवहो, येथें सभागृहें निर्माण करा; चित्रांप्रमाणें शोभायमान व सर्व सामुग्रीनें युक्त अशीं हजारों उत्तम वसतिस्थानें उत्पन्न करा; उत्कृष्ट स्तंभ उभारा; गंधर्व व अप्सरा ह्यांसाठीं सत्वर उच्चासनें तयार करा; आणि यज्ञभूमि केवळ स्वर्गासारखी होऊं द्या. कारण तीवर सर्व अप्सरांस नृत्य करावयाचें आहे.

राजा, वासवाची अशी आज्ञा होतांच त्या सर्व कीर्तिमान् देवांनीं तत्काळ सर्व सिद्धता केली. मग, राजा, ज्याची स्तुति चालली आहे असा तो इंद्र संतुष्ट होऊन मरुत्त राजास असें म्हणाला, " हे नरेंद्रा, तुझ्या जवळ प्राप्त होऊन मी स्वतः, तुझे दुसरे पूर्वज व इतर सर्व देवता संतुष्ट होत्सात्या तुजपासून हविर्भाग ग्रहण करतील. राजा, आतां विप्रेंद्रांनीं अग्नीस एक लाल रंगाचा वृषभ अर्पण करावा; आणि ज्याचें शिश्न हालत आहे असा दुसरा एक यज्ञोपयोगी चित्रविचित्र रंगाचा वृषभ विश्वेदेवांस अर्पण करावा. " धर्मराजा, याप्रमाणें केल्यानंतर मग त्या मरुत्ताच्या यज्ञास विशेष शोभा आली. तेथें स्वतः देवांनीं अन्नें वाढिलीं व ब्राह्मणांकडून पूजिला जाणारा, हरिद्वर्ण अश्वांनीं युक्त व देवांचा अधिपति जो इंद्र त्यानें स्वतः त्या यज्ञांत सदस्याचें काम केलें. मग, दुसरा अग्निच कीं काय असा शोभणारा, अति-

विख्यात व महात्मा संवर्त यानें यज्ञवेदीवर बसून उच्चस्वरानें देवगणांस आह्वान करीत अग्नीवर हविर्द्रव्याचें मंत्रपुरःसर हवन केलें. मग बल दैत्याचा नाश करणाऱ्या इंद्रानें व सोमपान करणाऱ्या दुसऱ्या देवगणांनीं उत्कृष्ट सोमरसाचें पान केलें. याप्रमाणें मरुत्त राजानें देवांस यथास्थित तृप्त केलें व तेही संतुष्ट होत्साते त्याचा निरोप घेऊन निघून गेले. मग हर्षभरित झालेल्या मरुत्त राजानें जागजागीं सुवर्णाच्या राशी करविल्या व ब्राह्मणांस अपार द्रव्य वांटिलें. त्या वेळीं तो शत्रूंचा नाश करणारा राजा कुबेरासारखा शोभला. मग त्यानें इच्छेनुरूप अनेक प्रकारच्या द्रव्यांनीं आपला कोश भरला आणि नंतर गुरूची आज्ञा घेऊन तो परत आपल्या राजधानीस येऊन समुद्रवलयांकित सर्व पृथ्वीचें राज्य करूं लागला. या जगांत तो गुणवान् असा एक राजा होऊन गेला. त्याच्या यज्ञांत तें इतकें पुष्कळ द्रव्य जमा झालें होतें. सांप्रत, धर्मा, तूं तें वित्त गोळा कर आणि देवांस निवापांनीं तृप्त करीत तूं हा यज्ञ कर.

वैशंपायन सांगतातः—जनमेजया, सत्यवतीसुताचें हें भाषण ऐकून पांडुपुत्र धर्मराजास मोठा हर्ष होऊन तें द्रव्य मिळवून यज्ञ करावा असें त्याच्या मनांत आलें, आणि तें कसें आणावें याविषयीं त्यानें अमात्यांबरोबर पुनः सल्लामसलत केली.

अध्याय अकरावा.

—:०:—

श्रीकृष्णोपदेश.

वैशंपायन सांगतातः—अद्भुत कर्मे करणाऱ्या व्यासानें त्या राजास असें सांगितल्यानंतर महातेजस्वी कृष्णानें त्यास उपदेश केला. ज्ञातिबांधव निधन पावल्यामुळें युधिष्ठिर राजा अंतःकरणांत दीन झाला असून तो राहुग्रस्त आदित्याप्रमाणें किंवा सधूम अग्नीप्रमाणें निस्तेज व अगदीं विषण्णचित्त दिसत आहे, असें पाहून वृष्णिकुलाग्रणी वासुदेवानें त्या धर्मपुत्रास आश्वासनपूर्वक उपदेश करण्यास प्रारंभ केला.

वासुदेव ह्मणालः—अंतःकरणाची वक्रता संसारांत पाडणारी असून सरलता ही मोक्षदायक होय. ज्ञानाच्या योगानें जाणावयाचें तें एवढेंच. हें ज्याला समजलें त्याच्यापुढें व्यर्थ बडबडीचा कांहीं उपयोग नाहीं. राजा, तुझें कर्म निष्ठायुक्त नाहीं व तुझे शत्रुही जिंकिले गेले नाहींत ! अरे, आपला जो खरा खरा शरीरस्थ शत्रु त्यास तूं कसा जाणत नाहींस? धर्मा, याविषयीं मी तुला वृत्र व इंद्र यांचें युद्ध कसें झालें तो खरा वृत्तांत मीं ऐकिला आहे तसा सांगतों.

युधिष्ठिरा, प्राचीन काळीं एकदां वृत्रानें संपूर्ण पृथ्वी व्यापली. गंध उत्पन्न होण्याचें स्थान जी पृथ्वी ती व्याप्त झाल्यामुळें गंध हरण केला गेला आणि सर्वत्र दुर्गंध पसरला. गंधविषय वृत्रानें हरण केल्यामुळें शतक्रतु कोपला आणि त्यानें रागानें वृत्रावर वज्र फेंकलें. अत्यंत तेजस्वी इंद्रानें वज्राच्या योगानें वृत्रास अतिशय घायाळ केलें तेव्हां तो एकदम उदकांत शिरला आणि त्यानें उदकाची वास्तविक स्थिति हरण केली. वृत्रानें उदकाचा ताबा घेतला आणि त्याचा पातळपणा (रसरूपविषय) हरण केला, तेव्हां अत्यंत कोपलेल्या शतक्रतूनें तेथें त्यावर वज्र टाकलें. उदकामध्यें अमिततेजस्वी इंद्र वज्रानें त्यास घायाळ करूं लागला तेव्हां तो एकदम तेजांत शिरला आणि त्यानें तेजाचा स्वभावधर्म—प्रकाशित्व—हरण केला. वृत्रानें तेज व्यापिलें व तेजावर अवलंबून असणारा रूप हा विषय हरण केला, तेव्हां अत्यंत क्रुद्ध

झालेल्या शतक्रतूनें तेथें त्यावर वज्र मारिलें. अमिततेजस्वी इंद्र त्या ठिकाणींही वज्रानें मारा करूं लागला, तेव्हां वृत्रानें एकाएकीं वायूंत प्रवेश केला आणि वायूचा स्वभावधर्म विकृत करून टाकला. वृत्रानें वायु व्यापिला आणि त्यावर अवलंबून असलेला विषय जो स्पर्श त्याचा नाश केला, तेव्हां शतक्रतु अतिशय खवळून त्यानें तेथें त्यावर वज्र सोडलें. अमिततेजस्वी इंद्राकडून त्या ठिकाणींही वृत्र वज्रानें जखमी होऊं लागला, तेव्हां तो तें स्थान सोडून आकाशांत पळाला आणि त्यानें आकाशाचे स्वाभाविक धर्म बिघडवून टाकले. आकाश वृत्रभूत होऊन आकाशावर अवलंबून असणारा विषय जो शब्द तो हरण केला गेला असतां, शतक्रतूनें संतापानें तेथेंही त्यावर वज्रप्रहार केला. महासमर्थ इंद्राकडून त्या ठिकाणींही वज्रानें वृत्र घायाळ होऊं लागला तेव्हां तो तेथून निघून एकदम इंद्राच्या शरीरांत शिरला आणि त्यानें इंद्राचे मूळचे गुणधर्म हरण केले. याप्रमाणें वृत्रानें घेरलें असतां इंद्रास भयंकर मोह उत्पन्न झाला. तेव्हां बा धर्मा, वसिष्ठानें त्यास 'अहं ब्रह्मास्मीति' वाक्याचा उपदेश करून शुद्धीवर आणिलें. मग, हे भरतर्षभा, शतक्रतूनें अदृश्य वज्राच्या योगानें शरीरस्थ वृत्राचा नाश केला, असें आम्हीं ऐकिलें आहे. हें धर्माचें रहस्य इंद्रानें महर्षींस कथन केलें आणि त्यांनीं मला सांगितलें तें, हे राजा, तूं चांगलें लक्षांत आण.

अध्याय बारावा.

—:०:—

श्रीकृष्णोपदेश.

वासुदेव म्हणाला:—व्याधि दोन प्रकारचा आहे. एक शारीरिक व दुसरा मानसिक शरीर व मन या दोहोंची एकमेकांवर एकसमयावच्छेदें-करून क्रिया होऊन हे दोन्ही प्रकारचे व्याधि उत्पन्न होतात; त्यावांचून कोणताही उत्पन्न होत नाहीं. शरीरांत जो व्याधि उत्पन्न होतो, त्यास शारीरिक व्याधि म्हणतात आणि मनांत जो उत्पन्न होतो त्यास मानसिक व्याधि म्हणतात.

टीप—शोक हा एका ब्रह्मज्ञानानेंच नष्ट होतो; वृद्धांच्या हजारों उपदेशांनीं किंवा शेंकडों यज्ञांनींही नष्ट होत नाहीं. असें जाणून भगवान् वासुदेवानें या तीन अध्यायांत धर्मास ब्रह्मज्ञान सांगितलें आहे. इंद्र-वृत्रांचें युद्ध हें एक रूपक आहे. यांत इंद्र हा आत्मा होय आणि वृत्र हा अहंकार होय. वृत्रानें पृथ्वी व्यापिली म्हणजे अहंकारानें स्थूल शरीर व्यापिलें (स्थूल शरीरास पृथ्वी असें म्हटलें आहे), म्हणजे स्थूल शरीर हाच मी असा संमोह झाला. स्थूल शरीराच्या खऱ्या स्वरूपाचा विसर पडला आणि अर्थातच एक स्थूल देह सत्य अशी भावना होतांच संपूर्ण ब्रह्मांडाची उत्पत्ति झाली, सत्यता भासली, हाच दुर्गंध होय. चिदात्म्यानें या अहंकारावर विवेकरूपी वज्र फेंकलें आणि विवेकानें--सदसद्विचारानें—स्थूल देह हा मी नव्हे असें वाटूं लागतांच अहंकाररूप वृत्रानें रसांत (सूक्ष्म देहांत) प्रवेश केला, म्हणजे दिव्य लोकीं जाणारा दिव्य देह हाच मी असा मोह पडला. विवेकानें त्याचीही असत्यता भासूं लागतांच मग तेजोमय ज्योति हाच मी असा अहंकार झाला. याचप्रमाणें पुढें वायू किंवा प्राण व आकाश यां-विषयीं मोह पडून तोही दूर झाल्यानंतर वृत्रानें इंद्रांत प्रवेश केला म्हणजे अहंकारानें आत्म्यांत प्रवेश केला; व चिदात्म्याच्याच ऐश्वर्याचा अभिमान उत्पन्न झाला. इतका वेळ अहंकार निराळ्या ठिकाणीं असल्यामुळें आत्म्यास त्यावर विवेकास्त्र सोडतां आलें; परंतु खुद्द आत्म्याविषयीं अहंकार उत्पन्न होतांच कठीण प्रसंग आला. यांतून स्वतः आत्म्याची आत्म्यास सुटका करतां येणें शक्य राहिलें नाहीं; कारण तसाच संमोह उत्पन्न झाला. अशा वेळीं वसिष्ठरूप गुरूनें अहं ब्रह्मास्मि ह्या तत्त्ववाक्याचा उपदेश करून आत्म्यास शुद्धीवर आणिलें आणि सर्वथा द्वैतनिरास होतांच आत्मा आनंदमय झाला. असा ह्या आख्यानाचा भावार्थ आहे.

राजा, शीत, उष्ण व वात हे स्थूल शरीरांतील गुण आहेत. या गुणांचें साम्य असेल, तर तें आरोग्याचें लक्षण होय आणि वैषम्य असेल तर व्याधि उत्पन्न होतो. उष्णानें शीताचें निवारण होतें व शीतानें उष्णाचें निवारण होतें. सत्व, रज व तम हे आत्मगुण म्हणजे लिंग-देहाचे किंवा मनाचे गुण आहेत. या गुणांचें साम्य असेल तर तें मानसिक स्वास्थ्याचें लक्षण होय; आणि जर या तिहींपैकीं एखादा वाढलेला असला तर त्याच्या शमनार्थ उपाय सांगितला आहे. हर्षानें शोकाची निवृत्ति होते आणि शोकानें हर्ष कमी होतो. यासाठींच कोणी दुःखांत पडला असतां मागील सुखाचें स्मरण करूं इच्छितो; आणि कोणी सुखांत अस-लेला मागील दुःखाचें स्मरण करूं इच्छितो; परंतु, कौंतेया, तूं तर दुःखी किंवा सुखीही नाहींस, तेव्हां तुला गत दुःखाचें किंवा सुखाचें स्मरण करण्याचें कारण नाहीं. तुला दुःखाचा केवळ भ्रमच झाला म्हणावयाचा, दुसरें काय? अथवा आंतल्या आंत झुरण्याचा हा असा तुझा स्वभावच असला पाहिजे. अरे, तुम्हां पांडवांच्या देखत रजस्वला व एक वस्त्र धारण केलेल्या द्रौपदीस भर सभेंत यावें लागलें, त्या वेळेच्या तिच्या स्थितीचें तूं स्मरण करूं इच्छीत नाहींस! तुम्हांला नगरांतून हांकून दिलें; मृगचर्मे नेसावयास लाविलें, अरण्यवास करविला, या गोष्टींची तूं आठवण करूं इच्छीत नाहींस. जटासुरापासून झालेला ताप, चित्रसेनाशीं झालेलें युद्ध व सिंधुपति जयद्रथापासून झालेली पीडा तूं आठवीत नाहींस. शिवाय, पार्था, अज्ञातवासांत असतां कीचकानें याज्ञसेनीस लत्ताप्रहार केला, त्याचेंही तुला या वेळीं स्मरण होत नाहीं. अरे बाबा, द्रोणभीष्मांबरोबरचें जें युद्ध तें तर होऊन गेलें; परंतु, हे अरिंदमा, हें आतां दुसरें युद्ध उत्पन्न झालें आहे. तुला मनाबरोबर लढा-वयाचें आहे आणि मनाशीं एकट्यालाच लढावें लागतें. धर्मा, हें युद्ध उपस्थित झालें आहे; तेव्हां, हे भरतर्षभा, युद्धास पुढें हो. अव्यक्त रूप म्हणजे मायारूप जें मन त्यास **योगानें** व शोधक अशा कर्मांनीं जिंकून त्याहून पर जें ब्रह्म तें प्राप्त करून घे. मनाला जिंकिलेंस म्हणजे तदुत्पन्न शोकही आपोआपच नष्ट होईल. अरे बाबा, या युद्धामध्यें बाणांचें काम नाहीं. त्याच-प्रमाणें चाकर किंवा बंधु यांचाही कांहीं उपयोग नाहीं; तर केवळ एका आत्म्यानेंच लढलें पाहिजे आणि या युद्धास तोंड लागलेंही आहे—हें आतां टळत नाहीं. अरे, जर या युद्धांत तूं जिंकिला गेलास, म्हणजे मनाच्या (अहंकाराच्या) ताब्यांत गेलास, तर तूं किती दुःखमय स्थितीस पोहोंचशील, याचा नीट विचार कर. कौंतेया, या मनाचें मायारूपत्व जाणलेंस म्हणजे तूं कृतकृत्य होशील. हें ज्ञान आणि प्राणिमात्राची उत्पत्ति व लय यांचें सत्यस्वरूप (मायामात्रत्व) जाणून तूं वाडवडिलांच्या चालीरीतींस अनुसरून योग्य प्रकारें राज्यकारभार कर.

अध्याय तेरावा.

—:०:—

श्रीकृष्णोपदेश.

वासुदेव म्हणालाः—हे भारता, राज्यादिक बाह्य वस्तूंचा त्याग केल्यानें सिद्धि होत नसते. शरीरांतर्गत जीं कामादिक द्रव्यें त्यांच्या त्यागानें सिद्धि होते; आणि ती तरी खऱ्या ज्ञानवंता-सच प्राप्त होते. एखादा विवेकशून्य मनुष्य शुष्क वैराग्ययुक्त झाला तथापि त्याला सिद्धि प्राप्त व्हावयाची नाहीं. एखाद्यानें बाह्य द्रव्यांचा त्याग केला, आणि शरीरद्रव्यावर त्याची आसक्ति असली म्हणजे त्या योगें त्याला जो धर्म व जें सुख होणार तें तर वैऱ्यांस लाभो. (तें खरें

सुख नव्हे.) दोन अक्षरांचा शब्द मम, हा मृत्यु होय आणि तीन अक्षरांचा शब्द न मम हें शाश्वत ब्रह्म होय. मम म्हणजे हें माझें, तें माझें करणारास मृत्यु व पुनः जन्म हा फेरा ठेवलेलाच ! न मम म्हणजे हें शरीरादिक सर्व माझें नव्हे, असें म्हणणारा व जाणणारा शाश्वत ब्रह्मपदास पोंचतो. राजा, ब्रह्म (मुक्ति) आणि मृत्यु हे आपल्यामध्येंच आहेत. ते भूतांस न दिसतां निःसंशय परस्परांशीं झगडत असतात; आतां हे भारता, आत्मा अविनाशी आहे ही गोष्ट जर सत्य आहे, तर प्राण्यांच्या शरीरांचा भेद करूनही अहिंसाधर्म पाळला जातो. ही स्थावर जंगम सर्व पदार्थांसुद्धां अखिल पृथ्वी प्राप्त होऊनही तिजविषयीं ज्यास ममत्वच नसेल, त्याला त्या पृथ्वीपासून काय उपसर्ग होणार आहे? तो संपूर्ण राज्यैश्वर्य भोगीत असतांही मुक्तच होय. अथवा, पार्था, अरण्यांत राहून वन्य पदार्थांनीं चरितार्थ चालविणाऱ्या पुरुषाची द्रव्यांवर ममत्वबुद्धि असेल, तर तो मृत्यूच्या मुखांतच उभा आहे म्हणून समजावें. हे भारता, बाह्य व अंतर्गत शत्रूंचा स्वभाव-त्यांचें सत्य स्वरूप—काय आहे याचा विचार करून पहा. जो तें (जग) उत्पन्न झालेलेंच पहात नाहीं, तो महाभयापासून मुक्त होतो. कामात्म्या पुरुषाची (इच्छायुक्त पुरुषाची) जगांत प्रशंसा होत नाहीं. येथें कामावांचून कोणतीच प्रवृत्ति होत नाहीं व प्रवृत्ति म्हणजे दुःख म्हणूनच दुःखोत्पादक प्रवृत्तीची उत्पत्ति करणारे जे काम म्हणजे वासना त्यांचा क्षय झाला पाहिजे. सर्व वासना मनापासून उत्पन्न होतात, म्हणून मनोनाश झाला पाहिजे. ज्ञाता या कामांस—वासनांस पूर्णपणें ओळखून त्यांचा संहार करतो. योगी अनेक जन्मांच्या अभ्यासानें शुद्धचित्त होत्साता योग हाच मोक्षमार्ग होय, असें जाणून वासनांचा संहार करतो; आणि सकाम कर्म करणें हा खरा धर्म नसून कामाचें म्हणजे वासनेचें नियमन करणें हाच खरा धर्म किंवा मोक्षबीज होय असें जाणून दान, वेदाध्ययन, तपश्चर्या, काम्य व वैदिक कर्में, व्रत, नियम, यज्ञ, ध्यानयोग वगैरे कांहींएक सकाम करीत नाहीं. काम हा किती बलवत्तर आहे, हें समजण्यासाठीं पुरातन कथा जाणणारे लोक स्वतः कामानें (अहंकारानें) म्हटलेल्या गाथा सांगत असतात. राजा, त्या मी तुला सर्व सांगतों, ऐक.

काम म्हणतोः—कोणत्याही अनुपायानें[१] मी कोणाही प्राण्याकडून मारला जाणें शक्य नाहीं. एखाद्या आयुधांत सामर्थ्य आहे, असें समजून जो मला त्यानें मारण्याचा प्रयत्न करतो, त्याच्या त्या आयुधांतच मी पुनः उत्पन्न होतों ! जपादिकांनीं कामाचा क्षय होईल असें समजून जो जप वगैरे करतो, त्याचे अंतःकरणांत मी जपकर्ता अशा अहंकाराच्या रूपानें मी उत्पन्न होतों. विविधदक्षिणायुक्त यज्ञ करून जो माझा नाश करूं पहातो, त्याच्या अंतःकरणांत मी सजीव सृष्टींत असणाऱ्या धर्मात्म्याप्रमाणें दंभादिरूपानें आविर्भूत होतों ! जो मला वेद व वेदांतसाधनें यांनीं नष्ट करण्याचा प्रयत्न करतो, त्याचे ठिकाणीं मी स्थावर सृष्टींत असलेल्या भूतात्म्याप्रमाणें मी आत्मज्ञानी इत्यादि अहंकाररूपानें त्याच्या नकळत उत्पन्न होतोंच ! जो सत्यपराक्रमी वीर धैर्याच्या बळावर मला ठार करण्याचा प्रयत्न करतो, त्याच्या ठिकाणीं मी भावरूपानें उत्पन्न होतों म्हणजे मी त्यास ' मी धैर्यबलेंकरूनच लोकद्वय जिंकीन ' इत्यादि अभिमानानें युक्त करतों; व त्याच्या अंतःकरणांत मीं अभिमानरूपानें वसत असतांही

१ निर्ममत्व आणि योगाभ्यास हे कामजयाचे खरे उपाय; यांवांचून जे इतर ते अनुपाय असा भावार्थ.

तो मला जाणत नाहीं. जो उत्तम सदाचरणी मुनि तपाच्या योगें माझा नाश करूं पहातो, त्याच्या तपाचेच ठिकाणीं मी पुनः आविर्भूत होतों. जो पंडित मोक्षाच्या पाठीस लागून माझा नायनाट करूं पहातो, ह्मणजे जो आपण नित्यमुक्त आहों हें तत्त्व न जाणून मोक्षार्थ तपश्चर्यादि करतो, त्या मूढाजवळ जाऊन 'अगदींच रे वेडा' असें ह्मणून मी हंसतों व नृत्य करतों. सारांश, मी एकटा शाश्वत असून सर्व भूतांस अवध्य आहें !

कृष्ण ह्मणालाः—हे युधिष्ठिरा, निर्ममत्वपूर्वक योगाभ्यासावांचून कामजयाचा अन्य उपाय नाहीं; व यज्ञादिकांनीं चित्तशुद्धि झाल्यावांचून निर्ममत्व प्राप्त होत नाहीं. यास्तव तूंही विविधदक्षिणायुक्त असे यज्ञ करून त्या कामाचा धर्माचे ठिकाणीं लय कर, ह्मणजे तुला श्रेय प्राप्त होईल. तूं विधिपूर्वक दक्षिणायुक्त अश्वमेध कर. त्याचप्रमाणें विपुल दानधर्मानें युक्त व सर्व प्रकारें समृद्ध असे दुसरेही अनेक प्रकारचे यज्ञ कर. मेलेल्या भाऊबंदांविषयीं तूं पुनःपुनः दुःख करूं नको. कारण या रणांगणांत जे पतन पावले, ते पुनश्च दृष्टीस पडणें शक्य नाहीं. असो; तूं समृद्ध व विपुलदक्षिणायुक्त असे महायज्ञ करून व जगांत उत्तम कीर्ति संपादन करून अंतीं सुगतीला जाशील !

अध्याय चौदावा.

—:०:—

युधिष्ठिरशोकपरिहार.

वैशंपायन सांगतातः—याप्रमाणें त्या तपोधन मुनींनीं अनेक प्रकारच्या युक्तिवादांनीं हतबंधु राजर्षि युधिष्ठिराचें समाधान केलें. त्याचप्रमाणें स्वतः भगवान् श्रीकृष्णानेंही त्यास उपदेश केला; आणि कृष्णद्वैपायन, देवस्थान, नारद, भीम, नकुल, द्रौपदी, सहदेव व धीमान् अर्जुन यांनीं व दुसऱ्या थोर पुरुषांनीं आणि शास्त्रपारग ब्राह्मणांनींही त्यास अनेक प्रकारें बोध केला. तेव्हां त्याल शोकामुळें झालेलें दुःख व मनाचा संताप हीं दूर झालीं. मग, राजा, युधिष्ठिरानें देव, ब्राह्मण यांचें पूजन केलें; आणि मृत बांधवांचीं प्रेतकार्यें केल्यानंतर तो धर्मात्मा पुनः समुद्रवलयांकित पृथ्वीचें राज्य करूं लागला. नंतर, राजा, निष्कंटक स्वराज्य प्राप्त होऊन तो प्रसन्नचित्त झालेला कुरुपति व्यास, नारद, व ते दुसरे लोक यांस म्हणाला, 'तुम्हीं वृद्ध मुनिश्रेष्ठांनीं माझें मागेंच पूर्ण समाधान केलें आहे; आतां माझ्या अंतःकरणांत अल्पही किल्मिष उरलें नाहीं. त्याचप्रमाणें मला द्रव्यही विपुल प्राप्त झालें आहे; त्याच्या योगानें मला देवतांचें यजन करतां येईल. आतां, हे पितामह, आपल्या मदतीनें मी तो यज्ञ करीन. आपण आह्मांस हिमालयावर घेऊन चलावें. कारण हे द्विजसत्तमा, तो देश फारच आश्चर्यकारक आहे असें ऐकितों. भगवन्, आपणांप्रमाणेंच भगवान् गोपालकृष्णानें, नारदांनीं व देवस्थानानें मला पुष्कळ आश्चर्यकारक व हिताचा उपदेश केला. खरोखर यःकश्चित् अभागी पुरुषास संकट प्राप्त झालें असतां, आपणांसारखे गुरु व सज्जनसम्मत असे इष्टमित्र प्राप्त होत नसतात. हे प्राप्त होण्यास पूर्वभाग्यच पाहिजे.'

जनमेजया, अशा प्रकारें राजानें भाषण केल्यानंतर ते सर्व महर्षि युधिष्ठिर राजाचा व कृष्णार्जुनांचा निरोप घेऊन सर्वांच्या देखत तेथेंच अंतर्धान पावले. नंतर धर्मपुत्र युधिष्ठिर राजा थोडा वेळ तेथेंच बसला. मग पांडवांनीं भीष्मांच्या निधनाबद्दल स्नानादिक क्रिया केल्या; ब्राह्मणांस महादानें दिलीं; आणि भीष्म, कर्ण वगैरे कुरुकुलोत्पन्न लोकांचीं और्ध्वदेहिक कृत्यें धर्मानें व धृतराष्ट्रानें मिळून केलीं. नंतर ब्राह्मणांस पुष्कळ द्रव्य समर्पण करून तो

पांडवश्रेष्ठधर्मराजा धृतराष्ट्रास पुढें करून हस्तिनापुरांत प्रवेशला; आणि नंतर प्रज्ञाचक्षु पितृव्य धृतराष्ट्र राजाचें सांत्वन करून तो धर्मात्मा भावांसहवर्तमान पृथ्वीचें राज्य करूं लागला.

अध्याय पंधरावा.

—:०:—

श्रीकृष्णाची द्वारकेस जाण्याची तयारी.

जनमेजय विचारितोः—अहो द्विजवर्य, पांडवांचा विजय होऊन राष्ट्रांत शांतता नांदूं लागली, त्यानंतर कृष्ण व धनंजय या वीरांनीं काय केलें बरें ?

वैशंपायन सांगतातः—राजा, पांडवांस जय प्राप्त होऊन सर्वत्र स्थिरस्थावर झालें, तेव्हां कृष्णार्जुनांस फार संतोष झाला आणि मग ते स्वर्गस्थ देवेश्वरांप्रमाणें सानंद क्रीडा करूं लागले. त्यांनीं कधीं विचित्र वनांत तर कधीं शिखरयुक्त पर्वतावर संचार करावा; आणि कधीं पुण्यकारक अशा तीर्थांवर, सरोवरांवर व नद्यांवर जावें. याप्रमाणें ते नंदनवनांत संचार करणाऱ्या अश्विनीकुमारांप्रमाणें मौजेनें हिंडत होते. नंतर त्या महात्म्या कृष्णार्जुनांनीं इंद्रप्रस्थांत जाऊन आनंदांत कालक्रमणा केली. राजा, तेथें एक दिवस ते रम्य अशा सभागृहांत प्रवेश करून मौजेनें बोलत बसले. त्या ठिकाणीं गोष्टी निघतां निघतां युद्धाच्या अद्भुत कथा व मागें प्राप्त झालेल्या क्लेशांच्या हकीकती त्यांनीं एकमेकांस सांगितल्या. त्याचप्रमाणें ते हर्षभरित झालेले महात्मे पुरातन ऋषिश्रेष्ठ (नरनारायण) ऋषींचे व देवांचे वंश परस्परांस कथन करिते झाले. मग तत्त्वज्ञ केशवानें ज्यांतील अर्थ, पदरचना व तात्पर्य विलक्षण सुंदर आहे, अशा चमत्कारिक व सुरस कथा अर्जुनास सांगितल्या. त्या शूरकुलोत्पन्न जनार्दनानें पुत्रमरणामुळें व हजारों ज्ञातिबांधवांच्या मृत्यूंनीं शोकाकुल झालेल्या पार्थाचें अनेक गोष्टी सांगून सांत्वन केलें; आणि याप्रमाणें पार्थाचें उत्तम प्रकारें आश्वासन केल्यानंतर तो महातपस्वी व ज्ञानी सात्वत आपल्या शिरावरील जड भार उतरूनच कीं काय कांहीं वेळ स्तब्ध बसला. मग कृष्णानें मधुर वाणीनें अर्जुनाचें सांत्वन करीत त्याशीं असें सहेतुक भाषण केलें.

वासुदेव म्हणालाः—भो सव्यसांचिन्, हे परंतपा, धर्मपुत्र युधिष्ठिर राजानें तुझ्या बाहुबलाचा आश्रय करून ही संपूर्ण वसुमती जिंकिली; आणि, हे नरोत्तमा, तो राजा भीमसेन व नकुलसहदेव यांच्या सामर्थ्यावर तिचा निष्कंटकपणें उपभोग घेत आहे. अर्जुना, तुला धर्म कळतोच आहे. राजा युधिष्ठिराला जें निष्कंटक राज्य प्राप्त झालें, तें त्याच्या धर्मामुळेंच; आणि सुयोधन राजा रणांत मारला गेला, तो तरी तुमच्याकडे धर्म होता म्हणूनच! अधर्मावर प्रेम करणारे, लोभी व अप्रिय भाषण करणारे जे दुरात्मे धृतराष्ट्रपुत्र त्यांचा गणगोतांसहवर्तमान निःपात उडाला; आणि, हे कुरुकुलाग्रणे पार्था, धर्मपुत्र युधिष्ठिर राजा तुझ्याकडून रक्षण होत असल्यामुळें अत्यंत शांततेनें असलेल्या अखिल पृथ्वीचा उपभोग घेतो आहे. पांडवा, तूं बरोबर असलास म्हणजे मी अरण्यांत जरी असलों तरी तेथें माझें मन रमून जातें; मग, हे शत्रुनाशका, जेथें हे सर्व लोक व कुंती आहे तेथें मी रममाण होईन यांत नवल काय ? जेथें धर्मराजा असेल, जेथें महाबली भीमसेन असेल, व जेथें माद्रीपुत्र असतील, तेथें मी अत्यंत रममाण होतों. त्याचप्रमाणें, अर्जुना, सांप्रत मी तुजसमागमें या अत्यंत रमणीय, पवित्र व केवळ स्वर्गतुल्य अशा सभागृहांत असतांना माझें मन आनंदांत गढून गेलें आहे म्हणून सांगावयास का पाहिजे ? तें अतिशयच गढलें आहे. परंतु, पार्था, वसुदेव,

वर देऊं लागला, तेव्हां त्यानें त्या प्रभूपाशीं वर मागितला. तो ह्मणाला, 'देव, दानव, यक्ष, सर्प, गंधर्व आणि राक्षस ह्यांच्या हातून माझा वध होऊं नये, हाच वर मी आपल्याकडून मागून घेतों.' हें ऐकून 'ठीक आहे, तूं जा, असें घडून येईल.' असें ब्रह्मदेवानें त्याला ह्मटलें. तेव्हां तो त्याच्या पायांवर मस्तक ठेवून निघून गेला. ह्याप्रमाणें वर मिळाल्यावर पित्याचा वध झाल्याची गोष्ट लक्षांत आणून तो महावीर्यसंपन्न आणि पराक्रमी धुंधु सत्वर विष्णूकडे गेला. कोपिष्ठ अशा त्या धुंधु दैत्यानें देव आणि गंधर्व ह्या सर्वांना जिंकून त्यांना व श्रीविष्णूला अतिशय पीडा दिली. नंतर वाळूनें भरलेल्या उज्जालक नांवाच्या समुद्रप्रदेशांत येऊन, हे भरतकुलश्रेष्ठा प्रभो युधिष्ठिरा, तो दुरात्मा त्या प्रदेशामध्यें राहून आपल्या सामर्थ्यानें त्या उत्तंक मुनीच्या आश्रमाला पीडा करूं लागला. त्या ठिकाणीं तो मधुकैटभांचा पुत्र भयंकर पराक्रमी धुंधु तपोबलाचा आश्रय करून लोकांचा विनाश करण्यासाठीं भूमीच्या अंतर्भागीं वालुकेच्या योगानें आच्छादित होऊन शयन करीत होता; व श्वासोच्छ्वासाच्या रूपानें अग्नीच्या ज्वाला उत्तंकमुनीच्या आश्रमासमीप उत्पन्न करीत होता. ह्याच वेळीं, हे भरतकुलश्रेष्ठा, पृथ्वीपति कुवलाश्व राजा सैन्य, वाहनें आणि पुत्र ह्यांस बरोबर घेऊन उत्तंक ब्राह्मणासहवर्तमान आपल्या नगरांतून निघाला. त्या शत्रुमर्दन कुवलाश्व नरपतीच्या मागून त्याचे एकवीस हजार बलाढ्य पुत्र चालले होते. त्या वेळीं उत्तंकाच्या आज्ञेवरून लोकहित करण्याच्या इच्छेनें भगवान् प्रभु विष्णूंनीं तेजाच्या रूपानें त्या राजाच्या शरीरामध्यें प्रवेश केला. त्या दुर्जय राजानें प्रयाण केलें, तेव्हां स्वर्गामध्यें 'हा अवध्य असणारा श्रीमान् कुवलाश्व राजा आज धुंधुमार (धुंधु दैत्याचा वध करणारा) होणार!' असा मोठा शब्द होऊं लागला. त्या वेळीं देवांनीं त्याजवर चोहोंकडून दिव्य पुष्पांची वृष्टि केली. कोणीं न वाजवितांच देवदुंदुभि वाजूं लागले. शीतल वायु वाहूं लागला व तो ज्ञानसंपन्न भूपति प्रयाण करूं लागला त्या वेळीं भूमीवरील धूळ नष्ट होईल अशा रीतीनें देवाधिपति इंद्र वर्षाव करूं लागला. हे युधिष्ठिरा, नंतर ज्या ठिकाणीं तो धुंधुनामक महादैत्य होता त्या ठिकाणींच अंतरिक्षामध्यें देवतांचीं विमानें दृष्टिगोचर होऊं लागलीं; व देव आणि गंधर्व ह्यांसहवर्तमान महर्षि कौतुकानें कुवलाश्व आणि धुंधु ह्यांचें युद्ध अवलोकन करूं लागले. हे कुरुकुलोत्पन्ना, श्रीविष्णूच्या तेजानें पुष्ट झालेला तो कुवलाश्व महीपति सत्वर तेथें गेला आणि त्यानें आपल्या त्या पुत्रांकडून चोहों बाजूंनीं तो समुद्र खणून काढला. त्या कुवलाश्वाच्या पुत्रांनीं त्या वालुकामय समुद्रांत सात दिवसपर्यंत खणल्यानंतर महाबलाढ्य धुंधुनामक दैत्य अवलोकन केला. हे भरतकुलश्रेष्ठा, वाळूकेनें आच्छादित झालेलें त्याचें प्रचंड शरीर सूर्याप्रमाणें देदीप्यमान असें होतें. हे नृपतिश्रेष्ठा महाराजा युधिष्ठिरा, तेथें प्रलयकालीन अग्नीप्रमाणें कांति असलेला धुंधु दैत्य पश्चिम दिशा व्याप्त करून निजलेला होता. त्याला कुवलाश्वाच्या पुत्रांनीं चोहोंकडून गराडा दिला व तीक्ष्ण बाण, गदा, मुसल, पट्टे, इटें, परिघ आणि स्वच्छ व तीक्ष्ण खड्ग हीं आयुधें घेऊन ते त्याजवर धावून गेले. ह्यामुळें ते प्रहार करूं लागतांच तो महाबलाढ्य दैत्य क्रुद्ध होऊन उठला व त्यानें रागारागानें त्यांचीं नानाप्रकारचीं शस्त्रें भक्षण करून टाकलीं व आपल्या मुखांतून अग्नि बाहेर टाकीत टाकीत त्यानें आपल्या तेजाच्या योगानें त्या सर्व राजपुत्रांना दग्ध करून सोडलें. हे नृपश्रेष्ठा, पूर्वीं प्रभु कपि-

त्यानें क्रुद्ध होऊन ज्याप्रमाणें सगरपुत्रांना दग्ध करून सोडलें होतें, त्याप्रमाणें आपल्या मुखांतून निघालेल्या अग्नीनें लोकांचा जणूं संहार करण्यासाठींच कीं काय, त्यानें एका क्षणांत त्या राजपुत्रांना दग्ध करून सोडलें. हे भरतकुलश्रेष्ठा, ह्याप्रमाणें ते त्याच्या क्रोधाग्नीनें दग्ध होऊन गेले असतां निद्रेंतून उठलेला दुसरा कुंभकर्णच कीं काय अशा त्या धुंधु दैत्यास महातेजस्वी कुवलाश्व राजानें गांठलें. हे राजा, त्या वेळीं त्या धुंधूच्या शरीरांतून पुष्कळ उदक गळत होतें. तेव्हां तें उदकरूपी त्याचें तेज प्राशन करून त्या योगसंपन्न कुवलाश्व राजानें योगशक्तीच्या योगानें उदक निर्माण करून तो अग्नि शांत केला; आणि, हे भरतकुलश्रेष्ठा, त्यानें सर्व लोकांच्या कल्याणार्थ त्या निर्दय आणि पराक्रमी दैत्यावर ब्रह्मास्त्र सोडलें. याप्रमाणें शत्रुनाशक देवशत्रू धुंधु दैत्याला अस्त्राच्या योगानें दग्ध केल्यामुळें राजर्षि कुवलाश्व दुसरा इंद्रच कीं काय असा शोभूं लागला व धुंधुमार ह्या नांवानें प्रख्यात होऊन शत्रुशून्य झाला. त्या वेळीं सर्वही देव आणि महर्षि ह्यांनीं संतुष्ट होऊन त्याला 'वर माग' असें सांगितल्यामुळें त्या राजानें अत्यंत आनंदित होऊन हात जोडून नमस्कार करून ह्मटलें, 'माझ्या हातून ब्राह्मणश्रेष्ठांस द्रव्याचें दान घडावें, शत्रूकडून माझा पराजय होऊं नये, श्रीविष्णूशीं माझें सख्य असावें, माझ्या हांतून कोणाही प्राण्याचा द्रोह घडूं नये व माझी धर्मावर प्रीति राहून मला अक्षय स्वर्गवास घडावा.' हें ऐकून प्रसन्न झालेल्या देवता, ऋषि, गंधर्व आणि ज्ञानसम्पन्न उत्तंक मुनि हे 'तथास्तु' असें ह्मणूं लागले. नंतर, हे राजा, नानाप्रकारचे आशीर्वाद देऊन त्याचा बहुमान करून देव आणि महर्षि आपापल्या स्थानीं निघून गेले. हे भरतकुलोत्पन्ना युधिष्ठिरा, त्या वेळीं दृढाश्व, कपिलाश्व आणि चंद्राश्व असे त्याचे तीन पुत्र अवशिष्ट राहिले होते. त्यांच्यापासूनच, हे महाभागा राजा युधिष्ठिरा, अत्यंत तेजस्वी अशा इक्ष्वाकुकुलोत्पन्न पुरुषांची वंशपरंपरा सुरू झाली. हे साधुवर्या, ह्याप्रमाणें त्या कुवलाश्व राजानें मधुकैटभांचा पुत्र जो धुंधुनामक महादैत्य त्याचा वध केला व त्यामुळेंच तो गुणसंपन्न कुवलाश्व राजा तेव्हांपासून धुंधुमार ह्या नांवानें प्रसिद्ध झाला. हे राजा, मला तूं जें विचारीत होतास तें धुंधुमार राजाच्या कर्मामुळें प्रसिद्ध असलेलें हें धुंधुमारोपाख्यान मीं तुला पूर्णपणें सांगितलें आहे. हें पवित्र आख्यान ह्मणजे श्रीविष्णूचें नामसंकीर्तन होय. ह्यास्तव, जो मनुष्य हें श्रवण करील तो धर्मात्मा आणि पुत्रवान् होईल. पर्वकालीं हें श्रवण केल्यास मनुष्य ऐश्वर्यसंपन्न आणि आयुष्मान् होतो; त्याला कोणत्याही प्रकारचा ताप होत नाहीं; आणि व्याधीपासूनही भीति उत्पन्न होत नाहीं.

अध्याय दोनशें पांचवा.

—:o:—

गुरुसेवा आणि पतिसेवा ह्यांचें महत्त्व.

वैशंपायन ह्मणाले:—तदनंतर, हे भरतकुलश्रेष्ठा, महाकांतिसंपन्न राजा युधिष्ठिर ह्यानें अत्यंत दुर्ज्ञेय असा एक धर्मविषयक प्रश्न मार्कंडेय मुनींस केला. तो ह्मणाला, 'हे भगवान् विप्रा, आपल्याकडून जाणतां येण्यास अवश्य आणि धर्मसंबंधीं असें स्त्रियांचें उत्कृष्ट माहात्म्य सात्त्विकपणें श्रवण करावें अशी माझी इच्छा आहे. हे ब्रह्मर्षे, ह्या लोकांमध्यें सूर्य, चंद्र, वायु, पृथ्वी, अग्नि, पिता, माता आणि भगवान् गुरु हे प्रत्यक्ष देव दृष्टिगोचर होत असतात. तसेंच, हे भृगुकुलोत्पन्ना, दुसरेही जे

बलराम व दुसरे वृष्णिवीर यांची भेट पुष्कळच दिवसांत झाली नसल्यामुळें मला द्वारावतीस जाण्याची उत्कंठा लागली आहे. तेव्हां, हे पुरुषर्षभा, माझें तिकडे जाणें तुलाही रुचेलच; युधिष्ठिर राजा शोकाकुल झाला असतां मी व भीष्मानें त्यास अनेक प्रकारचा सयुक्तिक उपदेश केला आणि युधिष्ठिर हा आम्हांहून थोर व शास्ता असतांहीं त्या महात्म्यानें तो उपदेश लक्षपूर्वक ग्रहण केला. धर्मराज हा खरोखरीच थोर आहे. धर्मज्ञ, कृतज्ञ व सत्यवादी अशा त्या धर्मसुताचे ठायीं सत्य, धर्म, उत्कृष्ट बुद्धि व राज्यलक्ष्मी सतत स्थिर राहील, असो; अर्जुना, माझा हा विचार तुला बरा वाटत असेल तर तूं त्या महात्म्याकडे जा; आणि माझ्या जाण्याविषयीं त्याजवळ गोष्ट काढ. प्राणत्याग करण्याचा प्रसंग उपस्थित झाला तरीही मी धर्मराजास अप्रिय वाटेल असें कधीं कांहीं करणार नाहीं; मग हे महाबाहो, त्याची इच्छा नसतां द्वारकेस जाण्याची वार्ता कशाला ? पार्था, मी हें जें सर्व करतों आहें, तें तुमच्याविषयीं माझ्या अंतःकरणांत जें प्रेम व तुमच्या हिताविषयीं जी कळकळ आहे, तीमुळें करीत आहें. कौरव्या, हें मी सत्य सांगत आहे; यांत अवाक्षरही असत्य नाहीं. अर्जुना, मी येथें ज्यासाठीं आलों होतों, तें कार्य झालें दुर्योधन राजा ससैन्य व ससहाय निधन पावला आणि बहुविध रत्नांनीं भरलेली अशी शैलवनांसहवर्तमान समुद्रवलयांकित संपूर्ण पृथ्वी त्या धीमान् धर्मपुत्राचे ताब्यांत आली आहे. हे भरतर्षभा, अनेक सिद्ध व महात्मे ज्याची उपासना करीत आहेत व बंदिजन ज्याचीं सतत स्तुतिस्तोत्रें गात आहेत, अशा त्या धर्मज्ञ राजानें संपूर्ण वसुमतीचें धर्मतः पालन करावें. हे कुरुशार्दूला, आज मजबरोबर कुरुकुलाची कीर्ती वृद्धिंगत करणाऱ्या त्या राजाकडे जाऊन मला द्वारकेस जाण्यास अनुज्ञा विचार. पार्था माझें हें शरीर व माझ्या घरचें सर्व द्रव्य मीं सदोदीत युधिष्ठिरास अर्पण केलें आहे. कारण, हा कुरूंचा अधिपति महाज्ञानी युधिष्ठिर मला तसाच मान्य व प्रिय आहे. पार्था, तूं व तुझा सदाचरणी वडील भ्राता युधिष्ठिर यांच्या ताब्यांत पृथ्वी आलेली आहे. आतां, हे नृपात्मजा, मला तुजविषयींच्या प्रेमाव्यतिरिक्त येथें रहाण्याचें दुसरें कारण नाहीं.

राजा, अशा प्रकारें महानुभाव जनार्दनानें अमितपराक्रमी अर्जुनाशीं बोलणें केलें; तेव्हां त्यानें त्या जनार्दनाची अतिशय स्तुति करून मोठ्या कष्टानें ‘ होय ’ म्हटलें.

अनुगीतापर्व.

अध्याय सोळावा.

—:०:—

सिद्धकाश्यपसंवादारंभ.

जनमेजय विचारितोः—हे द्विजा, शत्रूंचा संहार केल्यानंतर ते महात्मे केशवार्जुन सभागृहांत राहिले असतां तेथें त्यांचें काय बरें संभाषण झालें ?

वैशंपायन सांगतातः—निर्वैर स्वराज्य परत मिळाल्यानंतर कृष्णासहवर्तमान अर्जुनानें हर्षभरित होऊन त्या सभेंत आनंदानें कालक्रमणा केली. राजा, एके दिवशीं ते आनंदित कृष्णार्जुन आपल्या आप्तेष्टांसह त्या सभागृहाच्या एका स्वर्गतुल्य रमणीय भागांत सहज जाऊन बसले. मग कृष्णाच्या सहवासामुळें प्रसन्नचित्त असलेल्या पार्थानें एकवार त्या रम्य सभेचें निरीक्षण करून श्रीकृष्णास म्हटलें, "हे महाबाहो देवकीनंदना, युद्धाच्या सुरुवातीचे वेळीं तुझें माहात्म्य व ईश्वररूपत्व मला कळून आलें; परंतु भगवंता केशवा, त्वां प्रेमामुळें त्या वेळीं जो मला उपदेश केला, तो सर्व मी भ्रष्टचित्त पार विसरून गेलों. म्हणून, हे पुरुषव्याघ्रा, सांप्रत तोच तत्त्वार्थ श्रवण करण्याची मला पुनः पुनः उत्कंठा उत्पन्न होते; आणि, हे माधवा, तूं तर लवकरच द्वारकेस जाणार म्हणून म्हणतोस !"

वैशंपायन सांगतातः—अर्जुनाचें हें भाषण श्रवण करून महातेजस्वी व वक्त्यांत वरिष्ठ अशा कृष्णानें अर्जुनास आलिंगन देऊन प्रत्युत्तर केलें.

वासुदेव म्हणालाः—पार्था, परम गुह्य म्हणून जें काय आहे, तें मीं तुला ऐकविलें; सनातन धर्माचें सत्य स्वरूप दाखवून दिलें; आणि शाश्वत अशा सर्व लोकांची माहिती करून दिली. परंतु तूं बुद्धिमांद्यामुळें तें कांहींच ग्रहण केलें नाहींस, याचें मला फारच वाईट वाटतें. त्या वेळीं मीं तुला जें सांगितलें त्या सर्वांचें आज पुनः मला स्मरण होणें शक्य नाहीं. खरोखर, अर्जुना, तूं श्रद्धाहीन व मतिमंद आहेस ! धनंजया, तें मला पुनः समग्र सांगतां येणें शक्य नाहीं. ब्रह्मपदाचें ज्ञान होण्यास मीं सांगितलेला तो धर्म अगदीं पुरेसा होता. आतां मला पुनः तें तशा पद्धतीनें व सविस्तर सांगतां येणार नाहीं ! कारण तुला तो परब्रह्माचा उपदेश केला त्या वेळीं मी योग्ययुक्त[१] होतों आणि त्या योगसमाधीमध्यें मला तसा उपदेश करतां आला. आतां तशी समाधि लागावयाची नाहीं व अर्थातच तसा उपदेशही करतां यावयाचा नाहीं. परंतु आतां इतकेंच करतों कीं, त्याच अर्थास अनुसरून असलेला एक पुरातन कथाभाग तुला सांगतों. हे धर्मधराग्रणे, आतां तरी माझें संपूर्ण भाषण नीट ऐकून घे. तेणेंकरून तुला तें ज्ञान प्राप्त होऊन तूं परमगतीस पोंचशील. शत्रुनाशना पार्था, एकदां कोणी एक प्रखरतेजस्वी असा ब्राह्मण स्वर्गलोकांतून आला होता. साक्षात् ब्रह्मलोकाहून खालीं आलेल्या त्या ब्राह्मणाचें आम्हीं पूजन केलें; आणि नंतर, हे भरतर्षभा पार्था, आम्हीं विचारल्यावरून त्यानें दिव्य विधीनें जें कथन केलें तें तर्कवितर्क न करतां नीट ऐक.

तो ब्राह्मण मला म्हणालाः—हे मधुसूदना कृष्णा, प्राणिमात्राचें कल्याण व्हावें अशा दयाबुद्धीनें तूं मोक्षधर्मासंबंधानें मला जें विचारलेंस व जें मोहाचा उच्छेद करणारें आहे तें तत्वज्ञान मी तुला यथावत् कथन करतों; तर, माधवा, माझें भाषण सावधानपणें श्रवण कर.

काश्यप नामक कोणीएक उत्तम धर्मज्ञ व तपस्वी ब्राह्मण होता. त्याची व दुसऱ्या

१ तुर्यारूढ झाल्याशिवाय असले बोल बोलतां येत नाहींत असा अनुभव आहे.

कोणा एका ब्राह्मणाची गांठ पडली. हा दुसरा ब्राह्मण धर्माचीं रहस्यें उत्तम जाणणारा, अनेक जन्ममरणपरंपरांविषयीं तत्त्वें समजणारा, **ज्ञान** ह्मणजे शास्त्रसिद्ध अनुमानजन्य ज्ञान. व **विज्ञान** ह्मणजे योगोत्पन्न साक्षात्कार यांत पारंगत, जगांतील गूढ तत्त्वें उकलण्यांत कुशल, आणि सुख व दुःख यांचें सम्यग् ज्ञान असलेला असा होता. उत्पत्ति व मरण यांचें तत्त्व त्यास माहीत होतें; पाप व पुण्य यांतील भेद तो उत्तम जाणत असे; कर्मांच्या योगानें प्राण्यांस कोणकोणत्या उच्चनीच गति प्राप्त होतात याचें त्यास ज्ञान होतें; आणि तो जीवन्मुक्ताप्रमाणें संचार करणारा, सिद्धीस पोहोंचलेला, अत्यंत शांत व जितेंद्रिय असा असून ब्रह्मतेजानें झळकत होता. त्यास सर्वत्र संचार करतां येई; अंतर्धान पावण्याची विद्या त्यास ज्ञात होती; अदृश्य सिद्धांबरोबर व चक्रधरांबरोबर तो संचार करी; आणि त्यांच्या समागमें एकांतांत बसून संभाषण करी. या सिद्ध द्विजाचें स्वरूप वगैरे काश्यपानें तत्त्वतः ऐकिलेलें असल्यामुळें तो वायूप्रमाणेंच कोठेंही आसक्त न होणारा द्विज यदृच्छेनें गमन करीत असतां त्यास काश्यपानें पाहिलें, तेव्हां त्याजपासून धर्म समजून घ्यावा अशी कामना धरून तो तपस्वी, जितेंद्रिय व बुद्धिमान् द्विजसत्तम काश्यप एकाग्र चित्त करून मनोभावानें त्याच्या पायां पडला; आणि त्याच्या त्या लोकोत्तर दिव्य तेजानें विस्मित झालेल्या काश्यपानें त्या महान् द्विजोत्तमाचीं उत्तम पूजा करून त्या गुरूस संतुष्ट केलें. हे परंतपा, संपूर्ण सिद्धीनें युक्त, ज्ञानी व सद्वर्तनसंपन्न अशा त्या सिद्धाला गुरूस योग्य अशा आदरानें व भक्तीनें काश्यपानें संतुष्ट केलें, तेव्हां त्या संतुष्ट व प्रसन्न झालेल्या गुरूनें शिष्य काश्यपाला परम सिद्धीस अनुलक्षून जो उपदेश केला, तो, हे जनार्दना, मजपासून श्रवण कर.

सिद्ध ह्मणालाः—बाबारे, विविध कर्मांच्या योगानें व विमल अशा पुण्याच्या योगानें मर्त्यांस इहलोकीं स्थिति मिळतात आणि त्यांस स्वर्गवासही प्राप्त होतो; परंतु येथें काय किंवा स्वर्गांत काय, कोठेंही **अत्यंत** सुख ह्मणून ज्याला ह्मणतात तें नाहीं आणि कोठलेंच वास्तव्य शाश्वत किंवा सतत टिकणारें नाहीं. मोठ्या कष्टानें प्राप्त झालेलें जें मोठें स्थान त्यापासून पुनःपुनः भ्रंश होतो. स्वतः मीं कामक्रोधाधीन व लोभमूढ होऊन पाप केल्यामुळें मला कष्टकारक अशुभ गति प्राप्त झाल्या; पुनःपुनः मरण व पुनःपुनः जन्म आलें; मी धान्य, तृण वगैरे अनेक प्रकारचे आहार (निरनिराळ्या जन्मांत) केले; नानाविध स्तन प्राशिले; निरनिराळ्या पुष्कळ जातींच्या माता व पिते पाहिले; नानाप्रकारचीं सुखें भोगलीं; आणि, हे अनघा, तशींच नानाप्रकारचीं दुःखेंही अनुभविलीं; प्रिय जनांचा वियोग व अप्रियांचा सहवासही मला पुष्कळ वेळां झाला; मोठ्या कष्टानें मिळविलेल्या द्रव्याचा नाश घडला; मीं राजांकडून व स्वजनाकडून अपमान व अतिशय कष्ट सोशिले; अत्यंत दारुण अशा शारीरिक व मानसिक व्यथांचा अनुभव घेतला; माझी भयंकर मानखंडना झाली; कित्येक वेळां भयंकर कैद व देहान्त शिक्षाही मीं भोगिली ! मी नरकांत पडलों; यमसदनीं यातना भोगल्या; आणि जरा, रोग व शीतोष्णादि द्वंद्वें यांपासून उत्पन्न होणारीं अपार संकटें या जगांत सतत अनुभविलीं ! पुढें कोणे एके काळीं दुःखामुळें मीं अगदीं आर्त होऊन गेलों; मला या जगाचा वीट येऊन मीं लोकव्यव-

१ अनासक्तीस वायूचा दृष्टांत किती उंची व समर्पक आहे बरें !

आश्व

ह्यार सोडून विरक्त झालों; आणि शून्याकार-वृत्ति करून असंप्रज्ञात समाधि धारण केला. तेव्हां पुढें हा मार्ग (ज्ञानमार्ग) मला समजून मीं या लोकीं त्याचा अभ्यास केला; आणि नंतर त्या अभ्यासाच्या योगानें आत्म्याचा प्रसाद होऊन त्यापासून मला ही सिद्धि प्राप्त झाली! आतां मला पुनः या जगांत यावयाचें नाहीं! मी शाश्वत ब्रह्मपदीं असेपर्यंत आणि महाप्रलय होऊन पुनः जगाची उत्पत्ति होईपर्यंत ही स्थिति राहून मी आपल्या व लोकांच्या शुभ-गतीचें अवलोकन करीत रहाणार! हे द्विजश्रेष्ठा, ही उत्कृष्ट सिद्धि मला प्राप्त झाल्यामुळें, मीं हें जग सोडलें ह्मणजे याहून श्रेष्ठ लोकीं जाईन; आणि पुनः तेथून त्याहून पर अशा लोकीं गमन करीन! सारांश, मी ब्रह्मपदीं लीन होईन; याविषयीं, हे परंतपा, तुला बिलकूल संदेह नको. मी कांहीं परत या मर्त्यलोकीं यावयाचा नाहीं. असो; हे महाप्राज्ञा, मी तुज-वर प्रसन्न झालों आहें, तर मी तुझें काय प्रिय करूं सांग. तूं ज्या हेतूनें मजजवळ आलास, तो हेतु सफल होण्याची ही वेळ आली आहे. तूं मजजवळ कशासाठीं आलास, हें मी जाण-तच आहें; परंतु मला त्वरित जावयाचें असल्यामुळें मीं तुला ही सूचना केली. हे विचक्षणा, तुझ्या सद्वर्तनानें मी अत्यंत संतुष्ट झालों आहें. तुला काय विचारावयाचें असेल तें खुशाल विचार. मी तुला इच्छित असेल तें सर्व कथन करीन. काश्यपा, तुझी बुद्धि फार विशाल आहे, खरोखर मी तिची फार प्रशंसा करतों. मी अंतर्हित असतांही तूं मला जाणलेंस, त्यापेक्षां तूं खरा मेधावी होस!

१ ते ब्रह्मलोकेषु परान्तकाले परामृतात्परिमुच्यन्ति सर्वे। (मुंडकोपनिषद् ३।२।६.)

२ 'परंतप' हें विशेषण काश्यपासारख्याला गोड दिसत नाहीं; परंतु मुळांत दिलें आहे!

अध्याय सतरावा.

—:०:—

प्रथम प्रश्नाचें उत्तर.

वासुदेव म्हणालाः—नंतर काश्यपानें त्या सिद्धाचे पाय धरून, समजून सांगण्यास अत्यंत कठीण असे प्रश्न त्यास विचारले; आणि त्या महान् धर्मज्ञानें त्या प्रश्नांच्या उत्तरीं धर्म कथन केले.

काश्यपानें विचारिलें:—(१) शरीर कसें नाश पावतें? आणि (२) दुसरें कसें प्राप्त होतें? (३) त्याचप्रमाणें, प्राणी संसृतीच्या फेऱ्यांत फिरत असतां कष्टकारक अशा त्या संसारापासून कसा मुक्त होतो? (४) आत्मा कांहीं कालपर्यंत प्रकृतीचा उपभोग घेऊन तें प्रकृतिदत्त शरीर कसें सोडतो? आणि (५) त्या शरीरांतून निर्मुक्त झाल्यावर त्यास ब्रह्म-प्राप्ति कशी होते? (६) स्वतः केलेल्या शुभाशुभ कर्मांचीं फळें मनुष्यास कशीं भोगावीं लागतात? आणि (७) विदेही मनुष्याचें तें कर्म कोणीकडे जातें?

ब्राह्मण सांगतोः—हे वार्ष्णेया, याप्रमाणें काश्यपानें विचारिलें असतां त्या सिद्धानें एका-मागून एक त्या सर्व प्रश्नांचीं उत्तरें दिलीं, तीं मी तुला सांगतों, श्रवण कर.

सिद्ध म्हणालाः—धारण केलेल्या विशिष्ट देहामध्यें आयुष्य व कीर्ति वृद्धिंगत करणारीं जीं कर्में जीव करितो, त्यांचा क्षय झाला असतां त्या जीवाचें आयुष्य संपुष्टांत येतें; आणि मग तो तद्विपरीत ह्मणजे आयुष्य व कीर्ति क्षीण करणारीं कर्में करितो. कारण, विनाशकाल समीप आला असतां त्याची बुद्धि फिरते. अनात्मवान् (विवेकहीन) मनुष्य आपली प्रकृति, बल, काल इत्यादि जाणत असूनही

१ जहात्येनां भुक्तभोगामजोऽन्यः। [श्वेताश्वतरोपनिषद्.]

आपल्या प्रकृतीस न मानवणारें अन्न आणि तेंही अनियमित वेळीं खातो! अशा वेळीं तो सर्व कृत्यें अशीं करतो कीं, त्यांच्या योगानें त्याच्या शरीरास न झेपण्याइतके क्लेश होतील! अशा वेळीं तो कधीं कधीं अतिरिक्त आहार करतो; व कधीं कधीं तर तो उपाशींच रहातो! तो वाईट प्रकारचें अन्न किंवा आमिष वगैरे खातो व तसेंच वाईट पेय पितो, किंवा परस्पर-विरुद्ध धर्मांच्या पदार्थांनीं बनलेलें अन्न खातो. तो वाजवीहून अधिक जड अन्न खातो; व किती खावयाचें याचें कांहींच प्रमाण राखीत नाहीं. तसेंच पूर्वी खाल्लेलें अन्न जिरण्यापूर्वींच पुनः जेवतो! तो व्यायाम व विहारही फाजील करतो. कामकाजाच्या लोभास गुंतून अथवा एरवींच नित्य मलमूत्रांचा अवरोध करतो; ज्यापासून शरीरांत अधिक रस उत्पन्न होईल असें अन्न खातो; व दिवसास झोंप घेतो. नंतर योग्य वेळ आली ह्मणजे स्वतः अपक्व अन्नच कफवातादि दोषांस कुपित करतें. हे शरीरस्थ दोष कुपित झाले असतां रोगोत्पत्ति होते आणि त्या रोगांचा शेवट मरणांत होतो. क्वचित् कोणी गळफांस लावून घेणें वगैरे विपरीत कृत्यें करतात व तेणेंकरून मरण पावतात. परंतु रोगांनीं मरण येणें हा सामान्य नियम होय. या व असल्या कारणांनीं सजीव प्राण्याचें शरीर पतन पावतें. आतां जीविताचा शेवट कसा होतो तें सांगतों, तें नीट लक्षांत धर. शरीरांत अत्यंत कुपित झालेली उष्णता तीव्र वायूच्या प्रेरणेनें सर्व शरीरभर पसरून सर्व प्राणांचा निरोध करते; आणि हें पक्कें समज कीं, शरीरांत उष्णता सर्वत्र कुपित झाली असतां ती फार भयंकर (बलवान्) असते व ती जीव रहाण्याच्या ठिकाणांचा ह्मणजे मर्मस्थानांचा भेद करते. मग जीवास अत्यंत वेदना होऊन तो एकदम ह्या जड शरीरापासून वियुक्त होतो. हे द्विजसत्तमा, मर्मांचा छेद होऊं लागला असतां वेदनांनीं गांजून जीव शरीराचा त्याग करितो, असें समज. हे द्विजर्षभा, जन्ममरणांचे फेऱ्यांत गोंविले गेलेले सर्व जीव देहत्याग करतांना दृष्टीस पडतात. पारलौकिक देहाचा त्याग करून ऐहिक गर्भांत प्रवेश करतांना व त्या गर्भांतून बाहेर पडतांनाही मनुष्यास पुनः मरणांतिक वेदना होतात. त्या वेळीं त्याचे सांधे खिळ-खिळे होतात आणि (गर्भस्थ) उदकापासून त्याला फारच वैक्लव्य प्राप्त होतें. शरीरस्थ वायु दुसऱ्या तीव्र वायूच्या योगानें संप्रेरित होत्साता शैत्यामुळें अत्यंत कुपित होऊन शेवटीं शरीरांतील पंचभूतांचें ऐक्य नाहींसें करतो; आणि पंचभूतात्मक देहांत प्राण व अपान ह्या स्थानांत असलेला तो वायु त्या देहांस मोठ्या कष्टानें सोडून ऊर्ध्वगतीनें निघून जातो. मग श्वासोच्छ्वास बंद झालेले दिसतात, देह थंड पडतो, तेज मावळतें, चलनवलन बंद पडतें, आणि ब्रह्माचें प्रतिबिंब जो जीव तो त्या देहाचा सर्वथा त्याग करतो. अशी स्थिति झाली ह्मणजे तो मनुष्य मेला असें म्हणतात. नंतर अशी अवस्था होते कीं, शरीरधारी जीव पूर्वी ज्या इंद्रियांनीं विषयांचें ग्रहण करीत असतो त्याच इंद्रियांनीं पुढें तो तें करीनासा होतो. आहारापासून उत्पन्न होणारे प्राण त्या शरीरांतच जो उत्पन्न करतो तोच सनातन

---

१ वेगान्न धारयेद्वात विण्मूत्र क्षवतृट्क्षुधाम्। निद्राकासश्रमश्वासजृंभाश्रुच्छर्दिरेतसाम् ॥१॥ (वाग्भट, सूत्रस्थान अ. ४, श्लोक १.)
रोगाःसर्वेऽपि जायंते वेगोदीरणधारणैः। (कित्ता श्लोक २३.)

२ दिवा स्वापं न कुर्वीत यतोऽसौ स्यात्कफावहः। (योगरत्नाकर.)

जीव होय. एकत्र झालेलीं पंचतत्त्वें शरीरांत कोठें कोठें अतिशय संयुक्त झालेलीं असतात. तीं तीं स्थलें ह्मणजे **मर्में** असें समज. शास्त्रांत त्यांस मर्में असेंच म्हटलें आहे. तीं मर्में भिन्न झालीं असतां जीव एकदम उसळी मारून प्राण्याच्या हृदयांत प्रवेश करतो व जीवनतत्त्वाचें त्वरित आकर्षण करतो. या वेळीं जंतु सचेतन असतात, तथापि त्यांस कांहींएक समजत नसतें ह्मणजे शुद्धिच नसते. मर्मस्थानें संवृत झालीं असतां त्याच्या ज्ञानशक्तीवर अज्ञानाचें पटल येऊन तो बेशुद्ध होतो. मग ज्याला स्थान राहिलें नाहीं अशा त्या जीवाला वायु चलित करतो आणि मग तो अत्यंत भयंकर असा मोठा उच्छ्वास सोडून बाहेर पडतो. बाहेर पडतांना तो अचेतन शरीराम सत्वर गतीनें कंपित करितो. जीव शरीरांतून बाहेर पडतो तो आपल्या कर्मासह बाहेर पडतो आणि पुण्यकारक शुभ कर्में किंवा पापकर्में जीं त्यानें केलीं असतील, त्यांचा घोळका त्याचे सभोंवतीं असतो. ज्यांनीं तत्त्वें यथार्थ श्रवण केलीं आहेत असे जे ज्ञानसंपन्न ब्राह्मण ते या निर्गत जीवांपैकीं अमुक पुण्यवान् किंवा अमुक घातकी हें लक्षणावरून ओळखतात. ज्याप्रमाणें अंधारांत पुढें पुढें चमकत जाणारा काजवा डोळस माणसास दिसतो, त्याप्रमाणें शरीरांतून जीव बाहेर पडतांना, पुनः जन्म घेतांना व योनींत प्रवेश करतांना ज्ञानदृष्टीच्या सिद्धास दिव्य दृष्टीच्या योगानें दिसतो. शास्त्रामध्यें जीवाचीं तीन वास्तव्यस्थानें सांगितलेलीं आहेत. जेथें प्राणी राहातात ती ही **कर्मभूमि** होय. येथेंच सर्व प्राणी शुभ किंवा अशुभ कर्में करतात व तीं त्यांचे समागमें येतात. येथेंच जीवांस आपल्या कर्मांच्या योगानें उच्चनीच प्रकारचे भोग प्राप्त होतात व येथेंच अशुभ कर्में करणारांस त्या कर्मांच्या योगानें (दुसरें स्थान) **नरकवास** प्राप्त होतो. निरयगति किंवा नरक ही अधोगति असून फारच कष्टकारक आहे; तेथें मनुष्य शिजत असतात! शिवाय येथून सुटका होणें फारच दुरापास्त आहे. यास्तव या गतीपासून जीवाचें अत्यंत संरक्षण केलें पाहिजे. **ऊर्ध्वगतीस** जाऊन जंतु ज्या स्थानांत वास्तव्य करितात, तीं मी आतां तुला सांगतों, नीट समजून घे. तें समजून घेतलेंस ह्मणजे तुला नैष्ठिकी बुद्धि प्राप्त होईल व कोणतीं कर्में करावीं व कोणतीं करूं नये याविषयींचा निर्णयही ध्यानांत येईल. सर्व तारा, हें चंद्रमंडल, तसेंच सूर्यमंडल व जगांत स्वयंप्रकाश असेलेलीं स्थलें हीं पुण्यवंतांचीं स्थानें होत हीं पुण्यवंतांस प्राप्त होतात, तथापि तेथें गेलेले सर्वजण आपआपल्या पुण्यकृत्यांचा क्षय होतांच पुनःपुनः तेथून च्युत होतात. शिवाय तेथें (स्वर्गांत) सुद्धां उच्चनीच व मध्यम हा भेद आहेच. अर्थातच आपणाहून दुसरा अधिक तेजस्वी पाहिला ह्मणजे असंतोष व्हावयाचाच. सारांश, तेथेंही संतोष नाहीं तो नाहींच. असो; अशा ह्या सर्व गति मीं तुला पृथक् पृथक् कथन केल्या. आतां यापुढें गर्भाची उत्पत्ति कशी होते, तें सांगतों; तर, हे द्विजा, मी सांगत असतां तें तूं सावधान चित्तानें श्रवण कर.

अध्याय अठरावा.

—:०:—

द्वितीय व तृतीय प्रश्नांचीं उत्तरं.

ब्राह्मण म्हणालाः—कर्में शुभ किंवा अशुभ असोत, त्यांचा कधींच नाश होत नाहीं; तीं सर्व ह्या नाहीं तर पुढच्या जन्मीं प्राप्त होऊन

१ परलोकमार्गे। कर्मानुगो गच्छति जीव एकः।

१ 'अभिज्योंरिहतः०' (श्रीमद्भगवद्गीता.)

फल देतातच. ज्याप्रमाणें फळास आलेल्या वृक्षाला एकाच हंगामांत पुष्कळ फळें येतात, त्याप्रमाणेंच शुद्ध मनानें केलेलें पुण्य विपुल होतें; आणि याच न्यायानें पापयुक्त अंतःकरणानें केलेलें पातकही बहुगुण होतें. आत्मा कर्माकडे प्रवृत्त होतो तो मनास पुढें करून प्रवृत्त होतो; अर्थात् मन हेंच प्रधान होय, कर्म प्रधान नव्हे. म्हणूनच मनाच्या स्थितीप्रमाणें एकाच कर्मापासून कमजास्त पापपुण्य प्राप्त होतें. आतां वासना व अज्ञान यांनीं युक्त असलेला जीव आपले कर्मांसह गर्भांत कसा प्रवेश करतो, याचें उत्तर मी सांगतों, ऐक. शुक्राचा शोणिताशीं संबंध होऊन तें स्त्रीच्या गर्भाशयांत प्रवेश करतें व तेंच जीवाचें शुभ किंवा अशुभ असें कर्मसृष्ट क्षेत्र बनतें. जीव फार सूक्ष्म व अव्यक्त असल्यामुळें तो कशासच चिकटून रहात नाहीं, यास्तव ब्रह्मज्ञानवान् मनुष्य (ब्राह्मण) ब्रह्माचें ज्ञान होऊन म्हणजे इष्ट वस्तु प्राप्त होऊन निःसंग होतो. ब्रह्म हें सर्व भूतांचें आदिकारण आहे; त्याच्या योगानेंच जंतु जीवन पावतात. तो जीव भागशः गर्भाच्या सर्व अवयवांत प्रवेश करून उपाधिभूत मनाच्या योगानें प्राण राहाण्याच्या सर्व स्थानांत अभिमान धारण करतो, म्हणजे तो साभिमान झाल्यामुळें त्या त्या स्थानीं प्राणोत्पत्ति होते. मग तो गर्भ चैतन्ययुक्त होऊन हातपाय हालवूं लागतो. आतां, जीव सूक्ष्म असतांना सर्व देह कसा व्यापतो व तो असंग असतां तेथें संसक्त कसा होतो अशी शंका येईल, तर त्यास दृष्टांत ऐकः— ज्याप्रमाणें लोहरस मुशींत ओतला असतां त्या मुशीचा आकार धारण करतो, तद्वत् जीवाचा गर्भांत प्रवेश आहे असें समज. तसेंच लोखंडाचा गोळा अग्नींत टाकला असतां उष्णता त्या गोळ्यांत शिरून त्यास अतिशय तप्त करते, तद्वत् जीव गर्भांत प्रवेश करतो, असें जाण. तसेंच, घरांत लाविलेला दीप घरांतील सर्व पदार्थ प्रकाशित करतो, त्याचप्रमाणें चेतना ही शरीराचे भाग प्रकाशित (सजीव) करते. जीवानें पूर्वजन्मीं शुभ किंवा अशुभ जें कर्म केलें असलें, तें सर्व त्यास अवश्य भोगावें लागतें. उत्तरोत्तर उपभोगानें जुनें कर्म सरत जातें आणि दुसरें नवीन जमत जातें. मोक्षयोग प्राप्त करून देणारें तें ज्ञान यास समजेपर्यंत हें असें चालतें. आतां, हे श्रेष्ठा, यास अनुसरून जन्ममृत्यूचे भोंवऱ्यांत फिरणारा जीव ज्याच्या योगानें सुखी होतो, असें कर्म मी तुला सांगतोंः—

सज्जनव्रत.

ब्रह्मन्,दान,व्रत, ब्रह्मचर्य, यथोक्त व्रताचरण, दम, प्रशांतता, भूतांविषयीं अनुकंपा, चित्ताची एकाग्रता, आनृशंस्य, परस्वाविषयीं निर्लोभता, जगांतील प्राणिमात्रास दुःखदायक व लबाडीचें काम मनानेंही न करणें, मातापितरांची शुश्रूषा, देवता व अतिथि यांचें पूजन, गुरुपूजा, दया, शुचिर्भूतपणा, नित्य इंद्रियनिग्रह, आणि शुभ कर्माकडे प्रवृत्ति यास सज्जनांचें वृत्त किंवा सद्वर्तन असें म्हणतात. या गोष्टींच्या आचरणापासून सद्धर्म उत्पन्न होतो व तो प्रजांचें निरंतर पालन करितो. जे सत्पुरुष आहेत त्यांचे ठिकाणीं अशा प्रकारचें वर्तन पाहून घ्यावें. खरोखर त्यांचे ठायीं तें अढळ

---

१ शुद्धे शुक्रार्तवे सत्वः स्वकर्मक्लेशचोदितः ।
गर्भः संपद्यते युक्तिवशादग्निरिवारणौ ॥
(वाग्भट, शारीरस्थान, अ. १, श्लो. १.)
स्त्रीपुंसोः संयोगात्संपाते शुक्रशोणितयोः ॥
प्रविशज्जीवः शनकैः स्वकर्मणा गर्भमालभते ॥
(आचार्यकृत प्रबोधसुधाकर.)

१ नानायोन्याकृतीः सत्वो धत्तेऽतो द्रुतलोहवत् ॥
(वाग्भट, शारीरस्थान, अ. १, श्लो. ४.)

असतें. शांत सत्पुरुष ज्या आचारानें वागतात, तो आचार धर्म दाखवितो म्हणजे त्यावरून खरा धर्म समजतो. ज्याला सनातन धर्म म्हणतात त्याचें आचरण अशा सज्जनांचे ठिकाणीं असतें; आणि तो धर्म जो उत्तम प्रकारें जाणतो त्यास दुर्गति प्राप्त होत नाहीं. जग धर्मापासून च्युत होत असतां सच्चरित हें त्यास आवरून धर्ममार्गास लावतें. योगी हा योगबलेंकरून मुक्तच असतो, तो इतरांहून श्रेष्ठ होय. कारण, बाकीच्या लोकांपैकीं जो धर्मानें वागतो व सर्वदा शुभकर्मच करतो, त्याची जरी मुक्तता होते, तरी ती महान् कालावधीनें होते. सारांश, पूर्वकृत कर्म हें जीवांबरोबर नित्य रहातें; आणि आत्मा हा परब्रह्म असतां विकृत होऊन म्हणजे जीवत्व पावून या लोकीं उत्पन्न होतो; याचें सर्व कारण हें **कर्मच** होय. आतां जीवानें प्रथम शरीर कशामुळें ग्रहण केलें याविषयीं जगांत संशयच आहे, तर तें मी कथन करतों.

काश्यपा, सर्वलोकपितामह ब्रह्मदेवानें (ब्रह्मानें) प्रथम आपला देह निर्माण करून मग हें स्थावरजंगमात्मक अखिल त्रैलोक्य निर्माण केलें. ब्रह्म प्रथम स्वतः आपण शरीरी बनलें आणि मग त्यानें प्रधान उत्पन्न केलें. हें ' प्रधान ' ह्मणजेच जिनें हें सर्व जग व्यापिलें आहे व जिला लोकांत ' परमा ' असें म्हणतात, ती शरीरी जीवांची ' प्रकृति ' होय. हें जें दृश्यमान् होत आहे त्यास (प्रकृतीस) क्षर असें म्हणतात आणि दुसऱ्यास (ब्रह्मास) अक्षर[1] व अमृत असें म्हणतात. क्षर, अक्षर व शुद्ध या तिहींपैकीं क्षर आणि अक्षर (जड व चेतन) ही दुक्कल प्रत्येक पुरुषास पृथक् पृथक् आहेच. सृष्टीच्या उत्पत्तीपूर्वीं असलेल्या प्रजापतीनें (सनातन ब्रह्मानें) शरीरी व्हावें अशा स्फूर्तीनें स्थावरजंगम अशा सर्व भूतांस उत्पन्न केलें, अशी प्राचीन श्रुतिच आहे. असो; याप्रमाणें पितामहानें (ब्रह्मानें) जगदुत्पत्ति करून (शरीरी अशा, आपलीही आयुष्यमर्यादा निश्चित करून ठेविली; त्याचप्रमाणें भूतमात्रास परिवृत्ति (देवमनुष्यपशु इत्यादि योनींत भ्रमण) आणि पुनरावृत्ति (पुनःपुनः जन्म पावणें) हीं लावून दिलीं. ज्याप्रमाणें कोणी बुद्धिमान् आत्मज्ञानी पुरुष पूर्वजन्मींचें वर्तमान सांगूं शकतो, त्याप्रमाणें मी हें जें सांगत आहें तें सर्व सत्य आहे. सुख व दुःख हीं दोन्ही पूर्ण अनित्य आहेत. देह हा अशुद्ध पदार्थांचा समुदाय आहे, आणि विनाश हा कर्मनियुक्त आहे, हें जो पुरुष जाणतो, आणि येथें जें किंचित् सुख म्हणून भासतें तें सर्व वास्तविक दुःखच आहे असें ज्यास स्मरण असतें, तोच हा दुस्तर व घोर संसारसागर तरून जाईल. प्रधानीचें[1] ह्मणजे मायेचें स्वरूप जाणणारा मनुष्य जन्ममरण व रोग यांनीं समाविष्ट असतांही प्राण्यांच्या सर्व देहांत चैतन्य एकच आहे असें जाणतो; व तो मग परमपदाकडे दृष्टि देऊन या सर्व जगाचा संबंध (ममत्व) सोडून देतो. हे श्रेष्ठा, मी आतां अशा पुरुषास उचित असा यथार्थ उपदेश करतों. विप्रा, मी आतां शाश्वत व अव्यय अशा पदाविषयीं उत्तम ज्ञान कथन करतों, तें तूं संपूर्ण समजून घे.

अध्याय एकोणिसावा.

--:०:--

बाकीच्या चार प्रश्नांचीं उत्तरें.

ब्राह्मण म्हणालाः—जो कोणी जीव मूक

१ द्वाविमौ पुरुषो लोके क्षरश्चाक्षर एव च ।
उत्तमःपुरुषस्त्वन्यः परमात्मेत्युदाहृतः ॥
(श्रीभगवद्गीता.)

१ सांख्य ज्याला प्रधान ह्मणतात, त्यालाच वेदांती माया ह्मणतात.

होऊन व सर्व विचार सोडून देऊन व स्थूल-सूक्ष्मकारणादिकांस उत्तरोत्तरांत विलीन करून शेवटीं आपण एकायनांत ह्मणजे सर्व वस्तु जेथें लीन होतात अशा ब्रह्मांत लीन होतो, त्यास सागरांत नद्यांचें उदक समाविष्ट झाल्यावर मी अमुक नदी हें भान जसें तीस उरत नाहीं; तद्वत् जीच्या निराळेपणाचें भान उरत नाहीं; तो बंधमुक्त होतो; तो ब्रह्मरूप बनतो; मीच हें संपूर्ण ब्रह्म असेंही भान त्यास रहात नाहीं; इतकेंच नव्हे, तर त्याचे सर्वच प्रकारचे विचार सुटतात; ह्मणजे मी कोणी आहें अशा प्रकारची भावनाही त्यापाशीं उरत नाहीं. असला ह्मणजे अद्रोही, पूर्ण क्षमावान् चित्तनिग्रही, जितेंद्रिय, भय व क्रोध यांपासून अलिप्त व आत्मवान् ह्मणजे चित्ताचा जय केलेला पुरुष मुक्त होतो. ज्या मनुष्याचें जसें आपल्या ठिकाणीं तसेंच सर्व प्राण्यांचे ठिकाणीं आचरण असतें व जो जितेंद्रिय, शुचिर्भूत, निगर्वी व अभिमानरहित असतो, तो सर्वतः मुक्तच होय. जीवित व मरण, सुख व दुःख, लाभ व हानि, आणि मित्र व शत्रु यांचे ठिकाणीं ज्याचा समभाव असतो, तो मुक्तच होय. जो कशाचीच आकांक्षा धरीत नाहीं, कोणाचीही अवज्ञा करीत नाहीं व जो द्वंद्वरहित[1] असून ज्याचें अंतःकरण ममत्वापासून अलिप्त असतें तो सर्वथा मुक्तच होय. ज्याला कोणी शत्रु नसतात, बंधु नसतात व अपत्यें नसतात, म्हणजे कोणाच्याच ठिकाणीं ज्याची शत्रु-मित्रादिभावना नसते, धर्म, अर्थ व काम ज्यानें सोडून दिलेले असतात व जो कशाची आकांक्षा करीत नसतो, तो मुक्तच होय. जो धर्मी नाहीं व अधर्मीही नाहीं; ह्मणजे जो धर्म किंवा अधर्म कांहींच बुद्धिपुरःसर करीत नाहीं, पूर्वकर्मसंचित पापपुण्य जो सोडून देतो, रस-रक्तादि धातुक्षयानें ज्याचें चित्त अगदीं प्रशांत झालें असतें व त्यामुळें ज्यापाशीं द्वैत उरलें नसतें, तो मुक्त होतो. जो अकर्मा ह्मणजे सर्व कर्मांपासून दूर व विकांक्ष ह्मणजे इच्छारहित आहे, हें जग अशाश्वत व अश्वत्थ वृक्षाप्रमाणेंच नित्य, अनित्य आणि जन्ममृत्यु व जरा यांनीं युक्त आहे, असें जो पहातो, ज्याची बुद्धि सतत वैराग्ययुक्त असते आणि जो नित्य आत्मदोषांचें निरीक्षण[1] करीत असतो, तो थोड्याच काळांत बंधना-पासून आपली मुक्तता करूं शकतो. जो आपला आत्मा हा गंध, रस, स्पर्श, शब्द, ममत्वबुद्धि व रूप यांनीं विरहित असून अन-भिज्ञेय आहे असें पहातो तो मुक्त होय. आत्म्याला पंचमहाभूतांचे गुण नाहींत ह्मणजे तो निर्गुण आहे, तसाच तो निराकार व कारण-हीन आहे, आणि गुणांचा भोक्ता असतांही गुणरहित आहे असें जो पहातो, तो मुक्त होतो. तो बुद्धीच्या योगानें शारीरिक व मान-सिक सर्व संकल्पांचा त्याग करून, लांकडें[2] संपलीं असतां अग्नि जसा शांत होतो, तसा सावकाश निर्वाण पावतो. ज्याच्या अंतःकर-णाचे सर्व संस्कार नाहींतसे झाले आहेत, ज्याजवळ सुखदुःखादि द्वंद्वें राहिलीं नाहींत, ममत्वबुद्धिही नाहीं आणि योगाभ्यासानें ज्याचीं सर्व इंद्रियें अंतर्मुख झालीं आहेत, तो मुक्तच होय. सर्व संस्कारांपासून विमुक्त झाला असतां त्यास मग सनातन, पर, अत्यंत

१ ते द्वंद्वमोहनिर्मुक्ताः भजंते मां दृढव्रताः ।
(श्रीभगवद्गीता.)

१ यथा सुनिपुणः सम्यक् परदोषेक्षणे रतः ।
तथा चेन्निपुणःस्वेषु को न मुच्येत बंधनात् ॥
(जीवन्मुक्तिविवेक.)

२ यथा निरिंधनो वन्हिः स्वयोनावुपशाम्यति
तथा वृत्तिक्षयाच्चित्तं स्वयोनावुपशाम्यति ॥
(विद्यारण्य.)

शांत, अचल, नित्य व अक्षर अशा ब्रह्माची प्राप्ति होते. असो; आतां पुढें मी अनुत्तम असें

योग्यशास्त्र.

सांगतों व योगी अभ्यासाच्या योगानें आपण स्वतः सिद्ध आहों (आत्मा स्वतःसिद्ध आहे) हें कसें पाहातात हेंही सांगतों. यासंबंधानें मी तुला यथार्थ उपदेश करीन. ज्या द्वारांच्या योगानें म्हणजे चित्त-निग्रहाचे उपायांनीं चित्त देहामध्यें अंतर्मुख करून नित्य म्हणजे आदि–अंतरहित अशी वस्तु पाहतां येते, तीं द्वारें तूं मजपासून समजून घे. इंद्रियें विषयांपासून आवरून धरून मन आत्म्याचे ठिकाणीं लावावें. प्रथम तीव्र तप-श्चर्या (योगाभ्यास) करून मग मोक्षयोग साधावा. तपस्वी व मनीषी विप्रानें चित्त देहांत अंतर्मुख करून म्हणजे आत्म्याकडे लावून सतत एकाग्रतेनें योगशास्त्राचा अभ्यास करावा. जर या साधूला (मुमुक्षूला) चित्त अंतर्मुख करणें साधलें, तर त्या ध्याननिष्ठास स्वतःमध्येंच आत्मदर्शन होतें. संयत, सतत योगाभ्यास कर-णारा, मन स्वाधीन असलेला व पूर्ण जितेंद्रिय मनुष्य उत्तम समाधि लागली असतां आत्म-दृष्टीनें आत्म्यास पाहूं शकतो. ज्याप्रमाणें आपण स्वप्नांत पाहिलेला मनुष्य जागृतींत दृष्टीस पड-तांच हाच तो म्हणून ओळखतों, त्याप्रमाणेंच समाधीमध्यें विश्वरूप आत्मा ज्यानें पाहिला तो, समाधिविसर्जनानंतर विश्व हाच आत्मा होय असें ओळखतो. ज्याप्रमाणें कोणी मुंज गवताच्या आंतील तंतु बाहेर काढून दाखवितो, त्याप्रमाणें योगी आत्म्यास बाहेर ओढून अवलोकन करितो. (आत्मा देहापासून पृथक् आहे हें तो पहातो.) मुंज हें शरीर होय व त्यांतील गर्भ हा आत्म्याचे ठिकाणीं होय. योग जाणणारांनीं हा एक सर्वोत्कृष्ट दाखला सांगितला आहे. जेव्हां देहधारी योगबलानें आपणास बरोबर ओळखतो, तेव्हां मग त्याचा या जगांत कोणी प्रभु नाहीं; त्रैलोक्याचा अधिपतिही त्याहून वरिष्ठ नाहीं; कारण, तोच त्रैलोक्याचा अधि-पति होतो. योगसिद्धि प्राप्त झाली म्हणजे देव, गंधर्व, मनुष्य इत्यादि पाहिजे तो देह त्यास धारण करितां येतो; जरा व मृत्यु यांस तो आपणापासून परावृत्त करतो; तो कधीं हर्ष पावत नाहीं व कधीं शोकही करीत नाहीं; आणि अशाश्वत देहाचा त्याग करून तो अव्यय ब्रह्मरूप होतो. सर्व प्राणी डोळ्यांदेखत मरत असतां त्यास भीति वाटत नाहीं. प्राणी क्लेश पावत असतां त्याला कशानेंही क्लेश होत नाहींत; संगति व स्नेह यांपासून उद्भवणारे जे दुःखशोकादि घोर विकार त्यांच्या योगानेंही त्या निरिच्छ, शांतचित्त व योगमग्न पुरुषाची बिलकूल चलबिचल होत नाहीं,–ते विकारच त्यास उत्पन्न होत नाहींत; त्याला शस्त्रें घाय करीत नाहींत, त्यास मृत्यु नसतो व त्याच्या स्थितिहून किंचितही अधिक सुख या जगात कोठेंही दृष्टीस पडत नाहीं. उत्तम प्रकारें आत्मा-योग करून तो आत्म्याचेच ठिकाणीं अधि-ष्ठित होतो व जरा आणि दुःख यांस पूर्ण निवृत्त करून खुशाल गाढ झोंप घेतो. हा मनुष्यदेहाचा त्याग करून तो स्वेच्छेनुरूप पाहिजे तो देह धारण करितो. योगानें प्राप्त होणारें ऐश्वर्य भोगणारानें योगापासून कदापि विरक्त होऊं नये, नित्य योगमग्नच रहावें. वास्तविक खरा योग ज्याला साधला आहे, त्यास ऐश्वर्य भोगण्याचा लोभ होऊन तो योगभ्रष्ट होण्याची भीति नाहींच! खरा योग साधून ज्यास आपल्या ठिकाणीं आत्मदर्शन होत आहे, तो मग इंद्राच्या ऐश्वर्याचीही इच्छा करीत नाहीं, आतां

ध्यानशील पुरुष योग कसा साधतो,

तें श्रवण कर; वेदांतश्रवणानंतर झालेल्या

उपदेशाचें मनन करून, ज्या देहांत आपण वास करतों त्याच्या आंतील बाजूस मन स्थिर करावें; त्या देहाच्या बाहेर त्यास ठेवूं नये. देहाच्या आंतल्या बाजूस आपण मूलाधारादिक ज्या स्थानांवर वास्तव्य करितों त्याच स्थानीं सबाह्य अभ्यंतर मन लावून स्थिर करावें. खोल विचार करून जेव्हां त्या स्थानींच सर्वात्मक ब्रह्म दिसूं लागतें, तेव्हां मग त्याच्या बाहेर मन ज्यावर बसेल, असें वेगळें कांहींच उरत नाहीं. जेथें कसलाही शब्द होत नाहीं, अशा निर्जन अरण्यांत जाऊन इंद्रियसमुदायाचें पूर्ण नियमन करून अगदीं एकाग्रतेनें शरीरांत व बाहेर दोन्ही स्थळीं ब्रह्माचें चिंतन करावें; व दांत, तालु, जिव्हा, आणि गळा, मान, हृदय व हृदयबंधन यांविषयींही विचार करावा.

मधुसूदना, याप्रमाणें मीं सांगितलें असतां त्या मेधावी शिष्यानें सांगण्यास अत्यंत कठीण अशा मोक्षधर्माविषयीं पुनः असें विचारिलें, 'रोजरोज खाल्लेलें अन्न हें कोठ्यांत कसें पचलें जातें? त्याचा रस कसा होतो? आणि त्यापासून रक्त कसें होतें? त्याचप्रमाणें मांस, मेद, स्नायु व अस्थि हीं त्यापासून कशीं बनतात? प्राण्यांचीं हीं सर्व शरीरें कशीं वाढतात? आणि शरीर वाढत असतां त्याबरोबर बळ कसें वाढत जातें? निरोध व मलमूत्रादिक पृथक् पृथक् बाहेर कशीं पडतात? हा श्वास कसा घेतो? व पुनः उच्छ्वासही कसा टाकतो? हा आत्मा जो शरीरांत राहातो तो शरीरांतील कोणत्या विशिष्ट भागीं असतो? चलनवलन करणारा जीव हें शरीर कसें धारण करतो? म्हणजे त्यास चलनवलन करतांना देहाचें ओझें कसें वाटत नाहीं? आणि कोणतेंही विशिष्ट शरीर सोडून जीव पुनः ज्या शरीरांत वसतो, तें कोणत्या रंगाचें व कशा प्रकारचें असतें? हे भगवान्, हे निष्पाप, आपण हें सर्व मला यथातथ्य कथन करावें.'

माधवा, त्या विप्रानें मला असा प्रश्न केला असतां, हे अरिमर्दना महाबाहो, माझे विद्वत्तेप्रमाणें मीं त्यास उत्तर दिलें. तें असें:—ज्याप्रमाणें आपण आपल्या घरांतील अंबरांत किंवा धान्याचे कोठारांत एखादें भांडें टाकिलें असतां तें पुनः काढणें झाल्यास त्या कोठारांत उतरून (अंधारामुळें तें शांत व निश्चल मनानें) न्याहाळावें लागतें, त्याप्रमाणें या देहरूप अंधारकोठडींत किंवा कोठारांत सांठवलेला आत्मा शोधून काढणें तर इंद्रियांचे मार्ग रोधून (कारण, एरवीं मन बाहेर धावेल !) मन शरीररूप कोष्ठांत उतरवावें व तेथें त्या मनानें फार दक्षतेनें आत्म्याला शोधीत सुटावें. असें सतत कांहीं दिवस प्रसन्न चित्तानें केलें असतां लवकरच तें ब्रह्म (आत्मा) आढळून येतें; आणि तें पहातांच प्रधानाचें म्हणजे जेणेंकरून या संपूर्ण जगाची उत्पत्ति झाली, त्या मायेचें ज्ञान होतें. महान् आत्मा स्थूलदृष्टीस दिसण्याजोगा नाहीं, तो सर्व इंद्रियांकडूनही जाणला जावयाचा नाहीं; तर तो केवळ मनरूपी प्रदीपानेंच दिसणारा आहे. त्या महान् आत्म्याला सर्वत्र हात व पाय आहेत; तसेच सर्वत्र डोळे, मस्तकें व मुखें आहेत; कानही सर्व बाजूंस आहेत आणि तो संपूर्ण विश्व व्यापून रहात आहे. ज्ञान झालें असतां जीव हा आत्म्यास शरीरांतून बाहेर निघालेला (भिन्न व स्वतंत्र आहेसें) पहातो आणि देहामध्यें मन निगृहीत करून उपरिनिर्दिष्ट हस्तपादादि युक्त

टीप—मूळ श्लोक—यथा स्वकोष्ठे प्राक्षिप्य भांडं भांडमना भवेत्। तथा स्वकाये प्राक्षिप्य मनोद्वारैरनिश्चलैः। आत्मानं तत्र मार्गेत् प्रमादं परिवर्जयेत्॥ रा. प्रतापचंद्रराय, के. वा. तैलंग इत्यादिकांचे अर्थ आमचे मतें कांहीं चिन्त्य आहेत. [म. ह. मोडक.]

ब्रह्म सोडून केवळ निर्गुण व निराकार असें ब्रह्म तेथें अवलोकन करतो. त्या वेळीं मग तो ‘ या मिथ्या संसारानें मी व्यर्थ कीं हो भ्रमलें होतों ! ’ असा विस्मित होऊन मनासह हंसतच आहे कीं काय असें दिसतें. अशा प्रकारें तत् शब्दानें जाणलें जाणारें जें ब्रह्म त्याचा आश्रय करून तो मग माझे ठिकाणीं मोक्ष पावतो. हे द्विजोत्तमा, हें सर्वांचें रहस्य मीं तुला सांगितलें. आतां मी तुझी अनुज्ञा घेतों. कारण, मी आतां येथून जाणार आहें. तर, हे विप्रा, तूंही आपल्या इच्छेनुरूप पाहिजे तिकडे गमन कर. कृष्णा, असें म्हटल्यानंतर तो शिष्य, महातपस्वी व उत्तम आचरणाचा ब्राह्मण त्याच्या इच्छेस आलें तिकडे निघून गेला.

वासुदेव म्हणालाः—पार्था, त्या वेळीं मला त्या द्विजसत्तमानें असें सांगितलें; आणि मग तो मोक्षधर्माचा उत्तम प्रकारें आश्रय केलेला द्विज त्याच ठिकाणीं अंतर्धान पावला. पार्था, आतां तरी हें तूं एकाग्र चित्तानें श्रवण केलेंसना ? नाहीं तर मागेंही तूं रथांत बसला असतां हेंच ऐकिलें होतेंस ! पार्था, ज्याचें चित्त व्यग्र आहे किंवा जो अकृतसंज्ञ आहे म्हणजे ज्यानें शुद्धांतःकरणानें अभ्यास करून आपली बुद्धि सुधारली नाहीं अशा पुरुषास हें (ज्ञान) सहज समजणारें नाहीं, अशी माझी समजूत आहे. हे भरतर्षभा, हें देवांतील (देवांसच माहीत असलेलें) उत्कृष्ट रहस्य मीं तुला सांगितलें, पार्था, हें या जगांत कोठें-ही व कधींही कोणा मनुष्यानें आजवर ऐकिलेलें नाहीं. हे अनघा, हें श्रवण करण्यास तुजवांचून दुसरा कोणताच मनुष्य योग्य नाहीं व येथें चित्त व्यग्र असतांना हें कोणासही सहज समजण्याजोगें नाहीं. अर्जुना, आजकाल देवलोक प्रवृत्तिपर लोकांनीं भरलेला आहे; आणि मनुष्यास निवृत्तिमार्गानें विदेहस्थिति प्राप्त व्हावी हें त्यांस (देवांस) इष्ट नाहीं. देवांस यांचा मत्सर वाटतो. पार्था, तें जें सनातन ब्रह्म म्हणून आहे ती खरोखर पर (सर्वश्रेष्ठ) गति होय. तेथें जीव देह त्यागून अमरत्व मिळवितो व कायमचा सुखी होतो. या आत्मा-दर्शनरूप धर्माचा आश्रय केला असतां, पाप-कर्मानें जन्मलेले स्त्रिया, वैश्य व शूद्रही[1] परगतीस जातात. मग, पार्था, बहुश्रुत, नित्य स्वधर्मावर प्रेम करणारे, व ब्रह्मलोकपरायण असे ब्राह्मण व क्षत्रिय परगतीस जातील यांत नवल काय ? हें (ब्रह्म) सहेतुक दाखवून दिलेलें आहे. याचें साधन करण्याचे उपायही सुचविले आहेत आणि त्याची सिद्धि कशी होते व त्या सिद्धीचीं फलें मोक्ष व दुःखाचा कायमचा निकाल हीं आहेत हें सांगितलें आहे. हे भरतर्षभा पार्था, याहून श्रेष्ठ असें दुसरें किंचितही सुख नाहीं. बुद्धिमान्, श्रद्धा-वान् व पराक्रमी असा जो मनुष्य धनादिकांस तृणवत् लेखून त्यांचा त्याग करतो, तो या शमादि उपायांच्या योगानें सत्वर परगतीस पोंचतो, एवढेंच सांगावयाचें होतें. याहून आणखी कांहींएक राहिलेलें नाहीं. पार्था, नित्य अभ्यास करणारास सहा महिन्यांत योग साध्य होतो.

अध्याय विसावा.

—:०:—

ज्ञानी पुरुषाचें कर्माचरण.

वासुदेव म्हणालाः—हे भरतर्षभा पार्था, याच

१ ‘ मी ’ ह्याचा अर्थ परब्रह्म असा पाहिजे; परंतु व्याकरणसंबंध सिद्धाकडे जातो.

१ स्त्रियो वैश्यास्तथा शूद्रास्तेऽपि यान्ति परां गतिं। किं पुनर्ब्राह्मणाःपुण्याभक्तराजर्षयस्तथा ॥

२ स्वामी विवेकानंदांनीं या गोष्टीचा प्रसिद्ध-पणें उल्लेख केला आहे.

विषयाचें स्पष्टीकरण करण्याकरितां एक पुरातन इतिहास सांगत असतात. तो म्हणजे एका दंपत्याचा संवाद होय. तो असाः—कोणी एक ब्राह्मणस्त्री आपला ज्ञानविज्ञानपारग पति एकांतीं बसला आहे असें पाहून त्यास म्हणाली, " महाराज, आपण स्वस्थ बसलां आहां व अग्निहोत्रादि सर्व कर्मे सोडून दिलीं आहेत. आपण मजशीं निष्ठुरतेनें वागतां आणि मला आपणावांचून अन्य गति नाहीं वगैरे कांहींच विचार करीत नाहीं! असे आपण माझे पति आहां. तेव्हां पत्नी या नात्यानें आपणावर अवलंबून असलेली मी कोणत्या लोकीं जाईन बरें? पतीला जे लोक मिळतात तेच भार्येला मिळतात असें मीं ऐकिलें आहे. तेव्हां आपणासारखा पति जिला मिळाला आहे, ती मी कोणत्या गतीस जाईन बरें?"

पार्था, याप्रमाणें तिनें प्रश्न केला असतां तो शांतचित्त ब्राह्मण तिला किंचित् हास्यमुखानें म्हणाला, " सुभगे, हे निष्पापे, तुझ्या या बोलण्याचा मला मुळींच विषाद वाटत नाहीं. मी कर्म करीत नाहीं असें समजून तुला वाईट वाटतें; परंतु कर्ममार्गी म्हणविणारे कर्म कर्म म्हणून जें करतात तें कर्म म्हणजे दुसऱ्याच्या मदतीनें होणारें दीक्षा वगैरे दुसऱ्याच्या नजरेस येण्याजोगें स्थूल व सत्य असेंच असतें; ज्ञानहीन लोक अशा शरीराला कष्ट देऊन होणाऱ्या कर्मापासून नुसता मोह मात्र सांठवून ठेवतात, दुसरा त्या कर्माचा कांहींएक उपयोग नाहीं. हें पहा—या जगांत नैष्कर्म्य[१] असें एक क्षणभर देखील असत नाहीं; सर्व प्राणी जन्मापासून मरेपर्यंत सतत काया, वाचा व मन यांनीं चांगलें किंवा वाईट कर्म करीतच असतात! त्या कर्मांपैकीं, ज्यांतील द्रव्यें—सोम, आज्य इत्यादि—दृश्य असतात, त्या कर्मांचा दुर्जनांकडून नाश होऊं लागल्यामुळें मी त्यांपासून परावृत्त होऊन दुसरीं अदृश्य कर्मे करूं लागलों; आणि मनोबलानें आपणामध्येंच आत्म्याचें किंवा ब्रह्माचें स्थान पाहिलें. हें स्थान भिंवया[१] व नाक यांचे संधिभागीं असून त्यास अविमुक्त असें नांव आहे. तेथें तें द्वंद्वरहित ब्रह्म रहातें. त्या ठिकाणीं इडा व पिंगला या नाड्या मिळतात; आणि प्राणिमात्राचें धारण करणारा व बुद्धिप्रेरक असा जो वायु त्याचाही तेथें सतत संचार असतो. ब्रह्मादि देव योगाचा अंगीकार करून त्या अक्षर ब्रह्माची उपासना करतात ती या ठिकाणींच; विद्वान्, उत्तम व्रताचरणाचे, शांतचित्त व जितेंद्रिय लोक जेथें त्या ब्रह्माची उपासना करतात तें हेंच ठिकाण; याच ठिकाणीं सर्वजण प्रथम ब्रह्म शोधितात; तें अक्षर ब्रह्म घ्राणेंद्रियानें अनाघ्रेय आहे म्हणजे त्याचा नाकानें वास घेतां येत नाहीं; तें जिव्हेनें अनास्वाद्य आहे म्हणजे त्याची जिभेनें चव घेतां येत नाहीं; तसेंच तें त्वचेनें अस्पृश्य आहे म्हणजे त्वचेनें त्यास स्पर्श करितां येत नाहीं; तर तें केवळ मनानेंच ओळखतां येतें; तें डोळ्यांनीं पहातां येत नाहीं व कानांनीं ऐकितां येत नाहीं. तें शब्द, स्पर्श, रूप, रस व गंध यांनीं विरहित आहे. सृष्ट्यादि व्यापार त्याचेपासूनच उत्पन्न होतो व त्याचे ठिकाणींच सुरू असतो; त्याच्या बाहेर जातांच येत नाहीं; कारण तें सर्वमय आहे. प्राण, अपान, व्यान, समान व उदान हे प्राणवायुही त्यापासूनच प्रवृत्त होतात आणि पुनः त्यांतच प्रवेश करतात. शरीरामध्यें समान व व्यान यांचे मध्यभागीं प्राण व अपान हे संचार करतात. मनुष्याला झोंप लागते तेव्हां अपा-

१ न हि कश्चित्क्षणमपि जातु तिष्ठत्यकर्मकृत्। (श्रीमद्भगवद्गीता.)

१ भ्रुवोर्मध्ये प्राणमावेश्य सम्यक् स तं परं पुरुषमुपैति दिव्यं ॥ [श्रीमद्भगवद्गीता.]

नासह प्राण अविमुक्ताख्य स्थळीं कोंडला जातो; अपान व व्यान हेही तेथेंच लीन होतात; आणि अपान व प्राण यांमध्यें उदान सर्व-जागा व्यापून राहातो. उदान हा शरीरांत जागृत असल्यामुळेंच झोंपी गेलेल्या मनुष्याचे प्राण व अपान वायु त्यास सोडून जात नाहींत. उदान हा प्राणांचें नियमन करतो, व त्यांस आपल्या आधीन ठेवून वागवितो, म्हणूनच त्यास उदान—उत्कर्षानें चालविणारा—असें म्हणतात. ज्यापेक्षां जीवास उपाधिभूत जे प्राण त्यांचा उदानांत अंतर्भाव होतो व उदान हा तपाच्या योगानें स्वाधीन होतो, त्यापेक्षां तप हें ब्रह्मप्रापक होय व यासाठींच ब्रह्मवादी तपाचरण करितात. एकमेकांस गिळंकृत करणारे व देहांत संचरणारे असे जे प्राण, त्यांच्या मध्यभागीं—समानाचें स्थान जें नाभी त्याच्या मध्यभागीं—वैश्वानर नामक अग्नि सात ज्वालांनीं चमकत असतो. घ्राणेंद्रिय, जिव्हा, नेत्र, त्वचा, कान, मन आणि बुद्धि ह्या सात वैश्वानरज्वालेच्या जिव्हा होत. घ्रेय ह्मणजे ज्याचा वास घेतां येतो तें, दृश्य ह्मणजे जें दिसतें तें, पेय ह्मणजे पितां येतें तें, स्पृश्य ह्मणजे ज्यास स्पर्श करितां येतो तें, श्रव्य ह्मणजे ऐकतां येतें तें, मंतव्य ह्मणजे ज्याचा (मनानें) विचार करतां येतो तें, आणि बोद्धव्य ह्मणजे जें (बुद्धीनें) जाणितां येतें तें, ह्या माझ्या यज्ञांतील सात समिधा आहेत. घ्राता ह्मणजे वास घेणारा, भक्षयिता ह्मणजे खाणारा, द्रष्टा ह्मणजे पाहाणारा, स्प्रष्टा ह्मणजे स्पर्श करणारा, पांचवा श्रोता ह्मणजे ऐकणारा, मंता ह्मणजे मनन करणारा आणि बोद्धा ह्मणजे जाणणारा, हे सात माझे यज्ञांतील थोर ऋत्विज् होत. हे सुभगे, घ्रेय, पेय, दृश्य, स्पृश्य, श्रव्य, तसेंच मंतव्य व बोद्धव्य यांकडे तुझी सदोदीत दृष्टि असूं दे. हीं घ्रेयादिक हवनीय द्रव्यें होत. हवन करणारे हे ब्रह्मीभूत पुरुष सात अग्नींमध्यें सात प्रकारांनीं नीट हवन करून पुनः तीं द्रव्यें त्यांच्या योनींमध्यें (मूळस्थानीं) उत्पन्न करतात. पृथ्वी, वायु, आकाश, उदक, पांचवें तेज, मन आणि बुद्धि या सात योनि (सर्व पदार्थांचीं उत्पत्तिस्थानें) सांगितल्या आहेत. हवन झालें असतां हविर्भूत सर्व घ्रेयादि विषय अग्निज गुणांत प्रवेश करितात ह्मणजे स्मृतिशेष होतात; व अशाच स्थितींत कांहीं काल तेथें राहून पुनः आपआपल्या योनींत उत्पन्न होतात; प्रलयकालींही हे सर्व विषय सर्वांची उत्पत्ति करणारें जें ब्रह्म त्याचे ठिकाणींच संस्काररूपानें असतात; आणि नंतर पुनरुत्पत्तीचे वेळीं त्यापासून प्रथम गंध (पृथ्वी) उत्पन्न होतो, गंधापासून रसाची (अप्) उत्पत्ति होते, रसापासून रूप (तेज) उत्पन्न होतें, रूपापासून स्पर्श (वायु) उत्पन्न होतो, स्पर्शापासून शब्द (आकाश) होतो, शब्दापासून संशयाची (मन) उत्पत्ति होते, व संशयापासून निर्णय (बुद्धि) होतो. हे निष्पापे, उत्पत्ति ही अशी सात प्रकारची समजली जाते. पुरातन ऋषींनीं हें अशाच प्रकारें असल्याबद्दल वेदावरून जाणलें आहे. हे अनघे, मान, मेय व माता या तीन पूर्णाहुतींनीं परिपूर्ण असलेले सर्व लोक स्वात्मज्योतिरूप तेजानें भरून जातात.

अध्याय एकविसावा.

—:०:—

दशहोत्रिविधानवर्णन.

ब्राह्मण म्हणालाः—हे भामिनि, याविषयींही एक पुरातन इतिहास सांगत असतात. त्यावरून, दहा होत्यांचें विधान कशा प्रकारचें

१ हें तप म्हणजे प्राण अविमुक्त स्थानीं कोंडणें इत्यादि वर सांगितलें तेंच होय.

आहे तें तूं समजून घे. सुंदरी, श्रोत्र, त्वचा, नेत्र, जिव्हा, नासिका, हस्त, पाद, उपस्थ, पायु व वाणी हे दहा होते ह्मणजे हवन करणारे होत. शब्द, स्पर्श, रूप, रस, गंध, वाक्य, क्रिया, गति, रेत व मूत्र आणि पुरीष यांचा त्याग हीं दहा हवनीय द्रव्यें होत. त्याचप्रमाणें दिशा, वायु, रवि, चंद्र, पृथ्वी, अग्नि, विष्णु, इंद्र, प्रजापति व मित्र हे दहा अग्नि होत. दहा इंद्रियें हे **होते** असूनं हविर्द्रव्येंही दहाच आहेत. **विषय** नामक **समिधा** दहा अग्नींत हवन केल्या जातात. हें हवन झाल्यानंतर हवन करण्याचा 'स्रुवा' जें मन तें पापपुण्य रूप **दक्षिणे**सह हवन केलें जातें. इतकें झाल्यावर पवित्र (संगरहित) व उत्तम (अंतिम) ज्ञान शिल्लक राहातें. "हें सर्व जग ज्ञानापासून निराळें होतें" असें आम्हीं ऐकिलें आहे. जें जें म्हणून विज्ञेय (जाणण्याजोगें) आहे तें सर्व चित्त होय व **ज्ञान** हें नुसतें जाणतें मात्र; तें तेथें आसक्त होत नाहीं. रेतोत्पन्न शरीरामध्यें सूक्ष्मशरीराभिमानी जीव रहातो, तो शरीरी जीव ह्मणजे गार्हपत्याग्नि किंवा हृदय होय; त्यापासून इतर सर्वांची उत्पत्ति होते. मन हें आहवनीयाग्नि होय; यांत हविर्द्रव्य टाकिलें जातें. मग वाचस्पति किंवा वेद प्रथम उत्पन्न होतो; मन मागून उत्पन्न होतें. मनोरूप सूत्रात्मा वेदाचें अवलोकन करतो; मग रंगरहित रूप उत्पन्न होतें व तें मनामागून धांवत जातें.

ब्राह्मणी ह्मणाली:—प्रथम वाणी (वेद) उत्पन्न झाली हें कशावरून? आणि मन मागून झालें याला आधार काय? कारण, आधीं मनांत ज्याचें चिंतन होतें तेंच वाक्य उच्चारिलें जातें असें आपण पहातों. मति ह्मणजे प्राण चित्ताचा आश्रय करितो या म्हणण्यास प्रमाण काय? सुषुप्तीमध्यें प्राण किंवा मति चित्तापासून निराळी झाली असतांही सर्व पदार्थांचें तीस ज्ञान कां होत नाहीं? तिला प्रतिबंध कोण करतो?

ब्राह्मण म्हणाला:—अपान वायु हा प्राणवायु आपल्या आधीन करून प्राणगतीस आपलीशी करतो म्हणजे प्राणाचें अपानाशीं ऐक्य होतांच प्राणगति अपानत्व पावते. ह्या प्राणगतीलाच मनाची गति म्हणतात. म्हणून मन हें प्राणावर अवलंबून आहे; प्राण मनावर अवलंबून नाहीं. यासाठींच, गाढ झोंप लागली असतां मन लीन झालेलें असतें तथापि प्राण लीन झालेला नसतो. फक्त समाधीमध्यें तो अपानास स्ववश करून त्यासह लीन होतो. गाढ निद्रेमध्यें मनोगति किंवा प्राणगति ही अपानत्व पावल्यामुळें तिला जाणीव उरत नाहीं; अपान हा तिला अडथळा करतो. आतां तूं दुसरा प्रश्न वाणी व मन यांबद्दल विचारलास, तर याविषयीं त्या दोघांचाच जो संवाद झाला तो मी तुला सांगतों. एकदां आपणांत कोण श्रेष्ठ याविषयीं वाणी व मन यांमध्यें भांडण सुरू होऊन शेवटीं त्या दोघांनीं भूतात्म्याकडे (जीवाकडे) जाऊन प्रश्न केला कीं, 'आम्हांमध्यें श्रेष्ठ कोण तें सांग. हे प्रभो, आमच्या संशयाचा निरास कर.' भगवान् जीवानें उत्तर केलें, 'मनच मुख्य आहे' वाणी म्हणाली, 'आणि मी?' भगवान् जीवानें उत्तर केलें, 'तूं आणि मन निराळें नाहीं.' मग वाणी त्यास म्हणाली, 'मी आपल्या इच्छेच्या बाहेर नाहीं.'

ब्राह्मण म्हणाला:—जीवानें सांगितलें, स्थावर (स्थिर) आणि जंगम (चर) अशीं माझीं दोन मनें आहेत असें समज. यांपैकीं स्थावर मन मजपाशीं असून जंगम मन तुझ्याजवळ आहे. आतां अतींद्रिय म्हणजे स्वर्गादिक हा जंगम मनाचा विषय आहे;

आणि जें जें बाह्य इंद्रियांनीं ग्राह्य आहे तेवढाच स्थावर मनाचा भाग आहे. मंत्रवर्ण किंवा स्वर ज्या ज्या प्रदेशांत जातील त्या त्या ठिकाणीं गेलेलें मन हें जंगमच होय. त्यापेक्षां, हे सरस्वति, तूंच श्रेष्ठ होस. स्वर्गादिक हा मनाचा विषय आहे, तथापि वाणीच्याच द्वारानें तो त्यास साध्य होतो, म्हणून वाणीच श्रेष्ठ होय. तथापि, हे शोभने, तूं आपोआप स्तब्ध होतेस, यासाठीं मी उच्छ्वासास गांठून त्याच्या साह्यानें शब्दोच्चार करतों.

हे सुभगे देवि, वाणी ही प्राण व अपान यांचे मध्यभागीं नित्य रहाते. ती वर प्रेरित होत असतांही प्राण नसल्यामुळें खोल जाऊन 'भगवन्, मजवर प्रसन्न व्हा' असें म्हणत प्रजापतीकडे धावत जाते. नंतर वाणीचें पोषण करीत प्राण पुनः प्रादुर्भूत होतो. तेव्हां प्राणव्यापार जो उच्छ्वास त्याचा आश्रय करून वाणी कांहींएक बोलेनाशी होते. वाणी ही घोषयुक्त व घोषरहित अशी दोन प्रकारची नित्य उत्पन्न होते. त्या दोहोंमध्यें घोषिणीपेक्षां निर्घोषा ही श्रेष्ठ होय. कारण ती हंसमंत्ररूपानें सुषुप्त्यादि सर्व अवस्थांत सुरूत्र असते. घोषिणीचीही योग्यता कमी नाहीं; तिचें उत्तम संवर्धन झालें असतां ती धेनूप्रमाणें अर्थरूप दुग्ध देते. ब्रह्मवादिनी वाणीपासून तर शाश्वत असा मोक्षच नित्य प्राप्त होतो. हे शुचिस्मिते, दिव्य आणि लौकिक अशा दोन्ही प्रकारच्या प्रभावांनीं वाणी ही धेनूसारखी आहे. प्रस्रवणाऱ्या या दोन सूक्ष्मांमधील (मन व वाणी यांमधील) अंतर तूं नीट ध्यानांत आण.

ब्राह्मणी म्हणाली:—अगदीं पूर्वीं जेव्हां भाषाच उत्पन्न झाली नव्हती, तेव्हां वाणीला बोलण्याची स्फूर्ति होऊन ती प्रथम काय बरें बोलली ?

ब्राह्मण सांगतोः—वाणी ही शरीरांत प्राणापासून उत्पन्न होऊन अपानाकडे जाते; मग उदानरूप होऊन देहांतून बाहेर पडून व्यानरूपानें सर्व व्यापून टाकते आणि नंतर समानाचे ठिकाणीं रहाते. अशा प्रकारें वाणी मूळ बोलूं लागली. प्राणवायु नाभिस्थानांत अपानाशीं ऐक्य पावतो. मग मनाच्या धक्क्यामुळें तत्रस्थ अग्नि त्यास (प्राणवायूस) प्रेरित करतो व तेणेंकरून तो वर उसळतो. नंतर ऊर, कंठ व शिर या भागीं आघात पावून क्रमानें मंद्र, मध्य व तार अशा भेदानें ध्वनि उत्पन्न करून तो कंठनलिकेंत शिरतो व ताल्वादि स्थानांच्या निरोधानें कमजास्त वर्ण उत्पन्न करून बाहेर पडतो आणि वेग संपला म्हणजे पुनः पूर्ववत् समानाचें ठिकाण पकडतो. याप्रमाणें मन स्थावरात्मक असल्यामुळें निराळें केलें (मानिलें) आणि वाणी जंगमात्मक म्हणून निराळी मानिली; मूळ तीं एकच होत.

अध्याय बाविसावा.

—:०:—

सप्तहोतृविधानवर्णन.

ब्राह्मण म्हणालाः—हे सुभगे, सात होत्यांचें विधान कशा प्रकारचें आहे तो पुरातन इतिहास याच संबंधानें सांगत असतात. घ्राण, नेत्र, जिव्हा, त्वचा, पांचवें श्रोत्र, मन आणि बुद्धि हे सात निरनिराळ्या ठिकाणीं असलेले होते होत. हे सूक्ष्म अशा अवकाशांत बसले असल्यामुळें परस्परांस पाहूं शकत नाहींत. हे शोभने, तूं या सात होत्यांस त्यांच्या त्यांच्या गुणांवरून ओळख.

ब्राह्मणी म्हणाली:—भगवन्, हे प्रभो, सूक्ष्म अवकाशांत बसलेले ते होते परस्परांस

१ तां चाप्येतां मातरं मंगलानां । धेनु धीराः सूनृतां वाचमाहुः ॥

कसे पहात नाहींत, आणि त्यांचे गुणधर्म कशा प्रकारचे आहेत, तें मला कथन करा.

ब्राह्मण सांगतो–(कोणत्याही पदार्थाचे) गुण न जाणणें हेंच (त्यास) न ओळखणें होय; आणि (कोणत्याही पदार्थाचे) गुण समजणें ह्मणजे (त्यास) ओळखणें होय. आतां सांगितलेले हे श्रोत्रादिक परस्परांचे गुण मुळींच जाणत नाहींत. जिव्हा, नेत्र, कर्ण, वाणी, मन व बुद्धि यांस गंध समजत नाहीं. फक्त घ्राणेंद्रिय गंध जाणतें; घ्राण, नेत्र, श्रोत्र, वाणी, मन व बुद्धि हीं रस जाणत नाहींत, जिव्हा तेवढी रस जाणते; घ्राण, जिव्हा, श्रोत्र, वाणी, मन व बुद्धि ही रूप पाहूं शकत नाहींत, नेत्रांस मात्र रूपाचें ज्ञान होतें; घ्राण, जिव्हा, चक्षु, श्रोत्र, बुद्धि व मन यांस स्पर्शज्ञान होत नाहीं तर तें फक्त त्वचेसच होतें; घ्राण, जिव्हा, चक्षु, वाणी, मन व बुद्धि हीं शब्द जाणत नाहींत, कर्णेंद्रिय मात्र तो जाणूं शकतें; घ्राण, जिव्हा, चक्षु, त्वचा, श्रोत्र व बुद्धि हीं संशय जाणूं शकत नाहींत, तर मनच संशय जाणूं शकतें; आणि याचप्रमाणें घ्राण, जिव्हा, चक्षु, त्वचा, श्रोत्र व मन हीं निश्चय करूं शकत नाहींत, तर बुद्धीच निर्णय करूं शकते. याप्रमाणें सर्वजण परस्परांचे गुणांविषयीं अज्ञान आहेत व म्हणूनच एकमेकांस ओळखीत नाहींत. असो; हे भामिनि, याच विषयासंबंधानें

इंद्रियें व मन यांचा संवाद

कसा झाला तो पुरातन इतिहास दृष्टांतादाखल सांगत असतात. मन ह्मणालें, " माझ्या साहाय्यावांचून घ्राणेंद्रिय वास घेऊं शकत नाहीं; जिव्हेला माझ्या मदतीशिवाय रसज्ञान होत नाहीं; नेत्रांस मजवांचून रूप ग्रहण करितां येत नाहीं; त्वचेला माझ्या मदतीवांचून स्पर्शज्ञान होत नाहीं; आणि कानांसही मजवांचून कदापि शब्द ग्रहण करितां येत नाहीं. सारांश, सर्व भूतांमध्यें मीच श्रेष्ठ व सनातन आहें, माझ्याविरहित इंद्रियांची स्थिति शून्य गृहाप्रमाणें किंवा ज्वाला थंड झालेल्या अग्नीप्रमाणें होऊन जाते व तीं बिलकूल शोभत नाहींत. गर्भांत ओल्या असलेल्या लांकडांपासून अग्नि प्रदीप्त करण्याचा प्रयत्न केल्यास तो जसा सफल होत नाहीं, तसेंच सर्व प्राणी माझ्या मदतीवांचून नुसत्या इंद्रियांनींच पदार्थांचे गुणधर्म जाणण्याविषयीं कितीही खटपट करूं लागले तथापि ती सफल व्हावयाची नाहीं! "

इंद्रियें ह्मणालीं:—तूं आम्हांवांचून व आमच्या शब्दादि विषयांवांचून भोग उपभोगशील, तर तूं जसें आह्मांसंबंधें म्हणत आहेस, तसेंच्या तसें तें तुजसंबंधें खरें होईल. आह्मी लीन झालों असतां जीव समाधान पावेल. अशा वेळीं तूं खुशाल भोग भोगीत राहाशील हें तुला खरें वाटतें काय? अथवा फक्त आह्मीच लीन झालों असतां व विषय शिल्लक असतां तूं केवळ संकल्पमात्रेंकरून भोगांचा यथावत् उपभोग घे. किंवा, आमच्या विषयांवर तुझी सत्ता नित्य व अबाधित आहे अशी तुझी घमेंड असेल, तर घ्राणेंद्रियानें रूप ग्रहण कर; डोळ्यांनीं रुचि घेऊन दाखव; कानांनीं वास घे; जिभेनें स्पर्श जाण; त्वचेनें शब्द ऐक; आणि त्याचप्रमाणें बुद्धीनें स्पर्शज्ञान करून दाखव. बलवान् जे आहेत ते कोणत्याही नियमानें बद्ध होत नसतात; नियम किंवा कायदे हे आम्हांसारख्या दुर्बलांस मात्र असतात. मग तूं जर समर्थ आहेस तर अभुक्तपूर्व असे भोग ग्रहण कर पाहूं! आमचें उच्छिष्ट भक्षण करणें तुला योग्य नाहीं. अरे, ज्याप्रमाणें एखाद्या शिष्याच्या मनांत वेद शिकावे असें आलें ह्मणजे तो गुरूकडे धाव घेतो आणि मग वेद संगृहीत झाले ह्मणजे ते घेऊन बसतो, त्याचप्रमाणें तुला विषय ग्रहण

करावे असें वाटलें ह्मणजे तूं आम्हांकडे धाव घेतोस, आणि आम्हीं दाखविलेल्या विषयाबद्दल 'हे माझे' असा अभिमान करूं लागतोस. त्याचप्रमाणें, स्वप्नांत किंवा जागृतींत प्राप्त न झालेले व मिळून नष्ट झालेले जे भोग तेही माझेच ह्मणतोस. अल्प बुद्धीच्या लोकांचें मन जेव्हां अगदीं उदासीन झालेलें असतें, तेव्हां त्यांचे प्राण इंद्रियांकडून सहज होणाऱ्या कार्यांमुळेंच रहातात असें दृष्टीस पडतें. यावरून हें स्पष्ट होतें कीं, क्वचित् मन थाऱ्यावर नसतांही प्राणी आह्मांमुळें जगूं शकतात. आणखी असेंही दृष्टीस पडतें कीं, कोणी पुष्कळ प्रकारचे संकल्प करून (मनांत संकल्प रूप भोग भोगून) व स्वप्नें पाहून शेवटीं भोगेच्छेनें पीडित होत्साता केवळ विषयांकडेच धाव घेतो; मनाचे व्यापारांनीं (नुसत्या संकल्पांनीं) भोगेच्छा तृप्त होत नाहींत, तर त्यांस प्रत्यक्ष विषयच पाहिजेत व तेही इंद्रियांच्या द्वारेंच ग्रहण केले पाहिजेत. द्वाररहित गृहांत प्रवेश करावा तद्वत् जर कोणी नुसत्या मनोराज्यांतीलच विषयांचा उपभोग घेऊं लागला, तर, लांकडें संपलीं असतां अग्नि विझून जातो त्याप्रमाणें प्राणक्षय होऊन तो मरण मात्र पावतो. सारांश, आम्ही इंद्रियें आपआपल्या गुणांसच चिकटलेलीं आहों, आह्मांस परस्परांचे गुण समजत नाहींत हें खरें आहे; तथापि, हे मना, आह्मांवांचून तुला कसलीच उपलब्धि होत नाहीं आणि आह्मांवांचून तुला बिलकूल सुखही मिळावयाचें नाहीं !

अध्याय तेविसावा.

—:०:—

पंचहोतृविधानवर्णन.

ब्राह्मण म्हणालाः—हे सुभगे, याच विषयासंबंधानें पांच होत्यांचें विधान कशा प्रकारचें आहे तो पुरातन इतिहास सांगत असतात. प्राण, अपान, उदान, समान व व्यान हे ते पांच होते होत. हें विधान ह्मणजे श्रेष्ठ तत्त्व होय असें ज्ञाते समजतात.

ब्राह्मणी म्हणालीः—स्वाभाविक सात होते आहेत अशी माझी पूर्वी समजूत झाली होती. आतां हे पांच होते कसे व यांचें विधान ह्मणजे श्रेष्ठ तत्त्व कसें तें मला सांगावें.

ब्राह्मण सांगतोः—प्राणाच्या योगानें (श्वास आंत घेण्यानें) पुष्ट झालेला वायु मग अपान बनतो. अपानाचे ठिकाणीं वायु पुष्ट झाला असतां त्यापासून व्यान उत्पन्न होतो. व्यानाच्या योगानें संभृत झालेल्या वायूपासून उदानाची उत्पत्ति होते आणि उदानाचे ठिकाणीं तो पुष्ट झाला असतां त्यापासून समान नामक वायु उत्पन्न होतो. या पांच वायूंनीं प्राचीन काळीं प्रथम जन्म पावलेल्या ब्रह्मदेवास प्रश्न केला कीं, 'आह्मांमध्यें श्रेष्ठ कोण तें सांगा. आपण सांगाल तो आमचा अधिपति होईल.'

ब्रह्मदेव म्हणालाः—जो लीन झाला असतां प्राण्याच्या शरीरांत सर्व प्राण लीन होतील, आणि जो संचार करूं लागला असतां ते पुनः संचार करूं लागतील, तो श्रेष्ठ होय, आतां तुह्मी पाहिजे तिकडे जा.

मग प्राण म्हणालाः—मी लीन झालों असतां प्राण्यांच्या शरीरांत सर्व प्राण लय पावतात आणि मी संचार करूं लागतांच ते पुनः संचार करूं लागतात. यास्तव मीच श्रेष्ठ होय. हा पहा मी आतां लीन होतों.

ब्राह्मण सांगतोः—हे शुभे, प्राण लीन झाला आणि कांहीं वेळानें पुनः संचार करूं लागला. तेव्हां समान व उदान हे त्यास पुनः म्हणाले, "आम्हांप्रमाणें तूं कांहीं हें सर्व शरीर व्यापून रहात नाहींस; तेव्हां, हे प्राणा, तूं कांहीं श्रेष्ठ नाहींस. कारण, एकटा अपानच तुझ्या अधीन

आहे." हें ऐकून प्राण पुनः पूर्ववत् संचार करूं लागला व मग अपान त्याशीं बोलूं लागला.

अपान म्हणालाः—मी लीन झालों असतां प्राण्यांच्या शरीरांत सर्व प्राण लय पावतात आणि मी संचार करूं लागतांच ते पुनः संचार करूं लागतात; म्हणून मीच श्रेष्ठ होय. हा पहा मी आतां लीन होतों !

ब्राह्मण सांगतोः—यात्रमाणें अपान बोलत असतां व्यान व उदान त्यास म्हणाले, 'अपाना, तूं कांहीं सर्वांत श्रेष्ठ नव्हस; कारण, एकटा प्राणच काय तो तुझ्या ताब्यांत आहे.' हें ऐकून अपान पूर्ववत् फिरूं लागला. मग व्यान त्यास म्हणाला, "मी सर्वांहून श्रेष्ठ आहें. कां तें ऐका. मी लीन झालों असतां प्राण्यांच्या शरीरांत सर्व प्राण लीन होतात आणि मी संचार करूं लागलों म्हणजे पुनः संचरूं लागतात, यास्तव मीच श्रेष्ठ होय. पहा मी लीन झालों.' थोड्या वेळानें समान पुनः संचार करूं लागला, तेव्हां उदान त्यास म्हणाला, "मीच सर्वांत श्रेष्ठ आहें; कोणत्या कारणानें तें ऐका. मी लीन झालों असतां प्राण्याच्या देहांत सर्व प्राण लीन होतात व मी संचरूं लागतांच तेही संचरूं लागतात; तस्मात् मीच श्रेष्ठ होय. पहा मी लीन झालों." नंतर उदान गुप्त झाला आणि थोड्या वेळानें पुनः संचार करूं लागला. तेव्हां प्राण, अपान, समान व व्यान हे त्यास म्हणाले, 'उदाना, तूं श्रेष्ठ नव्हस; व्यान मात्र तुझ्या ताब्यांत आहे.'

ब्राह्मण सांगतोः—मग प्रजापति ब्रह्मदेव त्या एकत्र झालेल्या सर्वांस म्हणाले, 'तुम्ही सर्व श्रेष्ठ आहां, किंवा कोणीच श्रेष्ठ नाहीं. तुम्ही एकमेकांच्या गुणांचेच आहां (तुमचे धर्म एकच आहेत) म्हणून सर्वजण आपआपल्या स्थानांत श्रेष्ठ आहां व तुम्ही सर्वही अन्योन्यधर्मी आहां.'

त्या एकत्र झालेल्या सर्व प्राणांस याप्रमाणें सांगून ब्रह्मदेव आणखी म्हणाला, "मूळ वायु एकच; तोच स्थिर आहे व अस्थिरही आहे. थोडथोड्या फरकानें त्याचेच पांच प्राणवायु होतात. माझा आत्मा एकच आहे तोच अनेक होतो. हे वायुहो, तुम्ही परस्परांचे मित्र असून तुमचें अस्तित्व एकमेकांवर अवलंबून आहे. यास्तव भांडूं नका. जा, तुमचें कल्याण असो; तुम्ही परस्परांचा सांभाळ करा."

अध्याय चोविसावा.

—:०:—

ब्राह्मणकथित नारददेवमतसंवाद.

ब्राह्मण सांगतोः—याच विषयासंबंधानें नारद व देवमत नामक ऋषि यांच्या संवादाचा पुरातन इतिहास सांगत असतात. तो असाः—

देवमत विचारतोः—जंतु उत्पन्न होत असतां प्रथम काय उत्पन्न होतें ? प्राण, अपान, व्यान, समान कीं उदान ?

नारद सांगतोः—ज्याच्या योगानें हा जंतु उत्पन्न होतो, त्याहून दुसराच प्रथम त्याजवळ येतो. तिर्यक्, उर्ध्व व अध अशा प्रकारचें संचार करणारें प्राणद्वंद्व जाणलें पाहिजे.

देवमत विचारतोः—हा जंतु कशामुळें उत्पन्न होतो ? व प्रथम त्याजवळ कोण येतो ? त्याचप्रमाणें तिर्यक्, उर्ध्व व अध अशा प्रकारचें प्राणद्वंद्व कसें काय आहे तें मला सांग.

नारद सांगतोः—(स्त्रीविषयक) संकल्पापासून हर्ष हा जन्म पावतो (जंतुरूपानें उत्पन्न होतो); तसाच तो (तिच्या) शब्दापासून रसापासून किंवा रूपापासूनही उत्पन्न होतो. शोणितमिश्रित शुक्रापासून प्रथम प्राण प्रवर्तते. प्राणाच्या योगानें शुक्र विकार पावलें असतां मग त्यांत अपानाची प्रवृत्ति होते. शुक्रापासून किंवा रसापासूनही हर्ष पुनः जन्म पावतो.

हर्ष (आनंद किंवा ब्रह्म) हें उदानाचें रूप आहे; तो द्वंद्वाच्या आंत त्यास व्यापून असतो. कामापासून शुक्र जन्म पावतें; शुक्रापासून रजाची उत्पत्ति होते; समान व व्यान यांपासून उत्पन्न झालेल्या शुक्रशोणितांच्या ऐक्यामध्यें प्राण व अपान यांचें द्वंद्व असतें; प्राण व अपान यांचें द्वंद्व हें खालीं (अधः) किंवा वर (ऊर्ध्व) जाणारें आहे. व्यान व समान यांच्या जोडीस तिर्यक्--द्वंद्व असें म्हणतात. अग्नि (परमात्मा) ह्मणजेच सर्व देवता होत, अशी देवाची आज्ञा आहे (वेदवचन आहे). त्या देवाचें ज्ञान व बुद्धि हीं ब्राह्मणास प्राप्त होतात. तम हा त्याचा धूर होय आणि रज हें त्या अत्यंत तेजस्वी अग्नीचें भस्म होय. ज्यांत हविर्द्रव्य टाकलें जातें अशा ह्या अग्नीपासूनच सर्व उत्पन्न होतें. सत्त्वापासून समान व व्यान होतात. हें यज्ञांत वाकबगार असणारे जाणतात. प्राण व अपान हे आज्याचे विभाग आहेत आणि त्यांच्यामध्यें अग्नि आहे. अग्नि हें उदानाचें श्रेष्ठ रूप होय, हें ब्राह्मण जाणतात. निर्द्वंद्व अशा प्रकारचें हें उदानरूप तूं मजपासून ऐक. अहोरात्र हें द्वंद्व आहे आणि त्यांचे मध्यें अग्नि आहे. हें उदानाचें परमरूप ब्राह्मण जातात. सत् व असत् हें एक द्वंद्व आहे आणि यांच्यामध्यें अग्नि आहे. हें उदानाचें परमरूप ब्राह्मण जाणतात. ऊर्ध्व ह्मणजे ब्रह्म हें ज्या संकल्पामुळें व्यान व समान बनतें, त्याच संकल्पामुळें कर्माचा विस्तार होतो. तृतीय सुषुप्त्यवस्थेंतही संकल्प असतोच. तो तेव्हां समानाच्या योगानें निश्चित केला जातो. व्यान, समान आणि सनातन ब्रह्म यांचें ऐक्य ही शांति होय. हें उदानाचें परमरूप ब्राह्मण जाणतात.

अध्याय पंचविसावा.

—:०:—

चातुर्होत्रविधानवर्णन.

ब्राह्मण सांगतोः—हे कल्याणि, चातुर्होत्राचें विधान कशा प्रकारचें आहे, तो पुरातन इतिहास याच विषयाचे स्पष्टीकरणार्थ सांगत असतात. त्या सर्वांचें विधान मी विधिपूर्वक कथन करतों, तर हें अद्भुत रहस्य माझ्या मुखांतून श्रवण कर. हे भाविनि, ज्यांनीं संपूर्ण जग व्यापिलें आहे असे करण, कर्म, कर्ता व मोक्ष हेच ते चार होते होत. आतां कशाचा काय हेतु (कारण) आहे हें सर्व निःशेष श्रवण कर. घ्राण, जिव्हा, चक्षु, त्वचा, पांचवें श्रोत्र, मन आणि बुद्धि हीं सात गुणहेतुक जाणावीं. गुण म्हणजे अविद्या हीच यांच्या उत्पत्तीचा हेतु किंवा कारण होय. गंध, रस, रूप, शब्द, पांचवा स्पर्श, मनन करावयाचें तें, व जें जाणावयाचें तें, हीं सात कर्महेतुक होत. कारण गंधादिक हे स्थूलाचे गुण आहेत आणि स्थूल तितकें कर्माचें फल आहे. घ्राता, भक्षयिता, द्रष्टा, वक्ता, पांचवा श्रोता, मंता आणि बोद्धा हे सात कर्तृहेतुक आहेत. कारण कर्म करणाराच त्याचें फळ भोगण्यासाठीं घ्राता इत्यादि बनतो. हे घ्राता, भक्षयिता, वगैरे सातजण गुणवंत ह्मणजे नासिकामुखादि औपाधिकरूपांनीं युक्त होऊन गंधादि स्वगुणांचें सेवन करतात. परंतु मी[1] (आत्मा) निर्गुण व अनंत आहें. त्याचप्रमाणें हे दाता वगैरे निर्गुण ह्मणजे अहंकाररहित झाले असतां तेच मोक्षहेतु होतात. मी 'घ्राता' इत्यादि अभिमानाचा त्याग हाच मोक्ष होय. कारण,

१ व्याकरणाप्रमाणें 'मी' ह्याचा उद्देश हा इतिहास सांगणाऱ्या 'ब्राह्मणा' कडे जातो. परंतु येथें 'मी' म्हणजे आत्मा घेणें प्राप्त आहे.

आत्मा हा विषयांचें ग्रहण करीतच नाहीं. विद्वान् व ज्ञानी जे आहेत त्यांचे ठिकाणीं तर गुण हेच देवता होऊन आपआपल्या स्थानीं सतत यथाविधि हविर्द्रव्यांचें सेवन करतात. त्यांचीं घ्राणादिकें इंद्रियें गंधादिकांचें ग्रहण करतात. त्या ज्ञानी जनांचा आत्मा गंधादिकांवर लुब्ध होत नाहीं; आणि जो अविद्वान् आहे तो अन्न भक्षण करीत असतां ममत्वबुद्धीनें (मी भोक्ता या बुद्धीनें) त्याचा स्वीकार करतो (त्यावर आसक्ति ठेवतो) व म्हणूनच आपल्या रक्षणार्थ अन्न शिजविणारा तो मूर्ख त्या ममत्वबुद्धीमुळें नाश पावतो. अशा प्रकारें ममत्वबुद्धीनें भक्षण करणें तें अभक्षभक्षण जाणावें व तशा प्रकारें केलेलें पान हें मद्यपान जाणावें. तें त्यास ठार करितें. तो अन्नाचा नाश करतो व अन्न त्याचा नाश करितें. याप्रमाणें तो दुसऱ्यास मारून पुनः स्वतः मारला जातो. जो विद्वान् आहे तो ईश्वरच होय. तो अन्नाचा नाश करितो, त्याप्रमाणेंच (ईश्वर असल्यामुळें) पुनः अन्न उत्पन्नही करतो. अन्न खाण्यापासून त्याच्यामध्यें तिलप्राय विकार उत्पन्न होत नाहीं. तो लवमात्रही त्याचे रुचीवर आसक्त होत नाहीं. जें मनानें समजतें, जें वाणीनें बोललें जातें, जें कानांनीं ऐकिलें जातें, जें डोळ्यांनीं पाहिलें जातें, जें त्वचेनें स्पर्शिलें जातें, आणि घ्राणेंद्रियानें ज्याचा वास घेतां येतो, ते पांच विषय आणि सहावें मन हीं सर्व हविर्द्रव्यें होत. शरीरामध्यें असलेला गुणवान् अग्नि (कारणब्रह्म) माझ्या शरीरांत प्रदीप्त झाला आहे; आणि सर्व कर्मांचा दाह करणारा जो ज्ञानवह्नि, तो आरंभाबरोबर उत्पन्न करणारा ज्ञानयज्ञ मजमध्यें सुरू झाला आहे. प्राण हें त्याचें स्तोत्र असून अपान हें शस्त्र आहे. सर्वांचा त्याग हीच त्याची उत्तम दक्षिणा होय. कर्ता म्हणजे अहंकार, अनुमता म्हणजे मन आणि आत्मा म्हणजे बुद्धि हीं क्रमानें होता, अध्वर्यु व उद्गता आहेत; हे सर्व ब्रह्मरूपच आहेत. सत्य हाच या यज्ञांतील प्रशास्ता असून सत्य हेंच त्याचें शस्त्र आहे आणि मोक्ष हें या यज्ञाचें फळ आहे. नारायणाचें स्वरूप जाणणारे जन याविषयीं ऋचाही म्हणत असतात. पूर्वी जेव्हां भगवान् नारायणाचे प्राप्तीस्तव (आत्मप्राप्तीस्तव) इंद्रियरूप पशु त्याच्या स्वाधीन केले गेले, तेव्हांच्या त्या ऋचा आहेत. मग तेथें कांहीं सामेंही म्हटलेलीं आहेत. त्यांविषयीं तैत्तिरीय श्रुतींत दिग्दर्शन केलें आहे. तो नारायण देव म्हणजे सर्वात्मा होय. हे भीरु, तूं त्यास जाण.

अध्याय सव्विसावा.

—:०:—

सर्पादिकांस ब्रह्मोपदेशाख्यान.

ब्राह्मण सांगतोः—शास्ता एक आहे, दुसरा कोणीच शास्ता नाहीं; जो हृदयांत रहातो तोच शास्ता होय; त्याच्याच संबंधानें मी बोलत आहें; त्याच्याच प्रेरणेनें मी उतारावरून वहात जाणाऱ्या उदकाप्रमाणें सरळ जात आहें. (बोलत चाललों आहें.) गुरु एक आहे, त्याहून दुसरा कोणी गुरु नाहीं; जो हृदयांत रहातो तोच गुरु होय; त्याविषयींच मी बोलत आहें; त्या गुरूच्या उपदेशानेंच जगांत सर्व लोक सर्वदा सर्पादिकांचा द्वेष करितात. बंधु एक आहे, त्यापरता दुसरा बंधु नाहीं; जो हृदयांत निवास करतो त्याविषयींच

१ 'इंद्रियाणींद्रियार्थेषु वर्तंत इति धारयन्। [श्रीमद्भगवद्गीता.]

२ 'भुंजते ते त्वघं पापा ये पचंत्यात्मकारणात्।' (श्रीमद्भगवद्गीता.)

१ त्रिसुपर्णाचे शेवटीं असलेली "तस्यैव विदुषो यज्ञस्यात्मा यजमानः" इत्यादि ऋचा.

मी हें बोलत आहें; त्याच्याच उपदेशामुळें, हे पार्था, हे सप्तर्षि बंधुप्रेमानें आकाशांत चमकत आहेत. श्रोता एक आहे, त्यावांचून दुसरा श्रोता नाहीं; जो हृदयांत वास्तव्य करतो त्याविषयींच मी बोलत आहें; तो गुरु करून व त्याशीं योग्य रीतीनें वागून (त्याची सेवा करून) इंद्र हा सर्व लोकांहून श्रेष्ठत्व व अमरत्व पावला. द्वेष्टा एकच आहे; त्याहून निराळा दुसरा द्वेष्टा नाहीं; जो हृदयांत रहातो त्याविषयींच मी हें बोलत आहें; त्याच्याच उपदेशाप्रमाणें वागणारे सर्वही सर्प जगांत नेहमीं द्वेष्य झाले आहेत. याच संबधाचा एक पुरातन इतिहास ह्मणजे सर्प, देव व ऋषि एकदम प्रजापतीकडे समजूत घेण्यासाठीं गेले होते, त्याविषयींची हकीगत सांगत असतात; ती अशीः—

एकदां देव, ऋषि, सर्प व असुर यांनीं प्रजापतीकडे जाऊन त्यास प्रश्न केला कीं, " आम्हांस काय श्रेयस्कर आहे तें सांगावें." तेव्हां श्रेयाविषयीं प्रश्न करणाऱ्या त्या सर्वांस ' ॐ ' एवढेंच त्या भगवंतानें उत्तर दिलें. ॐ हें एकाक्षर ब्रह्म होय. तें प्रजापतीनें त्यांस सांगितलें आणि तें ऐकतांच ते सर्वजण निरनिराळ्या वाटांनीं निघून गेले; व आत्मोपदेश जो ॐ त्याचा अर्थ त्यांनीं आपआपल्या स्वभावांनुरूप निरनिराळा घेतला. ॐ अक्षर उच्चारतांना प्रजापतीच्या मुखाकडेच सर्पांची दृष्टि गेली; आणि असें तोंड उघडून मिटण्याविषयीं ह्मणजे दंश करण्याविषयींच प्रजापतीनें आपणांस उपदेश केला असें समजून, दंश करणें हेंच आपणांस श्रेयस्कर आहे अशी त्यांची भावना झाली. असुरांची दृष्टि प्रजापतीच्या ओठ हालविण्याकडे गेली; आणि जपादिकांचा नुसता देखावा करण्याविषयींच प्रजापतीचा उपदेश आहे असा त्या स्वभावदांभिकांचा निश्चय झाला. देवांनीं ॐ हा उच्चार ऐकला आणि लोकांत ज्याची याचना करावयाची तें ॐ यावरून ओळखतात असें जाणून दान हेंच श्रेयस्कर आहे असा त्यांचा समज झाला. आणि महर्षींनीं ॐ याचा उच्चार करतांना होणारी ओठांची प्रवृत्ती व उपसंहार यांकडे लक्ष देऊन, सर्व प्रवृत्तींचा उपसंहार ज्यांत होतो असा दमच श्रेयस्कर होय असें मानिलें! तात्पर्य इतकेंच कीं, गुरु एक आणि त्यानें एकाच शब्दानें उपदेश केला; तथापि देव, ऋषि, सर्प व दैत्य, सर्व निरनिराळ्या उद्योगांस लागले. तेव्हां स्वतः आपणच आपला गुरु होय. सांगत असतां हा ऐकतो, तें पाहिजे तसें ग्रहण करतो आणि पुनः विचारणारांस तेंच सांगतो. यास्तव हाच गुरु होय, दुसरा कोणी गुरु नाहीं. त्याच्याच अनुमतीनें मग कर्मास सुरुवात होते. गुरु, शिष्य, श्रोता व द्वेष्टा एकच असून तो हृदयांत रहातो. पापमार्गानें जाणारा या जगांत पापी म्हणून प्रसिद्ध होतो; सन्मार्गानें चालणारा पुण्यवान् होतो; इंद्रियसुखांत मग्न असलेला कामामुळें कामचारी होतो; आणि सदैव इंद्रियें जिंकण्यांत तत्पर राहिलेला हाच ब्रह्मचारी होतो. सर्व व्रतें व कर्में ज्यानें सोडून दिलीं आहेत व जो केवळ ब्रह्माचा आश्रय करून राहिला आहे, तो ब्रह्मीभूत होऊन जगांत संचार करणारा खरा ब्रह्मचारी होतो. आश्रमधर्माच्या लोपानें त्याला दोष लागत नाहीं; कारण, ब्रह्म हाच त्याच्या समिधा होत, ब्रह्म हाच अग्नि होय, त्याची उत्पत्ति ब्रह्मापासून आहे, त्याचें ब्रह्म हेंच उदक व गुरुही ब्रह्मच. सारांश, तो सर्वथा ब्रह्ममय

१ ब्राह्मण स्त्रीशीं बोलत असतां येथें ' पार्थ ' कोठून आला ?

२ ओमित्येकाक्षरं ब्रह्म ।—गीता.

होतो. अशा प्रकारचें हें सूक्ष्म ब्रह्मचर्य पंडित जाणतात; आणि तें जाणून व क्षेत्रज्ञ जो आत्मा त्यापासून उपदेश पावून त्या ब्रह्मचर्याचें सेवन करितात.

अध्याय सत्ताविसावा.

—:०:—

ब्रह्मारण्यवर्णन.

ब्राह्मण म्हणालाः—ज्यांत संकल्परूप डांस व चिलटें आहेत, शोकरूप थंडी व हर्षरूप उन्ह आहे, जेथें मोहरूप अंधःकार दाट पसरला आहे, लोभ-व्याधिरूपी सर्प जेथें आहेत आणि कामक्रोधरूपी वाटमारे ज्यांत टपून बसले आहेत, असा अत्यंत बिकट व केवळ एकटयानेंच जाण्याजोगा संसाररूपी रस्ता संपवून मी आतां ब्रह्मरूपी महारण्यांत शिरलों आहें.

ब्राह्मणी विचारतेः—हे महाप्राज्ञा, तें अरण्य कोठें आहे? तेथील वृक्ष कोणते? नद्या कोणत्या, डोंगर व पर्वत कोणते? आणि किती पल्ल्यावर तें अरण्य आहे बरें?

ब्राह्मण सांगतोः—त्याहून भिन्न अशा कशाचेंच अस्तित्व नाहीं व त्याहून निराळें किंचितेंही सुख नाहीं. जगांत सत्ता व सुख मिळून जितकें दिसतें तितकें सर्व त्याचेंच (ब्रह्माचेंच) आहे. जसें त्याहून भिन्न कांहींएक नाहीं, तसेंच त्याशीं अभेदानें असणारेंही कांहींएक नाहीं; आणि जसें सर्व सुख त्याचेंच आहे, तसें सर्व दुःखही त्याचेंच आहे. शिवाय दुःखांतून तारकही त्यावांचून दुसरें नाहीं. त्याहून कांहीं एक लहान (तोकडें) नाहीं व कांहींएक मोठें नाहीं; त्याचप्रमाणें त्याच्यापेक्षां सूक्ष्मही कांहीं नाहीं आणि त्याच्यासारखें सुखमय-

१ यत्सुखान्नापरं सुखं [आत्मबोध.]

२ यस्मात्परं नापरमस्ति किंचित् । यस्मान्नाणीयो न ज्यायोस्ति कश्चित् [नारायणोपनिषद्.]

ही कांहींएक नाहीं. तेथें प्रविष्ट झालेले ब्राह्मण (ज्ञानी) हर्ष व शोक या दोहोंपासून विराम पावतात. ते कधीं हर्ष पावत नाहींत व त्यांस शोकही कधीं होत नाहीं, ते कोणाला भीत नाहींत आणि त्यांपासूनही कोणी भय पावत नाहीं. त्या वनांत सात महावृक्ष आहेत. त्यांचीं सात फळें आहेत व त्या फळांचा उपभोग घेणारे अतिथिही सातच आहेत. तेथें सात आश्रम, सात समाधि आणि दीक्षाही सातच आहेत. अशा प्रकारचें ह्या अरण्याचें स्वरूप आहे. पांच रंगांचीं दिव्य पुष्पें व फळें उत्पन्न करणाऱ्या वृक्षांनीं तें वन व्यापून टाकिलें आहे. त्याचप्रमाणें, ज्यांपासून दोन रंगांचीं शोभिवंत पुष्पें व फळें उत्पन्न होतात अशा वृक्षांनीं तें अरण्य भरून गेलें आहे. ज्यांचीं पुष्पें व फळें सुंदर व दोन रंगांचीं असतात असे वृक्ष त्या अरण्यांत सर्वत्र आहेत. एकरंगी मनोहर पुष्प-

१ यस्मान्नोद्विजते लोको । लोकान्नोद्विजतेच यः (गीता.)

२ पांच इंद्रियें, मन व बुद्धि हे ते सात महावृक्ष होत. या सातांपासून होणारीं सुखदुःखें हीं तीं सात फळें होत. वरील सातांच्या देवता किंवा इंद्रियशक्ति हे सात अतिथि होत. कारण तेच सुखदुःखांचा उपभोग घेतात. अतिथि जेथें बसतात ते वृक्ष किंवा इंद्रियादि हेच सात आश्रम होत. सात इंद्रियांचा नाश करणें ह्याच त्या सात समाधि होत आणि एकामागून एक इंद्रियाच्या क्रिया बंद करणें ह्या सात दीक्षा होत.

३ शब्दादिक पांच भिन्न विषय हीं पांच रंगांचीं पुष्पें व त्यांपासून उत्पन्न होणारे रागद्वेष हीं फळें होत. मनें हे वृक्ष होत.

४ इंद्रियें हे वृक्ष. अनुभवरूप फळें व पुष्पें; सुख व दुःख हे दोन रंग.

५ यज्ञादिक हे वृक्ष, व त्यांचीं स्वर्गादिक हीं दोन रंगांचीं सुंदर पुष्पें व फळें.

फलांचे वृक्ष तेथें चोहोंकडे पसरले आहेत. तें अरण्य दोन महावृक्षांनीं व्यापिलें असून अनेक अव्यक्त रंगांचीं फळें व फुलें तेथें उत्पन्न होतात. या ठिकाणीं एक (आत्मा) अग्नि आहे. मन व बुद्धि हे स्रुवे आहेत आणि पंचेंद्रियें ह्या समिधा आहेत. मन वगैरे या सातहीजणांचें हवन केलें असतां सात (वास्तविक एकच) मोक्ष फलद्रूप होतो. मुक्त झालेल्यांच्या दीक्षाही फलद्रूप होतात व त्यांस देहांतर प्राप्त होत नाहीं. कारण, त्यांचे गुण किंवा त्यांनीं केलेल्या कृत्यांचीं फळें अतिथि (देवता) उपभोगितात; त्यांच्या क्रिया स्वतःसाठीं नसून परार्थ होत. असो; या अरण्यांत ते अतिथि महर्षि (इंद्रियाधिष्ठित देवता) ठिकठिकाणीं आतिथ्याचा स्वीकार करतात. त्यांचें अर्चन झाल्यानंतर ते अगदीं लीन होतात आणि मग दुसरें वन (अद्वैत) शोभूं लागतें. या दुसऱ्या वनांत प्रज्ञारूपी वृक्ष आहे. त्यावर मोक्षरूप फळ आहे. शांतिरूप छायेनें तो युक्त आहे. ज्ञानरूपी बसावयाची जागा आहे. तृप्तिरूपी उदक तेथें आहे आणि क्षेत्रज्ञ-(आत्मा) रूपी सूर्य तेथें प्रकाशमान् होत आहे. जे संत या वनास येऊन पोंचतात (जाणतात) त्यांना पुनः भय प्राप्त होत नाहीं. कारण वर, खालीं किंवा बाजूला त्याचा कोठेंच अंत झालेला दिसून येत नाहीं. येथें पोंचलेल्या जीवन्मुक्ताचें ऐश्वर्य काय वर्णन करावें ? संकल्पाबरोबर पाहिजे तें उत्पन्न करण्याचें ज्याचें सामर्थ्य अशा व चिद्रूप ज्योतीनें चमकणाऱ्या सात स्त्रिया (इंद्रियवृत्ति), त्या जीवन्मुक्ताचे तेजानें लज्जित होऊनच कीं काय, तोंडें बाजूला फिरवून त्याच्या जवळ उभ्या असतात. त्या त्याच्या सेवेस हजर असतात आणि तो सामान्य लोकांहून फारच उच्च प्रतीचे व सर्व प्रकारचे रसास्वाद घेत असतो. त्याचें सुख व मूढाचें सुख यांतील अंतर सत्य व अनित्यता यांतील अंतराइतकें आहे. सिद्धीस पोंचलेले वसिष्ठप्रभृति सात ऋषि तेथें राहातात आणि त्यांपासूनच उदय पावतात. सूर्याचे भोंवतीं जसे तारे, तसे त्या क्षेत्रज्ञ-(आत्मा) रूपी सूर्याभोंवतीं यश, तेज, थोरपणा, विजय, सिद्धि व सामर्थ्य हीं फिरत असतात. डोंगर पर्वत हेही तेथें एकत्र झालेले आहेत; आणि नद्या व नाले पाण्यानें भरून चालले आहेत. हें पाणी ब्रह्मापासूनच उत्पन्न झालेलें आहे. योगयज्ञाचा विस्तार जेथें होतो अशा या अत्यंत गूढस्थलीं नद्यांचा संगमही आहे. आत्मतृप्त लोक येथून साक्षात् ब्रह्मदेवाकडे जातात. ज्यांच्या आशा कृश झाल्या आहेत, वासना पुण्यकृत्याकडे वळल्या आहेत आणि तपाच्या योगानें ज्यांचे मल व पातकें दग्ध झालीं आहेत, ते आत्म्यामध्यें चित्ताचा लय करून ब्रह्मपद मिळवितात. हें विद्यारूप अरण्य जाणणारे लोक या कामीं शमासच प्राधान्य देतात; आणि या अरण्याकडे दृष्टि लावून बुद्धीची गति कुंठित न होऊं देतां जन्म पावतात. अशा प्रकारचें हें पुण्यकारक अरण्य आहे हें ब्राह्मण जाणतात; आणि तें जाणून, क्षेत्रज्ञ जो आत्मा त्याच्या आदेशाप्रमाणें वागतात.

---

१ ध्यानादिक हे वृक्ष व ' सुख ' हींच त्याचीं एकरंगी सुंदर पुष्पें.

२ मन व बुद्धि हे दोन महावृक्ष व त्यांचीं संकल्प-विकल्प मनोरथादिक अनेक अव्यक्तरूप फळें व पुष्पें.

३ तृप्तीवर उदकाचें रूपक, आत्म्यावर सूर्याचें रूपक व एकंदर रूपकानें गहन गोष्टी समजवून देण्याची ही पद्धति किती बहारीची आहे बरें ?

अध्याय अठ्ठाविसावा.

—:०:—

अध्वर्युयतिसंवादवर्णन.

ब्राह्मण सांगतोः—मीं वास घेत नाहीं, गोडी जाणत नाहीं, रूप पहात नाहीं, व (कशा-सही) स्पर्श करीत नाहीं. त्याचप्रमाणें मी नानाप्रकारचें (कोणतेही) शब्द श्रवण करीत नाहीं व कोणताही संकल्प मला शिवत नाहीं. प्रकृति ही इष्ट वस्तूंची इच्छा करते आणि सर्व द्वेष्य पदार्थांचा तिटकाराही प्रकृतिच करते. ज्याप्रमाणें कांहींएक इच्छा वगैरे न होतां प्राण व अपान हे प्राण्याच्या शरीरांत प्रवेश करून केवळ आपल्या स्वभावामुळेंच अन्नपचनादि क्रिया झोंपेंतही करतात, त्याचप्रमाणें जागृतींत व सुषुप्तींतही बुद्धि, मन वगैरे आपआपल्या अर्थांची स्वभावेंकरून इच्छा करतात. त्यांत माझें अंग नसतें व मी कांहींएक करीत नाहीं. बाह्य घ्राण-घ्रेयादिकांहून दुसरीं निराळीं घ्राणादिक आहेत तीं स्वप्नांतील वासनारूप होत. त्यांचा भाव नित्य आहे. तथापि योगी शरीरामध्यें भूतात्मा हा त्यांपासून निराळा पाहातात; मग तो बाह्य गंधादिकांस कोठून चिकटणार? मी त्या भूतात्म्याचे आंत राहात असल्यामुळें कामक्रोध, जरा किंवा मृत्यु यांशीं बिलकूल आसक्त नाहीं. कोणत्याही इष्ट वस्तूची इच्छा न करणारा व कोणत्याही द्वेष्य पदार्थांचा द्वेष न करणारा असा मी असल्यामुळें, कमलपत्रावर जलबिंदूचा परिणाम रहात नाहीं, तद्वत् मजवर कामक्रोधांचा कांहींच परिणाम होत नाहीं. आत्मा हा नित्य आहे, आणि काम किंवा वासना अनित्य आहेत. भोगजाल हें घ्राता वगैरे अनेकांचें स्वभावभूतच आहे; त्याकडे आत्मा पहात असला, तथापि आकाशास सूर्यकिरण चिकटून रहात नाहींत, तद्वत् कर्में घडत असतांही आत्म्यास तें भोगजाल चिकटत नाहीं. आत्मा त्यांचे ठिकाणीं आसक्त होत नाहीं.

आत्म्याच्या निःसंगत्वासंबंधानें अध्वर्यु व यति यांच्या संवादाचा प्राचीन इतिहास सांगत असतात. तर हे यशस्विनि, तूं तो समजून घे. एका यज्ञामध्यें पशु बळी देत असतां तेथें बसलेला एक यति निंदाप्रचुर वाणीनें अध्वर्यूला म्हणाला, ‘ ही हिंसा आहे. ’ तेव्हां अध्वर्यूनें त्यास प्रत्युत्तर दिलें कीं, ‘या बोकडाचा कांहीं नाश व्हावयाचा नाहीं. जर श्रुति ही प्रमाण असेल, तर या पशूचें कल्याणच होणार आहे. याच्यामध्यें जो पार्थिव भाग आहे तो पृथ्वींत जाईल, जो जलाचा अंश असेल तो जलांत मिसळेल, नेत्र सूर्यांत समाविष्ट होतील, कर्ण दिशांचे ठिकाणीं लय पावतील, आणि याचे प्राण आकाशांत प्रवेश करतील. आगमामध्यें असेंच सांगितलें असल्यामुळें या कृत्यांत मला बिलकूल दोष नाहीं. ’

यति म्हणालाः—जर या बोकडाचे प्राण घेण्यांत त्याचें कल्याणच व्हावयाचें असेल, तर हा यज्ञ या बोकडासाठींच आहे असें झालें! मग तुला हा यज्ञ करण्याचें कारण काय? निदान या कामीं या बोकडाचे भाऊ, माता, पिता व मित्र यांनीं तरी तुला संमति दिली पाहिजे, तेव्हां याला घेऊन त्यांचेकडे जा आणि त्यांचें मत घे. कारण हा बोकड (आपखुषीनें तुझे स्वाधीन होण्यास) स्वतंत्र नाहीं, तर परतंत्र आहे. तूं म्हणतोस तेंच खरें असेल तर ते तुला संमति देतीलच. वास्तविक म्हटलें म्हणजे तूं त्यांची गांठ घेतलीच पाहिजे. त्यांचें अनुमोदन मिळालें म्हणजे ह्या गोष्टीचा विचार करतां येईल. आतां या बोकडाचे प्राण सुद्धां तूं त्यांच्या योनींत (उत्पत्तिस्थानांत) पोंचविले आहेस, तेव्हां आतां ह्याचें हें निश्चेष्ट शरीर मात्र उरलें आहे असें माझें मत आहे.

लांकडासमान जें चेतनाहीन शरीर, त्याच्या योगानें जे हिंसादोष घालवूं पाहातात त्यांस पशूच काय करावयाचा आहे? लांकडासच पशु म्हटलें ह्मणजे झालें! अहिंसा हा सर्व धर्मांत मुख्य धर्म होय अशी वृद्धांची आज्ञा आहे. जें कर्म हिंसारहित होईल तेंच करावें असें आम्हांस समजतें. आतां पूर्णपणें अहिंसा धर्म पाळावयाचाच अशी प्रतिज्ञा आहे असें मीं म्हटलें, तर यावर तुला पुष्कळ प्रकारचीं दूषणें काढतां येतील. कितीही जपलें तरी सूक्ष्महिंसा ही होणारच. तथापि शक्य तितका हा धर्म पाळिला पाहिजे. स्थूल आणि बीभत्स दिसणारी हिंसा तरी टाळलीच पाहिजे. आम्ही 'अहिंसा सर्वभूतानां' हा धर्म प्रत्यक्षतः नित्य पाळतों, परोक्ष पाळीत नाहीं; म्हणजे समजून-उमजून हिंसा करीत नाहीं; न समजतां काय घडेल त्याविषयीं आह्मी जबाबदार नाहीं.

अध्वर्यु म्हणालाः—तुम्ही भूमीचा गुण जो सुवास त्याचा उपभोग घेतां, जलरूप रस प्राशन करतां, तेजोत्पन्न जें रूप तें पहातां, वायूच्या धर्मानें भासणारें स्पर्शसुख उपभोगितां, आकाशतत्त्वामुळें उत्पन्न होणारे शब्द ऐकतां व मनानें विचार करतां. ह्या पृथिव्यादि सर्व भूतांस प्राण आहेत असेंही आपलें मत आहे. एकीकडे तुह्मी अहिंसेचा डौल सांगतां, परंतु या कृत्यांत तुमच्या हातून पदोपदीं हिंसा घडत आहे. हिंसेवांचून एक पाऊलही टाकतां येणार नाहीं. कां यतिमहाराज! आपलें काय मत आहे?

यति म्हणालाः—आत्म्याचें रूप दोन प्रकारचें आहे; अक्षर आणि क्षर. यांपैकीं अक्षर (अविनाशी) हें सद्रूप होय आणि क्षर (विनाशी) ज्याला म्हणतात त्याचा वास्तविक अत्यंत अभावच आहे. प्राण, जिव्हा, मन व चांगुलपणा हीं मायेशीं संगत असलीं म्हणजे तीं सद्भावच होत. परंतु या सर्वांपासून अगदीं मुक्त, द्वंद्वरहित, निरिच्छ, सर्व भूतांशीं समतेनें वागणारा, ज्याजवळ ममत्वबुद्धि राहिलीच नाहीं, ज्यानें चित्त जिंकिलें आहे, आणि चोहोंकडून जो सर्वथा मुक्त आहे, त्याला कोठेंही भय नाहीं.

अध्वर्यु म्हणालाः—महाराज, मनुष्यानें सज्जनांशींच येथें संगति करावी. हे थोर बुद्धिमंता, आपले विचार श्रवण करून माझ्या बुद्धीवर प्रकाश पडला आहे. भगवन्, आपण ईश्वरच आहां अशा बुद्धीनें मी आपल्या पायांशीं येऊन म्हणतों कीं, मंत्रप्रयुक्त कर्म मी करीत आहें; यांत हे द्विजा, माझा अपराध मुळींच नाहीं.

ब्राह्मण म्हणालाः—या उपपत्तीनें यति स्तब्ध झाला आणि अध्वर्यूचाही मोह दूर होऊन त्यानें तो महायज्ञ पुढें चालविला. अशा प्रकारचा अत्यंत सूक्ष्म मोक्ष ब्राह्मण जाणतात; आणि तो जाणून अर्थदर्शी आत्म्याच्या आदेशाप्रमाणें वागतात.

अध्याय एकुणतिसावा.

—:०:—

कार्तवीर्यसमुद्रसंवादवर्णन.

ब्राह्मण म्हणालाः—हे शुद्धहृदये, कार्तवीर्याचा व समुद्राचा संवाद कसा झाला तो इतिहास याच विषयाचे स्पष्टीकरणार्थ सांगतात. कार्तवीर्यार्जुन नांवाचा एक राजा होता. त्यास हजार हात होते. त्यानें आपल्या धनुर्बलानें समुद्रापर्यंत सर्व पृथ्वी पादाक्रांत केली होती. एकदां तो बाहुबलानें गर्विष्ठ झालेला राजा समुद्राच्या किनाऱ्यावर फिरत असतां त्यानें शेंकडों बाण समुद्रावर फेंकले असें आम्हीं ऐकिलें आहे. तो अतिशय बाण सोडूं लागला तेव्हां समुद्र त्यास नमस्कार घालून व हात जोडून म्हणालाः—वीरा, बाण सोडूं नको. मी तुजसाठीं काय करूं तें सांग. माझ्या

आश्रयानें राहाणारे प्राणी तूं सोडलेल्या मोठ्या बाणांनीं वध पावत आहेत; तर हे राजराजेश्वरा, हे प्रभो, मला ह्या बाणापासून अभय दे.

कार्तवीर्यार्जुन म्हणालाः—संग्रामांत माझी जो बरोबरी करील व रणांत माझ्याशीं भिडण्यास तयार असेल असा वीर कोणता आहे एवढें सांग.

समुद्र म्हणालाः—राजा, जमदग्नि महर्षींचें नांव तुला ऐकून माहीत असेलच. त्याचा मुलगा तुझें यथायोग्य आतिथ्य करील.

मग तो अत्यंत क्रोधाविष्ट झालेला राजा जमदग्नीच्या आश्रमांत येऊन त्यानें तडक परशुरामाचीच गांठ घेतली. आल्याबरोबर त्यानें आपल्या बांधवांसहवर्तमान परशुरामास अनिष्ट अशा पुष्कळच गोष्टी केल्या आणि तेणेंकरून त्या महात्म्यास चेतविलें. मग, हे कमलेक्षणे, अमिततेजस्वी राम इतका संतापला कीं, तो आपल्या तेजानेंच शत्रूंचीं सैन्यें दग्ध करतो कीं काय असें भासलें. नंतर त्यानें परशु घेऊन मोठ्या वृक्षाच्या सर्व खांद्या खडसाव्या त्याप्रमाणें सहस्रार्जुनाचे हजारही हात छेदून टाकले आणि त्यास ठार केलें. तो मरून पडला असें पहातांच त्याचे सर्व बंधु एकत्र होऊन शक्ति व तरवारी उपसून भार्गवावर चोहोंकडून धावले. तेव्हां परशुरामही धनुष्य घेऊन सत्वर रथारूढ झाला आणि त्यानें बाणांची एकसारखी वृष्टि करून राजाचें सैन्य उधळून लावलें. मग कित्येक क्षत्रिय त्या जमदग्निपुत्राचे भीतीनें धडकी भरून सिंहापासून भ्यालेल्या मृगांप्रमाणें गिरिकंदरांत शिरले. परशुरामाच्या भयानें स्वकर्म सोडलेल्या त्या क्षत्रियांची संतति शूद्र बनली. कारण, तेथें त्यांस स्वधर्म शिकविण्यास ब्राह्मणही मिळाले नाहींत. याप्रमाणें त्या स्वधर्मभ्रष्ट क्षत्रियांपासूनच द्रविड, आभीर, पुंड्र व शबर ह्या शूद्रजाति उत्पन्न झाल्या आहेत. क्षत्रिय पुनःपुनः निःशेष (हतवीर) झाले असतां ब्राह्मणांनीं क्षत्रिय उत्पन्न केले; परंतु तेही रामानें कापून काढले. याप्रमाणें एकवीस वेळां निःक्षत्रिय पृथ्वी झाली असतां मधुर परंतु सर्व लोकांस ऐकूं येईल इतक्या बेतानें अशी दिव्य आकाशवाणी झाली कीं, 'रामा, हे रामा, चालू कृत्यापासून परावृत्त हो. अरे बाबा, या क्षत्रिय बांधवांना पुनःपुनः ठार करण्यांत तुला कोणता फायदा दिसतो बरें ?' आकाशवाणीनंतर ऋचीकप्रभृति त्याचे पितामहांनींही त्या महात्म्यास उपदेश केला कीं, 'हे महाभाग, तूं खरा विजयी आहेस.' परंतु स्वपित्याचा वध सहन न होऊन भार्गवराम त्यांस म्हणाला, 'हे महाभाग ऋषीहो, या कामीं आपण माझे आड येऊं नये अशी माझी विनंती आहे!' त्यावर ते पितर म्हणाले, 'परंतु या क्षत्रबंधूंना व्यर्थ मारावेंस हें तुला योग्य नाहीं. अरे, तूं ब्राह्मण असून राजांस ठार करणें तुला उचित नव्हे.'

अध्याय तिसावा

—:०:—

हिंसेच्या अकर्तव्याविषयीं अलर्काचा इतिहास.

ते पितर रामास म्हणालेः—(आम्ही तुझा निषेध करतों याचें कारण) याचविषयीं एक पुरातन इतिहास सांगत असतात. तो ऐकून, हे द्विजसत्तमा, तूं त्याप्रमाणें वागावेंस. अलर्क नामक एक फारच महातपस्वी राजर्षि होता. तो धर्मज्ञ व सत्यवादी असून थोर अंतःकरणाचा होता. तो व्रतापासून कधींही ढळत नसे. त्यानें प्रथम धनुर्बलानें ही समुद्रवलयांकित

१ क्षत्रं ब्रह्मसंभवं ।
अद्भ्योऽग्निर्ब्रह्मतः क्षत्रमश्मनो लोहमुत्थितं ॥
(मनुस्मृति.)

सर्व पृथ्वी जिंकिली आणि अशा प्रकारचें हें अत्यंत दुष्कर कर्म केल्यानंतर मग सूक्ष्म विचाराकडे त्यानें आपलें मन वळविलें. तो एकदां वृक्षाखालीं बसला असतां शत्रुजयादि मोठमोठ्या कारभारांपासून त्याचें चित्त परावृत्त होऊन, हे महामते, सूक्ष्म अशा ब्रह्माविषयीं त्याचे अंतःकरणांत चिंतन सुरू झालें.

अलर्क म्हणाला:—माझें मन मोठें बलाढ्य झालें आहे. मन जिंकलें म्हणजे आत्मजय झालाच म्हणून समजावें. यास्तव, मजसभों-वतीं शत्रूंचा घेरा पडला असला, तथापि मी त्यांकडे बाण न सोडतां दुसरीकडेच ते सोडीन. ज्यापेक्षां मन हेंच आपल्या चपलतेमुळें सर्व मर्त्यांस कर्म करावयास लावितें, त्यापेक्षां मी या मनावरच अत्यंत तीक्ष्ण अग्रांचे बाण सोडीन.

यावर मन म्हणालें:—अलर्का, हे बाण मला मुळींच वेधूं शकणार नाहींत. ते तुझें मर्म भेदितील आणि मर्मभेद झाला असतां तूं मरून जाशील. तेव्हां मला मारण्याची तुझी इच्छा असेल तर त्या कामास योग्य असे दुसरे बाण हुडकून काढ. हें ऐकून अलर्कानें त्याचा विचार केला आणि मग तो पुनः बोलूं लागला.

अलर्क म्हणाला:—हें नाक पुष्कळ प्रकारचे सुवास हुंगून-संवरून पुनः त्यावरच लुब्ध होतें, त्यापेक्षां यावरच मी तीक्ष्ण बाण सोडतों.

नाक म्हणालें:—अलर्का, हे बाण मला कदापि भेदणार नाहींत. ते तुझेंच मर्म भेदि-तील आणि मर्मभेद झाला असतां तूं फुकट मरशील मात्र. तेव्हां ज्यांच्या योगानें मला मारतां येईल असे दुसरेच बाण शोधून काढ. तें ऐकून अलर्कानें त्याचा विचार केला आणि मग तो पुनः बोलूं लागला.

अलर्क म्हणाला:—ही जिव्हा मधुर मधुर रसांचा आस्वाद घेऊन पुनः त्यांवरच आसक्त होते, त्यापेक्षां जिव्हेवरच मी तीक्ष्ण शरांचा मारा करीन.

जिव्हा म्हणाली:—अलर्का, हे बाण मला मुळींच लागणार नाहींत, ते तुझेंच मर्म भेदितील आणि मर्मभेद झाला म्हणजे तूं ठार होशील. तेव्हां ज्यांच्या योगानें मला मारतां येईल असे निराळे बाण शोधून काढ. तें ऐकून अलर्कानें त्याचा विचार केला आणि मग तो पुनरपि बोलूं लागला.

अलर्क म्हणाला:—ही त्वचा अनेक प्रका-रचें स्पर्शसुख अनुभवून पुनः त्यावरच आसक्ति ठेवते. यास्तव मी आतां ही त्वचा नानाप्रकार-च्या शरांनीं विदीर्ण करून टाकतों.

त्वचा म्हणाली:—अलर्का, हे बाण माझें कांहींएक वांकडें करूं शकणार नाहींत. हे तुझेंच मर्म भेदितील आणि मर्मभेद झाल्याबरोबर तूं गतप्राण होशील. यास्तव ज्यांनीं तूं मला मारूं शकशील असे दुसरे बाण शोध. तें ऐकून अलर्कानें विचार केला आणि मग तो पुनः बोलूं लागला.

अलर्क म्हणाला:—हें कर्णेंद्रिय अनेक प्रकार-चे शब्द श्रवण करून पुनः त्यांवरच लुब्ध रहातें. त्यापेक्षां या कर्णेंद्रियावर मी तीक्ष्ण शरांचा मारा करीन.

कर्णेंद्रिय म्हणालें:—अलर्का, हे बाण मज-पर्यंत मुळींच येऊन पोंचणार नाहींत. हे तुझें मर्म भेदितील आणि तेणेंकरून तूं जिवाला मात्र मुकशील. तेव्हां ज्यांनीं तूं मला मारूं शकशील अशा दुसऱ्या बाणांचा विचार कर. तें ऐकून व त्याचा विचार करून अलर्क पुनः बोलूं लागला.

अलर्क म्हणाला:—बहुत प्रकारचीं रूपें पाहून नेत्र पुनः त्यांवरच आसक्त होतात. त्यापेक्षां मी तीक्ष्ण सायकांनीं डोळेच फोडून टाकीन.

नेत्रेंद्रिय म्हणालें:—अलर्का, हे बाण मला मुळींच लागणार नाहींत. हे तुझेंच मर्म भेदितील आणि मर्मभेद होतांच तूं मरून जाशील. यासाठीं ज्यांनीं मला मारतां येईल अशा दुसऱ्या बाणांचा विचार कर. तें ऐकून व पुनः विचार करून मग तो भाषण करूं लागला.

अलर्क म्हणाला:—ही बुद्धि (निश्चय-शक्ति) प्रज्ञेच्या योगानें (ज्ञानशक्तीच्या योगानें) अनेक प्रकारचे निश्चय करते. तस्मात् मी बुद्धीवरच तीक्ष्ण बाण सोडीन.

बुद्धि म्हणाली:—अलर्का, हे बाण माझें बालाग्रही वांकडें करूं शकणार नाहींत. ते तुझेंच मर्म भेदितील व मर्मभेद होऊन तूं गतप्राण होशील. तर मला ज्यांनीं मारतां येईल अशा दुसऱ्या बाणांचा शोध कर.

ब्राह्मण सांगतो:—(पितर म्हणाले,) मग अलर्कानें तेथेंच बसून दुष्कर तपश्चर्या केली. (अतिशय विचार केला.) परंतु या सात इंद्रियांचा भेद करणारे बाण कोणते हें त्यास समजलें नाहीं. मग, हे द्विजसत्तमा, त्या अलर्क राजानें चित्त अगदीं आवरून धरून पुष्कळ वेळ विचार केला; परंतु असल्या राजयोगापासूनही त्या बुद्धिमंताग्रणीस श्रेय प्राप्त झालें नाहीं. मग त्यानें मन एकाग्र करून (आत्म्याकडे लावून) निश्चल राहून योगाभ्यास चालविला आणि मग एकाच बाणानें सर्व इंद्रियांचा क्षणार्धांत नाश केला. योगानें परब्रह्मांत प्रवेश करून तो परमसिद्धीस पोहोंचला; व मग विस्मित झालेल्या त्या राजानें ही गाथा म्हटली:—'अहो, ऐश्वर्यादि भोगण्याची तृषा आम्हांस लागल्यामुळें आम्हीं आजपर्यंत राज्य चालविलें व ह्या बाह्योपचारांत निमग्न राहिलों; परंतु खरोखर हें केवळ दुःखमय आहे. वास्तविक पहातां परमसुख हें योगाव्यतिरिक्त दुसऱ्या कोठेंही नाहीं. हें मला आतां मागून समजलें!"

रामा, हें तूं लक्षांत आणून इतउत्तर क्षत्रियांचा संहार करूं नको आणि घोर तपश्चर्या कर, म्हणजे तुला श्रेय प्राप्त होईल.

पितरांनीं याप्रमाणें उपदेश केला असतां थोर महाभाग जामदग्न्यानें घोर तपश्चर्या केली व तेणेंकरून दुर्लभ अशी सिद्धि त्यास प्राप्त झाली.

अध्याय एकतिसावा.

—:o:—

अंबरीषगाथावर्णन.

ब्राह्मण म्हणाला:—जगांत तीन शत्रु आहेत. तेच वृत्तिभेदानें (सत्त्व, रजस, तमस) नऊ होतात. (इष्टप्राप्ति निश्चयानें होणार असें दिसतांच होणारी) प्रहर्ष, (इष्टप्राप्ति झाली असतां उत्पन्न होणारी) प्रीति आणि (इष्ट वस्तूचा उपभोग घेत असतां वाटणारा) आनंद ह्या तीन सत्त्वगुणाच्या वृत्ति होत; यांना सात्त्विक गुण असें म्हणतात; तृष्णा, क्रोध व द्वेष या रजोगुणाच्या वृत्ति असून त्यांस राजस गुण असें म्हणतात; आणि श्रम, आळस व मोह या तीन तमोगुणाच्या वृत्ति असून त्यांस तामस गुण असें म्हणतात. ज्यांचा आत्मा प्रशांत झाला असून ज्यांनीं इंद्रियें जिंकिलीं आहेत, असे धैर्यवंत बिलकूल हयगय न करतां प्रथम ह्या नऊ अंतर्गत शत्रूंचा नायनाट करतात आणि मग इतर बाह्य शत्रूंस जिंकण्यासाठीं कंबर बांधतात. पूर्वकल्पाची माहिती असलेले लोक प्राचीन काळीं प्रशांत अंबरीष राजानें गाइलेल्या गाथा याविषयीं सांगत असतात. रागद्वेषादि दोष प्रबळ झाले असतां व ते शमादि सद्वृत्तींचा नाश करूं लागले असतां महायशस्वी अंबरीष राजानें आपल्या बलानें त्यांचें आधिपत्य संपादिलें.

(त्यांस ताब्यांत आणलें.) त्यानें आपल्या दोषांचा निग्रह केला, सद्गुणांची अभिवृद्धि केली, आणि मोठी सिद्धि मिळविल्यानंतर ही गाथा ह्मटली:—' मी दोषांस बहुतेक जिंकिलेंच आहे; सर्व शत्रूही ठार केले आहेत; परंतु एक दोष मोठा प्रबळ आहे, त्यास मारलेंच पाहिजे; असें असतांना मी त्याला अजून मारिलें नाहीं. ज्याच्या प्रेरणेमुळें मनुष्य तृष्णारहित होत नाहीं आणि तृष्णार्त होऊन धावत असतां त्यास खांचखळगे (दुष्कृत्यें) समजत नाहींत, आणि ज्याच्या अस्तित्वामुळें मनुष्य जें करूं नये तेंही करतो, असा दु जो लोभ त्याला तीक्ष्ण धारेच्या तरवारींनीं मारा. लोभापासून तृष्णा उत्पन्न होते आणि तृष्णेपासून चिंता उत्पन्न होते. मनुष्य नानाप्रकारच्या इच्छा करूं लागला म्हणजे भरपूर राजस गुण त्याचे अंगीं येतात; आणि ते आले म्हणजे मग तसेच तामस गुणही पुष्कळसे येतात. मग त्या गुणांच्या योगानें देहबंधन उत्पन्न होतें. मग पुनःपुनः जीव जन्मास येतो व कर्महो करतो. तो जन्म संपला ह्मणजे तो देह छिन्नभिन्न होऊन मृत्यु पावतो व पुनः दुसऱ्या जन्मास जातो. एवढा अनर्थ एका लोभामुळें होतो. यासाठीं नीट विचार करून समाधानवृत्तीनें लोभाचा निग्रह करावा आणि स्वतःमधील राज्य इच्छावें. हेंच खरें स्वराज्य होय. दुसरें राज्य कोठेंच नाहीं. यथावत् जाणलेला आत्मा हाच राजा होय.' याप्रमाणें सर्वांत प्रबळ असा शत्रु जो लोभ त्याचा उच्छेद करून यशस्वी झालेल्या अंबरीष राजानें परमानंदरूप स्वराज्याचे प्रशंसापर गाथा गाइली.

१ त्रिविधं नरकस्येदं... तथा लोभः

(गीता, अ० १६, श्लोक २१.)

२ लोभः प्रवृत्तिः.... रजस्येतानि जायंते ।

(गीता, अ. १४, श्लोक १२.)

३ रजसो लोभ एव च (गी. अ. १४, श्लो. १७)

अध्याय बत्तिसावा.

—:०:—

ब्राह्मणजनकसंवादवर्णन.

ब्राह्मण म्हणाला:—हे सद्भाववति स्त्रिये, याच विषयासंबंधानें (लोभनिग्रहाविषयीं) ब्राह्मण व जनक राजा यांच्या संवादाचा पुरातन इतिहास सांगतात. एकदां जनक राजानें, कांहीं अपराधावरून, जवळच बसलेल्या एका ब्राह्मणास शिक्षा करण्यासाठीं म्हटलें कीं, 'तूं माझ्या राज्यांत राहूं नको.'

तें ऐकून ब्राह्मणानें त्या राजसत्तमास प्रत्युत्तर केलें, 'राजा, किती मुलूख तुझ्या ताब्यांत आहे, तें सांग; म्हणजे, हे प्रभो, मी दुसऱ्या राजाच्या प्रदेशांत रहावयास जाईन. राजा, तुझी आज्ञा यथाशास्त्र पाळावी अशी माझी इच्छा आहे.'

त्या कीर्तिमान् ब्राह्मणानें असें विचारिलें, तेव्हां जनकानें कांहींच उत्तर दिलें नाहीं; तो वरचेवर उष्ण निःश्वास टाकूं लागला. याप्रमाणें तो अमितपराक्रमी राजा विचार करीत बसला असतां, सूर्यास ग्रहण लागावें त्याप्रमाणें एकदम त्याचे अंतःकरणांत गोंधळ उडाला. मग तो गोंधळ नाहींसा होऊन राजा शांत झाल्यावर क्षणभरानें त्या ब्राह्मणाशीं बोलूं लागला.

जनक म्हणाला:—माझें हें वंशपरंपरागत राज्य असून सर्व मुलूख माझ्या ताब्यांत असतांना, सर्व राज्य धुंडीत असतांही त्यांत माझा असा प्रदेश मुळींच सांपडत नाहीं. सर्व पृथ्वींत सांपडेना, तेव्हां मी मिथिला नगरांत शोध केला, तेथेंही सांपडेना; तेव्हां आपल्या घरीं मुलांबाळांत शोध केला, परंतु जेव्हां माझा असा प्रदेश मला तेथेंही सांपडला नाहीं, तेव्हां मी गोंधळून गेलों. मग क्षणभरानें तो गोंधळ नाहींसा होऊन माझी बुद्धि पुनः ठिकाणावर

आली, तेव्हां मग माझा प्रदेश कोणताच नाहीं किंवा सर्वही माझेच प्रदेश आहेत, असें मी मानूं लागलों. हा आत्माही माझा नाहीं किंवा सर्व पृथ्वी माझी आहे; आणि, हे द्विजोत्तमा, ती जशी माझी आहे तशीच ती इतरांचीही आहे असें माझें मत झालें. तेव्हां मर्जीस येईल तितके दिवस रहा, आणि येथें आहां तेथपर्यंत आमचे येथेंच जेवीत जा.

ब्राह्मण म्हणाला:—या पितृपरंपरागत राज्यांत एवढा प्रदेश ताब्यांत असतां कोणत्या बुद्धीचा अंगीकार करून तूं (राज्याचें) ममत्व सोडून दिलेंस तें सांग. त्याचप्रमाणें कोणत्या विचाराच्या आधारानें सर्वच प्रदेश तुझा होतो ! व कोणताही प्रदेश तुझा नाहीं हें तरी तूं कशावरून समजतोस ?

जनक सांगतो:—या जगांतील श्रीमंती, दारिद्य वगैरे सर्व अवस्था नश्वर आहेत; यामुळें अमुक एक माझें असें म्हणण्यास मला कांहींच आढळलें नाहीं. ' कस्य इदं ' ' कस्य स्वं ' अशीं वेदवचनेंही आहेत. बुद्धिपुरस्सर विचार करितां हें माझें असें म्हणण्याजोगें मला कांहींच सांपडत नाहीं. असा विचार करून मीं ममत्व सोडून दिलें. आतां, सर्वत्र माझाच प्रदेश आहे असें मी कां म्हणतों तें ऐक. माझ्या घ्राणेंद्रियास गोचर झालेलेही गंध मी स्वतःसाठीं इच्छीत नाहीं, त्यापेक्षां मी गंध उत्पन्न करणारी पृथ्वी जिंकिलीच आहे व यामुळेंच ती नित्य माझ्या ताब्यांत रहाते. तोंडांत रस प्राप्त झाले तथापि ते आपणास पाहिजेत असें मला वाटत नाहीं, यामुळें मीं जल जिंकिलेंच असून तें निरंतर माझ्या स्वाधीन रहातें. माझ्या डोळ्यांत येणारा प्रकाश किंवा रूप मी स्वतःसाठीं इच्छीत नाहीं, यामुळें मीं जिंकिलेला प्रकाश नित्य माझ्या ताब्यांत असतो. त्वचेला लागलेल्या पदार्थांचाही स्पर्श स्वतःस पाहिजे अशी मी इच्छा करीत नाहीं, यामुळें मजकडून जिंकला गेलेला वायु सदोदित मला वश असतो. कानांत पडलेलेही शब्द मी स्वतःस पाहिजेत अशा हेतूनें ग्रहण करीत नाहीं; यास्तव जिंकिले गेलेले सर्व शब्द नित्य माझ्या अधीन रहातात. माझ्या अंतरांतच नित्य असलेलें मनही आपणास पाहिजे अशी मला कधीं इच्छा होत नाहीं, यामुळें मजकडून जिंकिलें गेलेलें मन सदोदीत माझ्या ताब्यांत असतें. आतां मी हे जे समारंभ वगैरे (क्रिया) करतों, ते सर्व देव, पितर, भूतें व अतिथि यांसाठीं होत. माझ्या स्वतःसाठीं नाहींत.

मग तो ब्राह्मण हास्य करून पुनः जनकास म्हणाला:—मी धर्म आहें. तुझी परीक्षा पहाण्यासाठींच मी येथें आलों होतों. ब्रह्मलाभ होण्यास अत्यंत आवश्यक जें मागें उलटणारें नाहीं असें व सत्वगुणरूप धांवेनें आवळलेलें जें बुद्धिसाधनकलापरूप चक्र, तें फिरविणारा, हे जनका, तूं एकटाच आहेस !

अध्याय तेहेतिसावा.

—:०:—

जीवन्मुक्त्यवस्थाकथन.

ब्राह्मण म्हणाला:-हे भीरु, तूं आपल्या (अल्प) बुद्धीनें मला जसा समजतेस, तसा कांहीं मी जगांत वागत नाहीं. मी विप्र आहें, मुक्त आहें, वनवासी आहें, गृहस्थाश्रमी आहें, आणि त्याचप्रमाणें ब्रह्मचारीही आहें. चांगल्या किंवा वाईट कामांत गढलेला तूं मला जसा पहातेस (समजतेस) तसा कांहीं मी नाहीं. मी संगरहित असून या भूमंडलावरील यच्चयावत् सर्व पदार्थ मींच व्यापिले आहेत.

१ तद्वत्कामा यं प्रविशंति सर्वे, स शांतिमाप्नोति न कामकामी । (गीता, अ. २, श्लोक ७०.)

१ या अध्यायांत ससाधन ब्रह्मविद्या सांगितली.

लांकडांचा जसा अग्नि तसा मी—जगांत जे[1] कोणी स्थावर किंवा जंगम जीव आहेत त्या—सर्वांचा काळ आहे, असें समज. अखिल पृथ्वीचें राज्य काय किंवा स्वर्गाचें राज्य काय माझी ही बुद्धि तीं दोन्ही सारखींच (तुच्छ) समजते. (ही विश्वात्मिका) बुद्धि हेंच माझें धन होय. ब्राह्मणांचा (ज्ञान्यांचा) मार्ग एकच (ज्ञानरूप) आहे. तो जाणणारे घरांत, वनवासांत किंवा गुरूच्या घरीं असोत अथवा भिक्षा मागत फिरोत, ते त्याच मार्गानें वागतात. बाह्यचिन्हें कितीही भिन्न असलीं तरी सर्व एकाच बुद्धीची उपासना करतात. ज्यांची बुद्धि शमरूप झाली आहे, ते कोणत्याही आश्रमांचे व कोणतींही चिन्हें धारण करणारे असोत, सर्व नद्या अशा एका सागरास मिळतात, तसे ते सर्व एकाच भावास येऊन पोहोंचतात. हा मार्ग बुद्धीच्या योगानें समजतो; शरीरानें समजत नाहीं. कारण, शरीर हें कर्मांनीं बांधलें गेलें आहे आणि कर्में हीं सादि व सांत आहेत. यास्तव, हे सुभगे, तुला परलोकाचें (अनात्मलोकाचें) भय नाहीं. त्या एका भावाशीं तुझी तादात्म्य-भावना असल्यामुळें तूं माझ्याच आत्म्यांत येऊन मिळशील.

अध्याय चौतिसावा.

--:०:--

ज्ञानाग्न्युत्पत्तिसाधनकथन.

ब्राह्मणी विचारितेः—अल्पबुद्धीच्या मनुष्यास किंवा आत्मजय न झालेल्या मनुष्यास हें समजणें शक्य नाहीं. माझें ज्ञान (बुद्धि) अगदीं अल्प, तुटपुंजें व तेंही संशयग्रस्त (गोंधळानें भरलेलें) आहे. आपण सांगतां तें ज्ञान कसें संपादन करावें, याचा उपाय आपण मला सांगावा. तें ज्ञान कशापासून उत्पन्न होतें तें कारण किंवा मूळ आपणापासून जाणावें अशी माझी इच्छा आहे.

ब्राह्मण सांगतो--(शिष्याची) बुद्धि ही खालची अरणी[3] आहे असें समज; आणि गुरु ही वरची अरणी आहे असें समज. त्यांच्या

---

१ ह्याचा अर्थ रा० तेलंग व तदनुयायी प्रतापचंद्र यांनीं याप्रमाणें दिला आहेः—येथें मूळ श्लोक—राज्यं पृथिव्यां सर्वस्यामथवाऽपि त्रिविष्टपे ॥ तथा बुद्धिरियं वेत्ति, बुद्धिरेव धनं मम ॥ असा आहे. रा. तेलंग म्हणतात. The expression here is clumsy; the meaning is that he prefers Knowledge to Sovereignity (म्हणजे राज्याहून ज्ञान बरें). प्रतापचंद्र म्हणतातः—The sense *seems* to be this. या दोघांही पण्डितांना पदांतून अर्थ काढण्याची पंचाईतच पडली आहे. त्यांनीं दिलेला अर्थ राज्याहून ज्ञान बरें ठरण्यास 'वेत्ति' या स्थळीं 'वेति' असा पाठ पाहिजे होता; पण तो तसा आहे असें ते म्हणूं शकत नाहींत. मात्र निरुपायास्तव अर्थ असा करणें बरें, असें म्हणतात. आमच्याही मतें 'वेत्ति' हें पद थोडेंसें त्रासदायक आहे खरेंच, पण केवळ अनिर्वाह्य नाहीं. आम्ही त्याचा अर्थ असा करितों—इयं मम बुद्धिः सर्वस्यां पृथिव्यां राज्यं अथवा त्रिविष्टपेऽपि राज्यं तथा (अभेदेन) वेत्ति. म्हणजे माझी ही बुद्धि सर्व पृथ्वीचें राज्य काय किंवा स्वर्गाचें राज्य काय तसेंच म्हणजे सारखेंच समजते म्हणजे मानिते. प्राकृतांचे दृष्टीला पृथ्वीचे राज्यापेक्षां स्वर्गांतील राज्य अधिक स्पृहणीय वाटतें, परंतु माझे बुद्धीला उभयही सारखींच तुच्छ वाटतात. माझी काय धनदौलत ती ही (विश्वात्मिका) बुद्धीच होय. इतर वैभवाला मी मान देत नाहीं.

(म. ह. मोडक.)

२ "न्यान्यः पंथा अयनाय विद्यते" पुरुषसूक्त.

३ अग्निहोत्रासाठीं काष्ठावर काष्ठ घुसळून अग्नि पाडतात.

योगानें तप म्हणजे मननिदिध्यासात्मक आलोचन आणि श्रुत म्हणजे वेदांतश्रवण हीं दोघें मंथन करतात आणि त्यांपासून ज्ञानरूप अग्नि उत्पन्न होतो.

ब्राह्मणी विचारिते:—क्षेत्रज्ञ जीव हा संगयुक्त आहे. तो निःसंग ब्रह्माचेंच रूप आहे हें म्हणणें कसें संभवतें? शिवाय, जर ईश हा जीवाचा नियामक आहे, तर ते दोघे एकच कसे होतील? निग्रह करणारा (स्वामी) आणि निग्राह्य (सेवक) यांचें लक्षण एकच कसें असूं शकेल?

ब्राह्मण सांगतो:—क्षेत्रज्ञ हा निराकार व निर्गुण असाच आहे आणि त्याच्या उत्पत्तीला अमुक एक कारणभूत आहे असें मुळींच दिसत नाहीं. आतां आत्मप्राप्ति कशी होईल याविषयीं उपाय मात्र मी सांगतों. याला उत्तम उपाय आहे. पुष्पावर गुंजारव करणाऱ्या भ्रमरांस आंतील सुगंधि मकरंद हस्तगत झालेला नसतो, तथापि तो त्यांस समजतो; तद्वत् श्रवणादिकांनीं आत्मज्ञान होतें. तें असें कीं, या सत्कर्मांनीं बुद्धीवरील भ्रांतिपटल दूर करून ती शुद्ध किंवा उज्ज्वल करणें हाच तो आत्मप्राप्तीचा उपाय होय. मूढाची बुद्धि अशा प्रकारें शुद्ध झालेली नसल्यामुळें जीव हा मन, बुद्धि इत्यादिकांनीं युक्त व अर्थातच संगी आहे असें त्यास वाटतें, परंतु श्रवणादिकांनीं आत्मबुद्धि प्राप्त झाली म्हणजे तिच्या योगानें आत्मदर्शन होतें, व आत्म्याचें सत्य स्वरूप कळून येतें. मोक्षासंबंधानें "अमकें करावें आणि तमकें करूं नये म्हणजे झालाच मोक्ष" असें कांहींच निश्चित सांगतां येणें शक्य नाहीं. ब्रह्मज्ञान हें असें विधिनिषेधात्मक नाहींच. ब्रह्मज्ञान होण्यास आवश्यक असलेली बुद्धि (किंवा बुद्धीची विमलता) वेदांतादे श्रवण करणें व विचार करणें यांपासून आपली आपणच आपणामध्यें उत्पन्न होते. आतां अनेक अर्थांचे व वस्तुप्रत्यय देणारे म्हणून माया, अविद्या वगैरे अव्यक्त, व शब्दगंधादि व्यक्त भाग (पदार्थ) ज्याला जितके शक्य वाटतील तितके त्यानें आहेत म्हणून कल्पावे आणि मग त्यांच्या सत्यतेविषयीं विचार करूं लागावें. मग शमदमादिकांचा अभ्यास पुष्कळ झाला म्हणजे त्या शेंकडों हजारों पदार्थांचें क्रमाक्रमानें निरसन होऊन, ज्याहून कांहींच श्रेष्ठ नाहीं असें एक ब्रह्मच अवशिष्ट राहील. सारांश, ब्रह्मप्रतीति किंवा आत्मसाक्षात्कार हा ज्याचा त्यानेंच करून घ्यावयाचा आहे. तो एकानें दुसऱ्यास देण्यासारखा नाहीं व या कामीं गुरुही केवळ मार्गदर्शकच आहे.

श्रीभगवान् म्हणाले:—मग त्या ब्राह्मणस्त्रीच्या जीवाचें परमात्म्याशीं ऐक्य झालें. क्षेत्रज्ञ जो जीव त्याहून क्षेत्र निराळें आहे असें ज्ञान झाल्यामुळें, जीव संगी आहे ही भ्रांति दूर होऊन तिची बुद्धि सर्व क्षेत्रज्ञांपलीकडे असणाऱ्या ब्रह्माकडे वळली आणि क्षेत्रज्ञ जीव हाच ब्रह्म आहे हें तीस कळून आलें.

अर्जुन विचारितो:—कृष्णा, ती ब्राह्मणी व तो ब्राह्मण (सांप्रत) कोठें आहे? ज्यांनीं ही अशा प्रकारची सिद्धि मिळविली तीं दोघें कोठें राहातात तें, हे अच्युता, मला सांग.

श्रीभगवान् म्हणाले:—माझें मन हाच तो ब्राह्मण होय; आणि माझी बुद्धि हीच तीं ब्राह्मणी होय, असें जाण. तसेंच, हे धनंजया, मीं क्षेत्रज्ञ म्हणून ज्याला म्हटलें तो[1] मीच होय.

---

[1] 'क्षेत्रज्ञं चापि मां विद्धि सर्वक्षेत्रेषु भारत.
(श्री. भ. अ. १३, श्लो. २.)

अध्याय पसतिसावा.

—:०:—

ज्ञेयब्रह्मवर्णन.

अर्जुन विचारितोः—ज्याच्या पलीकडे जाणावयाचें कांहींच उरत नाहीं असें परमज्ञेय जें ब्रह्म, तें तूं मला विशद करून सांग. कारण, हे कृष्णा, तुझ्याच प्रसादानें असल्या सूक्ष्म विषयाकडे माझी बुद्धि लागली आहे.

वासुदेव सांगतोः—प्राचीनकाळीं मोक्षाविषयीं गुरुशिष्यांचा संवाद झाला आहे. तो प्राचीन इतिहास याचे स्पष्टीकरणार्थ सांगत असतात. तोच मी तुला सांगतों.

एक उत्तम आचरणाचा ब्राह्मण एकदां सुखासनावर बसला असतां त्याच्या बुद्धिमान् शिष्यानें त्यास प्रश्न केला कीं, "आचार्य, श्रेय कोणतें ?" तो आणखी म्हणाला, 'एक शाश्वत कल्याण मिळावें अशी दृढ भावना होऊन मी आपणापाशीं आलों आहें; आणि, हे विप्र, आपल्या पायांवर मस्तक ठेवून एवढें मागणें आपणापाशीं मागत आहें. तर, हे गुरो, मी विचारतों तें मला सांगावें.'

पार्था, शिष्य अशी प्रार्थना करूं लागला असतां त्यास गुरु म्हणाले, 'द्विजा, तुला जेथें जेथें शंका असेल, तें सर्व मी समजून सांगेन. पाहिजे तें खुशाल विचार.' कुरुश्रेष्ठा, शिष्यवत्सल गुरूनें असें म्हटलें, तेव्हां त्या शिष्यानें हात जोडून काय विचारिलें तें, हे महामते, श्रवण कर.

शिष्य विचारितोः—महाराज, मी कोठून आलों आहें व आपण कोठून आलां आहां, आणि आपणां दोघांहून पर व त्रिकालाबाधित सत्य असें काय आहे, तें विशद करून सांगावें. सर्व स्थावरजंगम पदार्थ कशापासून उत्पन्न झाले ? ते कोणाच्या सत्तेनें जिवंत राहातात ? आणि त्यांच्या आयुष्याची मर्यादा किती आहे ? सत्य कोणतें ? तप कोणतें ? आणि, विप्रा, सज्जनांनीं वर्णिलेले गुण कोणते ? कल्याणकारक मार्ग कोणते ? खरें सुख कोणतें ? आणि, भगवन्, दुष्कर्म कशाला म्हणावें ? हेच माझे प्रश्न आहेत. तर, हे सुव्रता, याचें यथार्थ विवेचन करावें. विप्रर्षे, या प्रश्नांचें तत्त्वास धरून यथायोग्य स्पष्टीकरण करण्यास आपणच समर्थ आहां. आपणावाचून यांचें सम्यक् उत्तर देणारा या भूतलावर दुसरा कोणीच नाहीं. यास्तव, महाराज, आपण सत्य उत्तर द्यावें. मला फार जिज्ञासा झाली आहे. तुम्ही धर्म जाणणारांत वरिष्ठ आहां आणि मोक्षधर्म कथन करण्यांत आपला हातखंडा आहे अशी लोकांत आपली प्रशंसा होत असते. सर्व संशयांचें निरसन करणारा आपणावांचून दुसरा कोणीच आज विद्यमान नाहीं. आम्ही सर्व संसारास भ्यालेले व म्हणून मोक्षमार्गाचा शोध करूं पाहाणारे आहों.

वासुदेव सांगतोः—तो शिष्य अनन्यभावें गुरूस शरण गेला असून त्यानें आपले प्रश्न पद्धतशीर विचारिले होते. शिवाय तो गुणवान्, शांत, गुरूच्या मर्जीप्रमाणें वागणारा, छायेप्रमाणें गुरूच्या सेवेस सर्वदा हजर रहाणारा, जितेंद्रिय, मनोनिग्रही व ब्रह्मचारी होता. यास्तव, पार्था, त्या व्रतस्थ व ज्ञानी गुरूनें त्याच्या त्या सर्व प्रश्नांचें यथावत् विवेचन केलें.

गुरु म्हणालाः—प्राचीनकाळीं स्वतः ब्रह्मदेवानें वेदास अनुसरून हें सर्व सांगितलें आहे. मोठमोठे ऋषि हें जाणतात; आणि यांत तत्त्वभूत जो त्रिकालाबाधित अर्थ (ब्रह्म) त्याचा विचार आला आहे. आम्ही जाणतों कीं, ज्ञान हेंच पर किंवा सर्वश्रेष्ठ होय. संन्यास हेंच उत्तम तप होय. ज्ञानाचा खरा विषय जें निराबाध ब्रह्म, तें जो निश्चयपूर्वक जाणतो आणि सर्व भूतांचे ठिकाणीं आपणास

पहातो, तो कामचारी म्हणजे इच्छेनुरूप संचार करणारा होतो. पुरुष आणि प्रकृति यांचें एकत्र वास्तव्य आणि पृथक् भाव हे दोन्ही जो ज्ञानी जाणतो आणि ईश्वराशीं सर्वांचा अभेद असल्यामुळें एकत्व आणि व्यवहारांतील अनेकत्व हीं दोन्ही जो पहातो, तो दुःखापासून सर्वथा मुक्त होतो. जो कशाचीही इच्छा करीत नाहीं व बिलकुल अभिमान बाळगीत नाहीं, तो या जगांत असतांही ब्रह्मीभूतच समजला जातो. माया व सत्त्वादि गुण यांचें खरें स्वरूप (म्हणजे कल्पितत्व) जाणणारा, सर्व प्राणी ज्यापासून उत्पन्न होतात तें कारण किंवा मूळ जाणणारा निर्मम व निरहंकार पुरुष मुक्त होतो, यांत संदेह नाहीं. एक अज्ञानोत्पन्न महान् वृक्ष आहे असें समज. ब्रह्म हें त्याचें बीज होय. कारण, त्यामुळेंच त्याची उत्पत्ति झाली. अज्ञान हा त्याचा मूलांकुर होय. बुद्धि किंवा महत्तत्त्व हें त्याचें खोड होय. अहंकार हेच त्याचे पल्लव जाणावे. त्याला पेरांपेरांवर इंद्रियरूप अंकुर फुटले आहेत. आकाशादि महाभूतें हे त्याचे पुष्पगुच्छ समजावे आणि स्थूलकार्यें ह्या त्याच्या फांद्या जाणाव्या; संकल्परूप पर्णें, कर्मरूप पुष्पें आणि कर्मफलरूप (सुख वगैरे.) फळें यांनीं तो वृक्ष सदोदीत भरलेला आहे. असा हा सनातन वृक्ष जाणून जे ह्या अज्ञानोत्पन्न तत्त्वाचें ज्ञानरूप तीक्ष्ण तरवारीनें छेदन करतात, ते अमर होतात; व जन्ममृत्यूंच्या फेऱ्यांतून सुटतात. भूत, वर्तमान, भविष्य वगैरे आणि धर्म, अर्थ व काम यांविषयींच्या संदेहाचा ज्यांत निकाल लागतो, आणि जें सिद्ध (मुक्त) जनांत उत्तम अगवत असतें. तें पुरातन व शाश्वत स्थान (परब्रह्म) मी तुला आज कथन करतों. मनीषी लोक तें जाणून येथेंच मुक्त होतात.

प्राचीनकाळीं बृहस्पति, भरद्वाज, गौतम, भार्गव, वसिष्ठ, काश्यप, विश्वामित्र व अत्रि इतके ऋषि शाश्वत कल्याण कसें होईल याचा परस्परांजवळ शोध करण्यासाठीं एकत्र जमले होते. त्यांनीं प्रथम सर्व प्रकारचे मार्ग (कर्ममार्ग वगैरे) आचरिले होते आणि कृतकर्मांचीं फळें भोगतां भोगतां ते अगदीं कंटाळून गेले होते व नंतर तत्त्वजिज्ञासेनें बाहेर पडले होते. आपसांत निकाल न लागल्यामुळें, ते वृद्ध आंगिरस ऋषीस आपला पुढारी करून त्यासह ब्रह्मलोकीं गेले; आणि त्यांनीं दुःखदुष्कृतांपासून अलिप्त अशा ब्रह्मदेवाची गांठ घेतली. महात्मा ब्रह्मदेव सुखासनावर बसला होता. त्यास महर्षींनीं प्रणाम करून शाश्वत कल्याणाविषयीं पुढीलप्रमाणें महत्त्वाचे प्रश्न विचारिले. चांगलें कर्म कसें करावें? पापापासून कसें मुक्त व्हावें? आम्हांस कोणते मार्ग सुखप्रद होतील? सत्य कशास म्हणावें? दुष्कृत म्हणजे काय? दक्षिण व उत्तर हे दोन्ही मार्ग कोणकोणत्या कर्मांनीं प्राप्त होतात? प्रलय म्हणजे काय? मोक्ष म्हणजे काय? आणि प्राण्यांचा जन्म होणें व त्यांस मरण येणें याचा अर्थ काय?

त्या मुनिश्रेष्ठांनीं असें विचारिलें असतां

१ श्रीमद्भगवद्गीता, अ. १३, श्लोक १६-२७, २८-३० पहा.

२ अश्वत्थं प्राहुरव्ययं। (गीता, अ. १५ पहा.)

३ तस्मादज्ञानसंभूतं हृत्स्थं ज्ञानासिनाऽऽत्मनः।
छित्त्वैनं संशयं योगमातिष्ठोत्तिष्ठ भारत ।
(गीता, अ. ४, श्लो. ४२.)

१ परीक्ष्य कर्मचितान् लोकान् ब्राह्मणो निर्वेदमायन्। (श्रुति.)

२ " अग्निर्ज्योति० " " धूमो रात्रिस्तथा० "
शुक्लकृष्णे गती ह्येते जगतः शाश्वते मते ।
(गीता, अ. ८ श्लो. २४, २५, २६.)

प्रपितामह ब्रह्मदेवानें जें उत्तर दिलें तें, हे शिष्या, मी तुला सांगतों. वेदांस अनुसरून असलेलें तें उत्तर तूं नीट श्रवण कर.

ब्रह्मदेव म्हणालेः—त्रिकालाबाधित सत्य जें ब्रह्म त्यापासून स्थावरजंगम वगैरे सर्व भूतें उत्पन्न झालीं आहेत; आणि तीं कर्मांच्या योगानें जिवंत असतात हें, हे सुव्रतहो, तुह्मी ध्यानांत धरा. (जाणा.) स्वयोनीपासून म्हणजे उत्पत्तिकारण जें ब्रह्म त्यापासून मार्ग चुकून दूर गेलेले सर्व जीव आपल्या कर्मांप्रमाणें वर्तन करतात. (ते जेव्हां कर्मे करावयाचें सोडतील, तेव्हांच ते परत ब्रह्मास येऊन पोहोंचतील.)सत्य हें मूळचें एकच आहे. ब्रह्म हेंच तें सत्य होय. तें गुणांनीं युक्त झालें असतां पांच प्रकारचें होतें, हें निश्चित होय. ब्रह्म किंवा ईश्वर हें एक सत्य; तप किंवा धर्म हें दुसरें सत्य; प्रजापति किंवा जीव हें तिसरें सत्य; सत्यापासून उत्पन्न झालेलीं सर्व भूतें हें चौथें सत्य; आणि प्राणिमय जगत् हें पांचवें सत्य होय. अशीं हीं व्यावहारिक सत्यें आहेत. म्हणूनच, ज्यांचे क्रोध व संताप दूर झाले आहेत आणि जे नित्य योगमग्न असतात असे आत्मदमनपूर्वक धर्म सेवन करणारे ब्राह्मण सत्यमय असतात. ते त्या कामास चुकत नाहींत.

आतां, एकमेकांच्या भयानें धर्माचें अतिक्रमण न करणारे व सदोदीत जगद्वृद्धीला मदत करणारे, धर्मरूप सेतु बांधणारे व विद्यायुक्त असे ब्राह्मण, तसेंच चार वर्ण, आणि चार आश्रम व त्यांस धर्म, अर्थ काम व मोक्ष प्राप्त करून देणाऱ्या पृथक् विद्या, यांचें मी कथन करतों. मननशील लोक असें म्हणत असतात कीं, धर्म हा सनातन व एकच असून त्यास चार पाद आहेत. द्विजहो, निश्चयानें ब्रह्मप्राप्ति करून देणारा, आणि पूर्वी मनीषी ज्यानें गेले तोच क्षेमकारक व श्रेयस्कर मार्ग मी तुम्हांस सांगतों. वक्तेहो. तो मार्ग परमश्रेष्ठ व जाणण्यास अत्यंत कठीण आहे; याकरितां मी सांगत असतां तो नीट समजून घ्या; आणि, महाभागांनो, तो समजला म्हणजे परमपद किंवा ब्रह्मही साकल्यानें जाणा. ब्रह्मचर्याश्रम ही पहिली पायरी आहे. गृहस्थाश्रम ही दुसरी पायरी असून त्यापुढें वानप्रस्थाश्रम आहे; आणि त्यानंतर अध्यात्म किंवा संन्यास ही शेवटची व सर्वश्रेष्ठ पायरी आहे, असें समजावें. अध्यात्मलाभ झाला नाहीं तोंपर्यंतच मनुष्यास तेज, आकाश, सूर्य, वायु, इंद्र व प्रजापति (एकंदरींत सर्व विश्व) हा भेद दिसत असतो. (अध्यात्मप्राप्तीनंतर एक ब्रह्मच सर्वत्र दिसूं लागतें.) अध्यात्मलाभ कसा होईल याचा उपाय मी सांगतों, तो तुम्ही प्रथम समजून घ्या. वनांत रहाणें व फक्त फलमूलें व वायु भक्षण करणें हा जो मुनींचा वानप्रस्थाश्रम तो ब्राह्मण, क्षत्रिय व वैश्य या तिघांस सांगितलेला आहे. गृहस्थाश्रम हा सर्व वर्णांस उक्त आहे. ज्ञानीजन असें सांगतात कीं, श्रद्धा हेंच धर्माचें मूळ होय. अशा प्रकारें मीं तुम्हांस देवयान प्राप्त होण्याचे उपाय सांगितले.

१ कर्मणा बध्यते जन्तुर्विद्यया तु विमुच्यते । तस्मात्कर्म न कुर्वंति यतयः पारदर्शिनः (शांतिपर्व—मोक्षधर्म, २४२, ७.)

१ हा अर्थ टीकाकार नीलकंठांप्रमाणें दिला आहे; परंतु मूलग्रंथ "नोपैति यावदध्यात्म तावदेतान्न पश्यति ॥" असा आहे व नीलकंठांनीं दिले त्या टीकेंत दुसऱ्या ' न ' चा निर्वाह दाखविला नाहीं ! व 'न' सोडून दुसरा पाठ सांपडत नाहीं. तेव्हां हें स्थळ आम्हांस अनिर्वाह्य दिसतें.

२ एवं गृहाश्रमे स्थित्वा विधिवत् स्नातको द्विजः ॥ वने वसेत्तु नियतो यथावद्विजितेंद्रियः । (मनु. अ. ६, श्लो. १.)

हे धर्माचे राजमार्ग असून, आचरणानें शुद्ध व ज्ञानी जन याच मार्गांनीं गेले आहेत व हे मार्ग धर्माचे सेतु होत. जो उत्तम आचरणाचा मनुष्य यांतील कोणत्या तरी एकाच धर्माचा दृढ आश्रय करतो, तो सदोदीत—कालांतरानें कां होईना—शुद्धचित्त होऊन प्राणिमात्राची उत्पत्ति व लय यांतील तत्त्व जाणतो. आतां मी अखिल पदार्थांत भागशः असणारीं सर्व बुद्धिगोचर तत्त्वें सहेतुक व यथार्थ कथन करतों. महान् आत्मा, अव्यक्त, अहंकार, दहा इंद्रियें, मन, पंचमहाभूतें आणि पंचमहाभूतांचे शब्दादि विशेष गुण ही सनातन उत्पत्ति होय. हीं चोवीस तत्त्वें असून पुरुष हा एक ह्यांहून निराळाच आहे. या सर्व तत्त्वांची उत्पत्ति आणि लय जो जाणतो, तो ज्ञानवंत कोणत्याही वस्तूविषयीं मोह पावत नाहीं. जो हीं तत्त्वें, सर्व गुण आणि संपूर्ण देवता यथार्थ जाणतो, तो निष्पाप होत्साता बंधनापासून मुक्त होतो व सर्व निर्मल लोकांचा उपभोग घेतो.

अध्याय छत्तिसावा.

--:०:--

तत्त्वविवरण.

ब्रह्मदेव म्हणालाः—या पंचवीस तत्त्वांपैकीं ज्याला अव्यक्त असें म्हणतात आणि जें अस्पष्ट, सर्वव्यापक, अविनाशी आणि स्थिर आहे, तेंच नऊ द्वारांचें पुर जाणावें. सत्त्व, रज आणि तम या तीन गुणांनीं युक्त व पंचमहाभूतांचा बनलेला देह हेंच तें पुर होय. देह हें त्या अव्यक्ताचेंच स्वरूप होय. पंचज्ञानेंद्रियें, मन, बुद्धि, प्राण व अहंकार हीं ह्या देहरूप पुराचीं नऊ द्वारें होत. या नऊ दरवाजांनीं देहरूप नगरांत प्रवेश केला जात असल्यामुळें त्यास नवद्वारपुर किंवा नऊ द्वारांचें नगर असें म्हणत असतात. याला एकादश इंद्रियें असतात. तीं विषयभोगवासनेच्या योगानें जीवात्म्याला दूर फेंकीत असल्यामुळें त्यांस परिक्षेप असें म्हणतात. शिवाय हा देह विषयात्मक आहे. विषयांची उत्पत्ति संकल्पापासून होते आणि संकल्प मनामध्यें होतो. यास्तव मन हेंच विषयांचें प्रकाशक आहे अथवा विषय हे मनापासूनच व्यक्तत्व पावतात असें झालें. अर्थात् विषयात्मक जो देह तो मनावर अवलंबून आहे. भोग्य विषयच तेवढे मनःकल्पित आहेत असें नसून, भोक्ता व भोगाचें साहित्य वगैरे सर्व मनोरूपच आहे. तेव्हां वास्तविक जो देह पर ह्मणजे ब्रह्म आहे (कारण त्याचा ब्रह्माचेच ठिकाणीं अध्यास आहे.) तोच एकादश इंद्रिय जें मन तद्रूप होऊन जाईल. बुद्धि हा ह्या पुराचा स्वामी होय. चित्तनदीचे तीन प्रकारचे प्रवाह आहेत. पहिला शुक्ल प्रवाह (सत्त्वात्मक), हा हिंसारहित धर्माकडे जाणारा आहे; दुसरा कृष्णप्रवाह (तमोरूप), हा हिंसाप्रधान आहे; आणि तिसरा शुक्लकृष्णप्रवाह, हा हिंसायुक्त प्रवृत्ति (रजोरूप) धर्माकडे जाणारा आहे. हे तीन चित्तामध्यें असतात आणि एकसारखे त्याची अभिवृद्धि करीत असतात. हे प्रवाह ह्याच तीन नाडी होत. त्यांचा प्रवाह सतत चालू असतो, व त्या गुणात्मक आहेत. सत्त्व, रज व तम हे तीन गुण होत. यांतील प्रत्येक दोहोंदोहोंचें द्वंद्व असतें. ते सदोदीत दोन दोन जोडीनें रहातात आणि त्यांचें तें एकत्र रहाणें दंपत्याप्रमाणें असतें; म्हणजे त्या दोहोंपासून एकच कार्य उत्पन्न होतें. हे जसे एकमेकांसमागमें रहाणारे आहेत, तसेच ते एकमेकांपासून उत्पन्न होणारेही आहेत. ते एकमेकांच्या आश्रयानें रहातात, आणि परस्परांच्या अनुरोधानें वागतात.

१ नवद्वार पुरे देही. (गीता, अ.५, श्लो.१३.)

(त्यांत जो बलिष्ठ[1] असेल त्यास अनुसरून इतर वागतात.) शिवाय, कधीं कधीं ते परस्परांशीं संयुक्त झालेलेही असतात. पंचमहाभूतें हीं त्रिगुणात्मकच आहेत. या तीन गुणांपैकीं तमाचें सत्त्व हें मिथुन (जोडीदार) होय. सत्त्वाचें रज हें मिथुन होय. तसेंच रजाचेंही सत्त्व हें मिथुन असून सत्त्वाचें तम हें मिथुन आहे. जेथें तमोगुणाचें नियमन केलें जातें, तेथें रजोगुण प्रवृत्त होतो(सत्त्वाची साथ करितो) आणि रजोगुणाचें नियमन[2] झालें असतां तेथें सत्त्वगुणाची प्रवृत्ति (तमोगुणाची साथ) होते. अंधःकार हा तमोगुणाचा आत्मा होय. तमोगुण हा त्रिगुणात्मक असून त्यास **मोह** असेंही ह्मणतात. अधर्म हें त्याचें लक्षण होय. सर्व पापकर्मांत या गुणाचें अस्तित्व असतें. पापकर्माकडे **प्रवृत्ति** होणें, हें तमोगुणाचें स्वरूप होय. या तमोगुणांत दुसरे गुणही समाविष्ट झालेले दिसतात. रजोगुणाचा **प्रवृत्ति** हा आत्मा होय. क्रियासातत्याला किंवा जन्ममृत्यूच्या फेऱ्याला तोच कारण आहे. उत्पत्ति हें याचें लक्षण होय. हा सर्व प्राण्यांचे ठायीं प्रवृत्त झालेला असतो व ढळढळीत दिसून येतो. अंतःकरणाचा सर्वत्र सारखा उघडेपणा, सौजन्य आणि विश्वास हीं तीन सात्त्विक गुणांचीं लक्षणें आहेत. प्रकाश, धर्म, ज्ञान, इत्यादि हे सात्त्विक गुण आहेत व ते सज्जनांस फार आवडतात.

तमोगुणवर्णन.

आतां या गुणांचीं खरीं कार्यें कशा स्वरूपाचीं असतात, आणि तीं तशींच कां होतात, हें मी तुम्हांस एकीकरणानें आणि पृथक् पृथक् अशा दोन्ही प्रकारें सांगेन, नीट श्रवण करा. संमोह, अज्ञान, अनुदारता, कर्मांविषयीं अनिर्णय, निद्रा, गर्व, भय, लोभ, स्वतः (कोणाचे मुर्वतीस्तव नव्हे !) सत्कृत्यांस दूषण देणें, स्मरणशक्ति नसणें, विचारशक्तीची अपरिपक्वता, नास्तिक्यबुद्धि, एकदां एक प्रकारें आणि दुसऱ्यानें दुसऱ्या प्रकारें वागणें (शील नसणें) व युक्तायुक्तविवेकाचा अभाव, अंधत्व (इंद्रियांचें मौढ्य), हिंस्रत्व, अशुचित्वादि नीच गुणांकडे मनाचा कल असणें, कांहींएक न करतां केल्याची फुशारकी मारणें, कांहींएक समजत नसतां ज्ञातेपणाचा अहंकार वहाणें, मित्रत्वाचा अभाव (कोणाशींच मित्रत्वानें न वागणें), दुष्ट स्वभाव, अश्रद्धा, मूर्खपणाची विचारपद्धति, अंतःकरणाची वक्रता, सहवास किंवा संबंध ठेवण्याचीही लायकी नसणें, पापाचरण, कोणत्याही गोष्टीचा बोध न होणें, (लवकर समजूत न पडणें,) आळसादिकांमुळें इंद्रियांस आलेली सुस्ती, देवादिकांवर भक्ति नसणें, इंद्रियें स्वाधीन नसणें आणि नीच कर्मांविषयीं प्रीति, या सर्व गुणांस **तामसगुण** असें म्हणतात. भाव अथवा मोह ह्या संज्ञेनें प्रसिद्ध अशा ज्या ज्या मनोवृत्ति या जगांत दृग्गोचर होतात, त्या त्या सर्वांमध्यें हे सर्व तामस गुण हटकून असावयाचेच. देव, ब्राह्मण व वेद यांची नित्य निंदा करणें, अनुदारता, गर्व, मोह, क्रोध, अक्षमा आणि प्राणिमात्राविषयीं मत्सर हीं ज्या वर्तनांत दृष्टीस पडतात, तें तामस वर्तन होय. नसत्या उठाठेवी आरंभणें ज्यांचा कांहीं उपयोग नाहीं किंवा फलप्राप्ति नाहीं अशीं दानें करणें, ज्यापासून कोणताही

१ यो यद्वैषां गुणो देहे साकल्येनातिरिच्यते ।
स तदा तद्गुणप्रायं तं करोति शरीरिणं ।
(मनु. अ. १२, श्लो. २५.)

२ रजस्तमश्चाभिभूय सत्त्वं भवति भारत । रजःसत्त्वं तमश्चैव तमः सत्त्वं रजस्तथा । (गीता १४, श्लो. १०.)

१ लोभःस्वप्नोऽधतिःक्रौर्यं नास्तिक्यं भिन्नवृत्तिता ।
याचिष्णुता प्रमादश्च तामसं गुणलक्षणं ॥
(मनु. १२, ३३.)

नफा किंवा पुण्य नाहीं अशा कामीं द्रव्य वेंचणें, आणि ज्यापासून शरीरास कांहींच हित होत नाहीं असा आहार करणें, हें सर्व तामसाचरण होय. अतिवाद, असहिष्णुता, मात्सर्य, अभिमानित्व आणि अविश्वास हें तामस वर्तन होय. अशा प्रकारें वागणारे जे कोणी पुरुष या जगांत असतील ते, आणि पापकर्में करणारे व लाजलज्जा ज्यांस उरली नाहीं असे सर्व पुरुष हे तामस मनुष्य जाणावे. अशा प्रकारच्या पापकर्म्यांस कोणत्या योनि प्राप्त होतात, हें मी आतां सांगतों. यांस अधोनिरयगति व तिर्यक्‌निरयगति ह्या निश्चयानें प्राप्त होतात; ते स्थावर पदार्थ किंवा पशु, अथवा ओझ्याचीं जनावरें किंवा क्रूर श्वापदें, सर्प, कृमि, कीटक व पक्षी, तसेच अंडज प्राणी, सर्व प्रकारचे चतुष्पाद, वेडे, बहिरे, मुके व अनेक वाईट रोग असलेले मनुष्य होतात; ते अत्यंत दुराचारी व अज्ञानांधःकारांत निमग्न असलेले जन आपआपल्या कर्मांचीं लक्षणें सदोदीत प्रकाशित करीत असतात; ते उत्तरोत्तर अधिकाधिक अधोगतीस जात असतात; कारण, त्यांच्या चित्ताचा प्रवाह तसाच वहात असतो; आणि एकंदरींत ते तमोविशिष्ट लोक तमांत म्हणजे अज्ञानांधःकारांत निमग्न असतात. आतां, अशा हीन जनांच्या ठिकाणीं सुकृताचा आविर्भाव कसा होईल आणि त्यांची उन्नति कशी होऊं शकेल, हें मी कथन करितों. तशा रीतीनें वागून त्यांस पुण्यवंतांचे पवित्र लोक प्राप्त होतील. जे अजादि तिर्यग्योनींत जन्मलेले प्राणी स्वधर्मनिरत व प्राणिमात्राच्या कल्याणाची इच्छा करणाऱ्या ब्राह्मणांकडून यज्ञांत निधन पावतात, ते ह्या संस्काराच्या योगानें उच्च स्थितीस येऊं लागतात. मग ते ब्राह्मणादि जातींत प्राप्त झाल्यावर योग्य यत्न करून सलोकता मिळवितात, आणि देवांच्या स्वर्गास जाऊन पोंचतात, असें वेदवचन आहे. मनुष्येतर योनींत जन्म पावलेले जीव आपापल्या कर्मांचें उत्तम ज्ञान झालें असतां पुनः मागें फिरतात आणि उत्तरोत्तर अधिकाधिक उच्च योनींत जन्म घेऊन शेवटीं मनुष्यजन्म पावतात. पापयोनींत जन्मलेले आणि चांडाल, मुके किंवा चोचरे लोक पुनरावृत्तिसमयीं ती नीचयोनि व तमोगुणाच्या प्रवाहांत स्वतः बरोबर असणारे ते तामसगुण यांचें अतिक्रमण करून उत्तरोत्तर अधिकाधिक श्रेष्ठ जातींत जन्म पावतात. स्त्री, द्रव्य, इत्यादि कामनीय वस्तूंच्या ठिकाणीं जी आसक्ति तिलाच महामोह असें म्हणतात. या महामोहाच्या योगानें (सुखाची इच्छा करणारे) ऋषि, मुनि व देवही मोह पावतात. अज्ञान, मोह किंवा भ्रांति, महामोह किंवा आसक्ति, क्रोधसंज्ञक तामिस्र, आणि मरणसंज्ञक अंधतामिस्र हे पांच प्रकारचे महाक्लेश आहेत. हे विप्रहो, तमोगुणविशिष्ट असें जें जें वृत्त किंवा कृत्य तें तें सर्व मीं तुम्हांस त्याचें स्वरूप, लक्षण व उत्पत्ति यांसह तत्त्वतः कथन केलें आहे. यांस बरोबर जाणणारा जगांत कोण आहे ? त्याचप्रमाणें त्यांस बरोबर पहाणारा तरी कोण आहे ? असत्य वस्तूंचे ठिकाणीं सत्याचा आभास करून देणें हेंच मुळीं तमाचें खरोखर लक्षण होय. मीं अनेक प्रकारचे तमोविशिष्ट गुण कथन केले आहेत. तसेंच उच्च व नीच अशा दोन्ही स्थितींतील तमाचें यथार्थ विवेचन केलें आहे. मीं सांगितलेले गुण किंवा लक्षणें जो मनुष्य सदोदीत अंतःकरणांत वागवील, तो सर्व प्रकारच्या तमोगुणांपासून निश्चयानें मुक्त होईल.

१ सत्त्वं ज्ञानं तमोऽज्ञानं रागद्वेषौ रजःस्मृतम् ।
(मनु. अ. १२, श्लो. २६.)

अध्याय सदतिसावा.

—:०:—

रजोगुणवर्णन.

ब्रह्मदेव म्हणाले:—सत्तमहो, आतां मी तुम्हांस रजोगुणाचें यथार्थ वर्णन करून सांगतों. हे महाभागांनो, रजोगुण कशा स्वरूपाचा आहे हें श्रवण करा. संताप, रूप, (रूपाचा गर्व,) श्रम, सुख व दुःख, उष्णता व थंडी, ऐश्वर्य, कलह, संधि, हेतुयुक्त भाषण, असमाधान, क्षमा, बल, शौर्य, गर्व, रोष, व्यायाम व कलह, ईर्षा, इच्छा, चहाडी, युद्ध, ममत्वबुद्धि, संरक्षण, वध, बंधन व दुःख, क्रय व विक्रय, कुरतुडणें, छेदणें, भोसकणें, दुसऱ्याच्या वर्मावर प्रहार करणें, निष्ठुरता, हिंस्रपणा, आक्रोश, दुसऱ्याचें उणें बाहेर काढणें, सर्व जगाशीं सबद्ध असलेल्या प्रश्नांचें चिंतन करणें, मत्सर, परिपालन, वितंडवाद, किंवा लुच्चेगिरीचें भाषण, खोट्या किंवा पोकळ देणग्या, विकल्प, धिःकारयुक्त भाषण करणें, निंदा, स्तुति, प्रशंसा, प्रताप, हमरीतुमरीवर येणें, दुखणाईत वगैरेंची परिचर्या, गुरुपितरादिकांची शुश्रूषा, सेवा, तृष्णा (हाव), दुसऱ्यावर विसंबून रहाणें, व्यवहारचातुर्य, नीति, प्रमाद, सर्वांची निंदा, स्वीकार, पुरुष, स्त्रिया, इतर प्राणी, अचलपदार्थ व रक्षणकर्ते यांवर घडणारे निरनिराळे सर्व संस्कार, संताप, अविश्वास, सर्व व्रतें व नियम, सर्व शुभकृत्यें, नानाप्रकारचीं लोकोपयोगी धर्मकृत्यें, स्वाहाकार, नमस्कार, स्वधाकार आणि वषट्कार, त्याचप्रमाणें याजन व अध्यापन, यजन व अध्ययन, दान, प्रतिग्रह, प्रायश्चित्तें, मंगलकर्मे, हें माझें तें माझें अशी ममत्वबुद्धि, गुणसमुद्भव, प्रेम, दुसऱ्याचा द्रोह, लबाडी, कपट, व तसाच मान, चोरी, हिंसा, दोष देणें, दुःख, जागरण, दंभ, अहंकार, प्रीति, भक्ति, समाधान, आनंद, जुगार, लोकांच्या भाकऱ्या भाजीत बसणें, स्त्रियांशीं केलेले संबंध; आणि हे विप्रहो, नृत्य, वाद्य व गीत यांविषयीं आवड, हे सर्व गुण राजस (रजोगुणासंबंधाचे) आहेत. जगांतील भूत, भविष्य व वर्तमान अशा सर्व गोष्टी जाणणारे, धर्म, अर्थ व काम या त्रिवर्गाचे साधनांत निमग्न असलेले, आणि इच्छाधीन वर्तनाचे सर्व पुरुष अखिल उपभोग्य वस्तूंच्या समृद्धीनें हर्ष पावतात. हे सर्वजण रजोगुणी होत. यांची गति तामसांपेक्षां उच्च असली तरी एकंदरींत अधोगतिच होय. हे या जगांत पुनःपुनः जन्म पावून आनंद पावतात. हे ऐहिक व पारलौकिक सुखाची आकांक्षा करितात. दान देणें, घेणें, तर्पण करणें व हवन करणें ह्या क्रिया हे याच उद्देशानें करतात. विप्रहो, अनेक प्रकारचे रजोगुणाचे परिणाम मीं तुम्हांस सांगितले आणि एकंदर रजोगुणी मनुष्याचें वर्तन कशा प्रकारचें होतें हें नीट स्पष्ट केलें. जो मनुष्य ह्या गुणाचें ज्ञान सदोदीत अंतःकरणांत वागवितो, तो या सर्व राजसगुणांपासून पूर्ण मुक्त होतो.

अध्याय अडतिसावा.

—:०:—

सत्त्वगुणवर्णन.

ब्रह्मदेव म्हणाले:—आतां यापुढें मी तिसऱ्या श्रेष्ठ व सर्वोत्तम गुणाचें वर्णन करितों. तो या जगांतील सर्व प्राण्यांस हितावह आहे. त्यास कोणत्याही प्रकारें नांव ठेवण्यास जागा नसून सज्जनांचें वर्तन त्यासच अनुसरून असतें. आनंद, समाधान, उन्नति, अंतःकरणाचा उघडेपणा, तसेंच सुख, औदार्य, शांतता,

---

१ आरंभरुचिता स्थैर्यमसत्कार्यपरिग्रहः ।
विषयोपसेवा चाजस्रं राजसं गुणलक्षणं ॥
(मनु. १२, ३२.)

संतोष, श्रद्धा, क्षमा, धैर्य, अहिंसा, सर्वांचे ठिकाणीं समबुद्धि, सत्य, सरळपणा, अक्रोध, निर्मत्सरता, शुचिर्भूतपणा, दक्षता व पराक्रम, हे सात्विकगुण होत. शाब्दिकज्ञान व्यर्थ आहे, आचरण व्यर्थ आहे, सेवा व्यर्थ आहे आणि आश्रमही (ब्रह्मचर्यादि) व्यर्थ आहेत. अशा भावनेनें जो योगमार्गाकडे वळून उत्तम प्रकारें योगधर्माचें अनुष्ठान करतो, तो येथेंच (आपणांमध्येंच) अत्यंत श्रेष्ठपद उपभोगितो ममत्वबुद्धि नाहींशी होणें, अहंकाराचा नाश होणें, कोणतीही आशा न करणें, सर्वत्र समतेनें वागणें, आणि निरिच्छता असणें, या गोष्टींनीं सज्जनांचा सनातन धर्म बनलेला आहे. विश्वास, लज्जा, क्षमा, दातृत्व, शुद्धता, जागरूकपणा, क्रूरपणा नसणें, मोह नसणें, प्राणिमात्रावर दया, दुष्टपणा नसणें, हर्ष, समाधान, विस्मय, विनय, सद्वर्तन, शुद्ध चित्तानें मुक्तिहेतुक कर्में करणें, शुभबुद्धि, सर्व प्रकारच्या लोभापासून मुक्तता, औदासिन्य, ब्रह्मचर्य, सर्वसंगपरित्याग, निर्ममत्व, नैराश्य, आणि अव्याहतधर्मतत्परता; त्याचप्रमाणें दान, यज्ञ, अध्ययन, व्रत, प्रतिग्रह, धर्म व तप हीं सर्व व्यर्थ आहेत; अशा भावनेनें या जगांतील जे ब्रह्मज्ञानी ब्राह्मण सत्त्वगुणाचा आश्रय करून रहातात तेच ज्ञानी व साधुदर्शी (विमल अनुमानशक्तीचे) होत. तेच शहाणे सर्व पापकर्में परित्यागून निःशोक होत्साते स्वर्गास पोंचतात आणि मग स्वतःसाठीं अनेक देह निर्माण करतात. ते थोर महात्मे आपलें मन अनेकाकार करून स्वर्गस्थ देवांप्रमाणें ईशित्व (सर्वांवर सत्ता चालविण्याची शक्ति), वशित्व (पाहिजे त्यास अंकित करण्याचें सामर्थ्य), तसेंच लघुत्व (सूक्ष्मत्व) वगैरे सिद्धि उपभोगूं शकतात. अशा लोकांस उर्ध्वगामी लोक म्हणतात. ते सर्व पदार्थांचें स्वरूप पालटण्यास समर्थ असे वैकारिक देव होत. ते स्वर्गलोकीं प्राप्त झाल्यावर स्वगुणांनीं सर्व पदार्थांत पालट करितात. ते ज्याची ज्याची इच्छा करितात तें तें सर्व त्यांस प्राप्त होतें. ते स्वतः इच्छित वस्तूंचा उपभोग घेतात; इतकेंच नव्हे, तर इतरांसही त्या संकल्पित वस्तु देतात. द्विजर्षभहो, सात्त्विक वृत्त हें अशा प्रकारचें आहे. हें सम्यक् जाणलें असतां सर्व कामना परिपूर्ण होतात. सत्त्वगुणाच्या धर्मांचें मीं विशेषेंकरून सविस्तर वर्णन करून सांगितलें; आणि सात्त्विक मनुष्याची वर्तणूक कशा प्रकारची असते हेंही यथावत् कथन केलें. ज्या मनुष्याचे अंतःकरणांत या गुणांचें (सात्त्विक धर्मांचें) ज्ञान सदोदीत जागरूक असतें, तो ह्या सर्व गुणांचा उपभोग घेतो, परंतु ह्या गुणांवर आसक्त होत नाहीं.

१ वेदाभ्यासस्तपो ज्ञानं शौचमिंद्रियनिग्रहः।
धर्मक्रियात्मचिंता च सात्त्विकं गुणलक्षणं॥
(मनु. १२, ३१.)

अध्याय एकुणचाळिसावा.

—:०:—

गुणत्रयसंघातवर्णन.

ब्रह्मदेव म्हणाले:—सत्त्व, रज व तम हे सर्वच गुण एकमेकांपासून अगदीं स्वतंत्र असे वर्णन करणें अशक्य आहे. कारण ते तसे निरनिराळे रहात नसून सर्वत्र अविच्छिन्न किंवा एकीभूतच आढळतात. ते एकमेकांशीं संबद्ध झालेले, परस्परांवर अवलंबून असलेले, अन्योन्यांच्या आश्रयानें रहाणारे व परस्परांच्या अनुरोधानें वागणारे असे आहेत. जावत्काल सत्त्वगुणाचें अस्तित्व आहे तावत्काल तेथें रजोगुण आहेच आहे, यांत तिलमात्र संदेह नाहीं. जोंपर्यंत सत्त्व व तम हे आहेत तोंपर्यंत रजोगुणाचें अस्तित्व आहे. ते

एकमेकांशीं मिळून मिसळून व्यवहार करितात. कारण, ते मेलनप्रिय (संयोगप्रिय) असल्यामुळें सदोदीत एकत्र रहातात. एकीनें रहाण्याचा ज्यांचा स्वभावच आहे असे हे गुण एका देहांत एका काळीं एकत्र संचार करीत असतांही आपआपल्या हेतु-अहेतूंनीं म्हणजे निरनिराळ्या प्रकारें वागतात. एकमेकांसमागमें रहाणाऱ्या ह्या गुणांची भिन्नभिन्न स्थलीं कमजास्त वाढ होत असते. त्यांची वृद्धि व क्षय कोठें कसकसा असतो तें आतां सांगतों. श्वानेशूकरादिक तिर्यक् योनींतील प्राण्यांमध्यें किंवा अन्यत्र जेथें म्हणून **तमोगुणाचें आधिक्य** असतें, तेथें रजोगुण अल्प असतो; आणि सत्त्वगुण अल्पतर (फारच कमी) असतो असें समजावें. तसेंच मध्यम स्थितींतील प्राण्यांत वगैरे जेथें जेथें रजोगुण आधिक्यानें असतो, तेथें तेथें तमोगुण अल्प असून सत्त्वगुण अल्पतर असतो असें समजावें. आतां ज्या ऊर्ध्वगामी लोकांत वगैरे सत्त्वगुणाचें आधिक्य असतें त्यांमध्यें तमोगुण अल्प व रजोगुण अल्पतर असतो, असें समजावें. सत्त्वगुण हा इंद्रियांचा उगम (उत्पत्तिस्थानयोनी) असून तो त्यांच्या स्वरूपांत पालट करण्यास व त्यांचा विकास करण्यास समर्थ असा आहे. सत्त्वापरता दुसरा कोणताही धर्म श्रेष्ठ नाहीं. सत्त्वगुण हाच खऱ्या धर्माचें मूळ आहे; सत्त्वस्थ लोक ऊर्ध्वगतीलों जातात; राजसांस मध्यगति मिळते; आणि दुर्गुणसंपन्न तामस लोक अधोगतीस पोंचतात. सामान्यतः शूद्रांमध्यें तमोगुण, क्षत्रियांमध्यें रजोगुण, आणि ब्राह्मणांमध्यें उत्तम असा सत्त्वगुण, याप्रमाणें हे तीन गुण या तीन वर्णांत वास करतात; तथापि कोठेंही पहा—सत्त्व, रज व तम हे तिन्ही गुण एकत्र असून एकत्वानेंच कार्य करीत आहेत, असें सहज ढळढळीत दिसून येतें; त्यास सूक्ष्मदृष्टीनें अवलोकन करण्याचें प्रयोजन पडत नाहीं. ते अगदीं पृथक् असे बिलकूल आढळत नाहींत. उदय पावणाऱ्या आदित्यास पाहून कुचर म्हणजे चोरजारादिक भय पावतात आणि दुःखभागी प्रवाशास उन्हाचा **ताप** होतो. येथें आदित्य हा आधिक्य पावलेलें सत्त्व होय; कुचर (त्यांना वाटणारें भय) हे तमोगुण होत; आणि प्रवाशांस होणारा ताप हा रजोगुणाचा धर्म होय. प्रकाशता हा आदित्याचा मुख्य धर्म असल्यामुळें त्यास सत्त्वगुणाची व त्यापासून होणाऱ्या भय-संतापांस तम व रज यांची उपमा दिलेली आहे. तथापि प्रत्यक्ष आदित्याचे ठायीं हे तिन्ही गुण आहेतच. प्रकाशता हा सत्त्वगुण होय; तद्वत् उष्णता हा रजोगुणाचा धर्म होय; आणि पर्वाला (ग्रहणाचे वेळीं) त्यावर येणारी छाया ही तमोगुणाची निदर्शक होय, याप्रमाणेंच सर्व तेजोगोलांस हे तिन्ही गुण असतात. ते निरनिराळ्या

१ स्थावराःकृमिकीटाश्च मत्स्याःसर्पाःसकच्छपाः। पशवश्च मृगाश्चैव जघन्या तामसी गतिः। इत्यादि.
(मनु. अ. १२, श्लो. ४२, ४३, ४४.)

२ऊर्ध्वं गच्छन्ति सत्त्वस्था मध्ये तिष्ठन्ति राजसाः
(गीता, अ. १४, श्लो १८.)

१ दीपज्योतींतही शुद्ध पांढरा प्रकाश मुळाशीं, तांबडा प्रकाश जिव्हेशीं व काजळ अग्राशीं, याप्रमाणें सत्त्व, रज, तम हे तिन्ही गुण असतात हें अवलोकनशील समजतील. आपले नेत्र (जे तेजोगोलच होत,) यांतही शुभ्र, ताम्र व कृष्ण हे अनुक्रमें सत्त्व, रज व तम यांचे निदर्शक वर्ण असतात, हें विचक्षणांचे ध्यानीं येईलच. दिवस हा प्रकाशमय म्हणजे सत्त्वप्रधान, रात्रि ही अंधारमय म्हणजे तमःप्रधान, व संध्या (प्रातः व सायं) ही आरक्तवर्ण म्हणजे रजःप्रधान असते, हें वाचकांनीं ध्यानीं घ्यावें; म्हणजे सत्त्व, रज व तम या त्रैगुण्याची सर्वत्र व्याप्ति कशी आहे तें ध्यानांत येईल.

स्थलीं निरनिराळ्या प्रकारांनीं (कम-जास्त) रहातात, स्थावर पदार्थांतही हे तिन्ही गुण असतात, त्यांमध्यें तमाचें फारच आधिक्य झालेलें असतें. शोभा, कडूपणा, आंबट-पणा, इत्यादि जे गुण कालेंकरून आपोआप पालटतात किंवा शिजविणें, दुसऱ्या पदार्थांशीं संयोग करणें, इत्यादि कृतींनीं बदलतात, ते गुण हाच स्थावरांतील रजोगुण होय; आणि त्यांमधील तेलसपणा, जो अग्नीच्या संयोगानें प्रकाश उत्पन्न करण्यास साधनीभूत होतो, तो सत्त्वगुण होय. याप्रमाणेंच दिवसाचेही तीन भाग आहेत; रात्रीचेही तीन विभाग होतात; आणि असेच मास, पक्ष, वर्ष, ऋतु आणि (ऋतूंचे) संधि यांचेही तीन तीन विभाग केले जातात. जीं दानें[2] केलीं जातात त्यांतही तीन प्रकार असतात. यज्ञ[3] (देव, यक्षराक्षस, भूतप्रेत) तीन प्रकारचा असतो. जग तीनें[1] तऱ्हेचें आहे. देव (ब्रह्मा—रज, विष्णु—सत्त्व, शिव—तम) तीन प्रकारचे आहेत. विद्या त्रिविध[2] (ऋक्, यजुस्, साम) आहे; आणि गतिही[3] तीन (तिर्यक्, ऊर्ध्व, अधः) प्रकार-ची आहे! भूत[4], वर्तमान भविष्य; धर्म[5], अर्थ व काम; आणि प्राण, अपान व उदान हेही त्रिगुणांनीं[6] व्याप्त आहेत. तीन गुण हे सर्व वस्तूंत, सर्व स्थितींत आळीपाळीनें[7] प्रवृत्त होतात. फार काय? पण या जगांत जें जें

---

१ यावत्सृष्टीचे खनिज, उद्भिज्ज व प्राणी असे तीन वर्ग आहेत. यांत खनिज हे तमःप्राय-उद्भिज्ज हे रजःप्राय व प्राणी हे सत्त्वप्रधान असतात, असें म्हणणें साहस नव्हे. त्यांतले त्यांत प्राण्यांतही पुनः तमःप्रधान, रजःप्रधान, सत्त्वप्रधान असे पोट भेद आहेत. यंग नामक इंग्रज कवीनें म्हटलें आहे कीं, प्रकृति (nature) ही दगडांत निजून आहे, वृक्षांत डोळे उघडूं लागली आहे आणि मनुष्यांत हंसते आहे; यांतही हीच कल्पना आहे.

आपले आयुर्वेदाप्रमाणें आपले शरीरांत पित्त, वात व कफ हे तीन दोष आहेत. हे दोषही अनुक्रमें सत्त्व, रजस् व तमस् यांचींच विशिष्ट रूपें होत. एता-वता या त्रैगुण्यानें स्थावरजंगम सर्व व्यापिलें आहे.

मनु म्हणतात:—

सत्त्वं रजस्तमश्चैव त्रीन्विद्यादात्मनो गुणान् ।
यैर्व्याप्येमान् स्थितो भावान् महान्सर्वानशेषतः ।
(मनु अ. १२, श्लोक. २४.)

२ 'दातव्यमिति यद्दानं...तद्दानं सात्त्विकं स्मृतं
'यत्तु प्रत्युपकारार्थं...तद्दानं राजसं स्मृतं'
'अदेशकाले.........तत्तामसमुदाहृतम् ॥
(गीता, अ. १७, श्लोक २०, २१, २२.)

३ यजन्ते सात्त्विका देवान् (गी.अ.१७,४.)

१ 'जन हें त्रिविध आहे.' ही लौकिकांतील म्हणच आहे. 'त्रैगुण्योद्भवमत्र लोकचरितं ।
(कालिदास, मालविकाग्निमित्रम्.)
किंवा लोक तीन आहेत. म्हणजे स्वर्ग, मृत्यु, पाताळ.

२ त्रैविद्या मां सोमपाः इ०
(गीता, अ. ९, श्लो. २०.)

३ ऊर्ध्वं गच्छंति सत्त्वस्था मध्ये तिष्ठंति राजसाः ।
जघन्यगुणवृत्तिस्था अधो गच्छन्ति तामसाः
त्रिविधा त्रिविधैषा तु विज्ञेया गौणिकी गतिः ।
अधमा मध्यमाग्र्या च कर्मविद्या विशेषतः ॥
देवत्वं सात्त्विका यांति मनुष्यत्वं च राजसाः ।
तिर्यक्त्वं तामसा नित्यमित्येषा त्रिविधा गतिः ॥
(मनु. अ. १२, श्लो. ४०, ४१.)

४ भूत—तम; वर्तमान—सत्त्व; भविष्य—रज.

५ धर्म, अर्थ, काम ह्या तीन (प्रवृत्तिपर) पुरुषार्थांचा एक वर्ग आहे. यास त्रिवर्ग असें म्हणतात व मोक्ष ह्या (निवृत्तिपर) पुरुषार्थास 'अपवर्ग' म्हणजे या वर्गापलीकडला असें म्हण-तात. कारण तो त्रिगुणातीत आहे. धर्म—सत्त्व-प्रधान; अर्थ—रजःप्रधान, काम—तमःप्रधान.

तमसो लक्षणं कामो रजसस्त्वर्थ उच्यते ।
सत्त्वस्य लक्षणं धर्मः श्रैष्ठ्यमेषां यथोत्तरम् ॥
(मनु. अ. १२, श्लो. ३८.)

६ उदान—ऊर्ध्व; अपान—अधः; प्राण—मध्ये. अनुक्रमें सत्त्व, तमस्, रजस् यांचींच स्वरूपें होत.

७ उत्पत्ति—रजः; स्थिति—सत्त्व; लय—तमस; हें एकाच वस्तूला प्राप्त होणारें अवस्थात्रय होय.

म्हणून आहे तें तें तर्व तीनें गुणांनीं भरलेलें आहे, म्हणजे हे त्रिगुणच सर्व जगांत वास्तव्य करीत आहेत,–तिन्ही गुण अव्यक्तरूपानें पण नित्य रहात आहेत. सत्त्व, रज व तम ही जी गुणांची उत्पत्ति आहे, ती आजकालची नसून सनातन आहे; व जगाच्या आरंभापासून अंतापर्यंत सर्वकाळ रहाणारी आहे. त्रिगुणयुक्त अव्यक्ताचीं २२ नांवें आहेत. तीं येणेंप्रमाणेंः—१ तम, २ अव्यक्त, ३ शिव, ४ धाम, ५ रज, ६ योनि, ७ सनातन, ८ प्रकृति, ९ विकार, १० प्रलय, ११ प्रधान, १२ प्रभव, १३ अव्यय (लय), १४ अनुद्रिक्त (अस्पष्ट), १५ अनून (विशाल), १६ अकंप, १७ अचल, १८ ध्रुव, १९ सत्, २० असत्, २१ सर्व आणि २२ त्रिगुण. हीं अध्यात्मचिंतन करणाऱ्या पुरुषांनीं अवश्य ओळखावीं. हीं अव्यक्ताचीं सर्व नांवें, गुणत्रय, त्यांच्या शुद्ध गति, आणि पृथक्करणाचें तत्त्व हीं जो तत्त्वतः जाणतो, तो देहापासून मुक्त होऊन सर्व गुणांपासूनही वियुक्त होतो; आणि सर्वदा निरामय आनंदांत निमग्न रहातो.

---

१ All thought is triplicity (सर्व कल्पना त्रिविध आहे) Whateley's Edition of Bacon's Essays.
त्रिविधस्त्रिविधः कृत्स्नः संसारः सार्वभौतिकः ॥
(मनु. अ. १२, श्लो. ५१)

२ या कामीं भगवानदास एम्. ए. यांनीं केलेलें 'Science of Peace' या नांवाचें पुस्तक इंग्रजी जाणणारांनीं वाचावें.
त्रयाणामपि चैतेषां गुणानां त्रिषु तिष्ठतां ।
इदं सामासिकं ज्ञेयं क्रमशो गुणलक्षणं॥(म.१२,३४)
(येथें त्रिषु याचा अर्थ त्रिषु कालेषु असा कुल्लुकांनीं केला आहे.)

३ निस्त्रैगुण्यो भवार्जुन.
(श्रीमद्भगवद्गीता, अ. २, श्लो ४५.)
स गुणान् समतीत्यैतान् ब्रह्मभूयाय कल्पते ।
(श्रीमद्भगवद्गीता, अ. १४, श्लो. २६.)

अध्याय चाळिसावा.

—:०:—

आत्मवर्णन.

ब्रह्मदेव म्हणालाः—अव्यक्तापासून प्रथम महान् आत्मा उत्पन्न झाला. हा महाबुद्धीनें युक्त असून सर्व गुणांचें मूळ किंवा उत्पत्तिकारण होय. महान् आत्मा उत्पन्न झाला हीच पहिली सृष्टि (उत्पत्ति) होय. महान् आत्मा, मति, विष्णु, जिष्णु, वीर्यवान् शंभु, बुद्धि, प्रज्ञा, उपलब्धि, ख्याति, धृति आणि स्मृति हे सर्व एकाच अर्थाचे पर्यायशब्द आहेत आणि या सर्व शब्दांनीं महान् आत्माच जाणला जातो. या महान् आत्म्यास जाणणारा विद्वान् ब्राह्मण कधींही मोह पावत नाहीं. महान् आत्म्याला सर्व बाजूंनीं हात आहेत; सर्वत्र पाय आहेत; नेत्र, मस्तकें व मुखें हीं सर्व बाजूंस आहेत; आणि त्याचप्रमाणें सर्व बाजूंस कान आहेत. शिवाय तो जगांतील यच्चयावत् सर्व पदार्थांस व्यापून राहिला आहे. आत्मा हाच पुरुष होय. तो महासामर्थ्यवान् असून त्याचें वास्तव्य सर्वांच्या हृदयांत आहे; अणिमा, लघिमा व प्राप्ति ह्या शक्ति त्याच्याच आहेत; तो ईशान म्हणजे सर्वांचा अधिपति असून प्रकाशमान् (स्वयंप्रकाश) व अव्यय किंवा अविनाशी आहे; बुद्धितत्त्व जाणणारे, सद्भावनिरत (खरे भक्तिमान्), नित्य योगांत निमग्न असणारे, सत्यप्रतिज्ञ, जितेंद्रिय, ज्ञानसंपन्न, निर्लोभ वर्तनाचे, ज्यांनीं क्रोध जिंकला आहे असे, ज्यांचीं अंतःकरणें सदोदीत प्रसन्न किंवा निर्मळ असतात ते शहाणे, ज्यांची ममत्वबुद्धि नाहींशी झाली आहे असे आणि निरहंकार झालेले सर्व लोक ह्या महान्

---

१ महतः परमव्यक्तमव्यक्तात्पुरुषः परः ।
(श्रुतिः)

आत्म्याचे ठिकाणींच स्थैर्य पावतात. या लोकांचें आधारस्थान किंवा वसतिस्थान हा आत्माच होय. महान् आत्मा हाच सर्वतः ज्ञेय होय; आणि त्यास जाणण्याचीच या सर्वांची सर्वदा खटपट चाललेली असते. महान् आत्म्याचे प्राप्तीबरोबरच ते सर्व वासनांपासून व विषयांपासून पूर्णपणें मुक्त होतात; आणि त्या आत्म्याचे ठायींच महत्व पावतात; आणि त्यांस सर्वश्रेष्ठ अशी स्थिति प्राप्त होते. जो मनुष्य महान् आत्म्याची पवित्र व उत्तम गति जाणतो, तोही याचप्रमाणें सद्गतीस पोंचतो. अहंकारापासून पंचमहाभूतें उत्पन्न झालीं आहेत तीं हीं:—पृथ्वी, वायु, आकाश, उदक आणि पांचवें तेज. शब्द, स्पर्श, रूप, रस, गंध व क्रिया हे ह्या पंचमहाभूतांचे विषय आहेत. यास्तव यांचे ठिकाणीं सर्व प्राणी आसक्त होतात; आणि, हे ज्ञातेहो, महाभूतांशीं त्यांचा संयोग किंवा संबंध जडल्यामुळें असा परिणाम होतो कीं, प्रलयकालीं पंचमहाभूतांचा विनाश झाला असतां सर्व प्राण्यांस महद्भय उत्पन्न होतें. अशा प्रसंगींही जो मोह पावत नाहीं तोच खरा ज्ञाता होय. प्रथम उत्पत्तीमध्यें प्रभु विष्णु (महान् आत्मा) हा स्वतः आपला आपणच उत्पन्न होतो. तो गुहेंत शयन करणारा, प्रभु किंवा विशेष सामर्थ्यवान् पर म्हणजे सर्वांत श्रेष्ठ आणि पुराण म्हणजे जुना आहे. संपूर्ण विश्व हें त्याचेंच रूप असल्यामुळें त्यास विश्वरूप असें म्हणतात. तो हिरण्मय म्हणजे तेजोमय आहे आणि सर्व बुद्धिमंतांचें परम साध्य किंवा परा गति तोच आहे. अशा प्रकारच्या ह्या प्रभु विष्णूला जो तत्त्वतः जाणतो, तो बुद्धिमान् मनुष्य बुद्धितत्त्वाचेंही अतिक्रमण करून रहातोः—बुद्धीहून पर अशा आत्मस्वरूपीं तो लीन होतो.

अध्याय एकेचाळिसावा.

—:०:—

अहंकारवर्णन.

ब्रह्मदेव म्हणालाः—प्रथम उत्पन्न झालेला महान् आत्मा यालाच अहंभाव झाला म्हणजे अहंकार अशी संज्ञा प्राप्त होते. अहं अशी भावना धरणारा आत्मा किंवा अहंकार ही दुसरी उत्पत्ति होय. (पहिली उत्पत्ति म्हणजे निर्विकार आत्मा आणि दुसरी उत्पत्ति म्हणजे अहंकारवान् आत्मा. याला अहंकार असें[1] म्हणतात.) आत्मा ही पहिली उत्पत्ति असून अहंकार ही दुसरी उत्पत्ति होय. हा अहंकारच प्राणिमात्राचें उगमस्थान आहे. अहंकारामुळेंच सर्व प्राण्यांची उत्पत्ति होत असल्यामुळें त्यास भूतादि असें म्हणतात. भूतादि हें नांव तामस अहंकाराचें वाचक आहे. राजस अहंकाराला वैकारिक असें म्हणतात. आत्मस्वरूप विकृत होऊन झालेला म्हणून वैकारिक हें नांव ह्यास पडलें आहे. शिवाय, हा प्रवृत्त्यात्मक रजोगुणाचाही विकार आहे. अहंकाराला चेतनाधातु किंवा सचेतन पुरुष असेंही म्हणतात; (हा सात्त्विक अहंकार जाणावा.) आणि प्रजांची उत्पत्ति होण्यास हा कारणीभूत असल्यामुळें याला प्रजासर्ग व प्रजापति हीं नांवें मिळालीं आहेत. हा देव (स्वच्छंदानें क्रीडा करणारा) आहे; ह्यापासून देवांची (इंद्रियांची) व मनाची उत्पत्ति होते; आणि हाच त्रैलोक्य निर्माण करणारा आहे! ‘ तें सर्व मी आहें ’ अशा प्रकारची जो (शरीरस्थ पुरुष) भावना करितो तोच अहंकार होय. जे अध्यात्म-

१ महाभूतान्यहंकारो बुद्धिरव्यक्तमेव च ।
(गीता, १३, ५.)

२ सांख्यसूत्र, सांख्यसार, सांख्यकारिका, हे ग्रंथ याविषयीं पहावे.

ज्ञानानें तृप्त झाले, ज्यांचा आत्मा शुद्ध झाला, ज्यांस आत्मसाक्षात्कार घडला, आणि वेदाध्ययन व यज्ञ यांच्या योगानें जे सिद्धीस पोंचले, अशा मुनींस हा सनातन लोक प्राप्त होत असतो. अहंकारानें शब्दादि विषयांचा उपभोग घेण्याची इच्छा झाली असतां भूतादि किंवा तामस अहंकार उत्पन्न होतो. हा तामस अहंकार प्राणिमात्राचा जनक आहे. (तो कल्पनामात्रेंकरून पाहिजे ते पदार्थ निर्माण करतो.) वैकारिक किंवा राजस अहंकार हें सर्व जग चालवितो. तो त्याकडून क्रिया करवितो आणि त्याचप्रमाणें तोच (सात्त्विक अहंकार) आपल्या तेजानें सर्व जगास रमवितो. तो प्रथम पृथिव्यादि पंचमहाभूतें व प्राणिमात्र निर्माण करतो, सर्व इंद्रियें उत्पन्न करून त्यांजकडून चलनवलनादि व्यापार करवितो आणि कर्मेंद्रियें व पंचप्राण उत्पन्न करून सर्व भोक्तृवर्गास तृप्त करितो.

अध्याय बेचाळिसावा.

—:०:—

महाभूतप्रलयवर्णन.

ब्रह्मदेव म्हणालाः—मुनिश्रेष्ठहो, पृथ्वी, वायु, आकाश, उदक आणि पांचवें तेज हीं पंचमहाभूतें अहंकारापासून उत्पन्न झालीं आहेत. ह्यांचे ठायीं शब्द, स्पर्श, रूप, रस आणि गंध हे विषय रहातात आणि या विषययुक्त महाभूतांचे ठिकाणीं प्राणिमात्र मोहित होतात. हे ज्ञानवंतहो, महाभूतांचा विनाश झाला असतां आणि प्रलयकाल प्राप्त झाला असतां सर्व प्राण्यांस महद्भय उत्पन्न होतें, जें भूत ज्यापासून उत्पन्न झालेलें असतें त्यांतच तें लीन होत असतें, हीं महाभूतें अनुक्रमें एकमेकांत लीन होत जातात. पृथ्वी उदकांत लीन होते; उदक अग्नींत लय पावतें; अग्नि वायूंत समाविष्ट होतो आणि वायु आकाशांत मिळून जातो, अशा प्रकारें तीं सर्व महाभूतें पूर्वीं ज्या क्रमानें उत्पन्न झालीं असतात, त्याच्या उलट क्रमानें लीन होत जातात. (प्रथम अहंकारापासून आकाश, आकाशापासून वायु, वायूपासून अग्नि, अग्नीपासून उदक आणि उदक

---

१ हा खेळ आजही अनुभवास येतोः(१)ढेंकूळ पाण्यांत विरतें, किंवा स्वर्णादि धातूंचें पाणी होतें अर्थात् ते द्रवरूप सिद्ध होतात. (२)जल हें अग्नीनें नाहींसें होतें; अर्थात् अग्नींत लीन होतें. (३) दिव्याची ज्योति मालविली असतां हवेंत नाहींशी होते; अर्थात् अग्नि वायूंत लीन होतो.(४)कोणताही ध्वनि किंवा नाद किंवा उच्चारलेला शब्द अवकाशांत विराम पावतो; अर्थात् वायु आकाशांत लीन होतो. (५) आकाशाची प्रतीति अहंप्रत्ययानंतर येते; अर्थात् आकाश हें आत्म्यांत किंवा अहंकारांत लय पावतें.

२ तस्माद्वा एतस्मादात्मन आकाशः संभूतः। आकाशाद्वायुः। वायोरग्निः। अग्नेरापः। अद्भ्यः पृथिवी। इत्यादि. (श्रुतिः)

याची सत्यता आजही अनुभवास येते. पहा बरें—वायु हा गतिरूप आहे. गति म्हणजे एका जागेंतून दुसरे जागीं जाणें; अर्थात् अवकाश किंवा आकाश यावांचून गतिरूप वायूचें अस्तित्व शक्य नाहीं. २ घर्षणापासून अग्नि उत्पन्न होतो व घर्षण हें एक प्रकारचें चलन ऊर्फ गतिच आहे. तेव्हां उघडच झालें कीं, वायूपासून अग्नी उत्पन्न होतो. ३ वसंत म्हणजे कडक उन्हाळा, परंतु त्याच वेळीं 'तरुवर फुटतात,' आणि तरुवर फलपुष्पान्वित होणें हें जलाधिक्याशिवाय होणें नाहीं. तसेंच उन्हाळ्यानंतर पावसाळा येतो; शिवाय दोन वायु पेटविल्यानें ते मिसळून पाणी होतें. अर्थात् अग्नि हा जलाचा पूर्वोत्पन्न आहे. ४ आजकालही आकाशस्थ ज्योति, भूगर्भांतील पदार्थ हे द्रव द्रव्यांच्या घनीभवनानें बनत असल्याचें आढळून येतें. अर्थात् जल हें पृथ्वीचें कारण होय.

पासून पृथ्वी अशी उत्पत्ति आहे.) असो; स्थावरजंगम सर्व पदार्थ नाश पावले असतां स्मृतिमंत ज्ञानी मात्र कदापि नाश पावत नाहींत, म्हणजे ते त्यांत लीन होत नाहींत. महाभूतें दोन प्रकारचीं आहेत. स्थूल आणि सूक्ष्म. पैकीं स्थूल महाभूतांची ही अवस्था झाली. प्रलयकालीं या स्थूल महाभूतांचाच लय होत असतो; सूक्ष्म भूतांचा लय होत नाहीं. यास्तव ज्या उत्तम स्मरणशक्तीच्या लोकांनीं योगबलानें सूक्ष्मामध्यें स्थूलाचा लय करून टाकिला असतो, ते केवळ सूक्ष्मशरीरी बनतात; आणि यामुळेंच, स्थावरजंगम सर्व पदार्थ पार नष्ट झाले असतांही ते धीमान् पुरुष कदापि नाश पावत नाहींत. शब्द, स्पर्श, रूप, रस आणि गंध हे स्थूल विषय, आणि हे ग्रहण करते वेळीं होणाऱ्या स्थूल क्रिया ह्या अनित्य किंवा विनाशी आहेत. तथापि या सर्वांचें जनकत्व मनाकडे असून मनामध्यें हे विषय व क्रिया सूक्ष्मपणें वसतच आहेत आणि मन हें अविनाशी किंवा नित्य आहे यामुळें हे विषय किंवा क्रिया हीं बीजरूपानें नित्यच आहेत. तेव्हां, पृथिव्यादि स्थूल भूतांचा म्हणजे विषयांच्या आधारांचा नाश झाला तथापि विषय सर्वथा नष्ट झाले असें होत नाहीं; तर त्यांचें स्थूल स्वरूप मात्र नष्ट होतें व ते बीजरूपानें मनाबरोबर असतातच. अर्थात् महाभूतांचे लयाबरोबर सूक्ष्मशरीरी ज्ञानी नष्ट होत नाहीं हें युक्तच आहे. स्थूल देह हे लोभमूलक कर्मापासून उत्पन्न झालेले आहेत. ते सर्व पांचभौतिक असल्यामुळें त्यांपैकीं कोणांतही कांहीं वैशिष्ट्य नाहीं आणि त्यांपैकीं एकांतही किंचन म्हणजे सद्वस्तु नाहीं; तर ते सारे देह केवळ अनित्य, सर्व सारखे योग्यतेचे, असत्य व भासमात्र आहेत. ते केवळ रक्तामांसाचे गोळे आहेत. ते परस्परांवर उपजीविका करणारे असून नश्वर आहेत आणि क्षुधा, तृषा इत्यादि विकारांनीं पीडित होणारे असून आहारादिक बाह्य साधनांवर उपजीवन पावणारे अर्थात् पराधीन आहेत.

आतां नित्य किंवा सूक्ष्म भूतांची स्थिति पाहूं, ती याहून निराळी आहे. प्राण, अपान, व्यान, उदान व समान हे पांच प्राण आणि वाणी, मन व बुद्धि हीं तीन मिळून आठजणें जिवाला नित्य संलग्न असतात. या आठांचा समुदाय म्हणजेच अष्टात्मक सूक्ष्म जगत् होय. पहाणें, श्रवण करणें, इत्यादि क्रिया त्या त्या इंद्रियांच्या द्वारें वास्तविक मनच करीत असतें. अर्थात् मन हें इंद्रियात्मक असून त्यांत इंद्रियांचा अंतर्भाव होतो. आतां चक्षुरादि इंद्रियांपासून सूर्यादि पदार्थांची उत्पत्ति होते; आणि सूर्यादि पदार्थांपासून रूपादि विषयांची उत्पत्ति होते. असें ज़र आहे तर मग या सर्व सृष्टीस हेतुभूत असणारें मन ज्यांत आहे असें हें अष्टक म्हणजे सर्व जगच होय, असें म्हणण्यास हरकत नाहीं. त्वचा, घ्राणेंद्रिय, कर्णेंद्रिय, नेत्र, रसना आणि वाणी हीं ज्याच्या अधीन आहेत आणि ज्याचें मन अत्यंत निर्मल व बुद्धि अव्यभिचारिणी—सरळ जाणारी—आहे, तो कदापि नाश पावत नाहीं. आतां सांगितलेल्या त्वचा, घ्राणेंद्रिय, वगैरे आठ गोष्टी अशुद्ध असल्यास ते केवळ आठ अग्निच होत, ते जीवास दग्ध करितात; परंतु ज्यांचीं हीं इंद्रियादिक शुद्ध असल्यामुळें जीवास दग्ध करीत नाहींत,

---

१ चक्षोःसूर्योऽजायत (श्रुति.)

आमच्या शास्त्रानें केलेलें हें वर्गीकरण केवढी सूक्ष्मदर्शितेची साक्ष पटवीत आहे ! व व्यष्टि आणि समष्टि किंवा पिंड व ब्रह्मांड हीं एकच आहेत हें माप या विवेकानें कसें अचुक पदरांत बांधलें जात आहे ! पाश्चात्य तत्त्वज्ञांस ही दृष्टि आली आहे काय ! (म. ह्. मोडक.)

त्यांस ज्याहून अधिक असें कांहींच नाहीं असें शुभ्र ब्रह्मपद प्राप्त होतें.

इंद्रियवर्णन.

द्विजश्रेष्ठहो, अहंकार उत्पन्न झालेल्या एकादश इंद्रियांचें मी आतां विशेष वर्णन करितों. श्रोत्र, त्वचा, नेत्र, जिव्हा, नासिका, पाय, गुदद्वार, उपस्थ, हात आणि दहावी वाणी यांच्या समुदायास इंद्रियग्राम असें म्हणतात. मन हें अकरावें इंद्रियच आहे. या एकादश इंद्रियांच्या समुदायास प्रथम जिंकावें, तेव्हां मागून ब्रह्मसाक्षात्कार होतो. दशेंद्रियांपैकीं पांचांस कर्मेंद्रियें व पांचांस ज्ञानेंद्रियें म्हणतात. श्रोत्र, त्वचा, नेत्र, जिव्हा व नासिका हीं पांच ज्ञानेंद्रियें होत; आणि राहिलेलीं पाय वगैरे पांच कर्मेंद्रियें होत. ज्ञानेंद्रियांत व कर्मेंद्रियांत उभयत्र मनाचा समावेश होतो. बुद्धि ही यांहून निराळी असून बारावी आहे. ऋषीहो, अशा प्रकारचीं हीं एकादश इंद्रियें मीं तुम्हांस अनुक्रमानें सांगितलीं. ज्यांस यांचें यथार्थ ज्ञान होतें तेच पंडित कृतकृत्य होतात. असो; आतां मी सर्व निरनिराळ्या प्रकारचीं इंद्रियें कथन करितों. आकाश हें पहिलें महाभूत होय. श्रोत्र हें त्याचें अध्यात्म[1] असून शब्द हें अधिभूत[2] आहे; आणि दिशा हें अधिदैवत[3] आहे. वायु हें दुसरें महाभूत आहे, त्याचें त्वचा हें अध्यात्म प्रसिद्ध असून स्पर्श हें अधिभूत, व विद्युत् ही अधिदेवता आहे, तिसरें महाभूत तेज हें होय, नेत्र हें त्याचें अध्यात्म आहे आणि रूप हें अधिभूत असून सूर्य हें अधिदैवत आहे. उदक हें चौथें महाभूत जाणावें. जिव्हा (रसना) हें त्याचें अध्यात्म असून रस हें अधिभूत समजावें. याची देवता सोम ही होय. पांचवें भूत पृथ्वी. ह्याचें अध्यात्म ह्मटलें ह्मणजे घ्राणेंद्रिय होय. गंध हें त्याचें अधिभूत असून वायु[1] हें अधिदैवत आहे. याप्रमाणें या पंचमहाभूतांचें अध्यात्म, अधिभूत व अधिदैवत किंवा इंद्रिय, विषय व विषयप्रापक देवता अशा तीन प्रकारचें कथन केलें. आतां यापुढें निरनिराळ्या सर्व

कर्मेंद्रियांचें निरूपण

करितों. तत्त्वदर्शी ब्राह्मण (दोन) पाय किंवा चरण हें एक अध्यात्म आहे असें म्हणतात. गमन हें त्याचें अधिभूत असून **विष्णु** हें अधिदैवत आहे. अवाग्गतीनें गमन करणारा अपानवायु किंवा **गुदद्वार** हें एक **अध्यात्म** असून **मलविसर्जन** हें त्याचें अधिभूत व मित्र हें **अधिदैवत** आहे. सर्व प्राण्यांच्या जन्मास कारण जें **जननेंद्रिय** तें एक **अध्यात्म** आहे. **शुक्र** हें येथें **अधिभूत** असून **प्रजापति** ही **देवता** आहे. इंद्रियज्ञ लोक दोन **हात** हें एक **अध्यात्म** आहे असें ह्मणतात. **कर्में** हें त्याचें **अधिभूत** असून इंद्र ही देवता आहे. यापुढें प्रथम **वैश्वदेवी वाणी** हें एक अध्यात्म मानिलें जातें. बोलणें हें त्याचें अधिभूत असून **वह्नि** ही देवता आहे. सर्व पांचभौतिक पदार्थांचे अंतर्भागीं संचार करणारें मन हें एक अध्यात्म म्हटलें जातें. संकल्प हें त्याचें अधिभूत असून **चंद्रमा**[2] ही अधिदेवता आहे.

---

१ **अध्यात्म**---आत्म्यासंबंधाचें आध्याशीं महाभूताचा संबंध घडविणारें इंद्रिय.

२ **अधिभूत**--भूत किंवा पदार्थ यासंबंधानें पदार्थांचे ठिकाणीं त्या त्या महाभूताचा दिसून येणारा गुण--विषय.

३ **आधिदैवत**--भौतिक गुण किंवा विषय हे अध्यात्मापर्यंत (इंद्रियांपर्यंत) पोंचविणारी देवता.

---

१ गंधाचा प्रसार किंवा सार्थक वायु करितो.

२ चंद्रमा ही मनाची देवता ही योजना किती अकलेची आहे बरें! क्षय, वृद्धि, चांचल्य, अस्थैर्य हे गुण उभयतांत कसे समान आहेत!

सर्व संसार उत्पन्न करणारा अहंकार हें एक अध्यात्म आहे. अभिमान हें त्याचें अधिभूत असून रुद्र ही देवता आहे. सहां इंद्रियांचा विचार करणारी बुद्धि हें एक अध्यात्म असून मनन करणें हें तिचें अधिभूत व ब्रह्मा ही देवता होय. प्राण्यांस रहावयास फक्त तीन स्थानें आहेत. स्थल, जल व आकाश. प्राण्यांस रहातां येईल असें या तिहींव्यतिरिक्त चौथें स्थान नाहीं.

चतुर्विध उत्पत्ति.

प्राण्यांची उत्पत्ति चार प्रकारची आहे. अंडज, उद्भिज्ज, स्वेदज व जरायुज. सर्व प्राण्यांस या चार प्रकारांपैकींच कोणत्या ना कोणत्या प्रकारें जन्म येतो, असें दिसून येतें. कित्येक हीन प्रकारचे प्राणी आहेत ते, आकाशांत संचार करणारे पक्षी आणि पोटानें सरपटणारे सर्पजातीय सर्व प्राणी हे अंडजें होत. कृमि, जंतु वगैरे हे स्वेदज होत. स्वेदापासून जन्मणें ही दुसऱ्या प्रकारची उत्पत्ति असून ती जरा कमी प्रतीची समजली जाते. द्विजश्रेष्ठहो, योग्य कालीं जमीन फोडून वृक्ष, वेली वगैरे उगम पावतात, त्यांस उद्भिज्ज असें म्हणतात. मनुष्य, वानर वगैरे द्विपाद आणि आडवे चालणारे सर्व बहुपाद प्राणी हे जरायुज होत. यांतही कित्येकांचे आकार वेडेवांकडे असतात.

सत्तमहो, ब्रह्मप्राप्ति करून देणारा सनातन ब्राह्मणजन्म दोन प्रकारांनीं प्राप्त होतो. तप आणि पुण्यकर्म यांच्या योगानें ब्राह्मणजन्म प्राप्त होतो, असें विद्वज्जनांचें ठाम मत आहे. पुण्यकर्म हें यज्ञ, यज्ञांतील दानधर्म वगैरे अनेक प्रकारचें आहे. अध्ययन करणें हें प्रत्येकाचें कर्तव्य असून तें पुण्यकारक आहे, असें वृद्धांचें सांगणें आहे. द्विजश्रेष्ठहो, हें जो बरोबर जाणतो तो योगी बनतो, व सर्व पातकांपासून विमुक्त होतो, हें खास समजा. (आकाश* हें पहिलें महाभूत होय. श्रोत्र हें त्याचें अध्यात्म असून शब्द हा अधिभूत व दिशा हें अधिदैवत आहे. दुसरें भूत वायु. त्याचें त्वचा हें अध्यात्म प्रसिद्धच आहे, स्पर्श हें त्याचें अधिभूत असून विद्युत् ही देवता आहे. ज्योति किंवा तेज हें तिसरें महाभूत समजलें जातें. नेत्र हें त्याचें अध्यात्म होय व रूप हें अधिभूत असून सूर्य ही देवता होय. चौथें महाभूत उदक. ह्याचें जिव्हा हें अध्यात्म समजावें. चंद्र हें याचें अधिभूत असून अप् हें अधिदैवत आहे. धर्मज्ञ मुनिश्रेष्ठहो, हा अध्यात्मादिकांचा प्रकार मीं तुम्हांस यथावत् वर्णन करून सांगितला.) जे खरे ज्ञानसंपन्न असतात त्यांसच ह्याचें ज्ञान होत असतें. इंद्रियें, इंद्रियांचे विषय आणि पंचमहाभूतें हीं सर्व एकत्र करून मनांत मिळवावीं; आणि केवळ मनोमात्रेंकरून अवशिष्ट रहावें. याप्रमाणें सर्व मनाचे ठिकाणीं लय पावलें असतां संसारसुखाची कांहींच मातबरी उरत नाहीं. अशास संसारसुख काय होय! ज्यांची बुद्धि आत्मानुभवसंपन्न झाली आहे, त्यांस मनाचे ठिकाणीं सर्वांचा लय होणें हेंच खरें सुख, हीच खरी सुखावस्था आहे, असें विद्वानांचें मत आहे. असो; आतां मी यापुढें, जिच्या योगानें मन

१ 'मनः षष्ठानींद्रियाणि'
(गीता, अ. १५, श्लो. ७.)

२ कारण ते अंडें फोडून निघतात. २ स्वेदज हे स्वेदह्म, घाम किंवा ओलावा यांपासून होतात; जसे ढेकूण, उवा, चिलटें. ३ उद्भिज्ज ह्मणजे जमीन भेदून किंवा फोडून वर येणारे वृक्ष, वल्ली. ४ जरायुज—जरायु ह्मणजे गर्भाला वेष्टन करणारी पेशी किंवा मोटली तिच्यांत गुरफटलेले असतात ते; जसे मनुष्य, पशु.

* ह्या कंसांतील मजकुराचे मुळांत ५ श्लोक आहेत, ते प्रक्षिप्त असावे असें दिसतें. कारण ते पुनरुक्त आहेत.

सूक्ष्मत्व पावतें व जी मंगलप्रद असून सर्वांनीं अवश्य साधिली पाहिजे अशी आहे, ती मनाची **संतुष्टता** कथन करितों. ही सोप्या उपायानें व दृढप्रयत्नानें अशा दोन्ही प्रकारांनीं साधिली जाते. शौर्य, औदार्य, तपस्वीपणा, विद्वत्ता, इत्यादि गुण आहेत खरे, तथापि त्यांचा चांगलेपणा आपले वर्तनावर अवलंबून आहे. जर त्यांपासून गर्व झाला असें आपल्या वर्तनावरून दिसेल, तर ते गुण नसून अवगुणच समजले जातील. यास्तव गुणांची प्रतिष्ठा न दिसेल असें वर्तन पाहिजे. वास्तविक अंगीं गुण असतांही नाहींतसे भासणें, 'मीं हें मिळविलें, मीं हें केलें' इत्यादि बिलकूल अभिमान नसणें, एकांतवास करणें, आणि कोणत्याही प्रकारचे भेदभाव न उरणें, या गोष्टींनीं युक्त असलेलें वर्तन हें ब्रह्ममय वर्तन होय. हें वर्तन सर्व सुखाचें मूळ आहे. इतकेंच केवळ नव्हे, तर हें वर्तन म्हणजेच सर्वांत श्रेष्ठ सुख होय. ज्याप्रमाणें कासव आपले अवयव आवरून धरतें त्याप्रमाणें जो विद्वान् सर्व कामनांचें नियमन करितो, ज्यापाशीं तमोगुण काय पण रजोगुणही बिलकूल नसतो, आणि जो सर्व प्रकारच्या इष्ट वस्तूंपासून व कामापासून वियुक्त असतो, तो शाश्वत सुख पावतो. वासनांचा आत्म्याचे ठिकाणीं निग्रह करून जो वितृष्ण व शांत होतो आणि सकल भूतांचा जो खऱ्या जिवाचा मित्र असतो, म्हणजे ज्याचें सर्व भूतांचे ठिकाणीं समान व आत्मवत् वर्तन असतें, तोच ब्रह्मरूप होऊं शकतो. आपआपल्या विषयांचे मागून जाणाऱ्या सर्व इंद्रियांचा निग्रह केला असतां व लोकवसतीत्याग करून निर्जन वनाचा अवलंब केला असतां तेणेंकरून मननशील मुनीचे ठिकाणीं अध्यात्मरूप अग्नि प्रदीप्त होतो; व त्यास विज्ञान प्राप्त होतें. ज्याप्रमाणें विस्तवांत पुष्कळशीं वाळलेलीं लांकडें टाकलीं असतां मोठमोठ्या ज्वाला निघूं लागून तो अतिशय प्रकाशमान् होतो, त्याप्रमाणेंच इंद्रियांचा निरोध केल्यानें महान् आत्मा प्रकाशमान् होतो. जेव्हां कोणी निर्मल चित्ताचा मनुष्य आपल्या हृदयांत सर्व भूतें आहेत असें पहातो, तेव्हां तो स्वयंज्योति किंवा स्वप्रकाश होतो. त्यास भूत, भविष्य, वर्तमान, वगैरे सर्व कळतें; (कारण, सूर्यादिक तेजोगोल त्याचे ठिकाणींच अंतर्भूत असतात.) आणि त्यास सूक्ष्माहून सूक्ष्म व सर्वश्रेष्ठ अशा तेजाची—ब्रह्माची—प्राप्ति होते. आपल्या शरीराचें गौर, कृष्ण वगैरे जें रूप (वर्ण) आहे तो अग्नि होय. रक्त वगैरे प्रवाही पदार्थ आहेत तें जल होय; स्पर्शशक्ति हा वायु होय; मांस, हाडें वगैरे घन भाग ही पृथ्वी होय; आणि श्रवण (शक्ति) हें आकाश होय. रोग आणि शोक यांनीं या शरीरांत कायमचें ठाणें दिलेलें आहे. यांतून पांच प्रकारचे प्रवाह वहातात. हें पंचमहाभूतांचें बनलेलें आहे. याला नऊ द्वारें आहेत आणि यांत दोन[1] देवता रहातात. हें अमंगल पदार्थांनीं भरलेलें व अर्थात्च पहाण्यासही अयोग्य असून यांत सुखदुःख व मोह उत्पन्न करणाऱ्या त्रिगुणांचें वास्तव्य आहे. शिवाय कफ, वात व पित्त हे तीन धातु किंवा दोष यांत असतात; आणि हें अन्नादिकांच्या संसर्गानें रममाण होणारें असून केवळ अचेतन आहे. आपलें शरीर अशा प्रकारचें आहे हा निश्चय होय. या शरीराला व्याधि वगैरे जडले असले ह्मणजे तर या जगांत हें शरीर धारण करून रहाणें मोठें कठीण पडतें. हें केवळ बुद्धीच्या आश्रयावर चाललेलें आहे. बुद्धि आहे ह्मणून यास कांहीं आधार आहे.

१ यदा संहरते चायं कूर्मोऽङ्गानीव सर्वशः । (गीता, अ. २, श्लो. ५८.)

१ जीवात्मा व परमात्मा अशा दोन.

बाल्यतारुण्यादि अवस्था धारण करणारें हें शरीर म्हणजे या जगांत कालचक्रच सुरू झालेलें आहे. हें शरीर म्हणजे एक घोर व अगाध असा महासागर असून त्यास मोह अशी संज्ञा आहे. हें देवांसुद्धां सर्व जग उत्पन्न करील; त्याचा नाश करील आणि पुनः त्यास सजीवही करूं शकेल ! काम, क्रोध, भय, द्रोह, लोभ आणि असत्य या गोष्टी सत्य आहेत आणि ह्मणूनच त्यांचा त्याग करणें दुरापास्त आहे. तथापि, इंद्रियांचा निग्रह करतांच एकदम त्यांचा त्याग होतो. ज्यानें या जगांतील प्रकाश, प्रवृत्ति व मोह यांस कारणभूत असलेले त्रिगुण आणि पंचमहाभूतें जिंकिलीं आहेत, ह्मणजे ज्यानें योगबलानें यांचें अतिक्रमण केलें आहे, त्याच्यासाठीं स्वर्गीत अनंताचें सर्वश्रेष्ठ स्थान (ब्रह्म) सिद्ध आहे,—त्यासच ब्रह्मप्राप्ति होत असते. पंचेंद्रियें हीं जिचीं विशाल तीरें आहेत, जींत मनोवेगरूपी पाणी दुथडी भरून चाललें आहे, आणि जीमध्यें मोहरूप डोह आहे, अशी (देहरूप) नदी तरून मग कामक्रोधांस जिंकावें; त्यांस आधीं जिंकितां येणार नाहीं. याप्रमाणें जो कामक्रोध जिंकितो व सर्व दोषांपासून पूर्णपणें मुक्त होतो, तो मग मन मनाचे ठिकाणीं एकाग्र करून आपणामध्यें आत्म्यास पाहूं लागला म्हणजे त्यासच परब्रह्मदर्शन घडतें. तो सर्वज्ञ, आत्मदृष्टीनें आपला आत्मा सर्व प्राण्यांच्या ठिकाणीं एकत्वानें, अनेकत्वानें व वरचेवर बदलणाऱ्या रूपांनीं वसत आहे असें पहातो. ज्याप्रमाणें एका दीपापासून अनेक दीप प्रज्वलित होतात, त्याप्रमाणें तो आपल्या एका रूपापासून (देहापासून) आपलीं दुसरीं हजारों शरीरें (रूपें) पहातो. (योगी केवळ संकल्पमात्रेंकरून आपणासाठीं शेंकडों देह निर्माण करूं शकतात.) कारण, अशा प्रकारचा योगी हा साक्षात् विष्णु, वरुण, अग्नि व प्रजापति होय. तोच धाता व विधाता असून, ज्याला सर्व बाजूंनीं मुखें आहेत असा तो प्रभु आहे. त्याच्या ठायीं सर्व भूतांचें हृदय जो महान् आत्मा तो प्रकाशमान् होतो; आणि विप्रांचे समुदाय, देव, दैत्य, यक्ष, पिशाच्च, पितर, पक्षी, रक्षोगण, सर्व भूतगण आणि महर्षि सदोदीत त्याचीं स्तुतिस्तोत्रें गात असतात.

१ प्रकाशं च प्रवृत्तिं च मोहमेव च पांडव । (गीता, अ. १४, श्लो. २२.)

२ कारण शरीराला अभिमान किंवा देहात्मभाव आहे ह्मणूनच कामक्रोध जिवंत रहातात.

३ एकत्वेन पृथक्त्वेन बहुधा विश्वतोमुखं । (गीता, अ. ९, श्लो. १५.)

अध्याय त्रेचाळिसावा.

—:०:—

विभूतिवर्णन.

ब्रह्मदेव म्हणालाः—आतां मी सर्व सृष्टींतील अधिपति किंवा राजे कथन करतों. रजोगुणी क्षत्रिय हा मनुष्यांचा राजा होय. वाहनाच्या जनावरांमध्यें हत्ती आणि वन्य श्वापदांमध्यें सिंह हा राजा होय. सर्व मेध्य पशूंत बोकड, बिळांत रहाणारांचा सर्प, गुरांढोरांचा मस्त पोळ, आणि स्त्रियांचा पुरुष हा नियंता होय. वड, जांभूळ, पिंपळ, सावर, शिसव, मेषशृंग आणि कळेक हे जगांतील सर्व वृक्षांमध्यें श्रेष्ठ व वृक्षराज आहेत, यांत संशय नाहीं. हिमालय, पारियात्र, सह्य, विंध्य, त्रिकूटवान्, श्वेत, नील, भास, कोष्ठवान् पर्वत, गुरुस्कंद, महेंद्र आणि तसाच माल्यवान् पर्वत हे पर्वतराज होत. सर्व गणांमध्यें मरुद्गण श्रेष्ठ

१ वेळू—वेणवः कीचकास्तेस्युर्येस्वनंत्यनिलोद्धता. (अमर.)

होत. सूर्य हा ग्रहांचा अधिपति असून चंद्र[1] हा नक्षत्रांचा अधिपति आहे. पितरांचा अधिपति यम,[2] नद्यांचा पति सागर, उदकांचा राजा वरुण, आणि मरुतांचा राजा इंद्र आहे. उष्ण पदार्थांचा सूर्य हा अधिपति आहे. चंद्र हा ताऱ्यांचा अधिपति ह्मटला जातो. अग्नि हा सदोदीत भूतांचा अधिपति असून ब्राह्मणांत बृहस्पति हा मुख्य होय. औषधींचा सोम हा पति होय. बलवंतांत विष्णु हा श्रेष्ठ होय. त्वष्टा हा रूपांचा अधिराज आहे. शिव हा पशूंचा स्वामी[3] होय. दीक्षितांचा (शुभकृत्यांचा) यज्ञ, देवांचा इंद्र, दिशांत उत्तर, आणि ब्राह्मणांमध्यें प्रतापी सोम हा राजा होय. कुबेर हा सर्व रत्नांचा अधिपति असून इंद्र हा देवतांचा अधिपति आहे. याचप्रमाणें ही सृष्टि भूतांत वरिष्ठ आहे. प्रजापति हा प्रजांचा मुख्य होय; आणि मी ब्रह्ममय महान् आत्मा सर्वच भूतांचा अधिराज आहें. मी साक्षात् विष्णु होय. मजहून किंवा विष्णूहून अधिक श्रेष्ठ असें कांहींच नाहीं. ब्रह्ममय महान् विष्णु हा सर्वांचा राजाधिराज आहे. तो अजात श्रीहरिच सर्वांचा ईश्वर व कर्ता आहे असें जाणा. तो मनुष्य, किन्नर, यक्ष, गंधर्व, सर्प, राक्षस, देव, दानव व हत्ती यांचा व यच्चयावत् सर्व प्राण्यांचाच प्रभु आहे. ज्यांच्या मागून कामुक जात असतात अशा सर्व सुंदर स्त्रियांमध्यें वामलोचना माहेश्वरी पार्वतीला श्रेष्ठ (महादेवी) म्हणतात. सर्व स्त्रियांमध्यें देवी उमा हीच शुभप्रद व श्रेष्ठ होय असें समजा. त्याचप्रमाणें ऐश्वर्यपूर्ण असून यथेच्छ रतिसुख देणाऱ्या स्त्रियांत अप्सरा श्रेष्ठ होत.

ऋषीहो, राजांस धर्माची अवश्यकता आहे; व ब्राह्मण हे तर धर्माचे आधारस्तंभ आहेत. यास्तव राजानें ब्राह्मणांच्या रक्षणार्थ झटावें. ज्या राजांच्या राज्यांत सत्पुरुषांचा छळ होतो, ते सर्व गुणहीन राजे अंतीं नरकास जातात; आणि ज्या राजांच्या राज्यांत साधूंचें उत्तम रक्षण केलें जातें, त्यांची इहलोकची यात्रा आनंदपूर्ण होते आणि मरणोत्तरही ते शाश्वत सुख भोगितात. द्विजर्षभहो, त्या महात्म्यांस ब्रह्मपदाची प्राप्ति होते हें तुम्ही खास समजा. असो; आतां मी

धर्माचें सत्य लक्षण

कथन करितों. अहिंसा हा परम धर्म असून हिंसा हें अधर्माचें लक्षण आहे. प्रकाश हें देवांचें (द्युतिमान्) लक्षण असून कर्म हें मनुष्यांचें लक्षण होय. आकाशाचें लक्षण शब्द, वायूचें लक्षण स्पर्श, ताऱ्यांचें (तेजाचें) लक्षण रूप, उदकाचें लक्षण पातळपणा आणि स्थावर-जंगम भूतमात्रास धारण करणाऱ्या पृथ्वीचें लक्षण गंध, शब्द हें स्वरव्यंजनयुक्त वाणीचें लक्षण होय. चिंतन करणें हें मनाचें लक्षण आहे आणि निश्चय करणें हें बुद्धीचें लक्षण आहे. कारण, मनानें अनेक प्रकार चिंतिले असतां त्यांतील कोणता ग्राह्य व कोणता अग्राह्य हें ठरविणें बुद्धीचें काम होय. म्हणून बुद्धि ही निश्चयावरून जाणली जाते यांत संशय नाहीं. जेथें निश्चय झालेला दिसेल तेथें बुद्धीचें कार्य घडलें आहे म्हणून समजावें. ध्यान हें मनाचें (चित्ताचें) लक्षण होय. अव्यक्त म्हणजे दुसऱ्यास अंत लागणार नाहीं अशा प्रकारचें वर्तन हें साधूचें लक्षण होय. प्रवृत्ति हें (कर्म) योगाचें लक्षण असून निवृत्ति किंवा संन्यास हें ज्ञानाचें लक्षण होय. यासाठींच

---

१ नक्षत्राणामहं शशी (गीता, अ. १०, श्लो. २१.) (या प्रकरणीं गीता अ. १० वाचावा.)

२ धर्मराजः पितृपतिः समवर्ती परेतराट् । कृतान्तो यमुनाभ्राता शमनो यमराड् यमः॥ (अमरः)

३ रुद्रं पशुपतिमीशानं वंदे काशीपुरनाथं ।

बुद्धिमंतानें येथें ज्ञानाचा अवलंब करून संन्यास (सर्वसंगपरित्याग) करावा. संन्यास करणाऱ्या ज्ञानवंतास परमा गति प्राप्त होते; आणि तो निर्द्वंद्व (मानापमानातीत) होत्साता जरा, मृत्यु व अज्ञान यांचें अतिक्रमण करून पुढें गमन करितो. ऋषीहो, याप्रमाणें मी तुम्हांस महाभूतें, इंद्रियें इत्यादिकांचीं स्वरूप-लक्षणें यथार्थ कथन केलीं. आतां पुढें

इंद्रियगुणांचें ग्रहण

कोणाच्या साह्यानें कसें होतें, वगैरे नीट सांगतों, श्रवण करा. पृथ्वीपासून (या भूताच्या कार्यानें) उत्पन्न होणारा सुगंध घ्राणेंद्रियानें ग्रहण केला जातो; गंधज्ञान करण्याकडे घ्राणें-द्रियांत असलेल्या वायूची योजना आहे. पातळ पदार्थांची रुचि नित्य जिव्हेनें समजली जाते; जिव्हास्थ सोमाची रसज्ञानाकडे योजना आहे. तेजस्वी पदार्थांचा गुण जें रूप तें नेत्रांनीं जाणलें जातें; नेत्रांत रहाणारी आदित्य देवता या कामाकडे नेमिलेली आहे. वायूचा गुण स्पर्श याचें त्वचेस ज्ञान होतें; त्वचेंत असलेल्या वायुदेवतेकडे हें काम सोंपविलेलें आहे. आका-शाचा गुण शब्द कर्णेंद्रियानें ग्रहण होतो; कर्णें-द्रियस्थ सर्व दिशांची या कामीं नेमणूक आहे. चिंतन करणें हा मनाचा गुण बुद्धीनें जाणला जातो; हृदयस्थ सचेतन जीवाची या कामीं (मन जाणण्याकडे) योजना आहे. (बुद्धीच्या साह्यानें जीव मनःकृत चिंतनांचें ग्रहण करितो.) निश्चय हें बुद्धीचें स्वरूप असून त्यावरून बुद्धि समजली जाते; आणि महान् आत्मा हा ज्ञानानें जाणला जातो. (ज्ञान हें त्याचेंच स्वरूप होय.) बुद्धि व महान् यांचें स्वरूप 'हें असेंच आहे.' 'मी आहें.' अशा प्रकारच्या निश्चयानें व्यक्त होतें; एरवीं तें अव्यक्तच आहे यांत संशय नाहीं. क्षेत्रज्ञाचें ग्रहण कधींही कोणत्याही लक्षणावरून करतां यावयाचें नाहीं. तो केवळ निर्गुणात्मक असल्यामुळें त्याचें ज्ञान लक्षणावरून होणें शक्य नाहीं, म्हणूनच तो अलिंग आहे असें म्हणतात. क्षेत्रज्ञ हा केवळ शुद्ध ज्ञानानेंच उपलक्षिला जातो. शुद्ध ज्ञान हेंच त्याचें लक्षण होय. अव्यक्त किंवा प्रकृति म्हणजेच क्षेत्र होय. त्यामध्येंच गुणांचा उद्भव व लय होतो. मी (क्षेत्रज्ञ) गुप्त आहें, तथापि या अव्यक्तास (क्षेत्रास) सदोदीत पहात असतों, जाणतों व ऐकितों. पुरुष क्षेत्र जाणतो म्हणून त्यास क्षेत्रज्ञ म्हणतात. गुणांचें कार्य व अभावही क्षेत्रज्ञ पहात असतो. गुण पुनःपुनः उत्पन्न होत असतात व लय पावत असतात, तथापि त्यांस स्वतःचें ज्ञान नसतें. कारण ते अचेतन आहेत; आणि म्हणूनच, आपण उत्पत्ति, स्थिति व लय यांनीं मर्यादित व पुनःपुनः उत्पन्न होणारे आहों, हें गुणांचें गुणांस कळत नाहीं. पंचमहाभूतें व त्रिगुण ह्यांहून पर, सर्वश्रेष्ठ व महत् असें जें सत्य (ब्रह्म) तें फक्त एका क्षेत्रज्ञास प्राप्त होतें; दुसऱ्या कोणासही प्राप्त होत नाहीं. या-साठींच धर्म जाणणारा पुरुष गुण व बुद्धि यांचा त्याग करून निष्पाप व गुणातीत होत्साता क्षेत्रज्ञांत प्रवेश करितो. क्षेत्रज्ञाजवळ कोणतेंही द्वंद्व नाहीं; तो कोणासही[1] नमस्कार करीत नाहीं (कारण त्याहून श्रेष्ठ कोणीच नाहीं.) त्याच-प्रमाणें तो स्वाहाकार व हवन हीं करीत नाहीं आणि तो सर्वदा[2] निश्चल असून त्यास घर नाहीं. (ममत्वबुद्धिच नाहीं.) अशा प्रकारचा क्षेत्रज्ञ हाच परमश्रेष्ठ प्रभु होय.

---

१ मह्यमेव नमोनमः । (योगवासिष्ठ.)

२ गुणैर्यो न विचाल्यते. (गीता, १४,२३.)

अध्याय चवेचाळिसावा.

—:०:—

विभूतिवर्णन.

ब्रह्मदेव म्हणालाः—ज्यास आदि, मध्य व अंत असून नांव व लक्षण आहे, आणि ज्याच्या प्राप्तीलाही उपाय आहे असें सर्व (सृष्टिस्वरूप) मी आतां तत्त्वतः कथन करितों. दिवस हा प्रथम होता, मग रात्र उत्पन्न झाली, असें म्हटलें आहे. त्याचप्रमाणें महिन्याचे शुक्लपक्ष प्रथम होत असें म्हणतात. नक्षत्रांत श्रवण पहिलें असून ऋतूंत शिशिर हा पहिला होय. भूमि हें सर्व गंधांचें उत्पत्ति-स्थान असून पातळ पदार्थांत उदक हें मुख्य होय. सूर्यप्रकाश रूपांचें कारण असून, वायु हें स्पर्शाचें कारण आहे; आणि आकाश हें शब्दांचें उत्पत्तिस्थान आहे. याप्रमाणें गंध वगैरे हे भूतांपासून उत्पन्न झालेले गुण होत. आतां यापुढें मी स्थावर-जंगम पदार्थांत उत्तम व मुख्य कोण तें सांगतों. तेजस्वी पदार्थांत सूर्य हा पहिला[1] होय. सर्व प्राण्यांत (स्वेदज-जार-जादिकांत) अग्नि (जठराग्नि) हा प्रधान होय. सर्व विद्यांत सावित्री (गायत्रीमंत्र) मुख्य होय. देवांमध्यें प्रजापति मुख्य होय. सर्व वेदांत ॐकार हा मुख्य असून शब्दांत प्राण (वायु) हा वरिष्ठ होय. या जगांत ब्राह्मणांपासून म्लेंच्छांपर्यंत सर्व लोकांस उपासनेसाठीं जें जपावयाचें ठरविलेलें आहे तें तें सर्व 'सावित्री' शब्दानें उद्बोधित होतें. छंदांत गायत्री[2] पहिली असून, प्रजांत सृष्टीच्या प्रारंभीं झालेली उत्पत्ति मुख्य होय. चतुष्पदांत गाय मुख्य आहे आणि मनुष्यांत ब्राह्मण[1] श्रेष्ठ आहेत. पक्ष्यांत श्येनपक्षी वरिष्ठ असून यज्ञांमध्यें हुत हें उत्तम समजावें. द्विजोत्तमहो, सरपटणाऱ्या सर्व प्राण्यांत सर्प हा मुख्य जाणावा. सर्व युगांत कृतयुग पहिलें आहे यांत संशय नाहीं. सर्व रत्नांत सोनें मुख्य होय. त्याचप्रमाणें वनस्पतींमध्यें यव[2] श्रेष्ठ आहेत. सर्व भक्ष्यभोज्य पदार्थांत अन्नालाच वरिष्ठ समजतात; आणि पिण्यास उपयुक्त अशा सर्व पातळ पदार्थांत पाणीच उत्तम मानतात. एकूणएक सर्व स्थावर भूतांमध्यें—ज्यावर ब्रह्मदेवाचें वास्तव्य असतें अशा पवित्र औदुंबर वृक्षालाच अग्रस्थान दिलें जातें. सर्व प्रजापतींमध्यें मी (ब्रह्मदेव) श्रेष्ठ आहें, यांत संशय नाहीं; आणि अचिंत्यात्मा स्वयंभु विष्णु हा मजहूनही थोर आहे. सर्व पर्वतांत महामेरु[3] हा वडील आहे असें सांगितलें आहे. त्याचप्रमाणें दशदिशांमध्यें पूर्व दिशेला पहिली म्हणतात. सर्व नद्यांत[4] त्रिपथगा गंगानदी वडील होय. तसेंच सर्व जलाशयांमध्यें सागरास[5] पहिलें स्थान आहे. देव, दानव व भूतें, पिशाच्च, सर्प व राक्षस आणि मनुष्य, किन्नर व यक्ष या सर्वांचा रुद्र हा प्रभु होय, आणि ब्रह्मस्वरूपी महाविष्णु हा या सर्व विश्वाच्या उत्पत्तीस कारण असून त्याहून श्रेष्ठ असें कोणतेंच भूत

१ ज्योतिषां रविरंशुमान् (गीता, १०, २१.)
२ गायत्री छंदसामहं (गीता, १०. ३५.)

१ भूतानां प्राणिनः श्रेष्ठाः प्राणिनां बुद्धिजीविनः। बुद्धिमत्सु नराः श्रेष्ठा नरेषु ब्राह्मणाः स्मृताः। (मनु. अ. १, श्लो. ९६.)
२ यवोऽसि धान्यराजो वा गोसवे देवनिर्मितः। (श्रुतिः)
३ मेरुःशिखरिणामहं। (गीता, १०, २३.)
४ स्रोतसामस्मि जान्हवी। (गीता, १०, ३१.
५ सरसामस्मि सागरः (गीता, १०, २४.)

या त्रैलोक्यांत नाहीं. सर्व आश्रमांत गृहस्थाश्रम[1] मुख्य होय, यांत संशय नाहीं.

सर्वांचें विनाशित्व.

ऋषीहो, अव्यक्त हें सर्व लोकांचें (भुवनांचें) उत्पत्तिस्थान असून त्यांचा लयही त्यांतच होत असतो. अस्तमय हा दिवसाचा अंत होय आणि उदय हा रात्रीचा अंत होय. सुखाचा शेवट दुःख आणि दुःखाचा शेवट सुख, हें सदोदीत खरें आहे. सर्व संग्रहांचा क्षय व्हावयाचा असतो; सर्व उच्चस्थित पदार्थ खालीं पडून नाश पावावयाचे असतात; संयोगांचा अंत वियोगांत होतो; आणि जीविताचा शेवट मरणांत होतो. जें जें झालें आहे त्या सर्वांचा शेवटीं विनाश आहे, आणि जन्मलेल्यास[2] निश्चयानें मृत्यु आहेच. सारांश, या जगांतील सर्व स्थावरजंगम पदार्थ केवळ अशाश्वत आहेत; केलेलें यजन. दान, तप, अध्ययन, व्रत आणि नियम वगैरे सर्वांचा विनाश आहे; एक ज्ञानाचा मात्र कधींही अंत (नाश) होत नाहीं. तें शाश्वत आहे. यास्तव प्रशांतचित्त, जितेंद्रिय, निर्मम व निरहंकार पुरुष शुद्ध ज्ञानाच्या योगानें सर्व किल्बिषांपासून मुक्त होतो.

अध्याय पंचेचाळिसावा.

—:०:—

कालचक्रवर्णन.

ब्रह्मदेव म्हणालाः—शुद्धज्ञानसंपन्न लोक मुक्त होतात; परंतु अज्ञानी लोक कालचक्राच्या स्वाधीन असतात; हें देहरूपी कालचक्र सदोदीत सुरू आहे. बुद्धि ही याची शक्ति असून हें मनोरूप खांबावर उभारलेलें आहे. इंद्रियें हे याचे बंध असून पंचमहाभूतांचा समुदाय हा तुंबा होय; आणि घर (स्त्रीपुत्रादिक) ही ह्याला जखडून टाकणारी धाव आहे. तें जरा व शोक यांनीं व्याप्त असून व्याधि व दुःख त्यापासूनच उत्पन्न होतात. तें देशकालानुरूप फिरतें. श्रम आणि व्यायाम हा त्याचा ध्वनि (चक्राची खडखड) होय. अहोरात्र हे फेरे होत आणि शीतोष्ण हें मंडल होय. सुख व दुःख हे ह्याचे सांधे असून क्षुधा व तृषा हे यांत बसविलेले खिळे आहेत; आणि प्रकाश व छाया हे त्याच्या फिरण्यानें झालेले खळगे समजावे. डोळ्यांच्या पापण्या उघडणें व मिटणें या क्रियांच्या योगानें तें व्याकूळ झालेलें असून मोठें भयंकर आहे. तें शोकव्याप्त असल्यामुळें आंसवांनीं भिजलेलें, सदोदीत सारखें फिरत असलेलें, आणि जड अचेतन आहे. महिने व पक्ष यांनीं याचें माप केलें जातें. हें क्वचित् मनुष्याकार, क्वचित् पश्वाकार असें अनेक प्रकारचें असतें. ह्याचा सदोदीत एकच आकार नसतो; आणि स्वर्ग मृत्यु व नरक या तिन्ही लोकीं याचा संचार आहे. अज्ञानानें केलेले निरोध हा ह्याचा चिखल (रुतून बसण्याचें कारण) होय; रजोगुणाचा वेग हा ह्याचा प्रवर्तक समजावा; मोठा अभिमान ही ह्याची चकाकी जाणावी; आणि सत्त्वादि गुणांच्या योगानें तें पुष्ट झालेलें आहे असें समजावें. इष्ट वस्तु प्राप्त न झाल्यामुळें उत्पन्न होणाऱ्या असंतुष्टतेच्या लहरी ह्याच ह्याला जखडलेल्या लोखंडी पट्ट्या होत. दुःख आणि मृत्यु यांमध्येंच हें जीवन पावतें. हें कार्यकारणयुक्त असून विशाल व प्रेमामुळें विस्तीर्ण झालेलें आहे. लोभ आणि तृष्णा यांनीं

---

१ यस्मात्त्रयोऽप्याश्रमिणो ज्ञानेनान्नेन चान्वहम् ।
गृहस्थेनैव धार्यंते तस्माज्ज्येष्ठाश्रमो गृही ॥
(मनुस्मृति, अ. ३, श्लो. ७८.)
यथा नदीनदाः सर्वे सागरे यांति संस्थितिं ।
तथैवाश्रमिणः सर्वे गृहस्थे यांति संस्थितिं ॥
(मनु. अ. ६, श्लो ९०.)

२ जातस्य हि ध्रुवो मृत्युः । (हितोपदेश.)

याच्या गतींत कमजास्तपणा होत असतो आणि त्रिगुणात्मक अज्ञानापासून म्हणजे मायेपासून याची उत्पत्ति झालेली आहे. भय व मोह हा ह्याच्या बरोबरचा परिवार असून प्राणिमात्रास मोह उत्पन्न होण्यास हेंच कारणीभूत आहे. हें आनंद व प्रीति ह्या बाह्य सुखांच्या आसक्तीनें फिरतें; व काम आणि क्रोध यांस ताब्यांत वागवितें. महतापासून तों विशेष म्हणजे स्थूलपिंडापर्यंत सर्व तत्त्वांनीं हें बनलें असून हें कोठेंही चिकटलेलें नाहीं; याची गति क्षणभरही कुंठित होत नाहीं; उत्पत्ति-लयांस व एकंदर संसाराला हें कारण आहे; आणि मनासारखा ह्याचा वेग असून मन हेंच याचें वलय आहे. हें अनेक द्वंद्वांनीं युक्त व अचेतन कालचक्र देवांसह सर्व जगाचा नाश करील. त्यास एकत्र (उत्पन्न) करील, आणि सजीवही करूं शकेल! या कालचक्राची प्रवृत्ति आणि निवृत्ति कशी होते हें जो सदोदीत तत्त्वतः जाणतो, तो कधींही भूतांचे ठिकाणीं आसक्त होत नाहीं; तो सर्व संस्कारांपासून मुक्त, सर्व द्वंद्वांनीं विरहित व सर्व पातकांपासून पूर्णपणें मुक्त होत्साता परम गतीस पोंचतो.

गृहस्थाश्रमवर्णन.

हे मुनिसत्तमहो, गृहस्थ, ब्रह्मचारी, वानप्रस्थ आणि संन्यासी असे चार आश्रम सांगितले आहेत; तथापि गृहस्थाश्रम हा सर्वांचें मूळ आहे. कारण, बाकीच्या तीन आश्रमांची उपजीविका गृहस्थाश्रमावर अवलंबून आहे. या जगांत जें कांहीं धर्मशास्त्र सांगितलेलें आहे, त्याप्रमाणें वागणें हें श्रेयस्कर होय; यांतच शाश्वत कीर्ति आहे. प्रथम जातकर्मादि संस्कारांनीं जो संस्कृत झाला असून ज्यानें ब्रह्मचर्य विधिवत् आचरिलें आहे, त्या विद्वानानें गुणसंपन्न झाल्यावर समावर्तन (ब्रह्मचर्यत्याग किंवा सोडमुंज) करावें. मग विवाह करून नित्य आपल्या भार्येच्या ठिकाणीं रममाण रहावें. तथापि इंद्रियें स्वाधीन ठेवावीं; शिष्टाचाराप्रमाणें वागावें; आणि श्रद्धापूर्वक पंचमहायज्ञ आचरावे; देवता आणि अतिथि यांस अर्पण करून उरेल तें भोजन करावें; वैदिक कर्मांत गढलेलें असावें; आणि नित्य आपल्या आवडीप्रमाणें यथाशक्ति हवन व दान करीत जावें. हात, पाय, नेत्र, वाणी व अंग चपल (कावरेंबावरें) नसून स्थिर असणें, आणि सदा मननशील असणें, हें शिष्टाचें (थोराचें) लक्षण होय. नित्य यज्ञोपवीतानें युक्त रहावें; स्वच्छ वस्त्रें वापरावीं; आचरण शुद्ध ठेवावें; इंद्रियनिग्रह व दानधर्म करावा; आणि सदोदीत थोर लोकांची संगत करावी, आहार व विहार नियमित करावा, सर्वांशीं मैत्री बाळगावी, शिष्टाचारास धरून वागावें आणि बांबूची काठी व उदकपूर्ण कमंडलु सदोदीत बरोबर बाळगावा. अध्ययन व अध्यापन करावें, तसेंच यजन व याजन करावें; आणि दान व प्रतिग्रह करावा. अशीं हीं षट्कर्में नित्य करीत जावीं. यांपैकीं याजन (दुसऱ्याचा यज्ञ करणें), अध्यापन आणि शुद्ध पुरुषानें दिलेलें दान घेणें हीं तीन कर्में ब्राह्मणांच्या उपजीविकेचीं

१ यथा वायुं समाश्रित्य वर्तंते सर्वजंतवः ।
तथा गृहस्थमाश्रित्य वर्तंते सर्व आश्रमाः ॥
(मनु. अ. ३, श्लो. ७७.)

१ देवयज्ञ, २ ऋषियज्ञ, ३ पितृयज्ञ, ४ भूतयज्ञ, ५ मनुष्ययज्ञ.
ऋषियज्ञं देवयज्ञं भूतयज्ञं च सर्वदा ।
नृयज्ञं पितृयज्ञं च यथाशक्ति न हापयेत् ।
(मनु. अ. ४, श्लो. २१.)

२ वैणवीं धारयेद्यष्टिं सोदकं च कमंडलुं ।
(मनु. अ. ४, श्लो. ३६.)

३ अध्यापनमध्ययनं यजनं याजनं तथा ।
दानं प्रतिग्रहं चैव ब्राह्मणानामकल्पयत् ।
(मनु. अ. १, श्लो. ८८.)

साधनें आहेत. बाकी राहिलेलीं तीन कर्मे म्हणजे दान, अध्ययन व यज्ञ करणें हीं स्वतःचें पुण्य वाढविणारीं आहेत. यास्तव, धर्मज्ञ नरानें तीं तीन तर बिलकूल न चुकतां करावीं. ज्यानें मनोदमन केलें आहे, ज्याची सर्वांशीं मैत्रीची वागणूक आहे, जो सदोदीत क्षमायुक्त असून सर्वांशीं समतेनें वागतो, आणि सदोदीत मननशील राहून हें सांगितलेलें सर्व आपल्या शक्तीप्रमाणें आचरितो, तो शुचिर्भूत व सदाचरणी गृहस्थाश्रमी ब्राह्मण अशा आचरणानें निःसंशय स्वर्ग जिंकितो.

अध्याय शेचाळिसावा.

--:०:--

ब्रह्मचर्य, वानप्रस्थ व संन्यास या धर्मांचें वर्णन.

ब्रह्मदेव म्हणालाः--अशा प्रकारें पूर्वोक्त मार्गानें ज्यानें यथाशक्ति व यथाविधि अध्ययन केलें असून तसेंच उत्तम ब्रह्मचर्यही पाळिलें आहे; जो स्वधर्मांत निमग्न असून विद्वान् व मननशील आहे; ज्यानें सर्व इंद्रियें स्वाधीन ठेविलीं आहेत; जो गुरूच्या हितासाठीं व त्याचें प्रिय करण्यासाठीं अतिशय झटतो; आणि जो सत्य व धर्म यांविषयीं तत्पर असून शुचिर्भूत असतो, त्यानें गुरूची आज्ञा झाल्यावर असेल त्यांत संतोष मानून अन्न भक्षण करावें. त्यानें हविष्यान्नच भक्षण करावें, आणि तेंही भिक्षा मागून आणलेलें असावें. त्याचें बसणें, उठणें, विहार करणें, वगैरे सर्व कांहीं नियमांनुरूप असावें. त्यानें शुचिर्भूत होऊन स्वस्थ चित्तानें नित्य सकाळसंध्याकाळ अग्नीची उपासना करावी; आणि सदोदीत बेलाचा किंवा पळसाचा दंड धारण करावा. द्विजानें मुख्यत्वें वल्कल, कापसाचें वस्त्र, मृगाजिन किंवा भगव्या रंगाचें वस्त्र परिधान करावें; मुंज नामक गवताची मेखला करावी; जटा धारण कराव्या; आणि नित्य उदक बरोबर (कमंडलूंत) ठेवावें. त्यानें यज्ञोपवीत धारण केलेलें असावें, अध्ययन सतत चालू ठेवावें, कशाचाही लोभ धरूं नये, पूर्ण व्रतस्थ रहावें आणि नित्य मन स्वाधीन ठेवून स्वच्छ उदकानें पूर्ण भक्तिपुरःसर देवतर्पण करावें. ह्याप्रमाणें सर्व करणारा ब्रह्मचारी स्तुतीस पात्र होय. जितेंद्रिय वानप्रस्थानेंही याप्रमाणें बरोबर वर्तन ठेविलें असतां तेणेंकरून तो स्वर्ग जिंकितो; त्यास परम उच्च स्थानीं आश्रय मिळतो; आणि तो पुनः जन्मास येत नाहीं. ज्याचे सर्व संस्कार झाले आहेत आणि ज्यानें ब्रह्मचर्य पाळिलें आहे, अशा मुनीनें गांवांतून बाहेर पडून अरण्यांत जाऊन वास्तव्य करावें. तेथें त्यानें फक्त चर्में[1] व वल्कलें पांघरावीं, सकाळसंध्याकाळ स्नान करावें, नित्य अरण्यांतच रहावें, पुनः गांवांत कधींही प्रवेश करूं नये, अतिथि प्राप्त झाले असतां त्यांची तत्काळ पूजा करावी व त्यांस आश्रय द्यावा. आपण सदोदीत फळें, मुळें, चांगलीं चांगलीं पानें व सावे ह्यांवर उदरनिर्वाह करावा; वहातें पाणी प्यावें; आणि वायु भक्षण करावा; एकंदर सर्व पदार्थ वनांत होणारे वापरावे, इतर पदार्थांची गरज ठेवूं नये; स्वीकारिलेल्या दीक्षेस अनुसरून हे पदार्थ अनुक्रमें भक्षण करावे, (म्हणजे वानप्रस्थाश्रम स्वीकारिल्यावर प्रथम फलमूलादिकांवर उपजीविका करावी; पुढें केवळ जलावर रहाण्याचा उपक्रम करावा; आणि शेवटीं फक्त वायुभक्षण करून रहावें. याप्रमाणें हें बिनचूक आचरण ठेवावें.) आल्या अतिथींस फळें[2]

---

१ वसीत चर्म चीरं वा । (मनु. ६, ६.)

२ अम्मूलफलभिक्षाभिरर्चयेदाश्रमागतान् । (मनु. अ. ६, श्लो. ७.)

व मुळें यांची भिक्षा घालून त्यांचें आदरातिथ्य करावें; आणि खाण्यास योग्य असा जो जो पदार्थ आपणापाशीं असेल तो तो त्यास अर्पण करावा. याचप्रमाणें नित्य काळजीपूर्वक करीत जावें. त्यानें नित्य देवता व अतिथि यांस अर्पण केल्यानंतर मग आपण मुक्यानें भक्षण करावें; कोणाची स्पर्धा करण्याचें मनांत आणूं नये; मिताहार करावा; आणि सदोदित ईश्वरावर (उपास्य देवतेवर) भरंवसा ठेवावा. मनोनिग्रहीं, दयाळू, क्षमावान्, जटाधारी, नित्य नियमानें हवन करणारा, स्वाध्यायतत्पर, सत्यधर्मपरायण, शरीरानें शुचिर्भूत, सदोदित दक्षतेनें वागणारा, नित्य वनांत रहाणारा, जागरूक आणि जितेंद्रिय असा वानप्रस्थाश्रमी स्वर्ग जिंकितो यांत संशय नाहीं. गृहस्थ असो, ब्रह्मचारी असो किंवा वानप्रस्थ असो, त्यास जर मोक्षपदाची जोड व्हावी अशी इच्छा असेल, तर त्यानें उत्तम वृत्तीचा आश्रय करावा. सर्व भूतांस अभय देऊन नैष्कर्म्य आचरावें; (म्हणजे सर्व कर्मांचा परित्याग करून अशा रीतीनें वागावें कीं, तेणेंकरून कोणत्याही प्राण्यास यत्किंचित् सुद्धां त्रास पोहोंचूं नये.) प्राणिमात्रास सुख द्यावें, सर्वांशीं सदयतेनें वागावें, सर्व इंद्रियें स्वाधीन ठेवावीं, आणि मननशील असावें. (संन्याशानें) कोणाजवळ न मागतां आणि स्वतः तयारी करून न शिजवितां साहजिकपणें कोणी अन्न आणून दिल्यास तें ग्रहण करावें; आणि याप्रमाणें मध्याह्नकालपर्यंत कांहींच न मिळेल तर, जेथील सर्व माणसांचें जेवण आटोपलें आहे, आणि धूरही येत नाहीं, (विस्तवही विझला आहे) अशा घरीं भिक्षा मागावी. (म्हणजे त्यांकडे उरलें असल्यास त्यांनीं द्यावें. आपणामुळें त्यांस कमी पडूं नये व संकटही वाटूं नये. शिवाय, त्यांचे जेवणापूर्वीं गेल्यास ते कदाचित् आदरातिथ्यपूर्वक सर्वरसपूर्ण असें जेवण घालतील तेंही उपयोगाचें नाहीं.) मोक्षविद् मनुष्यानें भिक्षा मागावयाची ती (लोकांच्या घरचीं) भांडीं वगैरे घांसून झाल्यानंतर मागावी, लाभ झाल्यास हर्ष पावूं नये आणि न मिळाल्यास विषादही मानूं नये; शिवाय जरूरीपेक्षां अधिक भिक्षा मागूं नये,—केवळ प्राणधारणास आवश्यक तेवढीच मागावी. प्राणधारणास आवश्यक किती आहे हें मनांत आणून योग्य वेळीं स्वस्थ चित्तानें ओली भिक्षा मागावी; कोणी पुष्कळ घालूं लागल्यास घेऊं नये; तसेंच कोणी विशेष आदरातिथ्य करूं लागल्यास तेथेंही जेवूं नये. भिक्षूनें सन्मानपूर्वक दिलेल्या देणगीपासून दूर रहावें; दुसऱ्याचें उष्टें, तिखट, कडू, खारट (मसालेदार) वगैरे प्रकारचें अन्न आणि मधुर रस सेवन करूं नयेत. तर जेणेंकरून फक्त प्राणधारण होईल, जीभ लाचावणार नाहीं, अशा प्रकारचें अगदीं साधें व प्राणरक्षणास जरूर तितकेंच अन्न खावें. कोणासही जड न वाटेल अशा प्रकारें संन्याशानें आपली उपजीविका करावी; आणि भिक्षेस निघाल्यावर दुसऱ्या (भिक्षू) जवळील अन्नाची इच्छा कदापि करूं नये; धर्म कधींही सोडूं नये; रजोगुणाचा सर्वथा त्याग करून एकांतस्थलीं संचार करावा; रहाण्यासाठीं एखादें ओसाड घर, अरण्य, वृक्षाचा तळ, नदीतीर किंवा पर्वताची गुहा यांचा अवलंब करावा; उन्हाळ्यांत एका गांवीं फक्त एक दिवस रहावें; पावसाळ्यांत जरूर तर एकच ठिकाणीं मुक्काम ठेवावा; सूर्य दाखवील त्या मार्गानें (म्हणजे कोणताही उद्देश न धरतां) एखाद्या कीटकाप्रमाणें पृथ्वीवर संचार करावा; आपल्या हातून हिंसा घडूं नये म्हणून भूतदयेनें जमीनीकडे लक्षपूर्वक पहात चालावें;

आपणापाशीं बिलकूल संग्रह करूं नये, मित्रांबरोबर राहूं नये, किंवा कोणाशीं विशेष मैत्रिच जोडूं नये. संन्याशानें नित्य पवित्र उदकानें आपलीं कार्यें करावीं; कधींही जलांत उतरून स्नान करूं नये, तर नित्य पाणी वर काढून त्यानें स्नान वगैरे करावें; अहिंसा, ब्रह्मचर्य, सत्य, सरळपणा, अक्रोध, अनसूया, दम आणि चहाडी न करणें, हीं आठ व्रतें सदोदीत पाळावीं; इंद्रियें स्वाधीन ठेवावीं; पापापासून अलिप्त रहावें; कोणास फसवूं नये; नित्य सरळ वर्तन ठेवावें; निरिच्छपणें पुढें आलेलें अन्न भक्षण करावें; धर्मानें मिळेल तितकेंच खावें; अधिकाची इच्छा धरूं नये; अन्न आणि वस्त्र यांव्यतिरिक्त कोणत्याही वस्तूचा स्वीकार करूं नये; आणि अन्न तरी खाण्यापुरतेंच घ्यावें—अधिक घेऊं नये. कोणाजवळून कांहीं घेऊं नये व कोणास देऊं नये; ज्ञात्यानें इतर प्राण्यांचें दैन्य जाणून आपणापाशीं असेल तें त्यांसह विभागून खावें; (त्यांचा त्यांस हिस्सा द्यावा.) परस्वाचें हरण करूं नये; न विचारतां घेऊं नये; कोणत्याही वस्तूचा उपभोग घेतल्यावर त्याच वस्तूची पुनः इच्छा होईल इतकें तीवर लुब्ध होऊं नये; कितीही चांगली वस्तु असली तरी तीवर आसक्ति ठेवूं नये; जरूर लागेल तर—ज्यांवर कोणाचीही मालकी नाहीं अशी जमीन, उदक, अन्न, फळें, फुलें व पानें सहज मिळाल्यास घ्यावीं; शिल्पावर उपजीविका करूं नये; द्रव्याची इच्छा धरूं नये; कोणाचा द्वेष करूं नये; आपण होऊन कोणास उपदेश करूं नये; आणि केवळ भणंग भिकारी रहावें. सामानसुमान वगैरे कांहींएक जवळ बाळगूं नये; कुत्सित कल्पना सोडून श्रद्धापूत अन्न भक्षण करावें; आपलें वर्तन अमृतासारखें गोड व सर्वांस सुखप्रद असें ठेवावें; कोठेंही आसक्त राहूं नये; व कोणाशींही मैत्री जोडूं नये, कोणतेंही सकाम किंवा हिंसायुक्त कर्म आपण करूं नये व दुसऱ्याकडून करवूं नये; त्याचप्रमाणें लोकसंग्रह होईल असें कामही करूं व करवूं नये; सर्व गोष्टींचा त्याग करून अगदीं आवश्यक असे अल्प पदार्थ बरोबर घेऊन परिभ्रमण करावें; स्थावरजंगम सर्व भूतांचे ठिकाणीं समभाव ठेवावा; दुसऱ्यास यत्किंचितही त्रास देऊं नये; आणि आपण कोणापासूनही त्रास पावूं नये. ज्यावर सर्व भूतांचा विश्वास बसतो, तो मोक्षविदांत अग्रेसर समजला जातो. जें मिळालेलें नाहीं त्याचें चिंतन करूं नये; गतगोष्टीचा शोक करूं नये; आणि प्रस्तुत गोष्टींचीही उपेक्षा करावी. केवळ स्वस्थ चित्तानें कालप्रतीक्षा करीत रहावें. दृष्टि, वाणी व मन यांपैकीं कशानेंही कोणास दूषण देऊं नये; थोडेंसुद्धां दुष्कृत्य परोक्ष किंवा अपरोक्षही करूं नये; कांसव आपले अवयव आवरून धरतें तद्वत् सर्वतः इंद्रियें निगृहीत करून इंद्रियें, मन व बुद्धि हीं ज्यानें नाहींतशीं केलीं आहेत; जो निरिच्छ असून सर्व तत्त्वें जाणणारा, द्वंद्वातीत, निर्नमस्कार, तसाच निःस्वाहाकार, निर्मम, निरहंकार, योगक्षेमरहित आणि आत्मवान् झाला आहे; जो निराशी, निर्गुण, शांत, निरासक्त व निराश्रय असा आहे; आणि केवळ आत्मसंगी व तत्त्वज्ञ आहे, तो निःसंशय मुक्त होतो. आत्मा हा पाणिपादपृष्ठरहित, शिरोदरहीन, गुण व कर्में यांपासून अलिप्त, केवळ एकाकी, शुद्धस्वरूप, निर्मल, स्थिर, गंध, रस, स्पर्श, रूप व शब्द यांनीं विरहित म्हणजे विषयातीत, कोठेंही आसक्त न होणारा, कोणाबरोबरही न जाणारा, मांसरहित, निश्चित, अव्यय, दिव्य

१ अहिंसा सत्यमक्रोधस्त्यागः शांतिरपैशुनं ।
दया भूतेष्वलोलुप्त्वं मार्दवं ह्रीरचापलं ॥]
(गीता, अ. १६, श्लोक २.)

(तेजोमय) आणि सर्वदा आपल्या घरांत (देहांत) रहात असतांही सर्व भूतांचे ठिकाणीं सर्वदा वास्तव्य करणारा असा आहे, हें जे जाणतात, ते कदापि मृत होत नाहींत; ते जन्ममरणातीत होत. (आत्मा हा लिंगरहित आहे. तो अमुक एका प्रकारचा आहे, असें कांहींच सांगतां येत नाहीं.) त्याजपाशीं बुद्धीस जाववत नाहीं; आणि इंद्रियें, देवता, वेद, यज्ञ, उच्च प्रतीचे स्वर्गादि लोक, तप किंवा व्रतें यांपैकीं कोणाचीही तेथें गति नाहीं. केवळ ज्ञानाची तेथें गति असून तो ज्ञानवंतास ज्ञानमात्रेंकरूनच गम्य होतो. यासाठीं अलिंग आत्मस्वरूप जाणणारानें व तें जाणूं इच्छिणारानें धर्मशुद्ध आचरण ठेवावें. तेणेंकरून त्यास ज्ञान प्राप्त होऊन आत्मलाभ होईल. गृहस्थधर्मी विद्वानानें ज्ञान प्राप्त होईल असें वर्तन ठेवावें; आणि स्वतःस वास्तविक वेड लागलें नसतां, जणू काय वेडच लागलें आहे असें लोकांस भासून ते आपला उपाहासही करतील इतक्या दृढतेनें धर्माचरण करावें ! त्या आचरणाविषयीं आपल्या मनांत नित्य सद्भाव असावा; त्याविषयीं कदापि तर्कवितर्क करूं नयेत; सज्जनांच्या आचरणाची निंदा कधींही करूं नये; आणि आपण शांतपणें पण अशा दृढतेनें धर्माचरण करावें कीं, तें पाहून इतरांनीं थट्टाच करावी. अशा प्रकारच्या आचरणाचा मनुष्य हा मुनि होय; त्यालाच श्रेष्ठ असें म्हणातात. इंद्रियें, इंद्रियांचे विषय, पंचमहाभूतें, मन, बुद्धि, अहंकार, अव्यक्त (प्रकृति) आणि पुरुष यांच्या स्वरूपाचें तत्त्वनिश्चयपूर्वक यथावत् ज्ञान झालें असतां मनुष्य सर्व बंधनांपासून विमुक्त होत्साता स्वर्गलोकीं जातो. तत्त्वज्ञ मनुष्यानें मृत्युसमय प्राप्त झाला असतां एकांतीं बसून चित्त एकाग्र करून या सर्व तत्त्वांचें नीट मनन करावें, म्हणजे त्याचे सर्व बंध तुटून तो मुक्त होतो. आकाशांतील वायूप्रमाणें सर्वसंगमुक्त झालेल्या त्या पुरुषाचे सर्व कोश छिन्न होतात; आणि तो सर्व संकटांपासून (भयांपासून) मुक्त होत्साता परब्रह्मपदीं लीन होतो.

अध्याय सत्तेचाळिसावा.

—:०:—

दुःखनिवृत्त्युपाय.

ब्रह्मदेव सांगतातः—निश्चयवादी वृद्ध जन ‘ संन्यास हेंच तप होय ’ असें म्हणतात; आणि वेदाध्ययनतत्पर ब्राह्मण ‘ ज्ञान हेंच परब्रह्म आहे ’ असें जाणतात. ब्रह्म हें फार दूर आहे; (सर्वांच्या पलीकडे आहे;) आणि त्याची प्राप्ति वेदविद्येवर अवलंबून आहे. तें निर्द्वंद्व, निर्गुण, नित्य, अचिंत्यगुण आणि सर्वोत्तम आहे. बुद्धिमान् संत हे ज्ञान आणि तप यांच्या योगानेंच तें परब्रह्म पहातात. ज्यांचीं अंतःकरणें स्वच्छ झालीं असून जे सर्व प्रकारें पवित्र आहेत; जे रजोगुणातीत व निर्मल म्हणजे तमरहित आहेत; आणि जे नित्य तत्परतेनें संन्यासधर्म पाळतात, असे ब्रह्मविद् जन तपश्चर्येच्या योगानें क्षममार्गरूप परमेश्वरासन्निध जाऊन पोहोंचतात. तपालाच प्रदीप म्हटलें जातें; आचार हा धर्मसाधक आहे (तो कदापि सोडतां कामा नये);ज्ञान हेंच परम (ब्रम्ह) होय, असें समजावें; आणि संन्यास हेंच उत्तम तप होय. तत्त्वाचा बरोबर निर्णय करण्याच्या शक्तीमुळें ज्याला निरालंबाचें (ब्रह्माचें) ज्ञान झालें आहे, आणि जो आपण (आत्मा) सर्व प्राण्यांच्या ठिकाणीं वसत असल्याचें पहातो, तो सर्वगति होतो. जो विद्वान् पुरुप सहवास आणि विवास यांचें रहस्य बरोबर ओळखतो, आणि नानात्वामध्यें एकत्व अवलोकन करितो, तो दुःखापासून मुक्त होतो. जो कशाचीही इच्छा करीत नाहीं व

कशाचा तिरस्कारही करीत नाहीं, तो इहलेकींच ब्रह्मीभूत होय. प्रधानाचे (प्रकृतीचे) गुण बरोबर जाणणारा, सर्व भूतांच्या ठिकाणीं असलेलें प्रधान बरोबर ओळखणारा, तसाच निर्मम व निरहंकार पुरुष मुक्त होतो, यांत संशय नाहीं. द्वंद्वरहित, निर्नमस्कार आणि तसाच निःस्वधाकार मनुष्य निर्गुण, नित्य व द्वंद्वातीत अशा ब्रह्मपदीं शांतपणें गमन करितो. प्राण्यानें गुणमय अशा सर्व [१]शुभाशुभ कर्मांचा आणि सत्य व असत्य या दोहोंचाही त्याग केला असतां तो निःसंशय मुक्त होतो. अव्यक्त हें ज्याचें उत्पत्तिस्थान व उगम आहे, बुद्धि हेंच ज्याचें विशाल खोड आहे, महाहंकार हीच ज्याची पालवी आहे, इंद्रियें हे अंकुर फुटण्याचे डोळे आहेत, पंचमहाभूतें हा ज्याचा विस्तार आहे, पुष्कळ शाखा असल्यामुळें जो विशेष शोभत आहे, जो नित्य पल्लवित व प्रफुल्ल आहे, आणि तशींच ज्याला चांगलीं व वाईट अशीं दोन प्रकारचीं फळें येतात, असा हा सर्व भूतांस आधारभूत असलेला सनातन ब्रह्मवृक्ष (संसार) आहे. जो ज्ञाता तत्त्वज्ञानरूप तरवारीनें हा ब्रह्मवृक्ष छिन्नभिन्न करितो, व ज्यांपासून जन्म, जरा व मृत्यु यांचा उदय होतो असे संगरूप सर्व पाश सोडून निर्मम व निरहंकार होतो, तो मुक्त होतो यांत संदेह नाहीं. जीव आणि शिव हे दोन पक्षी असून ते नित्य (अजरामर[२]) आहेत. बुद्धि व माया ह्या त्यांच्या उपाधि होत. ते दोघेही अचेतन आहेत. जीव आणि ईश्वर ह्या दोहोंहून जो पर त्यास चेतनावान् म्हणतात; जो अचेतन असून देहादि उपाधींपासून मुक्त आहे, आणि जो बुद्धि, मन, इत्यादिकांस चिच्छक्तीच्या द्वारें चेतनायुक्त करितो, तोच अंतरात्मा होय, तो सर्व प्रकारच्या बुद्धींस साक्षिभूत आहे, आणि तो गुणातीत झाला असतां सर्व पातकांपासून मुक्त होतो.

१ शुभाशुभपरित्यागी भक्तिमान्यः स मे प्रियः ।
(गीता, अ. १२, श्लो. १७.)
२ द्वा सुपर्णा सयुजा सखाय. (श्रुति.)

अध्याय अठ्ठेचाळिसावा.

—:०:—

ब्रह्माविषयीं निरनिराळीं मतें.

ब्रह्मदेव म्हणालाः—कित्येक म्हणतात, संसाररूपी वृक्ष हेंच ब्रह्म होय; कित्येक म्हणतात, संसाररूप महदारण्य हेंच ब्रह्म आहे; व कित्येक म्हणतात, ब्रह्म हें अव्यक्त आहे; कित्येक म्हणतात, ब्रम्ह हें अनामय आहे; आणि कित्येक म्हणतात, हें संपूर्ण जग अव्यक्तापासून उत्पन्न झालें असून त्यांतच लय पावणार! कोणी अंतकाळीं जरी एक निश्वासमात्र (निश्वास सोडण्यास जितका काळ लागतो तितका काळ) आत्मस्वरूपीं लीन होऊन त्याची निर्विशेषवृत्ति बनली तरी, तो देखील अमर होतो. अंतकालिक तदाकारतेनें त्यास ब्रम्हलोकप्राप्ति होत असल्यामुळें तो जन्ममरणातीत होतो. अथवा आयुष्यांत केव्हांही निमेषमात्र आत्म्याशीं आपली एकरूपता झाली (आत्मसाक्षात्कार) झाला तरी तेवढ्यानें देखील त्यास आत्म्याच्या प्रसादानें, विद्वानास प्राप्त होणारें अक्षय्य केवल्य प्राप्त होतें. त्याचप्रमाणें प्राणनियामक

१ अंते मतिः सा गतिः ।
अंतकाले च मामेव स्मरन्मुक्त्वा कलेवरं ।
यं यं वापि स्मरन्भावं त्यजत्यंते कलेवरं ।
तं तमेवैति कौंतेय सदा तद्भावभावितः ।
(गीता, अ. ८, श्लो. ५, ६.)
स्थित्वाऽस्यामंतकालेऽपि ब्रह्मनिर्वाणमृच्छति ।
(गीता, अ. २, श्लो. ७२.

(इंद्रियनियामक दहा, बारा किंवा बावीस) उपायांनीं मन, बुद्धि व दशेंद्रियें यांचें आजन्म पुनःपुनः नियमन केलें असतां, चोविसावें तत्त्व जें अव्यक्त, त्याहून पर अशा पुरुषाची (ब्रह्माची) प्राप्ति होते. अशा प्रकारें, प्रसन्नात्मा पुरुष ज्याची ज्याची इच्छा करितो, तें तें योगसामर्थ्यानें प्राप्त होतें. जेव्हां अव्यक्ताचें (त्रिगुणात्मक प्रकृतीचें) उल्लंघन करून सत्त्वगुण अत्यंत उत्कर्ष पावतो, म्हणजे प्राणी शुद्ध पुरुषमात्र किंवा ब्रह्ममय होतो, तेव्हां तो जन्ममरणांपासून मुक्त होतो, तज्ज्ञ लोक अशी प्रशंसा करितात कीं, ‘ सत्त्वाहून श्रेष्ठतर दुसरें कांहींच नाहीं. पुरुष हा सत्त्वगुणास आधारभूत आहे. त्यास आम्ही फक्त अनुमानानें जाणतों. ’ द्विजश्रेष्ठहो, त्या पुरुषाचें ज्ञान अनुमानाशिवाय दुसऱ्या कशानेंही होणारें नाहीं. क्षमा, धैर्य, अहिंसा, समता, सत्य, सरळता, ज्ञान, दान आणि संन्यास हें सात्त्विक आचरण होय. सत्त्वगुणाचा उत्कर्ष झाला असतां अशा प्रकारचें वर्तन घडतें. एवढ्यावरून तार्किक अनुमानावरून असें मानितात कीं, सत्त्व म्हणजेच पुरुष होय, ह्यांत संदेह नाहीं. परंतु दुसरे ज्ञानमार्गी (सांख्य) असें म्हणतात कीं, “ क्षेत्रज्ञ आत्मा आणि सत्त्व यांचें ऐक्य जुळत नाहीं. तस्मात् सत्त्व हें पुरुषापासून निराळें आहे. ” परंतु असें म्हणणारांनीं खोल विचार केलेला नाहीं. सत्त्व आणि पुरुष यांत निरनिराळेपणा आहे; परंतु तो केवळ शाब्दिक आहे, तत्त्वतः नाहीं. (समुद्र आणि तरंग यांतील फरकासारखा तो आहे. तरंग म्हणून जलाशिवाय अन्य पदार्थ आहे असें मुळींच नाहीं. त्याचप्रमाणें तत्त्वतः सत्त्व हें पुरुषाहून निराळें नाहीं; तथापि तो पुरुषरूप सागरावर साहजिक आलेला तरंग होय.) त्याचप्रमाणें एकत्व व पृथकत्व हीं दोन्ही मानिलीं पाहिजेत, अशी विद्वानांनीं याविषयीं व्यवस्था केली आहे. उंबराच्या फलांतील कीटकाचें व त्या फलाचें एकत्व व पृथकत्वही दिसतें, त्याप्रमाणें अथवा पाणी व मत्स्य यांप्रमाणें या दोघांची स्थिति असून, कमलपत्र आणि उदकबिंदु यांसारखा त्यांमधील संबंध आहे.

गुरु म्हणालाः—बारे, याप्रमाणें ब्रह्मदेवानें त्या महर्षींस सांगितलें. (परंतु एवढ्यानें त्यांचें समाधान झालें नाहीं. पुरुषापासून साहजिक सत्त्वाचा उदय असून तें त्याबरोबर नित्य

१ यम, नियम, आसन, प्राणायाम, प्रत्याहार, धारणा, ध्यान व समाधि; आणि तर्क व वैराग्य हे ते दहा उपाय होत.

२ बारा उपाय—यमापासून समाधीपर्यंतचे आठ, आणि मैत्री, करुणा, मुदित व उपेक्षा हे चार मिळून बारा.

३ बावीस उपाय—यमाचे पांच (१ अहिंसा, २ सत्य, ३ अस्तेय, ४ ब्रह्मचर्य, ५ अपरिग्रह.) प्रकार, नियमाचे पांच (१ शौच, २ संतोष, ३ तप, ४ स्वाध्याय, ५ ईश्वरप्रणिधान.) प्रकार, आसनापासून समाधीपर्यंत सहा, मैत्री, करुणा, मुदित व उपेक्षा हे चार आणि तर्क व वैराग्य हे दोन मिळून बावीस.
पातंजलयोगसूत्र पाद, १, सूत्र ३३ व अ. २ सूत्र २९, ३०

१ उंबराच्या फळांत बाहेरून आंत जाण्यास बिलकूल छिद्र नसतां आंत कीटक असतो. अर्थातच कीटक व फळ यांचें ऐक्य ठरतें. कारण, तो फलाहून निराळा असें म्हणतां येत नाहीं. आतां फलाशीं त्याचें ऐक्य ठरतें तसेंच भिन्नत्वही ठरतें. कारण, फलाहून तो निराळा असून फलाचा उपभोक्ता आहे. फल हें उपभोग्य असून आपण याचे उपभोक्ते आहों हें कीटकास ज्ञान आहे. अर्थातच फल व कीटक यांचें भिन्नत्वही सिद्ध होतें.

२ कमलपत्र हें उदकाचें उपभोक्तें असून त्यावर उदकबिंदु शोभतात. परंतु त्या बिंदूंनीं तें पत्र भिजत नाहीं. बिंदूंचा गुण आर्द्रता हा पत्रास शिवत नाहीं. तद्वत्, सत्त्व हें पुरुषाच्या आश्रयानें असतें; तथापि पुरुषास त्यांचे धर्म लागत नाहींत.

असतांना पुरुषास त्याचा संसर्ग न घडणें हें केवळ अशक्य आहे, असें त्यांस वाटत होतें. परंतु साक्षात् ब्रह्मदेवाचें भाषण खोटें तरी कसें असेल? तेव्हां) ते संशयग्रस्त झाले आणि त्याविषयीं त्यांनीं पुनः ब्रह्मदेवास विचारिलें.

अध्याय एकुणपन्नासावा.

—:०:—

निरनिराळीं मतें व आचार.

ऋषि विचारतातः—भगवन् , (प्रवृत्ति-निवृत्तिपर) अनेक धर्ममार्गांपैकीं कोणता मार्ग अवलंबणें अधिक प्रशस्त आहे बरें? हे धर्मांचे विविध मार्ग आम्हांस तर अगदीं परस्पर-विरुद्ध दिसतात. देहाचा नाश झाला तरी-ही आत्मा असतोच, असें कोणी म्हणतात; तर कित्येक (१ चार्वाक) असें नाहीं म्हणून छातीस हात लावून सांगतात! कोणी (२ स्याद्वादी) म्हणतात, सर्वच संशयित आहे; कोणी (३ तैर्थिक) म्हणतात, कांहींच संशयित नाहीं; कोणी (४ तार्किक) म्हणतात, सर्व अनित्य आहे; तर दुसरे (५ मीमांसक) सांगतात, सर्व नित्य आहे (कशाचाही नाश होत नाहीं; फक्त रूपांतर होतें);कोणी (६ शून्य-वादी) म्हणतात, कांहींच नाहीं; (जग आहे हेंच म्हणणें चुकीचें आहे; जग मुळीं नाहींच.) आणि कोणी (७ सौगत) म्हणतात, आहे, पण क्षणिक आहे; सर्व एकरूप आहे असें कित्येक (८अद्वैती) प्रतिपादितात; तर कोणी (९ द्वैती) तें द्विधा आहे असा द्वैताबद्दल आग्रह धरतात; आणि कोणी (१० उडुलोम) म्हणतात कीं, पुरुष व प्रकृति भिन्न आहेत व त्यांचा अभेदही आहे! (११) ब्रह्मज्ञ व अपरोक्षानुभवी ब्राह्मण, एक ब्रह्मच काय तें सर्वांचें कारण आहे असें म्हणतात! कित्येक (१२मीमांसक) असा-धारण कर्में हींच कारणें (आद्य उत्पादक) होत असें मानतात; आणि कित्येक(१३परमाणु-वादी) तर असें प्रतिपादन करतात कीं, अनेक कारणें आहेत! देश व काल हेच सर्वांचे नियामक आहेत, असें कोणी (१४ ज्योतिर्विद) सांगतात; आणि दृश्यमान जग हें कालत्रयींही नाहींच असें (१५ वृद्ध) कांहींचें मत आहे. (याप्रमाणें अनेकांचीं अनेक मतें आहेत. आतां त्यांचा आचार पाहूं गेलें तर तोही भिन्नभिन्न प्रकारचा दृष्टीस पडतो.) कित्येक जटा व मृगचर्म धारण करितात, तर दुसरे मुंडन करून दिगंबर राहातात! कित्येक नैष्टिक[१] ब्रह्मचर्याची आकांक्षा धरतात, तर कित्ये-क गृहस्थाश्रमाचीच इच्छा करितात; आणि (हा भिन्नभाव अज्ञ लोकांतच आहे असें नाहीं तर) चांगले तत्त्वदर्शी ब्रह्मज्ञ अशा ब्राह्मणांस व देवांसही हें योग्य वाटतें. कित्येक आहाराची इच्छा करितात, तर कित्येक उपोषणांत गढलेले असतात; कोणी कर्माची प्रशंसा करितात, तर दुसरे प्रशांतीचेंच[२] महत्त्व गातात; कोणी मोक्षाची महती वर्णन करितात, तर नानाप्रकारच्या भोगांची थोरवी गाणारे दुसरे आहेतच. कोणी धनाची इच्छा धरतात, तर कांहीं निर्धनताच इच्छितात. कित्येक म्हणतात, साधनांनीं ब्रह्मप्राप्ति होते;आणि दुसरे म्हणतात, हें खोटें आहे! कोणी 'अहिंसा परमो धर्मः' असें म्हणून तदनुरूप आचरण ठेवितात; आणि दुसरे कित्येक हिंसा करण्यांतच (यज्ञयागा-दिकांतच) गढलेले दिसतात. पुण्य व यश यांनीं इष्टप्राप्ति होते, असें कोणी सांगतात; आणि हें खोटें आहे असें म्हणणारेही आहेतच!

---

१ भस्मीभूतस्य देहस्य पुनरागमनं कुतः । (चार्वाकमत.)

१ नैष्टिक ब्रह्मचर्य म्हणंजे केवळ विद्याभ्यासा-पुरत नसून कायमचें ब्रह्मचर्य.

२ शांतितुल्यं तपो नास्ति ।

कित्येक पूर्ण श्रद्धाळू आहेत आणि कित्येक अगदीं संशयग्रस्त आहेत. कित्येक म्हणतात, दुःख निवृत्त्यर्थ यत्न करावा; कोणी म्हणतात, सुखप्राप्त्यर्थ यत्न करावा; आणि कोणी म्हणतात, मुळीं निष्काम कर्मच करावें! कांहीं ब्राह्मण यज्ञच सर्वांत श्रेष्ठ आहे म्हणतात; कोणी दानाची महती गातात; कांहीं तपाची प्रशंसा करितात आणि कोणी स्वाध्यायासच अग्रस्थान देतात! कोणी म्हणतात, एका संन्यासाश्रमांतच ज्ञान प्राप्त होणें शक्य आहे; तर कोणी वस्तुतत्त्वाचा विचार करणारे सांगतात कीं, ज्ञानप्राप्तीस अनेक साधनें असून तें संन्यासाशिवाय इतर आश्रमांतही प्राप्त होतें. कित्येक सर्वांचीच प्रशंसा करितात व कांहींजण कशाचीच करीत नाहींत! हे सुरसत्तमा, याप्रमाणें धर्ममार्गांत गोंधळ असून त्यांत परस्परविरुद्ध असे अनेक प्रकार असल्यामुळें आम्ही अगदीं भांबावून गेलों आहों आणि यांतील खरें काय हें आम्हांस मुळींच समजत नाहीं. 'हें श्रेय आहे.' असें निरनिराळे लोक निरनिराळेंच श्रेय म्हणून सांगत असतात; आणि प्रत्येकजण आपण स्वीकारिलेला पंथच सर्वांत उत्कृष्ट असें म्हणत असतो. यामुळें आमची मति कुंठित झाली असून मनही द्विधा नव्हे अनेकधा झालें आहे! तेव्हां, हे सत्तमा, खरें श्रेय कोणतें तें आपण आम्हांस सांगावें, अशी आमची मनीषा आहे. आतां काय गुह्य आहे तें आम्हांस आपण कथन करावें आणि तसेंच सत्त्व व क्षेत्रज्ञ यांचा संबंध कसा व तो तसाच असण्याचें कारणही स्पष्ट करून सांगावें.

१ यस्य सर्वे समारंभः कामसंकल्पवर्जिताः ॥ त्यक्त्वा कर्मफलासंगं...[गीता, ४, १९, २०.]

२ सर्वं तु तपसा साध्य तपो हि दुरतिक्रमम् (मनु अ. ११, श्लोक २३८.)

३ तपश्च स्वाध्यायप्रवचने च। (श्रुति.)

याप्रमाणें ब्राह्मणांनीं त्या जगत्स्रष्टयाच्या भगवान् ब्रह्मदेवाची प्रार्थना केली, तेव्हां त्या बुद्धिमान् धर्मात्म्यानें त्यांस सर्व कांहीं यथातथ्य विषद करून सांगितलें.

अध्याय पन्नासावा.

—:०:—

ज्ञानमार्गाचें महत्त्व.

ब्रह्मदेव म्हणालाः—ऋषिवर्यहो, ठीक आहे. तुम्ही मला जें विचारितां, तें मी तुम्हांस विशद करून सांगतों. याचविषयीं शिष्यानें गुरूस प्रश्न केला असतां गुरूनें काय उत्तर दिलें तें ऐकून घ्या; आणि तें सर्व श्रवण केल्यानंतर चांगलें नीट ध्यानांत धरा. बाबांनो, " सर्व भूताची अहिंसा " हें सर्वश्रेष्ठ कर्तव्य मानिलें आहे. कर्तव्याची ही वरिष्ठ पायरी असून तींत उद्वेगास कारण नाहीं; आणि हेंच धर्माचें श्रेष्ठ लक्षण होय. निश्चित तत्त्वें जाणणारे वृद्ध जन हे ज्ञानालाच निःश्रेय म्हणतात; आणि (ज्ञान हें खरोखरच निःश्रेय आहे) म्हणूनच प्राणी शुद्ध ज्ञानाच्या योगानें सर्व पातकांपासून मुक्त होतो. परंतु जे हिंसा करण्यांत गढलेले किंवा जे नास्तिक वृत्तीचे असतात, ते लोभ व मोह यांचे तडाक्यांत सांपडलेले जन नरकास जाणारे होत! जे सकाम कर्में यथासांग करितात, ते या लोकीं पुनःपुनः जन्मून सुख भोगितात. (पण त्यांचा जन्ममृत्यूचा फेरा चुकत नाहीं. इतकेंच नव्हे, तर गांठचें पुण्य सरल्यावर त्यांस अधोगतिही प्राप्त होणारी आहे. परंतु) जे श्रद्धावान् ज्ञाते योगमार्गाचा अवलंब करून निष्काम कर्म करतात,

१ अहिंसा परमो धर्मः। अहिंसेचें लक्षण ज्ञानेश्वरांनीं केलें आहे तें असें:—आणि जगाचिया सुखोद्देशें। शरीरवाचामानसें। रहाटणें तें अहिंसे। रूप जाण॥

तेच चतुर होत. खरा मार्ग त्यांस दिसला असें समजावें. असो; ऋषीहो, आतां पुढें मी तुम्हांस

सत्त्व व क्षेत्रज्ञ यांतील संबंध

कशा प्रकारचा आहे, त्याचप्रमाणें त्यांचा संयोग व वियोग म्हणजे काय, तें स्पष्ट करून सांगतों, नीट श्रवण करा. सत्त्व आणि क्षेत्रज्ञ यांमधील संबंध हा विषयविषयीभावसंबंध आहे. पुरुष हा नित्य विषयी--विषयाचा उपभोक्ता--आहे आणि सत्त्व नित्य विषय किंवा उपभोग्य आहे. पूर्वीं मशक व उदुंबरफल यांच्या दृष्टांतानें या गोष्टीचा खुलासा केलाच आहे. (मशक हा उंबराचे फळाचा उपभोक्ता असून, फळ हें उपभोग्य आहे. फळास यापैकीं कांहीं कळत नाहीं. पण मशकाला आपण उपभोक्ते व फळ उपयोग्य या दोन्ही गोष्टी कळतात,) त्याचप्रमाणें येथें सत्त्व हें नित्य उपभोगिलें जात असून तें अचेतन असल्यामुळें त्यास कांहींच कळत नाहीं, आणि पुरुष दोन्ही गोष्टी जाणतो. भोक्ता व योग्य या दोहोंस जो जाणतो, तोच क्षेत्रज्ञ होय. सत्त्व हें नित्य सुखदुःखादि द्वंद्वांनीं युक्त आहे, असें विद्वान् म्हणतात, आणि क्षेत्रज्ञ हा तर निर्गुणात्मक असून, निर्द्वंद्व, नित्य व निष्कल (सदोदीत समानरूप) अशा प्रकारचा आहे. तो सर्वत्र सारखा व्यापून राहिला असून त्या त्या ठिकाणीं आपली सत्तास्फूर्ति प्रकट करितो व तेणेंकरून तें तें नांव पावतो. ज्याप्रमाणें कमलाचें पान जलाचा उपभोग घेतें पण त्यापासून अगदीं अलिप्त असतें, त्याप्रमाणें क्षेत्रज्ञ किंवा पुरुष सदोदीत अनासक्तीनें सत्त्वाचा उपभोग घेतो. (अभिमानी पुरुष याप्रमाणें उपभोग घेतो, व त्यांतच रमून जातो. परंतु) स्वस्वरूप जाणणारा क्षेत्रज्ञ सर्व गुणांनीं परिवेष्टित असतांही कमलपत्रावरील चंचल जलबिंदूप्रमाणें त्यांचे ठिकाणीं आसक्त होत नाहीं. याप्रमाणें पुरुष हा सत्त्वापासून अलिप्त आहे यांत संशय नाहीं; तथापि पुरुष आणि सत्त्व मिळून सत्त्व[१]च भासमान होतें हा निश्चय होय. इदंपदानें वाच्य होणारें सत्त्व किंवा द्रव्य तसेंच अहंपदानें वाच्य होणारा कर्ता किंवा पुरुष आणि या दोहोंचा संयोग मिळून तीनही द्रव्यमयच होतात. आतां असें आहे तर द्रव्याहून पुरुषाचें निराळेपण तें काय राहिलें ? अशी शंका येईल. पण ती बरोबर नाहीं. ज्याप्रमाणें कोणी मनुष्य दिवा घेऊन अंधारांत जातो, त्याप्रमाणें परमपदाची इच्छा करणारे ज्ञानी पुरुष हे विद्यारूप दीपाच्या साह्यानें परमपदीं जाऊन पोंचतात. द्रव्य आणि गुण म्हणजे तेल आणि वात हीं आहेत तोंपर्यंतच दिवा जळतो, आणि तेल व वात सरलीं म्हणजे ज्योति अंतर्धान पावते. (तेल व वात यांपासून उत्पन्न होणारा दीप घरांतील जागा व स्वतः आपण [दिवा] यांस प्रकाशित करितो, व तेलवात संपल्यावर स्वतः अंतर्धान पावतो. परंतु तो पूर्वीं जी पोकळी किंवा घरांतील जागा प्रकाशित करीत असतो, ती दीपाच्या नाशाबरोबर नाश न पावतां पूर्वींप्रमाणेंच कायम असते.) याचप्रमाणें कर्मापासून उत्पन्न झालेला सत्त्वगुणरूपी (विद्यारूप) दीप आपणास व पुरुषास प्रकाशित करितो; दोहोंचें पृथक् पृथक् स्वरूप व्यक्त करितो; आणि कर्म संपतांच तो व्यक्त दीप नाहींसा होतो, पण पुरुष नष्ट होत नाहीं. तो अव्यक्तरूपानें समाधि व सुषुप्ति यांतील सुखास साक्षिभूत व केवळ असा असतो. विप्रहो, ही गोष्ट नीट ध्यानांत आणा.

संसारतरणोपाय.

द्विजसत्तम हो, आतां मी तुम्हांस आणखी असें सांगतों कीं, ज्याची बुद्धि कुत्सित आहे, त्यास हजारों वेळां समजून सांगितलें तरी

१ सत्त्व म्हणजे प्रकृति.

ज्ञानकला प्राप्त व्हावयाची नाहीं. परंतु बुद्धिमंतास एकचतुर्थांशानें जरी सांगितलें, तरी त्यास ज्ञानकला प्राप्त होऊन शाश्वत सुखानुभव मिळतो. याचप्रमाणें धर्माचें उत्तम साधन होणें न होणें हें उपायावर अवलंबून आहे असें समजावें. उपाय जाणणारा ज्ञाता आत्यंतिक सुख भोगतो. ज्याप्रमाणें पाथेय म्हणजे प्रवासाची सामुग्री बरोबर न घेतां दूरच्या प्रवासास निघालेल्या मनुष्यास वाटेंत क्लेश होण्याचा संभव आहे, किंवा क्वचित् प्रसंगीं जिवासही मुकण्याचा प्रसंग येईल, त्याचप्रमाणें ज्ञानरूप पाथेय बरोबर न घेतां जीवितरूप मार्ग आक्रमण्यास निघालेल्याची स्थिति होईल. या प्रवासांत कर्म हें कांहीं योग्य पाथेय नाहीं. कारण, त्यापासून फलप्राप्ति होईलच असा भरंवसा नाहीं; ती होईल किंवा होणारही नाहीं. यास्तव, जीवयात्रा सुयंत्र पार पडावी म्हणून प्रत्येकानें ज्ञानरूप पाथेय अवश्य बरोबर बाळगलें पाहिजे. शुभ काय आणि अशुभ काय याचा आपण आपल्या मनाशीं निवाडा करणें हितकर होय. तत्त्व न जाणतां तशीच जीवयात्रा चालविणें आणि कांहींएक विचार न करतां अगदीं अनोळखीच्या व फार लांबीच्या रस्त्यानें पायींच चालूं लागणें सारखें आहे. त्याच रस्त्यानें जाण्यास दुसरा मनुष्य अश्व जोडलेल्या शीघ्रगामी रथांत बसून निघाला आहे असें समजा. तर या रथस्थाप्रमाणें संसारयात्रेंत बुद्धिमंताचें गमन समजावें. शास्त्ररूप रथानेंच या संसाररूप मार्गाचें अतिक्रमण होणें शक्य आहे, अन्यथा नाहीं. उंच पर्वतावर आरोहण केल्यानंतर ज्याप्रमाणें जमीनीकडे पाहाण्याचें प्रयोजन नाहीं, त्याप्रमाणें परमपदीं विराजमान झाल्यावर शास्त्रादिक ह्या खालच्या पायऱ्या त्याज्य होत. आतां, जमीन जर खडकाळ वगैरे असली तर रथांत बसलेल्या मनुष्यासही त्या रथामुळें पुष्कळ हिसके वगैरे बसून त्रास होत असतो आणि प्रसंगीं एखाद्या खड्ड्यांत रथ पडून मनुष्य बेशुद्धही होतो. यास्तव, ज्ञाता असें करितो कीं, जेथपर्यंत रथ चालण्याजोगा उत्तम मार्ग आहे तेथपर्यंतच रथांत बसून जातो आणि रथमार्ग संपल्यावर रथ टाकून पुढें जातो. सत्तत्त्व व योगमार्ग जाणणारा आणि गुणांचें स्वरूप ओळखणारा मेधावी ज्ञाता याप्रमाणें एकामागून एक पुढील पायऱ्या बरोबर जाणून पुढें गमन करितो. कर्मावरून योग, तेथून हंस व पुढें परमहंस अशा क्रमानें तो गमन करितो. जर एखादा मनुष्य मोहामुळें नौका न घेतां नुसत्या हातांनीं महाघोर सागर पोहून जाऊं लागला, तर खास असें समजावें कीं, यास मरणाचीच दुर्बुद्धि आठवली आहे. तोच तारतम्य जाणणारा ज्ञाता चांगलीं वल्हीं असलेल्या नौकेच्या साहाय्यानें बिलकूल श्रम न पडतां सत्वर उदकांतून जातो व डोहांतून पार होतो; आणि पलीकडील तीरावर पोंचल्यानंतर 'ही माझी नौका, हिला सोडून कसा जाऊं?' इत्यादि कांहींएक ममत्वबुद्धि न ठेवतां निर्मम होत्साता नौका सोडून निघून जातो. रथस्थ आणि पायीं चालणारा यांच्या दृष्टांतानें पूर्वीं हीच गोष्ट स्पष्ट केली आहे. येथें संसारसागरांतून पैलतीरीं जाऊं इच्छिणारानें गुरुरूपी नावेचा आश्रय केला पाहिजे. गुरुसेवेनें योगपदाधिष्ठित झाल्यावर मग गुरूची गरज नाहीं, इतकेंच नव्हे, तर त्यास सोडून दिलें पाहिजे. समुद्र उतरून गेलेला मनुष्य नौकेच्या आशेनें मोह पावेल तर त्या ममत्वबुद्धीनें चीत होऊन तेथेंच घिरट्या घालीत पडेल. सारांश, मनुष्य योगारूढ झाला नाहीं तोंपर्यंतच त्यानें गुरूचा आश्रय करावा. एकदां ध्यान करण्याची योग्यता प्राप्त

झाली म्हणजे मग सर्व भिस्त गुरूवरच ठेवणें योग्य नाहीं. नौकेचा आश्रय केल्यावर जमीनीवर संचार करणें शक्य नाहीं, तसेंच रथांत बसून जलपर्यटनही करतां यावयाचें नाहीं. हाच न्याय कर्मास लागू आहे. निरनिराळ्या आश्रमांत निरनिराळीं कर्में विहित आहेत. एका आश्रमाचा स्वीकार केला असतां दुसऱ्या आश्रमास विहित असें कर्म करूं लागणें योग्य नाहीं. गृहस्थाश्रम्यास जें कर्म श्लाघ्य असेल, तेंच वानप्रस्थ करूं लागल्यास त्यामुळें तो पतित होईल. जगांत जशा प्रकारचें कर्म करावें, तशा प्रकारची गति कर्त्यास प्राप्त होते. ज्याला कोणताही गंध नाहीं, रुचि नाहीं, तसेंच रूप, स्पर्श व शब्द हीं नाहींत, आणि मुनि आपल्या बुद्धीनें ज्याविषयीं मनन करितात, त्यालाच प्रधान असें म्हणतात. प्रधान हें अव्यक्त आहे, महान् हें याचेंच कार्य होय; आणि 'महान्' या स्थितीस पोंचलेल्या प्रधानाचेंच अहंकार हें कार्य होय. अहंकारापासून पंचमहाभूतांची उत्पत्ति झाली आहे; आणि आकाशादि महाभूतांपासून अनुक्रमें शब्दादि विषयांचा उदय आहे. अव्यक्त किंवा प्रधान हेंच सर्वांचें बीज व अंकुर आहे म्हणजे तें कारण असून कार्यरूपही आहे. आम्हीं असें ऐकिलें आहे कीं, महान् आत्म्याला बीजाचे धर्म असून तो उगमही आहे. अहंकार हा बीजधर्मानें युक्त असून तोच पुनःपुनः उद्भूत होतो.

महाभूतांचे गुण व गुणप्रकार.

मुनिश्रेष्ठहो, पांचही महाभूतांचे ठायीं बीज व उत्पत्ति या उभयतांचे धर्म आहेत. महाभूतांचे शब्दादि विशेष धर्म किंवा विषय हे बीजधर्मी आहेत, असें म्हणतात; परंतु ते उत्पत्तिही करतात. ते भोगकालीं कार्यरूपानें पुढें येतात, आणि पुनः संस्काररूपानें कालांतरीं भोग देण्यास (कारणरूपानें) शिल्लक रहातात म्हणजे ते कारणरूप असून सर्वदा कार्यही करीत असतात. या शब्दादि विशेषांस विशेषत्व देणारें चित्त हेंच आहे. सर्व विषय चित्तांतच नित्य असतात, बाहेर असूं शकत नाहींत. या पंचमहाभूतांपैकीं आकाशास एक गुण आहे; वायूंत दोन गुण आहेत, असें म्हणतात; तेजाला तीन गुण असून उदकास चार गुण आहेत, असें म्हटलें आहे; आणि स्थिरचर पदार्थांनीं व्यापून गेलेली भूमि पांच गुणांनीं युक्त आहे, असें समजावें. पृथ्वी ही सर्व भूतांस उत्पन्न करणारी व शुभाशुभ गोष्टींची निदर्शक देवता आहे. द्विजसत्तमहो, शब्द, स्पर्श, तसेंच रूप, रस आणि पांचवा गंध हे पृथ्वीचे पांच गुण समजावे. यांपैकीं गंध हा गुण नित्य एका पृथ्वीलाच आहे. गंध हा अनेक प्रकारचा सांगितलेला आहे. त्या गंधाचे पुष्कळ गुण मी सविस्तर सांगतों. पृथ्वीपासून उत्पन्न होणारा गंध इष्ट, अनिष्ट, मधुर, आंबट, कडू, निर्हारी, संहत, स्निग्ध, रुक्ष आणि विशद असा दहा प्रकारचा जाणावा. आतां शब्द, स्पर्श, रूप आणि रस हे उदकाचे चार गुण सांगितले आहेत. यांपैकीं रसाची माहिती मी सांगतों. रसाचे अनेक प्रकार सांगितले आहेत. मधुर, आंबट, कडू, तिखट, तुरट व खारट असे रसाचे सहा प्रकार आहेत. रस हा उदकमय किंवा द्रवरूप असतो. शब्द, स्पर्श व रूप हे तीन गुण तेजांत आहेत. यांपैकीं रूप हा तेजाचा मुख्य गुण होय. रूप अनेक प्रकारचें आहे म्हणून म्हटलें आहे. पांढरें, काळें, तांबडें, निळें, पिंवळें, अरुणवर्ण, त्याचप्रमाणें लांब, आखूड, कृश, स्थूल, चोकोनी आणि वर्तुलाकार असा बारा प्रकारचा रूपाचा विस्तार आहे. धर्म जाणणाऱ्या व सत्यवादी वृद्ध ब्राह्मणास हें

रूप समजतें. शब्द व स्पर्श हे दोन गुण वायूंत आहेत असें म्हणतात. त्यांतील वायूचा खरा गुण स्पर्श हा होय. तो अनेक प्रकारचा सांगितला आहे. रुक्ष, थंड, उष्ण, स्निग्ध, विषद किंवा स्वच्छ, कठीण, चिकट, गुळगुळीत, सुळसुळीत, त्रासदायक (टोंचणारा) व मऊ असा दहा प्रकारचा स्पर्शगुणाचा विस्तार आहे, असें सिद्ध, धर्मज्ञ व तत्त्वदर्शी ब्राह्मण म्हणतात. आतां राहिलें आकाश; त्यास एक गुण आहे. शब्द हाच तो गुण होय. या शब्दाचे अनेक गुण मी सविस्तर सांगतों. षड्ज, ऋषभ, गांधार, मध्यम, तसाच पंचम आणि पुढें निषाद. धैवत हे सात आणि इष्ट, अनिष्ट व ज्याचे अनेक पोटभाग होतात असा संहत (घोगरा). आकाशापासून उत्पन्न होणारा शब्द हा असा दहा प्रकारचा जाणावा.

द्विजसत्तमहो, सर्व भूतांत आकाश हें श्रेष्ठ भूत होय. अहंकाराची पायरी त्याहून वर आहे. अहंकारापलीकडे बुद्धि आणि बुद्धीचे वर आत्मा आहे. या महान् आत्म्याचे पलीकडे (वर) अव्यक्त असून अव्यक्ताहून पर होय. जो भूतांत उच्चनीच कोणतें हें जाणतो, तसेंच ज्याला सर्व कर्मांच्या विधींचें ज्ञान आहे, आणि सर्व भूतांचा आत्मा हेंच ज्याच्या आत्म्याचें स्वरूप झालें आहे, तो अव्यय अशा आत्म्याप्रत गमन करितो; तो परब्रह्मस्वरूपीं लीन होतो.

१ बुद्धेरात्मा महान् परः ।
महतः परमव्यक्तमव्यक्तात्पुरुषः परः
पुरुषान्न परं किंचित् सा काष्ठा सा परा गतिः ।
(उपनिषद्.)

२ योगयुक्तो विशुद्धात्मा विजितात्मा जितेंद्रियः।
सर्वभूतात्मभूतात्मा कुर्वन्नपि न लिप्यते ॥
(गीता, अ. ५, श्लो. ७.)

अध्याय एकाण्णावा.

—:०:—

ब्रह्मरथवर्णन.

ब्रह्मदेव म्हणालाः—ऋषिवर्यहो, पंचमहाभूतांची उत्पत्ति व संहार करण्यास मन हेंच समर्थ आहे. भूतांचें अस्तित्व असतांनाही तीं मनोरूपच असतात. ज्याप्रमाणें कुंडलादि अलंकार सुवर्णापासून उत्पन्न होतात, मोडतात तेव्हां सुवर्णांतच मिळतात, आणि विद्यमान कालींही सुवर्णमयच असतात, त्याचप्रमाणें भूतांची उत्पत्ति, स्थिति आणि लय या तिन्ही अवस्थांत तीं मनोरूपच असतात. मन हें महाभूतांवर सर्वदा सत्ता चालवितें. घट उत्पन्न करणारा जसा कुंभार तसें भूतांस उत्पन्न करणारें मन होय. म्हणूनच हें सदोदित महाभूतांचें निमित्त कारण आहे; आणि मन हाच क्षेत्रज्ञ होय. याप्रमाणें मनाचें ऐश्वर्य विवेकोत्पन्न प्रज्ञा—जिला सामान्यतः बुद्धि म्हणतात ती—कथन करिते. हें मनाचें ऐश्वर्य आपल्या प्रत्यक्ष प्रतीतीस येणारें आहे. सारथि हा चांगले अश्व रथास जोडतो, त्याप्रमाणें मन हें इंद्रियांस जोडतें. इंद्रियें, मन आणि बुद्धि हीं सर्वदा क्षेत्रज्ञाचे ठिकाणीं जोडलेलीं असतात. इंद्रियरूप मोठमोठे अश्व ज्याला जोडिले आहेत आणि बुद्धि हा ज्याचा सारथि आहे, अशा देहरूप रथांत बसून देहाभिमानी भूतात्मा सुखाचा पाठलाग करीत चोहोंकडे धावत सुटतो. ह्याच रथाचे घोडे उत्तम आज्ञांकित असून नीट जोडलेले

१ कनककुंडल किंवा मृद्घट या दृष्टांतानें मन हें उपादान कारण आहे; व कुलालाच्या दृष्टांतानें तें निमित्त कारणही आहे.

२ आत्मानं रथिनं विद्धि शरीरं रथमेव तु । बुद्धिं तु सारथिं विद्धि मनः प्रग्रहमेव च । इंद्रियाणि हयानाहुर्विषयांस्तेषु गोचरान् । (कठोपनिषद्.)

असले (इंद्रियें वशीकृत असून अंतर्मुख केलीं असलीं,) आणि मन हा सारथि असून बुद्धि-रूप चाबूक सारखा झडत असला, म्हणजे तोच रथ फार मोठ्या योग्यतेचा होतो. सारांश काय कीं, इंद्रियें, मन आणि बुद्धि हीं बहिर्मुख असलीं म्हणजे आत्म्यास जीवत्व किंवा भूतात्म्याचें स्वरूप देतात; आणि तींच अंतर्मुख असलीं तर आत्म्याचें ब्रह्ममयत्व प्रकट करितात. याप्रमाणें हा ब्रह्ममय रथ जो ध्यानशील विद्वान् सदोदीत जाणतो, तो कोणत्याही भूताचे ठिकाणीं मोह पावत नाहीं. या ब्रह्मारण्याचा आरंभ अव्यक्तांत झाला असून विशेषांत म्हणजे स्थूल पदार्थांत त्याचा शेवट झाला आहे; (तें अव्यक्तापासून स्थूला-पर्यंत पसरलें आहे;) सर्व स्थावरजंगम पदार्थ त्यांत भरले आहेत; सूर्यचंद्रप्रकाशानें तें प्रकाशित आहे; तें ग्रहनक्षत्रांनीं युक्त आहे; नद्या व पर्वत यांच्या जाळ्यांनीं तें सर्वत्र सुशोभित झालें आहे; अनेक प्रकारच्या जलांनीं तें सतत उत्तम अलंकृत आहे; सर्व भूतांचें उपजीवन त्यापासून होतें; आणि त्यांचा लयही त्यांतच होतो. अशा प्रकारच्या या ब्रह्म-वनांत क्षेत्रज्ञ सदोदित संचार करीत असतो.

सृष्टिवर्णन.

ह्या जगांत जीं स्थावरजंगम (स्थूल) भूतें आहेत, तीं प्रथम लीन होतात; आणि त्यानंतर भूतांपासून उत्पन्न होणारे गुण किंवा शब्दादि विषय लय पावतात. वास्तविक **हें सर्व जग मनोनिर्मित आहे**. मन हें इंद्रियद्वारा सर्व जगाची भावना करितें. अर्थातच दृश्य स्थूल जग हें नेत्रनिर्मित होय. म्हणूनच त्याला **दृष्टि-सृष्टि** असें म्हणतात. ही नेत्रानिर्मित आहे, तेव्हां अर्थातच ज्ञानवंतानें नेत्र अंतर्मुख केले म्हणजे तत्काळ या सृष्टाचा लय होतो. या-प्रमाणें प्रथम नेत्रोन्मीलनाबरोबर स्थावरजंगम सर्व स्थूल भूतें लय पावतात. नंतर दृष्टीप्रमाणेंच श्रोत्रादिकांची बाह्य क्रिया बंद करून तींही अंतर्मुख केलीं असतां शब्दादि सर्व विष-यांचा लय होतो; आणि यानंतर सूक्ष्म देहास कारणीभूत जीं सूक्ष्म पंचभूतें तींही लय पावतात. सूक्ष्म व स्थूल देह हा पांचभौतिक प्रपंच होय, त्याचा याप्रमाणें लय झाला असतां आत्मा हा निर्विशेष चिन्मात्ररूपानें अव-शिष्ट रहातो. देव, मनुष्य, गंधर्व, पिशाच्च, असुर व राक्षस हे सर्व स्वाभावतःच (प्रकृति-गुणांनींच) उत्पन्न झाले आहेत; ते यज्ञादि क्रियांनीं उत्पन्न झाले नाहींत, किंवा त्यांच्या उत्पत्तीस ब्रह्मदेव वगैरे कोणी उत्पादक कारण-ही नाहीं. हे मरीच्यादि सृष्टिकर्ते ब्राह्मण येथें पुनःपुनः जन्म पावतात. त्यांपासून जें जें उत्पन्न होतें तें तें सर्व योग्य काळ प्राप्त झाला असतां समुद्रांतील लाटांप्रमाणें ह्या पंचमहा-भूतांतच लय पावतें. सूक्ष्म भूतें हीं विश्वोत्पादक स्थूल भूतांहून पर आहेत; आणि त्या सूक्ष्म पंचभूतांपासूनही जो मुक्त होतो, तो परम गतीस जातो. प्रभु प्रजापतीनें केवळ मनानें (संकल्पमात्रेंकरून) हें सर्व जग निर्माण केलें आहे. मन आणि इंद्रियें यांची एकाग्रता करणें हेंच उत्कृष्ट तप होय. या तपोबलाच्या योगानेंच प्रजापतीला हें सामर्थ्य प्राप्त झालें आहे. याचप्रमाणें ऋषिही तपोबलानें देवत्व पावलेले आहेत; आणि फलमूलांचा आहार करणारे, उत्तम व्रतस्थ राहिलेले व संकल्पा-पासून समाधीपर्यंत पोंचलेले सिद्ध हे तपाच्या योगानेंच त्रैलोक्य पहातात;—त्यांस समाधिद्वारा त्रैलोक्याचें ज्ञान होतें. औषधें व वनस्पति आणि तशाच नानाप्रकारच्या

१ प्रजापतिरिदं शास्त्रं तपसैवासृजत्प्रभुः ।
तथैव वेदानृषयस्तपसा प्रतिपेदिरे ॥
(मनु. ११, २४३.

सर्वे विद्या ह्या त्यांच्या त्यांच्या उत्पादकांच्या तपोबलानेंच प्रसिद्धि पावतात आणि उत्तम फळास येतात. सारांश, सर्व साधनें हीं तपोमूल आहेत, जें जें मिळून अत्यंत दुर्लभ (इंद्रपद वगैरे), जाणण्यास अत्यंत कठीण (वेद वगैरे), हातांत धरण्यास किंवा स्पर्श करण्यास अतिशय कठीण (अग्नि वगैरे), आणि आक्रमण्यास फारच अवघड (प्रलय वगैरे) आहे, तें तें सर्व तपानें साध्य आहे. कारण तपाचा प्रभाव दुरतिक्रम होय. सुरापान करणारा, ब्रह्मघ्न, चोर, भ्रूणहत्या करणारा आणि गुरुपत्नीशीं गमन करणारा, हे पंचमहापातकी देखील उत्तम तपश्चर्येच्या योगानें त्या त्या पातकापासून मुक्त होतात; मग सामान्य दोषांची निवृत्ति होईलच होईल. मनुष्य, पितर, देव, पशु, मृग, व पक्षी आणि इतरही स्थावरजंगम सर्व भूतें नित्य तपश्चर्येत निमग्न राहिलीं असतां एकट्या तपाच्या योगानें सदोदीत सिद्धि पावतात. त्याचप्रमाणें महामायावी देव तपानेंच स्वर्गास गेले. जे अहंकारयुक्त असून जागरूकतेनें सकाम कर्मे करितात, ते प्रजापतीसन्निध जातात; आणि निर्मम व निरहंकार अशा महात्म्यास शुद्ध ध्यानयोगाच्या योगानें उत्तम अशा महत् लोकांची प्राप्ति होते. ज्यांची बुद्धि सदोदीत प्रसन्न असतें असे ते उत्तम आत्मज्ञानी, ज्यापासून सर्व सुखाची वृद्धि होत असते अशा त्या अखंडआनंददायी ब्रह्मस्वरूपांत ध्यानयोगाच्या साह्यानें लीन होतात. जे ध्यानयोग पूर्ण न करितां अर्धवट सोडून देतात, ते निर्मम व निरहंकार असले तथापि अव्यक्तांतच --प्रकृतींतच--प्रवेश करितात. सामान्यतः मोठ्या लोकांची हीच उत्तम गति होय. जो अव्यक्तापासून उत्पन्न झाला आहे, स्वतः अव्यक्ताशीं ऐक्य पावला आहे, तमोगुण व रजोगुण यांजपासून अगदीं अलिप्त आहे, केवळ सत्त्वस्थ राहून सर्व पातकांपासून अत्यंत मुक्त आहे, आणि जो कारणीभूत होऊन सर्व कांहीं उत्पन्न करूं शकतो, तोच पूर्ण क्षेत्रज्ञ म्हणजे ईश्वर होय, असें समजावें. त्याला जाणणारा हाच खरा वेदज्ञ समजावा. मनःसंयमनानें शुद्ध ज्ञान संपादून इंद्रियादिकांचा निग्रह करून ध्यानशील रहावें; कारण, ज्या गोष्टीवर सारखें चित्त बसलेलें असतें तदाकार मनुष्य होत असतो, हें सनातन गुह्य योय. अव्यक्तापासून स्थूलापर्यंत सर्वांचें अविद्या हें लक्षण आहे. अविद्येनेंच यांचा जन्म असून त्यांत अविद्येचें स्वरूप स्पष्ट दिसून येतें. 'हें माझें, हें माझें' म्हणून ज्या-ज्याविषयीं ममत्वबुद्धि धरली जाते ती सर्व अविद्या होय. यास्तव, निर्गुणत्व हेंच ज्याचें लक्षण आहे अशा पूर्ण आत्मस्वरूपाचेंच ध्यान करावें. ऋषीहो, तुह्मी हें आत्मस्वरूप ओळखा. दोन अक्षरांचा शब्द हाच मृत्यु होय. त्र्यक्षरी शब्द म्हणजेच शाश्वत् ब्रह्म होय. 'मम' म्हणजेच मृत्यु होय. 'नमम' हेंच 'शाश्वत ब्रह्म' जाणावें. कित्येक मतिमंत लोक कर्माची प्रशंसा करितात; परंतु जे वृद्ध महात्मे आहेत ते कांहीं कर्माची प्रशंसा करीत नाहींत. कर्माच्या योगानें षोडशात्मक म्हणजे पंचमहाभूतें व एकादश विकार यांनीं बनलेल्या देहानें युक्त असा

१ यद्दुस्तरं यद्दुरापं यद्दुर्गं यच्च दुष्करं ॥
सर्वं तु तपसा यम् तपो हि दुरतिक्रमम् ।
(मनु. ११, २३८.)

२ महापातकिनश्चैव शेषाश्चाकार्यकारिणः ।
तपसैव सुतप्तेन मुच्यन्ते किल्बिषात्ततः ।
(मनु. ११ २३९.)

३ कीटाश्चाहिपतंगाश्च पशवश्च वयांसि च ।
स्थावराणि च भूतानि दिवं यांति तपोबलात् ।
(मनु. ११ २४०.)

१ यो यच्छ्रद्धः स एव सः । (गीता, अ. १७, ३.)

जंतु उत्पन्न होतो. विद्या ही त्या षोडशात्मक पुरुषास ग्रासून टाकते; म्हणजे ती त्याचा देहाभिमान किंवा तो षोडशात्मक देह नाहींसा करून टाकते. अमृतपान करणारांसही हेंच ग्राह्य होय; आणि म्हणूनच, ज्यांची दृष्टि भवसागरापार जाऊन पोंचते, ते कर्माविषयीं निरिच्छ असतात. पुरुष हा विद्यामय आहे; कर्ममय खास नव्हे. संगरहित आत्मा हा अमर, नित्य, कोणाच्याही आटोक्यांत न येणारा व सदोदीत कायम रहाणारा असा असल्याचें जो जितचित्त पुरुष जाणतो, तो कदापि मृत्यु पावत नाहीं;—तो अमर होत असतो. याचप्रमाणें अनादि, अजात, कूटस्थ, नित्य, कोणाकडूनही निगृहीत न होणारा आणि अमृतपान करणारा अशा आत्म्याचा ज्याला लाभ होतो किंवा जो लाभ करून घेतो, तो ह्याच कारणांनीं कोणाचेही ताब्यांत न जाणारा, स्वतः सत्ताधीश व अमर होतो. मित्रत्वादि सर्व संस्कार[१] दृढ करून चित्ताचें आत्म्याचे ठिकाणीं निग्रहण केलें असतां, ज्याहून कांहींच पर नाहीं अशा शुभ ब्रह्माचें ज्ञान होतें. सत्त्व किंवा प्रज्ञा अत्यंत निर्मल झाली असतां शांति प्राप्त होते. शांतीचें लक्षण स्वप्नदर्शनाप्रमाणें आहे. ज्याप्रमाणें स्वप्नांत जीवाचा देहाशीं संबंध नसतो, त्याप्रमाणें योगाभ्यासानें जेव्हां जागृतींतही चित्त बाहेर संज्ञाशून्य बनून अंतर्मुख होतें, तेव्हां तेंच शांतीचें लक्षण समजावें. शांति हीच विरक्तांची गति होय. हा सनातन धर्म आहे. ज्ञानवंतास ज्ञानाच्या योगानें जें प्राप्त करून घ्यावयाचें तें हेंच; आणि शांति हाच वर्तनाचा अत्यंत प्रशस्त मार्ग होय. सर्व भूतांशीं समतेनें वागणें, कशाचीही इच्छा न करणें व कोठेंही आसक्त न होणें या गोष्टी करणाऱ्या व सर्वत्र सुखदुःख, रागद्वेष, इत्यादि द्वंद्वें सोडून केवळ समदृष्टीनें पहाणाऱ्यासच ही गति मिळणें शक्य आहे. विप्रर्षिसत्तमहो, मीं तुम्हांस हें सर्व कथन केलें आहे. आतां सांगावयाचें कांहींएक उरलें नाहीं. मीं सांगितल्याप्रमाणें तुम्ही सत्वर आचरण करूं लागा, म्हणजे तेणेंकरून तुम्हांस सिद्धि प्राप्त होईल.

गुरुशिष्यसंवादसमाप्ति.

गुरु म्हणालाः—गुरु ब्रह्मदेवानें याप्रमाणें सांगितलें तेव्हां त्या मुनींनीं त्याप्रमाणें आचरण केलें; आणि तेणेंकरून त्यांस उत्तम लोक प्राप्त झाले. महाभागा, मीं ब्रह्मदेवाचें भाषण तुला सांगितलें, त्याप्रमाणें तूंही शुद्ध चित्तानें उत्तम आचरण ठेव, म्हणजे तुलाही सिद्धि प्राप्त होईल.

वासुदेव सांगतोः—कौंतेया, याप्रमाणें गुरूनें त्या शिष्यास उत्तम धर्मोपदेश केला असतां त्यानें त्याप्रमाणें सर्व आचरण केलें; आणि तेणेंकरून मोक्ष मिळविला. हे कुरुकुलोद्वहा, तेव्हां तो शिष्य कृतकृत्य झाला; आणि जेथें गेल्यावर पुनः शोक करण्याचा कधींच प्रसंग येत नाहीं, अशा परमपदीं तो जाऊन पोंचला.

अर्जुन विचारितोः—कृष्णा, तो ब्राह्मण कोण होता बरें? त्याचप्रमाणें, हे जनार्दना, तो शिष्यही कोण होता? मला ऐकण्यास कांहीं हरकत नसेल तर, हे प्रभो, यांतील तत्त्व मला सांगावें.

वासुदेव सांगतोः—हे महाबाहो अर्जुना, मीच तो गुरु होय आणि माझें मन हाच

---

१ श्रेयो हि ज्ञानमभ्यासाज्ज्ञानाद्ध्यानं विशिष्यते।
ध्यानात्कर्मफलत्यागस्त्यागाच्छान्तिरनन्तरं ॥
अद्वेष्टा सर्व भूतानां मैत्रः करुण एव च।
(गीता, अ. १२, १२–१३.)

शिष्य समज. धनंजया, तुजवरील प्रीतीमुळेंच हें गुह्य मीं तुला कथन केलें. हे कुरुकुलोद्वहा, मजवर तुझें सतत प्रेम असेल तर, हे सुव्रता, **तूं हें अध्यात्म श्रवण केल्याप्रमाणें त्याचें उत्तम आचरण कर. नाहींपेक्षां हें ऐकून न ऐकून सारखेंच.** हे अरिकर्षणा, या धर्माचें तूं यथावत् आचरण ठेविलेंस म्हणजे तूं सर्व पातकांपासून पूर्ण मुक्त होऊन केवल मोक्ष जोडशील. हे महाबाहो, पूर्वीं युद्ध करण्याची वेळ जवळ येऊन ठेपली असतां मीं तुला हेंच सांगितलें होतें; यासाठीं इकडे नीट लक्ष दे. असो; हे भरतश्रेष्ठा फाल्गुना, माझ्या पित्याची व माझी भेट झाल्यास फारच दिवस लोटले असल्यामुळें आतां तुझा निरोप घेऊन त्याच्या भेटीस जाण्याची माझी इच्छा आहे.

वैशंपायन सांगतातः—कृष्णानें याप्रमाणें विचारलें असतां अर्जुनानें त्यास प्रत्युत्तर केलें कीं, ' कृष्णा, ठीक आहे. चल आपण बरोबरच हस्तिनापुरास जाऊं. धर्मशील युधिष्ठिर राजास भेटून व त्याचा निरोप घेऊन तूं आपल्या नगरीस जावें, हें बरें. '*

१ भक्तोऽसि मे सखा चेति रहस्यं ह्येतदुत्तमम्। (गीता, अ. ४, श्लो. ३.)

* या ५१ व्या अध्यायाच्या शेवटींच अनुगीता संपली असें विषयसंदर्भावरून दिसतें. कारण, यापुढील अध्यायांत जें उत्तंकोपाख्यान आलें आहे, त्याखेरीज अध्यात्मिक विषयाचें पुढें कोठेंही वर्णन नाहीं. परंतु, आम्हांजवळ असलेल्या महाराष्ट्र, बंगाली, गुर्जर इत्यादि प्रतींतून अनुगीतापर्व हें आश्वमेधिक पर्वाच्या शेवटीं संपल्याचें लिहिलें असल्यामुळें आम्हींही तोच क्रम ठेविला आहे; व अनुगीता हें प्रकरण या पर्वांत महत्वानें प्रधान असल्यामुळें या पार्थी सर्व पर्वाला अनुगीतापर्व म्हणणें क्षम्यही आहे.

अध्याय बावन्नावा.

—:०:—

श्रीकृष्णाचें द्वारकेस प्रयाण.

वैशंपायन सांगतातः—राजा जनमेजया, नंतर कृष्णानें रथ जोडण्याविषयीं दारुकास आज्ञा केली; आणि थोड्याच वेळांत दारुकानें रथ सज्ज असल्याविषयीं वर्दी दिली. त्याचप्रमाणें अर्जुनानेंही आपल्या सेवकांस आज्ञा केली कीं, " आपली तयारी करा; आपणांस आतां हस्तिनापुराकडे प्रयाण करावयाचें आहे." याप्रमाणें आज्ञा होतांच ते सैनिक सज्ज झाले आणि " सर्व तयारी झाली " म्हणून त्यांनीं अमिततेजस्वी पार्थास वर्दी दिली. राजा, मग कृष्णार्जुन रथांत बसून प्रेमानें अनेक प्रकारच्या गोष्टी बोलत प्रयाण करूं लागले. याप्रमाणें ते रथांत बसून चालले असतां मार्गांत महातेजस्वी धनंजय कृष्णाला पुनः असें म्हणाला, " हे वृष्णिकुलाग्रणे, तुझ्याच प्रसादानें धर्मराजास जय मिळाला, शत्रु ठार झाले आणि निष्कंटक राज्य प्राप्त झालें. हे मधुसूदना, आम्ही पांडव तुझ्या योगानेंच सनाथ आहों; आणि त्वद्रूप नौकेच्या साहाय्यानेंच कौरवसागरांतून उत्तीर्ण झालों. देवा, तूं विश्व उत्पन्न करणारा, विश्वाचा आत्मा व सर्व विश्वांत श्रेष्ठ होस; तुला मी अभिवंदन करितों. तुझी मजवर जितकी कृपा आहे तितक्याच मानानें मी तुला जाणतों. (तुझ्या कृपेवांचून तुला जाणणें अशक्य आहे.) हे मधुसूदना, भूतात्मा हा नित्य तुझ्याच तेजापासून उत्पन्न होतो. जगाची उत्पत्ति, स्थिति व लय करणें हा तुझा गमतीचा खेळ आहे; आणि आकाश व पृथ्वी ही तुझी माया आहे. हें जें स्थावरजंगम विश्व आहे, तें सर्व तुझ्याच ठिकाणीं अधिष्ठान पावलें आहे; अंडज, स्वेदज वगैरे चतुर्विध भूतग्राम तूंच

निर्माण करितोस, आणि पृथ्वी, स्वर्ग व आकाश ही तुझीच कृति आहे. हे मधुसूदना, स्वच्छ चांदणें हें तुझें हास्य असून ऋतु हीं तुझीं इंद्रियें आहेत. सतत वहाणारा वारा हा तुझा श्वास असून तुझा क्रोध हाच सनातन मृत्यु होय. हे महामते, तुझ्या प्रसादांत लक्ष्मी वास्तव्य करते; आणि तुजमध्यें श्री नित्य वसत आहे. त्याचप्रमाणें रति, तुष्टि, धृति, क्षांति, मति, कांति व चराचर सकल विश्व हें तूंच आहेस; आणि, हे अनघा, युगांतसमयीं तुलाच निधन ही संज्ञा दिली जाते. मी कितीही काळपर्यंत वर्णीत बसलों तरी तुझ्या गुणांचें मजकडून वर्णन होणें शक्य नाहीं. तूंच आत्मा असून परमात्माही तूंच आहेस. हे नलिनेक्षणा, तुला माझा नमस्कार असो. हे सुदुर्धर्षा, नारद, देवल, कृष्णद्वैपायन आणि कुरुपितामह भीष्माचार्य यांपासून मला कळून आलें आहे कीं, 'सर्व कांहीं तुझ्याच स्वरूपीं भरलेलें असून तूंच एक सर्व प्राण्यांचा ईश्वर आहेस.' आणि, हे अनघा, तूंही मजवर अनुग्रह करून मला हेंच सांगितलें आहेस. जनार्दना, या सर्वांस अनुसरून मी नीट वागेन. धृतराष्ट्राचा पुत्र पापी दुर्योधन रणांत ठार झाला हें जें कृत्य झालें, तें अत्यंत अद्भुत कृत्य तूं आमचें प्रिय करण्याच्या हेतूनें केलेंस. मीं रणांत ज्यास जिंकिलें तें सैन्य वास्तविक तूंच दग्ध केलेंस. तूं अशा प्रकारचें कर्म केलेंस कीं, तेणेंकरून मला जय मिळवितां आला. रणांत दुर्योधनाच्या व कर्णाच्या वधाचा उपाय तुझ्याच बुद्धिप्रभावानें बरोबर दाखवून दिला. त्याचप्रमाणें पापी जयद्रथ व भूरिश्रवा यांस मारण्याच्या युक्त्याही तुझ्याच अपार बुद्धिसामर्थ्यानें आम्हांस कळून आल्या. हे देवकीपुत्रा, तूं प्रेमानें मला जें सांगितलेंस त्याप्रमाणें मी बरोबर आचरण ठेवीन. या कामांत मला बिलकूल विचार कर्तव्य नाहीं. हे धर्मज्ञा, धर्मशील युधिष्ठिर राजाला गांठून तुझ्या जाण्याविषयीं मी त्याचें मन वळवीन. तुझें द्वारकेस जाणें मला संमत आहे. जनार्दना, माझे मामा, दुर्धर्ष बलराम व तसेच वृष्णिकुलांतील दुसरे मोठमोठे लोक यांस तूं लवकरच भेटशील बरें!"

याप्रमाणें संभाषण करीत करीत ते उभयतां हस्तिनापुरास पोहोंचले; व लगेच, हर्षपूर्ण जनांनीं गजबजलेल्या अशा त्या नगरांत त्या उभयतांनीं प्रवेश केला. हे महाराजा, तेथें धृतराष्ट्राचा राजवाडा इंद्रगृहाच्या तोडीचा होता. त्यांत शिरतांच धृतराष्ट्र राजा महाज्ञानी विदुर, युधिष्ठिर राजा, दुर्धर्ष भीमसेन, माद्रीपुत्र उभय पांडव, धृतराष्ट्राजवळच बसलेला अपराजित युयुत्सु, व महाज्ञानी गांधारी, साध्वी द्रौपदी, सुभद्रा वगैरे त्या सर्व भरतस्त्रिया आणि गांधारीच्या परिचारिका स्त्रिया त्यांच्या दृष्टीस पडल्या. मग त्या दोघां अरिंदम वीरांनीं धृतराष्ट्र राजाजवळ जाऊन 'मी पार्थ अभिवंदन करतों.' 'मी कृष्ण प्रणाम करतों.' अशीं आपलीं नांवें सांगून त्याच्या पायांचें अभिवंदन केलें. असेंच त्यांनीं गांधारी, कुंती, युधिष्ठिर व भीमसेन यांचे पाय धरले; आणि विदुरासही भेटून कुशल विचारिलें. मग या सर्वांसह कृष्णार्जुन हे वृद्ध धृतराष्ट्र राजासन्निध जाऊन बसले. पुढें रात्र पडली तेव्हां धृतराष्ट्र महाराजानें त्या कुरुकुलश्रेष्ठांस व बुद्धिमान् कृष्णास आपआपल्या वसतिस्थानीं जाण्यास अनुज्ञा दिली. राजाची आज्ञा झाल्यावर ते सर्वजण आपापल्या ठिकाणीं निघून गेले. वीर्यशाली कृष्ण पार्थाच्याच मंदिरीं गेला. तेथें इच्छिलें साहित्य सिद्ध होतें. त्या

१ कीर्तिः श्रीर्वाक्च नारीणां स्मृतिर्मेधा धृतिः क्षमा। (गीता, अ. १०, श्लो. ३४.)

योगें अर्जुनानें त्याचें उत्तम आदरातिथ्य केलें. नंतर मेधावी कृष्णानें अर्जुनासह शयन केलें. मग रात्र उजाडल्यावर त्या दोघांनीं प्रातर्विधि उरकले; आणि मग ते परमपूज्य कृष्णार्जुन धर्मराजाच्या भवनीं गेले. तेथें महाबलाढ्य युधिष्ठिर आपल्या अमात्यांसहवर्तमान बसला होता. त्या अत्यंत शोभायमान मंदिरांत त्यांनीं प्रवेश केला, तेव्हां जणू देवराजाचे दर्शनास अश्विनीकुमारच आले आहेत कीं काय असें दिसलें. मग धर्मराजास पहातांच कृष्णार्जुनांनीं त्यास प्रणाम केला, आणि त्यानें प्रेमपुरःसर ' बसा ' असें म्हटल्यावर ते खालीं बसले. नंतर, त्या दोघांस कांहीं बोलावयाचें आहे असें पाहून, सर्व राजांत श्रेष्ठ, वक्त्यांत वरिष्ठ व उत्तम बुद्धिमान् अशा धर्मराजानेंच प्रथम बोलण्यास सुरुवात केली.

धर्मराज म्हणालाः—हे यदुकुरुनायक वीरहो, तुम्हांस कांहीं बोलावयाचें आहे असें मला वाटतें; तर बोला लवकर. मी तुमचे सर्व मनोरथ तत्काळ पूर्ण करीन. बोला, मनांत कांहीं देखील शंका आणूं नका.

धर्मराजाचें हें भाषण ऐकून वाक्यविशारद अर्जुन नम्रपणें पुढें होऊन म्हणाला, 'राजन्, हा प्रतापी वासुदेव येथें येऊन पुष्कळ दिवस झाले असल्यामुळें आतां आपली अनुज्ञा घेऊन पित्यास भेटूं इच्छितो. तेव्हां आपल्या मनास येत असेल तर आपण त्यास अनुमोदन देऊन आनर्तनगरीस जाऊं द्यावें. मला वाटतें, या वेळीं आपण त्याला जाण्यास अनुज्ञा द्यावी !'

युधिष्ठिर म्हणालाः—हे पुंडरीकाक्षा, तुझें कल्याण असो. प्रभो मधुसूदना, तूं वसुदेवास भेटण्यास द्वारकेस जा. हे महाबाहो केशवा, तुझें जाणें मला मान्य आहे. कारण माझा मामा वसुदेव व देवी देवकी यांस तूं फार दिवसांत भेटला नाहींस. यास्तव, हे मानदा, तूं मामांकडे व बलदेवाकडे जा; आणि, हे महाप्राज्ञा, त्यांस माझे प्रणाम प्रविष्ट कर. मात्र तिकडे गेल्यावर तूं आम्हांस विसरूं नको हो ! मी, बलवंताग्रणी भीम, फाल्गुन, नकुल व सहदेव यांची तुला नित्य आठवण असूं दे; आणि आनर्त देशास जाऊन पिता व वृष्णिवीर यांस भेटल्यावर माझ्या अश्वमेधासाठीं पुनः परत ये. हे निष्पापा महाभुजा, आतां तूं जा आणि लवकरच रत्नें, अनेक प्रकारची द्रव्यसंपत्ति, आणि तेथें जो जो म्हणून सुंदर पदार्थ असेल तो तो येतांना बरोबर आण. केशवा, तुझ्या प्रसादानें ही संपूर्ण वसुधा आमच्या हस्तगत झाली; आणि, हे वीरा, शत्रु नाश पावले तेही तुझ्याच प्रसादानें !

जनमेजया, कुरुकुलोत्पन्न धर्मराज युधिष्ठिर याप्रमाणें बोलत असतां पुरुषश्रेष्ठ वासुदेव मध्येंच असें म्हणाला, " धर्मराजा, आमच्याकडील रत्नें व संपूर्ण धन तुझेंच आहे. कारण, आज संपूर्ण भूमीचीच मालकी तुजकडे आहे. रत्नें व द्रव्य इतकेंच केवळ नव्हे, तर मजकडे दुसरेही जे जे मूल्यवान् पदार्थ आहेत त्यांचाही तूंच नित्य स्वामी आहेस. " यावर धर्मराजानें ' ठीक आहे. ' असें म्हणून त्या वीर्यशाली गदाग्रजाची पूजा केली. मग कृष्णानें आपली आत्या कुंती इचा सन्मानपूर्वक निरोप घेतला. कुंतीनें त्याचा गौरव केला आणि कृष्णानेंही ती वडील म्हणून तीस प्रदक्षिणा घातली. मग कुंतीनें व विदुर वगैरे सर्वांनीं त्याचें उत्तम अभिनंदन केल्यानंतर तो चतुर्भुज वासुदेव स्वतः दिव्य रथांत बसला; आणि कुंती व युधिष्ठिर यांच्या परवानगीनें साध्वी सुभद्रेस आपल्या रथांत बसवून तो हस्तिनापुरांतून बाहेर पडला. त्या वेळीं पौरजनांच्या झुंडीच्या झुंडी त्याच्या रथासभोंवतीं जमल्या होत्या. याप्रमाणें

तो जावयास निघाला तेव्हां वानरकेतु पार्थ, सात्यकि, नकुलसहदेव, अगाधज्ञानी विदुर आणि गजेंद्रतुल्य पराक्रमी भीमसेन हे त्याला पोंचविण्यास त्याच्या मागून गेले. मग कांहीं वेळानें युधिष्ठिरप्रभृति सर्व वीरांस व विदुरास मागें फिरवून त्या वीर्यशाली जनार्दनानें दारुकास व सात्यकीस त्वरेनें घोडे हांकण्यास सांगितलें. या वेळीं सात्यकिही त्याच्या मागोमाग चालला होता. अशा प्रकारें तो शत्रुगणविध्वंसक प्रतापी जनार्दन द्वारकेकडे प्रयाण करूं लागला तेव्हां जणू हा इंद्रच अरिसंघांचा निःपात करून स्वर्गास चालला आहे कीं काय असें भासलें !

अध्याय त्रेपन्नावा.

—:०:—

उत्तंकोपाख्यान.

उत्तंक व श्रीकृष्ण यांची भेट.

वैशंपायन सांगतातः—राजा, याप्रमाणें कृष्ण द्वारकेस प्रयाण करीत असतां ते भरतकुलोत्पन्न परंतप वीर त्यास आलिंगन देऊन आपआपल्या सेवकांसह मागें परतले. अर्जुनानें त्यास पुनःपुनः अनेकवार कवटाळिलें आणि तो दृष्टीआड होईपर्यंत तो वरचेवर त्याकडे पहात होता. शेवटीं मोठ्या कष्टानें त्यानें कृष्णावरील आपली दृष्टि काढली; आणि अपराजित कृष्णासही अर्जुनाकडे लागलेली दृष्टि वळविणें कठीण गेलें. असो; पुढें त्या महात्म्याचे प्रयाणसमयीं अनेक अद्भुत प्रकार घडले ते मी सांगतों, ऐक. रथाच्या पुढें वायु महावेगानें वहात असून तो धूळ, कांटे व दगडगोटे पार नाहींतसे करून रस्ता साफ करीत चालला होता आणि इंद्र हा शार्ङ्गपाणि कृष्णाच्या रथापुढें स्वच्छ व सुगंधि जलाचें सिंचन करून त्यावर दिव्य पुष्पें पसरीत होता. अशा प्रकारें तो महाबाहु प्रयाण करीत असतां त्यास सपाट मरुधन्व (मारवाड) देश लागला. त्यांतून जात असतां अतितेजस्वी मुनिश्रेष्ठ उत्तंक त्याच्या दृष्टीस पडला. त्याला पहातांक्षणीं दीर्घलोचन कृष्णानें त्याचें पूजन करून त्यास कुशल विचारिलें. मग ब्राह्मणश्रेष्ठ उत्तंकानेंही त्या मधुसूदनाचें पूजन करून त्यास असा प्रश्न केला कीं, “ कृष्णा, तूं कौरवपांडवांच्या घरीं जाऊन त्यांची भाऊबंदकी कायमची मोडून टाकलीस ना ? तूं त्यांचें कसें काय सख्य केलेंस तें मला सांग. केशवा, कौरव व पांडव हे तुझे आप्त असून त्यांवर तूं नित्य प्रेम करीत आला आहेस; तेव्हां अशा त्या प्रिय आप्तांचा संधि घडवून तूं परतलास होय ? हे परंतपा, तुझ्यासारखा स्नेही (मध्यस्थ) असल्यामुळें पांच पांडव व सर्व कौरव हे जगांत आज आनंदानें नांदत आहेत ना ? कृष्णा, तूं पालनकर्ता असल्यामुळें कौरवांचें भांडण शमून तेथें जमलेले ते सर्व राजे आपआपल्या देशांत जाऊन सुखानें कालक्रमणा करीत आहेत ना ? बाबारे, तुजविषयीं माझा जो भरंवसा होता तो या भरतांच्या प्रकरणीं तूं सफल केलास ना ? ”

श्रीभगवान् म्हणालेः—ब्रह्मन्, कौरवांचें वितुष्ट नाहींसें व्हावें व ते शांत व्हावे म्हणून मीं प्रथम फारच प्रयत्न केला. परंतु शिकस्तीची खटपट केली असतांही त्यांस ताळ्यावर आणतां आलें नाहीं, तेव्हां ते सर्व पुत्रबांधवांसह निधन पावले ! जें भवितव्य म्हणून ठरलेलें असेल तें बुद्धीनें किंवा शक्तीनें फिरविणें शक्य नाहीं. महर्षे, आपणासही हें सर्व भविष्य माहीत आहेच. हे निष्पापा, माझ्या संबंधानें भीष्म व विदुर यांनीं त्यांस सांगितलेला बुद्धिवादही त्यांनीं ऐकिला नाहीं. यामुळें

परस्परांची रणांत गांठ पडून ते सर्वजण यमसदनीं गेले. फक्त पांच पांडव जिवंत राहिले. बाकी त्यांचेही मुलगे व मित्र सर्व नाहींतसे झाले आणि कौरव तर गणगोतासह पार धुळीस मिळाले!

कृष्णाचें हें भाषण ऐकून उत्तंकास क्रोध चढला, आणि तो रागानें डोळे वटारून कृष्णास बोलूं लागला.

उत्तंक म्हणालाः—कृष्णा, तुझ्या अंगांत सामर्थ्य असतांही प्रिय व आप्त अशा कुरुपुंगवांचें तूं रक्षण केलें नाहींस, त्यापेक्षां मी तुला निःसंशय शाप देईन. ज्यापेक्षां तूं बळेंच त्यांस आवरून युद्धापासून परावृत्त केलें नाहींस, त्यापेक्षां, हे मधुसूदना, मी तुला शाप देणार! तूं त्यांस बळेंच आवरून न धरल्यामुळें मला अतिशय संताप आला आहे. कृष्णा, तुझ्या अंगांत पूर्ण सामर्थ्य असतांही तूं लबाडीनें कौरवांची उपेक्षा केलीस आणि त्यामुळेंच ते नाश पावले.

वासुदेवानें उत्तर दिलें:—हे भृगुनंदना, मी ही हकीकत सविस्तर सांगतों, ती प्रथम ऐकून घ्या आणि जरा शांतता धरा. कारण, भार्गवा, आपण तपस्वी आहां. (एकदम असें खवळून जाणें आपणासारख्या तपस्व्यास शोभत नाहीं!) त्यांतील रहस्य प्रथम मजकडून ऐकून घ्या आणि मग शाप द्या. थोडक्याशा तपानें माझें कांहीं वांकडें होणें शक्य नाहीं; आणि, हे तपस्विवरा, आपल्या तपाचा नाश न व्हावा अशी माझी इच्छा आहे. तुमची तपश्चर्या फारच मोठी व जाज्वल्य आहे. तुम्ही गुरूंस संतोषविलें आहे, आणि कुमारावस्थेपासून सारखें ब्रह्मचर्य पालिलें आहे, हें मी जाणतों; आणि म्हणूनच, हे द्विजसत्तमा, मोठ्या कष्टानें जोडलेल्या आपल्या तपाचा अपव्ययं[1] न व्हावा अशी माझी इच्छा आहे!

अध्याय चौपन्नावा.

—:०:—

श्रीकृष्णाचें उत्तंकाशीं भाषण.

स्वस्वरूपकथन.

उत्तंक म्हणालाः—केशवा, उत्तम रहस्य काय आहे तें तत्त्वतः सांग; म्हणजे तें ऐकून, हे जनार्दना, तुला आशीर्वाद द्यावयाचा कीं शाप द्यावयाचा तें मी ठरवीन.

वासुदेव म्हणालाः—सत्त्व, रज आणि तम हे गुण माझ्या आश्रयानें रहातात, असें समजा. त्याचप्रमाणें, हे द्विजा, रुद्र[2] व वसु माझ्यापासूनच उत्पन्न झाले आहेत हें लक्षांत ठेवा. सर्व भूतें माझ्यामध्यें आहेत आणि माझेंही सर्व भूतांचे ठायीं अधिष्ठान आहे, हें तुम्ही पूर्ण लक्षांत ठेवा. याविषयीं तुम्हांस बिलकूल संशय नसावा. त्याचप्रमाणें, ब्रह्मन्, सर्व दैत्यसंघ, यक्ष, राक्षस, गंधर्व, नाग व अप्सरा सर्व मजपासून उत्पन्न झाले आहेत. ज्याला सत्[3] आणि असत् किंवा अव्यक्त व व्यक्त अथवा अक्षर व क्षर असें म्हणतात तें सर्व मद्रूप होय. मुने, तुम्हीं ऐकिलेले चार आश्रमांतील चार प्रकारचे धर्म आणि सर्व वैदिक कर्में हीं मद्रूपच आहेत. असत् (शशशृंगाप्रमाणें भासमानही नसलेलें), सदसत् (घट, पट इत्यादींप्रमाणें भासणारें परंतु नाशवंत) आणि यांहून पर असें अव्यक्त हीं मज सनातन देवाधिदेवाहून

---

१ कोणताही शाप किंवा आशीर्वाद वठण्यास तपश्चर्या खर्ची घालावी लागते व ती पदरीं नसल्यानें हल्लीं ब्राह्मणांचे शाप किंवा आशीर्वाद वठत नाहींत!

२ "रुद्रादित्या वसवो०" (गीता, ११, २२.)

३ "सदसच्चाहमर्जुन" (गीता, अ.९, श्लो.१९.)

निराळीं नाहींत. हे भृगुकुलाग्रणे, ॐकारप्रमुख सर्व वेद मी आहें असें जाण. यज्ञस्तंभ, सोम, चरु, होम, यज्ञांत देवताप्रसादार्थ करावयाचीं कृत्यें, हवन करणारा आणि हव्य सर्व कांहीं मीच आहें. हे भृगुनंदना, यज्ञांतील अध्वर्यु व कल्पक मीच असून परम शुद्ध केलेलें हविर्द्रव्यही मीच आहें. महायज्ञामध्यें उद्गाता मोठ्यानें गीतें म्हणून माझेंच स्तवन करितो; आणि, ब्रह्मन्, प्रायश्चित्तें करीत असतां शांतिपाठ आणि मंगलमंत्रपाठ करणारे लोक मज विश्वकर्त्यालाच सदोदीत स्तवितात. हे द्विजसत्तमा, धर्म हा माझा थोरला मानसपुत्र असून तो माझा लाडका आहे. सर्वभूतांवर दया हेंच त्याचें स्वरूप आहे. त्या माझ्या पुत्राच्या म्हणजे धर्माच्या संरक्षणासाठीं आणि संस्थापनेसाठीं मी निरनिराळ्या वेळीं अनेक निरनिराळ्या योनींत जन्म घेतों; व त्या त्या वेळीं असलेल्या व मागें झालेल्या लोकांच्या मदतीनें तें उद्दिष्ट कार्य शेवटास नेतों. याप्रमाणें, हे भार्गवा, मी निरनिराळ्या रूपानें व निरनिराळ्या वेषानें त्रैलोक्यांत वास्तव्य करितों. मीच विष्णु आहें. मीच ब्रह्मा आहें. इंद्र मीच असून उत्पत्ति व लयही मीच आहें. मी सर्व भूतग्रामाचा उत्पादक व विनाशकर्ता आहें. मी अच्युत असून अधर्मानें वागणाऱ्या सर्वांचा काळ आहें. प्रजाहितबुद्धीनें मी प्रत्येक युगांत निरनिराळ्या योनींत अवतार घेऊन धर्माचा सेतु बांधतों. हे भृगुनंदना, जेव्हां मी देवयोनींत जन्म घेतों, तेव्हां मी देवाप्रमाणें सर्व आचरण ठेवतों, यांत संशय नाहीं. जेव्हां मीं गंधर्वयोनींत उत्पन्न होतों, तेव्हां, हे भृगुनंदना, माझें सर्व आचरण एखाद्या गंधर्वासारखें असतें, हें निःसंशय होय. याचप्रमाणें नागयोनि धारण केली असतां मी नागांप्रमाणें वागतों; आणि यक्ष, राक्षस इत्यादि योनींत प्रवेश केला असतां त्या त्या योनीस उचित असेंच माझें आचरण असतें. सांप्रत मी मनुष्ययोनींत असल्यामुळें, मनुष्यरूपानें कौरवांची पुष्कळच विनतवारीनें प्रार्थना केली; परंतु काळमोहित झालेल्या त्या मूढांनीं माझ्या सांगण्याप्रमाणें वर्तन केलें नाहीं. तेव्हां (त्यांनीं मला बांधण्याचा बेत केला असतां) मला अनावर राग येऊन मीं त्यांस आपलें विराटरूप दाखवून अगदीं भिववून सोडिलें; परंतु पुनः मीं आपलें मानवी रूप प्रकट केलें. कौरव हे अधर्मानें वागत होते, आणि कालाचा पगडा त्यांवर पूर्णपणें बसला होता; यामुळें ते युद्धांत निधन पावले. तथापि ते धर्मानें युद्ध करून मेले असल्यामुळें स्वर्गास गेले आहेत यांत संशय नाहीं; आणि हे द्विजोत्तमा, पांडवांचीही जगांत कीर्ति पसरली आहे. असो; भार्गवा, तूं मला विचारिलेंस तें हें मीं तुला सर्व कथन केलें आहे.

अध्याय पंचावन्नावा.

—:०:—

उत्तंकास विश्वरूपदर्शन व वरप्राप्ति.

उत्तंक म्हणालाः—जनार्दना, तूं जगाचा कर्ता आहेस हें मी जाणतों. खरोखर मला प्राप्त झालेलें हें ज्ञान म्हणजे तुझा प्रसादच आहे, अशी माझी निःसंशय भावना आहे. शिवाय,

१ वेद्यं पवित्रमोंकार ऋक्साम यजुरेव च ”
(गीता, अ. ९, श्लो. १७.)

२ अहं क्रतुरहं यज्ञः स्वधाहमहमौषधं।
मन्त्रोऽहमहमेवाज्यमहमग्निरहं हुतम् ॥
(गीता, अ. ९ श्लो. १६.)

३ परित्राणाय साधूनां विनाशाय च दुष्कृतां।
धर्मसंस्थापनार्थाय संभवामि युगे युगे ॥
(गीता, अ. ४, श्लो. ८.)

४ धर्मस्य प्रभुरच्युतः। (विष्णुसहस्रनाम.)

हे अच्युता, माझें चित्त तुझ्या स्वरूपाकडे वेधल्यामुळें तें सुप्रसन्न झालें आहे; आणि, हे परंतपा, तुला शाप द्यावा या विचाराची गंधवार्ताही आतां त्यांत उरली नाहीं. जनार्दना, सांप्रत तुझा कांहीं अनुग्रह होण्यास मी पात्र असेन तर तुझें ईश्वरत्वद्योतक रूप (विश्वरूप) पहावें अशी माझी इच्छा आहे. तर तेवढें मला दाखीव.

वैशंपायन सांगतातः—राजा, मग संतुष्ट झालेल्या धीमान् कृष्णानें, पूर्वीं जें अर्जुनानें पाहिलें होतें तें शाश्वत वैष्णवरूप त्या उत्तंकास दाखविलें. त्या वेळीं त्या महाबलिष्ठ महात्म्याचें तें जें विश्वरूप उत्तंकानें अवलोकन केलें, त्याचें तेज सहस्र सूर्यांसारखें किंवा प्रदीप्त अग्नीसारखें होतें, तें सर्व आकाश व्यापून राहिलें होतें आणि त्यास सर्व बाजूंस मुखें होतीं. असें तें विष्णूचें श्रेष्ठ व अद्भुत वैष्णवरूप पाहून—त्या परमेश्वरास पाहून—उत्तंक ब्राह्मण विस्मित झाला.

उत्तंक म्हणालाः—हे विश्वकर्मन्, तुला नमस्कार असो. हे विश्वात्मन्, हे विश्वसंभव, तुझ्या पायांनीं पृथ्वी व्यापली आहे; मस्तकानें आकाश झांकून गेलें आहे; पृथ्वी व आकाश यांमधील जागा तुझ्या पोटानें अडविली आहे; तुझ्या हातांनीं दिशा भरून टाकिल्या आहेत; आणि, हे अच्युता, हें सर्व जग तूंच आहेस. आतां, देवा, तूं आपलें हें उत्तम व अक्षय्यरूप आवरून धर. पुनः तुझें साधें मनुष्यरूप—हें रूपही शाश्वतच आहे—तें पहाण्याची माझी इच्छा आहे.

वैशंपायन सांगतातः—जनमेजया, मग प्रसन्न झालेला गोविंद त्यास 'वर माग' असें म्हणाला. तेव्हां उत्तंक त्यास असें बोलला, 'हे महाद्युते पुरुषोत्तमा कृष्णा, तुझ्या या विश्वरूपाचें हें जें दर्शन घडलें, हाच तुझा अनुग्रह आज पुरे आहे.' तें ऐकून कृष्ण त्यास पुनः म्हणाला, 'वर मागण्यास तूं मुळींच अनमान करूं नको. वर देणें हें माझें अवश्य कर्तव्य आहे. कारण, माझें दर्शन विफल होणें नाहीं.'

उत्तंक म्हणाला, 'विभो, वर देणें अवश्य आहे असें जर तुझें म्हणणें आहे, तर जेथें मला इच्छा उत्पन्न होईल तेथें पाणी मिळावें असें मी इच्छितों. कारण, या मरुदेशांत पाणी दुर्लभ आहे.' मग ईश्वरानें आपलें तें रूप आवरून उत्तंकास म्हटलें, 'पाणी पाहिजे अशी तुला इच्छा होतांच तूं माझें चिंतन कर.' असें बोलून कृष्ण द्वारकेस निघून गेला.

पुढें कोणे एके समयीं उत्तंक तृषित होत्साता मरुदेशांत पाणी शोधीत फिरत असतां त्यास कृष्णाचें स्मरण झालें. इतक्यांत त्या मरु (निर्जल) देशांत एक मांग त्याच्या दृष्टीस पडला. त्याचें अंग मळानें व चिखलानें भरलें होतें; तो दिगंबर होता; बरेचसे कुत्रे त्याच्या बरोबर होते; तो मोठा उग्र असून त्याच्या कमरेस तरवार लटकत होती; आणि त्यानें हातांत धनुष्यबाण घेतलें होतें. त्याच्या पायापाशीं पुष्कळसें पाणी वहात आहे. असें त्या द्विजोत्तमानें पाहिलें. इतक्यांत त्यास हांक मारून तो मांग हास्यपूर्वक म्हणाला, 'उत्तंका, अरे भृगुकुलाग्रणे, ये, हें मजपासून स्रवणारें उदक घे. तूं अतिशय तान्हेला आहेस असें पाहून मला मोठी दया उत्पन्न झाली आहे!'

राजा, तो मातंग असें म्हणाला, परंतु त्या मुनीनें त्या जलाचा स्वीकार केला नाहीं.

---

१ दिवि सूर्यसहस्रस्य भवेद्युगपदुत्थिता।
यदि भाः सदृशी सा स्याद्भासस्तस्य महात्मनः।
(गीता, ११, १२.)

२ द्यावापृथिव्योरिदमंतरं हि ॥ नभःस्पृशं।
(गीता, अ. ११, श्लो. २०–२४.)

३ अदृष्टपूर्वं०॥किरीटिनं० (गीता, ११, ४५-४६.)

इतकेंच नव्हे, तर त्यानें कठोर भाषणांनीं त्या मांगाचा पुष्कळ धिःकार केला. तो मांग पुनःपुनः 'पी, पी' म्हणून सांगत होता परंतु उत्तंक तें प्याला नाहीं. हा चांडाल आपलें पायवणी पिण्यास सांगून माझी अवमानना करितो असें वाटून उत्तंकास क्रोध आला, त्याचें अंतःकरण क्षुब्ध झालें आणि त्यानें निश्चयपूर्वक त्याची अतिशय निर्भर्त्सना केली. तेव्हां, हे महाराजा, तो मांग कुत्र्यांसह तेथेंच अंतर्धान पावला. त्यास अंतर्धान पावलेला पाहून उत्तंक मनांत लाजल्यासारखा झाला व शत्रुघातक कृष्णानें या कामीं आपणास फसविलें असें त्यास वाटूं लागलें. मग त्याच मार्गानें शंखचक्रगदाधारी श्रीकृष्ण तेथें प्राप्त झाला. तेव्हां महाबुद्धिमान् उत्तंक त्यास म्हणाला, 'हे प्रभो, हे पुरुषसत्तमा, श्रेष्ठ ब्राह्मणास तसें मांगाच्या पायांतून स्रवणारें उदक देणें तुला योग्य नाहीं!' तें ऐकून महाबुद्धिमान् जनार्दन मधुर वाणीनें त्याचें सांत्वन करीत असें म्हणाला, "ब्रह्मन्, जें रूप धारण करून तुला उदक देणें योग्य होतें त्याच रूपानें खरोखर तें तुला दिलें होतें; परंतु तूं तें जाणलें नाहींस, मीं तुझ्या-साठीं वज्रपाणि इंद्राला म्हटलें कीं, 'उत्तंकास पाण्याच्या रूपानें अमृत दे.' तेव्हां त्या देवेंद्रानें मला उत्तर दिलें, 'मर्त्य अमर व्हावा हें बरें नाहीं. त्यास दुसरा एखादा वर दे.' भृगुनंदना, याप्रमाणें इंद्रानें वारंवार मला सांगितलें, परंतु त्यास अमृतच दिलें पाहिजे, असा मीं आग्रह धरिला. मग देवेंद्र माझी मर्जी संभाळून पुनः म्हणाला, 'हे महामते, जर त्यास अमृत अवश्य द्यावयाचें असेल, तर मी मांगाचें रूप घेऊन त्या थोर भार्गवाला अमृत नेऊन देईन. जर अशा रूपांत तो तें घेईल तर हा आतांच मी त्यास तें देण्यास जातों. परंतु, प्रभो, जर त्यानें माझा धिक्कार केला तर मी त्यास कदापि देणार नाहीं. (तो खराच थोर असेल तर माझें सत्य स्वरूप ओळखून अमृत ग्रहण करील.)' याप्रमाणें ठराव करून इंद्र मातंग रूपानें तुझ्याजवळ आला. परंतु तो अमृत देत असतां तूं त्यास शिवीगाळ केलीस! उत्तंका, ही तुझी फारच मोठी चूक झाली. असो; झालें त्यास उपाय नाहीं. आतां माझ्यानें शक्य तितकें मी तुझें इच्छित पूर्ण करीन. तुझी अनिवार तहान मी तृप्त करीन. ब्रह्मन्, ज्या दिवसांत तुला पाणी पिण्याची इच्छा होईल त्या दिवसांत या मरुप्रदेशांत जलपूर्ण मेघ येतील; आणि, हे भृगुनंदना, ते तुला रुचकर उदक देतील; व 'उत्तंकमेघ' याच नांवानें ते प्रसिद्ध होतील." याप्रमाणें कृष्णानें सांगितलें असतां तो ब्राह्मण संतुष्ट झाला. राजा, ते उत्तंकमेघ अद्यापपर्यंत मरुदेशांत वृष्टि करीत असतात.

अध्याय छप्पन्नावा.

—:०:—

उत्तंकोपाख्यान–कुंडलाहरण.

जनमेजय विचारतोः—भगवन्, सर्वांचें आदिकरण अशा विष्णूला शाप देण्यास जो उद्युक्त झाला, त्या महात्म्या उत्तंकाचें तप तरी असें कोणतें होतें?

वैशंपायन सांगतातः—राजा जनमेजया, उत्तंक हा महान् तपस्वी होता. एक गुरुभक्ति हेंच त्याचें सर्व तप होय. तो महातेजस्वी मुनि आपल्या गुरुशिवाय दुसरें कोणतेंच उपास्य जाणत नव्हता. राजा, जे ऋषिपुत्र गौतमाचे शिष्य होते, त्या सर्वांची हीच महत्वाकांक्षा असे कीं, उत्तंकासारखी गुरुभक्ति आपले हातून घडावी. जनमेजया, गौतम ऋषीचे पुष्कळ शिष्य होते; परंतु त्या सर्वांत त्याचें प्रेम व

स्नेह उत्तंकावरच विशेष होता. उत्तंकाचा मनोनिग्रह, उत्तम शुचिर्भूतपणा, थोरपणाचें वागणें, आणि उत्कृष्ट गुरुभक्ति यांच्या योगानें गौतम मुनि त्यावर संतुष्ट असे व प्रेम करी. पुढें गौतमानें आपल्या हजारों शिष्यांस अध्ययन पूर्ण झाल्यावर आपआपल्या घरीं जाण्यास अनुज्ञा दिली, परंतु उत्तंकावर त्याचें अतिशय प्रेम असल्यामुळें त्यास जाण्यास आज्ञा देण्याचें त्याच्या मनांत आलें नाहीं. याप्रमाणें, राजा, उत्तंक गुरुगृहीं रहात असतां अगदीं म्हातारा झाला; तथापि तो गुरुसेवेंत इतका मग्न असे कीं, आपण वृद्ध झालों हें त्यास समजलें सुद्धां नाहीं ! राजेंद्रा, पुढें कोणे एके दिवशीं उत्तंक लांकडें आणण्यास गेला आणि त्यानें लांकडांची भली मोठी मोळी बांधून आणली. तिच्या भारानें तो अतिशय थकून गेला होता; व चालण्याचे श्रम, जड ओझें, आणि अतिशय भूक लागलेली, यांमुळें व्याकूळ होऊन त्यानें ती मोळी धाडकन् अंगणांत टाकून दिली. परंतु रुप्याप्रमाणें पांढरी झालेली त्याची एक जटा लांकडांस अडकली होती ती हिसक्याबरोबर तुटून लांकडांबरोबरच जमीनीवर पडली ! हे भारता, ती पांढरी जटा दृष्टीस पडतांच आपण वृद्धावस्थेस पोंचलों हें त्यास कळून आलें ! आणि क्षुधाक्रांत व भारामुळें व्याकूळ झालेला तो उत्तंक आर्त स्वरानें रडूं लागला. तेव्हां त्याला रडूं लागलेला पहातांच त्याच्या गुरूच्या आज्ञेनें गुरुकन्येनें त्याचे अश्रु ओंजळींत धरले. ही गुरुकन्या मोठी सुंदर व बांधेसूद असून तिचे डोळे विस्तीर्ण व कमलदलाप्रमाणें शोभायमान होते. त्या धर्मज्ञ कन्येनें पित्याची आज्ञा शिरसामान्य करून जेव्हां उत्तंकाचे अश्रु ओंजळींत धरले, तेव्हां तिचे हात त्या अश्रुबिंदूंच्या योगानें दग्ध होऊन खालीं पडले ! तो अश्रुपात सहन करण्यास पृथ्वी कांहीं समर्थ नव्हती ! असो; मग गौतम प्रेमपूर्ण अंतःकरणानें उत्तंक ब्राह्मणास म्हणाला, "वत्सा, तुझें मन इतकें शोकाकुल कां बरें झालें ? विप्रर्षे, मोकळ्या मनानें सांग. खरें कारण ऐकण्याची माझी इच्छा आहे."

उत्तंकानें उत्तर दिलें:—महाराज, माझें मन तुमच्याकडे वेधल्यामुळें, तुमचें प्रिय करण्यांत मी गढल्यामुळें, तुमच्या भजनीं लागल्यामुळें व तुमच्या इच्छेचा मी बंदा गुलाम झाल्यामुळें (कालमानानें) प्राप्त झालेली ही जरा मला आजवर कळून आली नाहीं. हा कालपर्यंत मीं सुख म्हणून कसलें तें भोगिलें नाहीं. तुमच्या घरीं राहून माझी शंभरी भरली तरी तुम्हीं मला जाण्यास अनुज्ञा दिली नाहीं. माझ्या मागून आलेल्या विद्यार्थ्यांसही आपण अनुज्ञा दिली आहे. माझ्या मागून शेंकडों हजारों शिष्य येथें आले व गेले; तथापि मी आपला आहें तो आहेंच !

गौतम म्हणालेः—द्विजर्षभा, तुझ्या शुश्रूषेमुळें व तुजवर जडलेल्या प्रीतीमुळें, तुला येऊन पुष्कळ काळ लोटला तरी तें मला कळून आलें नाहीं. परंतु, भार्गवा, आतां जर येथून जाण्याची तुझी इच्छा असेल, तर माझा निरोप घेऊन सत्वर आपल्या घरीं जा. अगदीं वेळ मोडूं नको.

उत्तंक म्हणालाः—विभो, हे द्विजश्रेष्ठ, मीं आपणास गुरुदक्षिणा काय द्यावी तें सांगावें. तेवढी तुम्हास आणून दिल्यावर आपला निरोप घेऊन मी निघून जाईन.

गौतम म्हणालाः—वत्सा उत्तंका, गुरूंचा संतोष हीच उत्तम दक्षिणा होय, असें साधु म्हणतात. तुझ्या आचरणानें मी पूर्ण संतुष्ट झालों आहें, यांत बिलकूल संशय नाहीं. याप्रमाणें, हे भृगुकुलाग्रणे, मी संतुष्ट झालों आहें;

तेव्हां आतां दक्षिणा वगैरे देण्याचें कांहींएक कारण नाहीं, समजलास! शिवाय मी तुला असा वर देतों कीं, तूं आतांच तरुण—सोळा वर्षांचा होशील. द्विजा, मी आपली ही कन्याही तुला भार्या करून देईन. कारण, तुझें तेज धारण करण्यास या कन्येशिवाय अन्य स्त्री समर्थ नाहीं.

राजा, गौतमानें याप्रमाणें सांगतांच उत्तंक सोळा वर्षांचा तरुण झाला. मग त्यानें त्या कीर्तिमान् कन्येचा परिग्रह केला; आणि गुरुजींचा निरोप घेतल्यावर तो गुरुपत्नीकडे जाऊन तीस म्हणाला, "माते, मी आपणास गुरुदक्षिणा म्हणून काय द्यावें त्याची आज्ञा व्हावी. धन व प्राण यांच्याही पेक्षां मी आपलें प्रिय व हित अधिक इच्छितों. (आपलें प्रिय करण्यासाठीं मी धनच काय पण आपले प्राणही खर्चीं घालीन.) या जगांत जें कांहीं अत्यंत अद्भुत व दुर्लभ रत्न असेल, तेंही मी आपल्या तपोबलानें खात्रीनें आणूं शकेन. याविषयीं मला बिलकूल संशय वाटत नाहीं."

गुरुपत्नी अहल्या म्हणाली:—हे निष्पापा ब्राह्मणा, तूं आपल्या भक्तीनें मला नित्य संतुष्ट केलें आहेस, तेवढें पुरे आहे. बाळा, तुझें कल्याण असो. आतां तूं इच्छेस येईल तिकडे जा.

वैशंपायन सांगतात:—हे महाराजा, याप्रमाणें ती म्हणाली, तरी उत्तंकानें तिला पुनः विनंती केली, "माते, मला कांहीं तरी आज्ञा करावी. आपला मनोरथ मी पूर्ण करणारच!"

अहल्या म्हणाली:—असें आहे तर, सौदास राजाची पत्नी जीं दिव्य रत्नकुंडलें कानांत घालते, तीं घेऊन ये. जा, तुझें कल्याण असो. तूं तीं आणलीस म्हणजे उत्तम गुरुदक्षिणा दिलीस असें होईल.

जनमेजया, यावर 'ठीक आहे' असें म्हणून तो ब्राह्मणश्रेष्ठ उत्तंक गुरुपत्नीसाठीं तीं कुंडलें आणण्यास निघाला; आणि तो त्वरेनें त्या मनुष्यभक्षक सौदासाजवळ रत्नकुंडलांची याचना करण्यासाठीं गेला. इकडे गौतमानें पत्नीस विचारिलें, 'आज उत्तंक कां बरें दिसत नाहीं?' तेव्हां 'तो कुंडलें आणण्यास गेला आहे,' असें तिनें उत्तर दिलें. मग गौतम पत्नीला म्हणाला, 'तूं हें चांगलें केलें नाहींस. त्या राजाला शाप झाला असल्यामुळें तो मनुष्य खात असतो. तो आज खात्रीनें उत्तंकाचा वध करील!"

यावर अहल्या म्हणाली, "भगवन्, हें मला माहीत नसल्यामुळें मीं त्याला हें काम सांगितलें. पण आतां जर आपण प्रसाद कराल तरच त्याच्या केंसासही धक्का लागावयाचा नाहीं." अशी तिनें विनवणी केली, तेव्हां 'ठीक आहे, तसेंच होवो.' असें गौतमानें तीस आश्वासन दिलें. इकडे उत्तंकानेंही अरण्यांत त्या राजास गांठलें.

अध्याय सत्तावन्नावा.

—:०:—

उत्तंकोपाख्यान–कुंडलाहरण.

वैशंपायन सांगतात:—उत्तंकानें त्या राजाजवळ जाऊन पाहिलें तों त्याच्या दाढीमिशा भल्या लांब असून मनुष्यांच्या रक्तानें त्याचें अंग माखलें आहे, आणि तो दिसण्यांत फारच भयंकर आहे. पण हें पाहून उत्तंकास मुळींच भय वाटलें नाहीं. मग तो महातेजस्वी, सर्वांस भयभीत करणारा व दुसरा यमच कीं काय असा राजा उभा राहून उत्तंकास म्हणाला, "भल्या ब्राह्मणा, मी भक्ष्य शोधीत आतां ह्या सहाव्या[1] काळीं माझ्या सुदैवानेंच तूं माझ्या समीप आलास!"

१ प्रात, संगव, मध्यान्ह, अपरान्ह, सायान्ह व प्रदोष असे सहा काल आहेत. त्यांपैकीं सहावा प्रदोषकाल हा राक्षसांचा भोजनकाल आहे.

उत्तंक म्हणालाः—राजा, मी गुरुदक्षिणा मागणारा याचक येथें आलों आहें, समजलास! गुरूच्या कामास जो गुंतला असेल त्याचा वध करूं नये असें ज्ञाते सांगतात.

राजा म्हणालाः—हे द्विजसत्तमा, सहाव्या काळीं मीं आहार करावा असा नियम असून मी खरोखरच भुकेलेला असल्यामुळें आज तुला सोडून देणें शक्य नाहीं.

उत्तंक म्हणालाः—हे महाराजा, ठीक आहे. मी असा करार करितों कीं, गुरूचें कार्य उरकून मी पुनः तुजजवळ येईन. परंतु, हे राजसत्तमा, माझ्या गुरूचें कार्य होणें तुझ्या हातीं आहे. म्हणून, राजेंद्रा, त्याविषयीं मी तुजजवळ भिक्षा मागत आहें. तूं थोर ब्राह्मणांस नित्य रत्नें अर्पण करीत असतोस. या जगतीतलावर तूंच एक योग्य दाता आहेस; आणि प्रतिग्रहास मीही पात्र आहें असें समज. हे अरिंदमा राजसत्तमा, तुझ्या अधीन असलेलें हें गुरूचें कार्य पार पाडल्यानंतर मी कराराप्रमाणें परत येऊन आपल्या स्वाधीन होतों. मी तुला हें सत्य सांगतों. हें कदापि खोटें होणार नाहीं. एरवींचें राहूं दे पण मी थट्टेत देखील आजपर्यंत कधींही असत्य भाषण केलें नाहीं!

सौदास म्हणालाः—जर तुझ्या गुरूचें कार्य माझ्या हातून होणारें असेल तर तें केलेंच म्हणून समज. जर मजपासून तुला कांहीं पाहिजे असेल तर तें आतांच मला सांग.

उत्तंक म्हणालाः—हे पुरुषर्षभा, तुजपासूनच मला प्रतिग्रह करायचा असून मी तुझ्याकडे रत्नकुंडलें मागण्यास आलों आहें.

सौदासानें उत्तर दिलें:—विप्रर्षे, तीं रत्नकुंडलें माझ्या पत्नीसच योग्य आहेत. हे सुव्रता, तूं दुसरें कांहीं माग, तें मी तुला देतों.

उत्तंक म्हणालाः—राजा, हा लपंडाव राहूं दे. जर आम्ही म्हणजे कोणी तरी आहों असें तुला वाटत असेल, तर तीं कुंडलें मला दे आणि आपलें भाषण खरें कर.

वैशंपायन सांगतातः—उत्तंक असें बोलत असतां तो राजा पुनः त्यास म्हणाला, 'हे सत्तमा, तूं राणीकडे जा आणि कुंडलें दे म्हणून तिला माझा निरोप सांग. द्विजश्रेष्ठा, तूं माझा निरोप सांगितल्याबरोबर ती पतिव्रता तुला खात्रीनें कुंडलें देईल.'

यावर उत्तंकानें विचारिलें:—हे नरेश्वरा, तुझी पत्नी मला कोठें आढळेल बरें? आणि स्वतः तूंच तेथपर्यंत कां बरें येत नाहींस?

सौदासानें उत्तर दिलें:—आतां ती या वनांतील एखाद्या झऱ्यावर तुला आढळेल. सांप्रत या सहाव्या काळीं मी तिला भेटणें शक्य नाहीं. (कारण, हा काळ म्हणजे माझी मनुष्यभक्षणाची वेळ आहे.)

वैशंपायन सांगतातः—हे भरतर्षभा, राजाचें तें भाषण ऐकून उत्तंक तिकडे गेला आणि राजपत्नी मदयंतीला भेटून त्यानें तीस आपल्या येण्याचें प्रयोजन कळविलें. जनमेजया, सौदासाचा निरोप ऐकून त्या विशालाक्षीनें महाज्ञानी उत्तंकास प्रत्युत्तर केलें, "हे निष्पाप ब्राह्मणा, तूं म्हणतोस तें खरें आहे. तूं खोटें बोलत नाहींस अशी माझीही खात्री होते. तथापि, तूं राजाकडून कांहीं खूण आणावीस हें चांगलें; कारण, हीं माझीं दिव्य कुंडलें कोणत्या ना कोणत्या उपायानें हरण करावीं म्हणून देव, यक्ष व महर्षि नित्य संधि पहात असतात. हें रत्न (कुंडलें) केव्हांही जमीनीवर ठेवतां उपयोगी नाहीं. जर ठेवलें तर सर्प तत्काळ त्याचा अपहार करतील; जेवून आंचवलेल्या माणसानें तें घेतलें तर यक्ष त्यास पळवितील; आणि निजलेल्यापासून देव तें हिसकून नेतील. द्विजसत्तमा, अशा

तीन प्रकारें तिघांकडून यास सतत धास्ती आहे; म्हणून देव-राक्षस-नागादिकांपासून याचें दक्षतेनें रक्षण करावें लागतें. द्विजसत्तमा, हीं कुंडलें दिवसा व रात्रींही सुवर्ण प्रसवतात आणि रात्रीं नक्षत्रांसारखीं झळकत असतात. हे द्विजश्रेष्ठा, हीं धारण करणारास क्षुधा व तृषा लागत नाहीं; कसलेंही भय वाटत नाहीं; आणि विष, अग्नि व श्वापदें यांपासूनही बिलकूल भीति नाहीं. ठेंगण्या माणसानें धारण केलीं तर तीं लहान होतात व मोठ्या माणसानें धारण केल्यास मोठीं होतात! याप्रमाणें, धारण करणारास शोभेल एवढाच आकार धारण करण्याचा गुण या कुंडलांत आहे. अशा प्रकारचीं हीं माझीं कुंडलें परम योग्यतेचीं असून त्रैलोक्यांत प्रख्यात आहेत; यासाठीं तूं माझ्या पतीपासून कांहीं तरी खूण घेऊन ये.

अध्याय अठ्ठावन्नावा.

—:०:—

उत्तंकोपाख्यानसमाप्ति.

वैशंपायन सांगतातः—नंतर उत्तंकानें सौदासाजवळ येऊन खूण मागितली, तेव्हां इक्ष्वाकुकुलांतील त्या श्रेष्ठ राजानें त्यास खूण सांगितली ती अशीः—

न चैवैषा गतिः क्षेम्या न चान्या विद्यते गतिः
एतन्मे मतमाज्ञाय प्रयच्छ मणिकुंडले*

याप्रमाणें उत्तंकानें जाऊन राणीस तें तिच्या भर्त्याचें वाक्य सांगितलें; आणि तें ऐकतांच तिनें रत्नकुंडलें काढून दिलीं. तीं कुंडलें मिळाल्यावर उत्तंक पुनः राजाकडे येऊन त्यास म्हणाला, ' पार्थिवा, तूं सांगितलेंस तें काय गुह्यवचन आहे, हें ऐकण्याची माझी इच्छा आहे. '

सौदास सांगतोः—ब्रह्मन्, जगाच्या उत्पत्तीपासून क्षत्रिय हे ब्राह्मणांस मान देत आले आहेत; तथापि ब्राह्मणांपासून क्षत्रियांस अनेक प्रकारें पीडा होते. खुद्द माझेंच उदाहरण पहा—मी सदोदीत ब्राह्मणांस नमून असें; तथापि एका ब्राह्मणापासूनच शाप पावून ह्या राक्षसयोनीस पोंचलों. मला मदयंती सहाय आहे, तथापि दुसरी चांगली गति मला मिळेलसें दिसत नाहीं. त्याचप्रमाणें, हे श्रेष्ठा द्विजोत्तमा, स्वर्गद्वार गांठण्यास किंवा येथें चांगल्या स्थितींत रहाण्यास (तुला कुंडलें देण्याशिवाय) दुसरा उपाय मला दिसत नाहीं. विशेषेंकरून ब्राह्मणांशीं विरोध करणारा राजा येथें सुखानें नांदणें खरोखर शक्य नाहीं व त्यास मरणोत्तरही सुख प्राप्त होणार नाहीं. ह्यास्तव तुझ्या इच्छेप्रमाणें मीं हीं आपलीं मणिकुंडलें तुला अर्पण केलीं; आतां तूं मजशीं केलेला करार पुरा कर.

उत्तंक म्हणालाः—राजा, मी बोलल्याप्रमाणें करीन. मी पुनः येऊन तुझ्या स्वाधीन होईन. पण, हे परंतपा, तुला कांहीं विचारण्यासाठीं मी परतून आलों आहें.

सौदास म्हणालाः—विप्रा, काय इच्छा आहे ती बोल. मी तुझ्या प्रश्नाचें उत्तर देतों. मी आज बिलकूल मागेंपुढें न पहातां तुझा कोणताही संशय नाहींसा करीन.

उत्तंक विचारितोः—राजन्, धर्मज्ञानांत निपुण असलेले लोक असें म्हणतात कीं, ब्राह्मण हे वाक्संयमी असतात; आणि जो मित्रांशीं

---

१ येथें प्रथम देव, यक्ष व महर्षि हे तिघे सांगून पुढें अपहारप्रकार सांगतांना देम, यक्ष व नाग सांगितलें आहेत व अखेर सूचनेंत देव, नाग व राक्षस म्हटले आहेत. हा विसंवाद आहे व त्याचा परिहार ग्रंथांत किंवा टीकेंत आढळत नाहीं.

* अर्थः—सध्यां मला प्राप्त झालेली राक्षसगति ही क्षेमकारक नाहीं. परंतु हीपरती दुसरी गति तर मुळींच दिसत नाहीं. (या ब्राह्मणास कुंडलें दिल्यानें लागलेल्या पुण्यानें येथून मुक्तता होईल; यापरता मुक्तीस दुसरा उपाय नाहीं.) हें माझें म्हणणें नीट लक्षांत आणून रत्नकुंडलें दे.

विरोध करितो, त्याला चोर असेंच म्हणतात. राजा, आज तुझी व माझी मैत्री जुळली आहे; तेव्हां हे पुरुषर्षभा, सज्जनांस मान्य होईल अशा प्रकारचा सल्ला आज तूं मला दे. येथें आज अशी स्थिति आहे कीं, माझें कार्य तर झालें आहे आणि तूं पुरुषभक्षक आहेस; तेव्हां मीं तुजपाशीं परत यावें कीं न यावें?

सौदासानें सांगितलें:—द्विजवरोत्तमा, तूं विचारलेंस त्याचें खरें उत्तर द्यावयाचें म्हटलें म्हणजे, हे द्विजश्रेष्ठा, माझ्याजवळ तूं कदापि न यावें हें उत्तम. यांतच मला तुझें कल्याण दिसतें. आणि, हे विप्रा, जर आलास तर निःसंशय मृत्यु पावशील.

वैशंपायन सांगतातः—याप्रमाणें त्या वेळीं त्या बुद्धिमान् राजानें उत्तंकास योग्य व हितकर सल्ला दिल्यानंतर तो त्या राजाचा निरोप घेऊन अहल्येकडे येण्यास निघाला. त्या वेळीं तो गुरुपत्नीच्या आज्ञेप्रमाणें वागणारा उत्तंक तीं दिव्य कुंडलें घेऊन मोठ्या वेगानें गौतमाश्रमाकडे येऊं लागला. अमुक एक प्रकारें त्या कुंडलांचें संरक्षण केलें पाहिजे असें जें मदयंतीनें सांगितलें होतें, त्यास अनुसरून तो तीं कुंडलें कृष्णाजिनांत बांधून नेत होता, पुढें त्यास अतिशय भूक लागली असतां एका जागीं त्यास फळांनीं लवलेला बिल्वाचा वृक्ष दिसला तेव्हां तो विप्रर्षि बिल्वफलें तोडण्यासाठीं त्या वृक्षावर चढला. हे अरिंदमा, कुंडलें जमीनीवर ठेवणें धोक्याचें असल्यामुळें त्या ब्राह्मणोत्तमानें तें कृष्णाजिन त्या झाडाच्या पहिल्याच खांदीला बांधिलें; आणि मग वर चढून तो बिल्कफलें पाडूं लागला. याप्रमाणें बेलफळें पाडीत असतां त्याकडेच दृष्टि वेधल्यामुळें, अमुक एक ठिकाणीं कृष्णाजिन बांधलें आहे याचें त्यास भान राहिलें नाहीं; व तीं फळें त्याच कृष्णाजिनावर नेमकीं पडूं लागलीं; आणि त्या बेलफळांच्या तडाक्यांनीं कृष्णाजिनाची गांठ तुटून कुंडलांसुद्धां तें अजिन एकदम वृक्षाखालीं पडलें! याप्रमाणें बंधन तुटून तें कृष्णाजिन जमीनीवर पडतांच ऐरावतकुलांत उत्पन्न झालेल्या कोणी एका भुजंगानें तेथें तीं मणिकुंडलें पाहिलीं. त्याबरोबर त्यानें त्वरा करून तीं तोंडांत धरलीं आणि लगेच तो बिळांत शिरला. भुंजग कुंडलें हरण करीत आहे असें पाहून उत्तंकास इतका उद्वेग उत्पन्न झाला कीं, त्यासरसा तो वृक्षावरून खालीं पडला! त्यास फार दुःख झालें आणि त्याबरोबरच त्या भुजंगाचा अतिशय संताप आला. मग तो एक लांकूड घेऊन तें बीळ खणूं लागला. त्या वेळीं, हे भारता, त्याला इतका अनावर क्रोध व संताप चढला होता कीं, पसतीस दिवसपर्यंत इकडे तिकडे न बघतां तो सारखें खणीत होता! तो त्याचा असह्य वेग पृथ्वीस सहन होईना. ती त्या दंडप्रहारांनीं खिळखिळी व अतिशय व्याकूळ होऊन थरथर कांपूं लागली. अशा प्रकारें नागलोकापर्यंत मार्ग करावयाचा अशा निश्चयानें तो विप्रर्षि सारखें खणीत असतां, महातेजस्वी इंद्र हा अश्व जोडलेल्या रथांत बसून त्या ठिकाणीं येत होता, त्यानें त्या द्विजोत्तमास पाहिलें.

वैशंपायन पुढें सांगतातः—राजा, उत्तंकाचें दुःख पाहून इंद्रालाही वाईट वाटलें; आणि तो ब्राह्मणाचे रूपानें तेथें येऊन त्यास म्हणाला, 'अरे बाबा, हें तुझ्यानें होणें शक्य नाहीं! कारण, येथून नागलोक हजारों योजनें दूर आहे. तेव्हां हें तुझें कार्य या लांकडी दांडयानें साध्य होईल असें मला वाटत नाहीं!'

उत्तंकानें उत्तर दिलें:—ब्रह्मन्, नागलोकाहून मला कुंडलें प्राप्त होणें शक्य नसेल तर, हे द्विजोत्तमा, मी येथें तुझ्या समक्ष प्राणत्याग करितों!

वैशंपायन सांगतातः—जनमेजया, याप्रमाणें जेव्हां वज्रपाणि इंद्राला त्याचा निश्चय ढळवितां येईना, तेव्हां त्यानें त्याच्या काठीवर वज्रास्त्राचा प्रयोग केला. नंतर वज्रप्रहारांनीं पृथ्वी विदीर्ण होऊं लागून तिनें नागलोकापर्यंत रस्ता दिला. मग उत्तंक त्या मार्गानें नागलोकीं गेला. तो नागलोक हजारों योजनें विस्तीर्ण असून तेथें दिव्य रत्नें व मोतीं यांनीं उत्तम सुशोभित केलेले राजवाडे सारखे लागून राहिले होते! तसेंच, हे महाभागा, तेथें पुष्कळ मंदिरें केवळ सोन्याचीं बनविलीं होतीं. असा तो नागलोक उत्तंकानें अवलोकन केला. तेथें स्फटिकाच्या पायऱ्या असलेल्या विहिरी, स्वच्छ उदकाच्या नद्या आणि अनेक जातींच्या पक्षिसमुदायांनीं गजबजलेले अनेक वृक्ष त्याच्या दृष्टीस पडले. त्या लोकाचें जें महाद्वार त्या भार्गवानें पाहिलें, तें पांच योजनें रुंद आणि शंभर योजनें लांब होतें! अशा प्रकारचा तो नागलोक अवलोकन करून उत्तंक अगदीं खिन्न झाला; आणि एवढ्या या विस्तीर्ण प्रदेशांतील कोणत्या नागानें माझीं कुंडलें आणलीं हें कसें समजावें, आणि समजलें तरी तीं परत आपल्या हातीं कशीं यावीं, हा विचार मनांत येऊन तो कुंडलें परत आणण्याविषयीं केवळ निराश होऊन गेला. इतक्यांत तेथें एक काळा घोडा आला. त्याची शेंपटी पांढरी होती; तोंड व डोळे लाल होते; आणि तो तेजानें जसा कांहीं जळत होता! तो घोडा उत्तंकास म्हणाला, 'विप्रा, तूं माझें अपान फुंक, म्हणजे तुझी इष्ट वस्तु मिळेल. ऐरावताच्या पुत्रानें तुझीं कुंडलें आणिलीं आहेत. बाळा, तूं माझ्या सांगण्याप्रमाणें बेलाशक कर; हें कसें करावें म्हणून शंका घेऊं नको. कारण, गौतमाच्या आश्रमांत असतां हेंच कृत्य तूं केलें आहेस!'

उत्तंकानें त्यास विचारिलें:—मी गुरूच्या घरीं तुला जाणत होतों हें कसें काय बाबा? तसेंच तूं आतां मला करावयास सांगत आहेस, हेंच कृत्य मी पूर्वीं कसें केलेलें आहे तें ऐकण्याची माझी इच्छा आहे.

अश्वानें सांगितलें:—विप्रा, मी तुझ्या गुरूचा गुरु प्रदीप्त अग्नि आहें असें जाण. तूं गुरूसाठीं माझें नित्य अर्चन केलें आहेस; आणि तेंही, हे भृगुनंदना, असें तसें नाहीं, तर सतत शुचिर्भूतपणानें व विधिपूर्वक केलेलें आहेस. यासाठीं मी तुझें कल्याणच करीन. तूं त्वरित माझ्या सांगण्याप्रमाणें कर.

याप्रमाणें अग्नीनें सांगितलें असतां उत्तंकानें त्याप्रमाणें केलें. तेव्हां अग्नि संतुष्ट होऊन अतिशय भडकला. तो इतका कीं, त्याचे मनांत सर्वांची होळीच करावयाची आहे कीं काय असें भासलें. मग, राजा, फुंकिला जाणाऱ्या त्या अश्वाच्या (अग्नीच्या) रोमरंध्रांतून तेथें सर्व नागलोकास भय उत्पन्न करणारा घनदाट धूर निघूं लागला. याप्रमाणें सारखा वाढत असलेल्या त्या प्रचंड धुरानें सर्व आकाश भरून जाऊन त्या नागलोकांत कांहींएक समजेनासें झालें; ऐरावताचा वाडा आणि वासुकिप्रभृति इतर नागांचे वाडे यांतही सर्वत्र हाहाःकार उडाला; सर्व घरें धुरानें कोंडलीं; आणि कांहींच दिसेनासें झालें. हे महाराजा जनमेजया, वनें व पर्वत धुक्यानें आच्छादिले गेले असतां तेथें जशी अवस्था होते, तशीच हुबेहूब या वेळीं नागलोकाची दशा होऊन गेली. शेवटीं, धूमानें ज्यांचे डोळे लाल झाले आहेत आणि शेकामुळें ज्यांचीं शरीरें तप्त झालीं आहेत, असे ते नाग महात्म्या उत्तंकाचें म्हणणें काय आहे तें ऐकून घेण्यास त्याच्या जवळ आले; आणि हा सर्व प्रकार त्या अमिततेजस्वी महर्षीचाच आहे असें

ऐकून तर भीतीनें त्यांचे डोळे कावरेबावरे होऊन गेले व त्या सर्वांनीं उत्तंकाची यथाविधि पूजा केली. मग आबालवृद्ध सर्व नाग हात जोडून व शिरसा प्रणाम करून, भगवन् प्रसन्न व्हा, असें म्हणूं लागले. त्यांनीं त्या ब्राह्मणास प्रसन्न केलें; त्यास अर्घ्यपाद्यादि उपचार निवेदन केले; आणि तीं परमपूज्य दिव्य कुंडलें त्याचीं त्यास परत दिलीं. याप्रमाणें नागांनीं गौरव केल्यानंतर प्रतापी उत्तंक अग्नीस प्रदक्षिणा करून तेथून आपल्या गुरूच्या आश्रमाकडे येण्यास निघाला; आणि त्वरेनें गौतमाश्रमास येऊन त्यानें तीं दिव्य कुंडलें गुरुपत्नीस समर्पण केलीं; व वासुकिप्रभृति नागांसंबंधानें घडलेली सर्व हकीकत त्यानें जशीच्या तशी गुरूस निवेदन केली. हे भरतर्षभा जनमेजया, याप्रमाणें त्या महात्म्यानें त्रैलोक्यांत परिभ्रमण करून तीं दिव्य रत्नकुंडलें आणिलीं! राजा, उत्तंक मुनीचा प्रभाव हा अशा प्रकारचा होता; आणि तूं मला म्हटलेंस त्याप्रमाणें त्याची तपश्चर्या खरोखरच अत्यंत मोठी होती.

अध्याय एकुणसाठावा.

—:०:—

श्रीकृष्णाचा द्वारकेंत प्रवेश.

रैवतकोत्सववर्णन.

जनमेजय विचारितोः—हे द्विजश्रेष्ठा, उत्तंकाला वर दिल्यानंतर पुढें त्या महाकीर्तिमान् व महाबलाढ्य गोविंदानें काय केलें बरें?

वैशंपायन सांगतातः—हे महाराजा, उत्तंकास वर दिल्यानंतर गोविंद हा सात्यकीसह थेट द्वारकेसच गेला. शीघ्रवेगी अशा आपल्या त्या महान् अश्वांच्या साहाय्यानें सरोवरें, नद्या, वनें व पर्वत ओलांडून तो रम्य द्वारावती नगरीस पोंचला. त्या वेळीं तेथें रैवतक पर्वताचा उत्सव सुरू होता, म्हणून कृष्ण सात्यकीसह त्या ठिकाणींच गेला. तो पर्वत चांगला शृंगारला असून नानाप्रकारचीं चित्रविचित्र रत्नमय आच्छादनें त्यावर पसरलीं होतीं, त्यांच्या योगानें तो पर्वत शोभत होता. हे पुरुषर्षभा, बहुमोल सुवर्णमाला, पुष्पें वस्त्रें, कल्पवृक्ष आणि दीप लावण्यासाठीं केलेलीं सुवर्णाचीं झाडें यांनीं तर तो फारच शोभायमान दिसत होता; आणि गुहांमधून बाहेर पडणाऱ्या झऱ्यांच्या प्रवाहांत कांठच्या दीपवृक्षांचा प्रकाश प्रतिबिंबित झाल्यामुळें तो भाग दिवसाप्रमाणें किंवा सूर्याप्रमाणें लखलखत होता. चोहोंकडे घंटा बांधिलेल्या चित्रविचित्र पताका त्यावर फडकत होत्या; आणि स्त्रीपुरुषांची अतिशय दाटी झाल्यामुळें तो इतका गजबजून गेला होता कीं, तो पर्वतच गात आहे कीं काय असा भास होई. सारांश, मुनिगणांच्या वास्तव्यानें शोभणाऱ्या मेरुपर्वताप्रमाणें तो पर्वत या वेळीं फारच प्रेक्षणीय झाला होता. राजा, तेथें कित्येक खेळण्याबागडण्याचे भरांत देहभान विसरून ओरडत होते; कित्येक मद्याचे तारेंत बरळत होते. कित्येक हर्षभरित होऊन आरोळ्या देत होते; कित्येक नाचत उडत होते; आणि कित्येक परस्परांस ओढणें, लोटणें वगैरे गोष्टींत गर्क झालेले होते! अशा प्रकारच्या त्या लोकांचा जो कल्लोळ चालला होता, त्यांतच हर्षभरित व मत्त स्त्रीपुरुषांच्या गायनाच्या लकेऱ्या मिसळून त्या पर्वतावरील एकंदर तो प्रचंड ध्वनि आकाशासच जाऊन पोंचत आहे असें भासत होतें. त्याचप्रमाणें त्या ठिकठिकाणीं चाललेल्या बारीक किलकिलाटांनीं तो पर्वत मनोहर झाला होता. तेथें अनेक दुकानें व बाजार मांडले असून ते भक्ष्यभोज्य व इतर चैनीच्या पदार्थांनीं भरलेले होते. त्या रम्य पर्वतावर वस्त्रांचे व माळांचे

ढीग पडले असून सर्वत्र वीणा, वेणु व मृदंग यांचा ध्वनि ऐकूं येत होता, चोहोंकडे सुरा व मैरेय आणि भक्ष्यभोज्य पदार्थ यांची रेलचेल होती; आंधळे, पांगळे वगैरे दीनदुबळ्यांस सारखा धर्म चालला होता; आणि एकंदरींत सर्व प्रकारें तो महागिरीचा उत्सव अत्यंत आनंदाचा व रमणीय झाला होता. वीरा जनमेजया, ज्याच्या अनेक पवित्र गुहांमधून साधुसंतांचें वास्तव्य होतें, अशा त्या रैवतक पर्वताच्या महोत्सवांत वृष्णिकुलांतील वीरही विहार करीत होते. त्यांनीं तेथें पुष्कळ मंदिरेंच बांधून ठेविलीं होतीं; आणि त्या मंदिरांनीं गजबजलेला तो पर्वत स्वर्गासारखा शोभत होता. त्यांत आणखी कृष्ण त्या ठिकाणीं आल्यामुळें तर तो पर्वतराज इंद्रभुवनाप्रमाणें शोभूं लागला. हे भरतर्षभा, मग सर्वांचें आदरातिथ्य स्वीकारीत कृष्ण एका सुंदर मंदिरांत शिरला; आणि सात्यकिही आपल्या घरीं गेला. या वेळीं, पुष्कळच दिवसांच्या प्रवासानंतर, आणि तोही—दानवांवर विजय मिळविणाऱ्या इंद्राप्रमाणें अत्यंत अवघड कृत्य पार पाडून कृष्ण परत आल्यामुळें त्यास अतिशय हर्ष झाला होता. शतक्रतूस देव सामोरे जातात, त्याप्रमाणें तो येत असतां त्या महात्म्यास वृष्णि, अंधक व भोज हे सामोरे गेले. मेधावी कृष्णानें त्यास नमस्कार वगैरे करून कुशल विचारिलें; व मग त्यानें प्रेमानें पित्यास व मातेस अभिवंदन केलें. तेव्हां त्या उभयतांनींही त्यास घट्ट आलिंगिलें व त्याचें कुशल विचारिलें. मग तो खालीं बसला व सर्व वृष्णिवीर त्याचे सभोंवतीं बसले. नंतर पाय वगैरे धुऊन व दम टाकून स्वस्थ झाल्यावर, पित्यानें विचारिल्यावरून त्यानें महायुद्धाची ती सर्व हकीकत त्यास सांगितली.

अध्याय साठावा.

—:०:—

भारती युद्धाचें संक्षिप्त वर्णन.

वसुदेव म्हणालाः—कृष्णा, कौरवपांडवांमधील त्या संग्रामाच्या गोष्टी लोक नित्य बोलतांना मीं ऐकिल्या आहेत. परंतु, हे महाभुजा, तूं तें प्रत्यक्ष पाहिलें असून त्याचें खरें स्वरूप जाणण्याचें तुझ्या अंगीं ज्ञान आहे; यास्तव, हे अनघा, त्या संग्रामाचें यथावत् वर्णन करून मला सांग. महात्म्या पांडवांचें भीष्म, कर्ण, कृपाचार्य, द्रोणाचार्य वगैरे वीरांबरोबर तें अप्रतिम युद्ध कसें काय झालें; तसेंच नानादेशांत रहाणारे, अस्त्रविद्येंत पारंगत, नानाप्रकारचे वेष धारण करणारे व कृतविद्य असे जे तेथें अनेक वीर जमले होते, त्यांचेंही युद्ध कसें काय झालें, तेंही सर्व मला सांग.

वैशंपायन सांगतातः—कृष्ण आपलेजवळ बसला असतां त्यास पित्यानें याप्रमाणें प्रश्न केला, तेव्हां त्यानें संग्रामांत कौरववीर कसे निधन पावले, तो प्रकार यथावत् सांगितला.

वासुदेव म्हणालाः—महाथोर क्षत्रियांचीं तेथें घडलेलीं अत्यंत अद्भुत कृत्यें इतकीं पुष्कळ आहेत कीं, तीं सर्व सांगूं म्हटल्यास शंभर वर्षांतही संपणार नाहींत! तेव्हां, हे अमरद्युते, पृथ्वीपति राजांचीं मुख्यमुख्य कृत्यें संक्षिप्त रूपानें मी सांगतों तीं ऐकावीं.

ज्याप्रमाणें देवांचा इंद्र त्याप्रमाणें कुरुकुलोत्पन्न भीष्माचार्य हे कौरवेंद्राच्या एकादश अक्षौहिणी चमूचे सेनापति झाले; आणि पांडवांच्या सात अक्षौहिणी चमूचा बुद्धिमान् शिखंडी हा सेनापति झाला असून श्रीमान् पार्थ त्याचें संरक्षण करीत होता. अशा प्रकारचें कौरवपांडवांचें दहा दिवसपर्यंत फारच घनघोर व अंगावर रोमांच उठविणारें युद्ध झालें. मग शिखंडीनें गांडीवधारी पार्थाच्या साह्यानें अनेक बाणांनीं

त्या महायुद्धांत गांगेयास पाडिलें; परंतु त्या वेळीं दक्षिणायन असल्यामुळें भीष्मांनीं प्राणोत्क्रमण केलें नाहीं. ते उत्तरायणाची वाट पहात शरतल्पावर पडून राहिले आणि उत्तरायण लागतांच त्यांनीं स्वर्गारोहण केलें. असो; भीष्म पडल्यावर अस्त्रज्ञवरिष्ठ द्रोणाचार्य हे कौरवांचे सेनापति झाले. दैत्यपतीचा जसा शुक्र तसा कुरुपतीचा हा अत्यंत समरश्लाघी श्रेष्ठ वीर (गुरु) होय. मग अवशिष्ट राहिलेलें नऊ अक्षौहिणी सैन्य त्याच्या सभोंवतीं जमलें; आणि कृप, कर्ण वगैरे वीर त्याचें रक्षण करूं लागले. इकडे महास्त्रसंपन्न धृष्टद्युम्न हा पांडवांच्या सैन्याचा नायक झाला; आणि वरुणाचें संरक्षण करणाऱ्या मित्राप्रमाणें भीमसेन त्या बुद्धिमंताचें संरक्षण करूं लागला. नंतर द्रोणाशीं नित्य अहमिका करणाऱ्या त्या सेनापरिवेष्टित थोर मनाच्या धृष्टद्युम्नानें द्रोणानें पित्यास केलेले अपकार स्मरून रणांत फारच दारुण कर्म केलें. त्या द्रोणधृष्टद्युम्नांच्या संग्रामांत, चोहोंकडून जमा झालेले ते शूर राजे बहुतेक सर्व निधन पावले. पांच दिवसपर्यंत तें अत्यंत दारुण युद्ध चाललें होतें. नंतर द्रोण थकून धृष्टद्युम्नाच्या तावडींत सांपडून ठार झाले. पुढें दुर्योधनाच्या सैन्यांत कर्ण हा सेनापति झाला; आणि राहिलेल्या पांच अक्षौहिणी रणांगणांत त्याच्या सभोंवतीं जमल्या. इकडे पांडवांच्या तीनच अक्षौहिणी राहिल्या असून त्यांतीलही बहुतेक मुख्य मुख्य वीर पडले होते. परंतु अर्जुनानें त्यांचें आधिपत्य स्वीकारिल्यामुळें त्या पुनः युद्धास उभ्या राहिल्या. कर्ण हा भयंकर वीर खरा; परंतु अग्नीची गांठ पडतांच पतंग नाश पावतो, त्याप्रमाणें पार्थाची गांठ पडतांच तो दुसरे दिवशीं प्राणास मुकला. कर्ण पडला तेव्हां निरुत्साह व निस्तेज झालेले कौरव आपल्या तीन अक्षौहिणींसमवेत मद्रपति शल्यासभोंवतीं गोळा झाले. इकडे पांडवांच्या सैन्यांतीलही बहुतेक वाहनें मरून गेलीं असून तेही निरुत्साह झाले होते आणि त्यांची फक्त एकच अक्षौहिणी सेना राहिली होती. ते मग युधिष्ठिरासभोंवतीं जमले. नंतर कुरुराज युधिष्ठिरानें त्या अर्ध्या दिवसांत अत्यंत दुष्कर कर्म करून मद्रराजाचा वध केला. शल्य पडल्यानंतर, अमितपराक्रमी व थोर अंतःकरणाच्या सहदेवानें, या कलहाचा आद्य जनक जो शकुनि त्यास ठार केलें. दुर्योधनाचे बहुतेक सैनिक आधींच ठार झाले होते; पुढें शकुनिही जेव्हां पडला, तेव्हां त्याचें मन अतिशय खट्टू होऊन तो गदा हातांत घेऊन पळून गेला. तेव्हां अत्यंत क्रुद्ध झालेल्या प्रतापी भीमसेनानें त्याचा पाठलाग केला; आणि द्वैपायन ऱ्हदांत तो पाण्यामध्यें बुडी मारून बसल्याचें त्यानें पाहिलें. मग पांडवांचें उरलेलें सैन्य त्यासभोंवतीं जमलें; आणि हर्षभरित झालेले पांच पांडवही त्या उदकस्थ राजाजवळ प्राप्त झाले. पुढें पांडवांच्या वाग्बाणांनीं अतिशय विह्वल झालेला दुर्योधन राजा उदक खळबळून बाहेर निघाला; आणि गदा हातांत घेऊन युद्धास उभा राहिला. मग भीमसेनाचें

---

१ युद्ध आरंभल्यापासून तें समाप्त होईपर्यंत अठरा दिवस पांडवांकडे धृष्टद्युम्न हा एकटाच सेनापति होता; आणि तितक्याच काळांत कौरवांकडे दहा दिवस भीष्म, पांच दिवस द्रोण, दोन दिवस कर्ण व एक दिवस शल्य—यांतच अर्धा दिवस दुर्योधन; आणि रात्रीं अश्वत्थामा; परंतु दुर्योधन स्वतः राजा म्हणून तो सोडून सेनापति पांच झाले; आणि येथें तर शिखंडी, धृष्टद्युम्न असे पांडवांचे निरनिराळे सेनापति झाल्याचें कृष्ण सांगत आहे. याचा तात्पर्यार्थ इतकाच कीं, ज्या पांडवीय वीरांच्या हस्तें कौरवीय सेनापतींचा वध झाला, त्यांचा प्रामुख्येंकरून निर्देश करावयाचा.

व त्यांचें भयंकर युद्ध होऊन त्यांत भीमसेनानें पृथ्वीपति राजांच्या समक्ष त्याचा पराभव करून त्यास रणांत पाडिलें. नंतर त्या रात्रीं पांडवांचें उर्वरित सैन्य शिबिरांत स्वस्थ निजलें असतां पितृवध सहन न करणाऱ्या द्रोणपुत्रानें त्या सर्वांचा वध केला. पांडवांचे पुत्र, सैनिक, व मित्र मरून मी व युयुधान यांसहवर्तमान पांच पांडव काय ते जिवंत राहिले! तिकडे कौरवांकडील कृपाचार्य व भोजराज कृतवर्मा यांसह अश्वत्थामा युद्धांतून वांचला आणि पांडवांच्या आश्रयानें कुरुकुलोत्पन्न युयुत्सुही त्या युद्धांतून निभावला. मग कौरवेंद्र दुर्योधन राजा आपल्या अनुयायांसहवर्तमान निधन पावल्यावर विदुर व संजय धर्मराजाजवळ आले. हे प्रभो, अशा प्रकारें अठरा दिवसपर्यंत तें घनघोर युद्ध झालें आणि त्यांत निधन पावलेले राजे स्वर्गास गेले!

वैशंपायन सांगतातः—हे महाराजा, त्या वेळीं अंगावर कांटा आणणारी ही हकीकत ऐकून वृष्णींना दुःख, शोक व अत्यंत क्लेश झाले.

अध्याय एकसष्टावा.

—:०:—

वसुदेवाचें सांत्वन.

वैशंपायन सांगतातः—याप्रमाणें प्रतापी वासुदेव पित्याजवळ तें भारतीय महायुद्ध सांगत असतां त्यानें सर्व कथा संपविली; परंतु वसुदेवास वाईट वाटूं नये म्हणून त्या महाबुद्धिमान् वीरानें सौभद्रवधाची हकीकत तशीच गाळून टाकली. ज्यांत फारच अनर्थ घडले, तो नातवाचा वध ऐकून वसुदेव दुःखशोकांनीं अतिशय पीडित होईल, हें मनांत आणून मुद्दामच त्या चतुरानें ती हकीकत सोडून दिली. परंतु आपल्या पुत्राचा रणांत कसा वध झाला ही हकीकत गाळल्याचें सुभद्रेनें पाहिलें; तेव्हां ती कृष्णाची कथा संपल्यावर 'कृष्णा, अभिमन्युवधाची हकीकत सांग!' असें म्हणून धरणीवर पडली. सुभद्रा धरणीवर पडल्याचें जेव्हां वसुदेवानें पाहिलें तेव्हां वसुदेवही तें पाहून दुःखानें मूर्च्छित होऊन खालीं पडला. नंतर, हे महाराजा, कांहीं वेळानें सावध होऊन तो दौहित्रवधामुळें दुःखशोकांनीं अभिभूत झालेला वसुदेव कृष्णास असें म्हणाला, "पुंडरीकाक्षा, तूं सत्यवादी म्हणून जगांत प्रख्यात आहेस ना? मग, हे शत्रुघ्ना, मला दौहित्रवधाची हकीकत आज कां सांगितली नाहींस? असो; बाबारे, तुझा भाचा कसा निधन पावला तें आतां तत्त्वतः मला सांग. कृष्णा, त्याचे नेत्र थेट तुझ्या नेत्रांसारखे दिसत. त्याला शत्रूंनीं रणांत कसें रे मारिलें? हाय हाय! वार्ष्णेया, एवढ्या दुःखानेंही माझें हृदय शतधा विदीर्ण होत नाहीं, त्यापेक्षां वेळ आल्यावांचून मनुष्यास मरण येणें दुष्कर होय हेंच खरें. कृष्णा, तो रणांगणांत तुला व सुभद्रेला काय म्हणाला बरें? त्याचप्रमाणें, वार्ष्णेया, चंचल नेत्रांच्या माझ्या त्या लाडक्या नातवानें मला कांहीं निरोप वगैरे सांगितला का रे! कृष्णा, त्यानें रणांगणास पाठ दाखविली असतां तर त्यास शत्रूंनीं मारिलें नाहीं ना! तसेंच, गोविंदा, त्यानें भीतीमुळें रणांत तोंड गोरेंमोरें तर केलें नाहीं ना! बा कृष्णा, त्याचे अंगीं फारच विलक्षण तेज होतें. तो बालस्वभावाप्रमाणें माझ्याजवळ आपली फुशारकी सांगत असतां त्यांतही आपला विनय प्रकट करी. तो माझा बाळ द्रोण, कर्ण व कृपाचार्य यांकडून घायाळ होऊन रणांत पडला की काय तें मला सांग. हे केशवा, तो माझा नातू रणांत नित्य भीष्म, द्रोण व बलवंतांत वरिष्ठ असा कर्ण, यांची स्पर्धा करीत असे."

वसुदेव अत्यंत दुःखाकुल होऊन अशा प्रकारें अतिशय विलाप करीत असतां, वास्तविक त्याहूनही अधिक दुःखी अशा गोविंदानें त्याचें असें सांत्वन केलें : “ बाबा, तो नित्य रणांगणाच्या अग्रभागीं उभा असे. तेथें त्यानें कधींही म्लान वदन केलें नाहीं. त्याच्या तोंडावर सदोदीत उल्हास दिसत असे. तसेंच दुस्तर अशा संग्रामासही त्यानें कधीं पाठ दाखविली नाहीं; तर शेंकडों हजारों पृथ्वीपालांस कंठस्नान घातल्यानंतर द्रोण व कर्ण यांकडून दुःख पावून शेवटीं तो दौःशासनीच्या तावडींत सांपडून ठार झाला. महाराज, जर सदोदीत एकानें एकाशींच लढावें असा नियम असता, तर प्रत्यक्ष इंद्राकडूनही त्याचा पराभव झाला नसता. तिकडे संशसकांनीं अर्जुनास रणांगणांतून दूर ओढिल्यानंतर इकडे त्या द्रोणप्रभृति संक्रुद्ध वीरांनीं त्या बाळास रणांत चोहोंकडून घेरून टाकिलें; तथापि रणांत पित्याचे शत्रूंची भयंकर कत्तल उडवून नंतर तो आपला नातू दौःशासनीकडून ' मारला गेला. खरोखर तो स्वर्गास गेला आहे. यास्तव, हे महामते, शोक आवरून धरा. संकट प्राप्त झालें असतांही ज्ञानी जन खचत नसतात. रणांत महेंद्राच्या बरोबरीचे द्रोण, कर्ण वगैरे वीर ज्यानें झुलविले, तो स्वर्गास गेला नाहीं असें कसें होईल! यासाठीं, दुर्धर्षा, शोक आवरून धरा. आपण क्रोधवश होऊं नये. तो शत्रुसंघांचा निःपात उडविणारा वीर शस्त्रपूत अशा पुण्यगतीस गेला आहे, यांत संशय नाहीं. तो वीर निधन पावल्यानंतर दुःखानें व्याकूळ झालेली ही माझी भगिनी सुभद्रा पुत्राजवळ जाऊन कुररीप्रमाणें ओरडूं लागली. त्या दुःखाकुलेनें द्रौपदीजवळ जाऊन विचारिलें, आर्यें, सर्व बालक कोठें आहेत? ते मला पहावयाचे आहेत!' तिचें तें भाषण ऐकतांच त्या सर्व कुरुस्त्रिया तिचे गळ्यांत हात घालून फारच दीनवाणीनें रडूं लागल्या. ही सुभद्रा उत्तरेलाही म्हणाली, ‘ मुली, तुझा पति कोठें गेलागे? तो आल्याचें लवकर मला सांग बरें! कायगे वैराटि, तुझा पति सदोदीत माझा शब्द कानीं पडतांच धावत मंदिरांतून बाहेर यावयाचा, तो आज अजून कांगे माझ्याकडे येत नाहीं! बाळा अभिमन्यो, तुझे मामा महारथी असून सुखरूप आहेत. तूं युद्धाच्या तयारीनें येथें आलास म्हणजे ते तुला आशीर्वाद देत असत. बाळा अरिंदमा, नेहमींप्रमाणें, आज तूं मला लढाईची हकीकत सांग. बाळा, मी इतका विलाप करीत असतांना आज मला कां रे उत्तर देत नाहीं?’

अशा प्रकारें या वार्ष्णेयीनें चालविलेला तो शोक ऐकून अत्यंत दुःखार्त झालेली पृथा (आपलें दुःख गिळून) हलकेच असें म्हणाली, सुभद्रे, वासुदेव, सात्यकि आणि खुद्द पिता रणांत याचें संरक्षण करीत असत; तथापि हा बाळ मरण पावला; तेव्हां तो कालधर्मानुसार आयुष्य संपल्यामुळेंच मरण पावला आहे. जो जो जन्मला त्याला वेळ भरतांच मृत्युवश व्हावें लागतें; अशा प्रकारचा हा मर्त्य प्राण्यांचा धर्मच आहे. यास्तव, हे यदुकन्ये, शोक करूं नको. शिवाय, तुझा पराक्रमी पुत्रही सद्गतीस गेला आहे. थोर क्षत्रियांच्या कुळात तुझें जन्म झालें आहे. यास्तव, हे कमलाक्षि, त्या चंचल नेत्रांच्या बालकाबद्दल तूं मुळींच शोक करूं नको. मुली, ह्या उत्तरेकडे बघ. ही गरोदर आहे. रडूं नको. हिला लवकरच मुलगा होईल बरें!

यदुकुलोद्वहा, याप्रमाणें सुभद्रेचें आश्वासन करून कुंतीनें अनिवार शोक आवरिला, आणि, धर्मज्ञ युधिष्ठिर राजा, भीमसेन व अश्विनीकुमारांसारखे जुळे भाऊ नकुल आणि

सहदेव यांस सांगून त्या बालकाचें और्ध्वदेहिक श्राद्ध करविलें. हे यदुराजा, तिनें अनेक दानें केलीं व नंतर ब्राह्मणांस पुष्कळ गाई देऊन जराशी शांत झालेली ती वृष्णिकुलोत्पन्न कुंती विराटकन्येस असें म्हणाली, "वैराटि, तूं शहाणी आहेस; भर्त्याबद्दल शोक करूं नको. कारण, तूं गरोदर आहेस, व शोक करणें हें गर्भाला हितावह नाहीं. बाळे, गर्भस्थ बालकाचें नीट रक्षण कर बरें !"

हे महाद्युते, याप्रमाणें बोलून मग कुंती स्वस्थ बसली. पुढें तिला विचारून मी या सुभद्रेस इकडे घेऊन आलों. असो; मानदा, आपला तो नात निधन पावला. त्यास आतां उपाय नाहीं. दुर्धर्षा, आपण संताप सोडून द्या व शोकाकडे मनाची प्रवृत्ति मुळींच होऊं देऊं नका.

अध्याय बासष्टावा.

—:०:—

धर्मराजाचें सांत्वन.

वैशंपायन सांगतातः—पुत्राचें हें भाषण श्रवण करून त्या वेळीं धर्मशील वसुदेवानें शोक सोडून उत्तम श्राद्ध केलें. तसेंच कृष्णानेंही, पिता ज्याचे नित्य लाड करीत असे अशा त्या थोर अंतःकरणाच्या भाच्याचें और्ध्वदेहिक श्राद्ध केलें. त्यानें साठ लक्ष महातेजस्वी ब्राह्मणांस सर्व प्रकारें उत्कृष्ट असें पंचपक्वान्नांचें उत्तम भोजन घातलें; आणि वर इतकी दक्षिणा दिली की, तेणेंकरून त्यानें त्यांची द्रव्याची ददातच अजीबात नाहींशी करून टाकिली ! तेव्हां कृष्णाचें तें कृत्य पाहून सर्वांच्या अंगावर आनंदानें रोमांच उठले ! सुवर्ण, गाई, शय्या, वस्त्रें वगैरे पदार्थ तो दान करीत असतां "या सर्वांची समृद्धि होवो," असे ब्राह्मणांनीं आशीर्वाद दिले. नंतर दाशार्ह कृष्ण, बलराम, सात्यकि व सत्यक यांनीं (पृथक् पृथक्) अभिमन्यूचें श्राद्ध केलें. ते दुःखानें अतिशय पोळले असून त्यांच्या अंतःकरणास शांति मिळाली नाहीं. तिकडे हस्तिनापुरांत पांडवांची हीच स्थिति होती. अभिमन्यूच्या वियोगामुळें त्यांसही चैन पडेनासें झालें. राजेंद्रा, पतिदुःखानें व्याकुल झालेल्या विराटकन्येनें तर पुष्कळच दिवसांत अन्नग्रहण केलें नाहीं. त्यामुळें सर्वांना फारच काळजी उत्पन्न झाली. कारण तेणेंकरून तिच्या उदरांतील गर्भ नाश पावेल कीं काय, अशी भीति पडली. नंतर ज्ञानसंपन्न व्यासांनीं ही स्थिति दिव्यदृष्टीनें जाणून तत्काल तेथें येऊन विशालाक्षी कुंतीस व उत्तरेस म्हटलें, 'तुम्ही हा शोक सोडून द्या. हे यशस्विनि उत्तरे, कृष्णाच्या प्रभावानें व माझ्या आशीर्वादानें तुला महातेजस्वी पुत्र होईल; आणि पांडवांच्या मागें तोच पृथ्वीचें पालन करील.' मग, हे भारता, धर्मराजाच्या देखत अर्जुनाकडे पाहून व्यास त्यास हर्षवीत असें म्हणाले, "कुरुश्रेष्ठा, तुझा नातू मोठा भाग्यवान् व थोर अंतःकरणाचा निपजेल व तो समुद्रवलयांकित पृथ्वीचें धर्मतः पालन करील. यासाठीं, हे अरिकर्शना, तूं शोक सोडून दे. मी म्हणतों याविषयीं तुला शंका नको. तें निःसंशय सत्य होईल. बा कुरुनंदना, वृष्णिवीर कृष्णानें जें मागें सांगितलें आहे, तें तसेंच व्हावयाचें आहे. याबद्दल तुला बिलकूल शंका नको. तुझा पुत्र स्वपराक्रमानें जिंकिलेल्या अक्षय्य देवलोकीं गेला आहे. तेव्हां तूं किंवा इतर कुरुवीरांनीं त्या वीराबद्दल शोक करणें योग्य नाहीं."

याप्रमाणें पितामह व्यासांनीं धर्मार्जुनांस सांगितलें, तेव्हां, हे महाराजा, ते शोक करण्याचें

सोडून हर्षभरित झाले. मग, हे महाबुद्धिमान् धर्मशील राजा, तुझा पिताही त्या गर्भांत शुक्लपक्षींच्या चंद्राप्रमाणें गरगर वाढूं लागला. नंतर व्यासांनीं धर्मराजास अश्वमेध करण्याविषयीं प्रेरणा केली व मग ते अंतर्धान पावले; आणि व्यासांचें तें भाषण ऐकून मेधावी धर्मराजानेंही द्रव्य आणण्यास जावयाचा विचार केला.

अध्याय त्रेसष्टावा.

द्रव्य आणण्याचा उपक्रम.

जनमेजय विचारितोः—ब्रह्मन्, महात्म्या व्यासांचें अश्वमेधाविषयींचें हें भाषण श्रवण करून त्या वेळीं युधिष्ठिरानें पुढें काय केलें बरें ? त्याचप्रमाणें, हे द्विजोत्तमा, मरुत्त राजानें जमीनींत पुरलेलें तें द्रव्य युधिष्ठिरानें कसें हस्तगत केलें तेंही मला सांगा.

वैशंपायन सांगतातः—द्वैपायनांचें भाषण श्रवण करून धर्मराज युधिष्ठिरानें अर्जुन, भीमसेन व उभय माद्रीपुत्र या चारही भावांस जवळ बोलावून म्हटलें, "वीरहो, जे सदोदीत कुरुकुलाच्या हिताची इच्छा करीत असतात, जे महाज्ञानी, तपोवृद्ध, उदार अंतःकरणाचे, महान् योग्यतेचे व धर्मशील असून ज्यांचीं कृत्यें अद्भुत असतात, आणि जे सदोदीत मित्रांचा उत्कर्ष इच्छितात, त्या गुरु व्यासांनीं स्नेहबुद्धीनें जें सांगितलें, तें तुम्हीं ऐकिलेंच आहे. त्याचप्रमाणें, अश्वमेध करण्याविषयींचें महाज्ञानी भीष्मांनीं व बुद्धिमान् गोविंदानें केलेलें भाषणही तुम्हीं ऐकिलें आहेच. पांडवहो, मला तें आठवतें आहे आणि तें उत्तम प्रकारें सिद्धीस न्यावें अशी माझी इच्छा आहे. त्यांचे ते शब्द पाळण्यांतच आपणां सर्वांचें हित आहे. ब्रह्मवादी जन जें बोलतात त्याप्रमाणें वागण्यांत नित्य कल्याणच असतें. कौरवहो, ही सर्व पृथ्वी आज क्षीणरत्न होऊन गेली आहे. तिजवर कोठेंही विपुल संपत्ति उरली नाहीं. यासाठीं त्या वेळीं व्यासांनीं मरुत्ताच्या द्रव्याची हकीकत सांगितली. तेव्हां तें आणणें तुम्हां सर्वांस संमत असून शक्य आहे असें वाटतें का ? शिवाय, तेवढ्यानें आपलें कार्य होईल किंवा नाहीं आणि तें कसें आणतां येईल, तें सांगा. कसें काय भीमसेना, तुझें मत काय आहे ?"

हे कुरुकुलोद्वहा, याप्रमाणें तेव्हां राजानें विचारिलें असतां भीमसेनानें हात जोडून त्या राजश्रेष्ठास उत्तर दिलें, "हे महाबाहो, हें आपलें भाषण--व्यासांनीं सांगितलेलें द्रव्य आणण्याचा हा विचार--मला पसंत आहे. राजा, जर तें आविक्षिताचें द्रव्य आपल्या हस्तगत होईल, तर, हे महाराजा, तेवढ्यानें आपला कार्यभाग होईल, असें माझें मत आहे. आतां तें शंकराच्या दूतांच्या ताब्यांत असतां आपणांस कसें मिळेल, असें म्हणाल तर, महात्म्या शंकराचें उत्तम पूजन करून व त्यास शरण जाऊन तें आपणांस आणतां येईल. महाराज, आपलें कल्याण असो. वाणी, बुद्धि व कृति यांच्या योगानें त्या देवदेवेशास व त्याच्या त्या अनुचरांस प्रसन्न केलें असतां आपणांस खात्रीनें तें द्रव्य प्राप्त होईल. वृषभध्वज शंकर प्रसन्न झाला असतां, त्या द्रव्याचें संरक्षण करणारे ते भयंकर स्वरूपाचे किन्नर तेव्हांच आपणांस वश होतील."

हे भारता, याप्रमाणें भीमाच्या तोंडचें तें भाषण ऐकून धर्मपुत्र युधिष्ठिर राजा अतिशय संतुष्ट झाला. अर्जुन व नकुलसहदेव हेही 'ठीक, ठीक; असें करितां येईल.' असें म्हणाले. मग सर्व पांडवांनीं संपत्ति आणण्याचा निश्चय ठरविला

आणि ध्रुवनक्षत्रावर व ध्रुववारीं सेनेला बाहेर पडण्यास आज्ञा केली. नंतर ब्राह्मणांकडून स्वस्तिवाचन करवून व प्रथमच सुरश्रेष्ठ महेश्वराचें अर्चन करून पांडव योजलेल्या कार्यास निघून गेले. मोदक, पायस व मांसाचे वडे यांचा नैवेद्य समर्पण करून ते अत्यंत हर्षभरित होत्साते बाहेर पडले. याप्रमाणें ते प्रयाण करीत असतां हर्षित झालेले श्रेष्ठ ब्राह्मण व इतर नागरिक यांनीं त्यांस मंगलकारक व शुभसूचक आशीर्वाद दिले. नंतर पांडवांनीं नित्य अग्नीची उपासना करणाऱ्या ब्राह्मणांस शिरसा प्रणाम करून व त्यांस प्रदक्षिणा घालून पुढें प्रयाण केलें. त्यांनीं जातांना, पुत्रशोकानें संतप्त झालेल्या धृतराष्ट्र राजाचा, गांधारीचा व दीर्घ नयना कुंतीचा निरोप घेतला आणि धृतराष्ट्राचा पुत्र कुरुकुलोत्पन्न युयुत्सु यास त्यांच्या संरक्षणास घरीं ठेवून ते ब्राह्मण, पौरजन व मुनि यांचे धन्यवाद घेत निघून गेले.

अध्याय चौसष्टावा.

—:०:—

द्रव्य आणण्याचा उपक्रम.

वैशंपायन सांगतातः—नंतर त्या पांडवांनीं हर्षभरित चित्तानें प्रयाण केलें. तेव्हां त्यांचें सैनिक व वाहनेंही हर्षभरित झालेलीं दिसत होतीं. ते प्रचंड रथघोषानें पृथ्वी दुमदुमून टाकीत होते. सूत, मागध व बंदी यांनीं त्यांची स्तुति चालविली होती. आणि सूर्य जसा आपल्या किरणांनीं चोहोंकडून घेरलेला असतो, तसे ते आपल्या सैन्यानें परिवेष्टित होते. युधिष्ठिराचे मस्तकावर स्वच्छ छत्र धरिलें होतें. तेणेंकरून तो पौर्णिमेच्या चंद्राप्रमाणें शोभत होता. त्या पुरुषश्रेष्ठ पांडवानें मार्गामध्यें हर्षभरित झालेल्या जनांच्या जयसूचक आशीर्वादांचा योग्य प्रकारें स्वीकार केला. त्याचप्रमाणें, राजा, युधिष्ठिर राजाबरोबर जाणाऱ्या सैनिकांचा इतका प्रचंड हलकल्लोळ चालला होता कीं, तो आकाश स्तब्ध करून राहिला होता. याप्रमाणें जातां जातां सरोवरें, नद्या, वनें व उपवनें ओलांडल्यानंतर महाराजा युधिष्ठिर त्या पर्वताजवळ येऊन पोंचला. त्या प्रदेशांत, हे राजेंद्रा, जेथें तें अपार द्रव्य होतें, तेथेंच त्यानें चांगली सोईची व सपाट जागा पाहून सैन्यासह तळ दिला तो देतांना त्यानें तप, विद्या व आत्मदमन यांनीं युक्त अशा ब्राह्मणांची व तशीच वेदवेदांगपारंगत अशा धौम्य गुरूंची अग्रभागीं व्यवस्था केली. जनमेजया, मग राजे व पुरोहितांसहवर्तमान ते ब्राह्मण यांनीं उत्तम प्रकारें शांति करून राजा व त्याचे अमात्य यांस मध्यभागीं ठेवून त्यांचे सभोंवार चोहोंकडे वसति केली; आणि याप्रमाणें राजा व अमात्य यांस मध्यभागीं ठेवणें हेंच उचित होय. ब्राह्मणांनीं त्या शिबिरांत (तीन उभे व तीन आडवे असे ?) सहा रस्ते आंखिले आणि तेणेंकरून त्याचे नऊ विभाग बनविले. मग राजानें मत्त हत्तींस बांधावयाच्या जागेची योग्य व्यवस्था करवून ब्राह्मणांस असें म्हटलें, "द्विजश्रेष्ठहो, या कार्याच्या सिद्धीसाठीं जें करावयास पाहिजे असें आपणांस वाटत असेल, तें यथायोग्य रीतीनें करावें. त्यासाठीं उत्तम नक्षत्र व दिवस पहा. परंतु इतकेंच ध्यानांत असूं द्या कीं, येथें तिष्ठत बसून आपले फारसे दिवस वायां जाऊं नयेत.

१ "ब्राह्मं ध्युत्तरयुग्ध्रुवम्" (मुहूर्तमार्तंड.)ती उत्तरा व रोहिणी हीं ध्रुव नक्षत्रें होत. रविवार ध्रुव आहे. येथें रविवारीं उत्तरा नक्षत्र असा मुहूर्त असावा. कारण तो अमृतसिद्धियोग होतो.

द्विजश्रेष्ठहो, हें ध्यानांत धरून लवकर विचार ठरवून यापुढें काय करावयाचें तें करून घ्या."

राजाचें हें भाषण श्रवण करून धर्मराजाचें कल्याण इच्छिणारे ते धौम्यप्रभृति ब्राह्मण हर्षित होत्साते असें म्हणाले कीं, 'राजा आजच नक्षत्र व वार उत्तम आहे. यास्तव आजच आम्ही यत्नपूर्वक सर्वोत्तम कृत्यें करितों. हे राजा, आज आम्ही केवल जलावर रहाणार आहों आणि तुम्हींही आज उपोषण करावें.'

त्या द्विजश्रेष्ठांच्या सांगण्याप्रमाणें पांडवांनीं त्या रात्रीं (दिवशीं) उपोषण केलें; आणि यज्ञांतील प्रदीप्त अग्नींप्रमाणें ते दर्भासनावर एकाग्रतेनें बसून राहिले. याप्रमाणें त्या महात्म्यांची ती रात्र ब्राह्मणांचे मंत्रोच्चार श्रवण करतां करतां निघून गेली. नंतर, निरभ्र प्रभात झाल्यावर ते थोर ब्राह्मण युधिष्ठिर राजाला असें म्हणाले.

अध्याय पांसष्टावा.

—:०:—

द्रव्यानयन.

ब्राह्मण म्हणाले, "राजा, महानुभाव शंकराच्या नैवेद्याची तयारी कर. प्रथम त्यास नैवेद्य समर्पण करून नंतर आपण आपल्या उद्योगास लागूं." त्या ब्राह्मणांचें भाषण श्रवण करून युधिष्ठिरानें पर्वतानिवासी महादेवाचा नैवेद्य यथायोग्य प्रकारें तयार करविला. मग पुरोहितानें विधिपूर्वक संस्कृत केलेल्या आज्यानें अग्नीचें संतर्पण केलें; मंत्राच्या योगानें चरु सिद्ध केला; आणि, हे राजा, नंतर तो मंत्रानें शुद्ध केलेलीं पुष्पें घेऊन बलि देण्यास गेला. मोदक, पायस आणि मांसें यांचा बलि त्यानें महादेवास समर्पण केला. चित्रविचित्र पुष्पें व अनेक प्रकारच्या लाह्या यांनीं विधिपूर्वक सर्व स्विष्टकृत् उरकून त्या वेदपारंगतानें मग किंकरांस बलि अर्पिला. नंतर यक्षाधिपति कुबेर आणि मणिभद्र यांचे बलि झाले. आणि तसेंच पुढें इतर यक्ष व भूतपति यांस चित्रान्न, मांस व तिलांजलि यांच्या योगानें बलिदान झालें. पुरोहितानें प्रत्येकास निरनिराळ्या घड्यांत अन्न घालून समर्पण केलें. युधिष्ठिर राजानेंही ब्राह्मणांस हजारों गोदानें दिलीं; आणि रात्रीं संचार करणाऱ्या भूतांस बलि अर्पण केले. त्या वेळीं राजा, तें धूपाच्या वासानें कोंदाटलेलें व फुलांनीं भरलेलें देवाधिदेव शंकराचें निवासस्थान फारच शोभायमान दिसत होतें.

याप्रमाणें रुद्राची व सर्व गणांची पूजा करून युधिष्ठिर राजा व्यासांस पुढें करून रत्ननिधीजवळ गेला. तेथें धनाधिपति कुबेराचें पूजन करून त्यानें त्यास प्रणिपात केला व त्याची प्रार्थना केली. चित्रविचित्र पुष्पें, अपूप व चित्रान्न यांच्या योगें शंखादिक सर्व निधि व निधिपाल यांचें अर्चन करून, आणि ब्राह्मणांकडून स्वस्तिवाचन करवून, त्या पुण्याहघोषांत तेजस्वी व वीर्यशाली कुरुश्रेष्ठानें प्रसन्न चित्तानें तें द्रव्य खणविलें. मग अनेक आकारांचीं मनोहर भांडीं, लहान लहान कळशा, गडवे, कढया, घागरी, थाळे आणि दुसरीं द्रव्हानें भरलेलीं निरनिराळ्या प्रकारचीं हजारों भांडीं धर्मराज युधिष्ठिरानें बाहेर काढलीं. तीं एका फार मोठ्या पेटाऱ्यांत ठेविलेलीं होतीं. राजा, त्यांतील बंद केलेलें प्रत्येक भांडें सुमारें अर्धभार (मनुष्यांच्या वजनाच्या निम्मेइतकें) वजन होतें. राजा, तें द्रव्य वाहून नेण्यास युधिष्ठिर राजाला किती वाहनें लागलीं ऐक. साठ हजार उंट, त्याच्या दुप्पट घोडें, तसेंच, हे महाराजा, एक लक्ष हत्ती, तितकेच खटारे, रथ व हत्तिणी तेथें असून खेचरें व हमाल तर असंख्य होते! युधिष्ठि-

रानें खणून काढलेलें तें द्रव्य इतकें पुष्कळ होतें. प्रत्येक उंटावर आठ हजार, प्रत्येक खटाऱ्यांत सोळा हजार, आणि प्रत्येक हत्तीवर चोवीस हजार सुवर्णमुद्रा लादल्या होत्या. याप्रमाणें सर्व वाहनांवर तें द्रव्य घालून पंडुपुत्र युधिष्ठिरानें पुनः एकवार महादेवाचें पूजन केलें; आणि द्वैपायनांचा निरोप घेऊन व धौम्य पुरोहितास पुढें करून त्यानें हस्तिनापुरास प्रयाण केलें. हे पुरुषर्षभा, द्रव्याच्या भारामुळें त्या सैन्यास दोन दोन कोसांवर मुक्काम करावा लागला. याप्रमाणें, राजा, ती द्रव्यभारानें वांकलेली सेना कुरुकुलाग्रणीस हर्ष देत सावकाश नगराकडे येऊं लागली.

अध्याय सहासष्टावा.

—:०:—

परिक्षिज्जन्मकथन.

वैशंपायन सांगतातः—याच वेळीं वीर्यवान् वासुदेवही वृष्णिवीरांसहवर्तमान हस्तिनापुरास आला. मार्गे तो आपल्या नगरीस जाण्यास निघाला असतां धर्मराजानें त्यास बजावल्याप्रमाणें अश्वमेधाचा तिथिनिश्चय झाल्याचें कळतांच तो पुरुषश्रेष्ठ सुभद्रेसह परत आला. त्याजबरोबर रुक्मिणीचा पुत्र प्रद्युम्न, सात्यकि, चारुदेष्ण, सांब, गद, कृतवर्मा, वीर सारण, निशठ आणि उल्मुक हेही आले असून बलराम सर्वांचे पुढें होता. या वेळीं कृष्ण विशेषेंकरून द्रौपदी, उत्तरा व पृथा यांस भेटण्यासाठीं व ज्यांचे पतिपुत्र निधन पावले होते अशा क्षत्रियस्त्रियांचें समाधान करण्यासाठीं आला होता. ते वृष्णिवीर आले आहेत असें कळतांच पृथ्वीपति धृतराष्ट्र राजा व थोर मनाचा विदुर यांनीं त्यांचें यथोचित आदरातिथ्य केलें; आणि मग उत्तम सत्कार स्वीकारून महातेजस्वी पुरुषोत्तम कृष्ण हा विदुर व युयुत्सु यांसहवर्तमान तेथेंच बसला. याप्रमाणें, जनमेजया, ते वृष्णिवीर तेथें बसले असतां, हे राजा, तुझा पिता परवीरांतक परिक्षित् जन्म पावला. परंतु, हे महाराजा, ब्रह्मास्त्रानें त्यास पीडा झाली असल्यामुळें तो प्रेत होऊन निश्चेष्ट पडला होता. पुत्र झाला म्हणून प्रथम सर्वांस हर्ष झाला खरा, परंतु त्याची ती अवस्था पहातांच सर्वांस अतिशय शोक झाला. याप्रमाणें त्या बालकानें अतिशय हर्ष व तितकाच शोक दिला. प्रथम हर्षभरित झालेल्या लोकांनीं केलेल्या सिंहनादानें सर्व दिशा दुमदुमून गेल्या; परंतु क्षणांत सर्व सामसूम झालें. ही गडबड पाहून कृष्णाचें मन व शरीर व्यथित होऊन तो व युयुधान लगबगीनें अंतःपुरांत शिरले. इतक्यांत समोरून 'वासुदेवा, धांव !' असें पुनःपुनः म्हणत आक्रोश करीत धावत येत असलेली आत्या त्याचे दृष्टीस पडली. तिचे मागोमाग द्रौपदी, यशस्विनी सुभद्रा आणि, हे राजा, इतर बांधवांच्या स्त्रिया तशाच दीनवाणीनें आक्रोश करीत येत होत्या. नंतर, हे राजशार्दूला, कुंतिभोजाची कन्या कुंती कृष्णाजवळ येऊन बाष्पगद्गद वाणीनें म्हणाली, "वासुदेवा, हे महाबाहो, तुला जन्म देऊन देवकी धन्य झाली ! तूंच आमची गति व आधार आहेस. तुजवरच हें कुल अवलंबून आहे. यदुनायका, हा जो तुझ्या भाच्याचा पुत्र जन्म पावला, तो बाळ अश्वत्थाम्यानें मारला आहे कीं रे ! देवा केशवा, तूं याला जिवंत कर बाबा ! यदुनंदना, ऐषीक प्रकरणांत, देवा, तूं अशी प्रतिज्ञाच केलेली आहेस कीं, "मेलेल्या बालकास मी जिवंत करीन !" त्याप्रमाणें, बाबा, हा बालक मृतच उपजला आहे. हे पुरुषोत्तमा, याकडे पहा. बा माधवा, उत्तरा, सुभद्रा,

द्रौपदी, मी, धर्मराजा, भीम, अर्जुन, नकुल आणि सहदेव या सर्वांना, हे दुर्धर्षा, या महत्संकटांतून तारण्यास तूंच समर्थ आहेस. देवा, माझे व पांडवांचे प्राण या बालकावर अवलंबून आहेत. दाशार्हा, पांडूचा, माझ्या सासऱ्याचा व दिसण्यांत आणि गुणांत तुझ्यासारखा असून तुला प्रिय असलेल्या अभिमन्यूचा हा एवढाच पिंड आहे. यास्तव, हे जनार्दना, या प्रेताला उठवून तूं त्याचें कल्याण कर. हे अरिसूदना, उत्तराही खरोखर पूर्वी अभिमन्यूनें निःसंशय प्रेमभरांत केलेलें भाषण सांगते आहे. त्या वेळीं, दाशार्हा, अभिमन्यु उत्तरेला खरोखरच असें म्हणाला कीं, "भद्रे, तुझा मुलगा माझ्या मामाकडे जाईल आणि तेथें वृष्ण्यंधकांच्या कुळांत जाऊन तो धनुर्विद्या, नानाप्रकारचीं विचित्र अस्त्रें आणि शुद्ध नीतिशास्त्र यांचें अध्ययन करील ! बाबा कृष्णा, परवीरांतक शूर अभिमन्यु प्रेमांत असें म्हणाला होता; आणि तेंच सत्य व्हावयाचें आहे यांत संशय नाहीं. यासाठीं, हे मधुसूदना, आम्ही येथें तुला प्रणाम करून तुजजवळ हें मागणें मागतों कीं, या कुलाच्या अभिवृद्ध्यर्थ, देवा, तूं उत्कृष्ट कृपा कर !"

कृष्णास असें सांगून पृथुललोचना कुंतीनें दोन्ही हात वर केले; आणि लगेच ती व तिचे मागोमाग इतर स्त्रिया भूमीवर पडल्या ! हे महाराजा, डोळ्यांतून पाणी वहात असलेल्या त्या स्त्रियाही म्हणत होत्या कीं, हाय हाय ! वासुदेवाच्या भाच्याचा पुत्र मृतच जन्मला !

असो; राजा, याप्रमाणें त्या म्हणाल्या असतां जनार्दनानें धरणीवर पडलेल्या कुंतीस उठविलें आणि तिचें सांत्वन केलें.

अध्याय सदुसष्टावा.

—:०:—

दुःखार्त सुभद्रेची श्रीकृष्णास प्रार्थना.

वैशंपायन सांगतातः—राजा, पृथा उठून बसल्यावर मग सुभद्रा आपल्या भावाकडे पाहून आक्रोश करीत असें म्हणाली, "हे पुंडरीकाक्षा, आधींच कुरुकुलाचा उच्छेद झाला असतां कुठें हा धीमान् पार्थाचा नातू जन्मला, पण तोही आयुष्य संपून गतप्राण झाला पहा ! द्रोणपुत्रानें अस्त्रमंत्रित गवताची काडी भीमसेनावर फेंकली ती उत्तरा, मी व अर्जुन यांवर पडली; आणि, केशवा, माझें हृदय विदारून ती त्यांत जाऊन बसली आहे ! कारण, प्रभो दुर्धर्षा, बाळ अभिमन्यु व त्याचा पुत्रही आज माझ्या दृष्टीस पडत नाहीं ! आतां धर्मात्मा धर्मराज युधिष्ठिर काय म्हणेल ? तसेंच भीमार्जुन व ते माद्रीपुत्र हे तरी काय म्हणतील ? केशवा, अभिमन्यूचा पुत्र जन्मतःच मेला हें ऐकून अश्वत्थाम्यानें आपणांस पुरें नाडलें असें पांडवांस वाटेल ! कृष्णा, त्या पांचही भावांचा अभिमन्यु खरोखरच फार लाडका होता. त्यांनीं हें ऐकिलें म्हणजे अश्वत्थाम्याच्या अस्त्रानें पूर्ण पराभूत झालेले ते पांडव काय बरें बोलतील ? हे अरिंदमा कृष्णा, हा अभिमन्यूचा मुलगा मेलेलाच उपजला, यापेक्षां मला आतां आणखी दुःख तें कोणतें व्हावयाचें राहिलें ! यास्तव, कृष्णा, मी तुझ्या पायांवर मस्तक ठेवून तुझी प्रार्थना करीत आहें. तशीच ही पृथा, ती द्रौपदी आणि त्या इतर स्त्रियाही तुझी विनवणी करीत आहेत. तूं आम्हां सर्वांचें गाऱ्हाणें ऐक. हे अरिमर्दना माधवा, जेव्हां अश्वत्थामा पांडवांचे गर्भ ठार करूं लागला, तेव्हांच तूं क्रुद्ध होऊन त्यास म्हणालास कीं, 'हे नराधमा, अरे भटुर्ग्या, कांहीं हरकत नाहीं; तुझी

इच्छा मी निष्फल करीन आणि अर्जुनाच्या नातवास मी जिवंत करीन!' पुरुषोत्तमा, हें तुझें भाषण मीं ऐकिलें असून तुझें सामर्थ्यही मला माहीत आहे. म्हणून, हे दुर्धर्षा, मी तुझी प्रार्थना करीत आहें कीं, अभिमन्यूच्या पुत्रास तूं जिवंत कर. देवा, जर अशा प्रकारें अभिवचन देऊन तूं आतां तें सर्व खरें करणार नाहींस, तर मी मेलेंच असें समज! हे वीरा वृष्णिशार्दूला, तूं जिवंत असतां आज हा अभिमन्यूचा पुत्र जिवंत होत नाहीं, तर मग मला तरी तुझ्याशीं काय करावयाचें आहे? वीरा, ज्याप्रमाणें वृष्टि करणारा मेघ पिकास जीव आणितो, त्याप्रमाणें, हे दुर्धर्षा, ज्याचे डोळे हुबेहुब तुझ्यासारखे होते अशा त्या अभिमन्यूच्या या मृत पुत्रास तूं सजीव कर. हे अरिंदमा केशवा, तूं धर्मात्मा, सत्यवादी व सत्यपराक्रमी आहेस; तेव्हां (आपल्यासारख्या) सत्पुरुषांची वाणी सत्य करणें हें तुझें कर्तव्य आहे. देवा, तूं मनांत आणशील तर मेलेल्या त्रैलोक्यासही जिवंत करशील; मग या आपल्या भाच्याच्या मृतजात पुत्रास जिवंत करशील यांत नवल काय! कृष्णा, तुझा प्रभाव मी ओळखून आहें आणि म्हणूनच तुजपुढें पदर पसरून हें मागणें मागत आहें. माधवा, पांडुपुत्रांवर एवढा परम अनुग्रह कर. अथवा, हे महाबाहो, मी तुझी बहीण, तशांत मुलगा मेलेली आणि ही अशा प्रकारें शरण आलेली म्हणून तरी मजवर दया करणें तुला योग्य आहे!"

अध्याय अडुसष्टावा.

--:०:--

दुःखार्त उत्तरेची श्रीकृष्णास प्रार्थना.

वैशंपायन सांगतातः—राजेंद्रा, तो सुभद्रेचा विलाप ऐकून दुःखार्त झालेला केशव त्या सर्वांस हर्षवीत 'ठीक आहे' असें म्हणाला. त्या वेळीं ज्याप्रमाणें उन्हानें तापलेल्यास पाण्यानें आनंद होतो त्याप्रमाणें त्या प्रभूनें 'ठीक आहे' एवढ्याच शब्दांनीं त्या सर्व समुदायास हर्षभरित केलें. मग राजा, जेथें तुझा बाप जन्म पावला होता त्या प्रसूतिगृहांत कृष्ण त्वरेनें गेला. तें स्थळ धवल पुष्पांच्या माळा टांगून चांगलें शृंगारिलें होतें; सर्व दिशांस पाण्यानें भरलेले घडे ठेविले होते. तुपांत भिजविलेले टेंभुरणीचे पलिते तेथें जळत होते; चोहोंकडे पांढऱ्या मोहऱ्या फेंकिल्या होत्या; सर्वत्र अग्नि व लखलखीत शस्त्रें ठेविलीं होतीं; शुश्रूषेकरितां पुष्कळ वृद्ध स्त्रिया सभोंवतीं जमल्या होत्या; तसेंच, हे धीरा, कुशल व दक्ष वैद्यही तेथें हजर होते; आणि सर्व प्रकारचीं रक्षोघ्न द्रव्यें[१] कुशल जनांनीं ठिकठिकाणीं विधिपूर्वक ठेवून दिलीं आहेत असें त्या तेजस्वी कृष्णानें पाहिलें. याप्रमाणें तें तुझ्या पित्याचें जन्मगृह सर्व प्रकारें यथायोग्य पाहून हृषीकेशास आल्हाद झाला; आणि "ठीक, ठीक! फारच उत्तम व्यवस्था आहे!" असे उद्गार त्याचे तोंडून निघाले. याप्रमाणें प्रसन्नवदन कृष्ण बोलत आहे तों द्रौपदी त्वरेनें आंत गेली आणि उत्तरेस म्हणाली, "हे कल्याणि, हा तुझा (मामे-) सासरा मधुसूदन इकडे येत आहे. हा पुराण ऋषि व कधींच पराभूत न होणारा असून याचें स्वरूपही अचिंत्य आहे. हा बघ तो आलाच!"

राजा, कृष्ण येत आहे हें ऐकतांच उत्तरेनें डोळे पुसले; दाटून आलेला कंठ खाकरून जरा मोकळा केला; सर्व अंग नीट झांकून घेतलें; आणि देवाप्रमाणें कृष्णाच्या वाटेकडे ती डोळे लावून बसली. मग, राजा, अंतःकरणांत

१ रक्षोघ्नमर्थ्यमोजस्यं सौभाग्यकरमुत्तमम्
रोचनासर्षपादीनां मङ्गल्यानां च धारणम् ॥
(योगरत्नाकर.)

दुःखाच्या अतिशयच वेदना होत असलेली ती तपस्विनी उत्तरा कृष्ण येत आहे असें पाहून आर्त स्वरानें विलाप करूं लागली. "हे पुंडरीकाक्षा, आम्ही दोघें पुत्रवियुक्त झालों पहा! जनार्दना, अभिमन्यु व मी दोघांचाही सारखाच घात झाला रे! वार्ष्णेया, हे वीरा मधुसूदना, मी तुझे पायीं मस्तक ठेवून प्रार्थना करितें, द्रोणपुत्राच्या अस्त्रानें दग्ध झालेल्या या माझ्या बाळाला जिवंत कर! हे पुंडरीकाक्षा, जर खरोखरच धर्मराजानें, भीमानें किंवा खुद्द तूं त्या वेळीं 'ही ब्रह्मास्त्रप्रयुक्त गवताची काडी अनाथ मातेस ठार करो!' असें परभारें म्हटलें असतें, तर माझाच नाश होता व हा विपरीत प्रकार घडता ना! अरे, या गर्भस्थ बालकाचा ब्रह्मास्त्रानें घात करून त्या दुष्ट राक्षसी द्रोणपुत्रास काय फळ मिळणार आहे? हे शत्रुसूदना गोविंदा, मी तुझी शिरसा प्रार्थना करून तुजपाशीं मागणें मागत आहें, त्याप्रमाणें जर हा माझा बाळ जिवंत झाला नाहीं तर मी प्राणत्याग करीन! हे साधो, या बालकाच्या जिवावर मी अनेक प्रकारच्या आशा व मनोराज्यें करीत होतें! परंतु, केशवा, तें सर्व द्रोणपुत्रानें पार नष्ट केलें! आतां मला कसली आशा आहे! आणि जगून तरी काय करावयाचें आहे! कोणासाठीं व कोणाच्या आशेवर आतां मीं जीव धरावा? कृष्णा, मी मनांत असे मांडे खात होतें कीं, आज मांडीवर मुलाला घेऊन मोठ्या हर्षानें तुला प्रणाम करीन! परंतु, जनार्दना, सर्वच अशा प्रकारें व्यर्थ झालें! हे पुरुषर्षभा कृष्णा, त्या चपलाक्षाचा (अभिमन्यूचा) हा वारस मृत झाला यामुळें माझ्या हृदयांतील सर्वच मनोरथ विफल झाले! मधुसूदना, तो चपलाक्ष तुझा फार लाडका होता. त्याच्या पुत्राचा ब्रह्मास्त्रानें निःपात झाला आहे बघ! पांडवांच्या राज्यलक्ष्मीला लाथ मारून आज हा यमसदनीं गेला, त्यापेक्षां खरोखर हा आपल्या बापासारखाच कृतघ्न व पाषाणहृदयी आहे! केशवा, अभिमन्यु रणांत पडला असतां तेथें मीं त्यास असें वचन दिलें होतें कीं, 'वीरा, मी लवकरच आपणांकडे येईन.' परंतु, कृष्णा, जीविताच्या आशेला गुंतून म्यां चांडाळणीनें तें खरें केलें नाहीं! आतां मी तेथें गेलें असतां अभिमन्यु मला काय म्हणेल बरें?"

अध्याय एकुणसत्तरावा.

—:०:—

उत्तरेचा विलाप.

वैशंपायन सांगतातः—राजेंद्रा, याप्रमाणें पुष्कळ शोक करून ती पुत्रेच्छु दीन तपस्विनी उत्तरा उन्मादवायूचा झटका आल्याप्रमाणें एकदम जमिनीवर पडली. पुत्ररूप पांघरूण नाहींसें होऊन उघडी झालेली उत्तरा धाडकन् खालीं पडलेली पाहून कुंती व सर्वच भरतस्त्रिया दुःखार्त होऊन आक्रोश करूं लागल्या; आणि याप्रमाणें सर्वत्र रडारडी व गोंधळ झाल्यामुळें पांडवांच्या त्या राजवाड्याचें सौंदर्य नाहींसें होऊन तो मुहूर्तमात्र उदास व भयाण दिसूं लागला. राजेंद्रा जनमेजया, पुत्रशोकानें व्याप्त झालेली उत्तरा त्या वेळीं दोन घटकांपर्यंत बेशुद्ध पडली होती. नंतर ती सावध होऊन पुत्राचें मस्तक मांडीवर घेऊन असा शोक करूं लागली, "बाळा, तूं धर्म जाणणाराचा पुत्र आहेस; आणि आज तूं वृष्णिप्रवीर कृष्णास अभिवादन करीत नाहींस, हा अधर्म तुला कळतच नाहीं काय? बाळा, तूं पित्याकडे जात आहेस तर तेथें जाऊन त्याला माझा एवढा निरोप तरी सांग कीं, ज्यापेक्षां मला आपला वियोग आणि आज हा पुत्रवियोगही झाला असतां मी

अद्यापि जिवंतच आहें, त्यापेक्षां, महाराज, वेळ भरली नसतां प्राण्यास मरण येणें केवळ दुर्घट होय! सांप्रत मी पतिपुत्रविहीन व निष्कांचन असून मला आतां कसल्याच सुखसोहळ्यांची आशा उरली नाहीं. अशा स्थितींत वास्तविक आज मला मरण आलें पाहिजे होतें; परंतु मी अजून जिवंतच आहें! किंवा, हे महाभुजा, मी कांहीं या स्थितींत जिवंत रहाणार नाहीं! मी धर्मराजाच्या अनुज्ञेनें जालिम विष भक्षण करीन किंवा अग्निप्रवेश करीन. किंवा हाय हाय! पतिपुत्रविहीन झालेल्या माझें हृदय शतधा विदीर्ण होत नाहीं त्यापेक्षां खरोखरच मरण येणें मोठें दुर्घट खरें! बाळा, ऊठ रे. ही तुझी आजी पहा कशी दुःखित झाली आहे ती! ही व्याकूळ, कासावीस व दीन झाली असून शोकसागरांत बुडून गेली आहे! तशीच ती तपस्विनी सुभद्रा आणि आर्या पांचाली ह्यांकडे पहा. आणि, वत्सा, व्याधानें घायाळ केलेल्या हरिणीप्रमाणें अत्यंत दुःखाकुल झालेल्या मजकडे एकदां डोळे उघडून बघ रे; बाळा, ऊठ रे! पूर्वीं चपलाक्ष अभिमन्यु जसा कमलाक्ष कृष्णाकडे टकमक पहात होता तसाच तूंही या धीमान् लोकनायकाचे मुखाकडे पहा! ऊठ!"

कृष्णकृत उत्तरासांत्वन व परिक्षित्संजीवन.

राजा, याप्रमाणें विलाप करतां करतां उत्तरा पुनः धाडकन् खालीं पडली. तें पाहातांच सर्व स्त्रियांनीं पुनः तीस उठवून बसविलें. नंतर ती मत्स्यपतीची कन्या उत्तरा पुनः धैर्यानें उठली; आणि तिनें हात जोडून पुंडरीकाक्षास जमीनीवर साष्टांग प्रणिपात केला. राजा, तिचा तो अनिवार विलाप ऐकून पुरुषोत्तमानें तिला हातांनीं धरून उठविलें, आणि त्या ब्रह्मास्त्राचा उपसंहार करून त्या बालकास सजीव करण्याची प्रतिज्ञा केली व सर्वांस ऐकूं जाईल अशा प्रकारें तो शुद्धात्मा अच्युत तेथें असें म्हणाला, "उत्तरे, मी खोटें बोलत नाहीं. माझें हें भाषण सत्यच होईल. आज सर्वांच्या देखत हा पहा मी यास संजीवित करितों. मी आजवर कधीं थट्टेंत देखील खोटें बोललों नाहीं व युद्धांतून कधींच पलायन केलें नाहीं! हें खरें असेल तर या पुण्याईच्या बळानें हा जिवंत होवो! ज्यापेक्षां मला धर्म व विशेषेंकरून ब्राह्मण प्रिय आहेत, त्यापेक्षां त्या पुण्याच्या जोरानें हा मृतजात अभिमन्युपुत्र सजीव होवो! ज्यापेक्षां मीं अर्जुनाशी कधींच द्रोह केला नाहीं, त्यापेक्षां त्या सत्याच्या योगानें हा मेलेला बालक उठो! ज्यापेक्षां सत्य व धर्म हे नित्य माझे ठिकाणीं वास करितात, त्यापेक्षां हा अभिमन्यूचा मृत पुत्र जिवंत होवो. जर कंस व केशी यांस मीं धर्मतः ठार केलें आहे, तर त्या पुण्याईनें हा बालक पुनः संजीवन पावो."

हे महाराजा भरतर्षभा, कृष्णानें असें भाषण करितांच तो बालक हलके हलके हालचाल करूं लागला!

अध्याय सत्तरावा.

--:०:--

परिक्षिताचें नामकरण.

वैशंपायन सांगतातः—राजा, जेव्हां कृष्णानें ब्रह्मास्त्राचा प्रतिसंहार केला, तेव्हां मग तुझ्या पित्याच्या तेजानें तें स्थल प्रकाशित झालें. नंतर तें गृह सोडून सर्व राक्षस नाहींतसे झाले; आणि अंतरिक्षांत "उत्तम, केशवा उत्तम!" असा शब्द झाला. हे नरेश्वरा, कृष्णानें उपसंहार केला तेव्हां तें प्रदीप्त अस्त्र ब्रह्मदेवापाशीं परत आलें; आणि मग तुझ्या पित्याचे शरीरांत पुनः प्राण संचरले. राजा,

मग तो बालक आपल्या शक्तीप्रमाणें व उत्साहानुरूप चलनवलन करूं लागला; आणि तें पाहून त्या भरतस्त्रिया हर्षभरित झाल्या. मग गोविंदाच्या आज्ञेनें ब्राह्मणांनीं शांतिपाठ म्हटले; व हर्षभरित झालेल्या सर्व भरतस्त्रियांनीं जनार्दनाची प्रशंसा केली. या दुःखनदींतून पार जाण्यास त्यांस जणू ही नावच सांपडली आणि कुंती, द्रौपदी, सुभद्रा, उत्तरा व त्या नरवीरांच्या इतर स्त्रिया यांचें अंतःकरण अतिशय संतोष पावलें. तेथें मल्ल, नट, दैवज्ञ व सौख्यशायिक, तसेच सूत व मागध यांचे समुदाय त्या जनार्दनाची स्तुति गाऊं लागले; आणि त्यांनीं कुरुवंशाचें महत्त्व वर्णून त्यास आशीर्वाद दिले. नंतर, हे भरतर्षभा राजा, यथाकालीं मुलास घेऊन उत्तरा उठली आणि तिनें संतुष्ट चित्तानें त्या यदुनंदनास वंदन केलें; तेव्हां कृष्णानेंही संतुष्ट होऊन आपले संतोषाची विशेष खूण म्हणून त्या अपत्यास बहुमोल रत्नें दिलीं. त्याचप्रमाणें दुसऱ्या सर्व वृष्णिश्रेष्ठांनींही केलें. पुढें, हे महाराजा, सत्यप्रतिज्ञ जनार्दनानें तुझ्या पित्याचें नामकरण केलें. त्या वेळीं कृष्ण असें म्हणाला कीं, ' ज्यापेक्षां भरतकुल 'परिक्षीण' झालें असतां हा अभिमन्यूचा पुत्र जन्मला आहे, त्यापेक्षां **परिक्षित** हेंच याचें नांव असावें.' नंतर, राजा, जसजसे दिवस लोटूं लागले तसतसा तो तुझा पिता वाढूं लागला; आणि तो परिक्षित् म्हणजे तेथील सर्व लोकांच्या आनंदाचें निधान होऊन राहिला !

पांडवांचें आगमन.

यांप्रमाणें, हे भारता, तुझा पिता एक महिन्याचा झाल्यानंतर, अतिशयच विपूल रत्नें घेऊन पांडव परत आले. ते जवळ आले असें कळतांच वृष्णिवीर त्यांस सामोरे गेले; आणि लोकांनीं पुष्कळशा पुष्पमाला सर्वत्र टांगून व जागजागीं चित्रविचित्र पताका, विविध ध्वज वगैरे उभारून तें हस्तिनापुर नगर उत्तम शृंगारिलें. नागरिकांनींही आपआपलीं घरें उत्तम सुशोभित केलीं; आणि पांडुपुत्रांच्या कल्याणार्थ विदुरानें अनेक प्रकारें देवतांच्या पूजाआराधना सुरू करविल्या. त्या नगरांतील राजमार्गांत फुलांचे गालिचे घालून ते सुशोभित केले होते; शेंकडों प्रकारच्या शब्दांनीं तें नगर दुमदुमून गेल्यामुळें समुद्राप्रमाणें त्याचा गंभीर ध्वनि ऐकूं येत होता; नर्तकांचे नाच व गवयांचें गाणें सुरू असल्यामुळें तें नगर तेव्हां कुबेराच्या अलका नगरीसारखें भासत होतें; राजमार्गावर बंदिजन सारखे उभे होते; आणि मधून मधून जी मोकळी जागा होती तेथें स्त्रीपुरुषांच्या झुंडीच्या झुंडी जमा झाल्या होत्या. चोहोंकडे वाऱ्यानें फडफडत असणाऱ्या पताका त्या कुरुवीरांस जणू दक्षिणोत्तर मार्गच दाखवीत होत्या; आणि एकंदरींत तेव्हां राजपुरुषांनीं असें जाहीर केलें होतें कीं, आजच्या दिवशीं सर्व राष्ट्रानें विशेषेंकरून रत्नादिकांचे अलंकार घालून विहार करावा.

अध्याय एकाहत्तरावा.

—:०:—

पांडवांचा नगरप्रवेश.

वैशंपायन सांगतातः—राजा, पांडव जवळ येऊन पोंचले असें ऐकून शत्रुकर्शन वासुदेव अमात्य व सुहृद्गण यांसह त्यांस सामोरा गेला. नंतर, राजा, भेटीच्या उत्कंठेनें पुढें गेलेले वृष्णिवीर व पांडव परस्परांस भेटल्यावर रीतीप्रमाणें आदरसत्कार वगैरे होऊन मग ते सर्वजण एकदमच हस्तिनापुरांत शिरले. त्या अफाट सैन्यांतील घोड्यांच्या टापा व रथांच्या धावांचा घरघराट यांनीं सर्व पृथ्वी व आकाश दुमदुमून गेलें होतें. त्या वेळीं

१ झोंप सुखानें लागली ना ? म्हणून विचारणारे.

त्या हर्षभरित झालेल्या पांडवांनीं आणलेला खजिना पुढें घालून मित्र व अमात्य यांसह नगरांत प्रवेश केला. नंतर ते रीतीप्रमाणें धृतराष्ट्र राजास भेटले; आणि प्रत्येकानें आपआपलें नांव सांगून त्याचें पादाभिवंदन केलें. हे भरतसत्तमा राजेंद्रा, धृतराष्ट्रामागून क्रमानें सुबलकन्या गांधारी, कुंती व विदूर यांस नमस्कार करून ते वैश्यापुत्र युयुत्सूस भेटले. त्या वेळीं त्या वीरांचा सर्वत्र जयजयकार होत असून ते फारच शोभत होते. तदनंतर, हे भारता, तुझ्या पित्याचा तो अत्यंत आश्चर्यकारक, विचित्र व मोठा अद्भुत जन्मवृत्तांत त्यांनीं श्रवण केला; आणि धीमान् वासुदेवाचें तें कृत्य ऐकून त्यांनीं त्या पूजार्ह देवकीनंदनाची पूजा केली.

कृष्ण व व्यास यांची अश्वमेधास अनुज्ञा.

राजा, पुढें कित्येक दिवसांनीं महातेजस्वी सत्यवतीपुत्र व्यास हस्तिनापुरास आले. तेव्हां सर्व कुरुश्रेष्ठांनीं त्यांची योग्य प्रकारें पूजा केली आणि वृष्ण्यंधकवीरांसहवर्तमान ते त्यांच्या सन्निध बसले. मग तेथें नानाप्रकारच्या पुष्कळ गोष्टी झाल्यानंतर धर्मपुत्र युधिष्ठिर राजा व्यासांस म्हणाला, 'भगवन्, तुमच्या प्रसादानें आम्हीं हें जें द्रव्य आणिलें आहे, त्याचा अश्वमेध महायज्ञांत विनियोग करावा अशी माझी इच्छा आहे. तेव्हां, हे मुनिसत्तमा, यास आपलें अनुमोदन असावें, अशी माझी इच्छा आहे. कारण, आह्मीं सर्वजण आपल्या व महात्म्या कृष्णाच्या आधीन आहों !'

व्यास म्हणाले:—राजा, माझें तुला अनुमोदन आहे. आतां तूं पुढील उद्योगाला लाग, आणि दक्षिणा देऊन यथासांग अश्वमेध यज्ञ कर. राजेंद्रा, अश्वमेध हा सर्व पातकांपासून पावन करणारा यज्ञ आहे. तो केलास म्हणजे तूं निष्पाप होशील यांत संशय नाहीं.

वैशंपायन सांगतात:—राजा जनमेजया, व्यासांनीं असें सांगितलें तेव्हां त्या धर्मात्म्या कुरुपति युधिष्ठिरानें अश्वमेधाची सिद्धता करण्याचा विचार केला; आणि कृष्णद्वैपायनांस तें सर्व निवेदन करून नंतर तो वाक्पटु राजा वासुदेवाजवळ येउन बोलूं लागला, " हे पुरुषर्षभा, तुजमुळें देवी देवकी खरोखर उत्तम प्रजावती झाली आहे. हे महाबाहो अच्युता, तूं जें बोलला होतास, त्याप्रमाणेंच खरोखर येथें करून दाखविलेंस ! दाशार्हा, केवळ तुझ्या सामर्थ्यानें मिळविलेले भोग आह्मी उपभोगीत आहों. वास्तविक तूंच आपल्या पराक्रमानें व बुद्धीनें ही पृथ्वी जिंकली आहेस. देवा, तूंच आमचा परम गुरु आहेस. यास्तव, हे देवकीनंदना, या यज्ञांत तूं स्वतः दीक्षा घे. दाशार्हा, तूं स्वतः यजन करूं लागलास म्हणजेच मी खरा निष्पाप होईन. कारण, तूं साक्षात् यज्ञ आहेस. तूं अक्षर (अविनाशी) व सर्व (त्रैलोक्यास व्यापून रहाणारा) आहेस. तूं साक्षात् धर्म असून प्रजा उत्पन्न करणारा प्रजापतिही तूंच होस. देवा, सर्व भूतांची तूंच गति असून सर्व अंतीं तुजमध्येंच लय पावतात अशी माझी निश्चित समजूत आहे. "

वासुदेव म्हणाला:—हे महाबाहो अरिंदमा, तूं असें बोलावेंस हें तुला योग्यच आहे. परंतु तूंच सर्व भूतांची गति आहेस असें माझें ठाम मत आहे. आज येथें सर्व कौरववीरांत तूं स्वतःच्या गुणांनीं शोभत आहेस. हे राजा, आह्मी केवळ तुझ्या अंगभूत आहों व तूं आमचा राजा व आमचा गुरु होस असें आमचें मत आहे. परंतु तूं माझें अनुमोदन मागत आहेस, तर ठीक आहे, माझें यास अनुमोदन आहे. तूं हा यज्ञ कर; आणि, हे भारता, तुला

वाटेल त्या कामीं माझी योजना कर. हे निष्पापा, मी खरोखर तुला असें वचन देतों कीं, तूं सांगशील तें तें सर्व मी करीन. तूं वडील बंधूनें यज्ञ केला म्हणजे भीमार्जुन व नकुल-सहदेव यांनींही यज्ञ केल्याप्रमाणें होईल !

अध्याय बहात्तरावा.

—:०:—

यज्ञसामुग्रीसंपादन.

वैशंपायन सांगतातः---जनमेजया, याप्रमाणें कृष्णानें सांगितल्यानंतर बुद्धिमान् धर्मपुत्र युधिष्ठिरानें व्यासांस बोलावून आणून असें म्हटलें, " महाराज, अश्वमेधास योग्य वेळ आली आहे असें जेव्हां आपणांस वाटेल, तेव्हां आपण स्वतः मला दीक्षा द्या. माझा यज्ञ आपणांवरच अवलंबून आहे. "

व्यास म्हणाले:---युधिष्ठिरा, मी, पैल आणि तसाच याज्ञवल्क्य मिळून योग्य काळीं त्या यज्ञाचें विधान करूं; तुला काळजी नको. चैत्री पौर्णिमेचे दिवशीं तुला दीक्षा दिली जाईल. आतां तेथपर्यंत, हे पुरुषर्षभा, यज्ञास लागणाऱ्या सामुग्रीची जुळवाजुळव करा. अश्वविद्यावेत्ते सूत व ब्राह्मण यांनीं तुझा यज्ञ यथासांग होण्याकरितां हवन करण्यास योग्य असा अश्व पारखून आणावा; आणि मग राजा, त्याला सोडून तुझ्या उज्वल यशाचें प्रदर्शन करीत समुद्रवलयांकित अखिल पृथ्वीवर यथाशास्त्र भ्रमण करूं द्यावें.

वैशंपायन सांगतातः---राजेंद्रा, ब्रह्मवादी व्यासांनीं याप्रमाणें सांगितलें असतां ' ठीक आहे ' असें म्हणून पृथ्वीपति युधिष्ठिरानें सर्व कांहीं त्यांच्या सांगण्याप्रमाणें केलें; आणि सर्व सामुग्रीही यथावत् तयार झाली. नंतर धर्मपुत्र युधिष्ठिर राजानें ती सर्व सामुग्री एकत्र जमवून कृष्णद्वैपायनांस दाखविली. तेव्हां ती पाहून महातेजस्वी व्यास त्या धर्मपुत्रास म्हणाले, " राजा, ठीक आहे. तुला यथाकालीं यथामुहूर्तीं दीक्षा देण्याविषयीं आमची तयारी आहे. आतां स्फ्य, कूर्च व यज्ञास आवश्यक असणाऱ्या इतरही ज्या कांहीं वस्तु असतील त्या सर्व सुवर्णाच्या तयार करा.[1] तसाच घोडाही आजच पृथ्वीवर संचार करण्यास मोकळा सोडावा; आणि अश्वमेधाचे नियमांत सांगितल्याप्रमाणें त्याचें उत्तम रक्षण करीत त्यास यथाशास्त्र व यथाविधि संचार करूं द्यावा.[2]

युधिष्ठिर म्हणाला:---ब्रह्मन्, हा अश्व सोडला असतां, जेणेंकरून त्यास संपूर्ण पृथ्वीवर स्वेच्छेप्रमाणें संचार करतां येईल अशी तजवीज आपण करावी. त्याचप्रमाणें, मुने, आपल्या लहरीप्रमाणें संचार करणारा हा अश्व पृथ्वीवर पर्यटन करीत असतां याचें संरक्षण कोण करूं शकेल तेंही आपणच सांगावें.

अर्जुनाची अश्वरक्षणार्थ योजना.

वैशंपायन सांगतातः---राजेंद्रा, युधिष्ठिरानें असें विचारिलें असतां कृष्णद्वैपायनांनीं उत्तर दिलें, " भीमसेनाच्या पाठचा अर्जुन हा सर्व धनुर्धरांत श्रेष्ठ असून मोठा सहिष्णु व शत्रूंची गाळण उडविणारा आहे. तो याचें संरक्षण करील. निवातकवचांस मारणारा तो वीर सर्व पृथ्वी जिंकण्यास समर्थ आहे. शिवाय त्याला दिव्य अस्त्रें अवगत आहेत; त्याचे ठिकाणीं दिव्य सामर्थ्य आहे; आणि त्याजपाशीं दिव्य गांडीव धनुष्य व अक्षय्य

१ स्फ्य म्हणजे पशूस मारण्याची लांकडी तरवार व कूर्च म्हणजे मूठभर दर्भांचा केलेला असतो. येथें हे दोन्ही सुवर्णाचे करावयास सांगितले आहेत.

२ अश्वास आपण वळवावयाचें नाहीं, हांकावयाचें नाहीं व त्याचे गतीस कोणासही प्रतिबंध करूं न देतां त्याचें उत्तम रक्षण करीत त्यास त्याचे लहरीप्रमाणें जाऊं द्यावयाचें, इत्यादि.

भाते आहेत. तोच या अश्वाचे मागून जाईल. हे नृपश्रेष्ठा, तो धर्मार्थकुशल व सर्वविद्यापारंगत वीरच तुझ्या अश्वास यथाशास्त्र फिरवून आणील. तो आजानुबाहु राजीवलोचन महाबाहु श्याम राजपुत्र पार्थच या अश्वाचें संरक्षण करील. भीमसेनही मोठा तेजस्वी व अमितपराक्रमी आहे. तो व नकुल हे राष्ट्राचें संरक्षण करण्यास समर्थ आहेत; आणि, राजा, महाबुद्धिमान् व महायशस्वी सहदेव हा येथें बोलाविलेल्या पाहुण्यांची व इतर सर्व व्यवस्था उत्तम प्रकारें ठेवील." जनमेजया, याप्रमाणें व्यासांनीं सांगितलें असतां कुरुकुलाग्रणी धर्मराजानें त्याप्रमाणें सर्व व्यवस्थितपणें केलें; आणि हयरक्षणाचे कामीं अर्जुनाची योजना केली.

युधिष्ठिर म्हणालाः--अर्जुना, इकडे ये. वीरा, तूं या अश्वाचें संरक्षण करावेंस; तूंच एक याचें रक्षण करण्यास समर्थ आहेस; दुसरा कोणताही मनुष्य हें करण्यास समर्थ नाहीं. तथापि हे महाबाहो, जे कोणी राजे या अश्वास प्रतिबंध करतील त्यांच्याशीं तूं होतां होई तों लढाई न होईल असें करीत जा; आणि, हे अनघा, सर्वांस आपल्या या यज्ञाचें वृत्त कळवून त्यांस निमंत्रण कर; आणि योग्य वेळीं येथें येण्याविषयीं सूचना देऊन ठेव.

वैशंपायन सांगतातः--आपला भाऊ अर्जुन यास याप्रमाणें सांगून धर्मात्म्या युधिष्ठिरानें नगराच्या संरक्षणाच्या कामीं भीम व नकुल यांची योजना केली; आणि धृष्टराष्ट्र राजाच्या संमतीनें घरच्या कारभारावर वीरमणी सहदेवाची नेमणूक केली.

अध्याय त्र्याहात्तरावा.

—:०:—

यज्ञदीक्षा व अश्वानुसरण.

वैशंपायन सांगतातः--जनमेजया, नंतर दीक्षेचा मुहूर्त प्राप्त होतांच त्या थोर ऋत्विजांनीं युधिष्ठिर राजास अश्वमेधाची यथाविधि दीक्षा दिली. मग पशुबंध केल्यानंतर, मूळचाच महातेजस्वी व तशांत यज्ञदीक्षा घेतलेला तो पांडुपुत्र धर्मराज ऋत्विजांसहवर्तमान फारच शोभूं लागला. मग अमिततेजस्वी ब्रह्मवादी व्यासांनीं स्वतः शास्त्रविधीनें अश्वमेधाचा घोडा सोडला. राजा, त्या वेळीं तो दीक्षित युधिष्ठिर राजा फारच शोभत होता. त्यानें सुवर्णमाला धारण केल्या होत्या; गळ्यांत सोन्याचे अलंकार घातले होते; आणि एकंदरींत त्याचें तेज प्रदीप्त अग्नीसारखें दिसत होतें. ज्यानें मृगचर्म पांघरलें आहे, दंड हातांत घेतला आहे आणि पिंताबर परिधान केला आहे, असा तो निसर्गतः अतिशय तेजःपुंज असलेला धर्मपुत्र युधिष्ठिर राजा, त्यावेळीं यज्ञमंडपांत बसलेल्या साक्षात् प्रजापतीप्रमाणें विशेषच झळकत होता. त्याचप्रमाणें, राजा, एकसारखा वेष परिधान केलेले त्याचे सर्व ऋत्विज तेथें शोभत होते आणि अर्जुनही साक्षात् देदीप्यमान अग्नीप्रमाणें झळकत होता. राजा, नंतर धर्मराजाच्या आज्ञेनें श्वेताश्व धनंजय हा यथानियम त्या श्यामकर्णाचे मागून गेला. राजा, चिलखत, अंगुलित्राण वगैरे चढविलेला तो पार्थ जेव्हां गांडीवाचा टणत्कार करीत मोठ्या हर्षानें त्या अश्वामागून निघाला, तेव्हां त्या कुरुश्रेष्ठ धनंजयास पाहाण्यासाठीं आबालवृद्धांसुद्धां तें सर्व शहरच बाहेर पडलें; आणि, हे महाराजा, तो अश्व व अश्वानुसारी पार्थ ह्यांस पाहाण्याच्या इच्छेनें जमलेल्या त्या लोकांची इतकी खेंचाखेंच झाली कीं, तीमुळें उष्मा होऊं लागून सर्व लोक उबून गेले. मग, राजा, तेथें कुंतीपुत्र धनंजयास पाहाण्यासाठीं जमलेल्या लोकांचा अतिशय मोठा कोलाहल सुरू होऊन तो दिशा व आकाश व्यापून

राहिला. ‘ हा अर्जुन जात आहे. हा पहा तो तेजःपुंज अश्व; याचेच मागून महाबाहु पार्थ उत्तम धनुष्य घेऊन चालला आहे.’ असे हजारों प्रकारचे शब्द पौरजनांच्या मुखांतून निघत असलेले उदारधी पार्थानें ऐकिले. ‘ हे भारता, तुझें कल्याण असो. तूं निर्विघ्नपणें गमन कर आणि पुनः परत ये, ’ असें कित्येक म्हणाले; आणि, राजा, दुसरे लोक असें म्हणाले कीं, ‘ या गर्दीमध्यें आम्हांला कांहीं बोवा अर्जुन दिसत नाहीं ! हें त्याचें धनुष्य मात्र दिसत आहे. ज्याचा शब्द मोठा भयंकर आहे असें हें धनुष्य खरोखर प्रख्यात गांडीवच होय. जा, पार्था तुझें कल्याण असो; मार्गावर तुला संकटें न येवोत व तुझा प्रवास निर्विघ्नपणें पार पडो. हा परत येऊं लागला म्हणजे आपण यास पाहूं. हा परत येणार हें तर ठरलेलेंच आहे. ’ अशा प्रकारचीं स्त्रीपुरुषांचीं मधुर भाषणें उदारधी पार्थास एकसारखीं ऐकूं येत होतीं. हे भरतर्षभा, यज्ञकर्मांत कुशल व वेदपारंगत असा याज्ञवल्क्यांचा शिष्य व दुसरेही वेदपारंगत ब्राह्मण पार्थाच्या जयार्थ शांतिपाठ वगैरे करण्यासाठीं त्याच्या बरोबर गेले; आणि हे पृथ्वीपाला, धर्मराजाच्या आज्ञेनें पुष्कळ क्षत्रियही योग्य तयारीनें त्या महात्म्याचे मागून गेले. जनमेजया, पुढें तो अश्व पांडवांनीं अस्त्रतेजानें जिंकिलेल्या अखिल पृथ्वीवर यथासुखें हिंडला. तेथें जागोजाग अर्जुनाला जीं विचित्र व मोठीं युद्धें करावीं लागलीं तीं मी तुला सांगतों. राजा, त्या अश्वानें पृथ्वीस प्रदक्षिणा घातली. तो उत्तरेकडून पूर्वेकडे गेला. जातांना त्या हयोत्तमानें पुष्कळ राजांचीं राज्यें ओलांडलीं; आणि तो व श्वेताश्व महारथी पार्थ यांनीं सावकाश परिभ्रमण केलें. याप्रमाणें तो अश्व फिरत असतां, पांडवांनीं कुरुक्षेत्राचे रणांगणांत ज्यांचे भाऊबंद मारले होते असे सरोष झालेले किती राजे पार्थाशीं लढले त्यांची तर गणतीच नाहीं; हजारों राजे त्याशीं लढले. राजा, खड्ग व धनुष्य धारण करणारे पुष्कळ यवन व किरात, तसेच पूर्वीं रणांत ज्यांची खोड मोडली होती असे दुसरेही अनेक प्रकारचे म्लेंच्छ, आणि ज्यांचीं वाहनें व सैनिक मोठ्या गुमींत होतीं असे रणमस्त राजे रणांगणांत पांडुपुत्रासमोर ठाकले. राजा, नानादेशांतून गोळा झालेल्या भूपालांबरोबर अशीं अर्जुनाचीं ठिकठिकाणीं पुष्कळच युद्धें झालीं, (त्या सर्वांचें वर्णन करणें अशक्य आहे; तथापि) त्यांत जीं दोन्ही पक्षांच्या दृष्टीनें घनघोर व फार मोठीं युद्धें झालीं तेवढींच, हे निष्पापा, मी तुला कथन करितों.

अध्याय चौऱ्याहत्तरावा.

—:०:—

त्रिगर्तांचा पराभव.

वैशंपायन सांगतातः---राजा, कुरुदेशांत पांडवांनीं ज्यांना कंठस्नान घातलें त्या त्रिगर्तांचे पुत्र व नातू महारथी म्हणून प्रख्यात होते. त्यांचे मनांत पांडवांविषयीं वैर होतेंच. त्याबरोबर अर्जुनाचें युद्ध झालें. तो यज्ञिय तुरगोत्तम आपल्या राज्यांत आला आहे असें समजतांच त्या वीरांनीं सज्ज होऊन त्यास चोहोंकडून अडविलें. राजा, ज्यांनीं भाते बांधले होते अशा त्या रथ्यांनीं उत्तम अलंकृत अश्वांच्या योगानें त्या घोड्यास चोहोंकडून घेरून धरण्याचा प्रयत्न चालविला. तेव्हां त्यांच्या ह्या कृत्याची वार्ता किरीटी अर्जुनास समजली; आणि त्या अरिंदमानें अनुकंपापूर्वक त्यांस दोन उपदेशाच्या गोष्टी सांगून त्यांचें निवारण करण्याचा प्रयत्न केला. परंतु त्याचा अनादर करून त्या सर्वांनीं त्या वेळीं अर्जुनावर बाणवर्षाव केला. तेव्हां अर्जुनानें पुनश्च एकवार

त्या क्रोधोद्धत वीरांचा सामोपचारें निषेध केला. मग, हे भारता, जिष्णु त्यांस हास्यपूर्वक म्हणाला, "हे अधर्मज्ञ वीरहो, मागें फिरा मागें फिरा. जीवित हेंच खरें सुखकर आहे! (तें व्यर्थ कां दवडतां ?)" राजा जनमेजया, पार्थाला असें पुनःपुनः सांगण्याचें कारण इतकेंच कीं, 'अर्जुना, ज्यांचे आप्तबांधव रणांत ठार झाले आहेत अशा त्या राजांस तूं मारूं नयेस बरें.' असें प्रयाणसमयीं धर्मराजानें त्या वीरास सांगून त्याचें लढण्यापासून निवारण केलें होतें. धीमान् धर्मराजाच्या त्या आज्ञेप्रमाणें या वेळीं पार्थानें त्यांस 'मागें फिरा' म्हणून सांगितलें, परंतु ते कांहीं परतले नाहींत. मग धनंजयानें रणांत त्रिगर्तांचा राजा सूर्यवर्मा यास शरजालानें चोहोंकडून व्यापून मोठ्यानें हास्य केलें. तेव्हां ते सर्व त्रिगर्त रथघोषानें व रथाच्या धावांच्या घरघराटानें दशदिशा व्याप्त करीत धनंजयावर धावले. नंतर, राजेंद्रा, सूर्यवर्म्यानें आपलें अस्त्रचापल्य दर्शवीत शेंकडों नतपर्व बाण पार्थावर सोडले; आणि त्याचप्रमाणें, धनंजयास ठार मारूं पाहाणाऱ्या त्याच्या इतरही महाधनुर्धर अनुयायांनीं पार्थावर बाणांचा पाऊस पाडला. परंतु, राजा, अर्जुनानें अनेक बाण सोडून शत्रूंचे ते असंख्य बाण पार छेदून टाकिले. तेव्हां ते सर्व जमीनीवर पडले. नंतर, राजा, सूर्यवर्म्याचा एक धाकटा भाऊ केतुवर्मा म्हणून होता, तो तरुण असून तेजस्वी होता; त्यानें भावाच्या कैवारानें यशस्वी पार्थाशीं युद्ध मांडलें. परंतु तो रणांत चाल करून येत आहे असें पाहातांच परवीरांतक बीभत्सूनें तीक्ष्ण शरांनीं त्यास ठार केलें. केतुवर्मा पडतांच महारथी धृतवर्मा त्वरेनें घोडे पिटाळीत पुढें येऊन त्यानें पार्थावर बाणांचा वर्षाव केला. तेव्हां त्याचें तें चापल्य पाहून वीर्यवान् पार्थाला अतिशयच संतोष झाला. त्यावेळीं प्रत्यक्ष महातेजस्वी गुडाकेशाला त्या बालक धृतवर्म्याचें शरसंधान व शर घेणें या गोष्टी दिसत नव्हत्या, तर तो सारखा बाण सोडीत असलेलाच त्या पाकशासनीस दिसत होता! पार्थानें रणांगणांत इतरांस हर्षवीत क्षणभर मनांतल्या मनांत त्या धृतवर्म्याची तेथें प्रशंसा केली; आणि पुढेंही, त्या महाबाहु कुरुवीरानें सर्पाप्रमाणें क्रुद्ध झालेल्या त्या वीरास प्रीतीमुळें ठार मारिलें नाहीं, तर तो त्याचें कौतुकच करीत राहिला! याप्रमाणें अमिततेजस्वी पार्थ मुद्दामच त्याचें रक्षण करीत होता, तरी त्या धृतवर्म्यानें एक प्रदीप्त शर अर्जुनावर सोडला. त्याबरोबर अर्जुनाचा हात अतिशय जायबंदी होऊन त्या वेदनेचे झटक्यांत एकदम अर्जुनानें गांडीव धनुष्य हातांतून सोडलें आणि तें भूमीवर पडलें! प्रभो जनमेजया, सव्यसाची पार्थाच्या हातांतून तें धनुष्य पडत असतां हुबेहुब इंद्रधनुष्यासारखें दिसलें. तें दिव्य महाधनुष्य खालीं पडलें असतां तो राजा धृतवर्मा त्या महायुद्धांत फारच मोठ्यानें हंसला. तेव्हां अर्जुनाला क्रोध चढून त्यानें हाताचें रक्त पुसलें, आणि तें दिव्य धनुष्य उचलून त्यानें बाणांची एकसारखी वृष्टि चालविली. तेव्हां नानाविध भूतें या कृत्याची प्रशंसा करूं लागलीं असतां त्यांच्या कोलाहलाचा ध्वनि आकाशास पोहोंचला. नंतर काल, अंतक किंवा यम यांप्रमाणें अर्जुनास कोपलेला पाहून त्रिगर्तवीरांनीं चोहोंकडून त्याचें निवारण चालविलें. त्यांनीं मग धृतवर्म्यास वांचविण्यासाठीं पार्थास वेढून टाकलें आणि त्यामुळें धनंजय फारच संतापला. नंतर पार्थानें इंद्रवज्रतुल्य अनेक लोखंडी बाणांनीं त्यांचे अठरा योद्धे तत्काळ ठार केले आणि त्यांची फाटाफूट झालेली पाहातांच

मोठ्यानें हंसत त्वरेनें लगट करून सर्पाकार बाणांचा त्यांवर मारा केला. त्या वेळीं, राजा, पार्थाच्या शरांनीं घायाळ झालेले ते सर्व त्रिगर्त महारथी मनांत खिन्न होऊन चोहोंकडे पळूं लागले. नंतर ते त्या संशप्तकांतक पुरुषसिंहास म्हणाले, "आह्मी सर्व तुझे दास आहों व आह्मी सर्वजण तुझ्या स्वाधीन झालों आहों. पार्था, आह्मी तुझे आज्ञाधारक बंदे गुलाम येथें उभे आहों, आम्हांस आज्ञा कर. हे कौरवनंदना, तुझ्या मर्जीप्रमाणें आह्मी सर्व कांहीं करूं" हें भाषण ऐकून पार्थ तेव्हां त्या सर्वांस म्हणाला, 'राजेहो, तुह्मी आपल्या जिवाला जपा आणि राज्यकारभार करा.'

अध्याय पंचाहत्तरावा.

—:०:—

वज्रदत्ताशीं युद्ध.

वैशंपायन सांगतात:----राजा, नंतर तो श्यामकर्ण प्राग्ज्योतिषाचे राज्यांत शिरून तेथें संचार करूं लागला. तेव्हां रणकर्कश भगदत्तपुत्र पृथ्वीपति वज्रदत्त त्याला धरण्यासाठीं बाहेर निघाला. हे भरतश्रेष्ठा, तो पांडुपुत्राचा अश्व त्याच्या राज्याजवळ येतांच त्याला पाडाव करण्यासाठीं तो लढाईस सिद्ध झाला. मग तो भगदत्तात्मज राजा वज्रदत्त नगरांतून बाहेर येऊन त्या येणाऱ्या घोड्यास पाडाव करून परत आपल्या राजधानीकडे जाऊं लागला; इतक्यांत महाबाहु कुरुश्रेष्ठ पार्थानें त्यास पाहिलें, आणि लगेच तो गांडीव ताणीत एकदम त्वरेनें त्यावर धावला. तेव्हां गांडीवापासून सुटलेल्या बाणांच्या योगानें तो राजा अगदीं गांगरून गेला आणि तो घोडा सोडून देऊन तो वीर पार्थापासून दूर पळून गेला. नंतर पुनः नगरांत जाऊन तो रणकर्कश राजेश्वर हत्तीवर बसून बाहेर आला. त्या वेळीं त्या महारथाचे मस्तकावर शुभ्रवर्णाचें छत्र धरलेलें होतें आणि तसेंच स्वच्छ चामर ढळत होतें. नंतर त्यानें पांडवांकडील महारथी बीभत्सु पार्थ ह्यास गांठिलें; आणि बालिशपणामुळें व कांहीं मोहामुळें त्यास रणांत आह्वान करून त्या कोपलेल्या राजानें तो मदोन्मत्त पर्वतप्राय गज श्वेताश्वावर सोडला. त्या गजाच्या अंगांतून महामेघाप्रमाणें मदधारा गळत होत्या; शत्रूंच्या हत्तींचें निवारण करण्यास तो समर्थ होता; आणि तो मदोन्मत्त असून युद्धांत तर त्याला फारच आवेश चढत असे. या वेळीं त्याला शास्त्रांत सांगितल्याप्रमाणें साज केला होता. तो राजा अंकुशानें टोंचून त्या हत्तीस अर्जुनावर चाल करण्याविषयीं इषारा देऊं लागला, तेव्हां तो महाबलाढ्य हत्ती जणू काय आकाशांतच उडण्याच्या बेतांत आहे असें भासलें ! राजा जनमेजया, तो वज्रदत्त चाल करून येत आहे असें पाहातांच धनंजयास क्रोध येऊन पदाति असतांही त्यानें त्या गजारोहीशीं युद्ध केलें. मग क्रुद्ध वज्रदत्तानें अग्नीसारखे लखलखीत तोमर सत्वर धनंजयावर फेंकले असतां ते शलभांप्रमाणें वेगानें पार्थाकडे येऊं लागले. परंतु अर्जुनानें गांडीवापासून अनेक बाण सोडून वाटेंतच वरच्या वर त्यांचीं दोन दोन तीन तीन छकलें उडविलीं ! याप्रमाणें तोमरांचीं खांडकें उडालेलीं पाहून त्या भगदत्तपुत्रानें मग एकामागून एक भराभर अनेक बाण अर्जुनावर मारले. तेव्हां अर्जुनानेंही अतिशय संतप्त होऊन त्याच्यापेक्षां जलदीनें सुवर्णपुंखांचे सरलगामी बाण त्यावर सोडले. त्या बाणांच्या योगानें रणांत विद्ध झालेला वज्रदत्त राजा अतिशय घायाळ होऊन जमीनीवर पडला; परंतु त्याची स्मृति नष्ट झाली नाहीं. थोड्याच वेळानें त्या जयार्थी धैर्यवंतानें पुनः त्या गजश्रेष्ठास

रणांगणांत अर्जुनावर सोडलें. तेव्हां अर्जुनानें मोकळ्या सर्पांसारखे भयंकर व प्रज्वलित अग्नीसारखे तेजःपुंज असे पुष्कळ बाण रागानें त्यावर फेंकले. त्या वेळीं, हे राजा, तो नाग विद्ध होऊन त्याच्या अंगांतून रक्ताच्या धारा चालल्या; आणि तेणेंकरून तो हत्ती, ज्यांतून गेरूनें लाल झालेल्या पाण्याचे पुष्कळसे झरे वहात आहेत अशा पर्वतासारखा शोभूं लागला.

अध्याय शहात्तरावा.

—:०:—

वज्रदत्ताचा पराजय.

वैशंपायन सांगतातः—याप्रमाणें, हे भरतर्षभा, वृत्राशीं झालेल्या शतक्रतूच्या युद्धासारखें पार्थाचें तेथें तीन दिवसपर्यंत तें युद्ध चाललें होतें. नंतर चौथे दिवशीं महाबलाढ्य वज्रदत्त मोठ्यानें हास्य करून असें म्हणाला, "अर्जुना, अरे अर्जुना! उभा रहा, आज कांहीं तूं माझ्या हातून जिवंत सुटणार नाहींस! आज तुला ठार मारून मी पित्याचें यथाविधि तर्पण करीन! तुझ्या पित्याचा स्नेही माझा वृद्ध पिता भगदत्त राजा याला तूं मारलेंस. अरे, त्या अत्यंत वृद्धास तूं मारलेंस, पण आज मज बालाबरोबर लढाई कर!"

जनमेजया, असें बोलून त्या संक्रुद्ध वज्रदत्त राजानें अर्जुनावर हत्ती सोडला. धीमान् वज्रदत्तानें इषारा करितांच तो गजेंद्र आकाशांतून जणू उड्या घेतच अर्जुनावर चाल करून आला; आणि मेघानें नीलपर्वतावर वर्षाव करावा त्याप्रमाणें त्या नागराजानें आपल्या सोंडेंतून खूप जोरानें सीत्कार करून पार्थास भिजवून टाकलें. राजानें प्रेरित केलेला तो हत्ती वारंवार मेघाप्रमाणें गर्जना करीत व सारखा गुरगुरत फाल्गुनावर धांवला. राजा, वज्रदत्तानें सोडलेला तो गजेंद्र जमा कांहीं नाचतच त्वरेनें कुरुकुलोत्पन्न महारथी पार्थाजवळ येऊन पोहोंचला! पण वज्रदत्ताचा तो हत्ती येतांना पाहूनही शत्रुमर्दक बलवान् पार्थ बिलकूल न चळतां गांडीव सज्ज करून उभा राहिला. नंतर, राजा, या अश्वमेधाच्या कार्यांत त्या राजानें केलेलें विघ्न व पूर्वीचें वैर स्मरून अर्जुनास त्याचा अतिशयच संताप आला; आणि क्रोधाच्या आवेशांत त्यानें समुद्राच्या मर्यादेप्रमाणें त्या गजानें शरजालानें निवारण केलें. तेव्हां अर्जुनानें निवृत्त केलेला तो श्रेष्ठ हत्ती बाणांनीं शरीर घायाळ होऊन एखाद्या साळू पक्ष्याप्रमाणें शोभत उभा राहिला! राजा, गजाचें निवारण झालेलें पाहून भगदत्ताचा मुलगा क्रोधानें बेहोष होऊन त्यानें अर्जुनावर तीक्ष्ण बाण सोडले; आणि महाबाहु अर्जुनानेंही शत्रुघातक बाणांनीं त्या बाणांचें निवारण केलें, तेव्हां तें कृत्य मोठें विलक्षणच झालें. नंतर क्रुद्ध झालेल्या त्या प्राग्ज्योतिषाधिपानें पुनः तो पर्वतप्राय गजेंद्र जोरानें पार्थावर सोडला. तेव्हां तो वेगानें येत आहे असें पाहून पाकशासनीनें एक अग्नितुल्य नाराच बाण त्यावर फेंकला. राजा, तो बाण त्या गजेंद्राच्या मर्मस्थानीं फारच जोरानें लागला आणि तेणेंकरून तो हत्ती वज्रानें कोसळलेल्या पर्वताप्रमाणें एकदम धाडकन् भूमीवर पडला! पार्थाच्या बाणानें मेलेला तो हत्ती खालीं पडत असतां वज्रानें तुटून भूमीवर कोसळणाऱ्या प्रचंड कड्यासारखा शोभला. राजा, याप्रमाणें वज्रदत्ताचा तो हत्ती पडला असतां अर्जुन त्या भूमिगत राजास म्हणाला, "भिऊं नको. राजा, माझ्या भावानें मला अशी आज्ञा केली आहे कीं, 'धनंजया, रणांत योद्ध्यांस ठार मारूं नको व सर्व राजांस अशी विनंति कर कीं, तुम्ही सुहृज्जनांसहवर्तमान सर्वजण युधिष्ठिरा-

च्या अश्वमेधास अवश्य यावें.' नराधिपा, भ्रात्यानें असें सांगितलें असल्यामुळें मी तुला ठार करीत नाहीं. राजा, ऊठ, तुला मुळींच भीति नाहीं. तूं सुखानें नगरास जा; आणि पुढील चैत्री पौर्णिमेस अगत्य हस्तिनापुरास ये बरें. हे महाराजा, त्या वेळीं धीमान् धर्मराजाचा अश्वमेध व्हावयाचा आहे."

अर्जुन याप्रमाणें बोलला असतां तो पांडुपुत्रानें जिंकिलेला भगदत्तात्मज वज्रदत्त राजा त्या वेळीं 'ठीक आहे' असें म्हणाला.

अध्याय सत्याहत्तरावा.

—:०:—

सैंधवयुद्ध.

वैशंपायन सांगतात—नंतर, हे महाराजा, कुरुक्षेत्रांतील युद्धांतून उरलेले सैंधव वीर व मेले त्यांचे मुलगे यांबरोबर त्या किरीटीचें युद्ध झालें. आपल्या प्रदेशांत अर्जुन उतरल्याचें ऐकतांच ते असहिष्णु राजे त्यावर चालून गेले व त्यांनीं आपल्या राजाच्या सीमेपाशींच त्या अश्वास पकडलें. ते विषासारखे भयंकर असून त्यांस अर्जुनाचें बिलकूल भय वाटलें नाहीं. त्या महावीर्यशाली राजांनीं अर्जुनास जिंकण्याच्या ईर्षेनें त्यास वेढून टाकिलें. तेव्हां, राजा, त्या याज्ञिय अश्वाच्या मागोमाग जवळच धनुष्पाणि अर्जुन पदाति होता त्याशीं त्यांची गांठ पडली; आणि पूर्वीं जरी रणांत त्यांची खोड मोडली होती, तरी त्या वेळीं ते आपलीं नांवें, गोत्रें व विविध कृत्यें यांचा मोठ्यानें उच्चार करीत पार्थावर शरवृष्टि करूं लागले; आणि मस्त हत्तींचें निवारण करतील अशा प्रखर बाणांचे लोट सोडीत रणांत जयाची इच्छा करणाऱ्या त्या वीरांनीं कौंतेयाचें निवारण चालविलें. रणांत भयंकर कृत्यें करणाऱ्या त्या अर्जुनास पाहातांच ते सर्व रथस्थ वीर त्या पादचारीबरोबर एकदम लढूं लागले; आणि त्यांनीं निवातकवचांचा काळ, संशप्तकांचा निहंता आणि सैंधवास ठार मारणारा अशा त्या वीरावर मारा चालविला. त्यांनीं हजार रथ व दहा हजार स्वार यांनिशीं अर्जुनास वेढून टाकलें; व रणांत सिंधुपति जयद्रथाचा सव्यसाचीनें केलेला वध स्मरून ते वीर अर्जुन वेढला गेल्यामुळें तेथें मनांत फार संतोष पावले. हे भारता, नंतर त्या सर्वांनीं पावसाप्रमाणें बाणांची वृष्टि केली. तेव्हां त्या बाणांनीं आच्छादिलेला पार्थ मेघांत झांकलेल्या सूर्याप्रमाणें शोभूं लागला! राजा, तारांच्या पिंजऱ्यांत असलेला पक्षी जसा दिसतो तसा तो शराच्छादित पुरुषश्रेष्ठ त्या वेळीं दिसत होता. याप्रमाणें कुंतीपुत्र शरपीडित झाला असतां त्रैलोक्यांत हाहाःकार उडून गेला; सूर्य निस्तेज झाला; अंगावर रोमांच उठविणारा झंझावात वाहूं लागला; राहूनें सूर्य व चंद्र या दोघांसही एकदम ग्रासलें; चोहोंकडून पडणाऱ्या उल्का सूर्यावर आदळूं लागल्या; त्यांच्या माऱ्यानें कैलास पर्वतही डळमळूं लागला; सप्तर्षि व देवर्षिही त्यास पाहून अतिशय भयभीत होऊन दुःखशोकान्वित होत्साते अत्यंत उष्ण उसासे सोडूं लागले; त्या उल्का चंद्रमंडलावरील शशाचा त्वरेनें भेद करून त्या मंडलावर पडल्या; सर्व दिशा धुरानें व्याप्त होऊन कांहींएक समजेनासें झालें; दिशाभूल झाली, आकाशांत रासभारुणे[1] वर्णाचे मेघ उठून त्यावर इंद्रधनुष्यें व विजा चमकूं लागल्या; आणि त्या मेघांनीं आकाश झांकून टाकून रक्तमांसांची वृष्टि आरंभिली! हे भारतश्रेष्ठा महाराजा, वीर फाल्गुन शरवृष्टीनें आच्छादित झाला असतां त्यावेळीं अशी स्थिति झाली. एकंदरींत हा

१ अरुण रंगाहून फिकट असा एक मिश्र रंग.

विलक्षणच अद्भुत प्रकार घडला. चोहोंकडून शरजालांनीं सारखा झांकून निघत असतां स्वतः अर्जुनही अतिशय गांगरून त्याचें गांडीव धनुष्य व हाताचें संरक्षण करण्याचें चर्म खालीं गळलें; आणि तो महारथी मोह पावल्यावर तर सैंधवांनीं त्यावर बाणांनें फारच मोठें जाळें पसरलें. नंतर, राजा, पार्थ अतिशय मोह पावल्याचें देवांस समजलें तेव्हां ते सर्वजण मनांत अतिशय त्रस्त होऊन त्यांनीं अर्जुनाच्या मंगलार्थ अनुष्ठानें केलीं; व नंतर सर्व देवर्षि, तसेच सप्तर्षि व ब्रह्मर्षि यांनीं धीमान् पार्थास विजय प्राप्त व्हावा म्हणून जप केला!

नंतर, राजा, देवांनीं याप्रमाणें पार्थाचें तेज प्रदीप्त केलें तेव्हां तो परमास्त्रवेत्ता धीमान् वीर रणांत अचल उभा राहिला. मग त्या कौरवनंदनानें आपलें दिव्य धनुष्य उचलून वारंवार आकर्षिलें, तेव्हां त्याचा एखाद्या यंत्रासारखा प्रचंड ध्वनि झाला. नंतर त्या प्रभु पार्थानें वृष्टि करणाऱ्या इंद्राप्रमाणें शत्रूंवर बाणांच्या सरींचा वर्षाव केला. तेव्हां ते सर्व सैंधव वीर व त्यांचा राजा हे टोळांनीं भरलेल्या झाडांप्रमाणें बाणांनीं आच्छादित होऊन दिसेनातसे झाले, ते त्या गांडीवाच्या शब्दानें भयभीत झाले आणि भयविव्हल होत्साते पळूं लागले. शोकानें आर्त झाल्यामुळें त्यांच्या नेत्रांतून अश्रु गळूं लागले आणि एकंदरींत ते फार शोक करूं लागले. याप्रमाणें सैंधवांची स्थिति झाली असतां बलवान् पार्थ तर त्यांवर शरजाल सोडीत त्यांच्यामधून अलातचक्राप्रमाणें फिरत होता. दुसरा वज्रधारी महेंद्रच कीं काय असा त्या अमित्रांतक पार्थानें सर्व दिशांस जादुगिरीप्रमाणें भासणारें अद्भुत बाणजाल पसरिलें आणि शरवृष्टीनीं मेघजालसदृश परसैन्याचें निवारण करून तो पार्थ शरत्कालिक सूर्याप्रमाणें विलक्षण शोभला.

अध्याय अठ्याहत्तरावा.

—:०:—

सैंधवांचा पराजय.

वैशंपायन सांगतातः—नंतर, राजा, लढाईस सज्ज झालेला तो शूर व अजिंक्य गांडीवधारी रणांत हिमालयाप्रमाणें निश्चल उभा राहिला. तिकडे ते सैंधव वीरही पुनः एकत्र जमून सज्ज झाले; आणि अतिशय खवळून शरवृष्टि करूं लागले. मग पुनः लढाईस सज्ज झाल्यामुळें मृत्यूचे दारांत उभे राहिलेल्या त्या सैंधवांस महाबाहु अर्जुन हंसत हंसत सौम्य वाणीनें म्हणाला, "सैंधवहो, आपली शिकस्त करून लढा आणि मला जिंकण्यासाठीं पराकाष्ठेचा प्रयत्न करा. तुम्हांवर आतां मोठेंच संकट प्राप्त झालें आहे. आतां काय कृत्यें करावयाचीं असतील तीं सर्व उरकून घ्या. तुमचीं शरजालें पार नाहींतशीं करून हा पहा मी तुम्हां सर्वांबरोबर लढतों. तुमच्या मनांत युद्ध करण्याचें आहे तर उभे रहा, हा मी तुमचा गर्व नाहींसा करितों." जनमेजया, तो गांडीवधारी कुरुवीर तेव्हां रागाच्या सपाट्यांत याप्रमाणें बोलला; परंतु लगेच त्यास ज्येष्ठ भ्रात्याचें वचन आठवलें. "बारे, जयेच्छु क्षत्रियांस रणांत ठार करूं नको, नुसतें त्यांस जिंक.' असें जें महात्म्या धर्मानें म्हटलें होतें, त्याचें त्यास स्मरण झालें आणि मग तो पुरुषश्रेष्ठ असा विचार करूं लागला कीं, 'मला तर राजानें भूपालांस मारूं नको म्हणून सांगितलें आहे. तेव्हां त्याचें हें चांगलें भाषण अन्यथा न होण्यास काय उपाय करावा! राजे मारले जाणार नाहींत आणि युधिष्ठिर राजाची आज्ञा पाळली जाईल असें मला वागलें पाहिजे." असा तेव्हां मनांत विचार करून त्या धर्मज्ञ पुरुषश्रेष्ठ फाल्गुनानें युद्धमद चढलेल्या सैंधवांस असें म्हटलें, "मी तुमच्या हिताचा मार्ग

तुम्हांस सांगतों. जो कोणी येथें समरांगणांत असें कबूल करील कीं, ' मीं तुझा जित आहें, ' त्यास मी ठार करणार नाहीं. माझें हें भाषण ऐकून तुम्ही आपलें हित होईल असें वर्तन करा. नाहीं पेक्षां संकटांत सांपडाल आणि माझ्या हातून चिरडले जाल ! "

राजा, त्या वीरांस असें सांगून पुरुषश्रेष्ठ अर्जुन त्यांशीं लढूं लागला. या वेळीं त्यास अतिशयच संताप चढला होता. तिकडे सैंधवही खवळले असून आपल्या जयाची आकांक्षा करीत होते. त्यांनीं तेव्हां लाखों नतपर्व बाण त्या गांडीवधारीवर फेंकले; परंतु ते सर्पतुल्य जहरी बाण येत असतां मधल्या मध्येंच धनंजयानें तीक्ष्ण शरांनीं ते छेदून टाकले ! याप्रमाणें पार्थानें ते लखलखीत बाण सत्वर छेदले आणि लगेच रणांत त्या प्रत्येक सैंधव वीरास अनेक तीक्ष्ण शरांनीं घायाळ केलें. मग जयद्रथाचा वध आठवून त्याचा सूड उगविण्याच्या हेतूनें सैंधव राजांनीं पुनः धनंजयावर प्रास व शक्ति फेंकल्या. परंतु या वेळींही महाबलाढ्य किरीटीनें त्यांचा हेतु निष्फळ केला. त्या सर्व प्रासांचे व शक्तींचे अंतराळीं तुकडे उडवून त्या पंडुपुत्रानें गर्जना केली; आणि त्याचप्रमाणें, उड्या टाकीत येणाऱ्या त्या जयेच्छु वीरांचीं मस्तकेंही सन्नतपर्व भल्ल बाणांनीं तोडून पाडिलीं ! तेव्हां त्या सैंधवांच्या सैन्यांत एकच गडबड उडून गेली. कित्येक पळूं लागले, कित्येक पुनः पार्थावर धावून येऊं लागले आणि कित्येक मागें परतूं लागले ! याप्रमाणें एकच धांदल चालली असतां त्यांच्या आरडाओरडीचा एकंदर ध्वनि भरतीच्या वेळीं होणाऱ्या महोदधीच्या ध्वनीप्रमाणें गंभीर होत होता ! याप्रमाणें त्या वेळीं अमिततेजस्वी पार्थ त्यांची कत्तल उडवीत असतांही ते आपल्या शक्तीप्रमाणें व उत्साहाप्रमाणें अर्जुनाशीं लढत होते ! मग, ज्यांचीं वाहनें व सैनिक थकून गेले आहेत, अशा त्या वीरांपैकीं बहुतेकांस पार्थानें रणांत नतपर्व शरांनीं बेशुद्ध पाडलें.

दुःशलेची अर्जुनास प्रार्थना.

नंतर ते सर्व जबर मूर्च्छित झालेले ऐकून धृतराष्ट्रकन्या दुःशला आपल्या लहान नातवाला—सुरथाच्या शूर पुत्राला-बरोबर घेऊन रथांत बसून निघाली; आणि सर्व योद्ध्यांस वांचविण्याविषयीं पार्थास विनंती करण्यासाठीं त्याच्याकडे आली. धनंजयाजवळ येतांच ती आर्तस्वरानें रडूं लागली, आणि प्रभु धनंजयानेंही तिला पाहातांच धनुष्य खालीं टाकलें. मग धनुष्य बाजूस ठेवल्यावर पार्थ आदरानें भगिनी दुःशलेस म्हणाला, ' मी काय करूं तें सांग. ' तेव्हां तिनें त्यास प्रत्युत्तर केलें, ' हे भरतश्रेष्ठा, हा बालक तुझ्या भाच्याचा मुलगा आहे. पार्था, हे पुरुषव्याघ्रा, हा तुला प्राणाम करीत आहे बघ, ' तें ऐकून ' याचा पिता कोठें आहे ? ' म्हणून अर्जुनानें तीस विचारिलें. तेव्हां, राजा, दुःशला सांगूं लागली, ' पितृशोकानें अतिशय दुःखित झालेला याचा विषादार्त वीर पिता कसा मृत्यु पावला तें मी सांगतें, ऐक. हे अनघा, त्याच्या पित्याला (जयद्रथाला) रणांत तूं मारलेंस, हें त्यानें पूर्वींच ऐकिलें होतें; आणि आतां तोच तूं अश्वामागून येथें युद्धास आला आहेस असें ऐकतांच, पितृवधानें दुःखार्त झालेल्या त्या बाळानें प्राण सोडला ! हे अनघा धनंजया, बीभत्सु आला असें तुझें नांव ऐकतांच माझा तो विषादार्त पुत्र जमीनीवर पडला आणि तत्काळ मृत्यु पावला ! याप्रमाणें तो तेथें पडल्याचें पाहून, हे प्रभो, मी त्याच्या मुलास घेऊन आज येथें तुला शरण आलें आहें ! "

राजा, असें बोलून ती धृतराष्ट्रकन्या आर्तस्वरानें विलाप करूं लागली, आणि पार्थ-

ही गहिंवरून व वाईट तोंड करून खालीं मान घालून बसला होता त्यास ती दीन दुःशला पुनः विनवूं लागली, " अर्जुना, हे कुरुकुलोद्वहा, तूं धर्मज्ञ आहेस. ह्या बहिणीकडे व भाच्याच्या मुलाकडे पाहून आणि कुरुपति दुर्योधन व तो मंद जयद्रथ यांची करणी विसरून जाऊन आम्हांवर दया कर. बा अर्जुना, जसा अभिमन्यूचा पुत्र परवीरांतक परिक्षित् तसाच हा सुरथाचा पुत्र माझा नातू आहे असें समज. नरव्याघ्रा, सर्व योद्धे शांत व्हावे म्हणून मी यास घेऊन तुझ्या सन्निध आलें आहें. मी आणखी काय म्हणतें तें ऐकून घे. हे महाबाहो, हा त्या मंद जयद्रथाचा वंशज तुझ्याजवळ आला आहे. यास्तव, या बालकावर प्रसाद करणें तुला उचित आहे. हे अरिंदमा, तूं शांत व्हावेंस म्हणून हा तुला शिरसा प्रार्थना करीत आहे; आणि, हे महाबाहो, तुजपाशीं मागणें मागत आहे. यासाठीं, धनंजया, शांत हो, शांत हो. पार्था, ज्याचे कोणीच आप्तबांधव उरले नाहींत, अशा या अनाथ व अगदीं अजाण बालकावर प्रसाद कर. हे धर्मज्ञा, तूं क्रोधवश होऊं नको. याच्या त्या अनार्य, राक्षसी व तुमचे फारच अपराध करणाऱ्या पितामहाला तूं विसरून जा आणि त्याची आठवण न काढतां यावर कृपादृष्टि कर. तेंच तुझ्या थोरपणास उचित आहे."

दुःशलेचें सांत्वन.

यापमाणें दुःशला दीन वाणीनें बोलत असतां धनंजयास देवी गांधारी व राजा धृतराष्ट्र यांचें स्मरण होऊन तो शोकार्त होत्साता क्षत्रधर्माची निंदा करीत म्हणाला, 'ज्याच्यामुळें मी सर्व बांधव यमसदनीं पाठविले त्या ह्या क्षत्रधर्माला धिःकार असो!' असें बोलून अर्जुनानें तिचें बहुत प्रकारें सांत्वन करून त्यांवर कृपादृष्टि केली; आणि नंतर प्रीतीनें दुःशलेला भेटून त्यानें तिला घराकडे परतविलें. तेव्हां मग शुभानना दुःशलाही त्या योद्धयांस महारणापासून परावृत्त करून व पार्थाची स्तुति करून आपल्या घरीं गेली.

यापमाणें त्या सिंधुदेशच्या वीरांस जिंकून तो धनंजय स्वेच्छेनें भ्रमण करणाऱ्या अश्वाच्या मागून जाऊं लागला. नंतर आकाशांत मृगामागून जाणाऱ्या पिनाकपाणि शंकराप्रमाणें[1] तो वीर त्या यज्ञिय अश्वामागून यथाविधि गमन करता झाला. मग त्या अश्वानें पार्थाची कीर्ति वृद्धिंगत करीत आज ह्या तर उद्यां त्या याप्रमाणें स्वेच्छेनें निरनिराळ्या देशांत यथेष्ट संचार केला; आणि, हे भरतर्षभा, याप्रमाणें फिरतां फिरतां तो साहजिकपणें अर्जुनासह मणिपूरच्या राज्यांत शिरला.

अध्याय एकुणऐशींवा.

—:०:—

अर्जुनबभ्रुवाहनयुद्ध.

वैशंपायन सांगतातः—राजा जनमेजया, आपला पिता अर्जुन आपल्या राज्यांत आला आहे असें ऐकतांच त्याचा सत्कार करण्यासाठीं ब्राह्मण व नजराणा पुढें करून तो बभ्रुवाहन राजा नम्रपणें त्याकडे आला; परंतु याप्रमाणें तो मणिपुराधिपति जवळ आला असतां, मेधावी अर्जुनास सदैव क्षत्रधर्म डोळ्यांपुढें दिसत असल्यामुळें त्यानें त्याचें अभिनंदन केलें नाहीं. उलट तो धर्मात्मा फाल्गुन तेव्हां त्यास रागावून म्हणाला, " तुझें हें वागणें मुळींच योग्य नाहीं ! तूं क्षत्रधर्मापासून पार च्युत झाला आहेस ! मी तुझा पिता या नात्यानें येथें तुला भेटावयास आलों

१ दक्षयज्ञाचा महादेवानें विध्वंस केला त्या वेळीं यज्ञ हा मृगरूपानें पळून जाऊं लागला. त्यास अनुलक्षून हा उल्लेख आहे.

नाहीं; तर युधिष्ठिराच्या अश्वमेधीय अश्वाचें संरक्षण करीत आलों आहें. अशा नात्यानें मी तुझ्या राज्यांत शिरलों असतां, हे पुत्रका, तूं मजबरोबर कां लढत नाहींस ? मी लढण्याला आलों असतां तूं जो मला सामोपचारें भेटायाला आलास, त्या तुज क्षत्रधर्मापासून भ्रष्ट झालेल्या दुर्बुद्धीला धिःकार असो ! अरे, मी येथें आलों असतां जो एखाद्या स्त्रीप्रमाणें सामोपचारें मला सामोरा आलास तो तूं जिवंत राहून येथें कांहीं पुरुषार्थ करणार आहेस थोडाच ! हे सुदुर्बुद्धे नराधमा, जर मी शस्त्र वगैरे न घेतां येथें आलों असतों, तर तेव्हां तुझें हें करणें योग्य झालें असतें !"

राजा, याप्रमाणें पतीनें आपल्या पुत्रास दूषण दिल्याचें नागकन्या उलूपीस कळलें, तेव्हां तें तिला सहन झालें नाहीं. ती तशीच जमीन फोडून तेथें आली, तों पुत्र खट्टू होऊन खालीं मान घालून उभा आहे, असें तिनें पाहिलें. कारण, हे प्रभो, युद्धार्थी पित्यानें त्याची एकसारखी निर्भर्त्सना चालविली होती. मग ती चारुसर्वांगी नागकन्या उलूपी आपल्या धर्मज्ञ पुत्राजवळ जाऊन त्याला धर्मास अनुसरून असें म्हणाली, " बाळा, मी तुझी माता नागराजाची कन्या उलूपी आहें, समजलास. पुत्रा, तूं माझ्या सांगण्याप्रमाणें वाग. तेणेंकरून तुजकडून उत्कृष्ट धर्माचरणच घडेल. या तुझ्या पित्यास लढवय्येपणाचा मोठा अभिमान आहे, यास्तव या कुरुश्रेष्ठाबरोबर तूं युद्ध कर. तेणेंकरूनच तो तुजवर संतुष्ट होईल यांत संशय नाहीं.

हे भरतर्षभा, याप्रमाणें मातेनें उत्तेजन दिलें असतां त्या महातेजस्वी शूर बभ्रुवाहन राजानें युद्ध करण्याचें मनांत योजिलें; आणि लगेच सुवर्णाचें चिलखत व लखलखीत शिरस्त्राण धारण करून, ज्यावर शेंकडों भाते ठेविले आहेत अशा उत्कृष्ट रथावर आरोहण केलें. त्या रथावर सर्व आयुधें व उपकरणें सज्ज होतीं; त्याला मनोवेगानें पळणारे घोडे जोडिले होते; त्याचीं चाकें मजबूत असून उपस्करही उत्तम होता; आणि तो रथ सर्व प्रकारच्या सुवर्णालंकारांनीं भूषविला होता. अशा प्रकारच्या त्या श्रेष्ठ रथांत बसून व अत्यंत सुशोभित केलेला सिंहाकार सुवर्णध्वज उभारून तो बभ्रुवाहन राजा पार्थावर चालून गेला; आणि पार्थ ज्याचें रक्षण करीत होता त्या अश्वमेधीय अश्वाकडे एकदम जाऊन त्या वीरानें अश्वशिक्षानिपुण लोकांकडून तो धरविला. त्यानें अश्व धरल्याचें पाहून धनंजयाचें अंतःकरण संतुष्ट झालें व त्या पादचारी पार्थानें आपल्या रथस्थ पुत्राचें रणांत निवारण चालविलें. तेव्हां बभ्रुवाहन राजानेंही सर्पविषाप्रमाणें घातक व तीक्ष्ण अशा अनेक बाणसंघांनीं त्या वीरास घायाळ केलें. याप्रमाणें त्या हर्षभरित झालेल्या उभय पितापुत्रांचें देवदानवांच्या युद्धाप्रमाणें अतुल युद्ध झालें. मग बभ्रुवाहनानें हास्यपूर्वक एक आनतपर्व बाण नेमका अर्जुनाच्या खांद्यावर मारला, तो वारुळांत शिरणाऱ्या सर्पाप्रमाणें पिसाऱ्यासुद्धां अर्जुनाच्या खांद्यांत घुसला आणि त्यांतून पार जाऊन जमीनींत शिरला ! त्या योगें जबर वेदना होऊं लागल्यामुळें धीमान् अर्जुनानें कसेंही करून धनुष्याच्या आधारानें अंग सावरलें ! आणि हृदयाकाशवर्ती ईश्वरी तेजामध्यें क्षणभर लीन झाल्यामुळें तो बाह्यतः मृतप्राय दिसूं लागला ! मग कांहीं वेळानें पुनः शुद्धीवर येऊन त्या महातेजस्वी पुरुषश्रेष्ठ इंद्रात्मजानें पुत्राची प्रशंसा करून असें म्हटलें, " शाबास महाबाहो, शाबास ! वत्सा, हे चित्रांगदात्मजा, तुझा अनुरूप पराक्रम पाहून मी

फार संतोष पावलों. पुत्रा, आतां पहा मी तुजवर बाण सोडतों. रणांत सावधपणें उभा रहा !"

राजा, असें बोलून त्या शत्रुसंहारकानें नाराच बाणांचा वर्षाव केला. परंतु गांडीवापासून सुटलेल्या त्या वज्र किंवा अशनि याप्रमाणें तेजस्वी नाराच बाणांचे बभ्रुवाहनानें भल्लांच्या योगानें दोन दोन तीन तीन तुकडे उडविले ! मग पार्थानें दिव्य शरांनीं त्याच्या सुवर्णविभूषित ध्वजाच्या चिंधड्या उडवून आणखी एका क्षुरबाणासरसा तो सुवर्णाचा तालवृक्षच कीं काय असा शोभणारा ध्वज रथापासून खालीं पाडला; आणि तसेंच, हे अरिंदमा, त्याचे ते महावेगानें चालणारे धिप्पाड घोडेही पांडुपुत्रानें जसे कांहीं सहज लीलेनेंच ठार मारिले! या कृत्यानें बभ्रुवाहनासही अत्यंत कोप चढून तो रथांतून खालीं उतरला; आणि मोठ्या त्वेषानें पित्या अर्जुनाशीं पायींच लढूं लागला. राजा पुत्राचा तो पराक्रम पाहून शक्रात्मज पार्थाला परम संतोष झाला; आणि प्रेमामुळें त्यानें पुत्रास फारशी इजा केली नाहीं. पण आपला पिता पराङ्मुख झाला असें बभ्रुवाहनास वाटून त्या बलवंतानें पुनः सर्पविषाप्रमाणें भयंकर बाण त्यावर मारिले; आणि मग तर त्या बभ्रुवाहनानें बालस्वभावामुळें एका उत्तम पिसाऱ्याच्या लखलखीत बाणानें त्यास अतिशय जोरानें नेमकें हृदयावर विद्ध केलें ! राजा, तो अतिदुःखदायक बाण मर्मस्थानचा भेद करून अर्जुनाच्या शरीरांत शिरला आणि अशा प्रकारें पुत्रानें अति घायाळ केलेला तो कुरुनंदन धनंजय मग धरणीवर मूर्च्छित पडला ! तो कुरुकुलांतील धुरंधर वीर पडला असतां तिकडे चित्रांगदेचा पुत्र बभ्रुवाहन राणाही मूर्च्छित झाला. कारण, रणांत त्यानें अतिशय श्रम केले असून तशा स्थितींत त्यानें पिता मेल्याचें पाहिलें, यामुळें त्यास प्रबळ मूर्च्छा आली. शिवाय अर्जुनानें त्यास पूर्वींच शरसंधानीं अतिशय घायाळ केलेंच होतें. या सर्व कारणांमुळें त्यानेंही रणांगणांत भूमीस आलिंगन दिलें ! याप्रमाणें, जनमेजया, पति ठार झाला आणि पुत्रही जमीनीवर पडला, असें ऐकून अत्यंत शोकाकुल झालेली चित्रांगदा रणांगणाकडे धावली. त्या वेळीं तिचें हृदय शोकानें संतप्त झालें असून ती अतिशय शोक करीत होती व दुःखामुळें कांपत होती. अशा स्थितींत ती मणिपूरपतीची माता रणांगणीं आली, तों पति मरून पडल्याचें तिच्या दृष्टीस पडलें !

अध्याय ऐशींवा.

चित्रांगदेचा विलाप.

वैशंपायन सांगतातः----राजा जनमेजया, नंतर कमलनयना चित्रांगदेनें फारच विलाप केला; आणि शेवटीं दुःखातिशयानें मूर्च्छित होऊन ती धरणीवर पडली. मग कांहीं वेळानें सावध होऊन ती दिव्यदेहधारिणी देवी पन्नगकन्या उलूपीस पाहून असें म्हणाली, "उलूपि, पति रणांगणांत निजला आहे बघ ! तुझ्यामुळें माझ्या पुत्रानें या समितिंजय वीरास ठार केलें ! अगे, ज्यापेक्षां केवळ तुझ्यामुळेंच हा तुझा पति रणांत ठार झाला, त्यापेक्षां तुला आर्य लोकांचे धर्म कळतात असें कसें म्हणावें ? तशीच तूं पतिव्रता तरी कसली ? किंवा, बाईग, मी तुझी प्रार्थना करतें कीं, जर धनंजयानें तुझा कांहीं अपराध केला असेल, तर त्यास तूं आज क्षमा कर आणि कसेंही करून या पार्थाला उठीव ! आर्ये, हे पतिव्रते, तूं धर्मज्ञ म्हणून त्रैलोक्यांत प्रसिद्ध आहेस. मग पतीला पुत्राकरवीं ठार करून तूं शोक करीत नाहींस हें कसें ? हे नागकन्ये, पुत्र मेल्याबद्दल मला शोक होत नाहीं; परंतु त्यानें

ज्याचें हें अशा प्रकारचें आतिथ्य केलें, त्या पतीबद्दल मला फार शोक होत आहे ! ”

जनमेजया, नागकन्या उलूपीस इतकें बोलून मग ती यशस्विनी चित्रांगदा पतीजवळ जाऊन असा विलाप करूं लागली, “ महाराज, उठा, उठा; आपण कुरुपति युधिष्ठिराचे अतिशय आवडते व माझे प्रिय प्राण आहां. प्राणनाथ, हा पहा मीं तुमचा घोडा सोडून दिला आहे ! महाराज, आपणाला धर्मराजाच्या यज्ञिय अश्वामागून जावयाचें आहे ना ? मग असे जमीनीवर काय पडलां ? कुरुनंदना, माझे प्राण आपणावर अवलंबून आहेत. महाराज, दुसऱ्यांस प्राणदान करणारे आपण आज कसाहो प्राण सोडलात ? उलूपि, जमीनीवर पडलेल्या ह्या पतीकडे नीट बघ तरी ! पतीचा व पुत्राचाही पूर्ण घात करून तुला शोक होत नाहीं ना ? हा मृत्यु पावलेला मुलगा खुशाल येथें जमीनीवर पडूं दे; परंतु हा लोहिताक्ष गुडाकेश पार्थ मात्र खरोखर जिवंत व्हावा. अग, पुष्कळ बायका करणें हा कांहीं पुरुषांचा अपराध नव्हे; तो स्त्रियांचा अपराध म्हणतां येईल ! उलूपि, अनेक बायका केल्यामुळें पार्थ दोषी आहे, असें तुला वाटूं देऊं नको. अर्जुनाचा व आपला हा स्नेहसंबंध (विवाह) ब्रह्मदेवानेंच घडविला आहे आणि तो कदापि न ढळणारा व अक्षय्य असा आहे. तूं त्या संबंधानुरूप वाग; व पार्थाशीं तुझा जो विवाह झाला आहे त्याचें सार्थक्य कर. तूं पुत्राकरवीं पतीला मारविलें आहेस. आतां जर आज तूं याला जिवंत करून मला दाखविणार नाहींस, तर मी आजच प्राणत्याग करीन ! हे देवि, पति जिवंत न होईल तर पतिपुत्रांचा वियोग घडलेली व तेणेंकरून दुःखित झालेली मी ही येथेंच तुझ्या देखत प्रायोपवेशन करीन हें पक्कें समज ! ” राजा, नागकन्येला असें सांगून ती तिची सवत चित्रांगदा मग प्रायोपवेशन करून स्तब्ध राहिली.

बभ्रुवाहनाचा शोक.

वैशंपायन सांगतातः—याप्रमाणें पुष्कळ वेळ विलाप करून मग ती चित्रांगदा पतीचे पाय धरून दीन होत्साती उसासे टाकीत पुत्राकडे पहात बसून राहिली. नंतर तो बभ्रुवाहन राजा पुनः शुद्धीवर आला; आणि तेथें रणांगणांत मातेस पाहून म्हणाला, “ हाय हाय ! ही सुखांत वाढलेली माझी माता भूमीवर मरून पडलेल्या या आपल्या वीर पतीजवळ पडली आहे, याहून अधिक दुःख तें कोणतें ? हाय हाय ! रणांत शत्रूंचा संहार करणारा व सर्व शस्त्रधरांत श्रेष्ठ अशा ह्या वीरास मीं युद्धांत मारिलें,—त्या वीराकडे ही पहाते आहे ! अरेरे ! ज्याचे हात प्रचंड व छाती विशाल आहे, असा हा पति मृत झाल्याचें पहात असतांही ह्या देवीचें कठीण हृदय विदीर्ण होत नाहीं, त्यापेक्षां घडी भरली नसतां मनुष्यास येथें मरण येणें नाहीं असेंच दिसतें ! ज्या अर्थीं आज मी किंवा माझी माता कोणीच मरत नाहीं, त्यापेक्षां, वेळ आली नसतां मरण येणें कठीण आहे, हीच गोष्ट खरी ! हाय हाय ! मीं पुत्रानें रणांत मारिलेल्या ह्या कुरुवीराचें सोन्याचें चिलखत मोडून तोडून जमीनीवर पडलें आहे पहा ! धिःकार असो ह्याला ! ब्राह्मणहो ! हा माझा वीर पिता मज पुत्राच्या हातून मरून भूमीवर वीरशयनीं पहुडला आहे पहा ! अहो, घोड्यामागून जाणाऱ्या ह्या कुरुप्रवीराच्या आरोग्यार्थ व विजयार्थ शांति करण्यासाठीं मुद्दाम युधिष्ठिरानें जे ब्राह्मण पाठविले आहेत ते कसली शांति करीत असतात ? अहो ब्राह्मणहो, रणांत प्रत्यक्ष पित्याचा घात करणाऱ्या मज निर्घृण पातक्याला या पापापासून मुक्त होण्या-

साठीं कांहीं प्रायश्चित्त तरी सांगा! हाय हाय! आज पितृघात केल्यामुळें मज पाषाणहृदयाला त्याचें कातडें पांघरून सर्व प्रकारें आपत्ति भोगीत बारा वर्षें भटकत कंठलीं पाहिजेत! ह्या मला तीं पित्याच्या मस्तकाचीं दोन शकलें; ह्मणजे मी तीं घेऊन भूतलावर भ्रमण करतों! कारण आज या पितृघातरूपी पातकाला दुसरें प्रायश्चित्तच नाहीं. हे नागराजकन्ये उलूपि, हा पहा तुझा पति माझ्या हातून ठार झाला आहे. मीं आज रणांत अर्जुनाला मारून तुझें प्रिय केलें. आतां मी आजच बाबा गेले तिकडे जाणार. कारण, हे शुभांगि, मला आतां कांहीं आपले प्राण धारण करवत नाहींत. माते गांडीवधारी अर्जुन व मी या उभयतांना मेलेले पाहून आज तूं संतुष्ट हो. हे देवि, मी शपथपूर्वक सत्य सांगतों कीं, मी कांहीं आज प्राण ठेवणार नाहीं!"

हे महाराजा, इतकें बोलून त्या दुःखशोकाकुल झालेल्या बभ्रुवाहन राजानें उदकस्पर्श करून दुःखानें असें म्हटलें, "स्थावर-जंगम सर्व भूतांनीं माझें भाषण ऐकावें; आणि, हे माते नागकन्ये, मी सत्य बोलत आहें तें तूंहीं ऐक. जर माझा पिता नरश्रेष्ठ पार्थ जिवंत झाला नाहीं, तर मी रणांत याच ठिकाणीं शरीर शुष्क करीन. पित्याला ठार मारून माझी आतां कोठेंही निष्कृति होणार नाहीं. आतां मी पितृघाताच्या पातकामुळें अक्षय्य नरकांत पडणार हें निश्चित होय. वीर क्षत्रियाला मारिलें असतां शंभर गाई दान केल्यानें पापमुक्ति होते. परंतु पितृघातापासून माझी मुक्तता होणें दुर्लभ आहे. हा माझा पिता पांडुपुत्र धनंजय जगांत अद्वितीय वीर होता आणि शिवाय तो मोठा धर्मात्मा होता. तेव्हां त्याच्या पातापासून माझी निष्कृति कोठून होणार?" राजा, असें बोलून तो अर्जुनपुत्र महाबुद्धिमान् राजा उदकस्पर्शपूर्वक प्रायोपवेशन करून स्तब्ध बसला.

अर्जुनसंजीवन.

वैशंपायन सांगतातः—हे परंतपा, त्या वेळीं तो बभ्रुवाहन राजा प्रायोपवेशन करून बसला असतां व मातेसहवर्तमान पितृशोकांत निमग्न झाला असतां उलूपीनें संजीवनमण्याचें चिंतन केलें; आणि नागांचें मुख्य साधन असा तो मणि तत्काळ तेथें प्राप्त झाला. मग उलूपीनें तो मणि घेऊन सैनिकांच्या अंतःकरणास हर्ष उत्पन्न करणारें असें भाषण केलें, "मुला, ऊठ; शोक करूं नको. तुला वाटत आहे, परंतु तूं कांहीं खरोखर जिष्णूला जिंकलें नाहींस. तो मानवांस तर काय, पण इंद्रासुद्धां सर्व देवांसही अजिंक्य आहे! आतां येथें अर्जुन मेलेला दिसत आहे, हा खरा मेलेला नसून मीं या तुझ्या पुरुषश्रेष्ठ व यशस्वी पित्याच्या हितार्थ त्यावर मोहिनी नामक मायेचा प्रयोग केला

---

१ कोणतेंही पातक घडलें असतां त्या पातकाचें विशिष्ट स्वरूपाची दर्शक अशी कांहीं खूण अंगावर वागवून आपलें पातक सर्व जगाला स्वमुखानें उघड सांगत फिरणें हा त्याचें प्रायश्चित्ताचा मार्ग सामान्यतः मानिला आहे. प्रस्तुतस्थलीं बभ्रुवाहनाचे हातून पितृहत्या घडली असतां, आपल्याला बापाचें शिरःकपाल व चर्म यांची ध्वजा उभारून बारा वर्षेंपर्यंत जगभर आपलें पापकर्म सांगत फिरावें लागेल अशी धास्ती येऊन पडली.—वरील विधीविषयीं याज्ञवल्क्यस्मृतींत उल्लेख आहे तोः—

शिरःकपालीध्वजवान् भिक्षाशी कर्म वेदयन्।
ब्रह्महा द्वादशाब्दानि मितभुक् शुद्धिमाप्नुयात्।

(याज्ञ० स्मृ. अ. ३, २४३.)

वरील उताऱ्यांत सामान्य ब्रह्महत्येचा उल्लेख आहे. परंतु 'अपरार्कानीं' भविष्यपुराणांतील उतारा घेतला आहे त्यांत "मातरं पितरं हत्वा सोदरं भ्रातरं तथा। अनेन विधिना०" इत्यादि ह्मणून पितृहत्येचाही अंतर्भाव व्यक्त केला आहे.

(वासुदेवशास्त्री अभ्यंकर.)

आहे. राजा बभ्रुवाहना, संग्रामामध्यें लढत असतां तुझा पराक्रम कसा काय असतो तें प्रत्यक्ष पहाण्यासाठींच हा परवीरांतक पार्थ येथें आला होता; आणि म्हणूनच मीं तुला युद्ध करण्याचें प्रोत्साहन दिलें. पुत्रा, यामध्यें तुला तिळमात्र तरी पाप लागलें असेल अशी शंका देखील घेऊं नको. अरे, हा पार्थ म्हणजे नर नामक पुराण ऋषि असून महान्, केवळ आत्मरूप, शाश्वत व अक्षर असा आहे; याला रणांत जिंकण्यास शक्रही समर्थ नाहीं! राजा, हा पहा मीं दिव्य मणि बरोबर आणिला आहे. हा दररोज मेलेले सर्प पुनः जिवंत करितो. तेव्हां, प्रभो, तूं आपल्या हातानें हा पित्याच्या हृदयावर ठेव, म्हणजे लगेच पार्थ जिवंत झाल्याचें तुझ्या दृष्टीस पडेल!"

याप्रमाणें तिनें सांगितलें असतां त्या निष्पाप व अमितपराक्रमी राजानें तो मणि पार्थाच्या हृदयावर ठेविला; आणि याप्रमाणें त्या मण्याचा स्पर्श होतांच, गाढ झोंपेंतून जागा झाल्याप्रमाणें पार्थ सावध होऊन लाल डोळे उघडीत उठून बसला! मग तो थोर अंतःकरणाचा महात्मा पार्थ सावध होऊन स्वस्थ बसला आहे असें पाहून बभ्रुवाहनानें त्या पित्यास वंदन केलें. राजा, पुरुषश्रेष्ठ पार्थ सावध होऊन पुनः झळकूं लागला असतां इंद्रानें पुण्यकारक दिव्य पुष्पांची त्यावर वृष्टि केली; मेघाप्रमाणें शब्द करणाऱ्या दुंदुभि वाजूं लागल्या; आणि आकाशांत 'शाबास! शाबास!' असा फार मोठा शब्द झाला. मग पूर्ण विश्राम पावलेल्या महाबाहु पार्थानें उठून बभ्रुवाहनास आलिंगिलें व त्याच्या मस्तकाचें अवघ्राण केलें. नंतर पलीकडे त्याची शोकाकुल झालेली माता उलूपीसह उभी होती तिजकडे त्याची दृष्टि गेली. तेव्हां धनंजयानें विचारिलें, "हे परांतका, हें सर्व रणांगण शोक, विस्मय व हर्ष यांनीं एकसमयावच्छेदेंकरून व्यास झालेलें कां बरें दिसत आहे? तुला ठाऊक असल्यास मला सांग. तसेंच तुझी माता येथें रणभूमीवर कशाकरितां आली, व ही नागराजाची कन्या उलूपीही येथें कां प्राप्त झाली तेंही माहीत असल्यास सांग. माझ्या सांगण्याप्रमाणें तूं हें मजबरोबर युद्ध केलेंस ही गोष्ट मला माहीत आहे. पण या स्त्रियांस येथें येण्याचें काय कारण घडलें तेवढें समजण्याची माझी इच्छा आहे."

याप्रमाणें पार्थानें प्रश्न केला असतां मणिपुरेश्वर विद्वान् बभ्रुवाहनानें शिरसा प्रणाम करून म्हटलें, "तें सर्व या उलूपीला विचारा!"

अध्याय एक्यायशींवा.

—:०:—

अर्जुनशापमोक्षकथन.

अर्जुनानें विचारिलें:—हे कुरुकुलनंदिनि उलूपि, तुला व तसेंच ह्या मणिपुरेश्वराच्या मातेला रणांगणांत कोणत्या कामासाठीं यावें लागलें बरें? हे चपलांगि भुजगात्मजे, राजा बभ्रुवाहनाची खुशाली जाणण्यासाठीं उत्सुक होऊन तूं आलीस काय? का माझें कुशल समजावें ही तुझी इच्छा आहे? सुंदरी, मीं किंवा या बभ्रुवाहनानें अज्ञानामुळें तुझा कांहीं अपराध केला असें तर घडलें नाहीं ना? तसेंच तुझी सवत राजकन्या चित्रांगदा हिनें तर तुझा कांहीं अपराध केला नाहीं ना?

राजा, यावर ती नागराजाची कन्या हास्यवदनानें त्यास म्हणाली, "महाराज, आपण माझा अपराध केला नाहीं किंवा बभ्रुवाहनानेंही केला नाहीं. त्याचप्रमाणें याच्या या आईनेंही माझें कांहीं केलें नाहीं. ती बिचारी तर माझा शब्द झेलीत असते. आतां मीं हें काय व कसें केलें तें सर्व ऐकावें. महाराज, मी आपल्या पायीं मस्तक ठेवून प्रार्थना करितें,

आपण मजवर कोप करूं नये. कारण, प्रभो कुरुनंदना, तुमच्याच हितासाठीं मीं हें केलें आहे. आतां, हे महाबाहो धनंजया, मीं काय केलें, तें संपूर्ण श्रवण करावें. महाभारतयुद्धांत तुम्हीं शांतनव भीष्मांस जें अधर्मानें मारिलें, त्याची ही निष्कृति मीं येथें केली. वीरा, समोरासमोर लढून कांहीं तुम्हीं भीष्मांस पाडिलें नाहीं; तर ते शिखंडीबरोबर युद्ध करीत असतां त्यां शिखंडीच्या आडून तुम्हीं त्यांस मारिलें. या अधर्माचें निरसन केल्याशिवाय जर तुमचें प्राणोत्क्रमण झालें असतें, तर त्या पापकर्माच्या योगानें तुम्ही अक्षय्य नरकांत पडलां असतां! यासाठीं आतां पुत्राकडून तुम्हांला जो क्षणभर मृत्यु आला, तीच त्या पातकाची विहित शांति होय, असें पूर्वीं वसूंनीं व गंगेनें ठरविलेलें मीं ऐकिलें आहे. राजा, शांतनव निधन पावले असतां देव व वसु महानदी गंगेवर येऊन त्यांनीं तींत स्नान केलें आणि भागीरथीच्या अनुमतानें तेव्हां असें घोर भाषण केलें कीं, "हे भाविनि, हा शांतनव भीष्म रणांत दुसऱ्याशींच लढण्यांत गुंतला असतां व मुळींच लढत नसतां सव्यसाचीनें यास ठार मारिलें आहे. तर यासाठीं आम्ही आज धनंजयास शाप देतों!" यावर भागीरथी 'ठीक आहे.' असें म्हणाली! हें ऐकून माझा थरकांप झाला; आणि लागलीच नागलोकीं जाऊन मीं हें वर्तमान आपल्या पित्यास कळविलें. तेव्हां त्यालाही तें ऐकून अतिशय वाईट वाटलें. मग माझ्या पित्यानें वसूंकडे जाऊन आपल्याकरितां त्यांची प्रार्थना केली, व पुनःपुनः त्यांची मनधरणी केली, तेव्हां ते त्यास असें म्हणाले, 'महाभागा, मणिपूरचा तरुण राजा त्याचा पुत्र आहे; तो त्याला रणांत बाणांनीं जमीनीवर पाडील; आणि असें झालें असतां, हे नागेंद्रा, तो शापमुक्त होईल. जा, काळजी करूं नको.'

"महाराज, याप्रमाणें वसु बोलले, तेव्हां बाबांनीं तें मला येऊन सांगितलें; आणि तें ऐकून मीं आपणास हें अशा प्रकारें शापमुक्त केलें. महाराज, देवराज इंद्रही समरांत आपला पराभव करूं शकणार नाहीं. आतां, पुत्र हा आत्मा होय,—आपणच पुत्ररूपानें जन्म घेतों, असें असल्यामुळेंच येथें तुमचा पुत्राकडून पराभव झाला. महाराज, यांत वास्तविक मजकडे कांहींएक दोष नाहीं. मग आपणास काय वाटेल तें खरें!"

राजा जनमेजया, असें ती बोलली असतां अर्जुन प्रसन्नचित्त होऊन तिला म्हणाला, 'सुंदरी, तूं हें जें केलेंस तें सर्व मला फार आवडलें.' मग तो कुरुकुलनंदिनी चित्रांगदेच्या देखत आपल्या पुत्रास म्हणजे मणिपुरेश्वर बभ्रुवाहनास म्हणाला, 'राजा, पुढील चैत्री पौर्णिमेस युधिष्ठिराचा अश्वमेध होणार आहे, तर तेथें तूं उभय मातांस घेऊन अमात्यांसहवर्तमान अवश्य ये.'

पार्थानें याप्रमाणें सांगितलें तेव्हां त्या धीमान् कमलाक्ष बभ्रुवाहन राजानें पित्यास म्हटलें:—हे धर्मज्ञ, आपल्या आज्ञेप्रमाणें मी ब्राह्मणांसहवर्तमान अश्वमेध महायज्ञास येईन. पण, महाराज, आज मजवर अनुग्रह करण्यासाठीं आपण माझ्या नगरांत प्रवेश करावा. हें आपलेंच नगर आहे. येथें भार्यांसह प्रवेश करावा. हे प्रभो विजयिश्रेष्ठा, आपणास या गोष्टीचा मुळींच विचार पडावयास नको. येथें आपल्या घरीं एक रात्र सुखानें राहून मग उद्यांपासून आपण पुनः अश्वाबरोबर गमन करावें.

याप्रमाणें पुत्रानें विनंती केली असतां वानरकेतु पार्थानें तेव्हां त्या चित्रांगदापुत्रास हास्यपूर्वक म्हटलें, "वीरा, हे पृथुलोचना, मी

दीक्षा घेऊन संचार करीत आहे. हें तुला विदित आहेच. तेव्हां तोंपर्यंत मला तुझ्या नगरांत प्रवेश करतां येत नाहीं. या यज्ञिय अश्वानें स्वेच्छेनुरूप संचार करावयाचा असतो; आणि, हे नरर्षभा, त्याचे मागोमाग मला गेलेंच पाहिजे. जा; तुझें कल्याण असो. मी पुढें जातों; मला कांहीं येथें मुक्काम करितां येत नाहीं." मग तेथें बभ्रुवाहनानें त्या इंद्रसुताची विधिपूर्वक पूजा केली; आणि नंतर त्याची व भार्यांची अनुज्ञा घेऊन तो भरतश्रेष्ठ पुढें निघून गेला.

अध्याय ब्यायशींवा.

—:०:—

मागधांचा पराजय.

वैशंपायन सांगतातः—राजा, याप्रमाणें तो घोडा समुद्रांत पृथ्वीवर संचार करून हस्तिनापुराकडे जाणाऱ्या मार्गें परतला आणि अश्वानुरोधानें जाणारा पार्थही त्याच्या बरोबरच मार्गें फिरला. येतां येतां वाटेंत साहजिकपणें तो राजगृह नगराजवळ प्राप्त झाला. तेव्हां, हे राजा, पांडवांचा तो अश्व आपल्या राज्यांत आलेला पाहून तेथील वीर राजा सहदेवपुत्र यानें क्षत्रधर्मास स्मरून पार्थास आह्वान केलें. तो सहदेवाचा पुत्र मेघसंधि धनुष्यबाण व ढाल घेऊन रथांत बसून नगरांतून बाहेर पडला; आणि त्या पदाति धनंजयावर त्वरेनें चालून गेला. त्या महातेजस्वी मेघसंधीनें धनंजयास गांठून, मोठेंसें शहाणपणाचें नव्हे—पण बालस्वभावानुरूप म्हटलें, "आर्या, हे भारता, तुझ्या ह्या घोड्याभोंवतीं हा केवळ स्त्रियांचा गराडा आहे असें मी समजतों! मी याचें हरण करितों; सामर्थ्य असेल तर सोडविण्याचा प्रयत्न कर! पार्था, जरी माझ्या वडिलांना तुला युद्धांत शिक्षा लाविली नाहीं, तरी मी आज तुझा खरपूस समाचार घेतों! चल, युद्धास सुरुवात कर; हा पहा मी प्रहार करूं लागलों!"

हें त्याचें भाषण ऐकून पांडुपुत्रानें हंसतच प्रत्युत्तर केलें, "या घोड्याच्या गतीस जो विघ्न करील त्याचें मीं निवारण करावें असें व्रत वडील बंधूंनीं मजकडे सोंपविलेलें तुला खात्रीनें विदित असेलच. तूं काय सामर्थ्य असेल तितकें लढ. मला त्याचा राग नाहीं."

तें ऐकून मगधेश्वरानें सहस्राक्ष इंद्र वृष्टि करितो त्याप्रमाणें हजारों बाणांची वृष्टि करीत पार्थावर प्रथम मारा केला. मग, राजा, शूर गांडीवधन्व्यानें गांडीवापासून पुष्कळ बाण सोडून त्याचे ते बाण निष्फळ करून टाकले. याप्रमाणें त्याचा शरौघ वायां घालवून वानरकेतु पार्थानें दीप्तमुख पन्नगांसारखे जळजळीत बाण त्याच्या ध्वजावर, पताकांवर, रथावर, यंत्रावर, घोड्यांवर आणि इतर रथांगांवर फेंकले; परंतु त्या वीराच्या शरीरावर किंवा त्याच्या सारथ्यावरही मारिले नाहींत. पण अशा प्रकारें वस्तुतः पार्थच त्याच्या देहास जपत असतां मागधाला हा आपलाच पराक्रम आहे असें वाटून त्यानें पार्थावर पुनः बाण फेंकले! तेव्हां पार्थ अतिशय जखमी होऊन वसंतकालीं फुललेल्या पळसासारखा शोभूं लागला! जनमेजया, त्या मागध राजाला मारण्याची अर्जुनाची इच्छा नव्हती यामुळेंच तो त्या लोकैकवीराच्या समोर उभा होता; नाहींपेक्षां केव्हांच निजधामास गेला असता! परंतु हा खरा प्रकार न ओळखून तो पार्थास विद्ध करूं लागला, तेव्हां त्यास संताप येऊन त्यानें जोरानें धनुष्य खेंचून त्याचे घोडे ठार केले; सारथ्याचें मस्तक उडविलें; त्याचें तें मोठें चित्रविचित्र रंगाचें धनुष्य एका क्षुर बाणानें तोडून टाकलें आणि त्याची ढाल,

पताका व ध्वजही खालीं लोळविला! मग तो घायाळ, अश्वहीन, धनुष्यविहीन व सारथिरहित झालेला राजा गदा घेऊन वेगानें कुंतीपुत्रावर धावला. परंतु तो वेगानें येत असतांच पार्थानें गृध्रपक्ष्याचीं पिसें पिसाऱ्यास लाविलेल्या अनेक शरांनीं ती सुवर्णविभूषित गदा शतधा छिन्नभिन्न केली. तेव्हां तिचे मणि व बंधनें फुटून गेलीं आणि ती गदा चूर्ण होऊन मोकळ्या नागिणीसारखी भूतलावर पडली! नंतर त्या विरथ, धनुष्यहीन व गदा-रहित झालेल्या वीराचें सांत्वन करीत कपिकेतन पार्थ त्यास असें म्हणाला, "बाळा, तूं आज हा क्षत्रधर्म उत्तम प्रकारें दाखविलास, यांत संशय नाहीं, आतां जा. राजा, तुझ्या पोर-वयाला तूं रणांत केलेला हा पराक्रमच फार आहे. राजा 'राजे मारूं नको' अशी युधि-ष्ठिराची मला सांगी आहे; आणि म्हणूनच तूं माझी रणांत खोडी काढूनही वांचलास!"

जनमेजया, अर्जुनाच्या या भाषणाचा मागधानें विचार केला, तेव्हां त्याची खात्री झाली कीं, अर्जुनानें गय केली म्हणूनच आपण वांचलों खरे. मग त्यानें अर्जुनास हात जोडून नमस्कार केला आणि म्हटलें, "मी पराभूत झालों. तुझा जयजयकार असो. येथें आणखी लढण्याचा हिय्या मला होत नाहीं. आतां मीं आज तुझी काय सेवा करावी त्याची आज्ञा कर, कीं ती पार पडलीच म्हणून समज." मग अर्जुनानें त्याचें नीट आश्वासन करून पुनः असेंच म्हटलें, "येत्या चैत्री पौर्णिमेस आमच्या राजाच्या अश्वमेधास अवश्य ये." यावर 'ठीक आहे' असें म्हणून सह-देवपुत्रानें त्या अश्वाचें व वीरमणि फाल्गुनाचें यथाविधि पूजन केलें. नंतर, राजा, तो अश्व पुनः स्वेच्छेनुरूप समुद्रतीरानें वंग, पुंड्र व कोसल देश तुडवीत गेला आणि तेथें जागजागीं धनंजयानें गांडीव धनुष्याच्या प्रतापानें म्लेंच्छां-च्या कितीएक अफाट सेनांचा पराभव केला.

अध्याय त्र्यायशींवा.

—:०:—

अश्वानुसरण.

वैशंपायन सांगतातः—राजा, मगधराजानें पूजन केल्यानंतर श्वेतवाहन पार्थ त्या यज्ञिय अश्वामागून दक्षिण दिशेकडे जाऊं लागला. पुढें तो स्वेच्छेनें संचार करणारा बलाढ्य तुरग पुनः मागें वळून चेदि देशांतील शुक्ति-साह्वय नामक रम्य नगरास प्राप्त झाला. तेथें शिशुपालाचा पुत्र शरभ राज्य करीत असून तो महाबलाढ्य होता. त्यानें प्रथम लढाई केली; परंतु शेवटीं करभार अर्पण करून पार्थाचें पूजन केलें. मग, राजा, तेथें पूजन स्वीकारल्या-नंतर तो अश्वराज काशी, कोसल, किरात व तंगण या देशांत गेला. त्या त्या ठिकाणीं पार्थानें यथान्याय आदरसत्कार स्वीकारून पुनः तो उलट खाऊन अश्वानुरोधानें दशार्ण देशांत प्राप्त झाला. तेथें चित्रांगद राजा राज्य करीत होता. त्या बलाढ्य व शत्रुमर्दन राजाशीं पार्थाचें फारच भयंकर युद्ध झालें. पण शेवटीं नरवीर पार्थानें त्यालाही जिंकिलें; आणि मग तो निषादांचा राजा एकलव्य याच्या प्रदेशांत शिरला. पार्थ या राज्यांत शिरतांच एकलव्याचा पुत्र त्याशीं लढण्यास प्राप्त झाला. तेथें पार्थानें निषादांबरोबर अंगा-वर कांटा येण्यासारखा फारच भयंकर संग्राम केला; आणि कोणत्याच युद्धांत कधींही परा-भूत न झालेल्या त्या अजिंक्य कौंतेयानें शेवटीं यज्ञास विघ्न करण्यासाठीं प्राप्त झालेल्या त्या एकलव्यसुतास युद्धांत पराजित केलें. हे महाराजा, याप्रमाणें त्या पाकशासनीनें रणांत त्या निषादपुत्रास जिंकून तेथून करभार

घेतला; आणि पुनः तो दक्षिणसमुद्राकडे वळला. तेथेंही द्रविड, आंध्र, रौद्र, माहिषक, व कोल्लपर्वतवासी यांबरोबर किरीटीस झगडावें लागलें. परंतु त्यांस जिंकण्यास पार्थाला विशेषसे प्रयास पडले नाहींत. सहज चालतां चालतां त्यांचा पराभव करून मग तो तुरंगाच्या अनुरोधानें सुराष्ट्र देशाकडे येऊं लागला. मग कुरुराजाचा तो यज्ञिय अश्व गोकर्णास जाऊन प्रभास तीर्थासही गेला; आणि नंतर तो वृष्णि वीरांच्या ताब्यांतील रमणीय द्वारावती नगरीस येऊन पोंचला. राजा, तेथें यादवांचे मुलगे त्या हयश्रेष्ठास धरून नेऊं लागले, तेव्हां उग्रसेनानें त्यांचें निवारण केलें. मग वृष्णि व अंधक यांचा राजा तो उग्रसेन व अर्जुनाचा मामा वसुदेव नगरांतून बाहेर येऊन प्रेमपुरःसर व योग्य आदरातिथ्यानें अर्जुनास भेटले आणि त्या उभयतांनीं भरतश्रेष्ठ पार्थाची फार स्तुति केली. नंतर त्यांचा निरोप घेऊन अर्जुन तेथून निघाला, आणि ज्या मार्गानें घोडा गेला होता त्या मार्गास लागला. तो घोडा द्वारकेंतून निघाला तो सरळ पश्चिमसमुद्राचे तीरानें जातां जातां समृद्ध अशा पंचनद देशांत प्राप्त झाला; आणि तेथूनही पुढें उसळून गांधार देशांत जाऊन स्वैर संचार करूं लागला. पार्थ त्याचे मागोमाग होताच. या वेळीं गांधार देशांत शकुनीचा पुत्र राज्य करीत असून त्याच्या पोटांत पूर्वीचें वैर डंवचतच होतें, यामुळें त्याचें व पार्थाचें तेथें घनघोर युद्ध जुंपलें.

अध्याय चौऱ्यायशींवा.

—:०:—

शकुनिपुत्राचा पराभव.

वैशंपायन सांगतातः—शकुनीचा मुलगा मोठा वीर असून गांधारांतील तो महारथी होता. तो हत्ती, घोडे व रथ यांनीं युक्त आणि ध्वज व पताका यांनीं सुशोभित अशा प्रचंड सैन्यासह पार्थावर चालून आला. शकुनि राजाचा जो वध झाला होता त्याबद्दल त्या योद्ध्यांस मोठा संताप आलेला होता. ते धनुर्बाण सरसावून एकजुटीनें पार्थावर चालून गेले. तेव्हां त्या अपराजित धर्मशील बीभत्सूनें त्यांस युधिष्ठिराचा निरोप कळविला; परंतु तो हितकर बोध त्यांनीं मानला नाहीं. याप्रमाणें अर्जुन सामोपचारें निवारीत असतांही ते संतप्त वीर घोड्यास घेरा देऊन त्यासह जाऊं लागले, तेव्हां पंडुपुत्रास क्रोध चढला; आणि त्यानें विशेष अट्टाहास न करितां सहज लीलेनेंच गांडीवापासून सोडलेल्या तीक्ष्ण धारेच्या शरांनीं त्यांचीं मस्तकें उडविलीं! याप्रमाणें गांधारांची सारखी कत्तल सुरू झाली आणि शरवृष्टीनें ते अतिशय विह्वल होऊं लागले. तेव्हां ते घोडा सोडून लगबगीनें मागें फिरले; पण कित्येक गांधारवीर अजूनही पार्थास चोहोंकडून अडथळा करीतच होते, त्यांचीं नांवें घेऊन घेऊन अर्जुनानें मस्तकें उडविलीं. याप्रमाणें रणांत चोहोंकडे त्या गांधारांची कत्तल उडत असतांही तो शकुनीचा पुत्र गांधारराजा अर्जुनाबरोबर लढतच होता! मग क्षत्रधर्म प्रतिपाळून युद्ध करीत असलेल्या त्या राजाला पार्थ म्हणाला, "वीरा, धर्मराजाच्या आज्ञेमुळें मला राजांचा वध करावयाचा नाहीं. वीरा, तूं लढलास तितकें पुरे झालें. आज तुझा पूर्ण पराभवच व्हायला नको कांहीं!"

अर्जुनानें असें सांगितलें असतांही, अज्ञानानें बेफाम झालेल्या त्या राजानें त्याचा अनादर करून, त्या इंद्रतुल्य पराक्रमी पार्थावर बाणांची वृष्टि केली. मग काय? अतुलपराक्रमी पार्थानें एका अर्धचंद्राकृति बाणानें जय-

द्रथाच्या मस्तकाप्रमाणें त्यानें शिरस्त्राण उडविलें! तें पाहून तेथील ते सर्व गांधार विस्मित झाले; आणि त्यांस समजून चुकलें कीं, राजास मारूं नये अशी अर्जुनाची इच्छा असल्यामुळेंच त्यानें त्याचें मस्तक उडविलें नाहीं! (नाहींपेक्षां शिरस्त्राणाबरोबरच मस्तक उडविण्यास कितीसा वेळ लागणार होता!) इकडे गांधारराजानें पळ काढण्याचा निश्चय करून भयभीत झालेल्या क्षुद्र श्वापदांप्रमाणें त्या सर्व सैनिकांसहवर्तमान धूम ठोकली. परंतु ते पळत असतांही पार्थानें त्वरेनें त्यांचीं मस्तकें सन्नतपर्व भल्लांनीं जागच्या जागीं खालीं उतरिलीं! आणि राहिल्यांचे पळतांना उंच केलेले हात पार्थानें गांडीवास जोडून फेंकलेल्या मोठमोठ्या बाणांनीं केव्हां कापले गेले हें त्या पळपुट्यांस समजलेंही नाहीं! त्या पळ काढलेले सैन्यांतील पुष्कळच लोक ठार व जखमी होऊन त्यांचा विध्वंस उडाला असून राहिलेले सैनिक, हत्ती व घोडे सर्वच भीतीनें भांबावून गेले असल्यामुळें त्या रणांगणांत इकडून तिकडे तिकडून इकडे अशा एकसारख्या घिरट्या घालीत होते! त्या थोर पराक्रमी वीर धनंजयापुढें उभे राहातील व त्याशीं सामना करतील असे त्या कत्तल होत असलेल्या शत्रूंत कोणीच दिसले नाहींत!

असो; नंतर गांधारराजाची भयभीत झालेली माता वृद्ध मंत्र्यांस पुढें करून पुष्कळसा करभार घेऊन बाहेर आली; आणि युद्धांत बेफाम होणाऱ्या परंतु या वेळीं घाबरलेल्या आपल्या पुत्रास तिनें शांत करून मागें फिरविलें व उदारचरित पार्थालाही प्रसन्न केलें. तेव्हां प्रभु अर्जुनानें तिचा सन्मान करून गांधारांस क्षमा केली; आणि शकुनिपुत्राचेंही समाधान करीत तो असें म्हणाला, 'हे महाबाहो, तूं माझ्याशीं लढण्याचें जें मनांत आणलेंस तें कांहीं मला आवडलें नाहीं. कारण, हे अनघा, तूं माझा भाऊच आहेस. राजा, माता गांधारीला स्मरून व धृतराष्ट्र राजालाही वाईट वाटेल म्हणून मीं तुला मारिलें नाहीं आणि तेवढ्यामुळेंच तूं जिवंत आहेस! बाकी तुझे सैनिक तर सर्व मेलेच आहेत! अरे, असें द्वैत मनांत आणूं नको, आणि आपलें वैर येथेंच संपूं दे. बाबारे, तूं कधींही अशी विपरीत बुद्धि धरूं नको. येत्या चैत्रीला आमच्या राजाच्या अश्वमेधास ये बरें!"

अध्याय पंचायशींवा.

—:०:—

अश्वमेधाचा आरंभ.

वैशंपायन सांगतातः—असें बोलून अर्जुन त्या स्वैर संचार करणाऱ्या अश्वामागून जाऊं लागला. मग तो अश्व हस्तिनापुराच्या मार्गें मार्गें परतला. घोडा मागें फिरल्याचें हेरांकडून धर्मराजास समजलें, तेव्हां अर्जुन सुखरूप आहे हें ऐकून त्याचें मन हर्षभरित झालें; व पार्थानें गांधारदेशांत केलेलें तें कृत्य व इतर देशांतील हकीकती ऐकून त्यास फार संतोष झाला. याच वेळीं माघशुद्ध द्वादशी व पुष्य नक्षत्र असा सुयोग पाहून महातेजस्वी धर्मराज युधिष्ठिरानें आपल्या सर्व भावांस म्हणजे भीम व नकुल-सहदेव ह्यांस जवळ बोलाविलें; आणि, हे भारता, ते आल्यावर तो महाविद्वान् व धर्मनिष्ठाग्रणी राजा वीरश्रेष्ठ भीमसेनास उद्देशून असें म्हणाला, "भीमसेना, तुझा धाकटा भाऊ अर्जुन हा घोड्यासह इकडेच येत असून लवकरच येथें येऊन पोंचेल, असें धनंजयाकडे गेलेले माझे दूत सांगत आहेत. तेव्हां आतां यज्ञाचा काल प्राप्त झाला आहे. अश्व जवळच आहे; आणि चार दिवसांवर माघी पौर्णिमा आहे. तेव्हां, वृकोदरा, माघ संपलाच

म्हणावयाचा. यास्तव आतां विद्वान् वेदपारंगत ब्राह्मणांनीं आपल्या उद्योगाला लागावें आणि अश्वमेधाचें कार्य सफळ होण्यासाठीं यज्ञास योग्य अशी जागा पहावी."

याप्रमाणें धर्मराजानें सांगितलें असतां, पुरुषश्रेष्ठ पार्थ येत आहे ही बातमी ऐकून हर्षभरित झालेल्या भीमसेनानें राजाच्या आज्ञेप्रमाणें सर्व तजवीज केली. तो उत्तम कारागीर आणि यज्ञकर्मांत कुशल असे ब्राह्मण बरोबर घेऊन गेला; आणि त्यानें घरें, वाडे, ओऱ्या, मोठमोठे रुंद रस्ते वगैरेसुद्धां सर्व गोष्टी आंखून यज्ञभूमीचें योग्य प्रकारें मोजमाप केलें. नंतर त्यानें तेथें शेंकडों राजवाडे बांधविले; सर्व जमीनीवर हिरे, माणकें वगैरे रत्नें बसवून ती सुशोभित केली; आणि एकंदर सर्व यज्ञभूमि सोनें व हिरे यांनीं मढवून फारच उत्कृष्ट बनविली! यज्ञमंडपांत सोन्याची वेलबुट्टी काढलेले स्तंभ व तशींच मोठमोठीं तोरणें उभारिलीं; व या सर्वांस शुद्ध बावन्नकशी सोनें वापरिलें! त्या धर्मात्म्यानें नानादेशांतून येणाऱ्या राजांसाठीं जागजागीं उत्तम अंतःपुरें निर्माण करविलीं; आणि तशींच त्या कुंतीपुत्रानें देशोदेशच्या ब्राह्मणांसाठीं अनेक चांगलीं घरें बांधविलीं. मग, हे महाबाहो, ज्यांचें आचरण औदार्यपूर्ण असतें, अशा राजांस बोलाविण्यासाठीं त्या भीमसेनानें राजाज्ञेवरून दूतांची रवानगी केली. राजेंद्रा, कुरुपति युधिष्ठिराचा मनोरथ पूर्ण करण्यासाठीं ते राजे अनेक रत्नें, स्त्रिया, अश्व व आयुधें घेऊन हस्तिनापुरास आले. त्या महात्म्यांबरोबर फारच मोठा लवाजमा असल्यामुळें, ते शिबिरांत प्रवेश करीत असतां गर्जणाऱ्या सागरासारखा आकाशास जाऊन मिळेल इतका मोठा त्यांचा गलबला चालला होता! कुरुकुलावतंस युधिष्ठिर राजानें त्या राजांची व पाहुण्यांची उत्तम बरदास्त ठेविली होती; नानाविध खाद्यपेयें आणि मनुष्यलोकीं दुर्लभ अशा दिव्य शय्या त्यांच्यासाठीं तयार ठेविल्या होत्या; आणि त्या पाहुण्यांबरोबरच्या जनावरांसाठीं अश्वशाळा, गजशाळा, वगैरे अनेक प्रकारच्या शाळा नेमून दिल्या असून त्या सर्व धान्य, ऊंस व दूध यांनीं परिपूर्ण ठेविल्या होत्या! याचप्रमाणें धीमान् धर्मराजाच्या त्या महायज्ञास बहुत ब्रह्मज्ञानी मुनिगण आले. पृथ्वींतील सर्व मोठमोठे विप्रवर्य आपआपल्या शिष्यांसह तेथें आले; आणि कुरुपति धर्मराजानेंही त्यांचा उत्तम आदरसत्कार केला. बिलकूल अहंता किंवा दंभ न धरतां अगदीं लीनपणें व साधेपणानें महातेजस्वी युधिष्ठिर राजा स्वतः त्या ब्राह्मणांस पोंचविण्यास त्यांच्या वसतिस्थलापर्यंत त्यांच्यामागून गेला! मग तेथील सर्व कारागिरांनीं यज्ञाची संपूर्ण तयारी झाली असल्याबद्दल धर्मराजास वर्दी दिली आणि सर्व सिद्धता असल्याचें श्रवण करून निरलस धर्मराजास व त्यास सन्मान देणाऱ्या त्याच्या बंधूंस संतोष झाला.

वैशंपायन सांगतातः—तो धर्मराजाचा यज्ञ सुरू झाल्यावर, मुद्देसूद भाषण करणाऱ्या वक्त्यांनीं परस्परांस जिंकण्याच्या हेतूनें अनेक सहेतुक वाद उपस्थित करून त्यांवर पुष्कळ वादविवाद केला. असो; हे भारता, भीमसेनानें केलेली ती इंद्राच्या यज्ञासारखी तयारी पाहून राजे थक्क झाले. तेथें सुवर्णाचीं तोरणें, तशाच शय्या, आसनें व इतर विहारांच्या वस्तु आणि अपार रत्नसंचय त्यांच्या दृष्टीस पडला. घडे, भांडीं, कढया, कलश, गडवे, वगैरे सर्व सोन्याचेंच असल्याचें त्यांस आढळून आलें! तेथें सोन्यावांचून इतर धातूचें नांव नव्हतें! जो पदार्थ पहावा तो सोन्याचाच! पुष्कळसे यज्ञस्तंभ शास्त्रांत सांगितल्याप्रमाणें उभारले

होते. ते लांकडाचे होते तरी वरून सोन्यानें मढविलेले होतेच ! ते योग्य कालीं व विधिपूर्वक तयार केले असून सुवर्णविभूषित असल्यामुळें फार झळकत होते. राजा, तेथें जलचर व स्थलचर सर्व प्रकारचे पशु आणिले आहेत, असें राजांस आढळून आलें. त्याचप्रमाणें पुष्कळ गाई व म्हशी तशाच पुष्कळ वृद्ध स्त्रिया, जलचर प्राणी, वन्य श्वापदें, पक्षी, जारज, अंडज, स्वेदज व उद्भिज्ज या चारही कोटींतील जीव आणि तसेच केवळ पर्वतावर असणारे पशु, पक्षी व वनस्पति वगैरे सर्व कांहीं तेथें असल्याचें त्यांच्या दृष्टीस पडलें. याप्रमाणें पशु, धेनु व धान्य यांनीं तो संपूर्ण यज्ञवाट सुसमृद्ध पाहून राजास परम विस्मय वाटला. ब्राह्मण व वैश्य यांच्यासाठीं तेथें पुष्कळ प्रकारचीं पक्वान्नें मुबलक तयार असत; आणि, राजा, एक लक्ष ब्राह्मण-भोजन झालें म्हणजे तेथील मेघाप्रमाणें शब्द करणारा दुंदुभि एकदां वाजवावयाचा असा नियम असे. परंतु तेथें इतकें ब्राह्मण-भोजन होई कीं, रोज तो दुंदुभि वरचेवर एकसारखा वाजतच असे ! श्रीमान् धर्मराजाचा तो यज्ञ अशा प्रकारचा झाला. हे राजा, तेथें अन्नांचे अगणित पर्वत पडलेले असत ! दह्याचे पाट वहात ! आणि तुपाचीं तर सरोवरेंच भरलेलीं असत ! धर्मराजाच्या त्या महायज्ञांत---ज्यांत अनेक देश आहेत असें संपूर्ण जंबुद्वीप (सर्व देशांसह) एकत्र झालेलें दिसत होतें ! तेथें, राजा, ज्यांनीं सुंदर मणिकुंडलें व माळा घातल्या आहेत, असे हजारों जातींचे असंख्य पुरुष हातांत भांडीं घेऊन वाढण्यसाठीं बाहेर पडून शेंकडों हजारों ब्राह्मणांस भोजन घालीत ! आणि आश्चर्य हें कीं, ते धर्मराजाचे सेवक ब्राह्मणांस जीं अन्नें व पेयें वाढीत, तीं केवळ राजे लोकांनींच उपभोगावीं इतकीं उत्कृष्ट व बहुमोल असत.

अध्याय शायशींवा.

—:०:—

अर्जुनसंदेशकथन.

वैशंपायन सांगतातः---वेदवेत्ते पृथ्वीपति राजे जमा झालेले पाहून युधिष्ठिर राजा भीमसेनास म्हणाला, ' हे जे पृथ्वीपति राजे आलेले आहेत, यांची पूजा कर. कारण, हे मूर्धाभिषिक्त राजे असल्यामुळें पूजन करण्यास योग्य आहेत. ' कीर्तिमान् धर्मराजानें अशी आज्ञा केली असतां महातेजस्वी पंडुपुत्र भीमसेनानें व उभय माद्रीसुतांनीं त्यांची पूजा केली; नंतर वृष्णीसमवेत श्रीकृष्ण धर्मराजाकडे आला. त्या सर्वलोकश्रेष्ठ कृष्णाचे अग्रभागीं बलराम असून युयुधान, प्रद्युम्न, गद, निशठ, सांब आणि कृतवर्मा हे त्याचे बरोबर होते. महारथी भीमसेनानें त्यांचीही उत्तम प्रकारें पूजा केली. नंतर त्या सर्वांनीं निरनिराळ्या रत्नखचित राजवाड्यांत प्रवेश केला. मग युधिष्ठिराजवळ अनेक गोष्टी बोलल्यानंतर, अर्जुनास अनेक लढाया कराव्या लागल्या असून त्यांत तो क्षीण झाला आहे, असें कृष्णानें त्यास सांगितलें. तेव्हां धर्मानें त्यास ' अर्जुनाचा वृत्तांत तुला कसा कळला ? ' म्हणून पुनःपुनः विचारल्यावरून त्या जगन्नाथानें धर्मास सांगितलें, " राजा, द्वारकेंत राहाणारा माझा एक आप्त नुकताच येथें आला. त्यानें द्वारकेस अर्जुन आला असतां स्वतः त्यास पाहिलें आहे. त्या वेळीं अनेक संग्रामांमुळें तो कृश झाल्याचें त्याच्या दृष्टीस पडलें; आणि, राजा, अर्जुन अगदीं नजीक येऊन पोंहोंचल्याचें त्यानेंच मला सांगितलें; तर राजा, आतां अश्वमेधाच्या तयारीला लागा. "

यावर धर्मराज युधिष्ठिरानें प्रत्युत्तर केलें, ' माधवा, अर्जुन सुखरूप परत येत आहे हें सुदैव होय. हे यदुनंदना, त्या पांडवांतील

बलाग्रणीनें तुझ्या मनुष्याजवळ काय निरोप सांगितला तो तुजकडून ऐकण्याची माझी इच्छा आहे.' धर्मराजानें असें म्हटलें तेव्हां त्या वाक्पटु वृष्णिवीरानें धर्मराज युधिष्ठिरास प्रत्युत्तर दिलें, "हे महाराजा, त्यानें अर्जुनाचा मला असा निरोप सांगितला कीं, कृष्णा, योग्य संधि पाहून तूं धर्मराजास माझा असा निरोप सांग कीं, कौरवेश्वरा, यज्ञाला सर्व राजे येणार आहेत. ते आले असतां त्या सर्व थोर राजांची पूजा करा. कारण, त्यांचें पूजन करणें हेंच आपणांस उचित आहे. त्याचप्रमाणें, कृष्णा, राजाला माझी अशी विनंती कर कीं, मागें राजसूय यज्ञाचे वेळीं घडून आलेला अनिष्ट प्रकार पुनः होऊं नये म्हणून फार खबरदारी घ्यावी; आणि, कृष्णा, तूंही याच गोष्टीला अनुमोदन दे. कारण, राजा, राजांच्या भांडणामुळें ही प्रजा पुनः नाश पावूं नये." राजा युधिष्ठिरा, याप्रमाणें अर्जुनाचा निरोप आहे; व आणखी त्या मनुष्यानें अर्जुनाचा एक निरोप सांगितला आहे, तो मी सांगतों, श्रवण कर. "आपल्या यज्ञाला माझा प्रिय पुत्र मणिपूरचा राजा महातेजस्वी बभ्रुवाहन येणार आहे. त्याचाही तुम्हीं मजकरितां उत्तम आदरसत्कार करावा. कारण, राजा, त्याचें मजवर अखंड प्रेम व भक्ति आहे." धर्मराज युधिष्ठिरानें हें भाषण ऐकून त्याच्या त्या भाषणाचें अभिनंदन करून असें उत्तर दिलें.

अध्याय सत्यायशींवा.

—:०:—

अर्जुनाचें प्रत्यागमन.

युधिष्ठिर म्हणालाः—कृष्णा, तुझ्या मुखांतून मीं हें प्रिय भाषण श्रवण केलें, हें सांगणें तुला योग्यच आहे. हे प्रभो, तुझें हें अमृतरसासारखें गोड व हितकर भाषण माझ्या मनाला फारच हर्षवितें. हृषीकेशा, अर्जुनाला पुनः जागजागीं राजांबरोबर पुष्कळच युद्धें करावीं लागलीं, असें ऐकितों. कृष्णा, त्या पृथापुत्राला कधींच सुख लागत नाहीं, असें कां होतें बरें? अर्जुन हा अतिशयच बुद्धिमान् आहे; यामुळें तर माझें अंतःकरण अधिकच तुटत असतें. जनार्दना, मी एकटा असलों म्हणजे नेहमीं त्या जिष्णूबद्दलच माझें मनांत चिंतन सुरू होतें. खरोखर तो पांडुपुत्र सदोदीत अत्यंत दुःखभागी आहे. कृष्णा, त्याच्या सर्वलक्षणसंपन्न शरीरांत कांहीं अनिष्ट लक्षण असून त्यामुळें त्याला हीं दुःखें भोगावीं लागतात, असें कांहीं आहे काय? खरोखर तो अर्जुन सदोदीत दुःखाचाच वांटेकरी दिसतो. त्याला रात्रंदिवस कष्टच सोसावे लागतात हें काय म्हणून? मला तर त्याच्या अवयवांत कांहींएक उणेपणा दिसत नाहीं. तेव्हां, कृष्णा, याचें कारण काय तें मला ऐकण्यासारखें असल्यास तूं सांग."

जनमेजया, याप्रमाणें धर्मानें प्रश्न केला असतां, भोजराजांची यशोवृद्धि करणाऱ्या त्या साक्षात् हृषीकेश विष्णूनें पुष्कळ वेळ विचार करून त्यास उत्तर दिलें, "राजा, त्या पुरुषसिंहाच्या पोटऱ्या जरा जास्त लांब आहेत, या व्यतिरिक्त दुसरें यत्किंचित्‌ही न्यून त्याच्या शरीरांत मला दिसत नाहीं. पोटऱ्या लांब असल्यामुळें त्याला नित्य प्रवास करावा लागतो. त्याला नेहमीं दुःख भोगावें लागण्याचें दुसरें कांहींच कारण मला आढळत नाहीं." राजा, बुद्धिमान् नरश्रेष्ठ कृष्णानें तेव्हां असें सांगितलें असतां धर्मानें म्हटलें, "हो, असेंच खरें." कृष्णानें अर्जुनामध्यें व्यंग काढल्यामुळें द्रौपदीनें कृष्णाकडे रागानें वक्र दृष्टीनें पाहिलें; व केशिदैत्यांतक कृष्णानें जाणलें कीं, ही जी इतकी संतापली ती अर्जुनाच्या अंगचा उणे-

पणा काढल्यामुळेंच ? त्या ठिकाणीं भीमसेन वगैरे जे कुरुकुलांतील लोक व यजन करणारे ब्राह्मण होते, ते धनंजयाची ही विलक्षण व शुभ कथा श्रवण करून हर्षभरित झाले. याप्रमाणें त्यांच्या अर्जुनाविषयीं गोष्टी चालल्या असतांच महात्म्या अर्जुनानें पाठविलेला एक दूत तेथें आला आणि त्या बुद्धिमान् दूतानें कुरुश्रेष्ठ धर्मराजास प्रणाम करून नरश्रेष्ठ अर्जुन जवळ येऊन ठेपल्याचें कळविलें. तें ऐकून राजाचे डोळे आनंदाश्रूंनीं भरून आले; आणि त्यानें आनंदाची बातमी सांगितल्याबद्दल त्या दूतास पुष्कळ द्रव्य बक्षीस दिलें. मग दुसरे दिवशीं तो कौरवधुरंधर वीर नरव्याघ्र अर्जुन नगरांत येत असतां जिकडे तिकडे एकच गलबला होऊं लागला. मग तो अश्व जसजसा जवळ येऊं लागला, तसतसा त्याच्या टापांनीं उडालेला प्रचंड धुरळा उच्चैःश्रव्याच्याप्रमाणें शोभूं लागला. हे भरतश्रेष्ठा, मग नगरांत प्रवेश करीत असतां तेथें लोकांचीं हर्षोत्पादक भाषणें पार्थानें श्रवण केलीं. "पार्था, तूं सुखरूप आहेस हें मोठेंच सुदैव होय. युधिष्ठिर राजा धन्य आहे. सर्व राजांस जिंकून सगळ्या पृथ्वीवर घोडा फिरवून आणणारा अर्जुनावांचून दुसरा कोण आहे ? हें अत्यंत दुष्कर कृत्य अर्जुनाव्यतिरिक्त दुसरा कोण करूं शकेल ? अहो, सगरादिक जे थोर थोर राजे मागें होऊन गेले, त्यांच्या हातूनही असें अद्भुत कृत्य घडलेलें आम्हीं कधीं ऐकिलें नाहीं ! आणि, हे कुरुश्रेष्ठा, तूं सांप्रत जें दुष्कर कर्म केलेंस तें भविष्यत्काळचेही कोणी राजे करूं शकणार नाहींत !"

अशा प्रकारें ते बोलत असतां त्यांचीं तीं कर्णमधुर भाषणें ऐकत धर्मात्म्या पार्थानें यज्ञवाटिकेंत प्रवेश केला. नंतर अमात्यांसहवर्तमान युधिष्ठिर राजा व यदुनंदन कृष्ण धृतराष्ट्रास पुढें करून त्यास सामोरे गेले. अर्जुनानें धृतराष्ट्राच्या पायांवर मस्तक ठेवून धीमान् धर्माचे पाय धरले, आणि भीम वगैरे सर्वांस वंदन करून केशवास आलिंगन दिलें. मग सर्वांच्या भेटी होऊन सर्वांनीं त्याचा गौरव केला; आणि उलट महाबाहु पार्थही त्यांचा योग्य प्रकारें आदरसत्कार करून, समुद्रांतून पार जाणारास तीर सांपडलें असतां तो विश्राम पावतो त्याप्रमाणें विश्राम पावला. इतक्या अवकाशांत धीमान् बभ्रुवाहन राजा आपल्या उभय मातांसह कुरुदेशास आला. तेथें त्यानें कौरवांतील वडील माणसांस व इतर राजांस अभिवंदन केलें; आणि त्यांकडून आदरातिथ्य स्वीकारून तो मग कुंती आजीच्या उत्तम मंदिरांत शिरला.

अध्याय अठ्यायशींवा.

—:०:—

अश्वमेधयज्ञारंभ.

वैशंपायन सांगतातः—त्या महाबलाढ्य बभ्रुवाहनानें पांडवांच्या राजवाड्यांत जाऊन अत्यंत सौजन्यानें पितामही कुंतीला वंदन केलें. नंतर राणी चित्रांगदा व कौरव्य नामक नागाची कन्या ती उलूपि अशा दोघीजणी विनयानें कुंती व द्रौपदी यांजवळ आल्या; आणि मग सुभद्रा व दुसऱ्या कौरवस्त्रिया यांसही योग्यसन्मानपूर्वक भेटल्या. कुंतीनें त्या दोघींना नानाप्रकारचे रत्नालंकार दिले, व तसेंच द्रौपदी, सुभद्रा व इतर कुरुस्त्रियांनींही त्यांस देणग्या दिल्या. याप्रमाणें कुंतीनें पार्थाच्या प्रेमामुळें त्या दोघी राण्यांची उत्तम संभावना केल्यावर त्या तेथें बहुमोल मंचकावर बसल्या. इकडे महातेजस्वी बभ्रुवाहन राजाचा धृतराष्ट्रानें सत्कार केल्यानंतर तो योग्य विनयानें त्याच्याजवळ उभा राहिला; आणि

नंतर राजा युधिष्ठिर व भीमसेनप्रभृति पांडव यांच्या जवळ जाऊन त्यानें त्यांस नम्रपणें नमस्कार केला. तेव्हां संतुष्ट झालेल्या त्या महारथांनींही त्याला प्रेमानें आलिंगिलें; त्याचें योग्य प्रकारें पूजन केलें; आणि त्यास पुष्कळ द्रव्य अर्पण केलें. याप्रमाणेंच मग तो राजा चक्र-गदाधारी श्रीकृष्णाजवळ प्रद्युम्नासारखा नम्रपणें जाऊन उभा राहिला. तेव्हां कृष्णानें त्या राजाला एक अतिशय मूल्यवान्, उत्तम सजविलेला व दिव्य अश्व जोडलेला उत्तम रथ दिला. धर्मराज, भीमसेन, अर्जुन व नकुलसहदेव यांनींही त्याला पृथक् पृथक् सन्मान व देणग्या दिल्या. पुढें तिसरे दिवशीं सत्यवतीपुत्र वाक्पटु व्यास मुनि युधिष्ठिराजवळ प्राप्त होऊन म्हणाले, " हे कुंतीपुत्रा, आज-पासून यज्ञास प्रारंभ कर. तुला यज्ञ सुरू करण्याची हीच वेळ आहे. यज्ञाचा मुहूर्त प्राप्त झाला असून याजकही तुला त्वरा करीत आहेत. राजेंद्रा, तुझा हा यज्ञ कोण-त्याही प्रकारें न्यून होऊं नये. ह्या यज्ञांत सुवर्ण पुष्कळ असल्यामुळें हा ' बहुसुवर्णक ' ह्या नांवानें प्रख्यात होईल. त्याचप्रमाणें, हे महाराजा, या यज्ञांत तुम्ही तिप्पट दक्षिणा द्या आणि, राजा, तुझा यज्ञही त्रिगुण होवो. कारण येथें ब्राह्मण तसेच योग्य आहेत. राजा, उत्तम दक्षिणा देऊन केलेल्या तीन अश्व-मेधांचें पुण्य येथें तुला प्राप्त होऊन तूं ज्ञाति-वधामुळें घडलेल्या पातकापासून मुक्त होशील. अश्वमेधाचे शेवटीं जें अवभृतस्नान करावयाचें असतें, तें अत्यंत पवित्र, सर्व पापांपासून पावन करणारें व फारच योग्यतेचें आहे; हे कुरुनंदना, तें तुला घडणार आहे."

याप्रमाणें, राजा, अमितबुद्धिमान् व्यासांनीं सांगितल्यानंतर तेजस्वी धर्मात्म्या युधिष्ठिरानें अश्वमेधाची दीक्षा घेतली; आणि मग त्या महाबलाढ्य राजानें पुष्कळ अन्नसंतर्पण, विपुल दक्षिणा, वगैरेंच्या योगानें सर्व कामना पूर्ण करणारा व सकल गुणांनीं युक्त असा तो अश्वमेध महायज्ञ केला. राजा, त्या यज्ञामध्यें वेदवेत्ते, उत्तम शिकलेले व सर्वज्ञ अशा याजकांनीं योग्य प्रकारें सर्व बाजूंस फिरून सर्व कृत्यें केलीं. ते द्विजवर्य अशा योग्यतेचे असल्या-मुळें त्यांच्या हातून कांहीं चुकलें नाहीं; मधलेंच कांहीं गळलें नाहीं, किंवा क्रम सोडून-ही कांहीं घडलें नाहीं! त्या द्विजर्षभांनीं तेथें सर्व कांहीं यथायोग्य प्रकारेंच केलें. राजा, ज्याला प्रवर्ग्य किंवा धर्म असें म्हणतात, तें कृत्य प्रथम उत्तम प्रकारें करून त्या द्विजसत्तमांनीं विधिपूर्वक सोमवल्लीचें खंडन केलें. नंतर, राजा, सोमप्राशन कर-णारांत श्रेष्ठ अशा त्या द्विजांनीं सोमरस काढून शास्त्रानुसारें क्रमानें सेवनें केलीं. त्या यज्ञाला आलेल्या सर्व लोकांत कोणीही निरुत्साही दिसला नाहीं, दरिद्री राहिला नाहीं, तसाच क्षुधित, दुःखी किंवा सामान्य प्रतीचाही कोणी आढळला नाहीं! शत्रूंस ठार कर-णारा महातेजस्वी भीमसेन राजाच्या आज्ञेनें एकसारखा भोजनार्थी जनांस भोजन घालीत होता. यज्ञकृत्यांत कुशल असलेल्या याज-कांनीं प्रत्येक दिवशीं अगदीं शास्त्रांत सांगि-तल्याप्रमाणें सर्व कृत्यें केलीं. धीमान् धर्म-राजाच्या त्या सदस्यांपैकीं—ज्याला षडंगांचें ज्ञान नाहीं असा, किंवा ज्यानें व्रतानुष्ठान योग्यप्रकारें केलें नाहीं असा, अथवा जो उपाध्याय (गुरु) नाहीं असा, किंवा जो अनेक प्रकारच्या वादांत निष्णात नाहीं असा एकही सदस्य नव्हता.

हे भरतर्षभा जनमेजया, नंतर यज्ञस्तंभ (यूप) उभारण्याचा समय प्राप्त झाला, तेव्हां सहा बेलाचे, तितकेच खैराचे, आणि तेवढेच

पळसाचे; दोन देवदारूचे आणि एक श्लेष्मातक नामक वृक्षाचा असे यज्ञस्तंभ त्या कुरुपतीच्या यज्ञांत याजकांनीं उभारले; आणि भीमसेनानें राजाच्या आज्ञेवरून शोभेसाठीं दुसरे पुष्कळ सुवर्णाचे यज्ञस्तंभ करविले. जनमेजया, राजर्षि युधिष्ठिराच्या यज्ञांतील ते वस्त्रांच्या योगानें सुशोभित झालेले स्तंभ, महेंद्रासमवेत असलेले देव सप्तर्षींसह स्वर्गांत शोभतात, त्याप्रमाणें तेथें शोभत होते. तेथें चयन नामक स्थंडिल रचण्यासाठीं सोन्याच्या विटा पाडल्या होत्या आणि ते चयन दक्षप्रजापतीच्या चयनासारखें शोभत होतें. त्याचा चौथरा औरसचौरस अठरा हात लांबीचा असून तो सुवर्णाचे पंख असलेल्या गरुडपक्षाच्या आकाराचा त्रिकोणी रचला होता. नंतर मनीषी विप्रांनीं शास्त्रांत सांगितल्याप्रमाणें निरनिराळ्या देवतांस उद्देशून निरनिराळे पशु व पक्षी यज्ञस्तंभांस बांधिले. तसेच शास्त्रांत ज्या प्रकारचे बैल सांगितले होते त्या प्रकारचे बैल व तसेच जलचर प्राणी या सर्वांस त्यांनीं तेथें होम वगैरे कृत्यें केल्यानंतर बांधून ठेविलें. महात्म्या कुंतीपुत्राच्या यज्ञांत त्या उत्कृष्ट अश्वरत्नाशिवाय तीनशें दुसरे पशु यज्ञस्तंभास बांधिलेले होते. तेथें साक्षात् देवर्षींच्या समुदायांची दाटी झाली होती; गंधर्वांचे समूह गायन करीत असून अप्सरांचे ताफे नृत्य करीत होते; किंपुरुषांची तेथें गर्दी उसळली होती; आणि किन्नरांच्या आगमनानें त्यास शोभा आली होती. या एकंदर गोष्टींमुळें धर्मराजाचा तो यज्ञ कांहीं विलक्षणच शोभत होता. त्या यज्ञमंडपाच्या सभोंवतीं चोहींकडे, सिद्धीस पोंचलेल्या ब्राह्मणांचीं स्थानें सारखीं लागून गेलीं होतीं. सर्व शास्त्रांचे प्रणेते व यज्ञकृत्यांत कुशल असे व्यासांचे शिष्य व थोर थोर ब्राह्मण त्या सभेंत नित्य बसलेले असत; आणि त्याचप्रमाणें स्वतः नारद मुनि, महातेजस्वी तुंबुरु, विश्वावसु, चित्रसेन, तसेच दुसरे गानकोविद लोक आणि नृत्यगायनांत पारंगत असलेले गंधर्व तेथें हजर असून, यज्ञांतील दोन कर्मांच्या मध्यंतरीं जाणाऱ्या वेळांत ते त्या विप्रवर्यांस नृत्यगानेंकरून रमवीत असत.

अध्याय एकुणनव्वदावा.

—:०:—

अश्वमेधसमाप्ति.

वैशंपायन सांगतातः—राजा द्विजसत्तमांनीं इतर पशूंचें विधिपूर्वक पचन करून, नंतर त्या सर्वपृथ्वीपर्यटन करून आलेल्या अश्वाचें यथाशास्त्र हनन केलें. नंतर याजकांनीं त्या अश्वाचे विधिपूर्वक बारीक भाग करून, मंत्र, द्रव्य व श्रद्धा या तिन्ही कलांनीं युक्त व उदार अंतःकरणाच्या त्या द्रुपदकन्येला यथाविधि जवळ बसविलें; आणि मग त्या द्विजांनीं त्या अश्वाची वपा शास्त्रांत सांगितलेल्या पद्धतीनें बाहेर काढून अगदीं शांतपणें ती विधिपूर्वक शिजविली. हे भरतर्षभा, यज्ञांत शिजणाऱ्या त्या वपेच्या धुराचा वास हा सर्व पापें दूर करणारा आहे. तो धर्मराजानें आपल्या अनुजांसहवर्तमान यथाशास्त्र ग्रहण केला. नंतर, हे नरर्षभा, वपेशिवाय त्या अश्वाचे जे हृदयजिव्हादिक अवयव राहिले, त्यांचें त्या सगळ्या म्हणजे सोळा विद्वान् ऋत्विजांनीं अग्नींत हवन केलें. याप्रमाणें

१ अश्वमेधयज्ञांत यजमानपत्नीनें याज्ञिय अश्वाशीं संगति करण्याचा विधि सांगितला आहे, असे किळसवाणे आरोप कांहीं लोक आमचे शास्त्रांवर करितांना आम्हीं ऐकिले आहेत. त्यांचे आधार त्यांना ठाऊक; निदान या सर्वमान्य भारतांत तरी या समजुतीला आधार नाहीं, इकडे अज्ञांनीं लक्ष द्यावें.

त्या इंद्रतुल्य तेजस्वी धर्मराजाचा तो यज्ञ यथासांग पूर्ण करून शिष्यांसह भगवान् व्यासांनीं त्या राजाला मोठेपणास चढविलें. नंतर युधिष्ठिर राजानें ब्राह्मणांस हजारों कोटि निष्क दक्षिणा दिली ! आणि व्यासांस तर संपूर्ण वसुंधरा अर्पण केली ! राजा, पृथ्वीचा प्रतिग्रह करून सत्यवतीपुत्र व्यास भरतश्रेष्ठ धर्मराज युधिष्ठिरास म्हणाले, “ हे राजसत्तमा, ही पृथ्वी मीं परत तुझ्याच हवालीं केली आहे. तूं हिचें निष्क्रय मला दे. कारण, आम्ही ब्राह्मण द्रव्यार्थी आहों. आम्हांस राज्याची अपेक्षा नाहीं. ’ तेव्हां थोर मनाच्या बुद्धिमान् युधिष्ठिरानें आपल्या भावांसह थोर थोर राजांच्या समक्ष त्या ब्राह्मणांस प्रत्युत्तर दिलें, ‘ अश्वमेध महायज्ञांत पृथ्वी हीच दक्षिणा सांगितलेली आहे; यास्तव अर्जुनानें जिंकिलेली ही संपूर्ण पृथ्वी मीं ऋत्विजांस दिली आहे. आतां, द्विजश्रेष्ठहो, मी वनांत गमन करीन. तुम्हीं या पृथ्वीचे चातुर्होत्रांत सांगितलेल्या प्रमाणानें चार विभाग करून चौघेजण वांटून घ्या. द्विजश्रेष्ठहो, ब्रह्मस्वाचा स्वीकार करावा अशी माझी इच्छा नाहीं; आणि, विप्रहो, माझें व माझ्या भावांचेंही मन सदोदीत अशाच प्रकारचें असतें. ’ याप्रमाणें युधिष्ठिर बोलला असतां त्याचे भाऊ व द्रौपदी यांनीं म्हटलें, ‘ आमचेंही असेंच म्हणणें आहे ! ’ हें ऐकून सर्वांस अत्यंत आश्चर्य वाटलें. मग आकाशांत ‘ शाबास, शाबास ! ’ असा ध्वनि झाला; आणि त्याचप्रमाणें ब्राह्मणांचे समुदायही त्यांची प्रशंसा करूं लागल्यामुळें तेथें बराच गलबला होऊं लागला. मग कृष्णद्वैपायन मुनींनीं ब्राह्मणांच्या मध्यभागीं युधिष्ठिराची स्तुति करीत पुनः असें म्हटलें, “ राजा, तूं ही पृथ्वी मला दिलीस ना ? तीच मी तुला परत देतों, तूं ह्या ब्राह्मणांस द्रव्य अर्पण कर आणि पृथ्वी तुजकडेच राहूं दे.” मग वासुदेवही धर्मराज युधिष्ठिरास म्हणाला, ‘ भगवान् व्यास सांगतात तसेंच करणें तुला योग्य आहे.’ जनमेजया, कृष्णानेंही असेंच मत दिलें, तेव्हां भ्रात्यांसहवर्तमान मनांत संतोष पावलेल्या युधिष्ठिरानें कोटि कोटि दक्षिणा दिली. अश्वमेध यज्ञास अमुक दक्षिणा द्यावी म्हणून जें सांगितलें आहे त्याच्या बरोबर तिप्पट दक्षिणा त्यानें दिली! खरोखर मरुत्ताचें अनुकरण करून कुरुपति युधिष्ठिरानें जें हें औदार्याचें कृत्य केलें, तें या लोकीं तरी दुसरा कोणी राजा करूं शकणार नाहीं. विद्वान् कृष्णद्वैपायन मुनींनीं तें द्रव्य घेऊन ऋत्विजांच्या हवालीं केलें आणि ऋत्विजांनीं त्याचे चार विभाग केले. तेव्हां, राजा, ज्याचें पाप धुऊन गेलें असून ज्यानें स्वर्ग जिंकिला होता, असा तो युधिष्ठिर पृथ्वीचें निष्क्रय म्हणून तें द्रव्य अर्पण करून भावांसहवर्तमान संतोष पावला. ऋत्विजांनीं त्या अपरंपार सोन्याच्या राशी मोठ्या आनंदानें ब्राह्मणांस वांटून दिल्या आणि ज्याला पाहिजे तेवढें त्यास घेऊं दिलें. त्या यज्ञवाटांत जेवढें म्हणून सुवर्ण होतें तेवढें सर्व, अलंकार, तोरणें, यज्ञस्तंभ, घडे, भांडीं व विटा सुद्धां चटसारें युधिष्ठिराच्या आज्ञेनें ब्राह्मणांनीं लुटलें आणि ज्याला जेवढें घेववलें व न्यावेंसें वाटलें तेवढें त्यानें घेतलें. याप्रमाणें ब्राह्मणांची तृप्ति झाल्यानंतर राहिलेलें द्रव्य क्षत्रियांनीं लुटलें. नंतर वैश्यांनीं, त्यांच्या मागून शूद्रांनीं व शेवटीं म्लेंछ वगैरे जातींनीं मनमुराद द्रव्य लुटून नेलें. नंतर धीमान् धर्मराजानें अपार द्रव्य देऊन संतुष्ट केलेले ते ब्राह्मण आपआपल्या घरीं गेले. नंतर, पृथ्वीचें निष्क्रय म्हणून दिलेल्या त्या अपार द्रव्यापेकीं

महातेजस्वी भगवान् व्यासांच्या वांटणीस आलेला विभाग त्यांनीं आदरपूर्वक कुंतीस दिला. तेव्हां श्वशुरानें प्रेमानें दिलेलें तें द्रव्य स्वीकारून कुंतीस संतोष झाला; आणि तिनें त्या द्रव्याच्या योगानें पुष्कळ मोठमोठीं पुण्यकृत्यें केलीं. नंतर निष्पाप युधिष्ठिर राजा आपल्या भ्रात्यांसह अवभृथस्नानास गेला. तेथें तो देवगणपरिवेष्टित अशा महेंद्रासारखा शोभला. हे महाराजा, तेव्हां पांडवांच्या सभोंवतीं राजांची सारखी गर्दी झाली असल्यामुळें, तारांगणांनीं परिवेष्टिलेल्या ग्रहांप्रमाणें ते शोभत होते. नंतर युधिष्ठिरानें त्या राजासही नानाप्रकारचीं रत्नें, हत्ती, घोडे, अलंकार, दासी, वस्त्रें व सुवर्ण दिलें; आणि राजमंडलांत तें अपार द्रव्य वांटीत असतां, हे राजा, युधिष्ठिर येथें कुबेरासारखा शोभला. मग इतर राजांप्रमाणें त्यानें वीर्यशाली बभ्रुवाहन राजास पुढें बोलावून विपुल वित्त अर्पण करून त्यास आपल्या राज्यास पाठवून दिलें. दुःशलेचा नातु तो लहान बालक याचीही भगिनीप्रमाणें त्या धीमंतानें त्याच्या पित्याच्या राज्यावर स्थापना केली; आणि मग, हे भरतर्षभा, उत्तम प्रकारें आदरसत्कार व नजरनजराणे देऊन संतुष्ट केलेल्या त्या सर्व राजांसही इंद्रियनिग्रही कुरुपति युधिष्ठिरानें स्वस्थानीं पोंचविलें. मग भ्रात्यांसहवर्तमान महातेजस्वी युधिष्ठिर राजानें महात्मा श्रीकृष्ण, महाबली बलराम आणि प्रद्युम्नप्रभृति दुसरे हजारों वृष्णिवीर यांचें यथाविधि पूजन करून त्यांचीही बोळवण केली. अशा प्रकारें धीमान् धर्मराजाचा तो यज्ञ समाप्त झाला. त्यामध्यें अन्न, द्रव्य व रत्नें यांचे पुष्कळ ढीग पडले होते; सुरा व मैरेय यांचे सागर झाले होते; तुपाच्या चिखलानें डोह भरले होते; अन्नांचे पर्वत पडले होते; आणि, हे भरतर्षभा, षड्रस पेयांच्या चिखलानें भरलेल्या नद्या तेथें वाहात होत्या. तेथें खांडवराग नामक पक्वान्न तयार करण्यांत किती माणसें गुंतलीं होतीं, कितीजण तें खात होतीं, व किती पशूंचें हनन होत होतें, याचा लोकांस अंतच लागला नाहीं! तो यज्ञ चालू असतां ती संपूर्ण यज्ञभूमि मद्याच्या योगानें रंगलेले लोक, खुषींत आलेल्या स्त्रियांचे समुदाय आणि मृदंग व वीणा यांचे ध्वनि, यांनीं मनोरम झाली होती. 'पाहिजे ते पदार्थ सर्वांस द्या!' 'यथेष्ट भोजन चालूं द्या!' अशा प्रकारचे शब्द तेथें अहर्निश सुरू होते. एखाद्या मोठ्या उत्सवाप्रमाणें तें स्थल हर्षभरित व पुष्ट लोकांनीं व्यापून गेलें होतें; आणि तेथें नाना देशांत राहाणारे लोक एकमेकांशीं गमतीनें गप्पागोष्टी करीत होते. अशा प्रकारें द्रव्य, इष्ट पदार्थ, रत्नें व पेयें यांचा सर्व जनांवर नुसता वर्षाव करून, पापरहित व कृतार्थ झालेल्या युधिष्ठिर राजानें मग आपल्या नगरांत प्रवेश केला.

अध्याय नव्वदावा.

—:०:—

नकुलाख्यान.

जनमेजय विचारितोः—मुने, माझा पितामह धीमान् धर्मराज याच्या यज्ञांत जर कांहीं एखादी अद्भुत गोष्ट घडली असेल; तर ती आपण सांगावी.

वैशंपायन सांगतातः—हे प्रभो राजशार्दूला, अश्वमेध महायज्ञ समाप्त झाल्यावर तेथें एक फारच आश्चर्यकारक गोष्ट घडली ती तूं श्रवण कर. हे अनघा जनमेजया, त्या धर्मराजानें त्या यज्ञांत मोठमोठे ब्राह्मण, ज्ञातिसंबंधी, आप्त, आणि अनाथ, दीन, आंधळे इत्यादिकांस जी महादानें दिलीं, त्याविषयीं त्याची सर्वत्र

प्रशंसा सुरू असतां आणि धर्मराजाच्या मस्तकावर पुष्पवृष्टि होत असतां, ज्याचें अर्धें अंग सुवर्णमय आहे व नेत्र निळे आहेत असा एक मुंगूस मेघासारखा शब्द करीत त्या ठिकाणीं आला; आणि तशा एकाच गर्जनेनें मृग व पक्षी यांस भयभीत करणारा तो धीट व प्रचंड मुंगूस मनुष्यवाणीनें म्हणाला, "राजेहो, उंछवृत्तीनें राहाणाऱ्या एका कुरुक्षेत्रनिवासी दानशूर ब्राह्मणानें दिलेल्या एक प्रस्थ सातूंच्या पिठाची बरोबरी या तुमच्या यज्ञानें होत नाहीं, त्यापेक्षां या यज्ञाची योग्यता कमीच आहे!" राजा, त्या नकुलाचें तें भाषण ऐकून तेथील सर्व द्विजश्रेष्ठ आश्चर्यचकित झाले, मग त्या नकुलासभोंवतीं जमून त्यांनीं त्यास विचारिलें, "नकुला, चांगुलपणाचें उत्कृष्ट उगमस्थान अशा या यज्ञास तूं कोठून प्राप्त झालास? तुझ्या अंगीं सामर्थ्य काय आहे? तुझें ज्ञान किती आहे? आणि तुला कोणाचा आधार आहे? तूं जो आमच्या या यज्ञाची निंदा करीत आहेस, त्या तुझी योग्यता आम्ही कशी समजावी? आम्ही तर हा यज्ञ वेदांतील यत्किंचित् भागाचाही लोप न होऊं देतां सांग केला आहे; सर्व कृत्यें आगमांत सांगितल्याप्रमाणें यथान्याय केलीं आहेत. येथें ज्यांची पूजा करणें योग्य होतें त्यांची शास्त्रानुसारें विधिपूर्वक पूजा केली आहे; मंत्राहुतींनीं अग्नीचें हवन केलें आहे; बिलकूल मत्सर किंवा प्रपंच न करतां (योग्य) दानें दिलीं आहेत, आणि नानाप्रकारच्या दानांच्या योगानें संपूर्ण ब्राह्मण येथें संतुष्टही झाले आहेत. त्याचप्रमाणें उत्तम युद्धाच्या योगानें क्षत्रिय संतुष्ट झाले आहेत; श्राद्धांच्या योगानें पितर तृप्त झाले आहेत; उत्तम परिपालनें-करून प्रजांचा संतोष झाला आहे; इष्ट भोगांच्या योगानें वरस्त्रियांचे मनोरथ परिपूर्ण झाले आहेत; ममतेच्या भाषणांनीं शूद्र संतोष पावले आहेत; आणि दानें देऊन उरलेल्या वस्तूंच्या योगानें इतर सर्व लोकांची तृप्ति झाली आहे. त्याचप्रमाणें आमच्या राजाचा शुचिर्भूतपणा पाहून त्याच्या इष्टमित्रांचा संतोष झाला आहे; पवित्र हविर्द्रव्यांच्या योगानें देव संतोषले आहेत; आणि शरण आलेल्यांस उत्तम आश्रय मिळाल्यामुळें त्यांचेंही हृदय शांत झालें आहे. तेव्हां अशा प्रकारच्या या यज्ञाला तूं नांवें कां ठेवतोस! शांत काय न्यूनाधिक आहे, तें खरें खरें या ब्राह्मणांस निवेदन कर. हे ब्राह्मण तुझें भाषण श्रवण करण्यास उत्सुक झाले आहेत. तर या प्रश्नाचें तुझ्या ज्ञानास व अनुभवास अनुरूप असें उत्तर दे. तूं मोठा ज्ञानी आहेस; तुझें भाषण विश्वासास पात्र आहे; तुझें रूपही दिव्य आहे; आणि तुझा ब्राह्मणांबरोबर समागमही घडला आहे. तेव्हां या प्रश्नाचें उत्तर देणें तुला योग्य आहे."

राजा, याप्रमाणें त्या ब्राह्मणांनीं प्रश्न केला असतां तो मुंगूस मोठ्यानें हंसत म्हणाला:—द्विजहो, माझें भाषण असत्य नाहीं किंवा मी गर्वाच्या योगानें तुमची निंदा करितों असाहीतलाही भाग नाहीं. मी काय बोललों तें तुम्हीं सर्वांनीं ऐकिलेंच आहे. तें इतकेंच कीं, 'द्विजश्रेष्ठहो, हा तुमचा यज्ञ एक प्रस्थभर, सातूंच्या पिठाच्या योग्यतेचा नाहीं!' आतां मी म्हणतों हें कसें काय तें तुम्हांस अवश्य सांगितलें पाहिजे. तर, द्विजश्रेष्ठहो, कुरुक्षेत्रांत उंछवृत्तीनें रहाणारा एक दानशूर ब्राह्मण भार्या, पुत्र व स्नुषा यांसहवर्तमान स्वर्गास कसा गेला आणि त्यानें माझें हें अर्धें अंग सुवर्णमय कसें केलें तो मीं स्वतः पाहिलेला व अनुभविलेला अत्यंत अद्भुत वृत्तांत जसा घडला तसा तुम्हांस सांगतों, स्थिर चित्तानें श्रवण करा.

नकुल सांगूं लागलाः—हे द्विजहो, अगदीं अल्प पण न्यायानें मिळविलेल्या पदार्थाचें दान केल्यामुळें एका ब्राह्मणास किती उत्तम फळ मिळालें तो इतिहास मी तुह्मांस सांगतों. धर्म जाणणाऱ्या अनेक लोकांनीं परिवेष्टित अशा कुरुक्षेत्र नामक पुण्यभूमींत कांहीं दिवसांपूर्वीं कोणी एक उंछवृत्तीनें निर्वाह करणारा कापोति नामक ब्राह्मण होता. तो तेथें भार्या, पुत्र व स्नुषा यांसहवर्तमान रहात असून नित्य तपश्चर्येंत निमग्न असे. तो मोठा धर्मात्मा व जितेंद्रिय असून त्याचें आचरण फारच शुद्ध असे. तो सुव्रताचरणी ब्राह्मण स्नुषापुत्रादिकांसह नित्य षष्ठकालीं[1] आहार करी; आणि क्वचित् प्रसंगीं एखाद्या दिवशीं षष्ठकालीं आहार करावयास सांपडलें नाहीं तर दुसरे दिवशीं षष्ठकाल प्राप्त झाल्यावरच तो आहार करी, मध्यंतरीं करीत नसे! विप्रहो, याप्रमाणें त्या धर्मशीलाचा नित्यक्रम चालला असतां एकदां देशांत भयंकर दुष्काळ पडला, त्या वेळीं या ब्राह्मणाजवळ मुळींच धान्यसंचय नव्हता व द्रव्याचें तर नांवच नव्हतें. अवर्षणामुळें झाडेंझुडपेंही वठून आसमंतात् सर्व प्रदेश बेचिराख झाला होता. भोजनाची योग्य वेळ प्राप्त झाली तरी त्या ब्राह्मणाजवळ कांहींच खावयास नव्हतें. असेच रोज फांके पडूं लागले. कुटुंबांतील सर्व माणसें क्षुधेनें व्याकूळ होत होतीं, परंतु करतात काय? कंठीं प्राण धरून तसेच दिवस लोटणें त्यांस भाग होतें! याप्रमाणें चाललें असतां एकदां ज्येष्ठ महिन्याच्या शुक्लपक्षांतील एके दिवशीं सूर्य ऐनमध्यान्हीं आला आहे अशा वेळीं तो ब्राह्मण धान्याचे कण वेंचीत होता. भुकेनें व उन्हानें घाबरा होत असतांही तो याप्रमाणें नियमानुसार उंछवृत्तीचा अवलंब करीत होता; परंतु धान्याचे फारसे कण न मिळतां तो भूक व श्रम यांच्या योगानें अगदीं गळून गेला. ह्या वेळीं भुकेनें सर्वांचेच प्राण डोळ्यांत आले होते, तथापि तीं सर्वजणें ऐनदुपारचा तो सारा वेल धान्याचे दाणे टिपण्यांत गुंतलीं होतीं. याप्रमाणें षष्ठकाल होईपर्यंत खपून त्यांनीं एक प्रस्थ यव मिळविले! मग त्या तपस्व्यांनीं ते दळून त्यांचें पीठ केलें. नंतर जपजाप्य, आन्हिक, वगैरे आटोपून त्यांनीं यथाविधि अग्निसंतर्पण केलें, आणि तें यवांचें पीठ (सक्तु) एकेक कुडव याप्रमाणें चौघांनीं वांटून घेतलें. आतां ते भोजनास सुरुवात करणार, इतक्यांत तेथें कोणी एक अतिथि ब्राह्मण प्राप्त झाला. त्या अतिथीस पहातांच त्या सर्वांचीं अंतःकरणें हर्षपूर्ण झालीं आणि लगेच त्यांनीं त्यास अभिवंदन करून कुशल विचारिलें. त्यांचीं मनें अगदीं निर्मळ होतीं; इंद्रियें स्वाधीन होतीं; श्रद्धा व दम यांनीं तीं युक्त होतीं; द्वेष, क्रोध व मत्सर यांस त्या साधूंच्या ठायीं थारा नव्हता; त्यांनीं अभिमान, गर्व व क्रोध पार सोडून दिला होता; आणि ते द्विजवर्य (आपलेंक व दोघांच्या क्रिया) उत्तम धर्मज्ञ होते. त्यांनीं आपला धर्म व गोत्र त्यास सांगून व तसाच त्याचाही विचारून त्या क्षुधार्त अतिथीस झोंपडींत नेऊन त्याचें असें आदरातिथ्य केलें. "महाराज, या अर्घ्याचा स्वीकार करावा; हें पाद्य घ्यावें. हे निष्पापा, हें आपलें दर्भासन आहे यावर बसावें; आणि, महाराज, हे नियमानुसार मिळविलेले पवित्र सक्तु आहेत हे मी आपणास देतों, यांचा स्वीकार करावा. द्विजर्षभा, आपलें कल्याण असो." याप्रमाणें प्रार्थना करून त्या वृद्ध ब्राह्मणानें दिलेलें सक्तूंचें कुडव अतिथीनें स्वीकारिलें व भक्षण केलें. परंतु, राजेंद्रा, त्यानें समाधान झालें

[1] तीस घटकांच्या दिवसाचे ८ भाग केले असतां त्यांतील सहावा भाग.

नाहीं. पुढें उंछवृत्ति ब्राह्मणानें त्या अतिथीस अजूनही क्षुधार्त पाहिलें, तेव्हां त्यास खावयास काय द्यावें, व हा ब्राह्मण कसा संतुष्ट होईल, अशी तो मनांत चिंता करूं लागला! इतक्यांत त्याची भार्या म्हणाली,' महाराज, माझा भाग द्या. हा द्विजश्रेष्ठ सर्वथा तृप्त होऊन यथासुखानें येथून जावा अशी माझी इच्छा आहे.' याप्रमाणें ती साध्वी बोलत असतां तिची भुकेनें दामटी वळलेली पाहून तिचे सक्तु घ्यावे व अतिथीस द्यावे हें त्या ब्राह्मणाचे मनास येईना. तो विद्वान् ब्राह्मण स्वतःवरून अनुमानानें तिची स्थिति जाणतच होता. ती तपस्विनी वृद्ध, क्षुधार्त व अगदीं थकलेली असून फारच म्लान झाली होती. तिचा केवळ अस्थिपंजर उरला होता व ती थरथर कांपत होती. अशी भार्येची स्थिति पाहून तो ब्राह्मण तिला म्हणाला, "हे शोभने, पुरुषांनीं स्त्रियांचें रक्षण व पोषण केलें पाहिजे, हा धर्म कीटपतंगांना व श्वापदांनाही लागू आहे. असें असतां, हे प्रिये, तूं असें म्हणावेंस हें योग्य नाहीं. ज्या पतीचें रक्षण किंवा पोषण भार्येस करावें लागेल, किंवा ज्याची कींव करण्याचा तीस प्रसंग येईल, तो पुरुष उज्ज्वल कीर्तीपासून च्युत होईल व त्यास शाश्वत लोकांची प्राप्ति व्हावयाची नाहीं! धर्म, अर्थ व काम या तिन्ही पुरुषार्थांचीं सर्व कृत्यें, सर्वांची शुश्रूषा वंशविस्तार करणारी संतति, वाडवडिलांचे धर्म (कुलाचार) आणि तसाच पतीचा स्वतःचाही धर्म स्त्रियांवर अवलंबून आहे. स्त्रीनें कर्मावरून पतीची योग्यता जाणावी. जो पुरुष भार्येचें रक्षण करण्यास असमर्थ होतो त्याची मोठी अपकीर्ति होते व तो नरकासही जातो."

पतीचें हें भाषण ऐकून ती पुनः म्हणाली, "नाथा, आपणां उभयतांचा धर्म व अर्थ एकच आहे. यास्तव, महाराज, मजवर प्रसन्न व्हावें आणि हा माझ्या वांट्याचा सक्तूंचा चतुर्थांश आपण घ्यावा. द्विजर्षभा, सत्य, रति, धर्म, सुगुणांनीं प्राप्त होणारा स्वर्ग आणि स्त्रियांचे सर्व मनोरथ पत्यधीन आहेत. पुत्रोत्पत्तीस पुरुषाचें रेत व स्त्रीचें शोणित संयुक्त व्हावें लागतें. सारांश, सर्वतः तीं एकरूपच होत. पति हेंच स्त्रीचें परम दैवत होय. भर्त्याच्याच प्रसादानें स्त्रीला रति व पुत्र यांची प्राप्ति होते. महाराज, आपण माझें सतत पालन करीत असल्यामुळें आपण **पति** आहां; तसेंच भरण करीत असल्यामुळें खरे **भर्ते** आहां; आणि आपण मला पुत्रप्रदान केलें असल्यामुळें आपण **वरद**ही आहां. यास्तव हे माझे सक्तु आपण अवश्य अतिथीस द्यावे. तुम्हांस जरेनें घेरलें आहे; तुम्ही वृद्ध असून भुकेनें व्याकूळ व अत्यंत अशक्त आहां; शिवाय उपवासामुळें तुम्हास अतिशय थकवा आला असून शरीरही फार कृश झालें आहे. तेव्हां आपण माझे सक्तु घेण्यास अनमान करूं नये."

भार्येनें अशी विनंती केली असतां तिचे सक्तु घेऊन तो ब्राह्मणास म्हणाला,'द्विजसत्तमा, हे आणखी सक्तु घे.' तेव्हां त्या ब्राह्मणानें ते सक्तु घेऊन खाऊन टाकले, परंतु तेवढ्यानेंही त्याचें समाधान झालें नाहीं. हें पाहून तो उंछवृत्ति ब्राह्मण पुनः चिंतातुर झाला.

मग पुत्र त्यास म्हणालाः—हे सत्तमा, हे माझे सक्तु घेऊन तुम्ही विप्रास द्या. अशा वेळीं हे सक्तु देणें हेंच सुकृत होय असें मी समजतों आणि म्हणूनच हे मी आनंदानें देत आहें. मीं तुमचें सदोदीत प्रयत्नपूर्वक परिपालन केलें पाहिजे. वृद्ध पित्याचें पालन करणें हेंच साधूचें इष्ट होय. वार्धक्यांत पित्याचें परिपालन करणें हा पुत्राचा धर्मच ठरविलेला आहे. श्रुति याच अर्थाचें प्रतिपादन करीत असून तिजप्रमाणें त्रैलोक्यांत सदोदीत आच-

रण होत असतें. कसेंबसें प्राणधारण होत असलें म्हणजे तितक्यानें तपाचरण चालविणें तुम्हांस शक्य आहे; आणि प्राण्यांच्या देहांत रहाणारा प्राण हें परम दैवत होय. (हा अतिथि विमुख गेला तर तुम्ही दुःखानें मरून जाल. तर असें होऊं नये व आपला धर्म सुरळीत चालावा, यासाठीं माझ्या भागाचा आपण स्वीकार करा.)

यावर पिता म्हणालाः—मुला, तूं जरी हजार वर्षांचा झालास, तरी मला लहान मूलच आहेस, पुत्रोत्पत्ति करून पिता पुत्राच्या योगानें कृतकृत्य होतो. लहान मुलांची भूक मोठी बलवत्तर असते, ती सहन करणें त्यांस फार कठीण पडतें, हें मी समजतों. बाळा, मी वृद्ध आहें, मला भूक सहन करवेल. बाळा, तूं सुखी ऐस. पुत्रा, वृद्धवयामुळें मला क्षुधेची विशेषशी बाधाही होत नाहीं. शिवाय मीं दीर्घकाल तपाचरण केलें असल्यामुळें, कितीही उपासमार झाली तरी मला मरणाचें भय नाहीं.

पुत्र म्हणालाः—बाबा, मी तुमचें अपत्य आहें. पुत् नामक नरकापासून रक्षण करणारा म्हणूनच मुलास पुत्र असें म्हणतात. शिवाय पुत्र हा आपला आत्माच होय. (पिताच पुत्ररूपानें पुनः जन्म घेत असतो.) यास्तव येथें माझा भाग स्वीकारून म्हणजे आपल्या स्वतःच्या साह्यानें आपलें संकटांतून रक्षण करा.

बाप म्हणाला, 'बाळा, तूं रूप, शील व दम या तिहींकरून मला अनुरूप आहेस. अनेक प्रकारें तूं कसास उतरला आहेस. तेव्हां, पुत्रा, तुझे सक्तु मी स्वीकारतों.' असें म्हणून मनांत संतोष पावलेल्या त्या द्विजसत्तमानें ते सक्तु घेऊन हास्यपूर्वक त्या अतिथीस अर्पण केले, परंतु ते सक्तु भक्षण करूनही त्याची तृप्ति झाली नाहीं. तें पाहून धर्मात्मा उंछवृत्ति तर लज्जायमान झाला. आतां काय करावें हें त्यास सुचेना. इतक्यांत त्याची साध्वी सून स्वासऱ्याचें प्रिय करण्याच्या इच्छेनें मोठ्या आनंदानें आपले सक्तु घेऊन पुढें आली आणि श्वशुरास म्हणाली, " भगवन्, आपल्या संतानापासून मला संतानप्राप्ति होईल. हे माझे सक्तु घेऊन आपण अतिथीस द्यावे. तुमच्या प्रसादानें मला खरोखर अक्षय्य लोक मिळालेले आहेत. (मिळणें निश्चित झालें आहे.) जेथें पोंचल्यावर बिलकूल दुःख प्राप्त होत नाहीं अशी गति पुत्राच्या योगानें मिळत असते. ज्याप्रमाणें धर्मादिक त्रितय किंवा अग्नित्रय हें स्वर्गदायक आहे, त्याप्रमाणेंच पुत्र, पौत्र व प्रपौत्र हें त्रितयही खरोखर अक्षयस्वर्गदायक होय. पितरांस ऋणापासून तारतो म्हणूनच पुत्र ही संज्ञा रूढ झाली आहे. पुत्रपौत्रांच्या योगानें मनुष्य नियमानें सद्गतीस जातो. "

श्वशुर म्हणालाः—बाळे, उन्हावाऱ्यानें तुझें अंग फुटून त्याची दशा दशा झाली आहे; तशीच तूं निस्तेज व अगदीं कृशही झाली आहेस; आणि, हे सुव्रतचारिणी, क्षुधेनें तुझें चित्त विकल होत आहे. हें सर्व पहात असतां मी धर्मघातक बनून तुझ्या सक्तूंचा स्वीकार कसा करूं? तेणेंकरून मी कर्तव्यपराङ्मुख झालों असें होणार नाहीं काय! हे कल्याणि, तूं फार सौजन्यानें वागणारी आहेस; तथापि तूं असें बोलूं नयेस. शुचिर्भूतपणा, उत्तम शील आणि तपाचरण यांनीं सुसंपन्न व अत्यंत अवघड प्रकारानें प्राणयात्रा करणाऱ्या तुज पतिव्रतेला या षष्ठकालींही केवळ निराहार रहावें लागलेलें माझ्यानें कसें पाहावेल बरें? हे शुभे, तुझें अजून पोरवय असून तूं भुकेनें व्याकूळ झाली आहेस व तूं जात्या स्त्री आहेस; यास्तव तुझें मी सतत रक्षण केलें पाहिजे, असा वास्तविक माझा धर्म आहे, व

सांप्रत तर तूं उपवासामुळें अगदीं थकून गेली असतांही आपल्या विमलाचरणानें कुटुंबांतील सर्व माणसांस आनंद देत आहेस, अशा तुझ्या-पुढचा घांस मी कसा ओढूं बरें ?

स्नुषा म्हणाली:--प्रभो, आपण माझ्या गुरूचे गुरू (पतीचे तात) व म्हणून देवाचे देव आहां. यास्तव, हे देवाधिदेवा, आपण माझे सक्तु ग्रहण करावे. माझा देह, माझे प्राण व माझा धर्मही वडिलांच्या सेवेस वाहिलेला आहे. विप्रा, माझें प्राणोत्क्रमण झालें तरी चिंता नाहीं, मला आपल्या कृपेनें सद्गतिच मिळेल. महाराज, आपण माझे पालनकर्ते व मी आपणास पालनीय आहें, या नात्यानें पाहिलें तरी आपण माझे सक्तु ग्रहण करणेंच योग्य आहे; त्याचप्रमाणें, माझी आपले ठायीं दृढ भक्ति आहे, याही नात्यानें आपण माझी विनंती मान्य केली पाहिजे; किंवा निदान माझ्या सत्त्वाची परीक्षा पाहाण्यासाठीं तरी आपण या वेळीं माझे सक्तु स्वीकारणें योग्य आहे !

श्वशुर म्हणाला:—हे साध्वि, या तुझ्या सदाचरणानें तूं सतत शोभत राहाशील. कारण, तूं धर्मशील व पतिव्रता असून तुझें लक्ष सदोदीत गुरुशुश्रूषेंत निमग्न असतें. यास्तव, बाळे, मी तुझे सक्तु घेतों. हे महाभागे, तूं धर्माचरणानें वागणारांत श्रेष्ठ आहेस असें जाणून मी तुला अंतर देणार नाहीं.

असें म्हणून त्यानें ते सक्तु घेऊन ब्राह्मणास अर्पण केले. तेव्हां तो विप्र त्या सच्छील व थोर अंतःकरणाच्या ब्राह्मणावर संतुष्ट झाला. तो साक्षात् यमधर्मच मनुष्यरूपानें आला होता. तो वाक्पटु त्या वेळीं प्रसन्न होत्साता त्या द्विजर्षभास म्हणाला, " हे द्विजसत्तमा, तूं न्याय व धर्म यांस अनुसरून संपादिलेलें आणि आपल्या शक्तींत होतें तितकें पुष्कळ असें हें जें शुद्ध दान मला दिलेंस, त्याच्या योगानें मी संतुष्ट झालों. अहाहा ! हे द्विजश्रेष्ठा, स्वर्गामध्यें स्वर्गनिवासी देव तुझ्या दानाची महती गात आहेत. ही बघ आकाशांतून भूतलावर पुष्पवृष्टि झाली ! देवर्षि, देव व गंधर्व व तसेच देवदूत हे विस्मित होऊन गेले आहेत व तुझी प्रशंसा करिताहेत; आणि तसेच ब्रह्मर्षि व ब्रह्मलोकीं बसणारे इतर लोक विमानांत बसून तुझ्या दर्शनाचीच आकांक्षा करीत आहेत. यास्तव, हे द्विजर्षभा, आतां तूं स्वर्गास गमन कर. पितृलोकास गेलेले पितर आणि तसेच तेथें न पोंचलेले इतरही पुष्कळ पूर्वज यांस तूं ब्रह्मचर्य, दान, यज्ञ, तप आणि शुद्धधर्माचरण यांच्या योगानें कित्येक युगेंपर्यंत कायमची सद्गति जोडून दिली आहेस. यास्तव, द्विजा, आतां तूं स्वर्गास गमन कर. हे सुव्रता, तूं जें परमश्रद्धेनें तप करीत आलास, तेणेंकरून या दानाच्या योगानें, हे ब्राह्मणसत्तमा, देव तुजवर सुप्रीत झाले आहेत. ज्यापेक्षां तूं या अशा संकटसमयीं शुद्ध चित्तानें आपणाजवळील सर्वस्व समर्पण केलेंस, त्यापेक्षां या कर्मानें तूं स्वर्ग जिंकलास. क्षुधा ही बुद्धिभ्रंश करते, धर्मबुद्धि नाहींशी करिते आणि क्षुधेच्या योगानें मनुष्याचें ज्ञान पार नाहींसें होऊन त्याचें धैर्य गळून जातें. जो क्षुधा जिंकितो तो निःसंशय स्वर्ग जिंकितो. जर दानाची आवड कायम असेल तर धर्म नाश पावत नाहीं. पुत्रस्नेह व भार्यास्नेह यांकडे लक्ष गुंतू न देतां केवळ धर्मच श्रेष्ठ होय असें जाणून तूं भुकेचीही पर्वा केलीस नाहीं. द्रव्यसंपादन हें हलक्या योग्यतेचें म्हणजे थोड्या पुण्याचें आहे; सत्पात्रीं दानाची योग्यता त्याहून श्रेष्ठ आहे; योग्य कालीं दान करणें हें त्यापेक्षांही वरिष्ठ आहे; आणि श्रद्धा ही तर सर्वांवरची आहे. स्वर्गाचें द्वार हें अत्यंत सूक्ष्म आहे, तें

मोहामुळें लोकांस दृग्गोचर होत नाहीं. स्वर्गद्वाराचा अडसर हा लोभाचा बनलेला आहे; रागद्वेषांनीं त्याचें संरक्षण झालेलें आहे; आणि तो हातीं येणें महाकठीण आहे. क्रोध जिंकलेले, जितेंद्रिय व यथाशक्ति (शक्य तितकें पुष्कळ) दान करणारे तपस्वी ब्राह्मणच त्याला पाहूं शकतात,—इतरांस तो दिसणें अशक्य होय. ज्याजवळ एक हजार रुपये आहेत त्यानें शंभर दिले, किंवा ज्यापाशीं शंभर आहेत त्यानें दहा दिले, आणि ज्यापाशीं कपर्दिकही नाहीं त्यानें नुसतें ओंजळभर पाणी दिलें, तर या तिघांस सारखेंच फल मिळतें. येथें किती द्रव्य खर्चिलें यावर मेळ नाहीं; तर त्यांत किती औदार्यबुद्धि दाखविली यावर मेळ आहे. रंतिदेव राजाजवळ एकदां कांहींच द्रव्य नव्हतें, तेव्हां त्यानें शुद्ध चित्तानें नुसतें उदकच दिलें. परंतु, विप्रा, त्याच्या योगानें तो स्वर्गलोकीं गेला ! बाबारे, न्यायोपार्जित व श्रद्धादत्त अशा अल्पही दानानें धर्म जसा संतुष्ट होतो, तसा तो अन्यायोपार्जित व श्रद्धारहित केलेल्या मोठमोठ्या दानांनींही संतोष पावत नाहीं. नृगराजानें ब्राह्मणांस हजारों गोदानें केलीं, परंतु चुकून एकच परक्याची गाय दान दिल्यामुळें तो नरकास गेला ! उशीनरचा पुत्र शिबिराजा यानें आपलें मांस काढून दिलें आणि तेणेंकरून तो पुण्यश्लोक स्वर्गांत पुण्यवंतांच्या लोकीं जाऊन सुख भोगीत आहे. नुसतें मोठें ऐश्वर्य हें कांहीं पुण्यकारक नाहीं. सत्पुरुष अपल्याकडून होईल तितका (पराकाष्ठेचा) प्रयत्न करून सत्कृत्यांच्या योगानें पुण्य जोडतात. परोपकारादि सत्कर्मांत आपल्या शक्तीची सीमा करणें हेंच खरें पुण्यकारक होय. विप्रा, न्यायानें मिळविलेल्या अल्प द्रव्याच्या समर्पणानें जें पुण्य लागतें, त्याची बरोबरी अनेक प्रकारच्या यज्ञांसही होणें नाहीं. क्रोधामुळें दानाचें फळ बुडतें व लोभामुळें स्वर्ग हातचा जातो. न्यायानें उपजीविका करणारा व दानाची महती जाणणारा आपल्या तपःप्रभावेंकरून स्वर्गसुख भोगितो. कोणी विपुल दक्षिणा देऊन पुष्कळ राजसूय यज्ञ केले किंवा अनेक अश्वमेध केले, तथापि, हे विप्रा, तुला सांप्रत प्राप्त झालेल्या फलाची बरोबरी त्यांस होणें नाहीं. तूं केवळ एक प्रस्थ सक्तूंच्या योगानें अक्षय्य ब्रह्मलोक जिंकिला आहेस. आतां, विप्रा, तूं रजोगुणविरहित होत्साता यथासुखें ब्रह्मलोकीं गमन कर. हे द्विजश्रेष्ठा, तुम्हां सर्वांनाच हें पहा दिव्य विमान प्राप्त झालें आहे. यांत स्वेच्छापूर्वक बसा. द्विजा, मजकडे पहा. मी स्वतः धर्म आहें. तूं खरोखर देहाचें सार्थक्य केलेंस. तुझी जगांत अखंड कीर्ति राहील. आतां भार्या, पुत्र व स्नुषा यांसहवर्तमान तूं स्वर्गीं गमन कर !"

त्या साक्षात् धर्मानें असें भाषण केलें असतां तो विप्र भार्या, पुत्र व स्नुषा यांसह विमानांत बसून स्वर्गास गेला. विप्रहो, ज्या वेळीं तो विप्र आपला पुत्र, स्नुषा व भार्या यांसह स्वर्गास गेला, त्याच वेळीं मी बिळांतून बाहेर पडलों. हा प्रकार घडण्यास व मी बिळांतून बाहेर येण्यास एक गांठ पडली. तेव्हां त्या सक्तूंच्या सुवासानें, उदकाच्या तुषारांनीं व दिव्य पुष्पांच्या स्पर्शानें हें पहा माझें मस्तक सुवर्णाचें बनलें ! त्या साधूच्या त्या दानलवांनीं व त्याच्या तपःप्रभावानें मला हा लाभ झाला. विप्रहो, त्या सत्यप्रतिज्ञ ब्राह्मणानें सक्तुप्रदान केल्यामुळें हें माझें अर्धें शरीरही सुवर्णमय झालें. त्या धीमंताच्या तपाचें हें अत्यंत विशाल फल तुम्ही अवलोकन करा. असो; मग आपलें राहिलेलें अर्धें शरीरही सुवर्णमय करून घ्यावें या इच्छेनें मी मोठ्या हुरूपानें अनेक तपोवनें व

यज्ञ यांमध्यें पुनःपुनः अनेकवार गेलों आणि आज येथें धीमान् कुरुपतीचा यज्ञ चालल्याचें ऐकून मोठ्या आशेनें येथेंही आलों; परंतु मी सुवर्णमय बनलों नाहीं! विप्रवर्यहो, माझी आशा निष्फळ झाली तेव्हां मग मी हंसून तें वाक्य बोललों आणि आतांही सांगतों कीं, हा यज्ञ त्या प्रस्थमात्र सक्तूंच्या बरोबरीचा मुळींच नाहीं! त्या वेळीं धर्म भक्षण करीत असतां जे सक्तूंचे बारीक कण उडाले होते त्या उष्ट्या कणांनीं तेव्हां माझें अंग सोन्याचें झालें! हा तुमचा यज्ञ खूप मोठा आहे खरा, परंतु त्या सक्तुकणांची सर याला नाहीं असें माझें मत आहे.

याप्रमाणें तेव्हां यज्ञामध्यें त्या सर्व ब्राह्मणांस सांगून तो नकुल अदृश्य झाला आणि मग ते ब्राह्मणही आपल्या घरोघर निघून गेले.

वैशंपायन सांगतातः—हे परपुरंजया जनमेजया, याप्रमाणें त्या अश्वमेघ महायज्ञांत घडलेला आश्चर्यकारक प्रकार मीं तुला सर्व कथन केला. राजा, या यज्ञाविषयीं तूं मुळींच विस्मय करूं नको! अरे, यांत काय आहे! कोट्यावधि ऋषि केवळ तपाच्या योगेंच स्वर्गास गेले आहेत. प्राणिमात्राचा अद्रोह, संतोष, सच्छील, सरळपणा, तप, दम, सत्य आणि उत्तम दान हीं सर्व प्रत्येकीं महायज्ञाच्या बरोबरीचीं आहेत!

अध्याय एक्याण्णवावा.

—:०:—

हिंसामिश्र धर्माची निंदा.

जनमेजय विचारितोः—भगवन्, राजे यज्ञ करण्यांत निमग्न असतात; महर्षि तपाचरणांत गुंतलेले असतात; आणि शांति प्राप्त व्हावी म्हणून खटपट करणारे ब्राह्मण शम, दम इत्यादिकांत गढलेले असतात. तस्मात् यज्ञफलाची बरोबरी कशानेंही होत नाहीं असें दिसतें. माझी अशीच ठाम समजूत आहे आणि तीच निःसंशय खरीही आहे. पुष्कळ राजे व द्विजश्रेष्ठ यांनीं यज्ञ करून येथें परम कीर्ति व अंतीं स्वर्ग मिळविला आहे. सहस्राक्ष इंद्रानें पुष्कळ दक्षिणा देऊन अनेक (शंभर) यज्ञ केले, म्हणून त्या महातेजस्वी विभूला अखिल देवराज्य प्राप्त झालें! आतां, महाराज, भीमार्जुनांसारखे ज्याचे भाऊ तो युधिष्ठिर राजा ऐश्वर्य व पराक्रम यांमध्यें साक्षात् देवराज इंद्राच्या बरोबरीचा असतां त्या महात्म्याच्या अश्वमेध यज्ञाची त्या मुंगुसानें कां निंदा केली बरें? असे त्यांत कोणतें व्यंग घडलें होतें?

वैशंपायन सांगतातः—हे नराधिपा जनमेजया, यज्ञाचा विधि व त्याचें श्रेष्ठ फल हें आतां मी तुला यथार्थ कथन करितों, तें श्रवण कर. पूर्वीं कोणे एके काळीं इंद्र एक यज्ञ करीत होता, त्यांत यज्ञकृत्य चालू होतें, ऋत्विज कर्मांत निमग्न होते, अग्नींत आहुति पडत होत्या, यथासांग हवन चाललें होतें, देवांस आह्वान चालू होतें, मोठमोठे महर्षि येऊन बसले होते, अश्रांत ब्राह्मण अत्यंत स्वस्थ मानसानें हलक्या आवाजानें पण सुस्वर असे मंत्रोच्चार करीत होते, आणि ती आलंभ (हनन) करण्याची वेळ असल्यामुळें पशूंस मारण्यासाठीं धरलें होतें. हे महाराजा, अशा समयीं त्या पशूंची मुद्रा खिन्न झालेली पाहून त्या महर्षींस कृपा उपजली व त्यांनीं असें भाषण केलें: तेव्हां ते तपोधन ऋषि इंद्राजवळ जाऊन म्हणाले, ' इंद्रा, तुझा हा यज्ञविधि कांहीं बरोबर नाहीं. मोठा धर्म घडावा म्हणून तूं हें चालविलें आहेस, परंतु हें तुझें मोठें अज्ञान आहे. पुरंदरा, यज्ञांत पशूंस मारावें असें कांहीं शास्त्रांत सांगितलें नाहीं. तुझा हा समारंभ केवळ धर्मोपघातक आहे. हा यज्ञ कांहीं धर्मकृत होणार नाहीं. कारण हिंसा

हा कांहीं धर्म नव्हे ! जर तुला यज्ञ करण्याची इच्छा असेल, तर ऋत्विजांनीं वेदानुसारेंच यज्ञ करावा. विधीस अनुसरून यज्ञ केल्यानें तुला फार मोठें पुण्य घडेल. तेव्हां सहस्राक्षा, जुन्या बीजांच्या योगानें तूं यज्ञ कर. शक्रा, हाच महान् धर्म असून येणें-करून उत्तम गुण व उत्तम फल यांची प्राप्ति होते.

हे महाराजा, याप्रमाणें त्यांनीं सांगितलें; पण अभिमानानें मोहवश झालेल्या शतक्रतूनें तत्त्वदर्शी ऋषींचें तें भाषण मानिलें नाहीं. मग, हे भारता, निर्जीव पदार्थांनीं यजन करावें कीं सजीव पदार्थांनीं करावें, याविषयीं त्या इंद्राच्या यज्ञांत तपस्व्यांमध्यें फारच वाद-विवाद झाला; पण कांहींच निकाल लागेना. तेव्हां त्या विवादानें तत्त्वदर्शी ऋषि खिन्न झाले; आणि मग त्यांनीं व इंद्रानें मिळून वसुराजाला प्रश्न केला कीं, ‘ हे महाज्ञानवंता, आह्मांस धर्माविषयीं संशय पडला आहे, तर यांत खरें काय तें सांग. महाभागा, हे नृप-सत्तमा, यज्ञाविषयीं वेदप्रमाण कसें काय आहे ? मुख्य पशूंनीं यजन करावें किंवा बीजें व पय, घृत, इत्यादि रस यांच्या योगानें यजन करावें ? ’

तें ऐकून वसुराजानें प्रमाणांच्या बला-बलाचा विचार न करतां एकदम म्हटलें, ‘ जें सिद्ध असेल त्यानें यज्ञ करावा !’ अशा प्रकारें खोटेंच उत्तर दिल्यामुळें तो चेदिपति वसु-राजा रसातलास गेला ! तेव्हां, राजा, मनुष्य कितीही ज्ञानसंपन्न असला तथापि संशयाच्या गोष्टींत एकट्यानेंच कधीं निर्णय देऊं नये. अशा प्रकारें एकट्यानेंच पाहिजे तें मत देण्याचा अधिकार एका स्वायंभुव ब्रह्मदेवाचा आहे. ज्याची बुद्धि शुद्ध नाहीं अशा पाप्यानें केलेलीं सर्व दानें–मग तीं कितीही पुष्कळ असोत–अगदीं विफल होतात. अधर्मास प्रवृत्त झालेल्या त्या दुष्टात्म्या हिंसकानें केलेल्या दानानें त्याची इहलोकीं तर कीर्ति होत नाहींच, पण परलोकींही त्या दुर्मतीस कांहीं फळ मिळत नाहीं. जो मूर्ख अन्यायानें विपुल द्रव्य मिळवून मग धर्म घडावा म्हणून यज्ञ वगैरे धर्मकृत्यें करतो, त्यास त्या धर्माचें कांहींच फळ मिळत नाहीं. ज्याचें अंतःकरण पापमय आहे असा जो पुरुषाधम धार्मिक-पणाचें पांघरूण घेऊन ब्राह्मणांस दानधर्म करितो, त्याबद्दल सामान्य लोकांस जरी आदर वाटला, तरी त्यास पुण्यप्राप्ति मुळींच होत नाहीं. एखाद्या ब्राह्मणास पापकर्मानें पुष्कळसें द्रव्य मिळाल्यामुळें तो निरंकुश होऊन राग-मोहादिक अवगुणांनीं युक्त झाला तर त्याला अंतीं फार वाईट गति भोगावी लागते. लोभ आणि मोह यांत गुरफटलेला एखादा मनुष्य पुष्कळसा संचय करण्याकडेच सर्व लक्ष पुर-वितो. अशा वाईट बुद्धीच्या पापी मनुष्या-पासून इतरांस फार त्रास होतो. अशा प्रकारें वाईट मार्गानें पुष्कळ द्रव्य मिळवून कोणी दानें देईल किंवा यज्ञयाग करील, तर त्यास त्या अन्यायोपार्जित द्रव्यापासून मरणो-त्तर कांहीं सुख भोगावयास मिळणार नाहीं. तपोधन व धार्मिक पुरुष दाणादुणा, कंदमुळें, एखादें फळ, पुत्रपुष्प, किंवा नुसतें भांडेंभर पाणी असें आपल्या वैभवानुसार दान देऊनच स्वर्गास जातात ! दान हा फार मोठा धर्म आहे, तशीच भूतदयेची योग्यता आहे. अशा प्रकारचें दान, भूतदया, ब्रह्मचर्य, सत्यवादित्व, दया, धैर्य व क्षमा हीं सनातन धर्माचीं सना-तन मुळें होत. प्राचीन काळच्या विश्वामित्रा-दिक राजांच्या कथा आम्हीं ऐकिल्या आहेत. विश्वामित्र, असित, राजा जनक, कक्षसेन व आर्ष्टिषेण, व राजा सिंधुद्वीप हे व दुसरेही पुष्कळ तपोधन राजे न्यायोपार्जित दानें व सत्य यांच्या योगानें परमसिद्धीस पोंचले. याच-

प्रमाणें, हे भारता, ब्राह्मण, क्षत्रिय, वैश्य किंवा शूद्र जे कोणी तपाचा आश्रय करतात व दानधर्मरूप अग्नीनें शुद्ध होतात, ते निश्चयानें स्वर्गास पोंचतात.

अध्याय ब्याण्णवावा.

—:०:—

अगस्त्यसत्रवर्णन.

जनमेजय विचारितोः—भगवन्, अत्यंत अल्प पण केवळ धर्मोपार्जित अशा द्रव्याच्या दानानें स्वर्गप्राप्ति होत असेल, तर याविषयीं आपण मला पूर्णपणें विवरण करून सांगावें. आपण या विषयांत पारंगत आहां. त्या उंछवृत्तीनें उपजीवन करणाऱ्या ब्राह्मणाचें वर्तन कशा प्रकारचें होतें आणि त्यास सक्तुदानाचें महत्फल कसें प्राप्त झालें, हें सर्व आपण मला सांगितलें. तें सर्व निःसंशय सत्य आहे. परंतु, ब्रह्मन्, मला अशी शंका येते कीं, जर हें सर्व यथार्थ आहे, तर मोठमोठे यज्ञ करावयाचा जो प्रघात आजपर्यंत चालत आला आहे, त्याची उपपत्ति कशी लागते? द्विजर्षभा, हें सर्व मला विशद करून सांगा.

वैशंपायन सांगतातः—हे अरिंदमा, याविषयीं प्राचीनकाळीं अगस्ति मुनीच्या यज्ञाचे वेळीं घडलेली हकीकत उदाहरणार्थ सांगत असतात. हे महाराजा, प्राचीनकाळीं, प्राणिमात्राचे हितार्थ तत्पर असलेल्या महातेजस्वी अगस्ति मुनींनीं द्वादशवार्षिक सत्र आरंभून त्याची दिक्षा घेतली. त्या महात्म्याच्या सत्रांतील हवन करणारे ब्राह्मण अग्नीसारखे तेजस्वी होते. त्यांत कित्येक केवळ कंदमूळांचा आहार करणारे, कित्येक फक्त फलाहार करणारे, कोणी धान्य कुटण्यासाठीं दोन दगड यांशिवाय कोणत्याही वस्तूचा उपयोग न करणारे, कित्येक केवळ चंद्रकिरण पिणारे, कोणी आग्रहपूर्वक दिलें तरच घेणारे, कोणी आवश्यक तेवढाच संग्रह करणारे, आणि कित्येक उद्यांची काळजी न करणारे असे भिक्षु व यति तेथें सभोंवार बसले होते. ते सर्व मूर्तिमंत धर्म होते; त्यांनीं क्रोध जिंकिला होता; इंद्रियें स्वाधीन ठेविलीं होतीं आणि ते सर्वजण नित्य आत्मदमनयुक्त असून हिंसा व दंभ यांनीं सर्वथा विवर्जित होते. ते नित्य शुद्धाचरणानें वागत असून त्यांस इंद्रियांपासून पीडा होत नसे. अशा प्रकारचे ते महर्षि त्या सत्रांत जमले असून ते त्यांतील निरनिराळीं कृत्यें करीत होते. त्या सत्रांत जें अन्न सांठविलें होतें व जें त्या कृत्यास पुरेसें होतें, तें सर्व भगवान् अगस्ति मुनींनीं आपल्या सामर्थ्यानें योग्य मार्गानें संपादिलें होतें. त्या वेळीं तेथें अनेक मुनींनीं मोठमोठे यज्ञ केले. हे भरतर्षभा, अशा प्रकारें अगस्ति मुनींचें तें सत्र सुरू असतां एकदम सहस्राक्ष इंद्रानें पर्जन्य पाडण्याचें बंद केलें! तेव्हां एके दिवशीं, दोन कृत्यांमधील रिकाम्या वेळीं, तेथील ते भावितचित्त मुनि व महात्मे अगस्ति ऋषि यांच्यामध्यें असें संभाषण झालें.

मुनि म्हणालेः—अहो, यजमान अगस्ति मुनि तर बिलकूल प्रपंच न करितां उदार हस्तानें अन्नदान करीत आहेत; परंतु पर्जन्य तर मुळींच पडत नाहीं. तेव्हां पुढें अन्न कसें मिळणार? विप्रहो, अगस्ति मुनींचें हें सत्र फारच मोठें म्हणजे बारा वर्षेंपर्यंत चालावयाचें आहे; आणि इंद्र तर आतां बाराही वर्षें पाऊस पाडणार नाहीं. तेव्हां पुढें होणार तरी कसें? विप्रहो, या गोष्टीचा नीट विचार करून या अतितपस्वी धीमान् अगस्ति महर्षींवर अनुग्रह करण्यास तुम्ही समर्थ आहां.

याप्रमाणें त्यांचें भाषण चाललें असतां त्या वेळीं प्रतापशाली अगस्ति ऋषि त्या मुनींस

शिरसा प्रणाम करून असें म्हणाले, "जर बारा वर्षेंपर्यंत इंद्र वृष्टि करणार नाहीं, तर मी हा मानसयज्ञ करीन; मानसयज्ञ करणें हा विधि सनातन आहे, किंवा बाराही वर्षे इंद्र अवर्षण पाडील तर मी स्पर्शयज्ञ करीन; तोही विधि सनातन आहे. अथवा इंद्रानें बारा वर्षे पर्जन्य न पाडला तर नित्य नियमानें व्रताचरण करणारा मी ध्यानयोगानें या यज्ञाची सामुग्री निर्माण करीन. मीं पुष्कळ वर्षे झटून या बीजयज्ञाची तयारी केली आहे; त्यापेक्षां हा मी बीजांच्या योगानेंच पुरा करीन. यांत विघ्न मुळींच येणार नाहीं व व कोणी करूं-ही शकणार नाहीं. माझें हें सत्र व्यर्थ घाल-विणें कोणास कदापि शक्य होणार नाहीं. मग इंद्र पर्जन्य पाडो कीं मुळींच वृष्टि न होवो, अथवा इंद्र जर मजविषयीं जाणूनबुजून बेपर्वाई दाखवील, तर मी स्वतःच इंद्र बनेन आणि जीवसृष्टीचें संरक्षण करीन. कोणताही प्राणी कोणत्याही प्रकारें उपजीविका करणारा असो; इंद्रानें पाऊस न पाडला तरी तो यापुढेंही आपलाच आहार करीत राहील; त्यास उपाशीं राहाण्याचा किंवा अन्य आहार करण्याचा प्रसंग येणार नाहीं. इतकेंच नव्हे, तर जे सध्या जगांत नाहींत असे कांहीं विशेष पदार्थही मीं पुनःपुनः उत्पन्न करूं शकेन. फार लांब कशाला—मी आतांच तुम्हांला प्रतीति दाख-वितों! आतां या ठिकाणीं पृथ्वींतील सर्व सुवर्ण व इतर द्रव्य येवो. त्रैलोक्यांत जें द्रव्य आहे तें सर्व स्वतःच आपलें आपण येथें यावें. दिव्य अप्सरांचे समुदाय व विश्वावसु आणि दुसरे गंधर्व किन्नरांसहवर्तमान येथें माझ्या यज्ञास येवोत. उत्तरकुरुदेशांत जेवढें द्रव्य आहे तेवढ्या सर्वानें या यज्ञांत येऊन स्वतःच हजर झालें पाहिजे. त्याचप्रमाणें स्वर्ग, स्वर्गनिवासी लोक व स्वतः धर्म यांनींही येथें आलें पाहिजे."

राजा, याप्रमाणें भाषण करतांच त्यांच्या तपःप्रभावेंकरून तत्काळ सर्व कांहीं त्याप्रमाणें घडून आलें! प्रदीप्त अग्नीसारखे झळकणारे अमिततेजस्वी अगस्ति मुनि यांच्या इच्छेप्रमाणें सर्वांस तेव्हां तेथें यावें लागलें! तेव्हां तपानें तें अद्भुत सामर्थ्य पाहून हर्षभरित व विस्मित झालेल्या सर्व मुनींनीं मोठ्या अर्थानें भरलेलें असें भाषण केलें.

ऋषि म्हणाले:—आपल्या ह्या भाषणानें आम्ही संतुष्ट झालों. तथापि तुमच्या तपाचा बिलकूल व्यय होऊं नये अशी आमची इच्छा आहे आणि यासाठींच तुम्हीं तपोबलानें अशी सिद्धता करूं नये. न्यायसंभृत अशा त्याच यज्ञांत आमचा संतोष आहे. यज्ञ, दीक्षा, होम व दुसरें जें जें कांहीं आम्ही इच्छितों तें तें सर्व न्यायानेंच मिळावें, अशी आमची इच्छा असते. आम्ही आपले आहारही असेच सन्मा-र्गानेंच मिळवितों व स्वकर्मांत नित्य निमग्न रहातों. वेद शिकावयाचे तेही ब्रह्मचर्यानें यथा-न्याय शिकावे अशी आमची इच्छा आहे; आणि पुढें आम्ही घरीं गेल्यावर धर्मांत सांगि-तलेले योग्य विधि करून तद्द्वारा यथान्याय तपश्चर्या करूं. आपली सदोदीत अहिंसापर असलेली बुद्धि आम्हांस फार इष्ट वाटते. प्रभो, आपण यज्ञांमध्यें सतत ह्या अहिंसेचेंच प्रति-पादन करीत जा. म्हणजे, हे द्विजसत्तमा, आम्हांस फार संतोष वाटेल; आणि पुढें तुमचें सत्र समाप्त झालें म्हणजे आम्ही येथून संतुष्ट होत्साते जाऊं.

जनमेजया, याप्रमाणें ते बोलत असतां अत्यंत तेजस्वी देवराज इंद्रानें अगस्ति मुनींचें तपोबल अवलोकन करून पर्जन्य-वृष्टि केली; आणि तें सत्र समाप्त होई-

---

१ याज्ञिय वस्तूंचा व्यय न करतां त्याऐवजीं त्यांस नुसता स्पर्श करणें.

पर्यंत तो योग्य वेळीं लोकांच्या इच्छेनुरूप वृष्टि करीत असे. मग, राजा, स्वतः इंद्रानें बृहस्पतिसहवर्तमान त्या ठिकाणीं येऊन अगस्ति मुनींची क्षमा मागितली. पुढें तें सत्र समाप्त होऊन अगस्तीनें त्या महामुनीचें यथाविधि पूजन करून त्यांस निरोप दिला.

नकुलाचा पूर्ववृत्तांत.

जनमेजय विचारितोः—मुने, माझ्या प्रश्नाचें उत्तर द्यावें. ज्याचें मस्तक सुवर्णाचें होतें व त्या यज्ञांत जो मनुष्यवाणीनें बोलला, तो नकुल म्हणजे खरोखर कोण होता बरें ?

वैशंपायन सांगतातः—राजा, हा प्रश्न तूं मला पूर्वीं विचारला नाहींस, म्हणून मींही हें सांगितलें नाहीं. आतां, तो नकुल कोण होता आणि त्यास मनुष्यवाणीनें कसें बोलतां आलें हें श्रवण कर. प्राचीनकाळीं एकदां जमदग्नि मुनीनें श्राद्ध करण्याचें योजिलें. इतक्यांत त्याची होमधेनु त्याच्या जवळ आली. तेव्हां त्यानें स्वतः तिचें दूध काढलें आणि एका नव्या बळकट व स्वच्छ भांड्यांत तें ठेवून दिलें. नंतर, स्वतः धर्म क्रोधरूपानें त्या भांड्यांत शिरला; आणि अपकार केला असतां हा ऋषिश्रेष्ठ काय करतो हें जाणण्याच्या इच्छेनें त्या धर्मानें मुद्दाम तें दूध नासवून टाकलें. याप्रमाणें स्वतः क्रोधानें दूध नासविल्याचें ऋषीस समजलें, तथापि तो त्यावर क्रुद्ध झाला नाहीं. तेव्हां, राजा, त्या क्रोधानें ब्राह्मणाचें रूप धारण केलें आणि याप्रमाणें जित झाल्यावर त्यानें त्या भृगुश्रेष्ठास म्हटलें, “ हे भृगुवरा, मी पराभूत झालों. ज्यापेक्षां आतां तूं मला जिंकिलेंस, त्यापेक्षां, भृगुकुलांतील पुरुष अत्यंत कोपी असतात, हा लोकप्रवाद मिथ्या होय. आजपासून मी तुज क्षमाशील महात्म्याचे आज्ञेंत वागेन. हे साधो, तुझ्या तपाचें मला भय वाटतें. तर, प्रभो, मजवर प्रसाद कर.

जमदग्नि म्हणाला, “ क्रोधा, तूं प्रत्यक्ष माझ्या दृष्टीस पडलास, तर ठीक आहे, तूं निर्धास्तपणें निघून जा. तूं आज माझा कांहींएक अपराध केला नाहींस. हें दूध मी आपल्या महाभाग पितरांच्या उद्देशानें येथें ठेविलें होतें; तर त्यांचा प्रसाद मिळवून निघून जा. माझा यांत कांहींएक संबंध नाहीं.” तें ऐकून तो भयभीत होऊन तेथून निघून गेला; व पितरांच्या शापामुळें त्यास नकुलयोनि प्राप्त झाली. मग शापापासून मुक्तता व्हावी म्हणून त्यानें पितरांचें पुष्कळ आराधन केलें; तेव्हां ते म्हणाले, ‘ तूं धर्माचा अवमान केलास म्हणजे तुझ्या शापाचा शेवट होईल. ’

राजा, याप्रमाणें त्यांनीं म्हटलें असतां तो धर्मारण्यांत व जेथें यज्ञ होतात अशा दुसऱ्या प्रदेशांत गेला; आणि पुढें धावतच शापमोचनार्थ धर्मराजाच्या त्या यज्ञांत प्राप्त झाला. नंतर सक्तुप्रस्थाची हकीकत सांगून त्यानें धर्मपुत्र युधिष्ठिराची निंदा केली आणि मग तो क्रोध शापमुक्त झाला. तो धर्म म्हणजे राजा युधिष्ठिरच होय. त्या महात्म्याच्या यज्ञांत त्या वेळीं हा असा प्रकार घडला आणि लगेच तो नकुल तेथें आमच्या देखत अंतर्धान पावला !

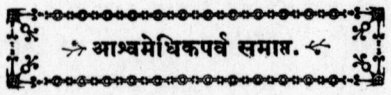

आश्वमेधिकपर्व समाप्त.

श्रीमन्महाभारत.

आश्रमवासिकपर्व.

अध्याय पहिला.

मंगलाचरण.

नारायणं नमस्कृत्य नरं चैव नरोत्तमम् ।
देवीं सरस्वतीं चैव ततो जयमुदीरयेत् ॥

ह्या अखिल ब्रह्मांडांतील यच्चयावत् स्थावरजंगम पदार्थांच्या ठिकाणीं चिदाभासरूपानें प्रत्ययास येणारा जो नरसंज्ञक जीवात्मा, नरसंज्ञक जीवात्म्यास सदासर्वकाळ आश्रय देणारा जो नारायण नामक कारणात्मा, आणि नरनारायणात्मक कार्यकारणसृष्टीहून पृथक् व श्रेष्ठ असा जो नरोत्तमसंज्ञक सच्चिदानंदरूप परमात्मा, त्या सर्वांस मी अभिवंदन करितों; तसेंच, नर, नारायण व नरोत्तम ह्या तीन तत्त्वांचें यथार्थ ज्ञान करून देणारी देवी जी सरस्वती, तिलाही मी अभिवंदन करितों; आणि त्या परमकारुणिक जगन्मातेनें लोकहित करण्याविषयीं माझ्या अंतःकरणांत जी स्फूर्ति उत्पन्न केली आहे, तिच्या साहाय्यानें ह्या भवबंधविमोचक जय म्हणजे महाभारत ग्रंथाच्या आश्रमवासिकपर्वास आरंभ करितों. प्रत्येक धर्मशील पुरुषानें सर्वपुरुषार्थप्रतिपादक अशा शास्त्राचें विवेचन करितांना प्रथम नर, नारायण आणि नरोत्तम ह्या भगवन्मूर्तींचें ध्यान करून नंतर प्रतिपाद्य विषयाचें निरूपण करण्यास प्रवृत्त व्हावें हें सर्वथैव इष्ट होय.

पांडवांचें धृतराष्ट्राशीं वर्तन.

जनमेजय विचारितोः—मुने, माझे पूर्वज महात्मे पांडव यांस राज्य प्राप्त झाल्यावर त्यांचें महात्म्या धृतराष्ट्र महाराजांबरोबर कोणत्या प्रकारचें वर्तन होतें ? तो राजा तर त्या वेळीं पुत्र व अमात्य मेल्यामुळें अगदीं निराश्रित व ऐश्वर्यभ्रष्ट झाला होता. त्याची व यशस्विनी गांधारीची अवस्था पुढें काय झाली बरें? त्याचप्रमाणें माझे पूर्वज महात्मे पांडव यांनी किती कालपर्यंत राज्य केलें तेंही आपण मला सांगावें.

वैशंपायन सांगतातः—राजा जनमेजया, शत्रु नष्ट होऊन पांडवांस राज्य प्राप्त झाल्यानंतर त्यांनीं धृतराष्ट्रालाच पुरस्कार देऊन त्याच्या सल्ल्यानेंच राज्यकारभार चालविला. त्याचप्रमाणें विदुर, संजय आणि बुद्धिमान् वैश्यापुत्र युयुत्सु हेही धृतराष्ट्राच्या व्यवस्थेस सिद्ध असत. प्रत्येक कार्यांत पांडव आधीं धृतराष्ट्राचें मत घेत; आणि त्याचें अनुमोदन मिळालें म्हणजे मग तें करीत. याप्रमाणें पंधरा वर्षें लोटलीं. ते वीर धर्मराजाच्या मतास अनुसरून वागत; आणि नित्य धृतराष्ट्र राजाजवळ जाऊन त्याचें पादवंदन व सेवाचाकरी करीत. कोणतेंही कार्य करावयाचें झालें म्हणजे धृतराष्ट्र राजाजवळ जाऊन त्यास तें प्रणामपूर्वक निवेदन करीत; आणि त्यानें आज्ञा देऊन त्यांचें अवघ्राण केल्यानंतर ते तें कृत्य करीत. त्याचप्रमाणें कुंती गांधारीचा असाच मान ठेवी; आणि द्रौपदी, सुभद्रा व इतर सर्व पांडवस्त्रियाही कुंती आणि गांधारी या दोन्ही सासवांशीं सारख्याच आदरानें वागत. धृतराष्ट्र राजासाठीं बहुमोल शय्या, तशींच वस्त्रें व अलंकार आणि राजास योग्य अशीं सर्व प्रकारचीं खाद्यपेयें यांची युधिष्ठिर उत्तम तरतूद ठेवीत असे. त्याचप्रमाणें कुंतीही गांधारीचा चांगला परामर्ष घेई. राजा, संजय, विदुर आणि युयुत्सु हे त्या हतपुत्र वृद्ध राजाच्या सेवेस सर्वदा सिद्ध असत. द्रोणांचा आवडता मेहुणा महाधनुर्धर विप्रवर्य कृपाचार्य हाही या वेळीं धृतराष्ट्रासन्निध असे. भगवान् व्यासही देव, ऋषि, पितर व राक्षस यांच्या प्राचीन कथा सांगत त्या राजाजवळ बसलेले असत; आणि विदुर हा त्याच्या अनुज्ञेनें धर्मकृत्यें व इतर व्यावहारिक गोष्टी करीत असे. विदुराच्या उत्तम चातुर्यामुळें त्याचीं पुष्कळशीं कामें आसपासच्या मांडलिक राजांकडून अगदीं अल्प खर्चांत उरकत असत. धृतराष्ट्रानें सर्व बंदिवान् सोडून दिले; आणि ज्यांस मृत्यूची शिक्षा झाली होती त्यांचीही मुक्तता केली; पण धर्मपुत्र राजा युधिष्ठिरानें केव्हांही ब्र सुद्धां काढिला नाहीं! पुढें विहारयात्रांचे वेळीं महातेजस्वी युधिष्ठिर राजानें त्या अंबिकापुत्रास सर्व इष्ट वस्तूंचा पुरवठा केला. निरनिराळ्या प्रकारचे भाजीपाले व खांडवरागादिक पक्कान्नें करणारे चतुर आचारी पूर्वींप्रमाणें धृतराष्ट्राच्या सेवेस हजर असत आणि बहुमोल वस्त्रें व नानाप्रकारचीं आभरणें पांडव योग्य सन्मानपूर्वक त्या राजाकडे घेऊन जात. मैरेय, मत्स्य व मांसें, तशींच मधुर पेयें व नानाप्रकारचे इतर पदार्थ त्या राजासाठीं पूर्वींप्रमाणें तयार होत. वारंवार जे राजे धर्मराजाचे भेटीस येत, तेही सर्व पूर्वींप्रमाणेंच कौरवेंद्र धृतराष्ट्राशीं नम्रपणें वागत. कुंती, द्रौपदी, यशस्विनी सुभद्रा, नागकन्या उलूपी, तशीच देवी चित्रांगदा, धृष्टकेतूची बहीण आणि जरासंधाची कन्या ह्या व दुसऱ्याही पुष्कळ स्त्रिया सुबलकन्या गांधारीपाशीं दासींप्रमाणें लीन असत! जनमेजया युधिष्ठिर राजा आपल्या भावांस नेहमीं असें सांगत असे कीं, "ह्या पुत्रवियुक्त नृपतीला यत्किंचितही दुःख होणार नाहीं अशा प्रकारें तुम्ही वागत जा." आणि धर्मराजाचें यथार्थ भाषण श्रवण करून, एका भीमसेनाव्यतिरिक्त ते बाकीचे पांडव त्याच्या सांगीपेक्षां कांकणभर अधिकच आदरानें धृतराष्ट्राशीं वागत. भीमसेन मात्र तितकें अगत्य दाखवीत नसे. कारण, धृतराष्ट्राच्या दुर्बुद्धीमुळें द्यूतादिक ज्या गोष्टी घडल्या, त्या त्या वीराच्या हृदयांतून क्षणमात्रही दूर होत नव्हत्या!

अध्याय दुसरा.

—:०:—

पांडवांचें धृतराष्ट्राशीं वर्तन.

वैशंपायन सांगतातः—यांप्रमाणें पांडवांनीं राजा धृतराष्ट्राचा उत्तम मानमरातब ठेविला असल्यामुळें, तो पूर्वीप्रमाणेंच ऋषिसमवेत आनंदानें कालक्रमणा करीत होता. तो कुरुकुलाग्रणी राजा आपल्या इच्छेनुरूप ब्रह्मदेव किंवा अग्रहार देई, तेव्हां कुंतीपुत्र युधिष्ठिर राजा त्यास तेथें सर्व वस्तूंचा पुरवठा करी. अत्यंत निष्कपटी आणि सदैव सर्वांचें प्रिय करण्याविषयीं झटणाऱ्या त्या राजा युधिष्ठिरानें आपले भाऊ व अमात्य यांस असें सांगून ठेविलें होतें कीं, " राजा धृतराष्ट्र, हा मला व तुम्हां सर्वांसही परमपूज्य आहे. आपण सर्वांनीं त्याचा योग्य मान राखणें हेंच आपणांस उचित होय. ह्यास्तव, जो धृतराष्ट्राच्या आज्ञेप्रमाणें वागेल तोच माझा खरा सुहृद होय; आणि जो त्याच्या विरुद्ध वागेल तो माझा शत्रु होय; त्याचा मला बंदोबस्तच करावा लागेल !" जनमेजया, पितृतिथीस किंवा प्रिय पुत्रांचे श्राद्धदिवशीं व त्याचप्रमाणें इतर सर्व आप्तेष्टांचे श्राद्धदिवशीं—ज्या ज्या वेळीं मनांत येईल त्या त्या वेळीं—तो उदारधी कौरव्य धृतराष्ट्र राजा सत्पात्र ब्राह्मणांस पुष्कळच दानधर्म करी; आणि धर्मराज, भीमसेन, अर्जुन व नकुलसहदेव हे सर्वही त्याची मर्जी सुप्रसन्न राखण्यासाठीं त्या सर्व गोष्टींत त्याच्या मनोदयानुरूप वागत. ते सर्वजण सदैव असें मनांत वागवीत असत कीं, वृद्धावस्थेंत पुत्रपौत्रांचा वध झाल्यामुळें ह्या धृतराष्ट्राला फारच दुःख झालें आहे आणि ह्या शोकास कारण आम्हीच आहों; तेव्हां अशा स्थितींत ह्यास दुःखातिशयानें मरण येणार नाहीं, (अशाच बेतानें आम्हांस ह्याशीं वागलें पाहिजे.) तेव्हां ह्याचे पुत्र जिवंत असतां ह्यास जें सुख व जे राजभोग प्राप्त होत होते, तेच सांप्रतही ह्यास मिळाले पाहिजेत. अशा विचारानेंच ते पांचही सच्छील भाऊ नित्य धृतराष्ट्राच्या आज्ञेंत वचनांत असत; आणि त्याप्रमाणेंच धृतराष्ट्रही त्या मनोनिग्रही, अत्यंत नम्र व शिष्यवृत्तीनें राहाणाऱ्या पांडवांशीं गुरूप्रमाणेंच वर्तन ठेवीत असे. धृतराष्ट्राप्रमाणेंच गांधारीनेंही पुत्रांचीं अनेक श्राद्धकृत्यें केलीं आणि त्यांत ब्राह्मणांचे मनोरथ पूर्ण करून ती पुत्रांची उतराई झाली. अशा प्रकारें धार्मिकश्रेष्ठ धीमान् धर्मराज युधिष्ठिरानें आपल्या भावांसह धृतराष्ट्र राजाचा उत्तम मानमरातब ठेविला होता.

वैशंपायत सांगतातः—हे भरतश्रेष्ठा, याप्रमाणें चाललें असतां त्या महातेजस्वी कुरुकुलश्रेष्ठ वयोवृद्ध धृतराष्ट्र राजाला युधिष्ठिराचे वर्तनांत यत्किंचितही अप्रिय दिसून आलें नाहीं. याप्रमाणें महात्मे पांडव अगदीं सद्वर्तनानें वागत असल्यामुळें अंबिकापुत्र धृतराष्ट्र राजाचें अंतःकरण सुप्रसन्न झालें. तसाच गांधारीचाही आपल्या पुत्रांविषयींचा शोक नाहींसा झाला; आणि तीही पांडव हे आपलेच पुत्र आहेत, अशा प्रकारें त्यांवर प्रेम करूं लागली. कुरुश्रेष्ठ युधिष्ठिर राजा हा धृतराष्ट्राला आवडतील अशाच सर्व गोष्टी करी; त्यास पसंत पडणार नाहीं किंवा वाईट वाटेल अशी यत्किंचितही गोष्ट तो होऊं देत नसे. धृतराष्ट्राचे किंवा तपस्विनी गांधारीचे तोंडांतून जें जें निघेल—मग तें करणें कितीही अवघड किंवा सवघड असो; 'आज्ञा महाराज' अशा प्रकारच्या शब्दांनीं त्याचा गौरव करून तो परवीरांतक पांडवश्रेष्ठ युधिष्ठिर तें तें करीत असे ! अशा प्रकारचें त्याचें वर्तन पाहून धृतराष्ट्र राजाला अतिशय संतोष वाटे. परंतु मंदबुद्धि पुत्राचें—दुर्योधनाचें

वर्तन मनांत येऊन मात्र त्यास केव्हां केव्हां फार दुःख होई.

राजा जनमेजया, शुचिर्भूत धृतराष्ट्र राजा दररोज प्रातःकाळीं उठून जप वगैरे आटोपल्यावर प्रथम 'पांडवांस रणांत विजय असो' असा आशीर्वाद देई आणि मग ब्राह्मणांकडून स्वतिवाचन करवून अग्नीचें संतर्पण झाल्यावर पुनः 'पांडुपुत्रांच्या आयुष्याची वृद्धि होवो' असें त्याचें अभीष्ट चिंतीत असे. पांडवांच्या सहवासानें धृतराष्ट्रराजाला नित्य जसा आनंद व सुख होत होतें, तशा प्रकारचा आनंद व सुख खुद्द त्याचे पुत्र जिवंत असतांना त्यांच्याकडूनही त्याच्या अनुभवास आलें नव्हतें. युधिष्ठिर राजा हा ब्राह्मण, क्षत्रिय, वैश्य व शूद्र या सर्वांसच सारखाच प्रिय होता. पूर्वीं धृतराष्ट्राच्या मुलांनीं धर्मराजास जे अपकार केले होते, ते सर्व विसरून जाऊन तो धृतराष्ट्राची सेवा करीत होता. जो कोणी त्या अंबिकापुत्राचें अप्रिय करी, तो युधिष्ठिराचे रोषास पात्र झाल्यावांचून रहात नसे. यामुळें, युधिष्ठिराचे भीतीनें कोणीही मनुष्य—धृतराष्ट्र राजाचेच नव्हे तर दुर्योधनाचेही—विरुद्ध चकारशब्दही काढीत नसे. अजातशत्रु धर्मराजाच्या गंभीर वर्तनानें व शुचिर्भूतपणानें नरेंद्र धृतराष्ट्र, गांधारी व विदुर संतुष्ट होत असत. परंतु शत्रुमर्दक भीमसेनापासून मात्र त्यांना तितका आनंद होत नसे. भीमसेनही आपलेकडून बाह्यात्कारीं निर्धारपूर्वक युधिष्ठिरास अनुसरून वागे; परंतु धृतराष्ट्रास पहातांच त्याचें मन नित्य विषण्ण झाल्यावांचून रहात नसे, तो जो धृतराष्ट्राचे चरणकमलीं मिलिंदायमान असलेल्या युधिष्ठिरास अनुसरून वागे, तो कांहीं मनापासून वागत नसे;–तो केवळ जुलमाचा रामराम होता !

अध्याय तिसरा.

—:०:—

धृतराष्ट्राची उपरति.

वैशंपायन सांगतातः—राजा जनमेजया, याप्रमाणें धृतराष्ट्र तेथें रहात असतां राज्यांतील सर्व लोक युधिष्ठिरावर व त्यावर सारखेंच प्रेम करीत असत. जेव्हां जेव्हां धृतराष्ट्रास दुर्मति दुर्योधनाचें स्मरण होई; तेव्हां तेव्हां तो मनांतल्या मनांत भीमाच्या नांवानें बोटें मोडी; आणि त्याचप्रमाणें, हे राजेंद्रा, भीमसेनही, सदोदीत अंतःकरणांतून धृतराष्ट्राचे नांवानें जळफळत असे. तो मनांतून त्याचा दुष्टावा करी; साधेल तेव्हां कोणास कळणार नाहीं अशा रीतीनें धृतराष्ट्रास लागण्याजोगीं कृत्यें करी; आणि सेवकांकडूनही त्याची नित्य अवज्ञा करवी. धृतराष्ट्रानें मागें द्यूताचे वेळीं केलेला दुष्ट विचार व दुसरींही कित्येक कृत्यें भीमाचे मनांत सारखीं डंवचत असल्यामुळें तो त्याशीं अशा रीतीनें वागे. एकदां भीमसेन आपले मित्रमंडळींत बसला असतां त्यानें रागाच्या आवेशांत मुद्दामच फार जोरानें भुजा ठोकली. मनांत हेतु असा कीं, धृतराष्ट्र व गांधारी जवळच पलीकडे बसलीं आहेत त्यांचे कानीं हा शब्द जाऊन त्यांस वाईट वाटावें. त्या वेळीं भीमसेन नुसती भुजा ठोकूनच राहिला नाहीं, तर शत्रु दुर्योधनाचें व कर्णदुःशासनांचें स्मरण होऊन तो अत्यंत खवळून धृतराष्ट्रास ऐकूं जाईल इतक्या मोठ्यानें असे कठोर शब्द बोलला, "मीं आपल्या ह्या परिघतुल्य बाहूंच्या प्रभावानें ह्या अंधळ्या राजाचे नानाप्रकारचीं शस्त्रास्त्रें वापरणारे सर्व पुत्र परलोकीं पाठविले ! हे पहा ते माझे कोणासही हार न जाणारे परिघतुल्य बाहु ! यांच्या तडाक्यांत सांपडतांच धृतराष्ट्राचे पुत्र नामशेष झाले ! असे हे माझे भुज मीं चंदनानें चर्चिले आहेत ! आणि ज्यांनीं दुर्यो-

धनाला बंधु व पुत्र यांसह धुळीस मिळविलें, ते हे बाहु खरोखरच चंदन लावण्यास योग्य आहेत!"

राजा, वृकोदराचीं हीं व असलींच दुसरीं अंतःकरणास घरे पाडणारीं भाषणें ऐकून धृतराष्ट्र राजाला फारच वाईट वाटलें. त्याचप्रमाणें कालचक्राचा महिमा व सर्व प्रकारचे धर्ममार्ग जाणणारी बुद्धिमान् देवी गांधारी इनेंही दुःखावर डागण्या देणारीं तीं भाषणें ऐकलीं; आणि युधिष्ठिराचे संगतींत पंधरा वर्षें सुखानें घालविल्यानंतर याप्रमाणें भीमसेनाच्या वाग्बाणांनीं पीडित होऊन धृतराष्ट्र राजास उपरति झाली. परंतु कुंतीपुत्र युधिष्ठिर राजा, अर्जुन, कुंती किंवा यशस्विनी द्रौपदी यांस यांतील अवाक्षरही माहीत नव्हतें आणि उभय माद्रीपुत्र तर मनोभावें धृतराष्ट्राची मर्जी संभाळून वागत असत; आणि त्याचें मन प्रसन्न राखण्यासाठीं त्यास दुःख होईल असें एक अक्षरही कधीं काढीत नसत. असो; याप्रमाणें धृतराष्ट्राचें मन विषण्ण झाल्यानंतर त्यानें सर्व आप्तेष्टांस आपल्या सन्निध बोलाविलें; आणि सद्गदित वाणीनें त्यांशीं असें निर्धाराचें भाषण केलें.

धृतराष्ट्र म्हणालाः—माझ्या अपराधामुळें कुरुकुलाचा कसा संहार उडाला हें आपणां सर्वांस विदितच आहे. कौरवांनीं केलेल्या सर्व दुष्ट बेतांस माझी संमति मिळाली, म्हणूनच हा प्रकार ओढवला. ज्ञातिबांधवांस छळणाऱ्या, दुष्ट व मंद बुद्धीच्या दुर्योधनास कुरुकुलाचा अधिपति म्हणून राज्याभिषेक करविला. ह्या पापी दुर्योधनास त्याचे दुष्ट मंत्र्यांसहवर्तमान ठार मारावें म्हणून वासुदेवानें केलेला यथार्थ उपदेश मीं पुत्रस्नेहास बळी पडून ऐकिला नाहीं! मोठमोठ्या मनीषी जनांनीं मला अशीच हितकर सल्ला दिली होती. विदुर, भीष्म, द्रोण, कृपाचार्य आणि भगवान् महात्मे व्यास यांनीं आणि प्रमाणें संजय व गांधारी यांनींही पदोपदीं मला असाच उपदेश केला, परंतु तोही मीं मानिला नाहीं; आणि यामुळेंच मला हा ताप होत आहे. पंडूचे पुत्र मोठे गुणवान् व अंतःकरणाचे थोर असतांना आणि वडिलार्जित राज्यावर त्यांचा हक्क असतांना मीं ही दीप्त राज्यलक्ष्मी त्यांचे स्वाधीन केली नाहीं. मीं पांडवांस राज्य द्यावें यांतच उभय पक्षांचें कल्याण आहे, असें जनार्दनाचें म्हणणें होतें; व मीं याप्रमाणें न केल्यास भयंकर युद्ध होऊन सर्व राजांचा त्यांत विनाश होईल, हेंही त्यास स्पष्ट दिसत होतें. त्यानें तसें मला उघड सांगितलें असतांही मी त्याच्या म्हणण्याप्रमाणें वागलों नाहीं! हीं व अशींच दुसरीं मजकडून झालेलीं हजारों दुष्ट कृत्यें माझ्या अंःतकरणांत कशीं शल्यें होऊन बसलीं आहेत; आणि विशेषेंकरून सांप्रत या पंधराव्या वर्षीं तर तीं माझ्या दृष्टीपुढून हालतच नाहींत. मज अत्यंत दुर्बुद्धीची या पातकांतून मुक्तता व्हावी म्हणून मीं एक नियम केला आहे. दिवसाच्या चौथ्या किंवा कधीं कधीं तर आठव्या भागीं मी एकवार खातपीत असतों; आणि तेंही केवळ तृषा शांत होण्यापुरतेंच! हा माझा नियम गांधारीस माहीत आहे. पण युधिष्ठिराला अत्यंत दुःख होईल म्हणून सर्व सेवकजन मी आहार करतों असेंच त्यास सांगतात. मी भूमीवर शयन करतों आणि अजिन पांघरून दर्भासनावर बसून जपांत निमग्न असतों, यशस्विनी गांधारीही अशाच गुप्त प्रकारें व्रताचरण करीत असते. युद्धांतून पलायन न करणारे माझे शंभर पुत्र मरण पावले, याबद्दल कांहीं मला शोक होत नाहीं. कारण, ते सर्वजण क्षत्रधर्म जाणणारे असून त्यांजकडून क्षत्रधर्मानुरूपच आचरण घडलें आहे.

इतकें बोलून मग तो कुरुकुलोत्पन्न राजा धर्मराजाकडे वळून त्यास म्हणालाः—हे पृथा-

पुत्रा, तुझें कल्याण असो. मी काय ह्मणतों तें ऐकून घे. तूं माझी फारच उत्तम व्यवस्था ठेविलीस त्यामुळें इतके दिवस माझें येथील राहाणें अतिशय सुखाचें झालें. वत्सा, मीं पुष्कळ महादानें दिलीं, वारंवार श्राद्धें केलीं आणि मीं आतांपर्यंत शक्य तितकें विपुल पुण्य जोडलें. ही हतपुत्रा गांधारीही मोठ्या धैर्यानें मजबरोबर रहात आहे. द्रौपदीला ताप देणारे व तुझें ऐश्वर्य हिरावून घेणारे ते पातकी सर्व निःशेष झाले आहेत. परंतु हे धर्मा, तेही क्षत्रधर्मानुसार युद्धांत मरण पावले असल्यामुळें त्यांस सद्गति मिळण्यासाठीं मला म्हणजे कांहीं करावयास पाहिजे आहे असें मला दिसत नाहीं. कारण, ते सर्व रणांत अभिमुख पतन पावले असल्यामुळें, शस्त्रधरांस प्राप्त होणाऱ्या श्रेष्ठ लोकासच गेले आहेत. तेव्हां आतां मला माझी स्वतःचीच सोय पाहिली पाहिजे. जेणेंकरून स्वतःचें शाश्वत कल्याण होईल, असें पवित्र कर्तव्यच आतां मला करावयाचें उरलें आहे. त्याचप्रमाणें गांधारीलाही तशाच प्रकारचें एकच कर्तव्य आहे. तेव्हां, हे राजेंद्रा, यास तुझी अनुज्ञा असावी. तूं शस्त्रधरांत श्रेष्ठ आहेस; सतत धर्मानें वागणारा आहेस; आणि राजा असल्यामुळें सर्व मानवांचा गुरु आहेस. यासाठींच, हे वीरा, तूं जरी वयानें मजपेक्षां लहान अहेस, तरी मी अशा प्रकारें तुजपाशीं आज्ञा मागत आहें. तुझी आज्ञा झाली ह्मणजे मी वल्कलें धारण करून गांधारीसह वनास प्रयाण करीन; आणि, राजा, तुला आशीर्वाद देत अरण्यांत संचार करीन. हे भरतर्षभा, वृद्धपणीं पुत्राकडे राज्यकारभार सोंपवून वनवासास जाणें हें आपल्या कुळांत सर्वांसच उचित आहे. बाळा, असें आपलें पूर्वापार चालत आलेलें कुलव्रतच आहे. वनांत गेल्यानंतर मी ह्या पत्नीसहवर्तमान वायु भक्षण करून किंवा अगदीं निराहार राहून घोर तपश्चर्या करीन. बाळा, तूं राजा असल्यामुळें त्या तपाच्या फळाचा अंशतः भागीदार आहेसच ! प्रजेनें केलेल्या सुकृताचा व दुष्कृताचाही राजा वांटेकरी असतोच.

युधिष्ठिर म्हणालाः—"महाराज, आपणांला असें दुःख होत असतां मला कांहीं राज्यैश्वर्य गोड वाटत नाहीं. केवळ राज्यकारभारांत गढून गेलेल्या व अत्यंत उन्मत्त झालेल्या मज दुर्बुद्धीला धिःकार असो. अहो, आपण अत्यंत दुःखार्त असून उपवासांनीं अतिशय कृश झालां आहां व आपण आहार करावयाचेंही सोडून दिलें असून केवळ जमिनीवर शयन करितां, (ह्या उघड्या व ढोबळ गोष्टीही मला मंद बुद्धीला इतके दिवस कळून आल्या नाहींत !) तेव्हां मला व मजबरोबरच माझ्या भावांसही धिक्कार असो ! अहो, आपण गुप्त बेत करून मला फसविलेंत कीं हो ! आपण मला प्रथम विश्वास उत्पन्न केलात आणि मग हें अशा प्रकारचें दुःख भोगलेंत ! महाराज, प्रत्यक्ष माझे चुलते—केवळ पितृतुल्य—त्या आपण हीं अशा प्रकारचीं दुःखें भोगीत असतां मला राज्य, भोग, यज्ञ किंवा इतर सुखें काय करावयाचीं आहेत ? हे राजन्, कष्ट सोशीत असलेल्या तुमचें हें भाषण ऐकून मलाचसें काय—पण संपूर्ण राज्यालाही कष्ट होत आहेत, असें मला दिसतें. तुम्हीच आमचे बाप, तुम्हीच आमची माता व तुम्हीच आमचे श्रेष्ठ गुरु आहां. आपण आम्हांस कायमचे सोडून गेल्यावर आम्हीं रहावें तरी कोठें? नृपसत्तमा, युयुत्सु हा आपला औरस पुत्र आहे. तेव्हां त्यानें किंवा दुसरा जो कोणी आपणांस योग्य वाटेल त्यानें राज्य स्वीकारावें. मी तर वनांत जाणार ! अथवा महाराज, आपणच राज्यकारभार करावा.

मी आधींच गोत्रहत्यारूप दुष्कीर्तीनें दग्ध झालों आहें, त्या मला अशा भाषणानें आपण आणखी दग्ध करणें योग्य नाहीं. महाराज, मी कांहीं राजा नाहीं, आपणच राजे आहां; व मी तुमचा आज्ञाधारक सेवक आहें. तेव्हां धर्म जाणणाऱ्या अशा आपणा गुरूंस वनांत जाण्याची आज्ञा देण्यास मी कसा धजूं ! महाराज, दुर्योधनाविषयींही माझ्या मनांत बिलकूल वैषम्य नाहीं. तें तसेंच भवितव्य होतें व म्हणून तशा गोष्टी घडल्या. त्या वेळीं आम्हांस व दुर्योधनाकडीलही सर्व लोकांस केवळ मोह पडला होता ! असे दुर्योधनादिक, तसेच आम्ही तुमचे पुत्र आहों. माझ्या मतानें गांधारी व कुंती यांत अंतर नाहीं. खरोखर अशीच माझ्या मनाची भावना आहे. असें असतां, हे राजेंद्रा, आपण मला टाकून जाल, तर मी आपल्या गळ्याची शपथ घेऊन सांगतों कीं, मी तुमच्या पाठोपाठ येईन. आपण मला सोडून गेल्यास ही समुद्रवलयांकित संपूर्ण वसुमती पृथ्वी माझ्या मनाला मुळींच समाधान देऊं शकणार नाहीं. महाराज, हें सर्व ऐश्वर्य आपलें आहे. मी आपणांस साष्टांग प्रणिपात करितों. महाराज, आम्ही सर्व तुमचे आज्ञांकित आहों. आपण येथें मनांत बिलकूल दुजाभाव बाळगूं नये व दुःख करूं नये. महाराज, ज्या गोष्टी घडून आल्या त्या तरी भवितव्यतेमुळेंच अशा घडल्या. आम्ही आपली चांगल्या प्रकारें शुश्रूषा करतों, तेव्हां आपण आपल्या मनास दुःख करून घेऊं नये."

धृतराष्ट्र म्हणालाः—वत्सा, बा युधिष्ठिरा, तपश्चर्येकडे माझें मन लागून राहिलें आहे. राजा, वार्द्धक्यांत वनवास करणें हें आपल्या कुलास उचितच आहे. पुत्रा, येथें मी पुष्कळ दिवस राहिलों; आणि तुम्हींही बहुत कालपर्यंत माझी उत्तम सेवाचाकरी केलीत. आतां, राजा, अगदीं गलितपर्ण झालेल्या मला वनवासास जाण्याची अनुज्ञा देणें हेंच तुला योग्य आहे.

वैशंपायन सांगतातः—ज्याचें अंग कांपत आहे असा तो अंबिकापुत्र धृतराष्ट्र राजा हात जोडून धर्मराजास असें म्हणाला; आणि नंतर तो महात्मा संजय व महारथी कृपाचार्य यांस उद्देशून आणखी म्हणाला, 'अहो, तुम्ही तरी धर्मराजाची समजूत करा हो ! अत्यंत वार्द्धक्यामुळें व बोलण्याच्या श्रमामुळें माझें मन ग्लान होत आहे, व तोंडास कोरड पडत आहे.' इतकें बोलून तो कुरुकुलांतील मुख्य, वयोवृद्ध, ज्ञानी व धर्मात्मा धृतराष्ट्र राजा गांधारीच्या अंगावर प्रेतवत् पडला ! याप्रमाणें कौरवेश्वर धृतराष्ट्र राजा बेशुद्ध होऊन निश्चेष्ट पडलेला पाहून परवीरांतक युधिष्ठिरास फार वाईट वाटलें.

युधिष्ठिर म्हणालाः—हाय हाय ! ज्या राजाच्या अंगीं लक्ष गजांचें बळ होतें तोच आज स्त्रीचा आश्रय करून प्रेतवत् पडला आहे ! ज्यानें पूर्वी भीमसेनाची लोखंडी प्रतिमा चूर्ण केली, त्याच महाबलीनें आज आपल्या अबला स्त्रीचा आश्रय केला ना ! ह्या स्थितीस अयोग्य असलेल्या ह्या पृथ्वीपतीला अशा प्रकारें पडण्याचा प्रसंग ज्याच्यामुळें आला त्या मज अधमज्ञाला, माझ्या बुद्धीला आणि माझ्या ज्ञानालाही धिःकार असो ! आतां जर हा राजा व यशस्विनी गांधारी भोजन न करील, तर मीही या वडिलांप्रमाणेंच उपवास करीन !

वैशंपायन सांगतातः—नंतर, राजा, धर्मज्ञ पांडुपुत्रानें पाण्यानें हात ओला करून धृतराष्ट्राच्या उरावरून व तोंडावरून सावकाश फिरविला. तेव्हां रत्नें व औषधि यांनीं युक्त असलेल्या, पवित्र व सुगंधि अशा त्या हस्तस्पर्शानें तो राजा हळूहळू शुद्धीवर आला.

मग धृतराष्ट्र म्हणालाः—बा धर्मा, पुनः

माझ्या अंगावरून तसाच हात फिरीव आणि मला एकदां कडकडून भेट. हे राजीवाक्षा, तुझ्या स्पर्शानें मला फारच सुख वाटतें. राजेंद्रा, तुझें मस्तक हुंगावें असें माझ्या मनांत येतें आणि तुला हातांनीं कुरवाळणें हेंही मला फार सुखकर वाटत आहे. माझ्या नियमाप्रमाणें भोजन करावयाचा हा अष्टमकाल प्राप्त झाला आहे. हे कुरुशार्दूला, हा वेळपर्यंत पाणीही पोटांत गेलें नसल्यामुळें मला बिलकुल हालचाल करवत नाहीं. बाळा, तुझी विनवणी करीत असतां मला फार श्रम झाले आणि त्यामुळेंच माझे मनास ग्लानि येऊन मी बेशुद्धसा झालों. परंतु, हे कुरुकुलोद्वहा राजा, अमृतरसतुल्य असा हा तुझा हस्तस्पर्श होण्याबरोबर मी पुनः जिवंत झालों असें मी समजतों.

वैशंपायन सांगतातः—हे भारता, याप्रमाणें चुलत्याचें भाषण ऐकून लगेच त्या कुंतीपुत्रानें मोठ्या कळवळ्यानें हळूहळू त्याच्या सर्व अवयवांवरून हात फिरविला. तेव्हां मग धृतराष्ट्र राजाचे शरीरांत पुनः हुषारी येऊन त्यानें युधिष्ठिरास दोहों हातांनीं घट्ट मिठी मारिली आणि त्याच्या मस्तकाचें अवघ्राण केलें. धृतराष्ट्राची अशी दशा झालेली पाहून विदुरप्रभृति सर्वजण अत्यंत दुःखार्त होऊन रडूं लागले; आणि त्यांस अतिशय गहिंवर आल्यामुळें त्यांच्यानें युधिष्ठिरास कांहींएक सांगवलें नाहीं. त्यांचे मुखांतून शब्दच बाहेर पडत नव्हता. एकट्या धर्मज्ञ गांधारीनें मात्र तें दुःख निमूटपणें सहन केलें. तिनें तें अत्यंत दुःख मनांतल्या मनांत गिळून युधिष्ठिरास इतकेंच म्हटलें, बाळा, असें करूं नको.' तिकडे कुंतीसह इतर सर्व स्त्रियाही अत्यंत दुःखित होत्सात्या डोळ्यांस पदर लावून अश्रु ढाळीत बसल्या होत्या. मग पुनः धृतराष्ट्र युधिष्ठिरास असें म्हणाला, "राजा, हे भरतर्षभा, मला तपश्चर्येस जाण्याची आज्ञा दे. बाळा, पुनःपुनः बोलून बोलून माझें मन अगदीं गळून जात आहे. पुत्रा, मला आतां यापुढें आणखी कष्ट देणें तुला योग्य नाहीं!"

याप्रमाणें तो कौरवेश्वर पंडुपुत्रास सांगत असतां सर्व योद्धे एकच आक्रोश करूं लागले; आणि राजास इतका अशक्त, पांढरा फटफटीत, उपवासांनीं ग्लान झालेला व केवळ अस्थिचर्ममात्र अवशिष्ट राहिलेला पाहून सर्वत्र हाहाःकार पसरला. मग धर्मराजानें पुनः त्यास आलिंगिलें आणि अश्रूंनीं भरलेले डोळे पुसून पुनः म्हटलें, "नरश्रेष्ठा, आपलें प्रिय करण्याची मला जितकी इच्छा आहे, तितकी माझ्या जीविताचीही नाहीं; मग पृथ्वीची तर गोष्टच राहो. हे परंतपा, जर मजवर अनुग्रह करण्याची आपली इच्छा असेल आणि मी आपणांस प्रिय असेन, तर, महाराज, आधीं आपण भोजन करावें. मग मी पुढील गोष्टीचा विचार करीन." यावर महातेजस्वी धृतराष्ट्रानें त्यास उत्तर केलें, "पुत्रा, तुझी आज्ञा मिळाल्यावर भोजन करावयाचें असें मीं ठरविलें आहे. आज्ञा मिळण्यापूर्वीं कांहीं मी भोजन करणार नाहीं." याप्रमाणें धृतराष्ट्र युधिष्ठिराशीं बोलत असतां सत्यवतीपुत्र व्यासमुनि तेथें प्राप्त होऊन त्यांनीं असें भाषण केलें.

अध्याय चौथा.

—:०:—

व्यासांची अनुज्ञा.

व्यास म्हणाले:—हे महाबाहो युधिष्ठिरा, महातेजस्वी कुरुनंदन धृतराष्ट्र म्हणत आहे तसेंच तूं बेलाशक कर; याविषयीं मुळींच विचार करीत बसूं नको. कारण, हा राजा अत्यंत वृद्ध झाला आहे; आणि विशेषतः

त्याचे सर्व पुत्र मृत्यु पावले आहेत, तेव्हां अशा स्थितींत त्यानें आरंभिलेलें हें अष्टमकालीं तृषा शांत करण्यापुरतें खाण्याचें अवघड व्रत त्यास फार दिवस झेंपेल असें मला वाटत नाहीं. ही ज्ञानवंत महाभागा गांधारी मोठी धीराची असल्यामुळें दारुण पुत्रशोक मोठ्या धैर्यानें सहन करीत आहे. यास्तव, राजा, धृतराष्ट्र म्हणत आहे तसेंच करण्याविषयीं मी तुला सांगतों. त्याप्रमाणेंच तूं कर. या राजास वनवासास जाण्याची तूं अनुज्ञा दे. हा येथेंच व्यर्थ मरूं नये. पुरातन राजर्षींस जी गति मिळाली तीच याम प्राप्त होवो. सर्व राजर्षींनीं अंतीं वनाचाच आश्रय केलेला आहे.

वैशंपायन सांगतातः—अद्भुत कृत्यें करणाऱ्या व्यासांनीं याप्रमाणें सांगितलें असतां महातेजस्वी धर्मराजानें त्या महामुनींस उत्तर केलें, " महाराज, आपण आह्मां सर्वांत अधिक मान्य आहां. आपणच आमचे मुख्य गुरु आहां, ह्या राज्याला व आमच्या कुलाला एक आपलाच मुख्य आधार आहे, भगवन्, मी आपला पुत्र आहें. आपण माझे पिते, राजे व गुरु आहां. पित्याच्या आज्ञेप्रमाणें वागणें हा पुत्राचा धर्मच आहे."

वैशंपायन सांगतातः—युधिष्ठिर असें बोलला, तेव्हां वेदवेत्त्यांत वरिष्ठ असे ते महातेजस्वी व महाज्ञानी व्यासमुनि पुनः त्यास म्हणाले, " हे महाबाहो भारता, तूं म्हणतोस तें खरें आहे. हा राजा अगदीं वृद्ध झाला असून वेदांतधर्माचा यानें आश्रय केला आहे. तेव्हां माझ्या व तुझ्या अनुज्ञेनें या राजाला आपला उद्दिष्ट हेतु शेवटास नेऊं दे. त्याचे मार्गांत तूं विघ्न आणूं नको. बा युधिष्ठिरा, एक समरांगणांत देह ठेवावा, किंवा विधिपूर्वक वानप्रस्थाश्रम स्वीकारून प्राण सोडावा, हाच राजर्षींचा श्रेष्ठ धर्म होय. राजेंद्रा, तुझा पिता पृथ्वीपति पंडु राजा ह्यानें ह्या धृतराष्ट्र राजाला गुरुप्रमाणें समजून शिष्यवृत्तीनें ह्याची सेवा केली आहे. ह्या धृतराष्ट्रानें फारच मोठमोठे यज्ञ केले आहेत. त्यांत त्यानें उदार हस्तानें दक्षिणा दिल्या असून त्या यज्ञांत द्रव्याचे पर्वत पडले असल्यामुळें ते फार शोभत असत. यानें यज्ञ केले आहेत, त्याप्रमाणेंच धेनुही पाळिल्या आहेत आणि प्रजेचेंही उत्तम संरक्षण केलें आहे. तुम्ही वनवासास गेलां असतां तेरा वर्षेंपर्यंत याच्या पुत्राकडे संपूर्ण पृथ्वीचें राजैश्वर्य होतें. त्या वेळीं यानें पुष्कळ ऐश्वर्य भोगलें व दानधर्मही अपार केला; आणि त्याचप्रमाणें, हे पुण्यशील नरव्याघ्रा, तूंही आपल्या अनुचरांसहवर्तमान पुष्कळ कालपर्यंत याची व यशस्विनी गांधारीची शुश्रूषा केली आहेस. तेव्हां अशा प्रकारें ह्याचे सर्व ऐहिक भोग व कर्तव्यें पुरीं झालीं असल्यामुळें तूं याम तपोवनास जाण्यास अनुमोदन दे. सांप्रत याचे हे तप करण्याचेच दिवस आहेत. युधिष्ठिरा, तूं मनांत मुळींच संकोच धरूं नको. येथून जाण्याचा विचार करण्यांत तुजविषयीं याचे मनांत खरोखर यत्किंचित् देखील रोष नाहीं."

वैशंपायन सांगतातः—याप्रमाणें बोलून व्यासांनीं युधिष्ठिराकडून राजाला अनुज्ञा देवविली; आणि युधिष्ठिरानें ' ठीक आहे ' असें म्हटल्यावर ते वनांत निघून गेले. भगवान् व्यास मुनि गेल्यावर पंडुपुत्र युधिष्ठिर राजा वृद्ध पितृव्यास नम्रपणें व हलक्या स्वरानें ह्मणाला, " भगवान् व्यासांनीं जें करावयास सांगितलें व जें तुह्मांस संमत आहे; त्याचप्रमाणें महाधनुर्धर कृपाचार्य, विदुर, संजय आणि युयुत्सु या सर्वांनीं जें करावयास सांगितलें आहे, तें मी अवश्य करीन. तुह्मां सर्वांचा एकच अभिप्राय पडला असतां मला आपला हेका सोडलाच पाहिजे. कारण, तुम्ही सर्वजण

मला पूज्य आहां आणि तुम्ही या भरतकुलाचे हितचिंतक आहां. तेव्हां तुमचें ह्मणणें मला कबूल आहे. परंतु राजेंद्रा, मी तुह्मांस शिरसा प्रणाम करून इतकेंच मागणें मागतों कीं, तुम्हीं प्रथम भोजन करावें आणि नंतर आश्रमाम (वनांत) जावें."

अध्याय पांचवा.

--:०:--

धृतराष्ट्रानें केलेला उपदेश.

वैशंपायन सांगतात:—याप्रमाणें युधिष्ठिरानें अनुज्ञा दिल्यानंतर प्रतापी धृतराष्ट्र राजा गांधारीसहवर्तमान आपल्या मंदिरांत जावयास निघाला. तो वृद्धापकाळामुळें मंद झालेली श्वासोच्छ्वासक्रिया मोठ्या कष्टानें चालवीत पायींच जात असतां अगदीं थकलेल्या गजेंद्रासारखा शोभत होता. त्याच्या मागून विद्वान् विदुर, सूतपुत्र संजय आणि शारद्वतीपुत्र महाधनुर्धर कृपाचार्य हेही गेले. नंतर, राजा, त्यानें मंदिरांत प्रवेश करून पूर्वान्हींचीं सर्व कृत्यें केलीं; आणि मग द्विजश्रेष्ठांस तृप्त केल्यावर भोजन केलें. त्याचप्रमाणें, हे भारता, कुलस्त्रियांनीं यशस्विनी गांधारीचें सोपचार पूजन केल्यावर तिनेंही कुंतीसह भोजन केलें, आणि तदनंतर विदुरप्रभृति धृतराष्ट्राचे सहचर व सर्व पांडव हेही आपलीं भोजनें आटोपून कुरुश्रेष्ठ धृतराष्ट्राचें भोजन होतांच त्याच्या सन्निध येऊन बसले. नंतर, हे महाराजा, त्या शांत स्थलीं अधोवदन बसलेल्या कुंतीपुत्र युधिष्ठिराचे पाठीवरून हात फिरवीत धृतराष्ट्र त्याला म्हणाला, " हे कुरुनंदना, तुला धर्मानें राज्य प्राप्त झालें आहे. याचा कारभार करीत असतां, हे राजशार्दूला, स्वामी, प्रधान इत्यादि आठ अंगांपैकीं कोणत्याही अंगाविषयीं तुझ्या हातून यत्किंचितही प्रमाद होतां कामा नये. पांडुनंदना, तुला हें राज्य धर्मानेंच प्राप्त झालें आहे, आणि धर्मानें वागलें तरच याचें रक्षण होणें शक्य आहे. राजा, तूं विद्वानच आहेस; तथापि राज्याचें धर्मतः रक्षण कसें करावें, याविषयीं मी तुला कांहीं उपदेश करितों, तो लक्षांत ठेव. युधिष्ठिरा, जे विद्येनें थोर असतील अशांचा तूं सदोदीत गौरव करीत जा; ते जें जें सांगतील तें तें नीट ऐकून घे; आणि त्याविषयीं बिलकुल शंका न घेतां त्यांच्या म्हणण्याप्रमाणें वागत जा. कांहीं अवघड कार्य करावयाचें झालें किंवा बिकट प्रसंग आला, कीं सुप्रभातीं उठून त्यांचें यथाविधि पुजन करून त्यांस आपले कार्याविषयीं सल्ला विचारीत जा. तूं त्यांस याप्रमाणें बहुमान देत गेलास, म्हणजे ते तुज कार्यार्थीला सर्वथा हितकर अशीच मसलत देतील. राजा, तूं आपलीं सर्व इंद्रियें हीं अश्वाप्रमाणें स्वाधीन ठेव; जपून रक्षिलेल्या द्रव्याप्रमाणें तीं प्रसंगीं तुझ्या उपयोगीं पडतील. तूं निरनिराळ्या कामांवर जे अमात्य नेमशील, ते सर्व थोर कुलांत जन्मलेले, सदाचरणी, मनोनिग्रही, शुचिर्भूत, धर्मादि चतुर्विध परीक्षेंत उतरलेले आणि वाडवडिलांपासून चालत आलेल्या अमात्यांच्या घराण्यांत जन्मलेले असेच नेम; आणि शत्रूंस कांहींएक मागमूस न लागूं देतां सतत सर्वत्र गुप्त हेरांचा संचार ठेवून बातमी काढीत जा. पण हे गुप्त हेर अत्यंत विश्वासू पाहिजेत. त्यांची या कामावर योजना करण्यापूर्वी अनेक प्रकारें परीक्षा पाहिलेली असावी; आणि ते आपल्याच राज्यांतले रहिवाशी असावे. आपल्या राजधानीचाही बंदोबस्त तुला उत्तम ठेविला पाहिजे. राजधानीचे शहराभोंवतीं मजबूत कोट असून त्याचे दरवाजेही भक्कम असावे. एकांत एक सात कोट बांधून नगराचे सात भाग केलेले असावे; आणि मधींच्या आंतील म्हणजे मधल्या

भागांत अंतःपुर असून बाकीचे सहा भागीं इतर लोकांची वस्ती असावी. बाह्यकोट फारच मजबूत व रुंद असावा; आणि त्यास वरच्या बाजूनें चोहोंकडून चालण्याजोगा रस्ता राखावा. तटाचे दरवाजे चांगले रुंद व मोठे असून त्यांचा एकमेकांशीं कांहींएक संबंध नसावा; ते परस्परांपासून अगदीं पृथक् असावे; आणि यंत्रांच्या योगानें त्यांचें उत्तम संरक्षण करण्याची तजवीज केलेली असावी. जामदारखान्याचे रक्षणास जे लोक नेमावयाचे ते सर्व कुल व शील यांविषयीं प्रख्यात असेच असावे. हे भारता, तूं सतत मोठ्या दक्षतेनें स्वतःचें संरक्षण केलें पाहिजे; आणि त्यासाठीं, भोजनाचे पदार्थ व त्याचप्रमाणें पुष्पें, माळा, अलंकार, शय्या, आसनें, या सर्वांचें काळजीपूर्वक परीक्षण करून सेवन केलें पाहिजे; आणि आहारविहारांच्या वेळीं विशेष जपलें पाहिजे. राजा, परशत्रू हे यांतील कोणत्या ना कोणत्या तरी प्रकारें गुप्त हेरांकरवीं राजाचे जिवास अपाय करीत असतात. युधिष्ठिरा, तुझ्या अंतःपुरांतील स्त्रियांचे संरक्षणाचीही उत्तम व्यवस्था असावी. त्यांचे तैनातीस वृद्ध आप्तजन असावे. ते शीलवान्, कुलीन व विद्वानही असले पाहिजेत. जे मंत्री करावयाचे तेही अनेक विद्यांत पारंगत असून नम्र, कुलीन, धर्मपालन व अर्थवर्धन करण्यांत कुशल आणि सरळ वर्तनाचे असे ब्राह्मणच कर. त्यांजबरोबर मसलत करतांना तरी पुष्कळांबरोबर एकाच वेळीं अतिशय वादविवाद करीत बसूं नको; केव्हां केव्हां सर्वांची एकदम मसलत विचारावी, तर केव्हां केव्हां एकेकास निरनिराळें गांठून विचारावें; आणि कधीं कधीं आपण मुद्दामच वेड पांघरून किंवा उलट पक्ष घेऊन त्यांचा खरा अभिप्राय जाणण्याचा प्रयत्न करावा. जेथें मसलत व खलबतें चालावयाचीं तो दिवाणखाना चोहोंकडून अगदीं बंद व सुरक्षित असावा. अशा उत्तम बंदोबस्ताच्या दिवाणखान्यांत किंवा एखाद्या उंच स्थलीं अथवा जेथें झाडेंझुडपें व उंच गवतही वाढलेलें नाहीं अशा सपाट मोकळ्या अरण्यांत जाऊन तेथें खलबतें करावीं. सारांश, शत्रूच्या हेरांस गुप्तपणें आसपास राहून आपण केलेली मसलत ऐकावयास सांपडूं नये म्हणून आपण अत्यंत खबरदारी घेतली पाहिजे; आणि याचसाठीं रात्रीं कदापि मसलत करूं नये. कारण, सभोंवतीं कोठें कोण आहे, हें अंधारांत नीट न समजण्याचा संभव असतो. ज्या ठिकाणीं मसलत करावयाची असेल तेथें वानर, आणि ऐकलेलें हुबेहूब बोलून दाखविणारे राघू, सारिका, इत्यादि पक्षी मुळींच असूं नयेत; त्याचप्रमाणें वेडगळ किंवा मूर्ख यांसही तेथे बसूं देऊं नये. कारण, त्यामुळें कदाचित् मसलत बाहेर फुटण्याचा संभव आहे; आणि मंत्र फुटल्यामुळें राजावर जे अनिष्ट प्रसंग येतात व त्याचें जें नुकसान होतें तें कोणत्याही उपायानें भरून येणें शक्य नाहीं, असें माझें मत आहे. मसलत फुटली असतां कसकसे अनर्थ घडतात, आणि ती गुप्त राहिल्यानें कशी इष्टसिद्धि होते, याविषयीं तूं आपल्या मंत्रिमंडळांत वरचेवर विवेचन करीत जा; म्हणजे ते ती गुप्त राखण्याविषयीं विशेष दक्ष राहातील. त्याचप्रमाणें, युधिष्ठिरा, नागरिक व प्रजाजन यांचें आचरण शुद्ध आहे कीं अशुद्ध आहे, हें जेणेंकरून बरोबर समजून येईल अशी तजवीज तूं ठेव. ज्यांना तुझा ओढा आहे अशा आप्तजनांकडेच एकंदर राज्याचा कारभार असूं दे. जे आपल्या हितार्थ झटणारे असून संतुष्ट आहेत अशाच लोकांचा राज्यकारभारांत हात असावा. कामगार जर राजहितासाठीं झटणारे नसतील किंवा ते असंतुष्ट असतील,

तर राज्याला मोठाच धोका आहे असें समजावें. याचप्रमाणें, जे गुप्त हेर नेमावयाचे तेही राजाच्या हितार्थ झटणारे असावे. त्यांस वेतनें द्याव-याचीं तीं अशा बेतानें असावीं कीं, ते नित्य पूर्ण संतुष्टच राहातील. जर का त्यांस कुरकुर करावयास कांहीं कारण राहील, तर सर्व कारभार बुडालाच म्हणून समज. युधिष्ठिरा, तूं नेमलेल्या न्यायाधिशांनीं अपराध्यांपासून किती दंड घेणें योग्य आहे हें नीट पाहून यथान्याय दंड घेत जावा. चोर, परस्त्रीवर हात टाकणारे, निर्दयतेनें अधिकार चालवि-णारे, असत्यवादी, ठकबाजीनें परस्वापहार करणारे, साहसप्रिय, सभागृह वा देवालय यांचा विध्वंस करणारे, आणि निरनिराळ्या जातींच्या लोकांची निंदा करणारे, या सर्व अपराध्यांस देश आणि काल यांचा विचार करून द्रव्यदंडाची किंवा वधाची शिक्षा दिली पाहिजे. युधिष्ठिरा, आतां

राजाची दिनचर्या

कशी असावी ऐक. दानधर्म व इतर खर्चाचीं कामें ज्यांकडे सोंपविलीं असतील त्यांची भेट घेणें हें प्रातःकालचें पहिलें कृत्य होय. तद-नंतर अलंकार धारण करावे; आणि मग भोजन करावें. भोजनोत्तर सैन्याची पहाणी करावी व ती करीत असतां त्यांस हर्षवीत जावें. दूत किंवा हेर यांची भेट घेण्याची योग्य वेळ म्हटली म्हणजे प्रदोषकाळ—संध्याकाळ—ही होय. दूतांनीं जी बातमी आणली असेल ती-विषयीं पुढें काय काय करावयाचें याचा विचार पुढें रात्रीं करावा. नित्य मध्यरात्र ही विश्रांतीची किंवा विहार करण्याची वेळ असावी; व दोन-प्रहरींही कांहीं काल आराम करावा. याप्रमाणें, हे भरतर्षभा, मीं सांगितलेले सर्व काल हेच त्या त्या कृत्यास योग्य म्हणून ठरलेले आहेत. त्याचप्रमाणें, तूं जेव्हां पुष्कळ दानधर्म करशील तेव्हां तेव्हां उत्तम अलंकार धारण करून बसत जा. बाबारे, हें कामांचें रहाटगाडगें चक्रा-प्रमाणें सारखें चालत असल्याचें नित्य दिसून येतें; त्यांत कधींही बिलकूल खंड पडत नाहीं. युधिष्ठिरा, तूं आपला जामदारखाना भरपूर ठेवण्यासाठीं नित्य झटत जा. परंतु हें ध्यानांत ठेव कीं, तो सर्वदा न्यायतः भरावयाचा असतो! त्याचप्रमाणें, राजा, तूं आपल्या राज्यांत कोण-त्याही प्रकारचा अन्याय होऊं देऊं नको. शत्रु कोण आणि राजाराजांत फूट पाडूं पहाणारे कोण, यांची हेरांकडून बातमी काढावी; आणि त्यांचा विश्वासू माणसांकडून परस्परच नायनाट करून टाकावा. हे कुरुनायका, जे नोकर ठेवाव-याचे, त्यांचें वर्तन कसें काय आहे हें नीट पारखून कसोटीस उरतील तेच ठेवावे आणि त्यांकडून नेमलेलीं कामें करवावीं. बाबारे, तुझा सेनापति अत्यंत दृढनिश्चयी असावा; तो शूर क्लेश सोस-ण्यास समर्थ व तत्पर, तुझ्या हितार्थ झटणारा आणि तुझा भक्त असा असावा. हे पांडवा, तुझ्या राज्यांतील शिल्पी व कारागीर यांनीं तुझीं कामें बैल किंवा गाढवें यांप्रमाणें अत्यल्प वेत-नांत संतुष्ट राहून इमानेंइतबारें करावीं. युधिष्ठिरा, आपल्या लोकांत व शत्रूंत कोठें काय न्यून आहे याचें तूं नित्य निरीक्षण करावेंस. आपल्या देशांतील जे लोक आप-आपल्या धंद्यांत कौशल्य दाखवून प्रख्यातीस येण्याजोगे असतील, त्यांचीं तूं प्रदर्शनें वगैरे भरवून योग्य संभावना करावीस. राजा, ज्ञात्यानें गुणिजनांचें चीज करावें, म्हणजे त्यांचे गुण वाढतील. त्यांकडे लक्ष न पुरविलें तर ते सदोदीत स्वस्थ बसतील, आणि त्यांचे गुणही उत्तरोत्तर नष्ट होतील.

अध्याय सहावा.

—:०:—

धृतराष्ट्रानें केलेला उपदेश.

धृतराष्ट्र म्हणाला:—युधिष्ठिरा, आपल्याकडील एकंदर लोकांचे चार वर्ग असतात. पहिला वर्ग आपल्या मित्रांचा; दुसरा शत्रूंचा; तिसरा उदासीनांचा—यांस आपला व शत्रूचा कोणाचाही जयापजय झाला तरी सारखाच वाटत असतो; आणि चौथा वर्ग मध्यस्थांचा—यांची अशी इच्छा असते कीं, दोघांचेंही हितच व्हावें; कोणाचेंच नुकसान होऊं नये. युधिष्ठिरा, आपल्या संबंधानें आपल्या राज्यांतील सर्व लोकांपैकीं कोणकोण या चार वर्गांपैकीं कोणकोणत्या वर्गांत आहेत हें आपण ओळखून ठेविलें पाहिजे. शत्रूकडील लोकांचेही असेच चार वर्ग असतात. त्याचे शत्रु, त्याचे मित्र, उदासीन आणि मध्यस्थ. शत्रूकडील कोण कोणत्या वर्गांत मोडतात हेंही आपणास माहीत पाहिजे. म्हणजे आपल्या संबंधानें शत्रूकडील व आपणाकडील मिळून सर्व लोकांचे चार वर्ग आपणास समजून येतील; आणि त्यांचा प्रसंगीं योग्य तसा उपयोग करतां येईल. याचप्रमाणें आपल्याकडे व शत्रूकडेही कोण कोण आततायी आहेत हें ओळखून ठेवावें; आणि शत्रु व आपण यांशिवाय इतर जे राजे राहिले त्यांत आपल्या पक्षाचे किती आहेत व शत्रूकडचे किती आहेत, याचीही माहिती असली पाहिजे. याचप्रमाणें, हे कुरुश्रेष्ठा, दोघांचे देश, अमात्य, निरनिराळ्या प्रकारचे किल्ले व बचावाच्या अवघड जागा आणि दोघांचीं सैन्यें काय योग्यतेचीं आहेत, याचीही बरोबर माहिती असली पाहिजे. कारण, जयापजय होणें हें यांच्या योग्यतेवर व इच्छेवर अवलंबून असतें. हे आतां सांगितलेले लोकांचे चार वर्ग, सहा प्रकारचे आततायी आणि आपले मित्र व शत्रूचे मित्र मिळून बारा प्रकारचें ज्ञान असणें हे राजांचे विषयात्मक बारा गुण होत. याशिवाय कृष्यादिक आठ संधानकर्मे, बाल वगैरे वीस प्रकारचे असंधेय लोक, नास्तिक्यादिक चौदा दोष आणि मंत्र वगैरे अठरा तीर्थें मिळून साठ गुण यांस मंत्रिप्रधान गुण असें म्हणतात. राजा, हे साठ आणि बारा गुण तुला अवगत असले पाहिजेत. नीतिकोविद आचार्य या बाहात्तर गुणांस मंडल असें म्हणतात. तर या मंडलांचें ज्ञान तुला असणें अगत्याचें आहे. संधिविग्रहादिक सहा उपायांपैकीं कोणता कोठें योजला पाहिजे, हें याच बाहात्तर गुणांच्या ज्ञानावर अवलंबून आहे व त्यावरूनच तें ठरविलें पाहिजे. आपला पक्ष शत्रूपेक्षां अधिक बलवान् आहे किंवा क्षीण आहे, अथवा त्याशीं समान आहे, हें या बाहात्तर गुणांवरून जाणतां येतें, आणि मग तदनुरूप संधिविग्रहादि षाड्गुण्याची योजना करतां येते. हे कौंतेया, जेव्हां अपला पक्ष बलवान् असून शत्रूचा पक्ष दुर्बल असतो, तेव्हां शत्रूबरोबर लढाई करून त्यास जिंकावें.

---

१ अग्निदो गरदश्चैव शस्त्रोन्मत्तो धनापहः ।
क्षेत्रदारहरश्चैव षडेतानाततायिनः ॥

२ बालो वृद्धो दीर्घरोगी तथा ज्ञातिबहिष्कृतः ।
भीरुको भीरुकजनो लुब्धो लुब्धजनस्तथा ।
विरक्तप्रकृतिश्चैव विषयेष्वतिसक्तिमान् ।
अनेकचित्तमन्त्रश्च देवब्राह्मणनिंदकः ॥
दैवोपहतकश्चैव दैवचिंतक एव च ।
दुर्भिक्षव्यसनोपेतो बलव्यसनसंकुलः ॥
अदेशस्थो बहुरिपुर्युक्तः कालेन यश्च न ।
सत्यधर्मव्यपेतश्च विंशतिः पुरुषा अमी ॥

३ संधि, विग्रह, यान, आसन, द्वैध व आश्रय ह्या शत्रूशीं योजावयाच्या सहा उपायांस मिळून षाड्गुण्य म्हणतात.

जेव्हां शत्रूकडे अधिक बल असून आपला पक्ष दुर्बल असतो, तेव्हां शहाण्यानें आपला कमीपणा ओळखून वेळींच शत्रूबरोबर संधि करावा. नंतर वेळ न गमावितां द्रव्याचा फारच मोठा संचय करावा व त्याच्या योगानें शत्रूवर चाल करण्याचें सामर्थ्य लवकरच संपादावें; म्हणजे मग लढाई वगैरे पुढील सर्व गोष्टी करण्यास हरकत नाहीं. सामर्थ्य प्राप्त झाल्यावर स्वस्थ बसण्याचा विचार मुळींच करूं नये. कदाचित् आपला पक्ष दुर्बल असल्यामुळें शत्रूशीं संधि करावयाचा प्रसंग आला, तर ज्यांत विशेष उत्पन्न होत नाहीं, असा नापीक प्रांत त्यास द्यावा; द्रव्य द्यावयाचें तर सोनें व रुपें वगळून बाकीचें (कमी प्रतीचें) द्यावें; आणि आपला मित्र (ओलीस) देणें प्राप्त झाल्यास, क्षीण व दुर्बल असाच पाहून द्यावा. आतां, आपला पक्ष बलाढ्य असून शत्रु संधि करावयास आल्यास संधिविशारदानें शत्रूस चांगलेंच दाबून टाकलें पाहिजे. प्रथम संधीचें बोलणें पुरें होईपर्यंत शत्रूचा मुलगा आपल्या ताब्यांत घेऊन ठेवावा, म्हणजे शत्रूस दगा करण्यास जागाच उरत नाहीं. अशा प्रकारें शत्रूचा पुत्र ओलीस घेतलेला नसला, तर आपणावरच उलट महत्संकट येण्याचा संभव आहे. कदाचित् असा प्रसंग आलाच तर हातपाय न गाळतां हरप्रयत्नें त्यांतून पार पडण्याचा प्रयत्न केला पाहिजे. राजेंद्रा, राजानें आपली प्रजा संतुष्ट राखिली पाहिजे; व दीनअनाथांचा चांगला परामर्ष घेतला पाहिजे. बलवंतानें शत्रूला त्रास देणें, अडवून धरणें व त्याच्या खजिन्याचा आणि दाणावैरणीचा नाश करणें, हीं कामें मोठ्या प्रयत्नानें एकामागून एक किंवा साधल्यास एकदमच सर्व करावीं. परंतु हें करीत असतां आपल्या राज्याकडे दुर्लक्ष होतां कामा नये. त्याचेंही उत्तम संरक्षण करीत असून हीं कामें केलीं पाहिजेत. एखादा मांडलिक राजा आपणाविरुद्ध उभा राहिला, तर आपली भरभराट व्हावी असें इच्छिणाऱ्या राजानें, त्याचा शिरच्छेद करूं नये. कौंतेया, पृथ्वी जिंकण्याची महत्वाकांक्षा बाळगणारानें अशा सामंतास कधींही ठार करूं नये, तर त्याचा बंदोबस्त करून त्याचा आपल्या कामीं उपयोग करून घ्यावा. आपण व आपले मंत्री यांनीं शत्रूची जूट फोडण्याचा प्रयत्न करावा. तेणेंकरून फार फायदा होतो, असें समजावें. त्याचप्रमाणें, चांगल्यास आश्रय देऊन आपल्याकडे मिळवून घ्यावें आणि दुष्टांस शासन करावें. येणेंकरूनही स्वपक्षास बळकटी येते. शिवाय हें ध्यानांत ठेवावें कीं, बलवंतानें दुर्बलांचा सदोदीत उच्छेदच करीत सुटणें बरोबर नाहीं. शेजारचा राजा दुर्बल असला, परंतु त्यानें जर आपला कांहीं अपराध केला नसला, तर त्यास व्यर्थ पीडा देऊं नये. कोणी प्रबल शत्रु चालून आला असतां दुर्बलानें वेतस वृत्तीचा आश्रय करून त्यापुढें नमूनच आपला बचाव करावा; क्रमानें सामादि उपाय योजून त्यास परत फिरवावें; आणि त्या उपायांचा उपयोग नच घडला तर आपले मंत्री, खजिना, नागरिक, राजदंड आणि दुसरे हितकर्ते असतील ते, ह्या सर्वांसहवर्तमान युद्धास बाहेर निघावें. सर्व उपाय थकल्यावर स्वतः युद्धास बाहेर पडलेंच पाहिजे. कारण, अशा रीतीनें रणांत देह ठेविल्यानें मोक्षप्राप्ति होते.

अध्याय सातवा.

—:o:—

धृतराष्ट्रानें केलेला उपदेश.

धृतराष्ट्र म्हणालाः—हे राजसत्तमा, संधि व विग्रह दोन प्रकारचे आहेत. प्रबल शत्रूशीं

करण्याचा संधि निराळा; आणि दुर्बलाशीं करण्याचा संधि निराळा. तसेंच प्रबल शत्रूशीं जें युद्ध करावें लागतें, त्याचा प्रकार निराळा; आणि दुर्बल शत्रूशीं जें युद्ध करावें लागतें त्याचा प्रकार निराळा; तर हे दोन्ही प्रकार पूर्ण ज्ञात पाहिजेत. शिवाय या दोहोंतही अनेक युक्त्या व डावपेंच लढवावयाचे असतात, त्यांचें ज्ञान पाहिजे. कौरव्या, एका ठिकाणीं स्थिर राहून आपले बलाबलाचा विचार करून मग शत्रूसमोर जावें. शत्रूचें सैन्य बलाढ्य असून त्यावर अनुरक्त असेल, आणि तो शत्रूही चतुर व सावध असेल, तर त्याला कसें जिंकितां येईल, याचा विचारच केला पाहिजे. एकाएकीं त्यावर अविचारानें चालून जातां उपयोगी नाहीं. शत्रूवर चाल करून जावयाचें केव्हां? तर त्याचें सैन्य असंतुष्ट व निर्बल असेल तेव्हां; अथवा तो शत्रु मूर्ख किंवा बेसावध असेल तर. राजेंद्रा, शत्रूला चिरडून टाकण्याची संधि सांपडल्यास त्यावर एकाच बाजूनें हल्ला न करितां त्याचे सभोंवतीं चोहोंकडून वेढा द्यावा. राजा, शत्रु बलाढ्य दिसेल, तर त्यावर उघडपणें चालून न जातां त्यावर परस्पर कांहीं संकटें आणावीं; त्याच्या सैन्यांत भेद करावा; अनेक प्रकारें त्याचा नाश करावा; त्यास भीति दाखवावी; आणि अकस्मात् छापे घालून त्याच्या सैन्याचा नाश करावा. शत्रूवर चढाई करणारा राजा युद्धशास्त्रविशारद असेल तर त्यानें आपल्या व शत्रूच्या तीन प्रकारच्या शक्तींचा विचार केला पाहिजे. एक उत्साहशक्ति म्हणजे हुरूप, दुसरी प्रभुशक्ति म्हणजे हुकमत, आणि तिसरी मंत्रशक्ति म्हणजे डावपेंच लढविण्याची कुशलता. या तीन शक्ति शत्रूपेक्षां आपणांत अधिक दिसतील तर त्यानें उघडपणें चाल करून जावें; आणि याच्या उलट स्थिति असेल, तर चाल करण्याचा बेत रहित करावा. राजा, द्रव्यबल, मित्रबल, अटवीबल म्हणजे अवघड प्रदेशामुळें आलेली बळकटी, सैन्यबल आणि श्रेणीबल म्हणजे व्यूहरचनाचातुर्य, असें एकंदर पांच प्रकारचें बल विचारांत घ्यावें. यांतही मित्रबल व धनबल हीं विशेष आहेत. व्यूहरचनाबल आणि सैन्यबल हीं सारख्याच योग्यतेचीं आहेत; म्हणजे नुसत्या सैन्याकडून जें कार्य होईल त्याच्या दुप्पट व्यूहरचनाचातुर्य असल्यास होईल. याचप्रमाणें, राजा, लढाईचा प्रसंग आला असतां राजानें उभयतांचें चारबल म्हणजे गुप्त हेरांचें सामर्थ्य कसें काय आहे, याचा अनेक वेळां सारख्याच रीतीनें विचार केला पाहिजे. फक्त आपलेंच चारबल पाहून उपयोगी नाहीं, तर तितकीच शत्रूच्याही चारबलाची माहिती पाहिजे. याशिवाय, हे नराधिपा, अनेक प्रकारच्या आपत्ति उत्पन्न होतात, त्याही राजास विचारांत घ्याव्या लागतात. त्या आपत्ति कोणत्या हें मी आतां मांगत नाहीं; त्या तूं निराळ्या रीतीनें श्रवण कर. परंतु, पांडुपुत्रा, ईतिप्रभृति आपत्तींचे बहुत प्रकार आहेत. त्यांतील कोणतीही आपत्ति प्राप्त झाली असतां राजानें सदोदीत लढाईचा विचार बाजूस ठेवून शत्रूशीं संधि वगैरे उपाय योजून त्या आपत्तींच्या निवारणाच्या तजविजीस आधीं लागलें पाहिजे. डोळ्यावर कातडें ओढून त्यांकडे दुर्लक्ष करतां उपयोगी नाहीं. हे परंतपा, राजानें देशकाल पाहून शौर्यधैर्यादि गुणांनीं युक्त आणि नीतिमान् अशा सैन्यासह स्वारीस निघावें. आपली भरभराट व कीर्ति व्हावी अशी इच्छा बाळगणाऱ्या राजानें, ज्याचा हुरूप फार मोठा आहे, अशा

१ अतिवृष्टिरनावृष्टिः शलभा मूषकाः शुकाः ।
प्रत्यासन्नाश्च राजानः षडेता ईतयः स्मताः॥
कांहींच्या मतें दुसरा चरण असा आहे:—
स्वचक्रं परचक्रं च सप्तैता ईतयः स्मताः ॥

बलाढ्य सैन्यासह स्वारीस निघावें. मेषपात्र व दुर्बल असें सैन्य घेऊन गेल्यास कधींही यशप्राप्तीचा संभव नाहीं. युधिष्ठिरा, जर आपली व सैन्याचीही तयारी उत्तम असेल, तर अकालीं म्हणजे शिशिर वगैरे ऋतूंतही प्रयाण करण्यास हरकत नाहीं. भाते हे जींतील दगड आहेत, घोडे व रथ हाच जिचा प्रवाह आहे, जिचीं तीरें ध्वजरूप वृक्षांनीं व्यापून गेलीं आहेत, जींत पदातिरूप नौका फिरत आहेत, आणि जींत गजरूप पुष्कळ चिखल आहे, अशा सैन्यरूपी नदीची शत्रुनाशाचे कामीं योजना करावी. हे भारता, यथोक्त पद्धतीनें शकटव्यूह, पद्मव्यूह किंवा वज्रव्यूह रचावा. राजा, शुक्राचार्यप्रणीत युद्धशास्त्रांत हे सर्व व्यूहप्रकार सांगितलेले आहेत. आपल्या सैन्याच्या हुलकावण्या दाखवून शत्रुसैन्याच्या हालचाली आपल्या उद्देशानुरूप घडवून आणाव्या आणि इष्ट असेल, त्याप्रमाणें आपल्या किंवा शत्रूच्या प्रदेशांत इष्ट स्थलीं युद्ध घडवून आणावें. राजानें आपलें सैन्य सदोदीत प्रसन्न राखावें; आणि त्यावर बलवंत वीरांची योजना करावी. आपल्या प्रदेशांत लढाई होऊन त्या प्रदेशाची खराबी होण्याचा संभव दिसेल, तर सामादिक उपायांचा उपक्रम करावा. हे महाराजा, इहलोकीं हरप्रयत्नानें स्वशरीराचें संरक्षण केलें पाहिजे. कारण, त्याच्या साह्यानें आपणास इहपरलोकचें शाश्वत कल्याण जोडावयाचें असतें. राजा, त्याप्रमाणें युद्धनीतीस अनुसरून वर्तन करणारा व प्रजेचें यथान्याय परिपालन करणारा राजा मरणोत्तर स्वर्गलोकीं जातो. यास्तव, हे कुरुश्रेष्ठा, इह व पर, अशा दोन्ही लोकांच्या प्राप्तीसाठीं, जेणेंकरून प्रजेचें हित होईल, अशा प्रकारें तूंही नित्य वागावेंस. भीष्म, कृष्ण व विदुर यांनीं तुला सर्व कांहीं सांगितलेंच आहे. तथापि, हे नृपसत्तमा, प्रेमामुळें मलाही हें तुला अवश्य सांगावेंसें वाटलें. युधिष्ठिरा, माझ्या सांगण्याप्रमाणें तूं पूर्णपणें यथान्याय वर्तन ठेव आणि नित्य प्रजेस प्रिय हो, म्हणजे तुला स्वर्गीं सुख प्राप्त होईल. एका राजानें हजार अश्वमेध यज्ञ केले, आणि दुसऱ्यानें धर्मतः प्रजापालन केलें, तर दोघांसही सारखेंच पुण्य (फल) लागतें.

अध्याय आठवा.

—:०:—

धृतराष्ट्रकृत वनगमनप्रार्थना.

युधिष्ठिर म्हणालाः—हे पृथ्वीपते, आपण सांगितल्याप्रमाणें मी यथायोग्य वर्तन ठेवीन. परंतु, राजेंद्रा, माझी अशी प्रार्थना आहे कीं, आपण मला आणखी उपदेश करावा. महाराज, भीष्म तर स्वर्गस्थच झाले. आतां कृष्ण, विदुर व संजय हेही गेले असतां मला उपदेश करणारा आपणावांचून दुसरा कोण आहे ? माझ्या हितार्थ झटणारे उपदेष्टे असे आपणच एकटे आज आहां. महाराज, आपण पूर्ण संतुष्ट असावें; मुळींच चिंता बाळगूं नये. मी आपल्या उपदेशानुरूप वर्तन करीन.

वैशंपायन सांगतातः—हे भरतर्षभा, धीमान् धर्मराजानें राजर्षि धृतराष्ट्रास अशी प्रार्थना केली; परंतु त्याचे मनांत या वेळीं कुंतीपुत्रास रजा द्यावी असें असल्यामुळें तो म्हणाला, ‘ पुत्रा, कांहीं वेळ विश्रांति घे. कारण मला फारच श्रम झाले आहेत. ’ असें बोलून त्यावेळीं त्या राजानें गांधारीच्या मंदिरांत प्रवेश केला. तेथें तो आसनावर बसला असतां, ही बरी संधि आहे असें पाहून, काळवेळ जाणणारी धर्मचारिणी देवी गांधारी त्या आपल्या प्रजापतितुल्य पतीस म्हणाली, “ महाराज, आपणांस भगवान् व्यासांनीं स्वतः अनुज्ञा

दिली आहेच. आतां आपण युधिष्ठिराचें अनुमोदन घेऊन केव्हां अरण्यांत जाणार बरें ?"

धृतराष्ट्र म्हणालाः—गांधारि, माझे जनक, महात्मे व्यास मुनि यांनीं मला आज्ञा दिलीच आहे. आतां युधिष्ठिराचा निरोप घेऊन मी लवकरच वनांत जाईन. आतां त्यास फारसा अवधि नाहीं. तथापि वनांत जाण्यापूर्वीं सर्व प्रजाजनांस आपल्या घरीं बोलावून त्यांचा निरोप घ्यावा आणि त्या कपटद्यूत खेळणाऱ्या सर्व पुत्रांच्या नांवानें कांहीं दानधर्म करावा, अशी माझी इच्छा आहे.

वैशंपायन सांगतातः—इतकें बोलून त्यानें लगेच धर्मराजास बोलावणें पाठविलें; आणि धर्मानेंही त्याच्या आज्ञेप्रमाणें सर्व तयारी केली. नंतर त्या कुरुजांगल देशांतील सर्व ब्राह्मण, क्षत्रिय, वैश्य व शूद्र मोठ्या संतोषानें तेथें जमा झाले. मग धृतराष्ट्र राजानें गांधारीच्या अंतःपुरांतून बाहेर येऊन त्या सर्व समुदायाकडे अवलोकन केलें. त्या वेळीं झाडून सर्व प्रजाजन आले आहेत असें त्यास कळून आलें. सर्व नगरवासी व बाहेरच्या प्रदेशांतील रहिवासी, समस्त आप्तबांधव आणि नानादेशचे मांडलिक राजे यांस अवलोकन करून बुद्धिमान् अंबिकापुत्र धृतराष्ट्र राजानें असें भाषण केलें, "लोकहो, तुम्ही व आम्ही कुरुकुलांतील लोकांनीं येथें चिरकाल एकत्र वास्तव्य केलें आहे. यास्तव, आपण सर्वजण साहजिकच परस्परांचे मित्र आणि एकमेकांचे हितार्थ झटणारे असे झालों आहों. तेव्हां या अशा समयीं मी जें बोलणार आहें, त्याप्रमाणें आपण बेलाशक करावें. व्यास मुनींच्या व युधिष्ठिर राजाच्या सल्लचानें आतां वनांत जाण्याची माझी इच्छा आहे. तर त्यास आपलेंही अनुमोदन असावें. आपणांस तें देण्यास विचार पडण्याचें मुळींच कारण नाहीं. तुमचें व आमचें (प्रजा व राजा यांमधील) येथें आपल्या देशांत जशा प्रकारचें प्रेम आहे, तशा प्रकारचें प्रेम अन्यत्र क्वचितच असेल, असें मला वाटतें. हे निष्पापहो, वयोपरत्वें माझ्या वासना शांत झाल्या आहेत. तशांत मला पुत्रवियोग घडला आहे व सांप्रत गांधारीसह मी उपवासांमुळें कृश झालों आहें. हे सत्तमहो, युधिष्ठिराच्या हातीं राज्य आल्यापासून मला खरोखरच फार सुख झालें; आणि दुर्योधनाच्या ऐश्वर्यकालीं मला जें सुख होतें, त्यापेक्षांही सांप्रतचें सुख मी अधिक समजतों. तेव्हां मला वनांत जाण्याला दुसरें कांहींएक कारण नसून, अनेक प्रकारें माझी शक्ति व तीबरोबरच वासना क्षीण झाल्या असल्यामुळें मीं हा विचार केला आहे. सांप्रत अंध, वृद्ध व पुत्रहीन अशा मला वनवासाशिवाय दुसरी कोणती गति योग्य आहे बरें ? तर, महाभागांनो, या वेळीं मला आपण वनांत जाण्यास अनुज्ञा द्यावी हेंच योग्य आहे."

हे भरतर्षभा, धृतराष्ट्राचें हें भाषण ऐकून कुरुजांगल देशांतील त्या सर्व प्रजाजनांचे कंठ दाटून आले, आणि ते स्फुंदूनस्फुंदून रडूं लागले. पुढें बऱ्याच वेळानें, ते शोकाकुल झाले असून कांहींच बोलत नाहींत असें पाहून महातेजस्वी धृतराष्ट्र त्यांस पुनः असें बोलला.

अध्याय नववा.

—:०:—

धृतराष्ट्रकृत प्रजाप्रार्थना.

धृतराष्ट्र म्हणालाः—शांतनु राजानें ह्या देशाचें उत्तम प्रकारें पालन केलें. तसेंच भीष्म संरक्षण करीत असतां आमचे बाबा विचित्रवीर्य यांनींही प्रजांचें योग्य प्रकारें संरक्षण केलें, हेंही तुम्हांस निःसंशय विदित आहेच. माझा भ्राता पांडुराजा हाही तुम्हां

प्रजाजनांस तसाच प्रिय झाला होता. त्यानेंही यथान्याय राज्य केलें; व तेंही तुह्मांस विदितच आहे. यापुढें, हे निष्पापहो, मीं तुमची बरी-वाईट सेवा केली. हे महाभागहो, तीमध्यें जें काय न्यूनाधिक घडलें असेल, त्याची तुह्मी मला उदार अंतःकरणानें क्षमा करा. जेव्हां दुर्योधनानें हे निष्कंटक राज्य उपभोगिलें, तेव्हां त्या मंद दुरात्म्यानें तर तुह्मांस कांहीं अप कार केले नाहींत ना? त्या दुष्टाच्या अपराधामुळें राजांच्या दुरभिमानामुळें आणि मीं स्वतः केलेल्या अन्यायांमुळें तो फारच भयंकर संहार उडाला! त्या वेळीं माझ्याकडून घडलेली वर्तणूक बरी असो कीं वाईट असो, ती तुह्मी मनांतच ठेवूं नका! हे पहा मी तुह्मांपुढें हात जोडतों; मला क्षमा करा. "हा राजा वृद्ध आहे, याचे पुत्र मरण पावले आहेत, याला अनिवार दुःख झालें आहे, आणि तशांत पूर्वीच्या त्या थोर व प्रजावत्सल राजांचा हा मुलगा आहे!" असें मनांत आणून तुह्मी मला क्षमा करा. त्याचप्रमाणें, जिचे पुत्र निधन पावले आहेत अशी ही पुत्रशोकार्त व दीन झालेली वृद्ध तपस्विनी गांधारी तुह्मांस मजबरोबर प्रार्थना करीत आहे, हिजकडे पहा. आह्मां दोघांची तुह्मांस अशी प्रार्थना आहे कीं, आह्मी निपुत्रिक, वृद्ध व दुःखित झालेलीं आहों, असें जाणून आह्मांस वनवासाची अनुज्ञा द्या. तुमचें कल्याण असो. आह्मी तुह्मांस शरण आलों आहों. जनहो, ह्या कौरवाधिपति कुंतीपुत्र युधिष्ठिर राजावर बऱ्या-वाईट सर्व प्रसंगीं तुह्मी सर्वांनीं कृपादृष्टि ठेवावी. कोणत्याही वेळीं यास अंतर देऊं नये. बाकी यावर तसा अनिष्ट प्रसंग कधीं न येवो व येणारही नाहीं. याला सल्लामसलत देणारे याचे चौघे भाऊ याच्याचसारखे महाबलाढ्य आहेत. ते सर्व प्रकारच्या धर्मांचीं रहस्यें जाणत असून सर्व गुणांत लोकपालांच्या योग्यतेचे आहेत. हा महातेजस्वी युधिष्ठिर राजा सर्वभूतजगत्पति भगवान् ब्रह्मदेवाप्रमाणें तुमचें पालन करील. जनहो, आतां मला सांगणें अवश्यच आहे, म्हणून तुह्मांस इतकेंच सांगतों कीं, हा युधिष्ठिर ह्मणजे मीं आपल्या जिवाचा ठेवा तुम्हां सर्वांच्या हवालीं केला आहे आणि आपण याचे रक्षणकर्ते आहां; यांत काय तें समजा. असो; माझ्या मुलांनीं व इतर चाकरनोकरांनीं तुमचे जे अपराध केले असतील, त्या सर्वांची क्षमा करण्यास तुह्मी योग्य आहां. तुह्मी खरोखर मजवर कधींही राग केला नाहीं. अत्यंत राजनिष्ठ अशा तुह्मांला मी हात जोडतों; तुह्मांस माझा नमस्कार असो. निष्पापहो, अस्थिरबुद्धीच्या लोभी व स्वैरवर्तन करणाऱ्या माझ्या पुत्रांतर्फे मी व गांधारी आज तुह्मांपुढें आणखी एकवार पदर पसरून क्षमा मागतों!

जनमेजया, धृतराष्ट्र राजा असें बोलला असतांही त्या सर्व नागरिक व इतर प्रजाजनांस एक अक्षरही काढवलें नाहीं. त्यांचे कंठ दाटून येऊन ते सर्वजण दीनदृष्टीनें परस्परांकडे पहात होते.

अध्याय दहावा.

—:०:—

प्रजानुमोदन.

वैशंपायन सांगतातः—जनमेजया, वृद्ध धृतराष्ट्र राजानें याप्रमाणें भाषण केलें असतां ते नागरिक व प्रजाजन दुःखानें केवळ हतबुद्ध होऊन गेले; आणि कंठ दाटून आल्यामुळें ते अगदीं स्तब्ध राहिले. तेव्हां धृतराष्ट्र राजा पुनः एकदां म्हणाला, "श्रेष्ठहो, दीनवाणीनें परोपरी प्रार्थना करणाऱ्या ह्या पुत्रहीन म्हाताऱ्याला या धर्मपत्नीसह वनांत जाण्यास अनुमोदन द्या. माझे जनक कृष्णद्वैपायन मुनि यांची मला अनुज्ञा मिळाली

आहे. त्याचप्रमाणें धर्मज्ञ युधिष्ठिर राजाचेंही अनुमोदन मिळालें आहे. तेव्हां, महाभागहो, तुमचीही अनुज्ञा मिळावी ह्मणून मी पुनःपुनः तुमचेपुढें मस्तक नम्र करून प्रार्थना करीत आहें. तर, पुण्यवंतहो, मला गांधारीसह वनवासास जाण्याची अनुज्ञा देणें हेंच तुह्मांस योग्य आहे."

वैशंपायन सांगतातः—राजा, कुरुपतीचीं तीं दीन भाषणें ऐकून ते सर्व कुरुजांगल देशचे रहिवासी एकदम रडूं लागले. त्या वेळीं त्यांनीं डोळ्यांस पदर लावून व तोंडें झांकून घेऊन पुत्रवियोगानें रडणाऱ्या मातापितरांप्रमाणें मुहूर्तपर्यंत अतिशय शोक केला. धृतराष्ट्र वनवासास निघाल्यामुळें झालेल्या दुःखानें त्यांचीं हृदयें शून्य होऊन त्यांची चेतनाही बहुतेक नष्ट झाली. नंतर बऱ्याच वेळानें तें वियोगदुःख आवरून ते हळूहळू एकमेकांशीं संभाषण करूं लागले. शेवटीं सर्वांच्या म्हणण्याचे मथितार्थ काढून त्यांनीं एका ब्राह्मणास पुढें करून त्याच्या द्वारें तो राजास निवेदन केला. राजा जनमेजया, मग सदाचारसंपन्न, विद्वान् व सर्व प्रजाजनांस मान्य अशा त्या बहवृच कुलोत्पन्न सांब नामक विप्रानें बोलण्यास सुरुवात केली. प्रथम धृतराष्ट्र राजाचें अभिनंदन करून व सर्व सभेचाही गौरव करून तो बुद्धिमान् व प्रौढ ब्राह्मण राजास म्हणाला, "राजा, या सर्व समुदायानें आपलें मत प्रदर्शित करण्याचें काम मजवर सोंपविलें असल्यामुळें, हे नराधिपा, मी आतां जें बोलेन तें माझें एकट्याचें ह्मणणें नसून या सर्व समुदायाचें आहे, असें समजून तूं त्याचा स्वीकार कर. राजेंद्रा, तूं म्हणतोस तें सर्व कांहीं खरें आहे. राजा, तुझ्या बोलण्यांतील एक अक्षरही असत्य नाहीं; खरोखरच आपण एकमेकांचे सखे आहों. या कुरुवंशांत असा एकही राजा आजवर होऊन गेला नाहीं कीं, जो प्रजेस अप्रिय झाला! तुम्ही कुरुकुलांतील सर्व राजे पित्याप्रमाणें व भावाप्रमाणें प्रजेचें पालन करितां. दुर्योधन राजानेंही प्रजेशीं बिलकूल अयोग्य वर्तन केलें नाहीं. असो; राजा, सत्यवतीपुत्र धर्मात्मे व्यास मुनि जसें सांगत असतील, तसेंच तूं आचरण कर. हे महाराजा, आह्मांस त्यांची आज्ञा शिरसा मान्य आहे. कारण, ते आमचे परात्पर गुरु आहेत. आतां तूं आह्मांस टाकून गेलास ह्मणजे आह्मी सर्व अत्यंत शोकाकुल होऊं व बहुत दिवसपर्यंत तुझे अनंत गुण आठवीत राहूं, ही गोष्ट निराळी. तीस निरुपाय आहे. आह्मांस शोक होईल यासाठीं आह्मी तुझ्या कर्तव्यास आड येत नाहीं. अस्तु; राजा, शांतनूनें, राजा चित्रांगदानें, तसेंच भीष्मांच्या पराक्रमाची सांवली ज्यावर होती त्या तुझ्या पित्यानें आणि तुझ्या नजरेखालीं पृथ्वीपति पांडु राजानें आमचें जसें संगोपन केलें, तसेंच तें दुर्योधनानेंही केलें. दुर्योधनानें प्रजांचें पालन खरोखरच फार उत्तम प्रकारें केलें. राजा, तुझ्या पुत्रानें आह्मांस यत्किंचितही दुखविलें नाहीं. त्या दुर्योधन राजावरही आह्मी पित्याप्रमाणें विसंबून पूर्ण बेफिकीरपणें सुखांत रहात होतों; आणि हें तुलाही माहीत आहेच. अस्तु; राजा, पुढेंही धैर्यशाली व बुद्धिमान् युधिष्ठिर राजाच्या कृपाछत्राखालीं आम्हांस हजारों वर्षें सुख लाभेल. हा उदारधी धर्मात्मा युधिष्ठिर राजा कुरु, संवरण वगैरे तुह्मां सर्वपुण्यशील प्राचीन राजर्षींचा व धीमान् भरत राजाचा कित्ता डोळ्यांपुढें ठेवून तदनुसार वागत असतो. हे महाराजा, येथें आपणाजवळ तक्रार करण्याजोगी किंवा मागण्याजोगी आह्माला यत्किंचितही न्यूनता नाहीं. राजा, तूं स्वतः आमचें पालन करीत असतां आम्ही सदोदीत मोठ्या सुखानें कालक्रमणा केली. तूं किंवा तुझा पुत्र यांपैकीं कोणाबद्दलही यत्किंचित् देखील कुरकुर करण्यास आम्हांस जागा नाहीं.

आतां, हे कुरुनंदना, ह्या ज्ञातिसंहाराबद्दल तूं जो दुर्योधनावर दोष लादलास त्या संबंधानेंही मी तुझा भ्रम दूर करितों. ”

ब्राह्मण पुढें म्हणालाः—राजा, कौरवांचा हा जो क्षय झाला, तो तूं केला नाहींस, दुर्योधनानें केला नाहीं, किंवा कर्ण व शकुनि यांनींही तो केला नाहीं; तें केवळ भवितव्यच तसें होतें व त्याचा प्रतिकार करतां येणें शक्य नव्हतें असें आम्ही समजतों. दैव किंवा भवितव्य फिरविण्याचें सामर्थ्य मानवी प्रयत्नांत नाहीं. हे महाराजा, अठरा अक्षौहिणी एकदम एकत्र जमल्या काय! आणि केवळ अठरा दिवसांच्या अवधींत कौरव व इतर मोठमोठे वीर ह्यांसह नामशेष झाल्या काय! राजा, हा जो एवढा प्रलय उडला तो भीष्म, द्रोण, महात्मा कर्ण, शूर सात्यकि, धृष्टद्युम्न आणि चौघे पांडुपुत्र भीम, अर्जुन, नकुल व सहदेव यांनीं केला काय? छे! छे! यांचें काय सामर्थ्य होतें एवढा संहार करण्याचें! तर राजा, दैवबलावांचून हें घडलें नाहीं! हे योद्धे यास निमित्तमात्र झाले. राजेंद्रा, रणांत ठाकल्यावर कोणीही व विशेषतः क्षत्रियानें तर शत्रूस मारलेंच पाहिजे व समयीं आपणही मेलें पाहिजे. विद्या व बाहुबल यांनीं युक्त असलेल्या या पुरुषसिंहांनीं वाहनें, हत्ती व रथ यांसह सर्व पृथ्वीचें हनन केलें. त्या थोर थोर राजांच्या वधास तुझा पुत्र कारण नव्हे; त्यास तुझे सेवकही खरे कारणीभूत नाहींत; आणि, राजेंद्रा, हा जो हजारों राजांचा संहार उडाला त्याचा दोष कर्ण व शकुनि यांच्याही माथीं नाहीं. तर, हे महाराजा, हा सर्व दैवाचा खेळ आहे, असें समज. यांत कोणास काय बोलण्याचा अधिकार आहे! आपण या संपूर्ण जगाचे प्रभु व गुरु आहां! धर्मपुत्र युधिष्ठिर राजा आपलाच पुत्र आहे, असें आम्ही समजतों. त्या राजास आपल्या साह्यकर्त्यांसह वीरलोक प्राप्त होवो; आणि द्विजर्षभांचा धन्यवाद घेऊन तो स्वर्गांत चिरकाल सुखानें रममाण होवो. राजा, तूं वानप्रस्थाश्रमाचें यथायोग्यपणें सेवन कर, ह्मणजे तुला पुण्याची जोड होईल, धर्ममार्गापासून कधींही च्युति होणार नाहीं आणि संपूर्ण वैदिकधर्म यथावत् आचरिल्याचें फल प्राप्त होईल. राजा, तूं पांडवांवर केलेली कृपादृष्टि व्यर्थ जावयाची नाहीं. पृथ्वीचेंचसें काय, पण त्रैलोक्याचेंही पालन करण्यास ते समर्थ आहेत. हे बुद्धिमंता, हे कुरुश्रेष्ठा, पांडवांवर कशाही प्रकारचा बरावाईट प्रसंग आला, तरी त्या त्या वेळीं सर्व प्रजा सुशीलत्वानें शोभणाऱ्या त्या वीरांस अनुसरूनच वागतील. ब्रह्मदेव, अग्रहार[1], पारिबर्हे[2] वगैरेबद्दल पूर्वींच्या राजांनीं घालून दिलेले परिपाठ हा युधिष्ठिर बरोबर पाळीत आहे. हा दूरदर्शी व सौम्य असून याचें मन कुबेराप्रमाणें नित्य याच्या स्वाधीन असतें. शिवाय या महात्म्याचे मंत्रीही तसेच थोर आहेत. याचें आचरण शुद्ध असून मित्रांवर अकृत्रिम प्रेम असतें; आणि, हे राजा, तूं नित्य ज्यांचें पुत्राप्रमाणें संगोपन करीत आलास तो हा युधिष्ठिर राजा मोठा बुद्धिमान् असून याचे अंगीं कुटिलपणाचा लवलेश नाहीं. याची बुद्धि नेहमीं सरळ मार्गानेंच जावयाची. राजर्षे, याच्या सहवासामुळें भीमार्जुनही कधीं प्रजाजनांचें अप्रिय करीत नाहींत. ते सरळ वागणारांशीं अगदीं सरळ असतात; पण वांकड्यांशीं कृष्णसर्पांसारखे आहेत. ते थोर मनाचे व वीर्यशाली असून पौरजनांचें कल्याण करण्यांत नित्य गढलेले असतात. फार काय सांगावें?

१ अग्रहार—राजानें वसुलांतून ब्राह्मणांसाठीं प्रथम निराळें काढून ठेवावयाचें तें.

२ पारिबर्ह—विवाहसमयींची देणगी.

जेणेंकरून प्रजाजनांपैकीं कोणी असंतुष्ट होईल, अशी गोष्ट कुंती, पांचाली, उलूपी किंवा सुभद्रा यांचे हातूनही कधीं घडत नाहीं. हे पुरुषसिंहा, महाराजा, आपण आमचे ठिकाणीं जें प्रेमबीज पेरिलें व युधिष्ठिरानें ज्याचें संवर्धन केलें, त्याला कोणीही प्रजाजन कधींही विसरणार नाहींत, किंवा त्यांस न साजेल असेंही वर्तन ते कधीं करणार नाहींत. हे महाराजा, आपल्या प्रजाप्रेमास अनुरूप असेंच प्रजेचें वर्तन नित्य राहील. या गादीचा महिमा काय वर्णावा? महारथी पांडव जातिवंत अधर्माचरणी असले, तरी देखील ते राज्यकारभार हातीं घेतल्यावर धर्मपरायण होतील, व प्रजेचें यथान्याय पालन करतील! सारांश, राजा, युधिष्ठिराबद्दल तूं बिलकूल काळजी करूं नको. आतां राजेंद्रा, त्याविषयींची चिंता दूर करून तूं पुढील धर्मकृत्यें कर. राजा, मी तुला प्रणाम करितों.

वैशंपायन सांगतातः— याप्रमाणें त्या ब्राह्मणानें धर्मास अनुसरून लोकोत्तर भाषण केलें, तेव्हां सर्व पौरजनांनीं त्यास माना डोलविल्या आणि 'शाबास! शाबास! असें म्हणून त्याचा सत्कार केला. धृतराष्ट्र राजानेंही त्या भाषणाची वारंवार स्तुति केली आणि नंतर हळूहळू प्रजाजनांस निरोप दिला. मग सज्जनांच्या प्रशंसेस व कृपादृष्टीस पात्र झालेल्या त्या राजानें हात जोडून त्या सर्व लोकांचा बहुमान केला, आणि तदनंतर त्यानें गांधारीसहवर्तमान आपल्या मंदिरांत प्रवेश केला. राजा जनमेजया, पुढें ती रात्र गेल्यावर त्यानें काय केलें तें आतां सावधान चित्तानें श्रवण कर.

अध्याय अकरावा.

--:०:----

धृतराष्ट्राची द्रव्ययाचना व भीमाचा क्रोध.

वैशंपायन सांगतातः—राजा, दुसरे दिवशीं सकाळीं अंबिकापुत्र धृतराष्ट्र राजानें विदुरास युधिष्ठिराकडे पाठविलें. तेव्हां तो सर्व बुद्धिमंतांत श्रेष्ठ व महातेजस्वी विदुर राजाच्या आज्ञेप्रमाणें युधिष्ठिराकडे जाऊन त्यास म्हणाला, "राजा, धृतराष्ट्र राजानें वानप्रस्थाश्रमाची दीक्षा घेतली आहे. येत्या कार्तिकी पौर्णिमेस वनांत प्रस्थान करण्याचा त्याचा विचार आहे. तेव्हां, हे कुरुश्रेष्ठा, तत्पूर्वीं कांहीं कृत्यें करण्यासाठीं थोडेंसें द्रव्य मिळावें, अशी त्याची इच्छा आहे. वनांत जाण्यापूर्वीं एकदां महात्म्या भीष्मांचें श्राद्ध करावें असें त्याच्या मनांत आहे. त्याचप्रमाणें द्रोणाचार्य, सोमदत्त, श्रीमान् बाल्हीक राजा, स्वतःचे पुत्र, रणांत पतन पावलेले इतर सर्व आप्तबांधव, आणि राजा, तुझें अनुमोदन असेल तर दुरात्मा जयद्रथ याचेंही श्राद्ध करावें अशी त्याची इच्छा आहे."

विदुराचें हें भाषण ऐकून युधिष्ठिरानें व पांडुपुत्र अर्जुनानें त्यास आनंदानें संमति दिली. परंतु चंडकोपी भीमसेनास अद्यापि दुर्योधनाच्या करणीची विस्मृति पडली नसल्यामुळें त्यानें विदुराच्या बोलण्याकडे मुळींच लक्ष दिलें नाहीं. तेव्हां त्याच्या मुद्रेवरून अर्जुनानें त्याचें हृद्गत जाणलें आणि तो थोडा खालीं वांकून त्या नरर्षभास म्हणाला, "भीमसेना, आपणांस पितृस्थानीं असलेल्या वृद्ध धृतराष्ट्र राजानें वानप्रस्थाश्रमाची दीक्षा घेतली असून, एकवार सर्व आप्तसुहृदांचें श्राद्ध करावें व त्यांचे ऋणांतून उत्तीर्ण व्हावें, असें त्यास वाटत आहे. तूं जिंकिलेलें द्रव्य भीष्मादिकांप्रीत्यर्थ धर्म करावें अशी त्याची इच्छा आहे; तर हे महाबाहो, मला वाटतें, तूं तें द्यावेंस; हें तुला योग्य आहे. हे महाबाहो, ज्यापाशीं पूर्वीं आपण याचना करीत होतों, तोच धृतराष्ट्र सुदैवानें आज तुझी याचना करितो आहे. हा कालमहिमा कसा अगाध आहे पहा! अरे, जो पूर्वीं

संपूर्ण पृथ्वीचा सार्वभौम राजा होता, त्याची आज काय स्थिति आहे! त्याचे सर्व मंत्री व आप्तजन शत्रूंनीं रणांत ठार मारिले असून आज वनांत निघून जावें असें त्याच्या मनानें घेतलें आहे! तेव्हां, हे नरसिंहा, अशा रीतीनें सर्वस्वी दीन होऊन जर तो तुजपाशीं याचना करीत आहे, तर, बाबारे, न देण्याचें तुझ्या मनांत येणें योग्य नाहीं. या वेळीं जें पाहिजे असेल तें उदार अंतःकरणानें देण्यांतच आपली कीर्ति होणार आहे. शत्रूच्या पडत्या काळीं त्यास आश्रय देईल तोच खरा महापुरुष! बा महाभुजा, त्याची मागणी अमान्य करणें हें दुष्कीर्तिकारक व अधर्माचें आहे. तेव्हां तूं वडील बंधु युधिष्ठिर राजा याला हेंच सुचव. हे भरतर्षभा, सर्व संपत्ति तूं जिंकिली असल्यामुळें ती देणें किंवा न देणें याचा अधिकारी तूंच आहेस!"

याप्रमाणें अर्जुन बोलला असतां युधिष्ठिरानेंही त्यास मान डोलविली, परंतु भीमसेनाचा संताप होऊन त्यानें लगेच उत्तर केलें, 'फाल्गुना, पाहिजे तर आम्ही भीष्मांचें श्राद्ध करूं! तसेंच राजा सोमदत्त, भूरिश्रवा, राजर्षि बाल्हीक, महात्मे द्रोणाचार्य आणि दुसरेही सर्वजण यांचींही आम्ही श्राद्धें करूं; आणि कुंती कर्णाचें श्राद्ध करील. धृतराष्ट्राला ह्या नसत्या उठाठेवी करण्याचें कांहीं कारण नाहीं, असें मला वाटतें! अहो, आपल्या अंगीं कांहीं पीळ नाहीं असें ह्मणून शत्रूंनीं आपली निंदा करूं नये. त्या दुर्योधनादिकांबद्दल श्राद्धें कशाला करायाला पाहिजेत? अहो, ज्या कुलांगारांनीं ह्या संपूर्ण पृथ्वीची राखरांगोळी केली, त्यांनीं उत्तरोत्तर अधिकाधिक घोर नरकांतच कुजत पडलें पाहिजे! अर्जुना, तूं तें वैर कसा विसरलास! अरे, बारा वर्षांचा वनवास, पुढें घोर अज्ञातवास व द्रौपदीची ती विटंबना हें सारें तूं विसरलास कसें? अरे, पांचालीसह कृष्णाजिन परिधान करून फुटका मणीही अंगावर न ठेवतां तूं धृतराष्ट्रापुढें गेलास, त्या वेळीं त्याचें आम्हांवरील हें प्रेम कोणीकडे दडलें होतें? तेव्हां ते भीष्म, द्रोण व तो सोमदत्त कोठें होता! एक दोन दिवस नव्हे-तेरा वर्षें आम्हीं वनांतील रुक्ष कंदमुळांवर कंठिलीं, त्या वेळीं तुझ्या त्या पित्याचें पितृवात्सल्य कधीं पागळलेलें दिसलें नाहीं! पार्था, अरे हा दुष्ट बुद्धीचा कुलांगार 'द्यूतांत आतां काय जिंकलें? मग काय जिंकलें?' म्हणून विदुरास कौतुकानें विचारी तें तूं विसरलास काय?

याप्रमाणें भीमसेन बोलत असतां विचारी कुंतीपुत्र युधिष्ठिरानें त्याची निर्भर्त्सना करीत त्यास स्वस्थ बसण्यास सांगितलें.

अध्याय बारावा.

—:०:—

युधिष्ठिराचें अनुमोदन.

अर्जुन म्हणाला, "भीमसेना, तूं मजहून वडील असून मला पूज्य आहेस, म्हणून मी तुला कमीअधिक बोलूं इच्छीत नाहीं. अरे, कसेंही असलें तरी राजर्षि धृतराष्ट्र हा सर्वथा मानासच योग्य आहे. त्याचा अवमान करणें योग्य नाहीं. आपण केलेले अपकार तो मनांतही आणित नाहीं; आपलीं चांगलीं कृत्यें तेवढीं तो आठवीत असतो. आर्यधर्माच्या मर्यादा न उल्लंघणारे सज्जन हेच खरे थोर पुरुष होत!" उदारधी पार्थाचें हें भाषण श्रवण करून धर्मात्मा कुंतीपुत्र युधिष्ठिर राजा विदुरास म्हणाला, "विदुरा, कुरुपति धृतराष्ट्राला माझा असा निरोप सांगा कीं, पुत्रांचीं व भीष्मादिक आप्तेष्टांचीं जितकीं श्राद्धें तुला करावयाचीं असतील त्यांस पुरेसें द्रव्य—भीमास फारसें वाईट वाटूं नये ह्मणून—मी आपल्या खासगी खजिन्यांतून देतों."

वैशंपायन सांगतातः—विदुरास असें सांगून धर्मानें अर्जुनाची स्तुति केली. तेव्हां भीमसेन अर्जुनाकडे डोळे वटारून पाहूं लागला. मग तो चतुर युधिष्ठिर विदुरास आणखी असें ह्मणाला कीं, ‘ धृतराष्ट्र राजानें भीमसेनावर रोष करण्याचें कारण नाहीं. अरण्यामध्यें नानाप्रकारच्या दुःखांनीं आणि थंडी, पाऊस व ऊन्ह यांच्या योगानें खरोखर त्या बुद्धिमान अत्यंत क्लेश झाले आहेत, हें तुला माहीतच आहे. असो; विदुरा, राजाला माझी अशी विनंती सांगा कीं, हे भरतर्षभा, तुह्मांस पाहिजे असेल तें हवें तितकें माझ्या येथून घेऊन जा. अत्यंत क्लेश पावलेला हा भीमसेन जो तुमचा मत्सर करतो, तो तुह्मी मनावर घेऊं नका. महाराज, माझ्या व अर्जुनाच्याही घरीं जितकें द्रव्य आहे, तितक्या सर्वांचे तुह्मीच मालक आहां. त्या राजानें ब्राह्मणांस यथेष्ट दानधर्म करावा, आणि पुत्रांच्या व आप्तजनांच्या ऋणांतून आज मुक्त व्हावें. विदुरा, त्या राजास आणखी असेंही सांगा कीं, महाराज, द्रव्यावरच काय, पण माझ्या या शरीरावरही आपली सत्ता आहे; अशीच खरोखर माझ्या मनाची भावना आहे ! ”

अध्याय तेरावा.

—:०:—

विदुराचें धृतराष्ट्राशीं भाषण.

वैशंपायन सांगतातः—याप्रमाणें युधिष्ठिरानें सांगितलें असतां त्या बुद्धिमान् विदुरानें धृतराष्ट्राजवळ परत येऊन असें अर्थपूर्ण भाषण केलें, “ महाराज, आपल्या आज्ञेप्रमाणें आपला निरोप युधिष्ठिरास जाऊन सांगितला. तो ऐकून त्या महातेजस्वी राजानें आपल्या अभिप्रायाची प्रसंशा केली. महातेजस्वी पार्थानेंही आपलीं मंदिरें, त्यांतील सर्व द्रव्य आणि स्वतःचे प्राण सुद्धां आपल्या चरणीं सादर केले आहेत. त्याचप्रमाणें, हे राजर्षे, तुझा पुत्र धर्मराजा यानेंही आपलें राज्य, प्राण, द्रव्य व इतर सर्व कांहीं आपणास अर्पिलें आहे. महाबाहु भीमसेनानें मात्र तीं पूर्वींचीं अपार दुःखें आठवून दीर्घ निश्वास टाकीत जरा कष्टानेंच आपल्या म्हणण्यास संमति दिली. भीमसेनाचें मन थोडें खट्टू झालें होतें; परंतु राजा, त्या धर्मशील युधिष्ठिर राजानें व बीभत्सु पार्थानें त्याची समजूत घालून लगेच तुजविषयीं त्याचें मन निर्मळ करून टाकिलें. राजा, आतां त्याच्या मनांत कांहीं नाहीं; आणि त्यावर आपण कोप करूं नये म्हणून धर्मराजानें आपणांस विनंती केली आहे कीं, राजा, भीमसेनाच्या हातून थोडें अन्यायीपणाचें आचरण घडलें, तें केवळ पूर्वींचें वैर आठवल्यामुळेंच. राजा, क्षत्रियांचा असा हा सर्वसाधारण स्वभावधर्मच आहे. हा वृकोदर नित्य क्षत्रियधर्मांत व युद्धांत निमग्न असल्यामुळें त्याचा असा कोपिष्ठ स्वभाव बनला आहे; त्यांत त्याकडेही फारसा दोष नाहीं. राजा, वृकोदरासाठीं मी व अर्जुन तुमची पुनःपुनः प्रार्थना करून अशी विनंती करितों कीं, आह्मांकडे जें जें कांहीं आहे त्या सर्वांचे आपण मालक आहां. आपण तें सर्व किंवा त्यांतलें आपल्या इच्छेस येईल तितकें धर्म करावें. आह्मांस त्यांत आनंदच आहे. महाराज, या संपूर्ण राज्याचे व आमच्या प्राणांचेही आपणच स्वामी आहां. ब्रह्मदेय, अग्रहार, पुत्रांचीं श्राद्धें वगैरे आपणांस करावयाचें असेल तें सर्व करा. रत्नें, गाई, दास, दासी व शेळ्यामेंढ्या येथून मागवून ब्राह्मणांस अर्पण करा. विदुरा, दीन, आंधळे, पांगळे यांना राजाच्या आज्ञेनें ठिकठिकाणीं उंची खाद्यपेयांच्या समाराधना घाला; आणि याशिवाय गोग्रास व दुसरीं नानाप्रकारचीं पुण्यकृत्यें करा. राजा धृतराष्ट्रा,

याप्रमाणें युधिष्ठिर व धनंजय यांनीं मला सांगितलें आहे. तेव्हां आतां पुढें काय करावयाचें तें आपण सांगावें."

जनमेजया, विदुरानें असें सांगितलें असतां धृतराष्ट्रानें पांडवांचें अभिनंदन केलें; आणि कार्तिकी पौर्णिमेस मोठा दानधर्म करण्याचें ठरविलें.

अध्याय चौदावा.

—:०:—

दानयज्ञ.

वैशंपायन सांगतातः—राजा, विदुराचें तें भाषण ऐकून धृतराष्ट्र राजास युधिष्ठिराच्या व अर्जुनाच्या कृतींचें कौतुक वाटून तो त्यांवर संतुष्ट झाला. नंतर त्यानें भीष्म, आपले पुत्र व सुहृद यांच्या उद्देशानें प्रत्येकास अनुरूप असे हजारों ब्राह्मण व ऋषिश्रेष्ठ बोलाविले; आणि नानाप्रकारचीं पक्वान्नें व पेयें तयार करविलीं. मग वस्त्रें, सुवर्ण, हिरे, रत्नें, दासदासी शेळ्यामेंढ्यांचे कळप, उर्णावस्त्रें, रत्नें, गांव, शेतें सालंकर हत्ती, घोडे आणि सुंदर कुलीन कन्या एकेकाच्या नांवानें सर्व ब्राह्मणांस अर्पण केल्या; आणि भीष्म, द्रोण, सोमदत्त, बाल्हीक, राजा दुर्योधन व इतर पुत्र आणि जयद्रथप्रभृति सर्व आप्तेष्ट या सर्वांच्या नांवांनीं हीं सर्व दानें त्यानें पृथक्पृथक् केलीं. याप्रमाणें, ज्यांत रत्नांचे व द्रव्याचे अनेक ओघ वहात आहेत, असा तो दक्षिणायुक्त श्राद्धयज्ञ फारच वृद्धिंगत झाला. त्यांत गणना व जमाखर्च करणारे कारकून युधिष्ठिराच्या सांगण्यावरून एकसारखे धृतराष्ट्रास विचारीत असत कीं, 'महाराज, ह्या ब्राह्मणांस काय द्यावयाचें त्याची आज्ञा व्हावी.' धृतराष्ट्राचे मुखांतून निघण्याचा काय तो अवकाश, लगेच तितकें द्रव्य तेथें हजर होई व तावडतोब ते कारकून तें ब्राह्मणांस अर्पण करीत, ' यांस शंभर द्या ' ' त्यांस हजार द्या ' ' ह्यांस दहा हजार द्या ' असें धृतराष्ट्र सांगे; आणि त्या—त्याप्रमाणें धीमान् युधिष्ठिराच्या आज्ञेनें दिलें जाई ! याप्रमाणें त्या धृतराष्ट्ररूपी मेघानें गवतावर वृष्टि करणाऱ्या खऱ्या मेघाप्रमाणें द्रव्यधारांनीं ब्राह्मणांस तृप्त केलें. राजा, नंतर लगेच त्यानें सर्व वर्णांचे लोकांस अन्नपानांच्या प्रवाहांत केवळ बुडवून सोडलें. वस्त्रें, रत्नें व द्रव्य हाच ज्याचा प्रवाह आहे, मृदंगाचा ध्वनि हीच ज्याची प्रचंड गर्जना सुरू आहे, गाई व अश्व हेच ज्याच्या डोहांतील मगर आहेत, नानाप्रकारच्या रत्नांनीं जो खराखुराच रत्नाकर झाला आहे, आणि गांव, अग्रहार व हत्ती यांचाही ज्यांत समावेश झाला आहे, अशा त्या रत्न--सुवर्णरूप जलानें भरलेल्या सागरास धृतराष्ट्ररूप चंद्राच्या उदयानें भरती येऊन त्यानें संपूर्ण जग आपल्या प्रवाहांत बुडवून टाकलें ! याप्रमाणें हे महाराजा, त्यानें पुत्रपौत्र--वडील, आपण स्वतः व गांधारी या सर्वांच्या नांवानें और्ध्वदेहिक दानें दिलीं; आणि अशीं अपार दानें देतां देतां जेव्हां तो अगदीं थकून गेला, तेव्हां मग त्यानें तो दानयज्ञ समाप्त केला. याप्रमाणें राजा, ज्यांत नटनर्तकांनीं शोभा आणिली होती आणि अन्नपान व दक्षिणा यांची रेलचेल उडाली होती ' असा तो मोठा दानयज्ञ धृतराष्ट्र राजानें केला आणि दहा दिवसपर्यंत अशीं दानें करून तो अंबिकापुत्र पुत्रपौत्रांच्या ऋणांतून मुक्त झाला.

अध्याय पंधरावा.

---:०:--

धृतराष्ट्राचें प्रयाण.

वैशंपायन सांगतातः—राजा, नंतर दुसरे दिवशीं सकाळीं वनवासास जाण्याचा निश्चय करून गांधारीसहवर्तमान धृतराष्ट्र राजानें वीराग्रणी पांडवांस जवळ बोलावून त्यानें यथायोग्य प्रकारें अभिनंदन केलें, नंतर त्यानें त्या कार्तिकी

पौर्णिमेस वेदपारंगत ब्राह्मणांकडून इष्टि करविली. मग कृष्णाजिन व वल्कलें परिधान केलेला व वधूजनांनीं परिवेष्टित असलेला तो राजा अग्निहोत्र पुढें घालून आपल्या मंदिरांतून बाहेर पडला. याप्रमाणें तो धृतराष्ट्र राजा प्रयाण करूं लागला तेव्हां कौरवपांडवांच्या स्त्रिया आणि कुरुवंशांतील इतर बायका यांस रडें कोसळल्यामुळें तेथें मोठा गलबला होऊं लागला. नंतर धृतराष्ट्र राजानें लाह्या व नानाप्रकारचीं फुलें यांच्या योगानें त्या गृहाचें पूजन करून त्याचा उत्सर्ग केला. नंतर त्यानें आपल्या सेवकवर्गास इनामें वगैरे देऊन संतुष्ट करून कायमची रजा दिली आणि पुढें प्रयाण केलें. इतक्यांत युधिष्ठिर हात जोडून थरथर कांपत त्याच्या पुढें येऊन कंठ दाटून आल्यामुळें घोगऱ्या आवाजानें पण खूप मोठ्यानें हंबरडा फोडून "बाबा ! आम्हांला टाकून कोठें चाललां हो" असें म्हणत धाडकन् जमीनीवर पडला ! इतक्यांत तीव्र दुःखानें पोळलेल्या व दीर्घ श्वास सोडणाऱ्या भरतश्रेष्ठ अर्जुनानें "युधिष्ठिरा, हें काय ! हें काय !" असें म्हणून त्यास कसेंबसें सावरून धरलें; बाकी त्याचीही तशीच अवस्था झाली होती ! या दोघांशिवाय भीमसेन, नकुल, सहदेव, विदुर, संजय, वैश्यापुत्र युयुत्सु, गौतम, धौम्य गुरु आणि दुसरे ब्राह्मण सद्गदित होत्साते त्या राजाच्या मागून जात होते. कुंती सर्वांच्या पुढें चालत असून, डोळ्यांस पडदे बांधिलेल्या गांधारीनें तिचे स्कंधावर हात ठेविला होता आणि ज्ञानसंपन्न धृतराष्ट्र राजा गांधारीच्या स्कंधावर हात देऊन चालला होता. याचप्रमाणें सुभद्रा, द्रौपदी, जिचें मूल लहान होतें ती उत्तरा, कौवरकन्या उलूपी, तशीच चित्रांगदा आणि दुसऱ्या सर्व भरतस्त्रिया मुलीबाळींसहवर्तमान त्यांबरोबर चालल्या होत्या. राजा, त्या सर्वजणी दुःखामुळें मोठ्यानें आक्रोश करीत असल्यामुळें त्यांचा कुररींसारखा ध्वनि चालला होता. नंतर ब्राह्मण, क्षत्रिय, वैश्य व शूद्र या सर्व जातींच्या स्त्रिया चोहोंकडून तेथें धावून आल्या. मग काय विचारतां ? तेथें एकच हाहाःकार उडून गेला. राजा जनमेजया, पूर्वी द्यूतामध्यें जिंकिले गेलेले पांडव कौरवांच्या सभेंतून बाहेर पडून वनांत जाऊं लागले असतां हस्तिनापुरांतील नागरिक जसे दुःखित झाले होते, तसेच ते या प्रसंगीं दुःखित झाले आणि खरोखर ज्या सुंदरींनीं पूर्वी चंद्राचें किंवा सूर्याचेंही दर्शन घेतलें नव्हतें, त्याही या वेळीं कौरवेंद्र धृतराष्ट्र राजा घोर वनांत प्रस्थान करीत असतां एकदम शोकार्त होत्सात्या राजमार्गावर धावल्या !

अध्याय सोळावा.

—:०:—

कुंतीचें वनांत प्रयाण.

वैशंपायन सांगतातः—राजा, मग घरांचे सज्जांवर व खालीं जमीनीवरही नरनारींचा फारच मोठा गलबला होऊं लागला. राजरस्ताही स्त्रीपुरुषांनीं गच्च भरून गेला होता. त्यांतून त्या थरथर कांपणाऱ्या धृतराष्ट्र राजानें सर्वांस नमस्कार करीत मोठ्या कष्टानें रस्ता काढिला. मग वर्धमानें दरवाजानें तो हस्तिनापुराच्या बाहेर पडला आणि त्यानें आपणाबरोबर येणाऱ्या लोकांच्या समुदायास वारंवार विनवून मागें फिरविलें. विदुर आणि गावल्गणि सूतपुत्र महामात्र संजय यांनीं राजाबरोबर वनांत जाण्याचा निश्चय केला होता, म्हणून त्यांस विशेष आग्रह न करतां धृतराष्ट्र राजानें

१ पांडव वनवासास गेले तेव्हां तेही याच नगरद्वारांतून बाहेर पडले होते, हें वाचकांस स्मरत असेलच (वनपर्व अ. १ पहा).

कृपाचार्यास तेवढें मागें फिरविलें; आणि महारथी युयुत्सूस युधिष्ठिराचे स्वाधीन करून त्यासही मागें परतविलें. मग सर्व पौरजन मागें परतल्यावर कांहीं वेळानें धृतराष्ट्राच्या विनंतीवरून अंतःपुरासहवर्तमान युधिष्ठिर राजानें परत फिरण्याचें मनांत आणिलें. परंतु माता कुंती धृतराष्ट्राबरोबर वनांत जात आहे असें पाहून तो तीस म्हणाला, " माते, मी राजाबरोबर जाईन, तूं मागें फीर. हे राज्ञि, ह्या स्त्रीजनांसहवर्तमान तूं नगरांत जावेंस हेंच तुला योग्य आहे. ह्या धर्मात्म्या धृतराष्ट्र राजानें वनांत जाण्याचा निर्धारच केला आहे, तेव्हां त्याला एकट्याला जाऊं दे. तूं तरी आम्हांला टाकूं नको." याप्रमाणें धर्मराजानें विनविलें, तेणेंकरून कुंतीचे डोळे आंसवांनीं भरून आले; परंतु ती मागें न परततां गांधारीस संभाळून तशीच निघून गेली. त्यावेळीं

कुंती म्हणालीः—युधिष्ठिरा, माझ्या सहदेवावर केव्हांही अवकृपा करूं नको. राजा, हा सदोदीत मजवर व तुजवरही अनुरक्त असतो. युधिष्ठिरा, समरांतून पलायन न करणाऱ्या माझ्या कर्णाचें सतत स्मरण करीत जा; त्याला विसरूं नको बरें. हाय हाय! त्या वेळीं मीं मूर्खेनें त्या वीराचा रणांत घात करविला. बाळा, सूर्यपुत्र कर्ण दृष्टीआड झाला असतांही जर माझें मुर्खेचें हृदय शतधा विदीर्ण होत नाहीं, तर तें खरोखर लोखंडाचेंच असलें पाहिजे. हे अरिंदमा, अशा स्थितींत आतां मला रडण्यावांचून दुसरें काय करतां येणार आहे? अरेरे! कर्ण हा माझा पुत्र आहे अशी मीं आधींच प्रसिद्धि केली नाहीं, हा माझाच अपराध झाला व त्यामुळें हा प्रकार घडला! हे अरिमर्दना, त्या सूर्यपुत्राच्या नांवानें तूं आपल्या भावांसहवर्तमान नेहमीं श्राद्धें, दानें वगैरे करीत जा बरें! राजा, तूं सतत द्रौपदीचें कोड पुरविण्यांत तत्पर रहा. तिला अप्रिय होईल असें कांहीं करूं नको. त्याचप्रमाणें, हे कुरुश्रेष्ठा, भीम, अर्जुन व नकुल यांनाही तूं नित्य संतुष्ट राखलें पाहिजेस. राजा, आतां ह्या कुलाचें धुरीणत्व तुझ्याकडे आलें आहे, तेव्हां त्यास अनुरूप असेंच तुझें वर्तन असलें पाहिजे. मी पापिणी आतां ह्या सासूसासऱ्यांच्या पायांची सेवा करीत गांधारीसह वनांतच राहीन!

वैशंपायन सांगतातः—धर्मराजा, हा मोठा ज्ञानी व आत्मनिग्रही होता, परंतु या वेळीं भावांसहवर्तमान त्यास फार वाईट वाटलें आणि कांहींच बोलवलें नाहीं. मग मुहूर्तमात्र तसाच स्तब्धपणें विचार करून तो चिंताशोकपरायण दीन राजा मातेस म्हणाला, " माते, तूं हें काय करतेस! तुला असें बोलणें योग्य नाहीं. मी कांहीं तुला जाण्यास संमति देणार नाहीं. माते, तूं आम्हांवर कृपादृष्टि करणें हेंच तुला योग्य आहे. आमचा असा अव्हेर करूं नको. माते, पूर्वीं नगरांतून बाहेर पडण्यास निघालों असतां, तूं आम्हांस विदुलेच्या भाषणाचा उपदेश करून उत्साहयुक्त केलेंस, त्यापेक्षां आतां तूं आम्हांस टाकावेंस हें तुला योग्य नाहीं. नरश्रेष्ठ वासुदेवाकडून तुझा अभिप्राय श्रवण करून त्याप्रमाणें मीं राजांची कत्तल उडवून हें राज्य संपादिलें. माते, तुझी ती बुद्धि कोठें गेली? आणि आतांची ही वनांत जाण्याची बुद्धि तुला कशी उपजली? माते, क्षत्रधर्माप्रमाणें वागलें पाहिजे असें तेव्हां सांगून आतां तूं त्यापासून च्युत होऊं इच्छितेस हें काय? माते, हे यशस्विनि, आम्हांला सोडून व या राज्याचा आणि ह्या स्नुषेचाही त्याग करून अवघड जंगलांत तूं कशी राहाशील? माते, मजवर प्रसाद कर."

याप्रमाणें पुत्राचीं बाष्पदिग्ध भाषणें श्रवण

करीत असतां कुंतीचे डोळे पाण्यानें भरून आले होते, तथापि ती तीं भाषणें ऐकत तशीच पुढें जात होती. मग तिला भीम ह्मणाला, “ कुंती, वास्तविक ज्या वेळीं तूं पुत्रांनीं जिंकिलेल्या ह्या राज्याचा उपयोग घ्यावास व राजधर्म जोडावास, त्या वेळीं तुला ही बुद्धि कोठून आठवली ? माते, आह्मांकडून आधीं तसा पृथ्वीचा संहार कां करविलास ? आणि आतां आह्मांस सोडून वनांत जाण्याचें कां इच्छितेस ? मग पंडु निधन पावून माद्री सती गेली तेव्हां आह्मी लहान बालक असतांना आह्मांस व ह्या दुःखशोकाकुल माद्रीपुत्रांस तूं नगरांत कशाला घेऊन आलीस ? माते, आह्मांवर प्रसन्न हो; आणि, हे यशस्विनि, आज तूं वनांत न जातां स्वपराक्रमानें मिळविलेल्या युधिष्ठिराच्या ऐश्वर्याचा आमरण उपभोग घे. ”

याप्रमाणें मुलगे अनेक प्रकारें विलाप करीत असतां व विनवीत असतां, वनवासाचा निर्धार केलेल्या त्या भाववती कुंतीनें त्यांच्या भाषणांकडे लक्षच दिलें नाहीं; ती मुकाट्यानें वनांत चालली होती. द्रौपदी व सुभद्रा ह्याही विषण्णवदनानें आपल्या सासूमागून जात होत्या. वनवासाचा दृढनिश्चय केलेली महाज्ञानी कुंती आक्रोश करणाऱ्या पुत्रांकडे वरचेवर पहात चालली होती; आणि पांडवही भृत्य व अंतःपुरांतील स्त्रीजन यांसह तिचे मागून चालले होते. शेवटीं, पुत्रांचें समाधान केल्याशिवाय ते मागें परतणार नाहींत, असें पाहून कुंतीनें डोळे पुसून त्यांची समजूत केली.

~~~~~~~~

अध्याय सतरावा.

—:०:—

कुंतीचें भाषण.

कुंती ह्मणालीः—शूरा भीमा, तूं ह्मणतोस तें सर्व खरें आहे. पूर्वीं तुमचा नाश होत असतां त्यांतून मीं तुमचा उद्धार केला. द्यूतामध्यें तुमचें राज्य हिरावलें गेलें, तुह्मी सुखाला मुकलां आणि ज्ञातिबांधवांनीं तुमचा पराभव केला. अशा स्थितींतून मीं तुम्हांस हुरूप आणून वर काढलें, हें खरें आहे. परंतु बाळांनो, स्वतःस राज्यवैभव उपभोगण्यास सांपडावें, या इच्छेनें मीं तें केलें नाहीं, तर, हे पुरुषर्षभहो, थोर पांडुराजाची संतति नाश पावूं नये, हीनत्वास पोंचूं नये, आणि तुमची अपकीर्ति होऊं नये, म्हणूनच मीं तुह्मांस तेव्हां चेव आणिला. तुम्ही सर्व इंद्राप्रमाणें असून देवांप्रमाणें पराक्रमी आहां—अशा तुम्हांस दुसऱ्याच्या तोंडाकडे पहावें लागूं नये, एवढ्याचकरितां मीं तसें केलें. धार्मिकांमध्यें अग्रगण्य व इंद्रतुल्य अशा तुज राजाला पुनः वनांत दुःख भोगण्याचा प्रसंग येऊं नये, म्हणूनच मीं तुम्हांस युद्धास प्रोत्साहित करून तुमचा उद्धार केला. दहा हजार गजांचें ज्याला बळ आहे आणि ज्याचा पराक्रम व पौरुष सर्वविश्रुत आहे, अशा या भीमसेनाचा तो पराक्रम व तें बल वायां जाऊं नये म्हणून मीं हा खटाटोप केला. तसाच भीमसेनाच्या पाठचा भाऊ हा इंद्रतुल्य अर्जुन निराशेनें खचून जाऊन याच्या गुणांचा लोप होऊं नये म्हणून मीं तुम्हांस चेतवून तुमच्या उत्कर्षाचा प्रयत्न केला. त्याचप्रमाणें, वडिलांच्या आज्ञेंत वागणारे हे नकुलसहदेव क्षुधेनें व्याकुल होत्साते नाश पावूं नयेत यासाठींच मीं तुम्हांला युद्धाचा हुरूप आणिला. तशीच ही श्यामसुंदरी आयताक्षी महासाध्वी द्रौपदी, हिला पुनरपि सभेमध्यें विनाकारण विटंबना भोगण्याचा प्रसंग येऊं नये एवढ्याचकरितां मीं तुम्हांस उत्तेजित केलें. भीमा, ही शुभांगी रजस्वला असतांही, द्यूतांत जिंकली गेली
~~~~~~~~

म्हणून दुःशासनानें ही कदलीप्रमाणें थरथर कांपत असतां तुमच्या डोळ्यांदेखत हिला मूर्खपणानें दासीप्रमाणें फरफरां ओढलें, तेव्हांच ह्या कौरवकुलाचा विनाशकाल समीप आला असें मीं समजलें! त्या वेळीं माझे हे श्वशुरादिक कौरव तेथें बसले होते; ही पांचाली दैवास व पतींस उद्देशून चक्रवाकीप्रमाणें अत्यंत विलाप करीत होती; आणि बुद्धि अस्तंगत झालेल्या पापी दुःशासनानें तिचे केश धरले होते! पांडवहो, त्या प्रसंगीं खरोखर मी वेडी होऊन गेलें, माझें अंतःकरण भडकून गेलें! आणि तुमचें लुप्तप्राय झालेलें तेज वृद्धिंगत व्हावें म्हणून मीं तुह्मांस विदुलेची कथा सांगून त्या वेळीं हुरूप आणिला. पुत्रहो, तुम्ही माझे मुलगे असतां तुमच्या योगानें पांडूच्या वंशाचें राजतेज लोपून तो हीनत्वास पोंचूं नये, यासाठीं मीं तेव्हां तुम्हांस उत्तेजन दिलें. राजा, ज्याचा वंश नाश पावतो किंवा पूर्णपणें हीन स्थितीस पोंचतो, त्यास निर्वंशी समजावें. त्याचे पुत्रपौत्रांस सद्गति मिळत नाहीं. पुत्रहो, मीं पूर्वीं पतीच्या राजवटींत पुष्कळ राजैश्वर्य भोगिलें आहे; महादानें केलीं आहेत; आणि मोठमोठे यज्ञ करून यथाविधि सोमपानही केलें आहे. मीं श्रीकृष्णास जी सल्ला दिली किंवा त्या विदुलेच्या वाक्यांनीं तुह्मांस जो उपदेश केला, तो मला स्वतःला कांहीं ऐहिक लाभ व्हावा म्हणून नव्हे, तर तुमचें रक्षण व्हावें, तुम्ही मोठेपणास चढावें, व वडिलांचें नांव राखावें एवढ्यासाठींच माझा तो प्रयत्न होता! राजा, पुत्रांनीं जिंकलेलें राज्य आपण उपभोगावें अशी माझी इच्छा नसून, पतीस मिळालेले पुण्यलोक तपाच्या योगानें प्राप्त करून घेण्याची माझी आकांक्षा आहे! युधिष्ठिरा, यापुढें मी ह्या अरण्यवासी सासूसासऱ्यांची सेवा करून तपश्चर्येंत आपलें शरीर झिजविणार. हा माझा निश्चय आतां फिरावयाचा नाहीं. कुरुश्रेष्ठा, तूं भीमसेनप्रभृति लोकांसह आतां मागें फीर. तुझी बुद्धि धर्माचे ठिकाणीं अढळ राहो व तुझें मनही थोर असो!

अध्याय अठरावा.

—:०:—

धृतराष्ट्रादिकांचा वनप्रवेश.

वैशंपायन सांगतातः—हे राजसत्तमा, कुंतीचें हें भाषण श्रवण करून पुण्यवंत पांडव लज्जावनत होत्साते पांचालीसह मागें परतले. मग कुंती गेली असें पाहून सर्व स्त्रिया आक्रोश करूं लागल्यामुळें तेथें त्या वेळीं फारच आकांत झाला. राजा, त्या वेळीं पांडव कुंतीस परतविण्यास समर्थ न होतां धृतराष्ट्र राजास प्रदक्षिणा घालून व अभिवंदन करून मागें परतले. नंतर महातेजस्वी अंबिकापुत्र धृतराष्ट्र राजा गांधारी व विदुर यांशीं संभाषण करून व त्यांचें मत घेऊन म्हणाला, ह्या देवीनें-युधिष्ठिराचे मातेनें—परत जावें हेंच चांगलें. युधिष्ठिराचें म्हणणें खरें आहे. पुत्रांचें हें अपार व सुखदायक ऐश्वर्य सोडून व पुत्रांचाही त्याग करून कोणती शहाणी स्त्री मूढेसारखी भयंकर वनांत गमन करील बरें? राज्यांत राहून तप आचरणें आणि मोठमोठीं दानें व व्रतें करणें हें हिला शक्य आहे आणि योग्यही आहे. तेव्हां हिनें माझें बोलणें ऐकावें. गांधारि, ह्या भ्रातृजायेनें आजवर केलेल्या सेवेनें मी अत्यंत तुष्ट झालों आहें. यास्तव, गांधारि, तूं हिची समजूत कर. तूं धर्म जाणणारी आहेस. तेव्हां तुला तिची चांगली समजूत घालतां येईल."

याप्रमाणें राजानें सांगितलें असतां गांधारीनें तें सर्व राजाचें बोलणें आणि विशेषेंकरून आपलें मत कुंतीस कळविलें. परंतु कुंतीचा वनवासाविषयीं पक्का निश्चय झाला असल्यामुळें त्या धर्मनिष्ठ सती कुंतीला मागें परतविण्यास

ती समर्थ झाली नाहीं. कुरुस्त्रियांनीं तिचा तो पक्का निर्धार आणि तें तदनुरूप आचरण पाहिलें आणि कुरुश्रेष्ठ पांडवही निराश होऊन मागें परतलेले पाहिले, तेव्हां त्या मोठ्यानें आक्रोश करूं लागल्या. सर्व पांडव आणि सगळ्या कुलस्त्रिया मागें परतल्या असें पाहून मग महाज्ञानी धृतराष्ट्र राजानें वनांत गमन केलें; आणि अत्यंत दीन व दुःखशोकपरायण झालेले सर्व पांडवही स्त्रियांसहवर्तमान यानांत बसून नगरांत शिरले. त्या वेळीं त्या सर्व नगरास भयंकर औदासीन्याची कळा आली होती; हर्ष, आनंद व उत्सव सर्व मावळला होता; आणि आबालवृद्ध स्त्रीपुरुषांसुद्धां तें सर्व नगर अगदीं उदासीन झालें होतें; आणि कुंतीच्या वियोगानें पांडवांची स्थिति तर गाईपासून ताटातूट झालेल्या वांसरांप्रमाणें होऊन ते दुःखानें अत्यंत व्याकुल, निरुत्साह व कष्टी झाले होते ! इकडे धृतराष्ट्र राजानें त्या दिवशीं बरेंच लांब प्रयाण करून सायंकाळीं भागीरथीच्या तीरीं मुक्काम केला. हें ठिकाण ह्मणजे एक तपोवन असून त्यांत वेदपारंगत द्विजर्षभांनीं यथाविधि प्रज्वलित केलेले अग्नि जागजागीं प्रकाशमान होत होते. मग, राजा, वृद्ध धृतराष्ट्र राजानेंही अग्नि प्रज्वलित केला; आणि त्याची यथाविधि उपासना व हवन करून त्या राजानें संध्यागत सहस्ररश्मि सूर्याच्या उपासनेस सत्वर प्रारंभ केला. मग विदुर व संजय यांनीं राजासाठीं एक, आणि तीपासून बऱ्याच अंतरावर दुसरी गांधारीसाठीं एक अशा दोन दर्भांच्या शय्या तयार केल्या. सज्जनोचित व्रतानें वागणारी युधिष्ठिराची माता कुंती गांधारीच्या सन्निध आनंदानें दर्भांवर बसली. विदुर, संजय आणि राजाबरोबर आलेले याजक ब्राह्मण हे त्यांपासून जवळच त्यांची हाक सहज ऐकूं येईल इतक्या अंतरावर बसले. तेथें द्विजश्रेष्ठ मंत्रघोष करीत असून अग्नि प्रज्वलित झाले होते; अशी ती रात्र, त्यांस ब्राह्मीप्रमाणें आनंदकारक झाली. असो; मग ती रात्र सरतांच दुसरे दिवशीं सकाळीं त्यांनीं प्रातर्विधि व सकाळचीं आह्निक कृत्यें केलीं; आणि विधिपूर्वक अग्निसंतर्पण करून ते सर्वजण उपाशींच पूर्वदिशेकडे तोंडें करून पुढील मार्गास लागले. राजा, इकडे नागरिक व प्रजाजन त्यांविषयीं शोक करीत असून धृतराष्ट्रादिकांसही यांच्या वियोगाचा शोक झाल्यामुळें त्यांचा तो पहिल्या दिवसाचा मुक्काम सर्वांसच एकंदरींत अत्यंत दुःखाचा गेला.

अध्याय एकोणिसावा.

—:०:—

शतयूपाश्रमीं निवास.

वैशंपायन सांगतातः—नंतर दोनप्रहरीं विदुराच्या अनुमतीप्रमाणें धृतराष्ट्र राजानें भागीरथीच्या पवित्र तीरीं पुण्यजनांस राहाण्यास योग्य व यज्ञ करण्यास योग्य अशा स्थलीं मुक्काम केला. हे भरतर्षभा, त्या ठिकाणीं अनेक वनवासी ब्राह्मण आणि क्षत्रिय, वैश्य व शूद्र यांचे पुष्कळ समुदाय त्यांच्या भेटीस आले. तेव्हां सज्जनांनीं परिवेष्टित अशा त्या धृतराष्ट्र राजानें गोड भाषणांनीं त्यांचें अभिनंदन करून व शिष्यांसह त्या ब्राह्मणांचें विधिपूर्वक पूजन करून त्यांस निरोप दिला. नंतर संध्याकाळीं त्या राजानें गंगेच्या तीरावर जाऊन स्नानादिक शौचकृत्यें केलीं. त्याप्रमाणेंच, राजा, यशस्विनी गांधारी व विदुरप्रभृति सर्व मंडळी यांनींही निरनिराळ्या तीर्थांवर जाऊन स्नान केलें आणि इतर सर्व सायंकाळचीं आन्हिककृत्यें आटोपिलीं. मग धृतराष्ट्राचें स्नान झाल्यावर कुंतीनें त्या वृद्ध

श्वशुरास व गांधारीस गंगेच्या तीरावर आणिलें त्या ठिकाणीं राजाच्या यांजकांनीं स्थंडिल तयार करून ठेविलेंच होतें. त्यांत मग त्या सत्यप्रतिज्ञ राजानें अग्नीचें हवन केलें. याप्रमाणें सर्व कृत्यें आटोपल्यावर तो वृद्ध, उत्तम जितेंद्रिय व व्रतस्थ राजा बरोबरच्या सर्व मंडळींसह तेथून निघून कुरुक्षेत्रास गेला. त्या ठिकाणीं एक आश्रम त्या धीमंताच्या दृष्टीस पडला. तेव्हां त्या आश्रमांत जाऊन तो तेथें रहात असलेल्या शतयूप नामक मनीषी राजर्षीस भेटला. शतयूप हा केकय देशाचा थोर व पराक्रमी राजा असून, तो वृद्धपणीं राज्यावर पुत्राची स्थापना करून येथें वानप्रस्थाश्रमानें राहिला होता. असो; नंतर या शतयूप राजास समागमें घेऊन धृतराष्ट्र व्यासाश्रमीं गेला; आणि तेथें कुरुपति धृतराष्ट्रानें शतयूप राजाचें उत्तम आदरातिथ्य केलें. त्या ठिकाणीं धृतराष्ट्र राजास वानप्रस्थाश्रमाची दीक्षा मिळाली आणि मग त्यानें शतयूपाच्या आश्रमांतच वसति केली; व तेथें व्यासांच्या आज्ञेवरून शतयूप राजानें—वनवासाचे धर्म कशा प्रकारचे आहेत येथें कसें वागावें, काय करावें, वगैरे सर्व कांहीं धृतराष्ट्रास सांगितलें. याप्रमाणें, राजा, थोर मनाच्या धृतराष्ट्र राजानें आपला देह व मन तपश्चर्येस लाविलें आणि आपल्या बरोबरच्या लोकांसही तपश्चर्येस उद्युक्त केलें. हे महाराजा, धृतराष्ट्र राजाप्रमाणेंच वल्कलाजिनें परिधान करणाऱ्या व एकाच प्रकारचें व्रत आचरणाऱ्या गांधारी व कुंती इंद्रियग्रामाचें पूर्ण नियमन करून मन, वाणी, नेत्र आणि कर्म या सर्वांच्या योगें उत्कृष्ट तप करूं लागल्या. राजा, ज्याचें सर्व मांस पूर्ण शुष्क झालें आहे, केवळ अस्थि व त्वचा उरली आहे, मस्तकावर जटाभार शोभतो आहे, ज्यानें कृष्णाजिन पांघरलें आहे, वल्कलें परिधान केलीं आहेत, आणि ज्याचा मोह पार नष्ट झाला आहे, अशा त्या राजानें तेथें महर्षीसारखी तीव्र तपश्चर्या चालविली; आणि धर्मार्थवेत्ता महाबुद्धिमान् विदुर व संजय हेही स्वतः वल्कलें धारण करून घोर तपश्चर्येच्या योगानें जितात्मे व कृश होत्साते त्या राजाची व त्याच्या पत्नीची सेवा करूं लागले.

अध्याय विसावा.

—:०:—

नारदांचें भाषण.

(धृतराष्ट्रगतिकथन.)

वैशंपायन सांगतातः—राजा, नंतर त्या राजाच्या भेटीस त्या ठिकाणीं अनेक मुनिश्रेष्ठ आले. नारद, पर्वत, महातपस्वी देवल, शिष्यांसह्वर्तमान द्वैपायन व्यास व दुसरे थोर थोर सिद्ध आणि अत्यंत धार्मिक व वृद्ध शतयूप राजर्षि हे त्याच्या भेटीस आले. तेव्हां कुंतीनें त्यांचें यथाविधि पूजन केलें आणि तिनें केलेल्या आदरातिथ्यानें ते तपस्वीही तिजवर संतुष्ट झाले. मग, राजा, त्या ठिकाणीं त्या महर्षींच्या संभाषणांत धर्मविषयक अनेक गोष्टी निघून महात्म्या धृतराष्ट्र राजाला आनंद झाला. याप्रमाणें गोष्टी चालतां चालतां, सर्व कांहीं प्रत्यक्ष पाहाणाऱ्या देवर्षि नारदांनीं कांहीं संदर्भावरून ही कथा सांगितली.

नारद म्हणालेः—केकय देशांत सहस्रचित्य नामक एक मोठा श्रीमान् राजा होऊन गेला. तो ह्या शतयूपाचा पितामह होय. तो राज्य करीत असतां त्यास कोणत्याही शत्रूचें भय उरलें नव्हतें, असा तो पराक्रमी होता. त्या धर्मशील राजानें वार्धक्यांत आपल्या परम धार्मिक वडील पुत्रावर राज्यकारभार सोपवून आपण वनांत प्रवेश केला. त्या महातेजस्वी राजानें तेथें फारच उज्वल तपश्चर्या केली

आणि तिचे प्रभावेंकरून इंद्रलोक मिळविला. राजा, ज्यानें तपाच्या योगानें आपलें पातक दग्ध करून टाकिलें, अशा त्या राजाला मीं स्वर्गांत भ्रमण करीत असतां अनेकवेळां पाहिलें आहे. असाच भगदत्ताचा आजा शैलालय नामक राजा, तपोबलेंकरून महेंद्रलोकीं गेला आहे. तसाच, राजा, पृषध्र नामक एक इंद्रतुल्य पराक्रमी राजा होऊन गेला, तोही तपाच्या योगेंकरून येथून स्वर्गास गेला आहे. हे नृपते, याच अरण्यांत मांधात्याचा पुत्र पुरुकुत्स राजा, यानें मोठी सिद्धि मिळविली. नदीश्रेष्ठ नर्मदा ही त्याची भार्या झाली होती. तो राजा याच अरण्यांत तपश्चर्या करून स्वर्गास गेला आहे. याचप्रमाणें, राजा, शशलोमा नामक एक परमधार्मिक राजा होता, त्यानें याच वनांत उत्तम प्रकारें तपस्या करून तेणेंकरून स्वर्ग आपलासा केला आहे. राजा, द्वैपायनाच्या प्रसादानें तूंही या तपोवनाचा आश्रय करून अत्यंत दुर्लभ अशा त्या श्रेष्ठ गतीस जाशील. हे राजशार्दूला, गांधारीसहवर्तमान तूंही तपश्चर्येच्या शेवटीं देदीप्यमान होत्साता, त्या महात्म्यांस जी गति मिळाली त्याच गतीस गमन करशील. राजा, इंद्रलोकास गेलेला पांडुराजा तुझी रोज आठवण काढीत असतो; आणि, हे महाराजा, तुझें तो नित्य अभीष्ट चिंतन करितो. तुझी व गांधारीची सेवा करून यशस्विनी वधू कुंतीला आपल्या पतीची सलोकता प्राप्त होईल. हिनें अंगिकारिलेला हा गुरुसेवारूप धर्म सनातनच आहे. राजा, दिव्य दृष्टीनें आम्हांस हें समजतें. विदुर हा महात्म्या युधिष्ठिरामध्यें प्रवेश करील व संजय त्याच्या चिंतनानें येथेंच स्वर्गस्थ होईल!

वैशंपायन सांगतातः—हें ऐकून पत्नीसहवर्तमान महात्म्या धृतराष्ट्र राजास अतिशय हर्ष होऊन त्यानें नारदांच्या भाषणाची प्रशंसा करून त्यांची अत्युत्तम पूजाही केली. मग, राजा, धृतराष्ट्र हर्षभरित झालेला पाहून त्या वेळीं तेथील सर्व ब्राह्मणसमुदायही आनंदित होऊन त्यांनीं नारदाची वारंवार अतिशय स्तुति केली.

वैशंपायन पुढें सांगतातः—द्विजश्रेष्ठांनीं नारदांची स्तुति केल्यावर राजर्षि शतयूप नारदांस म्हणाला, "मुने, आपण कुरुपति धृतराष्ट्र राजाची, या सर्व समुदायाची आणि त्याचप्रमाणें माझीही धर्मश्रद्धा वृद्धिंगत केली. परंतु हे देवपूजित देवर्षे, धृतराष्ट्र राजासंबंधानें आपणास कांहीं विचारण्याची माझी इच्छा आहे, तर ती आपण श्रवण करावी. मुने, आपणास दिव्य दृष्टीच्या योगानें सर्व गोष्टींतील रहस्यें कळतात; व मनुष्यांस प्राप्त होणाऱ्या विविध गतिही योगसामर्थ्येंकरून आपण जाणतां. तुम्हीं अनेक राजांस महेंद्राची सलोकता मिळाल्याचें सांगितलें. परंतु, हे महामुने, ह्या धृतराष्ट्र राजाला कोणते लोक मिळणार आहेत, हें आपण कांहींच सांगितलें नाहीं. हे विभो, ह्या राजाला प्राप्त होणारें स्थान कशा प्रकारचें आहे व तें केव्हां प्राप्त होईल, हें आपणापासून श्रवण करण्याची माझी इच्छा आहे. तर, मुने, तें आपण तत्त्वतः कथन करावें." याप्रमाणें त्या राजर्षीनें सर्व लोकांच्या मनांत असलेला प्रश्न नारदांस विचारिला असतां, त्या महातपोयुक्त दिव्यदर्शी मुनीनें त्या ऋषिसभेमध्यें असें भाषण केलें.

नारद म्हणालेः—राजर्षे, मी नुकताच सहज इंद्रसभेंत गेलों असतां तेथें शचीपति इंद्र व नरश्रेष्ठ पांडुराजा बसलेले पाहिले. त्या ठिकाणीं, राजा, हा धृतराष्ट्र राजा जी दुष्कर तपश्चर्या करीत आहे, तीविषयीं गोष्टी निघाल्या होत्या. तेव्हां मीं प्रत्यक्ष इंद्राच्या मुखांतून असें श्रवण केलें कीं, या राजाच्या अत्युत्तम आयुष्याचीं फक्त तीन वर्षें उरलीं आहेत

तितकीं अतिक्रांत झालीं म्हणजे हा राजास पूज्य झालेला धृतराष्ट्र राजा गांधारीसहवर्तमान कुबेराच्या गृहास प्रयाण करील; व तेथें हा व्यास मुनींचा मोठा भाग्यवान पुत्र तपाच्या योगानें निष्पाप होत्साता दिव्य अलंकारांनीं विभूषित होऊन इच्छेप्रमाणें गमन करणाऱ्या विमानांत बसून देव, गंधर्व व राक्षस यांच्या लोकीं स्वच्छंदानें संचार करील!' राजा शतयूपा, तूं मला विचारिलेलें हें देवलोकींचें थोर गुह्य मीं प्रेमास्तव तुला कथन केलें. कारण, तुह्मी प्राकृत जन नसून ज्ञानधन व तपश्चर्येच्या योगानें निष्पाप झालेले आहां. तेव्हां तुम्हांस हें कळविण्यास मला हरकत वाटत नाहीं.

वैशंपायन सांगतातः—देवर्षि नारदांचें तें मधुर भाषण श्रवण करून ते सर्व थोर मनाचे महात्मे व धृतराष्ट्र राजा फार संतुष्ट झाला. असो; याप्रमाणें धृतराष्ट्राजवळ बसून अनेक कथांच्या योगानें त्यास संतुष्ट करून नंतर ते सिद्धगतीस पोहोंचलेले मनीषी आपआपल्या इच्छित स्थलीं निघून गेले.

अध्याय एकविसावा.

—:०:—

पांडवांचा मनस्ताप.

वैशंपायन सांगतातः—राजा, कौरवेंद्र धृतराष्ट्र राजा वनांत गेला असतां इकडे पांडवांस फारच दुःख व शोक झाला; आणि त्यांची माता धृतराष्ट्राबरोबर गेल्यामुळें त्यांत आणखी मातृशोकाची भर पडली. सर्व पौरजनही धृतराष्ट्राविषयीं शोक करूं लागले आणि ब्राह्मणांचे तोंडींही त्याच राजाच्या गोष्टी सुरू झाल्या. 'वृद्ध धृतराष्ट्र राजा निर्जन अरण्यांत कसा राहील? महाभागा गांधारी व कुंतीभोजकन्या पृथा ह्या तेथें कसे दिवस काढतील? अरण्यांत त्यांची काय अवस्था होईल? राजर्षि धृतराष्ट्राचे सर्व दिवस सुखांत गेलेले आहेत; सांप्रत पुत्र निधन पावलेल्या त्या अंध राजाची त्या महावनांत गेल्यावर काय स्थिति झाली असेल बरें? कुंतीनें पुत्रांस दृष्टीआड करून व राज्यवैभवाचा त्याग करून वनवास पतकरिला, हें खरोखर तिनें अत्यंत दुष्कर कृत्य केलें. भ्रात्याची शुश्रूषा करणाऱ्या आत्मज्ञानी विदुराची काय अवस्था झाली असेल? आणि तसाच तो धन्याच्या जिवास जीव देणारा धीमान् गावल्गणि संजय—त्याची तरी काय स्थिति असेल?" हे व अशाच प्रकारचे उद्गार पौरजन काढीत होते. ते आबालवृद्ध सर्वजण चिंता व शोक यांच्या योगें व्याकुल झाले असून, कोठेंही लहान मुलगे किंवा वृद्धही एकमेकांस भेटतांच त्यांच्या ह्याच गोष्टी सुरू होत. सर्व पांडवांसही अत्यंत शोक झाला; आणि वृद्ध मातेच्या शोकामुळें त्यांच्यानें फार दिवस नगरांत राहावलें नाहीं. तसाच पुत्रहीन झालेला वृद्ध पिता धृतराष्ट्र राजा, महाभागा गांधारी व महाज्ञानी विदुर यांबद्दलही त्यांस मातेप्रमाणेंच शोक झाला असून त्यांच्या चिंतेमुळें त्यांचें मन कोठेंच रमेना. राज्यकारभार, वेदाध्ययन किंवा स्त्रियांचा सहवास—कांहींच त्यांस गोड लागेना; एकसारखे धृतराष्ट्र राजाविषयीचे व त्या थोर ज्ञातिवधासंबंधाचे विचार त्यांच्या मनांत येत आणि ते उद्विग्न होत. बाल अभिमन्यूचा रणांत झालेला वध, समरांगणांत माघार न घेणाऱ्या महाबाहु कर्णाचा वध, आणि त्याचप्रमाणें द्रौपदेयांचा व अन्य इष्टमित्रांचा झालेला विनाश एकसारखा त्यांस आठवून ते वीर अत्यंत खिन्न होत असत. हे भारता, बहुतेक सर्व वीर ठार होऊन व एकूणएक चांगल्या वस्तु व रत्नें नष्ट होऊन निर्वीर व निःसत्व झालेली पृथ्वी रात्रंदिवस

त्यांच्या डोळ्यांपुढें उभी राही व त्यांस केव्हांही समाधान वाटत नसे. कोठेंही जा व कांहींही करा. त्यांच्या मनाची उद्विग्नता बिलकूल कमी झाली नाहीं. हतपुत्रा द्रौपदी व भाववती सुभद्रा ह्याही एकंदरींत अतिशय उद्विग्नच होत्या; आणि हे राजा, ते तुझे सर्व वाडवडील, तुझा पिता व विराटकन्येचा पुत्र परिक्षित् या बालकाकडे पाहून कष्टानें दिवस कंठीत होते!

अध्याय बाविसावा.

—:०:—

युधिष्ठिराचें धृतराष्ट्रदर्शनार्थ प्रयाण.

वैशंपायन सांगतातः—राजा, पांडवांस मातेचा फार लळा असल्यामुळें ते वीराग्रणी पुरुषसिंह मातेच्या चिंतनानें अत्यंत दुःखित झाले होते. पूर्वी ते राज्यकारभारांत नित्य गढलेले असत, पण सांप्रत ते नगरांतील कोणत्याही गोष्टींत मन घालीतनासे झाले; व शोकानें घेरले गेल्यामुळें त्यांस कोणतीही गोष्ट आवडेनाशी झाली. फार काय—पण कोणाशीं संभाषण करण्याचाही त्यांस तिटकारा वाटूं लागला! राजा, ज्यांकडे वांकड्या नजरेनें पाहाण्याची कोणाची छाती नव्हती, व जे गंभीरपणांत केवळ प्रतिसागरच होते, त्यांची आज काय अवस्था झाली होती पहा! त्यांचें ज्ञान शोकापुढें लटपटून जाऊन त्यांची विचारशक्तिही नष्ट झाली होती, व एकंदरींत ते मृतप्राय झाले होते. रात्रंदिवस ते मातेविषयीं चिंतन करीत होते. "पृथा फार अशक्त आहे; ती त्या दोघां स्त्रीपुरुषांस कशी वागवीत असेल? पुत्र मरून निराधार झालेला तो वृद्ध राजा हिंस्र श्वापदांनीं गजबजलेल्या अरण्यांत स्त्रीसह एकटा कसा रहात असेल? जिचे सर्व आप्तबांधव निधन पावले आहेत, अशी महाभागा देवी गांधारी त्या विजन अरण्यांत वृद्ध व अंध पतीच्या मागून कशी बरें संचार करीत असेल! असा त्यांचा परस्परांशीं विचार चालला असतां एकाएकीं त्यांच्या अंतःकरणांत त्यांकडे जाण्याविषयीं उत्सुकता उत्पन्न झाली. इतक्यांत धृतराष्ट्रास पाहाण्याच्या इच्छेनें सहदेव धर्मराजाचे पायांवर मस्तक ठेवून म्हणाला, "महाराज, धृतराष्ट्राच्या दर्शनास जाण्याविषयीं आपल्या मनाचा कल दिसत आहे, ह्मणून मी बोलण्याचें धैर्य करितों. राजेंद्रा, आपणा वडिलांपाशीं माझ्यानें जाण्याविषयीं एकदम गोष्ट काढवेना, पण आतां ती वेळ आपोआपच आली आहे. श्वश्रूश्वशुरांस वागविणारी ती तपस्विनी कुंती माझ्या दृष्टीस पडेल तर तें माझें सुदैव होय. त्या वृद्ध तपस्विनीच्या केसांच्या जटा झाल्या असतील आणि कुश व काश अंगाला टोंचून क्षतेंही पडलीं असतील! जिनें आजवर अत्यंत सुख भोगिलें आणि राजवाड्यांत व उत्तम मंदिरांत जिचे सर्व दिवस गेले, ती माझी माता हल्लीं अत्यंत दुःखित व श्रांत झालेली असेल! ती माझ्या केव्हां दृष्टीस पडेल हो? भरतर्षभा, राजकन्या कुंती आज वनांत कष्ट भोगीत रहात आहे, त्यापेक्षां, मानवांचे सर्व भोग व सुखदुःखांच्या स्थिति केवळ अनित्य आहेत, असेंच स्पष्ट झालें!"

राजा, सहदेवाचें हें भाषण श्रवण करून, स्त्रियांस ललामभूत असलेली देवी द्रौपदी राजाची स्तुति व अभिनंदन करून म्हणाली, "महाराज, देवी पृथा माझ्या केव्हां दृष्टीस पडेल हो! जर ती जीवंत असेल आणि मी जिवंत असतांना आज माझ्या दृष्टीस पडेल, तर मला फार आनंद होईल. राजन्, आह्मांप्रमाणेंच आपणांसही नित्य वाटावें आणि आपलें मन नित्य धर्माचे ठिकाणीं रममाण व्हावें. महाराज, आज आमचे मनोरथ पूर्ण करण्यास आपणच समर्थ आहां. महाराज, सर्व स्त्रीसमु-

दाय कुंतीचे, गांधारीचे व धृतराष्ट्राचे दर्शनास उत्सुक झाला असून वनांत जाण्यास एका पायावर तयार आहे !"

हे भरतर्षभा, राज्ञी द्रौपदीचें हें भाषण ऐकून युधिष्ठिर राजानें सर्व सेनाध्यक्षांस बोलावून सांगितलें, "पुष्कळ हत्ती व रथ यांसह आपली सेना सज्ज करून बाहेर काढा. वनांत राहाणाऱ्या धृतराष्ट्र राजाच्या दर्शनास मला जावयाचें आहे." मग त्यानें अंत:पुराकडील अधिकाऱ्यांस आज्ञा केली कीं, "नानाप्रकारचीं सर्व वाहनें व हजारों पालख्या सज्ज करा. छकडेवाले, दुकानदार, जुजबी घरें वगैरे करणारे शिल्पी आणि खजिन्यावरील अधिकारी यांनीं कुरुक्षेत्रांतील धृतराष्ट्राचे आश्रमास जाण्यासाठीं बाहेर पडावें. पौरजनांपैकीं ज्या कोणाला धृतराष्ट्र महाराजांचें दर्शन घेण्याची इच्छा असेल त्या सर्वांस येण्याची मोकळीक आहे. त्यांच्या खाण्यापिण्याची वगैरे नीट व्यवस्था केली जाईल व त्यांस सुरक्षितपणें नेलें जाईल. मुदपाकखान्यावरील अधिकारी, आचारी व सर्व मुदपाकखानाच बरोबर घ्या; आणि नानाप्रकारचे भक्ष्यभोज्य पदार्थ माझ्या खासगीकडील गाडींत भरून बरोबर असूं द्या. उद्यांच प्रयाण करावयाचें, अशी नगरांत दवंडी पिटवा. आतां अवकाश फारच थोडा उरला आहे, यासाठीं आजच नगराबाहेर पटांगणांत नानाप्रकारच्या डेरे, राहुटया वगैरे उभारा."

राजा, याप्रमाणें आज्ञा करून तो युधिष्ठिर राजा आपले भाऊ, स्त्रीसमुदाय व वृद्धजन यांसहवर्तमान दुसरे दिवशीं उजाडतांच नगरांतून बाहेर पडला. मग प्रवासाची सर्व व्यवस्था नीट लावण्यासाठीं तो सर्व लोकांसह पांच दिवस तेथेंच राहिला आणि नंतर त्यानें वनांत प्रयाण केलें.

अध्याय तेविसावा.

—:०:—

युधिष्ठिराचें धृतराष्ट्राश्रमास गमन.

वैशंपायन सांगतात:--नंतर युधिष्ठिर राजानें आपल्या सेनेस प्रयाण करण्याची आज्ञा केली. अर्जुनप्रभृति लोकपालसदृश वीर तिचें संरक्षण करीत होते. युधिष्ठिराची आज्ञा होतांच सर्वत्र एकच गडबड उडून गेली. माहुत, सारथि व स्वार हर्षभरीत होऊन 'रथ जोडा' 'जोडा' 'बांधा' 'बांधा' अशा आरोळ्या देऊं लागले व त्यांचा प्रचंड ध्वनि होऊं लागला. कित्येक पालख्यांत बसून निघाले; कित्येक चपल घोड्यांवर बसून गेले; प्रज्वलित अग्नीप्रमाणें शोभणाऱ्या सुवर्णरथांत कित्येक बसले; कित्येक हत्तींवर आरूढ झाले; कित्येकांनीं उंटांवर बसून प्रयाण केलें; आणि वाघनखें व प्रास हीं हत्यारें वापरणारे कित्येक योद्धे पायींच चालले होते. राजा, कुरुपति धृतराष्ट्राच्या दर्शनास उत्सुक झालेले पौरजन अनेक प्रकारच्या वाहनांत बसून युधिष्ठिरराजाबरोबर गेले. राजाज्ञेवरून गौतम कृपाचार्यांनीं सेनेचें आधिपत्य स्वीकारिलें; आणि त्या सेनापतींनीं सेनेसहवर्तमान आश्रमाकडे प्रयाण केलें. तेव्हां कुरुपति युधिष्ठिर राजाही प्रचंड रथसेनेसह प्रयाण करूं लागला. त्या वेळीं त्याच्या भोंवतीं द्विजगणांची दाटी होती; सूत, मागध व बंदी हे त्याची स्तुति करीत होते; आणि त्याच्या मस्तकावर शुभ्र छत्र धरिलेलें होतें. त्याचप्रमाणें, यंत्रें व आयुधें ज्यांवर सज्ज आहेत व जे मेघांसारखे दिसत आहेत अशा गजांसह भीमकर्मा वातात्मज वृकोदर यानें प्रयाण केलें. उभयतां माद्रीपुत्रही चिलखतें वगैरे घालून व ध्वज उभारून अश्वारूढ होत्साते अनेक लोकांसह शीघ्रगतीनें जाऊं लागले. महातेजस्वी जितेंद्रिय अर्जुन श्वेत अश्व जोडलेल्या व सूर्या-

प्रमाणें झळकणाऱ्या दिव्य रथांत बसून राजाच्या मागून गेला. द्रौपदीप्रमुख स्त्रियांचे समुदायही पालख्यांत व मेण्यांत बसून अंतःपुरांतील अधिकाऱ्यांच्या संरक्षणाखालीं अपार द्रव्य उधळीत चालले. हे भरतर्षभा, हत्ती, घोडे व रथ यांनीं सुसमृद्ध व पावे, वीणे वगैरे वाद्यांच्या ध्वनींनें दुमदुमून गेलेलें तें पांडवांचें सैन्य त्या वेळीं प्रयाण करीत असतां फारच शोभायमान दिसत होतें. राजा, याप्रमाणें ते कुरुपुंगव रम्य अशा नदीतीरीं व सरोवरांचे कांठीं मुक्काम करीत क्रमानें पुढें चालले. इकडे महातेजस्वी युयुत्सु व धौम्य पुरोहित ह्यांनीं युधिष्ठिराच्या आज्ञेवरून मागें शहराचा बंदोबस्त ठेविला. असो; तो युधिष्ठिर राजा क्रमानें मुक्काम करीत जातां जातां परम पावन यमुना नदी उतरून कुरुक्षेत्रांत येऊन पोंचला. पुढें त्यानें दूर अंतरावर धीमान् शतयूप राजर्षीचा व त्याच्या जवळच धृतराष्ट्राचा आश्रम अवलोकन केला. तेव्हां, हे भरतर्षभा, ते सर्व लोक हर्षभरित होत्साते आनंदाच्या आरोळ्यांनीं तें अरण्य व्याप्त करीत त्वरेनें त्यांत शिरले.

अध्याय चोविसावा.

--:०:--

धृतराष्ट्राची भेट.

वैशंपायन सांगतात:—तो आश्रम दुरून दृष्टीस पडतांच पांडव तेथेंच वाहनांतून खालीं उतरून नम्रतेनें पायींच त्या राजाच्या आश्रमास गेले. तो सर्व योद्ध्यांचा समुदाय, नागरिक लोक आणि कुरुश्रेष्ठांच्या सर्व स्त्रिया देखील त्या वेळीं पायींच पुढें गेल्या. नंतर पांडव धृतराष्ट्राच्या आश्रमांत गेले. परंतु या वेळीं धृतराष्ट्र राजा किंवा दुसरेंही कोणी आंत नव्हतें. त्या आश्रमाचे आसपास मृगांचे कळप क्रीडा करीत असून केळींच्या वनानें त्यास शोभा आली होती. असो; मग आजूबाजूंचे नियमयुक्त व व्रतस्थ तपस्वी हे पांडवांस पाहाण्यासाठीं मोठ्या उत्सुकतेनें लवकरच तेथें आले. तेव्हां त्यांस युधिष्ठिरानें सद्गदित वाणीनें विचारिलें, "कुरुवंशाचा मुख्य आधार व माझा वडील चुलता धृतराष्ट्र राजा कोठें आहे?" त्यांनीं उत्तर दिलें, 'राजा स्नान करून उदकाचे घडे व फुलें आणण्यासाठीं तो यमुनेवर गेला आहे.' मग त्यांनीं सांगितलेल्या मार्गानें सर्वजण त्वरेनें यमुनेकडे जाऊं लागले, तों थोड्या अंतरावर कुंती वगैरे तीं सर्वजणें पायींच येतांना त्यांच्या दृष्टीस पडलीं. त्यांस पाहातांच वडिलांचे दर्शनास भुकेलेले ते सर्वजण लवकर लवकर पाय उचलूं लागले; सहदेव तर कुंतीकडे जोरानें धावलाच आणि त्या धीमंतानें मातेच्या पायांवर मस्तक ठेवून गळा काढून रडण्यास प्रारंभ केला! त्या लाडक्या मुलास पाहातांच कुंतीचें तोंडही रडण्याचा हुंदका येऊन गोरेंमोरें झालें. तिनें त्यास उठवून घट्ट पोटाशीं धरलें आणि 'सहदेव आला' म्हणून गांधारीस सांगितलें. सहदेवाचे मागून युधिष्ठिर राजा, भीमसेन, अर्जुन व नकुलही येत आहे असें पाहून पृथा त्वरेनें चालूं लागली. ती हतपुत्र धृतराष्ट्र व गांधारी यांच्या पुढें चालत होती व त्या दोघांस जपून आणीत होती. तिला पाहातांच पांडवांनीं जमीनीवर लोटांगणें घातलीं आणि थोर मनाच्या धृतराष्ट्र राजानें त्यांचे अंगांस स्पर्श करून व शब्दांवरून ते कोण हें ओळखलें आणि त्यांचें त्या ज्ञानवान् राजानें सांत्वन केलें. नंतर ते थोर मनाचे सर्व पांडव डोळे पुसून गांधारी, धृतराष्ट्र व माता कुंती यांचे सन्निध नम्रतेनें उभे राहिले; आणि त्यांनीं धृतराष्ट्र वगैरे सर्वांजवळचे पाण्याचे घडे आपण स्वतः घेतले. नंतर नरसिंह पांडवांच्या राण्या व सर्व स्त्रीसमुदाय आणि नगरांतील व इतर

प्रदेशांतील प्रजाजन तेथें प्राप्त होऊन त्यांनीं धृतराष्ट्र राजाचें दर्शन घेतलें. ते पायां पडत असतां युधिष्ठिर राजानें त्यांचीं नांवें व कुळें सांगितलीं आणि धृतराष्ट्र राजानें तीं ऐकून त्याप्रमाणें त्यांचा सन्मान केला. याप्रमाणें सर्व मंडळी सभोंवतीं जमली असतां धृतराष्ट्र राजाचे नेत्र आनंदाश्रूंनीं भरून आले आणि आपण हस्तिनापुरांतच आहों असें त्यास वाटलें. पुढें द्रौपदी वगैरे सर्व स्त्रियांनीं त्या राजाला अभिवादन केलें; तेव्हां गांधारी व कुंती यांसहवर्तमान त्या धीमान् राजानें त्यांचा फारच गौरव केला. तदनंतर ती सर्व मंडळी आश्रमास परत आली. त्या वेळीं तेथें सिद्ध व चारण हेही आले होते; आणि तारागणांनीं व्याप्त अशा आकाशाप्रमाणें तो आश्रम दर्शनोत्सुक जनांनीं व्यापून गेला होता.

अध्याय पंचविसावा.

—:०:—

संजय ऋषींस युधिष्ठिरादिकांची ओळख करून देतो.

वैशंपायन सांगतात:—मग, हे भरतर्षभा, ज्यांचे नेत्र आनंदानें कमलांप्रमाणें प्रफुल्ल झाले आहेत, असे ते सर्व आप्तबांधव, आणि विशालवक्ष पांडवांस पाहाण्याच्या इच्छेनें नाना ठिकाणांहून आसेले सर्व महाभाग तपस्वी यांसहवर्तमान तो धृतराष्ट्र राजा आश्रमांत जाऊन बसला. मग ते तपस्वी म्हणाले, "यांतील युधिष्ठिर कोण, भीमार्जुन कोणते, तसेच नकुलसहदेव कोणते, आणि कीर्तिमती द्रौपदी कोणती हें समजावें अशी आमची इच्छा आहे." तेव्हां सूतपुत्र संजयानें सर्व पांडव, द्रौपदी आणि इतर सर्व कुरुस्त्रिया यांचीं नांवें वगैरे सांगून त्यांची त्यांस ओळख करून दिली.

संजय म्हणाला:—हा जो शुद्ध सुवर्णासारखा गौर, मोठ्या सिंहासारख्या बांध्याचा धिप्पाड वीर बसला आहे—ज्याचें नाक मोठें आहे, डोळे विस्तीर्ण व लांबट आहेत, आणि बुबुळही विस्तीर्ण असून आरक्तवर्णाचीं आहेत हा कुरुपति युधिष्ठिर होय. त्याच्या पलीकडे हा मत्तगजेंद्राप्रमाणें गमन करणारा, तप्त सुवर्णासारख्या गौरवर्णाचा, ज्याचे खांदे पुष्ट व रुंद आहेत आणि बाहूही भले लठ्ठ व दीर्घ आहेत. हा वृकोदर; पाहिलात ! वृकोदराच्या मागें जो गजेंद्रासारखा शोभणारा श्यामवर्ण तरुण भलें मोठें धनुष्य घेऊन बसला आहे, ज्याचे स्कंधप्रदेश सिंहासारखे उन्नत आहेत, जो गजेंद्राप्रमाणें डुलत डुलत चालत असतो, आणि ज्याचे नेत्र कमलासारखे दीर्घ आहेत, तो वीर अर्जुन होय. कुंतीच्या सन्निध जे विष्णु व इंद्र यांसारखे शोभणारे दोघेजण बसले आहेत; आणि रूपांत, शीलांत व बलांत ज्यांची बरोबरी करणारा या संपूर्ण जगतीतलावर कोणी नाहीं, ते दोघे माद्रीपुत्र नकुलसहदेव होत. ही या बाजूला मध्यम वयास नुकतीच कोठें स्पर्श करणारी कमलपत्रावताक्षी द्रौपदी बसली आहे पहा. हिची अंगकांति नीलोत्पलासारखी असून जणू ही देवलोकची कोणी देवताच किंवा मूर्तिमती लक्ष्मीच आहे असें भासतें. हिच्या बाजूला जणू स्त्रीरूपानें अवतरलेली साक्षात् चंद्रप्रभाच कीं काय अशी शोभणारी जी शुद्धसुवर्णासारखी गौरवर्ण स्त्री बसली आहे, ही त्या चक्रधारी निरुपमेय श्रीकृष्णाची भगिनी सुभद्रा होय. ही जांबूनद सुवर्णासारख्या गौरवर्णाची स्त्री नागकन्या उलूपी असून ही पार्थाची भार्या आहे. जिच्या वर्णाला ताज्या मधुक पुष्पांचीच उपमा साजेल, अशी ही उलूपीच्याच बरोबरीची पांड्यराजाची कन्या चित्रांगदा होय. हीही पार्थाचीच भार्या आहे, ती पलीकडे बसली आहे ती—ती कृष्णाबरोबर नित्य

स्पर्धा करणाऱ्या व शेवटीं कौरवेंद्र दुर्योधनाचा सेनापति झालेल्या शल्य राजाची बहीणें, ही वृकोदराची श्रेष्ठ भार्या होय. ही पलीकडची चांफेकळ्यांच्या माळेसारखी गौर स्त्री जरासंध नामक प्रख्यात मागध राजाची कन्या असून धाकटा माद्रीपुत्र सहदेव याची प्रिय पत्नी आहे. तिच्या जवळच जी दुसरी इंदीवरतुल्य श्यामांगी कमलनयना बसली आहे, ती ज्येष्ठ माद्रीपुत्र नकुल याची भार्या होय. जिनें मुलास मांडीवर घेतलें आहे, ही तप्तसुवर्णगौरी विराटकन्या उत्तरा होय. त्या द्रोणादिक रथस्थ वीरांनीं ज्यास रणांत विरथ असतां मारिलें, त्या अभिमन्यूची ही भार्या; आणि ह्या पलीकडे पांढरें वस्त्र नेसलेल्या व भांगाशिवाय केंसांस शोभा आणणारा एकही अलंकार धारण न केलेल्या ज्या शंभर स्त्रिया बसल्या आहेत, त्या कौरवांच्या स्त्रिया, आणि या वृद्ध कुरुपतीच्या पुत्रपतिहीन झालेल्या स्नुषा होत! ब्रह्मपदीं लीन झाल्यामुळें ज्यांची बुद्धि व प्रकृति शुद्ध झाली आहे असे ब्रह्मर्षींहो, तुम्ही विचारिल्याप्रमाणें मीं तुम्हांला अत्यंत पवित्र अंतःकरणाच्या ह्या मुख्य मुख्य सर्व राजस्त्रिया सांगितल्या.

वैशंपायन सांगतातः—मग ते सर्व तपस्वी निघून गेले; योद्धे त्या आश्रममंडलाच्या बाहेर रथांचे घोडे वगैरे वाहनें सोडून बसले; आणि स्त्रिया, वृद्ध, बालक वगैरे सर्वजण स्वस्थपणें विश्रांति घेऊं लागले. याप्रमाणें सर्व स्थिरस्थावर झाल्यावर कुरुवृद्ध धृतराष्ट्र राजानें त्या सर्वांचा यथोचित कुशल समाचार घेतला.

१ इयं स्वसा राजचमूपतेश्च प्रवृद्धनीलोत्पलदामवर्णा पस्पर्ध कृष्णेन सदा नृपो यो वृकोदरस्यैष परिग्रहोऽग्र्यः असें मूळ आहे; व टीकाकारांनीं 'यः कृष्णेन पस्पर्ध पस्पर्धे तस्य **शल्यस्य**...' असें स्पष्टीकरण दिलें आहे; आणि त्याच्या आधारेंच हा अर्थ आम्हीं दिला आहे. पण हा शल्य कोण त्याचा उलगडा होत नाहीं. सबब हें स्थळ आम्हांस अनिर्वाह्य दिसतें.

अध्याय सव्विसावा.

—:०:—

विदुराचें निर्याण.

धृतराष्ट्र विचारितोः—हे महाबाहो युधिष्ठिरा, तूं आपले सर्व भाऊ, पौरजन व राज्यांतील सर्व प्रजा यांसहवर्तमान खुशाल आहेस ना? त्याचप्रमाणें, राजा, तुजवर अवलंबून असणारे तुझे सचिव, चाकरनोकर आणि गुरु हे सर्व सुखरूप आहेत ना? तुझ्या राज्यांत ते निर्भयपणें राहातात ना? राजा, मोठमोठे राजर्षि वागत आले, त्या पुरातन पद्धतीप्रमाणेंच तूं वागतोस ना? अन्यायानें द्रव्यापहार न करतां तुझा खजिना भरला जातो ना? आणि राजा, शत्रु, मित्र व मध्यस्थ या तिघांशीं त्यांस अनुरूप अशी तीन प्रकारची वागणूक तूं ठेवीत असतोस ना? तूं अग्रहार वगैरे देऊन ब्राह्मणांचा परामर्ष घेतोस ना? आणि हे भरतर्षभा राजा, नागरिक, सेवक व स्वजन हे तर असोतच; पण शत्रूही तुझ्या शीलानें संतुष्ट होतात ना? राजेंद्रा, तूं श्रद्धापूर्वक पितरांचें व देवतांचें यजन करितोस ना? आणि त्याचप्रमाणें, हे भारता, अन्नपानादिकांच्या योगानें अतिथिपूजन करितोस ना? तुझ्या राज्यांतील सर्व ब्राह्मण, क्षत्रिय, वैश्य व शूद्र आणि तुझे कुटुंबी नित्य स्वकर्मनिरत व नीतिपथानें चालणारे आहेत ना! स्त्रिया, बाल व वृद्ध यांना दुःख अथवा याचना करण्याचा प्रसंग येत नाहीं ना? हे नरर्षभा महाराजा, तुझ्या घरीं सुवासिनीपूजन होत असतें कीं नाहीं? आणि तुजसारखा योग्य राजा लाभल्यामुळें ह्या राजर्षींच्या श्रेष्ठ वंशाची कीर्ति पूर्वीप्रमाणें कायम आहे ना?

वैशंपायन सांगतातः—याप्रमाणें धृतराष्ट्र

राजानें विचारिलें असतां, त्या न्यायवेत्त्या वाक्पटु युधिष्ठिरानें कुशलप्रश्नपूर्वक प्रत्युत्तर दिलें.

युधिष्ठिर म्हणालाः—महाराज, येथें आपलें तप, दम व शम यांचें संवर्धन होत आहे ना? आपली सेवा करूं इच्छिणाऱ्या या माझ्या मातेलाही श्रमांची संवय झाली किंवा नाहीं? आतां हिला थकवा येईनासा झाला ना? महाराज, तिजकडून तुमची उत्तम सेवा झाली, म्हणजे तिचा वनवास सफल होणार आहे. तशीच ही घोर तपश्चर्या करणारी माझी श्रेष्ठ माता गांधारी थंडीवाऱ्यांनें व चालण्याच्या श्रमांनीं कृश झाली आहे; हिला या स्थितींत दुःख होत नाहीं ना? रणांत मेलेल्या आपल्या महावीर्यशाली क्षत्रधर्मपरायण पुत्रांसाठीं ही आतां शोक करीत नाहीं ना? त्याचप्रमाणें, त्यांच्या नाशास कारण झालेल्या आम्हां पाप्यांचें ही केव्हांही अनिष्ट चिंतीत नसते ना? राजन्, विदुर कोठें गेला आहे? तो तर आम्हांस येथें दिसत नाहीं, तसाच हा संजय खुशाल आहे ना? व याची तपश्चर्याही स्थिरपणें चालली आहे ना?"

वैशंपायन सांगतातः—युधिष्ठिरानें असें भाषण केलें असतां धृतराष्ट्रानें त्यास उत्तर दिलें, "पुत्रा, विदुर खुशाल असून त्यानें घोर तपश्चर्या चालविली आहे. तो फक्त वायुभक्षण करितो, दुसरें कांहींएक खात नाहीं, यामुळें कृश झाला आहे. तो सदोदित भ्रमण करीत असतो. या शून्य अरण्यांत तो केव्हां केव्हां ब्राह्मणांच्या दृष्टीस पडतो." इतकें तो बोलत आहे तों, ज्याच्या मस्तकावर जटाभार व मुखांत दगड आहेत, जो अत्यंत कृश असून दिगंबर आहे; आणि ज्याचें सर्वांग मलानें भरलें असून ज्यावर रानांतली धूळ बसली आहे, असा विदुर त्याच्या दृष्टीस पडला. पण तो आश्रम दृष्टिस पडतांच विदुर एकदम दूर अंतरावरूनच मागें वळला; तेव्हां युधिष्ठिर राजा एकटाच त्याचे मागें धावला. त्या वेळीं तो विदुर जरा थोडासा दिसे, मध्यंतरीं मुळींच दिसेनासा होई, असें चाललें होतें; आणि उत्तरोत्तर तो घोर वनांत आंत आंतच शिरत होता; आणि त्याच्या मागें 'विदुरा, मी आपला लाडका युधिष्ठिर राजा आहें,' असें ओरडत तो राजा फारच प्रयत्नानें धावत होता. नंतर कांहीं वेळानें युधिष्ठिर आपली पाठ सोडीत नाहीं असें पाहून, त्या वनांत जेथें चिटपाखरूंही आढळावयाचें नाहीं, अशा भयाण एकांतस्थलीं जाऊन तो महाबुद्धिमान् विदुर एका वृक्षाला टेंकून उभा राहिला. या वेळीं तो फार क्षीण झाला होता; आणि एका शरीराकृतीवरूनच हा विदुर असेल अशी कदाचित् अंधुक कल्पना येणें शक्य होतें; तथापि महाबुद्धिमान् युधिष्ठिरानें त्या महामतीस ओळखलें! आणि 'मी युधिष्ठिर आहें' असें म्हणून, विदुराला ऐकूं जाई इतक्या अंतरावर उभा राहून त्यानें विदुराची स्तुति केली. तेव्हां विदुर दृष्टि स्थिर करून त्याकडे पाहूं लागला; आणि त्यानें आपली दृष्टि युधिष्ठिराचे दृष्टीशीं मिळवून व आपलीं इंद्रियें व प्राणही योगबलानें देहांतून बाहेर काढून आपला प्राण युधिष्ठिराचे प्राणांत आणि इंद्रियें त्याच्या इंद्रियांत मिळवून टाकिलीं! अशा प्रकारें तो विदुर एकदम योगसामर्थ्येंकरून युधिष्ठिराचे देहांत शिरून त्यानें तोच देह विशेष तेजस्वी केला. तेव्हां विदुराचे डोळे तसेच ताठ राहून शरीर जागच्या जागींच अचेतन होऊन वृक्षास टेंकलें आहे, असें युधिष्ठिराच्या दृष्टीस पडलें; आणि याच वेळीं आपल्या अंगांत पुष्कळपट सामर्थ्य आलें आहे, असें त्यास वाटूं लागलें. मग, आपण आणि विदुर हे एकाच धर्मांशानें जन्मलों आहों हें धर्मराजास आठवलें आणि पूर्वीं

व्यास मुनींनीं उपदेशिलेल्या योगधर्माचेंही त्यास स्मरण झालें, तेव्हां त्या महातेजस्वी ज्ञानवंतानें जाणलें कीं, विदुर व आपण एकांशोत्पन्न असल्यामुळें तो योगबलेंकरून आपल्यांत मिळून गेला आहे. मग विदुराच्या देहास तेथेंच प्रेतसंस्कार करावा, असें मनांत येऊन धीमान् धर्मराजानें त्यास अग्नि द्यावयाचें योजिलें. इतक्यांत आकाशवाणी झाली कीं, 'हे राजा, हें विदुराचें शरीर दग्ध करूं नको. तें तेथेंच राहूं दे. असा हा सनातन धर्मच आहे. कारण भारता, यास सांतानिक लोक प्राप्त व्हावयाचे आहेत. यानें यतिधर्माचा स्वीकार केला असल्यामुळें यास अग्नि देणें युक्त नाहीं; आणि, राजा, याबद्दल तूं शोकही करूं नयेस!"

अशी आकाशवाणी श्रवण करून युधिष्ठिर तेथून परतला आणि धृतराष्ट्र राजाच्या आश्रमास परत येऊन त्यानें घडलेला सर्व प्रकार त्यास निवेदन केला. तेव्हां तो महातेजस्वी राजा, तेथील ते सर्व लोक आणि भीमसेनप्रभृति कुरुवीर पराकाष्ठेचे आश्चर्यचकित झाले. मग धर्माचें तें भाषण ऐकून संतुष्ट झालेला धृतराष्ट्र राजा त्यास म्हणाला, 'राजा, येथें उदक, कंद, फळें वगैरे जें कांहीं मजकडे आहे तेंच तुम्हीं मान्य करून घेतलें पाहिजे. कारण, हे राजा, अतिथि कितीही योग्यतेचा असला तरी तो ज्याचा अतिथि असेल त्याच्या स्थितीप्रमाणें त्यानें झालें पाहिजे, असा नियमच आहे. राजाला योग्य असें आदरातिथ्य आम्ही वनवासी कसें करूं शकणार?'

यावर धर्मराजानें 'ठीक आहे, आम्हांस त्यांतच आनंद आहे.' असें उत्तर देऊन त्या राजानें दिलेलीं फळें व मुळें आपल्या भावांसह भक्षण केलीं. नंतर सर्व लोकांनीं तेथेंच वृक्षांखालीं डेरे देऊन ती रात्र भोजन न करितां उदक, कंद व मुळें यांवरच काढिली.

अध्याय सत्ताविसावा.

—:०:—

युधिष्ठिराचा ब्राह्मणांस दानधर्म.

वैशंपायन सांगतातः—राजा, याप्रमाणें त्या पुण्यशीलांची ती मंगलकारक व निरभ्र रात्र त्या आश्रमांत मोठ्या आनंदांत निघून गेली. त्या रात्रीं तेथें त्यांच्यामध्यें धर्म व अर्थ यांविषयींच्या अनेक गोष्टी निघाल्या. त्यांत नानादेशांतील संबंध आला; व मधून मधून पुष्कळ वेदवाक्येंही येऊन गेलीं. हे नराधिपा, त्या रात्रीं पांडव आपल्या बहुमोल शय्या सोडून आश्रमांत मातेसन्निध भूमीवरच निजले! आणि धृतराष्ट्र राजा जो आहार करीत असे तोच कंदमूळांचा आहार त्या नृवीरांनीं त्या रात्रीं केला! असो; मग रात्र अतिक्रांत झाल्यावर युधिष्ठिर राजा आपल्या बंधूंसह सकाळचीं आह्निक कृत्यें आटोपून अंतःपुर, परिवार, सेवक व पुरोहित यांस बरोबर घेऊन धृतराष्ट्राच्या अनुज्ञेनें आश्रमाच्या आसपासचा प्रदेश पाहाण्यास निघाला व आपल्या इच्छेप्रमाणें यथासुखें फिरला. त्या ठिकाणीं आश्रमांतील वेदींवर अग्नि प्रज्वलित झाले आहेत. दीक्षा घेतलेल्या मुनींनीं त्यांत हवन चालविलें आहे, वेदींवर वन्य पुष्पांचे ढीग पडले आहेत, आणि मुनींच्या पवित्र व शुचिर्भूत मूर्ति ब्राह्मतेजानें झळकत आहेत असें त्याच्या दृष्टीस पडलें. राजा, त्या आश्रममंडलांत जागोजाग मृगांचे कळप निर्भयपणें संचार करीत आहेत; तसेच पक्षीही निःशंकपणें गात आहेत, मयूरांच्या केका, जलकाकांचे किलबिलाट, आणि कोकिलांचे 'कुहू' 'कुहू' असे श्रुतिमनोहर गोड शब्द चालले आहेत; कोठें कोठें द्विजांचे वेदघोष ऐकूं येताहेत; आणि फलमूलांचा आहार करणाऱ्या थोर मुनींनीं त्या आश्रमप्रदेशास शोभा आणिली आहे असें

युधिष्ठिराच्या अवलोकनांत आलें. असो; नंतर, राजा, युधिष्ठिर राजानें तपस्व्यांस देण्याच्या उद्देशानें मुद्दामच बरोबर आणलेले सुवर्णाचे तसेच औदुंबराचे घडे, अजिनें, वल्कलें, स्रुवे, कमंडलु, थाळे, तपेलीं, त्याचप्रमाणें लोखंडी बासनें व दुसरीं नानाप्रकारचीं भांडीं, आणि यांशिवायही ज्याला ज्या प्रकारचीं व जितकीं हवीं असतील तितकीं भांडींकुंडीं त्यांस वांटिलीं. हे भरतश्रेष्ठा जनमेजया, याप्रमाणें तो धर्मशील राजा सर्व आश्रममंडलांत हिंडून व तें सर्व द्रव्य वांटून टाकून धृतराष्ट्राच्या आश्रमास परत आला. या वेळीं धृतराष्ट्र राजा आह्निक आटोपून गांधारीसह शांत अंतःकरणानें बसला आहे व वर्णनियआचारसंपन्न अशी आपली माता कुंती त्यांच्याजवळ शिष्यवत् नम्रपणें उभी आहे, असें धर्माच्या दृष्टीस पडलें. मग 'हा युधिष्ठिर आपणांस नमस्कार करीत आहे ' असें आपलें नांव सांगून त्यानें त्यांस वंदन केलें; आणि 'बस' अशी त्याची आज्ञा झाल्यावर तो आसनावर बसला. हे भरतर्षभा, मग भीमसेन वगैरे पांडवही धृतराष्ट्रास वंदन करून त्याच्या आज्ञेप्रमाणें जवळ जाऊन बसले. त्या काळीं जनमेजया, सज्जनांनीं परिवेष्टिलेला व ब्रह्मतेजानें झळकणारा तो कुरुपति धृतराष्ट्र देवांनीं परिवेष्टित बृहस्पतीसारखा अतिशयच शोभला.

व्यासांचें आगमन.

याप्रमाणें ते तेथें बसले असतां कुरुक्षेत्रनिवासी शतयूपप्रभृति महर्षि त्या ठिकाणीं आले; आणि इतक्यांत, देवर्षींचे समुदाय ज्यांची सेवा करीत असतात, असे महातेजस्वी भगवान् व्यास मुनि आपल्या शिष्यांसह त्या राजाच्या भेटीस प्राप्त झाले. त्यांस पाहातांच धृतराष्ट्र राजा, वीर्यशाली युधिष्ठिर आणि भीमसेन वगैरे सर्वजण यांनीं त्यांस उत्थापन देऊन अभिवंदन केलें. मग व्यास मुनि पुढें येऊन शतयूपादिकांस भेटले; आणि धृतराष्ट्र राजास 'बसावें ' असें म्हणाले. नंतर दर्भांवर कृष्णाजिन आणि त्यावर रेशमी वस्त्र घालून मुद्दाम तयार केलेल्या उत्तम आसनावर व्यास अधिष्ठित झाले; आणि मग त्यांच्या आज्ञेनें तेथील ते सर्व महासामर्थ्यवान् द्विजश्रेष्ठ चोहींकडे आपआपल्या आसनांवर बसले.

अध्याय अठ्ठाविसावा.

--:०:--

व्यासांचें भाषण.

वैशंपायन सांगतातः—नंतर महात्मे पांडव स्वस्थानीं बसले असतां सत्यवतीपुत्र व्यास असें म्हणाले, "हे महाबाहो धृतराष्ट्रा, तुझी तपश्चर्या नीट चालली आहे ना ? राजा, वनवासांत तुझें मन रममाण होतें ना ? राजा, पुत्रवियोगाचा शोक तर तुझ्या अंतःकरणास कधीं होत नाहीं ना ? त्याचप्रमाणें, हे अनघा, सर्व ज्ञानें तुजवर सुप्रसन्न असतात ना ? वानप्रस्थाश्रमाचा विधि तूं दृढनिश्चयानें पाळतोस किंवा नाहीं ? तशीच वधू गांधारी शोकानें विह्वल होत नाहीं ना? ही मोठी ज्ञानवंत, बुद्धिमान्, धर्मार्थकुशल आणि आगमनिगमांतील तत्वें जाणणारी आहे. हिला केव्हांही शोक होत नाहीं ना ? त्याचप्रमाणें, राजा, आपल्या पुत्रांचा परित्याग करून तुमच्या सेवेंत तत्पर झालेली ही कुंती तुमची निरभिमानानें सेवा करते ना ? राजा, या धर्मपुत्र युधिष्ठिर राजाचें तूं अभिनंदन केलेंस ना ? त्याचप्रमाणें या भीमार्जुनांचें व नकुलसहदेवांचेंही सांत्वन केलेंस किंवा नाहीं ? राजा, यांस पाहून तुला आनंद होतो ना ? अरे, यांविषयीं तुझें मन अगदीं निर्मल आहे ना? हे नराधिपा, ब्रह्मज्ञानाच्या प्राप्तीनें तुझा स्वभाव शुद्ध झाला आहे ना ? हे भारता, प्राणिमात्राचे ठिकाणीं

निर्वैरता, सत्य आणि अक्रोध हे तीन गुण सर्वांत श्रेष्ठ होत. राजा, वनवासानें तुला कधीं मोह तर पडत नाहीं ना ? कारण, येथें क्वचित् अन्न व कंदमूलादिक वन्य पदार्थ सुलभपणें मिळण्याजोगे असतात आणि क्वचित् उपवासही पडण्याचा संभव आहे. तेव्हां उपवास पडल्यामुळें तुझ्या बुद्धीला कधीं भ्रांति तर पडत नाहीं ना ? राजेंद्रा, महात्म्या विदुरानें योगविधीनें अत्यंत थोर अशा या युधिष्ठिरामध्यें कसा प्रवेश केला, हें तुला विदितच आहे. विदुर हा साक्षात् यमधर्म असून मांडव्य मुनीच्या शापानें त्यास हा मनुष्यदेह प्राप्त झाला होता. तो महाबुद्धिमान्, महायोगी आणि अत्यंत थोर मनाचा महात्मा होता. देवांकडील बृहस्पति किंवा असुरांकडील शुक्र हेही या पुरुषर्षभाइतके बुद्धिमान् नव्हत. त्या वेळीं मांडव्य ऋषीनें अमितकालपर्यंत संचित केलेल्या तपोबलाचा व्यय केला. तेव्हां त्यास या सनातन यमधर्मास शापितां आलें. ब्रह्मदेवाच्या नियोगाप्रमाणें मागें माझ्यापासून विचित्रवीर्याच्या भार्येच्या (दासीच्या) पोटीं त्या सुमहामतीचा जन्म झाला. हे धृतराष्ट्र राजा, तो तुझा भ्राता म्हणजे सनातन देवाधिदेव होय. ज्ञाते धारणेच्या योगानें व मानसिक ध्यानानें ज्या धर्माला जाणतात, आणि सत्य, दम, शम, अहिंसा आणि दान यांच्या अनुष्ठानानें जो वृद्धिंगत होतो तोच हा सनातन धर्म होय. याच अमितबुद्धिमान् प्राज्ञानें योगबलेंकरून कुरुराज युधिष्ठिरास जन्म दिला; आणि म्हणूनच, राजा, त्यास ' धर्म ' असें म्हणतात. ज्याप्रमाणें अग्नि, उदक, पृथ्वी, वायु व आकाश हीं सर्व ठिकाणीं भरलीं आहेत, त्याचप्रमाणें धर्माचेंही सर्वत्र वास्तव्य आहे. राजेंद्रा, हा सर्वत्र संचार करणारा असून सकल चराचरांस व्यापून राहिला आहे. याचें खरें स्वरूप देवाधिदेवांस व निःसंदेह सिद्धांस मात्र दिसतें. जो धर्म तोच विदुर होय आणि बिदुर तोच पंडुपुत्र युधिष्ठिर होय. हे राजा, तो हा युधिष्ठिर तुझ्या समोर दासासारखा उभा आहे. तुझा तो महायोगसामर्थ्यवान् व बुद्धिमान् भ्राता—महात्मा विदुर—युधिष्ठिराकडे दृष्टि लावून त्याच्या शरीरांत प्रविष्ट झाला. हे नरर्षभा, तुझेंही मी लवकरच कल्याण करीन. पुत्रा, तुझा संशय दूर करण्यासाठींच सांप्रत मी येथें आलों आहें असें समज. या कर्मभूमींत कोणाही महर्षींनीं आजपर्यंत दाखविलें नाहीं असें आश्चर्यकारक तपाचें फल मी तुम्हांस दाखवीन. हे अनघा, तुला मजपासून काय प्राप्त करून घेण्याची इच्छा आहे बोल. तुला जें दृष्टीस पडावें असें वाटत असेल, जें उपभोगण्यास मिळावें अशी इच्छा असेल, अथवा जें ऐकावयाचें असेल, तें सांग; मी तुझा तो मनोरथ पूर्ण करीन.

पुत्रदर्शनपर्व.

अध्याय एकुणतिसावा.

धृतराष्ट्रादिकांची व्यासांस प्रार्थना.

जनमेजय विचारितोः—ब्रह्मन्, नृपश्रेष्ठ धृतराष्ट्र राजा भार्येसह व कुंतीसह वनवासास गेला असतां पांडव त्याच्या भेटीस आले; पुढें पूर्ण सिद्धीस पोंचलेल्या विदुरानें धर्मराजाचा आश्रय केल्यावर सर्व पांडव त्या आश्रममंडलांत रहात असतां परमतेजस्वी व्यास महर्षि 'मी आश्चर्यकारक असें कृत्य करीन' म्हणून जें म्हणाले, तें कृत्य कोणतें तें मला सांगा. त्याचप्रमाणें, अजिंक्य कुरुपति युधिष्ठिर राजा आपल्या लोकांसह त्या वेळीं किती दिवस वनांत राहिला, आणि तेथें रहात असतां महात्मे पांडव, त्यांचें सैन्य आणि स्त्रिया कोणत्या प्रकारचा आहार करीत असत तेंही मला कथन करा.

वैशंपायन सांगतातः—राजा, त्या वेळीं तेथें पांडवांस उत्तम विश्रांति मिळाली व कुरुराजाच्या आज्ञेवरून ते विविध अन्नपेयांचा आस्वाद घेत असत. याप्रमाणें सैन्य व अंतःपुर यांसह त्यांनीं एक महिना त्या वनांत विहार केला. असो; नंतर हे अनघा, मी तुला मघां सांगितल्याप्रमाणें व्यास मुनि तेथें आले. मग राजा, धृतराष्ट्र राजासन्निध व्यासांच्या सभोंवतीं बसून त्या सर्वांचीं संभाषणें चाललीं असतां दुसरे मुनि त्या ठिकाणीं प्राप्त झाले. राजा, नारद, पर्वत, महातपस्वी देवल, विश्वावसु, तुंबुरु आणि चित्रसेन इतके मुनि तेथें आले. मग महातपस्वी कुरुपति युधिष्ठिरानें धृतराष्ट्राच्या आज्ञेवरून व्यासांप्रमाणें त्यांचीही यथाविधि पूजा केली आणि त्या पूजेचा स्वीकार करून ते पिसांच्या पवित्र व श्रेष्ठ आसनांवर विराजमान झाले. हे कुरुराजा, ते बसल्यानंतर पांडवांसह ज्ञानी धृतराष्ट्र राजा खालीं बसला; आणि मग गांधारी, कुंती, द्रौपदी, सुभद्रा व दुसऱ्या राजस्त्रिया इतर स्त्रियांसहवर्तमान खालीं बसल्या. नंतर, राजा, त्या ठिकाणीं त्या पुराण ऋषींच्या व पांडवांच्या धर्मविषयक दिव्य कथा सुरू झाल्या व त्यांत देवदानवांचाही संबंध निघूं लागला. याप्रमाणें बऱ्याच कथा झाल्यावर सर्व वेदवेत्त्यांत वरिष्ठ, उत्तम वक्ते व महातेजस्वी व्यास मुनि संतुष्ट होत्साते त्या प्रज्ञाचक्षु धृतराष्ट्र राजाला पुनरपि तसेंच म्हणाले, "राजेंद्रा, तुझ्या मनांत काय विवक्षा आहे हें मला माहीत आहे. तूं पुत्रशोकानें जळत असतोस. त्याचप्रमाणें राजा, गांधारीच्या हृदयांत जें दुःख नित्य वास करितें, तसेंच कुंती व द्रौपदी यांच्या हृदयांत रात्रंदिवस जें दुःख घोळत असतें, आणि कृष्णभगिनी सुभद्रेला पुत्रमरणाचें जें तीव्र दुःख होत आहे, तेंही मला माहीत आहे. तेव्हां हे कुरुनंदना राजा, या ठिकाणीं तुह्मी सर्वजण एकत्र जमलां आहां असें समजल्यावरून, तुमचा मोह एकदां नाहींसा करून टाकावा याच हेतूनें मी येथें आलों आहें. हे देव, गंधर्व आणि हे सर्व महर्षि यांनीं माझ्या तपानें चिरसंभृत सामर्थ्य आज अवलोकन करावें. तर, हे महाप्राज्ञा, तुझी कोणती कामना मी पूर्ण करूं सांग. वर देण्यास मी सिद्ध झालों आहें. माझ्या तपश्चर्येचें सामर्थ्य अवलोकन कर."

राजा जनमेजया, अमितबुद्धिमान् व्यासांनीं याप्रमाणें भाषण केलें असतां त्या राजेंद्रानें क्षणभर विचार करून बोलण्यास प्रारंभ केला. तो म्हणाला, "महाराज, आपली मजवर कृपा झाली, तेणेंकरून मी धन्य झालों. ह्या साधुजनांसह येथें आपला मला सहवास घडला,

याच्या योगानें माझें जीवित सफल झालें. महाराज, आपल्यासारख्या ब्रह्मकल्पाशीं माझा समागम घडला, त्यापेक्षां येथेंच मला इष्ट गति प्राप्त झाली, असें मी समजतों. तुमच्या दर्शनमात्रेंकरून मी पावन झालों, यांत संशय नाहीं. आतां मला परलोकाचें बिलकूल भय उरलें नाहीं, हें निश्चित होय. परंतु, महाराज, मुलांवर माझा लोभ असल्यामुळें त्या अत्यंत दुष्ट व मूढ दुर्योधनाच्या दुष्कृत्यांच्या योगानें माझें मन तिळतिळ तुटत असतें! त्या पापबुद्धीनें निष्पाप पांडवांस व्यर्थ छाळिलें आणि त्याच्याबरोबर मनुष्यें व हत्ती यांसहवर्तमान संपूर्ण पृथ्वीचा घात झाला! नानादेशचे मोठमोठे राजे माझ्या मुलांसाठीं येथें आले आणि सर्वजण मृत्युमुखीं पडले! ब्रह्मन्, अत्यंत प्रिय असे प्राण, बायका व मातापितरें यांचा त्याग करून जे वीर त्या वेळीं मृत्युसदनीं गेले, आणि ज्यांनीं मित्रकार्यार्थ धारातीर्थी देह ठेविले, त्यांस कोणती गति मिळाली असेल बरें? तसेंच रणांत पडलेले माझे पुत्र व नातू हे तरी कोणत्या गतीस गेले असतील, याची माझ्या मनाला रात्रंदिवस चिंता लागलेली असते. प्रचंड सैन्य, शांतनव भीष्म आणि द्विजश्रेष्ठ द्रोण यांचा आम्हांमुळें घात झाला, तेणेंकरून तर माझें मन फारच खात असतें! माझ्या पापी, मूर्ख व उतावळ्या पुत्रानें पृथ्वीच्या राज्याची हाव धरून तिचे पायीं ह्या देदीप्यमान कुलाचा क्षय केला. ह्या सर्व गोष्टी आठवून अहर्निश मी जसा जळत असतों. दुःखशोकाकुल झाल्यामुळें मला केव्हांही सुख वाटत नाहीं; आणि, ताता, माझ्या मनांत सारखें हेंच चिंतन चालत असल्यामुळें मला केव्हांही शांति मिळत नाहीं!"

वैशंपायन सांगतातः—जनमेजया, याप्रमाणें त्या राजर्षीचा बहुविध विलाप श्रवण करून गांधारी, कुंती, द्रौपदी, सुभद्रा, दुसऱ्या वरांगना आणि धृतराष्ट्राच्या सुना यांचा शोक जसा कांहीं ताजा झाला. मग, जिनें डोळे बांधले होते अशी ती पुत्रशोकानें व्याकुल झालेली गांधारी उभी राहून हात जोडून श्वशुरास ह्मणाली, 'हे मुनिपुंगवा, मेलेल्या पुत्रांचा शोक करतां करतां ह्या राजाचीं, हीं सोळा वर्षें गेलीं; तथापि, हे प्रभो, याला शांति प्राप्त होत नाहीं. पुत्रशोकानें यास पक्कें घेरलें असून हा एकसारखा सुस्कारे टाकीत असतो आणि त्यामुळें हा कधींच निजत नाहीं! महाराज, आपण तपोबलानें सर्व लोक निराळे निर्माण करण्यास समर्थ आहां, मग आपणांस परलोकीं गेलेले पुत्र ह्या राजास दाखवितां येणार नाहींत काय? मुलगे व भाऊबंद निधन पावल्यामुळें ही द्रौपदी नित्य शोक करीत असून सर्व स्नुषांकडे पाहून तर ह्या स्नुषावत्सल कृष्णेला फारच दुःख होतें! तशीच ही मधुरभाषणी कृष्णभगिनी सुभद्रा सौभद्राचा वध झाल्यामुळें दुःखित होऊन बिचारी अतिशय शोक करीत असते! ही भूरिश्रव्याची अत्यंत आवडती भार्या रात्रंदिवस पतिवियोगानें अतिशय तळमळत असते. हिचा आजेसासरा धीमान् बाल्हिक राजा व त्याचा पुत्र सोमदत्त हेही हिच्या पतीबरोबरच रणांत पडले आहेत. तसेंच, मुने, रणांतून पलायन न करणाऱ्या, महाबुद्धिमान् व तेजस्वी अशा या आपल्या पुत्राचे जे शंभर पुत्र रणांगणांत निधन पावले, त्यांच्या ह्या शंभरजणी भार्या दुःख आणि शोक यांत अगदीं बुडून गेल्या आहेत. यांच्या डोळ्यांचें पाणी कधींच खळत नाहीं; आणि त्यांकडे पाहातांच मला वरचेवर शोकाचें भरतें येतें! हे महामुने, त्या भयंकर संहारामुळें या शंभरजणी माझ्या सभोंवतीं रुदन करीत बसतात! हे प्रभो, त्या संग्रामांत गत झालेले ते शूर महात्मे, माझे महारथी श्वशुर (भीष्मा-

चार्य) आणि सोमदत्तप्रभृति राजे यांस कोणती गति मिळाली बरें? भगवन्, माझें इतकेंच मागणें आहे कीं, आपल्या पुत्रांस हीन गति मिळाली कीं काय अशा शंकेनें चिंताक्रांत झालेला हा राजा, मी व आपली स्नुषा कुंती हीं आम्ही सर्व तुमच्या प्रसादानें जेणेंकरून शोकरहित होऊं, असें आपण करावें."

याप्रमाणें गांधारीनें भाषण केलें असतां, व्रतानुष्ठानानें जिचें तोंड सुकलें आहे अशा कुंतीस आपल्या गुप्तपणें जन्मलेल्या सूर्यतुल्य तेजस्वी पुत्राचें स्मरण होऊन दुःख झालें. व्यासांची दृष्टि व कान तीक्ष्ण असल्यामुळें ती अर्जुनाची माता दुःखित झाल्याचें त्यांच्या तत्काळ ध्यानांत आलें आणि ते तिला म्हणाले, "हे महाभागे, तुझ्या मनांत काय घोळत आहे तें खुशाल सांग; तुझी काय इच्छा आहे ती कळूं दे." मग कुंती त्या श्वशुरास शिरसा प्रणाम करून तें प्राचीन गोप्य उघड करीत सलज्जतेनें बोलूं लागली.

अध्याय तिसावा.

—:०:—

व्यास व कुंती यांचा संवाद.

कुंती म्हणालीः—भगवन्, आपण माझे श्वशुर आहां—माझें दैवत जें पति त्याचेंही आपण दैवत आहां; अर्थात् आपण माझे देवाधिदेव आहां. आपणापाशीं मी खरें खरें बोलतें, आपण श्रवण करावें. एकदां दुर्वासा नामक एक अत्यंत कोपिष्ठ व तपस्वी ब्राह्मण माझ्या पित्याकडे भिक्षेच्या हेतूनें आला होता. त्यास मी शुचिर्भूतपणानें, शुद्ध अंतःकरणानें आणि बिनचूक वर्तनानें इतकें संतुष्ट केलें कीं, रागावण्यास मोठमोठ्या जागा असतांही तो मजवर मुळींच कधीं क्रुद्ध न होतां उलट कृतकृत्य व संतुष्ट होऊन मला वर देण्यास सिद्ध झाला आणि म्हणाला, 'मी देतों हा वर तुला घेतलाच पाहिजे.' तेव्हां 'नाहीं' म्हटलें असतां त्या ऋषीस कोप येईल या भीतीनें मींही त्यावर 'होय' म्हटलें. मग तो मुनि पुनः म्हणाला, 'हे भद्रे, तुझ्या पोटीं धर्माचा अवतार होईल; आणि, हे शुभानने, तूं ज्यांस आवाहन करशील ते देव तत्काळ तुजसमीप प्राप्त होऊन तुझ्या अंकित होऊन राहातील.' इतकें बोलून तो विप्र अंतर्धान पावला. तेव्हां मी विस्मित होऊन गेलें. त्या वेळीं मी खरोखर अगदीं लहान होतें, परंतु त्या वेळचें मला पक्कें स्मरण आहे व तें आमरण ताजें राहील. त्या ऋषींचें तें भाषण रात्रंदिवस माझ्या हृदयांत घोळूं लागलें. आणि एके दिवशीं मी मंदिरांत बसून बाहेर पहात असतां समोरच सूर्य उदय पावत आहे असें पाहून ऋषिदत्त वराची प्रतीति पाहाण्याची मला इच्छा उत्पन्न झाली; आणि यापासून काय अनर्थ ओढवेल याचा मूलपणामुळें पोंच न राहून मीं त्यास आवाहन केलें. तेव्हां तत्काल तो सहस्रांशु सूर्य देव माझ्या समीप प्राप्त झाला! त्या वेळीं त्यानें आपल्या देहाचे दोन भाग केले; एक जमीनीवर आणि दुसरा आकाशांत. द्वितीय भागाच्या योगानें तो पूर्वीप्रमाणें जग प्रकाशमान् करीत होता; आणि प्रथम रूपानें तो माझ्याजवळ आला. त्यास पाहातांच मी थरथर कांपूं लागलें, पण तो म्हणाला, 'मजपासून इच्छित वर मागून घे.' तेव्हां मी भीतभीत शिरसा प्रणाम करून 'आपण जावें,' इतकेंच त्यास बोललें. परंतु तो चंडांशु रागावून म्हणाला, "मला केलेलें आवाहन व्यर्थ होणें नाहीं. तूं कांहीं मागणार नाहींस तर मी तुला व ज्यानें तुला वर दिला त्या ऋषीलाही दग्ध करून टाकीन!" तेव्हां, आपलें कांहींही होवो, पण आपल्यावर उपकार करणाऱ्या त्या ऋषींचें सूर्याच्या शापानें अनिष्ट न व्हावें म्हणून मीं मग

म्हटलें, ' देवा, मला तुजसारखा पुत्र व्हावा. ' मग सूर्यानें स्वतेजानें माझ्या देहांत प्रवेश करून व मला मोहित करून ' तुला तसा पुत्र होईल ! ' असें म्हटलें आणि तो आकाशांत निघून गेला. पुढें मला कर्ण हा पुत्र झाला. तेव्हां पित्याला हा वृत्तांत कळूं नये म्हणून मी त्या बालकास अंतर्गृहांतूनच गुप्तपणें जलांत सोडून दिलें; आणि त्याच्या जन्माचें वर्तमान अगदीं गुप्त राखिलें. ब्रह्मन्, त्या वेळीं असाही चमत्कार झाला कीं, दुर्वासा ऋषींनीं सांगितल्याप्रमाणें त्याच सूर्यदेवाच्या प्रसादानें मी पूर्ववत् कन्या झालें ! महाराज, मीं मुर्खेनें जाणून बुजून त्या पुत्राची उपेक्षा केली, असें मनांत येऊन माझें अंतःकरण कसें करपून जातें! भगवन्, आपणासही हें पूर्णपणें विदित आहेच. विप्रवर्या, मीं आतां उघड करून सांगितलेलें हें माझें वर्तन दोषी आहे का निर्दोषी आहे याविषयींची तळमळ मला जाळीत असते. तर, हे अनघा, आपल्या मुखांतून हें कळावें अशी माझी इच्छा आहे. माझी ही तळमळ दूर करण्यास आपणच समर्थ आहां. त्याचप्रमाणें, हे मुनिपुंगवा, या राजाच्या हृदयांतील हेतुही आजच पूर्ण व्हावा असें माझें मागणें आहे.

कुंतीचें हें भाषण श्रवण करून व्यास मुनींनीं तीस प्रत्युत्तर केलें, " ठीक आहे. तूं मला म्हणालीस त्याप्रमाणें सर्व कांहीं घडून येईल. तुझ्या हातून जें घडलें त्यांत तुजकडे मुळींच दोष नाहीं. कारण तेव्हां तूं केवळ अजाण पोर होतीस. देवांच्या अंगीं अमानुष सामर्थ्य असून ते अनेक रूपें धारण करितात. देव हे असे आहेत कीं, संकल्प, वाणी, दृष्टि, स्पर्श आणि रति अशा पांच प्रकारें ते प्रजोत्पादन करूं शकतात ! कुंति, दैविक गोष्टींच्या योगानें मनुष्यधर्मास मुळींच बाध येत नाहीं. हें तूं ध्यानांत आण; आणि तुझ्या मनांतील तळमळ नाहींशी होऊं दे. अग, बलवंतांस सर्व कांहीं हितकर आणि सर्व कांहीं पवित्र आहे; पाहिजे तो त्यांचा धर्म आणि सर्व कांहीं त्यांच्या सत्तेचें, अशी स्थिति आहे ! "

अध्याय एकतिसावा.

--:०:--

व्यासकृत अंशावतरणकथन.

व्यास पुढें म्हणाले:—भद्रे गांधारि, पुत्र, भ्राते व मित्र तुझ्या दृष्टीस पडतील; आणि स्नुषा रात्रीं पतींसहवर्तमान शयन करूनच उठल्या आहेत कीं काय अशा आनंदांत तूं त्यांस पहाशील. कुंतीच्या दृष्टीस कर्ण पडेल; यादवकन्या सुभद्रेस सौभद्र पाहावयास सांपडेल आणि त्याचप्रमाणें द्रौपदीही आपले पांच पुत्र, भाऊ व वडील यांस अवलोकन करील. गांधारि, पूर्वीं जेव्हां मला राजा धृतराष्ट्रानें, स्वतः तूं आणि पृथेनें प्रार्थना केली, तेव्हांच हें माझ्या मनांत करावयाचें होतें. खरोखर त्या महात्म्यांबद्दल शोक करणें युक्त नाहीं. कारण, ते सर्व नरश्रेष्ठ क्षत्रधर्मपरायण होते आणि क्षत्रधर्मास उचित अशाच प्रकारें ते मेले आहेत. हे अनिंदिते, झाल्या ह्या गोष्टी अशा व्हावयाच्याच होत्या,—हें असें देवांचेंच कार्य होतें; आणि ह्यासाठींच हे सर्वजण म्हणजे देवांचे अंशच पृथ्वीवर अवतीर्ण झाले होते. तसेच गंधर्व, अप्सरा, पिशाच्च, गुह्यक राक्षस, तसेच पुण्यजन, सिद्ध व देवर्षिही येथें अवतरले होते; आणि या कुरुक्षेत्रांत जे रणांगणीं पडले, ते सर्वजण निष्कलंक असे देव, दानव व देवर्षिच होते. धृतराष्ट्र नामक जो प्रख्यात गंधर्वराजा आहे तोच या मर्त्यलोकीं हा तुझा पति धृतराष्ट्र होय. पांडुराजा हा मरुद्गणांतील एक अच्युत नामक विशिष्ट मरुत् होता असें समज.

यमधर्माच्या अंशानें विदुर व युधिष्ठिर राजा हे जन्मले. दुर्योधन हा कलि व शकुनि हा द्वापर होता; आणि, हे शुभांगि, दुःशासनप्रभृति तुझे पुत्र हे राक्षस होते, समजलीस! अरिंदम भीमसेन हा मरुद्गणापासून जन्मला. धनंजय पार्थ हा प्राचीन नर नामक ऋषि होय. हृषीकेश कृष्ण हा नारायण असून नकुलसहदेव हे अश्विनीकुमार आहेत. अर्जुनाचे पोटीं ज्याचा जन्म झाला, जो सर्वांस अतिशय हर्ष देत असे आणि ज्या पांडवपुत्रास सहा महारथ्यांनीं मिळून मारिलें, तो सौभद्र हा साक्षात् चंद्रच योगबलेंकरून आपल्या दोन मूर्ति निर्माण करून अवतरला होता. त्याचप्रमाणें, हे शोभने, सूर्यानें आपल्या एका मूर्तीच्या दोन मूर्ति केल्या. एकीनें तो जग प्रकाशित करीत होता आणि कर्ण ही त्याची द्वितीय मूर्ति होती, असें जाण. धृष्टद्युम्न द्रौपदीसह अग्नीपासून उत्पन्न झाला, तो अग्नीचाच अंश होता आणि शिखंडी हा राक्षस होता. द्रोण हा बृहस्पतीचा अंश असून अश्वत्थामा हा रुद्राच्या अंशापासून झाला होता; आणि हेंही लक्ष्यांत असूं दे कीं, गंगानंदन भीष्म हा मनुष्यत्व पावलेला वसु होय. याप्रमाणें, हे महाप्रज्ञे, या सर्व देवांशांनीं मनुष्यलोकीं अवतरून आपलें उद्दिष्ट शुभ कार्य केल्यावर पुनः स्वर्गांत प्रयाण केलें. (अर्थात्, त्यांस कोणती गति मिळाली असेल, काय झालें असेल, अशी चिंता बाळगण्याचें कोणासच प्रयोजन नाहीं.) तथापि तुमच्या सर्वांच्या अंतःकरणांत परलोकसंबंधी भीतीनें कायमचें ठाणें दिलेलें आहे, तर आज मी तीही भीति पार नाहींशी करून टाकतों. आतां सर्वांनीं भागीरथी नदीवर चलावें; म्हणजे तेथें तुम्हांस रणांगणांत पडलेले ते सर्व योद्धे दृग्गोचर होतील.

गंगातीरीं गमन.

वैशंपायन सांगतातः—व्यासांचें हें भाषण ऐकतांच सर्व लोक मोठ्यानें गर्जना करीत गंगेकडे निघाले; आणि धृतराष्ट्रानेंही आपले अमात्य, पांडव, मुनिश्रेष्ठ व गंधर्व यांसहवर्तमान प्रयाण केलें. त्या वेळीं हा मनुष्यांचा समुद्रच चालत आहे, असा भास झाला. असो; मग गंगातीरीं पोंचल्यावर, ज्याला जी मिळाली व जी बरीशी वाटली ती जागा तो धरून बसला. होतां होतां तो सर्व जनसमुद्र शांत झाला; पांडवांसह धीमान् धृतराष्ट्र राजानें स्त्रिया व वृद्ध यांची बसावयाची आधीं तजवीज करून मग तोही पांडवांसह इष्ट स्थलीं बसला व त्याचे सभोंवतीं त्याचे सेवक बसले. मृत राजे रात्रीं दिसावयाचे होते, तेव्हां कधीं रात्र होते असें त्यांस होऊन गेलें आणि त्यांस तो दिवस केवळ शंभर वर्षांसारखा भासला! शेवटीं एकदांचा सूर्य पवित्र अस्ताचलीं गेला आणि मग त्या लोकांनीं स्नानें वगैरे करून सायंकालीं उचित अशीं अर्घ्यप्रदानादिक कृत्यें आटोपिलीं.

अध्याय बत्तिसावा.

—:०:—

मृतदर्शन.

वैशंपायन सांगतातः—राजा, नंतर रात्र होतांच तेथें जमलेले ते सर्व लोक सायाह्निक क्रिया आटपून व्यासांकडे गेले. मग पांडव व बरोबरचे ऋषि यांसह धर्मात्मा धृतराष्ट्र शुद्ध व एकाग्र चित्तानें व्यासांच्या सन्निध बसला; गांधारीसहवर्तमान सर्व स्त्रियाही बसल्या; आणि नंतर पौर व प्रजाजन वगैरे ते सर्व लोक आपापल्या वयांस अनुसरून योग्य स्थलीं बसले. नंतर महातेजस्वी व्यास मुनींनीं भागीरथीच्या पवित्र जलांत स्नान करून पांडवांकडील व कौरवांकडील सर्व योद्धे आणि ते नानादेशाचे महाभाग राजे यांच्या उद्देशानें हवन केलें. मग, जनमेजया, पूर्वीं कौरव-

पांडवांच्या सैन्याच्या रणमैदानावर जसा अतिशय मोठा ध्वनि होत होता तसाच हुबेहुब या वेळीं भागीरथीच्या उदकांत ध्वनि होऊं लागला! आणि पुढें ते भीष्मद्रोणप्रभृति हजारों वीर व राजे आपआपल्या सैन्यांसह त्या जलांतून वर निघाले! पुत्र व सैनिक यांसह विराट व द्रुपद, द्रौपदीचे पुत्र, सौभद्र, घटोत्कच राक्षस, कर्ण, व दुर्योधन, महारथी शकुनि, दुःशासनप्रभृति महाबल धार्तराष्ट्र, जरासंधाचा पुत्र, भगदत्त, वीर्यशाली जलसंध, भूरिश्रवा, शल, शल्य व भावांसहवर्तमान वृषसेन, राजपुत्र लक्ष्मण, धृष्टद्युम्नाचे पुत्र, शिखंडीचे सर्व पुत्र, भावांसह धृष्टकेतु, अचल, वृषक, तसाच अलायुध राक्षस, बाल्हिक, सोमदत्त व राजा चेकितान, हे आणि बहुत्वामुळें ज्यांचा नामनिर्देश करतां येत नाहीं असे दुसरेही पुष्कळ राजे व वीर उज्वल देहानें त्या जलांतून वर निघाले! लढाईच्या वेळीं ज्या वीराचा जो वेष, जें वाहन व जो ध्वज होता, तोच वेष, तेंच वाहन व तोच ध्वज ह्याही वेळीं असलेला दिसत होता! सर्वांनीं दिव्य वस्त्रें परिधान केलीं होतीं आणि सर्वांचींच कुंडलें लकाकत होतीं. त्यांचें वैर, मत्सर, क्रोध, अहंकार वगैरे पार नष्ट झाले होते. त्यांसमागमें गंधर्व गायन करीत होते, बंदिजन स्तुति करीत होते; त्यांनीं दिव्य पुष्पमाला व दिव्य वस्त्रें धारण केलीं होतीं; आणि अप्सरांचे समुदाय त्यांच्या सभोंवतीं नृत्य करीत होते! हे नराधिपा, सत्यवतीपुत्र व्यास मुनींनीं प्रसन्न होऊन तपोबलानें त्या वेळीं धृतराष्ट्र राजास दिव्य दृष्टि दिली. जिच्या अंगीं दिव्य ज्ञान आणि तसेंच सामर्थ्य वसत होतें, त्या कीर्तिमती गांधारीनेंही ते सर्व पुत्र आणि रणांत पडलेले इतर वीर यांस अवलोकन केलें. एकंदरींत हें सर्व कृत्य अत्यंत अद्भुत, केवळ अचिंत्य, फार मोठें आणि अंगावर रोमांच उठविणारें झालें. सर्व लोक अत्यंत विस्मित होऊन टकमक पहात होते! सर्व नारीनर इतके तटस्थ झाले होते कीं, तीं सर्व विशाल पडद्यावरील चित्रेंच आहेत कीं काय असें भासत होतें! हे भरतश्रेष्ठा, त्या मुनीच्या प्रसादानें दिव्यदृष्टीनें त्या सर्व वीरांस पहात असतां धृतराष्ट्रास फार आनंद झाला.

अध्याय तेहेतिसावा.

--:०:--

स्त्रियांचें स्वस्वपतिलोकीं गमन.

वैशंपायन सांगतातः---नंतर, राजा, ते सर्व नरश्रेष्ठ परस्परांस भेटले. त्या वेळीं त्यांचा मत्सर, क्रोध व अंतःकरणांतील कल्मष पार नाहींसें झालें होतें. त्या ब्रह्मर्षीनें केलेल्या श्रेष्ठ व शुभ विधानास अनुसरून ते येथें प्राप्त झाले असून सर्वांचीं अंतःकरणें स्वर्गातील देवांप्रमाणें प्रफुल्ल झालीं होतीं. मग राजा, पुत्र पित्यास व मातेस भेटले; भार्या पतींस भेटल्या; भावांनीं भावांस आलिंगिलें; आणि मित्र मित्रांशीं हितगुज करूं लागले! पांडव हे महाधनुर्धर कर्ण सौभद्र व द्रौपदेय यांस मोठ्या हर्षानें भेटले. राजा, कर्ण व पांडव यांचें पूर्वी कोण वैर--परंतु या वेळीं ते प्रेमपूर्वक त्यास भेटून त्याचे मित्र झाले! याचप्रमाणें, भरतर्षभा, मुनीच्या प्रसादेंकरून ते इतरही सर्व योद्धे व क्षत्रिय क्रोधरहित होत्साते परस्परांस भेटून पूर्वीचें वैर पार टाकून मोठ्या मित्रभावानें राहिले. याप्रमाणें ते पुरुषश्रेष्ठ कौरव व दुसरे सर्व राजे आपापले गुरु, बांधव व पुत्र यांस भेटले; आणि ती सर्व रात्र त्यांनीं अत्यंत आनंदांत घालविली. सर्व राजांस इतका आनंद झाला कीं, आपण, स्वर्गातच आहों असें त्यांस वाटलें. राजा, योद्धे परस्परांशीं हंसूंबोलूं लागले असतां तेथें शोक, भीति, त्रास, उदासीनता किंवा अकीर्ति

यांस थाराच मिळाला नाहीं. सर्वजण जसे कांहीं हर्षसागरांतच पोहत होते! आणि त्या स्त्रियाही आपले पिते, भ्राते, पति व पुत्र यांना भेटून परम आनंदित होत्सात्या सर्व दुःख पार विसरल्या. याप्रमाणें ते वीर व त्या स्त्रिया यांनीं एक रात्र असा विहार केला आणि मग परस्परांचा निरोप घेऊन व एकमेकांस आलिंगून ते आल्या वाटेनें निघून गेले. नंतर त्या मुनिपुंगवानें त्या सर्व वीरांचें विसर्जन केलें, तेव्हां पाहातां पाहातां ते सर्वजण क्षणांत अंतर्धान पावले, आणि पवित्र भागीरथी नदींत अवगाहन करून आपले रथ व ध्वज यांसह ते महात्मे स्वस्थानीं गमन करिते झाले. कित्येक देवलोकीं गेले, कित्येक ब्रह्मसभेस पोंचले, कोणीं वरुणलोकीं गमन केलें, आणि कित्येकांनीं कुबेरनगरी गांठली. त्याचप्रमाणें कित्येक राजे वैवस्वत लोकास पोंचले आणि कोणी राक्षसलोकीं, कोणी पिशाच्चलोकीं व दुसरे कित्येक उत्तरकुरूंत जाते झाले. सारांश, त्या महात्म्यांस जे जे लोक प्राप्त झाले होते त्यांस त्यांस ते सर्वजण आपलीं वाहनें व सेवक यांसह पुनः विचित्र गतींनीं निघून गेले. त्या सर्वांनीं गमन केल्यानंतर, जलांत उभे राहिलेले ते कुरुकुलाच्या हितार्थ झटणारे महातेजस्वी धर्मशील व्यास महामुनि त्या सर्व गतभर्तृका क्षत्रियस्त्रियांस म्हणाले, "ज्या थोर स्त्रियांस पतीचा लोक प्राप्त व्हावा अशी इच्छा असेल, त्यांनीं वेळ न गमावतां ताबडतोब भागीरथींत स्नान करावें!" त्यांचें तें भाषण ऐकतांच त्या श्रद्धाळू वरांगनांनीं श्वशुराचा निरोप घेऊन एकदम जान्हवीच्या जलांत उड्या घेतल्या. तेव्हां राजा, त्या सर्वही साध्वी तत्काळ देहांपासून विमुक्त होऊन दिव्य देहांनीं पतींशीं संगत झाल्या. याप्रमाणें एकीमागून एक त्या सर्व सुशील पतिव्रतांनीं उदकांत शिरून मुक्त होऊन पतींची सलोकता मिळविली. पतींप्रमाणेंच त्यांचींही रूपें दिव्य झालीं; त्यांच्या अंगांवर दिव्य अलंकार झळकूं लागले; आणि तशाच दिव्य पुष्पमाला व दिव्य अस्त्रें यांनीं त्या विभूषित झाल्या. त्या सुशील, सद्गुणी व सकलगुणपरिपूर्ण भामिनी क्लेशरहित होत्सात्या विमानांत आरूढ होऊन स्वस्थानीं पोंचल्या. याशिवाय त्या धर्मवत्सल वरद व्यास मुनींनीं प्रत्येकास जी जी इच्छा होती ती ती त्या कालीं पूर्ण केली. तो राजांचा पुनरागमनवृत्तांत ऐकून दूरदूरच्या देशांतील लोकही आश्चर्यचकित व हर्षित झाले.

राजा, ते मृत वीर पुनः आपल्या प्रियजनांस कसे भेटले, ही कथा जो मनुष्य सम्यक् श्रवण करील, त्यास येथें नित्य प्रिय गोष्टींचा लाभ होईल आणि परत्रही शुभ गति प्राप्त होईल. जो अत्यंत धर्मज्ञ विद्वान् ही इष्टबांधवसंयोगाची दुःखक्लेशरहित कथा तत्त्वतः सज्जनांस कथन करील, त्यालाही या लोकीं कीर्ति व परत्र शुभ गति प्राप्त होईल. हे भारता, वेदाध्ययन करणारे, तपोयुक्त, सदाचारी, दमनशील, दानाच्या योगानें निष्पाप झालेले, सरळ वर्तनाचे, शुचिर्भूत, शांत, हिंसा व असत्य यांपासून अलिप्त राहिलेले, आस्तिक बुद्धीचे, श्रद्धाळू व धैर्यवान् असे लोक हें आश्चर्यकारक पर्व श्रवण करून परम गतीस जातील.

अध्याय चौतिसावा.

—:०:—

जनमेजयाचें शंकासमाधान.

सौति सांगतात:—भीष्माचार्यप्रभृति सर्व पितामहांचें आगमन व निर्गमन श्रवण करून त्या काळीं विद्वान् जनमेजय राजा हर्षभरित झाला; आणि त्यानें हर्षयुक्त अंतःकरणानें त्यांच्या पुनरागमनाविषयीं प्रश्न विचारिला

कीं, "एकदां जे देह भस्मसात् झाले, त्याच देहांसह ते वीर पुनः कसे दृश्यमान् झाले?" यावर त्या प्रतापी व विवेचनकुशल व्यास-शिष्यानें त्या राजाचें असें समाधान केलें.

वैशंपायन सांगतातः—राजा, कर्मकर्ता देव, असुर किंवा मनुष्य कोणीही असला, तथापि त्याच्या त्या कर्मांचा क्षय भोगावाचून कोण-त्याही अन्य मार्गानें कदापि व्हावयाचा नाहीं. सर्व कर्मांचें फल भोगलेंच पाहिजे, आणि तें देवादिकांसही भोगलेंच पाहिजे, हा सिद्धांत होय. ह्या कर्मांच्या योगानें निरनिराळ्या प्रकारचे देह व आकार प्राप्त होतात. अमुक एक कर्माचें फल भोगावयाचें अशा संकल्पानें जीवानें प्रत्येक देह धारण केला असतो. अर्थात्च प्रत्येक देहांत जीव प्रवेश करतो, तेव्हांच आपणाबरोबर शुभ किंवा अशुभ कोणतें तरी विवक्षित कर्म घेऊनच प्रवेश करितो आणि त्या देहांत त्या कर्माचें शुभाशुभ फल तो भोगीत असतो. आपणास स्वप्न पडतें त्या वेळीं आपला जागृतींतील देह शय्येवर अचेतनवत् पडलेला असतो आणि आपणास दुसराच एक स्वाप्नदेह प्राप्त होऊन त्यामध्यें आपण निरनिराळ्या प्रकारचीं सुखःदुखें किंवा शुभा-शुभ कर्मफलें भोगितों. पुढें ती स्वप्नावस्था संपली असतां म्हणजे जें कर्मफल भोगण्यासाठीं तो स्वप्नगत देह धारण केला होता तें संपलें असतां त्या स्वाप्नदेहाचाही नाश होतो, आणि आपण पुनः जागृतींतील जड देहांत संचार करितों. जसा स्वप्नांतील देह जागृतींतील देहा-हून भिन्न आहे व त्याचा नाश झाला तरी त्याबरोबर जागृतींतील देहाचा नाश होत नाहीं, तसाच जागृतींतील देहाचा नाश झाला तरी तेणेंकरून हृदयाकाशस्थ पितृदेहाचा नाश होत नाहीं. स्वाप्नदेहाच्या मानानें जागृतींतील देह नित्य किंवा चिरकाल टिकणारा आहे; आणि याचप्रमाणें पित्रादि देह हे जागृतींतील स्थूल देहांच्या मानानें नित्य किंवा चिरकाल टिक-णारे असून वरच्या कोटींतील आहेत. म्हणू-नच जागृतींत विशिष्ट कर्मफल भोगण्या-साठीं धारण केलेल्या ह्या देहाचा तें भोगलें जातांच नाश झाला तरी हृदया-काशस्थ पित्रादि देह अविनष्टच असतात. अर्थात् स्वप्नांतून निघून जागृतींत येण्याप्रमाणें जे जागृतींतून निघून आत्मज्ञानाच्या बलानें हृदयाकाशस्थ देहांत प्रविष्ट होतात, ते काम-चारी बनतात. त्यांस पाहिजे त्या लोकीं पाहिजे तेव्हां गमन करितां येतें आणि जागृ-तास जसा प्रत्येक वेळीं नष्ट होत असतांही पुनःपुनः स्वाप्नदेह धारण करितां येतो, त्या-प्रमाणें हृदयाकाशस्थासही जड किंवा जागृतीं-तील देह पुनःपुनः धारण करतां येतो. आपले जागृतींतील हे देह पांचभौतिक आहेत. पांच-भौतिक पदार्थांचा (ह्या देहांचा) नाश झाला, तथापि पंचमहाभूतांचा नाश होत नाहीं; फक्त विशिष्ट रचनेचा नाश होतो. पांचभौतिक देहांच्या मानानें पहातां पंचमहाभूतें हीं नित्य आहेत. हृदयाकाशस्थ देह हे महाभूतात्मकच आहेत. कर्मांपासून उत्पन्न झालेले भौतिक देह कर्मक्षय होतांच ह्या महाभूतांत लीन होऊन जातात; तथापि हीं महा-भूतें किंवा हृदयाकाशस्थ देह कायम असतातच. कर्म भोगावयाचें असेपर्यंत हीं अनित्य शरीरें आणि ते नित्य देह यांचा एकत्र वास असतो व केवळ तादात्म्य किंवा एकरूपता असते. परतु जेव्हां कर्म संपून ह्या नश्वर देहांची लीन होण्याची वेळ येते, तेव्हां त्यांबरोबर ते हृदयाकाशस्थ नित्यदेह नाश पावत नाहींत. ते त्यांपासून निराळे होतात, आणि त्यांचें अस्तित्व असल्यामुळेंच ते मृत वीर पुनः पूर्वरूपानें दृश्य होणें अशक्य

नाहीं. आतां ह्या हृदयाकाशस्थ पित्रादि देहांची प्राप्ति कशी होते तें सांगतों. कर्म दोन प्रकारचें आहे. एक प्रवृत्तिरूप आणि दुसरें निवृत्तिरूप. पैकीं निवृत्तिरूप कर्माच्या योगानें हा सत्य व श्रेष्ठ असा फलागम (पित्रादि देह) प्राप्त होतो; आणि दुसरें जें प्रवृत्तिरूप कर्म, त्याच्या योगानें आत्म्यास (भौतिक देहास) सुख-दुःख भोगावें लागतें. आतां यद्यपि आत्म्यास सुखदुःख भोगणें पडतें, तथापि तो त्या दुःखाच्या योगें नाश पावत नाहीं. क्षेत्रज्ञ आत्मा हा अविनाश्य व अविकार्य आहे, हा सिद्धांत होय. आपला जड देह हें एक भिंग आहे, असें समज; आणि या भिंगांत आत्मा हें एक चित्र बसवून तसबीर बनविलेली आहे, असें मनांत आण; म्हणजे ही गोष्ट चांगली ध्यानांत येईल. भिंग मळकट, फुटकें वगैरे असेल, तर त्याप्रमाणें तें चित्रही मळकट वगैरे भासेल. म्हणजे चित्र हें साक्षिभूत सान्निध्यानें काचेचे मलिनत्वादी धर्म भोगितें; असें झालें तथापि त्या काचेच्या नाशाबरोबर चित्राचाही नाश होतो, असें म्हणतां येणार नाहीं. याच न्यायानें शरीररूप क्षेत्रांत (चौकटींत) रहाणारा क्षेत्रज्ञ आत्मा (चित्र) ही क्षेत्राच्या नाशाबरोबर नाश पावत नाहीं; भोगण्यासाठीं जें विवक्षित कर्म बरोबर घेऊन क्षेत्रज्ञ एखाद्या देहांत प्रविष्ट झाला असेल, तें कर्म संपलें नाहीं तोंपर्यंत त्या देहाचें अस्तित्व असतें आणि तें कर्म संपतांच आत्मा त्या देहाचा त्याग करून दुसरें कर्म भोगण्यासाठीं बरोबर घेऊन अन्य देहांत प्रवेश करितो. महाभूतें, इंद्रियें वगैरे अनेक निरनिराळे पदार्थ शरीरामध्यें एकत्र झालेले असतात; आणि त्या सर्वांमिळून ' मी अमुक' (व्यक्ति) ' मी तमुक ' (एक व्यक्ति) अशी भावना होते. परंतु देहादिक आणि आत्मा यांचें पृथक्त्व जाणणाऱ्या योग्यांचें हेच भूतेंद्रियादि भाव (पदार्थ) नित्य होत असतात. अज्ञानी जनांस जे भाव अनित्य असतात, तेच ज्ञानवंतास नित्य होतात. अश्वास मारण्याविषयींची अश्वमेधांतील श्रुति ही अशाच प्रकारची आहे; आणि शरीरी जीवांचीं इंद्रियें नित्य व निश्चयानें परलोकीं गेलेलीं असतात. अस्तु; परंतु, हे पार्थिवा, हे ज्ञानमार्ग तुझ्या अधिकाराबाहेरचे आहेत. मी तुला हितकर व प्रिय होईल, असें हेंही सांगतों कीं, ज्ञानमार्ग हा फार पुढला मार्ग असून तुला आज आकलन करतां येण्याजोगा नसल्यामुळें, उपासनायुक्त कर्मानें प्राप्त होणारे देवयानमार्गच तुला योग्य आहेत; आणि हा यज्ञ चालू असतां ते तूं ऐकिलेही आहेस. जेव्हां तूं यज्ञ केलास तेव्हांच देव तुझे मित्र झाले आहेत. हे देव प्रत्येकीं ज्या लोकीं वास्तव्य करितात, त्या लोकचे तेच अधिपति असल्यामुळें, जीवांस ते लोक प्राप्त करून देणें, न देणें ही त्यांच्या स्वाधीनची गोष्ट आहे; आणि म्हणूनच, जे त्यांचें यजन करितात, तेच त्या लोकीं जाऊन नित्यत्व पावतात, इतर पावत नाहींत. राजा, याप्रमाणें पांचभौतिक देववर्ग आणि आत्मा नित्य असतांना जो निरनिराळ्या देहांशीं आत्म्याचा कायमचा संबंध किंवा एकरूपता आहे असें मानील, तो अज्ञ समजावा. अर्थात् पितापुत्रादिकांचा वियोग झाला असतां जो शोक करील त्यासही अजाण म्हटलें पाहिजे. ज्याला वियोगानें दुःखशोक होईल असें वाटत असेल, त्यानें प्रथम संयोगच करूं नये; म्हणजे त्यास वियोगजन्य दुःखाची भीति नाहीं. वंध्येला पुत्रवियोगदुःख कोठून होणार ? खरें पाहिलें असतां कोणालाच संयोगजन्य सुख किंवा वियोगजन्य दुःख होण्याचें वास्तविक कारण नाहीं. कारण, आत्मा हा संगरहित आहे. अर्थात् ज्यास संगच नाहीं, त्यास वियोगाचें दुःख कोठून अस-

णार ! परंतु अशा प्रकारें ज्ञान उपजतच असण्याचें भाग्य सर्वांसच कोठें आहे ? ज्यांस ही ज्ञानकला प्राप्त झाली नाहीं व ज्यांस सर्वत्र द्वैतच (अनेकत्व) दिसत असतें, अशा मनुष्यानें आधीं उपासनाबलेंकरून देहाभिमानांतून वर निघून सगुण ब्रह्माचें ज्ञान संपादावें; आणि तदनंतर, जिला परा बुद्धि म्हणतात ती जाणून तिच्या योगानें मोहापासून निर्मुक्त व्हावें. देहाभिमानी द्वैतदर्शी जनांस मुक्त होण्याचा हाच एक मार्ग आहे. मुक्ताची जाणीव अशी असते कीं, " हा अदर्शनापासून (ब्रह्मापासून) उत्पन्न झाला आणि पुनः अदर्शनांतच लीन झाला. मध्यंतरींही मी त्यास ओळखीत नव्हतों किंवा मीही त्याच्या ओळखीचा नव्हतों. अर्थात् त्याच्या येण्याजाण्यापासून मला हर्षविषाद होत नाहीं." ईश्वरत्व न पावलेला मनुष्य ज्या ज्या शरीरानें जें जें कर्म करितो, त्या त्या शरीरानेंच त्यास त्या त्या कर्माचें फल भोगावें लागतें. मनानें केलेल्या पातकाचें फळ मानसिक ताप हें भोगावें लागतें; आणि शरीरकृत पापाचें फल शारीरिक तापाचे द्वारेंच भोगणें पडतें. शिवाय, तें अवश्य भोगावें लागतें, कधीं चुकत नाहीं किंवा चुकवितांही येत नाहीं. यास्तव काया, वाचा व मन यांचें संयमन करून प्राणनिरोध करावा.

अध्याय पसतिसावा.

—:०:—

जनमेजयास स्वपितृदर्शन.

वैशंपायन सांगतातः—धृतराष्ट्र राजानें यापूर्वीं दृष्टि नसल्यामुळें पुत्रांस कधींही पाहिलें नव्हतें. परंतु, हे कुरुद्वहा, या वेळीं व्यास ऋषींच्या प्रसादानें त्यास त्यांचीं स्वरूपें पहावयास सांपडलीं. शिवाय त्यास राजधर्म, ब्रम्होपनिषद् आणि बुद्धीचा निश्चय किंवा ज्ञानजन्य समाधानवृत्ति प्राप्त झाली आणि एकंदरींत तो तपोनिष्ठ व्यासांच्या प्रसादानें सिद्धीस पोंचला. त्याचप्रमाणें महाबुद्धिमान् विदुरासही तपोबलानें उत्तम सिद्धि प्राप्त झाली.

जनमेजय विचारितोः—ब्रह्मन्, जर वरद व्यास मुनि मलाही माझा पिता रूप, वय आणि वेष यांत अगदीं त्या अंत्यकालच्यासारखा आज दाखवितील, तर माझी या सर्वांवर खरी श्रद्धा बसेल. खरोखर असें होईल तर माझ्या मनाचें प्रिय झाल्यासारखें होऊन मी कृतार्थ होईन आणि माझें मनोगत सफल झाल्याप्रमाणें होईल. तर त्या ऋषीश्वराच्या प्रसादानें माझी एवढी इच्छा सफल व्हावी.

सौति सांगतोः—राजानें अशी इच्छा प्रदर्शित केली असतां प्रतापनिधि धीमान् व्यास मुनींनीं त्यावर प्रसाद करून परिक्षितास तेथें आणिलें. मग शरीराकृति, वय व वेष यांत हुबेहूब पूर्वीसारखा असलेला आपला तेजस्वी पिता स्वर्गांतून उतरल्याचें जनमेजयानें अवलोकन केलें. त्याचप्रमाणें महात्मा शमीक, त्याचा पुत्र शृंगी आणि परिक्षित् राजाचे सर्व अमात्यही त्याच्या दृष्टीस पडले. नंतर आनंदित झालेल्या त्या जनमेजय राजानें पित्याकडून अवभृथस्नान करविलें, आणि मग आपणही केलें. स्नान आटोपल्यानंतर, यायावरकुलांत जन्मलेला जरत्कारूचा पुत्र आस्तीक ब्राह्मण यास तो राजा ह्मणाला, ' आस्तीका, आज माझ्या पित्यानें येथें येऊन माझा शोक दूर केला, त्यापेक्षां हा माझा यज्ञ म्हणजे विविध आश्चर्यांचें निधानच होय, असें मला वाटतें. '

आस्तीकानें उत्तर दिलें:—हे कुरुकुलश्रेष्ठा, तपाचे केवळ सागर असे पुरातन द्वैपायन मुनि ज्याच्या यज्ञांत आहेत, त्यानें उभय लोक जिंकलेलेच आहेत. हे पांडवनंदना, हा यज्ञ

सुरू झाल्यावर तूं विचित्र आख्यान श्रवण केलेंस, सर्प भस्मसात् केलेस आणि पित्याची योग्यता संपादिलीस. राजा, तुझ्या सत्यनिष्ठे-मुळें एकटा तक्षक कसा तरी वांचला इतकेंच. तूं सर्व ऋषींचें योग्य पूजन केलेंस, महात्म्यांस कोणती गति मिळते हें पाहिलेंस, आणि हा पापविनाशक इतिहास श्रवण करून अत्यंत मोठा धर्म जोडलास. शिवाय, हे राजा, उदार जनांच्या दर्शनमात्रेंकरून तुझ्या हृदयग्रंथीचा छेद झाला आहे. कारण, जे धर्माचा पक्ष संस्था-पित करितात आणि ज्यांस सद्वर्तन प्रिय असतें, अशा महात्म्यांच्या दर्शनानें पातकाचें भस्म होतें. यास्तव त्यांस नित्य नमन करीत जावें.

सौति सांगतोः—हे सत्तमा, द्विजश्रेष्ठ आस्तीक मुनींच्या मुखांतून हें भाषण श्रवण करून त्या जनमेजय राजानें त्या मुनीस पुनःपुनः सन्मान देऊन त्याचें पूजन केलें; आणि नंतर त्या धर्मज्ञानें श्रेष्ठ वैशंपायन ऋषींस वनवासाची राहिलेली कथा विचारिली.

अध्याय छत्तिसावा.

—:०:—

युधिष्ठिराचें हस्तिनापुरीं आगमन.

जनमेजय विचारितोः—मुने, अनुयायांसह पुत्रपौत्रांस अवलोकन केल्यानंतर धृतराष्ट्र राजानें आणि युधिष्ठिर राजानेंही पुढें काय केलें बरें ?

वैशंपायन सांगतातः—राजा, पुत्रांचें दर्शन ही मोठीच आश्चर्यकारक गोष्ट पाहिल्या-नंतर राजर्षि धृतराष्ट्राचा शोक पार नाहींसा होऊन तो स्वस्थचित्तानें आपल्या आश्रमास परत आला. तेथें जमलेले ते सर्व दुसरे लोक आणि महर्षि हे धृतराष्ट्राचा निरोप घेऊन आपल्या इष्टस्थलीं निघून गेले. परंतु महात्मे पांडव आपल्या थोड्याफार सैनिकांसह पुनः त्या थोर धृतराष्ट्र राजाकडेच आले. नंतर धृतराष्ट्र राजा आश्रमांत बसला असतां, त्रैलोक्यांत पूज्यता पावलेले सत्यवतीपुत्र धीमान् व्यास मुनि त्यास म्हणाले. “ हे महाबाहो धृतराष्ट्रा, मी काय म्हणतों तें ऐकून घे. हे कौरवनंदना, वृद्ध व पुण्यशील ऋषि, वेदवेदांगवेत्ते भीष्मादिक थोर वाडवडील आणि धर्म जाणणारे प्राचीन ऋषि यांच्या मुखांतून तूं नानाप्रकार-च्या कथा श्रवण केल्या आहेस. आतां तूं शोकाकडे मनाची प्रवृत्ति रतिमात्र होऊं देऊं नको. भवितव्याबद्दल शहाणा कदापि दुःख पावत नाहीं. शिवाय देवलोकाहून आलेल्या नारद मुनींकडून देवाचें गुप्त कार्यही तुला समजलेलें आहे. रणांत मृत झालेले ते सर्वजण शस्त्रनिर्जित शुभ व पवित्र गतीस पोंचले आहेत; आणि थोड्या वेळापूर्वीं तूं प्रत्यक्ष पाहि-ल्याप्रमाणेंच तुझे पुत्र मोठ्या आनंदानें नित्य स्वच्छेनुरूप विहार करीत असतात. हा धीमान् युधिष्ठिर राजा तुझ्या अनुरोधानें वागतो आणि त्याचे सर्व भाऊ, स्त्रिया व इतर आप्तजनही त्याच्याप्रमाणेंच तुजशीं वर्तन ठेवतात. तेव्हां कोणत्याही बाजूनें आतां तुझ्या मनास यत्किं-चित्ही दुःख होण्यास जागा नाहीं. असो; राजा, या धर्मराजास आतां अनुज्ञा दे. त्यानें आतां परत जावें व आपल्या राज्याचें संरक्षण करावें, हें योग्य होय. त्याला येथें वनांत येऊन एक महिन्यापेक्षां अधिक दिवस झाले आहेत. हे नराधिपा, राज्याचें नित्य यत्नपूर्वक रक्षण करावें लागतें; कारण, हे कुरुद्वहा, त्यास अनेक शत्रु असतात.”

अतुलतेजस्वी व्यासांनीं याप्रमाणें सांगि-तलें असतां वाक्पटु धृतराष्ट्र राजानें युधिष्ठि-रास जवळ हांक मारून म्हटलें, “हे अजात-शत्रो, तुझें कल्याण असो; तूं आपल्या भावां-सह माझें भाषण श्रवण कर. राजा, तुझ्या प्रसन्नतेमुळें आम्हांला शोक मुळींच जाणवत

नाहीं; आणि, हे पुत्रा, तुझ्या संगतीमुळें मी हस्तिनापुरांतच आहें कीं काय असें मला वाटतें. कारण, हे विद्वन्, तूं तसाच कनवाळू व आमच्या मर्जीप्रमाणें वागणारा आहेस. राजा, खरोखर तुजमुळें मला असें वाटतें कीं, माझा पुत्रच जिवंत आहे. मुलाकडून जितकें म्हणून सुख होणें शक्य आहे तितकें तुजकडून मला प्राप्त झालें; आणि माझी प्रीतिही तुजवर पराकाष्ठेची जडली आहे. हे महाबाहो, आतां माझ्या मनांत कोणत्याही प्रकारचें किल्मिष किंवा दुःख नाहीं. आतां तूं परत जा. उगाच दिवसगत लावूं नको. तूं येथें असल्यामुळें तुजकडे लक्ष जाऊन माझें तप कमी कमी होत आहे. मीं आपलें तपास वाहिलेलें शरीर तुला पाहून पुनः धारण केलें आहे. तुला पाहून माझ्या शरीरांत कांहीं जीव आला आहे इतकेंच; बाकी आतां मी फार दिवस काढीन असें नाहीं. त्याचप्रमाणें, राजा, वाळल्या पानांचा आहार करून राहाणाऱ्या व माझ्या बरोबरीनें व्रतनियम पाळणाऱ्या ह्या तुझ्या दोन्ही माताही फार दिवस तग धरूं शकणार नाहींत. आम्हां सर्वांचेच दिवस संपत आले आहेत, आणि आमच्या जीविताचें साफल्यही झालें आहे. व्यासांच्या तपःप्रभावानें आणि तुझ्या समागमामुळें लोकांतरीं गेलेले दुर्योधनादिक आमच्या दृष्टीस पडले; आतां, हे अनघा, मला जगून अमुक एक करावयाचें उरलें आहे, असें मुळींच नाहीं. तेव्हां राहिलेला अल्प काळ निर्वेधपणें तपाचरणांत घालविणें हेंच युक्त होय. यास्तव राजा, आतां मी उग्र तपश्चर्येस प्रारंभ करीन; त्यास तुझें अनुमोदन असावें. या कुलाची कीर्ति, वंशविस्तार आणि एकंदर सर्वच कुल मीं आज तुजवर सोपविलें आहे. आतां, हे महाबाहो, तूं आज किंवा फार तर उद्यां परत जा. उगाच दिरंगाई करूं नको. हे भरतर्षभा, पुष्कळच प्रकारच्या राजनीति तूं आजपर्यंत श्रवण केल्या आहेस. तेव्हां, राजा, आतां तुला कांहीं सांगावयास पाहिजे असें मला मुळींच दिसत नाहीं.

वैशंपायन सांगतातः—धृतराष्ट्राचें असें भाषण ऐकून युधिष्ठिर राजा त्यास म्हणाला, "महाराज, आपण धर्मज्ञ आहां; ह्या निरपराध बालकाचा त्याग करणें आपणास योग्य नाहीं. माझे सर्व भ्राते व सेवक यांना खुशाल नगरास जाऊं द्या. मी इंद्रियनिग्रह करून व व्रतस्थ राहून तुमची व उभय मातांची सेवा करीन." यावर गांधारी त्यास म्हणाली, "पुत्रा, असें म्हणूं नको. माझें बोलणें ऐक. युधिष्ठिरा, सर्व कुरुकुल व माझ्या श्वशुराचा वंश तुजवरच अवलंबून आहे. यास्तव, पुत्रा, परत जा. आजपर्यंत तूं आमची जी सेवाचाकरी केलीस, तीच खरोखर पुष्कळ झाली. आतां राजा जें सांगत आहे तेंच तूं करावें. पित्याचें वचन पाळणें हाच पुत्राचा धर्म होय."

वैशंपायन सांगतातः—गांधारीनें असा उपदेश केला असतां युधिष्ठिर कुंतीजवळ जाऊन तीस विनवूं लागला. ती या वेळीं मायेमुळें पाण्यानें भरून आलेले नेत्र पुसून हुंदके देत होती. तीस युधिष्ठिर असें म्हणाला, "माते, धृतराष्ट्र राजा आणि यशस्विनी गांधारी मला जाण्याचा आग्रह करीत आहेत. परंतु, माते, माझें चित्त तुजकडे गुंतलें असून फार दुःखित होत आहे. अशा स्थितींत मला कसें जाववेल ? तूंच सांग ! माते, नगरास जाण्यास तर माझा पाय निघत नाहीं; आणि हे धर्मचारिणी, तुझ्या तपाला व्यत्यय आणण्याचेंही माझ्या जिवावर येत आहे. कारण, तपाहून कांहींच श्रेष्ठ नाहीं व तपाच्या योगें महत्पद प्राप्त होतें. अशी माझ्या मनाची स्थिति उभयतः चमत्कारिक झाली आहे. हे राज्ञि,

माझीही आतां पूर्वींसारखी राज्यावर आसक्ति नाहीं. राज्यकारभारांत माझें मन अलीकडे गढेनासें झालें असून सर्व प्रकारें तपश्चर्येकडेच वेधलें आहे; आणि, हे शुभे, शून्य झालेली ही संपूर्ण पृथ्वी मला कांहीं सुखदायक होत नाहीं. आमचे आप्तबांधव मरून गेले, सैन्यही पहिल्यासारखें उरलें नाहीं, व पांचाल तर सर्वत्र नाश पावले. त्यांचें नांव मात्र मागें राहिलें आहे. हे शुभे, त्यांचें कुल चालवील असा कोणीही उरलेला दिसत नाहीं. द्रोणानें रणांगणांत सर्वांचें चंदन उडविलें आणि कांहीं अवशिष्ट राहिले होते त्यांची रात्रीं द्रोणपुत्रानें कत्तल केली. याचप्रमाणें चेदि व मत्स्यही आम्हांस आज अदृश्य झाले आहेत. एका वेळीं आम्ही त्यांस गर्जत असलेले पहात होतों, पण आज काय आहे? सर्वत्र शुकशुकाट झाला आहे! सांप्रत ज्याकडे पाहून, ऐश्वर्यासाठीं नव्हेच पण धर्माकरितां तरी मला जीवित धारण करण्याची इच्छा होते, असें एकच वृष्णींचें कुल वासुदेवाच्या आश्रयामुळें जिवंत राहिलें आहे. माते, आम्हांकडे एकदां कृपादृष्टीनें पहा. तुझें दर्शनही यापुढें आम्हांस दुर्लभ आहे. कारण, आतां हा राजा सहन करण्यास अत्यंत अवघड अशा तीव्र तपश्चर्येस प्रारंभ करणार आहे."

हें ऐकून वीराग्रणी महाबाहु सहदेवाचे नेत्र पाण्यानें भरून येऊन तो युधिष्ठिरास असें म्हणाला, "हे भरतर्षभा, माझ्यानें मातेला सोडून जाववत नाहीं. तूं सर्वांस घेऊन लवकर नगरास जा, मी यांच्या समागमें तपश्चर्या करीन. राजा, धृतराष्ट्र राजा आणि उभय माता यांच्या पायांची सेवा करण्यांत तत्पर राहून मी येथेंच हें शरीर तपानें शुष्क करीन." मग कुंती त्या महावीरास पोटाशीं धरून म्हणाली, "बाळा, जा. असें बोलूं नको; माझें वचन ऐक. बाळांनो, तुम्हांला मार्ग सुखकर होवो आणि तुमचीं मनेंही स्वस्थ व्हावीं. तुम्हीं असें करूं लागाल तर आमच्या तपांत व्यर्थ व्यत्यय मात्र येईल. तुम्हांकडे चित्त वेधल्यामुळें मी श्रेष्ठ तपापासून भ्रष्ट होत आहें. यास्तव, बाळा, सहदेवा जा; आतां आमचे फारच थोडे दिवस राहिले आहेत!"

याप्रमाणें कुंतीनें अनेक प्रकारें समजूत करून सहदेवाचें व विशेषेंकरून धर्मराजाचें मन स्वस्थ केलें. नंतर मातेची व धृतराष्ट्र राजाची आज्ञा घेऊन व त्या कुरुश्रेष्ठास प्रणाम करून ते कुरुपुंगव पांडव पुढील विचारास लागले.

युधिष्ठिर म्हणालाः—राजा, तूं आम्हांस कल्याणकारक आशीर्वाद देऊन आमचें अभिनंदन केलेंस म्हणजे आमच्या मनांतील किल्मिषें नष्ट होऊन आम्ही निष्पाप होऊं आणि मग तुझी अनुज्ञा झाली म्हणजे आम्ही परत जाऊं.

महात्म्या धर्मराजानें अशी विनंती केल्यावर त्या राजर्षीनें कुरुकुलदीपक युधिष्ठिराचें अभिनंदन करून त्यास निरोप दिला. त्या राजानें बलवंताग्रणी भीमसेनाचेंही सांत्वन केलें आणि त्या बुद्धिमान् वीर्यशाली भीमानेंही त्याचा योग्य गौरव केला. नंतर धृतराष्ट्रानें अर्जुन आणि नकुलसहदेव यांस आलिंगन दिलें आणि त्यांचेंही अभिनंदन करून त्यांस निरोप दिला. मग सर्वांनीं गांधारीच्या पायांवर मस्तकें ठेवून तिची अनुज्ञा घेतली. माता कुंतीनें

सर्वांचीं मस्तकें हुंगलीं आणि त्यांस पोटाशीं कवटाळिलें. नंतर, गाईखालीं दुग्धपान करणारें वांसरूं आवरूं लागलें असतां वरचेवर मागें वळत असतें त्याप्रमाणें ते पांडव पुनःपुनः मागें पहात धृतराष्ट्रास प्रदक्षिणा घालून मार्गस्थ झाले. मग द्रौपदी आदिकरून सर्व पांडव-स्त्रियाही योग्य प्रकारें श्वशुरास अभिवंदन करून निघाल्या; दोघी सासवांनीं त्यांस आलिंगून त्यांचें अभिनंदन केलें; आणि अशा अशा प्रकारें वागावें म्हणून उपदेश करून निरोप दिला. तेव्हां त्या आपल्या पतींसमागमें जावयास निघाल्या. मग तेथें एकच गडबड उडून गेली. सारथ्यांच्या ' बांधा, बांधा, ' अशा आरोळ्या, उंटांचें खिंकाळणें आणि घोड्यांचें हिसणें, या सर्वांचा ध्वनि संमिश्र होऊन गेला. नंतर युधिष्ठिर राजा आपले बंधु, स्त्रिया व सैन्य यांसह तेथून प्रयाण करून हस्तिनापुरास परत आला.

नारदागमनपर्व.

अध्याय सदतिसावा.

—:०:—

दावाग्नीनें धृतराष्ट्रादिकांचें दहन.

वैशंपायन सांगतातः—राजा, पांडव नगरास परत आल्यानंतर सुमारें दोन वर्षांनीं एके दिवशीं देवर्षि नारद मुनि सहज युधिष्ठिराकडे आले. तेव्हां महाबाहु युधिष्ठिर राजानें त्यांचें पूजन केलें आणि त्यांनीं आसनावर बसून कांहीं काळ विश्रांति घेतल्यावर त्यांशीं बोलण्याचा उपक्रम केला. तो म्हणाला, "महाराज, आपण फार दिवसांत येथें येऊन आम्हांस दर्शन दिलें नव्हतें. ब्रह्मन्, आपलें कुशल आहे ना? व आपणास कोठेंही त्रास वगैरे पोंचला नाहीं ना? आपण सांप्रत कोणते देश पाहून आलां बरें? त्याचप्रमाणें, हे मुने, मीं आपलें कोणतें कार्य करावें त्याचीही आज्ञा व्हावी. महाराज, आपण ब्राह्मणांत वरिष्ठ असून आमचा श्रेष्ठ आधार आहां."

नारद सांगतातः—राजा, फार दिवसांत तुझी भेट न झाल्यामुळें सहज तुला पाहून जावें म्हणून मी तपोवनांतून इकडे आलों आहें. राजा, मी इकडे येतांना भागीरथी नदी व अनेक तीर्थें पहात पहात आलों.

युधिष्ठिर विचारितोः—भगवन्, गंगातीरीं राहाणाऱ्या माझ्या कित्येक लोकांनीं नुकतेंच मला येऊन सांगितलें कीं, महत्म्या धृतराष्ट्रानें परम उग्र तपश्चर्या मांडिली आहे. तर, ऋषे, आपण तेथें तो कुरुकुलश्रेष्ठ सुखरूप असल्याचें अवलोकन केलें ना? त्याचप्रमाणें गांधारी पृथा, व सूतपुत्र संजय खुशाल असलेला आपल्या दृष्टीस पडला काय? भगवन्, तो माझा पिता धृतराष्ट्र राजा जर आपणास भेटला असेल, तर सांप्रत तो कशा प्रकारें वर्तन करीत आहे तें ऐकण्याची मला फार उत्कंठा लागली आहे.

नारद सांगतातः—हे महाराजा, मीं तपोवनांत काय ऐकिलें व काय पाहिलें, तें सर्व अंतःकरण स्थिर करून ऐक. कुरुनंदना, तुम्ही वनांतून परत आल्यानंतर गांधारी, कुंती, सूतपुत्र संजय, अग्निहोत्र व याजक यांसह तुझा पिता कुरुक्षेत्रांतून गंगाद्वारास गेला आणि त्या ठिकाणीं त्यानें तीव्र तपश्चर्येस प्रारंभ केला. त्यानें लांकडाची एक विटी तोंडांत घालून ठेवली आणि केवळ वायुभक्षण करून तो मननशील झाला. अशा प्रकारें तो राजा उग्र तपश्चर्या करूं लागला, तेव्हां त्या वनांतील सर्व मुनि त्याची स्तुति करूं लागले; आणि या नियमेंकरून तो केवळ सहा महिन्यांच्या अवधींत अगदीं सुकून त्याचा केवळ अस्थिपंजर उरला. राजा, गांधारी फक्त जलाहार करीत असे; कुंती एक महिन्यानें भोजन करी; आणि संजय सहाव्या काळीं आहार करीत असे. त्या ठिकाणीं, राजा, याजक त्या राजासाठीं अग्नींचें यथाविधि हवन करीत असत. तो राजा भ्रमण करीत असल्यामुळें त्या वनांत क्वचित् त्या याजकांच्या दृष्टीस पडे, क्वचित् दिसतही नसे. पुढें त्या राजानें वसतिगृहाचा त्याग करून कोठेंच रहावयाचें नाहीं असा नियम धरून परिभ्रमणास सुरुवात केली. तेव्हां त्या दोघी देवी गांधारी व कुंती आणि संजय, हीं त्याच्या समागमें गेलीं. उंचसखल प्रदेशांतून संजय धृतराष्ट्रास जपून वागवी; आणि अनिंदिता कुंती ही गांधारीचा सांभाळ करी. याप्रमाणें फिरतां फिरतां कोणे एके काळीं तो धीमान् राजा गंगेंत स्नान करून आश्रमाभिमुख गमन करूं लागला, इतक्यांत मोठा वारा सुटून भयं-

कर वणवा पेटला आणि त्यानें चोहोंकडून त्या अरण्यास घेरून तो तें दग्ध करूं लागला. त्या वेळीं मृगांचे समुदाय, सर्प वगैरे जीव चोहोंकडून होरपळूं लागले; डुकरांच्या झुंडीच्या झुंडी नदीनाल्यांत उड्या घेऊं लागल्या; आणि सर्वत्र हाहा:कार सुरू झाला. याप्रमाणें तें सर्व अरण्य पेटून भयंकर संकट ओढवलें, पण निराहारामुळें धृतराष्ट्राच्या अंगीं तर पळण्यासंवरण्याचें मुळींच त्राण उरलें नव्हतें; त्याचप्रमाणें तुझ्या दोन्ही माताही अत्यंत कृश झाल्यामुळें दूर पळून जाण्यास असमर्थ होत्या! ही स्थिति लक्षांत घेऊन आणि अग्नि अगदीं सन्निध येत चालला असें पाहून तो विजयिश्रेष्ठ राजा संजयास म्हणाला, "संजया, या अग्नींतूनच तूं पलीकडे जा; तो तुला बिलकूल दग्ध करणार नाहीं. आम्ही येथेंच अग्नीच्या योगानें परलोकीं गमन करणार!" तेव्हां तो वाक्पटु संजय अत्यंत गहिंवरून त्यास म्हणाला, "राजन्, या सामान्य अग्नीच्या योगानें आपणांस मरण यावें हा अनिष्ट प्रकार आहे; तथापि या वणव्यांतून सुटण्याचा तर कांहींच उपाय मला दिसत नाहीं! तेव्हां, महाराज, आतां काय करावयाचें तें आपणच सांगावें."

संजय असें बोलल्यावर तो राजा पुनः म्हणाला, "संजया, जे आपण होऊन घरदार सोडून बाहेर पडले, त्यांस अशा प्रकारें मृत्यु येणें अनुचित नाहीं. जल, अग्नि, वायु किंवा अनशनानें येणारी कृशता या चार प्रकारें तापसांस मृत्यु यावा हेंच प्रशस्त आहे. तेव्हां तूं जा, उगीच वेळ गमवूं नको."

संजयास इतकें सांगून मग तो धृतराष्ट्र राजा मन निश्चल करून कुंती व गांधारी यांसह पूर्वेस तोंड करून बसला. याप्रमाणें राजानें मरणाची सिद्धता केलेली पाहून संजयानें त्यास प्रदक्षिणा घातली; आणि 'हे प्रभो, आतां आत्म्याचा समाधि लाव.' असें सांगितलें. तेव्हां त्या मनीषी व्यासपुत्रानें तत्काळ त्याच्या सांगण्याप्रमाणें समाधि लाविला. राजा, त्या वेळीं त्यानें सर्व इंद्रियग्राम पूर्ण निगृहीत केला असून तो केवळ काष्ठवत् बसला होता; आणि महाभागा गांधारी आणि तुझी माता पृथा ह्याही इंद्रियें आवरून स्तब्ध बसल्या होत्या. पुढें लवकरच त्या तुझ्या पित्यास दावाग्नीनें गांठून भस्मसात् केलें! आणि हे धर्मशीला, महामात्र संजय तेवढा त्यांतून बचावला. गंगातीरीं त्याच्या सभोंवतीं तपस्वी जमले असतां मीं त्यास पाहिलें. तेथें त्या तपस्व्यांस हांक मारून त्यानें घडलेला सर्व प्रकार त्यांस निवेदन केला आणि मग त्या धीमंतानें हिमालय पर्वतास प्रयाण केलें. राजा, अशा प्रकारें तो उदारधी कुरुपति आणि तुझी माता गांधारी व पृथा निधन पावल्या! हे भारता, यदृच्छेनें फिरत असतां मला त्या राजाचें व त्या उभय साध्वींचीं कलेवरें दृष्टीस पडलीं. इतक्यांत राजाची निधनवार्ता श्रवण करून पुष्कळ तपोधन मुनि त्या तपोवनांत प्राप्त झाले. परंतु त्यांस मिळालेल्या या गतीबद्दल त्यांनीं मुळींच शोक केला नाहीं. हे पुरुषसत्तमा, त्या ठिकाणीं राजा व दोघी देवी कशा दग्ध झाल्या तो सर्व प्रकार त्या तापसांकडून मला कळला. राजेंद्रा, याबद्दल तूं किमपि शोक करूं नयेस. कारण, तो राजा, गांधारी व तुझी माता यांनीं आपण होऊन अग्निसंयोग केला आहे!

वैशंपायन सांगतात:—हें धृतराष्ट्राचें निर्याण श्रवण करून त्या महात्म्या पांडवांस अत्यंत शोक झाला; तिकडे अंत:पुरांतही

भयंकर रडारड सुरू झाली! आणि धृतराष्ट्राची निधनवार्ता ऐकून पौरजनही आक्रोश करूं लागले! युधिष्ठिर राजा तर अत्यंत दुःखित होत्साता 'हाय रे दैवा!' असा टाहो फोडून मातेची आठवण काढीत हात वर करून रुदन करूं लागला; भीमसेनप्रभृति ते सर्व भ्रातेही असाच विलाप करूं लागले; आणि, हे महाराजा, पृथेचा असा अंत झाल्याचें अंतःपुरांत कळतांच तेथें तर हलकल्लोळ उडून गेला! धृतराष्ट्र राजाचे सर्व पुत्रपौत्र मागेंच निधन पावले असल्यामुळें त्याजबद्दल शोक करण्यास त्याचें असें कोणीच नव्हतें, तथापि पांडवांस तो मुळींच परका वाटत नसल्यामुळें अशा प्रकारें दग्ध झालेल्या त्या राजाबद्दल आणि गांधारीबद्दल सर्वांनींच फार शोक केला. असो; हे भारता, सुमारें दोन घटकांनीं ही रडारड थांबली; आणि नंतर मोठ्या निग्रहानें डोळे पुसून धर्मराज असें बोलला.

अध्याय अडतिसावा.

—:०:—

धिष्ठिराचा विलाप !

युधिष्ठिर म्हणालाः—हाय हाय! आम्ही आप्तबांधव त्याच्या आज्ञेंत वागत असतां त्या उग्र तपश्चर्या करणाऱ्या महात्म्यास अशी अनाथासारखी गति प्राप्त व्हावी ना? ज्यापेक्षां विचित्रवीर्याचा पुत्र असा दावाग्नींत दग्ध झाला, त्यापेक्षां, ब्रह्मन्, मनुष्याची केव्हां काय स्थिति होईल याचा अंत लागणें खरोखर दुरापास्त आहे असें मला दिसतें! अहो! ज्या महावीरास शंभर पुत्र होते आणि ज्याच्या स्वतःच्याही अंगांत दहा हजार गजांचें सामर्थ्य होतें, तो राजा आज वणव्यांत दग्ध झाला काय! हाय हाय! पूर्वी सुंदर नारी ताडाच्या पंख्यांनीं ज्याला हळूहळू वारा घालीत, तोच आज दावाग्नीनें काळवंडून जाऊन त्याच्याभोंवतीं गिधाडें आपल्या पंखांची फडफड करीत असतील! अहो, सूतमागधांचे समुदाय मंजुळ गायनाच्या योगानें ज्याला झोंपेंतून जागा करीत होते, तोच राजा आज मज पातक्याच्या कृतीमुळें वनांत धरणीवर पडला ना? नारदा, गांधारीविषयीं मला इतकें वाईट वाटत नाहीं. त्या कीर्तिशालिनीचे पुत्र आधींच मेले होते; तेव्हां पतीनें अंगिकारिलेलें व्रत निश्चलपणें पाळून ती पतिलोकीं गेली हें एकपरी ठीकच झालें. परंतु, ब्रह्मन्, पुत्रांच्या समृद्ध, उज्ज्वल व अपार ऐश्वर्यावर लाथ मारून जिनें वनवास अंगीकारिला, त्या पृथेबद्दल मला अतिशय शोक होत आहे. आमच्या मातेची अशी अवस्था झाली त्यापेक्षां आमच्या ह्या राज्याला धिःकार असो! आमच्या पराक्रमाला व बलाला धिःकार असो! आणि ज्यामुळें हें सर्व घडलें त्या क्षत्रधर्मासही धिक्कार असो! अहो, आम्ही जिवंत असून मेल्यासारखेच आहों! द्विजसत्तमा, राज्याचा पूर्ण त्याग करून वनांत जाण्याचें तिला रुचलें, त्यापेक्षां कालगति अत्यंत सूक्ष्म आहे हेंच खरें! या युधिष्ठिराची, भीमसेनाची व अर्जुनाची माता अनाथासारखी कशी दग्ध झाली हें मनांत येऊन मी अगदीं निर्बुद्ध होऊन गेलों आहें. अरेरे! अर्जुनानें खांडवारण्यांत अग्नीचें व्यर्थ संतर्पण केलें! अहो, त्यानें प्रत्यक्ष अर्जुनाच्या मातेस दग्ध केलें, त्यापेक्षां तो उपकार न जाणणारा कृतघ्न आहे खास! जो त्या वेळीं ब्राह्मणवेषानें पार्थाजवळ भिक्षा मागण्यास आला, त्या अग्नीस धिःकार असो! आणि पार्थाच्या त्या प्रसिद्ध सत्यप्रतिज्ञतेसही धिःकार असो! भगवन्, त्या राजाचा वृथाग्नीनें दाह झाला, ही गोष्ट मला याहूनही अधिक कष्ट-

कारक वाटते. ज्यानें एका काळीं संपूर्ण पृथ्वीचें राज्य केलें, त्या कुरुकुलोत्पन्न राजर्षीला आणि त्यांतही तो अशी उग्र तपश्चर्या करीत असतां अशा हीन प्रकारें मृत्यु कसा हो आला? त्याच्या अग्निहोत्रांतील मंत्रपूत अग्नि तेथें महावनांतच असतां माझ्या पित्याचा वृथाग्नीनें परिणाम लागावा ना? हाय हाय! सतत भ्रमण करणारी, अत्यंत कृश झालेली व थरथर कांपणारी पृथा तें महाभय प्राप्त झालें असतां, 'हाय रे बाळा धर्मराजा!' असें मोठ्यानें ओरडली असेल! आणि चोहोंकडून दावाग्नीनें घेरलें असतां ती माझी माता 'भीमा, या संकटांतून सोडव रे!' असा तेव्हां टाहो फोडीत असेल! आम्हां पोटच्या मुलांपेक्षां सहदेव तिचा अधिक लाडका;—त्या वीरानेंही तिला या संकटांतून सोडविलें नाहीं ना!"

धर्मराजाचा असा विलाप ऐकून ते सर्व पांडव एकमेकांच्या गळ्यांत मिठ्या घालून रडूं लागले! कल्पांतकाळीं प्राणिमात्राची स्थिति होते त्याप्रमाणें ते पांचहीजण दुःखानें व्याकूळ झाले आणि ते पुरुषसिंह मोठ्यानें रुदन करीत असतां त्यांच्या रडण्याच्या ध्वनीनें तो सर्व राजवाडा दणाणून गेला!

अध्याय एकुणचाळिसावा.

--:०:--

श्राद्धदान.

नारद म्हणाले:—हे सुव्रता, मीं तेथें जें श्रवण केलें, त्यावरून पहातां तो धृतराष्ट्र राजा कांहीं वृथाग्नीनें दग्ध झाला नाहीं. आतां हें कसें तें मी तुला सांगतों. राजा, जेव्हां तो मेधावी केवळ वायुभक्षणाचा नियम धारण करून वनांत प्रवेश करूं लागला, तेव्हांच त्यानें इष्टि करवून अग्नीचें विसर्जन केलें असें मीं ऐकिलें. त्या वेळीं, हे भरतसत्तमा, त्याच्या याजकांनीं त्या निर्जन वनांत अग्नीचें विसर्जन केलें आणि ते आपणांस इष्ट वाटलें तिकडे निघून गेले. राजा, त्यांनीं वनांत टाकिलेला हा अग्निच तेव्हां त्या वनांत अतिशय भडकला आणि त्यानेंच तें वन जाळून टाकलें असें तापसांनीं सांगितलें. याप्रमाणें हे भरतसत्तमा, मीं तुला सांगितल्याप्रमाणें जान्हवीच्या तीरीं तो राजा अग्नीशीं संयुक्त झाला तो ह्याच स्वकीय अग्नीशीं. हे अनघा, भागीरथीच्या तीरीं मला जे मुनि भेटले, त्यांनीं हा असा प्रकार मला निवेदन केला. अर्थात्, युधिष्ठिरा, धृतराष्ट्र राजा स्वकीय अग्निहोत्रांतील अग्नीनेंच दग्ध झाला हें निश्चित होय. राजा, तूं त्याविषयीं किमपि शोक करूं नको. कारण, तो परम गतीस पोंचला आहे. त्याचप्रमाणें हे जनाधिपा, गुरुसेवेच्या योगानें तुझी माता कुंती इलाही फारच थोर सिद्धि प्राप्त झाली आहे यांत मला मुळींच संशय वाटत नाहीं. तेव्हां, राजेंद्रा, त्यांची सांप्रत तूं और्ध्वदेहिक क्रिया करावीस हें तुला विहित आहे तर येथेंच सर्व भ्रात्यांसहवर्तमान तूं ती कर.

वैशंपायन सांगतातः—नंतर तो ज्येष्ठ पांडव पृथ्वीपति युधिष्ठिर राजा भाऊ व स्त्रिया यांसह बाहेर निघाला. तेव्हां राजभक्तीनें प्रेरित झालेले प्रजाजनही केवळ एक वस्त्रानिशीं त्याजबरोबर गंगेवर गेले. मग तेथें त्या सर्व नरश्रेष्ठांनीं गंगेंत स्नान केलें आणि युयुत्सु हा धृतराष्ट्राचा पुत्र म्हणून प्रथम त्यानें व नंतर सर्वांनीं त्या महात्म्यास उदकांजलि दिले; आणि तसेंच गांधारी व पृथा यांचेंही और्ध्वदेहिक कृत्य विधिपूर्वक करीत ते नगराबाहेरच राहिले. गंगाद्वारीं ज्या ठिकाणीं तो नरश्रेष्ठ राजा दग्ध झाला होता, त्या ठिकाणीं युधिष्ठिरानें विधि जाणणारे आप्त मनुष्य पाठविले; आणि दानांची

वगैरे सर्व सिद्धता त्यांबरोबर देऊन त्यांस सांगितलें कीं, ' सर्वांचे प्रेतविधि तेथें गंगेच्या तीरींच करावे.' बारावे दिवशीं सुतक फिटल्यावर स्नान वगैरे करून पांडुपुत्र युधिष्ठिरानें त्यांचीं विधिपूर्वक श्राद्धें केलीं आणि ब्राह्मणांस अपार दक्षिणा दिली. धृतराष्ट्राच्या उद्देशानें त्या राजानें सोनें, रुपें, गाई व बहुमोल शय्या दान केल्या; आणि अशींच गांधारी व पृथा त्यांच्याही नांवानें पृथक् पृथक् सर्व दानें उत्तम प्रकारें केलीं. शय्या, भोजन, यानें, रत्नें, जडजवाहीर किंवा सुवर्ण यांपैकीं कोणतें पाहिजे तें त्यानें हवें तितकें मागावें, तत्काळ त्यास तें तितकें मिळत होतें. याप्रमाणें युधिष्ठिरानें अपार दानधर्म केला. उभय मातांच्या नांवांनीं यानें, आसनें, नानाप्रकारच्या भोग्य वस्तु आणि अलंकारांनीं भरलेल्या दासीही धर्म केल्या ! आणि नंतर अनेक श्राद्धें करून त्या राजानें हस्तिनापुरांत प्रवेश केला. तिकडे राजाच्या आज्ञेवरून जे लोक गंगाद्वारीं गेले होते, त्यांनीं त्या तिघांच्या अस्थी गोळा केल्या; आणि गंधमाल्यादिकांनीं त्यांचा यथाविधि संस्कार करून त्यांनीं त्या गंगेंत टाकून दिल्या व नंतर परत येऊन हें वर्तमान युधिष्ठिर राजास कळविलें. याप्रमाणें, राजा, सर्व विधि समाप्त झाल्यावर परमर्षि नारद मुनि धर्मपुत्र युधिष्ठिर राजाचें सांत्वन करून यथोद्देशें निघून गेले. जनमेजया, याप्रमाणें धीमान् धृतराष्ट्र राजाचीं महायुद्धानंतर नगरांत पंधरा वर्षें आणि रणांत मृत झालेले ज्ञातिबांधव, मित्र, भ्राते व आप्तस्वकीय यांच्या उद्देशानें नित्य दानें, श्राद्धें वगैरे करण्यांत वनांत तीन वर्षें निघून गेलीं. राजा, आधींच युधिष्ठिराचे सर्व ज्ञातिबांधव निधन पावले होते; तशांत आणखी धृतराष्ट्रही निधन पावल्यावर तर त्याचें राज्यकारभाराकडे मुळींच लक्ष लागेनासें झालें !

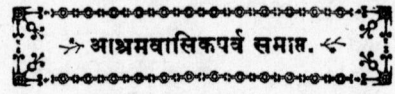

आश्रमवासिकपर्व समाप्त.

श्रीमन्महाभारत.

मौसलपर्व.

अध्याय पहिला.

मंगलाचरण.

ॐ

नारायणं नमस्कृत्य नरं चैव नरोत्तमम् ।
देवीं सरस्वतीं चैव ततो जयमुदीरयेत् ॥

ह्या अखिल ब्रह्मांडांतील यच्चयावत् स्थावर-जंगम पदार्थांच्या ठिकाणीं चिदाभासरूपानें प्रत्ययास येणारा जो नरसंज्ञक जीवात्मा, नरसंज्ञक जीवात्म्यास सदासर्वकाळ आश्रय देणारा जो नारायण नामक कारणात्मा, आणि नरनारायणात्मक कार्यकारणसृष्टीहून पृथक् व श्रेष्ठ असा जो नरोत्तमसंज्ञक सच्चिदानंदरूप परमात्मा, त्या सर्वांस मी अभिवंदन करितों; तसेंच, नर, नारायण व नरोत्तम ह्या तीन तत्त्वांचें यथार्थ ज्ञान करून देणारी देवी जी सरस्वती, तिलाही मी अभिवंदन करितों; आणि त्या परमकारुणिक जगन्मातेनें लोकहित करण्याविषयीं माझ्या अंतःकरणांत जी स्फूर्ति उत्पन्न केली आहे, तिच्या साहाय्यानें ह्या भवबंधविमोचक जय म्हणजे महाभारत ग्रंथाच्या मौसलपर्वास आरंभ करितों. प्रत्येक धर्मशील पुरुषानें सर्वपुरुषार्थ-प्रतिपादक अशा शास्त्राचें विवेचन करितांना प्रथम नर, नारायण आणि नरोत्तम ह्या भगवन्मूर्तींचें ध्यान करून नंतर प्रतिपाद्य विषयाचें निरूपण करण्यास प्रवृत्त व्हावें, हें सर्वथैव इष्ट होय.

मुसलाची उत्पत्ति.

वैशंपायन सांगतातः—पुढें, राजा, युधिष्ठिर राजा राज्यारूढ झाल्यास छत्तिसावें वर्ष सुरू झालें असतां त्या कौरवनंदनास चोहोंकडे दुश्चिन्हें होत असलेलीं दिसूं लागलीं. निर्घातांसह[1] रूक्ष वारे सुरू होऊन सर्वत्र जोराची धूळ उडूं लागली; पक्षी अपसव्य प्रदक्षिणा करूं लागले; महानद्यांचेही ओघ उलटे फिरले; दिशा धुक्यानें व्याप्त होऊन जाऊं लागल्या; आणि निखाऱ्यांची

१ वायुना निहतो वायुर्गगनाच्च पतत्यधः
प्रचंडघोरनिर्घोषो निर्घात इति कथ्यते.

वृष्टि करणाऱ्या उल्का आकाशांतून भूमीवर पडूं लागल्या! राजा, सूर्यमंडल रजःकणांनीं आच्छादित झाल्यामुळें त्याचे किरण लोपले; आणि नित्य उदयसमयीं त्याच्या सभोंवतीं भयंकर कबंधेंही दृग्गोचर होत! चंद्र व सूर्य यांचे भोंवतीं काळीं, रूक्ष धुरकट व तांबडीं अशीं तीन वर्णांचीं खळीं पडूं लागलीं! राजा जनमेजया, हे व असेच दुसरेही पुष्कळ प्रकारचे भयसूचक व हृदयोद्वेगकारक उत्पात दृष्टीस पडूं लागले. याप्रमाणें कित्येक दिवस लोटल्यावर वासुदेव व बलराम यांशिवाय बाकीच्या सर्व यादवांचा मुसळाच्या योगानें संहार उडाल्याचें वर्तमान धर्मराजाच्या कानीं पडलें. तें ऐकतांच सर्व भावांस जवळ बोलावून तो त्यांस म्हणाला, "आतां पुढें काय करावयाचें? ब्रह्मशापाच्या योगानें वृष्णिवीर आपसांतच मारामारी करून नामशेष झाल्याचें ऐकून पांडवांस फार दुःख झालें. पुढें वासुदेवही निधन पावल्याचें त्यांस कळलें, परंतु त्या गोष्टीवर कांहीं त्या वीरांचा विश्वास बसेना. कारण, वासुदेवाचें निधन म्हणजे केवळ समुद्रच कोरडा पडणें होय, अशी त्यांची भावना होती. तथापि मुसलकृत संहाराचें वृत्त ऐकून सर्व पांडव दुःख व शोक यांत बुडून गेले; आणि त्यांचे सर्व संकल्प जागच्या जागींच राहून ते विषण्ण होत्साते स्तब्ध बसले.

जनमेजय विचारितोः—भगवन्, वासुदेवाच्या डोळ्यांदेखत वृष्णि, अंधक आणि महारथी भोजही कसे बरें नाश पावले?

वैशंपायन सांगतातः—राजा, त्या छत्तीसाव्या वर्षी वृष्णींच्या हातून एक भयंकर प्रमाद घडला; आणि तेणेंकरून कालप्रेरित झालेल्या त्या सर्वांनीं मुसळाच्या योगानें परस्परांचा संहार उडविला.

जनमेजय विचारितोः—द्विजवर्य, ते वृष्णि, अंधक व भोज वीर कोणाच्या शापानें नाश पावले तें मला सविस्तर कथन करा.

वैशंपायन सांगतातः—राजा, एकदां विश्वामित्र, कण्व व तपोधन नारद मुनि द्वारकेंत आलेले सारणप्रभृति वीरांच्या दृष्टीस पडले. तेव्हां दुर्दैव ओढवल्यामुळें त्यांनीं सांबास स्त्रीवेश दिला आणि त्यास पुढें करून ते त्या मुनींकडे जाऊन म्हणाले, "ऋषीहो, अमित तेजस्वी बभ्रूची ही स्त्री. आपल्याला पुत्र व्हावा अशी बभ्रूची फार इच्छा आहे, तेव्हां हिला खरेंच काय होईल तें आपण सांगावें.

राजा, ते असें म्हणाले असतां या वंचनेनें संतप्त झालेल्या त्या मुनींनीं त्यांस काय प्रत्युत्तर दिलें, तें ऐक. ते म्हणाले, "हा कृष्णाचा पुत्र सांब वृष्ण्यंधकांच्या विनाशार्थ एक भयंकर लोखंडी मुसळ प्रसवेल. आणि अत्यंत दुराचारी व राक्षसवृत्तीचे तुम्ही सर्वजण क्रोधवश होत्साते त्या मुसळाच्या योगानें कृष्ण व बलराम यांव्यतिरिक्त सर्व कुलाचा उच्छेद कराल! श्रीमान् हलधर देहत्याग करून सागरांत प्रवेश करील! आणि महात्म्या श्रीकृष्णानें भूमीवर शयन केलें असतां तेथेंच जरा नामक कोणी एक पारधी त्याच्या शरीराचा भेद करील!"

जनमेजया, त्या दुरात्म्यांनीं चेष्टा केल्यामुळें संतप्त झालेले ते मुनि, क्रोधानें डोळे लालबुंद करून परस्परांकडे पहात याप्रमाणें बोलले; आणि नंतर श्रीकृष्णाकडे जाऊन वृष्णींना जें कांहीं सांगितलें होतें तें सर्व त्यांनीं त्यास कथन केलें. तें ऐकून बुद्धिमान् श्रीकृष्णानें भावी विनाश मनांत आणून 'हें असेंच होणार,' असें म्हटलें! आणि तो नगरांत निघून गेला. पण ह्या विनाशाचा प्रतिकार करण्याचें त्या जगत्प्रभूनें मनांतही आणिलें नाहीं.

मग दुसरा दिवस उजाडतांच, ज्यानें वृष्णि व अंधक या कुलांतील पुरुष भस्मसात् केले, तें

मुसळ सांबापासून उत्पन्न झालें! याप्रमाणें वृष्ण्यंधकांच्या नाशार्थ साक्षात् यमदूतासारखेंच तें घोर व प्रचंड मुसळ शापामुळें उत्पन्न झालें असतां हें वर्तमान लगेच राजाच्या कानांवर घालण्यांत आलें. तें ऐकून राजा अगदीं खिन्न होऊन गेला. मग, राजा, त्यानें त्या मुसळाचें बारीक पीठ करविलें आणि सेवकांनीं तें समुद्रांत नेऊन टाकलें. मग कृष्ण, बलराम, आहुक आणि महात्मा बभ्रु यांच्या आज्ञेवरून नगरांत अशी दवंडी पिटविली गेली कीं, ‘ आजपासून वृष्णि व अंधक यांच्या कुलांतील सर्व पुरुषांनीं व नगरांतील इतरही कोणीं मद्यपान करूं नये. इतक्याउपर जर कोणीं मद्यप्राशन केल्याचें उघडकीस आलें, तर त्याला त्याच्या बांधवांसकट तत्काल जिवंत सुळीं दिलें जाईल ! ’ याप्रमाणें दवंडी पिटली तेव्हां राजाच्या भीतीनें व उदारचरित बलरामाची आज्ञा जाणून त्या दिवसापासून सर्व लोकांनीं मद्यपान न करण्याचा नियम केला.

अध्याय दुसरा.

—:०:—

उत्पातदर्शन.

वैशंपायन सांगतातः—याप्रमाणें वृष्णि व अंधक सावध राहिले असतांही कालपुरुष त्यांचे घरीं नित्यशः फिरूं लागला. एक काळसर पिंगट रंगाचा मुंडन केलेला अक्राळविक्राळ भयंकर पुरुष वृष्णींचीं घरें निरखीत असलेला कोठें कोठें दृष्टीस पडे. त्यास ते महाधनुर्धर शेंकडों हजारों बाण मारीत, परंतु सर्व भूतांचा नाश ज्याचे हातून व्हावयाचा अशा त्या कालाचा वेध करण्यास ते वीर समर्थ झाले नाहींत. मग वृष्ण्यंधकांचा विनाश सुचविणारे व अंगावर रोमांच उठविणारे अनेक उत्पात होऊं लागले. दररोज अधिकाधिक भयंकर अशा प्रचंड वावटळी उठूं लागल्या! रस्त्यांतून उंदरांचा अगदीं सुळसुळाट झाला! जिकडे तिकडे फुटक्या मडक्यांच्या खापऱ्या पसरून गेल्या! रात्रीं लोक निजले असतां उंदरांनीं त्यांचे केश व नखें कुरतुडावीं आणि सारिकांनीं मंजुळ शब्द करावयाचा सोडून वृष्णींच्या घरीं ‘ चींचीं ’ ‘ कूची ’ अशा प्रकारचा ध्वनि एकसारखा करावा ! रात्रंदिवसांत केव्हांही ह्या शब्दांत खळ पडत नसे. सारस पक्षी घुबडांसारखा शब्द करूं लागले आणि शेळ्याकोल्ह्यांप्रमाणें सूर काढूं लागल्या ? ज्यांचे पाय आरक्तवर्णाचे आहेत असे पांढरे कपोत पक्षी कालप्रेरित होऊनच कीं काय कोण जाणे—वृष्णि व अंधक यांच्या घरांतून संचार करूं लागले ! गाईंना गाढवें झालीं; घोड्या उंटें प्रसवल्या; कुत्र्यांचे पोटीं मांजरें जन्म पावलीं; आणि मुंगसांनीं उंदरांस जन्म दिला ! दिवसेंदिवस वृष्णि असे बेफाम होऊं लागले कीं, अनन्वित पातकें करीत असतां त्यांस यत्किंचित् लाजलज्जाही वाटेनाशी झाली. ते ब्राह्मणांचा, पितरांचा व देवांचाही द्वेष करूं लागले ! आणि रामकृष्णाव्यतिरिक्त इतर वाडवडिलांचाही अवमान करूं लागले. पत्नींनीं पतींची मर्यादा सोडिली आणि पतींनींही पत्नींशीं वागण्याचे नियम गुंडाळून ठेविले! सारांश, सर्वजण मनसोक्त वर्तन करूं लागले. प्रज्वलित झालेल्या अग्नीच्या ज्वाला डाव्या बाजूला वळूं लागल्या आणि तो अग्नि निळ्या, लाल व तांबड्या भडक अशा तीन रंगांच्या पृथक् पृथक् ज्वाला सोडूं लागला. नित्य उदयास्ताचे वेळीं त्या नगरींत सूर्य कबंधांनीं परिवेष्टिलेला दिसे आणि स्वयंपाकगृहांत स्वयंपाक अत्यंत स्वच्छतेनें व काळजीपूर्वक केला असतांही पान वाढून जेवूं लागावें तों त्यांत हजारों कृमि नजरेस

पडत ! याप्रमाणें अनर्थसूचक चिन्हें होऊं लागलीं, तेव्हां सर्वत्र पुण्याहवाचनें व शांतिपाठ वगैरे सुरू झाले आणि मोठमोठे महात्मे जपास बसले. तथापि हे प्रकार सुरू असतांही कोणी दडदड धावत गेल्यानें ऐकूं येई, पण दृष्टीस मात्र कोणीच पडत नसे. ग्रह पुनःपुनः नक्षत्रांस गिळंकृत करीत आहेत असें त्यांस दिसे; त्यांत आपलें[1] नक्षत्र कोणासच दिसत नव्हतें. वृष्णि व अंधक यांचे मंदिरांत पांचजन्य शंख वाजूं लागला कीं चोहोंकडे बेसूर शब्द करणारे रासभ त्यास सूर देत ! अशीं हीं अशुभ चिन्हें पाहून हृषीकेशानें जाणलें कीं, हा कालचक्राचा उलट फेरा आला आहे. इतक्यांत भरींत भर करण्यास तेरा दिवसांचा कृष्णपक्ष प्राप्त झाला ! तें पाहून तो आपल्याशीं म्हणाला, "हा तेरा दिवसांचा कृष्णपक्ष प्राप्त झाला असून पुढें शुक्लपक्षांत वृद्धि व्हावयाची ती न होतां त्यांतही पौर्णिमेचा क्षय होऊन त्या दिवशीं आणखी ग्रहण आलें आहे. एकंदर हा योग भारती युद्धाचे वेळीं आला होता आणि तोच आज आमच्या नाशार्थ प्राप्त झाला आहे. मग प्राप्तकालास सादर होऊन जनार्दनानें विचार केला, तों त्यास आठवलें कीं, भारती युद्धापासून हें छत्तिसावें वर्ष असून त्या वेळीं हतबांधव गांधारीनें पुत्रशोकानें अत्यंत संतप्त होऊन जो शाप दिला, तो काल आतां प्राप्त झाला आहे. पूर्वी कुरुक्षेत्रावर सैन्यें व्यवस्थेनें उभीं राहिलीं असतां अत्यंत दारुण उत्पात झालेले पाहून त्या वेळीं युधिष्ठिर राजा जें बोलला होता, तेंच हें आतां पुढें उभें राहिलें आहे !"

इतकें आपल्या मनाशीं बोलून, हें भवितव्य खरें करूं इच्छिणाऱ्या त्या शत्रुनाशक वासुदेवानें तीर्थयात्रेस चलण्याविषयीं सर्वांस आज्ञा केली. तेव्हां सेवकांनी त्याच्या आज्ञेवरून अशी दवंडी पिटविली कीं, "सर्व मंडळींनीं तीर्थयात्रेकरितां समुद्रतीरीं चलावें."

१ आपलें नक्षत्र दिसेनासें होणें हें मृत्यु समीप आल्याचें सूचक होय, असें मानितात.

अध्याय तिसरा.

—:०:—

यादवी !

वैशंपायन सांगतातः—राजा, जिचे दांत पांढरे असून सर्वांग काळें आहे, अशी एक स्त्री द्वारकेंत रात्रीं प्रवेश करून स्त्रिया निजल्या असतां त्यांचीं मंगलसूत्रें चोरून नेई व विकट हास्य करीत सर्व द्वारकेंत धावत फिरे. वृष्णि व अंधक वीर जेथें अग्निहोत्र असेल अशा जागीं, घराचे मध्यभागीं किंवा मंदिरांत--कितीही कडेकोट बंदोबस्तांत निजले असोत, तेथेंही रात्रीं भयानक गिधाडें त्यांच्या शरीरांचे लचके तोडीत आणि अत्यंत भयंकर राक्षस त्यांचे अलंकार, छत्रें, ध्वज व कवचें हिरावून नेतांना दिसत. एके दिवशीं प्रत्यक्ष कृष्णाचें तें अग्नीनें दिलेलें लोखंडी वज्रनाभ दिव्य चक्र वृष्णींचे डोळ्यांदेखत आपलें आपणच एकदम वर अंतरिक्षांत निघून गेलें ! तसाच एकदां त्याचा तो सूर्यासारखा तेजःपुंज रथ जोडलेला असतां त्याचे ते मनोवेगानें संचार करणारे चारही उत्कृष्ट अश्व दारुकाच्या देखत एकदम तो रथ घेऊन जे भडकले ते सागरावरून पार दिसेनातसे झाले ! बलराम आणि कृष्ण यांचे ताल व सुपर्ण नामक दोन ध्वज असून ते दोघेही वीर त्यांस फार मानीत असत. ते ध्वज एक दिवस अप्सरांनीं वरचेवर लांबविले ! आणखी त्या वारंवार ह्मणाल्या कीं, 'तुह्मीं आतां लवकरच तीर्थयात्रेस जावें !'

याप्रमाणें अनेक दुश्चिन्हें होऊं लागलीं; तेव्हां मग त्या महारथी वृष्ण्यंधकांनीं आपल्या

अंतःपुरांसमवेत तीर्थयात्रेस जाण्याचा बेत ठरविला. त्यांनीं नानाप्रकारचे भक्ष्य, भोज्य, व पेय पदार्थ, तशींच विविध मांसें व मद्यें तयार करविलीं. मग प्रखरतेजस्वी व उंची वस्त्राभरणांनीं विशेष शोभणाऱ्या त्या वीरांच्या तुकड्या हत्ती, घोडे इत्यादि वाहनांवर आरूढ होऊन नगरांतून बाहेर पडल्या; आणि जातां जातां प्रभास तीर्थावर चांगलीशी जागा पाहून डेरे, राहुट्या वगैरे उभारून तेथें त्यांनीं स्त्रीजनांसहवर्तमान मुक्काम केला. याप्रमाणें सर्वांनीं स्त्रियांसह तेथें तळ दिल्याचें पाहून, आणि भक्ष्यपेयांच्या सेवनांतच ते अगदीं गढून गेल्याचें अवलोकन करून, मोक्षमार्ग जाणणारा योगी उद्धव त्या वीरांचा निरोप घेऊन तेथून निघून गेला. जाण्यापूर्वीं त्यानें कृष्णास अभिवंदन केलें व त्यापुढें तो हात जोडून उभा राहिला. तथापि कृष्णानें त्याच्या जाण्यास अडथळा केला नाहीं. कारण, याच ठिकाणीं अल्पावकाशांत वृष्णींचा विनाश होणार हें तो जाणत होता.

असो; मग कालप्रेरित झालेल्या त्या वृष्ण्यंधक वीरांनीं उद्धवास पृथ्वी व आकाश यांतील सर्व पोकळी स्वतेजानें व्याप्त करीत गमन करितांना अवलोकन केलें. (परंतु त्याचा त्यांचे मनावर कांहींच परिणाम झाला नाहीं. या वेळीं ते अत्यंत उन्मत्त झाले असून त्यांस कसलाच विचार राहिला नव्हता. या गोष्टीचा उत्तम प्रत्यय येण्याजोगें एक कृत्य त्यांचे हातून असें घडलें कीं,) ब्राह्मणांसाठीं सिद्ध केलेलें अन्न त्यांनीं वर मद्य शिंपडून वानरांस चारिलें! असो; मग तेथें भोजनोत्तर अनेक प्रकारचा नाचरंग सुरू होऊन शेंकडों वाद्यांचा घोष होऊं लागला आणि त्या आनंदभरांत अनिवार मद्यपान सुरू झालें. कृष्ण सन्निध असतांना कृतवर्म्यासह बलरामानें व तसेंच सात्यकि, गद व बभ्रु यांनींही यथेष्ट मद्य प्राशन केलें! मग त्या मंडळीमध्यें नाचरंग व गप्पागोष्टी चालतां चालतां, प्रमत्त झालेला सात्यकि कृतवर्म्याला हंसून व त्याचा अपमान करून म्हणाला, 'अरे, गाढ झोंपीं जाऊन मृतप्राय पडलेल्यांस कोणता क्षत्रिय वीर ठार करील? हार्दिक्या, तूं निजलेल्यांवर शस्त्र चालविलें आहेस; पण, मूर्खा, यादव तुझें हें कृत्य सहन करणार नाहींत, समजलास!' सात्यकि असें बोलत असतां रथिश्रेष्ठ प्रद्युम्नानें-ही हार्दिक्याचा अवमान करून सात्यकीच्या बोलण्यास पुष्टि दिली. कृतवर्माही रंगलाच होता! तो अत्यंत संतप्त होऊन अवज्ञापूर्वक सात्यकीपुढें हात ओंवाळीत म्हणाला, 'अरे, तूं मोठा वीर होतास तर भूरिश्रव्याचा हात तुटून तो रणांत प्रायोपवेशन करून बसला असतां तूं त्यास अत्यंत घोर रीतीनें कां मारिलेंस?' हें त्याचें भाषण ऐकून परवीरांतक कृष्णानें क्रोधानें त्याकडे वक्र दृष्टीनें रोंखून पाहिलें, तेव्हां सत्राजिताच्या स्यमंतक मण्याची कथा सात्यकीनें त्यास ऐकविली. मग काय विचारतां! सत्यभामा जवळच होती, तीस कोप चढून तिनें आक्रोश करीत कृष्णाचे मांडीवर मस्तक टाकलें आणि तेणेंकरून कृष्णाचेंही मस्तक फिरून गेलें. इतक्यांत सात्यकि रागारागानें उठून म्हणाला, 'पांच द्रौपदीपुत्र धृष्टद्युम्न आणि शिखंडी यांबद्दल मी आज सूड उगवणार! सत्यभामे, मी सत्यास स्मरून अशी शपथ वाहातों कीं, ज्यानें द्रोणपुत्राच्या साहाय्यानें शयन केलेल्या धृष्टद्युम्नादिकांचा सौप्तिकांत घात केला, त्या या पापी कृतवर्म्याचें आयुष्य आणि त्याबरोबरच त्याचा सर्व बडिजावही आज मी संपविणार!" इतकें बोलून त्यानें क्रोधा-

वेशानें कृतवर्म्यावर धावून कृष्णाच्या डोळ्यांदेखत तरवारीनें त्याचें मस्तक उडविलें !

कृतवर्म्याचा वध केल्यानंतर सात्यकि अधिकच खवळून आजूबाजूच्या इतर लोकांचीही तशीच कत्तल उडवूं लागला. तेव्हां कृष्ण त्याचें निवारण करण्यासाठीं त्याकडे धावला. मग, राजा, कालचक्रानें प्रेरित झालेले सर्वच भोज व अंधक एकत्र होऊन त्यांनीं सात्यकीस चोहोंकडून घेरलें. याप्रमाणें ते कृतवर्म्याच्या वधानें संतापून सात्यकीवर धावून येत असतांही कृष्णानें त्याचें निवारणही केलें नाहीं. कारण, कालचक्र कसें उलटलें आहे हें तो जाणून होता. दारूच्या धुंदीनें बेहोष झालेले व त्यांतही कालधर्मानें जसे कांहीं खेंचून आणिलेले ते सर्वजण उष्टया भांड्यांचा सात्यकीवर वर्षाव करूं लागले. याप्रमाणें ते सर्वजण सात्यकीवर घसरलेले पाहून रुक्मिणीचा पुत्र प्रद्युम्न यास कोप चढला व तो सात्यकीस सोडविण्यास पुढें सरसावला. मग प्रद्युम्नाची भोजांबरोबर व सात्यकीची अंधकांबरोबर चांगलीच जुंपली. सात्यकि व प्रद्युम्न हे दोघेही मोठे भुजवीर्यशाली वीर याप्रमाणें मोठ्या प्रयत्नानें झगडत असतांही प्रतिपक्ष्यांची संख्या फारच मोठी असल्यामुळें त्यांच्या हातून मरण पावले; आणि हाही प्रकार सगळा कृष्णाच्या डोळ्यांदेखत घडला ! आपला पुत्र व सात्यकि ठार झालेले पाहून कृष्णास कोप चढला व त्यानें, मूठभर गवत उपटून घेतलें, त्याबरोबर त्याचें एक वज्रासारखें बळकट लोखंडी घोर मुसळ बनलें ! आणि त्या मुसळाच्या योगानें कृष्ण पुढें भेटतील त्यांस ठार करूं लागला ! मग अंधक, भोज, शैनेय आणि वृष्णि या चारही कुलांतील लोक एकत्र मिसळून कालप्रेरित होत्साते असेच मुसळांनीं परस्परांस ठार करूं लागले. राजा, त्यांतील कोणा एका मनुष्यानें रागाच्या भरांत दुसऱ्यास मारण्यासाठीं तेथील एक लव्हाळा उपटून घेतला, तों तत्काळ तो वज्रासारखा कठीण झालेला दिसला ! तेथें गवताच्या काड्याही मुसळासारख्या बळकट होतांना दिसत होत्या ! पार्थिवा, हा सर्व ब्रह्मशापाचा प्रभाव होय, असें जाण. सांबास झालेल्या मुसळाचें जें पीठ समुद्रांत टाकिलें होतें, तें याच ठिकाणीं तीरास लागून त्यापासूनच हें गवत व लव्हाळें उत्पन्न झाले होते. ते परस्परांवर प्रहार करून त्यांवर जें गवत फेंकीत, तें वज्रासारखें कठीण मुसळ होई आणि त्यानें प्रतिपक्ष्याचा तत्काळ वध होत असे. राजा, तेथें पुत्रांनीं पित्यास व पित्यांनीं पुत्रांस ठार केलें ! आपण कोणावर कां प्रहार करतों वगैरे कांहींच विचार त्यांस सुरेच्या धुंदींत सुचला नाहीं. अग्नीवर पडणाऱ्या पतंगांप्रमाणें ते सुरामत्त वृष्ण्यंधक परस्परांवर पडून प्राणांस मुकले; व प्रहार होत असतां भीतीनें पळून जाण्याचीही कोणास बुद्धि झाली नाहीं—इतके ते धुंद झाले होते ! हा सर्व कालचक्रानें उलट खाल्ल्याचा परिणाम आहे, हें जाणणारा महाबाहु मधुसूदन समोर जें जें मुसळ दृष्टीस पडे तें तें थांबवीत होता, परंतु त्याचा कांहींच उपयोग झाला नाहीं. मग राजा, त्या गर्दींत सांब, चारुदेष्ण, प्रद्युम्न व अनिरुद्धही गतप्राण झाल्याचें पाहून श्रीकृष्णास कोप चढला; आणि गद पडलेला पाहातांच त्याचा तो कोप अनिवार वाढून त्यानें स्वतःच अवशिष्ट राहिलेल्या लोकांची कत्तल उडविली ! जनमेजया, याप्रमाणें तो संहार करीत असतां महातेजस्वी परपुरंजय बभ्रु आणि दारुक हे त्या दाशार्हास काय ह्मणाले तें श्रवण कर. ते ह्मणाले, ‘ भगवन्, राहिलेल्या सर्व लोकांचा तूं निःपात उडविलास. आतां हें पुरे करून बल-

राम कोठें आहे त्याचा तपास कर. कृष्णा, राम असेल तेथेंच आतां आपण जाऊं, चल.'

अध्याय चौथा.

—:०:—

रामकृष्णांचें निजधामगमन.

वैशंपायन सांगतातः—मग दारुक, कृष्ण आणि बभ्रु त्वरेनें बलरामास शोधीत गेले, तों कांहीं वेळानें राम एका वृक्षाखालीं बसला असून एकांतीं विचार करीत आहे, असें त्यांस दिसलें. लगेच कृष्णानें त्याजवळ जाऊन दारुकास आज्ञा केली कीं, 'दारुका, तूं कुरुदेशांत जाऊन यादव आपसांतच कसे विनाश पावले, हा सर्व घोर प्रकार पार्थास कथन कर; आणि ब्रह्मशापानें सर्व यादव निधन पावले हें ऐकून तो लवकर येथें येईल असें कर.' अशी आज्ञा होतांच तो दारुक रथांत आरूढ होऊन शून्य चित्तानें कुरुदेशास निघून गेला. दारुक गेल्यानंतर कृष्णानें सन्निध असलेल्या बभ्रूकडे पाहून म्हटलें, 'तूं स्त्रियांचे संरक्षणास सत्वर जा. द्रव्यलोभानें चोरबीर त्यांस मारतील कदाचित्!' केशवानें असें सांगतांच तो अजूनही कांहींसा धुंदींत असलेला व ज्ञातिवधानें दुःखित झालेला बभ्रु तिकडे जावयास निघाला. परंतु तो कृष्णाजवळ उभा असतांच कोठूनसें एक प्रचंड मुसळ आपलें आपणच एकाएकीं त्याचे अंगावर पडलें आणि तेणेंकरून त्या ब्रह्मशप्त बभ्रूचा अंत झाला! मग बभ्रु निधन पावला, हें पाहून महातेजस्वी कृष्ण आपल्या वडील बंधूस म्हणाला, 'रामा, स्त्रियांस स्वकीयांच्या स्वाधीन करून मी लवकरच परत येतों, तोंवर तूं येथेंच माझी मार्गप्रतीक्षा करीत बैस.'

मग कृष्णानें द्वारकेंत जाऊन पित्यास म्हटलें:—लवकरच अर्जुन येथें येईल, तोंपर्यंत तुम्हीं आपल्या सर्व स्त्रियांचें संरक्षण करावें. राम वनांत माझी मार्गप्रतीक्षा करीत बसला आहे. तेव्हां मी आतांच जाऊन त्यास भेटतों. पूर्वीं कुरुश्रेष्ठांचा व आतां हा यादवांचा झालेला संहार मीं आपल्या डोळ्यांनीं पाहिला! सांप्रत यादवहीन झालेल्या या द्वारकेकडे माझ्यानें पाहावत नाहीं. आतां मी रामासहवर्तमान वनांत प्रवेश करून तपाचरण करणार. समजलां!

इतकें बोलून व त्याचे पायांवर मस्तक ठेवून कृष्ण त्वरेनें निघून गेला. मग द्वारकेंत जो अनर्थ उडाला तो काय सांगावा! सर्व बालकें व स्त्रिया यांसह ती द्वारावती नगरीच जणू व्याकूळ होत्साती हंबरडे फोडीत होती! यामुळें तेथें एकच हलकल्लोळ होऊन गेला. मग आक्रोश करणाऱ्या स्त्रियांचा तो शब्द श्रवण करून कृष्ण थोडासा मागें परतून त्यांस म्हणाला, 'लवकरच अर्जुन या नगरांत येईल, व तो नरश्रेष्ठ तुम्हांस दुःखमुक्त करील.' नंतर कृष्ण वनांत एकांतस्थलीं एकटाच बसलेल्या बलरामाकडे गेला. तेथें जाऊन पाहातो तों बलराम योगमग्न आहे असें त्याच्या दृष्टीस पडलें. इतक्यांत त्या योगमग्न बलरामाच्या मुखांतून एक प्रचंड पांढरा नाग बाहेर पडतांना कृष्णाला दिसला. मग तो महानुभाव नाग आपलें पूर्वस्थल जो महासागर त्याकडे गेला. त्यास हजार मस्तकें असून त्याचें शरीर पर्वतप्राय होतें आणि मुख आरक्तवर्ण होतें. हा नाग म्हणजे शेष होय. यानेंच बलरामाचा अवतार घेतला होता. सांप्रत हा आपल्या त्या मनुष्यदेहाचा त्याग करून परत आपल्या निवासस्थानीं जाऊं लागला, तेव्हां सागरानें त्याचें उत्तम स्वागत केलें. त्याचप्रमाणें दिव्य नाग व पुण्यनद्या यांनींही त्याचें स्वागत केलें. कर्कोटक, वासुकि, तक्षक, पृथुश्रवा, अरुण, कुंजर, मिश्रीशंख, कुमुद, तसाच पुंडरीक नाग व

महात्मा धृतराष्ट्र, हाह, क्राथ, शितिकंठ, उग्रतेजा, तसेच चक्रमंद व अतिषंड नामक नाग, सर्पश्रेष्ठ दुर्मुख, अंबरीष आणि स्वतः जलाधिपति वरुण यांनीं त्यास सामोरें येऊन त्याचें अभिनंदन केलें आणि अर्घ्यपाद्यादिकांनीं त्याचें पूजनही केलें.

इकडे, राजा, भ्राता बलराम निजधामास गेला तेव्हां दिव्य दृष्टीनें सर्व प्रकारच्या गति जाणणाऱ्या कृष्णानें तें जाणिलें; आणि मग झालेल्या प्रकाराचें चिंतन करीत तेथून निघून त्या शून्य अरण्यांत तो भटकूं लागला आणि शेवटीं कंटाळून तो एके जागीं भूमीवर बसला. तेथें, पूर्वीं गांधारी म्हणाली होती तें सर्व त्याला आठवलें; व मागें पायसोच्छिष्टाचा लेप केला असतां दुर्वासा मुनींनीं जें म्हटलें होतें त्याचेंही त्यास स्मरण झालें, आणि वृष्टि व अंधक यांचा सांप्रत झालेला विनाश व मागील कुरुक्षय हेच त्या महानुभावाच्या मनांत घोळूं लागले. शेवटीं, ही संक्रमणाची वेळ आहे असें जाणून त्यानें इंद्रियांचा पूर्ण निग्रह केला. त्याचप्रमाणें, त्रैलोक्याचें परिपालन करण्यासाठीं व अत्रिपुत्र दुर्वासा मुनींचें भाषण सत्य करण्यासाठीं त्या सकलतत्त्वार्थवेत्त्या कृष्णानें स्वतः साक्षात् परमेश्वर असतांही देहत्याग करण्याचें निश्चित ठरविलें. मग इंद्रियें, मन व वाणी यांचें पूर्ण नियमन करून तो महायोगनिद्रेंत मग्न झाला. पुढें कांहीं वेळानें जरा नामक कोणीएक क्रूर पारधी मृगाचा तपास काढीत त्या ठिकाणीं प्राप्त झाला. त्याचें अंतःकरण मृगरूप झालें असल्यामुळें योगनिद्रामग्न कृष्णास मृग समजून त्यानें बाणानें त्याच्या पायाच्या तळव्यास वेध केला आणि तो त्वरेनें त्यास पकडण्यास धांवला. पण जवळ येऊन पाहातो तों तो मृग नसून मनुष्य आहे असें दिसलें, तेव्हां तो भयभीत होऊन आपण याचा मोठाच अपराध केला असें समजून त्यानें त्याचे पाय धरले! इतक्यांत भगवंतांनीं स्वतेजानें भूमि व आकाश यांनाहि सर्व पोकळी व्याप्त करीत ऊर्ध्वमार्गानें गमन करितां करितां त्या व्याधाचें सांत्वन केलें. भगवान् स्वर्गलोकीं प्राप्त होतांच इंद्र, अश्विनीकुमार, एकादश रुद्र, द्वादशादित्य, अष्टवसु व उभय विश्वेदेव, तसेच मुनि, सिद्ध व अप्सरांसहवर्तमान मुख्यमुख्य गंधर्व त्यास सामोरे आले. नंतर, जनमेजया, सर्वांचा आद्यजनक, अविनाशी, अत्यंत तेजस्वी व योगाचा प्रणेता असा तो महात्मा केशव स्वतेजानें अंतरिक्ष व्यापून आपल्या अप्रमेय अशा मूलस्थानीं विराजमान झाला. मग, राजा, देव, ऋषि, चारण, गंधर्व, थोरथोर अप्सरा, सिद्ध व साध्य त्याचे सभोंवतीं जमून नम्रतापूर्वक त्याचें पूजन व स्तुति करूं लागले. देवांनीं त्याचा जयजयकार केला; मुनिश्रेष्ठांनीं ऋग्मंत्रांनीं त्याचें अर्चन केलें; गंधर्व त्याची स्तुति गात उभे राहिले; आणि इंद्रानेंही प्रेमानें त्याचें अभिनंदन केलें.

अध्याय पांचवा.

—:०:—

अर्जुनाचें आगमन.

वैशंपायन सांगतातः—राजा, मग दारुक कुरुदेशांत जाऊन महारथी पांडवांस भेटला; आणि मुसळाच्या योगानें आपसांत मारामारी करून वृष्णि विनष्ट झाल्याचें त्यानें त्यांस कळविलें. तेव्हां अंधक, भोज व कौकुर यांसह सर्व वृष्णि (यादव) निःशेष झाल्याचें श्रवण करून पांडव शोकाकुल होऊन त्यांच्या अंतःकरणास जबर धक्का बसला. नंतर केशवाचा प्रिय मित्र जो अर्जुन तो आपल्या भ्रात्यांचा विचार घेऊन वसुदेवाच्या भेटीस निघून गेला. जातांना तो म्हणाला " छे! असें खास घडलें नाहीं!"

राजा, मग तो दारुकासह वृष्णींकडे आला. तों द्वारका नगरी विधवा स्त्रीसारखी झालेली त्याच्या दृष्टीस पडली. ज्या स्त्रिया लोकनाथ कृष्णाच्या योगानें पूर्वी सनाथ होत्या, त्याही या वेळीं अनाथ झाल्या असून पार्थास पाहातांच मोठ्यानें आक्रोश करूं लागल्या. वासुदेवाच्या त्या सोळा हजार स्त्रिया अर्जुन येतांना पाहून जो मोठ्यानें आक्रोश करूं लागल्या, त्यानें तेथें मोठाच हलकल्लोळ उडून गेला! त्या स्त्रियांस पाहातांच अर्जुनाचे डोळे पाण्यानें भरून येऊन कांहीं दिसेनासें झालें. कृष्ण व पुत्र यांनीं वियुक्त झालेल्या त्या स्त्रियांकडे त्याच्यानें पाहावलें नाहीं. वृष्णि व अंधक कुलांतील लोक हेंच जिच्यांतील उदक, घोडे हे मासे, रथ हीं होडकीं, वाद्यांचा व रथांचा चाललेला ध्वनि हा सतत सुरू असणारा प्रवाह, घरें म्हणजे पावन असे प्रचंड डोह, जी रत्नरूप शेवाळानें व्यापून गेलेली, वज्ररूप तटांनीं शोभणारी, मनुष्यांनीं गजबजलेले रस्ते हे जिच्यांतील वेगाचे प्रवाह व भोंवरे भासत, चवाठे म्हणजे पाण्यास तुंबारा बांधलेल्या जागा दिसत, आणि राम व कृष्ण हे जींतील महान् मगर भासत; ती द्वारकारूप नदी या वेळीं पार्थास कालपाशरूपी मगरांचा खेळ जींत चालला आहे अशी भयानक वैतरणी नदीशी दिसली! या वेळीं ती वृष्णिपुंगवांनीं विहीन झालेली, जींतील सर्व आनंद मावळला आहे व जिची शोभा पार लोपून गेली आहे अशी पार्थाच्या दृष्टीस पडली. शिशिर ऋतूंत सुकून जाणाऱ्या कमलिनी सारखी या वेळीं तिची अवस्था झाली होती!

अशा प्रकारची ती कलाहीन नगरी पाहून व त्या दीन कृष्णस्त्रियांस अवलोकन करून अर्जुनास रडें कोसळलें. त्याच्या नेत्रांतून अश्रुधारा चालल्या व तो धाडकन् भूतलावर पडला! मग रुक्मिणी व सत्राजितकन्या सत्यभामा धांवत तेथें येऊन पार्थाशेजारीं बसून आक्रोश करूं लागल्या पुढें कांहीं वेळानें त्यांनीं त्यास उठवून सुवर्णासनावर बसविलें व त्या त्याचें समाधान करीत त्याजवळ उभ्या राहिल्या. मग अर्जुनानेंही आपलें दुःख आवरिलें; आणि मग कृष्णाची स्तुति करून व त्याच्या कित्येक गोष्टी सांगून त्या स्त्रियांचेंही सांत्वन करून तो मामास भेटण्यास त्याकडे गेला.

अध्याय सहावा.

—:०:—

वसुदेवाचें अर्जुनाशीं भाषण.

वैशंपायन सांगतात:—अर्जुन वसुदेवाच्या मंदिरांत गेला तों तो महाथोर वीर आनकदुंदुभि पुत्रशोकानें व्याप्त होऊन जमिनीवर पडला आहे असें त्याच्या दृष्टीस पडलें. त्यास पाहातांच महाबाहु पार्थाचेही डोळे आंसवांनीं भरून येऊन त्यानें एकदम वसुदेवाचे पाय धरले. त्या वेळीं वसुदेव तर पुत्रशोकानें आर्त झाला होताच, पण अर्जुनास वसुदेवापेक्षांही अधिक दुःख झालें होतें! भागिनेय अर्जुनाच्या मस्तकाचें अवघ्राण करण्याचें वसुदेवानें मनांत आणिलें, परंतु त्या महाबाहूच्या अंगीं बिलकूल त्राण उरलें नसल्यामुळें त्यास तसें करतां आलें नाहीं. मग त्या वृद्ध महावीरानें अर्जुनाच्या गळ्यांत आपले दोन्ही हात घालून त्यास आलिंगन दिलें आणि सर्व पुत्रांचें, आणि पौत्र, भ्राते, दौहित्र व मित्र या सर्वांचें स्मरण करून तो अत्यंत विह्वल होत्साता विलाप करूं लागला.

वसुदेव ह्मणाला:—अर्जुना, ज्यांनीं पूर्वी शेंकडों राजे व तसेच दैत्य जिंकिले, ते यादव आज दृष्टीआड झाले असतांही मी अद्याप जिवंत आहें ना? अर्जुना, तुझे ते दोन प्रिय

शिष्य—जे तुला सदैव मान्य असत, त्यांच्याच अपराधामुळें, पार्था, वृष्णींचा हा संहार उडाला! सर्वच वृष्णि मोठे वीर होते, परंतु त्यांतही ज्या दोघांस अतिरथी म्हणून मानीत तेच प्रद्युम्न व सात्यकि—अर्जुना, तूं ज्यांची सदोदीत फार स्तुति करीत असस व जे कृष्णाचे नित्य प्रेमपात्र असस तेच दोघे ह्या वृष्णिसंहारास मूळ कारण झाले! अर्जुना, मी सात्यकीची किंवा कृतवर्म्याची मुळींच निंदा करीत नाहीं. त्याचप्रमाणें रुक्मिणीपुत्र प्रद्युम्नही मोठा सदय असे; तेव्हां त्यालाही मी या कामीं दोष लावीत नाहीं. कारण, ह्या सगळ्या अनर्थाचें ब्रह्मशाप हेंच खरें कारण होय. अर्जुना, ज्यानें केशी दैत्य व कंस यांचा पराभव करून त्यांस ठार केलें; तसाच तो बलाचा गर्व वहाणारा चैद्य, निषादकुलोत्पन्न एकलव्य, आणि त्याचप्रमाणें ते कालिंग व मागधराजे यांस ज्यानें यमसदनीं पाठविलें; ज्यानें गांधार वीर, काशिराजा, मरुदेशांतील राजे, पूर्व व दक्षिण दिशांचे आणि तसेच पर्वतनिवासी राजे या सर्वांचा निःपात उडविला, त्या जगत्प्रभु कृष्णाला या प्रसंगीं यादवांचें रक्षण करणें अशक्य होतें असें नाहीं. तथापि मुकीमुळें त्यानें या वेळीं उपेक्षा केली! पार्था, नारद व दुसरे मुनि आणि तूंही हें जाणतच आहेस कीं, कृष्ण हा साक्षात् देवाधिदेव नारायण होय. तो प्रभु अधोक्षज हा ज्ञातिसंहार मुकाट्यानें पहात होता! खरोखर या वेळीं माझ्या पुत्रानें फारच हयगय केली! हे परंतपा, गांधारीचा शाप आणि तसेंच ऋषिवचन अन्यथा करावयाचें नाहीं, अशीच त्या जगत्प्रभूची इच्छा होती हेंच खरें; नाहीं तर— प्रत्यक्ष तुझा पौत्र परिक्षित् अश्वत्थाम्याच्या अस्त्रानें मृत झाला असतां त्यास त्यानें स्वसामर्थ्यानें नाहीं का जिवंत केलें? परंतु या वेळीं तुझ्या मित्रास या ज्ञातिबांधवांचें संरक्षण करण्याची इच्छाच झाली नाहीं! मग पुत्र, पौत्र, मित्र, भाऊ वगैरे सर्व भूमीवर मरून पडलेले पाहून तो मजकडे येऊन म्हणाला:—आज ह्या कुलाचा क्षय होण्याचीच ही वेळ आली आहे. आतां लवकरच भरतर्षभ अर्जुन येथें द्वारकेंत येईल, त्याला वृष्णींचा हा भयंकर संहार कसा झाला तें वर्तमान सांगा. हे राजा, यादवांची ही निधनवार्ता कानीं पडतांच तो महातेजस्वी वीर धावत येथें येईल, याविषयीं मला संशय नाहीं. मी तोच अर्जुन आणि अर्जुन तोच मी असें समजा. तो अर्जुन सांगेल त्याप्रमाणें तुह्मीं करावें. तो सद्यःप्रसंगीं स्त्रियांचें व बालकांचें संगोपन करील आणि तुमचें और्ध्वदेहिकही करील. अर्जुन येथून निघून जातांच कोट व राजवाडे यांसुद्धां ह्या संपूर्ण नगरीस समुद्र बुडवून टाकील. मी बलरामासहवर्तमान कोणत्या तरी पवित्र स्थलीं योगाचा आश्रय करून देहत्याग करीन. माझें हें सर्व भाषण सत्य समजा. याविषयीं बिलकूल संदेह धरूं नका.

अर्जुना, तो अचिंत्यपराक्रमी हृषीकेश मला इतकें सांगून बालकांसह मला येथें सोडून कोणीकडेसा निघून गेला. तेव्हांपासून, पार्था, मी शोकाकुल होत्साता उभयतां रामकृष्णांचें व ह्या घोर ज्ञातिवधाचें चिंतन करीत तुझ्या वाटेकडे डोळे लावून पडलों आहें! मी जेवलों देखील नाहीं! पार्था, इतका वेळ मला प्राणही सोडतां येत नव्हते आणि जगण्याचेंही संकट झालें होतें; आतां तूं आलास, उत्तम झालें! आतां, पार्था, कृष्णानें सांगितल्याप्रमाणें तूं सर्व कर. पार्था, हें राज्य, स्त्रिया व येथील सर्व कांहीं तुझें आहे. कारण, हें सर्व तुझ्या हवालीं करून मी आतां प्रिय प्राणांचा त्याग करणार आहें!

अध्याय सातवा.

---:०:---

वसुदेवाचें निधन व और्ध्वदेहिक.

वैशंपायन सांगतातः—याप्रमाणें वसुदेव मामांनीं सांगितलें असतां अर्जुनाचें मन खिन्न व मुख म्लान होऊन तो म्हणाला, 'मामा, वृष्णिश्रेष्ठ श्रीकृष्ण आणि त्यांचे बंधु यां-विरहित झालेली ही पृथ्वी मला अगदीं दृष्टी-समोर नकोशी झाली आहे; आणि राजा युधि-ष्ठिर, भीमसेन, नकुल, सहदेव आणि द्रौपदी मिळून आम्हां सहाजणांची तीच अवस्था आहे. मामा, आपण कोणता काल कोणत्या प्रकारचा आहे हें उत्तम जाणतच आहां. सांप्रतचा हा काल म्हणजे राजसंक्रमणाचाच काल प्राप्त झाला आहे असें आपण समजावें. हे अरिंदमा, आतां सर्व वृष्णिस्त्रिया, मुलें व तसेच वृद्धजन यांस मी आपल्याबरोबर इंद्र-प्रस्थास नेईन; त्यांविषयीं आपण निश्चित असा.

असें बोलून अर्जुन दारुकास म्हणाला, 'ह्या वृष्णिश्रेष्ठांच्या अमात्यांस मला भेटा-वयाचें आहे, तर लवकर तिकडे चल.' इतकें बोलून तो शूर पार्थ त्या महारथांबद्दल शोक करीत सुधर्मा नामक यादवसभेंत शिरला. तो तेथें आसनावर बसला असतां सर्व अमात्य—जे वेदवेत्ते ब्राह्मण होते, ते त्याच्या सभोंवतीं उभे राहिले. ते सर्वजण अगदीं खिन्न व मूढ होऊन गेले असून आतां काय करावें हें त्यांस कांहींच सुचत नव्हतें आणि अर्जुन त्यांच्यापेक्षांही अधिक दीन झाला होता! तथापि काळावर लक्ष पुरवून तो त्यांस म्हणाला, 'यादवांच्या सर्व मंडळीस मी स्वतः आपल्या-बरोबर इंद्रप्रस्थास नेणार आहें. कारण, लव-करच हें सर्व नगर समुद्रांत बुडून जाणार आहे. तर गाड्या, घोडे, वाहनें यांची सत्वर सिद्धता करा आणि नानाप्रकारचीं रत्नें व दुसरे मूल्यवान् पदार्थ पाहून बरोबर काय न्यावयाचें काय नाहीं हेंही लवकर ठरवून त्याप्रमाणें व्यवस्था करा. इंद्रप्रस्थांत हा वज्र तुमचा राजा होईल. आजपासून बरोबर सातव्या दिवशीं विमल सूर्यमंडलाचा उदय होतांच आपणास नगराबाहेर पडलें पाहिजे; तर सर्वजण तयार व्हा, उशीर करूं नका.'

उदारचरित पार्थाची अशी आज्ञा होतांच, आपआपली तयारी करण्यास उत्सुक झालेल्या त्या सर्वांनीं तत्काळ सर्व सिद्धता केली. अनि-वार शोक व मोह यांत बुडून गेलेला अर्जुन त्या रात्रीं कृष्णाचे मंदिरांत राहिला. दुसरे दिवशीं सकाळीं प्रतापनिधि व महातेजस्वी शूरपुत्र वसुदेव योगबलानें देहत्याग करून सद्गतीस जाता झाला. मग त्याच्या घरीं स्त्रियांच्या रडण्याओरडण्याचा फारच मोठा व दारुण शब्द होऊं लागला. सर्वजणींचे केश अस्ताव्यस्त झाले होते; त्यांनीं आभरणें व पुष्पमाला फेंकून दिल्या होत्या; त्या हातांनीं ऊर बडवीत विलाप करीत होत्या; आणि देवकी, भद्रा, रोहिणी व मदिरा या त्याच्या चार पतिव्रता राण्यांनीं तर त्या वेळीं त्याच्या प्रेतावर आपल्या देहांचें पांघरूणच घातलें होतें!

मग, हे भारता, अर्जुनानें वसुदेवास एका भव्य रत्नखचित शिबिकेंत बसवून नगरा-बाहेर नेलें. त्या वेळीं दुःखशोकाकुल झालेले द्वारकेंतील सर्व नागरिक व प्रजाजन जाग-जागीं त्या प्रेतयात्रेंत येऊन मिळाले. वसु-देवाचें तें अश्वमेधसंबंधीं छत्र आणि प्रदीप्त अग्नि शिबिकेच्या पुढें चालविले होते आणि त्याच्या मागें याजक चालले होते. देवकी आदिकरून त्या चौघी राण्या महगमनाच्या तयारीनें उत्तम वस्त्रालंकार धारण करून त्या शिबिकेच्या पाठीशींच चालल्या होत्या आणि

त्यांचे सभोंवतीं त्यांच्या सुना व दुसऱ्या हजारों स्त्रिया यांचा घोळका होता. वसुदेव जिवंत असतां नगराबाहेर जें स्थळ त्याच्या फार प्रीतीचें होतें, त्याच स्थळीं शिबिका उतरून त्यास प्रेतसंस्कार दिला. त्या शूरपुत्र वसुदेवास अग्नि दिल्यावर पतिलोकीं गमन करणाऱ्या त्याच्या त्या चारही पतिव्रता स्त्रिया त्या चितेवर आरूढ झाल्या ! आणि पार्थानें त्या सर्वजणींसह वसुदेवाचें चंदनादि सुगंधि द्रव्यांच्या योगानें दहन केलें. मग पेटलेल्या अग्नीचा तडतडाट, सामवेदी ब्राह्मणांचा मंत्रघोष आणि प्रजाजनांचे विलाप यांचा तेथें एकच हलकल्लोळ होऊन गेला. पुढें वज्र वगैरे कुमार आणि महात्म्या कृष्णाच्या सर्व स्त्रिया यांनीं त्यांस उदकांजलि दिले.

वृष्णींचा प्रेतसंस्कार व स्त्रियांचें अर्जुनाबरोबर गमन.

नंतर, हे भरतर्षभा, त्या धर्मशील पार्थानें वसुदेवाचें धर्माप्रमाणें और्ध्वदेहिक केलें; आणि ज्या ठिकाणीं वृष्णि विनाश पावले होते त्या स्थळीं तो गेला. तेथें मारामारींत छिन्नविच्छिन्न होऊन मरून पडलेले ते वृष्णि प्रत्यक्ष डोळ्यांनीं पाहातांच अर्जुनाला अतिशय दुःख झालें; परंतु भवितव्यास सादर होऊन प्राप्तकाल जें प्रेतसंस्काराचें कृत्य तें त्यानें उरकलें. ब्रह्मशापाच्या योगानें लव्हाळ्यांचीं मुसळें बनून त्यांच्या योगानें तेथें मरून पडलेल्या त्या सर्वांस त्यानें त्यांच्या योग्यतेप्रमाणें अनुक्रमें प्रेतसंस्कार दिले; आणि मग त्यानें राम व कृष्ण यांचीं प्रेतें शोधून तींही आप्तजनांकरवीं दग्ध करविलीं ! याप्रमाणें सर्वांचे प्रेतसंस्कार विधिपूर्वक करून सातवा दिवस उजाडतांच पार्थानें रथारूढ होऊन सत्वर प्रयाण केलें. तेव्हां वृष्णिवीरांच्या शोकाकुल स्त्रिया अश्व, बैल, उंटें, गाढवें—मिळतील तीं जनावरें जोडलेल्या रथांत व छकड्यांत बसून रुदन करीत त्याच्यामागून चालल्या. वृष्णि व अंधक यांचे जे सेवक, स्वार व रथी अवशिष्ट होते, तेही त्या महाधनुर्धर पांडुपुत्राबरोबर निघाले; आणि सर्व यादववीर मरून गेल्यामुळें अनाथ झालेलीं त्यांचीं लहान अर्भकें, स्त्रिया व वृद्ध लोक यांच्या सभोंवतीं राहून पार्थाच्या आज्ञेनें त्यांचा संभाळ करीत नागरिक व प्रजाजन हे चालले. पार्थाच्या आज्ञेप्रमाणें व कित्त्याप्रमाणें वागणारे यादवांचे सर्व बालक पर्वतप्राय गजांवर आरूढ होऊन पदरक्षक व अंतरायुधिक यांसह पार्थाबरोबर गेले. त्यांचे मागें चारही वर्णांचे श्रीमंत श्रीमंत लोक होते. धीमान् वासुदेवाच्या सोळा हजार स्त्रिया ह्या कृष्णाचा पौत्र वज्र यास पुढें करून त्याचे मागून जाऊं लागल्या; आणि त्यांचे मागून अनाथ झालेल्या हजारों यादवस्त्रिया बाहेर पडल्या. याप्रमाणें तो यादवांचा सागरासारखा प्रचंड व समृद्ध समुदाय परपुरंजय महारथी धनंजय संभाळून नेऊं लागला.

द्वारकानिमज्जन.

इकडे, सर्व लोक बाहेर पडले न पडले तोंच मकरालय सागरानें ती रत्नखचित द्वारका पाण्याबरोबर वाहून टाकिली ! पुरुषश्रेष्ठ पार्थानें त्या ठिकाणीं जें जें म्हणून तसेंच टाकून दिलें होतें, तें तें सर्व सागरानें एका लाटेबरोबर स्वाहा केलें ! हा अद्भुत प्रकार पाहून ते द्वारकानिवासी लोक "अहो, काय हा दैवाचा विचित्र खेळ !" असें ह्मणत अधिकाधिक त्वरेनें जाऊं लागले.

यादवस्त्रियांचें हरण !

मग, जनमेजया, रम्य अशीं अरण्यें, पर्वत व नद्या येथें मुक्काम करीत पार्थ त्या यादवांगनांस नेऊं लागला. जातां जातां त्यांस पंचनद नामक एक अत्यंत समृद्ध देश लागला !

तो गाई, पशु व धान्य यांनीं सुसंपन्न आहे असें पाहून धीमान् पार्थानें तेथें मुक्काम केला. त्या ठिकाणीं आभीर नामक रानटी लोकांची वस्ती होती. ह्या हजारों अनाथ स्त्रियांचे संरक्षणास एकटाच वीर आहे असें पाहून त्यांचे तोंडास पाणी सुटलें; आणि नित्य पापकर्म करणारे ते अदूरदर्शी आभीर लोभानें मूढ होऊन आपल्यांतील शहाण्या लोकांशीं विचार करूं लागले कीं, "अर्जुन धनुर्धर असला म्हणून काय झालें? हा एकटाच ह्या आमच्या प्रदेशांतून आम्हांस कस्पटासमान लेखून निर्धास्तपणें ह्या बालकांस व वृद्धांस घेऊन चालला आहे! याच्या बरोबर जे दुसरे योद्ध्यांसारखे दिसत आहेत ते केवळ नांवाचे योद्धे आहेत. त्यांच्यांत कांहीं पाणी उरलेलें दिसत नाहीं! तेव्हां ह्या एकट्या वीराचा हा ताठा चालूं द्यावयाचा कीं काय?" मग ते हजारों दस्यु आपल्या काठ्या सरसावून यादवमंडळीवर धावून आले. उलटलेल्या कालचक्रानेंच जणूं प्रेरणा केलेले ते दस्यु प्रचंड सिंहनादानें सर्व जनांस भयभीत करीत त्यांच्या वधार्थ त्यांवर तुटून पडले. मग आपल्या बरोबरच्या मंडळीसह अर्जुन एकदम मागें उलटला आणि त्यांस जसा कांहीं हंसत म्हणाला, "अरे अधर्मज्ञ नीचांनो, तुम्हांस कांहीं दिवस जगण्याची इच्छा असेल तर निमूटपणें मागें फिरा, नाहीं तर आतांच माझ्या बाणांनीं जखमी होऊन व मरून कृतकर्माबद्दल शोक करा!"

याप्रमाणें तो वीर आढ्यतेनें बोलला असतांही त्याचें तें भाषण केवळ तुच्छ लेखून तो वारंवार निवारण करीत असतांही ते बेफाम लोक त्या मंडळीवर येऊन पडले! मग तें आपलें कधींहीं जीर्ण न होणारें प्रचंड व दिव्य धनुष्य कसेंही करून सज्ज करण्याचा अर्जुन मोठा प्रयत्न करूं लागला. तेव्हां पूर्वीं लीलेनें सज्ज होणारें तें धनुष्य पुष्कळ दांतओंठ खाल्ल्यावर मोठ्या शिकस्तीनें एकदांचें सज्ज झालें! मग तो अस्त्रें आठवूं लागला, पण काय? तीं मुळींच स्मरेनात! बाहूंचें पूर्वीचें सामर्थ्य पार नाहींसें होऊन त्यांस अगदींच निर्जीवता आली! गांडीवही वांकेना, आणि दिव्य व अतिशय योग्यतेच्या अशा त्या अस्त्रांपैकीं एकही स्मरणांत राहिलें नाहीं, हें पाहून अर्जुन लज्जायमान झाला. मग दस्यु एकेक स्त्रीचें हरण करीत असतां हत्तीघोड्यांवर आरूढ झालेले ते यादवयोद्धेही त्यांचें निवारण करूं शकले नाहींत. कारण, एकंदर स्त्रियांचा समुदाय फारच मोठा होता व दस्यु तर चोहोंकडून हल्ले करीत होते. अर्जुनानें त्यांच्या संरक्षणार्थ फार प्रयत्न केला, परंतु त्याचा कांहीं उपयोग झाला नाहीं. ते दस्यु चोहोंकडून उत्तमोत्तम सुंदरींस देखतां देखत पळवीत सुटले आणि कित्येक तर आपखुषीनेंच त्यांकडे गेल्या! नंतर उद्विग्नचित्त झालेल्या धनंजय पार्थानें गांडीवापासून बाण सोडून पुष्कळ दस्यूंस ठार मारिलें आणि वृष्णींच्या सेवकांनीं व त्यानें मिळून हजारोंजणांस लोळविलें. परंतु, राजा, लवकरच अर्जुनाचे बाण सरले! रक्त प्राशन करणारे ते त्याचे बाण पूर्वीं कधींच सरत नसत; कारण त्याचे दोन्ही भाते अक्षय होते; परंतु आज सर्वच गोष्टी विपरीत घडल्या, त्यांत भात्यांचेंही अक्षयत्व नाहींसें झालें! बाण संपलेले पाहून तर अर्जुनास फारच दुःख व शोक झाला, परंतु तो रडत बसणार थोडाच! त्यानें धनुष्याच्या दांडक्यानेंच त्यांस मारण्याचा सपाटा चालविला; तथापि असा तो कितीकांस पुरे पडणार! तो इकडे एकादोघांस मारतो आहे इतक्यांत दुसरे पुष्कळजण चोहोंकडून त्याच्या देखत यादवांगनांस पळवीत! याप्रमाणें त्या दस्यूंनीं

यादवांच्या बहुतेक सर्व स्त्रिया हरण करून नेल्या. मग हा सर्व दैवाचा खेळ आहे असा अर्जुनानें मनाशीं विचार केला. दुःख व शोक यांनीं व्याप्त होऊन तो एकसारखे निश्वास टाकीत होता; पण कितीही जळफळला तरी सामर्थ्य नसल्यावर त्याचा काय उपयोग आहे! अस्त्रें नाहींतशीं झालीं, बाहूंतील सामर्थ्य गळलें, धनुष्य सज्ज होईना आणि बाणही सरले, या सर्व प्रकारांमुळें पार्थाचें मन अगदीं विषण्ण होऊन गेलें आणि हें सर्व दैवाचें दुर्विलसित आहे असें मनांत चिंतन करीत व 'छे! छे! हें ठीक चिन्ह नाहीं!' असें म्हणत तो महामति पार्थ दस्यूंनीं बहुतेक उत्तमोत्तम स्त्रिया व राहिलेल्यांचे बहुतेक रत्नखचित अलंकार लांबविल्यावर अवशिष्ट राहिलेल्या स्त्रियांसह मागें परतला आणि एकदांचा कुरुक्षेत्रांत येऊन पोंचला! याप्रमाणें त्यानें शेष यादवांगनांस आणून त्यांची ठिकठिकाणीं रहाण्याची व्यवस्था लाविली; मार्तिकावत नामक नगरांत हार्दिक्याच्या मुलास राज्यपदावर बसवून तेथें त्यानें अवशिष्ट भोजस्त्रियांस ठेविलें; आणि मग वृद्धजन, बालक व राहिलेल्या स्त्रिया यांस इंद्रप्रस्थास आणिलें. सात्यकीचा लाडका पुत्र योयुधानि यास त्यानें सरस्वतीकांठच्या प्रदेशाचा अधिपति करून त्याचे आप्त असलेले वृद्ध व बालक यांसह तेथें ठेविलें आणि त्या परवीरांतक पार्थानें वज्रास इंद्रप्रस्थाचें राज्य दिलें. अक्रूराच्या स्त्रियांस तेथून न जाण्याविषयीं वज्रानें फार आग्रह केला, तथापि त्या निघून गेल्या. रुक्मिणी, गांधारी, शैब्या, हैमवती आणि देवी जांबवती यांनीं अग्निप्रवेश केला. सत्यभामा व कृष्णाच्या दुसऱ्या लाडक्या स्त्रिया तपश्चर्या करण्याचा निर्धार करून वनांत गेल्या; आणि द्वारकेंतील जे प्रजाजन अर्जुनाबरोबर आले होते, त्यांस त्यानें यथायोग्य देणग्या देऊन वज्राचेच आश्रयास ठेविलें. याप्रमाणें प्राप्त झालेल्या कालानुसार व्यवस्था करून अर्जुन व्यासाश्रमीं गेला आणि तेथें आसनावर बसलेल्या कृष्णद्वैपायन व्यास मुनींचें त्यानें दर्शन घेतलें.

अध्याय आठवा.

--:०:----

व्यासार्जुन संवाद.

वैशंपायन सांगतातः—अर्जुनानें सत्यवादी व्यासांच्या आश्रमांत प्रवेश केला त्यावेळीं ते एकांतीं आसनावर बसलेले त्याच्या दृष्टीस पडले. मग, अत्यंत व्रतस्थ व धर्मज्ञ अशा त्या मुनींजवळ जाऊन तो उभा राहिला आणि 'मी अर्जुन' असें म्हणून त्यांस त्यानें अभिवंदन केलें. तेव्हां 'तुझें स्वागत असो,' असें म्हणून त्या प्रसन्नचित्त मुनिश्रेष्ठ सत्यवतीपुत्र व्यासांनीं त्यास बसावयास सांगितलें. मग, अर्जुनाचें मन प्रसन्न दिसत नसून तो वरचेवर सुस्कारे टाकतो आहे, इतकेंच नव्हे, तर अगदीं विषण्ण झाला आहे, असें पाहून त्यास व्यास मुनींनीं असें विचारिलें, "पार्था, नखांचें, केशांचें वस्त्राच्या दशांचें किंवा मडक्यांतलें पाणी तर तुझ्या अंगावर कोणीं उडविलें नाहीं ना? का तूं रजस्वलासमागम केलास? का तुझ्या हातून ब्रह्महत्या घडली? का युद्धांत पराभव पावलास? काय झालें तरी काय? तूं निस्तेज कां दिसतोस? तुझा पराभव झाला असेल असें तर मला वाटत नाहीं. मग तुझा चेहरा असा उतरलेला कां? पार्था, हे भरतर्षभा, मला श्रवण करण्यास कांहीं हरकत नसेल तर सत्वर सांग."

अर्जुन म्हणालाः—महाराज, ज्याची अंगकांति मेघासारखी होती, जो स्वतेजानें फारच झळकत असे, आणि मोठ्या कमलासारखे ज्याचे नेत्र विस्तीर्ण होते तो श्रीकृष्णबलरामासहवर्तमान

देहत्याग करून स्वर्गवासी झाला! ब्रह्मशापामुळें मुसळाचें निमित्त होऊन सर्व यादवांचा प्रभास तीर्थावर वीरक्षयकारक व रोमांच उठविणारा भयंकर संहार उडाला! महाराज, हे भोज, वृष्णि व अंधक मोठे शूर, अंतःकरणाचे थोर, सिंहाप्रमाणें स्वाभिमानी व तसेच महाबली होते; परंतु ब्रह्मन्, त्यांनीं युद्धांत परस्परांसच कीं हो मारिलें! ज्या परिघबाहु वीरांनीं गदा, परिघ व शक्ति यांच्याही प्रहारांस मोजूं नये, ते केवळ लव्हाळ्यांच्या योगानें ठार झाले! कालचक्राचा फेरा कसा आहे पहा! एक दोन नव्हे पांच लक्ष भुजवीर्यशाली वीर याप्रमाणें परस्परांशीं भिडून एकमेकांचे हातून प्राणांस मुकले! मी आपल्याकडून फार प्रयत्न करितों, परंतु या अमितसामर्थ्यवान् यादवांच्या व यशस्वी श्रीकृष्णाच्या विनाशाचा मला मुळींच विसर पडत नाहीं. एकसारखा तो घोर प्रकार माझ्या डोळ्यांसमोर उभा राहातो. सागराचें शोषण, पर्वताचें चालन, आकाशाचें पतन किंवा अग्नीचें शैत्य यांप्रमाणेंच शार्ङ्गपाणि श्रीकृष्णाचा अंत असंभाव्य होय, असेंच माझ्या बुद्धीस वाटत होतें! आतां कृष्णाशिवाय या जगांत मला क्षणभरही राहूं नयेसें वाटतें. तपोधना, याहूनही अधिक दुःखदायक कहाणी पुढेंच आहे, ती आपण श्रवण करावी. जिची वारंवार आठवण होऊन माझें मन विदीर्ण होत आहे. ती गोष्ट ही कीं, माझ्या डोळ्यांदेखत हजारों यादवस्त्रियांस पंचनद प्रदेशांतील आभीरांनीं रणांत आमचा पाठलाग करून राजरोस पळविलें, त्या प्रसंगीं हातांत धनुष्य घेऊन त्यास गुण चढविण्याचेंही माझ्या हातून होईना! पूर्वीं माझ्या बाहूंत जें सामर्थ्य होतें तें आतां राहिलें नाहीं. त्याचप्रमाणें, हे महामुने, माझीं नानाप्रकारचीं सर्व अस्त्रेंही नष्ट झालीं आणि मी शरसंधान करूं लागलों तों क्षणांत सर्व बाण संपून गेले! महाराज, ज्यानें हातांत शंख, चक्र व गदा धारण केली आहे, पीतवस्त्र परिधान केलें आहे, आणि ज्याचे नेत्र पद्मदलाच्या आकाराचे असून वर्ण श्याम आहे, असा एक चतुर्भुज, अत्यंत तेजस्वी व अप्रमेयात्मा पुरुष—जो नित्य माझ्या रथापुढें शत्रुसैन्यांत विध्वंस करीत चालला असे, व ज्यानें आधीं स्वतेजानें दग्ध केलेल्या शत्रुसैन्यांस मागून मी गांडीवापासून शर सोडून नांवाला ठार करीत असें, तो अच्युत देवपुरुष पूर्वींप्रमाणें सांप्रत माझ्या रथापुढें चालतांना दिसत नाहीं! हे सत्तमा, तो दिसत नसल्यामुळें मी विषण्ण होतों आणि माझें मनही भ्रम पावत आहेसें मला भासतें! माझें अंतःकरण अत्यंत विटून गेलें आहे. तथापि त्यास शांति प्राप्त होत नाहीं. वीरमणि श्रीकृष्णावांचून या जगांत जिवंत राहाण्याचाही मला उत्साह वाटत नाहीं. कृष्णाबरोबरच ज्याच्या ज्ञातिबांधवांचा पराक्रम पार नष्ट झाला आहे असा मी कृष्ण निजधामास गेल्याचें ऐकल्यापासून शून्यदृष्टीनें फिरत आहें व मला वारंवार दिशाभूलही होते! अशी माझी अवस्था झाली आहे. तर, हे सत्तमा, या प्रसंगीं मला कल्याणाचा उपदेश करण्यास आपण समर्थ आहां!

व्यास सांगतातः—हे कुरुशार्दूला, महारथी यादव ब्रह्मशापानें दग्ध झाल्यामुळें नाश पावले; त्यांबद्दल शोक करणें तुला योग्य नाहीं. अरे, तें तसेंच भवितव्य होतें. त्या महात्म्यांचा असा नाश व्हावा असेंच त्यांचें दैवलिखित होतें. कारण, तसें होतें म्हणूनच कृष्णानें तें फिरविण्याचें सामर्थ्य अंगीं असतांही त्यांची उपेक्षा केली. स्थावरजंगम त्रैलोक्याची उलटापालट करण्यास गोविंद समर्थ होता, मग त्या

शापाची कथा काय ? तुझ्या रथापुढें जो चक्र-गदाधारी पुरुष चालत असे, तो साक्षात् पुराण ऋषि चतुर्भुज नारायणचे होय. तुजवरील प्रेमामुळें तो तुझ्यापुढें नित्य असे. तो दीर्घलोचन कृष्ण पृथ्वीचा भार उतरण्याचें आपलें अवतार-कृत्य पूर्ण केल्यावर मानवीदेहाचा त्याग करून सांप्रत अनुत्तम अशा स्वस्थानीं प्राप्त झाला आहे. हे महाभुजा, भीम, नकुल व सहदेव यांच्या साह्यानें तूंही देवांचें महत्कार्य केलें आहेस. सांप्रत, हे कुरुपुंगवा, तुम्हीं सर्वजण कृतकृत्य झालां असून उत्तम सिद्धीस पोंचले आहां, असें मी समजतों. पार्था, या जगांत जन्म घेऊन तुम्हांला जें कृत्य करावयाचें होतें तें संपलें आहे आणि म्हणूनच तुमचें सामर्थ्य वगैरे क्षीण होत चाललें आहे. आतां या जगांतून निघून स्वर्लोकीं जाणें हेंच तुमचें प्राप्त-कालकर्तव्य असून तेंच तुम्हांस श्रेयस्कर आहे. हे भारता, बुद्धि, तेज, दूरदृष्टि वगैरे हीं सर्व अशींच ऐश्वर्य मिळण्याचे वेळीं उत्पन्न होतात आणि विनाशकालीं नष्ट होतात. काल हाच जगाचा ईश्वर होय. धनंजया, जगद्वीज जें आकाशादि पंचक (पंचमहाभूतें) तें काला-धीन आहे. काल हा पंचमहाभूतांस उत्पन्न करितो; आणि पुनः यदृच्छेनें त्यांचा नाशही करितो; तेथें आपल्या भौतिक देहांची कथा काय ? जो एकदां बलवान् असतो तोच पुढें निर्बल होऊन जातो; आणि जो एकदां राजा असतो त्यासच पुनः दुसऱ्याच्या आज्ञा पाळ-ण्याचा प्रसंग येतो. हा जो फरक होतो तो कालाचा प्रभाव होय. तुजजवळील अस्त्रांचें कार्य पूर्ण झालें; आणि म्हणूनच, तीं जशीं तुला प्राप्त झालीं होतीं तशींच निघून गेलीं. पुनः वेळ येईल तेव्हां तीं पुनश्च तुझ्या हातीं येतील. हे भारता, अस्त्रांप्रमाणेंच तुम्हीही कृतकृत्य झालां असल्यामुळें सांप्रत स्वर्गगमनाचा तुमचा काळ प्राप्त झाला आहे; आणि, हे भरतर्षभा, हेंच तुम्हांला परमश्रेयस्कर आहे असें माझें मत आहे.

वैशंपायन सांगतातः—राजा, अमिततेजस्वी व्यासांचें हें भाषण मान्य करून त्यांचा निरोप घेऊन पार्थ हस्तिनापुरास आला आणि नगरांत प्रवेश करून युधिष्ठिरास भेटून त्यानें यादव-कुलांत घडलेला प्रकार त्यास निवेदन केला.

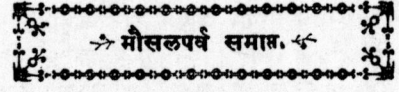

मौसलपर्व समाप्त.

श्रीमन्महाभारत.

महाप्रस्थानिकपर्व.

अध्या पहिला.

मंगलाचरण.

ॐ

नारायणं नमस्कृत्य नरं चैव नरोत्तमम् ।
देवीं सरस्वतीं चैव ततो जयमुदीरयेत् ॥

ह्या अखिल ब्रह्मांडांतील यच्चयावत् स्थावर-जंगम पदार्थांच्या ठिकाणीं चिदाभासरूपानें प्रत्ययास येणारा जो नरसंज्ञक जीवात्मा, नर-संज्ञक जीवात्म्यास सदासर्वकाळ आश्रय देणारा जो नारायण नामक कारणात्मा, आणि नरना-रायणात्मक कार्यकारणसृष्टीहून पृथक् व श्रेष्ठ असा जो नरोत्तमसंज्ञक सच्चिदानंदरूप पर-मात्मा, त्या सर्वांस मी अभिवंदन करितों; तसेंच, नर, नारायण व नरोत्तम ह्या तीन तत्त्वांचें यथार्थ ज्ञान करून देणारी देवी जी सरस्वती, तिलाही मी अभिवंदन करितों; आणि त्या परमकारुणिक जगन्मातेनें लोकहित कर-ण्याविषयीं माझ्या अंतःकरणांत जी स्फूर्ति उत्पन्न केली आहे, तिच्या साहाय्यानें ह्या भव-बंधविमोचक जय म्हणजे महाभारत ग्रंथाच्या महाप्रस्थानिकपर्वास आरंभ करितों. प्रत्येक धर्म-शील पुरुषानें सर्वपुरुषार्थप्रतिपादक अशा शास्त्राचें विवेचन करितांना प्रथम नर, नारायण आणि नरोत्तम ह्या भगवन्मूर्तींचें ध्यान करून नंतर प्रतिपाद्य विषयाचें निरूपण करण्यास प्रवृत्त व्हावें हें सर्वथैव इष्ट होय.

पांडव व द्रौपदी यांचें महाप्रस्थान.

जनमेजय विचारतोः—ब्रह्मन्, याप्रमाणें मुसलप्रकरणीं युद्ध जुंपून यादवांचा संहार उडाल्याचें श्रवण केल्यावर आणि कृष्ण निज-धामास गेल्यानंतर पांडवांनीं पुढें काय केलें बरें?

वैशंपायन सांगतातः—राजा जनमेजया, वृष्णींचें हें भयंकर रणकंदन श्रवण करून कुरु-पति युधिष्ठिर राजानें इहलोकची यात्रा समाप्त करून स्वर्गास प्रस्थान करण्याचें मनांत योजून अर्जुनास म्हटलें, “ हे महाबुद्धिमंता, काल हा सर्व प्राण्यांचा संहार करतोच करतो;

त्याच्या तावडींतून कोणीच कधींच मुक्त नाही. यास्तव मीं आतां कालपाशाचा (मृत्यूचा) अंगीकार करण्याचें योजिलें आहे; आणि (तुझेंही सांप्रत ऐहिक कर्तव्य पूर्ण झालें असल्यामुळें मला वाटतें,) तूंही तो अवलोकन करावास, हें योग्य आहे." युधिष्ठिराच्या मुखांतून हे शब्द बाहेर पडतांच "काय? मृत्यु! मृत्यु ना! तो आला तरी काय हरकत आहे!" असें म्हणून पार्थानें वडील बंधूच्या भाषणास अनुमोदन दिलें. अर्जुनाचें मत समजतांच भीम व नकुलसहदेव यांनींही त्याचें भाषण मान्य केलें. मग युधिष्ठिरानें धर्मकामनेनें सर्वसंगत्यागपूर्वक महाप्रस्थान करण्याचा विचार ठरवून वैश्यापुत्र युयुत्सूस बोलावून आणून त्याचे हवालीं सर्व राज्यकारभार केला आणि परिक्षितास राज्याभिषेक करविला. मग तो दुःखार्त झालेला पांडवाग्रज सुभद्रेस म्हणाला, 'सुभद्रे, हा तुझा नातू परिक्षित् आजपासून कुरुकुलाचा अधिपति होणार; आणि यादवांपैकीं अवशिष्ट राहिलेल्या वज्रासही आम्हीं राज्यपद दिलेंच आहे. परिक्षित् ह्या हस्तिनापुरीं राज्य करील आणि वज्र इंद्रप्रस्थांत राज्य चालवील. आतां या वज्राचें तुलाच संरक्षण केलें पाहिजे. हाच सांप्रत तुझा धर्म होय. याव्यतिरिक्त अन्य मार्गानें जाण्याचें (आम्हांबरोबर महाप्रस्थान करण्याचें) तूं मनांत आणशील, तर तो अधर्म घडेल. यासाठीं तूं दुसरातिसरा कांहींएक विचार करूं नको.'

याप्रमाणें तिला सांगितल्यावर धर्मराजानें धीमान् कृष्ण, वृद्ध मामा वसुदेव आणि बलरामप्रभृति दुसरे यादव यांस अंतःकरणपूर्वक तिलांजलि दिले आणि त्या सर्वांच्या नांवानें विधिपूर्वक श्राद्धेंही केलीं. श्रीकृष्णाच्या श्राद्धासाठीं त्यानें मुद्दाम द्वैपायन व्यास, नारद, तपोधन मार्कंडेय, भारद्वाज आणि याज्ञवल्क्य हे ब्राह्मण सांगून त्यांस मिष्टान्नभोजनानें तृप्त केलें; आणि सर्व ब्राह्मणांस असेंच तृप्त करून रत्नें, वस्त्रें, गांव, घोडे, रथ आणि शेंकडों हजारों दासी अर्पण केल्या. नंतर त्या भरतसत्तमानें, पौरजनांनीं ज्यांस श्रेष्ठ मानिलें होतें, त्या कृपाचार्यांचें गुरु म्हणून पूजन केलें आणि परिक्षितास शिष्य ह्या नात्यानें त्यांचे हवालीं केलें. मग त्यानें सर्व प्रजाजनांस सन्निध बोलावून आणिलें आणि आपण योजिलेला बेत त्यांस कळविला. तो ऐकून ते सर्वजण उद्विग्न झाले व त्यांनीं त्या बेतास संमति न देतां 'असें करूं नये' म्हणून त्या राजास विनविलें. परंतु काल फिरला असतां कोणत्या प्रकारें वागावें हें उत्तम जाणणाऱ्या त्या राजानें ती त्यांची विनंती मान्य केली नाहीं. नंतर त्या धर्मात्म्यानें व त्याच्या भावांनीं प्रजाजनांचा गौरव करून महाप्रस्थानाचा बेत निश्चित ठरविला. मग धर्मपुत्र युधिष्ठिर राजानें अंगावरील सर्व अलंकार उतरून वल्कलें परिधान केलीं. राजा, तें पाहून भीमार्जुन, नकुलसहदेव आणि यशस्विनी द्रौपदी यांनींही तसेंच केलें. मग, हे भरतर्षभा, विधिपूर्वक उत्सर्गेष्टि करून त्या नरपुंगवांनीं आपल्या गृह्याग्नींचें उदकांत विसर्जन करून प्रयाण केलें. पूर्वीं द्यूतांत पराजित झाल्या वेळेप्रमाणेंच द्रौपदीसह त्या पांच भावांनीं प्रयाण केलेलें पाहून, सर्व स्त्रिया मोठ्यानें आक्रोश करूं लागल्या. परंतु युधिष्ठिराचा अभिप्राय जाणून व वृष्णींचा क्षय झाल्याचें पाहून त्या सर्व भ्रात्यांस प्रस्थानाचा हर्षच वाटत होता! त्या वेळीं पांच पांडव, सहावी द्रौपदी आणि सातवा एक कुत्रा अशीं सातजणें हस्तिनापुरांतून बाहेर पडलीं. पौरजन आणि राजकुलांतील व अंतःपुरांतील सर्व माणसें बहुत दूरपर्यंत त्यांचे मागून जात होतीं; परंतु त्यांपैकीं एकाच्यानेंही युधिष्ठिर राजास मागें परतण्याविषयीं

सांगवलें नाहीं. मग कांहीं वेळानें ते सर्व नागरिक जन आणि कृपाचार्यप्रभृति राजकुलाचे सर्व आप्त लोक युयुत्सूचें निवारण करून त्यासह मागें परतले. नंतर, हे कौरव्या. नागकन्या उलूपीनें गंगेंत उडी टाकिली, चित्रांगदा मणिपुरास निघून गेली, आणि बाकीच्या युधिष्ठिरादिकांच्या भार्या परिक्षितासमागमें राहिल्या. राजा, इकडे महात्मे पांडव व यशस्विनी द्रौपदी यांनीं त्या दिवशीं उपोषण करून पूर्व दिशेच्या अनुरोधानें प्रयाण केलें. याप्रमाणें ते सर्वसंगपरित्याग केलेले योगयुक्त महात्मे जात असतां त्यांना अनेक देश व नद्या, तसाच समुद्रही आढळला. हे भरतसत्तमा, युधिष्ठिर सर्वांचे पुढें चालला होता. त्याचे पाठीमागें भीमसेन, अर्जुन, नकुल व सहदेव हे अनुक्रमें असून, द्रौपदी सर्वांचे मागून चालली होती; आणि एकटा एक कुत्राच त्या वनांत प्रस्थान केलेल्या पांडवांच्या मागून जात होता. जातां जातां ते वीर उदयाचलासन्निध असलेल्या लौहित्य नामक सागराजवळ येऊन पोहोंचले. हा वेळपर्यंत अर्जुनानें आपलें दिव्य गांडीव धनुष्य टाकलें नव्हतें; आणि त्याचप्रमाणें, हे महाराजा, त्यानें ते दोन्ही अक्षय्य भातेही त्यांच्या अक्षयत्वाच्या लोभास गुंतून बरोबर बाळगिले होते. लौहित्य सागराजवळ येतांच साक्षात् अग्नि हा पर्वतप्राय प्रचंड पुरुषदेह धारण करून समोर मार्ग अडवून उभा आहे, असें त्यांच्या दृष्टीस पडलें. इतक्यांत तो सप्तार्चि अग्नि पांडवांस असें म्हणाला, " वीर पांडुपुत्रहो, मी अग्नि आहें. महाबाहो युधिष्ठिरा, परंतप भीमसेना, अर्जुना, आणि वीर नकुलसहदेवहो, तुम्ही माझें भाषण ऐकून घ्या. कुरुश्रेष्ठहो, मी अग्नि आहें. मींच अर्जुनाच्या व तसेंच वासुदेवाच्या प्रभावेंकरून खांडवारण्य दग्ध केलें. सांप्रत हा तुमचा भ्राता अर्जुन यानें श्रेष्ठ आयुध जें गांडीव धनुष्य त्याचा त्याग करून वनांत गमन करावें. कारण, आतां याचें कांहींच प्रयोजन उरलें नाहीं. सर्व चक्रांत श्रेष्ठ जें सुदर्शन चक्र—जें पूर्वी महात्म्या वासुदेवाजवळ होतें, तेंही सांप्रत स्वस्थानीं गेलें आहे. पुढें कालान्तरानें तें पुनः त्याच्या हातीं येईल. हें गांडीव धनुष्य मीं पार्थासाठीं मागें वरुणापासून मागून आणलें होतें, तें पुनः त्याचें त्यास नेऊन दिलें पाहिजे."

मग सर्व भावांनीं अर्जुनास तसें करण्यास सांगितलें, तेव्हां त्यानें तें धनुष्य व ते दोन्ही अक्षय्य भाते समुद्रांत फेंकून दिले. मग हे भरतश्रेष्ठा, अग्नि तेथेंच अंतर्धान पावला. नंतर ते पांडव वीर दक्षिणेकडे वळले आणि पुढें त्या क्षीराब्धीच्या उत्तरतीरानें नैर्ऋत्य दिशेस गेले. मग पुनः कांहीं कालानें ते पश्चिम दिशेस वळले. पुढें सागरांत बुडून गेलेली द्वारका त्यांनीं अवलोकन केली; आणि नंतर ते योगाचा अवलंब करणारे भरतश्रेष्ठ पृथ्वीप्रदक्षिणा करण्यासाठीं पुनः उत्तरेकडे वळून गमन करिते झाले.

अध्याय दुसरा.

—:o:—

द्रौपदी, सहदेव, नकुल, अर्जुन आणि भीम यांचें पतन.

वैशंपायन सांगतातः- –नंतर तीं मनोनिग्रह केलेलीं सर्वजणें उत्तर दिशेस जातां जातां त्या योगयुक्तांस हिमालय महागिरी लागला; तोही ओलांडून ती पलीकडे गेलीं. तेव्हां पुढें त्यांस वाळूचा समुद्र दृष्टीस पडला आणि त्याच्यापलीकडे सर्वपर्वतश्रेष्ठ मेरु दिसूं लागला. याप्रमाणें एकाग्रचित्त करून तीं सर्वजणें त्वरेनें जात असतां याज्ञसेनी द्रौपदी ध्यानयोगापासून भ्रष्ट होऊन भूतलावर पडली! तीस पतन पावलेली पाहून

महाबली भीमसेन धर्मास ह्मणाला, ' युधिष्ठिरा, ह्या याज्ञसेनीकडे पहा. ह्या राजकन्येच्या हातून कांहींच अधर्माचरण घडलेलें नाहीं; असें असतां, हे परंतपा, ही कृष्णा भूतलावर पतन पावली याचें कारण काय तें सांग. '

युधिष्ठिरानें उत्तर दिलें:—हे पुरुषसत्तमा, ही विशेषेंकरून धनंजयाचा पक्षपात करीत असे, त्याचें ही आज हें फळ भोगीत आहे !

वैशंपायन सांगतात:—असें बोलून तो महाज्ञानी धर्मात्मा पुरुषश्रेष्ठ मनाची समता कायम राखून द्रौपदीकडे दृष्टिही न फिरवितां तसाच पुढें चालूं लागला. मग विद्वान् सहदेव भूतलावर पडला ! तोही पतन पावल्याचें पाहून भीमसेन राजास म्हणाला, ' युधिष्ठिरा, जो निरहंकारपणें आम्हां सर्वांची सेवा करीत असे, तो हा माद्रीपुत्र सहदेव कां बरें भूतलावर पडला ? '

युधिष्ठिरानें उत्तर दिलें:—आपल्यासारखा ज्ञानी कोणीच नाहीं असें हा समजत असे; आणि त्या दोषामुळेंच हा राजकुमार पतन पावला !

वैशंपायन सांगतात:—असें बोलून त्या युधिष्ठिरानें सहदेवास तेथेंच टाकून कुत्रा व भ्राते ह्यांसहवर्तमान पुढें प्रयाण केलें. द्रौपदी व पांडुपुत्र सहदेव मरून पडल्याचें पाहून तो बंधुप्रिय शूर नकुलही कांहीं वेळानें भूतलावर पडला ! तो सौंदर्यसंपन्न वीर नकुल पतन पावला असतां भीमसेन पुनः धर्मराजास असें म्हणाला, ' धर्मा, ज्याच्या धर्माचरणांत कधींही यत्किंचितही न्यून पडलें नाहीं, जो भावांचें वचन नित्य पाळीत असे, आणि ज्याच्या स्वरूपास जगांत तोड नव्हती, असा हा नकुल भूतलावर पडला पहा ! '

भीमानें असें म्हटलें असतां त्यास सर्व बुद्धिमंतांत श्रेष्ठ अशा धर्मराजानें नकुलासंबंधानें असें उत्तर दिलें:—रूपानें आपल्या बरोबरीचा कोणीच नाहीं अशी याची समजूत होती. मीच एक सर्वांहून अधिक सुंदर असा याचे मनांत अहंकार वसत असे. यामुळें, हे वृकोदरा, नकुल पतन पावला ! तूं त्याकडे लक्ष न देतां पुढें चल. कारण, हे वीरा, ज्याच्या नशीबीं जें लिहिलें असेल तें त्यास अवश्य भोगावें लागतें !

पुढें तीं त्रिवर्ग पडलेलीं पाहून परवीरांतक पार्थ शोकसंतप्त होत्साता पतन पावला ! तेव्हां तो इंद्रोपम तेजस्वी दुराधर्ष नरश्रेष्ठ अर्जुनही भूतलावर अंग टाकून मरण पावत आहे, हें पाहून भीमसेन राजास ह्मणाला, ' ह्या महात्म्याच्या मुखांतून थट्टेंत देखील कधीं असत्य भाषण निघालेलें मीं ऐकिलें नाहीं; मग हा जो पतन पावला, तो कोणत्या दोषामुळें बरें ? '

युधिष्ठिर म्हणाला:—' मी एका दिवसांत शत्रूंस दग्ध करीन. ' असें अर्जुन बोलला होता; आणि ह्या शूरपणाचा अभिमान भोगणारानें आपली ती प्रतिज्ञा खरी केली नाहीं, यामुळें हा पडला ! शिवाय हा अर्जुन सर्व धनुर्धरांचा अवमान करीत असे व त्यांस तुच्छ लेखीत असे. परंतु प्रतिज्ञाभंगाप्रमाणेंच हेंही ऐश्वर्येच्छूनें करतां कामा नये.

वैशंपायन सांगतात:—इतकें बोलून धर्मराजा पुढें चालूं लागला. इतक्यांत भीमही व्याकुल होऊन पडला आणि तो पडला असतांना धर्मराज युधिष्ठिरास म्हणाला, ' अरे अरे ! राजा, मी तुझा प्रिय भीमसेन पतन पावलों आहें; मजकडे पहा; आणि मी कोणत्या कारणानें पडलों तेंही तूं जाणत असशील तर सांग.

युधिष्ठिरानें सांगितलें:—भीमसेना, तूं फार खात असस. शिवाय तुला आपल्या बलाचा मोठा अभिमान होता; यामुळें, तूं इतरांस मुळींच मोजीत नसस. तेणेंकरूनच तूं भूमीवर पतन पावलास !

इतकें बोलून तो महाबाहु युधिष्ठिर मागें न पहातां चालूं लागला; आणि मीं मागें अनेकवार सांगितलेला एकटा कुत्रा मात्र अजूनही त्याचे मागून चालला होता.

अध्याय तिसरा.

—:०:—

युधिष्ठिराचें स्वर्गारोहण.

वैशंपायन सांगतातः—नंतर, राजा, आपल्या रथध्वनीनें संपूर्ण पृथ्वी व आकाश दणाणून सोडीत इंद्र धर्मराजासन्निध येऊन त्यास म्हणाला, " यावर आरोहण कर. " तेव्हां शोकमग्न युधिष्ठिर राजानें आपले भ्राते मागें पतन पावले आहेत, हें पाहून सहस्राक्षास उत्तर दिलें, " हे सुरेश्वरा, माझे भाऊ येथें गतप्राण होऊन पडले आहेत तेही मजबरोबर स्वर्गास यावे. देवेंद्रा, भ्रात्यांवांचून एकटेंच स्वर्गास जाण्याची माझी इच्छा नाहीं. त्याचप्रमाणें, हे पुरंदरा, केवळ सुखासच योग्य अशी सुकुमारी राजकन्या द्रौपदीही आम्हांबरोबर यावी. तरी, देवेंद्रा, यास आपलें अनुमोदन असावें. "

शक्र म्हणालाः—हे भरतर्षभा, तुझे भाऊ आधींच स्वर्गांत जाऊन पोंचले आहेत. कृष्णेसह त्या सर्वांची व तुझी तेथें गांठ पडेलच. राजा, त्यांच्याविषयीं तूं बिलकुल शोक करूं नको. युधिष्ठिरा, मनुष्यदेहाचा त्याग करून ते स्वर्गस्थ झाले आहेत; आणि विशेष पुण्याच्या योगानें तूं मात्र याच देहानें स्वर्गास पोंचणार आहेस यांत संशय नाहीं.

युधिष्ठिर म्हणालाः—हे भूतभव्येशा, ह्या श्वानाची मजवर सतत दृढ भक्ति आहे, यास्तव हाही मजबरोबर स्वर्गास यावा. (यास सोडून जाणें माझ्यानें होणार नाहीं. कारण) माझें मन फार कनवाळु आहे.

इंद्र म्हणालाः—राजा, आज तुला अमरत्वचसें काय, पण माझ्या बरोबरीची योग्यता प्राप्त झाली आहे. आज तुला संपूर्ण ऐश्वर्य आणि महान् सिद्धि साध्य झाली असून त्याजबरोबरच सकल स्वर्गसुखें तुजपुढें हात जोडून उभीं राहिलीं आहेत. यास्तव, राजा, आतां तुला या श्वानाशीं काय कर्तव्य आहे ? दे त्यास सोडून ! शिवाय याच्या संगतीची आतां जरूरी नसल्यामुळें यास सोडून देण्यांत कांहीं निर्दयपणाही होत नाहीं.

युधिष्ठिर म्हणालाः—सहस्राक्षा, कसल्याही संकटांत स्वामीस न सोडणाऱ्याचा सुखाच्या आशेनें त्याग करणें हें खरोखर अनार्याचरण असून तें खऱ्या आर्यांच्या हातून होणें नाहीं. हे आर्य, ज्याच्या पायीं मला ह्या भक्तजनाचा त्याग करावा लागेल, अशा ऐश्वर्याचा मला वाराही न लागो !

इंद्र म्हणालाः—धर्मा, श्वान बाळगणारांस स्वर्गांत स्थान मिळत नाहीं. कारण श्वानसंसर्गानें त्यांस अशुचित्व आलेलें असतें आणि त्यांनीं केलेल्या इष्टापूर्तांचें फल क्रोधवश नामक देवगण हरण करितात. यास्तव, हे धर्मराजा, नीट विचार करून काय तें कर. माझें ऐकशील तर या श्वानाचा नाद बेलाशक सोडून दे. अरे, यांत निर्दयपणा नाहीं !

युधिष्ठिर म्हणालाः—भक्ताचा त्याग करणें हें लोकांत अत्यंत पापकृत्य गणलें जातें. तें ब्रह्महत्येसमान आहे, असें म्हणतात. यास्तव, हे महेंद्रा, केवळ स्वसुखाकडे दृष्टि देऊन मी आज या श्वानास कदापि अंतर देणार नाहीं. भीतिग्रस्त, अनन्यभावें आपली सेवा करणारा, आणि स्वसंरक्षणास असमर्थ असून दुःखार्त होत्साता प्राणयाचना करणारा यांचा त्याग प्राण गेला तरी करावयाचा नाहीं, हें तर माझें सततचें व्रत आहे.

इंद्र म्हणालाः—जें दान दिलेलें किंवा हवन केलेलें श्वानानें अवलोकिलें असेल, त्याचा क्रोधवश नामक देवगण नाश करितात. यासाठीं तूं या श्वानाचा त्याग करच. याचा त्याग केल्यानेंच तुला देवलोक प्राप्त होईल, एरवीं होणार नाहीं! अरे, तूं आपले भ्राते व दयिता द्रौपदी यांचाही त्याग करून स्वसुकृतानुसारें ह्या पुण्यलोकास प्राप्त झालास आणि आतां हें काय करतोस! प्रत्यक्ष भावांचा व बायकोचा त्याग करण्यास कचरला नाहींस, तो यःकश्चित् श्वानास सोडण्यास कचरतोस? युधिष्ठिरा, किमपि विषाद न मानतां तूं सर्वसंग परित्याग केलास आणि आतांच कसा मोह पावत आहेस?

युधिष्ठिर म्हणालाः—मनुष्यांच्या हातून मृतावरोबर युद्ध किंवा सख्य कांहींच होऊं शकत नाहीं, हें तर लोकविश्रुतच आहे. माझे भाऊ व पत्नी ह्यांस सजीव करण्याचें माझे अंगीं सामर्थ्य नव्हतें आणि यामुळें त्यांस सोडून जाणें मला भाग पडलें. तीं जिवंत असतां कांहीं मीं त्यांस टाकलें नाहीं. इंद्रा, शरणागतास भीतिदान, स्त्रीवध, ब्रह्मस्वापहार आणि चौथा मित्रद्रोह यांच्याच बरोबरीचें भक्तत्याग हें मी पांचवें पातक समजतों!

वैशंपायन सांगतातः—राजा, धर्मराज युधिष्ठिराचें हें निर्धारानें भाषण श्रवण करून त्या श्वानरूपधारी भगवान् धर्मानें संतुष्ट होऊन स्वकीय रूप प्रकट केलें आणि युधिष्ठिराची स्तुति करून स्नेहपूर्ण वाणीनें असें भाषण केलें.

धर्मराज म्हणालाः—राजा युधिष्ठिरा, आचरण, बुद्धि व आतां दाखविलेली ही प्राणिमात्राविषयींची सदयता इहींकरून तूं आपले पित्याम अनुरूप व संमत असा पुत्र आहेस. पुत्रा, मागें द्वैतवनांत मीं तुझी अशीच परीक्षा पाहिली होती. त्या प्रसंगीं उदकार्थ गेलेले तुझे चौघे भाऊ मरून पडले असतां, उभय मातांची समान स्थिति रहावी, या हेतूस्तव प्रत्यक्ष भीमार्जुनांस वर्ज करून तूं नकुल जिवंत रहावा अशी इच्छा प्रदर्शित केलीस. तसेंच, राजा, याही प्रसंगीं हा श्वान आपला भक्त आहे, इतक्यासाठींच तूं त्याच्याप्रीत्यर्थ इंद्राचा रथही त्यागिलास! त्यापेक्षां हे भारता, स्वर्गांत तुझ्या योग्यतेचा कोणीच राजा नाहीं, हें खास! आणि एवढ्यासाठींच तुला स्वदेहानें अक्षय्य स्वर्गवास घडणार आहे. हे भरतश्रेष्ठा, तुला जी ही दिव्य गति प्राप्त झाली आहे, तिजपेक्षां उत्तम अशी दुसरी कोणतीच गति नाहीं!

वैशंपायन सांगतातः—नंतर यमधर्म, इंद्र, मरुद्गण, अश्विनीकुमार, देव, देवर्षि, आणि निर्मल कायावाचामनेंकरून पूत, पुण्यशील आणि स्वेच्छेनुरूप गमन करणारे सिद्धजन यांनीं युधिष्ठिरास त्या रथावर बसविलें आणि तेही सर्वजण आपआपल्या विमानांत आरूढ होऊन त्यासमागमें निघाले. मग कुरुकुलोत्पन्न युधिष्ठिर राजा त्या रथावर बसून स्वतेजानें संपूर्ण अंतरिक्ष प्रकाशमान करीत सत्वर वर स्वर्गास पोंचला. तेथें गेल्यावर देवलोकनिवासी, सर्वलोकवेत्ते, महातपस्वी व महावक्ते नारद मुनि उच्च स्वरानें त्याचें अभिनंदन करून म्हणाले, "जेवढे म्हणून राजर्षि आम्हांस माहीत आहेत, त्या सर्वांची कीर्ति झांकून ह्या कुरुपति युधिष्ठिरानें ह्यांमध्यें अग्रस्थान मिळविलें आहे! कीर्ति, तेज आणि सदाचरणसंपत्ति यांच्या योगानें ह्यानें सर्व लोक व्यापून टाकिले आहेत. ह्या पंडुपुत्रावांचून दुसरा कोणीच स्वशरीरानें स्वर्गांत प्राप्त झाल्याचें आमच्या ऐकिवांत नाहीं. हे युधिष्ठिर राजा, तूं पृथ्वीवर असतां तेथील सर्व तेजःपुंज स्थानें पाहिलीं आहेसच; आतां

येथील हीं देवांचीं हजारों मंदिरें अवलोकन कर व जेथें पाहिजे तेथें रहा.

नारदांचें भाषण श्रवण करून धर्मात्म्या युधिष्ठिर राजानें देव व स्वपक्षीय राजे ह्यांस उद्देशून म्हटलें, ' माझ्या भावांस जें शुभ वा अशुभ स्थान प्राप्त झालें असेल, तेंच मला मिळावें अशी माझी इच्छा आहे, इतर लोकांची मी आकांक्षा करीत नाहीं ! '

राजाचें हें भाषण श्रवण करून देवराज इंद्रानें मधुर शब्दांनीं त्यास उत्तर केलें, " राजेंद्रा, तूं ह्याच शुभकर्मार्जित स्थानीं रहा. अरे, मनुष्यलोकींचा स्नेहपाश तूं अजून धरून बसला आहेस हें काय ? अन्य कोणाही मानवास न मिळालेली परम सिद्धि तुला प्राप्त झाली आहे व तुझ्या भावांस कांहीं हें पद मिळालेलें नाहीं; अर्थात् ते तुला येथें आढळावयाचे नाहींत. हे राजा, अद्याप हा मनुष्यभाव तुजजवळ असावा काय ? छे छे ! हा ऐश्वर्यसंपन्न सुखमय स्वर्गलोक आणि येथें निवास करणारे देवर्षि व सिद्ध यांजकडे एकदां पहा तर खरा ! "

सर्वसत्ताधीश इंद्र असें बोलला असतां धीमान् युधिष्ठिर राजानें त्यास पुनः असें अर्थपूर्ण प्रत्युत्तर केलें, ' हे दैत्यांतका, भ्रात्यांवांचून मला येथें राहाण्याचा उत्साह वाटत नाहीं. माझे भाऊ आणि बुद्धिवान् सत्त्वस्थ सुगुणवती थोर अंतःकरणाची अशी ती योषिद्वरा श्यामांगी द्रौपदी जेथें गेली असेल, तेथेंच मी जाऊं इच्छितों !

महाप्रस्थानिकपर्व समाप्त.

श्रीमन्महाभारत.

स्वर्गारोहणपर्व.

अध्याय पहिला.

मंगलाचरण.

नारायणं नमस्कृत्य नरं चैव नरोत्तमम् ।
देवीं सरस्वतीं चैव ततो जयमुदीरयेत् ॥

ह्या अखिल ब्रह्मांडांतील यच्चयावत् स्थावर-जंगम पदार्थांच्या ठिकाणीं चिदाभासरूपानें प्रत्ययास येणारा जो नरसंज्ञक जीवात्मा, नर-संज्ञक जीवात्म्यास सदासर्वकाळ आश्रय देणारा जो नारायण नामक कारणात्मा, आणि नरना-रायणात्मक कार्यकारणसृष्टीहून पृथक् व श्रेष्ठ असा जो नरोत्तमसंज्ञक सच्चिदानंदरूप पर-मात्मा, त्या सर्वांस मी अभिवंदन करितों; तसेंच, नर, नारायण व नरोत्तम ह्या तीन तत्त्वांचें यथार्थ ज्ञान करून देणारी देवी जी सरस्वती, तिलाही मी अभिवंदन करितों; आणि त्या परमकारुणिक जगन्मातेनें लोकहित कर-ण्याविषयीं माझ्या अंतःकरणांत जी स्फूर्ति उत्पन्न केली आहे, तिच्या साहाय्यानें ह्या भव-बंधविमोचक जय म्हणजे महाभारत ग्रंथाच्या स्वर्गारोहणपर्वास आरंभ करितों. प्रत्येक धर्म-शील पुरुषानें सर्वपुरुषार्थप्रतिपादक अशा शास्त्राचें विवेचन करितांना प्रथम नर, नारायण आणि नरोत्तम ह्या भगवन्मूर्तींचें ध्यान करून नंतर प्रतिपाद्य विषयाचें निरूपण करण्यास प्रवृत्त व्हावें हें सर्वथैव इष्ट होय.

स्वर्गांत नारद व युधिष्ठिर यांचा संवाद.

जनमेजय विचारतोः—माझे पितामह पांडव व धार्तराष्ट्र ह्यांस स्वर्गवासी झाल्यावर कोणतीं स्थानें प्राप्त झालीं, हें आपणापासून श्रवण करावें अशी माझी इच्छा आहे. आपण सर्वज्ञ आहां असें मी समजतों; आणि, भगवान्, अद्भुत कर्मे करणाऱ्या व्यास महर्षींचें मला सर्व कांहीं सांगण्याविषयीं आपणास अनुमोदनही मिळालें आहेच.

वैशंपायन सांगतातः—राजा, युधिष्ठिरादि तुझ्या पूर्वजांनीं स्वर्गी गेल्यावर काय काय

केलें तें श्रवण कर. त्रिविष्टपांत गेल्यावर युधिष्ठिराच्या दृष्टीस पडलें कीं, दुर्योधन अतुल ऐश्वर्यानें युक्त होत्साता आसनावर बसला आहे. त्याचे अंगीं उत्तम वीरश्री दिसत असून. तो सूर्यासारखा तळपत आहे आणि देदीप्यमान देव व पुण्यवान् साध्यगण त्याचे सभोंवतीं राजमंत्र्यांसारखे बसले आहेत. दुर्योधन दृष्टीस पडतांच आणि विशेषतः त्याचें तें ऐश्वर्य पाहातांच युधिष्ठिरास क्रोधाचा आवेग आला आणि तो झटक्यानें तसाच मागें फिरून इंद्रादिकांस म्हणाला, “ ह्या अदूरदर्शी चोरासमागमें येथें रहावयाचें असेल, तर तें मला मुळींच नको! यानें आह्मांस महावनांत अत्यंत क्लेश भोगवून रणांत आप्तबांधवांचा आणि सर्व पृथ्वीचा सत्यनास करण्यास भाग पाडलें आणि यानेंच भरसभेंत आमची धर्मचारिणी पत्नी पांचालराजकन्या अमलांगी द्रौपदी, हिला प्रत्यक्ष आपल्या वडिलांदेखत फरफर ओढीत आणलें! देवहो, मी याचें मुखावलोकनही करूं इच्छीत नाहीं. माझे भाऊ जेथें असतील, तिकडेच जाण्याची माझी इच्छा आहे ! ”

तेव्हां नारद त्यास हंसत हंसत म्हणाले:—छे! असें नाहीं! राजेंद्रा, स्वर्गीं निवास केल्यावर मृत्युलोकचें वैर मुळींच उरत नाहीं. तें जेथल्या तेथेंच राहातें. यास्तव दुर्योधनासंबंधानें असें तिरस्काराचें किंवा द्वेषभावाचें भाषण कदापि करूं नको, याविषयीं मी काय सांगतों, तें लक्षपूर्वक ऐक. युधिष्ठिरा, रणकुंडांत आपल्या देहांची आहुति देऊन ज्यांनीं वीरलोक संपादिला, असे स्वर्गवासी थोर राजे, तसेच संत व सर्व देव ह्या दुर्योधनास मोठा सन्मान देतात आणि खरोखरच तो त्या सन्मानास पात्रही आहे! तुह्मी देवांसारखे पराक्रमी सर्वजण रणांत ज्याशीं भिडलां होतां व वास्तविक महाभयंकर प्रसंग गुदरला असतांही जो लवमात्र देखील गडबडला नाहीं, त्या ह्या दुर्योधनानें क्षत्रधर्माच्या यथायोग्य परिपालनानेंच हें श्रेष्ठ पद जोडिलें आहे. बा युधिष्ठिरा, यानें तुम्हांशीं द्यूतांत केलेलें कृत्रिम आतां मनांत ठेवूं नको; द्रौपदीस दिलेल्या क्लेशांचेंही चिंतन सोडून दे; आणि तसेंच भाऊबंदकीमुळें रणांत व अन्यत्र यानें तुम्हांस जे अत्यंत आयास भोगविले त्यांचेंही स्मरण काढूं नको. तूं हें सर्व साफ विसरून जा आणि दुर्योधनाशीं यथोचित स्नेहसमागम कर. राजा, हा स्वर्ग आहे, मृत्युलोक नव्हे. येथें वैर मुळींच असूं शकत नाहीं!

नारदांनीं असें भाषण केल्यावर युधिष्ठिरानें आपल्या भावांची चौकशी केली व पुनः असें म्हटलें:—ब्रह्मन्, धर्म न जाणणारा, सर्व पृथ्वीचा व आप्तांचा द्रोह करणारा, हत्ती, घोडे व वीर ह्यांसुद्धां सर्व पृथ्वीचा ज्या एकामुळें विनाश झाला, आणि ज्याच्यामुळें आम्हीं वैराचा सूड घेण्याच्या इच्छेनें क्रोधाग्नीनें दग्ध होऊन गेलों, त्या पापी दुर्योधनास जर हे सनातन वीरलोक प्राप्त झाले आहेत, तर माझे ते शूर, उदारधी, महाव्रतस्थ, सत्यप्रतिज्ञ, सत्यवादी व खरे शूर भ्राते कोणते शुभ लोक उपभोगीत आहेत, हें पाहाण्याची मला सांप्रत फार इच्छा उत्पन्न झाली आहे. ते माझे भ्राते, तसाच तो सत्यमार्गानें युद्ध करणारा कुंतीपुत्र कर्ण, धृष्टद्युम्न, सात्यकि, धृष्टद्युम्नाचे पुत्र, आणि क्षत्रधर्माप्रमाणें शस्त्रानें वध पावलेले ते सर्व राजे कोठें आहेत? नारदा, ते तर मला येथें कोठेंच दिसत नाहींत! तसेच ते विराट व द्रुपद, धृष्टकेतुप्रभृति दुसरे वीर, पंचालपुत्र शिखंडी, सर्व द्रौपदीपुत्र, आणि, नारदा, दुर्धर्ष अभिमन्यु, यांसही पाहाण्याविषयीं मला अतिशय उत्कंठा लागून राहिली आहे.

अध्याय दुसरा.

—:०:—

युधिष्ठिरास नरकदर्शन.

युधिष्ठिर आणखी म्हणालाः—देवहो, येथें मला अमितपराक्रमी राधापुत्र दिसत नाहीं. त्याचप्रमाणें युधामन्यु व उत्तमौजा हे दोघे बंधु, आणि ज्या महारथी राजांनीं व राजपुत्रांनीं मजकरितां युद्धांत प्राण सोडून रणकुंडांत स्वदेहांचें हवन केलें, तेही कोठें दिसत नाहींत. ते वाघांसारखे पराक्रमी सर्व महारथी आहेत कोठें? त्या नरवीरांनींही हा लोक जिंकिला असेल नाहीं बरें? ते सर्व महारथी जर ह्या लोकीं प्राप्त झाले असतील, तर देवहो, मी त्या महात्म्यांसमागमें राहिलोंच म्हणून समजा. जर त्या राजांस हा अक्षय्य शुभ लोक प्राप्त झाला नसेल, तर त्यांच्यावांचून आणि तसेंच आप्त व बंधु यांवांचून मला कांहीं येथें करमावयाचें नाहीं व मी राहाणारही नाहीं. और्ध्वदेहिकाचे प्रसंगीं "कर्णालाही उदकांजलि द्या" म्हणून मातेनें मला सांगितलें, तेव्हांचे ते तिचे शब्द अजून मला ताप देत आहेत; आणि देवहो, त्याहूनही मला याचें अधिक दुःख होत आहे कीं, त्या महात्म्याचीं तीं हुबेहूब मातेसारखीं पदकमलें पुनरपि माझ्या दृष्टीस पडलीं असतांही तीं घट्ट धरून मी त्या परबलांतकाचे समागमें गेलों कसा नाहीं! खरोखर प्रारंभापासूनच कर्ण आम्हांकडे असता तर काय बहार होती! मग आम्हांला प्रत्यक्ष इंद्राच्यानेंही रणांत जिंकवलें नसतें! हर हर! आम्हांस त्याची खरी माहिती नसल्यामुळें तो अर्जुनाकडून युद्धांत मारला गेला! असो; सांप्रत तरी तो महात्मा जेथें असेल तेथें त्यास पाहाण्याची मला फार उत्कंठा लागली आहे. त्याचप्रमाणें, मला प्राणांपेक्षांही प्रिय असलेला भीमपराक्रमी भीमसेन, तो इंद्रतुल्य अर्जुन, साक्षात् अश्विनीकुमारांचीच प्रतिमा असे ते नकुलसहदेव आणि तशीच धर्मचारिणी पांचाली माझ्या दृष्टीस पडावी, अशी माझी इच्छा आहे. ह्या स्थलीं राहाण्याचें माझ्या मनांत त्रिलकुल येत नाहीं, हें मी सत्य सांगतों. देवहो, बंधूंची ताटातूट झाल्यावर मला ह्या स्वर्गाशीं काय कर्तव्य आहे? जेथें माझे बंधु असतील तोच माझा स्वर्ग. हा मुळीं माझा स्वर्गच नव्हे!

देव म्हणालेः—बाबारे, तुझा असा निर्धारच असेल तर सत्वर त्यांकडे जा. आम्हीं नाहीं कशास म्हणावें? देवराज इंद्राच्या आज्ञेप्रमाणें--तुला ज्यांत समाधान असेल, तसेंच आम्ही वागूं.

वैशंपायन सांगतातः--युधिष्ठिरास असें सांगून देवांनीं एका देवदूतास आज्ञा केली कीं, 'या युधिष्ठिरास ह्याचे बंधुवर्ग दाखीव.' मग, राजेंद्रा, तो देवदूत आणि युधिष्ठिर राजा असे दोघेजण, जिकडे ते कर्णादि पुरुषश्रेष्ठ होते, तिकडे जाऊं लागले. देवदूत पुढें चालत असून त्याचे मागून युधिष्ठिर चालला होता. ते ज्या रस्त्यानें जात होते तो रस्ता अपवित्र व अवघड असून फक्त पातकी जनांच्याच वहिवाटीचा होता. तो आधींच भयंकर असून त्यांत अंधःकारानें व्याप्त होता आणि केश व शेवाळ यांचा त्यावर खच पडला होता, तो निराळाच! अपवित्र पदार्थांचे दुर्गंध सुटले आहेत; रक्तमांसांचा चिखल पसरला आहे; डांस उठले आहेत; भल्लूक, माशा व चिलटें यांची गर्दी झाली आहे; जिकडे तिकडे प्रेतेंच प्रेतें पडलीं आहेत; हाडें व केश चोहोंकडे भरून गेले आहेत; कृमिकीटकांचा नुसता बुजबुजाट माजला आहे; सभोंवार प्रदीप्त अग्नीचा घेरा पडला आहे; अयोमुख (लोखंडाप्रमाणें कठीण चोंचीचे) कावळे वगैरे पक्षी, तशींच गिधाडें व सूचीमुख यांची चोहींकडे धांदल उडाली आहे; कित्ये-

कांचे बाहु, मांड्या व हात छेदले गेले आहेत, अशीं व पोट आणि पाय कापलेलीं, अशीं कितीएक रक्तानें व चरबीनें माखलेलीं प्रेतें जागजागीं इतकीं उडविलेलीं होतीं कीं, त्यांचे विंध्याचलासारखे ढिगारे पडले होते! अशा प्रकारच्या त्या प्रेतांच्या दुर्गंधीनें व्यापलेल्या, अमंगळ व रोमांच उठविणाऱ्या प्रदेशांत तो धर्मात्मा युधिष्ठिर राजा गेला. तो मनाशीं असें गूढ चिंतन करीत होता कीं, " काय ? ते कर्णादि थोर महात्मे ह्या अमंगल नरकांत पडले आहेत ?" पुढें एक उष्णोदकानें भरलेली अत्यंत दुर्गम नदी त्याच्या दृष्टीस पडली. तिच्या जवळच तरवारींचें अरण्य असून त्यांत सर्वत्र वस्तरे भरले होते आणि त्यांतील प्रत्येक पदार्थ असा तीक्ष्ण होता कीं, जरा स्पर्श होतांच जखमच व्हावी! खालीं तप्त झालेली बारीक पांढरी वाळू पसरली होती. जागजागीं लाल झालेल्या लोहशिला दिसत होत्या. तप्त तेलाच्या लोखंडी काहिली चोहोंकडे सारख्या सळसळत होत्या. त्याचप्रमाणें तेथें जे कूटशाल्मलि वृक्ष दिसत होते, त्यांना असे तीक्ष्ण कांटे होते कीं, जरा स्पर्श करण्याचीही सोय नाहीं! अशा त्या स्थलीं पातकी जनांस होणाऱ्या अनंत यातनाही त्या कुंतीपुत्राचे अवलोकनांत आल्या. नंतर तो दुर्गंध असह्य होऊन युधिष्ठिरानें त्या देवदूतास विचारिलें, " कायरे बाबा, हा अशा प्रकारचा किती मार्ग आपणांस अजून चालावयाचा आहे ? माझे भाऊ कोठें आहेत, तें मला सांग; आणि त्याचप्रमाणें देवलोकींचा हा कोणता प्रदेश आहे, तेंही समजावें अशी माझी इच्छा आहे."

धर्मराजाचें हें भाषण श्रवण करून देवदूत मागें फिरला आणि म्हणाला, 'तुम्हाला येथपर्यंतच यावयाचें होतें. आतां देवांच्या आज्ञेप्रमाणें मला आपणास घेऊन परत गेलें पाहिजे. राजेंद्रा, आपण श्रांत झालां असाल, तर मजबरोबर मागें फिरावें.' या वेळीं युधिष्ठिर अगदीं खिन्न झाला असून त्या दुर्गंधीनें त्याचें मस्तक अगदीं फिरून गेलें होतें; आणि हे भारता, परतण्याचें मनांत ठरवून तो मागेंही वळला. परंतु दुःखशोकाकुल होत्साता तो धर्मात्मा मागें परततो न परततो तोंच चोहोंकडून दीन वाणी निघालेल्या त्याच्या कानीं आल्या कीं, "हे धर्मपुत्रा, हे राजर्षे, हे पवित्रा, हे प्रिय पांडवा, आम्हांवर अनुग्रह करून निदान मुहूर्तमात्र येथें उभा रहा! हे दुर्धर्षा, तुझ्या आगमनाबरोबर पवित्र वायु वाहूं लागला आहे आणि त्याबरोबर तुझ्या देहाचा सुगंध पसरून आम्हांस फार सुख होत आहे! राजेंद्रा धर्मा, फार दिवसांनीं आज तुझ्या दर्शनानें आम्हांस हें सुख प्राप्त झालें आहे, तें कांहीं वेळ तरी उपभोगूं दे. हे महापराक्रमी भारता, मुहूर्तभर तरी थांब. हे कुरुपते, तूं येथें उभा आहेस, तोंपर्यंत आम्हांस होत असलेल्या यातनांचें दुःख हलकें होतें! यास्तव, राजा, आम्हांवर थोडा वेळ तरी कृपा करच!"

याप्रमाणें त्या प्रदेशांत वेदना भोगणाऱ्यांचीं नानाप्रकारचीं दीनवचनें चोहोंकडून त्या राजास ऐकूं येऊं लागलीं. तेव्हां त्या केविलवाण्या स्वरानें बोलणारांचीं भाषणें ऐकून दयाळु युधिष्ठिर राजा गहिंवरून 'हाय हाय! काय कष्टकारक स्थिति ही!' असें म्हणून तेथेंच उभा राहिला. दुःखित व म्लान होऊन पुनःपुनः करुणा भाकणारांचे ते आवाज युधिष्ठिरास पूर्वीं कधीं ऐकिलेलेसे भासत, परंतु कोणाचे ते ओळखत ना. तेव्हां त्यानें विचारलें, 'तुम्ही कोण आहां व येथें कां राहिलां आहां ?' त्याचें तें भाषण ऐकतांच ते चोहोंकडून म्हणूं लागले, 'मी कर्ण!' 'मी

भीमसेन!' 'मी अर्जुन!' 'मी नकुल!' 'मी सहदेव!' 'मी धृष्टद्युम्न!' 'मी द्रौपदी!' 'आम्ही द्रौपदीपुत्र!' अशा प्रकारें ते आक्रोश करूं लागले! जनमेजय राजा, याप्रमाणें प्राप्तस्थितीस अनुसरून निघालेल्या त्यांच्या त्या दीन वाणी श्रवण करून 'काय ही दैवाची करणी!' असें म्हणून तो मोठ्या विचारांत पडला. मग तो आपल्याशीं म्हणाला, 'कर्ण, द्रौपदीपुत्र किंवा सुंदरी पांचाली ह्या सर्वांच्या हातून असें कोणतें पातक घडलें होतें कीं, त्याच्या पायीं ह्यांस ह्या अत्यंत दारुण व दुर्गंधयुक्त प्रदेशांत पडावें लागलें! मला तर त्यांतील एकाचेंही असें पापकृत्य माहीत नाहीं. छे! तीं सर्वजणें थोर अंतःकरणाचीं व पुण्यवानच होतीं. मग त्यांस अशी गति कां प्राप्त व्हावी? तसाच तो धृतराष्ट्राचा पुत्र राजा सुयोधन आपल्या सर्व पातकी अनुचरांसह तसा ऐश्वर्यांत लोळत आहे, ह्याचें तरी कारण काय असावें! महेंद्रासारखें त्याचें ऐश्वर्य असून त्याला सर्वजण मोठा सन्मान देत आहेत; आणि इकडे हे धर्मवेत्ते, शूर, सत्यनिष्ठ, वेदपरायण, क्षत्रधर्मनिरत आणि यज्ञयाग व मोठा दानधर्म करणारे असे असतांही ह्याप्रमाणें नरकांत पडले आहेत! तर हा कशाचा परिणाम?—काय? मी झोंपीं गेलों आहें कीं जागा आहें? मला कांहीं चेतना आहे कीं मी अचेतन बनलों आहें? काय आहे तरी काय हें गौडबंगाल? मला असें दिसतें कीं, हा माझ्या चित्ताचाच कांहीं विकार असावा! अथवा माझें मनच भ्रमिष्ट झालें असेल!'

अशा प्रकारें त्या युधिष्ठिर राजाचे अंतःकरणांत अनेक प्रकारचे विचारतरंग उठले. दुःख व शोक ह्यांनीं तो दडपून गेला असून, त्याचीं सकल इंद्रियें चिंतेनें व्याकूळ झालीं होतीं. विचार करतां करतां शेवटीं त्यास मोठा क्रोध आला आणि तो देवांसच दूषणें देऊं लागला. मग तीव्र दुर्गंधीनें मस्तक फिरून तो दूतास म्हणाला, 'तूं आपल्या धन्यांकडे निघून जा. मी तिकडे येत नाहीं. मीं येथेंच राहिलों म्हणून त्यांस सांग. माझ्या सहवासामुळें ह्या माझ्या दुःखी भ्रात्यांस बरेंच समाधान होत आहे!' धीमान् पांडुपुत्राचा असा निरोप घेऊन तो दूत देवराज इंद्राकडे गेला; आणि त्यानें धर्मराजाचें इकडे आल्यावरचें इत्थंभूत वर्तन आणि शेवटींचा त्याचा निरोप जशाचा तसा त्यास निवेदन केला.

अध्याय तिसरा.

—:०:—

युधिष्ठिराचा देहत्याग.

वैशंपायन सांगतातः—जनमेजया, पृथापुत्र धर्मराज युधिष्ठिर त्या ठिकाणीं मुहूर्तमात्र बसला न बसला, इतक्यांत इंद्रादिक देव तेथें प्राप्त झाले. स्वतः देहधारी यमधर्मही त्या कुरुपतीस भेटण्यासाठीं आला होता. हे राजा, ज्यांचे देह तेजःपुंज असून कर्में पुण्यमय व युक्त अशीं आहेत, असे ते देव येण्याबरोबर तेथील अंधःकार पार विलयास गेला; तसेंच, हे राजा, पापी जनांस होत असलेल्या त्या यातना अदृश्य झाल्या; सांवरी वगैरे कांटेरी वृक्षांसह ती वैतरणी नदी गुप्त झाली; तेथील त्या भयानक लोहशिला दिसेनातशा झाल्या; आणि सभोंवार पडलेलीं तीं विकृत प्रेतेंही अदृश्य झाल्याचें युधिष्ठिरास दिसून आलें. मग पवित्र गंधयुक्त, सुखस्पर्श व शीतल असा देवलोकींचा वायु वाहूं लागला; इंद्रासहवर्तमान मरुद्गण, वसु, अश्विनीकुमार, साध्य, रुद्र, तसेंच आदित्य व इतरही सर्व देव तेथें जमा झाले; आणि सर्व महर्षिही तो महातेजस्वी युधिष्ठिर राजा बसला होता, तेथें प्राप्त झाले. नंतर परमैश्वर्य-

संपन्न सुरपति इंद्र युधिष्ठिरास सांत्वनपूर्वक असें म्हणाला, "हे महाबाहो युधिष्ठिरा, अक्षय्य लोक तुझे आहेत ! हे पुरुषसिंहा, अमा इकडे ये. राजा, तूं जें हें कृत्य केलेंस तेवढ्यानेंच तूं कृतार्थ झालास ! हे महाबलिष्ठा, तुला सिद्धि प्राप्त झाली असून अक्षय्य लोकही मिळाले आहेत. आतां आम्हीं ही जी तुजशीं वर्तणूक केली, तीविषयींही तूं विषाद बाळगूं नको. यासंबंधानें माझें म्हणणें ऐकून घे. बाबारे, नरक हा सर्व राजांस पहावा लागतोच. हे पुरुषर्षभा, शुभ कृत्यांचा एक व अशुभ कृत्यांचा एक, असे कर्माचे दोन संचय केले जातात. पहिल्याबद्दल स्वर्गवास व दुसऱ्याबद्दल नरकप्राप्ति व्हावयाची. यांपैकीं जो प्रथम सुकृताचें फळ भोगतो, त्यास पश्चात् निरयगति प्राप्त होते; आणि प्रथमच ज्यास नरक मिळतो, त्यास मागून स्वर्गसुख प्राप्त होतें. आतां दुसरा नियम असा आहे कीं, ज्याचें पातकच फार आहे, अशाला पदरीं असलेल्या अल्पस्वल्प पुण्याबद्दल प्रथम स्वर्गसुख प्राप्त होतें व मग तो सर्व संचित पातक भोगण्यासाठीं कायमचा नरकास जातो. आतां तुझ्या भ्रात्यांस प्रथम निरयगति आणि तुझ्या शत्रूंस आरंभींच स्वर्गप्राप्ति कां झाली, याविषयीं तुझा उलगडा होईल. असो; राजा, तुझें कल्याण व्हावें असें मी इच्छीत असतां, म्हणूनच मी तुला प्रथम नरकदर्शन घडविलें. मागें तूं 'अश्वत्थामा मेला!' म्हणून छद्मानें असंदिग्ध बोलून द्रोणाचार्यास फसविलें होतेंस; त्याचप्रमाणें, राजा, त्या पातकाचें फळ म्हणून मीं तुला कपटानेंच नरक दाखविला ! तुजप्रमाणेंच भीम, अर्जुन, नकुल, सहदेव आणि कृष्णा द्रौपदी या सर्वांस लटक्या नरकांत पडावें लागलें. आतां, राजशार्दूला, ये, तीं सर्वजणेंही पातकापासून मुक्त झालीं आहेत. तुझ्या पक्षाचे जे राजे रणांत निधन पावले होते, तेही सर्व स्वर्गीं प्राप्त झाले आहेत. हे भरतर्षभा, त्यांस आतां तूं अवलोकन कर. सर्व शस्त्रधरांत अग्रेसर जो महाधनुर्धारी कर्ण, ज्याविषयीं तूं फारच दुःख करीत होतास, तोही परम सिद्धीस पोंचला आहे. हे पुरुषश्रेष्ठ राजा, त्या सूर्यपुत्रासही तूं स्वस्थानीं विराजमान झालेला पाहाशील. हे भरतर्षभा, शोक सोडून दे. स्वतःचे बंधु व दुसरे स्वपक्षीय सर्व राजे आपआपल्या स्थानीं आरूढ झालेले तुझ्या दृष्टीस पडतील. आतां तुझ्या अंतःकरणांत कशाचीही हुरहुर नसावी. हे कौरवा, आरंभींच तुम्हांस काय दुःख झालें तें झालें; परंतु यापुढें दुःखरहित व निःशोक होत्साता तूं माझ्यासह यथेच्छ विहार कर. बाबारे, आजपर्यंत आचरिलेलीं पुण्यकर्में, स्वतः तपश्चर्येच्या योगानें व पराक्रमानें संपादिलेलें पुण्य, आणि केलेलीं सर्व दानें यांचे फलाचा तूं उपभोग घे. हे महाप्रतापी राजा, आज देवगंधर्व आणि विमल वस्त्राभरणें धारण करणाऱ्या स्वर्गवासिनी अप्सरा कल्याणकारक अशा तुझ्या सेवेस सादर राहातील. राजसूय यज्ञाच्या योगानें मिळविलेले आणि स्वतः खड्गप्रतापानें समृद्ध केलेले अक्षय्य लोक आणि तपश्चर्येचें महाफल भोगण्यास आतां तूं प्रारंभ कर. हे महाबाहो युधिष्ठिरा, तुला मिळालेले लोक सामान्य राजांस मिळणाऱ्या लोकांपेक्षां फार वरच्या कोटीचे आहेत. राजा, आतां तूं हरिश्चंद्रासारख्या थोर राजांसमागमें विहार करणार; आणि जेथें राजर्षि मांधाता, राजा भगीरथ व दुष्यंतपुत्र भरत हे क्रीडा करितात, तेथेंच तूंही करशील ! राजेंद्रा, ही त्रैलोक्यास पावन करणारी पवित्र देवनदी आकाशगंगा—हींत तूं प्रथम निमज्जन करून मग पुढें गमन करावेंस. येथें स्नान करितांच तुझा मनुष्यदेह व त्याबरोबर असणारीं किल्मिषें नष्ट होतील आणि अर्था-

तच तुझा शोक, दुःख व वैरभावही पार नाहींसा होऊन तूं निर्दोष व आनंदमय होशील ! "

देवाधिपति महेंद्रानें कौरवेंद्र युधिष्ठिरास असें सांगितलें असतां साक्षात् देहधारी यमधर्मही त्या आपल्या पुत्रास म्हणाला, " राजा, तूं मोठा ज्ञानी आहेस, यांत संदेह नाहीं. पुत्रा, तुझी मजवर जी भक्ति आहे तिच्या योगानें, सत्यवादीपणानें, आणि तसेंच तुझ्या अंगची क्षमा आणि दमनसामर्थ्य यांच्या अवलोकनानें मी फार संतुष्ट झालों. राजा, आतांची ही मीं तुझी तिसऱ्यानें परीक्षा पाहिली. तथापि, पार्था, मला सांगण्यास संतोष वाटतो कीं, तुला स्वधर्मापासून हेतुपुरःसर यत्किंचितही चाळविणें शक्य नाहीं. पूर्वी द्वैतवनांत अरणींचे शोधार्थ फिरत असतां यक्षप्रश्न विचारून मीं तुझी परीक्षा घेतली व तींत तूं उत्तम प्रकारें उत्तीर्ण झालास. पुनः, हे भारता, सख्खे भाऊ व द्रौपदी मरून पडल्यानंतरही श्वानरूपानें मी तुजसमागमें राहून तुझी दुसऱ्यानें परीक्षा पाहिली आणि भ्रात्यांच्या हितार्थ तूं ह्या कष्टप्रद स्थलीं राहाण्याचें पतकरिलेंस ही तुझी तिसऱ्यानें कसोटी लाविली. हे महाभागा, तूं पूर्णपणें शुद्ध आहेसः तसाच सुखी व निष्पापही आहेस ! राजा, तुजप्रमाणेंच तुझे भ्रातेही नरकास जाण्याच्या योग्यतेचे बिलकूल नाहींत. सांप्रत तुझ्या दृष्टीस पडलें ही सर्व देवराज महेंद्रानें योजिलेली माया होय. बाबारे, सर्व राजांस नरक हा अवश्य पहावाच लागतो. ह्या नियमाप्रमाणें तुला हें विलक्षण दुःख मुहूर्तमात्र सोसावें लागलें इतकेंच; परंतु आतां तें सर्व संपलें. सत्यप्रतिज्ञ पार्थ किंवा भीमसेन किंवा आवळेजावळे नरमणी नकुलसहदेव अथवा सत्यवादी शूर कर्ण ह्यांपैकीं कोणीच चिरकाल नरकांत पडण्यास योग्य नाहीं. तसेंच, राजा, बहुत दिवसपर्यंत निरयगति मिळण्याजोगें पाप राजकन्या कृष्णेच्या हातूनही किमपि घडलेलें नाहीं. यांतील कोणाबद्दलही तूं मुळींच चिंता किंवा शोक करूं नको. हे भरतर्षभा, ये, असा इकडे ये. ही त्रिलोकगामिनी गंगा अवलोकन कर. "

राजा जनमेजया, याप्रमाणें यमधर्मानें भाषण करतांच तुझा पूर्वपितामह जो युधिष्ठिर तो सर्व देव आणि यमधर्म यांसमागमें—जिची ऋषींनीं स्तुति केली आहे, अशा सर्वांस पावन करणाऱ्या—देवनदी गंगेचे तीरीं गेला आणि नंतर तींत अवगाहन करून त्यानें मनुष्यदेहाचा त्याग केला. मग धर्मराज युधिष्ठिरास दिव्य देह प्राप्त झाला; गंगास्नानाबरोबरच त्याचें वैर निमालें आणि अंतःकरणाचा संतापही नाहींसा झाला ! नंतर, ज्याचे सभोंवतीं देवांचा गराडा पडला आहे, यमधर्म ज्यासमागमें चालत आहे, आणि महर्षि ज्याची स्तुति करीत आहेत, असा तो कौरवेंद्र युधिष्ठिर राजा—जेथें क्रोधरहित झालेले शूर नरमणि कौरवपांडव आपआपल्या स्थानीं विराजमान झाले होते, त्या स्थलाकडे गेला.

अध्याय चौथा.

—:०:—

द्रौपदी वगैरेंचें स्वस्वस्थानीं गमन.

वैशंपायन सांगतातः—राजा, नंतर ऋषि व मरुद्गण यांसह देव ज्याची स्तुति करिताहेत, असा तो युधिष्ठिर राजा जेथें ते कुरुश्रेष्ठ विराजमान झाले होते तेथें जाऊन पोंचला. त्या स्थलीं ब्राह्मदेहानें युक्त अशा कृष्णास त्यानें पाहिलें. त्याचा सांप्रतचा देह मनुष्यदेहाहून भिन्न होता; तथापि तो हुबेहूब पूर्वी पाहिलेल्यासारखाच असल्यामुळें सहज ओळखूं येत होता. श्रीकृष्ण आपल्या अंगतेजानें प्रकाशमान दिसत असून चक्रप्रभृति घोर व दिव्य अस्त्रें नरदेह धारण करून त्याच्या सेवेस सादर होतीं. त्याचप्रमाणें अत्यंत तेजस्वी वीर फाल्गुन

हाही त्याचे सन्निध बसला होता. अशा प्रकारचें मधुसूदनाचें स्वरूप त्या कुंतीपुत्राचे दृष्टीस पडलें. युधिष्ठिर येत आहे असें पाहातांच, देवांसही पूज्य असलेल्या त्या दोघां नरवीरांनीं त्याचा योग्य आदरसत्कार केला. शस्त्रधरांत अग्रेसर जो कर्ण तो दुसऱ्या बाजूस द्वादश आदित्यांसहवर्तमान विराजमान झालेला कुरुराज युधिष्ठिरानें पाहिला. पलीकडे एके स्थलीं महापराक्रमी भीमसेन पूर्वींसारखाच परंतु दिव्य देह धारण करून परम सिद्धीला पावून मरुद्गणांनीं युक्त असा मूर्तिमान् वायूच्या शेजारीं बसला होता; तो व अश्विनीकुमारांचे अर्ध्या आसनावर स्वतेजानें झळकत असलेले नकुल-सहदेव त्याच्या दृष्टीस पडले; आणि त्याचप्रमाणें निरनिराळ्या प्रकारच्या कमलमालांच्या योगानें शोभणारी पांचाली आपल्या सूर्यतुल्य तेजःपुंज देहानें स्वर्गाचेंही आक्रमण करून बसलेली त्याचे नजरेस पडली.

याप्रमाणें पाहातांच, हा सर्व प्रकार काय आहे, हें एकदम विचारावें असें युधिष्ठिराचे मनांत आलें. तेव्हां तें जाणून देवाधिपति इंद्रानें त्यास सर्वांची ओळख करून दिली. तो म्हणाला, 'जिला तुम्ही द्रौपदी समजतां ती मूळची 'श्री' असून तिनें तुम्हांसाठीं मनुष्यदेह धारण केला होता. जिचे शरीरास पवित्र सुगंध येतो अशी ही अप्सरा वास्तविक अयोनिसंभव आहे. शूलपाणि शंकरानें तुमच्या सुखार्थ हिला निर्माण केलें. ही द्रुपदाच्या कुलांत उत्पन्न झाली आणि तुम्हीं तिचा उपभोग घेतला. द्रौपदीचे पोटीं तुम्हां पांचांपासून झालेले हे पांच अग्नीसारखे तेजस्वी व अमितपराक्रमी पुत्र येथें बसले आहेत. हे महाभाग मूळचे गंधर्व आहेत. इकडे हा उदार अंतःकरणाचा गंधर्वराज धृतराष्ट्र बसला आहे पहा. हाच तुझ्या पित्याचा ज्येष्ठ भ्राता राजा धृतराष्ट्र होय. तेथें अग्नीसारखा झळकत आहे, तो तुझा वडील भाऊ कुंतीपुत्र कर्ण होय. हा श्रेष्ठ थोरला सूतपुत्र किंवा राधेय या नांवानें विश्रुत आहे. हा नरमणि सांप्रत आदित्यांसमागमें संचार करीत आहे पहा. याचप्रमाणें, राजा, वृष्णि व अंधक या कुलांतील सर्व महारथी सांप्रत साध्य, विश्वेदेव व मरुत् ह्यांच्या समाजांत विराजमान झाले आहेत, अवलोकन कर. सात्यकिप्रभृति वीर व महाबलिष्ठ भोज हेही सर्व तेथेंच आहेत. महाधनुर्धारी व कधींच पराभूत न झालेला सुभद्रापुत्र अभिमन्यु सोमासहवर्तमान विराजमान झाला आहे पहा. त्या महाधनुर्धराचें तेजही चंद्रासारखेंच आहे. हा इकडे पांडुराजा माद्री व कुंती यांसह बसला आहे. हा तुझा पिता नित्य विमानांत बसून माझ्या समीप येत असतो. वसूंच्या समागमें शांतनव भीष्म बसले आहेत, अवलोकन कर. बृहस्पतीच्या बाजूला जे बसले आहेत तेच तुझे गुरु द्रोणाचार्य होत. धर्मा, हे व दुसरे राजे आणि तुझे सर्व योद्धे सांप्रत गंधर्व, यक्ष व पुण्यजन यांसह संचार करीत आहेत आणि कित्येक राजे गुह्यकांच्या गतीस गेले आहेत. सारांश, काया, वाचा व मन पवित्र राखून सर्वांनीं मरणोत्तर स्वर्ग जिंकिला आहे.

अध्याय पांचवा.

—:०:—

भारताख्यानाचा उपसंहार.

जनमेजय विचारितोः—महात्मे भीष्मद्रोण, राजा धृतराष्ट्र, विराट व द्रुपद हे दोघेजण, तसेच विराटपुत्र शंख व उत्तर, धृष्टकेतु, जयत्सेन, तो सत्यजित् राजा, दुर्योधनाचे पुत्र, सौबल शकुनि, पराक्रमी कर्णपुत्र, जयद्रथ राजा, घटोत्कच वगैरे आणि तसेच आपण वर्णिलेले व न वर्णिलेले दुसरे तेजःपुंज वीर

व राजे हे सर्वजण किती किती काल स्वर्गांत राहिले हेंही आपण मला सांगावें. द्विजोत्तमा, त्यांस तेथें शाश्वत स्थान मिळालें काय? शाश्वत नसल्यास, सुकृतांनीं त्या नरश्रेष्ठांस कोणती गति प्राप्त झाली, तें आपल्या मुखांतून श्रवण करावें, अशी माझी इच्छा आहे, द्विजोत्तमा, उज्ज्वल तपश्चर्येच्या योगानें आपण सर्व कांहीं जाणतां.

सौति सांगतातः—याप्रमाणें जनमेजय राजानें वैशंपायन मुनींस प्रश्न केला असतां, महात्म्या व्यासांची त्यास अनुज्ञा मिळाली असल्यामुळें त्या वैशंपायन ऋषींनीं त्या राजास सर्व वर्तमान निवेदन करण्यास प्रारंभ केला.

वैशंपायन सांगतातः—राजा, कर्मांतीं सर्वांनींच स्वप्रकृतींत लीन व्हावें, ही गोष्ट शक्य नाहीं. प्रारब्ध कर्माचे परिसमाप्तीस सर्वच स्वप्रकृतींत लीन होते, तर सर्वच मुक्त झाले असते आणि मग संसारचक्रही विराम पावलें असतें; परंतु असें होत नाहीं. तेव्हां फारच थोडे महाभाग कर्मांतीं प्रकृतींत लीन होत असले पाहिजेत. मग, या भारतीय वीरांपैकीं जे प्रकृतींत लीन झाले नसतील त्यांची वाट पुढें काय झाली, अशाविषयीं तुझ्या मनांत शंका उद्भवून तूं प्रश्न विचारलास हा योग्य आहे. सर्वांसच स्वर्ग प्राप्त झाला, तथापि स्वर्गप्रापक कर्माचे अंतीं आपल्या मूळ स्वरूपांत मिळून गेले कोण हें मी आतां कथन करतों. अर्थात् त्यांव्यतिरिक्त जे राहातील ते पुण्यसमाप्ति झाली असतां स्वर्गच्युत होतील व पुढें क्रमानें एकीहून दुसरी श्रेष्ठ, दुसरीहून तिसरी श्रेष्ठ, अशा गति प्राप्त होऊन ते अंतीं ब्रह्मदेवासमागमें मुक्त होतील. आतां, हे भरतर्षभा, यांविषयीं महातेजस्वी, दिव्य दृष्टीचे, प्रतापनिधि, महाव्रतस्थ, अगाध बुद्धीचे, सर्वज्ञ, आणि सर्व कर्मास प्राप्त होणारी गतिही जाणणारे असे जे पाराशरपुत्र पुरातन मुनि कृष्णद्वैपायन, त्यांनीं कथन केलेलें देवगुह्य श्रवण कर. हे भरतश्रेष्ठा राजा, कर्मांतीं स्वस्वरूपीं लीन झालेल्यांची गणना त्यांनीं अशी केली आहे; महातेजस्वी व महापराक्रमी भीष्म वसूंत लीन झाले आणि तेव्हांपासून पुनः वसु आठचे आठ दिसूं लागले. आंगिरसांत श्रेष्ठ जो बृहस्पति त्याचे स्वरूपांत द्रोणाचार्य मिळून गेले; हार्दिक्य कृतवर्म्यानें मरुद्गणांत प्रवेश केला; आणि प्रद्युम्न हा जेथून उत्पन्न झाला तेथें म्हणजे सनत्कुमारांत समाविष्ट झाला. धृतराष्ट्रास दुर्लभ कुबेरलोक प्राप्त झाले; यशस्विनी गांधारी ही धृतराष्ट्रासमागमेंच राहिली; उभय पत्नींसह पांडु राजा महेंद्रसदनीं गेला; विराट व द्रुपद हे दोघेजण, राजा धृष्टकेतु, निशठ, अक्रूर व सांब, भानु, कंप, विदूरथ, भूरिश्रवा, शल आणि पृथ्वीपति भूरि, कंस, उग्रसेन तसाच वसुदेव आणि शंख नामक भ्रात्यासह नरपुंगव उत्तर, हे सर्व नरवीर विश्वेदेवांत समाविष्ट झाले. सोमाचा जो वर्चा नामक महातेजस्वी व प्रतापी पुत्र तोच नरवीर फाल्गुनाचा पुत्र अभिमन्यु झाला होता. इतर कोणींच कोठेंही प्रकट केला नसेल इतक्या शर्थीनें रणांगणांत क्षत्रधर्म प्रकट करून तो धर्मात्मा महारथी अंतीं सोमांत प्रवेशला. हे पुरुषर्षभा, कर्णानें मरणोत्तर रवींत प्रवेश केला; शकुनि द्वापरांत समाविष्ट झाला आणि धृष्टद्युम्न अग्नींत लय पावला. राक्षसांप्रमाणें धिप्पाड, मोठे बलोन्मत्त आणि ऐश्वर्यसंपन्न असे ते सर्व शूर धार्तराष्ट्र शस्त्रप्रतापानें पूत होत्साते स्वर्गस्थ झाले. विदुर व राजा युधिष्ठिर यांनीं यमधर्मांत प्रवेश केला; आणि ब्रह्मदेवांच्या संकल्पाप्रमाणें ज्यानें योगसामर्थ्येंकरून पृथ्वी धारण केली आहे असा जो अनन्त (बलराम), तो रसातलीं प्रवेश करिता झाला. सनातन भगवान् देवाधिदेव जो नारायण त्याचाच अंश

वासुदेव (कृष्ण) हा असल्यामुळें तो कर्मांतीं आपल्या त्या मूलस्वरूपीं (नारायणरूपींच) लीन झाला. जनमेजया, कृष्णाच्या सोळा हजार स्त्रियांनीं कालेंकरून सरस्वती नदींत उड्या टाकिल्या. तेथें देह विसर्जन करून त्या स्वर्गारूढ होत्सात्या अप्सरारूप बनून पुनः वासुदेवाच्या सेवेस सादर झाल्या. आतां घटोत्कचप्रभृति जे वीर त्या महायुद्धांत धारातीर्थी पतन पावले, त्यांतील कित्येक देवांत व कित्येक यक्षांत सामील झाले, दुर्योधनाचे साह्यकर्ते--ज्यांस राक्षसांत गणलें जातें, त्याही सर्वांस, राजा, यथाधिकारें क्रमानें उत्तमोत्तम लोक प्राप्त झाले. त्या पुरुषर्षभांनीं महेंद्रसदन, धीमान् कुबेराचें भुवन, आणि सर्व वारुणलोक यांत प्रवेश केला. याप्रमाणें हे महातेजस्वी भारता, हें कौरवपांडवांचें अखिल चरित्र मीं तुला सविस्तर कथन केलें !

सौति सांगतातः—द्विजश्रेष्ठहो, याप्रमाणें सर्पसत्राचे प्रसंगीं हा भारतेतिहास श्रवण करून जनमेजय राजा अत्यंत विस्मित झाला. नंतर त्याच्या याजकांनीं तें सत्र समाप्त केलें; व भुजंगांची मुक्तता करतां आल्यामुळें आस्तीकही संतुष्ट झाला. नंतर राजानें सर्व ब्राह्मणांस विपुल दक्षिणा देऊन संतोषविलें; आणि त्यांनें सन्मानपूर्वक निरोप दिल्यावर ते आपआपल्या स्थलीं निघून गेले. याप्रमाणें त्या ब्राह्मणांस बोळविल्यावर तो जनमेजय राजाही मग त्या तक्षशिला नगरांतून पुनः हस्तिनापुरास परत आला. सर्पसत्रांत श्रीमन् व्यासांच्या आज्ञेनें वैशंपायनांनीं त्या राजास कथन केलेलें हें सर्व महाभारत मीं तुला सांगितलें. ह्या पवित्र ग्रंथास इतिहास अशी संज्ञा आहे. खरोखर हा अत्यंत पवित्र आहे. सत्यवादी, सर्वज्ञ, दैव जाणणारे, धर्मज्ञानसंपन्न, सत्पुरुष, अतींद्रियज्ञानी, शुचिर्भूत, अनेक शास्त्रांत पारंगत, आणि तपाच्या योगानें शुद्धात्मे झालेले असे जे भगवान् कृष्णद्वैपायन मुनि, त्यांनीं सांख्ययोगांत निमग्न असतां योगसमाधींत ईश्वरी तेज अंगीं प्रकटलें असतां दिव्य दृष्टीनें अवलोकन करून हें महाभारत निर्माण केलें आणि तद्द्वारा महात्म्या पांडवांची आणि अत्यंत उदार व तेजस्वी अशा अन्य क्षत्रियांची कीर्ति जगांत प्रसृत केली. जो विद्वान् मनुष्य नित्य पर्वणीपर्वणीला हें महाभारत श्रोत्यांस ऐकवील, तो निष्पाप होत्साता स्वर्ग जिंकून मोक्षास जाईल. हा कृष्णमुनिप्रणीत पंचमवेद जो मनुष्य समाहित चित्तानें साग्र श्रवण करील, त्याचीं ब्रह्महत्यादि कोटि पातकें भस्म होतील. जो श्राद्धकालीं ब्राह्मणांसन्निध बसून या ग्रंथाचा कांहीं भाग त्यांस ऐकवील, त्याचे पितरांस अन्नपेयांची अक्षय्य प्राप्ति होईल. मनुष्यानें उभ्या दिवसामध्यें इंद्रियें किंवा मन यांच्या योगानें जें पातक केलें असतें, तें सायंसंध्येच्या वेळीं महाभारताच्या कांहीं भागांचें पठण केल्यास नष्ट होतें; आणि स्त्रीसमुदायानें वेष्टित अशा ब्राह्मणाच्या हातून रात्रींत जें पातक घडलें असेल, तें सर्व प्रातःसंध्यासमयीं महाभारतपठनानें जळून जातें. ह्या ग्रंथाचें महत्त्व (विस्तार) आणि भार (वजनदारी) फार असल्यामुळें ह्यास **महाभारत** अशी संज्ञा प्राप्त झाली आहे. ह्या ग्रंथाचा पुरापूर व मोकळा अर्थ ज्याला समजतो, तो सर्व पातकांपासून मुक्त होतो. अष्टादश पुराणें, सर्व धर्मशास्त्रें म्हणजे स्मृतिग्रंथ, आणि अंगांसहवर्तमान चारही वेद ह्या भारतांत एकत्र झाले आहेत. अष्टादश पुराणांचे कर्ते व वेदांचे केवळ महासागर असे जे महात्मे व्यास ऋषि त्यांचा हा सिंहनाद,—ही त्यांची जिवंत वाणी सर्वांनीं अवश्यमेव श्रवण करावी. त्या भगवान्

कृष्णद्वैपायन मुनीनीं हा ग्रंथ तीन वर्षांत संपूर्ण केला. हें जयसंज्ञक महाभारत सतत भक्तिपुरःसर श्रवण केलें असतां संपत्ति, कीर्ति आणि विद्या आपणापाशीं अखंड एकत्र रहातात. हे भरतर्षभा, धर्म, अर्थ, काम व मोक्ष ह्या चतुर्विध पुरुषार्थासंबंधानें यांत जें उपपादन केलें आहे, तेंच इतर सर्वत्र आहे. जें यांत नाहीं तें कोठेंच नाहीं म्हणून समजावें. मुमुक्षूनें हा जय नामक इतिहास अवश्य श्रवण करावा. तसेंच ब्राह्मण, राजा आणि गर्भिणी यांनींही आपआपल्या ईप्सित कामना सिद्ध व्हाव्या म्हणून याचें श्रवण करावें, याच्या योगानें स्वर्गकामास स्वर्गप्राप्ति होईल, विजयकामास जय मिळेल आणि गर्भिणीस पुत्र किंवा बहुभाग्यवती कन्या प्राप्त होईल. मोक्ष हा परम दुर्लभ होय. तो सुलभ व्हावा, यास्तव भगवान् व्यासांनीं धर्मबुद्धीनें हें भारताख्यान रचिलें. त्यांनीं ह्याची एकंदर साठ लक्ष संहिता तयार केली. तीपैकीं तीस लक्ष देवलोकीं ठेविली; पंधरा लक्ष पितृलोकीं ठेविली; चौदा लक्ष यक्षलोकीं दिली; आणि उर्वरित एक लक्ष मनुष्यलोकीं कथन केली. देवलोकांत नारदांनीं ती देवांस ऐकविली; असित देवलानें पितरांस श्रवण करविली. यक्षराक्षसांस शुकानें निवेदन केली; आणि वैशंपायनांनीं मनुष्यांस ऐकविली. भारत हा इतिहास असून मोठा पवित्र, खोल अर्थानें भरलेला व केवळ वेदतुल्य आहे. शौनका, हें व्यासोक्त महाभारत जो ब्राह्मण श्रवण करील, तो इहलोकीं सर्व मनोरथ व कीर्ति संपादून अंतीं परम सिद्धीस पावेल, याविषयीं मला तर संदेह नाहीं. ज्यांनीं ही पवित्र भारतसंहिता आपल्या शुक नामक पुत्रास शिकविली, त्या महाभारतकार व्यासांवर परम निष्ठा ठेवून जो ह्या पुण्यकारक ग्रंथाचा चतुर्थांशाही श्रवण करतो, तोही परम सिद्धीस पोंचतो.

भारतसावित्री·

मातापितृसहस्राणि पुत्रदारशतानि च
संसारेष्वनुभूतानि यांति यास्यंति चापरे१
हर्षस्थानसहस्राणि भयस्थानशतानि च
दिवसे दिवसे मूढमाविशंति न पंडितम्२
ऊर्ध्वबाहुर्विरौम्येष न च कश्चिच्छृणोति मे
धर्मादर्थश्च कामश्च स किमर्थं न सेव्यते३

न जातु कामान्न भयान्न लोभात्
धर्मं त्यजेज्जीवितस्यापि हेतोः
नित्यो धर्मः सुखदुःखे त्वनित्ये
जीवो नित्यो हेतुरस्य त्वनित्यः

१ अर्थ—आजपर्यंत अनेक जन्मांत हजारों मातापितरें व शेंकडों बायकापोरें अनुभविलीं, सध्या कांहींचा अनुभव घेत आहों, आणि पुढेंही दुसरीं पुष्कळ होऊन जाणार आहेत---१. दररोज हजारों आनंदाचे प्रसंग व शेंकडों दुःखाचे प्रसंग मूर्खास येतात; परंतु पंडितास त्यांचा संसर्ग होत नाहीं---२. हा मी हात वर करून कंठशोष करीत आहें, परंतु कोणीच माझें ऐकत नाहीं! मनुष्य सारखा ज्याचे पाठीस लागला आहे ते अर्थ व काम धर्मापासून प्राप्त होत असतां ह्या धर्माचें सेवन कां केलें जात नाहीं बरें?---३. वास्तविक पाहातां, विषयोपभोगासाठीं, किंवा भयामुळें अथवा लोभामुळें---फार काय पण जिवाखातरही धर्म त्यागूं नये. धर्म हा नित्य आहे; आणि सुखदुःखें काय दोन दिवसांचीं---अनित्य आहेत! जीव हा नित्य आहे आणि त्याचा हेतु म्हणजे विशिष्ट देहप्राप्तीचें कारण तर अनित्य आहे. यास्तव सुखदुःखें किंवा प्राणभय न गणतां धर्माचरण केलें पाहिजे---४.

जो मनुष्य रोज प्रातःकाळीं उठल्याबरोबर ही **भारतसाविश्री** पठन करितो, त्यास भारतपठनाचें फल प्राप्त होऊन तो परब्रह्मपदीं अधिरूढ होतो. ज्याप्रमाणें भगवान् समुद्र व हिमालय पर्वत रत्नाकर म्हणून प्रसिद्ध आहेत, त्याचप्रमाणें भारत हाही एक रत्नांचा निधि आहे, असें ह्मणतात. विद्वान् लोक हा कृष्णद्वैणयनप्रणीत वेद श्रोत्यांस ऐकवून अर्थ संपादन करितात. हें भारताख्यान जो अत्यंत स्थिर चित्तानें पठन करील, तो परमसिद्धि पावेल, यांत संदेह नाहीं. द्वैपायनांच्या ओष्ठपुटांपासून स्रवलेलें हें अप्रतिम, पुण्यकारक, पवित्र, पापनाशक व कल्याणकर भारत जो गुरुमुखापासून उत्तम प्रकारें अध्ययन करितो, त्यास पुष्करतीर्थोदकांत स्नान करण्याची काय जरूर? अत्यंत बहुश्रुत व वेदवेत्त्या ब्राह्मणांस सुवर्णमंडित्त शिंगांच्या शंभर गाई अर्पण करणारा आणि ही पवित्र भारतकथा सतत श्रवण करणारा ह्या उभयतांस सारखेंच फल प्राप्त होतें.

स्वर्गारोहणपर्व समाप्त.

भारतश्रवणविधि.

जनमेजय[1] विचारितोः--भगवन्, ज्ञात्यांनीं कोणत्या विधीनें भारत श्रवण करावें? त्यापासून कोणतें फल प्राप्त होतें? सांगतेचे वेळीं कोणत्या देवतांचें पूजन करावें? तसेंच, हे भगवन्, प्रत्येक पर्वाचे समाप्तीस काय द्यावें? आणि यास कशा प्रकारचा वाचक योजावा? ब्रह्मन्, हें सर्व मला सांगा.

वैशंपायन सांगतातः--राजा, हा भारतश्रवणाचा विधि आणि भारतश्रवणाचें फल तूं मला विचारितोस, तें श्रवण कर. हे महीपाला, स्वर्गनिवासी देव क्रीडार्थ पृथ्वीवर अवतीर्ण झाले; आणि हें कार्य करून परत स्वर्गास जाते झाले. अरे, ऋषि व देव भूतलावर कसकसे जन्म पावले, याविषयीं मी तुला सांगतों तें सावधानतेनें श्रवण कर. या स्थळीं रुद्र, साध्य, सनातन विश्वेदेव, आदित्य, उभय अश्विनीदेव, अष्टलोकपाल, महर्षि, गंधर्वांसहवर्तमान गुह्यक, नाग, तसेच विद्याधर, सिद्ध, स्वयंभू धर्म, श्रेष्ठ कात्यायन मुनि, गिरि, सागर व नद्या, तसेच अप्सरांचे संघ, ग्रह, संवत्सर, अयनें व ऋतु, आणि, हे भरतश्रेष्ठा, देवदानवांसहवर्तमान सर्व स्थावरजंगमात्मक विश्व ह्या भारतांत एकत्र राहिलेलें दिसतें. यांत ज्यांचा संबंध आला आहे त्या देवादिकांची योग्यता, त्यांचीं नांवें व कृत्यें वर्णिलेलीं श्रवण केलीं असतां घोर पातकांपासूनही मनुष्य एकदम मुक्त होतो. आत्मनिग्रहानें व शुचित्वपूर्वक हा सर्व इतिहास यथाक्रम व यथार्थ श्रवण करून मग, हे भारता, त्या ऋषिदेवादिकांचीं श्राद्धें करावीं आणि त्याचप्रमाणें ब्राह्मणांस यथाशक्ति महादानें द्यावीं. राजा, नानाप्रकारचीं रत्नें, गाई, दूध काढण्याच्या कांशाच्या चरव्या, तशाच उत्तम अलंकृत केलेल्या, सर्व मनोरथ पुरविणाऱ्या व सकलगुणसंपन्न अशा कन्या, नानाप्रकारचीं यानें, चित्रविचित्र गृहें, भूमि, वस्त्रें आणि सुवर्ण ब्राह्मणांस अर्पण करावें. त्यांस वाहनें द्यावयाचीं तीं मुख्यत्वें घोडे व मत्त हत्ती द्यावे; पलंग, पालख्या, उत्तम सुशोभित रथ, आणि आपल्या घरीं जे जे म्हणून चांगले व बहुमोल पदार्थ असतील, ते ते सर्व ब्राह्मणांस द्यावे; इतकेंच केवळ नव्हे; तर आपले प्राण, स्त्रिया व पुत्रही त्यांस अर्पण करावे! ह्या भारतमहोदधीच्या पार जाणारा, आणि सत्य व सरलपणा राखण्याविषयीं तत्पर, शुद्धचित्त, शुचिर्भूत, जितक्रोध, आणि श्रद्धावान् असून किमपि विकल्प मनांत न आणतां प्रसन्नचित्तानें व आनंदानें स्वशक्त्यनुरूप श्रवण करणारा, यांस कोणत्या रीतीनें फल प्राप्त होतें, तें श्रवण कर. शुचिर्भूत, सुशील, सदाचारी, शुभ्र वस्त्रें परिधान करणारा, जितेंद्रिय, सुसंस्कृत, सर्वशास्त्रज्ञ, श्रद्धाळू, असूया न करणारा, दिसण्यांत सुरूप व भव्य, दमनशील, सत्यवादी आणि जितेंद्रिय अशा योग्य पुरुषास देणगी व सन्मान

[1] हा अध्याय भारतांतील नसून हरिवंशांतील आहे; आणि तो वाचकांचे माहितीकरितां येथें घेतला आहे; असें सर्वमान्य टीकाकार नीलकंठ ह्मणतात.

देऊन वाचक करावा. वक्त्यानें विशेष सावकाश किंवा रेंगाळत बोलूं नये, अथवा फार घाईही करूं नये; अक्षरें व पदें एकमेकांत न घोंटाळतां सर्वांचा स्पष्ट उच्चार व्हावा; स्वर धीरोदात्त ठेवावा; प्रसंगानुरूप स्वर बदलून ग्रंथांतील अभिप्राय सहज विशद होईल असें करावें; आणि नेमस्त वर्णांचा व अष्टस्थानांच्या प्रेरणेचा योग्य उपयोग करून अगदीं शांत चित्तानें पूर्ण लक्ष देऊन सुखासनीं आरूढ होऊन व्याख्यान करावें. प्रथम नारायण, नर व नरोत्तम ह्या तीन ईशमूर्तींस आणि सरस्वती देवीस अभिनंदन करून मग ह्या जयसंज्ञक ग्रंथाचे पठनास प्रारंभ करावा. राजा, अशा प्रकारच्या वाचकापासून भारत श्रवण केलें असतां, नियमस्थ व शुचिर्भूत श्रोत्यास पूर्ण श्रवणफल प्राप्त होतें. हे भारता, प्रथम पारण्याचे वेळीं (पहिल्यानें संपूर्ण भारत श्रवण केल्यावर सांगता करावयाची त्या वेळीं) द्विजांस इष्ट वस्तु अर्पून संतुष्ट करणारा श्रोता अग्निष्टोम यज्ञाचें फल संपादितो; अप्सरांचे थव्यांनीं भरलेलें विमान त्यास प्राप्त होतें; आणि अत्यंत हर्षभरित होत्साता तो देवांसह स्वस्थचित्तानें स्वर्गात प्रयाण करितो. द्वितीय पारायणाची सांगता झाली असतां त्यास अतिरात्र यज्ञाचें फल प्राप्त होतें; तो सर्वरत्नखचित अशा दिव्य विमानांत आरोहण करितो; आणि दिव्य पुष्पें व वस्त्रें धारण करून, दिव्य सुगंधानें सुशोभित होऊन आणि दिव्य बाहुभूषणें धारण करून तो देवलोकीं नित्य महत्त्व पावतो. तृतीय पारायण झालें असतां द्वादशाह यज्ञाचें फल लाभतें आणि तो देवाप्रमाणें झळकत कित्येक अयुत वर्षें स्वर्गात वास करितो. चतुर्थ पारायणाचे सांगतेनें वाजपेय फल प्राप्त होतें, आणि पंचमानें त्याचे द्विगुण फल मिळतें; सूर्याप्रमाणें झकाकणारे आणि प्रज्वलित अनलाचे उपमेस साजणारे अशा विमानांत विबुधांसह आरोहण करून तो स्वर्गात गमन करितो आणि कित्येक अयुत वर्षें तेथें इंद्रभुवनीं सौख्योपभोग घेतो. सहावें श्रवण संपूर्ण झालें असतां त्याचे दुप्पट व सातव्यानें त्याचे तिप्पट फलप्राप्ति होते. मग, ज्याचा आकार कैलासशिखरासारखा आहे, बसावयाची जागा वैदूर्य व हिरे यांनीं बनविली आहे, आणि जें अनेक प्रकारच्या रत्नांपोवळ्यांनीं मढविलेलें व भूषविलेलें आहे, अशा कामगामी विमानांत अप्सरांचे संघांसह बसून तो द्वितीय दिनकरच कीं काय अशा प्रकारें सर्व लोकांत संचार करितो ! अष्टम पारणा झाली म्हणजे, ज्याची प्रभा उदय पावणाऱ्या चंद्रासारखी असून चंद्रकिरणांसारखे शोभणारे मनोवेगी अश्व ज्यास जोडिले आहेत अशा विमानांत तो आरोहण करतो; ज्यांचीं मुखें चंद्रबिंबाहूनही कांकणभर अधिक शोभायमान आहेत आणि ज्यांच्या मेखलांचा व नूपुरांचा मंजुळ ध्वनि होत आहे, अशा सुंदरींनीं तो परिवेष्टिलेला असतो; आणि तो त्याच वरांगनांचे अंकांवर शयन करून तेथेंच जागा होतो ! हे भारता, नवव्या पारायणाचे सांगतेनें सर्वक्रतुराज जो अश्वमेध तो केल्याचें श्रेय लाभतें; ज्याचे खांब व कळस सुवर्णाचे असून वैदूर्य मण्याची वेदी आहे, ज्याच्या सर्व बाजूंस सुवर्णमंडित गवाक्षें आहेत, आणि अप्सरांचे ताफे व स्वर्गसंचारी गंधर्व यांनीं जें सेवित आहे, अशा विमानांत बसून तो परम कांतीनें झळकणारा, दिव्य पुष्पें धारण केलेला व दिव्य चंदनानें चर्चिलेला पुण्यपुरुष स्वर्गात देवांसह दुसरा देवच कीं काय असा आनंदांत कालक्रमणा करितो ! दहावें पारायण संपादून सांगतेचे वेळीं द्विजांचा सत्कार केल्यावर तर याहून श्रेष्ठ विमान प्राप्त होतें. ज्याच्या घंटांचा व घुंगुरांच्या माळांचा सारखा ध्वनि चालला आहे,

पताका व ध्वज यांनीं जें शोभिवंत दिसत आहे, रत्नवेदींनीं खचलेलें, वैदूर्य मण्यांच्या कमानींनीं युक्त, भोंवतीं सोनेरी जाळ्या सोडलेलें व पुढील बाजूस पोंवळ्याचे गलथे असलेलें, गानपटु गंधर्व व अप्सरा यांनीं ज्यास शोभा आणिली आहे, आणि ज्यांतील बैठकीची जागा फारच उत्कृष्ट बनविली आहे, असें विमान त्यास सहज प्राप्त होतें. मग तो अग्नीप्रमाणें झळकणारा सुवर्णमंडित मुगुट घालून, दिव्य सुगंधि चंदन अंगास फांसून, दिव्य पुष्पें धारण करून आणि देवांच्या प्रसादानें परमश्रीसंपन्न व सकलदिव्यभोगसमन्वित होत्साता त्या विमानांत बसून आनंदानें दिव्यलोकीं फिरतो. याप्रमाणें हजारों वर्षेंपर्यंत तो स्वर्गांत महत्त्व उपभोगितो. मग एकवीस हजार वर्षेंपर्यंत गंधर्वलोकीं सुख भोगून नंतर तो रम्य अशा इंद्रलोकीं स्वतः इंद्रासहवर्तमान आनंदांत कालक्रमणा करितो. या ठिकाणीं तो अनेक प्रकारच्या दिव्य यानांत व विमानांत बसून विविध लोकांत संचार करितो; दिव्य नारींचे तांफे त्याचे सभोंवतीं हात जोडून सज्ज असतात; साक्षात् एखाद्या देवाप्रमाणें तो सर्व प्रकारचें ऐश्वर्य भोगतो; आणि मग अनुक्रमें सूर्यलोक, चंद्रलोक, शिवलोक व नंतर विष्णुलोक यांमध्यें त्यास सलोकता प्राप्त होते. हे महाराजा, हें सर्व कांहीं असेंच होतें, याविषयीं बिलकूल संशय बाळगूं नये. माझ्या गुरूंनीं असें सांगितलें आहे कीं, मनुष्यानें श्रद्धा मात्र ठेवावी. आतां वाचकास काय अर्पण करावें तें सांगतों, श्रवण कर. वाचक जें जें इच्छील तें तें त्यास द्यावें. विशेषेंकरून त्याला हत्ती, घोडे, रथ, पालख्या वगैरे वाहनें द्यावीं; आणि कडीं, कुंडलें, उत्तम ब्रह्मसूत्र, सुंदर वस्त्र व विशेषेंकरून सुगंधि द्रव्यें त्यास अर्पण करावीं. जो वाचकाचें देवाप्रमाणें पूजन करील, त्यास विष्णुलोक प्राप्त होईल. असो; आतां, राजा, भारताचें पारायण चालू असतां प्रत्येक पर्वाचे समाप्तीस ब्राह्मणांस काय दानें करावीं तीं सांगतों.

हे भरतर्षभा, क्षत्रियांनीं[१] ब्राह्मणाची जाति, देश, सत्यपणा, थोरवी, धर्म आणि वृत्ति (स्वभाव) मनांत वागवून प्रथमारंभीं द्विजांकडून स्वस्तिवाचन करवून मग महाभारतश्रवणास प्रारंभ करावा. आणि पर्व संपल्यावर पुनः द्विजाची स्वशक्त्यनुरूप संभावाना करावी. आदिपर्वाचे समाप्तीस वाचकास वस्त्रगंधादिक अर्पण करून खीर, मध वगैरे पदार्थांचें विधिपूर्वक उत्तम भोजन घालावें. नंतर, राजा, आस्तिक पर्वाचे समाप्तीस पुनः ज्यांत फलमूलें विशेष आहेत, त्याचप्रमाणें पायस, तूप व मध यांचीही विपुलता आहे, अशा प्रकारचें भोजन वक्त्यास घालावें आणि या वेळीं गूळभातही करावा. राजेंद्रा, सभापर्वाचे वेळीं वडे, घारगे, मोदक वगैरे पक्वान्नें व हविष्यान्न यांचें ब्राह्मणभोजन घालावें. वनपर्वाचे प्रसंगीं कंदफळांनींच ब्राह्मणसंतर्पण करावें. अरणीपर्व झाल्यावर उदकुंभ दानें करावीं आणि तसेंच संतोषकारक असे सर्व मुख्य मुख्य पदार्थ व वनांतील फळें व कंद आणि सकल इच्छा तृप्त होतील असें उत्कृष्ट अन्न त्यांस अर्पण करावें. विराटपर्वाचे वेळीं नानाप्रकारचीं वस्त्रें द्यावीं; आणि, हे भरतश्रेष्ठा, उद्योगपर्वाचे समाप्तीस द्विजांस गंधपुष्पांनीं भूषवून षड्रसान्नांचें उत्तम भोजन घालावें. राजा, भीष्मपर्वाचे शेवटीं उत्कृष्ट वाहन अर्पण करून मग उत्तम तयार केलेलें सर्वगुणपरिपूर्ण असें अन्न वाढावें. द्रोणपर्वाचे अंतीं विप्रांस फारच उंची पक्वान्नांचें भोजन घालावें;

१. " क्षत्रियाणां " असा पाठ आहे. परंतु त्याचा षष्ठ्यंपर अर्थ समंजस होत नसल्यानें तृतीयार्थक घेतला आहे. तथापि यानेंही पूर्ण निर्वाह होत नाहीं.

व शिवाय धनुष्यें, बाण व उत्कृष्ट तरवारीही अर्पण कराव्या. कर्णपर्व समाप्त झाल्यावरही असेंच स्वस्थ चित्तानें सर्व इष्ट वस्तूंनीं परिपूर्ण अशा उत्तम सोपस्कर अन्नानें ब्राह्मण-संतर्पण करावें. राजेंद्रा, शल्यपर्वांतीं मोदक, गूळभात, वडे, घारगे, अनरसे, वगैरे मिष्टान्नें व इतर सर्व प्रकारचे भोज्य पदार्थ करावे. गदापर्वाचे सांगतेस मुगदळाचे लाडू अवश्य असावे. स्त्रीपर्वसमाप्तीस ब्राह्मणांस रत्नें देऊन संतुष्ट करावें आणि ऐषीकपर्वाचे शेवटीं पुनः तूपभाताचें भोजन घालावें व मग सर्व प्रकारचें रुचकर व सोपस्कर अन्न वाढावें. शांतिपर्वाचे समाप्तीस असेंच पण हविष्यान्नानें ब्राह्मणभोजन घालावें. आश्वमेधिकाचे शेवटीं जी समाराधना करावयाची तींत लोकांस आवडणारे सर्व प्रकारचे पदार्थ असावे. याचप्रमाणें आश्रमवासिक पर्वाचे अंतीं द्विजांस हविष्यान्नाचें भोजन घालावें. मौसलपर्वाचे समाप्तीस अशीच आराधना करावयाची, पण तींत सर्व प्रकारचीं षड्रस अन्नें व गंध, पुष्पें, उटया वगैरेही असावें. महाप्रस्थानिकाचे शेवटीं भोजनाचा बेत असाच सर्व प्रकारें उत्कृष्ट ठेवावा. स्वर्गारोहणपर्वाचे समाप्तीसही ब्राह्मणांस हविष्यान्न वाढावें. हरिवंश संपल्यावर तर सहस्रभोजन घालावें आणि ब्राह्मणांस एक सालंकार धेनु अर्पण करावी. पार्थिवा, श्रोता दरिद्री असला, तरी त्यानें ह्याचे निम्म्यानें तरी दानधर्म केलाच पाहिजे. विचक्षण श्रोत्यानें प्रत्येक पर्वाचे समाप्तीस एक महाभारताचें पुस्तक सुवर्णदक्षिणेसह वाचकास अर्पण करावें. हे भरतर्षभा, हरिवंश संपल्यावर जें सहस्रभोजन घालावयाचें त्यास आणि प्रत्येक पर्वाचे शेवटीं करावयाचे ब्राह्मणभोजनास दुधाची खीर अवश्य करून आग्रहपूर्वक वाढावी. शास्त्रज्ञानें मनोनिग्रहपूर्वक सर्व पर्वांच्या संहिता संपविल्यावर त्या पोथ्या रेशमी वस्त्रांत बांधून कणा वगैरे घातलेल्या मंगलस्थानीं ठेवून स्वतः स्वच्छ वस्त्रें, पुष्पमाला व उत्तम अलंकार धारण करून आणि शुचिर्भूत होऊन त्या संहिताग्रंथांचें गंधपुष्प, भक्ष्य, पेय व इतर नानाप्रकारचे इष्ट व शुभ पदार्थ ह्यांच्या योगानें पृथक् पृथक् यथान्याय पूजन करावें; आणि, राजा, नंतर तोळाभर सुवर्णदक्षिणाही समर्पण करावी. चित्त निगृहित करून प्रत्येकानें सर्व पर्वांचे संहितांस तीन तीन पलें (सोळा तोळे) सुवर्ण द्यावें. गरिबानें ह्याचे निम्मे किंवा चतुर्थांश द्यावें, पण सामर्थ्य असून कंजुषपणा मात्र करूं नये. जें जें आपणास प्रिय असेल तें तें ब्राह्मणांस अर्पण करावें; आणि वाचकास म्हणजे आपल्या गुरूस आपल्या भक्तीच्या योगानें सर्वथा संतुष्ट करावें. सर्व देवता आणि नरनारायण यांचें नामसंकीर्तन करावें; आणि नंतर गंधमाल्यादिकांनीं द्विजोत्तमांचें उत्तम पूजन करून विविध इच्छित गोष्टी व लहान मोठीं दानें देऊन त्यांस संतुष्ट करावें. याप्रमाणें केलें असतां मनुष्यास अतिरात्र यज्ञाचें फल मिळेल; आणि प्रत्येक पर्वासही ऋतु फल प्राप्त होईल. हे भरतश्रेष्ठा, ज्याचा वर्ण व पदें यांचा उच्चार स्पष्ट होत असून स्वरही उत्तम आहे, असा विद्वान् वाचक भारताबरोबरच भविष्यही (पुढील फलश्रुतिही) ऐकवील. राजा जनमेजया, ब्राह्मणांचें भोजन झाल्यानंतर त्यांस विपुल दक्षिणा वगैरे द्यावी; आणि याचप्रमाणें वाचकासही उत्तम वस्त्रालंकार अर्पून भोजन घालावें. राजा, वक्ता संतुष्ट झाला असतां श्रोत्यावर——जीपरतें उत्तम कांहींच नाहीं अशी——मंगलकारक प्रीति करतो; आणि ब्राह्मण संतोष पावले असतां सर्व देवता प्रसन्न होतात. हे

भरतर्षभा, यानंतर सर्व इष्ट वस्तु व नानाप्रकारचे शुभ पदार्थ यांच्या योगानें सर्व ब्राह्मणांचें यथान्याय पूजन करावें.

हे मनुजेंद्रा, तूं मला विचारल्याप्रमाणें हा भारतश्रवणाचा विधि मीं तुला कथन केला, यावर सर्वांनीं अंतःकरणांत श्रद्धा मात्र ठेवावी. नृपोत्तमा, भारताचें श्रवण करीत असतां आणि सांगता करीत असतां परम कल्याणाची इच्छा करणारानें सदोदीत यत्नशील (दक्ष) राहिलें पाहिजे. भारताचें नित्य श्रवण व कीर्तन करावें. **ज्याच्या घरीं भारतग्रंथ असेल, त्याला जय हा ठेवलेलाच.** भारत हें परम पुण्यकारक असून ह्यांत नानाप्रकारच्या कथा आहेत. देवही भारताचें सेवन करितात; कारण तें परमपद होय. हे भरतर्षभा, भारत हें सर्व शास्त्रांत श्रेष्ठ आहे. भारताच्या योगें मोक्ष प्राप्त होतो, हें सत्य तत्व मी तुला सांगतों. महाभारताख्यान, पृथ्वी, धेनु, सरस्वती, ब्राह्मण आणि श्रीकृष्ण यांचें गुणगायन करणारा कदापि नाश पावत नाहीं. हे भरतर्षभा, वेद, पवित्र रामायण व भारत यांचे आदौ, अंतीं व मध्यें—सर्वत्र **श्रीहरीचेंच** कीर्तन आहे. ज्यत श्रीविष्णूच्या दिव्य कथा व सनातन वेद यांचा समावेश आहे असें हें महाभारत परापदाची इच्छा करणाऱ्या मनुष्यानें अवश्यमेव श्रवण करावें. ज्याला ऐश्वर्याची इच्छा असेल त्यानें हें परमपवित्र, धर्माचें निर्देशक व सर्वगुणमंडित आख्यान अवश्य श्रवण करावें. ज्याप्रमाणें सूर्योदय होतांच अंधःकाराचा नाश होतो, त्याचप्रमाणें भारतश्रवण होतांच जोडिलेलें कायिक, वाचिक व मानसिक सर्व पाप नष्ट होतें. अष्टादश पुराणांचे श्रवणापासून जें फल प्राप्त होतें, तेंच फल ह्या ग्रंथाच्या श्रवणानें वैष्णवांस प्राप्त होतें, यांत संशय नाहीं. याच्या योगानें स्त्रिया व पुरुष या सर्वांस वैकुंठप्राप्ति होते. पुत्र व्हावा अशी इच्छा करणाऱ्या स्त्रियांनीं हें विष्णूचें यशोवर्णन श्रवण करावें; यथोक्त फल मिळावें अशी इच्छा करणारानें श्रवणानंतर वाचकांस सुवर्णाचे पांच निष्क किंवा स्वशक्तीप्रमाणें दक्षिणा द्यावी; आणि आपणांस श्रेय प्राप्त व्हावें असें इच्छिणारानें एक सवत्स कपिला धेनु वस्त्रांनीं भूषवून व शिंगें सुवर्णानें सुशोभित करून अर्पण करावी; त्याच्या हातांत कडीं, अंगठ्या वगैरे अलंकार घालावे; कर्णींतील कुंडलादि अलंकार द्यावे; विशेषेंकरून विपुल धन अर्पण करावें; आणि, राजा, वाचकांस भूमिदानही करावें. कारण भूमिदानासारखें दुसरें दान झालें नाहीं व होणारही नाहीं. जो मनुष्य सतत हें श्रवण करितो किंवा दुसऱ्यांस ऐकवितो, तो सर्व पापांपासून पूर्णपणें मुक्त होऊन वैष्णवपदीं अधिरूढ होतो; आणि, राजा, तो एकादश पिढ्यांतील सर्व पितरांस, स्वतःस, आपल्या संततीस आणि स्वभार्येसही उद्धरून नेतो. ह्याप्रमाणें, राजेंद्रा, सर्व श्रवण केल्यानंतर त्याच्या दशांश हवनही करावें. हे नरर्षभा, याप्रमाणें हें सर्व मीं तुला कथन केलें आहे.

श्रीकृष्णार्पणमस्तु.